સર્વાંગી
અંગ્રેજી-ગુજરાતી કોશ

UNIVERSAL
ENGLISH-GUJARATI
DICTIONARY

સર્વાંગી
અંગ્રેજી-ગુજરાતી કોશ

UNIVERSAL ENGLISH-GUJARATI DICTIONARY

પાંડુરંગ ગણેશ દેશપાંડે
ડૉ. ભારતી દેશપાંડે સાથે

Pandurang Ganesh Deshpande
with Dr. Bharati Deshpande

OXFORD
UNIVERSITY PRESS

YMCA Library Building, Jai Singh Road, New Delhi 110001

Oxford University Press is a department of the University of Oxford. It furthers the University's objective of excellence in research, scholarship, and education by publishing worldwide in

Oxford New York
Auckland Cape Town Dar es Salaam Hong Kong Karachi
Kuala Lumpur Madrid Melbourne Mexico City Nairobi
New Delhi Shanghai Taipei Toronto

With offices in
Argentina Austria Brazil Chile Czech Republic France Greece
Guatemala Hungary Italy Japan Poland Portugal Singapore
South Korea Switzerland Thailand Turkey Ukraine Vietnam

Oxford is a registered trademark of Oxford University Press in the UK and in certain other countries.

Published in India
by Oxford University Press

First published 1988
Twenty-ninth impression July 2008

ISBN-13: 978-0-19-561828-0
ISBN-10: 0-19-561828-9

Printed in India by Saurabh Printers Pvt. Ltd, Noida 201301 UP
and published by Oxford University Press
YMCA Library Building, Jai Singh Road, New Delhi 110001

કોશ વાપરનારાઓને સૂચનાઓ

મૂળ શબ્દ કાળાં બીબાંમાં છાપ્યો છે. એકથી વધુ પદવાળા શબ્દોમાં સ્વરાઘાત ત્યાં જ (′) ચિહ્નથી દર્શાવ્યો છે. (દા.ત. aba′ndon). તે પછી કૌંસમાં શબ્દનો ઉચ્ચાર ગુજરાતી લિપિમાં આપ્યો છે. તે પછી શબ્દનું વ્યાકરણ આપ્યું છે. નામની બાબતમાં જ્યાં તેનું બહુવચન બનાવવામાં કોઈ વિશેષતા હોય ત્યાં તે બહુવચન, અને ક્રિયાપદની બાબતમાં જ્યાં તેના ભૂતકાળનું કે ભૂતકૃદન્તનું રૂપ વિશિષ્ટ પ્રકારે થતું હોય ત્યાં તે કૌંસમાં આપ્યું છે. તે પછી શબ્દનો અર્થ કે અર્થો આપ્યા છે. સમાનાર્થક પર્યાય હોય ત્યાં અલ્પવિરામ મૂક્યાં છે; જ્યાં અર્થભેદ હોય ત્યાં અર્ધવિરામ મૂક્યાં છે. એક જ શબ્દ નામ, વિશેષણ કે ક્રિયાપદને રૂપે વપરાતો હોય ત્યાં પૂર્ણવિરામ પછી વ્યાકરણભેદની શરૂઆત કરી છે. ઘણે ઠેકાણે મૂળ શબ્દમાંથી જુદી જુદી પ્રક્રિયાથી બનેલા બીજા શબ્દો તે મૂળ શબ્દના પેટામાં આપ્યા છે.

ઉચ્ચારો અંગે

ઉચ્ચાર આપવામાં બને તેટલી ચોકસાઈ કરી છે. તેમ છતાં ગુજરાતી લિપિમાં અંગ્રેજીના બધા ઉચ્ચારો આપવા મુશ્કેલ છે. તેથી તેમ કરવામાં કેટલાક વધારાના સંકેતોનો ઉપયોગ કર્યો છે. 'એ'ના હ્રસ્વ અને દીર્ઘ એવા બે ઉચ્ચારો અંગ્રેજીમાં વારંવાર આવે છે. આપણી સંસ્કૃતોદ્‌ભવ ભાષાઓમાં સામાન્યપણે 'એ'નો દીર્ઘ ઉચ્ચાર કરવા તરફ વધુ વલણ છે. તેથી આ કોશમાં દીર્ઘ ઉચ્ચાર માટે કોઈ ચિહ્‌ન વાપર્યું નથી. જ્યાં હ્રસ્વ ઉચ્ચાર કરવાનો છે ત્યાં એ ઉપર (′) એવું ચિહ્ન કર્યું છે. સામાન્યતઃ આવો ઉચ્ચાર 'e' નો થાય છે. એટલે get, pet, ઇ૦ શબ્દોનો ઉચ્ચાર ગે′ટ, પે′ટ, એમ બતાવ્યો છે. ગુજરાતીમાં 'એટલે કે', 'કેટલે આવ્યું', ઇ૦માં શરૂઆતના એ અને કે નો જેવો ઉચ્ચાર થાય છે તેવો ઉચ્ચાર અહીં કરવો. આ સિવાય બીજું કોઈ ખાસ ચિહ્‌ન વાપર્યું નથી.

રૂઢિપ્રયોગો તેના મહત્ત્વના અંગભૂત શબ્દો નીચે આપ્યા છે અને ત્રાંસાં (ઇટૅલિક) બીબાંમાં છાપ્યા છે. મૂળ શબ્દ ફરી આપવાને બદલે તેને ઠેકાણે માત્ર કઢી-રેશ (~) મૂક્યો છે. આમ કરવાથી જગ્યાનો બચાવ થવા ઉપરાંત તે ખોળવાનું વધુ સરળ બનશે એવી અપેક્ષા છે.

શબ્દની છેવટના અક્ષરનો હલન્ત ઉચ્ચાર જ કરવો. માત્ર જ્યાં મૂળ શબ્દને અન્તે *a* હોય ત્યાં તેનો સંસ્કૃત અક્ષરની જેમ પૂર્ણ ઉચ્ચાર કરવો. દા. ત. flora (ફ્લોરૅ, -રા), fauna (ફૉર્ન, -ના). ઇ૦એ ઉચ્ચાર દર્શાવવા એ અક્ષરપર '′' નિશાની કરી છે.

કોશમાં વપરાયેલા સંક્ષેપોની સમજ

અ૦	અવ્યય	ના૦	નામ
અ૦ ક્રિ૦	અકર્મક ક્રિયાપદ	ન્યાય.	ન્યાયશાસ્ત્ર
અ૦ વ૦	અનેકવચન	પદા૦, પદાર્થ,	પદાર્થવિજ્ઞાન
આદર.	આદરસૂચક	પ્રાણી.	પ્રાણીશાસ્ત્ર
ઇ૦	ઇત્યાદિ	પું૦	પુલિંગી
ઇતિ૦	ઇતિહાસ	પ્રા.	પ્રાચીન
ઉ૦, ઉદા૦	ઉદાહરણાર્થે	બીજગ.	બીજગણિત
ઉ૦ ક્રિ૦	ઉભયવિધ ક્રિયાપદ (અકર્મક અને સકર્મક)	બ૦ વ૦	બહુવચન
		ભૂ૦ કા૦	ભૂતકાળ
ઉભ૦ અ૦	ઉભયાન્વથી અવ્યય	ભૂ૦ કૃ૦	ભૂતકૃદન્ત
ઉદ્‌ગાર૦	ઉદ્‌ગારવાચક અવ્યય	મનોવિશ્લે.	મનોવિશ્લેષણશાસ્ત્ર
ઉપસ૦	ઉપસર્ગ	રસા.	રસાયનશાસ્ત્ર
એ૦ વ૦	એકવચન	લા.	લાક્ષણિક
ઐતિ.	ઐતિહાસિક	વાત.	વાતચીતમાં
કવિ.	કવિતામાં	વાસ્તુ.	વાસ્તુશાસ્ત્ર
ક્રિ૦	ક્રિયાપદ	વિ૦	વિશેષણ
ક્રિ૦ વિ૦	ક્રિયાવિશેષણ	વિ૦ બો૦	વિશિષ્ટ બોલી
ખ.	ખગોળ	વૈ.	વૈદક
		વ્યાક.	વ્યાકરણ
ગ.	ગણિત	સ૦ ક્રિ૦	સકર્મક ક્રિયાપદ
જીવ.	જીવવિજ્ઞાન	સર્વ૦, સર્વના૦	સર્વનામ
તત્ત્વ.	તત્ત્વજ્ઞાન	સં.	સંગીત
તર્ક.	તર્કશાસ્ત્ર	સ્ત્રી૦	સ્ત્રીલિંગી
ન૦	નપુંસકલિંગી	સ્થા.	સ્થાપત્ય

A

a, an, (અ, અન ; ભારદર્શક એ, ઍન), વિ૦ એકવચની નામ પહેલાં મુકાતું અનિશ્ચિત ઉપપદ. એક, કોઈ (એક), કોઈ પણ, દરેક.

A., સંક્ષેપ. adult (ચિત્રપટ અંગે) ઉમરલાયક પ્રેક્ષકો માટે; ampere(s); answer. **A level,** ઊંચી કક્ષા કે સ્તરનું.

A.A., સંક્ષેપ. anti-aircraft; Automobile Association; (ચિત્રપટ અંગે) ચૌદ વરસથીં ઉપરના પ્રેક્ષકો માટે જ.

aar'dvark (આડ્વાર્ક), ઊધઈ ખાનારું આફ્રિકાનું એક નિશાચર સસ્તન પ્રાણી.

A.B. સંક્ષેપ. able- bodied (seaman) (કુશળ નાવિક).

aba'ck (અબૅક), ક્રિ૦વિ૦ પાછળ, પાછલી બાજુએ. **taken ~,** મૂંઝવણમાં પડેલું, આશ્ચર્યચકિત.

a'bacus (ઍબકસ), ના૦ [બ૦ વ૦ **~es** અથવા **abaci** -સાઇ] સંખ્યા ગણવા વપરાતી મણકાની ઘોડી.

aba'ft (અબાફ્ટ), ક્રિ૦વિ૦ વહાણના ડબૂસામાં. નામ૦ અ૦ -ની પાછળ.

aba'ndon (અબૅન્ડન), સ૦ક્રિ૦ છોડી દેવું, તજવું. ના૦ સ્વૈરપણું, સ્વચ્છંદ.

aba'ndoned (અબૅન્ડન્ડ), વિ૦ સ્વૈરાચારી, બદફેલ.

aba'ndonment (અબૅન્ડન્મન્ટ), ના૦ સ્વૈરાચાર, સ્વચ્છંદ.

aba'se (અબેસ), સ૦ક્રિ૦ નીચે ઉતારવું, હલકું પાડવું, અપમાનિત કરવું. **aba'sement** (-મન્ટ), ના૦.

aba'sh (અબૅશ), સ૦ક્રિ૦ શરમાવવું, નીચું જોવડાવવું; ગભરાવવું, મૂંઝવણમાં નાખવું.

aba'te (અબેટ), ઉ૦ ક્રિ૦ ઓછું કરવું–થવું; ઘટાડવું, ઘટવું; નાબૂદ કરવું; [કા.] રદ કરવું. **aba'tement** (-મન્ટ), ના૦.

a'battoir (ઍબટ્વાર), ના૦ કતલખાનું.

a'bbé (ઍબે), ના૦ ફ્રેંચ પાદરી.

a'bbess (ઍબિસ), ના૦ મઠમાતા, સંન્યાસિનીઓના મઠની ઉપરી.

a'bbey (ઍબિ), ના૦ સંન્યાસીઓ અને સંન્યાસિનીઓનું મંડળ; તેમને રહેવાનો મઠ; અગાઉના મઠનું ચર્ચ કે રહેઠાણમા રૂપાતર.

a'bbot (ઍબટ) ના૦ મઠાધિપતિ (સંન્યાસીઓના મઠનો).

abbre'viate (અબ્રીવિએટ), સ૦ક્રિ૦ ટૂંકું–સંક્ષિપ્ત–કરવું. **abbrevia'tion** (-એશન). ના૦.

ABC (એબીસી), ના૦ મૂળાક્ષર, કક્કો; કોઈ વિષયનાં મૂળ કે પ્રાથમિક તત્ત્વો; કક્કાવાર માર્ગદર્શિકા.

a'bdicate (ઍબ્ડિકેટ), ઉ૦ક્રિ૦ પદ, ગાદી, ઇ. છોડી દેવું (વિધિસર કે કોઈ કસૂરને લીધે). **abdica'tion** (-કેશન) ના૦.

a'bdomen (ઍબ્ડમેન) ના૦ પેટ, ઉદર; જંતુ ઇ૦નો પાછળનો ભાગ. **abdo'minal** (અબ્ડૉમિનલ), વિ૦.

abdu'ct (અબ્ડક્ટ) સ૦ક્રિ૦ જબરદસ્તીથી કે ફોસલાવીને કે કપટથી કોઈને ગેરકાયદે ઉઠાવી જવું, અપહરણ કરવું. **abdu'ction** (-ડક્શન),ના૦ **abdu'ctor**(-ડક્ટર),ના૦.

abea'm (અબીમ), ક્રિ૦વિ૦ વહાણ કે વિમાનના બરાબર મધ્યની સામે – લંબાઈની રેખાની બરાબર કાટખૂણે.

Aberdee'n (ઍબર્ડીન), ના૦ **~ Angus** (-ઍંગસ), ગાયબળદની ઓલાદ. **~ terrier,** બરછટ વાળવાળું સ્કૉચ કૂતરું.

abe'rrant (અબે'રન્ટ), વિ૦ ઉન્માર્ગગામી; [જીવ૦] પોતાની જાતિથી જુદું પડતું. **abe'rrance** (-રન્સ), ના૦. **abe'r-**

rancy (-રન્સિ), ના૦.

aberra'tion (ઍબરેશન), ના૦ ઉન્માર્ગ-ગમન; ચિત્તભ્રમ; નૈતિક સ્ખલન – ભૂલ; પોતાની જાતિથી જુદા પડવું તે, – જુદી પડેલી વ્યક્તિ; વિકૃતિ.

abe't (અબે'ટ), સ૦ક્રિ૦ ગુનામાં કે ગુનેગારને મદદ કરવી – ઉત્તેજન આપવું. **abe'tment** (-મન્ટ), ના૦. **abe'tter** [કા.], **abe'ttor,** (-ટર), ના૦.

abey'ance (અબેઅન્સ), ના૦. મોકૂફી; થોડો વખત વપરાશમાં ન હોવું તે.

abhor' (અબ્હૉર), સ૦ક્રિ૦ -નો અત્યંત તિરસ્કાર કરવો. **abho'rrence** (-રન્સ), ના૦. **abho'rrent** (અબ્હૉરન્ટ), વિ૦ તિરસ્કાર કે નફરત છૂટે એવું.

abi'de (અબાઇડ), ઉ૦ક્રિ૦ [**abode**] ટકવું, ટકી રહેવું, ચાલુ રહેવું; [પ્રા.] વસવું, રહેવું; ખમવું; -ને વશ થવું. **~ by**, -ને વફાદાર રહેવું; -નો અમલ કરવો.

abi'ding (અબાઇડિંગ), વિ૦ કાયમનું.

abi'lity (અબિલિટિ), ના૦ કશુંક કરવા માટે પૂરતી શક્તિ – આવડત; હોશિયારી; બુદ્ધિશક્તિ.

a'bject (ઍબ્જે'ક્ટ), વિ૦ હલકું, નીચ; ભ્રષ્ટ, પતિત. **abje'ction** (અબ્જે'ક્-શન), ના૦.

abjur'e (અબ્જુઅર), સ૦ક્રિ૦ પ્રતિજ્ઞા-પૂર્વક છોડી દેવું. **abjura'tion** (-રેશન), ના૦.

abla'ze (અબ્લેઝ઼), ક્રિ૦વિ૦ અને વિધે૦વિ૦ બળતું, સળગેલું; પ્રક્ષુબ્ધ; ચળકતું.

a'ble (એબલ), વિ૦ કશુંક કરવાની શક્તિ-વાળું–સમર્થ; બુદ્ધિમાન. **~-bodied**, ખડતલ, બળવાન; કુશલ. **~ rating, seaman**, સારો – કુશળ – નાવિક.

ablu'tion (અબ્લૂશન), ના૦ [બહુધા બ૦ વ૦માં] ધાર્મિક વિધિ વખતે હાથપગ ધોવા તે; સ્નાનવિધિ; તે માટેની જગ્યા.

a'bnegate (ઍબ્નિગેટ), સ૦ક્રિ૦ અધિકાર ઇ૦ છોડી દેવું – જતું કરવું. **abnega'tion** (-ગેશન), ના૦.

abnor'mal (અબ્નૉર્મલ), વિ૦ સ્વજાતીય વ્યક્તિથી ભિન્ન; અસાધારણ; અપવાદાત્મક. **abnorma'lity** (-નૉર્મૅલિટિ), ના૦.

A'bo a'bo, (ઍબો), ના૦ [બ૦ વ૦ **~s**; ઑસ્ટ્રે૦ વિ૦ બો૦, ઘણી વાર અનાદર૦] દેશનો મૂળ વતની, આદિવાસી.

aboar'd (અબોર્ડ), ક્રિ૦ વિ૦ અને નામ૦ અ૦ વહાણ કે હવાઈ જહાજ પર.

abo'de[1] (અબોડ), ના૦ રહેઠાણ, ઘર.

abo'de[2], abide.નો ભૂ૦કા૦ તથા ભૂ૦કૃ૦.

abo'lish (અબૉલિશ), સ૦ ક્રિ૦ નાબૂદ કરવું. **aboli'tion** (ઍબલિશન), ના૦.

aboli'tionist (ઍબલિશનિસ્ટ), ના૦ મોતની સજા અથવા ગુલામીની પ્રથા નાબૂદ કરવાની ચળવળનો હિમાયતી.

A-bomb (એ-બૉમ), સંક્ષેપ. atomic bomb.

abo'minable (અબૉમિનબલ), વિ૦ તિરસ્કાર કરવા જેવું, ધૃણાસ્પદ. **A~ Snowman**, યેતિ, હિમાલયના ઊંચા ઢાળ પર અવારનવાર દેખાતું એક પ્રાણી.

abo'minate (અબૉમિનેટ), સ૦ ક્રિ૦ -નો તિરસ્કાર–ધિક્કાર–કરવો, -ને વિષે અણગમો હોવો.

abomina'tion (અબૉમિનેશન), ના૦ તિરસ્કાર અથવા ધૃણા(ને પાત્ર વસ્તુ).

abori'ginal (ઍબરિજિનલ), વિ૦ તે તે દેશનું અસલનું – મૂળનું, ઑસ્ટ્રેલિયાના આદિવાસીઓનું. ના૦ અસલ રહેવાસી, આદિવાસી, વિ૦ ક૦ ઑસ્ટ્રે.નો (**A~**).

abori'gines (ઍબરિજિનિઝ઼,) ના૦ બ૦ વ૦ મૂળ વતનીઓ, આદિવાસીઓ, વિ૦ ક૦ ઑસ્ટ્રે.ના (**A~**).

abor't (અબૉર્ટ), ઉ૦ક્રિ૦ ગર્ભપાત થવો–કરવો; અવિકસિત રહેવું – રાખવું; અકાળે અંત આવવો – આણવો.

abor'tion (અબૉર્શન), ના૦ ગર્ભપાત (થવો–કરવો–તે), વિ૦ ક૦ સગર્ભાવસ્થાનાં પહેલાં ૨૮ અઠવાડિયાંમાં; ગર્ભપાત કરાવવો તે; ઠીંગરાયેલું–વિકૃત–પ્રાણી.

abor'tionist (અબૉર્શનિસ્ટ), ના૦ ગર્ભપાત કરાવનાર.

abor'tive (અબૉર્ટિવ), વિ૦ ગર્ભપાત

કરાવનારું; નિષ્ફળ.

abou'nd (અબાઉન્ડ), અ૰ ક્રિ૰ પુષ્કળ કે વિપુલ હોવું; -માં સમૃદ્ધ હોવું (*in*); -નો ઘણો ઉપદ્રવ હોવો (*with*).

abou't (અબાઉટ), ક્રિ૰ વિ૰ અને નામ૰ અ૰ આસપાસ, ફરતે; ક્યાંક નજીકમાં; અહીંતહીં, જ્યાં ત્યાં; ફરતું, જાગીને ઊઠેલું, સક્રિય; આશરે, લગભગ; સામી દિશામાં મોઢું ફેરવેલું-ફેરવીને;-ને વિષે, -ના સંબંધમાં. **~-face, -turn,** મોઢું ફેરવવું (તે);દિશા, નીતિ, ઇ૰ ઉલટાવવી (તે). **~ to** (do), (કરવા)ની તૈયારીમાં.

abo've (અબવ), ક્રિ૰વિ૰ ઊંચી જગ્યાએ-જગ્યા તરફ; માથા ઉપર (અધ્ધર); નદીની ઉપરની દિશામાં-મૂળ તરફ; ઉપરની બાજુ પર; વધારામાં. નામ૰ અ૰-થી ઉપર-ઊંચે, -થી વધારે;-થી વધારે ઊંચા-મહત્ત્વના-પદ કે સ્થાન પર; -ની પહોંચ કે ટપ્પાની બહાર; -ને માટે વધારે પડતું સારું. **~-board,** ક્રિ૰ વિ૰ ઉઘાડે ચોક, ખુલ્લંખુલ્લા. વિ૰ ખુલ્લું, ઉઘાડું.

abracada'bra (ઍબ્રકડૅબ્ર), નામ૰ મંત્ર-તંત્ર; જાદુનો મંત્ર; અર્થહીન બકવાટ.

abra'de (અબ્રેડ), સ૰ક્રિ૰ ઘસી કાઢવું, ઘસીને છોલી કાઢવું-ઈજા પહોંચાડવી.

abra'sion (અબ્રેઝન), નામ૰ ઘસી-છોલી-કાઢવું તે; ઘસાયેલી-છોલાયેલી-જગ્યા.

abra'sive (-સિવ), વિ૰ અને નામ૰ ઘસી કે ભૂકો કરી નાખે એવી (વસ્તુ); લોકોની લાગણીઓને દૂભવે એવું.

abrea'st (અબ્રે'સ્ટ), ક્રિ૰વિ૰ ખભેખભો મિલાવીને, સાથે સાથે. **~ of,** -ની સાથે (પાછળ નહિ).

abri'dge (અબ્રિજ), સ૰ ક્રિ૰ ટૂંકાવવું, સંક્ષિપ્ત કરવું; -ની ઉપર કાપ મૂકવો. **abri'dgement** (-મન્ટ), નામ૰.

abroa'd (અબ્રૉડ), ક્રિ૰ વિ૰ પરદેશમાં, દેશની બહાર; [પ્રા.] છૂટું, આઝાદ; ઘરની બહાર.

a'brogate (ઍબ્રગેટ), સ૰ ક્રિ૰ રદ કરવું, કાઢી નાખવું. **abroga'tion** (-ગેશન) નામ૰.

abru'pt (અબ્રપ્ટ), વિ૰ એકાએક થયેલું, ઉતાવળિયું; અસંબદ્ધ, છૂટું પડેલું; ઊભું.

a'bscess (ઍબ્સે'સ) નામ૰ પરુથી ભરેલો ફોલ્લો-ગૂમડું.

absco'nd (અબ્સ્કૉન્ડ), અ૰ ક્રિ૰ છાનુંમાનુ-ગુપ્તપણે-નાસી જવું, કાયદાથી બચવા ફરાર થવું.

a'bsence (ઍબ્સન્સ), નામ૰ ગેરહાજરી; અભાવ; બેધ્યાનપણું; શૂન્યમનસ્કતા.

a'bsent (ઍબ્સન્ટ), વિ૰ ગેરહાજર, અવિદ્યમાન. **~ (-minded),** બેધ્યાન, ગાફેલ, શૂન્યમનસ્ક. સ્વવા૰ક્રિ૰(અબ્સે'ન્ટ). **~oneself,** ગેરહાજર રહેવું, જતા-દૂર-રહેવું.

absentee' (ઍબ્સન્ટી), નામ૰ ગેરહાજર રહેનાર, વિ૰ક૰ પોતાના કામ પરથી અથવા પોતાનાં જમીન કે ઘરવાડીથી.

absentee'ism (-ટીઇઝ્મ), નામ૰ કામ પરથી વારેઘડીએ ગેરહાજર રહેવું તે-રહેવાની ટેવ, વિ૰ક૰ ગેરકાયદે.

a'bsinth(e) (ઍબ્સિંથ), નામ૰ કડવો દવણો, તેના સ્વાદવાળો દારૂ.

a'bsolute (ઍબ્સલૂટ), વિ૰ સંપૂર્ણ, પૂરેપૂરું; અનિયંત્રિત; સ્વતંત્ર; નિરંકુશ, આપખુદ; વ્યાકરણના સંબંધની બહારનું; અમર્યાદ. **~ alcohol,** પાણી વિનાનો શુદ્ધ મદ્યાર્ક. **~ majority,** બધા હરીફોના સરવાળા કરતાં વધુ સંખ્યાની બહુમતી. **~ temperature,** 'absolute zero' થી માપતાં થતું તાપમાન. **~zero,** -૨૭૩° સે૰ જ્યારે બધા પદાર્થોમાંથી બધી ગરમી જતી રહે છે તે તાપમાનની માત્રા.

absolu'tely (ઍબ્સલૂટલિ), ક્રિ૰ વિ૰ સંપૂર્ણપણે, કોઈ પ્રતિબંધ વિના; [વાત.] તદ્દન બરાબર, હા.

absolu'tion (ઍબ્સલૂશન), નામ૰ છુટકારો, મુક્તિ; ક્ષમા, વિ૰ ક૰ પાપમુક્તિની ધર્મસંઘની જાહેરાત.

absolu'tism (ઍબ્સલૂટિઝ્મ), નામ૰ નિરંકુશ સત્તાવાદ. **absolu'tist** (-ટિસ્ટ) નામ૰ અને વિ૰.

abso'lve (અબ્ઝૉલ્વ), સ૰ ક્રિ૰ પાપમુક્ત કે દોષમુક્ત જાહેર કરવું-કરીને છોડી મૂકવું.

absor'b (અબ્સૉર્બ), સ૦ક્રિ૦ શોષી લેવું, ગળી જવું; આત્મસાત્ કરવું; -ની તીવ્રતા ઓછી કરવી; ચૂસી લેવું; (વસ્તુ અંગે) રસ કે ધ્યાન પૂરેપૂરું ખેંચી લેવું.

absor'bent (અબ્સૉર્બન્ટ), વિ૰ અને ના૰ શોષી – ચૂસી – લેનારો (પદાર્થ).

absor'ption (અબ્સૉર્પ્શન), ના૰ શોષી લેવું કે શોષાવું તે; તલ્લીન થવું તે. **absor'ptive** (-ટિવ), વિ૰.

abstai'n (અબ્સ્ટેન), અ૰ ક્રિ૰ -થી દૂર રહેવું, વિ૰ ક૰ મદ્યથી; પોતાનો મત ન આપવો.

abste'mious (અબ્સ્ટીમિઅસ), વિ૰ ખાનપાનમાં સંયમવાળું, મિતાહારી.

abste'ntion (અબ્સ્ટે'ન્શન), ના૰ -થી દૂર રહેવું તે, વિ૰ક૰ પોતાનો મત ન આપવો તે.

a'bstinence (ઍબ્સ્ટિનન્સ), ના૰ સુખ-ચેનથી દૂર રહેવું તે. (**total**) ~, (સદંતર) મદિરાત્યાગ. **a'bstinent** (-નન્ટ), વિ૰.

a'bstract (ઍબ્સ્ટ્રૅક્ટ), વિ૰ પાર્થિવ દ્રવ્ય, વ્યવહાર, કે વિશિષ્ટ દાખલાઓથી જુદું (પાડેલું), અમૂર્ત; ભાવવાચક; આદર્શ, તાત્ત્વિક; (ચિત્રકળા અંગે) સાદૃશ્યમૂલક નહિ એવું. ના૰ સાર; અર્ક; અમૂર્ત ચિત્રકળા. સ૰ક્રિ૰(**abstra'ct,** અબ્-), ઉપાડી લેવું; ચોરવું; સંક્ષેપ કરવો; -નો પૃથક્ વિચાર કરવો. **abstra'ction** (-સ્ટ્રૅક્શન),ના૰.

abstra'cted (અબ્સ્ટ્રૅક્ટિડ), વિ૰ બેધ્યાન.

abstru'se (અબ્સ્ટ્રૂસ), વિ૰ દુર્બોધ; ગૂઢ, ગહન.

absur'd (અબ્સર્ડ), વિ૰ અસંગત, વિચાર–વિવેક–વગરનું; હાસ્યાસ્પદ, બેવકૂફી-ભરેલું. **absur'dity** (-ડિટિ), ના૰.

abu'ndance (અબન્ડન્સ), ના૰ વિપુલતા, જોઈએ તે કરતાં વધુ જથો; રેલમછેલ, વિપુલ સંપત્તિ.

abu'ndant (-ડન્ટ), વિ૰ વિપુલ, ભરપૂર, સમૃદ્ધ.

abu'se (અબ્યૂઝ઼), સ૰ ક્રિ૰ દુરુપયોગ કરવો; ગાળ દેવી, નિંદા કરવી. ના૰ (અબ્યૂસ) દુરુપયોગ; ભ્રષ્ટાચાર; ગાળ, નિંદા.

abu'sive (અબ્યૂસિવ), વિ૰ અપમાન-કારક; ગાળ દેનારું, નિંદાત્મક.

abu't (અબટ), ઉ૰ક્રિ૰ -ની સીમા પર આવેલું હોવું, -ને અડવું–અડેલવું, (*on* અથવા *against*).

aby'smal (અબિઝ઼્મલ), વિ૰ અતિ ઊંડું, અગાધ; [વાત.] બહુ ખરાબ.

aby'ss (અબિસ), ના૰ અગાધ – બહુ ઊંડી – ખીણ કે ખાડો.

A.C., સંક્ષેપ. alternating current.

a/c, સંક્ષેપ. account.

aca'cia (અકેશ), ના૰ શિંગોવાળું, વિ૰ક૰ ગુંદર આપનારું બાવળ ઇ૰ ઝાડ.

acade'mic (ઍકડે'મિક), વિ૰ વિદ્વત્તા-પંડિતાઈ–વાળું; વિદ્યાપીઠ ઇ૰નું; તાત્ત્વિક, અવહેવારુ. ના૰ વિદ્યાપીઠનો સભ્ય.

acade'mical (-કલ), વિ૰ મહાવિદ્યાલય કે વિદ્યાપીઠનું. ના૰ [બ૰વ૰માં] વિદ્યાપીઠનો પોશાક – ઝભ્ભો, ટોપી, ઇ૰.

academi'cian(અકૅડમિશન), ના૰ અકાદમીનો, વિ૰ક૰ રૉયલ અકાદમીનો, સભ્ય.

aca'demy (અકૅડમિ), ના૰ અભ્યાસની જગ્યા, માધ્યમિક શાળા; ખાસ તાલીમની સંસ્થા; **A~**, કળા, વિદ્યા, ઇ૰ની વૃદ્ધિની સંસ્થા.

aca'nthus (અકૅન્થસ), ના૰ કાંટાળાં પાંદડાંવાળો કાષ્ઠૌષધિનો એક છોડ.

A.C.A.S., સંક્ષેપ. Advisory, Conciliation, and Arbitration Service.

acce'de (ઍક્સીડ), અ૰ક્રિ૰ અધિકાર, પદ, હોદ્દો, ગાદી પર આવવું; પક્ષ સાથે જોડાવું; -ને સંમતિ આપવી.

acce'lerate (અક્સે'લરેટ), ઉ૰ક્રિ૰ -નો વેગ વધારવો–વધવો; વધુ વહેલું થવું–થાય તેમ કરવું.**accelera'tion**(-રેશન),ના૰.

acce'lerator (અક્સે'લરેટર), ના૰ વેગ વધારનાર વસ્તુ, વિ૰ ક૰ મોટરની ગતિ વધારવાની પાવડી; [પદાર્થ.] પ્રભારિત અણુઓને ભારે વેગ આપવાનું ઉપકરણ.

a'ccent (ઍક્સન્ટ), ના૰ શબ્દના કોઈ

અક્ષર કે વર્ડી પર મુકાતો ભાર – જોર, તે બતાવનારું ચિહ્ન, સ્વરાઘાત ચિહ્ન; ઉચ્ચારની સ્થાનિક કે રાષ્ટ્રીય ઢબ [બ૦ વ૦ મં] માણસની બોલવાની લઢણ. સ૦ક્રિ૦ (અક્સે'ન્ટ), -ઉપર ભાર દઈને ઉચ્ચારવું; આઘાતચિહ્નો મૂકવાં; ભાર દેવો.

acce'ntual (અક્સે'ન્ટ્યુઅલ), વિ૦.

acce'ntuate (ઍક્સે'ન્ટ્યુએટ), સ૦ક્રિ૦ -ઉપર ભાર મૂકવો; –ની તરફ ધ્યાન ખેંચવું. **accentua'tion** (-એશન), ના૦.

acce'pt (અક્સે'પ્ટ), ઉ૦ક્રિ૦ લેવા કબૂલ થવું; (આમંત્રણ ઇ૦)નો સ્વીકાર કરવો; -ની ઉપર કૃપા કરવી; હૂંડી ઇ૦ શિકારવું; -ના કાયદેસરપણાનો સ્વીકાર કરવો; -નું ખરાપણું માન્ય કરવું. **acce'ptance** (-ટન્સ), ના૦.

acce'ptable (અક્સે'પ્ટબલ), વિ૦ સ્વીકારવા યોગ્ય; સ્વાગતાર્હ, પસંદ; ચાલે તેવું. **acceptabi'lity** (-બિલિટિ), ના૦.

a'ccess (ઍક્સે'સ), ના૦ પ્રવેશ, દાખલ થવાનો – પહોંચવાનો – માર્ગ; (માંદગી, લાગણી, ઇ૦નો) હુમલો, ઊભરો.

acce'ssary (અક્સે'સરિ),ના૦ (વિ૦ક૦ ગુનાહિત) કૃત્યમાં મદદ કરનાર – પહેલેથી માહિતગાર, મળતિયો.

acce'ssible (અક્સે'સિબલ), વિ૦ -ની પાસે જઈ શકાય– -માં દાખલ થઈ શકાય– એવું. **accessibi'lity** (-બિલિટિ), ના૦.

acce'ssion (અક્સે'શન), ના૦ વિ૦ ક૦ ગાદી પર આવવું તે; ઉમેરો, વધારો.

acce'ssory (અક્સે'સરિ),વિ૦ વધારાનું, અતિરિક્ત. ના૦ [વિ૦ ક૦ બ૦ વ૦માં] સાથેની – વધારાની –ઉપકારક વસ્તુ; સાથ દેનાર વસ્તુ.

a'ccidence (ઍક્સિડન્સ), ના૦ વિભક્તિઓ કે રૂપાખ્યાનવાળો વ્યાકરણનો ભાગ.

a'ccident (ઍક્સિડન્ટ), ના૦ દેખીતા કારણ વિના બનતી ઘટના; અનપેક્ષિત બનાવ; અજાણપણે કરેલું કૃત્ય; અકસ્માત, હોનારત.

accide'ntal (ઍક્સિડે'ન્ટલ), વિ૦ આકસ્મિકપણે બનતું – કરાયેલું. ના૦ [સં.] સ્વરલેખનમાં વપરાતું એક ચિહ્ન.

acclai'm (અક્લેમ), સ૦ક્રિ૦ મોટેથી પોકારીને આવકારવું–વધાવવું. ના૦ હર્ષનાદ, તાળીઓનો ગડગડાટ.

acclama'tion (ઍક્લમેશન), ના૦ હર્ષનાદ અને ઉત્સાહ સાથે સંમતિ; [બહુધા બ૦ વ૦માં] પોકારો, જયજયકાર.

accli'matize (અક્લાઇમટાઇઝ઼), ઉ૦ ક્રિ૦ નવા મુલકનાં હવાપાણીને કે તેની પરિસ્થિતિને અનુકૂળ બનાવવું – બનવું – ટેવાઈ જવું. **acclimatiza'tion** (-ઝ઼ેશન), ના૦.

accli'vity (અક્લિવિટિ), ના૦ ચડાવ.

a'ccolade (ઍકલેડ), ના૦ સરદારની પદવી આપતી વખતે કરાતી વિધિ; પ્રશસ્તિ.

acco'mmodate (અકૉમડેટ), સ૦ક્રિ૦ વસ્તુ કે વ્યક્તિને અનુકૂળ બનાવવી, -ની વચ્ચે મેળ સાધવો, સમાધાન કરાવવું; પૂરું પાડવું; -ની સગવડ સાચવવી, -ની ઉપર ઉપકાર કરવો; રહેવાની સગવડ કરી આપવી.

acco'mmodating (-ટિંગ), વિ૦ પરગજુ.

accommoda'tion (-ડેશન), ના૦ કશાક માટે યોગ્ય–અનુકૂળ–બનાવવું તે, બંધબેસતું કરવું તે, સગવડભરી ગોઠવણ; રહેવાની સગવડ; ધિરાણ, લોન. ~ **address,** કાયમી સરનામા વિનાના માણસના પત્રો પર લખાતું સરનામું.

acco'mpaniment (અકમ્પનિમન્ટ), ના૦ સાથે રહેનારી વસ્તુ; [સં.] સાથ.

acco'mpan(y)ist (અકમ્પનિ(ઇ)સ્ટ), ના૦ [સં.] સાથ દેનાર વ્યક્તિ (બહુધા વાજિંત્ર પર).

acco'mpany (અકમ્પનિ), સ૦ ક્રિ૦ -ની સાથે જવું – આવવું, વળાવવું; -ની તરફ ધ્યાન આપવું; [સં.] સાથ કરવો.

acco'mplice (અકમ્પ્લિસ), ના૦ ગુનામાં સાગરીત, મળતિયો.

acco'mplish (અકમ્પ્લિશ), સ૦ક્રિ૦ કરવું, પૂર્ણ કરવું; સાધવું, પાર પાડવું.

acco'mplished (અકમ્પ્લિશ્ટ), વિ૦

કળા ઇ૦માં પ્રવીણ; કુશળ, સિદ્ધહસ્ત.

acco'mplishment (-શ્મન્ટ), ના૦ પૂરું કરવું – સાધવું – તે, સમાપ્તિ, સિદ્ધિ; [બ૦ વ૦ માં] સંપાદન કરેલાં ગુણ, જ્ઞાન, કળા, ઇ૦.

accor'd (અકૉર્ડ), ઉ૦ ક્રિ૦ -ની સાથે સુસંગત હોવું; માન્ય કરવું; આપવું. ના૦ સંમતિ; સુમેળ; તોડ. **of one's own ~**, પોતાની મેળે. **accor'dance** (-ડન્સ), ના૦. **accor'dant** (-ડન્ટ), વિ૦.

accor'ding (અકૉર્ડિંગ), ક્રિ૦વિ૦ **~ as**, -ના પ્રમાણમાં. **~ to**, મુજબ, પ્રમાણે, કહ્યા પ્રમાણે.

accor'dingly (અકૉર્ડિંગ્લિ), ક્રિ૦ વિ૦ ઉપર (કહ્યા) પ્રમાણે, તદનુસાર; તેથી, માટે.

accor'dion (અકૉર્ડિઅન), ના૦ હાથમાં પકડીને વગાડવાનું ધમણ, ધાતુની નળીઓ, અને ચાવીઓવાળું વાદ્ય.

acco'st (અકૉસ્ટ,) સ૦ ક્રિ૦ સામેથી જઈને વાત કરવી, વિનંતી કરવી.

accou'nt (અકાઉન્ટ), ના૦ ગણવું તે, ગણતરી; હિસાબ; જમાખર્ચ, ખાતું; મૂલ્ય, ગણના; કારણ; ખુલાસો; વૃત્તાન્ત. ઉ૦ ક્રિ૦ ગણવું, લેખવું. **on ~**, હિસાબ પેટે. **~ for**, -નો હિસાબ આપવો, -નો જવાબ આપવો; ખુલાસો કરવો.

accou'ntable (અકાઉન્ટબલ), વિ૦ જવાબદાર, જોખમદાર; ખુલાસો આપી શકાય એવું. **accountabi'lity** (-બિલિટિ), ના૦.

accou'ntancy (અકાઉન્ટન્સિ), ના૦ હિસાબનીસનો વ્યવસાય; નામું.

accou'ntant (અકાઉન્ટન્ટ), ના૦ હિસાબનીસ, હિસાબ તપાસનીસ.

accou'tred (અકૂટર્ડ), વિ૦ શસ્ત્ર વગેરેથી સજ્જ, પોશાક પહેરેલું.

accou'trements (-ટ્રમન્ટ્સ), ના૦ બ૦ વ૦ પોશાક, સાજ, સાજસામાન.

accre'dit (અક્રે'ડિટ), સ૦ ક્રિ૦ -ને માટે વિશ્વાસ – પત – લાગવગ – મેળવવી; વિશ્વાસપત્ર આપીને એલચી ઇ૦ તરીકે કોઈને દરબારે મોકલવું; **~ed**, વિ૦ અધિકૃત રીતે માન્ય અથવા પ્રમાણિત કરેલું.

accre'tion (અક્રીશન), ના૦ કુદરતી વિકાસને કારણે થયેલી વૃદ્ધિ; જુદી જુદી વસ્તુઓ વધીને એક થવી તે; બહારથી ઉમેરાયેલું – વળગેલું – દ્રવ્ય.

accrue' (અક્રૂ), અ૦ ક્રિ૦ (કશાકમાંથી નફો, લાભ, ઇ૦) મળવું, ઉમેરો થવો.

accu'mulate (અક્યૂમ્યુલેટ), ઉ૦ ક્રિ૦ થોડું થોડું કરીને ઢગલો કરવો–થવો, વધુ ને વધુ મેળવવું–ભેગું કરવું–થવું; -ની સંખ્યા વધવી; સતત વધારતા–વધતા–જવું. **accumula'tion** (-લેશન), ના૦. **accu'mulative** (-લેટિવ), વિ૦.

accu'mulator (અક્યૂમ્યુલેટર), ના૦ સંગ્રાહક, જેમાં વીજ ફરી ભરી શકાય એવો કોશ.

a'ccurate (ઍક્યુરટ), વિ૦ ચોક્કસ, બરાબર, ભૂલ વિનાનું. **a'ccuracy** (–રસિ), ના૦.

accu'rsed (અકર્સિડ), વિ૦ તિરસ્કરણીય, નિંદ્ય; ત્રાસદાયક; શાપિત.

accu'sative (અક્યૂઝ઼ટિવ), વિ૦ અને ના૦ [વ્યાક.] દ્વિતીયા(નું).

accu'se (અક્યૂઝ઼), સ૦ક્રિ૦ આરોપ મૂકવો, દોષારોપણ કરવું. **accusa'tion** (ઍક્યુઝ઼ેશન), ના૦. **accu'satory** (અક્યૂઝ઼ટરિ), વિ૦.

accu'stom (અકસ્ટમ), સ૦ક્રિ૦ -ની ટેવ–મહાવરો–પાડવો.

accu'stomed (અકસ્ટમ્ડ), વિ૦ -થી ટેવાયેલું; રૂઢ, પ્રચલિત.

ace (એસ), ના૦ [પત્તાંમાં] એક્કો; [જુગટામાં] પાસા પરનું પેંજું; [ટેનિસમાં] 'સર્વિસ'ના દડાનો પ્રતિકાર ન થતાં મળતો પૉઇન્ટ'; (કોઈ કળા ઇ૦માં) એક્કો.

acer'bity (અસર્બિટિ), ના૦ ખટાશ, કડવાશ; (બોલવામાં, સ્વભાવમાં) કટુતા; આકરાપણું.

a'cetate (ઍસિટેટ), ના૦ સરકાના તેજાબનો સમાસ, વિ૦ક૦ કાપડના ધાગા ઇ૦ માટે વપરાતું 'સેલ્યુલોઝ ઍસિટેટ'.

ace'tic (અસે'ટિક), વિ૰ સરકાનું, ખાટું. **~ acid,** સરકાનો તેજાબ.

a'cetone (ઍસિટોન), ના૰ કાર્બન સમાસોનો હવામાં ઊડી જનારો વર્ણહીન દ્રાવક.

ace'tylene (અસે'ટિલીન), ના૰ સફેદ જ્યોતથી બળતો એક વર્ણહીન વાયુ-ગેસ.

ache (એક), ના૰ અને અ૰ક્રિ૰ સતત અથવા લાંબું દરદ (થવું); આરત (હોવી-થવી).

achie've (અચીવ), સ૰ક્રિ૰ પૂરું કરવું, અદા કરવું, પાર પાડવું; જ પ્રાપ્ત કરવું; પહોંચવું. **achie'vement** (-મન્ટ), ના૰.

Achi'lles (અકિલીઝ઼), ના૰ **~'heel,** માણસ(ના ચારિત્ર્ય)નું નબળું-ભેદ્ય-અંગ. **~ tendon,** પિંડીના સ્નાયુઓ અને એડી(ના હાડકા)ને જોડનાર કંડરા.

achroma'tic (ઍક્રમૅટિક),વિ૰ વર્ણહીન; ઘટક રંગોમાં પૃથક્કરણ કર્યા વિના પ્રકાશને પસાર કરનારું. **achro'matism** (અક્રોમટિઝ઼મ), ના૰. **achro'matize** (અક્રોમટાઇઝ઼), સ૰ક્રિ૰.

a'chy (એકિ), વિ૰ દુખાવાવાળું.

a'cid (ઍસિડ), વિ૰ ખાટું; કરડું, કડક; [રસા.] તેજાબ કે ઍસિડના ગુણધર્મવાળું. ના૰ ખાટું દ્રવ્ય, તેજાબ [વિ૰બો૰] LSD, ઘેનની દવા. **~ drop,** ચચરતા સ્વાદવાળી ઉકાળેલી મીઠાઈ. **~ test,** ભારે કસોટી, અગ્નિપરીક્ષા. **aci'dic** (અસિડિક), વિ૰. **aci'dify** (અસિડિફાઇ), સ૰ ક્રિ૰. **aci'dity** (અસિડિટિ), ના૰.

aci'dulated (અસિડ્યુલેટિડ), વિ૰ સહેજ ખટાશ પર આણેલું.

aci'dulous (અસિડ્યુલસ), વિ૰ ખટાશ પડતું.

acknow'ledge (અક્નૉલિજ), સ૰ક્રિ૰ -નું ખરાપણું કબૂલ - માન્ય-કરવું; કબૂલ કરવું, સ્વીકારવું; કાગળ ઇ૰ની પહોંચ સ્વીકારવી; -ની કદર કરવી; પોતે જોયું છે એમ બતાવવું.

acknow'ledgement (અક્નૉલિજ-મન્ટ), ના૰ કબૂલ - સ્વીકાર - (કરવો તે); સેવા ઇ૰ના બદલામાં આપેલી-કરેલી વસ્તુ.

a'cme (ઍક્મિ), ના૰ શિખર, ટોચ.

a'cne (ઍક્નિ), ના૰ ચામડી ઉપર (વિ૰ક૰ મોઢા પર) ફૂટી નીકળેલી ફોલ્લીઓ.

a'colyte (ઍકલાઇટ) ના૰ દેવળના પાદરીનો મદદનીશ - પરિચારક.

a'conite (ઍકનાઇટ), ના૰ વછનાગનો ઝેરી છોડ, તેમાંથી બનાવેલી દવા.

a'corn (એકૉર્ન), ના૰ ઓકનું ફળ.

acou'stic (અકૂસ્ટિક), વિ૰ અવાજ કે શ્રવણેન્દ્રિયને લગતું; (ગિટાર ઇ૰ને અંગે) વીજળીનું નહિ. **acou'stics** (-સ્ટિક્સ), ના૰ બ૰ વ૰ મકાન ઇ૰ની ધ્વનિશ્રવણ-ક્ષમતા; [બહુધા એક વ૰માં ગણાતું] ધ્વનિ-શાસ્ત્ર. **acou'stical** (-સ્ટિકલ), વિ૰.

acquai'nt (અક્વેન્ટ), સ૰ક્રિ૰ -ને જાણ કરવી, -થી પરિચિત કરવું.

acquai'ntance (અક્વેન્ટન્સ), ના૰ જરાક પરિચય અથવા ઓળખાણ; ઓળ-ખીતું માણસ. **acquai'ntanceship** (-શિપ), ના૰.

acquai'nted (અક્વેન્ટિડ), વિ૰ ઓળખીતું; માહિતગાર.

acquie'sce (ઍક્વિએ'સ), અ૰ક્રિ૰ ચુપચાપ માન્ય કરવું, વાંધો ન ઉઠાવવો. **acquie'scence** (-સન્સ), ના૰. **acquie'scent** (-સન્ટ), વિ૰.

acquir'e (અક્વાયર), સ૰ક્રિ૰ મેળવવું; -ને મળવું.

acquisi'tion (ઍક્વિઝ઼િશન), ના૰ પ્રાપ્ત કરેલી (વિ૰ક૰ ઉપયોગી) વસ્તુ.

acqui't (અક્વિટ), સ૰ક્રિ૰ નિર્દોષ જાહેર કરવું, દોષમુક્ત કરવું. **~ oneself,** પોતાનો ભાગ ભજવવો.

acqui'ttal (અક્વિટલ), ના૰ આરોપ-માંથી છુટકારો, ન્યાયાલયના ચુકાદા ઇ૰થી.

acqui'ttance (અક્વિટન્સ), ના૰ દેવું ચૂકવવું તે, ઋણમુક્તિ; સંપૂર્ણ ભરપાઈ.

a'cre (એકર), ના૰ જમીનનું માપ, ૪૮૪૦ ચો. વાર; જમીન, ખેતર.

a'creage (એકરિજ), ના૰ જમીનનો એકરમાં વિસ્તાર.

a'crid (ઍક્રિડ), વિ૰ તીખું તમતમતું;

તીખું અને કડવું; સ્વભાવ ઇ૦માં કટુ. **acri'dity** (-ડિટિ), ના૦.

a'crimony (ઍક્રિમનિ), ના૦ ઉગ્રતા, કઠોરતા. **acrimo'nious** (-મોનિઅસ), વિ૦.

a'crobat (ઍક્રબૅટ), ના૦ બજાણિયો, કસરતના ખેલ કરનાર.

acroba'tic (-ટિક), વિ૦ બજાણિયાનું - -ના જેવું. **acroba'tics** (-ટિક્સ), ના૦ બ૦વ૦ કસરતના ખેલ.

a'cronym (ઍક્રનિમ), ના૦ બીજા શબ્દોના આદ્યાક્ષરોનો બનેલો શબ્દ.

acro'polis (અક્રૉપલિસ), ના૦ ગ્રીક શહેરનો, વિ૦ક૦ ઍથેન્સનો, ઊંચાણવાળો ભાગ અથવા કિલ્લો.

acro'ss (અક્રૉસ), નામ૦અ૦ અને ક્રિ૦ વિ૦ (-ની) એક બાજુથી બીજી બાજુ સુધી, -ની બીજી બાજુએ - તરફ; એક બીજા પર આડું. ~ **the board,** બધાને લાગુ પડનારું.

acro'stic (અક્રૉસ્ટિક), ના૦ આદ્યાક્ષરબંધ અથવા આદ્યાંત્યાક્ષરબંધ કવિતા.

acry'lic (અક્રિલિક), વિ૦ અને ના૦. ~ **acid,** વર્ણહીન કાર્બનિક પ્રવાહી. ~ **(fibre, resin,** etc.), તેમાંથી બનતા કૃત્રિમ રેસા, રાળ, ઇ૦.

act (ઍક્ટ), ના૦ (કરેલું) કામ, કર્મ; કરાતી ક્રિયા, પ્રક્રિયા; ધારાસભાનો કાયદો; નાટકનો અંક; સર્કસ કે મનોરંજન કાર્યક્રમની એક બાબત; ઉ૦ક્રિ૦ (નાટક) કરવું; (-ની) ભૂમિકા ભજવવી; નટ થવું; -નું કામ આપવું; વિશિષ્ટ કામ કરવાં; ચાલવું, કામ કરવું; વર્તવું.

a'ctinism (ઍક્ટિનિઝ્મ), ના૦ કિરણોત્સર્ગી ઊર્જામાં - સૂર્યકિરણોમાં - રહેલો રાસાયણિક ફેરફાર કરવાનો ગુણ. **acti'nic** (-નિક), વિ૦.

a'ction (ઍક્શન), ના૦ કરવાની ક્રિયા - પ્રક્રિયા; અસર, પરિણામ; કરેલું કામ, કૃત્ય; નાટકમાં એક પછી એક બનતી ઘટનાઓ; ઘોડો, ખેલાડી, ઇ૦ની ચાલ - શૈલી; સાધન, ઓજાર, ઇ૦ની યાંત્રિક રચના; મુકદ્દમો; યુદ્ધ.

a'ctionable (ઍક્શનબલ), વિ૦ કો'માં ફરિયાદ માંડી શકાય એવું.

a'ctivate (ઍક્ટિવેટ), સ૦ક્રિ૦ સક્રિય - કિરણોત્સર્ગી - બનાવવું. **activa'tion** (-વેશન), ના૦.

a'ctive (ઍક્ટિવ), વિ૦ કામ કરતું, સક્રિય, ક્રિયાત્મક; ક્રિયાશીલ; ઉત્સાહી; ઉદ્યમી. ~ **voice,** [વ્યા.] કર્મક - મૂળ ભેદ, કર્તરિપ્રયોગ.

a'ctivism (ઍક્ટિવિઝ્મ), ના૦ રાજકારણ ઇ૦માં ઉત્સાહપૂર્વક કામ કરવાની નીતિ, સક્રિયતાવાદ. **a'ctivist** (-વિસ્ટ), ના૦.

acti'vity (ઍક્ટિવિટિ), ના૦ સક્રિયતા; પ્રવૃત્તિ; કાર્યક્ષેત્ર.

a'ctor (ઍક્ટર), ના૦ અભિનેતા, નટ. **a'ctress** (-ટ્રિસ), ના૦ સ્ત્રી૦.

a'ctual (ઍક્ચુઅલ), વિ૦ વિદ્યમાન, પ્રત્યક્ષ, ખરું; વર્તમાન, ચાલુ. **actua l ity** (-ઍલિટિ), ના૦.

a'ctually (ઍક્ચુઅલિ), ક્રિ૦વિ૦ વસ્તુતઃ, વાસ્તવિકપણે.

a'ctuary (ઍક્ટ્યુઅરિ, - ક્ચુ), ના૦ વીમાને અંગેનાં જોખમો અને તેના હપતાની ગણતરી કરનાર તજ્જ્ઞ. **actuar'ial** (-ઍ'અરિઅલ, - ક્ચુ-), વિ૦.

a'ctuate (ઍક્ટ્યુએટ, -ચુ), સ૦ક્રિ૦ -ને ગતિ આપવી, પ્રેરવું. **actua'tion** (-એશન), ના૦.

acu'ity (અક્યૂઇટિ), ના૦ તીક્ષ્ણતા, અણિયાળાપણું.

acu'men (અક્યૂમે'ન), ના૦ સૂક્ષ્મ - ભેદક - દૃષ્ટિ, ઊંડું જ્ઞાન - સમજ.

a'cupuncture (ઍક્યુપંક્ચર), ના૦ [વૈદક.] રોગો માટે શરીર (ની પેશીઓ) ને સોયો વતી ભોંકવાનો ઉપચાર.

acu'te (અક્યૂટ), વિ૦ તીક્ષ્ણ, અણિયાળું; ભેદક, બુદ્ધિમાન; (રોગ અંગે) એકદમ ગંભીર થતું, દીર્ઘકાલીન નહિ; (મુશ્કેલી અંગે) ગંભીર, કટોકટીની; (ખૂણા અંગે) કાટખૂણાથી નાનો. ~ **accent,** આ ચિહ્ન

(′), ઉદાત્ત – તીવ્ર (સ્વર).

ad (ઍડ), ના૦ જાહેરાત, જાહેરખબર.

A.D. સંક્ષેપ. *Anno Domini.*

a′dage (ઍડિજ), ના૦ કહેવત, સૂત્ર.

ada′gio (અડાજિઓ), ક્રિ૦ વિ૦, વિ૦, અને ના૦ [બ૦વ૦ ~s]. ધીમા તાલમાં (ગવાતી સંગીતરચના).

A′dam (ઍડમ), ના૦ બાવા આદમ. **~′s apple,** હૈડિયો, કંઠમણિ.

a′damant (ઍડમન્ટ), ના૦ અને વિ૦ અત્યંત કઠણ (વસ્તુ); અણનમ. ના૦ વજ્ર **adama′ntine** (-મૅન્ટાઇન), વિ૦.

ada′pt (અડૅપ્ટ), સ૦ ક્રિ૦ બંધ બેસતું કરવું, બેસાડવું; અનુકૂળ કરવું, -માં ફેરફાર કરવો. **adapta′tion** (ઍડપ્ટેશન), ના૦ **adap′ter** (અડૅપ્ટર), [વીજ.] ના૦. **adap′tor** (અડૅપ્ટર), ના૦.

ada′ptable (અડૅપ્ટબલ), વિ૦ અનુકૂળ કરી શકાય એવું, (વ્યક્તિ અંગે) નવી પરિસ્થિતિને અનુકૂળ થઈ શકે એવું. **adaptabi′lity** (-બિલિટિ), ના૦.

A.D.C. સંક્ષેપ. aide-de-camp.

add (ઍડ), ઉ૦ક્રિ૦ ઉમેરવું, વધારવું. **~ together, up,** સરવાળો કરવો–થવો.

adde′ndum (અડૅન્ડમ), ના૦ [બ૦ વ૦ **-da**] ઉમેરવાની વસ્તુ, ઉમેરો; વધારો, પુરવણી.

a′dder (ઍડર), ના૦ એક જાતનો નાનો ઝેરી સાપ.

a′ddict (ઍડિક્ટ) ના૦ બંધાણી, વ્યસની; ઉત્સાહી ભક્ત.

addi′cted (અડિક્ટિડ), વિ૦ **~ to, -ની** લતમાં પડેલું, -નું વ્યસની. **addi′ction** (અડિક્શન), ના૦.

addi′ctive (અડિક્ટિવ), વિ૦ વ્યસન લગાડનારું.

addi′tion (અડિશન), ના૦ ઉમેરવું તે; ઉમેરો; સરવાળો.

addi′tional (અડિશનલ), વિ૦ ઉમેરેલું, વધારાનું.

a′dditive (ઍડિટિવ), ના૦ વિશિષ્ટ ગુણ પેદા કરવા માટે ઉમેરેલી વસ્તુ.

a′ddle (ઍડલ), સ૦ક્રિ૦ ગોટાળામાં નાખવું, ડહોળવું, મૂંઝવવું.

a′ddled (ઍડલ્ડ), વિ૦ (ઈંડા અંગે) સડેલું; જેમાંથી બચ્ચું પેદા ન થાય એવું; ગોટાળામાં પડેલું; મૂંઝાયેલું.

addre′ss (અડ્રૅ′સ), સ૦ક્રિ૦ -ને ઉદ્દેશીને બોલવું-લખવું, બોલી–લખીને સૂચના આપવી; ભાષણ કરવું; કાગળ પર સરનામું કરવું; -માં મંડી પડવું. ના૦ શ્રોતાઓ આગળ ભાષણ; પત્ર ઇ૦ના આરંભમાં લખાતું સંબોધન; રહેવાનું ઠેકાણું; [બ૦વ૦માં] અનુનય.

addressee′ (ઍડ્રૅ′સી), ના૦ જેને નામે કાગળ કે સરનામું લખ્યું હોય તે.

addu′ce (અડ્યૂસ), સ૦ક્રિ૦ પુરાવા કે દાખલા તરીકે ટાંકવું. **addu′cible** (-સિબલ), વિ૦.

a′denoids (ઍડનૉઇડ્ઝ), ના૦ બ૦વ૦ નાકની પાછળ આવેલી એક ફૂલેલી ગ્રંથિ જે ઘણી વાર શ્વસનક્રિયામાં અવરોધ કરે છે.

ade′pt (અડૅ′પ્ટ), વિ૦ અને ના૦ ખૂબ નિષ્ણાત (માણસ), ઉસ્તાદ.

a′dequate (ઍડિક્વટ), વિ૦ પૂરતું; જરૂર પૂરતું. **a′dequacy** (-ક્વસિ), ના૦.

à deux′ (આ ડર) [ફ્રૅ.] બે જણ માટે(નું).

adher′e (અડ્હિઅર), અ૦ક્રિ૦ સખત ચોંટવું, ચોંટી – વળગી – રહેવું; -ને ટેકો આપવો–વફાદાર રહેવું. **adher′ence** (-રન્સ), ના૦. **adher′ent** (-રન્ટ), વિ૦ અને ના૦.

adhe′sion (અડ્હીઝન), ના૦ વળગી–ચોંટી–રહેવું તે.

adhe′sive (અડ્હીસિવ), વિ૦ અને ના૦ ચોંટી રહે એવો–ગુંદરિયો–(પદાર્થ).

ad ho′c (ઍડ્ હૉક), [લૅ.] એ હેતુસર, તદર્થ.

adieu′ (અડ્યૂ), ઉદ્ગાર૦ અને ના૦ [બ૦ વ૦ **~x** અડ્યૂઝ] વિદાયવેળાની સલામ–રામરામ.

ad infini′tum (ઍડ્ ઇન્ફિનાઇટમ), [લૅ.] સદાને માટે.

a′dipose (ઍડિપોસ), વિ૦ ચરબીનું, ચરબીવાળું. **adipo′sity** (-પૉસિટિ), ના૦.

adja′cent (અડ્જેસન્ટ), વિ૦ પાસે

આવેલું, જોડેનું, લગતનું. **adja'cency** (-સન્સિ), ના૦.

a'djective (ઍડ્જિક્ટિવ), ના૦ (વ્યા.) વિશેષણ. **adjecti'val** (-ટાઇવલ). વિ૦.

adjoi'n (અડ્નૉઇન), સ૦ક્રિ૦ -ની પાસે--ને અડીને-હોવું.

adjour'n (અ(ડ્)જર્ન), ઉ૦ક્રિ૦ મોકૂફ રાખવું થોડા વખત માટે બંધ રાખવું; વિલંબિત કરવું; બીજી જગ્યાએ રાખવું. બંધ કરીને બીજે સમયે રાખવું.

adju'dge (અડ્જજ), સ૦ક્રિ૦ ન્યાય તોળીને જાહેર કરવું-ચુકાદો આપવો.

adju'dicate (અડ્જૂડિકેટ), ઉ૦ક્રિ૦ ન્યાય તોળીને - ન્યાયાધીશ તરીકે કામ કરીને-ચુકાદો આપવો. **adjudica'tion** (-કેશન), ના૦. **adju'dicator** (-કેટર), ના૦.

a'djunct (ઍડ્જંક્ટ), ના૦ આનુષંગિક અથવા ગૌણ ગુણ-વસ્તુ.

adjur'e (અજુઅર), સ૦ક્રિ૦ આગ્રહપૂર્વક અથવા ગંભીરતાથી વિનંતી કરવી - કામ સોંપવું. **adjura'tion** (-રેશન), ના૦.

adju'st (અડ્જસ્ટ), ઉ૦ક્રિ૦ ગોઠવવું, વ્યવસ્થિત કરવું; -નો મેળ સાધવો; બંધ બેસતું કરવું. **adju'stment**(-મન્ટ),ના૦.

a'djutant (ઍડ્જુટન્ટ), ના૦ [લશ્કર.] હુકમો પહોંચાડવા, પત્રવહેવાર કરવો, ઇ૦ કામો કરીને ઉપરીને મદદ કરનાર અમલદાર.

ad lib (ઍડ્ લિબ), ક્રિ૦વિ૦ જોઈએ તેટલું, યથેચ્છ; [વાત.] કામચલાઉ, (ઊભું કરેલું).

admi'nister (અડ્મિનિસ્ટર), સ૦ક્રિ૦ કારભાર ચલાવવો; લાગુ કરવું; આપવું; વિધિસર જાહેર કરવું.

admi'nistrate (અડ્મિનિસ્ટ્રેટ), ઉ૦ક્રિ૦ (-ના) કારભારી તરીકે કામ કરવું.

administra'tion (-સ્ટ્રેશન), ના૦ કારભાર (કરવો તે); શાસન, સરકાર, પ્રધાનમંડળ. **admi'nistrative** (-સ્ટ્રટિવ), વિ૦.

admi'nistrator (-સ્ટ્રેટર),ના૦ વહીવટ-કર્તા, કારભારી.

a'dmirable (ઍડ્મરબલ), ના૦ પ્રશંસા-પાત્ર; ઉત્તમ.

a'dmiral (ઍડ્મરલ) ના૦ નૌસેનાપતિ, કાફલાનો કે 'સ્ક્વૉડ્રન'નો ઉપરી. **red, white, ~,** પતંગિયાંની જાતો.

A'dmiralty (ઍડ્મરલ્ટિ), ના૦. **~ (Board),** નૌકાસેના પર દેખરેખ રાખનારું મંડળ, તેની કચેરી.

admir'e (અડ્માયર),સ૦ક્રિ૦ જોઈ ને ખુશ અને તાજુબ થવું; વખાણવું; ખૂબ ચાહવું.

admira'tion (ઍડ્મિરેશન), ના૦.

admir'er (અડ્માયરર), ના૦ (વિ૦ ક૦ સ્ત્રીનો) આશક-પ્રેમી.

admi'ssible (અડ્મિસિબલ),વિ૦ દાખલ કરવા યોગ્ય, (પુરાવા તરીકે) ગ્રાહ્ય, સ્વીકાર્ય.

admissibi'lity (-બિલિટિ), ના૦.

admi'ssion (અડ્મિશન), ના૦ દાખલ કરવું-થવું-તે, પ્રવેશ; (ભૂલ ઇ૦ની) કબૂલાત.

admi't (અડ્મિટ), ઉ૦ ક્રિ૦ અંદર આવવા દેવું, દાખલ કરવું; સાચા કે અધિકૃત તરીકે સ્વીકારવું-માન્ય કરવું; કબૂલ કરવું. **~of,** -ને માટે અવકાશ હોવો. **admi'ttance** (-ટન્સ), ના૦.

admi'ttedly (અડ્મિટિડ્લિ), ક્રિ૦ વિ૦ કબૂલ, માન્ય, (કર્યા પરથી).

admi'x (અડ્મિક્સ), સ૦ ક્રિ૦ -માં મેળવવું; મિશ્રણ કરવું.

admi'xture (અડ્મિક્સ્ચર), ના૦ મિશ્રણ (કરવું તે); ઉમેરેલી વસ્તુ.

admo'nish (અડ્મૉનિશ), સ૦ ક્રિ૦ પ્રેરવું; ચેતવણી આપવી; યાદ દેવું; ઠપકો આપવો.

admoni'tion (ઍડ્મૉનિશન), ના ચેતવણી, ઠપકો, (આપવો તે). **admo'nitory** (-મૉનિટરિ), વિ૦.

ad nau'seam (ઍડ્ નૉઝિઍમ), [લૅ.] કંટાળો આવે ત્યાં સુધી.

ado' (અડૂ), ના૦ ધમાલ; મુશ્કેલી.

ado'be (અડૉબિ, -બે), ના૦ તડકે સૂકવેલી ઈંટ.

adole'scent (ઍડલે'સન્ટ), વિ૦ અને ના૦ બાલ્યાવસ્થા અને પુખ્ત વય વચ્ચેની

(વ્યક્તિ), કિશોર. **adole'scence** (-સન્સ), ના૦.

ado'pt (અડૉપ્ટ), સ૦ ક્રિ૦ દત્તક તરીકે લેવું; લઈ લેવું; અપનાવવું; પસંદ કરવું, ગ્રહણ કરવું, સ્વીકારવું. **ado'ption** (-પ્શન), ના૦.

ado'ptive (અડૉપ્ટિવ), વિ૦ દત્તક-વિધાનથી દત્તક લીધેલું.

ador'able (અડૉરબલ), વિ૦ પ્રેમ કે ભક્તિ કરવા લાયક, પૂજ્ય; [વાત.] અતિ મનોહર, સુંદર.

adora'tion (ઍડરેશન), ના૦ ભક્તિ-પૂજા (કરવી તે); ચાહના, પ્રીતિ.

ador'e (અડૉર,-ડૉ-), સ૦ક્રિ૦ પ્રેમાદર-પૂર્વક પૂજવું; અતિશય ચાહવું.

ador'n (અડૉર્ન), સ૦ક્રિ૦ સુશોભિત કરવું, શણગારવું; -નું અલંકાર હોવું. **ador'nment** (-મન્ટ), ના૦.

adre'nal (અડ્રીનલ), વિ૦ મૂત્રપિંડ પાસેનું.

adre'nalin (અડ્રે'નલિન), ના૦ મૂત્રપિંડ પાસેની ગ્રંથિમાંથી નીકળતો એક રસ (હૉર્મોન), જે રુધિરાભિસરણ અને સ્નાયુની ક્રિયાને ઉત્તેજિત કરે છે.

adri'ft (અડ્રિફ્ટ), ક્રિ૦ વિ૦ અને વિધે૦ વિ૦ ગમે તેમ તરતું, ઘસડાતું, રામભરોસે; [વાત.] છૂટું.

adroi't (અડ્રૉઇટ), વિ૦ કુશળ, હોશિયાર.

a'dulate (ઍડ્યુલેટ), સ૦ ક્રિ૦ હલકી રીતે ખુશામત કરવી. **adula'tion** (-લેશન), ના૦. **adula'tory** (-લેટરિ), વિ૦.

a'dult (ઍડલ્ટ), વિ૦ અને ના૦ પુખ્ત ઉંમરનું (માણસ), પરિપક્વ.

adu'lterant (અડલ્ટરન્ટ), વિ૦ અને ના૦ ભેગ કરવામાં વપરાતો (પદાર્થ).

adu'lterate (અડલ્ટરેટ), સ૦ ક્રિ૦ હલકી વસ્તુઓનો ભેગ કરવો, વિ૦ ક૦ ખોરાકમાં. **adultera'tion** (-રેશન), ના૦.

adu'ltery (અડલ્ટરિ), ના૦ વ્યભિચાર. **adu'lterer** (-ટરર), ના૦. **adu'lteress** (-ટરિસ),ના૦સ્ત્રી૦. **adu'lterous** (-ટરસ), વિ૦.

a'dumbrate (ઍડમ્બ્રેટ), સ૦ક્રિ૦ રૂપરેખા આપવી, આછો ખ્યાલ આપવો, પૂર્વચિહ્ન બતાવવું. **adumbra'tion** (-બ્રેશન), ના૦.

adva'nce (અડ્વાન્સ), ઉ૦ક્રિ૦ આગળ ખસવું-વધવું-મૂકવું; આગળ વધવામાં મદદ કરવી; (દાવો ઇ૦) રજૂ કરવું; (કોઈ ઘટના) જલદી થાય તેમ કરવું; (પૈસા) ઉછીના કે વ્યાજે આપવા; (કિંમત) વધારવી-વધવી; (બાનું) આપવું. ના૦ આગળ વધવું તે; પ્રગતિ; મિત્રતા કે પ્રેમ માટે (કરાતો) અનુનય; ભાવવધારો; પેશગી; બાનું. **in ~**, આગળ, આગળથી, પૂર્વે.

adva'nced (અડ્વાન્સ્ટ), વિ૦ સમયની કે બીજાઓની આગળ, ખૂબ આગળ વધેલું, પ્રગત, સુધરેલું; **~ level,** યુનિવર્સિટીમાં પ્રવેશ મેળવવા માટેની પરીક્ષા. **adva'ncement** (-મન્ટ), ના૦.

adva'ntage (અડ્વાન્ટિજ), ના૦ વધારે સારી-અનુકૂળ-(પરિ)સ્થિતિ, સરસાઈ, શ્રેષ્ઠતા; લાભ, ફાયદો; [ટેનિસ] 'ડ્યૂસ' પછી મેળવેલું એક પૉઇન્ટ. સ૦ક્રિ૦ -ને લાભ-કારક થવું-લાભ થવો; મદદ કરવી, -ને ફાયદો કરવો. **take ~ of,** -નો લાભ લેવો-ઉપયોગ કરવો, ચાલાકી કરીને ગેરલાભ લેવો-છેતરવું.

advanta'geous (ઍડ્વન્ટેજસ), વિ૦ લાભકારક; ઉપકારક.

a'dvent (ઍડ્વન્ટ), ના૦ આગમન, વિ૦ક૦ કોઈ મહત્ત્વની વ્યક્તિ કે ઘટનાનું; **A~**, નાતાલ પહેલાંનો કાળ, ઈશુનું આગમન.

A'dventist (ઍડ્વન્ટિસ્ટ), ના૦ ઈશુનું તરતમાં જ બીજું આગમન થવાનું છે એમ માનનાર સંપ્રદાયનું માણસ.

adventi'tious (ઍડ્વન્ટિશસ), વિ૦ આકસ્મિક, આગંતુક, આનુષંગિક.

adve'nture (અડ્વે'ન્ચર),ના૦ સાહસ, સાહસિક કામ, અનપેક્ષિત ઘટના, રોમાંચક અનુભવ; જોખમ, ભય, સટ્ટો. ઉ૦ક્રિ૦ જોખમ ખેડવું-વહોરવું, હિંમત-સાહસ-કરવું.

adve'nturer (અડ્વે'ન્ચરર), ના૦ સાહસ ખેડનાર, ખેલાડી, શઠ. **adve'nturess** (-ચરિસ), ના૦ સ્ત્રી૦.

adve'nturous (અડ્વે'ન્ચરસ) વિ૦ સાહસિક, સાહસ ખેડવા આતુર; જોખમ-ભરેલું.

a'dverb (ઍડ્વર્બ), ના૦ ક્રિયાવિશેષણ અવ્યય. **adver'bial** (અડ્વર્બિઅલ),વિ૦.

a'dversary (ઍડ્વર્સરિ), ના૦ સામા-વાળો, પ્રતિસ્પર્ધી, શત્રુ.

a'dverse (ઍડ્વર્સ), વિ૦ પ્રતિકૂળ, વિરોધી, શત્રુતાવાળું.

adver'sity (અડ્વર્સિટિ), ના૦ વિપદ, સંકટ; દુર્દૈવ; પડતી.

adver't[1] (અડ્વર્ટ), અ૦ક્રિ૦ -નો ઉલ્લેખ કરવો, -ને વિશે કહેવું.

a'dvert[2] (ઍડ્વર્ટ), ના૦ [વાત.] જાહેરાત.

a'dvertise (ઍડ્વર્ટાઇઝ઼), ઉ૦ક્રિ૦ જાહેર સૂચના–ખબર આપવી, જાહેરાત આપવી (છાપા ઇ૦માં). **~ for,** -ને માટે જાહેરાત આપવી. **adver'tisement** (અડ્વર્ટિસ્મન્ટ), ના૦.

advi'ce (અડ્વાઇસ), ના૦ સલાહ, ઉપદેશ; માહિતી, બાતમી, ખબર.

advi'sable (અડ્વાઇઝ઼બલ), વિ૦ ડહાપણભરેલું, યોગ્ય; ભલામણ કરવા જેવું. **advisibi'lity** (-ઝ઼િબિલિટિ), ના૦.

advi'se (ઍડ્વાઇઝ઼), ઉ૦ક્રિ૦ સલાહ–ઉપદેશ આપવો; ભલામણ કરવી; જાણ કરવી.

advi'sed (અડ્વાઇઝ઼્ડ), વિ૦ વિચાર-પૂર્વકનું, જાણીબૂજીને કરેલું. **advi'sedly** (-ઝ઼િડ્લિ), ક્રિ૦વિ૦.

advi'ser (અડ્વાઇઝ઼ર), ના૦ સલાહકાર.

advi'sory (અડ્વાઇઝ઼રિ), વિ૦ સલાહ આપનારું.

a'dvocacy (ઍડ્વકસિ), ના૦ સમર્થનમાં બોલવું તે, હિમાયત, વકીલાત.

a'dvocate (ઍડ્વકટ), ના૦ કોઈ નો પક્ષ લઈને બોલનાર, સમર્થન કરનાર, વકીલ. સ૦ક્રિ૦ (-કેટ) કોઈની તરફેણમાં બોલવું, હિમાયત–વકીલાત–કરવી.

advt., સંક્ષેપ. advertisement.

adze (ઍડ્ઝ઼) ના૦ વાંસલો.

ae'gis (ઈજિસ), ના૦ રક્ષણ, આશ્રય; પુરસ્કાર.

ae'grotat (ઈગ્રટૅટ), ના૦ પરીક્ષામાં બેસી શકવાનું માંદગીનું પ્રમાણપત્ર.

aeo'lian (ઈઓલિઅન), વિ૦ ગ્રીક વાયુ-દેવતા ઈઓલસનું; વાયુઊઢ. **~ harp,** પવનમાં મૂકતાં સંગીતના સૂર કાઢતી વીણા.

ae'on, e'on, (ઈઅન), ના૦ કાળનો બહુ લાંબો ગાળો, યુગ.

ae'rate (એ'અરેટ), સ૦ ક્રિ૦ હવાની અસર થાય એમ મૂકવું, -માં કાર્બન ડાયૉક્સાઇડ ભરવો. **aera'tion** (-રેશન), ના૦.

ae'rial (એ'અરિઅલ), વિ૦ હવાનું, વાયુ (ગૅસ)વાળું; હવામાં હોતું, ફરતું કે થતું; કાલ્પનિક. ના૦ રેડિયોનાં કે બિનતારી સંદેશાનાં મોજાં ઝીલવાનો કે પ્રસારિત કરવાનો તાર કે સળિયો, એરિયલ.

ae'rie, ae'ry,(ઈઅરિ, એ'અરિ), ના૦ ગરુડ ઇ૦નો ઝાડ કે પર્વતની ટોચે આવેલો માળો.

aero- (એ'અરે-), સંયોગી રૂપ. પવનનું, વિમાનનું.

aeroba'tics (એ'અરબૅટિક્સ), ના૦ બ૦વ૦ [બહુધા એક વ૦ તરીકે] વિમાન ચલાવવા અંગેના કૌશલ્યવાળાં જોવા જેવાં કામો.

ae'rodrome (એ'અરડ્રોમ),ના૦ વિમાન-મથક–અડ્ડો.

aerodyna'mics (એઅ'રડાઇનૅમિક્સ), ના૦બ૦વ૦ [એક વ૦ તરીકે] હવામાં ઊડતા ઘન પદાર્થોને લગતું ગતિશાસ્ત્ર.

ae'rofoil (એ'અરફૉઇલ), ના૦ વિમાનની પાંખ, પાંખ જેવો આગળ પડતો ભાગ.

aeronau'tics (એ'અરનૉટિક્સ), ના૦ બ૦વ૦ [એક વ૦ તરીકે] વિમાન) માં બેસીને ઊડવા)ને લગતી વિદ્યા, શાસ્ત્ર કે કળા. **aeronau'tical** (-ટિકલ), વિ૦.

ae'roplane(એ'અરપ્લેન), ના૦ ઍંજિન-થી ચાલતું પાંખોવાળું વિમાન.

ae'rosol (એ'અરસૉલ), ના૦ પ્રવાહીને તુષારના રૂપમાં છાંટવાનું સાધન–પંપ; ગૅસમાં તરતા સૂક્ષ્મ કણો.

ae'rospace (એ'અરસ્પેસ),ના૦ પૃથ્વીના વાતાવરણ અને તેની બહારના અવકાશમાં

વિમાનઉડ્ડયનની તાંત્રિક વિદ્યા.

ae'sthete (ઈસ્થીટ), ના૦ સૌંદર્યની કદર કરનારો.

aesthe'tic (ઈસ્થે'ટિક), વિ૦ સૌંદર્યની કદર કરવાને લગતું, કદર કરનારું. **aes-the'ticism** (-સિઝ્મ), ના૦.

aetio'logy, etio'logy, (ઈટિઑલજિ), ના૦ ઉત્પત્તિનું કે કારણનું શાસ્ત્ર; [વૈદક.] રોગકારણમીમાંસા. **aetiolo'gical** (ઈટિઅલૉજિકલ), વિ૦.

afar' (અફાર), ક્રિ૦વિ૦ અંતરે, અંતર પર, દૂર, આઘે. **from ~**, દૂરથી.

a'ffable (ઍફબલ), વિ૦ મળતાવડું; સૌ-જન્યશીલ. **affabi'lity** (-બિલિટિ), ના૦.

affair' (અફે'અર), ના૦ કામ, બાબત, ભાંજગડ; પ્રણયકિસ્સો, [વાત.] વસ્તુ, ઘટના.

affe'ct (અફે'ક્ટ), સ૦ ક્રિ૦ પાસે હોવાનો, લાગણી થવાનો કે કશુંક કરવાનો ઢોંગ કરવો; (રોગ અંગે) લાગુ પડવો, થવો; મન પિગળાવવું; -ની ઉપર અસર કરવી.

affecta'tion (ઍફ્ક્ટેશન), ના૦ કૃત્રિમ વર્તન, ડોળ, દેખાડો.

affe'cted (અફે'ક્ટિડ), વિ૦ કૃત્રિમ. બનાવટી, ઢોંગી.

affe'ction (અફે'ક્શન), ના૦ સદ્ભાવ, પ્રેમ; માંદગી, રોગ.

affe'ctionate (અફે'ક્શનટ), વિ૦ પ્રેમાળ, માયાળુ.

affi'ance (અફાયન્સ), સ૦ક્રિ૦ લગ્ન વખતે – લગ્ન કરવાનું – વચન આપવું.

affida'vit (ઍફિડેવિટ), ના૦ સોગનનામું, પ્રતિજ્ઞાલેખ.

affi'liate (અફિલિએટ), ઉ૦ક્રિ૦ સભ્ય કે શાખા તરીકે જોડી લેવું, અપનાવવું, પુત્ર તરીકે ગ્રહણ કરવું.

affilia'tion (-એશન), ના૦ જોડવું – જોડાવું – તે, જોડાણ. **~ order,** [કા.] જારજ બાળકનું પિતૃત્વ નક્કી કરી તેનું ભરણપોષણ કરવાનો હુકમ.

affi'nity (અફિનિટિ), ના૦ સગપણ સંબંધ; સાદૃશ્ય, મળતાપણું; આકર્ષણ; [રસા.] આકર્ષણ; સ્નેહાકર્ષણ.

affir'm (અફર્મ), ઉ૦ક્રિ૦ સાચી હકીકત તરીકે કહેવું, વિધિપૂર્વક જાહેર કરવું.

affirma'tion (ઍફર્મેશન), ના૦ નિશ્ચયપૂર્વક કહેવું તે – કરેલું વિધાન; [કા.] પરમેશ્વર ઇ૦ના સોગન લેવા સામે વાંધો હોય એવાનું નિશ્ચયપૂર્વક કથન.

affir'mative (અફર્મેટિવ), વિ૦ હકારાત્મક, અસ્તિવાચક. ના૦ અસ્તિવાચક શબ્દ ઇ૦. **in the ~**, હા.

affi'x (અફિક્સ), સ૦ક્રિ૦ જોડવું, બાંધવું; (ટિકિટ ઇ૦) ચોડવું; (મહોર) મારવી; છેડે ઉમેરવું. ના૦ (ઍ'-) જોડેલી વસ્તુ, ઉમેરો; ઉપસર્ગ, પ્રત્યય.

affli'ct (અફ્લિક્ટ), સ૦ક્રિ૦ શારીરિક કે માનસિક પીડા કે દુઃખ દેવું.

affli'ction (અફ્લિક્શન), ના૦ પીડા કે સંકટ (નું કારણ).

a'ffluence (ઍફ્લુઅન્સ), ના૦ સંપત્તિ, વિપુલતા, સમૃદ્ધિ.

a'ffluent (-અન્ટ), વિ૦ વિપુલ, ધનાઢ્ય. ના૦ એક નદીને મળતી બીજી નદી.

affor'd (અફૉર્ડ), સ૦ક્રિ૦ -ને માટે પૂરતા પૈસા હોવા; વખત ઇ૦ કાઢવો; પૂરું પાડવું.

affo'rest (અફૉરિસ્ટ), સ૦ક્રિ૦ -નું જંગલ બનાવવું; -માં ઝાડ રોપવાં. **afforesta'tion** (-સ્ટેશન), ના૦.

affray' (અફ્રે), ના૦ જાહેર સ્થળમાં બખેડો, મારામારી, તોફાન.

affro'nt (અફ્રન્ટ), ના૦ અને સ૦ક્રિ૦ ઉઘાડું – જાહેર – અપમાન (કરવું).

A'fghan (ઍફ્ગૅન), ના૦ અફઘાનિસ્તાન-નો વતની કે તેની ભાષા. **~ (hound),** લાંબા સુંવાળા વાળવાળો કદાવર કૂતરો.

afi'eld (અફીલ્ડ), ક્રિ૦વિ૦ ઘરથી દૂર; દૂર, આઘે.

afir'e (અફાયર), ક્રિ૦વિ૦ અને વિધે૦વિ૦ બળતું, સળગતું.

afla'me (અફ્લેમ), ક્રિ૦વિ૦ ભડકે બળતું, ધગધગતું.

afloa't (અફ્લોટ), ક્રિ૦વિ૦ પાણી કે હવામાં તરતું, દરિયા પર; ઋણમુક્ત.

afoo't (અફુટ), ક્રિ૦વિ૦ પ્રગતિ કરતું, કામ કરતું, ચાલતું.

afore' (અફોર), ક્રિ૦વિ૦ અને નામ૦ અ૦ અગાઉ, પૂર્વે. **~mentioned, ~said,** વિ૦ પૂર્વોક્ત, ઉપર્યુક્ત, **~ thought,** વિ૦ આગળથી યોજેલું, જાણીજોઈ ને કરેલું.

a fortio'ri (એ ફૉર્ટિઑરાઇ), [લ.] વધુ સબળ કારણસર, વિશેષે કરીને.

afrai'd (અફ્રેડ), વિધે૦ વિ૦ બીધેલું, ભડકેલું, ભયભીત.

afre'sh (અફ્રે'શ), ક્રિ૦વિ૦ ફરીથી, નવેસર.

A'frican (ઍફ્રિકન), વિ૦ અને ના૦ આફ્રિકાનું (વતની).

Afrikaa'ns (ઍફ્રિકાન્સ), ના૦ દક્ષિણ આફ્રિકામાં બોલાતી ડચ ભાષાનો એક પ્રકાર.

Afrika'ner (ઍફ્રિકાનર), ના૦ ઍફ્રિકાન્સ ભાષા બોલતો દ. આફ્રિકાનો ગોરો.

A'fro (ઍફ્રો), વિ૦ આફ્રિકાનું,(વાળ અંગે) લાંબા અને ઘાટા, કેટલાક હબસીઓ રાખે છે તેવા.

aft (આફ્ટ), ક્રિ૦વિ૦ વહાણના ડબૂસા કે વિમાનની પૂંછડીમાં–પાસે–તરફ.

a'fter (આફ્ટર), ક્રિ૦વિ૦ પાછળ; પાછળથી, પછીથી. નામ૦ અ૦ -ની પછી–પાછળ; -ની પૂઠે–શોધમાં, -ને વિશે–લગતું; -ની પછીનું; છતાં; -ને અનુસાર, પ્રમાણે, -ના જેવું. ઉભ૦ અ૦ તે પછી, ત્યારે. વિ૦ પછીનું; પાછળનું. **~birth,** ઓર. **~-care,** ઇસ્પિતાલ, જેલ, ઇ૦માંથી છૂટયા પછી લેવાની કાળજી. **~-effect,** ઈ પ્રસંગનું અથવા પ્રાથમિક પરિણામનું પાછળથી થતું પરિણામ. **~-life,** મરણોત્તર જીવન. **~shave,** દાઢી કર્યા પછી લગાવવાની પ્રવાહી દવા. **~-taste,** ખાધાપીધા પછી રહી જતો સ્વાદ. **~thought,** પાછળથી સૂઝેલો કે સૂચવેલો વિચાર.

a'ftermath (આફ્ટર્‌માથ, -મૅથ), ના૦ કોઈ ઘટના થઈ ગયા પછી તેનાં પરિણામો-ફળ.

a'ftermost (આફ્ટર્‌મોસ્ટ), વિ૦ સૌથી પાછળનું, છેલ્લું.

afternoo'n (આફ્ટર્‌નૂન), ના૦ પાછલો પહોર, અપરાહ્‌ણ.

a'fterwards (આફ્ટર્‌વર્ડ્‌ઝ), ક્રિ૦વિ૦ પછી, પછીથી, આગળ જતાં.

agai'n (અગે'ન), ક્રિ૦વિ૦ ફરી, ફરીથી, ફરી એક વાર, વળી, ઉપરાંત.

agai'nst (અગે'ન્સ્ટ), નામ૦ અ૦ -ની વિરુદ્ધ, -થી ઊલટું, -ના વિરોધમાં, -ની ઊલટી દિશામાં; -ની અપેક્ષાએ; -ની સાથે સંપર્કમાં–અથડામણમાં.

aga'pe (અગેપ), ક્રિ૦વિ૦ અને વિધે૦ વિ૦ મોઢું વકાસીને, વકાસેલા મોઢાવાળું.

a'gar (-a'gar) (એગાર(-એગાર)), ના૦ દરિયાઈ ઘાસમાંથી બનાવેલી ખોરાક, 'બૅક્ટીરિઅલ કલ્ચર', ઇ૦માં વપરાતી જેલી.

a'gate (ઍગટ), ના૦ અકીકનો પથ્થર, ગોમેદ.

aga've (અગેવિ) ના૦ [વન.] રામબાણ.

age (એજ), ના૦ ઉંમર, વય; આયુષ્ય, આવરદા; વિશિષ્ટ હેતુ માટે આવશ્યક ઉંમર; પાછલી વય, ઘડપણ; પેઢી, જમાનો, યુગ; સમયનો લાંબો ગાળો, યુગ; [વાત.] લાંબો સમય. ઉ૦ક્રિ૦ [**ageing**]. ઘરડું થવું–બનાવવું, ઘડપણ દાખવવું.

aged (એજ્ડ), વિ૦ -ની વયનું; (ઘોડા અંગે) છ વરસ ઉપરનું; (એજિડ **a'ged**) ઘરડું.

a'geless (એજ્‌લિસ), વિ૦ ઘરડું ન થાય –ન દેખાય–એવું, અજર.

a'gency (એજન્સિ), ના૦ ક્રિયા, પ્રક્રિયા, કૃત્ય; વચ્ચે થતી ક્રિયા; મુખત્યાર કે પ્રતિનિધિની કચેરી, પેઢી અથવા કારભાર.

age'nda (અજેન્ડૅ,-ડા), ના૦ સભામાં કરવાનાં કામો(ની યાદી), કાર્યસૂચિ.

a'gent (એજન્ટ), ના૦ અસર કરનાર માણસ અથવા વસ્તુ; ધંધો, રાજકારણ, ઇ૦માં મુખત્યાર, કારભારી, ઇ૦.

agent provocateur (ઍઝાં પ્રવોકટર), [ફ્રૅ.] કાયદામાં સપડાવવા માટે ખુલ્લી રીતે ગુનાહિત કૃત્ય કરવા લલચાવનાર–ઉશ્કેરનાર–માણસ.

agglo'merate (અગ્લૉમરેટ), ઉ૰ ક્રિ૰ -નો ગમે તેમ ગોળો–પિંડો–ઢગલો કરવો–થવો. **agglomera'tion** (-રેશન), ના૰. **agglo'merative** (-રટિવ), વિ૰.

agglu'tinate (અગ્લૂટિનેટ), ઉ૰ ક્રિ૰ ગુંદરથી (હોય તેમ)સાથે ચોંટાડવું–ચોંટવું, જોડવું–જોડાવું; શબ્દો જોડીને સમાસ બનાવવા. **agglutina'tion** (-નેશન),ના૰. **agglu'tinative** (-નટિવ), વિ૰.

aggra'ndize (અગ્રૅન્ડાઇઝ઼), સ૰ ક્રિ૰ -ની સત્તા, પ્રતિષ્ઠા, કે સંપત્તિ વધારવી, હોય તેના કરતાં મોટું દેખાય તેમ કરવું. **aggra'ndizement**(-ડિઝ઼્મન્ટ),ના૰.

a'ggravate (ઍગ્રવેટ), સ૰ ક્રિ૰ -નું ગાંભીર્ય વધારવું; [વાત.] ત્રાસ દેવો. **aggrava'tion** (-વેશન), ના૰.

a'ggregate (ઍગ્રિગટ), વિ૰ એકત્રિત, એકંદર. ના૰ એકંદર સંખ્યા – જથો; કાંક્રેટ બનાવવામાં વપરાતી કપચી વગેરે. ઉ૰ ક્રિ૰ (-ગેટ) ભેગું કરવું; એક કરવું; [વાત.] -નો સરવાળો થવો.**aggrega'tion**(-ગેશન), ના૰. **a'ggregative** (-ગટિવ), વિ૰.

aggre'ssion (અગ્રે'શન), ના૰ ઉશ્કેરણી વિના કરેલો હુમલો; શત્રુતા(વાળું વર્તન).

aggre'ssive (અગ્રે'સિવ),વિ૰ આક્રમક; જોરદાર; સ્વમતાગ્રહી. **aggre'ssor** (-સર), ના૰.

aggrie'ved (અગ્રીવ્ડ), વિ૰ જેને અન્યાય થયો હોય કે ફરિયાદ કરવાનું હોય એવું, પીડિત.

a'ggro (ઍગ્રો), ના૰ જાણીજોઈને પીડા ઊભી કરવી તે.

agha'st (અગાસ્ટ), વિ૰ ભયભીત અને આશ્ચર્યચકિત; હેબતાઈ ગયેલું.

a'gile (ઍજાઇલ), વિ૰ ઝડપી; ચપળ. **agi'lity** (અજિલિટિ), ના૰.

a'gitate (ઍજિટેટ), ઉ૰ ક્રિ૰ આમતેમ હલાવવું, ડહોળવું, પ્રક્ષુબ્ધ કરવું, (લોકોને) ઉશ્કેરવું અને અશાંત બનાવવું. **agita'tion** (-ટેશન), ના૰. **a'gitator** (-ટ્ટર) ના૰.

A.G.M. સંક્ષેપ. annual general meeting.

a'gnail (ઍગ્નેલ), ના૰. નહિયું ફાટવું તે, તેથી થતો દુખાવો.

a'gnate (ઍગ્નેટ), વિ૰ અને ના૰ એક જ પુરુષથી ઊતરી આવેલો (વંશજ), સપિંડ; એક જ જાતિ કે રાષ્ટ્રનું (માણસ).

agno'stic (અગ્નૉસ્ટિક), વિ૰ અને ના૰ અજ્ઞેયવાદી. **agno'sticism** (-સિઝ઼મ), ના૰.

ago' (અગો), ક્રિ૰ વિ૰ પૂર્વે.

ago'g (અગૉગ), ક્રિ૰ વિ૰ અને વિધે૰ વિ૰ ઉત્સુક, આતુર, ઉત્કંઠિત.

a'gonize (ઍગનાઇઝ઼), ઉ૰ ક્રિ૰ અતિશય દુઃખ દેવું–થવું; મરણિયા થઈને પ્રયત્નો કરવા–ઝૂઝવું.

a'gony (ઍગનિ), ના૰ તીવ્ર પીડા, વ્યથા (શારીરિક અથવા માનસિક); તીવ્ર સંઘર્ષ. **~column,** [વાત.] વ્યક્તિગત બાબતોને લગતી છાપાની કટાર.

agorapho'bia (ઍગરફોબિઅ), ના૰ ખુલ્લી જગ્યાઓની બીક(ની માનસિક વિકૃતિ).

agra'rian(અગ્રે'અરિઅન),વિ૰ જમીનની મિલકત અથવા ખેતીની જમીનને લગતું. ના૰ જમીનની નવેસર વહેંચણીનો પુરસ્કર્તા. **agrar'ianism** (-નિઝ઼મ), ના૰.

agree' (અગ્રી), ઉ૰ ક્રિ૰ સંમતિ આપવી; સહમત હોવું; -ની સાથે મેળ હોવો–બેસાડવો; -ની બાબતમાં એકમત થવું; માન્ય કરવું, બહાલ રાખવું. **~ with,** -ને માફક આવવું.

agree'able (અગ્રીઅબલ), વિ૰ મનપસંદ; અનુકૂળ, માફક; [વાત.] રાજી, સંમત.

agree'ment (અગ્રીમન્ટ), ના૰ અરસપરસ સમજૂતી; કરાર (નામું), વચન, બોલી.

agre'stic (અગ્રે'સ્ટિક), વિ૰ ગ્રામીણ; ગામડિયું.

a'griculture (ઍગ્રિકલ્ચર), ના૰ ખેતીવાડી, કૃષિ(વિદ્યા). **agricu'ltural** (-રલ), વિ૰. **agricu'lturist**

(-રિસ્ટ, -રલિસ્ટ), ના૦.

agro'nomy (અગ્રૉનમિ), ના૦ કૃષિ-વિદ્યા–અર્થશાસ્ત્ર.

agrou'nd (અગ્રાઉન્ડ), ક્રિ૦વિ૦ અને વિધેય વિ૦ લાધી ગયેલું.

a'gue (ઍગ્યૂ), ના૦ ટાઢિયો તાવ, મલેરિયા; ધ્રુજારી, ટાઢ.

ah (આ), ઉદ્ગાર૦ દુ:ખ, આશ્ચર્ય, પ્રશંસા, વિનવણી, ઇ૦નો વાચક.

A.H.A., સંક્ષેપ. Area Health Authority.

aha' (અહા), ઉદ્ગાર૦ આશ્ચર્ય, વિજય, વિડંબના, ઉપરોધ, ઇ૦નો વાચક.

ahea'd (અહે'ડ), ક્રિ૦વિ૦ આગળ, સામે; મોખરે.

ahoy' (અહૉઇ), કે૦અ૦ [નૌકા.] ઓ! અરે! સાવધાન!

A.I., સંક્ષેપ. artificial insemination.

aid (એડ), ઉ૦ક્રિ૦ મદદ–સહાય–કરવી; સંવર્ધન કરવું. ના૦ મદદ; મદદકર્તા; સહાયક વસ્તુ **in ~ of,** -ની મદદમાં; [વાત.] -ના હેતુ માટે.

aide (એડ), ના૦ સહાયક અમલદાર; મદદનીશ.

aide-de-camp (એડડકાં), ના૦ [બ૦ વ૦ **aides-de-camp** ઉચ્ચાર એ જ] વરિષ્ઠ અમલદારને મદદ કરનાર અમલદાર.

ail (એલ), ઉ૦ક્રિ૦ -ને ત્રાસ આપવો–દુ:ખ દેવું (માનસિક અથવા શારીરિક); માંદું હોવું.

ai'leron (એલરન), ના૦ વિમાનની પાંખ પર મિજાગરાથી જડેલો વિમાનની સમતુલા જાળવનારો પાટિયા જેવો ભાગ.

ai'lment (એલ્મન્ટ), ના૦ (વિ૦ ક૦ નજીવી) માંદગી.

aim (એમ), ઉ૦ક્રિ૦ (અસ્ત્ર ઇ૦) તાકવું, નિશાન તાકવું (*at*); -ની આકાંક્ષા સેવવી. ના૦ નિશાન તાકવું તે; શસ્ત્ર, અસ્ત્ર, ઇ૦ ફેંકવું તે; નિશાન, લક્ષ્ય; હેતુ. **take ~,** નિશાન તાકવું.

ai'mless (એમલિસ), વિ૦ નિરુદ્દેશ.

air (એ'અર) ના૦ હવા, વાયુ; વાતાવરણ; ખાલી જગ્યા, અંતરાલ; રાગ, સૂર; દેખાવ; રીત; [બ૦વ૦માં] ડોળ, ચાળા. સ૦ક્રિ૦ હવામાં (સૂકવવા) મૂકવું; હવાની આવજા થાય તેમ કરવું; જાહેર કરવું; -નું પ્રદર્શન કરવું. **by ~,** હવાઈ માર્ગે. **on the ~,** આકાશવાણી કે દૂરદર્શન દ્વારા પ્રસારિત–પ્રસારણ કરાતું. **~-bed,** હવાભરેલું ગાદલું **~borne,** હવાઈ માર્ગે લઈ જવાયેલું; (વિમાન અંગે) હવામાં ઊડતું. **~ brake,** હવાના દબાણથી ચાલતું અટકણ (બ્રેક). **~-brick,** હવાની આવજા માટે કાણાં-વાળી ઈંટ. **~ bus,** હવાઈ બસ. **~-conditioning,** વાતાનુકૂલન(નું ઉપકરણ). **~field,** વિમાન (ઊતરવાનો) અડ્ડો–મેદાન. **~ force,** હવાઈ દળ. **~gun,** હવાના જોરે ફોડાતી બંદૂક. **~ hostess,** વિમાન–પરિચારિકા. **~lift,** ના૦ વિમાન દ્વારા માલ ઇ૦ની હેરફેર. સ૦ ક્રિ૦ એવી રીતે હેરફેર કરવી. **~line,** જાહેર હવાઈ પરિવહન વ્યવસ્થા, – વિમાન કંપની. **~liner,** સવારીઓને લઈ જનારું મોટું વિમાન. **~lock,** નળ ઇ૦માં હવાના પરપોટાને લીધે પ્રવાહીનું વહેતું અટકી જવું તે; દબાણવાળા (પ્રેશરાઇઝ્ડ) ઓરડામાં દાખલ થવાનું ખાનું. **~ mail,** વિમાન દ્વારા જતી ટપાલ **~man,** વૈમાનિક, વિમાનનો ખલાસી. **~plane,** [અમે.] વિમાન. **~port,** હવાઈ (જહાજોનો) અડ્ડો. **~ raid,** હવાઈ હુમલો. **~ship,** હવાઈ જહાજ. **~space,** દેશની ઉપરનો વાતાવરણનો ભાગ, જેની ઉપર તેની હકૂમત હોય છે. **~ speed,** વિમાનની ગતિ (હવાની ગતિની અપેક્ષાએ). **~strip,** વિમાનની ઉડ્ડાણ–ઉતરાણ પટ્ટી. **~ terminal,** વિમાન અડ્ડા પર જવાઆવવાની વ્યવસ્થાવાળું શહેરમાંનું મથક. **~tight,** હવાબંધ. **~-way,** નિયમિત વિમાનમાર્ગ.

air'craft (એ'અર્ક્રાફ્ટ), ના૦ એક૦ વ૦ અથવા બ૦ વ૦ વિમાન; વિમાનો(નો કાફલો). **~-carrier,** વિમાનવાહક જહાજ, જે હુમલા કરવાના મથક તરીકે પણ વપરાય છે.

Aire'dale (એ'અરૂડેલ), ના૦ ખરબચડા વાળવાળો મોટો શિકારી કૂતરો.

air'less (એ'અર્લિસ), વિ૦ ગૂંગળામણ કરનારું; શાંત, સ્તબ્ધ.

air'y (એ'અરિ), વિ૦ હવાઉજાસવાળું; હવા જેવું હલકું; અસાર; ચંચલ, છીછરું. **~-fairy**, [વાત.] બેપરવા; લહેરી; અસ્પષ્ટ.

aisle (આઇલ), ના૦ ચર્ચના મધ્યભાગને સમાંતર બે પાંખોમાંની કોઈ પણ એક; બેઠકોની હારો વચ્ચેનો માર્ગ.

ait eyot, (એટ), ના૦ નદીમાં આવેલો નાનકડો ટાપુ.

ai'tch-bone (એચ્-બોન), ના૦ જનાવરના પાછલા ભાગનું હાડકું, તે પરનું માંસ.

ajar' (અજાર), ક્રિ૦વિ૦ (બારણા અંગે) અધખુલ્લું.

aki'mbo (અકિમ્બો), ક્રિ૦ વિ૦ (બાહુ અંગે) કોણીઓ બહાર રાખી કેડે હાથ ટેકવીને.

aki'n (અકિન), વિધે૦ વિ૦ સગું, આપ્ત; સમાન.

à la (આલા), -ની ઢબે, -ની જેમ.

Ala., સંક્ષેપ. Alabama.

a'labaster (ઍલબાસ્ટર), ના૦ આરસ જેવો એક અર્ધપારદર્શક સફેદ પથ્થર. વિ૦ ઍલબાસ્ટરનું – ના જેવું સફેદ અને સુંવાળું.

à la car'te (આ લા કાર્ટ), (ભોજન ઇ૦ અંગે) જુદી જુદી વાનીઓ માટે નોખી વરદીઓવાળું.

ala'ck (અલૅક), કે૦અ૦ [પ્રા.] અફસોસ! અરેરે!

ala'crity (અલૅક્રિટિ), ના૦ હોંશ, ઊલટ, તત્પરતા.

à la mo'de (આ લા મોડ), પ્રચલિત, ફૅશનવાળું.

alar'm (અલાર્મ), ના૦ ચેતવણી, સૂચના; ચેતવણી આપનાર યંત્ર – ઘડિયાળ; સંકટનો ભીતિયુક્ત પૂર્વાભાસ. સ૦ક્રિ૦ ભયની સૂચના આપવી; ભયભીત – અસ્વસ્થ – કરવું. **~ (clock)**, નિયત સમયે વાગે એવી કળવાળું ઘડિયાળ.

alar'mist (અલાર્મિસ્ટ), વિ૦ અને ના૦ ભયની વારે વારે બૂમ પાડનાર – અફવા ફેલાવનાર.

ala's (ઍલૅસ), કે૦ અ૦ અફસોસ! અરેરે!

Alas., સંક્ષેપ. Alaska.

alb (અલ્બ), ના૦ પાદરીઓ ઇ૦નો પગ સુધી પહોંચતો સફેદ ઝભ્ભો.

a'lbacore (ઍલ્બકોર), ના૦ એક મોટી દરિયાઈ માછલી.

a'lbatross (ઍલ્બટ્રૉસ), ના૦ રાક્ષસી કદનું લાંબી પાંખો વાળું એક દરિયાઈ પક્ષી.

albe'it (ઑલ્બીઇટ), ઉભ૦અ૦ જોકે, યદ્યપિ.

albi'no (ઍલ્બીનો), ના૦ [બ૦વ૦ ~s]. રંજકદ્રવ્યહીન માણસ અથવા ઢોર. **a'lbinism** (-બિનિઝ્મ), ના૦.

a'lbum (ઍલ્બમ), ના૦ સ્વાક્ષરીઓ, ફોટાઓ, ઇ૦ સંઘરવાની કોરી પોથી; અનેક ચીજોવાળી રેકર્ડ.

a'lbumen (ઍલ્બ્યૂમિન), ના૦ ઈંડાની સફેદી.

a'lbumin (ઍલ્બ્યૂમિન), ના૦ ઈંડાની સફેદી, દૂધ, લોહી ઇ૦માં મળતું પ્રોટીન.

a'lchemy (ઍલ્કિમિ), ના૦ મધ્યયુગીન રસાયનવિજ્ઞાન, વિ૦ ક૦ કીમિયો; **alche'mical** (ઍલ્કે'મિકલ), વિ૦. **a'lchemist** (ઍલ્કમિસ્ટ), ના૦.

a'lcohol (ઍલ્કહોલ), ના૦ (હવામાં) ઊડી જનારું વર્ણહીન પ્રવાહી; દારૂમાં રહેલો માદક પદાર્થ, મદ્યાર્ક, દ્રાવક અને ઈંધણ તરીકે પણ વપરાતો આલ્કોહોલ-વાળો દારૂ.

alcoho'lic (ઍલ્કહૉલિક), વિ૦ મદ્યાર્ક-વાળું – ના જેવું – ને લીધે થતું – થયેલું. ના૦ દારૂની લતવાળું માણસ.

a'lcoholism (ઍલ્કહૉલિઝ્મ), ના૦ મદિરાપાનનો અતિરેક, તેથી થતો રોગ.

a'lcove (ઍલ્કવ), ના૦ ઓરડામાં કે બગીચાની દીવાલ ઇ૦માં આરામ કરવાની ગોખલા જેવી જગ્યા.

a'lder (ઑલ્ડર), દેવદારની જાતનું એક ઝાડ.

a'lderman (ઑલ્ડરમન), ના૦ [બ૦વ૦

-men] (વિ૦ ક૦ ઇતિ.) ઉપનગરાધ્યક્ષ. aiderma'nic (-મૅનિક), વિ૦.

ale (એલ), ના૦ બિયર (દારૂ). ~-house, [ઇતિ.] એ દારૂનું પીઠું.

aler't (અલર્ટ), વિ૦ જાગરૂક, સાવધ; ચપળ. ના૦ ભયની સૂચના; હવાઈ હુમલાની ચેતવણી. સ૦ક્રિ૦ સાવધ કરવું, ચેતવણી આપવી. on the ~ જાગરૂક, સાવધ.

alfa'lfa (ઍલ્ફૅલ્ફ), ના૦ રજકો, 'લ્યૂસર્ન' ઘાસ.

alfre'sco (અલ્ફ્રેસ્કો), ક્રિ૦વિ૦ અને વિ૦ ખુલ્લી હવામાં(નું).

a'lga (ઍલ્ગ), ના૦ [બ૦વ૦ -gae -જી અથવા -ગી] શેવાળ, લીલ.

a'lgebra (ઍલ્જિબ્રં), ના૦ બીજગણિત. algebrai'c (-બ્રેઇક), વિ૦.

A'lgol (ઍલ્ગૉલ), ના૦ ગણકયંત્ર – કમ્પ્યુટર–ની બીજગણિતીય ભાષા.

a'lgorithm (ઍલ્ગરિધમ), ના૦ (વિ૦ક૦ યાંત્રિક) ગણતરી ઇ૦ની પ્રક્રિયા કે નિયમો.

a'lias (ઍલિઅસ), ના૦ [બ૦વ૦ ~es -સિઝ઼] ઉપનામ, ઉર્ફેવાળું નામ. ક્રિ૦ વિ૦ ઉર્ફે.

a'libi (ઍલિબાઇ), ના૦ અન્યત્ર હોવાના દલીલ; [સામાન્ય.] બહાનું.

a'lien (ઍલિઅન), વિ૦ પારકું; પરદેશી; અસંગત. ના૦ પારકો રહેલો પરદેશી; બીજી દુનિયાનું – દેશનું–પ્રાણી.

a'lienate (ઍલિઅનેટ), સ૦ક્રિ૦ -નું મન ઉતારી નાખવું, સ્નેહ તોડવો; બીજાને આપવું; બીજી દિશામાં વાળવું. aliena'tion (-નેશન), ના૦.

a'lienist (ઍલિઅનિસ્ટ), ના૦ [પ્રા.] માનસિક રોગનો ચિકિત્સક.

ali'ght[1] (અલાઇટ), અ૦ક્રિ૦ નીચે ઊતરવું, ઘોડા ઇ૦ પરથી ઊતરી પડવું; નીચે આવીને બેસવું.

ali'ght[2], વિધે૦ વિ૦ બળતું, પ્રદીપ્ત.

ali'gn (અલાઇન), ઉ૦ ક્રિ૦ એક લીટીમાં કે હારમાં મૂકવું – આણવું; -ની સાથે જોડાવું. ali'gnment (-મન્ટ), ના૦.

ali'ke (અલાઇક), વિ૦ -ના જેવું, સરખું. ક્રિ૦વિ૦ એ જ પ્રમાણે – રીતે.

alime'ntary (ઍલિમે'ન્ટરિ), વિ૦પોષણ કે ખોરાકને લગતું; પૌષ્ટિક. ~canal, અન્નનળી.

a'limony (ઍલિમનિ), ના૦ છૂટાછેડા અપાયેલી કે ત્યક્તા સ્ત્રીને અપાતી ખોરાકી-પોશાકી.

a'liquot (ઍલિક્વૉટ), વિ૦ અને ના૦ નિઃશેષ ભાજક, એકાંશ.

ali've (અલાઇવ), વિધે૦ વિ૦ જીવતું, ચપળ, સક્રિય; પ્રતિસંવેદી, પ્રતિક્રિયાશીલ.

a'lkali (ઍલ્કલાઇ), ના૦ [રસા.] ખાર, ક્ષાર. a'lkaline (-લાઇન), વિ૦. alkali'nity (-કલિનિટિ), ના૦.

a'lkaloid (ઍલ્કલૉઇડ), ના૦ ક્ષારીદ, અમ્લસંયોગી; દવા તરીકે વપરાતું કેટલીક વનસ્પતિઓમાંથી નીકળતું ક્ષારના જેવું અતિ ઝેરી દ્રવ્ય.

all (ઑલ), વિ૦ બધા, તમામ; આખું, સમગ્ર, કુલ. ના૦ લાગતાવળગતા બધા માણસો; દરેક વસ્તુ; આખુ, બધું. ક્રિ૦વિ૦ સંપૂર્ણપણે, તદ્દન. A~ Fools' Day ૧લી એપ્રિલ. ~ fours, હાથ અને ઘૂંટણ. A~Hallows,=All Saints' Day. ~ in, સાવ લોથપોથ (થયેલું); બધી વસ્તુઓ સાથે. ~-in, (કુસ્તી અંગે) લગભગ પ્રતિબંધ વિનાનું. ~-in-~, આખી વસ્તુનો વિચાર કરતાં. ~ out, બની શકે તેટલું, તનતોડ; પૂરા વેગથી. ~ over, સમાપ્ત; આખા શરીરમાં–પર. ~ right, વિ૦ સ્વસ્થ અને સુરક્ષિત, સારી હાલતમાં; સમાધાનકારક. ક્રિ૦વિ૦ સમાધાનકારકપણે; બહુ સારું. કેવળ૦ અ૦ કબૂલ. ~-round(er), બધી જાતની આવડતવાળું (માણસ). A~ Saints' Day, ૧લી નવેમ્બર, સર્વસંત-પુણ્યતિથિ. ~ there, [વાત.] કશી ખામી વિનાની બુદ્ધિ ઇ૦વાળું ~ the same, તેમ છતાં, તથાપિ.

A'llah (ઍલ), ના૦ અલ્લા, પરમેશ્વર.

allay' (અલે), સ૰ક્રિ૰ શાંત–નરમ–પાડવું.

alle'ge (અલે'જ), સ૰ક્રિ૰ નિશ્ચયપૂર્વક કહેવું (પુરાવા વિના). **allega'tion** (ઍલિગેશન), ના૰. **alle'gedly** (અલે'-જિડ્લિ), ક્રિ૰વિ૰.

alle'giance (અલીજન્સ), ના૰ રાજા કે સરકાર પ્રત્યે પ્રજાની ફરજ, વફાદારી.

a'llegory (ઍલિગરિ), ના૰ રૂપક. **allego'ric(al)** (-ગૉરિક, -કલ), વિ૰. **a'llegorist** (-ગરિસ્ટ), ના૰. **a'llegorize** (-ગરાઇઝ઼), ઉ૰ક્રિ૰.

alle'gro (ઍલેગ્રો), ક્રિ૰વિ૰, વિ૰ અને ના૰ [બ૰વ૰ **~s**] [સં.] દ્રુતગતિથી; દ્રુતગતિવાળી (ગાવા–વગાડવાની રચના).

allelu'ia (ઍલિલૂયા), કે૰અ૰ અને ના૰ ઈશસ્તવન(નું ગીત), સ્તોત્ર.

allerge'nic (ઍલર્જે'નિક), વિ૰ પ્રતિ-ક્રિયાત્મક માઠી અસર ઉપજાવનારું.

aller'gic (અલર્જિક), વિ૰ આળું, વાયડું; પ્રતિકૂળ પ્રતિક્રિયાવાળું.

a'llergy (ઍલર્જિ), ના૰ અમુક ખોરાક, પરાગ, ઇ૰ની માઠી અસર થવાનો ગુણ; અતડા–વાયડા–પણું, [વાત.] અણગમો, દ્વેષ.

alle'viate (અલીવિએટ), સ૰ક્રિ૰ ઓછું કરવું, નરમ પાડવું, શમાવવું, (દુઃખ, દરદ, ઇ૰). **alle'via'tion** (-એશન), ના૰. **alle'viatory** (-એટરિ), વિ૰.

a'lley (ઍલિ), ના૰ સાંકડી ગલી–માર્ગ; નવખૂંટીની રમત (સ્કિટલ્સ) ઇ૰ માટે આંતરેલી જગ્યા.

alli'ance (અલાયન્સ), ના૰ કુટુમ્બો વચ્ચે લગ્નસંબંધ, રાષ્ટ્રો વચ્ચે સંધિ–કરાર દ્વારા મૈત્રી–જોડાણ; સોબત; ગુણસાદૃશ્ય.

a'llied (ઍલાઇડ), વિ૰ જોડાયેલું, -ની સાથે જોડાયેલું; મળતું.

a'lligator (ઍલિગેટર), ના૰ મગર, સુસવાટ.

allitera'tion (અલિટરેશન), ના૰ અનુ-પ્રાસ, વર્ણસગાઈ. **alli'terate** (-રેટ), અ૰ક્રિ૰. **alli'terative** (-રટિવ), વિ૰.

a'llocate (ઍલકેટ), સ૰ક્રિ૰ -ને માટે જુદું કાઢી આપવું, નીમી આપવું. **alloca'tion** (-કેશન), ના૰.

allocu'tion (ઍલક્યૂશન), ના૰ ઔપ-ચારિક કે ઉદ્બોધક ભાષણ.

allo't (અલૉટ), સ૰ક્રિ૰ ચિઠ્ઠીઓ નાખી અથવા અધિકારની રૂએ વહેંચી આપવું; ભાગ પાડી આપવો.

allo'tment (અલૉટ્મન્ટ), ના૰ સાંથે આપેલો જમીનનો ટુકડો.

allow' (અલાઉ), ઉ૰ક્રિ૰ -ને માટે અવકાશ હોવો; પરવાનગી આપવી; અમુક મુદતે આપ્યા કરવું; અડસટ્ટામાં વધારવું–ઘટાડવું. **~ for,** ગણતરીમાં લેવું; -ને માટે જોગવાઈ કરવી.

allow'ance (અલાવન્સ), ના૰ વળતર; ભથ્થું. **make ~s for,** નરમાશથી ન્યાય તોળવો.

a'lloy (ઍલૉઇ), ના૰ ધાતુઓનું મિશ્રણ; સોનાચાંદીમાં હલકી ધાતુનો ભેગ. સ૰ક્રિ૰ **alloy'** (અલૉઇ), (ધાતુઓનું) મિશ્રણ કરવું; ભેગ કરીને હલકું કરવું; સંયત કરવું.

a'llspice (ઑલ્સ્પાઇસ), ના૰ જમૈકા પીપર(નો ખુશબોદાર મસાલો).

allu'de (અલૂડ), સ૰ક્રિ૰ -નો જતાં જતાં–અપરોક્ષ રીતે–ઉલ્લેખ કરવો.

allur'e (અલ્યુઅર), સ૰ક્રિ૰ લલચા-વવું, લોભાવવું, મન હરણ કરવું. ના૰ આકર્ષકતા, મોહકતા. **allure'ment** (-મન્ટ), ના૰.

allu'sion (અલૂઝ઼ન), ના૰ આડકતરો ઉલ્લેખ, સૂચના. **allu'sive** (-સિવ), વિ૰.

allu'vium (અલ્યૂવિઅમ), ના૰ કાંપ. **allu'vial** (-વિઅલ), વિ૰.

ally' (અલાઇ), સ૰ક્રિ૰ વિશિષ્ટ હેતુસર ભેગું–એક–કરવું. ના૰ (**a'lly** ઍલાઇ), બીજા સાથે જોડાયેલું માણસ અથવા રાજ્ય.

Alma Ma'ter (ઍલ્મ માટર), ના૰ પોતાની શાળા કે વિદ્યાપીઠ–માતૃસંસ્થા.

a'lmanac (ઑલ્મનૅક), ના૰ (વાર્ષિક) પંચાંગ.

almigh'ty (ઑલ્માઇટિ), વિ૰ સર્વશક્તિ-માન; [વાત.] બહુ મોટું–મહાન. **the**

A~, પરમેશ્વર.

a'lmond (આમન્ડ), ના૦ બદામ (ફળ), બદામડી (ઝાડ).

a'lmoner (આમનર), ના૦ ઇસ્પિતાલ ઇ૦માં સામાજિક સેવા કરનાર.

a'lmost (ઑલ્‌મોસ્ટ), ક્રિ૦ વિ૦ ઘણું કરીને, લગભગ.

alms (આમ્ઝ઼), ના૦ ભિક્ષા, દાન. **~-house,** અન્નસત્ર, સદાવ્રત.

a'loe (ઍલો), ના૦ કુંવાર (પાઠું), [બ૦વ૦-માં] તેના રસની રેચક દવા.

alo'ft (અલૉફ્ટ), ક્રિ૦ વિ૦ ઉપર ઊંચે, માથાની ઉપર.

alo'ne (અલોન), વિધે૦ વિ૦ એકાકી; એકલું, એકલવાયું, સાથસંગાથ વિનાનું. ક્રિ૦ વિ૦ ફક્ત; કોઈના સાથ વિના.

alo'ng (અલૉંગ), નામ૦ અ૦ -ની લંબાઈ કે લાંબી બાજુ(ના કોઈ પણ ભાગ)માં થઈ ને. ક્રિ૦ વિ૦ વસ્તુની આખી લંબાઈમાં કે તેના ભાગમાં થઈ ને; -ની સાથે–સોબતમાં; આગળ, વધુ પ્રગત અવસ્થામાં.

alongsi'de (અલૉંગ્‌સાઇડ), ક્રિ૦ વિ૦ અને નામ૦ અ૦ -ની બાજુની પાસે–પડખે.

aloo'f (અલૂફ), ક્રિ૦ વિ૦ અને વિ૦ દૂર, અલગ; સહાનુભૂતિ વિનાનું; ઉદાસીન.

alou'd (અલાઉડ), ક્રિ૦ વિ૦ મોટેથી, સંભળાય એવી રીતે, [પ્રા.] મોટે સાદે.

alp (ઍલ્પ), ના૦ પર્વત શિખર, વિ૦ ક૦ (બ૦વ૦ માં, **the Alps**) સ્વિટ્ઝર્લૅન્ડ અને પાસેના દેશોનાં પર્વતશિખરો.

alpa'ca (ઍલ્પૅક), ના૦ લાંબા વાળવાળું ઘેટા જેવું એક પ્રાણી; તેનું ઊન; તે ઊનનું કાપડ, 'આલપાકા'.

a'lpenstock (ઍલ્પન્‌સ્ટૉક), ના૦ લોઢાની અણી કે કડી જડેલી–કડિઆળી ડાંગ.

a'lpha (ઍલ્ફ', –લ્ફા), ના૦ ગ્રીક વર્ણમાળાનો પહેલો અક્ષર (aને મળતો). **A~ and Omega,** આદિ અને અંત. **~ particles, rays,** વિકિરણશીલ રેડિયમમાંથી બહાર પડતાં કણ–કિરણ. **~ plus,** ઉત્તમ, સર્વોત્કૃષ્ટ.

a'lphabet (ઍલ્ફબે'ટ) ના૦ ભાષાના મૂળાક્ષરો, વર્ણમાળા; તેનાં સાંકેતિક ચિહ્નો. **alphabe'tic(al)** (-ટિક, -ટિકલ), વિ૦.

A'lpine (ઍલ્પાઇન), વિ૦ (આલ્પ્સ) પર્વતનું–ને લગતું; પર્વતીય. ના૦ પર્વતીય (પ્રદેશની) વનસ્પતિ.

alrea'dy (ઑલ્‌રે'ડિ), ક્રિ૦વિ૦ પહેલેથી, અગાઉથી, ક્યારનું; અગાઉ, પહેલાં.

Alsa'tian (ઍલ્સેશન), ના૦ જર્મન ભરવાડનો કૂતરો.

a'lso (ઑલ્સો), ક્રિ૦ વિ૦ પણ, ઉપરાંત, વધારામાં.

Alta., સંક્ષેપ. Alberta.

a'ltar (ઑલ્ટર), ના૦ દેવતાને ભોગ કે નૈવેદ્ય ધરાવવાની વેદી; પ્રભુભોજનનું ટેબલ. **~-piece,** વેદી પાછળનો પડદો કે ચિત્ર.

a'lter (ઑલ્ટર), ઉ૦ ક્રિ૦ સ્વરૂપ, સ્થિતિ, ઇ૦માં ફેરફાર કરવો; ફેરવવું. **altera'tion** (-રેશન), ના૦.

alterca'tion (ઑલ્ટર્‌કેશન), ના૦ ઝઘડો; તકરાર, રકઝક; બોલાચાલી.

alter'nate (ઑલ્ટર્‌નટ), વિ૦ (બે જાતની વસ્તુઓ અંગે) એક પછી બીજું–વારાફરતી–થતું; (ક્રમ અંગે) એકાંતરે આવતી વસ્તુઓનું બનેલું; (બ૦વ૦ નામ સાથે) દરેક બીજી વસ્તુ. ઉ૦ક્રિ૦ (**a'l-**,-નેટ) એક પછી એક–વારાફરતી–ગોઠવવું–થવું. **alternating current,** નિયમિતપણે દિશા બદલનારો વિદ્યુતપ્રવાહ. **alterna'tion** (-નેશન) ના૦.

alter'native (ઑલ્ટર્‌નટિવ), વિ૦ (બે કે વધુ વસ્તુઓ અંગે) એક બીજાનું વ્યાવર્તક, વૈકલ્પિક. ના૦ બે કે વધુ શક્યતાઓમાંથી એક, વિકલ્પ.

althou'gh (ઑલ્‌ધો), ઉભ૦ અ૦ જોકે, યદ્યપિ.

a'ltimeter (ઍલ્ટિમીટર), ના૦ દરિયાની સપાટીથી ઊંચાઈ બતાવનારું વિમાનમાંનું યંત્ર.

a'ltitude (ઍલ્ટિટ્યૂડ), ના૦ દરિયાની સપાટીથી ઊંચાઈ; [લા.] ઊંચું પદ, મોટાઈ.

a'lto (ઍલ્ટો), ના૦ [બ૦વ૦ **~s**]. ઉમરલાયક પુરુષનો ઊંચામાં ઊંચો સ્વર; એ જ માત્રાનો સ્ત્રીનો કે છોકરાનો અવાજ.

altoge'ther (ઑલ્ટગે'ધર), ક્રિ૦ વિ૦ સંપૂર્ણપણે; એકંદરે.

a'ltruism (ઍલ્ટ્રૂઇઝ઼મ), ના૦ પરોપકાર-બુદ્ધિ, નિઃસ્વાર્થપણું. **a'ltruist** (–ઇસ્ટ), ના૦. **altrui'stic** (–ઇસ્ટિક), વિ૦.

a'lum (ઍલમ), ના૦ ફટકડી, ઍલ્યુમિનિયમ અને પોટૅશિયમનો ડબલ સલ્ફેટ.

alu'mina (અલ્યુમિનૅ, -ના) ના૦ ઍલ્યુમિનિયમ ઑાકસાઇડ.

alumi'nium (ઍલ્યુમિનિઅમ), ના૦ વજનમાં હલકી એક સફેદ ધાતુ.

alu'mnus (અલમ્નસ), ના૦ [બ૦ વ૦ **ni** -નાઇ].– શાળા કે યુનિવર્સિટીનો (ભૂતપૂર્વ) વિદ્યાર્થી.

a'lways (ઑાલ્વેઝ઼), ક્રિ૦વિ૦ હંમેશાં, સદાસર્વકાળ.

am (ઍમ, અ-), **be**નું વર્ત૦ કાળનું પહેલા પુરુષનું એકવ૦.

a.m., સંક્ષેપ. *ante meridiem*, મધ્યાહ્ન પૂર્વે.

ama'lgam (અમૅલ્ગમ), ના૦ પારા સાથે બીજી ધાતુનું મિશ્રણ; મિશ્રણ.

ama'lgamate (અમૅલ્ગમેટ), ઉ૦ક્રિ૦ મિશ્રણ કરવું; એકત્ર–એક–કરવું. **amalgama'tion** (-મેશન), ના૦.

amanue'nsis (અમૅન્યુએ'ન્સિસ), ના૦ [બ૦ વ૦ **-enses** -એ'ન્સીઝ઼] શ્રુતલેખક, લહિયો.

a'maranth (ઍમરૅન્થ), ના૦ રંગીન પાંદડાંવાળું એક વૃક્ષ; કદી ન કરમાય એવું કાલ્પનિક ફૂલ. **amara'nthine** (–થાઇન), ના૦.

amary'llis (ઍમરિલિસ), ના૦ લિલી જેવાં ફૂલવાળો એક છોડ.

ama'ss (અમૅસ), સ૦ ક્રિ૦ -નો ઢગલો કરવો, સંચય – સંગ્રહ – કરવો.

a'mateur (ઍમટર), ના૦ શોખને ખાતર કળા ઇ૦ની પ્રવૃત્તિ કરનાર, અવેતન ખેલાડી.

a'mateurish (ઍમટરિશ), વિ૦ કેવળ શોખને ખાતર કર્યું હોય એવું; કુશળતા વિનાનું.

a'matory (ઍમટરિ), વિ૦ આશક-માશૂકને લગતું; શૃંગારિક.

ama'ze (અમેઝ઼), સ૦ ક્રિ૦ આશ્ચર્યચકિત કરવું, છક કરી નાખવું. **ama'zement** (–મન્ટ), ના૦.

A'mazon(ઍમઝ઼ન), ના૦ સ્ત્રી યોદ્ધાઓની એક કાલ્પનિક જાતિની સ્ત્રી; બળવાન અથવા મલ્લ જેવી સ્ત્રી. **Amazo'nian** (-ઝ઼ોનિઅન), વિ૦.

amba'ssador(ઍમ્બૅસડર),ના૦ રાજદૂત, વકીલ, એલચી. **ambassador'ial** (-ડોરિઅલ), વિ૦. **amba'ssadress** (–સડ્રિસ), ના૦ સ્ત્રી૦.

a'mber (ઍમ્બર), ના૦ કેરબો, તૃણમણિ; વાહનોની (સાવધાનીસૂચક) પીળા રંગની બત્તી.

a'mbergris (ઍમ્બરગ્રિસ), ના૦ અમ્બર, વહેલ માછલીના પેટમાંથી મળતો ચીકણો સુગંધી પદાર્થ.

a'mbiance (આંબિઆંસ), ના૦ [ફ્રેં.] પરિસર, આસપાસનું વાતાવરણ.

ambide'xt(e)rous (ઍમ્બિડે'ક્સ્ટરસ, -ટ્રસ), વિ૦ બંને હાથે કુશળતાથી કામ કરનારું, ઉભયસાચી. **ambidexte'rity** (–ટૅ'રિટિ), ના૦.

a'mbience (ઍમ્બિઅન્સ), ના૦ પરિસર, **a'mbient** (-ટ) વિ૦.

ambi'guous (ઍમ્બિગ્યુઅસ), ના૦ વિ૦ દ્વિ-અર્થી, સંદિગ્ધ, અનિશ્ચિત. **ambigu'ity** (-ગ્યૂઇટિ), ના૦.

a'mbit (ઍમ્બિટ), ના૦ હદ; સીમાઓ; અવકાશ.

ambi'tion (ઍમ્બિશન), ના૦ મહત્ત્વાકાંક્ષા, કોઈ વિશિષ્ટ પ્રાપ્તિની આકાંક્ષા, આકાંક્ષિત વસ્તુ.

ambi'tious (ઍમ્બિશસ), વિ૦ મહત્ત્વાકાંક્ષી.

ambi'valence (ઍમ્બિવલન્સ), ના૦ દ્વિધાવૃત્તિ, એક વ્યક્તિમાં એક જ વસ્તુ વિષે એકી સાથે પરસ્પર વિરોધી લાગણીઓ હોવી તે. **ambi'valent** (-લન્ટ), વિ૦.

a'mble (ઍમ્બલ), ના૦ ઘોડાની ધીમી–રવાલ–ચાલ. અ૦ક્રિ૦ (ઘોડાએ) રવાલ ચાલે

ચાલવું; એ ચાલે ચાલતા ઘોડે બેસવું. ના૦

ambro'sia (ઍમ્બ્રોઝ્ય, -ઝ્યા), ના૦ દેવોનું અન્ન, અમૃત; સ્વાદિષ્ટ અથવા સુગંધી વસ્તુ. **ambro'sial** (-ઝ્યલ), વિ૦.

a'mbulance (ઍમ્બ્યુલન્સ), ના૦ઘાયલ કે માંદાને લઈ જવાનું વાહન; લશ્કરની પાછળ ફરતું જંગમ દવાખાનું.

a'mbulatory (ઍમ્બ્યુલટરિ), વિ૦ ચાલવા કે ફરવાનું-માટેનું.

ambusca'de (ઍમ્બસ્કેડ), ના૦ અને સ૦ક્રિ૦ છાપો મારવા ભરાઈ રહેવું (તે), ભરાઈ રહેવાની જગ્યા.

a'mbush (ઍમ્બુશ), ના૦ ઓચિંતો હુમલો કરવા લશ્કરને સંતાડી રાખવું - લશ્કરે સંતાઈ રહેવું - તે, આવો હુમલો, છાપો. સ૦ક્રિ૦ છાપો મારવા ભરાઈ રહેવું, ભરાઈ રહેવાની જગ્યામાંથી છાપો મારવો.

ame'liorate (અમીલિઅરેટ), ઉ૦ક્રિ૦ સુધારવું; સુધરવું. **ameliora'tion** (-રેશન), ના૦. **ame'liorative** (-રટિવ), વિ૦.

ame'n (આમે'ન, એ-), કે૦અ૦ આમીન, તથાસ્તુ.

ame'nable (અમીનબલ), વિ૦ વશ કરી શકાય-માને-એવું; જવાબદાર. **amenabi'lity** (-બિલિટિ) ના૦.

ame'nd (અમે'ન્ડ), ઉ૦ક્રિ૦ ભૂલ સુધારવી; સુધારવું; પરચૂરણ સુધારા કરવા-સૂચવવા.

ame'ndment (અમે'ન્ડ્મન્ટ), ના૦ દસ્તાવેજ ઇ૦માં સુધારોવધારો, ફેરફાર; [અમે.] સંયુક્ત રાજ્યોના બંધારણમાં ઉમેરેલી કલમ.

ame'nds (અમે'ન્ડ્ઝ઼), ના૦બ૦વ૦ નુકસાન, ઈજા, ઇ૦નો બદલો, નુકસાન-ભરપાઈ.

ame'nity (અમીનિટિ), ના૦ સ્થળ ઇ૦ની મનોરંજકતા, સુખકારકતા; [બ૦ વ૦માં] સુખસગવડો.

Ame'rican (અમે'રિકન), વિ૦ અમેરિકાનું કે સંયુક્ત રાજ્યોનું. ના૦ અમેરિકાનો નાગરિક; અમે.માં બોલાતી અંગ્રેજી ભાષા.

Ame'ricanism (અમે'રિકનિઝ઼મ), ના૦ અમેરિકામાં ખાસ વપરાતો શબ્દ, રૂઢિપ્રયોગ, ઇ૦.

Ame'ricanize (અમે'રિકનાઇઝ઼), ઉ૦ક્રિ૦ રહેણીકરણી ઇ૦માં અમેરિકન બનાવવું - બનવું.

a'methyst (ઍમિથિસ્ટ), ના૦ એક કીમતી રત્ન, યાકૂત. **amethy'stine** (-સ્ટાઇન), વિ૦.

a'miable (એમિઅબલ), વિ૦ મિત્રતાવાળું મળતાવડું. **amiabi'lity** (-બિલિટિ), ના૦.

a'micable (ઍમિકબલ), વિ૦ મિત્રતા-ભર્યું. **amicabi'lity** (-બિલિટિ), ના૦.

ami'd(st) (ઍમિડ્(સ્ટ)), નામ૦ અ૦ -ની વચ્ચે - વચમાં.

ami'dships (ઍમિડ્શિપ્સ), ક્રિ૦વિ૦ વહાણની વચ્ચે.

ami'no (અમીનો), વિ૦. **~ acid,** પ્રોટીનમાં મળતું એક સેન્દ્રિય અમ્લ.

ami'ss (અમિસ), ક્રિ૦વિ૦ અને વિધે૦ વિ૦ બગડેલું; ખોટું, અજુગતું; ખોટી રીતે.

a'mity (ઍમિટિ), ના૦ મિત્રાચારી-દોસ્તી-(નો સંબંધ).

a'mmeter (ઍમિટર), ના૦ વીજળીનો પ્રવાહ 'ઍમ્પિઅર્સ'માં માપવાનું યંત્ર.

ammo'nia (અમોનિઅ, -આ), ના૦ ઉગ્ર ગંધવાળો એક વર્ણહીન વાયુ, એમોનિયા, નવસાર,; તેનું પાણીમાં કરેલું દ્રાવણ. **ammo'niac** (-નિઍક), વિ૦. **ammoni'acal** (ઍમનાયકલ), વિ૦. **ammo'niated** (-નિએટિડ), વિ૦.

a'mmonite (ઍમનાઇટ), ના૦ માછલીની છીપનો બનેલો ગોળ ગોળ વળેલા શિંગડા જેવો પથ્થર - અશ્મિલ.

ammuni'tion (ઍમ્યુનિશન), ના૦ દારૂગોળો, સ્ફોટક સાધનો ઇ૦ યુદ્ધસામગ્રી; [લા.] દલીલમાં વપરાતી હકીકતો ઇ૦.

amne'sia (ઍમ્નીઝ્ય - ઝ્યા,), ના૦ સ્મૃતિલોપ-ભ્રંશ.

a'mnesty (ઍમ્નિસ્ટિ,), ના૦ સાર્વત્રિક માફી, વિ૦ક૦ રાજકીય ગુના અંગે. ઉ૦ક્રિ૦ સાર્વત્રિક માફી આપવી.

a'mnion (ઍમ્નિઅન), ના૦ જન્મ પહેલાંનું ગર્ભનું અન્તરત્વચાનું આવરણ. **amnio'tic** (-ઑટિક), વિ૦.

amoe'ba (અમીબ), ના૦ [બ૦વ૦ ~s અથવા **-bae** -બી] પાણીમાં મળતો તદ્દન પ્રાથમિક અવસ્થાનો એકકોશી જીવ.

amo'k (અમૉક), **amu'ck** (અમક), ક્રિ૦વિ૦ બેકાબૂ થઈને ઇ૦. **run~**, ગાંડું કે લોહીતરસ્યું થઈ ને જેને તેને મારવા દોડવું; બેકાબૂ થવું.

amo'ng(st), (અમંગ્(સ્ટ)), નામ૦ અ૦ -ના સમુદાયમાં-સંખ્યામાં; -ની મર્યાદામાં-વચ્ચે.

amo'ral (અમૉરલ),વિ૦ નૈતિક નિર્બંધો વિનાનું, નીતિનિરપેક્ષ.

a'morous (ઍમરસ), વિ૦ પ્રેમનું-ને લગતું, વિ૦ક૦ ઇશ્કી; પ્રેમમાં (પડેલું).

amor'phous (અમૉર્ફસ), વિ૦ ચોક્કસ આકાર વિનાનું; પાસા પડયા વિનાનું; અવ્યવસ્થિત.

amou'nt (અમાઉન્ટ), અ૦ક્રિ૦ જથો, મૂલ્ય, મહત્ત્વ, ઇ૦માં સરખું હોવું; -નો સરવાળો થવો. ના૦ કુલ જથો.

amour' (અમુઅર), ના૦ પ્રણય કિસ્સો; ગુપ્ત પ્રેમસંબંધ.

amour-pro'pre (ઍમુઅર પ્રૉપ્ર), ના૦ અહંપ્રેમ, આત્મસંમાન. [ફ્રેં.]

amp (ઍમ્પ), ના૦ [વાત.]=ampere; પ્રવર્ધક, ધ્વનિવર્ધક.

a'mpere (ઍમ્પિઅર), ના૦ વિદ્યુત-પ્રવાહ (માપવા)નો એકમ.

a'mpersand (ઍમ્પર્સન્ડ), ના૦ '&' (અને)નું ચિહ્ન.

amphe'tamine (ઍમ્ફે'ટમીન), ના૦ લોહીના ભરાવાને મોકળો કરનારી ઉત્તેજક દવા.

amphi'bian (ઍમ્ફિબિઅન), વિ૦ અને ના૦ ઉભચર (પ્રાણી). એના જેવું જમીન અને પાણી બંનેમાં ચાલનાર (વાહન-વિમાન.) **amphi'bious** (-બિઅસ), વિ૦.

a'mphitheatre (ઍમ્ફિથિઅટર), ના૦ અર્ધ કે લંબ ગોળાકાર નાટકશાળા; નાટકશાળાની અર્ધગોળાકાર ગૅલરી-પરસાળ.

a'mphora (ઍમ્ફરૅ, -રા), ના૦ [બ૦ વ૦ ~s -રાઝ, ~e -રી]. બે હાથ કે કાનવાળું વાસણ, બરણી.

a'mple (ઍમ્પલ), વિ૦ મોકળાશવાળું, વિશાળ; વિસ્તીર્ણ; વિપુલ; તદ્દન પૂરતું.

a'mplifier (ઍમ્પ્લિફાયર), ના૦ પ્રવર્ધક, વીજળિક સંદેશા કે રેડિયોના અવાજને મોટો કરનારું યંત્ર, ધ્વનિવર્ધક.

a'mplify (ઍમ્પ્લિફાઇ), ઉ૦ક્રિ૦ મોટું કરવું, (રેડિયો, વીજળિક સંદેશા, ઇ૦) વધુ શક્તિશાળી બનાવવું. **amplifica'tion** (-ફિકેશન), ના૦.

a'mplitude (ઍમ્પ્લિટ્યૂડ), ના૦ મોકળાશ, વિશાળતા; [પદાર્થ.] કંપ-આંદોલન-વિસ્તાર, [વીજ.] વીજળીના પરાવર્તી પ્રવાહ કે તરંગનું સરેરાશથી વધુમાં વધુ દૂર જવું તે.

a'mpoule (ઍમ્પૂલ), ના૦ હવાબંધ નાની શીશી.

a'mputate (ઍમ્પ્યુટેટ), સ૦ક્રિ૦ (અવયવ વગેરે) કાપી નાખવું. **amputa'tion** (-ટેશન), ના૦.

amu'ck (ઍમક), જુઓ **amok**.

a'mulet (ઍમ્યુલિટ), ના૦ મંતરેલું માદળિયું - તાવીજ.

amu'se (અમ્યૂઝ), સ૦ક્રિ૦ રમૂજ પમાડવી, -નું મનરંજન કરવું, -ને હસાવવું. **amu'sement** (-મન્ટ), ના૦.

an (અન, ઍન), જુઓ **a**.

ana'chronism (અનૅક્રનિઝ્મ), ના૦ કાળવિપર્યાસ (ની ભૂલ); પ્રચલિત કાળ સાથે મેળ ન ખાનારી વ્યક્તિ-વસ્તુ. **anachroni'stic** (-નિસ્ટિક), વિ૦.

anaco'nda (ઍનકૉન્ડૅ, -ડા), ના૦ દ૦ અમે૦નો ઉષ્ણકટિબંધનો મોટો સર્પ.

anae'mia (અનીમિઅ, -આ), ના૦ રુધિરાભાવ, રક્તક્ષય.

anae'mic (અનીમિક), વિ૦ પાંડુરોગ (ના લક્ષણ)વાળું; જુસ્સા વિનાનું.

anaesthe'sia (ઍનિસ્થીઝ્ય, -ઝ્યા), ના૦ (કૃત્રિમ રીતે ઉપજાવેલી) બેભાન

અવસ્થા.

anaesthe'tic (ઍનિસ્થે'ટિક), વિ૦ અને ના૦ બેભાન બનાવનાર (દવા).

anaesthe'tist (અનીસ્થે'ટિસ્ટ), ના૦ બેભાન બનાવવાની દવા આપનાર દાક્તર.

anae'sthetize (અનિસ્થટાઇઝ઼), સ૦ ક્રિ૦ બેભાન બનાવવાની દવા આપવી.

a'nagram (ઍનગ્રૅમ), ના૦ એક શબ્દના કે શબ્દસમૂહના અક્ષરો ફેરવીને બનાવેલો બીજો શબ્દ કે શબ્દસમૂહ.

a'nal (એનલ), વિ૦ ગુદાનું–ને લગતું.

analge'sia (ઍનૅલ્જ઼િઝ઼િઅ), ના૦ વેદનાનો અભાવ, વેદનાપરિહાર.

analge'sic (ઍનૅલ્જીસિક), વિ૦ અને ના૦ વેદનાપરિહારક (દવા).

ana'logous (અનૅલગસ), વિ૦ સરખું, મળતું; સમાંતર.

a'nalogue (ઍનલૉગ). ના૦ સરખી–મળતી–સમાંતર–વસ્તુ. **~ computer,** સંખ્યાને બદલે પદાર્થના ભૌતિક પ્રમાણ (વજન, લંબાઈ, વૉલ્ટેજ, ઇ૦) વાપરનારું ગણકયંત્ર. અનુરૂપ સંગણક.

ana'logy (અનૅલજિ), ના૦ સમાંતરતા, સામ્ય, સરખા દાખલા પરથી દલીલ (કરવી તે). **analo'gical** (ઍનલૉજિકલ), વિ૦.

a'nalyse (ઍનલાઇઝ઼), સ૦ક્રિ૦ પદાર્થનું પૃથક્કરણ કરવું; -ની રચના તપાસવી; મનોવિશ્લેષણ કરવું.

ana'lysis (અનૅલિસિસ), ના૦ (બ૦ વ૦ -**lyses** – લિસીઝ઼) પૃથક્કરણ; મનોવિશ્લેષણ.

a'nalyst (ઍનલિસ્ટ), ના૦ પૃથક્કરણ કરનાર.

a'nalytic(al) (ઍનલિટિક, -કલ) વિ૦ પૃથક્કરણનું, પૃથક્કરણાત્મક.

a'narchism (ઍનર્કિઝ઼્મ), ના૦ અરાજ્યવાદ. **a'narchist** (-ર્કિસ્ટ), ના૦. **anar'chistic** (-કિસ્ટિક), વિ૦.

a'narchy (ઍનર્કિ), ના૦ અરાજક, અવ્યવસ્થા, અંધાધૂંધી. **anar'chic(al)** (અનાર્કિક, -કલ), વિ૦.

ana'thema (અનૅથિમે, -મા), ના૦ શાપ; શાપિત–ઘૃણિત–વસ્તુ.

ana'thematize (અનૅથિમટાઇઝ઼), સ૦ ક્રિ૦ -ને શાપ દેવો.

ana'tomize (અનૅટમાઇઝ઼), સ૦ક્રિ૦ શવચ્છેદન કરવું.

ana'tomy (અનૅટમિ), ના૦ શરીરરચના (શાસ્ત્ર), [મજાકમાં] માનવશરીર. **anato'mical** (ઍનટૉમિકલ), વિ૦. **anatomist** (અનૅટમિસ્ટ), ના૦.

a'ncestor (ઍન્સિસ્ટર), ના૦ પૂર્વજ. **a'ncestress** (-સ્ટ્રિસ), ના૦ સ્ત્રી૦.

ance'stral (ઍન્સે'સ્ટ્રલ) વિ૦ પૂર્વજો પાસેથી વારસામાં મળેલું.

a'ncestry (ઍન્સિસ્ટ્રિ), ના૦ પૂર્વજો, પ્રાચીન વંશ.

a'nchor (ઍંકર). ના૦ લંગર, નાંગર, (વહાણનું કે વિમાનનું). ઉ૦ક્રિ૦ લંગરવાર કરવું – થવું, નાંગરવું, સ્થિર – દૃઢ – કરવું. **~man,** રમતગમતની ટુકડીમાં ઘણો મહત્ત્વનો ભાગ ભજવનાર; રેડિયો પ્રસારણ ઇ૦માં સૂત્રધાર.

a'nchorage (ઍંકરિજ), ના૦ નાંગરવું તે; લંગરવાડો; પાકો આધાર.

a'nchorite (ઍંકરાઇટ), ના૦ યતિ, વૈરાગી.

a'nchovy (ઍંચવિ), ના૦ 'હેરિંગ'ની જાતની તીખા સ્વાદવાળી માછલી.

ancien régi'me (આંસ્યેં રેઝીમ), ના૦ રાજ્યક્રાન્તિ પૂર્વેની ફ્રાંસની રાજ્યપદ્ધતિ, જૂની રાજ્યવ્યવસ્થા. [ફ્રેં.]

a'ncient (એન્શન્ટ),વિ૦ પ્રાચીન(કાળનું), જૂનું. **A~ of Days,** પરમેશ્વર.

anci'llary (ઍન્સિલરિ), વિ૦ ગૌણ, પેટાનું, તાબાનું.

and (ઍન્ડ), ઉભ૦ અ૦ અને, તથા.

anda'nte (ઍન્ડૅન્ટિ), ક્રિ૦વિ૦, વિ૦ અને ના૦ [સં.] ધીરે ધીરે (વગાડાતી સંગીત-રચના).

a'ndiron (ઍન્ડાયર્ન), ના૦ ચૂલામાં બળતાં લાકડાંના આધાર માટેનો કઠેરો.

andro'gynous (ઍન્ડ્રૉજિનસ), વિ૦

ઉભયલિંગી.

a'necdote (ઍનિક્‌ડોટ), ના૦ કોઈ છૂટક પ્રસંગની વાત, ટુચકો. **anecdo'tal** (-ડોટલ), વિ૦.

anemo'meter (ઍનિમૉમિટર), ના૦ પવન(વેગ)માપક. **anemome'tric** (-મમે'ટ્રિક), વિ૦. **anemo'metry** (-મૉમિટ્રિ), ના૦.

ane'mone (અને'મનિ), ના૦ તારાના આકારનું એક જંગલી ફૂલ. **sea ~**, એવા ફૂલ જેવું એક દરિયાઈ પ્રાણી.

a'neroid (ઍનરૉઇડ), વિ૦ અને ના૦ નિર્વાત વાયુદાબમાપક, બૅરોમીટર.

a'neurysm, a'neurism, (ઍન્યુઅરિઝ્‌મ), ના૦, ધમનીદાહ–સોજો.

anew' (અન્યૂ), ક્રિ૦ વિ૦ ફરીથી, નવેસર.

a'ngel (ઍન્જલ), ના૦ દેવદૂત; રક્ષક સત્ત્વ; ભલો કે નિષ્પાપ માણસ. **~ cake**, બહુ જ પોચી અને ગળી રોટી–કેક. **ange'lic** (ઍન્જે'લિકૅ), વિ૦.

ange'lica (ઍન્જે'લિકૅ), ના૦ એક ખુશબોદાર વનસ્પતિ, તેના ખાંડ પાયેલા સાંઠા.

a'ngelus (ઍ'જિલસ), ના૦ રોમન કૅથલિક ચર્ચમાં થતી ત્રિકાળ ઉપાસના (વખતે વગાડાતો ઘંટ).

a'nger (ઍ'ગર), ના૦ ગુસ્સો, ક્રોધ; નારાજગી. સ૦ક્રિ૦ ગુસ્સે કરવું.

angi'na (ઍન્જાઇનૅ, -ના), ના૦. **~ (pe'ctoris)**, ઉરઃશૂળ, હૃત્‌શૂળ.

a'ngle[1] (ઍ'ગલ), ના૦ બે લીટીઓ કે સપાટીઓ વચ્ચેનો ખૂણો, કોણ, (બે દીવાલ વચ્ચેનો) ખૂણો; [વાત.] દૃષ્ટિકોણ. સ૦ક્રિ૦ ત્રાંસું ખસેડવું–મૂકવું; [વાત.] અમુક દૃષ્ટિબિંદુથી (સમાચાર ઇ૦) આપવું.

a'ngle[2], અ૦ક્રિ૦ આંકડા અને ગલ વતી માછલાં પકડવાં. **a'ngler** (-લર), ના૦.

A'nglican (ઍ'ગ્લિકન), વિ૦ અને ના૦ ઇંગ્લૅન્ડના સુધરેલા ચર્ચનો (સભ્ય). **A'nglicanism** (-નિઝ્‌મ), ના૦.

A'nglicism (ઍ'ગ્લિસિઝ્‌મ), ના૦ અંગ્રેજી ભાષાની લઢણ –રૂઢિ.

A'nglicize (ઍ'ગ્લિસાઇઝ્‌), સ૦ક્રિ૦ રૂપ અથવા સ્વભાવમા અંગ્રેજી બનાવવું.

Anglo- (ઍ'ગ્લો-), સંયોગી રૂપ. આંગ્લ-, ઇંગ્લિશ, બ્રિટિશ.

Anglo-Ca'tholic (ઍ'ગ્લોકૅથલિક), વિ૦ અને ના૦ કૅથલિક ધર્મસિદ્ધાન્તનો આગ્રહ રાખનાર ઇંગ્લૅન્ડના ચર્ચનો (સભ્ય).

Anglo-I'ndian (ઍ'ગ્લો-ઇન્ડિઅન), વિ૦ અને ના૦ જન્મે બ્રિટિશ પણ હિન્દમાં લાંબો વખત રહેલું (માણસ); યુરેશિયન.

A'nglophile (ઍ'ગ્લફાઇલ), વિ૦ અને ના૦ આંગ્લપ્રેમી.

A'nglophobe (ઍ'ગ્લફોબ), વિ૦ અને ના૦ અંગ્રેજની બીક કે દ્વેષવાળું (માણસ), આંગ્લદ્વેષી. **Anglopho'bia** (-ફોબિઅ, -આ), ના૦.

Anglo-Sa'xon (ઍ'ગ્લો-સૅક્સન), વિ૦ અને ના૦ નૉર્મન વિજય પહેલાંનું જૂનું અંગ્રેજી (માણસ અથવા ભાષા), ઇંગ્લિશ વંશનું (માણસ).

ango'ra (ઍ'ગોરૅ, -રા), ના૦ અંગોરાના બકરા કે ઘેટાના વાળનું કાપડ. **~(wool)**, અંગોરા સસલાના વાળના મિશ્રણવાળું ઘેટાનું ઊન. **~ cat, goat, rabbit**, લાંબા વાળવાળી બિલાડી, બકરો, સસલું.

angostu'ra (ઍ'ગસ્ટ્યુઅરૅ), ના૦ દ અમે.ના એક ઝાડની ખુશબોદાર કડવી છાલ.

a'ngry (ઍ'ગ્રિ), વિ૦ ગુસ્સે થયેલું, ક્રુદ્ધ; (ગૂમડા ઇ૦ અંગે) સોજા – દાહ – દરદ – વાળું.

Angst (ઍ'ગ્સ્ટ), ના૦ ચિંતા, ગુનાહિત હોવાની ભાવના. [જ.]

ångs om (ઍ'ગસ્ટ્રૉમ), ના૦ તરંગલંબાઈ માપવાનો એકમ.

a'nguish (ઍ'ગ્વિશ), ના૦ તીવ્ર શારીરિક અથવા માનસિક વેદના.

a'nguished (ઍ'ગ્વિશ્ટ), વિ૦ તીવ્ર વેદનાવાળું – સૂચક.

a'ngular (ઍ'ગ્યુલર), વિ૦ કોણ – કોણો–વાળું, તીક્ષ્ણ કે ધારવાળા ખૂણા(ઓ)-વાળું; સુંવાળપ વિનાનું, (શરીર અંગે) એકવડું. **~ distance,** કોણીય અંતર.

angula'rity (ઍ'ગ્યુલૅરિટિ), ના૦.

anhy'drous (અન્‌હાઇડ્રસ),વિ૦ [રસા.] પાણી–જળ વિનાનું.

a'niline (ઍનિલિન), નાo કોલટાર કે ડામરમાંથી મળતું તૈલી પ્રવાહી. ~ **dye**, તેમાંથી બનાવાતો રંગ, કૃત્રિમ રંગ.

animadver't (ઍનિમૅડ્વર્ટ), અ૦ક્રિ૦ ટીકા કે નિંદા કરવી. **animadver'sion** (ઍનિમૅડ્વર્શન), ના૦.

a'nimal (ઍનિમલ) ના૦ જીવ, પ્રાણી; વિ૦ક૦ માનવેતર પ્રાણી. વિ૦ પ્રાણીઓ (ના સ્વરૂપ)નું; દેહને કે ઇન્દ્રિયોને અથવા તેમના વિષયોને લગતું.

anima'lcule (ઍનિમૅલ્ક્યૂલ), ના૦ અતિસૂક્ષ્મ જીવ કે પ્રાણી.

a'nimalism(ઍનિમલિઝ્મ),ના૦(કેવળ) પ્રાણીસહજ વ્યાપાર અથવા સુખોપભોગ; પશુધર્મ.

anima'lity (ઍનિમૅલિટિ), ના૦ (કેવળ) પ્રાણીસહજ સ્વભાવ, પશુવૃત્તિ.

a'nimate (ઍનિમેટ), સ૦ક્રિ૦ -માં પ્રાણ ફૂંકવો, સજીવ બનાવવું. વિ૦ (-મટ) જીવતું, ચેતનવંતું, ઉત્સાહી.

a'nimated (ઍનિમેટિડ), વિ૦ જોસીલું, ચેતનવંતું; (ચિત્રપટ અંગે) ચિત્રો, ઢીંગલીઓ, ઇ૦ની છબીઓ લઈને પડદા પર રજૂ કરતાં હલનચલન કરતાં દેખાય એવી રીતે બનાવેલું. **anima'tion** (-મેશન), ના૦.

a'nimator (ઍનિમેટર), ના૦ સજીવ દેખાતાં ચિત્રપટો બનાવનાર કલાકાર.

a'nimism (ઍનિમિઝ્મ), ના૦ જીવવાદ, સર્વચેતનવાદ, જડાત્મવાદ. **a'nimist** (-મિસ્ટ),ના૦. **animi'stic** (-મિસ્ટિક), વિ૦.

animo'sity (ઍનિમૉસિટિ), ના૦ વેર, શત્રુતા.

a'nimus(ઍનિમસ),ના૦અંટસ, વેર ભાવ.

a'nion (ઍનાયન), ના૦ ઋણ ભારાન્વિત વીજાણુ, ઋણાયન.

a'nise (ઍનિસ), ના૦ સુવાનો છોડ.

a'niseed (ઍનિસીડ), ના૦ સુવાનાં બીજ.

a'nkle (ઍંકલ), ના૦ પગની ઘૂંટી.

a'nklet (ઍંક્લિટ), ના૦ નૂપુર, કલ્લું, ઇ૦; બેડી.

ankylo'sis (ઍંકિલોસિસ), ના૦ [બ૦વ૦ **-lo'ses** -સીઝ઼] હાડકાં ભેગાં થવાથી સાંધાનું અક્કડપણું.

a'nnals (ઍનલ્ઝ), ના૦બ૦વ૦ વર્ષાનુક્રમે લખેલો ઇતિહાસ, સાલવાર બખ્ખર, ઐતિહાસિક કાગળપત્રો. **a'nnalist** (-લિસ્ટ), ના૦.

annea'l (અનીલ), સ૦ક્રિ૦ તપાવીને સામાન્યતઃ ધીમે ધીમે ઠંડું પાડીને મજબૂત બનાવવું; [લા.] મજબૂત બનાવવું.

a'nnelid (ઍનલિડ), ના૦ અળસિયું, જળો, ઇ૦ કડીવાળો કીડો.

anne'x (અનૅ'ક્સ), સ૦ક્રિ૦ પુરવણી કે પરિશિષ્ટ તરીકે જોડવું – ઉમેરવું; -નો કબજો લેવો, ખાલસા કરવું. **annexa'tion** (-સેશન), ના૦.

a'nnexe (ઍનૅ'ક્સ), ના૦ પુરવણી (તરીકે બાંધેલું) મકાન.

anni'hilate (અનાયલેટ), સ૦ક્રિ૦ સદંતર–જડમૂળથી–નાશ કરવો. **annihila'tion** (-યલેશન), ના૦.

anniver'sary (ઍનિવર્સરિ), ના૦ વાર્ષિક દિવસ (ની ઉજવણી).

Anno Do'mini (ઍનોડૉમિનાઇ),ઈસવી સનમાં; [વાત.] વૃદ્ધાવસ્થા.

a'nnotate (ઍનટેટ), સ૦ક્રિ૦ ચોપડી ઇ૦માં નોંધો ઉમેરવી. **annota'tion** (-ટેશન),ના૦. **a'nnotator**(-ટેટર),ના૦.

annou'nce (અનાઉન્સ), સ૦ક્રિ૦ જાહેર કરવું, કોઈના આગમનની ખબર આપવી. **annou'ncement** (-મન્ટ), ના૦. **annou'ncer** (-સર), ના૦ (વિ૦ક૦ આકાશવાણીના પ્રસારણમાં) જાહેર કરનાર.

annoy' (અનૉઇ), સ૦ક્રિ૦ ત્રાસ આપવો, પજવવું; ગુસ્સે કરવું. **annoy'ance** (-યન્સ), ના૦.

a'nnual (ઍન્યુઅલ) વિ૦ વરસથી ગણાતું; વરસે વરસે થતું. ના૦ એક વરસ જીવતો છોડ; વાર્ષિક (સામયિક).

annu'itant (અન્યૂઇટન્ટ), ના૦ વર્ષાસન મેળવનાર.

annu'ity (અન્યૂઇટિ), ના૦ વર્ષાસન; દર વરસે અમુક રકમ મળે એવી રીતે વ્યાજે મૂકેલી રકમ.

annu'l (અનલ), સ૦ક્રિ૦ નાબૂદ કરવું, રદ કરવું; બેકાયદે-રદ-બાતલ જાહેર કરવું. **annu'lment** (-મન્ટ), ના૦.

a'nnular (ઍન્યુલર), વિ૦ વીંટી જેવું, વલયાકાર.

a'nnulate (ઍન્યુલટ), વિ૦ વલયાંકિત, વલયોનું બનેલું.

annuncia'tion (અનન્શિએશન), ના૦ જાહેરાત, વિ.ક. (**A~**) ઈશુના અવતારની કુમારી મેરીને દેવદૂતે આપેલી ખબર; એ દિવસ.

a'node (ઍનોડ), ના૦ વિદ્યુત્કોષનું ધનાગ્ર.

a'nodyne (ઍનડાઇન), વિ૦ દરદ મટાડનારું, શામક. ના૦ પીડાનાશક દવા, ઘટના, ઇ૦.

anoi'nt (અનૉઇન્ટ), સ૦ક્રિ૦ ઉપર ઊટણું કે તેલ ચોપડવું, વિ૦ ક૦ ધાર્મિક વિધિ તરીકે.

ano'malous (અનૉમલસ), વિ૦ અનિયમિત, વિલક્ષણ. **ano'maly** (-મલિ) ના૦.

ano'n (અનૉન), ક્રિ૦વિ૦ [પ્રા.] જલદી, અબીહાલ.

anon., સંક્ષેપ. anonymous.

ano'nymous (અનૉનિમસ), વિ૦ (લેખકના) નામ વિનાનું, નનામું. **anony'mity** (-નિમિટિ), ના૦.

a'norak (ઍનરૅક), ના૦ ટોપ સાથેનો ચામડાનો કે મીણિયાનો જલાભેદ્ય કોટ.

anore'xia (ઍનરૅ'ક્સિઅ), ના૦ ક્ષુધા કે વાસનાનો અભાવ. **~ nervo'sa** (-નર્વોસં), ભાવનાની ઉત્તેજનાને લીધે થતી દીર્ઘકાલીન ક્ષુધાનાશની સ્થિતિ.

ano'ther (અનધર), સર્વં૦ અને વિ૦ બીજું-વધારાનું-જુદું-(માણસ).

a'nswer (આન્સર), ઉ૦ક્રિ૦ -નો જવાબ આપવો; -ના જવાબમાં કશુંક કરવું; -ને માફક આવવું, ગરજ સારવી; વર્ણન ઇ૦ને મળતું આવવું. ના૦ સવાલ, આરોપ, ઇ૦નો જવાબ-ઉત્તર; સવાલનો ઉકેલ.

a'nswerable (આન્સરબલ), વિ૦ જવાબદાર, ઉત્તરદાયી (*for, to*).

ant (ઍન્ટ), ના૦ કીડી. **~-eater**, કીડીઓ ખાઈને જીવનાર સસ્તન પ્રાણી. **~-hill**, કીડીનું દર, રાફડો.

anta'cid (ઍન્ટૅસિડ), ના૦ અને વિ૦ વિ૦ ક૦ પેટમાં થતા અમ્લને રોકનાર કે મટાડનાર (દવા).

anta'gonism (ઍન્ટૅગનિઝ્મ), ના૦ (સક્રિય) વિરોધ, દુશ્મનાવટ. **antagoni'stic** (-નિસ્ટિક), વિ૦.

anta'gonist (-ગનિસ્ટ), ના૦ સામાવાળો, વિરોધી, પ્રતિસ્પર્ધી.

anta'gonize (-ગનાઇઝ્), સ૦ક્રિ૦ -માં દુશ્મનાવટ પેદા કરવી.

antar'ctic (ઍન્ટાર્કિટક), વિ૦ અને ના૦ દ. ધ્રુવ પ્રદેશ (નું).

a'nte (ઍન્ટિ), ના૦ 'પોકર'ની રમતમાં નવાં પત્તાં લેતાં પહેલાં રમનારે બકેલી હોડ.

ante- (ઍન્ટિ-), ઉપ૦ પૂર્વે, પૂર્વેનું, અગાઉનું.

antece'dent (ઍન્ટિસિડન્ટ), વિ૦ -ની પહેલાંનું. ના૦ પૂર્વેની ઘટના કે બીના; [વ્યાક.] સંબંધ ધરાવતો આગળ આવી ગયેલો શબ્દ, તત્પદ; [બ૦વ૦] કોઈનો પૂર્વેતિહાસ. **antece'dence** (-ડન્સ), ના૦.

a'ntechamber (ઍન્ટિચેમ્બર), ના૦ દીવાનખાનામાં જવાનો નાનો ઓરડો.

anteda'te (ઍન્ટિડેટ), સ૦ક્રિ૦ વાસ્તવિક તારીખ પહેલાંની તારીખ લખવી; -ની પહેલાં થવું.

antedilu'vian (ઍન્ટિડિલૂવિઅન), વિ૦ જલપ્રલય પહેલાંનું; [વાત.] અતિજૂનું, જુનવાણી.

a'ntelope (ઍન્ટિલોપ), ના૦ કાળિયાર, હરણ.

antena'tal (ઍન્ટિનેટલ), વિ૦ જન્મ પહેલાંનું; ગર્ભાવસ્થાને લગતું.

ante'nna (ઍન્ટૅ'નં), ના૦ [બ૦વ૦ **~e** -ની] જંતુના કે કવચવાળા પ્રાણીના માથા આગળની શિંગડા જેવી સ્પર્શેન્દ્રિય, મૂછ;

[અમે. બ૦વ૦ ~s] વાજળીનાં મોજાં ગ્રહણ કરનાર તાર, એરિયલ.

antepenu'lt (imate) (ઍન્ટિપિનલ્ટ -લ્ટિમટ), વિ૦ અને ના૦ ઉપાન્ત્યની પૂર્વેનો (અક્ષર).

ante'rior (ઍન્ટિઅરિઅર), વિ૦ પૂર્વવર્તી; અગ્રવર્તી.

a'nte-room (ઍન્ટરૂમ), ના૦ દીવાન-ખાનામાં જવાનો ઓરડો.

a'nthem (ઍન્થમ), ના૦ ચર્ચના ઉપયોગ માટેની ટૂંકી સંગીતરચના; સ્તોત્ર.

a'nther (ઍન્થર), ના૦ પરાગકોશ.

antho'logy (ઍન્થૉલજિ), ના૦ સાહિત્ય-સંગ્રહ, વીણેલી કંડિકાઓ અથવા કાવ્યોનો સંગ્રહ. **antho'logist** (-લજિસ્ટ), ના૦.

a'nthracite (ઍન્થ્રસાઇટ), ના૦ સખત (ધીમે બળતો) કોલસો. **anthraci'tic** (-સિટિક), વિ૦.

a'nthrax (ઍન્થ્રૅક્સ), ના૦ ઘેટાં ને ઢોરનો એક જીવલેણ રોગ, જેનો માણસને પણ ચેપ લાગે છે.

a'nthropoid (ઍન્થ્રપૉઇડ), વિ૦ અને ના૦ માણસને મળતો (વાંદરો).

anthropo'logy (ઍન્થ્રપૉલજિ), ના૦ માનવશાસ્ત્ર, એક પ્રાણી તરીકે માનવનું શાસ્ત્ર; માનવજાતિનું વિ૦ક૦ સમાજો અને રૂઢિઓનું શાસ્ત્ર. **anthropolo'gical** (-પલૉજિકલ), વિ૦.**anthropo'logist** (-પૉલજિસ્ટ), ના૦.

anthropomor'phic (ઍન્થ્રપમૉર્ફિક) વિ૦ ઈશ્વર, પ્રાણી, ઇ૦ને માનવ આકાર અથવા વ્યક્તિત્વ આપનારું. **anthropo-mor'phism** (-મૉર્ફિઝ્મ), ના૦.

anthropomor'phize (-મૉર્ફાઇઝ઼), સ૦ક્રિ૦.

anthropomor'phous (ઍન્થ્રપ-મૉર્ફસ), વિ૦ માનવાકાર, માનવરૂપ.

anthropo'phagy (ઍન્થ્રપૉફગિ), ના૦ નર(માંસ)ભક્ષણ (-ની પ્રથા). **anthro-po'phagous** (-ફગસ), વિ૦.

anti- (ઍન્ટિ), ઉપ૦ સામું, વિરોધી, રોધક; વિરુદ્ધ જાતનું.

anti-air'craft (ઍન્ટિ-એ'અરક્રાફ્ટ), વિ૦ શત્રુવિમાનો સામે રક્ષણ માટેનું.

antibio'tic (ઍન્ટિબાયૉટિક), વિ૦ અને ના૦ સૂક્ષ્મજંતુ (બૅક્ટીરિયા) નાશક (દવા).

a'ntibody (ઍન્ટિબૉડિ), ના૦ બહારથી દાખલ થતા પદાર્થની પ્રતિક્રિયારૂપ શરીરમાં પેદા થતો પદાર્થ, પ્રતિપિંડ.

a'ntic (ઍન્ટિક), ના૦ કઢંગો બેડોળ ચાળો અથવા કૃતિ.

anti'cipate (ઍન્ટિસિપેટ), સ૦ક્રિ૦ -ની અપેક્ષા કરવી–અપેક્ષાએ રાહ જોવી; બીજા કરે કે બોલે તે પહેલાં કરી કે બોલી નાખવું; નિયત કે યોગ્ય સમય પહેલાં – અગાઉથી – કરી કે વાપરી નાખવું. **anticipa'tion** (-પેશન), ના૦. **anticipa'tory** (પેટરિ), વિ૦.

anticli'max (ઍન્ટિક્લાઇમૅક્સ), ના૦ પ્રતિસારાલંકાર, પરાકાષ્ઠાની અપેક્ષા પેદા કરનાર વસ્તુનો નજીવી વાતમાં અંત, નિપાત.

anticlo'ckwise (ઍન્ટિક્લૉકવાઇઝ઼), ક્રિ૦વિ૦ અને વિ૦ ઘડિયાળના કાંટાથી ઊલટી દિશામાં (જતું), વામાવર્તી.

anticy'clone (ઍન્ટિસાઇક્લોન), ના૦ પ્રતિચક્રવાત, પ્રતિવંટોળ.

a'ntidote (ઍન્ટિડોટ), ના૦ ઝેર ઉતાર-વાનું ઔષધ, વિષ–રોગ–નાશક દવા.

a'ntifreeze (ઍન્ટિફ્રીઝ઼), ના૦ પાણીનું થીજબિંદુ નીચે ઉતારવા માટે વિ૦ક૦ મોટરગાડીના રેડિયેટરમાં નંખાતો હિમ-વિરોધી પદાર્થ.

a'ntigen (ઍન્ટિજે'ન), ના૦ પ્રતિપિંડોનું ઉત્પાદન ઉત્તેજિત કરનાર પદાર્થ.

a'nti-hero (ઍન્ટિહીરો), ના૦ [બ૦વ૦ **~es**] પરંપરાથી ભિન્ન નાયક.

antihi'stamine(ઍન્ટિહિસ્ટમિન),ના૦ અને વિ૦ ઍલર્જીના રોગીને અપાતા 'હિસ્ટ-મિન'ની અસર દૂર કરવાની દવા.

antimaca'ssar (ઍન્ટિમકૅસર), ના૦ ખુરશીની પીઠનો ગલેફ.

a'ntimony (ઍન્ટિમનિ), ના૦ સુરમાની ધાતુ, સુરમો.

anti'nomy (ઍન્ટિનમિ), ના૰ કાયદાનો અન્તર્ગત અથવા બે કાયદાઓ, સત્તાઓ, અથવા નિષ્કર્ષો વચ્ચેનો વિરોધ.

anti'pathy (ઍન્ટિપથિ), ના૰ તીવ્ર અણગમો, દ્વેષ, હાડવેર. **antipathe'tic** (-પથે'ટિક), વિ૰.

antiper'spirant (ઍન્ટિપર્સ્પિરન્ટ), વિ૰ અને ના૰ સ્વેદરોધક(દવા).

a'ntiphon (ઍન્ટિફન), ના૰ એક ગાયકવૃન્દે ગાયેલા ગીતના જવાબમાં બીજાએ ગાયેલું ગીત.

anti'phonal (ઍન્ટિફનલ), વિ૰ વારાફરતી ગવાતું.

anti'podes (ઍન્ટિપડીઝ઼), ના૰ બ૰ વ૰ પૃથ્વીના ગોળા પરની તદ્દન સામસામી આવેલી જગ્યાઓ, જેમ કે યુરોપ સામે ઑસ્ટ્રેલેસિયા. **antipode'an** (-પડીઅન), વિ૰.

antipyre'tic (ઍન્ટિપાયરે'ટિક), વિ૰ અને ના૰ તાવ ઉતારનારી (દવા).

a'ntiquary (ઍન્ટિક્વરિ), ના૰ પ્રાચીન વસ્તુઓનો અભ્યાસી-સંગ્રાહક. **antiqua'rian** (-ક્વેરિઅન, -ક્વે'અ-), વિ૰ અને ના૰.

a'ntiquated (ઍન્ટિક્વેટિડ), વિ૰ જુનવાણી; કાલગ્રસ્ત.

anti'que (ઍન્ટીક), વિ૰ પ્રાચીન કાળનું – કાળથી ચાલતું આવેલું, જૂનવાણી. ના૰ જૂના વખતની વસ્તુ-ફર્નિચર ઇ૰.

anti'quity (ઍન્ટિક્વિટિ), ના૰ પ્રાચીન કાળ, વિ૰ક૰ મધ્યયુગ પૂર્વેનો; [બ૰વ૰માં] પ્રાચીન કાળના રીતરિવાજો, અવશેષો, ઇ૰.

antirrhi'num (ઍન્ટિરાઇનમ), ના૰ રાક્ષસના મોઢાના આકારના ફૂલવાળો એક છોડ.

antiscorbu'tic (ઍન્ટિસ્કૉર્બ્યૂટિક), વિ૰ અને ના૰ આગરુ (સ્કર્વી) રોકનાર કે મટાડનાર દવા.

anti-Se'mite (ઍન્ટિસિમાઇટ,-સે'-), ના૰ યહૂદીવિરોધી માણસ. **anti-Semi'tic** (-મિટિક), વિ૰. **anti-Se'mitism** (-સે'મિટિઝ઼મ), ના૰.

antise'ptic (ઍન્ટિસે'પ્ટિક), વિ૰ અને ના૰ પૂતિરોધક-જંતુનાશક-(દવા).

antiso'cial (ઍન્ટિસોશલ), વિ૰ સમાજવિરોધી, અસામાજિક; એકલગંધું.

antista'tic (ઍન્ટિસ્ટૅટિક), વિ૰ સ્થિર વિદ્યુત(ની અસર)નો પ્રતિકાર કરનારું.

anti'thesis (ઍન્ટિથિસિસ), ના૰ [બ૰ વ૰ **-theses** -થિસીઝ઼] વિરોધ, પ્રતિપક્ષતા; પ્રતિસિદ્ધાન્ત; તદ્દન વિરોધી વાત, સીધો વિરોધ. **antithe'tic(al)** (-થે'ટિક, કલ), વિ૰.

antito'xic (ઍન્ટિટૉક્સિક), વિ૰ વિષને મારનારું.

antito'xin (ઍન્ટિટૉક્સિન), ના૰ રોગ કે વિષપ્રતિબંધક રસી.

a'nti-trade (ઍન્ટિ-ટ્રેડ), ના૰ પ્રતિવેપારી પવન.

a'ntler (ઍન્ટ્લર), ના૰ સાબરની શિંગોટી, તેની શાખા.

a'ntonym (ઍન્ટનિમ), ના૰ વિરોધી (અર્થવાળો) શબ્દ, વિપર્યાય.

a'nus (એનસ), ના૰ ગુદા, મળદ્વાર.

a'nvil (ઍન્વિલ), ના૰ એરણ.

anxi'ety (ઍંગ્ઝ઼ાયટિ), ના૰ અસ્વસ્થતા; ચિંતા, કાળજી.

a'nxious (ઍંક્શસ), વિ૰ અસ્વસ્થ; ચિંતાતુર; આતુર, ઉત્સુક.

a'ny (ઍ'નિ), વિ૰ અને સર્વ૰ એક, કોઈ એક, ગમે તે. ક્રિ૰વિ૰ જરા પણ, લગીરે; જરાક (જેટલું). **~body,** કોઈ પણ માણસ; મહત્ત્વની વ્યક્તિ. **~how,** ગમે તેમ કરીને, ફાવે તેમ. **~one,** કોઈ પણ માણસ. **~thing,** કંઈ પણ, કોઈ પણ જાતની વસ્તુ. **~way,** ગમે તેમ (કરીને), ગમે તે પરિસ્થિતિમાં. **~where,** કોઈ પણ ઠેકાણે, ક્યાંય; ગમે ત્યાં.

A'nzac (ઍનઝ઼ૅક), ના૰ અને વિ૰ ઑસ્ટ્રેલિયા અને ન્યૂઝ઼ીલૅન્ડની લશ્કરી પલટણનો માણસ (૧૯૧૪-૧૯૧૮).

a'orist (ઍ'અરિસ્ટ), ના૰ [વ્યા.] ગ્રીક, સંસ્કૃત, ઇ૰માં એક-હ્યસ્તન-ભૂતકાળ.

aor'ta (એઑર્ટ), ના૦ મુખ્ય ધોરી નસ, મહારોહિણી. **aor'tic** (-ર્ટિક), વિ૦.

apa'ce (અપેસ), ક્રિ૦વિ૦ જલદી, ઝડપથી.

Apa'che (અપેચિ), ના૦ ઉ. અમે.ની ઇન્ડિયન જાતિનો માણસ; (**a~**, અપેશ) વાટમારુ, લૂંટારો, ગુંડો.

apar't (અપાર્ટ), ક્રિ૦વિ૦ એક બાજુએ; અલગ અલગ; છેટે, દૂર; કકડેકકડા.

apar'theid (અપાર્થેટ), ના૦ દ. આફ્રિકાનો રંગભેદ, રંગભેદની નીતિ.

apar'tment(અપાર્ટ્મન્ટ), ના૦ ઓરડી, ખંડ; [અમે.] ફ્લૅટ; [બ૦વ૦માં] અનેક ઓરડીઓવાળી જગ્યા.

a'pathy (ઍપથિ), ના૦ ઉદાસીનતા, બેપરવાઈ; સંવેદનશૂન્યતા; માનસિક જડતા – મંદતા.

ape (એપ), ના૦ પૂંછડી વિનાનું વાંદરું; બીજાની નકલ કરનાર. સ૦ક્રિ૦ નકલ કરવી.

ape'rient (અપિઅરિઅન્ટ) વિ૦ અને ના૦ સારક (દવા).

ape'ritif (અપેરિટિફ), ના૦ ભોજન પહેલાં ભૂખ ઉઘાડવા પિવાતું મદ્ય.

a'perture (ઍપર્ચુઅર), ના૦ છિદ્ર, કાણું, બાકોરું.

a'pex (એપેક્સ), ના૦ [બ૦વ૦ **~es**, અથવા **a'pices** એપિસીઝ઼]. અણી, ટોચ, શિખર.

aphe'lion (અફીલિઅન), ના૦ [બ૦વ૦, **-lia** -લિઅ] ગ્રહકક્ષાનું સૂર્યથી દૂરમાં દૂરનું બિંદુ, સૂર્યોચ્ચ.

a'phid (એફિડ) ના૦ છોડ પરની જૂ.

a'phis (એફિસ),ના૦[બ૦વ૦ **aphides** એફિડીઝ઼]. = aphid.

a'phorism (ઍફરિઝ઼્મ), ના૦ સૂત્ર(મય કથન), કહેવત. **aphori'stic**(-રિસ્ટિક), વિ૦.

aphrodi'siac (ઍફ્રડિઝિઍક),વિ૦ અને ના૦ કામોદ્દીપક (દ્રવ્ય).

a'piarist (એપિઅરિસ્ટ), ના૦ મધમાખીઓ પાળનારો.

a'piary (એપિઅરિ), ના૦ મધુમક્ષિકાગૃહ.

a'pical (ઍપિકલ), વિ૦ ટોચનું – પર આવેલું.

a'piculture (એપિકલ્ચર), ના૦ મધુમક્ષિકાપાલન.

apie'ce (અપીસ), ક્રિ૦વિ૦ પ્રત્યેકને –દરેકને જુદું જુદું.

aplo'mb (અપ્લૉમ), ના૦ માનસિક સ્વસ્થતા, આત્મવિશ્વાસ.

apo'calypse (અપૉકલિપ્સ), ના૦ સાક્ષાત્કાર, વિ૦ક૦ સંત જૉનને થયેલો. **apocaly'ptic(al)** (-લિપ્ટિક, -કલ), વિ૦.

Apo'crypha (અપૉક્રિફ઼), ના૦ હિબ્રૂ બાઇબલમાં તેમ જ બધાં આધુનિક બાઇબલોમાં નહિ મળતાં જૂના કરારનાં પુસ્તકો.

apo'cryphal (અપૉક્રિફ઼લ), વિ૦ ઉપર બતાવેલ અપૉક્રિફાનું; શંકાસ્પદ પ્રામાણ્યવાળું; પ્રક્ષિપ્ત.

a'pogee (ઍપજી), ના૦ ચન્દ્ર ઇ૦ની કક્ષાનું પૃથ્વીથી દૂરમાં દૂર બિંદુ, ભૂમ્યુચ્ચ; ઊંચામાં ઊંચું બિંદુ.

apologe'tic (અપૉલજે'ટિક), વિ૦ માફી માગનારું, માગવાના સ્વરૂપનું; દુઃખ વ્યક્ત કરનારું.

apolo'gia (ઍપલોજિઅ), ના૦ પોતાના વર્તન કે અભિપ્રાયોનો લિખિત બચાવ.

apo'logist (અપૉલજિસ્ટ), ના૦ દલીલથી બચાવ કરનાર.

apo'logize (અપૉલજાઇઝ઼), અ૦ક્રિ૦ માફી માગવી.

apo'logy (અપૉલજિ), ના૦ ગુનાનો ખેદપૂર્વક સ્વીકાર; ખુલાસો, બચાવ.

a'pophthegm (ઍપફ઼થે'મ, ઍપ'થેમ) ના૦ સૂત્ર, ટૂંકો ને ટચ બોલ. **apophthegma'tic** (-થે'મૅટિક), વિ૦.

a'poplexy (ઍપપ્લે'ક્સિ), ના૦ રક્તજ મૂર્છા, સંન્યાસરોગ. **apople'ctic** (-પ્લે'ક્ટિક), વિ૦.

apo'stasy (અપૉસ્ટસિ), ના૦ સ્વધર્મ-સ્વપક્ષ–ત્યાગ.

apo'state (અપૉસ્ટિટ), ના૦ અને વિ૦ સ્વધર્મત્યાગી–ભ્રષ્ટ–પતિત–(માણસ). **apo'statize** (-સ્ટટાઇઝ઼), અ૦ક્રિ૦.

a posterio'ri (એ પોસ્ટૅરિઑરાઇ), વિ૰ અને ક્રિંવિ૰ (તર્ક, દલીલ અંગે) પરિણામ કે કાર્ય પરથી કારણ તરફ; અનુભવજન્ય; વિગામી – આગમિક (રીતે).

apo'stle (અપૉસલ), ના૰ **A~**, ખ્રિસ્તના બાર શિષ્યોમંનો એક; દેશમાં પહેલો યશસ્વી ધર્મપ્રચારક; સુધારાનો આગેવાન.

aposto'lic (ઍપસ્ટૉલિક), વિ૰ ખ્રિસ્ત-શિષ્યોનું; પોપનું.

apo'strophe (અપૉસ્ટ્રફિ), ના૰ ઉદ્‌ગારવાચક સંબોધન; બાદ કરેલા અક્ષર(-રો)નું, સંખ્યાનું કે ષષ્ઠીના પ્રત્યયનું ચિહ્ન (**apo'strophize** (-ફાઇઝ઼), ક્રિ૰.

apo'thecary (અપૉથિકરિ), ના૰ [પ્રા.] દવાવાળો.

apotheo'sis (અપૉથિઓસિસ), ના૰ [બ૰વ૰ **-oses** -ઓસીઝ઼] દેવીકરણ, સંત (કર્યાની) ઘોષણા; દેવીકૃત – પરમોચ્ચ –આદર્શ.

appa'l (અપૉલ), સ૰ ક્રિ૰ ભડકાવવું, ભયભીત કરવું.

appara'tus (ઍપરેટસ), ના૰ વૈજ્ઞાનિક (પ્રયોગો) કે બીજા કામ માટેનાં ઉપકરણો.

appa'rel (અપૅરલ), [પ્રા.] ના૰ સુંદર અથવા ખાસ પોશાક. સ૰ક્રિ૰ લૂગડાં પહેરાવવાં.

appa'rent (અપૅરન્ટ), વિ૰ દેખાતું; દેખીતું, ઉઘાડું.

appari'tion (ઍપરિશન), ના૰ દેખાવું તે, આભાસ, વિ૰ક૰ વિસ્મયકારી; ભૂત.

appea'l (અપીલ), અ૰ ક્રિ૰ (~*to*) નીચલા ન્યાયાલયના ચુકાદા સામે ઉપરના ન્યાયાલયને અરજી કરવી; આજીજીભરી વિનતી કરવી; [ક્રિ.] બૅટધારી બાદ (થાય) છે કે નહિ તે અંપાયરને પૂછવું; -ને આકર્ષક લાગવું. ના૰ ઉપલી કોર્ટને અરજી કરવી તે –કરેલી અરજી, તે કરવાનો હક; આકર્ષક ગુણ અથવા અંગ, આકર્ષણ.

appear' (અપિઅર), અ૰ક્રિ૰ દેખાવું, નજરે પડવું; હાજર થવું; (ચોપડી ઇ૰ અંગે) બહાર પડવું; લાગવું, દેખાવું, -ની ઉપર અમુક છાપ પડવી.

appea'rance (અપિઅરન્સ), ના૰ દેખાવું –હાજર થવું–તે; બાહ્ય દેખાવ; હાજરી; [બ૰વ૰માં] બહારનો વૈભવ, સદ્‌વર્તન, ઇ૰.

appea'se (અપીઝ઼), સ૰ક્રિ૰ શાંત પાડવું, રામાવવું; (આક્રમણ કરનારને) સવલતો કે લાંચ આપીને મનાવવાનો પ્રયત્ન કરવો; સંતુષ્ટ કરવું. **appea'sement** (-મન્ટ), ના૰.

appe'llant (અપે'લન્ટ), ના૰ અને વિ૰ ઉપલી અદાલતને અરજી–અપીલ–કરનાર, (માણસ); અપીલો સાંભળનારું–નું કામ ચલાવનારું.

appe'llate (અપે'લટ), વિ૰ (કોર્ટ અંગે) અપીલોનું કામ ચલાવનારું.

appella'tion (ઍપલેશન), ના૰ નામ, સંજ્ઞા, પદવી.

appe'nd (અપેન્ડ), સ૰ક્રિ૰ પુરવણી દાખલ જોડવું; ઉમેરવું.

appe'ndage (અપે'ન્ડિજ) ના૰ જોડેલી –ઉમેરેલી વસ્તુ, ઉમેરો; સંલગ્ન વસ્તુ.

appendici'tis (અપે'ન્ડિસાઇટિસ), ના૰ આંત્રપુચ્છનો સોજો–દાહ–વિકાર.

appe'ndix (અપે'ન્ડિક્સ), ના૰ [બ૰વ૰ **~es** અથવા **-dices** -ડિસીઝ઼] પુરવણી, પરિશિષ્ટ; [વૈદક] આંત્રપુચ્છ.

appertai'n (ઍપર્ટેન), સ૰ ક્રિ૰ -નું હોવું, -ની સાથે સંબંધિત હોવું.

a'ppetite (ઍપિટાઇટ), ના૰ ઇચ્છા, વાસના (ખોરાક, સુખ, ઇ૰ની); ક્ષુધા, ભૂખ.

a'ppetizer (ઍપિટાઇઝ઼ર), ન૰ ભૂખ ઉઘાડનાર–ક્ષુધોદ્દીપક–ખાદ્ય કે પીણું.

a'ppetizing (ઍપિટાઇઝ઼િંગ), વિ૰ (વિ૰ક૰ ખોરાક અંગે) ખાવા લલચાવનારું, મોહક.

applau'd (અપ્લૉડ), ઉ૰ક્રિ૰ તાળીઓ કે બૂમો પાડીને માન્યતા–પસંદગી–દર્શાવવી; વાહવાહ કરવી.

applau'se (અપ્લૉઝ઼), ના૰ તાળીઓ(નો ગડગડાટ); તે દ્વારા બતાવેલી માન્યતા.

a'pple (ઍપલ), ના૰ સફરજન. **~-jack,**

[સં.રા.] સફરજનમાંથી ગાળેલો દારૂ. ~ **of one's eye,** આંખની કીકી, અતિ પ્રિય વસ્તુ. ~**-pie bed,** પગ નીચે ન પડે એવી રીતે વાળેલી ચાદરોવાળી પથારી. ~**-pie order,** આદર્શ વ્યવસ્થા.

appli'ance (અપ્લાયન્સ), ના૦ સાધન, ઉપકરણ, ઓજાર; કળ; સરંજામ.

a'pplicable (ઍપ્લિકબલ), વિ૦ લાગુ પડે એવું. **applicabi'lity** (-બિલિટિ), ના૦.

a'pplicant (ઍપ્લિકન્ટ), ના૦ (નોકરી ઇ૦ માટે) અરજી કરનાર.

applica'tion (ઍપ્લિકેશન), ના૦ લગાડવું-લાગુ કરવું-ચોપડવું-તે; ચોપડેલી વસ્તુ, લેપ; અરજી, વિનંતી; ઉદ્યમશીલતા, ખત; પ્રસ્તુતતા.

appli'que (ઍપ્લીકે), ના૦ અને વિ૦ એક પદાર્થમાંથી કાપીને બીજા પર શણગાર માટે ચોડેલી કે સીવેલી આકૃતિઓ ઇ૦; એવી રીતે કરેલું સુશોભન. સ૦ક્રિ૦ આવું શણગારકામ કરવું.

apply' (અપ્લાઇ), ઉ૦ક્રિ૦ -ની તદ્દન પાસે-ઉપર-મૂકવું; લગાડવું, ચોપડવું; (ઉપાય) કરવો; લાગુ પાડવું-પડવું; -ની પાછળ મંડી પડવું; વિધિસર વિનંતી-અરજી કરવી.

appoi'nt (અપૉઇન્ટ), સ૦ ક્રિ૦ સમય ઇ૦ નક્કી કરવું; અધિકૃતપણે નક્કી કરી આપવું; હુકમ કરવો; નિમણૂક કરવી.

appoi'ntment (અપૉઇન્ટ્મન્ટ), ના૦ વિ૦ક૦ મળવાનો સમય અને સ્થળ નક્કી કરવાં તે, સમય, સંકેત; નિમણૂક; પદ, જગ્યા, નોકરી; [બ૦ વ૦માં] સાધન-સામગ્રી, જોડવાની-જડેલી-વસ્તુઓ.

appor'tion (અપૉર્શન), સ૦ ક્રિ૦ ભાગ કાઢી આપવો, ભાગ પાડી-વહેંચી-આપવા. **appor'tionment** (-મન્ટ), ના૦.

a'pposite (ઍપઝિટ), વિ૦ સારી રીતે વ્યક્ત કરેલું; સમર્પક.

apposi'tion (ઍપઝિશન), ના૦ [વ્યાક.] સમાનાધિકરણ, અભેદસંબંધ; સાન્નિધ્ય.

apprai'se (અપ્રેઝ), સ૦ ક્રિ૦ -નું મૂલ્ય નક્કી કરવું; અડસટ્ટો કરવો. **apprai'sal** (-ઝ઼લ), ના૦.

appre'ciable (અપ્રીશબલ), વિ૦ જોઈ જાણી-શકાય એવું-એટલું, પ્રમાણમાં ઠીક ઠીક.

appre'ciate (અપ્રીશિએટ), ઉ૦ ક્રિ૦ -ની ભારે કિંમત આંકવી; યોગ્ય મુલવણી-કદર-કરવી; -ની કિંમત વધવી; **apprecia'tion** (-એશન), ના૦. **appre'ciative** (-શિઅટિવ), વિ૦.

apprehe'nd (ઍપ્રિહે'ન્ડ), સ૦ ક્રિ૦ પકડવું, ગિરફતાર કરવું; સમજવું; -નો દહેશત હોવી.

apprehe'nsible (ઍપ્રિહે'ન્સિબલ), વિ૦ ઇન્દ્રિય-બુદ્ધિ-ગ્રાહ્ય.

apprehe'nsion (ઍપ્રિહે'ન્શન), ના૦ ધરપકડ, ગિરફતારી; આકલન; દહેશત, ડર.

apprehe'nsive (ઍપ્રિહે'ન્સિવ), વિ૦ અસ્વસ્થ, ચિંતિત, આશંકિત.

appre'ntice (ઍપ્રેન્ટિસ), ના૦ અમુક સમય સુધી કામ કરવા બંધાઈને ધંધો શીખનાર ઉમેદવાર. સ૦ ક્રિ૦ કરાર કરીને ઉમેદવાર તરીકે રાખવું. **appre'nticeship** (-શિપ), ના૦.

appri'se (અપ્રાઇઝ઼) સ૦ ક્રિ૦ -ની ખબર આપવી-જાણ કરવી.

approa'ch (અપ્રોચ), ઉ૦ ક્રિ૦ (સ્થળ અને કાળમાં) -ની (વધારે) પાસે જવું-આવવું-પહોંચવું; -ની આગળ કામચલાઉ સૂચના મૂકવી; (કામ) શરૂ કરવું; ને લગભગ મળતું આવવું. ના૦ પાસે જવું-આવવું -તે, પાસે જવાનું સાધન - રસ્તો-રીત, અભિગમ; લગભગ મળતાપણું; વિમાનના ઉડ્ડયનનો (ઉતરાણ પહેલાંનો) છેલ્લો તબક્કો.

approa'chable (અપ્રોચબલ), વિ૦ પાસે જઈ શકાય એવું; મળતાવડું.

approba'tion (ઍપ્રબેશન), ના૦ મંજૂરી, માન્યતા. **approba'tory** (-બેટરિ), વિ૦.

appro'priate (અપ્રોપ્રિઅટ), વિ૦ યોગ્ય, બંધ બેસતું, સમર્પક. સ૦ ક્રિ૦ (-એટ) -નો કબજો લેવો; (કોઈ હેતુ માટે પૈસા ઇ૦) રાખી મૂકવું-વાપરવું. **appro-**

pria'tion (-એશન), ના૦. **appro'priator** (-એટર), ના૦.

appro'val (અપ્રૂવલ), ના૦ માન્યતા, મંજૂરી; પસંદગી. **on ~**, પસંદ ન પડે તો પાછું આપી શકાય એવું,–પાછું આપવાની શરતે, જાંગડ.

appro've (અપ્રૂવ), ઉ૦ ક્રિ૦ મંજૂર કરવું, બહાલી આપવી; સારું છે એમ કહેવું; પસંદ પડવું.

appro'ximate (અપ્રૉક્સિમટ), વિ૦ લગભગ બરાબર, આશરે. ઉ૦ક્રિ૦ (-મેટ), -ની નજીક લાવવું–હોવું, સાથે મળતું કરવું–હોવું. **approxima'tion** (-મેશન), ના૦.

appur'tenance (અપર્ટનન્સ), ના૦ [બહુધા બ૦ વ૦ માં] તાબાની–અંગભૂત–ની સાથે સંકળાયેલી–વસ્તુ(ઓ).

Apr., સંક્ષેપ April.

á pres-ski (ઍપ્રેસ્કી), ના૦ અને વિ૦ સ્વાસ્થ્ય કેન્દ્ર પર દિવસે સ્કીઇંગ કર્યા પછીનો સમય, તે વખતે પહેરવાનું કે કરવાનું.

a'pricot (ઍપ્રિકૉટ), ના૦ જરદાળુ.

A'pril (એપ્રિલ), ના૦ એપ્રિલ મહિનો. **~ fool**, એપ્રિલની ૧લી (**~ Fools' Day**) એ જેને બનાવ્યો હોય તે.

a prio'ri (એ પ્રાયૉરાઇ), ક્રિ૦ વિ૦ અને વિ૦ [તર્ક. દલીલ અંગે] કારણ પરથી કાર્ય (તરફ); અનુભવપૂર્વ; નિગમનપદ્ધતિથી.

a'pron (એપ્રન), ના૦ કપડાં બગડે નહિ તે માટે આગળ પહેરવાનું વસ્ત્ર, મલવસ્ત્ર; [નાટ્ય.] પડદાની આગળ પ્રવેશ ભજવવા માટેની રંગભૂમિની આગળ પડતી પટ્ટી; વિમાનના અડ્ડા પર માલ ચડાવવા ઉતારવા માટેની કઠણ (બનાવેલી) જમીન.

apropo's (ઍપ્રપો), ક્રિ૦ વિ૦ અને વિ૦ મુદ્દાસર, સમયોચિત; પ્રસંગવશાત્. **~ of**, -ની બાબતમાં.

apse (ઍપ્સ), ના૦ કમાન કે ઘુમ્મટવાળો અર્ધગોળાકાર ઓરડો, વિ૦ ક૦ ચર્ચના છેડેનો.

a'psidal (ઍપ્સિડલ), વિ૦ કમાનવાળા અર્ધગોળ ગોખલાના આકારનું; ચાપાકાર; ઉચ્ચનીચ બિંદુઓનું.

a'psis (ઍપ્સિસ), ના૦ [બ૦વ૦ **apsi'des** ઍપ્સાઇડીઝ઼]. ગ્રહની કે ઉપગ્રહની કક્ષામાંનું સૂર્યથી અથવા ચન્દ્રની કક્ષામાંનું પૃથ્વીથી અતિદૂરનું કે અતિસમીપનું બિંદુ.

apt (ઍપ્ટ), વિ૦ યોગ્ય, સમર્પક; ઝડપી, તૈયાર; અમુક વૃત્તિવાળું.

a'pteryx (ઍપ્ટરિક્સ), ના૦ ન્યૂઝીલૅન્ડનું 'કીવી' પક્ષી.

a'ptitude (ઍપ્ટિટ્યૂડ), ના૦ યોગ્યતા; વિશિષ્ટ પ્રકારની કુશળતા–આવડત.

a'qualung (ઍક્વલંગ), ના૦ પાણીમાં ઊતરનારનું શ્વાસ લેવાનું સુવાહ્ય ઉપકરણ. સ૦ક્રિ૦ તેનો ઉપયોગ કરવો.

aquamari'ne (ઍક્વમરીન), ના૦ વાદળીલીલા રંગનું એક રત્ન, પીરોજ; તેનો રંગ.

a'quaplane (ઍક્વપ્લેન), ના૦ ઝડપથી જતી બોટ સાથે બાંધેલું પાટિયું, જેના પર માણસ સવાર થાય છે. અ૦ક્રિ૦ એ પાટિયા પર ઊભા રહીને જવું; (વાહન અંગે) રસ્તાની ભીની સપાટી પર લપસી જવું.

aquare'lle (ઍક્વરે'લ), ના૦ પારદર્શક પાણીના રંગોનું ચિત્ર.

aqua'rium (અક્વે'અરિઅમ), ના૦ પાણીમાં થતી વનસ્પતિ કે પ્રાણીઓ રાખવાનું કૃત્રિમ તળાવ કે હોજ, એવા હોજવાળી જગ્યા, માછલીઘર.

Aquar'ius (અક્વે'અરિઅસ), ના૦ કુંભ (રાશિ).

aqua'tic (અક્વૅટિક), વિ૦ પાણીમાં કે પાણી નજીક રહેતું; પાણીમાં કે પાણી ઉપર કરાતું, રમાતું, ઇ૦.

a'quatint (ઍક્વટિન્ટ). ના૦ તેજાબથી તાંબા પર કરેલું કોતરકામ.

a'queduct (ઍક્વિડક્ટ), ના૦ ઊંચા બાંધકામવાળી પાણીની નહેર કે કાંસ.

a'queous (ઍક્વિઅસ), વિ૦ પાણીનું, પાણીવાળું; [ભૂસ્તર.] પાણીની અસરથી બનેલું.

a'quiline (ઍક્વિલાઇન), વિ૦ ગરુડનું, ગરુડના જેવું; (નાક અંગે) ગરુડની ચાંચના

જેવું.

A'rab (ઍરબ), વિ૦ અને ના૦ અરબસ્તાનનું (વતની), આરબ.

arabe'sque (ઍરબે'સ્ક), ના૦ એકબીજામાં ગૂંથાયેલાં પાંદડાં, કાગળના વીંટા, ઇ૦ની આકૃતિ વડે કરેલો શણગાર; નૃત્યની એક ભંગિ.

Ara'bian (અરેબિઅન), વિ૦ અને ના૦ અરબસ્તાનનું (વતની).

A'rabic (ઍરબિક), વિ૦ અને ના૦ અરબસ્તાનની કે આરબોની (ભાષા, અરબી); અરબી ભાષાનું. ~ **numerals,** 1, 2, 3, ઇ૦ સંખ્યાના આંકડા.

a'rable (ઍરબલ), વિ૦ (જમીન અંગે) ખેડવા લાયક; (પાક અંગે) એવી જમીનમાં લેવાતું.

ara'chnid (ઍરકનિડ), ના૦ કરોળિયા, વીંછીઓ, ઇ૦ના વર્ગનો કોઈ પણ જંતુ.

Arama'ic (ઍરમેઇક), વિ૦ અને ના૦ ખ્રિસ્તના સમયની સીરિયાની ભાષા(નું).

ar'biter (આર્બિટર), ના૦ લવાદ, પંચ; કર્તાહર્તા.

ar'bitrary (આર્બિટ્રરિ), વિ૦ મરજીમાં આવે તેવું, મનમાન્યું; સ્વચ્છંદી; આપખુદ.

ar'bitrate (આર્બિટ્રેટ), ઉ૦ક્રિ૦ પંચ કે લવાદ તરીકે ફેંસલો કરવો; ઝઘડો પતાવવો. **arbitra'tion** (-ટ્રેશન), ના૦.

a'rbitrator (આર્બિટ્રેટર), ના૦ લવાદ, પંચ.

arbora'ceous (આર્બરેશસ), વિ૦ ઝાડના જેવું, જંગલવાળું.

arbo'real (આર્બોરિઅલ), વિ૦ વૃક્ષોનું-માં રહેનારું.

arbore'scent (આર્બરે'સન્ટ), વિ૦ વધવામાં કે રૂપમાં ઝાડના જેવું. **arbore'scence** (-સન્સ), ના૦.

arbore'tum (આર્બરીટમ), ના૦ [બ૦વ૦ -**ta**] વૃક્ષોનો બગીચો.

ar'boriculture (આર્બરિકલ્ચર), ના૦ ઝાડ ઝાડવાંની ખેતી. **arboricu'ltural** (-રલ), વિ૦.

ar'bour (આર્બર), ના૦ કુંજ, લતામંડપ.

arc (આર્ક), ના૦ ચાપ, વૃત્તખંડ; [વીજ.] કાર્બનના બે ધ્રુવો વચ્ચે બનતો પ્રકાશનો પુલ. ~ **lamp,** ચાપદીવો.

arca'de (આર્કેડ), ના૦ બંને બાજુએ દુકાનોવાળો કમાનદાર રસ્તો; કમાનોની હાર.

Arca'dian (આર્કેડિઅન), વિ૦ અને ના૦ આદર્શ ગ્રામીણ (વ્યક્તિ).

arca'ne (આર્કેન), વિ૦ ગુપ્ત; રહસ્યમય.

arch[1] (આર્ચ), ના૦ કમાન, મહેરાબ; કમાન જેવો વક્ર; કમાનદાર છત, ઘુમ્મટ. ઉ૦ ક્રિ૦ કમાનવાળુ બનાવવું; -ની કમાન બનાવવી. ~**way,** કમાનવાળો રસ્તો -પ્રવેશદ્વાર.

arch[2], વિ૦ રમતિયાળ; ચાલાક; રમતિયાળ હોવાનો ઢોંગ કરનાર.

archaeo'logy (આર્કિઑલજિ), ના૦ રાતત્ત્વવિદ્યા. **archaeolo'gical** (આર્કિઅલૉજિકલ), વિ૦. **archaeo'logist** (આર્કિઑલજિસ્ટ), ના૦.

archai'c (આર્કેક), વિ૦ પ્રાથમિક દરાનું; જૂનું થયેલું; (શબ્દ અંગે) પ્રચારમાંથી લુપ્ત, કાલગ્રસ્ત.

ar'chaism (આર્કેઇઝ઼મ), ના૦ કાલગ્રસ્ત વસ્તુનો-શબ્દનો-ઉપયોગ, આર્ષ પ્રયોગ. **archai'stic** (-ઇસ્ટિક), વિ૦.

ar'changel (આર્કેન્જલ), ના૦ શ્રેષ્ઠ કક્ષાનો દેવદૂત. **archange'lic** (-કૅન્જે'લિક), વિ૦.

archbi'shop (આર્ચ્બિશપ), ના૦ મુખ્ય બિશપ, વડો પાદરી.

archbi'shopric (આર્ચ્બિશપ્રિક), ના૦ આર્ચબિશપ-મુખ્ય ધર્માધ્યક્ષ-નો હોદ્દો.

archdea'con (આર્ચ્ડીકન), ના૦ બિશપથી ઊતરતી કક્ષાનો પાદરી.

archdea'conry (આર્ચ્ડીકન્રિ), ના૦ આર્ચડીકનનો હોદ્દો, ઇલાકો અથવા નિવાસ.

archdi'ocese (આર્ચ્ડાયસિસ), ના૦ મુખ્ય ધર્માધ્યક્ષની સત્તા નીચેનો મુલક.

ar'chduke (આર્ચ્ડ્યૂક), ના૦ [ઇતિ.] ઑસ્ટ્રિયાના બાદશાહનો પુત્ર.

ar'cher (આર્ચર), ના૦ તીરંદાજ, બાણાવળી.

ar'chery (આર્ચરિ), ના૦ તીરંદાજી.

ar'chetype (આર્કિટાઇપ), ના૦ મૂળ-અસલ – નમૂનો, લાક્ષણિક નમૂનો.

archidia'conal (આર્કિડાયૅકનલ), વિ૦ આર્ચડીકનનું–ને લગતું.

archiepi'scopal (આર્કિઇપિસ્કપલ), વિ૦ મુખ્ય બિશપનું.

archipe'lago (આર્કિપે'લગો), ના૦ [બ૦વ૦ ~s] ઘણા ટાપુઓવાળો સમુદ્ર; દ્વીપસમૂહ.

ar'chitect (આર્કિટે'ક્ટ), ના૦ સ્થપતિ, વાસ્તુકાર.

architecto'nic (આર્કિટે'ક્ટૉનિક), વિ૦ સ્થાપત્યને લગતું; જ્ઞાનની વ્યવસ્થા કરવાને લગતું.

ar'chitecture (આર્કિટેક્ચર), ના૦ સ્થાપત્ય, વાસ્તુશિલ્પ; બાંધકામની શૈલી. **archite'ctural** (-ચરલ), વિ૦.

ar'chitrave (આર્કિટ્રેવ), ના૦ થાંભલાના ઉપરના ભાગ પર મુકાતો પાટડો.

ar'chives (આર્કાઇવ્ઝ઼), ના૦ બ૦ વ૦ જાહેરનું કે સરકારી દફતર; દફતરખાનું.

ar'chivist (આર્કિવિસ્ટ), ના૦ દફ્તરદાર–પાલ.

ar'ctic (આર્ક્ટિક), વિ૦ અને ના૦ ઉત્તર ધ્રુવપ્રદેશ(નું).

ar'dent (આર્ડન્ટ), વિ૦ ઉત્સુક, આતુર; ઉત્સાહી; ધગધગતું, બળતું; આગ્રહભર્યું. **ar'dency** (-ડન્સિ), ના૦.

ar'dour (આર્ડર), ના૦ ઉત્સાહ, હોંશ; આતુરતા.

ar'duous (આર્ડ્યુઅસ), વિ૦ મુશ્કેલ, વિકટ; ભારે મહેનતનું.

are (આર), જુઓ **be.**

a'rea (એ'અરિઅ), ના૦ જમીનનો વિસ્તાર, ક્ષેત્રફળ; પ્રદેશ; અવકાશ, ક્ષેત્ર, મર્યાદા; ઘરનું નીચાણવાળું આંગણું.

a'reca (ઍરિકે), ના૦ સોપારીનું ઝાડ. **~-nut,** સોપારી.

are'na (અરીનૅ), ના૦ વર્તુળાકાર રંગભૂમિનો વચલો ભાગ; અગ્ગડ; યુદ્ધભૂમિ; કાર્યક્ષેત્ર.

aren't (આરન્ટ), જુઓ **be.**

are'te (ઍરેટ), ના૦ પર્વતની ઊભી ધાર–કરાડ.

ar'gon (આર્ગન), ના૦ હવાનું એક વાયુ (ગૅસ) ૩૫ અચલ ઘટકદ્રવ્ય.

ar'gosy (આર્ગસિ), ના૦ [ઇતિ.] મોટું વેપારી જહાજ.

ar'got (આર્ગો), ના૦ વિ૦ ક૦ ચોરોની બોલી.

ar'gue (આર્ગ્યૂ), ઉ૦ક્રિ૦ દલીલ કરવી, દલીલ કરીને કહેવું – દાવો કરવો (કે); તકરાર કરવી, સિદ્ધ કરવા મથવું; સૂચવવું. **ar'guable** (આર્ગ્યૂઅબલ), વિ૦.

ar'gument (આર્ગ્યુમન્ટ), ના૦ કારણ, પ્રમાણ, દલીલ; (ગરમાગરમ) ચર્ચા; પુસ્તકના વિષયનો સાર. **argumenta'tion** (-મે'ન્ટેશન), ના૦.

argume'ntative (આર્ગ્યુમે'ન્ટટિવ), વિ૦ દલીલબાજ.

a'ria (આરિઅ), ના૦ એક ગાનાર કે વાદ્ય માટેનું ગીત.

a'rid (ઍરિડ), વિ૦ સૂકું, વરસાદ વિનાનું, સુકાઈ ગયેલું. **ari'dity** (અરિડિટિ), ના૦.

A'ries (એઅ'રીઝ઼), ના૦ મેષ(રાશિ).

ari'ght (અરાઇટ), ક્રિ૦વિ૦ બરાબર, યોગ્ય રીતે.

ari'se (અરાઇઝ઼), સ૦ક્રિ૦ [**arose; arisen**]. -માંથી ઉત્પન્ન થવું–પરિણમવું; હાજર થવું; ઊગવું; ઊઠવું.

aristo'cracy (ઍરિસ્ટૉક્રસિ), ના૦ ઉમરાવ લોકોનું વર્ચસ્વ; અમીરઉમરાવો (નો વર્ગ).

a'ristocrat (ઍરિસ્ટક્રૅટ), ના૦ ઉમરાવ (વર્ગની વ્યક્તિ).

aristocra'tic (ઍરિસ્ટક્રૅટિક), વિ૦ ઉમરાવોનું; ભવ્ય, અમીરી, વિખ્યાત.

Aristote'lian (ઍરિસ્ટટીલિઅન), વિ૦ ઍરિસ્ટૉટલનું.

ari'thmetic (અરિથ્મટિક), ના૦ અંકગણિત; ગણના, ગણતરી. **arith-**

me'tical (ઍરિથ્મે'ટિકલ), વિ૦. arithmeti'cian (અરિથ્‌મટિશન), ના૦.

Ariz., સંક્ષેપ. Arizona.

ark (આર્ક), ના૦ જળપ્રલય વખતે નોઆ જેમાં બેસીને બચી ગયો હતો તે વહાણ. **A~ (of the Covenant)**, યહૂદી કાયદાઓની પેટી.

Ark., સંક્ષેપ. Arkansas.

arm[1] (આર્મ), ના૦ હાથ, ભુજ, બાહુ; બાંય; ખુરશીનો હાથ; હાથને મળતી વસ્તુ; શાખા. **~-chair**, હાથાવાળી ખુરશી. **~pit**, બગલ, કાખ.

arm[2], ના૦ શસ્ત્ર–હથિયાર; [બ૦વ૦ માં] શ(સ્ત્રા)સ્ત્રો; ઢાલ ઇ૦ પરનાં વંશ, કુળ, ઇ૦ નાં ચિહ્નો. ઉ૦ ક્રિ૦ શસ્ત્રસજ્જ કરવું; શસ્ત્રો ઉપાડવાં; પૂરું પાડવું, -થી સજ્જ કરવું.

Arma'da (આર્‌માડ઼), ના૦ ઈ.સ. ૧૫૮૮-માં સ્પેને ઇંગ્લન્ડ પર મોકલેલું આરમાર.

armadi'llo (આર્મડિલો), ના૦ [બ૦ વ૦ **~s**]. દ. અમેરિકાનું જમીનમાં દર કરી રહેનારું હાડકાના કવચવાળું એક પ્રાણી.

Armage'ddon (આર્મગે'ડન), ના૦ વિશ્વસંહારક યુદ્ધનું રણક્ષેત્ર.

ar'mament (આર્મમન્ટ), ના૦ લડાઈનાં શસ્ત્રાસ્ત્રો; યુદ્ધ માટે શસ્ત્રસજ્જ થવું તે.

ar'mature (આર્મચુઅર), ના૦ શિલ્પ-ની રચના દરમ્યાન તેના આધાર માટે બાંધેલું ચોકઠું; લોહચુંબકના બે છેડાને જોડનારી નરમ લોખંડની પટ્ટી; વીજળીની મોટર અથવા ડાઇનેમોનો તાર વીંટેલો મધ્યભાગ.

ar'mistice (આર્મિસ્ટિસ), ના૦ યુદ્ધ-વિરામ, યુદ્ધમોકૂફી.

ar'mlet (આર્મ્‌લિટ), ના૦ બાજુબંધ.

armor'ial (આર્મોરિઅલ), વિ૦ બખતર કે ધ્વજ પર અંકાતાં ખાનદાનનાં ચિહ્નોનું.

ar'mour (આર્મર), ના૦ બખતર, વહાણ ઇ૦ પર જડેલાં લોઢાનાં પતરાં; બખ-તરિયા રણગાડીઓ ઇ૦.

ar'moured (આર્મર્ડ), વિ૦ બખતરવાળું; બખતરિયાં વાહનોથી સજ્જ.

ar'mourer (આર્મરર), ના૦ શસ્ત્રાસ્ત્રો કે બખતર બનાવનાર; શસ્ત્રાસ્ત્રપાલ.

ar'moury (આર્મરિ), ના૦ શસ્ત્રાગાર.

ar'my (આર્મિ), ના૦ સેના, લશ્કર. વિ૦ ક૦ ખુશ્કી; મોટી સંખ્યા; સંગઠિત દળ. **A~ List**, સનદી લશ્કરી અમલદારોની યાદી.

ar'nica (આર્નિક), ના૦ પહાડી તમાકુ કે તેની જાતનો છોડ; તેમાંથી બનાવેલી ઈજા કે મોચ માટેની દવા.

aro'ma (અરોમ), ના૦ ખુશબો, મધુર સુગંધ; સૂક્ષ્મ ગુણ. **aroma'tic** (ઍર-મૅટિક), વિ૦.

aro'se (અરોઝ઼), **arise**નો ભૂ૦ કા૦.

arou'nd (અરાઉન્ડ), ક્રિ૦વિ૦ અને વિ૦ (-ની) દરેક બાજુએ; ચોમેર; પરિઘ પર, પરિઘની ધારે ધારે; -ની આસપાસ, લગભગ; [વાત.] હાથવગું.

arou'se (અરાઉઝ઼), સ૦ક્રિ૦ જાગ્રત–ઉત્તે-જિત–પ્રવૃત્ત–કરવું.

arpe'ggio (આર્પે'જિઓ), ના૦[બ૦વ૦ **~s**]. એક પછી એક ઝડપથી તાર છેડીને સૂર વગાડવા તે; એવી રીતે વગાડેલા સૂર.

a'rrack (ઍરક), ના૦ વિ૦ક૦ ચોખામાંથી બનાવેલો દારૂ.

arrai'gn (અરેન), સ૦ક્રિ૦ -ની ઉપર આરોપ મૂકવો, વિ૦ક૦ કાયદેસર રીતે; -નો દોષ કાઢવો. **arrai'gnment** (-મન્ટ), ના૦.

arra'nge (અરેન્જ), ઉ૦ક્રિ૦ વ્યવસ્થિત કરવું, ગોઠવવું; યોજના ઘડવી; (ઝઘડો ઇ૦) પતવવું, સૂચનાઓ આપવી; [સં.] કંઠ કે વાદ્ય માટે બેસાડવું. **arra'ngement** (-મન્ટ) ના૦.

a'rrant (ઍરન્ટ), વિ૦ તદ્દન, પાકું, હડહડતું; રીઢું; નામીચું, નામચીન.

a'rras (ઍરસ), ના૦ ચાકળો.

array' (અરે), સ૦ક્રિ૦ પોશાક પહેરાવવો, વિ૦ક૦ ઠાઠથી; લશ્કરને વ્યૂહમાં ગોઠવવું. ના૦ હારોનો ભવ્ય દેખાવ; લશ્કરની વ્યૂહરચના; પોશાક સજાવટ.

arrear's (અરિઅર્ઝ઼), ના૦ બ૦વ૦

ચડેલી બાકી, બાકી દેણાં; ચડેલું કામ. **in ~**, ચડેલું, બાકી રહી ગયેલું.

arre'st (અરે'સ્ટ), સ૰ક્રિ૰ રોકવું, અટકાવવું; ગિરફ્તાર કરવું; -નું ધ્યાન ખેંચવું; ના૰ ધરપકડ (કરવી તે), ગિરફ્તારી; બંધ કરવું – થવું – તે.

arri've (અરાઇવ), અ૰ક્રિ૰ આવવું, આવી પહોંચવું; પ્રતિષ્ઠા–આસન–જમાવવું; [વાત.] જન્મ પામવું, આવવું. **arri'val** (-વલ), ના૰.

a'rrogant (ઍરગન્ટ), વિ૰ અહંકારી, ઘમંડી; ઉદ્ધત. **a'rrogance** (-ગન્સ), ના૰.

a'rrogate (ઍરગેટ), સ૰ક્રિ૰ ગેરવાજબી દાવો કરવો. **arroga'tion** (-ગેશન), ના૰.

arro'ndissement (ઍરૉંડીસ્માં) ના૰ [ફ્રેં.] ફ્રેંચ ખાતાનો વહીવટી વિભાગ.

a'rrow (ઍરો), ના૰ બાણ, તીર; દિશા ઇ૰ બતાવવા વપરાતી બાણ(ના માથા)ના આકારની નિશાની (→).

a'rrowroot (ઍરોરૂટ), ના૰ વેસ્ટઇન્ડીઝના એક છોડમાંથી તૈયાર કરાતો પૌષ્ટિક સ્ટાર્ચ, આરારૂટ, તવખીર.

arse (આર્સ), ના૰ [ગ્રામ્ય] ફૂલા, ઢગરાં.

ar'senal (આર્સનલ), ના૰ શસ્ત્રાગાર; શસ્ત્રાસ્ત્રો અને દારૂગોળો બનાવવાનું કારખાનું.

ar'senic (આર્સનિક), ના૰ સોમલ, સોમલખાર, એક ભયંકર ઝેર. **arse'nical** (-સે'નિકલ), વિ૰.

ar'son (આર્સન), ના૰ (દ્વેષભાવથી) આગ(લગાડવી તે).

art (આર્ટ), ના૰ કૌશલ્ય, કલા; હુન્નર, કસબ, કળા; કરામત; હોશિયારી, ચાલાકી; [બ૰વ૰માં] વિદ્યાની વિજ્ઞાનેતર–વિનયન–શાખાઓ; લલિતકળાઓ. **fine ~s**, ચિત્ર, સંગીત, કાવ્ય, ઇ૰.

ar'tefact (આર્ટિફૅક્ટ), ના૰ માનવસર્જિત–હાથકારીગરીની–વસ્તુ.

arte'rial (આર્ટિઅરિઅલ), વિ૰ ધમની–ધોરી નસ–નું–ને લગતું. **~ road**, મહત્ત્વનો ધોરી રસ્તો.

artereosclero'sis (અર્ટિઅરિઓસ્કિલઅરોસિસ), ના૰ ધમની-જરઠતા–કાઠિન્ય.

ar'tery (આર્ટરિ), ના૰ ધમની, ધોરી નસ; રસદ ઇ૰ લઈ જવાનો મહત્ત્વનો માર્ગ.

arte'sian (આર્ટીઝન), વિ૰ **~ well**, પાતાળકૂવો જેમાંથી ફુવારાની જેમ પાણી ઉપર આવે છે.

ar'tful (આર્ટફુલ), વિ૰ લુચ્ચું, કપટી.

arthri'tis (આર્થ્રાઇટિસ), ના૰ સાંધાનો સોજો અથવા દાહ, સંધિવા. **arthri'tic** (-થ્રિટિક), વિ૰.

ar'thropod (આર્થ્રપૉડ), ના૰ સન્ધિપાદ, વિભાજિત શરીર અને સંધિયુક્ત અવયવોવાળું પ્રાણી, જેમ કે કરોળિયો, સકવચ પ્રાણી, ઇ૰.

ar'tichoke (આર્ટિચોક), ના૰ અંશત: ખાદ્ય ફૂલોવાળી થિસલ જેવી એક ભાજી; **Jerusalem ~**, એક જાતનું સૂર્યફૂલ.

ar'ticle (આર્ટિકલ), ના૰ કરાર ઇ૰ની કલમ; છાપા ઇ૰નો સ્વતંત્ર લેખ; ચીજ, વસ્તુ. **definite ~**, નિશ્ચિત ઉપપદ (the) **indefinite ~** અનિશ્ચિત ઉપપદ (a, an). સ૰ક્રિ૰ ઉમેદવારીના કરારથી બાંધવું.

arti'cular (આર્ટિક્યુલર), વિ૰ સાંધાઓનું–વાળું.

arti'culate (આર્ટિક્યુલટ), વિ૰ સાંધાઓવાળું; (વાણી અંગે) જેમાં જુદા જુદા ધ્વનિઓ અને શબ્દો સ્પષ્ટ હોય એવું; અસ્ખલિત અને સુસંગતપણે બોલનારું. ઉ૰ક્રિ૰ (-લેટ) સ્પષ્ટપણે બોલવું, વ્યક્ત કરવું; સાંધા વતી જોડવું. **articula'tion** (-લેશન), ના૰.

ar'tifice (આર્ટિફિસ), ના૰ યુક્તિ, હિકમત; કૌશલ્ય; ચાલાકી.

arti'ficer (આર્ટિફિસર), ના૰ કારીગર.

artifi'cial (આર્ટિફિશલ), વિ૰ કુદરતી કે અસલ નહિ એવું; હાથનું બનાવેલું; કૃત્રિમ, હોશિયારીથી બનાવેલું. **~ insemination**, કૃત્રિમ રીતે ગર્ભાશયમાં શુક્ર દાખલ કરવું તે. **~ respiration**, બંધ પડેલી

શ્વાસોચ્છ્‌વાસ ક્રિયા કૃત્રિમ રીતે–હાથ કે યંત્ર વડે–ચાલુ કરવી તે. **artificia'lity** (-શિઍલિટિ), ના૦.

arti'llery (આર્ટિલરિ), ના૦ તોપખાનું; લશ્કરનો તોપખાનાનો વિભાગ. **arti'lleryman** (બ૦વ૦ **-men**), ના૦.

artisa'n (આર્ટિઝૅન), ના૦ યાંત્રિક, કારીગર.

ar'tist (આર્ટિસ્ટ), ના૦ કળાકાર, વિ૦ક૦ ચિત્રકાર; કુશળ કારીગર, શિલ્પી; ધંધાદારી ગવૈયો, નટ, ઇ૦. **arti'stic**(-સ્ટિક), વિ૦. **ar'tistry** (-ટિસ્ટ્રિ), ના૦.

arti'ste (આર્ટિસ્ટ), ના૦ ધંધાદારી ગાયક, નટ, ઇ૦.

ar'tless (આર્ટ્‌લિસ), વિ૦ નિષ્કપટ, નિખાલસ; કુદરતી; અણઘડ, કલાહીન.

ar'ty (આર્ટિ), વિ૦ કલાત્મકતાનો ડોળ કરનારું, વિચિત્ર કલાવાળું.

a'rum (એ'અરમ),ના૦ અળવી. **~ lily,** સફેદ એરમનો છોડ.

A'ryan (એઅરિઅન), વિ૦ અને ના૦ હિન્દી–યુરોપી કુટુંબની (વિ૦ક૦ પૂર્વની) મૂળ ભાષાનું (બોલનાર); (ભૂલભરેલો પ્રયોગ વિ૦ક૦ નાઝી જર્મનીમાં) યહૂદી-ઇતર જર્મન.

as (ઍઝ઼), ક્રિ૦વિ૦ અને ઉભ૦અ૦ એટલું જ; જે રીતે...તે રીતે; -ના રૂપ કે કાર્યમાં; જ્યારે, જે વખત દરમ્યાન; જેથી, જેથી કરીને, કારણ કે. સંબંધ૦સર્વ૦ જે, તે.

asafoe'tida (ઍસફીટિડ), ના૦ હિંગ.

asbe'stos (ઍસ્‌બે'સ્ટૉસ), ના૦ એક રેસાવાળો ખનિજ પદાર્થ; તેમાંથી બનાવેલો ન બળે એવો પદાર્થ.

asbesto'sis (ઍસ્‌બે'સ્ટૉસિસ), ના૦ શ્વાસમાં ઍસ્બેસ્ટૉસના કણ જવાથી થતો ફેફસાંનો રોગ.

asce'nd (અસે'ન્ડ), ઉ૦ક્રિ૦ ઉપર જવું –આવવું; ઊગવું, ઉદય પામવું; ઉપર બેસવું, ચડવું.

asce'ndancy, -ency, (અસે'ન્ડન્સિ) ના૦ વર્ચસ્વ, ઉપરીપણું.

asce'ndant (અસે'ન્ડન્ટ), વિ૦ ઊગતું, ઉપર ચડતું, [ખ.] આકાશમાં ખસ્વસ્તિક તરફ ચડતું, પૂર્વના ક્ષિતિજની જરાક ઉપર; [ફ.જ્યો.] (ગ્રહ અંગે) ઉદયમાન, ઉચ્ચ અવસ્થાનું, પ્રભાવી, પ્રબલ. ના૦ જન્મપત્રિકા; વર્ચસ્વ, પ્રભુત્વ. **in the ~,** વર્ચસ્વવાળું, ચડતી દશામાં.

asce'nsion (અસે'ન્શન), ના૦ ઉપર ચડવું તે, વિ૦ક૦ (**A~**) ખ્રિસ્તનું સ્વર્ગારોહણ. **A~ Day,** તે પર્વ ઊજવવાનો દિવસ.

asce'nt (અસે'ન્ટ), ના૦ ઉપર ચડવું તે; ઉદય; ચડવાનો રસ્તો; ચડતો ઢોળાવ.

ascertai'n (ઍસર્ટેન), સ૦ક્રિ૦ નક્કી શું છે તે શોધી કાઢવું, ખાતરીપૂર્વક જાણવું. **ascertai'nment** (-ન્મન્ટ), ના૦.

asce'tic (અસે'ટિક), વિ૦ સંયમી, તપસ્વી, વિરક્ત. ના૦ યતિ, તપસ્વી. **asce'ticism** (-ટિસિઝ઼મ), ના૦.

ascor'bic (અસ્કૉર્બિક), વિ૦ **~ acid,** 'સ્કર્વી' રોગ સામે રક્ષણ આપનારું પ્રજીવક; વિટામિન સી.

ascri'be (અસ્ક્રાઇબ), સ૦ક્રિ૦ **~ thing to,** કારણ, મૂળ અથવા લેખક માનવું, -નું આરોપણ કરવું, -નું છે એમ માનવું. **ascri'ption** (અસ્‌ક્રિપ્શન), ના૦.

a'sdic (ઍઝ઼્‌ડિક), વિ૦ પાણીમાં ડૂબેલી વસ્તુ શોધી કાઢવાનું સાધન, બિલાડી.

ase'psis (એસે'પ્સિસ), ના૦ પરુ અથવા નુકસાનકારક જંતુઓનો અભાવ; શસ્ત્રક્રિયામાં જંતુરહિત કરવાની પદ્ધતિ.

ase'ptic (એસે'પ્ટિક), વિ૦ પરુથી–પરુ પેદા કરનારા જંતુઓથી–લોહીની વિષબાધાથી–મુક્ત, ચોખ્ખું, જંતુમુક્ત કરેલું.

ase'xual (એસે'ક્સ્યુઅલ), વિ૦ લિંગ વિનાનું; લૈંગિક ભાવના વિનાનું; (ઉત્પાદન અંગે) શુક્ર અને રજના સંમિશ્રણ વિનાનું.

ash[1] (ઍશ), ના૦ રાખના રંગનું જંગલનું એક ઝાડ, તેનું લાકડું.

ash[2], ના૦ રાખ, રાખોડી, ભસ્મ; [બ૦વ૦ માં] ચિતાભસ્મ, ફૂલ. **the A~ es,** ઇંગ્લંડ અને ઑસ્ટ્રેલિયા વચ્ચે ક્રિકેટના કસોટી-સામનામાં વિજયનું પ્રતીક. **~**

tray, રાખદાની. **A~ Wednesday,** 'લેન્ટ' પર્વના ઉપવાસનો પહેલો દિવસ (બુધવાર).

asha'med (અશેમ્ડ), વિ૦ લજ્જિત.

a'shen (ઍશન), વિ૦ રાખનું-ના જેવું ફીકું.

a'shlar (ઍશ્લર), ના૦ ચોરસ કાપેલા પથ્થરો (નું બાંધકામ).

ashor'e (અશૉર), ક્રિ૦ વિ૦ દરિયા-કિનારા પર-તરફ.

a'shy (ઍશિ), વિ૦ રાખના જેવું; રાખથી ઢંકાયેલું.

A'sian (એશન), વિ૦ એશિયાનું-ના લોકોનું-ની ભાષાઓનું. ના૦ એશિયાનો વતની.

Asia'tic (એશિઍટિક), વિ૦ અને ના૦ [પ્રા.] = Asian.

asi'de (અસાઇડ), ક્રિ૦ વિ૦ એક બાજુએ -તરફ, આવે-દૂર; જનાંતિકે. ના૦ [નાટ્ય.] જનાંતિક (બોલ).

a'sinine (ઍસિનાઇન), વિ૦ ગધેડાનું-જેવું; મૂર્ખ.

ask (આસ્ક), ઉ૦ ક્રિ૦ પૂછવું (સવાલ, માહિતી, ઇ૦.); કોઈની પાસે માગવું; કશાક માટે વિનંતી કરવી; આમંત્રણ આપવું.

aska'nce (અસ્કૅન્સ), ક્રિ૦ વિ૦ આડું, ત્રાંસું. **look ~ at,** -ની તરફ શંકાની નજરે જોવું.

askew' (અસ્કયૂ), ક્રિ૦ વિ૦ તીરછી નજરે, તિરકસ(પણે).

asla'nt (અસ્લાન્ટ), ક્રિ૦ વિ૦ અને નામ૦ અ૦ તિરકસપણે (આરપાર).

aslee'p (અસ્લીપ), વિધે૦ વિ૦ અને ક્રિ૦ વિ૦ ઊંઘી ગયેલું, સૂતેલું; (અવયવો અંગે) બધિર.

aslo'pe (અસ્લોપ), ક્રિ૦ વિ૦ અને વિધે૦ વિ૦ ઢળતું; આડું, ત્રાંસું.

asp (ઍસ્પ), ના૦ એક નાનો ઝેરી સાપ.

aspa'ragus (અસ્પૅરગસ), ના૦ શતાવરી, તેની ખાદ્ય કૂંપળો.

a'spect (ઍસ્પે'ક્ટ), ના૦ વ્યક્તિ કે વસ્તુનો દેખાવ, મોઢા પરનો ભાવ; આકાર, રૂપ, ઘાટ; જે તરફ મોઢું હોય તે દિશા, અમુક દિશામાં ફેરવેલું મોઢું; જોવાની ઢબ, દૃષ્ટિ; જટિલ બાબતનું એક પાસું; [ફ. જ્યો.] ગ્રહોની સાપેક્ષ સ્થિતિ.

a'spen (ઍસ્પન), ના૦ કાંપતાં પાંદડાંવાળું 'પૉપ્લર' ઝાડ.

aspe'rity (ઍસ્પે'રિટિ), ના૦ કઠોરતા; ખરબચડાપણું.

asper'se (ઍસ્પર્સ), સ૦ક્રિ૦ -ને લાંછન લગાડવું, -ની નિંદા કરવી; -ની ઉપર આળ ચડાવવું.

asper'sion (ઍસ્પર્શન), ના૦ નિંદા, અપવાદ, લાંછન. **cast ~s on,** બદનામ કરવું, નિંદા કરવી.

a'sphalt (ઍસ્ફૅલ્ટ), ના૦ પેટ્રોલિયમમાંથી કાઢેલો ડામર; સડક પર પાથરવા માટે ડામર, રેતી ઇ૦નું મિશ્રણ. સ૦ક્રિ૦ સડક પર ઍસ્ફાલ્ટ પાથરવું.

a'sphodel (ઍસ્ફડે'લ), ના૦ એક જાતની 'લિલી'નું ફૂલ; [કાવ્ય.] સ્વર્ગનું એક અમર ફૂલ.

asphy'xia (અસ્ફિક્સિઅ), ના૦ હવાને અભાવે શ્વાસાવરોધ, ગૂંગળામણ.

asphy'xiate (અસ્ફિક્સિએટ), સ૦ક્રિ૦ ગૂંગળાવવું. **asphyxia'tion** (-એશન), ના૦.

a'spic (ઍસ્પિક), ના૦ માંસની ચોખ્ખી જેલી - મુરબ્બો.

aspidi'stra (ઍસ્પિડિસ્ટ્ર), ના૦ પહોળાં અણિયાળાં પાંદડાંવાળો ઘરમાં રખાતો એક છોડ.

a'spirant (ઍસ્પિરન્ટ), ના૦ અને વિ૦ મહત્ત્વાકાંક્ષી.

a'spirate (ઍસ્પિરટ), ના૦ 'હ'નો ધ્વનિ, હ સાથે ભળેલું વ્યંજન, ખ, ઘ, ઇ૦; સ૦ક્રિ૦ (-રેટ) 'હ' સાથે ઉચ્ચાર કરવો.

aspira'tion (ઍસ્પિરેશન), ના૦ આકાંક્ષા, મહત્ત્વાકાંક્ષા; શ્વાસ ખેંચવો તે; મહાપ્રાણોચ્ચાર.

aspir'e (અસ્પાયર), અ૦ક્રિ૦ -ને ઉત્કટ ઇચ્છા - મહત્ત્વાકાંક્ષા - હોવી; ઊંચે ચડવું.

a'spirin (ઍસ્પિરિન), ના૦ શરદી, તાવ

અને માથાના દુખાવા માટે લેવાની એક દવા; તેની ટીકડી.

ass (ઍસ), ના૰ ગધેડું; મૂર્ખ, ગદ્ધો.

assai'l (અસેલ), સ૰ક્રિ૰ -ની ઉપર હુમલો કરવો; પજવવું. **assai'lant** (-લન્ટ), ના૰.

assa'ssin (અસૅસિન), ના૰ (ભાડૂતી) મારો; ખૂની.

assa'ssinate (અસૅસિનેટ), સ૰ક્રિ૰ દગો દઈને મારી નાખવું, ખૂન કરવું. **assassina'tion** (-નેશન), ના૰.

assau'lt (અસૉલ્ટ), ના૰ ઓચિંતો હિંસક હુમલો; ગેરકાયદે શારીરિક હુમલો; [સૌમ્ય.] સ્ત્રી પર બળાત્કાર. સ૰ક્રિ૰ હુમલો–ચડાઈ કરવી; [સૌમ્ય.] બળાત્કાર કરવો.

assay' (અસે), ના૰ (સોનું ઇ૰ ધાતુની) ચકાસણી, પરીક્ષા. સ૰ક્રિ૰ -ની પરીક્ષા કરવી; [પ્રા.] પ્રયત્ન કરવો.

a'ssegai (ઍસિગાઇ), ના૰ દ. આફ્રિકાના લોકોનો ફેંકવાનો ભાલો.

asse'mblage (અસે'મ્બ્લિજ), ના૰ જથો, સંગ્રહ; માણસોનો જમાવ.

asse'mble (અસે'મ્બલ), ઉ૰ક્રિ૰ એકત્ર કરવું–થવું; યંત્ર ઇ૰ના છૂટા ભાગ જોડવા.

asse'mbly (અસેમ્બ્લિ), ના૰ સભા, વિ૰ક૰ ચર્ચાવિચારણા કરનારી; યંત્રના ભાગ એકત્ર જોડવા તે; એકત્ર જોડેલા ભાગો. ~ **line**, વસ્તુ તૈયાર કરવા માટેની યંત્રો, કામદારો, ઇ૰ની હાર.

asse'nt (અસે'ન્ટ), અ૰ક્રિ૰ કબૂલ કરવું, માન્ય રાખવું. ના૰ સંમતિ, મંજૂરી.

asser't (અસર્ટ), સ૰ક્રિ૰ પોતાનો દાવો મક્કમપણે રજૂ કરવો; જાહેર કરવું. ~ **oneself**, પોતાના હક ઇ૰નો આગ્રહ રાખવો.

asser'tion (અસર્શન), ના૰ નિશ્ચયપૂર્વક કહેવું તે; પ્રતિજ્ઞા, દાવો.

asser'tive (અસર્ટિવ), વિ૰ આગ્રહી, સ્વમતાગ્રહી, મમતવાળું.

asse'ss (અસે'સ), સ૰ક્રિ૰ દંડ, કર, ઇ૰-ની રકમ નક્કી કરવી; કરવેરા માટે મિલકતની કે આવકની આકારણી કરવી. **asse'ssment** (-સ્મન્ટ), ના૰.

asse'ssor (અસે'સર), ના૰ કરવેરાની આકારણી કરનાર; ન્યાયાધીશ ઇ૰ને સલાહ આપનાર, 'ઍસેસર'.

a'sset (ઍ'સેટ), ના૰ દેવાં ચૂકવવા માટે ઉપલબ્ધ મિલકત (બહુધા બ૰વ૰માં); કોઇ પણ માલિકીની વસ્તુ; [વાત.] કીમતી – કામની–વસ્તુ કે વ્યક્તિ.

asse'verate (અસે'વરેટ), સ૰ક્રિ૰ ગંભીરપણે જાહેર કરવું. **assevera'tion** (-રેશન), ના૰.

assi'duous (અસિડ્યુઅસ), વિ૰ ઉદ્યમી, ખંતીલું. **assidu'ity** (ઍસિડ્યૂઇટિ), ના૰.

assi'gn (અસાઇન), સ૰ક્રિ૰ વિધિસર આપી દેવું; નીમી આપવું, નિમણૂક કરવી; અમુક કાળનું છે એમ કહેવું.

assigna'tion (ઍસિગ્નેશન), ના૰ વિધિસર આપવું તે, કાયદેસર નિમણૂક.

assignee' (અસાઇની), ના૰ પ્રતિનિધિ, મુખત્યાર; જેને નામે મિલકત લખી આપી હોય તે ધણી.

assi'gnment (અસાઇન્મન્ટ), ના૰ નીમી આપેલું કામ.

assi'milate (અસિમિલેટ), ઉ૰ક્રિ૰ -ના જેવું બનાવવું–બનવું–થવું; આત્મસાત કરવું–થવું, પચાવવું–પચવું. **assimila'tion** (-લેશન), ના૰. **assi'milative** (-લેટિવ), **assi'milatory** (-લટરિ), વિ૰.

assi'st (અસિસ્ટ), ઉ૰ક્રિ૰ મદદ કરવી; -માં ભાગ લેવો; હાજર રહેવું (at). **assi'stance** (-સ્ટન્સ), ના૰.

assi'stant (અસિસ્ટન્ટ), ના૰ મદદનીશ, હાથ નીચેનો માણસ, વિ૰ક૰ ઘરાકોની સેવા કરનાર.

assi'ze (અસાઇઝ઼), ના૰ [ઇતિ. બહુધા બ૰વ૰માં] દીવાની અને ફોજદારી મુકદ્દમા ચલાવનારા ફરતા ન્યાયાલયનું સત્ર.

Assoc., સંક્ષેપ. Association.

asso'ciate (અસોશિએટ), ઉ૰ક્રિ૰

જોડવું, એકત્ર કરવું; -ની સાથે વારંવાર વહેવાર કરવો; -ની સાથે જોડાવું; વિચારમાં કે મનમાં જોડવું. વિ૰ અને ના૰ (-શિઅટ), કામમાં કે પદમાં સાથે જોડાયેલું, સંલગ્ન. ના૰ ભાગીદાર, સાથી; સંસ્થા ઇ૰નો સહાયક સભ્ય.

associa'tion (અસોસિએશન), ના૰ સમાન હેતુસર સંગઠિત મંડળી કે મંડળ; (મનમાં) વિચારોનું સાહચર્ય; બિરાદરી. **A~ football**, ગોલરક્ષક સિવાય બીજો કોઈ દડાને હાથવતી અડી ન શકે એવી ફૂટબૉલની રમત.

a'ssonance (ઍસનન્સ), ના૰ બે અક્ષરોનું ધ્વનિસામ્ય; કેવળ સ્વરસામ્ય-આધારિત અનુપ્રાસ. **a'ssonant** (-નન્ટ), વિ૰.

assor't (અસોર્ટ), ઉ૰ક્રિ૰ વર્ગવાર કે પ્રતવાર ગોઠવવું; -ની સાથે મેળ બેસાડવો -ખાવો (*with*); અનુકૂળ હોવું.

assor'ted (અસૉર્ટિડ), વિ૰ જુદી જુદી જાતનું એકત્ર કરેલું, મિશ્ર.

assor'tment (અસૉર્ટ્મન્ટ), ના૰ અનેક જાતોનો ભેગો કરેલો સટ.

assua'ge (અસ્વેજ), સ૰ક્રિ૰ શાંત-નરમ-પાડવું, શમાવવું.

assu'me (અસ્યૂમ), સ૰ક્રિ૰ પોતાને માથે-પોતાના હાથમાં-લેવું; ડોળ કે ઢોંગ કરવો; (સાચું) માની લેવું.

assu'mption (અસમ્પ્શન) ના૰ માની લેવું તે; માની લીધેલી-ગૃહીત-વસ્તુ; માનીપણું, અહંકાર. **the A~**, કુમારી મેરીનું સ્વર્ગમાં ઉદ્ગ્રહણ, તેની યાદમાં ઉત્સવ (૧૫મી ઑગસ્ટ).

assur'ance (અશુઅરન્સ), ના૰ ખાતરી-પૂર્વક કહેવું તે-ઘોષણા; આત્મવિશ્વાસ; ધૃષ્ટતા; ઉદ્ધતાઈ; વીમો (વિ૰ક૰ જિંદગીનો).

assur'e (અશુઅર), સ૰ક્રિ૰ સુરક્ષિત કરવું; -ને ખાતરી કરાવવી; અમુક વસ્તુ થશે તેની ખાતરી આપવી; ખાતરીપૂર્વક કહેવું; (વિ૰ક૰ જિંદગીનો) વીમો ઉતરાવવો.

assu'redly (અશુઅરિડ્લિ), ક્રિ૰વિ૰ ચોક્કસ.

a'ster (ઍસ્ટર), ના૰ ભડકદાર રંગવાળાં ફૂલોનો એક છોડ.

a'sterisk (ઍસ્ટરિસ્ક), ના૰ તારા જેવી એક નિશાની (*), ફૂદડી.

aster'n (અસ્ટર્ન), ક્રિ૰વિ૰ વહાણના ડબૂસા કે વિમાનની પૂછડીમાં-તરફ; પાછળ, પાછલી બાજુએ-તરફ.

a'steroid (ઍસ્ટરૉઇડ), ના૰ મંગળ અને ગુરુની કક્ષાઓ વચ્ચેના સંખ્યાબંધ નાના ગ્રહોમાંનો કોઈ પણ.

a'sthma (ઍસ્મૅ), ના૰ દમ(નો રોગ). **asthma'tic** (-મેટિક), વિ૰ અને ના૰.

asti'gmatism (અસ્ટિગ્મટિઝ્મ), ના૰ આંખ કે દૂરબીનના કાચનો રચનાગત દોષ; દૃષ્ટિવૈષમ્ય. **astigma'tic** (ઍસ્ટિગ્મૅટિક), વિ૰.

astir' (અસ્ટર), ક્રિ૰વિ૰ અને વિધે૰ વિ૰ ગતિમાન; પથારીમાંથી ઊઠેલું.

asto'nish (અસ્ટૉનિશ), સ૰ક્રિ૰ આશ્ચર્ય પમાડવું. **asto'nishment** (-મન્ટ), ના૰.

astou'nd (અસ્ટાઉન્ડ), સ૰ક્રિ૰ અતિ-વિસ્મિત-દંગ-કરવું.

astrakha'n (ઍસ્ટ્રકૅન), ના૰ ઍસ્ટ્રકૅન (રશિયામાં) ઘેટા(ના બચ્ચા)નું રુવાંટી જેવું ઊન, તેની નકલી બનાવટ.

a'stral (ઍસ્ટ્રલ), વિ૰ તારાઓનું-ને લગતું. **~ body**, [થિયો.] સૂક્ષ્મ લિંગ દેહ.

astray' (અસ્ટ્રે), ક્રિ૰વિ૰ અને વિધે૰ વિ૰ અવળે રસ્તે (ગયેલું).

astri'de (અસ્ટ્રાઇડ), ક્રિ૰વિ૰ અને વિધે૰ વિ૰ બંને બાજુએ અક્કેકો પગ મૂકીને, પલાણીને.

astri'ngent (અસ્ટ્રિન્જન્ટ), વિ૰ અને ના૰ નસ, સ્નાયુ, ઇ૰ને સંકોચાવનારો (પદાર્થ), તૂરું; કટુ, કઠોર. **astri'ngency** (-જન્સિ), ના૰.

a'strolabe (ઍસ્ટ્રલેબ), ના૰ તારાઓની ઊંચાઈ માપવાનું સાધન.

astro'loger (અસ્ટ્રૉલજર), ના૰ ફલ-જ્યોતિષી, જોશી.

astro'logy (અસ્ટ્રૉલજિ), ના૰ ફલ-

જ્યોતિષ. **astrolo'gical** (ઍસ્ટ્રૉલૉજિકલ), વિ૰.

a'stronaut (ઍસ્ટ્રનૉટ), ના૰ અવકાશ-યાત્રી. **astronau'tic(al)** (-નૉટિક, (-કલ)), વિ૰.

astronau'tics (ઍસ્ટ્રનૉટિક્સ), ના૰ બ૰વ૰ અવકાશ-યાત્રાની વિદ્યા.

astro'nomer (અસ્ટ્રૉનમર), ના૰ ખગોળશાસ્ત્રી.

astrono'mic(al) (અસ્ટ્રનૉમિક,(કલ), વિ૰ ખગોળશાસ્ત્રનું-ને લગતું; [વાત.] (સંખ્યા ઇ૰ અંગે) ઘણું મોટું.

astro'nomy (અસ્ટ્રૉનમિ), ના૰ જ્યોતિષ-ખગોળ-શાસ્ત્ર.

astrophy'sics (ઍસ્ટ્રફિઝિક્સ), ના૰ ગ્રહ તારાઓની ભૌતિક અને રાસાયણિક સ્થિતિને લગતું શાસ્ત્ર.

astu'te (અસ્ટચૂટ), વિ૰ બાહોશ, ધૂર્ત; કાવતરાબાજ.

asu'nder (અસંડર), ક્રિ૰વિ૰ છૂટું, વેગળું; કકડેકકડા.

asy'lum (અસાઇલમ), ના૰ આશ્રય-(સ્થાન), અભયારણ્ય; [પ્રા.] ગાંડાઓની ઇસ્પિતાલ; રાજકીય આશ્રય.

asy'mmetry (ઍસિમટ્રિ), ના૰ અસમપ્રમાણતા. **asymme'trical** (ઍસિમે'ટ્રિકલ), વિ૰.

at (અટ, ભાર માટે ઍટ), નામ૰ અ૰ પાસે, નજીક, આગળ; ઉપર, તરફ, સામું; -માં, માંહે. દિવસ ઇ૰ની સ્થિતિ અને સમય બતાવે છે. **~ all**, જરાયે, મુદ્દલ; કોઈ પણ રીતે. **~ that**, વળી, વધુમાં.

a'tavism (ઍટવિઝ્મ), ના૰ દૂરના પૂર્વજોની સાથે સાદૃશ્ય; તેમની તરફ જવાનું વલણ. **atavi'stic** (-વિસ્ટિક), વિ૰.

ate'lier (અટે'લ્યર), ના૰ કલાકારનું કલાભવન, સ્ટુડિયો; કારખાનું.

a'theism (એથિઇઝ્મ), ના૰ નાસ્તિકતા, નિરીશ્વરવાદ. **a'theist** (-ઇસ્ટ), ના૰. **athei'stic** (-ઇસ્ટિક), વિ૰.

a'thlete (ઍથ્લીટ), ના૰ વ્યાયામના ખેલોમાં નિષ્ણાત - હરીફાઈ કરનાર; પહેલવાન. **~'s foot,** પગની દરાજ.

athle'tic (ઍથ્લે'ટિક), વિ૰ વ્યાયામ કે પહેલવાનનું-ને લગતું; તાકાતવાન. **athle'tics** (-ટિક્સ), ના૰ વ્યાયામની રમતો. **athle'ticism** (-ટિસિઝ્મ), ના૰.

athwar't (અથ્વૉર્ટ), ક્રિ૰વિ૰ અને નામ૰ અ૰ એક બાજુથી બીજી બાજુ સુધી, વિ૰ક૰ ત્રાંસું.

a'tlas (ઍટ્લસ) ના૰ નકશાપોથી.

a'tmosphere (ઍટ્મસ્ફિઅર), ના૰ વાતાવરણ, હવા; માનસિક અથવા નૈતિક પરિસ્થિતિ; કોઈ સ્થળ, વસ્તુ, ઇ૰ની મન પર અસર.

atmosphe'ric (ઍટ્મસ્ફે'રિક), વિ૰ વાતાવરણનું. **atmosphe'rics** (-રિક્સ), ના૰ બ૰વ૰ વાતાવરણમાં થતો વિદ્યુત્ક્ષોભ, તેને લીધે દૂરસંચારમાં થતો વિક્ષેપ.

a'toll (ઍટૉલ), ના૰ ખાડી ફરતો પરવાળાનો વલયાકાર ટેકરો - ટાપુ.

a'tom (ઍટમ), ના૰ રાસાયણિક મૂળતત્ત્વનો સૂક્ષ્મતમ કણ, અણુ; અણુશક્તિના મૂળ તરીકે તે કણ; સૂક્ષ્મ અંશ અથવા વસ્તુ. **~ bomb**, અણુબૉમ્બ.

ato'mic (અટૉમિક), વિ૰ અણુ(ઓ)નું; અણુશક્તિ અથવા અણુબૉમ્બને લગતું-વાપરનારું; **~ bomb**, અણુઊર્જામાંથી બળ મેળવનારો બૉમ્બ. **~ energy**, અણુઊર્જા. **~ number**, અણુક્રમાંક. **~ weight**, અણુભાર.

a'tomize (ઍટમાઇઝ઼), સ૰ ક્રિ૰ -ના અણુ બનાવવા, (પ્રવાહી)ના નાના નાના કણ-ટીપાં બનાવવાં. **atomiza'tion** (-ઝ઼ેશન), ના૰. **a'tomizer** (-ઝ઼ર), ના૰.

ato'nal (ઍટોનલ), વિ૰ [સં.] કોઈ વિશિષ્ટ સૂર કે રાગમાં ન લખેલું. **atona'lity** (ઍટનૅલિટિ), ના૰.

ato'ne (અટોન), સ૰ ક્રિ૰ પ્રાયશ્ચિત્ત કરવું, નુકસાન ભરી આપવું. **~for,** નુકસાન ભરી આપવું. **ato'nement** (-મન્ટ), ના૰.

atro'cious (અટ્રોશસ), વિ૰ ભયંકર

દુષ્ટ; બહુ જ ખરાબ.

atro'city (અટ્રૉસિટિ), નાο ભયંકર દુષ્ટ કૃત્ય; [વાત.] ધૃણાસ્પદ કામ અથવા વસ્તુ.

a'trophy (ઍટ્રફિ), નાο ગાત્રશોષ, કાંસા રોગ. ઉο ક્રિο શરીરના ભાગને સૂકવી નાખવું-ભાગનું સુકાઈ જવું.

a'tropine (ઍટ્રપિન), નાο ભોંયરીંગણી કે કાંટારીંગણીનું ઝેર.

atta'ch (અટૅચ), ઉο ક્રિο બાંધવું, જોડવું, ચોંટાડવું; ઉપર આરોપણ કરવું (*to*), -નું છે એમ કહેવું; -ને લાગુ પડવું, વળગવું, ચોંટવું; પ્રીતિ-મૈત્રી-બદ્ધ કરવું; વશ કરવું; [કા.] જપ્ત કરવું; (મહત્ત્વ ઇο) આપવું. **atta'chment** (-મન્ટ), નાο.

attach'e (અટૅશે), નાο એલચીના કર્મચારીઓ સાથે જોડાયેલી વ્યક્તિ. **~case,** કાગળપત્ર રાખવાની નાની પેટી-પાકીટ.

atta'ck (અટૅક), સο ક્રિο ઉપર હુમલો કરવો, -ને ઈજા કરવી. નાο હુમલો, હલ્લો; સખત-પ્રતિકૂળ-ટીકા; જોરદાર શરૂઆત.

attai'n (અટેન), ઉο ક્રિο -ને પહોંચવું; પ્રાપ્ત કરવું; હાંસલ કરવું. **~ to,** આવી પહોંચવું.

attai'nment (અટેન્મન્ટ),નાο [વિοકο બο વο માં] પ્રાપ્ત કરેલી વ્યક્તિગત સિદ્ધિ.

a'ttar (ઍટર), નાο અત્તર (વિοકο ગુલાબનું).

atte'mpt (અટૅ'મ્પ્ટ), સο ક્રિο પ્રયત્ન કરવો, હાંસલ કરવાનો કે જીવવાનો પ્રયત્ન કરવો. નાο પ્રયત્ન (કરવો તે).

atte'nd (અટૅ'ન્ડ), ઉο ક્રિο -ની તરફ ધ્યાન આપવું (*to*), -ની કાળજી-સંભાળ લેવી; (અમુક ઠેકાણે) હાજર રહેવું; નિશાળ, દેવળ, ઇοમાં નિયમિત જવું; -ની સાથે જવું-સેવા કરવી.

atte'ndance (અટૅ'ન્ડન્સ), નાο હાજર રહેવું તે ઇο; હાજરી, સેવા; હાજર રહેલાની સંખ્યા; હાજરી.

atte'ndant (અટૅ'ન્ડન્ટ), વિο સેવા કરનારું (*on*); સાથે રહેનારું. નાο અનુચર, સેવક; સાથી.

atte'ution (અટૅ'ન્શન), નાο ધ્યાન (આપવું તે), મનની એકાગ્રતા; કાળજી, વિચારણા; [લશ્કર.] હોશિયાર, ટટાર ઊભા રહેવાની સ્થિતિ; [બοવο માં] સાદર સેવા; પ્રિયારાધન.

atte'ntive (અટૅ'ન્ટિવ), વિο ધ્યાન-લક્ષ-આપનારું, સાવધાન.

atte'nuate (અટૅ'ન્યુએટ), સο ક્રિο બારીક-પાતળું-બનાવવું; -નું બળ અથવા મૂલ્ય ઘટાડવું. વિο (-અટ). બારીક, પાતળું; વિરલ. **attenua'tion** (-એશન), નાο.

atte'st (અટૅ'સ્ટ), ઉο ક્રિο -ની સાક્ષી પૂરવી-આપવી; સાચું હોવા વિષે પ્રમાણપત્ર આપવું. **attesta'tion** (ઍટૅ'સ્ટેશન), નાο.

atte'sted (અટૅ'સ્ટિડ), વિο રોગથી મુક્ત પ્રમાણિત (ઢોર કે દૂધ વિષે).

a'ttic[1] (ઍટિક), વિο છાપરા નીચેનો માળ, માળિયું, કાતરિયું.

A'ttic[2] વિο ઍથેન્સ અથવા ઍટિકાનું.

attir'e (અટાયર), નાο અને સο ક્રિο પોશાક (પહેરાવવો).

a'ttitude (ઍટિટ્યૂડ), નાο શરીર કે અંગની સ્થિતિ-ઢબ, પેંતરો; **~(of mind)**, મનનું વલણ, સ્થિર મત.

attitu'dinize (ઍટિટ્યૂડિનાઇઝ઼), સο ક્રિο જુદા જુદા ભાવ કે વલણ અપનાવવાં; દેખાવ-ડોળ-કરવો.

attor'ney (અટર્નિ), નાο મુખત્યાર, મુનીમ; વકીલ; [અમે.] આવશ્યક લાયકાતવાળો વકીલ. **power of ~**, મુખત્યારનામું. **A~-General,** મુખ્ય સરકારી વકીલ.

attra'ct (અટ્રૅક્ટ), સο ક્રિο પોતાની તરફ ખેંચવું; મન હરવું, મુગ્ધ કરવું.

attra'ction (અટ્રૅક્શન), નાο આકર્ષણ (કરવું તે); આકર્ષક વસ્તુ; આકર્ષકતા, લાલચ.

attra'ctive (અટ્રૅક્ટિવ), વિο આકર્ષક, મોહક; મનોહર.

attri'bute (અટ્રિબ્યૂટ), ઉο ક્રિο -નું છે અથવા -ને લીધે છે એમ કહેવું-ઠરાવવું,

કશાકનું કોઈ પર આરોપણ કરવું, -નું કારણ બતાવવું. ~ to, -ને કારણે થાય છે એમ માનવું. ના૦ **a'**- (ઍ-) ગુણ, ધર્મ; ખાસિયત; ઉપાધિ; વિશેષણ. **attribu'tion** (ઍટ્રિબ્યૂશન), ના૦.

attri'butive (અટ્રિબ્યૂટિવ), વિ૦ ગુણ-ધર્મવાચક, વિશેષણાત્મક.

attri'tion (અટ્રિશન), ના૦ ઘસવું-ઘસાઈ જવું-તે, ઘસારો; ધીમે ધીમે ક્ષીણ થવું તે.

attu'ne (અટ્યૂન), સ૦ ક્રિ૦ વાદ્ય અથવા સૂર મેળવવો; મેળ બેસાડવો, એકરાગ કરવું; બંધબેસતું કરવું.

aty'pical (એટિપિકલ), વિ૦ વિશિષ્ટ પ્રકાર કે જાતિને ન અનુસરનારું.

au'bergine (આબર્જિન), ના૦ રીંગણું.

aubrie'tia (ઑબ્રીશ), ના૦ વસંતમાં ફૂલ આપનાર ખડકમાં થતો એક ઠીંગણો બારમાસી છોડ.

au'burn (ઑબર્ન), વિ૦ રતાશ પડતું ભૂરૂં.

au'ction (ઑક્શન), ના૦ લિલામ, હરાજી; બ્રિજ(ની રમત)નો એક પ્રકાર; સ૦ ક્રિ૦ લિલામથી વેચવું.

auctioneer' (ઑક્શનિઅર),ના૦લિલામ કરનાર.

auda'cious (ઑડેશસ), વિ૦ સાહસિક, હિંમતવાળું; ધીર, ઉદ્ધત. **auda'city** (ઑડેસિટિ), ના૦.

au'dible (ઑડિબલ), વિ૦ સંભળાય એવું. **audibi'lity** (-બિલિટિ), ના૦.

au'dience (ઑડિઅન્સ), ના૦ ઔપચારિક-વિધિપૂર્વકની-મુલાકાત; સાંભળવું તે, સુનાવણી; શ્રોતાઓ કે પ્રેક્ષકો; વાચકો.

au'dio (ઑડિઓ), ના૦ ધ્વનિ કે અવાજ (ની રજૂઆત). ~ **typist**, ટેપ ઇ૦ પરથી સીધું ટાઇપ કરનાર. ~-**visual**, દૃષ્ટિ અને ધ્વનિ બંનેનો ઉપયોગ કરનારું (ભણાવવાનાં સાધનો ઇ૦માં).

au'dit (ઑડિટ), ના૦ અધિકારી દ્વારા હિસાબની તપાસણી. સ૦ ક્રિ૦ હિસાબની તપાસણી કરવી.

audi'tion (ઑડિશન), ના૦ નટ, ગાયક, ઇ૦નું પરીક્ષાર્થે શ્રવણ. ઉ૦ક્રિ૦ ઉમેદવાર(-રો)-નું ભાષણ કે ગાયન સાંભળવું-સંભળાવવું; ભાષણ કે ગાયન સાંભળવા માટે ઉમેદવારોને બોલાવવા.

au'ditor (ઑડિટર), ના૦ હિસાબ-તપાસનીસ. **auditor'ial** (-ટૉરિઅલ), વિ૦.

auditor'ium (ઑડિટૉરિઅમ), ના૦ શ્રોતાઓ તથા પ્રેક્ષકોને બેસવાની જગ્યા, નાટ્ય-સભા-ગૃહ.

au'ditory (ઑડિટરિ), વિ૦ સાંભળવાનું -અંગેનું.

au fait (ઓ ફે), [ફ્રે.] જાણકાર; શિક્ષિત.

Aug. સંક્ષેપ August.

au'ger (ઑગર), ના૦ શારડી, ગિરમીટ.

aught (ઑટ), ના૦ [પ્રા.] કંઈ પણ (વસ્તુ).

augme'nt (ઑગ્મે'ન્ટ), સ૦ ક્રિ૦ (વધુ) મોટું કરવું-થવું, વધારવું, વધવું. **augmenta'tion** (-ટેશન), ના૦.

augme'ntative (-ટટિવ), મૂળ શબ્દના અર્થમાં કે ભાવમાં વિષેષ જોર લાવનારું.

augme'nted (ઑગ્મે'ન્ટિડ), વિ૦ [સં.] (બે સ્વર વચ્ચેના અંતર અંગે) એક 'સેમિટોન' વધારેલું.

au'gur (ઑગર), ના૦ શકુન જોઈને ભવિષ્ય કહેનાર રોમન પુરોહિત; દૈવજ્ઞ, જોશી. ઉ૦ ક્રિ૦ આગળથી જોવું; શકુન પરથી ભવિષ્ય ભાખવું; ભાવિનું સૂચક હોવું, સૂચવવું.

au'gury (ઑગરિ), ના૦ શકુનવિદ્યા, ભવિષ્યની આગાહી; શકુન.

augu'st[1] (ઑગસ્ટ), વિ૦ પૂજ્ય; પ્રભાવી.

Au'gust[2], ના૦ ઑગસ્ટ મહિનો.

auk (ઑક), ના૦ નાની સાંકડી પાંખો-વાળું ઉત્તરનું એક દરિયાઈ પક્ષી.

aunt (આન્ટ), ના૦ ફોઈ, કાકી, માસી, મામી. **A~ Sally**, લક્ષ્ય તરીકે બનાવેલું સ્ત્રીનું લાકડાનું પૂતળું, તેના પર દડા ઇ૦ ફેંકવાની રમત; સાર્વત્રિક હુમલાનું પાત્ર.

au pair (ઓ પે'અર), ના૦. ~ (**girl**), રહેવાખાવાના બદલામાં ઘરકામ કરનાર (બહુધા પરદેશી) છોકરી.

au'ra (ઑરૅ). ના૦ ફૂલ ઇ૦માંથી નીકળતી

સૂક્ષ્મ હવા–સુવાસ; કોઈ વસ્તુ કે વ્યક્તિમાંથી ફેલાતું વાતાવરણ, પ્રભાવલય.

au'ral (ઑરલ), વિ૰ કાનનું.

au'reole (ઑરિઓલ), ના૰ પ્રભાવલય.

au revoir' (ઓ રવ્વાર), [ફ્રે.] ઉદ્‌ગાર અને ક્રિ૰ વિ૰ ફરી મળીએ ત્યાં સુધી (રામ રામ–આવજો).

au'ricle (ઑરિકલ), ના૰ બહારનો કાન, ઉપકર્ણ; હૃદયનો અલિન્દ–કર્ણિકા; તેનું દ્વાર.

auri'cula (ઑરિકચુલ), ના૰ ગોકર્ણ ફૂલનો છોડ.

auri'cular (ઑરિકચુલર), વિ૰ કાનને લગતું. **~ confession,** પાદરી આગળ ખાનગીમાં કરેલો પાપનો એકરાર.

auri'ferous (ઑરિફ઼રસ), વિ૰ જેમાંથી, સોનું નીકળે છે એવું.

auro'ra (ઑરોર), ના૰ ઉષા; ધ્રુવીય પ્રકાશ અથવા જ્યોતિ, ચુંબકીય ધ્રુવમાંથી થતું પ્રકાશમય વિદ્યુતવિકિરણ. **~ borea'lis** (બોરિએલિસ), ઉ૰ ધ્રુવ પાસેનો અરુણપ્રકાશ, સુમેરુજ્યોતિ. **~ austra'lis** (-ઑસ્ટ્રેલિસ), દ. ધ્રુવ પાસેનો અરુણપ્રકાશ, કુમેરુજ્યોતિ.

ausculta'tion (ઑસ્કલ્ટેશન), ના૰ હૃદય ઇ૰ના અવાજ સાંભળવા તે.

au'spice (ઑસ્પિસ), ના૰ શકુન; [બ૰ વ૰માં] કૃપા, આશ્રય.

auspi'cious (ઑસ્પિશસ), વિ૰ સારા શકુનવાળું; આશાસ્પદ.

Au'ssie (ઑઝિ, -સિ), ના૰ અને વિ૰ ઑસ્ટ્રેલિયાનું (વતની).

auster'e (ઑસ્ટિઅર), ના૰ સંયમી, તપસ્વી, તદ્દન સાદું, કઠોર, ઉગ્ર. **auste'rity** (-સ્ટૅ'રિટિ), ના૰.

au'stral (ઑસ્ટ્રલ), વિ૰ દક્ષિણનું.

Australa'sian (ઑસ્ટ્રલેશન), વિ૰ અને ના૰ ઑસ્ટ્રેલિયા અને નૈઋત્યના પ્રશાંત મહાસાગરના ટાપુઓનું (વતની).

Austra'lian (ઑસ્ટ્રેલિઅન), વિ૰ ઑસ્ટ્રેલિયાનું કે તેના લોકોનું. ના૰ ઑસ્ટ્રેલિયાનું વતની અથવા રહેવાસી.

Au'tarch (ઑટાર્કિ), ના૰ નિરંકુશ રાજસત્તા.

au'tarky (ઑટર્કિ), ના૰ સ્વયંપૂર્ણતા, આત્મનિર્ભરતા.

authe'ntic (ઑથે'ન્ટિક), વિ૰ વિશ્વાસપાત્ર, ખાતરીનું; ખરું, પાયાદાર; પ્રમાણભૂત; અસલ. **authenti'city** (-ટિસિટિ) ના૰.

authe'nticate (ઑથે'ન્ટિકેટ), સ૰ ક્રિ૰ -ની સત્યતા, પ્રમાણભૂતતા, કર્તાપણું પ્રસ્થાપિત કરવું. **authentica'tion** (-કેશન), ના૰.

au'thor (ઑથર), ના૰ પુસ્તક ઇ૰નો લેખક; મૂળ ઉત્પાદક. **au'thoress** (-રિસ), ના૰ સ્ત્રી. **au'thorship** (-ર્‌શિપ), ના૰.

authorita'rian (ઑથૉરિટે'અરિઅન), વિ૰ સ્થાપિત સત્તાની આજ્ઞા પાળવાના પક્ષનું; (રાજ્ય અંગે) સરમુખત્યારશાહી. ના૰ આપખુદ વ્યક્તિ.

autho'ritative (ઑથૉરિટટિવ), વિ૰ અધિકારયુક્ત, અધિકૃત; પ્રમાણભૂત; અધિકારના ડોળવાળું.

autho'rity (ઑથૉરિટિ), ના૰ અધિકાર, સત્તા; સત્તાધારી–અધિકારી–વ્યક્તિ કે મંડળ; પ્રતિનિધિ ઇ૰ને સોંપેલી સત્તા; અંગત વજન–વક્કર; નિર્ણાયક મત કે કથન, તે માટે આધારભૂત ગ્રંથ ઇ૰; તજ્જ્ઞ.

au'thorize (ઑથરાઇઝ઼), સ૰ ક્રિ૰ -ને સત્તા કે અધિકાર આપવો; મંજૂર કરવું. **A~d Version,** ૧૬૧૧નું બાઇબલનું પ્રમાણભૂત ભાષાંતર (અંગ્રેજી). **authoriza'tion** (-ઝ઼ેશન), ના૰.

au'tism (ઑટિઝ઼મ), ના૰ સ્વલીનતા (ની માનસિક વિકૃતિ) વિ૰ક૰ બાળકોમાં દેખાતી. **auti'stic** (-ટિસ્ટિક), વિ૰.

autobio'graphy (ઑટબાયૉગ્રફ઼િ), ના૰ આત્મચરિત્ર (લેખન). **autobio'grapher** (-ગ્રફ઼ર), ના૰. **autobiogra'phical** (ઑટબાયગ્રૅફ઼િકલ), વિ૰.

auto'chthonous (ઑટોક્થનસ), વિ૰ આદિવાસી, દેશનું મૂળનું, દેશી.

auto'cracy (ઑટૉક્રસિ), ના૰ એક વ્યક્તિનું નિરંકુશ શાસન.

au'tocrat (ઑટક્રૅટ), ના૰ નિરંકુશ સત્તા-

ધારી રાજ્ય. **autocra'tic** (-ટિક), વિ૦.

au'tocross (ઑટક્રૉસ), નાo પાકા રસ્તા વિનાના કે વગડાવાળા પ્રદેશમાં મોટરોની શરત.

au'tograph (ઑટગ્રાફ), નાo પોતાના હસ્તાક્ષર, વિ૦ક૦ સહી. સ૦ ક્રિ૦ કશાકમાં કે ઉપર પોતાના હાથે લખવું-સહી કરવી.

au'toharp (ઑટહાર્પ), ના૦ તાર વગાડવાની યાંત્રિક ગોઠવણવાળું એક મોટું તંતુવાદ્ય.

au'tomate (ઑટમેટ), સ૦ ક્રિ૦ સ્વયંચાલિત યંત્રને અધીન બનાવવું-યંત્ર દ્વારા કરવું.

automa'tic (ઑટમૅટિક), વિ૦ પોતાની મેળે ચાલતું, સ્વયંચાલિત; વિચાર કર્યા વિના કે ટેવને લીધે કરેલું; અનિવાર્ય પરિણામરૂપે થનારું.

automa'tion (ઑટમેશન), ના૦ સ્વયંચાલિત સાધનોનો ઉપયોગ.

auto'maton (ઑટૉમટન), ના૦ [બ૦ વ૦ ~ક, -**mata**, -મટૅ]; છૂપી ચાલક શક્તિવાળું-સ્વયં ચાલક-યંત્ર.

au'tomobile (ઑટમબીલ), ના૦ [વિ૦ક૦ અમે.) મોટરગાડી.

automo'tive (ઑટમોટિવ), વિ૦ મોટરગાડીઓને લગતું.

auto'nomous (ઑટૉનમસ), વિ૦ સ્વયંશાસિત, સ્વાયત્ત. **auto'nomy** (-નમિ), ના૦.

au'topsy (ઑટૉપ્સિ), ના૦ શવપરીક્ષા.

auto-sugge'stion (ઑટોસજે'શન, -જે'સ્ચન), ના૦ આત્મવશીકરણાર્થે સૂચના.

au'tumn (ઑટમ), ના૦ પાનખર-શરદ-ઋતુ. **autu'mnal** (ઑટમ્નલ), વિ૦.

auxi'liary (ઑગ્ઝ઼િલિઅરિ), વિ૦ અને ના૦ મદદકર્તા-સહાયક-ગૌણ (વ્યક્તિ કે વસ્તુ); ના૦ બ૦ વ૦ અથવા ~ **troops**, યુધ્યમાન રાષ્ટ્રને મદદ કરનાર પરદેશી કે મિત્રરાજ્યનાં લશ્કર.

avai'l (અવેલ), ઉ૦ ક્રિ૦ -ને સહાયભૂત કે ઉપયોગી થવું, કામમાં આવવું. ના૦ ઉપયોગ, લાભ. ~ **oneself of** -નો ઉપયોગ કરવો-લાભ ઉઠાવવો.

avai'lable (અવેલબલ), વિ૦ ઉપયોગ કરી શકાય એવું, (-ને) સુલભ-ઉપલબ્ધ. **availabi'lity** (-બિલિટિ), ના૦.

a'valanche (ઍવલાંશ), ના૦ હિમપ્રપાત; અચાનક ધસારો.

avant-gar'de (ઍવાંગાર્ડ), ના૦ અને વિ૦ કળા, સંગીત અને સાહિત્યમાં નવીન વસ્તુઓના પ્રવર્તકો, અગ્રેસરો.

a'varice (ઍવરિસ), ના૦ લોભ, લાલસા, ધનલોભ. **avari'cious** (-રિશસ), વિ૦.

ava'st (અવાસ્ટ), કે૦અ૦ [નૌકા.] થોભો!, સબૂર!, ઇ૦.

avatar' (ઍવટાર), ના૦ અવતાર.

avau'nt (અવૉન્ટ), કે૦અ૦ [પ્રા.] જતો રહે, કાળું કર.

a've (આવિ), કે૦અ૦અને ના૦ ભલે આવ્યા, પધારો, (નો પોકાર). **A~ Maria**, કુમારી મેરીની પ્રાર્થનાનું ગીત-સ્તોત્ર.

ave'nge (અવેન્જ), સ૦ક્રિ૦ -નું વેર વાળવું, -નો બદલો લેવો.

a'venue (ઍવન્યૂ), ના૦ બેઉ બાજુ વૃક્ષોની હારવાળો રસ્તો, વીથિ; પહોંચવાનો રસ્તો.

aver' (અવર), સ૦ક્રિ૦ અમુક વસ્તુ સાચી છે એમ નિશ્ચયપૂર્વક કહેવું; [કા.] સાચું સિદ્ધ કરવું.

a'verage (ઍવરિજ), ના૦ સામાન્ય દર-માત્રા-રકમ; સમાંતર મધ્યક.વિ૦ સરેરાશ; સામાન્ય કોટિનું. ઉ૦ક્રિ૦ સરેરાશ કાઢવી, સરાસરી ધોરણે પહોંચવું; સરેરાશ થવું -કરવું ઇ૦.

aver'se (અવર્સ), વિ૦ વિરુદ્ધ, પ્રતિકૂળ; અનિચ્છુક, નામરજીવાળું.

aver'sion (અવર્શન), ના૦ અણગમો, વિરોધભાવ; ન ગમતી વ્યક્તિ-વસ્તુ. ~ **therapy**, દરદીની વર્તમાન ટેવ છોડાવવા યોજેલી ઉપચારપદ્ધતિ.

aver't (અવર્ટ), સ૦ક્રિ૦ ટાળવું, અટકાવવું, નિવારણ કરવું, પાછું કાઢવું.

a'viary (એવિઅરિ), ના૦ પક્ષીશાળા, ખડો; પક્ષીસંગ્રહાલય.

avia'tion (એવિએશન), ના૦ વિમાન-સંચાલન વિદ્યા.

a'viator (એવિએટર), ના૦ વૈજ્ઞાનિક.

a'vid (ઍવિડ), વિ૦ ઉત્સુક, આતુર, લોભી. **avi'dity** (અવિડિટિ), ના૦.

avoca'do (ઍવકાડો), ના૦ [બ૦વ૦ ~es]. જમરૂખના આકારનું ઉષ્ણકટિબંધનું એક ફળ.

avoca'tion (ઍવકેશન), ના૦ ગૌણ કે આડધંધો; [વાત.] ધંધો, વ્યવસાય.

a'vocet (ઍવસે'ટ), ના૦ ઉપર વળેલી ચાંચવાળું બગલા જેવું એક પક્ષી.

avoi'd (અવૉઇડ), સ૦ક્રિ૦ -થી દૂર રહેવું, દૂર રાખવું, -થી બચી જવું. **avoi'dance** (-ડન્સ), ના૦.

avoirdupoi's (ઍવડર્યુપૉઇઝ઼), ના૦ ૧૬ ઔંસના પાઉન્ડવાળી વજનની પદ્ધતિ.

avow' (અવાઉ), સ૦ક્રિ૦ કબૂલ કરવું, એકરાર કરવો. **avow'al** (અવાવલ), ના૦. **avow'edly** (-વિડ્લિ), ક્રિ૦વિ૦.

avu'ncular (અવંક્યુલર), વિ૦ કાકા, મામા ઇ૦ નું-ના જેવું.

awai't (અવેટ), ઉ૦ક્રિ૦ -ની રાહ-વાટ જોવી.

awa'ke (અવેક), ઉ૦ક્રિ૦ [ભૂ૦કા૦ **awoke**; ભૂ૦કૃ૦ **awaked** અથવા **awo'ke**] જાગવું, ઊઠવું, જાગ્રત થવું; સક્રિય થવું; -ને કશાકનું ભાન થવું; ઊંઘમાંથી જગાડવું. વિધે૦ વિ૦ જાગતું; સાવધાન.

awa'ken (અવેકન), ઉ૦ક્રિ૦ = awake [વાચ્ય અને લા.]; -ની બાબતમાં સભાન કરવું-થવું (*to*).

awar'd (અવૉર્ડ), સ૦ક્રિ૦ ચુકવણી, દંડ, અથવા ઇનામ તરીકે આપવાનો હુકમ કરવો-અપાવવું-આપવું. ના૦ લવાદ કે ન્યાયાધીશનો ચુકાદો; ન્યાયાધીશે અપાવેલી વસ્તુ.

awar'e (અવે'અર), વિ૦ ભાન કે જ્ઞાનવાળું, વાકેફ.

awa'sh (અવૉશ), વિધે૦ વિ૦ દરિયાની સપાટી સાથે સમતલ; મોજાંથી ધોવાયેલું.

away' (અવે), ક્રિ૦વિ૦ દૂર, આઘે; સતત, લગાતાર.

awe (ઑ), ના૦ આદરયુક્ત ભય, ધાક. સ૦ક્રિ૦ ધાક બતાવવો-બેસાડવો. **~struck**, વિ૦ ભયગ્રસ્ત-ચકિત

awei'gh (અવે), ક્રિ૦વિ૦ (લંગર અંગે) હજી હમણાં જ ઉપાડેલું.

awe'some (ઑસમ), વિ૦ ધાક ઉપજાવનારું; ભયાનક.

aw'ful (ઑફુલ), વિ૦ ધાક પેદા કરનારું; [વાત.] ખૂબ મોટું, પ્રચંડ; બહુ ખરાબ.

aw'fully (-ફુલિ), ક્રિ૦વિ૦ [વાત.] અત્યંત. ખૂબ.

awhi'le (અવાઇલ), ક્રિ૦વિ૦ થોડો વખત.

aw'kward (ઑક્વર્ડ), વિ૦ કઢંગું, બેઢબ, અનાડી, અણઘડ; કામ લેવું મુશ્કેલ; મૂંઝવનારું.

awl (ઑલ), ના૦ મોચીનો સોયો, આરી.

aw'ning (ઑનિંગ), ના૦ ચંદરવો, છત; આશ્રય.

AWOL (એવૉલ), સંક્ષેપ. absent without leave.

awry' (અરાઇ), ક્રિ૦વિ૦ વક્રપણે, ખોટી રીતે.

axe (ઍક્સ), ના૦ કુહાડો-ડી; [વાત.] બરતરફી. સ૦ક્રિ૦ કાપી નાખવું; (ખરચ ઇ૦માં) કપાત કરવી; કાઢી મૂકવું.

a'xial (ઍકિસઅલ), વિ૦ ધરીનું-ની આસપાસ મૂકેલું, ધરી બનેલું.

a'xiom (ઍકિસઅમ), ના૦ સ્વયંસિદ્ધ-દેખીતું-તથ્ય; પ્રસ્થાપિત સિદ્ધાન્ત. **axioma'tic** (-મૅટિક), વિ૦.

a'xis (ઍકિસસ), ના૦ [બ૦વ૦ **a'xes** ઍક્સીઝ઼]. જેની આસપાસ વસ્તુ ફરે છે તે કલ્પિત રેખા; ધરી; કોઈ નિયમિત આકૃતિના બે સમપ્રમાણ ભાગ કરનારી રેખા; [ગ.] અક્ષ, યામો અથવા પ્રતિષ્ઠાપકો જેના પરથી મપાય છે તે રેખા.

a'xle (ઍક્સલ) ના૦ આંસ, ધરી; આંસનો છેડો. **~-tree**, ગાડીનાં બે પૈડાંને જોડનાર દાંડો, આંસ.

ay, aye[1], (આઇ), કે૦અ૦ હા, સારું, ઠીક. ના૦ [બ૦વ૦ **ayes**] હાનો જવાબ-મત.

aye[2], ક્રિ૦વિ૦ હંમેશા.

aza'lea (અઝ઼ેલિઅ), ના૦ જાતજાતનાં

રંગીન ફૂલોવાળું ઝાડવું.

a'zimuth (ઍઝિમથ) ના૦ ખસ્વસ્તિકથી ક્ષિતિજ સુધીનો આકાશનો ચાપ; એ ચાપનું યામ્યોત્તર વૃત્તથી ક્ષિતિજની ધારે ધારે કોણીય અંતર. દિગંશ; દિક્કોણ.

a'zure (ઍઝર), ના૦ અને વિ૦ નિરભ્ર વાદળી (આકાશ); વાદળી રંગ.

B

B, સંક્ષેપ. black (pencil lead).

b., સંક્ષેપ. born; bowled by; bye.

B.A., સંક્ષેપ. Bachelor of Arts.

baa (બા), ના૦ અને અ૦ક્રિ૦ [**baaed** અથવા **baa'd** બાડ]. 'બેંબેં' અવાજ(કરવો)

ba'ba (બાબા), ના૦ (**rum**)**~,** શેરડીના દારૂ (રમ)માં બોળેલી પોચી કેક.

ba'bble (બૅબલ), ઉ૦ક્રિ૦ કાલુંકાલું–અસ્પષ્ટ–અસંગત–બોલવું, બકબક કરવી; (પાણીના પ્રવાહ અંગે) ખળખળ અવાજ કરવો. ના૦ બકવાટ; (પાણી ઇ૦નો) ખળખળાટ.

babe (બેબ), ના૦ નાનું બાળક.

ba'bel (બેબલ), ના૦ અવ્યવસ્થા–ધાંધલ–(ની જગ્યા); અનેક ભાષાઓનું મિશ્રણ, ઘુમરાણ, ગરબડ.

baboo'n (બબૂન), ના૦ એક જાતનું કદાવર વાંદરું.

ba'by (બેબિ), ના૦ નાનું બાળક; બચ્ચું; કોઈ પણ જાતની નાના કદની વસ્તુ; બાલિશ વ્યક્તિ. **~ grand,** નાનો ગ્રૅંડ પિયાનો. **~-sit,** માબાપની ગેરહાજરીમાં બાળકની સંભાળ રાખવી–રાખતા બેસવું, **~-sitter,** એવી રીતે સંભાળ રાખનાર.

ba'ccarat (બૅકરા), ના૦ પૈસા મૂકીને રમાતી પત્તાંની એક રમત.

Bacchana'lia (બૅકનેલિઅ), ના૦બ૦વ૦ ગ્રીક અને રોમન મદ્યદેવતા બૅકસનો ઉત્સવ. **Bacchana'lian** (-લિઅન), વિ૦.

ba'cchic (બૅકિક), વિ૦ પીધેલ, છાકટું, તોફાની.

ba'chelor (બૅચલર), ના૦ કુંવારો; સ્નાતક. **~ girl,** [વાત.] સ્વતંત્રપણે રહેનાર અપરિણીત સ્ત્રી.

baci'llus (બસિલસ), ના૦ [બ૦વ૦ **-lli** -લાઇ] સળી કે યષ્ટિકાના આકારનો કોહવાણ પેદા કરનારો જંતુ, દંડાણુ. **baci'llary** (-લરિ), વિ૦.

back (બૅક), ના૦ માણસની પીઠ; જનાવરના શરીરની ઉપરની બાજુ; કોઈ પણ વસ્તુનો પાછળનો ભાગ–બાજુ; ગતિની દિશાથી ઊલટી બાજુ; ફૂટબૉલ ઇ૦માં રક્ષણ કરનાર ખેલાડી (નું સ્થાન). વિ૦ પાછળ (ની બાજુએ)–આગળની બાજુથી દૂર–આવેલું, પાછળનું; અગાઉના સમયનું, (ચૂકવવાનું) બાકી રહેલું; ઉલટાવેલું, પાછળ વાળેલું. ક્રિ૦ વિ૦ પાછળ, પાછલી તરફ, આગળની બાજુથી ઊલટી દિશામાં; ભૂતકાળની–અગાઉની–મૂળ અથવા હંમેશની–સ્થિતિમાં અથવા જગ્યાએ. ઉ૦ક્રિ૦ -ની પાછળ મૂકવું, -ની પાર્શ્વભૂમિ કરવી–થવી; ને અસ્તર મૂકવું; -નું અસ્તર બનવું; ટેકો–પુષ્ટિ–આપવી (પૈસા, દલીલ, ઇ૦ વડે); -ની ઉપર પૈસા લગાડવા, હોડ બકવી; (હૂંડી ઇ૦ પર) શેરો મારવો; પાછળ હડાવવું–હડવું–જવું. **~-bench(er),** લોકસભામાં પાછલી પાટલીનું આસન (તે પર બેસનાર કોઈ પદ કે હોદ્દા વિનાનો સભ્ય). **~-bite,** સ૦ક્રિ૦ પીઠ પાછળ નિંદા કરવી, ચુગલી કરવી. **~-boiler,** ચૂલાની પાછળનો પાણી ઉકાળવાનો ચરુ. **~bone,** કરોડ; મુખ્ય આધાર; ચારિત્ર્યબળ–દૃઢતા. **~chat,** સામો જવાબ–બોલ, ટોણો. **~cloth,** રંગમંચની પાછળનો ચીતરેલો પડદો. **~date,** અગાઉની તારીખ નાખવી, અગાઉની તારીખથી અમલી બનાવવું. **~door,** [લા.] છૂપો કે ઘાલમેલિયો માર્ગ કે સાધન. **~down,** દાવો ઇ૦ છોડી દેવું. **~drop,** = backcloth. **~fire,**

વાહનના એંજિનના નળાકારમાં અથવા તપી ગયેલી એક્ઝોસ્ટ પાઇપમાં અકાળ સ્ફોટ (કરવો); (યોજના ઇ૦ અંગે) ધાર્યા કરતાં વિપરીત પરિણામ આવવું. **~ground,** ચિત્રનો પાછળનો ભાગ; સાથેનું ગૌણ સ્થાન; અપ્રસિદ્ધિ; નિવૃત્તિ; માણસની પૂર્વપીઠિકા; માણસની સામાજિક પરિસ્થિતિ, કેળવણી, ઇ૦. **~hand(ed),** હાથની પાછલી બાજુએથી સામાવાળા તરફ મારેલો (ફટકો); અપ્રત્યક્ષ; દ્વિઅર્થી. **~lash,** અતિ પ્રતિક્રિયા, હિંસક પ્રતિક્રિયા. **~log,** ભેગું થયેલું બાકી કામ. **~number,** સામયિક ઇ૦નો જૂનો અંક; [વિ. બો.] જુનવાણી પદ્ધતિ કે વ્યક્તિ. **~ of,** [અમે.] પાછળ. **~ out,** નીકળી-છટકી-જવું. **~room,** જ્યાં ગુપ્ત સંશોધન કે બીજું કામ ચાલતું હોય એવી જગ્યા. **~ seat,** [લા.] ઊતરતી અથવા ગૌણ જગ્યા-પદ. **~side,** [વાત.] કૂલા. **~slide,** ભૂલમાં કે પાપમાં ફરી પડવું. **~stage,** પડદા પાછળ, નેપથ્યમાં. **~stairs,** = [લા.] backdoor. **~up,** ટેકો આપવો. **~-up,** એવી મદદ અને ટેકો. **~wash,** પાછાં વળતાં મોજાંની ગતિ; આડકતરાં પરિણામો. **~water,** નદીની બાજુમાં તેના પ્રવાહથી ભેગું થયેલું સ્થિર પાણી, ખાડી; બૌદ્ધિક જડતા (ની સ્થિતિ-સ્થાન). **~woods,** વસ્તીથી દૂરનો સાફ કર્યા વિનાનો જંગલનો પ્રદેશ.

ba'cker (બૅકર), ના૦ ટેકો આપનાર; ઘોડા પર પૈસા લગાડનાર.

ba'ckgammon (બૅક્ગૅમન), ના૦ એક જાતની સોગઠાંની કે જુગટાંની રમત.

ba'cking (બૅકિંગ), ના૦ પીઠબળ (આપનારાઓ), વસ્તુની પીઠ કે આધાર બનાવવા માટેનું દ્રવ્ય; સંગીતમાં સાથ.

ba'ckward (બૅક્વર્ડ), વિ૦ પાછળની બાજુએ વાળેલું; મંદબુદ્ધિ, પછાત; શરમાળ.

ba'ckwards (બૅક્વર્ડ્ઝ), ક્રિ૦ વિ૦ પાછળ પાછળની બાજુએ, નીકળ્યા તે તરફ; ઊલટી દિશામાં.

ba'con (બેકન), ના૦ મીઠું મસાલો પાઈને સૂકવેલું ડુક્કરનું (પીઠ અને વાંસાનું) માંસ.

bacterio'logy (બૅક્ટિઅરિઑલજિ), ના૦ સૂક્ષ્મ જંતુ કે જીવાણું-બૅક્ટીરિયા-નું શાસ્ત્ર. **bacteriolo'gical** (-રિઅલૉજિકલ), વિ૦.

bacte'rium (બૅક્ટિઅરિઅમ), ના૦ [બ૦ વ૦ **-ria** -રિઆ]. એકકોશી અતિસૂક્ષ્મ જંતુ-વનસ્પતિ, જીવાણુ. **bacter'ial** (-રિઅલ), વિ૦.

bad (બૅડ), વિ૦ **[worse, worst]** નકામું; હલકી કોટિનું; ખામીવાળું; ભૂલભરેલું; (નાણું) ખોટું; અણગમતું; દુષ્ટ; હાનિકારક; બગડેલું; દુઃખદાયક; માંદું; જખમી; નામચીન; ગંભીર; ખરાબ, ભૂંડું.

bade (બેડ), **bid**નો ભૂ૦ કા૦.

badge (બૅજ), ના૦ હોદ્દો, સભ્યપદ, ઇ૦નું ચિહ્ન, બિલ્લો ઇ૦.

ba'dger (બૅજર), ના૦ મોઢા પર કાળા ને સફેદ પટાવાળું જમીનમાં દર કરીને રહેનારું એક નિશાચર ચોપગું પ્રાણી. સ૦ ક્રિ૦ પજવવું, જીવ ખાવો.

ba'dinage (બૅડિનાઝ), ના૦ [ફ્રેં.] ઠઠ્ઠા-મશ્કરી, ટોળટીખળ.

ba'dly (બૅડ્લિ), ક્રિ૦ વિ૦ અત્યંત ઉત્કટપણે; ખોટી-ખરાબ-રીતે.

ba'dminton (બૅડ્મિન્ટન), ના૦ ટેનિસ જેવી ફૂલ વડે રમાતી એક રમત.

ba'ffle (બૅફલ), સ૦ ક્રિ૦ વ્યર્થ-નિષ્ફળ-કરવું; ગૂંચવવું. ના૦ પ્રવાહી કે ધ્વનિને રોકનારો કે તેનું નિયમન કરનારો પડદો-પાટિયું ઇ૦.

bag (બૅગ), ના૦ થેલી, કોથળી, કોથળો; પ્રાણીના શરીરમાં રહેલી મધ, ઝેર, ઇ૦ ની કોથળી; શિકારીએ કરેલો કુલ શિકાર; [બ૦ વ૦ માં] મોટો જથો; સૂથણું. ઉ૦ ક્રિ૦ થેલીમાં મૂકવું-ભરવું; પ્રાપ્ત કરવું; કબજામાં લેવું; થેલીની જેમ લટકવું; ફુલાવું.

bagate'lle (બૅગટે'લ), ના૦ નજીવી વાત કે રકમ; કાણાંવાળા ઢાળવાળા પાટિયા પર નાના દડા વડે રમાતી બિલિયર્ડ જેવી એક રમત.

ba'ggage (બૅગિજ), ના૦ મુસાફરીનો

સામાન; સહેલાઈથી ફેરવી શકાય એવો લશ્કરી સાજસરંજામ; [મજાકમાં] ઉદ્ધત છોકરી.

ba'ggy (બૅગિ), વિ૦ કોથળીની જેમ લટકતું.

ba'gpipes (બૅગ્પાઇપ્સ), ના૦ બ૦ વ૦ કોથળી જેવા ભાગમાં મોઢાથી હવા ભરીને વગાડવાનું એક વાદ્ય, મરઘો. **bag-piper** (-પર), ના૦.

bail[1] (બેલ), ના૦ કેદી માટેની હાજર જામીનગીરી, બાંયધરી; જામીન રહેનાર. સ૦ ક્રિ૦ જામીન થઈ ને છોડાવવું; જામીન લઈ ને છોડવું. **~ out** જામીન પર–લઈ ને–છોડવું, વિ૦ ક૦ જેલમાંથી.

bail[2], ના૦ [ક્રિ૦] ડાંડિયા (સ્ટંપ) પરની આડી ગિલ્લી અથવા ડાંડી.

bail[3], **bale**[2], (બેલ), ઉ૦ ક્રિ૦ ડાલો ઇ૦ થી હોડી વગેરેમાંથી પાણી ઉલેચવું–બહાર ફેંકવું. **~ out,** સંકટ સમયે વિમાનમાંથી છત્રીની મદદથી એકદમ નીચે ઊતરવું.

bai'ley (બેલિ), ના૦ કિલ્લાનો કોટ; તેનાથી આંતરેલું આંગણું.

bai'lie (બેલિ), ના૦ મૅજિસ્ટ્રેટ તરીકે કામ કરનાર સ્કૉટિશ સુધરાઈ નો સભ્ય.

bai'liff (બેલિફ), ના૦ જપ્તી, ધરપકડ, ઇ૦ કરનાર અમલદાર; ભાડાં ઉઘરાવનાર મુનીમ, મિલકતની દેખરેખ કરનાર કારભારી.

bai'liwick (બેલિવિક), ના૦ મૅજિસ્ટ્રેટ કે બેલીફનું કાર્યક્ષેત્ર–ઇલાકો.

bairn (બેર્ન), ના૦ [સ્કૉ.] બાળક.

bait (બેટ), સ૦ ક્રિ૦ પાછળ કૂતરા વળગાડીને (બાંધી રાખેલા પ્રાણીને) અથવા મહેણાંટોણાં મારીને (માણસને) પજવવું; ગલે ભક્ષ્ય ભેરવવું, પાંજરામાં ખાજ મૂકવું. ના૦ શિકારને લલચાવવા મુકાતું ખાજ; લાલચ, પ્રલોભન.

baize (બેઝ઼), ના૦ ઊનનું જાડું કાપડ.

bake (બેક), ઉ૦ ક્રિ૦ બંધ વાસણમાં કે તવા ઇ૦ પર શેકવું; ગરમી વડે–સૂકવીને કઠણ કરવું; શેકાવું. **~house,** ભઠિયારખાનું. **baking powder,** રોટી ઇ૦ ફુલાવવા માટે વપરાતી ભૂકી.

ba'kelite (બેકલાઇટ), ના૦ રાળ કે પ્લાસ્ટિક જેવો એક કૃત્રિમ પદાર્થ.

ba'ker (બેકર), ના૦ ભઠિયારો. **~'s dozen,** તેર.

ba'kery (બેકરિ), ના૦ ભઠિયારખાનું; ભઠિયારું.

ba'ksheesh (બૅક્શીશ), ના૦ બક્ષિસ, ઇનામ; ભીખ.

Balacla'va (બૅલક્લાવૅ), ના૦. **~ (helmet),** ઊનની વાંદરટોપી.

balalai'ka (બૅલલાઇકૅ), ના૦ 'ગિટાર' જેવું એક વાદ્ય.

ba'lance (બૅલન્સ), ના૦ ત્રાજવું, કાંટો; ઘડિયાળ ઇ૦નું ગતિ નિયામક ચક્ર; સમતુલા; સ્થિરતા; નમતું પલ્લું; લેણા અને દેવા વચ્ચેનો તફાવત; [વાત.] શેષ, બાકી; સિલક, ઉ૦ ક્રિ૦ વજન કરવું; સરખું કરવું; સમતોલ કરવું–થવું–રાખવું. **~ of payments** or **trade,** આયાતનિર્યાત માલ (ની કિંમત વચ્ચે)નો તફાવત. **~ of power** રાજ્યોનાં બળ અને શક્તિની સમતુલા; બે સરખી મોટી સત્તાઓમાંથી કોઈ એકને પોતાના ટેકા દ્વારા મહત્ત્વ આપવાની -ગૌણ પક્ષ. જૂથ, ઇ૦ની ક્ષમતા. **~-sheet,** સરવૈયું.

ba'lcony (બૅલ્કનિ), ના૦ ઉપલા માળની બારી આગળની કઠેરાવાળી જગ્યા, ગોખ, ઝરૂખો; નાટકશાળા, સિનેમાગૃહ, ઇ૦ની ગૅલરી (ની બેઠકો).

bald (બૉલ્ડ), વિ૦ ટાલ પડેલું, ટાલવાળું; વાળ, પીંછાં, ઇ૦ વિનાનું; ઉઘાડું; સુંવાળું; સાદું, નીરસ.

ba'lderdash (બૉલ્ડર્ડૅશ), ના૦ અર્થહીન–વાહિયાત–વાત.

ba'ldric (બૉલ્ડ્રિક), ના૦ તલવાર, બ્યૂગલ, ઇ૦ ખભે ભેરવવાનો પટો.

bale[1] (બેલ), ના૦ અને સ૦ ક્રિ૦ માલસામાન, ઘાસ, ઇ૦ની ગાંસડી, ગંજી, (બનાવવી).

bale[2], જુઓ **bail**[3].

ba'leful (બેલ્ફુલ), વિ૦ હાનિકારક,

વિનાશક; દુષ્ટ, ખરાબ.

balk, baulk, (બૉક, બૉલ્ક), ના૦ અડચણ, વિઘ્ન, પથરો. ઉ૦ક્રિ૦ -માં વિઘ્ન નાખવું, અટકાવવું; નાહિંમત–નિષ્ફળ–નિરાશ–કરવું; ના પાડવી, ટાળવું; ભડકવું, અડ કરવી.

ball[1] (બૉલ), ના૦ દડો નક્કર કે પોલો, વિ૦ક૦ રમવાનો દડો; કશાકનો ગોળ વાળેલો દડો; તોપ, બંદૂક, ઇ૦નો ગોળો – ગોળી; [ક્રિ.] ગોલંદાજની દડાની એક ફેંક; [બ૦ વ૦માં, ગ્રામ્ય] આંડ, ગોળી; વાહિયાત વાત, ગરબડગોટાળો. **~-bearing,** ઘર્ષણ ટાળવા માટે નાની ગોળીઓ–છરા–વાપરનારો યંત્રનો ભાગ; એવો એક છરો. **~cock,** ટાંકીમાં વહેતું પાણી આપોઆપ ચાલુ કે બંધ થાય તે માટે વપરાતી તરતા ગોળા સાથેની ચકલી. **~ (of foot),** પગના અંગૂઠા પાસેનો તળિયાનો ગોળ ભાગ. **~-point (pen),** જેમાં કલમની અણી કાગળ પર લખવા માંડતાં ગોળગોળ ફરે છે અને તેની આસપાસ શાહી વહે છે એવી પેન, બૉલપેન.

ball[2], ના૦ નૃત્ય(નો જલસો). **have a ~,** [વિ.બો.] મોજ કરવી. **~room,** નૃત્યખંડ. **~room dancing,** નૃત્યખંડમાં કરાતું ઔપચારિક યુગલ નૃત્ય.

ba'llad (બૅલડ), ના૦ પવાડો; સાદું અથવા ભાવપ્રધાન ગીત. **ba'lladry** (-લડ્રિ), ના૦.

ba'llast (બૅલસ્ટ), ના૦ વહાણ કે વિમાનને સ્થિર રાખવા તેમાં ભરાતો ભારે માલ, નીરમ; રેલવેના પાટા નીચે અથવા સડકના પાયા માટે પથરાતી ખડી. સ૦ક્રિ૦ -માંહે નીરમ ભરવા, ખડી પાથરવી.

balleri'na (બૅલરીનઁ), ના૦ વિ.ક. નૃત્યનાટિકામાં પ્રમુખ ભાગ ભજવનાર નર્તકી.

ba'llet (બૅલે), ના૦ સંગીત નૃત્યનાટિકા; તે ભજવનાર વૃંદ.

balli'stic (બલિસ્ટિક), વિ૦ અસ્ત્રો (ફેંકવાની શક્તિ)ને લગતું. **~ missile,** પ્રક્ષેપાસ્ત્ર, શરૂઆતમાં શક્તિ પ્રેરિત અને માર્ગદર્શનવાળું અને પછી ગુરુત્વાકર્ષણના બળથી આગળ વધતું અસ્ત્ર. **balli'stics** (-સ્ટિક્સ), ના૦ બ૦વ૦ પ્રયોગ એક વ૦ની જેમ. અસ્ત્રો અને તોપ બંદૂકો છોડવાને લગતું શાસ્ત્ર, પ્રક્ષેપાસ્ત્રવિદ્યા.

balloo'n (બલૂન), ના૦ હવામાં ઊંચે ઊડે એવી હવાથી હલકો વાયુ (ગૅસ) ભરેલી કોથળી, વિ.ક. માણસો જેમાં બેસી શકે એવી નીચે લટકતી ટોપલીવાળી, ગુબ્બારો; રમકડાનો રબરનો ફુગ્ગો; છાપાં ઇ૦માં આવતી ચિત્રવાર્તાઓમાં પાત્રોએ કહેલા શબ્દોવાળી બલૂનના આકારની લીટી

balloo'nist (બલૂનિસ્ટ), ના૦ બલૂનમાં ઊડનાર.

ba'llot (બૅલટ), ના૦ ગુપ્ત મતદાન (માં વપરાતો કાગળ, ગોળો, ઇ૦), મતપત્રમાં નોંધાયેલા મત; ચિઠ્ઠી નાખવી– ઉપાડવી–તે. અ૦ક્રિ૦ મતપત્ર ઇ૦ નાખી (બહુધા ગુપ્તપણે) મત આપવો; ચિઠ્ઠીઓ ઉપાડવી–ઉપાડીને નિર્ણય કરવો; -માં મતદાન ગોઠવવું.

ba'lly (બૅલિ), વિ૦ અને ક્રિ૦ વિ૦ [વિ.બો. સૌમ્ય ભાષામાં અથવા મજાકમાં.] મૂઓ, પાજી, ઇ૦. (**bloody**નું સૌમ્ય રૂપ.)

ballyhoo' (બૅલિહૂ), ના૦ [વિ.બો.] ગ્રામ્ય અથવા ભ્રામક જાહેરાતબાજી.

balm (બામ), ના૦ કેટલાંક ઝાડમાંથી ઝરતો સુગંધી રસ; તે ઝરતું ઝાડ; મલમ કે ઊટણું; પીડાહારક કે શામક અસર; એક જાતની ખુશબોદાર ઔષધિ.

ba'lmy (બામિ), વિ૦ બામનું, બામના જેવું; ખુશબોદાર, સૌમ્ય; શામક; [વિ.બો.] લહેરી, ચસકેલ.

ba'lsa (બૉલ્સ), ના૦ એક અમેરિકન ઉષ્ણકટિબંધી ઝાડ; તેનું બહુ જ હલકું લાકડું.

ba'lsam (બૉલ્સમ), ના૦ ઝાડમાંથી મળતો બામ; મલમ, ઊટણું; બામ જેમાંથી મળે છે તે ઝાડ; એક ફૂલઝાડ.

ba'luster (બૅલસ્ટર), ના૦ જમરૂખના આકારની નાની થાંભલી; કઠેરાની થાંભલી; [બ૦વ૦માં, પ્રા.] કઠેરો (ને તેની થાંભલીઓ),

balustra'de (બૅલસ્ટ્રેડ), ના૦ અગાશી ઇ૦ ફરતો થાંભલીઓવાળો કઠેરો.

bamboo' (બૅમ્બૂ), ના૦ વાંસ, બામ્બુ.

bamboo'zle (બૅમ્બૂઝ઼લ), સ૦ક્રિ૦ મજાક કરવી, -ને બનાવી જવું; ગૂંચવવું; છેતરવું.

ban (બૅન), સ૦ક્રિ૦ મનાઈ–નિષધ–કરવો, વિ.ક. વિધિસર. ના૦ અધિકારની રૂએ –વિધિપૂર્વકનો–નિષેધ–મનાઈ.

bana'l(બનાલ),વિ૦ તદ્દન સામાન્ય કોટિનું, નીરસ. **bana'lity** (-નૅલિટિ), ના૦.

bana'na (બનાનૅ), ના૦ કેળ(નું ઝાડ), કેળું.

band (બૅન્ડ), ના૦ પટો, પાટો; લોઢું, રબર, ઇ૦નો ગોળ પટો; ચક્રોને જોડનાર પટો; રંગ ઇ૦નો પટો; વાજાંવાળાઓની મંડળી; જૂથ, મંડળ; તરંગલંબાઈનું ક્ષેત્ર. સ૦ક્રિ૦ મંડળી બનાવવી; -ની ઉપર પટો ચડાવવો. **~ed**, વિ૦ પટાવાળું. **~box**, સીવણની પેટી–ડબ્બો. **~master**, બૅન્ડ કે વાજાં-વાળાઓનો નાયક. **~-saw**, ચક્રો પર ફરતી છેડા વિનાની કરવત. **~sman**, વાજાંવાળી મંડળીનો માણસ. **~stand**, એ મંડળીનો ચોતરો. **~wagon**, વાજાંવાળાઓનું ગાડું; [લા.] લોકપ્રિય–જીતતો–પક્ષ.

ba'ndage (બૅન્ડિજ), ના૦ જખમ ઇ૦ પર બાંધવાનો પાટો. સ૦ક્રિ૦ ઉપર પાટો બાંધવો.

banda'nna (બૅન્ડૅનૅ), ના૦ સફેદ કે પીળાં ટપકાંવાળો રંગીન હાથરૂમાલ.

ba'ndeau (બૅન્ડો), ના૦ [બ૦ વ૦ **-deaux** -ડોઝ઼] માથા ફરતે બાંધવાની ફીત કે પટ્ટી.

ba'ndit (બૅન્ડિટ), ના૦ બહારવટિયો; લૂંટારો, ધાડપાડુ. **ba'nditry** (-ડિટ્રિ), ના૦.

bandoleer', -lier', (બૅન્ડલિઅર), ના૦ કારતૂસ રાખવાનો ખભે ભેરવવાનો પટો.

ba'ndy[1] (બૅન્ડિ), સ૦ક્રિ૦ આમ તેમ ફેંકવું–પસાર કરવું; ચર્ચા કરવી; સામ-સામી આપલે–ટપાટપી કરવી.

ba'ndy[2], વિ૦ (ટાંટિયા અંગે) ઘૂંટણ આગળથી બહારની બાજુએ વળેલું; ફેંગરું.

bane (બેન), ના૦ વિનાશ કે પીડાનું કારણ. **ba'neful** (-ફુલ), વિ૦.

bang (બૅંગ), ઉ૦ક્રિ૦ ધડ દઈને–પછાડીને – બંધ કરવું, પછાડવું; ફટકા કે સ્ફોટના જેવો અવાજ કરવો – થવો. ના૦ સખત ફટકો; ફટકા કે સ્ફોટનો અવાજ, ધડાકો. ક્રિ૦વિ૦ ધડ દઈને, ધડાકા સાથે; એકાએક; [વાત.] ચોક્કસપણે. **~ on**, [વિ. બો.] તદ્દન બરાબર, ચોક્કસ.

ba'nger (બૅંજર), ના૦ કુલમો; ઠાઠિયું.

ba'ngle (બૅંગલ), ના૦ બંગડી, કંકણ; કલ્લું.

ba'nian (બૅનિઅન), **ba'nyan** (બૅન્યન), ના૦ **~(tree)**, વડ(નું ઝાડ).

ba'nish (બૅનિશ), સ૦ક્રિ૦ દેશનિકાલ કરવું; પોતાની સામેથી કે મનમાંથી કાઢી નાખવું. **ba'nishment** (-મન્ટ) ના૦.

ba'n(n)ister (બૅનિસ્ટર), ના૦ [બહુધા બ૦વ૦માં] દાદરા ઇ૦નો કઠેરો; [બ૦વ૦માં] કઠેરાની થાંભલીઓ.

ba'njo (બૅંજો), ના૦ [બ૦વ૦ **~s**] ગિટારના જેવું એક વાદ્ય. **ba'njoist** (-ઇસ્ટ) ના૦.

bank[1] (બૅંક), ના૦ સપાટ માથાવાળો, બરફ, ઇ૦નો ટેકરો; બાંધ, પુસ્તો; નદી ઇ૦નો કાંઠો; ઢોળાવ, ઉતાર. ઉ૦ક્રિ૦ બંધ કે પાળ બાંધવી–બાંધીને આંતરવું, રસ્તાના વળાંકની બહારની કોર ઊંચી બાંધવી; વળતી વખતે ગાડી કે વિમાનની એક બાજુ ઊંચી રાખવી –એક બાજુ નીચે જવી. **~ up**, રેતી વગેરે ભેગી થઈ તેનો ટેકરો બનવો; દેવતા ધીમે ધીમે બળતો રહે તે માટે તેના પર રાખ ઇ૦ દબાવી રાખવી.

bank[2], ના૦ શરાફી પેઢી, બૅંક; જુગારનો અડ્ડો ચલાવનારે ટેબલ પર રાખેલા પૈસા; સંઘરી રાખવાની જગ્યા. ઉ૦ક્રિ૦ બૅંક રાખવી – ચલાવવી, બૅંકમાં પૈસા મૂકવા (*at* અથવા *with*); -ની ઉપર ભરોસો –આધાર–રાખવો (*~ on*). **~ book**, ખાતાવાળાના હિસાબની ચોપડી. **~ card**, અમુક રકમ સુધી પૈસા આપવાની બાંયધરી સાથે બૅંકે ઘરાકને આપેલું કાર્ડ, ચેક કાર્ડ. **~ holiday**, બૅંક બંધ હોય તે જાહેર રજાનો દિવસ. **~note**, બૅંકમાં વટાવી શકાય એવી બૅંકે કાઢેલી પ્રોમિસરી

નોટ.

bank³, ના૦ વાજાની પેટી, ટાઇપરાઇટર, ઇ૦ની ચાવીઓ, કળો, દીવા, ઇ૦ની હાર; હલેસાંની કતાર-રો.

ba'nker (બૅંકર), ના૦ બૅંકનો વ્યવસ્થાપક; શાહુકાર; જુગારનો અડ્ડો ચલાવનાર. **~'s card,** = bank card, ચેક કાર્ડ.

ba'nkrupt (બૅંક્રપ્ટ), વિ૦ અને ના૦ નાદાર – દેવાળિયું – (માણસ); (કશા ભલીવાર) વિનાનું. સ૦ક્રિ૦ દેવાળિયું બનાવવું. **ba'nkruptcy** (-ટ્સિ), ના૦.

ba'nner (બૅનર), ના૦ (દેશ, લશ્કર, ઇ૦નો) ઝંડો, ધ્વજ; બહુધા બે વાંસ પર ચડાવેલો વાવટો અથવા જાહેરાત.

ba'nnister (બૅનિસ્ટર), ના૦ જુઓ **banister.**

ba'nnock (બૅનક), ના૦ બહુધા મોવણ વિનાની ગોળ ચપટી રોટી.

banns (બૅન્સ), ના૦ બ૦ વ૦ દેવળમાં મુકાતી ભાવિ લગ્નની જાહેરાત.

ba'nquet (બૅંક્વિટ), ના૦ મિજબાની; ભાષણો સાથેનું ખાણું. ઉ૦ ક્રિ૦ ઉજાણી આપવી–કરવી.

bankque'tte (બૅંકે'ટ), ના૦ ભીંતે જડેલી ગાદીવાળી લાંબી બેઠક.

ba'nshee (બૅન્શી), ના૦ જેનો રડવાનો અવાજ ઘરમાં થનાર મરણનો સૂચક હોય છે એવું ભૂત.

ba'ntam (બૅન્ટમ), ના૦ એક નાના મરઘાની જાત, જેનો કૂકડો લડકણો હોય છે; નાનું પણ તેજસ્વી માણસ. **~weight,** (મુષ્ટિયુદ્ધમાં) ૫૪ કિલો સુધીનું વજન.

ba'nter (બૅન્ટર), ના૦ હળવી મશ્કરી. ઉ૦ ક્રિ૦ -ની મશ્કરી કરવી; મશ્કરીમાં બોલવું.

ba'nyan (બૅન્યન), જુઓ **banian.**

ba'obab (બેઅબૅબ), ના૦ ખૂબ જાડા થડવાળું એક આફ્રિકન ફળઝાડ.

bap (બૅપ), ના૦ ગોળ ચપટી સુંવાળી રોટીનો વીંટો.

ba'ptism (બૅપ્ટિઝ્મ), ના૦ ખ્રિસ્તી ધર્મની દીક્ષાનો વિધિ, બાપ્તિસ્મા; શુદ્ધિસંસ્કાર; નામકરણવિધિ. **bapti's-mal** (-ઝ્મલ), વિ૦.

Ba'ptist (બૅપ્ટિસ્ટ), ના૦ બાળદીક્ષાનો વિરોધ કરનાર અને નિમજ્જનમાં શ્રદ્ધા ધરાવનારા સંપ્રદાયનો માણસ.

bapti'ze (બૅપ્ટાઇઝ઼), સ૦ ક્રિ૦ -ને બાપ્તિસ્મા આપવો; ખ્રિસ્તી બનાવવું; નામ પાડવું.

bar¹ (બાર), ના૦ લાકડું, ધાતુ, ઇ૦નો લાંબો દાંડો–સળિયો; આડી, આગળો; આડ, નડતર; (સાબુ, ચૉકલેટ, ઇ૦નો) લાટો; પહોળી લીટી અથવા પટો; [સં.] સમયની દૃષ્ટિથી સરખા ભાગ પાડનારી ઊભી લીટી, એવો પાડેલો વિભાગ; ચંદ્રકની નીચે વિશેષ યોગ્યતા દર્શક પટ્ટી; કેદી કે આરોપીનું ઊભા રહેવાનું પાંજરું; વકીલ-બૅરિસ્ટરો (નો વ્યવસાય); માદક પીણાં કે ખાવાપીવાની વસ્તુઓ આપવાની જગ્યા. સ૦ ક્રિ૦ આડ–આગળો–દેવો; અંદર આવતાં કે બહાર જતાં અટકાવવું; રસ્તામાં અંતરાય નાખવો, બંધી કરવી; બહાર રાખવું. નામ૦ અ૦ સિવાય, બાદ કરતાં–**~maid, ~man, ~tender,** દારૂ કે નાસ્તાની દુકાનની ચાકરડી, નોકર, ઇ૦.

bar², ના૦ વાતાવરણના દબાણ (માપવા)નો એકમ.

barathe'a (બૅરથીઅ), ના૦ ઊનનું બારીક કાપડ.

barb (બાર્બ), ના૦ બાણ, ગલ, ઇ૦ની ઊલટી વાળેલી અણી, આંકડો; [લા.] મર્મભેદી વચન. સ૦ ક્રિ૦ કાંટા કે આંકડાવાળું કરવું. **barbed wire,** કાંટાળો તાર.

barba'rian (બાર્બે'અરિઅન), વિ૦ અને ના૦ અણસુધરેલું, જંગલી, સંસ્કારહીન (માણસ).

barba'ric (બાર્બે'રિક), વિ૦ અણઘડ, અસંસ્કારી; અણસુધરેલા લોકોનું.

bar'barism (બાર્બરિઝ્મ), ના૦ અણઘડ–અસંસ્કારી સ્થિતિ; અશિષ્ટ અથવા અસંસ્કારી ભાષા(નો પ્રયોગ).

barba'rity (બાર્બે'રિટિ), ના૦ જંગલી

ક્રૂરતા.

bar'barize (બાર્બરાઇઝ્), ઉ૦ ક્રિ૦ જંગલી બનાવવું–બનવું.

bar'barous (બાર્બરસ), વિ૦ જંગલી; ક્રૂર.

bar'becue (બાર્બિક્યૂ), ના૦ દેવતા પર માંસ શેકવાની જાળી; જાળી પર શેકેલું માંસ; એવા માંસનું વનભોજન. સ૦ ક્રિ૦ જાળી પર મૂકીને શેકવું.

bar'bel (બાર્બલ), ના૦ મોઢા પર લટકતા માંસના રેસાવાળી મીઠા પાણીની એક માછલી; માછલીનો એવો રેસો.

bar'ber (બાર્બર), ના૦ હજામ, વાળંદ.

bar'berry (બાર્બરિ), ના૦ પીળાં ફૂલવાળો એક છોડ; તેનો લંબગોળ રાતો ટેટો.

bar'bican (બાર્બિકન), ના૦ શહેર કે કિલ્લાના રક્ષણ માટેનો બેવડા બુરજવાળો દરવાજો અથવા પુલ.

barbi'turate (બાર્બિટ્યુઅરટ), ના૦ સેન્દ્રિય (બાર્બિટ્યુઅરિક) અમ્લમાંથી બનતી એક શામક દવા. **barbitur'ic** (-અરિક), વિ૦.

bar'carol(l)e (બાર્કરોલ), ના૦ વેનિસના ખલાસીઓનું ગીત.

bard (બાર્ડ), ના૦ કેલ્ટિક જાતિનો ભાટ–ગાયક; ઈસ્ટેડફડમાં માન્યતા પામેલો કવિ; કવિ. **bar'dic** (બાર્ડિક), વિ૦.

bare (બે'અર); વિ૦ વસ્ત્રહીન, ઉઘાડું, નાગું; ખુલ્લું; શણગાર વિનાનું; બહુ જ ઓછું; માંડ પૂરતું. સ૦ ક્રિ૦ આવરણ દૂર કરવું, પ્રગટ કરવું. **~back,** જીન વિનાના ઘોડા પર. **~faced,** બેશરમ, ઉદ્ધત.

bar'ely (બે'અર્લિ), ક્રિ૦ વિ૦ ભાગ્યે જ; કેવળ, માત્ર.

bar'gain (બાર્ગિન),ના૦ વેચાણનો કરાર, સોદો; સસ્તામાં–રકઝક કરીને–મેળવેલી વસ્તુ. અ૦ક્રિ૦ સોદો ઠરાવવો. **~ for,** –ને માટે તૈયાર રહેવું.

barge (બાર્જ), ના૦ સપાટ તળિયાવાળી માલવાહક નૌકા; દરબારી સમારંભો માટે શણગારેલી નૌકા. અ૦ક્રિ૦ જોરથી આગળ ધસવું, એક બાજુએ ઝૂકવું. **~ in,** -માં ટપકી પડવું–ખલેલ પહોંચાડવી.

bar'ge-board, (બાર્જ્-બોર્ડ), ના૦ છાપરાના ત્રિકોણની કોર નીચેનું પાટિયું અથવા જાળી.

bargee' (બાર્જી), ના૦ નૌકાનો માછી.

ba'ritone (બેરિટોન),ના૦ મધ્યસ્થાનના સ્વર અને ષડ્જ વચ્ચેનો અવાજ, એવા અવાજવાળો ગાયક, તે માટેની સંગીત-રચના.

ba'rium (બે'અરિઅમ), ના૦ એક સફેદ ધાતુરૂપ મૂળતત્ત્વ, બેરિયમ. **~ meal,** આંતરડાનો ક્ષ–કિરણ ફોટો લેવા માટે તેમાં દાખલ કરાતું બેરિયમ સલ્ફેટ.

bark[1] (બાર્ક), ના૦ ઝાડની છાલ. સ૦ ક્રિ૦ છાલ ઉખાડવી; (પગનો નળો ઇ૦) છોલવું.

bark[2], ના૦ [કાવ્યમાં] હોડી, નૌકા.

bark[3], ઉ૦ ક્રિ૦ (કૂતરા ઇ૦ અંગે) ભસવું; શોરબકોર કરવો, મોટે અવાજે વઢવું. ના૦ ભસવાનો અવાજ.

bar'ker (બાર્ક'ર), ના૦ લિલામ બોલાવનાર, દુકાન આગળ ઊભા રહીને માલની મોટેથી જાહેરાત કરનાર.

bar'ley (બાર્લિ), ના૦ જવ (નો છોડ). **~(corn)**, જવના દાણા. **~-sugar,** ખાંડની ચાસણીની એક મીઠાઈ. **~-water,** જવનું પાણી.

barm (બાર્મ), ના૦ બિયર ઇ૦ દારૂ પરનું ફીણ, ખમીર.

bar mi'tzvah (બાર મિટ્સ્વ), ના૦ તેર વરસનો યહૂદી કિશોર, તેનો દીક્ષાવિધિ.

bar'my (બાર્મિ), વિ૦ [વિ. બો.] ચસકેલું, ચક્રમ.

barn (બાર્ન), ના૦ દાણા ભરવાનો કોઠાર. **~ dance,** એક જાતનું ગામઠી નૃત્ય.

bar'nacle (બાર્નકલ), ના૦ ખડક, વહાણનું તળિયું, ઇ૦ને ચોંટી રહેનારું કવચવાળું પ્રાણી; બ્રિટનમાં શિયાળો કાઢવા આવનાર ઉત્તરધ્રુવ પ્રદેશનો હંસ.

baro'meter (બરોમિટર), ના૦ હવાનું દબાણ માપવાનું અને તેમ કરી હવામાનનો વર્તારો કરવાનું યંત્ર. **barome'tric-**

(al) (બૅરમે'ટ્રિક, -કલ), વિ૦.

ba'ron (બૅરન), ના૦ સૌથી નીચેની કક્ષાનો બ્રિટિશ ઉમરાવ; સત્તાધારી કે વગદાર માણસ.

ba'ronage (બૅરનિજ), ના૦ સમસ્ત ઉમરાવો.

ba'roness (બૅરનિસ), ના૦ ઉમરાવની પત્ની અથવા વિધવા; સ્વતંત્રપણે ઉમરાવની પદવી ધરાવનાર સ્ત્રી.

ba'ronet (બૅરનિટ), ના૦ બૅરનથી ઊતરતી વંશપરંપરાગત પદવી ધરાવનાર ઉમરાવ. **ba'ronetcy** (-નિટ્સિ); ના૦.

baro'nial (બરોનિઅલ), વિ૦ બૅરન કે બૅરનોનું-ને શોભે એવું.

ba'rony (બૅરનિ), ના૦ બૅરનની પદવી કે જાગીર.

baro'que (બરોક),વિ૦ અતિ આલંકારિક શૈલીવાળું; આડંબરી; વિચિત્ર; લહેરી. ના૦ સ્થાપત્ય ઇ૦ની અતિ શણગારવાળી શૈલી.

ba'rrack¹ (બૅરક), ના૦ [બહુધા બ૦વ૦ માં] લશ્કરી સિપાઈઓનું રહેવાનું લાંબું મકાન; તદ્દન સાદું અને ઉદાસ દેખાવવાળું મકાન.

ba'rrack², ઉ૦ ક્રિ૦ હુરિયો બોલાવવો, મશ્કરી કરવી.

barracu'da (બૅરક્યૂડૅ) ના૦ વેસ્ટ ઇન્ડીઝ તરફની એક મોટી ખાઉધરી દરિયાઈ માછલી.

ba'rrage (બૅરાઝ), ના૦ શત્રુના માર્ગમાં ઊભી કરેલી આડખીલી, વિ૦ક૦ કોઈ એક સ્થળ કે હરોળ ઉપર કરેલો સતત તોપમારો; પ્રશ્નોનો સતત મારો; નદી પર બાંધેલો બંધ.

ba'rrel (બૅરલ) ના૦ (વિ૦ક૦ લાકડાનાં પાટિયાંનું) પીપ; પીપભર, પીપ; બંદૂકની નાળ; નળાકાર; કશાકનો પીપના આકારનો ભાગ. સ૦ક્રિ૦ પીપમાં ભરવું. **~-organ,** ખીંટીઓ ઠોકેલા પીપના આકારનું એક વાદ્ય.

ba'rren (બૅરન) વિ૦ ફળ, સંતાન, વનસ્પતિ ન થાય એવું, વાંઝિયું, ખરાબાવાળું; નકામું; નીરસ, શુષ્ક. ના૦ ખરાબાની જમીન.

barrica'de (બૅરિકેડ), ના૦ ઝાડ, માટી, લાકડાં, ઇ૦ની આડ-વાડ. સ૦ક્રિ૦ એવી આડ બનાવવી-બનાવીને રોકવું-રક્ષણ કરવું.

ba'rrier (બૅરિઅર) ના૦ આવતાં કે કે આગળ વધતાંને અટકાવવા માટે કરેલી વાડ, કઠેરો, ઇ૦; વિઘ્ન, અંતરાય, ઇ૦ દૂર રાખનાર વસ્તુ. **~ cream,** ચામડીને ઈજા કે ચેપથી બચાવવાનો મલમ. **~ reef,** ખાડીથી મુખ્ય જમીનથી અલગ પડેલો પરવાળાનો ટેકરો.

ba'rrister (બૅરિસ્ટર), ના૦ ઉપલી અદાલતોમાં કામ ચલાવનાર સનદી વકીલ, બૅરિસ્ટર.

ba'rrow¹ (બૅરો), ના૦ પ્રાગૈતિહાસિક કબરોવાળો ટેકરો.

ba'rrow², ના૦ સામાન લઈ જવાની બે પૈડાંવાળી હાથગાડી.

Bart., સંક્ષેપ baronet.

bar'ter (બાર્ટર), ઉ૦ક્રિ૦ નાણાંને બદલે સાટે વેચવું-લેવું; વિનિમય કરવો. ના૦ અદલાબદલાથી થતો વેપાર, વિનિમય.

ba'sal (બેસલ), વિ૦ પાયારૂપ, પાયાનું; મૂળભૂત.

ba'salt (બૅસૉલ્ટ), ના૦ લાવાનો બનેલો કાળો કે લીલો ખડક. **basa'ltic** (બસૉલ્ટિક), વિ૦.

base¹ (બેસ), વિ૦ હલકું, નીચ, અધમ; કાયર; અશુદ્ધ; હલકી કિંમતનું; ખોટું. **~-born,** હલકા કુળનું; હરામજાદું.

base², ના૦ આધાર, પાયો; નીચલો ભાગ, તળિયું; સિદ્ધાન્ત; શરત ઇ૦ કરવાની જગ્યા; મિશ્રણનું મુખ્ય અથવા મહત્ત્વનું દ્રવ્ય; લશ્કરની પાછળનું થાણું ઇ૦ જ્યાં તેને માટે કોઠાર, ઇસ્પિતાલ, ઇ૦ની જોગવાઈ હોય છે; લડાઈ ચલાવવાનું મથક; [રસા.] તેજાબ (ઍસિડ) સાથે ભળીને તેનો ક્ષાર બનાવનાર દ્રવ્ય. સ૦ ક્રિ૦ ઉપર સ્થાપવું-આધારિત હોવું; સ્થાપન કરવું.

ba'seball (બેસ્બૉલ), ના૦ અમેરિકાની ધોકા દડાની એક રાષ્ટ્રીય રમત; તેમાં વપરાતો દડો.

ba'seless (બેસ્લિસ), વિ૦ પાયા કે

કારણ વિનાનું, નિરાધાર.

ba'sement (બેસ્‌મન્ટ), ના૦ મકાનનો સૌથી નીચેનો ભાગ, વિ૦ક૦ વસવાટવાળો, ભોંયરું.

bash (બૅશ), સ૦ ક્રિ૦ ખૂબ જોરથી ફટકો મારવો, પછાડવું, (જેથી ફાટ પડે કે ચૂરો થાય). ના૦ સખત ફટકો; [વિ.બો.] પ્રયત્ન.

ba'shful (બૅશ્‌ફુલ), વિ૦ શરમાળ; ગરીબડું, બીકણ.

ba'sic (બેસિક), વિ૦ પાયાનું -માં રહેલું, પાયારૂપ; મૂળભૂત.

ba'sil (બૅઝિલ), ના૦ તુલસીનો છોડ.

basi'lica (બસિલિકૅ), ના૦ બે બાજુએ થાંભલાની હારો અને છેડે કમાન ને ઘુમ્મટ-વાળો મોટો લંબચોરસ ઓરડો; પોપ પાસેથી વિશેષ અધિકાર ધરાવતું દેવળ.

ba'silisk (બૅઝ્‌લિસ્ક), ના૦ કેવળ નજર કે ફૂંફાડો નાખીને મારી નાખતો એક કાલ્પનિક સર્પ; ગમે ત્યારે કલગી ફુલાવ-નાર કાચિંડો.

ba'sin (બેસન), ના૦ પાણી રાખવાનું-હાથ ધોવાનું-તગારું કે કૂંડું; પોલાણવાળું નીચાણ; નદીનો કાંઠો; પાણી આવવા જવાના દરવાજાવાળી ગોદી; જમીનથી ઘેરાયેલું બંદર.

ba'sis (બેસિસ), ના૦ [બ૦વ૦ **bases** બેસીઝ્‌] પાયો, મુખ્ય આધાર; મુખ્ય દ્રવ્ય કે સિદ્ધાન્ત; વાટાઘાટ માટે સમાન ભૂમિકા.

bask (બાસ્ક), અ૦ ક્રિ૦ તડકે બેસવું, તડકો ખાવો; લોકપ્રિયતામાં રાચવું.

ba'sket (બાસ્કિટ), ના૦ ટોપલી-લો; ટોપલામાંની વસ્તુઓ; ટોપલાભર, ટોપલો. **~-ball,** ટોપલીદડાની રમત.

ba's-relief (બૅસ્‌રિલીફ), ના૦ પથ્થર ઇ૦માં કરેલી જરાક જ ઊપસેલી કોતરણીનું શિલ્પકામ.

bass¹ (બૅસ), ના૦ 'પર્ચ' કુટુંબની એક માછલી.

bass², **bast** (બૅસ્ટ), ના૦ લીંબુડીની કે તાડની આંતરછાલ.

bass³ (બેસ), વિ૦ ગંભીર અવાજવાળું; મન્દ્ર. ના૦ એવો અવાજ, ષડ્‌જ સ્વર; એવા અવાજવાળો ગાયક-ચીજ.

ba'sset (બૅસટ), ના૦ ~(**-hound**), ટૂંકા પગવાળો શિકારી કૂતરો.

bassine't (બૅસિને'ટ), ના૦ નેતરનું છત્રીવાળું ઘોડિયું અથવા બાબાગાડી.

bassoo'n (બસૂન), ના૦ એક પ્રકારનું લાકડાનું સુષિર વાદ્ય, વાંસળી.

bast (બૅસ્ટ), જુઓ **bass²**.

ba'stard (બાસ્ટર્ડ), વિ૦ જારજ, વ્યભિચારમાંથી જન્મેલું; છિનાળના પેટનું; મિશ્ર, સંકર; બનાવટી; ના૦ એવી વ્યક્તિ કે વસ્તુ; [ગ્રામ્ય.] અણગમતું અથવા કમનસીબ માણસ.

ba'stardize (બૅસ્ટર્ડાઇઝ્‌) સ૦ ક્રિ૦ જારજ જાહેર કરવું.

ba'stardy (બાસ્ટર્ડિ) ના૦ જારજતા.

baste¹ (બેસ્ટ), સ૦ ક્રિ૦ ટેભા મારવા, દોરાટવું.

baste², સ૦ ક્રિ૦ માંસ પર ચરબી ઇ૦ રેડીને સાંતળવું; મારવું, બૂધાથી ઝૂડવું.

bastina'do (બૅસ્ટિનેડો), ના૦ [બ૦વ૦ **~es**] પગનાં તળિયાં પર સોટી વતી મારેલો માર, કુંદીપાક. સ૦ ક્રિ૦ એવી રીતે મારવું.

ba'stion (બૅશન), ના૦ કિલ્લાની આગળનો પંચકોણી બુરજ; [લા.] સંરક્ષણ સંસ્થા.

bat¹ (બૅટ), ના૦ ચામાચીડિયું, વડવાગોળ.

bat², ના૦ ક્રિકેટ, બેસબૉલ, ઇ૦માં દડાને મારવાનો હાથાવાળો ધોકો, બૅટ; બૅટધારી. ઉ૦ ક્રિ૦ બૅટ વતી રમવું-ફટકારવું; રમવાનો દાવ લેવો. **~sman,** બૅટધારી.

bat³, સ૦ ક્રિ૦ આંખ મીંચવી, પલકારો મારવો.

batch (બૅચ), ના૦ એક વખતે શેકેલી રોટીઓનો ઘાણ; જૂથ, સમુદાય, સટ.

bate (બેટ), સ૦ક્રિ૦ બાદ કરવું; રોકવું.

bath¹ (બાથ), ના૦ નાહવું તે, સ્નાન, નાહ-વાનું ટબ, કૂંડું કે પાણી; [બહુધા બ૦વ૦માં] સ્નાનાગાર. ઉ૦ક્રિ૦ સ્નાનગૃહમાં નાહવું.

Bath², ના૦ ઊના પાણીના ઝરા કે કુંડવાળું ઇંગ્લન્ડનું એક શહેર. **~-brick,** ધાતુની વસ્તુઓ સાફ કરવાનો પાઉડર ઇ૦.

~ bun, ઉપર ખાંડ ભભરાવેલી રોટી. **~ chair,** માંદાની પૈડાંવાળી ખુરશી. **~ chap,** ખોરાક તરીકે ડુક્કરનું નીચેનું જડબું.

bathe (બેધ), ઉ૰ક્રિ૰ નાહવું, નવડાવવું; પલાળવું; (તડકો ઇ૰ અંગે) વ્યાપી દેવું. ના૰ સ્નાન (નદી, સમુદ્ર કે સ્નાનાગારમાં). **bathing-machine,** [ઇતિ.] દરિયામાં સ્નાન કરવા જવાની પૈડાંવાળી ઓરડી.

ba'thos (બેથૉસ), ના૰ ઉદાત્ત વિષય પરથી એકદમ સામાન્ય વિષય પર ઊતરી પડવું તે, પ્રતિસારાલંકાર. **bathe'tic** (બથે'ટિક), વિ૰.

ba'thyscaphe (બૅથિસ્કેફ), **ba'thysphere** (-સ્ફિઅર), ના૰ ઊંડા દરિયામાં ઊતરીને નિરીક્ષણ કરવાનું વહાણ-ગોળો.

ba'tik (બૅટિક), **bati'k** (બટીક), ના૰ કાપડ પર રંગીન નકશીઓ છાપવાની પદ્ધતિ, જેમાં જે ભાગ રંગવાનો ન હોય તે પર મીણ ચોપડવામાં આવે છે.

bati'ste (બટિસ્ટ), ના૰ રૂ કે શણનું ઝીણું કાપડ.

ba'tman (બૅટ્મન), ના૰ [બ૰વ૰ **-men**] અમલદારના નોકર તરીકે કામ કરનાર લશ્કરનો માણસ.

ba'ton (બૅટન), ના૰ અમલદારનો પદનો સૂચક દંડ; સંગીતમંડળીના સંચાલકની તાલ બતાવવાની લાકડી; ટપ્પાની હરીફાઈની દોડમાં સાથે રખાતી ટૂંકી લાકડી.

batra'chian (બટ્રેકિઅન), વિ૰ ચૂઈ અને પૂંછડી ફેંકી દેનારા દેડકા અને બીજાં પ્રાણીઓનું. ના૰ એવું પ્રાણી.

batta'lion (બટૅલ્યન), ના૰ યુદ્ધના વ્યૂહમાં ગોઠવાયેલા માણસોનું જૂથ; પાયદળની ટુકડી.

ba'tten[1] (બૅટન), ના૰ લાકડાની લાંબી અને સાંકડી પટ્ટી, આડું પાટિયું અથવા ચીપ, વિ૰ ક૰ વહાણના ભંડકના બારણા પર તાડપત્રી બરાબર બેસાડવા માટેની. સ૰ક્રિ૰ આડી ચીપો કે પટ્ટીઓ ચોડીને મજબૂત બનાવવું-બંધ કરવું.

ba'tten[2], અ૰ક્રિ૰ ખાવું, ખાઈ ને પુષ્ટ થવું.

ba'tter (બૅટર), ના૰ ઉ૰ક્રિ૰ ઝૂડવું, મારવું; ઠોકા ઠોકીને ભાંગી કે છૂંદી નાખવું. ના૰ રાંધવા માટે પ્રવાહી સાથે ફીણેલું લોટ અને ઈંડાંનું મિશ્રણ. **battering-ram,** કોટ, દીવાલ, ઇ૰ તોડી પાડવા માટે વપરાતું ઝૂલતા મોભનું સાધન.

ba'ttery (બૅટરિ), એકસરખા કે એકબીજા સાથે સંબંધિત સાધનોનો સટ; વીજળી સંઘરવાની ડબી(ઓ), વિદ્યુત્‌ઘટ; મરઘાં અથવા ઢોર રાખવાનાં પાંજરાં કે તબેલા; તોપો ગોઠવવાનો ઓટલો-લા; તોપખાનું; [કા.] કોઈની સાથે ધિંગામસ્તી, મારપીટ.

ba'ttle (બૅટલ), ના૰ યુદ્ધ, લડાઈ, હરીફાઈ. અ૰ ક્રિ૰ -ની સાથે-ને માટે લડવું (*with, for*). **~-axe,** પરશુ; [વાત.] નજરમાન પ્રૌઢ સ્ત્રી. **~-cruiser,** ભારે તોપો અને યુદ્ધનૌકા કરતાં હલકા બખતરવાળું અને વધુ ઝડપી વહાણ. **~dress,** કુરતું અને સૂંથણનો સિપાઈનો હમેશનો ગણવેશ. **~field,** રણક્ષેત્ર. **~ship,** ભારે તોપો અને બખતરવાળી યુદ્ધનૌકા.

ba'ttledore (બૅટલડૉર), ના૰ બૅડમિંટનના જેવા ફૂલને મારવાનું નાનું રૅકેટ.

ba'ttelment (બૅટલ્‌મન્ટ), ના૰ [બહુધા બ૰વ૰ મા] દીવાલને માથે રચેલી જરા આગળ પડતી વંડી, જંગી કે કાંગરાવાળી ભીંત-કોટ.

bau'ble (બૉબલ), ના૰ દેખાવની તકલાદી વસ્તુ.

baulk (બૉક), જુઓ **balk.**

bau'xite (બૉક્સાઇટ), ના૰ એક ખનિજ પદાર્થ જેમાંથી ઍલ્યુમિનિયમ ધાતુ મળે છે.

bawd (બૉડ), ના૰ કૂટણી, ભડવેણ.

baw'dy (બૉડિ), વિ૰ અને ના૰ ગંદી, બીભત્સ અને હસાવનારી (વાત). **~-house,** છિનાળવાડો.

bawl (બૉલ), ઉ૰ ક્રિ૰ રાડ પાડવી, મોટેથી રડવું. **~ out,** [વાત.] સખત ઠપકો આપવો.

bay[1] (બે), ના૰ ઘેરાં લીલાં પાંદડાંનું વિજય તોરણ; [બ૰વ૰માં] વિજેતા કે કવિની

પાંદડાંની વિજયમાળા. ~**berry,** વેસ્ટ ઇન્ડીઝનું એક ઝાડ, મેંદી. ~ **rum,** રમ દારૂમાં મેંદીનાં પાંદડાની ખુશબો(વાળું અત્તર).

bay², ના૦ ઉપસાગર, મોટો અખાત. ~ **salt,** વડાગરું મીઠું.

bay³, ના૦ બે થાંભલા કે બુરજો વચ્ચેનો દીવાલનો ભાગ; ગોખલો, ખાનું; ઝરૂખો. ~ **window,** ઝરૂખાવાળી બારી.

bay⁴, ના૦ મોટા કૂતરાનું ભસવું, વિ૦ક૦ શિકાર પાછળ પડેલા કૂતરાઓની બુમરાણ. **at ~**, મરણિયા થઈને લડવા તૈયાર, સામું થયેલું. **keep at ~**, હુમલો કરનારાઓને દૂર રાખવું. **turn at ~,** પીછો પકડનારાઓની સામા થવું. ઉ૦ ક્રિ૦ -ની ઉપર ભસવું.

bay⁵, વિ૦ અને ના૦ રતાશ પડતા બદામી રંગનો (ઘોડો).

bay'onet (બેઅનિટ), ના૦ સંગીન, બેયોનેટ. સ૦ ક્રિ૦ સંગીન વતી ભોંકવું. ~ **fitting,** દબાવીને મરડીને બેસાડવાનો ભાગ.

bazaar' (બઝાર), ના૦ બજાર; ફાળો વગેરે ભેગો કરવા ગોઠવેલું બજાર.

B.B.C., સંક્ષેપ. British Broadcasting Corporation.

B.C., સંક્ષેપ. before Christ; British Columbia.

be (બી), અ૦ ક્રિ૦ [વર્ત. **am, are, is;** બ૦વ૦ **are**; ભૂત૦ **was, were, was;** બ૦ વ૦ **were**; કૃ૦ **being;** ભૂ૦ કૃ૦ **been**]. હોવું, અસ્તિત્વ ધરાવવું, થવું; જીવવું; રહેવું, ચાલુ રહેવું; અમુક સ્થિતિમાં કે ગુણવાળું હોવું, સહા૦ ક્રિ૦ તરીકે વપરાય છે. સ૦ક્રિ૦ના ભૂ૦ કૃ૦ સાથે સહભેદ બનાવવા વપરાય છે. વર્ત૦ કૃ૦ સાથે ચાલુ કાળનાં રૂપો બનાવવા વપરાય છે. ક્રિ૦ના સામાન્ય રૂપ સાથે કર્તવ્ય, ઇરાદો, શકયતા, ઇ૦ વ્યક્ત કરે છે.

beach (બીચ), ના૦ દરિયો, સરોવર, ઇ૦નો કિનારો. સ૦ ક્રિ૦ કિનારે ચડાવવું–બાંધવું. ~**comber** (-કોમર), વહાણમાંથી ફેંકી દીધેલો માલ ભેગો કરી જીવનાર પૅસિફિક ટાપુઓનો માણસ. ~**-head,** શત્રુપ્રદેશના કિનારા પર ઊતરેલા લશ્કરે ત્યાં કિલ્લેબંધી કરેલું થાણું.

bea'con (બીકન), ના૦ સૂચના આપવા માટે ટેકરી પર સળગાવેલી હોળી અથવા વાંસ પર મશાલ; સંકેત, સૂચના (આપવાનું મથક); રાહદારીઓને રસ્તો ઓળંગવાની જગ્યા બતાવનાર થાંભલા પરનો પીળો દીવો.

bead (બીડ), ના૦ માળા ઇ૦નો મણકો, કોડિયું; બંદૂકની નળી પરની તાકવાની માખી; પ્રવાહીનું ટીપું; મણકાના હાર જેવી બાંધકામની રચના. સ૦ ક્રિ૦ મણકા કે મણકા જેવી રચનાથી શણગારવું; મણકાનો હાર બનાવવો.

bea'ding (બીડિંગ), ના૦ બાંધકામમાં મણકાના હાર જેવી કરેલી રચના.

bea'dle (બીડલ), દેવળ, કૉલેજ, ઇ૦નો ચોપદાર.

bea'dy (બીડિ), વિ૦ (આંખો અંગે) નાની અને તેજસ્વી.

bea'gle (બીગલ), ના૦ સસલાના શિકારના કામનો નાનો કૂતરો.

bea'gling (બીગ્લિંગ), ના૦ 'બીગલ' કૂતરાની મદદથી શિકાર (કરવો તે).

beak (બીક), ના૦ (પક્ષીની) ચાંચ; ચાંચ જેવું અણિયાળું નાક; [ઇતિ.] યુદ્ધનૌકાનો આગળનો અણિયાળો ભાગ; [વિ. બો.] દંડનાયક, મૅજિસ્ટ્રેટ.

bea'ker (બીકર), ના૦ કાચનો હોઠવાળો ઊભો પ્યાલો; પીવાની નાની પ્યાલી; [પ્રા.] પીવાનો મોટો પ્યાલો.

beam (બીમ), ના૦ લાકડાનો મોભ–પાટડો, લોઢાનો 'ગર્ડર'; વહાણનો આડો ભારટિયો; પ્રકાશનો કિરણપુંજ; વિમાન કે અસ્ત્રનો માર્ગદર્શક પ્રકાશ; ચળકાટ; મોઢાનો મલકાટ. ઉ૦ ક્રિ૦ પ્રકાશ બહાર ફેંકવો; પ્રકાશવું, ચળકવું; પ્રસન્નતાથી હસવું–જોવું; રેડિયો સંદેશો, કાર્યક્રમ, ઇ૦ વિશિષ્ટ દિશામાં પ્રસારિત કરવું. **on the ~-ends,** (વહાણ અંગે) બાજુ પર

આડું પડેલું; (વ્યક્તિ અંગે) પૈસાની ભારે તંગીમાં.

bean (બીન), ના૰ વાલ ઇ૰ કઠોળ; તેનો અથવા કોફી, કોકો, ઇ૰નો દાણો; [વિ. બો.] નાણું. **~feast,** કામદારોને શેઠ તરફથી અપાતું વાર્ષિક ભોજન; [વાત.] ઉજાણી, ઉત્સવ.

bea'no (બીનો), ના૰ [બ૰ વ૰ **~s**] [વાત.] = beanfeast.

bear[1] (બે'અર) ના૰ રીંછ; અસંસ્કારી અણઘડ માણસ; [શેરબજાર] મંદી ખાનાર વેપારી. **~-garden,** મચ્છીબજાર (જેવી ઘોંઘાટવાળી જગ્યા). **~-hug,** દૃઢ આલિંગન. **~skin,** રક્ષકદળની રુવાંટીવાળી ઊંચી ટોપી.

bear[2], ઉ૰ક્રિ૰ [**bore; born** અથવા **borne**] ઊંચકીને લઈ જવું, વહન કરવું; દાખવવું, -ના શરીર પર હોવું, ધરાવવું, ધારણ કરવું; સહન કરવું, નભાવવું; સાંખવું; જણવું, પેદા કરવું; પેદાશ આપવી.

bea'rable (બે'અરબલ), વિ૰ સહ્ય.

beard (બિઅર્ડ), ના૰ દાઢી; બકરા ઇ૰ની હડપચી પરનો વાળનો ગુચ્છો; ઘાસ ઇ૰નાં કુસળાં. સ૰ ક્રિ૰ ખુલ્લો સામનો કરવો, સામું થવું. **bea'rded** (-ડિડ), વિ૰.

bea'rer (બે'અરર), ના૰ સંદેશવાહક, ખેપિયો; હૂંડી કે ચેકનો દેખાડ કરનાર; ખાંધિયો, ડાઘુ; શિકારનો સામાન ઉપાડનાર.

bea'ring (બે'અરિંગ), ના૰ બાહ્ય વર્તન, ચાલ; અંગસ્થિતિ; બેસવાઊઠવાની લઢણ; મુદ્રા; કુટુંબની ઢાલ પર ચીતરેલું ચિહ્ન કે આકૃતિ; સંબંધ; પાસું; દિશા; [બ૰વ૰માં] સાપેક્ષ સ્થિતિ; ઘર્ષણ સહન કરનારો યંત્રનો ભાગ. **~-rein,** ઘોડાને ડોકની કમાન કરાવે એવી રીતે જીન સાથે બાંધેલી લગામ.

beast (બીસ્ટ), ના૰ પ્રાણી; ચોપગું પ્રાણી; ગાય, બળદ, ઇ૰ પાળેલું પ્રાણી; નરપશુ; અણગમતું માણસ કે વસ્તુ.

bea'stly (બીસ્ટ્લિ), વિ૰ ગંદું, નફરત પેદા કરનારું; [વાત.] અણગમતું.

beat (બીટ), ઉ૰ક્રિ૰ [**beat; beaten** અથવા **beat.**], માર મારવો, વારે વારે મારવું; ફટકા મારવા; ફટકા મારીને ચલાવવું-બદલવું; ટીપીને ઘડવું; જોરથી હલાવવું; હરાવવું; જીતવું, -થી ચડી જવું; થકવી નાખવું; મૂંઝવવું; આગળથી કરી નાખવું; (નાડીના) ધબકારા મારવા, ધડકવું; આમતેમ ફરવું-ફેરવવું; હાથ, લાકડી, ઇ૰ વતી તાલ આપવો; શિકારને ઉશ્કેરવું. ના૰ નગારાનો માર-ઠોકો, બૅન્ડવાળાની લાકડીની હાલચાલ-સંગીતમાં ફરીફરી આવતો મુખ્ય સ્વરાઘાત; લોકપ્રિય સંગીત ઇ૰માં આવતો જોરદાર ઠેકો; સ્ફુરણ, સ્પંદન; ભિન્નભિન્ન આવર્તનવાળા અવાજો ભેગા થવાથી થતા ધબકાર; પોલીસ કે સંત્રીની નિયત ગસ્ત-રોન; પોતાનું રોજનું ચક્કર-ફેરો.

bea'ter (બીટર), ના૰ શિકારને જગાડવા હાકોટા કરનાર; ગાલીચા ખંખેરવાની લાકડી ઇ૰, ઝાટકણું.

beati'fic (બીઅટિફિક), વિ૰ પરમસુખદાયક; [વાત.] ધન્ય, સુખી.

bea'tify (બિઍટિફાઇ), સ૰ ક્રિ૰ સુખી બનાવવું; [રોમન કે. ચર્ચ] મૃત વ્યક્તિ આનંદમાં છે એમ જાહેર કરવું (સંત શ્રેણીમાં દાખલ કરવાના પ્રથમ પગલા તરીકે). **beatifica'tion** (-ફિકેશન), ના૰.

bea'titude (બિઍટિટ્યૂડ), ના૰ ધન્યતા; [બ૰ વ૰માં] ઈશુના ગિરિપ્રવચનમાં જણાવેલાં પરમસુખો.

bea'tnik (બીટ્નિક), ના૰ રૂઢિથી ભિન્ન પોશાક તથા વર્તન કરનાર જુવાનિયો.

beau (બો), ના૰ [બ૰ વ૰ **beaux** બોઝ] ફાંકડો પુરુષ, વરણાગિયો; બાનુઓનો સાથી; આશક, પ્રેમી.

Beau'fort (બોફર્ટ), ના૰. **~ scale,** પવનગતિમાપક (યંત્ર).

beau ge'ste (બો ઝે'સ્ટ), ના૰ [ફ્રેં.] ઉદારતાનું પ્રદર્શન.

Beau'jolais (બોઝલે), ના૰ ફ્રાન્સમાં આવેલા બોઝલેનો દારૂ.

beau'teous (બ્યૂટિઅસ), વિ૰ [કાવ્યમાં] સુંદર.

beanti'cian (બ્યૂટિશન), ના૰ સૌન્દર્યો-

પચાર–પ્રસાધન–તજ્જ્ઞ.

beau'tiful (બ્યૂટિફુલ), ના૦ સુંદર, સોહામણું; ઉત્તમ, સરસ.

beau'tify (બ્યૂટિફાઇ), સ૦ ક્રિ૦ સુંદર –સુશોભિત–કરવું.

beau'ty (બ્યૂટિ), ના૦ સૌન્દર્ય, લાવણ્ય; સુંદર વ્યક્તિ (વિ૦ ક૦ સ્ત્રી) અથવા વસ્તુ. **~ queen,** સૌન્દર્યની હરીફાઈમાં શ્રેષ્ઠ ગણાયેલી સ્ત્રી. **~ spot,** સૌન્દર્યધામ.

bea'ver[1] (બીવર), ના૦ પહોળી પૂંછડી, સુંવાળી રુવાંટી તથા તીણા દાંતવાળું એક ઉભયચર પ્રાણી; તેની રુવાંટી; તે રુવાંટીની ટોપી. ઉ૦ ક્રિ૦ **~ away,** સખત મહેનત કરવી.

bea'ver[2], ના૦ શિરસ્ત્રાણનો મોઢા આગળનો નીચેનો ભાગ.

beca'lm (બિકામ), સ૦ક્રિ૦ પવનને અભાવે વહાણને ચાલતું બંધ કરવું; શાંત પાડવું.

becau'se (બિકૉઝ઼), ક્રિ૦વિ૦ -ને કારણે –લીધે (~ *of*). ઉભ૦અ૦ કારણ કે.

beck[1] (બે'ક), ના૦ ઇશારો, અણસારો.

beck[2], ના૦ વહેળો, પહાડી ઝરણું.

be'ckon (બે'કન), ઉ૦ક્રિ૦ ઇશારો કરવો– કરીને બોલાવવું.

beco'me (બિકમ), ઉ૦ક્રિ૦ [**became**; **become**]. થવું, થવા માંડવું; -ને સારું દેખાવું–શોભવું; -ને બંધબેસતું–અનુકૂળ– આવવું.

beco'mingly (બિકમિંગ્લિ), ક્રિ૦વિ૦ યોગ્ય રીતે, શોભે એવી રીતે.

bed (બે'ડ), ના૦ પથારી, ખાટલો; ગાદલું; પ્રાણીની આરામની જગ્યા; વસ્તુ માટેની પાકી બેઠક, આધાર; ક્યારો; દરિયો, નદી, ઇ૦નું તળિયું; નદીનું પાત્ર; સ્તર. સ૦ક્રિ૦ -ને માટે પથારી કરવી; ક્યારામાં રોપવું. **~-clothes,**, ચાદરો, ચોરસા, ઇ૦. **~-fellow,** એક શય્યામાં સાથે સૂનાર; [લા.] લંગોટિયો યાર. **~-pan,** પથારીમાં ઝાડો પેશાબ કરવાનું પાત્ર. **~-plate,** યંત્ર વગેરેના આધાર માટેનું ધાતુનું પતરું. **~ridden,**, પથારીવશ. **~rock,** કાંપની માટીના થરો ઇ૦ની નીચેનો નક્કર ખડક; [લા.] તળિયું, પાયો. **~room,** સૂવાનો ઓરડો. **~-sitting-room, ~-sitter,**, સૂવાબેસવાનો (સંયુક્ત) ઓરડો. **~sore,** પથારીમાં પડચા રહેવાથી પડતું ઘારું. **~spread,** પથારી પર દિવસે પાથરવામાં આવતી ચાદર. **~stead,** પલંગ, ખાટલો. **~straw,** એક જાતની ઔષધિ વનસ્પતિ. **~time,** સૂવાનો સમય.

beda'bble (બિડૅબલ), સ૦ક્રિ૦ -ની ઉપર ગંદું પાણી, લોહી, ઇ૦ના છાંટા ઉડાડવા.

bedau'b (બિડૉબ), સ૦ ક્રિ૦ કશાક પર રંગ વગેરે ચોપડવો.

be'dding (બેડિંગ), ના૦ પથારી, બિસ્ત્રો; ઘોડા ઇ૦ માટે ઘાસનું પાથરણું.

bede'ck (બિડે'ક), સ૦ક્રિ૦ શણગારવું.

bede'vil (બિડે'વલ), સ૦ક્રિ૦ મોહિત કરવું; (ભૂતે) વળગવું; દુઃખ દેવું, હાનિ પહોંચાડવી; ગૂંચવી નાખવું. **bede'vilment** (–લ્મન્ટ), ના૦.

bedew' (બિડચૂ), સ૦ક્રિ૦ -ની ઉપર ઝાકળ (ની જેમ) છાંટવું.

be'dlam (બે'ડ્લમ), ના૦ ગાંડાની ઇસ્પિતાલ; અવ્યવસ્થા અને ઘોંઘાટવાળી જગ્યા.

be'douin (બે'ડુઇન), ના૦ [બ૦વ૦ એ જ] રણવાસી આરબ.

bedra'ggle (બિડ્રૅગલ), સ૦ક્રિ૦ ઢસડીને ઢીલું, ભીનું કે ગંદું કરવું; -ના વાળ ઇ૦ અસ્તવ્યસ્ત કરવા.

Beds., સંક્ષેપ. Bedfordshire.

bee (બી), ના– મધમાખી; ઉદ્યમી માણસ; કામ કે મનોરંજનનો મેળાવડો. **~-hive,** મધપૂડો. **~line,** બે સ્થળ વચ્ચેની સીધી લીટી. **~swax** (-ઝ઼્વૅક્સ), મધમાખીઓએ પોતાના શરીરમાંથી સ્રાવેલું મીણ; તેનું બનાવેલું લાકડા માટેનું પૉલિશ.

Beeb (બીબ),ના૦ [વિ.બો.] the B.B.C.

beech (બીચ), ના૦ સુંવાળી છાલ અને ચળકતાં પાંદડાંવાળું એક ઝાડ; તેનું લાકડું. **~mast,** બીચનું ફળ.

beef (બીફ), ના૦ ગોમાંસ; [બ૦વ૦ **bee-**

ves] વિ૦ક૦ પુષ્ટ કરેલાં ગાયબળદ; [વિ.બો.] વાંધો, તકરાર. **~burger,** એક માંસાહારની વાની. **~eater,** [વિ. બો.] ટાવર ઑફ લંડનનો પહેરેગીર. **~ tea,** માંસનો સેરવો.

bee'fy (બીફિ), વિ૦ ગોમાંસ જેવું; નક્કર; મજબૂત સ્નાયુવાળું.

been (બીન, બિ-), **be**નું ભૂ૦કૃ૦.

beep (બીપ), ના૦ મોટરના ભૂંગળાના જેવો અવાજ. અ૦ક્રિ૦ એવો અવાજ કાઢવો.

beer (બિઅર), ના૦ જવ ઇ૦ અનાજમાંથી બનતો બિયર દારૂ.

beer'y (બિઅરિ), વિ૦ બિયરનું, તેની અસર કે ગંધવાળું.

bee'stings (બીસ્ટિંગ્ઝ), ના૦બ૦વ૦ ખરેટું.

bee'swing (બીઝ્‌વિંગ), ના૦ જૂના પૉર્ટ દારૂ પર બાઝેલા છારીના પોપડા.

beet (બીટ), ના૦ કચુંબર ઇ૦ અથવા ખાંડ બનાવવા માટે વપરાતો બીટનો કંદ.

bee'tle[1] (બીટલ), ના૦ મોગરી, ગદા.

bee'tle[2], ના૦ વાંદો, ભમરો.

bee'tle[3], વિ૦ આગળ પડતું, ઝઝૂમી રહેલું; ખરબચડું, બરછટ; ભમ્મર ચડાવેલું. અ૦ક્રિ૦ આગળ નીકળી પડવું, ઝઝૂમી રહેવું.

bee'troot (બીટ્રૂટ), ના૦ બીટનો કંદ, વિ.ક. શાક કરવાનો.

befa'll (બિફૉલ), ઉ૦ક્રિ૦ [**-fell; -fallen** -ફૉલન], થવું, બનવું; -ને વીતવું.

befi't (બિફિટ), સ૦ક્રિ૦ -ને યોગ્ય-અનુકૂળ – હોવું.

befo'g (બિફૉગ), સ૦ક્રિ૦ ધુમ્મસથી ઢાંકી દેવું – અસ્પષ્ટ બનાવવું.

befoo'l (બિફૂલ), સ૦ક્રિ૦ -ને મૂરખ બનાવવું; ભૂલથાપ દેવી.

befor'e (બિફોર), ક્રિ૦વિ૦ આગળ; સામે, આગળની બાજુએ; પૂર્વે, અગાઉ, પહેલાં. નામ૦ અ૦ -ની સામે; -ની હાજરીમાં; -ની પૂર્વે – પહેલાં; -થી વહેલાં. ઉભ૦ અ૦ એના કરતાં; તેની પહેલાં.

befor'ehand (બિફોર્‌હૅન્ડ); ક્રિ૦વિ૦ અગાઉથી, ક્યારનું, સમય પહેલાં, થશે(ઇ૦) એવી અપેક્ષાએ; તૈયાર.

befou'l (બિફાઉલ), સ૦ક્રિ૦ ગંદું કરવું.

befrie'nd (બિફ્રૅન્ડ), સ૦ક્રિ૦ -ની તરફ મિત્રની જેમ વર્તવું; મદદ કરવી.

befu'ddle (બિફડલ) સ૦ક્રિ૦ દારૂ પાઈને છાકટું બનાવવું; મૂંઝવણમાં નાખવું.

beg (બેગ), ઉ૦ક્રિ૦ માગવું (વિ૦ક૦ ભીખ); ભીખ માગીને જીવવું; આજીજીપૂર્વક માગવું; (કશુંક કરવા, કશાક માટે) વિનંતી કરવી. **~ the question,** જે વસ્તુ સિદ્ધ કરવાની હોય તે જ સ્વીકારીને ચાલવું – તર્ક કરવો.

bega'n (બિગૅન), **begin**નો ભૂ૦કા૦.

bege't (બિગે'ટ), સ૦ક્રિ૦ [**begot,** પ્રા. **begat; begotten**] પેદા કરવું (બહુધા પિતા અંગે); -નું કારણ બનવું.

be'ggar (બે'ગર), ના૦ ભીખ માગનાર–માગીને જીવનાર; ગરીબ માણસ, ભિખારી; [વાત.] શખસ. સ૦ક્રિ૦ ભિખારી બનાવવું. **~-my-neighbour,** પત્તાંની એક રમત.

be'ggarly (બે'ગર્લિ), વિ૦ ગરીબ; ગરજવાળું; હલકું, નીચ.

be'ggary (બે'ગરિ), ના૦ અતિદારિદ્ર.

begi'n (બિગિન), ઉ૦ક્રિ૦ [**began; begun**] શરૂ કરવું–થવું; કરવા માંડવું; ચાલુ કરવું; શરૂ કરવામાં પહેલ કરવી.

begi'nner (બિગિનર), ના૦ શરૂ કરનાર, શિખાઉ માણસ.

begi'nning (બિગિનિંગ), ના૦ શરૂઆત (નો સમય); આદિકારણ, મૂળ (સ્રોત); પ્રથમ ભાગ.

bego'ne (બિગૉન), ઉદ્‌ગાર૦ ચાલ્યો જા, નીકળ.

bego'nia (બિગોનિઅ), ના૦ પાંખડી વિનાનાં ફૂલ અને સુશોભિત પાંદડાંવાળો એક છોડ.

bego't (બિગૉટ), **bego'tten**(-ગૉટન), **beget**નો ભૂ૦ કા૦ તથા ભૂ૦ કૃ૦.

begri'me (બિગ્રાઇમ), સ૦ક્રિ૦ ખરડવું, ઉપર કાદવ વગેરે ચોપડવું.

begru'dge (બિગ્રજ), સ૦ક્રિ૦ અસં-

તોપ–નારાજગી–દેખાડવી–લાગવી; કોઈ ની અદેખાઈ કરવી–થવી; આપવા કે કરવા દેવા રાજી ન હોવું.

begui'le (બિગાઇલ), સ૦ ક્રિ૦ ભ્રમમાં નાખવું, છેતરવું; મુગ્ધ–મનરંજન–કરવું; મોજથી વખત પસાર કરાવવો. **begu'ilement** (-લ્મન્ટ), ના૦.

begui'ne (બિગીન), ના૦ વેસ્ટ ઇન્ડીઝનું એક નૃત્ય, તેનો લય.

be'gum (બીગમ), ના૦ બેગમ.

begu'n (બિગન), **begin**નું ભૂ૦ કૃ૦

beha'lf (બિહાફ), ના૦ હિત, લાભ, પક્ષ.

beha've (બિહેવ), અ૦ અને સ્વવા૦ ક્રિ૦ અમુક રીતે વર્તવું; યોગ્ય વર્તન કરવું. (*~oneself*); સારી રીતભાત બતાવવી.

beha'viour (બિહેવ્યર), ના૦ આચરણ, વર્તણૂક; **beha'vioural** (-વ્યરલ), વિ૦.

beha'viourism (બિહેવ્યરિઝ્મ), ના૦ વિશિષ્ટ ભૌતિક કે માનસિક ઉત્તેજના થતાં તેના જવાબમાં માણસની શી પ્રતિક્રિયાઓ થાય છે તે જોઈને તેનું વર્તન તપાસવાની માનસશાસ્ત્રીય પદ્ધતિ, વર્તન-વ્યવહાર-વાદ. **beha'viourist**(-રિસ્ટ) વિ૦ અને ના૦.

behea'd (બિહે'ડ), ના૦ -નો શિરચ્છેદ કરવો–માથું કાપી નાખવું.

behe'ld (બિહે'લ્ડ), **behold**નો ભૂ૦ કા૦ તથા ભૂ૦ કૃ૦.

behe'st (બિહે'સ્ટ), ના૦ આજ્ઞા, હુકમ.

behi'nd (બિહાઇન્ડ), ક્રિ૦ વિ૦ અને નામ૦ અ૦ -ની પાછળ–પાછલી બાજુ તરફ; પાછળ, -થી સંતાયેલું, (-ની) પેલી બાજુએ; -થી પાછળ પડેલું–મોડું; બાકી (રહેલું–ભેગું થયેલું); -ના ટેકામાં. ના૦ ફૂલા. **~hand,** બાકી રહેલું; બહુ મોડું (પડેલું); પાછળ પડી ગયેલું. **~ time,** મોડું, અનિયમિત.

beho'ld (બિહોલ્ડ), સ૦ ક્રિ૦ [**beheld**] નજરે જોવું; જોવું, ધ્યાનમાં લેવું, નિરીક્ષણ કરવું.

beho'lden (બિહોલ્ડન), વિ૦ આભારી, ઉપકૃત, ઓશિંગણ.

behoo'f (બિહૂફ), ના૦ લાભ, ઉપયોગ.

beho've (બિહોવ), **-hoo've** (-હૂવ), સ૦ ક્રિ૦ -ને માટે અગત્યનું–ફરજિયાત–હોવું; -ને છાજવું.

beige (બેઝ), ના૦ રંગ્યા અને ધોયા વિનાનું ઊન(નું કાપડ), તેનો રંગ. વિ૦ તે રંગનું.

be'ing (બીઇંગ), ના૦ હોવું તે, અસ્તિત્વ; સ્વભાવ, પ્રકૃતિ; જીવ, પ્રાણી, ઇ૦.

bela'bour (બિલેબર), સ૦ ક્રિ૦ ઝૂડવું, ટીપવું.

bela'ted (બિલેટિડ), વિ૦ (અતિ) મોડું (થયેલું), અંધારું થઈ ગયેલું.

bel ca'nto (બે'લ્કેન્ટો), મધુર અને સમૃદ્ધ અવાજવાળું ગાયન.

belch (બે'લ્ચ), ઉ૦ ક્રિ૦ ઓડકાર ખાવો; (જવાળામુખી, તોપ, ઇ૦ અંગે) (આગ, ધુમાડો, ઇ૦) બહાર કાઢવું–ફેંકવું. ના૦ ઓડકાર, ઉદ્ગાર; તોપનો ધડાકો.

be'ldam(e) (બે'લ્ડમ),[પ્રા.] ના૦ ડોસી; કજિયાખોર સ્ત્રી; વંતરી.

belea'guer (બિલીગર), સ૦ ક્રિ૦ -ને ઘેરો ઘાલવો.

be'lemnite (બે'લમ્નાઇટ), ના૦ અણિયાળા શંકુના આકારનો સામાન્ય અશ્મિલ.

be'lfry (બેલ્ફ્રિ), ના૦ ઘંટવાળો મિનારો; દેવળના મિનારામાં ઘંટોની જગ્યા.

belie' (બિલાઇ), સ૦ ક્રિ૦ ખરું સાબિત કરવામાં, અમલમાં મૂકવામાં, કે બચાવ કરવામાં નિષ્ફળ જવું; -નો ખોટો ખ્યાલ આપવો.

belie'f (બિલીફ), ના૦ વિશ્વાસ, શ્રદ્ધા; સાચું કે વિદ્યમાન હોવાનો સ્વીકાર; આસ્તિકતા; માન્યતા; ધર્મ.

belie've (બિલીવ), ઉ૦ ક્રિ૦ સાચું (છે એમ) માનવું–સ્વીકારવું; –ના શબ્દ પર–ની ઉપર–વિશ્વાસ રાખવો; માનવું, ધારવું.

belie'ver (બિલીવર), ના૦ (અમુક) ધર્મમાં માનનાર; આસ્તિક.

Beli'sha (બલીશૅ), ના૦ **~ beacon,** રાહદારીઓ માટે રસ્તો ઓળંગવાની જગ્યાએ

મૂકેલો પીળી બત્તીવાળો થાંભલો.

beli'ttle (બિલિટલ), સ૦ ક્રિ૦ હલકું-ઉતારી-પાડવું.

bell (બેલ), ના૦ ઘંટ, ઘંટડી, ઘંટના આકારની વસ્તુ; ઘંટનો અવાજ-ટકોરો; [નૌકા, બ૦વ૦માં] પહેરાના અર્ધા કલાક (ની ગાળાઓ). સ૦ ક્રિ૦ -ને ઘંટ બાંધવો, ઘંટની જેમ પહોળું થતું જવું. **~-bottomed,** (સૂથણા અંગે) ઘૂંટણ નીચે પહોળું થતું. **~boy,** [અમે.] હોટેલ ઇ૦નો નોકર. **~-metal,** કાંસું. **~-pull,** ઘંટ વગાડવાની દોરી. **~-push,** વીજળીની ઘંટડી વગાડવાનું બટન. **~-ringer,** દેવળમાં ઘંટ વગાડનાર. **~-ringing,** ઘંટાવાદન. **~-tent,** શંકુઆકાર તંબૂ. **~-wether,** ઘેટાંના ટોળાનું આગેવાન ગળામાં ઘંટવાળું ઘેટું.

bellado'nna (બે'લડૉનૅ), ના૦ ઝેરી ભોંયરીંગણી, બેલાડોના; તેમાંથી બનતી દવા.

be'lle (બે'લ), ના૦ રૂપાળી સ્ત્રી, સુંદરી; સૌન્દર્યરાણી.

belles-le'ttres (બે'લ્લે'ટર), ના૦ બ૦વ૦ શુદ્ધ સાહિત્યિક લખાણો, સમાલોચનાઓ, ઇ૦.

be'llicose (બે'લિકોસ), વિ૦ લડકણું, ઝઘડાળુ. **bellico'sity** (-કૉસિટિ), ના૦.

belli'gerent (બિલિજરન્ટ), વિ૦ અને ના૦ યુદ્ધારૂઢ (રાષ્ટ્ર, પક્ષ કે વ્યક્તિ); ઝઘડાળુ. **belli'gerency** (-રન્સિ) ના૦.

be'llow (બે'લો), ઉ૦ ક્રિ૦ આખલાની જેમ આરડવું, ગરજવું. ના૦ ગર્જના, આરડ.

be'llows (બે'લોઝ઼), ના૦બ૦વ૦ ધમણ; કૅમેરા ઇ૦નો ફુલાવી શકાય એવો ભાગ.

be'lly (બે'લિ), ના૦ ઉદર, આંતરડાં, ઇ૦-વાળો શરીરનો પોલો ભાગ-ખાડો; પેટ, ઉદર; કેડથી જંઘામૂળ સુધીનો શરીરનો આગળનો ભાગ; કોઈ વસ્તુનો ઊપસી આવેલો અથવા પોલાણવાળો ભાગ. ઉ૦ક્રિ૦ બહાર ઊપસી આવવું, ફૂલવું.

belo'ng(બિલૉંગ),અ૦ક્રિ૦ યોગ્ય રીતે-યોગ્ય વર્ગમાં-મુકાયેલું હોવું;-ને યોગ્ય(*to*) -ની સાથે જોડાયેલું (*with*) હોવું; **~-to,** -નું-ની માલિકીનું-હોવું.

belo'ngings (બિલૉંગિંગ્ઝ઼), ના૦ બ૦વ૦ કોઈની જંગમ મિલકત કે સામાન.

belo'ved (બિલવિડ), વિ૦ અને ભૂ૦કૃ૦ (બિલવ્ડ), ખૂબ વહાલું. ના૦ (બિલવિડ) પ્રિય વ્યક્તિ, પ્રેયસી.

below' (બિલો), ક્રિ૦વિ૦ નીચે, નીચાણ તરફ; નીચેના સ્તર, સ્થાન, હોદ્દા ઇ૦ પર. નામ૦ અ૦ (પદ, રકમ, માત્રા, ઇ૦માં) -ની નીચે, -થી નીચી કક્ષામાં; -ને ન છાજે એવું, -થી નીચું, અનુચિત.

belt (બે'લ્ટ), ના૦ કેડે બાંધવાનો કે જનોઈની જેમ ખભે ભેરવવાનો પટો; યંત્રનાં ચક્રો ઇ૦ને જોડનારો છેડા વિનાનો પટો; કશાકની ફરતો રંગ, લીલોતરી, ઇ૦નો પટો; વિભાગ. ઇલાકો. ઉ૦ક્રિ૦ ફરતે પટો બાંધવો. પટા વતી મારવું; [વિ.બો.] ઝડપથી દોડવું.

bemoa'n (બિમોન), સ૦ક્રિ૦ -ને માટે રડવું - શોક કરવો.

bemu'se (બિમ્યૂઝ઼), સ૦ક્રિ૦ મૂંઝવણમાં નાખવું. જડ અથવા મતિકુંઠિત બનાવવું.

bench (બે'ન્ચ), ના૦ બાંકડો, પાટલી; ન્યાયાધીશ કે મૅજિસ્ટ્રેટનું આસન; ન્યાયાલય; સુથારનું કામ કરવાનું કે પ્રયોગશાળાનું ટેબલ, પાર્લમેન્ટના સભ્યોના વિશિષ્ટ જૂથની બેઠક. **~-mark,** સપાટીના રેખામાંના બિંદુ આગળ સર્વેક્ષકે કરેલી નિશાની; કસોટી, માનદંડ.

be'ncher (બે'ન્ચર), ના૦ બૅરિસ્ટરો બનાવવા માટેની સંસ્થા(ઈન્સ ઑફ કોર્ટ)-નો વડીલ સભ્ય.

bend (બે'ન્ડ), ઉ૦ક્રિ૦ [**bent**] વાંકું કરવું -થવું, વાળવું, વળવું; (માથું ઇ૦) નમવું, નમાવવું, નીચે નમવું; તાબે થવું-થવાની ફરજ પાડવી. ના૦ વાળવું-વળવું તે; કશાકનો વળેલો ભાગ; વળાંક, વાંક, ખૂણો; વલણ; [બ૦વ૦માં] દબાણવાળી હવામાં રહેવાથી થતો એક રોગ, તેનાં લક્ષણો.

benea'th (બિનીથ), ક્રિ૦વિ૦ અને નામ૦ અ૦(-ની) નીચે-તળે-હેઠળ.

Benedi'ctine (બે'નિડિક્ટિન), વિ૦ અને ના૦ સંત બેનિડિક્ટના સંપ્રદાયનો

(સાધુ અથવા સાધ્વી); **b~**(-ટીન), એક જાતનો દારૂ.

benedi'ction (બે'નિડિક્શન), ના૦ સ્વસ્તિવાચન, આશીર્વાદ (ની પ્રાર્થના). **benedi'ctory** (–ટિક્ટરિ), વિ૦.

benefa'ction (બે'નિફૅક્શન), ના૦ ભલું કરવું તે; ઉપકાર; દાન.

be'nefactor (બે'નિફૅક્ટર), ના૦ મદદ–દાન–કરનાર, દાતા, આશ્રયદાતા. **be'nefactress** (-ફૅક્ટ્રિસ), ના૦ સ્ત્રી૦.

be'nefice (બે'નિફિસ), ના૦ દેવળના પુરોહિતને મળતી વૃત્તિ.

bene'ficent (બિને'ફિસન્ટ), વિ૦ ભલું કરનારું, પરોપકારી. **bene'ficence** (–સન્સ), ના૦.

benefi'cial (બે'નિફિશલ), વિ૦ લાભકારક, ઉપયોગી.

benefi'ciary (બે'નિફિશરિ), ના૦ દેવળની વૃત્તિ ધરાવનાર; લાભ પામનાર, [કા.] હિતાધિકારી.

be'nefit (બે'નિફિટ), ના૦ લાભ, ફાયદો; રાષ્ટ્રીય વીમો કે સામાજિક સુરક્ષા હેઠળ મળતું લવાજમ–જિવાઈ; ઉપજની રકમ અમુક રમનારને કે ધર્માદા સંસ્થાને આપવાના હેતુથી રમાતી રમત અથવા ભજવવામાં આવતો ખેલ ઇ૦. ઉ૦ક્રિ૦ -નું ભલું કરવું, -ને લાભ થવો. **~ of the doubt,** સંશય હોય ત્યારે ગુનાહિત માનવાને બદલે નિર્દોષ માનવું તે.

bene'volent (બિને'વલન્ટ), વિ૦ ભલું કરવાની વૃત્તિવાળું, પરોપકારી, દયાળુ અને મદદકર્તા. **bene'volence** (-લન્સ), ના૦.

Benga'li (બેંગૉલિ), વિ૦ અને ના૦ બંગાળી.

beni'ghted (બિનાઇટિડ), વિ૦ ચાલતાં ચાલતાં રસ્તામાં રાત પડી હોય એવું; બૌદ્ધિક કે નૈતિક અંધકારમાં સપડાયેલું; અજ્ઞાનગ્રસ્ત.

beni'gn (બિનાઇન), વિ૦ કૃપાળુ, દયાળુ; અનુકૂળ; હિતકારક; [વૈદક.] સૌમ્ય, ઝેરી કે ઘાતક નહિ એવું. **beni'gnancy** (બિનિગ્નન્સિ), ના૦. **beni'gnant** (-ગ્નન્ટ). વિ૦. **beni'gnity** (-ગ્નિટિ), ના૦.

bent[1] (બે'ન્ટ), ના૦ વલણ, વૃત્તિ, ઝોક.

bent[2], **bend** નો ભૂ૦કા૦ તથા ભૂ૦કૃ૦. વિ૦ કૃતનિશ્ચય (*~on*); [વિ.બો.] નિષિદ્ધ, અનુચિત, અપ્રામાણિક.

be'nthos (બે'ન્થૉસ), ના૦ દરિયાને તળિયે મળતી વનસ્પતિ અને પ્રાણીસૃષ્ટિ. **be'nthic** (બેન્થિક), વિ૦.

benu'mb (બિનમ), સ૦ક્રિ૦ જડ–બૂઠું–સંવેદનશૂન્ય–બહેરું–બનાવવું.

Be'nzedrine (બૅ'ન્ઝિડ્રીન), ના૦ ભરાવો દૂર કરનારી ઉદ્દીપક દવા.

be'nzene (બે'ન્ઝ઼ીન), ના૦ કોલસા અને પેટ્રોલિયમમાંથી કાઢવામાં આવતો ખુશબોદાર પ્રવાહી હાઇડ્રોકાર્બન, લોબાનનું તેલ.

be'nzine (બેન્ઝ઼ીન), ના૦ ખનિજ તેલોમાંથી કાઢેલા દ્રવ હાઇડ્રોકાર્બનોનું મિશ્રણ, જે તેલ ઇ૦ના ડાઘા કાઢવામાં તથા રંગ બનાવવામાં વપરાય છે.

be'nzoin (બે'નઝ઼ોઇન), ના૦ પૂર્વ એશિયાના ઝાડની ખુશબોદાર રાળ.

bequea'th (બિક્વીથ), સ૦ક્રિ૦ વસિયતનામા દ્વારા આપવું; ભાવિ પેઢીઓ માટે મૂકી જવું.

beque'st (બિક્વે'સ્ટ), ના૦ વારસામાં આપેલી વસ્તુ, વારસો.

bera'te (બિરેટ), સ૦ક્રિ વઢવું, ઝાટકવું.

berea've (બિરીવ), સ૦ક્રિ૦ [**bereft**] છીનવી લેવું, -થી વિહોણું કરવું; [**berea'ved**] (મરણ અંગે) ઉજ્જડ–વેરાન–કરવું, પત્ની ઇ૦ સગાં વિનાનું બનાવવું. **berea'vement** (-વ્મન્ટ), ના૦.

be'ret (બે'રે), ના૦ બનાતની કે સુતરાઉ કાપડની ગોળ ચપટી ટોપી.

berg (બર્ગ), ના૦ બરફનો પહાડ.

ber'gamot (બર્ગમૉટ), ના૦ લીંબુ નારંગીની જાતનું ઝાડ; તેના ફળ(ની છાલ)માંથી કઢાતું અત્તર; એક ખુશબોદાર છોડ.

beribe'ri (બે'રિબે'રિ), ના૦ ખોરાકમાં પ્રજીવક (વિટામિન) 'બી'ને અભાવે થતો

એક રોગ, બેરીબેરી.

Berks., સંક્ષેપ Berkshire.

Bermu'da (બર્મ્યૂડ઼). નાо **~ rig**, ઊંચા શંકુ આકારના મુખ્ય સઢવાળી વિહાર-નૌકાનો દોરડા ઇо સરંજામ. **~ shorts**, ઘૂંટણ સુધી પહોંચતી ચડ્ડી.

be'rry (બે'રિ), નાо ઠળિયા વિનાનું રસ-વાળું કોઈ પણ નાનું ફળ, ટેટો. **be'rried** (-ડ), વિо.

berser'k (બર્સર્ક), વિо જંગલી, ઝનૂની.

berth (બર્થ), નાо દરિયામાં વહાણ વાળી શકવા પૂરતી જગ્યા, ધક્કા પર વહાણની જગ્યા; સૂવાની જગ્યા કે પાટિયું; નોકરીની જગ્યા; નિમણૂક. સо ક્રિо લંગરવાની કે સૂવાની જગ્યા આપવી; યોગ્ય જગ્યાએ (વહાણ) લંગરવું.

be'ryl (બે'રલ), નાо એક જાતનું (વિо કо લીલું) રત્ન, નીલમ, પીરોજ, ઇо.

bery'llium (બિરિલિઅમ), નાо વજનમાં બહુ હલકું સફેદ ધાતુરૂપ તત્ત્વ.

besee'ch (બિસીચ), સо ક્રિо [**besou-ght** -સૉટ] આજીજી કરવી, આજીજી કરીને માગવું.

besee'm (બિસીમ), સо ક્રિо [પ્રા.] -ને માટે યોગ્ય હોવું, -ને શોભવું.

bese't (બિસે'ટ), સо ક્રિо [**beset**] ઘેરી લેવું; હુમલો કરવો.

besi'de (બિસાઇડ), નામо અо -ની બાજુએ, નજીક; -ની સરખામણીમાં; (લક્ષ્ય કે પ્રસ્તુત) થી આઘું.

besi'des (બિસાઇડ્ઝ઼), નામо અо તે ઉપરાંત, વધુમાં; ક્રિо વિо પણ, સુધ્ધાં; નહિ તો; સિવાય કે.

besie'ge (બિસીજ), સо ક્રિо -ને ઘેરો ઘાલવો; -ની આસપાસ ટોળે વળવું; વિનંતીઓ અને માગણીઓનો મારો ચલાવવો.

besmear' (બિસ્મિઅર), સо ક્રિо ચોપડવું, લપેડવું, ખરડવું, ડાઘા પાડવા.

besmir'ch (બિસ્મર્ચ), સо ક્રિо ગંદું કરવું, ડાઘા પાડવા, બગાડવું.

be'som (બીઝ઼મ), નાо લાંબા હાથાવાળું ઝાડુ-સાવરણો.

beso't (બિસૉટ), સо ક્રિо ગાંડું-સુસ્ત-જડ-બનાવવું; મોહિત-મુગ્ધ-કરવું.

besou'ght (બિસૉટ), **beseech** નો ભૂо કાо તથા ભૂо કૃо.

bespa'tter (બિસ્પૅટર), સоક્રિо ચોમેર પાણી, કાદવ, ઇоના છાંટા ઉડાડવા, ખૂબ ગાળો દેવી.

bespea'k (બિસ્પીક), સо ક્રિо. [**-spoke, -spoken**] અગાઉથી રાખી લેવું-કહી મૂકવું, માલની વરદી આપવી; -નું સૂચક હોવું. **bespo'ke**, વિо સૂચના કે વરદી પ્રમાણે બનાવેલું-બનાવનાર.

bespri'nkle (બિસ્પ્રિંકલ), સо ક્રિо ઉપર છાંટવું-રેડવું.

best (બે'સ્ટ), વિо અને ક્રિо વિо [**good** અથવા **well**નું શ્રેષ્ઠતાવાо રૂપ] શ્રેષ્ઠ, સર્વોત્તમ; સારામાં સારી-ઉત્તમ-રીતે. નાо શ્રેષ્ઠ-સર્વોત્તમ-વસ્તુ. સо ક્રિо [વાત.] -થી ચડી જવું, હરાવવું. **~ man**, લગ્ન વખતે વરની પડખે ઊભો રહેનાર, અણવર. **~-seller**, ધૂમ ખપતી ચોપડી (નો કર્તા).

be'stial (બે'સ્ટિઅલ), વિо પશુઓનું, પાશવી. **bestia'lity** (-ઍલિટિ), નાо. **be'stialize** (-અલાઇઝ઼), સо ક્રિо.

be'stiary (બે'સ્ટિઅરિ), નાо પશુઓ વિષેનો મધ્યયુગીન ગ્રંથ.

bestir' (બિસ્ટર), કર્તૃ'વાо ક્રિо જાગ્રત, સાવધ, ક્રિયાશીલ, થવું (~one*self*).

bestow' (બિસ્ટો) સо ક્રિо આપવું (દેણગી તરીકે ~ *upon*). થાપણ કે અનામત તરીકે મૂકવું. **bestow'al** (-અલ), નાо.

bestrew' (બિસ્ટ્રૂ), સо ક્રિо [**~ed**; **~ed** અથવા **~n**]. નાખવું; વેરવું; -ની ઉપર વેરાયેલું હોવું.

bestri'de (બિસ્ટ્રાઇડ), સо ક્રિо [**-strode**; **-stridden**] બંને તરફ એક એક પગ કરીને બેસવું-ઊભા રહેવું.

bet (બે'ટ), ઉоક્રિо [**bet** અથવા **betted**] શરત-હોડ-કરવી-બકવી; -ની ખાતરી હોવી. નાо શરત, હોડ, (બકવી તે); શરતમાં મૂકેલી રકમ.

be'ta (બીટ), ના૦ ગ્રીક વર્ણમાળાનો બીજો અક્ષર (=b). **~ particles, rays,** વિકિરણશીલ પદાર્થોમાંથી બહાર ફેંકાતા શીઘ્રગતિવાળા વીજાણુઓ.

beta'ke (બિટેક), કર્તૃવાo ક્રિo [**-took; -taken**] કોઈ સ્થળ કે વ્યક્તિ પાસે જવું; કોઈ સાધન કે માર્ગ લેવો.

be'tatron (બીટટ્રૉન), ના૦ વીજાણુઓની ગતિ વધારવાનું ઉપકરણ.

be'tel (બીટલ), ના૦ નાગરવેલનું પાન. **~-nut,** સોપારી.

bête noire' (બેટ્ ન્વાર), ના૦ [ફ્રે.] ખાસ અણગમતી વ્યક્તિ અથવા વસ્તુ.

bethi'nk (બિથિંક), કર્તૃવાo ક્રિo [**-thought**, -થૉટ] વિચારવું, વિચાર કરવા થોભવું; સંભારવું, યાદ કરવું.

beti'de (બિટાઇડ), ઉ૦ક્રિ૦ થવું; -ને વીતવું.

beti'mes (બિટાઇમ્સ), ક્રિ૦ વિ૦ વખતસર, સવેળા; વહેલાં.

beto'ken (બિટોકન), સ૦ ક્રિ૦ -ની નિશાની હોવી, પરથી જણાવું.

be'tony (બે'ટનિ), ના૦ જાંબુડિયા ફૂલવાળો એક છોડ.

betoo'k (બિટુક), **betake**નો ભૂ૦કા૦.

betray' (બિટ્રે), સ૦ ક્રિ૦ દગાથી અથવા વિશ્વાસઘાતથી બતાવી કે સોંપી દેવું; -ને બેવફા થવું; અજાણતાં ઉઘાડું પાડવું; -થી જણાઈ આવવું. **betray'al** (-અલ), ના૦.

betro'th (બિટ્રોધ), સ૦ ક્રિ૦ વિવાહ-સગાઈ-કરવી. **betro'thal** (-ધલ), ના૦.

be'tter (બે'ટર), વિ૦ [**good**નું અધિકતાદર્શક રૂપ] વધારે સારું-ભલું; માંદગીમાંથી અંશતઃ કે પૂર્ણપણે સાજું થયેલું. ના૦ વધુ સારી વ્યક્તિ કે વસ્તુ. **get the ~ of,** હરાવવું; ચાલાકી વાપરી છેતરવું. ક્રિ૦ વિ૦ [**well** નું અધિકતા૦ રૂપ] વધુ સારી રીતે; વધારે. ઉ૦ ક્રિ૦ સુધારવું; -થી ચડી જવું.

be'tterment (બે'ટર્મન્ટ), ના૦ સુધારો (વધારો).

betwee'n (બિટ્વીન), નામ૦ અ૦ -ની વચ્ચે-વચમાં (સ્થળ અને કાળ બંનેની): અમુક સ્થાનથી અમુક સ્થાન સુધી-વચ્ચે; -ની વચ્ચે ભાગ પાડીને; (પસંદ કરવું ઇ૦) -માંથી આ કે તે. ક્રિ૦વિ૦ બે કે વધુ સ્થળો વચ્ચે; બે (અંતિમ) છેડા વચ્ચે. **~ whiles,** વચગાળા(ના સમયો)માં.

betw'ixt (બિટ્વિક્સ્ટ), નામ૦ અ૦= between.

be'vel (બેવલ), ના૦ સુથાર અને કડિયાનું ખૂણા બનાવવાનું-બંધબેસતા કરવાનું-ઓજાર; ઊભી કે આડી સપાટીથી ઢોળાવ; (ફરસાના જેવી) ઢોળાવવાળી ધાર અથવા સપાટી. ઉ૦ ક્રિ૦ ઢાળ પડતી કોરવાળું-ઢાળવાળું-ત્રાંસું-બનાવવું.

be'verage (બે'વરિજ), ના૦ પીણું, પેય.

be'vy (બે'વિ), ના૦ ટોળું, મંડળી.

bewai'l (બિવેલ), સ૦ ક્રિ૦ -ને સારુ શોક કરવો-રડવું, કલ્પાન્ત કરવું.

beware' (બિવે'અર), ઉ૦ ક્રિ૦ ધ્યાન આપવું, કાળજી લેવી; -થી સાવધ રહેવું (~ of).

bewi'lder (બિવિલ્ડર), સ૦ ક્રિ૦ ગૂંચવણમાં-ભૂલમાં-નાખવું, મૂંઝવવું. **bewi'lderment** (-ડ્મન્ટ), ના૦.

bewi'tch (બિવિચ), સ૦ ક્રિ૦ -ની ઉપર જાદુ-કામણ-કરવું; આનંદિત કરવું; મુગ્ધ કરવું.

beyo'nd (બિયૉન્ડ), ક્રિ૦વિ૦ પેલી પાર-તરફ-બાજુએ; (હજી) આગળ. નામ૦ અ૦ -ની પેલી પાર, -થી આગળ-વધારે, -ની મર્યાદા-પહોંચ-ની બહાર; સિવાય. ના૦ પરલોક. **back of ~,** ધોરી માર્ગથી ખૂબ દૂર આવેલી જગ્યા.

be'zel (બે'ઝલ), ના૦ ફરસી ઇ૦ની ઢાળવાળી કોર; હીરા ઇ૦ના પાસા; ઘડિયાળનો કાચ ઇ૦ બેસાડવાનો ખાંચો.

bezi'que (બિઝીક), ના૦ (બે જણે રમવાની) પત્તાંની એક રમત, બિઝીક.

bia'nnual (બાઇ ઍન્યુઅલ), વિ૦ વરસમાં બે વાર થતું-નીકળતું ઇ૦.

bi'as (બાયસ), ના૦ 'બાઉલ્સ' (લાકડાના દડા) ની રમતમાં તેના ત્રાંસા આકાર કે એક બાજુ નમતી હોવાને લીધે થતી તેના

ત્રાંસી કે વક્ર ગતિ; પૂર્વગ્રહ; કાપડમાં ત્રાંસી કે કતરાતી આકૃતિ. સ૦ ક્રિ૦ -ને વિશિષ્ટ ઝોક આપવો; -માં પૂર્વગ્રહ પેદા કરવો.

bib (બિબ), ઉ૦ ક્રિ૦ [પ્રા.] ઘણું અથવા વારે વારે પીવું–દારૂ ઢીંચવો. ના૦ બાળકનું લાળિયું; મલવસ્ત્ર (એપ્રન)નો ઉપલો ભાગ.

Bi'ble (બાઇબલ), ના૦ ખ્રિસ્તી ધર્મગ્રંથ, બાઇબલ; કોઈ પણ પવિત્ર અથવા પ્રમાણભૂત ગ્રંથ. **bi'blical** (બિબ્લિકલ), વિ૦.

biblio'graphy (બિબ્લિઑગ્રફિ), ના૦ પુસ્તકો, તેની આવૃત્તિઓ, ઇ૦નો ઇતિહાસ; કોઈ લેખક કે વિષય ઇ૦નાં પુસ્તકોની યાદી, ગ્રંથસૂચિ. **biblio'grapher** (-ઑગ્રફર), ના૦. **bibliogra'phic(al)** (-અગ્રૅફિક, -કલ), વિ૦.

bi'bliophile (બિબ્લિઅફાઇલ), ના૦ ગ્રંથસંગ્રાહક; ગ્રંથપ્રેમી.

bi'bulous (બિબ્યુલસ), વિ૦ દારૂ પીવાની લતવાળું.

bica'meral (બાઇકૅમરલ), વિ૦ બે ગૃહોવાળું (ધારાસભા અંગે).

bicar'bonate (બાઇકાર્બનટ), ના૦ જેમાં કાર્બન ડાયૉક્સાઇડનું પ્રમાણ બમણું હોય એવું મીઠું–ક્ષાર, બેવડા પ્રમાણમાં તેજાબવાળો કાર્બોનેટ. **~ of soda,** રાંધવામાં તેમ જ દવામાં વપરાતો સોડા.

bicente'nary (બાઇસે'ન્ટિનરિ), વિ૦ અને ના૦ બસોમી જન્મતિથિ(નું) –ને લગતો (ઉત્સવ).

bicente'nnial (બાઇસે'ન્ટે'નિઅલ), વિ૦ બસો વરસે થનારું, બસો વરસ ટકનારું. ના૦ દ્વિશતાબ્દી ઉત્સવ.

bi'ceps (બાઇસે'પ્સ), ના૦ દ્વિશિરસ્ક સ્નાયુ, વિ૦ ક૦ ભુજાના ઉપલા ભાગનો.

bi'cker (બિકર), અ૦ક્રિ૦ ઝઘડવું, કજિયો કરવો.

bicu'spid (બાઇકસ્પિડ), વિ૦ અને ના૦ બે અગ્રોવાળો (દાંત).

bi'cycle (બાઇસિકલ), ના૦ બાઇસિકલ, સાઇકલ, દુચાકી. અ૦ ક્રિ૦ સાઇકલ પર બેસવું. **bi'cyclist** (-સિક્લિસ્ટ), ના૦.

bid (બિડ), ઉ૦ ક્રિ૦ [**bid**] (કિંમત) આપવા તૈયાર થવું, (લિલામમાં) માગણી કરવી; [પ્રા. ભૂ૦ કા૦ **bade** બૅડ અથવા **bid**; ભૂ૦ કૃ૦ **bidden** અથવા **bid**] આજ્ઞા કરવી, આમંત્રણ આપવું; (સ્વાગત, રામરામ, ઇ૦) કહેવું, આવકારવું. ના૦ આપવા કરેલી કિંમત; [બ્રિજ] બોલેલા હાથ.

bi'ddable (બિડેબલ), ના૦ આજ્ઞાધારક, કહ્યાગરું, ગરીબ.

bi'dding (બિડિંગ), ના૦ આજ્ઞા, હુકમ.

bide (બાઇડ), સ૦ ક્રિ૦ (પોતાના સમયની) રાહ જોવી.

bi'det (બીડે), ના૦ (ગુદા ઇ૦) ધોવાનું નીચું કૂંડું.

bie'nnial (બાએનિઅલ), વિ૦ બે વરસ ટકનારું, બબ્બે વરસે થનારું, દ્વિવાર્ષિક. ના૦ બે વરસ રહેતી વનસ્પતિ.

bier (બિઅર), ના૦ ઠાઠડી, નનામી, શબવાહિકા.

biff (બિફ) ના૦ અને સ૦ ક્રિ૦ ફટકો, તમાચો, (મારવો).

bi'fid (બાઇફિડ), વિ૦ ઊંડી ફાટને લીધે બે ભાગમાં વહેંચાયેલું.

bifo'cal (બાઇફોકલ), (વિ૦ ક૦ ચશ્માં અંગે) દૂરનું તેમ જ નજીકનું જોવાના કાચવાળું. ના૦ બ૦ વ૦ એવાં બે ફોકસવાળાં ચશ્માં.

bi'furcate (બાઇફર્કેટ), ઉ૦ ક્રિ૦; -ની બે શાખા પાડવી–પડવી, -ને બે ફાંટા ફૂટવા. **bifurca'tion** (-કેશન), ના૦.

big (બિગ), વિ૦ મોટું, સ્થૂળ, કદાવર; પુખ્ત ઉંમરનું; મહત્ત્વનું, મોટું; બડાઈખોર; મહત્ત્વાકાંક્ષી. ક્રિ૦વિ૦ મોટા પાયા પર; ખૂબ અસરકારકપણે. **B~ Brother,** બધાનું ભલું કરનાર હોવાનો ડોળ કરનાર સર્વસત્તાધારી શાસક. **~ business,** મોટા પાયા પરનો વેપારઉદ્યોગ. **~ end,** ઍંજિનના જોડવાના દાંડાનો જાડો છેડો જેમાં ક્રૅંકપિન આવી જાય છે. **~ head,** [વાત.] અહંકારી માણસ. **~ noise, shot,** = bigwig. **~ time,** [વિ. બો.] નૃત્ય, નાટ્ય ઇ૦માં ટોચની જગ્યા.

~ top, સરકસનો મુખ્ય તંબૂ. **~wig,** મહત્ત્વનું – મોટું – માણસ.

bi'gamy (બિગમિ), નાο દ્વિપતિ–પત્ની–ત્વ(નો ગુનો). **bi'gamist** (-મિસ્ટ), નાο. **bi'gamous** (-મસ), વિο.

bight (બાઇટ), નાο દોરડાનો ફાંસો; ઉપસાગર; દરિયાકિનારો ઇοનો વળાંક.

bi'got (બિગટ), નાο ધર્માંધ કે મતાંધ માણસ. **bi'goted** (-ટિડ), વિο. **bi'gotry** (-ટ્રિ), નાο.

bi'jou (બીઝૂ), નાο [બοવο ~x ઉચ્ચાર એ જ] મણિ, ફૅન્સી વસ્તુ. વિο નાનકડું અને દેખાવડું.

bike (બાઇક), નાο [વાત.] બાઇસિકલ; મોટરસાઇકલ.

biki'ni (બિકીનિ) નાο સ્ત્રીનો કેવળ કાંચળી અને ચડ્ડીનો નાહવાનો કે તરવાનો પોશાક.

bila'teral (બાઇલૅટરલ), વિο બે બાજુનું –પરનું–સાથેનું–વચ્ચેનું, દ્વિપક્ષી.

bi'lberry (બિલ્બરિ), નાο ઉ. યુરોપનું એક ઝાડવું, તેનું વાદળી નાનું ફળ.

bile (બાઇલ), નાο પિત્ત(રસ); પિત્તપ્રકોપ; ચીડિયાપણું.

bilge (બિલ્જ), નાο વહાણના તળિયાનો લગભગ સપાટ ભાગ. **~(-water),** તેમાં ભરાયેલું ગંદું પાણી; [વિ.બો.] અક્કલ વગરની વાત, કચરો, ઉકરડો.

bilhar'zia (બિલ્હર્ઝિઅ), નાο ઉષ્ણ કટિબંધના લોકોના લોહી ઇοમાં મળી આવતો એક ચપટો જંતુ, તેને લીધે થતો રોગ.

bi'liary (બિલ્યરિ), વિο પિત્તનું, પિત્ત-વાહક.

bili'ngual (બાઇલિંગ્વલ), વિο બે ભાષાનું-વાળું-માં લખેલું; દ્વિ(ભાષા)ભાષી.

bi'lious (બિલિઅસ), વિο પિત્તપ્રકોપને લીધે થતું – થાય એવું–-ની અસરવાળું; ચીડિયું.

bilk (બિલ્ક), સοક્રિο પૈસા ચૂકવવાનું ટાળવું, છેતરવું.

bill¹ (બિલ), નાο ફરસીનો ભાલો: **~(-hook),** દાતરડું, ધારિયું.

bill², નાο (પક્ષીની) ચાંચ; સ કડી ટેકરી; લંગરના દાંતાની અણી. અοક્રિο (કબૂતરો ઇο અંગે) વહાલમાં ચાંચેચાંચ મેળવવી. **~ and coo,** એકબીજાને પંપાળવું.

bill³, નાο કાયદાનો ખરડો, બિલ; [કા.] વાદીની અરજી – ફરિયાદ; વેચેલ માલની કિંમતની –કામના મહેનતાણાની–યાદી, આંકડો; [અમે.] ચલણી (બૅંક) નોટ; મનોરંજન(નો કાર્યક્રમ), તેની જાહેરાત, ભીંત-પત્ર. સοક્રિο જાહેર કરવું; કાર્યક્રમમાં મૂકવું; જાહેરાત કરવી; માલનું બિલ કે આંકડો મોકલવો. **~board,** જાહેરાતનું મોટું પાટિયું. **~ of exchange,** પરદેશનોજોગી હૂંડી, આપેલી તારીખે રકમ આપવાનો આદેશ. **~ of fare,** ખાવાની વાનીઓની યાદી. **~ of health,** વહાણ પરના માણસોના આરોગ્યનું પ્રમાણપત્ર. **~poster, ~sticker,** જાહેરાત ચોડનાર માણસ.

bi'llabong (બિલબૉંગ), નાο [ઑસ્ટ્રે.] બંધિયાર તળાવ બની ગયેલી નદીની શાખા.

bi'llet¹ (બિલિટ), નાο સિપાઈનો ઉતારો; નિમણૂક; નોકરી. સοક્રિο કોઈ ગામમાં કે વ્યક્તિને ત્યાં સિપાઈઓને ઉતારવા.

bi'llet², નાο બળતણનું જાડું લાકડું; ધાતુનો નાનો સળિયો.

billet-douz' (બિલેડૂ), નાο [બοવο -ets· બિલેડૂઝ઼] [વિનોદ.] પ્રેમપત્ર.

bi'lliards (બિલ્યર્ડ્ઝ઼), નાο બοવο ટેબલ પર દડા અને ડંડાથી રમાતી એક રમત.

bi'llion (બિલ્યન), નાο એક લાખ કરોડ, મહાપદ્મ; [અમે.] અબજ.

bi'llow (બિલો), નાο મોટું મોજું. અοક્રિο મોટાં મોજાં આવવાં – ઊછળવાં. **bi'llowy** (બિલોઇ), વિο.

bi'lly (બિલિ), નાο. **~(can),** કીટલી તરીકે વપરાતો ટિનનો ડબો.

bi'lly-goat (-ગોટ), નાο બકરો, બોકડો.

bi'ltong (બિલ્ટૉંગ), નાο [દ.આફ્રિકા]

તડકે સૂકવેલી માંસની ચીરીઓ.

bin (બિન), ના૦ ડબો, પીપ, ટોપલી, ઇ૦ પાત્ર; કચરાની ટોપલી; ફળ વીણવાની કંતાનની થેલી.

bi'nary (બાઇનરિ), વિ૦ બેવડું, બેનું, દ્વિગુણ; દ્વિઅંગી, બે–બબ્બે–ના સંબંધવાળું; દ્વિ-આધારિત. ~ **digit,** દ્વિ-આધારિત ગણના પદ્ધતિમાં વપરાતા બે આંકડામાંથી કોઈ પણ એક (૦ અથવા ૧). ~ **scale,** [ગ.] દ્વિઆધારિત ગણનાપદ્ધતિ (જેમાં ગણનાના પાયા તરીકે દસ ને બદલે બે વપરાય છે).

bind(બાઇન્ડ), સ૦ક્રિ૦ [**bound**] બાંધવું, -ની સાથે બાંધી દેવું, એકત્ર બાંધવું; બંધનમાં નાખવું; દોરડા વતી બાંધવું, –ની ફરતે બાંધવું–વીંટવું, કોર ગૂંથીને બાંધવી; –ને માટે બંધનકર્તા હોવું, -ની ઉપર નિયંત્રણ કે ફરજ લાદવી; (ચોપડી) બાંધવી.

bi'nder (બાઇન્ડર), ના૦ ચોપડીઓ બાંધનાર, બુકબાઇન્ડર; (કાપીને) પૂળા બાંધવાનું યંત્ર; કાગળિયાં એકત્ર રાખવા માટેનું છૂટું વેષ્ટન.

bi'ndery (બાઇન્ડરિ), ના૦ ચોપડીઓ બાંધવાનું કારખાનું.

bi'nding (બાઇન્ડિંગ), વિ૦ બંધનકારક. ના૦ ચોપડીનું વેષ્ટન; કોરો સાચવવા માટે કરેલી ગૂંથણી.

bi'ndweed (બાઇન્ડ્વીડ), ના૦ અમરવેલ જેવો બીજા છોડને ગૂંગળાવી દેનાર વેલો.

bine (બાઇન), ના૦ વાળી શકાય એવો ફણગો; વેલાનું થડ–ડાળખું.

bi'nge (બિંજ), ના૦ મદ્યપાનની ઉજાણી, નાચરંગ.

bi'ngo (બિંગો), ના૦ જુગટાની એક રમત.

bi'nnacle (બિનેકલ), ના૦ વહાણ પરના હોકાયંત્રની પેટી.

bino'cular (બાઇનૉકયુલર), વિ૦ બે આંખ માટેનું. ના૦ [બ૦ વ૦ માં] બે આંખે જોવાનું દૂરબીન.

bino'mial (બાઇનોમિઅલ), વિ૦ અને ના૦ વત્તા (+) અથવા ઓછા (–)થી જોડાયેલાં બે પદની બીજગણિતની રકમ.

bioche'mistry (બાયોકેમિસ્ટ્રિ), ના૦ જીવરસાયનવિદ્યા.

biodegra'dable (બાયોડિગ્રેડબલ), વિ૦ સજીવ દ્રવ્ય (બૅક્ટીરિયા કે જંતુઓ) દ્વારા વિઘટનક્ષમ.

bio'graphy (બાયૉગ્રફિ), ના૦ (લિખિત) (જીવન)ચરિત્ર, **bio'grapher** (-ગ્રફર), ના૦. **biogra'phical** (બાયગ્રૅફિકલ), વિ૦.

biolo'gical (બાયલૉજિકલ), વિ૦ જીવવિદ્યા કે જીવોનું–ને લગતું, જૈવ. ~ **clock,** સજીવ પ્રાણીની લયવાળી ક્રિયાઓનું નિયંત્રણ કરનારું નિર્જીવ યંત્ર. ~ **warfare,** જેમાં જીવાણુઓ (બૅક્ટીરિયા) ઇ૦નો ઉપયોગ કરી રોગ ફેલાવવામાં આવે છે તે યુદ્ધ-પ્રક્રિયા.

bio'logy (બાયૉલજિ), ના૦ વનસ્પતિઓ અને પ્રાણીઓના જીવનને લગતી જીવવિદ્યા. **bio'logist** (-લજિસ્ટ), ના૦.

bio'nic (બાયૉનિક), વિ૦ 'બાયૉનિક્સ'નું –ને લગતું. **bio'nics** (-નિક્સ), ના૦બ૦ વ૦ જીવંત પ્રાણીઓની જેમ વર્તનારી યાંત્રિક રચનાઓની વિદ્યા.

bipar'tite (બાઇપાર્ટાઇટ), વિ૦ બે ભાગોનું બનેલું; બે પક્ષો વચ્ચેનું, દ્વિપક્ષી.

bi'ped (બાઇપે'ડ), વિ૦ અને ના૦ બેપગું (પ્રાણી).

bi'plane (બાઇપ્લેન), ના૦ એકની ઉપર બીજી એવી બે પાંખોની જોડવાળું વિમાન.

birch (બર્ચ), ના૦ ભૂર્જ (વૃક્ષ); મારવા માટે તેની ડાળીઓની ઝૂડી. સ૦ ક્રિ૦ ભૂર્જની સોટીથી ફટકારવું.

bird (બર્ડ), ના૦ પક્ષી, પંખી; [વિ.બો.] જુવાન છોકરી. ~**lime,** પક્ષીઓને પકડવા માટે વપરાતો એક ચીકણો પદાર્થ. ~ **of passage,** યાયાવર પક્ષી; થોડા વખતનો મહેમાન. ~**seed,** પક્ષીને ખવડાવવાના દાણા. ~**'s-eye,** નાનાં ચળકતાં ફૂલોવાળો એક છોડ. ~**'s-eye view,** ઉપર ટપકે નજર, વિહંગાવલોકન. ~ **table,** પક્ષીઓનું ખાવાનું રાખવાનો ઓટલો.

bire'tta (બિરે'ટ), ના૦ પાદરીની ચોરસ ટોપી.

Bi'ro (બાઇરો), ના૦ [બ૦વ૦ **~s**] બૉલ-પૉઇન્ટ પેન(ની બનાવટ).

birth (બર્થ), ના૦ જન્મ, પ્રસવ; મૂળ, આરંભ; વંશ. **give ~ to**, -ને જન્મ આપવો. **~-control**, સંતતિનિયમન. **~day**, વરસગાંઠ. **~mark**, શરીર પર જન્મથી નિશાની, લાખું. **~-rate**, વરસે હજારની વસતીએ જન્મપ્રમાણ. **~right**, જન્મસિદ્ધ હક.

bi'scuit (બિસ્કિટ), ના૦ ચપટી પોચી ને કકરી રોટી, બિસ્કિટ; [અમે.] જવ અથવા ઘઉંની રોટલી; ઓપ આપતા પહેલાં શેકેલાં ચિનાઈ માટીનાં વાસણ.

bise'ct (બાઇસે'ક્ટ) સ૦ક્રિ૦ બે(સરખા) ભાગ પાડવા, **bise'ction** (-સે'ક્શન), ના૦. **bise'ctor** (-સે'ક્ટર), ના૦.

bise'xual (બાઇસે'ક્સુઅલ), વિ૦ બે લિંગ કે જાતિનું, ઉભયલિંગી; સ્ત્રી પુરુષ બંને માટે આકર્ષક (લૈંગિક દૃષ્ટિથી).

bi'shop (બિશપ), ના૦ ખ્રિસ્તી દેવળનો અધિકારી, ધર્માધ્યક્ષ; [શેતરંજમાં] ઊંટ (નું મહોરું); મસાલો ને ખાંડ નાખેલો દારૂ.

bi'shopric (બિશપ્રિક), ના૦ બિશપનું પદ–હોદ્દો.

bi'smuth (બિઝ્મથ), ના૦ લાલાશ પડતું એક બરડ ધાતુરૂપ સફેદ મૂળ દ્રવ્ય; દવામાં વપરાતો તેનો એક સમાસ.

bi'son (બાઇસન), ના૦ જંગલી ગાય કે બળદ; ભેંસ.

bisque[1], (બિસ્ક), ના૦ ટેનિસમાં પોતે ન મેળવેલો પૉઇન્ટ ગણવાનો, અથવા ક્રોકે ઇ૦માં વધારાનો દાવ રમવાનો હક.

bisque[2], ના૦ બાવલાં બનાવવાની પૉલિશ કર્યા વિનાની ચિનાઈ માટી.

bisque[3], ના૦ (વિ૦ ક૦ માછલીની) રસાદાર કઢી–સૂપ.

bi'stre (બિસ્ટર), ના૦ મેશમાંથી બનાવાતું કથ્થઈ રંગદ્રવ્ય, તેનો રંગ.

bi'stro (બિસ્ટ્રો), ના૦ [બ૦ વ૦ **~s**] નાસ્તાની કે દારૂની નાનકડી દુકાન.

bit[1] (બિટ), ના૦ નાનો ટુકડો–રકમ; જરાક, થોડુંક; જરાક વાર કે અંતર; હથિયારનું કાપવાનું પાનું; લગામનું ચોકડું. સ૦ ક્રિ૦ (ઘોડાના) મોઢામાં લગામ નાખવી; કાબૂમાં રાખવું, રોકવું.

bit[2], ના૦ [ગણકયંત્રો] બે સંભાવનાઓમાં પસંદગી વ્યક્ત કરતો માહિતીનો એકમ.

bit[3], **bite**નો ભૂ૦ કા૦.

bitch (બિચ), ના૦ કૂતરી, કોલી, વરુની માદા; [સ્ત્રી માટે ગાળ] કૂતરી. ઉ૦ ક્રિ૦ ઈર્ષ્યાળુ હોવું; બબડવું. **bi'tchy** (બિચિ), વિ૦.

bite (બાઇટ), ઉ૦ક્રિ૦ [**bit; bitten**] કરડવું, બચકું ભરવું, ડંખ મારવો, ડસવું; ગલે ભેરવેલું ભક્ષ્ય ખાઈ જવું; અંદર પેસવું; પકડવું. ના૦ કરડવું તે; કરડવાનો ઘા; કોળિયો, બટકું.

bi'ting (બાઇટિંગ), વિ૦ સખત, તીવ્ર, ચચરતું.

bi'tten (બિટન), **bite**નું ભૂ૦ કૃ૦.

bi'tter (બિટર), વિ૦ કડવું; (દારૂ અંગે) હૉપ્સના ખૂબ સ્વાદવાળું; કડવાશ કે રોષ-વાળું, કટુ; ઝેરી, તીવ્ર; (ટાઢ અંગે) કડકડતું; કઠોર. ના૦ કડવા સ્વાદવાળો બિયર; [બ૦ વ૦ માં] દમણો નાખેલો દારૂ.

bi'ttern (બિટર્ન), ના૦ બગલાની જાતનું એક પક્ષી.

bi'tumen (બિચુમન), ના૦ પેટ્રોલમાંથી મળતા ડામરના જેવાં દ્રવ્યોનું મિશ્રણ; ડામર. **bitu'minous** (-ચૂમિનસ), વિ૦.

bi'valve (બાઇવૅલ્વ), વિ૦ અને ના૦ મજાગરાવાળી બેવડી છીપવાળું ગોકળગાય જેવું પ્રાણી; બે ઢાંકણાંવાળું.

bi'vouac (બિવુઍક), ના૦ તંબૂ ઇ૦ વિના ખુલ્લામાં નાખેલો પડાવ. અ૦ ક્રિ૦ તેમાં રાતવાસો કરવો.

bizar're (બિઝ઼ાર), વિ૦ ઉટપટાંગ, વિક્ષિપ્ત, વિચિત્ર દેખાવવાળું.

blab (બ્લૅબ), ઉ૦ ક્રિ૦ બકવું, લવારો કરવો, છાની વાત કહી દેવી.

black (બ્લૅક), વિ૦ કાળું, શ્યામ; પ્રકાશને અભાવે રંગ વિનાનું; ઘેરા કાળા રંગનું;

કાળી ચામડીનું; અંધારાયેલું; ઉદાસ; અશુભ; દુષ્ટ; રુષ્ટ, રિસાયેલું; હડતાળ પર ઊતરેલા મજૂરો જેને અડે નહિ એવું. **B~**, હબસીઓનું. ના૦ કાળો રંગ, કપડાં ઇ૦; શેતરંજમાં કાળાં પ્યાદાં (રમનાર); હિસાબની જમા બાજુ. (**in the ~**, કરજ ફેડી શકે એવું). **B~**, હબસી. સ૦ ક્રિ૦ -ને કાળો રંગ દેવો; કાળું પોલિશ કરવું; (માલ ઇ૦ને) 'કાળો' જાહેર કરવો. **~ and blue,** સોળ કે ઉઝરડા પડેલું. **~ and white,** ધોળા પર કાળું કરેલું; (ચિત્રપટ ઇ૦) રંગીન નહિ એવું; સાવ એકાંતિક વિરોધી બાબતોનું બનેલું. **~ art,** જાદુટોણો. **~ball,** ક્લબ, સમાજ, ઇ૦માંથી બહિષ્કૃત કરવું. **~beetle,** વંદો. **~belt,** જૂડોમાં નિષ્ણાત હોવાનો સૂચક પટો (ધારણ કરનારો). **~berry,** એક જાતનું કાંટાળું ઝાડવું; તેનું ફળ. **~bird,** યુરોપનું એક ગાનારું પક્ષી. **~board,** વર્ગમાં વપરાતું કાળું પાટિયું. **~ box,** વિમાનના ઉડ્ડાણની વિગત નોંધનારું એક ઉપકરણ. **~cap,** કાળા માથાવાળું એક ગાનારું પક્ષી. **~cock,** કાળા બતકની જાતનો નર. **~ coffee,** દૂધ કે મલાઈ વિનાની કૉફી. **~ comedy,** શોકાન્તિકાને હાસ્યરસની ભાષામાં રજૂ કરનાર નાટક. **~currant,** કાળી દ્રાક્ષ(નો વેલો). **~ eye,** ઉઝરડો પડવાથી સોજાવાળી આંખ. **~fly,** વનસ્પતિને નુકસાન કરનારી જૂ. **~ frost,** એક જાતનું હિમ. **~ grouse,** તેતર (ગ્રાઉઝ્)-ની બ્રિટિશ જાત. **~guard** (બ્લૅગર્ડ), હરામખોર, બદમાશ. **~guardly** (-ગર્ડ્લિ). વિ૦. **~head,** કાળી અણીવાળી ફોલ્લી, ખીલ. **~ hole,** [ખ.] જેમાંથી જરા પણ દ્રવ્ય અથવા ગરમી કે પ્રકાશનાં કિરણો નીકળી જઈ શકતાં નથી એવો પ્રદેશ; [લશ્કર.] સજા તરીકે અંધારકોટડી. **~ ice,** પાતળો અને કઠણ પારદર્શક બરફ. **~jack,** [અમે.] લવચીક હાથાવાળી ટૂંકી ભારે ગદા. **~lead,** કાળા સીસા (ગ્રૅફાઇટ) વડે પૉલિશ કરવું. **~leg,** હડતાળ કે મહાજનમાં ન જોડાનાર માણસ. **~-letter,** અગાઉના મુદ્રકો વાપરતા તે બીબાનો અક્ષર. **~ list,** સંશયિત કે સજાપાત્ર લોકોની યાદી. **~list,** સ૦ક્રિ૦ એવી યાદીમાં નામ દાખલ કરવું. **~magic,** મેલી વિદ્યા, જાદુટોણો. **~mail,** ધાકધમકી અથવા દબાણથી પૈસા કઢાવવા તે -કઢાવેલા પૈસા. સ૦ક્રિ૦ એવી રીતે પૈસા કઢાવવા. **B~Maria,** કેદીઓને જેલમાંથી લાવવા કે જેલમાં લઈ જવાનું વાહન. **~ market,** કાળું બજાર, જેના પર સરકારી અંકુશ હોય અને જેની અછત હોય એવી વસ્તુઓનો ગેરકાયદે વેપાર. **~ mass,** શેતાનપૂજામાં કરાતી પ્રભુભોજનની વિધિની વિકૃત નકલ-ઠેકડી. **~ out,** પ્રકાશને રોકવા બારીઓ ઇ૦ને ઢાંકી દેવું, અંધારપટ કરવો. **~-out** અંધારપટ; ઓચિંતા અને તાત્કાલિક દૃષ્ટિ અથવા ચેતનાનો લોપ. **~ pudding,** માંસ સાથે ખાવાનું લોહી, ચરબી, ઇ૦નું રાયતું. **B~ Rod,** ઉમરાવસભાનો મુખ્ય ચોપદાર. **~ sheep,** બદમાશ, લુચ્ચો; કુટુંબ ઇ૦ની અપ્રતિષ્ઠિત વ્યક્તિ. **~shirt,** ફાસીવાદી વ્યક્તિ. **~smith,** લુહાર. **~ spot,** જોખમ કે મુશ્કેલીવાળી જગ્યા. **~thorn,** સફેદ ફૂલ અને આલુ જેવાં કાળાં ફળવાળું એક કાંટાળું ઝાડવું. **~ velvet,** બિયર(દારૂ)અને દ્રાક્ષના દારૂનું મિશ્રણ. **~ widow,** અમેરિકન કરોળિયાની એક જાત, જેમાં માદા નરને ખાઈ જાય છે.

bla'cken (બ્લૅકન), ઉ૦ ક્રિ૦ કાળું કરવું-થવું; -ને બદનામ કરવું.

bla'cking (બ્લૅકિંગ), ના૦ જોડાનું કાળું પૉલિશ.

bla'dder (બ્લૅડર), ના૦ પ્રવાહી કે હવા ભરવાની કોથળી, ફુક્કો, પિત્તાશય ઇ૦; મૂત્રાશય.

blade (બ્લેડ), અનાજના છોડ કે ઘાસનું પાન; હલેસું, કોદાળી ઇ૦નો ચપટો ભાગ; છરી ઇ૦નું પાનું; ખભાનું ચપટું હાડકું.

blah (બ્લા), ના૦ [વાત.] મૂર્ખામીભરેલી

–વાહિયાત–વાત.

blain (બ્લેન), ના૦ ફોલ્લો, ગૂમડું.

blame (બ્લેમ), સ૦ક્રિ૦ –નો દોષ કાઢવો, -ને દોષી ઠરાવવું. ના૦ નિંદા, ઠપકો; દોષારોપણ. ~**worthy**. દોષ–ઠપકા–પાત્ર.

bla'meless (બ્લેમ્લિસ), વિ૦ નિર્દોષ.

blanch (બ્લાંચ), ઉ૦ક્રિ૦ છાલ કાઢીને અથવા પ્રકાશ મળતો બંધ કરીને (વનસ્પતિને) સફેદ કરવું; ઊકળતા પાણીમાં થોડો વખત બોળવું; ફીકું પાડવું–પડવું.

blancma'nge (બ્લમોંઝ), ના૦ દૂધ અને મકાઈના લોટ વગેરેની એક વાની–જેલી.

bland (બ્લૅન્ડ), વિ૦ નમ્ર, વિનયી, સૌમ્ય.

bla'ndishment (બ્લૅન્ડિશ્મન્ટ), ના૦ [બહુધા બ૦વ૦માં] ખુશામત, લાડ, પટામણું.

blank (બ્લૅંક), વિ૦ (કાગળ અંગે) કોરું, કશા લખાણ વિનાનું; રસ, ભાવ, પરિણામ, ઇ૦ વિનાનું. ના૦ દસ્તાવેજમાં કશું લખવા માટે રાખેલી કોરી જગ્યા; જેને ઇનામ નથી મળ્યું એવી લૉટરીની ટિકિટ; ખાલી જગ્યા. ~ **cartridge**, ખાલી કારતૂસ. ~ **cheque**, આંકડો લખ્યા વિનાનો કોરો ચેક–હૂંડી. ~ **verse**, પ્રાસ વિનાનું પદ્ય.

bla'nket (બ્લૅંકિટ), ના૦ કામળો; કશાકને ઢાંકી દેનાર જાડો થર. વિ૦ સર્વસામાન્ય–વ્યાપક; બધા (દાખલા કે વર્ગો)-ને સમાવી લેતું–લાગુ પડતું. સ૦ ક્રિ૦ કામળો ઓઢાડવો, કામળાની જેમ ઢાંકવું.

blare (બ્લે'અર), ઉ૦ ક્રિ૦ તૂરી કે શિંગાનો અવાજ કરવો, તાણીને વગાડવું–બોલવું. ના૦ શિંગાનો અવાજ.

blar'ney (બ્લાર્નિ), ના૦ ખુશામત, મીઠીમીઠી વાત. ઉ૦ ક્રિ૦ ખુશામત કરીને મન વાળવું, મીઠુંમીઠું બોલવું.

bla'sé (બ્લાઝે), વિ૦ મોજમજાથી ઓચાઈ ગયેલું; અપ્રભાવિત.

blasphe'me (બ્લૅસ્ફીમ), ઉ૦ ક્રિ૦ પવિત્ર વસ્તુની કે ઈશ્વરની નિંદા કરવી; અનાદર થાય તેમ બોલવું.

bla'sphemy (બ્લૅસ્ફમિ), ના૦ ઈશ્વરનિંદા, નિંદાત્મક બોલ કે લખાણ. **bla'sphemous** (બ્લૅસ્ફિમસ), વિ૦.

blast (બ્લાસ્ટ), ના૦ પવનનો જોરદાર સપાટો, પાવો, મોટરનું ભૂંગળું, સિસોટી, ઇ૦નો અવાજ; ભઠ્ઠીમાં પુરાતો હવાનો પ્રવાહ; સ્ફોટ થતાં ફેલાતું પવનનું વિનાશક મોજું. સ૦ક્રિ૦દારૂથી ઉડાવી દેવું; ચીમળાવી-કરમાવી–નાખવું. ઉદ્ગાર૦ તેનું નખોદ વળો !. ~-**furnace**, ખૂબ દાબથી ગરમ હવા અંદર પૂરીને કાચી ધાતુને શુદ્ધ કરવાની ભઠ્ઠી, વાતભઠ્ઠી. ~ **off**, (રૉકેટ અંગે) ધડાકા સાથે ઊડી જવું. ~-**off**, ના૦.

bla'tant (બ્લેટન્ટ), વિ૦ લાજશરમ વિનાનું; (જૂઠાણું) ઉઘાડું, હડહડતું.

blaze[1] (બ્લેઝ઼), ના૦ ઉજ્જ્વલ જ્વાળા કે દેવતા; ક્રોધ ઇ૦ વિકારનો ભડકો; ઝળહળતો પ્રકાશ અથવા રોશની. અ૦ ક્રિ૦ ભડકે બળવું, વિકાર–ઉત્તેજનાથી બળવું, ઉત્તેજિત થવું.

blaze[2], ના૦ ઘોડાના કપાળ પરનો સફેદ ચાંલ્લો; રસ્તો બતાવવા માટે ઝાડની છાલ કાપીને કરેલી સફેદ નિશાની. સ૦ ક્રિ૦ રસ્તા કે ઝાડ પર એવી નિશાની (ઓ) કરવી.

blaze[3], સ૦ ક્રિ૦ જાહેર કરવું, ચોમેર ફેલાવવું.

bla'zer (બ્લેઝ઼ર), ના૦ (ચળકતો) રંગીન કોટ.

bla'zon (બ્લેઝ઼ન), ના૦ કુળનાં ચિહ્નો-(વાળી ઢાલ). સ૦ ક્રિ૦ ઢાલ પર કુળચિહ્નો રંગવાં; કોતરીને શણગારવું; જાહેર કરવું.

bla'zonry (બ્લેઝ઼ન્રિ), ના૦ કુળચિહ્નો (રંગવાની કે વર્ણવવાની કળા).

bleach (બ્લીચ), ઉ૦ ક્રિ૦ તડકે મૂકીને અથવા રાસાયણિક પ્રક્રિયાથી સફેદ કરવું–થવું. ના૦ સફેદ કરવાની પ્રક્રિયા (કરનાર પદાર્થ).

bleak (બ્લીક), વિ૦ ઉજ્જડ, વેરાન; ઉઘાડું; ટાઢું હિમ.

blea'ry (બ્લિઅરિ), વિ૦ ઝાંખું, અસ્પષ્ટ, ઝાંખી દૃષ્ટિવાળું.

bleat (બ્લીટ), ના૦ ઘેટાંબકરાંનો બેંબેં અવાજ. ઉ૦ ક્રિ૦ (ઘેટાંબકરાંએ) બેંબેં કરવું; બકબક કરવી, બબડવું.

bleb (બ્લે'બ), ના૦ નાનકડો ફોલ્લો અથવા પરપોટો.

bleed (બ્લીડ), ઉ૦ ક્રિ૦ [**bled**] -માંથી લોહી અથવા બીજું કોઈ પ્રવાહી નીકળવું-કાઢવું; -ની પાસેથી (જબરદસ્તીથી) પૈસા કઢાવવા, જબરદસ્તીને વશ થઈ પૈસા આપવા.

bleep (બ્લીપ), ના૦ અને અ૦ ક્રિ૦ રહી રહીને સંકેત તરીકે ઊંચો અવાજ (કાઢવો).

ble'mish (બ્લે'મિશ), ખોડ, ખામી, કલંક. સ૦ ક્રિ૦ સુંદર વસ્તુને બગાડવું, આબરૂને કલંક લગાડવું.

blench (બ્લે'ંચ), અ૦ ક્રિ૦ ભડકીને પાછું હઠવું, ધ્રૂજવું.

blend (બ્લે'ન્ડ), ઉ૦ ક્રિ૦ અમુક પ્રત કે ગુણવાળું બનાવવા માટે ચા, સ્પિરિટ, ઇ૦નું મિશ્રણ કરવું; ભળી જવું; એક થવું. ના૦ મિશ્રણ (કરવું તે).

blende (બ્લે'ન્ડ), ના૦ સફેદ મોરથૂથુ.

ble'nny (બ્લે'નિ), ના૦ કાંટાળી પાંખવાળી એક દરિયાઈ માછલી.

bless (બ્લે'સ), સ૦ક્રિ૦ પવિત્ર બનાવવું; સ્તુતિ કરવી; ઈશ્વરની દુવા કહેવી, આશીર્વાદ આપવો; સુખી બનાવવું; ઉપકાર માનવો.

ble'ssed (ગુણવા૦ વિ૦ તરીકે બ્લે'સિડ, વિધેયા૦ વિ૦ તરીકે બ્લેસ્ટ), **bless**-નો ભૂ૦કા૦ તથા ભૂ૦કૃ૦; પરમ સુખમય; ધન્ય; [સૌમ્ય.] શાપિત.

ble'ssing (બ્લે'સિંગ), ના૦ આશીર્વાદ; વરદાન; પ્રભુનો પ્રસાદ કે કુદરતની દેન; ભોજન વેળાની પ્રભુપ્રાર્થના, સ્વસ્તિવાચન; ઉપકાર.

ble'ther (બ્લે'ધર), ના૦ અને અ૦ક્રિ૦ વાહિયાત-અર્થહીન વાત (-કરવી).

blew (બ્લૂ), **blow**નો ભૂ૦કા૦.

blight (બ્લાઇટ), ના૦ વનસ્પતિને થતો એક રોગ, સળો; વનસ્પતિની જૂ; ગૂઢ વિનાશક અસર. સ૦ ક્રિ૦ -માં સળો પેદા કરવો, બગાડવું; કરમાવી નાખવું.

bli'ghter (બ્લાઇટર), ના૦ [વિ૦બો૦] ઉપદ્રવકારક વ્યક્તિ.

bli'mey (બ્લાઇમિ), ઉદ્‌ગાર૦ [ગ્રામ્ય] આશ્ચર્ય વ્યક્ત કરવા વપરાય છે.

blimp (બ્લિમ્પ), ના૦ છૂટથી આમતેમ ફેરવી શકાય એવું નાનકડું વિમાન. **B~**, કટ્ટર પ્રગતિવિરોધી-પ્રત્યાઘાતી-વ્યક્તિ.

blind (બ્લાઇન્ડ), વિ૦ દૃષ્ટિહીન, આંધળું; અગમચેતી, દીર્ઘદૃષ્ટિ, વિવેક કે પૂરતી માહિતી વિનાનું; અવિચારી, આંધળું. ઉ૦ ક્રિ૦ દૃષ્ટિ કે વિવેકબુદ્ધિ વિનાનું બનાવવું, છેતરવું. ના૦ અંતરપટ; બારીનો પડદો; દૃષ્ટિ કે પ્રકાશમાં અંતરાય, અંધારી. **~ alley,** આગળ કયાંય ન લઈ જનારી-એક છેડે બંધ-ગલી. **~ corner,** આગળ શું છે તે દેખાય નહિ એવો રસ્તાનો ખૂણો. **~ date,** પહેલાં કદી ન મળેલાં સ્ત્રી-પુરુષની સામાજિક મુલાકાત. **~fold,** આંખે પાટા બાંધેલું-બાંધીને, આંખ મીંચેલું-મીંચીને, વિચાર કર્યા વિના. સ૦ ક્રિ૦ આંખે પાટા બાંધવા-બાંધીને ન દેખતું કરવું. ના૦ આંખે બાંધેલો પાટો. **~-man's buff,** આંધળી ખિસકોલી, ડાહીનો ઘોડો. **~ spot,** પ્રકાશની સંવેદના વિનાનો નેત્રપટલનો ભાગ; જ્યાં દૃષ્ટિ અથવા વિવેક નિષ્ફળ જાય તે પ્રદેશ. **~worm,** આંધળી ચાકળણ.

blink (બ્લિંક), ઉ૦ ક્રિ૦ આંખ વતી પલકારા મારવા, વારે વારે આંખ ઉઘાડતાં ને મીંચતાં જોવું; ક્ષણવાર આંખ બંધ કરવી; એકદમ અથવા ક્ષણ માટે પ્રકાશ ફેંકવો; આંખમીંચામણાં કરવાં. ના૦ આંખનો પલકારો; ક્ષણિક ચમકારો. **on the ~**, [વિ.બો.] (યંત્ર અંગે) બગડી ગયેલું.

bli'nker (બ્લિંકર), ના૦ [બહુધા બ૦ વ૦માં] ઘોડાની અંધારી, ડાબલા.

bli'nking (બ્લિંકિંગ), વિ૦ [વિ. બો. સૌમ્ય] ભૂંડું.

blip (બ્લિપ), ના૦ રેડાર (ના પડદા) પર પડતું વસ્તુનું નાનું પ્રતિબિંબ.

bliss (બ્લિસ), ના૦ સ્વર્ગમાં હોવું તે; સ્વર્ગસુખ. **bli'ssful** (-ફુલ), વિ૦.

bli'ster (બ્લિ'સ્ટર), ના૦ ફોલ્લો; એવો સોજો. ઉ૦ ક્રિ૦ ઉપર ફોલ્લો ઉઠાડવો; ઉપર ફોલ્લા ઊઠવા.

blithe (બ્લાઇધ), વિ૦ મોજીલું, આનંદી;

બેદરકાર, બેપરવા.

bli'thering (બ્લિધરિંગ), વિ૦ બકબક કરનારું; પૂરેપૂરું, તદ્દન.

blitz (બ્લિટ્ઝ્) નાo ઉગ્ર (વિ૦ક૦ હવાઈ) વિનાશક હુમલો. સ૦ક્રિ૦ આવો હુમલો કરીને નુકસાન પહોંચાડવું–નાશ કરવો.

bli'zzard (બ્લિઝ઼ર્ડ), ના૦ હિમવર્ષા સાથેનું સખત વાવાઝોડું.

bloat¹ (બ્લોટ), સ૦ ક્રિ૦ હેરિંગ માછલીને મીઠું અને ધુમાડો પાવો–પાઈને આથવું.

bloat² (બ્લોટ), ઉ૦ ક્રિ૦ ફુલાવવું, ફૂલવું.

bloater (બ્લોટર), ના૦ મીઠું અને ધુમાડો પાયેલી–આથેલી–હેરિંગ માછલી.

blob (બ્લૉબ), ના૦ પ્રવાહીનું ટીપું; કશાકનો નાનો ગોળો–ડાઘો.

bloc (બ્લૉક), ના૦ કોઈ સમાન ઉદ્દેશ માટે બનેલા દેશો, પક્ષો, ઇ૦નો સંઘ.

block (બ્લૉક), ના૦ લાકડાનો ટોલો, ઠીમચું, ઝાડનું થડ; પથ્થરનો ચીરો–શિલા; છાપવા માટે કોરેલો લાકડાનો કે ધાતુનો કકડો, બ્લૉક; કશાકનો ભારે વજનદાર કકડો; અંતરાય, નડતર. (**mental ~**, એક જાતની માનસિક નબળાઈ); બહુધા ચારે બાજુએ રસ્તાઓવાળું મકાનોનું જૂથ; મોટી ઇમારત; વિ૦ક૦ એકમ તરીકે મોટી સંખ્યા કે જથ્થો; એક કોરે બાંધેલા કાગળની થોકડી–જથ્થો. સ૦ક્રિ૦ વિઘ્ન નાખવું, રોકવું. **~ capitals, letters,** છૂટા છૂટા મોટા (કૅપિટલ) અક્ષરો. **~head,** બૂડથલ–અબૂઝ–માણસ. **~ out,** આછી રૂપરેખા દોરવી; બાકાત રાખવું. **~ vote,** જેટલા લોકોનો તે પ્રતિનિધિ હોય તેમની સંખ્યાના પ્રમાણમાં વગ ધરાવનાર મતદારનો મત.

blocka'de (બ્લૉકેડ),ના૦ શત્રુ સૈન્ય દ્વારા નાકાબંધી. સ૦ક્રિ૦ નાકાબંધી કરવી.

blo'ckage (બ્લૉકિજ), ના૦ નાકાબંધી (ની સ્થિતિ), રોધક વસ્તુ.

bloke (બ્લોક), ના૦ [વિ.બો.] માણસ, શખસ.

blond (બ્લૉન્ડ), વિ૦ (વાળ અંગે) સોનેરી; (માણસ અંગે) સોનેરી વાળવાળું. ના૦ (સ્ત્રી૦ **blonde**) સોનેરી વાળવાળો–ગોરો પુરુષ.

blood (બ્લડ) ના૦ લોહી, રક્ત; ખૂન, રક્તપાત; વંશ, કુળ, જાતિ; સગપણ. સ૦ ક્રિ૦ શિકારી કૂતરાને લોહીનો પહેલો સ્વાદ કરાવવો; (કોઈને) દીક્ષા આપવી. **~ bank,** દરદીઓને આપવા માટે કરાતો લોહીનો સંગ્રહ–બૅંક. **~-bath,** ખૂનરેજી. **~ count,** લોહીમાં લાલ રક્તકણોની સંખ્યા–પ્રમાણ. **~-curdling,** લોહી થીજી જાય એવું, ભયંકર. **~ donor,** રક્તદાતા. **~ feud,** જેમાંથી એકે બીજાનું લોહી રેડ્યું છે એવાં બે કુટુંબો વચ્ચેનું વેર. **~hound,** ગંધ પરથી ભાળ કાઢનાર મોટો કૂતરો. **~-letting,** વિ૦ક૦ વૈદ્યકીય ઉપચાર તરીકે શરીરમાં લોહી કાઢવું તે. **~ orange,** લાલ રેષાવાળી પેશી કે માવાવાળું સંતરું. **~-poisoning,** નુકસાનકારક જંતુઓ લોહીમાં દાખલ થવાં તે. **~ pressure,** લોહીનું દબાણ. **~-relation,** લોહીનું સગું. **~shed,** રક્તપાત. **~shot** (આંખના ડોળા અંગે) લોહીથી ભરેલું, રાતુંચોળ. **~ sports,** પ્રાણીઓની હત્યાવાળી રમતો. **~stock,** ઓલાદી ઘોડા. **~stream,** શરીરમાં ફરતું લોહી. **~sucker,** જળો; જબરદસ્તીથી પૈસા કઢાવનાર. **~thirsty,** લોહીતરસ્યું, **~-vessel,** રક્તવાહિની (નસ, શિરા, રગ. ઇ૦).

bloo'dless (બ્લડ્‌લિસ), વિ૦ લોહી (વહેડાવ્યા) વિનાનું; લાગણી વિનાનું; ફીકું.

bloo'dy (બ્લડિ), વિ૦ લોહીનું–ના જેવું; લોહીથી ખરડાયેલું; લોહી વહેતું; રક્તપાતવાળું; ક્રૂર; નઠારું, દુષ્ટ; [અશિષ્ટ] મૂઉં; હડહડતું. ક્રિ૦વિ૦ મૂઓ; અતિશય. સ૦ક્રિ૦ લોહિયાળું બનાવવું. **~-minded,** જાણી જોઈને સહકાર ન આપનારું.

bloom¹ (બ્લૂમ), ના૦ ફૂલ; મોર; પુરબહાર, ભરજોબન; તાજગી; દ્રાક્ષ ઇ૦ પર જામતી રજ. અ૦ક્રિ૦ મોર આવવો; ફૂલ બેસવાં; સોળે કળાએ ખીલવું.

bloom², ના૦ લોઢાના ઠરેલા રસને ટીપીને પાડેલી જાડી ચીપો.

bloo'mer (બ્લૂમર), ના૦ [વિ.બો.] મોટી ભૂલ.

bloo'mers (બ્લૂમર્ઝ઼), ના૦ બ૦ વ૦ ઘૂંટણ સુધીના ઢીલા પાયજામા જેવું સ્ત્રીનું અંદરથી પહેરવાનું વસ્ત્ર; [વાત.] ઘૂંટણની નીચે પટ્ટીવાળી ચોરણા જેવી ચડ્ડી.

bloo'ming (બ્લૂમિંગ), વિ૦ પુરબહારમાં; [વિ.બો. સૌમ્ય.] મૂઉં.

blo'ssom (બ્લૉસમ), ના૦ ફૂલ; ઝાડ પર બેઠેલાં ફૂલ. અ૦ક્રિ૦ ફૂલ ખીલવાં.

blot (બ્લાટ), ના૦ શાહી ઇ૦નો ડાઘો; કલંક; શરમજનક કૃત્ય. સ૦ક્રિ૦ ઉપર ડાઘો પાડવો. કલંક લગાડવું; શાહીચૂસથી કોરું કરવું; ભૂંસી નાખવું.

blotch (બ્લૉચ), ના૦ ચામડી પરનો સોજો; શાહી ઇ૦નો ડાઘો. **blo'tchy** (બ્લૉચિ), વિ૦.

blo'tter (બ્લૉટર), ના૦ શાહીચૂસનું પૅડ.

blo'tting-paper (બ્લૉટિંગ્પેપર), ના૦ શાહીચૂસ (કાગળ).

blouse (બ્લાઉઝ઼), ના૦ [ફ્રેંચ] કારીગરનું ઢીલું ઉપરનું વસ્ત્ર; સ્ત્રી કે બાળકનું કમર સુધીનું કુડતું; સિપાઈના પોશાકનો ઉપલો ભાગ.

blow[1] (બ્લો), ઉ૦ક્રિ૦ [**blew** બ્લૂ; **blown**] (પવન, હવા, અંગે) વાવું, ફૂંકાવું; ફૂંકવું, વા નાખવો; ફૂંક મારવી; હાંફવું; (નાક) નસીકવું; ફૂંકીને પરપોટા કરવા–કાચને આકાર આપવો; (મોઢે વાંસળી ઇ૦ વગાડવું; (માખી અંગે) કશાક પર ઈંડાં મૂકવાં; વીજળીના 'ફ્યૂઝ઼'નું વધારે પડતા દબાણથી ઓગળી જવું–ફ્યૂઝ઼ને ઓગાળી નાખવો; [વિ.બો.; ભૂ૦કૃ૦ **blowed**] શાપ દેવો; ગૂંચવી નાખવું; વેડફી નાખવું. ના૦ ફૂંકવું તે, નાક વાટે ચોખ્ખી હવા લેવી તે. **~-dry,** ધોયેલા વાળ સૂકવવા માટે વાળ સૂકવવાનું યંત્ર વાપરવું. **~fly,** માંસમાં રહેનારી માખી. **~ in,** અચાનક–સહેજે–અંદર આવવું, ડોકિયું કરવું. **~lamp,** અમુક મર્યાદિત જગ્યા પર અત્યંત ઉષ્ણ જ્યોત નાખવાનો દીવો. **~-out,** [વિ. બો.] મહાભોજન; રબરનું ટાયર ફાટવું તે. **~pipe,** હવાના જોરથી બાણ ફેંકવાની નળી. **~ up,** સુરંગ ઇ૦ વડે ઉડાડી મૂકવું–ઊડી જવું; હવા ભરીને ફુલાવવું; [વાત.] ઠપકો આપવો; (ફોટો, નકશો, ઇ૦) મોટા કદનું બનાવવું.

blow[2], અ૦ક્રિ૦ [પ્રા.] [**blew; blown**] -ને ફૂલ બેસવાં, પ્રફુલ્લિત થવું. ના૦ પ્રફુલ્લિત સ્થિતિ.

blow[3] (બ્લો), ના૦ મુક્કો, ઠોંસો, ફટકો, ઇ૦; આફત, આઘાત.

blow'er (બ્લોઅર) ના૦ [વાત.] ટેલિફોન.

blow'y (બ્લોઇ), વિ૦ પવનવાળું.

blow'zy (બ્લાઉઝ઼િ), વિ૦ લાલ મોઢાવાળું, ગંદું–મેલું દેખાતું; હોળ્યા વિનાના વાળવાળું.

blub (બ્લબ), અ૦ક્રિ૦ [વિ.બો.] રડવું.

blu'bber (બ્લબર), ના૦ વહેલ માછલીની ચરબી; [વિ. બો.] રુદન. વિ૦ (હોઠ અંગે) સૂજેલું, આગળ પડતું. અ૦ક્રિ૦ ડૂસકાં ખાવાં, મોટેથી રડવું.

blu'dgeon (બ્લજન), ના૦ દંડૂકો. સ૦ક્રિ૦ દંડૂકા વતી ઝૂડવું; જબરદસ્તી કરવી.

blue (બ્લૂ), વિ૦ આસમાની કે વાદળી રંગનું; ઠંડી, ક્રોધ ઇ૦ને લીધે ભૂરી ચામડીવાળું; ખિન્ન; અશ્લીલ. ના૦ ભૂરો રંગ; એ રંગનું દ્રવ્ય; ભૂરાં કપડાં; આકાશ; દરિયો; ઑક્સફર્ડ અથવા કેમ્બ્રિજ યુનિ.નું પ્રતિનિધિત્વ કરનાર મલ્લ (ને મળેલું ઇનામ); [બ૦વ૦માં] ગમગીની, વિષાદ; અમે. નિગ્રો મૂળવાળું વિષાદવાળું સંગીત. સ૦ક્રિ૦ વાદળી રંગ આપવો, ગળી કરવી; (પૈસા ઇ૦) વેડફી નાખવું. **~ baby,** જન્મથી હૃદયની ખોડવાળું બાળક. **~bell,** ઘંટડીના આકારનાં વાદળી ફૂલવાળો એક છોડ. **~ blood,** ઉચ્ચકુળ, ખાનદાન. **~ book,** સરકારી હેવાલ (નું વાદળી પૂઠાનું પુસ્તક). **~bottle,** વાદળી રંગની એક મોટી ગણગણતી માખી. **~-eyed boy,** [વાત.] લાડકો–માનીતો–છોકરો. **~ grass,** એક જાતનું ઘાસ, વિ.ક. કેન્ટકીનું. **~ pencil,** સુધારવા કે રદ કરવા વપરાતી વાદળી પેન્સિલ. **B~ Peter,** વહાણ હંકારતા પહેલાં

ચડાવવામાં આવતો વચ્ચે સફેદ ચોરસવાળો વાદળી ધ્વજ. **~print,** બાંધકામ, ઇ૦ની યોજનાનો (ભૂરા કાગળ પર છાપેલો) પાકો નકશો; વિગતવાર નકશો. **~ribbon,** ગાર્ટરની ફીત; મોટામાં મોટું માન. **~stocking,** [અનાદર.] વિદુષી, પંડિતમન્યા સ્ત્રી. **~ tit,** વાદળી અને પીળાં પીંછાંવાળું એક નાનકડું પક્ષી.

bluff¹ (બ્લફ), વિ૦ જેનો આગળનો ભાગ ઊભો અને પહોળો છે એવું: આખાબોલું, નિખાલસ, ખરા દિલનું. ના૦ ઊભી અને પહોળી ભૂશિર.

bluff², ઉ૦ક્રિ૦ પોલી ધમકી આપવી, તેમ કરીને છેતરવું. ના૦ પોલી ધમકી (આપવી તે).

blu'nder (બ્લન્ડર), અ૦ક્રિ૦ આંખ મીંચીને ચાલવું; મોટી ભૂલ કરવી. ના૦ મૂર્ખામી ભરેલી અથવા બેદરકારીવાળી ભૂલ.

blu'nderbuss (બ્લન્ડરબસ), ના૦ ઘણી ગોળીઓ છોડી શકાય એવી મોટા મોઢાવાળી ટૂંકી બંદૂક.

blunt (બ્લન્ટ), વિ૦ જડ, લાગણી વિનાનું; ધાર કે અણી વિનાનું, બૂઠું; આખાબોલું. સ૦ક્રિ૦ બૂઠું કે રીઢું બનાવવું.

blur (બ્લર), ના૦ ડાઘો; ઝાંખપ; અસ્પષ્ટતા; ગૂંચવાડો. સ૦ક્રિ૦ શાહી ઇ૦નો ડાઘો પાડવો; ઝાંખું–મંદ–કરવું.

blurb (બ્લર્બ), ના૦ ચોપડીના વેષ્ટન ઇ૦ પર છપાતી પ્રકાશકની ભલામણ.

blurt (બ્લર્ટ), સ૦ક્રિ૦ વગર વિચારે–ઉતાવળથી–બોલી–ભરડી–નાખવું.

blush (બ્લશ), અ૦ક્રિ૦ શરમ, મૂંઝવણ, ઇ૦થી મોં લાલ થઈ જવું, શરમાવું. ના૦ શરમનો શેરડો; (પહેલો) કટાક્ષ.

blu'ster (બ્લસ્ટર), ઉ૦ક્રિ૦ (પવન અંગે) ખૂબ જોરથી ફૂંકાવું; બડાઈ હાંકવી. ના૦ પવનનો સુસવાટો; બડાઈ, ધાકધમકીની ભાષા.

B.M.A., સંક્ષેપ. British Medical Association.

B.O., સંક્ષેપ. by order.

bo'a (બોઅ), ના૦ અજગર; સ્ત્રીનું ગળા ફરતે વીંટવાનું રૂંવાં કે પીછાંવાળું વેષ્ટન. **~ constrictor,** અજગર.

boar, (બૉર), ના૦ ખસી કર્યા વિનાનો ડુક્કર.

board (બૉર્ડ), ના૦ લાકડાનું પાટિયું, પાટિયા જેવી સપાટ વસ્તુ; શેતરંજ ઇ૦ રમતનું, સૂચનાઓ ઇ૦ ચોડવાનું, પાટિયું; લાકડાના રેસા દબાવીને બનાવેલું નક્કર પાટિયું; [બ૦વ૦માં] રંગમંચ; ટેબલ; રોજનાં ભોજન; ધારાસભાનું ટેબલ–સભ્યો; સમિતિ; કંપનીના ડાઇરેક્ટરો. **on ~,** 'વહાણ, વિમાન, ગાડી, ઇ૦ પર–માં. ઉ૦ક્રિ૦ ઉપર પાટિયાં જડવાં; નિયત દરથી જમાડવું–જમવું; (વહાણની) પડખે આવવું; વહાણ ઇ૦ પર ચડવું. **~room,** નિયામક મંડળની બેઠકનો ઓરડો.

boar'der (બૉર્ડર), ના૦ પૈસા આપીને રહેનાર અને જમનાર; છાત્રાલયમાં રહી ભણનાર વિદ્યાર્થી. **boar'ding** (બૉર્ડિંગ) ના૦. **~-house,** વીશી; છાત્રાલય. **~-school** છાત્રાલયવાળું વિદ્યાલય.

boast (બોસ્ટ), ના૦ બડાઈ, શેખી; ગર્વ લેવા જેવી વાત. ઉ૦ક્રિ૦ બડાઈ હાંકવી, શેખી – આત્મસ્તુતિ – કરવી; કોઈ વસ્તુનું (માલિક હોવાનું) ગૌરવ લેવું. **boa'stful** (-ફુલ), વિ૦.

boat (બોટ), ના૦ હોડી, નાવ, નૌકા; નાનું વહાણ; નાવના આકારનું પાત્ર (રાયતા ઇ૦ માટે). અ૦ક્રિ૦ હોડીમાં બેસી હંકારવું–હલેસાં મારવાં–જવું, વિ૦ક૦ મોજ ખાતર. **~-hook,** આંકડા અને ખીલાવાળો લાંબો વાંસ. **~-house,** પાણીને કિનારે હોડીઓ રાખવાનું છાપરું. **~-man,** હોડીવાળો, હોડી ભાડે ફેરવનાર. **~ train,** બોટ પકડવાની ગાડી.

boa'ter (બોટર), ના૦ ઘાસની બનેલી સખત સાહેબી ટોપી.

boa'tswain (બોસન), ના૦ વહાણનો એક અધિકારી – સઢ, દોરડાં, ઇ૦નો હવાલો સંભાળનાર.

bob¹ (બૉબ), ના૦ લોલક, ઇ૦ પરનું વજન; ટૂંકા કાપેલા વાળ; અંબોડો, વાળની લટ; કાપીને ટૂંકી કરેલી ઘોડાની પૂંછડી;

= ~-sled. સ૦ક્રિ૦ વાળ કાપીને (ખભે અડે નહિ એવા) ટૂંકા કરવા. **~cat,** ટૂંકી પૂંછડીવાળું બિલાડીને મળતું એક અમે. પ્રાણી. **~-sled, ~-sleigh,** લોઢા કે લાકડાની પટ્ટીઓ પર ચાલનારી સાથે જોડેલી બે ટૂંકી ગાડીઓ (માંની કોઈ પણ એક); દાંડાની બે જોડીઓવાળી બરફ પર ચાલનારી ગાડી. **~tail,** કાપીને ટૂંકી બનાવેલી પૂંછડી, એવી પૂંછડીવાળો ઘોડો કે કૂતરો.

bob², ઉ૦ ક્રિ૦ ઉપરનીચે થવું, ઝોલા ખાવા; અથડાઈને પાછું ઊછળવું. ના૦ ઉપરનીચે થવું તે; ઘૂંટણિયે વળીને કરેલું નમન.

bob³, ના૦ [વિ. બો.] શિલિંગ, ૫ પેન્સ (નવા).

bo'bbin (બૉબિન), ના૦ દોરો કે સૂતર વીંટવાની ભૂંગળી, ફિરકી, ફરકડી, રીલ.

bo'bble (બૉબલ), ના૦ ઊનનો નાનકડો દડો (શણગાર માટેનો).

bo'bby (બૉબિ), ના૦ (ગણવેશધારી) પોલીસનો સિપાઈ.

bo'bolink (બૉબલિંક). ના૦ ઉ. અમેરિકાનું એક ગાનારું પક્ષી.

bode (બોડ), ઉ૦ ક્રિ૦ (વિ૦ક૦ અનિષ્ટની) આગાહી કરવી; અગાઉથી કહેવું.

bo'dice (બૉડિસ), ના૦ ચોળી, બૉડિસ, સ્ત્રીનું અંદરથી પહેરવાનું વસ્ત્ર.

bo'diless (બૉડિલિસ), વિ૦ અશરીરી; શરીરથી વેગળું કરેલું; અતિ સૂક્ષ્મ.

bo'dily (બૉડિલિ), વિ૦ શારીરિક, શરીર પર અસર કરનારું; ક્રિ૦ વિ૦ પ્રત્યક્ષ, જાતે; આખું ને આખું, તમામ.

bo'dkin (બૉડ્કિન), ના૦ મોટી બૂઠી સોય, સોયો; નેફામાં નાડી પરોવવાની સળી.

bo'dy (બૉડિ), ના૦ પ્રાણીનું શરીર, દેહ, ધડ; મુખ્ય ભાગ; માણસ; માણસો, વસ્તુઓ, ઇ૦નો સમુદાય–જૂથ–મંડળ; દ્રવ્ય કે પદાર્થનો એકમ, વસ્તુ; નક્કરતા, મહત્ત્વનું લક્ષણ અથવા સ્વાદ; સાર, તત્ત્વ; ઇન્દ્રિય-ગોચર વસ્તુ. **~guard,** અંગરક્ષક, વળાવિયો. **~ politic,** રાજ્ય, રાષ્ટ્ર. **~ stocking,** ગરદનથી પગનાં આંગળાં સુધી શરીરને ઢાંકતું સ્ત્રીનું અંદરથી પહેરવાનું એક વસ્ત્ર.

Bo'er (બોઅર), ના૦ ડચ વંશનો દ. આફ્રિકાનો વતની.

bo'ffin (બૉફિન), ના૦ વૈજ્ઞાનિક અથવા તાંત્રિક સંશોધનમાં રોકાયેલો માણસ.

bog (બૉગ), ના૦ ભેજવાળી પોચી જમીન, કળણ; [વિ. બો.] સંડાસ. સ૦ ક્રિ૦ કળણમાં સપડાવવું–ડુબાડવું; -માં અંતરાય નાખવો. **bogged down,** ખૂંચી ગયેલું; આગળ વધવા અસમર્થ.

bo'gey (બોગિ), ના૦ [ગૉલ્ફ] દડાને ગબીમાં પહોંચાડવા માટે સારા ગૉલ્ફ રમનારે કરવાના દાવ; હાઉ, ભૂત.

bo'ggle (બૉગલ), અ૦ ક્રિ૦ ખંચાવું, આનાકાની કરવી; વાંધો ઉઠાવવો.

bo'ggy (બૉગિ), વિ૦ ભેજવાળું, પગ કળી જાય એવું.

bo'gie (બોગિ), ના૦ એંજિન ઇ૦ની છેડા નીચેની ચાર કે છ પૈડાંવાળી સાટી.

bo'gus (બોગસ), વિ૦ બનાવટી; દંભી, ઢોંગી.

bo'gy (બોગિ), ના૦ ભૂત, પિશાચ; હાઉ, બાવો.

Bohe'mian (બહીમિઅન), વિ૦ બોહીમિયાનું; સામાજિક રૂઢિઓ ન માનનારું, સ્વૈરવૃત્તિ ને વર્તનવાળું. ના૦ આવું માણસ, વિ.ક. કળાકાર કે લેખક. **Bohe'mianism** (-અનિઝ્મ), ના૦.

boil¹ (બૉઇલ), ના૦ ગૂમડું, ગોડ.

boil², ઉ૦ક્રિ૦ (પ્રવાહી કે તેના પાત્ર અંગે) ઊકળવું, ઉકાળવું; પ્રક્ષુબ્ધ થવું, ઊકળવું; બાફવું, ઉકાળવું, ઉકાળીને રાંધવું. ના૦ ઉકાળે એવી ઉષ્ણતા. **boiled sweet,** ચાસણીવાળી મીઠાઈ. **boiling (hot),** [વાત.] અતિઉષ્ણ. **boiling-point,** ઊકળબિંદુ.

boi'ler (બૉઇલર), ના૦ ઉકાળવાનું વિ.ક. દબાણ નીચે વરાળ બનાવવા માટેનું વાસણ; પાણી ગરમ કરવાનો ચરુ. **~ suit,** બૉઇલર પર કામ કરનારનું એક અખંડ વસ્ત્ર.

boi'sterous (બૉઇસ્ટરસ), વિ૦ જોરદાર, જબરું; તોફાની; શોરબકોર સાથે ગેલ કરતું.

bold (બોલ્ડ), વિ૦ હિંમતવાળું, સાહસિક; આત્મવિશ્વાસવાળું; ઉદ્ધત, અવિનયી; જુસ્સાવાળું; નિશ્ચિત આકૃતિવાળું, સ્પષ્ટ. **~(-face)**, (બીબા અંગે) જાડા અથવા સ્પષ્ટ મોઢાવાળું.

bole (બોલ), ના૦ ઝાડનું થડ.

bole'ro (બલે'અરો), ના૦ [બ૦વ૦~**s**] સ્પૅનિશ નૃત્ય; (બૉલરો પણ) સ્ત્રીનું ટૂંકું અને ખુલ્લું જાકીટ.

boll (બોલ), ના૦ શણ કે કપાસ ઇ૦નું જીંડવું, કાલું. **~-weevil, ~-worm** કપાસ(નાં જીંડવાં) પર પડતું જીવડું.

bo'llard (બૉલર્ડ), ના૦ વહાણ કે ડક્કા-પરનો દોરડું બાંધવાનો થાંભલો, રસ્તા ઇ૦માં રોપેલો જાડો ટૂંકો થાંભલો.

bolo'ney (બલોનિ) ના૦ [વિ.બો.] અર્થ-વિનાની વાત, મૂર્ખતા.

Bo'lshie (બૉલ્શિ), વિ૦ અને ના૦ બળવાખોર અથવા સહકાર ન આપનાર (માણસ).

bo'lster (બોસ્ટર), ના૦ (ગોળ) લાંબો તકિયો. ઉ૦ક્રિ૦ એવા તકિયાનો ટેકો આપવો, ટેકો આપવો.

bolt¹, (બોલ્ટ), ના૦ બારણાની આગળી અને તેનું ખામણું; માથાવાળો મોટો ખીલો, ચાકીવાળો કે થરીને સજ્જડ કરેલો; ટૂંકું અને ભારે તીર–બાણ; વીજળીનો કડાકો; પલાયન. ઉ૦ ક્રિ૦ એકાએક નાસી જવું, ભાગી જવું, (ઘોડા અંગે) તબેલામાંથી–કાબૂ-માંથી–છટકી જવું; અકાળે દાણા–બી બેસવાં; ચાવ્યા વિના ગળી જવું; આગળી દઈ ને બંધ કરવું. **~-hole,** નાઠાબારી. **~ up-right,** ટટાર ઊભું.

bolt², **boul-**, (બોલ્ટ), સ૦ક્રિ૦ ચાળવું.

bo'lus (બોલસ), ના૦ મોટી ગોળી.

bomb (બૉમ), ના૦ સ્ફોટક દ્રવ્યોથી ભરેલો ગોળો, બૉમ્બ; [વિ.બો.] પૈસાની મોટી રકમ. ઉ૦ક્રિ૦ બૉમ્બ વતી હુમલો કરવો, ઉપર બૉમ્બ ફેંકવા–નાખવા. **~shell,** તોપનો ગોળો; [લા.] ભારે નવાઈની કે પ્રક્ષોભક વાત.

bombar'd (બૉમ્બાર્ડ), સ૦ ક્રિ૦ ભારે તોપો વતી હુમલો કરવો, તોપમારો કરવો; ગાળો ઇ૦નો વરસાદ વરસાવવો; ઉપર ખૂબ વેગીલા અણુઓનો મારો ચલાવવો. **bombar'dment** (-મન્ટ), ના૦.

bombardier' (બૉમ્બાર્ડિઅર), ના૦ સાર્જન્ટની નીચેનો તોપખાનાનો અમલદાર; વિમાનમાંથી બૉમ્બ ફેંકનાર.

bo'mbast (બૉમ્બસ્ટ), ના૦ મોટા મોટા શબ્દોવાળી આડંબરી ભાષા. **bomba'-stic** (બૉમ્બૅસ્ટિક), વિ૦.

Bo'mbay (બૉમ્બે), ના૦. **~ duck,** દ. એશિયાની એક સ્વાદિષ્ટ માછલી.

bo'mbazine (બૉમ્બઝીન), ના૦ ઊન, રેશમ કે સૂતરનું સળીઓવાળું કાપડ.

bo'mber (બૉમર), ના૦ બૉમ્બ ફેંકનાર કે મૂકનાર વ્યક્તિ; બૉમ્બ ફેંકવાનું વિમાન.

bona fi'de (બોના ફાઇડિ), વિ૦ સાચું, ખરા દિલનું. ક્રિ૦વિ૦ ખરા દિલથી; ખરી રીતે.

bona fi'des (બોના ફાઇડીઝ), પ્રામાણિક હેતુ, શુભ દાનત.

bona'nza (બનૅન્ઝ) ના૦. સમૃદ્ધ ખાણ; વિપુલ સંપત્તિ (નો ખજાનો).

bon-bon (બૉનબૉન), ના૦ મીઠાઈ; નાતાલનાં ખાંડનાં રમકડાં.

bond¹ (બૉન્ડ), ના૦ સાથે જોડનાર કે રોકનાર વસ્તુ અથવા બળ, બંધન; [બહુધા બ૦વ૦માં] બેડીઓ; ચોંટી ગયેલી વસ્તુ; (બંધનકારક)કરાર; પૈસા આપવાનો કે ફેડવાનો કરાર–દસ્તાવેજ. સ૦ ક્રિ૦ એક સાથે બાંધવું–જોડવું; જકાતખાતાની વખારમાં (માલ) અનામત મૂકવો. **in ~** (માલ અંગે) જકાત ચૂકવાય નહિ ત્યાં સુધી જકાતખાતાની વખારમાં રાખેલ. **bon-ded warehouse,** માલ અનામત રાખવાની જકાતખાતાની વખાર. **~ (paper),** ઊંચી જાતનો લખવાનો કાગળ.

bond², વિ૦ [પ્રા.] ગુલામ, બદ્ધ, સ્વતંત્ર નહિ. **~man, ~maid, ~ser-vant, ~slave, ~sman**(-ઝ્‌મ-), ભૂદાસ (સર્ફ), દાસ, દાસી, ગુલામ, ઇ૦.

bo'ndage (બૉન્ડિજ), નાo (ભૂ)દાસ્ય, ગુલામી; કેદ; બંધન.

bone (બોન), નાo હાડકું, અસ્થિ; હાડકાં જેનાં બને છે તે દ્રવ્ય; તે દ્રવ્યની બનેલી વસ્તુ; [બoવo માં] હાડપિંજર; અસ્થિ, ફૂલ. સoક્રિo -માંથી હાડકાં કાઢી નાખવાં. **~ china,** સુંદર અર્ધપારદર્શક (ચિનાઈ) માટીનાં વાસણ. **~-dry,** તદ્દન કોરું. **~head,** [વિ. બો.] મૂરખો. **~-meal,** હાડકાંનો ભૂકો (ખાતર તરીકે). **~-setter,** હાડવૈદ. **~-shaker,** આંચકા ખવડાવનારું વાહન, ઠાઠિયું.

bo'nfire (બૉનફાયર), નાo આનંદ કે વિજયની સૂચક હોળી. **B~ Night,** ગાઇ ફૉક્સની રાત, ૫મી નવેમ્બર.

bo'ngo (બૉંગો), નાo [બoવo **~es** અથવા **~s**] તબલાંની જોડીમાંનું એક.

bo'nhomie (બૉનમી), નાo [ફ્રૅં.] ખુશમિજાજ, આનંદીપણું.

bon mot' (બૉંમો), [ફ્રૅં.] [બo વo ***bons mots*** ઉચ્ચાર એ જ] વિનોદી કથન.

bo'nnet (બૉનિટ), નાo સ્ત્રીની કે બાળકની ઘરની બહાર પહેરવાની બંધવાળી ટોપી; [સ્કૉ.] મરદની ગોળ ટોપી; મોટરના ઍંજિન પરનું મજાગરાવાળું ઢાંકણું.

bo'nny (બૉનિ), વિo તંદુરસ્ત દેખાતું, પ્રસન્ન.

bo'nsai (બૉન્સાઇ), નાo કૃત્રિમ રીતે ઠીંગરાવેલો છોડ કે ઝાડ (ઉછેરવાની પદ્ધતિ).

bo'nus (બોનસ), નાo વ્યાજ, ડિવિડંડ, કે પગાર ઉપરાંત અપાતું-કશુંક વધારાનું-બક્ષિસ.

bon viva'nt (બૉંવીવાઁ), [ફ્રૅં.] સ્વાદિયો, ખાઉધરો.

bo'ny (બોનિ), વિo હાડકાનું-જેવું; વિપુલ હાડકાંવાળું; મોટાં હાડકાંનું.

boo (બૂ), ઉદ્ગારo તિરસ્કારવાચક. નાo અને ઉoક્રિo નાપસંદગી, તિરસ્કાર, ઇoનો અવાજ (કરવો), હુરિયો (બોલાવવો).

boob (બૂબ), નાo [વિ. બો.] ભૂલ; [બoવo માં] સ્ત્રીનાં સ્તન. અoક્રિo ભૂલ કરવી.

boo'by (બૂબિ), નાo મૂર્ખ અથવા અણઘડ માણસ; નાનકડો હંસ. **~ prize,** હરીફાઈમાં છેલ્લા ઉમેદવારને અપાતું ઇનામ. **~ trap,** પ્રથમ આવનારના માથા પર પડે એવી રીતે અધખૂલા બારણા પર ગોઠવેલી વસ્તુ; સ્પર્શ કરતાં સ્ફોટ થાય એવી રીતે મૂકેલી કોઈ નિરુપદ્રવી વસ્તુ. સoક્રિo આવી રીતે વસ્તુ ઇo ગોઠવવું.

book (બુક), નાo ચોપડી, પુસ્તક; સાહિત્યિક કૃતિ; [વાત.] સામયિક; કોઈ સાહિત્યકૃતિનો અથવા બાઇબલનો મુખ્ય વિભાગ; સંગીતનાટિકાનાં ગીતોનું પુસ્તક; [બoવoમાં] મંડળ કે સંસ્થાનું દફતર; હિસાબના ચોપડા, વેપારીનો હિસાબ; બકેલી હોડોની નોંધ (પોથી); ટિકિટો, ચેક, દીવાસળીઓ, ઇoની એકત્ર બાંધેલી ચોપડી જેવી થોકડી. ઉoક્રિo ચોપડીમાં કે યાદીમાં નોંધવું; અગાઉથી બેઠક ઇo મેળવી રાખવું; પ્રવાસ ઇoની ટિકિટ લેવી. **~case,** ચોપડીઓનો ઘોડો-કબાટ. **~-ends,** હારમાં ગોઠવેલાં પુસ્તકોને છેડે રાખેલા ટેકાઓ. **~keeper,** નામું લખનાર, હિસાબનીસ. **~maker,** ધંધાદારી હોડ બકનાર માણસ. ઘોડાની શરતો પર બકેલી હોડો નોંધનાર. **~-mark,** ચોપડીમાં નિશાની માટે મુકાતી કાપલી-દોરી. **~-plate,** ચોપડીમાં ચોડવાની માલિકના નામની કાપલી. **~ token,** ચોપડી ખરીદવાની કૂપન-ટુકડો. **~worm,** પુસ્તકમાં થતો કીડો; [લા.] જબરો વાંચનાર, ગ્રંથકીટ.

boo'kie (બુકિ), નાo [વાત.] = book-maker; શરતોની નોંધવહી રાખનાર.

boo'kish (બુકિશ), વિo વાચનનો શોખીન, પુસ્તકપંડિત.

boo'klet (બુક્લિટ), નાo પુસ્તિકા, નાનકડી ચોપડી.

boom¹ (બૂમ), નાo એક છેડે ડોલકૂવા સાથે બાંધેલો સઢનો નીચલો ભાગ, કૅમેરા, માઇક્રોફોન, ઇoને આધાર આપનારો લાંબો વાંસ; બંદર ઇoની આગળ ગોઠવેલી તરતાં લાકડાંની આડ.

boom², નાo ઊંડો રણકાદાર અવાજ;

વેપાર ઇ૦માં અચાનક તેજી. ઉ૦ક્રિ૦ ગભીર ગર્જના કરવી, ધૂધવવું; -ની ખૂબ માગણી હોવી; સમૃદ્ધિ, લોકપ્રિયતા, ઇ૦માં ઝડપથી ખૂબ વધારો થવો.

boo'merang (બૂમરૅંગ), ના૦ ફેંકનાર પાસે પાછું આવતું કોરેલા લાકડાનું અર્ધચક્ર જેવું ઑસ્ટ્રે.ના આદિવાસીઓનું એક અસ્ત્ર. અ૦ક્રિ૦ (યોજના અંગે) મૂળ કરનાર ઉપર ઊલટવું.

boon[1] (બૂન), ના૦ વિનંતી; કૃપા, મહેરબાની; વર; ઉપકાર.

boon[2], વિ૦ આનંદી, ખુશમિજાજ. ખાવાપીવાનું શોખીન.

boor (બુઅર), ના૦ અસંસ્કારી માણસ, ગમાર. **boor'ish** (-રિશ), વિ૦.

boost (બૂસ્ટ), સ૦ક્રિ૦ -નું મૂલ્ય-પ્રતિષ્ઠા-વધારવી; નીચેથી ઉપર ધકેલવું, મદદ કરવી; [વીજળી.] વિદ્યુતઘટ (બૅટરી)ની શક્તિ (વૉલ્ટેજ)માં વધારો કરવો; રેડિયોનો અવાજ મોટો કરવો. ના૦ મૂલ્ય કે પ્રતિષ્ઠામાં વૃદ્ધિ (કરવી તે); તેનું પરિણામ કે અસર.

boo'ster (બૂસ્ટર), ના૦ વીજળીનું વૉલ્ટેજ અને રેડિયોનો અવાજ મોટો કરવાનું સાધન; પ્રારંભિક વેગ વધારવા માટે સહાયક ઍંજિન અથવા રૉકેટ; અગાઉ આપેલી દવાની અસર વધારવા માટે તેની આપેલી વધુ માત્રા (ડોઝ).

boot (બૂટ), ના૦ બૂટ, જોડો; મોટરગાડીનું સામાન મૂકવાનું ખાનું; [વિ.બો.] બરતરફી. સ૦ક્રિ૦ લાત મારવી. **~leg,** વિ૦ ગેરકાયદે (સરનું) (વિ૦ક૦ દારૂ અંગે). ઉ૦ક્રિ૦ ગેરકાયદે-દાણચોરી કરીને-આણવું. **~straps,** [વાત.] પારકી સહાય વિનાનો-સ્વતંત્ર-પ્રયત્ન. **~-tree,** કાલબૂત.

bootee (બૂટી), ના૦ બાળકનો ઊનનો બૂટ. સ્ત્રીનો અસ્તરવાળો જોડો.

booth (બૂધ), ના૦ કંતાન કે લાકડાની કામચલાઉ દુકાન, માંડવો, ઇ૦; જાહેર ટેલિફોન અથવા મતદાન માટેની કેબિન-ઓરડી.

boots (બૂટ્સ), ના૦ હોટેલમાં બૂટપૉલીસ તથા બીજું પરચૂરણ કામ કરનાર ચાકર.

boo'ty (બૂટિ), ના૦ સહિયારી લૂંટ કે ફાયદો; ઇનામ, લૂંટ.

booze, (બૂઝ), અ૦ક્રિ૦ [વાત.] દારૂ પીવો-ઢીંચવો. ના૦ મદિરાપાનની ઉજાણી; દારૂ.

boo'zer (બૂઝર), ના૦ [વાત.] પાકો દારૂડિયો; [વિ.બો.] દારૂનું પીઠું.

boo'zy (બૂઝિ), વિ૦ [વાત.] દારૂ પીવાની લતવાળું; પીધેલ, છાકટું.

bora'cic (બરૅસિક) વિ૦ બૉરૅક્સ (ટંકણખાર)નું. **~ acid,** એક ક્ષાર, બૉરિક ઍસિડ.

bo'rage (બૉરિજ), ના૦ કચુંબર ઇ૦માં વપરાતો વાદળી ફૂલવાળો એક છોડ.

bor'ax (બૉરૅક્સ), ના૦ ટંકણખાર, જંતુનાશક તરીકે વપરાતું બૉરિક ઍસિડનું મીઠું.

bor'der (બૉર્ડર), ના૦ બાજુ, કોરે, હદ કે તેની પાસેનો ભાગ; સરહદ; કોર કિનાર. ઉ૦ક્રિ૦ કોર કે કિનાર મૂકવી-લગાડવી; -ની (સર)હદ હોવી; -ને અડીને આવેલું હોવું. **~line,** પ્રદેશો કે વર્ગો વચ્ચેની સીમારેખા. વિ૦ સીમારેખા પર આવેલું.

bore[1] (બૉર), **bear**[2] નો ભૂ૦કા૦.

bore[2], ઉ૦ક્રિ૦ કાણું પાડવું, વિ૦ક૦ શારડીથી; તેલ ઇ૦ માટે કૂવો ખોદવો; (શરતના ઘોડા અંગે) બીજા ઘોડાને ધકેલીને પોતાના માર્ગમાંથી દૂર કરવું, બહાર કાઢવું. ના૦ બંદૂકની નળી કે નળાકારનું પોલાણ; તેનો વ્યાસ. **~(hole),** પાણી, તેલ, ઇ૦ માટે ખોદેલો ઊંડો સાંકડો શાર.

bore[3], ના૦ કંટાળો ઉપજાવનાર માણસ કે વસ્તુ; ઉપદ્રવ(કારક વસ્તુ). સ૦ક્રિ૦ કંટાળો ઉપજાવવો, થકવી નાખવું.

bore[4], ના૦ નદીના મુખમાં ધૂસી જતું ભરતીનું અતિશય ઊંચું મોજું.

bo'real (બૉરિઅલ) વિ૦ ઉત્તરનું કે ઉત્તરના પવનનું.

bor'edom (બૉર્ડમ), ના૦ કંટાળો

(આવવો તે).

bor'ic, (બૉરિક), વિ૦. ~ **acid,** એક સૌમ્ય જંતુનાશક પદાર્થ, બોરિક ઍસિડ, મલમ ઇ૦માં વપરાતો.

born (બૉર્ન), bear[2]નું ભૂ૦કૃ૦; જન્મેલું, થવા નિર્માણ થયેલું; જન્મજાત.

bor'on (બૉરન), ના૦ એક ધાતુ–ઇતર મૂળતત્ત્વ.

bo'rough (બરૅ), ના૦ [ઇતિ.] મ્યુનિસિપાલિટીવાળું શહેર, વિ૦ક૦ બૃહદ્લંડનનો વહીવટી વિભાગ.

bo'rrow (બૉરો), ઉ૦ક્રિ૦ ઉછીનું લેવું; બીજાનું અપનાવવું અથવા પોતાનું હોય તેમ વાપરવું, (વિચાર, શબ્દ, ઇ૦).

Bor'stal (બૉર્સ્ટલ), ના૦ કિશોર ગુનેગારોને સુધારવા માટે તાલીમ આપનારી સંસ્થા.

bortsch (બૉચ), ના૦ રશિયન બીટના કંદનું સૂપ.

bor'zoi (બૉર્ઝોઇ), ના૦ રશિયન શિકારી કૂતરો.

bosh (બૉશ), ના૦ વાહિયાત વાત, જૂઠ્ !

bo'sky (બૉસ્કિ), વિ૦ ઝાડીઝાડવાંવાળું, જંગલવાળું.

bo'som (બુઝ઼મ), ના૦ છાતી, વક્ષઃસ્થળ; છાતી અને બાહુ વચ્ચે આંતરેલી જગ્યા; છાતી અને વસ્ત્ર વચ્ચેની જગ્યા; આલિંગન; મધ્ય, અંતરતમ ભાગ, અન્તઃકરણ. ~ **friend,** જાની દોસ્ત.

boss[1] (બૉસ), ના૦ શેઠ; ઉપરી; વ્યવસ્થાપક; દેખરેખ રાખનાર. સ૦ક્રિ૦ -ના ઉપરી હોવું, કાબૂમાં રાખવું. ~ **about,** સતત હુકમ આપ્યા કરવું.

boss[2], ના૦ આગળ કે બહાર પડતો ભાગ, પકડવાનો ગઠ્ઠો, મોગરો, ઇ૦.

boss[3], વિ૦. ~-**eyed,** [વિ. બો.] બાડું; કુટિલ. ~ **shot,** નિષ્ફળતા, ગોટાળો.

bo'ssy (બૉસિ), વિ૦ શેઠાઈ કરનારું.

bo'sun (બોસન), ના૦ = boatswain.

bo'tanize (બૉટનાઇઝ), અ૦ક્રિ૦ વનસ્પતિનો (તેના પ્રદેશમાં જઈને) અભ્યાસ કરવો.

bo'tany (બૉટનિ), ના૦ વનસ્પતિશાસ્ત્ર. **bota'nic(al)** (બટૅનિક, -કલ), વિ૦. **bo'tanist** (બૉટનિસ્ટ), ના૦.

botch (બૉચ), સ૦ક્રિ૦ ફાવે તેમ થીંગડું દેવું, કઢંગી રીતે સમું કરવું; ગોટાળો કરવો. ના૦ થીંગડું (દેવા જેવું કામ), ગોટાળો.

both (બોથ), વિ૦ અને સર્વ૦ બેઉ(જણ), બન્ને. ક્રિ૦વિ૦ બન્ને બાબતોમાં સરખું જ સાચું.

bo'ther (બૉધર), ઉ૦ક્રિ૦ ત્રાસ–તસ્દી આપવી, હેરાન કરવું; તસ્દી લેવી. ના૦ કડાકૂટ, લપ, સંતાપ; ઉપદ્રવ; ચિંતા. ઉદ્ગાર૦ અધીરાઈવાચક. શી બલા ! **bo'thersome** (-સમ), વિ૦.

bott (બૉટ), ના૦ ઘોડા અને ઢોરોમાં 'બૉટ્સ' નામનો રોગ પેદા કરનાર 'બૉટ-માખી'ની પરોપજીવી ઇયળ (~-**fly**), **botts,** ના૦.

bo'ttle (બૉટલ), ના૦ શીશી, બાટલી; બાટલીમાંનું પ્રવાહી. સ૦ક્રિ૦ બાટલીમાં ભરવું; ફળ ઇ૦ બરણીમાં મૂકી સાચવવું. ~-**green,** ઘેરો લીલો રંગ, તે રંગનું. ~-**neck,** સાંકડી જગ્યા, પેદાશ ઇ૦ના ચાલુ પ્રવાહમાં અંતરાય. ~-**party,** દરેક મહેમાન જેમાં દારૂની એક બાટલી સાથે લાવે એવો મેળાવડો. ~ **up,** (લાગણીઓ ઇ૦ને) દબાવી રાખવું. ~-**washer,** [વાત.] હજૂરિયો.

bo'ttom (બૉટમ), ના૦ તદ્દન નીચેનો ભાગ, તળિયું; કૂલા; દરિયો ઇ૦નું તળિયું; ટેબલ, વર્ગ, ઇ૦ની ગૌણ બાજુ; પાયો; મૂળ વહાણની સાટીનો નીચેનો ભાગ, વહાણ; સ્વરૂપ. વિ૦ તદ્દન નીચેનું; છેલ્લું. ઉ૦ક્રિ૦ -ને તળિયું બેસાડવું; તળિયાને અડવું, તળિયે પહોંચવું; -નો તાગ લેવો.

bo'ttomless (બૉટમલિસ) વિ૦ (ખાડા અંગે) તળિયા વિનાનું, અતિશય ઊંડું; અગાધ.

bo'tulism (બૉટ્યુલિઝ઼મ), ના૦ માંસની વાની, ડબાનો ખોરાક, ઇ૦માંના સૂક્ષ્મ જંતુઓને લીધે ઝેર ચડવું તે.

bou'cle (બૂક્લે), ના૦ અને વિ૦ ગાળાવાળી સેરનું (સૂતર); તેનું કાપડ.

bou'doir (બૂડ્વાર), ના૦ ગૃહિણીનો નાનકડો અંગત ઓરડો.

bougainvi'llaea (બૂગન્વિલિઅ), ના૦ મોટાં રંગીન ફૂલપાંદડાં(નાં ઝૂમખાં)વાળો એક કાંટાળો વેલો.

bough (બાઉ), ના૦ ઝાડની ડાળી.

bought (બૉટ), **buy**નો ભૂ૦કા૦ તથા ભૂ૦કૃ૦.

bouil'on (બૂયોં), ના૦ પાતળું સૂપ, સેરવો.

bou'lder (બોલ્ડર), ના૦ પવન અને પાણીથી ઘસાઈ ગયેલો મોટો પથ્થર.

bou'levard (બૂલવાર્ડ), ના૦ બંને બાજુએ વૃક્ષોવાળો પહોળો રસ્તો.

boult (બોલ્ટ), જુઓ **bolt²**.

bounce (બાઉન્સ), ઉ૦ક્રિ૦ જમીન પર પછડાયા પછી ઊછળવું–પછાડીને ઉછાળવું; (ચેક ઇ૦ અંગે) ખાતામાં પૂરતા પૈસાને અભાવે બૅંક દ્વારા પાછું મોકલાવું; ભારે ધમાલ સાથે બૂમાબૂમ કરી આમતેમ ફરવું; જોરથી ધસી જવું. ના૦ ઉછાળો, કૂદકો, (મારવો તે); બડાઈ, શેખી. **bou'ncy** (બાઉન્સિ), વિ૦.

bou'ncer (બાઉન્સર), ના૦ [વિ. બો.] અનિષ્ટ માણસોને હાંકી કાઢવા નીમેલો માણસ.

bou'ncing (બાઉન્સિંગ), વિ૦ નીરોગી અને હૃષ્ટપુષ્ટ.

bound¹ (બાઉન્ડ), ના૦ [બહુધા બ૦વ૦ માં] પ્રદેશની સીમા; મર્યાદા, નિયંત્રણ. **out of ~s**, માન્ય ક્ષેત્ર કે મર્યાદાની બહાર. સ૦ક્રિ૦ -ની હદ હોવી–બાંધવી.

bound², અ૦ક્રિ૦ (દડા ઇ૦ અંગે) જમીન કે ભીંત પરથી ઊછળવું; કૂદવું, છલંગ મારવી. ના૦ દડા ઇ૦નું ઊછળવું તે; કૂદકો, છલંગ, ઠેકડો.

bound³, વિ૦ અમુક ઠેકાણે જવા તૈયાર થયેલું–ઊપડેલું (~*for*).

bound⁴, **bind**નો ભૂ૦કા૦ તથા ભૂ૦કૃ૦; કશુંક કરવા ફરજથી બંધાયેલું, ચોક્કસ કરે એવું. **~ up,** નજીકથી સંકળાયેલું (*with*).

bou'ndary (બાઉન્ડરિ), ના૦ હદ કે સીમા (ની રેખા); [ક્રિ.] મેદાનની હદ સુધી મારેલો ફટકો, તેની ગણાતી દોડો.

bou'nder (બાઉન્ડર), ના૦ રંગીલો અસંસ્કારી માણસ.

bou'nteous (બાઉન્ટિઅસ), **bou'ntiful** (-ફુલ), વિ૦ ઉદાર, સખી; છૂટથી આપેલું.

bou'nty (બાઉન્ટિ), ના૦ ઔદાર્ય, દાનશીલતા; દેણગી; બક્ષિસ.

bouque't (બુકે), ના૦ ફૂલોની કલગી; દારૂની ખુશબો; [લા.] સ્તુતિ. **~ garni** (ગાર્નિ), સ્વાદ આપવા માટે વનસ્પતિની ઝૂડી.

bour'bon (બરૂબન), ના૦ મકાઈ અને 'રાઈ'નો દારૂ.

bour'geois (બુઅર્ઝ્વા), વિ૦ મધ્યમ વર્ગનું; રૂઢિપરસ્ત; સ્વાર્થી, દુનિયાદારીવાળું. ના૦. એવું માણસ.

bourgeoisie' (-વાઝી), ના૦ મધ્યમ –બુર્ઝ્વા–વર્ગ.

bourn (બુઅર્ન), ના૦ નદી, પ્રવાહ..

bourse (બુઅર્સ), ના૦ નાણાબજાર, વિ૦ક૦ **B~**, પૅરિસનું.

bout (બાઉટ), ના૦ કામનો સમય–પાળી –વારો; માંદગીનો હુમલો; કુસ્તીનું કે મુષ્ટિયુદ્ધનું દંગલ.

bouti'que (બૂટીક), ના૦ ફૅશનેબલ કપડાં વગેરેની નાનકડી દુકાન.

bouzou'ki (બૂઝૂકિ), ના૦ વીણા (મૅન્ડોલિન)નું ગ્રીક રૂપ.

bo'vine (બોવાઇન), વિ૦ ગાયો કે બળદોનું –ને લગતું; મંદ, જડ.

bow¹ (બો), ના૦ કામઠું; વાંક, વલણ; મેઘધનુષ્ય; વાયોલિન ઇ૦ વગાડવાનો ગજ; એક કે બે ગાળાવાળી સરકગાંઠ; એવી રીતે બાંધેલી ફીત (રિબન). **~-legged,** ફેલ્લા પગવાળું. **~man,** તીરંદાજ. **~-tie,** એવડા ગાળા સાથે બંધાતી નેકટાઈ.**~-window,** ભીંતની બહાર પડતી અર્ધગોળાકાર બારી, ગવાક્ષ.

bow² (બાઉ), ઉ૦ક્રિ૦ વાંકું વળવું, નમવું, ઘૂંટણિયે પડવું (શરણાગતિ, આદર, અભિવાદન અથવા સંમતિ બતાવવા); નમીને ભાવ વ્યક્ત કરવો– અંદર દાખલ કરવું–

વિદાય આપવી; નમસ્કાર કરવા માથું નમાવવું. ના૦ પ્રણામ, નમન.

bow³, ના૦. વહાણનો મોરો; તેની પાસેનો હલેસાં મારનાર.

bow'dlerize (બાઉડ્લરાઇઝ઼) સ૦ક્રિ૦ ચોપડી ઇ૦માંથી કાઢી નાખવું – કાઢીને શુદ્ધ કરવું.

bow'el (બાવલ), ના૦ અન્નનળીનો પેટની નીચેનો ભાગ; [બ૦વ૦માં] આંતરડાં, અંદરના ભાગો.

bow'er (બાવર), ના૦. લતાકુંજ, ગ્રીષ્મ-ભવન, પર્ણશાળા. **~-bird,** ઑસ્ટ્રે.નું એક પક્ષી જે છીપો, ઇ૦થી પોતાનો માળો શણગારે છે.

bow'ery (બાવરિ), વિ૦ લતાવેષ્ટિત, પર્ણાવૃત.

bow'ie (બોઇ), ના૦. **~ knife,** શિકારીની લાંબી વાંકી છરી.

bowl¹ (બોલ), ના૦ પવાલું, વાટકો, ચલાણું; ચલમનો પવાલા જેવો ભાગ; ચમચાનું ખામણું.

bowl², ના૦ વળાંકમાં ફર્યા કરે તેટલા માટે એક બાજુએ જરા ચપટો બનાવેલો લાકડા ઇ૦નો દડો; [બ૦વ૦માં] એવા દડા વડે હરિયાળી પર રમાતી રમત; 'સ્કિટલ્સ'-(ની રમત)માં અથવા ગોલંદાજીમાં વપરાતો દડો. ઉ૦ક્રિ૦ બોલ્ઝ઼ કે સ્કિટલ્સની રમત રમવી; પૈડા પર કે ગબડતાં ગબડતાં જવું; [ક્રિ.] દડો ફંકવો–નાખવો; દડો ફેંકીને બૅટ ધારીને બાદ કરવો. **bow'ler¹** (બોલર), ના૦.

bow'ler² (બોલર), ના૦ બનાતની અક્કડ ગોળ ટોપી.

bowling (બોલિંગ), ના૦ [ક્રિ.] ગોલંદાજી; 'સ્કિટલ્સ'નો એક પ્રકાર. **~-alley,** 'સ્કિટલ્સ' અથવા ગોલંદાજી માટે આંતરેલી લાંબી જગ્યા. **~-crease,** ક્રિ૦ ગોલંદાજે જ્યાંથી દડો નાખવાનો હોય છે તે રેખા. **~-green,** 'બોલ્ઝ઼' રમવાનું હરિયાળીવાળું મેદાન.

bow'sprit (બોસ્પ્રિટ), ના૦ વહાણના મોરાથી આગળ વધતો વાંસ.

box¹ (બૉક્સ), ના૦ નાનાં ઘેરાં લીલાં પાંદડાંવાળું એક બારમાસી ઝાડવું. **~wood,** તેનું લાકડું.

box², ના૦ પેટી, પટારો, દાબડો; ગાડીવાનની બેઠક; જાહેરાતના જવાબો માટે વૃત્તપત્રની કચેરીમાંનું ખાનું; નાટકશાળામાં બેસવાનું કે તબેલાનું નોખું ખાનું; ટેલિફોનની કૅબિન–ખાનું; સાક્ષીનું પાંજરું; છાપામાં મજકૂર ફરતે કરેલું ચોકઠું; **the ~,** [વાત.] દૂરદર્શન–ટેલિવિઝન–સેટ. ઉ૦ ક્રિ૦ પેટીમાં મૂકવું, પેટી આપવી, પેટીમાં હોય તેમ પૂરી દેવું. **~ girder,** પેટીના આકારમાં જડેલાં પતરાંનો પોલો ગર્ડર–પાટડો. **~ junction,** પીળા પટાવાળો રસ્તાનો ભાગ જેમાં તરત નીકળવાનું ન હોય તો વાહનો જઈ ન શકે. **~-kite,** પૂંછડી વિનાનો પેટી પતંગ, જેને દરેક છેડે હલકું ચોરસ ચોકઠું હોય છે. **~-office,** નાટકશાળામાં ટિકિટો વેચવાની બારી–ઓરડી. **~-pleat,** ઊલટીસૂલટી–ઉપસાવેલી–ચપટી.

box³, ઉ૦ક્રિ૦ કાન પર ધોલ–તમાચો–મારવો; મુક્કાબાજી કરવી, બહુધા મોજાં પહેરીને રમત તરીકે. ના૦ ધોલ, તમાચો.

bo'xer (બૉક્સર), ના૦ મુષ્ટિયોદ્ધો; બુલડૉગની જાતનો સુંવાળા વાળવાળો કૂતરો. **~ shorts,** મરદનો જાંઘિયો.

bo'xing (બૉકિંસગ), ના૦ મુષ્ટિયુદ્ધ. **~-glove,** તેમાં પહેરાતાં મોજાંમાંનું એક. **~-weight,** મુષ્ટિયોદ્ધાઓ, મલ્લો, ઇ૦ની જોડીઓ ગોઠવતી વખતે ધ્યાનમાં લેવાતું વજન.

Bo'xing Day, નાતાલના દિવસ પછીનો રવિવાર સિવાયનો પહેલો દિવસ.

boy (બૉઇ), ના૦ છોકરો, પુત્ર; જુવાનિયો; જુવાન ચાકર; છોકરો, રામો. **~-friend,** છોકરીનો કે જુવાન સ્ત્રીનો પુરુષમિત્ર. **~scout,** બાલવીર. **boy'hood**(-હુડ), ના૦. **boy'ish** (બૉઇશ), વિ૦.

boy'cott (બૉઇકૉટ), સ૦ ક્રિ૦ -નો બહિષ્કાર કરવો. ના૦ બહિષ્કાર.

B.P., સંક્ષેપ. British Pharmacopoeia.

B.R., સંક્ષેપ. British Rail.

bra (બ્રા), ના૦ કાંચળી.

brace (બ્રેસ), સ૦ક્રિ૦ સખત અથવા મજબૂત કરવું, તાણવું, તંગ કરવું; કૌવત આપવી. ના૦ બંધ, પટો; [બ૦ વ૦ માં] પાટલૂનને ઉપર ખેંચી રાખવા માટે ખભે ભેરવવાના પટા; દાંત સીધા કરવા માટે વપરાતો તાર; જોડી.

bra'celet (બ્રેસ્લિટ), ના૦ બંગડી, કંકણ, બાજુબંધ; [બ૦વ૦ માં, વિ.બો.] હાથકડી.

bra'cken (બ્રૅકન), ના૦ ઘાસના મેદાન પર ઊગતી 'ફર્ન' વનસ્પતિ; તેનો મોટો જથો.

bra'cket (બ્રૅકિટ), ના૦ દીવાલમાંથી બહાર પડતી કશાકની આધારભૂત રચના; છાજલી ઇ૦ની નીચે લાકડા કે ધાતુનો કાટખૂણાવાળો આધાર પોખરો; કૌંસ ( ). { }, [ ]; અમુક મર્યાદાઓ વચ્ચે અથવા સમાન વર્ગમાં આવતું જૂથ. સ૦ક્રિ૦ કૌંસમાં મૂકવું; નામો ઇ૦ સાથે મૂકવાં; જોડવાં; -ની સાથે સંબંધ કે સમાનતા સૂચિત કરવી; લક્ષ્યનું અંતર ખોળવા માટે તેની પેલી બાજુ તથા આ બાજુ એમ ગોળીઓ મૂકવી.

bra'ckish (બ્રૅકિશ), વિ૦ (પાણી અંગે) જરાક ખારું.

bract (બ્રૅક્ટ), ના૦ [વનસ્પ.] પુષ્પકોશની નીચેનું નાનું પાંદડું - ભીંગડું.

brad (બ્રેડ), ના૦ પાતળી અને ચપટી ખીલી.

bra'dawl (બ્રૅડૉલ), ના૦ સોયો, આરી.

brae (બ્રે), ના૦ [સ્કૉ.] ટેકરાની બાજુ.

brag (બ્રૅગ), ક૦ક્રિ૦ બડાઈ હાંકવી, ડંફાસ મારવી. ના૦ બડાઈ, શેખી; 'પોકર' જેવી પત્તાંની એક રમત.

bra'ggart (બ્રૅગર્ટ), વિ૦ અને ના૦ બડાઈખોર (માણસ).

Brah'ma (બ્રામ઼ે), ના૦ બ્રહ્મ, પરમાત્મા.

brah'min (બ્રામિન), ના૦ બ્રાહ્મણ; **B~**, [અમે. વાત.] ખૂબ સંસ્કારી અથવા બુદ્ધિશાળી વ્યક્તિ.

braid (બ્રેડ), ના૦ ગૂંથેલા વાળ, વેણી; રેશમ, દોરો, તાર, ઇ૦ની ગૂંથેલી નાડી કે કિનાર. સ૦ક્રિ૦ ગૂંથવું, વેણી ગૂંથવી-ગૂંથીને વ્યવસ્થિત કરવું.

Braille (બ્રેલ), ના૦ બ્રેઇલની ઉપજાવેલા અક્ષરોની અંધલિપિ.

brain (બ્રેન), ના૦ મગજ, ભેજું; [બ૦-વ૦માં] તેનું દ્રવ્ય; સંવેદન કે વિચારનું કેન્દ્ર; બુદ્ધિશક્તિ(નું મૂળ). સ૦ક્રિ૦ ખોપરી તોડીને ભેજું બહાર કાઢવું. **~-child,** [વાત.] વિચાર કે મગજની પેદાશ. **~-fag,** માનસિક થાક. **~ fever,** મગજનો સોજો - દાહ. **~storm,** મગજમાં એકાએક થયેલી વિકૃતિ-ગાંડપણનો હુમલો. **~s trust,** સવાલોના તત્કાળ જવાબ આપનાર તજ્જ્ઞોનું મંડળ. **~washing,** મગજની સફાઈ, જૂના વિચાર છોડાવીને નવા ગ્રહણ કરાવવા તે. **~wave,** એકાએક સૂઝેલો સુંદર વિચાર-થયેલું સ્ફુરણ.

brai'ny (બ્રેનિ), વિ૦ તીક્ષ્ણ બુદ્ધિવાળું, હોશિયાર.

braise (બ્રેસ), સ૦ક્રિ૦ બંધ વાસણમા થોડું પાણી નાખીને (માંસ) ધીમે ધીમે બાફવું.

brake¹ (બ્રેક), ના૦ કાંટેરાઈ, ગીચ ઝાડી.

brake², ના૦ ગતિરોધક, અટકણ. ઉ૦ક્રિ૦ અટકણ-બ્રેક-લગાડવું-મારવું; તેમ કરીને રોકવું.

brake³, ના૦ રેલગાડીનો મોટો ડબો, સ્ટેશન વેગન.

bra'mble (બ્રૅમ્બલ), ના૦ કરમદાના જેવી જાળી, કાંટાળો છોડ-ઝાડવું.

bra'mbling (બ્રૅમ્બ્લિંગ), ના૦ ડુંગરામાં રહેનારું એક નાનું પક્ષી.

Bra'mley (બ્રૅમ્લિ), ના૦ રાંધવાના સફરજનની એક મોટી જાત.

bran (બ્રૅન), ના૦ ભૂસું, કુશકી, થૂલું. **~-tub,**, ભૂસું ભરેલું પીપ, જેમાં રમકડાં ઇ૦ સંતાડવામાં આવે છે.

branch (બ્રાન્ચ), ના૦ ઝાડની ડાળી; ફાંટો; ભાગ, અંગ, શાખા, પેટાવિભાગ. અ૦ક્રિ૦ ડાળીઓ ફૂટવી, ફંટાવું, વિભાગ પડવા; નવી નવી દિશામાં ફેલાવું (*off,* *out,* ઇ૦)

brand (બ્રૅન્ડ), ના૦ લાકડાનો બળતો-ધુમાતો કકડો; મશાલ; ડામ; ડામ દેવાની મુદ્રા; લાંછન, કલંક; વિશિષ્ટ જાત કે માર્કાનો માલ. સ૦ક્રિ૦ ડામ દેવો, ટ્રેડમાર્કનો સિક્કો મારવો; ન ભૂંસાય એવી રીતે અંકિત કરવું; કલંક લગાડવું. **~-new,** નવું નક્કોર.

bra'ndish (બ્રૅન્ડિશ), સ૦ક્રિ૦ (તલવાર ઇ૦) આમતેમ ફેરવવું, વીંઝવું.

bra'ndy (બ્રૅન્ડિ), ના૦ એક જાતનો કડક દારૂ, બ્રાન્ડી. **~-snap,** આદુ કે ગોળના સ્વાદવાળી રોટીનો ટોસ્ટ.

brash (બ્રૅશ), વિ૦ દુરાગ્રહી; ઉદ્ધત.

brass (બ્રાસ) ના૦ પિત્તળ (ની ધાતુ); પિત્તળની વસ્તુઓ; કોતરેલા લેખવાળી કબર પર મૂકેલી પિત્તળની તકતી; ઘોડાને પહેરાવાતું પિત્તળનું ઘરેણું; પિત્તળની વાંસળી, ઇ૦; ઉદ્ધતાઈ, તોછડાઈ; [વિ.બો.] પૈસા. વિ૦ પિત્તળનું (બનેલું). **~ band,** પિત્તળનાં વાજાંવાળાઓનું જૂથ-બૅન્ડ. **~ hat,** [વિ.બો.] ઊંચા હોદ્દાવાળો અમલદાર. **~-rubbing,** કબર પરની પિત્તળની તકતી પર કાગળ મૂકી તેના પર એડી ઘસીને કરેલી નકલ. **~ tacks,** [વિ. બો.] પ્રત્યક્ષ (કામની) વિગત.

bra'sserie (બ્રૅસરી), ના૦ ખાવાની સગવડવાળું દારૂનું પીઠું.

bra'ssica (બ્રૅસિકૅ), ના૦ કોબી ઇ૦નો છોડ.

bra'ssiére (બ્રૅસ્યે'અર), ના૦ સ્ત્રીની કાંચળી-કમખો.

bra'ssy (બ્રાસિ) વિ૦ રંગ, અવાજ કે સ્વાદમાં પિત્તળ જેવું; બેશરમ.

brat (બ્રૅટ), ના૦ [અનાદર.] છોકરું.

brava'do (બ્રવાડો), ના૦ બહાદુરીનો દેખાવ, ડંફાસ.

brave (બ્રેવ), વિ૦ શૂર, હિંમતવાળું, નિર્ભય; સુંદર, મજાનું; ભભકાવાળું. ના૦ ઉ. અમે. ઇન્ડિયન યોદ્ધો. ઉ૦ક્રિ૦ હિંમત-પૂર્વક સામનો કરવો, સામા થવું.

bra'very (બ્રેવરિ) ના૦ બહાદુરી, શૌર્ય; ભપકો, વૈભવ.

bra'vo (બ્રાવો), ના૦ [બ૦વ૦ **~s**] ભાડૂતી મારો, ગુંડો; 'શાબાશ' (બ્રાવો)ની બૂમ. ઉદ્ગાર૦ સરસ! શાબાશ!

bravu'ra (બ્રવુઅરૅ), ના૦ સરસ કે ભારે મોટી કામગીરી; જેને માટે અસાધારણ કુશળતા જોઈએ એવું સંગીત.

bra'wl (બ્રૉલ), ના૦ કજિયો, તડાતડી. અ૦ક્રિ૦ કજિયો - કંકાસ કરવો; (નદી ઇ૦ અંગે) ખળખળ વહેલું.

brawn (બ્રૉન), ના૦ સ્નાયુ; ચરબી વિનાનું માંસ; ડુક્કરના માથાનું આથેલું માંસ.

braw'ny (બ્રૉનિ), વિ૦ (મજબૂત) સ્નાયુવાળું.

bray[1] (બ્રે), ના૦ ગધેડાનું ભૂંકવું; તુરાઈ ઇ૦ વાદ્યોનો કર્કશ અવાજ. ઉ૦ક્રિ૦(ગધેડાએ) ભૂંકવું, કર્કશ અવાજે બોલવું.

bray[2], સ૦ક્રિ૦ ખાંડણીમાં ખાંડવું.

braze (બ્રેઝ઼), સ૦ક્રિ૦ પિત્તળની મિશ્ર-ધાતુથી રેણ કરવું.

bra'zen (બ્રેઝ઼ન), વિ૦ પિત્તળનું-ના જેવું; બેશરમ. અ૦ક્રિ૦ **~ out,** હિંમતપૂર્વક અને નિર્લજ્જપણે સામનો કરવો-વેઠવું.

bra'zier (બ્રેઝ઼િઅર), ના૦ દેવતા રાખ-વાની પેણી કે તાવડી.

Brazi'l (બ્રઝ઼િલ), ના૦ **~ (nut),** દ. અમેરિકાના એક ઝાડનું મોટું ત્રણ બાજુઓવાળું સકવચ ફળ.

breach (બ્રીચ), ના૦. નિયમ, ફરજ, વચન, ઇ૦નો ભંગ કે ઉપેક્ષા; સંબંધ તૂટવો તે; ઝઘડો; ગાબડું. સ૦ક્રિ૦ -નો ભંગ કરવો; -માં ગાબડું પાડવું.

bread (બ્રે'ડ), ના૦ પાંઉરોટી; અન્ન, રોટલો; આજીવિકા; [વિ.બો.] પૈસા. **~-fruit,** ઉષ્ણ કટિબંધના એક ઝાડનું સફેદ ગરવાળું ફળ. **~line,** (જીવન) નિર્વાહ રેખા. **~-winner,** કુટુંબનો રોટલો રળનાર.

breadth (બ્રે'ડ્થ), ના૦ પહોળાઈ, પનો (કાપડનો); મન, દૃષ્ટિ, ઇ૦નું મોટાપણું; પૂર્વગ્રહથી મુક્તિ. **~ways, ~wise,** ક્રિ૦વિ૦.

break (બ્રે'ક), ઉ૰ક્રિ૰ [**broke, broken**] ભાંગવું, ફોડવું, તોડવું; ભાંગવું, ફૂટવું, તૂટવું; વશ કરવું, કાબૂમાં આણવું; નબળું કરવું–થવું; નાશ કરવો; ખુલ્લું કરવું; -ના કકડે કકડા થઈ જવા–કરવા; કોઈ અંગ ઇ૰નું હાડકું ભાંગી નાખવું; દેવાળું કાઢવું, દેવાળિયા બનાવવું; વચ્ચે રોકવું–રોકાવું; -નો ભંગ કરવો, ઉલ્લંઘન કરવું; -માંથી બચી જવું–બહાર પડવું – આવવું; અચાનક અથવા જોરથી આવવું, પેદા કરવું, બદલવું, ઇ૰; (અવાજ અંગે) ફાટવું, લાગણીને લીધે બદલાઈ જવું; (દડા અંગે) જમીનને અડયા પછી દિશા બદલવી. નામ૰ ભાંગવું, ફોડવું, તોડવું, તે; ભંગાણ, ખડ; કામ ઇ૰માં વિરામ; બિલિયર્ડ ઇ૰માં એક વારામાં મેળવેલા માર્ક; તક. ~ **away,** છૂટું–અલગ કરવું–થવું. ~ **down,** ભાંગી પડવું, અટકી પડવું; કલમવાર ગણાવવું; પૃથક્કરણ કરવું. ~**down,** ભાંગી કે ખોટકી પડવું–ધબી જવું–તે; તબિયત લથડી જવી તે, માનસિક શક્તિ નબળી પડવી તે; યંત્ર(નું કામ) બંધ પડવું તે; વિશ્લેષણ. ~ **even,** નફા કે નુકસાન વિના બહાર પડવું. ~ **in,** જબરદસ્તીથી ચોરની જેમ અંદર ઘૂસવું. દખલ કરવી. ~**neck,** (ગતિ અંગે) જોખમકારક રીતે ઝડપી. ~ **off,** તોડીને અલગ કરવું, -નો અંત આણવો, બોલવા ઇ૰નું બંધ કરવું. ~ **out,** નાસી જવું; અળાઈઓ, ફોલ્લીઓ, ઇ૰થી આખું શરીર ઢંકાઈ જવું; ઉદ્ગાર કાઢવો. ~**through,** જ્ઞાન ઇ૰ના ક્ષેત્રમાં મહત્ત્વની પ્રગતિ. ~ **up,** ચૂરેચૂરા કરી નાખવા; વિખેરી નાખવું, વિસર્જન કરવું; વિખેરાઈ જવું; નબળું પડવું. ~**up,** વિઘટન, વિસર્જન, ભાંગી પડવું તે. ~-**water,** મોજાંનું જોર ઓછું કરવા માટે બાંધેલ દીવાલ, ઇ૰. ~ **wind,** વાછૂટ કરવી, પાદવું.

brea'kable (બ્રે'કબલ), વિ૰ સહેલાઈથી ભાંગે એવું, ભંગુર.

brea'kage (બ્રે'કિજ) ના૰ ભાંગવું–તૂટવું–તે.

brea'ker (બ્રે'કર), ના૰. કિનારા કે ખડક પર અફળાતું ભારે મોજું.

brea'kfast (બ્રે'ક્ફાસ્ટ), ના૰ સવારનો નાસ્તો, શિરામણ. અ૰ક્રિ૰ નાસ્તો કરવો.

bream (બ્રીમ), ના૰ પીળાશ પડતી મીઠા પાણીની અથવા દરિયાઈ માછલી (**sea**-~).

breast (બ્રે'સ્ટ) ના૰ સ્ત્રીનું થાન, સ્તન; છાતી, વક્ષઃસ્થળ; હૃદય. સ૰ક્રિ૰ સામી છાતી ધરવી; -ની સાથે ઝઘડવું; (ટેકરી) ચડવી. ~**bone,** ઉરોસ્થિ. ~-**feeding,** સ્તનપાન. ~**plate,** છાતી (ના ભાગ)નું બખતર. ~-**stroke,** છાતી પર તરતી વખતે હાથ આગળ લંબાવીને પાછળ લઈ જવાની ક્રિયા.

breath (બ્રે'થ) ના૰ શ્વાસ, દમ; શ્વાસોચ્છ્વાસ; શ્વસન; પવનની હળવી લહેર; હળવો બોલ: ખુશબો. ~-**taking,** ખૂબ આનંદદાયક કે વિસ્મયકારક.

brea'thalyser (બ્રે'થલાઇઝ઼ર), ના૰ શ્વાસમાં કેટલું આલ્કોહોલ છે તે માપવાનું સાધન.

breathe (બ્રીધ), ઉ૰ક્રિ૰ શ્વાસ લેવો અને છોડવો, શ્વાસોચ્છ્વાસ કરવો; જીવવું; દમ ખાવો, થોભવું; શ્વાસ સાથે અંદર લેવું –બહાર કાઢવું; ધીમે રહીને બોલવું.

brea'ther (બ્રીધર), ના૰ થોડોક વિસામો–આરામ.

brea'thing (બ્રીધિંગ), ના૰ શ્વાસોચ્છ્વાસ, શ્વસનક્રિયા. ~**space,** દમ લેવા પૂરતો વખત, વિસામો.

brea'thless (બ્રે'થ્લિસ), વિ૰ હાંફતું, હાંફ ચડેલું; પવનની હાલચાલ વિનાનું; સ્તબ્ધ થઈ ગયેલું.

bred (બ્રે'ડ), **breed**નો ભૂ૰કા૰ તથા ભૂ૰કૃ૰.

breech (બ્રીચ), ના૰ બંદૂક કે તેની નળીનો પાછલો ભાગ–કુંદો; [પ્રા.] કૂલા. ~ **birth,** જન્મ વખતે કૂલા આગળ આવેલા હોવા. ~ **loader,** કુંદાની બાજુથી ભરાતી બંદૂક.

bree'ches (બ્રીચિઝ઼), ના૰ બ૰વ૰ ઘૂંટણ

નીચે તંગ બેસતો ચોરણો. ~ **buoy,** જે પહેરીને પાણી પર તરતા રહી શકાય એવો બાંધિયો.

breed (બ્રીડ), ઉ૦ક્રિ૦ [**bred**] સંતાન ઉત્પન્ન કરવું, -ને જન્મ આપવો; વંશવૃદ્ધિ કરવી; -માંથી પેદા થવું-મળવું, -માં પરિણમવું; (ઢોર ઇ૦) ઉછેરવું; -માંથી નીકળવું, ફેલાવું; [પદાર્થ.] 'બ્રીડર રિઍક્ટર'-માં વિભાજનક્ષમ દ્રવ્ય પેદા કરવું (**breeder reactor,** ના૦ અણુભઠ્ઠી). ના૦ વંશ, કુળ, ઓલાદ; જાત, પ્રકાર.

bree'ding (બ્રીડિંગ), ના૦ તાલીમ, ઉછેર, સારી રીતભાત.

breeze[1] (બ્રીઝ઼), ના૦ પવનની હળવી લહેર; [વિ.બો.] કજિયો, ઝઘડો. અ૦ક્રિ૦ [વાત.] પવનની લહેરની જેમ જવું-પસાર થવું.

breeze[2], ના૦ ઝીણી કોલસી. ~ **blocks,** તેની બનેલી હલકી ઈંટો.

bree'zy (બ્રીઝ઼િ) વિ૦ હવાદાર.

Bren (બ્રેન), ના૦. ~ **gun,** હલકા વજનવાળી ઝડપી યાંત્રિક બંદૂક.

brent (બ્રે'ન્ટ), ના૦. ~ **goose,** જંગલી હંસની નાનામાં નાની જાત.

bre'thren (બ્રે'ધરિન), ના૦બ૦વ૦ [પ્રા.] **brother**નું બ૦વ૦ વિ૦ક૦ કોઈ ધાર્મિક સંપ્રદાય, મહાજન, ઇ૦ના સભ્ય બંધુઓ.

Bre'ton (બ્રે'ટન), વિ૦ બ્રિટનીનું-તેના લોકોનું કે ભાષાનું. ના૦ બ્રિટનીનો વતની કે ભાષા.

breve (બ્રીવ), ના૦ [સં.] બે સેમિબ્રીવ જેટલો દીર્ઘ સ્વર; લઘુ અથવા નિરાઘાત સ્વરનું ચિહ્ન (˘).

bre'vet (બ્રે'વિટ), ના૦ લશ્કરી અમલદારને નામનું પદ આપતો હુકમ.

bre'viary (બ્રીવિઅરિ), ના૦ રો. કૅથલિક પાદરીના આહ્નિકની પોથી.

bre'vity (બ્રે'વિટિ), ના૦ ટૂંકાણ, સંક્ષેપ.

brew (બ્રૂ), ઉ૦ક્રિ૦ જવનો દારૂ (બિયર) બનાવવો-ગાળવો (પલાળીને, ઉકાળીને કે ઊભરા સાથે આથો ચડાવીને); ચા ઇ૦ બનાવવું; પલળવું, ઊકળવું, ઊભરાવું; [લા.] ઘાટ ઘડાવો. ના૦ ગાળેલો દારૂ, તેનો જથો.

brew'er (બ્રૂઅર), ના૦ બિયર ગાળનાર વ્યક્તિ કે કંપની.

brew'ery (બ્રૂઅરિ), ના૦ બિયર ગાળવાની ભઠ્ઠી.

brew'ster (બ્રૂસ્ટર) ના૦ બિયર ગાળનાર. **B~ Sessions,** દારૂનો વેપાર કરવાના પરવાના આપનાર મૅજિસ્ટ્રેટોની બેઠક.

bri'ar[1,2] (બ્રાયર), જુઓ **brier**[1,2].

bribe (બ્રાઇબ), ના૦ લાંચ, રુશવત. સ૦ક્રિ૦ લાંચ આપવી – આપીને વશ કરવું. **bri'bery** (-બરિ), ના૦.

bri'c-a-brac (બ્રિક્ અ બ્રૅક), ના૦ જૂનાં પરચૂરણ ઘરેણાં, રાચરચીલું, ઇ૦.

brick (બ્રિક), ના૦ ઈંટ; ઈંટના આકારની કોઈ પણ વસ્તુ, ચોરસું, પાટલો, ઇ૦; બાળકનું ઈંટ જેવું રમકડું; [વિ. બો.] ઉદાર અથવા વફાદાર માણસ. સ૦ક્રિ૦ ઈંટો ચણીને બંધ કરવું. ~**bat,** રોડું, ઈંટાળો, વિ૦ ક૦ મારવા ફેંકવાનો. ~**layer,** કડિયો. ~**work,** ઈંટોનું બાંધકામ.

bri'dal (બ્રાઇડલ), વિ૦ વધૂનું કે લગ્નનું -ને લગતું.

bride (બ્રાઇડ), ના૦ નવવધૂ, તાજી પરણેલી કે પરણનાર. ~**groom,** વર (રાજા). ~**smaid,** માંડવિયેણ

bridge[1] (બ્રિજ), ના૦ પુલ, સેતુ; વહાણનું સંચાલન કરનાર અમલદારનો ઊંચો ઓટલો; નાકની દાંડી; વાયોલિન ઇ૦ના તાર નીચેની ઘોડી. સ૦ક્રિ૦ ઉપર પુલ બાંધવો – હોવો, પુલની જેમ જોડવું. ~**head,** નદી ઇ૦-ની પેલી પાર શત્રુપક્ષની બાજુએ માંડેલો મોરચો. ~**work,** દાંતનું આંશિક ચોકઠું (બંને બાજુએ કુદરતી દાંતના આધારવાળું).

bridge[2], ના૦ પત્તાંની એક રમત, બ્રિજ.

bri'dle (બ્રાઇડલ), ના૦ લગામ; અંકુશ. ઉ૦ક્રિ૦ -ને લગામ ઘાલવી; કાબૂમાં લેવું -રાખવું; માથું ટટાર કરીને હડપચી અંદર ખેંચીને રોષ વ્યક્ત કરવો. ~**-path,** ઘોડાવાટ.

brief (બ્રીફ), વિ૦ ટૂંકા સમયનું; ટૂંકું.

ના૦ બૅરિસ્ટરના ઉપયોગ માટે સૉલિસિટરે તૈયાર કરેલી ખટલાની ટૂંકી નોંધ;(બ૦વ૦માં) અંદરથી પહેરવાની ચડ્ડી. સ૦ક્રિ૦ બૅરિસ્ટર-ને ખટલાની માહિતી આપવી, તેને કામમાં રોકવો; -ને આવશ્યક માહિતી, સલાહ સૂચન, ઇ૦ આપવું. **~-case,** વકીલનું પાકીટ.

bri'er[1], bri'ar[1], (બ્રાયર), ના૦ જંગલી ગુલાબનો છોડ. **~-rose,** જંગલી ગુલાબ.

brier[2], briar[2], ના૦ 'હીથ' નામનું ઝાડવું, જેના મૂળનો ચલમનો વાટકો થાય છે; 'હીથ'ની ચલમ.

brig[1] (બ્રિગ), ના૦ [સ્કૉ.] પુલ.

brig[2], ના૦ બે ડોળકૂવા અને ચોરસ સઢવાળું વહાણ.

briga'de (બ્રિગેડ), ના૦ લશ્કરની એક મોટી ટુકડી; કામદારો ઇ૦ નું સંગઠિત જૂથ.

brigadier' (બ્રિગડિઅર), ના૦ બ્રિગેડનો વડો; કર્નલથી ઉપરનો અધિકારી.

bri'gand (બ્રિગન્ડ), ના૦ લૂંટારાની ટોળીનો માણસ, લૂંટારો. **bri'gandage** (-ન્ડિજ), ના૦.

bri'gantine (બ્રિગન્ટીન), ના૦ બે ડોળકૂવાવાળું વહાણ.

bright (બ્રાઇટ), વિ૦ ચળકતું, તેજસ્વી; ઉઠાવદાર, ભભકાવાળું; આનંદી, ઉલ્લાસ-વાળું; શીઘ્રબુદ્ધિ.

bri'ghten (બ્રાઇટન), ઉ૦ ક્રિ૦ ઉલ્લસિત –આનંદિત–કરવું–થવું ઇ૦.

brill (બ્રિલ), ના૦ એક જાતની ચપટી માછલી.

bri'lliant (બ્રિલિઅન્ટ), વિ૦ ચમકતું, તેજસ્વી; ખૂબ બુદ્ધિશાળી; નામાંકિત. ના૦ ખૂબ ઊંચી જાતનો હીરો. **bri'lliance** (-અન્સ), ના૦.

bri'lliantine (બ્રિલ્યન્ટીન), ના૦ વાળને ચળકતા ને સુંવાળા કરવાનું પ્રસાધન-દ્રવ્ય.

brim (બ્રિમ), ના૦ પ્યાલો, ખાડો, ઇ૦ની કોર–કાંઠો; ટોપીની આગળ પડતી કોર. ઉ૦ ક્રિ૦ કાંઠા સુધી ભરવું–ભરેલું હોવું.

bri'mstone (બ્રિમસ્ટોન), ના૦ ગંધક; નરકના અગ્નિમાં બળતું ઇંધન.

bri'ndled (બ્રિન્ડલ્ડ), વિ૦ બીજા રંગની છાંટવાળું બદામી રંગનું.

brine(બ્રાઇન), ના૦ ખારું કે દરિયાનું પાણી. સ૦ ક્રિ૦ ખારા પાણીમાં બોળવું–આથવું.

bring (બ્રિંગ), સ૦ ક્રિ૦ [**brought** બ્રૉટ] આણવું, લાવવું; લઈ આવવું, ઉપાડી લાવવું; દોરી–ખેંચી–લાવવું; -માં પરિણમવું; કશુંક કરવા વગેરે મનાવવું; -ની સામે (આરોપ) મૂકવો; (અદાલતમાં દાવો) માંડવો. **~ about,** થાય તેમ કરવું, સાધવું. **~ down,** નીચે પાડવું. **~ forward,** -ની તરફ ધ્યાન ખેંચવું; આગળ રજૂ કરવું; અગાઉના સમય કે તારીખ તરફ લઈ જવું. **~in,** દાખલ કરવું; નફો મેળવી આપવો; (ચુકાદો) જાહેર કરવો. **~ off,** -માં સફળ થવું. **~ round,** ફરી ભાન પર લાવવું, પોતાના મતનું બનાવવું. **~ to bear,** લાગુ કરવું. **~ up,** કેળવવું, ઉછેરવું; -ની તરફ ધ્યાન ખેંચવું; ઓકી નાખવું. **~ up the rear,** છેલ્લું આવવું.

brink, (બ્રિંક), ના૦ ધાર, કોર, કરાડ, કાંઠો. **~-manship,** યુદ્ધ ઇ૦ની છેક અણી પર પહોંચવાની પણ તે ટાળ-વાની કળા.

bri'ny (બ્રાઇનિ) વિ૦ ખારા પાણીનું કે દરિયાનું, ખારું. ના૦ [મજાકમાં] દરિયો.

brique'tte (બ્રિકે'ટ), ના૦ કોલસી દાબીને બનાવેલી ઈંટ.

brisk (બ્રિસ્ક), વિ૦ ચપળ, તેજ; આનંદી; ઝડપી.

bri'sket (બ્રિસ્કિટ), ના૦ ગાય ઇ૦ની છાતી, વિ૦ક૦ છાતીનું માંસ.

bri'sling (બ્રિઝ્‌લિંગ), ના૦ નાની 'હેરિંગ' અથવા 'સ્પ્રૅટ' માછલી.

bri'stle (બ્રિસલ), ના૦ ટૂંકો બરછટ વાળ, ડુક્કર ઇ૦ના પીંછી ઇ૦ બનાવવામાં વપરાતા વાળ. ઉ૦ ક્રિ૦ (વાળ અંગે) ટટ્ટાર ઊભા થવું–કરવું; મિજાજ–પાણી–દેખાડવું; (સંકટો ઇ૦)થી ભરેલું હોવું.

Brita'nnia (બ્રિટૅનિઅ), ના૦ ચેતન

દેહધારી વ્યક્તિ તરીકે કલ્પેલ બ્રિટન. **~ metal,** ચાંદીના જેવી દેખાતી એક મિશ્રધાતુ.

Brita'nnic (બ્રિટેનિક), વિ૦ બ્રિટનનું.

Bri'tish (બ્રિટિશ), વિ૦ બ્રિટનનું કે તેના લોકોનું. ના૦ બ૦ વ૦ બ્રિટિશ જનતા (*the~*).

Bri'tisher(બ્રિટિશર),ના૦ ગ્રેટ બ્રિટનનો વતની.

Bri'ton (બ્રિટન), ના૦ રોમન વિજય પહેલાંનો દ. બ્રિટનનો માણસ; ગ્રેટ બ્રિટનનો વતની.

bri'ttle (બ્રિટલ), વિ૦ સહેલાઈથી ભાંગી જાય એવું, બરડ.

broach (બ્રોચ), સ૦ ક્રિ૦ પીપમાં સીક ભોંકીને કાણું પાડવું-અથવા દારૂ કાઢવા માંડવો; ઉઘાડીને વાપરવા માંડવું; ચર્ચા માટે રજૂ કરવું.

broad (બ્રોડ), વિ૦ પહોળું, ચોડું; વિસ્તીર્ણ; વ્યાપક, ઉદાર, સહિષ્ણુ; અમુક પહોળાઈ કે પનાવાળું; સંપૂર્ણ, સ્પષ્ટ; અણઘડ, નાજુકાઈ કે સફાઈ વિનાનું; (સ્વરાઘાત અંગે) સ્પષ્ટ જણાય એવો, જોરદાર. ના૦ પહોળો ભાગ; નદી પહોળી થવાથી બનેલો પાણીનો વિસ્તાર; [અમે. વિ. બો.] સ્ત્રી. ક્રિ૦ વિ૦ જાડી ગણતરી પ્રમાણે. **~ bean,** કઠોળની એક જાત, તેનો વાલ-દાણો. **~cloth,** ઝીણું સળી-ઓવાળું અથવા સાદું વણેલું કાપડ. **~loom,** પહોળી વણેલી (શેતરંજી કે ગાલીચો). **~ sheet,** એક બાજુએ છાપેલો મોટો કાગળ. **~-sword,** પહોળા પાનાવાળી તલવાર.

broa'dcast (બ્રોડ્કાસ્ટ), ઉ૦ ક્રિ૦ [**-cast**] (બી અંગે) છૂટા હાથે વેરવું; ચોમેર ફેલાવવું; (સમાચાર, સંગીત, ઇ૦) આકાશવાણી કે દૂરદર્શન દ્વારા પ્રસારિત કરવું; આકાશવાણી કે દૂરદર્શન પર બોલવું વિ૦ અને ક્રિ૦ વિ૦ (બી ઇ૦) છૂટે હાથે વેરેલું; આકાશવાણી દ્વારા પ્રસારિત. ના૦ આકાશવાણી કે દૂરદર્શન દ્વારા પ્રસારણ.

broa'den (બ્રોડન), ઉ૦ક્રિ૦ (વધુ) પહોળું કે વિસ્તૃત કરવું-થવું.

broa'dside (બ્રોડ્સાઇડ), ના૦ વહાણના પાણીની ઉપરની બાજુ; વહાણની એક બાજુની બધી તોપો (નો એકી સાથે મારો); ટીકાનો સખત હુમલો. **~ on,** આગળ કે સામે એક બાજુ આવે એવી રીતે.

broca'de (બ્રોકેડ), ના૦ ભરતકામવાળું કે જરીની બુટ્ટીવાળું કાપડ.

bro'ccoli (બ્રોકલિ), ના૦ ફૂલગોબીની એક ખડતલ જાત.

bro'chure (બ્રોશર),ના૦ નાની પુસ્તિકા, ચોપાનિયું, વિ૦ ક૦ માહિતી આપનારું.

broderie anglai'se(બ્રોડરિઆંગ્લેઝ઼) બારીક સુતરાઉ વગેરે કાપડ પર કરેલું ભરતકામ.

brogue (બ્રોગ), ના૦ કેળવ્યા વિનાના ચામડાનો જોડો; રમતગમત અને ગામ-ડામાં વાપરવાનો મજબૂત જોડો; આઇરિશ માણસની વિશિષ્ટ ઉચ્ચારની ઢબ-થડકો.

broil[1] (બ્રૉઇલ), ના૦ અને અ૦ ક્રિ૦ કજિયો કે કોલાહલ (કરવો)

broil[2], ઉ૦ ક્રિ૦ દેવતા કે સગડી પર રાંધવું; ખૂબ ગરમ કરવું-હોવું.

broi'ler (બ્રૉઇલર), ના૦ શેકીને રાંધવા માટે ઉછેરેલું મરઘીનું બચ્ચું **~-house,** મરઘીનાં બચ્ચાં ઉછેરવાનું અંધારી જેવું મકાન.

broke (બ્રોક), **break** નો ભૂ૦ કા૦ વિ૦ [વાત.] પાયમાલ થયેલું, અકિંચન.

bro'ken (બ્રોકન), **break** નું ભૂ૦કૃ૦ **~ English,** ભાંગીતૂટી અંગ્રેજી. **~-hearted,** ભગ્નહૃદય. **~ home,** ભાંગેલું ઘર, જેમાં માતપિતા જુદાં પડયાં હોય અથવા તેમણે છૂટાછેડા લીધા હોય એવું. **~-winded,** (ઘોડા અંગે) છાતી નબળી પડેલો, અને તેથી ભારે કામ ન કરી શકતો.

bro'ker (બ્રોકર), ના૦ દલાલ, આડતિયો; જણસો ગીરે રાખી પૈસા ધીરનાર; શેર-દલાલ; જપ્ત કરેલો માલ મૂલવનાર તથા વેચનાર. **bro'king** (-કિંગ), ના૦.

bro'kerage (બ્રોકરિજ), ના૦ દલાલી.

bro'lly (બ્રૉલિ), ના૦ [વાત.] છત્રી.

bro'mide (બ્રોમાઇડ), ના૦ બ્રોમીનનો સમાસ, વિ૦ક૦ શામક દવા તરીકે વપરાતો; ચવાયેલી સાચી ઉક્તિ.

bro'mine (બ્રોમીન), ના૦ એક ઝેરી પ્રવાહી, ખોરી ગંધવાળું ધાતુ-ઇતર મૂળ દ્રવ્ય.

bro'nchial (બ્રૉંકિઅલ), વિ૦ શ્વાસનળી અને તેની શાખાઓનું–ને લગતું.

bronchi'tis (બ્રૉંકાઇટિસ), ના૦ શ્વાસનળીની અન્તસ્ત્વચાનો સોજો–દાહ.

bro'nco (બ્રૉંકો), ના૦ [બ૦વ૦ ~**s**] કૅલિફૉર્નિયાનો (અર્ધ) જંગલી ઘોડો.

brontosau'rus (બ્રૉંટસૉરસ), ના૦ સર્પની જાતનું એક કદાવર શાકાહારી પ્રાણી.

bronze (બ્રૉંઝ઼), ના૦ તાંબું અને કલાઈ (ટિન)ની કાળા ભૂરા રંગની એક મિશ્ર ધાતુ, કાંસું; તેનો રંગ; બ્રૉંઝની કલાકૃતિ અથવા આંદ. વિ૦ બ્રૉંઝનું –ના રંગનું. ઉ૦ક્રિ૦ બ્રૉંઝનો ઢોળ ચડાવવો; (સૂર્યના તાપથી) કાળું-ભૂરું કરવું–થવું. **B~Age,** બ્રૉંઝ (ના શસ્ત્રોવાળો) યુગ. ~ **medal,** બહુધા ત્રીજા ઇનામ તરીકે અપાતું કાંસ્યપદક.

brooch (બ્રોચ), ના૦ સલામત પિન જેવું એક ઘરેણું, જે બિલ્લા તરીકે પણ વપરાય છે.

brood (બ્રૂડ), ના૦ પક્ષી કે બીજા પ્રાણીનાં એક સેવન કે વેતરનાં બચ્ચાં, વેતર; [મજાકમાં] કુટુંબનાં બાળબચ્ચાં. ઉ૦ક્રિ૦ (મરઘી અંગે) ઈંડાં સેવવાં; ગંભીર ચિંતન કરવું; મનમાં ઘોળ્યા કરવું. ~ **mare,** ઘોડા ઉછેરવા માટેની ઘોડી.

broo'dy (બ્રૂડિ), વિ૦ (મરઘી અંગે) ઈંડાં સેવવાની ઇચ્છાવાળું; [લા.] ખિન્ન, ઉદાસ.

brook[1] (બ્રુક), સ૦ક્રિ૦ ખમવું, સાંખવું; –ને અવકાશ હોવો.

brook[2], ના૦ વહેળો, નાળું.

broom (બ્રૂમ), ના૦ પીળાં ફૂલવાળો એક કાંટાળો છોડ; લાંબા હાથાવાળું ઝાડુ. ~**stick,** ઝાડુનો હાથો–વાંસ.

Bros., સંક્ષેપ. Brothers.

broth (બ્રૉથ), ના૦ માંસમચ્છીનું સૂપ.

bro'thel (બ્રૉથલ), ના૦ વેશ્યાગૃહ, છિનાળવાડો.

bro'ther (બ્રધર), ના૦ સગો ભાઈ; નિકટનો મિત્ર, બરોબરિયો; એક મહાજનનો સભ્ય (બંધુ); ધાર્મિક સંપ્રદાયનો અનુયાયી; [બ૦વ૦ **brethren**] ધર્મબંધુ, વ્યવસાયબંધુ, ઇ૦. ~**-in-law,** સાળો, બનેવી, જેઠ, દિયેર. **bro'therly** (બ્રધર્લિ), વિ૦.

bro'therhood (બ્રધર્‌હુડ), ના૦ ભાઈ-ભાઈનો–ના જેવો–સંબંધ, બંધુત્વ; અરસપરસ સહાયક મંડળ (ના સભ્યો); બિરાદરી.

brought (બ્રૉટ), **bring** નો ભૂ૦કા૦ તથા ભૂ૦કૃ૦.

brou'haha (બ્રૂહાહા), ના૦ પ્રક્ષોભ, કોલાહલ. [ફ્રે.]

brow (બ્રાઉ), ના૦ કપાળ; [બહુધા બ૦વ૦માં] ભ્રૂકુટિ, ભમ્મર; ટેકરી ઇ૦ની ધાર; ટેકરીનો કે ખીણ(માંના રસ્તા)નો ઊંચામાં ઊંચો ભાગ. ~**beat,** ભવાં ચડાવી દબડાવવું.

brown (બ્રાઉન), વિ૦ તપખીરિયા રંગનું; ઘઉંવર્ણું; સૂરજના તાપથી તામ્રવર્ણી. ના૦ તપખીરિયો રંગ, એ રંગનાં કપડાં ઇ૦. ઉ૦ક્રિ૦ તપખીરિયા રંગનું કરવું–થવું. ~ **bread,** ભૂસા સાથેના લોટની રોટી. ~**paper,** જાડો બદામી કાગળ. ~-**stone,** બાંધકામમાં વપરાતો રાતો ભૂરો પથ્થર. ~ **study,** દિવાસ્વપ્ન. ~ **sugar,** ખાંડસરી. **browned off** [વિ.બો.] કંટાળી ગયેલું.

brow'nie (બ્રાઉનિ), ના૦ ઘરમાં આવીને છાનુંમાનું કામ કરી જનાર પિશાચ–પરી. **B~,** બાલિકાચમૂની છોકરી.

browse (બ્રાઉઝ઼), ઉ૦ક્રિ૦ નાની કૂંપળો કે પાંદડાં ખાવાં, ચરવું; મોજ ખાતર આમતેમ વાંચવું. ના૦ મોજ ખાતર વાચન.

bruise (બ્રૂઝ઼), ના૦ છૂંદાવું, કચરાવું, તે; સોળ, ઉઝરડો; માર કે દબાવાથી થયેલી ચામડી ફાટ્યા વિનાની ઈજા. ઉ૦ક્રિ૦

ખાંડવું, છૂંદવું, ઝીણું દળવું; ઝૂડવું, સોળ ઉઠાડવા; સોળ ઊઠે એવું હોવું.

brui'ser (બ્રૂઝર), ના૦ ભારે ચીવટવાળો કઠોર મુષ્ટિયોદ્ધો.

bruit (બ્રૂટ), સ૦ ક્રિ૦ ચોમેર ફેલાવવું.

Bru'mmie (બ્રુમિ), ના૦ [વાત.] બર્મિંગમનો માણસ.

brune'tte (બ્રૂને'ટ), ના૦ કાળા વાળવાળી ગોરી સ્ત્રી. વિ૦ કાળા વાળવાળું.

brunt (બ્રન્ટ), ના૦ હુમલા ઇ૦નો મુખ્ય આઘાત–દબાણ.

brush (બ્રશ), ના૦ વાળ, તાર, ઇ૦નું ઘસીને સાફ કરવાનું બ્રશ, કૂચડો; ચીતરવાની પીંછી; શિયાળની પૂંછડી; બ્રશ વતી સાફ કરવાની ક્રિયા; ઝપાઝપી, છમકલું; વીજળીના સારા જોડાણ માટે બ્રશના જેવો કાર્બનનો કે ધાતુનો કટકો; ઝાડી, ઝાડવાં, ઝાંખરાં. ઉ૦ક્રિ૦ હળવે રહીને અડવું, જતાં જતાં ચરતાં જવું; બ્રશ મારવો. **~-off,** રુખસદ; ઝાટકણી. **~ up**, ઘસીને સાફ–ચળકતું–કરવું; પરિચય તાજો કરવો. **~wood**, ઝાડી; ઝાડો નીચે ઊગી નીકળતાં ઝાડવાં; કાપેલાં–ભાંગેલાં ડાળી-ડાળખાં. **~work,** ચિત્રકારની પીંછી વાપરવાની શૈલી.

brusque (બ્રુસ્ક), વિ૦ અસભ્ય, તોછડું, આખાબોલું.

Bru'ssels (બ્રસલ્ઝ), વિ૦. **~ carpet, ~ lace,** બ્રસેલ્સમાં થતા ગાલીચા–ફીત. **~ sprouts,** એક જાતની કોબીની કળીઓ.

bru'tal (બ્રૂટલ), વિ૦ પશુઓનું–ના જેવું; અસભ્ય, અસંસ્કારી; જંગલી અને ક્રૂર; નિર્દયપણે આખાબોલું. **bruta'lity** (બ્રૂટૅલિટિ), ના૦. **bru'talize**(બ્રૂટલાઇઝ), સ૦ ક્રિ૦.

brute (બ્રૂટ), વિ૦ વિચારશક્તિ વિનાનું; મૂર્ખ; કેવળ ભૌતિક. ના૦ માનેવતર પ્રાણી; લાગણીશૂન્ય વ્યક્તિ; [વાત.] અણગમતું માણસ. **bru'tish** (-ટિશ), વિ૦.

bry'ony (બ્રાયનિ), ના૦ વાડ પર ચડતો વેલો.

B. Sc., સંક્ષેપ. Bachelor of Science.

B.S.T., સંક્ષેપ. British Summer Time.

Bt., સંક્ષેપ. Baronet.

bu'bble (બબલ), ના૦ પરપોટો; કાચ ઇ૦માં હવા ભરેલો ખાડો; ઘુમ્મટવાળો પારદર્શક ખાડો; અવહેવારુ યોજના. અ૦ ક્રિ૦ પરપોટા ઉડાવવા–ઊઠવા(-નો અવાજ કરવો); **~ (over),** (ઉત્સાહથી) ઊભરાઈ જવું. **~-and-squeak,** એકઠાં તળેલાં બાફેલા બટાટા અને કોબીની વાની. **~car,** પારદર્શક ઘુમ્મટવાળી નાની મોટરગાડી. **~ gum,** જેના મોટા મોટા પરપોટા ઉડાવી શકાય એવું 'ચૂઇંગ ગમ' (મોઢામાં મમળાવવાનો ગુંદર જેવો પદાર્થ). **~ pack,** પારદર્શક વેષ્ટનમાં બાંધેલું પોટલું.

bu'bbly (બબ્લિ), વિ૦ પરપોટાવાળું. ના૦ [વિ. બો.] શૅમ્પેન (દારૂ).

bubo'nic (બ્યૂબૉનિક), વિ૦ ગાંઠવાળું. **~ plague,** ગાંઠિયો તાવ, પ્લેગ.

buccaneer' (બકનિઅર), ના૦ ચાંચિયો,

buck[1] (બક), ના૦ હરણ, સસલું, ઇ૦નો નર. **~ rarebit,** બાફેલા ઈંડા સાથે સાંતળેલા પનીરની એક વાની. **~ shot,** બંદૂકની મોટી ખરબચડી ગોળી, છરા. **~skin,** હરણ, બકરી, ઇ૦નું (કેળવેલું) ચામડું; જાડું અને સુંવાળું સુતરાઉ કે ઊનનું કાપડ. **~-tooth,** બહાર નીકળેલો દાંત.

buck[2], ઉ૦ ક્રિ૦ (ઘોડા અંગે) પીઠની કમાન કરીને સીધો કૂદકો મારવો, તેમ કરી (સવારને) ફેંકી દેવું.

buck[3], ઉ૦ ક્રિ૦ [વિ. બો.] **~ (up)** ઉતાવળ કરવી; હિંમત રાખવી; જોર કરવું.

buck[4], ના૦ [વિ. બો.] ડૉલર.

buck[5], ના૦ 'પોકર'ની રમતમાં પત્તાં વહેંચનારની આગળ મૂકેલી નાની વસ્તુ. **pass the ~,** [વાત.] -પર જવાબદારી ઢોળવી.

bu'cket (બકિટ), ના૦ બાલદી, ડોલ; ડોલમાં સમાવાતો જથો; રહેંટનો પોહરો;

નદી ઇ૦ના તળિયેથી કાદવ કાઢવાનો અથવા કોઠારમાં અનાજ ચડાવવાનો સંચો. **kick the ~**, મરી જવું. અ૦ ક્રિ૦ આંચકા મારતા ચાલવું–ચલાવવું; **~ seat,** એક જણ માટે ગોળ પીઠવાળું આસન. **~-shop,** શરેાનું સટ્ટાબજાર.

bu'ckle (બકલ), ના૦ પટો બાંધવામાં વપરાતી આંકડી, કડી, બકલ. ઉ૦ ક્રિ૦ આંકડી–કડી ભેરવવી, બકલ વડે બાંધવું. **~(down) to,** કામ ઇ૦ શરૂ કરવું. **~(up),** દબાણ નીચે ચગદી નાખવું–ચગદાઈ જવું, વાંકુચૂં કરવું–થવું.

bu'ckler (બકલર), ના૦ નાની ગોળ ઢાલ.

bu'ckram (બક્રમ), ના૦ ખેળ, ઇ૦ ચોપડીને કડક બનાવેલું જાડું કાપડ કે શણિયું.

Bucks., સંક્ષેપ. Buckinghamshire.

buckshee' (બક્શી), વિ૦ અને ક્રિ૦ વિ૦ [વિ. બો.] મફત.

bu'ckwheat (બક્વીટ), ના૦ એક જાતનું અનાજ; તેનો છોડ.

buco'lic (બ્યૂકોલિક), વિ૦ ભરવાડો–ગોવાળો–નું, ગ્રામીણ, ગામડિયું.

bud (બડ), ના૦ અંકુર, પીલો, ફણગો; પર્ણકળી, [પ્રાણી.] અલૈંગિક વૃદ્ધિ જેમાંથી આગળ જતાં નવું પ્રાણી આકાર લે છે. ઉ૦ ક્રિ૦ -ને અંકુર ફૂટવા–કળીઓ બેસવી; વધવા માંડવું, વિકાસ પામવું; બીજા પર કલમ કરવી.

Bu'ddhism (બુડિઝ્મ), ના૦ બૌદ્ધ ધર્મ. **Bu'ddhist** (-હિસ્ટ), વિ૦ અને ના૦.

bu'ddleia (બડ્લિઅ), ના૦ જાંબુડિયાં કે પીળાં ફૂલવાળું એક ઝાડવું.

bu'ddy (બડિ), ના૦ [વાત.] ભાઈ, યાર, દોસ્ત.

budge (બજ), ઉ૦ ક્રિ૦ જરા પણ ખસવું –ચસવું.

bu'dgerigar (બજરિગાર), ના૦ ઑસ્ટ્રે.નું પાલતું આવતું એક પંખી–પોપટ.

bu'dget (બજિટ), ના૦ (વાર્ષિક) આવક-ખર્ચનું અંદાજપત્ર; આવશ્યક અથવા ઉપલબ્ધ નાણાં. ઉ૦ ક્રિ૦ -ને માટે અંદાજપત્રમાં જોગવાઈ કરવી.

buff (બફ), ના૦ મજબૂત મખમલ જેવું પીળા રંગનું કેળવેલું ચામડું; તેનો રંગ; [વિ. બો.] ચામડી; [અમે. વાત.] (અતિ) ઉત્સાહી વ્યક્તિ. વિ૦ ઝાંખા પીળા રંગનું. સ૦ક્રિ૦ પીળા રંગનું પોલિશ કરવું, મખમલ જેવું બનાવવું.

bu'ffalo (બફલો), ના૦ [બ.વ. **~es**] ભેંસ.

bu'ffer (બફર), ના૦ બે ભારે વસ્તુઓ પાસે આવતાં જોરથી અથડાય નહિ તે માટે યોજવામાં આવતો સ્પ્રિંગ, તકિયા કે પાટડાવાળો ઢેકો, વિ૦ક૦ રેલવેના ડબાઓ વચ્ચે. **old ~,** [વિ. બો.] જુનવાણી અથવા નાલાયક માણસ. **~ state,** બે બળવાન રાષ્ટ્રો વચ્ચેનું તટસ્થ નાનું રાષ્ટ્ર, જેને લીધે એ બે સહેલાઈથી અથડામણમાં ન આવે.

bu'ffet[1] (બફે'ટ), ના૦ તમાચો, ઠોંસો; મોજા કે હૈવનો ફટકો. સ૦ક્રિ૦ તમાચા–ઠોંસા – મારવા, – મારીને આમથી તેમ ધકેલવું.

bu'ffet[2] (બુફે), ના૦ ખાનાંવાળું ટેબલ કે કબાટ; જેમાં ટેબલ પરથી પોતાને જોઈતી વસ્તુઓ પીરસી લઈને ઊભા ઊભા ખાવાનું હોય છે એવું ભોજન. **~ car,** ચાપાણી, ભોજન, ઇ૦નો રેલવેનો ડબો.

buffoo'n (બફૂન), ના૦ રંગલો, વિદૂષક, મશ્કરો. **buffoo'nery** (-નરિ) ના૦.

bug (બગ), ના૦ માકણ; [અમે.] કોઈ પણ નાનું જીવડું; [વાત.] અતિસૂક્ષ્મ જંતુ (વાઇરસ); તેને લીધે થતો રોગ; ગુપ્ત ધ્વનિગ્રાહક; દોષ, ખામી. સ૦ક્રિ૦ -માં ગુપ્ત ધ્વનિગ્રાહક ગોઠવવું;[વિ.બો.] પજવવું.

bu'gaboo (બગબૂ), **bu'gbear** (બગ્બે'અર), ના૦ હાઉ, બાઉ; ત્રાસદાયક વસ્તુ.

bu'gger (બગર), ના૦ ગુદામૈથુન કરનાર; [ગ્રામ્ય.] અણગમતું માણસ અથવા વસ્તુ. ઉ૦ક્રિ૦ -ની સાથે ગુદામૈથુન કરવું; [ગ્રામ્ય.] ધુતકારી કાઢવું, જ્યાં ત્યાં ગંદકી કરવી;

જતા રહેવું. **bu'ggery** (-રિ), નાo.

bu'ggy (બગિ), નાo બગી, ઘોડાગાડી; નાનકડી મજબૂત મોટરગાડી.

bu'gle[1] (બ્યૂગલ), નાo બહુધા વાદળી ફૂલવાળો એક વેલો.

bu'gle[2], નાo નાની તુરાઈ, બ્યૂગલ. અo ક્રિo શિંગું ફૂંકવું-વગાડવું. **bu'gler** (બ્યૂગ્લર), નાo.

bu'gloss (બ્યૂગ્લૉસ), નાo ખરબચડાં પાંદડાંવાળો એક છોડ.

build (બિલ્ડ), ઉoક્રિo [**built**] ચણવું, બાંધવું; ઊભું કરવું; -ની ઉપર આશાઓ -મદાર-બાંધવી. નાo બાંધવાની શૈલી; શરીરનો (પ્રમાણસર) બાંધો. **~ up,** બાંધકામથી પૂરી દેવું; વખાણવું; ધીરે ધીરે પ્રસ્થાપિત કરવું. **~-up,** અગાઉથી કરેલાં વખાણ; ધીરે ધીરે પરાકાષ્ઠાએ પહોંચવું - ભેગું થવું-તે.

bui'lder (બિલ્ડર), નાo મકાન ઇo બાંધનાર કંત્રાટી.

bui'lding (બિલ્ડિંગ), નાo (મોટું) મકાન, ઇમારત. **~ society,** મકાન લેવા માટે લોન આપવા નિધિ ઊભો કરનારાઓની મંડળી.

built (બિલ્ટ), **build** નો ભૂoકાo તથા ભૂoકૃo **~-in,** બાંધકામ ઇoનું અંગભૂત બનેલું. **~-up,** ઊંચાઈ, જાડાઈ, ઇoમાં વધેલું; મકાનોથી વ્યાપેલું.

bulb (બલ્બ), નાo કેટલીક વનસ્પતિઓનું કાંદા જેવું મૂળ, કંદ, ગાંઠ; નળાકાર અવયવમાં આવેલો ગોળ સોજો-ગાંઠ; પિચકારીનો રબરનો ગોળ ભાગ; દીવાનો કાચનો ગોળો.

bu'lbous (બલ્બસ), વિo ગોળાના આકારનું; ગોળા કે ગાંઠોવાળું; સૂજેલું.

bulge (બલ્જ), નાo ઉપર ઊપસી આવેલો ભાગ, સોજો; [વાત.] સંખ્યા કે કદમાં થયેલો તાત્કાલિક વધારો. અoક્રિ આગળ ઊપસી આવવું-સોજો દાખવવો. **bu'lgy** (બલ્જિ), વિo.

bulk (બલ્ક),નાo (વહાણમાં ભરેલો) માલ; મોટો જથો; (મોટું) કદ; મોટું પરિમાણ - આકાર - વિસ્તાર; આખો જથો અથવા તેનો મોટો ભાગ. ઉoક્રિo અમુક કદ કે મહત્ત્વનું દેખાવું; વધુ મોટું કે જાડું દેખાય તેમ કરવું. **~ buying,** જથાબંધ ખરીદી. **~head,** વહાણ, વિમાન, ઇoમાં ખાનાં વચ્ચે ઊભો કરેલો આંતરો.

bu'lky (બલ્કિ), વિo મોટું, કદાવર, અને તેથી સહેલાઈથી ન ફેરવી શકાય એવું.

bull[1] (બુલ), નાo પોપનું આજ્ઞાપત્ર.

bull[2], નાo. (**Irish**) **~**, મૂર્ખામીભર્યું હસવા જેવું કથન; [વિ.બો.] રોજનાં અનાવશ્યક કામ.

bull[3], નાo ખસી ન કરેલો બળદ ઇo, આખલો, પાડો; નર વહેલ, હાથી, ઇo; નિશાનની મધ્યમાંનું વર્તુળ; [શેરબજાર] તેજી કરી ભાવ ચડાવનાર, તેજીવાળો. **~-dog,** મોટા મોઢાવાળો બહાદુર ને જોરાવર કૂતરો; ચીવટવાળો બહાદુર માણસ. **~dog clip,** મજબૂતપણે બંધ થનારી પકડ. **~-doze,** બુલડોઝર વતી સાફ કરવું; જબરદસ્તીથી પોતાનો રસ્તો કરવો; ધમકાવવું. **~dozer,** ખાડાટેકરાવાળી જમીન સપાટ અને સાફ કરવામાં વપરાતું આગળ લોખંડના ઊભા પાનાવાળું મજબૂત યાંત્રિક હળ, બુલડોઝર. **~fight,** ઘોડેસવારો સાથે આખલાને લડાવવો તે, આખલાની સાઠમારી. **~finch,** મજબૂત ચાંચ અને સુંદર પીંછાંવાળું એક ગાનારું પક્ષી. **~frog,** મોટેથી ત્રાડતો અમે.-નો કદાવર દેડકો. **~ring,** આખલાની સાઠમારીનું અગડ. **~'s-eye,** નિશાન કે લક્ષ્યનું મધ્યબિંદુ. **~ terrier,** બુલડૉગ અને ટેરિયર કૂતરાની મિશ્ર ઓલાદ.

bu'llace (બુલિસ), નાo નાનું જંગલી આલુ.

bu'llet (બુલિટ), નાo બંદૂક ઇoની ગોળી (બહુધા નળાકાર અને અણિયાળી). **~-head(ed)**, ગોળ માથું-માથાવાળું.

bu'lletin (બુલટિન), નાo બહાર પાડવામાં આવતો સત્તાવાર હેવાલ, પત્રિકા.

bu'llion (બુલ્યન), નાo સોના કે રૂપાની લગડી, અમુક વજનનું સોનું - રૂપું.

bu'llock (બુલક), નાo બળદ (ખસી

કરેલો).

bu'lly¹ (બુલિ), ના૦ ધાકધમકી ને જબરદસ્તીથી કામ કરાવનાર માણસ, ગુંડો;~- (**-boy**). ભાડૂતી ગુંડો. ઉ૦ક્રિ૦ બીક બતાવીને કે જબરદસ્તીથી કશુંક કરાવવું; જુલમ કરવો, રંજાડવું.

bu'lly², ના૦. ~ (**beef**), મીઠું પાયેલું ગોમાંસ.

bu'lly³, ના૦ હૉકીની રમતમાં દડો દાખલ કરવાની ક્રિયા. ~ **off**, અ૦ક્રિ૦ સલામી સાથે રમત શરૂ કરવી.

bu'lrush (બુલ્રશ), ના૦ ગુંદરડાની જાતનું ઊંચું ઘાસ; [બાઇ.] પેપિરસ, જેમાંથી કાગળ બને છે.

bu'lwark (બુલ્વર્ક), ના૦ માટીના ટેકરાની કે બીજા કશાકની રક્ષણ માટે આડ; રક્ષક વ્યક્તિ અથવા સિદ્ધાન્ત; તૂતકથી ઉપરની વહાણની બાજુ.

bum¹ (બમ), ના૦ [વિ. બો.] ફૂલા, ઢગરાં. ~**-bailiff,** ધરપકડ ઇ૦ કરનાર શેરીફનો અમલદાર. ~**-boat,** વહાણને ખોરાક વગેરેનો પુરવઠો પહોંચાડનાર હોડી.

bum², ના૦ [અમે. વાત.] રખડેલ, બદફેલ, માણસ. વિ૦ હલકી જાતનું, માલ વગરનું. ઉ૦ ક્રિ૦ રખડવું, રખડેલ જીવન ગાળવું; ભીખ માગવી.

bu'mble (બમ્બલ), અ૦ ક્રિ૦ ગણગણાટ કરવો; બેવકૂફીભર્યું વર્તન કરવું. ~**-bee,** મોટી ભમરી, ભમરો.

bu'mmalo (બમલો), ના૦ [બ૦વ૦ એ જ] દ. એશિયાની એક જાતની નાની સ્વાદિષ્ટ માછલી.

bump (બમ્પ), ના૦ ધબ્બો, મુક્કો; ટક્કર; તેથી આવેલો સોજો; ઢીમણું, ઢેકો; રસ્તા પર કરેલી મરામતનો ટેકરો; માથા પર ઊપસી આવેલો ભાગ, તેનાથી સૂચિત મગજની વિશિષ્ટ શક્તિ. ઉ૦ ક્રિ૦ -ની સાથે ટકરાવું-અફળાવું, ઈજા પહોંચાડવી; ઉછાળા ખાતા જવું. ક્રિ૦ વિ૦ ઉછાળો ખાઈને. ~ **into,** [વાત.] અકસ્માત્ ભેટો થવો. ~ **off,** [વિ. બો.] ખૂન કરવું.

bu'mpy (બમ્પિ), વિ૦.

bu'mper (બમ્પર), ના૦ છલોછલ ભરેલો પ્યાલો; અસાધારણપણે મોટું કે વિપુલ એવું કશુંક; મોટરની આગળ ને પાછળ જડેલા દાંડામાંથી એક. વિ૦ અસાધારણપણે મોટું અને વિપુલ.

bu'mpkin (બમ્પ્કિન), ના૦ ગામડિયો, ગમાર, શેંચો.

bu'mptious (બમ્પ્શસ), વિ૦ પોતાની વાતનો અતિ આગ્રહ રાખનારો; ગર્વિષ્ઠ.

bun (બન), ના૦ દરાખવાળી નાની પોચી ગળી રોટી, કેક; નાનકડો અંબોડો.

bunch (બંચ), ના૦ દ્રાક્ષ ઇ૦નું ઝૂમખું, કેળની લૂમ, ઇ૦; સમૂહ, સમુદાય; [વિ. બો.] ટોળી, જૂથ. અ૦ ક્રિ૦ ઝૂમખામાં ગોઠવવું, ઝૂમખાં કરવાં; કપડાની ગડીઓ વાળીને ભેગું કરવું; ભેગું કરવું-થવું, ટોળે વળવું.

bu'nchy (બંચિ), વિ૦.

bu'ndle (બન્ડલ), ના૦ (પરચૂરણ વસ્તુઓનું) પોટલું; ભારી, ઝૂડો. -નું પોટલું-ઝૂડો-ભારી બાંધવી; કશાકમાં ફાવે તેમ ફેંકી દેવું; એકાએક ઉચાળા ભરવા-ભરાવવા-કાઢી મૂકવું.

bung (બંગ), ના૦ દાટો, બૂચ, વિ૦ ક૦ પીપના કાણાનો મોટો દાટો. સ૦ ક્રિ૦ (દાટો મારીને) બંધ કરવું; [વિ. બો.] ફેંકવું.

bu'ngalow (બંગલો), ના૦ એક માળનું મકાન.

bu'ngle (બંગલ), ઉ૦ ક્રિ૦ કઢંગી રીતે કામ કરવું; લોચો વાળવો; કામમાં ન ફાવવું. ના૦ ગોટાળો, ઢંગધડા વિનાનું કામ.

bu'nion (બન્યન), ના૦ પગના અંગૂઠા પરનો બળતરા સાથેનો સોજો.

bunk¹ (બંક), ના૦ સૂવાનું પાટિયું, ઘણી વાર એક ઉપર બીજું એવાં ગોઠવેલાંમાંનું એક, પથારી.

bunk², અ૦ ક્રિ૦ [વિ. બો.] નાસી જવું, અલોપ થવું. ના૦. **do a** ~, નાસી જવું.

bunk³, ના૦ [વિ. બો.] વાહિયાત વાત, ધતિંગ.

bu'nker (બંકર), ના૦ કોલસા વગેરે ભરી રાખવાનું ખાનું કે મોટો પટારો; ગોલ્ફના મેદાનમાં રમતને વધુ અઘરી

બનાવવા માટેનો (રેતીવાળો) ખાડો; હવાઈ હુમલા વખતે આશ્રય લેવાનું ભોંયરું. ઉ૦ ક્રિ૦ વહાણના કોઠાર ભરી લેવા; ઇંધન ભરી લેવું; [સહ્ર. માં] દડો મારતાં રેતીવાળા ખાડામાં જવો.

bu'nkum (બંકમ), ના૦ વાહિયાત વાત; બીજાને ખુશ કરવા કહેલું જૂઠાણું.

bu'nny (બનિ), ના૦ [બાળભાષામાં] સસલું. **~-girl,** સસલાના જેવો પહેરવેશ પહેરેલી ક્લબની 'હોસ્ટેસ'.

Bu'nsen (બન્સે'ન), ના૦. **~ burner** હવા અને ગૅસ સાથે બાળવાનું મોઢિયું.

bu'nting¹ (બન્ટિંગ), ના૦ એક નાનું પક્ષી.

bu'nting², ના૦ આછા વણાટનું કાપડ; તેની રંગબેરંગી નાની પતાકાઓ.

buoy (બોઇ), ના૦ લંગર સાથે બાંધેલું તરતું નિશાન; પાણી પર મૂકેલું તરતું કડું-બોયું. સ૦ ક્રિ૦ માર્ગદર્શન માટે બોયું કે બોયાં તરતાં રાખવાં. **~ up,** તરતું રાખવું, ટકાવી રાખવું.

buoy'ant (બૉયન્ટ), વિ૦ તરતું રહેનારું, ચપળ; આનંદી, ઉમંગી. **buoy'ancy** (-યન્સિ), ના૦.

bur, burr, (બર), ના૦ કાંટાળું કોટલું કે બીજકોશ; એવા કોટલાવાળો છોડ; ઝાડની જેમ વળગનાર માણસ.

bur'ble (બર્બલ), સ૦ ક્રિ૦ ખળખળ અવાજ કરવો; લંબાણપૂર્વક બોલવું.

bur'bot (બર્બટ), ના૦ મીઠા પાણીની બામ (ઈલ) જેવી માછલી.

bur'den (બર્ડન), ના૦ બોજો, ભાર; કર્તવ્ય, દુઃખ ઇ૦નો ભાર; ફરજિયાત (કરવું પડતું) ખરચ; વહાણની માલ લઈ જવાની ક્ષમતા; કવિતાની ટેક; વિષય. **beast of ~,** ભારવાહક પશુ. સ૦ ક્રિ૦ ઉપર ભાર લાદવો, જુલમ કરવો. **~ of proof,** પુરવાર કરવાની જવાબદારી. **bur'densome** (-સમ), વિ૦.

bur'dock (બર્ડોક), ના૦ કાંટાળાં ફૂલ અને ગુચ્છાદાર પાંદડાંવાળો એક છોડ.

bu'reau (બ્યુઅરો), ના૦ [બ૦વ૦ **~x, ~s,** -રોઝ્] ખાનાંવાળું લખવાનું મેજ; [અમે.] ખાનાંવાળી પેટી કે કબાટ; વિશિષ્ટ કામ કરવા માટેની કચેરી અથવા ખાતું; સરકારી ખાતું.

bureau'cracy (બ્યુઅરૉક્રસિ), ના૦ (અતિ) કેન્દ્રીકરણ દ્વારા રાજ્યસંચાલન; અમલદાર-નોકર-શાહી; જોરાવર અમલદારોનું જૂથ.

bu'reaucrat (બ્યુઅરક્રૅટ), ના૦ નોકરશાહીનો અંગભૂત નોકર. **bureaucra'tic** (-ક્રૅટિક), વિ૦.

burgee' (બર્જી), ના૦ ક્રીડાનૌકા ઇ૦ની ત્રિકોણાકૃતિ પતાકા.

bur'geon (બર્જન), ના૦ અંકુર, ફણગો, કળી. અ૦ ક્રિ૦ -ને અંકુર-કળી ફૂટવી; ઝડપથી વધવા માંડવું.

bur'ger (બર્ગર), ના૦ [વાત.] ગોમાંસના કકડા તળીને બનાવેલી ખાવાની એક વાની.

bur'gess (બર્જિસ), ના૦ નગરનો નાગરિક.

burgh (બરૅ), ના૦ સ્કૉટલૅન્ડનું પટો ધરાવતું શહેર.

bur'gher (બર્ગર), ના૦ નાગરિક, વિ૦ક૦ પરદેશી નગરનો.

bur'glar (બર્ગ્લર), ના૦ ચોરી કરવાને ઇરાદે ઘરમાં ઘૂસનાર, ઘરફોડુ. **burgla'rious** (-ગ્લે'અરિઅસ), વિ૦. **bur'glary** (બર્ગ્લરિ), ના૦.

bur'gle (બર્ગલ), ઉ૦ ક્રિ૦ ઘરમાં ખાતર પાડવું-પાડીને ચોરી કરવી.

bur'gomaster (બર્ગમાસ્ટર), ના૦ હૉલૅન્ડ અથવા બેલ્જિયમના શહેરનો નગરપતિ.

bur'gundy (બર્ગન્ડિ), ના૦ બર્ગન્ડીનો -ના જેવો- (બહુધા લાલ) દારૂ.

bu'rial (બે'રિઅલ), ના૦ દફન; અન્ત્યવિધિ.

burle'sque (બર્લે'સ્ક), વિ૦ મનોરંજનાર્થે નકલ-ટોળ-કરનારું. ના૦ કોઈ સાહિત્યિક કે નાટ્યકૃતિની હાસ્યજનક નકલ, વિડંબન; [અમે.] મનોરંજનનો વિનોદી કાર્યક્રમ. સ૦ ક્રિ૦ હસવું આવે

એવી રીતે નકલ કરવી –ની રજૂઆત કરવી; વિડંબન કરવું.

bur'ly (બર્‌લિ), વિ૦ મજબૂત ખડતલ બાંધાનું.

burn[1] (બર્ન), ના૦ [સ્કૉ.] વહેળો, નાનકડી નદી.

burn[2], ઉ૦ ક્રિ૦ [**burnt** અથવા **burned**] બાળવું, બળવું, ભડકે બળવું-બાળવું; દાઝવું, દઝાડવું, દેવતા, સૂરજ અથવા ગરમીથી નુકસાન–ઈજા પહોંચવી–પહોંચાડવી; ડામ દેવો; અતિશય ગરમી લાગવી, દઝાવું, તપી જવું. ના૦ બળવાથી પડેલો ડાઘ – ઘા; ડામ.

bur'ner (બર્‌નર), ના૦ દીવા કે સ્ટવનું મોઢિયું, બર્નર.

bur'net (બર્‌નિટ), ના૦ કથ્થઈ રંગના ફૂલવાળો એક છોડ; ~(**-moth**), લાલ ટપકાંવાળું ઘેરા લીલા રંગનું એક પતંગિયું.

bur'nish (બર્‌નિશ), સ૦ ક્રિ૦ ઘસીને ચળકતું કરવું–ઓપવું.

burnou's (બર્‌નૂસ), ના૦ આરબનો ટોપી સાથેનો ઝભ્ભો.

burnt (બર્ન્ટ), **burn** નો ભૂ૦ કા૦ તથા ભૂ૦ કૃ૦. ~ **almond**, સાકરિયા બદામ. ~ **offering**, અગ્નિમાં આપેલી આહુતિ.

burp (બર્પ), ના૦ અને અ૦ ક્રિ૦ [વાત.] ઓડકાર (આવવો).

burr[1], (બર), ના૦ ધાતુ ઇ૦ કાપતાં રહેતી ખરબચડી કોર; આર(*r*)નો ઘરૂરૂરૂ અવાજ.

burr[2], જુઓ **bur.**

bu'rrow (બરો), ના૦ બિલ, દર. ઉ૦ ક્રિ૦ દર પાડવું, દરમાં રહેવું; ખોદવું; ખોદી કાઢવું.

bur'sar (બર્‌સર), ના૦ કૉલેજ ઇ૦નો ખજાનચી; છાત્રવૃત્તિ મેળવનાર વિદ્યાર્થી. **bursa'rial** (બર્‌સે'અરિઅલ), વિ૦

bur'sary (બર્‌સરિ), ના૦ કોષાધ્યક્ષનો હોદ્દો; છાત્રવૃત્તિ.

burst (બર્સ્ટ), ઉ૦ ક્રિ૦ [**burst**] જોરથી એકાએક ફાટવું–ફૂટવું–બહાર નીકળવું, સ્ફોટ થવો. એકદમ ધસી જવું, હુમલો કરવો; બોલવું, બોલાઈ જવું; તૂટી પડવું. ના૦ એકદમ જોરથી ફાટવું–ફૂટવું તે, સ્ફોટ; (શેગચાળાનું) ફાટી નીકળવું; ફુવારો, દદૂડો.

bur'then (બર્‌ધન), ના૦ ભાર, બોજો, ઇ૦. જુઓ **bur'den.**

bur'ton (બર્ટન), ના૦. [વિ. બો.] **go for a** ~, ખોવાઈ જવું, નાશ પામવું, મારી નંખાવું.

bu'ry (બે'રિ), સ૦ ક્રિ૦ (મડદાને) જમીનમાં દાટવું, દફન કરવું, દરિયામાં પધરાવવું, ઇ૦. અન્ત્યવિધિ કરવી; જમીનમાં સંતાડવું; વિસારે મૂકવું.

bus (બસ), ના૦ [બ૦વ૦ **buses**] ભાડે ફરતું મોટરવાહન, બસ, વિમાન, ઇ૦. ઉ૦ ક્રિ૦ બસમાં (બેસીને) જવું, વિ૦ક૦ [અમે.] રંગભેદના પ્રતિકારાર્થે. ~**man**, બસનો ડ્રાઇવર. ~**man's holiday**, રોજના જેવા જ કામમાં પસાર થતો ફુરસદનો સમય. ~**-shelter**, બસની રાહ જોતાં ઊભા રહેવાની જગ્યા–છાપરી. ~**-stop**, બસ થોભો.

bu'sby (બઝ્‌બિ), ના૦ રુવાંટીની ઊંચી ટોપી.

bush[1] (બુશ); ના૦ નાનું ઝાડ, ઝાડવું, ઝાડવાનું ઝૂમખું; [ઑસ્ટ્રે. ઇ૦] પડતર અણખેડેલી જમીન, જંગલનો પ્રદેશ; ગુચ્છાદાર વાળ; દારૂના પીઠા પર મુકાતી 'આઇવી'ના ઝૂમખાની નિશાની. ~**-baby**, આફ્રિકાનું વાંદરા જેવું એક પ્રાણી. **B~man**, દ. આફ્રિકાનો આદિવાસી અથવા તેની ભાષા. ~**man**, ઑસ્ટ્રે.ના જંગલનો રહેવાસી અથવા પ્રવાસી. ~**-ranger**, [ઇતિ.] ઑસ્ટ્રે.ના જંગલમાં રહેનારો બહારવટિયો. ~ **telegraph** સમાચાર, અફવા, ઇ૦નો ઝટપી ફેલાવો.

bush[2], ના૦ કાણાંકાણાંવાળો દાટો–પ્લગ; ધરી(ના દાંડો) જેમાં ફરે છે તે ધાતુની ખોળી.

bushed (બુશ્ટ), વિ૦ [અમે. વાત.] સાવ થાકી ગયેલું.

bu'shel (બુશલ), નાo (આઠ ગૅલનનું) અનાજ ઇo માપવાનું એક માપ.

bu'shy (બુશિ), વિo ઝાડીઝાડવાંથી છવાયેલું, ગીચ ઊગેલું.

bu'siness (બિઝ્‌નિસ), નાo પોતાનો ધંધો અથવા કામકાજ; કામ, મળવાનું પ્રયોજન; પોતાની ફરજ, કાર્યક્ષેત્ર; મહત્ત્વનું કામ;ધ્યાન આપવાની–કરવાની–વસ્તુ(ઓ); રંગમંચ પરની કામગીરી–અભિનય ઇo; ખરીદ-વેચાણ, વેપાર; વેપારી પેઢી. **~-like,** વ્યાવહારિક; વ્યવસ્થિત. **~ man,** ધંધાદારી–વેપારી–માણસ.

bu'sker (બસ્કર), નાo પ્રવાસી ગાયક –નટ.

bu'skin (બસ્કિન), નાo ઊંચો જોડો; પ્રાચીન શોકાન્ત નાટકના નટનો જોડો; શોકાન્ત નાટક.

bust[1] (બસ્ટ), નાo પેટથી ઉપલા ભાગનું પૂતળું; (સ્ત્રીનો) શરીરનો ઉપલો ભાગ, વક્ષઃસ્થળ, તેનો ઘેરાવો.

bust[2], નાo [વાત.] એકાએક ધબડકો; નકામી વસ્તુ; મદ્યપાનની ઉજાણી; ગિરફ્તારી. ઉoક્રિo ફાટી–ફૂટી–જવું, ભાંગી જવું –નાખવું; ગિરફતાર કરવું. વિo ફાટી–ફૂટી –ભાંગી–ગયેલું; દેવાળિયું; **~-up,** સ્ફોટ; ઝઘડો; ધબડકો.

bu'stard (બસ્ટર્ડ), નાo એક દોડનારું મોટું પક્ષી.

bu'stle[1] (બસલ), ઉoક્રિo ધમાલ – દોડધામ–ઉતાવળ કરવી–કરાવવી. નાo ધમાલ, દોડધામ, ઉતાવળ.

bu'stle[2], નાo સ્ત્રીના ઘાઘરાના પાછળના ઉપલા ભાગમાં અંદરથી મુકાતી ગાદલી અથવા ચોકઠું.

bu'sy (બિઝિ), વિo એકાગ્રતાથી કામ કરતું, પૂરેપૂરું રોકાયેલું; ધમાલિયું; બીજાના કામમાં માથું મારનારું. સoક્રિo કામમાં રોકવું–રોકાવું–ગૂંથાયેલું રાખવું. **~body,** બીજાના કામમાં માથું મારનારો-ખટપટિયો-માણસ.

but (બટ), ક્રિoવિo કેવળ, ફક્ત. નાooo અo વિના, સિવાય (કે). ઉભoઅo પણ, પરંતુ, તોપણ, નહિ તો, છતાં.

bu'tane (બ્યૂટેન), નાo ઇંધન તરીકે પ્રવાહીરૂપમાં વપરાતો હાઇડ્રોકાર્બન ગૅસ.

butch (બુચ), વિo અને નાo [વિ. બો.] મરદાની–સમલિંગ કામી–(સ્ત્રી).

bu'tcher (બુચર), નાo ખાટકી, કસાઈ; માંસ વેચવાવાળો; ઘાતકી – ક્રૂર–માણસ. ઉoક્રિo પ્રાણીની કતલ કરવી; નાહક અથવા ક્રૂરપણે માણસોને મારી નાખવા. **bu'tchery** (-રિ), નાo.

bu'tler (બટ્‌લર), નાo ભોજનઘર અને દારૂના હવાલામાં રહેતો ચાકર, ખાનસામો.

butt[1] (બટ), નાo મોટું પીપ.

butt[2], નાo નિશાનની પાછળનો ટેકરો; [બoવoમાં] નિશાનબાજીનું મેદાન; હંમેશનો ઉપહાસ ઇoનો વિષય-માણસ.

butt[3], નાo હથિયારની કે ઓજારની જાડી બાજુ–કુંદો; પીધેલી બીડી કે સિગારેટનું ઠૂંઠું.

butt[4], ઉoક્રિo માથા વતી ધકેલવું, છેડેછેડા મેળવવા–જોડવા. નાo માથા કે શિંગડા વતી મારેલો જોરદાર ધક્કો કે ઠેલો. **~ in,** વગર બોલાવ્યે ઘૂસી જવું, -માં માથું મારવું.

butte (બ્યૂટ), નાo [અમે.] ઊભા ચડાણવાળો ઉપર પઠાર(ઉચ્ચપ્રદેશ)વાળો અટૂલો ટેકરો.

bu'tter (બટર), નાo માખણ, નવનીત. સoક્રિo માખણ ચોપડવું, માખણમાં રાંધવું. **~ bean,** મોટું ચપટું સફેદ સૂકું કઠોળ. **~cup,** પીળાં ફૂલવાળો એક છોડ. **~-fingers,** વસ્તુઓ જેના હાથમાંથી લપસી જાય એવું માણસ. **~milk,** છાશ; માખણ કાઢી લીધેલું દૂધ. **~ muslin,** ઝીણું પાંખા વણાટનું કાપડ. **~scotch,** માખણ અને ખાંડની મીઠાઈ, ટૉફી. **~ up,** ખુશામત કરવી. **bu'ttery,** (-રિ) વિo.

bu'tterfly (બટર્‌ફ્લાઇ), નાo પતંગિયું. **~-nut,** બે પાંખોવાળી ચાકી. **~ stroke,** તરવાની એક રીત જેમાં બંને હાથ એકી વખતે ઊંચા કરવામાં આવે છે.

bu'ttery[1] (બટરિ), વિo માખણ જેવું,

સીસું.

bu'ttery[2], ના૦ કૉલેજ ઇ૦માં ખોરાકની વસ્તુઓનો કોઠાર.

bu'ttock (બટક), ના૦ ફૂલો, ઢગરો; જનાવરનો પાછલો ભાગ.

bu'tton (બટન), ના૦ બોરિયું, બટન; [બ૦વ૦માં] ગણવેશધારી હજૂરિયો–છોકરો; નાની ગોળાકાર વસ્તુ; અણખીલેલી કળી, બિલાડીનો ટોપ, ઇ૦; વીજળીની ઘંટડી વગેરે ચાલુ કરવાની ચાંપ – કળ. ઉ૦ ક્રિ૦ બટન કે બોરિયાં ઘાલવાં. **~hole,** બોરિયાનો ગાજ; તેમાં પહેરાતું ફૂલ. (ઉ૦ક્રિ૦) બટન પકડવું–પકડીને (નામરજીવાળા શ્રોતાને) રોકવું. **~-through,** (પોશાક અંગે) આખી બાજુએ બોરિયાં બીડવાં તે.

bu'ttress (બટ્રિસ), ના૦ ભીંતને બાંધેલો આધાર–ટેકો, પુસ્તો; પુસ્તા જેવો ટેકરીનો આગળ પડતો ભાગ. સ૦ક્રિ૦ આધાર કે ટેકો આપવો, –આપીને મજબૂત બનાવવું.

bu'tty (બટિ), ના૦ રોટીનો ટુકડો–ચીરી, 'સૅન્ડ્વિચ'.

bu'xom (બક્સમ), વિ૦ ભરેલું, પુષ્ટ અને દેખાવડું.

buy (બાઇ), સ૦ક્રિ૦ [**bought** બૉટ] વેચાતું લેવું, ખરીદવું; વહોરવું, લાંચ આપીને મેળવવું–વશ કરવું; [વિ.બો.] સ્વીકારવું, વિશ્વાસ રાખવો. ના૦ ખરીદી, સોદો.

buy'er (બાયર), ના૦ ખરીદ કરનાર, વિ૦ક૦ મોટી દુકાન ઇ૦માં ભરવા માટે માલ. **~'s market,** મંદીનું બજાર, જેમાં માલ વિપુલ અને સસ્તો હોય છે.

buzz (બઝ઼), ના૦ ગુંજારવ, ગણગણાટ; ટેલિફોનના 'બઝર'નો અવાજ; ધીમો સંમિશ્ર અવાજ. ઉ૦ક્રિ૦ ગણગણાટ કરવો, બણબણવું; [વાત.] ઝડપથી આમતેમ ફરવું –જતા રહેવું; વિમાનની ખૂબ નજીક ઊડીને તેને દખલ કરવી.

bu'zzard (બઝ઼ર્ડ), ના૦ શિકાર કે લૂંટફાટ કરનારું એક પક્ષી, ગીધ, બાજ, ઇ૦.

bu'zzer (બઝ઼ર), ના૦ વરાળની સિસોટી; સૂચના કે સંદેશા આપવાનું વીજળીનું સાધન.

B.V.M., સંક્ષેપ. Blessed Virgin Mary.

by (બાઇ), ક્રિ૦ વિ૦ નજીક, પાસે; બાજુમાં; અલગ, અનામત; પાસે–પર–થઈને. નામ૦ અ૦ -ની પાસે–બાજુમાં; -ની પહોંચમાં; -ની ઉપરથી–ધારે ધારે, અમુક જગ્યાએ થઈ ને, -ને માર્ગે; વાટે, માર્ગે, દ્વારા; કે તરત જ, -થી મોડું નહિ એવી રીતે; અનુસાર, પ્રમાણે; અમુક હદ સુધી. **~ and ~**, ધીમે ધીમે, વખત જતાં. (ના૦) ભવિષ્ય (કાળ). **~-election,** પેટા ચૂંટણી–કોઈ સભ્યના મરણ, રાજીનામા ઇ૦થી ખાલી પડેલી જગ્યા માટે. **~gone** (-ગૉન) ભૂત, અતીત, વ્યતીત. ના૦ બ૦ વ૦ ભૂતકાળ (નાં દુષ્કૃત્યો). **~pass,** શહેર પાસે કે તેના અંદરના ભાગમાં જવાનું ટાળવા માટે બાંધેલો નવો રસ્તો. ઉ૦ ક્રિ૦ વૈકલ્પિક–બહારનો–રસ્તો કરવો; ટાળવું. **~path,** આડરસ્તો. **~play** રંગભૂમિ પર ગૌણ પાત્રોનું કામ. **~product,** આડપેદાશ. **~-road,** આડરસ્તો, બાજુનો ગૌણ રસ્તો. **~ the~, ~ the way,** સહેજ યાદ આવવાથી, જતાં જતા. **~-way,** = by-road અથવા bypath. **~word,** કહેવત; કોઈ અવગુણ માટે જાણીતી વ્યક્તિ.

bye (બાઇ), ના૦ [ક્રિ.] દડાને બૅટથી માર્યા વિના મળતી દોડ (રન); [હરીફાઈની રમતોમાં] જોડીઓ પડી જતાં બાકી રહેલો ભિલ્લુ; [ગૉલ્ફ] મૅચ પૂરી થતાં બાકી રહેલી ગબીઓ.

bye-bye' (બાઇ બાઇ), ઉદ્ગાર૦ [વાત.] રામ રામ, આવજો.

by'-law, bye'law, (બાઇલૉ) ના૦ સ્થાનિક સંસ્થા કે સત્તા ઇ૦એ બનાવેલો નિયમ.

byre (બાયર), ના૦ ગાયોની કોઢ.

by'stander (બાઇસ્ટૅન્ડર), ના૦ પ્રેક્ષક.

Byza'ntine (બાઇઝૅન્ટાઇન), વિ૦ બાઇઝૅન્ટિયમનું અથવા પૂર્વ રોમન સામ્રાજ્યનું; ત્યાં વિકાસ પામેલી સ્થાપત્યની શૈલીનું; સંમિશ્ર, જટિલ; ઘાલમેલિયું, અપ્રામાણિક.

C

C, c, રોમન સંખ્યા કે આંકડો–૧૦૦.

C., સંક્ષેપ. Centigrade; Conservative.

c., સંક્ષેપ. caught by; cent (s); century; *circa*; cold.

cab (કૅબ), ના૦ ભાડાની મોટરગાડી; ભાડાની ઘોડાગાડી; ઍંજિન, લારી, ઇ૦ના ડ્રાઇવરની બેસવાની જગ્યા–ખાનું. **~-man,** ગાડીવાળો, મોટર ડ્રાઇવર. **~-rank,** ભાડાની ગાડીઓનો અડ્ડો.

C.A.B., સંક્ષેપ. Citizens' Advice Bureau.

caba'l (કબૅલ), ના૦ ગુપ્ત કાવતરું; રાજકીય ટોળકી.

ca'baret (કૅબરે), ના૦ રેસ્ટોરાં કે વીશીમાં ભોજન વખતે ચાલતો મનોરંજનનો કાર્યક્રમ; એવો કાર્યક્રમ આપનાર વીશી.

ca'bbage (કૅબિજ), ના૦ કોબી (શાક); [વાત.] મહત્ત્વાકાંક્ષા કે કશામાંય રસ વિનાનો માણસ. **~ rose,** ડબલ ગુલાબ (નો છોડ). **~ white,** સફેદ પતંગિયું.

cab(b)a'la (કબાલૅ), ના૦ યહૂદીઓની મૌખિક પરંપરા, ગૂઢ મંત્રવિદ્યા. **ca'b(b)alism** (કૅબલિઝ્મ), ના૦. **ca'b(b)alist** (-લિસ્ટ), ના૦. **cab(b)ali'stic** (-લિસ્ટિક), વિ૦.

ca'bby (કૅબિ), ના૦ [વાત.] ઘોડાગાડીવાળો, મોટર ડ્રાઇવર.

ca'ber (કેબર), ના૦ થડ ઉછાળવાની સ્કૉ. રમતમાં વપરાતું દેવદારનું થડ. **tossing the ~,** એ રમત.

ca'bin (કૅબિન), ના૦ લાકડાનું નાનું ઘર; વહાણ, વિમાન, ઇ૦માંની નાની ઓરડી, કૅબિન; **~-boy,** વહાણના અધિકારીઓ કે ઉતારુઓની ખિદમત કરનાર નોકર. **~ cruiser,** કૅબિનવાળી મોટરબોટ.

ca'binet (કૅબિનિટ), ના૦ પાટિયાં કે ખાનાંવાળી પેટી કે કબાટ; રેડિયો, દૂરદર્શન, ઇ૦ રાખવાની લાકડાની પેટી. **C~,** રાજ્યનું પ્રધાન કે મંત્રીમંડળ. **~-maker,** કુશળ સુથાર.

ca'ble (કેબલ), ના૦ લંગરનું દોરડું કે સાંકળ; શણ કે તારનું જાડું દોરડું; દરિયાતળે સંદેશા માટે નાખેલું તારનું દોરડું; તે દ્વારા મોકલાતો સંદેશો, દરિયાઈ તાર, કેબલ. ઉ૰ક્રિ૰ કેબલ મોકલવો, કેબલ કરી ખબર આપવી. **~gram,** દરિયાઈ તાર, કેબલ. **~ railway,** છેડા વિનાના દોરડાથી ચાલતી રેલવે. **~-stitch,** આમળેલા દોરડા જેવો ગૂંથણનો ટાંકો.

ca'bochon (કૅબશોન), ના૦ પૉલિશ કરેલું પણ પાસા નહિ પાડેલું રત્ન.

caboo'dle (કબૂડલ), ના૦ [વિ૦ બો૦] આખો જથો.

caboo'se (કબૂસ), ના૦ વહાણના તૂતક પરનું રસોડું; [અમે.] માલગાડીના ગાર્ડનો ડબો.

ca'briole (કૅબ્રિઓલ), ના૦ ખુરશી ઇ૦નો વળાંકવાળો પગ.

caca'o (કકાઓ), ના૦ કોકો અને ચૉકલેટ જેમાંથી બને છે તે બી, તે બીનું ઝાડ.

ca'chalot (કૅશલોટ), ના૦ ચરબીવાળી મોટી વહેલ માછલી.

cache (કૅશ), ના૦ (ખજાના ઇ૦નો) ગુપ્ત ભંડાર. સ૰ક્રિ૰ તેમાં સંઘરી રાખવું.

ca'chet (કૅશે), ના૦ અધિકૃત હોવાનો સિક્કો; વિશિષ્ટ છાપ–સિક્કો; પ્રતિષ્ઠા; દવાની ચપટી ટોટી–માદળિયું.

ca'chou (કૅશૂ), ના૦ વિ૦ ક૦ મોઢાની દુર્ગંધ દૂર કરવા માટેની ટીકડી.

cack-ha'nded (કૅક્ હૅન્ડિડ), વિ૦ ડાબોડી; અણઘડ, કૌશલ્ય વિનાનું.

ca'ckle (કૅકલ), ના૦ મરઘીનું બોલવું; ઘોંઘાટવાળો બકવાટ; હી હી કરીને હસવું

તે. ઉ૦ ક્રિ૦ હી હી કરીને હસવું, બકવાટ કરવો; (મરઘી અંગે) ક્લક્ ક્લક્ અવાજ કરવો.

caco'phony (કકૉફનિ), ના૦ બેસૂરો અવાજ, વિ૦ક૦ શબ્દો કે સંગીતનો. **caco'phonous** (-ફનસ), વિ૦.

ca'ctus (કૅક્ટસ), ના૦ [બ૦વ૦ **~es, -ti** -ટાઇ] થોર, થુવેર.

cad (કૅડ), ના૦ હલકટ – અસંસ્કારી-માણસ. **ca'ddish** (-ડિશ), વિ૦.

cada'ver (કડેવર), ના૦ મડદું.

cada'verous (કડેવરસ), વિ૦ મડદા જેવું.

ca'ddie, ca'ddy¹, (કૅડિ), ના૦ ગોલ્ફ રમનારનો તેની લાકડીઓની ભારી ઉપાડનાર અનુચર. અ૦ક્રિ૦ એ અનુચરનું કામ કરવું.

ca'ddis (કૅડિસ), ના૦. **~-fly,** પાણી નજીક રહેનારી માખી. **~-worm,** તેની ઇયળ.

ca'ddy¹ (કૅડિ), જુઓ **caddie.**

ca'ddy², ના૦ ચા રાખવાનો નાનો ડબો.

ca'dence (કૅડન્સ), ના૦ અવાજની ચડઊતર; તાલ, લય; સ્વરપાત.

cade'nza (કડેન્ઝ઼), ના૦ એક વાદ્ય કે ગાયક માટે સંગીતરચના.

cade't (કડે'ટ), ના૦ લશ્કરી વિદ્યાની સંસ્થાનો વિદ્યાર્થી; નાનો પુત્ર.

cadge (કૅજ), ઉ૦ ક્રિ૦ ભીખ માગવી, ભીખ માગીને મેળવવું-મેળવવાનો પ્રયત્ન કરવો.

ca'di (કાડિ), ના૦ કાજી, ન્યાયાધીશ.

ca'dmium (કૅડ્મિઅમ), ના૦ કલાઈ જેવી એક નરમ ધાતુ.

ca'dre (કાડર), ના૦ ગમે ત્યારે વિસ્તારી શકાય એવો લશ્કરનો એક કાયમી વિભાગ.

cae'cum (સીકમ), ના૦ [બ૦વ૦ **-ca**] [જીવ.] એક છેડો બંધ હોય એવી નળી, વિ૦ ક૦ મોટા આંતરડાની શરૂઆતમાં આવેલી, અંધાંત્ર.

Caerphi'lly (કે'અરફિલિ), ના૦ એક જાતનું સૌમ્ય સફેદ પનીર.

Caesa'rean, -rian, (સિઝે'અરિઅન), વિ૦ સીઝરનું. **~ operation, section,** પેટની દીવાલ ચીરીને પ્રસુતિ કરાવવાની શસ્ત્રક્રિયા.

caesu'ra (સિઝ્યુઅરૅ), ના૦ યતિ, છંદમાં વિરામ.

ca'fe (કૅફે), ના૦ કૉફી, ચા કે નાસ્તાની દુકાન.

cafete'ria (કૅફટિઅરિઅ), ના૦ ઘરાકો જ્યાં પોતાની મેળે વસ્તુઓ લે એવી ચા-પાણીની દુકાન.

ca'ffeine (કૅફીન), ના૦ કૉફી અને ચાના છોડમાં રહેલું એક રાસાયણિક દ્રવ્ય-ક્ષાર.

ca'ftan (કૅફ્ટન), ના૦ કેડે નાડાવાળો લાંબો ઝભ્ભો, કફની; સ્ત્રીનો લાંબો ખૂલતો પોશાક; ખૂલતું શર્ટ.

cage (કેજ), ના૦ પાંજરું; ગોંધી રાખવાની જગ્યા; ખાણમાં ઊતરવા-ચડવાનો ડબ્બો. સ૦ ક્રિ૦ પાંજરામાં પૂરવું.

ca'gey (કેજિ), વિ૦ [વિ. બો.] સાવધ, બંધાઈ ન જનારું, અલ્પભાષી.

cagou'le (કગૂલ), ના૦ પાણીમાં પલળે નહિ એવું ટોપી અને બાંયો સાથેનું જાકીટ.

cahoo'ts (કહૂટ્સ), ના૦ બ૦ વ૦ [વિ. બો.] **in ~** -ની સાથે-ભાગીદારીમાં-જોડાયેલું.

cai'man (કેમન), ના૦ જુઓ **cayman.**

cairn (કેર્ન), ના૦ પથ્થરનો પિરામિડ. **~ (terrier),** ટૂંકા પગ અને બરછટ વાળવાળું એક (ટેરિયર) કૂતરું.

cair'ngorm (કેર્નગૉર્મ), ના૦ પીળા કે દારૂના રંગનું રત્ન.

cai'sson(કેસન), ના૦ પાણીની નીચે પાયો નાખવા માટે વપરાતી લોઢાની જલાભેદ્ય પેટી. **~ disease,** દાબવાળી હવામાં કામ કરનારને એકદમ બહાર આવતાં થતો એક રોગ.

cajo'le (કજોલ), સ૦ ક્રિ૦ ખુશામત કરીને કે કપટથી મનાવવું-શાંત પાડવું. **cajo'lery** (કજોલરિ), ના૦.

cake (કેક), ના૦ કેક, ભઠ્ઠીમાં શેકેલી ગળી રોટી; કેકના આકારની વસ્તુ, ચોસલું. ઉ૦ ક્રિ૦ -નું ચકતું બંધાવું, સખત બનવું.

ca'ky (કેકિ), વિ૦.

Cal., સંક્ષેપ. Califoi nia.

ca'labash (કૅલબૅશ), ના૦ કોળું અથવા તેના જેવું સખત છાલવાળું ફળ; તેમાંથી બનાવેલું પાત્ર, કમંડલુ ઇ૦.

ca'lamine (કૅલમાઇન), ના૦ ચામડીના રોગમાં વપરાતું કાચું જસત કે તેનું કાર્બોનેટ; પ્રવાહી દવામાં વપરાતી તેની ભૂકી.

cala'mitous (કલૅમિટસ), વિ૦ આપત્તિ-વાળું; આપત્તિજનક.

cala'mity (કલૅમિટિ), ભારે સંકટ, આપત્તિ.

calca'reous (કૅલ્કૅઅરિઅસ), વિ૦ ચૂનાના પથ્થરનું-વાળું.

calceola'ria (કૅલ્સિઅલે'અરિઅ), ના૦ સપાટના આકારનાં ફૂલવાળો છોડ.

ca'lcify (કૅલ્સિફાઇ); ઉ૦ ક્રિ૦ ચૂનાના ક્ષારો જામવાથી કઠણ થવું. **calcific-a'tion** (-ફિકેશન), ના૦.

ca'lcine (કૅલ્સાઇન), ઉ૦ક્રિ૦ બાળીને કે શેકીને ભૂકો-કળીચૂનો-બનાવવો-બનવો. **calcina'tion** (-નેશન), ના૦.

ca'lcium (કૅલ્સિઅમ), ના૦ ચૂનાના પાયારૂપ સફેદ ધાતુરૂપ મૂળદ્રવ્ય.

ca'lculate (કૅલ્ક્યુલેટ), ઉ૦ ક્રિ૦ ગણતરી કરવી, ગણવું; ચોક્કસ ગણતરી કરીને ખાતરી કરવી; હેતુપૂર્વક યોજના કરવી; [અમે. વાત.] ધારવું, માનવું. **calcula'tion** (-લેશન), ના૦. **ca'l-culator** (-લેટર), ના૦.

ca'lculated (કૅલ્ક્યુલેટિડ), વિ૦ ઇરાદાપૂર્વકનું, અગાઉથી યોજેલું, ઠંડે કલેજે કરેલું.

ca'lculus (કૅલ્ક્યુલસ), ના૦ [બ૦વ૦-li -લાઇ] શરીરના કોઈ અંગમાં પથરી (બાઝવી તે); [ગ.] કલન, શૂન્યલબ્ધિ.

ca'ldron (કૉલ્ડ્રન),જુઓ **cauldron**.

Caledo'nian (કૅલિડોનિઅન), વિ૦ અને ના૦ પ્રાચીન સ્કૉટલૅન્ડનું (વતની).

ca'lendar (કૅલિન્ડર), ના૦ પંચાંગ, કૅલેન્ડર; કાલગણનાપદ્ધતિ; નોંધણીપત્રક અથવા યાદી, વિ૦ ક૦ સન્તોની. સ૦ ક્રિ૦ યાદીમાં નોંધવું; દસ્તાવેજો ગોઠવવા, તેનું પૃથક્કરણ કરવું અને સૂચિ બનાવવી.

ca'lender (કૅલિન્ડર), ના૦ કાપડ કે કાગળને સુંવાળો-કુંદી-કરવાનો સંચો.

ca'lends (કૅલિન્ડ્ઝ), ના૦ બ૦ વ૦ પ્રાચીન રોમન પંચાગની મહિનાની પ્રતિપદા.

calf[1] (કાફ), ના૦ [બ૦ વ૦ **calves** કાવ્ઝ] ગાય, હાથી, વહેલ, ઇ૦નું બચ્ચું. **~-love**, નાદાન છોકરાનો પ્રેમ(કિસ્સો).

calf[2], ના૦ [બ૦વ૦ **calves** કાવ્ઝ] પગની પિંડી.

ca'librate (કૅલિબ્રેટ), સ૦ ક્રિ૦ -ની બુદ્ધિ-શક્તિનું માપ કાઢવું; માપનું અંશાંકન નક્કી કરવું કે સુધારવું. **calibra'tion** (-બ્રેશન), ના૦.

ca'libre (કૅલિબર), ના૦ તોપ-બંદૂકનો અથવા તેની નળીનો અંદરનો વ્યાસ, ગર્ભ-સૂત્ર; ગોળી કે ગોળાનો વ્યાસ; ગુણવત્તા કે મહત્ત્વની માત્રા; માનસિક કે બૌદ્ધિક શક્તિ.

ca'lico (કૅલિકો), ના૦ [બ૦વ૦ ~**es**] સુતરાઉ કાપડ, વિ૦ક૦ સાદું અને સફેદ; [અમે.] છીંટ. વિ૦ સાદા સુતરાઉ કાપડનું; [અમે.] અનેકરંગી; કાળાં ને ધોળાં ટપકાં-વાળું.

Calif., સંક્ષેપ. California.

ca'liph (કૅલિફ), ના૦ ખલીફા.

calk (કૉક), જુઓ **caulk**.

call (કૉલ), ઉ૦ ક્રિ૦ બૂમ પાડવી, હાક મારવી; મોટેથી બોલવું; પોતાનો લાક્ષણિક અવાજ કાઢવો, બોલવું; બોલાવવું; સભા ઇ૦ બોલાવવી; આમંત્રણ આપવું; રેડિયો અથવા ટેલિફોનથી સંપર્ક સાધવો; નામ પાડવું, -નું વર્ણન કરવું, અમુક તરીકે ગણવું; મળવા જવું. ના૦ બૂમ, હાક; પક્ષીનો અવાજ-બોલવું; બ્યૂગલ ઇ૦ વગાડીને બોલાવવું તે, બ્યૂગલનો સંકેત, અદાલત ઇ૦નો સમન્સ-હુકમ; જરૂરિયાત, પ્રસંગ; ટેલિફોન પર વાતચીત; ટૂંકી મુલાકાત. **~-box**, જાહેર ટેલિફોનની નાનકડી ઓરડી. **~-boy**, નટોને મંચ પર બોલાવ-

નાર છોકરો. ~ **forth,** (માહિતી ઇ૦) કઢાવવું. ~**-girl,** ટેલિફોનથી સમય લેનાર વેશ્યા. ~ **in,** ચલણમાંથી પાછું ખેંચી લેવું; -ની પાસે સલાહ કે મદદ માગવી. ~ **off,** રદ કરવું, છોડી દેવું. ~**-sign,** રેડિયો પ્રસારણ કરનાર (ટ્રાન્સમીટર)ને ઓળખવાનું સૂચક ચિહ્ન. ~ **up,** લશ્કરમાં હાજર થવાનો હુકમ કરવો; -ને ટેલિફોન કરવો. ~**-up,** લશ્કરી સેવા બજાવવાનો હુકમ.

calli'graphy (કલિગ્રફિ), ના૦ (સુંદર) હસ્તાક્ષર, સુલેખન. **calligra'phic** (-ગ્રૅફિક), વિ૦.

ca'lling (કૉલિંગ), ના૦ ધંધો, વ્યવસાય.

ca'lliper (કૅલિપર), ના૦. ~**s** અથવા ~ **compasses,** ગોળી, નળી ઇ૦નો વ્યાસ માપવાનો કંપાસ–કર્કટ(ક); નબળા કે જખમી પગ માટે ધાતુનો ટેકો.

callisthe'nics (કૅલિસ્થૅ'નિક્સ), ના૦ બ૦ વ૦ શારીરિક બળ અને સૌષ્ઠવ કેળવવાની કસરતો.

callo'sity (કલૉસિટિ), ના૦ ચામડીનું કઠણ હોવાપણું; આંટણ

ca'llous (કૅલસ), વિ૦ કઠણ–સખત–થયેલું; આંટણ પડેલું; રીઢું; ઉદાસીન, સહાનુભૂતિ વિનાનું.

ca'llow (કૅલો), વિ૦ પાંખ ફૂટચા વિનાનું; કાચું; બિનઅનુભવી.

ca'llus (કૅલસ), ના૦ જાડી કે કઠણ થયેલી ચામડી, આંટણ.

calm (કામ), વિ૦ શાંત, નિર્વાત; અક્ષુબ્ધ, સ્વસ્થ; [વાત.] ઉદ્ધત. ઉ૦ ક્રિ૦ શાંત પાડવું–પડવું, સાંત્વન કરવું. ના૦ શાંતિ, શાંતતા, શાંતિનો કાળ.

ca'lomel (કૅલમે'લ), ના૦ પારાના સમાસની જુલાબની દવા.

Ca'lor (કૅલર), ના૦. ~ **gas,** ઇંધન માટે કોઠીમાં અપાતો પ્રવાહી ગૅસ.

ca'lorie (કૅલરિ), ના૦ ઉષ્ણતા (માપવા)નો એકમ, **large** ~, એક કિલોગ્રામ પાણીને ૧° સે°. પર લઈ જવા જોઈતી ગરમી. **small** ~, એક ગ્રામ પાણીને ૧° સે°. પર લઈ જવા જોઈતી ગરમી; ખોરાકમાંથી મળતી ઉષ્ણતાના એકમ માટે મોટી કૅલરી વપરાય છે.

calori'fic (કૅલરિફિક), વિ૦ ઉષ્ણતા પેદા કરનારું.

calori'meter (કૅલરિમિટર), ના૦ કૅલરીમાપક યંત્ર.

ca'lumet (કૅલ્યુમે'ટ), ના૦ અમે. ઇન્ડિયનની ચલમ, શાંતિનું પ્રતીક.

calu'mniate (કૅલમ્નિએટ), સ૦ ક્રિ૦ નિંદા–બદગોઈ–કરવી. **calumnia'tion** (-એશન), ના૦.

ca'lumny (કૅલમ્નિ), ના૦ નિંદા, બદગોઈ; દુષ્ટ બુદ્ધિથી મૂકેલું ખોટું આળ.

Ca'lvary (કૅલ્વરિ), ના૦ ઈશુના ક્રૂસારોહણનું સ્થળ અથવા ચિત્ર.

calve (કાવ), સ૦ ક્રિ૦ (ગાય ઇ૦ અંગે) વિયાવું, જણવું.

Ca'lvinism (કૅલ્વિનિઝ્મ), ના૦ કૅલ્વિનના ઈશ્વર કે ધર્મવિષયક સિદ્ધાન્તો, વિ૦ ક૦ પૂર્વનિયતિવાદ; તેનું અનુયાયિત્વ. **Cal'vinist** (-નિસ્ટ), ના૦. **Calvini'stic** (-નિસ્ટિક), વિ૦.

calx (કૅલ્ક્સ), ના૦ [બ૦વ૦ **calces** કૅલ્સીઝ઼] ભસ્મ.

caly'pso (કલિપ્સો), ના૦ [બ૦વ૦~**s**] વેસ્ટ ઇન્ડીઝના લોકોનું ગીત, બહુધા કોઈ પ્રસ્તુત વિષયને લગતું તત્કાળ રચેલું.

ca'lyx (કૅલિક્સ), ના૦ [બ૦વ૦~**es** અથવા **calyces** -સીઝ઼] ફૂલનું ડીટું, વજ, પુષ્પકોશ.

cam (કૅમ), ના૦ વર્તુળ ગતિને પ્રતિયોગી અથવા પરિવર્તન પામતી ગતિમાં ફેરવવા માટેનો યંત્રના પૈડાનો દાંતાવાળો આગળ પડતો ભાગ–દેસી. ~ **shaft,** એવા 'કૅમ'વાળો દાંડો.

camara'derie (કૅમરાડરિ), ના૦ બિરાદરી.

ca'mber (કૅમ્બર), ના૦ તૂતક, રસ્તો, ઇ૦ની ઉત્તલતા–ઉપરની બાજુએ જરાક બહિર્ગોલત્વ. સ૦ક્રિ૦ જરા ઊપસેલું–ગોળાઈ-વાળું–બનાવવું.

ca'mbric (કૅમ્બ્રિક), ના૦ શણનું કે સુતરાઉ ઝીણું કપડું.

Cambs., સંક્ષેપ. Cambridgeshire.

came (કેમ), **come**નો ભૂ૦ કા૦.

ca'mel (કૅમલ), ના૦ ઊંટ, સાંઢણી.

came'llia (કમીલિઅ), ના૦ બારે માસ લીલો રહેતો એક ફૂલછોડ.

Ca'membert (કૅમમ્બે'અર), ના૦ નૉર્મંડીનું પૌષ્ટિક પોચું પનીર (ચીઝ).

ca'meo (કૅમિઓ), ના૦ [બ૦વ૦ **~s**] ગોમેદ વગેરે પથ્થરમાં કોતરી કાઢેલું ઉપસાવેલું ચિત્ર; ટૂંકું સાહિત્યિક રેખાચિત્ર અથવા ભજવેલો પ્રવેશ.

ca'mera (કૅમરૅ), ના૦ છાયાચિત્ર–ફોટો –પાડવાનું સાધન, કૅમેરા. **in ~**, ન્યાયાધીશની ખાનગી ઓરડીમાં, જાહેરમાં નહિ. **~man,** કૅમેરાવાળો, વિ૦ક૦ ચિત્રપટ કે દૂરદર્શનનો. **~obscura,** દૂરની વસ્તુની પડદા પર પ્રતિમા પાડવા માટે કાણાવાળી અંધારી ઓરડી.

ca'miknickers (કૅમિનિકર્ઝ્), ના૦ બ૦ વ૦ સ્ત્રીનાં અંદરથી પહેરવાનાં બધાં એકમાં આવી જતાં કપડાં.

ca'misole (કૅમિસોલ), ના૦ કાંચળી કે ચોળી; ખભા પરના પટાવાળું બ્લાઉઝ.

ca'momile (કૅમમાઇલ), ના૦ એક ખુશબોદાર છોડ. **~ tea,** તેનાં ફૂલની ચા.

ca'mouflage (કૅમફ્લાઝ), ના૦ છદ્માવરણ, માયાવરણ; છદ્મવેષ અથવા છેતરપિંડીનું સાધન. સ૦ ક્રિ૦ છદ્માવરણથી સંતાડવું.

camp[1] (કૅમ્પ), ના૦ લશ્કરની છાવણી; સહેલાણીઓ, રખડુ જમાતો, સંશોધકો ઇ૦નો પડાવ; કિલ્લેબંધીવાળી જગ્યા. ઉ૦ક્રિ૦ છાવણી નાખવી–માં રહેવું. **~-bed, ~-chair,** etc., સહેલાઈથી ખસેડી કે સંકેલી શકાય એવો ખાટલો, ખુરશી, ઇ૦. **~-follower,** લશ્કરનો છાવણી સાથે સાથે ફરનાર બિનલશ્કરી માણસ. **~ out,** કામચલાઉ રહેઠાણમાં કે ખુલ્લામાં રહેવું. **~site,** છાવણીની જગ્યા.

camp[2], વિ૦ કૃત્રિમ, દાંભિક; સ્ત્રૈણ, બાયલું; સમલિંગકામી; અતિશયોક્તિભર્યું; વિચિત્ર. ના૦ વિચિત્ર વર્તન. ઉ૦ક્રિ૦ કૃત્રિમ રીતે વર્તવું–કરવું.

campai'gn, (કૅમ્પેન), ના૦ લશ્કરી સવારી; રાજકારણ ઇ૦માં સંગઠિત કાર્યક્રમ, ઝુંબેશ. સ૦ ક્રિ૦ સંગ્રામ કે ચડાઈમાં કામ કરવું.

campani'le (કૅમ્નીલિ), ના૦ મકાનથી અલગ બાંધેલું ઘંટાઘર.

campano'logy (કૅમ્પનૉલજિ), ના૦ ઘંટોનું શાસ્ત્ર; ઘંટાવાદન.

campa'nula (કૅમ્પૅન્યુલે, ના૦ ઘંટાકાર ફૂલવાળો છોડ.

ca'mphor (કૅમ્ફર), ના૦ કપૂર.

ca'mphorate (કૅમ્ફરેટ), સ૦ ક્રિ૦ -માં કપૂર ભરવું.

ca'mpion (કૅમ્પિઅન), ના૦ સફેદ અથવા રાતાં ખાંચાવાળાં ફૂલવાળો એક છોડ.

ca'mpus (કૅમ્પસ), ના૦ યુનિ.ની કે કૉલેજની આસપાસની ભૂમિ.

can[1] (કૅન), ના૦ પ્રવાહી ભરવાનો કે ખોરાકની વસ્તુ ભરી રાખી સીલ કરવાનો ડબ્બો, બરણી, ઇ૦. સ૦ ક્રિ૦ ડબ્બામાં ભરીને સીલ કરી રાખવું. **canned music,** ફરી રજૂ કરવા માટે રેકર્ડ પર ઉતારેલું સંગીત.

can[2], સહા૦ ક્રિ૦ [નકાર. **cannot, can't** કાન્ટ; ભૂ૦ કા૦ **could** કુડ, નકાર. **could not, couldn't** કુડન્ટ] શકવું, શક્તિમાન કે સમર્થ હોવું; -નો હક હોવો; [વાત.] -ની પરવાનગી હોવી.

Ca'nada (કૅનડૅ), ના૦. **~ goose,** ઉ. અમેરિકાનો જંગલી હંસ.

Cana'dian (કનેડિઅન), વિ૦ કૅનેડાનું કે ત્યાંની પ્રજાનું. ના૦ કૅનેડાનો વતની.

cana'l (કનૅલ), ના૦ પાણીનો કાંસ, નહેર; અન્ન, પાણી, હવા, ઇ૦ની નળી.

ca'nalize' (કૅનલાઇઝ્), સ૦ ક૦ નદીની નહેર બનાવવી; -ને ઇષ્ટ દિશામાં વાળવું.

ca'nape' (કૅનપે), ના૦ કશીક સ્વાદિષ્ટ વસ્તુ સાથેનો રોટી કે ટોસ્ટનો ટુકડો.

ca'nard (કૅનાર્ડ), ના૦ અફવા.
cana'ry (કને'અરિ), ના૦ પાળવામાં આવતું પીળાં પીંછાંવાળું એક ગાનારું પક્ષી. વિ૦ પીળું દ્રમ્મક.
cana'sta (કનૅસ્ટૅ), ના૦ પત્તાંની એક રમત.
ca'ncan (કૅન્કન), ના૦ એક પ્રકારનું ઉત્તાન નૃત્ય.
ca'ncel (કૅન્સલ), ઉ૦ ક્રિ૦ છેકી નાખવું, રદ કરવું, આપેલો હુકમ પાછો ખેંચવો; બિનઅસરકારક બનાવવું; [ગ.] સમીકરણની બંને બાજુમાંથી સમાન અવયવ છેકી નાખવો; ટપાલની ટિકિટ સિક્કો મારી રદ કરવી. ના૦ રદ કરવાની ક્રિયા, ટપાલની ટિકિટ રદ કરવી તે. ~ **out,** એક બીજાનો છેદ ઉડાડવો. **cancella'tion** (-લેશન), ના૦.
Ca'ncer[1] (કૅન્સર), ના૦ કર્ક (રાશિ); c~, કરચલો. **Tropic of** ~, કર્કવૃત્ત.
cancer[2], ના૦ કર્કરોગ, કૅન્સર; [લા.] બદી, ભ્રષ્ટાચાર. **ca'ncerous** (-રસ), વિ૦.
candela'brum (કૅન્ડિલેબ્રમ), ના૦ [બ૦વ૦ **-bra**] મોટું, બહુધા શાખાવાળું શમાદાન.
ca'ndid (કૅન્ડિડ), વિ૦ નિખાલસ, સ્પષ્ટવક્તા. ~**camera,** લોકોની જાણ વિના તેમની અનૌપચારિક છબીઓ લેવાનો કૅમેરા.
ca'ndidate (કૅન્ડિડટ), ના૦ કોઈ પદ, હોદ્દો કે નોકરીની ઇચ્છાવાળો કે ચૂંટણી માટે પસંદ કરાયેલો ઉમેદવાર, પરીક્ષાર્થી. **ca'ndidacy** (-ડસિ), **ca'ndidature** (-ડેચર), ના૦.
ca'ndle (કૅન્ડલ), ના૦ મીણબત્તી. ~**-power,** પ્રકાશ માપવાના એકમ તરીકે મીણબત્તી. ~**stick,** શમાદાન, વૉલ્સીટ. ~**wick,** મીણબત્તીની વાટ.
ca'ndour (કૅન્ડર), ના૦ નિખાલસતા.
ca'ndy(કૅન્ડિ), ના૦ સાકરની એક મીઠાઈ; [અમે.] મીઠાઈ(ઓ). ઉ૦ ક્રિ૦ (ફળ ઇ૦) ખાંડની ચાસણીમાં નાખી મુરબ્બો બનાવવો. ~**-floss,** સૂતરફેણી જેવી એક મીઠાઈ, 'બુઢ્ઢીકા બાલ'. ~**-stripe(d),** વારાફરતી સફેદ અને બીજા રંગના પટા(વાળું).
ca'ndytuft (કૅન્ડિટફ્ટ), ના૦ ફૂલોના સપાટ ઝૂમખાંવાળો એક છોડ.
cane (કેન), ના૦ વાંસ, નેતર, શેરડી, ઇ૦નો છોડ; નેતર, સોટી, લાકડી (ટોપલા ગૂંથવા માટેની, ફરવાની તેમ જ સજા કરવાની); સ૦ ક્રિ૦ સોટી વતી મારવું; (ખુરશી ઇ૦નું) નેતરકામ કરવું.
ca'nine (કેનાઇન), વિ૦ કૂતરા(ઓ)નું-સંબંધી. ના૦ કૂતરો. ~(**tooth**), કુતરિયો દાંત, રાક્ષસી.
ca'nister (કૅનિસ્ટર), ના૦ ડબ્બો, પેટી, ખોખું, ઇ૦; ધાતુનું પીપ ઇ૦.
ca'nker (કૅંકર), ના૦ મોઢામાં પડતું ચાદું-ચાંદી; વનસ્પતિ ઇ૦માં થતો સળો; [લા.] હૃદ્રોગ; વિનાશક કીડો. સ૦ ક્રિ૦ ખાઈ જવું, બગાડવું, ખરાબ કરવું.
ca'nnabis (કૅનબિસ), ના૦ ગાંજાનો છોડ, ગાંજો; તેમાંથી કઢાતું માદક દ્રવ્ય. ~ **resin,** તેમાંથી નીકળતો એક જાતનો ગુંદર.
ca'nnibal (કૅનિબલ), વિ૦ અને ના૦ સ્વજાતિ(માંસ)ભક્ષક (પ્રાણી), નરમાંસભક્ષી. **ca'nnibalism** (-લિઝ્મ), ના૦. **cannibali'stic** (-લિસ્ટિક),વિ૦.
ca'nnibalize (કૅનિબલાઇઝ઼), સ૦ ક્રિ૦ એક યંત્રના ભાગ કાઢી લઈને બીજાને માટે 'સ્પેર પાર્ટ' તરીકે વાપરવા.
ca'nnon (કૅનન), ના૦ તોપ; [બિલિયર્ડ] રમનારે પોતાના દડાથી બે દડાને લાગલાગટ મારવા તે. અ૦ ક્રિ૦ પોતાના દડાથી બે દડાને લાગલાગટ મારવા, 'કૅનન' કરવી; ત્રાંસું દોડવું અથવા આથડવું. ~**-ball,** તોપનો ગોળો.
cannona'de (કૅનનેડ), ના૦ અને ઉ૦ક્રિ૦ અવિરત તોપમારો (કરવો).
ca'nnot (કૅનૉટ), જુઓ can[2].
ca'nny (કૅનિ). વિ૦ ધૂર્ત; કરકસરિયું; દૂરંદેશીવાળું.
canoe' (કનૂ), ના૦ નાની હલકી હોડી,

હોડકું. અ૦ ક્રિ૦ હોડકામાં બેસીને જવું, ચાટવા વતી હોડકું ચલાવવું.

ca'non (કૅનન), ના૦ ચર્ચની આજ્ઞા-ફતવો; સર્વસામાન્ય કાયદો, નિયમ, અથવા સિદ્ધાન્ત; કસોટી; અસલ તરીકે સ્વીકૃત ધાર્મિક લખાણોની યાદી; [સં.] એક જ વિષયને સ્પર્શતા વિભિન્ન વિભાગવાળી સંગીતરચના; મોટા દેવળની ધર્મોપદેશક મંડળીનો સભ્ય. **~ law,** ખ્રિસ્તી ધર્મશાસ્ત્ર.

cañon (કૅન્યન), ના૦ જુઓ **canyon.**

cano'nical (કનૉનિકલ), વિ૦ ખ્રિસ્તી ધર્મશાસ્ત્ર પ્રમાણે નક્કી કરેલું-માં સમાવિષ્ટ કરેલું; (મોટા) દેવળની ધર્મોપદેશક મંડળીનું; પ્રમાણભૂત, સ્વીકૃત.

ca'nonize (કૅનનાઇઝ઼), સ૦ક્રિ૦ સંતોની શ્રેણીમાં દાખલ કરવું. **canoniza'tion** (-ઝ઼ેશન), ના૦.

ca'nopy (કૅનપિ), ના૦ ચંદરવો, છત; છાપરા જેવો આગળ પડતો ભાગ; માથા પરનું છત્ર, આકાશ. સ૦ ક્રિ૦ છત્ર આપવું-બનવું.

cant[1] (કૅન્ટ), ના૦ ઢાળવાળી બાજુ કે સપાટી; જરાક ઊંચકાયેલી બાજુ; ત્રાંસો આંચકો-ધક્કો. ઉ૦ ક્રિ૦ ત્રાંસો આંચકો-ધક્કો-મારવો; એક બાજુ નમાવવું, ત્રાંસું કે ઢળતું કરવું.

cant[2], ના૦ અમુક એક વર્ગની વિશિષ્ટ ભાષા, પારસી-પ્રચલિત બોલી; તાત્કાલિક-પ્રાસંગિક પોકારના શબ્દો; ધર્મ કે નીતિના ઢોંગી શબ્દો; દંભ. ઢોંગ. અ૦ ક્રિ૦ એવી (ઢોંગી) ભાષા વાપરવી.

can't (કાન્ટ), જુઓ **can.**

Ca'ntab. (કૅન્ટબ), સંક્ષેપ. of Cambridge University.

ca'ntaloup(e) (કૅન્ટલૂપ), ના૦ નાની-ગોળ પાસાવાળી ટેટી.

canta'nkerous (કૅન્ટૅન્કરસ), વિ૦ ઝઘડાળુ; ચીડિયું અને રાજી કરવું મુશ્કેલ.

canta'ta (કૅન્ટાટૅ), ના૦ સમૂહ સંગીત, સંગીત નાટિકા.

cantee'n (કૅન્ટીન), ના૦ છાવણી ઇ૦માં ગૃહોપયોગી વસ્તુઓ તથા દારૂની દુકાન; કાર્યાલય કે કારખાનામાં નાસ્તાની દુકાન; થાળીઓ અને છરીચપ્પાંનું કબાટ; સિપાઈ કે સહેલાણીની પાણીની બાટલી અથવા ખાવાપીવાનાં વાસણ.

ca'nter (કૅન્ટર), ના૦ ઘોડાની છાતરક કે ચૌક ચાલ. ઉ૦ ક્રિ૦ એ ચાલે ચાલવું-ચલાવવું.

Ca'nterbury (કૅન્ટરબે'રિ), ના૦. **~ bell,** ઘંટડીના આકારનાં ફૂલવાળો એક છોડ.

ca'nticle (કૅન્ટિકલ), ના૦ ઍંગ્લિકન પ્રાર્થનાગીત, ભજન.

ca'ntilever (કૅન્ટિલિવર), ના૦ છત કે બાલ્કનીને ટેકો આપવા માટે ભીંતમાંથી આગળ પડતો પાટડો, બ્રૅકેટ ઇ૦; એક જ છેડે બેસાડેલો પાટડો અથવા ગર્ડર. **~ bridge,** થાંભલાને બેસાડેલા બબ્બે બ્રૅકેટ પર લોઢાના પાટડા નાખીને બનાવેલો પુલ.

ca'nto (કૅન્ટો), ના૦ [બ૦વ૦~s] સર્ગ, પર્વ, ઇ૦.

ca'nton (કૅન્ટન), ના૦ દેશનો એક પેટા વિભાગ, પરગણું. સ૦ ક્રિ૦ દેશનાં પરગણાં પાડવાં; [**canto'n** કૅન્ટૂન] લશ્કરને તેનાં મકાનોમાં મૂકવું.

canto'nment (કૅન્ટૂન્મન્ટ), ના૦ લશ્કરની રહેવાની જગ્યા-કાયમી છાવણી.

ca'ntor (કૅન્ટર), ના૦ યહૂદીઓના પ્રાર્થનામંદિરનો અગ્રગાયક.

cantor'ial (કૅન્ટોરિઅલ), વિ૦ દેવળના મુખ્ય ગાયકની-ગાયકવૃન્દની-ઉત્તર બાજુનું.

ca'nvas (કૅન્વસ), ના૦ સઢ, તંબૂ, તૈલ-ચિત્ર ઇ૦ માટે વપરાતું શણનું જાડું મજબૂત કપડું, કંતાન; (વિ૦ ક૦ તૈલ) ચિત્ર; શરતની હોડીનો ઢાંકેલો છેડો. **~-back** ઉ. અમે. બતક.

ca'nvass (કૅન્વસ), ઉ૦ ક્રિ૦ -ની પાસે મત માગવા; -ના અભિપ્રાયો ચોક્કસ જાણવા; માલનું ઘરાક થવા કહેવું; ચર્ચા કરવી. ના૦ મત-ઘરાક-મેળવવા ફરવું તે.

ca'nyon, cañon (કૅન્યન), ના૦ નદીના પ્રવાહથી બનેલી ઊંડી ખીણ.

cap, (કૅપ), ના૦ ટોપી, કુદરતી કે ખાસ બનાવેલું ટોપી જેવું આચ્છાદન; પરિચારિકા (નર્સ)ની કે કામવાળીની ઘરમાં પહેરવાની ટોપી; રમતગમતના મંડળના સભ્યે પહેરવાની ટોપી; કૉલેજમાં પહેરાતી ચોરસ ટોપી; ટોપીના આકારનું ઢાંકણું–ખોળી; બંધ કરવા, સીલ મારવા કે રક્ષણ માટે યોજેલું ઢાંકણું; રમકડાની પિસ્તોલની વિ૦ ક૦ કાગળની સ્ફોટક ટોટી. સ૦ક્રિ૦ ટોપી પહેરાવવી; -નું માથું ઢાંકવું, છેડે ધાતુની ખોળી ચડાવવી; (રમનાર)ને ટોપી બક્ષિસ આપવી; -ની ઉપર પડેલું હોવું; -થી ચડી જવું.

ca'pable (કેપબલ), વિ૦ સમર્થ, ક્ષમતાવાળું. ~ **of,** કશુંક કરવાની ક્ષમતા, લાયકાત, અથવા આવશ્યક દુષ્ટતાવાળું; સંવેદનક્ષમ; અવકાશવાળું. **capabi'lity** (-બિલિટિ), ના૦.

capa'cious (કપેશસ), વિ૦ અંદર ઘણું માય એવું, મોકળાશવાળું.

capa'citance (કપૅસિટન્સ), ના૦ વીજળી(નો ચાર્જ) સંઘરી રાખવાની ઉપકરણની ક્ષમતા.

capa'citor (કપૅસિટર), ના૦ [વીજ.] વિદ્યુત સંગ્રહ-ક્ષમતાવાળું સાધન.

capa'city (કપૅસિટિ), ના૦ સમાવવાની કે મવડાવવાની ક્ષમતા–જગ્યા, ગ્રહણ-ધારણ–શક્તિ; ઉત્પાદનક્ષમતા; પાત્રનું અંદરનું ઘનફળ; માનસિક શક્તિ; કાર્ય અથવા સ્વરૂપ.

Capa'rison (કપૅરિસન), ના૦ ઘોડાનો ઝૂલ વગેરે સાજ; યોકત્ર. સ૦ક્રિ૦ ઝૂલ ઇત્યાદિથી સજાવવું, યોકત્ર ચડાવવું.

cape[1] (કેપ), ના૦ બાંય વિનાનો ટૂંકો ઝભ્ભો.

cape[2], ના૦ ભૂશિર. **the C~**, કેપ ઑફ ગુડ હોપ. **C~ Coloured,** કેપ પ્રાન્તની કાળીગોરી મિશ્ર પ્રજા(નું માણસ).

ca'per[1] (કેપર), ના૦ એક જાતનું કાંટાળું ઝાંડવું; [બ૦વ૦માં] તેની આથેલી કળીઓ.

ca'per[2], ના૦ કૂદંકૂદા કરવી તે, કૂદકો; [વિ. બો.] પ્રવૃત્તિ, ધંધો. અ૦ક્રિ૦ કૂદવું, નાચવું, ઇ૦.

capercai'llie (કૅપર્કેલ્યિ), **-cailzie** (-કેલ્ઝિ), ના૦ મરઘાબતકની જાતનું સૌથી મોટું પક્ષી.

capi'llary (કપિલરિ), વિ૦ વાળનું, વાળના જેવું ઝીણું. ના૦ વાળના જેવી ઝીણી નળી, રક્તવાહિની, ઇ૦. ~ **attraction,** એવી નળી વાટે પ્રવાહીનું ઉપર ખેંચાવું તે, કેશાકર્ષણ.

ca'pital (કૅપિટલ), વિ૦ સૌથી મહત્ત્વનું, મુખ્ય; [વાત.] ઉત્કૃષ્ટ; જીવલેણ, પ્રાણઘાતક; મોતની સજાને પાત્ર. ના૦ મુખ્ય શહેર, રાજધાની; મોટો (કૅપિટલ) અક્ષર; [સ્થા.] થાંભલાની મથોટી; મૂડી, પૂંજી; ભેગું કરેલું ધન, ભંડોળ. ~ **gain,** રોકેલી મૂડી અથવા મિલકતના વેચાણમાંથી થતો નફો. ~ **letter,** મોટો અક્ષર.

ca'pitalism (કૅપિટલિઝ્મ), ના૦ મૂડીવાદ, વેપારઉદ્યોગમાં મૂડીદારોનું વર્ચસ્વ.

ca'pitalist (કૅપિટલિસ્ટ), ના૦ મૂડીવાદી. વિ૦ મૂડીવાદ અથવા મૂડીવાળાઓને લગતું.

ca'pitalize (કૅપિટલાઇઝ઼), ઉ૦ક્રિ૦ મૂડી પૂરી પાડવી, મૂડીમાં પરિવર્તન કરવું; મિલકતની ચાલુ કિંમત કરાવવી–મેળવવી; મોટા અક્ષરોમાં લખવું–છાપવું. ~ **on,** પોતાના લાભ માટે વાપરવું. **capitaliza'tion** (-ઝ઼ેશન), ના૦.

Ca'pitol (કૅપિટલ), ના૦ પ્રાચીન રોમનું જુપિટરનું મંદિર; અમે. સંયુક્ત રાજ્યોની કૉંગ્રેસનું અથવા રાજ્યની ધારાસભાનું મકાન.

capi'tulate (કપિટ્યુલેટ), અ૦ક્રિ૦ વિ૦ક૦ અમુક શરતો કરીને શરણે જવું. **capitula'tion** (-લેશન), ના૦.

ca'pon (કેપન), ના૦ ખસી કરેલો કૂકડો.

Cappucci'no (કૅપુચીનો), ના૦ [બ૦વ૦ ~**s**] દૂધવાળી (એક્સ્પ્રેસો) કૉફી. [ઇટા.]

capri'ce (કપ્રીસ), ના૦ તરંગ, લહેર; સ્વચ્છંદ; તરંગીપણાની કલાકૃતિ.

capri'cious (કપ્રિશસ), વિ૦ તરંગી, લહેરી; ઠેકાણા વગરનું.

Ca'pricorn (કૅપ્રિકૉર્ન) ના૦ મકરરાશિ, (c~) બકરો. **Tropic of ~,** મકરવૃત્ત.

capriole (કૅપ્રિઓલ), ના૦ કેળવેલા ઘોડાનો ઊંચો કૂદકો અને લાત. અ૦ક્રિ૦ એવી રીતે કૂદકો મારી અને લાત ઝાટકવી.

ca'psicum (કૅપ્સિકમ), ના૦ મરચાનો છોડ, મરચું.

capsi'ze (કૅપ્સાઇઝ઼), ઉ૦ક્રિ૦ પાણીમાં ઊંધું વાળી દેવું-વળી જવું.

ca'pstan (કૅપ્સ્ટન), ના૦ દોરડું, જાડો તાર, ઇ૦ વીંટવાનું ગોળ ગોળ ફરતું પીપ. **~ lathe,** ઓજારવાળા ગોળ ગોળ ફરતા પીપનો સંધાડો.

ca'psule (કૅપ્સ્યૂલ) ના૦ અન્તસ્ત્વચાનું આવેરણ; વનસ્પતિનો બીજકોષ; દવાની ટોટી; અંતરિક્ષયાનનો છૂટો પાડી શકાય એવો શંકુઆકાર ભાગ; અંતરિક્ષ-અવકાશ-યાનની કૅબિન.

captain (કૅપ્ટન), ના૦ નાયક, સરદાર, કપ્તાન; નૌકાદળ કે લશ્કરનો એક અમલદાર; વેપારી જહાજનો ટંડેલ-કપ્તાન; હવાઈજહાજનો વૈમાનિક; રમતમાં કોઈ એક બાજુનો નેતા -કપ્તાન. સ૦ક્રિ૦ -ના કપ્તાન થવું. **~ of industry,** ઉદ્યોગપતિ. **ca'ptaincy** (-ટન્સિ), ના૦.

ca'ption (કૅપ્શન), ના૦ લેખ, પ્રકરણ, ઇ૦નું મથાળું; ચિત્રપટ અથવા દૂરદર્શન પર અપાતું સમજૂતીનું લખાણ; ચિત્ર ઇ૦નું નામ. સ૦ક્રિ૦ -નું મથાળું કરવું.

ca'ptious (કૅપ્શસ), વિ૦ છિદ્રાન્વેષી, દ્વિઅર્થી બોલનારું, ઇ૦.

ca'ptivate (કૅપ્ટિવેટ) સ૦ક્રિ૦ ચિત્ત હરી લેવું, મોહિત કરવું. **captiva'tion** (-વેશન), ના૦.

ca'ptive (કૅપ્ટિવ), વિ૦ કેદમાં પૂરેલું, કેદી; નાસી જવા અસમર્થ. ના૦ બંધનમાં પડેલું માણસ-પ્રાણી. **capti'vity** (-વિટિ), ના૦.

ca'ptor (કૅપ્ટર), ના૦ કેદ પકડનાર.

ca'pture (કૅપ્ચર), ના૦ ધરપકડ (કરવી તે); પકડાયેલું માણસ કે પ્રાણી. સ૦ક્રિ૦ ગિરફ્તાર કરવું, કેદ કરવું; પકડી પાડવું સુલભ થાય એવા કાયમી સ્વરૂપમાં મૂકવું.

Ca'puchin (કૅપ્યુચિન), ના૦ ૧૫૨૮ના નવા સંપ્રદાયનો ફ્રાન્સિસ્કન સાધુ. **c~ monkey,** ધુમાડિયા રંગના વાળવાળો એક અમે. વાંદરો.

car (કાર), ના૦ ગાડી, રથ; મોટરગાડી; ટ્રામગાડી, [અમે.] રેલવેનો ડબો. **~-park,** ગાડી(ઓ) ઊભી રાખવાની જગ્યા. **~-port,** ગાડી માટે છાપરી. **~-sick(ness),** ગાડીના વેગથી બેચેન-માંદું, -થતી બેચેની-માંદગી.

carabineer' (કૅરબિનિઅર), ના૦ નાની બંદૂકવાળો સિપાઈ.

ca'racul(કૅરકુલ),ના૦જુઓ **karakul.**

cara'fe (કરૅફ), ના૦ ટેબલ પર રાખવાની પાણી કે દારૂની બાટલી.

ca'ramel (કૅરમે'લ), ના૦ બળેલી ખાંડ કે ચાસણી; ચીકી કે ટૉફી જેવી એક મીઠાઈ.

ca'rapace (કૅરપેસ), ના૦ કાચબા-કરચલાનું ઉપરનું કવચ-પીઠ.

ca'rat (કૅરટ), ના૦ મોતી ઝવેરાત તોલવાનો કે સોનાની શુદ્ધતા માપવાનો એકમ.

ca'ravan (કૅરવૅન), ના૦ સાથે પ્રવાસ કરનાર કાફલો; જાત્રાળુઓનો સંઘ; પડદાવાળું જંગમ ઘર.

carava'nserai (કૅરવૅન્સરાઇ), ના૦ સરાઈ, ધર્મશાળા.

ca'ravel (કૅરવે'લ), **car'vel** (કાર્વે'લ), ના૦ [ઇતિ.] નાનકડું અને હલકું ઝડપી વહાણ.

ca'raway (કૅરવે), ના૦ શાહજીરાનો છોડ. **~-seed,** શાહજીરું.

car'bide (કાર્બાઇડ), ના૦ ધાતુ સાથે કાર્બનનો સમાસ.

car'bine (કાર્બાઇન), ના૦ નાની ટૂંકી બંદૂક.

carbohy'drate (કાર્બહાઇડ્રેટ), ના૦ કાર્બન,હાઇડ્રોજન અને ઑક્સિજનનો ઊર્જા-ઉત્પાદક સમાસ (દા.ત. સ્ટાર્ચ, ખાંડ, ઇ૦).

carbo'lic(કાર્બૉલિક), ના૦.~ **(acid)**, એક ચેપશોધક અને જંતુનાશક પદાર્થ.

~ soap, એ ઍસિડવાળો સાબુ.

car'bon (કાર્બન), ના૰ ધાતુ નહિ એવું એક મૂળ દ્રવ્ય જે હીરો, ગ્રૅફાઇટ, કોલસો, ઇ૰ના રૂપમાં તથા બધા સેન્દ્રિય સમાસોમાં મળે છે: ચાપદીપમાં વપરાતી કાર્બન (કોલસા)ની શલાકા; કાર્બન કાગળ પર કરેલી નકલ. **~ paper,** કાર્બન ચોપડેલો કાગળ. **~ dating,** વસ્તુમાં રહેલા 'રેડિયો કાર્બન'ના કોવાણ પરથી તેની ઉંમર કે સમયનો નિર્ણય. **~ dioxide,** કાર્બન બળવાથી કે શ્વાસોચ્છ્વાસને લીધે બનતો ગૅસ. **~ monoxide,** કાર્બનના અધૂરા બળવાથી પેદા થતો એક ઝેરી ગૅસ.

car'bonate (કાર્બનિટ), ના૰ કાર્બોનિક ઍસિડનો ક્ષાર. સ૰ક્રિ૰ -માં કાર્બન ડાયૉક્સાઇડ મેળવવો; -માં હવા કે વાયુ મેળવવો.

carbo'nic (કાર્બૉનિક), વિ૰ કાર્બનનું. **~ acid,** કાર્બન ડાયૉક્સાઇડ અને પાણીમાંથી બનતો એક સૌમ્ય તેજાબ.

carboni'ferous (કાર્બનિફરસ), વિ૰ કોલસો પેદા કરનારું.

car'bonize (કાર્બનાઇઝ઼), સ૰ક્રિ -નો (બાળીને) કોલસો બનાવવો; -ને કાર્બન ચોપડવો. **carboniza'tion** (-ઝ઼ેશન), ના૰.

carboru'ndum (કાર્બરન્ડમ), ના૰ ઘસવા કે પૉલિશ કરવા માટે વપરાતું કાર્બન અને સિલિકનનું મિશ્રણ.

car'boy (કાર્બૉઇ), ના૰ કાચનો મોટો ગોળ બાટલો.

car'buncle (કાર્બંકલ), ના૰ માણેક, લાલ; પાઠું, ઝેરી ગૂમડું. **carbu'ncular** (-કચુલર), વિ૰.

carbure'ttor, -er, (કાર્બ્યુરે'ટર), ના૰ મોટરના ઍંજિન ઇ૰માં હવા અને પેટ્રોલની વરાળ (સળગાવવા માટે)નું મિશ્રણ કરવાનું યંત્ર, કાર્બ્યુરેટર.

car'cass, car'case, (કાર્કસ), ના૰ જાનવર કે પક્ષીનું કે (ઘૃણા બતાવવા) માણસનું મડદું; ખોખું, હાડપિંજર, નકામા અવશેષ.

car'cinogen (કાર્સિનજિન), ના૰ કર્કરોગ પેદા કરનાર પદાર્થ. **carcinoge'nic** (-જે'નિક), વિ૰.

carcino'ma (કાર્સિનોમ઼), ના૰ [બ૰વ૰ **~ta**] કર્કરોગ, કૅન્સર.

card[1] (કાર્ડ), ના૰ તારનો બ્રશ, પંજેટી, પીંજણ. સ૰ક્રિ૰ પીંજવું.

card[2], ના૰ જાડો કે પૂઠાનો કાગળ, તેનો કકડો; પ્રવેશપત્ર, પરવાનાચિઠ્ઠી, આમંત્રણ પત્રિકા; કિંમત ઇ૰ની કાપલી; ગંજીફાનું પત્તું; [બ૰વ૰માં] પત્તાં (રમવાં તે); અભિવાદન પત્રિકા; પોસ્ટકાર્ડ; [બ૰વ૰માં, વાત.] નોકરના (કરારનામાના) દસ્તાવેજો; [વિ. બો.] ચક્રમ. **~board,** પૂઠાનો જાડો કાગળ. **~-carrying,** વિધિસરનું સભ્યપદ ધરાવનારું(વિ૰ક૰ રાજકીય પક્ષનું) **~ index,** કક્કાવાર કાર્ડ-સૂચિ. **~-sharp(er),** પત્તાંની રમતમાં ચોરી કરનારો. **~ vote,**, પોતે જેટલા લોકોનો પ્રતિનિધિ હોય તેમની સંખ્યા મુજબ પ્રભાવવાળો મત, જૂથ મત.

car'damom (કાર્ડમમ), ના૰ ઇલાયચી (નું ઝાડ).

car'diac (કાર્ડિઍક), વિ૰ હૃદયનું-ને લગતું.

car'digan (કાડગન), ના૰ ઊનનું ગૂંથેલું જાકીટ-કેડ સુધીનો કોટ.

car'dinal (કાર્ડિનલ), વિ૰ મૂળભૂત; કેન્દ્રીય, મુખ્ય; ઘેરા કિરમજી રંગનું. ના૰ રો.કે. ચર્ચનો એક મહત્ત્વનો અધિકારી, કાર્ડિનલ; મૂળ અંક; અમે.નું કિરમજી રંગનું એક પક્ષી. **~ numbers,** ૧, ૨, ૩, ઇ૰.

car'diogram (કાર્ડિઅગ્રૅમ), ના૰ હૃદયક્રિયા આલેખ.

cardio-va'scular (કાર્ડિઅ-વૅસ્કયુલર), વિ૰ હૃદય અને રક્તવાહિનીઓનું.

care (કે'અર), ના૰ ચિન્તા, ફિકર; માથે આવેલું-સોંપેલું-કામ; હવાલો, દેખરેખ; સંભાળ, રક્ષણ; ધ્યાન, લક્ષ; સાવચેતી. **in ~,** (બાળક અંગે) સ્થાનિક સત્તાની દેખરેખ નીચે. અ૰ક્રિ૰ -ને માટે કાળજી

થવી-લેવી, -માં રસ હોવો, ગમવું.

caree'n (કરીન), ઉ૦ક્રિ૦ સમારકામ ઇ૦ માટે વહાણને એક પડખા પર ઢાળવું, (વહાણ અંગે) એક બાજુ પર નમવું.

career' (કરિઅર), ના૦ શીઘ્ર ગતિ; જીવનપ્રવાહ, કારકિર્દી; આજીવિકા મેળવવાની રીત-વ્યવસાય. અ૦ ક્રિ૦ ખૂબ ઝડપથી અથવા બેફામપણે જવું. ~ **diplomat**, ધંધાદારી રાજદૂત. ~ **girl, woman**, વ્યવસાયી છોકરી-સ્ત્રી.

car'efree (કે'અરફ્રી), વિ૦ નચિંત; જવાબદારીમાંથી મુક્ત.

car'eful (કે'અરફુલ), વિ૦ કાળજીવાળું; સાવધ, જાગરૂક; ખંતીલું; મહેનતુ; કાળજીપૂર્વક કરેલું.

car'eless (કે'અરલિસ), વિ૦ નફિકરું; અવિચારી; ગાફેલ, પ્રમાદી; બેપરવા; ચોકસાઈ વિનાનું.

care'ss (કરે'સ), ના૦ લાડ (લડાવવાં તે), ચુંબન. સ૦ક્રિ૦ પંપાળવું, ચુંબન લેવું.

ca'ret (કેરે'ટ), ના૦ કાકપદ (‸).

car'etaker (કે'અરટેકર), ના૦ મકાન ઇ૦નો હવાલો સંભાળનાર માણસ. વિ૦ તાત્પૂરતી સંભાળ રાખનાર. ~ **government**, રખેવાળ સરકાર.

car'eworn (કે'અરવૉર્ન), વિ૦ ચિંતાથી ક્ષીણ થયેલું, ચિંતાગ્રસ્ત.

car'go (કાર્ગો), ના૦ [બ૦વ૦ ~**es**]. વહાણ, વિમાન, ઇ૦માં લઈ જવાતો માલ.

Ca'rib (કેરિબ), ના૦ કેટલાક વેસ્ટ ઇન્ડીઝ ટાપુઓના આદિવાસી વતનીઓમાંનો એક; તેમની ભાષા.

ca'ribou (કેરિબૂ), ના૦ ઉ. અમેરિકાનું 'રેન્ડિયર' – મોટા કદનું હરણ.

ca'ricature (કેરિકચુઅર), ના૦ અત્યુક્તિભરી રજૂઆત કરતું હાસ્યજનક ચિત્ર, ઠઠ્ઠાચિત્ર. સ૦ક્રિ૦ એવું ચિત્ર દોરવું. **ca'ricaturist** (-ચુઅરિસ્ટ), ના૦.

ca'ries (કે'અરીઝ), ના૦ [બ૦વ૦ એ જ] દાંતનો કે હાડકાનો સડો.

cari'llon (કરિલ્યન) ના૦ ચાવીઓ દબાવીને કે યાંત્રિક રીતે વગાડાતો ઘંટાઓનો સટ, તે વડે વગાડાતું ગીત.

car'ious (કે'અરિઅસ), વિ૦ દંતક્ષરણ કે અસ્થિક્ષરણ થયેલું.

car'king (કાર્કિંગ), વિ૦ બોજારૂપ.

Car'melite (કાર્મિલાઇટ), ના૦ અને વિ૦ ભિક્ષાવૃત્તિ પર જીવનાર મઠવાસી (સાધુ કે સાધ્વી).

car'minative (કાર્મિનટિવ), વિ૦ અને ના૦ વાતહારક-મેદવૃદ્ધિની-(દવા).

car'mine (કાર્મિન, -માઇન), ના૦ ભડક કિરમજી રંગ (દ્રવ્ય). વિ૦ એ રંગનું.

car'nage (કાર્નિજ), ના૦ કત્લેઆમ, કાપાકાપી.

car'nal (કાર્નલ) વિ૦ શારીરિક, વૈષયિક, લૈંગિક, દુન્યવી. **carna'lity** (-નૅલિટિ), ના૦.

carna'tion (કાર્નેશન), ના૦ અને વિ૦ આછા ગુલાબી રંગ(નું); લવિંગના ફૂલ જેવું એક લાલ ફૂલ; તેનો છોડ.

carne'lian (કાર્નીલિઅન), જુઓ **cornelian**[1].

car'nival (કાર્નિવલ), ના૦ લેન્ટ પર્વની પહેલાંનો ઉત્સવ અથવા ઉજાણીઓ; મદ્યપાન અને રંગરાગવાળી જાફત-મેળો.

car'nivore (કાર્નિવોર), ના૦ માંસભક્ષક પ્રાણી કે વનસ્પતિ. **carni'vorous** (-વરસ), વિ૦.

ca'rol (કેરલ), ના૦ આનંદગીત, વિ૦ક૦ નાતાલનું પ્રાર્થનાગીત. અ૦ક્રિ૦ આનંદપૂર્વક ગાવું.

caro'tid (કરોટિડ), ના૦ અને વિ૦. ~ (**artery**), માથાને લોહી પહોંચાડનારી બે ધોરી નસોમાંની કોઈ પણ એક, કંઠરોહિણી.

carou'se (કરાઉઝ), ના૦ અને અ૦ક્રિ૦ મદ્યપાનની ઉજાણી(માં ભાગ લેવો). **carou'sal** (-ઝલ), ના૦.

carp[1] (કાર્પ), ના૦ મીઠા પાણીની એક માછલી.

carp[2], અ૦ ક્રિ૦ ખોતરણાં કાઢવાં; બબડવું.

car'pal (કાર્પલ), વિ૦ કાંડાનું -ને લગતું.

car'pel (કાર્પલ), ના૦ [વનસ્પ.] સ્ત્રીકેસર, નારીવાસ.

car'penter (કાર્પિન્ટર), ના૦ સુથાર. ઉ૦ ક્રિ૦ સુથારીનું કામ કરવું. **car'pentry** (-પિન્ટ્રિ), ના૦.

car'pet (કાર્પિટ), ના૦ પાથરણું, શેતરંજી, ગાલીચો; હરિયાળી. સ૦ક્રિ૦ (શેતરંજી ઇ૦) પાથરવું. **~-bag,** પ્રવાસની થેલી, અસલ શેતરંજીની બનતી. **~-bagger,** સ્થાનિક સંબંધ વિનાનો રાજકીય ઉમેદવાર. **~ slipper,** ઉપરની બાજુ શેતરંજીના કાપડની હોય એવી સપાટ.

car'pus (કાર્પસ), ના૦ [બ૦વ૦ **-pi** -પાઇ] કાંડાનું હાડકું.

ca'rriage (કૅરિજ), ના૦ માલનું વહન; તેનું ભાડું-ખેંચામણ; ચાલવા-વર્તવા-ની ઢબ; (ઘોડા)ગાડી; રેલવેનો ડબો અથવા તેનું ખાનું; તોપનું ગાડું; યંત્રના બીજા ભાગોનું સ્થાન બદલનારો તેનો આમતેમ ખસતો ભાગ, દા.ત. ટાઇપરાઇટરનું કૅરેજ. **~way,** વાહનો માટેનો રસ્તો કે રસ્તાનો ભાગ.

ca'rrier (કૅરિઅર), ના૦ ઉપાડીને લઈ જનાર માણસ કે વસ્તુ; મજૂર, હેલકરી; માલસામાન અથવા સવારીઓને લાવનાર-લઈ જનાર કંપની; સામાન કે સવારી માટે બાઇસિકલ ઇ૦ પર જડેલું ચોકઠું-બેઠક; રોગના જંતુનું વાહક-(પોતે તેનો ભોગ થયા વિના) ચેપ લગાડનારું-પ્રાણી ઇ૦; **(air-craft) ~,** વિમાનવાહક જહાજ. **~ (-bag),** કાગળની કે પ્લાસ્ટિકની નાંગળાં-વાળી મોટી થેલી. **~ pigeon,** સંદેશ-વાહક કબૂતર. **~ wave,** સંવહ તરંગ, સંદેશો લઈ જનારું ઊંચા આવર્તનવાળું વિદ્યુતચુંબકીય મોજું.

ca'rrion (કૅરિઅન), ના૦ મુડદાલ માંસ; ગંદવાડ, એઠવાડ. **~crow,** કાળો કાગડો.

ca'rrot (કૅરટ), ના૦ ગાજર કે તેનો છોડ; [લા.] લલચાવનાર વસ્તુ; [બ૦વ૦માં] લાલ વાળ (વાળી વ્યક્તિ). **ca'rroty** (-ટિ), વિ૦.

ca'rry (કૅરિ), ઉ૦ ક્રિ૦ ઊંચકીને કે વાહનમાં (એક ઠેકાણેથી બીજે ઠેકાણે) લઈ જવું, વહન કરવું; કોઈ પ્રક્રિયાને અમુક હદ સુધી લઈ જવું; વહી ઇ૦ ઉપલા કોઠામાં ઉમેરવી; (અવાજ અંગે) દૂર સુધી સંભળાવું; કબજામાં લેવું; જીત મેળવવી; સ્વીકાર કરાવવો; ધારણ કરવું, પાસે-કબજામાં-હોવું; -માં ગર્ભિત હોવું; -ની સાથે સંકળાયેલું હોવું; -ને ટેકો આપવો. **~ away,** દૂર કરવું, -ને પ્રેરણા આપવી; ભાન ભુલાવવું. **~ forward,** પછીના પાને કે ખાનામાં લઈ જવું. **~ off,** જબરદસ્તીથી દૂર કરવું-ઉઠાવી જવું; જીતવું, ચાલે એવું કરવું, સ્વીકાર્ય બનાવવું. **~ on,** ચાલુ રાખવું; [વાત.] પ્રક્ષુબ્ધ થઈને વર્તવું; પ્રેમ કરવાનો ડોળ કરવો. **~ out,** -નો અમલ કરવો. **~ through,** મુશ્કેલીઓમાંથી પાર ઉતારવું, પૂરું કરવું.

cart (કાર્ટ), ના૦ મજબૂત ગાડું, ખટારો; ફરવા જવાનો એક ઘોડાનો ટાંગો. ઉ૦ક્રિ૦ ગાડી કે ગાડામાં લઈ જવું; [વિ. બો.] ભારે બોજો ગાડામાં ઘાલી મુશ્કેલીથી લઈ જવો. **~-horse,** ગાડું ખેંચનારો મજબૂત બાંધાનો ઘોડો. **~wheel,** ગાડાનું પૈડું, આડી ગુલાંટ; મોટી ગોળ ટોપી.

car'tage (કાર્ટિજ), ના૦ ગાડામાં લઈ જવું તે; તેનું ભાડું.

carte blanche (કાર્ટ્ બ્લાંશ), ના૦ મતું કરેલું કોરો કાગળ, ફાવે તેમ કરવાનો પરવાનો. [ફ્રે.]

carte'l (કાર્ટે'લ), ના૦ માલઉત્પાદકો કે કારખાનાવાળાઓનો સંઘ (કિંમતો ઇ૦ પર નિયંત્રણ રાખવા (માટે).

Carte'sian (કાર્ટીઝ્યન), વિ૦ અને ના૦ ડેકાર્ટનો કે તેની વિચારસરણીનો (અનુ-યાયી). **~ co-ordinates,** [ગ.] એક-બીજાને કાપનારા અક્ષોથી મપાતા યામો.

Carthu'sian (કાર્થ્યૂઝ્યન), વિ૦ અને ના૦ સંત બ્રૂનોના (ચુસ્ત) સંપ્રદાયનો સાધુ; ચાર્ટરહાઉસ સ્કૂલનો સભ્ય.

car'tilage (કાર્ટિલિજ), ના૦ કોમ-લાસ્થિ, કૂર્ચા. **cartila'ginous** (-લૅજિ-

નસ), વિ૦.

carto'graphy (કાર્ટૉગ્રફિ), ના૦ નકશા દોરવાની વિદ્યા, માનચિત્રકલા. **carto'grapher** (-ગ્રફર), ના૦. **cartogra'phic(al)** (કાર્ટગ્રૅફિક, -કલ), વિ૦.

car'ton (કાર્ટન), ના૦ પૂઠાનું ખોખું-પેટી-ડબો.

cartoo'n (કાર્ટૂન),ના૦ વ્યંગ્યચિત્ર, હાસ્યચિત્ર; એવાં ચિત્રોની પટ્ટી, એવાં ચિત્રોના ફોટા લઈને તે પરથી બનાવેલો ચિત્રપટ; કલાકૃતિ માટે દોરેલું પૂરા કદનું રેખાચિત્ર. **cartoo'nist** (-નિસ્ટ), ના૦.

cartou'che (કારૂટ્રશે), ના૦ શોભા માટે ચણતરમાં ઉપસાવેલી કાગળના વીંટાની આકૃતિ; પ્રાચીન મિસરના રાજાના નામ અને પદવીવાળું લંબગોળ કડું.

car'tridge (કારૂટ્રિજ), ના૦ બંદૂકમાંથી છોડવાનો ટોટો-કારતૂસ; સુરંગ; ફિલ્મ, ચુંબકીય પટ્ટી, ઇ૦ની (ડબીમાં મૂકેલી) ફરકડી; પ્લેટ વગાડવાની સોયવાળો ગ્રામોફોનનો ભાગ; ફાઉન્ટનપેનમાં ભરવાની શાહીની નળી. **~ paper**, જાડો ને ખરબચડો મજબૂત કાગળ.

carve (કાર્વ), ઉ૦ક્રિ૦ કાપવું, કાપીને કકડા કરવા; કોરવું, કોતરવું; કોતરેલી આકૃતિઓથી શણગારવું. **~ out**, કશાકમાંથી કકડો કાપી લેવો. **~ up**, -ના ચેટા ભાગલા પાડવા.

car'vel (કાર્વલ), જુઓ **caravel**. **~-built**, (હોડી અંગે) એક પર બીજું ન આવે એવી રીતે પાટિયાં જડેલું.

car'ver (કાર્વર), ના૦ માંસ ઇ૦ કાપવાની છરી.

car'ving (કાર્વિંગ), ના૦ વિ૦ક૦ કોતરકામ કરેલું લાકડું, ઇ૦ અથવા શિલ્પ. **~ knife**, માંસ કાપવાની છરી.

carya'tid (કૅરિઍટિડ), ના૦ સ્ત્રીની આકૃતિનો સ્તંભ.

ca'sbah, ka'sbah, (કૅઝ્બા), ના૦ ઉ. આફ્રિકાના શહેરના કિલ્લાની પાસેની અરબી વસાહત, આરબવાડો.

casca'de (કૅસ્કેડ) ના૦ પાણીનો ધોધ, મોટા ખંડિત ધોધનો એક વિભાગ. અ૦ક્રિ૦ ધોધની જેમ નીચે પડવું, -નો ધોધ પડવો.

case¹ (કેસ), ના૦ કોઈ ઘટનાનો દાખલો-કિસ્સો; પ્રત્યક્ષ અથવા માની લીધેલી વસ્તુસ્થિતિ; પ્રકરણ, વિષય; પોલીસ દ્વારા તપાસ કરાતો ગુનો; [વૈદક.] રોગ કે રોગીનો દાખલો; દશા, અવસ્થા; ખટલો, મુકદ્દમો; [કા.] ફરિયાદ કે ફરિયાદનું કારણ; પક્ષકારનું એકંદર કહેવું-દલીલ; [વ્યાક.] વિભક્તિ (નું રૂપ). **in ~**, જો, એમ હોય તો. **in any ~**, કોઈ પણ સંજોગોમાં, ગમે તે થાય તોપણ. **~-book**, દરદીઓ કે અસીલો અંગેની નોંધવહી. **~-law**, અગાઉના મુકદ્દમાઓના ચુકાદાઓ પરથી રચાયેલો કાયદો. **~-work**, વ્યક્તિગત દાખલાઓને લગતું સામાજિક કાર્ય.

case², ના૦ પેટી, કબાટ, ખોખું, કરંડિયો, ટોપલો, થેલી, ગલેફ, ખોળ, ઇ૦ જેમાં જુદી જુદી વસ્તુ મૂકી શકાય. સ૦ક્રિ૦ પેટી, ઇ૦માં ભરવું - બંધ કરવું; -ને વીંટવું; ઘેરી લેવું; [વિ૦બો૦] ઝીણવટથી તપાસવું, વિ૦ક૦ ચોરી વગેરે કરવાને ઇરાદે. **~-harden**, સ૦ક્રિ૦ ઉપરની કે બહારની બાજુ મજબૂત બનાવવી; [લા.] રીઢું બનાવવું.

ca'sement (કેસ્મન્ટ), ના૦ મજાગરાંવાળી બારી અથવા બારીનો મજાગરાંવાળો ભાગ.

cash (કૅશ), ના૦ રોકડ-નગદ-નાણું. સ૦ક્રિ૦ હૂંડી, ચેક, ઇ૦ વટાવવું, -નાં રોકડ નાણાં આપવાં કે લેવાં. **~ and carry** રોકડિયો ભંડાર-સ્ટોર; રોકડિયા પદ્ધતિ. **~crop**, રોકડિયો પાક. **~ desk**, દુકાનનો ગલ્લો. **~ register**, રોકડ આવેલા પૈસાની નોંધ કરનારું યંત્ર; રોકડમેળ.

ca'shew (કૅશૂ), ના૦ કાજુનું ઝાડ, ફળ કે બી (કાજુ).

ca'shier¹ (કૅશિઅર), ના૦ રોકડનું કામ કરનાર, ખજાનચી બૅંકનો શ્રોફ.

ca'shier², સ૦ ક્રિ૦ નોકરી પરથી કાઢી મૂકવું.

ca'shmere (કેશ્મીર), ના૦ ~ (**shawl**), કાશ્મીરી શાલ.

ca'sing (કેસિંગ), ના૦ કવચ, આવરણ, ખોખું; ચોકઠું.

casi'no (કસીનો), ના૦ [બ૦વ૦ ~**s**] જુગારનો અડ્ડો.

cask (કાસ્ક), ના૦ લાકડાનું વિ૦ક૦ દારૂનું પીપ.

ca'sket (કાસ્કિટ), ના૦ ઝવેરાત રાખવાની પેટી-ડબો; [અમે.] શબપેટી.

cassa'va (કસાર્વ), ના૦ વેસ્ટ ઇન્ડીઝનો એક છોડ; તેના મૂળિયામાંથી મળતો સ્ટાર્ચ કે લોટ.

ca'sserole (કેસરોલ), ના૦ રાંધવા-પીરસવાનું ચિનાઈ માટીનું વાસણ; તેમાં રાંધેલું અન્ન. સ૦ ક્રિ૦ 'કેસરોલ' માં રાંધવું.

casse'tte (કસે'ટ), ના૦ ફિલ્મ, ચુંબકીય ટેપ (પટ્ટી), ઇ૦ રાખવાની ડબી, જે કૅમેરાં કે ટેપરેકર્ડરમાં નાખવામાં આવે છે.

ca'ssia (કૅસિઅ), ના૦ તજ કે દાલ-ચીનીની એક જાત; સોનામુખીનો છોડ.

ca'ssock (કૅસક), ના૦ વિ૦ક૦ પાદરીઓ અને વૃંદગાયકો પહેરે છે તે ચુસ્ત લાંબો બહુધા કાળો ઝભ્ભો.

ca'ssowary (કૅસવરિ), ના૦ શાહમૃગની જાતનું એક મોટું દોડતું પક્ષી.

cast (કાસ્ટ), ઉ૦ ક્રિ૦ [**cast**] ફેંકવું, નાખવું; પડવા દેવું, ખરવા દેવું, ખંખેરવું; (મત) આપવો; પાડવું; પછાડવું; સરવાળો કરવો, ગણતરી કરવી, (જન્મકુંડલી) માંડવી; બીબામાં ઢાળવું-ઘાટ પાડવો; ઢાળીને વસ્તુ બનાવવી; પાત્ર માટે નટ નીમવો; નટોને તેમની ભૂમિકાઓ આપવી. ના૦ અસ્ત્ર, જૂગટાના પાસા, માછલી પકડવાની જાળ, ઇ૦ ફેંકવું-નાખવું, પાથરવું તે; મૂસ, બીબું; બીબામાં પાડવું-ઢાળવું-તે -ઢાળેલો ઘાટ-વસ્તુ; કીડાએ બહાર ફેંકેલી માટી; નાટકનું નટમંડળ; જરાક બાડા-પણું; રંગની છટા; આકાર, રૂપ, નમૂનો, ગુણ. ~ **about** or **around for,** કશુંક શોધી કાઢવાનો કે વિચારવાનો પ્રયત્ન કરવો. ~ **down,** નાહિંમત કરવું. ~ **iron,** ભરતલ લોઢું. ~-**iron,** ભરતલ લોઢાનું; [લા.] કઠણ, અક્કડ, અડગ. ~**off,** -નો ત્યાગ કરવો, ઉતારી નાખવું; [ગૂંથણમાં] ગૂંથવાનું પૂરું કરવું, ગાળા બંધ કરીને કોર બાંધી દેવી. ~-**off**. વિ૦ અને ના૦ તજી કે નાખી દીધેલી (વસ્તુ, વિ૦ક૦ વસ્ત્ર). ~**on,** [ગૂંથણ] સોય પર ગાળાની પહેલી હાર તૈયાર કરવી.

castane't (કૅસ્ટને'ટ), ના૦ કરતાલ.

ca'staway (કાસ્ટવે), વિ૦ અને ના૦ ભગ્નનૌકા(નો યાત્રી).

caste (કાસ્ટ), ના૦ જાત, જાતિ, ન્યાત; જ્ઞાતિસંસ્થા.

ca'stellated (કૅસ્ટલેટિડ), વિ૦ કિલ્લા જેવું બંધાયેલું, કાંગરાવાળા કોટ અને બુરજવાળું.

ca'ster (કાસ્ટર), ના૦ જુઓ **castor**[3].

ca'stigate (કૅસ્ટિગેટ), સ૦ ક્રિ૦ સજા કરવી, -નો ઊધડો લેવો. **castiga'tion** (-ગેશન), ના૦.

ca'sting (કાસ્ટિંગ), ના૦ મૂસમાં ઓતીને તૈયાર કરેલી વસ્તુ. વિ૦ (મત અંગે) બે સમાન પક્ષ હોય ત્યારે નિર્ણય કરનાર.

ca'stle (કાસલ), ના૦ કિલ્લો, મજબૂત કોટવાળું મકાન; [શેતરંજ] હાથી(નું મહોરું). ઉ૦ ક્રિ૦ [શેતરંજમાં] રાજા અને હાથીની કિલ્લેબંધીની સંયુક્ત ચાલ ચાલવી.

castor[1] (કાસ્ટર), ના૦ 'બીવર' માંથી કાઢવામાં આવતો સુગંધી દ્રવ્ય બનાવવામાં વપરાતો એક પદાર્થ.

castor[2], **-er,** (કાસ્ટર), ના૦ મીઠું, ખાંડ ઇ૦ ભભરાવવાની શીશી, ડબી, ઇ૦; ખુરશી, ટેબલ, ઇ૦ના પગે જડેલું નાનું ગોળ ફરતું પૈડું. ~ **sugar,** સફેદ ઝીણી દળેલી ખાંડ.

ca'stor[3], ના૦. ~**oil,** એરંડિયું, દિવેલ.

castra'te (કૅસ્ટ્રેટ), સ૦ ક્રિ૦ -ના અંડ કાપવા, -ની ખસી કરવી. **castra'tion** (-ટ્રેશન), ના૦.

ca'sual (કૅઝુઅલ), વિ૦ આકસ્મિક; અનિયમિત, તાત્કાલિક; બેદરકાર; અવિધિ-

સરતું; (કપડાં અંગે) સાદાં, હંમેશનાં. ના૦ બ૦ વ૦ હંમેશનાં કપડાં કે જોડા. **~ labourer,** અવારનવાર-મળે ત્યારે -કામ કરનાર મજૂર. **~ ward,** કામ-ધંધા વગર રખડનારાઓને માટે તાત્કાલિક રહેવાની જગ્યા.

ca'sualty (કૅઝુઅલ્ટિ), ના૦ અકસ્માત, દુર્ઘટના; અકસ્માત ઇ૦માં જખમી થયેલો કે મરી ગયેલો માણસ. **~ (department, ward),** અકસ્માત થયેલાઓ માટેનો ઇસ્પિતાલનો વિભાગ-વૉર્ડ.

ca'suist (કૅઝુઇસ્ટ), ના૦ ધર્માધર્મનો વિચાર કરી તેનું નિરાકરણ કરનાર; શબ્દચ્છલ કરનાર, વિતંડાવાદી. **casui'stic(al)** (-ઇસ્ટિક, -કલ), વિ૦. **ca'suistry** (-ઇસ્ટ્રિ), ના૦.

cat (કૅટ), ના૦ બિલાડી-ડો; બિલાડી જેવું કોઈ પણ પ્રાણી; અંટસ રાખનારી અથવા ખારીલી સ્ત્રી; [વિ૦ બો૦] જાઝ નૃત્યનું શોખીન; = cat-o'-nine-tails. **~ burglar,** ભીંત ઇ૦ પર ચડીને ઘરમાં ઘૂસનાર ચોર. **~call,** નાપસંદગીની કર્કશ સિસોટી (વગાડવી). **~fish,** મોઢા ફરતે માંસના રેસાવાળી એક માછલી. **~mint, ~nip,** વાદળી ફૂલવાળો એક ખુશબોદાર છોડ. **~-o'-nine-tails,** ફટકા મારવાનો નવસાટો કોરડો. **~'s-cradle,** દોરીવતી રમવા-ની એક બાળરમત. **~'s-eye,** રસ્તામાં ગોઠવેલો પ્રકાશપરાવર્તક કાચનો ટુકડો-લોઢાનો ખીલો. **~'s-paw,** હાથો, હોળીનું નાળિયેર. **~suit,** ગરદનથી પગ સુધીનું એક તંગ બેસતું અખંડ વસ્ત્ર. **~-walk,** સાંકડી પગદંડી.

catachre'sis (કૅટક્રીસિસ), ના૦ [બ૦ વ૦ **-reses** -ક્રીસીઝ઼] શબ્દોનો અપ-પ્રયોગ. **catachre'stic** (-ક્રીસ્ટિક, -ક્રૅ'સ્ટિક), વિ૦.

ca'taclysm (કૅટક્લિઝ઼્મ), ના૦ ઉત્પાત; રાજકીય કે સામાજિક ઊથલપાથલ. **catacly'smic** (-ક્લિઝ઼્મિક), વિ૦.

ca'tacomb (કૅટકૂમ), ના૦ મડદાં દાટવાની લાંબી ગુફા.

ca'tafalque (કૅટફૅલ્ક), ના૦ અંત્ય-વિધિ વખતે શબ કે શબપેટીનું દર્શન થઈ શકે એવી રીતે મૂકવાનો મંચ, ઉઘાડી મડદાગાડી.

ca'talepsy (કૅટલૅ'પ્સિ), ના૦ મૂર્છા સાથે શરીર અક્કડ થવાનો રોગ, તટસ્થ-વાયુ.

catale'ptic (કૅટલૅ'પ્ટિક), વિ૦ અને ના૦ એવા રોગવાળો (દરદી).

ca'talogue (કૅટલૉગ), ના૦ કક્કાવાર કે બીજી કોઈ પદ્ધતિથી બનાવેલી સંપૂર્ણ યાદી-સૂચિ. સ૦ ક્રિ૦ -ની સૂચિ કરવી; સૂચિમાં નોંધવું.

cata'lysis (કટૅલિસિસ), ના૦ [બ૦વ૦ **-lyses** -લિસીઝ઼] [રસા.] પોતે કશું પરિવર્તન પામ્યા વિના બીજા પદાર્થમાં રાસાયનિક પરિવર્તનને મદદ કરનાર દ્રવ્યની અસર.

ca'talyst (કૅટલિસ્ટ), ના૦ એવી અસર ઉપજાવનાર પદાર્થ, ઉત્પ્રેરક. **cataly'tic** (-લિટિક), વિ૦.

catamara'n (કૅટમરૅન) ના૦ એક-બીજાની પડખે એવાં બે ખોખાંવાળી (સઢવાળી) હોડી.

ca'tamite (કૅટમાઇટ), ના૦ ગુદામૈથુન કરનારનો લોંડો-વિ૦ક૦ છોકરો.

ca'tapult (કૅટપલ્ટ), ના૦ ગોળી, પથ્થર, ઇ૦ મારવાનું ગોફણ જેવું ઓજાર, ગલોલ (Yના આકારનું);[ઇતિ.]શિલાપ્રક્ષેપક લશ્કરી યંત્ર; 'ગ્લાઇડર' વિમાનને ઉડાડવાની યાંત્રિક યોજના. ઉ૦ક્રિ૦ ગોફણમાંથી જોરથી ફેંકવું; 'કૅટપલ્ટ'માંથી છૂટ્યું હોય એવી રીતે જવું; પ્રક્ષેપક યંત્ર વડે ઉડાડવું.

ca'taract (કૅટરૅક્ટ), ના૦ જલપ્રપાત, ધોધ; ધોધમાર વૃષ્ટિ; આંખનો મોતિયો.

catar'rh (કટાર), ના૦ અન્તસ્ત્વચાનો સોજો અને દાહ, સળેખમ. **catar'rhal** (-રલ), વિ૦.

cata'strophe (કટૅસ્ટ્રફિ), ના૦ અચા-નક આવેલી આપત્તિ, ભારે ઉત્પાત, નાટકના અંતની ઘટના. **catastro'phic**

(કૅટસ્ટ્રૉફિક), વિ૦.

catch (કૅચ), ઉ૦ ક્રિ૦ [**caught** કૉટ] પકડવું, ઝાલવું; પકડી લેવું, ઝીલવું: આગળ જતાને પકડી પાડવું; એકદમ અટકાવવું–અટકી–ચોંટી–જવું; કશાકમાં ભરાવું–ફસાવું; ભરાવવું, સપડાવવું; ચાલાકી કરીને છેતરવું; આશ્ચર્યચકિત કરવું; હાથમાં લઈને પકડી રાખવું; ગાડી, બસ, ઇ૦ પકડવું. પકડવા સમયસર પહોંચવું; –નો ચેપ લાગવો: -નું ધ્યાન ખેંચવું; આકલન કરવું; [ક્રિ.] દડો ઝીલીને બૅટધારીને બાદ કરવો. નામ૦ પકડવાની ક્રિયા; પકડેલો કે પકડવા જેવો માણસ અથવા વસ્તુ; છેતરવા–બનાવવા માટે પૂછેલો પ્રશ્ન; અનપેક્ષિત મુશ્કેલી કે ગેરલાભ; બારી, બારણાં ઇ૦ બંધ કરવાની આંકડી ઇ૦; [ક્રિ.] દડો ઝીલવાની તક; [સં.]. ગાયનનો એક દોર -ફેરો. ~ **crop,** હંમેશના બે પાક વચ્ચે લેવાનો ત્રીજો પાક. ~ **fire,** સળગી ઊઠવું. ~ **on,** [વાત.] લોકપ્રિય થવું; અર્થ કે હેતુનું આકલન થવું. ~ **out,** ભૂલ કરતાં પકડી પાડવું; [ક્રિ.] દડો ઝીલવો. ~**penny,** કેવળ ઝટઝટ વેચાય (ને પૈસા મળે) તે માટેનું. ~**-phrase,** ખૂબ પ્રચલિત શબ્દપ્રયોગ. ~ **up,** આગળ જનારને પકડી પાડવું; ભેગું થયેલું કામ પૂરું કરવું. ~**word,** તરત ધ્યાન ખેંચે એવી જગ્યાએ મૂકેલો શબ્દ; પોકારનો શબ્દ.

ca'tching (કૅચિંગ), વિ૦ [વાત.] ચેપી.

ca'tchment (કૅચ્મન્ટ), નામ૦. ~ **area,** જેમાં પડેલો વરસાદ નદીમાં જાય છે તે નદીનો કાંઠો; જેમાંથી વિદ્યાર્થીઓ શાળામાં, દરદીઓ ઇસ્પિતાલમાં જાય છે તે (શાળા કે ઇસ્પિતાલનો) પ્રદેશ.

ca'tchy (કૅચિ), વિ૦ (સૂર કે ગીત અંગે) આકર્ષક, સહેજે યાદ રહે એવું.

ca'techism (કૅટિકિઝ્મ) નામ૦ પ્રશ્નોત્તર પદ્ધતિથી અપાતું શિક્ષણ; **C~**, ખ્રિસ્તીધર્મનાં તત્ત્વો શીખવવાનું પ્રશ્નોત્તરવાળું પુસ્તક.

ca'techize (કૅટિકાઇઝ્) સ૦ક્રિ૦ પ્રશ્નોત્તરપદ્ધતિથી શીખવવું; -ને પ્રશ્નો પૂછવા.

catechu'men (કૅટિક્યૂમે'ન), નામ૦ બાપ્તિસ્મા પહેલાં જેને ધર્મશિક્ષણ અપાય છે તે વ્યક્તિ.

catego'rical (કૅટિગૉરિકલ), વિ૦ બિનશરતી, નિરપવાદ, સ્પષ્ટ, નિશ્ચયાત્મક.

ca'tegory (કૅટિગરિ), નામ૦ વિચારો કે વસ્તુઓની જાત, વર્ગ, પ્રકાર.

cate'nary (કટીનરિ), નામ૦ અને વિ૦ લટકતી સાંકળ વડે બનતા વક્ર (જેવું).

ca'ter (કેટર), અ૦ ક્રિ૦ ખોરાકનો પ્રબંધ કરવો, જોઈતી વસ્તુઓ પૂરી પાડવી.

ca'terpillar (કૅટર્પિલર), નામ૦ પતંગિયું ઇ૦ની ઇયળ. **C~**, ટ્રૅક્ટર, ટૅંક, ઇ૦ના પૈડા ફરતી પોલાદની જુદી જુદી પટ્ટીઓ જોડીને બનાવેલી છેડા વિનાની સાંકળ (જેથી ગમે તેવી ખાડાટેકરાવાળી જમીન પર જઈ શકાય).

ca'terwaul (કૅટર્વૉલ), અ૦ક્રિ૦ બિલાડીની જેમ મોટેથી કિકિયારી કરવી.

ca'tgut (કૅટ્ગટ), નામ૦ પશુઓનાં આંતરડાંની બનાવેલી તાંત–વાજિંત્રનો તાર.

cathar'sis (કથાર્સિસ), નામ૦ [બ૦વ૦ **-rses** -સીઝ્] મલવિસર્જન; નાટક ઇ૦ વડે ભાવનાના આવેગને માર્ગ આપવો તે ચિત્ત(ભાવ)શુદ્ધિ.

cathar'tic (કથાર્ટિક), વિ૦ અને નામ૦ શુદ્ધિકારક કે રેચક (દવા).

cathe'dral (કથીડ્રલ), નામ૦ બિશપના પરગણાનું મુખ્ય દેવળ.

Ca'therine (કૅથરિન), નામ૦. ~ **wheel'**, ચક્કરચક્કર ફરતું દારૂખાનું, ચકરડી.

ca'theter (કૅથિટર), નામ૦ શરીરમાંથી પેશાબ ઇ૦ કાઢવાની નળી, મૂત્રશલાકા.

ca'thode (કૅથોડ), નામ૦ [વીજ.] ઋણાગ્ર. ~**ray,** ઋણ કિરણ. ~**-ray tube,** સીલ કરેલી નિર્વાત નળી, જેમાં ઋણ કિરણો પ્રતિદીપ્ત પડદા પર ચળકતી આકૃતિ પાડે છે.

ca'tholic (કૅથલિક), વિ૦ સાર્વત્રિક, સર્વવ્યાપી; મોટા મનનું; **C~**, બધા ખ્રિસ્તીઓને અથવા રોમન કે. પંથના બધાને સમાવી લેનારું. નામ૦ કૅથલિક, વિ૦ક૦

રોમન કૅથલિક, ચર્ચનો અનુયાયી.

catho'licism (કથૉલિસિઝ્મ), ના૦ કૅથલિક ધર્મસંઘનું અનુયાયિત્વ. **catholi'city** (કૅથલિસિટિ), ના૦. **catho'licize** (કથૉલિસાઇઝ઼્), ઉ૦ ક્રિ૦.

ca'tion (કૅટાયન), ના૦ ધનાયન, ધનવિદ્યુત ભારિત આયન.

ca'tkin (કૅટ્કિન), ના૦ વિલો, હેઝ઼લ, ઇ૦નું લટકતું ફૂલ.

ca'ttle (કૅટલ), ના૦ બ૦વ૦ ઢોર, વિ૦ક૦ ગાયબળદ.

cau'cus (કૉકસ), ના૦ સ્થાનિક રાજકીય પક્ષની સમિતિ.

cau'dal (કૉડલ), વિ૦ પૂંછડીનું-જેવું-ને લગતું.

cau'date (કૉડિટ), વિ૦ પૂંછડીવાળું.

cau'dle (કૉડલ). ના૦ [પ્રા.] મસાલાવાળી ગરમ કાંજી.

caught (કૉટ), **catch**નો ભૂ૦કા૦ તથા ભૂ૦કૃ૦.

caul (કૉલ), ના૦ ગર્ભનું આવરણ, ઓર; જન્મ વખતે કચારેક બાળકને માથે વળગેલો તેનો ભાગ.

cau'ldron, ca'ldron, (કૉલ્ડ્રન), ના૦ ઉકાળવાનું મોટું વાસણ.

cau'liflower (કૉલિફ્લાવર), ના૦ ફૂલગોબી.

caulk, calk, (કૉક), સ૦ક્રિ૦ દોરડાના કૂચા અને ડામર વડે સાંધા પૂરવા.

cau'sal (કૉઝ઼લ), વિ૦ કાર્યકારણ સંબંધી--ના સ્વરૂપનું; કારણદર્શક. **causa'lity** (કૉઝ઼ૅલિટિ), ના૦.

causa'tion (કૉઝ઼ેશન), ના૦ કાર્યનું ઉત્પાદન, કાર્યકારણ સંબંધ(નો સિદ્ધાન્ત).

cause (કૉઝ઼્), ના૦ કારણ, નિમિત્ત; ક્રિયાનો હેતુ, ઉદ્દેશ, કારણ; સમર્થન, બચાવ; મુકદ્દમો, દાવો; વાદનું મૂળ; સિદ્ધાન્ત, માન્યતા. સ૦ક્રિ૦ -નું કારણ બનવું, પેદા કરવું, કરાવવું.

cause célèbre (કૉઝ઼્ સે'લે'બ્ર), ચકચાર ભર્યો મુકદ્દમો.

cau'seway (કૉઝ઼્વે), ભેજવાળી કે નીચાણવાળી જમીન પરનો ઊંચો રસ્તો; સડકની બાજુની ઊંચી પગદંડી.

cau'stic (કૉસ્ટિક), વિ૦ ધીમે ધીમે ખાઈ જનારું, બાળી નાખનારું; આકરું, કરડું, મર્મભેદી. ના૦ બાળી નાખનાર પદાર્થ. **causti'city** (કૉસ્ટિસિટિ), ના૦.

cau'terize (કૉટરાઇઝ઼્), સ૦ક્રિ૦ -ની ઉપર ડામ દેવો, બાળી નાખવું. **cauteriza'tion** (-ઝ઼ેશન), ના૦.

cau'tery (કૉટરિ), ના૦ ડામ દેવો-બાળવું -તે; ડામણું.

cau'tion (કૉશન), ના૦ સાવધાની; ખબરદારી; ચેતવણી; [વિ.બો.] નવાઈ થાય, રમૂજ પમાડે એવું માણસ અથવા વસ્તુ. સ૦ક્રિ૦ તાકીદ આપવી, ચેતવણી સાથે ઠપકો આપવો.

cau'tionary (કૉશનરિ), વિ૦ ચેતવણીનું-આપનારું.

cau'tious (કૉશસ), વિ૦ સાવધ, સાવચેત.

cavalca'de (કૅવલ્કેડ), ના૦ ઘોડેસવારો, ગાડીઓ, ઇ૦નું સરઘસ, સવારી.

cavalier' (કૅવલિઅર), ના૦ દરબારી માણસ અથવા સિપાઈ; [પ્રા.] ઘોડેસવાર. **C~**, આંતરવિગ્રહ વખતે ચાર્લ્સ ૧લાનો ટેકેદાર. વિ૦ તોછડું, અવિવેકી; ગર્વિષ્ઠ, મિજાજી; અવિનયી.

ca'valry (કૅવલ્રિ), ના૦ હયદળ, મોટરદળ.

cave (કેવ), ના૦ ગુફા, ગુહા (ભોંય કે ડુંગરમાં). ઉ૦ક્રિ૦ ગુફા(ઓ) તપાસવી. **~-dweller,** ગુફામાં રહેનાર પ્રાગૈતિહાસિક માણસ. **~ in,** ઢળી જવું, પડવું, બેસી જવું; દબાણને વશ થવું; બેસી જાય તેમ કરવું ઇ૦.

ca'veat (કૅવિઍટ), ના૦ ચેતવણી, તાકીદ; શરત.

cavern (કૅવર્ન), ના૦ ભોંયરું, ગુફા, વિ૦ક૦ મોટી અથવા અંધારાવાળી.

ca'vernous (કૅવર્નસ), વિ૦ ગુફાઓથી ભરપૂર; ગુફા જેવું વિશાળ અથવા ઊંડું.

ca'viare (કૅવિઆર), ના૦ 'સ્ટર્જન'

માછલીનાં ઈંડાંનું અથાણું.

ca'vil (કેવિલ), અ૦ક્રિ૦ નિષ્કારણ દોષ કાઢવો – વાંધો ઉઠાવવો (*at*). ના૦ એવો વાંધો, દોષ.

ca'vity (કેવિટિ), ના૦ પોલાણ, ખાડો, ખામણું. ~ **wall**, વચ્ચે પોલાણવાળી બેવડી ભીંત.

cavor't (કવૉર્ટ), અ૦ક્રિ૦ કૂદવું, નાચવું.

caw (કૉ), ના૦ કાગડાનો 'કા' 'કા' અવાજ. અ૦ક્રિ૦ 'કા' 'કા' અવાજ કરવો.

caye'nne (કેએ'ન), ના૦. ~ **(pepper)**, લાલ તીખું મરચું – મરચાંની ભૂકી.

cay'man, cai'man, (કેમન), ના૦ દ. અમેરિકાનો મગર.

C.B.E., સંક્ષેપ. Commander of the (Order of the) British Empire.

C.B.I., સંક્ષેપ. Confederation of British Industry.

C.C., સંક્ષેપ. County Council, Councillor; cricket club.

c.c., સંક્ષેપ. cubic centimetre(s).

C.D., સંક્ષેપ, Civil Defence; Corps Diplomatique.

cease (સીસ), ઉ૦ક્રિ૦ કરવાનું છોડી દેવું, બંધ કરવું; -નો અંત આણવો– આવવો. ના૦ **without** ~, અટકચા વિના, સતત.

cea'seless (-લિસ), વિ૦ અવિરત.

ce'dar (સીડર), ના૦ દેવદારની જાતનું એક ઝાડ, ગંધતરુ; તેનું લાકડું.

cede (સીડ), સ૦ક્રિ૦ છોડી દેવું, આપી –સોંપી–દેવું (વિ૦ક૦ પ્રદેશ).

cedi'lla (સિડિલૅ), ના૦ ç (સી)નો સકાર જેવો ઉચ્ચાર બતાવનારું ચિહ્ન(ç)

cei'lidh (કેલિ), ના૦ વિ૦ક૦ સ્કૉ. અને આય. સંગીત, વાર્તાકથન, ઇ૦ માટે અનૌપચારિક રીતે ભેગી થયેલી મંડળી.

cei'ling (સીલિંગ), ના૦ છાપરાની અંદરની બાજુ, છત; છત જેની બની હોય તે પદાર્થ; ચરમસીમા, કમાલ, મર્યાદા.

ce'landine (સે'લન્ડાઇન), ના૦ પીળાં ફૂલવાળો એક છોડ.

ce'lebrant (સે'લિબ્રન્ટ), ના૦ પ્રભુભોજનનો જાહેરવિધિ કરનાર પુરોહિત.

ce'lebrate (સે'લિબ્રેટ), ઉ૦ક્રિ૦ ધાર્મિક ક્રિયા, ઉત્સવ, ઇ૦ વિધિપૂર્વક કરવું, ઊજવવું; પ્રસંગ, ઘટના, ઇ૦ સન્માનપૂર્વક ઊજવવું; પ્રસિદ્ધ – જાણીતું–કરવું; વખાણ કરવાં; વિજયોત્સવ કરવો. ~**d**, વિ૦ પ્રસિદ્ધ, જાણીતું. **celebra'tion** (-બ્રેશન), ના૦.

cele'brity (સિલે'બ્રિટિ), ના૦ ખ્યાતિ, નામના; સુપ્રસિદ્ધ માણસ.

cele'riac (સિલે'રિઍક), ના૦ સલગમ જેવા મૂળવાળી સેલરીની એક જાત.

cele'rity (સિલે'રિટિ), ના૦ ઝડપ, વેગ; કામનો ઝડપી નિકાલ.

celery (સે'લરિ), ના૦ કોથમીર જેવો એક છોડ.

cele'sta, cele'ste, (સિલે'સ્ટ), ના૦ સૂરોની ચાવીઓવાળું એક વાદ્ય.

cele'stial (સિલે'સ્ટિઅલ), વિ૦ આકાશ કે આકાશી પદાર્થોનું; સ્વર્ગીય, દિવ્ય, સુંદર.

ce'libacy (સે'લિબસિ), ના૦ અપરિણીત અવસ્થા, બ્રહ્મચર્ય.

ce'libate (સે'લિબટ), ના૦ અને વિ૦ અપરિણીત (વ્યક્તિ); બ્રહ્મચારી.

cell (સે'લ), ના૦ યતિનું એક ઓરડીવાળું રહેઠાણ; મઠ કે તુરંગની નાનકડી ઓરડી; ઝૂંપડી, પર્ણકુટી; કુદરતી રચનામાં રહેલું છિદ્ર, ખાડો, ઇ૦; [વીજ.] વીજળી સંઘરવાની કે પેદા કરવાની ધાતુની પટ્ટીઓ અને ઍસિડવાળી ડબી, સેલ; [જીવ.] કોષ, સજીવ પ્રાણીનું અંતિમ તત્ત્વ; અન્તસ્ત્વચાથી વીંટાયેલું જીવદ્રવ્ય–જીવબીજ; રાજકીય પ્રવૃત્તિના કેન્દ્રરૂપ જૂથ.

ce'llar (સે'લર), ના૦ ભોંયરું, ભોંયરાનો કોઠાર; દારૂ રાખવાનું ભોંયરું; દારૂનો સંગ્રહ.

ce'llarage (સે'લરિજ), ના૦ ભોંયરાની જગ્યા (નું ભાડું).

ce'llo (ચે'લો), ના૦ [બ૦વ૦ ~**s**] = violoncello. **ce'llist** (ચે'લિસ્ટ), ના૦.

Ce'llophane (સે'લફેન), ના૦ વસ્તુને વીંટવા માટેનો મજબૂત, સુંવાળો અને પારદર્શક કાગળ વગેરે.

ce'llular (સે'લ્યુલર), વિ૦ નાનાં નાનાં ખાનાંનું-વાળું-નું બનેલું, છિદ્રાળુ; [શરીર.] કોષોનું (બનેલું); પાંખું.

ce'lluloid (સેલ્યુલૉઇડ), ના૦ એક જાતનું પ્લાસ્ટિક, કચકડું.

ce'llulose (સે'લ્યુલોસ), ના૦ વનસ્પતિનું મૂળદ્રવ્ય, કાષ્ઠતંતુ, કાષ્ઠક, જેમાંથી કાગળ, બનાવટી રેશમ, ઇ૦ બને છે.

Ce'lsius (સે'લ્સિઅસ), વિ૦ સેન્ટિગ્રેડ.

celt[1] (સેલ્ટ), ના૦ ફરસી જેવી ધારવાળું એક પ્રાગૈતિહાસિક ઓજાર.

Celt[2], **Kelt**, (કે'લ્ટ), ના૦ પશ્ચિમ યુરોપની પ્રાચીન પ્રજાઓનું અથવા પ્રાચીન ગૉલ લોકોની ભાષાઓ સાથે સંબંધ ધરાવતી ભાષા બોલનારા લોકોનું માણસ

Ce'ltic (કે'લ્ટિક), વિ૦ અને ના૦ કેલ્ટ લોકોની (ભાષા).

ceme'nt (સિમે'ન્ટ), ના૦ બાળેલો ચૂનો અને માટીની એક બનાવટ, સિમેન્ટ; ચોંટાડી રાખનાર પદાર્થ; બાંધી રાખનાર તત્ત્વ. સ૦ક્રિ૦ સિમેન્ટ લગાડવો, દૃઢપણે જોડવું.

ce'metery (સે'મિટ્રિ), ના૦ સ્મશાન, કબ્રસ્તાન, દખમું.

ce'notaph (સે'નટાફ), ના૦ જેના અવશેષ બીજે ઠેકાણે હોય તેનું સ્મારક.

cense (સે'ન્સ), સ૦ક્રિ૦ ધૂપ બાળીને સુગંધિત બનાવવું; ધૂપ (દીપ) સાથે પૂજા કરવી.

ce'nser (સે'ન્સર), ના૦ ધૂપદાની.

ce'nsor (સે'ન્સર), ના૦ ચિત્રપટ, નાટકો, ચોપડીઓ, ઇ૦ તપાસીને તે આખાં કે તેમાંનો અનિષ્ટ ભાગ કઢાવી નાખનાર અમલદાર, નિયંત્રક. સ૦ક્રિ૦ સેન્સર તરીકે કામ કરવું; -માં કાપકૂપ-ફેરફાર-કરવો. **censor'ial** (સે'ન્સૉરિઅલ), વિ૦. **censorship** (સે'ન્સર્‌શિપ), ના૦.

censo'rious (સે'ન્સૉરિઅસ), વિ૦ કઠોર ટીકાકાર, દોષ કાઢનારું.

ce'nsure (સે'ન્શર), ના૦ નિંદા, ઠપકો, વખોડણી. સ૦ક્રિ૦ નિંદા કરવી, ઠપકો આપવો.

ce'nsus (સે'ન્સસ), ના૦ વસ્તીગણતરી.

cent (સે'ન્ટ), ના૦ સેન્ટ, ડૉલર ઇ૦નો સોમો ભાગ.

ce'ntaur (સે'ન્ટૉર), ના૦ [પુરાણ.] નરાશ્વ, કિન્નર.

ce'ntaury (સે'ન્ટૉરિ), ના૦ અગાઉ દવામાં વપરાતો એક છોડ.

centena'rian (સે'ન્ટિને'અરિઅન), વિ૦ અને ના૦ સો વરસ (ની ઉંમર) નું (માણસ).

cente'nary (સે'ન્ટીનરિ), વિ૦ અને ના૦ સોમી વરસગાંઠ(નું), શતાબ્દી(ની ઉજવણી).

cente'nnial (સે'ન્ટે'નિઅલ), વિ૦ સો વરસ ટકનારું, દર સો વરસે થનારું. ના૦ શતાબ્દી (ઉત્સવ).

ce'ntigrade (સે'ન્ટિગ્રેડ), વિ૦ (ઉષ્ણતામાપક અંગે) સો અંશવાળું, વિ૦ક૦ સેલ્સિયસ, જેમાં ૦ અંશે પાણી થીજે છે અને ૧૦૦ અંશે ઊકળે છે.

ce'ntigram (સે'ન્ટિગ્રૅમ), ના૦ ગ્રામનો સોમો ભાગ.

ce'ntilitre (સે'ન્ટિલીટર), ના૦ લીટરનો સોમો ભાગ.

ce'ntime (સાંટીમ), ના૦ ફ્રૅંકનો સોમો ભાગ.

ce'ntimetre (સે'ન્ટિમીટર), ના૦ મીટરનો સોમો ભાગ.

ce'ntipede (સે'ન્ટિપીડ), ના૦ કાનખજૂરો.

ce'nto (સે'ન્ટો), ના૦ [બ૦વ૦ ~s] બીજાનાં લખાણોમાંથી લીધેલા ઉતારાનું પુસ્તક.

ce'ntral (સે'ન્ટ્રલ), વિ૦ કેન્દ્રનું-સંબંધી -માંનું, કેન્દ્રીય; અગ્રિમ, મુખ્ય. ~ **heating**, કેન્દ્રીય તાપન (વ્યવસ્થા).

ce'ntralize (સે'ન્ટ્રલાઇઝ઼), સ૦ક્રિ૦ રાજ્યનો વહીવટ ઇ૦ એક કેન્દ્રમાં આણવું, રાજ્યમાં એકહથ્થુ સત્તા સ્થાપવી. **cen-**

traliza'tion (-ઝે.શન) ના૦.

ce'ntre (સે'ન્ટર), ના૦ મધ્યબિંદુ કે ભાગ, મધ્ય, કેન્દ્ર; એકત્ર થવાનું કે વિખેરાઈ જવાનું બિંદુ–જગ્યા; કોઈ પ્રદેશ કે જિલ્લાની મધ્યવર્તી જગ્યા; કોઈ પ્રવૃત્તિનું વડું કે મુખ્ય મથક; [રાજ્ય.] મધ્યમસરના વિચારો ધરાવનાર પક્ષ. ઉ૦ ક્રિ૦ -માં કેન્દ્રિત કરવું-થવું; કેન્દ્રમાં મૂકવું. **~ bit,** વહેર પાડવાનું ઓજાર. **~-forward,** [ફૂટ.] આગળની–પહેલી–હરોળમાં વચલી જગ્યા (માં રહીને રમનાર). **~-half,** [ફૂટ.] પાછળની હરોળમાં વચ્ચેની જગ્યા (માં રહીને રમનાર). **~ of gravity,** ગુરુત્વમધ્યબિંદુ. **~-piece,** ટેબલની વચમાં રાખવાની શોભાની વસ્તુ, મુખ્ય વસ્તુ. **~ spread,** સામયિક ઇ૦માં વચલાં સામસામાં બે પાનાં.

centri'fugal (સે'ન્ટ્રિફ્યુગલ), વિ૦ કેન્દ્રાપગામી. **~ force,** કેન્દ્રાપગામી–કેન્દ્રથી દૂર ઠેલનારું–બળ.

ce'ntrifuge (સે'ન્ટ્રિફ્યૂજ), ના૦ કેન્દ્રાપગામી બળ વડે અલગ પાડનારું (દા.ત. દૂધમાંથી મલાઈ ને) યંત્ર.

centri'petal (સે'ન્ટ્રિપિટલ), વિ૦ કેન્દ્રાભિગામી.

ce'ntrist (સે'ન્ટ્રિસ્ટ), ના૦ અને વિ૦ મધ્યમસરના વિચાર ધરાવનાર (વ્યક્તિ, પક્ષ, ઇ૦). **ce'ntrism** (-ટ્રિઝ્મ), ના૦.

centu'rion (સે'ન્ટચુઅરિઅન), ના૦ પ્રાચીન રોમન લશ્કરમાં સોનો સરદાર.

ce'ntury (સે'ન્ચરિ), ના૦ સો વરસ, શતાબ્દી; [ક્રિ.] સો દોડા(ની સદી); પ્રાચીન રોમન લશ્કરની સોની પલટણ.

cepha'lic (સફે'લિક), વિ૦ માથાનું–માં.

ce'phalopod (સે'ફલપૉડ), ના૦ માથે વળગેલી મૂછો–સ્પર્શિકાઓ–વાળું મૃદુકાય વર્ગનું એક પ્રાણી.

cera'mic (સિરૅમિક), વિ૦ કુંભારના માટીકામ(ની કળા) નું–ને લગતું; ચીકણી માટી ઇ૦ને ખૂબ તપાવવાની પ્રક્રિયાનું–તે પ્રક્રિયા વડે પેદા કરેલી વસ્તુઓનું. ના૦ કુંભારે બનાવેલી–માટીની–વસ્તુ. **cera'mics** (-મિક્સ), ના૦ બ૦વ૦ કુંભારકામ –માટીકામ–ની કળા.

ce'real (સિઅરિઅલ), વિ૦ ખાવાના (એકદલ) અનાજનું. ના૦ ખાવાનું કોઈ પણ (એકદલ) અનાજ, તેનો છોડ; નાસ્તા માટે ઘઉં, મકાઈ, ઇ૦ની વાની.

cerebe'llum (સે'રિબે'લમ), ના૦ પાછળનું કે નાનું મગજ.

ce'rebral (સે'રિબ્રલ), વિ૦ મગજનું; બૌદ્ધિક; બુદ્ધિશાળી.

cerebra'tion (સે'રિબ્રેશન) ના૦ મગજનો વ્યાપાર, ચિંતન.

cerebro-spi'nal (સે'રિબ્રોસ્પાઇનલ), વિ૦ મગજ અને કરોડરજ્જુનું.

ce'rebrum (સે'રિબ્રમ), ના૦ મગજનો મુખ્ય ભાગ.

ceremo'nial (સે'રિમોનિઅલ), વિ૦ વિધિ–ક્રિયાનું–સંબંધી, ઔપચારિક. ના૦ ધાર્મિક વિધિઓનું તંત્ર, કર્મકાંડ.

ceremo'nious (સે'રિમોનિઅસ), વિ૦ કર્મકાંડી; શિષ્ટાચારપ્રિય; અતિઔપચારિક.

ce'remony (સે'રિમનિ), ના૦ ધાર્મિક અથવા ઔપચારિક વિધિ; શિષ્ટાચાર; ઝીણવટભર્યો આચાર. **stand (up)-on ~,** શિષ્ટાચારનો આગ્રહ રાખવો.

ceri'se (સરીઝ઼), વિ૦ અને ના૦ ખૂલતા લાલ રંગ(નું).

cert (સર્ટ), ના૦ [વિ. બો.] અવશ્યંભાવી ઘટના કે પરિણામ; ચોક્કસ જીતનાર ઘોડો.

cer'tain (સર્ટન), વિ૦ નિશ્ચિત, ખાતરીપૂર્વકનું; અચૂક; અવશ્યંભાવી; વિશ્વસનીય; નિર્વિવાદ; પાકી ખાતરીવાળું; (ઇલાજ અંગે) રામબાણ; અમુક, કોઈ એક.

cer'tainly (સર્ટન્લિ), ક્રિ૦ વિ૦ ચોક્કસ, બેશક; હા; કબૂલ, અવશ્ય.

cer'tainty (સર્ટન્ટિ), ના૦ નિ:સંદેહ–નિશ્ચિત–વાત; પૂરેપૂરી ખાતરી.

certifi'cate (સર્ટિફિકિટ), ના૦ પ્રમાણપત્ર, દાખલો. સ૦ક્રિ૦ (-કેટ), પ્રમાણપત્ર આપવું.

cer'tify (સર્ટિફાઇ), સ૦ક્રિ૦ પ્રતિજ્ઞાપૂર્વક કહેવું, વિધિપૂર્વક જાહેર કરવું; અધિકૃત

રીતે ગાંડું જાહેર કરવું.

cer'titude (સર્‌ટિટ્યૂડ), ના૦ ખાતરી (હોવી તે).

ceru'lean (સરૂલિઅન), વિ૦ આસમાની, વાદળી.

cervi'cal (સર્‌વાઇકલ) .વિ૦ ગરદનનું. **~ smear,** કૅન્સરની ચકાસણી કરવા ગરદન પરથી લીધેલો લેપનો નમૂનો.

cer'vix (સર્‌વિક્સ), ના૦ [બ૦વ૦ **-vices** વિસીઝ઼] ગરદન, ડોક; ડોકના જેવો ભાગ, વિ૦ક૦ ગર્ભાશયનો.

cessa'tion (સે'સેશન), ના૦ બંધ પડવું તે, વિરામ.

ce'ssion (સે'શન), ના૦ આપી દેવું તે.

ce'sspit (સે'સ્‌પિટ), ના૦ ઉકરડો.

ce'sspool (સે'સ્‌પૂલ), ના૦ ખાળકૂવો.

ceta'cean (સિટેશન), વિ૦ અને ના૦ વહેલ વગેરે દરિયાઈ સસ્તન પ્રાણીઓના વર્ગનું (પ્રાણી).

cf., સંક્ષેપ compare.

cg., સંક્ષેપ. centigram(s)

C.H., સંક્ષેપ. Companion of Honour.

Cha'blis (શૅબ્લી), ના૦ બર્ગંડીનો સફેદ દારૂ.

chaco'nne (શૅકૉન), ના૦ એક જાતની સંગીતરચના, તેને અનુસરતું નૃત્ય.

chafe (ચેફ઼), ઉ૦ક્રિ૦ ફરી ઉષ્ણતા આવે તે માટે (ચામડી ઇ૦) ઘસવું, ઘસીને ચામડી આળી બનાવવી–બનવી; ચીડવવું, ચિડાવું; ગુસ્સે કરવું–થવું. ના૦ ઘસવું તે, ઘર્ષણ; ચિત્તક્ષોભ.

cha'fer (ચેફ઼ર), ના૦ વાંદાની જાતનો એક મોટો કીડો.

chaff (ચાફ઼), ના૦ કુશકી, ફોતરાં; કુટ્ટી, કાપેલો ચારો; કચરો; મશ્કરી. સ૦ ક્રિ૦ મશ્કરી કરવી; પજવવું.

cha'ffer (ચૅફ઼ર), સ૦ક્રિ૦ અને ના૦ સોદો (કરવો); રકઝક (કરવી).

cha'ffinch (ચૅફિંચ), ના૦ એક નાનું પક્ષી.

cha'fing-dish (ચેફિંગ્‌ ડિશ), ના૦ ખોરાક રાંધવાનું કે ટેબલ પર ગરમ રાખવાનું પાત્ર.

cha'grin (શૅગ્રિન), ના૦ તીવ્ર સંતાપ-ચીડ–માનભંગ. સ૦ક્રિ૦ પજવવું; અપમાન કરવું.

chain (ચેન), ના૦ સાંકળ; અંકોડા એકબીજા સાથે સંબદ્ધ કે જોડાયેલી ઘટના, પર્વત, ઇ૦ની માલિકા, હારમાળા; [બ૦વ૦માં] બેડીઓ, બંધન; મોજણીદારની સાંકળ, તેની લંબાઈ (૬૬ ફૂટ). સ૦ ક્રિ૦ સાંકળ વતી બાંધવું–જોડવું. **~-armour,** જોડેલી કડીઓનું બખતર. **~-gang,** સાંકળ વતી બાંધેલા કેદીઓની ટોળી. **~ -mail,** = chain-aurmor. **~ reaction,** [રસા.] ક્રિયા પ્રતિક્રિયા દ્વારા રાસાયનિક પરિવર્તનની અખંડ પરંપરા; [લા.] એકને પરિણામે બીજી અને તેને પરિણામે ત્રીજી એમ ઘટનાઓની શૃંખલા. **~-saw,** અખંડ સાંકળ પર દાંતાવાળી કરવત. **~-smoker,** એક ખલાસ થવા આવેલી બીડીથી બીજી સળગાવનાર, અખંડ ધૂમ્રપાન કરનાર. **~ store,** એક જ પેઢીની દુકાનોની હારમાળામાંની એક દુકાન.

chair (ચે'અર), ના૦ ખુરશી; સત્તાસ્થાન; અધ્યાપકનું પદ–પીઠ; પ્રમુખ, અધ્યક્ષ; પાલખી; રેલના પાટા નીચેની બેસણી. સ૦ક્રિ૦ સત્તાની ખુરશી પર બેસાડવું; ખુરશીમાં કે પાલખીમાં બેસાડીને લઈ જવું; પ્રમુખ તરીકે સભાસંચાલન કરવું. **~-lift,** પર્વત ઇ૦પર લોકોને લઈ જવા માટે છેડા વિનાના તારના દોરડે જડેલી ખુરશીઓની હારમાળા. **~ man,** [ક્યારેક] **~person, ~woman,** સભા, સમિતિ, ઇ૦નો પ્રમુખ.

chaise (ચેઝ઼), ના૦ ફરવા જવાની કે પ્રવાસ કરવાની ઘોડાગાડી, બગી.

chaise lo'ngue (શેઝ઼ લૉંગ), ના૦ પગ લંબાવી શકાય એવી લાંબી ખુરશી.

chalce'dony (કૅલ્સે'ડનિ), ના૦ કાચ-મણિની જાતનું એક રત્ન.

cha'let (શૅલે), ના૦ સ્વિસ ઝૂંપડી: શહેર-

વાસીનું ગામડાનું ઘર; 'હૉલિડે કૅમ્પ'માંનું નાનકડું ઘર.

cha'lice (ચૅલિસ), ના૦ (વિ૦ક૦ દારૂનો) પ્યાલો; પ્રભુભોજનની વિધિમાં વપરાતો પ્યાલો.

chalk (ચૉક), ના૦ સફેદ પોચો ચૂનાનો પથ્થર, ચાક; પાટિયા ઇ૦ પર લખવાનો ચાક –સફેદ કે રંગીન. ઉ૦ક્રિ૦ ચાક વતી નિશાની કરવી, દોરવું, લખવું, ઘસવું, ઇ૦. **cha'lky** (ચૉકિ), વિ૦.

cha'llenge (ચૅલિંજ), ના૦ યુદ્ધ, હરીફાઈ કે દ્વન્દ્વ માટે આહ્વાન, પડકાર; સંકેત (શબ્દ) માટે ચોકિયાતનું ટોકવું; કસોટી કરનારું–ભારે મુશ્કેલ–કામ, તેનો પડકાર. સ૦ક્રિ૦ ચોકિયાત ઇ૦એ(સંકેત માટે) પડકારવું, -ની સામે વાંધો ઉઠાવવો–તકરાર કરવી; લડવા માટે આહ્વાન કરવું.

cha'mber (ચેમ્બર), ના૦ ઓરડી, વિ૦ ક૦ સૂવાની; [બ૦વ૦ માં] ઓરડીઓનો સટ, વિ૦ક૦ કાયદામંડળ (Inns of Court)-ની; ન્યાયાધીશની ઓરડી, જેમાં તે ખાનગીમાં મુકદ્દમા ચલાવે છે; ચર્ચાસભા; પાર્લમેન્ટનાં બે ગૃહોમાંથી કોઈ પણ એક અથવા ચર્ચાનો ઓરડો; શરીર કે યંત્રમાંની પોલી જગ્યા, ખાડો, ખાનું; પિસ્તોલ ઇ૦માં કારતૂસ મૂકવાની જગ્યા; **~(-pot)**, સૂવાની ઓરડીમાં મુકાતું પેશાબ ઇ૦ માટેનું પાત્ર. **~maid**, હોટેલ ઇ૦માં સૂવાના ઓરડા વ્યવસ્થિત રાખનાર નોકરડી. **~music**, નાનકડા જૂથ માટેનો સંગીત કાર્યક્રમ.

cha'mberlain (ચેમ્બરલિન), ના૦ રાજા કે ઉમરાવને ત્યાં ઘરની દેખરેખ રાખ[illegible] અધિકારી; નિગમ ઇ૦નો ખજાનચી.

cham[illegible]leon (કમીલિઅન), ના૦ કાચંડો.

cha'mfer (ચૅમ્ફર), સ૦ક્રિ૦ અને ના૦ બંને બાજુએ સરખી ત્રાંસ કે ઢોળાવ (કરવો)–ખાંચ કે ખોભણ (પાડવી).

cha'mois (શૅમ્વા), ના૦ નાનકડું પહાડી હરણ; (શૅમિ), બકરા, ઘેટા, ઇ૦નું કેળવેલું સુંવાળું ચામડું.

champ (ચૅમ્પ), ઉ૦ક્રિ૦ બચડ બચડ ચાવવું–ખાવું. ના૦ બચડ બચડ ખાવાનો અવાજ. **~ at the bit**, [લા.] અધીરાઈ બતાવવી.

champa'gne (શૅમ્પેન), ના૦ એક જાતનો ચળકતો સફેદ દારૂ.

cha'mpaign (ચૅમ્પેન), ના૦ ખુલ્લો પ્રદેશ.

cha'mpion (ચૅમ્પિઅન), ના૦ બીજાને કે કોઈ કાર્યને માટે લડનાર; બધા હરીફોને હરાવનાર મલ્લ કે પ્રાણી. વિ૦ સર્વવિજેતા, [વાત.] પ્રથમ વર્ગનું, શ્રેષ્ઠ. સ૦ક્રિ૦ કોઈ કાર્યને ટેકો આપવો, -નું રક્ષણ કરવું.

cha'mpionship (-શિપ), ના૦ સર્વવિજેતાનું પદ; તે પદ નક્કી કરવા માટેની હરીફાઈ.

chance (ચાન્સ), ના૦ જોગ, યદૃચ્છા; પૂર્વયોજના કે દેખીતા કારણનો અભાવ; આકસ્મિક ઘટના; તક; સંભાવના. વિ૦ આકસ્મિક. ઉ૦ક્રિ૦ (અચાનક) થવું; જોખમમાં નાખવું.

cha'ncel (ચાન્સલ), ના૦ વેદી પાસેનો ચર્ચનો (આંતરેલો) ભાગ.

cha'ncellery (ચાન્સલરિ), ના૦ ચાન્સેલર (કુલપતિ ઇ૦)નું ખાતું અથવા નોકરવર્ગ અથવા કચેરીઓ; દૂતાવાસનું કાર્યાલય.

cha'ncellor (ચાન્સલર), ના૦ રાજ્ય, ન્યાયાલય, ઇ૦ના વિધવિધ અધિકારીઓમાંથી કોઈ; વિદ્યાપીઠનો કુલપતિ. **Lord C~**, ઉમરાવની સભાનો પ્રમુખ, ઇંગ્લન્ડનો સૌથી વડો ન્યાયાધીશ. **C~ of the Exchequer**, રાજ્યનો નાણાંમંત્રી.

Cha'ncery (ચાન્સરિ), ના૦ ઉચ્ચ ન્યાયાલયનો એક વિભાગ.

cha'ncy (ચાન્સિ), વિ૦ જોખમભરેલું.

chandelier' (શૅન્ડલિઅર), ના૦ દીવા-મીણબત્તી–નું ઝાડ, ઝુમ્મર.

cha'ndler (ચાન્ડ્લર), ના૦. મીણબત્તી, તેલ, સાબુ ઇ૦ વેચનાર. **cha'ndlery** (-લરિ), ના૦.

cha'nge (ચેન્જ), ના૦ બદલવું–બદલાવું–તે; ફેરફાર; અદલાબદલી; પરચૂરણ, ખુરદો;

(કિંમત ચૂકવ્યા) બાદ બાકી રહેલ પૈસા; [બ૦વ૦] ઘંટ વગાડવાની જુદી જુદી પદ્ધતિઓ. ઉ૦ ક્રિ૦ બદલવું, બદલાવું, ફેરફાર કરવો – થવો; અરસપરસ અદલાબદલી કરવી, એકને બદલે બીજું લેવું; કપડાં બદલવાં; તાજાં ધોયેલાં કપડાં પહેરવાં; ગલેફ ઇ૦ બદલવાં; પરચૂરણ આપવું-લેવું. —**hands,** હાથ બદલો કરવો. **changeful** (-ફુલ), વિ૦. **cha'ngeless** (-લિસ), વિ૦.

cha'ngeable (ચેન્જબલ), વિ૦ અસ્થિર, ચંચળ, બદલાતું. **changeabi'lity** (-બિલિટિ), ના૦.

cha'ngeling (ચેન્જ્લિંગ), ના૦ એકને બદલે (કોઈ રમતિયાળ પરીએ) મૂકેલું બીજું બાળક.

cha'nnel (ચૅનલ), ના૦ પાણીનો માર્ગ–પાત્ર; નાળું; નૌગમ્ય બે જળમાર્ગ; સમુદ્રોને જોડનારી ખાડી, સામુદ્રધુની; નીક, કાંસ, નહેર, નળી, નાળી; સાધન, માર્ગ; ખાંચ; રેડિયો અને વિ૦ક૦ દૂરદર્શનના પ્રસારણ માટે વપરાતો આવર્તનોનો સાંકડો પટો. ઉ૦ ક્રિ૦ -માં ખાંચ પાડવી; નીકો બનાવવી, અમુક માર્ગે કે દિશામાં વાળવું.

chant (ચૅન્ટ), ના૦ ગીત; ભજનોનો રાગ; મંદ ગતિનું સંગીત; ગણગણતાં બોલવું તે. ઉ૦ક્રિ૦ ગાવું, તાલસૂર વિના બોલીને ગાવું, ગાતાં ગાતાં–રાગડા તાણીને–બોલવું, લય સાથે ઉચ્ચારવું.

cha'nter (ચૅન્ટર), ના૦ મરઘાની વાંસળી.

cha'ntry (ચાન્ટ્રિ), ના૦ દાતાના આત્માને શાંતિ મળે તે માટે પ્રાર્થના કરનાર પાદરીઓ માટે કરેલી નિમણૂક; એવી રીતે કરેલી નિમણૂકવાળું દેવળ કે પાદરીઓ.

cha'os (કેઑસ), ના૦ સૃષ્ટિ પહેલાંની પ્રકૃતિની અમૂર્ત સ્થિતિ; સંપૂર્ણ અવ્યવસ્થા –અંધાધૂંધી.

chao'tic (કેઑટિક), વિ૦ સદંતર વ્યવસ્થા વિનાનું, સાવ અસ્તવ્યસ્ત.

chap[1] (ચૅપ), ના૦ [વાત.] શખસ; છોકરો.

chap[2], ના૦ નીચેનું જડબું–ગાલનો અડધો ભાગ, વિ૦ક૦ ખોરાક તરીકે ડુક્કરના માંસ માટે. **~-fallen,** ખિન્ન.

chap[3], ના૦ હિમ, પવન, ઇ૦ને લીધે ચામડીમાં પડતી ફાટ. ઉ૦ક્રિ૦ ફાટ પડવી –પાડવી.

chaparra'l (શૅપરૅલ), ના૦ [અમે.] ગીચ ઝાડી.

chapa'tti (ચપૅટિ), ના૦. જુઓ **chupatty.**

cha'pel (ચૅપલ), ના૦ ખાનગી મકાન કે સંસ્થાનું દેવઘર; ચર્ચ કે કેથીડ્રલનો નોખો વેદીવાળો ભાગ. 'નૉનકન્ફર્મિસ્ટ' મંડળોનું ઉપાસના મંદિર; મુદ્રણાલયના કામદારોની સભા કે મંડળ.

cha'peron (શૅપરોન), ના૦ વિશિષ્ટ સામાજિક સમારંભો કે પ્રસંગો વખતે કુંવારી યુવતીની સંભાળ રાખનાર પ્રૌઢ સ્ત્રી. સ૦ક્રિ૦ કુંવારી છોકરીની સંભાળ રાખવા સાથે જવું. **cha'peronage** (-નિજ), ના૦.

cha'plain (ચૅપ્લિન), ના૦ કોઈ સંસ્થા, ખાનગી દેવળ, વહાણ કે પલટણનો પાદરી. **cha'plaincy** (-ન્સિ), ના૦.

cha'plet (ચૅપ્લિટ), ના૦ માથે પહેરવાનો ગજરો–વાડી, મણકાની માળા, જપમાળા (નો ત્રીજો ભાગ).

cha'pter (ચૅપ્ટર), ના૦ પુસ્તકનું પ્રકરણ, અધ્યાય, ઇ૦; કિસ્સો; ડીનની નીચે કામ કરતા કેથીડ્રલના રહેવાસી સભ્યોનું મંડળ, તેમની સામાન્ય સભા; ધાર્મિક કે વૈરાગીઓના સંપ્રદાયના માણસો (ની સભા); **~-house,** ધર્મસંઘના સભ્યોને મળવાની ઓરડી.

char[1] (ચાર), ના૦ અને સ૦ક્રિ૦ કામવાળી (તરીકે કામ કરવું).

char[2], ના૦ 'ટ્રાઉટ'ની જાતની માછલી.

char[3], ઉ૦ક્રિ૦ બાળીને કોલસો કરવો; દેવતા પર શેકીને કાળું કરવું.

cha'rabanc (શૅરબૅંક), ના૦ [પ્રા.] લાંબી મોટર ગાડી.

cha'racter (કૅરિક્ટર), ના૦ વિશિષ્ટ લક્ષણ; અક્ષર, ચિહ્ન; ચાલચલગત, ચારિત્ર્ય; નીતિધૈર્ય; આબરૂ, પ્રતિષ્ઠા; ચારિત્ર્યનું

પ્રમાણપત્ર; નાટક, નવલકથા, ઇ૦નું પાત્ર; વિચિત્ર અથવા તરંગી વ્યક્તિ.

characteri'stic (કૅરિક્ટરિસ્ટિક), વિ૦ અને નાο વિશિષ્ટ અથવા લાક્ષણિક (લક્ષણ, ચિહ્ન, ગુણ).

cha'racterize (કૅરિક્ટરાઇઝ઼) સ૦ક્રિ૦ અમુક તરીકે વર્ણન કરવું; -નાં (ખાસ) લક્ષણ હોવાં. **characteriza'tion** (-ઝ઼ેશન), ના૦.

chara'de (શરાડ), ના૦ શબ્દસમસ્યા, ઉખાણું; અભિનય દ્વારા સૂચિત ચાવીઓ પરથી શબ્દનું અનુમાન કરવાની રમત; [લા.] મૂર્ખતાભર્યું બહાનું.

char'coal (ચાર્કોલ), ના૦ લાકડાંનો કોલસો. **~-burner**, કોલસા બનાવનાર.

chard (ચાર્ડ), ના૦ બીટની એક જાત.

charge (ચાર્જ), ના૦ બંદૂક, તોપ, ઇ૦માં એક વખત ભરવાનો વિ૦ક૦ સ્ફોટક પદાર્થ–દારૂ, બાર; બૅટરી, ઇ૦ વસ્તુમાં રહેલો વીજળીનો પ્રવાહ, ઇ૦નો જથો, ભાર; ખરચ; જવાબદારી; કિંમત; સોંપેલું કામ, ફરજ; પ્રોત્સાહન, તાકીદ; સંભાળ; હવાલો; સોંપેલી વસ્તુ અથવા વ્યક્તિ; આરોપ; હુમલો, ધસારો. **in ~**, હવાલાવાળું, સંભાળ લેનારું; પોલીસના કબજામાં–હવાલામાં. ઉ૦ક્રિ૦ બંદૂક ઇ૦માં બાર ભરવો, -થી ભરવું; સોંપવું; સૂચના, આદેશ કે પ્રોત્સાહન આપવું; -ની કિંમત પૂછવી, -ની પાસેથી કિંમત માગવી; -ને નામે કિંમત ઉધારવી; આરોપ કરવો; આવેશપૂર્વક હુમલો અથવા ધસારો કરવો. **~-hand**, કામનો હવાલો ધરાવનાર કામદાર. **~-sheet**, આરોપપત્ર, તહોમતનામું. **~ with**, -નો આરોપ કરવો.

char'geable (ચાર્જેબલ), વિ૦ (*~ to*)ના ખાતામાં ઉધારી શકાય એવું.

char'géd'affaires (શાર્ઝે ડૅફૅ'અર), ના૦ [બ૦વ૦-**gés** ઉચ્ચાર એ જ] મદદનીશ એલચી; ગૌણ રાજ્યમાં મોકલેલ એલચી.

char'ger[1] (ચાર્જર), ના૦ અશ્વદળનો ઘોડો.

char'ger[2], ના૦ [પ્રા.] મોટો થાળ કે ખૂમચો.

cha'riot (ચૅરિઅટ), ના૦ યુદ્ધ કે શરતમાં અગાઉ વપરાતો બે પૈડાંવાળો રથ; [કાવ્ય.] ચાર પૈડાંનું ભવ્ય વાહન.

charioteer' (ચૅરિઅટિઅર), ના૦ સારથિ.

chari'sma (કરિઝ઼્મ), ના૦ (પ્રભુની) અદ્‌ભુત દેન, દેણગી, પ્રેરણાદાયી પ્રભાવ, પ્રભાવી વ્યક્તિત્વ. **charisma'tic** (કૅરિઝ઼્મૅટિક), વિ૦.

cha'ritable (ચૅરિટબલ), વિ૦ દાનનું–સંબંધી, ધર્માદા; સખી, દાનશીલ; ઉદાર.

cha'rity (ચૅરિટિ), ના૦ માણસજાત વિષે સદ્‌ભાવ–પ્રેમ; ઉદારતા, મોટું મન; પરોપકાર, દાનધર્મ; ભિક્ષા (આપવી તે); અનાથ ઇ૦ને મદદ કરનારી ધર્માદા સંસ્થા; દાન.

char'latan (શાર્લટન), ના૦ પોતાનાં જ્ઞાન ને કુશળતાની બડાઈ હાંકનાર, ઢોંગી; ઊંટવૈદ. **char'latanism** (-નિઝ઼્મ), ના૦.

char'lock (ચાર્લૉક), ના૦ રાઈનો છોડ.

char'lotte (શાર્લૉટ), ના૦ રોટીના આવરણવાળી બાફેલા ફળની એક વાની. **~ russe** (-રુસ), પોચાં બિસ્કિટ ઇ૦ના આવરણવાળી ઈંડાં, લોટ અને દૂધની એક વાની.

charm (ચાર્મ), ના૦ મંત્ર, મંત્રાક્ષર, મંત્રવાળું જંત્ર; આકર્ષકતા, મોહકતા, મોહિની; આનંદદાયકતા; [બ૦વ૦માં] પ્રશંસાપાત્ર ગુણ–સૌન્દર્ય. સ૦ક્રિ૦ કામણ કરવું; મંત્ર વડે વશ કરવું–રક્ષણ કરવું; મોહિત કરવું, આનંદિત કરવું.

char'ming (ચાર્મિંગ), વિ૦ આનંદદાયક, મોહક.

char'nel-house (ચાર્નલ્ હાઉસ), ના૦ હાડકાં કે મડદાંવાળી જગ્યા.

chart (ચાર્ટ), ના૦ વહાણવટીનો કે વૈમાનિકનો દરિયા ને આકાશનો નકશો; હવામાન ઇ૦ બતાવનાર નકશો; કોઠાવાર આકૃતિઓ સાથે માહિતી આપનાર પત્રક,

આલેખ. સ૦ક્રિ૦ -નો નકશો બનાવવો.

char'ter (ચાર્ટર), ના૦ રાજા કે રાજ્યે આપેલી સનદ; વિશેષ કે માન્ય કરેલો હક. સ૦ક્રિ૦ -ને સનદ આપવી; વહાણ, વિમાન, ઇ૦ ભાડે રાખવું-આપવું.

char'tered (ચાર્ટર્ડ), વિ૦ રાજાની સનદવાળું; સનદવાળી સંસ્થાનું.

Char'tism (ચાર્ટિઝ્મ), ના૦ ઈ.સ. ૧૮૩૭–૪૮ની મજૂરવર્ગના સુધારા માટેની ચળવળ. **Char'tist** (-ટિસ્ટ), ના૦.

chartreuse (શાર્ટ્ર'ઝ઼), ના૦ બ્રાન્ડી વગેરેનો લીલો કે પીળો દારૂ.

char'woman (ચાર્વુમન્), ના૦ [બ૦ વ૦ **-women**-વિમિન] કલાક કે દિવસને હિસાબે ઘરકામે કરનાર કામવાળી.

cha'ry (ચે'અરિ), વિ૦ સાવધ; કરકસરિયું, અનુદાર.

chase[1] (ચેસ), સ૦ક્રિ૦ ધાતુ પર નકશી કોતરવી-આકૃતિ ઉપસાવવી.

chase[2], ઉ૦ક્રિ૦ -ની પાછળ પડવું; હાંકી કાઢવું; ઉતાવળ કરવી; [વાત.] મેળવવાનો પ્રયત્ન કરવો. ના૦ પીછો, પાઠલાગ; આંતર્યા વિનાનું ખુલ્લું મેદાન.

cha'ser (ચેસર), ના૦ વગડામાં સાંતરાય શરતમાં દોડનાર ઘોડો; [વાત.] એક પીણું લીધા પછી લેવાતું બીજી જાતનું પીણું.

chasm (કૅઝ઼મ), ના૦ ઊંડી ફાટ, ખાઈ, ખીણ; ભારે તફાવત.

cha'ssis (શૅસિ), ના૦ [બ૦વ૦ એ જ] ગાડી, મોટર, ઇ૦ની સાટી.

chaste (ચેસ્ટ), વિ૦ શુદ્ધ આચરણવાળું, શુદ્ધ; (સ્ત્રી અંગે) સતી, સંયમી; શુદ્ધ અભિરુચિ ને શૈલીવાળું; સાદગીવાળું.

cha'sten (ચેસન), સ૦ક્રિ૦ શાસન કરીને સુધારવું-શિસ્તમાં આણવું, કાબૂમાં આણવું.

chasti'se (ચૅસ્ટાઇઝ઼), સ૦ક્રિ૦ સજા કરવી, મારવું. **chasti'sement** (-મન્ટ), ના૦.

cha'stity (ચૅસ્ટિટિ), ના૦ પાવિત્ર્ય, શુદ્ધતા, પાતિવ્રત્ય. ~ **belt**, સ્ત્રી સંભોગ ન કરી શકે તેટલા માટે યોજેલું વસ્ત્ર.

cha'suble (ચૅઝ઼્યુબલ), ના૦ પાદરીનો બાંય વિનાનો ઝભ્ભો.

chat (ચૅટ), ના૦ અને અ૦ક્રિ૦ ગપસપ (કરવી), ગપ્પાં (મારવાં).

cha'telaine (શૅટલેન), ના૦ ચાવીના ઝૂડા ઇ૦માટે સ્ત્રીના કમરપટાને જડેલો આંકડો; મોટા ઘરની ધણિયાણી.

cha'teau (શૅટો), ના૦ [બ૦વ૦ **-teaux** -ટોઝ઼]. ફ્રેંચ ઉમરાવની ગામડાની હવેલી.

cha'ttel (ચૅટલ), ના૦ [બહુધા બ૦વ૦માં] જંગમ મિલકત.

cha'tty (ચૅટિ), વિ૦ વાતોડિયું, બોલકણું; ગપાટાના સ્વરૂપનું.

chau'ffeur (શોફર), ના૦ ધંધાદારી મોટર હાંકનાર ડ્રાઇવર.

chau'vinism (શોવિનિઝ઼મ), ના૦ લડાયક સ્વદેશાભિમાન; કોઈ વસ્તુ વિષે અતિઅભિમાન અથવા નિષ્ઠા. **male ~**, બીજા પુરુષો વિષે અતિનિષ્ઠા અને સ્ત્રીઓ વિષે પૂર્વગ્રહ. **chau'vinist** (-નિસ્ટ), ના૦. **chauvini'stic** (-નિસ્ટિક), વિ૦.

cheap (ચીપ), વિ૦ સસ્તું, સોંઘું; સુલભ, હલકું. ~**jack**, મેળા ઇ૦માં સસ્તો માલ વેચનાર ફેરિયો.

chea'pen (ચીપન), ઉ૦ક્રિ૦ સસ્તું કરવું -થવું; નીચે ઉતારવું, હલકું પાડવું.

cheat (ચીટ), ઉ૦ક્રિ૦ ચાલાકી કરવી, છેતરવું; છળકપટથી લઈ લેવું; છેતરપિંડી કરવી. ના૦ છેતરપિંડી; ધુતારો; રમતમાં અંચઈ કરનારો.

check[1] (ચેક), ના૦ શેતરંજમાં રાજાને શેહ (આપ્યાનું જાહેર કરવું તે), શેહ !; એકદમ અટકાવવું અથવા ધીમું કરવું તે; વિરામ; ધુતકાર(વું તે); અંકુશ; તાળો (મેળવવો તે); ઓળખાણનું ચિહ્ન; [અમે.] રમતમાં વપરાતું ગણક સાધન. ઉ૦ક્રિ૦ શેતરંજમાં રાજાને શેહ આપવી; અટકાવવું, ગતિ મંદ કરવી, નિયંત્રણમાં રાખવું; ચકાસણી કરવી, તપાસવું; ખરું છે કે નહિ તેની ખાતરી કરવી. ~ **in**, હવાઈ મથક, હોટેલ, કામની જગ્યા ઇ૦ ઠેકાણે આવ્યાની નોંધ કરાવવી. ~**-out**, સુપર માર્કેટનો પૈસા ચૂકવવાનો ગલ્લો. ~**-up** ઝીણવટ-

ભરી તપાસ, વિ૦ક૦ વૈદ્યકીય.

check², ના૦ ઊભી આડી લીટીઓની ચોકડીઓની ભાત (વાળું કાપડ). **checked** (ચે'ક્ડ), વિ૦.

check³, ના૦ [અમે.] હૂંડી, ચેક (cheque).

che'cker (ચે'કર), જુઓ **chequer.**

che'ckmate (ચે'ક્મેટ), ના૦ શેતરંજમાં (શેહ)માત; આખરી હાર. સ૦ક્રિ૦ શેતરંજમાં માત કરવું; હરાવવું, -ને ફાવવા ન દેવું.

che'ddar (ચે'ડર), ના૦ એક જાતનું પનીર–ચીઝ.

cheek (ચીક), ના૦ ગાલ; ઉદ્ધત ભાષણ, નફટાઈ; [બ૦વ૦માં] સીગરાની બાજુઓ–જડબાં; ચંત્રના બાજુના બે ભાગ; [વિ.બો.] કૂલા. સ૦ક્રિ૦ ઉદ્ધતાઈથી બોલવું.

chee'ky (ચીકિ), ઉદ્ધત, નફટ.

cheep (ચીપ), અ૦ક્રિ૦ અને ના૦ પક્ષીના બચ્ચાનો તીણો–ચીંચીં અવાજ (કરવો).

cheer (ચિઅર), ના૦ ઉત્તેજનનો કે શાબાશીનો પોકાર; [પ્રા.] મનઃસ્થિતિ, મિજાજ. ઉ૦ક્રિ૦ ઉત્સાહ–ઉત્તેજન–શાબાશી આપવી, વિ૦ક૦ બૂમો પાડીને; આનંદિત કરવું, બૂમો પાડીને પ્રોત્સાહન આપવું; તાળીઓ પાડવી, શાબાશી આપવી. ~ **up,** આનંદિત કરવું–થવું.

cheer'ful (ચિઅર્ફુલ), વિ૦ ખુશમિજાજ; આનંદી; રાજી, ખુશી.

cheer'less (ચિઅર્લિસ), વિ૦ ઉદાસ, ખિન્ન; શુષ્ક, નીરસ.

cheer'y (ચિઅરિ), વિ૦ આનંદી, ખુશમિજાજ, મિલનસાર.

cheese (ચીઝ), ના૦ પનીર, ચીઝ; તેનું ચોસલું (ઉપરના કઠણ પડ સાથે); ફળનો ઘટ્ટ મુરબ્બો. ~**burger,** પનીર નાખેલી કે ચોપડેલી 'હૅમ્બર્ગર' (ગોમાંસના ખીમાવાળી) એક વાની. ~**cake,** ઘૂઘરા જેવી એક મીઠાઈ; [વિ. બો.] જાહેરખબર ઇ૦માં અપાતું સ્ત્રીનું શરીરસૌષ્ઠવ બતાવનારું ચિત્ર. ~**cloth,** પાંખા વણાટનું સુતરાઉ કપડું. ~**-paring,** મખ્ખીચૂસ; કંજૂસાઈ. **cheesed off,** [બો૦] કંટાળેલું, ખૂબ ગુસ્સે થયેલું.

chee'sy (ચીઝિ), વિ૦.

chee'tah (ચીતં), ના૦ ચિત્તો.

chef (ચે'ફ), ના૦ વીશીનો (બહુધા વડો) રસોઇયો.

Che'lsea (ચેલ્સી) ના૦. ~**bun,** દરાખ નાખેલી વાળેલા પડવાળી ગોળ પોચી રોટી. ~ **pensioner,** ઘરડા અને વિકલેન્દ્રિય સિપાઈઓ માટેની ચેલ્સી રૉયલ હૉસ્પિટલનો દરદી.

che'mical (કે'મિકલ), વિ૦ રસાયનશાસ્ત્રનું -ને લગતું; રાસાયણિક. ના૦ રાસાયણિક પદાર્થ. ~ **warfare,** રાસાયણિક યુદ્ધ, જેમાં ઝેરી વાયુ અને બીજાં રાસાયણિક દ્રવ્યોનો ઉપયોગ થાય છે.

chemi'se (શમીઝ), ના૦ સ્ત્રીનું અંદરથી પહેરવાનું ખૂલતું વસ્ત્ર, ખમીસ.

che'mist (કે'મિસ્ટ), ના૦ રસાયણશાસ્ત્રી; દવાઓ વેચનાર.

che'mistry (કેમિસ્ટ્રિ), ના૦ રસાયણશાસ્ત્ર.

cheni'lle (શનીલ), ના૦ મખમલનાં ફૂમતાંવાળા રેસા(નું વણેલું કાપડ).

cheque (ચે'ક), ના૦ હૂંડી, ચેક. ~**-book,** ચેકબુક. ~ **card,** અમુક રકમ સુધીના ચેક સ્વીકારવાની બાંયધરીવાળું બૅંકનું કાર્ડ.

che'quer, che'cker, (ચે'કર) ના૦ [ઘણી વાર બ૦વ૦માં] ચોરસ આકૃતિઓવાળી, ઘણી વાર એકાંતરે રંગીન, ભાત; [અમે., બ૦વ૦માં] ડ્રાફ્ટની રમત. સ૦ક્રિ૦ ચોકડીઓવાળું બનાવવું, વિવિધતાવાળું કરવું; ~**-board,** શેતરંજનો પટ–પાટિયું.

che'rish (ચે'રિશ), સ૦ક્રિ૦ -ની ઉપર હેત દેખાડવું; પ્રિય માની હૃદયમાં સંઘરવું, -ને વળગી રહેવું.

cheroo't (શરૂટ), ના૦ ચિરૂટ.

che'rry (ચેરિ), ના૦ ઠળિયાવાળું એક નાનું ફળ, ચેરી; એ ફળનું ઝાડ; તેનું લાકડું. વિ૦ ચેરીના રંગનું, લાલચટક.

che'rub (ચે'રબ), ના૦ [બ૦વ૦ ~**s**

અથવા **~im**]. દેવદૂત; સુંદર બાળક. **cheru'bic** (ચરૂબિક), વિ૦.

cher'vil (ચ'ર્વિલ), ના૦ કચુંબર ઇ૦-ને સ્વાદિષ્ટ બનાવવા માટે વપરાતી એક વનસ્પતિ.

Ches., સંક્ષેપ. Cheshire.

chess (ચે'સ), ના૦ શેતરંજ (ની રમત). **~-board,** શેતરંજનો પટ. **~man,** શેતરંજનું મહોરું.

chest (ચે'સ્ટ), ના૦ મોટી મજબૂત પેટી, પટારો; તિજોરી; છાતી. **~ of drawers,** ખાનાંવાળું કબાટ કે પેટી,

che'sterfield (ચે'સ્ટરફીલ્ડ), ના૦ પોચી અને સુંવાળી બેઠકવાળો બાંકડો.

che'stnut (ચે'સ્નટ), ના૦ બદામ જેવું એક ફળ (**sweet ~**); તેનું ઝાડ; ઘેરો રતાશ પડતો કથ્થઈ રંગ; એ રંગનો ઘોડો; વાસી ટુચકો. વિ૦ ચેસ્નટના રંગનું. **horse ~**, જુઓ **horse**.

cheva'l-glass (શવૅલ્ગ્લાસ), ના૦ બે થાંભલી વચ્ચે જડેલો લટકતો ઊંચો અરીસો.

chevalier' (શેવલિઅર), ના૦ સરદારો ઇ૦ના અમુક વર્ગનો માણસ.

che'viot (ચે'વિઅટ), ના૦ ચેવિઅટ ડુંગરા પરનાં ઘેટાંની ઓલાદ, એ ઓલાદનું ઘેટું; તેનું ઊન, ઊનનું કપડું.

che'vron (શે'વ્રન), ના૦ [ચારણ. ઊંધા વી(Λ)ના આકારની વાળેલી પટ્ટી; ગણવેશની બાંય પર પદ કે નોકરીના લાંબા સમયની સૂચક V-આકારની પટ્ટી.

chew (ચૂ), ઉ૦ ક્રિ૦ ચાવવું; ચાવીને લોંદો કરવો, ચર્વણ કરવું; મનમાં ઘોળ્યા કરવું, ચિંતન કરવું. ના૦ ચર્વણક્રિયા; ચાવવાની વસ્તુ, તમાકુની ફાકી. **chewing-gum,** લાંબો વખત મોઢામાં મમળાવવાની ગુંદરમાંથી બનેલી એક મીઠાઈ.

chew'y (ચૂઇ), વિ૦ ચાવવાલાયક, ચાવવું જોઈએ એવું.

chez (શે), નામ૦ અ૦ [ફ્રે.] -ને ઘેર, ઘેર.

Chia'nti (કિઍન્ટિ), ના૦ ગળપણ વિનાનો રાતો ઇટાલિયન દારૂ.

chiaroscu'ro (કિઍરસ્કુઅરો), ના૦ ચિત્ર(કળા)માં છાયાપ્રકાશનું દિગ્દર્શન; સાહિત્ય ઇ૦માં ભેદ કે વિરોધનો ઉપયોગ.

chic (શિક), ના૦ પોશાકમાં અદ્યતન શૈલી કે ચારુતા. વિ૦ અદ્યતન શૈલીનું, સુંદર.

chica'ne (શિકેન), ના૦ (કાયદાના) કાવાદાવા; મોટર શરતના રસ્તામાં કૃત્રિમ અવરોધ. ઉ૦ ક્રિ૦ (કાયદાના) કાવાદાવા કરવા, છેતરવું.

chica'nery (શિકેનરિ), ના૦ (કાયદાના) કાવાદાવા; અપ્રામાણિક વહેવાર; વિતંડાવાદ.

chick (ચિક), ના૦ પક્ષીનું બચ્ચું; [વિ. બો.] જુવાન સ્ત્રી.

chi'cken (ચિકન), ના૦ પક્ષીનું બચ્ચું, વિ૦ ક૦ પાળેલી મરઘીનું; પાળેલું મરઘું ઇ૦; તેનું માંસ; યુવક કે યુવતી. અ૦ ક્રિ૦ **~ out,** [વિ. બો.] બીને પાછું હઠવું. **~-hearted,** વિ૦ ડરપોક. **~pox,** અછબડા.

chi'ck-pea (ચિક્-પી), ના૦ કઠોળની એક જાત, તેનો છોડ.

chi'ckweed (ચિક્વીડ), ના૦ એક નાનો છોડ.

chi'cle (ચિકલ), ના૦ ચિવ્વડ લવચીક ગુંદર.

chi'cory (ચિકરિ), ના૦ કચુંબર માટેનો એક છોડ; તેનાં મૂળિયાં કે બિયાં જે દળીને કૉફી સાથે કે કૉફી તરીકે વપરાય છે.

chide (ચાઇડ), ઉ૦ ક્રિ૦ [**chid** અથવા **chided; chidden** અથવા **chid**] ઠપકો આપવો, વઢવું.

chief (ચીફ), ના૦ નેતા અથવા રાજા: જાતિ કે જમાતનો મુખી; [વાત.] ખાતું ઇ૦નો ઉપરી. વિ૦ મુખ્ય, પ્રમુખ, સૌથી વધુ મહત્ત્વનું; આગળ પડતું.

chie'fly (ચીફ્લી), ક્રિ૦ વિ૦ સૌથી વધુ -પહેલું; મુખ્યત્વે.

chie'ftain (ચીફ્ટન), ના૦ જમાત, કોમ, લૂંટારાઓની ટોળી, ઇ૦નો નાયક. **chie'ftaincy** (-ટન્સિ), ના૦. **chie'ftainship** (ટન્શિપ), ના૦.

chi'ff-chaff (ચિફ્ચૅફ), ના૦ યુરોપનું એક ગાનારું પક્ષી.

chi'ffon (શિફૉન), ના૦ રેશમ ઇ૦નું ઝીણું પારદર્શક કે જાળીદાર કાપડ.

chi'gger (ચિગર), **chi'goe** (ચિગો), ના૦ ચાંચડ.

chi'gnon (શીન્યોં), ના૦ અંબોડો, વેણી.

chihuahua (ચિવાવૅ), ના૦ ટૂંકા વાળવાળું નાનકડું કૂતરું.

chi'lblain (ચિલ્બ્લેન), ના૦ ટાઢને લીધે હાથપગની ચામડીનું ફાટવું.

child (ચાઇલ્ડ), ના૦ [બ૦વ૦ **children** ચિલ્ડ્રન] બાળક; અપત્ય; વંશજ, અનુયાયી; (-ની) પેદાશ. **~birth,** પ્રસૂતિ. **~'s play,** રમતવાત.

chi'ldhood (ચાઇલ્ડ્હુડ), ના૦ બચપણ, બાલ્યાવસ્થા.

chi'ldish (ચાઇલ્ડિશ), વિ૦ બાળકનું -ના જેવું; બાલિશ, છોકરવાદ.

chi'ldlike (ચાઇલ્ડ્લાઇક), વિ૦ બાળક જેવું, નિર્દોષ, નિખાલસ, ઇ૦.

chill (ચિલ), ના૦ ઠંડી, ટાઢ; (તાવની) ધ્રુજારી, ટાઢ; શરદી. વિ૦ હૂંફ કે ગરમી વિનાનું. ઉ૦ ક્રિ૦ ઠંડું કરવું-થવું; નાઉમેદ કરવું, મનોભંગ કરવો.

chi'lli, chi'li, (ચિલિ), ના૦ મરચું, વિ૦ ક૦ સૂકું.

chi'lly (ચિલિ), વિ૦ સ્પર્શે જરા ઠંડું, જરાકમાં ઠંડી લાગે એવું; ઉદાસીન.

chime (ચાઇમ), ના૦ એક રાગવાળી ઘંટાવલિ, તેનો કે તેને મળતો અવાજ. ઉ૦ક્રિ૦ એક રાગે ઘંટ વગાડવા; ઘંટ વગાડીને કેટલા વાગ્યા તે બતાવવું; -નો મેળ હોવો; -માં જોડાવું.

chime'ra (કાઇમિઅર), ના૦ હાઉ, ધ્રોધર; અશક્ય વૃથા કલ્પના-યોજના. **chime'rical** (-મે'રિકલ), વિ૦.

chi'mney (ચિમ્નિ), ના૦ ધુમાડિયું, તેનો છાપરાની ઉપર દેખાતો ભાગ; દીવાની ચીમની. **~-breast,** ધુમાડિયું અને ઓરડી વચ્ચેની આગળ પડતી ભીંત. **~-piece,** ચૂલા પરનો ગોખલો કે છાજલી. **~-pot,** ધુમાડિયાની ટોચ ઉપરની નળી. **~-sweep,** ધુમાડિયું સાફ કરનાર છોકરો.

chimpanzee' (ચિમ્પૅન્ઝી), ના૦ માણસને મળતો આફ્રિકાનો વાંદરો.

chin (ચિન), ના૦ હડપચી. **~-wag,** ના૦ અને ઉ૦ ક્રિ૦ [વિ. બો.] બોલવું (તે).

chi'na (ચાઇનૅ), ના૦ અને વિ૦ ચિનાઈ માટી(નાં વાસણ). **~clay,** ચિનાઈ માટી, પોર્સિલેન. **~graph,** ચિનાઈ માટી, કાચ, ઇ૦ પર લખવાની પેન્સિલ.

Chi'naman (ચાઇનમન), ના૦ [બ૦વ૦ **-men**] [પ્રા.] ચીનો.

chinchi'lla (ચિંચિલ), ના૦ દ. અમે.નું તીણા દાંતવાળું એક નાનું પ્રાણી, તેની રુવાંટી; પાળેલી બિલાડી કે સસલાનાં બચ્ચાં.

chine[1] (ચાઇન), ના૦ ઊંડી સાંકડી ખીણ.

chine[2], ના૦ કરોડ, પૃષ્ઠવંશ; તેની આસપાસનું માંસ; ટેકરીની ધાર. સ૦ ક્રિ૦ કરોડની ધારે ધારે ચીરવું અથવા આડું કાપવું.

Chine'se (ચાઇનીઝ઼), વિ૦ ચીનનું, તેના લોકોનું કે ભાષાનું. ના૦ ચીનનો વતની કે તેની ભાષા. **~ lantern,** રંગીન કાગળનો ગડી વાળી શકાય એવો દીવો; ફૂલેલા નારંગી વજવાળો એક છોડ.

chink[1] (ચિંક), ના૦ કાચનાં વાસણ, નાણાં, ઇ૦નો ખણખણાટ. ઉ૦ ક્રિ૦ પૈસા ઇ૦નું ખણખણવું, પૈસા ઇ૦ ખડખડાવવા.

chink[2], ના૦ લાંબી ફાટ, તિરાડ, ચીર.

chintz (ચિંટ્ઝ઼), ના૦ છીંટ, છાપેલું સુતરાઉ કાપડ.

chip (ચિપ), ઉ૦ ક્રિ૦ છોડિયાં કાઢવાં-ઊડી જવાં; છોલવું-છોલીને આકાર આપવો; છોલાવું; બટાકાની કાતરીઓ કરવી. ના૦ લાકડાનું છોડિયું, છોડિયું નીકળ્યું હોય તે જગ્યા; કકડો, ચીપ; ટોપલીઓ, ટોપીઓ, ઇ૦ બનાવવાની ચીપો; [અમે., બ૦વ૦માં] બટાકાની (તળેલી) કાતરી; રમતમાં પૈસા ગણવાની જગ્યા.

chi'pmunk (ચિપ્મંક) ના૦ ઉ. અમે-

રિકાની જમીન પર ફરતી ખિસકોલી.

chipola'ta (ચિપલાટ) ના૦ મસાલેદાર નાનકડો સૉસેજ.

Chippendale (ચિપન્ડેલ), વિ૦ અને ના૦ અઢારમી સદીની શૈલીનું (ફર્નિચર).

chiro'pody (કિરોપડિ), ના૦ પાદ-ચિકિત્સા. **chiro'podist** (-ડિસ્ટ), ના૦.

chiropra'ctic (કાયરપ્રૅક્ટિક), ના૦ અને વિ૦ કરોડની કસરત કરાવીને રોગનો ઉપચાર કરવાની પદ્ધતિ; તે પદ્ધતિનું. **chiropra'ctor** (-પ્રૅક્ટર), ના૦.

chirp (ચર્પ), ના૦ ચકલી ઇ૦નું – ની જેમ –ચકચક અથવા ચીંચીં કરવું તે. ઉ૦ ક્રિ૦ ચકચક–ચીંચીં કરવું–ગાવું; ગાઈને આનંદ વ્યક્ત કરવો; ઉલ્લાસપૂર્વક બોલવું.

chir'py (ચર્પિ), વિ૦ આનંદી.

chi'rrup (ચિરપ), ઉ૦ ક્રિ૦ અને ના૦ ચકચક અથવા ચીંચીં અવાજ (કર્યા કરવો).

chi'sel (ચિઝ઼લ), ના૦ (સુથારની)ફરસી; ટાંકણું. સ૦ક્રિ૦ ફરસી વતી કાપવું, છોલવું, મઠારવું, આકાર આપવો, ઘડવું; [વિ.બો.] છેતરવું.

chit[1] (ચિટ), ના૦ ચિઠ્ઠી.

chit[2], ના૦ નાનું બાળક; નાનકડી નાર.

chi't-chat (ચિટ્ચૅટ), ના૦ ગપસપ, ગપ્પાં.

chi'tterlings (ચિટર્લિંગ્ઝ઼), ના૦ બ૦વ૦ ડુક્કર ઇ૦નાં નાનાં આંતરડાં (ખોરાક તરીકે).

chi'valry (શિવલ્રિ), ના૦ યુરોપમાં મધ્યયુગીન સરદારોની જીવનપદ્ધતિ; નબળાનું રક્ષણ કરવાની વૃત્તિ; ધૈર્યયુક્ત સ્ત્રીદાક્ષિણ્ય. **chi'valrous** (-રસ), વિ૦.

chive (ચાઇવ), ના૦ ડુંગળીને મળતી એક વનસ્પતિ.

chi'(v)vy (ચિવિ), સ૦ ક્રિ૦ [વાત.] પીછો પકડવો; પજવવું.

chlo'ral (ક્લોરલ), ના૦ સંમોહક અને પીડાનાશક.

chlo'ride (ક્લોરાઇડ), ના૦ ધાતુ સાથે ક્લોરિનનો સમાસ.

chlo'rinate (ક્લોરિનેટ), સ૦ક્રિ૦ વિ૦ક૦ પાણીમાં ક્લોરિન નાખવું, ક્લોરિન વતી શુદ્ધ કરવું. **chlorina'tion** (-નેશન), ના૦.

chlo'rine (ક્લોરીન), ના૦ ક્લોરિન, ધાતુ-ઇતર વાયુરૂપ જંતુનાશક એક મૂળ દ્રવ્ય.

chlo'roform (ક્લોરફૉર્મ), ના૦ સૂંઘાડીને બેભાન કરવાનું એક પ્રવાહી. સ૦ક્રિ૦ ક્લોરોફૉર્મ સૂંઘાડીને બેભાન બનાવવું.

chlo'rophyll (ક્લોરફિલ), ના૦ વનસ્પતિમાં રહેલું હરિત દ્રવ્ય.

choc (ચૉક), ના૦ [વાત.] ચૉકલેટ. **~-ice,** ઉપર ચૉકલેટના પડવાળું આઇસ-ક્રીમનું ચકતું.

chock (ચૉક), ના૦ લાકડાનો મોટો ટોલકો; ફાચર. સ૦ ક્રિ૦ ટોલકા કે ફાચર વડે સજ્જડ કરવું. **~-a-block,** ખૂબ ઠાંસીને ભરેલું, સજ્જડ થયેલું. **~-full,** ઠાંસીને ભરેલું, ઠાંસેલું.

cho'colate (ચૉકલટ), ના૦ કોકોનાં બી દળીને કે શેકીને તેની બનાવેલી ચકતી કે લૂગદી; તેની બનાવેલી અથવા તેના પડવાળી મીઠાઈ, ચૉકલેટ; તેનું પીણું; ઘેરો કથ્થઈ રંગ. વિ૦ ચૉકલેટના સ્વાદવાળું–રંગનું.

choice (ચૉઇસ), ના૦ પસંદ કરવું તે, પસંદગી, પસંદ કરવાની છૂટ–અગ્રાધિકાર; પસંદ કરવા માટે વિવિધતા; પસંદ કરેલી વસ્તુ. વિ૦ ઉમદા, શ્રેષ્ઠ ગુણવાળું.

choir (ક્વાયર), ના૦ વિ૦ ક૦ દેવળમાં ગાનારું ગાયકવૃંદ; તેની બેસવાની જગ્યા. **~boy,** ગાયકવૃન્દમાં ગાનાર છોકરો.

choke (ચોક), ઉ૦ ક્રિ૦ -નો શ્વાસ બંધ કરવો, ગૂંગળાવવું; ગૂંગળાવું; બંધ કરવું. ના૦ પેટ્રોલના ઍંજિનમાં આવતી હવાનું નિયમન કરનાર પડદો; [વીજ.] પ્રવાહના ફેરફારોને નરમ પાડવાનું એક સાધન –તારનું ગૂંચળું. **~-damp,** ખાણો ઇ૦-માંથી બહાર પડતો એક ઝેરી વાયુ, કાર્બન-ડાયૉક્સાઇડ.

cho'ker (ચોકર), ના૦ ઊંચી ગળાપટ્ટી; ગળામાં તંગ બેસતો હાર.

cho'ler (કૉલર), ના૦ [પ્રા.] પિત્ત; ક્રોધ; ચીડિયાપણું.

cho'lera (કૉલર'), ના૦ કૉગળિયું, કૉલેરા.
cho'leric (કૉલરિક), વિ૦ ચીડિયું.
chole'sterol (કલે'સ્ટરૉલ), ના૦ માનવ-શરીરના કોષોમાં મળતો 'સ્ટેરૉઇડ' મદ્યાર્ક.
choose (ચૂઝ઼), ઉ૦ ક્રિ૦ [**chose** ચોઝ઼; **chosen** ચોઝ઼ન] પસંદ કરવું, ચૂંટવું, અનેક વિકલ્પો વચ્ચે પસંદગી કરવી; કરવા ઇ૦નું યોગ્ય માનવું -નો નિર્ણય કરવો; [ધર્મ.] બચવાનું નિર્માણ કરવું.
chop[1] (ચૉપ), ઉ૦ક્રિ૦ કુહાડા કે ધારિયા વડે કાપવું; ખીમો કરવો; કતરાતો ફટકો મારવો; દડાને સખત ત્રાંસો ફટકો મારવો. ના૦ ટૂંકો સખત ત્રાંસો ફટકો; માંસનો કાપેલો જાડો બહુધા પાંસળી સાથેનો ટુકડો. **~ up**, કાપીને ઝીણા કકડા કરવા.
chop[2], અ૦ક્રિ૦. **~ and change**, ઢચુપચુ હોવું, વિચાર બદલ્યા કરવો.
chop[3], ના૦ [બહુધા બ૦વ૦ માં] પ્રાણીનું કે માણસનું જડબું.
cho'pper (ચૉપર), ના૦ મોટા પાના ને ટૂંકા હાથાવાળી કુહાડી; કસાઈનો છરો; [વાત.] હેલિકૉપ્ટર.
cho'ppy (ચૉપિ), વિ૦ (પાણી અંગે) ખળભળેલું, અસ્થિર.
cho'pstick (ચૉપ્સ્ટિક), ના૦ ચીનાઓ અને જાપાનીઓની મોઢામાં કોળિયો મૂકવાની બે સળીઓમાંની એક.
chop-su'ey (ચૉપ્સ્યૂઇ), ના૦ જાત-જાતનાં શાક સાથે માંસ અથવા તળેલી માછલીની એક ચીની વાની.
cho'ral[1] (કૉરલ), વિ૦ ગાયકવૃન્દનું -માટેનું કે વૃંદે ગાયેલું; વૃન્દગીતનું-સાથેનું.
chora'l[2], **chora'le,** (કરાલ), ના૦ સાથે ગાવાનો સાદો રાગ અથવા પ્રાર્થના-ગીત; ગાયકવૃન્દ.
chord[1] (કૉર્ડ), ના૦ વીણા ઇ૦નો તાર; [ગ.] ચાપકર્ણ.
chord[2], ના૦ [સં.] ગત, સ્વરમેળ
chore (ચૉર), ના૦ વિચિત્ર અથવા હંમેશ-નું-કંટાળાજનક પરચૂરણ-કામ.
choreo'graphy (કૉરિઑગ્રફિ), ના૦ નૃત્યનાટિકાનું આયોજન કે સંયોજન (કરવાની કળા). **choreo'grapher** (-ગ્રફર), ના૦. **choreogra'phic** (કૉરિઅગ્રૅફિક), વિ૦.
cho'ric (કૉરિક), વિ૦ ગ્રીક નાટકના 'કોરસ' (વૃન્દગાન)નું-ના જેવું-માટેનું.
cho'rister (કૉરિસ્ટર), ના૦ ગાયકવૃંદનો સભ્ય; વૃંદ સાથે ગાનારો છોકરો.
chor'tle (ચૉર્ટલ), અ૦ ક્રિ૦ [વિ. બો.] મોટેથી બકબક અવાજ કરવો, ગાલ દબાવીને હસવું.
cho'rus (કૉરસ), ના૦ ગાયકવૃંદ; સમૂહ-ગીત કે ભાષણ; ગીતની ટેક; પ્રાચીન ગ્રીક નાટકો અને ધાર્મિક વિધિઓમાં નર્તકો અને ગાયકોની મંડળી, તેના બોલેલા બોલ; સુખાન્ત સંગીતનાટિકામાં ગાનારા નર્તકોનું જૂથ. ઉ૦ક્રિ૦ બધાએ સાથે મળીને બોલવું, ગાવું, કહેવું. **in ~**, બધા સાથે મળીને ગાતા ને બોલતા.
chose(n) (ચોઝ઼(ન)), **choose** નો ભૂ૦ કા૦ તથા ભૂ૦ કૃ૦.
chough(ચફ), ના૦રાતા પગવાળો કાગડો.
chow (ચાઉ), ના૦ ચીની ઓલાદનો એક કૂતરો; [વિ. બો.] ખોરાક.
chow'der (ચાઉડર), ના૦ ડુક્કરનું માંસ, ડુંગળી, ઇ૦ સાથે બાફેલી માછલીની વાની અથવા સૂપ.
chow mei'n (ચાઉ મેન), ના૦ તળેલી સેવોની એક ચીની વાની, બહુધા માંસની ચીરીઓ અને શાક નાખેલી.
chrism (ક્રિઝ઼મ), ના૦ પવિત્ર તેલ.
chri'sten (ક્રિસન), સ૦ ક્રિ૦ બાપ્તિ-સ્માનો સંસ્કાર કરીને નામ પાડવું; નામ પાડવું.
Chri'stendom (ક્રિસન્ડમ), ના૦ ખ્રિસ્તીઓ, ખ્રિસ્તી દેશો.
Chri'stian (ક્રિસ્ચન), વિ૦ અને ના૦ ખ્રિસ્તનું અથવા તેના ઉપદેશનું; ખ્રિસ્તી ધર્મમાં માનનાર, તે ધર્મના હોવાનું કહેનાર, ખ્રિસ્તી ધર્મનું(માણસ). **~ era,** ઈસ્વીસન. **~ name,** બાપ્તિસ્મા વખતે પાડેલું નામ, વ્યક્તિગત નામ. **~ Science,** દવાદારૂ વિના ખ્રિસ્તી-

ધર્મની શ્રદ્ધા વડે દરદીનો રોગ મટાડવાની ઉપચારપદ્ધતિ. ~ **Scientist,** તે પદ્ધતિનો અનુયાયી. **Chri'stianize** (-નાઇઝ઼), સ૦ ક્રિ૦ ખ્રિસ્તી બનાવવું.

Christia'nity (ક્રિસ્ટિઍનિટિ), ના૦ ખ્રિસ્તી ધર્મ, ગુણ અથવા ચારિત્ર્ય.

Chri'stmas (ક્રિસ્મસ), ના૦ ઈશુ જયંતીનો ઉત્સવ, નાતાલ. ~ **box,** નાતાલમાં અપાતી ભેટ. ~ **card,** નાતાલનો અભિવાદનપત્ર. ~ **Eve,** નાતાલની આગળનો દિવસ કે સાંજ, ૨૪મી ડિસેમ્બર. ~ **pudding,** નાતાલને દિવસે ખવાતો દરાખવાળો શીરો-પુડિંગ. ~ **rose,** શિયાળામાં સફેદ ફૂલ આપનાર છોડ. ~**-tide,** નાતાલની મોસમ. ~ **tree,** જેના પર નાતાલની ભેટો અને દીવા ટાંગવામાં આવે છે તે (કૃત્રિમ) ઝાડ. **Chri'stmassy** (-મસિ), વિ૦.

chroma'tic (ક્રમૅટિક), વિ૦ રંગનું, રંગોમાં; [સં.] ચાલુ સપ્તકના સ્વરોથી ભિન્ન સ્વરોનું-વાળું. ~ **scale,** દ્વિલઘુસ્વર-સપ્તક. **chroma'tics** (ક્રમૅટિક્સ), ના૦ બ૦ વ૦ રંગોનું શાસ્ત્ર.

chrome (ક્રોમ), ના૦ ~ **(yellow),** ક્રોમિયમ ધાતુના સમાસમાંથી મળતું પીળું રંગદ્રવ્ય. ~ **steel,** ક્રોમિયમના મોટા અંશવાળું સખત પોલાદ.

chro'mium (ક્રોમિઅમ), ના૦ સફેદ ધાતુરૂપ એક મૂળ તત્ત્વ, જે લોઢાની વસ્તુઓ પર ઢોળ ચડાવવામાં તથા સ્ટેનલેસ સ્ટીલ બનાવવામાં વપરાય છે.

chro'mosome (ક્રોમસોમ), ના૦ [જીવ.] રંગસૂત્ર, ગુણસૂત્ર, જીવકોશના કેન્દ્રમાં જોડીમાં રહેલી આનુવંશિક લક્ષણો (જીન્સ)નું વહન કરનારી રચના.

chro'nic (ક્રૉનિક), વિ૦ (માંદગી અંગે) લાંબા વખતથી ચાલતી, ચીકણી; (દરદી અંગે) લાંબા વખતથી માંદું. [વિ. બો.] ખરાબ, તીવ્ર, ઉગ્ર.

chro'nicle (ક્રૉનિકલ), ના૦ ઘટનાઓની કાલાનુક્રમે નોંધ, તવારીખ. સ૦ ક્રિ૦ તવારીખમાં નોંધવું.

chronolo'gical (ક્રૉનલૉજિકલ), વિ૦ કાલક્રમાનુસારી.

chrono'logy (ક્રનૉલજિ), ના૦ ઘટનાઓનો કાળ નક્કી કરવાની વિદ્યા; સાલવારી.

chrono'meter (ક્રનૉમિટર), ના૦ કાળ માપવાનું સૂક્ષ્મ અને ચોક્કસ યંત્ર, વિ૦ ક૦ તાપમાન (માં થતા ફેરફાર)ની અસર વિનાનું.

chry'salis (ક્રિસલિસ), ના૦ કોશેટાવાસી કીડો; કોશેટો.

chrysa'nthemum (ક્રિસૅન્થિમમ), ના૦ સેવંતી(નો છોડ).

chub (ચબ), ના૦ 'કાર્પ'ની જાતની નદીની માછલી.

chu'bby (ચબિ), વિ૦ હૃષ્ટપુષ્ટ, ગોળમટોળ ચહેરાવાળું.

chuck[1] (ચક), ના૦ સંઘાડાનો પકડવાળો ભાગ; ગરદનથી પાંસળીઓ સુધીનો ગોમાંસનો કકડો. સ૦ ક્રિ૦ સંઘાડા (ની પકડ) માં બેસાડવું.

chuck[2], ઉ૦ ક્રિ૦ ફાવે તેમ ફેંકી દેવું. ના૦ ફેંકી દેવું તે; [વિ. બો.] રુખસદ. ~ **it,** [વિ. બો.] થોભો. ~ **out,** કાઢી મૂકવું. ~ (person) **under the chin,** હડપચીને સ્પર્શ કરીને પંપાળવું. ~ **up,** છોડી દેવું.

chuck[3], ના૦ [અમે. વિ. બો.] ખોરાક.

chu'cker (ચકર), ના૦. ~ **-out,** ત્રાસદાયક લોકોને હાંકી કાઢવા માટે નીમેલ માણસ.

chu'ckle (ચકલ), ના૦ અને અ૦ ક્રિ૦ ગાલમાં દાબીને હસવું (તે); મરઘીનું બકબક કરીને બચ્ચાંને બોલાવવું (તે).

chu'ckle-head (-હે'ડ), ના૦ મૂર્ખ માણસ. **chu'ckle-headed** (-હે'ડિડ), વિ૦ મૂર્ખ.

chuffed (ચફ્ટ), વિ૦ [વિ. બો.] સંતુષ્ટ, રાજી; અસંતુષ્ટ, નારાજ.

chug (ચગ), અ૦ ક્રિ૦ રહી રહીને સ્ફોટક અવાજ કરવો-અવાજ કરીને આગળ વધવું.

chu'kker (ચકર), ના૦ પોલોની રમતનો દરેક ગાળો.

chum (ચમ), ના૦ [વાત.] લંગોટિયો મિત્ર. **new ~**, [ઑસ્ટ્રે.] તાજો વસાહતી. અ૦ ક્રિ૦ -ની સાથે દોસ્તી કરવી.

chump (ચમ્પ), ના૦ લાકડાનો ટોલકો; કેડના ભાગના માંસનો જાડો ભાગ; [વિ. બો.] માથું; [વાત.] મૂર્ખો.

chunk (ચંક), ના૦ કાપેલો કે ભાંગી ગયેલો જાડો કકડો, ગઠ્ઠો.

chu'nky (ચંકિ), વિ૦ ટૂંકા ને જાડા કકડાઓ જેવું-નું બનેલું; નાનું અને મજબૂત.

chu'nter (ચન્ટર), અ૦ ક્રિ૦ ગણગણવું; વિગતે વાત કરવી.

chupa'tty, chapa'tti, (ચપાટિ), ના૦ ચપાતી.

church (ચર્ચ), ના૦ ખ્રિસ્તી દેવળ, જાહેર ઉપાસના; **C~**, ખ્રિસ્તી ધર્મસંઘ; સમસ્ત ખ્રિસ્તી સમાજ; વિશિષ્ટ ખ્રિસ્તી સંપ્રદાય કે ઉપાસનાપદ્ધતિ, તેના અનુયાયીઓ; પાદરીનો વ્યવસાય. **~ parade,** [લશ્કર.] જાહેર ઉપાસનામાં હાજરી. **~warden,** 'પૅરિશ'ની વ્યવસ્થામાં લોકોનો પ્રતિનિધિ; માટીની લાંબી ચલમ. **~yard,** દેવળની આસપાસનું ચોગાન, વિ૦ ક૦ સ્મશાનભૂમિ, કબ્રસ્તાન.

churl (ચર્લ), ના૦ ખરાબ રીતભાતવાળું, તોછડું, અથવા મખ્ખીચૂસ માણસ. **chur'lish** (ચર્લિશ), વિ૦.

churn (ચર્ન), ના૦ વલોણાની ગોળી, રવઈ; દૂધની દોણી. ઉ૦ ક્રિ૦ દૂધ વલોવવું, વલોવીને માખણ ઉતારવું; હલાવી નાખવું, ખળભળાવવું. **~ out,** ગુણવત્તા તરફ ધ્યાન ન દેતાં જથામાં પેદા કરવું.

chute (શૂટ), ના૦ ઢાળવાળું પાટિયું; [વાત.] હવાઈ છત્રી.

chu'tney (ચટ્નિ), ના૦ ચટણી.

chyle (કાઇલ), ના૦ અન્નના માવાનું અન્નરસમાં થયેલું રૂપાંતર, અન્નરસ.

chyme (કાઇમ), ના૦ જઠરરસને લીધે પક્વાશયમાં થયેલો અન્નનો માવો.

ciao (ચાઉ), ઉદ્ગાર૦ [વાત.] સ્વાગત કે વિદાયના રામરામ, આવો, આવજો.

cica'da (સિકાડે), ના૦ તીડ.

ci'catrice (સિકટ્રિસ), ના૦ જખમની નિશાની.

ci'catrize (સિકટ્રાઇઝ઼), ઉ૦ક્રિ૦ રૂઝવવું, રુઝાવું; ભોંય આણવી-આવવી.

ci'cely (સિસલિ), ના૦ એક જાતનું ફૂલઝાડ.

C.I.D., સંક્ષેપ. Criminal Investigation Department.

ci'der (સાઇડર), ના૦ સફરજનના રસનો આસવ.

cigar' (સિગાર), ના૦ સિગાર.

cigare'tte (સિગરે'ટ), ના૦ સિગારેટ.

ci'lium (સિલિઅમ), ના૦ [બ૦ વ૦-**lia**] આંખની પાંપણ. ઝાડના પાંદડા કે જીવડાની પાંખની કોર પરની ઝીણી રુવાંટી; પ્રાણીની કે વનસ્પતિની પેશીજાળ પર વાળના જેવી કંપયુક્ત ઇન્દ્રિય. **ci'liary** (-અરિ), વિ૦.

cinch (સિંચ), ના૦ ખાતરીની કે સહેલી વાત, ખાતરી.

cincho'na (સિંકોનૅ), ના૦ ક્વિનીન જેમાંથી મળે છે તે ઝાડ (ની છાલ).

ci'ncture (સિંક્ચર), ના૦ પટો, મેખલા, કોર.

ci'nder (સિંડર), ના૦ ચિનગારી; [બ૦ વ૦] કોલસી, રાખ. **~-path, ~ track,** ઝીણી કોલસી પાથરેલો રસ્તો. **ci'ndery** (-રિ), વિ૦.

Cindere'lla (સિંડરે'લા), ના૦ કુટુંબ કે જૂથની હડધૂત થયેલી વ્યક્તિ.

ci'ne- (સિનિ-), સંયોગી રૂપ. સિનેમા કે ચિત્રપટનું.

cine-camera (સિનિકૅમર), ના૦ ચિત્રપટ કૅમેરા.

ci'nema (સિનમ), ના૦ ચલચિત્રપટ, સિનેમા; ચિત્રપટ થિયેટર; ચિત્રપટ નિર્મિતનમ (ની કળા). **cinema'tic** (-મૅટિક), વિ૦.

cinema'tograph (સિનિમૅટગ્રાફ), ના૦ ચિત્રપટો બનાવવાનું કે બતાવવાનું યંત્ર. **cinematogra'phic** (-ગ્રૅફિક), વિ૦. **cinemato'graphy** (-મટૉગ્રફિ), ના૦.

cinera'ria (સિનરે'અરિઅ), ના૦ રુવાંટી-

વાળાં પાંદડાંવાળો એક ફૂલછોડ.

ci'nerary (સિનરરિ), વિ૦ રાખ, અસ્થિ કે ફૂલનું. ~ **urn**, અસ્થિકુંભ.

ci'nnabar (સિનબાર), ના૦ જેમાંથી પારો બને છે તે દ્રવ્ય – હિંગળોક, સિંદૂર.

ci'nnamon (સિનમન), ના૦ તજ; તેનું ઝાડ; તેનો બદામી રંગ. વિ૦ દાલચીનીના રંગનું.

ci'nquefoil (સિંક્ફૉઇલ), ના૦ પંચદલ પાંદડાંવાળું એક ઝાડ.

Cinque Ports (સિંક્ પૉર્ટ્સ), ના૦ બ૦ વ૦ ઇંગ્લૅન્ડના અગ્નિ ખૂણે આવેલાં વિશિષ્ટ અધિકારોવાળાં પાંચ બંદરો.

ci'pher (સાઇફર), ના૦ [ગ.] શૂન્ય, મીંડું, (૦); માલ વગરનો માણસ કે વસ્તુ; ૧ થી ૯ સુધીનો કોઈ પણ આંકડો; ગુપ્ત લિપિ કે લખાણ; એકાક્ષરી. ઉ૦ ક્રિ૦ ગણિતના દાખલા કરવા; ગૂઢ લિપિમાં લખવું.

ci'rca (સર્કે), નામ૦ અ૦ આશરે.

cir'cle (સર્કલ), ના૦ વર્તુળ, ગોળ; તેનો ઘેરાવો; ગોલસર આંગણું; વલય; ચક્કર; નાટકશાળામાં બેઠકોવાળી ગોળાકાર જગ્યા; લોકોનું જૂથ, વર્ગ, ટોળું; કાળચક્ર; અમુક અવધિ. ઉ૦ક્રિ૦ (-ની આસપાસ) ગોળ ગોળ ફરવું.

cir'clet (સર્કલિટ), ના૦ નાનું વર્તુળ; દામણી જેવું માથાનું ઘરેણું.

cir'cuit (સર્કિટ), ના૦ આંતરેલો અથવા ફેરાવાવાળો રસ્તો; મોટરોની શરતનો રસ્તો; રમતગમતના બનાવોનો અનુક્રમ; એક વ્યવસ્થાતંત્ર નીચેની નાટકશાળાઓ, ચિત્રપટગૃહો, ઇ૦(ની માળા); [વીજ.] પ્રવાહનો માર્ગ, જેમાંથી પ્રવાહ પસાર થાય છે તે ઉપકરણ.

circu'itous (સર્ક્યુઇટસ), વિ૦ ફેરાવાવાળું, આડકતરું.

cir'cular (સર્ક્યુલર), વિ૦ ગોળાકાર, ગોળ ગોળ ફરતું; (પત્ર, નોટિસ, ઇ૦ અંગે) અમુક લોકો, ગ્રાહકો, ઇ૦ ના મંડળને લખેલું. ના૦ પરિપત્ર. ~ **saw**, યંત્રથી ચાલતી ચક્રાકાર કરવત. ~ **tour**, ચક્રાકાર પ્રવાસ. **circula'rity** (-લૅરિટિ), ના૦.

cir'cularize (સર્ક્યુલરાઇઝ઼), સ૦ ક્રિ૦ -ને પરિપત્ર મોકલવો.

cir'culate (સર્ક્યુલેટ), ઉ૦ ક્રિ૦ ચલણમાં મૂકવું–હોવું; વ્યક્તિઓમાં કે સ્થાનોમાં ફેરવવું–ફરવું.

circula'tion (સર્ક્યુલેશન), ના૦ પરિભ્રમણ, રુધિરાભિસરણ; ચક્રાકાર ફરવું તે; ફેલાવો; છાપા ઇ૦ના વેચાણની સંખ્યા. **circula'tory** (-લેટરિ), વિ૦.

cir'cumcise (સર્ક્મ્સાઇઝ઼), સ૦ ક્રિ૦ -ની સુન્નત કરવી.

circumci'sion (-સિઝ઼ન), ના૦ સુન્નત.

circu'mference (સર્કમ્ફરન્સ), ના૦ ફરતો ઘેર, ઘેરાવો; વર્તુળનો પરિઘ.

cir'cumflex (સર્કમ્ફ્લેક્સ), ના૦ અને વિ૦ ~ (**accent**), સ્વરનું હ્રસ્વ-દીર્ઘત્વ ઇ૦ બતાવનારું તેના પર મુકાતું ચિહ્ન (^).

circumlocu'tion (સર્કમ્લક્યૂશન), ના૦ ગોળ ગોળ બોલવું તે, ઉડાઉ ભાષણ. **circumlo'cutory** (-લૉક્યૂટરિ),વિ૦.

circumna'vigate (-નૅવિગેટ), સ૦ ક્રિ૦-ની ફરતે વહાણમાં પ્રદક્ષિણા કરવી. **circumnaviga'tion** (-નૅવિગેશન), ના૦. **circumna'vigator** (-નૅવિગેટર) ના૦.

circumpo'lar (-પોલર), વિ૦ પૃથ્વીના કોઈ પણ ધ્રુવની આસપાસનું–નજીકનું.

cir'cumscribe (-સ્ક્રાઇબ), સ૦ ક્રિ૦ -ની આસપાસ લીટી દોરવી, આંતરી લેવું; મર્યાદિત કરવું, હદ બાંધવી; પૂરી દેવું; બંધી કરવી.

circumscri'ption (-સ્ક્રિપ્શન), ના૦ મર્યાદા (મૂકવી તે); સિક્કાની ફરતેનું લખાણ.

cir'cumspect (સર્કમ્સ્પેક્ટ), વિ૦ સાવધ, ચોતરફનો વિચાર કરનારું.

circumspe'ction (-સ્પેક્શન), ના૦ સાવચેતી, દૂરંદેશી.

cir'cumstance (સર્કમ્સ્ટન્સ), ના૦ ઘટના; હકીકત, તથ્ય; વિગત; ઔપચારિકતા, ધમાલ; [બ૦ વ૦માં] આસપાસના સંજોગો,

પરિસ્થિતિ; સાંપત્તિક સ્થિતિ.

circumsta'ntial (સર્કમ્સ્ટૅન્શલ), વિ૰ (બયાન, વાર્તા, અંગે) વિગતવાર; (પુરાવા અંગે) આજુબાજુની પરિસ્થિતિનો, સાંયોગિક.

cir'cumvent (સર્કમ્વે'ન્ટ), સ૰ ક્રિ૰ છેતરવું, છક્કડ ખવડાવવી; ટાળવું.

cir'cus (સર્કસ), ના૰ હાથી, સિંહ, બજાણિયાઓ, વિદૂષકો, ઇ૰નો ફરતો તમાશો, સર્કસ, રમતગમત, ઇ૰ના ખેલ કરનારાઓનું જૂથ; અગ્ગડ, અખાડો; શહેરના અનેક રસ્તાઓ જ્યાં મળે છે તે મેદાન.

cirrho'sis (સિરોસિસ), ના૰ યકૃતનો જૂનો વધતો જતો રોગ.

ci'rriped (સિરિપે'ડ), ના૰ છીપમાં રહેનારું એક દરિયાઈ પ્રાણી.

ci'rrus (સિરસ), ના૰ [બ૰ વ૰ **-rri** -રાઇ] વાળના ગુચ્છા જેવું સફેદ વાદળું.

Cister'cian (સિસ્ટર્શન), ના૰ અને વિ૰ ચુસ્ત બેનિડિક્ટાઇન સંપ્રદાયનો (સાધુ).

ci'stern (સિસ્ટર્ન), ના૰ પાણીની ટાંકી –હોજ.

ci'stus (સિસ્ટસ), ના૰ સફેદ કે રાતાં ફૂલવાળું એક ઝાડવું.

ci'tadel (સિટડલ), ના૰ નગર-દુર્ગ.

cita'tion (સાઇટેશન), ના૰ હાજર થવાનો હુકમ; નિર્દેશ; પદવીદાન વખતે તે લેનારની પ્રશસ્તિ.

cite (સાઇટ), સ૰ ક્રિ૰ ન્યાયાલયમાં હાજર થવા ફરમાવવું; દાખલા તરીકે કે સમર્થનમાં ટાંકવું.

ci'tizen (સિટિઝ઼ન), ના૰ નગર કે રાજ્યનો વતની–નાગરિક. **ci'tizenship** (-શિપ), ના૰.

ci'trate (સિટ્રેટ), ના૰ લીંબુના તેજાબનું મીઠું.

ci'tric (સિટ્રિક), વિ૰ ~ **acid,** લીંબુ વગેરેના રસમાં રહેલો ખાટો તેજાબ–અમ્લ.

ci'tron (સિટ્રન), ના૰ લીંબુની જાતનું પણ તેનાથી મોટું ફળ, તેનું ઝાડ.

citrone'lla (સિટ્રને'લે), ના૰ એક જાતનું ખુશબોદાર ઘાસ; તેમાંથી કાઢવામાં આવતું સુગંધી તેલ.

ci'trus (સિટ્રસ), ના૰ અને વિ૰ નારંગી, લીંબુ, ઇ૰(નું). **ci'trous** (સિટ્રસ), વિ૰.

ci'ty (સિટિ), ના૰ મોટું નગર, શહેર; સનદનિર્મિત કેથીડ્રલવાળું શહેર. **the C~** લૉર્ડ મેયર અને કૉર્પોરેશનની હકૂમત નીચેનો લંડનનો ભાગ; તેનો વેપારઉદ્યોગવાળો લત્તો; વેપારી પેઢીઓ ને મંડળો.

ci'vet (સિવિટ), ના૰ જબાદી બિલાડીમાંથી મળતી કસ્તૂરી. ~ (**cat**), જબાદી બિલાડી.

ci'vic (સિવિક), વિ૰ નગરનું, નાગરિકત્વનું. **ci'vics** (-ક્સ), ના૰ બ૰વ૰ નાગરિકશાસ્ત્ર.

ci'vil (સિવલ), વિ૰ નાગરિકોનું–ને યોગ્ય; સભ્ય, વિનયી; પરગજુ; [કા.] દીવાની, ખાનગી હકોને લગતું, ફોજદારી ગુનાઓને નહિ. ~ **defence,** વિ૰ ક૰ હવાઈ હુમલાને અંગે કામ કરનારું નાગરિક સંગઠન. ~ **engineer,** જાહેર મકાન, સડક, પુલ, ઇ૰નું બાંધકામ કરનાર ઇજનેર. ~ **list,** રાજ્યની તિજોરીમાંથી પગાર મેળવનાર અમલદારોનું પત્રક; રાજકુટુંબના ખાનગી ખર્ચ માટે પાર્લમેન્ટે કરેલી નિમણૂક. ~ **marriage,** ધાર્મિક વિધિ સિવાયનો ને ધણી વિવાહ. **C~ Service,** રાજ્યકારભારની બધી બિનલશ્કરી શાખાઓ. ~ **war,** આન્તરવિગ્રહ.

civi'lian (સિવિલ્યન), વિ૰ અને ના૰ બિનલશ્કરી (માણસ).

civi'lity (સિવિલિટિ), ના૰ વિનય; સૌજન્ય; વિનયવાળું કામ.

civiliza'tion (સિવિલાઇઝ઼ેશન), ના૰ સુધારવું–સુધરવું–તે; સામાજિક વિકાસ(ની પ્રગત સ્થિતિ); સુધરેલી સ્થિતિ કે સમાજ.

ci'vilize (સિવિલાઇઝ઼), સ૰ ક્રિ૰ બર્બર દશામાંથી બહાર કાઢવું, સુધારવું, સંસ્કારી બનાવવું.

cl., સંક્ષેપ. centilitre(s).

clack (ક્લૅક), ના૰ પથ્થર પર ચાલતાં

પાવડીઓનો થતો અવાજ; સતત બકબક. અ૦ ક્રિ૦ સડાક કડાક અવાજ કરવો, ટકટક બકબક કરવી.

clad (ક્લૅડ), **clothe**નો ભૂ૦ કા૦ તથા ભૂ૦ કૃ૦.

claim (ક્લેમ), સ૦ ક્રિ૦ પોતાના હક તરીકે માગવું, -નો દાવો કરવો; પોતાની પાસે હોવાનું જણાવવું; દૃઢતાપૂર્વક જણાવવું; -ને માટે લાયક હોવું. ના૦ હકની માગણી; દૃઢતાપૂર્વકનું કથન; કશાક પર હક; [ખાણ.] નક્કી કરી આપેલો–લીધેલો–જમીનનો ટુકડો.

clai'mant (ક્લેમન્ટ), ના૦ દાવો કરનાર વિ૦ ક૦ ફરિયાદમાં.

clairvoy'ance (ક્લે'અરવૉયન્સ), ના૦ દૃષ્ટિ બહારની વસ્તુ જોવાની અલૌકિક શક્તિ, અતીન્દ્રિય દૃષ્ટિ. **clairvoy'ant** (-વૉયન્ટ), ના૦ અને વિ૦.

clam (ક્લૅમ), ના૦ છીપવાળી ખાદ્ય માછલી; [વિ. બો.] ઓછાબોલું માણસ. અ૦ ક્રિ૦ ~ **up,** મૂંગા રહેવું, ચૂપ થવું.

cla'mant (ક્લેમન્ટ), વિ૦ શોરબકોરવાળું; આગ્રહી.

cla'mber (ક્લૅમ્બર), અ૦ ક્રિ૦ હાથ-પગ ટેકવીને અથવા મુશ્કેલીથી ચડવું.

cla'mmy (ક્લૅમિ), વિ૦ ચોંટી જાય એવું ભીનું.

cla'mour (ક્લૅમર), ના૦ બૂમ (પાડવી તે); ઘોંઘાટ; બૂમબરાડા; જોરદાર વાંધો અથવા માગણી. ઉ૦ ક્રિ૦ દાદ મેળવવા બૂમાબૂમ કરવી; તકરાર–ઘોંઘાટ–કરવો. **cla'morous** (-રસ), વિ૦.

clamp[1] (ક્લૅમ્પ), ના૦ લોઢા ઇ૦નો ચાપડો, પટો; સ્ક્રૂ ફેરવીને સજ્જડ કરી શકાય એવું પકડવાળું ઓજાર; સ૦ ક્રિ૦ ચાપડા કે પટા વડે મજબૂત બનાવવું. **~down on,** -ની બાબતમાં વધારે કડક થવું.

clamp[2], ના૦ ઘાસ અને માટી નીચે મૂકી રાખેલો બટાકાનો ઢગ.

clan (ક્લૅન), ના૦ એક પૂર્વજના વંશજો; એકત્ર રહેનારું કુટુંબ–કબીલો; પક્ષ, ટોળકી; જમાત. **cla'nnish** (ક્લૅનિશ), વિ૦. **cla'nsman** (ક્લૅન્સ્મન), ના૦.

clande'stine (ક્લૅન્ડે'સ્ટિન), વિ૦ ચોરીછૂપીનું, ગુપ્ત.

clang (ક્લૅંગ), ના૦ ધાતુનો મોટો ગાજતો અવાજ. અ૦ ક્રિ૦ એવો અવાજ કરવો.

cla'ngour (ક્લૅંગર), ના૦ સતત થતો ઝણઝણાટ કે ખણખણાટ (અવાજ). **cla'ngorous** (-ગરસ), વિ૦.

clank (ક્લૅંક), ના૦ ધાતુની ભારે વસ્તુઓ અથડાવાનો ખણખણાટ (અવાજ). ઉ૦ક્રિ૦ એવો અવાજ કરવો – થવો.

clap[1] (ક્લૅપ), ઉ૦ ક્રિ૦ તાળીઓ પાડવી–પાડીને સંમતિ કે માન્યતા દર્શાવવી–શાબાશી આપવી; ઝટ દઈને અથવા ઉત્સાહપૂર્વક અથવા તાળી પાડીને મૂકી દેવું, લગાડવું–મારવું–કેદમાં ખોસી ઘાલવું; પાંખો ફફડાવવી. ના૦ સ્ફોટક અવાજ, ધડાકો, વિ૦ ક૦ વીજળીનો કડાકો; તાળીઓનો ગડગડાટ; લપડાક.

clap[2], ના૦ [ગ્રામ્ય] પરમિયો.

cla'pboard (ક્લૅપ્બોર્ડ, ક્લૅબર્ડ), ના૦ [અમે.] વરસાદના પાણીને રોકવા માટે બારણાના નીચેના ભાગમાં જડેલું ઢોળાવવાળું પાટિયું.

cla'pper (ક્લૅપર), ના૦ ઘંટ વગાડવાનું લોલક. **~board,** [સિનેમા.] ચિત્ર અને ધ્વનિને સમકાલિક બનાવવા માટેનું સાધન.

cla'ptrap (ક્લૅપ્ટ્રૅપ), ના૦ કેવળ તાળીઓ પડાવવા માટે વાપરેલી સચ્ચાઈ વિનાની અથવા ઢોંગી ભાષા; વાહિયાત વાત.

claque (ક્લૅક), ના૦ નાટકશાળામાં ભાડૂતી તાળી પાડનારાઓનું જૂથ.

cla'ret (ક્લૅરિટ), ના૦ બોર્ડોનો લાલ દારૂ.

cla'rify (ક્લૅરિફાઇ), ઉ૦ક્રિ૦ વિશદ–સ્પષ્ટ કરવું–થવું, અસ્પષ્ટતા અથવા અશુદ્ધિઓ કાઢી નાખવી.

cla'rinet (ક્લૅરિને'ટ), ના૦ મોઢે વગાડવાનું લાકડાનું એક વાદ્ય.

cla'rion (ક્લૅરિઅન), ના૦ જાગ્રત કરનાર અવાજ, કાર્ય કરવા હાકલ.

cla'rity (ક્લૅરિટિ), ના૦ સ્પષ્ટતા.

clar'kia (ક્લૅર્કિઅ), ના ચળકતાં

ફૂલોવાળો એક છોડ.

clash (ક્લૅશ), ના૰ કરતાલના જેવો ખંડિત અવાજ; અથડામણ; સંઘર્ષ; રંગો ઇ૰ની વિસંગતિ. ઉ૰ક્રિ૰ સામસામા અથડાવું; -થી વિપરીત હોવું; એકબીજા સાથે પછાડવું.

clasp (ક્લાસ્પ), ના૰ બે વસ્તુઓને જોડવાનું સાધન, ચાપડો, બકલ, હૂક, ઇ૰; બાહુ કે હાથની પકડ, આલિંગન, બાથ; હસ્તાંદોલન (શેકહૅન્ડ), ચન્દ્રકની ફીત ઉપર ચાંદીની પટ્ટી. ઉ૰ ક્રિ૰ બાંધવું, જોડવું; ચાપડા કે હૂક વતી જોડવું; બાથમાં લેવું, ભેટવું; ઘેરવું; હાથ પકડવો; બાઝવું. **~-knife**, હાથામાં પાનું વળે એવો છરો.

class (ક્લાસ), ના૰ સમાજનો વર્ગ અથવા શ્રેણી; કોઈ એક વર્ગ, વર્ણ કે જાતિ; સાથે ભણતા વિદ્યાર્થીઓ(નો વર્ગ); તેમનો મળવાનો સમય; [અમે.] એક વર્ષના બધા કૉલેજના વિદ્યાર્થીઓ. સ૰ક્રિ૰ અમુક વર્ગમાં મૂકવું. **~-room**, વર્ગ(નો ઓરડો).

cla'ssic (ક્લૅસિક), વિ૰ નીવડેલું, ઉત્તમ; સૌથી મહત્ત્વનું-ચડિયાતું; નમૂનારૂપ; પ્રાચીન ગ્રીક કે રોમન સંસ્કૃતિનું; તે સંસ્કૃતિને મળતું વિ૰ક૰ સંયમી અને સુમેળવાળી શૈલીનું; ઐતિહાસિક સંબંધોવાળું. ના૰ ઉત્તમ પ્રતિનો ગ્રંથકાર, કળાકાર, (કળા)કૃતિ, નમૂનો, વસ્ત્ર, વંશ, ઇ૰; [બ૰વ૰માં] પ્રાચીન ગ્રીક અને લૅટિનનું અધ્યયન. **~ races**, ઇગ્લૅન્ડની મુખ્ય પાંચ વાર્ષિક ઘોડાની શરતો.

cla'ssical (ક્લૅસિકલ), વિ૰ પ્રાચીન ગ્રીક અને લૅટિન સાહિત્યનું; (ભાષા અંગે) પ્રાચીન માન્યવર લેખકોએ વાપરેલા રૂપવાળી; (સંગીત અંગે) ગંભીર અને પરંપરાગત.

cla'ssicism (ક્લૅસિસિઝ્મ), ના૰ પ્રાચીન સંયમપ્રધાન શૈલીનું અનુસરણ; ગ્રીક અને લૅટિનમાં વિદ્વત્તા; પ્રાચીન (ગ્રીક અને લૅટિન) ભાષાસાહિત્યવાળી કેળવણીની હિમાયત. **cla'ssicist** (-સિસ્ટ), ના૰.

cla'ssify (ક્લૅસિફાઇ), સ૰ક્રિ૰ -ના વર્ગો પાડવા, વર્ગીકરણ કરવું; સરકારી રાહે ગુપ્ત મનાતી કક્ષામાં મૂકવું. **classifica'tion** (-ફિકેશન), ના૰. **cla'ssificatory** (-ફિકેટરિ), વિ૰.

cla'ssy (ક્લાસિ), વિ૰ [વિ.બો.] ચડિયાતું.

cla'tter (ક્લૅટર), ના૰ ખણખણ, ખણખણાટ, ખડખડાટ; ઘોંઘાટ. ઉ૰ક્રિ૰ ખણખણાટ કરવો-થવો; ખણખણાટ સાથે પડવું.

clause (ક્લૉઝ઼), ના૰ સંધિ, કાયદો, કે કરારની કલમ; [વ્યાક.] ઉદ્દેશ્ય અને વિધેયવાળો વાક્યનો સ્વતંત્ર ભાગ.

claustropho'bia (ક્લૉસ્ટ્રફોબિઆ), ના૰ બંધ જગ્યાનો ડર(લાગવાની માનસિક વિકૃતિ).

claustropho'bic (-બિક), વિ૰ એ વિકૃતિવાળો રોગી, એ વિકૃતિ લાવનાર.

cla'vichord (ક્લૅવિકૉર્ડ), ના૰ સ્વરની ચાવીઓવાળું જનામાં જૂનું તંતુવાદ્ય.

cla'vicle (ક્લૅવિકલ), ના૰ હાંસડી (નું હાડકું). **clavi'cular** (-ક્યુલર), વિ૰.

claw (ક્લૉ), ના૰ પશુ કે પંખીના નહોર; પંજો; પકડવાનું કે પકડી રાખવાનું સાધન -અવયવ. ઉ૰ક્રિ નહોર વતી ઉઝેડવું-ખોતરવું, ખેંચવું, છિન્નવિચ્છિન્ન કરવું.

clay (ક્લે), ના૰ ચીકણી માટી, (ઈંટો, પ્યાલા-રકાબી, ઇ૰ માટે વપરાતી), માનવશરીર(ની માટી). **~ pigeon**, નિશાનબાજી માટે લક્ષ્ય તરીકે હવામાં ઊંચે ફેંકેલી માટીની રકાબી. **clay'ey** (ક્લેઇ), વિ૰.

clay'more (ક્લેમૉર), ના૰ [સ્કૉ.] બેધારી પહોળી તલવાર.

clean (ક્લીન), વિ૰ સ્વચ્છ; મેલ કે ડાઘ વિનાનું, ગંદું નહિ કરાયેલું-થયેલું; ખોડખામી વિનાનું; વટાળ કે ભ્રષ્ટતા વિનાનું; રોગમુક્ત; સુરેખ, ચોક્કસ; [વાત.] અશ્લીલતા કે અનૌચિત્ય વિનાનું. ક્રિ૰વિ૰ સંપૂર્ણપણે; કેવળ; ચોખ્ખી રીતે. ઉ૰ ક્રિ૰ ચોખ્ખું કરવું-થવું. ના૰ સાફસૂફી. **~ out**, સાફ કરી નાખવું, ખાલી કરવું, કોઈના પૈસા પડાવી લેવા. **~-shaven**,

દાઢીમૂછો મૂંડાવેલું. ~ up, [વિ. બો.] નફો કાઢવો–કરવો.

clea'nly[1] (ક્લીન્‌લિ), ક્રિ૰વિ૰ ચોખ્ખી રીતે.

clea'nly[2] (ક્લે'ન્‌લિ), વિ૰ ચોખ્ખું–સુઘડ-રહેનારું, ચોખ્ખાઈ તરફ ધ્યાન આપનારું.

clea'nliness (-નિસ), ના૰.

cleanse (ક્લે'ઝ્), સ૰ક્રિ૰ શુદ્ધ–પાપ-રહિત–સ્વચ્છ–કરવું.

clear (ક્લિઅર), વિ૰ પારદર્શક; (આકાશ) નિરભ્ર; સ્પષ્ટ, સહેજે સમજાય–જોઈ શકાય એવું; ઉઘાડું; ભેદક દૃષ્ટિવાળું, શંકારહિત; ચોખ્ખું, સંપૂર્ણ; નિર્વિઘ્ન, ખુલ્લું; નડતર વિનાનું; (-થી) મુક્ત. ક્રિ૰ વિ૰ સ્પષ્ટપણે; સંપૂર્ણપણે; -થી દૂર. ઉ૰ક્રિ૰ ચોખ્ખું કરવું–થવું, નિર્દોષ છે એમ બતાવવું–જાહેર કરવું; નડતર દૂર કરવું, નિર્વિઘ્ન કરવું; અડચા વિના–પાસે થઈને–પસાર થવું; હવાલા બૅંકમાથી (હૂંડી) પસાર કરવી; ચોખ્ખા નફા તરીકે અમુક રકમ મેળવવી. **~ away**, ખસેડવું; ટેબલ પરની ભોજનની બાકીની વસ્તુઓ ઉપાડી જવી. **~ off, out**, -થી છુટકારો મેળવવો; જતા રહેવું.

clear'ance (ક્લિઅરન્સ), ના૰ વિઘ્ન ઇ૰નું નિવારણ; બે વસ્તુઓને એકી સાથે પસાર થવાની જગ્યા; જવાની કે આગળ વધવાની રજા. **~ sale**, જૂનો કે વધારાનો માલ કાઢી નાખવા માટે વેચાણ.

clear'ing (ક્લિઅરિંગ), ના૰ વિ૰ક૰ ખેતી માટે જંગલ કાપીને સાફ કરેલી જમીન. **~ bank**, હવાલા બૅંક (clearing-house)ની સભ્ય બૅંક. **~-house**, હવાલા બૅંક–દફતર; માહિતી ભેગી કરનારી અને આપનારી સંસ્થા.

clear'way (ક્લિઅર્‌વે), ના૰ રસ્તાનો અવરજવરનો ભાગ, જ્યાં વાહનો ઊભાં ન રહી શકે.

cleat (ક્લીટ), ના૰ પગ મૂકવા માટે અથવા દોરડું બાંધવા માટે આગળ પડતું કશુંક.

clea'vage (ક્લીવિજ), ના૰ વસ્તુ ફાટવાની દિશા; સ્ત્રીનાં સ્તન વચ્ચેનો ખાડો.

cleave[1] (ક્લીવ), અ૰ ક્રિ૰ [પ્રા.] -ને વળગવું–ચોંટવું–વળગી કે ચોંટી રહેવું.

cleave[2], ઉ૰ ક્રિ૰ [clove અથવા cleft; cloven અથવા cleft] ફાડવું, ચીરવું, ભાગ પાડવા; ભાંગી જવું, ફાટીને અલગ પડવું.

clea'ver (ક્લીવર), ના૰ કસાઈનો છરો.

clea'vers (ક્લીવર્સ), ના૰ કપડાં ઇ૰ને વળગનારી કાંટાળી વનસ્પતિ.

clef (ક્લે'ફ), ના૰ [સં.] સ્વરની માત્રા કે તીવ્રતા બતાવનારી નિશાની.

cleft[1] (ક્લે'ફ્ટ), **cleave**[2]નો ભૂ૰ કા૰ તથા ભૂ૰કૃ૰. **~ stick**, પ્રગતિ કે પીછેહઠ એમાંથી એકે નહિ એવી સ્થિતિ.

cleft[2], ના૰ ફાટ, ચિરાડ.

cle'matis (ક્લે'મટિસ), ના૰ એક સુંદર ફૂલોનો છોડ–વેલો.

cle'mency (ક્લે'મન્સિ), ના૰ દયાળુ વર્તન, ક્ષમા.

cle'ment (ક્લે'મન્ટ), વિ૰ દયાળુ; સૌમ્ય.

cle'mentine (ક્લે'મન્ટાઇન), એક જાતનું નાનું સંતરું.

clench (ક્લે'ન્ચ), ઉ૰ ક્રિ૰ ખીલો આરપાર ગયા પછી તેને ઠરીને સજ્જડ કરવો; મજબૂતપણે બંધ કરવું, મજબૂત પકડવું. ના૰ સજ્જડ પકડવું તે, પકડ.

cler'gy (ક્લર્જિ), ના૰ [બહુધા બ૰ વ૰ તરીકે વપરાય છે] તમામ ખ્રિસ્તી ધર્મોપદેશકો–પાદરીઓ. **~man**, દીક્ષા પામેલો પાદરી.

cle'ric (ક્લે'રિક), ના૰ પાદરી.

cle'rical (ક્લે'રિકલ), વિ૰ પાદરી(ઓ)નું -ને લગતું; કારકુનોનું–એ કરેલું.

cle'rihew (ક્લે'રિહ્યૂ), ના૰ વિનોદી કે હાસ્યકારક ટૂંકી કવિતા(બહુધા ચરિત્રાત્મક).

clerk (ક્લાર્ક), ના૰ મહેતો, કારકુન, ક્લાર્ક; કાઉન્સિલ, કોર્ટ, ઇ૰નો દફતરી; ચર્ચનો એક અમલદાર. અ૰ક્રિ૰ કારકુનનું કામ કરવું.

cle'ver (ક્લે'વર), વિ૰ હોશિયાર, કુશળ, બુદ્ધિમાન, ભણવા સમજવામાં ચપળ, કલ્પક.

clew (ક્લૂ), ના૦ સૂતર કે દોરાનો દડો -પિલ્લું; સઢનો નીચલો ખૂણો, તે ખૂણે બાંધેલો દોરડીનો ગાળો. સ૦ક્રિ૦ સંકેલવા માટે (સઢને) ઉપર ખેંચવું (~ **up**), ફેલાવવા માટે નીચે છોડવું (~ **down**).

cli'che' (ક્લિશે), ના૦ અતિ રૂઢ બનેલો વાક્પ્રયોગ, કહેવત, ઇ૦.

click (ક્લિક), ના૦ ટકટક, કટકટ અવાજ. ઉ૦ક્રિ૦ એવો અવાજ કરવો; [વિ.બો.] સફળ થવું, સમજાવું, કોઈની સાથે દોસ્તી થવી.

cli'ent (ક્લાયન્ટ), ના૦ અસીલ, ઘરાક.

cliente'le (ક્લીઆંટે'લ), ના૦ અસીલો, ઘરાકો.

cliff (ક્લિફ), ના૦ ઊભો ખડક, કરાડ, વિ૦ક૦ દરિયાકાંઠા પરની.

clima'cteric (ક્લાઇમૅક્ટરિક), વિ૦ અણીના સમયનું, કટોકટીનું. ના૦ અણીનો સમય, શરીરબંધારણમાં મોટા ફેરફારોનો સમય.

cli'mate (ક્લાઇમટ), ના૦ આબોહવા, અમુક પ્રકારનાં હવાપાણીવાળો પ્રદેશ; લોકમત ઇ૦નું પ્રચલિત વલણ. **clima'tic** (-મૅટિક), વિ૦. **climato'logy** (-મટૉલજિ), ના૦.

cli'max (ક્લાઇમૅક્સ), ના૦ પરમ ઉત્કટતા અથવા રસોત્કર્ષવાળો બનાવ કે પ્રસંગ, પરાકાષ્ઠા, શિખર.

climb (ક્લાઇમ), ઉ૦ક્રિ૦ ઉપર જવું, ચડવું; સામાજિક દરજ્જામાં ઉપર ચડવું. ના૦ ઉપર ચડવું તે, જેના પર ચડવાનું હોય તે ટેકરી ઇ૦.

cli'mber (ક્લાઇમર), ના૦ પર્વતારોહી; વેલો; સમાજમાં ઊંચે ચડનાર.

clime (ક્લાઇમ), ના૦ પ્રદેશ, આબોહવા.

clinch (ક્લિંચ), ઉ૦ક્રિ૦ ખીલો આરપાર મારીને થરી દેવો; મન પર ઠસાવવું; કાયમનો નિકાલ કરવો; [નૌકા.] ગાળિયો નાખીને (દોરડું) સજ્જડ બાંધવું; નક્કી કરવું; (મુષ્ટિયોદ્ધાઓ અંગે) અતિ પાસે આવવું, જેથી હાથ લાંબો કરીને જોરથી મુક્કો ન મારી શકાય. ના૦ એ ક્રિયાને પરિણામે સરજાતી સ્થિતિ.

cling (ક્લિંગ), સ૦ ક્રિ૦ [**clung**] પકડ ઢીલી ન પડવા દેવી, પકડી રાખવું, વળગી રહેવું.

cli'nic (ક્લિનિક), વૈદ્યકીય ઉપચાર કે સલાહ આપવાની જગ્યા કે પ્રસંગ; ખાનગી અથવા વિશિષ્ટ પ્રકારની ઇસ્પિતાલ; ઇસ્પિતાલમાં દરદીની પથારી પાસે ચાલતો વૈદ્યકીય શિક્ષણ (નો વર્ગ).

cli'nical (ક્લિનિકલ), વિ૦ રુગ્ણશય્યાનું -પાસેનું; [લા.] વસ્તુલક્ષી, તટસ્થ, ઉદાસીન. **~thermometer,** દરદીનો તાવ માપવાનું થરમૉમીટર.

clink[1] (ક્લિંક), ના૦ વાસણ ઇ૦ અથડાવાથી થતો રણકાવાળો અવાજ, ખણખણાટ; ઘંટનો અવાજ. ઉ૦ ક્રિ૦ એવો અવાજ કરવો – કરાવવો.

clink[2], ના૦ [વિ.બો.] કેદખાનું.

cli'nker (ક્લિંકર), ના૦ ધાતુના કચરાનો અથવા લાવાનો જથો; કોલસો બળી જતાં રહેતો પથ્થરવાળો અવશેષ.

cli'nker-built (-બિલ્ટ), વિ૦ બહારની બાજુએ નીચે તરફ ઢાળવાળાં એક ઉપર બીજું એમ લાકડાનાં પાટિયાંવાળું.

clip[1] (ક્લિપ), સ૦ક્રિ૦ મજબૂત પકડવું – પકડી રાખવું, પકડથી જોડવું–સજ્જડ કરવું. ના૦ વસ્તુઓને જોડવાનું અથવા તેમને સાથે પકડી રાખવાનું સાધન; સાથે જડેલો કારતૂસોનો જથો. **~'board,** કાગળ ઇ૦ પકડી રાખવાનું પાટિયું.

clip[2], ઉ૦ ક્રિ૦ કાતર વતી કાપવું; સિક્કા ઇ૦ની ધારે કાપા પાડવા; ટિકિટનો અમુક ભાગ કાપવો; કાપીને ટૂંકું કરવું; [વાત.] જોરથી ફટકો મારવો. ના૦ કાપલી; કાતરેલું ઊન; ચિત્રપટમાંથી લીધેલો ભાગ; સખત ફટકો.

cli'pp er (ક્લિપર), ના૦ ઝડપી વહાણ; [બ૦ વ૦માં] (વાળ) કાપવાનો સંચો.

cli'pping (ક્લિપિંગ), ના૦ કાપી લીધેલો કકડો, કાપલી, વિ૦ ક૦ છાપાની.

clique (ક્લિક), ના૦ નાની ટોળી–ટોળકી.

cli'quy (ક્લિકિ), વિ૦.

cli'toris (ક્લિટરિસ), ના૦ ભગશિશ્ન.

cloak (ક્લોક), ના૦ બહુધા બાંય વિનાનો ઉપરથી પહેરવાનો ઢીલો ડગલો; આચ્છાદન; બહાનું. ઉ૦ ક્રિ૦ ડગલા વડે –ની જેમ– ઢાંકવું–સંતાડવું. **~room,** પ્રવાસનો સામાન કે કપડાં મૂકવાની જગ્યા; [સૌમ્ય.] સંડાસ.

clo'bber (ક્લૉબર), ના૦ [વિ. બો.] પહેરવાનાં કપડાં, સાજસરંજામ. સ૦ ક્રિ૦ ફટકો મારવો; ઝૂડવું; સખત ટીકા કરવી.

cloche (ક્લૉશ), ના૦ ખુલ્લામાં રોપેલી વનસ્પતિના રક્ષણ માટે કાચનું પવાલા જેવું ઢાંકણું; સ્ત્રીની ચુસ્ત બેસતી ઘંટાકાર ટોપી.

clock[1] (ક્લૉક), ના૦ ઘડિયાળ, વિ૦ક૦ ભીંતે ટાંગવાનું; ચંદરવા ઉપર આંકડા બતાવનારું ઘડિયાળ જેવું સાધન; 'ડેન્ડેલિયન' ઇ૦નું લોમથી ઢંકાયેલું બીજ. ઉ૦ ક્રિ૦ અટક ઘડિયાળથી શરતનો સમય નક્કી કરવો. **~(up),** સમય, ગતિ, અંતર, ઇ૦ નોંધવું અથવા તેને પહોંચવું. **~ in, on** or **out, off,** આવવાનો કે જવાનો સમય સ્વયંચાલિત ઘડિયાળ વડે નોંધવો. **~wise,** ઘડિયાળના કાંટાની જેમ–ડાબી તરફથી જમણી તરફ (જનારું), દક્ષિણાવર્ત. **~work,** ઘડિયાળના સિદ્ધાન્ત પરની યંત્રરચના–રચેલું યંત્ર. (**like ~work,** યાંત્રિક ચોકસાઈથી.)

clock[2], ના૦ મોજાની બાજુ પર શોભાવાળી આકૃતિ.

clod (ક્લૉડ), ના૦ માટીનું ઢેફું; જડસુ; **~hopper,** જડસુ, ગમાર.

clog (ક્લૉગ), ના૦ લાકડાના તળિયાવાળો જોડો; [પ્રા.] (અડચણ રૂપ) બોજો. ઉ૦ ક્રિ૦ હરકત કરવી, નડવું; રૂંધવું, રૂંધાવું; બંધ કરવું–થવું; ચોંટી જવું.

cloi'ster (ક્લૉઇસ્ટર), ના૦ મંડપ કે છાપરાવાળો માર્ગ. વિ૦ ક૦ મઠ, કૉલેજ કે દેવળમાં; મઠ, વિહાર; મઠનું જીવન. ઉ૦ ક્રિ૦ મઠમાં પૂરી દેવું, એકાંતમાં અલગ રાખવું, આશ્રય આપવો.

clone (ક્લોન), ના૦ એક મૂળ–પૂર્વજમાંથી લૈંગિક પ્રક્રિયા વિના પેદા થયેલા જીવોનો સમુદાય, તેમાંનો એક. ઉ૦ ક્રિ૦ લૈંગિક પ્રક્રિયા વિના પેદા કરવું.

close[1] (ક્લોસ), વિ૦ નજીકનું, પાસે-પાસેનું; ગાઢું, ઘન; સુવ્યવસ્થિત (ગોઠવેલું); લગભગ સરખું; કડક, છૂટછાટ વિનાનું; બંધ (કરેલું); ગુપ્ત; ચિંગૂસ; ગૂંગળાવનારું. ક્રિ૦ વિ૦ બારીકાઈથી; પાસે પાસે, ખીચોખીચ. ના૦ ચોમેરથી આંતરેલી જગ્યા, એક છેડે બંધ શેરી કે રસ્તો, દેવળનું આંગણું. **~ harmony,** અમુક સ્વરોની મર્યાદામાં સંવાદી ગાયન. **~ season,** કાયદાથી પ્રાણીહિંસા ઇ૦ના નિષેધવાળો કાળ. **~ shave,** (અકસ્માત ઇ૦માંથી) સહેજમાં બચી જવું તે. **~-up,** તદ્દન પાસેથી લીધેલો ફોટો–ઉતારેલું ચિત્રપટ.

close[2] (ક્લોઝ઼), ઉ૦ ક્રિ૦ બંધ કરવું–થવું; બંધ જાહેર થવું; ખલાસ કરવું; પતાવવું, પૂરું કરવું; નજીક લાવવું–આવવું; -ની સાથે બાથ ભીડવી, વીજળીનો પરિપથ સળંગ કરવો. ના૦ આખર, અંત. **closed circuit,** (દૂરદર્શન અંગે) કૅમેરાથી ઠેઠ પડદા સુધી તાર પરથી પસાર થનારા પ્રવાહવાળો સર્કિટ. **closed shop,** અમુક મહાજનોના સભ્યોને જ નોકરી પર રાખનાર કારખાનું ઇ૦.

clo'set (ક્લૉઝ઼િટ), ના૦ ખાનગી–નાની–ઓરડી; [અમે.] કબાટ; પાયખાનું.

clo'seted (ક્લૉઝ઼િટિડ), વિ૦ ખાનગી સલાહમસલતમાં (રોકાયેલું).

clo'sure (ક્લોઝ઼ર), ના૦ બંધ કરવું–થવું તે, બંધ સ્થિતિ; ચર્ચા બંધ કરવી તે. સ૦ ક્રિ૦ ચર્ચા બંધ–સમાપ્ત–કરવી.

clot (ક્લૉટ), ના૦ લોહીનું ગંઠાઈ ગયેલું ટીપું ઇ૦: [વિ.બો.] મૂર્ખો. ઉ૦ ક્રિ૦ ગંઠાઈ જવું, -ના ગઠ્ઠા બનવા. **clotted cream,** દૂધ બાળીને કરેલી રબડી.

cloth (ક્લૉથ), ના૦ કાપડ (વણેલું કે ઊન ઇ૦ દબાવીને બનાવેલું); ટેબલ ક્લૉથ; **the ~,** પાદરીઓ, પાદરી વર્ગ.

clothe (ક્લોધ), સ૦ ક્રિ૦ [**clothed** અથવા **clad**] વસ્ત્ર પૂરાં પાડવાં–પહેરા-

વવાં; કપડાં વતી હોય તેમ ઢાંકવું.

clothes (ક્લોધ્ઝ્), ના૰ બ૰ વ૰ પહેરવાનાં કે પાથરવા-ઓઢવાનાં કપડાં.

clo'thier (ક્લોધિઅર), ના૰ કાપડ અને મરદનાં કપડાં વેચનાર.

clo'thing (ક્લોધિંગ), ના૰ કપડાં લૂગડાં.

cloud (ક્લાઉડ), ના૰ વાદળું; હવામાં ઊડતો ધૂળ કે ધુમાડાનો ગોટો; સાથે ફરતું પક્ષીઓ, જંતુઓ, ઇ૰નું ટોળું; ભવાં ચડાવેલી મુદ્રા; શંકા, ગમગીની, ઇ૰નું વાતાવરણ. ઉ૰ ક્રિ૰ વાદળાંથી ઢાંકી દેવું–છવાઈ જવું – અંધારું કરવું; ગમગીનીથી ઘેરવું – ઘેરાઈ જવું. **~berry**, એક નાનકડું પહાડી ઝાડવું. **~-burst**, એકદમ તૂટી પડેલો ભારે વરસાદ.

clou'dy (ક્લાઉડિ), વિ૰ વાદળાંથી છવાયેલું; અસ્પષ્ટ.

clout (ક્લાઉટ), સ૰ ક્રિ૰ તમાચો મારવો; થીગડું દેવું. ના૰ સખત ફટકો, તમાચો; [વાત.] લાગવગ; અસરકારક કાર્યશક્તિ; થીગડું. લુગડાનો કકડો, ગાભો.

clove[1] (ક્લોવ), ના૰ લવિંગ; **~ pink**, લવિંગની સુગંધવાળો એક છોડ.

clove[2], ના૰ લસણ ઇ૰ની કળી.

clove[3], **cloven** (ક્લોવન), **cleave**-નો ભૂ૰ કા૰ તથા ભૂ૰ કૃ૰.

clove hitch (ક્લોવ્હિચ), ના૰ વાંસની સાથે દોરડું બાંધવાની એક ગાંઠ.

clover (ક્લોવર), ના૰ ચારા માટે વપરાતું ત્રિદલ ઘાસ. **in ~**, એશઆરામમાં.

clown (ક્લાઉન), ના૰ વિદૂષક, રંગલો; ગમાર, જંગલી માણસ. અ૰ ક્રિ૰ વિદૂષકની જેમ વર્તવું. **clow'nish** (-નિશ), વિ૰.

cloy (ક્લૉય), સ૰ ક્રિ૰ ઓચાઈ જાય તેમ કરવું, ઓચાવી નાખવું.

club (ક્લબ), ના૰ ધોકો, ગદા; [ગોલ્ફમાં] ગઠ્ઠાવાળી લાકડી; કુલ્લીનું પત્તું; સામાજિક, રમતગમત, ઇ૰ની મંડળી. **~(house)**, તેમની ભેગા થવાની જગ્યા, ક્લબ. ઉ૰ ક્રિ૰ ગદા ઇ૰ વડે મારવું; સહિયારા કામ કે ફાળા માટે પૈસા ભેગા કરવા. **~-foot**, જન્મથી વિકૃત પગ. **~-root**, સલગમ ઇ૰નો એક રોગ. **~ sandwich**, રોટી કે ટોસ્ટના ત્રણ ટુકડા વચ્ચે પૂરણના બે થરવાળી સૅંડવિચ.

cluck (ક્લક), ના૰ અને અ૰ ક્રિ૰ ઈંડાં સેવતી વેળા મરઘીનું બોલવું – 'કટકટ' અવાજ (કરવો).

clue (ક્લૂ), ના૰ સૂચક કે માર્ગદર્શક બીના; ગુનો શોધી કાઢવામાં ઉપયોગી પુરાવો, કડી; શબ્દવ્યૂહમાં ભરવાના શબ્દોના સૂચક – ચાવીરૂપ શબ્દો. ઉ૰ ક્રિ૰ **~ in, up**, [વિ. બો.] માહિતી આપવી.

clump (ક્લમ્પ), ના૰ ઝાડી. ઉ૰ ક્રિ૰ ભાર દઈને ચાલવું; એકસાથે ઢગલો કરવો – રોપવું.

clu'msy (ક્લમ્ઝિ), વિ૰ બેડોળ, કઢંગું; અણઘડ, અણકસબી; આવડત કે કુનેહ વિનાનું.

clung (ક્લંગ), **cling**નો ભૂ૰કા૰ તથા ભૂ૰ કૃ૰

clu'ster (ક્લસ્ટર), ના૰ ઝૂમખું, ગુચ્છ, ટોળું. ઉ૰ ક્રિ૰ ઝૂમખું બનાવવું – હોવું; આસપાસ ભેગા થવું, ટોળે વળવું.

clutch[1] (ક્લચ), ઉ૰ ક્રિ૰ આતુરતાથી પકડવું, મજબૂત ઝાલવું, આંચકવું, પકડી લેવા તાકવું (*~at*). ના૰ (મજબૂત) પકડ, [બ૰ વ૰માં] સકંજો; યંત્રમાં કે ઍંજિનમાં જુદા જુદા કાર્યકારી ભાગ જોડવાની કે અલગ કરવાની કળ; [મોટરગાડીમાં] ઍંજિનને પરિવહન સાથે જોડવાની કળ, તે માટેની પાવડી.

clutch[2], ના૰ મરઘીનાં ઈંડાં; એક વખતનાં બચ્ચાં.

clu'tter (ક્લટર), ના૰ અસ્તવ્યસ્ત દશા–ઢગલો; ધાંધલ. સ૰ ક્રિ૰ વસ્તુઓ અસ્તવ્યસ્ત કરી નાખવી; ભીડ કરવી.

cm., સંક્ષેપ. centimetre(s).

C.N.D., સંક્ષેપ. Campaign for Nuclear Disarmament.

C.O., સંક્ષેપ. Commanding Officer.

Co., સંક્ષેપ. Company; county.

c/o, સંક્ષેપ. care of.

coach (કોચ), ના૦ દરબારી ગાડી (ચાર ઘોડાની ચાર પૈડાંની); (**stage-**) **~**, ટપ્પાની ગાડી; રેલવેનો ડબ્બો; લાંબા અંતર સુધી જનારી મોટર બસ; પરીક્ષા માટે તૈયાર કરનાર શિક્ષક; તાલીમ આપનાર. ઉ૦ ક્રિ૦ શીખવવું, તાલીમ આપવી; કોચમાં જવું. **~-house,** ગાડીનો તબેલો. **~ man,** (ઘોડા)ગાડીવાળો. **~-work,** મોટરની સાટી (બૉડી)નું અથવા રેલના ડબ્બાનું કામ.

coa'gulant (કોઍગ્યુલન્ટ), ના૦ લોહીને ઘટ્ટ કરવાની દવા.

coa'gu ate (કોઍગ્યુલેટ), ઉ૦ ક્રિ૦ પ્રવાહીને ઘટ્ટ બનાવવું, જમાવવું; ગંઠાઈ જાય તેમ કરવું, જામવું, ઘટ્ટ થવું, ગંઠાઈ જવું. **coagula'tion** (-લેશન), ના૦.

coal (કોલ), ના૦ કોલસો, કોલસાનો ગાંગડો. **~-face,** ખાણનો કોલસાવાળો ખુલ્લો ભાગ. **~field,** કોલસા(ની ખાણો)વાળો પ્રદેશ. **~ gas,** કોલસામાંથી કાઢેલો ગેસ. **~-hole,** કોલસા રાખવાનું ભોંયરું – ખૂણો. **~mouse, ~-tit,** ભૂખરા રંગનાં પીછાંવાળું એક નાનું પક્ષી. **~-scuttle,** કોલસા મૂકવાનું ખોખું ઇ૦. **~ tar,** કોલટાર, ડામર.

coale'sce (કોઅલે'સ), સ૦ ક્રિ૦ સાથે મળીને એક બનવું, જોડાઈ ને સંયુક્ત પક્ષ બનવો. **coale'scence**(-લે'સન્સ), ના૦. **coale'scent** (-લે'સન્ટ), વિ૦.

coali'tion (કોઅલિશન), ના૦ મળીને એક થવું તે; રાજકીય પક્ષોનું કામચલાઉ જોડાણ.

coa'ming (કોમિંગ), ના૦ વહાણમાં નીચે ઊતરવાના માર્ગ ફરતેની ઊંચી પાળ.

coarse (કોર્સ), વિ૦ સામાન્ય, ઊતરતી કોટિનું; ખરબચડું, બરછટ; જાડા પોતનું; નાજુકાઈ વિનાનું; અણઘડ; ગ્રામ્ય; અશ્લીલ. **~ fish,** મીઠા પાણીની એક માછલી.

coar'sen (કૉર્સન), ઉ૦ ક્રિ૦ નાજુકાઈ વિનાનું, અસભ્ય, રીઢું, ઇ૦ બનાવવું–બનવું.

coast (કોસ્ટ), ના૦ દરિયાકાંઠો, સાગરતટ. અ૦ ક્રિ૦ કિનારે કિનારે વહાણ હંકારવું; પેડલ માર્યા વિના સાયકલ પર અથવા એંજિન વાપર્યા વિના મોટરગાડીમાં પહાડ પરથી નીચે જવું; [લા.] ખાસ મહેનત કર્યા વિના પ્રગતિ કરવી. **~guard,** સમુદ્રતટ સંરક્ષક દળનો માણસ. **~line,** (તેના આકારની દૃષ્ટિથી) દરિયાકિનારો, કિનારાનો આકાર. **coa'stal** (-ટલ), વિ૦.

coa'ster (કોસ્ટર), ના૦ દરિયાકિનારે ફરતું વહાણ; ટેબલ પર બાટલો કે ગ્લાસ મૂકવાની સાદડી – થાળી.

coat (કોટ), ના૦ અંગરખો, કોટ; આવરણ, વેષ્ટન; પ્રાણીના વાળ કે રુવાંટી; રંગ ઇ૦નું પડ – હાથ. સ૦ ક્રિ૦ રંગ, ધૂળ, ઇ૦થી ઢાંકવું, -નું પડ ચડાવવું; પહેરાવવું. **~-hanger,** કોટ ટાંગવાનું સાધન–હેંગર. **~ of arms,** જેના પર ખાનદાનની નિશાનીઓ ચીતરેલી હોય છે તે ઢાલ, કુલચિહ્ન.

coa'ting (કોટિંગ), ના૦ કોટનું કાપડ; રંગ ઇ૦નો થર – હાથ.

coax (કોક્સ), સ૦ ક્રિ૦ મીઠી મીઠી વાતો – ખુશામત – કરીને મનાવવું, ધીમે ધીમે હોશિયારીથી કામ લેવું.

coa'xial (કોએક્સિઅલ), વિ૦ સમાનાક્ષ.

cob¹ (કૉબ), ના૦ સવારીનું ટટ્ટુ; હંસ (નર); કોલસાનો ગોળ ગઠ્ઠો; ગોળ પાઉં; મકાઈનું કણસલું; **~(-nut),** હેઝલની મોટી બદામ.

cob², ના૦ માટી, કાંકરી અને પરાળની ગાર (ભીંતો રચવા માટે).

co'balt (કોબૉલ્ટ), ના૦ ટીપી શકાય એવી રૂપા જેવી સફેદ ધાતુ; તેમાંથી બનાવાતો ઘેરો વાદળી રંગ (દ્રવ્ય).

co'bber (કોબર), ના૦ [ઑસ્ટ્રે. વિ. બો.] દોસ્ત, સાથી.

co'bble¹ (કોબલ), ના૦ **~(-stone),** ભોંય માટે વપરાતી ગોળ કાંકરી.

co'bble², સ૦ ક્રિ૦ સમું કરવું, થીંગડાં મારવાં, વિ૦ ક૦ જોડાને; જેમ તેમ ભેગું કરવું – જોડવું.

co'bbler (કૉબ્લર), ના૦ જોડા સમા કરનાર મોચી; અણઘડ કારીગર; [બ૦ વ૦-માં] વાહિયાત વાત.

Co'bol (કોબૉલ), ના૦ વેપારઉદ્યોગના વહેવાર માટે યોજેલી કમ્પ્યુટર(ગણકયંત્ર)-ની ભાષા.

co'bra (કોબ્રે), ના૦ નાગ.

co'bweb (કૉબ્વે'બ), ના૦ કરોળિયાની જાળ; કોઈ પણ નબળી નાજુક વસ્તુ; [બ૦ વ૦માં] ફૂગવાળો કચરો.

co'ca (કોકે), ના૦ દ. અમે.નું એક ઝાડવું; તેનાં માદક પાંદડાં.

Coca-Co'la (કોક'કોલે), ના૦ એક વાયુ મિશ્રિત પેય, કોકાકોલા.

cocai'ne (કકેન), ના૦ કોકામાંથી બનાવાતી સ્થાનિક બધિરતા લાવનાર અને ઉદ્દીપક દવા, કોકેન.

co'ccyx (કૉક્સિક્સ), ના૦ કરોડને છેડે આવેલું હાડકું.

co'chineal (કૉચિનીલ), ના૦ એક જાતના સુકાયેલાં જંતુએ.માંથી મળતો કરમજી રંગ.

cock¹ (કૉક), ના૦ કૂકડો; કોઈ પણ નર-પક્ષી; નળ, ચકલી; [ગ્રા.] શિશ્ન; બંદૂકનો ઘોડો. સ૦ ક્રિ૦ ટટાર ઊભું કરવું; ધ્યાન આપવા માટે કાન સરવા કરવા – આંખ ફેર-વવી; જાણું છું એ ભાવથી નજર નાખવી; બંદૂકનો ઘોડો ઊંચો કરવો. **~-a-hoop,** અતિ આનંદિત. **~-a-leekie,** એક જાતની મરઘીના ખચ્ચાની સ્કૉટિશ સૂપ. **~-crow,** પરોઢ, મળસકું. **~-eyed** (કૉકિડ), વિ૦ બાડું; કુટિલ; મૂર્ખામી ભરેલું. **cocked hat,** કોરો ઉપર વાળેલી હૅટ; કોર વિનાની ત્રિકોણી હૅટ.

cock², ના૦ સૂકા ઘાસની શંકુ આકાર ગંજી. સ૦ ક્રિ૦ ઘાસની ગંજીઓ રચવી.

cocka'de (કૉકેડ), ના૦ ટોપી ઉપર પહેરાતું ફૂમતું.

cockatoo' (કૉકટૂ), ના૦ કલગીવાળો પોપટ, કાકાકૌવા.

co'ckatrice (કૉકટ્રાઇસ), ના૦ કેવળ દૃષ્ટિથી મારી શકનારો કાલ્પનિક સર્પ.

co'ckchafer (કૉક્ચેફ઼ર), ના૦ મોટેથી ગણગણ કરતો એક જાતનો ભમરો.

co'cker (કૉકર), ના૦ નાના કૂતરા (સ્પૅનિયલ)ની એક જાત.

co'ckerel (કૉકરલ), ના૦ નાનો કૂકડો.

co'ckle¹, (કૉકલ), ના૦ બે ઢાંકણાની છીપવાળી એક ખાદ્ય માછલી; તેની છીપ. **~s of the heart,** અન્તરતમ ભાવનાઓ.

co'ckle², ના૦ ઉપસાટ; કરચલી. ઉ૦ ક્રિ૦ બહાર ઊપસી આવવું; ઉપસાવવું; કરચલી વળવી – વાળવી.

co'ckney(કૉક્નિ), ના૦ લંડનનો, વિ૦ક૦ ઇસ્ટ એન્ડનો, વતની; તેની બોલી (અંગ્રેજી). વિ૦ કૉક્ની(ઓ)નું.

co'ckpit (કૉક્પિટ), ના૦ મરઘડાં લડા-વવાનો અખાડો; યુદ્ધક્ષેત્ર; વિમાન ઇ૦ના ચાલકની બેસવાની જગ્યા.

co'ckroach (કૉક્રોચ), ના૦ વંદો.

co'ckscomb (કૉક્સ્કોમ), ના૦ કૂકડાની કલગી; એક વનસ્પતિ.

cocksur'e (કૉક્શુઅર), વિ૦ પૂરેપૂરી ખાતરીવાળું; સ્વમતાભિમાની; આત્મ-વિશ્વાસવાળું.

co'cktail (કૉક્ટેલ), ના૦ કડવાશ પડતો રસ મેળવેલો દારૂ; ગોકળગાય ઇ૦વાળું ક્ષુધોદ્દીપક પેય; ફળોના ખૂબ ઝીણા કકડાવાળું શિકરણ. **~ stick,** નાની અણિયાળી સળી.

co'cky (કૉકિ), વિ૦ ગર્વિષ્ઠ, ઉદ્ધત.

co'co (કોકો), ના૦ [બ૦ વ૦ ~s] ઉષ્ણ-કટિબંધનું પામનું ઝાડ, નાળિયેરી.

co'coa (કોકો), ના૦ કોકોની ભૂકી; તેનું પેય.

co'conut (કોકનટ), ના૦ નાળિયેર; કોપરું. **~ milk,** નાળિયેરનું પાણી. **~ matting,** કાથીની ચટાઈ ઇ૦. **~ shy,** મેળાની ભૂમિ ઉપર જ ચાલતો એક ગૌણ તમાશો, જેમાં નાળિયેર પાડવા માટે દડા ફેંકવામાં આવે છે.

cocoo'n (કકૂન), ના૦ વિ૦ ક૦ રેશમના કીડાનો કોશેટો – કોકડું; રક્ષક આવરણ,

કવચ. સ૦ ક્રિ૦ કોશેટામાં વીંટાય છે તેમ વીંટવું.

coco'tte (કકોટ), ના૦ રાંધવા પીરસવાની નાની અગ્નિરોધક થાળી; (ફૅશનેબલ) વેશ્યા, ગણિકા.

cod¹ (કૉડ), ના૦ એક મોટી દરિયાઈ ખાદ્ય માછલી. **~-liver oil,** કૉડના યકૃતમાંથી મળતું ભરપૂર પ્રજીવકોવાળું તેલ.

cod², ના૦ અને ઉ૦ ક્રિ૦ વિડંબન કાવ્ય (કરવું); મજાકમાં કરેલી છેતરપિંડી.

C.O.D., સંક્ષેપ. cash on delivery.

co'ddle (કૉડલ), ઉ૦ ક્રિ૦ માંદું ગણીને વર્તવું; પંપાળવું; જરાતરા ખાફવું - રાંધવું.

code (કોડ), ના૦ કાયદાની સંહિતા; નૈતિક આચરણનું ધોરણ; આચાર સંહિતા; ગુપ્તતા કે ટૂંકાણ માટે વપરાતાં ચિહ્નો, સંકેતો ઇ૦ની વ્યવસ્થા; સાંકેતિક લિપિ. સ૦ ક્રિ૦ સાંકેતિક લિપિમાં મૂકવું.

co'deine (કોડીન), ના૦ પીડાનાશક અને સંમોહક તરીકે વપરાતો અફીણમાંથી બનતો એક અમ્લસદૃશ પદાર્થ.

co'dex (કોડૅક્સ), ના૦ [બ૦વ૦ **codices** કોડિસીઝ઼] પ્રાચીન ગ્રંથનું હસ્તલિખિત.

codger (કૉજર), ના૦ [વિ. બો.] શખસ, પાજી માણસ.

co'dicil (કૉડિસિલ), ના૦ મૃત્યુપત્રની પુરવણી - સુધારો.

co'dify (કોડિફાઇ), સ૦ ક્રિ૦ કાયદાઓ ઇ૦ની સંહિતા બનાવવી. **codifica'tion** (-ફિકેશન), ના૦.

co'dlin(g)¹, (કૉડ્લિન, -લિંગ), ના૦ એક જાતનું સફરજન.

co'dling², ના૦ નાનકડી કૉડ માછલી.

co-educa'tion (કોઍડ્યુકેશન), ના૦ સહશિક્ષણ.

coeffi'cient (કોઇફિશન્ટ), ના૦ [બીજ ગ.] ગુણક સંખ્યા; [પદાર્થ.] કોઈ ગુણનું માપક ગુણક કે ઘટક.

coe'qual (કોઈક્વલ), વિ૦ અને ના૦ બરોબરિયું.

coer'ce (કોઅર્સ), સ૦ ક્રિ૦ જબરદસ્તી કરવી, સખતીથી કરાવવું, ફરજ પાડવી.

coer'cive (-સિંવ), વિ૦.

coer'cion (કોઅર્શન), ના૦ સખ્તી, જબરદસ્તી.

coe'val (કોઈવલ), વિ૦ અને ના૦ સમવયસ્ક, સમકાલીન, સમસામયિક (માણસ ઇ.).

coexi'st (કોઇગ્ઝ઼િસ્ટ), અ૦ ક્રિ૦ સહ-અસ્તિત્વ ધરાવવું.

coexi'stence (-સ્ટન્સ), ના૦ સહ-અસ્તિત્વ, વિ..ક. ભિન્ન વિચારસરણીવાળાં રાષ્ટ્રો સાથે સુલેહ શાંતિથી રહેવું તે.

coexi'stent (-સ્ટન્ટ) વિ૦.

coexte'nsive (કોઇક્સ્ટૅ'ન્સિવ), વિ૦ કાળ કે સ્થળમાં સમવ્યાપક.

C. of E., સંક્ષેપ. Church of England.

co'ffee (કૉફિ), ના૦ કૉફી (બુંદદાણા)નો છોડ, બુંદદાણા, તેની ભૂકી; તેનું પીણું. **~-bar,** કૉફી અને નાસ્તાની દુકાન. **~-bean,** કૉફી (બુંદ)નો દાણો. **~-grounds,** કૉફી તૈયાર થતાં તેની નીચે જામતો થર **~-mill,** કૉફી દળવાની ઘંટી. **~-table,** નાનું નીચું ટેબલ. **~table book,** મોટું સચિત્ર પુસ્તક.

co'ffer (કૉફર), ના૦ પેટી, વિ. ક. કીમતી વસ્તુઓ રાખવાની; [બ. વ.માં] નિધિ, ભંડોળ; છત ઇ.માં નકશીકામ કરેલી તખતી.

co'ffin (કૉફિન), ના૦ કફન, મડદાપેટી.

cog (કૉગ), ના૦ ચક્રના છેડા પરના દાંતાની હારમાંનો એક દાંતો.

co'gent (કોજન્ટ), વિ૦ જોરદાર, ખાતરી કરાવનારું. **co'gency** (-જન્સિ), ના૦.

co'gitate (કૉજિટેટ), ઉ૦ ક્રિ૦ વિચાર - ચિંતન - કરવું, મનમાં ઘોળવું. **cogita'tion** (-ટેશન), ના૦.

co'gnac (કૉન્યૅક), ના૦ ફ્રૅંચ બ્રાન્ડી.

co'gnate (કૉગ્નેટ), વિ૦ એક જ પૂર્વજ કે ધાતુ કે મૂળમાંથી ઊતરી આવેલું; સગોત્ર. ના૦ એક મૂળમાંથી નીકળેલો શબ્દ કે વ્યક્તિ.

cogni'tion (કૉગ્નિશન), ના૦ જ્ઞાન,

બોધ; પ્રત્યક્ષ જ્ઞાન; સંકલ્પન; કલ્પના. **cogni'tive** (-ટિવ), વિ૦.

co'gnizance (કૉગ્નિઝન્સ), ના૦ જ્ઞાન કે માહિતી હોવી તે, ધ્યાન, લક્ષ; વ્યાવર્તક લક્ષણ.

co'gnizant (-ઝન્ટ), ના૦ માહિતગાર. વાકેફ; અભિજ્ઞાયુક્ત.

cogno'men (કૉગ્નોમે'ન), ના૦ ઉપનામ; આડનામ, અટક.

coha'bit (કોહૅબિટ), અ૦ ક્રિ૦ પતિપત્ની જેમ – હોય તેમ – સાથે રહેવું. **cohabita'tion** (-ટેશન), ના૦.

coher'e (કોહિઅર), અ૦ ક્રિ૦ સાથે ચોટી જવું, વળગેલું કે જોડાયેલું રહેવું; સુશ્લિષ્ટ – સુસંગત – હોવું.

cohe'rent (કોહિઅરન્ટ), વિ૦ સાથે ચોટી રહેલું, સુસંગત, સહેજે સમજાય એવું. **coher'ence** (-રન્સ), ના૦.

cohe'sion (કોહીઝન), ના૦ સાથે વળગી રહેવું તે; સ્નેહાકર્ષણ; સંયુક્ત રહેવાની વૃત્તિ, સંઘાત. **cohe'sive** (-સિવ), વિ૦.

co'hort (કોહૉર્ટ), ના૦ રોમન લશ્કરની ટુકડી (પલટણના ૧૦મા ભાગની); [બ. વ.માં] લશ્કર; જૂથ.

C.O.I., સંક્ષેપ. Central Office of Information.

coif (કૉઇફ), ના૦ ચુસ્ત બેસતી ટોપી.

coiffeur' (ક્વૅફર), ના૦ વાળ કાપીને કેશ રચના કરનાર. **coiffeuse** (-ફર્ઝ઼), ના૦ સ્ત્રી૦.

coiffur'e (ક્વૅફ્યુઅર), ના૦ કેશરચના પદ્ધતિ.

coign (કૉઇન), ના૦ **~ of vantage,** (સુ પ્રેક્ષણ સ્થાન.

coil (કૉઇલ). ઉ૦ ક્રિ૦ વીંટા – ગૂંચળાં – બનાવવાં; મરડીને ગોળ કે સર્પિલ આકાર આપવો. ના૦ વીંટો, વીંટાળો; પિસ્તોલનો એક વાટો – કડું; ગર્ભનિરોધક આંકડી; વીજળીનો પ્રવાહ લઈ જનારું તારનું ગૂંચળું, વિ. ક. અન્તર્જ્વલન એંજિનમાં દહન માટે.

coin (કૉઇન), ના૦ નાણું, સિક્કો; પૈસો. સ૦ ક્રિ૦ ધાતુ પર સિક્કો મારીને (નાણું) બનાવવું; [વાત.] ઝડપથી પૈસા બનાવવા; ધાતુના સિક્કા પાડવા; (નવા શબ્દો) બનાવવા.

coi'nage (કૉઇનિજ), ના૦ નાણું – સિક્કા (-પાડવા તે); ચલણ પદ્ધતિ; નવા શબ્દો બનાવવાની ક્રિયા; નવો બનાવેલો શબ્દ.

coinci'de (કોઇન્સાઇડ), અ૦ ક્રિ૦ એકી વખતે – સાથે – થવું, -ની સાથે મળતું – એક – હોવું.

coi'ncidence (કોઇન્સિડન્સ), ના૦ અકસ્માત એક સાથે થવું તે, એવી રીતે બનેલો બનાવ, સંયોગ.

coi'ncident (કોઇન્સિડન્ટ), વિ૦ એકી વખતે થતું, સંપાતી.

coincide'ntal (-ડે'ન્ટલ), વિ૦ આકસ્મિક (ઘટનાના સ્વરૂપનું).

coi'ner (કૉઇનર), ના૦ નાણું પાડનાર (વિ. ક. ખોટું નાણું)

coir (કૉયર), ના૦ કાથી.

coi'tion (કોઇશન), **coi'tus** (કોઇટસ), ના૦ મૈથુન.

coke[1] (કોક), ના૦ કોલસો, પેટ્રોલ ઇ૦ને તપાવ્યા પછી બાકી રહેતો નક્કર પદાર્થ, કોક. ઉ૦ ક્રિ૦ -નો કોક બનાવવો – બનવો.

coke[2], ના૦ [વિ. બો.] = **cocaine**.

Coke[3], ના૦ કોકાકોલા.

col (કૉલ), ના૦ ગિરિમાળાની શિખરોની વચ્ચેની ખીણ, ઘાટ.

cola (કોલે), ના૦ પ. આફ્રિકાનું એક ઝાડ, તેનું પૌષ્ટિક બી, તેના સ્વાદવાળું એક ગેસભર્યું પીણું.

co'lander (કલંડર), ના૦ ગળણી, ચાળણી.

co'lchicum (કૉલ્ચિકમ), ના૦ ઘાસ-કેશર; તેમાંથી બનાવાતી દવા.

cold (કોલ્ડ), વિ૦ ઠંડું, ટાઢું; ઠંડું પડેલું; ટાઢ ચડેલું, ટાઢું લાગતું, ટાઢનું સૂચક; ઉત્સાહ કે ઉમળકા વિનાનું; વહાલ કે લાગણી વિનાનું; ભાવ વ્યક્ત ન કરનારું, ઉદાસીન; (શિકારની ગંધ અંગે) ઝાંખું; [વિ. બો.] બેભાન. ના૦ ઠંડું હવામાન; ટાઢ, ઠંડી; શરદી, સળેખમ. **~-blooded**,

વાતાવરણ સાથે જેનું તાપમાન બદલાય છે એવું; [લા.] લાગણી વિહોણું. ~ cream, ડીલે ચોપડવાનું ઊટણું. ~ feet, ભીતિ, ડરપોકપણું. ~ front, આગળ વધતી ઠંડી હવા(ના જથ્થા)નો આગળનો ભાગ. ~ shoulder, જાણી જોઈને કરેલું બેદરકારીભર્યું વર્તન. ~ snap, એકાએક પડેલી ઠંડી. ~ storage, શીત કબાટમાં રાખવું તે; [લા.] કોઈ બાબત મુલતવી રાખવી તે. ~ ~ war, શીત યુદ્ધ, લડયા વિના યુદ્ધનો હેતુ હાંસલ કરવા માટે પ્રચાર, કૂટનીતિ ઇ.નો ઉપયોગ.

coleo'pterous (કોલિઑપ્ટરસ), વિ૰ પક્ષકવચ પ્રાણીઓના વર્ગનું, જેની આગળની પાંખો પાછળની પાંખો માટે કવચનું કામ દે છે.

co'leslaw (કોલ્સ્લૉ), ના૰ કાચી કોબીનું કચુંબર.

co'leus (કોલિઅસ), ના૰ રંગીબેરંગી પાંદડાવાળો એક છોડ.

co'ley (કોલિ), ના૰ કોડને મળતી એક માછલી.

co'lic (કોલિક), ના૰ પેટશૂળ, ચૂંક.

coli'tis (કલાઇટિસ), ના૰ મોટા આંતરડાનો સદાહ સોજો.

colla'borate (કલૅબરેટ), અ૰ ક્રિ૰ -ની સાથે મળીને કામ કરવું. **collabora'tion** (-રેશન), ના૰. **colla'borator** (-રેટર), ના૰.

colla ge (કોલાઝ), ના૰ પરચૂરણ વસ્તુઓ ચોઢીને બનાવેલું ચિત્ર, આવાં ચિત્ર બનાવવાની કળા.

colla'pse (કલૅપ્સ), ના૰ પડી – ધસી – જવું તે, પડી ભાંગવું તે, ધબડકો, શક્તિપાત, ધૈર્યપાત. અ૰ ક્રિ૰ પડી ભાંગવું, ધસી જવું, ધબડકો થવો.

colla'psible (કલૅપ્સિબલ) વિ૰ નીચે ઢાળી – સંકેલી – શકાય એવું (બારણા અંગે).

co'llar (કૉલર), ના૰ કોટ કે પહેરણનો ગળા ફરતો પટ્ટા જેવો ભાગ, ગળાપટ્ટી, કૉલર; કૂતરા ઇ૰ને ગળે બાંધવાનો પટો; (**horse-**)~, ભાર ખેંચનાર ઘોડાના ગળા ફરતે મુકાતો ગાદલા જેવો વીંટો; યંત્રમાં વપરાતો કૉલરના આકારનો કકડો. સ૰ ક્રિ૰ ગળપટે પકડવું, પકડી રાખવું; પડાવી લેવું, પચાવી પડવું; ~**-bone,** હાંસડી(-નું હાડકું).

colla'te (કલેટ), ઉ૰ ક્રિ૰ વિગતવાર સરખાવવું, ભેગું કરીને વ્યવસ્થિત મૂકવું.

colla'teral (કલૅટરલ), વિ૰ પાસે પાસેનું; ગૌણ, પરંતુ એક જ મૂળમાંથી નીકળેલું; એક જ વંશનું પરંતુ ભિન્ન શાખાનું, સગોત્ર સપિંડ. ના૰ એક વંશનું પણ ભિન્ન શાખાનું માણસ. ~(**security**), પૈસા પાછા વાળવા માટે મિલકતની આપેલી બાંયધરી.

colla'tion (કલેશન), ના૰ સરખામણી; હલકું ભોજન.

co'lleague (કૉલીગ), ના૰ સાથી; સમવ્યવસાયી.

co'llect[1] (કૉલિક્ટ), ના૰ સમયોચિત નાનકડી પ્રાર્થના.

colle'ct[2] (કલે'ક્ટ), ઉ૰ ક્રિ૰ ભેગું કરવું – થવું; એકત્ર આણવું – આવવું; (ફાળો, કરવેરા, ઇ.) ઉઘરાવવું; શોખ ખાતર નમૂના ભેગા કરવા; કોઈ બાબત પર વિચાર કેન્દ્રિત કરવા.

colle'cted (કલે'ક્ટિડ), વિ૰ ભેગું કરેલું; શાંત, સ્વસ્થ, અક્ષુબ્ધ.

colle'ction (કલે'ક્શન), ના૰ સંગ્રહ (કરવો – થવો – તે); સભામાં અથવા ચર્ચની પ્રાર્થના વખતે ઉઘરાણું કરવું તે, – કરેલું ઉઘરાણું; ભેગા કરેલા નમૂનાઓ.

colle'ctive (કલે'ક્ટિવ), વિ૰ સમાવેશક, ઘણાંવતીનું; સામુદાયિક, સામૂહિક; સહિયારું; એકત્ર, ભેગું; આખા સમૂહ દ્વારા કરાતું; [વ્યા.] સમૂહવાચક. ના૰ ~ (**noun**), સમૂહવાચક નામ; ~ (**farm**), સામૂહિક ખેતર – ખેતી. ~ **bargaining**, મજૂર મહાજનની પગાર ઇ. અંગે વાટાઘાટ. ~ **security**, સામૂહિક સલામતી (ની પદ્ધતિ). **colle'ctivize** (-વાઇઝ઼), સ૰ ક્રિ૰.

colle'ctivism (કલે'ક્ટિવિઝ્મ), ના૦ સામૂહિક માલિકી(નો સિદ્ધાન્ત). **colle'ctivist** (-વિસ્ટ), ના૦ અને વિ૦.

colle'ctor (ક્લે'ક્ટર), ના૦ જુદી જુદી જાતના નમૂના, અજાયબ ચીજો, મહેસૂલ ઇ. ભેગું કરનારો; જિલ્લાનો વડો અધિકારી.

co'lleen (કૉલીન), ના૦ [આઇ.] છોકરી.

co'llege (કૉલિજ), ના૦ સમાન કાર્યો અને અધિકારવાળા સાથીઓની સંગઠિત સંસ્થા; વિશ્વવિદ્યાલયનું અંગભૂત વિદ્વન્મંડળ; ઉચ્ચ કે વ્યાવસાયિક શિક્ષણની સંસ્થા; મહાવિદ્યાલય; મહા વિદ્યાલયનું મકાન(-નો).

colle'gian (ક્લીજન), ના૦ કૉલેજનો સભ્ય – વિદ્યાર્થી.

colle'giate (કલીજિઅટ), ના૦ મહાવિદ્યાલયનું –ને લગતું, મહાવિદ્યાલય તરીકે રચાયેલું, સરકારી સનદથી રચાયેલું.

colli'de (કલાઇડ), અ૦ ક્રિ૦ સામસામા અથડાવું.

co'llie (કૉલિ); ના૦ ભરવાડનો કૂતરો.

co'llier (કૉલિઅર), ના૦ કોલસાની ખાણનો મજૂર, કોલસો લઈ જનારું વહાણ; તે પરનો ખારવો.

co'lliery (કૉલિઅરિ), ના૦ કોલસાની ખાણ.

colli'sion (કલિઝન), ના૦ જોરદાર અથડામણ, ટક્કર; વિરોધી હિતોની ટક્કર, હિતવિરોધ.

co'llocate (કૉલકેટ), સ૦ ક્રિ૦ એક બીજાની પાસે પાસે મૂકવું (વિ. ક. શબ્દો); ગોઠવવું. **colloca'tion** (-કેશન), ના૦.

co'lloid (કૉલૉઇડ), ના૦ ખૂબ મોટા કણવાળો એક ગુંદરિયો પદાર્થ; શ્લેષ્વાભ. **colloi'dal** (કલૉઇડલ), વિ૦.

co'llop (કૉલપ), ના૦ માંસ ઇ.નો કકડો.

collo'quial (કલોકિવઅલ), વિ૦ સામાન્ય – રોજની – વાતચીતનું–માં વપરાતું, અનૌપચારિક.

collo'quialism (કલોકિવઅલિઝ્મ), ના૦ સામાન્ય વાતચીતમાં વપરાતો શબ્દ કે વાક્પ્રયોગ; તેનો પ્રયોગ

co'lloquy (કૉલકિવ), ના૦ સંવાદ, વાતચીત.

collu'sion (ક્લૂઝન), ના૦ ઉપર ઉપરથી વિરોધી પક્ષકારોનું કપટપૂર્વક એક થવું, દગામાં સંતલસ.

co'llywobbles (કૉલિવૉબલ્સ), ના૦ બ૦ વ૦ [વાત.] પેટમાં દુખાવો – ગડબડાટ; અસ્વસ્થપણાની લાગણી.

Colo., સંક્ષેપ. Colorado.

colo'gne (કલોન), ના૦ કોલન વૉટર.

co'lon[1] (કોલન), ના૦ મોટા આંતરડાનો મોટો ભાગ, નળ. **colo'nic** (કલૉનિક), વિ૦.

co'lon[2], ના૦ એક વિરામ ચિહ્ન (:), મહાવિરામ.

co'lonel (કર્નલ), ના૦ પલટણ (રેજિમેન્ટ)નો ઊંચામાં ઊંચો અધિકારી, લેફ્ટનન્ટ કર્નલ. **co'lonelcy** (કર્નલ્સિ), ના૦.

colo'nial (ક્લોનિઅલ), વિ૦ અને ના૦ વસાહતી.

colo'nialism (ક્લોનિઅલિઝ્મ), ના૦ વસાહતવાદ.

co'lonist (કૉલનિસ્ટ), ના૦ વસાહતમાં વસાહત કરનાર કે તેનો સહસંસ્થાપક.

co'lonize (કૉલનાઇઝ), ઉ૦ ક્રિ૦ વસાહત વસાવવી કે તેમાં વસવું. **coloniza'tion** (-ઝ઼ેશન), ના૦.

colonna'de (કૉલનેડ), ના૦ (બહુધા ઉપર છત કે કમાનો સાથે) થાંભલાની હાર.

co'lony (કૉલનિ), ના૦ નવા મુલકમાં કરેલી વસાહત, તે કરનારા વસાહતીઓ. શહેરમાં વસતા પરરાષ્ટ્રના કે કોઈ એક ધંધાના લોકો(ની વસાહત); સહકારી મંડળીનાં ઘરોની વસાહત; એવી રીતે ભેગાં થયેલાં પક્ષીઓ.

co'lophon (કૉલફન), ના૦ ગ્રંથને છેવટે અપાતી ગ્રંથ વિશેની માહિતી, પુષ્પિકા.

Colora'do (કૉલરાડો), ના૦. ~ **beetle**, બટાટાના પાકને નુકસાન કરનાર ઈયળવાળો નાનો ભમરો.

colora'tion(કલરેશન), ના૦ રંગ દેવો

તે, રંગોની રચના.

coloratu'ra (કોલરટ્યુઅરે), ના૦ ગેય સંગીતના અલંકારિક ભાગો; તે ગાનાર ગાયક.

colo'ssal (કલૉસલ), વિ૦ રાક્ષસી કદનું. પ્રચંડ; [વાત.] ભવ્ય, સુંદર.

colo'ssus (કલૉસસ), ના૦ [બ. વ. ~ **es** અથવા – **ssai** – સાઇ]. માણસના વાસ્તવિક કદ કરતાં મોટું પૂતળું, રાક્ષસી કદનો માણસ, શક્તિનું મૂર્ત સ્વરૂપ.

co'lour (કલર), ના૦ રંગ, વર્ણ; કોઈ ખાસ રંગ, રંગદ્રવ્ય; ધોળા સિવાયનો રંગ; રંગવાનો રંગ; ચામડીનો કાળાશ પડતો રંગ; ચહેરાની રતાશ – સુરખી; દેખાવ, સ્વરૂપ; પલટણ, વહાણ, ઇ૦નો ધ્વજ; નિશાળના પ્રતીક તરીકે પહેરાતાં રંગીન ફીત, ગુલાબ જેવું ફૂલ, કપડાં, ઇ૦. ઉ૦ ક્રિ૦ રંગ આપવો, રંગવું, રંગાવું; રંગનો ડાઘો પાડવો – પડવો; મે એ શેરડા પડવા. **~-blind,** વર્ણાંધ, કેટલાક રંગ પારખવા અસમર્થ. **~-fast,** પાકા રંગનું. **co'lourful** (-ફુલ), વિ૦.

co'loured (કલર્ડ), વિ૦ અને ના૦ ગોરેતર પ્રજાનું (માણસ). **C~**, [દ. આફ્રિકા] બદામી અથવા કાળા અને ગોરા મિશ્ર વંશનું (માણસ).

co'louring (કલરિંગ), ના૦ રંગ આયોજના; શોભા આપનાર વસ્તુ; ચહેરાનો વર્ણ – દેખાવ.

co'lourless (કલર્લિસ), વિ૦ વર્ણહીન, ઝાંખું; દમ વગરનું.

colt (કોલ્ટ), ના૦ (ઘોડાનો) વછેરો; બિનઅનુભવી જુવાનિયો.

co'ltsfoot (કોલ્ટ્સ્ફુટ), ના૦ મોટા પાંદડાં ને પીળાં ફૂલવાળું ઘાસ.

co'lumbine (કૉલમ્બાઇન), ના૦ કલ્હ્યાનો એક છોડ.

co'lumn (કૉલમ), ના૦ ગોળ થાંભલો સ્તંભ, વિ. ક. પાયો અને મથોટીવાળો; સ્તંભાકાર વસ્તુ; છાપેલાં પાનાંની ઊભી કટાર; વિશિષ્ટ વિષયને લગતી અથવા એક લેખકની કટાર; સિપાઈઓ, વાહનો, ઇ૦ની ઊંડી હારબંધ ટુકડી.

co'lumnist (કૉલમ્નિસ્ટ), ના૦ છાપાનો કટાર લેખક.

co'ma (કોમે, -મા), ના૦ મૂર્છા, ઘેન; બેભાન અવસ્થા.

co'matose (કોમટોસ), વિ૦ ઘેનમાં પડેલું, બેશુદ્ધ.

comb (કોમ), ના૦ કાંસકી – કો, ફણી; ઊન સાફ કરવાનું એના જેવું ઓજાર; મરઘા-કૂકડાની લાલ કલગી, મધપૂડો. સ૦ ક્રિ૦ વાળ હોળવા; ઊન, શણ, ઇ૦ પીંજવું; ઝીણવટથી તપાસવું.

co'mbat (કૉમ્બટ), ના૦ લડાઈ, યુદ્ધ. ઉ૦ ક્રિ૦ લડવું, -નો સામનો કરવો, સામે ટક્કર ઝીલવી.

co'mbatant (કૉમ્બટન્ટ), વિ૦ અને ના૦ લડનાર, લડવૈયો.

co'mbative (કૉમ્બટિવ), વિ૦ લડકણું, કજિયાખોર.

combe (કૂમ), જુઓ coomb.

combina'tion (કૉમ્બિનેશન), ના૦ એકત્ર થયેલી વ્યક્તિઓ કે વસ્તુઓનું જૂથ; સાથે મળીને કરેલું કામ – યુદ્ધનો હુમલો; રાસાયનિક સંયોગ; સાઇડકારવાળી મોટર સાઇકલ; [બ૦ વ૦માં] ધડ અને પગ માટે અંદરથી પહેરવાનું અખંડ વસ્ત્ર; તિજોરી ઇ૦નું તાળું ખોલવાની ગૂઢ સંખ્યા. **~ lock**, એવી સંખ્યાવાળું તાળું.

combi'ne (કમ્બાઇન) ઉ૦ ક્રિ૦ એક સાથે જોડવું – જોડાવું; એક કરવું – થવું; -નો રાસાયણિક સમાસ બનાવવો – થવો; સહકાર કરવો. ના૦ (કૉમ્બાઇન) કિંમતો ઇ૦ પર કાબૂ મેળવવા માટે વેપારી પેઢીઓનું એકત્ર જોડાણ. **~ (harvester),** કાપણી અને ગૂંદણી બંને કરનારું યંત્ર.

combu'stible (કમ્બસ્ટિબલ), વિ૦ બળવાની ક્ષમતાવાળું, બાળવા માટે વપરાતું, ઝટ સળગે એવું. ના૦ એવો પદાર્થ કે વસ્તુ. **combustibi'lity** (-બિલિટિ), ના૦.

combu'stion (કમ્બશન), ના૦ જ્વલન, દેવતાથી બળી જવું તે; ઑક્સીકરણ.

come (કમ), અ૦ ક્રિ૦ **[came;**

come] આવવું, પાસે આવવું; -ની તરફ આવવું; આવી પહોંચવું; ઉપલબ્ધ હોવું; બનવું, થવું; (અંતર) કાપવું – વટાવવું; [વાત.] -ની જેમ વર્તવું. **~ about,** થવું, બનવું. **~ across,** અચાનક મળવું – ભેટો થવો. **~ -back,** [વાત.] સામો જવાબ; પ્રતિશોધ. **~ by,** પામવું મળવું. **~ clean,** [વાત.] કબૂલ કરવું. **~-down,** પતન, પડતી અધઃપાત. **~ down with,** (રોગ)થી પીડાવા માંડવું. **~ in for,** મળવું. **~ of,** -નું પરિણામ હોવું, -ના વંશમાં પેદા થયેલું હોવું. **~ off,** થવું, બનવું; સફળ થવું; (સારું, ખરાબ, ઇ૦) ચાલવું. **~ out,** દેખા દેવું, બહાર આવવું; હડતાલ પર ઊતરવું; ફોટોમાં સારી રીતે દેખાવું; ઉકેલાવું; જાહેરમાં પહેલી વાર દેખાવું – બહાર પડવું. **~ round,** ભાનમાં – ઠેકાણે – આવવું. **~ to,** સજીવન થવું, સાજું થવું. **~ true,** સાચું પડવું – પુરવાર થવું. **~ up,** -નો ઉલ્લેખ – ચર્ચા – થવી. **~ up against,** -ની સામે આવી પડવું, -નું વિરોધી હોવું. **~ up to,** સુધી પહોંચવું, -ની બરાબર થવું, **~-uppance,** [અમે., વિ. બો.] પોતાના દુર્વર્તન ઇ૦ માટે યોગ્ય બદલો. **~ up with,** વિચાર. કલ્પના, ઇ૦ રજૂ કરવું. **~ what may,** ગમે તે થાય (તોપણ).

come'dian (કમીડિઅન), ના૦ હાસ્યરસપ્રધાન – સુખાન્ત – નાટકનો નટ – કર્તા. **comedie'nne** (કમીડિએ'ન). ના૦ સ્ત્રી૦. એવી નટી – કર્ત્રી.

co'medy (કૉમિડિ), ના૦ હાસ્યરસપ્રધાન–સુખાન્ત–નાટક કે ચિત્રપટ, પ્રહસન: નાટક ઇ૦ની વિનોદી શૈલી; વિનોદ: જીવનની રમૂજી ઘટના(ઓ).

co'mely (કમ્લિ), વિ૦ દેખાવડું.

come'stibles (કમે'સ્ટિબલ્ઝ), ના૦ બ૦ વ૦ ખાદ્ય પદાર્થો.

co'met (કૉમિટ), ના૦ પૂછડિયો તારો. ધૂમકેતુ. **co'metary** (-ટરિ), વિ૦.

co'mfit (કમ્ફિટ), ના૦ સાકરિયા બદામ, ઇ૦.

co'mfort (કમ્ફર્ટ). ના૦ પીડા કે મુશ્કેલીમાંથી રાહત, આરામ; આશ્વાસન: શારીરિક કે માનસિક સુખાકારી: [બ૦ વ૦માં] સુખસગવડો. ઉ૦ ક્રિ૦ સુખ – સમાધાન – આપવું, સુખી બનાવવું.

co'mfortable (કમ્ફર્ટબલ). વિ૦ તન અને મનથી સુખી – સ્વસ્થ; સુખદાયક.

co'mforter (કમ્ફર્ટર), ના૦ સુખચેન આપનાર: ઊનનો ખેસ: બાળકની ચૂસવાની રબરની ટોટી.

Co'mfortless (કમ્ફર્ટલિસ), વિ૦ સુખ-સગવડ(નાં સાધન) વિનાનું.

comfrey (કમ્ફ્રિ), ના૦ ઘંટાકાર ફૂલવાળું એક ઊંચું ઝાડ.

co'mfy (કમ્ફિ). વિ૦ [વાત.] આરામશીર.

co'mic (કૉમિક . વિ૦ સુખાન્ત નાટકનું – -ના જેવું; મનોરંજન કરનારું; રમૂજી. ના૦ હાસ્યરસ ઉપજાવનાર, વિદૂષક; વિનોદી છાપું: ચિત્રવાર્તાવાળું સામયિક. **~ strip,** છાપામાં આવતાં વિનોદી વાર્તાનાં ચિત્રોની પટ્ટી.

co'mical (કૉમિકલ), વિ૦ હાસ્યજનક, હાસ્યાસ્પદ. **comica'lity** (-કૅલિટિ), ના૦.

co'mity (કૉમિટિ), ના૦ સૌજન્ય. **~ of nations,** એક બીજાના કાયદાઓ અને રીતરસમોને મૈત્રીભરી માન્યતા (આપનારાં રાષ્ટ્રો).

co'mma (કૉમ, ના૦ અલ્પવિરામ (,).

comma'nd (કમાન્ડ). ઉ૦ ક્રિ૦ હુકમ કરવો–આપવો–કાઢવો; -ની ઉપર હકૂમત હોવી; -ની હકૂમતમાં હોવું; અંકુશમાં–દાબમાં – રાખવું: જરૂર પડ્યે ઉપલબ્ધ હોવું, -ને આધીન હોવું: પોતાનાથી ઊતરતું ગણવું: -નું ઉપર વર્ચસ્વ હોવું. ના૦ હુકમ, આજ્ઞા; ગણકયંત્ર (કૉમ્પ્યૂટર)માં થતી પ્રક્રિયાનું વર્ણન; એવી પ્રક્રિયા શરૂ કરવાનો આદેશ સત્તા કે અધિકારનો વિનિયોગ અથવા અવધિ; જાણ, કાબૂ, પ્રભુત્વ; સેનાપતિને આધીન લશ્કર અથવા

પ્રદેશ. **in ~,** સત્તાવાળું, સત્તા ચલાવનારું. **~ module,** અવકાશયાનમની સંચાલકની ઓરડી – ખાનું, **~ performance,** રાજાની આજ્ઞાથી ભજવેલું નાટક ઇ૦.

commanda'nt (કોમન્ડૅન્ટ), ના૦ લશ્કરનો ઉપરી – સરદાર.

commander' (કામન્ડિઅર), સ૦ક્રિ૦ લશ્કરી હેતુસર – આપખુદ રીતે – કબજામાં લેવું.

comma'nder (કમાન્ડર), ના૦ સેનાપતિ, નાયક, સરદાર; આરમારનો કપ્તાનથી ઊતરતો અમલદાર. **~-in-chief,** સરસેનાપતિ.

comma'nding (કમાંડિંગ), વિ૦ ઉપર હકૂમત કે સત્તા ધરાવનાર; ઉન્નત, પ્રભાવી; વર્ચસ્વવાળું.

comma'ndment (કમાન્ડમન્ટ), ના૦ દૈવી આદેશ – આજ્ઞા.

comma'ndo (કમાન્ડો), ના૦ [બ૦ વ૦ **~ s**] ઓચિંતો હુમલો કરવા ખાસ તાલીમ આપેલી ટુકડી(નો સિપાઈ).

comme'morate (કમે'મરેટ), સ૦ ક્રિ૦ ભાષણ, લેખન, અથવા કોઈ સમારંભ દ્વારા ઉજવણી કરવી; -નું સ્મારક હોવું – કરવું.

commemora'tion (કમે'મરેશન), ના૦ સ્મારક ઉત્સવ – સમારંભ – પ્રસંગ. **comme'morative** (-રટિવ), વિ૦.

comme'nce (કમે'ન્સ), ઉ૦ ક્રિ૦ શરૂ કરવું – થવું. **comme'ncement** (-સ્મન્ટ), ના૦.

comme'nd (કમે'ન્ડ) સ૦ ક્રિ૦ સોંપવું; સ્તુતિ – ભલામણ – કરવી.

comme'ndable (કમે'ન્ડબલ), વિ૦ સ્તુત્ય, વખાણવાલાયક. **commenda'tion** (કામે'ન્ડેશન), ના૦.

comme'nsurable (કમે'ન્શરબલ), વિ૦ એ જ ધોરણ કે માપથી માપી શકાય એવું. **commensurabi'lity** (-બિલિટિ), ના૦.

comme'nsurate (કમે'ન્શરટ), વિ૦ સમવ્યાપી; સમપ્રમાણ.

co'mment (કામેન્ટ), ના૦ ટીકા, ટિપ્પણી; શેરો, અભિપ્રાય. ઉ૦ ક્રિ૦ -ની ઉપર ટીકા – ભાષ્ય – લખવું – કરવું, અભિપ્રાય આપવો.

co'mmentary (કોમન્ટરિ), ના૦ ટીકા, ભાષ્ય; (**running**) **~,** રમત ઇ૦નું ચાલુ વિવેચન.

co'mmentator (કોમન્ટેટર), ના૦ ટીકાકાર; ચાલુ બનાવોનું વિવેચન કરનાર. **co'mmentate** (કામન્ટેટ), ઉ૦ ક્રિ૦.

co'mmerce (કૉમર્સ), ના૦ વિ૦ક૦ મોટા પ્રમાણમાં ખરીદવેચાણ, વેપાર.

commer'cial (કમર્શલ), વિ૦ વેપારનું –ને લગતું – માટેનું; (મુખ્યત્વે) આર્થિક લાભ માટે કરેલું; (આકાશવાણી પ્રસારણ અંગે) જાહેરાતોની ઊપજ પર નભતું. ના૦ વેપારી જાહેરાત અથવા પ્રસારણ કાર્યક્રમ. **~traveller,** વેપારીનો ફરતો પ્રતિનિધિ,

commi'ngle (કમિંગલ), ઉ૦ ક્રિ૦ -માં ભળવું, ભેળવવું.

co'mminute (કોમિન્યૂટ), સ૦ ક્રિ૦ નાના નાના કકડા કે ભૂકો કરવો. **comminu'tion** (-ન્યૂશન), ના૦.

commi'serate (કમિઝ઼રેટ) ઉ૦ક્રિ૦ -ને માટે દયા બતાવવી – આવવી, દિલાસો આપવો.

commisera'tion (–રેશન), ના૦ દયા, કરુણા. **commi'serative** (-રટિવ), વિ૦.

co'mmissar (કોમિસાર), ના૦ રશિયાના સામ્યવાદી પક્ષનો અમલદાર.

commissa'riat (કોમિસે'અરિઅટ), ના૦ લશ્કરનું ખોરાક અને કોઠાર ખાતું; ખોરાકનો પુરવઠો.

co'mmissary (કોમિસરિ), ના૦ ઉપરી અમલદારે મોકલેલો પોતાનો પ્રતિનિધિ, ડેપ્યૂટી; લશ્કરના ખોરાક અને કોઠાર ખાતાનો વડો. **commissar'ial** (-સે'અરિઅલ), વિ૦.

commi'ssion (કમિશન), ના૦ કરવું

તે (વિ.ક. કોઈ ગુનો પાપ, ઇ.); હુકમ, આજ્ઞા; સોંપેલું કામ; આડત, દલાલી; અમુક કામો કરવા માટે રચેલું મંડળ, આયોગ; લશ્કર ઇ૰માં અધિકારની જગ્યાનો નિમણૂકપત્ર – સનદ. **in ~,** (યુદ્ધનૌકા અંગે) યુદ્ધ માટે તૈયાર. **out of ~,** કામ ન કરતું; કાર્યક્ષમ નહિ એવું. સ૰ ક્રિ૰. લિખિત હુકમ દ્વારા સત્તા આપવી; કોઈને વિશિષ્ટ કામગીરી સોંપવી; અધિકારીને વહાણનું નેતૃત્વ સોંપવું; (વહાણને) યુદ્ધ માટે સજ્જ કરવું.

commissionair'e (કમિશનૅ'અર), ના૰ ગણવેશધારી દરવાન.

commi'ssioner (કમિશનર), ના૰ આયોગ કે પંચનો સભ્ય; સરકારી ખાતા કે પ્રાન્તનો વડો; સનદની રૂએ સત્તા ધરાવનાર અધિકારી.

commi't (કમિટ), સ૰ ક્રિ૰ સોંપવું, હવાલે કરવું; (કોઈને) જેલમાં મોકલવું; (ગુનો, પાપ, ઇ૰) કરવું; –માં સંડોવવું; કશુંક કરવાનું પ્રતિજ્ઞાપૂર્વક માથે લેવું.

commi'tment (કમિટમન્ટ), ના૰ જવાબદારી(નું કામ) માથે લેવું તે; એવું માથે લીધેલું કામ; કોઈ સિદ્ધાન્ત, કાર્ય, ઇ૰ સાથે સંડોવાવું અથવા તેને અર્પણ થવું તે.

commi'ttal (કમિટલ), ના૰ વિ૰ ક૰ અપ ત્ય કરવું તે ઇ૰; (જાતે) બંધાઈ જવું તે, બંધન.

commi'ttee (કમિટિ), ના૰ સમિતિ, કમિટિ.

commo'de (કમોડ), ના૰ પેટી પાયખાનું, કમોડ.

commo'dious (કમોડિઅસ), વિ૰ પૂરતી જગ્યા–મોકળાશ–વાળું.

commo'dity (કમોડિટિ), ના૰ ઉપયોગી વસ્તુ; વેપારની જણસ.

co'mmodore (કૉમડૉર), ના૰ કૅપ્ટનથી ઉપરનો નૌકાસૈન્યનો અધિકારી; વહાણવટું કરનાર કંપનીનો વડો કપ્તાન; આરમારના સ્કવૉડ્રન કે ડિવિઝનનો સરદાર; યાટક્લબનો પ્રમુખ. **air ~,** શાહી હવાઈદળનો ગ્રુપ કપ્તાનથી ઉપરનો અમલદાર.

co'mmon (કૉમન), વિ૰ બધાનું સહિયારું; વારંવાર થતું; સામાન્ય, બધે મળતું; ઊતરતી કોટિનું, સામાન્ય; ગ્રામ્ય; [વ્યા૰; નામ કે જાતિ અંગે] સામાન્ય; નર અને નારી બંનેને લાગુ પડતું. ના૰ આખું ગામ, જમાત, ઇ૰ની ખુલ્લી પડતર જમીન, પાદર. **in ~,** બધા વચ્ચે, બધાનું સહિયારું. **~ chord,** [સં૰] એક વિશિષ્ટ સૂર. **~ ground,** બંને પક્ષે સ્વીકારેલી દલીલ માટેની સમાન ભૂમિકા. **~ law,** પ્રાચીન રૂઢિઓ પરથી ઘડાયેલો ઇંગ્લૅંડનો અલિખિત કાયદો. **~-law husband, wife,** લગ્નવિધિ સિવાય સહશયન પછી રૂઢિ આધારિત કાયદાએ માન્ય કરેલ પતિ કે પત્ની. **C~ Market,** સહિયારું બજાર, યુરોપનો આર્થિક સમાજ, અંદર અંદર મુક્ત વેપાર અને બહારના માલ પર સમાન જકાતવાળો કેટલાક (યુરોપીય) દેશોનો આર્થિક રાજકીય સંઘ. **C~ Prayer,** ઍંગ્લિકન ઉપાસના વિધિ–પદ્ધતિ. **~-room,** શિક્ષકો કે અધ્યાપકોનો બેસવાનો ઓરડો. **~ sense,** અનુભવનું વહેવારજ્ઞાન, કોઠાસૂઝ. **~ time,** [સં૰] દ્વિતાલ કે ચોતાલ.

co'mmonalty (કૉમનલ્ટિ), ના૰ સામાન્ય લોકો, આમ જનતા.

co'mmoner (કૉમનર), ના૰ સામાન્ય વર્ગનો માણસ (ઉમરાવ નહિ); કૉલેજ તરફથી આર્થિક સહાય વિનાનો વિદ્યાર્થી.

co'mmonly (કૉમન્લિ), ક્રિ૰ વિ૰ સામાન્યપણે, બહુધા.

co'mmonplace (કૉમન્પ્લેસ), ના૰ રોજની વાત, ચવાઈ ગયેલી વાત, ટીકા, ઇ૰. વિ૰ મૌલિકતા, નવીનતા, કે વિશેષતા વિનાનું.

co'mmons (કૉમન્સ), ના૰ બ૰વ૰ સામાન્ય લોકો; **(House of) C~,** પાર્લમેન્ટની આમની સભા; ખોરાકની ચીજોનો સહિયારો જથો. **short ~,** અપૂરતો ખોરાક (નો પુરવઠો).

Co'mmonwealth (કૉમન્વે'લ્થ), ના૰ સ્વતંત્ર રાજ્ય કે સમાજ; **the C~,**

ગ્રેટ બ્રિટનનું ૧૯૪૯થી ૧૯૬૦નું લોકસત્તાક રાજ્ય; (**British**) **C ~** (**of Nations**), યૂ.કે. અને કેટલાંક સ્વતંત્ર તથા અધીન રાજ્યોનું બનેલું રાષ્ટ્રમંડળ.

commo'tion (કમોશન), ના૦ ખળભળાટ, પ્રક્ષોભ; ઉત્પાત.

co'mmunal (કૉમ્યુનલ), વિ૦ સમાજ કે જમાતનું – માટેનું; બધાના ઉપયોગ માટેનું; સહજીવન જીવનાર સંઘનું, [હિન્દમાં] જાતિનિષ્ઠ, કોમી. **commu'nalism** (લિઝ્મ), ના૦. **communali'stic** (–લિસ્ટિક), વિ૦.

co'mmune[1] (કૉમ્યૂન), ના૦ કુટુંબની જેમ રહેતા લોકોનું જૂથ; રાજ્યકારભારનો પ્રાદેશિક એકમ, પરગણું.

commu'ne[2] (કમ્યૂન), અ૦ક્રિ૦ -ની સાથે ખાનગી મસલત કરવી – ઘનિષ્ઠ સંપર્કમાં હોવું.

commu'nicant (કમ્યૂનિકન્ટ), ના૦ પ્રભુભોજનમાં ભાગ લેનાર; બાતમી આપનાર.

commu'nicate (કમ્યૂનિકેટ), ઉ૦ક્રિ૦ (બાતમી ઇ૦) આપવું (**to** સાથે); –ની સાથે વહેવાર રાખવો (**with** સાથે); પ્રભુભોજનમાં ભાગ લેવો.

communica'tion (કમ્યુનિકેશન), ના૦ માહિતી કે બાતમી આપવી કે તેની આપલે કરવી તે; સામાજિક વહેવાર; સ્થળો કે વ્યક્તિઓ વચ્ચે સંબંધ – વાહન કે પત્રવહેવાર; [બ૦વ૦માં] માહિતી કે ખબર મોકલવાનું શાસ્ત્ર અને વહેવાર; [લશ્કર.,બ૦વ૦માં] મથક અને અગાડી વચ્ચે સંપર્કનાં સાધન. **~ cord,** સંકટ સમયે આગગાડીને રોકવા માટે ખેંચવાની સાંકળ.

commu'nicative (કમ્યૂનિકટિવ), વિ૦ મોકળા મનનું, બોલકણું

commu'nion (કમ્યૂનિઅન), ના૦ સહભાગિતા, ભાઈચારો, બિરાદરી. (**Holy**) **C~**, પ્રભુભોજન

commu'niqu'e (કમ્યૂનિકે), ના૦ સરકારી પત્રક – યાદી.

commu'nism (કૉમ્યૂનિઝ્મ) ના૦ સામ્યવાદ; ઉત્પાદન, વિતરણ, અને વિનિમયનાં સાધનોની સહિયારી માલિકી પર આધારિત સમાજરચના – પદ્ધતિ; એવી રચનાની હિમાયત (કરનાર મંડળ).

co'mmunist (–નિસ્ટ),વિ૦ અને ના૦.

communi'stic (– નિસ્ટિક), વિ૦.

commu'nity (કમ્યૂનિટિ), ના૦ એક પ્રદેશ કે સ્થાનમાં રહેનારા, અથવા એક ધર્મ, જાતિ, વ્યવસાય કે સમાન હિતસંબંધોવાળા લોકો–સમાજ; જાહેર જનતા; કુટુંબની જેમ રહેતા લોકોનું જૂથ; સહિયારી માલિકી. **~ centre,** આસપાસના લોકો જ્યાં સામાજિક, મનોરંજનાત્મક કે શિક્ષણાત્મક પ્રવૃત્તિઓ માટે ભેગા થતા હોય તે જગ્યા. **~ relations,** કોઈ લત્તા કે સ્થાનમાં રહેતા ભિન્ન ભિન્ન જાતિઓ ઇ૦નાં જૂથો વચ્ચેના સંબંધો. **~ singing,** સહગાયન.

co'mmutate (કૉમ્યુટેટ), સ૦ક્રિ૦ [વીજળી.] પ્રવાહની દિશા નિયમિત કરવી.

co'mmutator (–ટેટર), ના૦.

commu'te (કમ્યૂટ), ઉ૦ક્રિ૦ અદલાબદલી કરવી; એક (સખત) સજાને બીજી હળવી સજામાં ફેરવવી; ઘેરથી દૂર કામની જગ્યા પર આગગાડી કે બસમાં નિયમિતપણે આવજા કરવી.

co'mpact[1] (કૉમ્પૅક્ટ),ના૦ કરાર, બોલી.

compa'ct[2] (કમ્પૅક્ટ), વિ૦ વ્યવસ્થિતપણે ગોઠવેલું – ગોઠવીને બાંધેલું કે ભરેલું; ઓછી જગ્યા રોકનારું. સ૦ક્રિ૦ વ્યવસ્થિત ગોઠવીને કે દબાવીને થોડી જગ્યામાં માય તેમ કરવું. ના૦ [કૉમ્પૅક્ટ] મોઢે ચોળવાની પાઉડર, ઇ૦ની નાની ચપટી ડબી.

compa'nion[1] (કમ્પૅન્યન), ના૦ સોબતી, સાથી; સ્ત્રીએ સોબત માટે પૈસા આપીને રાખેલી સ્ત્રી; માર્ગદર્શિકા, હાથવગો સંદર્ભગ્રંથ; એક વસ્તુ સાથે મેળ ખાનારી બીજી વસ્તુ; ઉમરાવોની તદ્દન નીચલી કક્ષાનો સરદાર.

compa'nion[2], ના૦ **~** (**-way**), તૂતકથી કેબિન સુધીનો દાદરો.

compa'nionable (કમ્પૅન્યનબલ). વિ૦ મિલનસાર; સોબતી તરીકે ગમે એવું.

compa'nionship (કમ્પૅન્યનશિપ), ના૦ સોબત, સાથ.

co'mpany (કમ્પનિ), ના૦ સોબત, સંગત; ભેગી થયેલી મંડળી; મહેમાનો; વેપાર કે બીજા કોઈ હેતુસર ભેગા થયેલા લોકોનું મંડળ, કંપની; નાટકકંપની; પાયદળના બટૅલિયનનો એક વિભાગ, કંપની. **ship's ~**, વહાણના બધા ખલાસીઓ.

co'mparable (કૉમ્પરબલ), વિ૦ સરખાવી શકાય એવું.

compa'rative (કમ્પૅરટિવ), વિ૦ તુલનાનું; તુલનાત્મક, સાપેક્ષ; સરખામણી કરવાથી (જ) જોઈ શકાય એવું; [વ્યાક.] અધિકતાદર્શક. ના૦ અધિકતાવાચક રૂપ – માત્રા.

compare' (કમ્પૅ'અર), ઉ૦ક્રિ૦ સરખાવવું, સરખાપણાની અથવા ભિન્નતાની માત્રા તપાસવી; (–ની સાથે) સરખાવી શકાય એવું હોવું. ના૦ તુલના ~ **notes**, અનુભવ, વિચાર, ઇ૦ની આપલે કરવી.

compa'rison (કમ્પૅરિઝન). ના૦ સરખામણી, તુલના, (કરવી તે). **bear ~**, સરખામણી કરી શકાય – માં ટકી શકે – એવું હોવું. **degrees of ~**, વિશેષણો કે ક્રિયાવિશેષણોની અનન્યાપેક્ષ, અધિકતાવાચક અને શ્રેષ્ઠતાવાચક માત્રાઓ કે રૂપો.

compar'tment (કમ્પાર્ટ્મન્ટ), ના૦ અલગ પાડેલો ભાગ, ખંડ, ખાનું (વિ૦ક૦ આગગાડીના ડબાનું).

compass (કમ્પસ), ના૦ હોકાયંત્ર, દિગ્દર્શક યંત્ર; [બહુધા બ૦વ૦માં] કર્કટ, કંપાસ; પરિઘ, ક્ષેત્ર, વિસ્તાર, અવકાશ, પહોંચ, સીમા, મર્યાદા. સ૦ક્રિ૦ ઘેરવું, ઘેરી લેવું; –નો ઉપાય કાઢવો; સાધવું, પાર પાડવું.

compa'ssion (કમ્પૅશન), ના૦ દયા, કરુણા.

compa'ssionate (કમ્પૅશનટ), વિ૦ દયાળુ, દયા બતાવનારું; દયાથી પ્રેરાઈને આપેલું.

compa'tible (કમ્પૅટિબલ), વિ૦ અવિરુદ્ધ, સુસંગત; સહઅસ્તિત્વક્ષમ; એકીસાથે વાપરી શકાય એવું. **compatibi'lity** (બિલિટિ). ના૦.

compa'triot (કમ્પૅટ્રિઅટ), ના૦ દેશબંધુ.

compeer' (કમ્પિઅર), ના૦ બરોબરિયો; સાથી.

compe'l (કમ્પે'લ), સ૦ક્રિ૦ જબરદસ્તી કરવી, ફરજ પાડવી; અનિવાર્યપણે સિદ્ધ કરાવવું.

compe'lling (કમ્પે'લિંગ), વિ૦ અનિવાર્ય, અટલ, તીવ્ર રસ પેદા કરનારું.

compe'ndious (કમ્પે'ન્ડિઅસ), વિ૦ ટૂંકામાં ઘણી માહિતી આપનારું.

compe'ndium (કમ્પે'ન્ડિઅમ), ના૦ [બ૦વ૦ **~s, -dia**] સંક્ષેપ, સાર; ટેબલ (પર રમાતી) રમતોનો સંગ્રહ.

co'mpensate (કૉમ્પે'ન્સેટ) ઉ૦ક્રિ૦ સમતોલ કરવું; –નો બદલો આપવો; નુકસાન ભરી આપવું.

compensa'tion (કૉમ્પે'ન્સેશન), ના૦ નુકસાન ભરી આપવું તે, નુકસાન ભરપાઈ; નુકસાની (દાખલ આપેલી રકમ). **compensa'tory** (–સેટરિ), વિ૦.

co'mpère (કૉમ્પે'અર), ના૦ રંજન કાર્યક્રમનો સૂત્રધાર. સ૦ક્રિ૦ સૂત્રધારનું કામ કરવું.

compe'te (કમ્પીટ), ઉ૦ક્રિ૦ હરીફાઈ કરવી, હરીફાઈમાં ભાગ લેવો; –ની સાથે મુકાબલો કરવો (**with**). -નો સામનો કરવો (**against**).

co'mpetence (કૉમ્પિટન્સ), ના૦ યોગ્યતા; ક્ષમતા; આરામથી જીવવા પૂરતી કમાણી.

co'mpetent (–ટન્ટ), વિ૦ પૂરતી લાયકાત, જ્ઞાન કે સામર્થ્યવાળું, સુયોગ્ય; હોશિયાર; પૂરતું; અસરકારક.

competi'tion (કૉમ્પિટિશન), ના૦ હરીફાઈ (કરવી તે); હરીફાઈનો વિષય; કોઈના હરીફો.

compe'titive (કમ્પે'ટિટિવ), વિ૦ હરીફાઈનું – વાળું, સ્પર્ધાત્મક; (કિંમતો અંગે) બીજા દુકાનદારો સાથે સરખાવી શકાય એવું.

compe'titor (કમ્પે'ટિટર), ના૦ હરીફાઈ કરનાર, હરીફ, વિ.ક. વેપારમાં.

compila'tion (કૉમ્પિલેશન), ના૦ સંકલન (કરવું તે), સંકલિત ગ્રંથ ઇ૦.

compi'le (કમ્પાઇલ), સ૦ક્રિ૦ સંગ્રહ – સંકલન – કરવું – કરીને ચોપડી બનાવવી.

compla'cent (કમ્પ્લેસન્ટ), વિ૦ આત્મસંતુષ્ટ, સ્વસ્થ અને સમાધાની. **compla'cency** (–સન્સિ), ના૦.

complai'n (કમ્પ્લેન), અ૦ક્રિ૦ અસંતોષ વ્યક્ત કરવો, બબડવું; રોદણાં રોવાં. ~ **of,** (પોતાને થયેલા રોગ ઇ૦)ની ફરિયાદ કરવી.

complai'nt (કમ્પ્લેન્ટ), ના૦ (પોતાના દુઃખ કે અસંતોષની) ફરિયાદ (કરવી તે); વિધિસરની ફરિયાદ; દરદ, રોગ.

complai'sant (કમ્પ્લેઝન્ટ), વિ૦ પરગજુ, ભલું, વિનયી, નમ્ર; રાજી, સહમત. **complai'sance** (–સન્સ), ના૦.

co'mplement (કૉમ્પ્લિમન્ટ), ના૦ આખામાં ખૂટતું પૂરું કરનાર – પૂરક–વસ્તુ; જોઈતી બધી સંખ્યા કે જથો, સંપૂર્ણ સટ અથવા સરસામાન; [વ્યાક૦] વિધેયપૂરક શબ્દ. ~ **(of an angle),** લઘુકોણ અને કાટખૂણા વચ્ચેનું અંતર, કોટિપૂરક. સ૦ક્રિ૦ (–મે'ન્ટ) ખૂટતું પૂરું કરવું, –નું પૂરક બનવું. **compleme'ntary** (–મેન્ટરિ), વિ૦.

comple'te (કમ્પ્લીટ), વિ૦ બધાં અંગઉપાંગોવાળું; સંપૂર્ણ, સમાપ્ત; કુલ. સ૦ક્રિ૦ પૂર્ણ – સમાપ્ત – પૂરું – કરવું; (ફૉર્મ કે નમૂનો) ભરવો. **comple'tion** (કમ્પ્લીશન), ના૦.

co'mplex (કૉમ્પ્લે'ક્સ), વિ૦ અનેક અંગોઉપાંગોનું (બનેલું); ગૂંચવણભરેલું, જટિલ. ના૦ જટિલ વસ્તુ; [માનસ.] મનમાં બંધાયેલી ગાંઠ-ગ્રંથિ. **comple'xity** (–સિટિ), ના૦.

comple'xion (કમ્પ્લે'ક્શન), ના૦ અંગકાંતિ, વિ૦ક૦ ચહેરાની; સ્વભાવ, ચારિત્ર્ય.

compli'ance (કમ્પ્લાયન્સ), ના૦ સંમતિ (આપવી તે); કબૂલ – માન્ય – કરવું તે.

compli'ant (–ન્ટ), વિ૦ માન્ય કરવા તત્પર; કહ્યાગરું.

co'mplicate (કૉમ્પ્લિકેટ), સ૦ક્રિ૦ [વિ.ક.ભૂ૦કૃ૦ તરીકે] જટિલ, ગૂંચવણભરેલું અથવા મુશ્કેલ બનાવવું.

complica'tion (–કેશન), ના૦ ગૂંચવણ (ભરેલી સ્થિતિ); ગૂંચવણ પેદા કરનાર સંજોગ.

compl'icity (કમ્પ્લિસિટિ), ના૦ અપકૃત્યમાં સામેલપણું – ભાગેદારી.

co'mpliment (કૉમ્પ્લિમન્ટ), ના૦ સ્તુતિ, પ્રશંસા; [બ૦વ૦માં] અભિનંદન, અભિવાદન. સ૦ક્રિ૦ (–મે'ન્ટ) અભિનંદન – મુબારકબાદી – આપવી.

complime'ntary (કૉમ્પ્લિમે'ન્ટરિ), વિ૦ પ્રશંસાવાળું; અભિનંદનાત્મક; ભેટ તરીકે આપેલું.

comply' (કમ્પ્લાઈ), અ૦ક્રિ૦ વિનંતિ, ઇચ્છા, આજ્ઞા, ઇ૦ અનુસાર વર્તવું, માન્ય કરવું, (**with** સાથે).

compo'nent (કમ્પોનન્ટ), વિ૦ અને ના૦ અંગભૂત – ઘટક – (ભાગ).

compor't (કમ્પૉર્ટ), કર્તૃવા૦ અને અ૦ક્રિ૦ પોતાના પદને અનુરૂપ વર્તન કરવું; –ના સાથે મેળમાં હોવું – મળતું આવવું.

compo'se (કમ્પોઝ઼), સ૦ક્રિ૦ સાહિત્યના અથવા (વિ૦ક૦) સંગીતના રૂપમાં રચવું; (ભેગા થઈને) બનાવવું; કલાત્મક રીતે અથવા વિશેષ હેતુસર ગોઠવવું; શાંત કરવું, કાબૂમાં રાખવું; [વિ૦ક૦ ભૂ૦કૃ૦ તરીકે] (ઝઘડો ઇ૦) પતાવવું; [મુદ્રણ] બીબાં ગોઠવવાં.

compo'ser (કંપોઝ઼ર), ના૦ રચનાર વિ૦ક૦ કવિતા, સંગીત.

co'mposite (કૉમ્પઝ઼િટ), વિ૦ અને ના૦ વિવિધ ભાગો અથવા દ્રવ્યોની બનેલી,

સંયુક્ત કે સંમિશ્ર (વસ્તુ); જેમાં કહેવાતું એક ફૂલ બીજા અનેક ફૂલોનો ગુચ્છ હોય છે એવા કુટુંબની (વનસ્પતિ).

composi'tion (કૉમ્પઝિશન), ના૦ રચવું તે; કરેલી રચના; માણસ કે પદાર્થનું બંધારણ – ઘડતર; કોઈ કૃત્રિમ સામાસિક વસ્તુ.

compo'sitor (કમ્પૉઝિટર), ના૦ બીબાં ગોઠવનાર, કંપોઝિટર.

co'mpost (કૉમ્પોસ્ટ), ના૦ છાણ, કચરો, માટી, ઇ૦નું (મિશ્ર) ખાતર.

compo'sure (કમ્પો'ઝર), ના૦ શાંતિ, સ્વસ્થ(ચિત્ત)તા.

co'mpote (કૉમ્પૉટ), ના૦ ફળનો મુરબ્બો.

compou'nd[1] (કમ્પાઉન્ડ), ઉ૦ક્રિ૦ મેળવીને અથવા ભેગું કરીને એક આખી વસ્તુ બનાવવી; બાંધછોડ કરીને પતાવવું, તડજોડ કરવી, પૈસા લઈને રાજ્યદ્રોહ જેવો ગુનો માફ કરવો.

co'mpound[2] (કૉમ્પાઉન્ડ), વિ૦ અનેક ભાગો કે દ્રવ્યોનું બનેલું, સંમિશ્ર, સંયુક્ત; સામૂહિક; સામાસિક. ના૦ સંયુક્ત કે સામાસિક વસ્તુ, મિશ્રણ; [વ્યાક૦] સમાસ; [રસા૦] રાસાયનિક પ્રક્રિયાથી ભેગાં થયેલાં અનેક મૂળદ્રવ્યોની બનેલી વસ્તુ, સમાસ. **~ fracture,** ચામડીના જખમ સાથેનો અસ્થિભંગ **~ interest,** ચક્રવૃદ્ધિ વ્યાજ.

co'mpound[3], ના૦ ઘરની ફરતું આંગણું.

comprehe'nd (કૉમ્પ્રિહે'ન્ડ), સ૦ક્રિ૦ સમજવું; સમાવેશ કરવો – હોવો.

comprehe'nsible (–હે'ન્સિબલ), વિ૦ બુદ્ધિગ્રાહ્ય, સમજાય એવું.

comprehe'nsi[illegible] (-હે'ન્શન) નાં૦ આકલન (શક્તિ); સ[illegible]શ; પકડ.

comprehe'nsiv[illegible]'ન્સિવ), વિ૦ સમાવેશક, વ્યાપક; બહોળા અવકાશવાળું; (માધ્યમિક શાળા અંગે) જિલ્લાના મોટા ભાગના કે બધા બાળકોને ભણાવનાર.

compre'ss (કમ્પ્રે'સ), ઉ૦ક્રિ૦ દાબવું, દાબીને થોડા – થોડી જગ્યા – માં લાવવું. ના૦ **co'mpress** (કૉમ્પ્રેસ) લોહી રોકવા, સોજો કે દાહ મટાડવા માટે શરીરના તે તે ભાગ પર દબાવીને મુકાતી ગાદી કે પોતું.

compre'ssion (કમ્પ્રે'શન), ના૦ દબાવવું તે, દબાણ, ઇ૦; અન્તર્જ્વલન ઍંજિનમાં પ્રજ્વલન પહેલાં ઇંધનના મિશ્રણના કદનું સંકોચન – ઘટાડો, તેની માત્રા કે પ્રમાણ.

compre'ssor (કમ્પ્રે'સર), ના૦ હવા કે બીજા વાયુઓ (ગૅસો)ને દબાવનાર યંત્ર.

compri'se (કમ્પ્રાઇઝ઼), સ૦ક્રિ૦ –નું બનેલું હોવું, –નો સમાવેશ કરવો, –માં સમાવું (ઘટક ભાગ તરીકે).

co'mpromise (કૉમ્પ્રમાઇઝ઼), ના૦ તડજોડ, સમાધાન. ઉ૦ક્રિ૦ બાંધછોડ કરીને ઝઘડો પતાવવો — સિદ્ધાંતો ઇ૦માં ફેરફાર કરવો; તડજોડ કરવી; શંકાસ્પદ બનાવવું, જોખમમાં નાખવું.

comptro'ller (કંટ્રોલર), ના૦ = **controller.**

compu'lsion (કમ્પલ્શન), ના૦ જબરદસ્તી (કરવી તે); અદમ્ય પ્રેરણા, અનિવાર્ય આવેગ. **under ~,** દબાણને વશ થઈને.

compu'lsive (કમ્પલ્સિવ), વિ૦ જબરદસ્તીને લીધે થયેલું – થી (હોય તેમ) કરનારું; દુર્નિવાર.

compu'lsory (કમ્પલ્સરિ), વિ૦ ફરજિયાત, અનિવાર્યપણે આવશ્યક.

compu'nction (કમ્પંક્શન), ના૦ બૂરું કામ કરતાં થતો ખટકો, દગદગો, મનસ્તાપ.

compu'te (કમ્પ્યૂટ), ઉ૦ ક્રિ૦ ગણવું, ગણતરી કરવી; ગણકયંત્ર (કંપ્યૂટર) વાપરવું. **computa'tion** (-ટેશન), ના૦.

compu'ter (કમ્પ્યૂટર), ના૦ ગણકયંત્ર, વિ૦ક૦ ગણતરીઓ કરનારું અથવા વિવિધ વ્યાપારોનું નિયંત્રણ કરનારું સ્વયંચાલિત વીજાણવીય ઉપકરણ.

compu'terize (કમ્પ્યૂટરાઇઝ઼), સ૦ક્રિ૦ ગણકયંત્રથી સજ્જ કરવું, તે દ્વારા ગણતરીઓ કરવી – તૈયાર કરવું. **computeriza'tion** (–ઝ઼ેશન), ના૦.

co'mrade (કૉમ્‌રિડ), ના૦ મિત્ર, સાથી, વિ૦ક૦ લશ્કરમાંનો સમાજવાદી કે સામ્યવાદી સાથી, બિરાદર. **co'mradeship** (–શિપ), ના૦.

con[1] (કૉન) સ૦ ક્રિ૦ ભણવું, અભ્યાસ કરવો.

con[2], સ૦ ક્રિ૦ વહાણનું સંચાલન – માર્ગદર્શન – કરવું.

con[3], ના૦ [વિ૦ બો૦] છેતરપિંડી.(ભરોસો ઉપજાવી કરેલી). સ૦ક્રિ૦ મનાવવું; છેતરવું.

concatena'tion (કંકેટિનેશન), ના૦ ઘટના, વિચાર, ઇ૦ની પાલિકા; સાંકળની કડીઓ જેવો સંબધ.

conca've (કૉન્કેવ), વિ૦ અન્તર્ગોલ; પોલું. **conca'vity** (કન્કૅવિટિ), ના૦.

concea'l (કન્સીલ), સ૦ ક્રિ૦ છુપાવવું, ગુપ્ત રાખવું. **concea'lment** (–મન્ટ), ના૦.

conce'de (કન્સીડ), સ૦ ક્રિ૦ માન્ય કરવું, સાચું છે એમ સ્વીકારવું; મંજૂર કરવું.

concei't (કન્સીટ), ના૦ મિથ્યાભિમાન, વિચિત્ર ખ્યાલ; ઉત્પ્રેક્ષા.

concei'ted (–ટિડ), વિ૦ અહંકારી, ગર્વિષ્ઠ.

concei've (કન્સીવ), ઉ૦ ક્રિ૦ સગર્ભા થવું; મનમાં ખ્યાલ બાંધવો; –ને લાગવું; કલ્પના કરવી; –નો વિચાર કરવો. **concei'vable** (–વબલ), વિ૦.

co'ncentrate (કૉન્સન્ટ્રેટ), ઉ૦ ક્રિ૦ એક ઠેકાણે એકત્ર કરવું, પોતાના બધા વિચાર અને પ્રયત્ન એક વાત પર એકાગ્ર કરવા; પાણી ઘટાડીને પ્રવાહીની શક્તિ કે તીવ્રતા વધારવી. ના૦ પાણી ઇ૦ બાળીને ઘટ્ટ બનાવેલો પદાર્થ, વિ૦ક૦ ખોરાક.

concentra'tion (કૉન્સેન્ટ્રેશન), ના૦ એકાગ્ર કરવું-થવું – તે; એકાગ્રતા. **~camp**, રાજકીય કેદીઓને કે અટકાયતીઓને એકત્ર રાખવાની જગ્યા.

conce'ntric (કૉન્સે'ન્ટ્રિક), વિ૦ એક-કેન્દ્રી, સમાનકેન્દ્રી. **concentri'city** (–ટ્રિસિટિ), ના૦.

co'ncept (કૉન્સે'પ્ટ), ના૦ વસ્તુઓના વર્ગની કલ્પના. સામાન્ય કલ્પના.

conce'ption (કન્સે'પ્શન), ના૦ ગર્ભ ધારણ કરવો–રહેવો તે, ગર્ભધારણા; ગર્ભ; વિચાર, કલ્પના.

conce'ptual (કન્સે'પ્ટ્યુઅલ), વિ૦ કલ્પનાનું–વિષયક; કલ્પનાત્મક.

conce'ptualize (–ટ્યુઅલાઇઝ), સ૦ ક્રિ૦–નો વિચાર કે કલ્પના કરવી.

concer'n (કન્સર્ન), સ૦ક્રિ૦ -ની સાથે સંબંધ હોવો; અસર કરવી; પ્રસ્તુત હોવું; –માં રસ લેવો, -માં પોતાની જાતને સંડોવવું; ના૦ જેની સાથે સંબંધ હોય તે વાત; [બ૦વ૦માં] અંગત બાબતો; કાળજી, ચિંતા; પેઢી, સાહસ, ઉદ્યોગ.

concern'ed (કન્સર્ન્ડ), વિ૦ સંબંધિત, લાગતુંવળગતું, હિતસંબંધ ધરાવનારું; ચિન્તિત.

concer'ning (કન્સર્નિંગ), નામ૦અ૦ –ને વિશે–લગતું.

co'ncert (કૉન્સર્ટ), ના૦ એકમત, મેળ, સંપ; ધ્વનિઓ કે અવાજોનો સમુદાય; સંગીત જલસો. સ૦ક્રિ૦ (કન્સર્ટ) અરસપરસ-મેળથી ગોઠવવું.

concer'ted (–ટિડ), વિ૦ સાથે મળીને –એક થઈ ને–કરેલું.

concerti'na (કૅન્સર્ટીને), ના૦ એ ધમણ-વાળી વાજાની હાથપેટી. ઉ૦ક્રિ૦ પેટીની ધમણોની જેમ દબાવી દેવું–સંકોચાઈ ને બંધ થવું.

concer'to (કન્સર્ટો), ના૦ [બ૦વ૦ ~s] એક વાદ્ય વડે વગાડવાની સંગીતરચના.

conce'ssion (કન્સેશન), ના૦ છૂટછાટ, સવલત, (આપવી તે); જમીન વાપરવાનો કે માલ વેચવાનો હક.

concessionaire' (કન્સે'શને'અર), ના૦ સવલત, માફી, કે ઇજારો ધરાવનાર.

conce'ssive (કન્સે'સિવ), વિ૦ સવલતનું, સવલત આપનારું – આપવાની વૃત્તિ-વાળું; [વ્યા.] અનુમોદનાત્મક.

conch (કૉંક, -ચ), ના૦ શંખમાં રહેનાર માછલી; શંખ.

concho'logy (કંકૉલજિ), નાο શંખો અને તેમાં રહેલી માછલીઓને લગતું શાસ્ત્ર.

conci'liate (કન્સિલિએટ), સ૦ ક્રિ૦ પ્રસન્ન કરવું, શાંત પાડવું; મન જીતી લેવું; સમાધાન કરાવવું. **concilia'tion** (–એશન), ના૦. **conci'liatory** (–લિઅટરિ), વિ૦.

conci'se (કન્સાઇસ), વિ૦ ટૂંકું, સંક્ષિપ્ત.

co'nclave (કૉન્કલેવ), ના૦ પોપની ચૂંટણી માટે કાર્ડીનલોની સભા (ની જગ્યા); ખાનગી–ગુપ્ત–સભા.

conclu'de (કન્કલૂડ), ઉ૦ક્રિ૦ પૂરું કરવું – થવું, નિષ્કર્ષ કાઢવો, અનુમાન કરવું.

conclu'sion (કન્ક્લૂઝન), ના૦ સમાપન, સમાપ્તિ; વિચાર કર્યા પછી કાઢેલો નિષ્કર્ષ; આખરી મત.

conclu'sive (કન્કલૂસિવ), વિ૦ નિર્ણાયક, ખાતરી કરાવનારું.

conco'ct (કંકૉક્ટ), સ૦ક્રિ૦ વિ૦ક૦ ભેળવીને બનાવવું; બનાવટ કરવું, ઉપજાવી કાઢવું.

conco'ction (કંકૉક્શન), ના૦ ઉપજાવી કાઢવું તે; ઉપજાવી કાઢેલી વસ્તુ, વાત, ઇ૦.

conco'mitant (કંકૉમિટન્ટ), વિ૦ સાથે રહેનારું, સહવર્તી, આનુષંગિક. ના૦ [બહુધા બ૦વ૦માં] સાથેની આનુષંગિક ઘટનાઓ. **conco'mitance** (–ટન્સ), ના૦.

co'ncord (કૉંકૉર્ડ), ના૦ સુમેળ, એકરાગ; સુલેહ; [સં.] સ્વરસામ્ય, સ્વરમેળ; [વ્યા.] અન્વય, શબ્દો વચ્ચે પુરુષ, લિંગ, વચન, ઇ૦નો મે[ળ]. **concor'dant** (કંકૉર્ડન્ટ), વિ૦.

concor'dance [(કંકૉ]ર્ડન્સ), ના૦ સુમેળ, એકરાગ; કોઈ લેખક કે ગ્રંથના વિ૦ક૦ બાઇબલના શબ્દોની વર્ણાનુક્રમ સૂચિ.

concor'dat (કંકૉર્ડેટ), ના૦ રાજ્ય અને ધર્મપીઠ (ચર્ચ) વચ્ચેનો કરાર.

co'ncourse (કૉંકૉર્સ), ના૦ ભેગા થવું તે; ટોળું, જમાવ; જાહેર ઇમારત કે સ્ટેશન ઇ૦માં વચ્ચે આવેલી ખુલ્લી જગ્યા, ચોગાન.

co'ncrete (કૉંક્રીટ), વિ૦ મૂર્ત, સાકાર; વાસ્તવિક, પ્રત્યક્ષ દેખાતું; નિશ્ચિત; ભાવવાચક નહિ એવું; કાંકરેટનું બનેલું. ના૦ કાંકરેટ. ઉ૦ક્રિ૦ કાંકરેટનો થર દેવો, કાંકરેટમાં બેસાડવું; (કંક્રીટ) ઘટ્ટ થવું, જામવું, –નો ગઠ્ઠો બાઝવો.

concre'tion (કંક્રીશન), ના૦ ઘટ્ટ થવું – જામવું – તે, જામેલો ગઠ્ઠો; શરીરમાં બંધાયેલી ગાંઠ – બ ઝેલી પથરી. **concre'tionary** (–શનરિ), વિ૦.

co'ncubine (કૉંક્યુબાઇન) ના૦ રખાત; [અનેક પત્ની પ્રથાવાળા લોકોમાં] ઉપપત્ની. **concu'binage** (કંક્યૂબિનિજ), ના૦.

concu'piscence (કંક્યૂપિસન્સ), ના૦ કામવાસના. **concu'piscent** (–સન્ટ), વિ૦.

concur' (કંકર), અ૦ક્રિ૦ એકી વખતે થવું; એકમત – સંમત – થવું. **concu'rrence** (–રન્સ),ના૦. **concu'rrent** (–રન્ટ), વિ૦.

concu'ss (કંકસ), સ૦ક્રિ૦ ખૂબ જોરથી હલાવવું, ધક્કો મારવો.

concu'ssion (કંકશન), ના૦ ખૂબ જોરથી હલાવવું તે; સખત આઘાત ઇ૦થી મગજને થયેલી ઈજા.

conde'mn (કંડે'મ), સ૦ક્રિ૦ વખોડવું, નિંદવું; દૂષણ દેવું;–ની વિરુદ્ધ ચુકાદો આપવો, દોષી ઠરાવવું; સજા કરવી, વિ૦ક૦ મોતની; વાપરવા લાયક નથી એમ જાહેર કરવું. **condemna'tion** (કૉન્ડે'મ્નેશન), ના૦. **conde'mnatory** (કન્ડે'મ્નટરિ), વિ૦.

condensa'tion (કન્ડે'ન્સેશન), ના૦ વરાળ ઘટ્ટ થવાથી બનતું પ્રવાહી.

conde'nse (કન્ડે'ન્સ), ઉ૦ક્રિ૦ ઘટ્ટ અથવા ટૂંકું બનાવવું – બનવું, દબાવવું, સંકોચવું; વાયુ કે વરાળનું પ્રવાહીમાં રૂપાંતર કરવું – થવું.

condesce'nd (કૉન્ડિસે'ન્ડ), અ૦ક્રિ૦ મોટાઈ – માન – મૂકીને આચરણ કરવું

– કરવાનો ઢોંગ કરવો; મહેરબાની દાખલ કરવું.

condesce'nding (–સેન્ડિંગ), વિ૦ મુરબ્બીવટ કરનારું.

condesce'nsion (–સે'ન્શન), ના૦ મોટાનો વિનય, મહેરબાની (દાખલ કરેલું કામ).

condign (કન્ડાઇન), વિ૦ યથાયોગ્ય, પૂરતું.

co'ndiment (કોન્ડિમન્ટ), ના૦ મીઠું મસાલો, વ્યંજન.

condi'tion (કન્ડિશન), ના૦ શરત, બોલી; [બ૦વ૦માં] પરિસ્થિતિ; ગુણ; દશા, અવસ્થા; સામાજિક દરજ્જો; શારીરિક કે માનસિક અસ્વાભાવિકતા – વિકૃતિ. સ૦ક્રિ૦ –ની ઉપર અસર કરવી. –નું સ્વરૂપ નક્કી કરવું; – ને માટે – ના અસ્તિત્વ માટે – આવશ્યક હોવું; ઇષ્ટ સ્થિતિમાં આણવું; શીખવવું, –ની ટેવ પાડવી.

condi'tional (કંડિશનલ), વિ૦ શરતી, અધીન; નિરપેક્ષ નહિ એવું; [વ્યા.] શરત બતાવનારું.

condo'le (કન્ડોલ), અ૦ક્રિ૦ દુઃખમાં સહાનુભૂતિ બતાવવી–દિલાસો આપવો. **condo'lence** (–લન્સ), ના૦.

co'ndom (કૉન્ડમ), ના૦ ગર્ભનિરોધક ટોપી, નિરોધ.

condomi'nium (કૉન્ડમિનિઅમ), ના૦ કોઈ એક રાજ્ય પર બીજા રાજ્યોની સંયુક્ત હકૂમત – નિયંત્રણ; [અમે.] કોઈ મંડળે ખરીદેલાં કે ભાડે રાખેલાં મકાનો, ફ્લૅટો, ઇ૦નું જૂથ.

condo'ne (કન્ડોન), સ૦ક્રિ૦ માફ – દર ગુજર-કરવું, જવા દેવું. **condona'tion** (–નેશન), ના૦.

co'ndor (કૉન્ડર), ના૦ દ. અમેરિકાનું એક મોટું ગીધ.

condu'ce (કન્ડચૂસ). અ૦ક્રિ૦ –નું કારણ બનવું, અમુક પરિણામ ઉપજાવવું (**to** સાથે). **condu'cive** (–સિવ), વિ૦ (**~ to**).

co'nduct(કૉન્ડક્ટ), ના૦ વર્તન, આચરણ; ધંધા ઇ૦નો વહીવટ – સંચાલન. સ૦ક્રિ૦ (કન્ડક્ટ) દોરવું, દોરીને સાથે લઈ જવું; માર્ગદર્શન કરવું; સંચાલન કરવું; –નું સંચાલક હોવું; વર્તવું; સંપર્ક દ્વારા (ઉષ્ણતા, વીજળી, ઇ૦નું) વહન કરવું.

condu'ction (કન્ડક્શન), ના૦ ઉષ્ણતા, વીજળી ઇ૦નું વહન.

condu'ctive (–ટિવ), વિ૦ વાહક-(તાવાળું) **conducti'vity** (–ટિવિટિ), ના૦.

condu'ctor (કન્ડક્ટર), ના૦ વૃંદવાદન, વૃંદગાયન, ઇ૦નો સંચાલક; બસ ઇ૦નો હવાલો સંભાળનાર અધિકારી, કંડક્ટર; વાહક પદાર્થ કે વસ્તુ. **condu'ctress** (–ટ્રિસ), ના૦ સ્ત્રી૦.

co'nduit (કૉન્ડિટ), ના૦ નળ, નીક, નહેર.

cone (કોન), ના૦ શંકુ, શંકુના આકારની વસ્તુ; ચીડ, દેવદાર, ઇ૦નું ફળ; આઇસ-ક્રીમનો પડો.

co'ney (કોનિ), જુઓ **cony.**

co'nfab (કૉન ફૅબ), ના૦ [વાત.]= **confabulation.**

confabulate (કનફૅબ્યુલેટ), અ૦ક્રિ૦ સાથે વાતચીત કરવી, ગપ્પાં મારવાં. **confabula'tion** (–લેશન), ના૦,

confe'ction (કન્ફે'ક્શન), ના૦ મિશ્રણ; સ્વાદિષ્ટ વાની, મીઠાઈ.

confe'ctioner (–નર), ના૦ કંદોઈ, હલવાઈ. **confe'ctionary** (–નરિ), ના૦.

confe'deracy (કન ફે'ડરસિ), ના૦ સંઘ, જોડાણ,વિ૦ક૦ સાથે જોડાયેલ રાજ્યોનું.

confe'derate (કનફે'ડરટ), વિ૦ જોડાયેલું, મિત્ર. ના૦ સાથી, મિત્ર, મળતિયો. સ૦ક્રિ૦ (–રેટ) એક સાથે જોડવું – જોડાવું (**C~ States,** ૧૮૬૧–૬૫માં અમેરિકામાંથી અલગ પડેલાં રાજ્યો.

confedera'tion (કન ફેડરેશન), ના૦ સ્વતંત્ર – સાર્વભૌમ – રાજ્યોનો કાયમી સંઘ.

confer' (કન્ફર), ઉ૦ક્રિ૦ આપવું,

બક્ષવું; સલાહ લેવી; વાતચીત માટે મળવું.

co'nference (કૉન્ફરન્સ), નાo વિચારોની આપલે, સલાહમસલત; ચર્ચા ઇo માટેની સભા (વિoકo વાર્ષિક).

confer'ment (કન્ફરૂમન્ટ), નાo (પદવી ઇo) આપવું તે.

confe'ss (કન્ફે'સ), ઉoક્રિo કબૂલ કરવું, સ્વીકારવું; વિoકo પાદરી આગળ પોતાનાં પાપનો એકરાર કરવો; (પાદરીએ) –નો એકરાર સાંભળવો.

confe'ssedly (કનફે'સિડ્ લિ), ક્રિoવિo કબૂલ કર્યા પ્રમાણે, બેશક.

confe'ssion (કનફે'શન), નાo કબૂલ કરવું તે; કબૂલ કરેલી વસ્તુ; પાપનો એકરાર; માન્યતાઓ ઇoનું જાહેર નિવેદન.

confe'ssional (કન્ફે'શનલ), વિo કબૂલાત, એકરાર, ઇoનું–ને લગતું. નાo પાપનો એકરાર સાંભળનાર પાદરીની ઓરડી.

confe'ssor (કન્ફે'સર), નાo પાપનો એકરાર સાંભળનાર પાદરી.

confe'tti (કનફે'ટિ), નાo લગ્ન-સમારંભ વખતે વરવધૂ પર ફેંકવામાં આવતા રંગીન કાગળના નાના કકડા.

confida'nt (કૉન્ફિડન્ટ), નાo [સ્ત્રી. **confida'nte** ઉચ્ચાર એ જ] રહસ્ય-ઢ મિત્ર, વિશ્રબ્ધ મિત્ર.

confi'de (કન્ફાઇડ), ઉoક્રિo –ને ગુપ્ત વાત કહેવી – કામ સોંપવું. ~ **to,** –ની સાથે છાની વાત કરવી.

co'nfidence (કૉન્ફિડન્સ), નાo દૃઢ વિશ્વાસ; થશે જ એવી ખાતરી; આત્મ-વિશ્વાસ; હિંમત, ધૃષ્ટતા; ખાનગી વાત કહેવી તે; કહેલી ખાનગી વાત. **in ~,** ખાનગીમાં. **in person's ~**, -ના ખાસ વિશ્વાસમાં, વિશ્વાસપાત્ર. **~ trick,** ભરોસો ઉપજાવીને કરેલી છેતરપિંડી.

co'nfident (કૉન્ફિડન્ટ), વિo પાકો ભરોસો રાખનારું, આત્મવિશ્વાસવાળું, ખાતરીવાળું.

confide'ntial (કૉન્ફિડે'ન્શલ), વિo ખાનગીમાં કહેલું; છાનું રાખવા જેવું; છાની વાતો જેને કહી હોય તે, ખાનગી કામ સોંપેલું; વિશ્વાસ રાખનારું.

confi'ding (કન્ફાઇડિંગ). વિo વિશ્વાસ રાખનારું, ભોળું.

configura'tion (કન્ફિગ્યુરેશન), નાo રૂપરેખા, બાહ્ય આકૃતિ; ગોઠવણી(ની રીત); સાપેક્ષ સ્થિતિ.

confi'ne[1] (કનફાઇન), સoક્રિo મર્યાદામાં રાખવું; કેદમાં પૂરવું, બંધીમાં રાખવું; [સહ્યoમાં] સુવાવડમાં હોવું.

co'nfine[2] (કન્ફાઇન), નાo [બહુધા બo વoમાં] હદ, સીમા.

confi'nement (કન્ફાઇન્‌મન્ટ), નાo બંધીમાં નાખવું–હોવું–તે; કેદ; સુવાવડ.

confir'm (કન્ફર્મ), સoક્રિo વધારે દૃઢ બનાવવું; મંજૂર કરવું,–ને બહાલી–પુષ્ટિ–આપવી; બાપ્તિસ્મા પછીનો પાકો સંસ્કાર કરવો.

confirma'tion (કન્ફર્મેશન), નાo પુષ્ટિ આપનાર ઘટના અથવા નિવેદન; બાપ્તિસ્મા પછીનો પાકો સંસ્કાર.

co'nfiscate (કૉન્ફિસ્કેટ), સoક્રિo (ખાનગી મિલકત) સરકારે જમા કરવી; જપ્ત કરવું. **confisca'tion** (–કેશન), નાo.

conflagra'tion (કૉન્ફલગ્રેશન), નાo મોટી વિનાશક આગ, દાવાનળ.

confla'te (કન્ફલેટ), સoક્રિo એક-બીજામાં ભેળવી દેવું, મિશ્રિત કરવું.

co'nflict (કૉન્ફ્લિક્ટ), નાo લડત, ઝઘડો,વિરોધ, અથડામણ. **in~**, વિસંગત, વિરોધી. અo ક્રિo **confli'ct** (કન્ફ્લિક્ટ), ઝઘડવું, લડવું; આથ-ડવું, વિસંગત–વિરોધી–હોવું.

co'nfluent (કૉન્ફ્લુઅન્ટ), વિo એકમાં વિલીન થનારું. નાo સંગમ પામનાર પ્રવાહોમાંનો એક. **co'nfluence** (–અન્સ), નાo.

confor'm (કન્ફૉર્મ), ઉoક્રિo બેસતું–મળતું–અનુકૂળ–કરવું–થવું; નિયમો કે રૂઢિનું પાલન કરવું.

confor'mable (કન્ફૉર્મેબલ), વિo

અનુરૂપ, અનુસરતું; બંધબેસતું બનાવેલું.

conforma'tion (કૉન્ફર્મેશન), ના૦ વસ્તુની રચના, બનાવટ.

confor'mist (કનફૉર્મિસ્ટ), ના૦ સ્થાપિત ધર્મમતને અનુસરનાર. **confor-mism** (-મિઝ્મ), ના૦.

confor'mity (કનફૉર્મિટિ), ના૦ સાદૃશ્ય, અનુસરણ, પાલન; મેળ.

confou'nd (કનફાઉન્ડ), સ૦ક્રિ૦ ઉથલાવી દેવું, હરાવવું, ફાવવા ન દેવું; મૂંઝવવું; અવ્યવસ્થિત – વેરવિખેર કરવું; (સૌમ્ય શાપ તરીકે) મરવા દો.

confrater'nity (કૉન્ફ્રટર્નિટિ), ના૦ બિરાદરી, બંધુવર્ગ.

confro'nt (કનફ્રન્ટ), સ૦ક્રિ૦ સામસામા લાવવું; સામું થવું, –નો સામનો કરવો; (મુશ્કેલીઓ ઇ૦ અંગે) સામે આવીને ઊભા રહેવું. **confronta'tion** (કૉન્ફ્રન્ટેશન), ના૦.

confu'se (કનફ્યૂઝ઼), સ૦ક્રિ૦ અવ્યવસ્થિત કરવું, ઘોળમાં નાખવું; ગૂંચવી નાખવું, ગભરાવવું; ભેળસેળ કરી નાખવું. **confu'sion** (-ઝન), ના૦.

confu'te (કનફ્યૂટ), સ૦ ક્રિ૦ ખોટું પુરવાર કરવું, ખંડન કરવું. **confuta'tion** (-ટેશન), ના૦.

co'nga (કૉંગે), ના૦ એક લૅટિન-અમે. નૃત્ય, બહુધા એક કતારમાં થતું.

co'nge (કૉંઝ઼), ના૦ [F.] કશા શિષ્ટાચાર વિના રુખસદ.

congea'l (કંજીલ), ઉ૦ક્રિ૦ ઠંડું પાડીને ઘન કે ઘટ્ટ બનાવવું–થવું, થીજવું, કઠણ કરવું–થવું. **congela'tion** (કૉંજિલેશન), ના૦.

conge'nial (કંજીનિઅલ), વિ૦ સહાનુભૂતિશીલ; સમાનશીલ; અનુકૂળ, માફક આવતું. **congenia'lity** (કંજિનિઍલિટિ), ના૦.

conge'nital (કંજે'નિટલ), વિ૦ જન્મનું – સાથેનું.

co'nger (કૉંગર), ના૦ દરિયાની મોટી બામ માછલી.

conge'ries (કૉંજિઅરીઝ઼), ના૦ [બ૦વ૦ એ જ] સમુદાય; રાશિ, ઢગલો.

conge'st (કંજે'સ્ટ), સ૦ક્રિ૦ વધુ પડતો (લોહીનો) ભરાવો કરવો.

conge'stion (કંજે'સ્ચન), ના૦ શરીરના અંગમાં લોહીનો અતિ ભરાવો અથવા રક્તાવરોધ, નાક વહેવા માંડીને બંધ થવું; રાહદારીઓ અને વાહનોની ભીડ.

conglo'merate (કંગ્લૉમરટ), વિ૦ બાઝીને ગઠ્ઠો બનેલું, દડીબંધ. ના૦ અનેક વસ્તુઓ ભેગી થઈને બનેલો ગોળો; અનેક પેઢીઓ ભેગી મળીને બનેલું મંડળ. ઉ૦ક્રિ૦ [-મરેટ] એકઠું કરીને દડો–ગોળો કરવો – થવો. **conglo'mera'tion** (-રેશન), ના૦.

congra'tulate (કંગ્રૅટ્ચુલેટ), સ૦ ક્રિ૦ અભિનંદન કરવું; કોઈ પ્રસંગ નિમિત્તે આનંદ વ્યક્ત કરવો. **congra'tulatory** (–લેટરિ), વિ૦.

congratula'tion (કંગ્રૅટ્ચુલેશન), ના૦ અભિનંદન (કરવું તે), [બહુધા બ૦વ૦માં] ધન્યવાદ ! અભિનંદન !

co'ngregate (કૉંગ્રિગેટ), ઉ૦ક્રિ૦ સમુદાય, જમાવ ઇ૦ ભેગું કરવું – થવું.

congrega'tion (-ગેશન), ના૦ સમુદાય સમૂહ, (ભેગો કરવો તે); લોકોની એકત્ર થયેલી સભા, વિ૦ક૦ ઉપાસના માટે; ઉપાસકમંડળ.

congrega'tional (-ગેશનલ), વિ૦ ઉપાસક મંડળનું; સામૂહિક. **C~**, સ્વાયત્ત દેવળોના સંગઠનનું.

Congrega'tionalism (કૉંગ્રિગેશનલિઝ્મ), ના૦ સ્વાયત્ત દેવળોવાળી ધાર્મિક સંગઠનપદ્ધતિ. **Congrega'tionalist** (-લિસ્ટ), ના૦.

co'ngress (કૉંગ્રે'સ), ના૦ ચર્ચાવિચારણા માટે વિધિસર મળતી પ્રતિનિધિઓની સભા; **C~**, હિન્દુસ્તાનની રાષ્ટ્રીય મહાસભા; અમેરિકાની રાષ્ટ્રીય ધારાસભા; તે કૉંગ્રેસનું અધિવેશન. **C~man**, કૉંગ્રેસનો,વિ૦ક૦ તેના નીચલા ગૃહનો સભ્ય. **congre'ssional** (-ગ્રે'શનલ), વિ૦.

co'ngruence (કૉંગ્રુઅન્સ), **congru'ity** (કૉંગ્રૂઇટિ), નાo સુસંગતપણું, મેળ. **co'ngruent** (–અન્ટ), વિo **congruous** (–અસ), વિo.

co'nic (કૉનિક), વિo શંકુનું. ~ **section'**, [ગ.] શંકુચ્છેદ.

co'nical (કૉનિકલ), વિo શંકુના આકારનું.

co'nifer (કૉનિફ઼ર), નાo શંકુઆકાર ફળવાળું ઝાડ. **coni'ferous** (કનિફ઼રસ), વિo.

conje'ctural (કંજે'ક્ચરલ), વિo અટકળનું, કાલ્પનિક.

conje'cture (કંજે'ક્ચર), નાo અટકળ, અનુમાન, (કરવું તે). ઉoક્રિo અનુમાન–અટકળ–કરવી.

conjoi'n (કન્જોઇન), ઉoક્રિo જોડવું, જોડીને એક કરવું, જોડાઈ ને એક થવું. **conjoi'nt** (–જોઇન્ટ), વિo.

co'njugal (કૉંજુગલ), વિo લગ્નનું, વૈવાહિક, પતિપત્ની વચ્ચે (ના સંબંધ)નું.

co'njugate (કૉંજુગેટ), ઉoક્રિo ક્રિયાપદનાં કાળ, પુરુષ, વચન, ઇoનાં રૂપો કરવાં, (ક્રિo અંગે) આવાં રૂપો થવાં; જોડવું, એક થવું. વિo [–ગટ] સાથે જોડાયેલું, સંયુગ્મી; એકજીવ થયેલું.

conjuga'tion' (કૉંજુગેશન), નાo વિલચન, ક્રિયાપદનું રૂપાખ્યાન.

conju'nct (કંજંક્ટ), વિo સાથે જોડાયેલું સંયુક્ત, એકત્ર થયેલું.

conju'nction (કન્જંક્શન), નાo સાથે જોડવું તે, જોડાણ; [વ્યાo] ઉભયાન્વયી અવ્યય; એકસાથે બનવું તે – બનેલી ઘટના.

conjuncti'va (કંજંક્ટાઇવે), નાo નેત્રસ્તર, ડોળા અને આંખનાં પોપચાંને જોડનારી અન્તસ્ત્વચા.

conju'nctive (–ટિવ), જોડનારું, સંયોજક; [વ્યાo] ઉભયાન્વયી.

conjunctivi'tis (–ટિવાઇટિસ) નાo નેત્રસ્તરનો સોજો–દાહ, ચુઝ્ઝાકોપ.

conju'ncture (કન્જંક્ચર), નાo અવસર; અમુક કહેલે વખતે વિદ્યમાન પરિસ્થિતિ.

conjura'tion (કંજુઅરેશન), નાo ગંભીર વિનંતી, જાદુ.

conjure' (કંજ્અર), ઉoક્રિo ગંભીર પણે વિનંતી કરવી, (કંજર) ગુપ્ત પરંતુ કુદરતી સાધન દ્વારા જાદુઈ અસર ઉપજાવવી. ~**up**, જાદુપ્રયોગથી હોય તેમ પ્રત્યક્ષ ખડું કરવું, મનમાં ને મનમાં આવાહન કરવું.

co'njurer, -or, (કંજરર), નાo હાથચાલાકીમાં ઉસ્તાદ.

conk[1] (કૉંક), [વિoબોo] નાક.

conk[2] અoક્રિo [વિoબોo] ભાંગી પડવું, –નો અંત આવવો.

co'nker (કૅંકર), નાo 'ચેસનટ'ની બદામ; [બ.વ.માં] તે વડે રમાતી એક બાળરમત.

co'n-man (કૉન્મન), નાo [બoવo **-men**] [વિoબોo] વિશ્વાસ પેદા કરીને છેતરપિંડી કરનાર.

Conn., સંક્ષેપ. **Connecticut.**

conne'ct (કને'ક્ટ), ઉoક્રિo જોડવું, જોડાવું, –ની સાથે જોડાણ હોવું (એક ગાડીનું બીજી ગાડી ઇo સાથે); ની સાથે સંબંધ જોડવો, મનમાં કે પ્રત્યક્ષ; [બહુધા સહ. માં] બીજાઓ સાથે સગપણ ઇo સંબધથી જોડાયેલું હોવું (**be ~ed**).

conne'cting-rod, એંજિનના પિસ્ટન અને ક્રૅંકપિન વચ્ચેનો દાંડો, સંયોજક દાંડો

connec'tion (કનેક્શન), નાo જોડવું જોડાવું–તે, જોડાણ, સંબંધ; જોડનાર ભાગ; જોડાણવાળી ગાડી, બોટ, ઇo; અંગત વહેવાર; કૌટુંબિક સંબંધ.

conne'ctive (કને'ક્ટિવ), વિo જોડનારું.

co'nning-tower (કૉનિંગ્–ટાવર), નાo યુદ્ધનૌકાના ચાલકની ઓરડી; પાણડૂબીની ઉપરની બાજુની ઓરડી.

conni've (કનાઇવ), અoક્રિo ~ **at,** (દુર્વર્તન ઇo) તરફ આંખ આડા કાન કરવા, મૂક સંમતિ આપવી. **conni'vance** (–વન્સ), નાo.

connoisseur' (કૉનસર), નાo કલા

અને સૌંદર્યનો દરદી, મર્મજ્ઞ, કદરદાન.

conno'te (કનોટ), સ૦ક્રિ૦ સૂચિત – ધ્વનિત – કરવું; -નો અર્થ હોવો; -ના અર્થમાં સમાવેશ કરવો. **connota'tion** (કૉનટેશન), ના૦. **conno'tative** (કનોટટિવ), વિ૦.

connu'bial (કન્યૂબિઅલ), વિ૦ પતિ-પત્નીનું, વૈવાહિક.

co'nquer (કૉંકર), ઉ૦ક્રિ૦ -નો પરાભવ કરવો, હરાવવું, વિજયી થવું, (જીતીને) વશ કરવું. **co'nqueror** (કૉંકરર), ના૦.

co'nquest (કૉંકવ'સ્ટ), ના૦ જીતવું તે, જીતેલી વસ્તુ; કોઈનો પ્રેમ જીતવો, તે, જેનો પ્રેમ જીત્યો હોય તે વ્યક્તિ.

conqui'stador (કંકિવસ્ટડૉર), ના૦ વિજેતા, વિ૦ક૦ મેક્સિકો અને પેરુના સ્પેનિશ વિજેતાઓમાંનો કોઈ એક.

consangui'neous (કૉન્સૅંગ્વિનિઅસ), વિ૦ જન્મ દ્વારા સગપણવાળું, સપિંડ. **consangui'nity** (–ગ્વિનિટિ), ના૦.

co'nscience (કૉન્શન્સ), ના૦ સદ્સદ્વિવેકબુદ્ધિ, પોતાનાં કામ અથવા હેતુઓની નૈતિકતાનું ભાન; અંતરનો અવાજ. **~ money**, ખોટું કર્યાની લાગણીને શાંત પાડવા મોકલાવેલા પૈસા. **~-stricken,** પશ્ચાત્તાપદગ્ધ.

conscie'ntious (કૉન્શિઅનશસ), વિ૦ પોતાની મનોદેવતાને પૂછીને ચાલનાર, શુદ્ધ દાનતનું. **~ objector,** પોતાની સદસદ્વિવેકબુદ્ધિના કારણસર લશ્કરમાં જોડાવા, સોગન લેવા, ઇ૦ની ના પાડનાર, નૈતિક વાંધો ઉઠાવનાર.

co'nscious (કૉન્શસ), વિ૦ ભાન – જાણ – વાળું, વાકેફ; ચેતનવાળું; ભાન સાથે કરેલું.

co'nsciousness (કૉન્શસ્નિસ), ના૦ ભાન; શુદ્ધિ; ચૈતન્ય, ચેતના.

conscri'pt (કન્સ્ક્રિપ્ટ) ઉ૦ક્રિ૦ જાહેર (વિ૦ક૦ લશ્કરી) સેવા માટે ફરજિયાત ભરતી કરવી. ના૦ (કૉ-) એવી રીતે ભરતી કરેલું માણસ. **conscri'ption** (કન્સ્ક્રિપ્શન), ના૦.

co'nsecrate (કૉન્સિક્રેટ), સ૦ક્રિ૦ અમુક માટે પવિત્ર તરીકે અલગ કાઢી મૂકવું; પવિત્ર બનાવવું; -ને અર્પણ કરવું. **consecra'tion** (–ક્રેશન), ના૦ પવિત્ર બનાવવું – બનવું –ઇ૦; પુરોહિતપદે અભિષેક૦

conse'cutive (કન્સે'ક્યુટિવ), વિ૦ એક પછી એક – અનુક્રમે – આવતું, અનુક્રમિક.

conse'nsus (કન્સે'ન્સસ), ના૦ સર્વ સામાન્ય અભિપ્રાય, સર્વસંમતિ.

conse'nt (કન્સે'ન્ટ), અ૦ક્રિ૦ સંમત થવું, હા પાડવી. ના૦ સંમતિ, હકાર; અનુમતિ.

co'nsequence (કૉન્સિકવન્સ), ના૦ પરિણામ; મહત્ત્વ; પ્રતિષ્ઠા.

co'nsequent (કૉન્સિકવન્ટ), વિ૦ પરિણામ તરીકે નીપજતું – નીપજેલું.

conseque'ntial (કૉન્સિકવે'ન્શલ), વિ૦ પરિણામ કે અનુમાન તરીકે નીપજતું – ફલિત થતું; અહંમન્ય. **consequentia'lity** (–શિઍલિટિ), ના૦.

co'nsequently (કૉન્સિકવન્ટ્લિ), ક્રિ૦વિ૦ પરિણામે, તેથી, એટલા માટે; તદનુસાર.

conser'vancy (કન્સર્વન્સિ), ના૦ નદી, બંદર, ઇ૦ પર દેખરેખ રાખનારું મંડળ

conserva'tion (કન્સર્વેશન), ના૦ સાચવણી, સંરક્ષણ, વિ૦ક૦ કુદરતી પર્યાવરણનું. **~ of energy,** [પદાર્થ.] શક્તિનો બચાવ – સંગ્રહ – અવિનાશિતા.

conserva'tionist (કન્સર્વેશનિસ્ટ), ના૦ કુદરતી પર્યાવરણની સાચવણીનો પુરસ્કર્તા.

conser'vative (કન્સર્વટિવ), વિ૦ હોય તેને ટકાવી રાખવાની વૃત્તિવાળું; ઝડપી ફેરફારનું વિરોધી; (અડસટ્ટા અંગે) મધ્યમસરનું, જાણી જોઈને નીચું; **C~,** રૂઢિચુસ્ત, વિદ્યમાન સંસ્થાઓને ટકાવી રાખી વ્યક્તિગત સાહસોને ઉત્તેજન

આપવાની નીતિવાળું. નાο રૂઢિચુસ્ત વ્યક્તિ; C~, રૂઢિચુસ્ત પક્ષનો સભ્ય.

conser'vatism (–વટિઝ્મ), નાο.

conser'vatoire (કનસર્‌વટ્વાર), નાο સંગીત ઇο કળાઓની પાઠશાળા [બહુધા યુરોપીય].

co'nservator (કૉન્સર્‌વેટર, કન્સર્‌વટર), નાο સંરક્ષક, પાલક; 'કૉંઝરવન્સી'નો સભ્ય.

conser'vatory (કન્સર્‌વટરિ), નાο નાજુક છોડ ઉછેરવાનું કાચનું ઘર; સંગીત – અથવા કલા–મંદિર.

conser've (કન્સર્વ), સο ક્રિο સાચવવું, ટકાવી રાખવું; બગાડ, નુકસાન, ઈજાથી બચાવવું. નાο મુરબ્બો, અથાણું, ઇο.

consi'der (કન્સિડર), ઉο ક્રિο વિચારવું, ગંભીરતાપૂર્વક ચર્ચાવિચારણા કરવી; ધ્યાન – ગણતરી – માં લેવું; બીજા (ની લાગણીઓ)નો વિચાર કરવો.

consi'derable (કન્સિડરબલ), વિο નજીવું કે ઉપેક્ષણીય નહિ એવું; વિચારણીય; મહત્ત્વનું; મોટા કદનું; મહાન.

consi'derate (કન્સિડરટ), વિο બીજાની લાગણીઓ અને હકોનો વિચાર કરનારું.

considera'tion (કન્સિડરેશન), નાο વિચાર કરવો તે; વિચાર કરવા જેવી બાબત; લલચાવવા માટે આપેલી કે કરેલી વસ્તુ, મોબદલો; બીજાની લાગણીનો વિચાર.

consi'dering (કન્સિડરિંગ), નામο અο -નો વિચાર કરતાં, -ને ધ્યાનમાં લેતાં.

consi'gn (કન્‌સાઇન), સο ક્રિο હવાલે કરવું, સોંપવું; રેલવે ઇοને (માલ ઇο) લઈ જવા માટે સોંપવું; –ને માલ રવાના કરવો (to).

consignee' (કન્‌સાઇની), નાο જેને માલ મોકલ્યો હોય તે, માલ લેનાર.

consi'gnment (કન્સાઇનમન્ટ), નાο (માલ) રવાના કરવો તે; રવાના કરેલો માલ.

consi'gnor (કન્‌સાઇનર), નાο માલ મોકલનાર.

consi'st (કન્‌સિસ્ટ), અο ક્રિο –નું બનેલું હોવું; –માં રહેલું હોવું (આવશ્યક સ્વભાવ ઇο અંગે); –ની સાથે સુસંગત હોવું.

consis'tence (કન્સિસ્ટન્સ), નાο ઘનત્વ (ની માત્રા), વિοકο જાડા પ્રવાહીના.

consis'tency (કન્સિસ્ટન્સિ), નાο ઘનત્વ (ની માત્રા); સુસંગતપણું.

consis'tent (કન્સિસ્ટન્ટ), વિο સુસંગત, અવિરોધી; સ્વીકૃત સિદ્ધાંતોને દૃઢતાથી વળગી રહેનાર.

consi'story (કન્સિસ્ટરિ), નાο ધર્માધિકારીઓની સભા કે ન્યાયાલય.

consola'tion (કૉન્સલેશન), નાο દિલાસો, આશ્વાસન, ~ **prize**, થોડાકમા હારેલાને કે છેલ્લા આવનારને આશ્વાસનાર્થે ઇનામ.

conso'latory (કન્સૉલટરિ), વિο દિલાસો આપનારું.

conso'le[1] (કન્સોલ), સο ક્રિο ધીરજ – દિલાસો – આપવો.

co'nsole[2] (કૉન્સોલ), નાο છાજલી ઇοને ટેકો આપનાર પોખરો (બ્રૅકેટ); ઑર્ગનનું ચાવીઓવાળું પાટિયું; નળીઓની હાર, ઇοવાળું ચોકઠું; વીજાણવીય અથવા યાંત્રિક સાધનોની કળો માટેનું પાટિયું; દૂરદર્શનનું કબાટ કે પેટી.

conso'lidate (કન્સૉલિડેટ), ઉο ક્રિο ઘટ્ટ – મજબૂત – બનાવવું – બનવું; (પ્રદેશો, પેઢીઓ, દેવાં, ઇ.)ને એક કરવું. **consolida'tion** (–ડેશન), નાο.

conso'ls (કનસૉલ્ઝ) નાο બοવο સરકારી જામીનગીરીઓ.

conso'mmé (કનસૉમે), નાο માંસની સ્વચ્છ સૂપ.

co'nsonance (કૉન્સનન્સ), નાο શ્રુતિસામ્ય, એકરાગ, સ્વરસંગતિ; અર્થ, અભિરુચિ, ઇοમાં મેળ.

co'nsonant (કૉન્સનન્ટ), નાο વ્યંજન. વિο મળતું, મેળવાળું, સુસંગત. **co'nso-**

na'ntal (–ટલ), વિ૦.

co'nsort¹ (કૉન્સૉર્ટ), ના૦ પતિ અથવા પત્ની; ભાગીદાર; બીજા વહાણ સાથે હંકારનારું (વળાવા) વહાણ. અ૦ક્રિ૦ (કન્સૉર્ટ) -ની સોબત કરવી – સાથે રહેવું, -ની સાથે મેળમાં હોવું.

co'nsort², ના૦ ગાયક – વાદ્ય(વાદક) વૃંદ.

consor'tium (કન્સૉર્ટિઅમ), ના૦ [બ૦વ૦ **-tia**] સંઘ, મંડળ, વિ૦ક૦ અનેક વેપારી પેઢીઓનું.

conspe'ctus (કૉન્સ્પે'ક્ટસ), ના૦ સામાન્ય રૂપ; રૂપરેખા, સારાંશ.

conspi'cuous (કન્સ્પિક્યુઅસ), વિ૦ તરત નજરે પડતું, આગળ પડતું, ઉત્તમ.

conspi'racy (કન્સ્પિરસિ), ના૦ કાવતરું, સંતલસ, (કરવી તે). **conspi'rator** (–ટર), ના૦.

conspirator'ial (–રટૉરિઅલ), વિ૦ કાવતરું કરનારનું – ના જેવું.

conspire' (કન્સ્પાયર), અ૦ક્રિ૦ કાવતરું કરવું, કાવતરામાં ભાગ લેવો; એકમત થવું.

co'nstable (કન્સ્ટબલ), ના૦ પોલીસનો સિપાઈ; [ઇતિ.] રાજગઢ કે રાજવાડાનો મુખ્ય અધિકારી. **Chief C~**, રાજ્યના પોલીસદળનો વડો. **police ~**, નીચામાં નીચા દરજ્જાનો સિપાઈ.

consta'bulary (કન્સ્ટૅબ્યુલરિ), ના૦ પોલીસદળ.

co'nstancy (કૉન્સ્ટન્સિ), ના૦ નિષ્ઠા, વફાદારી; દૃઢપણે વળગી રહેવું તે; સ્થિરતા.

co'nstant (કૉન્સ્ટન્ટ), વિ૦ સ્થાયી, નિત્ય; વારેવારે થતું; એકનિષ્ઠ. ના૦ [ગ.] અવિચલ સંખ્યા.

co'nstantly (કૉન્સ્ટન્ટ્લિ), ક્રિ૦વિ૦ વારંવાર, હમેશાં.

constella'tion (કૉન્સ્ટલેશન), ના૦ તારાઓનું ઝૂમખું, નક્ષત્ર.

consterna'tion (કૉન્સ્ટર્નેશન), ના૦ આશ્ચર્ય અને ભીતિ, બેબાકળાપણું, ગભરાટ.

co'nstipate (કૉન્સ્ટિપેટ), સ૦ક્રિ૦ મળાવરોધ – બંધકોષ – કરવો.

constipa'tion (–પેશન), ના૦ બંધકોષ.

consti'tuency (કન્સ્ટિટ્યુઅન્સિ), ના૦ મતદાર ક્ષેત્ર – સંઘ.

consti'tuent (કન્સ્ટિટ્યુઅન્ટ), વિ૦ અંગભૂત, ઘટક; નિમણૂક કરનારું, ચૂંટી કાઢનારું. ના૦ ઘટક (ભાગ); મતદારસંઘનો સભ્ય; મતદાર.

co'nstitute (કૉન્સ્ટિટ્યૂટ), સ૦ક્રિ૦ નીમવું; -નું બનાવવું; સ્થાપન કરવું; -નું આવશ્યક અંગ કે ઘટક હોવું.

constitu'tion (કૉન્સ્ટિટ્યૂશન), ના૦ રચના, બંધારણ; શરીરનું બંધારણ – ઘડતર – પ્રકૃતિ; રાજ્યવ્યવસ્થાનું સ્વરૂપ; રાજ્યબંધારણ.

constitu'tional (કૉન્સ્ટિટ્યૂશનલ), વિ૦ શારીરિક બંધારણનું – ને લીધે થતું; રાજ્યબંધારણનું – ની સાથે સુસંગત. ના૦ વ્યાયામ માટે ફરવા જવું તે. **constitu'tionalism** (–લિઝ્મ), ના૦. **constitu'tionalist** (–લિસ્ટ), ના૦.

co'nstitutive (કૉન્સ્ટિટ્યૂટિવ), વિ૦ અંગભૂત, ઘટક; સ્થાપવા – રચવાના અખત્યારવાળું.

constrai'n (કન્સ્ટ્રેન), સ૦ક્રિ૦ જબરદસ્તીથી કરાવવું, કરવાની ફરજ પાડવી; નિગ્રહ–કેદ–માં રાખવું.

constrai'ned (કન્સ્ટ્રેન્ડ), વિ૦ પરાણે કરેલું, અસ્વાભાવિક; સંકોચ પામેલું.

constrai'nt (કન્સ્ટ્રેન્ટ), ના૦ જબરદસ્તી; નિગ્રહ, દબાણ; કેદ; મૂંઝવણ, સંકોચ.

constri'ct (કન્સ્ટ્રિક્ટ), સ૦ક્રિ૦ દબાવવું, સંકોચવું, સાંકડું કરવું; સંકોચાવું; નિચોવવું. **constri'ction** (–ક્શન), ના૦. **constri'ctive** (–ક્ટિવ), વિ૦. **constri'ctor** (ક્ટર), ના૦.

constru'ct (કન્સ્ટ્રક્ટ), સ૦ક્રિ૦ જોડીને – બેસાડીને – તૈયાર કરવું, ઘડવું, રચવું, યોજવું; બાંધવું; [ભૂમિતિ] દોરવું, કાઢવું. ના૦ (કૉન્–) રચેલી વસ્તુ વિ૦ક૦ મનમાં.

constru'ctor (–ટર), ના૦.

constru'ction (કન્સ્ટ્રક્શન), ના૦

બાંધેલી વસ્તુ, ઇમારત; વાક્યરચના; અર્થઘટન, સમજૂતી. **constru'ctional** (-શનલ), વિ૰.

constru'ctive (કન્સ્ટ્રક્ટિવ), વિ૰ રચના કે બાંધકામનું; રચનાત્મક.

construe' (કન્સ્ટ્રૂ), સ૰ક્રિ૰ વ્યાકરણની દૃષ્ટિથી શબ્દોને એકબીજા સાથે જોડવું; -નો અર્થ કરવો; અક્ષરશઃ ભાષાંતર કરવું.

consubsta'ntial (કૉન્સબ્સ્ટેન્શલ), વિ૰ એક જ પદાર્થનું (બનેલું).

consubstantia'tion (કૉન્સબ્સ્ટેન્સિએશન). ના૰ પ્રભુભોજનની વિધિમાં રોટી અને દારૂમાં ઈશુનાં લોહી અને શરીરનો પ્રત્યક્ષ અંશ હોવાનો સિદ્ધાંત.

co'nsul (કૉન્સલ), ના૰ રાજ્યનો પરદેશમાં રહેનાર વકીલ – મુખ્ય એલચી; પ્રાચીન રોમ પ્રજાસત્તાકના ચૂંટાયેલા સર્વોપરી સત્તાધારી બે મૅજિસ્ટ્રેટોમાંનો એક. **co'nsular** (કૉન્સ્યુલર), વિ૰.

co'nsulate (કૉન્સ્યુલટ), ના૰ 'કૉન્સલ'-નું કાર્યાલય, તેનું રહેઠાણ.

consu'lt (કન્સલ્ટ), ઉ૰ક્રિ૰ -ની સલાહ લેવી, -ની સાથે મસલત કરવી, -ને માહિતી કે અભિપ્રાય પૂછવો; -નો વિચાર કરવો.

consu'ltant (કન્સલ્ટન્ટ), ના૰ સલાહ આપનાર તજ્જ્ઞ, ડૉક્ટર, વકીલ, ઇ૰.

consulta'tion (કન્સલ્ટેશન), ના૰ સલાહ (લેવી તે), સલાહમસલત; તે માટેની મુલાકાત.

consu'ltative (કન્સલ્ટટિવ), વિ૰ સલાહમસલતનું – માટેનું, મન્ત્રણાત્મક.

consu'me (કન્સ્યૂમ), સ૰ક્રિ૰ ખાવું, પીવું; વાપરી નાખવું; નાશ કરવો.

consu'mer (કન્સ્યૂમર), ના૰ ઉપભોક્તા, વસ્તુ વાપરનાર. ~ **goods,** ખાવાપીવાની કે વપરાશની વસ્તુઓ.

consu'merism (કન્સ્યૂમરિઝ્મ), ના૰ ઘરાકોનું હિતરક્ષણ – સંવર્ધન; માલનો ધૂમ વપરાશ, તેને ઇષ્ટ માનનાર. **consu'merist** (-મરિસ્ટ), ના૰.

consu'mmate (કૉન્સમટ), વિ૰ સંપૂર્ણ, પૂર્ણ. સિદ્ધહસ્ત. સ૰ક્રિ૰ (કૉન્સમેટ) પરિપૂર્ણ કરવું (વિ૰ક૰ સંભોગ દ્વારા લગ્નવિધિને). **consumma'tion** (કૉન્સમેશન), ના૰.

consu'mption (કન્સમ્પ્શન), ના૰ વાપરી નાખવું તે. વપરાશ; ક્ષયરોગ, વિ૰ક૰ ફેફસાંનો.

consu'mptive (કન્સમ્પ્ટિવ), વિ૰ અને ના૰ ક્ષયરોગી.

co'ntact (કૉન્ટેક્ટ), ના૰ સ્પર્શ, સંપર્ક, સંગ; માહિતી કે મદદ માટે જેનો સંપર્ક સાધી શકાય એવું માણસ; [વૈદક.] ચેપી રોગના દરદી પાસે જતાં જેને ચેપ લાગવાનો સંભવ હોય એવું માણસ; [વીજળી.] વીજળીના પ્રવાહ માટેનું જોડાણ. સ૰ક્રિ૰ –નો સંપર્ક સાધવો. ~ **lense,** આંખના ડોળાને અડીને પહેરવાનું ચશ્મું (લેન્સ).

conta'gion (કન્ટેજન), ના૰ રોગનો ચેપ (લાગવો તે); ચેપી રોગ; માઠી અસર. **conta'gious** (કન્ટેજસ), વિ૰.

contai'n (કન્ટેન), સ૰ક્રિ૰ –માં – અંદર હોવું- સમાવેશ કરવો, મવડાવવું; કાબૂમાં – મર્યાદામાં – રાખવું; ઘેરી લેવું; આગળ વધતાં કે ફેલાતા અટકાવવું.

contai'ner (કન્ટેનર), ના૰ પાત્ર, બારદાન, (પેટી, ખોખું, ડબો, ઇ૰), માલ ભરવાનું સાધન; ~ **ship,** માલ ભરેલાં બારદાનોવાળું વહાણ.

contai'nerize (કન્ટેનરાઇઝ઼), સ૰ક્રિ૰ બારદાનોમાં ભરવું – ભરીને લાવવું – લઈ જવું. **containeriza'tion**(-ઝ઼ેશન), ન૰.

contai'nment (કન્ટેન્મન્ટ), ના૰ શત્રુરાજ્ય ઇ૰નો વિસ્તાર રોકવાની પ્રવૃત્તિ – નીતિ.

conta'minate (કન્ટૅમિનેટ), સ૰ક્રિ૰ દૂષિત–ભ્રષ્ટ–કરવું, ચેપ લગાડવો. **contamina'tion** (-નેશન), ના૰.

conte'mn (કન્ટૅમ), સ૰ક્રિ૰ ધિક્કારવું, -નો તિરસ્કાર કરવો, -ને વિશે નફરત થવી.

co'ntemplate (કૉન્ટમ્પ્લેટ), ઉ૰ક્રિ૰

સ્થિર નજરે જોવું, મનમાં વિચારવું, ધ્યાન કરવું; શક્ય માનવું; ઇરાદો રાખવો.

contempla'tion (–પ્લેશન), ના૦ ધ્યાન, ચિંતન, (કરવું તે).

contemplative (કન્ટે'મ્પ્લટિવ), વિ૦ ચિંતનશીલ; ધ્યાન અને પ્રાર્થનામાં મગ્ન.

contempora'neous (કન્ટે'મ્પરેનિઅસ), વિ૦ સમકાલીન, એક જ વખતનું.

conte'mporary (કન્ટે'મ્પરરિ), વિ૦ એક જ સમયનું, સમકાલીન, સમવયસ્ક (વિ૦ક૦ પોતાનું); આધુનિક (શૈલી અને ભાતવાળું). ના૦ સમકાલીન વ્યક્તિ ઇ૦.

conte'mpt (કન્ટે'મ્પ્ટ), ના૦ તિરસ્કાર, ઘૃણા, અવજ્ઞા, અનાદર.

conte'mptible (કન્ટે'મ્પ્ટિબલ), વિ૦ તિરસ્કારપાત્ર, તુચ્છ.

conte'mptuous (કન્ટેમ્પ્ટ્યુઅસ), વિ૦ તિરસ્કાર કે અપમાનભર્યું, નિંદાત્મક; તોછડું.

conte'nd (કન્ટે'ન્ડ), અ૦ક્રિ૦ પ્રયાસ કરવો, ઝઘડવું; હરીફાઈ કરવી; દલીલ કરવી (**with** સાથે); નિશ્ચયપૂર્વક કહેવું, કહ્યાને વળગી રહેવું.

conte'nt[1] (કન્ટે'ન્ટ), વિ૦ સંતુષ્ટ; (કરવા ઇ૦) રાજી. સ૦ક્રિ૦ સંતુષ્ટ કરવું, -નું સમાધાન કરવું. ના૦ સંતોષ, તૃપ્તિ. **~oneself,**–થી સંતુષ્ટ થવું. **conte'ntment** (–મન્ટ), ના૦.

co'ntent[2] (કૉન્ટે'ન્ટ, ક–), ના૦ પાત્રની સમાવેશક્ષમતા, ઘનફળ; તેની અંદર રહી શકે કે રહેલો જથો; પુસ્તક ઇ૦માં રહેલું તત્ત્વ – મજકૂર; [બ૦વ૦માં] પાત્ર, ઘર, ઇ૦માં રહેલી વસ્તુઓ, પુસ્તકની અનુક્રમણિકા.

conte'ntion (કન્ટે'ન્શન), ના૦ ઝઘડો, વિવાદ; હરીફાઈ; તકરારનો વિષય–મુદ્દો.

conte'ntious (કન્ટે'ન્શસ), વિ૦ ઝઘડાળુ, તકરારી.

conte'st (કૉન્ટે'સ્ટ), ના૦ ચર્ચા, વાદવિવાદ, (કરવો તે), હરીફાઈ. સ૦ક્રિ૦ **conte'st** (કન્ટે'સ્ટ), વાંધો ઉઠાવવો; -ને માટે હરીફાઈ કરવી – લડવું. **conte'stant** (કન્ટે'સ્ટન્ટ), ના૦.

co'ntext (કૉન્ટે'ક્સ્ટ), ના૦ શબ્દ કે લખાણનો પૂર્વાપર સંબંધ, સંદર્ભ. **conte'xtual** (–ટ્યુઅલ), વિ૦.

contiguous (કન્ટિગ્યુઅસ), વિ૦ અડકતું, લગતનું; પાસેનું. **contigu'ity** (-ગ્યૂઇટિ), ના૦.

co'ntinent[1] (કૉન્ટિનન્ટ), વિ૦ સંયમી, આત્મસંયમી; પોતાના આવેગો પર કાબૂ ધરાવનાર. **co'ntinence** (-નન્સ),ના૦

co'ntinent[2], ના૦ પૃથ્વીના ખંડોમાંથી કોઈ પણ એક. **the C~**, તળ યુરોપખંડ.

contine'ntal(કૉન્ટિને'ન્ટલ), વિ૦ ખંડનું –ને લગતું; **C~**, યુરોપખંડનું – નાં લક્ષણોવાળું. **C~ breakfast,** કૉફી, નાનકડા પાઉં, ઇ૦નો નાસ્તો.

conti'ngency (કન્ટિન્જન્સિ), ના૦ અનિશ્ચિત – આકસ્મિક – ઘટના; અનિશ્ચિતપણું, આકસ્મિકતા.

conti'ngent, (કન્ટિનજન્ટ) વિ૦ થાય કે ન થાય એવું, અનિશ્ચિત; પ્રાસંગિક; –ની ઉપર આધાર રાખનારું, શરતી. ના૦ લશ્કર ઇ૦ની ટુકડી.

conti'nual (કન્ટિન્યુઅલ), વિ૦ વારંવાર – હંમેશ – થતું.

conti'nuance (કન્ટિન્યુઅન્સ), ના૦ ચાલુ રહેવું – રાખવું – તે, તેનો અવધિ – ગાળો.

continua'tion (કન્ટિન્યુએશન), ના૦ ચાલુ રાખવું – ફરી શરૂ કરવું – તે; આગળનો ભાગ. **conti'nuative** (–એટિવ), વિ૦.

conti'nue (કન્ટિન્યૂ), ઉ૦ક્રિ૦ ચાલુ રાખવું કે રહેવું, ફરી શરૂ કરવું – થવું; લંબાવવું; છે તેવું રહેવું.

continu'ity (કન્ટિન્યૂઇટિ), ના૦ સાતત્ય; તર્કસંગત ક્રમ; રેડિયોપ્રસારિત બાબતો વચ્ચેની તેમને જોડનારી જાહેરાતો ઇ૦; ચિત્રપટની વિગતવાર રૂપરેખા.

conti'nuo (કન્ટિન્યુઓ), ના૦ [બ૦વ૦

~s]. તંતુવાદ્યનો સાથ.

conti'nuous (કન્ટિન્યુઅસ), વિ૦ અખંડ, અવિચ્છિન્ન, સતત ચાલતું, સળંગ.

conti'nuum (કન્ટિન્યુઅમ), નાο [બ૦વ૦ **-nua**] અખંડ પ્રવાહ, અખંડ રચનાવાળી વસ્તુ.

contor't (કનટૉર્ટ), સ૦ક્રિ૦ આમળવું, મરડવું, મરડીને વાંકુંચૂંકું કરવું. **conto-r'tion** (-ટૉર્શન), ના૦.

contor'tionist (કન્ટૉર્શનિસ્ટ), ના૦ શરીરને ગમે તેમ વાળનાર મલ્લ.

co ntour (કૉન્ટુઅર), ના૦ રૂપરેખા; આકૃતિના જુદાજુદા રંગવાળા ભાગોને અલગ પાડનાર રેષા; ~ (**line**), [નકશામાં] સમોચ્ચરેખા.

co'ntraband (કૉન્ટ્રબૅન્ડ), ના૦ દાણચોરી (નો વેપાર); દાણચોરીનો માલ. વિ૦ દાણચોરીનું; દાણચોરી કરીને દાખલ કરેલું.

contrace'ption (કૉન્ટ્રસે'પ્શન), ના૦ ગર્ભનિરોધ.

contrace'ptive (કૉન્ટ્રસે'પ્ટિવ), વિ૦ અને ના૦ ગર્ભનિરોધક (દવા કે સાધન).

contract[1] (કૉન્ટ્રૅક્ટ), ના૦ (વિધિસરનો) કરાર, બોલી; [પત્તાં] અમુક હાથ કરવાનું બંધન; ~ (**bridge**), બ્રિજની રમ્-નો એક પ્રકાર જેમાં જેટલા હાથ બોલ્યા ને જીત્યા હોય તે જ ગણવામાં આવે છે.

co'ntra'ct[2] (કન્ટ્રૅક્ટ), ઉ૦ક્રિ૦ કરાર કરવો; (દેવું) કરવું (રોગ) થવો, (ચેપ) લાગવો, (ટેવ) પાડવી; સંકોચવું, ખેંચીને એકત્ર આણવું; સંકોચાવું, નાનું કે ટૂંકું કરવું કે થવું.

contra'ctile (કન્ટ્રૅક્ટાઇલ), વિ૦ સંકોચાવી શકે - સંકોચાય - એવું.

contra'ction (કન્ટ્રૅક્શન, ના૦ સંકોચ (કરવો - પામવો - તે), નાનું કે ટૂંકું બનાવવું - થવું તે; શબ્દનો સંક્ષેપ (કરવો તે), સંક્ષિપ્ત રૂપ.

contra'ctor (કન્ટ્રૅક્ટર), ના૦ કરાર કરનાર, ઠેકેદાર, વિ૦ક૦ બાંધકામોનો.

contra'ctual (કન્ટ્રૅક્ટ્યુઅલ), વિ૦ કંત્રાટ કે કરાર(ના સ્વરૂપ)નું.

contradi'ct (કૉન્ટ્રડિક્ટ), ઉ૦ક્રિ૦ --નો ઇનકાર કરવો; રદિયો આપવો; વિરોધ કરવો; -થી વિસંગત હોવું.

contradi'ction (કૉન્ટ્રડિક્શન), ના૦ ઇનકાર (કરવો તે), રદિયો (આપવો તે); સીધો - પ્રત્યક્ષ - વિરોધ; વિસંગતિ.

contradi'ctory (કૉન્ટ્રડિક્ટરિ), વિ૦ પરસ્પર વિરોધી, વિસંગત.

contradisti'nction (કૉન્ટ્રડિસ્ટિક્શન), ના૦ વિરોધાત્મક ભિન્નતા, વિરોધ.

contradisti'nguish (કૉન્ટ્રડિસ્ટિંગ્વિશ), સ૦ક્રિ૦ વિરોધી ગુણ - વિરોધ - બતાવી અલગ પાડવું.

contra'lto (કન્ટ્રૅલ્ટો), ના૦ [બ૦વ૦ ~ **s**] સ્ત્રીનો નીચામાં નીચો અવાજ; એવા અવાજવાળી ગાયિકા.

contra'ption (કન્ટ્રૅપ્શન), ના૦[વાત.] વિચિત્ર યંત્ર અથવા સાધન.

contrapu'ntal (કૉન્ટ્રપન્ટલ), વિ૦ સુરસંગતિનું - માં.

contra'riwise (કન્ટ્રૅ'અરિવાઇઝ઼), ક્રિ૦વિ૦ બીજી બાજુએ, એથી ઊલટું.

co'ntrary (કૉન્ટ્રરિ), વિ૦ ઊલટું, વિરુદ્ધ, પ્રતિકૂલ, વિપરીત; [વાત. કન્ટ્રૅ'અરિ] વકું, ત્રાસદાયક, હઠીલું, ના૦ ઊલટી વાત. ક્રિ૦ વિ૦ તેથી ઊલટું.

co'ntrast (કૉન્ટ્રાસ્ટ), ના૦ તુલના કરતાં દેખાતો ભેદ, સહેજ દેખાતા ભિન્ન ગુણવાળી વ્યક્તિ અથવા વસ્તુ; ફોટોગ્રાફ અથવા દૂરદર્શનનાં ચિત્રોની રંગછટાઓ વચ્ચેના ભેદની માત્રા. ઉ૦ક્રિ૦ (કન્ટ્રાસ્ટ) -ની વચ્ચે ભેદ કરવો - બતાવવો. વિરુદ્ધ ગુણ બતાવી મુકાબલો કરવો.

contrave'ne (કૉન્ટ્રવીન), સ૦ક્રિ૦ -નું ઉલ્લંઘન કે ભંગ કરવો, - થી વિરુદ્ધ-વિસંગત - હોવું. **contrave'ntion** (-વેન્શન), ના૦.

co'ntratemps (કૉંટ્રટાં), ના૦ કમ-

નસીબ અકસ્માત, મૂંઝવણમાં નાખનારો બનાવ.

contri'bute (કન્ટ્રિબ્યૂટ), ઉ૦ક્રિ૦ (સામાન્ય નિધિ ઇ૦)માં ફાળો આપવો, સહિયારા ગ્રંથ કે સામયિકમાં પ્રકાશન માટે પોતાનું લખાણ – લેખ – મોકલવો. **~ to,** કશુંક બનાવવામાં કારણ થવું

contribu'tion (કન્ટ્રિબ્યૂશન), ના૦ નિધિ ઇ૦માં ફાળો આપવો તે – આપેલો ફાળો.

contri'butor (કન્ટ્રિબ્યૂટર), ના૦ છાપું, સામાયિક, ઇ૦માં લેખ આપનાર – લખનાર.

contri'butory (કન્ટ્રિબ્યૂટરિ), વિ૦ -માં ફાળો આપનારું, સહાયકારક.

co'ntrite (કૉન્ટ્રાઇટ), વિ૦ પોતાના પાપનો પસ્તાવો કરનારું. **contri'tion** (કન્ટ્રિશન), ના૦.

contri'vance (કન્ટ્રાઇવન્સ), ના૦ યોજવું – કુનેહથી ચલાવવું – તે, હિકમત-(થી શોધી કાઢેલી વસ્તુ – કળ – યંત્ર).

contri've (કન્ટ્રાઇવ), ઉ૦ક્રિ૦ યોજવું, શોધી કાઢવું, મનમાં ગોઠવવું, સંચાલવું.

contro'l (કન્ટ્રોલ), ના૦ નિયંત્રણ; નિયંત્રણ કે નિયમનનું સાધન – કળ ઇ૦; કાબૂ, અંકુશ, દાબ; દેખરેખ; પ્રયોગનું પરિણામ તપાસવા માટે સરખાવવાની પ્રમાણભૂત વસ્તુ, પડતાળો જોવાની નોંધ-વહી; તપાસી જોવાની કે કાબૂમાં રાખવાની જગ્યા; માધ્યમ કે વાહકને હલનચલન કરવાની પ્રેરણા આપનાર પ્રેતાત્મા; [બહુધા બ૦વ૦માં] યંત્ર, વિ૦ક૦ મોટર-ગાડી, વિમાન, ઇ૦ ચલાવવાની કળો. સ૦ક્રિ૦ -ની ઉપર કાબૂ – અંકુશ – હોવો – રાખવો; નિયમન કરવું; તાળો મેળવવો.

contro'ller (કન્ટ્રોલર), ના૦ ખરચ પર કાબૂ રાખનાર અધિકારી; નિયંત્રણ કરનાર.

controver'sial (કૉન્ટ્રવર્શલ), વિ૦ વિવાદ કે તકરારનું; વિવાદાસ્પદ; વિવાદ-પ્રિય.

co'ntroversy (કૉન્ટ્રવર્સિ, કન્ટ્રૉ–), ના૦ વિવાદ; વાદવિવાદ, ચર્ચા.

controver't (કૉન્ટ્રવર્ટ), સ૦ક્રિ૦ -ને વિશે તકરાર – વિવાદ – ઉઠાવવો, ખંડન કરવું.

co'ntumacy (કૉન્ટિયુમસિ), ના૦ હઠપૂર્વક આજ્ઞાભંગ; દુરાગ્રહ. **contuma'cious** (–મેશસ), વિ૦.

co'ntumely (કૉન્ટ્યૂમ્લિ), ના૦ અપમાનકારક ભાષા કે વર્તન. **contume'lious** (કૉન્ટ્યુમીલિઅસ), વિ૦.

contu'se (કન્ટ્યૂઝ઼), સ૦ક્રિ૦ કચરવું, ટીપવું; સોળ પાડવા. **contu'sion** (–ઝ઼ન), ના૦.

conu'ndrum (કનન્ડ્રમ), ના૦ કોયડો, ઉખાણું.

conurbat'ion (કનર્બેશન), ના૦ પાસે પાસે આવેલાં નગરો વિસ્તરીને બનેલું નગરજૂથ.

convale'sce (કૉન્વલે'સ), અ૦ક્રિ૦ માંદગી પછી (આરામ લઈને) ફરી પાછું સ્વાસ્થ્ય મેળવવું.

convale'scence (કૉન્વલે'સન્સ), ના૦ માંદગી પછી સ્વાસ્થ્ય પાછું મેળવવું તે, તેની અવધિ.

convale'scent (કૉન્વલે'સન્ટ), વિ૦ અને ના૦ માંદગી પછી આરોગ્ય પાછું મેળવતો (માણસ).

conve'ction (કન્વે'ક્શન), ના૦ ગરમ કરેલો પદાર્થ ફેરવીને ગરમીનું પ્રસારણ કરવાની પ્રક્રિયા.

conve'ctor (કન્વે'ક્ટર), ના૦ ગરમ હવા બધે ફેલાવવાનું એક ઉપકરણ.

conve'ne (કન્વીન), ઉ૦ક્રિ૦ (સભા) બોલાવવી, એકત્ર કરવું – થવું.

conve'nience (કન્વીનિઅન્સ), ના૦ અનુકૂળતા, સગવડ; દ્રવ્યલાભ; ઉપયોગી વસ્તુ; જાહેર મુતરડી–સંડાસ. **~ food,** તરત તૈયાર થઈ શકે એવી બનાવેલી ખોરાકની વસ્તુ.

conve'nient (કન્વીનિઅન્ટ), વિ૦ સગ-વડભર્યું, સુલભ; અનુકૂળ જગ્યાએ કે સમયે ઉપલબ્ધ થવા થનારું.

co'nvent (કૉન્વન્ટ), ધાર્મિક સમાજ, વિ૦ક૦ સ્ત્રીઓનો; તેનું રહેઠાણ, મઠ.

conve'nticle (કન્વે'ન્ટિકલ), ના૦ ગુપ્તધર્મસભા કે તેનું ગૃહ, વિ૦ક૦ પ્રસ્થાપિત ધર્મથી અલગ પડેલ ઓની.

conve'ntion (કન્વે'ન્શન), ના૦ એકત્ર બોલાવવું તે; સભા અથવા સંમેલન; સર્વસામાન્ય સંમતિ(થી પ્રસ્થાપિત પ્રણાલિકા); માન્ય સામાજિક આચાર, વિ૦ક૦ કૃત્રિમ અને ઔપચારિક.

conve'ntional (કન્વે'ન્શનલ), વિ૦ રૂઢિનું, રૂઢિ પર આધાર રાખનારું, રૂઢ; સ્વયંસ્ફૂર્ત કે ખરા દિલનું નહીં; (બૉંબ, ઊર્જાસ્રોત, અંગે) આણ્વિકેતર. **conve'ntionalism** (-લિઝમ), વિ૦. **conve'ntionalist** (-લિસ્ટ), ના૦. **conventiona'lity** (-નૅલિટિ), ના૦

conve'ntual (કન્વે'ન્ટચુઅલ), વિ૦ સાધ્વીઓના મંડળનું - મઠનું.

conver'ge (કન્વર્જ), અ૦ક્રિ૦ એક કેન્દ્ર કે બિન્દુ તરફ આવતા જવું-આવવું. **~on**, જુદીજુદી દિશાઓથી આવી પહોંચવું. **conver'gence** (-જન્સ), ના૦. **conver'gent** (-જન્ટ). વિ૦

conver'sant (કન્વર્સન્ટ), વિ૦ સારી રીતે પરિચિત (વિષય ઇ૦ સાથે.)

conversa'tion (કૉન્વર્સેશન), ના૦ સંભાષણ, વાર્તાલાપ, વાતચીત. **~piece**, વાતચીતનો વિષય બનેલી વસ્તુ; લોકોના સમુદાયનું ચિત્ર.

conversa'tional (કૉન્વર્સેશનલ) વિ૦ સંભાષણનું-સંબંધી, વાતચીતમાં વપરાતું.

conversationalist (કૉન્વર્સેશનલિસ્ટ), ના૦ વાતચીત કરવાનું શોખીન કે સંવાદપટુ વ્યક્તિ.

conversa'zio'ne (કૉન્વર્સેટ્સિઓનિ), ના૦ વિજ્ઞાન અને કળા વિશે વાત કરવાનો સામાજિક મેળાવડો.

conver'se[1] (કન્વર્સ), અ૦ક્રિ૦ વાતચીત કરવી. ના૦ [કૉન્વર્સ પ્રા૦] વાતચીત.

co'nverse[2] (કૉન્વર્સ), વિ૦ વિરુદ્ધ, ઊલટું, ઊલટું કરેલું. ના૦ ઊલટી વાત, પ્રતિસિદ્ધાન્ત.

conver'sion (કન્વર્શન), ના૦ પરિવર્તન (ફેરવવું-થવું-તે); (હૃદય-ધર્મ-) પરિવર્તન.

conver't (કન્વર્ટ), સ૦ક્રિ૦ બદલવું, ફેરવવું; ધર્મ, મત, ઇ૦ તરફ વાળવું; ધર્માન્તર કરાવવું; [રુગ્બીફુટ.] લાત મારીને ગોલ પૂરો કરવો. ના૦ (કૉન્વર્ટ) ધર્માન્તર કરનાર વ્યક્તિ, ધાર્મિક શ્રદ્ધા તરફ વળેલો માણસ.

conver'tible (કન્વર્ટિબલ), વિ૦ (હૃદય) પરિવર્તનક્ષમ; (ચલણ અંગે) સોનામાં કે અમે. ડૉલરમાં ફેરવી શકાય એવું; (મોટરગાડી અંગે) વાળી કે ખસેડી શકાય એવા ટપ-છાપરા-વાળું. ના૦ એવી ગાડી.

co'nvex (કૉન્વે'ક્સ), વિ૦ બહિર્ગોલ. **conve'xity** (કન્વે'ક્સિટિ), ના૦.

convey' (કન્વે), સ૦ક્રિ૦ એક ઠેકાણેથી બીજે ઠેકાણે લઈ જવું, વહન કરવું, પહોંચાડવું; (જ્ઞાન, સમાચાર, ઇ૦) આપવું; -નો અર્થ-આશય - હોવો; [કા.] મિલકત ઇ૦ દસ્તાવેજ કરીને બીજાને આપવું.

convey'ance (કન્વેઅન્સ), ના૦વાહન, ગાડી; મિલકત બીજાને આપવી તે, તેનો દસ્તાવેજ.

convey'ancing (કન્વેઅન્સિંગ) ના૦ મિલકતના વેચાણ ઇ૦ને લગતો કાયદો.

convi'ct (કન્વિક્ટ), સ૦ક્રિ૦ ગુનેગાર સિદ્ધ અથવા જાહેર કરવું. ના૦ (કૉન્વિક્ટ) સજા પામેલો ગુનેગાર, કેદી.

convi'ction (કન્વિક્શન), ના૦ ગુનેગાર ઠરાવવું તે; ગુનેગાર હોવાનો ચુકાદો; ખાતરી.

convi'nce (કન્વિન્સ), સ૦ક્રિ૦ -ને ખાતરી કરાવવી.

convi'vial (કન્વિવિઅલ), વિ૦ ઉજાણીનું -માટેનું; મોજીલું, આનંદી. **convivia'lity** (-વિઍલિટિ) ના૦.

convoca'tion (કૉન્વકેશન), ના૦ એકત્ર બોલાવવું તે; ઍંગ્લિકન પાદરીઓની પ્રાન્તિક સભા; યુનિવર્સિટીની ધારા (ઘડનારી) સભા;

પદવીદાન સમારંભ.

convo'ke (કન્વૉક), સ૦ક્રિ૦ એકત્ર બોલાવવું, સભા બોલાવવી.

co'nvoluted (કૉન્વલ્યૂટિડ), વિ૦ પેચ કે સ્ક્રૂના જેવા આંટાવાળું, ગૂંચળું વળેલું, મરડાયેલું; સંમિશ્ર, જટિલ.

convolu'tion (કૉન્વલૂશન), ના૦ ગૂંચળું વળવું તે, ગૂંચળું, આંટો, વળ.

convo'lvulus (કન્વૉલ્વ્યૂલસ), ના૦ (કશાકની) ફરતે વીંટાનારો છોડ, વેલો.

co'nvoy (કૉન્વૉઇ), સ૦ક્રિ૦ રખવાળું કરવું, વળાવવું. ના૦ વળાવો; વળાવા સાથે જનાર વહાણોનો કાફલો.

convu'lse (કન્વલ્સ), સ૦ક્રિ૦ ખૂબ જોરથી હલાવવું, આંકડી આવે તેમ કરવું.

convul'sion (કન્વલ્શન), ના૦ આખા શરીરનું કે હાથપગનું જોરથી ખેંચાવું કે તણાવું તે, તાણ, આંકડી; ઉત્પાત; [બ૦ વ૦માં] અટ્ટહાસ્ય. **convu'lsive** (-સિવ), વિ૦.

co'ny, co'ney, (કોનિ), ના૦ [બ૦વ૦ **-nies, -neys**]. એક જાતનું સસલું.

coo (કૂ), ના૦ હળવો ગણગણ અવાજ; કબૂતરનું ઘૂ ઘૂ ઇ૦. ઉ૦ક્રિ૦ એવો અવાજ કરવો.

coo ee (કૂઈ), ના૦ અને ઉદ્ગાર૦ લોકોને દૂરથી બોલાવવાની બૂમ. સ૦ક્રિ૦ બૂમ પાડવી.

cook (કુક), ઉ૦ક્રિ૦ રાંધવું; ગરમ કરીને (ખાવાનું) તૈયાર કરવું; રંધાવું; ખોટા હિસાબ ઇ૦ કરવા. ના૦ રસોઇયો. **~book,** [અમે.] પાકશાસ્ત્રની ચોપડી **~house,** શિબિરનું-વહાણનું-રસોડું.

coo'ker (કુકર), ના૦ વરાળથી રાંધવાનું વાસણ, કુકર; રાંધવાને યોગ્ય ફળ ઇ.

coo'kery (કુકરિ), ના૦ રાંધણકળા. **~-book,** પાકશાસ્ત્રનું પુસ્તક.

coo'kie (કુકિ),ના૦ [અમે.] ગળી બિસ્કિટ.

cool (કૂલ), વિ૦ માફકસર ઠંડું, શીતલ; અક્ષુબ્ધ; સ્વસ્થ(ચિત્ત); ઉત્સાહ કે ઉષ્મા વિનાનું. ના૦ ઠંડક; ઠંડી જગ્યા; [વિ૦બો૦] સ્વસ્થતા. ઉ૦ક્રિ૦ ઠંડું કરવું-થવું. **~ one's heels,** રાહ જોતું ઊભું રહેવું પડવું.

coo'labah (કૂલબા), ના૦ [ઑસ્ટ્રે.] ગુંદરનું એક ઝાડ.

coo'lant (કૂલન્ટ), ના૦ ઠંડું પાડવા કે ઘર્ષણ ઓછું કરવા માટે વપરાતું પ્રવાહી.

coo'ler (કૂલર), ના૦ વસ્તુ ઠંડી કરવાનું વાસણ; [વિ૦બો૦] જેલકોટડી

coo'lie (કૂલી), ના૦ વૈતરો, કૂલી.

coomb, combe, (કૂમ), ના૦ પહાડની બાજુ પર આવેલી બખોલ; ઊભી ખીણ.

coon (કૂન), ના૦ ગુચ્છાદાર પૂંછડીવાળું એક નિશાચર માંસાહારી પ્રાણી.

coop (કૂપ), ના૦ મરઘાંનું પાંજરું - ખડો. સ૦ક્રિ૦ ખડામાં પૂરવું; (જેલમાં) પૂરી દેવું.

co'-op (કો-ઑપ), ના૦ [વાત.] સહકારી મંડળી કે દુકાન.

coo'per (કૂપર), ના૦ બહુધા લાકડાનાં પીપ, ડોલો, ઇ૦ બનાવનાર-સમાં કરનાર. સ૦ક્રિ૦ (પીપ ઇ૦) સમું કરવું.

co-o'perate (કો-ઑપરેટ), અ૦ક્રિ૦ સાથે મળીને કામ કરવું, સહકાર કરવો. **co-opera'tion** (-રેશન), ના૦.

co-o'perative (કો-ઑપરટિવ), વિ૦ સહકારી, સહકાર કરવા તત્પર; સહાય કરનારું; સહકારી મંડળીનું - મંડળી દ્વારા સંચાલિત. ના૦ સહકારી મંડળી અથવા પ્રવૃત્તિ. **~ society,** સહકારી મંડળી. **~ store,** સહકારી ભંડાર.

co-o'pt (કો-ઑપ્ટ), સ૦ક્રિ૦ વર્તમાન સભ્યોના મતથી સમિતિના સભ્ય તરીકે ચૂંટવું. **co-o'ption** (-ઑપ્શન), ના૦. **co-o'ptive** (-ઑપ્ટિવ), વિ૦.

co-or'dinate (કોઑર્ડિનટ), વિ૦ સરખા દરજ્જાનું કે મહત્ત્વનું; સહનિર્દેશક. ના૦ [ખ.] સ્થાનનિર્ણાયક વૃત્ત -રેષા; [રેખાંગ.] ભુજયુગ્મ પૈકી એક, નિર્ણાયક ભુજ. [બ૦વ૦માં] ઉપરથી એક સાથે પહેરી શકાય એવાં સ્ત્રીનાં કપડાં. સ૦ક્રિ૦ (-નેટ), સમાનપદનું-બરાબરીનું - કરવું;

ભાગોને તેમના યોગ્ય સંબંધમાં ગોઠવવા; સાથે મળીને કે યોગ્ય ક્રમમાં કામ કરતા કરવા; સુસંગત બનાવવું. **co-ordina'tion** (-નેશન), ના૰. **co-or'dinator** (–નેટર), ના૰. **co-or'dinative** (–નટિવ), વિ૰.

coot (કૂટ), ના૰ એક જળચર પક્ષી – બતક.

cop (કૉપ), [વિ૰બો૰] સ૰ક્રિ૰ ગિરફતાર કરવું. ના૰ ધરપકડ; પોલીસનો સિપાઈ. **~-out**, ભીરુ પલાયન.

co'pal (કોપલ), ના૰ રોગાન (વાર્નિશ) બનાવવામાં વપરાતી રાળ.

copar'tner (કોપાર્ટ્‌નર), ના૰ ભાગીદાર, હિસ્સેદાર; સાથી. **copar'tnership** (–શિપ), ના૰.

cope[1] (કોપ), ના૰ પાદરીઓનો ખૂલતો લાંબો ડગલો. સ૰ક્રિ૰ -ને ડગલો પહેરાવવો, ડગલાનું કાપડ આપવું.

cope[2], સ૰ક્રિ૰ સફળ સામનો – મુકાબલો – કરવો; પહોંચી વળવું; કાર્યક્ષમતાથી નિકાલ કરવો.

co'peck (કોપે'ક), ના૰ રશિયન રૂબલનો ૧૦૦મો ભાગ.

co'pier (કૉપિઅર), ના૰ નકલ કરનાર માણસ કે યંત્ર.

co'ping (કોપિંગ), ના૰ ભીંતની મથોટી – પાળી, બહુધા ઢાળવાળું ચણતર. **~-stone**, ટોચનો પથ્થર; કળશ, પૂર્ણતા; અંત.

co'pious (કોપિઅસ) વિ૰ વિપુલ, પુષ્કળ; શબ્દબહુલ.

co'pper[1] (કૉપર), ના૰ [વિ૰બો૰] પોલીસનો સિપાઈ.

copper[2], ના૰ તાંબુ, તામ્ર; તાંબાનું – બ્રૉંઝનું – નાણું. સ૰ક્રિ૰ તાંબા (ના પતરા)થી મઢવું. **~plate**, તામ્રપત્ર; કોરેલું કે કોરવાનું તાંબાનું પતરું; તે વડે છાપેલું લખાણ; ત્રાંસા ગોળ અને વહેતા હસ્તાક્ષર.

co'ppice (કૉપિસ), **copse** (કૉપ્સ), ના૰ મોટા વૃક્ષ નીચે ઊગેલાં ઝાડવાં અને નાના ઝાડોનું નાનકડું વન, ઝાડી.

Copt (કૉપ્ટ), ના૰ મિસરનો ખ્રિસ્તી.

Co'ptic (કૉપ્ટિક), વિ૰ 'કૉપ્ટ' ખ્રિસ્તીઓનું. ના૰ 'કૉપ્ટિક' ચર્ચમાં વપરાતી ભાષા.

co'pula (કૉપ્યુલે) ના૰ ઉદ્દેશ્ય અને વિધેયને જોડનાર શબ્દ – **be** ક્રિયાપદનું રૂપ.

co'pulate (કૉપ્યુલેટ), અ૰ક્રિ૰ મૈથુન કરવું. **copula'tion** (–લેશન), ના૰. **co'pulatory** (–લટરિ), વિ૰.

co'pulative (કૉપ્યુલટિવ), વિ૰ જોડવાના કામનું, જોડનારું.

co'py (કૉપિ), ના૰ નકલ, પ્રતિકૃતિ; પુસ્તક ઇ૰ની નકલ–પ્રત; છાપવા માટેનું લખાણ; જાહેરાતનો પાઠ. ઉ૰ક્રિ૰ –ની નકલ કરવી; અનુકરણ કરવું. **~-book**, કિત્તાની ચોપડી. **~-typist**, ટાઇપરાઇટર પર નકલો કરનાર. **~-writer**, નકલ લખનાર, વિ૰ક૰ જાહેરાત માટે.

co'pyist (કૉપિઇસ્ટ) ના૰ નકલ કરનાર, અનુકરણ કરનાર.

co'pyright (કૉપિરાઇટ), ના૰ ગ્રંથ, કલાકૃતિ, ઇ૰નું સ્વામિત્વ. વિ૰ ગ્રંથસ્વામિત્વના કાયદાથી સુરક્ષિત. સ૰ક્રિ૰ ગ્રંથસ્વામિત્વનો હક મેળવવો.

co'quetry (કૉકિટ્રિ), ના૰ નખરાબાજી; પ્રેમની રમત (રમવી તે).

coque'tte (કો'કેટ)ના૰ નખરેલ; આશકની પ્રીતિ સાથે રમત રમનાર સ્ત્રી. અ૰ક્રિ૰ આશક પર પ્રીત દેખાડી તેને ઉડાવવું. **coque'ttish** (–ટિશ), વિ૰.

co'racle (કૉરકલ), ના૰ ચામડું, મીણિયું, ઇ૰થી મઢેલી નેતરની ગૂંથેલી નાનકડી નાવ.

co'ral (કૉરલ), ના૰ પરવાળું; પરવાળાનું ઘરેણું ઇ૰; લેવટાના ગર્ભમાં રહેલાં ઈંડાં. વિ૰ પરવાળાનું, તેના લાલ રંગનું. **~ island**, પરવાળાનો ટાપુ. **co'ralline** (કૉરલાઇન), વિ૰.

cor a'nglais (કૉર્ ઑંગ્લે), ના૰ શરણાઈ જેવું એક સુષિર વાદ્ય.

cor'bel (કૉરબલ), ના૰ ભીંતમાં બેસા-

ડેલો લાકડાનો કે પથ્થરનો આગળ પડતો ટુકડો. **~-table,** ભીંતમાંના ટેકા-પર બેસાડેલું ટેબલ.

cord (કૉર્ડ), ના૦ પાતળું દોરડું, જાડી દોરી; પાંસળીવાળું. વિ૦ક૦ દોરિયાનું કાપડ; [બ૦વ૦માં] દોરિયાના કાપડનું પાટલૂણ. સ૦ક્રિ૦ દોરી વતી બાંધવું.

cor'dage (કૉર્ડિજ) ના૦ દોરીદોરડાં.

cor'dial (કૉર્ડિઅલ), વિ૦ હૃદયપૂર્વકનું; ખરા દિલનું; ઉષ્માવાળું, મૈત્રીભર્યું. ના૦ ગળપણવાળો ફળનો રસ; ઉત્તેજક પેય. **cordia'lity** (-ઍલિટિ), ના૦.

cor'dite (કૉર્ડાઇટ), ના૦ નિર્ધૂમ સ્ફોટક પદાર્થ.

cor'don (કૉર્ડન), ના૦ પોલીસો ઇ૦ નો ઘેરો – વર્તુળ; શોભા માટેની દોરી, ફીત કે વેણી; એક થડ તરીકે વધવા કેળવેલું ફળઝાડ. સ૦ક્રિ૦ પોલીસ ઇ૦ના સિપાઈઓ વડે ઘેરવું – ઘેરીને અલગ પાડવું.

cordon bleu' (કૉર્ડોં બ્લર), પહેલા દરજ્જાનો રસોઇયો.

cor'duroy (કૉર્ડરૉઈ), ના૦ પાસળો-વાળી સુતરાઉ મખમલ; [બ૦વ૦માં] એ કાપડનું સૂંથણું.

cor'dwainer (કૉડ્વેનર), ના૦ [પ્રા]. મોચી.

core (કોઅર, કૉર), ના૦ કોઈ વસ્તુનો તદ્દન અંદરનો ભાગ, ગર્ભ; હાર્દ; સફરજન ઇ૦નો બીયાંવાળો કઠણ ભાગ; લોહચુંબકના કેન્દ્રભૂત પોચા લોઢાનો ટુકડો; વીજળીના દોરડાની અંદરની સેર; અણુભઠ્ઠીમાં વિભાજનક્ષમ દ્રવ્યનો ભાગ; જેનું ચુંબકીભવન ઉલટાવી શકાય, એવા કમ્પ્યૂટરના બંધારણનો એકમ. સ૦ક્રિ૦ -નો ગર્ભ, ગર, ઇ૦ કાઢી લેવું.

coreo'psis (કોરિઑપ્સિસ), ના૦ પીળાં સંયુક્ત ફૂલવાળો એક છોડ.

co-respo'ndent (કો-રિસ્પૉન્ડન્ટ), ના૦ સામેલપ્રતિવાદી, લગ્નવિચ્છેદના દાવા-માં વ્યભિચાર કરવાનો જેના પર આરોપ હોય તે.

cor'gi (કૉર્ગિ), ના૦ વેલ્સનું એક નાનું કૂતરું.

coria'nder (કોરિએન્ડર), ના૦ કોથ-મીર. **~ seed,** ધાણા.

cork (કૉર્ક), ના૦ બૂચના ઝાડ (**~ -oak**)ની છાલ, તેનું બૂચ – ડાટો. સ૦ક્રિ૦ બૂચ મારી બંધ કરવું; લાગણીઓને દબાવી રાખવી.

cor'kage (કૉર્કિજ), ના૦ દારૂ વગેરે પીરસવાનું મહેનતાણું.

corked (કૉર્ક્ટ), વિ૦ (દારૂ અંગે) ડાટો બરાબર ન મારવાથી બગડી ગયેલું.

cor'ker (કૉર્કર), ના૦ નવાઈ થાય એટલી સારી વસ્તુ કે વ્યક્તિ.

cor'kscrew.(કૉર્કસ્ક્રૂ), ના૦ બાટલીના બૂચો કાઢવાનું સ્ક્રૂ જેવું સાધન. ઉ૦ક્રિ૦ સ્ક્રૂની જેમ ગોળ ફરવું.

corm (કૉર્મ), ના૦ એક ઠીંગણા છોડનો જમીન નીચેનો નક્કર કંદ.

cor'morant (કૉર્મરન્ટ), ના૦ એક મોટું ખાઉધરું દરિયાઈ પક્ષી.

corn[1] (કૉર્ન), ના૦ અનાજનો દાણો – છોડ, અનાજ, વિ૦ક૦ ઘઉં; [અમે.] મકાઈ. સ૦ક્રિ૦ મીઠું કે ખારું પાણી પાઈ ને (માંસ) આથવું. **~ -cob,** મકાઈનું કણસલું, તેનો વચલો નળાકાર ભાગ. **~crake,** કર્કશ અવાજવાળું એક પક્ષી. **~ dolly,** ઘાસની ગૂંથેલી વેણીની આકૃતિ, – ઢીંગલી. **~flakes,** મકાઈના પૌંઆ. **~flour,** મકાઈનો લોટ. **~flower,** મકાઈના ખેતરમાં થતો વાદળી ફૂલવાળો છોડ.

corn[2], ના૦ પગમાં થતી કણી.

Corn., સંક્ષેપ **Cornwall.**

cor'nea (કૉર્નિઅ), ના૦ આંખ પરનો પારદર્શક પડદો, શુક્લમંડળ.

cor'nel (કૉર્નલ), ના૦ કઠણ લાકડાવાળું એક ઝાડ; 'ચેરી'નું ફળ ઝાડ.

corne'lian[1] (કૉર્નીલિઅન), ના૦ **~ cherry,** યુરોપનું 'ચેરી'નું ઝાડ.

corne'lian[2]**,car-**(કૉર્ની-),ના૦ અકીક.

cor'ner (કૉર્નર), ના૦ કોણ, ખૂણો, (ઓરડી, પેટી, ઇ૦નો); બે રસ્તાઓ મળતાં

પડતો ખૂણો; દૂરની અથવા એકાંત જગ્યા: કોઈ જણસનો બધો જથો ખરીદવો તે, તેનું પરિણામ. ઉ૦ક્રિ૦ ખૂણામાં ધકેલવું; બધો માલ ખરીદી લઈને બજારમાં અછત કરી ભાવ ચડાવવો; ખૂણે વળવું. ~ **shop,** ખૂણા પરની નાનકડી દુકાન. ~**-stone,** બે ભીંતોના ખૂણે આવેલો પથ્થર, પાયાનો પથ્થર, પાયો અનિવાર્યપણે આવશ્યક વસ્તુ.

cor'net (કાર્નેટ), ના૦ મોઢે વગાડવાનું એક વાદ્ય, કરનાઈ; તે વગાડનાર; આઈસક્રીમનો કોન (શંકુના આકારનું ખાદ્ય પાત્ર).

cor'nice (કૉર્નિસ), ના૦ ઓરડીની દીવાલે છતની નીચે રચેલી કાંગરી, કાર્નિસ; કરાડને છેડે આગળ પડતો બરફનો લટકતો જથો. ઇમારત (ના ભાગ) પર આવેલો આગળ પડતો કાંગરી જેવો રચેલો ભાગ.

Cor'nish (કૉર્નિશ), વિ૦ કાર્નવાલનું. ના૦ કૉર્નવાલની કેલ્ટિક ભાષા. ~ **pasty,** મસાલાવાળુ માંસ અને શાકભાજી લોટમાં નાખીને દેવતા પર શેકેલી વાની.

cornuco'pia (કૉર્ન્યુકોપિઅ), ના૦ વિપુલતાનું પ્રતીક બકરાનું શિંગડું, અક્ષય્યપાત્ર.

cor'ny (કૉર્નિ), વિ૦ [વાત.] જરીપુરાણું; અતિસામાન્ય; ભાવનાપ્રધાન.

coro'lla (કરૉલે), ના૦ [વનસ્પ.] પુષ્પમુકુટ, ફૂલમણિ.

coro'llary (કરૉલરિ), ના૦ અનુષંગી – ઉપ – સિદ્ધાન્ત: સ્વાભાવિક પરિણામ.

coro'na (કરોને), ના૦ સૂર્ય કે ચન્દ્રની આસપાસનું તેજોવલય (વિ૦ક૦ ખગ્રાસ સૂર્યગ્રહણ વખતે દેખાતું.

co'ronary (કૉરનરિ), વિ૦ મુગટના જેવું, મુગટની જેમ આસપાસ વીંટાયેલું. ના૦ ~(**thrombosis**), હૃદ્રોહિણીવિષ્ટંભન, હૃદયની ધમનીમાં લોહી ગંઠાઈ જવું તે. ~ **artery,** હૃદયની ધમની.

corona'tion (કૉરનેશન), ના૦ રાજ્યાભિષેક (ની વિધિ).

co'roner (કૉરનર), ના૦ મોતનું કારણ જાણવા માટે મડદા અંગે તપાસ ચલાવનાર અમલદાર.

co'ronet (કૉરનિટ), ના૦ ઉમરાવ કે તેની સ્ત્રીનો નાનો મુગટ.

cor'poral[1] (કૉર્પરલ), ના૦ સાર્જન્ટથી ઊતરતો બિનસનદી અમલદાર.

cor'poral[2], વિ૦માનવશરીરનું – સંબંધી. ~ **punishment,** શારીરિક, વિ૦ક૦ ફટકાની સજા.

corpora'lity (કાર્પરેલિટિ), ના૦ ભૌતિક હસ્તી, દેહ.

cor'porate (કૉર્પરટ), વિ૦ અનેક ઘટકોના બનેલા જૂથનું કે નિગમ (કૉર્પોરેશન)નું – સંબંધી – ની માલિકીનું.

corpora'tion (કૉર્પરેશન), ના૦ અનેક ઘટકોનું બનેલું એક વ્યક્તિ તરીકે કામ કરવાના અધિકારવાળું મંડળ; મહાનગરપાલિકા, નિગમ, કાર્પોરેશન.

cor'porative (કૉર્પોરટિવ), વિ૦ કૉર્પરેશનનું; અનેક ઘટકોની એકત્ર પ્રવૃત્તિ પર રચાયેલું (રાજ્ય અંગે).

corpo'real (કૉર્પોરિઅલ), વિ૦ શરીરી, ભૌતિક, પાર્થિવ; સ્થૂળ, પ્રત્યક્ષ. **corporea'lity** (-રિઍલિટિ), ના૦.

corps (કૉર), ના૦ [બ૦ વ૦ એ જ, કૉઝ઼્] લશ્કરી ટુકડી, સંગઠિત દળ.

corpse (કૉર્પ્સ), ના૦ મડદું, લાસ, બહુધા માણસની.

cor'pulent (કૉર્પ્યુલન્ટ) વિ૦ માંસલ, જાડું ભોલ. **cor'pulence** (-લન્સ), ના૦.

cor'pus (કૉર્પસ), ના૦ [બ૦વ૦ **cor'pora** પરે] વિશિષ્ટ પ્રકારનાં લખાણોનો જથો – સંગ્રહ.

cor'puscle (કૉર્પસલ), ના૦ પ્રાણીશરીરમાંનો અતિસૂક્ષ્મ પદાર્થ, કણ, વિ૦ક૦ [બ૦વ૦માં] લોહીના ઘટક લાલ અને સફેદ કણ. **corpu'scular** (-સ્ક્યુલર),વિ૦.

corra'l (કરાલ), ના૦ ઘોડા, ઢોર, ઇ૦ને પૂરવા માટે, અથવા જંગલી પ્રાણીઓને પકડવા માટેનો વાડો. સ૦ક્રિ૦ વાડામાં રાખવું – પૂરવું.

corre'ct (કરે'ક્ટ) વિ૦ સાચું; ચોક્કસ;

ખરુ, બરાબર; યોગ્ય; શિષ્ટાચારનું પાલન કરનારું; સુરુચિવાળું. સ૦ક્રિ૦ સુધારવું, સમું કરવું; ભૂલો પર નિશાની કરવી: ઠપકો દેવો; બિનઅસરકારક બનાવવું; પ્રમાણભૂત વસ્તુ સાથે મેળ ખાય તેમ કરવું. **corre'ctor** (-ટર), ના૦.

corre'ction (કરે'ક્શન), ના૦ ભૂલ ઇ૦) સુધારવું તે; સુધારો; [પ્રા.] સજા.

corre'ctitude (કરેક્ટિટ્યુડ), ના૦ સભાન યોગ્ય વર્તન.

corre'ctive (કરેક્ટિવ), વિ૦ અને ના૦ સુધારો કરનારું (પગલું કે વસ્તુ - દવા).

co'rrelate (કોરલેટ), ના૦ એકબીજાને અવશ્ય સૂચવતી બે વસ્તુઓ કે શબ્દોમાંથી દરેક. ઉ૦ક્રિ૦ એકબીજા સાથે સંબંધ હોવો- સંબંધમાં આણવું. **correla'tion** (-લેશન), ના૦.

corre'lative (કોરે'લટિવ), વિ૦ અરસપરસ સંબંધવાળું - સંકળાયેલું; સ્વાભાવિકપણે એકસાથે થનારું; [વ્યાક.] નિત્યસંબંધી, અન્યોન્યાપેક્ષક. ના૦ અન્યોન્યાપેક્ષક વસ્તુ અથવા શબ્દ.

co'rrespond (કોરિસ્પૉન્ડ), અ૦ક્રિ૦ સરખું - મળતું - મેળમાં હોવું (**with, to**); કાગળપત્રનો વહેવાર ચલાવવો (**with**).

correspo'ndence (કોરિસ્પૉન્ડન્સ), ના૦ મેળ; સાદૃશ્ય; પત્રવહેવાર. ~ **course,** પત્રવહેવાર દ્વારા ચલાવાતો અભ્યાસક્રમ.

correspo'ndent (કોરિસ્પૉન્ડન્ટ), ના૦ બીજાને કે છાપાને પત્ર લખનાર: છાપાનો ખબરપત્રી.

co'rridor (કોરિડૉર), ના૦ મકાનની અંદરની જુદી જુદી સ્વતંત્ર ઓરડીઓમાં જવાનો રસ્તો - રસ્તાવાળી પરસાળ; રેલવેના ડબાઓમાં આરપાર થઇને જનાર રસ્તો; બીજા રાજ્ય ઇ૦ની વચ્ચેથી કે ઉપરથી પસાર થતી તે રાજ્યની જમીનનો પટો.

corrigendum (કોરિજે'ન્ડમ), ના૦ [બ૦વ૦. **-genda**] શુદ્ધિપત્ર.

co'rrigible (કોરિજિબલ), વિ૦ સુધારી શકાય - સુધરે - એવું.

corro'borate (કરૉબરેટ), સ૦ક્રિ૦ -ને પુષ્ટિ આપવી; પાકું-કાયમ-કરવું. **corrobora'tion** (-રેશન), ના૦. **corro'borative** (-રટિવ) વિ૦. **corro'boratory** (-રટરિ), વિ૦.

corro'de (કરોડ), ઉ૦ક્રિ૦ કાટ ચડાવવો - ચડવો, ધીમે ધીમે ખાઈ - ખવાઈ - જવું.

corro'sion (કરોઝન), ના૦ ધીમે ધીમે ખાઈ - ખવાઈ - જવું તે, ઘસાઈ જવું તે; કાટ, સળો.

corro'sive (કરોસિવ), વિ૦ અને ના૦ સળો કરે એવો - ખાઈ જનાર - (પદાર્થ).

co'rrugate (કોરુગેટ), ઉ૦ક્રિ૦ સંકોચાઈને કરચલીઓ પડવી - વળવી; વાટા પાડવા-પડવા **corruga'tion** (-ગેશન), ના૦.

corru'pt (કરપ્ટ), વિ૦ બગડેલું, સડેલું; નીતિભ્રષ્ટ; લાંચિયું: ઉ૦ક્રિ૦ ભ્રષ્ટ કરવું - થવું. **corru'ptible** (કરપ્ટિબલ), વિ૦. **corruptibi'lity** (-ટિબિલિટિ), ના૦.

corru'ption (કરપ્શન), ના૦ ભ્રષ્ટ કરવું તે, ભ્રષ્ટાચાર, સળો.

cor'sage (કૉર્સિજ), ના૦ ચોળી, કંચુકી; ચોળી કે ખભા પર પહેરાતો પુષ્પગુચ્છ.

cor'sair (કૉર્સેર-સે'અર), ના૦ ચાંચિયાઓનું વહાણ; ચાંચિયો.

cor'set (કૉર્સિટ), ના૦ સ્ત્રીનું અંદરથી પહેરવાનું કેડ ને થાપાની આસપાસ કડક બનાવેલું તંગ વસ્ત્ર.

cor's(e)let (કૉર્સ્લિટ), ના૦ [ઇતિ૦] ધડ ઢાંકનાર બખ્તર; ચોળી અને કબજો એકત્ર.

cortége (કૉર્ટેઝ), ના૦ સરઘસ, વિ૦ક૦ સ્મશાનયાત્રાનું.

cor'tex (કૉર્ટે'ક્સ), ના૦ કવચ; અંદરની છાલ; મગજનો બહારનો રાખોડિયા રંગનો ભાગ. **cor'tical** (કૉર્ટિકલ), વિ૦.

cor'tisone (કોર્ટિઝોન), નાο દાહ, સોજો અને વાયડાની અસર(ઍલર્જી)માં અપાતી અંતઃસ્રાવ (હૉર્મોન)ની દવા.

coru'ndum (કોરુન્ડમ), નાο કુરુન્દમ.

co'ruscate (કૉરસ્કેટ), અοક્રિο ચળકવું, ચળકાટ મારવો. **corusca'tion** (-કેશન), નાο.

corve'tte (કૉર્વે'ટ), નાο વળાવાનું નાનું ઝડપી વહાણ; [ઇતિο] તોપોવાળી યુદ્ધનૌકા.

co'rymb (કૉરિમ્બ), નાο [વનસ્પ.] સપાટ માથાવાળી (પુષ્પ)મંજરી.

cos¹ (કૉસ), નાο લાંબા પાંદડાંવાળી સાલીટ (લેટસ).

cos², સંક્ષેપ. **cosine.**

cosh (કૉશ), નાο [વાત.] ટૂંકી ભારે લાકડી, દંડૂકો. સοક્રિο દંડૂકાવતી મારવું.

co-si'gnatory (કોસિગ્નેટરિ), નાο બીજાઓની સાથે સહી કરનાર.

co'sine (કોસાઇન), નાο [ત્રિકોણ.] કોટિજ્યા.

cosme'tic (કૉઝ્મે'ટિક), વિο અને નાο સૌંદર્યવર્ધક (પદાર્થ), પ્રસાધન. ~ **surgery,** શારીરિક ખોડખાંપી દૂર કરવા અથવા દેખાવ બદલવા કરાતી શસ્ત્રક્રિયા. **cosmeti'cian** (-ટિશન), નાο.

co'smic (કૉઝ્‌મિક), વિο આખા વિશ્વનું -સંબંધી.~ **rays,** પૃથ્વીના વાતાવરણની બહારથી આવતાં કિરણો.

cosmo'gony (કૉઝ્મૉગનિ), નાο વિશ્વની ઉત્પત્તિ (ની ઉપપત્તિ).

cosmo'graphy (કૉઝ્‌મૉગ્રફિ), નાο વિશ્વ કે પૃથ્વીનું વર્ણન અથવા નકશા દોરવા તે. **cosmo'grapher** (-ગ્રફર), નાο. **cosmogra'phic(al)** (કૉઝ્મગ્રૅફિક(-કલ), વિο.

cosmo'logy (કૉઝ્મૉલજિ), નાο વિશ્વ (રચના) વિષેની ઉપપત્તિ. **cosmolo'gical** (-મલૉજિકલ) વિο.

co'smonaut (કૉઝ્‌મનાટ), નાο અવકાશયાત્રી.

cosmopo'litan (કૉઝ્‌મપૉલિટન), વિο સર્વદેશી, રાષ્ટ્રીયતાની મર્યાદાઓથી મુક્ત. નાο વિશ્વનાગરિક. **cosmopo'litanism**(-ટનિઝ્મ),નાο.

co'smos¹ (કૉઝ્‌મૉસ), નાο નિયમ અને વ્યવસ્થાવાળું વિશ્વ; પદ્ધતિસરની વિચારશ્રેણી.

Co'ssak (કૉસૅક), નાο રશિયન તુર્કસ્તાનનો માણસ, વિοકο ઘોડદળનો.

cosse't (કૉસે'ટ), સοક્રિο પંપાળવું, લાડ લડાવવા.

cost (કૉસ્ટ), સοક્રિο [**cost**] -ની કિંમત હોવી-પડવી; -ને માટે પૈસા આપવા પડવા, નુકસાન વેઠવું પડવું, ત્યાગ કરવો પડવો; [**costed**] કિંમત નક્કી કરવી, -નો અડસટ્ટો કાઢવો. ~ **of living,** (જીવન)નિર્વાહ ખરચ.

co'stal (કૉસ્ટલ) વિο પાંસળી(ઓ)નું.

co'-star (કો-સ્ટાર), નાο સિનેમા કે નાટકમાં પોતાના જેટલા જ પ્રખ્યાત નટ કે નટી સાથે કામ કરનાર. ઉοક્રિο સહતારક-તારિકા-તરીકે કામ કરવું-સમાવેશ કરવો.

co'ster(monger) (કૉસ્ટર-મંગર), નાο શાકભાજી, ફળ, ઇο વેચનાર લારીવાળો - ફેરિયો.

co'stive (કૉસ્ટિવ), વિο કબજિયાતવાળું.

co'stly (કૉસ્ટ્‌લિ), વિο મોંઘું, ખરચાળ; ભવ્ય, ઠાઠમાઠવાળું.

co'stume (કૉસ્ટ્યૂમ), નાο પોશાકની શૈલી; ઉપરથી પહેરવાનાં કાપડાં(નો સટ); અમુક કામ કરતાં પહેરવાનાં કપડાં; એકબીજાને શોભતો ચણિયો અને ટૂંકો કોટ. ~ **jewellery,** બનાવટી ઘરેણાં.

costu'mier (કૉસ્ટ્યૂમિઅર),નાο કપડાં બનાવનાર તથા વેચનાર.

co'sy (કોઝિ), વિο હૂંફાળું, આરામશીર. નાο ચાદાની ઇο પર મુકાતી ટોપી.

cot¹ (કૉટ), નાο [કાવ્ય.] નાનકડી ઝૂંપડી, છાપરી; ખડો.

cot², નાο નાની- હલકી - ખાટલી; કઠેરાવાળું ઘોડિયું.

cot[3], સંક્ષેપ **cotangent.**

cota'ngent (કૉટૅન્જન્ટ), નાο [ત્રિકોણ.] કોટિસ્પર્શક.

cote (કોટ), નાο કોઢ, ખડો, નેસડો, છાપરી, ઇο આશ્રયસ્થાન.

co'terie (કોટરિ), નાο વિશિષ્ટ રસ કે હિતસંબંધ ધરાવનારા – ચુનંદા – લોકોનું જૂથ.

cotonea'ster (કટોનિએસ્ટર), નાο લાલ કે નારંગી ટેટાવાળું એક ઝાડવું.

co'ttage (કૉટિજ), નાο નાનકડું ઘર, વિοકο ગામડાનું. ~ **cheese,** સફેદ પોચું પનીર. ~ **hospital,** સ્થાયી ડૉક્ટર ઇο વિનાની. ઝૂંપડા ઇસ્પિતાલ. ~ **industry,** કુટીર ઉદ્યોગ. ~ **loaf,** મોટાની ઉપર નાનો એવા બે પાઉંની રોટી. ~ **pie,** ભરવાડનો ઘૂઘરો.

co'ttager (કૉટિજર), નાο ઝૂંપડીમાં રહેનાર.

co'tter (કૉટર), નાο ~**(-pin),** ફાટવાળી ખીંટી – ફાચર.

co'tton[1] (કૉટન), નાο કપાસ, કપાસનો છોડ, રૂ; તેનું સૂતર અથવા કાપડ. ~ **wool,** પીંજેલું રૂ.

co'tton[2], અοક્રિο કોઈ વસ્તુ કે વ્યક્તિ પ્રત્યે આકૃષ્ટ થવું. ~**on (to),** [વિοબોο] સમજવું.

cotyle'don (કૉટિલીડન), નાο બીજ-પત્ર, દાળ.

couch (કાઉચ), નાο અઢેલીને બેસવા કે આડા પડવા માટેનો બ કડો; [પ્રાο] પથારી. ઉοક્રિο બાકડા ઉપર હોય તેવી રીતે સુવડાવવું; (પ્રાણી અંગે) સૂતેલા હોવું (વિοકο બોડમાં); વિશિષ્ટ શબ્દોમાં વ્યક્ત કરવું.

couche'tte (કુશે'ટ), નાο બેઠકોને સૂવાનાં પાટિયાંમાં ફેરવવાની સગવડવાળો રેલવેનો ડબો; સૂવાનું પાટિયું.

couch-grass (કાઉચ્ગ્રાસ કૂચ્ –), નાο લાંબાં મૂળિયાંવાળું ઘાસ.

cou'gar (કૂગર), નાο બિલાડીની જાતનું એક વિકરાળ અમે. પ્રાણી.

cough (કૉફ), ઉοક્રિο ઉધરસ ખાવી. નાο ઉધરસ ખાવાની ક્રિયા અથવા અવાજ, ઉધરસ, ખાંસી, શ્વાસ. ~**-drop,** ~**-sweet,** ઉધરસની ગળી ટીકડી. ~ **mixture,** ઉધરસની દવા. ~ **up,** [વિοબોο] અનિચ્છાએ પૈસા, બાતમી, ઇο બહાર કાઢવી – આપી દેવી.

could (કુડ), **can**નો ભૂοકાο.

cou'loir (કૂલ્વાર), નાο પર્વતની બાજુ-માંની ઊભી ખીણ.

cou'lomb (કૂલૉમ), નાο વીજભાર-(ચાર્જ)નો એકમ, એક ઍમ્પિયરના પ્રવાહથી એક સેકંડમાં લઈ જવાતો વીજળી-નો જથો.

cou'lter (કોલ્ટર), નાο હળની કોશ-(ની આગળનું ઊભું પાનું).

cou'ncil (કાઉન્સલ), નાο સલાહગાર, ચર્ચાવિચારણા કે વહીવટ કરનારી સભા: સ્થાનિક સ્વરાજસંસ્થા. ~**house,** સુધરાઈ ઇοનું સભાગૃહ.

cou'ncillor (કાઉન્સલર), નાο ધારા-સભા (કાઉન્સિલ) ઇοનો સભ્ય.

cou'nsel (કાઉન્સલ), નાο સલાહમસ-લત (કરવી તે); (કાયદેસરની – વકીલની–) સલાહ; વકીલ કે વકીલો. સοક્રિο -ને સલાહ આપવી.

cou'nseller (કાઉન્સે'લર), નાο સલાહ આપનાર.

count[1] (કાઉન્ટ), કοક્રિο ગણવું, -ની સંખ્યા ગણવી – શોધી કાઢવી; ક્રમશઃ સંખ્યા બોલી જવી, ગણવામાં, ગણતરીમાં કે વિચારમાં લેવું – લેવાવું; લેખવું, માનવું. નાο ગણવું તે, ગણના, ગણતરી; કુલ સંખ્યા; [કાο] તહોમતનામાનો દરેક આરોપ. ~ **down,** ઊલટા ક્રમથી શૂન્ય સુધી સંખ્યા ગણવી, વિοકο રૉકેટ છોડતી વખતે. ~**-down,** નાο ઊલટા ક્રમની ગણતરી. ~ **on,** -ની ઉપર મદદ માટે આધાર રાખવો. ~ **out,** (મુષ્ટિયોદ્ધો પડી જતાં) દસ સેકંડની ગણતરી પૂરી કરવી; [વાત.] બાદ કરવું.

count[2], નાο 'અર્લ'નો સમકક્ષ પરદેશી

ઉમરાવ, 'કાઉન્ટ'.

cou'ntenance (કાઉન્ટિનન્સ), ના૦ ચહેરો, ચહેરા પર દેખાતો ભાવ; ચહેરા પર દેખાતી સ્વસ્થતા; નૈતિક ટેકો. સ૦ ક્રિ૦ -ને સંમતિ આપવી; આંખમીંચામણાં કરવાં.

cou'nter[1] (કાઉન્ટર), ના૦ વસ્તુઓ ગણવા માટેનું સાધન; પત્તાં ઇ૦ની રમતમાં દાવના માર્ક ગણવાનું કાંટાવાળું કાર્ડ; નાણાનું પ્રતીક – ટોકન; સોદો કરવામાં વપરાતી વસ્તુ; જ્યાં પૈસા ઇ૦ની લેવડદેવડ થાય છે તે ટેબલ, દુકાનનો ગલ્લો-ટેબલ.

cou'nter[2], ના૦ ઘોડાના ખભા વચ્ચેનો અને ગરદન નીચેનો ભાગ; વહાણના ડબૂસાનો ગોળાઈવાળો ભાગ; સામો ફટકો, સામી ચાલ. વિ૦ વિરુદ્ધ, વિરોધી. ક્રિ૦ વિ૦ ઊલટી દિશામાં. ઉ૦ ક્રિ૦ વિરોધ કરવો; રદિયો આપવો; સામો ફટકો મારવો; સામી ચાલ કરીને નિષ્ફળ બનાવવું.

countera'ct (કાઉન્ટરૅક્ટ), સ૦ ક્રિ૦ સામી – ઊલટી ક્રિયા–કરીને બિનઅસરકારક બનાવવું અથવા અટકાવવું.

cou'nter-attack (કાઉન્ટર -અટૅક). ના૦ અને ક્રિ૦ શત્રુના હુમલાના જવાબમાં સામો હુમલો (કરવો).

cou'nter-attraction (કાઉન્ટર-અટ્રૅક્શન), ના૦ ઊલટી વૃત્તિનું – પ્રતિસ્પર્ધી – આકર્ષણ.

cou'nterbalance (કાઉન્ટર બૅલન્સ), ના૦ સામી બાજુનું સરખું વજન, સમતોલ. સ૦ ક્રિ૦ સામું સરખું વજન મૂકવું, સમતોલ કરવું; સામી શક્તિ કે વગ વાપરીને નિષ્ફળ – બિનઅસરકારક – બનાવવું.

cou'nterblast (-બ્લાસ્ટ), ના૦ કશાકના વિરોધમાં જોરદાર ઘોષણા.

cou'nter-charge (-ચાર્જ), ના૦ અને સ૦ ક્રિ૦ સામો હુમલો – આરોપ –(કરવો).

cou'nter-claim (-ક્લેમ), ના૦ વાદી સામે પ્રતિવાદીનો – સામો – દાવો.

counter-clo'ckwise (-ક્લાકવાઇઝ) ક્રિ૦ વિ૦ અને વિ૦ ઘડિયાળના કાંટાની ઊલટી દિશામાં.

counter-e'spionage (-એસ્પિઅનાઝ), ના૦ શત્રુની જાસૂસીની સામે પગલાં – સામી જાસૂસી.

cou'nterfeit (-ફિટ), વિ૦ અને ના૦ નકલી – બનાવટી – (વસ્તુ, નાણું, ઇ૦) સ૦ ક્રિ૦ નકલ કરવી; બનાવટી કરવું (નાણું, સહી, ઇ.); ઢોંગ કરવો.

cou'nterfoil (-ફૉઇલ), ના૦ પહોંચ, ચેક, ઇ૦નું સામું આડધિયું.

counter-inte'lligence (-ઇન્ટે'લિજન્સ), ના૦ શત્રુની જાસૂસીના જવાબમાં – સામી જાસૂસી.

counter-i'rritant (-ઇરિટન્ટ), વિ૦ થતી પીડા કે દરદ ઓછું કરવા કે ભુલાવવા માટે વપરાતી સામી પીડાદાયક વસ્તુ.

counterma'nd (-માન્ડ), સ૦ક્રિ૦ કરેલો હુકમ પાછો ખેંચવો – રદ કરવો; ઊલટો હુકમ કરીને પાછું બોલાવવું; -ની વરધી રદ કરવી.

cou'ntermarch (-માર્ચ), ના૦ અને ઉ૦ક્રિ૦ ઊલટી દિશામાં કૂચ (કરવી-કરાવવી).

cou'nter-move (-મુવ), ના૦ વિરુદ્ધ -સામી–ચાલ, વિરોધી કારવાઈ.

cou'nterpane (-પેન), ના૦ પલંગ-પોશ. ચાદર.

cou'nterpart (-પાર્ટ), ના૦ બીજીને તદ્દન મળતી આવતી વસ્તુ; સામું આડધિયું; જોડ. જોડી, પ્રતિરૂપ.

cou'nterplot (-પ્લૉટ), ના૦ અને અ૦ક્રિ૦ એક કાવતરાને ઉડાવી દેવા માટે સામું કાવતરું (કરવું).

cou'nterpoint (-પૉઇન્ટ), ના૦ [સં] અમુક સૂરમાં સાથ માટે ઉમેરેલો બીજો સૂર; એવા સૂર નિશ્ચિત નિયમો અનુસાર ઉમેરવાની કળા કે પદ્ધતિ.

cou'nterpoise (-પૉઇઝ), ના૦ સામું સરખું વજન અથવા જોર; સમતુલા. સ૦ ક્રિ૦ સામું સરખું વજન મૂકવું; ભરપાઈ કરવી.

counter-reforma'tion (–રે'ફ-મૅશન), ના૦ પ્રતિસુધારા-આંદોલન, સુધારાની પ્રતિક્રિયા.

counter-revolu'tion (–રૅ'વલૂશન), ના૦ પ્રતિક્રાન્તિ, થયેલી ક્રાન્તિને નિષ્ફળ બનાવવાની રાજકીય ચળવળ.

cou'ntersign (–સાઇન), ના૦ વરદીનો–સંકેતનો – શબ્દ. સ૦ક્રિ૦ સંમતિદર્શક સહી કરવી–ઉમેરવી.

cou'ntersink (–સિંક), સ૦ક્રિ૦ **[-sunk]** ખીલાનું કે સ્ક્રૂનું માથું અંદર જઈ સપાટી બરાબર આવે તે માટે છેદના મોઢાને પહોળું કરવું; સ્ક્રૂ માટે એવું ઊંડું કાણું બનાવવું.

counter-te'nor (–ટૅ'નર), ના૦ પુરુષનો ઊંચામાં ઊંચો સ્વર.

cou'ntervail (–વેલ), ઉ૦ક્રિ૦ સમતોલ કરવું; -ની બરાબર થવું–સામે ફાવવું.

cou'ntess (કાઉન્ટિસ), ના૦ 'અર્લ' કે 'કાઉન્ટ'ની પત્ની અથવા વિધવા; અમીર કે ઉમરાવનો ખિતાબ સ્વતંત્રપણે ધરાવનાર સ્ત્રી.

cou'nting-house (કાઉન્ટિંગ્ હાઉસ), ના૦ હિસાબ રાખવાની જગ્યા, પેઢી.

cou'ntless (કાઉન્ટ્ લેસ), વિ૦ અસંખ્ય.

cou'ntrified (કન્ટ્રિફાઇડ), વિ૦ ગ્રામીણ, ગામડિયું, ગમાર.

cou'ntry (કન્ટ્રિ), ના૦ પ્રદેશ; દેશ, રાષ્ટ્રનો મુલક; સ્વદેશ; ગ્રામીણ પ્રદેશ. **~(-and-western)**, 'ગિટર' ઇ૦ ઉપર વગાડાતાં ગ્રામ- અથવા ગોપગીતો. **~dance**, ગ્રામીણ અથવા પારંપરિક નૃત્ય. **~ house**, ગામડામાં આવેલું મોટું મકાન, વિ૦ક૦ ત્યાં સ્થાવર મિલકત ધરાવનારનું. **~man**, **~woman**, દેશબાંધવ; ગ્રામવાસી. **~seat**, ઉપવનવાળું ગામડાનું મકાન. **~side**, ગામડાનો પ્રદેશ.

cou'nty (કાઉન્ટિ), ના૦ પરગણું, તાલુકો, મહાલ; અમે.નો રાજકીય તથા વહીવટી વિભાગ; પરગણાના લોકો, વિ૦ક૦ મધ્યમ વર્ગોના. **~borough,** [ઇતિ૦] વહીવટી ઘટક તરીકે પરગણા જેટલું મોટું શહેર. **~ council,** પરગણાની પંચાયત. **~ court,** પરગણાની દીવાની અદાલત. **~ seat,** (અમે.) **~ town,** પરગણાના વહીવટનું મથક.

coup (કૂપ), ના૦ સફળ ચાલ અથવા ફટકો; = *coup d'état.*

coup de gra'ce (કૂ ડ ગ્રાસ), આખરી–પ્રાણઘાતક – ફટકો.

coup d' éta't (કૂ ડે'ટા), આકસ્મિક બળવો ને સત્તાન્તર.

cou'pé (કૂપે), ના૦ બે જણ માટેની બંધ મોટર; રેલવેના ડબાનું અડધું ખાનું.

cou'ple (કપલ), ના૦ સ્ત્રી અને પુરુષની જોડી, વિ૦ક૦ પતિપત્નીની, નૃત્ય ઇ૦માં ભાગીદારોની. **a ~ of**, બે અથવા થોડાક. ઉ૦ક્રિ૦ સાથે બાંધવું – જોડવું – જોડાવું; મૈથુન કરવું.

cou'plet (કપ્લિટ), ના૦ બે લીટીનો શ્લોક, દુહો.

cou'pling (કપ્લિંગ), ના૦ રેલવેના ડબા અથવા યંત્રના ભાગોને જોડનાર કડી.

cou'pon (કૂપન), ના૦ બદલામાં કશુંક મેળવવાની ટિકિટ અથવા ચિઠ્ઠી.

cou'rage (કરિજ), ના૦ ધૈર્ય, હિંમત; શૌર્ય, બહાદુરી. **coura'geous** (કરેજસ), વિ૦.

courge'tte (કુઅર્ઝે'ટ), ના૦ એક જાતનું કોળું.

cou'rier (કુરિઅર), ના૦ ખેપિયો, ખાસ દૂત; મુસાફરોનો ભોમિયો.

course (કોર્સ), ના૦ આગળ જવું – વધવું તે (સ્થળ અને કાળ બંનેમાં); ગમનની દિશા; વર્તનનું કે કાર્યનું ધોરણ; વર્તણૂક, ચાલ; માળા અથવા ક્રમ; વ્યાખ્યાનમાળા, પાઠમાળા, ઇ૦; અભ્યાસક્રમ; ભોજનનું એક એક વાનીનું પિરસણ; ચણતરમાં ઈંટો ઇ૦નો એક થર; ઘોડદોડ, શરતનું મેદાન, ગોલ્ફનું મેદાન, ઇ૦ ઉ૦ક્રિ૦ શિકારની પાછળ પડવું; આમતેમ દોડવું; (પ્રવાહી અંગે) વહેવું; શિકારમાં કતરાંનો ઉપયોગ કરવો

cou'rser (કોર્સર), ના૦ વેગીલો ઘોડો.

court (કોર્ટ), ના૦ વંડો, વાડો, આંગણું; ફરતે ભીંતો ને મકાનોનું ખુલ્લું મેદાન; એવા મેદાન ફરતે મકાનોનો સમૂહ; રમત ગમત માટે આંતરેલી ખુલ્લી કે છાપરાવાળી જગ્યા; રાજમહેલ – વાડો; રાજવાડાનો આખો ખટલો અને રાજાનો પરિવાર; ન્યાયાધીશોનું મંડળ, ખાસ હેતુસર નીમેલું ન્યાયપંચ; ન્યાયમંદિર, અદાલત; યુનિવર્સિટી ઇ૦ના સભ્યો(ની સભા). સ૦ક્રિ૦ ખુશામત કરવી, કૃપા કે પ્રેમ મેળવવાનો પ્રયત્ન કરવો; (આપત્તિ ઇ૦) વહોરી લેવું. **pay ~ to,** -ની ખુશામત કરવી – પ્રીતિ મેળવવાનો પ્રયત્ન કરવો. **~-card,** રાજા, રાણી કે ગુલામનું પત્તુ **~ martial,** [બ૦વ૦ **~s martial**] લશ્કરી ન્યાયાલય. **~-martial,** સ૦ક્રિ૦ લશ્કરી અદાલતમાં કામ ચલાવવું. **~shoe,** સ્ત્રીનો હલકો જોડો. **~-yard,** આંગણું, વંડો.

cour'teous (કર્ટિઅસ), વિ૦ વિનયી, સભ્ય.

courtesa'n (કોર્ટિઝૅન), ના૦ ગણિકા, ઉપલા દરજ્જાની વેશ્યા.

cour'tesy (કર્ટસિ), ના૦ વિનયી – નમ્ર – વર્તન અથવા સ્વભાવ; સૌજન્ય.

cour'tier (કોર્ટિઅર), ના૦ દરબારી.

cour'tly (કોર્ટ્લિ), વિ૦ દરબારી રીત-ભાતવાળું **~ love,** મધ્યયુગીન પરંપરા-વાળા સરદારનો પ્રેમ અને શિષ્ટાચાર.

cour'tship (કોર્ટ્શિપ), ના૦ પ્રણય-યાચન, સંવનન.

cou'sin (કઝ઼ન), ના૦ કાકા, ફોઈ, મામા કે માસીનું સંતાન. **cou'sinly,** વિ૦.

couture' (કૂટ્યુઅર), ના૦ વસ્ત્ર-નિર્માણ કલા.

cove[1] (કોવ), ના૦ નાનો અખાત અથવા ખાડી; એકાંત ખૂણો; [સ્થા.] અન્તર્ગોળ કમાન, વિ૦ક૦ છત ને દીવાલને જોડનારી. સ૦ક્રિ૦ ઓરડીને અન્તર્ગોળ કમાનવાળી બનાવવી

cove[2], ના૦ [વિ૦બો૦] શખસ, આદમી.

co'ven (કવન), ના૦ ડાકણોની સભા.

co'venant (કવનન્ટ), ના૦ કરાર, બોલી; [કા.] સહી-સિક્કાવાળું કરારનામું; સનદ. ઉ૦ક્રિ૦ -ની સાથે કરાર કરવો.

co'venanted (કવનન્ટિડ), વિ૦ કરાર થી બંધાયેલું; સનદી.

Co'ventry (કોવન્ટ્રિ), ના૦. **send to ~,** –નો બહિષ્કાર કરવો.

co'ver (કવર), સ૦ક્રિ૦ -ની ઉપર પાથરવું – પંથરાયેલું હોવું, વ્યાપવું; ઢાંકી દેવું, છુપાવવું; -નું રક્ષણ કરવું; -નો-માં સમાવેશ કરવો; (રકમ અંગે) ખરચને પહોંચી વળવા પૂરતું હોવું; વીમો ઉતારીને સુરક્ષિત કરવું; ખબરપત્રી તરીકે તપાસ અથવા વર્ણન કરવું; બંદૂક ઇ૦ના ટપ્પામાં હોવું. ના૦ આચ્છાદન, ઢાંકણું; વેષ્ટન; ચોપડીનું પૂઠું; પરબીડિયું; ઓઠું, બહાનું; આડ, પડદો; શિકારની ભરાઈ રહેવાની જગ્યા; આશ્રય, રક્ષણ; દેવું ચૂકવવા કે અનપેક્ષિત નુકસાનને પહોંચી વળવા ભેગા કરી રાખેલા પૈસા; ભોજન વખતે જણદીઠ રાખેલી થાળી ઇ૦. **~ charge,** વીશીમાં જણદીઠ સેવાનો દર. **~-point,** [ક્રિ.] બૅટધારીની સામેની બાજુનું એક સ્થાન; ત્યાંનો ક્ષેત્રપાલ.

co'verage (કવરિજ), ના૦ વ્યાપેલું ક્ષેત્ર–રાશિ; વ્યાપ્તિ; આકાશવાણીનું અમુક મથક પહોંચી શકે છે તે પ્રદેશ – વિસ્તાર; વિમાની પૉલિસીની રકમ.

co'verlet (કવર્લિટ), ના૦ ચાદર, પલંગપોશ.

co'vert (કવર્ટ). વિ૦ છાનું, છૂપું; વેશ-પલટો કરેલું; પ્રચ્છન્ન. ના૦ ઝાડી ઇ૦ આશ્રય, જેમાં શિકાર ભરાઈ રહી શકે; [બ૦વ૦માં] પાંખનું મૂળ ઢાંકનારાં અને છેડાનાં પીંછાં.

co'vet (કવિટ), સ૦ક્રિ૦ બહુધા પારકા-ની વસ્તુ મેળવવાની ઇચ્છા કરવી, લોભ કરવો.

co'vetous (કવિટસ), વિ૦ લોભી, લાલચુ.

co'vey (કવિ), ના૦ તેતર પક્ષીઓ ઇ૦નાં

બચ્ચાં; કુટુંબ; જૂથ.

cow[1] (કાઉ), ના૦ ગાય; હાથી, ગેંડો, વહેલ, સીલ, ઇ૦ની માદા. **~'boy,** [અમે.] ઢોર ચારનાર, ગોવાળ. **~-heel,** ગાય બળદના પગનો મુરબ્બો. **~'herd, ~'man,** ઢોર ચારનાર. **~'hide,** ગાયનું ચામડું કે તે ચામડાનો ચાબૂક. **~-pat,** ગાયનો પોદળો, છાણું. **~'pox,** ગાયના આંચળનો એક રોગ, જેમ થી બળિયા ટાંકવાની રસી બને છે. **~'puncher,** [અમે. અને ઑસ્ટ્રે.] ગોવાળ.

cow[2], સ૦ ક્રિ૦ બિવડાવવું.

cow'ard (કાવર્ડ), ના૦ બાયલો-ડરપોક-માણસ. વિ૦ બીકણ, બાયલું.

cow'ardice (કાવર્ડિસ), ના૦ કાયરતા, ડરપોકપણું.

cow'ardly (કાવર્ડ્લિ), વિ૦ કાયર, બીકણ.

cow'er (કાવર), અ૦ ક્રિ૦ બીક કે ટાઢને લીધે ઘૂંટણ વાળીને બેસવું, ટૂંટિયાં વાળવાં.

cowl (કાઉલ), ના૦ ખ્રિસ્તી સાધુનો ટોપીવાળો ઝભ્ભો; તેની ટોપી; ધુમાડિયા કે વાતાયન પરનું ટોપીના આકારનું ઢાંકણું. **~ neck,** વસ્ત્રનું ઢીલા વીંટાવાળું ગળું.

cow'rie (કાઉરિ), ના૦ એક નાનું ઉદરપાદ પ્રાણી; તેનું કવચ-કોડી, જે અગાઉ નાણા તરીકે વપરાતી.

cow'slip (કાઉસ્લિપ), ના૦ ગોચરમાં ઊગતો એક ફૂલછોડ, તેનું ફૂલ.

cox (કૉક્સ), ના૦ સુકાની વિ૦ક૦ શરતની હોડીનો. ઉ૦ ક્રિ૦ સુકાનીનું કામ કરવું.

co'xcomb (કૉક્સ્કોમ), ના૦ ફાંકડો, વરણાગિયો; મધ્યયુગીન વિદૂષકની ટોપી.

co'xwain (કૉક્સન, કૉકસ્વેન), ના૦ સુકાની. વિ૦ક૦ હલેસાંવાળી હોડીનો.

coy (કૉઇ), વિ૦ નમ્ર, શરમાળ, (હોવાનો ડોળ કરનાર).

coy'ote (કૉઇઓટ), ના૦ ઉ. અમે.ના ઘાસના જંગલોમાં મળતા વરુ.

coy'pu (કૉઇપુ), ના૦ તીણા દાંતવાળું એક જળચર પ્રાણી.

co'zen (કઝ્ન), ઉ૦ ક્રિ૦ છેતરવું; ફોસલાવવું.

C.P., સંક્ષેપ. **Communist Party.**

crab[1] (ક્રૅબ), ના૦ કરચલો; તેનું માંસ. **catch a ~,** ખોટી રીતે હલેસાં મારતાં તે પાણી નીચે ભરાઈ જવાં. ઉ૦ ક્રિ૦ [વાત.] પ્રતિકૂળ ટીકા કરવી; કશુંક બગડે એવી રીતે વર્તવું. **~(-louse),** માણસના શરીર પર થતી ચામજૂ.

crab[2], ના૦ **~(-apple),** જંગલી સફરજનની એક જાત; તેનું ઝાડ.

cra'bbed (ક્રૅબિડ, ક્રૅબ્ડ), વિ૦ ચીઢિયું, અવળચંડું; (હસ્તાક્ષર) બેડોળ અને દુર્વાચ્ય.

cra'bby (ક્રૅબિ), વિ૦ વાંકું, અવળચંડું; ચીઢિયું, રિસાળ; ગમગીન.

crack (ક્રૅક), ના૦ (ચાબૂક, વીજળી, ઇ૦નો) કડાકો, સડાકો; જોરદાર ફટકો; ચીરો, તરડ, ફાટ; [વિ૦બો૦] ઝાટકો લાગે એવી અથવા વિનોદી ટીકા. વિ૦ [વાત.] પ્રથમ કોટિનું. ઉ૦ ક્રિ૦ કડાકો કરવો-થવો; તિરાડ પાડવી-પડવી; (અવાજ અંગે) લાગણીને લીધે અથવા ઉંમરલાયક થતાં ફાટવો-ઘોઘરો થવો; (વિનોદ-મજાક) કરવી; (દારૂની બાટલી) ઉઘાડવી; (તિજોરી) ફોડવી; (કોયડાનો ઉકેલ) શોધી કાઢવો; ભાંગી પડવું. **~-brained,** ચસકેલ. **~ down on,** ઉપર તૂટી પડવું. **~ of dawn,** પો ફાટવું તે. **~pot,** ચક્રમ, અવહેવારુ માણસ. **~ up,** [વાત.] સ્તુતિ કરવી; અતિશ્રમ કે તાણને લીધે ભાંગી પડવું.

cracked (ક્રૅક્ટ), વિ૦ [વાત.] ચસકેલું.

cra'cker (ક્રૅકર), ના૦ ફટાકો, ટેટો; ફટાકાની જેમ ફૂટનારું કાગળનું રમકડું; પાતળી કકરી બિસ્કિટ; [અમે.] ગળપણ વિનાની બિસ્કિટ. **cra'ckers,** [વાત.] ચસકેલ.

cra'ckle (ક્રૅકલ), ના૦ વારંવાર થતો તડતડ અવાજ. અ૦ક્રિ૦ એવો અવાજ થવો, તડતડવું.

cra'ckling (ક્રૅક્લિંગ), ના૦ તડતડ

અવાજ, શેકેલા ડુક્કરના માંસની કકરી ચામડી.

cra'cknel (ક્રૅક્નલ), ના૦ હલકી કકરી બિસ્કિટ.

cra'cksman (ક્રૅક્સ્મન,) ના૦ [બ૦ વ૦ **-men**] ઘરફોડુ.

cra'dle (ક્રેડલ), ના૦ પારણુ, ઘોડિયું; જન્મસ્થાન; મૂળ ઉત્પત્તિ (અને ઉછેરનું આદ્ય) સ્થાન; પારણાની જેમ વપરાતું સાધન; ટેલિફોનનું રિસીવર જ્યાં મૂકવામાં આવે છે તે ભાગ. ઉ૦ ક્રિ૦ પારણામાં મૂકવું; પારણામાં હોય તેમ ગોદમાં લેવું – હિંદોળવું.

craft (ક્રાફ્ટ), ના૦ ચતુરાઈ, કુશળતા; લુચ્ચાઈ; હસ્તકલા (ની શાખા); [બ૦વ૦ એ જ] હોડી, વહાણ, વિમાન, અવકાશયાન.

cra'ftsman (ક્રાફ્ટ્સ્મન), ના૦ [બ૦ વ૦ **-men**] કારીગર, શિલ્પી. **cra'ftsmanship** (–શિપ), ના૦.

cra'fty (ક્રાફ્ટિ), વિ૦ (વ્યક્તિ), લુચ્ચું, દાવપેચ કરનાર; (કામ) યુક્તિથી કરેલું, કરામતવાળું

crag (ક્રૅગ), ના૦ ઊભી ભેખડ, કરાડ. **cra'ggy** (ક્રૅગિ), ના૦.

cram (ક્રૅમ), ઉ૦ક્રિ૦ ઠાંસીને ખીચોખીચ ભરવું; ઠાંસીને ખવડાવવું; પરીક્ષા માટે ગોખણપટ્ટી કરવી.

cramp (ક્રૅમ્પ), ના૦ ટાઢ કે શ્રમને લીધે હાથપગ ખેંચાવા – ગોટલા ચડવા – તે; તાણ, આંકડી. સ૦ક્રિ૦ જખડવું, નિયંત્રણ કરવું; તાણીને બાંધવું; –ને તાણ આવવી.

cramped (ક્રૅમ્પ્ટ), વિ૦ (હસ્તાક્ષર અંગે) બહુ જ નાનું દુર્વાચ્ય; (જગ્યા અંગે) અતિ સાંકડી.

cra'mpon (ક્રૅમ્પન), ના૦ બરફ ઉપર ચાલવા માટે જોડાને તળિયે જડાતું અણિયાળા ખીલાવાળું પતરું.

cra'nberry (ક્રૅન્બરિ), ના૦ એક ઠીંગણું ઝાડવું; તેનું કરમદા જેવું નાનકડું ફળ–ટેટો.

crane (ક્રેન),. ના૦ બગલું, સારસ; ભારે ચીજો ખસેડવાનો સાંચો, ઊંટડો. ઉ૦ક્રિ૦ ખેંચવું, તાણવું, લંબાવવું; બગલાની જેમ ગરદન લાંબી કરવી. **~-fly,** બે પાંખ અને લાંબા ટાંટિયાવાળી માખી. **~'s -bill,** બગલાની ચાંચના આકારનાં ફૂલવાળો એક છોડ.

cra'nium (ક્રેનિઅમ), ના૦ [બ૦વ૦ **-nia**] ખોપરી. **cra'nial** (-નિઅલ), વિ૦.

crank[1] (ક્રૅંક), ના૦ પશ્ચ-અગ્ર ગતિને ચક્રીય ગતિમાં કે ચક્રીય ગતિને પશ્ચ-અગ્ર ગતિમાં ફેરવવા માટે ધરી કે દાંડાના છેડાનો કાટખૂણે વાળેલો ભાગ–હાથો. સ૦ક્રિ૦ હાથા વતી ફેરવવું. **~-pin,** 'કનેક્ટિંગ રોડ' અને 'ક્રૅંક' ને જોડનારો ફાટવાળો ખીલો. **~shaft,** ક્રૅંકને ફેરવનારો અથવા ક્રૅંકવતી ફરનારો દાંડો. **~ up,** હાથો (ક્રૅંક) ફેરવીને (મોટર એંજિન) ચાલુ કરવું.

crank[2], ના૦ વિક્ષિપ્ત કલ્પના, ઘેલું; ચક્રમ, તરંગી માણસ, **cra'nky,** વિ૦.

cra'nny (ક્રૅનિ), વિ૦ તરડ, ચીર, બાકું.

crap (ક્રૅપ), ના૦ [ગ્રામ્ય] ગૂ; વાહિયાત વાત; ઉકરડો. અ૦ક્રિ૦ હગવું. **cra'ppy** (ક્રૅપિ), વિ૦.

crape (ક્રેપ), ના૦ કાળા રંગનું બહુધા રેશમી કાપડ, વિ૦ક૦ સૂતક વખતે પહેરાતું.

craps (ક્રૅપ્સ), ના૦ [અમે.] જુગટા જેવી એક રમત.

cra'pulence (ક્રૅપ્યુલન્સ), ના૦ અતિ (મદિરા) પાન કે અતિભોજન પછીની સુસ્તી – ગ્લાનિ. **cra'pulent** (–લન્ટ), વિ૦. **cra'pulous** (ક્રૅપ્યુલસ), વિ૦.

crash (ક્રૅશ), ના૦ કકડભૂસ કરીને નીચે પડવું તે, કકડભૂસ અવાજ; મોટા અવાજ સાથે ટક્કર; એકાએક પતન અથવા વિનાશ; ધડાકો. ઉ૦ક્રિ૦ ધડાકા સાથે ખસવું, જવું, ચલાવવું અથવા ફેંકવું; ધડાકો કરવો; જોરથી ટકરાવું – ટક્કર મારવી; જોરથી નીચે પડવું; નિષ્ફળ જવું, વિ૦ક૦ આર્થિક વહેવારમાં. **~barrier,** ગાડી રસ્તો

છોડીને જાય નહિ તે માટેની આડ. ~ **-dive,** અ૦ક્રિ૦ (પાણડૂબી અંગે) એક-દમ ડૂબકી મારવી; (વિમાન અંગે) સીધું નીચે ઊતરીને ભાંગી જવું. **~-helmet,** મોટર સાઇકલવાળાનું શિરસ્ત્રાણ. **~-land,** (વિમાન કે વૈમાનિક અંગે) એકદમ નીચે ઊતરવું – ઉતારવું, વિ૦ક૦ પૈડાં પ્રથમ નીચે કર્યાં વિના. **~ (out),** [વિ૦બો૦] સૂઈ જવું.

crass (ક્રૅસ), વિ૦ મૂરખ; જડ.

crate (ક્રેટ), ના૦ કરંડિયો, ખોખું, ઇ૦ સ૦ક્રિ૦ કરંડિયા વગેરેમાં ભરવું.

cra'ter (ક્રેટર), ના૦ જ્વાળામુખીનું મુખ; પવાલાના આકારનો ખાડો.

crava't (ક્રવૅટ), ના૦ ગળેપટો, ખેસ.

crave (ક્રેવ), સ૦ક્રિ૦ -ની તીવ્ર ઇચ્છા કરવી, -માટે ઝંખવું; માગવું.

cra'ven (ક્રેવન), વિ૦ અને ના૦ બાયલું, ડરપોક, નીચ, હલકું, (માણસ).

cra'ving (ક્રેવિંગ), ના૦ તીવ્ર ઇચ્છા, ભારે તલપ.

craw (ક્રૉ), ના૦ પક્ષી કે જંતુનો કોઠો.

craw'fish (ક્રૉફિશ), **cray'fish** (ક્રેફિશ), ના૦ મોટો કાંટાળો લેવટો.

crawl (ક્રૉલ), અ૦ક્રિ૦ પેટે – ભાંખડીએ – ચાલવું, ધીમે ધીમે ખસવું; [વાત.] વહાલું થવા ખુશામત કરવી. ના૦ પેટે – ભાંખડી-એ – ચાલવું તે. **~ (stroke),** [તરણ-માં] ઝડપી લાંબો હલ્લ.

cray'fish (ક્રેફિશ), જુઓ **crawfish.**

cray'on (ક્રેઅન), ના૦ રંગીન ચાક કે ચિત્રશલાકા(થી દોરેલું ચિત્ર).

craze (ક્રેઝ), સ૦ક્રિ૦ દીવાનું બનાવવું; માટીના વાસણની ઝલેહમાં નાની નાની ફાટો પાડવી. ના૦ ઘેલછા; તાત્કાલિક ફૅશન.

cra'zy (ક્રેઝિ), વિ૦ દીવાનું, ગાંડું; મહામૂર્ખ; અતિઆતુર; અસ્થિર કે નબળા મગજનું. **~ paving,** વાંકાચૂંકા કકડા જોડીને તૈયાર કરેલી ફરસબંધી.

creak (ક્રીક), ના૦ ઊંજ્યા વિનાના મજાગરાંનો ચૂંચૂં અવાજ. અ૦ક્રિ૦ ચૂંચૂં અવાજ કરવો.

cream (ક્રીમ), ના૦ દૂધ પરની મલાઈ; તેનો પીળાશ પડતો સફેદ રંગ; મલાઈની કે મલાઈ જેવી મીઠાઈ; મલાઈના જેવું ઊટણું કે લેપ; વસ્તુનું સારતત્ત્વ. ઉ૦ક્રિ૦ મલાઈ આવવી – બાઝવી;-માંથી મલાઈ કાઢી લેવી; –નો સાર કાઢી લેવો; ડીલે લેપ ઇ૦ ચોપડવો – ચોળવો; મલાઈના જેવું જાડું કે પાતળું બનાવવું. **~ cheese,** પોચું અને ખૂબ પૌષ્ટિક પનીર. **~ cracker,** ગળપણ વિનાની કકરી બિસ્કિટ. **~ of tartar,** દારૂના પીપમાં બંધાતો શુદ્ધ કરેલો કચરો. **crea'my,** વિ૦.

crea'mer (ક્રીમર), ના. મલાઈ મૂકવાનું ચંબુ.

crea'mery (ક્રીમરિ), ના૦ માખણ બનાવવાનું કારખાનું; દૂધ, મલાઈ, ઇ૦ની દુકાન.

crease (ક્રીસ), ના૦ વાળવાથી પડેલો સળ–લીટી, કરચલી; [ક્રિ.] ગોલંદાજ તથા બૅટધારી માટે મર્યાદા બતાવનારી લીટી. ઉ૦ ક્રિ૦ કપડાં ઇ૦માં સળ પાડવા; -માં કરચલીઓ પડવી; [વિ૦બો૦] થકવી નાખવું.

crea'te (ક્રિએટ), ઉ૦ક્રિ૦ નિર્માણ કરવું; -ને અમુક પદવીયુક્ત કરવું; પ્રારંભ કરવો; [વિ૦બો૦] ધાંધલ મચાવવું.

crea'tion (ક્રિએશન), ના૦ નિર્માણ કરવું તે (વિ૦ ક૦ દુનિયા), અખિલ સૃષ્ટિ; માનવબુદ્ધિનિર્મિત વસ્તુ.

crea'tive (ક્રિએટિવ), વિ૦ સર્જનાત્મક; કલ્પક. **creati'vity** (-ટિવિટિ), ના૦.

crea'tor (ક્રિએટર), ના૦ નિર્માતા; **The C~,** સરજનહાર, પરમેશ્વર.

crea'ture (ક્રીચર), ના૦ પ્રાણી, માનવી; કોઈનું આશ્રિત – હથિયાર; પામર જીવ.

créche (ક્રેશ), ના૦ ઘોડિયાઘર.

cre'dence (ક્રીડન્સ), ના૦ ભરોસો, વિશ્વાસ.

crede'ntials (ક્રિડેન્શલ્સ), ના૦ બ૦ વ૦ ઓળખાણપત્ર, વિ૦ક૦ એલચીનું; ભલામણ પત્ર.

cre'dible (ક્રે'ડિબલ), વિ૦ માની શકાય

એવું, વિશ્વાસપાત્ર. **credibi'lity** (-બિલિટિ), ના૦.

cre'dit (ક્રે'ડિટ), ના૦ વિશ્વાસ, ભરોસો; આબરૂ, પ્રતિષ્ઠા; ગુણવત્તાની કદર, કશુંક કર્યાનું શ્રેય; ઋણસ્વીકાર; સાખ, પત; ખાતામાં જમા કરવું તે; ખાતાનું જમા પાસું; ખાતામાં જમા રકમ; [અમે.] અભ્યાસક્રમ પૂરો કર્યાનું પ્રમાણપત્ર. **give person ~ for,** -ને માટે શ્રેય આપવું; -ના ખાતામાં જમા કરવું. **to one's ~,** -ની તરફેણમાં. સ૦ક્રિ૦ માનવું; -માં વિશ્વાસ રાખવો; ખાતામાં જમા કરવું. **~ card,** ઉધાર મળે તે માટે પેઢીએ ઘરાકને આપેલું કાર્ડ. **~ person with,**-ની પાસે છે એમ કહેવું.

cre'ditable (ક્રે'ડિટબલ) વિ૦ પ્રશંસાપાત્ર.

cre'ditor (ક્રે'ડિટર), ના૦ લેણદાર, માગનાર.

cre'do (ક્રીડો), ના૦ [બ૦વ૦ **~s**] માન્યતા, ધર્મ સિદ્ધાન્ત.

cre'dulous (ક્રે'ડ્યુલસ), વિ૦ તરત માની લેનારું, ભોળું. **credu'lity** (ક્રિડ્યૂલિટિ), ના૦.

creed (ક્રીડ), ના૦ (ખ્રિસ્તીધર્મ)સિદ્ધાન્ત)-સાર; (વિ૦ક૦ ધાર્મિક) માન્યતા, પંથ.

creek (ક્રીક), ના૦ નાની ખાડી, નદીનો ફાંટો, નાનો પ્રવાહ.

creel (ક્રીલ), ના૦ માછલી પકડનારની ટોપલી.

creep (ક્રીપ), અ૦ક્રિ૦ [**crept**]. પેટે અથવા ભાંખોડિયે ચાલવું; બી બીને - ધીમેધીમે - ચોરીચૂપકીથી - ખસવું; ધીમે-ધીમે વિકાસ પામવું; (વેલા અંગે) જમીન કે દીવાલ પર ફેલાવું; (પોતાના માંસ અંગે) ધ્રુજારી અનુભવવી - થવી; દબી દબીને - દબેલ થઈને - ચાલવું. ના૦ પેટે ચાલવું તે; દબાણ કે તાણ હેઠળ ધાતુનો આકાર ધીમેધીમે બદલાવો તે; [વિ૦બો૦] અણગમતો, વિ૦ક૦ ખુશામતિયો, માણસ. **the ~s,** ધ્રુજારી, થથરાટ, ચામડી પરથી કે નીચેથી કશુંક પસાર થતું હોવાની લાગણી.

cree'per (ક્રીપર), ના૦ વેલો, લતા.

cree'py (ક્રીપિ), વિ૦ શરીર પરથી કશુંક પસાર થતું હોવાની લાગણીવાળું - લાગણી પેદા કરનારું - પેદા કરે એવું; **~-crawly,** વિ૦ અને ના૦ પેટે કે ભાંખડિયે ચાલનારું (જીવડું ઇ૦).

crema'te (ક્રિમેટ), સ૦ક્રિ૦ બાળવું, અગ્નિદાહ સંસ્કાર કરવો. **crema'tion** (-મેશન) ના૦.

cremato'rium (ક્રે'મટોરિઅમ), ના૦ [બ૦વ૦ **-s, -ria**] સ્મશાન.

cre'matory (ક્રે'મટરિ),વિ૦ અગ્નિદાહનું -ને લગતું. ના૦ [અમે૦] સ્મશાન.

cre'nellated (ક્રે'નલેટિડ), વિ૦ જંગીવાળી ભીંતવાળું, **crenella'tion** (-લેશન), ના૦.

Cre'ole (ક્રીઓલ), ના૦ વેસ્ટ ઇંડીઝ અથવા મધ્ય કે દ. અમેરિકાના યુરોપિયન વસાહતીઓનો વંશજ. વિ૦ ક્રીઓલ; **c~,** સ્થાનિક ઉત્પત્તિનું કે ઉત્પાદનનું.

cre'osote (ક્રિઅસોટ), ના૦ લાકડાના ડામરમાંથી ગાળેલું લાકડાને જાળવવાનું એક તેલ.

crêpe (ક્રેપ), ના૦ એક જાતનું સળીદાર કાપડ. **~ de Chi'ne** (-ડ શીન), ઝીણું રેશમી સળીદાર કાપડ. **~ paper,** સળીઓવાળો કાગળ. **~ rubber,** ખરબચડુ રબર.

cre'pitate (ક્રે'પિટેટ), અ૦ક્રિ૦ તડતડ કે ખરરર અવાજ કરવો. **crepita'tion** (-ટેશન), ના૦.

crept (ક્રે'પ્ટ), **creep**નો ભૂ. કા. તથા ભૂ૦કૃ૦.

crepu'scular (ક્રિપસ્ક્યુલર), વિ૦ સંધ્યા સમયનું [પ્રા.] સંધ્યાકાળે પ્રવૃત્તિશીલ.

cresce'ndo (ક્રિશે'ન્ડો), ક્રિ૦ વિ૦, વિ૦ અને ના૦ [બ૦વ૦ **~s**] વધતા જતા ઊંચા સ્વરથી (ગાવાવગાડવાની સંગીત રચના).

cre'scent (ક્રે'સન્ટ), ના૦ પહેલા કે છેલ્લા પાદમાં દેખાતો ચન્દ્ર, બીજનો ચાંદ; તુર્કસ્તાન કે ઇસ્લામનું પ્રતીક; ઘરોની

અર્ધચન્દ્રાકાર હાર. વિ૦ અર્ધચન્દ્રાકાર; વર્ધમાન.

cress (ક્રે'સ), ના૦ એક જાતની તીખી ભાજી.

crest (ક્રે'સ્ટ), ના૦ (કૂકડા ઇ૦ની) કલગી, માંજર; ટોપ કે શિરસ્રાણ પરનું પીંછાંનું છોગું; ઘોડા ઇ૦ની કેશવાળી; ટોચ, શિખર, વિ૦ક૦ પર્વતનું; મોજા ઉપરના ફીણના ગોટા; [ચારણ.] ઢાલ પર કે સ્વતંત્રપણે તે તે વંશનું પ્રતીક ચિહ્ન. સ૦ ક્રિ૦ -નું કલગી હોવું; મુગટ પહેરાવવો; -ની ટોચે પહોંચવું. **~fallen,** ખિન્ન, ખસિયાણું; અવમાનિત.

creta'ceous (ક્રિટેશસ), વિ૦ ચાકનું.

cre'tin (ક્રે'ટિન), ના૦ શારીરિક વિકૃતિવાળી બુદ્ધિહીન વ્યક્તિ; [વાત.]મૂર્ખ માણસ. **cre'tinism** (-નિઝ઼મ), ના૦. **cre'tinous** (-નસ), વિ૦.

creto'nne (ક્રે'ટોન), ના૦ ઝલેહ ચડાવ્યા વિનાનું રંગીન સુતરાઉ કાપડ.

creva'sse (ક્રિવૅસ), ના૦ હિમનદીના બરફમાં પડેલી ઊંડી ફાટ – ખાઈ.

cre'vice (ક્રે'વિસ), ના૦ ફાટ, તરાડ.

crew[1] (ક્રૂ), ના૦ કોઈ વિશિષ્ટ પ્રવૃત્તિમાં રોકાયેલાઓનું જૂથ; વહાણ, વિમાન, ઇ૦ના ખલાસીઓ; જૂથ, ટોળી, ટોળું. ઉ. ક્રિ. ખલાસીઓ ઇ૦ કામગારો પૂરા પાડવા (-નું કામ કરવું.). **~ cut,** મરદના આખા માથાના સરખા ટૂંકા કાપેલા વાળ. **~ neck,** ગળે ચુસ્ત બેસતું કપડાનું ગળું.

crew[2], જુઓ **crow**[1].

cre'wel (ક્રે'વલ), ના૦ ભરતકામ માટે વપરાતું કાંતેલું ઊન. **~ needle,** ભરતની બૂઠી સોય.

crib (ક્રિબ), ના૦ ચાર નીરવાની ગમાણ; બાળકનું ઘોડિયું કે પારણું; બેથલિહેમની ગમાણમાં થયેલા ખ્રિસ્તજન્મની શિલ્પાકૃતિ – ચિત્ર; [વાત.] પત્તાંની એક રમત, 'ક્રિબિજ'; 'ક્રિબિજ'માં બીજા રમનારાઓએ વહેંચનારને પાછાં આપેલાં પત્તાં; સાહિત્યિક ચોરી; ભાષાંતર. ઉ૦ક્રિ૦ નાની જગ્યામાં ગોંધી રાખવું; બીજાના લખાણમાંથી કે પરીક્ષા ઇ૦માં ચોરી કરવી.

cri'bbage (ક્રિબિજ), ના૦ પત્તાંની એક રમત.

crick (ક્રિક), સ૦ ક્રિ૦ ગરદન ઇ૦માં ચસક આવવી, કળતર થવું. ના૦ ચસક, કળતર, વા.

cri'cket[1] (ક્રિકિટ), ના૦ એક જીવડું, રાતકીડો.

cri'cket[2], ના૦ ગેડીદડાના જેવી એક રમત, ક્રિકેટ. **not ~,** ગેરવાજબી; ન્યાયી વર્તનના નિયમોનું ઉલ્લંઘન(કરનારું); અંચઈ. **cri'cketer** (-ટર), ના૦.

cri de coeur' (ક્રી ડ કર),ના૦ઉત્કટ–જોરદાર–વિનંતી, ફરિયાદ, તકરાર, વાંધો.

cried (ક્રાઇડ), **cry**નો ભૂ૦કા૦ તથા ભૂ૦કૃ૦.

cri'er (ક્રાયર), ના૦ બૂમ મારનાર, અદાલતમાં નામ પોકારનાર, દાંડી પીટનાર.

cri'key (ક્રાઇકિ), ઉદ્ગાર. આશ્ચર્યનો સૂચક.

crime (ક્રાઇમ), ના૦ ગુનો; કુકર્મ; પાપ.

cri'minal (ક્રિમિનલ), વિ૦ ગુનાનું – -ના સ્વરૂપનું. ના૦ ગુનેગાર. **crimina'lity** (-નૅલિટિ), ના૦.

crimino'logy (ક્રિમિનૉલજિ), ના૦ અપરાધ-ચિકિત્સા. **crimino'logist** (-જિસ્ટ), ના૦.

crimp (ક્રિમ્પ), સ૦ ક્રિ૦ દબાવીને નાની નાની ગડીઓ – ચીપો – પાડવી; ઝાલર લગાડવી; વાટા-સળ-પાડવા.

cri'mson (ક્રિમ્ઝ઼ન), વિ૦ અને ના૦ કિરમજી રંગ(નું). ઉ૦ ક્રિ૦ કિરમજી રંગનું થવું – બનાવવું.

cringe (ક્રિંજ), અ૦ ક્રિ૦ બીવું, બીને ટૂંટિયાં વાળવાં; પગે પડીને પળશી કરવી. ના૦ પળશી (કરવી તે).

cri'nkle (ક્રિંકલ), ના૦ અને ઉ૦ ક્રિ૦ કરચલી(ઓ) વાળવી – વળવી. **cri'nkly** (ક્રિંક્લિ), વિ૦.

cri'noline (ક્રિનલિન), ના૦ ઘોડાના વાળ ઇ૦નું કડક કપડું, સ્કર્ટ કે ઘાઘરાને ફેલાવવા માટે અંદરથી પહેરાતું કડા કે

ક્રેમવાળું વસ્ત્ર. આવા સ્કર્ટવાળો પોશાક.

cri'pple (ક્રિપલ), નાο લંગડો, પાંગળો. સο ક્રિο લંગડું – પાંગળું – બનાવવું; [લા.] જોર તોડી નાખવું.

cri'sis (ક્રાઇસિસ), નાο [બ.વ. **crises** -સીઝ઼] સંક્રમણકાળ; ભારે સંકટસમયનો સમય, કટોકટી.

crisp (ક્રિસ્પ), વિο બરડ, કકરું; કૌવત આપનારું; વ્યવસ્થિત, ચોક્કસ; ઝડપી, નિર્ણાયક; (વાળ અંગે) વાંકડિયા; તડતડ અવાજ કરનારું. નાο વધુ પડતી શેકાયેલી વસ્તુ, બટાકાની તળેલી કાચરી. ઉο ક્રિο કકરું બનાવવું – થવું.

cri'sscross (ક્રિસક્રૉસ), નાο એકબીજીને કાપતી લીટીઓ(નું જાળું). વિο એક બીજીને કાપતું – કાપતી લીટીઓવાળું. ક્રિο વિο એક બીજાને કાપીને. સο ક્રિο એક બીજીને કાપતી લીટીઓથી અંકિત કરવું.

crite'rion (ક્રાઇટિઅરિઅન), નાο [બο વο **-ria**] ગુણદોષ પારખવાની કસોટી, માનદંડ.

cri'tic (ક્રિટિક), નાο ટીકાકાર; નિંદક; પરીક્ષક.

cri'tical (ક્રિટિકલ), વિο ટીકા કે નિંદા કરનારું, ટીકા કરવામાં નિપુણ; દોષ કાઢનારું; ટીકાત્મક; કટોકટીનું – ના સ્વરૂપનું; નિર્ણાયક, આખરી; અવસ્થાન્તરનું સૂચક.

cri'ticism (ક્રિટિસિઝ઼મ), નાο ટીકા, ગુણદોષવિવેચન, વિવેચન; મૂલ્યાંકન, વિοકο સાહિત્યની અથવા કલાત્મક કૃતિનું; દોષદર્શન; નિન્દા.

cri'ticize (ક્રિટિસાઇઝ઼), ઉοક્રિο -ની ટીકા – ગુણદોષવિવેચન – કરવું; -નો દોષ કાઢવો.

criti'que (ક્રિટીક), નાο ટીકાત્મક – વિવેચનાત્મક – નિબંધ.

croak (ક્રોક), નાο દેડકા કે જંગલી કાગડાનો કે તેના જેવો ઘોઘરો અવાજ. ઉοક્રિο ભારે ધીમે સાદે ગળામાં બોલવું, બારડવું; બબડવું, રોદણાં રોવાં; [વિο. બોο] મારી નાખવું, મરી જવું.

cro'chet (ક્રોશે), નાο વળેલી અણીવાળી એક સોય અને દોરા વડે કરેલું ભરત ગૂંથણ(નું કામ કે વસ્તુ). ઉοક્રિο [**cro'cheted** ક્રોશેડ] હૂકવાળી સોય વડે ગૂંથવું – ગૂંથણકામ કરવું.

crock[1] (ક્રૉક), નાο માટીની બરણી; તેનું ઠીકરું.

crock[2], નાο થાકી ગયેલું – નબળું – નકામું – માણસ અથવા વસ્તુ. ઉοક્રિο અસમર્થ – પાંગળું – બનાવવું; ભાંગી પડવું, ધબી જવું, ધબી જાય તેમ કરવું.

cro'ckery (ક્રૉકરિ), નાο ચીની માટીનાં વાસણ.

cro'codile (ક્રૉકડાઇલ), નાο મગર, સુસર; જોડીમાં ચાલતાં શાળાનાં બાળકો ઇοની હાર. ~ **tears,** ખોટાં આંસુ.

cro'cus (ક્રોકસ), નાο પીળાં, જાંબૂડાં અને સફેદ ફૂલોનો ઘનકંદવાળો ઠીંગણો છોડ.

croft (ક્રૉફ્ટ), નાο વાડી. ઘર પાસેનું નાનકડું ખેતર. અο ક્રિο એવું ખેતર ખેડવું.

cro'fter (ક્રૉફ્ટર). નાο નાનું ખેતર સાથે ખેડનાર.

croi'ssant (ક્રૉસાં), નાο ચંદ્રકળાના આકારની ડબલ રોટી.

cro'mlech (ક્રૉમ્લેક), નાο ઊભા પથ્થર પર એક લાંબો આડો પથ્થર મૂકીને બનાવેલી કબર, ઊભા પથ્થરોનું વર્તુળ.

crone (ક્રોન), નાο ચીમળાઈ ગયેલી ઘરડી ડોસી.

cro'ny (ક્રોનિ) નાο જાની દોસ્ત.

crook (ક્રુક), નાο ભરવાડ કે બિશપની કડી કે હૂકવાળી ડાંગ; વળાંક, વળણ; [વાત.] ઠગ; ગુનેગાર. ઉο ક્રિο વળવું, વાળવું, વાંકું વાળવું.

crooked (ક્રુક્ડ), વિο હૂક જેવા હાથાવાળું; (ક્રુકિડ) વાંકું, નમેલું; વિકૃત, વાંકું વાળેલું; અપ્રામાણિક.

croon (ક્રૂન), નાο ધીમો દબાયેલો અવાજ. ઉο ક્રિο ધીમા દબાયેલા અવાજે

ગણગણવું-ગાવું.

crop (ક્રૉપ), ના૦ પક્ષીના ગળામાં પ્રાથમિક કોઠો; ચાબૂકની જાડી બાજુ; માથાના વાળ કાપીને ટૂંકા કરવા તે; પાક, પેદાશ; એકી વખતે પેદા થતો ફાલ કે જથો; (**hunting**)~, વાધરીને બદલે ફાંસાવાળો ચાબૂક. ઉ૦ ક્રિ૦ કાપી નાખવું; (પ્રાણીઓ અંગે) ચરવું, ખાઈ જવું; ઉપર પાક ઉછેરવો, પાક પેદા થવો; ઓચિંતું આવી પહોંચવું.

cro'pper (ક્રૉપર), ના૦ જોરથી નીચે પડવું - પટકાવું-તે, પતન.

cro'quet (ક્રોકે), ના૦ કડાં, લાકડાના દડા તથા મોગરીઓવતી હરિયાળી પર રમાતી એક રમત; દડાને મારીને કડામાંથી પસાર કરવો તે. સ૦ ક્રિ૦ પોતાના દડાને મારીને તેની નજીકના સામાવાળાના દડાને દૂર ઠેલી દેવો.

croque'tte (ક્રકે'ટ) ના૦ માંસ, બટાટા, ઇ.નો તળેલો ગોટો - લાડુ.

cro'sier (ક્રોસિઅર), **cro'zier** (-ઝિ), ના૦ બિશપ કે ઍબટની કડાવાળી ડાંગ.

cross (ક્રૉસ), ના૦ શૂળી, વધસ્તંભ, બહુધા આડું લાકડું જડેલો; ખ્રિસ્તીધર્મના પ્રતીક તરીકે તેની આકૃતિ; ચોકડી(ની આકૃતિ કે ચિહ્ન); ચોકડી કે ક્રૂસના આકારની વસ્તુ; ઉમરાવો કે સરદારોની વિશિષ્ટ પદવીનું સૂચક અથવા વ્યક્તિગત પરાક્રમ માટે અપાતું ક્રૂસનું ચિહ્ન; પીડા, દુઃખ; તાવણી, કસોટી; ત્રાસ; ઓલાદનું મિશ્રણ, સંકર; સંકરપ્રજા; બે વસ્તુઓનું મિશ્રણ અથવા તેમની વચ્ચે તડજોડ. વિ૦ ત્રાંસું, આડું; એક બાજુથી બીજી બાજુ સુધી પહોંચતું; [વાત.] ચીઢિયું, ગુસ્સે થયેલું. ઉ૦ક્રિ૦ આડું-ત્રાંસું-મૂકવું; -ની ઉપર ક્રૂસની નિશાની કરવી; આરપાર લીટી દોરવી, છેકવું; હૂંડી કે ચેક પર બે આડી લીટીઓ દોરવી (જેથી તેના પૈસા બેંકમાં જમા થાય ને પછી મળે). (રસ્તો, દરિયો, ઇ૦) ઓળંગવું; ઓચિંતું મળવું અને આગળ પસાર થવું; નિષ્ફળ બનાવવું, -ની આડે આવવું; અંદર અંદર પ્રજોત્પત્તિ કરવી - કરાવવી; [વનસ્પ.] પર ફલન કરવું. **on the** ~, ત્રાંસું, વિકર્ણની જેમ. ~**bar,** આડો દાંડો, વિ૦ક૦ ઊભા વાંસ ઇ૦ વચ્ચેનો. ~**-bench,** સરકારના તેમ જ માન્ય વિરોધ પક્ષના નહિ એવા સભાસદો માટેની બેસવાની જગ્યા. ~**bill**, ચાંચ બંધ કરતાં તેનાં જડબાં એક બીજા પર ચડી જાય છે તે પક્ષી. ~**-bones**, એક બીજા પર આડાં મૂકેલાં થાપાનાં હાડકાં(ની આકૃતિ). ~**bow**, દોરીને ખેંચવા છોડવાની કળ સાથેનું લાકડા પર બેસાડેલું ધનુષ્ય. ~**-bred**, વિ૦ સંકરથી પેદા થયેલું. ~**-breed**, વિ૦ સંકરથી પેદા થયેલું પ્રાણી કે છોડ. ~**-buttock,** સ૦ક્રિ૦ કુસ્તીમાં ફૂલા ઉપર ઊંધું પટકવું. ~**-check,** ના૦ અને ઉ૦ક્રિ૦ તાળો (મેળવવો - મળવો). ~**-country**, ધોરી રસ્તો મૂકી દઈને, ખેતરો અને વગડામાં થઈ ને. ~**-cut**, (કરવત અંગે) લાકડાના રેસામાંથી કાપી શકે એવા દાંતાવાળું. ~**-examine**, સ૦ક્રિ૦ ઊલટ તપાસ કરવી. ~**-examina'tion,** ના૦ ઊલટ તપાસ (કરવી તે). ~**-eyed**, વિ૦ ત્રાંસી નજરવાળું, બાડું. ~**-fertilize**, પરફલન - પરપ્રજનન - પરસંસેચન-કરવું. ~**-fire,** બે કે વધુ જગ્યાથી કરેલો તોપમારો. ~**-grained,** (લાકડા અંગે) આડાઅવળા રેસાવાળું; (માણસ અંગે) વાંકું, કુટિલ; જક્કી. ~**-hatch**, સ૦ક્રિ૦ ઊભી આડી સમાંતર લીટીઓ દોરીને છાયા બનાવવી. ~ **off**, **out**, રદ કરવું, કાઢી નાખવું. ~**-patch**, [વાત.] ચીઢિયું કે મિજાજી માણસ. ~**-ply**, (ટાયર અંગે) આડી દોરીઓ સાથેના સુતરાઉ થરોવાળું. ~**-pollinate**, પરપરાગનયન કરવું, એક વનસ્પતિના નારીવાસમાં બીજાના પરાગનું આધાન કરવું. **be at ~ purposes,** એક બીજાના ઉદ્દેશને અંગે (ખાસ હેતુ વિના) વિરુદ્ધ વર્તન કરવું, આંધળે બહેરું

ફૂટાવું. ~**-question**, ઊલટ તપાસ કરવી. ~**-reference**, અન્યોન્ય સંબંધ, એક જ ચોપડીમાંના બીજા ફકરાનો નિર્દેશ. ~**road**(**s**), રસ્તાઓ એક બીજાને કાપી જાય છે તે જગ્યા, ચોક, ચારરસ્તા. ~**-section**, ત્રાંસો - આડો - છેદ; પ્રતિનિધિક નમૂનો. ~**-stitch,** એક બીજા પરથી પસાર થતા બે ટાંકાનો ટાંકો. ~**-word** (**puzzle**), શબ્દવ્યૂહરચનાનો કોયડો - હરીફાઈ.

crosse (ક્રૉસ), ના૦ 'લક્રૉસ'ની રમતમાં વપરાતી લાંબા હાથાવાળી જાળી(વાળી રૅકેટ).

cro'ssing (ક્રૉસિંગ), ના૦ બે રસ્તા એક બીજાને કાપી કે ઓળંગી જતા હોય તે જગ્યા, ચોક; પગે ચાલનારાઓ માટે રસ્તો ઓળંગવાની જગ્યા.

cro'sswise (ક્રૉસ્વાઇઝ્), ક્રિ૦ વિ૦ આડું, ત્રાંસું, ક્રૂસની જેમ.

crotch (ક્રૉચ), ના૦ કાંટો, વિ૦ ક૦ માનવશરીરની જ્યાં ધડથી ટાંટિયાં ફંટાય છે તે જગ્યા, ઉરુસંધિ.

cro'tchet (ક્રૉચિટ), ના૦ તરંગ, છંદ, લહેર; [સં.] એક અતિહ્રસ્વ સ્વર.

cro'tchety (-ચિટિ) વિ૦ તરંગી, લહેરી, આપમતિયું, ચીડિયું.

croup[1] (ક્રૂપ), ના૦ શ્વાસનળીનો સોજો અને ઉગ્ર ખાંસીવાળો બાળકોનો એક રોગ.

croup[2], ના૦ ફૂલો; [બ૦વ૦માં] વિ૦ક૦ ઘોડાનાં ઢગરાં.

crou'pier (ક્રૂપિઅર), ના૦ જુગટાના ટેબલ પર હોડના પૈસા ભેગા કરનાર.

croûton (ક્રૂટૉં), ના૦ શેકેલી કે તળેલી રોટીનો નાનો ટુકડો.

crow[1] (ક્રો), અ૦ ક્રિ૦ [ભૂ૦ કા૦ **crowed,** પ્રા૦ **crew**] 'કૂકડી કૂક' કરવું; (બાળકો અંગે) કલ્લોલ કરવો, અતિ આનંદિત થવું. ના૦ કૂકડાનો બોલ; બાળકનો કલ્લોલ.

crow[2], ના૦ કાગડો; કોશ, પરાઈ. ~'**-berry,** કાળા કરમદા જેવા ટેટાવાળો ઘાસના મેદાનમાં થતો એક છોડ; [અમે.]ઘેરા લાલ ટેટાવાળું ઝાડવું. ~'**foot,** 'બટરકપ' કુટુંબનો એક છોડ. ~**'s-foot,** આંખના બહારના ખૂણે પડતી કરચલી. ~**'s nest,** મોટી ડોલકાઠી પર ચોકીદારનું બેસવાનું પીપ

crow'bar (ક્રોબાર), ના૦ કોશ, પરાઈ.

crowd (ક્રાઉડ), ના૦ ટોળું, સમુદાય; ભીડ, ગિરદી; [વાત.] સટ, જૂથ; વસ્તુઓની મોટી સંખ્યા. ઉ૦ ક્રિ૦ ટોળે વળવું, ટોળામાં ભેગું થવું; ખીચોખીચ - ઠાંસીને - ભરવું; -માં પરાણે દાખલ થવું - કરવું. ~ **out,** ભીડને લીધે - કામના ભરાવાને લીધે - બહાર - બકાત - રાખવું.

crown (ક્રાઉન), ના૦ માથા ફરતે પહેરાવાતો ગજરો; (રાજાનો) મુગટ, તાજ; રાજાશાહીમાં સર્વોચ્ચ રાજસત્તા; ૨૫ પેન્સનું એક બ્રિટિશ નાણું; માથું, ટોપી, ઇ૦નો ઉપલો ભાગ; દાંતનો આગળ દેખાતો ભાગ; તેની જગ્યાએ બેસાડવાનો બનાવટી દાંત; પૂર્ણતા, સમાપ્તિ. સ૦ ક્રિ૦ માથે ગજરો કે મુગટ પહેરાવવો; -ને રાજા કે રાણી બનાવવું; -ની પરિપૂર્ણતા, બદલો, કે આખરી હાથ હોવો; [વિ.બો.] માથા ઉપર મારવું. **C~ Court,** ઇંગ્લૅન્ડની ફોજદારી અદાલત. ~ **green,** 'બોલ્ઝ'ની રમતનું મેદાન - હરિયાળી.

C.R.T., સંક્ષેપ. **cathode-ray tube.**

cru'ces (ક્રૂસીઝ્), **crux**નું બ૦વ૦.

cru'cial (ક્રૂશલ), વિ૦ નિર્ણાયક, અત્યંત મહત્ત્વનું.

cru'cible (ક્રૂસિબલ), ના૦ ધાતુ ગાળવાની કુલ્લી, મૂસ.

cruci'ferous (ક્રૂસિફરસ), વિ૦ ક્રૂસની જેમ ગોઠવાયેલી ચાર સરખી પાંખડીઓવાળું.

cru'cifix (ક્રૂસિફિક્સ), ના૦ ક્રૂસારૂઢ ઈશુની મૂર્તિ.

crucifi'xion (ક્રૂસિફિક્શન), ના૦ ક્રૂસારોપણ, ઈશુનું.

cru'ciform (ક્રૂસિફૉર્મ), વિ૦ ક્રૂસના આકારનું.

cru'cify (ક્રૂસિફાઈ), સ૦ ક્રિ૦ ક્રૂસ સાથે જડીને મારી નાખવું; દેહદમન કરવું; જુલમ કરવો, રિબાવવું.

crude (ક્રૂડ), વિ૦ કુદરતી – અપકવ– દશાનું, કાચું; પૉલિશ વિનાનું, અપરિષ્કૃત; અસંસ્કારી, અસભ્ય; તોછડું, અવિનયી. ના. કુદરતી ખનિજ તેલ. **cru'dity** (-ડિટિ), ના૦.

cru'el (ક્રૂઅલ), વિ૦ નિર્દય, ક્રૂર; દુઃખ-દાયક. **cru'elty** (-અલ્ટિ), ના૦.

cru'et (ક્રૂઇટ), ના. મીઠું, મરી, ઇ૦ની ટેબલ પર મુકાતી કાણાવાળી નાની શીશી-ડબી. **~(-stand),** એવી શીશીઓ મૂકવાનું ખાનું.

cruise (ક્રૂઝ), અ. ક્રિ. વહાણમાં બેસીને દરિયા પર ફરવા જવું; 'ક્રૂઝિંગ ગતિ'થી મુસાફરી કરવી. **cruising speed,** ઇંધન ઇ૦ની (કરકસરની) દૃષ્ટિથી ઇષ્ટ ગતિ. ના૦ સમુદ્રપર્યટન.

crui'ser (ક્રૂઝર), ના. મધ્યમ પ્રતિના શસ્ત્રસરંજામવાળી યુદ્ધનૌકા. **~-weight,** મુષ્ટિયુદ્ધમાં ૮૧ કિલોગ્રામ સુધી-નું વજન.

crumb (ક્રમ), ના૦ રોટીનો કે બીજા કોઈ ખાદ્યનો નાનો ટુકડો; પાઉંની અંદરનો પોચો ભાગ. સ૦ક્રિ૦ ઉપર રોટીના નાના નાના કકડા પાથરવા; રોટીનો ભૂકો કરવો. **cru'mby** (ક્રમિ), વિ૦.

cru'mble (ક્રમ્બલ), ઉ૦ક્રિ૦ નાના નાના કકડા કે ભૂકો કરવો – થવો – થઈ ને નીચે પડવું. ના૦ રંધેલા ફળ ઉપર રોટીનો ભૂકો પાથરીને બનાવેલી વાની. **cru'mbly** (ક્રમ્બ્લિ), વિ૦.

cru'mmy (ક્રમિ), વિ૦ [વિ૦બો૦] હલકી જાતનું, કચરાપટ્ટી.

cru'mpet (ક્રમ્પિટ), ના૦ માખણ સાથે ખાવાની શેકેલી કેક; [વિ૦બો૦] કામણ-ગારી સ્ત્રી(ઓ), મોહિની.

cru'mple (ક્રમ્પલ), ઉ૦ક્રિ૦ ચોળી નાખવું, કરચલીઓ પાડવી, ચોળાવું, કરચલીઓ પડવી, સંકોચાવું; નમવું, ભાંગી પડવું.

crunch (ક્રંચ), ના૦ કકરી વસ્તુ ચાવવાનો અથવા કાંકરી પર ચાલવાનો અવાજ; [વિ૦બો૦] નિર્ણાયક ઘટના, આખરી અંજામ. ઉ૦ક્રિ૦ ભચડ ભચડ ચાવવું – અવાજ કરવો અથવા થવો. **cru'nchy** (ક્રંચિ), વિ૦.

cru'pper (ક્રપર), ના૦ ઘોડાની પૂંછડીની નીચેથી પસાર થતો જીનનો પટો; ઘોડાનાં ઢગરાં.

crusa'de (ક્રૂસેડ), ના૦ જેરૂસલેમ ઇ૦ સ્થળો મુસલમાનોના કબજામાંથી પાછાં મેળવવા માટે ખ્રિસ્તી લોકોએ કરેલો વિગ્રહ, ધર્મયુદ્ધ; જાણીતા અનિષ્ટ સામે કરેલી ચળવળ – લડાઈ. ઉ૦ક્રિ૦ એવા યુદ્ધમાં ભાગ લેવો.

cruse (ક્રૂઝ), ના૦ માટીની બરણી.

crush (ક્રશ), ઉ૦ક્રિ૦ કચરવું, ચગદવું, છૂંદવું, પીલવું, વાટવું; ચોળાવું, ચગદાવું; દબાવી દેવું; સખત હાર ખવડાવવી. ના૦ ભારે ભીડ, ઠઠ; [વાત.] મહેમાનોની ભારે ગિરદી; ફળ કચરીને કાઢેલા રસનું પીણું; [વિ.બો.] મોહ. **~-bar,** નાટકશાળામાં પીણાંની દુકાન. **~-barrier,** ભીડને રોકવાની કામચલાઉ આડ.

crust (ક્રસ્ટ), ના૦ રોટી ઇ૦નો પોપડો; પૃથ્વીની ઉપરના ખડકનો સ્તર; કચોરી ઇ૦ની ઉપરનું લોટનું પડ; બાટલીની બાજુએ બાઝેલો દારૂનો થર. ઉ૦ક્રિ૦ ઉપર પોપડો બાઝવો, પોપડાથી ઢાંકવું – ઢંકાવું.

crusta'cean (ક્રસ્ટેશન), વિ૦ અને ના૦ સન્ધિપાદવાળું સકવચ (પ્રાણી).

cru'sty (ક્રસ્ટિ), વિ૦ કઠણ અથવા વિપુલ પોપડાવાળું; ચીઢિયું; તોછડું.

crutch (ક્રચ), ના૦ કૂબડી; આધાર, ટેકો; ફાંટો.

crux (ક્રક્સ), ના૦ [બ.વ. **cru'ces** ક્રૂસીઝ] સૌથી મુશ્કેલ સવાલ, કોયડો; પ્રસ્તુત મુદ્દો.

cry (ક્રાઇ), ના૦ દુઃખ, ભીતિ, આનંદ, ઇ૦ની મોટી બૂમ – પોકાર; ચીસ, બૂમ, આરડ; પક્ષીઓનો અવાજ; વિલાપ; વીન-વણી, અપીલ; મદદ માટે પોકાર; વરદીનો

શબ્દ; શિકારી કૂતરાઓના ભસવાનો અવાજ. ઉ૦ક્રિ૦ [**cried** ક્રાઇડ] બૂમ કે બૂમો પાડવી, મોટેથી બોલવું; ઉદ્ગાર કાઢવો; રડવું. **a far ~**, બહુ દૂરની વાત. **in full ~**, (શિકારની) બરાબર પાછળ પડેલું. **~-baby**, નજીવા કારણસર રડનાર – રોતલ – માણસ. **~ down**, –ને વિશે ઘસાતું બોલવું, ઉતારી પાડવું. **~ off**, માથે લીધેલું કામ છોડી દેવું. **~ up**, સ્તુતિ કરવી.

cry'ing (ક્રાઇંગ), વિ૦ (અન્યાય ઇ૦ અંગે) હડહડતું, ભારે મોટું; તરત દાદ માગનારું.

cryoge'nic (ક્રાયોજે'નિક), વિ૦ બહુ જ નીચા તાપમાનોને લગતું.

crypt (ક્રિપ્ટ), ના૦ ભોંયરું, ગુફા, વિ૦ ક૦ ખ્રિસ્તી દેવળ નીચે મડદા દાટવાની.

cry'ptic (ક્રિપ્ટિક), વિ૦ ગૂઢાર્થવાળું; પ્રચ્છન્ન; દુર્બોધ.

cry'ptogam (ક્રિપ્ટગૅમ), ના૦ પુંકેસર કે નારીવાસ વિનાની – અપુષ્પ – વનસ્પતિ.

crypto'gamous (ક્રિપ્ટૉગમસ), વિ૦.

cry'ptogram (ક્રિપ્ટગ્રૅમ), ના૦ સંકેતલિપિનું લખાણ. **cryptogra'phic** (ક્રિપ્ટગ્રૅફિક), વિ૦. **crypto'grapher** (ક્રિપ્ટૉગ્રફર), ના૦.

cry'stal (ક્રિસ્ટલ), ના૦ બિલોર, સ્ફટિક; અત્યંત પારદર્શક કાચ; ચોક્કસ ભૌમિતિક આકૃતિનો ઘન બનેલો પદાર્થ. વિ૦ સ્ફટિકનું – ના જેવું.

cry'stalline (ક્રિસ્ટલાઇન), વિ૦ સ્ફટિકનું – ના જેવું સ્વચ્છ.

cry'stallize (ક્રિસ્ટલાઇઝ઼), ઉ૦ક્રિ૦ –ને પાસાદાર બનાવવું – ચોક્કસ અથવા કાયમનો આકાર આપવો. **crystalliza'tion** (–ઝ઼ેશન), ના૦.

C.S.E., સંક્ષેપ. **Certificate of Secondary Education.**

C.S.M., સંક્ષેપ. **Company Sergeant-Major.**

cu., સંક્ષેપ. **cubic.**

cub (કબ), ના૦ શિયાળ, રીંછ, સિંહ, ઇ૦નું બચ્ચું; અસંસ્કારી કે જંગલી બાળક અથવા યુવક; **C~ (Scout)**, સ્કાઉટ મંડળની નાના છોકરાઓની શાખાનું સભ્ય.

cu'bby-hole (કબિહોલ), ના૦ અત્યંત નાની ગુપ્ત કે એકાંત ઓરડી, કબાટ, ઇ૦.

cube (ક્યૂબ), ના૦ છ સરખી બાજુઓવાળી ઘન આકૃતિ, ઘન; ઘન (સંખ્યા). સ૦ક્રિ૦ સંખ્યાનો ઘન કરવો; નાના નાના ઘનના આકારના કકડા કરવા.

cu'bic (ક્યૂબિક), વિ૦ ઘનાકૃતિ, ઘન; ત્રિયામ; ઘનાત્મક. **~ content**, ઘનફળ, ઘનમાપમાં રહેતો જથો. **~ metre, foot, etc.**, ઘનમીટર, ફૂટ, ઇ.

cu'bical (ક્યૂબિકલ), વિ૦ ઘનાકાર.

cu'bicle (ક્યૂબિકલ), ના૦ સૂવા-વાંચવાની નાનકડી ઓરડી.

cu'bism (ક્યૂબિઝ઼મ), ના૦ ઘનભૂમિતિની આકૃતિઓ દ્વારા વસ્તુઓનાં ચિત્રો દોરવાની ચિત્રકળા(ની શૈલી). **cu'bist** (–બિસ્ટ), વિ૦ અને ના૦.

cu'bit (ક્યૂબિટ), ના૦ [પ્રાચી.] ૧૮"નું એક માપ, ભેરતરનો હાથ.

cu'boid (ક્યૂબૉઇડ), વિ૦ લગભગ ઘનના જેવું. ના૦આયતનાકાર સમાન્તરષટ્ફલક.

cu'ckold (કકલ્ડ), ના૦ જારિણીનો પતિ, ભડવો. સ૦ક્રિ૦ –ને ભડવો બનાવવો.

cu'ckoo (કુકૂ), ના૦ કોયલ; તેનો ટહૂકો. વિ૦ [વિ.બો.] ચસકેલ. **-pint**, જંગલી 'એરમ'નો છોડ. **-spit**, કેટલીક ઇયળો શરીરમાંથી બહાર કાઢે છે તે ફીણ.

cu'cumber (ક્યૂકુંબર), ના૦ કાકડી.

cud (કડ), ના૦ વાગોળ, અધકચરો ચાવેલો ખોરાક.

cu'ddle (કડલ), ઉ૦ ક્રિ૦ પંપાળવું, લાડ લડાવવા; -ની પાસે વળગીને સૂવું, આલિંગન દેવું. ના૦ ગાઢ આલિંગન.

cu'dgel (કજલ), ના૦ ટૂંકો અને જાડો દંડૂકો. સ૦ક્રિ૦ દંડૂકાથી મારવું.

cue[1] (ક્યૂ), ના૦ નાટકના આગળના નટના છેલ્લા બોલ, જે પરથી પછીના પાત્રને સૂચન મળે છે; સૂચના, ઇશારો. સ૦ક્રિ૦ સૂચના આપવી, નટને બોલ આપવો. **~ in**, કશાકની સૂચના દાખલ કરવી.

cue², નાo બિલ્યર્ડમં દડાને મારવાની એક લાંબી લાકડી. સoક્રિo લાકડીવતી મારવું.

cuff¹ (કફ), નાo બાંયનો છેડાનો ભાગ – પટ્ટી, કફ; કાંડા ફરતે બાંધવાનો પટો; [અમે.] પાટલૂનની ઉપર વાળેલી પટ્ટી; [બoવoમાં] હાથકડીઓ. **off the ~**, પૂર્વ તૈયારી વિના. **~-link,** કફની બાજુઓ જોડનારું જોડ બોરિયું.

cuff² (કફ), નાo અને સoક્રિo તમાચો, લપડાક, (મારવી).

cuisi'ne (ક્વિઝ઼ીન), નાo રાંધણ(ની પદ્ધતિ.)

cu'l-de-sac (કુલ્ ડ સૅક), નાo આગળ જવાના રસ્તા વિનાની – બંધ – ગલી.

cu'linary (કલિનરિ), વિo રાંધવાનું– માટેનું.

cull (કલ), સoક્રિo (ફૂલ) વીણવાં; ચૂંટી કાઢવું, પસંદ કરવું; વીણીને મારી નાખવું (વધારાનાં પ્રાણીઓ ઇ.). નાo વીણી કાઢવું તે; વીણી કાઢેલી વસ્તુ(ઓ).

cu'lminate (કલ્મિનેટ), અoક્રિo વિકાસની પરાકાષ્ઠાએ પહોંચવું. **culmina'tion** (–નેશન), નાo.

cu'lpable (કલ્પબલ), વિo દોષપાત્ર, દોષી. **culpabi'lity** (–બિલિટિ), નાo.

cu'lprit (કલ્પ્રિટ), નાo અપરાધી; આરોપી.

cult (કલ્ટ), નાo ધાર્મિક સંપ્રદાય; કોઈ વ્યક્તિ કે વસ્તુ વિષે પૂજ્યભાવ – ની પૂજા, વિoકo ક્ષણિક ઘેલા અંગે અનાદરસૂચક.

cu'ltivar (કલ્ટિવાર), નાo મશાગત કરીને ઉગાડેલી વનસ્પતિની જાત.

cu'ltivate (કલ્ટિવેટ), સoક્રિo ખેડવું, -ની ખેતી કરવી; (પાક ઇo) ઉગાડવું, પેદા કરવું; સુધારવું; કેળવવું, – નો વિકાસ કરવો; -ની તરફ ધ્યાન આપવું; મનમાં સંઘરવું. **cultiva'tion** (–વેશન), નાo

cu'ltivator (કલ્ટિવેટર), નાo ખેડૂત; હળ ઇo.

cu'lture (કલ્ચર), નાo ખેડાણ; ઉછેર, સંવર્ધન; માછલી, મધમાખી, બૅક્ટીરિયા, ઇoનો કૃત્રિમ રીતે ઉછેર; એવી રીતે ઉછેરેલા બૅક્ટીરિયા ઇo; વિશેષ ગુણ કે વિદ્યાની કેળવણી; સંસ્કૃતિ, સંસ્કારિતા. સoક્રિo ખેડવું, કેળવવું, ઉછેરવું. **cu'ltural** (–રલ), વિo.

cu'ltured (કલ્ચર્ડ), વિo સુસંસ્કૃત, સંસ્કારી, **~ pearl,** કૃત્રિમ મોતી.

cu'lvert (કલ્વર્ટ), નાo રસ્તો, નહેર, ઇoની નીચે થઈને પસાર થનાર પાણી માટેની નીક, નાળું, ઇo, ગરનાળું.

cu'mber (કમ્બર), ઉoક્રિo -માં અડચણ કરવી; અટકાવવું; ભારરૂપ થવું.

cu'mbersome (કમ્બર્સમ), **cu'mbrous** (કમ્બ્રસ), વિo અડચણ કરનારું; અતિ મોટું કે ભારે.

cu'min, cu'mmin, (કમિન), નાo જીરું; જીરાનો છોડ.

cu'mmerbund (કમર્બંડ), નાo કમરપટો.

cu'mulative (ક્યુમ્યુલટિવ), વિo અનેક રકમો કે બાબતોનો સરવાળો થઈને વધતું – વધેલું; ઉત્તરોત્તર ઉમેરા થઈને વધતું.

cu'mulus (ક્યૂમ્યુલસ), નાo [બoવo **-li** - લાઇ] વાદળાંનો ઢગલો – રાશિ; ઢગલો.

cu'neiform (ક્યૂનિઇફૉર્મ), વિo અને નાo ફાચર કે શંકુના આકારનું (લખાણ કે લિપિ).

cu'nning (કનિંગ), નાo [પ્રાo] કુશળતા, નિપુણતા, લુચ્ચાઈ, કપટ. વિo હોશિયાર; લુચ્ચું, પક્કું.

cunt (કન્ટ), નાo [ગ્રામ્ય] ચૂત.

cup (કપ), નાo પવાલું, પ્યાલો, કપ; પ્યાલો ભરીને કોઈ વસ્તુ, કશુંક ભરેલો પ્યાલો; ઇનામ તરીકે અપાતું પાત્ર – કપ; દારૂ, મદિરા; ગોળ ખાનું– ખાડો, ખામણું; કાંચળીની એક વાટકી. સoક્રિo કપના આકારનું બનાવવું. **C~ final,** [ફુટ.] કપ માટે હરીફાઈનો આખરી સામનો. **~ tie,** એવી હરીફાઈની એક મેચ.

cu'pboard (કબર્ડ), નાo કબાટ.

Cu'pid (ક્યૂપિડ), ના૦ રોમન લોકોનો કામદેવતા – મદન.

cupi'dity (ક્યૂપિડિટિ,) ના૦ ધન લાલસા, લોભ.

cu'pola (ક્યૂપલે), ના૦ નાનો ઘુમ્મટ; ધાતુ ગાળવાની ભઠ્ઠી; વહાણ કે કિલ્લા પરનો ગોળગોળ ફરતો તોપવાળો મિનારો.

cur (કર), ના૦ હલકી જાતનું કૂતરું; બાયલો – અસંસ્કારી – માણસ.

curaçao' (ક્યુઅરસો), ના૦ સંતરાના છાલની ખુશબોવાળું મધુર મદ્ય.

cu'racy (ક્યુઅરસિ), ના૦ પૅરિશના પાદરીનો મદદનીસ.

cura're (ક્યુરારિ), ના૦ ચાલક નસોને જડ બનાવનાર એક ઝેરી વનસ્પતિ.

cu'rate (ક્યુઅરટ), ના૦ પૅરિશના પાદરીનો મદદનીસ.

cu'rative (ક્યુઅરટિવ), વિ૦ અને ના૦ રોગહર (દવા કે ઉપચાર).

cura'tor (ક્યુઅરેટર), ના૦ ગ્રંથાલયનો ગ્રંથપાલ; સંગ્રહાલયનો વસ્તુપાલ.

curb (કર્બ), ના૦ જેરકડી, કડી; લગામ; [લા.] અંકુશ, દાબ; પગથીને સડકની બાજુથી જડેલી ઊભી તકતીઓ. સ૦ક્રિ૦ અંકુશમાં રાખવું; ઘોડાને જેરકડી પહેરાવવી.

curd (કર્ડ), ના૦ દહીં; [બ૦વ૦માં] ભાંગેલું દહીં.

cur'dle (કર્ડલ), ઉ૦ક્રિ૦ ઘટ્ટ કરવું – થવું, -નું દહીં બનવું – બનાવવું.

cure (ક્યુઅર), ના૦ ઉપાય; ઉપચાર; માણસના આત્માની સંભાળ લેવાનું કામ. સ૦ક્રિ૦ રોગ મટાડવો; ઉપાય – ઉપચાર – કરવો; (માંસ ઇ૦) સૂકવી મીઠું પાઈ ટકાવવું.

cu'ré(ક્યુઅરે), ના૦ ફ્રાન્સનો પરગણાનો પાદરી.

cure'tte (ક્યુઅરે'ટ), ના૦ શસ્ત્રવૈદ્યની છોલવાની છરી. ઉ૦ક્રિ૦ તે વતી છોલવું.

cure'ttage (–રે'ટિજ), ના૦.

cur'few (કર્ફ્યૂ), ના૦ સાંજે નિયત સમયે ઘંટવાદન; સંચારબંધી.

cu'rie (ક્યુઅરિ), ના૦ કિરણોત્સર્ગ- (રેડિયો ઍક્ટિવિટી)નો એકમ.

cu'rio (ક્યુઅરિઓ), ના૦ [બ૦વ૦ **~s**] વિરલ અને તેથી અસામાન્ય વસ્તુ – વ્યક્તિ; કલાકસબની અનોખી વસ્તુ.

curio'sity (ક્યુઅરિઑસિટિ), ના૦ જિજ્ઞાસા; કુતૂહલ; પારકી વાત જાણવાની ઉત્કંઠા; વિચિત્ર કે વિરલ વસ્તુ.

cu'rious (ક્યુઅરિઅસ), વિ૦ જાણવા ઉત્સુક; પારકી વાત વિષે કુતૂહલવાળું; વિચિત્ર, આશ્ચર્યજનક.

curl (કર્લ), ઉ૦ક્રિ૦ વાંકું વાળવું, વાંકડિયું બનાવવું; વંકુંચૂંકું ફરવું; ગૂંચળું વળવું; 'કર્લિંગ'ની રમત રમવી. ના૦ વાંકડિયા વાળની લટ; ગુચ્છો, વાંકડી, ગૂંચળું; પેચના આંટાના જેવો અથવા, અંદરની બાજુ વળતો આકાર કે ગતિ. **cur'ly** (કર્લિ), વિ૦.

cur'ler (કર્લર), ના૦ વાળ વાંકા વાળવા માટેનો ચીપિયો – પિન.

cur'lew (કર્લ્યૂ), ના૦ બગલા જેવું એક પક્ષી.

cur'ling (કર્લિંગ), ના૦ મોટા ચપટા પથ્થરો વડે બરફ પર રમાતી 'બોલ્સ'ના જેવી એક રમત.

curmu'dgeon (કર્મજન), ના૦ ચિંગૂસ અથવા ગમાર માણસ.

cu'rrant (કરન્ટ), ના૦ બીયાં વિનાની સૂકી નાની દ્રાક્ષ; કરમદા જેવું લાલ, કાળું અથવા સફેદ ફળ, તેનું ઝાડવું.

cu'rrency (કરન્સિ), ના૦ કોઈ વસ્તુ ચાલુ હોય તે સમય; ચલણ, ચલણી નાણું.

cu'rrent (કરન્ટ), વિ૦ સામાન્ય વપરાશમાં કે ચલણમાં, ચાલુ; (સમય અંગે) અત્યારેપસાર થતું, વર્તમાન;વર્તમાન કાળનું; પ્રચલિત. ના૦ પાણી, હવા, વીજળી, ઇ૦ નો પ્રવાહ, સામાન્ય વલણ અથવા વહેણ. **~ account,** બૅંકમાંનું ચાલુ ખાતું.

curri'culum (કરિક્યુલમ), ના૦ [બ૦વ૦ **-la**] અભ્યાસક્રમ.

curri'culum vi'tae (–વીટાઇ), પોતાના જીવનનો ટૂંકો હેવાલ.

cu'rrier (કરિઅર), ના૦ કેળવેલા

ચામડાને સજાવનાર મોચી.

cu'rry[1] (કરિ), ના૦ માંસ ઇ૦ની મસાલેદાર કઢી. સ૦ક્રિ૦ એવી કઢી બનાવવી. **~ paste, powder,** કઢી ઇ૦માં નાખવાનો મસાલો.

cu'rry[2], સ૦ક્રિ૦ (ઘોડાને) ખરેરો કરવો; ચામડું સજાવવું. **~-comb,** ખરેરો.

curse (કર્સ), ના૦ શાપ, બદદુવા; અપશબ્દ, ગાળ; ભારે અનિષ્ટ, વિનાશનું કારણ. **the ~** [વાત.] માસિક રજ:સ્રાવ. ઉ૦ક્રિ૦ શાપ દેવો; ગાળો દેવી; -ને પીડવું.

cur'sed (કર્સિડ), વિ૦ શાપિત, ભૂંડું.

cur'sive (કર્સિવ), વિ૦ અને ના૦ ચાલુ – વહેતા – હાથનું (લખાણ).

cur'sory (કર્સરિ), વિ૦ વિગત તરફ ધ્યાન આપ્યા વિનાનું, ઉપરચોટિયું; ઉતાવળિયું; રસળતું.

curt (કર્ટ), વિ૦ ટૂંકું અને તોછડું; અતિસંક્ષિપ્ત.

cur'tail (કર્ટેલ), સ૦ક્રિ૦ કાપવું; ટૂંકું કરવું; ઘટાડવું. **curtai'lment** (-મન્ટ), ના૦.

cur'tain (કર્ટન), ના૦ પડદો, ચક; નાટકમાં પડદો ઉપર જવો કે નીચે પડવો તે; [બ.વ.માં; વિ૦બો૦] અંત. **~ (-call),** નટ કે નટીને અભિનંદન આપવા તાલીઓ પાડીને તેડું. ઉ૦ક્રિ૦ પડદો ટાંગવો. ઉપર પડદો નાખવો, ઢાંકી દેવું. **~-raiser,** મુખ્ય નાટક પહેલાં ભજવાતું નાનકડું નાટક; પ્રાસ્તાવિક ઘટના.

cur'ts(e)y (કર્ટ્સિ), ના૦ ઘૂંટણીએ પડીને નમવાની સ્ત્રીની સલામ. અ૦ક્રિ૦ એવી સલામ કરવી.

curva'ceous (કર્વેશસ), વિ૦ [વાત.] અનેક વળાંકોવાળું, નમણું (વિ.ક. સ્ત્રીની સુડોળ આકૃતિ અંગે).

cur'vature (કર્વેચર), ના૦ વાંકવળાંક(વાળી આકૃતિ).

curve (કર્વ), ના૦ સતત વળાંક લેતી લીટી; જથો, બળ, ઇ૦નું સતત પરિવર્તન બતાવનાર લીટી, આલેખ, ગ્રાફ.

cur'vet (કર્વેટ), ના૦ કેળવેલા ઘોડાનો ચારે પગે-ગેલમાં મારેલો – કૂદકો. અ૦ક્રિ૦ કૂદકો કે છલંગ મારવી.

curvili'near (કર્વિલિનિઅર), વિ૦ વક્ર રેષા(ઓ)નું.

cu'shion (કુશન), ના૦ ઉશીકુ, તકિયો; આઘાતથી કે આંચકાથી બચવાનું સાધન–કમાન(વાળું ગાદલું); ઇ૦ બિલ્યર્ડના ટેબલની બાજુઓ પરનું લવચીક અસ્તર; તરંગનૌકાની આધારભૂત હવા. સ૦ક્રિ૦ ઉપર ઉશીકાં મૂકવાં,–મૂકીને રક્ષણ કરવું, આઘાતનું જોર ઓછું કરવું.

cu'shy (કુશિ), વિ૦ [વાત૦; નોકરી ઇ૦ અંગે] સહેલું, આરામશીર.

cusp (કસ્પ), ના૦ બે વક્ર રેષાઓ જ્યાં મળે છે તે જગ્યા; ટોચ. **cu'spate** (કસ્પેટ), વિ૦ **cu'spidal** (કસ્પિડલ), વિ૦.

cuss (કસ), ના૦ [વાત.] શાપ; માણસ, પ્રાણી.

cu'ssed (કસિડ), વિ૦ વિપરીત, અવળચંડું.

cu'stard (કસ્ટર્ડ), ના૦ દૂધ, ખાંડ અને ઈંડાની શેકેલી વાની; લોટ નાખીને બનાવેલી રબડી જેવી વાની. **~-apple,** ના૦ સીતાફળ; સીતાફળી.

custo'dian (કસ્ટોડિઅન), ના૦ રખેવાળ, સંરક્ષક, પાલક.

cu'stody (કસ્ટડિ), ના૦ હવાલો; સંભાળ; કેદ.

cu'stom (કસ્ટમ), ના૦ ચાલ, રીત, રિવાજ; પ્રસ્થાપિત રૂઢિ; માલ ખરીદી દ્વારા વેપારીને અપાતો આશ્રય; ઘરાકો; [બ૦વ૦માં] આયાત જકાત; સરકારી જકાત ખાતું. **~-house,** માંડવી, ફુરજો. **~-made,** ઘરાકની વરદીથી (ખાસ) તૈયાર કરેલું.

cu'stomary (કસ્ટમરિ), વિ૦ પ્રચલિત, રોજિંદું; કાયદા પર નહીં રૂઢિ પર આધારિત.

cu'stomer (કસ્ટમર), ના૦ ખરીદનાર;

ઘરાક; જેની સાથે કોઈ વહેવાર હોય તે, આસામી; [વાત.] જેની સાથે કામ લેવાનું હોય તે.

cut (કટ), ઉ૰ક્રિ૰ અણીદાર હથિયાર વડે કાપવું, ભાગ પાડવા, ઈજા પહોંચાડવી, આરપાર ભેદવું; કાપીને અલગ કરવું, સરખું કરવું અથવા આકાર આપવો; એક બીજાને છેદવું – છેદીને જવું; (કિંમત ઇ૰) ઘટાડવું; [પત્તાંમાં] કાપવું, ઉપાડવું; પરિચય કે ઓળખાણનો અંત આણવો; હાજરીની ઉપેક્ષા કરવી; ટાળવું, -માં ગેરહાજર રહેવું; કાપકૂપ કરીને ચિત્રપટનું સંપાદન કરવું; કેમેરા બંધ કરવા. [ક્રિ.] દડાને કતરાતો ફટકો મારવો; (એંજિન ઇ૰ ને) કળ (સ્વિચ) દાબીને બંધ કરવું; (દાંત) ફૂટવા – આવવા. ના૰ કાપવાની ક્રિયા; કાપવાથી થયેલો જખમ; તલવાર નો ઘા; ચાબૂક, સોટી, ઇ૰નો ફટકો; દડાને ફટકો મારવો તે; ઓળખાણનો અંત; નાટક, ચિત્રપટ, ચોપડી, ઇ૰ પર મૂકેલો કાપ – કાપેલો ભાગ; (કિંમત, મજૂરી, ઇ૰માં) ઘટાડો, કપાત; વીજળી ઇ૰નો પુરવઠો બંધ કરવો – પડવો – તે; કાપવા – વેતરવા – ની ઢબ; માંસનો ટુકડો અથવા સાંધો; [વિ૰બો૰] કમિશન, વળતર; નફામાં હિસ્સો. **a ~ above**, કોઈના કે કશાકના કરતાં એક અંશ કે પદ ઉપર. **~ and dried**, પૂરેપૂરું નિર્ણીત, પાકું; અટલ, દૃઢ. **~ back**, ખરચમાં કાપ મૂકવો, છાંટવું. **~ both ways**, બંને બાજુઓને લાગુ પડવું, બંને પક્ષે સરખી અસર કરવી. **~ a dash**, સરસ દેખાવ કરવો. **~ in**, અચાનક વચ્ચે આવવું, ટપકી પડવું; જે વાહનને વટાવ્યું હોય તેનો રસ્તો રોકવો. **~ no ice**, કશું પરિણામ ન નીપજવું, કશું ન વળવું. **~ off**, અચાનક અંત આણવો, વચ્ચેથી અટકાવવું – લઈ લેવું; પુરવઠો ઇ૰ વચ્ચેથી કાપી નાખવો; પ્રવાહ ઇ૰ બંધ કરવો; -ની પાસે જવા ન દેવું. **~ out**, કાપીને આકાર આપવો; કામ કરતું અટકાવવું – અટકી જવું; કશુંક કરવાનું કે વાપરવાનું બંધ કરવું. **~ throat**, ખૂન કરનાર; ખૂની; (હરીફાઈ અંગે) અતિ ઉગ્ર, જીવલેણ. **~ throat razor**, હાથામાં બેસાડેલો લાંબા પાનાવાળો અસ્ત્રો. **~ through**, વચ્ચે થઈને ટૂંકે રસ્તે જવું. **~ up**, કાપીને કકડા કરવા; (વિ૰ક૰ ભૂ૰ કૃ૰ તરીકે) ખૂબ દુઃખ દેવું. **~ up rough**, રોષ વ્યક્ત કરવો.

cuta'neous (ક્યૂટેનિઅસ), વિ૰ ચામડીનું.

cute (ક્યૂટ), વિ૰ [વાત.] હોશિયાર; કલ્પક; [અમે.] આકર્ષક.

cu'ticle (ક્યૂટિકલ), ના૰ બહારની ચામડી, ત્વચા; આંગળાના નખના મૂળમાં-ની ચામડી.

cu'tlass (કટ્લસ), ના૰ ખારવાની પહોળા પાનાની ટૂંકી તલવાર.

cu'tler (કટ્લર), ના૰ છરીચપ્પાં બનાવનાર – વેચનાર.

cu'tlery (કટ્લરિ), ના૰ છરીચપ્પાં, કાંટા અને ચમચા ઇ૰ ઘરવપરાશની વસ્તુઓ.

cu'tlet (કટ્લે'ટ), ના૰ બકરાં કે ઘેટાંની ગરદનનું માંસ; તળવા માટે તેનો ટુકડો; રોટીના ભૂકાના પડમાં તળેલા માંસના છૂંદાની વાની.

cu'tter (કટર), ના૰ કપડાં વેતરનાર દરજી; યુદ્ધનૌકાની હલેસા અને સઢવાળી હોડી; એક ડોળકાઠીવાળું નાનું વહાણ.

cu'tting (કટિંગ), ના૰ રેલ, રસ્તા, ઇ૰ માટે ખોદી કાઢેલી ઊંચાણવાળી જમીન, ખોદાણ; છાપા ઇ૰ની કાપલી; રોપવા માટેની કલમ. વિ૰ કાપનારું; ઝાટકો લાગે એવું, (હૃદય)વેધક, તીક્ષ્ણ.

cu'ttlefish (કટલ્ફિશ), ના૰ સમુદ્રફેની, દસ ભુજાવાળું એક સકવચ દરિયાઈ પ્રાણી.

cu'twater (કટ્વૉટર), ના૰ પાણી કાપનારી વહાણના મોરાની આગળની કોર; પુલ કે ડક્કાનો આગળ વધેલો ભાગ.

cwm (કૂમ), ના૰ પર્વતની બાજુમાં કટાહ જેવો ખાડો.

cwt., સંક્ષેપ. **hundredweight.**
cy'anide (સાયનાઇડ). નાo સોનું અને ચાંદી કાઢવામાં વપરાતો એક અત્યંત ઝેરી પદાર્થ.
cyano'sis (સાયનોસિસ), નાo ચામડી ભૂરી થવાની વિકૃતિ.
cyberne'tics (સાઇબર્નેટિક્સ), નાo પ્રાણીઓ અને યંત્રોમાં નિયંત્રણ અને સંદેશાવહેવારને લગતું શાસ્ત્ર.
cy'clamate (સિક્લમેટ), નાo ગળપણ માટે વપરાતું એક રાસાયણિક દ્રવ્ય.
cy'clamen (સિકલમન), નાo કરમજી કે સફેદ ફૂલ અને પ્રતિવર્તિત પાંખડીઓવાળો એક છોડ.
cy'cle (સાઇકલ), નાo ફરી ફરી આવતો અવધિ – કાળ; ઘટનાચક્ર; કોઈ વસ્તુ પૂરી થતાં લાગતો સમય; આવર્ત માલિકા; સંપૂર્ણ સટ અથવા માળા; બાઇસિકલ, ટ્રાઇસિકલ, ઇo સoક્રિo અમુક અવધિ પછી ફરી ફરી આવવું – થવું; સાઇકલ પર બેસવું.
cy'clic(al) (સાઇક્લિક, -કલ), વિo ચક્રાકારમાં ભમતું – ફરતું – થતું; યુગચક્ર કે વર્તુળનું – નું બનાવનારું.
cy'clist (સાઇક્લિસ્ટ), નાo બાઇસિકલ ઇo પર બેસનાર.
cy'clone (સાઇક્લોન), નાo ચક્રવાત, વંટોળિયો. **cyclo'nic** (-ક્લૉનિક), વિo.
cyclopae'dia (સાઇક્લપીડિઅ), નાo જ્ઞાનકોશ, સર્વવિદ્યાસંગ્રહ.
cy'clostyle (સાઇકલસ્ટાઇલ), નાo દાંતાવાળા નાના ચક્રવાળી કલમથી લખીને કાપેલા કાગળ પરથી નકલો છાપવાનું સાધન, સાઇક્લોસ્ટાઇલ. સoક્રિo તે વડે નકલો છાપવી.
cy'clotron (સાઇકલટ્રૉન), નાo [પદાર્થ.] ચુંબકની કક્ષામાં ગોળ ગોળ ફરતા વીજળીભારિત અણુકણોનો વેગ વધારવા માટેનું ઉપકરણ.
cy'gnet (સિગ્નિટ), નાo હંસનું બચ્ચું.
cy'linder (સિલિંડર), નાo નળાકાર (પોલું કે નક્કર); પ્રવાહી ગૅસ ઇoની નળાકાર કોઠી; યંત્રનો નળાકાર ભાગ, દાoતo એંજિનની પિસ્ટનપેટી. **cyli'ndrical** (-ડ્રિકલ), વિo.
cy'mbal (સિમ્બલ), નાo ઝાંઝ, કરતાલ.
Cy'mric (કિમ્રિક), વિo વેલ્સનું.
cy'nic (સિનિક), નાo માણસની સચ્ચાઈ અને ભલાઈ વિષે શંકાશીલ વ્યક્તિ. **C ~**, માણસની સુકિયાણી વાતો અને એશઆરામ પ્રત્યે તિરસ્કાર ધરાવનાર પ્રાચીન ગ્રીક ફિલસૂફ; **cy'nicism** (-સિઝ્મ), નાo.
cy'nical (સિનિકલ), વિo માણસની ભલાઈ વિષે શંકાશીલ – તેનો ઉપહાસ કરનારું.
cy'nosure (સિનઝ્યુઅર), નાo બધાના ધ્યાનનું કેન્દ્ર.
cy'press (સાઇપ્રસ), નાo સરુનું ઝાડ; શોકનું પ્રતીક.
cyst (સિસ્ટ), નાo શરીરમાં પ્રવાહી સ્રાવ, રોગની રસી, ઇoથી ભરેલી કોથળી; ફોલ્લો, મૂત્રાશય, ઇo. **cy'stic** (-સ્ટિક), વિo.
cysti'tis (સિસ્ટાઇટિસ), નાo મૂત્રાશયનો દાહ – સોજો.
czar, જુઓ **tsar** ઝાર.

D

D, d, (ડી), ૫૦૦ની સંખ્યા માટે વપરાતો રોમન અક્ષર.
d., સંક્ષેપ. **daughter; departs; died;** (અગાઉનો) **pence** અથવા **penny.**
D.A., સંક્ષેપ. [અમે.] **District Att-**

orney.

dab¹ (ડૅબ), ના૦ ટપલી, હળવી થાપડ; ઘસ્યા વિના કરવાનો લેપ; હળવે હાથે ચોપડેલો રંગ – ચોપડેલી પીઠી; [બ૦વ૦માં] આંગળાંની છાપો. સ૦ક્રિ૦ ટપલી મારવી, થાબડવું; ચિત્ર પર રંગ ચોપડવા, મોં પર હળવે હાથે લપેડો કરવો.

dab², ના૦એક જાતની નાની ચપટી માછલી.

dab³, ના૦ અને વિ૦ [વાત.] નિષ્ણાત; **~hand,** નિષ્ણાત વ્યક્તિ.

da'bble (ડૅબલ), ઉ૦ક્રિ૦ જરાક ભીનું કરવું; મેલું કરવું; છાંટા ઉડાડવા; છીછરું પાણી. કાદવ, ઇ૦માં છબછબિયાં કરવાં; ઉપલક કે આવડત વિના કામ કરવું, માથું મારવું.

da'bchick (ડૅબ્ચિક), ના૦ એક નાના કદનું જળચર પ્રાણી.

da ca'po(ડા કાપો), [સં] શરૂઆતથી ફરી કરો (–કરેલું).

dace (ડેસ), ના૦ [બ૦વ૦એ જ] મીઠા પાણીની એક નાનકડી માછલી.

da'cha (ડૅચે), ના૦ રશિયન ગામડાનું ઘર–બંગલી.

da'chshund (ડૅક્સ્હુન્ડ), ના૦ ટૂંકા પગ અને લાંબા શરીરવાળું એક નાનકડું કૂતરું.

dad (ડૅડ), ના૦ [વાત.] બાપ.

Da'da (ડાડા), ના૦ સૌન્દર્યશાસ્ત્રીની પરંપરાગત પ્રણાલિકાઓ અમાન્ય કરનાર વીસમી સદીની કલાને લગતી ચળવળ. **Da'daism** (–ઇઝ્મ), ના૦ **Da'daist** (–ઇસ્ટ), ના૦.

da'ddy (ડૅડિ), ના૦ [વાત. અને બાલ.] બાપ, બાપુ. **~-long-legs** [–લે ગ-લે'ગ્ઝ), ના૦ લાંબા પગવાળું એક જીવડું.

da'do (ડૅડો), ના૦ [બ૦વ૦**~s**] ભિન્ન દ્રવ્ય કે રંગવાળો અંદરની ભીંતનો નીચેનો ભાગ.

da'ffodil (ડૅફડિલ),ના૦ તુરાઈ આકારનાં પીળાં ફૂલવાળો એક કાંદાવાળો છોડ.

da'ffy (ડૅફિ), વિ૦ મૂર્ખ, નાદાન.

daft (ડૅફ્ટ), વિ૦ મૂર્ખ; જંગલી; ગાંડિયું.

da'gger (ડૅગર), ના૦ કટાર; કટાર આકારનું ચિહ્ન.

dague'rreotype (ડગે'રટાઇપ), ના૦ ફોટો પાડવાની જૂની પ્રક્રિયા (થી પાડેલો ફોટો).

dah'lia (ડેલિઅ), ના૦ ચળકતા રંગનાં મોટાં ફૂલવાળો એક છોડ, ડેલિયા (નું ફૂલ).

Dail (Ei'reann) (ડૉઇલ્એરન), ના૦ લોકસત્તાક આયર્લન્ડની સંસદનું નીચલું ગૃહ.

dai'ly (ડેલિ), વિ૦ અને ક્રિ૦વિ૦ રોજ (નું), હંમેશ(નું), દરરોજ, હંમેશ, થતું–કરાતું–પ્રસિદ્ધ થતું. ના૦ દૈનિક (છાપું) [વાત.] કામવાળી.

dai'nty (ડેન્ટિ), ના૦ મનપસંદ–સ્વાદિષ્ટ – ખાવાનું–વાની. વિ૦ મનપસંદ, સ્વાદિષ્ટ; સુઘડ અને સુંદર; અતિ ચોકસાઈવાળું.

dai'quiri (ડાઇકિરિ, ડૅકિ-), ના૦ એક મદ્યયુક્ત હળવું પીણું.

dair'y (ડૅ'અરિ), ના૦ દૂધ અને દૂધની બનાવટો રાખવાની – બનાવવાની – વેચવાની જગ્યા, ગોશાળા, ડેરી. **~ cattle,** દુધાળાં ઢોર. **~-farm,** વિ૦ક૦ દૂધ ઇ૦ ઉત્પાદનની જગ્યા. **~maid,** ગોવાળણ. **~-man,** ગોવાળ.

dais (ડેઇસ), ના૦ મંચ, વ્યાસપીઠ.

dai'sy (ડે'ઇસિ), ના૦ વચ્ચે પીળું ને સફેદ પાંખડીઓવાળું એક ફૂલ, ડેઝી. **~-chain,** ડેઝી ફૂલોની માળા.

Dak., સંક્ષેપ. **Dakota.**

dale (ડેલ), ના૦ ખીણ. **da'lesman** (ડેલ્સ્મન), ના૦ ઉ. ઇંગ્લૅન્ડના ડુંગરાળ પ્રદેશનો રહેવાસી.

da'lly (ડૅલિ), અ૦ક્રિ૦ આળસમાં વખત ગાળવો – રખડવું; ઢીલ કરવી; -ની સાથે પ્રેમ કરવાનો ડોળ કરવો: **da'lliance** (ડૅલિઅન્સ), ના૦.

Dalma'tion (ડૅલ્મેશન) ના૦ કાળાં ટપકાંવાળું એક સફેદ કદાવર કૂતરું.

dal se'gno (ડૅલ સે'ન્યો), [સ.] ચિહ્નથી સૂચિત જગ્યાથી ફરી ગાઓ (–ગાયેલું).

da'ltonism (ડૉલ્ટનિઝ્મ), ના૦ જન્મ-

જાત વર્ણાન્ધતા.

dam¹ (ડૅમ), ના૰ નદી ઇ૰ પરનો બંધ. સ૰ક્રિ૰ બંધ બાંધવો – બાંધીને રોકવું.

dam², ના૰ માતા (બહુધા પશુની).

da'mage (ડૅમિજ), ના૰ હાનિ; ઈજા; નુકસાન; [બ૰વ૰માં] નુકસાન ભરપાઈ-(ની રકમ). સ૰ક્રિ૰ –ને હાનિ પહોંચાડવી, ઈજા – નુકસાન – કરવું.

damasce'ne (ડૅમસીન), સ૰ક્રિ૰ સોના કે ચાંદીનો ઢોળ ચડાવી (ધાતુને) સુશોભિત કરવી, (વિ૰ક૰ પોલાદને) પાણી પાઈને ભાત પાડવી.

da'mask (ડૅમસ્ક), ના૰ અને વિ૰ બંને બાજુ ભાત દેખાય એવા વણાટવાળું કાપડ (એવા કાપડનું); દમાસ્ક ગુલાબનો ગુલાબી અથવા લાલ રંગ (એવા રંગનું). **~ rose,** દેશી ગુલાબની સુગંધી જાત.

dame (ડેમ), ના૰ [પ્રા.] કુલીન સ્ત્રી; [અમે. બોલી] સ્ત્રી; પુરુષે ભજવવાનું રમૂજી મૂક સ્ત્રીપાત્ર; **D~**, સરદારની પદવી પ્રાપ્ત કરનાર સ્ત્રી માટે વપરાતો શબ્દ. **~-school,** [ઇતિ.] પ્રૌઢ સ્ત્રીએ ચલાવેલી પ્રાથમિક શાળા.

damn (ડૅમ), સ૰ક્રિ૰ નરકની શિક્ષા કરવી, નરકમાં નાખવું; શાપ દેવો, નિંદા કરવી. ના૰ શાપોક્તિ, શાપ. **~ all,** [વિ૰બો૰] કંઈ નહિ.

da'mnable (ડૅમ્નબલ), વિ૰ નરકને પાત્ર; ધિક્કાર કરવા યોગ્ય, નીચ.

damna'tion (ડૅમ્નેશન), ના૰ ચિરંતન નરકની સજા (કરવી તે.)

damned (ડૅમ્ડ), વિ૰ ધિક્કારપાત્ર, અધમ, દુષ્ટ, ઇ૰ ક્રિ૰વિ૰ અત્યંત. નીચપણે.

damp (ડૅમ્પ), ના૰ ભેજ, ભીનાશ; કોલસાની ખાણમાં પેદા થતો જ્વાલાગ્રાહી વાયુ. વિ૰ (જરાક) ભીનું, ભીનાશવાળું. સ૰ક્રિ૰ ભીનું – ભેજવાળું – કરવું; ગૂંગળાવવું, મંદ કરવું, હોલવવું; ઉત્સાહભંગ કરવો, નાસીપાસ કરવું. [સં૰] તાર ઇ૰ નો કંપ અટકાવવો. **~ course,** ભેજરોધક દ્રવ્યનો થર.

da'mpen (ડૅમ્પન), ઉ૰ક્રિ૰ ભીનું – ભેજવાળું – કરવું – થવું.

da'mper (ડૅમ્પર), ના૰ નિરુત્સાહ કરનાર વ્યક્તિ – ચોદશિયો – કે વસ્તુ; દહન ઓછુંવત્તું કરવા માટેનું ધુમાડિયામાંનું પતરું; પિયાનોના તારનું કંપન અટકાવવા માટેનું ગદેલું–પૅડ; [ઑસ્ટ્રે.] લાકડાની ભૂંગરેટમાં શેકેલી બાટી.

da'msel (ડૅમ્સલ), ના૰ [પ્રા.] અપરિણીત યુવતી.

da'mson (ડૅમ્ઝન), ના૰ ઘેરા જાંબુડિયા રંગનું આલુ, તેનું ઝાડ.

dance (ડાન્સ), અ૰ક્રિ૰ નાચવું, નૃત્ય કરવું; આમતેમ કૂદકા મારવા, ગેલ કરવું. ના૰ નાચ, નૃત્ય; તે માટે રચેલું સંગીત; નૃત્યોત્સવ. **~ attendance,** ખિદમત કરવી, પડતો બોલ ઝીલવો.

da'ndelion (ડૅન્ડિલિઅન), ના૰ પીળાં ફૂલનો એક જંગલી છોડ.

da'nder (ડૅન્ડર), ના૰ [વાત.] લડવાનો જુસ્સો, ક્રોધ, આવેશ.

da'ndle (ડૅન્ડલ), સ૰ક્રિ૰ બાળકને હાથ–ખોળા–માં ઉછાળવું.

da'ndruff (ડૅન્ડ્રફ), ના૰ ખોડો (માથાનો).

da'ndy (ડૅન્ડિ), ના૰ વરણાગિયો, લાલો. વિ૰ [વાત.] ફાંકડું. **~-brush** ખરેરો. **da'ndyism** (–ઇઝ્મ), ના૰.

Dane (ડેન), ડેન્માર્કનો વતની; [ઇતિ.] ભૂતકાળમાં ઇંગ્લૅન્ડ પર ચડાઈ કરનાર સ્કૅન્ડિનેવિયાનો માણસ. **great ~,** મોટા કદનો જોરાવર કૂતરો.

da'nger (ડેંજર), ના૰ ભય, જોખમ; સંકટ. **~ money,** જોખમને કારણે કામનું વધારાનું વળતર.

da'ngerous (ડેંજરસ), વિ૰ જોખમવાળું, જોખમકારક.

da'ngle (ડૅંગલ), ઉ૰ક્રિ૰ લટકવું, ઝૂલવું; લેવા કે લલચાવવા માટે આગળ લટકતું ધરવું.

Da'nish (ડેનિશ), વિ૰ ડેન્માર્કનું, તેના લોકોનું કે ભાષાનું. ના૰ ડેન્માર્કની ભાષા. **~ blue,** વાદળી નસોવાળું એક જાતનું

પોચું પનીર. ~ **pastry,** લોટને અથાવીને બનાવેલી ગળી રોટી.

dank (ડૅંક), વિ૦ ભીનું અને ઠંડું, ઝમતું.

da'phne (ડૅફ્નિ), ના૦ એક ફૂલઝાડ.

da'pper (ડૅપર), વિ૦ ટાપટીપવાળું, સ્ફૂર્તિલું દેખાતું.

da'pple (ડૅપલ), સ૦ ક્રિ૦ કાબરચીતરું બનાવવું. **~-grey,** ઘેરા રંગનાં ટપકાં વાળો - ભૂખરા રંગનો કે ચાંદલો (-ઘોડો).

Dar'by (ડાર્બિ), ના૦ **~ and Joan,** અરસપરસ નિષ્ઠાવાળાં ઘરડાં દમ્પતી. **~ and Joan club,** પ્રૌઢ દમ્પતીઓનું મંડળ.

dare (ડે'અર), ઉ૦ક્રિ૦ સાહસ, હિંમત, કે ધૃષ્ટતા કરવી; -ની હિંમત કે ધૃષ્ટતા હોવી; સામા થવું; પડકારવું. ના૦ પડકાર. **I ~ say,** હું ચોક્કસ માનું છું કે, ઘણું કરીને. **~devil,** સાહસિક (માણસ).

da'ring (ડે'અરિંગ), ના૦ સાહસિક-વૃત્તિ, હિંમત, છાતી. વિ૦ નીડર, છાતીવાળું.

da'riole (ડરિઓલ), ના૦ રાંધી હોય તે જ નોખા નોખા વાસણમાં પીરસાતી વાની - મીઠાઈ.

Darjee'ling (ડાર્જિલિંગ), ના૦ દાર્જિ-લિંગની ચા.

dark (ડાર્ક), વિ૦ અજવાળા વિનાનું, અંધારું; ગમગીન; ગુપ્ત, ગૂઢ; દુષ્ટ; ખિન્ન; (રંગ) ઘેરું; કાળાશ પડતું; કાળા વાળવાળું; શ્યામ(વર્ણું). ના૦ અંધકાર; ઘેરો રંગ; સમીસાંજ. **in the ~,** અંધારામાં, જાણકારી વિનાનું. **D~ Ages,** યુરોપનો મધ્યયુગ ૫માથી ૧૦મા સૈકાનો કાળ; અંધાર - અજ્ઞાન - યુગ. **~ glasses,** કાળાં ચશ્માં. **~ horse,** જેની દોડવા-ની ક્ષમતાની કશી ખબર નથી એવો ઘોડો; [લા.] અજ્ઞાત યોગ્યાયોગ્યતાવાળું માણસ. **~room,** છબીકામ માટે અંધારું કરેલી ઓરડી.

dar'ken (ડાર્કન), ઉ૦ ક્રિ૦ અંધારું કરવું - થવું; ઘેરું કરવું - થવું.

dar'kness (ડાર્ક્નિસ), ના૦ અંધારું, અંધકાર.

dar'ling (ડાર્લિંગ), ના૦ વહાલી વ્યક્તિ કે પ્રાણી, વાલમ, પ્રીતમ. વિ૦ વહાલું, લાડીલું, વહાલસોયું.

darn[1] (ડાર્ન), સ૦ ક્રિ૦ રફુ કરવું, તૂણવું. ના૦ રફુ કરેલી જગ્યા.

darn[2], ના૦ અને સ૦ ક્રિ૦ [વિ૦ બો૦] શાપ (દેવો), નરકમાં મોકલવું.

dar'nel (ડાર્નલ), ના૦ અનાજમાં ઊગતું ખડ.

dart (ડાર્ટ), ના૦ ભાલો, તીર, ઇ૦; [બ૦વ૦માં] નિશાનબાજીની ઘરમાં રમાતી રમત; ઓચિંતી ઝડપી હિલચાલ; એક છેડે સાંકડી થતી કપડામાં સીવેલી ચપટી. ઉ૦ક્રિ૦ (અસ્ત્ર) ફેંકવું, (અજવાળું, કટાક્ષ) એકદમ ફેંકવો; એકદમ ઝડપથી ખસવું - જવું. **~board,** નિશાનબાજીની રમતમાં લક્ષ્ય માટે વપરાતું પાટિયું.

Darwi'nian (ડાર્વિનિઅન), વિ૦ અને ના૦ ડાર્વિનના ઉત્ક્રાન્તિવાદનું (અનુયાયી).

Dar'winism (-નિઝ્મ), ના૦ **Dar'-winist** (-નિસ્ટ), ના૦.

dash (ડૅશ), ઉ૦ ક્રિ૦ એકદમ આગળ ધસવું; જોરથી અફાળવું - પછાડવું; -ની સામે ફેંકવું; ટક્કર મારવી, પ્રહાર કરવો; ફટકો મારવો; ફેંકવું; ધકેલવું; નિષ્ફળ - નાસીપાસ - કરવું; ગભરાવવું. નાહિંમત કરવું; [વિ૦બો૦; સૌમ્યરૂપ] નખોડવું. ના૦ ધસારો, હુમલો; જોરદાર પ્રવૃત્તિ(ની ક્ષમતા); ભપકો, વટ; લખવા-છાપવામાં આડો લસરકો; 'મોર્સ કોડ'માં લાંબો સંકેત; લઘુરેખાનું વિરામ ચિહ્ન, ડૅશ; પાસ કે મિશ્રણ. **~board,** સંચાલકની સામેનું વાહનનું કળોવાળું પાટિયું. **~ off,** કાગળ ઇ૦ ઉતાવળમાં લખી દેવું.

da'shing (ડૅશિંગ), વિ૦ જુસ્સાદાર; ભપકાવાળું.

da'stard (ડસ્ટર્ડ), ના૦ ઈર્ષ્યાળુ અને નામર્દ માણસ. **da'stardly** (-ડ્લિ), વિ૦.

data (ડેટ), ના૦ [**datum**નું બ૦વ૦] અનુમાન અથવા નિષ્કર્ષ માટે આધારભૂત

જ્ઞાન કે સ્વીકૃત વસ્તુઓ; હકીકત, માહિતી; 'કૉમ્પ્યૂટર'માં સંઘરેલી અથવા તે દ્વારા જેના પર પ્રક્રિયા કરેલી અથવા કરવાની છે તે માહિતી, આંકડા, ઇ૦ ~ **bank,** કૉમ્પ્યૂટર દ્વારા જેના પર પ્રક્રિયા થઈ છે એવા માહિતીનો ભંડાર. ~ **processing,** કૉમ્પ્યૂટર દ્વારા માહિતી પર થતી પ્રક્રિયા.

date¹ (ડેટ), ના૦ ખજૂર(ની પેશી), ખારેક; ~**(-palm),** ખજૂરી.

date², ના૦ દિવસ, તારીખ, તિથિ; કોઈ લખાણ, ઘટના, ઇ૦નો ચોક્કસ સમય; (ઇતિહાસનો) કાળખંડ; [વાત.] ઠરાવેલી મુલાકાત; [અમે.] -જેની સાથે મળવાનું ગોઠવ્યું હોય તે ભિન્ન લિંગની વ્યક્તિ. **out of ~,** જૂનવાણી; કાલગ્રસ્ત. **to ~** અત્યાર લગી. **up to ~,** અદ્યતન, છેલ્લામાં છેલ્લી ઢબનું. **~,** ઉ૦ક્રિ૦ ઉપર તારીખ લખવી; -નો સમય બતાવવો; તારીખ ધરાવવી; (અમુક સમય) થી શરૂઆત થવી; અમુક સમયનું છે તેની ખબર પડવી; [વાત.] કાલગ્રસ્ત હોવું-થવું; [વાત.] -ની સાથે મળવાનો સમય નક્કી કરવો. **~-line,** ગ્રીનિચથી ૧૮૦° પર આવતી રેખા જેની પૂર્વ પશ્ચિમ તરફ જુદી તારીખો પડે છે; છાપામાં અપાતી સ્થળ અને સમય બતાવતી લીટી.

da'tive (ડેટિવ), વિ૦ અને ના૦ [વ્યાક.] સંપ્રદાનની ચોથી વિભક્તિ(નું).

da'tum (ડેટમ), ના૦ [બ૦વ૦ **data**] માપપટ્ટી ઇ૦નું શરૂ કરવાનું નિશ્ચિત બિંદુ.

datu'ra (ડટ્યુઅરે), ના૦, ધતૂરો.

daub (ડૉબ), ઉ૦ક્રિ૦ માટી ઇ૦થી લીંપવું, ચોપડવું, રંગ ઇ૦ના ડાઘા પાડવા - લપેડા મારવા. ના૦ લીંપવાની માટી, ચૂનો, ઇ૦; તેલ ઇ૦નો ડાઘો - લપેડો; અણઘડ ચીતરામણ.

daugh'ter (ડૉટર), ના૦ દીકરી, કન્યા; અમુક વંશ કે કુટુંબની કન્યા - માં જન્મેલી સ્ત્રી. **~-in-law,** પુત્રવધૂ, વહુ.

daunt (ડૉન્ટ), સ૦ક્રિ૦ નાહિંમત કરવું, બિવડાવવું.

dau'ntless (ડૉન્ટ્લિસ), વિ૦ નીડર, બીએ નહિ એવું.

dau'phin (ડૉફિન), ના૦ [ઇતિ.] ફ્રાન્સના રાજાનો પાટવીકુંવર.

da'venport (ડેવનપૉર્ટ), ના૦ એક જાતનું લખવાનું મેજ; [અમે.] મોટો સોફા.

da'vit (ડેવિટ), ના૦ વહાણની હોડી ઉતારવા કે ટાંગી રાખવાના ઊંટડામાંનો એક.

Da'vy(lamp), (ડેવિલૅમ્પ), ના૦ ખાણિયાનો સલામત દીવો.

Davy Jones's locker (ડેવિ જોન્સિસ લૉકર), ના૦ કબર જેવો ગણાતો દરિયો.

daw (ડૉ), ના૦ એક જાતનો કાગડો.

daw'dle (ડૉડલ), અ૦ક્રિ૦ આળસમાં વખત કાઢવો; રખડવું.

dawn (ડૉન), અ૦ક્રિ૦ પરોઢ - અજવાળું-થવું. ના૦ મળસકું; શરૂઆત; પ્રારંભિક અજવાળાની સેર. **~ chorus,** વહેલી સવારનું પક્ષીગાયન.

day (ડે), ના૦ દિવસ; દિવસનો પ્રકાશ; દિવસનો કામ કરવાનો નિયત સમય; ૨૪ કલાકનો ગાળો, એક દિવસ વિ૦ક૦ મધરાતથી મધરાત; સમયનો ગાળો; જીવનકાળ, (આખો) જનમ; સમૃદ્ધિનો કાળ, દહાડો; નિયત દિવસ. **~-dream,** દિવાસ્વપ્ન (માં રાચવું). **~'light,** દિવસનું અજવાળુ; મળસકું; (વચ્ચેનો) પ્રકાશનો ગાળો. **~light robbery,** ધોળા દિવસની ધાડ, ઉઘાડે છોગ છેતરપિંડી. **~'light saving,** ઉનાળામાં ઘડિયાળો આગળ મૂકીને કામ કરવા માટે લાંબો વખત પ્રકાશ મેળવવો તે. **~ nursery,** દિવસે બાળકોને સંભાળવાની જગ્યા, વિ૦ક૦ તેમની માતાઓ કામ કરતી હોય ત્યારે. **~ release,** ભણતર માટે કામગારોને કામ પરથી રજા આપવાની પદ્ધતિ. **~ return,** એક દિવસમાં જવા આવવાનો પ્રવાસ પૂરો કરવાની સવલતવાળી ટિકિટ. **~ school,** પોતપોતાના ઘેર રહીને ભણવા

જવાની દિવસે ચાલતી નિશાળ. **~'-time,** દિવસ (ના અજવાળાનો સમય).

daze (ડેઝ઼), સ૦ક્રિ૦ છક – આભું – મૂઢ – કરવું. ના૦ છક થવું તે, બાવરાપણું.

da'zzle (ડૅઝ઼લ), ઉ૦ક્રિ૦ પ્રકાશથી આંજી નાખવું, આડી અવળી ગતિથી ગોટાળામાં નાખવું; ભપકાદાર દેખાવથી આશ્ચર્યચકિત કરવું – ભમાવવું – છાપ પાડવી. ના૦ આંજી નાખે એવો પ્રકાશ, ઝળહળાટ.

dB, સંક્ષેપ. decibel(s).

D.B.E., સંક્ષેપ. Dame Commander of (the Order of) the British Empire.

D.C., સંક્ષેપ. *da capo;* (also **d.c.**) direct current; District of Columbia.

D.D.T., સંક્ષેપ. Dichlor Diphenyl Trichloethane. (એક જંતુ નાશક દવા).

dea'con (ડીકન), ના૦ 'પ્રીસ્ટ'થી ઊતરતી કક્ષાનો પાદરી; ચર્ચની વ્યાવહારિક બાબતોની સંભાળ રાખનાર પાદરી નહિ એવો માણસ.

dea'coness (ડીકનિસ), ના૦ ડીકને કરવાનાં કામો કરનાર સ્ત્રી.

dead (ડે'ડ), વિ૦ મરી ગયેલું, મૃત; નષ્ટ, હવે જેની હસ્તી નથી એવું; કાલગ્રસ્ત; બિન અસરકારક; બૂઠું, જડ; નિષ્ક્રિય; નિર્જીવ; નીરસ, કંટાળાજનક; અવાજ સંક્રાંત ન કરનારું, રમતમાંથી બાદ; અનપેક્ષિત, ઓચિંતું; સંપૂર્ણ; ચોક્કસ; અચૂક; બિનશરતી. **~ to,** બેખબર, બેકદર. ના૦ મૃત વ્યક્તિ(ઓ); પ્રવૃત્તિ વિનાનો– સુમસામ–સમય. ક્રિ૦વિ૦ પૂરેપૂરું, તદ્દન; નિરપવાદપણે; ઊંડાણથી. **~-(and-) alive,** દમવિનાનું, કંટાળાજનક. **~-beat,** વિ૦ સાવ થાકેલું. ના૦ આળસુ માણસ; [ઑસ્ટ્રે.] પોતાના નસીબનો વાંક કાઢનાર. **~ end,** આગળ રસ્તો ન હોય એવી જગ્યા. **~-end,** ભવિષ્યની આશા વિનાનું. **~heat,** જેમાં બે કે વિજેતાઓ એકી સાથે પૂરી કરે છે તે દોડ. **~letter,** જેનો અમલ થતો નથી એવો કાયદો; જેનો ધણી મળતો નથી એવો પત્ર. **~line,** સમયમર્યાદા. **~lock,** મડાગાંઠ. **~ man's handle,** વીજળીની ગાડીમાં નિયંત્રક હાથો–કળ, જે છૂટા કરતાં વીજળીનો પુરવઠો બંધ થાય છે. **~march,** પ્રેતયાત્રામાં વગાડાતું કૂચનું સંગીત. **~-nettle,** ચટકા વિનાનો કૌવચ કે આગિયા જેવો એક છોડ. **~-pan,** વિ૦ અને ક્રિ૦વિ૦ નિર્વિકાર – ભાવશૂન્ય – (પણે). **~ reckoning,** નિરીક્ષણો કર્યા વિના વહાણ ઇ૦ ક્યાં છે તે અંગે અનુમાન (કરવું તે). **~ shot,** અચૂક તાકોડી. **~ weight,** ભારે અચેતન બોજો. **~ wood,** [લા.] નકામી વ્યક્તિ(ઓ) કે વસ્તુ(ઓ).

dea'den (ડે'ડન), ઉ૦ક્રિ૦ નિષ્પ્રાણ– બેહરું–સંવેદનાશૂન્ય કરવું – થવું.

dea'dly (ડે'ડ્લિ), વિ૦ જીવલેણ, પ્રાણઘાતક; ભારે મોટી ઈજા કરનારું; તીવ્ર, કાતિલ; અચૂક; મરણતોલ. ક્રિ૦વિ૦ મૃતવત; અત્યંત. **~ nightshade,** પ્રાણઘાતક ઝેરવાળી ભોંયરીંગણી. **~ sin,** મહાપાતક, નરકની શિક્ષા થાય એવું.

deaf (ડે'ફ), બિલકુલ કે અંશતઃ બહેરું; -ની તરફ ધ્યાન ન આપનારું (~ *to*). **~-aid** સાંભળવામાં મદદ કરનારું યંત્ર. **~-and-dumb alphabet,** બહેરા માણસ સાથે વાત કરવાની સંજ્ઞાઓ કે ચેષ્ટાઓ. **~ mute,** બહેરુંમૂંગું (માણસ).

dea'fen (ડે'ફન), સ૦ક્રિ૦ કાન બહેરા થાય એટલો મોટો અવાજ કરવો.

deal[1] (ડીલ), ના૦ જથ્થો, પરિમાણ, માત્રા.

deal[2], ના૦ દેવદાર, ચીડ, ઇ૦નું (વહેરેલું) લાકડું.

deal[3], ઉ૦ક્રિ૦ [**dealt** ડે'લ્ટ] વહેંચી આપવું; ભાગ તરીકે આપવું; (પત્તાં) વહેંચવાં; (ફટકો) મારવો; -ની સાથે જોડાવું – વહેવાર કરવો – અમુક રીતે વર્તવું. **~ with,** -ને અંગે પગલાં

ભરવાં. નાο વહેંવાર, (પત્તાં વહેંચવા ઇο) નો વારો; સોદો.

dea'ler (ડીલર), નાο (પત્તાં) વહેંચનારો; વેપારી.

dea'lings (ડીલિંગ્ઝ), નાο બοવο વર્તન, વહેવાર.

dean (ડીન), નાο પરગણાના મુખ્ય દેવળનો ઉપરી. (**rural**) ~, 'પૅરિશો' (પાદરીના પ્રદેશો)ના જૂથનો ઉપરી; શિસ્તપાલન કરાવવાની ફરજવાળો કૉલેજનો ફેલો; યુનિ.ની કોઈ વિદ્યાશાખાનો વડો.

dea'nery (ડીનરિ), નાο ડીનનું પદ, કચેરી કે રહેઠાણ; ગ્રામીણ ડીનની હકૂમત નીચેનું 'પૅરિશો'નું જૂથ.

dear (ડિઅર), વિο પ્રિય (ઘણી વાર કેવળ વિવેક ખાતર વપરાય છે); મોઘેરું, કીમતી, વહાલું; આકર્ષક: મોઘું. નાο પ્રિય વ્યક્તિ; મજાની વ્યક્તિ અથવા વસ્તુ. ક્રિοવિο ભારે કિંમતે. ઉદ્ગાર. (બહુધા **oh** ~! અથવા ~ **me**!) આશ્ચર્ય કે આપદા વ્યક્ત કરનારો.

learth (ડર્થ), નાο ખોરાકની અછત અને મોંઘવારી; -ની ઊણપ, તંગી.

death (ડે'થ), નાο મરણ, જીવનનો અંત; મૃત હોવું તે; મૃત્યુનું કારણ; હસ્તી મટવી તે, મૃત્યુ; વિનાશ. ~ **duty,** મૃત્યુવેરો, ધણીના મરણ પછી તેની મિલકત પર લેવાતો કર. ~**-mask,** મરેલા માણસના ચહેરા પરથી ઉતારેલો મુખવટો. ~ **penalty,** મૃત્યુદંડ. ~ **rate,** મરણ પ્રમાણ, એક હજારની વસ્તીએ વાર્ષિક મૃત્યુઓનો આંકડો. ~**-rattle,** મરણ વખતનો ઘરઘર અવાજ. ~**'s head,** ખોપરી, વિοકο મર્ત્યતાના પ્રતીક તરીકે. ~ **toll,** યુદ્ધ, કોઈ ભારે સંકટ, ઇοમાં માર્યા ગયેલાઓનો આંકડો. ~ **trap,** મોતના સકંજો, જીવલેણ અકસ્માતોની જગ્યા. ~**-warrant,** કેદીને ફાંસી દેવાનો હુકમ. ~**-watch** (**beetle**), લાકડામાં કાણા પાડતો ભમરો.

dea'thless (ડે'થ્લિસ), વિο અમર.

dea'thly (ડે'થ્લિ), વિο અને ક્રિοવિο જીવલેણ, કાતિલ; મરણતોલ.

deb (ડે'બ), નાο [વાત.] રંગમંચ પર પ્રથમ દેખા દેનાર નટી.

deba'cle (ડિબાકલ), નાο રકાસ, વિધ્વંસ.

de'bar' (ડિબાર), સοક્રિο પ્રતિબંધ કરવો, પ્રવેશ ન આપવો.

debar'k (ડિબાર્ક), ઉοક્રિο વાહનમાંથી ઊતરવું. **debarka'tion**(–કેશન),નાο.

deba'se (ડિબેસ), સοક્રિο ચારિત્ર્ય, ગુણવત્તા કે કિંમત ઘટાડવી; નાણામાં હલકી ધાતુનો ભેગ કરી મૂલ્ય ઘટાડવું.

deba'table (ડિબેટબલ), વિο વાદગ્રસ્ત.

deba'te (ડિબેટ), ઉοક્રિο ચર્ચવું; વાદવિવાદ કરવો વિοકο ધારાસભા કે જાહેરસભામાં; -નો વિચાર કરવો. મનમાં ને મનમાં વિચારવું. નાο વાદ; ચર્ચા; જાહેર ચર્ચા

debau'ch (ડિબૉચ), સοક્રિο કુમાર્ગે ચડાવવું; (રુચિ ઇο) બગાડવું; ફોસલાવવું (સ્ત્રીને); ભ્રષ્ટ કરવું. નાο રંડીબાજી, ઇશ્કબાજી.

debau'ched (ડિબૉચ્ટ), વિο વિષયલંપટ, બદફેલ,

debauchee' (ડિબૉચી), નાο કામી – વિષયલંપટ – માણસ.

debau'chery (ડિબૉચરિ), નાο ભોગવિલાસ, ચેનબાજી, ઇશ્કબાજી.

debe'nture (ડિબેંચર), નાο લેણાની વ્યાજુચિઠ્ઠી, ઋણપત્ર, વિοકο મિલકતનો પ્રથમ બોજો.

debi'litate (ડિબિલિટેટ), સοક્રિο નબળું – કમજોર – બનાવવું.

debi'lity (ડિબિલિટિ), નાο નબળાઈ, કમજોરી.

de'bit (ડે'બિટ), નાο નામે ઉધાર લખેલી રકમ; ખાતાની ઉધાર બાજુ. સοક્રિο -ને નામે ઉધારવું, ખરચ પાડવું.

debonair' (ડે'બને'અર), વિο ખુશમિજાજ; મોકળા મનનું.

debou'ch (ડિબાઉચ), અοક્રિο ખીણ

કે ઝાડીમાંથી ખુલ્લામાં આવવું.

debrie'f (ડિબ્રીફ), સ૦ક્રિ૦ સોંપેલું કામ પૂરું થયા પછી તેનો હેવાલ મેળવવો.

de'bris (ડે'બ્રિ, ડેબ્રિ), ના૦ વેરાયેલો ભંગાર, કાટમાળ.

debt (ડે'ટ), ના૦ દેવું, ઋણ; ઉપકાર; ઋણી હોવું તે.

de'btor (ડે'ટર) ના૦ દેવાદાર, ઋણી.

debu'g (ડીબગ), સ૦ક્રિ૦ સંતાડેલા ધ્વનિગ્રાહક યંત્રો (માઇક્રોફોનો) દૂર કરવાં; યંત્રમાં રહેલી ખામીઓ દૂર કરવી.

debu'nk (ડીબંક), સ૦ક્રિ૦ -ની પોલ ઉઘાડવી, ઉઘાડું પાડવું.

de'but (ડેબ્યુ), ના૦ ભદ્ર સમાજમાં યુવતીનું અથવા મંચ પર નટનટીનું પહેલી વાર દેખા દેવું.

de'butante (ડે'બ્યુટાન્ટ, ડેબ્યુ-), ના૦ ભદ્રસમાજમાં પ્રથમવાર દેખ દેનાર જુવાન સ્ત્રી.

Dec., સંક્ષેપ. December.

de'ca- (ડે'ક-), [સમાસમાં] દસ.

de'cade (ડે'કેડ), ના૦ દાયકો; દસકો.

de'cadence (ડે'કડન્સ), ના૦ વિ૦ક૦ સાહિત્ય અને કળાની પડતી કે અવનતિ (નો કાળ.)

de'cadent (ડે'કડન્ટ), વિ૦ - હ્રાસ, પતન કે અવનતિને માર્ગે ચડેલું; પડતીના સમયનું.

deca'ffeinate (ડિકાફિનેટ), સ૦ક્રિ૦ કૉફીમાંથી કેફીન કાઢી નાખવું.

de'cagon (ડે'કગન), ના૦ દશકોણ, દશભુજ. **deca'gonal** (ડિકૅગનલ), વિ૦.

de'cagram (ડે'કગ્રામ), ના૦ દસ ગ્રામ.

de'calitre (ડે'કલીટર), ના૦ દસ લીટર.

De'calogue (ડે'કલૉગ), ના૦ બાઇબલમાં કહેલી દસ આજ્ઞાઓ.

de'cametre (ડે'કમીટર), ના૦ દસમીટર.

deca'mp (ડિકૅમ્પ), અ૦ક્રિ૦ છાવણી ઉઠાવવી - છોડીને જતા રહેવું, નાસી જવું.

deca'nal (ડિકેનલ), વિ૦ ડીનનું; વાદકવૃન્દની દક્ષિણ (ડીનની) બાજુનું.

deca'nt (ડિકૅન્ટ), સ૦ક્રિ૦ (દારૂ ઇ૦) એક વાસણમાંથી બીજામાં નિતારીને રેડવું, એક પાત્રમાંથી બીજામાં રેડીને નાખવું.

deca'nter (ડિકૅન્ટર), ના૦ ભોજનના ટેબલ પર મુકાતો મદ્યનો ડાટાવાળો બાટલો.

deca'pitate (ડિકૅપિટેટ), સ૦ક્રિ૦ શિરચ્છેદ કરવો. **decapita'tion** (-ટેશન), ના૦.

decar'bonize (ડીકાર્બનાઇઝ઼), સ૦ક્રિ૦ મોટરનું ઍંજિન ઇ૦ માં થયેલા કાર્બનનું પડ સાફ કરી નાખવું.

deca'thlon (ડિકૅથ્લન), ના૦ વ્યાયામની હરીફાઈની રમતોનો દસ બનાવોવાળો કાર્યક્રમ.

decay' (ડિકે), ઉ૦ક્રિ૦ સડવું, કોવડાવવું, વિઘટિત થવું - કરવું, બગડવું, બગાડવું, ક્ષીણ થવું-કરવું. ના૦. કોહવાવું તે, કોહવાટ, અવનતિ, બગાડ વિઘટન, ક્ષય.

decea'se (ડિસીસ), ના૦ [કા.] મોત, મૃત્યુ.

decea'sed (ડિસીસ્ટ), વિ૦ અને ના૦ મૈયત, મરનાર.

decei't (ડિસીટ), ના૦ કપટ; છેતરપિંડી.

decei'tful (ડિસીટ્ફલ), વિ૦ કપટી, છેતરનારું.

decei've (ડિસીવ), સ૦ક્રિ૦ ભુલાવવું, ખોટી વાત ગળે ઉતારવી; છેતરવું; નિરાશ કરવું,

dece'lerate (ડીસે'લરેટ), ઉ૦ક્રિ૦ ધીમું પડવું - પાડવું.

Dece'mber (ડિસે'મ્બર), ના૦ ડિસેંબર (મહિનો)

de'cency (ડીસન્સિ), ના૦ ઔચિત્ય; મર્યાદા; વર્તન; [બ૦વ૦માં] શિષ્ટાચાર; [બ૦વ૦માં] આબરૂદાર જીવનની જરૂરિયાતો.

dece'nnial (ડિસે'નિઅલ), વિ૦ દશવાર્ષિક.

de'cent (ડીસન્ટ), વિ૦ સારું (દેખાય એવું), સારું સરખું; અશ્લીલ કે નિર્લજ્જ નહિ એવું; આબરૂદાર; ચાલે એવું, ઠીક; [વાત.] ભલું, પરગજુ.

dece'ntral'ize (ડીસે'ન્ટ્રલાઇઝ઼), સ૦ ક્રિ૦ વિકેન્દ્રીકરણ કરવું, સ્થાનિક સંસ્થાઓમાં વહેંચી આપવું.

dece'ption (ડિસે'પ્શન), ના૦ છેતરવું કે છેતરાવું તે, છેતરપિંડી કપટ, દગો.

dece'ptive (ડિસે'પ્ટિવ), વિ૦ ભ્રામક, છેતરે એવું.

de'ci- (ડે'સિ), [સમાસમાં] એક દશાંશ.

de'cibel (ડે'સિબલ), ના૦ અવાજની તીવ્રતા માપવાનો એકમ.

deci'de (ડિસાઇડ), ઉ૦ક્રિ૦ નિકાલ કરવો; ચુકાદો આપવો; નિર્ણય કરવો, ઠરાવવું, નિશ્ચય પર આવવું.

deci'ded (ડિસાઇડિડ), વિ૦ નિશ્ચિત; નિર્વિવાદ; દૃઢનિશ્ચયી.

deci'duous (ડિસિડયૂઅસ), વિ૦ અમુક ગાળા પછી અથવા સામાન્યતઃ ખરી જનારું; (વનસ્પતિ અંગે) જેનાં પાંદડાં દર વરસે ખરે છે એવું.

de'cigram (ડે'સિગ્રામ), ના૦ એક દશાંશ ગ્રામ.

de'cilitre (ડે'સિલીટર), ના૦ એક દશાંશ લીટર.

de'cimal (ડે'સિમલ), વિ૦ દશાંશોનું અથવા દસનું, જેમાં દસગણી કિંમત વધતી કે ઘટતી જાય છે એવું; દશાંશ, દશગુણિત; દશાંશ પદ્ધતિના ચલણનું. ના૦ દશાંશ અપૂર્ણાંક. **~ coinage,** દશાંશ પદ્ધતિનું ચલણ. **~ figure,** દશાંશ ચિહ્ન પછીની સંખ્યા. **~ fraction,** દશાંશ અપૂર્ણાંક. **~ point,** દશાંશ ચિહ્ન. **~ system,** દશાંશ પદ્ધતિ (તોલ, માપ, ચલણની).

de'cimalize (ડે'સિમલાઇઝ઼), સ૦ ક્રિ૦ દશાંશ પદ્ધતિ દાખલ કરવી, દશાંશમાં લખવું, દશાંશરૂપ આપવું. **decimaliza'tion** (-ઝ઼ેશન), ના૦.

de'cimate (ડે'સિમેટ), સ૦ક્રિ૦ વસ્તીનો દસમો કે મોટો ભાગ મારી નાખવો. **decima'tion** (-મેશન), ના૦.

de'cimetre (ડે'સિમીટર), ના૦ એક દશાંશ મીટર.

deci'pher (ડિસાઇફર), ના૦ સ૦ ક્રિ૦ ખરાબ અક્ષરનું લખાણ ઉકેલવું; સાંકેતિક ભાષાનો અર્થ કરવો. **deci'pherment** (-ર્મન્ટ), ના૦.

deci'sion (ડિસિઝ઼ન), ના૦ નિર્ણય, નિકાલ, નિષ્કર્ષ; નિશ્ચય; દૃઢતા; દૃઢનિશ્ચય.

deci'sive (ડિસાઇસિવ), વિ૦ નિર્ણાયક, નિકાલ આણે એવું; નિશ્ચિત, ચોક્કસ.

deck (ડે'ક), ના૦ વહાણ કે હોડીનું તૂતક; બસ ઇ૦નો માળ; [અમે.] પત્તાંની જોડ; રેકર્ડ પ્લેયરનો રેકર્ડ વગાડવાનો અથવા ટેપરેકર્ડરનો ધ્વનિ નોંધવાનો ભાગ. સ૦ક્રિ૦ સજાવવું, શણગારવું; તૂતક(નાં પાટિયાં) જડવાં. **~-chair,** ગડી વાળી શકાય એવી ખુરશી.

declai'm (ડિક્લેમ), ઉ૦ક્રિ૦ આવેશપૂર્વક – વક્તૃત્વપૂર્ણ રીતે – બોલવું, મોટેથી બોલી જવું; જુસ્સાદાર ભાષણ કરવું.

declama'tion (–ડે'ક્લમેશન), ના૦.

decla'matory (ડિક્લૅમટરિ), વિ૦.

declara'tion (ડે'ક્લરેશન), ના૦. જાહેર કરવું તે; જાહેરનામું, ભારપૂર્વક, હેતુપૂર્વક અથવા વિધિસર કરેલું નિવેદન.

decla'ratory (ડિક્લૅરટરિ), વિ૦.

declare' (ડિક્લે'અર), ઉ૦ક્રિ૦ ખુલ્લેખુલ્લું, વિધિસર અથવા ભારપૂર્વક જણાવવું, જાહેર કરવું; (કોઈ વ્યક્તિ કે વસ્તુ) અમુક હોવાનું જાહેર કરવું; પોતાની પાસે જકાતપાત્ર માલ અથવા કરપાત્ર આવક હોવાનું વિગતવાર જણાવવું; [ક્રિ.] બધા ખેલાડીઓ બાદ થયા પહેલાં બૅટિંગ બંધ કરવી; [પત્ત] હુકમ પાડવો.

de'cla'sse' (ડેક્લૅસે), વિ૦ [સ્ત્રી૦ ~, ઉચ્ચાર એ જ] સામાજિક દરજ્જામાં નીચે ઊતરેલું.

decla'ssify (ડીક્લૅસિફાઇ), સ૦ક્રિ૦ (માહિતી કે બાતમી) ગુપ્ત ગણવાનું બંધ કરવું.

decle'nsion (ડિક્લે'ન્શન), ના૦ પતન, બગાડ; [વ્યા.] વિભક્તિ રૂપાખ્યાન; વિભક્તિનો ગણ – વર્ગ. **decle'nsional** (-શનલ), વિ૦.

declina'tion (ડે'ક્લિનેશન), ના૦ ઉતાર, ઢોળાવ; ચ્યુતિ; [ખ.] ક્રાન્તિ, અપક્રમ. (હોકાયંત્ર અંગે) વિચલન, દિક્પાત.

decli'ne (ડિકલાઇન), ઉ૦ક્રિ૦ નીચે ઢળતા હોવું – જવું; ઘટવું, ક્ષીણ થવું; ના પાડવી; [વ્યા.] નામ ઇ૦ને વિભક્તિ પ્રત્યય લગાડવા – લગાડી રૂપાખ્યાન કરવું. ના૦ પતન, હ્રાસ; બગાડ; [પ્રા.] ક્ષયરોગ.

decli'vity (ડિક્લિવિટિ), ના૦ ઉતાર, ઢોળાવ.

declu'tch (ડીક્લચ), અ૦ક્રિ૦ મોટર ગાડીની 'ક્લચ' ઢીલી અથવા છૂટી કરવી.

deco'ction (ડિકૉક્શન), ના૦ ઉકાળીને અર્ક કાઢવો તે; ઉકાળો, કાઢો.

deco'de (ડીકોડ), સ૦ક્રિ૦ સાંકેતિક ભાષાનો સંદેશો ઇ૦ પ્રચલિત ભાષામાં ફેરવવું – ઉકેલવું.

deco'der (ડીકોડર), ના૦ જુદી જુદી દિશાઓમાંથી આવતા ધ્વનિના સંદેશાઓનું વિશ્લેષણ કરી તેને જુદી જુદી ધ્વનિવર્ધક ચૅનલોમાં વહેંચવાનું સાધન.

deco'ke (ડીકોક), સ૦ક્રિ૦ કાર્બનમુક્ત કરવું.

décolletagé (ડેકૉલ્ટાઝ), ના૦ પોશાકનું નીચું કાપેલું ગળું, તેને લીધે ગરદન અને ખભા ખુલ્લાં રહેવાં તે.

déco'llete' (ડેકૉલ્ટે), વિ૦ [સ્ત્રી. *~é*] નીચા ગળાવાળું, નીચા ગળાવાળો પોશાક પહેરેલું.

decoloniza'tion (ડીકૉલનાઇઝ઼ેશન), ના૦ અગાઉની વસાહતો પરથી રાજ્યસત્તા ઉઠાવી લેવી.

decompo'se (ડીકમ્પોઝ઼), ઉ૦ક્રિ૦ -નાં ઘટક તત્ત્વો અલગ પાડવાં; કોહવડાવવું; કોહવાવું. **decomposi'tion** (-ઝ઼િશન), ના૦.

decompre'ss (ડીકમ્પ્રે'સ), સ૦ક્રિ૦ હવા કાઢી દબાણ ઓછું કરવું. **decompre'ssion** (–પ્રે'શન), ના૦.

decompre'ssor (ડીકમ્પ્રે'સર), ના૦ મોટરના ઍંજિનમાં દબાણ ઓછું કરવાની કળ – યુક્તિ.

deconge'stant (ડીકંજેસ્ટન્ટ), વિ૦ અને ના૦ લોહીના ભરાવાને હળવો કરનાર (દવા).

deconta'minate(ડીકન્ટૅમિનેટ),સ૦ક્રિ -માંથી વિ૦ક૦ કિરણોત્સારનું પ્રદૂષણ દૂર કરવું. **decontamina'tion** (–નેશન) ના૦.

de'cor (ડેકૉર), ના૦ ઓરડી, રંગમંચ, ઇ૦ની સજાવટ.

de'corate (ડે'કરેટ), સ૦ક્રિ૦ સુશોભિત કરવું; રંગવું, કાગળ ચોઢવા, ઇ૦, માન, ચાંદ, ઇ૦ એનાયત કરવું.

decora'tion (ડે'કરેશન), ના૦ સુશોભિત કરવું તે; સુશોભિત કરનાર વસ્તુ; માનચાંદ ઇ૦; [બ૦વ૦માં] ઉત્સવ વખતે બંધાતા ધજાપતાકા ઇ૦નાં તોરણો.

de'corative (ડે'કરટિવ), વિ૦ આલંકારિક; [વાત.] મનોહર, રોચક.

de'corator (ડે'કરેટર), ના૦ ઘરો ઇ૦-ની સજાવટનો ધંધો કરનાર.

de'corous (ડે'કરસ), વિ૦ ઔચિત્ય જાળવનારું, છાજતું, શોભાસ્પદ.

decor'um (ડિકૉરમ), ના૦ ઔચિત્ય, યથાયોગ્ય વર્તણૂક, શિષ્ટાચાર.

de'coy (ડીકૉઇ), ના૦ જંગલી બતક ઇ૦ને પકડવા માટે જાળ પાથરેલું તળાવ; બીજાં પક્ષીઓને લલચાવવા માટે કેળવેલું પક્ષી; આમિષ ફાંદો. ઉ૦ ક્રિ૦ (ડિ – **decoy'**) જાળ કે ફાંદામાં ફસાવવું – આવવા લલચાવવું.

decrea'se (ડિક્રીસ), ઉ૦ક્રિ૦ ઓછું કરવું – થવું. ના૦ (**de'crease** ડીક્રીસ) ઓછું કરવું – થવું – તે; ઘટાડો.

decree' (ડિક્રી), ના૦ આજ્ઞા, ફરમાન; હુકમનામું. ઉ૦ક્રિ૦ ફરમાન કાઢવું, હુકમનામું કરવું. **~ ni'si** (–નાઇસાઇ), અમુક સમય પછી અમલી બનનારું લગ્નવિચ્છેદનું શરતી હુકમનામું.

decre'pit (ડિક્રે'પિટ), વિ૦ જરાજીર્ણ, અશક્ત; ભાંગી ગયેલું. **decre'pitude** (–ટ્યૂડ), ના૦.

decre'tal (ડિક્રીટલ), ના૦ પોપનું ફરમાન.

decry' (ડિક્રાઇ), સ૦ક્રિ૦ વખોડવું, નિંદવું

de'cuple (ડીકપલ), વિ૦ અને ના૦ દસપટ (રકમ). સ૦ક્રિ૦ દસે ગુણવું.

de'dicate (ડૅ'ડિકેટ), સ૦ક્રિ૦ ઈશ્વર, વ્યક્તિ, હેતુ, ઇ૦ને અર્પણ કરવું.

dedica'tion (–કેશન), ના૦ અર્પણ કરવું – થવું- તે, સમર્પણ; ચોપડી ઇ૦ની અર્પણપત્રિકા.

dedi'catory (ડૅ'ડિકટરિ), વિ૦ સમર્પણાત્મક.

dedu'ce (ડિડયૂસ), સ૦ક્રિ૦ પરથી અનુમાન કરવું; -માંથી નિષ્કર્ષ કાઢવો. **dedu'cible** (–સિબલ), વિ૦.

dedu'ct (ડિડક્ટ), સ૦ક્રિ૦ બાદ કરવું, લઈ લેવું; કોરે – કાઢી – મૂકવું; રોકી રાખવું.

dedu'ctible (ડિડક્ટિબલ), વિ૦ બાદ કરવા પાત્ર વિ૦ક૦ ભરવાના કરમાંથી અથવા કરપાત્ર આવકમાંથી.

dedu'ction (ડિડક્શન), ના૦ બાદ કરવું તે; બાદ કરેલી – કરવાની – રકમ; સામાન્યમાંથી તારવેલું વિશિષ્ટ અનુમાન, નિગમન.

dedu'ctive (ડિડક્ટિવ), વિ૦ અનુમાન કાઢવાની રીતનું, નિગમનને લગતું.

deed (ડીડ), ના૦ કૃત્ય, કામ; વાસ્તવિક હકીકત -વાત; કામગીરી; કાયદેસરનો દસ્તાવેજ. **~-poll,** કેવળ એક પક્ષે લખી આપેલો દસ્તાવેજ.

deejay' (ડીજે), ના૦ [વાત] ગ્રામફોન રેકર્ડોના રેડિયોપ્રસારણ કાર્યક્રમનો સંચાલક.

deem (ડીમ), સ૦ક્રિ૦ ગણવું, માનવું. અમુક અભિપ્રાયનું હોવું.

deep (ડીપ), વિ૦ જમીનમાં ખૂબ નીચે અથવા સપાટી પર ખૂબ અંદર; (ની બાજુએ); અમુક ઊંડાણ પર; -માં નિમગ્ન; ગાઢ, ગહન; હાર્દિક; નીચા સપ્તકનું, મંદ્ર; તીવ્ર. ના૦ ખાઈ, ઊંડો ખાડો; દરિયો. ક્રિ૦વિ૦ ખૂબ નીચે – અંદર – ઊંડે. **~-freeze,** બરફ જમાવવાનું શીત કપાટ. **~-fry,** તળવું (તેલ ઇ૦માં). **~ laid,** ગુપ્ત અને અને વિગતવાર ગોઠવેલું.

dee'pen (ડીપન), ઉ૦ક્રિ૦ (વધુ) ઊંડું કરવું – થવું.

deer (ડિઅર), ના૦ [બ૦વ૦ એ જ] હરણ, મૃગ. **~stalker,** ના૦ આગળ અને પાછળ ટોચવાળી ટોપી.

de-e'scalate (ડી–એ'સ્કલેટ), સ૦ક્રિ૦ ઊંચાઈ અથવા તીવ્રતા ઘટાડવી.

defa'ce (ડિફેસ), સ૦ક્રિ૦ સૂરત બગાડવી, વંચાય નહિ તેવું કરવું. **defa'cement** (–મન્ટ), ના૦.

de fa'cto (ડે ફૅક્ટો), પ્રત્યક્ષમાં, વાસ્તવમાં.

de'falcate (ડીફૅલ્કેટ), અ૦ક્રિ૦ અફરાતફર કરવી.

defalca'tion (–કેશન), ના૦ અફરાતફર, ઉચાપત (કરવી તે); સ્વપક્ષ – સ્વધર્મ – ત્યાગ; ખામી, ઊણપ.

defa'me (ડિફેમ), સ૦ક્રિ૦ બદનામ કરવું. **defama'tion** (ડૅ'ફમેશન), ના૦. **defa'matory** (ડિફૅમટરિ),વિ૦.

defau'lt (ડિફૉલ્ટ), ના૦ કર્તવ્યચ્યુતિ. અ૦ક્રિ૦ કર્તવ્ય કરવામાં ચૂકવું.

defau'lter (ડિફૉલ્ટર) ના૦ કર્તવ્ય કરવા ઇ૦માં કસૂર કરનાર, વિ૦ક૦ લશ્કરી શિસ્તનો ભંગ કરનાર સિપાહી.

defea't (ડિફીટ), સ૦ક્રિ૦ હરાવવું; નિષ્ફળ બનાવવું, ચાલવા ન દેવું, ના૦ હાર, પરાજય.

defea'tism (ડિફીટિઝ્મ), ના૦ હારણવૃત્તિ. **defea'tist** (–ટિસ્ટ), વિ૦ અને ના૦.

de'fecate (ડીફિકેટ), અ૦ક્રિ૦ મળત્યાગ કરવો.

de'fect (ડીફૅ'ક્ટ), ના૦ ખામી, ઊણપ, દૂષણ, એબ. અ૦ક્રિ૦ (**defe'ct**) પક્ષત્યાગ કરવો, પોતાનો પક્ષ, દેશ, ઇ૦ છોડી બીજામાં ભળવું. **defe'ction** (-ક્શન), ના૦. **defe'ctor** (–ક્ટર) ના૦.

defe'ctive (ડિફૅ'ક્ટિવ), વિ૦ અપૂર્ણ, અધૂરું; ખોડ – ખામી – વાળું; -ની ઊણપવાળું.

defe'nce (ડિફૅ'ન્સ), ના૦ બચાવ, સંરક્ષણ, (કરવું તે); હુમલાના પ્રતિકારનું સાધન; બચાવ, સમર્થન; રમતમાં અમુક

સ્થાનનો બચાવ કરનાર ખેલાડી(ઓ); [કા.] પ્રતિવાદીનો પક્ષ અથવા વકીલ; [બ૦વ૦માં] કિલ્લેબંધી. **defe'nceless** (-સ્લિસ), વિ૦.

defe'nd (ડિફે'ન્ડ), ઉ૦ક્રિ૦ હુમલાનો પ્રતિકાર કરવો, હુમલો વારવો; રક્ષણ કરવું; દલીલથી સમર્થન કરવું; [કા.] બચાવ કરવો.

defe'ndant (ડિફે'ન્ડન્ટ), ના૦ પ્રતિવાદી, આરોપી.

defe'nsible (ડિફે'ન્સિબલ), વિ૦ બચાવ - રક્ષણ - સમર્થન - થઈ શકે એવું.

defe'nsive (ડિફે'ન્સિવ), વિ૦ રક્ષણોપયોગી, રક્ષણાત્મક. ના૦ સ્વસંરક્ષણ(ની સ્થિતિ કે નીતિ).

defer[1], (ડિફર), સ૦ક્રિ૦ મુલતવી રાખવું; આગળ ઠેલવું. **defer'ment** (-રૂમન્ટ), ના૦.

defer[2], સ૦ક્રિ૦ માન રાખવું, નમવું.

de'ference (ડે'ફરન્સ), ના૦ સલાહ મુજબ વર્તન કરવું - માન રાખવું - તે; આમન્યા. **in ~ to,** -ને વિષે આદરની લાગણીથી.

defere'ntial (ડે'ફરે'ન્શલ), વિ૦ માન રાખનારું, મર્યાદાશીલ.

defi'ance (ડિફાયન્સ), ના૦ ખુલ્લી અવજ્ઞા - અવગણના; સામા થવું તે. **defi'ant** (-યન્ટ), વિ૦.

defi'ciency (ડિફિશન્સિ), ના૦ ઊણપ, ખામી, કમી; ખૂટતી વસ્તુ; ખોટ, ખાધ. **~ disease,** ખોરાકમાં આવશ્યક તત્ત્વની ખોટને લીધે થતો રોગ.

defi'cient (ડિફિશન્ટ), વિ૦ અપૂરતું, અધૂરું; પૂરો વિકાસ નહિ પામેલું.

de'ficit (ડે'ફિસિટ), ના૦ ખાધ, ખોટ; ખૂટતી રકમ; મિલકત કરતાં દેવાની વધારાની માત્રા.

defi'le[1] (ડિફાઇલ), ના૦ સાંકડી ખીણ અથવા ઘાટ. અ૦ક્રિ૦ એક કતારમાં કૂચ કરવી.

defi'le[2], સ૦ક્રિ૦ ગંદુ બનાવવું; ભ્રષ્ટ કરવું; એબ લગાડવી. **defi'lement** (-લ્મન્ટ), ના૦.

defi'ne (ડિફાઇન), સ૦ક્રિ૦ -ની હદ-મર્યાદા - આંકવી; સ્પષ્ટપણે નક્કી કરવું-બતાવવું; -નો ચોક્કસ અર્થ કહેવો.

de'finite (ડે'ફિનિટ), વિ૦ નિશ્ચિત મર્યાદાઓવાળું; સ્પષ્ટ, ચોક્કસ.

de'finitely (ડે'ફિનિટ્લિ), ક્રિ૦વિ૦ અને ઉદ્ગાર૦ સ્પષ્ટ પણે, દેખીતી રીતે; [વાત.] હા, ચોક્કસ.

defini'tion (ડે'ફિનિશન), ના૦ (ચોક્કસ અર્થની) વ્યાખ્યા; સ્પષ્ટ કરવું - હોવું - તે; સ્પષ્ટતાની માત્રા.

defi'nitive (ડિફિનિટિવ), વિ૦ આખરી, નિર્ણાયક, બિનશરતી; (સૌથી વધુ) અધિકૃત-પ્રમાણભૂત.

defla'te (ડિફ્લેટ), ઉ૦ક્રિ૦ (વાટ ટાયર, ઇ૦)માંથી હવા બહાર કાઢવી; (ચલણ)નો ફુગાવો ઘટાડવો; ફુગાવો ઘટાડવાની નીતિ અપનાવવી; વિશ્વાસ ગુમાવવો-ગુમાવડાવવો.

defla'tion (ડિફ્લેશન), ના૦ ટાયર ઇ૦ માંથી હવા બહાર કાઢવી તે; ફુગાવો ઘટાડી નાણાંની કિંમત વધારવાની આર્થિક નીતિ; કિંમત વધે એવી પરિસ્થિતિ. **defla'tionary** (-નરિ), વિ૦.

defle'ct (ડિફ્લે'ક્ટ), ઉ૦ક્રિ૦ સીધો રસ્તો છોડીને વાંકું વળવું-વાળવું-દૂર જવું, આડું ફંટાવું. **defle'xion** (-ક્શન), ના૦.

deflow'er (ડીફ્લાવર), સ૦ક્રિ૦ -નો કૌમાર્યભંગ કરવો; બળાત્કાર કરવો; ફૂલ તોડી લેવાં.

defo'liant (ડિફોલિઅન્ટ), વિ૦ અને ના૦ પાંદડાં ખેરવી નાખનાર (વસ્તુ ઇ૦).

defo'liate (ડિફોલિએટ), સ૦ક્રિ૦ -નાં પાંદડાં ખેરવવાં. **defolia'tion** (-એશન), ના૦.

defor'm (ડિફૉર્મ) સ૦ક્રિ૦ -નો દેખાવ કે આકાર બગાડવો, વિકૃત કરવું. **deforma'tion** (-ડીફૉર્મેશન), ના૦.

defor'mity (ડિફૉર્મિટિ), ના૦ વિકૃતિ, ખોડ, વ્યંગ.

defrau'd (ડિફ્રૉડ), સ૦ક્રિ૦ કપટ કરીને છેતરવું.

defray' (ડિફ્રે), સ૦ક્રિ૦ ખર્ચ આપવું, (ખર્ચ કરેલા) પૈસા ચૂકવવા.

defro'st (ડિફ્રૉસ્ટ), સ૦ક્રિ૦ શીતપેટી (રેફ્રિજરેટર)માંથી બરફ કાઢી નાખવો.

deft (ડે'ફ્ટ), વિ૦ નિપુણ, કુશળ.

defu'nct (ડિફંક્ટ), વિ૦ નષ્ટ; કાલગ્રસ્ત.

defy' (ડિફાઈ), સ૦ક્રિ૦ કશુંક કરવા કે સિદ્ધ કરવા પડકારવું; ખુલ્લી રીતે સામા થવું; -માં મોટાં મોટાં વિઘ્નો નાખવ.

deg., સંક્ષેપ. degree.

dege'neracy (ડિજે'નરસિ), ના૦ અવનતિ, નબળી દશા.

dege'nerate (ડિજે'નરેટ), વિ૦ (-રટ) પોતાના વિશિષ્ટ ગુણો ખોઈ બેઠેલું, અધઃપતિત, ભ્રષ્ટ. ના૦ એવું માણસ. અ૦ક્રિ૦ (-રેટ) ભ્રષ્ટ થવું, બગડવું. **degenera'tion** (-રેશન), ના૦.

degrada'tion (ડે'ગ્રડેશન), ના૦ હીણપત આણવી તે, માનભંગ; અવનતિકારક વસ્તુ.

degra'de (ડિગ્રેડ), સ૦ક્રિ૦ નીચલી પાયરીએ ઉતારવું, હલકું પાડવું, -ની પ્રતિષ્ઠા કે ગૌરવ ઓછું કરવું; વધુ સાદી રચનામાં ફેરવવું.

degra'ding (ડિગ્રેડિંગ), વિ૦ હલકુ પાડે તેવું. અપમાનજનક.

degree' (ડિગ્રી), ના૦ માપપટ્ટીનો ચઢતો ઊતરતો ક્રમ - ક્રમનો તબક્કો; પાયરી, દરજ્જો; કોણના માપનો અથવા તાપમાનનો એકમ, અંશ; માત્રા, પ્રમાણ; યુનિવર્સિટી ઇ૦ દ્વારા અપાતી પદવી - ઉપાધિ.

dehu'manize (ડીહ્યૂમનાઇઝ઼) સ૦ક્રિ૦ માનવોચિત ગુણો વિનાનું - અમાનવીય - બનાવવું.

dehy'drate (ડીહાઇડ્રેટ), ઉ૦ક્રિ૦ -માંથી પાણી કાઢી નાખવું, સૂકવવું; સુકાઈ જવું. **dehydra'tion** (-ડ્રેશન), ના૦.

de-i'ce (ડી-આઇસ), સ૦ક્રિ૦ વિમાન ઇ૦ પર જામેલો બરફ દૂર કરવો - બરફ જામવા ન દેવો.

de'ify (ડીઇફાઇ), સ૦ક્રિ૦ -ને દેવ બનાવવો, દેવ માની પૂજવું. **deifica'tion** (-ફિકેશન), ના૦.

deign (ડેન), અ૦ક્રિ૦ મહેરબાની દાખલ કરવું, કરવા ઇ૦ની કૃપા કરવી.

Dei gratia (ડેઇ ગ્રાશિઅ), [લે.] ઈશ્વરકૃપાથી.

de'ism (ડીઇઝ઼મ), ના૦ ઈશ્વર છે પણ તેનો સાક્ષાત્કાર થતો નથી એવી માન્યતા. **de'ist** (-ઇસ્ટ), ના૦. **dei'stic** (-સ્ટિક), વિ૦.

de'ity (ડીઇટિ), ના૦ દેવત્વ, દૈવી સ્વરૂપ; દેવ.

déjà vu' (ડેઝાવ્યૂ), પ્રસ્તુત પ્રસંગ અગાઉ અનુભવમાં આવી ગયેલો છે એવી લાગણી - આભાસ.

deje'ct (ડિજે'ક્ટ), સ૦ક્રિ૦ ખિન્ન અથવા ગમગીન બનાવવું.

deje'ction (ડિજે'ક્શન), ના૦ ખેદ, વિષાદ; ગ્લાનિ.

de jure (ડીજુઅરિ), વિ૦ અને ક્રિ૦વિ૦ હક પ્રમાણે(નું) અધિકારની રૂએ.

Del., સંક્ષેપ Delaware.

delay' (ડિલે), ઉ૦ક્રિ૦ મુલતવી રાખવું, મોડું કરવું - થવું; રોકવું, ખોટી કરવું. ના૦ વિલંબ; ખોટી.

dele'ctable (ડિલે'ક્ટબલ), વિ૦ ગમે તેવું, મજાનું.

delecta'tion (ડીલે'ક્ટેશન), ના૦ આનંદ, લહાવો.

de'legacy (ડે'લગસિ), ના૦ પ્રતિનિધિમંડળ.

de'legate (ડે'લિગેટ), સ૦ક્રિ૦ સભા સંમેલનમાં પ્રતિનિધિ તરીકે મોકલવું; પ્રતિનિધિ(ઓ)ને સત્તા આપવી. ના૦ (-ગટ) પ્રતિનિધિ.

delega'tion (ડે'લિગેશન), ના૦ સત્તા-મુખત્યારી-આપવી તે; પ્રતિનિધિ મંડળ.

dele'te (ડિલીટ), સ૦ક્રિ૦ (શબ્દ, ફકરો, ઇ૦) છેકવું, રદ કરવું. **dele'tion** (-લીશન), ના૦.

delete'rious (ડે'લિટિઅરિઅસ), વિ૦ હાનિકારક.

delft (ડે'લ્ફ્ટ), ના૦ ઝલે દીધેલું માટીનું

વાસણ.

deli'berate (ડિલિબરેટ), ઉ૰ક્રિ૰ સલાહ લેવી, -ને પૂછવું; મસલત કરવી; -નો વિચાર કરવો. વિ૰ (-રટ), હેતુપૂર્વકનું, પૂર્ણ વિચાર કરીને કરેલું.

delibera'tion (ડિલિબરેશન), ના૰ મસલત (કરવી તે), ચર્ચાવિચારણા; હેતુપૂર્વકતા.

deli'berative (ડિલિબરટિવ), વિ૰ ચર્ચાવિચારણા કરનારું – કરવા નીમેલું.

de'licacy (ડે'લિકસિ), ના૰ નાજુકાઈ, સંવેદનશીલતા; સ્વાદિષ્ટ વાની.

de'licate (ડે'લિકટ), વિ૰ બારીક, પાતળું, જટિલ; સુંદર; સૂક્ષ્મ; સંવેદનાશીલ; નાજુક, કોમળ; સહેલાઈથી ઈજા કરી શકાય એવું; જેને માટે કુશળતા કે કુનેહ આવશ્યક હોય એવું.

delicate'ssen (ડે'લિકટે'સન), ના૰ સ્વાદિષ્ટ વાનીઓ – મીઠાઈ (–ની દુકાન).

deli'cious (ડિલિશસ), વિ૰ ખૂબ આનંદદાયક; સ્વાદિષ્ટ; સુગંધી.

deli'ght (ડિલાઇટ), ઉ૰ક્રિ૰ આનંદ આપવો – માણવો, ખુશ કરવું – થવું; ના૰ ઉત્કટ આનંદ (દાયક વસ્તુ). **deli'ghtful** (–ટ્ફુલ), વિ૰.

deli'mit (ડીલિમિટ), સ૰ક્રિ૰ -ની મર્યાદા કે હદ નક્કી કરવી. **delimita'tion** (–ટેશન), ના૰.

deli'neate (ડિલિનિએટ), સ૰ક્રિ૰ -નું ચિત્ર દોરવું – કાઢવું, -નું – વર્ણન કરવું. **delinea'tion**(–એશન), ના૰. **deli'neator** (–એટર), ના૰.

deli'nquency (ડિલિંક્વન્સિ), ના૰. કર્તવ્યની ઉપેક્ષા, પ્રમાદ; અપરાધ.

deli'nquent (ડિલિંક્વન્ટ), વિ૰ અને ના૰ કર્તવ્યની ઉપેક્ષા કરનાર, પ્રમાદી; અપરાધી, ગુનેગાર.

delique'sce (ડેલિક્વે'સ), અ૰ક્રિ૰ હવાના ભેજથી ઓગળવું – પ્રવાહી બનવું. **delique'scence** (-ક્વે'સન્સ), ના૰. **delique'scent** (-ક્વે'સન્ટ), વિ૰.

deli'rious (ડિલીરિઅસ), વિ૰ સંનિપાત થયેલું; લવારે ચડેલું; અતિક્ષુબ્ધ.

deli'rium (ડિલીરિઅમ), ના૰ ચિત્તભ્રમ, ઉન્માદ, સંનિપાત. ~ **tre'mens** (-ટ્રીમેં'ઝ), અતિ મદિરાપાનથી થયેલો ચિત્તભ્રમ.

deli'ver (ડિલિવર), સ૰ક્રિ૰ બચાવવું, છોડાવવું, તારવું; મુક્ત કરવું; હવાલે કરવું, સોંપવું; (કાગળ, માલ, ઇ૰) આપવું, પહોંચાડવું; (દડો) ફેંકવો, (ફટકો) મારવો, તાકવું; (ભાષણ) આપવું; પ્રસૂતિમાં અથવા પ્રસૂતિ વખતે મદદ કરવી, પ્રસૂતિ કરાવવી. **be ~ed of,** -ને જન્મ આપવો.

deli'verance (ડિલિવરન્સ) ના૰ છુટકારો, મુક્તિ; બચાવ.

deli'very (ડિલિવરિ), ના૰ છોડવવું તે, છુટકારો; ટપાલ ઇ૰ની વહેંચણી; બોલવાની – દડો ફેંકવાની – શૈલી; પ્રસૂતિ.

dell (ડે'લ), ના૰ ઝાડીવાળું કોતર.

De'lphic (ડે'લ્ફિક), વિ૰ ગૂઢ, ગૂઢાર્થવાળું; દ્વિ-અર્થી.

delphi'nium (–ડે'લ્ફિનિઅમ), ના૰ બહુધા વાદળી ફૂલવાળો એક છોડ.

de'lta (ડે'લ્ટે), ના૰ ગ્રીક વર્ણમાળાનો ચોથો અક્ષર; નદીના મુખ આગળનો કાંપવાળી જમીનનો ત્રિકોણાકાર પ્રદેશ. ~ **wing,** વિમાનની ત્રિકોણાકાર પાંખ.

de'ltoid (ડે'લ્ટૉઇડ), વિ૰ અને ના૰ ત્રિકોણ. ~ **(muscle),** ખભાનો એક સ્નાયુ.

delu'de (ડિલ્યૂડ), સ૰ક્રિ૰ (મૂરખ) બનાવવું; છેતરવું.

de'luge (ડે'લ્યૂજ), ના૰ મહાપૂર, ધોધમાર વરસાદ. સ૰ક્રિ૰ જળબંબાકાર કરવું, પૂરથી ડુબાવી દેવું.

delu'sion (ડિલ્યૂઝન), ના૰ ભ્રમ, ભ્રમણા, ખોટી આશા.

delu'sive (ડિલ્યૂસિવ), વિ. ભ્રામક, ખોટી આશા બતાવનારું.

de lu'xe (ડ લક્સ), ઉત્કૃષ્ટ, વિશેષ સારી જાતનું.

delve (ડે'લ્વ), ઉ૰ક્રિ૰ ઊંડી શોધખોળ કરવી; [પ્રા.] ખોદી કાઢવું.

de'magogue (ડે'મગૉગ), નાο ટોળા (ની લાગણીઓ)ને ઉશ્કેરનાર રાજકીય ચળવળિયો. **demago'gic** (-ગૉગિક), વિο. **de'magogy** (-ગાગિ), નાο.

dema'nd (ડિમાન્ડ), નાο હકની માગણી, દાવો; માંગ, ખપત. સο ક્રિο -ની માગણી કરવી; -ને માટે આવશ્યક હોવું.

demarca'tion (ડીમાર્કેશન), નાο હદ – સીમા – બાંધવી – આંકવી – તે.

demater'ialize (ડીમટિઅરિઅલાઇઝ઼), ઉο ક્રિο અપાર્થિવ કરવું – થવું; લુપ્ત થવું – કરવું.

demea'n (ડિમીન), સο ક્રિο પ્રતિષ્ઠાને હાનિ પહોંચાડવી, નીચું પાડવું.

demea'nour (ડિમીનર), નાο રીત-ભાત, આચરણ.

deme'nted (ડિમે'ન્ટિડ) વિο મગજ ખસી ગયેલું. ગાંડું (બનેલું).

deme'ntia (ડિમે'ન્શિઅ), નાο ચિત્ત-ભ્રંશ, ગાંડપણ. **~praecox** (પ્રીકૉકસ), ખંડિતમનસ્કતા, છિન્ન માનસ.

demera'ra (ડે'મરે'અરે), નાο પીળાશ પડતી ગોળની ભૂકી, ખાંડસરી.

deme'rit (ડીમે'રિટ), નાο દોષ, અવ-ગુણ; ખોડ, ખામી.

deme'sne (ડિમેન), નાο જમીનની અંગત માલિકી; સ્થાવર મિલકત; મિલકત.

de'migod (ડે'મિગૉડ), નાο દેવ જેવું માણસ; [લા.] દેવની જેમ પૂજાતી વ્યક્તિ.

de'mijohn (ડે'મિજૉન), નાο નેતરના વેષ્ટનવાળો મોટો બાટલો.

demi'litarize (ડીમિલિટરાઇઝ઼), સο ક્રિο -માંથી લશ્કર ખસેડી લેવું.

de'mi-monde (ડે'મિ-મોંડ), નાο શંકાસ્પદ ચારિત્ર્યવાળી સ્ત્રીઓ; ગેરકાયદે મનાતી પ્રવૃત્તિ કરનાર ટોળી.

demi'se (ડિમાઇઝ઼), નાο મૃત્યુ.

de'misemiquaver (ડે'મિસે'મિ-ક્વેવર), નાο [સં.] સ્વરનો ૬૪મો ભાગ.

de'mo (ડે'મો), નાο [બο વο **~s**; વાત.] સરઘસ ઇο રાજકીય પ્રદર્શન.

demo'bilize (ડીમૉબિલાઇઝ઼), ઉο ક્રિο લશ્કર વિખેરી નાખવું, લશ્કરી સેવામાંથી છૂટું કરવું. **demobiliza'tion** (-ઝ઼ેશન), નાο.

demo'cracy (ડિમૉક્રસિ), નાο લોક-શાહી (તંત્રવાળું રાજ્ય); સમાન અધિ-કાર (સમાજ, મંડળ, ઇοમાં).

de'mocrat (ડે'મક્રૅટ), નાο લોકશાહી-નો પુરસ્કર્તા; **D~**, અમે.ની ડેમક્રૅટિક-પાર્ટીનો સભ્ય.

democra'tic (ડે'મક્રૅટિક), વિο લોક-શાહી રાજ્ય કે રાજ્યતંત્રનું – ને લગતું. **D~Party,** અમે. નો એક રાજકીય પક્ષ. **demo'cratize**(ડિમૉક્રટાઇઝ઼),સο ક્રિο. **democratiza'tion** (-ઝ઼ેશન), નાο.

demo'graphy (ડિમૉગ્રફિ), નાο માનવ સમાજોના જીવનનો આંકડા સાથેનો અભ્યાસ, લોકસંખ્યા શાસ્ત્ર. **demogra'-phic** (ડીમગ્રૅફિક), વિο.

demo'lish (ડિમૉલિશ), સο ક્રિο (મકા-ન ઇο) પાડી નાખવું, તોડી પાડવું; -નો નાશ કરવો; ખંડન કરવું. **demoli'tion** (-લિશન), નાο.

de'mon (ડીમન), નાο રાક્ષસ; ભૂત, પિશાચ; દુષ્ટ – ભારે શક્તિશાળી – માણસ. **demo'nic** (ડીમૉનિક), વિο.

demo'niac (ડિમોનિઍક), વિο અને નાο ભૂત વળગેલું – ભૂતના જેવું (–માણસ); ઝનૂની (માણસ).

demono'logy (ડીમનૉલજિ), નાο ભૂત – પિશાચ – વિદ્યા.

demo'nstrable (ડિમૉન્સ્ટ્રબલ), વિο બતાવી કે સિદ્ધ કરી શકાય એવું.

de'monstrate (ડે'મન્સ્ટ્રેટ), ઉο ક્રિο સાબિતી બતાવવી; –નું ખરાપણું – અસ્તિ-ત્વ – સિદ્ધ કરવું; જાહેર પ્રદર્શન કરવું – માં ભાગ લેવો.

demonstra'tion (ડે'મન્સ્ટ્રેશન), નાο સાબિત કરવું તે, સાબિતી; પદાર્થપાઠ; ઘરાકોને યંત્ર ઇο ચલાવી બતાવવું તે; પ્રદર્શન; મતપ્રદર્શન (માટેની સભા ઇο); લશ્કરી તાકાતનું પ્રદર્શન.

demo'nstrative (ડિમૉન્સ્ટ્રટિવ)

વિ૦ નિર્ણયાત્મક; લાગણીઓ ઇ૦ ખુલ્લી રીતે વ્યક્ત કરનારું; (સર્વના૦) દર્શક. ના૦ દર્શક સર્વનામ ઇ૦.

de'monstrator (ડે'મન્સ્ટ્રેટર), ના૦ વસ્તુપાઠ આપનાર, નિદર્શન કરનાર, નિદર્શનમાં ભાગ લેનાર.

demo'ralize (ડીમૉરલાઇઝ઼), સ૦ક્રિ૦ કોઈનું ચારિત્ર્યબળ શિથિલ – ભ્રષ્ટ – કરવું. **demoraliza'tion** (–ઝ઼ેશન), ના૦.

demo'te (ડીમોટ), સ૦ક્રિ૦ નીચલી પાયરી કે પદવી પર ઉતારવું.

demur' (ડિમર), અ૦ક્રિ૦ હરકત – વાંધો – લેવો – ઉઠાવવો. ના૦ વાંધો ઉઠાવવો તે.

demur'e (ડિમ્યુઅર), વિ૦ પ્રતિષ્ઠિત અને મોભાવાળું; સ્વસ્થ; શાંત અને ગંભીર (હોવાનો ડોળ કરતું).

den (ડેન), ના૦ જંગલી પશુની બોડ, ગુનેગારોનો અડ્ડો; કોઈની નાનકડી અંગત ઓરડી.

dena'rius (ડિને'અરિઅસ), ના૦ [બ૦વ૦ **-rii** -રિઆઇ] એક પ્રાચીન રોમન ચાંદીનું નાણું.

de'nary (ડીનરિ), વિ૦ દસનું, દશાંશ પદ્ધતિનું.

dena'tionalize (ડીનેશનલાઇઝ઼), સ૦ ક્રિ૦ ઉદ્યોગ ઇ૦ ને જાહેર ક્ષેત્રનું હોય તેને ખાનગી માલિકોને સોંપવું. **denationaliza'tion** (–ઝ઼ેશન), ના૦.

dena'ture (ડિનેચર), સ૦ક્રિ૦ વસ્તુના ગુણોમાં ફેરફાર કરવો; મદ્યાર્કને અપેય બનાવવું.

deni'al (ડિનાયલ), ના૦ નાકબૂલ કરવું તે, ઇનકાર; ના પાડવી તે; રદિયો.

de'nier (ડે'નિયર, – ડે'ન્યર), ના૦ સૂતર ઇ૦નો આંક બતાવવાનો વજનનો એકમ.

de'nigrate (ડે'નિગ્રેટ) સ૦ક્રિ૦ કાળું કરવું; [લા.] બદનામ કરવું.

de'nim (ડે'નિમ), ના૦ પાંસળી પાડીને વણેલું સુતરાઉ કાપડ; [બ૦વ૦માં] તેનાં કપડાં.

de'nizen (ડે'નિઝ઼ન), ના૦ (અમુક સ્થાન)નું રહેવાસી.

deno'minate (ડિનૉમિનટ), સ૦ક્રિ૦ –નું નામ પાડવું. અમુક નામથી બોલાવવું, અમુક તરીકે વર્ણવવું.

denomina'tion (ડિનૉમિનેશન), ના૦ નામ; પદવી કે હોદ્દો; હોદ્દાનું નામ; મૂલ્ય-વર્ગ (સંખ્યા, વજન કે નાણામાં); ધર્મસંઘ અથવા ધાર્મિક સંપ્રદાય.

denomina'tional (ડિનૉમિનેશનલ), વિ૦ સાંપ્રદાયિક.

deno'minator (ડિનામિનેટર), ના૦ [ગ.] અપૂર્ણાંકમાં છેદ(ની રકમ),ભાજક.

denota'tion (ડિનટેશન), ના૦ સૂચક ચિહ્ન, લક્ષણ, સૂચવવું – નું ચિહ્ન હોવું – તે.

deno'tative (ડિનોટટિવ), વિ૦ સૂચક.

deno'te (ડિનોટ), સ૦ક્રિ૦ -ને માટે વપરાયેલું હોવું, -નું સૂચક હોવું, સૂચવવું, -નો અર્થ હોવો.

d'enoue'ment (ડે'નૂમાં), ના૦ વાર્તા કે નાટકનો છેલ્લો ભાગ – ના રહસ્યનો ઉકેલ.

denou'nce (ડિનાઉન્સ), સ૦ક્રિ૦ ની વિરુદ્ધ ખબર આપવી; -ની સખત ટીકા – નિંદા – કરવી; -ની ઉપર જાહેર આરોપ કરવો.

dense (ડે'ન્સ), વિ૦ ગીચ, ગાઢ; ઘન; જડભરત, મૂરખ. **de'nsity** (–સિટિ), ના૦.

dent (ડે'ન્ટ), ના૦ ખાંચ, ગોબો. સ૦ક્રિ૦ -માં ગોબો પાડવો.

de'ntal (ડે'ન્ટલ), વિ૦ દાંતનું કે દાંતોનું; દંતવૈદકનું; (ધ્વનિ, વર્ણ, ઇ૦ અંગે) દન્ત્ય. ~ **floss**, દાંતો વચ્ચેની જગ્યા સાફ કરવા માટે રેશમ ઇ૦ના ધાગા.

de'ntate (ડે'ન્ટેટ), વિ૦ દાંતવાળું, દન્તુર, ખાંચા ખાંચાવાળું.

de'ntifrice (ડે'ન્ટિફ્રિસ), ના૦ દંત-મંજન.

de'ntine (ડે'ન્ટીન,–ટિન), ના૦ દાંતનું મુખ્ય ઘટક દ્રવ્ય.

de'ntist (ડે'ન્ટિસ્ટ), ના૦ દન્તવૈદ્ય.

denti'tion (ડે'ન્ટિશન), નાo દાંત આવવા તે; દાંતની વિશિષ્ટ રચના.

d'enture (ડે'ચર), નાo વિoકo બનાવટી દાંતનું ચોકઠું.

denuda'tion (ડીન્યુડેશન), નાo નગ્ન કરવું તે, વસ્ત્રહરણ; આવરણ ઉતરડી નાખવું તે.

denu'de (ડિન્યૂડ), સoક્રિo ઉઘાડું કે નાગું કરવું; આવરણ ઉતરડી નાખવું.

denuncia'tion (ડિનન્સિએશન), નાo જાહેર આરોપ – બદનામી (–કરવી તે), ધિક્કાર. **denu'nciatory** (–શટરિ), વિo.

deny' (ડિનાઇ), સoક્રિo ખોટું જાહેર કરવું; અસ્તિત્વનો ઇનકાર કરવો; નાકબૂલ કરવું; ના પાડવી. **~ oneself** મન મારવું.

deo'dorant (ડિઓડરન્ટ), વિo અને નાo દુર્ગંધ દૂર કરનાર કે ઢાંકી દેનાર પદાર્થ.

deo'dorize (ડિઓડરાઇઝ઼), સoક્રિo -ની દુર્ગંધ નાબૂદ કરવી. **deodoriza'tion** (–ઝ઼ેશન), નાo.

Deo volente (ડે'ઓ વલે'ન્ટે), [લે.], ઈશ્વરેચ્છા હશે તો, કોઈ વિઘ્ન ન આવે તો.

deoxyribonucle'ic (ડીઑક્સિરાઇબન્યૂક્લેઇક) વિo. **~ acid,** [જીવ.] આનુવંશિક માહિતી જેમાં સંઘરેલી હોય છે તે (કોશમાંના) રંગસૂત્રોમાં રહેલો પદાર્થ.

depar't (ડિપાર્ટ), ઉoક્રિo (-થી) જતા રહેવું – નીકળવું – રવાના થવું; મરી જવું; -થી જુદા પડવું, ફંટાવું.

depar'ted (ડિપાર્ટિડ), વિo વીતી ગયેલું, ગત; મૃત.

depar'tment (ડિપાર્ટ્‌મન્ટ), નાo વિભાગ, ખાતું; ફ્રેંચ વહીવટી વિભાગ, જિલ્લો ઇo **~ store,** જાત જાતનો માલ વેચતી મોટી દુકાન, ભંડાર. **departme'ntal** (–મેન્ટલ), વિo.

depar'ture (ડિપાર્ચર), નાo વિદાય, પ્રયાણ.

depe'nd (ડિપે'ન્ડ), અoક્રિo આનુષંગિક, પ્રાસંગિક અથવા શરતી હોવું; અધીન હોવું; [-ની ઉપર] આધાર રાખવો; [પ્રા.] -થી લટકાવેલું હોવું. **~ (up)on,** પર આધારિત હોવું, -થી નિયંત્રિત હોવું.

depe'ndable (ડિપે'ન્ડબલ), વિo આધાર કે વિશ્વાસ રાખવા જેવું.

depe'ndant (ડિપે'ન્ડન્ટ), વિo અને નાo આશ્રિત.

depe'ndence (ડિપે'ન્ડન્સ), નાo આધાર કે ભરોસો (રાખવો તે); પરાધીનતા.

depe'ndency (ડિપે'ન્ડન્સિ), નાo બીજા દેશ કે રાષ્ટ્રના તાબાનો મુલક – દેશ.

depe'ndent (ડિપે'ન્ડન્ટ), વિo આધાર રાખનારું; આનુષંગિક; પરાધીન કે પરવશ (સ્થિતિમાં રહેલું); [વ્યા.] ગૌણ (સંબંધ ધરાવતું).

depi'ct (ડિપિક્ટ), સoક્રિo ચિત્ર કે શબ્દોમાં રજૂ કરવું. **depi'ction** (-ક્શન), નાo.

de'pilate (ડે'પિલેટ), સoક્રિo વાળ ઉતારવા – દૂર કરવા.

depi'latory (ડિપિલટરિ), વિo અને નાo વાળ દૂર કરનાર (મલમ ઇo).

deple'te (ડિપ્લીટ), સoક્રિo ખાલી કરવું, સંખ્યા કે જથો ઘટાડવો. **deple'tion** (-શન), નાo.

deplor'able (ડિપ્લોરબલ), વિo શોચનીય; દિલગીર થવા જેવું, દુઃખદ; ઠપકાપાત્ર.

deplor'e (ડિપ્લોર), સoક્રિo -ને માટે રોવું – શોક કરવો; -નો શોક કરવો.

deploy' (ડિપ્લોઇ), ઉoક્રિo યુદ્ધ માટે લશ્કરને ફેલાવવું; (લશ્કર અંગે) ફેલાઈ જવું; વ્યૂહ રચવો, વ્યૂહમાં ગોઠવાઈ જવું. **deploy'ment** (-ઇમન્ટ), નાo.

depo'nent (ડિપોનન્ટ), નાo સોગંદ ખાઈ ને જુબાની આપનાર.

depo'pulate (ડિપૉપ્યુલેટ), સoક્રિo -ની વસ્તી ઓછી કરવી. નિર્જન બનાવવું. **depopula'tion** (–લેશન), નાo.

depor't (ડિપોર્ટ), સoક્રિo દેશપાર કરવું; અમુક ઢબે વર્તવું, ચાલવું, ઇo. **deporta'tion** (–ટેશન), નાo.

depor'tment (ડિપૉર્ટ્'મન્ટ), ના૦ વર્તન, ચાલવા કરવાની ઢબ.

depo'se (ડિપોઝ઼્), ઉ૦ક્રિ૦ હોદ્દા કે ગાદી પરથી ઉતારી મૂકવું, પદભ્રષ્ટ કરવું; સોગન લઈને જુબાની – સાક્ષી – આપવી.

depo'sit (ડિપૉઝ઼િટ), ના૦ સુરક્ષિત રાખવા માટે મૂકેલી વસ્તુ; ન્યાસ, થાપણ; બૅંકમાં જમા કરેલી રકમ; બાનમાં કે પહેલા હપતા તરીકે આપેલી રકમ; જામેલો થર. સ૦ક્રિ૦ મૂકવું, બૅંક ઇ૦માં જમા કરાવવું, થાપણ કે ન્યાસ તરીકે મૂકવું; થર દેવો – જામવો.

depo'sitary (ડિપૉઝ઼િટરિ), ના૦ જેની પાસે ન્યાસ મૂક્યો હોય તે, નિક્ષેપી.

deposi'tion (ડિપઝ઼િશન), ના૦ પ્રતિજ્ઞાપૂર્વક કશુંક કહેવું તે, – કરેલું નિવેદન; સોગન લઈને સાક્ષી આપવી તે – આપેલી સાક્ષી; કથન, આક્ષેપ.

depo'sitor (ડિપૉઝ઼િટર), ના૦ પૈસા, મિલકત, ઇ૦ થાપણ (તરીકે) મૂકનાર.

depo'sitory (ડિપૉઝ઼િટરિ), ના૦ નિધિ, ભંડાર.

de'pot (ડે'પો), ના૦ વખાર, ભંડાર; [લશ્કર] ભંડારની જગ્યા, ટુકડી ઇ૦નું મથક; બસો ઇ૦નો તબેલો.

depra've (ડિપ્રેવ), સ૦ક્રિ૦ નીતિભ્રષ્ટ કરવું. **depra'ved** (–પ્રેવ્ડ), વિ૦ નીતિભ્રષ્ટ, દુષ્ટ.

depra'vity (ડિપ્રૅવિટિ), ના૦ નીતિભ્રષ્ટતા, દુષ્ટતા.

de'precate (ડે'પ્રિકેટ), ઉ૦ક્રિ૦ નાપસંદગી બતાવવી, વખોડી કાઢવું. **depreca'tion** (–કેશન), ના૦. **de'precatory** (–કેટરિ), વિ૦.

de'pre'ciate (ડિપ્રીશિએટ), ઉ૦ક્રિ૦ હલકું પાડવું, -ની કિંમત ઘટાડવી.

deprecia'tion (ડિપ્રીશિએશન), ના૦ કિંમત ઘટાડવી – ઘટવી – તે; ઘસારો.

depre'ciatory (ડિપ્રીશિએટરિ), વિ૦ કિંમત ઘટાડનારું, નિંદાત્મક, ઘસાતું.

depreda'tion (ડે'પ્રડેશન), ના૦ લૂટી લેવું તે; [બ૦વ૦માં] લૂટફાટ.

depre'ss (ડિપ્રે'સ), સ૦ક્રિ૦ નીચે દબાવવું; કમી કરવું, ઘટાડવું; આર્થિક મંદી આણવી; ગમગીન બનાવવું, નિરુત્સાહ કરવું. **depre'ssible** (–સિબલ), વિ૦.

depre'ssant (ડિપ્રે'સન્ટ), વિ૦ અને ના૦ નિરુત્સાહ બનાવનાર (અસર); શામક (દવા).

depre'ssion (ડિપ્રે'શન), ના૦ નીચે દબાવવું – દબાવું – તે; નીચાણવાળી જગ્યા, ખાડો; વેપારમાં મંદી; હવાના દબાણમાં સ્થાનિક ઘટાડો; ઉત્સાહભંગ, ખિન્નતા, ઉદાસી.

depre'ssive (ડિપ્રે'સિવ), વિ૦ નીચે દબાવનારું, ખિન્નતા ઉપજાવનારું. ના૦ ભગ્નોત્સાહ – ગ્લાનિથી પીડાતી – વ્યક્તિ.

depriva'tion (ડે'પ્રિવેશન), ના૦ હાનિ, ખોટ; -થી વંચિત થવું – હોવું – તે.

depri've (ડિપ્રાઇવ), સ૦ક્રિ૦ –થી વંચિત કરવું (~ **of**), છીનવી લેવું; ભોગવવા ન દેવું; વિ૦ક૦ પાદરીને પદચ્યુત કરવું. **depri'ved,** ગૃહજીવનથી વંચિત, (વિ૦ક૦ બાળક અંગે) અનાથ.

dept., સંક્ષેપ. department.

depth (ડે'પ્થ), ના૦ ઊંડાણ; તેની માત્રા; [બ૦વ૦માં] ઊંડો કે તદ્દન નીચેનો કે અંદરનો ભાગ; (રાત, શિયાળો, ઇ૦ અંગે) મધ(રાત); ભર(શિયાળો), ઇ૦. **in ~**, ઊંડાણમાં (ઊતરીને), સંપૂર્ણપણે. **~-charge,** પાણી નીચે ફૂટતો બૉંબ.

deputa'tion (ડે'પ્યુટેશન), ના૦ પ્રતિનિધિમંડળ.

depu'te (ડિપ્યૂટ), સ૦ક્રિ૦ બીજાને કામ કે અધિકાર સોંપવો; અવેજીમાં - બદલી તરીકે – નીમવું.

de'putize (ડે'પ્યુટાઇઝ઼્), અ૦ક્રિ૦ કોઈની વતી – ના પ્રતિનિધિ તરીકે – કામ કરવું.

de'puty (ડે'પ્યુટિ), ના૦ કોઈના અવેજી તરીકે કામ કરનાર, મુખત્યાર; મુખ્ય મદદનીશ; કેટલાક દેશોમાં સંસદસભ્ય.

derai'l (ડિરેલ), સ૦ક્રિ૦ પાટા પરથી ઉતારવું.

dera'nge (ડિરેંજ), સ૦ક્રિ૦ ગોટાળામાં

નાખવું, અવ્યવસ્થિત કરવું; ગાંડું બનાવવું; ખલેલ પાડવી. **dera'ngement** (-મન્ટ), ના૦.

dera'te (ડિરેટ), સ૦ક્રિ૦ કરવેરા ઓછા કે નાબૂદ કરવા.

Der'by (ડાર્બિ), ના૦ (વિ૦ક૦ ઇપ્સમમાં થતી) વાર્ષિક ઘોડદોડની શરત; રમતગમત-નો મહત્ત્વનો કાર્યક્રમ; **d~**, [અમે.] એક જાતની સાહેબી ટોપી.

de'relict (ડે'રિલિક્ટ), ના૦ અને વિ૦ નધણિયાતું કે બેવારસ (તજાયેલું વહાણ કે જર્જરિત મકાન ઇ૦); સમાજબહિષ્કૃત (વ્યક્તિ).

dereli'ction (ડે'રિલિક્શન), ના૦ કર્તવ્ય ઇ૦ની ઉપેક્ષા; ઊણપ.

deri'de (ડિરાઇડ), સ૦ક્રિ૦ હસી કાઢવું, -નો ઉપહાસ કરવો.

deri'sion (ડિરિઝન), ના૦ ઉપહાસ, વિડંબના.

deri'sive (ડિરાઇસિવ), વિ૦ ઉપહાસ કરનારું; વ્યંગ્યાત્મક.

deri'sory (ડિરાઇસરિ), વિ૦ ઉપાહસ કરનારું; હાસ્યાસ્પદ (લાગે એટલું નાનું કે નજીવું).

deriva'tion (ડે'રિવેશન), ના૦ મૂળ, ઊગમ; શબ્દની વ્યુત્પત્તિ.

deri'vative (ડિરિવટિવ), વિ૦ કશાક-માંથી નીકળેલું, મૂળ કે પ્રાથમિક નહિ. ના૦ એનો શબ્દ કે પદાર્થ.

deri've (ડિરાઇવ), ઉ૦ક્રિ૦ કોઈ મૂળમાંથી મેળવવું – કાઢવું – મળવું – નીકળવું; -નું મૂળ શોધવું – જણાવવું; શબ્દ ઇ૦ની વ્યુત્પત્તિ કહેવી.

dermati'tis (ડર્મટાઇટિસ), ના૦ ત્વચા-નો સોજો કે દાહ.

dermato'logy (ડર્મટૉલજિ), ના૦ ત્વચા (રોગ) વિજ્ઞાન. **dermatolo'gical**(-ટલૉજિકલ), વિ૦. **dermato'logist** (-ટૉલજિસ્ટ), ના૦.

de'rogate (ડે'રગેટ), સ૦ક્રિ૦ -માંથી બાદ કરવું; મૂલ્ય ઘટાડવું; હલકું પાડવું. **deroga'tion** (-ગેશન), ના૦.

dero'gatory (ડિરૉગટરિ), વિ૦ હીણપત લગાડનારું, અપમાનાસ્પદ.

de'rrick (ડે'રિક), ના૦ ભારે વસ્તુ ઉપર ચડાવવાનું સાધન; તેલકૂવા ઇ૦ ઉપરનું ચોખઠું – માંચડો.

de'rris (ડે'રિસ), ના૦ એક વનસ્પતિના મૂળમાંથી બનાવાતું જંતુનાશક દ્રવ્ય – ભૂકી ઇ૦.

derv (ડર્વ), ના૦ ભારે વાહનો માટે વપરાતું ડીઝલ (તેલ).

der'vish (ડર્વિશ), ના૦ દરવેશ, ફકીર.

desca'nt (ડિસ્કૅન્ટ), અ૦ક્રિ૦ વિસ્તાર-પૂર્વક બોલવું. ના૦ (**de'scant** ડે'સ્કૅન્ટ) ભજનના રાગને સાથ કરતું ગાણું. **~ recorder,** ઊંચામાં ઊંચા સ્વરને અંકિત કરનારું સાધન (રેકૉર્ડર).

desce'nd (ડિસે'ન્ડ), ઉ૦ક્રિ૦ નીચે જવું કે આવવું, ઊતરવું; ડૂબી જવું; પોતાને ન શોભે એવું – હલકું – કામ કરવા નીચે ઊતરવું; અચાનક હુમલો કરવો – મળવા જવું; -માંથી નીકળવું – ઊતરી આવવું; સંક્રાન્ત થવું.

desce'ndant (ડિસે'ન્ડન્ટ), ના૦ વંશજ, વંશમાં ઊતરી આવલ વ્યક્તિ ઇ૦.

desce'nded (ડિસે'ન્ડિડ), વિ૦ માંથી ઊતરી આવેલું.

desce'nt (ડિસેન્ટ), ના૦ ઊતરવું – ઊતરી આવવું – તે; પતન; ઉતાર, નીચે ઊતરતો ઢોળાવ; અચાનક હુમલો; વંશ, ઉદ્‌ગમ.

descri'be (ડિસ્ક્રાઇબ), સ૦ક્રિ૦ વર્ણવવું; -ના ગુણો કે લક્ષણો કહેવં, આકૃતિ દોરવી – કાઢવી; આંકીને અલગ પાડવું.

descri'ption (ડિસ્ક્રિપ્શન), ના૦ વર્ણન (કરવું તે); શબ્દચિત્ર; વર્ગ, તજા, પ્રકાર.

descri'ptive (ડિસ્ક્રિપ્ટિવ), વિ૦ વર્ણનાત્મક; અભિપ્રાય ન આપનારું.

descry' (ડિસ્ક્રાઇ), સ૦ક્રિ૦ દૂરથી જોવું – ઓળખવું; શોધી કાઢવું.

de'secrate (ડે'સિક્રેટ), સ૦ક્રિ૦ અપવિત્ર બનાવવું; પાવિત્ર્યનો ભગ કરવો.

desecra'tion (–ક્રેશન), નાο. **de'-secrator** (–ક્રેટર), નાο.

dese'gregate (ડીસે'ગ્રિગેટ), સοક્રિο વર્ણભેદ દૂર કરવો.

deser't[1] (ડિઝ઼ર્ટ),નાο [બહુધા બοવοમાં] (લાયકાત કે યોગ્યતા) પ્રમાણે, સારોનરસો બદલો.

desert[2], ઉοક્રિο તજવું, -નો ત્યાગ કરવો; જવાનું બંધ કરવું; નાસી જવું. વિο અને નાο (ડે'ઝ઼ર્ટ) નિર્જન અને વે'રાન, વિοકο જળહીન (રણપ્રદેશ).

deser'ter (ડિઝ઼ર્ટર), નાο લશ્કરી નોકરી છોડીને ભાગી જનાર સૈનિક.

deser'tion (ડિઝ઼ર્શન), નાο છોડી દેવું તે, ત્યાગ; ત્યક્તાવસ્થા.

deser've (ડીઝ઼ર્વ), સοક્રિο -ને માટે લાયક – પાત્ર – યોગ્ય – હકદાર હોવું, -ને ઘટવું; – ની પ્રત્યે કોઈના તરફથી સારા કે નરસા વર્તન માટે હકદાર હોવું.

deser'vedly (ડિઝ઼ર્વિડ્લિ), ક્રિοવિο યોગ્યતા પ્રમાણે.

deser'ving (ડિઝ઼ર્વિંગ), વિο લાયકાત-વાળું, સુપાત્ર, ગુણવાન.

de'siccate (ડે'સિકેટ), સοક્રિο સૂકવવું, ભેજરહિત કરવું. **desicca'tion** (–કેશન), નાο.

desidera'tum (ડિસિડરેટમ), નાο [બοવο **-ta**] જોઈતી – આવશ્યક – ઇષ્ટ – વસ્તુ.

desi'gn (ડિઝ઼ાઇન), નાο રૂપરેખા, યોજના; તે કરવાની કળા; રચના, મંડાણ; કોઈ વસ્તુનો નિયત આકાર–ઘાટ; મનસૂબો; હેતુ; નકશી, ભાત. ઉοક્રિο – ની યોજના –રચના – કરવી; હેતુ રાખવો – હોવો; ઘાટ ઘડવો.

de'signate (ડે'ઝ઼િગ્નેટ), ઉοક્રિο અમુક તરીકે વર્ણવવું – ઓળખાવવું, નું નામ પાડવું; -ને વિષે વિશેષ હકીકત કહેવી; નિમણુક કરવી. વિο (–નટ) (વિશેષ્ય પછી વપરાતું) નિયુક્ત પણ સ્થાનાપન્ન નહિ થયેલું.

designa'tion (ડે'ઝ઼િગ્નેશન), નાο નામ પાડવું – નીમવું – તે; નામ, હોદ્દો, પદ.

desi'gnedly (ડિઝ઼ાઇનિડ્લિ), ક્રિοવિο હેતુ – યોજના – પૂર્વક.

desi'gner (ડિઝ઼ાઇનર), નાο માલ, કપડાં, ઘરેણાં, રંગમંચ, ઇοની આકૃતિ, યોજના, ઘાટ, ઇο ઘડનાર.

desi'gning (ડિઝ઼ાઇનિંગ), વિο કાવતરા-ખોર, કપટી.

desi'rable (ડિઝ઼ાયરબલ), વિο ઇચ્છવા-જોગ, ઇષ્ટ; ઇચ્છા કે વાસનાને પ્રેરનાર.

desirabi'lity (–બિલિટિ), નાο.

desire' (ડિઝ઼ાયર), નાο ઇચ્છા, વાસના; તીવ્ર અભિલાષા, વિનંતિ; ઇચ્છિત વસ્તુ; કામવાસના. સοક્રિο ઇચ્છવું; -ને માટે ઉત્કંઠા રાખવી;- ની માગણી કે વિનંતિ કરવી.

desi'rous (ડિઝ઼ાય'રસ),વિο ઇચ્છાવાળું, અભિલાષી.

desi'st (ડિઝ઼િસ્ટ), અοક્રિο અટકવું, થંભી જવું.

desk (ડે'સ્ક), નાο મેજ, ટેબલ; શૅકડિ-યો, સ્વાગતી, ઇοનું ખાનું; કચેરીનો (વિο કο છાપાનો) પેટા વિભાગ.

de'solate (ડે'સલટ), વિο એકલું પડેલું, વસ્તી વિનાનું, અવાવરુ; વેરાન, ઉદાસ. સοક્રિο (–લેટ) નિર્જન – વે'રાન – ઉજ્જડ – બનાવવું, પાયમાલ કરવું. **deso-la'tion** (–લેશન), નાο.

despair' (ડિસ્પે'અર), અοક્રિο નિરાશ થવું, -ની આશા છોડી દેવી. નાο નિરાશા, આશાભંગ, તેનું કારણ.

despa'tch(ડિસ્પૅચ), જુઓ **dispatch**.

despera'do (ડે'સ્પરાડો), નાο [બοવο **~ es**] મરણિયો થઈને ગમે તેવું અપ-કૃત્ય કરવા તૈયાર માણસ, આતતાયી.

de'sperate (ડે'સ્પરટ), વિο સાવ આશા ખોઈ બેઠેલું, જીવ પર આવેલું, મરણિયું, અત્યંત જોખમકારક અથવા ગંભીર.

despera'tion (ડે'સ્પરેશન), નાο અવિચારીપણું; નિરાશા.

de'spicable (ડે'સ્પિકબલ), વિο નિંદ્ય, તિરસ્કારને પાત્ર; અધમ, દુષ્ટ.

despi'se (ડિસ્પાઇઝ઼), સ૰ક્રિ૰ –ની ઘૃણા – તિરસ્કાર – કરવો.

despi'te (ડિસ્પાઇટ), નામ૰ અ૰ છતાં, -ને ન ગણકારતાં. ના૰ [પ્રા.] ઘવાયેલું અભિમાન, ઈર્ષ્યા, દ્વેષ.

despoi'l (ડિસ્પૉઇલ), સ૰ક્રિ૰ લૂંટવું, આંચકી લેવું. **despoi'lment** (–લ્મન્ટ), ના૰. **despolia'tion** (–લિએશન), ના૰.

despo'nd (ડિસ્પૉન્ડ), અ૰ક્રિ૰ નિરાશ, નાહિંમત, કે વિષણ્ણ થવું. **despo'ndency** (–ડન્સિ), ના૰. **despo'ndent** (–ડન્ટ), વિ૰.

de'spot (ડેસ્પટ), ના૰ જુલમગાર – આપખુદ – રાજા, નિરંકુશ રાજ્યકર્તા.

despo'tic (ડિ'સ્પૉટિક), વિ૰ બંધારણીય અંકુશો વિનાનું, જુલમગાર.

de'spotism (ડે'સ્પટિઝ઼્મ), ના૰ જુલમ, જુલમી વર્તન; સરમુખત્યારશાહી.

desser't (ડે'ઝ઼ર્ટ), ના૰ ભોજનને અંતે પીરસાતી મધુર વાની. **~-spoon,** તે ખાવાનો ચમચો.

destina'tion (ડે'સ્ટિનેશન), ના૰ ઉદ્દિષ્ટ – નિર્દિષ્ટ – સ્થાન, માણસ કે વસ્તુ જ્યાં જવાની હોય તે જગ્યા.

de'sti e (ડે'સ્ટિન), સ૰ક્રિ૰ આગળથી નક્કી કરવું, નીમવું, –ને માટે અલગ કાઢી મૂકવું.

de'stiny (ડે'સ્ટિનિ), ના૰ વિધિલિખિત; દૈવ; નિયતિ.

de'stitute (ડે'સ્ટિટ્યૂટ), વિ૰ રહેઠાણ, અન્નવસ્ત્ર, ઇ૰ વિનાનું; -થી વંચિત, વગરનું. **destitu'tion** (–ટ્યૂશન), ના૰.

destroy' (ડિસ્ટ્રૉઇ), સ૰ક્રિ૰ પાડી – તોડી – નાખવું; નાશ કરવો; નકામું બનાવવું; મારી નાખવું.

destroy'er (ડિસ્ટ્રૉયર), ના૰ નાનકડી ઝડપી યુદ્ધનૌકા.

destru'ct (ડિસ્ટ્રક્ટ), સ૰ક્રિ૰ [અમે. વિ૰ક૰ રૉકેટ ઇ૰નો] હેતુપૂર્વક નાશ કરવો.

destru'ctible (ડિસ્ટ્રક્ટિબલ), વિ૰ નાશ કરી શકાય એવું.

destru'ction (ડિસ્ટ્રક્શન), ના૰ નાશ (કરવો – થવો – તે).

destru'ctive (ડિસ્ટ્રક્ટિવ), વિ૰ નાશ કરનારું, વિનાશક; (ટીકા ઇ૰ વિષે) ખંડનાત્મક, વિનાશક.

de'suetude (ડિસ્વિટ્યૂડ), ના૰ અવાવરુ હોવાની, અણવપરાશની કે અમલમાં ન હોવાની સ્થિતિ.

de'sultory (ડે'સલ્ટરિ), વિ૰ વારે વારે વિષય બદલતું, કોઈ પદ્ધતિ કે રીત વિનાનું.

deta'ch (ડિટૅચ), સ૰ક્રિ૰ છોડીને અલગ કરવું – છૂટું પાડવું; જુદા કામ પર મોકલવું.

deta'ched (ડિટૅચ્ટ), વિ૰ છૂટું પડેલું, અલગ; સ્વતંત્ર, નોખું; અનાસક્ત; નિષ્પક્ષપાતી.

deta'chment (ડિટૅચ્મન્ટ), ના૰ ખાસ ફરજ બજાવવા માટે મોકલેલી સૈનિક ટુકડી; અનાસક્તિ.

de'tail (ડીટેલ), ના૰ વસ્તુઓનો એક પછી એક વિચાર (કરવો તે); બાબત, કલમ, ગૌણ કે નજીવી વસ્તુ; વિશેષ ફરજ બજાવવા મોકલેલી નાનકડી ટુકડી. સ૰ક્રિ૰ –ની વિગત આપવી, વિગતવાર કહેવું; ખાસ ફરજ ઇ૰ માટે નીમવું.

detai'n (ડિટેન), સ૰ક્રિ૰ અટકાયતમાં કે જાપ્તામાં રાખવું; રાહ જોતું રાખવું, ખોટી કરવું.

detainee' (ડિટેની), ના૰ અટકાયતી (બહુધા રાજકીય કારણસર).

dete'ct (ડિટે'ક્ટ), સ૰ક્રિ૰ શોધી કાઢવું, -નો પત્તો લગાડવો. **dete'ction** (–ક્શન), ના૰.

dete'ctive (ડિટે'ક્ટિવ), ના૰ ગુના શોધનાર માણસ, વિ૰ક૰ ગુપ્ત પોલીસનો. વિ૰ ગુપ્ત પોલીસનું – ને લગતું, શોધી કાઢવાનું – ને લગતું.

dete'ctor (ડિટે'ક્ટર), ના૰ [વીજળી.] કોઈ વસ્તુની હાજરી શોધી કાઢવાનું સાધન.

de'te'nte (ડેટાંટ), ના૰ વિ૰ક૰ રાજ્યો વચ્ચેની તંગદિલી હળવી થવી તે.

dete'ntion (ડિટે'ન્શન), ના૰ અટક (માં રાખવું – રહેવું – તે). **~ centre,** નાની ઉંમરના ગુનેગારોને જાપ્તામાં રાખવાની જગ્યા – સંસ્થા.

deter' (ડિટર), સ૰ક્રિ૰ નિરુત્સાહ કરવું, રોકવું.

deter'gent (ડિટર્જન્ટ), વિ૰ અને ના૰ કપડાં ઇ૰નો મેલ કાઢવાનો સાબુ જેવો પદાર્થ.

deter'iorate (ડિટિઅરિઅરેટ), ઉ૰ક્રિ૰ (વધુ) બગાડવું – બગડવું. **deterio-ra'tion** (–રેશન), ના૰.

deter'minant (ડિટર્મિનન્ટ), ના૰ નિર્ણાયક બાબત.

deter'minate (ડિટર્મિનટ), વિ૰ મર્યાદિત, ચોક્કસ ક્ષેત્ર કે સ્વરૂપવાળું.

determina'tion (ડિટર્મિનેશન), ના૰ નિશ્ચિત કરવું – થવું – તે; નિશ્ચય કરવો તે; દૃઢનિશ્ચય; નિર્ધાર.

deter'mine (ડિટર્મિન), ઉ૰ક્રિ૰ નક્કી કરવું, -નો નિર્ણય કરવો; -નું નિર્ણાયક કારણ હોવું; ચોકસાઈપૂર્વક ખાતરી કરવી.

deter'mined (ડિટર્મિન્ડ), વિ૰ કૃતનિશ્ચય.

deter'minism (ડિટર્મિનિઝ્મ), ના૰ નિયતિવાદ. નિયતત્વવાદ. **deter'minist** (–નિસ્ટ), ના૰. **determini'stic** (–નિસ્ટિક), વિ૰.

dete'rrent (ડિટે'રન્ટ), વિ૰ પ્રતિબંધક, ધાક બેસે એવું. ના૰ ધાક બેસાડનાર વસ્તુ વિ૰ક૰ દુશ્મન રાજ્યને હુમલો કરતું રોકનાર રાષ્ટ્ર પાસેનું અણુશસ્ત્ર.

dete'st (ડિટે'સ્ટ), સ૰ક્રિ૰ -નો તિરસ્કાર કરવો.

dete'stable (ડિટે'સ્ટબલ), વિ૰ તિરસ્કરણીય; ઘૃણાસ્પદ.

detesta'tion (ડિટે'સ્ટેશન), ના૰ નફરત, ઘૃણા, (કરવી – થવી – તે).

dethro'ne (ડિથ્રોન), સ૰ક્રિ૰ ગાદી કે સિંહાસન પરથી ઉઠાડી મૂકવું. **dethro'nement** (–નમન્ટ), ના૰.

de'tonate (ડે'ટનેટ), ઉ૰ક્રિ૰ ધડાકા સાથે સ્ફોટ કરવો – થવો. **detona'tion** (–નેશન), ના૰ **de'tonator** (–નેટર), ના૰ ટોટી.

de'tour (ડીટુઅર), ના૰ ફેરવાળો રસ્તો, ચકરાવો. ઉ૰ક્રિ૰ લાંબો – ફેરવાળો – રસ્તો લેવો – લેવડાવવો.

detra'ct (ડિટ્રૅક્ટ), ઉ૰ક્રિ૰ -માંથી કાઢી લેવું, બાદ કરવું. **~ from,** ઘટાડવું, કમી કરવું, મૂલ્ય ઘટાડવું. **detra'ction** (–ક્શન), ના૰.

detra'ctor (ડિટ્રૅક્ટર), ના૰ ઉતારી પાડનાર, નામ બગાડનાર.

detrai'n (ડિટ્રેન), ઉ૰ક્રિ૰ ગાડીમાંથી નીચે ઊતરવું – ઉતારવું.

de'triment (ડે'ટ્રિમન્ટ), ના૰ અપાય (કારક વસ્તુ).

detrime'ntal (ડે'ટ્રિમે'ન્ટલ), વિ૰ નુકસાન – હાનિ – કારક.

detri'tus (ડિટ્રાઇટસ), વિ૰ [ભૂસ્તર.] ઘસાઈ ગયેલી વસ્તુ, દા.ત. કંકર, ખડકના ટુકડા.

de tro'p (ડટ્રો), [ફ્રે.] ન જોઈતું; આડે આવનારું; વિઘ્નરૂપ, અણગમતું.

deuce[1] (ડ્યૂસ), ના૰ દુગ્ગો, દૂરી, (પત્તામાં કે જુગટામાં); [ટેનિસ] બંને પક્ષે ૪૦–૪૦ના દાવ.

deuce[2], ના૰ શેતાન.

deu'ced (ડ્યૂસિડ), વિ૰ અને ક્રિ૰વિ૰ આશ્ચર્યકારક (રીતે), અદ્ભુત (રીતે), ઘૃણિત (રીતે).

deute'rium (ડ્યૂટિઅરિઅમ), ના૰ ભારે હાઇડ્રોજન (નો અણુ).

Deu'tschmark (ડોઇચ્માર્ક), ના૰ પશ્ચિમ જર્મનીનું ચલણી નાણું.

deva'lue (ડીવૅલ્યૂ), સ૰ક્રિ૰ અવમૂલ્યન કરવું, વિ૰ક૰ ચલણી નાણાનું. **devalu-a'tion** (–એશન), ના૰.

de'vastate (ડેવસ્ટેટ), સ૰ક્રિ૰ વેરાન – ઉજ્જડ – કરવું; અભિભૂત કરવું. **devasta'tion** (–સ્ટેશન), ના૰.

deve'lop (ડિવે'લપ), ઉ૰ક્રિ૰ વિકસવું, વિકસાવવું, સક્રિય થવું – કરવું, પરિપક્વ

કરવું-થવું; ખીલવું, ખીલવવું; પ્રગતિ કરવી; વધારે પરિપૂર્ણ-મોટું-વ્યવસ્થિત-કરવું-થવું; [ફોટો] પ્લેટ કે ફિલ્મ પર ચિત્ર દેખાય તેની પ્રક્રિયા કરવી; કોઈ વિકૃતિ કે રોગ દેખા દેવો-થી પરેશાન થવું; (જમીન) ઉપર બાંધકામ કરવું અથવા તેનો પૂરતો ઉપયોગ કરવો. **developing country,** વિકાસશીલ દેશ.

deve'lopment (ડિવે'લપ્મન્ટ), નાο વિકસવું-વિકસાવવું-તે; વિકાસ, પ્રગતિ, ઉત્ક્રાન્તિ; પ્રગતિનો તબક્કો; ઉત્પાદન; વિકસિત જમીનનો વિસ્તાર. **developme'ntal** (-મે'ન્ટલ), વિο.

de'viant (ડીવિઅન્ટ), વિο અને નાο સામાન્ય વર્તનથી જુદી પડતી વ્યક્તિ અથવા વસ્તુ.

de'viate (ડીવિએટ), અοક્રિο -થી બાજુએ વળવું, ફંટાવું; મુખ્ય માર્ગથી દૂર જવું; વિષયાંતર કરવું.

deviat'ion (ડીવિએશન), નાο આડે રસ્તે ફંટાવું-ચળવું-તે, ચ્યુતિ. વિષયાંતર.

devi'ce (ડિવાઇસ), નાο યોજના, યુક્તિ; સાધન; શોધ; ધ્યાનમંત્ર. **left to one's own ~s,** કોઈની મદદ કે દોરવણી વિનાનું.

de'vil (ડે'વિલ), નાο આસુરી ભાવનું મૂર્તરૂપ, વિοકο The **D~**. શેતાન; રાક્ષસ, નરપિશાચ; તોફાની અને ચાલાક વ્યક્તિ; લેખક કે વકીલનું વૈતરું કરનાર. ઉοક્રિο લેખક કે વકીલ તરફથી તેનું કામ કરવું; તમતમતો મસાલો નાખીને રાંધવું. **~-may-care,** 'કુછ પરવા નહિ' વૃત્તિવાળું, મસ્તરામ. **~'s advocate,** [રો.કે. ચર્ચ] સંત બનાવવાની સામે દલીલ કરનાર; [વિષય સંક્રાન્તિ.] ચર્ચા થાય એ હેતુથી દોષ કે ઊણપો કાઢનાર.

de'vilish (ડે'વિલિશ). વિο શેતાનનું; ક્રૂર અથવા દુષ્ટ. ક્રિοવિο [વાત.] અતિશય.

de'vilment (ડે'વિલ્મન્ટ), નાο તોફાન, મસ્તી; બેફામ વૃત્તિ.

de'vilry (ડે'વિલ્રિ), નાο મેલી વિદ્યા; દુષ્ટતા; અવિચારી સાહસવૃત્તિ.

de'vious [ડીવિઅસ), વિο ગોળ ગોળ, આડુંઅવળું; ઢોંગી, કપટી, બેઈમાન; ખોટું કામ કરતાં અચકાય નહિ એવું.

devis'e (ડિવાઇઝ઼), સοક્રિο વિચારી કાઢવું, યોજના કરવી, ગોઠવવું; મૃત્યુપત્ર દ્વારા (સ્થાવર મિલકત) વારસામાં મૂકવી.

devoi'd (ડિવૉઇડ), વિο **~ of,** -થી સાવ મુક્ત, વિનાનું.

devolu'tion (ડિવલ્યૂશન), નાο કામ કે ફરજની કોઈને સોંપણી; અવક્રાન્તિ; કેન્દ્રીય સરકાર દ્વારા સ્થાનિક કે પ્રાદેશિક સરકારોને સત્તા સોંપણી.

devo'lve (ડિવૉલ્વ), ઉοક્રિο કામ કે ફરજ બીજાને સોંપવી-સોંપાવી; વારસામાં ઊતરી આવવું.

devo'te (ડિવોટ), સοક્રિο અર્પણ કરવું, આપી દેવું; દેવ, ધર્મ ઇοને સમર્પણ કરવું; પૂરેપૂરું આપી દેવું.

devo'ted (ડિવોટિડ), વિο સમર્પિત; એકનિષ્ઠ.

devotee' (ડે'વટી), નાο ચુસ્ત અનુયાયી, ભક્ત, ખૂબ ધાર્મિક માણસ; ભારે ઉત્સાહી વ્યક્તિ.

devo'tion (ડિવોશન), નાο ભક્તિ, એકનિષ્ઠા; ધાર્મિકતા; [બοવο માં] ઉપાસના, પૂજા.

devo'tional (ડિવોશનલ), વિο પૂજાનું -ને લગતું.

devour' (ડિવૉઅર), સοક્રિο ખાઈ જવું, હોઇયા કરવું; ભરખી જવું, -નો નાશ કરવો; આંખ કે કાન વડે આતુરતાથી જોવું, સાંભળવું, પી જવું.

devou't (ડિવાઉટ), વિο ચુસ્તપણે ધાર્મિક; શ્રદ્ધાળુ; ખરા દિલનું.

dew (ડ્યૂ), નાο ઝાકળ, એને મળતાં આંસુ કે પરસેવાનાં ટીપાં. સοક્રિο ઝાકળ ઇοથી ભીનું કરવું. **~-berry,** કરમદાં જેવું એક ફળ. **~-claw,** કૂતરાના પગની અંદરની બાજુના પ્રાથમિક અવસ્થાના નહોર. **~fall,** ઝાકળ પડવાનો સમય.

dew'lap (ડયૂલૅપ), ના૦ ગાય ગોધાની ગળા નીચેની ગબગબ, ધાબળો.

dew'y (ડયૂઇ), વિ૦ ઝાકળથી ભીનું થયેલું. ~**(-eyed)**, વિ૦ ભોળું, નિષ્કપટ, નિર્દોષ.

dexte'rity (ડિકસ્ટૅ'રિટિ), ના૦ હસ્ત-કૌશલ્ય, કૌશલ્ય.

de'xtrous (ડેકસ્ટ્રસ), વિ૦ હાથે કામ કરવામાં કુશળ, પ્રવીણ, હોશિયાર.

D.G., સંક્ષેપ. *Dei gratia*

dg., સંક્ષેપ. decigram.

dhar'ma (ડાર્મ), ના૦ ધર્મ, નીતિ; બુદ્ધનું સત્ય.

dho'ti (ડોટિ), ના૦ ધોતિયું.

dhow (ડાઉ), ના૦ આરબોનું અરબી સમુદ્રમાં ફરતું વહાણ.

diabe'tes (ડાયબીટિઝ઼), ના૦ મધુમેહ (નો વિકાર).

diabe'tic (ડાયબૅ'ટિક), વિ૦ મધુમેહનું -વાળું, મધુમેહ માટેનું. ના૦ મધુમેહનો દરદી.

diabo'lic(al) (ડાયબૉલિક, -કલ), વિ૦ શેતાનનું-ના જેવું; અમાનુષ અને ક્રૂર-દુષ્ટ, રાક્ષસી.

dia'bolism (ડાયૅબલિઝ઼મ), ના૦ શેતાનપૂજા; શેતાનિયત; જાદુટોણો.

dia'conal (ડાયૅકનલ), વિ૦ ડીકન (પાદ-રી)નું.

dia'conate (ડાયૅકનેટ), ના૦ ડીકનની હોદ્દાની મુદત; ડીકનોનું મંડળ.

diacri'tical (ડાયક્રિટિકલ), વિ૦ ભિન્નતાદર્શક-સૂચક; (ચિહ્ન અંગે) મજ-કૂર અક્ષરનો અમુક ઉચ્ચાર બતાવનારું.

di'adem (ડાયડમ), ના૦ મુગટ.

diae'resis (ડાઇઅરસિસ), ના૦ [બ૦વ૦ **-reses** - રસીઝ઼] સ્વરનો સ્વતંત્ર ઉચ્ચાર થાય છે તે બતાવનારું ચિહ્ન (¨).

diagno'se (ડાયગ્નોઝ઼), સ૦ક્રિ૦ રોગનું નિદાન કરવું, રોગ વરતવો.

diagno'sis (ડાયગ્નોસિસ), ના૦ [બ૦વ૦ **-oses** -ગ્નોસીઝ઼] રોગનું નિદાન.

diagno'stic (ડાયગ્નૉસ્ટિક), વિ૦ નિદાનનું-ને મદદ કરનારું. ના૦ રોગનું લક્ષણ.

dia'gonal (ડાયૅગનલ), વિ૦ અને ના૦ સામસામા ખૂણા જોડનારી (સરળ રેખા), કર્ણ, ત્રાંસી (લીટી).

di'agram (ડાયગ્રૅમ), ના૦ સમજાવવા માટે કે ઉદાહરણ તરીકે દોરેલી આકૃતિ. **diagramma'tic** (ડાયગ્રમૅટિક), વિ૦.

di'al (ડાયલ), ના૦ ઘડિયાળનો ચંદો, ટેલિફોનની આંકડાવાળી તકતી. માપદર્શક કાંટો જેના પર ફરે છે તે અંકેલી તકતી; રેડિયો તરંગાયામ અથવા ટી.વી. ચૅનલ પસંદ કરવાનું સાધન. ઉ.ક્રિ. ડાયલ ફેર-વીને ટેલિફોન કરવો; એવી રીતે અમુક નંબરને બોલાવવો.

di'alect (ડાયલે'કટ), ના૦ કોઈ વર્ગ કે પ્રદેશની વિશિષ્ટ ભાષા, બોલી. **diale'ctal** (-લે'કટલ), વિ૦.

diale'ctic (ડાયલે'ક્ટિક), ના૦ [બહુધા બ૦વ૦માં] સત્યશોધન માટે તર્કશુદ્ધ વાદ-વિવાદ ઇ૦ કરવાની કળા. **diale'ctical** (-કલ), વિ૦. **dialecti'cian** (-ટિશન), ના૦.

di'alogue (ડાયલૉગ), ના૦ વિ૦ક૦ નાટક, નવલકથા, ઇ૦માં સંવાદ, સંભાષણ; બે પક્ષો (ના પ્રતિનિધિઓ) વચ્ચે ચર્ચા.

dia'lysis (ડાયૅલિસિસ), ના૦ [બ૦વ૦ **-ses**-લિસીઝ઼] લોહીને શુદ્ધ કરવાની એક પ્રક્રિયા, અપોહન.

diama'nte' (ડીઅમાંટે), વિ૦ અને ના૦ બિલોરી કાચ ઇ૦ની ભૂકીને લીધે ઝગારા મારતું (વસ્ત્ર).

dia'meter (ડાયૅમિટર), ના૦ (વર્તુળ ઇ૦નો) વ્યાસ, ગર્ભસૂત્ર; ત્રાંસું માપ.

di'amond (ડાયમંડ), ના૦ હીરો; હીરાના પાસા જેવી આકૃતિ, સમબાજુ ચતુષ્કોણ; ચોકટનું પત્તું. વિ૦ હીરાનું બનેલું, હીરાજડિત; સમબાજુ ચતુષ્કોણના આકારનું.

diapa'son (ડાયપેઝ઼ન), ના૦ પિયાનો ઇ૦ વાજાંમાંની સરખા અવાજવાળી નળી-ઓનો સટ; સંગીતનો અચાનક થયેલો

ભવ્ય આવિષ્કાર.

di'aper (ડાયપર), ના૦ નાની ચોકડીઓની ભાતવાળું શણનું કે સુતરાઉ કાપડ; બાળોતિયું.

dia'phanous (ડાયૅફનસ), વિ૦ અતિશય ઝીણું કે પાતળું, (અને તેથી) પારદર્શક.

diaphore'tic (ડાયફરે'ટિક), વિ૦ અને ના૦ સ્વેદકારક (ઔષધ).

di'aphragm (ડાયફ્રૅમ), ના૦ છાતી અને પેઢુ વચ્ચેનો પડદો, યંત્રની અંદરનો પડદો; શ્રવણ યંત્રમાં કાણાંવાળી કંપનશીલ ગોળ તકતી; કૅમેરાની લેન્સનું કાણું નાનું મોટું કરવાનું સાધન – પડદો; સંતતિનિરોધ માટે ગર્ભાશય (ની ગરદન) ઉપર સીવવાનો પડદો.

di'arist (ડાયરિસ્ટ), ના૦ રોજનીશી રાખનાર.

diarrhoe'a (ડાયરિઅ), ના૦ અતિસાર.

di'ary (ડાયરિ), ના૦ રોજનીશી, ડાયરી.

Dia'spora (ડાયૅસ્પરે), ના૦ યહૂદીઓનું ગેરયહૂદીઓમાં વિખેરાઈ જવું; એવી રીતે વિખેરાયેલા યહૂદીઓ.

dia'stole (ડાયૅસ્ટલિ), ના૦ હૃદયપ્રસરણ.

diato'mic (ડાયટૉમિક), વિ૦ બે પરમાણુઓનું (બનેલું).

diato'nic (ડાયટૉનિક), વિ૦ [સં. સપ્તક અંગે] દ્વિસ્વરક, દ્વિલઘુસ્વર.

di'atribe (ડાયટ્રાઇબ), ના૦ સખત અથવા કડવી ટીકા, નિર્ભર્ત્સના.

di'bber (ડિબર), **di'bble** (ડિબલ), ના૦ કંદ, ધરુ, ઇ૦ રોપવા માટે જમીનમાં ખાડા પાડવાનું સાધન. ઉ૦ક્રિ૦ એવી રીતે છોડ ઇ૦ રોપવા.

dice (ડાઇસ), ના૦ **die**નું બ૦વ૦ વાત.માં ઘણીવાર એક વ. તરીકે વપરાય છે. જૂગટાના પાસા, જૂગટું. ઉ૦ક્રિ૦ જૂગટું રમવું (પાસા ફેંકીને); જોખમ વહોરવું; પાસા જેવા કકડા કરવા.

di'cey (ડાઇસિ), વિ૦ જોખમકારક; અવિશ્વસનીય.

dicho'tomy (ડાઇકૉટમિ), ના૦ દ્વિભાજન.

dichroma'tic (ડાઇક્રમૅટિક), વિ૦ દ્વિરંગી.

dick (ડિક), ના૦ [અમે.] ડિટૅક્ટિવ, છૂપી પોલીસનું માણસ.

di'ckens (ડિકન્સ), ના૦ [વાત.] શેતાન.

di'cker (ડિકર), અ૦ક્રિ૦ રકઝક કરવી (ભાવ ઇ૦ અંગે); ખચકાવું.

di'cky (ડિકિ), ના૦ [વાત.] પહેરણની માત્ર દેખાવની છાતી. વિ૦ ડગુમગુ, અદઢ. **~-bird,** નાના પક્ષી માટે બાલભાષાનો શબ્દ.

dicotyle'don (ડાઇકૉટિલીડન), ના૦ દ્વિદળ સપુષ્પ વનસ્પતિ. **dicotyle'donous** (નસ), વિ૦.

Di'ctaphone (ડિક્ટફોન), ના૦ બોલેલું નોંધીને ફરી રજૂ કરનાર યંત્ર.

dicta'te (ડિક્ટેટ), ઉ૦ક્રિ૦ (બોલીને) લખાવવું; દઢ હુકમ કરવો; નિયમ ઇ૦ નક્કી કરી આપવું. ના૦ (**di'ctate**) [બહુધા બ૦વ૦માં] અંતરાત્માની આજ્ઞા, હુકમ, પ્રેરણા. **dicta'tion** (–ટેશન), ના૦.

dicta'tor (ડિક્ટેટર), ના૦ નિરંકુશ રાજ્યકર્તા, સરમુખત્યાર.

dictato'rial (ડિક્ટટૉરિઅલ), વિ૦ નિરંકુશ, જહાંગીરી; તોરી, તુંડમિજાજી.

dicta'torship (ડિક્ટેટરશિપ), ના૦ સરમુખત્યારશાહી (વાળું રાજ્ય).

di'ction (ડિક્શન), ના૦ શબ્દોની પસંદગી અને પ્રયોગ; લખવા બોલવાની શૈલી.

di'ctionary (ડિક્શનરિ), ના૦ શબ્દકોશ, કોશ.

di'ctum (ડિક્ટમ), ના૦ [બ૦વ૦ **dicta**] વચન, ઉક્તિ; સૂત્ર.

did (ડિડ); **do**નો ભૂ૦કા૦.

dida'ctic (ડાઇડૅક્ટિક), વિ૦ બોધ આપનારું, ઉપદેશાત્મક; શિક્ષકની અધિકારવાણીનું. **dida'cticism** (–ટિસિઝ્મ), ના૦.

di'ddle (ડિડલ), સ૦ક્રિ૦ [વિ૦બો૦] છેતરવું, ધૂતવું.

didgeridoo' (ડિજરિડૂ), ના૦ ઑસ્ટ્રે.-

ના આદિવાસીઓનું એક વાઘ.

die[1] (ડાઇ), ના૦ [બ૦વ૦ **dice**] પાસો (જુગાર ઇ૦માં વપરાતો).

die[2], ના૦ [બ૦વ૦ **~s**] સિક્કો, નાણું, ઇ૦ પાડવાનું બીબું- **~-casting,** ધાતુની મૂસમાં બીબાં ઢાળવાં તે – ઢાળેલાં બીબાં.

die[3], અ૦ક્રિ૦ [**dying**] મરવું, મરી જવું; -નો અંત આવવો; અલોપ થવું; હોલવાઈ જવું. **~ (of) laughing,** હસતાં હસતાં લોથ થઈ જવું. **be dying for or to,** -ને માટે અત્યંત આતુર હોવું – મરી પડવું. **~-hard,** કટ્ટર (માણસ).

dielectric (ડાઇઇલે'ક્ટ્રિક), વિ૦ અને ના૦ વિદ્યુતરોધી (પદાર્થ – માધ્યમ).

die'sel (ડીઝ઼લ), ના૦ એક જાતનું ખનિજ તેલ; **~(engine),** ડીઝલ પર ચાલતું એન્જિન; ડીઝ઼લ એન્જિન માટેનું ઇંધન; ડીઝ઼લ એન્જિન પર ચાલતું વાહન. **~-electric,** ડીઝ઼લ એન્જિનથી ચાલતા 'જનરેટર' વડે પેદા થતી વીજળીથી ચાલતું. **~oil,** ડીઝ઼લ એ'જિનમાં વપરાતું ભારે ખનિજ તેલ.

di'et[1] (ડાયટ), ના૦ સભા, સંમેલન.

di'et[2], ના૦ પોતાનો રોજનો આહાર; પરહેજીવાળો વિશિષ્ટ આહાર. ઉ૦ક્રિ૦ પરહેજી પાળવી. **di'etary** (–ટરિ), ના૦.

diete'tic (ડાયટે'ટિક), વિ૦ આહારનું–ને લગતું. **diete'tics** (–ટિકસ), ના૦ બ૦વ૦ બહુધા એક વ૦ તરીકે પ્રયોજાય છે. આહારશાસ્ત્ર.

dieti'cian (ડાયટિશન), ના૦ આહાર-શાસ્ત્રી.

di'ffer (ડિફ઼ર), અ૦ક્રિ૦ જુદું હોવું – પડવું; ભિન્ન જાતના હોવું; જુદુ પાડી શકાય એવું હોવું.

di'fference (ડિફ઼રન્સ), ના૦ ભિન્નતા, ભેદ, અન્તર, ફેર; વૈશિષ્ટય; વિષમતાની માત્રા; બાકી, શેષ; મતભેદ, વૈધર્મ્ય.

di'fferent (ડિફ઼રન્ટ), વિ૦ જુદું, ભિન્ન; જુદીજુદી જાતનું; અસામાન્ય, વિશિષ્ટ.

differe'ntia (ડિફ઼રે'ન્શિઅ), ના૦ [બ૦વ૦ **~e** રે'ન્શિઇ] વિશિષ્ટ – ભેદદર્શક – લક્ષણ.

differe'ntial (ડિફ઼રે'ન્શલ), વિ૦ પરિ-સ્થિતિ અનુસાર પરિવર્તન પામતું; વિશિષ્ટ ભેદીય – ભેદને લગતું; [ગ.] સૂક્ષ્મ ભેદોને લગતું. ના૦ વ્યાજ ઇ૦ના અથવા રોજીના દરો વચ્ચેનો તફાવત. **~calculus,** ચલન - કલન, શૂન્યલબ્ધિ. **~ (gear)** વળાંક લેતી વખતે મોટરનાં પૈડાં જુદીજુદી ગતિથી ચાલે તે માટેની યાંત્રિક રચના.

differe'ntiate(ડિફ઼રે'ન્શિએટ), ઉ૦ક્રિ૦ -ની વચ્ચે ભેદ હોવો – પાડવો – કરવો; જુદું પડવું – પાડવું. **differentia'tion** (–એશન), ના૦.

di'fficult (ડિફિકલ્ટ), વિ૦ મુશ્કેલ, અઘરું, કઠણ, ત્રાસદાયક.

di'fficulty (ડિફિકલ્ટિ), ના૦ મુશ્કેલી; મુશ્કેલ પરિસ્થિતિ અથવા મુદ્દો; અડચણ.

di'ffident(ડિફિડન્ટ), વિ૦ આત્મવિશ્વાસ વિનાનું. **di'ffidence** (–ડન્સ), ના૦.

diffra'ct (ડિફ઼્રૅક્ટ), સ૦ક્રિ૦ પ્રકાશના કિરણને ભાંગીને તેના ઘેરા અને આછા પટા અથવા રંગપટ જુદા પાડવા. **diffr-a'ction**(–ક્શન) ના૦. **diffra'ctive** (–ક્ટિવ), વિ૦.

diffu'se (ડિફ્યૂઝ઼), ઉ૦ક્રિ૦ એક કેન્દ્રમાંથી વિખેરવું – વિખેરાવું; ચોમેર ફેલાય તેમ કરવું, ફેલાવું; એક-બીજામાં ભેળવવું – ભળી જવું. વિ૦ (-સ) ફેલાયેલું, વિખરાયેલું; પાંખું; શબ્દબહુલ; સુગ્રથિત નહિ એવું. **diffu'sible** (–ઝ઼િબલ), વિ૦. **diffu'sive** (–સિવ), વિ૦. **diffu'sion** (–ઝન), ના૦.

dig (ડિગ), ઉ૦ક્રિ૦ ખોદવું, ખોદી કાઢવું; ખોદકામ કરવું; -માં ભોંકવું – ખૂંપવું; શોધખોળ કરવી; ગોદો મારવો, આંગળી ઘોંચવી; [વિ૦બો૦] સમજવું, –ની પ્રશંસા

કરવી. ના૦ ખોદકામ; પુરાતત્ત્વસંશોધન અંગેનું ખોદકામ; ભેં કવું તે; ગોદો; ટકોર, કટાક્ષ; [બ૦વ૦] રહેઠાણ ~ **oneself in,** રક્ષણાત્મક પેંતરો લેવો. ~ **out, up,** ખોદી કાઢવું, ખોદીને શોધી કાઢવું.

dige'st (ડિજેસ્ટ), સ૦ક્રિ૦ વ્યવસ્થિત ગોઠવવું; સંક્ષિપ્ત કરવું; મનન કરવું; ખોરાક પચાવવો; સહન કરવું. ના૦ (ડાઇ-) વ્યવસ્થિત સંગ્રહ, વિ૦ક૦ કાયદાનો; સાર-સંચય, સમાચાર ઇ૦નો નિયતકાલિક સંચય. **dige'stible** (ડિજે'સ્ટિબલ), વિ૦. **digestibi'lity** (–બિલિટિ), ના૦.

dige'stion (ડિજે'સ્ચન), ના૦ પચાવવું તે; પાચનશક્તિ.

dige'stive (ડિજે'સ્ટિવ), વિ૦ પચનનું, પાચક. ~ (**biscuit**), લોટની (મેદા-ની નહિ) બિસ્કિટ.

di'gger (ડિગર), ના૦ ખોદનાર (વ્યક્તિ કે વસ્તુ); [વાત.] ઑસ્ટ્રેલિયા કે ન્યૂઝીલન્ડ-નો વતની.

di'gging (ડિગિંગ), ના૦ [બહુધા બ૦-વ૦માં] સોનાની ખાણ; [બ૦વ૦માં, વાત.] રહેઠાણ.

di'git (ડિજિટ), ના૦ ૦ થી ૯ સુધીનો કોઈપણ આંકડો, હાથ કે પગની આંગળી કે અંગૂઠો.

di'gital (ડિજિટલ), વિ૦ આંકડાનું-વાળું. ~ **clock,** આંકડાદ્વારા સમય બતાવનારું ઘડિયાળ. ~ **computer,** આંકડાના રૂપમાં માહિતી (ડેટા) વાપરીને ગણતરીઓ કરનાર કમ્પ્યૂટર.

digita'lis (ડિજિટેલિસ), ના૦ હૃદયને ઉત્તેજિત કરવા માટેની એક દવા. (fox-glove.)નાં પાંદડાંમાંથી બનતી.

di'gnified (ડિગ્નિફાઇડ), વિ૦ સ્વાભિ-માની; ગૌરવવંતું. ભવ્ય.

di'gnify (ડિગ્નિફાઈ) સ૦ક્રિ૦ -ને ગૌરવ – પ્રતિષ્ઠા – આપવી.

di'gnitary (ડિગ્નિટરિ), ના૦ ઊંચી પદવી કે હોદ્દો ધરાવનાર વિ૦ક૦ ધર્માધિકારી.

di'gnity (ડિગ્નિટિ), ના૦ સાચી લાય-કાત, શ્રેષ્ઠતા; ઊંચી પદવી કે હોદ્દો; ગૌરવ-યુક્ત વર્તન – રીતભાત, ભવ્યતા.

di'graph (ડાઇગ્રાફ), ના૦ એક ધ્વનિ માટે વપરાતા બે અક્ષર (દા.ત. *ph, ea*).

digre'ss (ડાઇગ્રે'સ). અ૦ક્રિ૦ મુખ્ય રસ્તાથી તાત્પૂરતું બાજુએ વળવું – ફંટાવું, વિ૦ક૦ ભાષણમાં કે લેખમાં, વિષયાંતર કરવું. **digre'ssion** (–ગ્રે'શન), ના૦. **digre'ssive** (–ગ્રે'સિવ), વિ૦.

dihe'dral (ડાઇહીડ્રલ), વિ૦ બે સપાટ બાજુઓવાળું. ~ (**angle**), વિમાનની પાંખનો આડી રેખા સાથેનો ખૂણો.

dike, dyke, (ડાઇક), ના૦ પાળ, બાંધ, પુસ્તો; નીક, ખાઈ. સ૦ક્રિ૦ પાળ બાંધી ને રક્ષણ કરવું.

dila'pidated (ડિલૅપિડેટિડ), વિ૦ નાદુરસ્ત થયેલું; ખંડિયેર હાલતમાં.

dilapida'tion (ડિલૅપિડેશન), ના૦ ખંડિયેર હાલત, નાદુરસ્ત સ્થિતિ; નાદુર-સ્ત થવું તે.

dila'te (ડાઇલેટ), ઉ૦ક્રિ૦ પહોળું કરવું-થવું; લંબાણપૂર્વક લખવું કે બોલવું. **dila-ta'tion** (ડિલટેશન), ના૦. **dila'tion** (ડિલેશન), ના૦.

di'latory (ડિલટરિ), વિ૦ મોડું કરે – કરાવે – એવું, ઢીલમાં નાખનારું; સુસ્ત, મંદ.

dile'mma (ડિલે'મે). ના૦ પેચ, આંટી, શૃંગાપત્તિ.

diletta'nte (ડિલિટૅન્ટિ), ના૦ [બ૦વ૦- **ti** – ટી અથવા ~**s** –ટિઝ઼] લલિતકલા-ઓનું શોખીન; મોજને ખાતર કોઈ વિષય સાથે રમત કરનાર કે ઉપરચોટિયું અધ્યયન કરનાર; શોખીન, બિનવ્યવસાયી. વિ૦ શોખીન, ઉપરચોટિયું જ્ઞાન મેળવનારું. **diletta'ntism** (ડિલિટૅન્ટિઝ઼મ), ના૦.

di'ligence (ડિલિજન્સ), ના૦ ઉદ્યમશી-લતા, ખંત. **di'ligent** (–જન્ટ), વિ૦.

dill (ડિલ), ના૦ સુવા(નો છોડ). ~ **pickle,** કાકડી ઇ૦નું સુવાવાળું અથાણું.

di'lly-dally (ડિલિડલિ), અ૦ક્રિ૦[વાત.] આળસમાં વખત બગાડવો; ડગુમગુ હોવું.

dilu'te (ડાઇલ્યૂટ), સ૦ક્રિ૦ પાણી ઇ૦

નાખીને પાતળું – મોળું – બનાવવું; -નું જોર ઓછું કરવું; કુશળ કારીગરો ઘટાડી તેમની જગ્યાએ આવડત વિનાનાં માણસ ભરવા. વિ૦ મોળું – ફીકું – બનાવેલું.

dilu'tion (–શન), નાο.

dilu'vial (ડાઇલ્યૂવિઅલ), વિ૦ પૂર કે રેલનું, વિ૦ક૦ 'ઉત્પત્તિ' ગ્રંથના -મહાપૂરને લગતું.

dim (ડિમ), વિ૦ ઝાંખું, નિસ્તેજ; અસ્પષ્ટ, ધૂંધળું; [વાત.] અક્કલશૂન્ય. ઉ૦ક્રિ૦ ઝાંખું કરવું – થવું.

dime (ડાઇમ), નાο [અમે.] ૧૦ સેન્ટ (નો સિક્કો).

dime'nsion (ડિમે'શન), નાο લંબાઈ, પહોળાઈ કે ઊંડાઈમાંથી કોઈપણ એક પરિમાણ; [બ૦વ૦માં] કદ, વિસ્તાર.

dime'nsional (–નલ), વિ૦.

dimi'nish (ડિમિનિશ), ઉ૦ક્રિ૦ ઓછું કરવું – થવું; ઘટાડવું, ઘટવું.

diminue'ndo (ડિમિન્યુએ'ન્ડો) વિ૦ અને નાο [બ.વ. **~s**] અવાજ ધીમે ધીમે ધીમો પડતો જાય એ રીતે વગાડેલું કે ગાયેલું (ગીત).

diminu'tion (ડિમિન્યૂશન), નાο ઘટવું – ઘટાડવું – તે.

dimi'nutive (ડિમિન્યુટિવ), વિ૦ અને નાο લઘુતાદર્શક (શબ્દ ઇ૦); નાનકડું; નાના કદનું.

di'mity (ડિમિટિ), નાο પટા અને ચોકડીઓ ઉપસાવેલું દોરિયા જેવું સુતરાઉ કાપડ.

di'mple (ડિમ્પલ), નાο ખંજન, ગાલ કે હડપચીમાં પડતો ખાડો. ઉ૦ક્રિ૦ એવા ખાડા પડવા – પાડવા – માં દેખાવા.

din (ડિન), નાο ઘોંઘાટ, કોલાહલ. ઉ૦ક્રિ૦ ઘોંઘાટ કરવો. **~ into**, વારંવાર એ ને એ જ વાત કહ્યા કરવી – શીખવવી – કહીને થકવી નાખવું.

di'nar (ડીનાર), નાο એક ચલણી નાણું, મધ્યપૂર્વ યુરોપ તથા ઉત્તર આફ્રિકાના દેશોમાં પ્રચલિત.

dine (ડાઇન), ઉ૦ક્રિ૦ જમવું, ખાણું લેવું – આપવું. **dining-car**, ગાડી ઇ૦-માં જમવાનો ડબો. **dining-room,** જમવાનો ઓરડો.

di'ner (ડાઇનર), નાο જમનાર; રેલવેનો જમવાનો ડબો; [અમે.] હોટેલ; (નાનકડી) જમવાની ઓરડી.

ding-do'ng (ડિંગ્-ડૉંગ), ક્રિ૦વિ૦ અને નાο બે ઘટના હોય તેવા વારા ફરતી અવાજ (સાથે); જોસભેર.

di'nghy (ડિંગિ), નાο નાનકડી હોડી.

di'ngle (ડિંગલ), નાο ઝાડીવાળી ઊંડી ખીણ.

di'ngo (ડિંગો), નાο [બ૦વ૦ **~es**] ઑસ્ટ્રેલિયન જંગલી કૂતરો.

di'ngy (ડિંજિ), વિ૦ મેલા રંગનું, મેલું દેખાતું, નીરસ.

di'nkum (ડિંકમ), વિ૦ [ઑસ્ટ્રે. વિ૦બો૦] સાચું, અસલ.

di'nky (ડિંકિ), વિ૦ રૂપાળું, સુઘડ, દેખાવડું, આકર્ષક.

di'nner (ડિનર), નાο દિવસનું મુખ્ય ભોજન, અનેક વાનીઓવાળું (સાંજનું) ભોજન, જાહેર ભોજન સમારંભ. **~-jacket,** આવા ભોજન વખતે પુરુષે પહેરવાનો ટૂંકો કાળો કોટ. **~-service,** આવા ભોજન વખતે પીરસવા માટે વપરાતાં વાસણ.

di'nosaur (ડાઇનસોર), નાο પ્રાચીન કાળનું સરીસૃપવર્ગનું એક કદાવર પ્રાણી.

dint (ડિંટ), નાο ફટકો; ખાડો, દાંતો. **by ~ of,** -ને જોરે, -ના સાધન વડે. સ૦ક્રિ૦ ખાડો – ગોબો – પાડવો.

dio'cesan (ડાયૉસિસન), વિ૦ બિશપના વિષય – પંથક – ને લગતું. નાο પંથકનો બિશપ.

dio'cese (ડાયસિસ) નાο બિશપની દેખરેખ નીચેનો પ્રદેશ, વિષય, પંથક.

di'ode (ડાયોડ), નાο બે વિદ્યુત અગ્રોવાળો ઇલે'ક્ટ્રૉનિક પડદો (વાલ્વ).

Diony'sian (ડાયનીઝિઅન), વિ૦ મદ્યનો ગ્રીક દેવતા ડાયોનીસસ (ની પૂજા) નું; મદિરાપાન કરીને તોફાને ચડેલું; સ્વચ્છંદ કરનારું, વિલાસી.

diora'ma (ડાયરામે), ના૰ નાના કાણામાંથી જોવાતું ત્રિયામ આકૃતિઓનું નાનકડું દૃશ્ય. **diora'mic** (ડાયરૅમિક), વિ૰.

dio'xide (ડાયૉક્સાઇડ), ના૰ ઑક્સિજનના બે અણુ અને ધાતુનો એક મળીને બનેલો 'ડાયૉક્સાઇડ'.

dip (ડિપ), ઉ૰ક્રિ૰ પાણીમાં ડુબાડવું-છોડવું-બોળવું; પાણીમાં ડૂબકી મારીને તરત બહાર આવવું; કશુંક કાઢવા માટે કશાકની અંદર હાથ નાખવો; ધ્વજ ઇ૰ ક્ષણવાર માટે નીચે ઉતારવો; (મોટર ઇ૰ના દીવા નીચા કરવા; કોઈ સપાટી કે સ્તરની નીચે ઊતરવું; ચોપડી ઇ૰માં ઉપર ઉપરથી નજર કરવી. ના૰ ડૂબકી (મારવી તે); ઊતરતો ઢોળાવ, ઉતાર; [વાત.] ઝટપટ સ્નાન; ઘેટાંને જંતુમુક્ત કરવાનું જંતુનાશક પ્રવાહી; ચટણી, રાયતું, ઇ૰ જેમાં વાનગી બોળીને ખવાય.

Dip., સંક્ષેપ. diploma.

diphthe'ria(ડિફ્થિઅરિઅ), ના૰ ગળામાં જાળું બાઝવાનો એક રોગ.

di'phthong (ડિફ્થૉંગ), ના૰ સંયુક્ત સ્વર. **diphtho'ngal** (-થૉંગલ), વિ૰.

diplo'ma (ડિપ્લોમે), ના૰ માન, વિશેષ અધિકાર અથવા પરવાનાનું ખત, વિ૰ક૰ શિક્ષણનું પ્રમાણપત્ર.

diplo'macy (ડિપ્લોમસિ), ના૰ મુત્સદ્દીગીરી; કુનેહ; આંતરરાષ્ટ્રીય સંબંધો જાળવવામાં કુશળતા.

di'plomat (ડિપ્લોમેટ), ના૰ મુત્સદ્દી; રાજદૂત; બાહોશ વાટાઘાટ કરનાર.

diploma'tic (ડિપ્લમૅટિક), વિ૰ મુત્સદ્દીગીરીવાળું, રાજદૌત્ય કરનાર-કરવામાં કુશળ; કુનેહબાજ. ~ **bag**, એલચી તરફની ટપાલની થેલી. ~ **corps**, મોકલેલું એલચીઓનું જૂથ. ~ **immunity**, એલચીના માણસોને ધરપકડ, કરવેરા, ઇ૰માંથી મુક્તિ.

diplo'matist (ડિપ્લોમટિસ્ટ), ના૰ = diplo'mat.

di'pper (ડિપર), ના૰ ડૂબકી મારનાર; ડૂબકી મારનારું પક્ષી; ડોયો, કડછી.

dipsoma'nia (ડિપ્સમેનિઅ), ના૰ દારૂની લત-સતત ઝંખના (-હોવી તે). **dipsoma'niac** (-મેનિઍક), વિ૰ અને ના૰.

di'pterous (ડિપ્ટરસ), વિ૰ બે પાંખવાળું, દ્વિપક્ષ.

di'ptych (ડિપ્ટિક), ના૰ મજાગરાંથી જોડેલી સામસામી તકતીઓ પર ચીતરેલાં કે કોતરેલાં ચિત્રો.

dire (ડાયર), વિ૰ ભયંકર, દારુણ, વસમું; કટોકટીનું, તાકીદનું.

dire'ct (ડિરૅ'ક્ટ), વિ૰ અને ક્રિ૰વિ૰ સરળ (પણે), સીધું; આડાઈ વગર (નું); આડકતરું નહિ એવું; નિખાલસ (પણે); સીધે રસ્તે; કોઈની દરમ્યાનગીરી વિના (નું). સ૰ક્રિ૰ (કોઈ જગ્યા ઇ૰)નો માર્ગ બતાવવો; -ને કાગળ મોકલવો, સરનામું કરવું; -ને મોકલવું, બતાવવું, ચીંધવું; (ઉદ્દેશીને) બોલવું, હુકમ કરવો, નિયમન કરવું; માર્ગદર્શન કરવું; નાટક, ચિત્રપટ, ઇ૰ના અભિનય ઇ૰ પર દેખરેખ રાખવી. ~**action**, સીધું પગલું, પ્રત્યક્ષ પ્રતિકાર, ધારાસભાનો આશ્રય ન લેતાં હડતાળ ઇ૰થી (સમાજ પર) સીધું દબાણ આણવું તે. ~ **current,** એક જ દિશામાં જતો વિદ્યુત પ્રવાહ. ~ **grant,** સરકારે (સ્થાનિક સંસ્થા ઇ૰ એ નહિ) સીધું આપેલું અનુદાન. ~ **object,** ક્રિયાપદ (થી સૂચિત ક્રિયા)નું પ્રધાન કર્મ. ~ **speech,** વક્તાના પ્રત્યક્ષ બોલેલા શબ્દો. ~ **tax,** પ્રાપ્તિ પર સીધો લેવાતો કર.

dire'ction (ડિરૅ'ક્શન), ના૰ દોરવણી, માર્ગદર્શન; [બહુધા બ૰વ૰માં] હુકમ, સૂચના; માર્ગ, દિશા, ઉદ્દેશ; (કાગળ પરનું) સરનામું.

dire'ctional (ડિરૅ'ક્શનલ), વિ૰ [રેડિયો] એક જ દિશામાં પ્રક્ષેપણ-ધ્વનિક્ષેપણ-કરનારું; કઈ દિશામાંથી રેડિયોતરંગ આવે છે તે બતાવનારું.

dire'ctive (ડિરૅ'ક્ટિવ), વિ૰ દોરવણી

આપનારું. ના૦ ઉપરી તરફથી અપાતું સૂચન – હુકમ.

dire'ctly (ડિરે'ક્ટ્લિ), ક્રિ૦વિ૦ સીધે-સીધું; એકદમ, તરત, ઢીલ વિના. ઉભ૦ અ૦ (અમુક વસ્તુ) થાય કે તરત.

dire'ctor (ડિરે'ક્ટર), ના૦ દેખરેખ રાખનાર, સંચાલક, વ્યવસ્થાપક,-નિયામક મંડળનો સભ્ય; નાટક, ચિત્રપટ, ઇ૦નો દિગ્દર્શક. **director'ial** (–ટૉરિઅલ), વિ૦. **dire'ctorship** (–ર્શિપ), ના૦.

dire'ctorate (ડિરે'ક્ટરેટ), ના૦ નિયામકની જગ્યા – હોદ્દો; નિયામકમંડળ.

dire'ctory (ડિરે'ક્ટરિ), ના૦ ટેલિફોનના ગ્રાહકો, ધંધા કે વ્યવસાયના સભ્યો ઇ૦નાં નામની યાદી – પુસ્તક.

dir'eful (ડાયર્ ફુલ), વિ૦ ભયાનક, દારુણ.

dirge (ડર્જ), ના૦ મરશિયો, રાજિયો.

di'rigible (ડિરિજિબલ), વિ૦ અને ના૦ ધારી દિશામાં વાળી કે ચલાવી શકાય એવું (વિમાન કે બલૂન).

dirk (ડર્ક), ના૦ એક જાતની લાંબી કટાર, વિ૦ક૦ સ્કૉટિશ હાઇલૅન્ડરની.

dir'ndl (ડર્ન્ડલ), ના૦ ~ **skirt,** સખત કમરપટાવાળો મોટા ઘેરાવાવાળો ઘાઘરો.

dirt (ડર્ટ), ના૦ મેલ, ગંદકી; વિષ્ટા; માટી; નકામી વસ્તુ; ગંદી ભાષા, ગાળ. ~ **cheap,** માટીમૂલ. ~**-road,** [અમે.] માટીનો કાચો રસ્તો. ~**-track,** માટી કે રાખોડીની સપાટીવાળો શરતો માટેનો રસ્તો.

dir'ty (ડર્ટિ), વિ૦ મેલું, ગંદું, બગડેલું; અસ્વચ્છ, અપવિત્ર; અશ્લીલ; હલકટ, નીચ; (આબોહવા) તોફાની, વાવરસાદવાળું; કાદવ જેવું દેખાતું. ઉ૦ક્રિ૦ ગંદુ કરવું – થવું. ~ **look,** [વાત.] નાપસંદગી અથવા નફરતવાળી નજર.

disabi'lity (ડિસબિલિટિ), ના૦ અક્ષમ અથવા લાયકાત વિનાનું બનાવનાર વસ્તુ; અક્ષમતા, અસમર્થતા.

disa'ble (ડિસેબલ), સ૦ક્રિ૦ અક્ષમ, અસમર્થ, પાંગળું, અપંગ, ઇ૦ બનાવવું. **disa'blement** (–લ્મન્ટ), ના૦.

disabu'se (ડિસબ્યૂઝ઼), સ૦ક્રિ૦ ભ્રમ-નિરાસ કરવો, આંખ ઉઘાડવી.

disaccor'd (ડિસકૉર્ડ), ના૦ અમેળ, વૈમનસ્ય, મતભેદ.

disadva'ntage (ડિસ્અડ્વાન્ટિજ), ના૦ ગેરલાભ, પ્રતિકૂળ સ્થિતિ અથવા સંજોગ. **disadvanta'geous** (–વાન્ટેજસ), વિ૦.

disadva'ntaged (–વાન્ટિજ્ડ), વિ૦ પ્રતિકૂળ સંજોગો કે પરિસ્થિતિમાં મુકાયેલું, સર્વસામાન્ય સામાજિક તકોથી વંચિત.

disaff'ected (ડિસફે'ક્ટિડ), વિ૦ અસંતુષ્ટ; અપ્રીતિવાળું; (રાજ – દેશ – ઇ૦ –) દ્રોહી.

disaffe'ction (ડિસ્અફે'ક્શન), ના૦ રાજકીય અસંતોષ, રાજદ્રોહ.

disagree' (ડિસગ્રી), અ૦ક્રિ૦ મતભેદ થવો; સંમત ન થવું; અણબનાવ – ઝઘડો – થવો. ~ **with,** માફક ન આવવું, ઉપર ખરાબ અસર થવી. **disagree'ment** (–ગ્રીમન્ટ), ના૦.

disagree'able (ડિસગ્રીઅબલ), વિ૦ અણગમતું; અપ્રિય; ઝઘડાળું.

disallow' (ડિસલાઉ), સ૦ક્રિ૦ કાઢી નાખવું, નામંજૂર કરવું; મનાઈ કરવી.

disappear' (ડિસપિઅર), અ૦ક્રિ૦ અદૃશ્ય થવું, લુપ્ત થવું; ચાલ્યા જવું. **disappear'ance** (–રન્સ), ના૦.

disappoi'nt (ડિસપૉઇન્ટ), સ૦ક્રિ૦ અપેક્ષાભંગ કરવો, નિરાશ કરવું; નાઉમેદ કરવું. **disappoi'ntment** (–ટ્મન્ટ), ના૦.

disapproba'tion (ડિસૅપ્રબેશન), ના૦ નાપસંદગી.

disappro've (ડિસપ્રૂવ), ઉ૦ક્રિ૦ નાપસંદ કરવું, પ્રતિકૂળ મત આપવો – હોવો.

disappro'val (–વલ), ના૦.

disar'm (ડિસાર્મ), ઉ૦ક્રિ૦ નિઃશસ્ત્ર કરવું; દુશ્મનાવટ અથવા શંકાઓ દૂર કરવી; શસ્ત્રાસ્ત્રોનો ત્યાગ કરવો – માં ઘટાડો કરવો.

disar'mament (-મન્ટ), ના૦.

disarra'nge (ડિસરેંજ), સ૦ક્રિ૦ અવ્યવસ્થિત - અસ્તવ્યસ્ત - કરવું. **disarra'ngement** (-જ્મન્ટ), ના૦.

disarray' (ડિસરે), ના૦ અવ્યવસ્થા, ગોટાળો.

disa'ster (ડિઝ઼ાસ્ટર), ના૦ ઓચિંતું અથવા મોટું સંકટ; સંપૂર્ણ નિષ્ફળતા. **disa'strous** (-સ્ટ્રસ), વિ૦.

disavow' (ડિસવાઉ), સ૦ક્રિ૦ નાકબૂલ કરવું; કશી લેવાદેવા કે ખબર નથી એમ કહેવું. **disavow'al** (-વાવલ), ના૦.

disba'nd (ડિસ્બૅન્ડ), ઉ૦ક્રિ૦ વિખેરવું, વિખેરાઈ જવું.

disbar' (ડિસ્બાર), સ૦ક્રિ૦ બૅરિસ્ટરની સનદ પાછી લેવી - રદ કરવી. **disbar'ment** (-રૂમન્ટ), ના૦.

disbelie've (ડિસ્બિલીવ), ઉ૦ક્રિ૦ -માં વિશ્વાસ ન રાખવો, સાચું ન માનવું. **disbelie'f** (-લીફ), ના૦.

disbur'den (ડિસ્બર્ડન), સ૦ક્રિ૦ બોજો ઉતારવો.

disbur'se (ડિસ્બર્સ), ઉ૦ક્રિ૦ પૈસા આપવા - ચૂકવવા, ખરચ - અદા કરવું. **disbur'sement** (-સ્મન્ટ), ના૦.

disc, disk, (ડિસ્ક), ના૦ ગોળ, ચપટી, સપાટ તકતી, થાળી; એવી સપાટી કે ભાગ, કરોડના મણકા વચ્ચેની કૂર્ચા; ગ્રામોફોનની થાળી - રેકર્ડ. **~ brake,** તકતીના આકારની ઘર્ષણ અટકણ - બ્રેક. **~-jockey,** ગ્રામોફોન રેકર્ડના કાર્યક્રમની રજૂઆત કરનાર.

discar'd (ડિસ્કાર્ડ), ઉ૦ક્રિ૦ બાજુએ કાઢવું, કોરે મૂકવું; ફેંકી દેવું, કાઢી નાખવું; પત્તાંની રમતમાં હાથમાંનું પત્તું ફેંકી દેવું. ના૦ (**di'scard**) ફેંકી દીધેલી વસ્તુઓ.

discer'n (ડિસર્ન), સ૦ક્રિ૦ સ્પષ્ટપણે જોવું; ઓળખવું; પારખવું; સમજવું, કળી જવું. **discer'nment** (-ન્મન્ટ), ના૦.

discer'ning (ડિસર્નિંગ), વિ૦ દેખાતું, બારીક નજરવાળું; સમજદાર.

dischar'ge (ડિસ્ચાર્જ), ઉ૦ક્રિ૦ માલ-ભાર-ઉતારવો, ખાલી કરવું; બરતરફ કરવું; જવા દેવું; (અસ્ત્ર) ફેંકવું; (બંદૂક ઇ૦) ફોડવું; (દેવું) ચૂકવવું; (ફરજ) બજાવવી. દેવાળિયાને બાકીની જવાબદારીમાંથી મુક્ત કરવું; (પદાર્થે) કિરણોત્સર્ગ કરવો; (નદીએ) દરિયામાં પડવું - પડીને ખાલી થવું. ના૦ ક્રિયાપદ પરથી થતા ફલિત અર્થો; છૂટકો, છુટકારો; ગૂમડા ઇ૦માંથી નીકળતું પરુ, લોહી, ઇ૦.

disci'ple (ડિસાઇપલ), ના૦ શિષ્ય, અનુયાયી, ચેલો.

disciplina'rian (ડિસિપ્લિને'અરિઅન), ના૦ કડક શિસ્તનો આગ્રહ રાખનાર.

di'sciplinary (ડિસિપ્લિનરિ), વિ૦ શિસ્તનું, શિસ્તપાલનને લગતું; શિસ્તને પોષક.

di'scipline (ડિસિપ્લિન), ના૦ વિદ્યાની કોઈ શાખા; માનસિક કે નૈતિક તાલીમ; શિસ્ત; શાસન, શિક્ષા. સ૦ક્રિ૦ શિસ્ત શીખવવી; સજા-શાસન-કરવું.

disclai'm (ડિસ્ક્લેમ), સ૦ક્રિ૦ હક કે દાવાનો ઇનકાર કરવો, દાવો જતો કરવો; નાકબૂલ કરવું, અસ્વીકાર કરવો.

disclai'mer (ડિસ્ક્લેમર), ના૦ દાવો જતો કરવો તે, ત્યાગ; જાહેર ઇનકાર.

disclo'se (ડિસ્ક્લોઝ઼), સ૦ક્રિ૦ ખુલ્લું કરવું; ઉઘાડું પાડવું; પ્રગટ કરવું.

disclo'sure (ડિસ્ક્લોઝર), ના૦ ઉઘાડું પાડવું તે; ઉઘાડી પાડેલી વાત.

di'sco (ડિસ્કો), ના૦ [બ.વ. ~s, વાત.] જ્યાં નાચ સાથે ગ્રામોફોનની રેકર્ડો વગાડાય છે તે ક્લબ કે જલસો.

disco'lour (ડિસ્કલર), ઉ૦ક્રિ૦ -નો રંગ બગાડવો - બગડવો, ડાઘા પાડવા - પડવા. **discolora'tion** (-રેશન), ના૦.

disco'mfit (ડિસ્કમ્ફિટ), સ૦ક્રિ૦ હરાવવું; ચાલવા ન દેવું; મૂંઝવણમાં નાખવું. **disco'mfiture** (-ફિચર), ના૦.

disco'mfort (ડિસ્કમ્ફર્ટ), ના૦ શારીરિક કે માનસિક અસ્વસ્થતા, અસુખ.

discompo'se (ડિસ્કમ્પોઝ઼્), સ૰ક્રિ૰ અશાંત – અસ્વસ્થ – કરવું. **discompo'sure** (-ઝ઼ર), ના૰.

disconcer't (ડિસ્કન્સર્ટ), સ૰ક્રિ૰ બગાડવું; ઊંધું વાળવું; અસ્વસ્થ કરવું.

disconne'ct (ડિસ્કને'ક્ટ), સ૰ક્રિ૰ (વચ્ચે,નું જોડાણ તોડી નાખવું, અલગ કરવું વીજળીવાળા સાધનના ભાગ અલગ કરીને તે સાધનને કામ કરતું બંધ કરવું. **disconne'ction** (-ક્શન), ના૰.

disconne'cted (ડિસ્કને'ક્ટિડ), વિ૰ અસંબદ્ધ, અસંગત; ઊટપટાંગ.

disco'nsolate (ડિસ્કૉન્સલિટ), વિ૰ ઉદાસ, વિષણ્ણ; નિરાશ; દુ:ખી.

disconte'nt (ડિસ્કન્ટે'ન્ટ), ના૰ અસમાધાન, અસંતોષ; નારાજી. સ૰ક્રિ૰ અસંતુષ્ટ કરવું.

disconti'nue (ડિસ્કન્ટિન્યૂ), ઉ૰ક્રિ૰ બંધ કરવું – થવું, ચાલુ ન રાખવું, પડતું મૂકવું. **disconti'nuance** (-ન્યુઅન્સ), ના૰.

disconti'nuous (ડિસ્કન્ટિન્યુઅસ), વિ૰ સાતત્ય વિનાનું; વચ્ચે વચ્ચે ખંડવાળું, તૂટક. **discontinu'ity** (-ન્યૂઇટિ), ના૰.

di'scord (ડિસ્કૉર્ડ), ના૰ અમેળ, કુસંપ, ઝઘડો; કર્કશ અવાજ; વિસંવાદિતા. **discor'dance** (-ડન્સ), ના૰. **discor'dant** (-ડન્ટ), વિ૰.

di'scothèque (ડિસ્કટે'ક), ના૰ જ્યાં નૃત્ય મ.ટે ગ્રામોફોન રેકર્ડો વગાડાતી હોય તે ક્લબ–જલસો.

di'scount (ડિસ્કાઉન્ટ), ના૰ દર્શની કિંમતમાં કપાત, વળતર. **at a ~**, ચાલુ કરતાં ઓછી કિંમતે; [લા.] જેના ભાવ ઊતરી ગયા છે એવું. સ૰ક્રિ૰ (**discou'nt**) ન પાકેલી હૂંડીના ચાલુ કિંમતે નાણાં આપવાં – હૂંડી લેવી – વેચવી; અમુક ભાગ કે આખું જ ગણતરીમાં ન લેવું; અગાઉ પગલું ભરીને કોઈ ઘટના ઇ૰ને ઓછી અસરકારક બનાવવી.

discou'ntenance (ડિસ્કાઉન્ટિનન્સ), સ૰ક્રિ૰ માન્ય ન કરવું, નાપસંદ કરવું; નાઉમેદ કરવું; ટેકો ન આપવો.

discou'rage (ડિસ્કરિજ), સ૰ક્રિ૰ નાહિંમત – નાઉમેદ–કરવું; પરાવૃત્ત કરવું. **discou'ragement** (-જ્મન્ટ), ના૰.

di'scourse (ડિસ્કૉર્સ), ના૰ પ્રવચન, વ્યાખ્યાન, વિવરણ; વાર્તાલાપ. સ૰ક્રિ૰ (**discour'se**) વાર્તાલાપ કરવો, વિવરણ કરવું, વિગતે બોલવું કે લખવું.

discour'teous (ડિસ્કર્ટિઅસ), વિ૰ અવિનયી, અસભ્ય. **discour'tesy** (ડિસ્કર્ટસિ), ના૰.

disco'ver (ડિસ્કવર), સ૰ક્રિ૰ શોધી કાઢવું. (વિશે) સભાન થવું, જાણીતું કરવું. પ્રકાશમાં આણવું.

disco'very (ડિસ્કવરિ), ના૰ શોધી કાઢવું તે; શોધ, શોધેલી વસ્તુ.

discre'dit (ડિસ્ક્રે'ડિટ), સ૰ક્રિ૰ સાચું ન માનવું, વિશ્વાસ ન કરવો; -ને નામોશી લગાડવી. ના૰ બેઆબરૂ કરનાર કે નામોશી લગાડનાર (વસ્તુ અથવા માણસ).

discre'ditable (ડિસ્ક્રે'ડિટબલ), વિ૰ નામોશી લગાડનારું, શરમ ભરેલું.

discree't (ડિસ્ક્રીટ), વિ૰ શાણું, વિવેકી; બોલવા-કરવામાં સાવધ; વિનીત, વિનમ્ર.

discre'pancy (ડિસ્ક્રે'પન્સિ), વિ૰ ભેદ, તફાવત; વિસંગતિ. **discre'pant** (-ક્રે'પન્ટ), વિ૰.

discre'te (ડિસ્ક્રીટ), વિ૰ અલગ, જુદું, સ્વતંત્ર.

discre'tion (ડિસ્ક્રીશન), ના૰ યોગ્ય લાગે તેમ કરવાની સ્વતંત્રતા; શાણપણ, વિવેકબુદ્ધિ; મુનસફી, **age or years of ~**, ભલુંબૂરું સમજવાની ઉંમર, સજ્ઞાન વય, પોતાનો કારભાર ચલાવી શકે એવી વય.

discre'tionary (ડિસ્ક્રીશનરિ), વિ૰ વિવેક કે મુનસફી પર છોડેલું.

discri'minate (ડિસ્ક્રિમિનેટ), ઉ૰ક્રિ૰ વચ્ચેના ભેદ કે તફાવત પર આધારિત હોવું – વર્તવું, જુદું પાડવું; ભેદ – તફાવત – જોવો – સમજવો – કરવો, વિ૰

ક૦ વંશ, વર્ણ, લિંગ, ઇ૦ના મુદ્દાસર. ~ **against,** -ની સામે ભેદભાવભર્યું વર્તન – પક્ષપાત – કરવો. **discrimina'tion** (-નેશન), ના૦. **discri'minatory** (-નટરિ), વિ૦.

discur'sive (ડિસ્કર્સિવ), વિ૦ રખડતું, એક વિષયને ન વળગી રહેનારું.

di'scus (ડિસ્કસ), ના૦ વ્યાયામના ખેલોમાં ફેંકાતું ભારે ચક્ર.

discu'ss (ડિસ્કસ), સ૦ક્રિ૦ વાદવિવાદ કરવો, ચર્ચા કરવી, ચર્ચા કરી તપાસવું. **discu'ssion** (-કશન), ના૦.

disdai'n (ડિસ્ડેન), ના૦ ઘૃણા, તિરસ્કાર. સ૦ક્રિ૦ -ના તિરસ્કાર ઇ૦ કરવો; પોતાને માટે હલકું – તુચ્છ – ઉપેક્ષણીય – ગણવું. **disdai'nful** (-ન્ફુલ), વિ૦.

disea'se (ડિઝીઝ઼), ના૦ મંદવાડ; (વિશિષ્ટ) રોગ, વ્યાધિ.

disea'sed (ડિઝીઝ઼્ડ), વિ૦ રોગી, વ્યાધિગ્રસ્ત; વિકૃત, અસ્વસ્થ.

disembar'k (ડિસઇમ્બાર્ક), ઉ૦ક્રિ૦ કિનારે ઊતરવું – ઉતારવું. **disembarka'tion** (-કેશન), ના૦.

disemba'rrass (ડિસ્ઇમ્બૅરસ), સ૦ ક્રિ૦ મૂંઝવણ – વિમાસણ-માંથી છોડવવું; -માથી છુટકારો કરવો. **disemba'rrassment** (-સ્મન્ટ), ના૦.

disembo'dy (ડિસ્ઇમ્બૉડિ), સ૦ક્રિ૦ શરીરથી જુદું પાડવું (આત્મા, અવાજ, ઇ૦).

disembow'el (ડિસ્ઇમ્બાવલ), સ૦ ક્રિ૦ -નાં આંતરડાં કાઢી નાખવાં.

disencha'nt (ડિસ્ઇન્ચાન્ટ), સ૦ક્રિ૦ સંમોહ, જાદુ, મંત્ર, ઇ૦ની અસરમાંથી મુક્ત કરવું, -નો ભ્રમ દૂર કરવો. **disencha'ntment** (-ટ્મન્ટ), ના૦.

disencu'mber (ડિસ્ઇન્કમ્બર), સ૦ ક્રિ૦ બોજો ઉતારવો, બોજો – વળગણ – દૂર કરવું.

disendow' (ડિસ્ઇન્ડાઉ), સ૦ક્રિ૦ (દેણગી દાખલ) આપેલી મિલકત ઇ૦ પાછી લઈ લેવી (વિ૦ક૦ ચર્ચને). **disendow'ment** (-ઉમન્ટ), ના૦.

disenga'ge (ડિસ્ઇગેજ), ઉ૦ક્રિ૦ અલગ પાડવું, છૂટું કરવું; ઢીલું કરવું, છોડવું; લડાઈમાંથી લશ્કર પાછું ખેંચવું; યુદ્ધ એકદમ બંધ કરવું. **disenga'gement** (-જ્મન્ટ), ના૦.

disenga'ged (ડિસ્ઇન્ગેજ્ડ), વિ૦ કામમાંથી ફારેગ, નવરું; ખાલી; (કામમાં) ન રોકાયેલું.

disentai'l (ડિસ્ઇન્ટેલ), સ૦ક્રિ૦ વારસાના ક્રમ(ના બંધન)માંથી મુક્ત કરવું.

disenta'ngle (ડિસ્ઇન્ટૅંગલ), સ૦ક્રિ૦ બહાર કાઢવું, ગૂંચ ઉકેલવી, વળ છોડવવો. **disenta'nglement** (-લ્મન્ટ), ના૦.

disento'mb (ડિસ્ઇન્ટૂમ), સ૦ક્રિ૦ કબરમાંથી બહાર કાઢવું.

disesta'blish (ડિસ્ઇસ્ટૅબ્લિશ), સ૦ ક્રિ૦ (ચર્ચના) રાજ્ય સાથેનો સંબંધ તોડી નાખવો. **disesta'blishment** (-શમન્ટ), ના૦.

disfa'vour (ડિસ્ફેવર), ના૦ અણગમો; નાપસંદગી; અવકૃપા.

disfi'gure (ડિસ્ફિગર), સ૦ક્રિ૦ વિરૂપ કરવું. **disfi'gurement** (-ર્મન્ટ), ના૦.

disfra'nchise (ડિસ્ફ્રૅંચાઇઝ઼), સ૦ ક્રિ૦ મતાધિકાર કાઢી લેવો. **disfra'nchisement** (-ઝ઼્મન્ટ), ના૦.

disgor'ge (ડિસ્ગૉર્જ), સ૦ક્રિ૦ ઓકી નાખવું; પાછું આપી દેવું.

disgra'ce (ડિસ્ગ્રેસ), ના૦ ઇતરાજી, અવકૃપા; માનહાનિ; શરમ; ઠપકાનું કારણ. સ૦ક્રિ૦ મરજીમાંથી ઉતારી દેવું; કલંક – નામોશી – લગાડવી. **disgra'ceful** (સ્ફુલ), વિ૦.

disgru'ntled (ડિસ્ગ્રન્ટલ્ડ), વિ૦ અસંતુષ્ટ.

disgui'se (ડિસ્ગાઇઝ઼), સ૦ક્રિ૦ વેષ પલટવો, ન ઓળખાય તેમ કરવું, કપટવેષ ધારણ કરવો; સંતાડવું, ઢાંકી દેવું; પોતે જે નથી તે હોવાનો ઢોંગ કરવો. ના૦ વેષપલટો, કપટવેષ, (સંતાડવા કે છેતરવા માટે કરેલો).

disgu'st (ડિસ્ગસ્ટ), નાo કંટાળો, સૂગ, નફરત; ચીડ. સoક્રિo સૂગ ચડાવવી. **disgu'sting** (ડિસ્ગસ્ટિંગ), વિo ઘૃણા પેદા કરનારું; ન ભાવે એવું.

dish (ડિશ), નાo રકાબી, તાસક; થાળી; ભોજન સાથેની થાળી; થાળીના આકારનું પાત્ર, વસ્તુ અથવા ખાડો; [વાત.] આકર્ષક માણસ. ઉoક્રિo પીરસવા માટે થાળીમાં મૂકવું, ખોબા જેવું પોલાણવાળું – અન્તર્ગોળ–કરવું; [વાત.] છેતરવું, છક્કડ ખવડાવવી; સજ્જડ હાર ખવડાવવી. ~ **out,** વહેંચી આપવું. ~ **up,** ભોજન પીરસવું, પીરસવાની તૈયારી કરવી. ~ **-water,** એઠાં વાસણ ધોયેલું પાણી.

dishar'mony (ડિસ્હાર્મનિ), નાo અમેળ, કુસંપ, ઝઘડો.

dishear'ten (ડિસ્હાર્ટન), સoક્રિo નાહિંમત કરવું, -નો મનોભંગ કરવો. **dishear'tenment** (-ન્મન્ટ), નાo.

dishe'velled (ડિશે'વલ્ડ), વિo વિખરાયેલા – અવ્યવસ્થિત – વાળવાળું; (વાળ અંગે) હોળ્યા વિનાના, અસ્તવ્યસ્ત; મેલું.

disho'nest (ડિસાનિસ્ટ) વિo અપ્રામાણિક; કપટી; દંભી. **disho'nesty** (-નિસ્ટિ), નાo.

disho'nour (ડિસૉનર), સoક્રિo આદર કે માન ન રાખવું, બદનામ કરવું. નાo માનભંગ, લજ્જાસ્પદ સ્થિતિ, બેઆબરૂ.

disho'nourable (ડિસૉનરબલ), વિo શરમજનક–ભરેલું; અનૈતિક, ચારિત્ર્યહીન.

disillu'sion (ડિસિલ્યૂઝન), સoક્રિo -ની આંખ ઉઘાડવી, ભ્રમ દૂર કરવો. **disillu'sionment** (-ન્મન્ટ), નાo.

disince'ntive (ડિસ્ઇન્સે'ન્ટિવ), વિo અને નાo નિરુત્સાહ કરનાર (વસ્તુ).

disinclina'tion (ડિસ્ઇન્ક્લિનેશન), નાo અણગમો, નામરજી, અનિચ્છા.

disincli'ne (ડિસ્ઇન્ક્લાઇન), સoક્રિo -નું મન પાછું હઠાવવું – વાળવું, -ની અનિચ્છા કરાવવી.

disinfe'ct (ડિસ્ઇન્ફે'ક્ટ), સoક્રિo જંતુ – ચેપ – રહિત કરવું. **disinfe'ction** (-ક્શન), નાo.

disinfe'ctant (ડિસ્ઇન્ફે'ક્ટન્ટ), વિo અને નાo જંતુનાશક (પદાર્થ).

disinfla'tion (ડિસ્ઇન્ફ્લેશન), નાo ફુગાવો ઘટાડવો – ઘટવો – તે.

disinge'nuous (ડિસ્ઇજે'ન્યુઅસ), વિo નિખાલસ નહિ એવું, ઢોંગી, મનમાં કપટ રાખીને કરેલું.

disinhe'rit (ડિસ્ઇન્હે'રિટ), સoક્રિo -નો વારસહક લઈ લેવો. **disinhe'ritance** (-ટન્સ), નાo.

disi'ntegrate (ડિસ્ઇન્ટિગ્રેટ), ઉoક્રિo ઘટક ભાગ કે તત્ત્વો જુદાં પાડવાં – પડવાં, વિઘટન – કરવું – થવું; **disintegra'tion** (–ગ્રેશન), નાo.

disinter' (ડિસ્ઇન્ટર), સoક્રિo દાટેલું બહાર કાઢવું – ખોદી કાઢવું. **disinter'ment** (–ર્મન્ટ), નાo.

disin'terested (ડિસ્ઇન્ટરે'સ્ટિડ), વિo નિઃસ્વાર્થ, પક્ષપાતરહિત, તટસ્થ; [ભૂલo] રસ વિનાનું.

disjoi'n (ડિસ્જૉઇન), સoક્રિo છૂટું પાડવું, – નો સંબંધ તોડવો.

disjoi'nt (ડિસ્જૉઇન્ટ), સoક્રિo સાંધામાંથી છૂટું પાડવું, સાંધામાંથી ખસવું – ખસેડવું.

disjoi'nted (ડિસ્જૉઇન્ટિડ), વિo અસંબદ્ધ, રસળતું, અરસપરસ સંબંધ વિનાનું.

disju'nction (ડિસ્જંક્શન), નાo છૂટું પાડવું તે, વિચ્છેદ.

disju'nctive (ડિસ્જંક્ટિવ), વિo છૂટું પાડનારું, વિચ્છેદ કરનાર; વિયોગાત્મક, વિકલ્પાત્મક, વિકલ્પ બતાવનાર.

disk (ડિસ્ક), જુઓ **disc.**

disli'ke (ડિસ્લાઇક), સoક્રિo –ને ન ગમવું, –ને વિશે અણગમો – વાંધો – હોવો. નાo અણગમો, વાંધો, અરુચિ.

di'slocate (ડિસ્લકેટ), સoક્રિo (હાડકાને) સાંધામાંથી ઉતારવું, યંત્રનાં દંતચક્રોની પકડ ખસી જાય તેમ કરવું; સ્થાન-

ભ્રષ્ટ કરવું. **disloca'tion** (-કેશન), ના૦.

dislo'dge (ડિસ્લૉજ), સ૦ક્રિ૦ પોતાની જગ્યાએથી કોઈ વસ્તુને હઠાવવી, સ્થાનભ્રષ્ટ કરવું. **dislo'dgement** (-જ્મન્ટ), ના૦.

disloy'al ડિસ્લૉયલ), વિ૦ બેવફા; વિશ્વાસઘાતી, નિમકહરામ, રાજદ્રોહી. **disloy'alty** (-યલ્ટિ), વિ૦.

di'smal (ડિઝ્મલ), વિ૦ ઉદાસ, ભેંકાર, નિરાનંદ.

disma'ntle (ડિસ્મૅન્ટલ), સ૦ક્રિ૦ તોડી પાડવું; કકડા કરી નાખવા; રક્ષણવિહોણું કરવું, તેની સાધનસામગ્રી ઇ૦ કાઢી લેવું.

disma'st (ડિસ્માસ્ટ), સ૦ક્રિ૦ વહાણના ડોલકૂવા કાઢી લેવા.

dismay' (ડિસ્મે), ના૦ હિંમત ખોવી તે, ફાળ, ધ્રાસકો, ગભરામણ. સ૦ ક્રિ૦ હતાશ કરવું, ભડકાવવું.

disme'mber (ડિસ્મે'મ્બર), સ૦ક્રિ૦ હાથપગ ઇ૦ અવયવ કાપી નાખવા; દેશ ઇ૦ના ભાગલા પાડવા. **disme'mberment** (-રૂમન્ટ), ના૦.

dismi'ss (ડિસમિસ), સ૦ક્રિ૦ મોકલી દેવું; વિખેરી નાખવું; જવા દેવું, જવાની રજા આપવી; રુખસદ આપવી; કાઢી મૂકવું; મનમાંથી કાઢી નાખવું; [કા૦] મુકદ્દમો ઇ૦ કાઢી નાખવો; [ક્રિ૦] બૅટધારીને-પક્ષને - બાદ કરવો. **dismi'ssal** (-સલ), ના૦. **dismi'ssive** (-સિવ), વિ૦.

dismou'nt (ડિસ્માઉન્ટ), ઉ૦ ક્રિ૦ સાઇકલ, ઘોડો, ઇ૦ પરથી ઊતરવું - પડવું કે ઉતારવું - પાડવું; તોપ ઇ૦ને ગાડા ઇ૦ પરથી ઉતારી દેવું.

disobe'dience (ડિસ્અબીડિઅન્સ), ના૦ આજ્ઞાભંગ (કરવો તે); બળવાખોરપણું. **disobe'dient** (-અન્ટ), વિ૦.

ddisobey' (ડિસ્અબે), ઉ૦ક્રિ૦ હુકમ ન માનવો; નિયમ ઇ૦ તોડવા; આજ્ઞાપાલન ન કરવું.

isobli'ge (ડિસ્અબ્લાઇજ), સ૦ ક્રિ૦ -ની સગવડ કે ઇચ્છાનો વિચાર ન કરવો- કરવાની ના પાડવી. **disobli'ging** (-ર્જિંગ), વિ૦.

disor'der (ડિસૉર્ડર), ના૦ ગેરવ્યવસ્થા, ગોટાળો; શારીરિક કે માનસિક વિકાર-મંદવાડ; ગરબડ; તોફાન, હુલ્લડ. સ૦ક્રિ૦ અસ્તવ્યસ્ત - અવ્યવસ્થિત - કરવું; ચાલુ વ્યવસ્થામાં ગરબડ કરવી.

disor'derly (ડિસૉર્ડર્લિ), વિ૦ સુઘડતા વિનાનું, તોફાની, ધમાલિયું.

disor'ganize (ડિસ્ઑર્ગનાઇઝ઼), સ૦ ક્રિ૦ -નું તંત્ર તોડી નાખવું; અસ્તવ્યસ્ત કરવું. **disorganiza'tion** (-ઝ઼ેશન), ના૦.

disor'ientate (ડિસ્ઑરિઅન્ટેટ), સ૦ ક્રિ૦ કોઈને તેની દિશા, સ્થળ, ઇ૦ પરત્વે મૂંઝવણમાં નાખવું.

disow'n (ડિસોન), સ૦ક્રિ૦ પોતાનું હોવાનું - પોતે કર્યાનું - નાકબૂલ કરવું; માન્ય ન રાખવું; પોતાનો હક છોડી દેવો; ત્યાગ કરવો.

dispa'rage (ડિસ્પૅરિજ), સ૦ક્રિ૦ -નું ઘસાતું બોલવું - નિન્દા કરવી. **dispa'ragement** (-જ્મન્ટ), ના૦.

di'sparate (ડિસ્પરિટ), વિ૦ તત્ત્વતઃ ભિન્ન, અરસપરસ કશા સંબંધ વિનાનું.

dispa'rity (ડિસ્પૅરિટિ), ના૦ વિષમતા; તફાવત.

dispa'ssionate (ડિસ્પૅશનિટ), વિ૦ લાગણી કે આવેશ વિનાનું; નિષ્પક્ષ.

dispa'tch, despa'tch, (ડિસ્પૅચ), સ૦ક્રિ૦ મોકલી દેવું, રવાના કરવું; મારી નાખવું; ઝટ (કામ ઇ૦) કરાવવું; ઉતાવળથી ખાઈ જવું. ના૦ રવાના કરવું તે, રવાનગી; ઝડપ, ત્વરા; કાર્યસાધકતા; સરકારી ખરીતો. **~-box, ~-case,** સરકારી કાગળો ખરીતા ઇ૦ની પેટી, થેલી, ઇ૦. **~-rider,** લશ્કરી સંદેશા લઈ જનાર મોટર સાઇકલસવાર.

dispe'l (ડિસ્પે'લ), સ૦ક્રિ૦ ઉડાડી દેવું, વિખેરી નાખવું.

dispe'nsary (ડિસ્પે'ન્સરિ), ના૦ ઔષ-

ધાલય, દવાખાનું, દવા તૈયાર કરી આપવા-ની જગ્યા.

dispensa'tion (ડિસ્પે'ન્સેશન), ના૰ વહેંચણી, ફાળવણી; ઈશ્વરનિર્મિત દુનિયાની વ્યવસ્થા – સંવિધાન; રાહત, છુટકારો; સંચાલન; ઈશ્વર કે નિસર્ગ દ્વારા થતો નભાવ.

dispe'nse (ડિસ્પે'ન્સ), ઉ૰ક્રિ૰ વહેંચવું; વ્યવસ્થા કરવી; ડૉક્ટરની ચિઠ્ઠી પ્રમાણે દવા તૈયાર કરવી. **~ with,** વગર ચલાવવું.

dispe'nser (ડિસ્પે'ન્સર), ના૰ કશુંક વહેંચનાર કે આપનાર; જોઈતી વસ્તુ ચોક્કસ પ્રમાણમાં એકીવખત આપનાર યંત્ર.

disper'se (ડિસ્પર્સ), ઉ૰ક્રિ૰ જુદી જુદી દિશામાં મોકલવું – જવું; વિખેરવું; વિખેરાઈ જવું, છૂટા પાડવું, પ્રચારમાં મૂકવું; પ્રકાશને તેના ઘટક રંગોમાં છૂટા પાડવું. **disper'sal** (–સંલ), ના૰. **disper'sion** (–શન), ના૰.

dispi'rit (ડિસ્પિરિટ), સ૰ક્રિ૰ નિરુત્સાહ – ગમગીન – કરવું.

displa'ce (ડિસ્પ્લેસ), સ૰ક્રિ૰ તેના યોગ્ય સ્થાનેથી ખસેડવું; કાઢી મૂકવું, પદ કે હોદ્દા પરથી દૂર કરવું; -ની જગ્યાએ બીજું મૂકવું. **displaced person,** યુદ્ધ ઇ૰ને લીધે પોતાનું વતન છોડવું પડયું હોય એવી વ્યક્તિ, નિર્વાસિત.

displa'cement (ડિસ્પ્લેસમન્ટ), ના૰ ખસેડવું – ખસેડાવું – તે; ડૂબેલી કે તરતી વસ્તુએ સ્થળાંતરિત કરેલું પ્રવાહી, તેનો જથો.

display' (ડિસ્પ્લે), સ૰ક્રિ૰ જોવા માટે ફેલાવીને મૂકવું; -નું પ્રદર્શન કરવું ના૰ પ્રદર્શન (કરવું તે); દેખાડો, ભપકો.

displea'se (ડિસ્પ્લીઝ઼), સ૰ક્રિ૰ નાખુશ કરવું; માઠું લગાડવું; ગુસ્સે કરવું; -ને અણગમતા થવું.

displeasure (ડિસ્પ્લે'ઝ઼ર), ના૰ પસંદગી, નામરજી; અસમાધાન; ગુસ્સો.

dispor't (ડિસ્પોર્ટ), ઉ૰ક્રિ૰ [પ્રા.] મોજમજા કરવી, નાચવુંકૂદવું.

dispo'sable (ડિસ્પોઝ઼બલ), વિ૰ વાપરી શકાય એવું, વિના ચલાવી શકાય એવું, એક વાર વાપરીને ફેંકી દઈ શકાય એવું.

dispo'sal (ડિસ્પોઝ઼લ), ના૰ નિકાલ (કરવો તે), **at one's ~,** કામ કે ઉપયોગ માટે ગમે ત્યારે ઉપલબ્ધ પોતાના નિર્ણય કે હુકમને અધીન.

dispo'se (ડિસ્પોઝ઼), ઉ૰ક્રિ૰ વ્યવસ્થિતપણે – ગોઠવીને – મૂકવું, અમુક સ્થિતિમાં આણવું; –ની તરફ વલણ હોવું; શું કરવું તે નક્કી કરવું. **~ of,** –નો નિકાલ કરવો; –થી છુટકારો મેળવવો; ખતમ કરવું, મારી નાખવું; વેચી દેવું.

disposi'tion (ડિસ્પઝ઼િશન), ના૰ નિકાલ (કરવો તે), ગોઠવણ; મિજાજ, સ્વભાવ.

disposse'ss (ડિસ્પઝ઼ે'સ). સ૰ક્રિ૰ મિલકત ઇ૰ કબજામાંથી લઈ લેવું; ઘર ઇ૰ માંથી કાઢી મૂકવું. **disposse'ssion** (–ઝ઼ે'શન), ના૰.

disprai'se (ડિસ્પ્રેઝ઼), સ૰ક્રિ૰ નિન્દા કરવી, વખોડવું. ના૰ નિન્દા; દોષારોપણ.

disproo'f (ડિસ્પ્રૂફ઼), ના૰ ખંડન, રદિયો.

dispropor'tion (ડિસ્પ્રપોર્શન), ના૰ પ્રમાણ(બદ્ધતા)નો અભાવ.

dispropor'tionate (ડિસપ્રપોર્શનિટ), વિ૰ સાપેક્ષતયા વધુ પડતું મોટું, નાનું, ઇ૰.

dispro've (ડિસ્પ્રૂવ), સ૰ક્રિ૰ ખોટું (છે એમ) સિદ્ધ કરવું.

dispu'table (ડિસ્પ્યૂટબલ), વિ૰ વિવાદાસ્પદ, વાંધો લેવાય એવું.

dispu'tant (ડિસ્પ્યૂટન્ટ), ના૰ ચર્ચા કે વિવાદમાં ભાગ લેનાર.

disputa'tion (ડિસ્પ્યુટેશન), ના૰ દલીલયુક્ત ચર્ચા, પ્રવચન અથવા પ્રબંધ. **disputa'tious** (–શસ), વિ૰.

dispu'te (ડિસ્પ્યૂટ), ઉ૰ક્રિ૰ ચર્ચા કરવી; તકરાર કરવી, ઝઘડવું; -ની સામે વાંધો ઉઠાવવો – દલીલ કરવી; પ્રતિકાર – સામનો–કરવો. ના૰ વાદ, ચર્ચા; ઝઘડો; મતભેદ.

disqua'lify (ડિસ્ક્વૉલિફાઇ), સ૰ક્રિ૰

નાલાયક બનાવવું – ઠરાવવું – જાહેર કરવું. **disqualifica'tion** (–ફિકેશન), નાo.

disqui'et (ડિસ્ક્વાયટ), નાo અશાંતિ; અસ્વસ્થપણું, બેચેની; ચિન્તા. સoક્રિo અસ્વસ્થ – બેચેન – બનાવવું. **disqui'etude** (–ટયૂડ), નાo.

disquisi'tion (ડિસ્કિવઝિશન). નાo. કોઈ વિષયનું લાંબું કે સવિસ્તર વિવરણ કે તે પર પ્રબંધ.

disregar'd (ડિસ્રિગાર્ડ), સoક્રિo અવગણના – ઉપેક્ષા – કરવી, -ની ઉપર અસર ન પડવી. નાo ઉપેક્ષા.

disrepair' (ડિસ્રિપે'અર), નાo દુરસ્તીને અભાવે બિસમાર હાલત.

disre'putable (ડિસ્રે'પ્યૂટબલ), વિo અપ્રતિષ્ઠિત, બદનામ; આદરપાત્ર નહિ એવું.

disrepu'te (ડિસ્રિપ્યૂટ),નાo અપકીર્તિ, બેઆબરૂ, બદનામી.

disrespe'ct (ડિસ્રિસ્પેક્ટ), નાo અનાદર. **disrespe'ctful** (–ટ્ફુલ), વિo.

disro'be (ડિસ્રોબ), ઉoક્રિo ઝભ્ભો કે કપડાં ઉતારવાં – લઈ લેવાં.

disru'pt (ડિસ્રપ્ટ), સoક્રિo ભાંગવું, ચૂરેચૂરા કરવા; જબરદસ્તીથી છૂટું પાડવું. **disru'ption** (-રપ્શન), નાo. **disru'ptive** (-રપ્ટિવ), વિo.

dissatisfa'ction (ડિસસૅટિસ્ફૅક્શન), નાo અસમાધાન, અસંતોષ.

dissati'sfy (ડિસ્સૅટિસ્ફાઇ). સoક્રિo સંતોષ ન આપી શકવો, અસંતુષ્ટ કરવું.

disse'ct (ડિસે'ક્ટ), સoક્રિo કાપીને કકડા કરવા; પ્રાણી, વનસ્પતિ, ઇoની રચના જોવા માટે તેને ચીરવું; પૃથક્કરણ કરવું; ઝીણવટભરી આલોચના કરવી. **disse'ction** (-ક્શન), નાo. **disse'ctor** (-ક્ટર), નાo.

disse'mble (ડિસૅંબલ), ઉoક્રિo સંતાડવું, છુપાવવું; ઢોંગ કરવો.

disse'minate (ડિસે'મિનેટ), સoક્રિo ચોમેર વિખેરવું, ફેલાવવું. **dissemina'tion** (-નેશન), નાo. **disse'minator** (-નેટર) નાo.

disse'nsion (ડિસેન્શન), નાo મતભેદમાંથી થયેલો ઝઘડો, ફૂટ.

disse'nt (ડિસે'ન્ટ), સoક્રિo સંમતિ આપવાની ના પાડવી; વિચારભેદ–મતભેદ–હોવો–વ્યક્ત કરવો, વિoકo પ્રસ્થાપિત, રાષ્ટ્રીય અથવા સનાતની ચર્ચથી. નાo અસહમતિ, મતભેદ, વિરુદ્ધ મત.

disse'nter (ડિસે'ન્ટર), નાo પ્રસ્થાપિત ચર્ચથી ભિન્ન મત ધરાવનાર સંપ્રદાયનું માણસ.

disse'ntient (ડિસે'ન્શિઅન્ટ), વિo અસહમતિવાળું, ભિન્ન મત ધરાવનાર. નાo એવું માણસ.

disserta'tion (ડિઝ઼ર્ટેશન), નાo સવિસ્તર વિવરણાત્મક પ્રબંધ, વિoકo યુનિવર્સિટીની ઉચ્ચ ઉપાધિ માટે આપવાનો.

disser'vice (ડિસ્સર્વિસ), નાo કુસેવા, માઠું, અહિત.

di'ssident (ડિસિડન્ટ), નાo અને વિo પ્રસ્થાપિત સરકાર સાથે મતભેદ ધરાવનાર–સરકારનું વિરોધી – (માણસ).

dissi'milar (ડિસિમિલર), વિo ભિન્ન, અસદૃશ. **dissimila'rity** (-લૅરિટિ), નાo.

dissimila'tion (ડિસિમિલેશન), નાo એક શબ્દમાં કોઈ એક ધ્વનિનું પુનરાવર્તન ટાળવાની વૃત્તિ.

dissi'mulate (ડિસિમ્યુલેટ), ઉoક્રિo અસલ રૂપ ઢાંકવું, ઢોંગ કરવો. **dissimula'tion** (-લેશન), નાo **dissi'mulator** (-લેટર), નાo.

di'ssipate (ડિસિપેટ), ઉoક્રિo વેરી–વિખેરી – નાખવું; (પૈસા, શક્તિ, ઇo) ઉડાવી દેવું – વાપરી નાખવું.

di'ssipated (ડિસિપેટિડ), વિo ઉડાઉ, વંઠી ગયેલું; ચેનબાજીમાં પડી ગયેલું.

dissipa'tion (ડિસિપેશન), નાo ચેનબાજી કે ભોગવિલાસવાળું જીવન, તેમાં રાચવું તે.

disso'ciate (ડિસોશિએટ), ઉoક્રિo વિચારમાં કે વાસ્તવમાં છૂટું પાડવું – પડવું;

-ની સાથેનો સંબંધ તોડી નાખવો. **dissocia'tion** (-એશન), ના૦.

di'ssolute (ડિસલૂટ), વિ૦ લંપટ, કામી, દુરાચારી.

dissolu'tion (ડિસલૂશન), ના૦ ઓગાળવું – ઓગળવું – તે; બંધન, ભાગીદારી, ઇ૦ તોડવું – રદ કરવું–તે, વિસર્જન; ધારાસભા ઇ૦ બરખાસ્ત કરવી તે.

disso'lve (ડિઝૉલ્વ), ઉ૦ક્રિ૦ ઓગાળવું, ઓગળવું, પ્રવાહી બનાવવું – બનવું; અલોપ કરવું – થવું; ધારાસભા ઇ૦ બરખાસ્ત કરવું – થવું; -નો અંત આણવો, રદ કરવું; (સિનેમા ચિત્ર અંગે) ધીમે ધીમે રૂપાંતર પામવું – પલટાવું.

di'ssonant (ડિસોનન્ટ). વિ૦ બેસૂરું, કર્કશ; વિરોધી; વિસંવાદી. **di'ssonance** (-ન્સ), ના૦.

dissua'de (ડિસ્વેડ), સ૦ક્રિ૦ ન કરવા સમજાવવું, વારવું, પરાવૃત્ત કરવું. **dissua'sion** (-ઝન), ના૦. **dissua'sive** (-ઝિવ), વિ૦.

di'staff (ડિસ્ટાફ), ના૦ ઊન કે શણ કાંતવાની ફાટવાળી લાકડી – ત્રાક – તકલી. **~ side**, કુટુંબની સ્ત્રીશાખા.

di'stance (ડિસ્ટન્સ), ના૦ છેટું, અંતર, બે બિંદુઓ કે જગ્યાઓ વચ્ચેનું અંતર; દૂરત્વ. દૂર આવેલી જગ્યા; આઘા રહેવું તે, અતડાપણું. સ૦ક્રિ૦ શરતમાં પાછળ પાડી દેવું.

di'stant (ડિસ્ટન્ટ), વિ૦ છેટું, દૂર આવેલું; અમુક અંતરે આવેલું; અતડું, ઠંડું (ઉમળકા વિનાનું).

dista'ste (ડિસ્ટેસ્ટ), ના૦ અરુચિ, અણગમો.

dista'steful (ડિસ્ટેસ્ટફુલ), વિ૦ ન ભાવે, એવું, બેસ્વાદ.

diste'mper[1] (ડિસ્ટે'મ્પર), ના૦ કૂતરાનો શરદી જેવો એક રોગ.

diste'mper[2], ના૦ મકાન ઇ૦ને લગાડાતો એક રંગ. સ૦ક્રિ૦ -ને તે રંગે રંગવું.

diste'nd (ડિસ્ટે'ન્ડ), ઉ૦ક્રિ૦ ફુલાવું (અંદરના દબાણથી); ફુલાવવું. **diste'nsible** (-સિબલ), વિ૦. **diste'nsion** (-ટે'ન્શન), ના૦.

di'stich (ડિસ્ટિક), ના૦ બે લીટીનો શ્લોક, દુહો.

disti'l (ડિસ્ટિલ), ઉ૦ક્રિ૦ ઊર્ધ્વપાતન કરવું, વરાળ બનાવીને ઠારીને શુદ્ધ કરવું; ઊર્ધ્વપાતનથી બનાવવું, પેદા કરવું, અર્ક કાઢવો, કાઢી નાખવું, ઇ૦.

distilla'tion (ડિસ્ટિલેશન), ના૦ ઊર્ધ્વપાતન (કરવું તે); શોધનક્રિયા; આસ, અર્ક, (કાઢવો તે).

disti'ller (ડિસ્ટિલર), ના૦ વિ૦ક૦ દારૂ ગાળનાર.

disti'llery (ડિસ્ટિલરિ), ના૦ દારૂ ગાળવાની ભઠ્ઠી.

disti'nct (ડિસ્ટિંક્ટ), વિ૦ સહેજે જોઈ શકાય એવું, સ્પષ્ટ; ચોક્કસ, નિશ્ચિત; ભિન્ન, અલગ.

disti'nction (ડિસ્ટિંક્શન), ના૦ ભેદ, તફાવત; અલગ પાડનાર વસ્તુ, ગુણ, ઇ૦; સંમાનસૂચક ચિહ્ન, પદવી, ઇ૦; શ્રેષ્ઠતા; વ્યક્તિત્વ. **draw a ~**, તફાવત બતાવવો – જણાવવો.

disti'nctive (ડિસ્ટિંક્ટિવ), વિ૦ જુદું પાડનારું, આગવું, લાક્ષણિક.

distingué' (ડિસ્ટિંગે), વિ૦ ઉમદા રીતભાતવાળું, રુઆબદાર.

disti'nguish (ડિસ્ટિંગ્વિશ), ઉ૦ક્રિ૦ -ની વચ્ચે ભેદ કરવો – ઓળખવો; -નાં લક્ષણો કહેવાં; અવાજ, દેખાવ, ઇ૦ પરથી ઓળખી કાઢવું; પ્રસિદ્ધિ–શ્રેષ્ઠતા – આપવી.

disti'nguished (ડિસ્ટિંગ્વિશ્ટ), વિ૦ પ્રખ્યાત, નામાંકિત, પ્રતિષ્ઠિત.

distor't (ડિસ્ટૉર્ટ), સ૦ક્રિ૦ ખેંચીતાણીને વિકૃત કરવું; ખોટી રજૂઆત કરવી.

distor'tion (ડિસ્ટૉર્શન), ના૦ વિકૃત કરવું – થવું – તે, વિકૃતિ; [વીજળી.] સ્થળાંતર દરમ્યાન સંકેતના રૂપમાં ફેરફાર.

distra'ct (ડિસ્ટ્રૅક્ટ), સ૦ક્રિ૦ ધ્યાન (પ્રસ્તુત વિષયથી) દૂર ખેંચી જવું, જુદી જુદી દિશામાં ખેંચી જવું; બેબાકળું – ગાંડું -

બનાવવું (બહુધા ભૂતકૃ૦ તરીકે).

distra'ction (ડિસ્ટ્રૅક્શન), નાo ચિત્તક્ષોભ(કારક વસ્તુ); વિક્ષેપ, ખલેલ; બેધ્યાનપણું; મૂંઝવણ; ચિત્તભ્રમ.

distrai'n (ડિસ્ટ્રેન), સ૦ક્રિ૦ માગણા બદલ માલ જપ્ત કરવો.

distrai'nt (ડિસ્ટ્રેન્ટ), નાo માગણા બદલ માલની જપ્તી.

distrait (ડિસ્ટ્રે), વિ૦ શૂન્યમનસ્ક, બેધ્યાન; વ્યગ્ર, બેબાકળું.

distrau'ght (ડિસ્ટ્રૉટ), વિ૦ પ્રક્ષુબ્ધ-ચિત્ત, ખૂબ અસ્વસ્થ.

distre'ss (ડિસ્ટ્રે'સ), નાo માનસિક પીડા; કંગાલ સ્થિતિ, દુર્દશા; ક્ષીણ અવસ્થા; [કા.] જપ્તી. સ૦ક્રિ૦ દુઃખ દેવું; ત્રાસ આપવો; ચિંતિત – દુઃખી – કરવું. **distressed area,** ભારે બેકારીનો પ્રદેશ.

distri'butary (ડિસ્ટ્રિબ્યૂટરિ), વિ૦ ફંટાયા પછી નદીને ફરી ન મળનારી નદીની શાખા.

distri'bute (ડિસ્ટ્રિબ્યૂટ), સ૦ક્રિ૦ વહેંચવું, વિતરણ કરવું; ચોમેર ફેલાવવું; જુદે જુદે ઠેકાણે મૂકવું; ગોઠવવું; વર્ગીકરણ કરવું. **distribu'tion**(–બ્યૂશન), નાo.

distri'butive (ડિસ્ટ્રિબ્યૂટિવ), વિ૦ વહેંચણી કે વિતરણનું – ને લગતું, વિતરણ કરનારું; કોઈ વર્ગની દરેક વ્યક્તિને અનુલક્ષીને કરનારું, સામૂહિક રીતે નહિ.

distri'butor (ડિસ્ટ્રિબ્યૂટર), નાo માલ વહેંચનાર – વેચનાર, વિતરક; અન્તર્જ્વલન એંજિનમાં દરેક સ્ફુલિંગ પ્લગને વારા ફરતી વીજળીનો પ્રવાહ મળે એવી યાંત્રિક રચના – કળ.

dis'trict (ડિસ્ટ્રિક્ટ), નાo પ્રદેશ; પ્રાદેશિક વિભાગ, જિલ્લો. **~ attorney,** [અમે.] જિલ્લાનો સરકારી વકીલ. **~ nurse,** ઘેર ઘેર ફરી દરદીઓને તપાસનાર સરકારી પરિચારિકા.

distru'st (ડિસ્ટ્રસ્ટ), નાo અવિશ્વાસ; શંકા, વહેમ. સ૦ક્રિ૦ -માં વિશ્વાસ ન રાખવો – હોવો. **distru'stful** (–ટ્-ફુલ), વિ૦.

distur'b (ડિસ્ટર્બ), સ૦ક્રિ૦ શાંતિ કે આરામનો ભંગ કરવો; ખલેલ કરવી; ચિંતિત – અવ્યવસ્થિત – કરવું.

distur'bance (ડિસ્ટર્બન્સ), નાo ખલેલ (પહોંચાડવી – પહોંચવી – તે); અશાંતિ, ગરબડ ખળભળાટ, તોફાન; અવ્યવસ્થા.

distur'bed (ડિસ્ટર્બ્ડ), વિ૦ [મનો.] ભાવના કે મનનું અસ્થિર અથવા અસ્વાભાવિક; વિક્ષુબ્ધ.

disu'nion (ડિસ્યૂન્યન), નાo જુદા પડવું તે; કુસંપ; ઝઘડો.

disuni'te (ડિસ્યુનાઇટ), ઉ૦ક્રિ૦ જુદા પાડવું – પડવું, ભાગલાં પાડવા. **disu'nity** (ડિસ્યૂનિટિ), નાo.

disu'se (ડિસ્યૂઝ઼), સ૦ક્રિ૦ વાપરવાનું બંધ કરવું. નાo (–યૂસ) અવાવર બિનવહીવટ.

disy'llable (ડિસિલબલ), નાo બે અવયવ (સ્વરયુક્ત અક્ષર)વાળો શબ્દ કે વૃત્તનો ગણ. **disylla'bic** (લૅબિક), વિ૦.

ditch (ડિચ), નાo લાંબો ખાડો, ખાઈ. ઉ૦ક્રિ૦ ખાઈઓ ખોદવી – સમી કરવી; ખાડા તૈયાર કરી આપવા; વાહન ખાડામાં પાડવું; વિ૦બો૦ તંત્રદોષને લીધે વિમાને પરાણે નીચે ઊતરવું; (વિમાન) દરિયા પર ઉતારવું; [વિ૦બો૦] તજી દેવું, ફેંકી દેવું; હરાવવું.

di'ther (ડિધર), અ૦ક્રિ૦ કાંપવું, ધ્રૂજવું; ઢચુપચુ કરવું. નાo ભયની કંપારી, ધ્રુજારી, ભય.

di'thyramb (ડિથિરેમ), નાo ગ્રીક સમૂહભજન જે ખૂબ આવેશથી ગવાય છે; આવેશ કે અતિશયોક્તિવાળું ભાષણ કે લખાણ. **dithyra'mbic** (–રૅમ્બિક), વિ૦.

di'tto (ડિટો), નાo ઉપર્યુક્ત; એ જ, એના જેવી વસ્તુ.

di'tty (ડિટિ), નાo નાનકડું સાદું ગીત.

diure'tic (ડાઇયુઅરે'ટિક), વિ૦ અને

નાο મૂત્રવર્ધક (દવા).

diur'nal (ડાયર્નલ), વિο દિવસનું, દિવસમાંનું; [ખ.] એક દિવસ ચાલતું.

di'va (ડાઇવૅ), નાο મહાન ગાયિકા.

diva'n (ડિવૅન), નાο દીવાલે ગોઠવેલી બેઠક, પાટ; એના જેવી નીચી પથારી.

dive (ડાઇવ), અοક્રિο પાણીમાં ભૂસકો – ડૂબકી – મારવી, વિοકο માથું પાણીમાં પહેલું જાય એ રીતે, સૂર મારવો; એકદમ નીચે જવું – દેખાતું બંધ થવું; (વિમાન અંગે) સીધું ઊતરાણ કરવું; (પાણડૂબી અંગે) ડૂબી જવું; (કશાક)માં હાથ ઘાલવો; મનમાં ઊંડા ઊતરવું – ઊતરીને શોધવા મથવું. નાο ડૂબકી (મારવી તે); [વાત.] દુરાચારીઓનો અડ્ડો. **~-bomb,** સૂર મારતા વિમાનમાંથી બૉંબ ફેંકવા. **~-bomber,** એ રીતે બૉંબ ફેંકનારું વિમાન.

di'ver (ડાઇવર), નાο ઊંડા પાણીમાં ડૂબકી મારનાર, મરજીવો; પાણીમાં ડૂબકી મારનારું એક પક્ષી.

diver'ge (ડાઇવર્જ), ઉοક્રિο જુદી જુદી દિશામાં મોકલવું – જવું, ફંટાવું; (મુખ્ય) રસ્તો છોડીને બાજુએ જવું. **diver'gence** (–જન્સ), નાο. **diver'gent** (–જન્ટ), વિο.

di'vers (ડાઇવર્ઝ), વિο [પ્રા.] કેટલાંક, પરચૂરણ.

diver'se (ડાઇવર્સ), વિο જુદી જુદી જાતનાં, વિવિધ.

diver'sify (ડાઇવર્સિફાઇ), સοક્રિο જુદી જુદી જાતનું બનાવવું, -માં વિવિધતા આણવી; જુદાં જુદાં સાહસોમાં નાણાં રોકવાં.

diver'sion (ડાઇવર્શન), નાο (મન ઇο) બીજે વાળવું તે; મનોરંજન, વખત ગાળવાનું સાધન; આડો – ફંટાતો – કામચલાઉ રસ્તો.

diver'sity (ડાઇવર્સિટિ), નાο વિવિધતા.

diver't (ડાઇવર્ટ), સοક્રિο બીજી દિશામાં વાળવું; પાછું કાઢવું, દૂર કરવું; –નું ધ્યાન બીજે દોરવું, મનોરંજન કરવું, રમૂજ પમાડવી.

dive'st (ડાઇવે'સ્ટ), સοક્રિο કપડાં ઉતારી લેવાં, ઊતરડી નાખવું; છીનવી લેવું, વગરનું કરવું.

divi'de (ડિવાઇડ), ઉοક્રિο -ના ભાગ પાડવા; અલગ કરવું, કાપી નાખવું; એક બીજામાં ભેદ પાડવો; વહેંચવું; બીજાને ભાગીદાર બનાવવું; ભાગવું, ભાગાકાર કરવો; નિઃશેષ ભાગાકાર થવો; મતગણતરી માટે સભ્યોને બે ભાગમાં વહેંચવા; આવી રીતે (બે ભાગમાં) વહેંચાઈ જવું. નાο બે ભાગ પાડનાર રેખા; જલવિભાજક.

di'vidend (ડિવિડન્ડ), નાο ભાજ્ય (રકમ); વ્યાજ, નફો કે ભાગ તરીકે અપાતી રકમ, ડિવિડન્ડ.

divi'ders (ડિવાઇડર્સ), નાο બοવο માપવાનો કંપાસ.

divina'tion (ડિવિનેશન), નાο ભવિષ્ય જાણવું – કહેવું – તે, સારું અનુમાન.

divi'ne (ડિવાઇન), વિο દેવનું – ના જેવું, તરફથી મળેલું, દૈવી; પવિત્ર; અલૌકિક સૌન્દર્ય – શ્રેષ્ઠતા–વાળું. નાο ધર્મશાસ્ત્રજ્ઞ, ધર્મગુરુ; ઉοક્રિο અન્તઃસ્ફૂર્તિ, જાદુ કે દૈવીપ્રેરણાથી શોધી કાઢવું; આગળથી (ભાવિ) જોઈ લેવું; અટકળ કરવી; જમીનમાં પાણી ઇο ક્યાં છે તે કળી જવું – તે જાણવા જાદુઈ લાકડી વતી ઠોકી જોવું. **~ service,** પ્રાર્થના (સભા). **divining-rod,** પાણીકળાની ફાંટાવાળી જાદુઈ લાકડી.

divi'ner (ડિવાઇનર); નાο વરતારો કરવામાં કુશળ; પાણીકળો.

divi'nity (ડિવિનિટિ), નાο દિવ્યત્વ, દેવત્વ; દેવ; ઈશ્વરમીમાંસા.

divi'sible (ડિવિઝિબલ), વિο ભાગી શકાય–ભાગ પાડી શકાય–એવું. **divisibi'lity** (– બિલિટિ), નાο.

divi'sion (ડિવિઝન), નાο ભાગવું – ભાગી શકાવું – તે, ભાગ પાડવા – પડવા – તે; વિભાજનરેખા; વિભાગ; વહીવટી વિભાગ, જિલ્લો ઇο; વિશિષ્ટ

સંખ્યાવાળી લશ્કરી ટુકડી; સરકાર કે ઉદ્યોગનો વિશિષ્ટ વિભાગ; પ્રતિનિધિ મોકલનાર મતદાર વિભાગ. **divi'sional** (નલ), વિ૦.

divi'sor (ડિવાઇઝ઼ર), ના૦ ભાજક(સંખ્યા).

divor'ce (ડિવૉર્સ), ના૦ લગ્નવિચ્છેદ, ફારગતી; છૂટા પાડવું – પડવું – તે. સ૦ ક્રિ૦ લગ્નવિચ્છેદથી જુદા પાડવું; લગ્નનો અંત આણવો.

di'vot (ડિવટ), ના૦ ગૉલ્ફની રમતમાં દડાને મારતાં ઉડેલી ઘાસવાળી જમીનની ડગળી.

divu'lge (ડાઇવલ્જ), સ૦ ક્રિ૦ (છાની વાત) ઉઘાડી પાડવી; જાહેર કરવું.

di'vvy (ડિવિ), ના૦ [વાત.] ડિવિડન્ડ. ઉ૦ ક્રિ૦ ~ (**up**), ભાગ પાડવા, વહેંચણી કરવી.

di'xie¹ (ડિક્સિ), ના૦ ઉકાળવા રાંધવાનું લોઢાનું મોટું વાસણ, દેગ.

Di'xie², ના૦ અમે.ના સંયુક્ત રાજ્યોનાં દક્ષિણનાં રાજ્યો. ~**land**, ડિક્સી; એક જાતનું નૃત્ય, જાઝ઼.

D.I.Y., સંક્ષેપ. do-it-yourself.

di'zzy (ડિઝ઼િ), વિ૦ તમ્મર કે ચક્કર આવેલું, માથું ભમી ગયેલું, અસ્થિર; ફેર-ચક્કર આણે એવું. સ૦ ક્રિ૦ ચક્કર આવે તેમ કરવું.

D.J., સંક્ષેપ. dinner-jacket; disc-jockey.

dl., સંક્ષેપ. decilitre.

D. Litt., સંક્ષેપ. Doctor of Letters.

dm., સંક્ષેપ. decimetre

DM, સંક્ષેપ. Deutschmark

DNA, સંક્ષેપ. deoxyribonucleic acid.

do¹, જુઓ **doh.**

do² (ડૂ), ઉ૦ ક્રિ૦ [**did; done** ડન; તૃ૦ પુ૦ એક વ૦ વર્ત૦ **does** ડઝ઼] કરવું, અમલ કરવો, કામ કરવું–પાર પાડવું; -ની ઉપર કોઈ પ્રક્રિયા કરવી, -ની તરફ ધ્યાન આપવું, હાથ ધરવું; રાંધવું; -નો ઉકેલ આણવો; આપવું, બક્ષવું; [વિ૦ બો૦] ધૂતવું; ખલાસ કરવું; [વાત.] પૂરું પાડવું ખાવાપીવાનું, મનોરંજન, ઇ૦; કામ ચાલુ કરવું, આગળ વધવું; -નો અંત આણવો; સારું – ખરાબ – ચાલવું; માફક આવવું; પૂરતું હોવું. સહા૦ ક્રિ૦ પ્રશ્નાર્થક, નકારાત્મક, ભારદર્શક કે આજ્ઞાર્થક વાક્યોમાં વપરાય છે. ક્રિયાપદની પુનરુક્તિ ટાળવા માટે પણ વપરાય છે. ના૦ છેતરપિંડી, બનાવટ; મનોરંજક કાર્યક્રમ; ભારે મોટો સમારંભ. ~ **away with**, નાબૂદ કરવું. મારી નાખવું. ~ **by**, સાથે વર્તવું, કામ લેવું. ~ **down**, ધૂતવું, બનાવી જવું. ~ **for**, -ને માટે પૂરતું હોવું, [વાત.] નાશ કરવો, પાયમાલ કરવું, મારી નાખવું; [વાત.] -નું ઘરકામ કરવું. ~ **in**, [વિ૦ બો૦] મારી નાખવું; [વાત.] ખતમ કરવું. ~ **-it-yourself**, શિખાઉ માણસે મોજખાતર બનાવેલું (–બનાવવાનું). ~ **up**, જીર્ણોદ્ધાર કરવો, સમું કરવું, પડીકું વાળવું, બાંધવું, ખતમ કરવું. ~ **with**, સ્વીકારવું; ઉપયોગી, કામનું કે પૂરતું લાગવું; વાપરવું, ઉપચાર કરવો, -ની સાથે વર્તવું. ~ **without**, જતું કરવું, વગર ચલાવવું–કામ પૂરું કરવું.

do., સંક્ષેપ. **ditto.**

do'cile (ડોસાઇલ), વિ૦ કેળવી શકાય એવું; કહ્યાગરું; ગરીબ, સાલસ. **doci'lity** (ડસિલિટિ), ના૦.

dock¹ (ડૉક), ના૦ એક જાતનું ઊંચું જાડું ઘાસ.

dock, સ૦ક્રિ૦ (પૂંછડી) કાપીને ટૂંકી કરવી; ઓછું કરવું, ઘટાડવું, બાદ કરવું, (રકમ).

dock³, ના૦ ગોદી, વહાણ ઊભું રાખવાની જગ્યા, [બહુધા બ૦વ૦માં] ડક્કો (ઓવારો). ઉ૦ક્રિ૦ ગોદીમાં આણવું – આવવું; અવકાશમાં અવકાશયાનને સાથે જોડવું, -આવી રીતે સાથે જોડાવું. ~**yard**, વહાણો બાંધવા કે તેમનું સમારકામ કરવાની ગોદીઓવાળી જગ્યા.

dock⁴, ના૦ અદાલતમાં આરોપીએ ઊભા રહેવાનું પાંજરું.

do'cker (ડૉકર), ના૦ ગોદી કામદાર.

do'cket (ડૉકિટ), ના૦ જકાત ભર્યાની રસીદ; પહોંચાડેલો માલ, કરેલાં કામો, ઇ૦ની યાદી. સ૦ક્રિ૦ દસ્તાવેજો ઇ૦માં શું છે તે બતાવવું - બતાવવા શેરો મારવો.

do'ctor (ડૉક્ટર), ના૦ ડૉક્ટર, વૈદ્ય, હકીમ, ઇ૦; કોઈ વિદ્યામાં ઊંચામાં ઊંચી પદવી ધરાવનાર, પંડિત. સ૦ક્રિ૦ [વાત.] ઔષધોપચાર કરવો; ખસી કરવી, માદાનો ગર્ભાશય કાપી નાખવો.

do'ctoral (ડૉક્ટરલ), વિ૦ 'ડૉક્ટર'ની પદવીનું.

do'ctorate (ડૉક્ટરટ), ના૦ 'ડૉક્ટર'ની પદવી.

doctrinair'e (ડૉક્ટ્રિને'અર), ના૦ અને વિ૦ વેદિયાની જેમ સિદ્ધાન્તોને વળગી રહેનાર,વહેવારનો વિચાર ન કરનાર, (વ્યક્તિ).

doctri'nal (ડૉક્ટ્રાઇનલ), વિ૦ સિદ્ધાન્તનું, સિદ્ધાન્તને ઠસાવનારું.

do'ctrine (ડૉક્ટ્રિન), ના૦ ઉપદેશ, બોધ; રાજકીય, ધાર્મિક, ઇ૦ માન્યતા, મત, અથવા સિદ્ધાન્ત.

do'cument(ડૉક્યુમન્ટ), ના૦ દસ્તાવેજ, અધિકૃત લેખ - નોંધ (પ્રમાણ કે માહિતી આપનાર). સ૦ક્રિ૦ (-મે'ન્ટ) દસ્તાવેજ રજૂ કરવો, દસ્તાવેજથી પુરવાર કરવું.

docume'ntary (ડૉક્યુમે'ન્ટરિ), વિ૦ દસ્તાવેજોને લગતું, દસ્તાવેજોનું બનેલું; સત્ય ઘટનાઓ પર આધારિત, વાસ્તવિક, તથ્યાત્મક. ના૦ દસ્તાવેજી ચિત્રપટ ઇ૦.

documenta'tion (ડૉક્યુમે'ન્ટેશન), ના૦ માહિતી ભેગી કરવી, વર્ગીકૃત કરવી તથા તેનું પ્રસારણ કરવું તે.

do'dder¹ (ડૉડર), ના૦ અમરવેલ (જેવી વેલ).

do'dder²,અ૦ક્રિ૦ કંપવાયુને લીધે ધ્રૂજવું-કાંપવું; લથડિયાં ખાવાં; અશક્ત હોવું. **do'ddery** (-ડરિ), વિ૦.

dode'ca- (ડોડે'કે-), [સમાસમાં] બાર.

dode'cagon (ડોડે'કગન), ના૦ દ્વાદશભુજ - કોણ (સમતલ આકૃતિ).

dodge (ડૉજ), ના૦ એકદમ બાજુએ ખસી જવું તે; યુક્તિ, દાવપેચ; ચાલાકી. ઉ૦ક્રિ૦ એકદમ ખસી જવું, ચૂકવવું, ટાળવું, છટકવું.

do'dgem (ડૉડ્જમ), ના૦ મેળામાં વપરાતી રમતની નાની વીજળીની ગાડી, જેનો ડ્રાઇવર આંગણામાંની બીજી ગાડીઓ સાથે પોતાની ગાડી ટકરાવે છે.

do'dger (ડૉજર), ના૦ દાવપેચ રમનારો છટકી જનારો - માણસ.

do'do (ડોડો), ના૦ [બ૦વ૦ ~s] પ્રાચીન કાળનું ઊડી ન શકનારું એક કદાવર પક્ષી.

D.O.E., સંક્ષેપ. Department of the Environment.

doe (ડો), ના૦ હરણ, સસલું, ઇ૦ની માદા. **~skin,** હરણીનું ચામડું.

does (ડઝ્), **do²**નું વર્ત૦ કાળનું ત્રીજા પુ૦નું એક વ૦.

doff (ડૉફ), સ૦ક્રિ૦ ટોપી ઇ૦ ઉતારવું.

dog (ડૉગ), ના૦ કૂતરું; કૂતરો, શિયાળ કે વરુનો નર; અધમ - નીચ - માણસ; [વાત.] શખસ; ચૂલાનો કઠેરો. સ૦ક્રિ૦ પીછો પકડવો, પગેરું કાઢવું. **~cart.** પીઠોપીઠ બેઠકવાળી બે પૈડાની ઘોડાગાડી. **~-collar,** [વાત.] પાદરીની પાછળ ભીડાતી કડક ગળાપટી (કૉલર). **~ days,** વરસનો અતિશય ગરમીનો કાળ. **~-eared,** (ચોપડીનાં પાનાંના ખૂણા અંગે) વપરાશને લીધે વાંકાં વળેલાં. **~-end,** સિગારેટનું ઠૂંઠું. **~ fight,** કૂતરા વચ્ચે થાય છે તેવી લડાઈ; [વાત.] બે વિમાનોની લડાઈ. **~fish,** નાની શાર્ક માછલી. **~house,** [અમે.] કૂતરાઘર, ખડો. **in the ~house,** [વિ૦બો૦] અપ્રતિષ્ઠાવાળી - અપમાનિત-હાલતમાં. **~rose,** વાડમાં થતી જંગલી ગુલાબની એક જાત. **~'s-body,** [વાત.] વૈતરો. **~-star,** વ્યાધ (નો તારો). **~-tired,** સાવ થાકી ગયેલું.

~-**watch,** [નૌકા.] ૨ કલાકનો પહેરો. ~**wood,** જંગલી કૉર્નલ(નું લાકડું).

do'gate (ડૉગેટ), ના૦ 'ડોજ' (મૅજિસ્ટ્રેટ)નો હોદ્દો.

doge (ડોજ), ના૦ [ઇતિ.] વેનિસ કે જિનોવાનો મુખ્ય મૅજિસ્ટ્રેટ.

do'gged (ડૉગિડ), વિ૦ ચીવટવાળું, હઠીલું મેહ.

do'ggerel (ડૉગરલ), ના૦ તાલમેળ વગરની ક્ષુલ્લક કે નકામી કવિતા, જોડકણું.

do'ggo (ડૉગો), ક્રિ૦વિ૦ [વિ૦બો૦] **lie ~,** હાલ્યાચાલ્યા વિના અથવા સંતાઈને બેસી રહેવું.

do'ggy (ડૉગિ), વિ૦ કૂતરાનું – ના જેવું; કૂતરાપ્રેમી.

do'gma (ડૉગ્મે), ના૦ સિદ્ધાન્ત, માની લેવાની વાત, મત, માન્યતા; સૈદ્ધાંતિક પદ્ધતિ.

dogma'tic (ડૉગ્મૅટિક), વિ૦ સિદ્ધાન્ત કે સિદ્ધાન્તોનું, માની લેવાની માન્યતાવાળું; નિરંકુશ સત્તાવાદી; તુમાખીવાળું, ઘમંડી. **do'gmatism** (ડાગ્મટિઝ્મ), ના૦.

do'gmatize (ડૉગ્મટાઇઝ઼), સ૦ક્રિ૦ આધાર વિના ચોક્કસ સિદ્ધાન્ત તરીકે કહેવું.

doh, do, (ડો), ના૦ [સં.] સપ્તકનો પહેલો સ્વર.

doi'ly (ડૉઇલિ), ના૦ કેક ઇ૦ની થાળીમાં મૂકવાની શોભાની ચટાઈ.

do'ings (ડૂઇંગ્ઝ઼), ના૦ બ૦ વ૦ કામ, કરતૂતો, કાર્યવહી; [વાત.] જોઈતી–જરૂરી–ચીજવસ્તુઓ.

do'ldrums (ડૉલ્ડ્રમ્ઝ઼) ના૦ બ૦ વ૦ શાંત અને અસ્થિર પવનોવાળો વિષુવવૃત્તની આસપાસનો દરિયાઈ પ્રદેશ; **(the ~),** ઉદાસી, ખિન્નતા. **in the ~,** [વાત] વિષણ્ણ, ઉદાસ.

dole (ડોલ), ના૦ ધર્માદો, વિ૦ ક૦ કચવાતા મને આપેલી ખોરાક કે પૈસાની ભિક્ષા; [વાત.] રાજ તરફથી બેકારોને (હક તરીકે) અપાતી મદદ. સ૦ ક્રિ૦ ~ **out,** મુઠ્ઠી મુઠ્ઠી – થોડું થોડું – આપવું. **on the ~,** આવી મદદ મેળવનાર.

do'leful (ડોલ્ફુલ), વિ૦ ઉદાસ, ભેંકાર, ગમગીન.

doll (ડૉલ), ના૦ ઢીંગલી, પૂતળી; ગારુડવાદીનું બનાવટી પૂતળું [વિ૦ બો૦] સુંદર યુવતી કે છોકરી. સ૦ ક્રિ૦ સરસ કપડાં પહેરીને – પહેરાવીને–ઠાઠ કરવો.

do'llar (ડૉલર), ના૦ અમેરિકા ઇ૦નું એક નાણું, ડૉલર. ~ **area,** જ્યાંનું ચલણ ડૉલર સાથે સંકળાયેલું હોય તે પ્રદેશ.

do'llop (ડૉલપ), ના૦ [વાત.] ખોરાક નો લોંદો.

do'lly (ડૉલિ), ના૦ ઢીંગલીનું હુલામણું નામ; સિને-કૅમેરાની ફરતી બેઠક.

do'lman (ડૉલ્મન) ના૦ એક જાતનો ઝભ્ભો – ડગલો. ~ **sleeve,** ખુલ્લી અંગરખા સાથે જ કાપેલી (જુદી જોડેલી નહિ) બાંય.

do'lmen (ડૉલમે'ન), ના૦ ઊભા થાંભલા પર આડો ચપટો પથ્થર મૂકીને બનાવેલી પ્રાગૈતિહાસિક સ્મારક રચના.

do'lomite (ડૉલમાઇટ) ના૦ મેગ્નેશિયાવાળો ચૂનાનો ખડક – પથ્થર.

do'lorous (ડૉલરસ), વિ૦ દુઃખદ, ખેદકારક, શોકભર્યું દરદવાળું,

do'lour (ડાલર), ના૦ દુઃખ, શોક.

do'lphin (ડૉલ્ફિન) ના૦ સુકરમત્સ્ય જેવું એક દરિયાઈ પ્રાણી, શિશુમાર.

dolt (ડોલ્ટ), ના૦ અક્કલનો ઓથમીર, ડફોળ. **do'ltish** (–ટિશ), વિ૦.

Dom (ડૉમ) ના૦ કેટલાક સાધુઓનાં નામ પહેલાં વપરાતી પદવી.

domai'n (ડમેન), ના૦ જાગીર, જમીન, મિલકત; સત્તા નીચેનો મુલક, રાજ્ય; અધિકાર, વિચાર કે જ્ઞાનનું ક્ષેત્ર; અવકાશ.

dome (ડોમ), ના૦ ઘૂમટ, ગુંબજ; એ આકારની વસ્તુ; કુદરતી ઘૂમટ અથવા ચંદરવો.

domed (ડોમ્ડ), વિ૦ ઘૂમટોવાળું, ઘૂમટના આકારનું; ગોળાકાર.

dome'stic (ડમે'સ્ટિક), વિ૦ ઘરનું, ઘરગથ્થુ; કૌટુંબિક (બાબતોને લગતું); પોતાના ઘર – દેશ–નું; (પ્રાણી અંગે) પાળેલું; ઘરમોઘું. ના૦ ઘરકામ કરનાર નોકર.

dome'sticate (ડમે'સ્ટિકેટ) સ૦ ક્રિ૦ ઘરમાં-માણસોમા-રહેવાની ટેવ પાડવી, હેળવવું, પાળવું; (વનસ્પતિ ઇ૦ને) ભૂમિને અનુકૂળ બનાવવું, ગૃહજીવનની ટેવ પાડવી. **domestica'tion** (–કેશન), ના૦.

domesti'city (ડૉમે'સ્ટિસિટિ), ના૦ ઘરગથ્થુપણું; ગૃહજીવન, ઘરનું ખાનગી વાતાવરણ.

do'micile (ડૉમિસાઇલ), ના૦ કાયમી વસવાટની જગ્યા.

do'miciled (ડૉમિસાઇલ્ડ), વિ૦ અમુક ઠેકાણે કાયમી નિવાસવાળું.

domici'liary (ડૉમિસિલ્યરિ), વિ૦ રહેઠાણનું; (મુલાકાત અંગે) કોઈના ઘરની.

do'minant (ડૉમિનન્ટ) વિ૦ સત્તા ચલાવનારું, વર્ચસ્વવાળું, શાસન – રાજ્ય– કરનારું; મુખ્યત્વે નજરે પડતું. ના૦ સપ્તકનો પાંચમો સ્વર. **do'minance** (–નન્સ), ના૦.

do'minate (ડૉમિનેટ), ઉ૦ ક્રિ૦ –ની ઉપર પ્રભુત્વ – વર્ચસ્વ – ધરાવવું; ઉપરથી– ઊંચે ઠેકાણેથી – (નીચે) જોવું; કશાકની ઉપર આવેલું હોવું. **domina'tion** (-નેશન), ના૦.

domineer' (ડૉમિનિઅર), અ૦ ક્રિ૦ ઉપર સાહેબી – જોહુકમી–કરવી; જુલમ કરવો. નિરંકુશ સત્તા ચલાવવી.

domi'nical (ડૉમિનિકલ), વિ૦ રવિ- વારનું.

Domi'nican (ડૉમિનિકન), વિ૦ અને ના૦ સંત ડૉમિનિક કે તેણે સ્થાપેલા સંઘનું (સાધુ અથવા સાધ્વી).

domi'nion (ડમિનિઅન) ના૦ આધિ- પત્ય, પ્રભુત્વ; તાબાનો મુલક, રાજ્ય. [ઇતિ.] બ્રિટિશ કૉમનવેલ્થનાં સ્વયંશાસિત રાજ્યો– મુલકો- માંનો કોઈ એક.

do'mino (ડૉમિનો), ના૦ [બ૦વ૦ **~es**] પોતાને કોઈ ઓળખે નહિ તે માટે પહેરાતો એક જાતનો મુખવટા સાથેનો બુરખો; [બ૦વ૦માં, એક વ૦ ક્રિયાપદ સાથે ૨૮ સોગટાંવાળી એક રમત; એ સોગટાંમાં- નો એક.

don[1] (ડૉન), સ૦ક્રિ૦ (વસ્ત્ર) પહેરવું, ચડાવવું.

don[2], ના૦ કૉલેજનો વિ૦ક૦ ઑક્સફર્ડ કે કેમ્બ્રિજનો વડો, ફેલો અથવા અધ્યાપક (ટ્યૂટર); **D~**, સ્પૅનિશ સદ્ગૃહસ્થ.

dona'te (ડનેટ), સ૦ક્રિ૦ દાનમાં આપવું -નું દાન કરવું,

dona'tion (ડનેશન), ના૦ કોઈ ફાળામાં કે સંસ્થાને આપેલું દાન, સખાવત.

done (ડન), **do**'નું ભૂ૦કૃ૦ વિ૦ [વાત.] સામાજિક દૃષ્ટિથી સ્વીકાર્ય.

do'nkey (ડૉંકિ), ના૦ ગધેડો. **~ja- cket,** ટાઢ કે વરસાદથી રક્ષણ આપનારો જાડો ડગલો. **~'s years,** લાંબો સમય. **~-work,** ગદ્ધાવૈતરું.

do'nna (ડૉને), ના૦ ઇટાલિયન, સ્પૅનિશ અથવા પોર્ટુગીઝ મહિલા.

do'nnish (ડૉનિશ), વિ૦ કૉલેજના અધ્યાપક જેવું, પંડિતાઈવાળું.

do'nor (ડોનર), ના૦ દાતા, દાન આપ- નાર; રક્તદાન, ચક્ષુદાન, ઇ૦. કરનાર.

don't (ડૉન્ટ), = **do not.** ના૦ નિષેધ, મનાઈ.

doo'dle (ડૂડલ), સ૦ક્રિ૦ બેધ્યાનપણે કાગળ પર કશુંક લખવું કે ચીતરવું. ના૦ એવી ચીતરામણ.

doom (ડૂમ), ના૦ દૈવ, નિયતિ; વિનાશ, મૃત્યુ. સ૦ ક્રિ૦ -ને કમનસીબ કે સંકટમાં નાખવું, વિનાશ તરફ ધકેલવું. **~sday,** અંતિમ ન્યાય – કયામત(-નો દિવસ).

door (ડૉર), ના૦ બારણું, દરવાજો, પ્રવેશ (દ્વાર). **next ~** પાસેના ઘર કે ઓરડી (માં), તદ્દન નજીક. **out of ~s,** ખુલ્લામાં, ઘરની બહાર. **~mat,** પગલૂછણિયું; [લા.] નમાલો માણસ, ગુલામ. **~step,** (વિ૦ ક૦ ઘરની બહારના) બારણા આગળનું પગથિયું કે જગ્યા. **~stop,** બારણું ખુલ્લું રાખવાનો દાટો.

~-to-~, (વેચાણ ઇ૦ અંગે) ઘેર ઘેર ફરીને (કરેલું). **~way,** પ્રવેશ (દ્વાર).

dope (ડોપ) ના૦ જાડું – ગાઢું – પ્રવાહી, વાર્નિશ, રગડો; [વિ૦ બો૦] દવા, વિ૦ક૦ ઘેન લાવનાર; [વિ૦ બો૦; વિ૦ ક૦ અંદરની] માહિતી – બાતમી; [વિ૦ બો૦] મૂરખ માણસ. ઉ૦ ક્રિ૦ ઘેનની દવા ખવડાવવી – ખાવી; રગડો ચોપડવો.

do'pey (ડોપિ), વિ૦ મંદબુદ્ધિ; મૂરખ.

do'ppelganger (ડૉપલગૅંગર), ના૦ જીવતા માણસનું ભૂત – ભૂતનો આભાસ.

Do'ppler (ડૉપ્લર,) ના૦. **~ effect,** ધ્વનિનું મૂળ (સ્રોત) અને શ્રોતા જેમ જેમ ખસે તેમ તેમ ધ્વનિની કે બીજા તરંગોની – માત્રામાં – ચડઊતરમાં – થતો દેખીતો ફરક.

dor'mant (ડૉર્મન્ટ), વિ૦ નિદ્રામાં હોય તેમ નિષ્ક્રિય, સુપ્ત; સક્રિય કે વપરાશમાં નહિ એવું. **dor'mancy** (-મન્સિ), ના૦.

dor'mer (ડૉર્મર), ના૦ ઢાળવાળા છાપરામાં ઊભી બારી.

dor'mitory (ડૉર્મિટરિ), ના૦ અનેક માણસો માટે એકત્ર સૂવાનો ઓરડો, સામૂહિક શયનગૃહ; શહેરના કામગારોનાં રહેઠાણોનો પ્રદેશ.

dor'mouse (ડૉર્માઉસ), ના૦ [બ૦ વ૦ **-mice**] શિયાળામાં સૂઈ રહેનાર ઉંદરની એક જાત.

dor'my (ડૉર્મિ), [ગોલ્ફ] રમવાની બાકી હોય તેટલી ગબીથી આગળ.

dor'sal (ડૉર્સલ), વિ૦ પીઠનું; પીઠ પરનું.

dor'y (ડૉરિ), ના૦ એક દરિયાઈ ખાદ્ય માછલી.

do'sage (ડૉસિજ), ના૦ દવા આપવી તે; એક વખત આપવાની દવાની(માત્રા).

dose (ડોસ), ના૦ એક વખત લેવાની દવાની માત્રા; કિરણોત્સર્ગના સંપર્કમાં આવનાર વ્યક્તિને મળતો તેનો જથો. ઉ૦ ક્રિ૦ -ને દવા આપવી, -નો ઉપચાર કરવો.

doss (ડૉસ), અ૦ ક્રિ [વિ૦ બો૦] સુઈ જવું, વિ૦ ક૦ શયનાગારમાં. **~ down,** કામચલાઉ પથારીમાં સૂવું. **~house,** સસ્તું શયનાગાર.

do'ssier (ડૉસિઅર), ના૦ કોઈ વ્યક્તિ અથવા ઘટનાને લગતા દસ્તાવેજો સટ.

dot (ડૉટ), ના૦ ટપકું, બિંદુ; દશાંશ બિંદુ; તારની સંકેતલિપિમાં – મોર્સ કોડમાં – ટૂંકી સંજ્ઞા – ચિહ્ન. **on the ~,** બરાબર નીમેલે સમયે. સ૦ ક્રિ૦ ટપકાંની નિશાની કરવી, ટપકાંથી ભરી દેવું, ટપકાંની જેમ વેરવું; (i) અક્ષર ઇ૦ ઉપર ટપકું મૂકવું; [વિ૦ બો૦] મારવું. **dotted line,** દસ્તાવેજ ઇ૦ માં સહી કરવા માટે છાપેલી ટપકાંની લીટી.

do'tage (ડૉટિજ), ના૦ માનસિક નબળાઈવાળી વૃદ્ધાવસ્થા.

do'tard (ડોટર્ડ), ના૦ વૃદ્ધાવસ્થાવાળો માણસ.

dote (ડોટ), અ૦ ક્રિ૦ નબળા મનવાળું કે મૂર્ખ હોવું. **~ on,** -ને માટે ખૂબ વહાલ હોવું.

do'tterel (ડૉટરલ), ના૦ લાંબા પગ અને ટૂંકાં પીંછાવાળું એક પક્ષી.

do'ttle (ડૉટલ), ના૦ ચલમ પીધા પછી તેની અંદર બાકી રહેલી તમાકુ.

do'tty (ડૉટિ), વિ૦ [વાત] મૂરખ.

dou'ble (ડબલ), વિ૦ દ્વિગુણિત, બમણું, બેગણું; બે વસ્તુઓનું બનેલું, બે વસ્તુઓવાળું; બેવડ – બેવડું - વાળેલું; કેટલોક ભાગ બેવડો હોય એવું; (ફૂલ અંગે) બેવડી પાંખડીઓ(ના વર્તુળ)વાળું; સામાન્યપણે હોય તેના કરતાં મોટા કદ, શક્તિ, ઇ૦વાળું; છેતરપિંડી કરનારું. ક્રિ૦ વિ૦ બમણું; બંને સાથે. ના૦ એકના જેવી જ આબેહૂબ બીજી વ્યક્તિ અથવા વસ્તુ, પ્રતિ૦વ્યક્તિ – વસ્તુ; [બ૦ વ૦ માં] બે જોડીઓ કે રમનારાઓ વચ્ચે રમાતી રમત; બમણો જથો કે રકમ; [તીર ફેંકવાની રમતમાં] બોર્ડના બહારના વલયમાં, જ્યાં તેનું મૂલ્ય ડબલ ગણાય છે, ફેંકેલાં તીરો; ઘોડાદોડની શરતોમાં] બે

ઘોડા પર એકત્ર હોડ; દારૂ ઇ૦નું બમણું માપ. **at the ~**, દોડતું. ઉ૦ ક્રિ૦ બમણું-બેવડું - કરવું-થવું; બમણું-બેવડું-વધારવું; બેવડ વળવું-વાળવું; (મુઠ્ઠી) વાળવી; દોડવું; એકદમ વળવું-વાળવું; [નૌકા૦] ભૂશિર ફરતે વળવું; એક જ નાટક ઇ૦ માં બે ભૂમિકાઓ ભજવવી **~ agent,** બે હરીફ દેશો વતી જાસૂસી કરનાર. **~-barrelled,** (બંદૂક અંગે) બેનળીવાળું; (અટક અંગે) સંયોગ-રેખાથી જોડેલા બે નામવાળી. **~-bass,** મંદ્ર સ્વર વગાડતું વાયોલિન જેવું એક વાદ્ય. **~ bed,** બે જણ માટેની પથારી. **~ bind,** દ્વિધા, આંટી. **~-breasted,** બેઉ પડખાં છાતી પર આવે એવો (ડગલો ઇ૦અંગે). **~ chin,** નીચે ચરબીની ગડીવાળી હડપચી. **~ cream,** ચરબી (ફૅટ) ના ઊંચા પ્રમાણવાળી જાડી મલાઈ. **~-cross,** દગો (દેવો); બન્ને પક્ષોને છેતરવું (તે). **~-dealing,** અપ્રામાણિક(તા). **~-decker,** બે માળવાળી (બસ); અનેક થરવાળી (સૅન્ડવિચ). **~ Dutch,** ન સમજી શકાય એવી ભાષા, તુંબડીમાં કાંકરા જેવી. **~ eagle,** બે માથાવાળો ગરુડ. **~-edged,** [લા.] બેધારું, વાપરનારને પણ ઈજા થાય એવું (શસ્ત્ર અંગે). **~ figures,** ૧૦થી ૯૯ની સંખ્યા. **~ glazing,** ઉષ્ણતા ઓછી થતી રોકવા માટે બેવડા તાવદાનવાળી બારી. **~ pneumonia,** બંને ફેફસાંને લાગેલો ન્યૂમોનિયા - વિષમ જ્વર. **~ standard,** બેવડું ધોરણ, ભેદભાવવાળો નિયમ ઇ૦. **~-stopping,** તંતુવાદ્ય પર બે સ્વર એકીસાથે વગાડવા તે. **~ take,** કોઈ પ્રસંગ ઇ૦ને મોડો પડેલો પ્રત્યાઘાત, પોતાના પહેલા પ્રત્યાઘાત પછી તરત જ. **~-talk,** બહુધા જાણીજોઈ ને દ્વિઅર્થી બોલવું તે.

double enten'dre (ડૂબ્લ'ાંટાંડર), બે અર્થવાળી શબ્દયોજના, જેમાંથી એક અશ્લીલ હોય.

dou'blet (ડબ્લિટ); ના૦ સૌથી નીચે પહેરવાનું મરદનું વસ્ત્ર ૧૪મા થી ૧૮મા સૈકામાં; એક જ મૂળમાંથી નીકળેલા પરંતુ ભિન્ન અર્થવાળા બે શબ્દોમાંથી એક.

doubloo'n (ડબ્લૂન), ના૦ [ઇતિ.] સ્પેનનું સોનાનું નાણું.

doubt (ડાઉટ), ના૦ સંદેહ; શંકા, સંશય; અનિશ્ચિતપણું. **no ~**, ચોક્કસ, બેશક. ઉ૦ ક્રિ૦ સંદેહ કે સંશય કરવો, અવિશ્વાસ કરવો; -ને વિષે શંકા - વાંધો - ઉઠાવવો.

dou'btful (ડાઉટ્ફુલ), વિ૦ સંશયાસ્પદ, શંકાશીલ; અનિશ્ચિત.

dou'btless (ડાઉટ્લિસ) ક્રિ૦ વિ૦ બેશક, ચોક્કસ.

douche (ડૂશ), ના૦ શરીરની ઉપર કે અંદર શુદ્ધિ માટે પાણી ઇ૦ ની ધાર છોડવી તે - છોડાતી ધાર. ઉ૦ ક્રિ૦ પાણીની ધાર આપવી - લેવી.

dough (ડો), ના૦ બાંધેલી - ગૂંદેલી - કણક - લોટ; [વિ૦ બો૦] પૈસા. **~nut,** ચરબી ઇ૦માં તળેલી ગોળ નાની પોચી કેક.

dou'ghty (ડાઉટિ), વિ૦ [પ્રા.] બહાદુર, શૂરવીર.

dough'y (ડોઇ), વિ૦ ગૂંદેલી કણક જેવું.

dour (ડુઅર), વિ૦ [સ્કૉ.] કઠોર; મમતવાળું, જક્કી.

douse (ડાઉસ), સ૦ ક્રિ૦ ઓલવવું; પલાળવું.

dove (ડવ), ના૦ કબૂતર; સાલસ અથવા નિર્દોષ માણસ; લડવાને બદલે વાટાઘાટ દ્વારા ઉકેલનો પુરસ્કર્તા. **~cot(e),** કબૂતરખાનું. **~tail,** સાલપાસમાંનો સાંધો; સાલપાંસળાંથી હોય તેમ જોડવું.

dow'ager (ડાવજર), ના૦ મૈયત પતિની મિલકત કે પદવી પ્રાપ્ત કરનાર સ્ત્રી.

dow'dy (ડાઉડિ); વિ૦ અવ્યવસ્થિત, મેલાં કપડાં પહેરેલું. ના૦ ફૂવડ સ્ત્રી.

dow'el (ડાવલ), ના૦ બે લાકડાંને સાંધવાની માથા વિનાની ખીલી (ધાતુની કે લાકડાની).

dow'elling (ડાવલિંગ), ના૦ એવી ખીલીઓ બનાવવા માટેના લાકડાના ગોળ કકડા.

dow'er (ડાવર), ના૦ વિધવાદાય, વિધવાંશ; પહેરામણી, વાંકડો; કુદરતી દેણગી અથવા બુદ્ધિશક્તિ. સ૦ ક્રિ૦ -ને પહેરામણી આપવી; બુદ્ધિશક્તિની બક્ષિસ આપવી.

down[1] (ડાઉન), ઊંચાણવાળી ખુલ્લી જમીન; [વિ૦ ક૦ બ૦ વ૦ માં] દ. ઈંગ્લન્ડ ઇ૦ની ચાકની ટેકરીઓ.

down[2], ના૦ ટૂંકા સુંવાળા નાના વાળ અથવા પીંછાં; પશમ, રુવાંટી.

down[3], ક્રિ૦ વિ૦ નીચે, નીચેની જગ્યાએ -સ્થિતિમાં - સંખ્યામાં, નીચે તરફ; અગાઉના વખતથી પછીના વખત સુધી; નીચે, જમીન પર; રાજધાની કે યુનિવર્સિટીથી દૂર. નામ૦ અ૦ ઉપર કે અંદર થઈને અથવા અંદર નીચે તરફ; -ની નીચેની બાજુએ. વિ૦ નીચે તરફ જતું. ના૦ પડતી, દુર્ભાગ્ય. **have a ~ on,** [વાત.] -ને વિષે અણગમો - પૂર્વગ્રહ - હોવો. સ૦ ક્રિ૦ [વાત.] નીચે મૂકવું, ફેંકવું, ગબડાવી દેવું, આણવું, ઇ૦ **~ and out,** સખત હાર ખાધેલું; ખતમ થયેલું; નિરાધાર, છેક ગરીબ. **~cast,** ખિન્ન, હતાશ, (આંખો અંગે) નીચે નમેલી. **~fall,** પડતી; ધોધમાર વરસાદ. **~grade,** ઊતરતો ઢોળાવ. **~grade,** ઉ૦ ક્રિ૦ નીચે(ની પદવીએ) ઉતારવું. **~-hearted,** વિ૦ વિષણ્ણ, હતાશ. **~-hill,** નીચે ઊતરતું, ઢોળાવવાળું; ઊતરતી દિશામાં, પડતી - પતન - તરફ જતું. **~ in the mouth,** હતાશ, વિષણ્ણ. **~pour,** ધોધમાર વરસાદ ઇ૦ **~-right,** સાદું, સરળ, પ્રામાણિક, આખાબોલું, લાગણી વિનાનું; સંપૂર્ણપણે, તદ્દન. **~-stairs,** સીડી પર થઈને નીચે; ઘર ઇ૦ના નીચેના માળ પર - તરફ, નીચેના માળનું. **~-to-earth,** વહેવારુ, વાસ્તવિક. **~town,** [અમે.] શહેરનો મધ્ય ભાગ. **~ train,** રાજધાની કે મોટા શહેરથી જતી કે આવતી ગાડી. **~trodden,** (પદ) દલિત. **~ under,** ઑસ્ટ્રેલિયા ઇ૦માં.

dow'nward (-વર્ડ), વિ૦ અને ક્રિ૦ વિ૦

dow'nwards (-વર્ડ્ઝ) ક્રિ૦ વિ૦.

dow'ny (ડાઉનિ), વિ૦ રુવાંટી જેવું (સુંવાળું), રુવાંટીવાળું, રુવાંટીથી ઢંકાયેલું; [વિ૦ બો૦] હોશિયાર, લુચ્ચું.

dow'ry (ડાઉરિ), ના૦ વાંકડો, પરઠણ, ઇ૦.

dowse (ડૂઝ઼), સ૦ ક્રિ૦ જાદુઈ લાકડીની મદદથી પાણી, ખનિજ પદાર્થો, ઇ૦ શોધવાં.

doxo'logy (ડૉકસૉલજિ), ના૦ પરમેશ્વરનું સ્તવનગીત, સ્તોત્ર.

doy'en (ડૉયન, અથવા શ્વાયાં), ના૦ [સ્ત્રી૦ **doyenne** ડ્વાયે'ન]. સાથીઓના મંડળનો વડીલ સભ્ય.

doz., સંક્ષેપ. **dozen.**

doze (ડોઝ઼) અ૦ક્રિ૦ ઝોકું ખાવું, અર્ધનિદ્રામાં - ઘેનમાં - હોવું. ના૦ ઝોકું, અલ્પનિદ્રા. **~ off,** ઝોકું ખાવું, આંખ મળી જવી.

do'zen (ડઝ઼ન), ના૦ બારનો જુમલો, ડઝ઼ન.

D.Phil., સંક્ષેપ. Doctor of Philosophy.

Dr, સંક્ષેપ. Doctor.

drab[1] (ડ્રૅબ), વિ૦ મેલખાઉ આછા બદામી રંગનું; કંટાળાજનક, નીરસ. ના૦ મેલખાઉ આછો તપખીરિયો રંગ.

drab[2], ના૦ [પ્રા.] ફૂવડ સ્ત્રી; વેશ્યા, કુલટા.

drachm (ડ્રૅમ), ના૦ ૬૦ ગ્રેનનું એક દવાવાળાનું વજન.

dra'chma (ડ્રૅક્મે), ના૦ [બ૦ વ૦ **~s** અથવા **-mae**-મી]. એક ગ્રીક નાણું.

Draco'nian (ડ્રકોનિઅન), **Draco'nic** (ડ્રકૉનિક), વિ૦ (કાયદાઓ અંગે) કડક, કઠોર.

draft (ડ્રાફ્ટ), ના૦ મોટા લશ્કરમાંથી પસંદ કરીને કાઢેલી ટુકડી; તેની પસંદગી; [અમે.] લશ્કરમાં ફરજિયાત ભરતી; દર્શની હૂંડી; બિલ અથવા ચેક (હૂંડી);

કરવાના કામનો નકશો – રૂપરેખા; દસ્તાવેજ ઇ૦ નો ખરડો, મુસદ્દો. સ૦ક્રિ૦ ખાસ ટુકડી માટે લશ્કરમાંથી માણસો પસંદ કરવા; [અમે.] ફરજિયાત લશ્કરભરતી કરવી; -નો મુસદ્દો ઘડવો.

dra'ftsman [ડ્રાફ્ટ્સ્મન), ના૦ [બ૦ વ૦ **-men**] દસ્તાવેજોનો મુસદ્દા ઘડનાર.

drag (ડ્રૅગ), ઉ૦ક્રિ૦ જોરથી, મુશ્કેલીથી, કે ઘસડીને ખેંચવું – લઈ જવું; ઘસડાવું; ઘસડાતાં જવું; ધીમે ધીમે લથડતાં ચાલવું; બિલાડી, જાળ, ઇ૦ નાખીને નદી ઇ૦નું તળિયું તપાસવું. ના૦ પ્રગતિમાં અવરોધ; ધીમી પડેલી ગતિ; [વાત.] કંટાળાજનક – નીરસ – કામ, વ્યક્તિ, ઇ૦; કાદવ ઇ૦ ઉલેચવાનું સાધન; [વાત.] બીડી-સિગારેટનો દમ; [વિ૦બો૦] મરદે પહેરેલાં સ્ત્રીનાં કપડાં.

dra'gée (ડ્રાઝે), ના૦ ચૉકલેટનું પડ ચડાવેલી મીઠાઈ, શકરિયાં, બદામ, ઇ૦.

dra'ggle (ડ્રૅગલ), ઉ૦ક્રિ૦ ઘસડીને ભીનું કે ગંદું કરવું; જમીન પર રગદોળાય તેમ ટાંગવું.

dra'gon (ડ્રૅગન), ના૦ પંખ અને નહોરવાળું, ક્વચિત્ શ્વાસ વાટે આગ ઓકતું સર્પની જાતનું રાક્ષસ જેવું એક કાલ્પનિક પ્રાણી; (વકરાળ માણસ, રાક્ષસ.

dra'gonfly (ડ્રૅગનફ્લાઇ), ના૦ જાળી જેવી પ ખોવાળું એક લ બું જીવડું, વાણિયો.

dragoo'n (ડ્રગૂન), ના૦ ઘોડદળનો સૈનિક; ઘોડા પર સવાર પાયદળનો માણસ; વિકરાળ માણસ. સ૦ક્રિ૦ ઉપર જુલમ કરવો; કોઈ કામ પરાણે કરાવવું.

drain (ડ્રેન), ઉ૦ક્રિ૦ મોરી, નળ, ખાઈ, ઇ૦ની મદદથી પ્રવાહીનો નિકાલ કરવો; એવી રીતે જમીન કોરી કરવી; નિઃશેષ પી જવું; ખતમ – ખલાસ – કરવું; વહી જવું – જઈને ખાલી થવું; પાણી વહી જવાથી ખાલી કે કોરું થવું. ના૦ પાણી, મળ, ઇત્યાદિ લઈ જનાર નળ, ખાઈ, ગટર; શોષણ, સતત ગળતી; એકધારું ખરચ. **draining-board, drainer,** ધોયેલાં વાસણ ઇ૦ નીતરવા માટેનું ઢાળવાળું પાટિયું.

drai'nage (ડ્રેનિજ), ના૦ પાણી, મળ, ઇ૦ના નિકાલની વ્યવસ્થા, ગટરવ્યવસ્થા; ગટર વાટે જતું પાણી, મળ, ઇ૦.

drake (ડ્રેક), ના૦ નર બતક.

dram (ડ્રૅમ), ના૦ ડ્રામ (વજન); જલદ દારૂનો ઘૂંટડો.

dra'ma (ડ્રામે), ના૦ નાટક; નાટ્યકલા; નાટ્યમય ઘટનાપરંપરા.

drama'tic (ડ્રમૅટિક), વિ૦ નાટકનું; નાટકીય, નાટ્યમય; જોરદાર; ચિત્તવેધક.

dramatis perso'nae (ડ્રૅમટિસ પર્સોનાઈ) નાટકનાં (કુલ) પાત્રો.

dra'matist (ડ્રૅમટિસ્ટ), ના૦ નાટકકર્તા.

dra'matize (ડ્રૅમટાઇઝ઼), ઉ૦ક્રિ૦ -ને નાટકનું રૂપ આપવું; -નું નાટક બનાવવું; નાટકીય વર્તન કરવું. **dramatiza'tion** (-ઝે઼શન), ના૦.

drank, (ડ્રૅંક), **drink**નો ભૂ૦કા૦.

drape (ડ્રેપ), ઉ૦ક્રિ૦ કાપડ, પડદા, ઇ૦થી ઢાંકવું-શણગારવું; પડદા લટકાવવા; સુંદર ગડીઓ વળે તે રીતે લટકાવવું. ના૦ [અમે.] પડદો, પોષાક, વસ્ત્ર, ઇ૦.

dra'per (ડ્રેપર) ના૦ કાપડિયો.

dra'pery (ડ્રેપરિ), ના૦ કાપડ, કાપડિયાનો માલ – ધંધો; સળ પડે એવી રીતે લટકતા કાપડ કે વસ્ત્રની સજાવટ.

dra'stic (ડ્રૅસ્ટિક), વિ૦ કઠોર, સખત, (પગલાં લેનારું) જોરદાર, પરિણામકારક.

drat (ડ્રૅટ), સ૦ક્રિ૦ હેરાન કરવું, શાપ – ગાળ – દેવી.

draught (ડ્રાફ્ટ), ના૦ ખેંચવું – તાણવું – તે; એક વાર જાળ ખેંચવી તે, – ખેંચીને પકડેલાં માછલાં; એક ઘૂંટડો, દવાનો ઘૂંટડો; વહાણની બૂડ; પવનની લહેર-પ્રવાહ; [બ૦વ૦માં] દરેક બાજુએ બાર સોગટાં વડે રમાતી એક રમત. **on ~** **-board,** શેતરંજના પટ જેવાં પાટિયા પર. **~ beer,** પીપમાંથી કાઢેલો દારૂ.

drau'ghtsman (ડ્રાફ્ટ્સ્મન), ના૦ નકશા, ઇ૦ તૈયાર કરનાર; ડ્રાફ્ટ્સ્ની રમતની સોગટી.

drau'ghty (ડ્રાફ્ટિ), વિ૦ પવનની લહેરો

આવતી હોય એવું, પવન(-નો સપાટો) લાગે એવું.

draw (ડ્રૉ), ના૦ ખેંચવું તે, આકર્ષણ; ઘરાક કે ધ્યાન ખેંચનાર વસ્તુ; ચિઠ્ઠીઓ ઉપાડવી તે; સોરટી, લૉટરી; હારજિત થયા વિનાની રમત. ઉ૦ક્રિ૦ [**drew** ડ્રૂ; -**drawn**] ખેંચવું, તાણવું, ઘસડવું, ખચીને લઈ જવું, ખેંચીને લંબું કરવું, તાણવું; આકર્ષણ કરવું; સાર – અનુમાન – કાઢવું, તારવવું; શ્વાસ લેવો; ખેંચી કાઢવું; અર્ક, રસ, ઇ૦ કાઢવું; લલચાવવું, લોભાવવું; (બાતમી, માહિતી, ઇ૦) કઢાવવી; -માંથી લેવું – બહાર કાઢવું; ખેંચીને ખસેડવું – મૂળ જગ્યાએ મૂકવું – માંથી બહાર ખેંચવું, ચિત્ર દોરવું, રૂપરેખા કહેવી, શબ્દોમાં વર્ણન કરવું; (હૂંડી, ચેક, ઇ૦) લખી કાઢવું; રમતનો અનિર્ણીત અંત આણવો; (વહાણ અંગે) પાણીનું અમુક ઊંડાણ આવશ્યક હોવું; ચિઠ્ઠીઓ નાખવી; ચિઠ્ઠીઓ નાખીને મેળવવું; શિકાર માટે તેની રહેવાની જગ્યા તપાસવી; પવન આવવા દેવો – આવે તેમ કરવું; (પોતાનો) રસ્તો કરવો; આવવું; ખસવું. **~ back,** પાછું ખેંચવું. **~back,** ખામી, ઊણપ, ગેરફાયદો, નુકસાન; અસંતોષકારક વસ્તુ; જકાત કે આયાતવેરાની રકમનું માલનો નિકાસ થતાં વળતર. **~bridge,** એક બાજુથી ઉપાડી શકાય એવો મજાગરાવાળો પુલ. **~ in,** (દિવસો ઇ૦ અંગે) ટૂંકું થવું. **~ out,** લંબાવવું; વાત કરવા પ્રેરવું; (દિવસો અંગે) લાંબા થવું. **~-string,** બટવાનું મોઢું, વસ્ત્રની કમર, ખેંચીને બંધ કરવાની દોરી. **~ up,** એકદમ રોકાવું – ઊભું રહેવું; વ્યવસ્થિત કરવું – થવું; દસ્તાવેજ ઇ૦ ઘડવો; ટટાર ઊભા થવું.

draw'er (ડ્રૉઅર, ડ્રૉર), ના૦ ખેંચનાર (માણસ); ટેબલ ઇ૦ નું ખાનું; [બ૦વ૦માં] ચડ્ડી, જાંઘિયો. **chest of ~s,** ખાનાંનું ચોકઠું.

draw'ing (ડ્રૉઇંગ), ના૦ ખેંચવું, ઢસડવું–તે; રેખાંકન, રેખાકૃતિ (રંગ વગરની). **~-board,** રેખાંકન માટે કાગળ પાથરવાનું પાટિયું. **~-paper,** આકૃતિઓ ઇ૦ દોરવા માટેનો કાગળ. **~-pin,** પાટિયા પર કાગળ ચોઢવાની ચપટા માથાવાળી ખીલી. **~-room,** બેઠકનો ઓરડો, દીવાનખાનું.

drawl (ડ્રૉલ), ના૦ દરેક શબ્દ લંબાવીને – રાગ કાઢીને – બોલવું તે ઉ૦ક્રિ૦ એવી રીતે બોલવું.

dray (ડ્રે), ના૦ વિ૦ક૦ દારૂનાં પીપ લાવવાલઈ જવાનું કલાલનું ગાડું.

dread (ડ્રે'ડ), ઉ૦ક્રિ૦ -ની દહેશત હોવી – ધાસ્તી રાખવી, -નો અતિશય ભય લાગવો. ના૦ ધાસ્તી, દહેશત; ધાક, ભય. વિ૦ ભયાનક, દારુણ.

drea'dful (ડ્રે'ડ્ફુલ), વિ૦ ભયાનક; ત્રાસદાયક; બહુ ખરાબ.

dream (ડ્રીમ), ના૦ સ્વપ્ન; દિવાસ્વપ્ન; આદર્શ; વિચાર, કલ્પના; મહત્ત્વાકાંક્ષા. ઉ૦ક્રિ૦ [**dreamt** ડ્રે'મ્ટ અથવા **dreamed**] સ્વપ્ન આવવું; સ્વપ્નમાં હોય તેમ કલ્પના કરવી; [વિ૦ક૦ નકારાત્મક રચનામાં] શક્યતાનો (સ્વપ્ને) ખ્યાલ સરખો હોવો; શક્ય માનવું; દિવાસ્વપ્નમાં ગરકાવ થવું.

drea'my (ડ્રીમિ), વિ૦ સ્વપ્નશીલ; અવહેવારુ; અસ્પષ્ટ.

drear'y (ડ્રિઅરિ), વિ૦ સૂનકાર, ઉદાસ, ગમગીન, નીરસ.

dredge[1] (ડ્રે'જ), ના૦ નદી ઇ૦ને તળિયે જામેલો કાદવ ઇ૦ અથવા દરિયાના તળિયેથી ઑઇસ્ટર માછલીઓ કાઢવાનો સંચો. ઉ૦ક્રિ૦ આવા સંચા વડે નદી સાફ કરવી – માછલાં પકડવાં.

dredge[2], સ૦ક્રિ૦ -ની ઉપર લોટ, ખાંડ, ઇ૦ ભભરાવવું.

dre'dger[1] (ડ્રે'જર), ના૦ નદી ઇ૦ સાફ કરવાનો સંચો; એવા સંચાવાળી હોડી.

dre'dger[2], ના૦ લોટ ઇ૦ ભભરાવવાનું કાણાંવાળું પાત્ર.

dregs (ડ્રે'ગ્ઝ) ના૦ બ૦વ૦ નીચે જામેલો થર–ગાળ – કચરો – કાદવ; સૌથી નીચેનો થર, અવશેષ.

drench (ડ્રેંચ), સ૦ક્રિ૦ ભીંજવવું, તરબોળ કરવું; પ્રાણીને બળે બળે દવા પાવી. ના૦ પશુ માટેની દવાની માત્રા; તરબોળ કરવું – થવું – તે.

dress (ડ્રે'સ) ઉ૦ક્રિ૦ કપડાં પહેરાવવાં-પહેરવાં; સજાવવું; ઘા પર મલમપટ્ટી કરવી; ખોરાક તૈયાર કરવો – રાંધવો; વાળ સરખા કરવા. ના૦ પોશાક, વિ૦ક૦ તેનો ઉપર દેખાતો ભાગ; સ્ત્રીનું કે છોકરીનું ચોળી અને ઘાઘરાનું એકત્ર વસ્ત્ર, ફરાક. **~-circle**, નાટકગૃહમાં પહેલી ગૅલરી – છજું. **~ coat,** સાંજે ઔપચારિક સમારંભમાં પહેરવાનો કોટ. **~maker,** વિ૦ક૦ સ્ત્રીઓનાં કપડાં સીવનાર દરજી. **~ rehearsal,** (નાટક ઇ૦ની) રંગીન તાલીમ.

dre'ssage (ડ્રે'સાઝ), ના૦ ઘોડાને અપાતી તાલીમ.

dre'sser[1] (ડ્રે'સર), ના૦ નટને રંગમંચ પર જવા તૈયાર થવામાં મદદ કરનાર.

dre'sser[2], ના૦ રસોડામાં વપરાતું છાજલીઓવાળું કબાટ.

dre'ssing (ડ્રે'સિંગ), ના૦ ઘા પર મલમપટ્ટી; ખાતર; ચટણી, રાયતું, ઇ૦ ભૂખ ઉઘાડનાર પદાર્થ. **~-down,** ઠપકો, ઝાટકણી. **~-gown,** આરામ વખતે પહેરવાનો ઢીલો ઝભ્ભો, વિ૦ક૦ પૂરાં વસ્ત્ર ન પહેર્યાં હોય ત્યારે. **~-table,** પોશાક કરતાં વાપરવાનું અરીસા ઇ૦ સાથેનું ટેબલ.

dre'ssy (ડ્રે'સિ), ના૦ ટાપટીપવાળા પોશાકનો શોખીન.

drew (ડ્રૂ), **draw** નો ભૂ૦ કા૦.

drey (ડ્રે), ના૦ ખિસકોલીનો માળો.

dri'bble (ડ્રિબલ), ઉ૦ક્રિ૦ ટીપું ટીપું ટપકવું – ટપકાવવું; મોઢામાંથી લાળ ઝરવી; [ફૂટબૉલ] ફરી ફરી ઠોકરો મારીને દડાને આગળ લઈ જવો. ના૦ ટપકવું – ટપકાવવું – તે; ધીમે ધીમે વહેતું નાનું ઝરણું.

dri'blet (ડ્રિબ્લિટ), ના૦ ટીપા જેટલું, જરાક અમથું.

dri'ed (ડ્રાઇડ), **dry** નો ભૂ૦કા૦ તથા ભૂ૦કૃ૦.

dri'er (ડ્રાયર), ના૦ સુકવનાર વ્યક્તિ કે વસ્તુ; વાળ, કપડાં, ઇ૦ સૂકવવાનું યંત્ર.

drift (ડ્રિફ્ટ), ના૦ પ્રવાહથી તણાવું-ઘસડાવું – તે; પ્રવાહ, પવન, ઇ૦ને લીધે જુદી દિશામાં તણાઈ જવું તે; નિષ્ક્રિયતા; હેતુ, ઉદ્દેશ, અર્થ, વહેણ, ઝોક, વલણ; પવન ઇ૦ને લીધે ભેગો થયેલો બરફ ઇ૦નો ઢગલો; [દ. આફ્રિકા] પ્રવાહ ઓળંગવાની જગ્યા, ઉતાર. ઉ૦ક્રિ૦ પ્રવાહથી હોય તેમ તણાઈ જવું; (પ્રવાહે) તાણી જવું; તાણીને કે તણાઈને ઢગલો કરવો – થવો; જડપણે, સહજપણે, કે કશા હેતુ વિના, ખસવું, જવું, તણાવું. **~-net,** ઝરતી સાથે તણાય એવી હેરિંગ વગેરે માછલીઓને પકડવાની મોટી જાળ. **~wood,** દરિયાકિનારે તણાઈ આવતું લાકડું.

dri'fter (ડ્રિફ્ટર), ના૦ માછલાં પકડવા માટેની મોટી જાળવાળી હોડી, પ્રવાહપતિત માણસ.

drill[1] (ડ્રિલ), ના૦ કાણું પાડવાનું ઓજાર, શારડી; (લશ્કરી) કવાયત; નિત્યક્રમ; [વાત.] (સર્વ)માન્ય કાર્યપ્રણાલી. ઉ૦ક્રિ૦ કાણું – વેહ – પાડવું; કવાયત કરવી – કરાવવી; શિસ્તબદ્ધ તાલીમ આપવી.

drill[2], ના૦ દાણા વાવવા માટેનો ચાસ; ચાસ પાડવાનું, દાણા વાવવાનું કે તે ઢાંકવાનું ઓજાર; સ૦ક્રિ૦ ચાસમાં દાણા વાવવા કે ધરુ રોપવા.

drill[3], ના૦ જાડું સળીવાળું કપડું.

drill[4], ના૦ વાંદરાની એક જાત, બબૂન.

drink (ડ્રિંક), ઉ૦ક્રિ૦ [**drank, drunk**] પાણી ઇ૦ પીવું; ભેજ શોષી લેવો; આતુરતાથી હોંશે હોંશે કે આનંદથી ગ્રહણ કરવું; દારૂ પીવો – પીવામાં અતિરેક કરવો. ના૦ પેય, પીણું; વિ૦ક૦ દારૂની પ્યાલી; નશો ચડે તેવો દારૂ. **the ~,** [વિ૦બો૦] દરિયો. **~ to,** બહુધા દારૂની પ્યાલી પીને કોઈને સન્માનવું – કોઈની સફળતા ઇચ્છવી.

drip (ડ્રિપ), ઉ૦ક્રિ૦ -નાં ટીપાં પાડવાં –

પડવાં, ટીપાં પડે એટલું ભીનું હોવું. ના૦ ટીપાં પાડવાં – પડવાં – તે, ટપકતું પ્રવાહી; [વિ૰બો૰] કંટાળો ઉપજાવનાર અથવા સોગિયું માણસ. **~-dry**, નીતરતું સૂકવ્યા પછી ઇસ્ત્રી કરવાની જરૂર વિનાનું. **~-feed**, પ્રવાહી ખોરાકનું એક એક ટીપું ખવડાવવું, વિ૰ક૰ નસદ્વારા.

dri'pping (ડ્રિપિંગ), ના૦ માંસ ભૂંજતાં તેમાંથી ઓગળીને ટપકતી ચરબી.

drive (ડ્રાઇવ), ઉ૦ક્રિ૦ [**drove; driven** ડ્રિવન] (ઘોડો, ગાડી, મોટર, ઇ૦) હંકવું, ચલાવવું; વાહનમાં (બેસીને) જવું – (બેસાડીને) લઈ જવું; શિકાર ઇ૦ની પાછળ પડીને તેને મોટા વિસ્તારમાંથી નાની જગ્યામાં લઈ જવું; હડસેલવું, ધકેલવું, ઠોકીને અંદર ઘાલવું; પાછળ પડી, જબરદસ્તીથી, પરાણે કરાવવું; જોરજબરદસ્તી – કરવી; ફરજ પાડવી. ના૦ વાહનની સહેલ; યંત્રો, મોટરનાં પૈડાં, ઇ૦ને ગતિ આપવી – વીજળી ઇ૦થી ચલાવવાં – તે; [ક્રિ૦] દડો ઊછળે નહિ એવી રીતે મારેલો જોરદાર ફટકો; [ગોલ્ફ] 'ડ્રાઇવર' લાકડીથી મારેલો ફટકો, વિ૦ક૦ 'ટી'થી; શક્તિ, જોમ; કોઈ કાર્ય માટે ઝુંબેશ; પત્તાં રમવા ઇ૦ માટે સામાજિક મેળાવડો; ઘરથી ઝાંપા સુધીનો (ખાનગી) રસ્તો; **~ at**, મનમાં અમુક ઉદ્દેશ રાખીને બોલવું, કહેવા માગવું. **~ home**, પૂરેપૂરું સમજાવવું, ગળે ઉતારવું. **~-in**, વાહનમાંથી ઊતર્યા વિના ઉપભોગ કરી શકાય એવું (બેંક, સિનેમા, ઇ૦ અંગે). **~way**, ઝાંપાથી ઘર સુધીનો ખાનગી રસ્તો. **driving-licence**, મોટર ચલાવવા માટેનો પરવાનો. **driving-test**, મોટર ચલાવવાની પરીક્ષા. **driving-wheel**, યંત્રમાં ચાલકશક્તિ પહોંચાડનારું ચક્ર.

dri'vel (ડ્રિવલ), અ૦ક્રિ૦ લાળ, લીંટ ગળવી; મૂર્ખતાભરી વાતો – બકબક – કરવી. ના૦ મૂર્ખતાભરી – વાહિયાત – વાત.

dri'ver (ડ્રાઇવર), ના૦ વાહન હંકનાર – ચલાવનાર, ગાડીવાળો; [ગોલ્ફ] એક વિશિષ્ટ જાતની લાકડી. 'ટી'માંથી દડો મારવાની.

dri'zzle (ડ્રિઝલ), ના૦ અને અ૦ક્રિ૦ ઝરમર ઝરમર વરસાદ (વરસવો).

droll (ડ્રોલ), વિ૦ રમૂજી, વિચિત્ર.

dro'llery (ડ્રોલરિ), ના૦ તરેહવાર, મશ્કરી, ટીખળ.

dro'medary (ડ્રોમિડરિ), ના૦ સવારી માટેનું ઊંટ, સાંઢણી.

drone (ડ્રોન), ના૦ મધમાખીનો નર, કામ ન કરનાર મધમાખી; આળસુ, ફોગટખાઉ; મશકની (બૅગપાઇપની) નીચલા સ્તરની નળી, તેનો સતત નીકળતો અવાજ; મધમાખીઓનો – ઊંડો એકસરખો – ગણગણાટ. ઉ૦ક્રિ૦ ગણગણ કરવું; એકસૂરું કંટાળો આવે તેમ બોલ્યા કરવું; આળસુ બેસી રહેવું.

drool (ડ્રૂલ), ના૦ અને ઉ૦ક્રિ૦ લાળ-લીંટ-(ગળવી – ગાળવી).

droop (ડ્રૂપ), ઉ૦ક્રિ૦ નમવું, નમી પડવું, નીચે વળવું; નરમ – લૂલું – પડવું; હિંમત હારવી. ના૦ ઝુકાવ, ગ્લાનિ.

drop (ડ્રૉપ), ના૦ ટીપું, બિંદુ, છાંટો; [બ૦વ૦માં] દવાનાં ટીપાં; ઝૂમખું, લટકણિયું; ગોળી (પીપરમિંટ ઇ૦ની); એકદમ નીચે પડવું તે, પતન, સીધું ઊતરાણ, પતનનું અંતર; ઉ૦ક્રિ૦ ટીપાં પાડવાં – પડવાં, પડવા દેવું, પકડ–હાથ – માંથી છોડી દેવું; છોડી દેવું, બાદ કરવું; બેસી જવું, નીચલા સ્તરે પહોંચવું; હંમેશના કરતા નીચે – નીચી જગ્યાએ – મૂકવું; (આંખ ઇ૦) નીચે નમાવવું; નીચે જમીન પર ફસડાઈ પડવું; વાત વાતમાં બોલવું – કહી દેવું – બોલાઈ જવું; [ફૂટબૉલ] જમીનને અડતા દડાને ઠોકર મારીને ગોલ કરવો, પોતાની જાતને પાછળ પડવા દેવી; બંધ થવું, -નો અંત આવવો; -નો પરિચય – સંબંધ તોડી નાખવો; સોદામાં પૈસા ખોવા. **~ in**, સહેજે ડોકિયું કરવું, મળવા જવું. **~-kick**, દડો નીચે ફેંકીને તે જમીનને અડતાં જ તેને ઠોકર મારવી. **~ off**, ઊંઘી જવું; ધીમે ધીમે ઘટાડવું – ઘટવું – જતા રહેવું. **~ out**, હાજર રહેવાનું

કે ભાગ લેવાનું બંધ કરવું. **~-out,** શાળા કે સમાજમાંથી ઊઠી ગયેલું માણસ. **~scone,** મિશ્રણનાં ડબકાં પાડીને પછી ભઠ્ઠીમાં શેકેલી મેંદાની વાનગી – કેક. **~-shot,** [ટેનિસ] જાળી ઓળંગીને તરત એકદમ દડો નીચે પડે એવી રીતે મારેલો ફટકો.

dro'plet (ડ્રૉપ્લિટ), ના૦ નાનકડું ટીપું.

dro'pper (ડ્રૉપર), ના૦ ટીપું ટીપું કરીને પ્રવાહી પાડવાનું સાધન – નળી.

dro'ppings (ડ્રૉપિંગ્ઝ઼), ના૦ બ૦વ૦ લીંડી, લીદ, હગાર, ઇ૦, છાણ; ટીપે ટીપે પડેલી – પડતી – વસ્તુ.

dro'psy (ડ્રૉપ્સિ), ના૦ જલોદર (રોગ). **dro'psical** (–સિકલ), વિ૦.

dross (ડ્રૉસ), ના૦ ગાળેલી ધાતુનો મળ – કીટો; અશુદ્ધિ; કચરો.

drought (ડ્રાઉટ), ના૦ સૂકો કાળ, વરસાદ પાણીનો અભાવ; (કોઈ વસ્તુનો) દુકાળ. **drough'ty** (–ટિ), વિ૦.

drove[1], (ડ્રોવ), ના૦ ઢોરનું ટોળું, હેડ; માણસોનું ફરતું ટોળું.

drove[2], **drive** નો ભૂ૦ કા૦.

dro'ver (ડ્રોવર), ના૦ બજારમાં ઢોર હાંકી જનાર, ઢોરનો વેપારી.

drown (ડ્રાઉન), ઉ૦ ક્રિ૦ ડૂબવું, ડૂબીને મરી જવું; ડુબાડવું, ડુબાડીને મારી નાખવું; પલાળવું, તરબોળ કરવું; જળબંબોળ કરવું; વધુ મોટો અવાજ કરીને નાનાને દબાવી દેવો; દારૂ ઇ૦નો નશો કરી દુઃખ ડુબાડવું.

drowse (ડ્રાઉઝ઼), અ૦ ક્રિ૦ અર્ધ ઊંઘમાં – ઊંઘના ઘેનમાં – હોવું.

drow'sy (ડ્રાઉઝ઼િ), વિ૦ ઊંઘના ઘેનમાં, અર્ધંસુપ્ત.

drub (ડ્રબ) સ૦ ક્રિ૦ ઝૂડી કાઢવું, ફટકારવું. **dru'bbing** (બિંગ), ના૦.

drudge (ડ્રજ), અ૦ ક્રિ૦ કંટાળાભર્યું મહેનતનું કામ કરવું, મજૂરી – ગધ્ધાવૈતરુ – કરવું. ના૦ વૈતરું કરનાર મજૂર,વૈતરો. **dru'dgery**(–જરિ), ના૦.

drug (ડ્રગ), ના૦ ઔષધી પદાર્થ, વિ૦ ક૦ પીડાનાશક, ઉત્તેજક, માદક, ઇ૦; માગણીને અભાવે ન વેચાતી વસ્તુ. ઉ૦ ક્રિ૦ પીણામાં કે ખાવામાં ઓસડ ઉમેરવું; -ને દવા આપવી; કેફી પદાર્થનું સેવન કરવું. **dangerous ~**, વ્યસન કરે એવું ઔષધ. **~tore**, [અમે.] દવાવાળાની દુકાન - જેમાં બીજી અનેક પરચૂરણ વસ્તુઓ (નાસ્તાની પણ) વેચાય છે.

dru'gget (ડ્રગિટ), ના૦ ઊનનું જાડું પાથરણું.

dru'ggist (ડ્રગિસ્ટ), ના૦ દવાવાળો.

Dru'id (ડ્રૂઇડ), ના૦ પ્રાચીન કેલ્ટિક પ્રજાનો પુરોહિત; 'વેલ્શ ગૉર્સેડ' અથવા રાષ્ટ્રીય સભાનો અધિકારી. **Dru'idess** (-ડિસ) ના૦. **Dru'idism** (ડિઝ઼્મ), ના૦.

drum (ડ્રમ), ના૦ ઢોલ, નગારું, પડઘમ; તેનો – તેના જેવો – અવાજ; ઢોલચી; પડઘમના આકારની રચના – વસ્તુ; મોટું નળાકાર પાત્ર, પીપ; કાનનો પડદો. ઉ૦ ક્રિ૦ ઢોલ ઇ૦ વગાડવું; વારંવાર થાપ લગાડવી – મારવી; (પક્ષી ઇ૦ અંગે) પાંખો ફફડાવવી– ફફડાવીને મોટો અવાજ કરવો; ઢોલ વગાડીને બોલાવવું. **~ brake,** વાહનની એક પ્રકારની અટકણ–બ્રેક. **~ major,** કૂચ કરનાર બૅન્ડનો આગેવાન. **~ out,** ઢોલ વગાડી – અપમાનિત કરીને – કાઢી મૂકવું. **~stick,** ઢોલ વગાડવાની લાકડી; રાંધેલા મરઘાંના પગનો નીચેનો સાંધો.

dru'mmer (ડ્રમર), ના૦ ઢોલચી.

drunk (ડ્રંક), **drink**નું ભૂ૦ કૃ૦. વિ૦ પીધેલ, છાકટું. ના૦ [વિ૦ બો૦] મદ્યપાનની ઉજાણી; પીધેલ માણસ.

dru'nkard (ડ્રંકર્ડ), ના૦ દારૂડિયો.

dru'nken (ડ્રંકન), વિ૦ પીધેલ, દારૂની –પીવાની – લતવાળું; દારૂના ઘેનમાં કરેલું.

drupe (ડ્રૂપ), ના૦ ઠળિયાવાળું ફળ.

dry (ડ્રાઈ), વિ૦ કોરું, શુષ્ક, ભીનાશ વિનાનું; વરસાદ વગરનું; પ્રવાહી ન વાપરનારું; તરસ્યું; અક્કડ; ઠંડું, લાગણી(ના ઉષ્મા) વિનાનું; વ્યાવહારિક, હોય તેવું; (દારૂ ઇ૦ અંગે) ગળપણ વિનાનું; ચૂનો,

માખણ, ઇ૦ વિનાનું; મદ્યત્યાગનું (હિમાયતી), દારૂના વેચાણના પ્રતિબંધવાળું; નીરસ. ઉ૦ ક્રિ૦ સૂકવવું, સુકાવું. **~-clean,** કપડાં ઇ૦ પાણીને બદલે વરાળ થઈને ઊડી જાય એવા પ્રવાહીથી ધોવું. **~-fly,** પાણી પર તરતી કૃત્રિમ માખી (સાથેની માછલી); કૃત્રિમ માખીની મદદથી માછલ પકડવાં. **~ ice,** ઘનીભૂત કલન વાયુ (કાર્બન ડાયોક્સાઇડ), શુષ્ક બરફ. **~ out,** તદ્દન સુકાઈ જવું – કોરું પડવું; (દારૂ ઇ.ની લતવાળાએ) વ્યસન છૂટે તે માટે ઉપચાર કરાવવો. **~ rot,** (ફૂગને લીધે પવન વિનાના લાકડામાં થતો સળો. **~ run,** [વાત.] પૂર્વાભ્યાસ. **~-shod,** કોરા પગવાળું. **~ up,** તદ્દન કોરું કરવું – થવું, ધોયેલાં કપડાં સૂકવવ .

dry'ad (ડ્રાયડ), ના૦ વનપરી, વનદેવતા.

D.S., સંક્ષેપ. *da! segno.*

D.Sc., સંક્ષેપ. Doctor of Science.

D.S.C., D.S.M., D.S.O., સંક્ષેપો. Distinguished Service Cross, Medal, Order.

D.T.(s), સંક્ષેપ. delirium tremens.

du'al (ડ્યૂઅલ), વિ૦ બેનું, બેવડું, બમણું, બે ભાગમાં વહેંચાયેલું; [વ્યાક૦] દ્વિવાચક. ના૦ [વ્યાક૦] દ્વિવચન(નું રૂપ). **~ carriageway,** આવવા અને જવાના માર્ગ વચ્ચે ખાલી પટો હોય તેવો રસ્તો, બેવડો રસ્તો. **~ control,** (વાહન અંગે) શિક્ષક અને વિદ્યાર્થી બે જણ નિયંત્રિત કરી શકે એવું. **dua'lity** (ડ્યૂઍલિટિ), ના૦.

du'alism (ડ્યૂઅલિઝમ), ના૦ દ્વૈત; દ્વૈતવાદ – મત. **du'alist** (ડ્યૂઅલિસ્ટ), -ના૦. **duali'stic** (-લિસ્ટિક), વિ૦.

dub[1] (ડબ), સ૦ ક્રિ૦ -ને સરદાર (નાઇટ) બનાવવું; -ને ખિતાબ આપવો, -નું ઉપનામ પાડવું.

dub[2], સ૦ ક્રિ૦ ચિત્રપટની પટ્ટીમાં અવાજ, બીજી ભાષા કે સંગીત દાખલ કરવું.

dubbin(g) (ડબિન, -બિંગ્), ના૦ ચામડાને સુંવાળું ને જલશોધક બનાવવા માટેનું તેલ, ચરબી, ઇ૦.

dubi'ety (ડ્યૂબાયટિ), ના૦ શંકા, સંદેહ;

du'bious (ડ્યૂબિઅસ), વિ૦ શંકાસ્પદ (ચારિત્ર્યવાળું).

du'cal (ડ્યૂકલ), વિ૦ ડ્યૂકનું – ના જેવું.

du'cat (ડકટ), ના૦ જૂનો યુરોપ તરફનો સોનાનો સિક્કો.

du'chess (ડચિસ), ના૦ ડ્યૂકની પત્ની અથવા વિધવા; ડ્યૂકની પદવી ધારણ કરનાર સ્ત્રી.

du'chy (ડચિ), ના૦ ડ્યૂકની જાગીર – મુલક.

duck[1] (ડક), ના૦ બતક, બતકની માદા; [ક્રિ૦] બૅટધારીને પક્ષે શૂન્ય દોડ; વહાલા, વહાલી. **~-boards,** કાદવવાળી ભૂમિ ઓળંગવા માટે નાખેલો પાટિયાં(નો સાંકડો રસ્તો). **~weed,** પાણીમાં થતી ડાભ ઇ૦ વનસ્પતિ.

duck[2], ના૦ ડૂબકી મારીને બહાર નીકળવું; કોઈ ને પાણીમાં ડુબાડવું, ઝબકોળી કાઢવું, ફટકો ચૂકવવા કે નમસ્કાર કરવાં નીચે નમવું; [વાત.] પાછું ખસી જવું.

duck[3], ના૦ શણનું કે સુતરાઉ મજબૂત કાપડ; [બ૦ વ૦મ] તેના લેંઘા.

du'ckling (ડક્લિંગ) ના૦ બતકનું બચ્ચું.

duct (ડક્ટ), ના૦ નાળ, નળી, કાંસ; [શરીરરચ૦] અન્નરસ, પિત્ત, ઇ૦ વહી-જનારી નલિકા, નસ.

du'ctile (ડક્ટાઇલ), વિ૦ તનનીય, તાર ખેંચાય એવું; વાળી શકાય એવું, કહ્યાગરું. **ducti'lity** (-ટિલિટિ), ના૦.

du'ctless (ડક્ટ્લિસ), વિ૦ (ગ્રંથિ અંગે) સીધો લોહીમાં સ્રાવ કરનારી, અન્તઃસ્રાવી.

dud (ડડ), ના૦ [વિ૦ બો૦] બનાવટી વસ્તુ; ફૂટે નહિ તેવી કારતૂસ; નકામી યોજના કે વ્યક્તિ; [બ૦ વ૦માં] લૂગડાં, ચીંથરાં. વિ૦ બનાવટી, નકલી; નકામું, નિષ્ફળ.

dude (ડ્યૂડ) ના૦ [અમે૦. વિ૦ બો૦] વરણાગિયો, છેલ, લાલો. **~ ranch,** ઢોર ઉછેરવાના મથકનું સહેલાણીઓના મથકમાં રૂપાંતર.

du'dgeon (ડજન), ના૦ ગુસ્સો, ક્રોધ, રોષ.

due (ડ્યૂ), વિ૦ દેવું કે કરજ તરીકે આપવાનું – ચૂકવવાનું, આવશ્યક લાયકાતવાળું, યોગ્ય; સમર્પક; કશુંક કરવા કે અમુક વખતે આવી પહોંચવા બંધાયેલું કે અપેક્ષિત; -ને લીધે થયેલું, કશાકનું કારણ બતાવી શકાય એવું. ક્રિ૦ વિ૦ બરાબર, ચોક્કસપણે, સીધું; લેણી – આપવાની થયેલી રકમ; કરવેરાની કે ફીની રકમ.

du'el (ડ્યૂઅલ), ના૦ દ્વન્દ્વ (યુદ્ધ); હરીફાઈ. અ૦ ક્રિ૦ દ્વન્દ્વ યુદ્ધ કરવું. **du'ellist** (-લિસ્ટ) ના૦.

due'nna (ડ્યુએ'ને), ના૦ બાળકોને કે જુવાન છોકરીઓને કેળવવા માટે રાખેલી શિક્ષિકા, સંરક્ષિકા.

due't (ડ્યુએ'ટ), ના૦ યુગલગીત.

duff (ડફ), ના૦ (લોટ) ઉકાળીને રાંધેલી વાનગી. વિ૦ [વિ૦ બો૦] બનાવટી, નકલી; નકામું.

du'ffer (ડફર), ના૦ ડફોળ, અક્કલશૂન્ય માણસ.

du'ffle, du'ffel, (ડફલ), ના૦ ઊનનું જાડું – ખરબચડું – કાપડ. ~ **-bag,** નાડી ખેંચીને બંધ કરવાનો ઊભો નળાકાર થેલો. ~ **coat,** ટૂંકો ભારે ઓવરકોટ ખીટીના બોરિયાંવાળો.

dug[1] (ડગ), ના૦ આંચળ, ડીંટડી, વિ૦ક૦ માદાની.

dug[2], **dig** નો ભૂ૦ કા૦ તથા ભૂ૦ કૃ૦.

du'gong (ડ્યૂગૉગ), ના૦ એક દરિયાઈ શાકાહારી સસ્તન પ્રાણી.

du'g-out (ડગાઉટ), ના૦ ખંદકોમાં લશ્કર માટે બંધેલું છાપરાવાળું આશ્રયસ્થાન; ઝાડનું થડ કોતરીને બનાવેલી હોડી, કોટિયું.

duke (ડ્યૂક), ના૦ નાનકડા રાજ્યનો રાજવી-'ડચી'નો શાસક; બ્રિટનનો ઊંચામાં ઊંચી વારસાગત પદવીનો ઉમરાવ. **royal** ~, રાજાના કુટુંબનો સભ્ય ઉમરાવ.

du'lcet (ડલ્સિટ), વિ૦ મધુર, મીઠું; શામક.

du'lcimer (ડલસિમર), ના૦ હથોડીઓ વડે વગાડવાનું એક તંતુવાદ્ય.

dull (ડલ), વિ૦ મંદબુદ્ધિ, મૂરખ; ઝાંખું, ચળકાટ વિનાનું; બૂઠું, ધાર વિનાનું; કંટાળાજનક; નિરુત્સાહ, ઉદાસીન, હતાશ. ઉ૦ ક્રિ૦ બૂઠું કરવું – થવું ઇ૦.

du'llard (ડલર્ડ), ના૦ મંદબુદ્ધિ માણસ, ઢ.

du'ly (ડ્યૂલિ), ક્રિ૦ વિ૦ યથાયોગ્ય, યથાવિધિ, યથોચિત; યથાકાળ; પૂરતું; વખતસર.

dumb (ડમ), વિ૦ વાચા વિનાનું, મૂંગું; શાંત, મૂક; મંદબુદ્ધિ, અજ્ઞાન, મૂરખ. ~**-bell,** વિલાયતી મગદળ. ~ **show,** મૂક અભિનયનો ખેલ.

dumbfou'nd (ડમ્ફાઉન્ડ), સ૦ ક્રિ૦ અવાક – સ્તબ્ધ – કરવું, મૂંઝવવું, ભોઠું પાડવું.

du'mdum (ડમ્ડમ), વિ૦ અને ના૦ ~ (**bullet**), લક્ષ્ય સાથે અથડાતાં ફેલાઈ જતી પોચી અણીવાળી બંદૂકની ગોળી.

du'mmy (ડમિ), ના૦ છેતરવા બનાવેલી બનાવટી વસ્તુ; અસલ વસ્તુને ઠેકાણે મુકાતી નકલી ચીજ; કપડાં પહેરાવી બતાવવાનું દરજી ઇ૦નું બાવલું; ગારુડવાણી બોલનાર વ્યક્તિનું બાવલું; કઠપૂતળીની બોલતી દેખાતી પૂતળી; બ્રિજની રમતમાં હાથ બોલનારનો ભાગીદાર, જેનાં પત્તાં ખુલ્લાં મૂકવામાં આવે છે અને હાથ બોલનાર રમે છે; ધાવણા બાળકને અપાતી રબરની ટોટી – ચૂસણી. વિ૦ નકલી, બનાવટી.

dump (ડમ્પ), સ૦ ક્રિ૦ કાટમાળ, કચરો, ઇ૦ નાખવો – ફેંકવો – નો ઢગલો કરવો; નીચે ફેંકી દેવું; વધારાનો માલ ઓછી કિંમતે પરદેશ(ના બજાર)માં મોકલવો; [વાત.] નાખી દેવું. ના૦ ઉકરડો; દારૂગોળા ઇ૦ની કામચલાઉ વખાર; [વાત.] ઉત્સાહ મારી નાખે તેવી જગ્યા; [બ૦ વ૦માં] વિષાદ, ખિન્નતા.

du'mpling (ડમ્પ્લિંગ), ના૦ કઢી ઇ૦માં ઉકાળેલો લોટનો ગોળો.

du'mpy (ડમ્પિ), વિ૦ ઠીંગણું અને મજબૂત, ગઠ્ઠું.

dun[1] (ડન), વિ૦ ઝાંખા ભૂખરા રંગનું. ના૦ ઝાંખો ભૂખરો રંગ; એ રંગનો ઘોડો.

dun[2], ના૦ સતત તગાદો કરનાર લેણદાર; ચાંપતી ઉઘરાણી કરનાર. સ૦ ક્રિ૦ તગાદો-ચાંપતી ઉઘરાણી – કરવી.

dunce (ડન્સ), ના૦ ઠોઠ નિશાળિયો, ઢ.

du'nderhead (ડંડર્હે'ડ), ના૦ મૂરખ – જડસુ – માણસ.

dune (ડ્યૂન), ના૦ પવનથી ભેગો થયેલો રેતીનો ટેકરો, ઢૂવો.

dung (ડંગ), ના૦ છાણ, લીદ, ઇ૦ પશુની હગાર; ખાતર. સ૦ ક્રિ૦ ખાતર પૂરવું. **~hill,** ઉકરડો.

dungaree' (ડંગરી), ના૦ હિન્દનું એક જાતનું જાડું કપડું; [બ૦ વ૦] તેનો સૌથી ઉપર પહેરવાનો પોશાક.

du'ngeon (ડંજન), ના૦ ભોંયરાનું બંદીખાનું, અંધારકોટડી.

dunk (ડંક), ઉ૦ ક્રિ૦ (રોટી ઇ૦) ખાતી વખતે સૂપ ઇ૦માં બોળવું.

du'nlin (ડન્લિન), ના૦ લાલ પીઠવાળું એક પક્ષી, ટિટોડી.

du'nnage (ડનિજ), ના૦ વહાણના માલની વચ્ચે વચ્ચે કે નીચે ભરેલો સામાન તેને સાચવવા માટે; [વાત.] પરચૂરણ સામાન.

du'nnock (ડનક), ના૦ એક જાતની ચકલી (વાડમાં રહેતી).

du'o (ડ્યૂઓ,), ના૦ [બ૦ વ૦ **~s**] નટોની જોડી; યુગલગીત.

duode'cimal (ડ્યૂઅડે'સિમલ), વિ૦ બારનું કે બારાંશોનું; બારબારથી આગળ વધતું.

duode'cimo (ડ્યૂઅડે'સિમો,) ના૦ પુસ્તકનું બાર પેજી કદ.

duode'num (ડ્યૂઅડીનમ), ના૦ હોજરી પાસેનો નાના આંતરડાનો ભાગ. **duode'nal** (ડ્યૂઅડી'નલ), વિ૦.

du'ologue (ડ્યૂઅલૉગ), ના૦ બે જણ વચ્ચેનો સંવાદ.

dupe (ડ્યૂપ), સ૦ક્રિ૦ છેતરીને કામ કઢાવવું. ના૦ છેતરાયેલું – ભોળું – માણસ.

du'ple (ડ્યૂપલ), વિ૦ **~ time,** [સં.] બે : એકનો તાલ.

du'plex (ડ્યૂપ્લે'ક્સ), વિ૦ બે તત્ત્વો-વાળું; બેવડું.

du'plicate (ડ્યૂપ્લિકટ), વિ૦ બેવડું, બે ગણું; બરાબર તે જ જાતનું બીજું, પ્રતિકૃતિરૂપ. ના૦ બે તદ્દન સરખી વસ્તુઓમાંથી કોઈ પણ એક. સ૦ ક્રિ૦ (–કેટ) મૂળ જેવી નકલ બનાવવી, પ્રતિ-કૃતિ કરવી; ફરી કરવું; બેવડાવવું. **duplica'tion** (–કેશન), ના૦.

du'plicator (ડ્યૂપ્લિકેટર), ના૦ દસ્તા-વેજોની નકલો કરવાનું યંત્ર.

dupli'city (ડ્યુપ્લિસિટિ), ના૦ કપટ-ભાવ, દોરંગીપણું.

du'rable (ડ્યુઅરબલ), વિ૦ ટકાઉ. **durabi'lity** (–બિલિટિ), ના૦.

dura ma'ter (ડ્યુઅરે'મેટર), મગજ-ની ઉપરની અન્તરત્વચા, દૃઢ આવરણ.

dur'ance (ડ્યુઅરન્સ), ના૦ [પ્રા.] કેદ.

dura'tion (ડ્યુઅરેશન), ના૦ ટકવું તે; (ટકવાની) અવધિ.

dure'ss (ડ્યુઅરિસ), ના૦ ગેરકાયદે દબાણ, જોર જબરદસ્તી, ધાકધમકી.

du'ring (ડ્યુઅરિંગ), નામ૦ અ૦ -માં, તેવામાં, આખા સમય દરમિયાન,

dusk (ડસ્ક), ના૦ સંધ્યાનો અંધારાનો સમય; અસ્પષ્ટતા.

du'sky (ડસ્કિ), વિ૦ ઝાંખું, અંધારું; ઘેરા કાળા(શ પડતા) રંગનું.

dust (ડસ્ટ), ના૦ ધૂળ, ધૂળના જેવી બારીક ભૂકી; મૃત વ્યક્તિના અવશેષ, માટી. ઉ૦ ક્રિ૦ ઉપર ભૂકી ભભરાવવી – છાંટવી; ધૂળ સાફ કરવી. **~bin,** કચરાપેટી – ટોપલી. **~-bowl,** ઝાડપાન નાશ પામ્યાથી વેરાન બનેલી જગ્યા. **~-cart,** ઘરોના કચરાની ગાડી. **~-cover, -jacket,** ચોપડીનું મલપૃષ્ઠ-આવરણ. **~-man,** કચરાપેટીઓ ખાલી કરનાર ઝાડુવાળો. **~pan,** કચરો

ભેગો કરવાની સૂપડી. **~-up,** [વાત.] લડાઈ, અશાંતિ.

du'ster (ડસ્ટર), ના૦ ઝાપટિયું.

du'sty (ડસ્ટિ), વિ૦ ધૂળવાળું, ધૂળથી ઢંકાયેલું.

Dutch (ડચ), વિ૦ નેધરલૅન્ડનું, તેના લોકોનું કે તેમની ભાષામંનું. ના૦ ડચ ભાષા – લોકો. **~ auction,** જેમાં ઘરાક મળે ત્યાં સુધી કિંમત ઘટાડવામાં આવે છે તે હરાજી(નો પ્રકાર). **~ barn,** સૂકા ઘાસની ગંજી ઢાંકનારું વાંસના થાભલા પરનું છાપરું. **~ courage,** શરાબના નશાથી આવતી હિંમત. **~man,** નેધરલૅન્ડઝ્નો વતની. **~ treat,** જેમાં દરેક જણ પોતાના ભાગના પૈસા આપે એવી ઉજાણી, મેળાવડો, ઇ૦ **~wom-an,** ના૦.

du'teous (ડયૂટિઅસ), વિ. કર્તવ્યનિષ્ઠ – પરાયણ.

du'tiable (ડયૂટિઅબલ); વિ૦ જકાત વેરાને પાત્ર.

du'tiful (ડયૂટિફુલ), વિ૦ કર્તવ્યનિષ્ઠ–પરાયણ.

du'ty (ડયૂટિ), ના૦ કર્તવ્ય, ફરજ; નિયત કામગીરી; વેરો, કર.

du'vet (ડયૂવે'ટ), ના૦ રજાઈ, ગોદડું.

D.V., સંક્ષેપ. Deo volente.

dwarf (ડ્વાર્ફ), ના૦ સામાન્ય કરતાં ઘણું નાનું માણસ, વનસ્પતિ, ઇ૦; ઠીંગુ, વામન; ભારે ઘનત્વવાળો નાનકડો તારો; [જર્મૅનિક પુરાણ] ધાતુકામમાં નિપુણ નાનકડું અલૌકિક પ્રાણી. વિ૦ ઠીંગરાયેલું, નાના કદનું. સ૦ ક્રિ૦ વિકાસ રૂંધવો; સરખામણીમાં નાનું દેખાય તેમ કરવું.

dwell (ડ્વે'લ), અ૦ ક્રિ૦ **[dwelt]** રહેવું, વસવું; –ની ઉપર ધ્યાન સ્થિર કરવું; –ને વિશે લંબાણથી બોલવું-લખવું.

dwe'lling (ડ્વે'લિંગ), ઘર, રહેઠાણ. **~-house,** રહેવાનું મકાન (દુકાન, ઑફિસ ઇ૦થી ભિન્ન).

dwi'ndle (ડ્વિન્ડલ), અ૦ ક્રિ૦ ક્ષીણ થવું, ઘટવું, મહત્ત્વ ગુમાવવું.

dye (ડાઇ), ઉ૦ક્રિ૦ **[dyeing]** રંગવું, -ને રંગ દેવો; અમુક રંગનું બનાવવું; રંગ લેવો (કાપડ ઇ૦એ). ના૦ રંગ; રંગદ્રવ્ય.

dying (ડાઇંગ), **die**નું વર્ત૦ કૃ૦.

dyke (ડાઇક), જુઓ **dike.**

dyna'mic (ડાઇનૅમિક), વિ૦ ગતિશક્તિ-પ્રેરકશક્તિ–વાળું; ગતિશીલ,ક્રિયાશીલ; જોમ-વાળુ, સબળ. ના૦ પ્રેરક શક્તિ. **dyna'-mics** (-મિક્સ), ના૦ બ૦ વ૦ [એક વ૦ની જેમ વપરાતું] ગતિશાસ્ત્ર, ચલપદાર્થ-શાસ્ત્ર.

dyna'mical (ડાઇનૅમિકલ), વિ૦ ગતિ-શાસ્ત્રનું, ગતિશીલતાનું.

dy'namism (ડાઇનમિઝ્મ), ના૦ ગતિ-શીલતા, ગતિ; ચારિત્ર્યબળ; [તત્ત્વ૦] ભૌતિક અને માનસિક ઘટનાઓ એ કેવળ ભિન્ન ભિન્ન બળોની ક્રિયાનું પરિણામ છે એ સિદ્ધાન્ત.

dy'namite (ડાઇનમાઇટ), ના૦ નાઇટ્રૉ-ગ્લિસરીનમ થી બનતો એક ભારે સ્ફોટક પદાર્થ, સુરંગ. સ૦ ક્રિ૦ સુરંગ મૂકીને ઉડાવી દેવું.

dy'namo (ડાઇનમો), ના૦ [બ૦વ૦ **~-s**] યાંત્રિક શક્તિનું વિદ્યુત્શક્તિમાં રૂપાંતર કરનાર યંત્ર; [લા.] ભારે ઉત્સાહી માણસ.

dy'nast (ડિનસ્ટ, ડાઇ-), ના૦ રાજવંશ-નો માણસ–વંશજ.

dy'nasty (ડિનૅસ્ટિ), ના૦ રાજવંશ, વંશ. **dyna'stic** (-સ્ટિક), વિ૦.

dyne (ડાઇન), ના૦ [પદાર્થ.] બળનો એકમ.

dy'sentery (ડિસન્ટરિ), ના૦ મરડો. **dysente'ric** (–ટૅ'રિક), વિ૦.

dysle'xia (ડિસ્લે'ક્સિઅ), ના૦ શબ્દો જોઈ ને તેનો અર્થ ન કરી શકવાનો મગજનો એક વિકાર. **dysle'xic** (–સિક), વિ૦.

dyspe'psia (ડિસ્પે'પ્સિઅ), ના૦ અગ્નિમાંદ્ય, અપચન.

dyspe'ptic (ડિસ્પે'પ્ટિક), વિ૦ અને ના૦ અગ્નિમાંદ્યનું (રોગી).

dy'strophy (ડિસટ્રફિ), ના૦ સદોષ આહાર. **muscular ~,** આનુવંશિક કારણોથી વધતી જતી સ્નાયુક્ષીણતા – થતો સ્નાયુક્ષય.

E

E., સંક્ષેપ, east(ern).

each (ઇચ), વિ૰ અને સર્વં૰ (બે કે વધુમાંથી) દરેક જણ, પ્રત્યેક. **~ way,** (હોડ અંગે) જીતવા કે પહેલા ત્રણમાં આવવા માટે ઘોડા ઇ૰ પર લગાવાતું.

ea'ger (ઈગર), વિ૰ તીવ્ર ઇચ્છાવાળું, આતુર, ઉત્કંઠિત અને અધીર.

ea'gle (ઈગલ), ના૰ ગરુડ પક્ષી; ગરુડનું ચિહ્ન કે આકૃતિ, વિ૰ક૰ અમે.ના પ્રતીક તરીકે; [ગોલ્ફ] બે ફટકામાં પહોંચવાની ગબી. **~ eye,** તીક્ષ્ણ દૃષ્ટિ, જાગરૂકતા.

ear[1] (ઇઅર), ના૰ કાન, કર્ણ, વિ૰ ક૰ તેનો બહારનો ભાગ; શ્રવણેન્દ્રિય; ધ્યાન, લક્ષ; ધ્વનિ પારખવાની શક્તિ; કાનના આકારની વસ્તુ. **~-ache,** કાન(ના પડદા)નો દુખાવો – દરદ, કર્ણશૂળ. **~-drum,** કાનનો પડદો. **~mark,** ના૰ ઘેટાં ઇ૰ના કાન પર કરાતી ધણીની – ઓળખવાની – નિશાની. સ૰ ક્રિ૰ એવી રીતે નિશાની કરવી; [લા.] (ધન ઇ૰) કોઈ ખાસ કાર્ય માટે અંકિત કરવું. **~phone,** રેડિયો અથવા ટેલિફોન સાંભળવા માટે કાને પહેરાતું સાધન. **~-plug,** પાણી, અવાજ, ઇ૰થી કાનનું રક્ષણ કરવા માટે અથવા રેડિયો સાંભળવા માટે કાને ધરાતું સાધન. **~-ring,** કર્ણકુંડલ, વાળી, એરિંગ. **~shot,** અવાજ સાંભળી શકાય એટલું છેટું, ઘાંટાનો ટપ્પો. **~-trumpet,** સાંભળવા માટે કાને ધરાતું ભૂંગળું.

ear[2], ના૰ કણસલું, ડૂંડું; માંજર (ફૂલ કે બીયાંની).

earl (અર્લ), ના૰ માર્ક્વિસથી ઊતરતી કોટીનો બ્રિટિશ ઉમરાવ, અર્લ. **E~ Marshal,** હેરલ્ડ્ઝ્ કૉલેજનો પ્રમુખ (અધિકારી).

ear'ly (અર્લિ), વિ૰ અને ક્રિ૰ વિ૰ હંમેશના, અપેક્ષિત કે નિયત સમય પહેલાં-(નું), સમય પાકે તે પહેલાં(નું); દિવસ, રાત, કે વિકાસ આગળ વધે તે પહેલાં(નું).

earn (અર્ન), સ૰ક્રિ૰ કમાવું, રળવું; -માંથી આવક કે વ્યાજ મળવું; કામ કે મહેનત બદલ બદલો મેળવવો; બદલા માટે લાયક કે હકદાર હોવું.

ear'nest[1] (અર્નિસ્ટ), વિ૰ ગંભીર, નજીવું નહિ; આતુર, ઉત્સાહી. ના૰ ગાંભીર્ય.

ear'nest[2], ના૰ બાનું; ભાવિની નિશાની, પૂર્વ ચિહ્ન.

ear'nings (અર્નિંગ્ઝ્), ના૰ બ૰વ૰ કમાણી.

earth (અર્થ), ના૰ પૃથ્વી, ધરતી; જમીન, ભૂમિ; માટી, મટોડી; ખેતીની જમીન; શિયાળ ઇ૰નો દર; [વીજળી.] વિદ્યુત-મંડળ (સર્કિટ) પૂરું કરવા માટેનું જમીન સાથે જોડાણ. **run to ~,** [લા.] લાંબી શોધખોળ કરીને મેળવવું – પછી મળવું. સ૰ક્રિ૰ (છોડનાં મૂળિયાં) માટીથી ઢાંકવાં; [વીજળી.] ધરતી સાથે જોડાણ કરવું. **~-closet,** ખાડા જાજરૂ. **~work,** માટીની પાળ – પુસ્તો. **~worm,** અળસિયું.

ear'then (અર્ધન), વિ૰ માટીનું અથવા શેકેલી માટીનું બનાવેલું. **~ware,** શેકેલી માટી, તેનાં બનાવેલાં વાસણ.

ear'thly (અર્થલિ), વિ૰ ધરતીનું, દુન્યવી, ઐહિક. **no ~ use etc.,** જરાય – કશા – કામનું નહિ. **not an ~,** [વિ૰બો૰] જરાય સંભવ નથી.

ear'thquake (અર્થ'ક્વેક), નાo ધરતીકંપ.

ear'thy (અર્થિ), વિo પૃથ્વીનું – માટીનું–ના જેવું; દુન્યવી, સાવ સ્થૂળ.

ear'wig (ઇઅરવિંગ), નાo છેડે મોટા ચીપિયા જેવા અંગવાળું એક જીવડું.

ease (ઈઝ઼), નાo ચેન, આરામ, રાહત, છૂટ; સગવડ, સહેલાઈ. ઉoક્રિo દરદ મટાડવું – શમાવવું; હળવું – ઢીલું–કરવું – થવું; હળવેથી જોર વાપરીને ખસેડવું. ~ (off), ઓછું ભારરૂપ કે ઓછું કડક થવું; સ્વસ્થ થવા માંડવું. **ea'seful** (–ફુલ), વિo.

ea'sel (ઈઝ઼લ), નાo ચિત્ર, પાટિયું, ઇo મૂકવાની ઘોડી – આધાર.

ea'sement (ઈઝ઼્મન્ટ), નાo [કા.] બીજાની મિલકતમાંથી જવાઆવવાનો હક.

east (ઈસ્ટ), નાo પૂર્વ(દિશા); દુનિયા, દેશ, શહેર, ઇoનો પૂર્વ ભાગ; દેવળનો વેદી તરફનો છેડો. વિo પૂર્વમાં આવેલું, પૂર્વ તરફથી આવતું – તરફ જતું, ઇo. ક્રિoવિo પૂર્વમાં, પૂર્વ તરફથી, પૂર્વ તરફ. **E~ End**, લંડનનો પૂર્વ ભાગ. **E~ side**, મેનહટનનો પૂર્વ ભાગ. **ea'stward** (–વર્ડ), ક્રિo વિo, વિo અને નાo. **ea'stwards** (–વર્ડ્ઝ઼), ક્રિo વિo.

Ea'ster (ઈસ્ટર), નાo ઈશુના પુનરુત્થાનનો તહેવાર – પર્વ. ~ **egg**, ઈસ્ટરની ભેટનું વિoકo ચાકલેટનું બનાવટી ઈંડું.

ea'sterly (ઈસ્ટર્લિ), વિo પૂર્વ તરફનું – તરફ જતું.

ea'stern (ઈસ્ટર્ન), વિo પૂર્વનું, પૂર્વમાંનું. **E~ Church**, જૂનું રૂઢિચુસ્ત ખ્રિસ્તી ચર્ચ.

ea'sterner (ઈસ્ટર્નર), નાo પૂર્વ-(તરફ)નો રહેવાસી.

ea'sy (ઈઝ઼િ), વિo સુખરૂપ, સુખી, સ્વસ્થ; સહેલું; સહેલાઈથી માને એવું; નિરાંતવાળું, શાંત. ક્રિo વિo સહેલાઈથી, નિરાંતે, આરામથી. ~ **chair**, આરામખુરશી. ~**-going**, બહુ ધાંધલ કે ચિંતા ન કરે એવું, સમાધાની વૃત્તિવાળું. ~ **money**, અનાયાસે મળેલો પૈસો.

eat (ઈટ), ઉoક્રિo [**ate** એ'ટ; **ea'ten**] ચાવીને ગળી જવું, ખાવું; ખાઈ જવું, જમવું; -નો નાશ કરવો, ખલાસ કરવું.

ea'tables (ઈટબલ્સ), નાo બoવo ખાદ્ય વસ્તુઓ.

eau-de-Colo'gne (ઓ ડ કલોન), નાo કલોન શહેરમાં બનેલું સુગંધી દ્રવ્ય, કોલનવૉટર.

eaves (ઈવ્ઝ઼), નાo બo વo નેવાં.

ea'vesdrop (ઈવ્ઝ઼્ડ્રૉપ), અo ક્રિ બીજાની અંગત વાતચીત ગુપ્તપણે સાંભળવી.

ebb (એ'બ), નાo વળતાં પાણી, ઓટ; પડતી, હ્રાસ. અo ક્રિo ઓટ થવી; પડતી દશા બેસવી.

e'bonite (એ'બનાઇટ), નાo સખત બનાવેલું રબર.

e'bony (એ'બનિ), નાo કઠણ અને ભારે કાળું લાકડું, અબનૂસ. વિo અબનૂસનું બનેલું – ના જેવું કાળું.

ebu'llient (ઇબલિઅન્ટ), વિo ઊકળતું, ઊભરાતું. **ebu'llience** (–અન્સ), નાo.

ebulli'tion (એ'બુલિશન), નાo ઊકળવું તે; ઊભરો; સ્ફોટ.

E.C., સંક્ષેપ. East Central.

ecce'ntric (ઇક્સે'ન્ટ્રિક), વિo જેમનું મધ્યબિંદુ એક નથી એવું; વિષમકેન્દ્ર; કેન્દ્રમાં નહિ આવેલું; જેની ધરી મધ્યમાં નથી એવું; વર્તુળાકાર નહિ એવું; અનિયમિત; વિચિત્ર; તરંગી. નાo ચક્રમ, લહેરી – વિક્ષિપ્ત – માણસ. **eccentri'city** (-સિટિ), નાo.

ecclesia'stic (ઇક્લિઝ઼િઍસ્ટિક), નાo ધર્મોપદેશક, પાદરી.

ecclesia'stical (ઇક્લિઝ઼િઍસ્ટિકલ), વિo ચર્ચનું કે પાદરીનું.

E.C.G., સંક્ષેપ. electrocardiogram.

e'chelon (એ'શલન), નાo પગથિયાં જેવી સમાંતર ટુકડીઓવાળી વ્યૂહરચના, એના જેવી જ બીજી કોઈ (દા.ત. વહાણોની) રચના; કોઈ સંગઠન કે સંસ્થામાં

અમુક સ્તર પરનું માણસોનું જૂથ.

echi'dna (ઇકિડ્નૅ), ના૦ ઑસ્ટ્રે.નું દર ખોદનારું એક પ્રાણી.

e'cho (એ'કો), ના૦ [બ૦ વ૦ **~es**] પડઘો; આબેહૂબ નકલ. ઉ૦ ક્રિ૦ પડઘાથી ગુંજવું; ફરી બોલાવું - બોલી જવું; નકલ કરવી.

eclair' (એ'ક્લે'અર), ના૦ મલાઈ નાખીને બનાવેલી ખાંડ ભભરાવેલી આંગળીના આકારની કેક.

e'clat' (એ'ક્લા), ના૦ ઝળહળતી ફતેહ; પ્રતિષ્ઠા.

ecle'ctic (ઇક્લે'ક્ટિક), વિ૦ અને ના૦ જુદી જુદી વિચારસરણીઓમાંથી સિદ્ધાંતો પસંદ કરનાર (પ્રાચીન ફિલસૂફ); જુદી જુદી જગ્યાએથી છૂટથી ઉછીનું લેનાર (માણસ); સારસંગ્રાહક.

ecli'pse (ઇક્લિપ્સ), ના૦ ગ્રહણ (સૂર્ય, ચંદ્ર, ઇ૦નું); તેજ કે કાંતિનો ક્ષય - લોપ. સ૦ ક્રિ૦ ઝાંખું પાડવું, -ને ટપી જવું, ગ્રસવું.

ecli'ptic (ઇક્લિપ્ટિક), ના૦ ક્રાન્તિવૃત્ત.

e'clogue (એ'ક્લૉગ), ના૦ ગોપકાવ્ય.

eco'logy (ઇકૉલજિ), ના૦ જીવોના એકબીજા સાથેના તેમ જ આસપાસની પરિસ્થિતિ સાથેના સંબંધો(ને લગતી જીવવિજ્ઞાનની શાખા), પરિસ્થિતિ વિજ્ઞાન. **ecolo'gical** (ઇકલૉજિકલ), વિ૦. **eco'logist** (ઇકૉલજિસ્ટ), ના૦.

econo'mic (ઇકનૉમિક), વિ૦ અર્થશાસ્ત્રનું - શાસ્ત્રીય; નફા માટે કરાતું - ચલાવાતું; વહેવારુ, ઉપયુક્તતાવાદી; ખરચ કાઢનારું. **econo'mics** (-ક્સ), ના૦ બ૦ વ૦ અર્થશાસ્ત્ર, સંપત્તિશાસ્ત્ર; વિશિષ્ટ વિષયને અંગે તેનો વિનિયોગ. **eco'nomist** (ઇકૉનમિસ્ટ), ના૦.

econo'mical (ઇકનૉમિકલ), વિ૦ કરકસર કરનારું, ત્રેવડવાળું, બગાડ ન કરનારું.

eco'nomize (ઇકૉનમાઇઝ઼), ઉ૦ ક્રિ૦ કરકસર કરવી; ખરચ ઘટાડવું.

eco'nomy (ઇકૉનમિ), ના૦ પેઢીઓ, રાજ્યની સાધનસંપત્તિ અથવા ધંધો કે ઘરની વ્યવસ્થા, કરકસર, ત્રેવડ; સાધનસંપત્તિનો કરકસરથી કરેલો ઉપયોગ.

e'cru (એક્રૂ), ના૦ વણધોયેલા શણના કાપડનો (આછો બદામી) રંગ.

e'cstacy (એ'ક્સ્ટસિ), ના૦ અત્યાનંદ; હર્ષોન્માદ; તન્મયાવસ્થા; (ભાવ) સમાધિ.

ecsta'tic (ઇક્સ્ટૅટિક), વિ૦ ભાવોન્માદવાળું; અત્યાનન્દનું - માં લીન.

E.C.T., સંક્ષેપ. electroconvulsive therapy

e'ctoplasm (એ'કટપ્લૅઝ઼મ), ના૦ સમાધિમાં મગ્ન થયેલા પ્રેતાત્મા સાથે સંપર્ક સાધનાર માધ્યમના શરીરમાંથી ઝરતો મનાતો ચીકણો પદાર્થ.

ecume'nical (ઇક્યુમે'નિકલ), વિ૦ સમગ્ર ખ્રિસ્તી-દુનિયાનું (પ્રતિનિધિભૂત); તમામ ખ્રિસ્તી લોકોમાં એકતા સ્થાપવા માગતું, વિશ્વવ્યાપી. **ecu'menism** (-મનિઝ઼મ), ના૦. **ecume'nicalism** (મે'નિકલિઝ઼મ), ના૦.

e'czema (એક્સિમૅ), ના૦ ખરજવું.

ed., સંક્ષેપ. edited; edition: editor.

E'dam (ઈડૅમ), ના૦ ગોળાકાર ડચ પનીર (ચીઝ઼) ઉપર રાતા પડવાળું.

e'ddy (એ'ડિ), ના૦ નાનકડો ભમર, વમળ; વમળની જેમ ફરતો ધુમાડો ઇ૦. ઉ૦ક્રિ૦ વમળની જેમ ભમવું, -નાં વમળ ભમવાં.

e'delweiss (એડલ્વાઇસ), ના૦ સફેદ ફૂલવાળો આલ્પ્સનો એક છોડ.

E'den (ઈડન), ના૦ (**Garden of**) **~**, આદમ અને ઈવનું રહેઠાણ; આનંદ કે સુખનું સ્થાન - સ્થિતિ.

ede'ntate (ઇડેન્ટેટ), વિ૦ ઓછા દાંતવાળું કે દાંત વિનાનું.

edge (એ'જ), ના૦ છરી ઇ૦ (ના પાના)ની ધારવાળી બાજુ; તેની ધાર - તીક્ષ્ણતા; ડુંગરની ટોચની ધાર, બે સપાટીઓ જ્યાં એકાએક મળે છે તે રેષા; કોર; પાતળી કે સપાટ વસ્તુની સાંકડી બાજુ; હદ (ની રેષા); ધાર, કોર. **on the ~**, પ્રક્ષુબ્ધ,

ખિજાયેલું. **have the ~ on,** -ની સરસાઈ હોવી. ઉ૦ક્રિ૦ ધાર કાઢવી; -ને કિનારી મૂકવી, -ની કિનારી હોવી; ધીમે ધીમે કતરાતાં આગળ વધવું. **~-tool,** કાપવાનું ધારવાળું ઓજાર. **~ways, ~wise,** સૌથી આગળ કે ઉપર ધાર કરીને; ધારે ધારે.

e'dging (એ'જિંગ), ના૦ કોર, કિનારી; સીમાન્ત.

e'dgy (એ'જિ), વિ૦ ચીઢિયું, મિજાજી.

e'dible (એ'ડિબલ). વિ૦ અને ના૦ ખાવાયોગ્ય, ખાદ્ય, (વસ્તુ). **edibi'lity** (-બિલિટિ), ના૦.

e'dict (ઇડિક્ટ), ના૦ રાજાજ્ઞા.

e'difice (એ'ડિફિસ), ના૦ ઇમારત, મકાન, વિ૦ક૦ મોટું ભવ્ય.

e'dify (એ'ડિફાઇ), સ૦ ક્રિ૦ સુધારવું વિ૦ક૦ માનસિક અથવા નૈતિક દૃષ્ટિથી. **edifica'tion** (-ફિકેશન), ના૦.

e'dit (એ'ડિટ), સ૦ ક્રિ૦ પ્રકાશન માટે તૈયાર કરવું; ચિત્રપટ્ટીઓ ઇ૦ માં કાપકૂપ કરીને, એક બીજા સાથે મેળવીને સળંગ ચિત્રપટ તૈયાર કરવો; -ના સંપાદકનું કામ કરવું; નવેસર લખવું; -માં ફેરફાર કરવો.

edi'tion (ઇડિશન), ના૦ ચોપડી ઇ૦ની સંપાદિત અથવા પ્રકાશિત નકલ; ચોપડી, સામયિક, ઇ૦ની એકી વખતે છાપેલી પ્રતો, આવૃત્તિ.

e'ditor (એ'ડિટર), ના૦ સંપાદક; તંત્રી, અધિપતિ, (છાપાનો); પ્રકાશક સંસ્થાના અમુક વિભાગનો ઉપરી.

editor'ial (એ'ડિટોરિઅલ), વિ૦ અને ના૦ સંપાદકીય (લેખ).

e'ducate (એ'ડ્યુકેટ), સ૦ક્રિ૦ (બાળકને) ઉછેરવું કેળવવું; શાળાની કેળવણી આપવી; તાલીમ આપવી; માનસિક અને નૈતિક વિકાસ થાય તેમ કરવું. **e'ducable** (એ'ડ્યુકબલ), વિ૦. **educa'tion** (-કેશન), ના૦. **e'ducator** (-કેટર), ના૦. **educa'tional** (-કેશનલ), વિ૦ **e'ducative** (એ'ડ્યુકટિવ), વિ૦.

educa'tion(al)ist (-કેશનિસ્ટ, -કેશનલિસ્ટ), ના૦ કેળવણીકાર.

edu'ce (ઇડ્યૂસ), સ૦ક્રિ૦ બહાર કાઢવું, વિકસિત કરવું. **edu'ction** (ઇડક્શન,) ના૦.

Edwar'dian (એડ્વર્ડિઅન), વિ૦ અને ના૦ સાતમા એડવર્ડના સમય કે રાજ્યકાળ (૧૯૦૧-૧૦)નું -નાં લક્ષણોવાળું-(માણસ.)

E.E.C., સંક્ષેપ. European Economic Community.

E.E.G., સંક્ષેપ. electroencephalogram.

eel (ઇલ), ના૦ (સર્પાકાર) બામ માછલી.

eer'ie (ઇઅરિ), વિ૦ વિચિત્ર, અજબ.

effa'ce (ઇફેસ), સ૦ ક્રિ૦ ભૂસી નાખવું, ઘસી કાઢવું; -થી ચડી જવું, -ને ઝાંખું પાડવું; પોતાની જાતને પડદા પાછળ રાખવું. **effa'cement** (-મન્ટ), ના૦.

effe'ct (ઇફે'ક્ટ), ના૦ પરિણામ, અસર, ફળ; છાપ; પરિણામકારકતા; [બ૦ વ૦માં] માલમતા; નાટક ઇ૦માં સાથ માટે યોજાતા પ્રકાશ, ધ્વનિ, ઇ૦. સ૦ક્રિ૦ થાય તેમ કરવું, સાધવું, પાર પાડવું.

effec'tive (ઇફે'કિટવ), વિ૦ પરિણામ-ગુણ - કારક; પ્રભાવશાળી; મૂર્ત, પ્રત્યક્ષ; વિદ્યમાન.

effe'ctual (ઇફે'ક્ટ્યુઅલ), વિ૦ ધાર્યો ઉદ્દેશ પાર પાડનારું; યોગ્ય, સાર્થક.

effe'ctuate (ઇફે'ક્ચ્યુએટ), સ૦ ક્રિ૦ પાર પાડવું; પૂર્ણ કરવું.

effe'minate (ઇફે'મિનિટ), વિ૦ બાયલું, સ્ત્રી સરખું. **effe'minacy** (-નસિ), ના૦.

efferve'sce (એફર્વે'સ), અ૦ ક્રિ૦ -ને ઊભરો આવવો, ઊભરાવું, -ની ઉપર પરપોટા ઊઠવા. **efferve'scent** (-સન્ટ), વિ૦. **efferve'scence** (-સન્સ), ના૦.

effe'te (એ'ફીટ), વિ૦ ખખડી ગયેલું, નબળું.

effica'cious (એ'ફિકેશસ), વિ૦ ચુંધા પરિણામ લાવવારું, ગુણકારક. **e'fficacy** (એ'ફિકસિ), ના૦.

effi'cient (ઇફિશન્ટ), વિ૦ કાર્યસાધક,

કાર્યક્ષમ; ધાર્યું પરિણામ લાવવાને સમર્થ. **effi'ciency** (-શિઅન્સિ), નાo.

e'ffigy (એ'ફિજિ), નાo પ્રતિમા, છબી.

efflore'sce (ઍ'ફ્લરે'સ), અoક્રિo -ને મોર આવવો, કળીઓ બેસવી, પ્રફુલ્લ થવું. **efflore'scence** (-સન્સ), નાo. **efflore'scent** (-સન્ટ), વિo.

e'ffluence (એ'ફ્લુઅન્સ), નાo (પ્રવાહી ઇoનું) બહાર વહી જવું તે; વહી જતી વસ્તુ.

e'ffluent (એ'ફ્લુઅન્ટ), વિo બહાર વહી જતું. નાo સરોવર ઇo માંથી વહેતી નદી ઇo; ગંદા પાણીની ટાંકીમાંથી, ઉદ્યોગની પ્રક્રિયામાંથી બહાર પડતું મેલું-નુકસાનકારક પ્રવાહી.

efflu'vium (એ'ફ્લુવિઅમ), નાo [બoવo **-via**] દુર્ગંધ, બદબો, બહાર નીકળતી ખરાબ હવા.

e'ffort (એ'ફર્ટ), નાo સખત શ્રમ, આયાસ; જોરદાર પ્રયત્ન; પ્રયોજિત બળ; [વાત.] પ્રયત્ન વડે સાધેલી વસ્તુ.

effro'ntory (ઇફ્રન્ટરિ), નાo ઉદ્ધતાઈ; નફ્ટાઈ.

effu'lgent (એ'ફલ્જન્ટ), વિo ચળકતું, તેજસ્વી. **effu'lgence** (-જન્સ), નાo.

effu'se (ઇફ્યૂઝ), સoક્રિo બહાર ફેંકવું - વહેવડાવવું.

effu'sion(ઇફ્યૂઝન), નાo ઊભરો, પ્રવાહ.

effu'sive (ઇફ્યૂસિવ), વિo જોરથી બહાર નીકળતું - વહેતું; સ્નેહ અને લાગણીનો ઊભરો બતાવનારું.

eft (એ'ફ્ટ), નાo ગરોળીના જેવું ઉભયચર પ્રાણી.

E.F.T.A., સંક્ષેપ. European Free Trade Association

e.g., સંક્ષેપ. *exempli gratia* –for example.

egalita'rian (ઇગૅલિટે'અરિઅન), વિo અને નાo સમતાવાદી, બધા માનવો સરખા છે એમ માનનાર.

egg¹ (એ'ગ), નાo ઈંડું; અંડ; પાળેલી મરઘીનું ખાવાનું ઈંડું; અંડાણુ. **~head,** [વાત.] બુદ્ધિશાળી માણસ. **~-plant,** રીંગણી (નો છોડ). **~-timer,** ઈંડું રાંધવાનો સમય જોવાનું સાધન.

egg², સoક્રિo **~ on,** કશું કરવા વગેરે પ્રેરવું.

e'glantine (એ'ગ્લન્ટાઇન), નાo સુગંધી પાંદડાંવાળું જંગલી ગુલાબ.

e'go (ઈ ગો, એ'-), નાo અહં, જીવ; હું પોતે; અહંકાર; [માનસ.] પ્રત્યગાત્મા.

egoce'ntric (એ'ગસે'ન્ટ્રિક), વિo અહંકેન્દ્રી, સ્વાર્થી.

e'goism (એ'ગોઇઝ્મ), નાo વ્યવસ્થિત આપમતલબી - સ્વાર્થી - પણું; અહંભાવ, અસ્મિતા; મમત, જિદ્દીપણું. **e'goist** (-ઇસ્ટ), નાo. **egoi'stic(al)** (-ઇસ્ટિકલ), વિo.

e'gotism (એ'ગટિઝ્મ), નાo આપવડાઈ; હુંપદ, સ્વાર્થ. **e'gotist** (-ટિસ્ટ), નાo **egoti'stic(al)** (-ટિસ્ટિક, -કલ), વિo.

egre'gious (ઇગ્રિજસ), વિo આઘાતજનક; [પ્રા.] પ્રસિદ્ધ; [હવે] નામચીન.

e'gress (ઇગ્રે'સ), નાo બહાર જવું તે - જવાનો રસ્તો.

e'gret (ઈ ગ્રિટ), નાo નાના કદનો બગલો.

Egy'ptian (ઇજિપ્શન), વિo મિસર (ઇજિપ્ત)નું-ના લોકોનું -ની પ્રાચીન ભાષાનું. નાo મિસરનું વતની કે પ્રાચીન ભાષા.

Egypto'logy (ઇજિપ્ટોલજિ), નાo ઇજિપ્તની પુરાતત્ત્વ વિદ્યા. **Egypto'logist** (-લજિસ્ટ), નાo.

eh (એ), ઉદ્ગાર. તપાસ, નવાઈ નો વાચક.

ei'der (આઇડર), નાo ઉત્તર તરફનું એક જાતનું બતક. **~down,** તેનાં છાતી પરનાં નાનાં સુંવાળાં પીંછાં (ભરેલું ગોદડું).

eight (એટ), નાo અને વિo આઠ; આઠ ખલાસીઓ (વાળી હલેસાંવાળી હોડી); આઠ (8)ના આકારની આકૃતિ. **~some (reel)**, આઠ જણે કરવાનું એક ઉલ્લાસવાળું સ્કૉ. નૃત્ય. **eighth** (એટ્થ), વિo અને નાo.

eightee'n (એટીન), નાo અને વિo

અઢાર (૧૮). **eightee'nth** (-ટીન્થ), વિ૰ અને ના૰.

ei'ghty (એટિ), ના૰ અને વિ૰ એંશી (૮૦). **ei'ghtieth** (-એ'થ), વિ૰ અને ના૰.

eiste'ddfod(આઇસ્ટેધ્વડ), ના૰ વેલ્સના ભાટોની મહાસભા; સંગીત અને સાહિત્યિક હરીફાઈઓનો રાષ્ટ્રીય અથવા સ્થાનિક મેળાવડો.

ei'ther (આઇધર, ઈધર), સર્વ૰ અને વિ૰ બેમાંથી કોઈ પણ એક, બેમાંનો દરેક. ક્રિ૰ વિ૰ પહેલો વિકલ્પ રજૂ કરતી વેળા વપરાય છે; [નકરાત્મક કે પ્રશ્નાર્થક સાથે] પણ, સુધ્ધાં, (નહિ).

eja'culate (ઇજૅક્યુલેટ), ઉ૰ક્રિ૰ એકદમ બોલી ઊઠવું – ઉદ્ગાર કાઢવો, બૂમ પાડવી; શરીરમાંથી પ્રવાહી ઇ૰, વિ૰ક૰ શુક્ર, બહાર ફેંકવું. **ejacula'tion** (-લેશન), ના૰. **eja'culatory** (-લેટરિ), વિ૰.

eje'ct (ઇજે'ક્ટ), સ૰ ક્રિ૰ બહાર ફેંકવું – કાઢવું, કાઢી મૂકવું; સ્રાવવું. **eje'ction** (-શન), ના૰. **eje'ctment** (-ટ્મન્ટ), ના૰.

eje'ctor (ઇજે'ક્ટર), ના૰. ~ **seat** કટોકટી વખતે વિમાનમાંથી વિમાનચાલકને બહાર ધકેલી દેવાની બેઠક – સાધન.

eke (ઈક), સ૰ ક્રિ૰ ~ **out,** ખૂટતી વસ્તુઓ પૂરી પાડવી; મુશ્કેલીથી ગુજરાન ચલાવવું – આજીવિકા મેળવવી.

ela'borate (ઇલૅબરટ), વિ૰ ઝીણવટથી તૈયાર કરેલું; ખૂબ વિકસિત અથવા જટિલ. સ૰ ક્રિ૰ (-રેટ), ઝીણવટથી – વિગતવાર તૈયાર કરવું અથવા સમજાવવું. **elabora'tion** (-રેશન),ના૰. **ela'borative** (-રટિવ), વિ૰. **ela'borator** (– રેટર), ના૰.

e'lan (એલાં) ના૰ [ફ્રૅ.] ઉલ્લાસ, જુસ્સો.

e'land (ઈલન્ડ), ના૰ આફ્રિકાનું કદાવર સાબર.

ela'pse (ઇલૅપ્સ), અ૰ ક્રિ૰ (સમય અંગે) પસાર થવું, વીતવું.

ela'stic (ઇલૅસ્ટિક), વિ૰ લવચીક, સ્થિતિસ્થાપક; ઉલ્લાસી વૃત્તિવાળું, આનંદી; અનુકૂલનક્ષમ; કમાનના ગુણવાળું. ના૰ લવચીક દોરી અથવા કાપડ **elasti'city** (-સ્ટિસિટિ), ના૰.

ela'sticated (ઈલૅસ્ટિકેટિડ), વિ૰ (કાપડ ઇ૰ અંગે) રબરના દોરા સાથે વણીને લવચીક બનાવેલું.

ela'te (ઇલેટ),સ૰ક્રિ૰ ઉત્તેજિત–ઉલ્લસિત–કરવું; ઉશ્કેરવું. **ela'tion** (-લેશન), ના૰.

e'lbow (એ'લ્બો), ના૰ કોણી; તેને ઢાંકતો બાંયનો ભાગ; કોણીના આકારની વસ્તુ. સ૰ ક્રિ૰ કોણીથી ધકેલવું – હડસેલવું. **~-grease,** [મજાકમાં] ખૂબ જોરથી પૉલિશ કરવું તે, સખત મહેનત (નું કામ). **~-room,** કામ કરવા કે હલનચલન માટે મોકળાશ.

e'lder[1] (એ'લ્ડર), ના૰ સફેદ ફૂલ અને કાળાં ફળવાળો એક વૃક્ષ કે ઝાડવું.

e'lder[2], વિ૰ વધુ મોટી ઉંમરનું, પ્રૌઢ. ના૰ મોટી ઉંમરનું માણસ; શરૂઆતના ખ્રિસ્તી, પ્રેસ્બિટેરિયન અથવા મૉર્મોન ધર્મસંઘનો અધિકારી.

e'lderly (એ'લ્ડર્લિ), વિ૰ પ્રૌઢ, ઉત્તર વયનું.

e'ldest (એલ્ડે'સ્ટ), વિ૰ પહેલું જન્મેલું, જયેષ્ઠ અથવા સૌથી મોટી ઉંમરનું હયાત (અપત્ય ઇ૰).

eldora'do (એ'લ્ડરાડો), ના૰ [બ૰ વ૰ ~ **s**] કલ્પિત સુવર્ણભૂમિ.

e'ldritch (એ'લ્ડ્રિચ), વિ૰ [સ્કૉ.] વિચિત્ર, વિકરાળ, કમકમાટી ઉપજાવનારું.

ele'ct (ઇલે'ક્ટ), સ૰ ક્રિ૰ પસંદ કરવું; વીણી કાઢવું; મત આપીને ચૂંટી કાઢવું; મોક્ષ માટે પસંદ કરવું. વિ૰ પસંદ કરેલું; (નામ પછી મુકાતું) ચૂંટી કાઢેલું પણ હજી સ્થાનાપન્ન નહિ થયેલું.

ele'ction (ઇલે'ક્શન), ના૰ પસંદ કરવું તે, ચૂંટણી.

electioneer' (ઇલે'ક્શનિઅર), અ૰ ક્રિ૰ ચૂંટણીઓના કામમાં પડવું.

ele'ctive (ઇલે'ક્ટિવ), વિ૰ (પદ, જગ્યા ઇ૰ અંગે) ચૂંટણી દ્વારા નિમાતું – ભરાતું;

ચૂંટવાની સત્તાવાળું; (અભ્યાસક્રમ અંગે) વૈકલ્પિક.

ele'ctor (ઇલે'ક્ટર) ના૦ મતાધિકારી. **E~**, [ઇતિ.] સમ્રાટના પદ માટેની ચૂંટણીમાં ઊભા રહેવાની લાયકાત ધરાવનાર રાજપુત્ર. **ele'ctoral** (-ટરલ), વિ૦.

ele'ctorate (ઇલે'ક્ટરિટ), ના૦ મતદારમંડળ.

ele'ctric (ઇલે'ક્ટ્રિક), વિ૦ વીજળીનું, વીજળી ભરેલું, વીજળીથી ચાલતું; આશ્ચર્યજનક, ભડકાવનારું. **~ blanket,** અંદરના વીજળીના તારથી ગરમ કરેલો કામળો. **~ chair,** ગુનેગારને મારી નાખવાની વીજળીના પ્રવાહવાળી ખુરશી. **~ eel,** વીજળીના જેવો આઘાત પહોંચાડનારી બામના જેવી એક માછલી. **~ shock,** વીજળીનો આઘાત.

ele'ctrical (ઇલે'ક્ટ્રિકલ), વીજળી સાથે સંબંધવાળું - જોડાયેલું; વીજળીનું - થી ભરેલું કે ચાલતું.

electri'cian (ઇલે'ક્ટ્રિશન), ના૦ વિદ્યુતશાસ્ત્રી, વીજળીના સંચા ચલાવનાર.

electri'city (ઇલે'ક્ટ્રિસિટિ), ના૦ વીજ, વીજળી, વિદ્યુત; વિદ્યુતશાસ્ત્ર.

ele'ctrify (ઇલે'ક્ટ્રિફાઇ), સ૦ ક્રિ૦ (વસ્તુને) વીજળીથી ભરવું; વરાળ, ઇ૦ ને બદલે વીજળીથી ચાલતું કરવું; આશ્ચર્યચકિત કરવું; ઉત્તેજિત કરવું. **electrifica'tion** (-ફિકેશન), ના૦.

ele'ctro- (ઇલેક્ટ્રો-), સંયોગી રૂપ. વીજળીનું, વીજળી વડે, ઇ૦.

electrocar'diogram (ઇલે'ક્ટ્રોકાર્ડિઓગ્રમ), ના૦ વિદ્યુત્ હૃદ્ આલેખ. **electrocar'diograph** (-ગ્રાફ), ના૦ આલેખ કરનારું યંત્ર.

electroconvu'lsive (ઇલે'ક્ટ્રોકન્વલ્સિવ), વિ૦ (વિ૦ક૦ ઉપચાર પદ્ધતિ અંગે) વીજળીના આઘાત આપવાની.

ele'ctrocute (ઇલે'ક્ટ્રક્યૂટ), સ૦ક્રિ૦ વીજળી દ્વારા મોત નીપજાવવું. **electro'cution** (-ક્યૂશન), ના૦.

ele'ctrode (ઇલે'ક્ટ્રોડ), ના૦ વીજધ્રુવ, વિદ્યુત અગ્ર.

electroence'phalogram (ઇલે'ક્ટ્રોઇન્સે'ફલોગ્રૅમ), ના૦ વિદ્યુત મસ્તિષ્ક લેખ. **electroence'phalograph** (-ગ્રાફ), ના૦ એવી નોંધ કરવાનું યંત્ર.

electro'lysis (ઇલે'ક્ટ્રૉલિસિસ), ના૦ વીજળી(ના પ્રવાહો)ની મદદથી પદાર્થોનું રાસાયનિક વિઘટન, વિદ્યુત વિચ્છેદન - વિશ્લેષણ. **ele'ctrolyse** (ઇલે'ક્ટ્રલાઇઝ઼), સ૦ ક્રિ૦ વીજળીની ક્રિયા દ્વારા પદાર્થોનાં ઘટક તત્ત્વોને અલગ પાડવાં. **electroly'tic** (-લિટિક), વિ૦.

electroma'gnet (ઇલે'ક્ટ્રોમૅગ્નિટ), ના૦ વિદ્યુતચુંબક, કોઈ વસ્તુની આસપાસના ગૂંચળા(કૉઇલ)માં વિદ્યુત પ્રવાહ પ્રસાર કરીને તેનો બનાવેલો ચુંબક.

electroma'gnetism (ઇલે'ક્ટ્રોમૅગ્નિટિઝ઼મ), ના૦ વિદ્યુત દ્વારા પેદા થતા ચુંબકીય બળો(નું શાસ્ત્ર).

ele'ctron (ઇલે'ક્ટ્રૉન), ના૦ વીજાણુ, ઋણ વિદ્યુતનો અવિભાજ્ય એકમ અને પદાર્થનો મૂળભૂત ઘટક. **~ microscope,** વીજાણુ કાચ કે લેન્સ વાપરનારો ઊંચી આવર્ધકતા અને વિભેદનવાળો સૂક્ષ્મદર્શક.

electro'nic (ઇલે'ક્ટ્રૉનિક), વિ૦ વીજાણુઓનું અથવા ઇલેક્ટ્રૉનિક્સનું. **electro'nics** (-ક્સ), ના૦ બ૦ વ૦. શૂન્યાવકાશ, ગૅસ, અર્ધવાહક માધ્યમ, ઇ૦માં વીજાણુઓના વર્તનને લગતું પદાર્થવિજ્ઞાન અને તંત્રવિદ્યાની શાખા.

ele'ctroplate (ઇલે'ક્ટ્રપ્લેટ), સ૦ ક્રિ૦ વિદ્યુત વિઘટનદ્વારા ધાતુ પર ક્રોમિયમ, ચાંદી, ઇ૦નો ઢોળ ચડાવવો. ના૦ આવી ઢોળ ચડાવેલી વસ્તુઓ.

e'legant (એ'લિગન્ટ), વિ૦ લાલિત્યપૂર્ણ, ખૂબસૂરત; સુરુચિવાળું; સંસ્કારી વિલાસવાળું. **e'legance** (-ગન્સ), ના૦.

elegi'ac (એલિજાયક), વિ૦ શોકગીતોને અનુકૂળ; શોકપૂર્ણ.

e'legy (એ'લિજિ), ના૦ શોકગીત, વિ૦ક૦ રાજિયો.

e'lement (એ'લિમન્ટ), ના૦ ઘટક તત્ત્વ અથવા અંશ; [રસા.] મૂળ તત્ત્વ, તત્ત્વ; [મા.] પ્રાચીન કાળમાં મનાતાં [યુરોપમાં] ચાર મૂળ તત્ત્વોમાંથી કોઈ પણ એક – પૃથ્વી, પાણી, હવા અથવા અગ્નિ; [બ૦વ૦ માં] વાતાવરણમાં કુદરતી બળો; [વીજ.] વીજળીના ઉપકરણમાંનો રોધક તાર; [બ૦વ૦માં] પ્રાથમિક કે મૂળ તત્ત્વો (વિદ્યા, કળા, ઇ૦નાં) **in one's~**, ખુશમિજાજ; અનુકૂળ વાતાવરણમાં.

eleme'ntal (એ'લિમે'ન્ટલ), વિ૦ ચાર મૂળ તત્ત્વોનું કે કુદરતના બળોનું –ના જેવું, આવશ્યક, મૂળભૂત.

eleme'ntary (એ'લિમે'ન્ટરિ, વિ૦ પ્રારંભિક, પ્રાથમિક; સાદું; અવિઘટનીય. **~ particle,** [પદાર્થ.] વધુ સાદા કણોના બનેલા હોવાનું જાણમાં નથી એવા કેટલાક અણુથી નાના (sub atamic) કણોમાંનો એક, મૂળકણ.

e'lephant (એ'લિફન્ટ), ના૦ હાથી.

elephanti'asis (એ'લિફન્ટાયસિસ), ના૦ મુસલપાદ, હાથીપગો (રોગ).

elepha'ntine (એ'લિફે'ન્ટાઇન), વિ૦ હાથી(ઓ)નું, ઘણું મોટું, કદાવર; બેડોળ, દુર્વહ.

e'levate (એ'લિવેટ), સ૦ ક્રિ૦ (ઉપાડીને) ઊંચું કરવું; ઉન્નત કરવું. **~d,** ઉન્નત.

eleva'tion (-વેશન), ના૦ ઊંચે ચડાવવું – ચડાવવામાં આવવું – તે, ક્ષિતિજની ઉપર ક્ષિતિજ સાથેનો ખૂણો, ઉન્નતાંશ; આપેલી સપાટીથી ઊંચાઈ; મકાનનો એક બાજુ બતાવનારો નકશો; ઉન્નત દર્શન.

e'levator (એ'લિવેટર), ના૦ ઉપર ચડાવનારું કશુંક; [અમે.] લિફ્ટ, ઉપલા માળોએ જવાનું પાંજરા જેવું સાધન; અનાજ સંઘરવાનું ઊભું કોઠાર; ઉપર ચડાવવાનું યંત્ર.

ele'ven (ઇલે'વન), ના૦ અને વિ૦ અગિયાર; ક્રિકેટ, હૉકી, ઇ૦ની એક બાજુ– અગિયારનું જૂથ. **ele'venth** (-થ), વિ૦ અને ના૦.

ele'venses (ઇલે'વન્ઝિઝ઼), ના૦ અગિયાર વાગ્યાનો નાસ્તો.

elf (એ'લ્ફ), ના૦ [બ૦વ૦ **elves]** નાનકડી તોફાની પરી, પુરાણોમાંનું વતિયું માણસ, પિશાચ. **~-lock**(s), ગૂંચાયેલા વાળ જટા. **e'lfish** (-ફિશ), વિ૦.

e'lfin (એ'લ્ફિન), વિ૦ ઠિંગૂજીઓનું–ને લગતું – ના જેવું.

eli'cit (ઇલિસિટ), સ૦ ક્રિ૦ બહાર કાઢવું, માહિતી ઇ૦ કઢાવવું.

eli'de (ઇલાઇડ), સ૦ ક્રિ૦ ઉચ્ચાર કરતાં (સ્વર કે પદ) છોડી દેવું.

e'ligible (એ'લિજિબલ), વિ૦ પસંદ કરવા – ચૂંટાવા – યોગ્ય – હકદાર; ઇષ્ટ, યોગ્ય, અનુકૂળ, વિ.ક. પતિ કે પત્ની થવા માટે. **eligibi'lity**, (-બિલિટિ), ના૦.

eli'minate (ઇલિમિનેટ), સ૦ ક્રિ૦ ખસેડવું. દૂર કરવું, -થી છૂટકારો મેળવવો; કાઢી મૂકવું; બકાત રાખવું. **elimina'tion** (-નેશન), ના૦. **eli'minator** (-નેટર), ના૦.

eli'sion (ઇલિઝન), ના૦ ઉચ્ચાર કરતી વખતે કોઈ સ્વર કે પદને દબાવી દેવું તે.

éli'te (એલીટ), ના૦ (-નો) શ્રેષ્ઠ ભાગ; ચુનંદા વર્ગ કે જથ.

éli'tism એલીટિઝ઼મ), ના૦ ચુનંદા જૂથની નેતાગીરી અથવા વર્ચસ્વની હિમાયત અથવા તેમાં વિશ્વાસ. **èli'tist** (-ટિસ્ટ), ના૦.

eli'xir (ઇલિક્સર), ના૦ ધાતુનું સોનું બનાવવાનું અથવા જિંદગી અનંત કાળ ટકાવવાનું કીમિયાગરોનું રસાયન, અમૃત.

Elizabe'than (ઇલિઝ઼બીથન), વિ૦ અને ના૦ પહેલી એલિઝ઼ાબેથના સમયનું (માણસ, લેખક).

elk (એ'લ્ક) ના૦ કદાવર હરણ, સાબર.

ell (એ'લ), ના૦ [ઇતિ૦] લંબાઈનું એક માપ (૪૫ ઇંચનું).

elli'pse (ઇલિપ્સ), ના૦ અંડાકૃતિ, દીર્ઘ વર્તુળ.

elli'psis (ઇલિપ્સિસ), ના૦ [બ૦ વ૦ **-pses** – સીઝ઼] અધ્યાહાર, પદલોપ.

elli'ptic(al) (ઇલિપ્ટિક, -કલ), વિ૦ લંબગોળનું – ના જેવું; અધ્યાહારનું;-ના જેવું.

elm (એ'લ્મ) ના૦ ખરબચડાં અને બેવડા દાંતાવાળાં પાંદડાંવાળું એક ઝાડ; તેનું લાકડું.

elocu'tion (એ'લકયૂશન), ના૦ વક્તૃત્વકળા–શૈલી. **elocu'tionary**(–નરિ), વિ૦. **elocu'tionist** (-નિસ્ટ), ના૦.

e'longate (ઈ લૉંગેટ), સ૦ ક્રિ૦ લંબાવવું; વિસ્તારવું; બહાર કાઢવું. **elonga'tion** (– ગેશન), ના૦.

elo'pe (ઇલોપ), અ૦ ક્રિ૦ પ્રેમી સાથે નાસી જવું, વિ૦ક૦ પરણવા માટે. **elo'pement** (-મન્ટ), ના૦.

e'loquence (એ'લકવન્સ), ના૦વકતૃત્વ, વાક્પટુતા. **e'loquent** (–કવન્ટ), વિ૦.

else (એ'લ્સ), ક્રિ૦ વિ૦ વળી, વધારામાં; -ને બદલે, નહિ તો, અન્યથા. **~where,** ક્રિ૦ વિ૦ બીજે કોઈ ઠેકાણે, બીજે કયાંક.

elu'cidate (ઇલૂસિડેટ), સ૦ ક્રિ૦ -ની ઉપર પ્રકાશ પાડવો, સમજાવવું. **elucida'tion** (-ડેશન) ના૦. **elu'cidator** (-ડેટર), ના૦. **elu'cidatory** (– ડેટરિ), વિ૦.

elu'de (ઇલૂડ), સ૦ ક્રિ૦ -માંથી હોશિયારીથી છટકી જવું; ટાળવું; પકડમાં ન આવવું.

elu'sive (ઇલૂસિવ), વિ૦ પકડમાં આવવું મુશ્કેલ; સમજવું – વ્યાખ્યા કરવું –મુશ્કેલ.

e'lver (એ'લ્વર), ના૦ બામ માછલીનું બચ્ચું.

elves (એલ્વ્ઝ), જુઓ **elf.**

Ely'sium (ઇલિઝિઅમ), ના૦ [ગ્રીક પુરા.] પુણ્યવંતોનું મરી ગયા પછીનું વસતીસ્થાન, સંપૂર્ણ આનંદ(નું સ્થાન), સ્વર્ગ. **Ely'sian** (-ઝિઅન), વિ૦.

em (એ'મ), ના૦ [મુદ્રણ] **'એમ'** (m) અક્ષર જેટલી જગ્યાનું માપ.

ema'ciate (ઇમેશિએટ), સ૦ ક્રિ૦ પાતળું – કૃશ – નબળું – બનાવવું. **emacia'tion** (-એશન), ના૦.

e'manate (એ'મનેટ), અ૦ ક્રિ૦ -માંથી નીકળવું – નીસરવું – પેદા થવું.

emana'tion (-નેશન), ના૦ બહાર નીકળવું તે, કોઈ મૂળમ થી નીકળેલો પદાર્થ.

ema'ncipate (ઇમૅન્સિપેટ), સ૦ ક્રિ૦ કાયદો, સમાજ, રાજ્ય, નીતિ, ઇ૦નાં બંધનોમાંથી મુક્ત કરવું. **emancipa'tion** (-પેશન), ના૦. **ema'ncipator** (-પેટર), ના૦.

ema'sculate (ઇમૅસ્કયુલેટ), સ૦ ક્રિ૦ ખસી કરવું, નામર્દ – નબળું – બનાવવું; સાહિત્યકૃતિમાં કાપકૂપ કરીને તેને નબળી બનાવવી. વિ૦ (-લટ) ખસી કરેલું, બાયલું. **emascula'tion** (-લેશન), ના૦. **ema'sculatory** (-લટરિ), વિ૦.

emba'lm (ઇમ્બામ), સ૦ ક્રિ૦ મડદાને મસાલા ઇ૦ વડે ટકાવી રાખવું; વિસ્મૃતિમાંથી બચાવવું; સુગંધી બનાવવું. **emba'lmment** (-મન્ટ), ના૦.

emba'nk (ઇમ્બૅંક), સ૦ ક્રિ૦ બંધ, પુસ્તો, ઇ૦ વડે બંધ કરવું – રોકવું – ટકાવી રાખવું – ટેકો આપવો ઇ૦.

emba'nkment (-મન્ટ), ના૦ બાંધ, પાળ, પુસ્તો, (બાંધવો તે).

embar'go (એ'મ્બાર્ગો), ના૦ [બ૦વ૦ **~es**] વહાણને બંદરમાં દાખલ થવાની કે બંદર છોડવાની મનાઈ, મનાઈહુકમ; બંધી, પ્રતિબંધ.

embar'k (ઇમ્બાર્ક), ઉ૦ ક્રિ૦ વહાણમાં ચડાવવું – ચડવું; માગં લેવો, કામ ઉપાડવું, (**on** સાથે).

embarka'tion (-ઇમ્બાર્કેશન), ના૦ વહાણ પર ચડવું તે.

emba'rrass (ઇમ્બૅરસ), સ૦ ક્રિ૦ -ની ઉપર બોજો નાખવો; ભીડમાં નાખવું; અગવડભર્યું લાગે, શરમિંદુ થાય, તેમ કરવું. **emba'rrassment** (-મન્ટ), ના૦.

e'mbassy (એ'મ્બસિ), ના૦ એલચીની કામગીરી, કચેરી, કે રહેઠાણ; બીજા રાજ્યમાં મોકલેલું પ્રતિનિધિમંડળ.

emba'ttle (ઇમ્બેટલ), સ૦ ક્રિ૦ લશ્કરને યુદ્ધના વ્યૂહમાં ગોઠવવું; કિલેબંધી કરવી.

embe'd, imbe'd, (ઇમ્બે'ડ) સ૦ ક્રિ૦

કોઈ વસ્તુને બીજીમાં – આસપાસની જગ્યા-માં – બેસાડવું.

embe'llish (ઇમ્બે'લિશ), સ૦ ક્રિ૦ સુશોભિત કરવું, શણગારવું; -માં કલ્પિત ઉમેરા કરવા. **embe'llishment** (-મન્ટ), ના૦.

e'mber[1] (એ'મ્બર), ના૦ [બહુધા બ૦ વ.માં] રાખમાંની ઝીણી ચિનગારી, અંગાર.

e'mber[2], ના૦ ~(**day**), ચાર ઋતુઓમાંથી દરેકના ઉપવાસ અને પ્રાર્થના-ના નિયત દિવસોમાંનો કોઈ એક.

embe'zzle(ઇમ્બે'ઝ્લ), સ૦ક્રિ૦ (પૈસાની) ઉચાપત કરવી, પચાવી પડવું. **embe'zzlement** (-મન્ટ), ના૦.

embi'tter (ઇમ્બિટર), સ૦ ક્રિ૦ કડવું બનાવવું; (લાગણી ઇ૦) વધુ તીવ્ર – ઉગ્ર – બનાવવું; ખૂબ ગુસ્સે કરવું. **embi'tterment** (-મન્ટ), ના૦.

embla'zon (ઇમ્બ્લેઝ઼ન), સ૦ ક્રિ૦ (ઢાલને) કુળનાં લાક્ષણિક ચિહ્નો કે મુદ્રા-ઓથી શણગારવું.

e'mblem (એ'મ્બ્લમ), ચિહ્ન, પ્રતીક, નમૂનો; ખાસ લક્ષણ. **emblema'tic** (-બ્લિમૅટિક); વિ૦.

embo'dy (ઇમ્બૉડિ), સ૦ ક્રિ૦ (આત્મા ઇ૦ને) દેહધારી બનાવવું; -ને મૂર્ત સ્વરૂપ આપવું; -નું વ્યક્ત સ્વરૂપ હોવું; -નો સમાવેશ કરવો, -નું બનેલું હોવું. **embo'diment** (-મન્ટ), ના૦.

embo'lden (ઇમ્બોલ્ડન), સ૦ ક્રિ૦ હિંમત – ઉત્તેજન – આપવું.

e'mbolism (એ'મ્બલિઝ઼મ), ના૦ લોહી ગંઠાવાથી ધમનીમાં તેનું અભિસરણ અટકવું તે.

embonpoint' (ઑંબૉંપ્વે), ના૦ [ફ્રે.] ભરેલું અંગ, હૃષ્ટપુષ્ટતા.

embo'ss (ઇમ્બૉસ), સ૦ ક્રિ૦ ઊપસી આવે તેવી રીતે આકૃતિ કોતરવી – ઓતવી – ઉપસાવવી. **embo'ssment** (-મન્ટ), ના૦.

embra'ce (ઇમ્બ્રેસ), સ૦ ક્રિ૦ બાથમાં લેવું, ભેટવું, આલિંગન કરવું; ઘેરી લેવું; (ઉલટથી) સ્વીકારવું; અપનાવવું; સમાવવું. ના૦ આલિંગન, બાથમાં લેવું તે.

embra'sure (ઇમ્બ્રેઝ઼ર), ના૦ બારી કે બારણાની બાજુની ભીંતનો કતરાતો ભાગ; તોપને સારુ કોટમાં પાડેલું કાણું – કાંગરો.

embroca'tion (ઇમ્બ્રકેશન), ના૦ સ્નાયુના દુખાવા પર ચોળવાનું પ્રવાહી ઓસડ.

embroi'der (ઇમ્બ્રૉઇડર), સ૦ ક્રિ૦ ઉપર ભરત ભરવું; નકશી પાડીને સુશોભિત કરવું. **embroi'dery** (-ડરિ), ના૦.

embroi'l (ઇમ્બ્રૉઇલ), સ૦ક્રિ૦ મૂંઝવણમાં નાખવું; દુશ્મનાવટમાં સંડોવવું.

e'mbryo(એ'મ્બ્રિઓ),ના૦ [બ૦વ૦~**s**] ગર્ભ, મૂળાંકુર; તદ્દન પ્રાથમિક અવસ્થાની વસ્તુ, પ્રાણી, ઇ૦. **embryo'logy** (-ઑલજિ), ના૦. **embryo'logist** (-ઑલજિસ્ટ), ના૦. **embryo'nic** (-ઑનિક), વિ૦.

eme'nd (ઇમે'ન્ડ), સ૦ ક્રિ૦ સુધારવું, ભૂલો દૂર કરવી. **emenda'tion** (-ડેશન),ના૦.**eme'ndatory** (-ડટરિ), વિ૦.

e'merald (એ'મરલ્ડ), ના૦ લીલમ; તેનો રંગ.

emer'ge (ઇમર્જ), અ૦ ક્રિ૦ ઉપર કે બહાર આવવું; દેખા દેવું; -માંથી બહાર આવવું – પડવું.

emer'gency (-જન્સિ), ના૦ અચાનક આવેલી સંકટાવસ્થા; કટોકટી(નો સમય).

emer'gent (ઇમર્જન્ટ), વિ૦ -માંથી બહાર પડનારું – ઉપર આવનારું; (રાષ્ટ્ર અંગે) નવું જ સ્વતંત્ર થયેલું. **emer'gence** (-જન્સ), ના૦.

eme'ritus (ઇમે'રિટસ), વિ૦ નિવૃત્ત અને માનદ પદવીધારી.

e'mery (એ'મરિ), ના૦ કુરુંદમ, કુરંજ.

eme'tic (ઇમે'ટિક), વિ૦ અને ના૦ ઊલટી કરાવનાર (દવા).

e'migrate (એ'મિગ્રેટ), અ૦ ક્રિ૦ સ્વદેશ છોડી પરદેશમાં વસવા જવું. **e'migrant**

(-ગ્રન્ટ), વિ૦ અને ના૦. **emigra'tion** (-ગ્રેશન), ના૦.

émigré (એ'મિગ્રે), ના૦ પરદેશમાં વસવાટ કરનાર, વિ૦ ક૦ રાજકીય નિર્વાસિત.

e'minence (એ'મિનન્સ), ના૦ માન્ય કરાયેલી મોટાઈ – શ્રેષ્ઠતા; ઊંચાણવાળી જમીન, ટેકરો; **E~**, કાર્ડિનલની પદવી.

e'minent (એ'મિનન્ટ), વિ૦ સુવિખ્યાત, શ્રેષ્ઠ.

e'minently (એ'મિનન્ટ્લિ), ક્રિ૦ વિ૦ ખાસ કરીને; ઘણી સારી રીતે; ચોક્કસ, બેશક.

emir' (એ'મિઅર), ના૦ અમીર.

e'mirate (એ'મિઅરટ), ના૦ અમીરનું પદ – રાજ્ય – તાબાનો મુલક, અમીરાત.

e'missary (એ'મિસરિ), ના૦ ગુપ્ત દૂત, જાસૂસ.

emi'ssion (ઇમિશન), ના૦ બહાર કાઢવું તે, બહાર કાઢેલી વસ્તુ, સ્રાવ. **emi'ssive** (-સિવ), વિ૦.

emi't (ઇમિટ), સ૦ ક્રિ૦ બહાર કાઢવું – મોકલવું, સ્રાવવું.

e'mmet (એ'મિટ), ના૦ [વિ૦ બો૦] કીડી.

emo'llient (ઇમૉલિઅન્ટ), વિ૦ અને ના૦ સુંવાળું – નરમ બનાવનાર, શામક, (પદાર્થ).

emo'lument (ઇમોલ્યુમન્ટ), ના૦ મળતર, પ્રાપ્તિ; પગાર.

emo'tion (ઇમોશન), ના૦ મનોભાવ, લાગણી; ઉદ્વેગ, ક્ષોભ, સંતાપ.

emo'tional (ઇમોશનલ), વિ૦ ભાવનાઓ સંબંધી; અતિ ભાવનાશીલ; ભાવના વ્યક્ત કરનારું. **emo'tionalism** (-લિઝ્મ), ના૦.

emo'tive (ઇમોટિવ), વિ૦ ભાવનાત્મક ભાવનોત્તેજક.

empa'nel (ઇમ્પૅનલ), સ૦ ક્રિ૦ (પંચ કે જ્યૂરીનાં નામ) પત્રકમાં કે યાદીમાં દાખલ કરવાં.

e'mpathy (એ'મ્પથિ), ના૦ સહભાવ, સમાનુભૂતિ, તાદાત્મ્ય. **e'mpathize** (-થાઇઝ્), ઉ૦ ક્રિ૦.

e'mperor (એ'મ્પરર) ના૦ સમ્રાટ, શહેનશાહ.

e'mphasis (એમ્ફસિસ), ના૦ [બ૦ વ૦ **-ses** -સીઝ્] શબ્દ કે શબ્દો પર સહેતુક દેવાતો ભાર; બોલવા ઇ૦માં જુસ્સો; મહત્ત્વ, પ્રાધાન્ય.

e'mphasize (એ'મ્ફસાઇઝ્), સ૦ ક્રિ૦ –ની ઉપર ભાર મૂકવો.

empha'tic (ઇમ્ફૅટિક), વિ૦ જોરદાર, ભારપૂર્વકનું; (શબ્દો અંગે) ભારવાળું.

emphyse'ma (એ'મ્ફિસીમ), ના૦ શરીરના ઊતકોમાં કે પેશીઓમાં હવા ભરાવાથી આવતો સોજો.

e'mpire (એ'મ્પાયર), ના૦ સામ્રાજ્ય, મોટું ચક્રવર્તી રાજ્ય; બાદશાહી, બાદશાહની હકૂમત; એક વ્યક્તિની માલિકીની અથવા તેની દ્વારા સંચાલિત મોટી વેપારી સંસ્થા. **E~ City, State,** [અમે.] ન્યૂયૉર્ક.

empi'rical (એ'મ્પિરિકલ), વિ૦ અનુભવ અથવા પ્રયોગમૂલક, સિદ્ધાંતો પર આધારિત નહિ. **empi'ricism** (-સિઝ્મ), ના૦. **empi'ricist** (-સિસ્ટ), ના૦.

empla'cement (ઇમ્પ્લેસમન્ટ), ના૦ અમુક સ્થિતિમાં વ્યવસ્થિતપણે ગોઠવવું તે, ગોઠવણ; તોપ કે તોપો ગોઠવવાનો ઓટલો.

empla'ne (ઇમ્પ્લેન), ઉ૦ ક્રિ૦ વિમાનમાં ચડવું – ચડાવવું.

employ' (ઇમ્પ્લૉઇ), સ૦ ક્રિ૦ (વસ્તુ, સમય, શક્તિ, ઇ૦) કામમાં લેવું, વાપરવું; ચાકરીમાં રાખવું; કામમાં રોકવું. ના૦ કામ, ચાકરી. **in the ~ of,** (અમુકે) કામ પર રાખેલ.

employee' (ઇમ્પ્લૉઇઈ), ના૦ નોકરીમાં રાખેલ માણસ, નોકર.

employ'er (-પ્લૉયર), ના૦ નોકરીમાં રાખનાર, શેઠ.

employ'ment (-મન્ટ), ના૦ કામે રાખવું – રહેવું –તે; નોકરી, રોજગાર.

empor'ium (ઇમ્પૉરિઅમ), ના૦

વેપારનું મથક, બજાર; મોટી દુકાન, ભંડાર.

empow'er (ઇમ્પાવર), સ૦ ક્રિ૦ -ને અધિકાર કે સત્તા આપવી–સમર્થ બનાવવું.

e'mpress (એ'મ્પ્રિસ), ના૦ સમ્રાટની પત્ની – વિધવા; સિંહાસનસ્થ સમ્રાજ્ઞી.

e'mpty (એ'મ્પ્ટિ), વિ૦ અંદર કશું નથી એવું, ખાલી; -થી વિહોણું; વસ્તી વિનાનું, ખાલી; [વાત.] ભૂખ્યું; ખાલી (કરેલું); (દૃષ્ટિ અંગે) શૂન્ય; મૂરખ. ના૦ ખાલી (કરેલું) પાત્ર – પેટી, બાટલી, ઇ૦. ઉ૦ ક્રિ૦ ખાલી કરવું; એકમાંથી બીજામાં નાખવું; (નદી અંગે) -માં પડવું, -ને મળવું; ખાલી થવું.

empyre'an (ઇમ્પાઇરિઅન), ના૦ દેવોનું રહેઠાણ, અગ્નિલોક; સાતમો સ્વર્ગ; આકાશ. વિ૦ તેનું.

e'mu (ઈમ્યૂ), ના૦ ઑસ્ટ્રે.નું શાહામૃગ જેવું એક પક્ષી.

e'mulate (એ'મ્યુલેટ), સ૦ ક્રિ૦ -ની બરોબરી કે સરસાઈ કરવા મથવું; -નું અનુકરણ કરવું. **emula'tion** (–લેશન), ના૦. **e'mulative** (–લેટિવ), વિ૦. **e'mulator** (–લેટર), ના૦.

e'mulous (એ'મ્યુલસ), વિ૦ ઉત્સાહપૂર્વક અનુકરણ કરનારું; સ્પર્ધાપ્રેરિત.

emu'lsify (ઇમલ્સિફાઇ), સ૦ ક્રિ૦ પાણી કે દૂધ અને સ્નિગ્ધ પદાર્થનું મિશ્રણ કરવું.

emu'lsion (ઇમલ્શન), ના૦ સ્નિગ્ધ પદાર્થના તરતા કણોવાળું દૂધવાળું કે દૂધના જેવું પ્રવાહી ઓસડ; મિશ્રણ.

en (એન), ના૦ [મુદ્રણ.] એન (n) જેટલી પહોળાઈનો એકમ, અર્ધો 'એમ' (m).

ena'ble (ઇનેબલ), સ૦ ક્રિ૦ શક્તિમાન – સમર્થ–કરવું; શક્ય બનાવવું.

ena'ct (ઇનેક્ટ), સ૦ ક્રિ૦ ધારાસભા દ્વારા રીતસર કાયદો બનાવવો; ઠરાવ કે હુકમ કરવો; -નો ભાગ ભજવવો, **ena'ctment** (–ક્ટ્મન્ટ), ના૦.

ena'mel (ઇનૅમલ), ના૦ કાચના જેવો એક પદાર્થ, મીનો; ધાતુ પર ચડાવવામાં આવતું કાચના જેવું પડ; સુંવાળો કઠણ લેપ. સ૦ ક્રિ૦ (ધાતુ પર) મીનો ચડાવવો.

ena'mour (ઇનૅમર), સ૦ ક્રિ૦ આશક બનાવવું, પ્રેમપ્રેરિત – મોહિત – કરવું.

en bl'oc (ઑાં બ્લૉક), [ફ્રે.] સામટું, એકીવખતે બધા.

enca'mp (ઇન્કૅમ્પ), છાવણી કરવી, પડાવ નાખવો. **enca'mpment** (–મ્પ્મન્ટ), ના૦.

enca'se (ઇન્કેસ), સ૦ક્રિ૦ પેટી, ખોખું, ઇ૦માં મૂકવું.

enca'sh (ઇન્કૅશ), સ૦ ક્રિ૦ હૂંડી, ચેક, ઇ૦ વટાવવું; રોકડ રકમ લેવી. **enca'shment** (–શ્મન્ટ), ના૦.

encau'stic (ઇન્કૉસ્ટિક), વિ૦ અને ના૦ મીણને ગરમ કરીને તેના વડે રંગ પાકા કરીને બનાવેલું(ચિત્ર), લાક્ષાચિત્ર; જુદા જુદા રંગની માટી અંદર ખેંચીને અથવા રંગીન આકૃતિ કાઢીને ભઠ્ઠીમાં શેકેલી (ઈંટ અથવા તકતી); આવા ચિત્રકામ(ની પદ્ધતિ).

encephali'tis (એ'ન્કે'ફલાઇટિસ), ના૦ મગજનો દાહ – સોજો.

enchai'n (ઇન્ચેન), સ૦ ક્રિ૦ સાંકળ વડે બાંધવું; બેડી પહેરાવવી; મજબૂત પકડી રાખવું.

encha'nt (ઇન્ચાન્ટ), સ૦ ક્રિ૦ જાદુ-કામણ – કરવું; આનંદિત કરવું, **encha'ntment** (–મન્ટ), ના૦. **encha'ntress** (–ટ્રિસ), ના૦.

encir'cle (ઇનસર્કલ), સ૦ ક્રિ૦ ઘેરવું **encir'clement** (–લ્મન્ટ), ના૦.

e'nclave (એ'ન્ક્લેવ), ના૦ પોતાના દેશના અંદરના ભાગમાં પરદેશી સત્તાનો મુલક.

encli'tic (એ'ન્ક્લિટિક), વિ૦ અને ના૦ [વ્યાક.] સ્વરાઘાતવિહીન (શબ્દ), (શબ્દ અંગે) એટલો ભારદર્શક કે અગાઉના શબ્દનો જ ભાગ હોય એવી રીતે ઉચ્ચારાતો.

enclo'se (ઇન્ક્લોઝ), સ૦ ક્રિ૦ ઘેરવું,

ફરતે વાડ કરવી; બંધ કરવું, અલગ પાડવું (વિ૦ક૦ ધાર્મિક સ્થાનને); ચોમેરથી ઘેરી લેવું; ચોકઠા ઇ૦માં બેસાડવું; પરબીડિયા ઇ૦માં બીડવું (કાગળ ઉપરાંત બીજું કશુંક).

enclo'sure (ઇનક્લોઝર), ના૦ ઘેરી લેવું તે; વાડ ઇ૦ વડે આંતરેલી જમીન; બિડાણ.

enco'de (ઇનકોડ), સ૦ ક્રિ૦ (સંદેશો ઇ૦) સાંકેતિક લિપિમાં લખવું.

enco'mium (એ'નકોમિઅમ), ના૦ [બ૦વ૦ **~s** અથવા **-mia** -મિઅ] ઔપચારિક અથવા અત્યુક્ત વખાણ.

enco'mpass (ઇનકમ્પસ), સ૦ ક્રિ૦ ઘેરવું, ચોમેરથી ઘેરી લેવું; -માં સમાવવું, ફેલાવા ન દેવું.

encor'e (ઑંકોર), ઉદ્ગાર૦ અને ના૦ ફરી એક વાર, 'વન્સ મોર', (ની માગણી). સ૦ ક્રિ૦ ફરી ગાવા ભજવવાની માગણી કરવી.

encou'nter (ઇનકાઉન્ટર), સ૦ ક્રિ૦ -નો અચાનક ભેટો થવો; સામસામા આવી જવું, લડવું. ના૦ અચાનક થયેલો મેળાપ; યુદ્ધમાં મળવું તે.

encou'rage (ઇનકરિજ), સ૦ ક્રિ૦ હિંમત – ઉત્તેજન – આપવું; પ્રેરવું, આગળ વધારવું, વૃદ્ધિ થાય તેમ કરવું. **encou'ragement** (-જ્મન્ટ), ના૦.

encroa'ch (ઇનક્રોચ), અ૦ ક્રિ૦ બીજાનો મુલક, જગ્યા, હક, ઇ૦ પર અતિક્રમણ કરવું. **encroa'chment** (-ચ્મન્ટ), ના૦.

encru'st (ઇનક્રસ્ટ), ઉ૦ ક્રિ૦ પોપડા કે થરથી ઢાંકી દેવું, ઉપર પોપડો બાઝવો; ઢોળ ચડાવીને શણગારવું.

encu'mber (ઇનકમ્બર), સ૦ ક્રિ૦ અડચણ કરવી, અટકાવવું; દેવું ઇ૦નો બોજો નાખવો.

encu'mbrance (ઇનકમ્બ્રન્સ); ના૦ ભાર, બોજો; લફરું, અડચણ; દેવાનો -ગીરોનો – બોજો.

ency'clical (ઇનસાઇક્લિકલ), વિ૦ અને ના૦ બહોળા ફેલાવા માટેનો (પોપનો પરિપત્ર).

encyclopae'dia, -pe'dia, (એ'નસાઇક્લપીડિઅ), ના૦ જ્ઞાનકોશ, સર્વવિદ્યાસંગ્રહ (કોશ). **encyclopae'dic** (-પીડિક), વિ૦.

end (એ'ન્ડ) ના૦ સીમા; સૌથી દૂરનું બિન્દુ, છેડો, અંત; અવશેષ; છેવટ, ઉપસંહાર; ઉત્તરાર્ધ; વિનાશ; મૃત્યુ; પરિણામ; હેતુ. ઉ૦ ક્રિ૦ અન્ત આણવો – આવવો; પૂરું કરવું – થવું. **~-paper,** ચોપડીની શરૂઆતનું અથવા છેવટનું કોરું પાનું. **~-product,** કારખાનાની પ્રક્રિયાની આખરી પેદાશ. **~ up,** ઉપસંહાર કરવો; આવી પહોંચવું. **e'ndways** (-ડ્વેઝ઼), ક્રિ૦ વિ૦. **e'ndwise** (-ડ્વાઇઝ઼), ક્રિ૦ વિ૦.

enda'nger (ઇનડેન્જર), સ૦ક્રિ૦ જોખમ – ભય–માં નાખવું.

endear' (ઇન્ડિઅર), સ૦ ક્રિ૦ પ્રિય – વહાલુ–બનાવવું.

endear'ment (-રૂમન્ટ), ના૦ વહાલ વ્યક્ત કરનાર બોલ – ક્રિયા.

endea'vour (ઇનડે'વર), ના૦ અને ઉ૦ ક્રિ૦ પ્રયત્ન, કોશિશ (કરવી).

ende'mic (એ'ન્ડેમિક), વિ૦ અને ના૦ અમુક લોકોમાં કે પ્રદેશોમાં હમેશ મળી આવતો (રોગ).

e'nding (એ'ન્ડિગ), ના૦ અન્ત(ભાગ), શબ્દનો, કવિતાનો, કે વાર્તાનો.

e'ndive (એ'ન્ડિવ), ના૦ કચુંબર માટે વપરાતો એક કડવો છોડ, [અમે.] ચિકોરીનો એક પ્રકાર.

e'ndless (એ'ન્ડ્લિસ), વિ૦ છેડા વિનાનું; અનંત; સતત (ચાલુ); અખંડ.

e'ndo- (એન્ડો-), સંયોગી રૂપ. અન્દરનું, આંતરિક.

e'ndocrine (એ'ન્ડોક્રાઇન), વિ૦ (ગ્રંથિ અંગે) સીધી લોહીમાં આવતી, નળી વિનાની, અન્તઃસ્રાવી.

endo'genous (એ'ન્ડૉજિનસ), વિ૦ અંદરથી નીકળતું કે ઊગતું.

endor'se (ઇન્ડૉર્સ), સ૦ ક્રિ૦ હૂંડી, ચેક, ઇ૦ દસ્તાવેજની પાછળ લખવું – સહી કરવી – શેરો મારવો; મોટરચાલક ઇ૦ના પરવાના પર તેના ગુનાની વિગત નોંધવી; બાંયધરી – પુષ્ટિ–આપવી, પસંદગી બતાવવી. **endor'sement** (-મન્ટ), ના૦.

endow' (ઇનડાઉ), સ૦ ક્રિ૦ કાયમની આવક કરી આપવી; સત્તા, ગુણ, ઇ૦થી સંપન્ન કરવું. **endow'ment** (-મન્ટ), ના૦.

endue' (ઇનડ્યૂ), સ૦ ક્રિ૦ કપડાં પહેરાવવાં, (સત્તા ઇ૦)થી યુક્ત કરવું.

endur'ance (ઇનડ્યુઅરન્સ), ના૦ સહનશક્તિ, ટકાવ.

endur'e (ઇનડ્યુઅર), ઉ૦ ક્રિ૦ સહન કરવું; વેઠવું; ટકવું.

e'nema (એ'નિમ), ના૦ ગુદા વાટે અપાતી પિચકારી, બસ્તિ; તેમાં અપાતું પ્રવાહી.

e'nemy (એ'નમિ), ના૦ શત્રુ, દુશ્મન; શત્રુ લશ્કરનો કે દેશનો માણસ; શત્રુનું લશ્કર – વહાણ. વિ૦ શત્રુ(પક્ષ)નું.

energe'tic (એનર્જે'ટિક), વિ૦ જોરદાર, જબરું; જુસ્સાવાળું, ઉત્સાહી.

e'nergize (એ'નર્જાઇઝ઼), સ૦ ક્રિ૦ -માં ઉત્સાહ રેડવો.

e'nergy (એ'નર્જિ), ના૦ જોર, બળ; જુસ્સો, ઉત્સાહ; ક્રિયાશક્તિ; પદાર્થ કે વિકિરણની કાર્યશક્તિ; ઊર્જા.

e'nervate (એ'નર્વેટ), સ૦ ક્રિ૦ નિર્બળ – નિર્વીર્ય – બનાવવું. **enerva'tion** (-વેશન), ના૦.

enfant terri'ble (આંફાં ટે'રીબલ), [ફ્રે.] અગવડભર્યા સવાલ પૂછનાર, સાંભળેલી વાતચીત બોલી જનાર છોકરું; પોતાની ઉદ્દંડતાથી મૂંઝવણ પેદા કરનાર માણસ.

enfee'ble (ઇનફ઼ીબલ), સ૦ ક્રિ૦ નબળું – કમજોર – બનાવવું. **enfee'blement** (-મન્ટ), ના૦.

enfila'de (ઇનફિ઼લેડ), એક છેડેથી બીજા છેડા સુધી શત્રુની હરોળને સાફ કરી દેનારો તોપમારો. સ૦ક્રિ૦ એવો તોપમારો કરવો.

enfo'ld (ઇનફ઼ોલ્ડ), સ૦ ક્રિ૦ લપેટવું; આલિંગન દેવું.

enfor'ce (ઇનફ઼ોર્સ), સ૦ ક્રિ૦ દબાણ કરવું, આગ્રહ કરવો; લાદવું; પાલન કરાવવું – કરવાની ફરજ પાડવી. **enfor'cement** (-મન્ટ), ના૦.

enfra'nchise (ઇનફ્રૅન્ચાઇઝ઼), સ૦ ક્રિ૦ બંધનમાંથી મુક્ત કરવું;-ને મતાધિકાર આપવો. **enfra'nchisement** (-મન્ટ), ના૦.

enga'ge (ઇંગેજ), ઉ૦ ક્રિ૦ કરાર કે વચનથી (વિ૦ક૦ લગ્ન કરવાના) બાંધવું; વચનબદ્ધ થવું; ભાડે રાખવું; -માં બરાબર બેસવું, -ની સાથે ગૂંથાઈ જવું, -ની સાથે જોડાણ કરવું, -માં ગૂંથી દેવું; -માં ભાગ લેવો; નોકરીએ રાખવું, કામે લગાડવું; -નો કબજો લેવો. શત્રુસૈન્યને યુદ્ધમાં રોકવું – ઉતારવું – તેની સાથે યુદ્ધમાં ઊતરવું. **enga'gement** (–મન્ટ), ના૦.

enge'nder (ઇન્જે'ન્ડર). સ૦ ક્રિ૦ પેદા કરવું, -નું કારણ બનવું.

e'ngine (એ'ન્જિન), ના૦ બળતણને યાંત્રિક બળમાં ફેરવનારું સંમિશ્ર યંત્ર; આગગાડીનું એંજિન; સાધન, હથિયાર.

engineer' (એ'ન્જિનિઅર), ના૦ લશ્કરી કે જાહેર બાંધકામો યોજનાર તથા કરનાર; કોઈ ઇજનેરી શાખામાં કામ કરનાર; એન્જિનનો હવાલો સંભાળનાર; ઇજનેર. ઉ૦ ક્રિ૦ ઇજનેર તરીકે કામ કરવું; [વાત૦] હોશિયારીથી કરાવવું, યોજવું.

enginee'ring (એન્જિનિઅરિંગ), ના૦ ઇજનેરનું કામ કે શાસ્ત્ર, શક્તિના નિયંત્રણ અને વિનિયોગમાં વિજ્ઞાનનો ઉપયોગ, વિ૦ ક૦ યંત્રો દ્વારા.

E'nglish (ઇંગ્લિશ), વિ૦ ઇંગ્લંડનું –ના લોકોનું –ની ભાષાનું. ના૦ અંગ્રેજી ભાષા; ઇંગ્લંડના લોકો (**The ~**). **~man, ~woman,** અંગ્રેજ સ્ત્રી – પુરુષ.

engra'ft (ઇનગ્રાફ઼્ટ), સ૦ ક્રિ૦ -માં દાખલ-સમાવિષ્ટ – કરવું; કલમ કરવી.

engrai'n (ઇનગ્રેન), સ૦ ક્રિ૦ [બહુધા લા.] પાકો રંગ દેવો; બરાબર ઠસાવી દેવું.

engra've (ઇનગ્રેવ), સ૦ ક્રિ૦ કોતરવું; ધાતુ કે કોઈ કઠણ પદાર્થ પર (છાપવા માટે) આકૃતિ કોતરવી; કોતરકામ કરવું; સ્મૃતિ પર બરાબર ઠસાવવું.

engra'ving (ઇનગ્રેવિંગ), ના૦ કોતરેલી પાટી (પ્લેટ) પરથી લીધેલી છાપ – છાપેલી આકૃતિ – ચિત્રની નકલ.

engro'ss (ઇનગ્રોસ), સ૦ ક્રિ૦ મોટા અક્ષરે – કાયદાની ભાષામાં–લખવું; પૂરેપૂરું વ્યાપવું; માં લીન કરવું. **engro'ssment** (–મન્ટ), ના૦.

engu'lf (ઇનગલ્ફ), સ૦ ક્રિ૦ ઘેરી લેવું; ગળી જવું.

enha'nce (ઇનહાન્સ), સ૦ ક્રિ૦ વધારવું; વધુ તીવ્ર બનાવવું. **enha'ncement** (–મન્ટ), ના૦.

eni'gma (ઇનિગ્મે), ના૦ કોયડો; ગૂઢ માણસ કે વસ્તુ. **enigma'tic(al)** (–મેટિકલ વિ૦

enjoi'n (ઇનજોઇન), સ૦ ક્રિ૦ અધિકારથી કહેવું; આજ્ઞા કરવી.

enjoy' (ઇનજોઇ), સ૦ ક્રિ૦ -નું સુખ ભોગવવું – આનંદ માણવો, -નો ઉપભોગ કરવો, અનુભવવું. **~ oneself,** મોજ કરવી. **enjoy'able** (-જોયબલ), વિ૦. **enjoy'ment** (–મન્ટ), ના૦.

enki'ndle (ઇનકિન્ડલ), સ૦ ક્રિ૦ સળગાવવું, પ્રદીપ્ત કરવું.

enla'ce (ઇનલેસ), સ૦ ક્રિ૦ ફરતે વીંટવું; ઘેરી લેવું.

enlar'ge (ઇનલાર્જ), ઉ૦ ક્રિ૦ વિસ્તૃત કરવું, મોટું થવું; કોઈ વિષય પર લંબાણથી બોલવું; (છબી ઇ૦) મોટા માપનું કરવું. **enlar'gement** (–મન્ટ), ના૦.

enli'ghten (ઇનલાઇટન), સ૦ ક્રિ૦ બોધ આપવો, માહિતી આપવી; ઉપર પ્રકાશ પાડવો. **enli'ghtenment** (–મન્ટ), ના૦.

enli'st (ઇનલિસ્ટ), ઉ૦ ક્રિ૦ લશ્કરી સેવા માટે નોંધવું – સેવામાં દાખલ કરવું; -નો સહકાર – ટેકો – મેળવવો. **enli'stment** (–મન્ટ,) ના૦.

enli'ven (ઇનલાઇવન), સ૦ ક્રિ૦ સજીવન કરવું–માં પ્રાણ રેડવો, પ્રસન્ન–આનંદિત–કરવું. **enli'venment** (–મન્ટ), ના૦.

en ma'sse (આં મૅસ), [ફ્રેં.] બધાંને એકસામટા.

enme'sh (ઇનમે'શ), સ૦ ક્રિ૦ જાળમાં હોય તેમ ફસાવવું.

e'nmity (એ'નમિટિ), ના૦ વેર, શત્રુતા.

enno'ble (ઇનોબલ), સ૦ક્રિ૦ -ને ઉમરાવ બનાવવો; ઉન્નત કરવું. **enno'blement** (–મન્ટ), ના૦.

e'nnui (ઑન્વી), ના૦ થાક, કંટાળો.

enor'mity (ઇનૉર્મિટિ), ના૦ પારાવાર દુષ્ટતા; ઘોર અપરાધ; રાક્ષસી ગુનો.

enor'mous (ઇનૉર્મસ), વિ૦ ઘણું મોટું, પ્રચંડ.

enou'gh (ઇનફ), વિ૦, ક્રિ૦ વિ૦, ના૦ પૂરતું, જોઈએ તેટલું(જથો, સંખ્યા કે માત્રા).

enou'nce (ઇનાઉન્સ), સ૦ ક્રિ૦ -ની વ્યાખ્યા – ઉચ્ચાર – કરવો.

enquir'e (ઇનકવાયર), **enquir'y** (ઇનકવાયરિ), જુઓ **inquire, inquiry.**

enra'ge (ઇનરેજ), સ૦ ક્રિ૦ ગુસ્સે – સંતપ્ત – કરવું.

enra'pture (ઇનરૅપ્ચર), સ૦ ક્રિ૦ અત્યંત આનંદિત કરવું.

enri'ch (ઇનરિચ), સ૦ક્રિ૦ (વધુ) ધનવાન – સમૃદ્ધ – ફળદ્રૂપ – બનાવવું.

enro'l (ઇનરોલ), સ૦ ક્રિ૦ પત્રકમાં નામ નોંધવું, વિ૦ ક૦ લશ્કરમાં; સભ્ય તરીકે દાખલ કરી લેવું; ચાદીમાં પોતાનું નામ નોંધાવવું. **enro'lment** (–મન્ટ), ના૦.

en rou'te (આં રૂટ), [ફ્રેં.] -ના રસ્તે જતાં – રસ્તામાં.

ensco'nce (ઇનસ્કોન્સ), સ૦ ક્રિ૦ આરામશીર જગ્યામાં સ્થાપવું – આશરો લેવો (**~ oneself**).

ense'mble (આંસાંબલ), ના૦ સમગ્રપણે દેખાતી વસ્તુ; સ્ત્રીનાં એકબીજા સાથે મેળ

ખાતાં વસ્ત્રોનો સટ; ગાયકોનું જૂથ; સમૂહ ગાયનવાદનનો જલસો.

enshri'ne (ઇનશ્રાઇન). સ૦ ક્રિ૦ મંદિરમાં (હોય તેમ) મૂકવું – સાચવી રાખવું; સંઘરવું.

enshrou'd (ઇનશ્રાઉડ), સ૦ ક્રિ૦ પૂરેપૂરું ઢાંકી દેવું.

e'nsign (એ'નસાઇન, -સન), ના૦ ચિહ્ન, નિશાની, વાવટો, ધ્વજ; પાયદળનો (અમે.માં આરમારનો) નીચામાં નીચી પાયરીનો સનદી અધિકારી.

e'nsilage (એ'ન્સિલજ), ના૦ હવાબંધ ખાડામાં રાખેલી લીલી ચાર.

ensi'le (ઇનસાઇલ), સ૦ ક્રિ૦ હવાબંધ જગ્યામાં લીલો ચારો સંઘરી રાખવો.

ensla've (ઇનસ્લેવ), સ૦ ક્રિ૦ -ને ગુલામ બનાવવું. **ensla'vement** (-મન્ટ), ના૦.

ensnar'e (ઇનસ્નૅ'અર), સ૦ ક્રિ૦ જાળમાં કે ફાંસામાં ફસાવવું – પકડવું.

ensu'e (ઇન્સ્યૂ), ઉ૦ ક્રિ૦ પાછળથી થવું, -માંથી નીપજવું – પરિણમવું.

ensu're (ઇનશુઅર), સ૦ ક્રિ૦ સુરક્ષિત-નિશ્ચિત-કરવું, ખાતરી કરવી.

E.N.T. સંક્ષેપ. [વૈદક] ear, nose and throat.

enta'blature (ઇન્ટૅબ્લચર), ના૦ સ્તંભના ઉપરની રચના, સ્તંભશીર્ષ.

entai'l (ઇન્ટેલ), સ૦ ક્રિ૦ સ્થાવર મિલકતનો વારસો યથાક્રમ નક્કી કરવો; કોઈની ઉપર ખર્ચ ઇ૦ નાખવું; આવશ્યક બનાવવું; ના૦ ઉપર પ્રમાણે કરેલી વ્યવસ્થા; વારસાનો ક્રમ નક્કી કરેલી મિલકત.

enta'ngle (ઇનટૅંગલ), સ૦ ક્રિ૦ જાળમાં પકડવું, ફસાવવું, ઇ૦; મુશ્કેલીઓમાં સપડાવવું; ગૂંચવણભર્યું – જટિલ – બનાવવું. **enta'nglement** (-મન્ટ), ના૦.

ente'nte (આંટાંટ), ના૦ મિત્રતાની સમજૂતી – કરાર, વિ૦ક૦ રાજ્યો વચ્ચે.

e'nter (એ'ન્ટર), ઉ૦ ક્રિ૦ અંદર જવું – આવવું, પેસવું; -માં દાખલ થવું; મંચ પર પ્રવેશ કરવો; -નું સભ્ય થવું; યાદી કે પત્રકમાં (નામ ઇ૦) નોંધવું, દાખલ કરવું; -ને પ્રવેશ મેળવી આપવો; હરીફાઈ ઇ૦ માટે નામ નોંધાવવું – આપવું; ~ **into,** -માં પડવું, શરૂ કરવું; -ને સહાનુભૂતિ બતાવવી; -નો ભાગ હોવો; -થી બંધાવું. ~ **(up)on,** -નો કબજો લેવો; શરૂ કરવું; નિકાલ માટે હાથ પર લેવું.

ente'ric (એ'ન્ટૅ'રિક). વિ૦ આંતરડાંનું – ને લગતું. ના૦ ~ **(fever)**, ટાઇફૉઇડ ઇ૦ આંતરડાંનો તાવ.

enteri'tis (એ'ન્ટરાઇટિસ), ના૦ આંતરડાનો દાહ – સોજો.

e'nterprize (એ'ન્ટરપ્રાઇઝ), ના૦ સાહસ કે જોખમ (ભરેલું કામ), સાહસિક વૃત્તિ.

e'nterprizing (-પ્રાઇઝિંગ), વિ૦ સાહસિક; કલ્પક.

entertai'n (એ'ન્ટરટેન), સ૦ ક્રિ૦ પરોણાગત કરવી; મનરંજન કરવું; (મનમાં) સંઘરવું; ધ્યાનમાં લેવું, ઉપર વિચાર કરવો.

entertai'nment (-મન્ટ), ના૦ પરોણાગત; મનોરંજન; જલસો, તમાશો, ઇ૦ જાહેર કાર્યક્રમ.

enthra'l (ઇન્થ્રૉલ), સ૦ ક્રિ૦ ગુલામ બનાવવું; ખૂબ રાજી – મુગ્ધ – કરવું, મોહ પમાડવું. **enthra'lment** (-મન્ટ), ના૦.

enthro'ne (ઇનથ્રોન), સ૦ ક્રિ૦ સિંહાસન-ગાદી – પર બેસાડવું. **enthr'onement** (-મન્ટ), ના૦.

enthu'se (ઇનથ્યૂઝ), ઉ૦ ક્રિ૦ [વાત.] ઉત્સાહિત કરવું, ઉત્સાહ બતાવવો.

enthu'siasm (ઇનથ્યૂઝિઍઝ્મ), ના૦ ઉત્સાહ. આતુરતા, હોંશ. **enthu'siast** (-ઝિઍસ્ટ), ના૦. **enthusia'stic** (-ઝિઍસ્ટિક), વિ૦.

enti'ce (ઇન્ટાઇસ), સ૦ ક્રિ૦ લલચાવવું લોભાવવું. **enti'cement** (-મન્ટ), ના૦.

entir'e (ઇન્ટાયર), વિ૦ આખું, સંપૂર્ણ અખંડિત; ખસી નહિ કરેલું; સળંગ.

entire'ly (ઇન્ટાયર્લિ), ક્રિ૦ વિ૦ સંપૂર્ણપણે

enti'rety (ઇન્ટાયરટિ), ના૦ પૂર્ણતા કુલ સરવાળો; સમગ્રતા.

enti'tle (ઇન્ટાઇટલ), સ૦ ક્રિ૦ પુસ્તક, લેખ, ઇ૦ને નામ કે મથાળું આપવું; -ને અધિકાર કે હક આપવો. **enti'tlement** (-મન્ટ), ના૦.

e'ntity (એ'ન્ટિટિ), ના૦ (વસ્તુનું) અસ્તિત્વ; અસ્તિત્વ ધરાવનાર વસ્તુ.

ento'mb (ઇન્ટૂમ), સ૦ ક્રિ૦ કબરમાં મૂકવું, દાટવું; -ની કબર હોવી. **ento'mbment** (-મન્ટ), ના૦.

entomo'logy (ઇન્ટમોલજિ), ના૦ જંતુશાસ્ત્ર, કીટકવિજ્ઞાન. **entomolo'gical** (-મલૉજિકલ), વિ૦. **entomo'logist** (-ટમોલજિસ્ટ), ના૦.

e'ntourage (ઑન્ટુરાઝ), ના૦ નોકર-ચાકર ઇ૦ પરિવાર; આસપાસની પરિસ્થિતિ.

e'ntr'acte (ઑન્ટ્રૅક્ટ), ના૦ નાટકના મધ્યાંતર (માં ભજવાતું ઉપનાટક).

e'ntrails (એન્ટ્રેલ્સ), ના૦ બ૦ વ૦ અંદરના ભાગો; આંતરડાં.

entrai'n (ઇન્ટ્રેન), ઉ૦ ક્રિ૦ ગાડીમાં -ચડવું - ચડાવવું.

entra'nce[1] (ઇન્ટ્રાન્સ), સ૦ ક્રિ૦ ભાવાવેશથી અભિભૂત કરવું, અતિ આનંદિત કરવું.

e'ntrance (એ'ન્ટ્રન્સ), ના૦ અંદર જવું - આવવું - તે, પ્રવેશ; પ્રવેશનો હક; પ્રવેશમાર્ગ, દરવાજો.

e'ntrant (એ'ન્ટ્રન્ટ), ના૦ પ્રવેશ કરનાર.

entra'p (ઇન્ટ્રૅપ), સ૦ ક્રિ૦ પાંજરામાં -ફાંસામાં - પકડવું.

entrea't (ઇન્ટ્રીટ), સ૦ ક્રિ૦ વિનવણી - આજીજી - કરવી; આજીજીપૂર્વક માગવું.

entrea'ty (ઇન્ટ્રીટિ), ના૦ વિનવણી, આજીજી.

e'ntrecote (ઑન્ટ્રકોટ), ના૦ ગાય ઇ૦ના પાછલા ભાગમાંથી કાપેલો હાડકા સાથેનો માંસનો કકડો.

e'ntrée (ઑન્ટ્રે), ના૦ પ્રવેશ (કરવા)નો હક - વિશેષાધિકાર; માછલી અને માંસની વચ્ચે પીરસાતી વાની; [અમે.] ભોજનની મુખ્ય વાની.

entre'nch (ઇન્ટ્રે'ન્ચ), સ૦ ક્રિ૦ ફરતે ખાઈ ખોદવી - ખોદીને કિલ્લેબંધી કરવી; રક્ષણ માટે વિશેષ ઉપાય કરવા. **entre'nchment** (-મન્ટ), ના૦.

entrepreneur' (ઑન્ટ્રપ્રનર), ના૦ વેપારી કે ઔદ્યોગિક સાહસ ખેડનાર; ઠેકેદાર. **entrepreneur'ial** (-નરિઅલ), વિ૦.

e'ntropy (એ'ન્ટ્રપિ), ના૦ વિશ્વની અવનતિ અથવા અવ્યવસ્થાનું માપ; અવક્રય માપ, ઉત્ક્રમ માપ; કોઈ પદ્ધતિમાં અણુઓની અવ્યવસ્થાની માત્રાનું પ્રમાણ; યાન્ત્રિક કાર્યમાં ફેરવવા માટે કોઈ પદ્ધતિ (સિસ્ટિમ)માં ઉષ્ણતાજનિત ઊર્જાની અનુપલબ્ધતાનું માપ.

entru'st (ઇન્ટ્રસ્ટ), સ૦ ક્રિ૦ -ને સોંપવું -ભરોસે મૂકવું; -માં વિશ્વાસ રાખવો.

e'ntry (એ'ન્ટ્રિ), ના૦ અંદર જવું - આવવું - તે, પ્રવેશ; પ્રવેશદ્વાર; ગલી; પત્રક ઇ૦માં નોંધ કરવી તે; નોંધેલી વસ્તુ, નોંધ.

entwi'ne (ઇનટ્વાઇન), સ૦ ક્રિ૦ વીંટળાઈ જવું, વીંટાળવું, ગૂંથવું.

enu'merate (ઇન્યૂમરેટ), સ૦ ક્રિ૦ ગણવું; અલગ અલગ ગણાવવું. **enumera'tion** (-રેશન), ના૦. **enu'merative** (-રટિવ), વિ૦. **enu'merator** (-રેટર), ના૦.

enu'nciate (ઇનનશિએટ), સ૦ ક્રિ૦ -ની ચોક્કસ શબ્દોમાં વ્યાખ્યા કરવી; જાહેર કરવું; (શબ્દોનો) ઉચ્ચાર કરવો. **enuncia'tion** (-એશન), ના૦. **enu'nciative** (-અટિવ), વિ૦. **enu'nciator** (-એટર), ના૦.

enve'lop (ઇન્વે'લપ), સ૦ ક્રિ૦ વીંટવું, લપેટવું; ઢાંકવું; (શત્રુને) ઘેરવું. **enve'lopment** (-મન્ટ), ના૦.

e'nvelope (એનવલપ, ઑન્-), ના૦ વેષ્ટન, આવરણ; પરબીડિયું.

enve'nom (ઇન્વે'નમ), સ૦ ક્રિ૦ -ને ઝેર ચોપડવું - પાવું, -માં ઝેર નાખવું, ઝેરીલું બનાવવું.

e'nviable (એ'ન્વિઅબલ), વિ૦ અદેખાઈ આવે એવું.

e'nvious (એ'ન્વિઅસ), વિ૰ અદેખું, ઈર્ષાળુ.

envi'ron (ઇન્વાયરન). સ૰ ક્રિ૰ -ની ફરતે વર્તુળ – કરવું – કરવું, ઘેરવું. **envir'ons** (-ચરન્સ), ના૰ બ૰ વ૰ આસપાસનો પ્રદેશ, પરિસર.

envi'ronment (–ઇન્વાયરન્‌મન્ટ), ના૰ આસપાસનો પ્રદેશ, સ્થિતિ અથવા વસ્તુઓ; પરિસ્થિતિ, વાતાવરણ. **environme'ntal** (–મે'ન્ટલ), વિ૰.

environme'ntalist (–મે'ન્ટલિસ્ટ), ના૰ કુદરતી પર્યાવરણનું રક્ષણ કરવાની કાળજી લેનાર.

envi'sage (ઇન્વિઝિજ), સ૰ ક્રિ૰ મનમાં ચિત્ર ઊભું કરવું, -નો વિચાર – કલ્પના – કરવી.

e'nvoy (એ'ન્વૉઇ), ના૰ ઍમ્બેસિડરથી ઊતરતી પાયરીનો રાજદૂત, એલચી; દૂત.

e'nvy(એ'ન્વિ), ના૰ અદેખાઈ, ઈર્ષ્યા; અદેખાઈ થાય એવી વ્યક્તિ કે વસ્તુ. સ૰ ક્રિ૰ –ની અદેખાઈ કરવી – થવી.

enwra'p (ઇન્‌રૅપ), સ૰ ક્રિ૰ વીંટવું, લપેટવું.

e'nzyme (એ'ન્ઝાઇમ), ના૰ [રસા.] એક ઉત્પ્રેરક દ્રવ્ય, પાચક રસ.

E.P., સંક્ષેપ. electroplate; extended-play (record).

epaule'tte (એ'પોલે'ટ), ના૰ ગણવેશનો ખભાપરનો શોભાનો પટો, ફીત, ઇ૰

e'phedrine (એ'ફિડ્રિન), ના૰ એક બારમાસી ઝાડવામાંથી મળતી દમ(ના રોગ)ની દવા.

ephe'mera (ઇફે'મરે), ના૰ [બ૰ વ૰. ~ s અથવા -rae - રી] ના૰ એક જ દિવસ જીવનાર એક જંતુ; ક્ષણજીવી વસ્તુ.

ephe'meral (ઇફે'મરલ), વિ૰ ક્ષણભંગુર, ક્ષણિક. **ephemera'lity** (– મરૅલિટિ), ના૰.

ephe'meron (ઇફે'મરન), ના૰ [બ૰ વ૰ -ra] = **ephemera**.

e'pic (એ'પિક), વિ૰ વીરરસાત્મક, ઐતિહાસિક કે પૌરાણિક વીરોનાં ચરિત્રોનું વર્ણન કરનારું. ના૰ વીરરસનું કાવ્ય, ચિત્રપટ, ઇ૰, મહાકાવ્ય.

e'picene (એ'પિસીન), વિ૰ બંને લિંગોનાં લક્ષણોવાળું, બંને લિંગો માટેનું.

e'picentre (એ'પિસે'ન્ટર), ના૰ ધરતીકંપનો આંચકો ધરતીની સપાટીને જ્યાં પહોંચે છે તે બિંદુ.

e'picure (એ'પિક્યુઅર), ના૰ સારા સારા ખાનપાનનું સવાદિયું માણસ. **e'picurism** (– રિઝ્‌મ), ના૰.

epicure'an (એ'પિક્યુરિઅન), વિ૰ અને ના૰ ઊંચી કક્ષાનો ભોગવાદી (માણસ). **epicure'anism** (–રિઅનિઝ્‌મ), ના૰.

e'pidemic (એ'પિડે'મિક), વિ૰ અને ના૰ વ્યાપક વાવરનો રોગ.

epidemio'logy (એ'પિડીમિઑલજિ), ના૰ રોગચાળાનું શાસ્ત્ર.

epider'mis (એ'પિડર્મિસ), ના૰ બહારની ચામડી, ત્વચા.

epidi'ascope (એ'પિડાયસ્કોપ), ના૰ અપારદર્શક અને પારદર્શક બંને વસ્તુઓની પ્રતિમાઓ પડદા પર પાડનાર પ્રક્ષેપક યંત્ર.

epiglo'ttis (એ'પિગ્લૉટિસ), ના૰ ખોરાક ગળતી વખતે શ્વાસનળીને ઢાંકનારો પડદો. **epiglo'ttal** (–ગ્લૉટલ) વિ૰.

e'pigram (એ'પિગ્રૅમ), ના૰ ટૂંકી મનોરંજક કે મર્માળી કવિતા; ટુચકો, ચતુરોક્તિ. **epigramma'tic** (–ગ્રમૅટિક), વિ૰. **epigra'mmatist** (–ગ્રૅમટિસ્ટ), ના૰.

e'pigraph (એ'પિગ્રાફ), ના૰ ઉત્કીર્ણ લેખ, શિલાલેખ.**epigra'phic**(–ગ્રૅફિક), વિ૰. **epi'graphy** (–ગ્રફિ), ના૰.

e'pilepsy (એ'પિલે'પ્સિ), ના૰ ફેફરું, અપસ્માર, વાઈ.

epile'ptic (એ'પિલે'પ્ટિક), વિ૰ ફેફરાનું – સંબંધી, જેને ફેફરું થાય છે એવું. ના૰ ફેફરાનો રોગી.

e'pilogue (એ'પિલૉગ), ના૰ ઉપસંહાર; ભરતવાક્ય.

Epi'phany (ઇપિફનિ), ના૰ મેજાઈ ને

ઈશુનો સાક્ષાત્કાર; તેનો ઉત્સવ (જાને. ૬).

e'piphyte (એ'પિફાઇટ), નામ૦ પરોપજીવી છોડ, પ્રાણીના શરીર પર થતી વનસ્પતિ; વાંદો.

epi'scopacy (એ'પિસ્કપસિ), ના૦ બિશપો દ્વારા ધર્મસંઘનું શાસન; તમામ બિશપો.

epi'scopal (ઇપિસ્કપલ), વિ૦ બિશપ(-પો)નું -દ્વારા સંચાલિત. **E~ Church**, સ્કૉટલન્ડ અને અમેરિકામાં પ્રચલિત ઇંગ્લન્ડનું ચર્ચ.

episcopa'lian (ઇપિસ્કપેલિઅન), વિ૦ અને ના૦ ઇંગ્લન્ડના ચર્ચનું (અનુયાયી). **E~**, ઇંગ્લન્ડના ચર્ચનો (સભ્ય). **episcopa'lianism** (-નિઝ્મ),ના૦.

epi'scopate (ઇપિસ્કપિટ), ના૦ બિશપનો હોદ્દો, પદ, કે હકૂમત(ની અવધિ); સમગ્ર બિશપવર્ગ.

e'pisode (એ'પિસોડ), ના૦ પ્રાસંગિક કથા; વિષયાંતર; વાર્તામાં આવતી ઘટના; ક્રમિક વાર્તાનો ભાગ. **episo'dic** (-સૉડિક), વિ૦.

epistemo'logy (ઇપિસ્ટમૉલજિ), ના૦ જ્ઞાનમીમાંસા, પ્રમાણશાસ્ત્ર. **epistemolo'gical** (-મલૉજિકલ), વિ૦.

epi'stle (ઇપિસલ), ના૦ પત્ર; પત્રના રૂપમાં કાવ્ય વગેરે.

epi'stolary (ઇપિસ્ટલરિ), વિ૦ પત્રોનું, પત્રો દ્વારા ચાલતું.

e'pitaph (એ'પિટાફ), ના૦ કબર(ના પથ્થર) પર કોતરેલો લેખ; સમાધિલેખ.

epithe'lium (ઈપિથીલિઅમ), ના૦ ચામડી, આંખ, ગળું, ઇ. ભાગોના ઉપરના સ્તરના કોશો, બાહ્યચર્મ.

e'pithet (એ'પિથે'ટ), ના૦ ગુણવાચક વિશેષણ; યથાર્થ નામ કે ઉપાધિ.

epi'tome (ઇપિટમિ), ના૦ સાર, સંક્ષેપ; કોઈ ગુણના મૂર્ત સ્વરૂપ એવી વ્યક્તિ. **epi'tomize** (-ટમાઇઝ઼), સ૦ ક્રિ૦.

E.P.N.S., સંક્ષેપ. electroplated nickel silver,

e'poch (ઈપૉક), ના૦ યુગારંભ; જમાનો, યુગ. **~-making**, યુગપ્રવર્તક; અત્યંત મહત્ત્વનું. **e'pochal** (એ'પકલ), વિ૦.

epo'nymous (ઇપૉનિમસ), વિ૦ જેનું નામ કોઈ પ્રજા કે સ્થળને આપ્યું હોય એવું.

epo'xy (ઇપૉક્સિ), વિ૦ અને ના૦ **~ (resin)**, એક જાતની કૃત્રિમ રાળ.

E'psom(એ'પ્સમ), ના૦.**~ salt(s)**, જુલાબની એક દવા, મૅગ્નેસિઅમ સલ્ફેટ.

e'quable (એ'ક્વબલ), વિ૦ એકસરખું, સમાન; સ્થિર, સહેજે ક્ષોભ ન પામનારું. **equabi'lity** (-બિલિટિ), ના૦.

e'qual (ઈક્વલ), વિ૦ સરખું, સમાન, (સંખ્યા, કદ, ગુણ, ઇ૦માં); પૂરતું; એકબીજાને અનુરૂપ. ના૦ બરોબરિયો, સમોવડિયો. સ૦ ક્રિ૦ -નું બરોબરિયું હોવું,-ની બરોબરી કરવી; સમાન થાય એવું કશુંક કરવું.

equa'lity (ઇક્વૉલિટિ), ના૦ સરખાપણું, સમતા.

e'qualize (ઇક્વલાઇઝ઼), ઉ૦ ક્રિ૦ સરખું-સમાન - બનાવવું; [રમતમાં] સામા પક્ષની બરાબરી કરવી. **equaliza'tion** (-ઝ઼ેશન), ના૦.

equani'mity (એ'ક્વનિમિટિ), ના૦ સ્વસ્થતા, શાંતિ.

equa'te (ઇક્વેટ), સ૦ ક્રિ૦ સરખાપણું - સમતા - જણાવવી; સમાન ગણવું.

equa'tion (ઇક્વેઝન), ના૦ સરખું - સમતોલ - કરવું તે; અચોકસાઈ કે ભૂલ સુધારવાની પ્રક્રિયા અથવા માત્રા; [ગ.] સમીકરણ [રસા.] સંકેતચિહ્નો દ્વારા રાસાયણિક પ્રતિક્રિયા બતાવનારું સૂત્ર. **equa'tional** (-ઝનલ), વિ૦.

equa'tor (ઇક્વેટર), ના૦ ભૂમધ્યરેખા, વિષુવવૃત્ત.

equato'rial (એ'ક્વટૉરિઅલ, ઈ-), વિ૦ વિષુવવૃત્તનું - ની પાસેનું.

e'querry (એ'ક્વરિ), ના૦ બ્રિટિશ રાજવાડાનો રાજા ઇ૦ની ખિદમતમાં રહેનાર અધિકારી.

eque'strian (ઇક્વે'સ્ટ્રિઅન), વિ૦

અશ્વારોહણનું – સંબંધી; અશ્વારૂઢ વ્યક્તિ બતાવનારું. ના૦ ઘોડેસવાર, ઘોડા પર બેસીને ખેલ કરનાર. **eque'strianism** (–નિઝ્મ), ના૦.

equia'ngular (ઇક્વિઍંગ્યુલર), વિ૦ સમકોણ.

equidi'stant (ઇક્વિડિસ્ટન્ટ), વિ૦ સરખે અંતરે આવેલું, સમાનાંતર.

equila'teral (ઇક્વિલૅટરલ), વિ૦ સમભુજ.

equi'librate (ઇક્વિલિબ્રેટ), ઉ૦ ક્રિ૦ સમતોલ બનાવવું – થવું, સામું સરખું વજન મૂકવું. **equilibrat'ion** (– બ્રેશન), ના૦.

equili'brium (ઇક્વિલિબ્રિઅમ), ના૦ [બ૦ વ૦ **~s** અથવા **-bria**] સમતુલા; મનનું સમતોલપણું.

e'quine (એ'ક્વાઇન), વિ૦ ઘોડાનું – ના જેવું.

equino'ctial (ઇક્વિનૉક્શલ), વિ૦ વિષુવનું – સંબંધી, વિષુવકાળે – કાળની નજીક થતું. ના૦ વિષુવરેખા, નાડીમંડળ.

e'quinox (એ'ક્વિનૉક્સ), સરખાં દિવસરાતનો કાળ, વિષુવકાળ; બેમાંથી કોઈ પણ એક વિષુવ.

equi'p (ઇક્વિપ), સ૦ ક્રિ૦ જરૂરી વસ્તુઓ પૂરી પાડવી – થી સજ્જ કરવું; પ્રવાસની તૈયારી કરવી (**~ oneself etc.**).

e'quipage (એ'ક્વિપિજ), ના૦ ગાડી, ઘોડા અને નોકરો; આવશ્યક સાજ-સરંજામ.

equi'pment (ઇક્વિપ્મન્ટ) ના૦ સાજ-સરંજામથી સજ્જ કરવું – થવું – તે; કોઈ સફર કે કામગીરી માટે જરૂરી સાધન-સામગ્રી.

e'quipoise (એ'ક્વિપૉઇઝ઼) ના૦ સમતુલા; સમભાર, ધડો.

e'quitable (એ'ક્વિટબલ), વિ૦ વાજબી, ન્યાયી; ન્યાય્ય (કાયદેસર ન હોય તો-પણ).

equita'tion (ઇક્વિટેશન), ના૦ અશ્વારોહણ.

e'quity (એ'ક્વિટિ), ના૦ વાજબીપણું; સમ – શુદ્ધ – ન્યાય; કાયદાના પૂરક ન્યાયના સિદ્ધાન્તો; એવી રીતે વિકસેલી કાયદા પદ્ધતિ; કંપની કે મંડળીએ કાઢેલા શેરોની કિંમત; [બ૦ વ૦માં] જેના પર ચોક્કસ દરે વ્યાજ મળતું નથી એવા શેરો; **E~**, નટોનું મહાજન.

equi'valent (ઇક્વિવલન્ટ), વિ૦ કિંમત, અર્થ, ઇ૦માં સરખું, સમાનાર્થ; અનુરૂપ. ના૦ સરખો જથો ઇ૦. **equi'valence** (– લન્સ), ના૦.

equi'vocal (ઇક્વિવકલ), વિ૦ દ્વિઅર્થી, સંદિગ્ધ; શકાસ્પદ.

equi'vocate (ઇક્વિવકેટ), અ૦ ક્રિ૦ દ્વિ-અર્થી – સંદિગ્ધ – બોલવું, વિ૦ ક૦ સાચી વાત છુપાવવા માટે. **equivoca'tion** (– કેશન), ના૦.

E.R., સંક્ષેપ. Edwardus Rex (King Edward); Elizabeth Regina (Queen Elizabeth).

e'ra (ઇઅર), ના૦ અમુક સમય કે ઘટનાથી શરૂ થતી કાલગણના (પદ્ધતિ) – શક અથવા સંવત્સર; ઐતિહાસિક કે બીજો કોઈ કાલવિભાગ, યુગ.

era'dicate (ઇરૅડિકેટ), સ૦ ક્રિ૦ જડમૂળથી ઉખેડી નાખવું, નાબૂદ કરવું. **eradica'tion** (– કેશન), ના૦.

era'se (ઇરેઝ઼), સ૦ ક્રિ૦ ભૂસી નાખવું; સમૂળ નાશ કરવો.

era'ser (ઇરેઝ઼ર), ના૦ ભૂસી નાખનાર, રબર ઇ૦.

era'sure (ઇરેઝર), ના ભૂસી નાખવું તે; ભૂસી નાખેલો શબ્દ ઇ૦.

ere (એ'અર), નામ૦ અ૦ અને ઉભ૦ અ૦ [પ્રા.] પૂર્વે, પહેલાં.

ere'ct (ઇરે'ક્ટ), વિ૦ ઊભું, ટટાર; (શરીરના અંગ અંગે) ફૂલેલું અને કઠણ વિ૦ ક૦ કામોત્તેજનાને લીધે. સ૦ ક્રિ૦ ઊભું – સીધું ટટાર – કરવું; બાંધવું. **ere'**-

ction (-ક્શન), ના૦. ere'ctor (-ક્ટર), ના૦.

ere'ctile (ઇરે'ક્ટાઇલ), વિ૦ ઊભું -ટટાર કરી શકાય-થઈ શકે-એવું.

erg (અર્ગ) ના૦ [પદાર્થ.] કામ અથવા ઊર્જાનો એકમ.

er'go (અર્ગો), ક્રિ૦ વિ૦ તેથી, એ કારણસર.

ergono'mics (અર્ગનૉમિક્સ), ના૦ પોતાના કામના વાતાવરણમાં કામગારોની કાર્યક્ષમતાનું શાસ્ત્ર. **ergo'nomist** (અર્ગૉનિમિસ્ટ), ના૦.

er'got (અર્ગૉટ), ના૦ 'રાઇ' (એક જાતનું અનાજ)નો એક રોગ; તેનું કારણ એક જાતની ફૂગ.

er'gotism (અર્ગૉટિઝ્મ), ના૦ ફૂગ-(અર્ગૉટ)વાળી રાઇના લોટની રોટીને લીધે થતો એક રોગ.

e'rica (એ'રિકે), ના૦ ખરાબાની જમીનમાં ઊગતો એક છોડ-ઘાસ.

E'rin (એ'રિન), ના૦ [કાવ્ય.] આયર્લૅન્ડ.

er'mine (અર્મિન), ના૦ નોળિયાની જાતનું એક પ્રાણી; તેની શિયાળાની સફેદ રુવાટી.

erne (અર્ન), ના૦ દરિયાઈ ગરુડ.

Er'nie (અર્નિ), ના૦ વધારે કિંમતવાળા દેવાખતના ઇનામ જીતનાર નંબરો ઉપાડવાની તરકીબ.

ero'de (ઇરોડ), સ૦ ક્રિ૦ ઘસી કાઢવું, ધોઈ નાખવું, કોરી ખાવું, ખાઈ જવું, -ની સપાટીનો નાશ કરવો.

ero'genous (ઇરૉજિનસ), વિ૦ કામોદ્દીપક.

E'ros (ઇઅરૉસ), ના૦ કામદેવ.

ero'sion (ઇરોઝન), ના૦ ઘસી-ધોઈ--ખાઈ-નાખવું તે, ઘસાઈ-ધોવાઈ-ખવાઈ-જવું તે; જમીનનું ધોવાણ. **ero'sive** (રોસિવ), વિ૦.

ero'tic (ઇરૉટિક), વિ૦ લૈંગિક પ્રેમનું -ને લગતું; શૃંગારિક, કામોદ્દીપક. **ero'ticism** (-ટિસિઝ્મ), ના૦.

ero'tica (ઇરૉટિકે), ના૦ બ૦ વ૦ શૃંગારિક સાહિત્ય અથવા કળા.

err (અર), અ૦ ક્રિ૦ ભૂલો કરવી, ભૂલવું, ચૂકવું; પાપ કરવું.

e'rrand (એ'રન્ડ), ના૦ ખેપ, ટાંપું, સંદેશ, કહેણ.

e'rrant (એ'રન્ટ), વિ૦ ભૂલચૂક કરનારું; સાહસની શોધમાં ભટકતું; ફરતું, પ્રવાસી.

erra'tic (ઇરૅટિક), વિ૦ અનિયમિત, ચંચળ, લહેરી, ધૂની.

erra'tum (ઇરાટમ), ના૦ [બ૦ વ૦ -ta] વિ૦ ક૦ છાપભૂલ.

erro'neous (ઇરોનિઅસ), વિ૦ ભૂલભરેલું, ખોટું.

e'rror (એ'રર), ના૦ ભૂલ, ચૂક; દોષ, કસૂર: ખોટો મત; ગણતરી કે માપમાં ભૂલની માત્રા.

er'stwhile (અર્સ્ટ્વાઇલ), ક્રિ૦ વિ૦ અને વિ૦ [પ્રા.] અગાઉ(નું), પૂર્વે(નું).

eructa'tion (ઇરક્ટેશન), ના૦ ઓડકાર(ખાવો તે).

e'rudite (એરુડાઇટ) વિ૦ વિદ્વાન, પંડિતાઈભરેલું. **erudi'tion** (-ડિશન), ના૦.

eru'pt (ઇરપ્ટ), અ૦ ક્રિ૦ -માંથી કે -માં થઈને એકદમ બહાર નીકળવું, ફૂટી નીકળવું, ફાટવું.

eru'ption (ઇરપ્શન), ના૦ જ્વાળામુખી ઇ૦નું ફાટવું; (દાંત, ફોલ્લીઓ, ઇ૦) ફૂટી નીકળવું.

eru'ptive (ઇરપ્ટિવ), વિ૦ જ્વાળામુખીના સ્ફોટનું-સ્ફોટને લીધે થયેલું-સ્ફોટ થાય એવું, વિસ્ફોટક.

erysi'pelas (એ'રિસિપિલસ), ના૦ ચામડીનો એક રોગ, રતવા.

e'scalate (એ'સ્કલેટ), ઉ૦ ક્રિ૦ ક્રમશઃ વધારો કે વિકાસ કરવો-થવો. **escala'tion** (-લેશન), ના૦.

e'scalator (એ'સ્કલેટર), ના૦ યંત્રથી ચાલતી-ખસતી-સીઢી.

e'scalope (એ'સ્કલોપ), ના૦ માંસની પાતળી ગોળ ચીરી.

e'scapade (એ'સ્કપડ), ના૦ સ્વૈરવર્તન, તોફાન.

esca'pe (ઇસ્કેપ), ઉ૦ ક્રિ૦ બંધનમાંથી છૂટા થવું, છટકી–નાસી–જવું; બહાર નીકળી જવું; ટાળવું, ના૦ નાસી – બચી – જવું તે; ચૂવું તે; બહાર નીકળવાનો માર્ગ; બળતા મકાનમાંથી બહાર નીકળવાની લાંબી સીડી. **~ clause,** વિશિષ્ટ પરિસ્થિતિમાં કરાર બંધનકારક ન રહે તે બતાવનાર કલમ.

escapee' (ઇસ્કેપી), ના૦ નાસી ગયેલો માણસ.

esca'pement (ઇસ્કેપમન્ટ), ના૦ ઘડિયાળ ઇ૦ની ગતિનિયામક કળ.

esca'pism (ઇસ્કેપિઝ્મ), ના૦ પલાયનવાદ – વૃત્તિ. **esca'pist** (–પિસ્ટ), વિ૦ અને ના૦.

escar'pment (ઇસ્કાર્પ્મન્ટ), ના૦ પહાડ કે ઉચ્ચપ્રદેશની લાંબી સીધા ચડાણવાળી બાજુ, કરાડ.

eschat'ology (એ'સ્કટૉલજિ), ના૦ મરણોત્તરસ્થિતિવિજ્ઞાન. **eschatolo'gical** (-કટલૉજિકલ), વિ૦.

eschea't (ઇસ્ચીટ), ના૦ વારસને અભાવે મિલકતનું ખાલસા થવું; એવી ખાલસા થયેલી મિલકત. ઉ૦ ક્રિ૦ વારસને અભાવે ખાલસા કરવું – થવું; વારસને અભાવે મિલકત પાછી જવી.

eschew' (ઇસ્ચૂ), સ૦ ક્રિ૦ ટાળવું, વર્જવું, -થી દૂર રહેવું.

eschscho'ltzia (ઇસ્કૉલ્શે), ના૦ ખસખસના કુટુંબનો એક છોડ.

e'scort (એ'સ્કૉર્ટ), ના૦ રક્ષણ કે સૌજન્ય માટે સાથે જનાર સશસ્ત્ર ટુકડી, વળાવો; સ્ત્રીની સાથે સામાજિક નાતે જનાર પુરુષ. સ૦ ક્રિ૦ (ઇસ્-) વળાવા તરીકે સાથે જવું, વળાવવું.

e'scritoire (એસ્ક્રિટ્વાર), ના૦ ખાનાવાળું લખવાનું મેજ.

e'sculent (એ'સ્ક્યુલન્ટ), વિ૦ અને ના૦ ખાવાલાયક (વસ્તુ, વિ૦ ક૦ શાક).

escu'tcheon (ઇસ્કચન), ના૦ કુળચિહ્નોવાળી ઢાલ. **blot on one's ~,** આબરૂને કલંક.

E'skimo (એ'સ્કિમો), વિ૦ અને ના૦ [બ૦વ૦ ~s] ઉ. ધ્રુવપ્રદેશનું (વતની અથવા ભાષા).

E.S.N., સંક્ષેપ. educationally subnormal.

esote'ric (એ'સૉટે'રિક), વિ૦ દીક્ષા દીધેલા લોકો જ સમજી શકે એવું – લોકો માટેનું જ.

E.S.P., સંક્ષેપ. extra - sensory perception.

espa'lier (ઇસ્પૅલિઅર), ના૦ ઝાડ ઇ૦ માટેનું ચોકઠું, જાળી, ઇ૦; તેની ઉપર આકાર આપેલું ઝાડ.

espar'to (એ'સ્પાર્ટો), ના૦ ~ (**grass**), કાગળ બનાવવાના કામમાં આવતું ઘાસ.

espe'cial (ઇસ્પે'શલ), વિ૦ મુખ્ય; વિશેષ, ખાસ; સામાન્યથી ચઢિયાતું.

espe'cially (ઇસ્પે'શલિ), ક્રિ૦ વિ૦ ખાસ કરીને, મુખ્યત્વે.

Espera'nto (એ'સ્પરૅન્ટો), ના૦ કૃત્રિમ વિશ્વભાષા.

espi'al (ઇસ્પાયલ), ના૦ ગુપ્તપણે નજર રાખવી તે; જાસૂસી.

e'spionage (એ'સ્પિઅનાઝ), ના૦ જાસૂસી; જાસૂસોનો ઉપયોગ.

e'splanade (એ'સ્પ્લનેડ), ના૦ સપાટ મેદાન, વિ૦ ક૦ કિલ્લાની સામેનું અથવા જાહેર માટે હરવાફરવાનું.

espou'sal (ઇસ્પાઉઝલ), ના૦ ટેકો આપવો તે, [બહુધા બ૦વ૦માં] લગ્ન, વેવિશાળ.

espou'se (ઇસ્પાઉઝ્), સ૦ ક્રિ૦ પરણવું; (કોઈ કાર્યને) ટેકો આપવો.

espre'sso (ઇસ્પ્રે'સો), ના૦ [બ૦ વ૦ ~s] વરાળના દબાણ નીચે બનાવેલી કોફી, તે બનાવવાનું પાત્ર.

esprit de cor'ps (એસ્પ્રી ડ કોર), [ફ્રેં] પોતાની સંસ્થા કે મંડળની પ્રતિષ્ઠા અને હિતની કાળજી.

espy' (ઇસ્પાઇ), સ૦ ક્રિ૦ દૂરથી એકાએક જોવું – નજરે પડવું.

Esq., સંક્ષેપ. Esquire.

esquir'e (ઇસ્કવાયર), ના૦ માણસના નામ સાથે – પછી શિષ્ટાચાર ખાતર વપરાતો શબ્દ; [પ્રા.] સરદારથી ઊતરતા દરજ્જાનું માણસ.

e'ssay (એ'સે), ના૦ નિબંધ; પ્રયત્ન. સ૦ ક્રિ૦ (essay') પ્રયત્ન કરવો; કસોટી કરવી.

e'ssayist (એ'સેઇસ્ટ), ના૦ નિબંધકાર.

e'ssence (એ'સન્સ), ના૦ સત્ત્વ, તથ્ય; તત્ત્વ, મૂળ પ્રકૃતિ; સાર, અનિવાર્ય ગુણ કે તત્ત્વ; અર્ક; અત્તર, સુગંધ.

esse'ntial (ઇસે'ન્શલ) વિ૦ મૂળ પ્રકૃતિનું, તાત્ત્વિક; અનિવાર્યપણે આવશ્યક; સૌથી મહત્ત્વનું. ના૦ સારભૂત – અનિવાર્ય-પણે આવશ્યક – તત્ત્વ. **~ oil,** વિશિષ્ટ ગંધવાળું જલદી ઊડી જનારું તેલ.

esta'blish (ઇસ્ટૅબ્લિશ) સ૦ ક્રિ૦ સ્થાપવું, સ્થાપન કરવું; દૃઢ – સિદ્ધ – કરવું; (વિશિષ્ટ ધર્મસંઘ કે ચર્ચને) સરકારી રાહે રાષ્ટ્રીય બનાવવું.

esta'blishment (ઇસ્ટૅબ્લિશ્મન્ટ), ના૦ સ્થાપન કરવું તે, સ્થાપના; કાયદાથી પ્રસ્થાપિત ધર્મ(સંઘ); ઘરખટલો, પરિવાર, ઇ૦; જાહેર સંસ્થા; ધંધાદારી પેઢી. **the E~**, સત્તા અને વગ ધરાવનાર બહુધા પરિવર્તનવિરોધી પ્રસ્થાપિત સંસ્થા.

esta'te (ઇસ્ટેટ), ના૦ રાજ્ય કે રાષ્ટ્રનો અંગભૂત વર્ગ; સ્થાવર કે જંગમ મિલકત, માલમતા; સ્થાવર મિલકત; યોજનાપૂર્વક બનાવેલો રહેઠાણો અથવા કારખાનાવાળો પ્રદેશ; માણસની સાંપત્તિક સ્થિતિ. **~ agent,** મકાન અને જમીનની ખરીદ-વેચાણ તથા ભાડે આપવાનો ધંધો કરનાર દલાલ. **~ car,** સવારીઓ તથા માલ-સામાનની હેરફેર કરવા માટેની ખાસ સગવડવાળી મોટર ગાડી. **~ duty,** મૈયતની મિલકત પર લેવાનો વેરો.

estee'm (ઇસ્ટીમ), સ૦ ક્રિ૦ -ને વિશે ઊંચો ખ્યાલ રાખવો; ગણવું, લેખવું. ના૦ અનુકૂળ મત; ચાહના.

e'ster (એ'સ્ટર), ના૦ [રસા.] તેજાબ અને મદ્યાર્ક એકત્ર કરવાથી થતો પદાર્થ.

e'stimable (એ'સ્ટિમબલ), વિ૦ આદરણીય. પ્રતિષ્ઠિત.

e'stimate (એ'સ્ટિમટ), ના૦ આશરે કિંમત, અંદાજી ખર્ચ, કોઈ કામના ખર્ચનો અંદાજ, અડસટ્ટો. સ૦ ક્રિ૦ (-મેટ) અંદાજ કે અડસટ્ટો કરવો; અંદાજથી આંકડો નક્કી કરવો.

estima'tion (એ'સ્ટિમેશન), ના૦ ગણતરી, અડસટ્ટો, (કરવો તે); માન, પ્રીતિ.

esto'p (ઇસ્ટૉપ), સ૦ ક્રિ૦ રોકવું, અટ-કાવવું, પ્રતિબંધ કરવો.

esto'ppel (ઇસ્ટૉપલ), ના૦ [કા.] પ્રતિ-બંધક કબૂલાત, પોતાના અગાઉના વર્તનથી અમુક કામ કરવાનો પ્રતિબંધ (હોવો તે).

estra'nge (ઇસ્ટ્રેંજ), સ૦ ક્રિ૦ -ની લાગણીઓ અને પ્રીતિ દૂર કરવી, -નું મન ઉતારવું. **estra'ngement** (–મ્રન્ટ), ના૦.

e'stuary (એસ્ટ્યુઅરિ), ના૦ નદીમુખ, નદીના મુખ આગળની ખાડી.

etc., સંક્ષેપ. etcetera

etce'tera (એ'ટ્સેટરે), અને બાકીનાઓ –બીજાઓ, ઇત્યાદિ. **etce'teras,** ના૦ બ૦ વ૦ (બીજી) નાની પરચૂરણ બાબતો.

etch (એ'ચ્), ઉ૦ ક્રિ૦ ધાતુના પતરા પર તેજાબથી આકૃતિઓ કોતરી કાઢવી, વિશેષત: નકલો છાપવા માટે; એવી રીતે પતરું કોતરવું; કોતરકામ કરવું; [લા.] (મન) પર ઊંડી છાપ પાડવી.

e'tching (એ'ચિંગ), ના૦ કોતરેલા પતરા પરથી છાપેલી નકલ.

eter'nal (ઇટર્નલ), વિ૦ શાશ્વત, સના-તન; [વાત.] હંમેશનું, નિત્ય. **E~ City** રોમ (શહેર). **eter'nalize** (-લાઇઝ઼), સ૦ ક્રિ૦.

eter'nity (ઇટર્નિટિ), ના૦ શાશ્વતી; અનંતકાળ; ભાવી–મરણોત્તર–જીવન.

e'thane (ઈથેન), ના૦ પૅરફિન માલિકા-

નો હાઇડ્રોકાર્બન ગૅસ, ઈથર.

e'ther (ઈથર), ના૦ નિરભ્ર આકાશ, વાદળાંની ઉપરનું આકાશ; અવકાશમાં સર્વત્ર ફેલાયેલું મનાતું એક દ્રવ્ય-માધ્યમ; માણસને બેભાન બનાવવા અથવા વિદ્રાવક તરીકે વપરાતું ઝટ ઊડી જતું એક પ્રવાહી.

ethe'real (ઇથિઅરિઅલ), વિ૦ હલકું, હવાના જેવું; આકાશી, સ્વર્ગીય; અલૌકિક સુંદરતા ને નાજુકાઈવાળું. **etherea'lity** -(રિઍલિટિ), ના૦. **ethe'realize** (-રિઅલાઇઝ઼), સ૦ ક્રિ૦.

e'thic (એ'થિક), ના૦ નૈતિક સિદ્ધાન્ત-સમુચ્ચય; [બ૦ વ૦માં] નીતિશાસ્ત્ર, નીતિ; નૈતિક સિદ્ધાન્તો; સદાચારના નિયમો.

e'thical (એ'થિકલ), વિ૦ નૈતિક, નીતિને લગતું; નીતિશાસ્ત્રનું; (દવા અંગે) દાક્તરની ચિઠ્ઠી પર જ વેચાતી.

e'thnic (એ'થ્નિક), વિ૦ માનવ વંશ કે જાતિને લગતું; [અમે.] વિશિષ્ટ માનવવંશીય, ભાષિક, ઇ૦ સમુદાયમાંથી નીકળેલું.

ethno'logy (ઇથ્નૉલજિ), ના૦ માનવ-વંશવિદ્યા. **ethnolo'gic(al)**, (ઇથ્નલૉ-જિક, - કલ) ક્રિ૦ વિ૦.

etho'logy (ઇથૉલજિ), ના૦ પ્રાણી-વર્તનશાસ્ત્ર.

e'thos (ઇથૉસ), ના૦ પ્રજા અથવા તંત્રની લાક્ષણિક વૃત્તિ, પ્રકૃતિ સ્વભાવ.

e'tiolate (ઇટિઅલેટ), સ૦ ક્રિ૦ પ્રકાશ રોકીને ફીકું બનાવવું, માંદાના જેવું ફીકું બનાવવું. **etiola'tion** (-લેશન), ના૦.

etio'logy (ઇટિઑલજિ), ના૦ જુઓ **aetiology.**

e'tiquette(એ'ટિકે'ટ) ના૦ સભ્ય સમાજ-ની રીતભાત, શિષ્ટાચાર; તે તે વ્યવસાયની અલિખિત આચારસંહિતા.

e'tude (એ'ટ્યૂડ), ના૦ નાનકડી સંગીત રચના - ચીજ.

etymo'logy (એ'ટિમૉલજિ), ના૦ વ્યુત્પત્તિ (શાસ્ત્ર). **etymolo'gical** (-મલૉજિકલ), વિ૦.

e'tymon(એ'ટિમન), ના૦ [બ૦વ૦-**ma**] મૂળ શબ્દ, ધાતુ, જેમાંથી બીજા શબ્દો નીકળે છે.

eucaly'ptus (યૂકલિપ્ટસ), ના૦ એક સદાપર્ણી ઝાડ, નિલગિરી ઝાડ. ~ **(oil),** નિલગિરી તેલ.

Eu'charist (યૂકરિસ્ટ), ના૦ પ્રભુ-ભોજનનો ધાર્મિક વિધિ, તેમાં લેવાતાં રોટી અને મદ્ય: પવિત્રીકૃત વસ્તુઓ, વિ૦ક૦ રોટી. **Eu'charistic** (-સ્ટિક), વિ૦.

eu'chre (યૂકર), ના૦ [અમે.] પત્તાંની એક રમત.

euge'nic (યૂજે'નિક), વિ૦ સુપ્રજાજનન-નું. **euge'nics** (-નિક્સ), ના૦ બ૦ વ૦ સુપ્રજાજનનશાસ્ત્ર. **eu'genist**(-જિનિસ્ટ), ના૦.

eu'logize (યૂલજાઇઝ઼), સ૦ક્રિ૦ વખાણવું, ભારે પ્રશંસા કરવી. **eu'logist** (-જિસ્ટ), ના૦. **eulogi'stic** (-જિસ્ટિક), વિ૦.

eu'logy(યૂલજિ), ના૦ પ્રશંસા, ગુણગાન.

eu'nuch (યૂનક), ના૦ ખસી કરેલો માણસ, ષંઢ, નપુંસક.

eupe'ptic (યૂપે'પ્ટિક), વિ૦ સારી પાચનશક્તિવાળું, તેમાંથી પરિણમતું.

eu'phemism (યૂફિમિઝ઼મ), ના૦ સૌમ્યોક્તિ, સૌમ્ય પર્યાય, પર્યાયોક્તિ. **euphemi'stic** (-મિસ્ટિક), વિ૦.

eupho'nium (યૂફોનિઅમ), ના૦ પિત્તળનું એક મોટું સુષિર વાદ્ય.

eu'phony (યૂફનિ), ના૦ નાદ - સ્વર - શબ્દ - માધુર્ય. **eupho'nic** (-ફૉનિક), વિ૦. **eupho'nious** (-ફૉનિઅસ), વિ૦.

euphor'ia (યૂફૉરિઅ), ના૦ ક્ષેમકુશળની ભાવના, સુખબોધ. **eupho'ric** (-રિક), વિ૦.

eu'phuism (યૂફ્યુઇઝ઼મ), ના૦ કૃત્રિમ આડંબરી લેખનશૈલી. **eu'phuist** (-ઇસ્ટ), ના૦. **euphui'stic** (-ઇસ્ટિક), વિ૦.

Eura'sian (યુઅરેઝ઼ન), વિ૦ અને ના૦ યુરોપિયન અને એશિયન માબાપનું - મિશ્ર - (સંતાન); યુરોપ અને એશિયાનું.

eure'ka (યુઅરિકે), ઉદ્ગાર૦ મને મળી ગયું છે!
eurhy'thmic (યૂરિધ્મિક), વિ૦ તાલબદ્ધ હલનચલનનું – ને લગતું; પ્રમાણબદ્ધ. **eurhy'thmics** (-મિક્સ), ના૦બ૦વ૦ સંગીત કસરત.
Eu'rocrat (યુઅરક્રેટ), ના૦ યુરોપિયન સમાજોના નોકરવર્ગનો માણસ.
Eurodo'llar (યુઅરોડૉલર), ના૦ યુરોપની બૅંકના ખાતામાંનો ડૉલર.
Europe'an (યુઅરપિઅન), વિ૦ અને ના૦ યુરોપનું (વતની).
Eu'rovision (યૂઅરવિઝન). ના૦ યુરોપ સુધી પહોંચનારું દૂરદર્શન (ટેલિવિઝન).
Eusta'chian(યૂસ્ટેશન),વિ૦.~ **tube,** વચલો કાન અને ગળાને જોડનારી નળી.
euthana'sia (યૂથનેઝિઅ), ના૦ શાંતિપૂર્વકનું સહજ મરણ (નિપજાવવું તે), (વિ૦ક૦ અસાધ્ય અને પીડાકારક રોગમાં.
eva'cuate (ઇવૅક્યુએટ), સ૦ક્રિ૦ ખાલી કરવું, સાફ કરવું, મળમૂત્ર વિસર્જન કરવું; જોખમકારક જગ્યાએથી ખસેડવું – પાછું ખેંચી લેવું. **evacua'tion** (-એશન), ના૦. **evacuee'** (-ક્યૂઇ), વિ૦ અને ના૦.
eva'de (ઇવેડ), સ૦ક્રિ૦ -થી નાસી જવું, ટાળવું; નિષ્ફળ બનાવવું; -માંથી છટકી જવું.
eva'luate (ઇવૅલ્યુએટ), સ૦ક્રિ૦ -ની કિંમત અથવા રકમ શોધી કાઢવી – કહેવી; -નું મૂલ્ય આંકવું, આકારણી કરવી. **evalua'tion** (-એશન), ના૦.
evane'sce (ઇવનેસ), સ૦ક્રિ૦ દૃષ્ટિમાંથી લુપ્ત થવું; અદૃશ્ય થવું. **evane'scence** (-સન્સ), ના૦. **evane'scent** (-સન્ટ), વિ૦.
evange'lical (ઇવૅન્જૅલિકલ), વિ૦ બાઇબલની શુભવાર્તાના ઉપદેશનું – ઉપદેશ અનુસારનું; શ્રદ્ધા વડે મુક્તિ મળે છે એ સિદ્ધાન્તમાં. શુભવાર્તાનું સારતત્ત્વ રહેલું છે એમ પ્રતિપાદન કરનાર પ્રૉટેસ્ટન્ટ સંપ્રદાયનું. ના૦ એ સંપ્રદાયનો સભ્ય. **evange'licalism** (-કેલિઝ્મ), ના૦.
eva'ngelist (ઇવૅન્જલિસ્ટ), ના૦ ચાર શુભવાર્તાઓમાંની એકનો લેખક; શુભવાર્તાનો ઉપદેશક. **eva'ngelism** (-જલિઝ્મ), ના૦. **evangeli'stic** (-જલિસ્ટિક), વિ૦.
eva'ngelize (ઇવૅન્જલાઇઝ) સ૦ક્રિ૦ -ને શુભવાર્તાનો ઉપદેશ કરવો. **evangeliza'tion** (-ઝ઼ેશન), ના૦.
eva'porate (ઇવૅપરેટ), ઉ૦ક્રિ૦ -ની વરાળ બનાવવી - થવી; (ભીનાશ) વરાળ રૂપે ઊડી જવી – ઊડી જાય તેમ કરવું; અદૃશ્ય થવું -કરવું; લોપ પામવું, લુપ્ત કરવું. **evapora'tion** (-રેશન), ના૦.
eva'sion (ઇવેઝન), ના૦ ઉડાવવું તે, ઉડાઉ જવાબ.
eva'sive (ઇવેસિવ), વિ૦ ચૂકવે એવું, (જવાબ અંગે) ઉડાઉ.
eve (ઈવ), ના૦ સંધ્યાકાળ, સમી સાંજ; ઉત્સવ ઇ૦ની આગલી સાંજ અથવા દિવસ, કોઈ ઘટનાની પહેલાંનો સમય.
e'ven[1] (ઈવન), ના૦ સાંજ. **~song,** ઇંગ્લન્ડના ચર્ચની સાંજની પ્રાર્થના. **~-tide,** [પ્રા.] સાંજ.
e'ven[2], વિ૦ સપાટ, સુંવાળું; એક સરખું; સરખું, સમાન; ક્ષોભ ન પામનારું, શાંત; (સંખ્યા અંગે) સમ. સ૦ ક્રિ૦ સરખું-સપાટ-કરવું. ક્રિ૦વિ૦ પણ, સુધ્ધાં, તેમ જ.
e'vening (ઈવનિંગ), ના૦ સાંજ(નો સમય) વિ૦ક૦ (સૂર્યાસ્તથી સૂવાના સમય સુધી).
eve'nt (ઇવૅન્ટ), ના૦ બનાવ, ઘટના, વિ૦ક૦ મહત્ત્વની; કાર્યક્રમની કલમ – બાબત (વિ૦ક૦ રમતોના); પરિણામ. **in any ~, at all ~s,** ગમે તે થાય તોપણ.
eve'ntful (ઇવૅન્ટ્ફુલ), વિ૦ ઘણા મહત્ત્વના બનાવોવાળું, મહત્ત્વનું.
eve'ntual (ઇવૅન્ટ્યુઅલ), વિ૦ આખરનું, છેવટે થનારું.
eventua'lity (ઇવૅન્ટ્યુઍલિટિ), ના૦ સંભાવ્ય ઘટના – પરિણામ.
eve'ntuate (ઇવૅન્ટ્યુએટ), અ૦ક્રિ૦

(સારું, ખોટું) નીકળવું; -નો અંત આવવો; થવું, બનવું.

e'ver (એ'વર), ક્રિ૦વિ૦ સદા ને કદા; નિત્ય, સર્વદા; કોઈ પણ વખતે. ~ **since,** ત્યારથી હંમેશાં. ~ **so,** [વાત.] અત્યંત, ઘણું.

e'vergreen (એ'વરગ્રીન), વિ૦ હંમેશ લીલું અને તાજું; હંમેશ લીલાં પાંદડાંવાળું, સદાપર્ણી. ના૦ એવું ઝાડ કે ઝાડવું.

everla'sting (એ'વર્લાસ્ટિંગ), વિ૦ સદાકાળ ટકનારું, સનાતન; (વનસ્પતિ અંગે) સુકાયા પછી જેનો રંગ કાયમ રહે છે એવું. ના૦ અનંતકાળ; સદાકાળ ટકનારું એક ફૂલ.

evermore' (એ'વર્મોર), ક્રિ૦વિ૦ સદાને માટે; હંમેશ.

e'very (એ'વ્રિ), વિ૦ દરેક, પ્રત્યેક. ~**body,** દરેક જણ. ~**day,** દરરોજ થતું; સામાન્ય. **E~man,** સામાન્ય-પ્રાતિનિધિક માણસ. ~**one,** દરેક જણ. ~ **other,** દરેક એકાન્તરું. ~**thing,** બધી વસ્તુઓ, સૌથી મહત્ત્વની વાત; સર્વસ્વ. ~**where,** દરેક જગ્યાએ, સર્વત્ર.

evi'ct (ઇવિક્ટ), સ૦ક્રિ૦ કાઢી મૂકવું (ભાડૂત, ખેડૂત, ઇ૦ને) કાયદાની મદદથી. **evi'ction** (-ક્શન), ના૦.

e'vidence (એ'વિડન્સ), ના૦ સૂચન, ચિહ્ન; પ્રમાણ, પુરાવો. સ૦ક્રિ૦ -નો પુરાવો હોવો, સૂચવવું.

e'vident (એ'વિડન્ટ), વિ૦ સ્પષ્ટ, ઉઘાડું, દેખીતું.

evide ntial (એ'વિડે'ન્શલ), વિ૦ પુરાવાનું, પુરાવા પર આધારિત, પુરાવો આપનારું.

e'vil (ઈ'વિલ), વિ૦ ખરાબ, હાનિકારક, દુષ્ટ. ના૦ ખરાબ વસ્તુ, અનિષ્ટ; પાપ; હાનિ. ~**-doer,** પાપી. ~ **eye,** (વહેમથી) નુકસાનકારક મનાતી દૃષ્ટિ, કુદૃષ્ટિ.

evi'nce (ઇવિન્સ), સ૦ક્રિ૦ બતાવવું, દેખાડવું, સૂચવવું.

evi'scerate (ઇવિસરેટ), સ૦ક્રિ૦ આંતરડાં બહાર કાઢવાં.

evoca'tion (ઇવકેશન), ના૦ બોલાવવું તે; આવાહન. **evo'cative** (ઇવૉકૂટિવ), વિ૦.

evo'ke (ઇવોક), સ૦ક્રિ૦ બોલાવવું; ભાવ જગાડવો.

evolu'tion (ઇવલૂશન), ના૦ ઊઘડવું-ખીલવું-તે; અગાઉના રૂપોમાંથી વિકાસ પામીને નવી જાત પેદા થવી તે; ક્રમવિકાસ, ઉત્ક્રાંતિ; લશ્કર કે વહાણોની ગોઠવણમાં પરિવર્તન. **evolu'tional** (-નલ), વિ૦. **evolu'tionary**(-નરિ), વિ૦.

evolu'tionism (ઇવલૂશનિઝ્મ), ના૦ વિકાસવાદ, ઉત્ક્રાંતિવાદ. **evolu'tionist** (-નિસ્ટ), ના૦.

evo'lve (ઇવૉલ્વ), ઉ૦ ક્રિ૦ ઉઘાડવું, ખુલ્લું કરવું; ઊઘડવું, ખીલવું; ઉષ્ણતા ઇ૦ પેદા કરવું; વિકસિત કરવું; વિકાસપ્રક્રિયાથી પેદા કરવું-માં ફેરફાર કરવો.

ewe (યૂ), ના૦ ઘેટી. ~ **lamb,** [લા.] (પોતાની) બહુ જ વહાલી વસ્તુ.

ew'er (યૂઅર), ના૦ ચંબૂ, કૂજો.

ex[1] (એ'ક્સ), નામ૦ અ૦ [વાણિજ્ય.] (વખાર ઇ૦)ની બહાર-માંથી વેચાયેલું; બહારની બાજુએ. ~**-directory,** ટેલિફોન ડિરેક્ટરીમાં જાણીજોઈને ન નોંધાવેલું. ~ **dividend,** (ભંડોળ અને ભાગો અંગે) હવે પછી મળનારા ડિવિડન્ડનો સમાવેશ કર્યા વિનાનું.

ex[2], ના૦ [વાત.] અગાઉના-ભૂતપૂર્વ-પતિ, પત્ની, ઇ૦.

ex-[3], સંયોગી રૂપ. અગાઉ.

exa'cerbate (એક્સેસર્બેટ), સ૦ક્રિ૦ વેદના, રોગ, ઇ. વધારવું; ક્ષુબ્ધ-ઉત્તેજિત-કરવું. **exacerba'tion** (-બેશન), ના૦.

exa'ct (ઇગ્ઝૅક્ટ), વિ૦ ચોક્કસ, બરાબર; તદ્દન બરાબર; આબેહૂબ. સ૦ક્રિ૦ પૈસા ઇ૦ જબરદસ્તીથી કઢાવવું; અધિકારપૂર્વક માગવું; -નો આગ્રહ રાખવો.

exa'ction (ઇગ્ઝ઼ે'ક્શન), ના૦ જબરદસ્તીથી કઢાવવું તે – કઢાવેલા પૈસા ઇ૦; ગેરકાયદે અથવા વધારે પડતી માગણી.
exa'ctitude (ઇગ્ઝ઼ે'ક્ટિટયૂડ), ના૦ ચોકસાઈ.
exa'ctly (ઇગ્ઝ઼ે'ક્ટ્લિ), ક્રિ૦વિ૦ તદ્દન બરાબર, [વાત.] તમે કહો છો તેમ જ.
exa'ggerate (ઇગ્ઝ઼જરેટ), સ૦ ક્રિ૦ અતિશયોક્તિ કરવી, મરીમસાલો ઉમેરીને કહેવું. **exaggera'tion** (-રેશન) ના૦. **exa'ggerative** (–જરેટિવ), વિ૦.
exa'lt (ઇગ્ઝ઼ો'લ્ટ), સ૦ક્રિ૦ સત્તા, પદવી, ઇ૦માં ઊંચે ચડાવવું; પ્રશંસા – સ્તુતિ– કરવી.
exalta'tion (એક્સૉલ્ટેશન), ના૦ ઊંચે – ઊંચી પદવીએ – ચડાવવું તે; આનંદોલ્લાસ; ભાવોન્માદ.
exa'lted (ઇગ્ઝ઼ો'લ્ટિડ), વિ૦ ઉન્નત, ઉદાત્ત; પ્રતિષ્ઠિત.
exa'm (ઇગ્ઝ઼ે'મ), ના૦ [વાત.] પરીક્ષા.
examina'tion (ઇગ્ઝ઼ે'મિનેશન), ના૦ ઝીણવટ ભરી તપાસ; પરીક્ષા (લેવી તે), કસોટી (કરવી તે); [કા.] સાક્ષી કે આરોપીની સરતપાસ, જુબાની.
exa'mine (ઇગ્ઝ઼ે'મિન), ઉ૦ક્રિ૦ તપાસ કરવી, પરીક્ષા લેવી; કસોટી કરવી; વિધિસર પ્રશ્નો પૂછવા. **examinee'** (ઇગ્ઝ઼ે'મિની), ના૦. **exa'miner** (ઇગ્ઝ઼ે'મિનર) ના૦.
exa'mple (ઇગ્ઝ઼ા'મ્પલ), ના૦ દૃષ્ટાન્ત, દાખલો; નમૂનો, મસાલો, વાનગી; પૂર્વોદાહરણ, ચેતવણી (બીજાઓને).
exa'sperate (ઇગ્ઝ઼ે'સ્પરેટ), સ૦ક્રિ૦ ખૂબ ગુસ્સે કરવું, ચીડવવું. **exaspera'tion** (-રેશન), ના૦.
ex cathe'dra (એ'ક્સ કથીડ્રૅ), [લૅ]. અધિકૃત (પણે); (પોપની ઘોષણા અંગે) અચૂક – અંતિમ નિવેડા તરીકે – કરેલી.
e'xcavate (એકસ્કવેટ), સ૦ક્રિ૦ ખોદવું, ખોદીને પોલું – ખાડો – કરવો; ખોદીને બહાર કાઢવું. **excava'tion** (-વેશન), ના૦. **e'xcavator** (-વેટર), ના૦.
excee'd (ઇક્સીડ), ઉ૦ક્રિ૦ -ને ઓળંગી – વટાવી–જવું; -થી (વધુ) મોટું હોવું; -થી ચડી જવું; અતિરેકી હોવું.
excee'dingly (-ડિંગ્લિ), ક્રિ૦વિ૦ અતિશય.
exce'l (ઇક્સે'લ), ઉ૦ક્રિ૦ (સૌથી) ચડી જવું, સર્વશ્રેષ્ઠ હોવું.
e'xcellence (એ'ક્સલન્સ). ના૦ શ્રેષ્ઠતા.
e'xcellency (એ'ક્સલન્સિ), ના૦ રાજ્યપાલ, એલચી, ઇ૦ માટે વપરાતો ખિતાબ.
e'xcellent (એ'ક્સલન્ટ), વિ૦ ઘણું સારું, ઉત્તમ.
exce'pt (ઇક્સે'પ્ટ), ઉ૦ક્રિ૦ -નો અપવાદ કરવો, -માંથી બાદ કરવું. નામ૦ અ૦ -ને બાદ કરતાં; સિવાય. ~ **for**, તેને માટે ન હોત તો, તેનો અપવાદ બાદ કરતાં.
exce'pting (-ટિંગ), નામ૦ અ૦ સિવાય, -ને બાદ કરતાં.
exce'ption (ઇક્સે'પ્શન), ના૦ બાદ કરવું – અપવાદ કરવો – તે; અપવાદ; વાંધો.
exce'ptionable (ઇક્સે'પ્શનબલ), વિ૦ વાંધો કાઢવા જેવું.
exce'ptional (ઇક્સે'પ્શનલ), વિ૦ અપવાદરૂપ; અસાધારણ.
e'xcerpt (એ'ક્સર્પ્ટ), સ૦ક્રિ૦ પુસ્તક ઇ૦માંથી ફકરો લેવો – અવતરણ કરવું. ના૦ લીધેલો ફકરો–ઉતારો. **excer'ption** (-સર્પ્શન), ના૦.
exce'ss (ઇક્સે'સ), ના૦ વિશિષ્ટ રકમ કે માત્રાથી વધવું તે; વધતી રકમ કે માત્રા, વધારો; ખાવાપીવામાં, આહારવિહારમાં અતિરેક; અતિમાત્રા, અતિરેક. વિ૦ (**e'xcess** એ'-) વધારાનું.
exce'ssive (ઇક્સે'સિવ), વિ૦ વધુ પડતું, અતિશય; વધુ પડતું મોટું.
excha'nge (ઇક્સેચેંજ), ના૦ એક આપીને તેને બદલે બીજું લેવું તે, અદલબદલ (કરવી તે); એક ચલણના નાણાનું બીજા કે વિદેશી ચલણના નાણામાં રૂપાંતર – અદલબદલ; નાણાવટ, શૅરબજાર; રોજગાર કાર્યાલય; ટેલિફોન જોડાણોનું મધ્યવર્તી કાર્યાલય. ઉ૦ ક્રિ૦ બદલામાં આપવું કે લેવું,

અદલબદલ કરવી. **rate of ~,** પરદેશી ચલણની ખરીદીનો દર. **excha'nge-able** (-જબલ), વિ૦.

exche'quer (ઇક્સ્ચે'કર), ના૦ જમાબંધી કચેરી, સરકારી તિજોરી; નાણાંખાતું; ખાનગી વ્યક્તિનું ધન.

e'xcise[1] (એક્સાઇઝ઼), ના૦ દેશમાં પેદા થતા અથવા વેચાતા માલ પર લેવાતો વેરો, જકાત, આબકારી જકાત, ઇ૦.

exci'se[2] (ઇક્સાઇઝ઼), સ૦ક્રિ૦ કાપી નાખવું – કાઢવું. **exci'sion** (-સિશન), ના૦.

exci'table (ઇક્સાઇટબલ), વિ૦ સહેજે ઉશ્કેરાય – ચિડાય–એવું. **excitabi'lity** (–ટબિલિટિ), ના૦.

e'xcitant (એ'ક્સિટન્ટ), વિ૦ અને ના૦ ઉત્તેજક (પદાર્થ–પેય ઇ૦).

excita'tion (એ'ક્સિટેશન), ના૦ ઉત્તેજિત–જાગ્રત–કરવું તે, ઉત્તેજના, ઉશ્કેરાટ.

exci'te (ઇક્સાઇટ), સ૦ક્રિ૦ -ને ગતિ આપવી; ઉશ્કેરવું; કશુંક કરવા ઉત્તેજિત કરવું; પ્રક્ષુબ્ધ કરવું. **exci'tative** (એ'ક્સિટટિવ), વિ૦. **exci'tatory** (–ટટરિ), વિ૦. **exci'tement** (ઇક્સાઇટ્મન્ટ), ના૦.

exclai'm (ઇક્સ્ક્લેમ), ઉ૦ ક્રિ૦ અચાનક મોટેથી બૂમ પાડવી, વિ૦ક૦ ગુસ્સો, આનંદ, ઇ૦થી; એવી રીતે ઉદ્ગાર કાઢવો.

exclama'tion (એ'ક્સ્ક્લમેશન), ના૦. (અચાનક) બૂમ (પાડવી તે); ઉદ્ગાર; કેવળપ્રયોગી અવ્યય. **~ mark,** ઉદ્ગારવાચક ચિહ્ન (!). **excla'matory** (ઇક્સ્ક્લૅમટરિ), વિ૦.

exclu'de (ઇક્સ્ક્લૂડ), સ૦ક્રિ૦ બહાર રાખવું – કાઢવું; બાકાત રાખવું, અશક્ય બનાવવું; ન થવા દેવું.

exclu'sion (ઇક્સ્ક્લૂઝન), ના૦ બાકાત રાખવું – રખાવું – તે ઇ૦; બહિષ્કાર.

exclu'sive (ઇક્સ્ક્લૂસિવ), વિ૦ બહાર રાખનારું, અપવર્જક, પ્રતિબંધક; સમાવેશક નહિ એવું; (સમાજ ઇ૦ અંગે) બહારના લોકોને પ્રવેશ ન આપનારું; બીજે ક્યાંય અપ્રાપ્ય કે અપ્રકાશિત. ના૦ [વાત.] બીજે ક્યાંય ન છપાયેલા સમાચાર, ન બતાવાતો ચિત્રપટ, ઇ૦. **~ of,** ન ગણતાં, -ને બાદ કરતાં, અલગ.

exco'gitate (ઇક્સકૉજિટેટ), સ૦ક્રિ૦ વિચારી – શોધી–કાઢવું, યોજવું. **excogita'tion** (-ટેશન), ના૦.

excommu'nicate (એ'ક્સ્કમ્યૂનિકેટ), સ૦ક્રિ૦ ધર્મસંઘ, ન્યાત, ઇ૦માંથી કાઢી મૂકવું; ધાર્મિક સંસ્કારોથી વંચિત કરવું. **excommunica'tion**(-કેશન), ના૦. **excommu'nicator** (-કટર), ના૦.

excor'iate (એ'ક્સ્કૉરિએટ), સ૦ ક્રિ૦ -ની ચામડી ઘસી કાઢવી, (ચામડી) ઉખાડવી; [લા.] સખત નિંદા કરવી. **excoria'tion** (-એશન), ના૦.

e'xcrement (એ'ક્સ્ક્રિમન્ટ), ના૦ વિષ્ઠા, મળ. **excreme'ntal** (-મે'ન્ટલ), વિ૦.

excre'scence (ઇક્સ્ક્રે'સન્સ), ના૦ શરીર કે ઝાડ પર બાઝતી ફાલતુ ગાંઠ, વરસોળી,ઇ૦. **excre'scent** (-ક્રે'સન્ટ), વિ૦.

excre'ta (એ'ક્સ્ક્રીટૅ), ના૦ બ૦ વ૦ મળમૂત્ર.

excre'te (ઇક્સ્ક્રીટ), સ૦ક્રિ૦ મળમૂત્ર વિસર્જન કરવું, બહાર કાઢી નાખવું. **excre'tion** (-ક્રીશન), ના૦. **excre'tive** (-ક્રીટિવ), **excre'tory** (-ક્રીટરિ), વિ૦.

excru'ciate (એ'ક્સ્ક્રુશિએટ), સ૦ક્રિ૦ તીવ્ર વેદના – પીડા–કરવી–આપવી, રિબાવવું. **excru'ciation** (-એશન), ના૦.

e'xculpate (એ'ક્સ્કલ્પેટ), સ૦ક્રિ૦ દોષમુક્ત કરવું, નિર્દોષ જાહેર કરવું. **exculpa'tion** (-પેશન),ના૦. **excu'lpatory** (-કલ્પટરિ), વિ૦.

excur'sion (ઇક્સ્કર્શન), ના૦ ફરી આવવું તે, ચક્કર (મારવું તે); મોજને સારુ કરેલું પર્યટન, સફર, વિ૦ક૦ સમૂહમાં. **~ train,** સહેલ માટેની ગાડી, બહુધા

સવલતને દરે. **excur'sionist**(-નિસ્ટ), ના૦.

excur'sive (ઇકસ્કર્સિવ), વિ૦ રસળતું, ભ્રમણશીલ; આડુંઅવળું ફંટાતું.

excur'sus (ઇકસ્કર્સસ), ના૦ ચોપડી ઇ૦માંના કોઈ વિશેષ મુદ્દાની વિગતવાર ચર્ચા.

excu'se (ઇકસ્ક્યૂઝ઼), સ૦ક્રિ૦ -નો દોષ હળવો કરવો – કરવાનો પ્રયત્ન કરવો; માફ કરવું; ફરજ ઇ૦માંથી મુક્તિ આપવી; છોડી દેવું; વિના ચલાવવું. ના૦ (-સ), ક્ષમાયાચના, માફી, બહાનું, સબબ. દોષમુક્તિ. **~ me,** શિષ્ટાચારનો ભંગ, મતભેદ, ઇ૦ માટે સભ્યતા ખાતર માફી માગવા માટે વપરાય છે. **excu'satory** (-ઝ઼ટરિ), વિ૦ ક્ષમાયાચક.

ex-directory (એ'કસ્ડિરે'કટરિ), વિ૦ જુઓ **ex**[1].

e'xeat (એ'કિસએટ), ના૦ ગેરહાજર રહેવાની રજા.

e'xecrable (એ'કિસક્રબલ), વિ૦ તિરસ્કારપાત્ર, અતિનિંદ્ય, બહુ જ ખરાબ.

e'xecrate (એ'કિસક્રેટ, ઉ૦ ક્રિ૦ ધિક્કારવું, -ને વિષે નફરત થવી; શાપ આપવો. **execra'tion** (– ક્રેશન), ના૦.

exe'cutant (ઇગ્ઝે'ક્યુટન્ટ), ના૦ વિ૦ ક૦ ગાયનવાદન કરનાર.

e'xecute (એકિસક્યૂટ), સ૦ ક્રિ૦ -નો અમલ કરવો, કૃતિમાં ઉતારવું, કરવું; મારી નાખવું.

execu'tion (એ'કિસક્યૂશન), ના૦ કરવું – કૃતિમ ઉતારવું - તે; ગાયનવાદન ઇ૦માં કુશળતા; અમલ (બજાવણી), દેહાંત દંડ.

execu'tioner (- નર), ના૦ ફાંસી દેનાર, જલ્લાદ.

exe'cutive (ઇગ્ઝે'ક્યુટિવ),વિ૦ કાયદો, નીતિ ઇ૦ના અમલને અથવા વહીવટને લગતું; કાર્યકારી, વહીવટી. ના૦ સરકારનું કે કોઈ સંસ્થાનું વહીવટી ખાતું; કુલ કારોબારી સત્તાધારી વ્યક્તિ(ઓ); ધંધો ઇ૦નો વ્યવસ્થાપક કે સંચાલક.

exe'cutor (ઇગ્ઝે'ક્યુટર), ના૦ મૃત્યુ-પત્રનો અમલ કરવા મૈયતે નીમેલો માણસ. **executor'ial** (– ટૉરિઅલ), વિ૦.

exe'cutrix (ઇગ્ઝે'ક્યુટ્રિક્સ), ના૦ [બ૦ વ૦ **-trices** -ટ્રાઇસિઝ઼] અમલ કરનાર સ્ત્રી.

exege'sis (એ'કિસજિસિસ), ના૦ ભાષ્ય, સમજૂતી, વિ૦ ક૦ બાઇબલની. **exege'tic(al)** (-જે'ટિક,-કલ), વિ૦.

exe'mplar (ઇગ્ઝે'મ્પ્લર), ના૦ નમૂનો, દાખલો.

exe'mplary (ઇગ્ઝે'મ્પ્લરિ), વિ૦ અનુકરણીય; દાખલારૂપ.

exe'mplify (ઇગ્ઝે'મ્પ્લિફાઇ), સ૦ ક્રિ૦ - નો દાખલો આપવો–હોવો. **exempli-fica'tion** (-ફિકેશન), ના૦.

exe'mpt (ઇગ્ઝે'મ્પ્ટ), વિ૦ કર, જોખમ, ઇ૦થી મુક્ત– ને પાત્ર નહિ એવું; -ની છૂટવાળું. સ૦ ક્રિ૦ -થી મુક્ત કરવું, -ની છૂટ આપવી. **exe'mption** (-પ્શન), ના૦.

e'xequies (એ'કિસક્વિઝ઼) ના૦ બ૦ વ૦ ઉત્તરક્રિયા.

e'xercise (એ'કસરસાઇઝ઼), ના૦ (ઇન્દ્રિયો, બુદ્ધિ, ઇ૦નો) પ્રયોગ કરવો, વાપરવું, તે; મહાવરો, અભ્યાસ; કસરત, વ્યાયામ; શારીરિક ઇ૦ તાલીમ (માટે નિયત કામ); ધાર્મિક ગતપાલન ઇ૦. ઉ૦ ક્રિ૦ -નો પ્રયોગ કરવો, વાપરવું; કસરત કરવી – કરાવવી; મૂંઝવણ કે ચિંતામાં નાખવું.

exer't (ઇગ્ઝ઼ર્ટ), સ૦ ક્રિ૦ વાપરવું, કામમાં લેવું, ચલાવવું. **~ oneself,** પ્રયત્ન – મહેનત – કરવી. **exer'tion** (–ઝ઼ર્શન), ના૦.

exfo'liate (એ'કસ્ફોલિએટ), અ૦ ક્રિ૦ -નાં ભીંગડાં, પડ કે છાલ ઉખડી જવી. **exfolia'tion** (– એશન), ના૦.

ex gra'tia (એ'કસ્ગ્રેશે), મહેરબાનીદાખલ (કરેલું).

exhala'tion (એ'કસલેશન), ના૦ શ્વાસ બહાર કાઢવો તે; બહાર કાઢેલી હવા, વરાળ, ઇ૦.

exha'le (એ'કસેલ), ઉ૦ ક્રિ૦ વરાળના રૂપમાં બહાર કાઢવું–નીકળવું; શ્વાસ છોડવો.

exhau'st (ઇગ્ઝૉસ્ટ), સ૦ ક્રિ૦ પાત્ર ઇ૦મ થી બધું બહાર ખેંચી કાઢવું, ખાલી કરવું; વાપરી નાખવું, ખલાસ કરવું; -નો સંપૂર્ણપણે વિચાર, પ્રતિપાદન, ઇ૦ કરવું; શક્તિ, સાધનસંપત્તિ, ઇ૦નું (અપ) શોષણ કરવું; થકવી નાખવું. ના૦ વપરાયેલી વરાળ ઇ૦ (એંજિન વગેરેમાંથી બહાર કાઢવી કે જવી તે). **exhau'stible** (-સ્ટિબલ), વિ૦. **exhau'stion** (-શન), ના૦.

exhau'stive (ઇગ્ઝૉસ્ટિવ), વિ૦ સંપૂર્ણ, વ્યાપક, વિસ્તૃત.

exhi'bit (ઇગ્ઝિબિટ), સ૦ ક્રિ૦ જાહેરમાં બતાવવું, -નું પ્રદર્શન કરવું. ના૦ પ્રદર્શનમાં મૂકેલી વસ્તુ. **exhi'bitor** (-ટર), ના૦.

exhibi'tion (એ'ક્સિબિશન), ના૦ પ્રદર્શન; વિદ્યાર્થીને અપાતી છાત્રવૃત્તિ.

exhibi'tioner (એ'ક્સિબિશનર), ના૦ છાત્રવૃત્તિ ધરાવનાર વિદ્યાર્થી.

exhibi'tionism (એ'ક્સિબિશનિઝ્મ), ના૦ જાહેર દેખાવ કે પ્રદર્શન કરવાની વૃત્તિ; શરીરના ગુહ્ય ભાગોનું પ્રદર્શન કરવાનું ઘેલું–વિકૃતિ. **exhibi'tionist** (-નિસ્ટ), ના૦.

exhi'larate (ઇગ્ઝિલરેટ), સ૦ ક્રિ૦ આનંદિત–ઉલ્લસિત–કરવું **exhilara'tion** (-રેશન), ના૦.

exhor't (ઇગ્ઝૉર્ટ), સ૦ ક્રિ૦ ખરા ભાવથી સલાહ આપવી; પ્રોત્સાહન આપવું. **exhorta'tion** (-ટેશન), ના૦. **exhor'tative** (-ટટિવ), વિ૦. **exhor'tatory** (-ટટરિ), વિ૦.

exhu'me (ઇગ્ઝ્યૂમ), સ૦ ક્રિ૦ ખોદી કાઢવું, બહાર કાઢવું. **exhuma'tion** (એ'ક્સ્યુમેશન), ના૦.

e'xigence (એ'ક્સિજન્સ), **e'xigency** (-જન્સિ), ના૦ તાકીદની જરૂરિયાત અથવા માગણી; અણીની વેળા.

e'xigent (એ'ક્સિજન્ટ), વિ૦ તાકીદનું; કડક, સખત (કામ કરાવનારું).

exi'guous (એ'ક્સિગ્યુઅસ), વિ૦ અતિ અલ્પ, નાનું, બારીક, પાતળું. **exigu'ity** (-ગ્યૂઇટિ), ના૦.

e'xile (એ'ક્સાઇલ), ના૦ સ્વદેશત્યાગ, દેશવટો; સ્વદેશમાંથી લાંબી ગેરહાજરી; નિર્વાસિત માણસ. સ૦ ક્રિ૦ દેશનિકાલ કરવું.

exi'st (ઇગ્ઝિસ્ટ), અ૦ ક્રિ૦ હોવું, અસ્તિત્વમાં હોવું; થવું, મળવું, જીવવું, જીવન નભાવવું.

exi'stence (ઇગ્ઝિસ્ટન્સ,) ના૦ હોવું તે, વિ૦ ક૦ અસ્તિત્વમાં; અસ્તિત્વ; જીવન (પદ્ધતિ); સમગ્ર વસ્તુજાત. **exi'stent** (-ન્ટ), વિ૦.

existe'ntial (એ'ગ્ઝિસ્ટે'ન્શલ), વિ૦ અસ્તિત્વનું–ને લગતું.

existe'ntialism (એ'ગ્ઝિસ્ટે'ન્શલિઝ્મ), ના૦ માણસ એક સ્વતંત્ર વ્યક્તિ છે અને પોતાના વિકાસ માટે જવાબદાર છે એવું પ્રતિપાદન ન કરનારું તત્ત્વજ્ઞાન, અસ્તિત્વવાદ. **existe'ntialist** (-લિસ્ટ), વિ૦ અને ના૦.

e'xit[1] (એ'ગ્ઝિટ), ના૦ બહાર જવું તે–જવાનો માર્ગ; પ્રસ્થાન; મરણ.

e'xit[2], લૅ.; રંગમંચ અંગે સૂચના] બહાર જાય છે.

e'xodus (એ'ક્સડસ), ના૦ નિર્ગમન, પ્રસ્થાન, (વિ૦ ક૦ મોટી સંખ્યામાં); મિસરમાંથી યહૂદીઓની હિજરત.

ex offi'cio (એ'ક્સ્ અફિશિઓ), વિ૦ અને ક્રિ૦ વિ૦ હોદ્દાની રૂએ; અધિકાર પરત્વે.

exo'nerate (ઇગ્ઝૉનરેટ), સ૦ ક્રિ૦ દોષમુક્ત કરવું, નિર્દોષ ઠરાવવું. **exonera'tion** (-રેશન), ના૦.

exor. સંક્ષેપ executor (of will).

exor'bitant (ઇગ્ઝૉર્બિટન્ટ), વિ૦ (કિંમત ઇ૦ અંગે) અતિભારે; અતિખર્ચાળ. **exor'bitance** (-ટન્સ) ના૦.

e'xorcize (એ'ક્સોર્સાઇઝ્), સ૦ ક્રિ૦

આવાહન ઇ૦ કરીને ભૂતપિશાચ કાઢવું, ભૂત-પિશાચથી મુક્ત કરવું; ઊજણી નાખવી. **e'xorcism** (-સિઝ્મ), ના૦. **e'xorcist** (-સિસ્ટ), ના૦.

exor'dium (એ'ક્સૉર્ડિઅમ), ના૦ [બ૦ વ૦ **~s** અથવા **-dia**] પ્રબંધ કે પ્રવચનનો પ્રાસ્તાવિક ભાગ. **exor'dial** (-ડિઅલ), વિ૦.

exote'ric (એ'કસોટે'રિક), વિ૦ બહારના લોકો પણ સમજી શકે એવું; સામાન્ય, લોકભોગ્ય.

exo'tic (ઇગ્ઝૉટિક), વિ૦ પરદેશમાંથી આયાત કરેલું; વિલાયતી; વિચિત્ર, ઓર તરેહનું. ના૦ વિલાયતી છોડ ઇ૦.

expa'nd (ઇકસ્પૅન્ડ), ઉ૦ ક્રિ૦ ફેલાવવું, ફેલાવું; ખીલવું, ખીલવવું; વધારવું, વધવું; મિલનસાર થવું.

expa'nse (ઇકસ્પૅન્સ,) ના૦ મોટો વિસ્તાર, વિશાળ ક્ષેત્ર, ઇ૦.

expa'nsion (ઇકસ્પૅન્શન), ના૦ ફેલાવવું - ફેલાવું-તે; ફેલાવો.

expa'nsive (ઇકસ્પૅન્સિવ), વિ૦ વિસ્તરણક્ષમ - શીલ; વિસ્તૃત, વિશાળ; મિલનસાર.

expa'tiate (ઇકસ્પેશિએટ), સ૦ ક્રિ૦ કોઈ વિષય પર ખૂબ લખવું કે બોલવું. **expatia'tion** (-એશન), ના૦.

expa'triate (એ'કસપૅટ્રિએટ), સ૦ ક્રિ૦ દેશનિકાલ કરવું, સ્વદેશત્યાગ કરવો. ના૦ અને વિ૦ (-ટ્રિ અટ) દેશનિકાલ કરેલું (માણસ).

expe'ct (ઇક્સ્પે'ક્ટ), સ૦ ક્રિ૦ સંભવિત માનવું, પ્રતીક્ષા કરવી; અપેક્ષા રાખવી; ધારવું.

expe'ctant (ઇકસ્પે'કટન્ટ), વિ૦ અપેક્ષા રાખતું, થવાની રાહ જોતું. **expe'ctancy** (-ટન્સિ), ના૦.

expecta'tion (ઇકસ્પે'ક્ટેશન), ના૦ પ્રતીક્ષા, અપેક્ષા; અપેક્ષિત વસ્તુ; શકયતા, સંભવ; [બ૦ વ૦ માં] વારસો ઇ૦ મળવાની સંભાવના.

expe'ctorant (ઇકસ્પે'ક્ટરન્ટ), ના૦ અને વિ૦ કફ છૂટો કરી નાખનારું (ઔષધ).

expe'ctorate (ઇકસ્પે'ક્ટરેટ), સ૦ક્રિ૦ ગળફો કાઢી નાખવો, ઉધરસ ખાવી; થૂંકવું. **expectora'tion** (-રેશન), ના૦.

expe'dient (ઇકસ્પીડિઅન્ટ), વિ૦ અનુકૂળ, ઉપયોગી; સલાહભર્યું; ડહાપણભર્યું (જેના ન્યાયની દૃષ્ટિ ગૌણ હોય એવું). ના૦ યુક્તિ, ઉપાય, હેતુ પાર પાડવાનું સાધન. **expe'dience** (-અન્સ), ના૦. **expe'diency** (-અન્સિ), ના૦.

e'xpedite (એક્સ્પિડાઇટ), સ૦ ક્રિ૦ જલદી થાય તેમ કરવું; આગળ વધવામાં મદદ કરવી - સરળતા કરી આપવી; જલદી હાંસલ કરવું.

expedi'tion (ઇકસ્પિડિશન), ના૦ ઉતાવળ, ત્વરા, ઝડપ; વિશિષ્ટ હેતુસર ખેડેલો પ્રવાસ. એવા પ્રવાસ પર મોકલેલા માણસો, વહાણો, વગેરે.

expedi'tionary (ઇકસ્પિડિશનરિ), વિ૦ કોઈ સફર માટે યોજેલું - યોજનારું.

expedi'tious (ઇકસ્પિડિશસ), વિ૦ ઝડપી, તાકીદનું; ઝડપથી કરેલું.

expe'l (ઇકસ્પે'લ), સ૦ ક્રિ૦ બહાર કાઢવું - ફેંકવું; કાઢી મૂકવું.

expe'nd (ઇકસ્પે'ન્ડ), સ૦ ક્રિ૦ (પૈસા, સમય, ઇ૦) ખરચવું, વાપરવું; વાપરી નાખવું, ખલાસ કરવું.

expe'ndable (ઇકસ્પે'ન્ડબલ), વિ૦ ખરચી કે વાપરી શકાય એવું; પોતાનો હેતુ પાર પાડવા માટે હોમી શકાય એવું.

expe'nditure (ઇકસ્પે'ન્ડિચર), ના૦ ખરચવું તે, ખરચ (કરેલી રકમ).

expe'nse (ઇકસ્પેન્સ), ના૦ કિંમત, ખર્ચ; [બ૦વ૦માં] કામ માટે કરેલું ખર્ચ, રોકાણ; કરેલું ખર્ચ ભરપાઈ કરવું તે.

expe'nsive (ઇકસ્પે'ન્સિવ), વિ૦ મોંઘું.

expe'rience (ઇકસ્પિઅરિઅન્સ), ના૦ જાતતપાસ કે સંપર્ક (પર આધારિત જ્ઞાન), અનુભવ; જાત પર અસર કરનાર ઘટના. સ૦ક્રિ૦ અનુભવવું, ભોગવવું, વેઠવું.

expe'rienced (ઇકસ્પિઅરિઅન્સ્ટ), વિ૦ અનુભવી; ઘડાયેલું; જાણકાર.

expe'riment (ઇક્સ્પે'રિમન્ટ), ના૦ અજમાએશ, પરીક્ષા; પ્રયોગ, જોખતરો. અ૦ક્રિ૦ (-મે'ન્ટ) પ્રયોગ કે પ્રયોગો કરવા. **experime'ntal** (ઇક્સ્પે'રિમે'ન્ટલ), વિ૦ પ્રયોગ પર આધારિત, પ્રયોગ દાખલ કરેલું, પ્રયોગાત્મક. **experime'ntalist** (-લિસ્ટ), ના૦.

e'xpert (એ'ક્સ્પર્ટ), વિ૦ પાકી આવડતવાળું; સારો જાણકાર; નિષ્ણાત; તજ્જ્ઞ; ના૦ એવું માણસ.

experti'se (એ'ક્સ્પર્ટાઇઝ), ના૦ તજ્જ્ઞનું જ્ઞાન, કુશળતા, અથવા અભિપ્રાય.

e'xpiate (એ'ક્સ્પિએટ), સ૦ક્રિ૦ -ની સજા ભોગવવી, -નું પ્રાયશ્ચિત્ત કરવું. **expia'tion** (-એશન), ના૦. **e'xpiator** (-એટર), ના૦. **e'xpiatory** (-એટરિ), વિ૦.

expir'e (ઇક્સ્પાયર), ઉ૦ક્રિ૦ શ્વાસ છોડવો-બહાર કાઢવો; મરી જવું; -નો અંત આવવો; રદબાતલ થવું. **expira'tion** (એ'ક્સ્પિરેશન), ના૦. **expir'atory** (ઇક્સ્પાઇરટરિ), વિ૦.

expir'y (ઇક્સ્પાયરિ), ના૦ અવસાન; અંત, સમાપ્તિ.

explai'n (ઇક્સ્પ્લેન), સ૦ક્રિ૦ વિગતવાર જણાવવું; સમજાવવું; ખુલાસો આપવો. **explana'tion** (-નેશન), ના૦.

expla'natory (ઇક્સ્પ્લૅનટરિ), વિ૦ સમજાવનારું, ખુલાસારૂપ.

expl'tive (ઇક્સ્પ્લીટિવ) વિ૦ અને ના૦ વાકચપૂરક (શબ્દ, વિ૦ક૦ શપથ, ઉદ્ગાર).

expli'cable (એ'ક્સ્પ્લિકબલ), વિ૦ સમજૂતી - ખુલાસો - આપી શકાય એવું.

expli'catory (એ'ક્સપ્લિકેટરિ), વિ૦ સમજૂતી - ખુલાસો - આપતા .

expli'cit (ઇક્સ્પ્લિસિટ), વિ૦ સ્પષ્ટપણે કહેલું કે બતાવેલું, સાફ; નિશ્ચિત; સ્પષ્ટવક્તા.

explo'de (ઇક્સ્પ્લોડ) ઉ૦ક્રિ૦ ધડાકા સાથે ફૂટવું; ફાટવું - ફોડવું, (લાગણી, હિંસા, ઇ૦નો) સ્ફોટ કરવો - થવો; (રહસ્ય ઇ૦) ઉઘાડું પાડવું; નામોશી લગાડવી.

e'xploit (એ'ક્સ્પ્લોઇટ), ના૦ વીરતાવાળું કૃત્ય, પરાક્રમ. **exploi't** (ઇક્સ્-), સ૦ક્રિ૦ (ખાણ, ઇ૦)નો ઉપયોગ કરવો-ચલાવવું, સ્વાર્થ માટે કોઈનો ગેરલાભ ઉઠાવવો. **exploita'tion**(-ટેશન), ના૦.

explor'e (ઇક્સ્પ્લોર), સ૦ક્રિ૦ દેશમાં ચોમેર ફરીને તેનું નિરીક્ષણ કરવું; સ્પર્શ કરીને તપાસવું; -ની તપાસ કરવી. **explora'tion** (-રેશન), ના૦. **explor'ative** (-રટિવ), વિ૦. **explor'atory** (-રટરિ), વિ૦.

explo'sion (ઇક્સ્પ્લોઝન), ના૦ સ્ફોટ (કરવો - થવો - તે); ફાટી નીકળવું તે; ધડાકા સાથે વિસ્ફોટ.

explo'sive (ઇક્સ્પ્લોસિવ), વિ૦ અને ના૦ સ્ફોટક (દ્રવ્ય). વિ૦ સ્ફોટનું -ના જેવું. **high ~**, ભારે વિસ્ફોટક દ્રવ્ય.

expo'nent (ઇક્સ્પોનન્ટ), ના૦ સમજાવનાર કે અર્થ કરનાર વ્યક્તિ અથવા વસ્તુ; નમૂનો, પ્રતિનિધિ; [ગ.] ઘાતાંક.

expone'ntial (ઇક્સ્પને'ન્શલ), વિ૦ (વૃદ્ધિ અંગે) વધુ ને વધુ ઝડપી.

e'xport (એ'ક્સ્પોર્ટ), સ૦ક્રિ૦ (માલ) દેશાવર મોકલવો નિકાસ કરવો. ના૦ નિકાસ કરેલી વસ્તુ; [બહુધા બ૦વ૦માં] નિકાસ થતો કુલ માલ. **exporta'tion** (-ટેશન), ના૦.

expo'se (ઇક્સ્પોઝ઼), સ૦ ક્રિ૦ હવામાં ખુલ્લું મૂકવું; જોખમમાં નાખવું; [ફોટો.] ફોટોની ફિલ્મ પર પ્રકાશ પડવા દેવો; પ્રદર્શનમાં કે વેચવા માટે મૂકવું, ખુલ્લું-છતું-કરવું; ઉઘાડું પાડવું.

expo'sé (એ'ક્સ્પોઝે'), ના૦ પોગળ ઇ૦ ઉઘાડું પાડવું તે.

exposi'tion (એ'ક્સ્પઝ઼િશન), ના૦ વિવરણ, સ્પષ્ટીકરણ; પ્રદર્શન. **expo'sitor** (-પૉઝ઼િટર),ના૦. **expo'sitory** (-પૉઝ઼િટરિ, વિ૦.

ex post facto (એ'ક્સ્ પોસ્ટ ફૅક્ટો), વિ૦ અને ક્રિ૦ વિ૦ અગાઉના સમયને પણ લાગુ પડતું.

expo'stulate (ઇકસ્પૉસ્ટચુલેટ) અ૦ક્રિ૦ વાંધો ઉઠાવવો; કાન ઉઘાડવા, શિખામણ દેવી. **expostula'tion**(-લેશન), ના૦.

expo'sure (ઇકસ્પોઝર), ના૦ ખુલ્લું મૂકવું - મુકાવું - તે; [ફોટો.] પ્લેટ કે ફિલ્મને પ્રકાશમાં મૂકવાની ક્રિયા, તેનો અવધિ; મુખવટો કાઢી નાખવો તે; ભૂલ, ગુનો, ઇ૦ જાહેર કરવું તે.

expou'nd (ઇકસ્પાઉન્ડ), સ૦ક્રિ૦ સવિસ્તર રજૂ કરવું; સમજાવવું, અર્થ કરવો.

expre'ss (ઇકસ્પ્રે'સ), સ૦ક્રિ૦ સંકેત-ચિહ્નો અથવા ભાષા દ્વારા વ્યક્ત કરવું; શબ્દબદ્ધ કરવું; (રસ ઇ૦) નિચોવી કાઢવું; ખાસ ગાડી કે ખેપિયા સાથે અથવા વહેં-ચણીથી મોકલવું. વિ૦ ચોક્કસ અથવા સ્પષ્ટપણે કહેલું, સ્પષ્ટ, નિશ્ચિત; ખૂબ વેગવાળું - ઝડપથી ચાલતું; ખાસ ખેપિયા દ્વારા આપવા માટે રવાના કરેલું; (ગાડી અંગે) ખૂબ ઓછાં સ્ટેશનોએ થોભનારું. ના૦ ખાસ વેગવાળી ગાડી, ખેપિયો, ઇ૦. ક્રિ૦વિ૦ ખૂબ ઝડપથી, એકસપ્રેસ ગાડીથી, ઇ૦. **expre'ssible** (-સિબલ), વિ૦.

expre'ssion (ઇકસ્પ્રે'શન), ના૦ વ્યક્ત કરવું તે, ઇ૦; વ્યક્ત કરવાની રીત; શબ્દયોજના, શબ્દપ્રયોગ; વ્યક્ત કરવાનો ગુણ, ભાવ - અર્થ - વાહકતા; અભિવ્યક્તિ; મોઢાનો ભાવ, મુખમુદ્રા; ઉચ્ચારણની ઢબ; [ગ.] પદાવલિ. **expre'ssional** (-નલ), વિ૦.

expre'ssionism (ઇકસ્પ્રે'શનિઝમ), ના૦ અભિવ્યક્તિવાદ, જેમાં ચિત્ર ઇ૦નો કળાકાર વાસ્તવને ગૌણ બનાવીને પોતાની આંતરિક ભાવના કે અનુભૂતિને વ્યક્ત કરવા માગે છે તે શૈલી. **expre'ssionist** (-નિસ્ટ), ના૦. **expressioni'stic** (-નિસ્ટિક), વિ૦.

expre'ssive (ઇકસ્પ્રે'સિવ), વિ૦ વ્યક્ત કરનારું, અર્થપૂર્ણ.

expre'ssly (ઇકસ્પ્રે'સ્લિ), ક્રિ૦વિ૦ સ્પષ્ટપણે; હેતુપૂર્વક.

expro'priate (એ'કસ્પ્રોપ્રિએટ), સ૦-ક્રિ૦ કબજે લઈ લેવો, (મિલકત) છીનવી લેવી. **expropria'tion** (-એશન), ના૦. **expro'priator**(-એટર), ના૦.

expu'lsion (ઇકસ્પલ્શન), ના૦ હકાલ-પટ્ટી. **expu'lsive** (-પલ્સિવ). વિ૦.

expu'nge (ઇકસ્પંજ), સ૦ક્રિ૦ ભૂસી - છેકી - નાખવું.

e'xpurgate (એ'કસ્પર્ગેટ), સ૦ક્રિ૦ ચોપડી ઇ૦માંથી વાંધા ભરેલો ભાગ કે ભાગો કાઢી નાખવા; તેમ કરીને સાફ - શુદ્ધ - કરવું. **expurga'tion** (-ગેશન), ના૦. **e'xpurgator** (-ગેટર), ના૦.

exqui'site (એ'કસ્કિવઝિટ) વિ૦ ખૂબ સુંદર અથવા નાજુક; સૂક્ષ્મ, તીવ્ર. ના૦ લાલો, ફાંકડો.

ex-ser'vice (એ'કસ્સર્વિસ), વિ૦ લશ્કરમાં કામ કરેલું - માંથી નિવૃત્ત થયેલું.

exta'nt (એ'કસ્ટૅન્ટ), વિ૦ હજી વિદ્ય-માન, ચાલુ.

exte'mpore (ઇકસ્ટે'મ્પરિ), ક્રિ૦વિ૦ અને વિ૦ પૂર્વતૈયારી વિના(નું); તત્કાળ (કરેલું). **extempora'neous**(-રેનિ-અસ), **exte'mporary** (-રરિ), વિ૦.

exte'mporize (ઇકસ્ટે'મ્પરાઇઝ), ઉ૦ક્રિ૦ પૂર્વતૈયારી વિના રજૂ કરવું, બોલવું, ઇ૦. **extemporiza'tion** (-ઝ઼ેશન), ના૦.

exte'nd (ઇકસ્ટે'ન્ડ), ઉ૦ક્રિ૦ પૂરેપૂરું લાંબું કરવું, ફેલાવવું; ફેલાવું, પ્રસરવું; (આમંત્રણ ઇ૦) આપવું, (સ્વાગત ઇ૦) કરવું; લંબાવવું, વિસ્તારવું, મોટું કરવું; શક્તિ પર (વધુ પડતો) બોજો નાખવો. **exte'ndible** (-ડિબલ), વિ૦ **exte'nsible** (-સિબલ),વિ૦. **extendibi'lity** (-ડિબિલિટિ), ના૦.

exte'nsile (ઇકસ્ટે'ન્સાઇલ), વિ૦ તાણી શકાય અથવા ખેંચીને લંબાવી શકાય એવું.

exte'nsion (ઇકસ્ટે'ન્શન), ના૦ લંબા-વવું - લંબાવું-તે, લંબાણ; વધારવું - મોટું કરવું-તે; વિસ્તાર; વધારેલો ભાગ; મુખ્ય ટેલિફોનનો આગળ વધારેલો ગૌણ ટેલિફોન,

તેનો નંબર; યુનિવર્સિટી કે કૉલેજ દ્વારા અપાતું વર્ગ બહારનું શિક્ષણ.

exte'nsive (ઇક્સ્ટે'ન્સિવ), વિ૰ વિશાળ, વિસ્તીર્ણ; દૂરગામી, વ્યાપક.

exte'nt (ઇક્સ્ટે'ન્ટ), નામ૰ વ્યાપેલી જગ્યા, ક્ષેત્ર, વિસ્તાર; પરિમાણ, માત્રા; અવકાશ.

exte'nuate (ઇક્સ્ટે'ન્યુએટ), સ૰ક્રિ૰ કોઈ બહાનું કાઢીને ગુનાનું ગાંભીર્ય ઓછું કરવું. **extenua'tion** (–એશન), ના૰. **exte'nuatory** (–એટરિ), વિ૰.

exte'rior (ઇક્સ્ટિઅરિઅર), વિ૰ બહારનું, બહારની બાજુનું. ના૰ બહારનો ભાગ કે દેખાવ.

exter'minate (ઇક્સ્ટર્મિનેટ), સ૰ક્રિ૰ સદંતર–સમૂળ–નાશ કરવો. **extermina'tion** (–નેશન), ના૰. **exter'minator** (–નેટર), ના૰.

exter'nal (ઇક્સ્ટર્નલ), વિ૰ બહારનું, બાહ્ય; બાહ્યસૃષ્ટિનું –ને લગતું; પરરાષ્ટ્રીય; (પુરાવા અંગે) વિવાદ્ય વસ્તુની બહારના સાધનમાંથી મળતું. ના૰ [બ૰વ૰માં] બહારનું રૂપ કે દેખાવ, બાહ્ય પરિસ્થિતિ. **externa'lity** (–નૅલિટિ), ના૰.

exter'nalize (એ'ક્સ્ટર્નલાઇઝ઼), સ૰ ક્રિ૰ બાહ્ય અસ્તિત્વનું આરોપણ કરવું, મૂર્ત સ્વરૂપ આપવું.

exti'nct (ઇક્સ્ટિંક્ટ), વિ૰ હોલવાઈ ગયેલું, (જ્વાળામુખી અંગે) ઠંડો પડેલો; શમી ગયેલું; મરી ગયેલું, લુપ્ત.

exti'nction (ઇક્સ્ટિંક્શન), ના૰. હોલવવું – હોલવાવું – નષ્ટ કરવું – થવું – હોવું – તે; વિનાશ.

exti'nguish (ઇક્સ્ટિંગ્વિશ), સ૰ક્રિ૰ હોલવવું; શાંત પાડવું; અંત આણવો, નાશ કરવો; (દેવું ઇ૰) સાફ કરી નાખવું.

e'xtirpate (ઍક્સ્ટર્પેટ), સ૰ક્રિ૰ જડમૂળથી ઉખેડી નાખવું, સદંતર નાશ કરવો. **extirpa'tion** (-પેશન), ના૰.

exto'l (ઇક્સ્ટોલ), સ૰ક્રિ૰ નાં ખૂબ વખાણ કરવાં – ગુણ ગાવા.

extor't (ઇક્સ્ટૉર્ટ), સ૰ક્રિ૰ જોરજબરદસ્તીથી, ધાકધમકીથી, સતત માગ માગ કરીને પૈસા કઢાવવા.

extor'tion (ઇક્સ્ટૉર્શન), ના૰ બળજબરીથી વિ૰ક૰ પૈસા કઢાવવા તે; એવી રીતે કઢાવેલા પૈસા.

extor'tionate (ઇક્સ્ટૉર્શનિટ), વિ૰ (કિંમત ઇ૰ અંગે) અતિશય, ભારે.

e'xtra (એક્સ્ટ્રે), વિ૰ વધારાનું; જોઈએ તે કરતાં કે હંમેશના કરતાં વધારે. ક્રિ૰વિ૰ હંમેશ કરતાં વધારે, વધારામાં. ના૰ વધારાની વસ્તુ; જેને માટે વધારાના અલગ પૈસા આપવાના હોય તે વસ્તુ; [ક્રિ૰] બૅટની મદદ વિના કરેલી દોડ; નજીવી ભૂમિકા માટે અથવા ટોળામાંનો એક બનવા માટે રોકેલું માણસ; છાપા ઇ૰ની ખાસ આવૃત્તિ. **~ special,** [વાત.] વિશેષ સારું ઇ૰. **~ time,** રમતમાં બંને બાજુઓ સરખી થાય ત્યારે વધુ રમવા માટે અપાતો સમય.

extra-, સમાસમાં. બહારનું, વધારાનું; -ની મર્યાદામાં નહિ એવું.

extra'ct (ઇક્સ્ટ્રૅક્ટ), સ૰ક્રિ૰ બહાર કાઢવું; ખેંચી કાઢવું (દાંત ઇ૰); -માંથી તારવવું, અનુમાન કરવું; દબાણ, ઊર્ધ્વપાતન, ઇ૰થી રસ, અર્ક, કાઢવો; [ગ.] સંખ્યાનું મૂળ (વર્ગ, ઘન, ઇ૰) કાઢવું; ચોપડી ઇ૰ માંથી ઉતારી લેવું – નકલ કરવી, અવતરણ લેવું. ના૰ (એ'ક્-) સાર, અર્ક, સત્ત્વ; ચોપડી ઇ૰માંનો ઉતારો.

extra'ction (ઇક્સ્ટ્રૅક્શન), ના૰ -માંથી કાઢવું તે; વંશ, કુળ, ઓલાદ.

extra'ctive (ઇક્સ્ટ્રૅક્ટિવ), વિ૰ (ઉદ્યોગો અંગે) કોલસો, ધાતુ, તેલ ઇ૰ કાઢનારું.

extra'ctor (ઇક્સ્ટ્રૅક્ટર), ના૰ ખેંચી કાઢનારું સાધન. **~ fan,** બંધિયાર કે વાસી હવા બહાર કાઢવા માટે બારીમાં મૂકેલો પંખો.

extradi'table (એક્સ્ટ્રડાઇટબલ) વિ૰ પરરાજ્યને હવાલે કરવાને પાત્ર, (ગુના અંગે) પરરાજ્યને સોંપણી આવશ્યક બનાવનાર.

e'xtradite (એ'ક્સ્ટ્રડાઇટ), સ૰ક્રિ૰

નાસી આવેલા પરદેશી ગુનેગાર કે આરોપીને તેના રાજ્યને હવાલે કરવો. **extradi'tion** (-ડિશન), ના૦.

extrajudi'cial (એ'ક્સ્ટ્રજુડિસલ), વિ૦ અદાલતની બહાર કરેલું; કાયદાથી અધિકૃત નહિ એવું.

extramu'ral (એક્સ્ટ્રમ્યુઅરલ), વિ૦ શહેરના કોટ કે દીવાલની બહારનું; યુનિવર્સિટીના સામાન્ય વર્ગોની બહારનું.

extra'neous (ઇક્સ્ટ્રેનિઅસ), વિ૦ બહારનું, બાહ્ય; બાહ્ય ઉત્પત્તિસ્થાનનું; વિદેશી; અપ્રસ્તુત.

extraor'dinary (ઇક્સ્ટ્રૉર્ડિનરિ), વિ૦ અસામાન્ય, અસાધારણ; અપવાદરૂપ; ખાસ નીમેલું; આશ્ચર્યકારક.

extra'polate (ઇક્સ્ટ્રૅપલેટ) ઉ૦ક્રિ૦ જ્ઞાનમૂલ્યો, હકીકત, ઇ૦ પરથી (જ્ઞાનની કક્ષાની બહારના વિષે) અનુમાન કરવું. **extrapola'tion** (-પલેશન), ના૦.

extra-se'nsory (એ'ક્સ્ટ્રસે'ન્સરિ), વિ૦ અતીન્દ્રિય.

extra-terre'strial (એ'ક્સ્ટ્રટરે'સ્ટ્રિઅલ), વિ૦ પૃથ્વી કે તેના વાતાવરણની બહારનું.

extra'vagance (ઇક્સ્ટ્રૅવગન્સ), ના૦ અતિખરચાળપણું, અતિખરચ; અતિરેક; સ્વૈરપણું.

extra'vagant (ઇક્સ્ટ્રૅવગન્ટ), વિ૦ ઉડાઉ; ઉચ્છૃંખલ, સ્વૈર; મૂર્ખાંતાભર્યું; બેસુમાર; (કિંમત) ભારે; વિપુલ; નકામું.

extravaga'nza (ઇક્સ્ટ્રૅવગૅન્ઝ઼) ના૦ વિચિત્ર – ઉટપટાંગ – સાહિત્યિક રચના, ભાષા અથવા વર્તન.

extre'me (ઇક્સ્ટ્રીમ), વિ૦ તદ્દન બહારનું – છેડાનું; અત્યંત; હદ વટાવી જનારું; એકાન્તિક. ના૦ કોઈ પણ છેડે આવેલી વસ્તુ; [બ૦વ૦માં] એકબીજાથી તદ્દન ભિન્ન કે દૂર આવેલી વસ્તુઓ; અતિ માત્રા ઇ૦. **~ unction,** પાદરી દ્વારા મરતાને તેલ ચોળવાની વિધિ.

extre'mely (ઇક્સ્ટ્રીમ્લિ), ક્રિ૦વિ૦ અત્યંત, બહુ જ.

extre'mism (ઇક્સ્ટ્રીમિઝ઼મ), ના૦ ઉગ્ર પગલાંની હિમાયત, અતિવાદ. **extre'mist** (-મિસ્ટ), વિ૦ અને ના૦.

extre'mity (ઇક્સ્ટ્રેમિટિ), ના૦ છેડો, છેડાનું બિંદુ; [બ૦વ૦] હાથપગ; ભારે મોટું સંકટ, જોખમ, ઇ૦.

e'xtricate (એ'ક્સ્ટ્રિકેટ), સ૦ક્રિ૦ ગૂંચ ઉકેલવી; ગૂંચ – મુશ્કેલી – માંથી બહાર કાઢવું – છોડાવવું. **extrica'tion** (-કેશન), ના૦.

extri'nsic (એ'ક્સ્ટ્રિન્સિક), વિ૦ બહારનું, બાહ્ય; આંતરિક કે અંગભૂત નહિ એવું.

e'xtrovert (એ'ક્સ્ટ્રવર્ટ), વિ૦ બહાર દૃષ્ટિ રાખનારું, બહિર્મુખ; મિલનસાર, લોકોમાં ભળવાવાળું. ના૦ એવું માણસ. **extrover'sion** (-વર્શન), ના૦.

extru'de (ઇક્સ્ટ્રૂડ), સ૦ક્રિ૦ બહાર ધકેલવું, પરાણે બહાર કાઢવું; બીબામાંથી બળપૂર્વક પસાર કરીને આકાર આપવો. **extru'sion** (-ટ્રૂઝ઼ન), ના૦. **extru'sive** (-ટ્રૂસિવ), વિ૦.

exu'berant (ઇગ્ઝ઼્યૂબરન્ટ), વિ૦ વિપુલ, પુષ્કળ, સમૃદ્ધ; ઉપજાઉ; વિપુલ પ્રમાણમાં ઊગતું; ઊભરાતું; ઉલ્લાસપૂર્ણ. **exu'berance** (-રન્સ), ના૦.

exu'de (ઇગ્ઝ઼્યૂડ), ઉ૦ક્રિ૦ -માંથી નીકળવું – ઝરવું; બહાર કાઢવું. **exuda'tion** (-ડેશન), ના૦ ઝરણ, સ્રાવ.

exu'lt (ઇગ્ઝ઼લ્ટ), અ૦ક્રિ૦ અતિ આનંદ થવો – પામવો; જય મેળવવો. **exu'ltancy** (-ટન્સિ), ના૦. **exu'ltant** (-ટન્ટ), વિ૦. **exulta'tion** (-ટેશન), ના૦.

eye (આઇ), ના૦ આંખ, દૃષ્ટિ; કનીનિકામંડળ; દૃષ્ટિક્ષેપ, કટાક્ષ; નિરીક્ષણ, જોવું તે; આંખને મળતી કોઈ વસ્તુ; કાણું, છિદ્ર, (સોયનું) નાકું, બટાકા ઇ૦ની આંખ – કળી, દોરડાનો ફાંસો. સ૦ક્રિ૦ ઝીણવટથી જોવું, નિરીક્ષણ કરવું; શંકાની નજરે જોવું. **~-ball,** આંખની કીકી – આંખનો ડોળો. **~bath,** આંખ ધોવાની પ્યાલી. **~brow,** ભમ્મર, ભવું. **~glass,**

ચશ્મું,[બ૦વ૦માં] ચશ્માં, ઉપનેત્ર. **~hole** જોવા માટેનું કાણું. **~lash,** પાંપણ. **~lid,** પોપચું. **~-liner,** આંખ ફરતે રેખા કરવા વપરાતું એક પ્રસાધન દ્રવ્ય. **~-opener,** આશ્ચર્યચકિત કરનારી – આંખ ઉઘાડનારી – વાત કે ઘટના. **~piece,** દૂરબીનનો આંખ નજીકનો કાચ – લેંન્સ. **~-shade,** પ્રખર પ્રકાશ કે તાપથી આંખનું રક્ષણ કરવાનું સાધન. **~-shadow,** આંખ ફરતે ચામડી પર ચોળવાનું પ્રસાધન દ્રવ્ય. **~sight,** દૃષ્ટિ, નજર: જોવાની શક્તિ. **~sore,** આંખને ખૂંચે એવી વસ્તુ, આંખની કણી. **~tooth,** રાક્ષી, રાક્ષસી, (દાંત). **~wash,** [વિ૦બો૦] ઢોંગ, છેતરપિંડી. **~witness,** નજરે જોનાર સાક્ષી.

eye'ful (આઇફુલ), ના૦ [વાત.] અસાધારણ – આકર્ષક – વ્યક્તિ.

eye'let (આઇલિટ), ના૦ નાકું, વેહ; છીંડું; બારીક કાણું.

eyot (એટ), ના૦ નદીમાંનો નાનકડો ટાપુ.

ey'rie, ae'rie, (આયરિ), ના૦ શિકારી ઇ૦ પક્ષીનો માળો.

F

F., સંક્ષેપ. Fahrenheit.

f., સંક્ષેપ. forte[2].

F.A., સંક્ષેપ. Football Association.

fa:, જુઓ **fah.**

fab (ફેબ), વિ૦ આશ્ચર્યજનક; કાલ્પનિક.

fa'ble (ફેબલ), ના૦ કાલ્પનિક કથા કે વાર્તા; નાનકડી બોધકથા, વિ૦ક૦ નૈતિક બોધવાળી પ્રાણીકથા. સ૦ક્રિ૦ -ની કથા રચવી, -રચીને પ્રખ્યાત કરવું.

fa'bric (ફેબ્રિક), ના૦ એક એકત્ર કરીને બનાવેલી વસ્તુ; વણીને, ગૂંથીને બનાવેલું કાપડ; રચના, ઘાટ, બાંધકામ; ઇમારતની ભીંતો, ભોંય તથા છાપરું.

fa'bricate (ફેબ્રિકેટ), સ૦ ક્રિ૦ બાંધવું, રચવું, બનાવવું; ઉપજાવી–જોડી–કાઢવું; બનાવટી–ખોટો–દસ્ત જ કરવો. **fabrica'tion** (-કેશન), ૦.

fa'bulous (ફેબ્યુલસ), વિ૦ કથાવાર્તામાં જાણીતું; ન મનાય એવું; [વાત.] આશ્ચર્યકારક.

faca'de (ફસાડ), ના૦ ઇમારતનો મોખરાનો ભાગ; બહારનો, વિ૦ ક૦ ભ્રામક, દેખાવ.

face (ફેસ), ના૦ મોં, મોઢું, ચહેરો; મોઢાનો ભાવ, મુખમુદ્રા, મોંનો ચાળો, મરડાટ; ધીટપણું, નફટાઈ; બાજુ, પાસું; સપાટી, આગળની–જમણી–બાજુ; ઘડિયાળ ઇ૦નો ચંદો; બૅટ, રૅકેટ, ગોલ્ફની લાકડી, ઇ૦ની મારવાની બાજુ. **lose ~,** પ્રતિષ્ઠાને આંચ આવવી, અપમાનિત થવું. **on the ~ of it,** બાહ્ય દેખાવ પરથી જ. **save one's ~,** પોતાની આબરૂ સાચવવી. ઉ૦ક્રિ૦ -ની સામે દૃઢપણે ઊભા રહેવું, હિંમતપૂર્વક સામા થવું, સામનો કરવો; સપાટી સજાવવી, એક વસ્ત્ર પર બીજા વસ્ત્રનું પડ ચોઢવું, ભીંત પર પથ્થર ઇ૦નું પડ ચડાવવું. **face-lift,** ચહેરાની ચામડી તાણીને કરચલીઓ દૂર કરવાની શસ્ત્રક્રિયા; [લા.] દેખાવમાં સુધારો. **~ value,** દર્શની કિંમત.

fa'celess (ફેસ્લિસ), વિ૦ નનામું, અજ્ઞાત.

fa'cet (ફેસિટ), ના૦ પદાર્થની કોઈ એક બાજુ, પાસું, વિ૦ક૦ હીરાનો પાસો; કોઈ વસ્તુ કે બાબતની વિશિષ્ટ બાજુ.

face'tious (ફસીશસ), વિ૦ (કવેળાએ કરેલી) ટીખળ–ટોળ–વાળું,–ટીખળ–ટોળ–કરનારું.

fa'cia (ફેશે), ના૦ દુકાનદારના નામ

ઇ૦નું પાટિયું; મોટરગાડીનું ચંત્રોવાળું પાટિયું (ચાલકની સામેનું).

fa'cial (ફેશલ), વિ૦ ચહેરાનું, મોઢાનું. નાo ચહેરાને સુંદર બનાવવાનો ઉપચાર.

fa'cile (ફેસાઇલ), વિ૦ સહેલું, સરળ, સહેલાઈથી (કામ) કરનારું; અસ્ખલિત, પ્રવાહી.

faci'litate (ફસિલિટેટ), સ૦ક્રિ૦ સહેલું -સરળ-બનાવવું, આગળ વધવામાં મદદ કરવી. **facilita'tion** (-ટેશન), ના૦.

faci'lity (ફસિલિટિ), ના૦ સરળતા, સહેલાઈ; કુશળતા; [બહુધા બ૦વ૦માં] કશુંક કરવા માટે તક, સોઈસગવડ, અથવા સાધનસામગ્રી.

fa'cing (ફેસિંગ), ના૦ વસ્ત્રના અમુક ભાગ પર મજબૂતી કે શોભા માટે ચોઢેલું-સીવેલું કાપડ; ભિન્ન જાતના કાપડનું આવરણ.

facsi'mile (ફેક્સિમિલિ), ના૦ લખાણ, હસ્તાક્ષર, ચિત્ર, ઇ૦ની આબેહૂબ નકલ.

fact (ફેક્ટ), ના૦ બનેલી વાત-ઘટના; સાચી વાત, હકીકત; વાસ્તવિકતા. **in ~**, વાસ્તવિકપણે.

fa'ction (ફેક્શન), ના૦ પક્ષ, તડ, વિ૦ક૦ સ્વાર્થી અથવા અપ્રામાણિક પક્ષ કે જૂથ; પક્ષભાવનાનું જોર. **fa'ctious** (ફેક્શસ), વિ૦.

facti'tious (ફેક્ટિશસ), વિ૦ કૃત્રિમ, બનાવટી; વિશિષ્ટ હેતુ માટે કરેલું.

fa'ctitive (ફેક્ટિટિવ), વિ૦ પ્રેરક, કારક સાધક, ઉત્પાદક (ક્રિ૦ને અંગે). **~ verb,** એવું ક્રિયાપદ.

fa'ctor (ફેક્ટર), ના૦ આડતિયો, દલાલ; [સ્કૉ.] જમીનની દેખરેખ કરનાર. [ગ.] (સંખ્યા ઇ૦નો) અવયવ, ભાગ; કારણ, કારણીભૂત વસ્તુ.

factor'ial (ફેક્ટોરિઅલ), ના૦ ગણિત શ્રેણીમાંના બધા પદોનો ગુણાકાર. વિ૦ એ ગુણાકારનું અથવા અવયવનું.

fa'ctorize (ફેક્ટરાઇઝ઼), સ૦ક્રિ૦ (કોઈ સંખ્યા)ના અવયવ પાડવા.

fa'ctory (ફેક્ટરિ), ના૦ કારખાનું. **~ farm,** ઉદ્યોગોની જેમ સંચાલિત ખેતર-ખેતી.

facto'tum (ફેક્ટોટમ), ના૦ પડે તે બધું કામ કરનાર નોકર.

fa'ctual (ફેક્ટ્યુઅલ), વિ૦ હકીકતનું-સબંધી, વાસ્તવિક.

fa'cultative (ફેકલ્ટટિવ), વિ૦ માનસિક શક્તિ, વિદ્યાશાખા, ઇ૦નું; છૂટવાળું; વૈકલ્પિક.

fa'culty (ફૅકલ્ટિ), ના૦ અમુક કાર્ય માટે ખાસ-રુચિ-યોગ્યતા-આવડત; શારીરિક કે માનસિક શક્તિ, બુદ્ધિ; યુનિ.ની વિદ્યાની શાખા (ના શિક્ષકો); અધિકાર, પરવાનો, (ખાસ ક. ધર્મસંઘમાં).

fad (ફૅડ) ના૦ લત, છંદ, ઘેલું. **fa'ddist** (-ડિસ્ટ), ના૦. **fa'ddy** (-ડિ), વિ૦.

fade (ફેડ), ઉ૦ક્રિ૦ નમી પડવું, કરમાવું, સુકાવું; મ્લાન થવું, ફીકું-ઝાંખું-પડવું અથવા પાડવું; ધીમે ધીમે લોપ પામવું; તાજગી અથવા રંગ ઉડાડી દેવો; [સિનેમા] ચિત્ર ધીમે ધીમે દેખાવા લાગે-દેખાતું બંધ થાય તેમ કરવું અવાજ સંભળાવા લાગે-સંભળાતો બંધ થાય-તેમ કરવું. ના૦ કરમાવું તે ઇ૦.

fae'ces (ફીસીઝ઼), ના૦ બ૦વ૦ વિષ્ટા, મળ, **fae'cal** (-કલ), વિ૦.

fa'erie (ફેઅરિ), ના૦ પરીઓ(નો દેશ).

fag (ફૅગ), ઉ૦ક્રિ૦ વૈતરું - મહેનત - કરવી; થાકી જવું, થકવી નાખવું; [શાળામાં] મોટાઓ માટે કામ કરવું. ના૦ વૈતરું; મોટા માટે કામ કરનાર નાનો વિદ્યાર્થી; [વિ૦ બો૦] સિગારેટ, બીડી. **~-end,** બીડીનું ઠૂંઠું; નીચે કે બાકી રહેલો ભાગ.

fa'ggot (ફૅગટ) ના૦ બળતણના લાકડાની ભારી; ઔષધિઓ, ધાતુના સળિયા ઇ૦નો ભારો; [બહુધા બ૦ વ૦માં] કલેજાના શેકેલા કે તળેલા ટુકડા - ગોળા; [વિ૦ બો૦] અણગમતી સ્ત્રી; [વિ૦ બો૦] સમલિંગકામી.

fah, fa, (ફા). ના૦ [સં.] સપ્તકનો ચોથો સૂર.

Fah'renheit (ફેરન્હાઇટ), વિ૦ ફારનહાઇટ માપને લગતું. **~ scale,**

તાપમાનનું ફારનહાઇટ માપ, જેના પર ૩૨° પર પાણી થીજે છે અને ૨૧૨° પર ઊકળવા માંડે છે

fai'ence (ફાઇયાંસ), ના૦ ચીતરેલાં કે ઓપેલાં માટીનાં વાસણ.

fail (ફેલ), ઉ૦ ક્રિ૦ નો અભાવ કે ખૂટતું હોવું; ભાંગી પડવું; નિષ્ફળ જવું; નાપાસ થવું; અસમર્થ થવું, (કરી) ન શકવું; દેવાળું કાઢવું; નિરાશ – નારાજ – કરવું, ઉપેક્ષા કરવી. ના૦ નિષ્ફળતા. **without ~**, અચૂક, ગમે તે થાય તોપણ. **~ safe,** ભાંગી પડતાં પહેલાંની સુરક્ષિત સ્થિતિએ પહોંચી જવું.

fai'ling (ફેલિંગ), ના૦ ઊણપ, ખામી; દોષ; છિદ્ર. નામ૦ અ૦ જો આવું ન બને – કરે–તો.

fai'lure (ફેલ્યર), ના૦ નિષ્ફળ થવું તે, નિષ્ફળતા; ન કરવું – થવું–તે; કોઈ મહત્ત્વની ક્રિયાનું અટકી જવું – બંધ થવું – તે; નિષ્ફળ માણસ, વસ્તુ અથવા પ્રયત્ન.

fain (ફેન), વિધે૦ વિ૦ [પ્રા.] રાજી, ખુશ, આનંદી. ક્રિ૦ વિ૦ ખુશીથી, આનંદપૂર્વક.

faint (ફેન્ટ), નબળું; ભૂખ ઇ૦ ને લીધે અશક્ત–ઢીલું; ઝાંખું, ફીકું; બીકણ. અ૦ ક્રિ૦ બેભાન થવું, વિ૦ ક૦ લોહીનું દબાણ ઘટવાને લીધે. ના૦ બેભાન થવું તે; બેભાન અવસ્થા, મૂર્છા. **~-heart,** બાયલું, ડરપોક.

fair[1], (ફે'અર), ના૦ મેળો; મેળાનું બજાર, મનોરંજક વિભાગો સાથેનું; વેપારી કે ઔદ્યોગિક પ્રદર્શન; મેળાનો મનોરંજન વિભાગ.

fair[2], વિ૦ સુન્દર, રૂપાળું; ગોરું, ઊજળું (શ્યામ નહિ); ન્યાયી, વાજબી; મધ્યમ-સરનું; (હવામાન અંગે) અનુકૂળ. ક્રિ૦ વિ૦ વાજબીપણે. **bid ~ to do,** કરવાની શક્યતા બતાવવી. **~ and square,** પ્રામાણિકપણે, ચાલાકી કે કપટ વિના; ચોકસાઈથી. **~ copy,** સારા અક્ષરે લખેલી ચોખ્ખી નકલ. **~ play,** ન્યાયી વહેવાર, ઈમાનદારી. **~-weather friend,** સુખનો સોબતી.

Fair' Isle (ફે'અર્ આઇલ), ના૦ લાક્ષણિક કાબરચીતરી ડિઝાઇનમાં ગૂંથેલું ઊનનું તંગ બદન – સ્વેટર.

fair'ly (ફે'અર્લિ), ક્રિ૦ વિ૦ યોગ્ય રીતે; સંપૂર્ણપણે; ચાલે એવી રીતે; કેટલેક અંશે.

fair'way (ફે'અર્વે), ના૦ વહાણ હંકારી શકાય એવી ખાડી – જળમાર્ગ; ગોલ્ફની રમતમાં બે ખાડા વચ્ચેની કાપેલા ઘાસવાળી સપાટ જમીન.

fair'y (ફે'અરિ), ના૦ પરી, વનદેવતા, ઇ૦; [વિ૦ બો૦] સમલિંગકામી મરદ. **~ godmother,** [વાત.] ઉપકાર કરનારી સ્ત્રી, ધરમની માતા. **F~-land,** પરીલોક. **~ light,** ઘરની બહાર શણગાર માટેના નાના રંગીન દીવા. **~ ring,** ફૂગને લીધે થયેલું વધુ કાળા રંગના ઘાસનું કૂંડાળું. **~-tale,** પરીકથા; અવિશ્વસનીય વાત; જૂઠાણું.

fait accom'pli (ફેટ આકોંપ્લી), કરી નાખેલી વસ્તુ, જેને અંગે ચર્ચાને અવકાશ નથી હોતો.

faith (ફેથ), ના૦ વિશ્વાસ; ધાર્મિક સિદ્ધાન્ત કે ઈશ્વર વિષે શ્રદ્ધા; ધર્મ; જેને વિષે વિશ્વાસ હોય તે વસ્તુઓ; વફાદારી, નિષ્ઠા; આત્મવિશ્વાસ. **~-cure, -healing,** શ્રદ્ધા(પૂર્વક પ્રાર્થના)થી રોગ મટાડવાનું તંત્ર, શ્રદ્ધોપચાર.

fai'thful (ફેથફૂલ), વિ૦ વફાદાર, એકનિષ્ઠ; સત્ય, ચોક્કસ. **fai'thfully** (– ફુલિ), ક્રિ૦ વિ૦. **yours ~**, વ્યાવહારિક પત્રોને અંતે કરાતું લખાણ.

fai'thless (ફેથ્લિસ), વિ૦ વિશ્વાસઘાતી, દગાબાજ; જૂઠું.

fake (ફેક), સ૦ ક્રિ૦ ઢોંગ કરવો; નકલ કરવી; નકલી વસ્તુ બનાવવી; ઉપરથી સાચું લાગે એવું બનાવવું. ના૦ બનાવટ કરવી તે; બનાવટી વસ્તુ, નકલી માણસ અથવા વસ્તુ. વિ૦ બનાવટી, નકલી, ખોટું.

fa'kir (ફેકિઅર), ના૦ ફકીર, યાચક, યતિ.

fa'lcon (ફોલ્કન), ના૦ બાજ પક્ષી,

વિ૰ ક૰ શિકાર કરવા કેળવેલું.

fa'lconer (ફૉલ્કનર), ના૰ બાજ પક્ષી પાળનાર – કેળવનાર; બાજની મદદથી શિકાર કરનાર.

fa'lconry (ફૉલ્કન્રિ), ના૰ બાજ પક્ષી સંવર્ધન; બાજની મદદથી શિકાર.

fall (ફૉલ), અ૰ ક્રિ૰ [**fell; fallen** ફૉલન] ઉપરથી નીચે પડવું, પડવું; ખરી પડવું, ખરવું; નીચે ઊતરવું – આવવું; ઊંચું પદ કે સ્થાન ગુમાવવું; નીચે આવવું, ઘટવું, ઓછું થવું; નીચે નમવું; ઢળી પડવું, લાલચને વશ થવું; નાશ પામવું; પતન – સ્ખલન – થવું; થવું, બનવું. ના૰ પડવું તે, પતન; પડેલો જથો, તેનું માપ; [અમે.] પાનખર ઋતુ; [ઘણી વાર બ૰વ૰માં] પાણીનો ધોધ, જલપ્રપાત; ઉતાર; નીચે ઊતરવું તે, ઘટવું તે, ઘટાડો; પડતી; વિનાશ. **~ back on,** -નો આશરો લેવો. **~ down (on),** [વાત.] -માં ચૂકવું, નિષ્ફળ થવું. **~ for,** -થી મોહિત થવું – છેતરાવું. **~ foul of,** -ની સાથે અથડાવું – ઝઘડો કરવો. **~-guy,** [વિ૰બો૰] સહેલાઈથી ભોગ કે શિકાર બનનાર માણસ, હોળીનું નાળિયેર. **~ in,** [લશ્કર] કવાયતમાં એક કતારમાં આવી જવું – આણવું. **~ in with,** (અચાનક) ભેટો થવો; -ની સાથે સંમત થવું – મળતું આવવું; **~ off,** ઘટી જવું; બગડવું. **~ out,** ઝઘડવું, પરિણમવું, થવું કે બનવું, [લશ્કર] કવાયતની કતારમાંથી નીકળી જવું – કાઢી મૂકવું. **~-out,** અણુસ્ફોટને પરિણામે ચોમેર વેરાયેલો કિરણોત્સારી પદાર્થોનો જથો. **~ short of,** પૂરતું ન થવું, ઓછું પડવું. **~ through,** પડી ભાંગવું, નિષ્ફળ જવું. **~ to,** (કરવા ઇ૰) મંડી પડવું.

falla'cious (ફલેશસ), વિ૰ હેત્વાભાસવાળું, ભ્રામક.

fa'llacy (ફૅલસિ), ના૰ હેત્વાભાસ, તર્કદોષ; ભૂલભરેલી માન્યતા; ભ્રામકતા; સંવિધાન કે સંવાક્યમાં ખામી.

fa'llible (ફૅલિબલ), વિ૰ ભૂલને પાત્ર.

fallibi'lity (-બિલિટિ), ના૰.

Fallo'pian (ફલોપિઅન), વિ. **~ tube,** અંડવાહિની (નળી).

fa'llow[1] (ફૅલો), વિ૰ અને ના૰ હળ ફેરવેલી પણ પાક ન કર્યો હોય એવી, ખેડયા વિનાની, પડતર, (જમીન).

fallow[2], વિ૰ ઝાંખા રાતા પીળા રંગનું. **~ deer,** એ રંગવાળું રાતા કરતાં નાનું હરણ.

false (ફૉલ્સ), વિ૰ ભૂલભરેલું, ભ્રામક, છેતરે એવું; ખોટું બોલનારું; કપટી; કૃત્રિમ; નકલી, ખોટું, **~ alarm,** પૂરતા કારણ વિના આપેલી ભયસૂચના. **~ bottom,** પેટી, વાસણ, ઇ૰નું બનાવટી– ચોરતળિયું. **~ pretences,** છેતરવા માટે બતાવાતાં ખોટાં કારણો – કરાતી ખોટી રજૂઆતો. **~ step,** ગોથું (ખાવું તે), ખોટું પગલું, ગેરડહાપણભર્યું – અનુચિત–કામ. **fa'lsity** (-સિટિ), ના૰.

fa'lsehood (ફૉલ્સ્‌હુડ), ના૰ ખોટી વાત, ખોટું બોલવું તે, જૂઠાણું, જૂઠાણાં.

false'tto (ફૉલ્સે'ટો), ના૰ [બ૰વ૰ **~s**] કૃત્રિમ તાર સ્વર, વિ૰ ક૰ ગવૈયાનો.

fa'lsify (ફૉલ્સિફાઇ), સ૰ ક્રિ૰ દસ્તાવેજ ઇ૰માં કપટથી ફેરફાર કરવો; ખોટી રજૂઆત કરવી. **falsifica'tion** (–ફિકેશન), ના૰.

fa'lter (ફૉલ્ટર), ઉ૰ ક્રિ૰ લથડવું, અસ્થિરપણે ચાલવું, અચકાતાં અચકાતાં બોલવું; ડગુમગુ કરવું.

fame (ફેમ), ના૰ કીર્તિ, નામના; [પ્રા.] આબરૂ.

famed (ફેમ્ડ), વિ૰ પ્રસિદ્ધ, પંકાયેલું; ખૂબ ગવાયેલું.

fami'lial (ફમિલિઅલ), વિ૰ કુટુંબ(નાં માણસો)નું –ને લગતું, કૌટુંબિક.

fami'liar (ફમિલિઅર), વિ૰ સુપરિચિત; ઘરવટ કે ઘરોબાવાળું; સારી પેઠે જાણીતું, સર્વસામાન્ય; (વધુ પડતું) અનૌપચારિક. ના૰ પરિચિત મિત્ર અથવા સાથી; ડાકણના તાબાનું ભૂત – રાક્ષસ. **famili-a'rity** (–ઍરિટિ), ના૰.

fami'liarize(ફમિલિઅરાઇઝ઼), સ૦ ક્રિ૦ પરિચિત – વાકેફ – કરવું; -ની ટેવ પાડવી. **familiariza'tion** (-ઝ઼ેશન), ના૦.

fa'mily (ફૅમિલિ), ના૦ કુટુંબ; ઘરખટલો; છોકરાંછૈયાં; વંશ, કુળ; જાતિ; પ્રાણીઓ કે વનસ્પતિઓનું કુળ, વર્ગ. **~ allowance,** કુટુંબ ભથ્થું (રાજ્ય ઇ૦ તરફથી મળતું). **~ Bible,** જન્મો ઇ૦ની નોંધ કરવા માટેનાં કોરાં પાનાંવાળું બાઇબલ. **~ doctor,** કુટુંબનો દાક્તર. **~ man,** કુટુંબવાળો વસ્તારી માણસ; કુટુંબનું માણસ. **~ planning,** કુટુંબનિયોજન, સંતતિનિયમન. **~ tree,** વંશવૃક્ષ, વંશાવળી.

fa'mine (ફૅમિન), ના૦ દુકાળ, ભારે અછત.

fa'mish (ફૅમિશ), ઉ૦ ક્રિ૦ ખાવાપીવાના સાંસા પાડવા – પડવા, ભૂખે મારવું–મરવું.

fa'mous (ફેમસ), વિ૦ સારી પેઠે જાણીતું, પ્રખ્યાત; [વાત.] સરસ, ઉત્તમ.

fan[1] (ફૅન), ના૦ પંખો, પંખાની જેમ ફેલાતી કોઈ પણ વસ્તુ; ગોળ ગોળ ફરતો યાંત્રિક પંખો. સ૦ ક્રિ૦ પંખા વતી હવા નાખવી, પંખો નાખવો; પંખા વતી પવન ખાવો; પંખો નાખીને દેવતા પ્રદીપ્ત કરવો; પંખાના આકારમાં ફેલાવું. **~-belt,** મોટરગાડીના એંજિનથી રેડિયેટરને ઠંડો પાડનારા પંખ ને ફેરવનારી ગતિ સક્રમિત કરનારો પટો. **~ heater,** જેમાં પંખા વડે વીજળીના 'હીટર' પરથી હવા ઓરડીમાં ફેલાવવામાં આવે છે એવું હીટર. **~light,** બારણાની ઉપરની પંખાના આકારની બારી. **~tail,** પંખાના આકારની પૂંછડીવાળું (કબૂતર).

fan[2], ના૦ સિનેમા, ફૂટબૉલ, ઇ૦નો ઉત્સાહી રસિયો, ભગત; સિનેમા નટનટી કે ફૂટબૉલ, ઇ૦ રમનારનો ભગત. **~-mail,** એવા રસિયાઓની આવતી ટપાલ.

fana'tic (ફનૅટિક), વિ૦ અને ના૦ અતિ ઉત્સાહી–ઝનૂની–માણસ, વિ૦ ક૦ ધર્મની બાબતમાં, ધર્માંધ માણસ. **fana'tical** (-કલ), વિ૦. **fana'ticism** (-સિઝ઼મ) ના૦.

fa'ncier (ફૅન્સિઅર), ના૦ ગુણદોષ પારખનારો; રસિયો.

fa'nciful (ફૅન્સિફલ), વિ૦ કલ્પનામાં રાચનારું, શેખચલ્લી; કાલ્પનિક; અવાસ્તવિક.

fa'ncy (ફૅન્સિ), ના૦ કલ્પના(શક્તિ); ભ્રાન્તિ; ધારણા; લહેર, તરંગ; અભિરુચિ, શોખ. વિ૦ આલંકારિક, સાદું નહિ એવું; વિલક્ષણ, વિચિત્ર. સ૦ ક્રિ૦ કલ્પવું, -ની કલ્પના કરવી; [વાત.] (પોતાને વિષે) વધુ પડતો ઊંચો ખ્યાલ રાખવો; આકર્ષક લાગવું, બહુ ગમવું. **~ dress,** વિચિત્ર પોશાક, વિ૦ ક૦ જૂની ઢબનો અથવા કોઈ ઐતિહાસિક કે પરદેશી પાત્રનો. **~-free,** પ્રેમમાં નહિ પડેલું.

fanda'ngo (ફૅન્ડૅંગો), ના૦ [બ૦ વ૦ **~es**] એક મજાનું સ્પૅનિશ નૃત્ય.

fa'nfare (ફૅનફેઅર), ના૦ તુરાઈ, સિંગા, ઇ૦ ના અવાજો, ધૂમધામમ.

fang (ફૅંગ), ના૦ અણિયાળો શૂળિયો દાંત, વિ૦ ક૦ કૂતરાનો; સાપનો ઝેરી દાંત; દાંતનું મૂળ, તેનો કટો.

fanta'sia (ફૅન્ટેઝ઼િઅ), ના૦ ગીતરચના જેમાં રૂપનું મહત્ત્વ ગૌણ હોય છે.

fa'ntasize (ફૅન્ટસાઇઝ઼), ઉ૦ક્રિ૦ દિવાસ્વપ્ન આવવું, કલ્પનામાં દર્શન થવું.

fanta'stic (ફૅન્ટેસ્ટિક), વિ૦ ઉટપટાંગ કે વિચિત્ર કલ્પનાવાળું, અજબ; વિચિત્ર, તરેહવાર, બેઢબ; [વાત.]ઉત્તમ, અસાધારણ.

fa'ntasy (ફૅન્ટસિ), ના૦ નવી નવી (વિ૦ ક૦ ઉટપટાંગ) કલ્પનાઓ કરવાની શક્તિ; મનમાં કલ્પેલું ચિત્ર, દિવાસ્વપ્ન; વિચિત્ર શોધ, કલ્પના, રચના, ઇ૦.

far (ફાર), ક્રિ૦ વિ૦ દૂર, ઘણે અંતરે; ઘણું, વધારે. વિ૦ દૂરનું, આઘેનું. **~-away,** ખૂબ દૂરનું; ખૂબ દૂરથી આવતું હોય એવું; સ્વપ્નાળુ. **F~ East,** પૂર્વ એશિયાના દેશો. **~-fetched,** તરત સમજાય નહિ એવું; મારી મચડીને કરેલું. **~-flung,** દૂર સુધી પ્રસરેલું. **~ gone,**

બહુ માંદું અથવા પીધેલ, દેવા ઇ૦માં ડૂબેલું. **~-off,** ખૂબ દૂરનું. **~ out,** [વાત.] સરસ, ઉત્કૃષ્ટ; આગળ પડતું, અગ્રેસર. **~-reaching,** (પરિણામ ઇ૦ અંગે) દૂરગામી, વ્યાપક. **~-seeing,** દૂરદર્શી, પૂર્વદર્શી. **~-sighted,** દૂરદૃષ્ટિવાળું, દૂરની વસ્તુઓ સારી રીતે જોનારું.

fa'rad (ફૅરડ), ના૦ [વીજળી.] વીજ-સમાવેશન એકમ, વીજ સંચયશક્તિ એકમ.

farce (ફાર્સ), ના૦ પ્રહસન, ફારસ; સાવ મૂર્ખામીભરેલી – હાસ્યાસ્પદ – પ્રવૃત્તિ. **far'cical** (-સિકલ), વિ૦.

fare (ફે'અર), ના૦ ભાડું (વાહનનું); સવારી; ખોરાક. અ૦ ક્રિ૦ ચાલવું (સારું, ખરાબ); [કાવ્ય.] જવું, મુસાફરી કરવી; ખવડાવવામાં આવવું.

farewe'll (ફે'અરૂવે'લ), ઉદ્ગાર૦ અને ના૦ (વિદાયના) રામરામ, આવજો.

fari'na (ફરાઇને), ના૦ અનાજ, બદામ, અથવા સ્ટાર્ચવાળાં મૂળનો લોટ–ભૂકો. **farina'ceous** (ફૅરિનેશસ), વિ૦.

farm (ફાર્મ), ના૦ ખેતર, પાક લેવા, પ્રાણીઓ ઉછેરવ, ઇ૦ માટેની જમીન; ખેતર પર રહેવાનું મકાન. ઉ૦ ક્રિ૦ જમીન ખેડવી, ખેતી કરવી; પાક લેવા માટે કે પ્રાણીઉછેર માટે જમીન વાપરવી; વેપાર માટે માછલી ઇ૦નું સંવર્ધન કરવું; નિયત રકમ આપીને કરવેરા ઉઘરાવી લેવા, **~ (out),** એવી રીતે કરવેરા ઉઘરાવવા–ઉઘરાવવાનો ઇજારો આપવો. **~-house,** ખેતર પરનું મકાન. **~stead,** મકાનો સાથેનું ખેતર–વાડી. **~yard,** ખેતરના ઘરનું આંગણું.

far'mer (ફાર્મર), ના૦ ખેતીનો ધણી કે વ્યવસ્થાપક, ખેડૂત.

fa'ro (ફે'અરો), ના૦ પત્તાંની જુગારની રમત.

farra'go (ફરાગો), ના૦ [બ૦ વ૦ **~s**] સેળભેળ, ખીચડો, શંભુમેળો.

fa'rrier (ફૅરિઅર), ના૦ નાલબંધ; શિલોતરી. **fa'rriery** (-રિ), ના૦.

fa'rrow (ફૅરો), ના૦ ડુકરીએ વિયાવું તે; ડુક્કરનું વેતર. અ૦ ક્રિ૦ (ડુકરીએ) વિયાવું – બચ્ચાં જણવાં.

fart (ફાર્ટ), અ૦ક્રિ૦ [ગ્રામ્ય.] પાદવું. ના૦ પાદવું તે.

far'ther (ફાધર), ક્રિ૦ વિ૦ વધારે દૂર – અન્તર પર. વિ૦ વધુ દૂરનું; વધુ પ્રગત – આગળ વધેલું; વધારાનું, વધારે. **~most,** સૌથી વધારે દૂરનું.

far'thest (ફાર્ધે'સ્ટ), વિ૦ સૌથી વધુ દૂરનું. ક્રિ૦ વિ૦ સૌથી વધારે દૂર.

far'thing (ફાર્ધિંગ), ના૦ [ઇતિ.] પા પેની; [લા.] કોડી, દમડી.

far'thingale (ફાર્ધિંગેલ), ના૦ અંદર કડાવાળો ઘાઘરો

fa'scia (ફૅશે), ના૦ [સ્થા.] લાકડાનું કે પથ્થરનું લાંબું સપાટ પાટિયું કે શિલા; દુકાનના નામનું પાટિયું; મોટરગાડીનું હથિયારો ને કળોવાળું પાટિયું.

fa'scicle (ફૅસિકલ), **fa'scicule** (-કયૂલ), ના૦ ઝૂમખું, ગુચ્છ, ઝૂડી; હપતે હપતે પ્રસિદ્ધ થતી ચોપડીનો એક ભાગ.

fa'scinate (ફૅસિનેટ), સ૦ ક્રિ૦ પોતાની હાજરી કે દૃષ્ટિપાતથી શિકારને શક્તિહીન – જડ બનાવવું; દુર્નિવારપણે મુગ્ધ – મંત્રમુગ્ધ – કરવું. **fascina'tion** (-નેશન), ના૦.

Fa'scism (ફૅસિઝ્મ), ના૦ સામ્યવાદ વિરોધી ઈટલીની રાષ્ટ્રીય સરમુખત્યાર-શાહીના સિદ્ધાન્તો અને સંગઠન (૧૯૨૨-૪૩); એકાંતિક જમણેરી પક્ષ અને તેની નિરંકુશસત્તાવાદી રાજકીય માન્યતાઓ અને વહેવાર, ફાશીવાદ. **Fa'scist** (ફૅસિસ્ટ), વિ૦ અને ના૦.

fa'shion (ફૅશન), ના૦ બનાવટ, આકાર, શૈલી, ઢબ; રીત, પદ્ધતિ; પ્રચલિત રૂઢિ, રિવાજ કે શૈલી, વિ૦ ક૦ પોશાકની. સ૦ ક્રિ૦ ઘડવું, આકાર આપવો. **in, out of, ~,** પ્રચલિત ચાલને અનુસરતું, ચાલમાંથી નીકળી ગયેલું.

fa'shionable (ફૅશનબલ), વિ૦ પ્રચલિત શૈલીનું, છેલ્લામાં છેલ્લી ઢબનું; વરણાગિયું; ટાપટીપિયું.

fast[1] (ફાસ્ટ), અ૦ ક્રિ૦ ઉપવાસ કરવો, લાંઘવું. ના૦ ઉપવાસ (કરવો તે).

fast[2], વિ૦ ઝડપી, વેગીલું; (ઘડિયાળ અંગે) આગળ દોડતું, આગળનો સમય બતાવતું; (માણસ અંગે) વિલાસી, ચેનબાજીથી ખતમ–ક્ષીણ–થયેલું; દૃઢ–સજ્જડ–(બેઠેલું). ક્રિ૦ વિ૦ ઝડપથી; દૃઢપણે; સજ્જડ. **~-back,** જેનો પાછળનો ભાગ સતત 'અપર' તરફ ઢળેલો હોય એવી (મોટરગાડી). **~ one,** [વિ૦બો૦] ગેરવાજબી અથવા કપટવાળું કામ. **~ reactor,** [પદાર્થ.] મુખ્યત્વે ઝડપી ન્યૂટ્રોન વાપરનારી અણુભઠ્ઠી.

fa'sten (ફાસન), ઉ૦ ક્રિ૦ સાથે જોડી દેવું, બેસાડવું, બાંધી દેવું; સજ્જડ થવું.

fa'stener (ફાસ્નર), **fa'stening** (ફાસ્નિંગ), ના૦ પકડ, બંધ.

fasti'dious (ફેસ્ટિડિઅસ), વિ૦ જરામાં નારાજ થનારું, રાજી કરવું મુશ્કેલ.

fa'stness (ફાસ્ટ્નિસ) ના૦ દૃઢતા; ઝડપ; કિલ્લો, ગઢ.

fat (ફૅટ), વિ૦ પુષ્ટ, ભરાવદાર; તેલ–ચરબીવાળું; ફળદ્રુપ, સમૃદ્ધ, લાભદાયક. ના૦ તેલ કે ચરબીવાળો પદાર્થ, ચરબી. **a ~ lot (of),** [વાત.] બહુ ઓછું.

fa'tal (ફેટલ), વિ૦ વિનાશક, વિધ્વંસક; ભયંકર, જીવલેણ.

fa'talism (ફેટલિઝ્મ), ના૦ નિયતિવાદ; પ્રારબ્ધવાદ, જે કંઈ થાય તેને અનિવાર્ય ગણીને વશ થવું તે. **fa'talist** (-લિસ્ટ) ના૦. **fatali'stic** (-લિસ્ટિક), વિ૦.

fata'lity (ફટૅલિટિ), ના૦ અકસ્માત, યુદ્ધ, ઇ૦માં મૃત્યુ સંખ્યા).

fate (ફેટ), ના૦ નિયતિ; નિયતિનું નિર્માણ; માણસના પ્રારબ્ધમાં લખ્યું હોય તે; મરણ, વિનાશ. સ૦ ક્રિ૦ આગળથી નિર્માણ – નક્કી કરી મૂકવું; **fated** (-ટિડ), વિ૦ નિર્માણ, સર્જિત.

fa'teful (ફેટફુલ), વિ૦ દૈવનિર્મિત, નિયત; નિર્ણાયક; ઘાતક.

fa'ther (ફાધર), ના૦ બાપ, પિતા; વડવો; પૂર્વજ, મૂળ પુરુષ; સંસ્થાપક, શરૂ કરનાર; શરૂઆતનો આગેવાન; પુરોહિત, પાદરી; પૂજ્ય વ્યક્તિ; જૂનામાં જૂનો – સૌથી વૃદ્ધ – સભ્ય; [બ૦વ૦માં] આગેવાનો, નગર પિતાઓ, ઇ૦. સ૦ ક્રિ૦ પેદા કરવું; શરૂ કરવું; -ના પિતા અથવા લેખક તરીકે આગળ આવવું; -ના પિતૃત્વ (માટે)ની જવાબદારી નક્કી કરવી. **~-in-law,** સસરો. **~-land,** સ્વદેશ. **fa'therhood** (-હુડ), ના૦.

fa'therly (ફાધર્લિ), વિ૦ પિતાનું, પિતૃ તુલ્ય.

fa'thom (ફૅધમ), ના૦ છ ફૂટનું માપ, વિ૦ક૦ ઊંડાણ માપવામાં. સ૦ક્રિ૦ પાણીનું ઊંડાણ માપવું; આકલન કરવું.

fa'thomless (ફૅધમ્લિસ), વિ૦ અગાધ, અતિઊંડું.

fati'gue (ફટીગ), ના૦ થાક, થકાવટ; થકવી નાખે એવું કામ; તાણમાં ફેરફારોને લીધે ધાતુઓમાં આવતી નબળાઈ. સ૦ ક્રિ૦ થકવવું.

fa'tten (ફૅટન), ઉ૦ ક્રિ૦ જાડું – પુષ્ટ–કરવું – થવું.

fa'tty (ફૅટિ), વિ૦ ચરબીનું – જેવું. ના૦ જાડો માણસ. **~ degeneration,** ચરબીને લીધે હૃદય, મૂત્રાશય, ઇ૦ની વિકૃતિ.

fa'tuous (ફૅટ્યુઅસ), વિ૦ અક્કલશૂન્ય, જડ હેતુશૂન્ય, ઉટપટાંગ. **fatu'ity** (ફટ્યૂઇટિ), ના૦.

fau'cet (ફૉસિટ), ના૦ પીપ ઇ૦ની ચકલી; [અમે.] કોઈ પણ ચકલી.

fault (ફૉલ્ટ), ના૦ દોષ, ખોડ, ખામી; સદોષતા, દુષ્કૃત્યની જવાબદારી; વાંક, ગુનો, દુષ્કૃત્ય; [ટેનિસ] દડો મારવાની શરૂઆતમાં ભૂલ; [શિકાર] ગંધ ગુમાવવી તે, તેને લીધે શિકારમાં અંતરાય; [ભૂસ્તર.] ચાલુ સ્તરમાં ભંગાણ. **find ~ with,** -નો દોષ કાઢવો, પ્રતિકૂળ ટીકા કરવી, -ની ફરિયાદ કરવી. **to a ~,** દોષ ગણાય એટલું, અતિશય. ઉ૦ ક્રિ૦ ચાલુ સ્તરમાં ભંગ કરવો – થવો; દોષ બતાવવો – કાઢવો. **fau'lty** (ફૉલ્ટિ), વિ૦.

faun (ફૉન), ના૦ બકરાનાં શિંગડાં,

પગ અને પૂંછડીવાળો રોમન લોકોનો (લૅટિન) ગ્રામદેવતા.

fau'na (ફૉન), નાo [બo વo **~s, ~e** -ની] કોઈ સમય કે પ્રદેશની પ્રાણીસૃષ્ટિ.

faux pa's (ફોપા), આબરૂને જોખમમાં નાખે એવું કામ; અવિચારી કૃત્ય.

fa'vour (ફેવર), નાo ચાહના; સદ્‌ભાવ; માન્યતા; પક્ષપાત; મદદ; કૃપા કે મહેરબાની-(ના ચિહ્‌ન તરીકે આપેલી અથવા પહેરેલી વસ્તુ). સo ક્રિo -ની ઉપર કૃપા – મહેરબાની કરવી; -ની પ્રત્યે માયાથી વર્તવું; -નો પક્ષપાત કરવો; ટેકો આપવો; સહેલું – સરળ–બનાવવું; -ની ઉપર ઉપકાર કરવો; [વાત.] અંગો ઇoમાં મળતા આવવું.

fa'vourable (ફેવરબલ), વિo સદ્‌ભાવવાળું; પ્રશંસાત્મક; આશાસ્પદ; શુભ; મદદકર્તા; ઉપયોગી, લાભકારક, અનુકૂળ.

fa'vourite (ફેવરિટ), વિo અને નાo બીજાઓથી વધુ વહાલું કે પસંદ (વ્યક્તિ અથવા વસ્તુ); માનીતું (માણસ); સ્પર્ધામાં જેની જીતવાની વિશેષ અપેક્ષા હોય તે (ઉમેદવાર).

fa'vouritism (ફેવરિટિઝ્મ), નાo પોતાની માનીતી વ્યક્તિ કે જૂથનો પક્ષપાત.

fawn[1] (ફૉન), નાo હરણનું એક વરસનું બચ્ચું; ઝાંખો રતાશપડતો પીળો રંગ. વિo એ રંગનું. અo ક્રિo (હરિણી અંગે) વિયાવું.

fawn[2], અo ક્રિo (કૂતરા ઇo અંગે) પૂંછડી પટપટાવીને અથવા ઊંધા પડીને આળોટીને વહાલ બતાવવું; ગેલ કરવું; ચાટવું, ચૂમવું, પંપાળવું; ખુશામત કરવી.

fay (ફે), નાo [કાવ્યમાં] પરી.

F.B.I., સંક્ષેપ. [અમે.] Federal Bureau o Investigation.

F.C., સંક્ષેપ. Football Club.

F.D., સંક્ષેપ. *Fidei Defensor*, defender of the faith.

fe'alty (ફીઅલ્ટિ), નાo ઠાકોર પ્રત્યે તેના ચાકરની વફાદારી; સ્વામિનિષ્ઠા.

fear (ફિઅર), નાo બીક, ડર, ધાસ્તી, દહેશત. ઉo ક્રિo -થી બીવું, ડરવું; (ઈશ્વર વિષે) શ્રદ્ધા – આદર રાખવો; ચિંતિત હોવું; ખચકાવું; અટકવું, પાછા ફરવું.

fear'ful (ફિઅર્‌ફુલ), વિo ભયંકર, ભયાનક; બીધેલું, ભયભીત; [વાત.] ત્રાસદાયક, અતિશય.

fear'less (ફિઅર્‌લિસ), વિo નિર્ભય, બહાદુર.

fear'some (ફિઅર્‌સમ), વિo બિહામણું, ભયાનક.

fea'sible (ફીઝિબલ), વિo કરી શકાય એવું, શક્ય, વ્યવહાર્ય, સાધ્ય; શક્ય કોટિનું. **feasibi'lity** (–બિલિટિ), નાo.

feast (ફીસ્ટ), નાo વાર્ષિક ધાર્મિક પર્વ – ઉત્સવની ઉજાણી; ગામનો વાર્ષિક ઉત્સવ; મિજબાની, મહાભોજન; ભારે આનંદદાયક વસ્તુ. ઉo ક્રિo મિજબાની આપવી, ઉજાણી કરવી; ખવડાવી પિવડાવી સંતુષ્ટ કરવું; સારી પેઠે ઝાપટવું; આનંદ આપવો – કરવો.

feat (ફીટ), નાo ભારે બહાદુરીનું – હાથચાલાકીનું – કામ, અદ્‌ભુત કામગીરી.

fea'ther (ફે'ધર), નાo પીંછું, પર; પીંછાં; શિકારનાં પક્ષી; બાણની અણીએ ચોંટાડેલું પીંછું કે પીંછાં; ટોપીમાં પરોવાતી કલગી – છોગું. ઉo ક્રિo -માં પીંછાં ઘાલવાં – બેસાડવાં, પીંછાંથી શણગારવું; પીંછાંનું અસ્તર કરવું; પીંછાંથી ઢાંકવું; હવામાંથી ધારે ધારે પસાર થાય એવી રીતે હલેસાં મારવાં – ફેરવવાં. **~-bed,** પીંછાં ભરેલું ગાદલું. (સo ક્રિo) -ને માટે સરળતા કરવી; પંપાળવું. **~-brain(ed)-, head(ed),** મૂર્ખ (માણસ). **~-weight,** બહુ જ હલકી વસ્તુ અથવા માણસ; મુષ્ટિયુદ્ધમાં (૫૭ કિલો સુધીનું) વજન. **fea'thery** (–રિ), વિo.

fea'ture (ફીચર), નાo ચહેરાનો ભાગ, વિo કo દેખાવની દૃષ્ટિથી; કોઈ વસ્તુનો લાક્ષણિક આકર્ષક ભાગ; છાપા ઇoનો પ્રમુખ લેખ. **~(film),** સિનેમાના કાર્યક્રમનો મુખ્ય ચિત્રપટ. ઉo ક્રિo -નું આકર્ષક અથવા વિશિષ્ટ લક્ષણ બનાવવું; લાક્ષણિક અંગ કે ભાગ તરીકે બતાવવું; -માં ભાગ લેવો.

fea'tureless (ફીચર્‌લિસ), વિo કોઈ

વિશિષ્ટ કે આકર્ષક લક્ષણ વિનાનું, નીરસ.

Feb., સંક્ષેપ. February.

fe'brifuge (ફે'બ્રિફ્યૂજ), ના૦ તાવ ઉતારવાની દવા.

fe'brile (ફિબ્રાઇલ), વિ૦ તાવનું-સબંધી.

Fe'bruary (ફે'બ્રુઆરિ), ના૦ ફેબ્રુઆરી મહિનો.

fe'ckless (ફે'ક્લિસ), વિ૦ નબળું; વ્યર્થ; અક્ષમ; ઉદ્દેશ વિનાનું.

fe'cund (ફીકન્ડ), વિ૦ ફળદ્રુપ. **fecu'ndity** (-ડિટિ), ના૦.

fe'cundate (ફીકન્ડેટ), સ૦ ક્રિ૦ ફળવવું -ફલિત-કરવું, ગર્ભાધાન કરવું. **fecunda'tion** (-ડેશન), ના૦.

fed (ફે'ડ), **feed** નો ભૂ૦ કા૦ તથા ભૂ૦ કૃ૦ ~ **up**, ઓચાઈ ગયેલું; થાકેલું, કંટાળેલું.

fe'deral (ફે'ડરલ), વિ૦ રાજકીય દૃષ્ટિથી સંયુક્ત, પણ આંતરિક બાબતોમાં સ્વતંત્ર. સમવાયી; સમવાયતંત્રમાંના કેન્દ્રસરકારનું; [અમે.] આન્તરવિગ્રહ વખતનાં ઉત્તરીય રાજ્યોનું. **fe'deralism** (-લિઝ્મ), ના૦. **fe'deralist** (લિસ્ટ), ના૦ **fe'deralize** (-લાઇઝ઼), ઉ૦ ક્રિ૦.

fe'derate (ફે'ડરેટ), ઉ૦ ક્રિ૦ સંઘરાજ્યમાં - ના પાયા પર-એકત્ર આણવું -આવવું; સમાન ઉદ્દેશ માટે એકત્ર કરવું - થવું. વિ. [-રટ] એવી રીતે એકત્ર જોડાયેલું.

federa'tion (ફે'ડરેશન), ના૦ એકત્ર આવવું - આણવું - તે; મંડળો કે રાજ્યોનો સંઘ; સંઘરાજ્ય. **fe'derative** (-રટિવ), વિ૦.

fedor'a (ફિડોરૅ), ના૦ બનાતની સુંવાળી ટોપી.

fee (ફી), ના૦ સરકારી અમલદાર કે ધંધાદારીને તેની સેવા માટે અપાતા હકના પૈસા, લવાજમ; ફૂટબૉલર ઇ૦ના શેઠને તેને બીજા શેઠને સોંપવા માટે અપાતા પૈસા; શાળાકૉલેજોમાં ભણવાની કે પરીક્ષામાં બેસવાની ફી - શુલ્ક; વારસામાં મળેલી (સ્થાવર) મિલકત. સ૦ ક્રિ૦ - ને ફી કે લવાજમ આપવું; ફી આપીને કામ પર રાખવું. **~-simple**, વારસા અંગે કશી શરત કે મર્યાદા વિનાની મિલકત.

fee'ble (ફીબલ), વિ૦ નબળું, અશક્ત; ચારિત્ર્ય અથવા બુદ્ધિમાં ખામીવાળું; ઉત્સાહ, જેમ કે પ્રભાવ વિનાનું.

feed (ફીડ), ઉ૦ ક્રિ૦ [**fed**] ખાવાનું આપવું; ખવડાવવું; ખાવું; ચરવું; સંતુષ્ટ કરવું, સમાધાન આપવું; પોષણ આપવું, -નો પુરવઠો સતત ચાલુ રાખવો; પૂરું પાડવું; -માં બળતણ ઇ૦ નાખવું; [નાટ્ય.] નટને બોલ આપવો. ના૦ ખવડાવવું -(બાળકને) ધવડાવવું - તે; ચારવું તે; ચારો; [વાત.] ભોજન; [વિ૦ બો૦] નટ ઇ૦ને ઇશારાનો બોલ આપનાર. **~ back**, કોઈ તંત્ર કે પ્રક્રિયામથી પેદા થતા માલનો અમુક ભાગ નિવેશમાં પાછો નાખવો તે; પુનર્નિવેશન; પ્રયોગના પરિણામ વિષે માહિતી; પ્રતિ ક્રિયા, પ્રતિસાદ. **~ on,** ખાઈ ને જીવવું - નિર્વાહ કરવો.

fee'der (ફીડર), ના૦ વિશિષ્ટ પદ્ધતિથી ખાનાર; બાળકનું હોજિયું; ઉપનદી, મોટી નદીને મળનાર નદી; રસ્તા કે રેલવેની શાખા; યંત્રમાં કાચો માલ પૂરવાનું ઉપકરણ.

feel (ફીલ), ઉ૦ ક્રિ૦ [**felt**] સ્પર્શ કરીને જાણવું-તપાસવું; સ્પર્શ કરવો, અડવું; (સારું, ગરમ, ઇ૦) લાગવું, -નું ભાન-સંવેદના - થવી, અનુભવવું; -ની અસર થવી (-ને માટે) દયા આવવી; અમુક હોવાની છાપ પડવી, લાગવું; વિચારવું, વિચાર આવવો; જણાવું, લાગવું. ના૦ સ્પર્શ, સ્પર્શની લાગણી; કોઈ વસ્તુની લાક્ષણિક સંવેદના. **~ like,** [વાત.] - ની ઇચ્છા થવી, (કશુંક કરવા) નું મન થવું.

fee'ler (ફીલર), ના૦ સ્પર્શ દ્વારા વસ્તુઓની ચકાસણી કરવાની ઇન્દ્રિય, મૂછો; કામચલાઉ સૂચના ઇ૦; બીજાનું મન જોવા કરેલી વાત.

fee'ling (ફીલિંગ), ના૦ સ્પર્શેન્દ્રિય, સ્પર્શ સંવેદના, લાગણી; [બ૦ વ૦ માં]

લાગણીઓ, ભાવનાઓ; બાબનો વિચાર, સહાનુભૂતિ; માન્યતા, અભિપ્રાય. વિ૰ સંવેદનશીલ, લાગણીવાળું; સહાનુભૂતિવાળું; હાર્દિક, ખરા દિલનું.

feet (ફીટ), **foot**નું બ૰ વ૰.

feign (ફેન), ઉ૰ ક્રિ૰ ઢોંગ કરવો, ડોળ – દેખાવ – કરવો.

feint[1] (ફેન્ટ), ના૰ કૃતક હુમલો, ફટકો, ઇ૰ (સામાવાળાને છેતરવા માટે); ઢોંગ, બહાનું. અ૰ ક્રિ૰ કૃતક હુમલો કરવો.

feint[2], વિ૰ અને ક્રિ૰ વિ૰ [વાણિજ્ય.; લીટીઓ અંગે] ઝાંખું, અસ્પષ્ટ(પણે).

fe'ldspar (ફે'લ્ડ્સ્પાર), ના૰ જુઓ **fe'lspar.**

feli'citate (ફિલિસિટેટ), સ૰ ક્રિ૰ અભિનંદન કરવું, ખુશી બતાવવી. **felicita'tion** (–ટેશન), ના.

feli'citous (ફિલિસિટસ), વિ૰ યોગ્ય, જોઈએ તેવું.

feli'city (ફિલિસિટિ), ના૰ પરમ સુખ-(દાયક વસ્તુ); આનંદદાયક સ્વભાવ–વસ્તુ.

fe'line (ફીલાઇન), વિ૰ બિલાડાંનું, બિલાડાં જેવું. ના૰ બિલાડાના કુળનું પ્રાણી.

fell[1] (ફે'લ), ના૰ પ્રાણીનું વાળ કે રુવાંટી-વાળું ચામડું – ચામડી; ઘાડા અને ગૂંચોવાળા વાળ, ઊન, ઇ૰.

fell[2], ના૰ ઉ૰ ઇંગ્લંડનો ઊંચાણવાળો જંગલી પ્રદેશ.

fell[3], વિ૰ વિકરાળ; વિનાશક.

fell[4], સ૰ ક્રિ. ફટકો મારીને નીચે પાડવું; ઝાડ ઇ૰ કાપી નાખવું; (સાંધ) સીવી નાખવું.

fell[5], **fall** નો ભૂ૰ કા૰.

fellah (ફે'લે), ના૰ [બ૰ વ૰ **~in** -હીન] મિસરનો ખેડૂત.

fe'lloe (ફે'લો), ના૰ પૈડાના ઘેરનો એક વિભાગ – પૂઠિયું.

fe'llow (ફે'લો), ના૰ બિરાદર, સોબતી, સાથી; સમોવડિયો, બરોબરિયો, જોડીદાર, જોડીમાંનો એક; કોલેજનો સમાવિષ્ટ પ્રૌઢ સદસ્ય; - ફેલો; વિદ્વન્મંડળનો સભ્ય; [વાત.] માણસ, આદમી. વિ૰ એક જ વર્ગનું, સહિયરી પ્રવૃત્તિ ઇ૰ માંથી (બનેલું). **~-feeling,** સહાનુભૂતિ, સમભાવ. **~-traveller,** સામ્યવાદીઓના ઉદ્દેશ અને નીતિ પ્રત્યે સહાનુભૂતિ ધરાવનાર, સહપ્રવાસી.

fe'llowship (ફે'લોશિપ), ના૰ ભાગ લેવો તે, ભાગીદારી; સોબત, સંગત; સાથીઓનું મંડળ–કંપની; મહાવિદ્યાલયના ફેલોનું પદ અથવા આવક.

fe'lon (ફે'લન), ના૰ દેહાંત સજાને પાત્ર ગુનો – મહાઅપરાધ – કરનાર.

fe'lony (ફે'લનિ), ના૰ મહા અપરાધ, દેહાંત સજાને પાત્ર ગુનો. **felo'nious** (ફિલોનિઅસ), વિ૰.

fe'lspar (ફેલ્સ્પાર), **fe'ldspar** (ફે'લ્ડ્-), ન૰ પાસાવાળો સફેદ કે રતાશ પડતો 'સિલિકેટો'વાળો એક ખનિજ પદાર્થ.

felt[1] (ફે'લ્ટ), ના૰ બનાત(નું કાપડ). ઉ૰ ક્રિ૰ બનાતનું કાપડ બનાવવું, બનાત વતી વીંટવું, જટા જેવું ગૂંચળું વળવું.

felt[2], **feel**નો ભૂ૰ કા૰ તથા ભૂ૰ કૃ૰.

felu'cca (ફે'લકે), ના૰ ભૂમધ્ય સમુદ્રના કિનારે ફરતું હલેસાંવાળું અથવા ત્રિકોણી સઢવાળું વહાણ.

fe'male (ફીમેલ), વિ૰ નારી–સ્ત્રી–જાતિનું; [વનસ્પ.] ફળ આપનારું, સ્ત્રીકેસરવાળું; સ્ત્રીઓ – માદાઓ – નું; (પેચ કે ખામણા અંગે) નરના અનુરૂપ ભાગને અંદર લેવા માટેની યોજનાવાળું. ના૰ સ્ત્રી, નારી; માદા. **~ impersonator,** સ્ત્રીનો વેશ લઈને તેનો અભિનય કરનાર પુરુષ નટ.

fe'minine (ફે'મિનિન), વિ૰ સ્ત્રી(ઓ)-નું–ના જેવું; [વ્યાક૰] નારી જાતિનું, સ્ત્રીલિંગી. **femini'nity**(-મિનિટિ), ના૰.

fe'minism (ફે'મિનિઝ્મ), ના૰ સ્ત્રીઓના સમાન હકોની હિમાયત (કરવી તેની). **fe'minist** (-નિસ્ટ), ના૰.

fe'minize (ફે'મિનાઇઝ઼), સ૰ ક્રિ૰ નારી બનવું – બનાવવું, નારીગુણસંપન્ન થવું – કરવું.

fe'moral (ફે'મરલ), વિ૰ જાંઘનું, થાપાનું.

fe'mur (ફીમર), ના૦ જાંઘ કે થાપાનું હાડકું.

fen (ફે'ન), ના૦ ભેજવાળી નીચાણની જમીન. **fe'nny** (ફે'નિ), વિ૦.

fence (ફે'ન્સ), ના૦ ખેતર ઇ૦ ફરતી વાડ, કઠેરો, ભીંત, ઇ૦; યંત્રમાં નિયંત્રક – માર્ગદર્શક–કળ; ચોરીનો માલ લેનાર દુકાનદાર. ઉ૦ ક્રિ૦ તલવારના પટા ખેલવા; ફરતે વાડ કરવી; ચોરીના માલનો વેપાર કરવો. ~ **with**, સીધો જવાબ આપવાનું ટાળવું.

fe'ncing (ફે'ન્સિંગ), ના૦ તલવારની પટાબાજી; વાડ કે વાડો (માટે જોઈતી સાધનસામગ્રી).

fend (ફે'ન્ડ), ઉ૦ ક્રિ૦ વારવું, ખાળવું, અટકાવવું; ઉપજીવિકા મેળવવી.

fe'nder (ફે'ન્ડર), ના૦ કશાકને દૂર રાખવાનું કે ખાળવાનું સાધન; સગડીનો કઠેરો; મોટરગાડીનું મડગાર્ડ અથવા ટક્કર રોકનાર આડો દાંડો.

fe'nnel (ફે'નલ), ના૦ વરિયાળી (નો છોડ).

fe'nugreek (ફે'ન્યુગ્રીક), ના૦ મેથીનો છોડ.

feoff (ફે'ફ), ના૦ [કા.] જાગીર, વતન.

fe'ral (ફિઅરલ), વિ૦ જંગલી; કેદ કે બંધનમાંથી મુક્ત થયા પછી જંગલી અવસ્થામાં પડેલું.

fe'rial (ફિઅરિઅલ), વિ૦ (દિવસ અંગે) સામાન્ય કોઈ પર્વ કે તહેવારનું નહિ એવું.

fer'ment (ફર્મે'ન્ટ) ના૦ આથણ, આથવાનું ખીરું, ખમીર; આથો; ક્ષોભ, ખળભળાટ. ઉ૦ક્રિ૦ **ferme'nt** (ફમે'ન્ટ), ઊભરો આણવો – આવવો; ઉશ્કેરવું, ઉશ્કેરાવું; ખળભળાટ પેદા કરવો – થવો.

fermenta'tion (ફર્મે'ન્ટેશન), ના૦ ખાટું થઈને ફીણ સાથે ચડવું – ફૂલવું તે; આથો (ચડાવવો – ચડવો – તે); પ્રક્ષોભ, ખળભળાટ.

fern (ફર્ન), ના૦ ભીની જગ્યામાં થતી એક અપુષ્પ વનસ્પતિ, હંસરાજ, ફર્ન.

fero'cious (ફરોશસ), વિ૦ વિકરાળ, ક્રૂર, હિંસ્ર. **fero'city** (ફરૉસિટિ), ના૦.

fe'rret (ફે'રિટ), ના૦ ઉ. ધ્રુવપ્રદેશની એક બિલાડી. ઉ૦ ક્રિ૦ એ બિલાડીની મદદથી શિકાર કરવો – હાંકી કાઢવું – સાફ કરવું; ઉપર તળે ઉથલાવવું, ખોળાખોળ કરવી; ખોળી કાઢવું (~ **out**). **fe'rrety** (ફે'રિટિ), વિ૦.

fe'rric (ફે'રિક), **fe'rrous** (ફે'રસ), વિ૦ લોઢાનું – વાળું.

Fe'rris (ફે'રિસ), ના૦. ~ **wheel**, મેળા ઇ૦માં ગોઠવાતું પરિધિ પર ઝૂલતા પારણાંઓવાળું મોટું ઊભું ચક્ર.

fe'rro- (ફે'રો-), સંયોગી રૂપ. લોઢાનું–વાળું.

ferroco'ncrete (ફેરોકૉન્ક્રીટ), ના૦ લોઢાના સળિયાથી વધુ મજબૂત બનાવેલું કાંકરેટ.

fe'rrous (ફે'રસ), જુઓ **ferric**.

ferru'ginous (ફરૂજિનસ), વિ૦ લોઢાના કાટનું – કાટવાળું; કાટના રંગનું, લાલાશ પડતા બદામી રંગનું.

fe'rrule (ફે'રૂલ), ના૦ લાકડી વગેરેને છેડે બેસાડાતી ધાતુની ખોળી કે કડું.

fe'rry (ફે'રિ), ઉ૦ ક્રિ૦ હોડી કે પનાઈમાં જવું – લઈ જવું – પાર ઉતારવું; (હોડી) ચલાવવી; માલ કે સવારીઓને વિ૦ ક૦ નિયમિત સેવા તરીકે લઈ જવું – લાવવું. ના૦ હોડી કે પનાઈની જગ્યા અથવા; નિયમિત સેવા તે માટે ફરનારી હોડી, પનાઈ.

fer'tile (ફર્ટાઇલ), વિ૦ ફળદ્રુપ, રસાળ. **ferti'lity** (-ટિલિટિ), ના૦.

fer'tilize (ફર્ટિલાઇઝ઼), સ૦ક્રિ૦ ફળદ્રુપ બનાવવું; ઈંડું, ઇ૦ સેવીને નવું પ્રાણી નિર્માણ કરવું; નવી વ્યક્તિ નિર્માણ કરવા માટે પરાગાધાન કે ગર્ભાધાન કરવું. **fertiliza'tion** (-ઝ઼ેશન), ના૦.

fer'tilizer (ફર્ટિલાઇઝ઼ર), ના૦ ફળદ્રુપ બનાવનાર (રાસાયણિક) પદાર્થ, ખાતર.

fe'rule (ફે'રૂલ), ના૦ છોકરાંને મારવાની પંતુજીની સપાટ પહોળી પટ્ટી – લાકડી.

fer'vent (ફર્વન્ટ), વિ૦ ગરમ, લાલચોળ; ચળકતું; ઉત્સાહી, તીવ્ર, ઉત્કટ. **fer'vency** (-વન્સિ), ના૦.

fer'vid (ફર્વિડ), વિ૦ ગરમ, ચળકતું; આવેશવાળું.

fer'vour (ફર્વર), ના૦ જુસ્સો; આવેશ, તીવ્ર લાગણી; ઉત્સાહ.

fe'scue (ફે'સ્કયૂ) ના૦ એક જાતનું પૌષ્ટિક ઘાસ.

fe'stal (ફે'સ્ટલ), વિ૦ ઉજાણીનું -ને લગતું; પ્રસન્ન, આનંદી.

fe'ster (ફે'સ્ટર), અ૦ક્રિ૦ (જખમ અંગે) પાકવું, -માં પરુ થવું – ભરાવું; -માં પરુ પેદા કરવું; મનમાં સાલ્યા કરવું; કોહવું.

fe'stival (ફે'સ્ટિવલ), ના૦ ઉજાણીનો દિવસ, ઉત્સવ; ઉજાણી, મોજમજા; પ્રાસંગિક સંગીત જલસાઓનો કાર્યક્રમ.

fe'stive (ફે'સ્ટિવ), વિ૦ ઉત્સવ કે ઉજાણીનું; આનંદી.

festi'vity (ફે'સ્ટિવિટિ), ના૦ આનંદપ્રમોદ, મોજમજા; આનંદોત્સવ, તહેવારની ઉજવણી; [બ૦વ૦માં] આનંદપ્રમોદના પ્રસંગો.

festoo'n (ફે'સ્ટૂન), ના૦ ફૂલ, પાંદડાં, રિબિનો, ઇ૦નું તોરણ. સ૦ક્રિ૦ તોરણો બનાવવાં કે બાંધવાં – બાંધીને શણગારવું.

fetch (ફે'ચ), સ૦ક્રિ૦ જઈ ને લાવવું, લઈ આવવું; બહાર કાઢવું – લાવવું; -ની કિંમત ઊપજવી; (ફટકો) મારવો.

fetch'ing (ફે'ચિંગ), વિ૦ આકર્ષક, મનોહર.

fete (ફેઠ), ના૦ ધર્માદા ફાળો ભેગો કરવા માટે યોજેલું બજાર કે મેળો. સ૦ક્રિ૦ -નું સન્માન કરવું; માનમાં ભોજન ઇ૦ આપવું.

fe'tid, foe'tid, (ફીટિડ), વિ૦ ગંધાતું, વાસ મારતું.

fe'tish (ફે'ટિશ), ના૦ પ્રાથમિક અવસ્થાના માણસો જેની પૂજા કરે છે તે અચેતન કે જડ વસ્તુ, દેવક; બુદ્ધિની કસોટી પર ન ટકનારો સિદ્ધાન્ત; કામોત્તેજક વિચિત્ર વસ્તુ. **fe'tishism** (-શિઝ્મ), ના૦. **fe'tishist** (-શિસ્ટ), ના૦. **fetishi'stic** (-શિસ્ટિક), વિ૦.

fe'tlock (ફે'ટ્લૉક), ના૦ ઘોડાની ઘૂંટી; તે પર ઊગતું વાળનું ઝૂમખું.

fe'tter (ફે'ટર), ના૦ પગે બાંધવાની સાંકળ, બેડી; બંધન; [બ૦વ૦માં] કેદ; અંકુશ, નિયંત્રણ. સ૦ક્રિ૦ પગે સાંકળ બાંધવી, બેડી પહેરાવવી.

fe'ttle (ફે'ટલ), ના૦ સ્થિતિ, હાલત; સજાવટ.

feud[1] (ફયૂડ), ના૦ બે જમાતો કે કુટુંબો વચ્ચે હાડવેર, કલહ. અ૦ક્રિ૦ હાડવેર રાખવું.

feud[2], ના૦ વતન, જાગીર, વિ૦ક૦ સેવા બજાવવાની શરતે મળેલી.

feu'dal (ફયૂડલ), વિ૦ જાગીર કે વતન સંબંધી, સરંજામી – પટાવતી – પદ્ધતિનું – ના જેવું – અનુસારનું. ~ **system,** સરંજામશાહી – પટાવતી – પદ્ધતિ. **feu'dalism** (-લિઝ્મ), ના૦. **feu'dalist** (-લિસ્ટ), ના૦. **feudali'stic**(-લિસ્ટિક), વિ૦.

feu'datory (ફયૂડટરિ), વિ૦ સરંજામશાહી પદ્ધતિ અનુસાર ઉપરીને વશ. ના૦ સરંજામશાહી પદ્ધતિ હેઠળનો ખેડૂત.

fe'ver (ફીવર), ના૦ તાવ, જ્વર; ક્ષોભ, ઉકળાટ. સ૦ક્રિ૦ તાવ આણવો; સંતપ્ત – ક્ષુબ્ધ – કરવું.

fe'verfew (ફીવર્ફ્યૂ), ના૦ અગાઉ તાવની દવા તરીકે વપરાતી એક ઔષધિ.

fe'verish (ફીવરિશ), **fe'verous** (-રસ), વિ૦ તાવનાં લક્ષણોવાળું; થોડોક તાવ આવેલું; પ્રક્ષુબ્ધ, અસ્વસ્થ.

few (ફયૂ), વિ૦ અને ના૦ ઘણાં નહિ, બહુ જ થોડા, નહિ જેવા, (લોકો). **not a ~**, સારી પેઠે – સંખ્યામાં, ઠીકઠીક. **a good ~, quite a ~**, [વાત.] સારી એવી સંખ્યા.

fey (ફે), વિ૦ અલૌકિક, અદ્ભુત; જાદુઈ; લહેરી, [સ્કૉ.] મરણોન્મુખ; ભ્રાન્ત ચિત્ત.

fez (ફે'ઝ). ના૦ ફૂમતાવાળી તુર્કી લાલ ટોપી.

ff., સંક્ષેપ. folios, following pages etc.

ff., સંક્ષેપ. fortissimo.

fia'ncé (ફિઑ'ંસે), ના૦ [સ્ત્રી૦ **fia'ncée** ઉચ્ચાર એ જ] જેની સાથે સગાઈ

હોય તે વ્યક્તિ, વાગ્દત્તા.

fia'sco (ફિઍસ્કો), ના૦ [બ.વ. ~s] નિષ્ફળતા; ફજેતી, રકાસ.

fi'at (ફાઇઍટ), ના૦ હુકમ, ફતવો; અધિકારપત્ર (આપવું તે).

fib (ફિબ), ના૦ નજીવું જૂઠાણું, ગપ. અ૦ક્રિ૦ ગપ્પું મારવું, ખોટું બોલવું.

fi'bre (ફાઇબર), ના૦ તંતુ, રેસો; નસ, શિરા; રેસાનો બનેલો પદાર્થ; બનાવટ, રચના, પોત; સ્વભાવ, પ્રકૃતિ; ચારિત્ર્ય. **~-board,** લાકડા વગેરેના રેસા દબાવીને બનાવેલું પાટિયું. **~glass,** કાચના બારીક તંતુઓનું બનેલું કાપડ, તંતુકાચ.

fi'bril (ફાઇબ્રિલ), ના૦ ઝીણો – નાનો તંતુ – રેસો.

fi'broid (ફાઇબ્રૉઇડ), વિ૦ તંતુ કે તંતુમય પેશીના જેવું. ના૦ ગર્ભાશયમાં બનેલી તંતુમય ગાંઠ.

fibrosi'tis (ફાઇબ્રસાઇટિસ), ના૦ રેસાદાર પેશી કે ઊતકનો વાની વ્યથા સાથેનો સોજો અથવા તેમાં વિકૃતિ, તંતુશોથ.

fi'brous (ફાઇબ્રસ), વિ૦ રેસા – તંતુઓવાળું.

fi'bula (ફિબ્યુલે), ના૦ [બ૦વ૦ ~s અથવા ~e] ઘૂંટણથી ઘૂંટી સુધીનાં બે હાડકાંમાંનું બહારનું હાડકું.

fiche (ફિશ), ના૦ [બ૦વ૦ એ જ] દસ્તાવેજ ઇ૦ના બહુ જ નાના ફોટાવાળો ફિલ્મનો ટુકડો.

fi'ckle (ફિકલ), વિ૦ અસ્થિર, ચંચળ.

fi'ction (ફિક્શન), ના૦ ઉપજાવી કાઢવું તે, ઉપજાવી કાઢેલી વાત, કથા અથવા કથન નવલકથા સાહિત્ય; [કા.] માની લીધેલી (રૂઢ અસત્ય) વાત. **fi'ctional** (-નલ), વિ.

ficti'tious (ફિક્ટિશસ), વિ૦ ખરું કે અસલ નહિ, કૃત્રિમ; માની લીધેલું, (નામ ઇ૦) ધારણ કરેલું; કાલ્પનિક.

fi'ddle (ફિડલ), ના૦ સારંગી જેવું એક તંતુવાદ્ય, વાયોલિન; [વિ૦ બો૦] કપટ, છેતરપિંડી. ઉ૦ ક્રિ૦ ફિડલ વગાડવી, ફિડલ પર (રાગ ઇ૦) વગાડવું; આછકલાઈથી વર્તવું, ચિંતિત થવું, નકામું ભમ્યા કરવું; [વિ૦ બો૦] ખોટું પુરવાર કરવું; છેતરવું, ધૂતી – છેતરી – લેવું. **~-de-dee** (-ડ -ડી), ઉદ્ગાર, વાહિયાત વાત, મૂર્ખામી. **~stick,** ફિડલનો ગજ; [બહુધા બ૦વ૦ માં] અક્કલ વગરની વાત ! સાવ વાહિયાત !

fi'ddler (-લર), ના૦.

fi'ddling (ફિડ્લિંગ), વિ૦ [વાત.] નજીવું; કરતાં કે વાપરતાં ન ફાવે એવું, કઢંગું.

fide'lity (ફિડે'લિટિ), ના૦ વફાદારી, ઈમાનદારી; [આકાશવાણી] રજૂઆત કે પ્રસારણમાં ચોકસાઈ; ચોકસાઈ.

fi'dget (ફિજે'ટ), ના૦ બેચેની, અજંપો, અસ્વસ્થપણું; બેચેન થનાર – કરનાર. ઉ૦ ક્રિ૦ રઘવાયા રઘવાયા – નકામું – ફરવું; અસ્વસ્થ થવું – કરવું; ચિંતા કરવી – કરાવવી, **fi'dgety** (-ટિ), વિ૦.

fidu'ciary (ફિડ્યૂશરિ), વિ૦ વિશ્વસ્ત કે ટ્રસ્ટીને નાતે (સાચવવા) લીધેલું કે આપેલું; (ચલણ અંગે) જેની કિંમત કે મૂલ્ય જાહેર જનતાના વિશ્વાસ પર નિર્ભર હોય એવું. ના૦ ન્યાસી, ટ્રસ્ટી.

fie (ફાઇ), ઉદ્ગાર૦ છટ્, છિટ્, ધિક ! (ઔચિત્યભંગ માટે નફરત સૂચવતો).

fief (ફીફ), ના૦ જાગીર, વતન; પોતાનું કાર્યક્ષેત્ર – નિયંત્રણક્ષેત્ર.

field (ફીલ્ડ), ના૦ જમીન (નો ટુકડો), વિ૦ક૦ખેતર, ઘાસનું કે રમતગમતનું મેદાન; કોઈ કુદરતી વસ્તુની વિપુલતાવાળો પ્રદેશ; રણક્ષેત્ર; દરિયો, બરફ, ઇ૦નો વિસ્તાર; કાર્યક્ષેત્ર; પ્રભાવક્ષેત્ર; હરીફાઈમાં ભાગ લેનારા બધા અથવા અમુક નિર્દિષ્ટને બાદ કરતાં બધા; [ક્રિ૦ ઇ૦] ક્ષેત્રપાલો. ઉ૦ ક્રિ૦ ક્ષેત્રપાલન કરવું, (દડાને) રોકવો અને પાછો આપવો; રમવા માટે આખા જૂથને કે કોઈ વ્યક્તિને પસંદ કરવું. **~-day,** લશ્કરી દાવપેચની કવાયતનો કે નિરીક્ષણનો દિવસ; મહત્ત્વના કે રોમાંચક બનાવોનો દિવસ. **~ events,** વ્યાયામની વિવિધ રમતો (શરતો સિવાયની). **~-glasses,** ચશ્માદૂરબીન, 'બાઇનૉક્યુલર'. **~ hospital,** રણક્ષેત્ર પાસેની કામચલાઉ હસ્પિ-

તાલ. **F~ Marshal,** સરસેનાપતિ. **~sman,** [ક્રિ.] ક્ષેત્રપાલ. **~ sports,** ઘરબહારની રમતો, વિ૦ ક૦ શિકાર, નિશાનબાજી, માછલાં પકડવાં, ઇ૦.

fie'lder (ફીલ્ડર), ના૦ [ક્રિ.] ક્ષેત્રપાલ.

fie'ldfare (ફીલ્ડ્ફે'અર), ના૦ એક જાતનું પક્ષી, 'થ્રશ'.

fiend (ફીન્ડ), ના૦ શેતાન; રાક્ષસ, અતિદુષ્ટ માણસ; [વિ૦ બો૦] ગરાડી; ભગત. **fie'ndish** (-ડિશ), વિ૦.

fierce (ફિઅર્સ) વિ૦ ક્રૂર, વિકરાળ; આતુર, ઉત્સુક; જુસ્સાદાર, આવેશવાળું; તીવ્ર, ઉગ્ર.

fie'ry (ફાયરિ), વિ૦ અગ્નિમય, અગ્નિની જ્વાળાવાળું, બળતું; ચળકતું; બાળી નાખતું; આગ લગાડનારું; ચીઢિયું; પાણીદાર, તેજસ્વી.

fie'sta (ફિએ'સ્ટૅ), ના૦ ઉત્સવ, તહેવાર.

fife (ફાઇફ), ના૦ તીણા અવાજવાળી વાંસળી; તે વગાડનારો.

fiftee'n (ફિફ્ટીન), વિ૦ અને ના૦ પંદર; [ફુટ્બી ફુટ.] ૧૫ જણની એક બાજુ. **fiftee'nth** (-ટીંન્થ), વિ૦ અને ના૦.

fifth (ફિફ્થ), વિ૦ અને ના૦ પાંચમો (ભાગ). **~ column,** યુદ્ધ વખતે શત્રુના હિત માટે કામ કરતું સંગઠિત જૂથ.

fi'fty (ફિફ્ટિ), વિ૦ અને ના૦ પચાસ. **~-fifty,** અર્ધું અર્ધું, સરખે ભાગે. **fi'ftieth** (-એ'થ), વિ૦ અને ના૦.

fig[1] (ફિગ), ના૦ અંજીર (નું ઝાડ); દમડીની ચીજ. **~-leaf,** કશુંક, વિ૦ ક૦ જનનેન્દ્રિયોને, ઢાંકવાનું સાધન.

fig[2], ના૦ પોશાક. સ૦ ક્રિ૦ **~ out,** વસ્ત્રાલંકાર પહેરાવવાં

fig., સંક્ષેપ. figure

fight (ફાઇટ), ઉ૦ ક્રિ૦ [**fought** ફૉટ]. લડાઈમાં લડવું, દ્વન્દ્વયુદ્ધ કરવું, મુક્કાબાજી કરવી; (-ને માટે) ઝઘડવું, -નો સામનો કરવો; હરાવવાનો પ્રયત્ન કરવો. ના૦ લડવું તે; લડાઈ; (હરીફાઈનું) મુષ્ટિયુદ્ધ; લડાયક વૃત્તિ; લડવાની તાકાત. **~ shy of,** ટાળવું.

fi'ghter (ફાઇટર), ના૦ લડનાર, યોદ્ધો; હવાઈ યુદ્ધ માટે યોજેલું લશ્કરી ઝડપી વિમાન.

fi'ghting (ફાઇટિંગ), વિ૦ લડાયક, લડાઈનું, લડવા સમર્થ અને આતુર; લડવા માટે ઉછેરેલું - તાલીમ આપેલું; પ્રત્યક્ષ લડતું. **~ chance,** ભારે મહેનત કરીને જીતવાની તક. **~ fit,** તદ્દન સારી તબિયતવાળું. **~ mad,** અત્યંત ક્રુદ્ધ.

fi'gment (ફિગ્મન્ટ), ના૦ જોડી કાઢેલી વાત, કલ્પનાનો તુક્કો.

fi'gurative (ફિગ્યુઅરટિવ), વિ૦ રૂપકાત્મક; પ્રતીકાત્મક, લાક્ષણિક; ચિત્રમાં કે શિલ્પમાં રજૂ કરેલું.

fi'gure (ફિગર), ના૦ બાહ્યરૂપ, આકૃતિ કે આકાર; શરીરનો આકાર; મનમાં ધારેલી કે કલ્પેલી વ્યક્તિ (ની આકૃતિ); નમૂનો, પ્રતિમા; [સાહિત્યમાં] અલંકાર; નકશો, આકૃતિ, ચિત્ર; [નૃત્ય, સ્કેટિંગ, ઇ૦ માં] કેન્દ્ર પાસેથી શરૂ કરીને ત્યાં જ પાછા પહોંચવાની ક્રિયા (ની પુનરાવૃત્તિઓ); જાતજાતનાં હલનચલન અથવા હાવભાવવાળો નૃત્યનો એક વિભાગ; અંક, આંકડો, (સંખ્યાસૂચક) વિ૦ક૦ ૦થી ૯; [બ૦વ૦માં] અંકગણિતની ગણતરી(ઓ), હિસાબ; મૂલ્ય; પૈસાની રકમ. ઉ૦ક્રિ૦ -ની આકૃતિ કે ચિત્ર દોરવું - કાઢવું; -ની કલ્પના કરવી; દર્શન દેવાં, દેખાવું; ચિત્ર દ્વારા રજૂ કરવું - શણગારવું; હિસાબ - ગણતરી - કરવી; [અમે.] સમજવું, વિચારવું; [વાત. અમે.] સમજાય એવું હોવું. **~-head,** વહાણની નાળના મોરે કોતરેલી માણસની ઊર્ધ્વાંગ પ્રતિમા; નામનો વડો, શોભાનો ગાંઠિયો. **~ out,** અંકગણિત અથવા તર્કથી હિસાબ કે અંદાજ કાઢવો; [અમે.] સમજવું.

fi'gurine (ફિગ્યુરિન), ના૦ નાનું પૂતળું.

fi'lament (ફિલમન્ટ), ના૦ તંતુ, તાર, રેસા જેવી વસ્તુ, કેસર, નસ; વીજળીના ગોળાની અંદરનો તાર. **filame'ntary** (-મે'ન્ટરિ). વિ૦. **filame'ntous** (-મે'ન્ટસ), વિ૦.

fi'lbert (ફિલ્બર્ટ), ના૦ ખાસ વાવેલું હેઝલ(ઝાડ), તેની બદામ.

filch (ફિલ્ચ), સ૦ ક્રિ૦ ચોરવું, તફડંચી કરવી.

file¹ (ફાઇલ), ના૦ કાનસ, રેતડી. સ૦ ક્રિ૦ કાનસવતી સુંવાળું કરવું, ઘસી કાઢવું, પાતળું કરવું; ઓપવું, ચળકતું કરવું, ઝીણવટથી પરિષ્કૃત કરવું.

file², ના૦ કાગળપત્ર એક પછી એક પરોવી રાખવાનો તાર, દોરી, માળખું; એવી રીતે રાખેલાં કાગળિયાં; ગણકયંત્ર (કૉમ્પ્યૂટર)ના ઉપયોગ માટે ભેગો કરેલો કાગળિયાંનો સંગ્રહ. સ૦ ક્રિ૦ દફતરમાં – ફાઇલમાં – મૂકવું – ગોઠવવું; (પેટંટ, છૂટાછેડા, ઇ૦ માટે અરજી) કરવી.

file³, ના૦ એકની પાછળ એક ઊભેલા માણસો કે વસ્તુઓની હાર. અ૦ક્રિ૦ હારબંધ કૂચ કરવી.

fi'lial (ફિલિઅલ), વિ૦ પુત્ર કે પુત્રીનું – ની પાસેથી મળતું કે મળવું જોઈતું.

fi'libuster (ફિલિબસ્ટર), ના૦ પરદેશી રાજ્ય સાથે અનધિકૃત યુદ્ધ કરનાર; ધારાસભાના કામમાં અંતરાય (ઊભો કરનાર). અ૦ક્રિ૦ પરદેશી રાજ્ય સાથે અનધિકૃત યુદ્ધ કરવું ઇ૦.

fi'ligree (ફિલિગ્રી), ના૦ સોનાચાંદીના તારનું નકશીકામ; કશુંક નાજુક અને તકલાદી.

fi'lings (ફાઇલિંગ્ઝ઼), ના૦ બ૦વ૦ કાનસ મારતાં નીચે પડતો ભૂકો.

fill (ફિલ), ઉ૦ક્રિ૦ ભરવું, -માં ભરવું; ભરાવું, ભરાઈ જવું; કાણું ઇ૦ પૂરી દેવું; ઉપર પાથરવું, વ્યાપવું; –માં ફેલાઈ જવું; સંતુષ્ટ – તૃપ્ત કરવું, ઓચાવી દેવું; (જગ્યા ઇ૦) રોકવું. ના૦ જોઈએ – પેટ ભરાય – તેટલું, ભરી કાઢવા માટે પૂરતું. **~ in,** પૂરું કરવું, સંપૂર્ણપણે ભરી દેવું, ખાલી જગ્યા પૂરવી; અવેજી તરીકે કામ કરવું; [વાત.] વધુ વિગતવાર માહિતી આપવી. **~ out,** મોટું – વિસ્તૃત – કરવું, મોટું થવું, વિ૦ક૦ યોગ્ય કહવું. **~ up,** સંપૂર્ણપણે ભરી દેવું, મોટર ગાડીની પેટ્રોલની ટાંકી ભરી દેવી.

fi'ller (ફિલર), ના૦ ભરનાર વ્યક્તિ અથવા વસ્તુ; ખાડો પૂરવા માટે કે કદ વધારવા માટે વપરાતી વસ્તુ.

fi'llet (ફિલિટ), ના૦ માંસનો કે માછલીનો હાડકા વિનાનો કકડો; **~ (steak),** ગાય ઇ૦ના પાછલા ભાગના માંસનો કકડો; માથા ફરતે પહેરતી ફીત કે બિંદી; વાળ બાંધવાની ફીત; સાંકડી પટ્ટી અથવા ડુંગરની ધાર; [સ્થા.] બે નકશી કામ વચ્ચેની સાંકડી સપાટ પટ્ટી. સ૦ ક્રિ૦ માછલી ઇ૦ માંથી હાડકાં કાઢી નાખવાં; માછલી ઇ૦ની ચોરીઓ કરવી; ફીત વતી (વાળ ઇ૦) બાંધવું, ફીત પૂરી પાડવી.

fi'lling (ફિલિંગ), ના૦ કશુંક ભરવા કે પૂરવા માટે વપરાતી વસ્તુ, (દાંત, સૅન્ડવિચ, ઇ૦ માં). **~station,** મોટરમાં પેટ્રોલ ઇ૦ ભરવાની દુકાન.

fi'llip (ફિલિપ), ના૦ ટકોરો, ટીપકી, ટપકી, ચપટી; ઉત્તેજના, પ્રેરણા. ઉ૦ ક્રિ૦ ટીપકી–ટકોરો–વગાડવો, ટીપકી વતી વેગ – ચાલના – પ્રેરણા – આપવી.

fi'lly (ફિલિ), ના૦ વછેરી, ટટવાણી; [વિ૦ બો૦] જુવાન સ્ત્રી.

film (ફિલ્મ), ના૦ પાતળું આવરણ કે સ્તર; [ફોટો] ફોટો પાડવા માટે વપરાતી સરેસ, સેલ્યુલાઇડ, ઇ૦ની પટ્ટી, પ્લેટ કે (વિ૦ ક૦ ચિત્રપટ માટે વપરાતો) વીંટો; ચિત્રપટ; એવા વીંટા કે ફિલ્મ પર ઉતારેલી વાર્તા ઇ૦; આંખની છારી, પડળ; ઝાંખપનો પડદો; જાળું. ઉ૦ ક્રિ૦ પાતળી ચામડી, છારી, ઇ૦થી ઢાંકવું અથવા ઢંકાવું; ચિત્રપટ માટે ફોટા પાડવા. **~-setting,** [મુદ્રણ] ફોટોગ્રાફીથી કંપોઝિંગ કરવું તે. **~ star,** સિનેમાનો જાણીતો નટ અથવા નટી.

filmy' (-મિ). વિ૦.

fi'lter (ફિલ્ટર), ના૦ ગળણી, ગળણું (પ્રવાહી કે ગૅસને ગાળીને શુદ્ધ કરવાનું); કેટલાક કે બધા રંગોને અથવા 'ક્ષ' કરણોને શોષી લેનાર પડદો; વિશિષ્ટ કંપતાની મર્યાદાની બહારના સંકેતોને દબાવી દેનાર વિદ્યુત્પ્રવાહમંડળ; રસ્તાની અમુક અવરજવરને બીજી દિશામાં વાળવાની વ્યવસ્થા. ઉ૦ ક્રિ૦ ગળણીમાંથી પસાર

કરવું – થવું, ગાળવું, ગાળીને શુદ્ધ કરવું; (વાહનવહેવાર અંગે) બીજી બધી અવરજવર અટકી પડે ત્યારે અમુક દિશામાં જવાની છૂટ આપવી; (-માંથી) માર્ગ કાઢવો; (છાની વાત ઇ૦) બહાર પાડવું – પડવું; ગાળીને લેવું. **~-bed**, ગંદા પાણી, મળ, ઇ૦ના મોટા જથા ગાળવા માટે રેતી વગેરેના થરવાળી ટાંકી, હોજ, તળાવ, ઇ૦. **~-tip**, પીવાને છેડે ગળણી બેસાડેલી સિગારેટ.

filth (ફિલ્થ), ના૦ મેલ, કચરો, ગંદવાડ; એઠવાડ; અશ્લીલતા. **fi'lthy** (-થિ), વિ૦.

fi'ltrate (ફિલટ્રિટ), ના૦ ગાળેલું પ્રવાહી, ઇ૦ ક્રિ૦ (-ટ્રેટ) ગાળવું ઇ૦. **filtra'tion** (–ટ્રેશન), ના૦.

fin (ફિન), ના૦ માછલી ઇ૦નો પાંખ કે હાથ જેવો અવયવ, વિમાન, પ્રક્ષેપાસ્ત્ર, ઇ૦નો પાંખ જેવો આગળ પડતો ભાગ.

fina'gle (ફિનેગલ), ઉ૦ ક્રિ૦ [વાત.] અપ્રામાણિકપણે વર્તવું - મેળવવું, કપટ કરીને મેળવવું.

fi'nal (ફાઇનલ), વિ૦ છેવટનું, છેવટે આવતું; નિશ્ચયાત્મક, નિર્ણાયક; [વ્યાક.] હેતુવાચક. ના૦ આખરી અથવા નિર્ણાયક દોડ, દાવ, રમત અથવા હરીફાઈ; [એક વ૦ અથવા બ૦ વ૦] છેલ્લી પરીક્ષા, દૈનિક છાપાની છેલ્લી આવૃત્તિ.

fina'le (ફિનાલિ), ના૦ વાદ્યસંગીત (રચના)નો આખરી – તબક્કો–ભાગ; સંગીત નાટિકા કે નાટકનો અંત.

fi'nalist (ફાઇનલિસ્ટ), ના૦ અંતિમ સામનામાં ભાગ લેનાર ઉમેદવાર.

fina'lity (ફાઇનૅલિટિ), ના૦ અંતિમતા, નિર્ણાયકતા; છેવટનું કાર્ય ઇ૦.

fi'nalize (ફાઇનલાઇઝ) સ૦ ક્રિ૦ પૂરું કરવું, -નો અંત આણવો; -ને આખરી સ્વરૂપ આપવું; આખરી સ્વરૂપને માન્યતા આપવી. **finaliza'tion** (-ઝ઼ેશન) ના૦.

fina'nce (ફાઇનૅન્સ), ના૦ વિ૦ ક૦ રાજ્યનાં કે જાહેરનાં નાણાંની વ્યવસ્થા કે વહીવટ; [બ૦ વ૦માં] નાણાંકીય સાધનો. સ૦ ક્રિ૦ નાણાં પૂરાં પાડવાં, -ને માટે મૂડી આપવી. **fina'ncial** (-શલ), વિ૦.

fina'ncier (ફાઇનૅન્સિઅર), ના૦ નાણાંના વહેવારમાં પ્રવીણ માણસ; મૂડીવાળો.

finch (ફિંચ), ના૦ ચકલીની જાતનું એક નાનું પક્ષી.

find (ફાઇન્ડ), સ૦ ક્રિ૦ [**found**] ખોળવું, શોધવું, ખોળી કાઢવું; માલૂમ પડવું, દેખાવું; મળવું, જડવું; મેળવવું, પ્રાપ્ત કરવું; ખાતરી કરવી; પૂરું પાડવું, આપવું; [કા.] ન્યાય તોળીને નિર્ણય કે નિવેડો આપવો. ના૦ મળેલી વસ્તુ; આનંદદાયક શોધ. **~ out**, શોધી કાઢવું, ગુનો કરતાં પકડી પાડવું.

fin de siècle (ફૅ ડસ્યેકલ), વિ૦ [ફ્રૅ.] ઓગણીસમી સદીના અંતના લક્ષણવાળું; હ્રાસ પામતું, પતનોન્મુખ.

fi'nding (ફાઇન્ડિંગ), ના૦ જૂરી કે પંચ ઇ૦ નો નિર્ણય – ફેંસલો.

fine[1] (ફાઇન), ના૦ દંડ (ની રકમ). સં૦ ક્રિ૦ -ને દંડ કરવો – દંડની સજા કરવી.

fine[2], વિ૦ ઊંચી જાતનું; શુદ્ધ, શુદ્ધ કરેલું; નાજુક; સૂક્ષ્મ બારીક, પાતળું; સરસ, ઉત્તમ; સુંદર, દેખાવડું; ભવ્ય; ચોખ્ખું, નિરભ્ર. રળિયામણું; તેજસ્વી, રુઆબદાર; ભભકાવાળું, દેખાડુ, આડંબરી; વરણાગિયું. ક્રિ૦ વિ૦ સુંદર રીતે, [વાત.] બહુ સારી રીતે. ઉ૦ ક્રિ૦ **~ (away, down, off)**, વધુ સુંદર – સૂક્ષ્મ કરવું – થવું. **~ art**, લલિત કલા; સુસંસ્કૃત અને સૂક્ષ્મ કૌશલ્યની જેમાં જરૂર હોય એવી કોઈ પણ વસ્તુ. **~-drawn**, સૂક્ષ્મ, અત્યંત બારીક. **~-spun**, નાજુક, અતિ સૂક્ષ્મ.

fi'nery (ફાઇનરિ), ના૦ ભભકાદાર પોશાક અથવા શણગાર.

fine'sse (ફિને'સ), ના૦. સંચાલન કુશળતા, કુનેહ, ચાલાકી, લુચ્ચાઈ; [પત્તાં] ભારે પત્તું હોય ત્યારે હલકું પત્તું નાખીને હાથ લેવાનો પ્રયત્ન. ઉ૦ ક્રિ૦ કુનેહથી કામ લેવું; ચાલાકીથી – યુક્તિથી – કામ પાર પાડવું; હલકું પત્તું ઉતારવું, ઉતારીને હાથ લેવો.

fi'nger (ફિંગર), ના૦ હાથની આંગળીઓમાંથી કોઈ પણ એક (બહુધા અંગૂઠો આમાં ગણાતો નથી); મોજાની આંગળી; આંગળીની પહોળાઈ, આંગળ, વિ૦ ક૦ પ્યાલામાં દારૂની એટલી ઊંડાઈ; આંગળી જેવી વસ્તુ. સ૦ ક્રિ૦ આંગળી(ઓ) વતી અડવું – આમતેમ ફેરવવું – વાદ્ય વગાડવું; કઈ આંગળીઓ વાપરવાની તે બતાવવા સંગીત ચીજ પર નિશાનીઓ કરવી. **~-bowl,** ભોજન દરમ્યાન આંગળીઓ ધોવા માટેનો વાટકો. **~-paint**, આંગળાંવતી ચોપડી શકાય એવો રંગ. **~post**, આંગળીઓની નિશાનીવાળો માર્ગદર્શક થાંભલો. **~print**, આંગળાંની છાપ, વિ૦ ક૦ ગુનેગારને ઓળખવા માટે લેવામાં આવતી; [લા.] વિશિષ્ટ લક્ષણ.

fi'ngering[1] (ફિંગરિંગ), ના૦ વાદ્ય વગાડવામાં આંગળાંનો યોગ્ય ઉપયોગ (બતાવનારાં ચિહ્નો).

fingering[2], ના૦ ગૂંથવા માટેનું ઝીણું ઊન.

fi'nial (ફિનિઅલ), ના૦ [સ્થા.] મકાનના છાપરાના ટોચની સુશોભિત રચના.

fi'nical (ફિનિકલ), **fi'nicking** (-કિંગ), **fi'nicky** (-કિ), વિ૦ અતિચોકસાઈવાળું, વર્ણાગિયું, વધારે પડતી વિગતવાળું.

fi'nis (ફિનિસ), ના૦ અંત, વિ૦ક૦ ચોપડીનો.

fi'nish (ફિનિશ), ઉ૦ક્રિ૦ -નો અંત આણવો – આવવો; પૂરું – સમાપ્ત – કરવું; છેવટનો હાથ દેવો. ના૦ છેવટનો તબક્કો – સ્થિતિ; નિર્ણાયક પરિણામ; સંપૂર્ણતાની સ્થિતિ; ઓપ કે ઉઠાવ આપવાની રીત.

fi'nite (ફાઇનાઇટ), વિ૦ મર્યાદિત, સીમિત; [વ્યાક., ક્રિ૦ અંગે], અમુક વચન અને પુરુષવાળું.

fi'nnan (ફિનિન), ના૦ ~ (**haddock**), ધુમાડો પાયેલી દરિયાઈ 'હૅડૉક' માછલી.

fi'nny (ફિનિ), વિ૦ માછલીની પાંખ જેવાં અંગોવાળું – પાંખ જેવું.

fiord, fjord, (ફ્યૉર્ડ), ના૦ બે ટેકરીઓ વચ્ચેનો દરિયાનો અખાત.

fir (ફર), ના૦ ચીડનું ઝાડ, તેનું લાકડું. **~-cone**, ચીડનું (શંકુ-આકાર) ફળ.

fire (ફાયર), ના૦ અગ્નિ, દેવતા; જ્વાળા, દીપ્તિ; લાય, મોટી આગ; બાળી નાખે તેવી ગરમી; જુસ્સો, તેજ, પાણી; તોપમારો, ગોળીબાર. **under ~**, તોપમારાનું ભોગ બનતું. ઉ૦ક્રિ૦ સળગાવવું, પેટવવું; સળગવું; -ને આગ લગાડવી – આગ લાગવી; (માટીનાં વાસણ, ઈંટો, ઇ૦) શેકવું, પકવવું; કાઢી મૂકવું, -ને રુખસદ આપવી; બળતણ આપવું; ગરમ – પ્રક્ષુબ્ધ – કરવું – થવું; ફોડવું, ફૂટવું, સ્ફોટ કરવો – થવો; તોપ કે બંદૂકમાંથી ગોળો કે ગોળી છોડવી. **~arm,** બંદૂક, પિસ્તોલ, ઇ૦. **~-bomb**, સળગાવી દેનાર – આગ લગાડનાર – બૉંબ. **~brand,** બળતા લાકડાનો કકડો, ઉબાડિયું; કજિયો સળગાવનાર. **~-break**, જંગલમાં આગ ફેલાય નહિ તે માટે રાખેલો જમીનનો ખાલી પટો. **~-brick,** આગમાં ટકે એવી ઈંટ. **~ brigade,** આગ હોલવનાર બંબાવાળાઓની ટુકડી. **~-bug,**[વાત.]આગ લગાવવાના ગાંડપણવાળો. **~-clay,** અગ્નિસહ ઈંટ બનાવવાની માટી. **~damp,** કોલસાની ખાણમાં પેદા થતો જ્વાલાગ્રાહી વાયુ, 'મિથેન'. **~dog,** ચૂલાનો કઠેરો (દેવતામાં નાખેલાં લાકડાં ટકવવાનો). **~-drill,** આગ વખતે કેમ વર્તવું તેની (પૂર્વ) તાલીમ – કવાયત. **~-engine,** આગ બુઝાવવાનો બંબો. **~-escape,** બળતા મકાનમાંથી નીકળી જવાની લાંબી સીડી. **~fly,** આગિયો, ખદ્યોત. **~-irons** દેવતા સાચવવા સંકોરવાનાં સાધનો – ચીપિયો, સળિયો અને પાવડો. **~man,** આગ હોલવનાર બંબાવાળો; ભઠ્ઠીના દેવતા પર નજર રાખનારો. **~place,** શગડી, ચૂલો. **~-plug,** બંબાની સૂંઢને પાણીના નળ સાથે જોડવાની જગ્યા. **~ power,** તોપખાનાની (સંહારક) શક્તિ, તોપખાનું,

~-practice, = fire-drill. ~-side, ચૂલા સગડીની આસપાસની જગ્યા; ઘર, કૌટુંબિક જીવન. **~-water,** [વાત.] કડક દારૂ. **~work,** દારૂખાનું, આતશબાજી; [લા.] બુદ્ધિની ચમક, પ્રતિભા, ગુસ્સો. ઇ૦નું પ્રદર્શન.

fir'ing (ફાયરિંગ), ના૦ બળતણ, ઇંધન; ગોળીબાર, તોપમારો. **~-line,** યુદ્ધની આગળની હરોળ. **~-party, -squad,** લશ્કરી અન્ત્યવિધિ વખતે સલામી આપનાર અથવા મોતની સજાનો અમલ કરનાર ટુકડી.

fir'kin (ફર્કિન), ના૦ નાનું પીપ.

firm[1] (ફર્મ), ના૦ ધંધો કરનાર ભાગીદારો, વેપારી પેઢી.

firm[2], વિ૦ કઠણ, નક્કર, મજબૂત; સ્થિર, સજ્જડ, સજ્જડ બેસાડેલું; દૃઢ, અડગ, દૃઢનિશ્ચયી; (વરદી ઇ૦ અંગે) એક વાર સ્વીકારાયા પછી રદ ન કરી શકાય એવું. ઉ૦ક્રિ૦ દૃઢ અથવા સજ્જડ કરવું – થવું.

fir'mament (ફર્મમન્ટ), ના૦ આકાશનો ઘુમ્મટ; આકાશ, આસમાન.

first (ફર્સ્ટ), વિ૦ પહેલું, સૌથી પહેલું (સમય કે ક્રમમાં); સ્થાન, પદ, કે મહત્ત્વમાં સૌથી મોખરેનું. ના૦ પહેલી વ્યક્તિ અથવા વસ્તુ. ક્રિ૦વિ૦ બીજાં બધાંની કે કશાકની પહેલાં; પહેલી વાર. **~ aid,** તાત્કાલિક સારવાર, પ્રાથમિક ઉપચાર. **~ class,** ગાડી, વહાણ, ઇ૦માં સારામાં સારી જગ્યા–પહેલો વર્ગ; પરીક્ષામાં પહેલો વર્ગ – વર્ગમાં સ્થાન. **~-class,** ઉત્તમ. **~hand,** સીધું, પ્રત્યક્ષ, કોઈની દરમિયાનગીરી વિનાનું. **~ night,** નાટક ઇ૦નો પહેલો જાહેર પ્રયોગ. **~-rate,** શ્રેષ્ઠ, સરસ. **fir'stly** (ફર્સ્ટ્લિ), ક્રિ૦ વિ૦ પહેલું (એ કે).

firth (ફર્થ), ના૦ અખાત, ખાડી.

fi'scal (ફિસ્કલ), વિ૦ રાજ્યના મહેસૂલ કે તિજોરી સંબંધી. ના૦ [સ્કૉ.] કાયદાનો એક અધિકારી.

fish[1] (ફિશ), ના૦ [બ૦વ૦ બહુધા એ જ] માછલી; માછલીનું માંસ (ખોરાક તરીકે); [વાત.] માણસ. ઉ૦ક્રિ૦ માછલાં પકડવાં – પકડવાનો પ્રયત્ન કરવો; શોધવું; બહાર (ખેંચી) કાઢવું; આડકતરી રીતે કશુંક શોધવાનો કે મેળવવાનો પ્રયત્ન કરવો. **~-eye,** (કાચ કે લેન્સ વિશે) આગળ ગોળ સપાટી અને પહોળા ખૂણાવાળું. **~ finger,** રોટીના કકડામાં ગલેફેલી માછલીની ચીરી. **~-hook,** માછલાં પકડવાની કાંટાવાળી આંકડી, ગલ. **~-kettle,** માછલી બાફવાનું લંબગોળ વાસણ. **~meal,** સુકવેલી માછલીનો લોટ, તેનું ખાતર. **~monger,** માછલાં વેચનાર. **~-slice,** માછલી કાપવાની છરી – ફેરવવાનો કલથો. **~-wife,** માછલાં વેચનાર સ્ત્રી.

fish[2], ના૦ ડોલકાઠીને મજબૂત બનાવવા માટેનો લાકડાનો કે લોઢાનો કકડો – લાકો. **~-plate,** રેલના પાટાને જોડનારી લોઢાની બે ચપટી પટ્ટીઓમાંની એક.

fi'sher (ફિશર), ના૦ માછલાં પકડનાર પ્રાણી અથવા [પ્રા.] માણસ. **fi'sherman** (-મન), ના૦ માછીમાર; માછલાં પકડનાર (શોખ ખાતર).

fi'shery (ફિશરિ), ના૦ માછલાં પકડવાનો ધંધો – જગ્યા.

fi'shy (ફિશિ), વિ૦ માછલીનું, માછલી જેવું; [વિ૦બો૦] શંકાસ્પદ (ચારિત્ર્યવાળું).

fi'ssile (ફિસાઇલ), વિ૦ ફાટ પડે – ફાટી જાય – એવું, અણુકેન્દ્રીય વિભાજનક્ષમ.

fi'ssion (ફિશન), ના૦ [જીવ.] પેશીના વિભાજન દ્વારા પ્રજોત્પત્તિ; વિખંડન, વિભાજન; **(nuclear) ~,** અણુબીજકનું ફાટવું. ઉ૦ક્રિ૦ સ્ફોટ કરવો – થવો.

fi'ssure (ફિશર), ના૦ તડ, ફાટ, ચીરો, લાંબું અને સાંકડું કાણું. ઉ૦ક્રિ૦ ફાડવું, ફાટવું.

fist (ફિસ્ટ), ના૦ વાળેલી મુષ્ટિ, મુક્કો; [વાત.] હાથ, હસ્તાક્ષર. સ૦ક્રિ૦ મુક્કો મારવો.

fi'sticuffs (ફિસ્ટિકફ્સ), ના૦ [બ૦વ૦] મુક્કાબાજી.

fi'stula (ફિસ્ટ્યુલે), ના૦ નળી જેવેા ઊંડો વ્રણ, નાસુર; શરીરમાં શસ્ત્રક્રિયા દ્વારા કરેલેા માર્ગ. **fi'stular** (-લર), વિ૦ **fi'stulous** (-લસ), વિ૦.

fit[1] (ફિટ), ના૦ આંકડી, ફેફરું, રક્તજ મૂર્છા, અપસ્માર; તીવ્ર લાગણીનેા આવેશ-હુમલેા, આવેગ; લહેર, તરંગ; મનઃસ્થિતિ.

fit[2], વિ૦ લાયકાતવાળું, સમર્થ, કાર્યક્ષમ; લાયક, યેાગ્ય; શેાભે એવું, ઉચિત; તંદુરસ્ત, સારી હાલતમાં. ના૦ કપડું વગેરે જે રીતે બંધબેસતું થાય છે તે, કપડું બેસવાની શૈલી. ઉ૦ક્રિ૦ -ની સાથે સુસંગત-મેળમાં હેાવું; (વિ૦ક૦ કપડાં અંગે) યેાગ્ય માપ. આકાર, કદનું હેાવું-કરવું; બંધબેસતું કરવું-થવું; બંધબેસતા ભાગેા જોડી દેવા; -ને માટે અનુકૂળ કરવું; -ને માટે કાર્યક્ષમ બનાવવું; પૂરું પાડવું. **~ in**, -ને માટે જગ્યા કરવી કે હેાવી-વખત કાઢવેા કે હેાવેા; -ને માટે જાતે અનુકૂળ થવું; -ને અનુરૂપ-અનુકૂળ કરવું-થવું. **~ on**, (વસ્ત્ર) પહેરી જેાવું. **~ out, up**, સજ્જ કરવું.

fi'tchew, (ફિચૂ), ના૦ યુરેાપ તરફનું બિલાડી કે નેાળિયા જેવું એક પ્રાણી.

fit'ful (ફિટ્ફુલ), વિ૦ રહી રહીને કરનારું-થનારું, લહેરી, ચંચળ.

fi'tment (ફિટ્મન્ટ), ના૦ (ઘરમાં જડેલા) રાચરચીલાની કેાઈ વસ્તુ.

fi'tter (ફિટર), ના૦ યંત્રના જુદા જુદા ભાગ જેાડનારેા, ફિટર; કપડાં બંધબેસતાં કરનાર દરજી.

fi'tting (ફિટિંગ), ના૦ વસ્ત્ર બંધબેસતું કરવું તે; [બ૦વ૦માં] ફર્નિચર ઇ૦ ઘરમાં જડેલી વસ્તુઓ. વિ૦ યેાગ્ય, ઉચિત; છાજતું.

five (ફાઈવ), વિ૦ અને ના૦ પાંચ. **fi've-fold** (-ફેાલ્ડ), વિ૦ અને ના૦.

fi'ver (ફાઇવર), ના૦ પાંચ પાઉન્ડ, ડૅાલર, અથવા રૂપિયાની નેાટ.

fives (ફાઇવ્ઝ), ના૦ હાથ કે બૅટ વતી દડેા કેાર્ટની ચાર ભીંતેા પર મારવાની રમત.

fix (ફિક્સ), ઉ૦ક્રિ૦ હાલે નહિ એવું-સ્થિર, દૃઢ, કાયમનું, કરવું; બેસાડવું, જડવું (આંખ, ધ્યાન, ઇ૦) કશાક પર સ્થિર-કેન્દ્રિત કરવું; (ધ્યાન ઇ૦) ખેંચીને પકડી રાખવું; એ જ તે (માણસ કે વસ્તુ) છે એમ ઠરાવવું-એાળખવું, અમુક ઠેકાણે જેાયાનું યાદ કરવું; નક્કી કરવું; કેાઈ વસ્તુનું સ્થાન કે સમય નક્કી કરવેા; નામનિર્દેશ સાથે ચેાક્કસ જણાવવું; સમું-દુરસ્ત-કરવું; ગેાઠવવું, તૈયાર કરવું; ચૂપ બેસાડવું, મારી નાખવું; -નું વેર વાળવું; [વાત.] -ની સાથે ચેડાં કરવાં, -માં નાહક માથું મારવું; લાંચ આપીને (જેાઈતેા) નિકાલ કરાવવેા; ઘેનની દવાની જાતે પિચકારી લેવી. ના૦ પેચપ્રસંગ, ધર્મસંકટ, કફેાડી સ્થિતિ; ઢાલ પરનાં કુળચિહ્નેા પરથી નક્કી થતું પદ; [વિ૦બેા૦] ઘેનની દવાનેા ઘૂંટડેા.

fixa'te (ફિક્સેટ), સ૦ક્રિ૦ [માનસ.] કેાઈ વ્યક્તિ કે વસ્તુ ઉપર અસાધારણ આસક્તિ કે પ્રેમ કરાવવેા.

fixa'tion (ફિક્સેશન), ના૦ ચેાટવું-ચેાટાડવું-તે; [માનસ.] માનસિક-ભાવનાત્મક-વિકાસનું અટકી પડવું તે; મનને વળગેલી વસ્તુ, વળગાડ; ગૅસ ભેળવીને ઘન બનાવવાની પ્રક્રિયા.

fi'xative (ફિક્સટિવ), વિ૦ દૃઢ-પાકું-કરનારું. ના૦ રંગેા ઇ૦ પાકું કરનારેા પદાર્થ.

fi'xedly (ફિક્સિડ્લિ), ક્રિ૦વિ૦ ધ્યાનપૂર્વક, એકીટસે. **fi'xedness** (-નિસ), ના૦.

fi'xings (ફિક્સિંગ્ઝ), ના૦ બ૦વ૦ [અમે.] સાજસરંજામ, સામગ્રી; વસ્ત્રને સુશેાભિત કરનારી ઝાલર, ફીત, ઇ૦; ખાદ્ય વાનીને સજાવવાની વસ્તુઓ.

fi'xity (ફિક્સિટિ), ના૦ અચલ સ્થિતિ; સ્થિરતા; ચિરસ્થાયીપણું.

fi'xture (ફિક્સ્ચર), ના૦ દૃઢ-સ્થિર કરેલી-જડેલી વસ્તુ; [બ૦વ૦માં] મકાન કે જમીન સાથે જડેલી વસ્તુઓ, જે કાયદાથી તેની અંગભૂત ગણાય છે; મૅચ, શરત, ઇ૦ માટે નિયત કરેલી તારીખ, નિયત કાર્યક્રમ.

fizz (ફિઝ્), અ૦ક્રિ૦ સાપના સુસવાટા

જેવો અવાજ કરવો, છમકારો કરવો, ઊભરો આવવો. ના૦ સુસવાટો, સુસવાટા જેવો અવાજ; ઊભરો; [વાત.] ઊભરાતો દારૂ ઇ૦ પેય. **fi'zzy** (ફિઝ઼િ), વિ૦.

fi'zzle (ફિઝ઼લ), અ૦ક્રિ૦ ધીમો સુસવાટો. કરવો, મોઢામાં ને મોઢામાં – થૂંક ઉડાડતાં – બોલવું, સિસકારવું. ના૦ હળવો સુસવાટો ~ **out,** ધીમે ધીમે નિષ્ફળ જવું, રકાસ થવો.

fjord (ફ્યૉર્ડ), ના૦ જુઓ **fiord.**

fl., સંક્ષેપ. fluid

Fla., સંક્ષેપ. Florida

fla'bbergast (ફ્લૅબર્ગાસ્ટ), સ૦ક્રિ૦ [વાત.] આશ્ચર્યચકિત કરવું – કરીને મૂંઝવવું.

fla'bby (ફ્લૅબિ), વિ૦ નરમ, લવચીક, ઢીલું, દૃઢ નહિ એવું; નબળું.

fla'ccid (ફ્લૅક્સિડ), વિ૦ = **flabby. flacci'dity** (-ડિટિ), ના૦.

flag¹ (ફ્લૅગ), ના૦ ભેજવાળી જમીનમાં થતો એક છોડ.

flag² ના૦ ચપટો પથ્થર, શિલા; [બ.વ.માં] તેની ફરસબંધી. સ૦ક્રિ૦ ચપટા પથ્થરથી ફરસબંધી કરવી. **~stone,** = **flag.**

flag³, ના૦ ધ્વજ, વાવટો, નિશાન. સ૦ક્રિ૦ ઉપર ઝંડો મૂકવો – ચડાવવો; ઝંડાઓવતી અંકિત કરવું; ઝંડો હલાવીને નિશાની કરવી – ખબર આપવી. **~-day,** કાગળના નાના વાવટા આપીને કોઈ કાર્ય માટે ફાળો ઉઘરાવવાનો દિવસ. **~-officer,** નૌસેનાપતિ, નૌઉપસેનાપતિ, ઇ૦. **~pole,** ધ્વજસ્તંભ. **~ship,** જેના પર નૌસેનાપતિ હોય છે તે વહાણ. **~staff,** ધ્વજદંડ – સ્તંભ.

flag⁴, અ૦ક્રિ૦ શિથિલ થવું, ઢીલું પડવું; નીરસ – કંટાળાજનક – થવું.

fla'gellant (ફ્લૅજલન્ટ), વિ૦ અને ના૦ પોતાની જાતને અથવા બીજાને ફટકા મારનાર.

fla'gellate (ફ્લૅજલેટ), સ૦ક્રિ૦ કોરડા મારવા, ફટકારવું, ધાર્મિક અનુશાસન કે લૈંગિક ઉત્તેજના તરીકે. **flagella'tion** (-લેશન), ના૦.

flageole't (ફ્લૅજલે'ટ), ના૦ નાનકડી વાંસળી, મુરલી.

fla'gon (ફ્લૅગન), ના૦ દારૂ ભરવાનું પાત્ર, ચંબુ, ઇ૦.

fla'grant (ફ્લેગ્રન્ટ), વિ૦ ઉઘાડું, હડહડતું, શરમનાક. **fla'grance** (-સિ), ના૦. **fla'grancy** (-ન્સિ), ના૦.

flail (ફ્લેલ), ના૦ અનાજનાં કણસલાં ઝૂડવાનું ઓજાર, મોગરી. સ૦ક્રિ૦ મોગરી કે ઝૂડિયાવતી ઝૂડવું; ફાવે તેમ આડુંઅવળું જોરથી ફેરવવું – ઘુમાવવું.

flair (ફ્લે'અર), ના૦ સારું ને ઉપયોગી શું છે તે પારખવાની સહજબુદ્ધિ, તારતમ્ય બુદ્ધિ.

flak (ફ્લૅક), ના૦ વિમાનવિરોધી તોપમારો; [લા.] ટીકાનો સતત મારો.

flake (ફ્લેક), ના૦ હલકોપોચો કકડો, વિ૦ક૦ બરફનો; પાતળો પહોળો કકડો; સ્તર. ઉ૦ક્રિ૦ -નાં પડ ઊખડવાં – ખરી પડવાં, પડ ઉખાડવાં – ઉખાડી લેવાં; બરફના કકડા પડવા – કશાક પર ફેંકવા. **fl'aky** (-કિ), વિ૦.

fla'mbé (ફ્લાંબે), વિ૦ (ખોરાક અંગે) સ્પિરિટથી ઢંકાયેલું – ઉપર ચળકતો દારૂ રેડેલું – અને ગરમાગરમ પીરસાતું.

fla'mbeau (ફ્લૅમ્બો), ના૦ [બ૦વ૦ **~s;**]. **-beaux** -બોઝ઼] મશાલ, મોટો કાકડો.

flamboy'ant (ફ્લૅમ્બૉયન્ટ), વિ૦ અલંકારપ્રચુર, ફૂલો ઇ૦થી સુશોભિત, ભભકાદાર. **flamboy'ance** (-યન્સ), ના૦.

flame (ફ્લેમ), ના૦ અગ્નિની જ્વાળા, ભડકો; દેવતાનો ચળકતો પ્રકાશ; તીવ્ર ભાવના, વિ૦ક૦ પ્રેમની; [મજાકમાં] વહાલો, વહાલી. અ૦ક્રિ૦ -માંથી જ્વાળાઓ બહાર ફેંકવી–નીકળવી, ભડકો થવો; એકદમ ક્રોધાવેશમાં આવી જવું; ચળકવું, પ્રકાશવું.

flame'nco (ફ્લમે'ન્કો), ના૦ [બ૦વ૦ **~s**] ગાયન અને નૃત્યની સ્પૅનિશ જિપ્સી શૈલી.

fla'ming (ફ્લેમિંગ), વિ૦ ખૂબ ગરમ અથવા ચળકતું; [વાત.] મૂઉં, શાપિત; અત્યંત.

flami'ngo (ફ્લમિંગો), ના૦ [બ૦વ૦ ~**es**] સુરખાબ, ઊંચું-લાંબી ટાંગોવાળું પાણીમાં ચાલતું પક્ષી.

fla'mmable (ફ્લૅમબલ), વિ૦ જ્વાળા-ગ્રાહી, સહજમાં સળગી ઊઠે એવું.

flan (ફ્લૅન), ના૦ મુરબ્બો, ફળ, ઇ૦જેમાં નાખ્યું હોય અથવા પાથર્યું હોય એવી પોચી રોટી.

flange (ફ્લૅંજ), ના૦ આગળ પડતી ચપટી કોર, કોલર અથવા પાંસળી.

flank (ફ્લૅંક), ના૦ પાંસળીઓ અને થાપા વચ્ચેનો શરીરનો ભાગ, કેડ, કૂખ; પહાડ કે લશ્કરની બાજુ. સ૦ક્રિ૦ બાજુનું રક્ષણ કરવું – ને મજબૂત બનાવવું, બાજુ પર હુમલો કરવો; -ની બાજુ(ઓ)પર આવેલું કે મુકાયેલું હોવું.

fla'nnel (ફ્લૅનલ), ના૦ ઊનનું વણેલું બહુધા ફૂલ વિનાનું કાપડ, ફલાલીન; [બ૦વ૦માં] ફલાલીનનાં પાયજામા; ધોવા-લૂછવાનો ફલાલીનનો કકડો; [વિ૦બો૦] ખુશામત, ચાપલૂસી. ઉ૦ ક્રિ૦ ફલાલીનના કકડાથી સાફ કરવું – ધોવું; ખુશામત કરવી.

flannele'tte (ફ્લૅનલે'ટ), ના૦ ફલા-લીન જેવું ફૂલવાળું સુતરાઉ કાપડ.

flap (ફ્લૅપ), ઉ૦ક્રિ૦ આમતેમ ઝૂલવું – હાલવું, ઝૂલા ખાવા; આમતેમ ઝુલાવવું, હલાવવું; પાંખ ફફડાવવી – ઉપર નીચે કરવી; પંખા ઇ૦થી માંખો ઉડાડવી; [વાત.] પ્રક્ષુબ્ધ થવું; ભયથી ફફડવું. ના૦ એક બાજુથી જોડેલો કે પકડી રાખેલો અને બહુધા નીચે લટકતો કે લબડતો પંખા જેવો પહોળો કકડો; પાંખો ઇ૦નું આમ તેમ કે ઉપર-નીચે હલનચલન – ફડફડ; પંખા જેવી ચપટી વસ્તુથી મારેલો હળવો ફટકો; [વાત.] ક્ષોભ, ધમાલ. ~**jack,** નાનકડી બહુધા તળેલી રોટી, ઓટની ગળી રોટી.

flare (ફ્લે'અર), ઉ૦ક્રિ૦ ભડભડ બળવું, ભડકે બળવું; ઉપરથી નીચે ધીમેધીમે વધારે પહોળું કરવું કે થતું જવું – બહાર ફેલાવું. ના૦ ચળકતો અસ્થિર પ્રકાશ; સંકેત તરીકે ખુલ્લામાં હોવો; ભડકો, ભભૂકો; ઘાઘરા જેવો આકાર. ~ **path,** વિમાન ઉતારવા કે ચડાવવા માટે પ્રકાશિત કરેલો માર્ગ, ઉતરાણપટ્ટી. ~ **up,** એકદમ સળગી ઊઠવું – ભડકો થવો – ક્રોધાવેશમાં આવી જવું.

flash (ફ્લૅશ), ના૦ એકાએક થયેલો ક્ષણિક ચળકાટ, તેજનો કે વીજળીનો ઝબકારો, ભભૂકો; ક્ષણિક ભડકો કે દેખાવ; ક્ષણ, પલક (વાર); ટૂંકા સમાચાર; [ફોટો.] ફોટો લેતી વખતે પાડવામાં આવતો તાત્કાલિક પ્રકાશ (નો ચમકારો); [લશ્કર.] ટુકડીના ચિહ્ન તરીકે ગણવેશ પર સીવેલ કાપડની પટ્ટી. ઉ૦ ક્રિ૦ ચળકાટ મારવો, ચમકવું; એકાએક ભભકી ઊઠવું, ભભકવું; ઝબકારા મારવા, પ્રકાશ બહાર ફેંકવો – પરાવર્તિત કરવો; જરાક વાર ચળકાટ મારે તેમ કરવું; [વાત.] એકદમ અથવા ભભકાદાર રીતે બનાવવું. વિ૦ ભભકાદાર; કેવળ દેખાવનું. ~**back,** [ચિત્રપટ. ઇ૦] પૂર્વ દૃશ્ય. ભૂતકાળના પ્રસંગ તરફ પાછા જવું તે. ~**bulb,** ફોટો માટે ક્ષણ માટે એકદમ ચળકાટ ફેલાવનારો ગોળો. ~**light,** ફોટો પાડવા માટે વપરાતો ચળકાટ મારતો પ્રકાશ, પ્રકાશસ્તંભ, વીજળીની બૅટરી – ટૉર્ચ. ~-**point,** તેલ વગેરેની વરાળ સળગે તે તાપમાન – જ્વલનબિંદુ.

fla'shing (ફ્લૅશિંગ), ના૦. છાપરા (નાં પાખા)ના જોડમાં પાણી ન ભરાય કે નીચે ન ઊતરે તે માટે જડાતી લાંબી ધાતુની પટ્ટી – પતરું.

fla'shy (ફ્લૅશિ), વિ૦ ભપકાદાર, તકલાદી. કેવળ દેખાવનું.

flask (ફ્લાસ્ક), ના૦ ખિસ્સામાં મૂકવાની ધાતુ કે કાચની નાની ચપટી બાટલી; સાંકડા મોઢાવાળી ગોળા જેવી બાટલી; (**vacuum**) ~, 'થર્મૉસ', જેમાં રાખેલી વસ્તુ પર બહારની ગરમી કે ઠંડીની અસર થતી નથી.

flat[1] (ફ્લૅટ), ના૦ એક માળ પરની

બહુધા એક કુટુંબને રહેવા માટેની ઓરડીઓ – આવાસ, ફ્લૅટ. **~let,** ના૦ એક કે બે ઓરડીઓનો નાનો આવાસ.

flat², વિ૦ ક્ષિતિજને સમાંતર, આડું, ભોંય બરાબર પડેલું કે સૂતેલું; સપાટ, સરખું, ખાડાટેકરા વિનાનું; સુંવાળું; તદ્દન સાફ, બિનશરતી, ચોખ્ખું (કરેલું); નીરસ, દમ વિનાનું; ખિન્ન; ઊભરા વિનાનું; ફીકું, બેસ્વાદ; (બૅટરી અંગે) વધુ વીજળીનો પ્રવાહ પેદા કરવા અસમર્થ; [સં.] સાચી અથવા સામાન્ય માત્રા નીચેનું, બેસી ગયેલું; (ટાયર અંગે) કાણું પડેલું, હવા નીકળી ગયેલું. ના૦ સમતલ સપાટી કે તેનો ભાગ; સપાટ જમીન અથવા મેદાન; નીચાણવાળી ભેજવાળી જમીન; ચોકઠા (ફ્રેમ) પર ચડાવેલા કુદરતી દૃશ્ય (ચિત્ર)-નો વિભાગ; [વાત.]; કાણું પડેલું ટાયર; [સં.] નીચે ઉતારેલો સૂર, તેનું ચિહ્ન. ક્રિ૦ વિ૦ આરોહઅવરોહ વિના, કંટાળો આવે એવી રીતે; [વાત.] તદ્દન, સાફસાફ; ચોક્કસ. **~-fish,** 'હેરરસોમટ' વર્ગની ચપટી માછલી. **~ foot,** કમાન કે લાંક વિનાનો પગ. **~-footed,** લાંક વિનાના – સપાટ – પગ (ના તળિયા)વાળું; [વાત.] નિર્જીવ, નમાલું. **~-iron,** શણેયું ઇ૦ માટે-ની ઇસ્ત્રી. **~ out,** વધારેમા વધારે ઝડપથી, બધાં સાધનો વાપરીને. **~ race,** સપાટ જમીન પરની દોડવાની (અંતરાય વિનાની) શરત. **~ rate,** બધે સરખો લાગુ પડતો દર. **~ spin,** વિમાનનું લગભગ આડું – ધરતીથી સમાંતર – ગોળ ગોળ ફરવું; [વાત.] પ્રક્ષોભ, ભય, ત્રાસ.

fla'tten (ફ્લૅટન), ઉ૦ ક્રિ૦ સપાટ – ચપટું – કરવું કે થવું; [વાત.] સજ્જડ હાર આપવી. **~ out,** સપાટ કે ચપટું કરવું-થવું; વિમાનને જમીનની સમાંતર આણવું.

fla'tter (ફ્લૅટર), સ૦ ક્રિ૦ અતિ વખાણ કરવાં; આળપંપાળ કરવી, -નો અહંભાવ સંતોષવો, ખુશામત કરવી; (ચિત્ર અંગે) હોય તેના કરતાં વધારે સુંદર ચીતરવું. **fla'ttery** (-રિ), ના૦.

fla'tulent (ફ્લૅટ્યુલન્ટ), વિ૦ વાયડું, વાતુળ; વાતને લીધે થયેલું, વાતગ્રસ્ત; ફૂલેલું; ભપકાવાળું; બડાઈખોર. **fla'tulence** (–લન્સ), ના૦. **fla'tulency** (-લન્સિ), ના૦.

flaunt (ફ્લૉન્ટ), ઉ૦ ક્રિ૦ મગરૂરીથી હલાવવું – ફરવું; ભપકો કરવો, રોફ મારવો; બનીઠનીને ફરવું.

flau'tist (ફ્લૉટિસ્ટ), ના૦ વાંસળી કે પાવો વગાડનારો.

fla'vour (ફ્લેવર), ના૦ સુગંધયુક્ત સ્વાદ; વિશિષ્ટ સ્વાદ; વિશિષ્ટ – લાક્ષણિક – ગુણ. સ૦ ક્રિ૦ -ને સ્વાદ કે સુગંધ આપવી, સ્વાદિષ્ટ બનાવવું; મસાલેદાર બનાવવું.

fla'vouring (ફ્લેવરિંગ), ના૦ ખાદ્યપેય સ્વાદિષ્ટ બનાવવા વપરાતો પદાર્થ, મસાલો ઇ૦.

flaw (ફ્લૉ), ના૦ તડ, ફાટ, ખંડ; અપૂર્ણતા; (દસ્તાવેજ ઇ૦માં) દોષ, ખામી. ઉ૦ ક્રિ૦ તરડાવું, તરડાવવું; બગાડવું.

flax (ફ્લૅક્સ), ના૦ વાદળી ફૂલવાળો શણ કે અળસીનો છોડ; શણના રેસા; તેનું કાપડ.

fla'xen (ફ્લૅક્સન), વિ૦ શણનું; (વાળ અંગે) પીળાશ પડતું.

flay (ફ્લે), સ૦ ક્રિ૦ જીવતા કે મરેલાની ચામડી કે ચામડું ઉતારવું; છોલવું; સખત ટીકા કરવી.

flea (ફ્લી), ના૦ ચાંચડ. **~-bane,** ચાંચડને ભગાડી મૂકનાર મનાતી એક વનસ્પતિ.

fleck (ફ્લે'ક), ના૦ ચામડી પર પડેલો ડાઘો, ટપકું; રંગ ઇ૦નો પટો; રજકણ સ૦ ક્રિ૦ ડાઘા પાડવા.

fled (ફ્લે'ડ), **flee**નો ભૂ૦ કા૦ તથા તથા ભૂ૦ કૃ૦.

fledge (ફ્લે'જ), સ૦ ક્રિ૦ પીંછાં, પાંખ કે રુંવાટીથી યુક્ત કરવું. **fledged,** વિ૦ ઊડી શકે એવું; [લા.] પરિપકવ.

fledgeling (ફ્લે'જ્લિંગ), ના૦ પક્ષીનું બચ્ચું; [લા.] બિનઅનુભવી માણસ.

flee (ફ્લી), ઉ૦ ક્રિ૦ [**fled**] -થી નાસી જવું; ઊડી જવું; ટાળવું.

fleece (ફ્લીસ), ના૦ ઘેટાનું ઊની આવરણ; કાતરેલું – ઉતારેલું – ઊન. સ૦ ક્રિ૦ ઊન

ઉતારવું; લૂટવું. **flee'cy** (ફ્લીસિ), વિ૦.

fleer (ફ્લિઅર), અ૦ ક્રિ૦ ચાળા પાડીને હસવું, ઉપહાસ – મશ્કરી – કરવી. ના૦ મોં મરડવું તે; મશ્કરી, ઉપહાસ.

fleet[1], (ફ્લીટ), ના૦ નૌકાસૈન્ય, આરમાર; સાથે જતા વહાણોનો કાફલો; એક ધણીની માલિકીનાં વાહનો.

fleet[2], વિ૦ [કાવ્યમાં] ઝડપી, ચપળ.

fleet[3], અ૦ ક્રિ૦ વહી સરકી–જવું; ક્ષણભંગુર હોવું. ઝડપથી પસાર થવું. **flee'ting** (-ટિંગ), વિ૦.

Fle'mish (ફ્લે'મિશ), વિ૦ અને ના૦ ફ્લૅન્ડર્સની (ભાષા).

flesh (ફ્લેશ), ના૦ માંસ; ખાદ્ય માંસ, ગોસ; ફળ ઇ૦નો ગર – માવો; પુષ્ટતા; ચરબી; મન કે આત્માથી ભિન્ન (માનવ) દેહ. **~ and blood,** શરીર(નાં ઘટક તત્ત્વો); માનવજાતિ; મનુષ્યસ્વભાવ; (પોતાનાં) નજીકનાં સગાંસંબંધીઓ અથવા વંશજો. **~-colour,** પીળાશ પડતો આછો ગુલાબી (રંગ). **~-pots,** મોજમજાનું વિલાસી જીવન. **~-wound,** હાડકા કે મર્મસ્થાન સુધી ન પહોંચનારો ઘા – જખમ.

fle'shly (ફ્લે'શ્લિ), વિ૦ શારીરિક; વૈષયિક; દુન્યવી.

fle'shy (ફ્લે'શિ), વિ૦ હૃષ્ટપુષ્ટ, માંસલ; માંસનું – ના જેવું.

fleur-de-lis' (ફ્લર્ ડ લી), [બ૦ વ૦ **fleurs**-ઉચ્ચાર એ જ] [ચારણ.] લીલીનું ફૂલ; ફ્રાન્સનું અગાઉનું રાજચિહ્ન.

flew (ફ્લૂ), **fly** નો ભૂ૦ કા૦.

flex (ફ્લે'ક્સ), ના૦ વીજરોધક આવરણવાળો વીજવાહક લવચીક તાર. ઉ૦ક્રિ૦ સાંધો કે અવયવ વાંકો વાળવો; સાંધો વાળવા સ્નાયુ હલાવવો.

fle'xible (ફ્લે'ક્સિબલ), વિ૦ સહેજે વાળી શકાય એવું, લવચીક; વશ થાય એવું; ચપળ. **flexibi'lity** (–બિલિટિ), ના૦.

fle'xion (ફ્લે'ક્શન), ના૦ વાળવું – નમાવવું – તે, વળેલી સ્થિતિ; વળેલો ભાગ; [વ્યાક.] વિભક્તિપ્રત્યય.

fle'xure (ફ્લે'ક્શર), ના૦ નીચે વળવું – નમવું – તે; વળેલી સ્થિતિ; વળાંક, વક્ર.

flibbertigi'bett (ફ્લિબર્ટિજિબિટ), ના૦ ગપ્પીદાસ, લહેરી, અથવા અસ્થિર – ચંચળ – માણસ.

flick (ફ્લિક), ના૦ ચાબુકની વાધરી, ધૂળઝાપટિયું, ઇ૦નો હળવો ઝપાટો; આંગળીની ટપલી; આંચકો; કાંડાને જરાક ફેરવવું તે; [બ૦વ૦માં] સિનેમા, ચલચિત્રો. સ૦ક્રિ૦ ચાબુક કે રાશવતી સડાકો મારવો, ઝાટકણાથી ઝાટકવું, ટકોરો મારવો. **~-knife,** કળ દબાવતાં જ પાનું બહાર પડે એવી છરી. **~ through,** ચોપડીનાં પાનાં, પત્તાં, આંગળાં વતી ઝપાટાબંધ ફેરવવાં.

fli'cker (ફ્લિકર), અ૦ક્રિ૦ (જ્વાળા અંગે) ઝંપાવું, હાલવું; (પ્રકાશ) ઝબૂક ઝબૂક થવું; (દીવા અંગે) ટમટમવું; કંપવું, ધ્રૂજવું. ના૦ ધ્રૂજતું અજવાળું, અસ્થિર ગતિ; ક્ષણિક ઇચ્છા કે આશાની લાગણી.

fli'er, fly'er, (ફ્લાયર), ના૦ ઊડનાર કે નાસી જનાર; વિમાનચાલક; ઝડપી પ્રાણી, વાહન, ઇ૦.

flight[1] (ફ્લાઇટ), ના૦ ઊડવું તે, ઉડાણ; ઊડવાની રીત; સાથે ઊડતાં પક્ષીઓનું ટોળું; બાણ ઇ૦ની વૃષ્ટિ; બાણપુચ્છ; શીઘ્ર ગતિ, વિ૦ક૦ હવામાં; હરીફાઈની દોડમ પસાર કરવાનાં નિસરણીનાં પગથિયાં, કઠેરા, ઇ૦ અંતરાયોની હાર; વિમાન કંપનીનું (નિયમિત) ઉડાણ; હવાઈદળનાં છ વિમાનોનું એક એકમ – જથ. **~-deck,** વિમાનવાહક જહાજનું વિમાન ઊડવાનું કે ઊતરવાનું તૂતક; વિમાનમાં વિમાનચાલક કે વૈમાનિકની જગ્યા. **~ lieutenant,** વિમાનદળનો એક અધિકારી. **~-recorder,** ઉડાણ દરમ્યાન વિમાનની તંત્રગત વિગત કે માહિતી નોંધવાની વ્યવસ્થા, જેનો ઉપયોગ અકસ્માતમાં થાય છે.

flight[2], ના૦ નાસી જવું તે, પલાયન; ઉતાવળ, પીછેહઠ.

fli'ghty (ફ્લાઇટિ), વિ૦ ચંચળ, અસ્થિર;

તરંગી.

fli'msy (ફ્લિમ્ઝિ), વિ૦ નજીવું, ક્ષણભંગુર; ઉપલકિયું, માલ વગરનું.

flinch (ફ્લિંચ), અ૦ક્રિ૦ પાછું હઠવું, પાછીપાની કરવી; અચકાવું; અંગ સંકોચવું.

fling (ફ્લિંગ), ઉ૦ક્રિ૦ [**flung**] ધસવું, ધસી જવું; ફેંકવું, ફેંકી દેવું. ના૦ ફેંકવું તે, ફેંક, નાખી દેવું તે; આવેશયુક્ત નાચ; વિલાસ અને મોજમજા.

flint (ફ્લિન્ટ), ના૦ ચકમકનો પથ્થર, ચકમક કે વજ્ર જેવી કઠણ વસ્તુ; પ્રાગૈતિહાસિક માનવીએ બનાવેલું ચકમકનું ઓજાર કે હથિયાર; લોઢા સાથે ઘસી તણખા પાડવા માટેનો ચકમકનો કકડો. **~lock,** ચકમક(ના તણખા)થી ફોડવામાં આવતી બંદૂક(ની કળ કે ચાંપ). **fli'nty** (-ટિ), વિ૦.

flip (ફ્લિપ), ના૦ ટપલી, ટકોરો, આંચકો; ઉથલાવવું તે; ગરમ કરેલી બિઅર અને મધાર્કનું પેય. ઉ૦ક્રિ૦ ટીપકી મારવી – મારીને ધકેલવું – ખસેડવું; ઉથલાવવું, ઉછાળવું. વિ૦ વાચાળ; ગાંભીર્ય વિનાનું, છીછરું.

fli'ppant (ફ્લિપન્ટ), વિ૦ ગાંભીર્ય વિનાનું, છોકરવાદ; ગંભીર વસ્તુઓની ઠેકડી – અનાદર – કરનારું. **fli'ppancy** (-પન્સિ), ના૦.

fli'pper (ફ્લિપર), ના૦ કાચબો, સીલ, ઇ૦નો તરવામાં વપરાતો અવયવ; પાણી નીચે તરવા માટે પગે જોડેલું રબર; [વિ૦બો૦] હાથ.

flirt (ફ્લર્ટ), ઉ૦ક્રિ૦ સાચા કે પરણવાના હેતુ વિના મન લલચાવવું કે પ્રણયચેષ્ટાઓ કરવી, ચાળા કે નખરાં કરવાં; -માં રસ હોવાનો ડોળ કરવો. ના૦ પ્રેમ કરવાનો ડોળ કરનાર સ્ત્રી કે પુરુષ. **flirta'tion** (-ટેશન), ના૦. **flirta'tious** (-ટેશસ), વિ૦.

flit (ફ્લિટ), અ૦ક્રિ૦ નીકળી જવું, રહેઠાણ બદલવું, બીજે રહેવા જવું; હળવે રહીને અથવા ઝડપથી પસાર થવું, હળવેથી ઝટ ઊડી જવું. ના૦ રહેઠાણ બદલવું તે, વિ૦ક૦ લેણદારને ટાળવા.

flitch (ફ્લિચ), ના૦ ડુક્કરના પાસાનું માંસ.

fli'tter (ફ્લિટર), અ૦ક્રિ૦ આમતેમ ઊડ્યા કરવું.

float (ફ્લોટ), ઉ૦ક્રિ૦ પ્રવાહી પર તરવું–તરતા રહેવું – તરતા જવું – તરતું રાખવું; મન કે દૃષ્ટિ આગળ તરવું; (ચલણ અંગે) વિનિમય દર અસ્થિર હોવો – રહેવા દેવો – રાખવો. (પેઢી, યોજના) શરૂ કરવી. ના૦ પ્રવાહીની સપાટી પર તરતી કે તરતી રહેતી વસ્તુ; તરાપો; બેઠા ઘાટનું સપાટ ગાડું ઇ૦, વિ૦ક૦ સરઘસમાં ફેરવવાનું. પરચૂરણ ખરચ માટે અથવા પરચૂરણ આપવા માટેની રકમ; મુલમ્મો સુંવાળો કરવાનું ઓજાર; [એક વ૦ કે બ૦વ૦માં] રંગમંચ સામેના (પ્રેક્ષકની બાજુથી ઢાંકેલા નીચલા) દીવા.

floata'tion (ફ્લોટેશન), ના૦ જુઓ **flotation.**

floa'ting (ફ્લોટિંગ), વિ૦ એક નિશ્ચિત સ્થિતિમાં કે સ્થાનમાં ઠરીઠામ ન રહેનારું, (મૂડી ઇ૦ અંગે) તરતી, અસ્થાયી; નિર્ધિબદ્ધ નહિ એવું. ~ **dock,** કોરી ગોદી તરીકે વપરાતી તરતી રચના. ~ **light,** બત્તી સાથેનું બોયું, દીપનૌકા. ~ **rib,** છાતીના હાડકા સાથે ન જોડાયેલી પાંસળી. ~ **vote,** જેના પર કોઈ પણ પક્ષ આધાર ન રાખી શકે એવો મત.

flo'cculent (ફ્લૉક્યુલન્ટ), વિ૦ ઊનના ગુચ્છા જેવું.

flock[1] (ફ્લૉક), ના૦ ઊન, ઇ૦નો ગુચ્છો અથવા કલગી; ઊન કે કાપડનો ભૂકો; [બ૦વ૦માં] ગાદી ગાદલામાં ભરવાનું નકામું ઊન.

flock[2], ના૦ ઘેટાં ઇ૦ પ્રાણીઓ, પક્ષીઓ, ઇ૦નો સમુદાય – ટોળું; લોકોનું મોટું ટોળું; પાદરીનો ધર્મસમાજ. અ૦ક્રિ૦ મોટી સંખ્યામાં ભેગાં થવું – જવું – આવવું.

floe (ફ્લો), ના૦ તરતા બરફનો જથો.

flog (ફ્લૉગ), સ૦ક્રિ૦ ચાબુક કે સોટી વતી મારવું; [વિ૦બો૦] વેચવું.

flood (ફ્લડ), ના૦ પૂર, રેલ; જળપ્રલય;

ભરતી, જુવાળ; ધોધમાર વરસાદ. **the F~** નોવાના વખતનો જળપ્રલય. ઉ૦ક્રિ૦ પાણીથી ભરી દેવું–ભરાઈ જવું, જળબંબોળ કરવું–થવું; મોટા જથામાં દાખલ થવું. **~gate,** પાણી આવવા દેવાનો કે રોકવાનો દરવાજો. **~light,** ચારે કોરથી એક સ્થળ પર ફેંકાતો પ્રકાશ. સ૦ક્રિ૦ એવા પ્રકાશથી રોશની કરવી.

floor (ફ્લૉર, ફ્લોર), ના૦ ઘર કે ઓરડાની ભોંય; ઘરની એક સપાટી પરની ઓરડીઓ; માળ, મજલો; સપાટ–સમતલ–જગ્યા, પૃષ્ઠભાગ; ધારાસભાના સભ્યોની બેસવા બોલવાની જગ્યા; બોલવાનો હક. સ૦ક્રિ૦ ભોંય કરવી; ભોંય ભેગું કરવું; નિષ્ફળ–કુંઠિત–કરવું, ફાવવા ન દેવું; હરાવવું. **~ show,** ક્લબ વગેરેમાં રજૂ કરાતો નૃત્ય ઇ૦ રંજન કાર્યક્રમ.

flop (ફ્લૉપ), ઉ૦ક્રિ૦ ભારેપણાથી અને શિથિલતાથી આમતેમ ડોલવું; કઢંગી રીતે, બેદરકારીથી અથવા ધબ દઈ ને નીચે પડવું, બેસી જવું, ઇ૦ [વિ૦બો૦] ઢળી પડવું, પડી ભાંગવું; નિષ્ફળ જવું, (નાટક ઇ૦) પડવું. ના૦ ધબ દઈ ને પડવું તે–તેનો અવાજ; [વિ૦બો૦] રકાસ, નિષ્ફળ ગયેલું નાટક ઇ૦. ક્રિ૦વિ૦ ધબ દઈ ને. **flo'ppy** (–પિ), વિ૦.

flo'ra (ફ્લૉરે), ના૦ [બ૦વ૦ **~s** અથવા **~e** -રી] કોઈ પ્રદેશની વનસ્પતિઓ(ની યાદી).

flor'al (ફ્લૉરલ), વિ૦ ફૂલો કે વનસ્પતિઓનું – ને લગતું; ફૂલોથી શણગારેલું.

flor'et (ફ્લૉરિટ), ના૦ એક સંયુક્ત ફૂલનું અંગભૂત નાનું ફૂલ.

flo'rid (ફ્લૉરિડ), વિ૦ અલંકારપ્રચુર; ફૂલોથી ભરેલું; લાલીલાલ, ભડક રંગવાળું. **flori'dity** (–ડિટિ), ના૦.

flo'rin (ફ્લૉરિન), ના૦ [ઇતિ.] બે શિલિંગનું એક જૂનું અંગ્રેજી નાણું.

flo'rist (ફ્લૉરિસ્ટ), ના૦ ફૂલ ઉછેરનાર–વેચનાર, માળી.

flo'ruit (ફ્લૉરુઇટ), ના૦ માણસની હયાતીનો કે પ્રવૃત્તિ પર હોવાનો સમય.

floss (ફ્લૉસ), ના૦ કોશેટાની ઉપરનું જાડું રેશમ. **~ silk,** સસ્તો માલ બનાવવા વપરાતું જાડું રેશમ. **flo'ssy** (–સિ), વિ૦.

flota'tion (ફ્લટેશન), **floata'tion** (ફ્લો–), ના૦ તરવાની કે તરતું મૂકવાની વિ૦ક૦ કોઈ પેઢી કે યોજના શરૂ કરવાની ક્રિયા.

floti'lla (ફ્લટિલે), ના૦ નાનકડું આરમાર; નાની હોડીઓનો કાફલો.

flo'tsam (ફ્લૉટ્સમ), ના૦ ભાંગી ગયેલા વહાણનો તરતો કાટમાલ.

flounce[1] (ફ્લાઉન્સ), અ૦ ક્રિ૦ ક્ષોભ અને આવેશથી જવું, ધસી જવું; શરીર – હાથપગ – પછાડવા, તરફડવું. ના૦. શરીર – હાથપગ – પછાડવા તે. આંચકો.

flounce[2], ના૦ ઝાલર, ચણીવાળી પટ્ટી, ઝૂલ.

flou'nder[1] (ફ્લાઉન્ડર), ના૦ એક જાતની નાનકડી ચપટી માછલી.

flou'nder[2], સ૦ ક્રિ૦ કઢંગી રીતે ખસવું અથવા તરફડિયાં મારવાં – ભૂલો કરતાં કરતાં કે ઝઘડતાં ઝઘડતાં આગળ વધવું – ગાડું ગબડાવવું.

flour (ફ્લાઉઅર), ના૦ લોટ, આટો, વિ૦ ક૦ ઘઉંનો. સ૦ ક્રિ૦ ઉપર લોટ કે ભૂકી ભભરાવવી – છાંટવી. **flour'y** (–રિ), વિ૦.

flou'rish (ફ્લરિશ), ઉ૦ ક્રિ૦ જોરમાં વધવું, ફાલવું, પાંગરવું; સમૃદ્ધ થવું. (તલવાર ઇ૦) આમતેમ વીંઝવું. ના૦. અક્ષરનાં લાંબાં લાંબાં પાંખડાં; હથિયાર, હાથ, ઇ૦ હલાવવું, વીંઝવું તે; [સં.]આલંકારિક રચના; તુરાઈ, સીંગું, ઇ૦ નો ઘોષ.

flout (ફ્લાઉટ), સ૦ ક્રિ૦ તરછોડવું, અનાદર – તિરસ્કાર કરવો, અવજ્ઞા કરવી.

flow (ફ્લો), અ૦ ક્રિ૦ વહેવું; (લોહી ઇ૦ અંગે) બધે ફરવું – ફરતું રહેવું; (વાતચીત ઇ૦) સરળતાથી ચાલવું; (પોશાક ઇ૦ અંગે) મોકળાશથી લટકવું; -માંથી વહી નીકળવું; રેલ આવવી. ના૦ વહેવું તે, વહેણ, પ્રવાહ; ભરતી, જુવાળ; રેલમ-

છેદ. ~ **chart, diagram,** કોઈ મિશ્ર કે સંકુલ પ્રવૃત્તિમાં માણસોની કે વસ્તુઓની હેરફેર અથવા કાર્યો(-ની નોંધ)નો નકશો.

flow'er (ફ્લાવર), ના૦ ફૂલ, પુષ્પ; [વનસ્પ.] બીજકોશ, પુષ્પકોશ; સપુષ્પ વનસ્પતિ; પુર બહારનો કાળ – સ્થિતિ; -નો શ્રેષ્ઠ ભાગ. ઉ૦ ક્રિ૦ ફૂલવું, ને ફૂલ આવવાં; ફૂલ પેદા કરવાં; ફૂલો (ની આકૃતિઓ)થી શણગારવું.

flow'ery (ફ્લાવરિ), વિ૦ વિપુલ ફૂલોવાળું, (ભાષા અંગે) અલંકાર પ્રચુર.

flown (ફ્લોન), **fly** નું ભૂ૦ કૃ૦.

flu (ફ્લૂ), ના૦. [વાત.] સળેખમ ઇ૦ સાથે તાવ, ઇન્ફ્લુએંઝા.

flu'ctuate (ફ્લકટ્યુએટ,- ચુ -), અ૦ ક્રિ૦ વારે વારે બદલાવું, બદલાયા કરવું, ચઢઊતર કરવી, અસ્થિર હોવું. **fluctua'tion** (એશન), ના૦.

flue (ફ્લૂ), ના૦ ધુમાડિયામાં ધુમાડો જવાનો રસ્તો–નળ; ઉષ્ણતાવાહક નળી.

flu'ent (ફ્લૂઅન્ટ), વિ૦ અસ્ખલિત-(પણે બોલનારું)), વિપુલ અને સજ્જ, વહેતું. **flu'ency** (–અન્સિ), ના૦.

fluff (ફ્લફ), ના૦ (કાંબળા ઇ૦ પરની) સુંવાળી રુવાંટી, પશમ; બોલવા કરવા ઇ૦માં ભૂલ. ઉ૦ ક્રિ૦ પોતાની જાતને અથવા પીંછાંને ખંખેરીને રૂવાંનો ઢગલો કરવો; [વિ. બો.] બોલવા ઇ૦માં ભૂલ કરવી. **flu'ffy** (ફ્લફિ), વિ૦.

flu'id (ફ્લુઇડ), વિ૦ પ્રવાહી, વહેતુ; ઘન, અક્કડ અથવા સ્થિર નહિ એવું; પરિવર્તનક્ષમ. ના૦ પ્રવાહી પદાર્થ; વાયુ કે પ્રવાહી; પ્રવાહી સ્રાવ. ~ **ounce,** પાઇન્ટનો વીસમો અથવા [અમે.] સોળમો ભાગ. **flui'dify** (–ડિફાઇ), ઉ૦ ક્રિ૦. **flui'dity** (–ડિટિ), ના૦.

fluke¹, (ફ્લૂક), ના૦ ઘેટા ઇ૦ના કલેજામાં થતો એક પરોપજીવી ચપટો કૃમિ; એક ચપટી માછલી.

fluke², ના૦ દૈવયોગ (થી થયેલો સારો તડાકો), સવળો પાસો. ઉ૦ ક્રિ૦ સવળો પાસો નાખવો – પડવો, અચાનક ફટકો મારવો. **flu'k(e)y** (ફ્લૂકિ), વિ૦.

flu'mmery (ફ્લમરિ), ના૦ એક જાતની મીઠાઈ; ઠાલાં વખાણ; અર્થહીન વાત, મૂર્ખામી.

flu'mmox (ફ્લમક્સ), સ૦ ક્રિ૦ [વાત.] ચકિત – અવાક – કરવું, મૂંઝવવું.

flung (ફ્લંગ), **fling** નો ભૂ૦ કા૦ તથા ભૂ૦ કૃ૦.

flunk (ફ્લંક), ઉ૦ ક્રિ૦ નિષ્ફળ કરવું – થવું, વિ૦ ક૦ પરીક્ષામાં નાપાસ કરવું – થવું.

flu'nkey (ફ્લંકિ), ના૦ [બહુધા અનાદર.] ગણવેશધારી દરવાન; સિપાઈ.

fluore'scence (ફ્લુઅરે'સન્સ), ના૦ સીધો પ્રકાશ ઇ૦ નાખવાથી કેટલાક પદાર્થોમાં પેદા થતો ચળકાટ, પ્રતિદીપ્તિ. **fluore'sce** (-રે'સ), અ૦ ક્રિ૦. **fluore'scent** (-રે'સન્ટ), વિ૦.

fluo'ridate (ફ્લુઅરિડેટ), સ૦ ક્રિ૦ પાણી કે દૂધના જાહેર પુરવઠામાં ફ્લુઅરાઇડ (ધાતુ સાથે ફ્લુઅરીનનો સમાસ) નાખવું. **fluorida'tion** (–ડેશન), ના૦.

fluo'ride (ફ્લુઅરાઇડ), ના૦ ફ્લુઅરીનનો ધાતુ સાથે સમાસ.

fluo'rine (ફ્લુઅરીન), ના૦ એક ધાતુ-ઇતર મૂળ તત્ત્વ, તીખા સ્વાદવાળો વસ્તુને ધીમે ધીમે ખાઈ જનાર એક વાયુ.

fluo'rspar (ફ્લુઅર્સ્પાર), ના૦ કૅલ્સિયમ ફ્લુઅરાઇડ (એક ખનિજ પદાર્થ).

flu'rry (ફ્લરિ), ના૦ પવનનો એકદમ સપાટો; ગરબડ, ધાંધલ; ક્ષોભ, ખળભળાટ. અ૦ ક્રિ૦ ધાંધલ કરવું; મૂંઝવણમાં નાખવું.

flush¹ (ફ્લશ), ઉ૦ ક્રિ૦ -નો ફુવારો ઉડાડવો – ઊડવો, બહાર ધસી આવવું; મોરી, જાજરૂ, ઇ૦ને પાણી ખખળાવીને ધોવું – સાફ કરવું; લોહી એકદમ ચડી આવવું – આવવાથી લાલચોળ થવું; શરમથી લાલચોળ થવું – કરવું. ના૦ પાણીનો ધસારો; લાગણીનો ઊભરો, ઉમળકો; મોરી, જાજરૂ, ખળકાવીને ધોવું તે; ચહેરા

પર એકદમ આવેલી લાલી, શરમના શેરડા; તાજગી, ઉત્સાહ, જોમ. વિ૦ પૂરેપૂરું ભરેલું; પૂર આવેલું; ખૂબ પૈસાદાર; સમતલ, સરખું, એક સપાટીવાળું.

flush², ના૦ [પત્તાં] એક રંગનાં પત્તાંનો -હાથ.

flush³, ઉ૦ ક્રિ૦ એકદમ ઊંચે ઊડવું - ઉડાડવું.

flu'ster (ફ્લસ્ટર), ૩૦ ક્રિ૦ મૂંઝવણમાં નાખવું, મૂંઝાવું; ક્ષુબ્ધ કરવું - થવું. ના૦ મૂંઝવણ, ક્ષોભ, ધાંધલ.

flute (ફ્લૂટ), ના૦ વાંસળી, પાવો, મોરલી; તે વગાડનારો; થાંભલા ઇ૦માં પાડેલી ઊભી ખાંચ. ઉ૦ ક્રિ૦ વાંસળી વગાડવી; વાંસળીના જેવા સૂરે કાઢીને સિસોટી વગાડવી - ગાવું; -માં ખાંચો પાડવી. **flu'ting** (-ટિંગ), ના૦.

flu'tter (ફ્લટર), ઉ૦ ક્રિ૦ પાંખો ફફડાવવી (ઝાઝું ઊડચા વિના); હળવે રહીને અથવા ઝડપથી આમતેમ ઊડવું; પાંખો ફફડાવતાં નીચે ઊતરવું; ક્ષુબ્ધ કરવું - થવું, ગભરાવવું ગભરાવું; અનિયમિતપણે હલાવવું - હાલવું. ના૦ પાંખો ફફડાવવા તે, ફફડાટ, ગભરાટ;, સૂરની માત્રામાં ઝડપી ફેરફાર; [વાત.] નાનકડી હોડ અથવા સટ્ટો.

flu'ty (ફ્લૂટિ), વિ૦ વાંસળીના અવાજ જેવું મૃદુ અને સ્પષ્ટ.

flu'vial (ફ્લૂવિઅલ), વિ૦ નદીઓનું - માં મળતું.

flux (ફ્લક્સ), ના૦ વહેવું તે; ભરતી, જુવાળ; સતત થતું પરિવર્તન - પરિવર્તનોની માલિકા; ધાતુ ઇ૦ને ઓગાળવા માટે તેમાં મેળવાતો પદાર્થ, ખાર.

fly¹ (ફ્લાઇ), ના૦ માખી, મક્ષિકા; માખીને લીધે વનસ્પતિમાં કે પ્રાણીઓમાં થતો એક રોગ, માખ; ખાજ માટે વપરાતી સાચી કે બનાવટી માખી. **~-blown**, સડેલું, કીડા પડેલું. **~catcher**, મખ્ખીમાર (પક્ષી). **~-spray**, માખીઓને મારી નાખવા છંટાતું પ્રવાહી. **~weight**, મુષ્ટિયુદ્ધમાં ૫૧ કિલો સુધીનું વજન.

fly², ઉ૦ક્રિ૦[**flew; flown** ફ્લોન]ઊડવું, હવામાં વિમાન ઇ૦માં (બેસીને)ઊડવું - જવું; વિમાન ચલાવવું; ફડફડવું, ધ્રૂજવું; (પતંગ) ઉડાડવું, ઊડચા કરવું; (ઝંડો) ફરકાવવો-ફરકવો; ખૂબ ઝડપથી પ્રવાસ કરવો; ઉતાવળ કરવી; ધસી જવું; છોડીને નાસી જવું. **let ~**, (અસ્ત્ર, અપશબ્દ, ઇ૦) છોડવું - ફેંકવું. ના૦ ઊડવું તે, ઉડ્ડાણ; [વિ૦ક૦ પાટલૂણનાં બોરિયાંના ગાજ઼ બટન ઢાંકવાની પટ્ટી, [બ૦વ૦માં] બંધ કરેલાં બોરિયાં; તંબૂના પ્રવેશ આગળનો પડદો, ધજાનો હવામાં ઊડતો છેડો; [રંગભૂમિ., બ૦વ૦માં] જ્યાંથી દશ્યો બદલવામાં આવે છે તે રંગમંચ ઉપરની જગ્યા. **~-half**, રુગ્બી ફુટબૉલનો એક રમનાર, હાફ઼-બૅક. **~leaf**, ચોપડીનું પહેલું કે છેવટનું કોરું પાનું. **~-over**, એક રસ્તાની ઉપરથી પસાર થતા બીજા રસ્તાવાળો પુલ. **~-past**, કોઈ વ્યક્તિ કે સ્થાન પાસે થઈને સલામી આપવા માટે વિમાનનું વિધિસર ઉડ્ડાણ. **~-post**, અનધિકૃત જગ્યાઓએ જાહેરખબરો વગેરે બતાવવી કે ચોઢવી (તે). **~-wheel**, યંત્રની ગતિ સમતોલ કરનાર અથવા ઊર્જા એકત્ર કરનાર ભારે ચક્ર.

fly³, વિ૦ જાણકાર, હોશિયાર.

flyer (ફ્લાઇઅર), જુઓ **flier.**

fly'ing (ફ્લાઇઇંગ), વિ૦ ઊડતું વગેરે. ના૦ ઊડવું તે. **~ boat**. વિમાન અને હોડી બંનેનું કામ આપનાર જહાજ. **~ bomb**, દારૂગોળાથી ભરેલું વિમાની વિનાનું કેવળ હવાને આધારે ચાલતું વિમાન. **~ buttress**, મકાનની બહારની દીવાલને આપેલો કમાનદાર ટેકો. **~ fish**, ઊડનમાછલી. **~ fox**, ફળ ખાનારું વાગોળ. **~ jump, leap**, દોડતા આવીને મારવાનો કૂદકો. **~ machine**, હવાથી ભારે એવું ઊડતું વિમાન. **~ officer**, વિમાનદળનો એક અમલદાર. **~ saucer**, આકાશમાં ક્યારેક ઊડતી દેખાતી કહેવાતી ત્રાસક. ઊડતી રકાબી. **~ squad**, શીઘ્ર ગતિવાળી પોલીસ ટુકડી. **~ start**, જેમાં આરંભબિંદુ આગળથી પુરજોસમાં જઈ શકાય એવો સ્ટાર્ટ. (આરંભ) **~ tackle**,

કુટબૉ.] દોડતાં કે કૂદકો મારતાં કરાતી પકડ.

F.M., સંક્ષેપ. Field Marshal; frequency modulation.

F.O., સંક્ષેપ. Flying Officer; [ઇતિ.] Foreign Office.

foal (ફોલ), ના૦ ઘોડાનો વછેરો – વછેરી, ગધેડાનું ખોલકું, ઇ૦. અ૦ક્રિ૦ (ઘોડી કે ગધેડીનું) વિયાવું.

foam (ફોમ), ના૦ ફીણ; વાદળી જેવું પોચું રબર અથવા પ્લાસ્ટિક. અ૦ક્રિ૦ ઉપર ફીણ આવવું – વળવું; મોઢે – ચામડી પર – ફીણ આવવું. **foa'my** (ફોમિ), વિ૦.

fob[1] (ફૉબ), ના૦ ઘડિયાળ ઇ૦ મૂકવાનું કમરપટામાંનું કે પાટલૂણમાંનું નાનું ખીસું.

fob[2], સ૦ક્રિ૦ છેતરવું, કપટ કરીને ગળે વળગાડવું.

fo'cal (ફોકલ), વિ૦ કેન્દ્રનું, કેન્દ્રમાં આવેલું. **~ length,** કાચ કે લેન્સનું કેન્દ્ર અને તેના કિરણકેન્દ્ર (ફોકસ) વચ્ચેનું અંતર, કેન્દ્રાન્તર.

fo'c's'le(ફોક્સલ), જુઓ **forecastle.**

fo'cus (ફોકસ), ના૦ [બ.વ. **~ es** અથવા **-ci** -સાઇ] પ્રતિબિંબિત અથવા પરાવર્તિત થયા પછી પ્રકાશનાં કિરણ જ્યાં એકઠાં મળે છે અથવા જ્યાંથી કિરણો નીકળતાં દેખાય છે તે બિંદુ, કિરણસંપાત બિંદુ; જ્યાંથી વસ્તુની સ્પષ્ટ અને ચોક્કસ પ્રતિમા મળી શકે તે બિંદુ; સ્પષ્ટ પ્રતિમા દેખાય તે માટે આંખ કે કાચની ગોઠવણ; કેન્દ્ર, મધ્ય, નાભિ. ઉ૦ક્રિ૦ એક કેન્દ્રમાં આણવું – આવવું, કાચ કે આંખનું ફોકસ બરાબર ગોઠવવું, મન ઇ૦ને કેન્દ્રિત કરવું – થવું. **in ~,** સ્પષ્ટ અને ચોક્કસ.

fo'dder (ફૉડર), ના૦ સૂકું ઘાસ, ચાર, ઇ૦. સ૦ક્રિ૦ ઢોરને ચારો નીરવો.

foe (ફો), ના૦ શત્રુ, દુશ્મન.

foe'tid (ફીટિડ), જુઓ **fetid.**

foe'tus (ફીટસ), ના૦ ગર્ભાશય કે ઈંડામાંનું બચ્ચું, ગર્ભ. **foe'tal** (-ટલ), વિ૦.

fog (ફૉગ), ના૦ ધુમ્મસ; ગાઢું ઝાંકળ; [ફોટો] વ્યકતીકૃત વ્યસ્ત ચિત્ર પર પ્રતિમાને ઝાંખી કરનારુ વાદળું. સ૦ક્રિ૦ ધુમ્મસથી – ધુમ્મસની જેમ – ઢાંકી દેવું, ઝાંખું કરવું, જેમ કે ફોટોની ઋણ પ્રતિમાને; મૂંઝવવું, ગૂંચવણમાં નાખવું. **~-horn,** ધુમ્મસમાં વહાણોને ચેતવણી આપવા વગાડાતું ભૂંગળું – બ્યૂગલ. **fo'ggy** (-ગિ), વિ૦.

fo'gy, fo'gey, (ફોગિ), ના૦ (**old**) **~**, જુનવાણી માણસ.

foi'ble (ફૉઇબલ), ના૦ દોષ, ખોડ, નબળાઈ.

foil[1] (ફૉઇલ), ના૦ ધાતુનું પાતળું પતરું, વરખ(નું પાનું); પ્રભાવર્ધક વસ્તુ, બીજીને ઉઠાવ આપનાર વસ્તુ.

foil[2] ઉ૦ક્રિ૦ નિષ્ફળ બનાવવું, ચાલવા–વળવા– ન દેવું, હરાવવું.

foil[3], ના૦ પટાબાજીમાં વપરાતી બૂઠી તલવાર.

foist, (ફૉઇસ્ટ), સ૦ક્રિ૦ ચોરીછૂપીથી અથવા ગેરકાયદે દાખલ કરવું – ઘુસાડી દેવું; છેતરીને પધરાવવું.

fold[1] (ફોલ્ડ), ના૦ ઘેટાંનો વાડો – નેસડો; ધર્મસંઘ, ચર્ચ; વિશ્વાસીઓનો સમુદાય. સ૦ક્રિ૦ (ઘેટાં ઇ૦ને) વાડામાં પૂરવું.

fold[2], ઉ૦ક્રિ૦ ગડી કરવી–વાળવી; કોઈ વસ્તુનો ભાગ વાળવો; વાળી શકાય તેવું હોવું, -ની ગડી વળાવી; વાળવું, વળવું; લપેટવું, વીંટવું, ઢાંકવું; બાથમાં લેવું, ભેટવું. ના૦ ગડી (વાળવી તે); ટેકરીઓ વચ્ચેનું પોલાણ–ખીણ; ગડી વાળવાથી પડેલી રેષા. **~ up,** ગડી વાળીને સુવ્યવસ્થિત કરવું. [વાત.] પડી ભાંગવું, નિષ્ફળ જવું.

fo'lder (ફોલ્ડર), ના૦ વાળેલો જાડો કાગળ અથવા પૂઠું, જેમાં છૂટાં કાગળિયાં રાખી શકાય છે.

folia'ceous (ફોલિએશસ), વિ૦ પાંદડાંનું–ના જેવું; ઉપર ઝીણું કાપડ વગેરે ચોઢેલું.

fo'liage (ફોલિઇજ), ના૦ પાંદડાં, પાલો.

fo'liate (ફોલિઅટ), વિ૦ પાંદડાં જેવું – વાળું. ઉ૦ક્રિ૦ (–એટ) -નાં છૂટાં સ્તર કે પાંદડાં પાડવાં. **folia'tion** (–એશન), ના૦.

fo'lio (ફોલિઓ), નામ૦ [બ૦વ૦ ~s] કાગળનું પાનું (પૃષ્ઠ નહિ); એક વાર વાળેલો-ગડી કરેલો કાગળનો તાવ; એવા તાવોનું બનેલું પુસ્તક. વિ૦ (ચોપડી અંગે) મોટા કદનાં પાનાંનું.

folk (ફોક), નામ૦ રાષ્ટ્ર, પ્રજા; [બ૦વ૦ માં] લોકો; સામાન્ય અથવા વિશિષ્ટ વર્ગના લોકો; સગાંસંબંધીઓ. **~ art, dance, song,** લોકકલા-નૃત્ય-ગીત. **~lore,** લોકોની પરંપરાગત માન્યતાઓ ઇ૦ (ની વિદ્યા). **~weave,** નાજુકાઈ વિનાનું શિથિલ વણાટનું જાડું કપડું.

fo'lksy (ફોક્સિ), વિ૦ સામાન્ય લોકોનાં લક્ષણોવાળું; લોકકળાનું.

fo'llicle (ફોલિકલ), નામ૦ નાની કોથળી અથવા કોશિકા, નાની ગ્રંથિ, રોમકૂપ. **folli'cular** (-ક્યુલર), વિ૦.

fo'llow (ફોલો), ઉ૦ક્રિ૦ -ની પાછળ જવું-આવવું-ચાલવું, અનુસરવું; અનુયાયી કે અનુગામી પૂરો પાડવો; -નું પરિણામ આવવું; -નું વારસ તરીકે આવવું; -માંથી પરિણમવું-નીપજવું; માર્ગદર્શક તરીકે લેવું; -નો અર્થ સમજવો; વર્તમાન સ્થિતિ કે પ્રગતિથી માહિતગાર હોવું-નું ભાન હોવું; -નું અનિવાર્ય અનુમાન હોવું. **~ on,** ચાલુ રાખવું; [ક્રિ.] તરત જ બીજી વારની બૅટિંગ કરવી. **~ suit,** પ્રથમ ઊતરેલા પત્તાના રંગનું જ પત્તું નાખવું; [લા.] આગળના માણસે કર્યું હોય તેમ જ કરવું. **~ through,** કામ વગેરે છેવટ સુધી ચાલુ રાખવું. **~up,** ચીવટથી પાછળ પડવું - પડીને પૂરું કરવું; કશુંક વધારવું - વધારીને આગળ વિકસાવવું.

fo'llower (ફોલોઅર), નામ૦ અનુયાયી, શિષ્ય.

fo'llowing (ફોલોઇંગ), નામ૦ અનુયાયીઓ. વિ૦ હવે પછી આવતું, નિમ્નલિખિત.

fo'lly (ફોલિ), નામ૦ મૂર્ખતા; મૂર્ખતાવાળું કૃત્ય-વર્તન-કલ્પના, ઇ૦; ભારે ખરચાળ (નકામું ગણાતું) મકાન.

fome'nt (ફમે'ન્ટ), સ૦ક્રિ૦ દવાવાળા ગરમ પાણીથી ધોવું-ઝારવું, શેકવું; ઉત્તેજિત કરવું; ઉશ્કેરવું. **fomenta'tion** (-ટેશન), નામ૦.

fond (ફૉન્ડ), વિ૦ ભાવનાશીલ, હેતાળ, માયાળુ; -ની પાછળ ઘેલું; મૂર્ખતાભરી આશા કે વિશ્વાસવાળું, ભોળું. **~ of,** -નું ઘણું શોખીન, -ને ખૂબ ચાહનારું.

fo'ndant (ફૉન્ડન્ટ), નામ૦ એક જાતની સુગંધી પોચી મીઠાઈ.

fo'ndle (ફૉન્ડલ), ઉ૦ક્રિ૦ લાડ લડાવવાં, પંપાળવું.

fo'ndue (ફૉન્ડ્યૂ), નામ૦ ઓગાળેલા સુગંધી પનીરની એક વાની.

font (ફૉન્ટ), નામ૦ બાપ્તિસ્માના પાણીનું - તીર્થનું-પાત્ર.

food (ફૂડ), નામ૦ અન્ન, ખોરાક; પોષણ (વનસ્પતિ, ચામડી, ઇ૦ માટે). **~ poisoning,** ખોરાકમાં બૅક્ટીરિયા કે ઝેરને કારણે માંદગી. **~stuff,** ખોરાકની ચીજ.

fool[1] (ફૂલ), નામ૦ મૂર્ખ-બેવકૂફ-જડબુદ્ધિવાળું-માણસ, બાઘો; [ઇતિ.] મશ્કરો, વિદૂષક; છેતરાયેલું માણસ. **play the ~,** વિદૂષકવેડા કરવા. ઉ૦ક્રિ૦ મૂર્ખાની જેમ વર્તવું, -ની સાથે ચેડા કરવા; છેતરવું; છેતરીને પૈસા કઢાવવા. **~proof,** જેમાં કોઈ (મૂર્ખ માણસ) પણ ભૂલ ન કરી શકે - જેનો દુરુપયોગ ન કરી શકે - એટલું સાદું અને સરળ. **~'s errand,** મિથ્યા પ્રવૃત્તિ. **~'s paradise,** ભ્રામક સુખ.

fool[2], નામ૦ બાફીને વાટેલા ફળનો રસ, દૂધ, મલાઈ, ઇ૦ની વાની.

foo'lery (ફૂલરિ), નામ૦ મૂર્ખામી, બેવકૂફી; મૂર્ખામીવાળું કામ-વર્તન,

foo'lhardy (ફૂલહાર્ડિ), વિ૦ અવિચારી જોખમ ખેડનાર, અતિ સાહસિક.

foo'lish (ફૂલિશ), વિ૦ મૂર્ખ, બેઅક્કલ, અવિવેકી, મૂઢ; બેવકૂફીભરેલું.

foo'lscap (ફૂલ્સ્કૅપ), નામ૦ ૩૦૦ × ૨૦૦ (અથવા ૪૦૦) મિ. મી. માપનો કાગળ.

foot (ફુટ), નામ૦ [બ૦ વ૦ **feet** ફીટ] પગ, ચરણ; પગલું, ડગલું; ચાલ; [ઇતિ.] પાયદળ; વૃત્તનો ગણ; ૧૨ ઇંચનું માપ, ફૂટ;

નીચેનો ભાગ – છેડો, તળેટી. **on ~**, પગપાળું, ચાલુ. **~** સ૰ ક્રિ૰ (બિલ) ચૂકવવું. **~-and-mouth (disease)**, ઢોરોનો એક ચેપી રોગ. **~fall**, પગલાનો અવાજ. **~hill**, પર્વતની કે ગિરિમાળાની તળેટીએ આવેલી ટેકરી. **~hold**, ચડતાં પગ મૂકવાનો આધાર. **~lights**, રંગમંચની સામેના પ્રેક્ષકોની બાજુથી ઢાંકેલા દીવા. **~loose**, મરજી મુજબ વર્તવાની છૂટવાળું. **~man**, ગણવેશધારી નોકર. **~mark**, પગલાંની છાપ, **~note**, પાદટીપ. **~path**, પગથી. પગદંડી. **~plate**, એંજિનમાં ડ્રાઇવર અને કોલસાવાળા માટેનો ઓટલો. **~print**, પગલાની કે જોડાની છાપ. **~-rule**, ફૂટપટ્ટી. **~sore**, ચાલવાથી પગે સોજો આવ્યો હોય એવું. **~step**, પાદચિહ્ન; ચાલ. **~stool**, પગ મૂકવાની બાજઠ, પાદપીઠ.

foo'tball (ફુટબૉલ), ના૰ હવા ભરીને ફુલાવેલો ચામડાનો મોટો દડો, તેને પગે ઠોકર મારીને રમવાની રમત. **foo'tballer** (-લર), ના૰.

foo'ting (ફુટિંગ), ના૰ પગ મૂકવાનો આધાર; સુરક્ષિત જગ્યા; બીજાઓની સાથેનો સંબંધ, (તેમની તુલનામાં) સાપેક્ષ સ્થિતિ કે પ્રતિષ્ઠા.

foo'tle (ફૂટલ), અ૰ ક્રિ૰ [વિ૰ બો૰] -ની સાથે ચેડા–રમત–કરવી; મૂર્ખાની જેમ વર્તવું.

foo'tling (ફૂટ્લિંગ), વિ૰ તુચ્છ, નગણ્ય, મૂર્ખામીવાળું.

fop (ફૉપ), ના૰ લાલો, છેલછબીલો, વરણાગિયો. **fop'pery** (-પરિ), ના૰. **fop'pish** (-પિશ), વિ૰.

for (ફર. ભાર દેવા ફૉ-), નામ૰ અ૰ -ને માટે, -ના બચાવમાં કે તરફેણમાં; -ના પ્રતિનિધિ તરીકે; -ની કિંમતે; -ના ઉદ્દેશથી; દરમ્યાન; -ને વિષે; -ની દિશામાં; -ને લીધે – કારણે; તેમ છતાં, તોપણ. ઉભ૰ અ૰ (આ બધું) જોતાં, કારણ કે.

fo'rage (ફૉરિજ), ના૰ ઘોડા કે ઢોર માટે ઘાસ, ચારો, દાણો, ઇ૰ (ભેગો કરવો તે). ઉ૰ ક્રિ૰ ઘાસચારો ઇ૰ ઉઘરાવવું–ભેગું કરવું – જબરદસ્તીથી કઢાવવું; (-ને માટે) શોધ કરવી. **~-cap**, પાયદળના સિપાઈની ટોપી.

fo'ray (ફૉરે), ના૰ અને અ૰ ક્રિ૰ હુમલો, ચડાઈ, આક્રમણ (કરવું).

forba'd(e) (ફરૅબૅડ), જુઓ **forbid.**

for'bear[1], **for'ebear** (ફૉરબેઅર), ના૰ [બહુધા બ૰ વ૰માં] પૂર્વજ, વડવો.

forbear'[2], ઉ૰ ક્રિ૰ [**forbore**, ફરબોર, **forborne** -બૉર્ન] (કશુંક) કરતાં અટકવું, બંધ કરવું; ધીરજ રાખવી. **forbear'ance** (-રન્સ), ના૰. **forbear'ing** (-રિંગ), વિ૰.

forbi'd (ફરૂબિડ), સ૰ ક્રિ૰ [**-bad(e)** -બૅડ; **-bidden** -બિડન] ન કરવાનો હુકમ કરવો, કરવાની રજા ન આપવી, રોકવું, ન કરવા દેવું.

forbi'dding (ફરૂબિડિંગ), વિ૰ ઘૃણાસ્પદ; અનાકર્ષક; કઠોર, કડક.

force (ફૉર્સ), ના૰ બળ, શક્તિ, શારીરિક કે માનસિક; જોર, જબરદસ્તી; જોરદાર પ્રયત્ન; સેના; [બ૰ વ૰માં] લશ્કર; પોલીસદળ; અનિવાર્યતા; વગ, પ્રભાવ; અસરકારકપણું. સ૰ ક્રિ૰ જબરદસ્તી કરવી – થી કરાવવું, ફરજ પાડવી; તાણવું; અતિશય મહેનત કરવી; આગ્રહ કરવો; જોર વાપરીને (તાળું, બારણું) ઉઘાડવું; ચલાવવું, હાંકવું; કૃત્રિમ ઉપાયથી પકવવું – પરિપકવ બનાવવું; ઉપર લાદવું – દબાણ કરવું; પ્રયત્નપૂર્વક કરવું – પેદા કરવું. **~-feed,** (કેદી ઇ૰ને) જબરદસ્તીથી ખવડાવવું. **~ person's hand,** અકાળે અથવા અનિચ્છાએ કશુંક કરવાની ફરજ પાડવી. **~ the pace,** શરતમાં ખૂબ ગતિ વધારવી. **forced landing,** કશીક કટોકટીને લીધે વિમાનનું પરાણે ઉતરાણ. **forced march,** ખાસ પ્રયત્નપૂર્વક કરવાની કૂચ.

for'ceful (ફૉર્સ્ફુલ), વિ૰ બળવાન, જોરદાર; અસરકારક.

force majeur'e (ફોર્સ માઝર), ના૦ પોતાના કાબૂ બહારની વાત; અનિવાર્ય જબરદસ્તી.

for'cemeat (ફોર્સ્મીટ), ના૦ પૂરણ માટે મસાલો ઇ૦ નાખીને તૈયાર કરેલો માંસનો છૂંદો.

for'ceps (ફોર્સે'પ્સ), ના૦ [બ૦ વ૦ એ જ] શસ્ત્રવૈદ્યનો ચીપિયો; ચીપિયા જેવી ઈન્દ્રિય.

for'cible (ફોર્સિબલ), વિ૦ સબળ, જબરું; જબરદસ્તીવાળું – થી કરેલું.

ford (ફોર્ડ), ના૦ નદી ઇ૦ (ચાલીને) પાર કરવાની જગ્યા, ઉતાર, તીર્થ. સ૦ક્રિ૦ ઉતાર આગળ (નદી ઇ૦) પાર કરવું.

fore (ફોર), ક્રિ૦વિ૦ સામે(ની બાજુએ). વિ૦ સામે(ની બાજુ)નું. ના૦ સામેની કે આગળની બાજુ; વહાણનો મોરો; ઉદ્ગાર. [ગોલ્ફ] દડો દોડતો જતો હોય તે અંગે સૂચના. **to the ~**, આગળ પડતું, મોખરે. **~ and aft,** (સઢ અને દોરડાં અંગે) લંબાઈની દિશામાં મૂકેલું, પરબાણ પર નહિ.

for'earm[1] (ફોર્આર્મ), ના૦ કોણીથી પહોંચા અથવા આંગળાનાં ટેરવા સુધીનો હાથ.

forear'm[2] (ફોરાર્મ), સ૦ક્રિ૦ આગળથી શસ્ત્રસજ્જ કરવું.

forebear' (ફર્બે'અર), જુઓ **forbear'**.

forebo'de (ફર્બોડ), સ૦ક્રિ૦ અગાઉથી સૂચના કરવી–ખબર હોવી, વિ૦ક૦ ભાવી અનિષ્ટની. **forebo'ding** (–ડિંગ), ના૦ ભાવીનું સૂચન, અપશકુન.

for'ecast (ફોર્કાસ્ટ), સ૦ક્રિ૦ [**-cast** અથવા **-casted**] અગાઉથી અનુમાન કરવું – અંદાજ કાઢ . ના૦ વર્તારો, અંદાજ, વિ૦ ક૦ હવામાનનો.

for'ecastle, fo'c's'le, (ફોક્સલ), ના૦ વેપારી જહાજનો તૂતક નીચેનો આગળનો ભાગ, ત્યાં ખારવાઓની રહેવાની જગ્યા.

foreclo'se (ફોર્ક્લોઝ઼) ઉ૦ ક્રિ૦ અટકાવવું, બંધ કરવું; દેવાની રકમ ન ચૂકવવાને કારણે ગીરો મૂકેલી મિલકત છોડવવાનો હક રદ કરવો–તેનો કબજો લેવો. **foreclo'sure** (-ઝર), ના૦.

for'ecourt (ફોર્કોર્ટ), ના૦ મકાન આગળનું આંતરેલું આંગણું, પેટ્રોલ સ્ટેશનનો પેટ્રોલ ભરવાનો ભાગ.

foredoo'm (ફોર્ડૂમ), સ૦ ક્રિ૦ -નું ભાવિ અગાઉથી નક્કી –નિયત–કરવું.

for'efather (ફોર્ફાધર), ના૦ પૂર્વજ, મૂળ પુરુષ; [બ૦ વ૦માં] બાપદાદાઓ.

for'efinger (ફોર્ફિંગર), ના૦ તર્જની.

for'efoot (ફોર્ફુટ), ના૦ [બ૦ વ૦ **-feet**] જનાવરનો આગળનો પગ.

fore'front (ફોર્ફ્રન્ટ), ના૦ સૌથી આગળનો ભાગ.

forego' (ફોર્ગો), ઉ૦ ક્રિ૦ [**-went; -gone** -ગૉન] -ની પૂર્વે કે પહેલાં જવું. **foregone conclusion,** આવશ્યક હકીકત કે પુરાવા વિના બાંધેલો અભિપ્રાય – કરેલો નિર્ણય; અગાઉથી સહેજે જોઈ શકાય એવું પરિણામ. **for'egoing** (-ગોઇંગ), વિ૦ ઉપર–અગાઉ – જણાવેલું.

for'eground (ફોર્ગ્રાઉન્ડ),ના૦ ચિત્રનો જોનારની નજર પાસેનો ભાગ, અગ્રભૂમિ.

for'ehand (ફોર્હેન્ડ), વિ૦ અને ના૦ [ટેનિસ ઇ૦] સામાવાળા તરફ હથેલી ફેરવીને મારેલો (ફટકો).

for'ehead (ફોરિડ, ફોર્હે'ડ), ના૦ કપાળ, લલાટ.

fo'reign (ફોરિન), વિ૦ પરદેશ કે પરભાષાનું, પરદેશી; બીજા પ્રદેશ કે સમાજનું; ભિન્ન, અથવા અપ્રસ્તુત; દેશમાં બહારથી દાખલ કરેલું.

fo'reigner (ફોરિનર), ના૦ પારકા દેશમાં જન્મેલું અથવા રહેનાર, પારકી ભાષા બોલનાર.

foreknow' (ફર્નો), સ૦ ક્રિ૦ [**-knew** -ન્યૂ; **-known** -નોન] અગાઉથી જાણવું. **foreknow'ledge** (-નૉલિજ), ના૦.

for'eland (ફોર્લન્ડ), ના૦ ભૂશિર, શૈલાન્તરીપ.

for'eleg (ફૉરલે'ગ), ના૦ જાનવરનો આગળનો પગ.

for'elock (ફૉર્લૉક), ના૦ કપાળની ઉપરની બાજુનો વાળનો ગુચ્છો.

for'eman (ફૉર્મન), ના૦ [બ૦ વ૦ **-men**] પંચ કે જૂરીનો પ્રમુખ, સરપંચ; વડો કારીગર, મુકાદમ.

for'emast (ફૉર્માસ્ટ), ના૦ વહાણનો આગળનો (નીચલો) ડોલકૂવો.

for'emost (ફૉર્મોસ્ટ), વિ૦ પહેલું (સ્થાન કે ક્રમમાં); મુખ્ય, શ્રેષ્ઠ. ક્રિ૦ વિ૦ પ્રથમ, સૌથી પહેલું.

for'ename (ફૉર્નેમ), ના૦ પહેલું-વ્યક્તિનું પોતાનું-નામ (કુટુંબનું નહિ).

for'enoon (ફૉર્નૂન), ના૦ [પ્રા૦] બપોર પહેલાંનો સમય, સવાર (૯ થી ૧૨).

fore'nsic (ફરે'ન્ઝિક), વિ૦ ન્યાયની અદાલતનું -માં વપરાતું, ન્યાયાલયીન. **~ medicine,** વૈદકીય જ્ઞાનનો કાનૂની સવાલોમાં ઉપયોગ.

foreordai'n (ફૉર્ઑર્ડેન), સ૦ ક્રિ૦ અગાઉથી નિયત કરવું – ઠરાવી રાખવું.

for'erunner (ફૉર્રનર), ના૦ પૂર્વગામી. અગ્રદૂત, આગામી ઘટનાનું સૂચક ચિહ્ન.

for'esail (ફૉર્સેલ), ના૦ આગળની (નીચલી) ડોળકાઠી પરનું મુખ્ય સઢ.

foresee' (ફૉર્સી). સ૦ ક્રિ૦ [**-saw** -સૉ; **-seen** –સીન] આગળથી જોવું – જાણવું.

foresha'dow (ફૉર્શેડો), સ૦ ક્રિ૦ (આગામી ઘટનાનું) પૂર્વ સૂચન અથવા ચેતવણી હોવી.

for'eshore (ફૉરશૉર), ના૦ ભરતી અને ઓટની મર્યાદાઓ વચ્ચેનો કિનારો.

foreshor'ten (ફૉર્શૉર્ટન), સ૦ ક્રિ૦ અંતરને કારણે નાની દેખાતી વસ્તુને તેવી જ બતાવવી – ચીતરવી.

foreshow' (ફૉર્શો), સ૦ ક્રિ૦ [ભૂ૦ કૃ૦ **-shown**] ભવિષ્ય ભાખવું. ભાવીની સૂચના આપવી, આગમચથી જણાવવું.

for'esight (ફૉર્સાઇટ), ના૦ આગળથી જોવું-જાણવું-તે; દૂરંદેશી, અગમચેતી.

for'eskin (ફૉર્સ્કિન), ના૦ શિશ્નના ફૂલ પરની ઢીલી ચામડી, શિશ્નાગ્રચ્છદ.

fo'rest (ફૉરિસ્ટ), ના૦ વન, જંગલ. સ૦ ક્રિ૦ -માં ઝાડ રોપવાં, (-નું) જંગલ બનાવવું.

foresta'll (ફૉર્સ્ટૉલ), સ૦ ક્રિ૦ કોઈ બાબતનો અગાઉથી નિકાલ કરવો, બીજો કરે તે પહેલાં કરી નાખવું અને તેને ફાવવા ન દેવું.

fo'rester (ફૉરિસ્ટર), ના૦ જંગલનો (હવાલો સંભાળનાર) અધિકારી; જંગલ-નિવાસી.

fo'restry (ફૉરિસ્ટ્રિ), ના૦ જંગલો (ની વ્યવસ્થા), વનસંવર્ધન વિદ્યા.

for'etaste (ફૉર્ટેસ્ટ), ના૦ સુખ કે દુઃખનો અગાઉથી અંશતઃ અનુભવ (લેવો તે), પૂર્વાનુભવ. સ૦ક્રિ૦ (–ટેસ્ટ) અગાઉથી ચાખવું, પૂર્વાનુભવ લેવો.

forete'll (ફૉર્ટે'લ), સ૦ક્રિ૦ [**-told** –ટોલ્ડ] ભવિષ્ય ભાખવું, વર્તારો કરવો; -નું પૂર્વચિહ્ન–અગ્રદૂત–હોવું.

for'ethought (ફૉર્થૉટ), ના૦ અગમ-ચેતી, દૂરઅંદેશી; પાકો ઇરાદો.

fore'ver (ફરે'વર), ક્રિ૦વિ૦ હંમેશાં, સતત.

forewar'n (ફૉર્વૉર્ન), સ૦ક્રિ૦ અગાઉથી ચેતવણી આપવી.

forew'ent (ફર્વે'ન્ટ), **forego** નો ભૂ૦કા૦

for'ewoman (ફૉર્વુમન), ના૦ [બ૦વ૦ **-women** –વિમિન] પંચ કે જૂરીની સ્ત્રી પ્રમુખ; સ્ત્રી (કામગારોની) મુકાદમ.

for'eword (ફૉર્વર્ડ), ના૦ પ્રસ્તાવના, ઉપોદ્ઘાત.

for'feit (ફૉર્ફિટ), વિ૦ ગુના કે દોષને કારણે ગુમાવેલું-જપ્ત. ના૦ ગુમાવેલી વસ્તુ; દંડ, સજા. સ૦ ક્રિ૦ સજા તરીકે અથવા કશાકના અનિવાર્ય પરિણામ તરીકે (મિલકત ઇ૦) ગુમાવવું-આપી દેવું. **for'-feiture** (–ફિચર), ના૦.

forfe'nd (ફર્ફે'ન્ડ) સ૦ ક્રિ૦ [પ્રા.] ટાળવું, વારવું.

forga'ther (ફોર્ગૅધર), ઉ૦ ક્રિ૦ એકત્ર મળવું, ભેગા થવું; -ની સાથે જોડાવું.

forga've (ફર્ગેવ), **forgive**નો ભૂ૦કા૦.

forge[1] (ફૉર્જ), અ૦ ક્રિ૦ ધીમે ધીમે આગળ વધવું. ~ **ahead,** શરતમાં આગેવાની લેવી, ઝડપથી આગળ વધવું.

forge[2], ના૦ ધાતુ ગાળવાની કે શુદ્ધ કરવાની ભઠ્ઠી(વાળું કારખાનું). ઉ૦ ક્રિ૦ ભઠ્ઠીમાં તપાવીને હથોડા વતી ટીપીને આકાર આપવો – ઘડવું; છેતરવા માટે બનાવટી (દસ્તાવેજ ઇ૦) કરવું.

for'gery (ફૉર્જરિ), ના૦ બનાવટી દસ્તાવેજ (કરવો તે).

for'get (ફર્ગે'ટ), ઉ૦ ક્રિ૦ [**-got** -ગૉટ; **-gotten** -ગૉટન] ભૂલી જવું; -ની ઉપેક્ષા–અવગણના–કરવી. -નો વિચાર કરવાનું છોડી દેવું. **~-me-not,** નાનાં વાદળી ફૂલોવાળો એક છોડ. ~ **oneself,** પોતાના હિતની ઉપેક્ષા કરવી, પોતાને ન છાજે એવી રીતે વર્તવું.

forge'tful (ફર્ગે'ટ્ફુલ), વિ૦ ભુલકણું, વીસરભોળું.

forgi've (ફર્ગિવ), સ૦ ક્રિ૦ [**-gave** -ગેવ; **-given** -ગિવન]. દરગુજર કરવું, ક્ષમા કરવી; (દેવું ઇ૦) જતું કરવું. **forgi'veness** (-વ્નિસ), ના૦.

forgo' (ફર્ગો); સ૦ ક્રિ૦ [**-went** -વે'ન્ટ; **-gone** -ગૉન] વિના ચલાવવું, જતું કરવું; છોડી દેવું.

fork (ફૉર્ક), ના૦ ખોદવા ઇ૦ માટેનું દાંતાવાળું ઓજાર. જેટી, સળકું; રસોઈમાં કે ખાવા માટે વપરાતો દાંતાવાળો કાંટો; ફાટા કે શાખાઓ ફૂટવી તે, તે ફૂટવાની જગ્યા; સાઇકલના ચોકઠાનો પૈડાંને આધાર આપનારો ચિમટો. ઉ૦ ક્રિ૦ ફાંટા ફૂટવા, શાખાઓ પડવી; પંજેટી વડે ખોદવું; રસ્તા ફંટાય ત્યાંથી એક રસ્તો લેવો. **~-lift (truck),** સામાન ઉપાડવા માટે આગળ પંજેટીવાળી માલવાહક ટ્રક–ખટારો. ~ **out,** [વિ૦બો૦] પૈસા ચૂકવવા, બહુધા અનિચ્છાએ.

forlor'n (ફર્લૉર્ન), વિ૦ તજી દીધેલું, પરિત્યક્ત; દયાજનક સ્થિતિમાં. ~ **hope,** મરણિયા થઈ ને ખેડેલું સાહસ, રહીસહી નજીવી આશા.

form (ફૉર્મ), ના૦ આકાર, ઘાટ, આકૃતિ; વિવિધ ભાગોની રચના – ગોઠવણ; દૃશ્ય રૂપ; વસ્તુનું સ્વરૂપ; જાતિ, પ્રકાર; શાળાનો વર્ગ–ધોરણ; શબ્દોનો નિયત ક્રમ; પૂરવાની ખાલી જગ્યા(ઓ)વાળું પત્રક–ફારમ; ઔપચારિકતા; રૂઢ આચાર કે શિષ્ટાચાર; (ઘોડો, પહેલવાન, ઇ૦ અંગે) કાર્યક્ષમ અને તંદુરસ્ત સ્થિતિ; આંકડો. ઉ૦ ક્રિ૦ -ને આકાર–ઘાટ–આપવો, ઘડવું; આકાર લેવો; ઘટ્ટ થવું–થઈ ને આકાર લેવો; -નો સરવાળો થવો, -નું બનવું–થવું; [લશ્કર.] અમુક વ્યૂહ-રચનામાં ગોઠવવું–ગોઠવાવું.

for'mal (ફૉર્મલ), વિ૦ બાહ્ય રૂપ કે આકારનું–ને લગતું; અમુક માન્ય રૂપો કે નિયમો પ્રમાણેનું, વિધિપૂર્વકનું, રૂઢ આચાર પ્રમાણેનું; ઔપચારિક, યાંત્રિક; અક્કડ, શુષ્ક, ભાવના વિનાનું.

forma'ldehyde (ફૉર્મલ્ડિહાઇડ), ના૦ બગાડ કે કોહવાણ રોકનારું જંતુ-વિનાશક રંગહીન ગૅસનું દ્રાવણ.

for'malin (ફૉર્મલિન), ના૦ એ ગૅસનું પાણી સાથેનું મિશ્રણ.

for'malism (ફૉર્મલિઝ્મ), ના૦ શિષ્ટાચારનું કડક પાલન–આગ્રહ. **for'malist** (-લિસ્ટ), ના૦.

forma'lity (ફૉર્મૅલિટિ), ના૦ ઔપચારિકતા, ઔપચારિક વિધિ; ટાપટીપ; ચોકસાઈ.

for'malize (ફૉર્મલાઇઝ઼), સ૦ ક્રિ૦ -ને ચોક્કસ આકાર કે કાયદેસરનું સ્વરૂપ આપવું, ઔપચારિક બનાવવું.

for'mat (ફૉર્મૅટ), ના૦ ચોપડી ઇ૦નો આકાર અને કદ; ગોઠવણી કે રચનાની શૈલી અથવા રીત.

forma'tion (ફૉર્મેશન), ના૦ રચના–બનાવટ–(કરવી–થવી–તે); બનાવેલી વસ્તુ;

જુદા જુદા ભાગોની કે એકમોની બનાવેલી રચના કે સંગઠન; લશ્કરની ગોઠવણી–વ્યૂહરચના; [ભૂસ્તર.] સમાન લક્ષણોવાળા ખડકો કે સ્તરોનું જૂથ–સમૂહ.

for'mative (ફૉર્મેટિવ), વિ૦ બનાવવાના–ઘડવાના–કામનું; આકાર કે રૂપ આપનારું; (કાળ ઇ૦ અંગે) ઘડતરનું.

for'mer (ફૉર્મર), વિ૦ અગાઉનું, પૂર્વોક્ત. સર્વ૦ બેમાંથી પહેલું અથવા પહેલાં ઉલ્લેખ કરેલું.

for'merly (ફૉર્મર્લિ), ક્રિ૦વિ૦. જૂના વખતમાં, અગાઉ.

for'mic (ફૉર્મિક), વિ૦. **~ acid,** કીડીઓમાંથી નીકળતા પ્રવાહીમા મળી આવતું એક રંગહીન દાહક હવામાં ઊડી જનારું અમ્લ, પિપીલિકામ્લ.

for'midable (ફૉર્મિડબલ), ના૦ ભયાનક; જબરું, જોરાવર, દુર્ધર્ષ, દુર્નિવાર.

for'mless (ફૉર્મ્લિસ), વિ૦ ચોક્કસ કે નિયમિત આકાર વિનાનું; નિરાકાર.

for'mula (ફૉર્મ્યુલે), ના૦ [બ.વ. **~e** ઉ. -લી અથવા **~s**] શબ્દો કે ચિહ્નોની એક વિશિષ્ટ નિશ્ચિત રચના, વ્યાખ્યા; નુસખો, કૃતિ, કોઈ વસ્તુ બનાવવાની રીત; [ગ.] સૂત્ર; શરતની (મોટર) ગાડીઓનું વર્ગીકરણ, વિ૦ક૦ એંજિનની ક્ષમતા (**capacity**) અનુસાર.

formula'ic (ફૉર્મ્યુલેઇક), વિ૦ કેવળ નુસખો ઇ૦.

for'mulary (ફૉર્મ્યુલરિ), વિ૦ અને ના૦ નુસખા, સૂત્રો, કૃતિઓ, ઇ૦(નો સંગ્રહ).

for'mulate (ફૉર્મ્યુલેટ), સ૦ ક્રિ૦ નુસખા કે સૂત્રના રૂપમાં મૂકવું; વ્યવસ્થિતપણે અને સ્પષ્ટપણે રજૂ કરવું. **formula'tion** (-લેશન), ના૦.

for'nicate (ફૉર્નિકેટ), અ૦ક્રિ૦ અપરિણીત સ્ત્રીપુરુષ સાથે સંભોગ કરવો.

fornica'tion (-કેશન), ના૦ અપરિણીત સ્ત્રીપુરુષોનો સ્વેચ્છાએ સંભોગ. **for'nicator** (-કેટર), ના૦.

forsa'ke (ફર્સેક), સ૦ ક્રિ૦ [**forsook** -સુક; **forsaken** -સેકન] છોડી દેવું, -નો ત્યાગ કરવો, તજવું, પરિત્યાગ કરવો, છોડીને જતા રહેવું.

forsoo'th (ફર્સૂથ), ક્રિ૦ વિ૦ [પ્રા.] ખરેખર, સાચે જ.

forswear' (ફર્સ્વે'અર), સ૦ ક્રિ૦ [**forswore** -સ્વૉર; **forsworn** -સ્વૉર્ન] સમ ખાઈ ને છોડી દેવું, -નો ત્યાગ કરવો. **~ oneself,** ખરું બોલવાના સમ ખાઈ ને ખોટું બોલવું, ખોટા સમ ખાવા; **for'sworn** (-સ્વૉર્ન), વિ૦ ખોટા સમ ખાધા હોય એવું.

forsy'thia (ફૉર્સાઇથિઅ), ના૦ ચળકતાં પીળાં ફૂલવાળો એક શોભાનો છોડ.

fort (ફૉર્ટ), ના૦ કિલ્લો; કિલેબંધીવાળી ઇમારત અથવા જગ્યા; [ઇતિ૦] વેપારનું મથક.

for'te[1] (ફૉર્ટે), ના૦ માણસની કોઈ વિશેષ આવડત – બળનું સ્થાન.

for'te[2] (ફૉર્ટિ), વિ૦, ક્રિ૦વિ૦ અને ના૦ [સં.] મોટેથી ગાવાની (સંગીત ચીજ).

forth (ફૉર્થ), ક્રિ૦વિ૦ આગળ; ઘરની બહાર; હવે પછી, આગળ. **~coming,** થોડાજ વખતમાં બહાર આવનારું – પડનારું, પાસે આવતું, આગામી; જોઈએ ત્યારે તૈયાર થયેલું, સમયસરનું; માહિતી આપનારું; પ્રતિસાદ આપનારું. **~right,** સરળ, નિખાલસ; સ્પષ્ટવક્તા; નિશ્ચયાત્મક, નિર્ણાયક. **~with,** તત્કાળ, વિના વિલંબે.

for'tieth (ફૉર્ટિએ'થ), જુઓ **forty.**

fortifica'tion (ફૉર્ટિફિકેશન), ના૦ કિલેબંધી (કરવી તે); [બહુધા બ૦વ૦માં] રક્ષણ માટેનાં બાંધકામો.

for'tify (ફૉર્ટિફાઇ), સ૦ક્રિ૦ મજબૂત બનાવવું, કોટકિલ્લાથી સજ્જ કરવું; દારૂને (આલ્કહોલ નાખી) કડક બનાવવો; ખોરાકમાં વધારાનાં પોષક તત્ત્વો ઉમેરવાં.

forti'ssimo (ફૉર્ટિસિમો), વિ૦, ક્રિ૦ વિ૦ અને ના૦ ખૂબ મોટેથી ગાવા(વગાડવા)ની ચીજ.

for'titude (ફૉર્ટિટ્યૂડ), ના૦ દરદ કે સંકટમાં ધૈર્ય, હિંમત.

for'tnight (ફૉર્ટ્નાઇટ), નાo પખવાડિયું.
for'tnightly (ફૉર્ટ્નાઇટ્લિ), વિo, ક્રિoવિo, અને નાo પખવાડિયે એક વાર (થતું – કરાતું – બહાર પડતું)(છાપું),પાક્ષિક.
For'tran (ફૉર્ટ્રૅન), નાo ગણકયંત્રની ભાષા, ખાસ ક. વૈજ્ઞાનિક ગણતરીઓ માટે.
for'tress (ફૉર્ટ્રિસ), નાo લશ્કરી કિલ્લો, ગઢ.
fortu'itous (ફૉર્ટ્યુઇટસ), વિo સંજોગવશાત્ બનતું, આકસ્મિક. **fortu'ity** (-ઇટિ), નાo.
for'tunate (ફૉર્ટ્યુનિટ), વિo નસીબદાર, દૈવશાળી; સમૃદ્ધ; શુભ.
for'tune (ફૉર્ટ્યૂન), નાo આકસ્મિક ઘટના; આકસ્મિકતા, (માનવજીવનમાં એક બળ તરીકે); દૈવ, પ્રારબ્ધ, નસીબ; માણસનું ભાવિ; સમૃદ્ધિ; સંપત્તિ, ખૂબ મોટી રકમ. **~-hunter,** પૈસાદાર પત્નીની (કે પતિની) શોધમાં પડેલી વ્યક્તિ. **~-teller,** ભવિષ્ય કહેનાર.
for'ty (ફૉર્ટિ), વિo અને નાo ચાળીસ (ની સંખ્યા). **~ winks,** જરા આડા થવું તે. **for'tieth** (-ઇથ), વિo અને નાo ચાળીસમો (ભાગ).
for'um (ફૉરમ), નાo જાહેર ચર્ચાનું સ્થાન; ન્યાયાલય, ન્યાયાધિકરણ.
for'ward (ફૉર્વર્ડ), વિo વહાણના આગળના ભાગમાંનું; આગળનું, મોખરા તરફનું; સારી પેઠે આગળ વધેલું – પ્રગત; તૈયાર, ઝડપી; ઉદ્ધત, નાo [ફુટ.] પહેલી હરોળનો રમનાર, તેની જગ્યા. ક્રિoવિo ભવિષ્યમાં – તરફ; અગાડી તરફ; આગળ ને આગળ, ઉત્તરોત્તર. સo ક્રિo આગળ વધવા મદદ કરવી, આગળ વધારવું, પ્રોત્સાહન આપવું; (કાગળ ઇo) સરનામું ફેરવી આગળ મોકલવું; રવાના કરવું. **for'wards** (-વર્ડ્ઝ઼). ક્રિoવિo.
forwe'nt (ફૉર્વે'ન્ટ), **fo'rgo** નો ભૂoકાo.
fosse (ફૉસ), નાo નહેર, ખાઈ, ખંદક.
fo'ssil (ફૉસિલ), વિo અને નાo ધરતીના સ્તરમાં મળી આવતો વનસ્પતિ કે પ્રાણીનો પથ્થર થઈ ગયેલો અવશેષ, અશ્મિલ; સાવ જુનવાણી વ્યક્તિ. વિo એ અવશેષના જેવું, સાવ જુનવાણી.
fo'ssilize (ફૉસિલાઇઝ઼), ઉoક્રિo અશ્મિલ બનાવવું – બનવું. **fossiliza'tion** (-ઝ઼ેશન), નાo.
fo'ster (ફૉસ્ટર), વિo લોહીને નાતે નહિ પણ ઉછેર કે સંવર્ધન કરવાને લીધે વિશિષ્ટ સંબંધવાળું; અનાથો ઇo ની સંભાળને લગતું. સoક્રિo (પારકા બાળકને) પાળવું, ઉછેરવું; ઉત્તેજન આપવું, (લાગણી ઇo) સંઘરવું; -નું સંવર્ધન કરવું.
fought (ફૉટ), **fight** નો ભૂoકાo તથા ભૂo કૃo
foul (ફાઉલ), વિo ચીતરી ચડે એવું, ઘૃણા ઉપજાવનારું, ગંધાતું; ગંદું, બગડેલું, મેલું; અપાચકારક દ્રવ્યવાળું; રૂંધાયેલું, પુરાઈ ગયેલું; (નીતિ)ભ્રષ્ટ; અશ્લીલ; ગેરવાજબી, નિયમવિરુદ્ધ; (હવામાન અંગે) ભેજવાળું, વાવાઝોડા ઇoવાળું; અંદરખાનેથી મળેલ; ગૂંચાયેલું. નાo અથડામણ, ટક્કર; ગૂંચવાડો; ખોટી – અંચઈવાળી – રમતફટકો. ક્રિo વિo ખોટી – ગેરવાજબી –રીતે. ઉo ક્રિo ગંદું–ભ્રષ્ટ–કરવું – થવું; ગૂંચવવું; ગૂંચવાવું; -ની સાથે ટકરાવું; અંચઈ કરવી. **~-mouthed**, ગંદા મોઢાવાળું, ગાળાગાળી કરનારું. **~ play**, અંચઈવાળી – ખોટી – રમત; દગો, વિશ્વાસઘાત, હિંસા, ખૂન. **~ up,** ભીડ કરીને અવરજવર બંધ પાડવી; ગંદું – ઘૃણિત – બનાવવું. **fou'lly** (ફાઉલ્લિ), ક્રિo વિo.
fou'lard (ફુલાર્ડ), નાo રેશમ ઇoનું ઝીણું સુંવાળું કાપડ.
found[1] (ફાઉન્ડ), સo ક્રિo -નો પાયો નાખવો; સ્થાપન કરવું, શરૂ કરવું; -ના આધાર પર રચવું, બાંધી કાઢવું. **fou'nder**[1] (-ડર), નાo. **fou'ndress** (-ડ્રિસ), નાo.
found[2], સo ક્રિo (ધાતુ ઇo) ઓગાળવું અને ઓતવું – બીબામાં ઢાળવું; (કાચ માટે જુદાં જુદાં દ્રવ્યો) ઓગાળવાં, ઓગાળીને બનાવવું. **fou'nder**[2], નાo.

found[3], **find**નો ભૂ૦ કા૦ તથા ભૂ૦ કૃ૦.

founda'tion (ફાઉન્ડેશન), ના૦ સ્થાપન કરવું તે, સ્થાપના; નિધિ સાથેની કોઈ સંસ્થાની કાયમને હિસાબે સ્થાપના; નક્કર ભૂમિ અથવા પાયો; આધારભૂત સિદ્ધાન્ત. ~ (**cream**), પ્રસાધન દ્રવ્ય લગાડતાં પહેલાં પાયા તરીકે વાપરવાનો લેપ. ~ (**garment**), ઉપરના પહેરવેશને આધાર આપનારું સ્ત્રીનું અંદરથી પહેરવાનું વસ્ત્ર, **~-stone,** વિધિપૂર્વક નંખાતા મકાનના પાયાનો પથ્થર, પાયો.

fou'nder[1] (ફાઉન્ડર), જુઓ **found**[1,2].

fou'nder[2], અ૦ ક્રિ૦ (વહાણ અંગે) પાણી ભરાઈને ડૂબી જવું; નીચે પડી જવું, બેસી જવું; (ઘોડા અંગે) થાકીને ઢળી પડવું, લંગડું થવું – થઈને પડવું.

fou'ndling (ફાઉન્ડ્લિંગ), ના૦ અજ્ઞાત માબાપનું તજી દીધેલું બાળક.

fou'ndress (ફાઉન્ડ્રિસ), જુઓ **found**[1].

fou'ndry (ફાઉન્ડ્રિ), ના૦ ઓતકામનું કારખાનું.

fount[1] (ફાઉન્ટ), ના૦ એક જ કદ અને દર્શનીઆકારનાં છાપવાનાં બીબાંનો સંચ.

fount[2], ના૦ ઝરો; ઊગમ; ફુવારો.

fou'ntain (ફાઉન્ટિન), ના૦ ફુવારો; ઝરો; મૂળ, ઊગમસ્થાન. **~-head**, મૂળ, ઊગમસ્થાન. **~-pen**, ફાઉન્ટન પેન, શાહી ભરેલી કલમ.

four (ફોર), વિ૦ અને ના૦ ચાર (ની સંખ્યા); ચાર હલેસાંવાળી હોડી કે તેના ખારવા. **~-in-hand,** ચાર ઘોડાની ગાડી; [અમે.] એક જાતની ગળેપટી – નેકટાઇ. **~-poster,** મચ્છરદાની કે ચંદરવા માટે ચાર થાંભલીઓવાળો પલંગ. **~-some,** બે જોડીઓએ રમવાની રમત; [વાત.] ચાર જણનું મંડળ-પાર્ટી **~-square,** મજબૂત પાયાવાળું, સ્થિર. **~-wheel,** વાહનનાં ચારે પૈડાં પર કામ કરનારું. **~fold,** વિ૦ અને ક્રિ૦ વિ૦.

fourtee'n (ફોર્ટીન), વિ૦ અને ના૦ ચૌદ (ની સંખ્યા). **fourtee'nth** (-ટીન્થ), વિ૦ અને ના૦.

fourth (ફોર્થ), વિ૦ અને ના૦. ચોથો (ભાગ); ચારનું જૂથ પૂરું કરનારો (ચોથો) માણસ.

fowl (ફાઉલ), ના૦ મરઘું, બતક, ઇ૦ પક્ષી (ઈંડાં, માંસ વગેરે માટે પાળવામાં આવતું); પક્ષી. સ૦ ક્રિ૦ જંગલી પક્ષી (મરઘાં)નો શિકાર કરવો, તેને ગોળીથી વીંધવું, જાળમાં પકડવું. **fowling-piece,** મરઘાંનો શિકાર કરવાની હલકી બંદૂક.

fox (ફૉક્સ), ના૦ શિયાળ, કોલું; લુચ્ચો માણસ. સ૦ ક્રિ૦ છેતરવું; મૂંઝવવું; તપખીરિયા ડાઘા પાડવા. **~glove,** જાંબુડિયાં અથવા સફેદ ફૂલોવાળો એક ઊંચો છોડ. **~hole,** અસ્ત્રોના મારાથી બચવા માટેની અથવા બંદૂક કે તોપનો મારો કરવા માટેની ભોંયની અંદરની જગ્યા. **~hound,** શિયાળના શિકાર માટે કેળવેલો કૂતરો. **~-hunting,** શિયાળનો શિકાર (કરવો તે). **~tail,** એક જાતનું ઘાસ. **~-terrier,** શિયાળોને દરમાંથી શોધી કાઢવા માટે ઉછેરેલું ટૂંકા વાળ વાળું નાનકડું કૂતરું. **~trot,** ધીમા અને ઝડપી પદવિન્યાસવાળું નૃત્યખંડમાં કરાતું નૃત્ય.

fo'xy (ફૉક્સિ), વિ૦ શિયાળના જેવું; લુચ્ચું (દેખાતું); લાલાશ પડતું તપખીરિયા રંગનું.

foy'er (ફૉઇઅર), ના૦ નાટ્યગૃહમાં મધ્યંતરમાં પ્રેક્ષકોના ઉપયોગ માટેનો મોટો ઓરડો – હૉલ; હૉટેલ, સિનેમાગૃહ, ઇ૦નો પ્રવેશનો ઓરડો.

Fr., સંક્ષેપ. Father; French.

fr., સંક્ષેપ. franc(s).

fra'cas (ફ્રેકા), ના૦. [બ. વ. એ જ. ઉ. -કાઝ] બોલાચાલી. ઝઘડો.

fra'ction (ફ્રેક્શન), ના૦ અપૂર્ણાંક; નાનકડો અંશ, જથો, ઇ૦; ઊર્ધ્વપાતન દ્વારા મળતા મિશ્રણનો ભાગ.

fra'ctional (ફ્રેક્શનલ), વિ૦ અપૂર્ણાંકનું -વાળું, આંશિક, ખંડિત.

fra'ctionate (ફ્રૅક્શનેટ). ઉ૦ ક્રિ૦ -ના ભાગ પાડવા; ઊર્ધ્વપાતન દ્વારા મિશ્રણના જુદા જુદા ઘટકોને અલગ પાડવા.

fra'ctious (ફ્રૅક્શસ), વિ૦ બેકાબૂ; ઝઘડાળું, કજિયાખોર.

fra'cture (ફ્રૅક્ચર), ના૦ અસ્થિભંગ. ઉ૦ ક્રિ૦ અસ્થિભંગ કરવો-થવો.

fra'gile (ફ્રૅજાઇલ), વિ૦ સહેજમાં ભાંગી જનારું. ભંગુર; નાજુક પ્રકૃતિ-કાઠા-નું. **fragi'lity** (ફ્રજિલિટિ), ના૦.

fra'gment (ફ્રૅગ્મન્ટ), ના૦ ભાંગી ગયેલો ભાગ, ટુકડો; જુદો પડેલો કે અધૂરો ભાગ-કકડો; ઉ૦ ક્રિ૦ [-મે'ન્ટ] -ના કકડા કરવા-થવા. **fra'gmentary** (-મન્ટરિ), વિ૦. **fragmenta'tion** (મૅ'ન્ટેશન), ના૦.

fra'grance (ફ્રેગ્રન્સ), ના૦ સુગંધ, ખુશબો.

fra'grant (ફ્રેગ્રન્ટ), વિ૦ સુગંધી, ખુશબોદાર.

frail (ફ્રેલ), વિ૦ સહજમાં ભાંગી જાય એવું, નાજુક; નબળા મનનું-ચારિત્ર્યવાળું.

frai'lty (ફ્રેલ્ટિ), ના૦ ચંચળતા; નબળાઈ, મનોદૌર્બલ્ય; દોષ, પ્રમાદ.

frame (ફ્રેમ), સ૦ ક્રિ૦ આકાર આપવો, ઘડવું, -ને અનુકૂળ - બંધબેસતું - કરવું; રચવું, બાંધવું; શબ્દનો સ્પષ્ટ ઉચ્ચાર કરવો; મનમાં રચવું; ચોકઠામાં બેસાડવું; ચોકઠા તરીકે કામ દેવું; ખોટો આરોપ ઘડવો, -ની સામે પુરાવો જોડી કાઢવો. ના૦ રચના, બંધારણ, બાંધણી, બાંધો; ચિત્ર ફરતે ચોકઠું - કિનાર; છોડના રક્ષણ માટે કાચની પેટી; હાડપંજર, માળખું, ખોખું; ચિત્રપટ પરનું દૂરદર્શન દ્વારા સંક્રાન્ત કરેલું એક સંપૂર્ણ ચિત્ર. **~-house**, પાટિયાં ચોઢેલા લાકડાનાં માળખાવાળું મકાન. **~-up**, [વિ૦ બો૦] કાવતરું, વિ૦ ક૦ નિર્દોષ માણસ ગુનેગાર દેખાય તે માટેનું. **~work**, ચોકઠું, આધારભૂત માળખું.

franc (ફ્રૅંક), ના૦ ફ્રાન્સ, બેલજિયમ, ઇ૦નું એક નાણું.

fra'nchise (ફ્રૅંચાઇઝ઼), ના૦ મતાધિકાર; નાગરિકતા; અમુક પ્રદેશમાં કંપનીનો માલ વેચવાનો પરવાનો.

Franci'scan (ફ્રૅન્સિસ્કન), વિ૦ અને ના૦ સંત ફ્રાન્સિસના સંપ્રદાયનો (સાધુ).

frank¹, (ફ્રૅંક), વિ૦ નિખાલસ, નિષ્કપટ; ખુલ્લા દિલનું; સ્પષ્ટવક્તા; અપ્રચ્છન્ન.

frank², સ૦ ક્રિ૦ ટપાલખર્ચ આપ્યાની નોંધ કરવા માટે કાગળ ઇ૦ને અંકિત કરવું; સિક્કો મારવો. ના૦ કાગળનું ટપાલખર્ચ જેનાથી આપવું પડતું નથી તે સહી કે નિશાની.

fra'nkfurter (ફ્રૅંક્ફર્ટર), ના૦ ધુમાડો પાઈને મસાલો નાખેલી ડુક્કરના માંસની એક વાની.

fra'nkincense (ફ્રૅન્કિન્સે'ન્સ), ના૦ લોબાન, ધૂપ.

fra'ntic (ફ્રૅન્ટિક), વિ૦ અતિશય ક્ષુબ્ધ, બેબાકળું, ઉત્તેજિત અને ચિંતાગ્રસ્ત; મરણિયું, અતિ આવેશવાળું, હિંસક.

frater'nal (ફ્રટર્નલ), વિ૦ ભાઈઓનું - ના જેવું.

frater'nity (ફ્રટર્નિટિ), ના૦ બંધુભાવ, ભ્રાતૃત્વ, ભાઈચારો; ધાર્મિક સંઘ, વેપારી મહાજન, ઇ૦; [અમે.] યુનિવર્સિટીના પુરુષ વિદ્યાર્થીઓનું મંડળ.

fra'ternize (ફ્રૅટર્નાઇઝ઼), અ૦ ક્રિ૦ -ની સાથે મળવુંહળવું - મિત્રતા કરવી. **fraterniza'tion** (-ઝ઼ેશન), ના૦.

fra'tricide (ફ્રૅટ્રિસાઇડ), ના૦ ભ્રાતૃ - ભગિની - હત્યા (કરનારો).

fraud (ફ્રૉડ), ના૦ છેતરપિંડી(નો ગુનો); કપટ, દગો; ઢોંગી માણસ; અપેક્ષાભંગ કરનાર માણસ ઇ૦.

frau'dulent (ફ્રૉડ્યુલન્ટ), વિ૦ કપટી, દગાબાજ; છેતરપિંડીનો ગુનો કરનાર, **frau'dulence** (-લન્સ), ના૦.

fraught (ફ્રૉટ), વિ૦ **~ with**, (જોખમ ઇ૦)થી ભરેલું, (આવી પડશે એવી) ભીતિ કે ધાસ્તી પેદા કરનારું, -થી ભરપૂર.

fray¹, (ફ્રે), ના૦ લડાઈ, યુદ્ધ; ઝઘડો, બોલાચાલી.

fray[2], ઉ૰ ક્રિ૰ ઘસવું, કોર તરફ ઘસાઈ - ફાટી - જવું.

fra'zzle (ફ્રૅઝ઼લ), ના૰ (કપડાંની) ચીંથરેહાલ સ્થિતિ.

freak (ફ્રીક), ના૰ લહેર, તરંગ, લહેરીપણું; બેડોળ - કદરૂપું - પ્રાણી, રાક્ષસ; વિચિત્રતા, અપૂર્વ વસ્તુ; રૂઢિમુક્ત - રૂઢિની પરવા ન કરનાર - માણસ. ઉ૰ ક્રિ૰ ~ **(out)**, ઘેન કે કેફવાળી ભ્રમણાઓ કે આભાસો અથવા તીવ્ર ભાવનાઓનો અનુભવ કરવો - કરાવવો; રૂઢિમુક્ત - સ્વૈર - જીવન. પદ્ધતિ અપનાવવી **frea'kish** (-કિશ), વિ૰.

freaked (ફ્રીક્ટ્), વિ૰ ચિત્રવિચિત્ર ડાઘા પડેલું, રંગબેરંગી રેખાઓ કે પટાવાળું.

fre'ckle (ફ્રે'કલ), ના૰ ચામડી પર આછા ભૂરા રંગનું ટપકું-ડાઘો. ઉ૰ક્રિ૰ એવાં ટપકાં પાડવાં-પડવાં.

free (ફ્રી), વિ૰ [**freer** ફ્રીઅર, **freest** ફ્રીએ'સ્ટ] ગુલામ કે બંધનમાં નહિ એવું, સ્વતંત્ર; (ભાષાંતર અંગે) અક્ષરશઃ નહિ એવું; અંતરાયો કે અટકાવો વિનાનું; નિર્વિઘ્ન; છૂટું કરેલું; ઉપલબ્ધ, સહેલાઈથી મળતું; અનુજ્ઞાત, અનિષિદ્ધ; સ્વયંસ્ફૂર્ત; વિપુલ, છૂટથી કરેલું; મફતનું, મફત, નિઃશુલ્ક; સંકોચવિનાનું, નિખાલસ. ક્રિ૰વિ૰ છૂટથી, કિંમત કે પૈસા આપ્યા વિના, મફત. સ૰ક્રિ૰ [**freed**] મુક્ત કરવું, છોડી દેવું-મૂકવું, સ્વતંત્ર કરવું; છૂટું-કરવું, ગૂંચ ઉકેલવી. **~board,** જલરેખા અને તૂતક વચ્ચેનો વહાણની બાજુનો ભાગ. **F~ Church,** રાજ્યના નિયંત્રણથી મુક્ત પ્રૉટેસ્ટન્ટ ધર્મસંઘ. **~ enterprise,** રાજ્યના નિયંત્રણથી ખાનગી વેપારઉદ્યોગની મુક્તિ. **~ fall,** ગુરુત્વાકર્ષણના જોરને લીધે થતી હાલચાલ. **~ hand,** પોતાની મુનસફી મુજબ વર્તવાની છૂટ. **~-hand,** (આલેખન, ડ્રૉઇંગ, અંગે) સાધન વિના કેવળ હાથે કરેલું **~ house,** ભઠ્ઠી **(brewery)**ના નિયંત્રણ બહારનું દારૂનું પીઠું. **~-lance,** વિ૰ અને ના૰ કોઈ એક પક્ષ કે સંસ્થા સાથે ન જોડાયેલા (પત્રકાર કે કાર્યકર્તા). **~-loader,** [વિ૰બો૰] બીજાને ખર્ચે ખાવાપીવાની મોજ કરનાર. **~man,** કોઈ નગરના નાગરિકત્વનો હક ધરાવનાર. **~ port,** બધા વેપારીઓ માટે ખુલ્લું-મુક્ત - બારું. **~-range,** (મરઘાં ઇ૰ અંગે) પોતાનો ખોરાક ખોળવા માટે ફરવાની છૂટ અપાયેલું. **~-standing,** બીજા બાંધકામના આધાર વિનાનું. **~-thinker,** ધાર્મિક માન્યતાઓની બાબતમાં કોઈને પ્રમાણ ન માનનાર. **~trade,** (જકાત વગેરે કરવેરાથી) મુક્ત-ખુલ્લો-વેપાર. **~ way,** ઝડપી વાહનો માટેનો ધોરી રસ્તો. **~ wheel,** [સાઇકલમાં] પાવડી ચલાવવાનું બંધ થાય ત્યારે પણ ફરી શકતું ગતિ (આપનારું) ચક્ર. **~-wheel,** અ૰ક્રિ૰ પાવડી ચલાવ્યા-પેડલ માર્યા-વિના સાઇકલ પર સવારી કરવી; ક્લચ યંત્રથી છૂટું રાખીને મોટરગાડી ચલાવવી. **~ will,** સ્વેચ્છા મુજબ કાર્ય કરવાની શક્તિ, ઇચ્છાસ્વાતંત્ર્ય.

free'booter (ફ્રીબૂટર), ના૰ ચાંચિયો.

free'dom (ફ્રીડમ), ના૰ સ્વતંત્રતા; વ્યક્તિસ્વાતંત્ર્ય, નાગરિકસ્વાતંત્ર્ય, કાર્યસ્વાતંત્ર્ય; અતિપરિચય; કશાકમાંથી મુક્તિ, છૂટ; (કંપની, નગર, ઇ૰નું) સભ્યપદ; માનદ નાગરિકતા; -નો અનિર્બંધ ઉપયોગ.

free'hold (ફ્રીહોલ્ડ), ના૰ વતન, જાગીર, કોઈ પણ નિર્બંધ વિનાની મિલકત. **free'holder** (-ડર), ના૰.

Free'mason (ફ્રીમેસન), ના૰ ખૂબ જટિલ અને ગૂઢ કર્મકાંડવાળા અરસપરસ સહાયક એવા એક સમાજનો સભ્ય.

Free'masonry (ફ્રીમેસનરિ), ના૰ ફ્રીમેસનોની સંસ્થાઓ અને પદ્ધતિ. **f ~,** [લા.] સ્વયંસ્ફૂર્ત સહાનુભૂતિ અથવા મેળ.

free'sia (ફ્રીઝ઼ચ), ના૰ સુગંધી ફૂલવાળો એક છોડ.

freeze (ફ્રીઝ઼), ઉ૰ક્રિ૰ [**froze** ફ્રોઝ઼; **frozen** ફ્રોઝ઼ન] બરફથી ઢંકાવું, બરફ થવો; બરફથી ઢાંકવું, બરફ બનાવવો;

(પાણી અંગે) બરફ થાય એટલું ઠંડું થવું, ઠંડું અને કઠણ કરવું–થવું; જામવું. ઠરવું; ઠારવું; હિમ, ઠંડી અથવા ભયથી ઠરી જવું–ઠારવું; ખૂબ ઠંડી લાગવી; તાપમાન શૂન્ય અંશની નીચે રાખીને શીતપેટીમાં ખોરાક ટકાવી રાખવો: લેણી રકમ કે પૂંજીની વસૂલાત બંધ કરવી; કિંમતો ઇ૦ સ્થિર કરવી. ના૦ ઝાકળ કે હિમની સ્થિતિ–મોસમ, હિમ પડવું તે; કિંમતો, મજૂરી, ઇ૦ નક્કી–સ્થિર–કરવું તે. ~-**-dry**, તદ્દન ખાલી કે નિર્વાત જગ્યામાં બરફના બાષ્પીકરણ દ્વારા ખૂબ ઠંડું અને કોરુ કરવું. ~ **out**, [અમે. વિ૦બો૦] હરીફાઈ, બહિષ્કાર, ઇ૦ દ્વારા ધંધા કે સમાજમાંથી બકાત રાખવું–બહાર કાઢવું. ~ **up**, બરફ કરીને વિઘ્ન નાખવું, પૂરેપૂરુ ઠારવું. **freezing-point**, પ્રવાહી, વિ૦ક૦ પાણી થીજે છે તે તાપમાન, થીજબિંદુ.

free'zer (ફ્રીઝ઼ર), ના૦ શીત ઓરડો, કબાટ અથવા ખાનું, રેફ્રિજરેટર.

freight (ફ્રેટ), ના૦ જહાજ કે વિમાનનું [અમે. ગાડીનું) ભાડું; વહાણમાં ભરેલો માલ, ભરત; [અમે.] માલગાડી. સ૦ક્રિ૦ વહાણમાં માલ ચડાવવો–ભરવો; ભાડે (માલ) લાવવો લઈ જવો. ~ **train**, [અમે.] માલગાડી.

frei'ghter (ફ્રેટર), ના૦ માલવાહક જહાજ કે વિમાન.

French (ફ્રેન્ચ), વિ૦ ફ્રાન્સનું કે તેના લોકોનું કે ભાષાનું. **take ~ leave**, રજા લીધા કે કહ્યા વિના ગેરહાજર કે જતા રહેવું–કશુંક કરવું. ના૦ ફ્રેંચ ભાષા, ફ્રેંચ લોકો (**the ~**). ~ **bean**, ફરસી બીની સિંગ. ~ **bread**, લાંબા પાઉંવાળી રોટી. ~ **chalk**, કોરા ઊંજણ તરીકે વપરાતો એક સફેદ પથ્થરનો ભૂકો, શંખજીરુ. ~ **dressing**, કચુંબર પર તેલ અને સરકાનું–આવરણ. ~ **fried potatoes**, બટાકાની કાચરી. ~ **horn**, રણશિંગાની જાતનું એક વાદ્ય. ~ **letter**, [વાત.] સંભોગ વખતે વાપરવાનું શિશ્નાચ્છાદન. ~**man**, ~**woman**, ફ્રાન્સનો વતની નરનારી. ~ **polish**, ફર્નીચર માટે વપરાતું લાખવાળું પૉલિશ. ~**window**, દીવાલની બહારની બાજુનું ખૂબ પૉલિશ કરેલું બારણું અથવા બારી.

frene'tic, phrene'tic, (ફ્રને'ટિક), વિ૦ પ્રક્ષુબ્ધ, બેકાબૂ, જોરદાર; ઝનૂની.

fre'nzy (ફ્રે'ન્ઝ઼િ), ના૦ ઝનૂન, પ્રક્ષોભ. ઉન્માદ, ચિત્તભ્રમ. સ૦ક્રિ૦ ઉન્મત્ત–ગાંડું–બનાવવું (બહુધા ભૂ૦કૃ૦ તરીકે વપરાય છે).

fre'quency (ફ્રીકવન્સિ), ના૦ વારે વારે થવું તે, પૌન:પુન્ય, આવર્તન; કંપન સંખ્યા; [પદાર્થ.] કંપ, આંદોલન, ઇ૦ની પુનરાવૃત્તિનો દર; [વીજળી] પ્રત્યાવર્તી પ્રવાહના કે વર્ચસના સેકંડ દીઠ આવર્તનોની સંખ્યા.

fre'quent (ફ્રીકવન્ટ), વિ૦ વારંવાર થતું, સામાન્ય; સંખ્યાબંધ; રોજનું, હંમેશનું. સ૦ક્રિ૦ (**freque'nt** ફ્રિકવે'ન્ટ) કોઈ જગ્યાએ વારંવાર – હંમેશ – આવજા કરવી.

frequenta'tion (-ટેશન), ના૦.

freque'ntative (ફ્રિકવે'ન્ટટિવ), વિ૦ અને ના૦ [વ્યા.] પૌન:પુન્ય અથવા તીવ્રતાવાચક (ક્રિયાપદ ઇ૦).

fre'sco (ફ્રે'સ્કો), ના૦ [બ૦વ૦ ~**s** અથવા ~**es**] તાજી છો કે મુલમ્મા પર રંગીન ચિત્રો કાઢવા(ની પદ્ધતિ) – કાઢેલું રંગીન ચિત્ર, ભીંતચિત્ર.

fresh (ફ્રે'શ), વિ૦ નવું, નવીન, નવલાઈનું; તાજું; જુસ્સાવાળું; બિનઅનુભવી; ડાઘ વિનાનું, નિર્મળ; તાજગીભર્યું; (અન્ન અંગે) તાજું, ડબ્બાનું કે ઠારેલું નહિ; (પાણી અંગે) મીઠું, ખારું નહિ; ઉદ્ધત, અવિનયી; કામોન્મત્ત. ક્રિ૦વિ૦ તાજેતરમાં; નવેસર.

fre'shen (ફ્રેશન), તાજું – તાજગીવાળું – બનાવવું કે થવું.

fre'shet (ફ્રે'શિટ), ના૦ નદીમાં આવતું પૂર.

fre'shman (ફ્રે'શ્મન), ના૦ [બ૦ વ૦ **-men**], **fre'sher** (ફ્રે'શર), ના૦

[વિ૦બો૦] યુનિવર્સિટીનો પહેલા વરસનો વિદ્યાર્થી.

fret¹ (ફ્રે'ટ), સ૦ક્રિ૦ વિવિધરંગી ચોકડી-ઓવાળુ – સુશોભિત – કરવું. **~saw,** લાકડાના પાતળા પાટિયામાં નકશીદાર આકૃતિઓ કાપવા માટે ચોકઠામાં બેસાડેલી બહુ જ સાંકડી કરવત, આરી. **~-work,** એવી આરીથી લાકડામાં કરેલું કોતરકામ.

fret², ઉ૦ક્રિ૦ ચિન્તા કરવી – કરાવવી; ત્રાસ દેવો; પશ્ચાત્તાપ કે અસંતોષથી ધૂંધવાવું – જાતને પીડવું; ઘસીને કે કરડીને ખાઈ જવું. ના૦ ક્ષોભ, ચીઢ, ત્રાસ.

fret³, ના૦ તંતુવાદ્ય પર સ્વરોનાં સ્થાન બતાવવા બંધાતો આંતરો.

fre'tful (ફ્રે'ટ્ફુલ), વિ૦ રિસાળ, ચીઢિયું; બબડતું.

Freu'dian (ફ્રોઇડિઅન), વિ૦ અને ના૦ સિગમંડ ફ્રૉઇડનું કે તેની મનો-વિશ્લેષણપદ્ધતિનું (અનુયાયી). **~ slip,** અર્ધજાગ્રત મનની ભાવનાઓને વ્યક્ત કરતી અજાણપણે થયેલી દેખાતી ભૂલ.

Fri., સંક્ષેપ. Friday.

fri'able (ફ્રાઇઅબલ), વિ૦ સહેલાઈથી ભાંગી જાય – ભૂકો થાય – એવું, ભંગુર. **friabi'lity** (-બિલિટિ), ના૦.

fri'ar (ફ્રાયર), ના૦ ખ્રિસ્તી ધાર્મિક સંપ્રદાયનો સાધુ – ભિક્ષુક.

fri'ary (ફ્રાઇઅરિ), ના૦ ભિક્ષુકોનો મઠ – વિહાર.

fri'cassee (ફ્રિકસી), ના૦ ચટણી સાથે તળેલા કે બાફેલા માંસના કકડાની વાની – ખીમો. સ૦ક્રિ૦ -નો ખીમો બનાવવો.

fri'cative (ફ્રિકટિવ), વિ૦ અને ના૦ સાંકડી જગ્યા કે માર્ગમાં શ્વાસના ઘર્ષણથી થતું – સંઘર્ષી (વ્યંજન ફ, થ, ઇ૦).

fri'ction (ફ્રિક્શન), ના૦ બે વસ્તુઓનું એકબીજી સાથે ઘસાવું તે, ઘર્ષણ; [પદાર્થ.] એક ઉપરથી બીજો પદાર્થ પસાર થતાં તેને સહન કરવો પડતો પ્રતિરોધ; [લા.] સંઘર્ષ, મતભેદ, ઝઘડો.

Fri'day (ફ્રાઇડે), ના૦ શુક્રવાર. **Good ~,** ઈસ્ટર પર્વ પહેલાંનો શુક્રવાર, પુણ્ય શુક્રવાર.

fridge (ફ્રિજ), ના૦ [વાત.] શીતકપાટ, રેફ્રિજરેટર.

friend (ફ્રે'ન્ડ), ના૦ મિત્ર, ભાઈબંધ; સહાયકર્તા. સહાનુભૂતિ બતાવનાર; હિત-ચિંતક; જે શત્રુ નથી તે; **F~,** સોસાઇટી ઑફ ફ્રેન્ડ્ઝ઼નો સભ્ય, ક્વેકર.

frie'ndly (ફ્રે'ન્ડ્લિ), વિ૦ મિત્રતાવાળું, માયાળું. **F~ Society,** માંદગી ઇ૦ માટે વીમો ઉતારનારું મંડળ.

frie'ndship (ફ્રે'ન્ડ્શિપ), ના૦ મિત્રતા, મૈત્રી.

frieze (ફ્રીઝ઼), ના૦. છત પાસે દીવાલની ધારે ધારે નકશીકામવાળી પટ્ટી – પટો.

frig (ફ્રિજ), ના૦ [વાત.] શીતકબાટ, રેફ્રિજરેટર.

fri'gate (ફ્રિગટ), ના૦ મોટું વળાવાનું વહાણ. **~(-bird),** મોટા કદનું એક દરિયાઈ શિકારી પક્ષી.

fright (ફ્રાઇટ), ના૦ ફાળ, ધ્રાસકો, ભડક; કદરૂપું હાસ્યાસ્પદ દેખાતું માણસ.

fri'ghten (ફ્રાઇટન), સ૦ક્રિ૦ બિવડાવવું, ફાળ પાડવી; બિવડાવીને ભગાડી દેવું. **~-ed at or of,** -થી ડરી ગયેલું – ભડકેલું.

fri'ghtful (ફ્રાઇટ્ફુલ), વિ૦ ભયાનક, ડરામણું; આઘાતજનક; બેડોળ; [વાત.] ખૂબ મોટું, મહાન.

fri'gid (ફ્રિજિડ), વિ૦ અતિશય ઠંડું; ઉદાસીન; ઔપચારિક; મંદ, નીરસ. **frigi'dity** (–ડિટિ), ના૦.

frill (ફ્રિલ), ના૦. ઝાલર; વસ્ત્રની ચીપ. [બ૦ વ૦ માં] નકામો ઠઠારો. સ૦ ક્રિ૦ ઝાલર લગાડવી – થી સુશોભિત કરવું. **fri'lly** (-લિ), વિ૦.

fringe (ફ્રિંજ), ના૦ છૂટા રેસા, ફૂમતાની અથવા વળ આપેલા દોરાની કિનાર; કપાળ પર લટકતી વાળની બાબરી; કોર, કિનાર, હાંસિયો; પરિસર; ગૌણ વસ્તુ. સ૦ ક્રિ૦ મગજી, ઝાલર, ઇ૦થી શણગારવું; ઝાલર. કોર. ઇ૦ તરીકે કામ દેવું. ~

benefit, નિયત કરેલા પગાર ઉપરાંત મળતો – આનુષંગિક – લાભ.

fri'ppery (ફ્રિપરિ), ના૦ દેખાવનાં વસ્ત્ર અને આભૂષણો; નકામું અથવા દિખાઉ આભૂષણ; નજીવી વસ્તુઓ.

frisk (ફ્રિસ્ક), ઉ૦ ક્રિ૦ કૂદવું, નાચવું, ગેલ કરવું; [વિ૦ બો૦] -ની જડતી લેવી. ના૦ કૂદકો, ઠેકડો, ગેલ.

fri'sky (ફ્રિસ્કિ), વિ૦ રમતિયાળ, આનંદી, મોજીલું.

friti'llary (ફ્રિટિલરિ), ના૦ લીલીની જાતનો મેદાનમાં ઊગતો એક છોડ; એક જાતનું પતંગિયું.

fri'tter[1] (ફ્રિટર), ના૦. ડુક્કરની ચરબીમાં તળેલા માંસના ટુકડા, બહુધા ફળના કકડા સાથે.

fri'tter[2], સ૦ ક્રિ૦ નકામું ગણીને ફેંકી દેવું.

fri'volous (ફ્રિવલસ), વિ૦ હલકું, નજીવું, માલ વિનાનું, વ્યર્થ; મૂર્ખતાભર્યું. **frivo'lity** (-વૉલિટિ), ના૦.

frizz (ફ્રિઝ઼), ઉ૦ ક્રિ૦ વાળને વાંકડિયા બનાવવા – લટો બનાવવી. ના૦ વાંકડિયા વાળ; વાંકડિયા હોવાની સ્થિતિ. **fri'zzy** (ફ્રિઝ઼િ), વિ૦.

fri'zzle[1] (ફ્રિઝ઼લ), ઉ૦ ક્રિ૦ વાળને વાંકડિયા બનાવવા. ના૦ વાંકડિયા વાળ, વાળની વાંકડિયા હોવાની સ્થિતિ.

fri'zzle[2], ઉ૦ ક્રિ૦ તડતડ અવાજ સાથે તળવું, શેકવું, ભૂંજવું, ઇ૦; બળવું, ચીમળાઈ જવું.

fro (ફ્રો), ક્રિ૦ વિ૦ **to and ~**, અહીંથી ત્યાં અને ત્યાંથી અહીં, આમતેમ.

frock (ફ્રૉક), ના૦. સ્ત્રી અગર બાળકનું એક વસ્ત્ર, ફરાક; ખૂલતી બાંયોવાળો સાધુ કે પાદરીનો લાંબો ઝભ્ભો. **~-coat,** મરદનો લાંબો – લાંબા ઘેરાવાવાળો–કોટ.

frog[1] (ફ્રૉગ), ના૦. દેડકો. **~man,** રબરનો પોશાક અને વિશેષ પ્રકારના જોડાથી સજ્જ પાણીની નીચે તરનારો તારો. **~-march,** ટાંગાટોળી કરીને (કેદીને) લઈ જવું તે.

frog[2], ના૦ ઘોડાના પગની સૂમ પરનું આંટણ.

frog[3], ના૦ કોટ બંધ કરવાનું દાંડી જેવું બુતાન અને ફાંસો.

fro'lic (ફ્રૉલિક), અ૦ ક્રિ૦ કૂદકારા – ઠેકડા–મારવા, અટકચાળા કરવા. ના૦ અટકચાળો, ગંમત.

fro'licsome (ફ્રૉલિક્સમ), વિ૦ રમતિયાળ.

from (ફ્રૉમ), નામ૦ અ૦ -થી, માંથી, પાસેથી, -થકી, -ને કારણે, -ને લીધે (મૂળ અથવા વિયોગ સૂચવે છે.)

frond (ફ્રૉન્ડ). ના૦. [વનસ્પ.] ફર્ન ઇ૦-નો પાંદડા જેવો ભાગ, જેના પર બિયાં પેદા થાય છે.

front (ફ્રન્ટ), ના૦ સૌથી આગળની બાજુ; અથવા ભાગ, આગળની – મોખરાની બાજુ, પ્રત્યક્ષ યુદ્ધની જગ્યા; વિશિષ્ટ હેતુસર ભેગાં થયેલાં બળો; સંગઠિત રાજકીય જૂથ; [હવામાન.] ગરમી કે ઠંડીના આગળ વધતા મોજાની આગળની કોર; દરિયાકાંઠે હવા ખાવાના સ્થળનો દરિયા તરફ મોઢાવાળો ભાગ; નાટક-શાળાની પ્રેક્ષકોની બેસવાની જગ્યા; બાહ્ય દેખાવ; વર્તન, ચાલ; ગેરકાયદે અથવા વિધ્વંસક પ્રવૃત્તિઓને ઢાંકવાનું કામ કરનાર – ગુપ્ત રાખનાર – માણસ. વિ૦ આગળનું, મોખરાનું, મોખરે આવેલું. ઉ૦ ક્રિ૦ અમુક દિશામાં મોઢું હોવું – કરવું – વાળવું; [વિ૦ બો૦] -ને માટે બહાનું ઇ૦ તરીકે કામ આવવું; મોરો કે મોરચો રચવો. **~ bench,** સંસદમાં સરકારની અને વિરોધી પક્ષોની સૌથી આગળની બેઠકો. **~ line,** લશ્કરનો મોખરો – આગળની હરોળ. **~ runner,** મુખ્ય હરીફ.

fro'ntage (ફ્રંટિજ), ના૦ રસ્તા કે પાણીમાં – ઉપર – આગળ આવેલી જમીન, આગળનો ભાગ – વિસ્તાર; ઇમારતનો રવેશ – દર્શની ભાગ.

fro'ntal (ફ્રંટલ), વિ૦ મોખરાનું – પરનું; કપાળનું. ના૦ વેદીના આગલા ભાગની છત; ઘરનો રવેશ.

fro'ntier (ફ્રન્ટિઅર), ના૦ રાજ્યો વચ્ચેની સીમા – સરહદ; વસ્તી કે વસવાટવાળા ભાગની હદ; વિજ્ઞાન ઇ૦ માં મેળવેલી સિદ્ધિઓની સીમાઓ.

fro'ntispiece (ફ્રન્ટિસ્પીસ), ના૦ ચોપડીનું મુખચિત્ર.

frost (ફ્રૉસ્ટ), ના૦ ઠરી ગયેલું ઝાકળ અથવા વરાળ, હિમ; ઠરી જવું તે; [વિ૦ બો૦] નિષ્ફળતા, રકાસ. સ૦ ક્રિ૦ હિમથી વનસ્પતિ ઇ૦ને નુકસાન પહોંચાડવું; ઝાકળ કે હિમથી વ્યાપવું; કેક ઇ૦ પર ખાંડ ભભરાવવી; કાચની સપાટી રેતિયા કાગળ જેવી કરવી; કાચને અપારદર્શક બનાવવો. **~-bite**, ઝાકળ કે હિમને લીધે ચામડી ફાટવી – તેને સોજા આવવા તે. **fro'sty** (ફ્રૉસ્ટિ), વિ૦.

fro'sting (ફ્રૉસ્ટિંગ), ના૦ કેક પર ખાંડ પાથરવી તે – પાથરેલી ખાંડ (નું પડ).

froth (ફ્રૉથ), ના૦ ફીણ; મેલ, કીટું; નકામી બકબક. અ૦ ક્રિ૦ ફીણ બહાર કાઢવું – ભેગું થવું. **fro'thy** (-થિ), વિ૦.

frown (ફ્રાઉન), ઉ૦ ક્રિ૦ ભવાં ચડાવવાં, ડોળા કાઢવા; નાખુશી બતાવવી; ગમગીની-ભર્યું હોવું. ના૦ ડોળા કાઢવા તે, કડકાઈ-ભરી – ક્રુદ્ધ – ઊંડા વિચારમાં પડ્યું હોય તેવી – મુદ્રા.

frowst (ફ્રાઉસ્ટ), ના૦ બંધિયાર અને ઊબટ વાતાવરણ. અ૦ક્રિ૦ એવા વાતા-વરણમાં રહેવું – નો ઉપભોગ કરવો. **frow'sty** (-સ્ટિ), વિ૦.

frow'zy (ફ્રાઉઝ઼િ), વિ૦ વાસ મારતું; ઊબટ, બંધિયાર હવાવાળું; ગંદું, ફૂવડ; મેલું, ધૂંધળું.

froze(n) (ફ્રોઝ઼,-ઝ઼ન), **freeze** નો ભૂ૦કા૦ તથા ભૂ૦કૃ૦.

F.R.S. સંક્ષેપ. Fellow of the Royal Society

fructifica'tion (ફ્રક્ટિફિકેશન), ના૦ ફળવાળું બનાવવું – થવું તે; ફર્ન ઇ૦નાં ઉત્પાદક–પ્રજનક–ભાગો.

fru'ctify (ફ્રક્ટિફાઇ), ઉ૦ક્રિ૦ ફળવાળું બનાવવું; -ને ફળ બેસવાં.

fru'ctose (ફ્રક્ટોઝ઼), ના૦ ફળશર્કરા, મધુશર્કરા.

fru'gal (ફ્રૂગલ), વિ૦ કરકસરિયું, ત્રેવડ-વાળું. **fruga'lity** (–ગૅલિટિ), ના૦.

fruit (ફ્રૂટ), ના૦ ફળ, ફળનો જથો; [બ૦વ૦માં] જાતજાતનાં ફળ, મેવા, અનાજ, ઇ૦ વનસ્પતિની ખાદ્ય પેદાશ; પાક, પેદાશ; પરિણામ. અ૦ક્રિ૦ -ને ફળ બેસવાં. **~-cake**, દરાખ ઇ૦ નાખેલી કેક–ગળી રોટી. **~ machine**, જુગાર રમવાનું પૈસા નાખીને ચલાવવાનું યંત્ર. **~ salad**, ફળોનું શિકરણ; કચુંબર. **-~ sugar**, ફળશર્કરા.

frui'terer (ફ્રૂટરર), ના૦ ફળોનો વેપાર કરનાર.

frui'tful (ફ્રૂટ્ફુલ), વિ૦ ફળદ્રુપ, પુષ્કળ ફળ આપનારું; ઉત્પાદક.

frui'tion (ફ્રૂઇશન), ના૦ ઇષ્ટ(ફલ)પ્રાપ્તિ, હેતુસિદ્ધિ, આશાપૂર્તિ.

frui'tless (ફ્રૂટ્લિસ), વિ૦ નિષ્ફળ, વ્યર્થ, નકામું.

frui'ty (ફ્રૂટિ), વિ૦ ફળનું – ના જેવું; (મદ્ય અંગે) દ્રાક્ષના સ્વાદવાળું; કડક, પૌષ્ટિક.

fru'menty (ફ્રૂમન્ટિ), ના૦ ખાંડેલા ઘઉંની ખીર.

frump (ફ્રમ્પ), ના૦ જૂનવાણી ગંદી ફૂવડ સ્ત્રી. **frump'ish** (-પિશ), **fru'mpy** (-પિ), વિ૦.

frustra'te (ફ્રસ્ટ્રેટ), સ૦ક્રિ૦ નિષ્ફળ બનાવવું, નિરાશ–નાઉમેદ–કરવું. **frustra'tion** (-ટ્રેશન), ના૦.

fry[1] (ફ્રાઇ), ના૦ ઈંડાંમાંથી તાજાં જ બહાર પડેલાં માછલીનાં બચ્ચાં. **small ~**, નજીવાં, નગણ્ય અથવા નાનાં પ્રાણીઓ.

fry[2], ઉ૦ક્રિ૦ ચરબી, તેલ, ઇ૦માં તળવું. ના૦ તળેલી ખાદ્ય વસ્તુઓ; પ્રાણીના શરીરની અંદરના તળવામાં આવતા ભાગ. **frying-pan**, પેણી, કડાઈ, તાવડી.

ft., સંક્ષેપ. foot, feet.

fu'chsia (ફ્યૂશે), ના૦ નીચે નમતાં–લટકતાં–ફૂલોવાળું એક ઝાડવું.

fuck (ફક), ઉ૦ક્રિ૦ (અશ્લીલ) ચોદવું. ના૦

ચોદવું તે, મૈથુન.

fu'ddle (ફડલ), સ૰ક્રિ૰ કેફ ચડાવવો; મૂંઝવવું. ના૰ દારૂનો કેફ, ઉન્માદ; ગૂંચવાડો.

fu'ddy-duddy (ફડિડડિ), વિ૰ અને ના૰ ધમાલિયું અથવા જુનવાણી (માણસ).

fudge (ફજ), ના૰ ટૉફી જેવી પોચી ગળી મીઠાઈ; વાહિયાત વાત. સ૰ક્રિ૰ ગમે તેમ કરીને–કામ ચલાઉ રીતે કે લબાડી કરીને–બેસાડી દેવું; આવડત વિના કરી નાખવું–કાચું કામ કરવું.

fu'el (ફ્યુઅલ), ના૰ બળતણ, ઇંધન, લાકડાં, કોલસા, પેટ્રોલ, ઇ૰; વિકારને ચેતવનાર અથવા ટકાવી રાખનાર વસ્તુ. સ૰ક્રિ૰ ઇંધન પૂરું પાડવું.

fug (ફૂગ), ના૰ [વાત.] ઉકળાટ કે બફારાવાળું વાતાવરણ.

fu'gal (ફ્યૂગલ), વિ૰ **'fugue'**નું – ના જેવું.

fu'gitive (ફ્યૂજિટિવ), વિ૰ નાસી જનારું, ભાગેડુ; ચંચળ, ક્ષણભંગુર. ના૰ ભાગેડુ માણસ.

fugue (ફ્યૂગ), ના૰ એક પ્રકારની સંગીત-રચના, જેમાં એક જણ એક મધુર વિષય દાખલ કરે છે અને બીજાઓ તે ઉપાડી લે છે.

fu'lcrum (ફલ્ક્રમ), ના૰ [બ૰વ૰ **-cra**] ઉચ્ચાલનની નીચે મુકાતો ટેકો, આલંબ.

fu'lfil (ફુલ્ફિલ), સ૰ક્રિ૰ –નો અમલ કરવો, પાર પાડવું, – પરિપૂર્ણ – સમાપ્ત – કરવું. **fulfi'lment** (–લ્મન્ટ), ના૰.

full[1] (ફુલ), વિ૰ પૂરેપૂરું ભરેલું, પૂર્ણ: -થી ભરેલું (**~ of**), ખીચોખીચ ભરેલું; વિપુલ જથાવાળું; પૂરેપૂરું, સંપૂર્ણ, પૂર્ણ; ઊભરાતું. ક્રિ૰વિ૰ પૂરેપૂરું, તદ્દન; ચોક્કસપણે. **~ back,** ફુટબૉલની રમતમાં 'હાફબૅકો'ની પાછળનો રમનાર કે તેની જગ્યા. **~-blooded,** જોમદાર, જુસ્સાવાળું; વિષયી, કામુક; શુદ્ધ વંશનું, સંકર નહિ. **~-bodied,** (ગુણ, અવાજ ઇ૰ અંગે) ભરાવદાર, સમૃદ્ધ. **~ brother, sister,** સગો ભાઈ, સગી બહેન. **~ house,** સંસદ કે નાટકશાળામાં પૂરેપૂરી – વધુમાં વધુ – હાજરી; [પોકરમાં] જેમાં એક રંગનાં ત્રણ પત્તાં અને એક જોડી હોય એવો હાથ. **~-length,** (અરીસો, છબી, ઇ૰ અંગે) આખું શરીર જેમાં જોઈ શકાય અથવા રજૂ થયું હોય એવું; પૂરા કદનું. **~ moon,** પૂર્ણિમા (નો ચંદ્ર). **~ stop,** પૂર્ણ વિરામ. સંપૂર્ણ વિરામ–બંધ કરવું કે થવું તે.

full[2], સ૰ક્રિ૰ (કાપડને) સાફ કરીને જાડું બનાવવું, કુંદી કરવી. **fu'ller** (ફુલર), ના૰. **fuller's earth,** કુંદી કરવામાં વપરાતી માટી.

fu'lly (ફુલિ), ક્રિ૰વિ૰ પૂર્ણપણે, તદ્દન.

fu'lmar (ફુલમર), ના૰ એક જાતનું દરિયાઈ પક્ષી, દરિયાઈ કાગડો.

fu'lminant (ફલ્મિનન્ટ), વિ૰ વીજળીની જેમ ચમકતું; સ્ફોટ કે ધડાકો કરતું.

fu'lminate (ફલ્મિનેટ), ઉ૰ક્રિ૰ વીજળીની જેમ ચમકવું, સ્ફોટ કે ધડાકો કરવો – થવો; [લા.] ગર્જના કરવી; શાપ – ગાળો – દેવી; (રોગ અંગે) એકદમ વધવું. **fulmina'tion** (-નેશન), ના૰.

fu'lsome (ફુલ્સમ), વિ૰ અતિશય, ઓચાવી નાખે – કંટાળો ઉપજાવે – એટલું.

fu'mble (ફમ્બલ), ઉ૰ક્રિ૰ ફંફોસવું, અણઘડની જેમ કશુંક કરવા મથવું, ફાંફાં મારવાં.

fume (ફ્યૂમ), ના૰ દુર્ગંધવાળો ધુમાડો, વરાળ અથવા ઉચ્છ્વાસ, ક્રોધાવેશ, સંતાપ. ઉ૰ક્રિ૰ -માંથી ગંધાતો ધુમાડો, વરાળ કે શ્વાસ કાઢવો; ધૂણી દેવી, ધુમાડો પાવો; (ઓકના લાકડાને ધુમાડો પાઈ ને) ધૂસર બનાવવું; ગુસ્સે થવું, ચિડાવું.

fu'migate (ફ્યૂમિગેટ), સ૰ક્રિ૰ ધુમાડો આપવી – પાવી, ધૂણી દેવી, તેમ કરીને ચેપ કાઢવો – શુદ્ધ કરવું. **fumiga'tion** (-ગેશન), ના૰. **fu'migator** (-ગેટર), ના૰.

fu'mitory (ફ્યૂમિટરિ), ના૰ અગાઉ આગરૂ રોગ (સ્કર્વી) માટે વપરાતી એક ઔષધી.

fun (ફન), ના૦ રમતગમત, મનોરંજન; ટોળટીખળ, ગંમત. **make ~ of, poke ~ at,** -ની ઠેકડી ઉડાવવી. **~-fair,** મનોરંજન અને જુદી જુદી જાતના નાટકતમાશાવાળો મેળો, મેળાનો તેવો ભાગ.

fu'nction (ફંક્શન), ના૦ વસ્તુનું નિયોજિત કાર્ય; હોદ્દા પરત્વે ફરજ; જાહેર સમારંભ અથવા પ્રસંગ; [ગ.] ફલ, બીજી કોઈ રકમની બદલાતી કિંમત પર જેની કિંમતનો આધાર હોય તે રકમ. અ૦ક્રિ૦ કાર્ય, હેતુ, પાર પાડવો; કામ કરવું.

fu'nctional (ફંક્શનલ), વિ૦ કાર્ય કે કાર્યોનું – ને લગતું; વસ્તુના કાર્યનો મુખ્યત્વે વિચાર કરીને યોજેલું કે વિશિષ્ટ આકારનું બનાવેલું; વહેવારુ, ઉપયોગી.

fu'nctionary (ફંક્શનરિ), ના૦ કર્મચારી, અધિકારી.

fund (ફન્ડ), ના૦ કાયમી નિધિ, ભંડોળ; કોઈ કાર્ય માટે અલગ કાઢી મૂકેલું ધન; [બ૦વ૦] દ્રવ્યગત સાધનો. સ૦ક્રિ૦ તરતા ઋણોને નક્કી કરેલા વ્યાજને દરે કાયમી ઋણમાં ફેરવવું; નાણાં પૂરાં પાડવાં.

fu'ndament (ફંડમન્ટ), ના૦ ઢગરાં; ગુદા.

fundame'ntal (ફંડમે'ન્ટલ), વિ૦ પાયાનું, આધારભૂત, પાયાનું કામ દેનારું, મૂળભૂત; તદ્દન આવશ્યક; પ્રાથમિક; મૂળ. ના૦ પાયાનો નિયમ – સિદ્ધાન્ત; મૂળ સ્વર.

fundame'ntalism (ફન્ડમે'ન્ટલિઝ્મ), ના૦ મૂળતત્ત્વવાદ, વિ૦ ક૦ ધર્મશાસ્ત્રમાં કહેલા મૂળભૂત સિદ્ધાન્તોનું કડક પાલન. **fundame'ntalist** (-લિસ્ટ), ના૦.

fu'neral (ફ્યૂનરલ), ના૦ મડદાને દાટવાની કે બાળી નાખવાની ક્રિયા, અન્ત્યવિધિ; અન્ત્યવિધિ સમયની પ્રાર્થના; પ્રેતયાત્રા. વિ૦ અન્ત્યવિધિનું – ના કામનું.

fu'nerary (ફ્યૂનરરિ), વિ૦ અન્ત્યવિધિનું – ને લગતું.

fune'real (ફ્યૂનિઅરિઅલ), વિ૦ અન્ત્યવિધિના કામનું – ને ઉચિત; ગમગીન, ઉદાસ.

fu'ngicide (ફંજિસાઇડ), ના૦ ફૂગવિનાશક દ્રવ્ય.

fu'ngus (ફંગસ), ના૦ [બ.વ. **~es, -gi**-ગાઇ] કૂતરાનો કે બિલાડીનો ટોપ; તેની એક ઝેરી જાત; ફૂગ; વાદળી જેવી પોચી વરસોળી. **fu'ngoid** (ફંગૉઇડ), વિ૦. **fu'ngous** (ફંગસ), વિ૦.

funi'cular (ફ્યુનિક્યુલર),વિ૦ દોરડાનું – ના તાણનું. **~ railway,** દોરડા કે જાડા તારને આધારે ચાલતી રેલવે, જેમાં સામસામા સરખા વજનવાળા ચઢતા અને ઊતરતા ડબા હોય છે.

funk (ફંક), ના૦ [વિ૦બો૦] ભય, ગભરાટ; બાયલો. ઉ૦ક્રિ૦ ટાળવું; પાછા હઠવું, ડગવું; -થી ડરવું.

fu'nky (ફંકિ), વિ૦ (સંઇ૦અંગે) કશી ગૂંચવણ વિનાનું, સરળ; ફૅશનેબલ, પ્રસન્ન અને અદ્યતન; ડરામણું, પ્રચંડ..

fu'nnel (ફનલ), ના૦ ગળણી, નાળચું; ઍંજિન કે આગબોટનું ધુમાડિયું. ઉ૦ક્રિ૦ ગળણી દ્વારા રેડવું ગળણીમાંથી પસાર થવું.

fu'nny (ફનિ), વિ૦ રમૂજી, વિનોદી; હસાવનારું; વિચિત્ર. **~-bone,** કોણીનું હાડકું – નાજુક ભાગ જેની પર થઈને પ્રકોષ્ઠચેતા (ulnar nerve) પસાર થાય છે.

fur (ફર), ના૦ કેટલાંક પ્રાણીઓના ટૂંકા સુંવાળા વાળ, રુવાટી; પ્રાણીની રુવાટી સાથેની ચામડી; તેનું બનાવેલું – તેના શણગાર કે અસ્તરવાળું વસ્ત્ર; [સમૂહ૦] રુવાટીવાળાં પ્રાણીઓ; પોપડો અથવા થર, આવરણ. ઉ૦ક્રિ૦ રુવાટીથી સુસજ્જ કરવું, રુવાટીનું વસ્ત્ર પહેરાવવું, ઉપર પોપડો, છારી, ઇ૦ બાઝવું – બાઝે તેમ કરવું.

fur'below (ફરૂબિલો), ના૦ ઝાલર, ચીપવાળી પટ્ટી; ઘાઘરાં કે સ્કર્ટની ચીપવાળી કિનાર; [બ૦વ૦માં] ભપકાવાળા દાગીના.

fur'bish (ફરૂબિશ), સ૦ક્રિ૦ ઘસીને સાફ કરવું, ઓપવું; નવા જેવું બનાવવું.

fur'cate (ફરૂકટ), વિ૦ ફાંટા કે શાખાવાળું. ઉ૦ક્રિ૦ (કેટ) ફાંટા બનાવવો, ભાગ પાડવા. **furca'tion** (-કેશન), ના૦.

fu'rious (ફ્યુઅરિઅસ), વિ૦ ખૂબ આવેશથી જતું – આવતું, અતિ આવેશવાળું; ક્રુદ્ધ, ખિજાયેલું, ગુસ્સામાં આવેલું; બૂમબરાડા પાડતું.

furl (ફર્લ), ઉ૦ક્રિ૦ (સઢ, છત્રી, ઇ૦) સંકેલવું, બંધ કરવું, ગડી વાળવી; સંકેલાઈ – વીંટાઈ – જવું.

fur'long (ફર્લાંગ), ના૦ માઇલનો આઠમો ભાગ, ફર્લોંગ.

fur'lough (ફર્લો), ના૦ ગેરહાજર રહેવાની રજા, લાંબી રજા.

fur'nace (ફર્નિસ), ના૦ ધાતુ ઇ૦ ગાળવાની ભઠ્ઠી, ભઠ્ઠી; અતિ ગરમ જગ્યા; મકાનને ગરમ રાખવા માટેનો બંધ ચૂલો.

fur'nish (ફર્નિશ), સ૦ક્રિ૦ પૂરું પાડવું; ઘરમાં રાચરચીલું મૂકીને તૈયાર કરવું.

fur'niture (ફર્નિચર), ના૦ ઘર કે ઓરડામાંની જંગમ વસ્તુઓ–રાચરચીલું–ફર્નીચર; વહાણનાં દોરડાં, ગરેડીઓ, ઇ૦ સામાન; આનુષંગિક સરંજામ.

furo're (ફ્યુઅરોરિ), ના૦ ગુસ્સો, -ઉમંગ; બૂમબરાડા.

fu'rrier (ફરિઅર), ના૦ લોમચર્મ (ફર)નો વેપારી કે કપડાં બનાવનાર.

fu'rrow (ફરો), ના૦ ચાસ; ખાંચ; કરચલી; ચીલો. સ૦ક્રિ૦ હળ વતી ખેડવું, ચાસ પાડવા.

fur'ry (ફરિ), વિ૦ રુંવાટીવાળું–ના જેવું.

fur'ther (ફર્ધર), ક્રિ૦વિ૦ વધુ આગળ (ની જગ્યાએ), તેથી વધુ દૂર, તેનાથી વધુ પ્રમાણમાં; વધારામાં. વિ૦ વધુ દૂરનું; વધારાનું. સ૦ક્રિ૦ આગળ જવામાં મદદ કરવી, -ને અનુકૂળ થવું. **~ education,** નિશાળની વય વટાવી ગયેલાઓ માટે કેળવણી. **~more,** વધુમાં. **~most,** સૌથી છેટું–આગળનું.

fur'therance (ફર્ધરન્સ), ના૦ પ્રગતિ, બઢતી; પ્રોત્સાહન.

fur'thest (ફર્ધિસ્ટ), વિ૦ અને ક્રિ૦વિ૦ સૌથી વધારે દૂર(નું).

fur'tive (ફર્ટિવ), વિ૦ ચોરીછૂપીથી કરેલું; ચોરીનું; લુચ્ચું.

fu'ry (ફ્યુઅરિ), ના૦ પવન ઇ૦નો સપાટો; ઉન્માદ, આવેશ; પ્રચંડ રોષ, હિંસા; ઝનૂન; કજિયાખોર સ્ત્રી; [લા.] વેર લેનાર દેવતા.

furze (ફર્ઝ), ના૦ પીળાં ફૂલવાળો એક બારમાસી છોડ. **fur'zy** (ફર્ઝિ), વિ૦.

fuse[1] (ફ્યૂઝ઼), ઉ૦ક્રિ૦ ખૂબ ગરમી આપી ઓગાળવું, -થી ઓગળવું; ઓગાળીને એક (જીવ) કરવું, ઓગળીને એક (જીવ) થવું; ફ્યૂઝ઼ (નો તાર) ઊડી જવાથી અટકી પડવું, ફ્યૂઝ઼ ઉડાવી નાખવો; ફ્યૂઝ઼ મૂકવો–પૂરો પાડવો. ના૦ વીજળીના પ્રવાહમંડળમાં મૂકેલો સહેલાઈથી ઓગળી જાય એવો – પ્રવાહનો ભાર વધે તો ઓગળી જનારો – તાર.

fuse[2], ના૦ વાટ, પલીતો, જામગરી. સ૦ક્રિ૦ સુરંગ ઇ૦ને પલીતો બેસાડવો.

fu'selage (ફ્યૂઝ઼લાઝ), ના૦ વિમાનની કાંઠલાના આકારની સાટી.

fu'sible (ફ્યૂઝ઼િબલ), વિ૦ ઓગળી જાય–ઓગાળી શકાય–એવું. **fusibi'lity** (-બિલિટિ), ના૦.

fusilier' (ફ્યૂઝ઼િલિઅર), ના૦ ચકમકી બંદૂકધારી કોઈ જૂની પલટણનો સિપાઈ.

fusilla'de ફ્યૂઝ઼િલેડ), ના૦ સતત ગોળીબાર કે તોપમારો; ટીકા ઇ૦નો સતત મારો.

fu'sion (ફ્યૂઝ઼ન), ના૦ ઓગાળવું–ઓગળવું–તે; મિશ્રણ, એકીકરણ; જોડાણ; અણુકેન્દ્રાનું એકત્ર મિલન–સંયોગ થઈને શક્તિ છૂટી થવા સાથે ભારે થવું તે.

fuss (ફસ), ના૦ ધાંધલ, ગરબડ, ભારે ખળભળાટ, નકામી દોડધામ; નજીવી વસ્તુ(ઓ)ને વધારે પડતું મહત્ત્વ આપવું તે; નાની નાની વિગતની ભરમાર. ઉ૦ક્રિ૦ ધાંધલ કરવી, નજીવી વસ્તુને વધુ પડતું મહત્ત્વ આપવું, નકામી દોડધામ કરવી; ચિંતા કરાવવી, અસ્વસ્થ બનાવવું. **make a ~,** સતત ફરિયાદ કર્યા કરવી. **make a ~ of,** કોઈની પ્રત્યે વધારે પડતું ધ્યાન આપવું. **~-pot,** ધાંધલિયો.

fu'ssy (ફસિ), વિ૦ ધાંધલિયું, વધુ પડતી ઝીણવટ અને શણગાર કરનારું, વરણાગિયું.

fu'stian (ફસ્ટિઅન), ના૰ જાડું પાંસળીદાર સુતરાઉ કાપડ, આડંબરી ભાષા કે લખાણ. વિ૰ જાડા પાંસળીદાર સુતરાઉ કાપડનું; શબ્દાડંબરવાળું, નકામું.

fu'sty (ફસ્ટિ), વિ૰ વાસી ગંધાતું; ફુગાઈ ગયેલું, ઊબટું; ઉકળાટવાળું; જૂનું પુરાણું.

fu'tile (ફ્યૂટાઇલ), વિ૰ નકામું, વ્યર્થ, માલ વગરનું, ખાલી. **futi'lity** (ફ્યૂટિલિટિ), ના૰.

fu'ture (ફ્યૂચર), વિ૰ હવે પછી આવનારું–થનારું, આવનાર સમયનું, ભવિષ્યકાળનું. ના૰ ભવિષ્યકાળ; ભવિષ્ય, ભાવિ; ભાવિ સ્થિતિ, ઘટના, ઇ૰; સફળતા ઇ૰ની સંભાવના.

fu'turism (ફ્યૂચરિઝ્મ), ના૰ કલા, સાહિત્યની જૂની પરંપરા ફગાવી દઈને નવી દાખલ કરવાની પ્રવૃત્તિ, નવમતવાદ. **fu'turist** (–રિસ્ટ), ના૰.

futuri'stic (ફ્યૂચરિસ્ટિક), વિ૰ નવમતવાદી, અતિ આધુનિક, ભવિષ્ય(કાળ)ને લગતું.

futu'rity (ફ્યુટ્યુઅરિટિ), ના૰ ભવિષ્યકાળ (ની ઘટનાઓ ઇ૰).

fuzz (ફઝ્), ના૰ ઝીણા ઝીણા ઊડી જતા કણ; વાળનાં ગૂંચળાં; [વિ૰બો૰] પોલીસ (નો સિપાઈ).

fu'zzy (ફઝ઼િ), વિ૰ રજકણથી ઢંકાયેલું, ધૂંધળું, અસ્પષ્ટ, ગૂંચળાંવાળું.

G

g., સંક્ષેપ. gram(s).

Ga., સંક્ષેપ. Georgia.

gab (ગૅબ), ના૰ [વાત.] બકવાટ, લવારો.

gabardine, gaberdine, (ગૅબર્ડીન), ના૰ પાંસળીદાર વણાટનું મજબૂત કાપડ.

ga'bble (ગૅબલ), ઉ૰ ક્રિ૰ સ્પષ્ટ ઉચ્ચાર કર્યા વિના – સમજાય નહિ એવી રીતે, કે અતિ ઉતાવળથી બોલવું. ના૰ ઉતાવળું કે અસ્પષ્ટ બોલવું તે.

ga'bby (ગૅબિ), વિ૰ [વાત.] વાતોડિયું, વાચાળ.

gaberdine (ગૅબર્ડીન), ના૰ **gabardine.**

ga'ble (ગેબલ), ના૰ છલ્લા માળની કિનારી ઉપરનો ત્રિકોણ આકારનો કરાતો ભાગ, ત્રિકોણ આકારનું કાતરિયું

gad (ગૅડ), અ૰ ક્રિ૰ કશા કામ વિના કે મોજમજાની શોધમાં આમતેમ રખડવું. **~ about,** રખડુ માણસ.

ga'dfiy (ગૅડ્ફ્લાઇ), ના૰ બગાઈ, ડાંસ.

ga'dget (ગૅજિટ), ના૰ યંત્રમાંની નાની ચાંપ, કળ, ઇ૰; યુક્તિવાળું નાનકડું યંત્ર; ઉપયોગી સાધન – ઉપકરણ.

Gae'lic (ગેલિક), ના૰ સ્કૉટ લોકોની કેલ્ટિક ભાષા; (ગૅલિક) આઇરિશ ભાષા.

gaff[1] (ગૅફ), ના૰, માછલી પકડવાનો કાંટાવાળો ભાલો, – હૂક કે આંકડીવાળી લાકડી. અ૰ ક્રિ૰ એવા ભાલા કે લાકડીવતી માછલી પકડવી.

gaff[2], ના૰ વિ૰ બો૰ **blow the ~,** છાની વાત કહી દેવી.

gaffe (ગૅફ), ના૰ મૂર્ખામી ભરેલી ભૂલ, ગફલતથી બોલેલો બોલ કે કરેલું કામ.

ga'ffer (ગૅફર), ના૰ [વાત] ડોસો; મુકાદમ; ઉપરી, શેઠ.

gag (ગૅગ), ના૰. બોલી ન શકે અથવા મોઢું ઉઘાડું રહે તે માટે મોંએ દીધેલો ડૂચો; હાસ્યજનક કામ કે પ્રસંગ, વિનોદ. ઉ૰ ક્રિ૰ મોઢે ડૂચો દેવો, બોલવું બંધ

કરવું, ચૂપ બેસાડવું; ઠઠ્ઠામશ્કરી કરવી; ગૂંગળાવવું, ઓકારી આવવી – આવે તેમ કરવું.

ga'ga (ગાગા), વિ૦ બેઅક્કલ, મૂર્ખ; ઘડપણ (ની નબળાઈ) દાખવનારું.

gage[1] (ગેજ), ના૦ વારણ કે આડમાં મૂકેલી જણસ, બાંયધરી; પડકાર.

gage[2], ના૦ એક ગોળ અને સ્વાદિષ્ટ આલુ.

ga'ggle (ગૅગલ), ના૦, હંસોનું ટોળું; અવ્યવસ્થિત જૂથ–ટોળું.

gai'ety (ગેઅટિ), ના૦ આનંદ, મોજમજા, વિનોદ, મનોરંજન; ભપકો.

gai'ly (ગેલિ), ક્રિ૦ વિ૦ આનંદ – મોજથી.

gain (ગેન્), ઉ૦ ક્રિ૦ મેળવવું, સંપાદન કરવું; જીતવું; પહોંચવું; મનાવવું; (ઘડિયાળ અંગે) આગળ જવું. ના૦ સંપત્તિમાં વૃદ્ધિ, નફો; દ્રવ્યાર્જન.

gai'nful (ગેન્ ફુલ), વિ૦ કમાણી કરાવનારું; (નોકરી ઇ૦) સવેતન.

gainsay' (ગેનસે), સ૦ ક્રિ૦ [**-said**, -સે'ડ અથવા સેડ] ઇનકાર કરવો, -નો રદિયો આપવો.

gait (ગેટ), ના૦ ચાલવાની ઢબ, હીંડછા.

gai'ter (ગેટર), ના૦ ઘૂંટણ નીચેના પગ કે ઘૂંટી માટે ચામડા ઇ૦ નું આવરણ.

gal., સંક્ષેપ. gallon(s).

ga'la (ગાલે), ના૦ આનંદનો પ્રસંગ, ઉત્સવ, રમતગમતનો મેળો.

gala'ctic (ગલૅક્ ટિક), વિ૦ આકાશગંગાનું – સંબંધી.

ga'lantine (ગૅલન્ટીન), ના૦ મુરબ્બા સાથે ઠંડું પીરસાતું બાફેલું સફેદ માંસ.

ga'laxy (ગૅલક્સિ), ના૦ આકાશગંગા; બુદ્ધિશાળી – તેજસ્વી – સ્ત્રીપુરુષોનું મંડળ.

gale (ગેલ), ના૦ જોરદાર પવન, પવનનો ઝપાટો; હાસ્યનો ફુવારો.

gall[1] (ગૉલ), ના૦. પિત્તરસ; કડવાશ, તીખાશ; ખાર, દ્વેષ; [વિ૦ બો૦] ઉદ્ધતપણું, નફટાઈ. **~-bladder**, પિત્તાશય. **~stone**, પિત્તાશયમાં બાઝેલી પથરી.

gall[2], ના૦. ઘસાવાથી ચામડીનું છોલાવું, ઘસાયેલી જગ્યા, ચાંદું, ફોલ્લો, સોજો; ચીઢ. સ૦ ક્રિ૦ ચામડી છોલી કાઢવી; ત્રાસ દેવો, પજવવું; અપમાનિત કરવું.

gall[3], ના૦ જીવડાંને લીધે ઝાડ પર થતી ગાંઠ.

ga'llant (ગૅલન્ટ, ગલૅન્ટ), વિ૦ સુંદર, શાનદાર, ભવ્ય; બહાદુર, શૂર; સ્ત્રીદાક્ષિણ્યવાળું. ના૦ ફૅશનવાળો – ફાંકડો – પુરુષ સ્ત્રીદાક્ષિણ્યવાળો પુરુષ.

ga'llantry (ગૅલન્ટ્રિ, ના૦ શૌર્ય, પરાક્રમ; સવિનય વર્તન કે ભાષણ.

ga'lleon (ગૅલિઅન), ના૦ (સ્પૅનિશ) યુદ્ધનૌકા.

ga'llery (ગૅલરિ), ના૦ છાપરાવાળી લાંબી અને સાંકડી પરસાળ, બે સ્તંભાવલીઓ વચ્ચેની ગલી; ચર્ચના અમુક ભાગ પરની ઊંચી બેંચ અથવા બાલ્કની; નાટકશાળાની ઊંચામાં ઊંચી બાલ્કની; ઇમારતની અંદરનો રસ્તો – પરસાળ; કલાત્મક વસ્તુઓના પ્રદર્શનનો ઓરડો.

ga'lley (ગૅલિ), ના૦ [ઇતિ.] એક તૂતકવાળું નીચું સપાટ વહાણ, બહુધા ગુલામો અને કેદીઓ દ્વારા ચલાવાતું; વહાણ કે વિમાન પરનું રસોડું; [મુદ્રણ] ગોઠવેલાં બીબાં રાખવાની પતરાની લાંબી ટ્રે – તકતો. **~ proof,** ફરી તપાસવા માટે ગેલી પર છાપેલી કાગળની લાંબી પટ્ટી.

Ga'llic (ગૅલિક), વિ૦ ગૉલનું કે ગૉલ લોકોનું; [ઘણીવાર મજાકમાં] ફ્રેંચ.

Ga'llicize (-સાઇઝ), ઉ૦ ક્રિ૦.

Ga'llicism (-સિઝ્મ), ના૦ ફ્રેંચ રૂઢિપ્રયોગ.

gallina'ceous (ગૅલિનેશસ), વિ૦ મરઘાં, બતક, ઇ૦ના વર્ગનું.

ga'llivant (ગૅલિવૅન્ટ), અ૦ ક્રિ૦ [વાત.] બેચેન થઈને આમતેમ રખડવું.

ga'llon (ગૅલન), ના૦ અનાજ, પ્રવાહી ઇ૦ નું એક માપ (૪૫૪૬ ઘન સે. મી.), ચાર ક્વાર્ટ બરાબર.

ga'llop (ગૅલપ), ના૦ ઘોડાની ભરદોડ; એ દોડ માટેનું મેદાન કે રસ્તો. ઉ૦ ક્રિ૦ છલંગો મારતા દોડવું – દોડાવવું; ખૂબ

ઝડપથી બોલવું, વાંચવું, ઇ૦; ઝડપી પ્રગતિ કરવી.

ga'llows (ગૅલોઝ઼), ના૦ બ૦ વ૦ [બહુધા એ૦ વ૦ ક્રિ૦ સાથે] ફાંસીનો માંચડો, વધસ્તંભ; ફાંસીની સજા.

Ga'llup (ગૅલપ), ના૦. **~ poll,** પ્રતિનિધિભૂત વ્યક્તિઓનો મત જાણીને તે પરથી લોકમતનો ક્યાસ (બાંધવો તે).

galor'e (ગલૉર, -લો -), ક્રિ૦ વિ૦ વિપુલ પ્રમાણમાં, મબલક.

galo'sh, golo'sh, (ગલૉશ), ના૦ બૂટ ઉપરથી પહેરવાના જલરોધક રબરના જોડા.

galu'mph (ગલમ્ફ), અ૦ ક્રિ૦ ઉલ્લસિત થઈને ઠમકાથી – દમામપૂર્વક ચાલવું; ધુમરાણ મચાવીને અથવા અણઘડની જેમ ચાલવું.

galva'nic (ગૅલ્વૅનિક), વિ૦ રાસાયણિક પ્રક્રિયાથી પેદા કરેલી વીજળીનું; [લા.] ઉલ્લાસપૂર્ણ, ઉત્તેજક.

ga'lvanize (ગૅલ્વનાઇઝ઼), સ૦ક્રિ૦ વીજળીથી (હોય તેમ) પ્રેરિત – ઉત્તજિત કરવું; [લા.] આઘાત આપીને જાગ્રત કરવું; કાટ ન લાગે તે માટે લોઢા પર જસતનો ઢોળ ચડાવવો.

galvano'meter (ગૅલ્વનૉમિટર), ના૦ વિદ્યુતપ્રવાહો માપવાનું યંત્ર.

ga'mbit (ગૅમ્બિટ), ના૦ [શતરંજ] પ્યાદું ઇ૦ મારવા આપીને રમત શરૂ કરવી તે; યુક્તિ, કરામત.

ga'mble (ગૅમ્બલ), અ૦ક્રિ૦ દ્યૂત કે જુગાર રમવો, ભારે જોખમ ખેડવું. ના૦ જોખમ ભરેલું સાહસ, જુગાર.

ga'mbler (ગૅમ્બ્લર), ના૦ જુગારી, સટોડિયો.

gambo'ge (ગૅમ્બૂઝ઼), ના૦ એક જાતનું ગુંદર અથવા રાળ જે પીળા રંગદ્રવ્ય તરીકે વપરાય છે.

ga'mbol (ગૅમ્બલ), ના૦ કૂદકો, ઠેકડો, ગેલ. અ૦ક્રિ૦ ગેલમાં–આનંદમાં–કૂદવું–ઠેકડા મારવા.

game[1] (ગેમ), ના૦ રમત, રમતગમત, ખેલ; હરીફાઈની રમત; [બ૦વ૦માં] વ્યાયામની હરીફાઈની રમતો; મનોરંજન, કાલક્ષેપમ; કાવતરું, દાવપેચ; દાવ, હાથ, બાજી; રમતમાં મેળવાતા અંક, હોડ, ઇ૦; મશ્કરી; શિકાર કરવાનું પ્રાણી, પક્ષી, ઇ૦; તેનું મ.સ. વિ૦ પાણીદાર, તેજસ્વી, તૈયાર (કશુંક કરવા ઇ૦). **~cock,** લડાવવા માટે પાળેલો કૂકડો. **~keeper,** શિકારના પ્રાણીઓનું રક્ષણ-સંવર્ધન કરનારો, મૃગયારક્ષક. **~smanship,** માનસશાસ્ત્રીય સાધનો વડે હરીફાઈની રમતો જીતવાની કળા.

game[2], વિ૦ પંગુ, વિકલાંગ.

game'te (ગૅમીટ), ના૦ લૈંગિક પ્રજનન વખતે બીજા કોષમાં ભળનાર પરિપકવ બીજકોષ.

ga'min (ગૅમિન), ના૦ રસ્તે રખડતું અનાથ છોકરું, ઉદ્ધત બાળક.

gami'ne (ગમીન), ના૦ એવી જ રખડતી અનાથ છોકરી; આકર્ષક રીતે સ્વાભાવિક વર્તનવાળી જુવાન સ્ત્રી.

ga'mma (ગૅમે), ના૦ ગ્રીક વર્ણમાળાનો ત્રીજો અક્ષર **~ rays,** વિકિરણધર્મી પદાર્થોમાંથી બહાર પડતાં બહુ ટૂંકાં 'ક્ષ' કિરણો.

ga'mmon (ગૅમન), ના૦ ડુક્કરના ફૂલાના કે જાંઘના માંસની આથીને કરેલી સુકવણી.

ga'mmy (ગૅમિ), વિ૦ [વિ૦બો૦; ટાંટિયો ઇ૦ અંગે] વિકલાંગ, પાંગળું, લૂલું.

gamp (ગૅમ્પ), ના૦ [વાત.] છત્રી.

ga'mut (ગૅમટ), ના૦ સ્વરસપ્તક, સ્વરગ્રામ; અવાજની આખી મર્યાદા; (કોઈ વિષયનું) આખું ક્ષેત્ર કે મર્યાદા.

ga'my (ગેમિ), વિ૦ સડવા માંડીને રાંધવાલાયક થાય ત્યાં સુધી ટાંગી રાખેલું અને શિકારની ગંધ અને સ્વાદવાળું.

ga'nder (ગૅન્ડર), ના૦ હંસ (નર).

gang (ગૅંગ), ના૦ મજૂરો, ગુલામો અથવા કેદીઓની ટોળી; વિ૦ક૦ બૂરા કામ માટે ભેગી થયેલી ટોળકી. અ૦ક્રિ૦ -ની સાથે જોડાઈ જવું–સાથે મળીને કામ કરવું.

ga'nger (ગૅંગર), ના૦ કામગારોની ટોળીનો મુકાદમ.

ga'ngling (ગૅંગ્લિંગ), વિ૦ લબડી-લેવાઈ-ગયેલું; તાડ જેવું, લંબૂસ.

ga'nglion (ગૅંગ્લિઅન), ના૦ [બ૦વ૦ **~s** અથવા **-glia**] મજ્જાતંતુઓ કે જ્ઞાનતંતુઓની ગુચ્છિકા જ્યાં આવેગોનું ગ્રહણ કરી તેમને આગળ મોકલવામાં આવેછે.

ga'ngplank (ગૅંગ્પ્લૅંક), ના૦ હોડી પર ચડવા કે તે પરથી ઊતરવા માટેનું પાટિયું.

ga'ngrene (ગૅંગ્રીન), ના૦ શરીરમાં કોઈ હાડકાનું કે પેશીજાલનું ક્ષીણ થવું, બહુધા વિઘટન કે કહોવાણ સાથે. **ga'ngrenous** (-નસ), વિ૦.

ga'ngster (ગૅંગ્સ્ટર), ના૦ ગુનેગાર ટોળીનો માણસ, ધાડપાડુ, લુટારો, ઇ૦.

ga'ngue (ગૅંગ), ના૦ કાચી ધાતુ (ના ખાર)વાળી ધૂળ, માટી, ઇ૦.

ga'ngway (ગૅંગ્વે), ના૦ વહાણની બાજુઓ વચ્ચેની ખુલ્લી જગ્યા, પાટિયાનો કામચલાઉ પુલ-સીડી, બેઠકોની હારો વચ્ચેનો રસ્તો.

ga'nnet (ગૅનિટ), ના૦ એક મોટું દરિયાઈ પક્ષી, 'સોલન' હંસ.

ga'ntry (ગૅંટ્રિ), ના૦ ફરતો ઊંટડો, રેલવે સિગ્નલો, રૉકેટ ઉડાડવાનો સરંજામ, ઇ૦ માટેનો આધારભૂત ઓટલો.

gaol, jail, (જેલ), ના૦ તુરંગ, કેદખાનું. સ૦ક્રિ૦ કેદમાં નાખવું-પૂરવું. **~bird,** વારે વારે જેલમાં જનાર ગુનેગાર, પાકો ગુનેગાર.

gao'ler, jai'ler, (જેલર), ના૦ કેદખાનાનો અધિકારી, જેલર.

gap (ગૅપ), ના૦ વાડ કે ભીંતમાં ગાબડું, છીંડું; વચગાળો, મધ્યંતર; મોટું અંતર-તફાવત; ઊણપ.

gape (ગેપ), અ૦ક્રિ૦ મોં પહોળું કરવું-વકાસવું; તાકીને જોવું; બગાસું ખાવું. ના૦ બગાસું; અનિમેષ નજર.

ga'rage (ગૅરાઝ), ના૦ મોટર ગાડી(ઓ) રાખવાનું છાપરું, મોટરનો તબેલો; પેટ્રોલ વેચવાની કે મોટર સમી કરવાની અથવા વેચવાની દુકાન. સ૦ક્રિ૦ મોટરને ગરાજમાં મૂકવી.

garb (ગાર્બ), ના૦ પોશાક, પહેરવેશ, કોઈ વિશિષ્ટ પ્રકારનો. સ૦ક્રિ૦ કપડાં પહેરવાં-પહેરાવવાં.

gar'bage (ગાર્બેજ), ના૦ કચરો, ગંદકી; એઠવાડ ઇ૦ ઘરનો કચરો; ગંદું સાહિત્ય ઇ૦.

gar'ble (ગાર્બલ), સ૦ક્રિ૦ હકીકત, સંદેશો, ઇ૦ને અંગે ગોટાળો કરવો - તેને વિકૃત સ્વરૂપ આપવું.

gar'den (ગાર્ડન), ના૦ બગીચો, વાડી; [વિ૦ક૦ બ૦વ૦માં] હરવાફરવાની જાહેર સુશોભિત જગ્યા, ક્રીડોદ્યાન. સ૦ ક્રિ૦ બગીચો બનાવવો, બગીચામાં કામ કરવું.

garde'nia (ગાર્ડીનિઅ), ના૦ ખુશબોદાર સફેદ અને પીળાં ફૂલવાળું ઝાડ અથવા ઝાડવું.

garga'ntuan (ગાર્ગૅન્ટ્યુઅન), વિ૦ રાક્ષસી કદનું, પ્રચંડ.

gar'gle (ગાર્ગલ), ઉ૦ક્રિ૦ મોંમાં પાણી ગગળાવીને મોં ને ગળું ધોવું, કોગળો કરવો. ના૦ કોગળો (કરવાનું પાણી કે દવા).

gar'goyle (ગાર્ગૉઇલ), ના૦ દીવાલમાંથી પાણી બહાર લઈ જવા બહુધા ગાયના મોઢાવાળો માર્ગ, ગોમુખ.

ga'rish (ગૅ'અરિશ), વિ૦ અતિશય ચળકતું, આંજી નાખે એવું; ભપકાદાર.

gar'land (ગાર્લન્ડ), ના૦ ફૂલ, પાંદડાં, ઇ૦ની માળા, હાર; તોરણ. સ૦ક્રિ૦ હાર પહેરાવવો; વિજયનો મુગટ પહેરાવવો.

gar'lic (ગાર્લિક), ના૦ લસણ.

gar'ment (ગાર્મેન્ટ), ના૦ વસ્ત્ર.

gar'ner (ગાર્નર), ના૦ અનાજનું કોઠાર. સ૦ક્રિ૦ કોઠારમાં ભરવું, સંગ્રહ કરવો, સંઘરવું.

gar'net (ગાર્નિટ), ના૦ કાચના જેવો એક ખનિજ પદાર્થ, લાલ, માણેક.

gar'nish (ગાર્નિશ), સ૦ક્રિ૦ શણગારવું વિ૦ક૦ ભોજનની વાની. ના૦ શણગારવા કે સ્વાદ માટે ઉમેરાતી વસ્તુ.

ga'rret (ગૅરિટ), ના૦ છાપરાની નીચે માળિયું, કાતરિયું.

ga'rrison (ગૅરિસન), ના૦ શહેર ઇ૦ના રક્ષણાર્થે રાખેલું લશ્કર. સ૦ ક્રિ૦ રક્ષણાર્થે લશ્કર મૂકવું, રક્ષક લશ્કર તરીકે કબજો લેવો.

garro'tte (ગરૉટ), ના૦ ગળું દબાવીને મારી નાખવાની સ્પૅનિશ મોતની સજા, તે માટેનું ઉપકરણ; ગળે ફાંસો દઈ ને કરેલી વાટમારી. સ૦ક્રિ૦ ગળું દબાવીને – ગૂંગળાવીને – મારી નાખવું.

ga'rrulous (ગૅરુલસ), વિ૦ વાતોડિયું, વાચાળ. **garru'lity** (ગરૂલિટિ), ના૦.

gar'ter (ગાર્ટર), ના૦ મોજું નીચે ન ઊતરે તે માટે તેને બાંધવાનો બંધ – પટો. **the G~**, ઇંગ્લંડના અમીર કે સરદારનું ઊંચામાં ઊંચું પદ, તેનું બિલ્લો વગેરે ચિહ્ન. **~ stitch**, બધી સાદા ટાંકાની હારોવાળી રચના.

gas (ગૅસ), ના૦ [બ૦વ૦ **gases**] કોઈ પણ વાયુરૂપ પદાર્થ; હવા જેવો અથવા પૂરેપૂરો સંકોચવિકાસશીલ પદાર્થ; [અમે.; વાત.] પેટ્રોલ; [વાત.] ડાહી વાતો, બડાઈ. ઉ૦ક્રિ૦ ગૅસની અસર થાય એવી રીતે મૂકવું; ખાલી વાતો કરવી બડાઈ હાંકવી. **~bag,** [અનાદર.] ખાલી ગપ્પાં મારનારો. **~ chamber**, કેદીઓને કે પ્રાણીઓને ઝેરી વાયુ વડે મારી નાખવાનો ઓરડો. **~-fitter**, ઘરમાં ગૅસન જોડાણ કરી આપનાર માણસ – ફિટર. **~holder**, ગૅસ સંઘરવાનું મોટું પાત્ર, કોઠી, પીપ, ટાંકી. **~ mask**, ઝેરી વાયુ સામે રક્ષણનું સાધન. **~ ring**, ગૅસ વાપરવાનું કાણાંકાણાંવાળું પોલું કડું, ગૅસના ચૂલાનું મોઢિયું. **~works**, કોલસાના ગૅસનું કારખાનું, ગૅસઘર.

ga'seous (ગૅસિઅસ), વિ૦ ગૅસનું, ગૅસવાળું, ગૅસના રૂપનું.

gash (ગૅશ), ના૦ લાંબો અને ઊંડો કાપો – જખમ; ફાટ. સ૦ક્રિ૦ -માં લાંબો અને ઊંડો ઘા કરવો.

ga'sify ગૅસિફાઇ), ઉ૦ક્રિ૦ -નો ગૅસ બનાવવો – થવો. **gasifica'tion** (-ફિકેશન), ના૦.

ga'sket (ગૅસ્કિટ), ના૦ સંકેલેલું સઢ કાઠી સાથે બાંધવાની નાનકડી દોરી; અન્તર્જ્વલન એંજિનમાં ગૅસરોધક સાંધાઓ પૂરવાના શણના ગાંઠા.

ga'soline (ગૅસલિન), ના૦ [અમે.] પેટ્રોલ.

gaso'meter (ગૅસૉમિટર), ના૦ ગૅસ સંઘરી રાખવાની મોટી ટાંકી, જેમાંથી ગૅસ વહેંચવામાં આવે છે.

gasp (ગાસ્પ), ઉ૦ક્રિ૦ મોં ફાડીને શ્વાસ લેવાનો પ્રયત્ન કરવો, હાંફવું; હાંફતાં હાંફતાં બોલવું. ના૦ હાંફ, દમ, શ્વાસ. **at one's last ~**, મરણોન્મુખ; [લા.] લોથપોથ થયેલું.

ga'ssy (ગૅસિ), વિ૦ ગૅસનું – થી ભરેલું – ના જેવું; શબ્દપ્રચુર.

ga'stric (ગૅસ્ટ્રિક), વિ૦ પેટ કે હોજરીનું – સંબંધી. **~ flue,** [વાત.] અજ્ઞાત કારણથી આંતરડાનો વિકાર. **~ juice,** ઉદરની ગ્રંથિઓમાંથી ઝરતો પાચકરસ, જાઠરરસ.

ga'stronome (ગૅસ્ટ્રનોમ) ના૦ સારા ખાનપાનનો પરીક્ષક – મર્મજ્ઞ. **gastrono'mic** (-નૉમિક), વિ૦. **gastro'nomy** (ગૅસ્ટ્રૉનમિ), ના૦.

ga'st(e)ropod (ગૅસ્ટરપૉડ, ગૅસ્ટ્ર-), ના૦ ઉદરપાદ મૃદુકાય પ્રાણી (જેમ કે ગોકળગાય).

gat (ગૅટ), ના૦ [વિ૦બો૦] પિસ્તોલ કે બીજું કોઈ સ્ફોટક હથિયાર.

gate ગેટ), ના૦ દરવાજો, પ્રવેશદ્વાર; દરવાજાનું બારણું; આવવાજવાનો રસ્તો; હવાઈ અડ્ડા પર વિમાનમાં ચડવાની સંરક્ષિત જગ્યા; જળપાશ કે કુંડમાં જતા પાણીને નિયમિત કરનાર સાધન – બારણું; ફૂટબૉલ મૅચ વગેરે જોવા માટે ઝાંપા આગળ પૈસા આપીને દાખલ થનાર પ્રેક્ષકોની સંખ્યા, એવી રીતે મળેલા પૈસા. **~crash,** આમંત્રણ વિના દાખલ થવું. **~leg(ged)**, (ટેબલ અંગે) દરવાજા જેવા ચોકઠામાં પાયાવાળું સંકેલી શકાય એવું. **~way,** પ્રવેશદ્વાર, જવાઆવવાનો ઝાંપાવાળો માર્ગ.

ga'teau (ગૅટો), નાο [બ૦વ૦ ~s અથવા ~x ઉ. -ટોઝ઼] મોટી અને સ્વાદિષ્ટ મલાઈવાળી કેક.

ga'ther (ગૅધર), ઉ૦ક્રિ૦ એકત્ર – ભેગું – કરવું અથવા થવું; (ફૂલ વગેરે) ચૂંટવું, વીણવું; વસ્ત્રની ગડીઓ કે ચીણ વાળીને સંકેલી લેવું; -માં પરુ ભરાઈ ને સોજો આવવો; (વાહનમાં) બેસાડી લેવું, સાથે લેવું; અનુમાન કરવું, (હકીકત પરથી) તારવવું. નાο વસ્ત્રમાં દોરો ઘાલીને વાળેલી નાની કરચલીઓ – ચીણ.

ga'thering (ગૅધરિંગ), નાο સંમેલન, મેળાવડો; ફોલ્લો, ગૂમડું.

G.A.T.T., સંક્ષેપ. General Agreement on Tariffis, and Trade.

gauche (ગોશ), વિο કુનેહ કે આવડત વિનાનું; સભાભીરુ; અણઘડ, અનાડી. **gau'cherie** (-શરિ), નાο અણઘડ કે અનાડીના જેવું વર્તન કે કામ.

gau'cho (ગૌચો), નાο [બ૦વ૦ ~ s] દ. અમેરિકાનો યુરોપિયન અને અમે. ઈંડિયનના સંકરવાળો ઘોડેસવાર ગોવાળ કે ભરવાડ.

gau'dy (ગૉડિ), વિο (સુરુચિ વિનાના) ભપકાવાળું; કૉલેજના જૂના વિદ્યાર્થીઓ માટેનો વાર્ષિક ભોજનસમારંભ.

gauge (ગેજ), નાο નિયત કે પ્રમાણભૂત માપ; કદ, વિસ્તાર, મર્યાદા; માપવાનું કે ચકાસણી કરવાનું સાધન; કસોટી; માનદંડ. સ૦ક્રિ૦ ચોક્કસ માપ લેવું, -નાં માપ કે પરિમાણ તપાસી જોવાં, પાત્રની અંદર કેટલુ છે તે માપવું; અડસટ્ટો કાઢવો.

Gaul (ગૉલ), નાο પ્રાચીન ગૉલનો વતની. **Gau'lish** (-લિશ), વિο અને નાο.

gaunt (ગાન્ટ), વિο પાતળું, સુકલકડી, સુકાઈ ગયેલું, ગંભીર અને ઉદાસ દેખાતું.

gau'ntlet[1] (ગૉન્ટ્લિટ), નાο લાંબા અને પહોળા પહોંચાવાળું મોજું, વિ૦ક૦ મોટર ચલાવનારનું; [ઇતિ.] લોઢાનું મોટું મોજું, હસ્તત્રાણ.

gau'ntlet[2], નાο. **run the ~**, સજા તરીકે લાકડીઓ કે દોરડાવતી મારનાર માણસોની બે હાર વચ્ચેથી પસાર થવું; [લા.] ટીકાનો મારો સહન કરવો.

gauze (ગૉઝ઼), નાο ઝીણું પારદર્શક કપડું, તારની બારીક જાળી. **gau'zy** (-ઝ઼િ), વિο.

gave (ગેવ), **give** નો ભૂ૦કા૦.

ga'vel (ગવલ), નાο હરાજી બોલાવનાર, સભાનો પ્રમુખ, કે ન્યાયાધીશનો હથોડો.

gavo'tte (ગવૉટ), નાο અઢારમા સૈકાનું એક ચેતનવાળું નૃત્ય, તેને માટેની સંગીત-રચના.

gawk (ગૉક), નાο સંકોચશીલ, શરમાળ અથવા બેડોળ વ્યક્તિ. **gaw'ky** (ગૉકિ), વિο.

gawp (ગૉપ), અ૦ક્રિ૦ [વાત.] બાઘાની જેમ એકીટસે જોયા કરવું.

gay (ગે), વિο મોજી, આનંદી; રમતિયાળ; ભપકાવાળું; લમ્પટ, [વિ.બો.] સમલિંગકામી.

gaze (ગેઝ઼), અ૦ક્રિ૦ તાકીને – એકીટસે – જોવું. નાο સ્થિર – સ્તબ્ધ – દૃષ્ટિ.

gaze'bo (ગઝ઼ીબો), નાο [બ૦વ૦ ~ s, ~ es] જ્યાંથી દૃશ્ય સારી રીતે જોઈ શકાય એવી જગ્યા.

gaze'lle (ગઝ઼ે'લ), નાο સુંદર આંખોવાળું નાનું રૂપાળું હરણ.

gaze'tte (ગઝ઼ે'ટ), નાο સરકારી માહિતી-પત્રક, આજ્ઞાપત્ર. સ૦ક્રિ૦ સરકારી આજ્ઞા-પત્ર – માહિતીપત્રક – માં જાહેર કરવું.

gazetteer' (ગૅઝ઼ટિઅર), નાο રાજ્યમાં આવેલાં સ્થળોનું વર્ણન – માહિતી – આપતો કોશ.

gazu'mp (ગઝ઼મ્પ), સ૦ક્રિ૦ છેતરવું, ધૂતવું; ખરીદનારે સોદો માન્ય કર્યા પછી કિંમત વધારવી.

G.B., સંક્ષેપ. Great Britain.

G.B.E., સંક્ષેપ. Dame or Knight Grand Cross (of the Order) of the British Empire.

G.C., સંક્ષેપ. George Cross.

G.C.B., સંક્ષેપ. Knight Grand

Cross (of the Order) of the Bath.

G.C.E., **સંક્ષેપ.** General Certificate of Education.

G.C.M.G., **સંક્ષેપ.** Dame or Knight Grand Cross (of the Order) of St. Michael and St. George.

G.C.V.O., **સંક્ષેપ.** Dame or Knight Grand Cross of the Royal Victorian Order.

G.D.R., **સંક્ષેપ.** German Democratic Republic.

gear (ગિઅર), નાο ઉપકરણો, ગરેડીઓ, હથિયારો; સાજસરંજામ; [વાત.] કપડાં; સાથે કામ કરતાં (વિο કο દાંતાવાળાં) ચક્રો, ઉચ્ચાલકો, ઇο નો સટ; મોટર કે ઍંજિનને તેના કાર્ય સાથે જોડનારી રચના; એવા જોડાણ કે સંયોગ(ના અનુકૂલન) ની વિશિષ્ટ અવસ્થા. **in ~**, જોડાયેલું, કામ કરતું. સο ક્રિο ઘોડા વગેરેને જીન ઇο-થી સજાવવું, અમુક ગિયરમાં મૂકવું, આવશ્યક યાંત્રિક સાધનોથી યુક્ત કરવું, બંધબેસતું કરવું, અનુકૂળ બનાવવું. **box ~ case,** યંત્રના કે વાહનના ગિયરની પેટી, દંતચક્રપેટી, વેગબદલ પેટી. **~-lever**, ગિયર જોડવાનું કે બદલવાનું ઉચ્ચાલક.

ge'cko (ગે'કો), નાο [બο વο **~s** અથવા **~es**] ગરોળી, ધિલોડી.

gee (જી), ઉદ્ગારο દૃઢતાથી કહેવાનો કે કશુંક નવીન જડયાનો ભાવ વ્યક્ત કરે છે.

geese (ગીસ), **goose**નું બο વο.

gee'zer (ગીઝ઼ર), નાο. [વિο બોο] ઘરડો માણસ.

Gei'ger (ગાઇગર), નાο. **~ counter**, કિરણોત્સર્ગિતા અથવા કિરણોત્સર્ગ માપવાનું સાધન.

gei'sha (ગેશૅ), નાο નૃત્ય અને સંગીતથી અતિથિનું મનોરંજન કરનાર જાપાની સ્ત્રી.

gel (જે'લ), નાο. અર્ધઘન ચીકણુ મિશ્રણ, ચાસણી, મુરબ્બો.

ge'latin (જે'લટિન), **ge'latine** (-ટીન), નાο જેલી અથવા મુરબ્બો બનાવવા માટે રસોઈમાં તેમ જ ફોટોગ્રાફીમાં વપરાતો એક પારદર્શક, સ્વાદહીન પદાર્થ, સરેસ. મુરબ્બાનો પાયો.

geld (ગે'લ્ડ), સο ક્રિο ખસી કરવું.

ge'lding (ગે'લ્ડિંગ), નાο ખસી કરેલો ઘોડો ઇο.

ge'lignite (જે'લિગ્નાઇટ), નાο. નાઇટ્રોગ્લિસરીનવાળો એક સ્ફોટક પદાર્થ.

gem (જે'મ), નાο એક કીમતી ખનિજ પદાર્થ; ખૂબ કીમતી અને સુંદર વસ્તુ; રત્ન. સο ક્રિο ઝવેરાતથી (હોય તેમ) શણગારવું.

Ge'mini (જે'મિનાઇ), નાο. મિથુન રાશિ; **(g~)** મિથુન.

gen (જે'ન), નાο [વિο બોο] માહિતી. ઉο ક્રિο **~ up,** માહિતી મેળવવી - આપવી.

Gen., સંક્ષેપ. General.

ge'ndarme (ઝ઼ૅ'ડાર્મ), નાο સશસ્ત્ર પોલીસ સિપાઈ.

ge'nder (જે'ન્ડર), નાο [વ્યાક.] શબ્દની જાતિ - લિંગ.

gene (જીન), નાο આનુવંશિકતા સાથે સંબંધ ધરાવતો શુક્રાણુનો અંશ.

genea'logy (જીનિઍલજિ), વંશાવળી, પેઢીનામું; વંશ; વંશચિકિત્સા. **genealo'gical** (-આલૅજિકલ), વિοકο **genea'logist** (-ઍલજિસ્ટ), ના.

ge'nera (જેનરૅ), જુઓ **genus.**

ge'neral (જે'નરલ), વિο બધાને લાગુ પડનારું, સામાન્ય, વિભાગીય કે વિશિષ્ટ નહિ; પ્રચલિત, રૂઢ; અસ્પષ્ટ, વિગત વિનાનું; (પદવીઓમાં) મુખ્ય, ઉપરી. નાο ફીલ્ડ માર્શલ (સર સેનાપતિ) ની નીચેની કક્ષાનો અમલદાર, સેનાપતિ. **~ anaesthetic**, આખા શરીરને બેભાન બનાવનાર દવા. **~ knowledge**, સામાન્ય જ્ઞાન. **~ practitioner**, સર્વસામાન્ય રોગીઓનો કે રોગોનો ઇલાજ કરનાર ડાક્તર. **~ practice**, બધી જાતના

શબ્દોનો ઉચ્ચાર. **ge'neralship** (-લ્શિપ) નામ.

generali'ssimo (જે'નરલિસિમો), નાo [બo વo ~s] ભૂ., નૌકા તથા હવાઈ - ત્રણે દળોનો અથવા અનેક સેનાઓનો વડો - સરસેનાપતિ.

genera'lity (જેનરૅલિટિ), નાo સામાન્ય વિધાન કે કથન; અસ્પષ્ટતા; મોટા ભાગના લોકો.

ge'neralize (જે'નરલાઇઝ), ઉo ક્રિo વિશેષ પ્રતિજ્ઞાને સામાન્ય રૂપ આપવું; સામાન્ય અનુમાન કાઢવું - નિયમ તારવવો -ને આધારે સામાન્ય વિધાન કરવું; સામાન્ય વપરાશમાં લાવવું, ગોળ ગોળ વિધાનો કરવાં, મોઘમ વાત કરવી. **generaliza'tion** (-ઝેશન), નાo.

ge'nerally (જે'નરલિ), ક્રિo વિo સામાન્ય અર્થમાં; મોટે ભાગે, ઘણું ખરું; બહુધા.

ge'nerate (જે'નરેટ), સo ક્રિo પેદા - નિર્માણ - કરવું, અસ્તિત્વમાં આણવું.

genera'tion (જે'નરેશન), નાo પેદા કરવું તે, પ્રજનન; ઉત્પાદન, વિoકo વીજળીનું; વંશની એક પેઢી; લગભગ એકી-વખતે જન્મેલા બધા લોકો(ની પેઢી); આશરે ૩૦ વરસનો ગાળો.

ge'nerative (જે'નરટિવ), વિo પ્રજનનનું-ને લગતું, ઉત્પાદક.

ge'nerator (જે'નરેટર), નાo પેદા કરનાર; ગૅસ, વરાળ, ઇo પેદા કરનાર ઉપકરણ; ડાઇનેમો, યાંત્રિક શક્તિનું વીજળીમાં રૂપાંતર કરનાર યંત્ર.

gene'ric (જિને'રિક), વિo કોઈ જાતિ કે વર્ગનું-ને લાગુ પડતું-નાં લક્ષણોવાળું; વિશિષ્ટ નહિ.

ge'nerous (જે'નરસ), વિo મોટા મનનું, હલકું કે નીચ નહિ; છૂટે હાથે આપનારું, દાની; વિપુલ, ભરપૂર. **genero'sity** (-રૉસિટિ), નાo.

ge'nesis (જે'નિસિસ), નાo ઉત્પત્તિ; મૂળ; ઉત્પત્તિની રીત-પ્રકાર.

gene'tic (જિને'ટિક), વિo મૂળનું-માં-ને લગતું; જનનશાસ્ત્રનું. **gene'tics** (-ટિક્સ), નાo બoવo (એક વo તરીકે વપરાતું) આનુવંશિકતા અને તેમાં થતા પરિવર્તનોનું શાસ્ત્ર, સુપ્રજાજનનશાસ્ત્ર.

ge'nial (જીનિઅલ), વિo સૌમ્ય; હૂંફાળું; ઉત્સાહદાયક; મિલનસાર. **genia'lity** (-ઍલિટિ), નાo.

genie (જીનિ), નાo [બoવo **genii** ઉ. જીનિઆઇ] ભૂત, પિશાચ, રાક્ષસ.

ge'nital (જે'નિટલ), વિo જનનનું-ને લગતું. નાo [બoવoમાં] જનનેન્દ્રિયો.

genita'lia (જે'નિટેલિઅ), નાo બoવo જનનેન્દ્રિયો.

ge'nitive (જે'નિટિવ), વિo અને નાo મૂળ, ઉત્પત્તિ, કે માલિકીની દર્શક (નામની ષષ્ઠીની વિભક્તિ.) **geniti'val** (-ટાઇવલ), વિo.

ge'nius (જીનિઅસ), નાo [બoવo ~es અથવા -ii ઉ. -નિઆઇ] રક્ષક દેવતા; અલૌકિક બુદ્ધિ-પ્રતિભા; પ્રતિભા-સંપન્ન માણસ.

ge'nocide (જે'નસાઇડ), નાo આખી કોમ કે પ્રજાની હત્યા, જાતિસંહાર.

ge'nre (ઝાંર), નાo પ્રકાર અથવા શૈલી, વિoકo કળા કે સાહિત્યની; રોજિંદા જીવનમાંના પ્રસંગોનું ચિત્રણ.

gent (જે'ન્ટ), નાo [વાત.] સદ્ગૃહસ્થ.

gentee'l (જે'ન્ટીલ), વિo નમ્રતા કે સંસ્કારિતાનો ડોળ કરનારું.

ge'ntian (જે'ન્શન), નાo બહુધા વાદળી ફૂલવાળો એક છોડ. ~ **violet**, એક પૂતિરોધક, જંતુ વિનાશક રંગ.

ge'ntile (જે'ન્ટાઇલ), વિo અને નાo યહૂદી (ખ્રિસ્તી, મુસ્લિમ) નહિ એવું, જંગલી, અસભ્ય, (માણસ).

genti'lity (જે'ન્ટિલિટિ), નાo સામાજિક શ્રેષ્ઠતા, કુલીનતા; ખાનદાની રહેણીકરણી.

ge'ntle (જે'ન્ટલ), વિo ઉદાર, વિનયશીલ; સૌમ્ય, શાંત; કઠોર કે કડક નહિ એવું; સારા કુળમાં જન્મેલું. ~**folk**, સારા કુટુંબના લોકો.

ge'ntleman (જે'ન્ટલ્મન), નાo [બo વo -**men**] સદ્ગૃહસ્થ, સૌદાક્ષિણ્ય-

વાળો સરકારી માણસ, સામાજિક પ્રતિષ્ઠા ધરાવનાર માણસ, સદ્ગૃહસ્થ; ગૃહસ્થ; [બ૦વ૦માં] શ્રોતાઓમાંનો પુરુષવર્ગ, સદ્ગૃહસ્થો.

gentlemanly (–મન્લિ), વિ૦ સદ્-ગૃહસ્થની જેમ વર્તતું કે દેખાતું, સદ્ગૃહસ્થ-ને શોભે એવું.

gentlewoman (જે'ન્ટલ્વુમન), ના૦ [બ૦વ૦માં **-women** ઉ. વિમિન] સન્નારી, કુલીન સ્ત્રી.

ge'ntly (જે'ન્ટ્લિ), ક્રિ૦વિ૦ સૌમ્યપણે, ભલમનસાઈથી; શાંતપણે, હળવે રહીને, ધીમેથી.

ge'ntry (જે'ન્ટ્રિ), ના૦ સરદારો કે ઉમરાવોથી ઊતરતી કક્ષાના–મધ્યમ વર્ગના –લોકો; [અનાદર.] લોકો.

ge'nuflect (જે'ન્યુફ્લે'ક્ટ), અ૦ક્રિ૦ ઘૂંટણ વાળવી, ઘૂંટણીએ પડવું, વિ૦ક૦ ઉપાસનામાં. **genufle'ction** (–ફ્લે-ક્શન), ના૦.

ge'nuine (જે'ન્યુઇન), વિ૦ અસલ, મૂળનું, સાચું, બનાવટી નહિ; યથાર્થનામ.

ge'nus (જીનસ), ના૦ [બ૦વ૦ **genera** ઉ. જે'નર] જેમાં બહુધા અનેક જાતો કે પ્રકાર હોય એવાં સમાન રચનાગત લક્ષણો-વાળાં પ્રાણીઓ કે વનસ્પતિઓનો સમુદાય; જાત, વર્ગ.

geoce'ntric (જિઅસે'ન્ટ્રિક), વિ૦ ભૂકેન્દ્રીય.

ge'ode (જીઓડ), ના૦ અંદરની બાજુથી સ્ફટિકોના સ્તરવાળો ખાડો કે પોલાણ, એવા ખાડાવાળો પથ્થર.

geode'sic (જીઅડે'સિક), **geode'tic** (–ડે'ટિક), વિ૦ ભૂગણિતીય, ભૂમાપનશાસ્ત્ર-ને લગતું. ~ **dome,** અલ્પાન્તરીય રેખાઓ અનુસાર ટૂંકા દાંડાઓનો બના-વેલો ઘૂમટ–તંબૂ. ~ **line,** પૃથ્વીની સપાટી પરના બે બિન્દુઓ વચ્ચેની ટૂંકામાં ટૂંકી રેખા, ભૂપૃષ્ઠીય અલ્પાન્તરીય રેખા.

geo'desy (જીઑડિસિ), ના૦ પૃથ્વીનો આકાર અને કદ(ના માપ)ને લગતું શાસ્ત્ર, ભૂમાપનશાસ્ત્ર.

geo'graphy (જિઑગ્રફિ), ના૦ ભૂવર્ણન, ભૂગોળ (વિદ્યા); કોઈ સ્થળની રચના અથવા લક્ષણો. **geo'grapher** (–ગ્રફર), ના૦. **geographic(al)** (જિઅગ્રૅફિક, -કલ), વિ૦.

geo'logy (જિઑલજિ), ના૦ ભૂસ્તર-શાસ્ત્ર, ભૂગર્ભવિદ્યા. **geolo'gic(al)** (જીઅલૉજિકલ), વિ૦. **geo'logist** (જિઑલજિસ્ટ), ના૦.

geo'metry (જિઑમિટ્રિ), ના૦ ભૂમિતિ, રેખાગણિત. **geome'tric(al)** (જિ-અમે'ટ્રિક,–કલ),વિ૦. **geometri'cian** (જીઅમિટ્રિશન), ના૦.

geopo'litics (જીઅપૉલિટિક્સ), ના૦ કોઈ દેશની ભૌગોલિક પરિસ્થિતિને લીધે નક્કી થતું તેનું રાજકારણ. **geopoli'-tical** (–પલિટિકલ), વિ૦.

Geor'die (જૉર્ડિ), ના૦ ટાઇનસાઇડનો વતની.

george'tte (જૉર્જે'ટ), ના૦ બહુ ઝીણું રેશમી ઇ૦ કાપડું.

Geor'gian (જૉર્જિઅન), વિ૦ જૉર્જ રાજાઓ (પહેલાથી ચોથા અથવા પાંચમા-છઠ્ઠા) નું – ના સમયનું.

Ger., સંક્ષેપ. German.

gera'nium (જરેનિઅમ), ના૦ બગલાની ચાંચ જેવા ફળવાળું ઝાડવું અથવા ઔષધિ; સુગંધી પાંદડાં અને ભડક રંગનાં ફૂલોવાળો એક છોડ.

ger'bil (જર્બિલ), ના૦ લાંબા પાછલા પગવાળું ઉંદરના જેવું એક રણનું પ્રાણી.

geria'tric (જે'રિઍટ્રિક), વિ૦ વાર્ધક્ય (રોગ) ચિકિત્સાને લગતું. **geria'trics** (–ટ્રિક્સ), ના૦ બ૦ વ૦ વૃદ્ધાવસ્થા અને તેના રોગોને લગતી વૈદકની એક શાખા. **geriatri'cian** (–શન), ના૦ વાર્ધક્ય (રોગ) ચિકિત્સક.

germ (જર્મ), ના૦ વિકાસ પામીને નવો જીવ બનવાની ક્ષમતાવાળો જીવાંશ, અર્ધવિકસિત ભાગ – અંગ; પ્રાથમિક સિદ્ધાન્ત, મૂળતત્ત્વ; સૂક્ષ્મજીવ – જંતુ.

ger'man[1] (જર્મન), વિ૦ તદ્દન

નિકટના સંબંધવાળું, સગું, સાવકું નહિ.

Ger'man², વિ૦ જર્મની, તેની પ્રજા અથવા તેની ભાષાનું. ના૦ જર્મનીનો વતની અથવા ભાષા (જર્મન). **~ measles,** ઓરી જેવો એક હળવો રોગ. **~ shepherd(dog),** જર્મન ભરવાડ (નો કૂતરો).

germa'nder (જર્‌મૅન્ડર), ના૦ એક જાતનો ભૂરાં ફૂલવાળો છોડ, વિ૦ ક૦ **'speedwell'**.

germa'ne (જર્‌મેન), વિ૦ પ્રસ્તુત, પ્રસ્તુત વિષય સાથે સંબંધ ધરાવનારું.

Germa'nic (જર્‌મૅનિક), વિ૦ જર્મન લોકોનું – નાં લક્ષણોવાળું.

ger'micide (જર્‌મિસાઇડ), ના૦ જંતુનાશક પદાર્થ. **germici'dal** (–ડલ), વિ૦.

ger'minal (જર્‌મિનલ), જંતુઓનું – ને લગતું; વિકાસની તદ્દન પ્રાથમિક અવસ્થાનું.

ger'minate (જર્મિનેટ), ઉ૦ ક્રિ૦ -ને અંકુર – ફણગો–ફૂટવો – કળી બેસવી; ઉગાડવું, પેદા કરવું. **germina'tion** (– નેશન), ના૦.

geronto'logy (જે'રન્ટૉલજિ), ના૦ ઘડપણ, ઘરડા થવું, ઇ૦ નું શાસ્ત્ર.

gerryma'nder (જે'રિમૅન્ડર), સ૦ ક્રિ૦ મતદાનમાં ગેરવાજબી લાભ મેળવવા માટે મતદારમંડળ કે વિભાગની રચનામાં – હદ નક્કી કરવામાં–ચાલમેલ કરવી. ના૦ એવી ચાલમેલ.

ge'rund (જે'રન્ડ), ના૦ ધાતુસાધિત નામ, કૃદન્તનામ.

Gesta'po (ગેસ્ટાપો), ના૦ નાત્સીઓના સમયની જર્મન છૂપી પોલીસ.

gesta'tion (જે'સ્ટેશન), ના૦ ગર્ભાધાનથી પ્રસવ સુધી ગર્ભધારણ કે વહન (નો કાળ).

gesti'culate (જે'સ્ટિકચુલેટ), ઉ૦ ક્રિ૦ બોલવાની સાથે કે બોલ્યા વિના ભાવસૂચક અંગવિક્ષેપ – ચેષ્ટાઓ – કરવી. **gesticula'tion** (– લેશન) ના૦. **gesti'culative** (–લટિવ), **gesti'culatory** (– લેટરિ), વિ૦.

ge'sture (જે'સ્ચર), ના૦ ચાળો, ચેષ્ટા; ઇશારો, સંકેત; સામાની પ્રતિક્રિયા મેળવવા, જાણવા કે પોતાનો આશય જણાવવા કરેલો સંકેત અથવા કૃત્ય. ઉ૦ ક્રિ૦ = gesti'culate.

get (ગે'ટ), ઉ૦ ક્રિ૦ [ભૂ૦ કા૦ **got**; ભૂ૦ કૃ૦ **got,** અમે. **gotten**] મેળવવું, સંપાદન કરવું, રળવું, જીતવું, પ્રાપ્ત કરવું; જઈને લાવવું; શીખવું; (કશુંક કરવા) મનાવવું, લલચાવવું; પ્રોત્પાદન કરવું; અનુભવવું અથવા સહન કરવું; (રોગ, ચેપ, ઇ૦) થવું, લાગવું, વળગવું; – ની ઉપર (સજા, આઘાત, ઇ૦) થવું; [વાત.] મૂંઝવવું, ભીંસમાં લેવું, દલીલમાં પકડવું; [વાત.] સમજવું; જવામાં કે આવવામાં સફળ થવું; લાવવામાં કે મૂકવામાં સફળ થવું; થવું; ખાવાનું તૈયાર કરવું; [વાત.] ત્રાસ દેવો, પજવવું; આકૃષ્ટ કરવું, ઘેરવું. [પૂર્ણકાળમાં, **have got**] – ની પાસે હોવું, કરવા કે થવા બંધાયેલા હોવું. **~ at,** પહોંચવું, પકડી, પાડવું, [વાત.] સૂચવવું; [વાત.] છેડવું. **~ away,** નાસી જવું. **~away,** ના૦ છટકી જવું તે, પલાયન. **~ by,** [વાત.] સ્વીકાર્ય હોવું, પહેંચી વળવું. **~ in,** ચૂંટણીમાં જીતવું, કૉલેજ ઇ૦માં પ્રવેશ મેળવવો. **~ on,** આગળ વધવું, (સારુ, ખરાબ) ચાલવું, – ની સાથે મેળમાં - સંપીને રહેવું (**with**); પુખ્ત ઉમરનું – પ્રૌઢ થવું. **~ out of,** -માંથી બહાર નીકળવું – છટકી જવું, ટાળવું, – ની પાસેથી મેળવવું -કઢાવવું. **~ over,** ઓળંગી – વટાવી જવું (મુશ્કેલી ઇ૦), (માંદગી ઇ૦)માંથી બહાર પડવું. **~ together,** સામાજિક મેળાવડો, સ્નેહસંમેલન. **~ up,** પથારીમાંથી ઊઠવું, સાફ સૂથરું-દર્શનીય-બનાવવું. **~-up,** સજાવટ કે વેષભૂષાની શૈલી.

ge'um (જીઅમ), ના૦ ગુલાબના વર્ગનું એક ફૂલઝાડ.

gew'gaw (ગ્યૂગૉ), ના૦ ભપકાવાળું રમકડું કે ઘરેણું.

gey'ser (ગાઇઝ઼ર), ના૦ રહી રહીને જેમાંથી ફુવારો ઊડે છે એવો ગરમ પાણીનો ઝરો; (ગીઝ઼ર) પાણી ગરમ કરવાનું સાધન.

gha'stly (ગાસ્ટ્લિ), વિ૦ ભયાનક, ડરામણું, વિકરાળ; મડદા જેવું, ધોળું ફક.

ghat, ghaut, (ઘૉટ), ના૦ (નદી ઇ૦નો) ઘાટ, હોડી ઇ૦માંથી જમીન પર ઊતરવાની જગ્યા. **burning ~,** સ્મશાન (નદી કિનારા પરનું).

ghee (ગી), ના૦ ઘી.

gher'kin (ગર્કિન), ના૦ અથાણું કરવાની કુમળી કે નાની કાકડી.

ghe'tto (ગે'ટો), ના૦ [બ૦ વ૦ **~s**] શહેરમાં યહૂદી લોકોની વસ્તીવાળો ભાગ, યહૂદીવાડો; શહેરમાં લઘુમતી કોમોના વસવાટનો ભાગ; અલગ પાડેલું જૂથ કે પ્રદેશ.

ghost (ગોસ્ટ), ના૦ મરી ગયેલા માણસનો આભાસ – છાયા; પ્રેતાત્મા, મૃતાત્મા; ભૂત, પિશાચ; સાવ ક્ષીણ અથવા ફીકો પડેલો માણસ; આકૃતિ, રૂપ; ખામીવાળા દૂરબીનમાં અથવા દૂરદર્શનના ચિત્રમાં દેખાતી ગૌણ અથવા બેવડાયેલી પ્રતિમા. **~ (writer),** બહુધા પૈસા લઈને શેઠ માટે તેને નામે પુસ્તક લખનાર, ભૂતિયો લેખક. ઉ૦ ક્રિ૦ ભૂતિયું લેખન કરવું.

gho'stly (ગોસ્ટ્લિ), વિ૦ ભૂતનું – સંબંધી, ભૂતના જેવું; આભાસાત્મક.

ghoul (ગૂલ), ના૦ પ્રેતભક્ષી પિશાચ; મૃત્યુ ઇ૦માં અસ્વાભાવિક રસ ધરાવનાર વ્યક્તિ. **ghou'lish** (-લિશ), વિ૦.

G.H.Q., સંક્ષેપ. General Headquarters.

ghyll (ગિલ), જુઓ **gill**[1].

G.I., (જીઆઈ) વિ૦ સંયુક્ત રાજ્યોના સશસ્ત્ર દળોનું – માટેનું. ના૦ અમેરિકન સામાન્ય લશ્કરી સિપાઈ.

gi'ant (જાયન્ટ), ના૦ અતિમાનુષ શક્તિ કે કદવાળો માનવદેહધારી પ્રાણી; ખૂબ ઊંચો અથવા કદાવર માણસ કે પ્રાણી, રાક્ષસ, દૈત્ય; અસાધારણ સામર્થ્યવાળો માણસ. વિ૦ રાક્ષસી (કદ કે શક્તિવાળું), પ્રચંડ. **~-killer,** રાક્ષસ જેવી આસામીને મારી નાખનાર શૂરો માણસ. **gi'antess** (-ટિસ), ના૦ સ્ત્રી૦.

gi'bber (જિબર), અ૦ ક્રિ૦ ઉતાવળું અસ્પષ્ટપણે બોલવું, બકબક કરવી. ના૦ એવું બોલવું તે, બકબક.

gi'bberish (જિબરિશ), ના૦ ઉતાવળી અસ્પષ્ટ બોલી, બકબક, લવારો.

gi'bbet (જિબિટ), ના૦ [ઇતિ.] ફાંસી દેવાનો થાંભલો, વધસ્તંભ; ફાંસી દીધેલાને લટકાવી રાખવાનો થાંભલો.

gi'bbon (ગિબન), ના૦ લાંબા હાથવાળો પૂંછડી વિનાનો વાંદરો, ગિબન.

gi'bbous (ગિબસ), વિ૦ બહિર્ગોળ; (ચંદ્ર ઇ૦ અંગે) અર્ધગોળથી વધુ ભાગ પ્રકાશિત હોય એવું. **gibbo'sity** (ગિબોસિટિ), ના૦.

gibe, jibe, (જાઇબ), ઉ૦ ક્રિ૦ અને ના૦ કટાક્ષ (કરવો), મહેણું (મારવું), ઉપહાસ (કરવો).

gi'blets (જિબ્લિટ્સ), ના૦ બ૦ વ૦ પક્ષીને રાંધતા પહેલાં તેના કાપી કે કાઢી નાખેલા યકૃત, કલેજું, ચાવવાનો કોઠો, ઇ૦ ભાગો.

gi'ddy (ગિડિ), વિ૦ ફેર, ચક્કર, કે તમ્મર આવેલું – આવે એવું; ફેર કે ચક્કર લાવનારું; અસ્થિર, ચંચળ, ક્ષોભ પામનારું.

gift (ગિફ્ટ), ના૦ આપેલી વસ્તુ ભેટ; કુદરતી દેન - દેણગી. સ૦ ક્રિ૦ દેણગીઓ આપવી; ભેટ આપવી.

gig[1] (ગિગ), ના૦ હલકી ફૂલ બે પૈડાં અને એક ઘોડાની ગાડી; વહાણ (પર)ની હલકી હોડી; હલેસાં મારવાની વિ૦ ક૦ શરતની હોડી.

gig[2], ના૦ [વાત.] જાઝ઼ ઇ૦ માટે ગાયકવાદક વૃંદનું એક રાત માટે રોકાણ.

giga'ntic (જાઇગૅન્ટિક), વિ૦ પ્રચંડ, કદાવર, રાક્ષસી.

gi'ggle (ગિગલ), અ૦ ક્રિ૦. ખીખી હીહી કરીને હસવું, મૂર્ખાની જેમ – કૃત્રિમ

–હસવું. નાο ખીખી હસવું તે; [વાત.] ગંમત કરાવનાર માણસ અથવા વસ્તુ.

gi'golo (જિગલો), નાο [બο વο **~s**] નર્તકીને સાથ આપનાર ધંધાદારી નર્તક; પ્રૌઢ સ્ત્રીએ પોતાની સગવડ સાચવવા રાખેલો જુવાનિયો.

Gi'la (હીલૅ), નાο. **~ (monster)**, ન્યૂ મેક્સિકો તરફની મોટા કદની ઝેરી ઘિલોડી.

Gilber'tian (ગિલ્બર્શન), વિο ગિલ્બર્ટ અને સલિવનની સંગીત નાટિકામાં હોય છે તેવું હાસ્યાસ્પદ અને ઊંધુંચત્તું–વિરોધાભાસી.

gild[1] (ગિલ્ડ), સο ક્રિο [ભૂο કૃο **gilded** અથવા **gilt**] સોનાનો ઢોળ ચડાવવો, સોનેરી રંગે રંગવું.

gild[2], જુઓ **guild.**

gill[1] (ગિલ), નાο [બહુધા બο વοમાં] માછલી ઇοની શ્વાસેન્દ્રિય, ચૂઈ, માણસનાં જડબાં અને કાન નીચેનો માંસલ ભાગ; બિલાડીના ટોપ (મશરૂમ) નીચેની બાજુ પરની ઊભી ત્રિજ્યા જેવી પટ્ટી.

gill[2], **ghyll,** (ગિલ), નાο જંગલવાળી ઊંડી ખીણ; પર્વતીય સાંકડો ધોધ.

gill[3], (જિલ) નાο પા પાઇન્ટનું માપ.

gi'llie (ગિલિ), નાο સ્કૉટલન્ડના શિકારીનો અનુચર મરદ કે છોકરો.

gi'llyflower (જિલિફ્લાવર), નાο લવિંગની ખુશબોવાળું આછા ગુલાબી રંગનું ફૂલ.

gilt[1] (ગિલ્ટ), નાο ઢોળ, મુલામો. વિο સોનાના મુલામાવાળું. **~-edged,** (જામીનગીરીઓ અંગે) ઉત્તમ પ્રકારની, સદ્ધર.

gilt[2], નાο ભૂંડણી; ડુક્કરની માદા.

gi'mbals (જિમ્બલ્ઝ઼), નાο બο વο દરિયામાં વહાણ પર વસ્તુઓને બરાબર આડી અને સ્થિર રાખવાનું સાધન (ત્રણ કડીઓ અને ખીલાનું બનેલું).

gi'mcrack (જિમ્ક્રૅક), નાο માલ વગરનું તકલાદી દિખાઉ ઘરેણું ઇο. વિο દિખાઉ અને તકલાદી.

gi'mlet (ગિમ્લિટ), નાο નાની શારડી, ગિરમિટ.

gi'mmick (ગિમિક), નાο [વાત.] ચાલાકીભરી યુક્તિ, કલ્પના, ઇο. વિο કο લોકોનું ધ્યાન ખેંચવા માટે.

gimp (ગિમ્પ), નાο તાર કે દોરી અંદર નાખીને ગૂંથેલી ફીત કે પટ્ટી.

gin[1] (જિન), નાο જાળ, ફાંસો, પાંજરું; ઊંટડો અથવા ગરેડી; કપાસ લોઢવાનો સંચો, ચરખો. સο ક્રિο ફાંસામાં પકડવું; કપાસ લોઢવો.

gin[2], અનાજ કે માલ્ટ (ફણગાવેલા અનાજ)-માંથી ગાળીને બનાવેલો 'જુનિપર' ફળના પાસવાળો દારૂ.

gi'nger (જિંજર), નાο આદુ (નો છોડ), સૂંઠ; જોમ, પાણી, હિંમત; આછો લાલાશ પડતો પીળો રંગ. સοક્રિο પ્રેરણા –ઉત્તેજન –આપવું, -માં પ્રાણ રેડવો; ચેતવવું, ઉત્તેજિત કરવું. **~-ale, -beer,** આદુના સ્વાદવાળું વાયુ મિશ્રિત પીણું, દારૂ. **~bread,** આદુના સ્વાદ-વાળી ગોળ નાખીને બનાવેલી રોટી. **~ group,** કોઈ પક્ષ કે આંદોલનનું જહાલ કે ઉદ્દામ જૂથ. **~-nut, -snap,** આદુના સ્વાદવાળા બિસ્કિટ. **~ wine,** આદુ કચરીને નાખેલું મદ્ય. **gi'ngery** (–રિ), વિο.

gi'ngerly (જિંજર્લિ), વિο અવાજ વગેરે ન થાય તે માટે ખૂબ સાવધાન. ક્રિο વિο સંભાળીને, સાવધાનતાથી.

gi'ngham (ગિંગમ), નાο ઘણીવાર પટા કે ચોકડીઓવાળું સાદા વણાટનું સુતરાઉ કાપડ.

gi'nkgo (ગિંગ્કો), નાο [બο વο **~s**] પીળાં ફૂલવાળું એક ચીની કે જાપાની ઝાડ.

gi'nseng (જિન્સૅંગ), નાο પૂ. એશિયા અને ઉ. અમેરિકામાં મળતી એક ઔષધી (વનસ્પતિ), તેનું મૂળિયું.

gi'psy, gy'psy, (જિપ્સિ), નાο રખડુ જાતિનું હિન્દુ વંશનું માણસ.

gira'ffe (જિરાફ), નાο ઊંટના જેવી લાંબી ડોકવાળું એક આફ્રિકાનું પ્રાણી, જિરાફ.

gird¹ (ગર્ડ), સ૦ ક્રિ૦ [**gird'ed** અથવા **girt**] ઘેરવું, કેડે પટો બાંધવો, પટા સાથે (તલવાર ઇ૦) બાંધવું. ~ **oneself,** ~ (**up**) **one's loins,** કેડ કસવી, કશુંક કરવા તૈયાર થવું.

gird² સ૦ ક્રિ૦ મશ્કરી કરવી, ચાળા પાડવા; ટોણો મારવો (~ **at**).

gir'der (ગર્ડર), ના૦ લોઢા કે પોલાદનો ભારટિયો, પાટડો, ગર્ડર; પુલના ગાળાનો ગર્ડર.

gir'dle¹ (ગર્ડલ), ના૦ કેડે બાંધવાની દોરી, પટો, ઇ૦, કમરપટો; કશાકની ફરતે બંધ; ઉપરના કે નીચેના અંગ માટેનો આધાર. સ૦ ક્રિ૦ કેડે પટો – કમરપટો – બાંધવો.

gir'dle², ના૦ તવો.

girl (ગર્લ), ના૦ છોકરી, કન્યા; જુવાન સ્ત્રી; કામવાળી; પ્રેયસી, માશૂક. ~ **guide,** બાલવીર જેવી છોકરીઓની સંસ્થાની છોકરી. **gir'lhood** (-હુડ), ના૦. **gir'lish** (-લિશ,) વિ૦.

gir'o (જાઇઅરો). ના૦ [બ૦વ૦ ~**s**] બૅંકો, ટપાલકચેરીઓ, ઇ૦ વચ્ચે નાણાંબદલી – હવાલા નાખવાની પદ્ધતિ.

girt (ગર્ટ), **gird**નો ભૂ૦ કા૦ તથા ભૂ૦ કૃ૦.

girth (ગર્થ), ના૦ ઘોડાના જીનનો પટો, તંગ; (નળાકાર)વસ્તુનો ઘેરાવો, ઘેરાવાનું માપ.

gist (જિસ્ટ), ના૦ સાર, મુદ્દાની વાત, નિષ્કર્ષ.

give (ગિવ, ઉ૦ ક્રિ૦ [**gave** ગેવ; **given** ગિવન] આપવું, આપી દેવું, મફત આપવું; રજા–મંજૂરી–આપવી; અધિકારની રૂએ ચુકાદો આપવો; પોતાનું હૃદય, પ્રેમ, આપવું; સ્વાધીન કરવું, સોંપવું, (કાગળ ઇ૦) વહેંચવું; ખાવાનું પીરસવું; (દવા) આપવી; હવાલે કરવું, ગીરો મૂકવું, બાંયધરી તરીકે આપવું; કાર્ય ઇ૦ને અર્પણ કરવું; ભેટ આપવી; પોતાનો હાથ ઇ૦ આપવું, – આગળ ધરવો; કોઈ ક્રિયા કે પ્રયત્ન કરવો, વિ૦ ક૦ બીજા પર અસર ઉપજાવવા; (જ્ઞાન, કેળવણી, ઇ૦) આપવું; –નું મૂળ હોવું, –માંથી પેદા–ફલિત થવું; માની લેવું, ગૃહીત ધરવું; વિગતવાર વર્ણન આપવું; લેવા દેવું, પડી જવું, ધબી જવું, દબાણને વશ થવું; સંકોચાઈ જવું. ના૦ દબાણને વશ થવું તે; લવચીકપણું, સ્થિતિસ્થાપકતા. ~ **and take,** આપલે કરવી તે (શબ્દો, ફટકા, સવલતો, ઇ૦ની). ~ **away,** દેણગી દાખલ આપી દેવું; વરને કન્યાદાન કરવું; છાની વાત કહી દેવી, ઉઘાડું પાડવું. ~**-away,** [વાત.] અજાણતાં છાની વાત કહી દેવી – કહેવાઈ જવી–તે. ~ **in,** નમતું આપવું, વશ થવું. ~ **off,** બહાર કાઢવું (વરાળ ઇ૦). ~ **out,** જાહેર કરવું, બહાર કાઢવું, વહેંચી આપવું ખલાસ થવું, ખૂટવું. ~ **over,** કરવાનું બંધ કરવું, અટકવું; સોંપી દેવું; –ને અર્પણ કરવું. ~ **up,** છોડી દેવું, સોંપી દેવું, હવાલે કરવું; આપી દેવું; પ્રયત્ન કે કરવાનું બંધ કરવું; -ની આશા છોડી દેવી. ~ **way,** દબાણને વશ થવું, આગળ જવા દેવું.

gi'ven (ગિવન), [**give**નું ભૂ૦ કૃ૦] વિ૦ આપેલું; પ્રવણ, -ની ટેવવાળું (**to** સાથે); ચર્ચાના પાયા તરીકે માન્ય કરેલું – સ્વીકૃત; નક્કી કરેલું, બંને પક્ષોએ સ્વીકારેલું, કહેલું. ~ **name,** પહેલું – વ્યક્તિગત – નામ.

gi'zzard, (ગિઝર્ડ), ના૦ પક્ષીનો બીજો (ચાવવાનો) કોઠો.

glacé (ગ્લૅસે), વિ૦ (કાપડ ઇ૦ અંગે) સુંવાળું, ચળકતું, ઓપેલું; ખાંડ ભભરાવેલું, ખાંડવાળું.

gla'cial (ગ્લેસિઅલ), વિ૦ બરફનું, બરફવાળું; [ભૂસ્તર.] બરફને લીધે પેદા થતું, હિમનદીનું – સંબંધી.

gla'ciated (ગ્લેસિએટિડ), વિ૦ બરફની કે હિમની અસરવાળું; અસરથી અંકિત; હિમનદીઓથી આચ્છાદિત. **glacia'tion** (-એશન), ના૦.

gla'cier (ગ્લૅસિઅર), ના૦ ધીમે ધીમે ખસતી હિમનદી અથવા હિમનો મોટો જથ્થો.

glad (ગ્લૅડ), વિ૦ સંતુષ્ટ, રાજી; આનંદી,

પ્રસન્ન. ~ **rags,** [વાત.] પોતાનાં સારામાં સારાં કપડાં.

gla'dden (ગ્લૅડન), સ૦ ક્રિ૦ રાજી, ખુશ–આનંદિત–કરવું.

glade (ગ્લેડ), ના૦ વનમાંની ખુલ્લી-સાફ કરેલી–જગ્યા.

gla'diator (ગ્લૅડિએટર), ના૦ પ્રાચીન રોમન તમાશાઓમાં જીવને સાટે લડનાર પહેલવાન. **gladiator'ial** (-અટૉરિઅલ), વિ૦.

gladio'lus (ગ્લૅડિઓલસ), ના૦ [બ૦ વ૦-**li** લાઇ] તલવારના આકારનાં પાંદડાં અને ચળકતા ભાલા જેવાં ફૂલોવાળો એક છોડ.

gla'dsome (ગ્લૅડ્સમ), વિ૦ [કાવ્ય] આનંદી, ખુશ, પ્રસન્ન

Gla'dstone (ગ્લૅડ્સ્ટન), વિ૦ અને ના૦ ~ (**bag**), ચામડાની હલકી પેટી અથવા પાકીટ (બૅગ).

glair (ગ્લેર, ગ્લે'અર), ના૦ ઈંડાની સફેદી, એને મળતો ધોળો ચીકણો પદાર્થ.

Glam., સંક્ષેપ. Glamorgan (shire).

gla'mour (ગ્લૅમર), ના૦ મોહક કે આકર્ષક સૌન્દર્ય મોહિની, જાદુ. **gla'morize** (-રાઇઝ઼), સ૦ ક્રિ૦. **gla'morous** (-રસ), વિ૦.

glance (ગ્લાન્સ), અ૦ ક્રિ૦ વસ્તુની બાજુમાં થઈને, કેવળ તેને આછો સ્પર્શ કરીને પસાર થવું; સહેજ (ઉતાવળથી) નજર નાખવી. ના૦ ઉતાવળી સહેજ ત્રાંસી ગતિ–ધક્કો, કતરાતો ફટકો; ચળકાટ, ચમકારો; ઉતાવળો દૃષ્ટિક્ષેપ. ~ **at,** -નો સહેજ ઉલ્લેખ કરવો.

gland (ગ્લૅન્ડ), ના૦ શરીરના જ કોઈ કાર્ય માટે આવશ્યક દ્રવ્ય કે રસ ઝરતી ગ્રંથિ-પિંડ; તેને મળતું વનસ્પતિમાં અંગ.

gla'nders (ગ્લૅન્ડર્ઝ઼), ના૦ બ૦ વ૦ ઘોડાનો એક ચેપી રોગ.

gla'ndular (ગ્લૅન્ડ્યુલર), વિ૦ ગ્રંથિ કે પિંડનું–સંબંધી. ~ **fever,** લસિકા ગ્રંથિના સોજાવાળો એક ચેપી રોગ–તાવ.

glare (ગ્લે'અર, ગ્લેર), અ૦ ક્રિ૦ આંખ અંજાય–આંખને ત્રાસ થાય એવી રીતે ચળકવું, ઝગમગવું; ઉગ્રતાથી–તાકીને જોવું. ના૦ આંજી નાખે એવો ઉગ્ર પ્રકાશ, ઝળહળતો ભપકો; ઉગ્ર દૃષ્ટિ.

glass (ગ્લાસ), ના૦ કાચ; કાચના જેવો (પારદર્શક, ચળકતો, કઠણ અને ભંગુર) પદાર્થ; પાણી પીવાનો કાચનો પ્યાલો, ગ્લાસ; અરીસો, દર્પણ; કૅમેરા ઇ૦નો કાચ, લેન્સ; [બ૦ વ૦] ચશ્માં; બે આંખે જોવાનું દૂરબીન; દૂરદર્શક યંત્ર; વાયુદાબ-માપક. સ૦ ક્રિ૦ કાચ (નો ટુકડો) બેસાડવો, કાચ વતી ઢાંકવું ~ **cloth,** કાચના તંતુઓનું વણેલું કાપડ. ~ **eye,** કાચની બનાવટી આંખ–ડોળો. ~ **fibre,** કાચના તંતુ. ~ **house,** છોડ ઉછેરવાનું કાચનું મકાન; [વિ૦ બો૦] લશ્કરી કેદખાનું. ~ **-paper,** કાચના ભૂકાવાળો કાગળ (ઘસવા માટે વપરાતો). ~ **wool,** કાચના રેસા વિ૦ ક૦ ગરમીને પસાર થતી રોકવા માટે તથા સામાન બાંધવામાં વપરાતા.

gla'ssy (ગ્લાસિ), વિ૦ કાચના જેવું; (આંખ અંગે) ભાવશૂન્ય, સ્થિર, જડ.

glauco'ma (ગ્લૉકોમ), ના૦ એક નેત્રરોગ, ઝામર.

glaze (ગ્લેઝ઼), ઉ૦ ક્રિ૦ મકાનમાં કાચ કે કાચની બારીઓ જડવી; માટીના વાસણને ઝલેહ દેવી; ઓપ દેવો; (આંખ અંગે) કાચ જેવું બની જવું. ના૦ ઝલેહ દેવા માટે વપરાતો પદાર્થ; ઓપ આપવાથી તૈયાર થતી ચળકતી સુંવાળી સપાટી.

gla'zier (ગ્લેઝ઼િઅર), ના૦ બારી ઇ૦માં કાચ જડનાર.

G.L.C., સંક્ષેપ. Greater London Council.

gleam (ગ્લીમ), ના૦ અજવાળાની નાની સેર, ક્ષણિક પ્રકાશ–ચળકાટ; ઝાંખું અથવા ક્ષણિક પ્રદર્શન. અ૦ ક્રિ૦ -માંથી કિરણ(ની સેરો) બહાર નીકળવી.

glean (ગ્લીન), ઉ૦ ક્રિ૦ લણણી કે કાપણી પછી રહી ગયેલાં કે નીચે પડી ગયેલાં

કણસલાં ભેગાં કરવાં, વીણવું; (હકીકત ઇ૦) ભેગી કરવી. **glea'nings** (-નિંગ્ઝ્), ના૦ બ૦ વ૦.

glebe (ગ્લીબ), ના૦ દેવસ્થાનની જમીન.

glee (ગ્લી), ના૦ અનેક ગાનારાઓ માટેની સંગીત રચના; આનંદ, હરખ, મોજ. **glee'ful** (-ફુલ), વિ૦.

glen (ગ્લે'ન), ના૦ સાંકડી ખીણ.

glenga'rry (ગ્લે'નગૅરિ), ના૦ હાઇલૅન્ડના વતનીની ગડીવાળી ટોપી.

glib (ગ્લિબ), વિ૦ અસ્ખલિત બોલનારુ; વાચાળ; સત્યાભાસી.

glide (ગ્લાઇડ), ઉ૦ ક્રિ૦ હળવે રહીને ખબર ન પડે એવી રીતે પસાર થવું – આગળ વધવું. ચોરી છૂપીથી જવું, (વિમાન અંગે) એંજિન(ની શક્તિ) વિના ઊડવું. ના૦ ધીમે ધીમે ચાલવું–વહેવું–તે; ઍંજિન-રહિત વિમાનમાં કરેલું ઉડ્ડાણ.

gli'der (ગ્લાઇડર) ના૦ ઍંજિન વિનાનું વિમાન.

gli'mmer (ગ્લિમર), અ૦ ક્રિ૦ ઝાંખું અથવા રહી રહીને પ્રકાશવું. ના૦ ઝાંખો પ્રકાશ – કિરણ.

glimpse (ગ્લિમ્પ્સ), ના૦ અસ્પષ્ટ – ક્ષણિક – આંશિક – દર્શન, ઝાંખી. ઉ૦ ક્રિ૦ ઝાંખી કરવી.

glint (ગ્લિન્ટ), અ૦ ક્રિ૦ ચળકાટ મારવો, ચમકવું. ના૦ ચળકાટ, ચમકારો.

glissa'de (ગ્લિસાડ), ના૦ અને અ૦ ક્રિ૦ બરફના ઢોળાવ પરથી નીચે લપસી આવવું (તે).

gli'sten (ગ્લિસન), ઉ૦ ક્રિ૦ ચળકવું, ચમકવું, ચકચકવું, ચળકાટ મારવો.

gli'tter (ગ્લિટર), ના૦ અસ્થિર ચળકતો પ્રકાશ. અ૦ ક્રિ૦ ચળકવું, ચળકાટ મારવો.

gloa'ming (ગ્લોમિંગ), ના૦ સંધ્યાકાળનું ઝળઝળું

gloat (ગ્લોટ), અ૦ ક્રિ૦ કામુક કે લોભી નજરે અથવા દુષ્ટ બુદ્ધિથી જોયા કરવું, મનમાં વાગોળ્યા કરવું, ફિંગલાવું.

glo'bal (ગ્લોબલ), વિ૦ વસ્તુઓના આખા જૂથનું, આખી પૃથ્વીનું – ને વ્યાપનારુ વિશ્વવ્યાપક.

globe (ગ્લોબ), ના૦ ગોળો, ઘન વર્તુળ; પૃથ્વી; પૃથ્વીનો – ના નકશાવાળો – ગોળો; ગોળા જેવુ કાચનું વાસણ કે ઢાંકણું. **~-trotter,** જગત્પ્રવાસી, વિ૦ ક૦ પ્રેક્ષણીય સ્થળો જોવા માટે દેશવિદેશોમાં ફરનારો.

glo'bular (ગ્લૉબ્યૂલર), વિ૦ ગોળાકાર, ગોળ; નાના નાના ગોળાકાર કણોનું. **globula'rity** (–લૅરિટિ), ના૦.

glo'bule (ગ્લૉબ્યૂલ), ના૦ નાનો ગોળો અથવા ગોળ કણ, વિ૦ ક૦ પ્રવાહીનો.

glo'ckenspiel (ગ્લૉકન્સ્પીલ), ના૦ હથોડીઓ વડે વગાડાતું ઘંટડીઓ અથવ ધાતુના સળિયાવાળું એક વાદ્ય.

gloom (ગ્લૂમ), ના૦ અંધારુ, ગમગીની, ઉદાસી, વિષાદ. અ૦ ક્રિ૦ ઉદાસ, વિષણ્ણ, અથવા અપ્રસન્ન દેખાવું – હોવું. નિરુત્સાહ – સુસ્ત–હોવું.

gloo'my (ગ્લૂમિ), વિ૦ અંધારાવાળું, વિષણ્ણ, નિરાશાજનક.

glo'rify (ગ્લૉરિફાઇ), સ૦ ક્રિ૦ મહિમાન્વિત કે પ્રકાશાન્વિત અથવા ઉલ્લસિત બનાવવું; હોય તેના કરતાં વધુ ભવ્ય બનાવવું – બનાવવાનો પ્રયત્ન કરવો; –ની સ્તુતિ કરવી. **glorifica'tion** (-ફિકેશન), ના૦.

glor'ious (ગ્લૉરિઅસ), વિ૦ કીર્તિ – પ્રતાપ – મહિમા – વાળું, – આપનારુ; ભવ્ય, સુંદર, સરસ.

glor'y (ગ્લૉરિ, ગ્લો-), ના૦ કીર્તિ, નામના, ખ્યાતિ; ઝળહળતું ઐશ્વર્ય, સૌન્દર્ય, અથવા ભવ્યતા; સંતનું પ્રભાવલય. અ૦ ક્રિ૦- નું ગર્વ લેવું -માં રાચવું. **~-hole,** પરચૂરણ કે નકામી વસ્તુઓ આડી અવળી નાખી દેવાની જગ્યા – ઓરડો, ભંડારિયું, ઇ૦.

Glos., સંક્ષેપ. Gloucestershire.

gloss[1] (ગ્લૉસ), ના૦ ઉપર ઉપરની સફાઈ-તેજ, ઉપરનો ચળકાટ, ઓપ; ભ્રામક – મોહક–દેખાવ. સ૦ ક્રિ૦ ઝલેહ કરવી,

ઓપ આપવો; ~ (**over**), ભ્રામક–મોહક–બનાવવું. **glo'ssy** (ગ્લૉસિ), વિ૦.

gloss[2], નાo હાંસિયામાં આપેલો અર્થ અથવા સમજૂતી; ટીકા, ટિપ્પણી, અર્થઘટન, વ્યાખ્યા. સ૦ ક્રિ૦ હાંસિયામાં અર્થ – નોંધ – લખવી; ટીકા કે ભાષ્ય કરવું – લખવું; સમજાવવું.

glo'ssary (ગ્લૉસરિ), નાo વિશિષ્ટ અથવા પારિભાષિક શબ્દોનો કોશ.

glo'ttis (ગ્લૉટિસ), નાo શ્વાસમાર્ગ, કંઠદ્વાર, શ્વાસનળીનું ઉપરની બાજુનું અને ધ્વનિજનક રજ્જુઓ વચ્ચેનું કાણું – મુખ. **glo'ttal** (ગ્લૉટલ), વિ૦.

glove (ગ્લવ), નાo હાથમોજું બહુધા જુદાં આગળાંવાળું; મુષ્ટિયોદ્ધાનું હાથમોજું. સ૦ ક્રિ૦ હાથમોજું કે મોજાં પહેરવાં, મોજાંથી સજ્જ કરવું. ~ **compartment,** મોટરગાડીના 'ડૅશ બોર્ડ'માં નાની નાની વસ્તુઓ મૂકવાનું ખાનું.

glow (ગ્લો), ઉ૦ ક્રિ૦ જ્વાળાહીન પ્રકાશ અને ગરમી બહાર ફેંકવી ,ગરમીથી લાલચોળ થવું, ઉદ્દીપ્ત, પ્રફુલ્લ અથવા ઉલ્લસિત થવું, શારીરિક ગરમી કે ઉત્કટ ભાવનાથી બળવું. નાo ધગધગતો પ્રકાશ, ઉત્કટ ભાવના. ~**-worm**, આગિયો.

glow'er (ગ્લોઅર), અ૦ ક્રિ૦ ડોળા કાઢીને જોવું.

glu'cose (ગ્લૂકોસ), નાo ફળ, લોહી, ઇ૦માં મળતી શર્કરા.

glue (ગ્લૂ), નાo સરેસ, ગુંદર. સ૦ ક્રિ૦ સરેસ, ગુંદર, ઇ૦થી ચોંટાડવું. **glue'y** (ગ્લૂઇ), વિ૦.

glum (ગ્લમ), વિ૦ ખિન્ન, ગમગીન; નાખુશ, ચિડાયેલું.

glut (ગ્લટ), સ૦ ક્રિ૦ પેટ ભરીને ખવડાવવું, ધરાઈ – ઓચાઈ – જાય તેમ કરવું; (બજારમાં માલ ઇ૦) ખૂબ ભરી દેવું. નાo અતિતૃપ્તિ, ઓચાઈ જવું તે; માલનો ભરાવો.

glu'ten (ગ્લૂટન), નાo ઘઉંનું સત્વ, લોટનો ચીકણો ભાગ.

glu'tinous (ગ્લૂટિનસ), વિ૦ ચીકણું, સરેસ કે ગુંદર જેવું.

glu'tton (ગ્લટન), નાo અકરાંતિયો, ખાઉધરો; અત્યંત આતુર માણસ; નોળિયાની જાતનું એક ખાઉધરું પ્રાણી. **glu'ttonous** (-નસ), વિ૦. **glu'ttony** (-નિ), નાo.

gly'cerine (ગ્લિસરીન), નાo તેલો અને ચરબીઓમાંથી કાઢવામાં આવતો એક વર્ણહીન, ગળ્યો, ચીકણો પ્રવાહી પદાર્થ.

G. M., સંક્ષેપ. George Medal.

gm., સંક્ષેપ. gram(s).

G-man (જી-મન), નાo [અમે., વિ. બો.] સંઘરાજ્યનો છૂપી પોલીસનો અમલદાર.

G. M. T., સંક્ષેપ. Greenwich Mean Time.

gnarled (નાર્લ્ડ), વિ૦ ગાંઠોવાળું, ખરબચડું, મરડાયેલું.

gnash (નૅશ), ઉ૦ ક્રિ૦ દાંત પીસવા – કકડાવવા; (દાંત અંગે) કકડાવા.

gnat (નૅટ). નાo મચ્છર, ડાંસ.

gnaw (નૉ), સ૦ ક્રિ૦ સતત કરડયા કરવું, એવી રીતે કરડીને ખાઈ જવું; ખાઈ જવું, રિબાવવું. યાતના દેવી.

gneiss (નાઇસ), નાo સ્ફટિક, 'ફેલ્ડસ્પાર' તથા અબરખનો જાડા દાણાવાળો ખડક.

gnome (નોમ), નાo ભૂત, પિશાચ, ઠિંગુજી; [વાત.] દુષ્પ્રભાવવાળી વ્યક્તિ, વિ૦ ક૦ આંતરરાષ્ટ્રીય નાણાં વહેવારમાં. **gno'mish** (-મિશ), વિ૦.

gno'mic (નોમિક), વિ૦ સૂત્રોનું, સૂત્રમય, ટૂંકું અને માર્મિક.

gno'mon (નોમન), નાo છાયાયંત્રની અંકિત ભૂમિ – તખતી – પર પોતાની છાયા વડે સમય બતાવનાર શંકુ ઇ૦.

gno'stic (નૉસ્ટિક), વિ૦ જ્ઞાનનું, જ્ઞાનાત્મક; ગૂઢ આધ્યાત્મિક જ્ઞાનવાળું. નાo **G~**, આધ્યાત્મિક રહસ્યોના જ્ઞાનનો દાવો કરનાર શરૂઆતના ખ્રિસ્તી પાંખડીઓમાંનો એક. **Gno'sticism** (-સિઝ્મ), નાo.

G. N. P., સંક્ષેપ. gross national product.

gnu (નૂ), નાo બળદના જેવું હરણ. સાબર.

go[1] (ગો), અ૦ ક્રિ૦ [**went** વે'ન્ટ; **gone** ગૉન] જવું, ચાલવું, પ્રવાસ કરવો, આગળ વધવું; નીકળવું; ખસવું, પસાર થવું; થવું; (પૈસા અંગે)-માં કે -ઉપર ખર્ચાવું – ખરચ થવું; ખસતું, ચાલતું, કામ કરતું, ઇ૦ હોવું; ધબી પડવું, નમી પડવું, નિષ્ફળ જવું; સુધી ફેલાવું, પહોંચવું; કશા વંધા વિના સફળ થવું, સ્વીકાર્ય – માન્ય – થવું; વેચાવું; વાગવું, અવાજ કરવો. ના૦ [બ. વ. **~es**] સજીવતા, ચૈતન્ય; ઉત્સાહ, જોસ; [વાત.] (વર્તમાન) પરિસ્થિતિ; સફળતા, વિજય; વારો; પ્રયત્ન. **on the ~**, [વાત.] ગતિમાન, ચાલુ. **it's no ~**, [વાત.] કશું કરી શકાય એવું નથી. **~-ahead,** સાહસિક. **~-between,** મધ્યસ્થ. **~ by**, -થી દોરવાવું, (ઉપરથી કે આગળથી) પસાર થવું. **~-getter** સાહસિક – આગેબઢુ – માણસ. **~ in for**, પોતાના વિષય કે વ્યવસાય તરીકે લેવું, હરીફ તરીકે દાખલ થવું. **~-kart**, સાટીના ખોખાવાળી શરતની નાનકડી ગાડી. **~ off**, ફાટવું, સ્ફોટ થવો; બગડવું, ખરાબ થવું; ઓછું થવું, ઘટવું. **~ out,** ઓરડા કે ઘરમાંથી બહાર જવું; હોલવાઈ જવું; ફેશનમાંથી નીકળી જવું; સમાજમાં ભળવું. **~ round**, -ને સહેજે – અનૌપચારિક રીતે–મળવા જવું; બધા માટે પૂરતું થવું. **~ slow**, વ્યવસ્થાપક તંત્ર સામે વાંધો દર્શાવવા જાણી જોઈને કામ ધીમું કરવું. **~ without**, વિના ચલાવવું, ન લેવું, –થી દૂર રહેવું.

go[2], આંકેલા ચોરસવાળા પાટિયા કે પટ પર રમાતી એક જાપાની રમત.

goad (ગોડ), ના૦ જનાવરને ઘોંચવાની પરોણી – ણો, અંકુશ; ઉશ્કેરનારી કે વેદના કરાવનારી કોઈ વસ્તુ. સ૦ ક્રિ૦ પરોણી ઘોંચવી – ઘોંચીને આગળ ચલાવવું – હાંકવું; ત્રાસ દઈ ને હાંકવું.

goal (ગોલ), ના૦ શરત પૂરી થાય છે તે જગ્યા, મુકામ; પ્રયત્ન કે પ્રવૃત્તિનું સાધ્ય; પહોંચવાનું સ્થાન; ફૂટબૉલ જેમાંથી પસાર કરવાનો હોય છે તે બે થાંભલા; એવી રીતે દડો પસાર કરતાં મળતા ગુણ. **~-keeper,** ગોલરક્ષક. **goa'lie** (ગોલિ), ના૦ ગોલરક્ષક.

goat (ગોટ), ના૦ બકરો – રી – રું; કામી,– લંપટ–માણસ; મૂર્ખો. **get one's ~**, [વિ. બો.] પજવવું; ત્રાસ દેવો.

goatee' (ગોટી), ના૦ બકરાની દાઢીના જેવી દાઢી.

gob[1] (ગૉબ), ના૦ [વિ. બો.] મોઢું. **~-stopper,** ચૂસવાનો મીઠાઈનો મોટો કકડો.

gob[2], ના૦ થૂંક, ગળફો.

go'bbet (ગૉબિટ), ના૦ પરીક્ષામાં ભાષાંતર કે સમજૂતી માટે આપેલો પાઠ્ય-પુસ્તકમાંનો ઉતારો.

go'bble[1] (ગૉબલ), ઉ૦ ક્રિ૦ ઉતાવળે ઉતાવળે લબલબ અવાજ કરતાં ખાવું.

go'bble[2], અ૦ ક્રિ૦ (ટર્કી કૂકડા અંગે) ગળામાં ને ગળામાં અવાજ કરવો; તેની જેમ ગળામાં ને ગળામાં બોલવું.

go'bbledegook (ગૉબલ્ડિગુક), ના૦ [વિ. બો.] સરકારી કે રાજની આડંબરી ભાષા.

go'blet (ગૉબ્લિટ), ના૦ પડઘી અને ઊભી દાંડીવાળો પ્યાલો; [પ્રા.] કટોરા જેવો પીવાનો પ્યાલો.

go'blin (ગૉબ્લિન), ના૦ તોફાની જીન કે પિશાચ.

go'by (ગૉબિ), ના૦ એક જાતની પેટની પાસે પાંખોવાળી નાનકડી માછલી.

G.O.C.(-in-C.), સંક્ષેપ. General Officer Commanding (-in -Chief).

god (ગૉડ), ના૦ (**G~**) પરમેશ્વર, વિશ્વનો સ્રષ્ટા અને નિયંતા; દેવ, દેવતા, દૈવી શક્તિ ધરાવનાર તરીકે પૂજાતું અતિ-માનુષ પ્રાણી; મૂર્તિ; આદરણીય વ્યક્તિ; [બ૦ વ૦માં] ગૅલરી (માં બેસનારા પ્રેક્ષકો). **~child**, બાપ્તિસ્માનો સંસ્કાર કરેલું ધર્મ – બાળક, ધર્મપિતાના સંબંધમાં. **~-daughter**, ધર્મપુત્રી. **~father, ~mother**, ધર્મપિતા, ધર્મમાતા.

G~-fearing, પાપભીરુ, ધાર્મિક (વૃત્તિવાળું). G~-forsaken, ભયાનક, સૂનકાર. ~parent, ધર્મપિતા કે માતા, બાળકના બાપ્તિસ્માના સંસ્કારનો પુરસ્કર્તા. ~send, અનપેક્ષિત–અણધાર્યો–લાભ, આવકારલાયક ઘટના. ~son, ધર્મપુત્ર.

go'ddess ((ગૉડિસ), ના૰ દેવી; દેવીની જેમ પૂજાતી સ્ત્રી.

gode'tia (ગડીશૅ), ના૰ ભપકાદાર ફૂલવાળો એક બારમાસી છોડ.

go'dhead [ગૉડ્હે'ડ), ના૰ દૈવી સ્વરૂપ, દેવતા.

go'dless (ગૉડ્લિસ), વિ૰ નાસ્તિક, અધમી', પાપી, દુષ્ટ.

go'dly (ગૉડ્લિ), વિ૰ ધાર્મિક (વૃત્તિનું), પવિત્ર; ભક્તિવાળું.

go'dwit (ગૉડ્વિટ્), ના૰ ભેજવાળી જગ્યાનું બગલા જેવું એક પક્ષી.

go'er (ગોઅર), ના૰ જનાર, ચાલનાર, વ્યક્તિ કે વસ્તુ.

go'ggle (ગૉગલ), અ૰ ક્રિ૰ (આંખો) આમતેમ ફેરવવી, આંખો ફાડીને (ટગર ટગર) જોવું; (આંખો અંગે) ગરગર ફરવી, ઉપસેલી હોવી. વિ૰ આગળ પડતી, ઉપસેલી, ગરગર ફરતી. ના૰ બ૰ વ૰ પ્રકાશ, ધૂળ, ઇ.થી આંખોનું રક્ષણ કરવાનાં ચશ્માં. ~-box, દૂરદર્શનની પેટી - સટ.

go'ing (ગોઇંગ), ના૰ ઘોડદોડ ઇ૰ના રસ્તાની સ્થિતિ; પ્રગતિ. વિ૰ કામ કરતું, ચાલુ; વિદ્યમાન; ઉપલબ્ધ; ચાલુ અને અમલી. ~s-on, વિચિત્ર વર્તન–ઘટનાઓ.

goi'tre (ગૉઇટર), ના૰ ગલગ્રંથિની અસ્વાભાવિક વૃદ્ધિનો વિકાર, ગલગંડ. **goi'trous** (ગૉઇટ્રસ), વિ૰.

gold (ગોલ્ડ), ના૰ સુવર્ણ, સોનું; સોનાનાં નાણાં–સિક્કા; સંપત્તિ, ધન; સોનેરી રંગ. વિ૰ સોનાનું, સોનેરી. ~-beater, સોનાનાં પતરાં ટીપીને તેનાં વરખ–પાનાં બનાવનાર. ~-digger, [વિ. બો.] પુરુષો પાસેથી પૈસા કઢાવનાર નખરાબાજ સ્ત્રી–નાચણ. ~finch, ચળકતા રંગનું એક ગાનારું પક્ષી. ~fish, નાની લાલ રંગની ચીની 'કાર્પ' માછલી. ~-leaf, સોનાનો વરખ–તદ્દન પાતળું પતરું. ~ medal, સુવર્ણચંદ્રક, બહુધા પહેલું ઇનામ. ~smith, સોની. ~ standard, સુવર્ણમાન ચલણ પદ્ધતિ.

go'lden (ગોલ્ડન), વિ૰ સોનાનું, સોનેરી રંગનું, સોના જેવું ચળકતું; મહામૂલું, શ્રેષ્ઠ (કોટિનું). ~ handshake, બરતરફી અથવા ફરજિયાત નિવૃત્તિની નુકસાન ભરપાઈ તરીકે આપેલી ઇનામ રકમ. ~ mean, સુવર્ણમધ્ય, મધ્યમ માર્ગ. ~ syrup, ગોળ બનતા પહેલાંની પ્રવાહી અવસ્થા. ~ wedding, લગ્નનો સુવર્ણમહોત્સવ.

golf (ગૉલ્ફ), ના૰ એક નાનો સખત દડો અને વિવિધ પ્રકારની લાકડીઓ વડે રમાતી રમત, ગોલ્ફ. અ૰ ક્રિ૰ ગોલ્ફની રમત રમવી. ~ ball, ગોલ્ફમાં વપરાતો દડો; [વાત.] કેટલાંક વીજળીનાં ટાઇપરાઇટરોમાં ટાઇપ લઈ જવા માટે વપરાતો ગોળ દડો. ~ course, ગોલ્ફ રમવાની ભૂમિ–ખાડા ટેકરા સાથેનું મેદાન.

go'lliwog (ગૉલિવૉગ), ના૰ ચળકતાં કપડાં, બરછટ વાળ તથા કાળા મોંવાળી સુંવાળી ઢીંગલી.

golo'sh (ગલૉશ), જુઓ **galosh.**

go'nad (ગોનડ), ના૰ જનનગ્રંથિ, યુગ્મકો ઉત્પન્ન કરનારું અંગ–ઇન્દ્રિય, દા૰ત૰ વૃષણ અથવા અંડાશય.

go'ndola (ગાન્ડલૅ), ના૰ વેનિસની નહેરોમાં વપરાતી હલકી હોડી; હવાઈ જહાજમાંથી લટકતી ગાડી અથવા ડબો.

gondolier' (ગૉન્ડલિઅર), ના૰ ગોન્ડોલા હોડીનો હલેસા મારનાર ખારવો.

gone (ગૉન), go નું ભૂ૰ કૃ૰.

go'ner (ગૉનર), ના૰ [વિ. બો.] કાયમને માટે નષ્ટ–વંઠી ગયેલું–પાછું હાથમાં નહીં આવે એવું–માણસ અથવા વસ્તુ.

gong (ગૉંગ), ના૰ મોગરી ઠોકીને વગાડવાનો ચપટી થાળીના આકારનો ઘંટ,

ઝાલર; [વિ. બો.] ચંદ્રક.

gonorrhoe'a (ગોનરી'અ), ના૦ એક યૌન રોગ, પરમિયો.

goo (ગૂ), ના૦ [વિ. બો.] ચીકણો કે ચીકાશવાળો પદાર્થ. **goo'ey** (ગૂઇ), વિ૦.

good (ગુડ), વિ૦ [**better, best**] ઉચિત કે આવશ્યક ગુણવાળું, પર્યાપ્ત; સદ્‌ગુણી; નૈતિક દૃષ્ટિથી શ્રેષ્ઠ; લાયક, યોગ્ય; સદ્‌વર્તની; પરોપકારી; પથ્યકર, માફક આવે એવું; અનુકૂળ; સારુ સરખું, વિપુલ; સારુ, બેસ. ના૦ લાભ, ભલું, કલ્યાણ; [બ૦ વ૦ માં] જંગમ મિલકત, વેપારનો માલ. **~-fe'llowship,** મિલનસારપણું, મોજીલો સ્વભાવ. **~-for-nothing,** નકામું – દમવગરનું – (માણસ). **~ humour,** પ્રસન્નચિત્તતા. **~-looking,** દેખાવડું, રૂપાળું. **~ nature,** માયાળુ સ્વભાવ. **~will,** ભલમનસાઈ, સદ્‌ભાવ, મહેરબાની; પ્રસ્થાપિત થયેલી રૂઢિ અથવા સારી રીતે જામેલો ધંધો.

goodbye' (ગુડ્‌બાઇ), ઉદ્‌ગાર૦ વિદાય વેળાએ શુભેચ્છાવાચક. ના૦ આવજો, રામરામ.

goo'dly (ગુડ્‌લિ), વિ૦ સુંદર, રૂપાળું પ્રભાવી આકૃતિ કે કદનું.

good'ness (ગુડ્‌નિસ), ના૦ સદ્‌ગુણ, ભલાઈ; શ્રેષ્ઠત્વ; માયાળુપણું; પોષક તત્ત્વ.

goo'dy (ગુડિ), ના૦ કશુંક સારુ અથવા આકર્ષક, વિ૦ ક૦ ખાવાનું; નબળા મનનું ભલું માણસ. વિ૦ **~(-goody),** નબળાઈથી – અતિ લાગણીવશતાથી – ભલું સદ્‌ગુણી. ઉદ્‌ગાર બાલિશ આનંદ કે આશ્ચર્યવાચક.

goof (ગૂફ), ના૦ [વિ૦ બો૦] જડ, મંદબુદ્ધિ અથવા મૂર્ખ માણસ; મૂર્ખામીવાળી ભૂલ. ઉ૦ ક્રિ૦ મોટી ભૂલ – ગોટાળો – કરવો.

goo'fy, (ગૂફિ), વિ૦ [વિ૦બો૦] મૂર્ખામીભર્યું, અક્કલશૂન્ય.

goo'gly (ગૂગ્‌લિ), ના૦ [ક્રિકે.] બૅટધારીની અપેક્ષાથી ઊલટી દિશામાં વળાંક લેતો (એક થતો) દડો.

goon (ગૂન) ના૦ [વિ૦ બો૦] મૂર્ખો, ફૂટ સંયોજક કે ઠગ વેપારીએ મજૂરો પર ત્રાસ ગુજારવા માટે ભાડે રાખેલો ગુંડો.

goosa'nder (ગૂસૅન્ડર), ના૦ એક જાતનું બતક.

goose (ગૂસ), ના૦ [બ. વ. **geese** ગીસ] હંસ; હંસની માદા; ભોળો ભા, મૂર્ખો; [બ૦વ૦ **gooses**] દરજીની ઇસ્ત્રી. **~-flesh,** ટાઢ કે ભયને લીધે શરીર પર ઊભાં થયેલાં રૂઆં. **~-grass,** કપડાં ઇ૦ને વળગે એવું કુશકાવાળું ઘાસ. **~-step,** કૂચ કરનારા સપાઓની ઘૂંટણ અક્કડ રાખીને કરાતી સમતુલાની ચાલ.

goo'seberry (ગુઝ્‌બરિ), ના૦ એક કાંટાળો છોડ; તેનું ફળ.

go'pher (ગોફર), ના૦ જમીનમાં દર કરીને રહેનારુ ખિસકોલી જેવું એક અમે. પ્રાણી.

gore[1] (ગૉર), ના૦ ગંઠાઈ ગયેલું લોહી.

gore[2], ના૦ અંગરખા વગેરેની કળી, કાપડ ઇ૦નો ત્રિકોણિયો કકડો; છત્રી, બલૂન, ઇ૦માંનો ત્રિકોણિયા ચંદ્રકોરના આકારનો કકડો. સ૦ ક્રિ૦ કળી – બગલપટ્ટી – લગાડવી અથવા ચોઢવી.

gore[3], સ૦ ક્રિ૦ સીંગડું, દંતુસ, ઇ૦ ભોંકવું.

gorge (ગૉર્જ), ના૦ અંદરનું ગળું, ગળાની નળી; ઉદરમાંની વસ્તુઓ – અન્ન; અતિભોજન, અતિરેક; બે પહાડો વચ્ચેની સાંકડી ખીણ – નેળ–કોતર. ઉ૦ ક્રિ૦ અકરાંતિયાની જેમ ખાવું, ઓચાઈ જવાય તેમ કરવું.

gor'geous (ગાર્જસ), વિ૦ ભડક રંગોવાળું, ભપકાદાર; સુંદર, ભવ્ય; [વાત.] ખૂબ સુખદાયક.

gor'gon (ગૉર્ગન), ના૦ ભયંકર અથવા નફરત પેદા કરનાર સ્ત્રી.

gorgonzo'la (ગૉર્ગન્ઝોલે), ના૦ વાદળી નસવાળું એક જાતનું ઇટાલિયન પનીર.

gori'lla (ગરિલે), ના૦ માણસને મળતું એક જાતનું કદાવર જબરું વાંદરું, ગોરીલા.

gor'mandize (ગૉર્‌મન્ડાઇઝ઼), અ૦ ક્રિ૦ અકરાંતિયાની જેમ ખાવું.

gor'mless (ગૉર્મ્‌લિસ), વિ૦ [વાત.] અક્કલ વિનાનું, મૂર્ખ.

gorse (ગૉર્સ), ના૦ પીળાં ફૂલવાળો એક કાંટાળો છોડ.

Gor'sedd (ગૉર્‌સે'ધ), ના૦ વેલ્સ ઇ૦ના ભાટચારણો તથા જાદુગરો કે પાદરીઓની સભા, વિ૦ ક૦ કવિઓ અને ગાયકોના વાર્ષિક સંમેલનમાં.

gor'y (ગૉરિ), વિ૦ લોહીથી ખરડાયેલું, (ભારે) ખૂનરેજીવાળું.

gosh (ગૉશ), ઉદ્‌ગાર –, આશ્ચર્ય, ઇ૦નો વાચક.

go'shawk (ગૉશૉક), ના૦ ટૂંકી પાંખો-વાળું મોટા કદનું બાજપક્ષી.

go'sling (ગૉઝ઼્‌લિંગ), ના૦ હંસનું બચ્ચું.

go'spel (ગૉસ્પલ), ના૦ ખ્રિસ્તે ઉપદેશેલા આનંદના શુભ સમાચાર; ખ્રિસ્તી સાક્ષાત્કાર: **G~**, બાઇબલના નવા કરારના પહેલાં ચાર પુસ્તકોમાં આપેલા ખ્રિસ્તના જીવનવૃત્તાન્તો અને ઉપદેશ, એ ચારમાંથી કોઈ એક પ્રભુભોજનની ઉપાસના વખતે વંચાતો તેમાંનો ભાગ; નિઃશંકપણે માની શકાય એવી (સાચી) વાત.

go'speller (ગૉસ્પે'લર), ના૦ પ્રભુ-ભોજનની ઉપાસના વખતે શુભવાર્તા વાંચનાર. **hot ~**, ઝનૂની – ધર્માંધ – પ્રચારક.

go'ssamer (ગૉસમર), ના૦ હવામાં લટકતી નાના કરોળિયાની જાળો; નજીવી – તકલાદી – વસ્તુ; ઝીણું-નાજુક જાળીદાર કપડું.

go'ssip (ગૉસિપ), ના૦ ગપ્પાં, કોઈને વિશે સહેજમાં કરેલી વાતો કે લખાણ – કુથલી; ગપ્પાં હાંકનારો, ગપ્પીદાસ. અ૦ ક્રિ૦ નકામી વાતો – કુથલી – કરવી – લખવી, **~ column**, વ્યક્તિઓ કે સામાજિક ઘટનાઓ અંગેનો છાપાનો વિભાગ – કટાર. **go'ssipy** (-પિ) વિ૦.

got (ગૉટ), **get**નો ભૂ૦ કા૦ તથા ભૂ૦ કૃ૦.

Goth (ગૉથ), ના૦ રોમન સામ્રાજ્ય પર ચડાઈ કરનાર જર્મૅનિક જાતિનો માણસ; અણસુધરેલો અજ્ઞાન માણસ.

Go'thic (ગૉથિક), વિ૦ ગૉથ લોકોનું; [સ્થા.] અણીદાર કમાનોવાળી શૈલીનું;(નવલ-કથા અંગે) ભયંકર ઘટનાઓવાળી ૧૮મી-૧૯મી સદીની લોકપ્રિય શૈલીનું.

go'tten (ગૉટન), **got**નું ભૂ૦ કૃ૦ [અમે].

gou'ache (ગૂઆશ), ના૦ અપારદર્શક જલરંગ(નું ચિત્ર).

Gou'da (ગાઉડૅ), ના૦ સપાટ ગોળ પનીર (ચીઝ઼), મૂળ ડચ.

gouge (ગાઉજ), ના૦ અન્તર્ગોળ પાના-વાળી ભૂંગળીની ફાડ જેવી – ફરસી. સ૦ ક્રિ૦ એવી ફરસીથી ખોભણ પાડવી – બહાર (ધકેલી) કાઢવું.

gou'lash (ગૂલૅશ), ના૦ માંસ અને શાકભાજીની ખૂબ મરીમરચાં નાખીને બનાવેલી વાની.

gourd (ગુઅર્ડ), ના૦ કોળું ઇ૦(નો વેલો), સુકાઈ ગયેલા કોળાનું પાત્ર.

gour'mand (ગુઅર્‌મન્ડ), ના૦ અક-રાંતિયો, ખાઉધરો, સ્વાદિષ્ટ વાનીઓનો ભોગી – રસિયો – મર્મજ્ઞ.

gour'met (ગુઅર્‌મે'ટ), ના૦ સારી સારી ભોજનની વાનીઓનો રસિયો – કદર કરનાર.

gout (ગાઉટ), ના૦ નાના નાના સાંધાઓનો વા, સંધિવા, નજલો; વિ૦ ક૦ લોહીનું ટીપું અથવા છંટકાવ. **gou'ty** (-ટિ), વિ૦.

go'vern (ગવર્ન), ઉ૦ ક્રિ૦ ઉપર સત્તા ચલાવવી, રાજ્ય કરવું, રાજ્યની નીતિ તથા કારભાર ચલાવવો; કાબૂમાં રાખવું, નિયંત્રણ કરવું; -ની ઉપર પ્રભાવ-અસર પાડવી; નિર્ણય કરવાના કામમાં આવવું.

go'vernance (ગવર્નન્સ), ના૦ રાજ્ય-કારભાર(ચલાવવો તે), તેની રીત.

go'verness (ગવર્નિસ), ના૦ સ્ત્રી-શિક્ષિકા, વિ૦ ક૦ ખાનગી કુટુંબમાં કામ કરનારી. **~-car(t)**, સામસામી બાજુએ બેઠકોવાળી બે પૈડાંની હલકી ગાડી.

go'vernment (ગવર્ન્‌મન્ટ), ના૦ રાજ્યકારભાર ચલાવવો તે, શાસન; રાજ્ય

(ચલાવવાની) પદ્ધતિ; રાજ્ય ચલાવનારું તંત્ર, શાસન; પ્રધાનમંડળ, સરકાર, શાસન. **governme'ntal** (-મે'ન્ટલ), વિ૦.

go'vernor (ગવર્નર), ના૦ શાસક, રાજ્ય કરનાર; શહેર, પ્રાન્ત, ઇ૦નો હાકેમ, રાજ્યપાલ; સંસ્થાના નિયામક મંડળનો સભ્ય; [વિ૦બો૦] નોકરીએ રાખનાર શેઠ, પિતા; [સંબોધન.] સાહેબ; [યંત્ર.] વરાળ, ગેસ, પાણી, ઇ૦ના પુરવઠા પર આપોઆપ કાબૂ રાખનારી કળ.

gown (ગાઉન), ના૦ ઉપરથી પહેરવાનો ખૂલતો લાંબો જામો; ઝભ્ભો, સ્ત્રીનું વિ૦ ક૦ ઉપરથી પહેરવાનું લાંબું રૂપાળું વસ્ત્ર; ન્યાયાધીશ, પાદરી, પ્રોફેસર, ઇ૦ના જુદી જુદી જાતના ઝભ્ભા.

goy (ગૉઇ), ના૦ [બ૦ વ૦ **goy'im** અથવા **goys**] યહૂદી નહીં એવા માણસ માટે યહૂદી નામ.

G. P., સંક્ષેપ. general practitioner.

G.P.O., સંક્ષેપ. General Post Office.

G. R., સંક્ષેપ. Georgius Rex (King George).

gr., સંક્ષેપ. gram(s); gross.

grab (ગ્રૅબ), ઉ૦ ક્રિ૦ એકદમ પકડવું, આંચકી લેવું; પચાવી પાડવું; ગિરફદાર કરવું. ના૦ એકદમ પકડવું – આંચકી લેવું – તે, આંચકા આંચકી કરવી તે, લૂંટ ચલાવવી તે, પકડવાનું સાધન – યંત્ર, પકડ.

grace (ગ્રેસ), ના૦ આકર્ષકતા, મોહકતા, મોહિની, વિ૦ ક૦ શરીરની સુંદર પ્રમાણબદ્ધતા, હલનચલન, રીતભાત, ઇ૦ની સહજતા અને સંસ્કારિતાની મોહકતા; [સં.] રાગને સજાવવા માટે ઉમેરેલા સૂરો; ભલાઈ, મહેરબાની, કૃપાદૃષ્ટિ, ઉદ્ધારક અને પ્રેરક ઈશ્વરકૃપા; મહેતલ, સવલત; ભોજન સમયની પ્રભુના પાડ માનવાની પ્રાર્થના. **His, Her, Your, G~,** ડયૂક, ડચેસ અથવા ધર્માધ્યક્ષ (આર્ચબિશપ)નો ખિતાબ, સંબોધન. સ૦ ક્રિ૦ શોભાવવું, દીપાવવું; શોભામાં વૃદ્ધિ કરવી; સન્માનવું.

gra'ceful (ગ્રેસ્ફુલ), વિ૦ આકર્ષક, મોહક, (આકાર કે હલનચલનવાળું), સુંદર, લાલિત્યપૂર્ણ.

gra'celess (ગ્રેસ્લિસ), વિ૦ નિર્લજ્જ; સૌન્દર્યહીન.

gra'cious (ગ્રેશસ), વિ૦ હાથ નીચેના – પોતાનાથી નીચી કક્ષાના લોકો પ્રત્યે ઉદાર – મહેરબાન; દયાળુ, **~ living,** સારી રીતે જીવવાની પદ્ધતિ.

grada'te (ગ્રડેટ), ઉ૦ ક્રિ૦ રંગની એક છટામાંથી બીજીમાં ધીરે ધીરે પસાર થવું – કરવું, કદ ઇ૦ની માત્રા પ્રમાણે – ક્રમ વાર – ગોઠવવું.

grada'tion (ગ્રૅડેશન), ના૦ સંક્રમણ કે પ્રગતિમાં તબક્કો કે ટપ્પો; પદવી, ગુણ(વત્તા), તીવ્રતા, ઇ૦ની માત્રા; એ માત્રાનુસાર ગોઠવણી. **grada'tional** (-નલ), વિ૦.

grade (ગ્રેડ), ના૦ કોઈ પદવી, ગુણ, મૂલ્ય, ઇ૦ની ક્રમાનુસાર રચનામાં માત્રા, પાયરી, કે દરજ્જો; ઢોળાવ, ચડ કે ઉતાર; વિદ્યાર્થીના કામની ગુણવત્તાની નિશાની – આંક; [અમે.] શાળાનો વર્ગ અથવા ધોરણ. **make the ~,** સફળ થવું. સ૦ ક્રિ૦ વર્ગ કે દરજ્જા પ્રમાણે ગોઠવવું, -ને વર્ગ આપવો, ઢાળ કે ઢોળાવ સરળ બનાવવો.

gra'dient (ગ્રેડિઅન્ટ), ના૦ રસ્તો, નહેર, ઇ૦નો ઢોળાવ; તેની માત્રા.

gra'dual (ગ્રૅડયુઅલ), વિ૦ ધીમે ધીમે – ડગલે ડગલે – થતું, એકાએક ઊભું કે સીધા ચડાણવાળું નહીં એવું, ક્રમિક.

gra'duate (ગ્રૅડયુએટ), ઉ૦ ક્રિ૦ વિદ્યાની પદવી લેવી, અથવા [અમે.] આપવી; ગુણવત્તા ઇ૦ના ક્રમાનુસાર ગોઠવવું; માત્રા કે પ્રમાણના કાપા કે આંકા પાડવા; નિયત ધોરણ પ્રમાણે કરની આકારણી કરવી. ના૦ (-અટ) વિદ્યાની પદવી ધારણ કરનાર. **gradua'tion** (-એશન), ના૦.

graffi'to (ગ્રફીટો), ના૦ [બ૦ વ૦ **-ti** -ટી] ભીંત ઇ૦ પરનું ચિત્ર કે લખાણ.

graft[1] (ગ્રાફ્ટ), ના૦ ઝાડમાં કરેલી કલમ

–ખીંટી, એક જગ્યાએથી કાઢીને બીજે ઠેકાણે લગાડેલું સજીવ પેશીજાલ, ચામડી, ઇ૦; [વિ૦ બો૦ સખત પરિશ્રમ. ઉ૦ ક્રિ૦ કલમ કરવી, ખીંટી મારવી; એવી રીતે ઘાલવું કે બેસાડવું કે તેથી અવિચ્છિન્ન જોડાણ કે એકજીવ થાય; જીવંત પેશીજાલ કે ઊતકને એક ઠેકાણેથી કાઢી બીજે ઠેકાણે લગાડવું; [વિ૦ બો૦] સખત પરિશ્રમ કરવો.

graft², ના૦ સરકારી વહેવાર કે ધંધામાંથી ગેરવાજબી રીતે કરેલો નફો; એવો નફો કાઢવાની ગેરરીતિઓ; લાંચરુશ્વત. અ૦ ક્રિ૦ ગેરવાજબી નફો કાઢવો, લાંચરુશ્વત આપવી.

Grail (ગ્રેલ), ના૦ અંતિમ ભોજન વખતે ખ્રિસ્તે વાપરેલી મનાતી થાળી કે વાટકો.

grain (ગ્રેન), ના૦ અનાજનો દાણો, કણ, બીજ; [સમૂહ.] ઘઉં, મકાઈ, વગેરેના દાણા, અનાજ; કણ, નાનામાં નાનું પ્રમાણ – વજનનો એકમ (ટ્રૉય પદ્ધતિનો); ચામડી, લાકડું, પથ્થર, ઇ૦નું પોત; લાકડા ઇ૦-ના રેસા(ની રચના); [લા.] સ્વભાવ, વલણ. ઉ૦ ક્રિ૦ -ના દાણા પાડવા – પડવા, લાકડાના રેસા કે નસના જેવા રંગે રંગવું.

grallator'ial (ગ્રૅલટૉરિઅલ), વિ૦ બગલા જેવા લાંબા પગવાળા પક્ષીઓનું.

gram¹ (ગ્રૅમ), ના૦ ચણો, ઘોડાને અપાતું કોઈ પણ કઠોળ.

gram², **gramme,** (ગ્રૅમ), ના૦ મેટ્રિક પદ્ધતિનું એક વજન, ગ્રામ.

gramina'ceous (ગ્રૅમિનેશસ), વિ૦ ઘાસનું –ના જેવું.

gramini'vorous (ગ્રૅમિનિવરસ),વિ૦ ઘાસખાઉ.

gra'mmar (ગ્રૅમર), ના૦ વ્યાકરણ, વ્યાકરણશાસ્ત્ર; વ્યાકરણનું પુસ્તક. ~ **school,** પંડિતાઈના વિષયોના અભ્યાસ-ક્રમવાળી સામાન્ય માધ્યમિક શાળા.

gramma'rian (ગ્રમે'અરિઅન), ના૦ વૈયાકરણ.

gramma'tical (ગ્રમૅટિકલ), વિ૦ વ્યાકરણનું–સંબંધી, વ્યાકરણ અનુસારનું.

gramme (ગ્રૅમ), ના૦ જુઓ **gram²**.

gra'mophone (ગ્રૅમફોન), ના૦ ગ્રામ-ફોન, ફોનોગ્રાફ, અંકિત કરેલી ચૂડીઓ કે થાળીઓ દ્વારા સંગીત, ભાષણ, ઇ૦ રજૂ કરવાનું યંત્ર. ~ **record,** ગ્રામફોનની થાળી (રેકર્ડ).

gra'mpus (ગ્રૅમ્પસ), ના૦ માથાના છિદ્રમાંથી પાણીનો ફુવારો ઉડાવનારી એક માછલી.

gra'nary (ગ્રેનરિ), ના૦ અનાજનું કોઠાર –વખાર; વિપુલ અનાજ પેદા કરનાર પ્રદેશ.

grand (ગ્રૅન્ડ), વિ૦ [પદોમાં] મુખ્ય, સર્વોચ્ચ કક્ષાનું, શ્રેષ્ઠ કોટિનું, ઉત્તમ, સૌથી મહત્ત્વનું; પ્રભાવી, ભવ્ય, મહાન, ઉદાત્ત; [વાત.] સુંદર, ઉત્તમ. ના૦ મોટું પિયાનો વાદ્ય; [વિ. બો.] એક હજાર પાઉન્ડ, ડૉલર, ઇ૦. ~ **jury,** અદાલતમાં કામ ચલાવાય તે પહેલાં આરોપમાં વજૂદ છે કે નહિ તે તપાસવા માટે નીમેલું પંચ. ~ **piano,** આડા તારવાળો મોટો પિયાનો (વાદ્ય). ~ **total,** કુલ સરવાળો, ગૌણ સરવાળા-ઓનો સરવાળો. ~ **tour,** વિસ્તૃત મુસાફરી.

gra'ndchild (ગ્રૅન્ડ્ચાઇલ્ડ), ના૦ છોકરાનું છોકરું, પૌત્ર, પૌત્રી, દૌહિત્ર, દૌહિત્રી.

gra'nddaughter (ગ્રૅન્ડ્ડૉટર), ના૦ પૌત્રી, દૌહિત્રી.

grandee' (ગ્રૅન્ડી), ના૦ સર્વોચ્ચ પદધારી સ્પેન કે પોર્તુગાલનો ઉમરાવ; મહાન વ્યક્તિ.

gra'ndeur (ગ્રૅન્જર), ના૦ ઊંચું પદ – પદવી, મોટાઈ, શ્રેષ્ઠતા; ભવ્યતા, પ્રતાપ, મહત્તા, ગૌરવ, પ્રતિષ્ઠા.

gra'ndfather (ગ્રૅન્ડ્ફાધર), ના૦ દાદા, આજા. ~ **clock,** ઊંચી લાકડાની પેટીમાં કે કબાટમાં રખાતું ઘડિયાળ.

grandi'loquent (ગ્રૅન્ડિલક્વન્ટ), વિ૦ આડંબરી ભાષાવાળું, શબ્દાડંબરી. **gran-di'loquence** (-ક્વન્સ), ના૦.

gra'ndiose (ગ્રૅન્ડિઓસ), વિ૦ ભવ્ય, મોટાઈ કે ભવ્યતાની છાપ પાડનારુ, મોટા પાયા પર યોજેલું. **grandio'sity** (-ઑસિટિ), ના૦.

gra'ndmother (ગ્રૅન્ડ્‌મધર), ના૦ દાદી, આજી.

gra'ndparent (ગ્રૅન્ડ્‌પેરન્ટ), ના૦ દાદા, દાદી, આજા, આજી.

Grand Prix (ગ્રાં પ્રી), આન્તરરાષ્ટ્રીય મોટર શરતમાં વિજેતા પદ.

gra'ndson (ગ્રૅન્ડ્‌સન), ના૦ પૌત્ર, દૌહિત્ર.

gra'ndstand (ગ્રૅન્ડ્‌સ્ટૅન્ડ), ના૦ શરતો વગેરેને ઠેકાણે પ્રેક્ષકોનો બેસવાનો મુખ્ય સ્ટૅન્ડ - બેઠકોની હારવાળી જગ્યા.

grange (ગ્રેંજ), ના૦ ખેતરનાં મકાનો સાથેનું ગામડાનું ઘર.

gra'nite (ગ્રૅનિટ), ના૦ કઠણ દાણાદાર સ્ફટિકનો પથ્થર, અડદિયો પથ્થર.

granny (ગ્રૅનિ), ના૦ [વાત.] દાદીમા. ~ **(knot)**, ઊંધી વાળેલી - મારેલી = બેવડી ગાંઠ.

grant (ગ્રાન્ટ), સ૦ ક્રિ૦ આપવાનું કબૂલ કરવું; માન્ય કરવું; રજા આપવી; કબૂલ કરવું; મિલકત બીજાને નામે કાયદેસર રીતે ચડાવી દેવી. ના૦ માન્ય - મંજૂર - કરવું તે, આપેલી વસ્તુ - પૈસા; અનુદાન.

grantee' (ગ્રાન્ટી), ના૦ જેને કાયદેસર મિલકત અપાઈ હોય તે, ગ્રહીતા.

grantor' (ગ્રાન્ટર), ના૦ મિલકત, ઇ૦ આપનાર, દાતા.

gra'nular (ગ્રૅન્યુલર), વિ૦ દાણાનું - ના જેવું, દાણાદાર, કણ કે કણિકાવાળું.

gra'nulate (ગ્રૅન્યુલેટ), ઉ૦ ક્રિ૦ -ના દાણા પાડવા - પડવા; -ની સપાટી ખરબચડી બનાવવી; (જખમ અંગે) રૂઝ આવવાના આરંભ તરીકે રાઈના દાણા જેવા માંસતંતુઓનું ફૂટી નીકળવું. **granula'tion** (-લેશન), ના૦.

gra'nule (ગ્રૅન્યૂલ), ના૦ નાનો દાણો, કણ.

grape (ગ્રેપ), ના૦ દ્રાક્ષ, દરાખ. **~fruit,** મોટી નારંગી જેવું ઝૂમખામાં થતું એક ખાટું ફળ. **~-shot,** કોથળીમાં બાંધીને તોપમાં મારવા સારુ ભરેલા છરા - બંદૂકની ગોળીઓ. **~vine,** દ્રાક્ષનો વેલો; અફવા ફેલાવવાનું સાધન.

graph (ગ્રાફ), ના૦ ચલ વસ્તુઓનો અરસપરસ સંબંધ બનાવતો સાંકેતિક આલેખ - ગ્રાફ.

gra'phic (ગ્રૅફિક), વિ૦ આલેખન, ચિત્રકળા, કોતરકામ, ઇ૦ નું; આબેહૂબ વર્ણનવાળું; લેખનનું, લખેલું. **gra'phics** (ગ્રૅફિક્સ), ના૦ બ૦ વ૦ ગણિત (ગણતરી) અને સંયોજનમાં આલેખો કે આકૃતિઓનો ઉપયોગ.

gra'phite (ગ્રૅફાઇટ), ના૦ પેન્સિલોમાં અથવા ઊંજણ ઇ૦ તરીકે વપરાતો એક જાતનો કાર્બન, કાળું સીસું.

grapho'logy (ગ્રફૉલજિ), ના૦ હસ્તાક્ષર મીમાંસા, હસ્તાક્ષર પરથી સ્વભાવ કે ચારિત્ર્ય પારખવાની વિદ્યા. **grapho'logist** (-જિસ્ટ), ના૦.

gra'pnel (ગ્રૅપ્‌નલ), ના૦ વિ૦ ક૦ શત્રુના વહાણને પકડવાનું લોઢાના આંકડાવાળું લંગર; અનેક આંકડાવાળી નાની બિલાડી.

gra'pple (ગ્રૅપલ), ના૦ પકડવાનું સાધન - ઓજાર, લંગર, બિલાડી; પહેલવાનની - ના જેવી - પકડ; બાઝંબાઝી. ઉ૦ ક્રિ૦ પકડવું; હાથ વતી મજબૂત પકડવું; બાઝવું, સજ્જડ બાથ ભીડવી, બાઝંબાઝી કરવી. **grappling-iron,** આંકડાવાળું લંગર.

grasp (ગ્રાસ્પ), ઉ૦ ક્રિ૦ મજબૂત પકડવું; આતુરતાથી - લોભિયાની જેમ - ઝડપી લેવું; સમજવું - નો સ્પષ્ટ બોધ થવો. ના૦ મજબૂત પકડ, કાબૂ; માનસિક પકડ; આકલન, પ્રભુત્વ.

gra'sping (ગ્રાસ્પિંગ), વિ૦ લોભી, ધનલોલુપ.

grass (ગ્રાસ), ના૦ ઘાસ, ચારો; તેની કોઈ પણ જાત; [વિ૦ બો૦] ભાંગનાં સૂકાં પાંદડાં; ચરવું - ચારવું - તે; ઘાસવાળી - - જમીન, ગોચર; હરિયાળી (લૉન). સ૦

ક્રિ૰ હરિયાળીથી ઢાંકવું; [વિ૰ બો૰] દગો દેવો, પોલીસને ખબર આપવી. ~ **roots,** પાયો, મૂળ; [રાજ્ય.] મતદાતાઓ. ~ **snake,** વલય જેવા પટાવાળો સામાન્ય સાપ. ~ **widow,** જેનો પતિ એની પાસે હાજર નથી એવી સ્ત્રી, પ્રોષિતભર્તૃકા. ~ **widower,** જેની પત્ની દૂર ગઈ હોય એવો પુરુષ. **gra'ssy** ગ્રાસિ), વિ૰.

grass'hopper (ગ્રાસ્‌હૉપર), ના૰ તીડ, તિત્તીઘોડો, કંસારી.

grate[1] (ગ્રેટ), ના૰ શગડી, ચૂલો, ઇ૰માં બળતણ મૂકવાની લોઢાની જાળી.

grate[2], ઉ૰ ક્રિ૰ છીણી પર ઘસવું, ઘસીને છીણ કરવું; રેતડીથી ઘસી નાખવું, ઘસીને ધાર કાઢવી; (મજાગરા ઇ૰ અંગે) ચૂંચૂં અવાજ કરવો; -ને ત્રાસ થવો.

gra'teful (ગ્રેટ્‌ફુલ), વિ૰ કૃતજ્ઞ, કૃતજ્ઞતા વ્યક્ત કરનારું.

gra'tify (ગ્રૅટિફાઇ), સ૰ ક્રિ૰ સંતુષ્ટ – તૃપ્ત – કરવું, -ને આનંદ આપવો; -નું મન સાચવવું. **gratifica'tion** (-ફિકેશન). ના૰.

gratin (ગ્રૅટૅં), ના૰ શેકેલા રોટીના કકડા, પનીરનું છીણ, ઇ૰ની વાની. ***all*** ~ (ઓ –), એવી રીતે તૈયાર કરેલું.

gra'ting (ગ્રેટિંગ), ના૰ સમાંતર સળિયા કે ચોકડીઓવાળી જાળી, જાળીનો કઠેરો.

gra'tis (ગ્રેટિસ, ગ્રે–), ક્રિ૰ વિ૰ અને વિ૰ મૂલ્ય વિના(નું), મફત (કરેલું – આપેલું).

gra'titude (ગ્રૅટિટ્યૂડ), ના૰ આભારી થવું તે, કૃતજ્ઞતા.

gratu'itous (ગ્રટ્યૂઇટસ), વિ૰ મફત મળેલું કે કરેલું, મફતનું; વણમાગેલું; ફોગટ, નિષ્કારણ.

gratu'ity (ગ્રટ્યૂઇટિ), ના૰ સેવાની કદર તરીકે આપેલી બક્ષિસ–રકમ, નિવૃત્તિ વખતે આપેલી બક્ષિસ, નિવૃત્તિદાન.

grava'men (ગ્રવેમે'ન), ના૰ ફરિયાદનું મુખ્ય કારણ. આરોપનું હાર્દ – ખરાબમાં ખરાબ ભાગ.

grave[1] (ગ્રેવ), ના૰ કબર, ઘોર; તેની ઉપર રચેલો ટેકરો કે સ્મારક; મૃતાવસ્થા, મૃત્યુ. ~**stone,** કબર પાસે ઊભો કરેલો લેખવાળો પથ્થર. ~**yard,** કબ્રસ્તાન, સ્મશાન.

grave[2], સ૰ ક્રિ૰ [ભૂ૰ કૃ૰ **graved** અથવા **graven**] ન ભૂંસાય એવી રીતે લખવું; [પ્રા.] કોતરવું, ખોદવું. **graven image,** (કંડારેલી) મૂર્તિ.

grave[3], વિ૰ ગંભીર, ચિંતા કરાવનારું, ભારેખમ; પ્રૌઢ, ગૌરવવંતું; ઉદાસ, (સ્વર અંગે) નીચો, મન્દ્ર.

grave[4], સ૰ ક્રિ૰ કચરો બાળીને અને ડામર વગેરે ચોપડીને (વહાણનું તળિયું) સાફ કરવું. **graving dock,** સૂકી ગોદી.

grave[5] (ગ્રાવ), વિ૰ ~ **accent,** સ્વર પર કરાતું ચિહ્ન (`), થડકો, આઘાત.

gra'vel (ગ્રેવલ), ના૰ જાડી રેતી અને નાના પથરા; (રોગની) પથરી, અશ્મરી. સ૰ ક્રિ૰ ઉપર જાડી રેતી અને કાંકરી પાથરવી; મૂંઝવવું, કુંઠિત કરવું.

gra'velly (ગ્રૅવલિ), વિ૰ જાડી રેતી અને કાંકરીવાળું – જેવું; (અવાજ અંગે) ઊંડો અને ખોખરો.

gra'vid (ગ્રૅવિડ), વિ૰ સગર્ભા.

gra'vitate (ગ્રૅવિટેટ), ઉ૰ ક્રિ૰ ગુરુત્વાકર્ષણને જોરે ખસવું – ખેંચાવું – ખેંચાવાનું વલણ હોવું; ગુરુત્વાકર્ષણથી ખેંચાઈ ને – તળિયે બેસી જવું-ડૂબી જવું; -ની તરફ ખેંચાવું.

gravita'tion(ગ્રૅવિટેશન), ના૰ વસ્તુઓનું જમીન ઉપર પડવું તે – પતન; ગુરુત્વાકર્ષણ (નો સિદ્ધાન્ત). **gravita'tional** (– નલ), વિ૰.

gra'vity (ગ્રૅવિટિ), ના૰ ગાંભીર્ય; મહત્ત્વ; વજન; પૃથ્વીના કેન્દ્ર તરફ વસ્તુના ખેંચાણનું બળ(તેની માત્રા), ગુરુત્વાકર્ષણ (નું જોર).

gra'vy (ગ્રેવિ), ના૰ રાંધતાં કે રાંધ્યા પછી માંસમાંથી ઝરતા રસો, તેમાંથી બનાવાતી ચટણી, રાયતું, ઇ૰.

gray (ગ્રે), જુઓ **grey.**

gray'ling (ગ્રેલિંગ), ના૦ મીઠા પાણીની એક રૂપેરી માછલી.

graze[1] (ગ્રેઝ્), ઉ૦ ક્રિ૦ જતાં જતાં સહેજ સ્પર્શ કરવો, જરા અડીને –ઘસડાઈને – પસાર થવું, અડીને જતાં ચામડી – અંગ – છોલાઈ જવું. ના૦ છોલાવું તે, ઉઝરડો.

graze[2], ઉ૦ ક્રિ૦ ચરવું; ઢોરને ચારવું – ચરવા લઈ જવું.

gra'zier (ગ્રેઝિઅર), ના૦ ઢોર ચારનાર, વેચવા માટે ઢોર ઉછેરનાર.

gra'zing (ગ્રેઝિંગ), ના૦ ગોચર, ઢોર ચારવાની જમીન.

grease (ગ્રીસ), ના૦ મરેલા પ્રાણીની ઓગાળેલી ચરબી; ચરબીવાળો કે તેલવાળો પદાર્થ, વિ૦ ક૦ ઊંજણ તરીકે. સ૦ ક્રિ૦ ઉપર તેલ – ચરબી – ચોપડવી – વતી ઊંજવું. **~-paint,** નટનટીના ચહેરા રંગવાનો પદાર્થ – રંગ.

grea'sy (ગ્રીસિ,-ઝિ), વિ૦ ચરબીનું–જેવું, ચરબી ચોપડેલું, વધુ પડતી ચરબીવાળું; અતિ વિવેકી, ખુશામતિયું.

great (ગ્રેટ), વિ૦ વિસ્તીર્ણ, વિશાળ, કદાવર, મોટું; લાંબું, ઘણું, બહુ; મોટું, મહાન; મહત્ત્વનું, ધ્યાનમાં લેવા જેવું; આગળ પડતું, પ્રમુખ, મુખ્ય; સમર્થ, કર્તૃત્વવાળું; અસાધારણ, ભારે યોગ્યતાવાળું; [વાત.] ખૂબ સંતોષકારક. ના૦ જે મહાન છે તે. **the ~**, [બ૦ વ૦ તરીકે] મહાન વ્યક્તિઓ, મોટા લોકો. **~-aunt,** પોતાના પિતાની કે માતાની કાકી, ફોઈ, માસી, મામી. **~ coat,** મોટો વજનદાર ડગલો, ઓવરકોટ. **G~ Dane,** સુંવાળા અને ટૂંકા વાળવાળો કદાવર મજબૂત કૂતરો. **~-nephew, ~-niece,** ભત્રીજાનો, ભાણાનો, ભત્રીજીનો, કે ભાણીનો દીકરો કે દીકરી. **~-uncle,** પોતાના પિતાનો કે માતાનો કાકો, ફૂવો, માસો કે મામો.

grea'tly (ગ્રેટ્લિ), ક્રિ૦ વિ૦ ઘણું, બહુ.

greave (ગ્રીવ), ના૦ પગના નળા માટેનું બખતર – કવચ.

grebe (ગ્રીબ), ના૦ પાણીમાં ડૂબકી મારનારું એક પક્ષી.

Gre'cian (ગ્રીશન), વિ૦ ગ્રીક, ગ્રીસનું.

greed (ગ્રીડ), વિ૦ દ્રવ્યલોભ, અતિ તૃષ્ણા; ખાઉધરાપણું.

gree'dy (ગ્રીડિ), વિ૦ અતિલોભી, ધનલોભી; ખાઉધરો, અકરાંતિયો; આતુર.

Greek (ગ્રીક), વિ૦ ગ્રીસનું, તેના લોકોનું કે ભાષાનું. ના૦ ગ્રીસનું વતની કે ભાષા (ગ્રીક).

green (ગ્રીન), વિ૦ લીલું, લીલા રંગનું; કાચું, અપક્વ; તાજું; બિનઅનુભવી, બિનકસાયેલું; સુકાયેલું નહિ એવું. ના૦ લીલો રંગ, લીલો રંગ (દ્રવ્ય), લીલાં કપડાં, ઇ૦; [બ૦ વ૦ માં] લીલ શાકભાજી; ગોચર, ખાસ કામનો ઘાસવાળી જમીનનો ટુકડો. **~back,** અમે.ની કાયદેસરની ચલણી નોટ. **~ belt,** શહેરની આસપાસ ખુલ્લી રાખેલી જમીનનો પટો. **~finch,** પીળાં અને લીલાં પીંછાંવાળું એક પક્ષી. **~ fingers,** [વાત.] વનસ્પતિ સંવર્ધનમાં કૌશલ્ય. **~fly,** વનસ્પતિમાં થતી જૂ, શાકભાજી પરની જીવાત. **~gage,** ગોળ લીલું સ્વાદિષ્ટ આલુ – દરાખ. **~horn,** નવો નિશાળિયો – રંગરૂટ; ભોળો ભા. **~-house,** નાજુક વનસ્પતિ ઉછેરવાનું કાચનું મકાન. **~ pepper,** લીલું મરચું. **~ pound,** પાઉન્ડનું સર્વસંમત મૂલ્ય, જે અનુસાર યુરોપિયન આર્થિક સમાજ (**E. E. C.**)માં ખેડૂતોને તેમના માલનાં નાણાં ચૂકવવામાં આવે છે. **~-room,** નેપથ્ય, રંગપટ. **~stone,** ઘેરા લીલા રંગનો એક કીમતી પથ્થર, મરકત. **~ stuff,** લીલોતરી, લીલી શાકભાજી. **~-sward,** ટૂંકા ઘાસવાળી હરિયાળી – જમીન. **~wood,** વસંત કે ગ્રીષ્મ ઋતુની વનશ્રી, હરિયાળીવાળો વનપ્રદેશ.

gree'nery (ગ્રીનરિ), ના૦ વનસ્પતિ, હરિયાળી.

gree'ngrocer (ગ્રીન્ગ્રોસર), ના૦ ફળ અને શાકભાજી વેચનાર કાછિયો.

gree'ngrocery (-રિ), ના૦.

greet¹ (ગ્રીટ), સ૰ ક્રિ૰ મળતાં રામ-રામ, નમસ્કાર કે સલામ કરવા, મળતાં કે આવી પહોંચતાં સ્વાગત કરવું; (કાને) અથડાવું, (આંખે) દેખાવું, ઇ૰.

greet², અ૰ ક્રિ૰ [સ્કૉ.] રડવું.

gree'ting(ગ્રીટિંગ),ના૰ સલામ, રામરામ, ઇ૰ (કહેવા તે). **~(s) card,** અભિવાદનનું, કે સદ્ભાવનો સંદેશો મોકલવાનું કાર્ડ.

Gregor'ian (ગ્રિગૉરિઅન), વિ૰ ગ્રેગરી પહેલાને નામે ચાલતા ધાર્મિક સંગીતનું. **~ calendar,** પોપ ગ્રેગરી ૧૩માએ સુધારેલું પંચાંગ.

gre'mlin (ગ્રે'મ્લિન), ના૰ [વિ૰ બો૰] યંત્રોને નુકસાન પહોંચાડનારું મનાતું એક તોફાની પિશાચ – જીન.

grena'de (ગ્રિનેડ), ના૰ હાથે ફેંકવાનો સ્ફોટક ગોળો – બૉંબ, અથવા બંદૂકની નળીમાંથી મારવાની ગોળી – છરા; ગૅસ કે વાયુ છોડવાનું સાધન.

gre'nadier¹ (ગ્રે'નડિઅર), ના૰ હાથ-બૉંબ ફેંકનાર સૈનિક; **G~s,** રાજવાડાના પાયદળની પહેલી પલટણ.

gre'nadine (ગ્રે'નડિન), ના૰ દાડમનું શરબત – રસ.

grew (ગ્રૂ), **grow**નો ભૂ૰ કા૰.

grey, gray, (ગ્રે), વિ૰ રાખ કે સીસાના રંગનું; વાદળાંથી છવાયેલું; ઉત્સાહહીન; ઘડપણને લીધે સફેદ થતા (પાળિયાવાળું); અનામિક, નનામું; ઓળખાણ વિનાનું. ના૰ રાખોડી રંગ – રંગદ્રવ્ય, કપડાં, ઇ૰; કાબરા રંગનો ઘોડો. ઉ૰ ક્રિ૰ ભૂખરા રંગનું બનાવવું-થવું. **~-beard,** ઘરડો માણસ. **G~ Friar,** સંત ફ્રાન્સિસના સંપ્રદાયનો સાધુ. **~ hen,** કાળા 'ગ્રાઉઝ'(પક્ષી)ની માદા. **~ matter,** મગજનો સક્રિય ભાગ.

grey'hound (ગ્રેહાઉન્ડ), ના૰ પાતળો ને ચપળ શિકારી કૂતરો. **~-racing,** શિકારી કૂતરાઓ જેમાં કૃત્રિમ યાંત્રિક સસલાની પાછળ પડે છે એવી શિકારની હોડ માટે તક પૂરી પાડતી શરત.

grey'lag (ગ્રેલૅગ), ના૰ ભૂખરા રંગનો યુરોપનો સામાન્ય જંગલી હંસ.

grid (ગ્રિડ), ના૰ રોટી ઇ૰ દેવતા પર શેકવાની જાળી, જાળીવાળી શગડી; જોવાની સગવડ માટે નકશાના પાડેલાં સંખ્યાંકિત ચોરસ વિભાગ(ની વ્યવસ્થા); રેલવેના પાટા, વીજળીના તાર, ઇ૰ની આખા દેશમાં પાથરેલી જાળ; = **gridiron.**

gri'ddle (ગ્રિડલ), ના૰ **girdle²**; તવો, તાવડી.

gri'diron (ગ્રિડ્આયર્ન), ના૰ દેવતા કે તવા પર શેકવાની શગડી; [અમે.] ફુટબૉલનું મેદાન.

grief (ગ્રીફ઼), ના૰ શોક, ઊંડું દુઃખ, ત્રાસ. **come to ~** - નું દુઃખદ પરિણામ આવવું.

grie'vance (ગ્રીવન્સ), ના૰ ફરિયાદ, દુઃખ, તેનું સાચું કે કાલ્પનિક કારણ.

grieve (ગ્રીવ), ઉ૰ ક્રિ૰ દુઃખ દેવું-થવું.

grie'vous (ગ્રીવસ), વિ૰ દુઃખદાયક, ઈજા કરનારું, પીડા કરે એવું; (વેદના અંગે) તીવ્ર, (પાપ અંગે) ભારે મોટું, ઘોર, હડહડતું.

gri'ffin, gry'phon, (ગ્રિફ઼ન), ના૰ ગરુડનું માથું અને પાંખો તથા સિંહના શરીરવાળું એક કલ્પિત પ્રાણી.

griffon (ગ્રિફ઼ન), ના૰ **griffin**; મોટા કદનું ગીધ; બરછટ વાળવાળો નાનો શિકારી કૂતરો.

grig (ગ્રિગ), ના૰ નાની બામ માછલી; તીડ, તિત્તીઘોડો, ઇ૰.

grill¹ (ગ્રિલ), ના૰ જાળીની શગડી; ગરમી નીચેની બાજુએ જાય એવી કૂકરમાં કરેલી વ્યવસ્થા; જાળી પર શેકેલી ખાદ્ય વસ્તુ(ઓ); **~(-room),** ખાનગી વીશી. ઉ૰ ક્રિ૰ શગડી (ની જાળી) પર શેકવું, ઉપર તાપ મૂકીને શેકવું; સતત પ્રશ્નો પૂછીને હેરાન કરવું, રીબવવું.

grill², grille, (ગ્રિલ), ના૰ બારણામાં બેસાડેલી જાળીદાર ચોકટ – ચોકઠું, જાફરી; જાળીદાર પડદો; મોટરના રેડિયેટરના રક્ષણ માટેની ધાતુ(ના સળિયા)ની જાળી.

grilse (ગ્રિલ્સ), ના૦ 'સામન' માછલીનું બચ્ચું (દરિયામાં એક જ વાર જઈ આવેલું).

grim (ગ્રિમ), વિ૦ કડક, કઠોર, નિર્દય, ઉગ્ર સ્વરૂપનું; બિહામણું, વિકરાળ; આનંદ વિનાનું.

grima'ce (ગ્રિમેસ), ના૦ તિરસ્કાર કે મશ્કરીમાં કરેલું વાંકુંચૂંકું મોં, મોંનો ચાળો. અ૦ ક્રિ૦ મોં મચકોડવું – વાકૂંચૂંકું કરવું.

grime (ગ્રાઇમ), ના૦ ચામડી પર બાઝેલો – થયેલો મેલ. સ૦ ક્રિ૦ કાળું-ગંદું – કરવું, ખરડવું. **gri'my** (ગ્રાઇમિ), વિ૦.

grin (ગ્રિન), અ૦ ક્રિ૦ વેદનામાં કે હસવામાં દાંત કાઢવા. દાંતિયાં કરવાં. ના૦ દાંત કાઢવા તે, દાંતિયાં; મુક્ત, પરાણે કરેલું – આનંદ વિનાનું હાસ્ય.

grind (ગ્રાઇન્ડ), ઉ૦ ક્રિ૦ [**ground**] દળવું, વાટવું, ચાવવું; પૈસા કઢાવીને પજવવું; ઘસીને ધાર ચડાવવી; ખૂબ મહેનત – અભ્યાસ – કરવો; ખરરર અવાજ થાય એવી રીતે ઘસવું. ના૦ દળવું તે, દળણું; કંટાળાભરેલું સખત કામ. **~stone,** સરાણ.

grip (ગ્રિપ), ના૦ મજબૂત પકડ, પકડવાની ક્રિયા – રીત; આકલન (શક્તિ); કોઈ વિષય પરનું પ્રભુત્વ; **~(sack),** [અમે.] પ્રવાસની પેટી – પાકીટ. ઉ૦ ક્રિ૦ મજબૂત પકડવું, બાથમાં લેવું, ધ્યાન દેવાની ફરજ પાડવી.

gripe (ગ્રાઇપ), ઉ૦ ક્રિ૦ સજ્જડ પકડવું, જોરથી પકડી રાખવું; પેટમાં ચૂક – આંકડી – આણવી; [વિ. બો.] ફરિયાદ કરવી. ના૦ [બ૦ વ૦ માં] પેટમાં ચૂંક – આંકડી; [વિ. બો.] ફરિયાદ, **~-water,** પેટની ચૂંકની – વાતહારક - દવા, વિ. ક. બાળકો માટે.

gri'sly (ગ્રિઝ્લિ), વિ૦ બિહામણું, વિકરાળ; ઘૃણાસ્પદ.

grist (ગ્રિસ્ટ), ના૦ દળવાનું અનાજ, દળણું.

gri'stle (ગ્રિસલ), ના૦ ચીવટ અને લવચીક પેશીજાલ; કૂર્ચા. **gri'stly** (ગ્રિસ્લિ), વિ૦.

grit (ગ્રિટ), ના૦ પથ્થર કે રેતીના નાના કણ, કાંકરી; ખરબચડો અડદિયો પથ્થર; [વિ. બો.] હિંમત, છાતી, સહનશક્તિ, ટકાવ. ઉ૦ ક્રિ૦ ખરરર અવાજ કરવો, – એવો અવાજ કરતા ખસવું; દાંત પીસવા; વિ. ક. (બરફવાળા) રસ્તા પર કાંકરી પાથરવી. **~stone,** ખરબચડો રેતાળ પથ્થર. **gri'tty** (ગ્રિટિ), વિ૦.

grits (ગ્રિટ્સ), ના૦ બ૦ વ૦ છડેલા ઓટ; ઓટનો જાડો લોટ.

gri'zzle (ગ્રિઝ઼લ), અ૦ ક્રિ૦ [વાત.] ડૂસકાં ખાતાં – બબડતાં બબડતાં – રડવું.

gri'zzled (ગ્રિઝ઼લ્ડ), વિ૦ ધોળું, રાખોડી રંગનું, ધોળા પળિયાવાળું.

gri'zzly (ગ્રિઝ઼લિ), વિ૦ ધોળું, ધોળા પળિયાવાળું. **~ bear,** ઉ. અમે.નું વિકરાળ કદાવર રીંછ.

groan (ગ્રોન), ઉ૦ ક્રિ૦ વેદના, દુઃખ, કે નાપસંદગીનો ઊહકારો કરવો, કણસવું; નિસાસો નાખવો. દુઃખથી – અતિભારથી – પીડાવું. ના૦ દુઃખ, પીડા, નાપસંદગી, કે ઊંડા શોકનો અવાજ.

groat (ગ્રોટ), ના૦ [ઇતિ.] ચાર પેન્સનું ચાંદીનું નાણું.

groats (ગ્રોટ્સ), ના૦ બ૦ વ૦ છડેલું (અને ભરડેલું) અનાજ, વિ. ક. ઓટ.

gro'cer (ગ્રોસર), ના૦ ચા, ખાંડ, લોટ, ઇ૦ વેચનાર ગાંધી, કરિયાણાની દુકાન ચલાવનાર.

gro'cery (ગ્રોસરિ), ના૦ ગાંધીનો ધંધો, દુકાન, અથવા [બહુધા બ૦ વ૦માં] માલ.

grog (ગ્રૉગ), ના૦ મદ્યાર્ક (વિ. ક. 'રમ') અને પાણીનું પીણું.

gro'ggy (ગ્રૉગિ), વિ૦ અસ્થિર, લથડિયાં ખાતું.

gro'gram (ગ્રૉગ્રમ), ના૦ રેશમ, બકરાના વાળ, ઇ૦નું બરછટ કાપડ.

groin (ગ્રોઇન), ના૦ પેટ અને જાંઘ વચ્ચેનો બેઠેલો ભાગ, જંઘામૂળ; [સ્થા.]

ઘુમ્મટ અને મહેરાબોના એકબીજાને કાપવાથી થતો ખૂણો – ધાર. સ૦ ક્રિ૦ એવા ખૂણાવાળું બાંધકામ કરવું.

gro'mmet (ગ્રૉમિટ), જુઓ **grummet.**

groom (ગ્રૂમ), ના૦ ઘોડાની માવજત કરનાર, રાવત; (નવો) વર. સ૦ ક્રિ૦ (ઘોડા)ની સંભાળ રાખવી; ઠીકઠાક કરવું, દર્શનીય બનાવવું; કોઈ પદ, પ્રસંગ, કે કારકિર્દી માટે તૈયાર કરવું.

groove (ગ્રૂવ), ના૦ ખાંચ, નાલી, ખોભણ; ગ્રામફોન થાળીમાંની ભમરિયા ખાંચ – ચીલો; ચાલુ ધરેડ – પ્રણાલી. સ૦ ક્રિ૦ -માં ખાંચ, નાલી, ઇ૦ પાડવું.

groo'vy (ગ્રૂવિ), વિ૦ ખાંચનું – ના જેવું; [વિ. બો.; ગાયક ઇ૦ અંગે] સરસ રીતે ગાનાર કે વગાડનાર; સરસ, ઉત્તમ.

grope (ગ્રોપ), અ૦ ક્રિ૦ અંધારામાં હાથ લાંબા કરી શોધવું – શોધતાં શોધતાં ચાલવું, ફંફોસવું; ફાંફાં મારવાં. **~ one's way,** સાચવીને ચાલવું.

gro'sbeak (ગ્રોસ્‌બીક), ના૦ મોટી ચાંચવાળું એક નાનું પક્ષી.

grosgrain (ગ્રોગ્રેન), ના૦ રેશમી દોરિયું.

gross[1] (ગ્રોસ), [બ૦ વ૦ એ જ] ૧૨ ડઝન.

gross[2] (ગ્રોસ), વિ૦ અતિશય ફાલેલું – ફૂલેલું; દેખીતું, હડહડતું; અતિપુષ્ટ, વધારે પડતું ખવડાવેલું; સ્થૂળ, જાડું ભોલ; કુલ, એકંદર, (નફો) ચોખ્ખો નહિ; ખરબચડું, અસંસ્કારી; અશિષ્ટ. સ૦ ક્રિ૦ કુલ નફો મેળવવો.

grote'sque (ગ્રોટે'સ્ક), ના૦ માણસો અને પ્રાણીઓની આકૃતિઓને ઝાડપાન-ફૂલો સાથે વિલક્ષણ રીતે ગૂંથીને કરાતું સુશોભન, એ સુશોભનવાળી કળા કે શિલ્પની શૈલી; હાસ્યજનક વિકૃત આકૃતિ ઇ૦. વિ૦ 'ગ્રોટેસ્ક' શૈલીનું, વિલક્ષણ, તરેહવાર, વિસંગત અને હાસ્યાસ્પદ; મૂર્ખતાભર્યું.

gro'tto (ગ્રૉટો), ના૦ [બ૦વ૦ **~ es**] મનોહર, ચિત્રમય ગુફા અથવા ભોંયરું; ગુફાના જેવી રચના.

gro'tty (ગ્રૉટિ), વિ૦ [વિ. બો.] ન ગમે એવું, ગંદું, કદરૂપું.

grouch (ગ્રાઉચ), ના૦ [વાત.] તકરાર, ફરિયાદ; રીસ, ચીઢ, ચીઢિયાપણું; બબડનારો માણસ. અ૦ ક્રિ૦ બબડવું, ફરિયાદ કરવી. **grou'chy** (ગ્રાઉચિ), વિ૦.

ground[1] (ગ્રાઉન્ડ), ના૦ ધરતીની સપાટી; સાગર કે પાણીનું તળિયું; [બ૦વ૦ માં] તળિયાંનો મેલ, કચરો; જમીન, ઘરનું આંગણું; કોઈ બનાવ કે કાર્યની જગ્યા, ક્ષેત્ર; ભોંય, સપાટી; ભરતકામ, ચિત્રકામ જેના પર થાય છે તે સપાટી; પાયો; હેતુ, ઉ૦ ક્રિ૦ જમીન પર મૂકવું – બેસાડવું; કોઈ નક્કર આધાર કે સિદ્ધાન્ત પર સ્થાપવું-રચવું; કોઈ વિષયનાં મૂળતત્ત્વો પાકાં શીખવવાં; (વહાણ અંગે) ભોંય પર ચડી જવું; જમીન પર ઊતરવું; વિમાન કે વૈમાનિકને ઊડતાં રોકવું - ઊડવા ન દેવું. **~-bait,** માછલીને આકર્ષવા માટે તળિયે નાખેલું ખાજ. **~ bass,** [સં.] જુદા જુદા ઉપલા ભાગો સાથે ફરી ફરી ગવાતી ટૂંકી મંદ્ર રચના – ગત. **~ floor,** ભોંયતળિયું. **~ frost,** જમીનની સપાટી પર પડેલું હિમ. **~-nut,** મગફળી. **~-rent,** જમીનના માલિકને અપાતું ભાડું, ભોંયભાડું. **~ s'man,** રમતના, વિ. ક. ક્રિકેટના, મેદાનનો રખેવાળ. **~ speed,** જમીનના અંતરની દૃષ્ટિથી વિમાનની ગતિ. **~ staff,** હવાઈ અડ્ડાના કર્મચારીઓમાંના વિમાન સાથે ન ઊડનારા માણસો. **~ swell,** વાવંટોળિયો કે ધરતીકંપને લીધે દરિયામાં આવતો ઉછાળો. **~work,** પાયો.

ground[2] (ગ્રાઉન્ડ), **grind**નો ભૂ૦ કા૦ તથા ભૂ૦ કૃ૦.

grou'nding (ગ્રાઉન્ડિંગ), ના૦ કોઈ વિષયનાં મૂળ તત્ત્વોનો અભ્યાસ – પાકો કરેલો પાયો.

grou'ndless (ગ્રાઉન્ડ્‌લિસ), વિ૦ આધાર વિનાનું, નિષ્કારણ, હેતુ વિનાનું.

grou'ndling (ગ્રાઉન્ડ્‌લિંગ), ના૦ હલકી

અભિરુચિવાળો પ્રેક્ષક કે વાચક.

grou'ndsel (ગ્રાઉન્ડ્સલ), ના૦ પીળાં ફૂલવાળું એક જાતનું ઘાસ, ખડ.

group (ગ્રૂપ), ના૦ સમુદાય, જૂથ, અરસપરસ સંબંધ ધરાવતા માણસો કે વસ્તુઓનું; હવાઈદળનો એક વિભાગ; લોકપ્રિય સંગીતના ગાયકો કે વાદકોનું જૂથ. ઉ૦ ક્રિ૦ -નો વર્ગ કે જૂથ બનાવવું -બનવું; -ના વર્ગ કે જૂથમાં મૂકવું. ~ **captain,** (શાહી) હવાઈદળનો એક અમલદાર (એઅર કમાંડરની નીચેનો). ~ **practice,** અનેક દાક્તરો સાથે મળીને ધંધો કરે તે.

grou'per (ગ્રૂપર), ના૦ દરિયાઈ ખાદ્ય માછલી.

grouse[1] (ગ્રાઉસ), ના૦ પગે પીંછાવાળું શિકાર કરાતું મરઘાની જાતનું એક ખાદ્ય પક્ષી.

grouse[2], અ૦ ક્રિ૦ બબડવું, રોદણાં રડવાં. ના૦ બડબડવું, રોદણાં.

grout (ગ્રાઉટ), ના૦ ક્રિ૦ પાતળો પ્રવાહી ચૂનો. સ૦ ક્રિ૦ એવા ચૂનાથી સાંધો પૂરવી.

grove (ગ્રોવ), ના૦ ઉપવન; વૃક્ષરાજિ.

gro'vel (ગ્રૉવલ), અ૦ ક્રિ૦ (કોઈની આગળ) અધોમુખ પડવું; પોતાની જાતને હલકી પાડવી.

grow (ગ્રો), ઉ૦ ક્રિ૦ [**grew** ગ્રૂ; ભૂ૦ કૃ૦ **grown** ગ્રોન] ઊગવું, કુદરતી જણસ અથવા જીવતી વનસ્પતિ તરીકે ઊભું હોવું, ઊછરવું, વિકસવું, વધવું; ઉગાડવું, ખેતી કરીને પેદા કરવું, વધારવું, ઉછેરવું, મોટું કરવું; વધવા દેવું; ધીમે ધીમે થવું – થતા જવું; [સહ્ય૦] - થી ઢંકાઈ – છવાઈ–જવું.

growl (ગ્રાઉલ), ના૦ ઘુરકવું તે, ઘુરકિયું, બડબડાટ, ગણગણાટ; ગડગડાટ; ફરિયાદ. ઉ૦ ક્રિ૦ ઘૂરકવું, ચિડાઈને બડબડવું, ગડગડાટ કરવો.

grown (ગ્રોન), **grow**નું ભૂ૦ કૃ૦. ~ **man,** પુખ્ત ઉંમરની વ્યક્તિ. ~**-up,** વિ૦ અને ના૦ પુખ્ત ઉંમરનું (માણસ).

growth (ગ્રોથ), ના૦ વધવું તે, વૃદ્ધિ; વધેલી કે વધતી વસ્તુ; [શરીર વિકૃતિ] રોગની ગાંઠ, સોજો, ઇ૦. ~ **industry,** બીજા બધા કરતાં ઝડપથી વિકસતો ઉદ્યોગ.

groyne (ગ્રૉઇન), ના૦ દરિયાના પાણીથી કિનારો ધોવાઈ ન જાય- તે માટે બાંધેલો પુસ્તો.

grub (ગ્રબ), ઉ૦ ક્રિ૦ ઉપરથી ખોદવું; (જમીનમાંથી) મૂળિયાં ખોદી કાઢવાં; ખોદવું, ખોદીને બહાર કાઢવું. ના૦ ઈયળ; [વિ. બો.] ખાવાનું.

gru'bby (ગ્રબિ), ગંદું, મેલું.

grudge (ગ્રજ), સ૦ ક્રિ૦ આપવા કે કરવા દેવા તૈયાર ન હોવું. ના૦ રોષ, દ્વેષ; વેર, અંટસ.

gru'el (ગ્રુઅલ), ના૦ રાબ, કાંજી.

gru'elling (ગ્રુઅલિંગ), વિ૦ થકવી નાખનારું; સજા કરનારું; સખત, કઠોર.

grue'some (ગ્રૂસમ), વિ૦ ભયંકર, ઘૃણાસ્પદ.

gruff (ગ્રફ), વિ૦ કઠોર, કર્કશ (અવાજ-વાળું); તોછડું, તોરી.

gru'mble (ગ્રમ્બલ), ના૦ બબડવું તે, ધીમો ગણગણાટ, ફરિયાદ. ઉ૦ ક્રિ૦ બબડવું, બબડતાં બબડતાં – રોદણાં રડતાં – બોલવું, ફરિયાદ કરવી. અસંતુષ્ટ હોવું.

gru'mmet (ગ્રમિટ), **gro'mmet** (ગ્રૉમિટ), ના૦ વીજળીના વાહકની ફરતે મૂકેલો ધાતુ ઇ૦ના કાણામાં થઈને પસાર થતો વીજળીરોધક વાયસર (વૉશર).

gru'mpy (ગ્રમ્પિ), વિ૦ મિજાજી, તોરી, તોછડું.

grunt (ગ્રન્ટ), ના૦ ભૂંડનું બોલવું, ડરકવું, ડરકવા જેવો અવાજ. ઉ૦ ક્રિ૦ ભૂંડના જેવું બોલવું, ડરકવું.

gruyère (ગ્રૂયે'અર), ના૦ સ્વિટ્ઝર-લન્ડનું છિદ્રાળુ પનીર.

gry'phon (ગ્રિફન), ના૦ જુઓ **griffin.**

G-string (જીસ્ટ્રિંગ), ના૦ લંગોટી.

gua'no (ગ્વાનો), ના૦ ખાતર તરીકે વપરાતી દરિયાઈ પક્ષીઓની હગાર.

guarantee' (ગરન્ટી), ના૦ બાંયધરી આપનાર કે જામીન રહેનાર વ્યક્તિ;

બાંયધરી, જામીન; જામીનખત. સ૦ ક્રિ૦ –ને માટે જામીન થવું બાંયધરી આપવી; -ની જવાબદારી લેવી; વચનથી બંધાવું; સુરક્ષિત કરવું. **gua'rantor** (-ન્ટર), ના૦.

gua'ranty (ગૅરન્ટિ), ના૦ બીજા કોઈની વતી દેવું ચૂકવવાની કે ફરજ પાર પાડવા-ની જવાબદારીનું વચન અથવા લિખિત ખત, જામીનગીરી, ખાતરી, સલામતીનું વચન.

guard (ગાર્ડ), ના૦ પટાબાજી ઇ૦માં સંરક્ષક પેંતરો કે દાવ; ચોકી, પહેરો, સાવ-ધાનતા; રક્ષક; સંત્રી, પહેરેગીર; ગાડીનો હવાલો સંભાળનાર, ગાર્ડ; કોઈ સ્થાન કે વ્યક્તિનું રક્ષણ કરનાર સિપાઈઓ ઇ૦; [બ૦ વ૦માં] ખાનગી લશ્કર; ઇજા કે અકસ્માતથી બચવાનું સાધન દા. ત. શિરસ્ત્રાણ. ઉ૦ ક્રિ૦ -નું રક્ષણ કરવું – બચાવ કરવો; સંભાળવું; -ની સામે સાવ-ચેતીનાં પગલાં લેવાં; કાબૂમાં રાખવું. **~-house, ~room,** લશ્કરી ચોકિયાતો માટેનું અથવા કેદીઓ પૂરવાનું મકાન – ઓરડો. **~sman,** રક્ષકદળનો સિપાઈ.

guar'dian (ગાર્ડિઅન), ના૦ સંભાળનાર, સંરક્ષક; હવાલો સંભાળનાર; પાલક, વાલી. **guar'dianship** (-શિપ), ના૦.

gua'va (ગ્વાવૅ), ના૦ જામફળ; જામફળી.

gubernator'ial (ગ્યૂબર્નટોરિઅલ), વિ૦ ગવર્નરનું, રાજ્યપાલનું.

gu'dgeon[1] (ગજન), મીઠા પાણીની એક નાની માછલી, ભોળો ભા, ગમે તેવી વાત પર વિશ્વાસ રાખનાર.

gu'dgeon[2], ના૦ ધાતુનો ખીલો, નાભિ; સુકાન જેમાં ફરે છે તે ખોભણ.

gue'lder (ગે'લ્ડર), ના૦ **~ (rose),** સફેદ ફૂલોનાં ગોળ ઝૂમખાંવાળું નાનું ઝાડ.

guer'nsey (ગર્ન્‌ઝિ), ના૦ ઊનનું ગૂંથેલું જાડું જાકીટ.

guer(r)i'lla (ગરિલ), ના૦ નાનાં નાનાં અલગ અલગ જૂથોએ અનિયમિત-પણે ચલાવેલા યુદ્ધ [**~ war(fare)**] નો સિપાઈ.

guess (ગે'સ), ઉ૦ ક્રિ૦ ગણતરી કે માપ વિના અંદાજ કરવો – આશરાથી કહેવું, અટકળ કરવી; સંભવિત માનવું; ચોક્કસ અનુમાન કરવું; [અમે.] ધારવું. ના૦ આશરે અંદાજ, અટકળ. **~work,** અનુમાન કરવું તે.

guest (ગે'સ્ટ), ના૦ પરોણો, મહેમાન; વીશીમાં ઊતરેલો પ્રવાસી – ઘરાક. **~-house,** અતિથિગૃહ.

gu'ffaw (ગફૉ), અ૦ ક્રિ૦ અને ના૦ ખડખડાટ હસવું (તે), અટ્ટહાસ્ય (કરવું).

gui'dance (ગાઇડન્સ), ના૦ માર્ગદર્શન, દોરવણી, દિશાસૂચન.

guide (ગાઇડ), ના૦ માર્ગદર્શક; પ્રવાસીઓ, પર્વતારોહણ કરનારાઓ, ઇ૦નો ભોમિયો; સલાહકાર; માર્ગદર્શક સિદ્ધાન્ત; માર્ગ-દર્શિકા, માહિતી – સમજૂતી – આપનાર પુસ્તક; **(G ~)** બાલિકાચમૂની સભ્ય. સ૦ ક્રિ૦ માર્ગદર્શન કરવું, દોરવું. **~book,** માર્ગદર્શિકા. **~-dog,** આંધળાને દોરવા માટે કેળવેલો કૂતરો. **guided missile,** દૂરથી નિયંત્રિત કે નિયમન કરાતું અથવા અન્તર્નિહિત યંત્રણાથી સંચાલિત કે નિયંત્રિત અસ્ત્ર. **guided tour,** ભોમિયા સાથેની સફર.

guild, gild, (ગિલ્ડ), ના૦ અરસ-પરસ સહકાર કરનારી અથવા સમાન ઉદ્દેશવાળી મંડળી, કોઈ પણ વ્યવસાય કે ધંધાનું મહાજન. **G~hall,** મધ્યયુગીન મહાજનનું મળવાનું ઠેકાણું, નગરભવન.

gui'lder (ગિલ્ડર), ના૦ નેધરલૅન્ડ્‌નું એક નાણું.

guile (ગાઇલ), ના૦ દગો, કપટ. **gui'leful** (-ફુલ) વિ૦ **gui'leless** (-લિસ), વિ૦.

gui'llemot (ગિલિમટ), ના૦ ઉ. તરફનું એક દરિયાઈ પક્ષી 'ઑક'ની જાતનું.

gui'llotine (ગિલટીન), ના૦ શિરચ્છેદ કરવાનું યંત્ર; કાગળ, ધાતુ, પરાળ ઇ૦ કાપવાનું યંત્ર; ખરડા પર મતદાનનો સમય નક્કી કરીને તેની ચર્ચા ટૂંકાવવાની પદ્ધતિ. સ૦ ક્રિ૦ –ની ઉપર 'ગિલોટીન' વાપરવું;

guilt (ગિલ્ટ), ના૦ ગુનો, અપરાધ; પાપ; પાપ કર્યાની લાગણી.
gui'ltless (ગિલ્ટ્લિસ), વિ૦ નિષ્પાપ, નિર્દોષ; -ને વિષે અજ્ઞાન.
gui'lty (ગિલ્ટિ), વિ૦ દોષી, ગુનાઇત; ગુનાના ભાનવાળું.
gui'nea (ગિનિ), ના૦ [ઇતિ.] ૨૧ શિલિંગનું એક સોનાનું નાણું. **~-fowl,** સફેદ ટપકાંવાળાં સ્લેટરંગના પીંછાંવાળું બતકની જાતનું એક પક્ષી. **~-pig,** દ. અમેરિકાનું તીણા દાંતવાળું પાળવામાં આવતું સસલા જેવું એક નાનકડું પ્રાણી; વૈજ્ઞાનિક પ્રયોગ ઇ૦ માટે વપરાતું માણસ.
gui'pure (ગીપુઅર), ના૦ ભરતકામવાળી ભારે નાડી અથવા ફીત.
guise (ગાઇઝ઼), ના૦ બાહ્ય વિ૦ ક૦ ધારણ કરેલો દેખાવ – વેશ; ડોળ, ઢોંગ.
guitar' (ગિટાર), ના૦ આંગળાં કે નખી વડે વગાડાતું છ તારવાળું સતાર જેવું એક વાદ્ય, ગિટાર. **guitar'ist** (-રિસ્ટ), ના૦.
gulch (ગલ્ચ), ના૦ [અમે.] કોતર, ખીણ; ગલી.
gulf (ગલ્ફ), ના૦ અખાત; ઊંડું પોલાણ – ખાડો – ફાટ, ખાઈ; ઓળંગાય નહીં એવું અંતર. **G~Stream,** મેક્સિકોના અખાતથી યુરોપ સુધી વહેતો ગરમ પાણીનો પ્રવાહ.
gull[1] (ગલ), ના૦ લાંબી પાંખોવાળું એક જાળપાદ દરિયાઈ પક્ષી.
gull[2], ના૦ સહેજમાં છેતરાતો ભોળો માણસ, મૂર્ખો. સ૦ ક્રિ૦ છેતરવું, ઠગવું, બનાવવું.
gu'llet (ગલિટ), ના૦ અન્નનળી–માર્ગ (મોઢાથી ઉદર સુધી); ગળું.
gu'llible (ગલિબલ), વિ૦ સહેજે છેતરાતું, ભોળું. **gullibi'lity** (-બિલિટિ), ના૦.
gu'lly (ગલિ), ના૦- ખીણ, નાળું, કોતર, (પાણીના ધોવાણથી બનેલું); મોરી, ગટર; [ક્રિકેટ] 'પૉઇન્ટ' અને 'સ્લિપો' વચ્ચેનો ક્ષેત્રપાલ કે તેની જગ્યા.
gulp (ગલ્પ), ઉ૦ ક્રિ૦ ગપ દઈને કે ઉતાવળથી અથવા મહાપ્રયત્ને ગળી જવું; શ્વાસ લેવા ફાંફાં મારવાં. ના૦ ગળી જવાની ક્રિયા કે પ્રયત્ન; મોઢું ભરીને કોળિયો અથવા ઘૂંટડો.
gum[1] (ગમ), ના૦ દાંતનું પેઢું અથવા અવાળું. **~boil,** પેઢામાં થયેલી ચાંદી.
gum[2], ના૦ ગુંદર, ગોંદ; એને મળતો બીજો કોઈ પદાર્થ; [બ૦ વ૦માં] સરેસ (જિલેટિન) વગેરેની બનાવેલી મીઠાઈ; મોઢામાં રાખી સતત મમળાવવાનો ગુંદર જેવો એક પદાર્થ. સ૦ ક્રિ૦ -ને ગુંદર ચોપડવું, ગુંદર વડે ચોટાડવું. **~ arabic,** બાવળ વગેરેનો ગુંદર. **~boot,** રબરનો બૂટ (જોડો). **~shoe,** [અમે.] જોડા પરથી પહેરાતો રબર ઇ૦નો બૂટ; [વાત.] છૂપી પોલીસનું માણસ. **~-tree,** ગુંદર ઝરતું ઝાડ, વિ. ક. યુકેલિપ્ટ્સ. **~ up,** માં- ખલેલ પહોંચાડવી, બગાડવું.
gu'mbo (ગમ્બો), ના૦ [અમે.] 'ઓક્રે'ની સીંગો નાખીને ઘટ્ટ બનાવેલી સૂપ.
gu'mmy[1] (ગમિ), વિ૦ દાંત વિનાનું.
gu'mmy[2], વિ૦ ગુંદરનું – જેવું.
gu'mption (ગમ્પ્શન), ના૦ [વાત.] સાધનસંપન્નતા; સૂઝ, કલ્પકતા; સાહસિકતા; વહેવારુ બુદ્ધિ.
gun (ગન), ના૦ બંદૂક, રાઇફલ, તોપ ઇ૦; આરંભસૂચક ફોડાતી પિસ્તોલ; જંતુનાશક દવા, વીજાણુઓ, ઇ૦ ઇષ્ટ દિશામાં ફેંકવાનું સાધન (દા.ત. પંપ); શિકારી ટોળીનો (બંદૂકધારી) માણસ. **~boat,** ભારે તોપોવાળું નાનું લશ્કરી વહાણ. **~-carriage,** તોપની ગાડી–ગાડું. **~-cotton,** નાઇટ્રિક અને સલ્ફ્યુરિક ઍસિડમાં બોળેલું રૂ, જે સુરંગ ફોડવા માટે વપરાય છે. **~-fire,** તોપમારો. **~man,** સશસ્ત્ર બહારવટિયો. **~-metal,** તાંબા અને કલાઈ અથવા જસતની મિશ્ર ધાતુ. **~powder,** સુરોખાર, ગંધક અને કોલસાનું મિશ્રણ; બંદૂકનો દારૂ. **~room,** યુદ્ધનૌકામાં દુય્યમ અમલદારો માટેનો અથવા લેફ્ટનન્ટોના

ભોજન માટેનો ઓરડો. **~-running**, શસ્ત્રોની દાણચોરી. **~shot**, તોપ કે બંદૂકનો સ્ફોટ અથવા ટપ્પો.

gu'nner (ગનર), ના૦ તોપચી, તોપખાનાનો સૈનિક; [નૌકા.] તોપખાનું, શસ્ત્રાગાર, ઇ૦નો હવાલો સંભાળનાર; તોપ ચલાવનાર વૈજ્ઞાનિક.

gu'nnery (ગનરિ), ના૦ મોટી મોટી તોપો બનાવવાની અને વાપરવાની કળા.

gu'nny (ગનિ), ના૦ ગુણપાટ.

gu'nwale (ગનલ), ના૦ વહાણ કે હોડીની બાજુની ઉપલી કોર.

gu'ppy (ગપિ), ના૦ ચળકતા રંગવાળી ઉષ્ણકટિબંધની બહુ જ નાની માછલી.

gur'gle (ગરૂગલ), ના૦ પાણીના જેવો ખળખળ અવાજ. ઉ૦ ક્રિ૦ ખળખળ–ગળગળ –અવાજ કરવો, કોગળા કરવા.

gur'nard (ગર્નર્ડ), ના૦ મોટા કાંટાવાળા માથાવાળી એક દરિયાઈ માછલી.

gu'ru (ગુરુ), ના૦ ગુરુ, પ્રભાવી કે આદરણીય શિક્ષક.

gush (ગશ), ના૦ એકદમ વહેવા માંડેલો અથવા વિપુલ પ્રવાહ, ધસારો, ધોધ; લાગણીનો ઊભરો. ઉ૦ ક્રિ૦ -નો એકદમ ધોધ વહેવો – વહેવડાવવો, ખળખળ કરીને એકદમ બહાર નીકળવું; એકદમ ઉછાળાથી કશુંક કરવું – બોલવું.

gu'sher (ગશર), ના૦ જેમાંથી તેલનો ફુવારો ઊડે છે એવો તેલકૂવો.

gu'sset (ગસિટ), ના૦ વસ્ત્રને મજબૂત કે મોટું બનાવવા માટે તેમાં જોડેલી કળી.

gust (ગસ્ટ), ના૦ પવનનો એકદમ જોરદાર સપાટો; વરસાદ, રોષ, ધુમાડો ઇ૦નું એકદમ તૂટી પડવું – ફેલ વું – ફાટવું. અ૦ ક્રિ૦ પવનના ઝપાટા આવવા. **gu'sty** (ગસ્ટિ), વિ૦.

gusta'tion (ગસ્ટેશન), ના૦ સ્વાદ ચાખવો તે. **gu'statory** (ગસ્ટટરિ). વિ૦.

gu'sto (ગસ્ટો), ના૦ સ્વાદ, લિજ્જત; ઉત્સાહ.

gut (ગટ), ના૦ આંતરડું; [બ૦ વ૦માં] ઉદર, જઠર, આંતરડાં (વિ. ક. પ્રાણીનાં); વાદ્ય. પીંજણ, ઇ૦ માટે તથા શસ્ત્રવૈદ્યના ઉપયોગ માટે તાર(તંતુ) બનાવવા માટેનો પદાર્થ – આંતરડાં; [બ૦ વ૦માં; વિ૦ બો૦] ચારિત્ર્યબળ. હિંમત, ટકી રહેવાની શક્તિ. સ૦ ક્રિ૦ -નાં આંતરડાં બહાર કાઢવાં; મકાનની અંદરની જડેલી વસ્તુઓ કાઢી લેવી કે તેમનો નાશ કરવો. વિ૦ મૂળભૂત; સહજ પ્રેરણાનું, સ્વાભાવિક.

gu'tsy (ગટ્સિ), વિ૦ [વાત.] લોભી; હિંમતવાન.

gutta-per'cha (ગટપર્ચ), ના૦ 'ગટાપર્ચા' રબર, એક જાતનો ગુંદર.

gu'tter (ગટર), ના૦ પરનાળ, નીક, મોરી, ગટર; ખાંચો, ખોભણ. ઉ૦ ક્રિ૦ (મીણબત્તી અંગે) ખાંચો કે નીક પડીને ઓગળી જવું. **~snipe**, રસ્તે રખડતું છોકરું.

gu'ttering (ગટરિંગ), ના૦ ગટર માટેનો માલસામાન.

gu'ttural (ગટરલ), વિ૦ ગળા કે કંઠનું, કંઠસ્થાનીય. ના૦ કંઠસ્થાનીય વર્ણ‌ન વ્યંજન.

guy[1] (ગાઇ), ના૦ ઊંટડા પરનો બોજો સ્થિર રાખવા અથવા તંબુને ઊભો રાખવા માટેનું દોરડું, સાંકળ, ઇ૦. સ૦ ક્રિ૦ દોરડા કે સાંકળ વતી બાંધવું.

guy[2], ના૦ ૫મી નવબરે બાળવામાં આવતું ગાઇ ફૉક્સનું પૂતળું; વિચિત્ર પોશાક કરેલો માણસ; [વિ૦ બો૦] માણસ. સ૦ ક્રિ૦ -નું પૂતળું બનાવવું, ઠેકડી ઉડાવવી.

gu'zzle (ગઝલ), ઉ૦ ક્રિ૦ અકરાંતિયાની જેમ ખાવું કે પીવું, ઠાંસવું, ઢીંચવું.

gybe, jibe, (જાઇબ), ઉ૦ ક્રિ૦ (આડા સઢ અથવા પરબાણ અંગે) બીજી બાજુએ ઝૂકવું–ઝુકાવવું; (હોડી અંગે) એવી રીતે માર્ગ–દિશા–બદલવી.

gym (જિમ), ના૦ [વાત.] વ્યાયામશાળા, અખાડો; વ્યાયામ(નું શાસ્ત્ર). **~-slip, ~-tunic,** શાળાની છોકરીનું

બાંય વિનાનું પટાવાળું લાંબું ફરાક, બહુધા ખભાથી ઘૂંટણ સુધી પહોંચતું.

gymkha'na (જિમકાને), નાo ઘોડેસવારોની હરીફાઈ માટેનો મેળાવડો; વ્યાયામ, કુસ્તી, રમતગમત, ઇoની સગવડવાળી જાહેર જગ્યા.

gymna'sium (જિમ્નેઝિઅમ), નાo [બo વo **~s** અથવા **-sia**] વ્યાયામશાળા, અખાડો.

gy'mnast (જિમ્નૅસ્ટ), નાo મલ્લ, ઉસ્તાદ, કસરત શિક્ષક.

gymna'stic (જિમ્નૅસ્ટિક), વિo વ્યાયામ(શાસ્ત્ર)નું –ને લગતું. **gymna'stics** (-સ્ટિક્સ), નાo બo વo વ્યાયામ (શાસ્ત્ર), શારીરિક કસરતો.

gynaeco'logy (ગાઇનિકૉલજિ), નાo સ્ત્રીની શારીરિક ક્રિયાઓ તથા રોગોનું શાસ્ત્ર, સ્ત્રીરોગવિજ્ઞાન –ચિકિત્સા. **gynaecolo'gical** (-ક્લૉજિકલ), વિo. **gynaeco'logist** (-કૉલજિસ્ટ), નાo.

gypso'phila (જિપ્સૉફિલ), નાo વિપુલ સફેદ ફૂલવાળો એક છોડ.

gy'psum (જિપ્સમ), નાo ચાક જેવો એક ખનિજ પદાર્થ, જેનું પ્લાસ્ટર ઑફ પૅરિસ બનાવવામાં આવે છે, ચિરોડી.

gy'psy (જિપ્સિ), જુઓ **gipsy**.

gyra'te (જાઇઅરેટ), અo ક્રિo ગોળગોળ ચક્રાકાર અથવા સર્પિલ આકારમાં ફરવું. **gyra'tion** (-રેશન), નાo. **gyr'atory** (-રટરિ), વિo.

gy'ro (જાઇઅરો), નાo [બo વo **~s**] [વાત.] = gyroscope.

gyr'oscope(જાઇઅરસ્કોપ),નાo ઘૂર્ણાક્ષસ્થાપી, ખૂબ જોરથી ફરતું હોય ત્યારે જેમાં ફરતી હોય તે વસ્તુને સ્થિર રાખનાર ચક્ર. **gyrosco'pic** (-સ્કૉપિક), વિo.

H

H. સંક્ષેપ. hard (penci-lead).

h., સંક્ષેપ. hot; hour(s).

ha (હા), ઉદ્‌ગારo આશ્ચર્ય, જય, ઇoનો દર્શક; હા !

ha'beas cor'pus (હેબિઅસ કૉર્પસ), નાo અટકાયતમાં રાખેલા માણસને ન્યાયાધીશ આગળ હાજર કરવાની આજ્ઞા, બંદીપ્રત્યક્ષીકરણ.

ha'berdasher (હૅબરડૅશર), નાo સોયદોરા, બટન, ઇo પહેરવેશની પરચૂરણ વસ્તુઓ વેચનારો. **ha'berdashery** (-રિ), નાo.

habi'liments (હબિલિમન્ટ્સ), નાo બo વo પોશાક, કપડાં.

ha'bit (હૅબિટ), નાo મહાવરો, ટેવ; પ્રકૃતિ, સ્વભાવ; પોશાક, વિo કo ધાર્મિક સંપ્રદાયનો; સ્ત્રીનો ઘોડેસવારીનો પોશાક. સo ક્રિo લૂગડાં પહેરાવવાં.

ha'bitable (હૅબિટબલ), વિo રહેવા કે વસવાટ માટે યોગ્ય. **habitabi'lity** (-બિલિટિ), નાo.

ha'bitat (હૅબિટટ), નાo પ્રાણી કે વનસ્પતિનું કુદરતી નિવાસસ્થાન.

habita'tion (હૅબિટેશન), નાo રહેવું તે, વસવાટ; રહેઠાણ, ઘર.

habi'tual (હબિટ્યુઅલ), વિo રૂઢ, હંમેશનું; અમુક ટેવવાળું.

habi'tuate (હબિટ્યુએટ), સo ક્રિo -ની ટેવ પાડવી. **habitua'tion** (-એશન), નાo.

ha'bitude (હૅબિટ્યૂડ), નાo શારીરિક

કે માનસિક ઘડતર, પ્રકૃતિ, સ્વભાવ, રૂઢિ; વલણ.

habitué (હૅબિટ્યુએ), ના૦ [ફ્રેં૦] હંમેશનો મહેમાન–ઘરાક.

hacie'nda (હૅસિએ'ન્ડે), ના૦ સ્પૅનિશ-ભાષી દેશમાં રહેઠાણ સાથેનો બગીચો.

hack¹ (હૅક), ના૦ જખમ, વિ૦ ક૦ ઘાતથી કે જોડાની ઠોકરથી; ઉ૦ ક્રિ૦ કાપવું; ફાવે તેમ–આડું અવળું–કાપી નાખવું; ઘાત મારવી. **~-saw,** ધાતુ કાપવાની આરી.

hack², ના૦ ભાડાનો ઘોડો; સામાન્ય સવારીનો ઘોડો; ભાડે રાખેલો લેખક–વૈતરો; પ્રતિભાશૂન્ય લેખક. વિ૦ ભાડૂતી, સાવ સામાન્ય કોટિનું, આવડત વિનાનું. અ૦ ક્રિ૦ ઘોડે બેસીને સામાન્ય ગતિએ જવું.

ha'cking (હૅકિંગ), વિ૦ (ખાંસી કે ઉધરસ અંગે) ટૂંકી, કોરી કે વારેવારે આવતી.

ha'ckle (હૅકલ), ના૦ શણ સાફ કરવાની પંજેટી; પાળેલા કૂકડા ઇ૦ની ગરદન પરનાં લાંબાં પીંછાં; એવાં પીંછાંથી શણગારેલી માછલાં પકડવાની બનાવટી માખી. **with ~s up,** ગુસ્સે ભરાયેલું, લડવા માટે તૈયાર. સ૦ ક્રિ૦ પીંછાંવતી શણગારવું.

ha'ckney (હૅક્નિ), સ૦ ક્રિ૦ ફરી ફરી વાપરીને અતિ સામાન્ય કે વાસી બનાવવું. **~-cab, -carriage,** ભાડાની ગાડી.

had (હૅડ), **have**નો ભૂ૦ કા૦ તથા ભૂ૦ કૃ૦.

ha'ddock (હૅડક), ના૦ કૉડને મળતી એક દરિયાઈ ખાદ્ય માછલી.

Ha'des (હેડીઝ઼), ના૦ [ગ્રીક પુરાણ] પ્રેતલોક; નરક.

ha'dji, ha'jji, (હૅજિ), ના૦ હાજી, હજ કરી હોય તે,

hae'matite (હીમટાઇટ), ના૦ લાલ કે તપખીરિયા રંગનું કાચું લોઢું.

haemato'logy (હીમટૉલજિ), ના૦ રુધિરવિજ્ઞાન.

haemoglo'bin (હીમગ્લોબિન), ના૦ લાલ રુધિરકોષોમાં હોય છે તે પ્રાણવાયુ-વાહક પદાર્થ.

haemophi'lia (હીમફિલિઅ), ના૦ લોહી જલદી ન થીજવાતા દોષને લીધે જરા સરખી ઈજા થતાં ખૂબ રક્તસ્રાવ થવાની (આનુવંશિક) પ્રકૃતિ. **hae'mophi'liac** (-ઍક), વિ૦ અને ના૦.

hae'morrhage (હે'મરિજ), ના૦ રક્તસ્રાવ, વિ૦ ક૦ અતિમાત્રામાં.

hae'morrhoid (હે'મરૉઇડ), ના૦ [બહુધા બ૦ વ૦માં] અર્શ; હરસમસા.

haft (હાફ્ટ), ના૦ (છરી, ચપ્પુ, ઇ૦નો) હાથો, મૂઠ.

hag (હૅગ), ના૦ ઘરડી બદસિકલ સ્ત્રી, ડાકણ. **~ridden,** ઊંઘમાં ઝબકીને ઊઠનાર, ડાકણથી ઝડપાયેલું, દુઃસ્વપ્ન-પીડિત.

ha'ggard (હૅગર્ડ), વિ૦ મરડાઈ કે ગળી ગયેલું, જંગલી દેખાતું, (વિ૦ ક૦ કષ્ટ, થાક, ખાવાપીવાનાં સાંસાં, ઇ૦ને લીધે).

ha'ggis (હૅગિસ), ના૦ ઘેટાનાં હૃદય, ફેફસાં અને કલેજાની એક વાની.

ha'ggle (હૅગલ), અ૦ ક્રિ૦ અને ના૦ વિ૦ ક૦ કિંમત કે શરતો બાબત રકઝક (કરવી).

hagio'graphy (હૅગિઑગ્રફિ), ના૦ સંતચરિત્ર (લેખન).

ha ha (હા હા), ઉદ્ગાર. હાસ્યનો સૂચક. હા હા!

ha-ha (હાહા), ના૦ બગીચા કે ઉપવન ફરતી ઊંડે નેળિયામાં કરેલી વાડ.

hai'ku (હાઇકુ), ના૦ ત્રણ લીટીવાળો એક જાપાની કાવ્યપ્રકાર, તેનું અનુકરણ.

hail¹ (હેલ), ના૦ કરાની વૃષ્ટિ (**~-storm** પણ); અસ્ત્રો, પ્રશ્નો, ઇ૦ની ઝડી. ઉ૦ક્રિ૦ ધોધમાર વરસવું, જોરથી પડવું (કરાની જેમ). **~stone,** કરો.

hail², ઉદ્ગાર૦ અભિવાદનનો નમસ્કાર, રામરામ. ઉ૦ક્રિ૦ નમસ્કાર કરવા, સ્વાગત –અભિવાદન–કરવું. અમુક સ્થાનથી આવવું–આવેલા હોવું; બોલાવવું, હાંક મારવી. ના૦ નમસ્કાર, રામરામ; અભિવાદન (કરવું તે.)

hair (હૅ'અર), ના૦ વાળ, કેશ, નિમાળા;

વાળ જેવી વસ્તુ. **~cloth,** વાળનું બનાવેલું કાપડ. **~cut,** કેશકર્તન (ની શૈલી). **~-do,** [વાત.] કેશભૂષાની શૈલી અથવા પ્રક્રિયા. **~dressing,** કેશ-કર્તન અને કેશભૂષા. **~-grip,** વાળનો ચીપિયો–પિન. **~-line,** કપાળ પર વાળ જ્યાં સુધી આવતા હોય તે કોર, તદ્દન સાંકડી ફાટ કે રેષા. **~-piece,** માણસના કુદરતી વાળમાં ઉમેરાતા બના-વટી વાળ, ગંગાવન. **~pin,** વાળને ઠેકાણે રાખવાનો ચીપિયો (**U** (યૂ) આકારનો). **~pin bend,** રસ્તાનો **U** આકારનો પાછો ફરતો વળાંક. **~-raising,** રૂવાં ખડા કરે એવું ભીતિ અને ઉશ્કેરાટવાળું. **~'s-breadth,** બહુ જ ઓછું અંતર; **~'s-breadth escape,** માંડ બચી જવું તે. **~ shirt,** યતિનું કે પસ્તાવો કરનારે પહેરવાનું વાળના કાપડનું પહેરણ. **~ slide,** વાળ સરખા રાખવાનો મજાગરા-વાળો ચીપિયો. **~-splitting,** બાલની ખાલ કાઢવી તે, વિતણ્ડાવાદ. **~-spring,** ઘડિયાળના સમતુલાચક્રનું નિયમત કરનારી ઝીણી–નાજુક કમાન–સ્પ્રિંગ. **~-trigger,** જરા સરખા દબાણથી ચાલુ થતો બંદૂકનો ઘોડો.

hair'y (હે'અરિ), વિ૦.

ha'jji (હજિ), જુઓ **ha'dji.**

hake (હેક), ના૦ કોડના જેવી એક દરિયાઈ માછલી.

ha'lberd (હૅલ્બર્ડ), ના૦ ભાલો અને ફરસીનું સંયુક્ત હથિયાર.

ha'lcyon (હૅલ્સિઅન), વિ૦ શાંતતાવાળું, શાંત; (સમય અંગે) સુખી, સુખશાંતિ-સમૃદ્ધિવાળું.

hale'[1] (હેલ), વિ૦ નીરોગી, તંદુરસ્ત, ખડતલ, જોમવાળું.

hale[2], સ૦ક્રિ૦ [પ્રા.] ખૂબ જોરથી ખેંચવું.

half (હાફ), ના૦ [બ૦વ૦ **halves** હાવ્ઝ઼] અડધો ભાગ, અર્ધ; [વાત.] શાળા-નું સત્ર, છમાહી; [વાત.] = **half-back** (જુઓ આગળ); અર્ધી રજાનો દિવસ; અર્ધી કિંમતની ટિકિટ. વિ૦ અર્ધું. ક્રિ૦વિ૦ અર્ધું, અંશતઃ; સરખું, સરખી રીતે. **~-and-half,** અર્ધું અર્ધું, એકનું અર્ધું અને બીજાનું અર્ધું (નું મિશ્રણ). **~-back,** ફુટબૉલ, હૉકી, ઇ૦માં આગળની હરોળની તરત પાછળ રહીને રમનાર, તેનું સ્થાન. **~-baked,** અધૂરું, અર્ધદગ્ધ; કમઅક્કલ. **~-breed,** મિશ્ર કે સંકર (પ્રજા કે ઓલાદ). **~--brother, -sister,** સાવકો ભાઈ, સાવકી બહેન. **~-caste,** મિશ્ર જાતિની (ઓલાદ), વર્ણસંકર (પ્રજા). **~-crown,** અગાઉનું એક બ્રિટિશ અઢી શિલિંગનું નાણું. **~-hardy,** (વનસ્પતિ અંગે) ભારે હિમ સિવાય બીજે વખતે ખુલ્લામાં ટકી રહેનારું. **~-hearted,** હિંમત કે ઉત્સાહ વિનાનું, અધકચરું. **~-holiday,** શનિવાર જેવી અર્ધા દિવસની રજા. **~-life,** કોઈ પદાર્થનો કિરણોત્સારી ગુણ ઘટીને અર્ધો થતાં લાગતો સમય. **at ~-mast,** (ધ્વજ અંગે) અડધી કાઠીએ ઉતારેલો (મરી ગયેલાના માનમાં કે શોક વ્યક્ત કરવા). **~ moon,** આઠમનો ચાંદ. **~(-)nelson,** કુસ્તીમાંની એક પકડ અથવા દાવ, જેમાં એક હાથ (બાહુ) સામાવાળાના હાથ (બાહુ) નીચે અને માથાની પાછળ હોય છે. **~-pay,** પ્રત્યક્ષ કામ પર હાજર ન હોય ત્યારે અથવા નિવૃત્તિ પછી અમલદારને અપાતું વેતન. **~-seas-over,** [વિ૦બો૦] અર્ધો પીધેલ–છાકટો. **~-timber(ed),** લાકડાનાં ચોકઠાંમાં ઈંટો અથવા કૉંક્રિટનું પૂરણ કરીને બનાવેલી દીવાલોવાળું. **~-time,** રમત કે હરીફાઈના સામનાનો અર્ધો ભાગ પૂરો થતો હોય તે સમય, તે વખતે જાહેર કરાતું મધ્યંતર. **~-tone,** જેમાં મૂળનાં છાયાપ્રકાશ નાનાં કે મોટાં ટપકાં દ્વારા બતાવવામાં આવે છે એવી (છબી–ફોટો); [સં.] = semitone. **~--truth,** અર્ધસત્ય. **~-volley,** જમીનને અડતાવત – અડીને ઊછળતાં જ-

ફટકારેલો દડો. ~-wit(ted), મૂર્ખ અથવા કમઅક્કલ (માણસ).

ha'lfpenny (હેપ્નિ), નાo [બoવo **halfpence** ઉ. હે'પન્સ અથવા **halfpennies** ઉ. હે'પ્નિઝ્] અર્ધી પેનીની કિંમતનું એક બ્રૉંઝ નાણું.

ha'libut (હેલિબટ), નાo એક મોટી ચપટી માછલી.

halito'sis (હેલિટોસિસ), નાo [વૈદક.] ગંધાતો શ્વાસ (એક વિકૃતિ).

hall (હૉલ), નાo મોટો સાર્વજનિક ઓરડો કે મકાન; કૉલેજનું ભોજનગૃહ; વિદ્યાર્થીઓના વસવાટની અથવા તેમને ભણાવવાની ઇમારત; જમીનદારનું રહેઠાણ; મોટા મકાનનો પ્રવેશનો ઓરડો અથવા જવા આવવાનો માર્ગ; [અમે.] રસ્તાવાળી પરસાળ, ગૅલરી. **~mark,** સોનું, ચાંદી, અથવા પ્લૅટિનમના કસ કે ગુણવત્તા બતાવનારી છાપ—સિક્કો; [લા.] શ્રેષ્ઠત્વ અથવા ગુણવત્તાનું ચિહ્ન.

hallelu'jah (હૅલિલૂજે), ઉદ્ગારo અને નાo ઈશસ્તવન(નું ગીત). જિહોવાનો જયજયકાર હો!

ha'lliard (હૅલિયર્ડ), જુઓ **halyard.**

hallo' (હલો), ઉદ્ગારo તથા નાo ધ્યાન ખેંચવા, આશ્ચર્ય વ્યક્ત કરવા, અભિવાદન કરવા કે ટેલિફોન પર વાતચીત શરૂ કરવા વપરાય છે; 'હલો'નો પોકાર.

halloo' (હલૂ), ઉદ્ગાર અને નાo કૂતરાને શિકારમાં ઉશ્કેરવા માટે વપરાય છે. 'હલૂ'નો પોકાર. ઉoક્રિo લલકારવું, સાદ-બૂમ-પાડવી; બૂમો પાડીને કૂતરાઓને ઉશ્કેરવા; ધ્યાન ખેંચવા બૂમ પાડવી.

ha'llow (હૅલો), સoક્રિo પવિત્ર કરવું, પવિત્ર તરીકે પૂજવું-સન્માનવું.

Hallowe'e'n (હૅલોઈન), નાo 'સર્વસંત-દિન'ની આગલી સાંજ.

hallu'cinate (હલૂસિનેટ), અo ક્રિo આભાસ-ભ્રમ-થવો -નો અનુભવ કરવો.

hallucina'tion (હલૂસિનેશન), નાo દૃગ્ભ્રમ, આભાસ; પ્રત્યક્ષ હાજર ન હોય એવી વસ્તુનું દેખીતું દર્શન (થવું તે).

hallu'cinatory (-સિનટરિ), વિo.

hallu'cinogen (હલૂસિનજન), નાo ભ્રમોત્પાદક દવા – ઔષધિ. **hallucinoge'nic** (-જે'નિક), વિo.

ha'lo (હેલો), નાo [બoવo ~es] સૂર્ય, ચંદ્ર, ઇoની ફરતે દેખાતું અથવા ચિત્રો ઇoમાં સંતના માથા ફરતે દર્શાવાતું પ્રભાવલય. સoક્રિo પ્રભામંડળથી વેષ્ટિત કરવું.

ha'logen (હૅલજન), નાo ધાતુ-ઇતર મૂળ તત્ત્વોના જૂથમાંથી કોઈ પણ એક – ફ્લુઅરીન, ક્લોરીન, ઇo, જે ધાતુ સાથે સાદો સંયોગ પામતા મીઠું બને છે.

halt[1] (હૉલ્ટ), નાo પ્રવાસ કે કૃત્ય દરમ્યાન રોકાણ, મુકામ; પ્રગતિમાં અટકાવ – ખંડ; રીતસરના સ્ટેશન વિનાની આગગાડીની ઊભી રહેવાની જગ્યા. ઉo ક્રિo ઊભું રહેવું – રાખવું.

halt[2], વિo લંગડું. અo ક્રિo અચકાવું, અચકાતાં અચકાતાં ચાલવું; લંગડાવું.

ha'lter (હૉલ્ટર), નાo ઘોડા કે ઢોર માટે ફાંસાવાળું દોરડું કે પટો, મોરડી; ફાંસી દેવાનું દોરડું; સ્ત્રીના ઉપલા ભાગના વસ્ત્રને પકડી રાખનાર ગરદન પાછળનો પટો.

halve (હાવ), સo ક્રિo અડધો અડધ ભાગ કરવા; ઘટાડીને અડધું કરવું.

ha'lyard, ha'lliard, (હૅલિયર્ડ), નાo [નૌકા.] સઢ વગેરે ચડાવવાનું કે ઉતારવાનું દોરડું અથવા કપ્પી – ગરેડી.

ham (હૅમ), નાo જાંઘનો પાછલો ભાગ; જાંઘ અને ફૂલો; મીઠું પાઈને ખાવા માટે સૂકવેલાં ડુક્કરનાં જાંઘ અને ફૂલો – તેનું માંસ; બિનવ્યવસાયી રેડિયો સ્ટેશનનો (પરવાનો ધરાવનાર) ચાલક; (બિનઅનુભવી, ક્ષમતાહીન, પરંતુ) નખરેલ નટ, નટી, ઇo. ઉo ક્રિo વધુ પડતો અભિનય કરવો. **~-fisted,** [વિ.બો.] ભારે હાથવાળું, અણઘડ; **ha'mmy** (હૅમિ), વિo.

ha'mburger (હૅમ્બર્ગર), નાo છૂંદેલા ગોમાંસની તળેલી કેક.

ha'mlet (હૅમ્લિટ), નાo નાનકડું ગામડું, વિo કo ચર્ચ વિનાનું.

ha'mmer (હૅમર), ના૦ હથોડો, હથોડી, મોગરી, ઘણ; હરાજી બોલાવનારની હથોડી. ઉ૦ક્રિ૦ હથોડા વતી ટીપવું – ખીલો વગેરે ઠોકીને અંદર ઘાલવો. ~ **and tongs,** ભારે ઉત્સાહપૂર્વક, પૂરું બળ વાપરીને. ~-**toe,** કાયમનો નીચે વળેલો પગનો અંગૂઠો.

ha'mmock (હૅમક), ના૦ કંતાન કે જાળીદાર કાપડની ઝૂલતી પથારી, ઝોળી.

ha'mper[1] (હૅમ્પર), ના૦ સામાન ભરવાનો ટોપલો – કરંડિયો; મીઠાઈ ઇ૦ની ભેટ તરીકે મોકલેલી છાબ, ડાલી.

ha'mper[2], સ૦ ક્રિ૦ -માં આડખીલી – અંતરાય–નાખવો, અટકાવવું, રોકવું, માર્ગમાં આડે આવવું.

ha'mster (હૅમ્સ્ટર), ના૦ ઉંદર જેવું એક નાનું પ્રાણી.

ha'mstring (હૅમ્સ્ટ્રિંગ), ના૦ માણસના ઘૂંટણની પાછલી બાજુની પાંચ કંડરામાંની કોઈ પણ એક; [ચોપગામાં] પાછલા પગની ઘૂંટણની પાછલી બાજુની કંડરા – મોટીનસ. સ૦ક્રિ૦ [**hamstrung**] એ કંડરા કે નસ કાપી નાખીને લૂલું બનાવવું.

hand (હૅન્ડ), ના૦ હાથ, હસ્ત, પંજો; કાબૂ, નિયંત્રણ; માધ્યમ, સાધન; કામમાં હિસ્સો – ભાગ; લગ્નનું વચન; (ડાબી કે જમણી) બાજુ; જેની પાસેથી માલ મળતો હોય તે વ્યક્તિ – મૂળ, સ્રોત; કુશળતા, શૈલી, વિ૦ક૦ લખવાની; હસ્તાક્ષર, અક્ષર; કશુંક ઘડનાર કે બનાવનાર વ્યક્તિ; કારખાનું ઇ૦માં હાથે કામ કરનાર મજૂર; [બ૦વ૦માં] વહાણના ખલાસીઓ; હાથના જેવી વસ્તુ, વિ૦ક૦ ઘડિયાળ ઇ૦નો કાંટો; કેળાંનો કાતરો; ઘોડાની ઊંચાઈનું માપ–મૂઠ, ૪ ઇંચ; રમનારને ભાગે આવેલાં પત્તાં, દાવ; પત્તાંનો વારો અથવા રમત; તાલીઓ (નો ગડગડાટ). **at** ~, પાસે જ, તરતમાં થનારું. **give, lend, a** ~, મદદ કરવી. **out of** ~, ઢીલ કે વિલંબ (કર્યા) વિના; કાબૂ બહાર. **to** ~, હાથવગું. સ૦ક્રિ૦ હાથોહાથ આપવું, (ખાવાનું) પીરસવું – ફેરવવું. ~**bag,** સ્ત્રીની નાની હાથ થેલી-બટવો, જેમાં પૈસાનું પાકિટ ઇ૦ મુકાય છે. ~**bill,** છાપેલ હસ્તપત્રક – પત્રિકા, ~-**book,** હાથમાં ફેરવી શકાય એવું માહિતીનું પુસ્તક, માર્ગદર્શક લઘુગ્રંથ. ~**cuff,** સ૦ ક્રિ૦ કેદીને હાથકડી પહેરાવવી. ~**cuffs,** હાથબેડીઓ – કડીઓ. ~-**out,** ગરજ-વાનને આપેલું ખાવાનું ઇ૦; છાપાંને આપેલી માહિતી ઇ૦. ~ **over hand, fist,** દોરડાની મદદથી ચડતી વખતે થાય છે તેમ દરેક હાથ વારા ફરતી બીજાની ઉપર જાય એવી રીતે, સ્થિર અને ઝડપી પ્રગતિ સાથે. ~-**picked,** કાળજીપૂર્વક પસંદ કરેલું. ~**rail,** નિસરણી પર ચડતાં ઊતરતાં પકડવાનો રેલનો કઠેરો. ~**s down,** સહેલાઈથી, (ખાસ) પ્રયત્ન વિના. ~**s off**!! અડશો મા. ~ **up**! સંમતિ કે શરણાગતિ બતાવવા 'હાથ ઊંચા કરો' નો હુકમ. ~-**towel,** હાથ લૂછવાનો નાનો ટુવાલ. ~**writing,** હસ્તાક્ષર (ની શૈલી).

h. & c., સંક્ષેપ. hot and cold (water).

ha'ndful (હૅન્ડ્ફુલ), ના૦ હાથમાં માય તેટલું, મુઠ્ઠી (ભર); નાની સંખ્યા અથવા જથ્થો; [વાત.] ત્રાસદાયક માણસ અથવા કામ.

ha'ndicap (હૅન્ડિકૅપ), ના૦ જીતવાની તકો સરખી કરવા માટે વધારે શક્તિશાળી પ્રતિસ્પર્ધી પર લાદવામાં આવતી મુશ્કેલી; સપ્રતિબંધ હરીફાઈ (ની શરત); મુશ્કેલી, નડતર. સ૦ ક્રિ૦ -ની ઉપર મુશ્કેલી ઇ૦ લાદવું; અગવડભરી સ્થિતિમાં મૂકવું. **ha'ndicapped,** શારીરિક અક્ષમતાથી પીડાતું.

ha'ndicraft (હૅન્ડિક્રૅફ્ટ), ના૦ હસ્ત-ઉદ્યોગ, હસ્તકળા, હસ્તકૌશલ્ય.

ha'ndiwork (હૅન્ડિવર્ક), ના૦ હાથવડે કે કોઈ વ્યક્તિની કરામતથી બનેલી વસ્તુ – કરેલું કામ, કારીગરી.

ha'ndkerchief (હૅંકર્ચિફ), ના૦ હાથરૂમાલ.

ha'ndle (હૅન્ડલ), ના૦ વસ્તુને પકડ-વાનો ભાગ, હાથો, દાંડો, ઇ૦. સ૦ક્રિ૦

હાથવતી અડવું, હાથ લગાડવો; કારભાર કરવો, ઉકેલ માટે હાથમાં લેવું, ઉકેલવું; (માલ)નો વેપાર કરવો. **~bar,** બંને બાજુએ હાથાવાળો સાઇકલ ફેરવવાનો દાંડો.

ha'ndler (હૅન્ડલર), નામ૦ કેળવેલા કૂતરા ઇ૦નો હવાલો સંભાળનાર.

hand'maid(en) (હૅન્ડમેડ–ડન), નામ૦ [પ્રા.] ચાકરડી, કામવાળી બાઈ.

ha'ndsome (હૅન્ડ્સમ), વિ૦ રૂપાળું, દેખાવડું; ઉદાર; વિપુલ, સારું સરખું.

ha'ndy (હૅન્ડિ), વિ૦ હાથવગું, સુલભ; વાપરવા માટે સગવડભર્યું; હસ્તપટુ. **ha'ndyman** (-મન) નામ૦ હરહુન્નરી માણસ, વિ૦ક૦ ઘરમાં પરચૂરણ સમારકામ કરનાર.

hang (હૅંગ), ઉ૦ ક્રિ૦ [**hung or** અમુક અર્થમાં **hanged**] ઉપરથી લટકવું, લટકાવવું, ટાંગવું; ભીંતે (કાગળ) ચોઢવો; બારણાં ઇ૦ને મજાગરા પર બેસાડવું; ભીંતે કે પ્રદર્શનમાં ચિત્ર મૂકવું; [ભૂ૦કા૦ તથા ભૂ૦કૃ૦ **hanged**] ફાંસીએ દેવું – લટકાવવું – લટકવું; નીચે પડવા દેવું; લટકતું હોવું – રહેવું. નામ૦ લટકવાની રીત – ઢબ. **get the ~ of,** –નો સ્પષ્ટ ખ્યાલ આવવો, સમજવું. **~ about, around,** (આસપાસ) ભટકવું, ભમ્યા કરવું, દૂર જતા ન રહેવું. **~dog,** નિર્લજ્જ, હલકટ, પાજી, (માણસ). **~ fire,** કરવામાં ઢીલ કરવી. **~-glider,** તેમાં ઊભા રહેલા અથવા સૂતા માણસની હાલચાલથી નિયંત્રિત હવામાં ઊડતું ચોકઠું. **~man,** ફાંસી દેનાર, જલ્લાદ. **~nail,** નહિયું પાકવું તે, નચ્છર. **~over,** અતિ (મદ્ય)પાન કે સ્વચ્છંદના થતા અનુગામી પરિણામ. **~ up,** આંકડો ઇ૦માં લટકાવવું, ટેલિફોનની વાતચીત પૂરી કરવી. **~-up,** [વિ૦બો૦] મુશ્કેલી; વળગાડ.

ha'ngar (હૅંગર), નામ૦ વિમાનનો તબેલો.

ha'nger[1] (હૅંગર), નામ૦ ફાંસીએ દેનાર જલ્લાદ–દેવાનો માંચડો; જેના વડે વસ્તુ લટકાવવામાં આવે છે તે ગાળો, ફાંસો, સાંકળ, શીકું, ઇ૦. **~-on,** અનુયાયી, આશ્રિત.

ha'nger[2], નામ૦ ટેકરીના ઢોળાવ પરનું વન.

ha'nging (હૅંગિંગ), નામ૦ [બહુધા બ૦ વ૦માં] દીવાલ પર ટાંગવાનો પડદો, ચાકળો, ઇ૦.

hank (હૅંક), નામ૦ સૂતર કે ઊનની આંટી.

ha'nker (હૅંકર), સ૦ ક્રિ૦ કશુંક મેળવવા માટે તલસવું, તીવ્ર ઇચ્છા કરવી (**~ after** અથવા **for**).

ha'nky (હૅંકિ), નામ૦ [વાત.] હાથરૂમાલ.

ha'nky-panky (હૅંકિપૅંકિ), નામ૦ [વિ.બો.] હાથચાલાકી, છેતરપિંડી, દુર્વર્તન.

ha'nsom (હૅન્સમ), નામ૦ **~ (cab),** બે પૈડાંવાળી ઘોડાગાડી – બગ્ગી, જેમાં ગાડીવાળો પાછળ બેસે છે.

Hants, સંક્ષેપ. Hampshire.

hapha'zard (હૅપ્‌હૅઝર્ડ), નામ૦ કેવળ દૈવયોગ, જોગ. વિ૦ કશી યોજના વિનાનું, સહેજે કરેલું, આકસ્મિક. ક્રિ૦ વિ૦ સહેજે, ફાવે તેમ.

ha'pless (હૅપ્‌લિસ), વિ૦ કમનસીબ, દુર્દૈવી.

ha'ply (હૅપ્‌લિ), ક્રિ૦ વિ૦ [પ્રા.] કદાચ.

ha'p'orth (હૅપર્થ), નામ૦ અર્ધી પેની કિંમતનું, દોઢદમડીનું.

ha'ppen (હૅપન), સ૦ ક્રિ૦ થવું, બનવું. અચાનક બનવું, (ઘટના) થવી.

ha'ppy (હૅપિ), વિ૦ નસીબદાર, ભાગ્યવાન; સંતુષ્ટ; ખુશી, આનંદી; સુખી; યોગ્ય, ઉચિત, સમર્પક.

hara-ki'ri (હૅરકિરિ), નામ૦ જાપાનમાં પેટ ચીરીને કરાતી આત્મહત્યા.

hara'ngue (હરૅંગ), નામ૦ સભામાં કરેલું ભાષણ, જોરશોરથી કરેલું આવેશયુક્ત ભાષણ. ઉ૦ ક્રિ૦ જોરદાર ભાષણ આપવું.

ha'rass (હૅરસ), સ૦ ક્રિ૦ સતાવવું, પજવવું, ત્રાસ દેવો; વારે વારે હુમલો કરવો. **ha'rassment** (-મન્ટ), નામ૦.

har'binger (હાર્બિંજર), ના૦ બીજાના આગમનની સૂચના આપનાર–જાહેરાત કરનાર; અગ્રદૂત, પૂર્વચિહ્ન.

har'bour (હાર્બર), ના૦ બંદર, બારું; આશ્રયસ્થાન. ઉ૦ક્રિ૦ બંદરમાં લાંગરવું – મુકામ કરવો; -ને આશ્રય આપવો; (વિચાર ઇ૦) મનમાં સંઘરવું

har'bourage (હાર્બરિજ), ના૦ આશ્રય(સ્થાન).

hard (હાર્ડ), વિ૦ કઠણ, સખત, નક્કર; અણનમ; દુઃસહ, દુષ્કર, દુર્બોધ, મુશ્કેલ; લાગણી વિનાનું, નિષ્ઠુર; (દારૂ અંગે) કડક; (હવા અંગે) અસરકારક અને ટેવ પડે એવું; ભારે મહેનતનું. ક્રિ૦ વિ૦ ભારે મહેનતથી; કડકપણે. **~ and fast,** કડક, નિરપવાદ. **~back,** (ચોપડી અંગે) પાકા પૂંઠાનું **~-bitten,** ચિવ્વડ (અને મજબૂત), ચાવટવાળું. **~ board,** લાકડાના માવામાંથી બનાવેલું મજબૂત પાટિયું. **~-boiled,** (ઈંડા અંગે) સફેદી અને જરદી કઠણ થાય ત્યાં સુધી બાફેલું; [લા.] પાકું, ધૂર્ત. **~ core,** રસ્તાના પાયામાં નંખાતા ભારે પથરા. **~ court,** ટેનિસનું કાંક્રીટ અને ડામરનું આંગણું – ભોંય. **~ currency,** જેના મૂલ્યમાં ઝાઝા ફેરફાર થતા નથી એવું ચલણ, દુર્લભ મુદ્રા. **~ -headed,** લાગણીવેડાથી અસ્પૃષ્ટ, વહેવારકુશળ. **~ -hearted,** લાગણી વિનાનું. **~ line,** અમુક નીતિને દઢપણે વળગી રહેવું તે. **~line,** દુર્દૈવ, કમનસીબી. **~ of hearing,** જરાતરા બહેરું. **~-pressed,** ભારે મુશ્કેલીમાં મુકાયેલું, તાકીદના કામના બોજાવાળું, પાછળ પડેલો શત્રુ બહુ પાસે આવ્યો હોય એવું. **~ sell,** આક્રમક વેચાણકળા. **~ shoulder,** કોઈ આકસ્મિક મુશ્કેલી વખતે જ મોટરરસ્તાની બાજુમાં વાહન ઊભું રાખવા તૈયાર કરેલી પટ્ટી. **~ up,** પાસે પૈસા ન હોય એવી સ્થિતિમાં. **~ware,** લોઢું વગેરે ધાતુનો સામાન, શસ્ત્રો, યંત્રો, ઇ૦. **~ water,** ભારે પાણી. **~wood,** પાનખર ઝાડ (સાગ ઇ૦)નું સખત લાકડું.

har'den (હાર્ડન), ઉ૦ક્રિ૦ (વધુ) કઠણ કે સખત અથવા ખડતલ બનાવવું – થવું.

har'dihood (હાર્ડિહુડ), ના૦ હિંમત; ધૃષ્ટતા.

har'dly (હાર્ડ્લિ), ક્રિ૦વિ૦ મુશ્કેલીથી; જવલ્લે જ; કઠોરપણે, સખતાઈથી.

har'dship (હાર્ડ્શિપ), ના૦ કષ્ટ, દુઃખ; ભૂખમરો, સાંસાં; દૈવની પ્રતિકૂલતા.

har'dy (હાર્ડિ), વિ૦ હિંમતવાળું; કસાયેલું, ખડતલ; (વનસ્પતિ અંગે) બારે માસ ખુલ્લામાં રહી શકે એવું.

hare (હે'અર), ના૦ સસલું. અ૦ક્રિ૦ ખૂબ જોરથી દોડવું. **~-brained,** અવિચારી, જંગલી. **~lip,** ફાટેલો ઉપલો હોઠ.

hare'bell (હે'અર્બે'લ), ના૦ ગોળ પાંદડાં અને પાતળી દાંડીવાળું ફીકા વાદળી રંગનું ફૂલ.

ha'rem (હારિમ), ના૦ બૈરાંનો ઓરડો, જનાનખાનું; જનાના, પત્નીઓ અને રખાતો.

ha'ricot (હૅરિકો), ના૦ બકરાના માંસનો મસાલેદાર ખીમો; **~(bean),** એક જાતનું સૂકવેલું કઠોળ.

hark (હાર્ક), અ૦ક્રિ૦ (ધ્યાન દઈને) સાંભળવું. **~ back,** ખોવાયેલી ગંધની શોધમાં તે ને તે રસ્તે પાછું જવું; (વિષય તરફ) પાછું વળવું.

har'lequin (હાર્લિક્વિન), ના૦ રંગબેરંગી ચુસ્ત કપડાં અને મુખવટો પહેરેલું મૂકનાટચનું એક પાત્ર. વિ૦ વિવિધરંગી.

har'lequina'de (હાર્લિક્વિનેડ), ના૦ વિદૂષકવેડા, મૂકનાટકનો ભાગ.

har'lot (હાર્લટ), ના૦ [પ્રા.] વેશ્યા. **har'lotry** (–ટ્રિ), ના૦.

harm (હાર્મ), ના૦ અને સ૦ક્રિ૦ ઈજા, નુકસાન, (કરવું, પહોંચાડવું).

har'mful (હાર્મ્ફુલ), વિ૦ હાનિ–અપાય–કારક.

har'mless (હાર્મ્‌લિસ), વિ૦ નિર્દોષ, નિરુપદ્રવી.

harmo'nic (હાર્‌મૉનિક), વિ૦ મેળવાળું, સુસંગત, સંવાદી; સ્વરમેળને લગતું. ના૦ સ્વરમેળમાં પાયાના સૂર સાથેનો ગૌણ સૂર; ~ **tone,** તંતુઓ ઇ૦ના 'aliquot' ભાગોના કંપથી પેદા થતો સૂર.

harmo'nica (હાર્‌મૉનિકે), ના૦ મોઢે વગાડવાનું એક વાજું.

harmo'nious (હાર્મોનિઅસ), વિ૦ સુસંગત, મેળવાળું; વિસંગતિ કે મતભેદથી મુક્ત; સુસ્વર, મધુર.

har'monist (હાર્મનિસ્ટ), ના૦ સ્વરમેળમાં નિષ્ણાત માણસ.

harmo'nium (હાર્મોનિઅમ), ના૦ વાજાની પેટી, હાર્મોનિયમ.

har'monize (હાર્મનાઇઝ઼), ઉ૦ક્રિ૦ -માં સુમેળ કરવો, સુમેળમાં હોવું; સૂર મેળવવા-જમાવવા. **harmoniza'tion** (-નાઇઝ઼ેશન), ના૦.

har'mony (હાર્મનિ), ના૦ સુમેળ, એકવાક્યતા, સંપ; સુમધુર સ્વર-અવાજ; સૂરમેળાપ.

har'ness (હાર્નિસ), ના૦ ઘોડાને ગાડીમાં જોડવાનો સાજ, ચોકત્ર; સવારનો બધો સાજસરંજામ, [ઇતિ.] કવચ, બખતર, ઇ૦; કામ કરતી વખતે કરાતો સાજ. સ૦ક્રિ૦ ઘોડાને સાજ-ચોકત્ર ઘાલવું; વીજળી ઇ૦ પેદા કરવા માટે કુદરતી બળોનો ઉપયોગ કરવો.

harp (હાર્પ), ના૦ આંગળાં વતી વગાડવાનું વીણા જેવું એક તંતુવાદ્ય. અ૦ક્રિ૦ વીણા (હાર્પ) વગાડવી; (~ **on**) તેનું તે ગયા કરવું. **har'pist** (-પિસ્ટ), ના૦.

harpoo'n (હાર્‌પૂન), ના૦ વહેલ જેવી માછલીને પકડવાનો (ફેંકીને મારવ.નો) કાંટાળો ભાલો. સ૦ક્રિ૦ એવા ભાલા વતી મારવું.

har'psichord (હાર્પ્‌સિકૉર્ડ), ના૦ નળી જેવા ઓજાર વડે વગાડાતું પિયાનો જેવું એક તંતુવાદ્ય.

har'py (હાર્પિ), ના૦ પક્ષીની પાંખો અને નહોર તથા સ્ત્રીના ચહેરાવાળો એક રાક્ષસ; નાણાં કઢાવનાર સ્ત્રી.

ha'rridan (હૅરિડન), ના૦ કર્કશા, ડાકણ.

ha'rrier (હૅરિઅર), ના૦ સસલાંના શિકારમાં વપરાતો કૂતરો; [બ૦વ૦ માં] એવા કૂતરાનું ટોળું; [બ૦વ૦ માં] જંગલમાં થઈને દોડનારાઓનું જૂથ; બાજની એક જાત.

ha'rrow (હૅરો), ના૦ કળબ, રાંપડી. સ૦ક્રિ૦ ઉપર કળબ ફેરવવી; પીડવું, લાગણી દૂભવવી.

ha'rry (હૅરિ), સ૦ક્રિ૦ લૂંટવું, વેરાન કરવું; પજવવું, સતાવવું.

harsh (હાર્શ), વિ૦ કર્કશ; અરુચતું, રૂક્ષ; નિષ્ઠુર, લાગણી વિનાનું.

hart (હાર્ટ), ના૦ (વિ૦ક૦રાતા) હરણનો નર. ~**'s-tongue,** એક જાતની 'ફર્ન' વનસ્પતિ.

har'tebeest (હાર્ટિબીસ્ટ), ના૦ આફ્રિકાનું એક મોટું સાબર.

harum-sca'rum (હે'અરમ્ સ્કે'અરમ), વિ૦ બેદરકાર, દુઃસાહસિક, જંગલી.

har'vest (હાર્વિસ્ટ), ના૦ કાપણી લણણી (ની મોસમ); ફસલ, પાક; કોઈ પણ કામનું ફળ. સ૦ક્રિ૦ કાપણીલણણી કરવી – કરીને સંઘરવું.

har'vester (હાર્વિસ્ટર), ના૦ કાપણી કરનાર, કાપણી કરવાનું યંત્ર.

has (હૅઝ઼), **have**નું ત્રીજા પુરુષનું વર્ત૦ કાળનું એક વ૦.

hash (હૅશ), સ૦ક્રિ૦ ગરમ કરવા માટે રાંધેલા માંસના નાના નાના કકડા કરવા. ના૦ કચુંબર, વિ૦ક૦ રાંધેલા માંસની તરકારી; ખીચડી, ગડબડગોટાળો. **settle person's ~,** -નો અંત આણવો, -ને દબાવી દેવું.

ha'shish (હૅશિશ), ના૦ ભાંગનાં સૂકાં પાંદડાં(માંથી બનાવાતી ઘેન લાવનારી દવા).

hasp (હાસ્પ), ના૦ ચપડાસ, સાંકળ, કડી, સાંકળ કે કડી અને નકૂચો.

ha'ssle (હૅસલ), ના૦ અને અ૦ ક્રિ૦ તકરાર, બોલાચાલી, ઝઘડો, (કરવો).

ha'ssock (હૅસક), ના૦ ઘૂંટણીએ પડતી વખતે ઘૂંટણ નીચે મૂકવાનું ઉશીકું–ગાદલું.

haste (હેસ્ટ), ના૦ ઉતાવળ, (વરા), અ૦ ક્રિ૦ ઉતાવળથી જવું. **make ~**, ઉતાવળ કરવી.

ha'sten (હેસન), ઉ૦ ક્રિ૦ ઉતાવળ કરવી – કરાવવી, ઉતાવળથી જવું.

ha'sty (હેસ્ટિ), વિ૦ ઉતાવળું, અવિચારી; જરાકમાં ગુસ્સે થનારું.

hat (હૅટ), ના૦ વિ૦ક૦ કોરવાળી સાહેબી ટોપી. ટોપો. **~-trick**, [ક્રિ.] એક જ ગોલંદાજ દ્વારા લાગલગટ ત્રણ બૅટધારીઓ બાદ થવા તે; [ફુટ.] એક જ મૅચમાં એક જ રમનારે લાગલગટ ત્રણ ગોલ કરવા તે.

hatch[1] (હૅચ), ના૦ બારણાના પાડેલા બે ભાગમાંનો નીચલો ભાગ; બારણું, ભોંય, ઇ૦માંનું કાણું – બારી; વહાણમાં તૂતકમાંથી માલ ઉતારવાના માર્ગ ઉપરનું ઢાંકણું – બારણું. **~back**, મજાગરાથી ઉપરથી જડેલા પાછળના બારણાવાળું વાહન. **~way**, વહાણમાં માલ નીચે ઉતારવા માટે તૂતકમાંનું બાકું.

hatch[2], ઉ૦ ક્રિ૦ ઈંડામાંથી બચ્ચાને બહાર કાઢવું – બચ્ચાએ બહાર પડવું, ઈંડાને સેવવું. ના૦ ઈંડાનું સેવન (કરવું તે); એક સેવનથી નીકળેલાં બચ્ચાં.

hatch[3], સ૦ ક્રિ૦ કોઈ સપાટી પર (બહુધા સમાંતર) લીટીઓ દોરવી; આંકવી.

ha'tchet (હૅચિટ), ના૦ નાની હલકી કુહાડી.

hate (હેટ), સ૦ ક્રિ૦ -નો તીવ્ર દ્વેષ કરવો; -ને વિષે વેર રાખવું. ના૦ દ્વેષ, તીવ્ર અણગમો.

ha'teful (હેટ્ફુલ), વિ૦ દ્વેષ ઉપજાવનારું,

ha'tred (હેટ્રિડ), વિ૦ તીવ્ર અણગમો; વેરભાવ. દ્વેષ.

ha'tter (હૅટર), ના૦ ટોપિઓ બનાવનાર અથવા વેચનાર.

hau'ghty (હૉટિ), વિ૦ અભિમાની, ઘમંડી, ગર્વિષ્ઠ.

haul (હૉલ) ઉ૦ ક્રિ૦ જોરથી ખેંચવું – ઘસડવું, ખેંચી – ઘસડી – લઈ જવું – લાવવું; ગાડા ઇ૦માં લઈ જવું – લાવવું. ના૦ ખેંચવાની ક્રિયા; જેટલું અંતર ખેંચ્યું હોય તે; જાળમાં પકડેલી માછલીઓ; પ્રાપ્ત કરેલો જથો; વટાવવાનું અંતર.

hau'lage (હૉલિજ), ના૦ માલ ગાડામાં ઘાલી લઈ જવો તે; તેનું ભાડું, ખેંચામણ.

hau'lier (હૉલિઅર), ના૦ માલ રસ્તે લઈ જનાર વ્યક્તિ અથવા પેઢી.

haulm (હૉમ), ના૦ વાલ, વટાણા, મગફળી, બટાકા, ઇ૦ નાં ડાળખાં – પાલો.

haunch (હૉંચ), ના૦ કેડ, કટિપ્રદેશ; જાંઘ અને ફૂલાનો માંસલ ભાગ; હરણ ઇ૦ ના પગ અને કેડ (ના ભાગનું માંસ).

haunt (હૉન્ટ), સ૦ ક્રિ૦ (ભૂત ઇ૦ અંગે) પોતાની હાજરી અને પ્રભાવના આવિષ્કાર સાથે વારે વારે આવવું; રહી રહીને અંદર હાજર કે સાથે થવું; સતત ઘેરવું, વળગવું. ના૦ વારંવાર આવવાની જગ્યા, અડ્ડો.

hau'tboy (હોબોઇ), ના૦ શરણાઈ.

haute couture' (ઓટ્ કૂટયુઅર), ના૦ ઊંચી ફૅશન (વાળી દુનિયા).

hauteur' (ઓટર), ના૦ મગરૂરી, દર્પ, ઘમંડ.

Hava'na (હવૅને). ના૦ ક્યૂબાના તમાકુની સિગાર.

have (હૅવ), ઉ૦ ક્રિ. [તૃ૦ પુ૦ એકવ૦ વર્ત૦ **has** ઉ. હઝ્; ભૂ૦ કા૦ તથા ભૂ૦ કૃ૦ **had**] -ની પાસે – હાથમાં – કબજામાં – હોવું; માલિકીનું હોવું; -માં હોવું; ભોગવવું, સહન કરવું; માથે બોજો – જવાબદારી – હોવી; -ને જન્મ આપવો; અમુક કામ કે પ્રવૃત્તિમાં રોકવું; -ની રજા કે છૂટ આપવી; થાય તેમ કરવું, કરવાની ફરજ પાડવી; લેવું, સ્વીકારવું; સહા૦ ક્રિ૦ ભૂ૦ કૃ૦ સાથે ભૂતકાળ બનાવવા વપરાય છે. ના૦ [વિ૦ બો૦] ધુતારો, લફંગો; જેની પાસે (વિ૦ ક૦ ધન ઇ૦) હોય તે; **~s and**

~**-nots,** પૈસાદાર અને ગરીબ લોકો. ~ **on,** (કપડાં) પહેરવાં; (શરત, કરાર, સગાઈ, ઇ૦)થી બંધાવું; [વાત.] -ની સાથે ચાલાકી કરવી. ~ **to,** કરવું પડવું; કરવાની જરૂર પડવી. **be had,** [વિ૦ બો૦] છેતરાવું.

ha'ven (હેવન), ના૦ બારું, બંદર; આશ્રયસ્થાન.

ha'ver (હેવર), અ૦ ક્રિ૦ મૂર્ખાની જેમ બોલવું; આનાકાની કરવી.

ha'versack (હેવર્સૅક), ના૦ સિપાઈ, પ્રવાસી, ઇ૦નો ખભે કે પીઠ પર લઈ જવાનો સામાનનો કંતાનનો કોથળો.

ha'voc (હેવક), ના૦ ઘાણ, પાયમાલી; ગોંધળ.

haw (હૉ), ના૦ 'હૉથૉર્ન'નો ટેટો – ફળ.

haw'finch (હૉફિંચ), ના૦ મોટી ને મજબૂત ચાંચવાળું (ગાનારું) 'ફિંચ' પક્ષી.

hawk[1] (હૉક), ના૦ બાજ પક્ષી; ખાઉધરો માણસ; યુદ્ધ કરવાનો પુરસ્કર્તા. ઉ૦ક્રિ૦ બાજની મદદથી શિકાર કરવો.

hawk[2], ઉ૦ક્રિ૦ 'ખો...ક' કરવું-કરીને ગળું સાફ કરવું, બળખો કાઢવો.

hawk[3], સ૦ક્રિ૦ ફેરી કરીને વેચવું.

haw'ker (હૉકર), ના૦ ફેરિયો.

haw'ser (હૉઝ઼ર), ના૦ [નૌકા.] મોટું દોરડું, નાનો કે પાતળો તાર.

haw'thorn (હૉથૉર્ન), ના૦ લાલ ટેટાવાળું એક કાંટાળું ઝાડવું.

hay (હે), ના૦ કાપણી કરીને સૂકવેલું-સૂકું-ઘાસ. ~ **fever,** પરાગને લીધે થતી ઉધરસ અને કયારેક દમનો વિકાર. ~**maker,** ઘાસ કાપીને સૂકવનાર માણસ; [વિ૦બો૦] હાથ હલાવીને મારેલો ઠોસો. ~**stack,** ઘાસની ગંજી. ~**-wire,** ગૂંચવાયેલું, અવ્યવસ્થિત, અન્યમનસ્ક, વ્યગ્ર.

ha'zard (હૅઝ઼ર્ડ), ના૦ આકસ્મિક ઘટના; સંકટ, જોખમ; [ગોલ્ફ] ફટકો મારવામાં આવતો અંતરાય – રેતીવાળો ખાડો, પાણી, ઇ૦. સ૦ક્રિ૦ સંકટમાં નાખવું, જોખમ ખેડવું, સાહસ કરવું.

ha'zardous (હૅઝ઼ર્ડસ), વિ૦ જોખમવાળું.

haze (હેઝ઼), ના૦ (આછું) ધુમ્મસ; માનસિક અસ્પષ્ટતા, સંદિગ્ધતા, મૂંઝવણ.

ha'zel (હેઝ઼લ), ના૦ બદામ જેવા ફળવાળું એક ઝાડ; હળવો બદામી રંગ.

ha'zy (હેઝ઼િ), વિ૦ ધુમ્મસવાળું, ધૂસર; અસ્પષ્ટ, ઝાંખું.

HB, સંક્ષેપ hard black (પેન્સિલનું સીસું).

H-bomb (એચ્બૉમ), ના૦ હાઇડ્રોજન બૉંબ.

H.C., સંક્ષેપ. House of Commons.

he (હી) સર્વ૦ તૃતીય પુરુષ એક વ૦ નર જાતિ. [દ્વિતીયા **him;** ષષ્ઠી **his;** બ૦વ૦ **they;** દ્વિતીયા **them;** ષષ્ઠી **their, theirs**] તે નર (માણસ કે પ્રાણી). ના૦ અને વિ૦ નર જાતિ(નું). ~**-man,** પ્રભાવશાળી અથવા વીર્યવાન માણસ.

H.E., સંક્ષેપ. high explosive; Her or His Excellency.

head (હે'ડ), ના૦ માથું, મસ્તક, ઉત્તમાંગ; મગજ, ભેજું; જણ, વ્યક્તિ; સૌથી ઉપલો કે આગળનો ભાગ, ઉપરનો છેડો; આકાર કે સ્થાનમાં માથા જેવી વસ્તુ; ટેપરેકર્ડર ઇ૦ ઉપરની નોંધને સંકેતોમાં ફેરવવાનું યંત્ર; દારૂ ઇ૦ પરનું ફીણ; બંધ કરેલા પાણી અથવા વરાળ(નું દબાણ); શાસક, રાજ્યકર્તા, સરદાર, નેતા, ઇ૦; મુખ્ય શિક્ષક કે શિક્ષિકા; પરાકાષ્ઠા; કટોકટી. ઉ૦ક્રિ૦ -નું માથું હોવું – બનવું; -નું પ્રમુખ કે આગેવાન થવું – બનવું; પ્રમુખ કે આગેવાનના પદ પર સ્થપાવું; -ના મથાળે મૂકવું – મુકાવું; [ફુટ.] માથાવતી (દડાને) મારવું; -ને મથાળું–શીર્ષક–આપવું. **off one's** ~, [વાત.] ચસકેલ, ગાંડું. ~**ache,** માથાનું દરદ; [વાત.] ત્રાસદાયક બાબત, માથું દુખવું. ~**-dress,** પાઘડી, શિરોભૂષણ (વિ.ક. શોભા માટે). ~**lamp,** ~**light,** એંજિન કે મોટરનો આગળનો દીવો. ~**land** ભૂશિર. ~**line,** મથાળાની લીટી;

[બ૦ વ૦ માં] આકાશવાણી દ્વારા પ્રસાર કરાયેલા સમાચારનો સાર. **~long,** માથું આગળ કરીને–એકદમ ઉતાવળથી કરેલું, વગર વિચાર્યું. **~master, ~-mistress,** મુખ્ય શિક્ષક – શિક્ષિકા. **~-on,** (અથડામણ, ટક્કર અંગે) સામ સામે માથે માથું ટકરાય એવું. **~-phone,** સાંભળનારને માથે બેસાડી શકાય એવું ટેલિફોનનું કે રેડિયોનું સાંભળવાનું યંત્ર (રિસીવર). **~room,** માથા ઉપરની ખાલી જગ્યા. **~stall,** ઘોડાના ચોકડાનો માથાનો ભાગ, સિરદામની. **~start,** શરતની શરૂઆતમાં અપાતી કે મળતી સવલત. **~stone,** કબર ઉપર ઊભો કરેલો પથ્થર. **~strong,** મનસ્વી, માથાનું ફરેલ; જક્કી. **~way,** પ્રગતિ. **~wind,** સામેથી આવતો–સામો–પવન.

hea'der (હે'ડર), ના૦ [ફુટ.] માથાવતી દડાને મારવો તે; [વાત.] માથું આગળ કરીને પાણીમાં મારેલો ભૂસકો–ડૂબકી.

hea'ding (હે'ડિંગ), ના૦ પાના ઇ૦ને માથે મથાળું, શીર્ષક.

headquar'ters (હે'ડ્ક્વૉર્ટર્ઝ઼), ના૦ બ૦વ૦ રહેવાની મુખ્ય જગ્યા; ધંધા ઇ૦નું મુખ્ય મથક; પ્રવૃત્તિનું કેન્દ્ર.

hea'dy (હે'ડિ), વિ૦ ભાવનાના આવેશવાળું; (દારૂ ઇ૦ અંગે) ઉન્માદક, કેફ ચડાવનારું.

heal (હીલ), ઉ૦ક્રિ૦ સાજુંસમું – તંદુરસ્ત કરવું – થવું; (રોગ ઇ૦) મટાડવું, મટવું; (જખમ અંગે) રૂઝવવું, રુઝાવું.

health (હે'લ્થ), ના૦ શારીરિક માનસિક આરોગ્ય; શરીરની સ્થિતિ, તંદુરસ્તી; કોઈના માનમાં પીવાની દારૂની પ્યાલી, ટોસ્ટ. **~ food,** કોઈ પણ સંસ્કાર વિના તેના કુદરતી ગુણો માટે પસંદ કરેલું ખાદ્યાન્ન. **~ service,** જાહેર આરોગ્ય સેવા (તંત્ર).

hea'lthful (હે'લ્થ્ફુલ), વિ૦ આરોગ્યદાયક – વર્ધક.

hea'lthy (હે'લ્થિ), વિ૦ નીરોગી, તંદુરસ્ત; આરોગ્યવર્ધક.

heap (હીપ), ના૦ ઢગલો, ગંજ; [એક વ૦ અથવા બ૦વ૦માં] મોટી સંખ્યા કે જથો. સ૦ક્રિ૦ -નો ઢગલો કરવો, ખડકવું; ઉપર ભાર લાદવો; ખૂબ એકઠું કરવું.

hear (હિઅર), ઉ૦ક્રિ૦ [**heard** ઉ. હર્ડ] કાને સાંભળવું; ધ્યાન દઈ ને સાંભળવું; મુલાકાત આપવી; ન્યાયાલયમાં સુનાવણી કરવી; સમાચાર–સંદેશો–મળવો, ખબર પડવી. **~say,** અફવા, લોકવાયકા.

hearing-aid, સાંભળવામાં સહાયભૂત ઉપકરણ, ઉપકર્ણ.

hear'ken (હાર્કન), અ૦ ક્રિ૦ [પ્રા.] ધ્યાનપૂર્વક સાંભળવું.

hearse (હર્સ), ના૦ મડદાગાડી.

heart (હાર્ટ), ના૦ હૃદય, રક્તાશય; લાગણીઓ કે ભાવનાઓનું કેન્દ્ર, અંતઃકરણ; આત્મા, મન; ધૈર્ય; કેન્દ્રીય અથવા અંતરતમ ભાગ, હાર્દ; કોબીજ ઇ૦નો ઠાંસીને ભરેલો દડો; હૃદયના આકારની વસ્તુ; લાલ બદામનું પત્તું. **at ~,** અંતરમાં, અંદરખાને. **by ~,** મોઢે કરેલું, મુખોદ્ગત. **have the ~,**[નકારાત્મક રચના સાથે] એટલું બધું કઠણ હૃદયના થવું. **take to ~,** મનમાં લેવું – ખૂબ લાગી આવવું. **~-breaking,** અતિશય દુઃખદ, હૃદયવિદારક. **~-broken,** ભગ્નહૃદય. **~ burn,** છાતીમાં બળતરા (થવી તે). **~-burning,** દાઝ, હૈયાબળાપો, અદેખાઈ. **~felt,** ખરા દિલનું. **~-rending,** હૃદયભેદક, બહુ જ દુઃખદ. **~sick,** ગમગીન, ખિન્ન. **~-strings,** હૃદયવીણાના તાર, હૃદયની ઊંડામાં ઊંડી ભાવનાઓ. **~-throb,** [વિ૦ બો૦] હૃદયનો ધબકારો; [વિ૦ બો૦] મોહનો વિષય. **~-to-heart,** ખુલ્લા દિલની (વાતચીત). **~-warming,** ઉત્તેજન આપનારું, ઉત્સાહવર્ધક.

hear'ten (હાર્ટન), ઉ૦ ક્રિ૦ હિંમત આપવી, -માં ઉત્સાહ પ્રેરવો.

hearth (હાર્થ), ના૦ ચૂલાની જગ્યા, ચૂલો. **~rug,** ચૂલા આગળ પાથરવાની શેતરંજી ઇ૦. **~stone,** ચૂલાની જગ્યાને

સપાટ પથ્થર – શિલા, ચૂલાને મઢવાનો સફેદ પથ્થર.

hear'tless (હાર્ટ્‌લિસ), વિ૰ લાગણી વિનાનું, નિર્દય.

heart'y (હાર્ટિ), વિ૰ ઉત્સાહી; આનંદી, ખુશમિજાજ; ખરા દિલનું; (ભોજન) ભરપૂર.

heat (હીટ), ના૰ ઉષ્ણતા, ગરમી; ગરમ લાગવું તે; ગરમ આબોહવા; શરીરની ઉત્તેજિત–ઉદ્દીપ્ત–અવસ્થા; ભાવનાનો ગરમાવો; ગુસ્સો, જોસ; ક્રોધ; [પ્રાણીઓમાં] કામ-ઉન્માદ, મસ્તી; પ્રાથમિક સામનો, જેમાં જીતનાર અંતિમ હરીફાઈમાં ભાગ લઈ શકે છે. ઉ૰ ક્રિ૰ ગરમ કરવું – થવું; ઉત્તેજિત–ઉદ્દીપ્ત–કરવું–થવું. **~-stroke,** સૂરજના તાપની ઝાળ લાગવી તે, લૂ. **~ wave,** ગરમીનું મોજું, અતિશય ઉષ્ણ આબોહવાનો ગાળો.

hea'tedly (હીટિડ્‌લિ), ક્રિ૰ વિ૰ તપી જઈને, આવેશથી.

heath (હીથ), ના૰ વેરાન સપાટ ખુલ્લી જમીન, વિ૰ ક૰ નાનાં નાનાં ઝાડવાંવાળી; 'હીથર'ની જાતનું એક નાનું ઝાડવું. **~-cock,** કાળો કૂકડો. **hea'thy,** (હીથિ), વિ૰.

hea'then (હીધન), વિ૰ ખ્રિસ્તી, યહૂદી, મુસ્લિમ કે બૌદ્ધ નહિ એવું. ના૰ અસંસ્કારી – અપ્રબુદ્ધ–માણસ; મૂર્તિપૂજક. **hea'thendom** (-ડમ), ના૰. **hea'thenism** (-નિઝ્‌મ), ના૰. **hea'thenish** (-નિશ), વિ૰.

hea'ther (હીધર), ના૰ વેરાન ભૂમિ કે મેદાનમાં ઊગતા જાંબુડિયા ફૂલવાળો એક છોડ–ઝાડવું. **~ mixture,** મિશ્ર રંગોનું કે રંગોનાં ટપકાંવાળું કપડું. **hea'thery** (હીધરી), વિ૰.

heave (હીવ), ઉ૰ ક્રિ૰ [નૌકા.; ભૂ૰કા૰ તથા ભૂ૰કૃ૰ **hove**] મુશ્કેલીથી નિસાસો મૂકવો, દુઃખનો ધીમો સાદ કરવો, કણસવું; ઉપાડવું, ઊંચું કરવું; [નૌકા.] (દોરડા વતી) ખેંચવું; [વાત.] ફેંકવું, નાખવું; દોરડું ખેંચવું; ઉછાળવું; ઊછળવું; ઉપસાવવું, ઉપસવું; ઓકારી આવવી; મોજાની જેમ ઊંચુંનીચું થવું. ના૰ ઊંચું આવવું–ઊંચકાવું–તે; નિસાસો, હાંફ, ઇ૰. **~ in sight,** દેખાવા માંડવું, નજરે પડવું. **~ to,** વહાણને પવન તરફ મોઢું કરીને સ્થિર ઊભું કરવું.

hea'ven (હે'વન), ના૰ આકાશ; ઉપરનો પ્રદેશ, અંતરિક્ષ; દેવલોક, સ્વર્ગ.

hea'venly (હે'વનલિ), વિ૰ સ્વર્ગનું, સ્વર્ગીય, દિવ્ય; આકાશનું, આકાશી; દિવ્ય, શ્રેષ્ઠ, સર્વોત્કૃષ્ટ.

hea'vy (હે'વિ), વિ૰ ખૂબ વજનદાર, ભારે; ભારે ઘનત્વવાળું; (ભારથી) લાદેલું; વિપુલ; સખત, જબરું; વિસ્તૃત, વ્યાપક; -ની સાથે અથડાતું, જોરથી નીચે પડતું; ભારે, પચાવવો મુશ્કેલ; (જમીન અંગે) ઉપર પ્રવાસ કરવો મુશ્કેલ; નીરસ, કંટાળાજનક; ત્રાસદાયક; દુઃખી, ખિન્ન; [વિ.બો.] ગંભીર, મહત્ત્વનું. ના૰ [નાટ્ય.] ખલનાયક **~-duty,** ભારે મોટા ઘસારા કે વપરાશમાં પણ ટકી રહે એવું (બનાવેલું). **~-handed,** કઢંગું, અનાડી; કઠોર, જુલમી. **~ hydrogen,** 'ડ્યૂટિઅરિઅમ', સામાન્ય હાઇડ્રોજનથી બમણા વજનવાળો વાયુ. **~ industry,** ધાતુ, યંત્રો, ઇ૰ બનાવનારો ભારે ઉદ્યોગ. **~ water,** 'ડ્યૂટીરિયમ'નો 'ઑક્સાઇડ'; ડ્યૂટીરિયમ-યુક્ત – ભારે – પાણી. **~weight,** ૧૭૮ રતલ કરતાં વધારે વજન(વાળો મુષ્ટિયોદ્ધો).

Hebra'ic (હીબ્રેઇક), વિ૰ હીબ્રૂ ભાષાનું કે લોકોનું. **He'braism** (હીબ્રેઇઝ્‌મ) ના૰. **He'braist** (-ઇસ્ટ), ના૰. **Hebrai'stic** (-ઇસ્ટિક), વિ૰.

He'brew (હીબ્રૂ), ના૰ સેમિટિક પ્રજાનું માણસ, ઇઝરેલનું વતની, યહૂદી; પ્રાચીન યહૂદીઓની ભાષા; વિ૰ક૰ ઇઝરેલમાં વપરાતું તેનું આજનું સ્વરૂપ. વિ૰ હીબ્રુનું -માં, યહૂદીઓ ઇ૰નું.

he'catomb (હે'કટ્‌મ), ના૰ અનેક બલિઓનો યજ્ઞ.

he'ckle (હે'કલ), સ૰ક્રિ૰ વક્તાને પ્રશ્નો પૂછીને ખલેલ પહોંચાડવી – પજવવું.

he'ctare (હે'ક્ટે'અર), ના૰ ચોરસ માપનો મેટ્રિક એકમ, ૧૦૦ આર (૨.૪૭

એકર).

he'ctic (હે'ક્ટિક), વિ૦ જ્વરપીડિત; [વાત.] પ્રક્ષુબ્ધ, આવેશવાળું.

he'ctogram (હે'કટગ્રૅમ), ના૦ સો ગ્રામ (નું વજન).

he'ctolitre (હે'કટલીટર), ના૦ સો લીટર (નું માપ).

he'ctometre (હે'કટ્મીટર), ના૦ સો મીટર.

he'ctor (હે'કટર), ઉ૦ક્રિ૦ દબડાવવું, દમ દેવો.

hedge (હે'જ્), ના૦ નાનાં નાનાં ઝાડવાંની વાડ, એના જેવી જ પથ્થર, ઢેફાં, ઇ૦ની આડ. ઉ૦ક્રિ૦ ફરતે વાડ કરવી, – કાપકૂપ કરીને સરખી કરવી; શરત કે હોડમાં થનારા સંભવિત નુકસાન સામે સામેની બાજુથી પૈસા લગાડીને તે ભરી કાઢવાની પેરવી કરવી; (સવાલના આડકતરા જવાબ આપીને) પોતાની જાતને સંડોવા ન દેવી. **~-hop,** નીચેની સપાટીએ ઊડવું. **~row,** વાડના ઝાડવ (ની હાર). **~-sparrow,** 'થ્રશ'ની જાતનું એક સામાન્ય બ્રિટિશ પક્ષી.

he'dgehog (હે'જ્હૉગ), ના૦ શાહુડી.

he'donism (હીડનિઝ્મ), ના૦ સુખ એ જ ખરું સાધ્ય છે એમ કહેનાર તત્ત્વપ્રણાલી, સુખવાદ. **he'donist** (-નિસ્ટ), ના૦. **hedoni'stic** (-નિસ્ટિક), વિ૦.

heed (હીડ), સ૦ક્રિ૦ -ની તરફ ધ્યાન આપવું, ધ્યાનમાં લેવું. ના૦ ધ્યાન, સંભાળ, કાળજી. **hee'dful** (-ફુલ , વિ૦.

hee'dless (હીડ્લિસ), વિ૦ ધ્યાન ન આપનારું, બેદરકાર, ઉપેક્ષા કરનારું.

hee'-haw (હી હૉ), ના૦ ગધેડાનું ભૂકવું, હોંચિહોંચિ. અ૦ક્રિ૦ (ગધેડા અંગે) ભૂંકવું.

heel[1] (હીલ), ના૦ પગની એડી, જાનવરના પાછલા પગનો એને મળતો ભાગ; મોજા કે બૂટનો એડીવાળો ભાગ; એડી જેવી વસ્તુ; [અમે.] હલકટ – નીચ – માણસ. ઉ૦ ક્રિ૦ જોડા ઇ૦ને એડી બેસાડવી; [રુગ્બી ફુટ.] એડી વતી દડાને મારવો – મારીને અગાડી પરના રમનારાઓની પાછળ મોકલવો. **~ball,** મોચીનું જોડા પોલિશ કરવાનું કઠણ મીણ અને કાજળનું મિશ્રણ, વિ૦ક૦ પ્રાચીન પીતળની મૂર્તિઓ ઇ૦ની છાપ લેવામાં વપરાતું. **~tap,** (પીધા પછી) પ્યાલામાં બાકી રહેલો દારૂ.

heel[2], ઉ૦ક્રિ૦ (વહાણ અંગે) એક બાજુએ નમવું – નમાવવું – વાંકું થવું અથવા વાળવું. ના૦ એક બાજુએ નમવું – નમાવવું – તે, ઝુકાવ.

heeled (હીલ્ડ), વિ૦ [વાત.] પિસ્તોલધારી; પૈસા ટકાથી સજ્જ.

he'fty (હે'ફ્ટિ), વિ૦ મજબૂત, હટ્ટંકટ્ટું; કદાવર; જબરું, જોરાવર.

hege'mony (હિગે'મનિ, હે'જિમનિ), ના૦ નેતૃત્વ; વર્ચસ્વ.

hei'fer (હીફર), ના૦ એક કરતાં વધું વખત ન વિયાયેલી ગાય – વાછરડી.

heigh (હે), ઉદ્ગાર૦ ઉત્તેજન અથવા જિજ્ઞાસાનો સૂચક. **~-ho,** કંટાળાનો સૂચક.

height (હાઇટ), ના૦ ઊંચાઈ (પાયાથી શિખર સુધી, ભોંય કે બીજી કોઈ સપાટીથી); ટોચ, શિખર; ઊંચી જગ્યા; પરાકાષ્ઠા.

hei'ghten (હાઇટન) સ૦ ક્રિ૦ (વધારે) ઊંચું કરવું; વધારે તીવ્ર કરવું; અતિશયોક્તિ કરવી.

hei'nous (હેનસ), વિ૦ ભયાનક, ઘૃણાસ્પદ, ઘોર, દારુણ.

heir (એ'અર), ના૦ વારસ, દાયાદ. **~ apparent,** અપ્રતિબંધ દાયાદ. **~ presumptive,** સપ્રતિબંધ દાયાદ. **~loom,** વંશપરંપરાથી કુટુંબમાં ચાલી આવતી કીમતી વસ્તુ. **heir'ess** (એ'અરિસ), ના૦ સ્ત્રી.

held (હે'લ્ડ), **hold**નો ભૂ૦ કા૦ તથા ભૂ૦ કૃ૦

he'lical (હે'લિકલ), વિ૦ સર્પિલ, ભમરિયું.

he'lices (હીલિસીઝ઼), **helix** નું બ૦વ૦.

he'licopter (હે'લિકૉપ્ટર), ના૦ સીધું ઉપર ચડી કે નીચે ઊતરી શકે એવું વિમાન.

he'liograph (હીલિઅગ્રાફ), ના૦ સૂર્યપ્રકાશનું પ્રતિબિંબ પાડીને તે વડે સંદેશા

આપવાનું ઉપકરણ. સ૦ ક્રિ૦ તે દ્વારા સંદેશો મોકલવો.

he'liotrope (હીલિઅટ્રોપ), ના૦ જાંબુડિયા સુગંધી ફૂલોનાં નાનાં ઝૂમખાંવાળું એક ઝાડવું; તેનો રંગ અથવા સુગંધ.

he'liport (હે'લિપોર્ટ), ના૦ હેલીકૉપ્ટરોની ઊડવા ઊતરવાની જગ્યા-સ્ટેશન.

he'lium (હીલિઅમ), ના૦ એક બહુ હલકો વર્ણહીન ગંધહીન વાયુ – ગૅસ.

he'lix (હીલિક્સ), ના૦ [બ૦વ૦ **helices** હીલિસીઝ઼] પેચ, આવર્ત; ગૂંચળું, કુંડલ.

hell (હે'લ), ના૦ પ્રેતલોક, નરક; ભારે દુઃખની સ્થિતિ કે જગ્યા. **he'llish** (-લિશ), વિ૦.

he'llebore (હે'લિબોર), ના૦ નાતાળના ગુલાબની જાતનો એક ફૂલછોડ.

He'llene (હે'લીન), ના૦ ગ્રીક. **Helle'nic** (-નિક), વિ૦ ગ્રીક. **He'llenism** (-નિઝ઼મ), ના૦. **He'llenist** (-નિસ્ટ), ના૦.

hello' (હે'લો), ઉદ્ગાર૦ અને ના૦ = **hallo.**

helm¹ (હે'લ્મ), ના૦ સુકાન, કર્ણ; સુકાન ફેરવવાનું ચક્ર અથવા દાંડો; [લા.] નિયમન, સંચાલન. **~sman,** કર્ણધાર, સુકાની.

helm², ના૦ [પ્રા.] = **helmet.**

he'lmet (હે'લ્મિટ), ના૦ શિરસ્ત્રાણ, માથા માટેનું કવચ – ટોપો.

he'lot (હે'લટ), ના૦ પ્રાચીન સ્પાર્ટાનો ગુલામ, ભૂદાસ.

help (હે'લ્પ), સ૦ક્રિ૦ -ને મદદ કરવી-આપવી, -ને ઉપયોગી થવું – હાથ દેવો; -નો ઉપાય કરવો; થતું રોકવું – અટકાવવું; -થી દૂર રહેવું, ટાળવું. ના૦ મદદ (કરવી તે); મદદ કરનાર વ્યક્તિ-વસ્તુ; ઘરકામ કરનાર નોકર; મદદનીસ; ઉપાય. **~ oneself (to),** જાતે લઈ-પીરસી-લેવું.

he'lpful (હે'લ્પ્ફુલ), વિ૦ ઉપયોગી, કામનું, સહાયકારી.

he'lping (હે'લ્પિંગ), ના૦ પિરસણ.

he'lpless (હે'લ્પ્લિસ), વિ૦ અસહાય, લાચાર; પરાધીન.

he'lpmate (હે'લ્પ્મેટ), ના૦ મદદ કરનાર સાથી, વિ૦ક૦ પતિ કે પત્ની.

he'lter-skelter (હે'લ્ટર્સ્કે'લ્ટર), ક્રિ૦વિ૦ અતિ ઉતાવળથી, રઘવાયાં રઘવાયાં. ના૦ મેળામાંનું ગોળ ગોળ ભમરિયું લપસણું.

helve (હે'લ્વ), ના૦ હથિયાર કે ઓજારનો હાથો-મૂઠ.

hem¹ (હે'મ), ના૦ કાપડની કોર કે કિનાર, વિ૦ક૦ વાળીને સીવેલી કે ઓટેલી. સ૦ક્રિ૦ કોર સીવવી, ઓટવું. **~ in, up,** ઘેરવું, -માં પૂરી દેવું. **~-stitch,** શોભાનો બખિયો-ઓટણ-ટાંકો. સ૦ક્રિ૦ એવા ટાંકા મારવા-મારીને ઓટવું.

hem², ઉદ્ગાર૦ આનાકાની કે ધ્યાન ખેંચવાનો સૂચક.

he'misphere (હે'મિસ્ફિઅર), ના૦ ગોળાર્ધ, ખગોળાર્ધ, ભૂગોળાર્ધ; મગજના બે ભાગમાંનો દરેક. **hemisphe'ric(al)** (-સ્ફે'રિક(લ)), વિ૦.

he'mlock (હે'મ્લૉક), ના૦ એક ઝેરી વનસ્પતિ, તેમાંથી બનાવેલો ઝેરનો ઘૂંટડો.

hemp (હે'મ્પ), ના૦ શણનો છોડ; દોરડાં બનાવવા વપરાતા તેના રેસા, શણ; તેમાંથી બનતી ઘેનની દવા.

he'mpen (હે'મ્પન), વિ૦ શણનું બનેલું.

hen (હે'ન), ના૦ મરઘી, કૂકડી; પંખી, કરચલો, લૉબ્સ્ટર કે 'સામન' માછલીની માદા. **~-harrier,** યુરોપનું બાજ પક્ષી. **~ party,** [વાત.] કેવળ સ્ત્રીઓનું સંમેલન. **~pecked,** બૈરીનો તાબેદાર.

he'nbane (હે'ન્બેન), ના૦ ઘેન લાવનાર એક ઝેરી વનસ્પતિ, તેમાંથી કાઢેલું ઝેર.

hence (હે'ન્સ), ક્રિ૦વિ૦ અહીંથી; અત્યારથી; આથી, આને કારણે, આ ઉપરથી. **~forth, ~forward,** હવેથી, હવે પછી.

he'nchman (હે'ન્ચ્મન), ના૦ [બ૦વ૦

-men] વિશ્વાસુ અનુયાયી; રાજકીય ટેકેદાર.

henge (હે'ન્જ), ના૦ લાકડાનું કે પથ્થરનું સ્મારક, ('સ્ટોનહેંજ'ના જેવું).

he'nna (હે'નૅ), ના૦ મેંદી (માંથી બનાવેલો રતાશ પડતો રંગ).

hepa'tic (હિપૅટિક), વિ૦ કાળજાનું કે યકૃતનું -ને માટે સારું.

hepati'tis (હે'પટાઇટિસ), ના૦ યકૃતનો દાહ – સોજો.

he'pta- (હે'પ્ટ-) સંયોગી રૂપ. સાત.

he'ptagon (હે'પ્ટગન), ના૦ સપ્તકોણ, સપ્તભુજ. **hepta'gonal** (હે'પ્ટૅગનલ), વિ૦.

her (હર,) સર્વ૦ **she** નું દ્વિતીયા અને ષષ્ઠીનું રૂપ [વાત.માં પ્રથમા]; વિધેયમાં ષષ્ઠીનું રૂપ **hers.**

he'rald (હે'રલ્ડ), ના૦ [ઇતિ.] રાજ્યની ઘોષણાઓ કરનાર અમલદાર; દૂત; આગામી ઘટનાની સૂચના આપનાર, અગ્રદૂત. સ૦ક્રિ૦ -ના આગમનની જાહેરાત કરવી, અંદર પ્રવેશ કરાવવો. **H~s' College,** વંશોની નોંધ રાખનાર તથા તેમને કુલચિહ્નો નીમી આપનાર સંસ્થા. **hera'ldic** (હિરૅલ્ડિક), વિ૦.

he'raldry (હે'રલ્ડ્રિ), ના૦ 'હેરલ્ડ'નું જ્ઞાન અથવા કળા; આયુધો પરનાં કુલચિહ્નો; 'હેરલ્ડ'નો ભપકો.

herb (હર્બ), ના૦ પોચા થડવાળી અને એક વાર ફૂલ આવ્યા પછી મરી જનારી વનસ્પતિ, કાષ્ઠૌષધિ (ખોરાક, દવા, ઇ૦ માટે વપરાતી). **her'by** (હર્બિ), વિ૦.

herba'ceous (હર્બેશસ), વિ૦ ઔષધિનું -ના જેવું. **~ border,** બગીચાની ચારે બાજુએ બારમાસી ફૂલછોડનો પટો.

her'bage (હર્બિજ), ના૦ વનસ્પતિઓ, ઔષધિઓ; ગોચર.

her'bal (હર્બલ), વિ૦ ઔષધિઓનું. ના૦ ઔષધિઓને લગતું પુસ્તક.

her'balist (હર્બલિસ્ટ), ના૦ ઔષધિ વનસ્પતિનો જાણકાર; તે વેચનાર.

herbar'ium (હર્બે'અરિઅમ). ના૦ સૂકવેલી ઔષધિ-વનસ્પતિ-ઓનો સંગ્રહ.

her'bicide (હર્બિસાઇડ), ના૦ ન જોઈતી વનસ્પતિઓનો નાશ કરવા માટે તૈયાર કરેલી દવા.

herbi'vorous (હર્બિવરસ), વિ૦ વનસ્પત્યાહારી, શાકાહારી.

hercule'an (હર્ક્યુલીઅન), વિ૦ હર્ક્યુલીઝના જેવું બળવાન; (કામ અંગે) મહામુશ્કેલ.

herd (હર્ડ), ના૦ જાનવરોનું ટોળું, ધણ, વિ૦ક૦ સાથે ચરતાં કે ફરતાં; [અનાદર.] સામાન્ય લોકો(નું ટોળું); ગોવાળ, ભરવાડ. ઉ૦ ક્રિ૦ ટોળાબંધ ફરવું-ચરવું; -ની દેખરેખ રાખવી; ટોળે વળવું (ધણને) હાંકવું. **~sman,** ગોવાળ, ભરવાડ.

here (હિઅર), ક્રિ૦ વિ૦ અહીં, આ જગ્યાએ – તરફ; આ તબક્કે. ના૦ આ જગ્યા – તબક્કો. **~about(s),** આટલામાં – અહીં – જ ક્યાંક. **~after,** ભવિષ્ય(માં); પરલોક(માં). **~by,** આ(ના)થી. **~in,** આ પુસ્તક, સ્થાન, ઇ૦માં. **~in after,** નીચે (આ દસ્તાવેજમાં). **~of,** આનું. **~to,** આ (બાબત)ને. **~tofore,** અગાઉ, આ પહેલાં. **~-upon,** આ પછી, આને પરિણામે. **~with,** આની સાથે.

here'ditable (હિરે'ડિટબલ). વિ૦ વારસામાં મળે એવું. **hereditabi'lity** (-બિલિટિ), ના૦.

here'ditament (હિરે'ડિટમન્ટ), ના૦ વારસામાં મળી શકે એવી મિલકત; વારસો.

here'ditary(હિરે'ડિટરિ),વિ૦ વારસામાં ઊતરતું, પેઢી ઉતાર, વંશપરંપરાથી મળતું-મળેલું; વારસાની રૂએ પદ ધારણ કરનાર.

here'dity (હિરે'ડિટિ), ના૦ પોતાના ગુણધર્મ અપત્યમાં ઉતારવાની પ્રાણીની ક્ષમતા; જેને લીધે અપત્ય માબાપના ગુણધર્મ વારસામાં પ્રાપ્ત કરે છે તે ગુણ, આનુવંશિકતા;

he'resy (હે'રિસિ), ના૦ સનાતન (ખ્રિસ્તી માન્યતાથી ઊલટો મત, પાખંડ.

he'retic (હે'રિટિક), ના૦ પાખંડી. **here'tical** (હિરે'ટિકલ), વિ૦.

he'ritable (હે'રિટબલ), વિ૦ વારસામાં ઊતરે કે મળે એવું.

he'ritage (હે'રિટિજ), ના૦ વારસામાં મળેલું કે મળી શકે એવી વસ્તુ; પોતાને ભાગે આવેલી વસ્તુ; ઇતિહાસ, સંસ્કૃતિ, ઇ૦નો વારસો.

herma'phrodite (હર્મૅફ્રડાઇટ), ના૦ અને વિ૦ બંને લિંગ કે જાતિનાં લક્ષણો અને ઇન્દ્રિયોવાળું, ઉભયલિંગી, માણસ કે પ્રાણી). **hermaphrodi'tic** (-ડિટિક), વિ૦. **herma'phroditism** (-ડિટિઝ્મ.), ના૦.

herme'tic (હર્મે'ટિક), વિ૦ કીમિયાનું. **~ seal,** ઓગાળવા દ્વારા જોડીને હવાબંધ કરવું તે.

her'mit (હર્મિટ), ના૦ યતિ, એકાન્તવાસી.

her'mitage (હર્મિટિજ), ના૦ યતિનું રહેઠાણ, આશ્રમ.

her'nia (હર્નિઅ), ના૦ સારણગાંઠ, અન્તર્ગળ.

he'ro (હિઅરો, હીરો), ના૦ [બ૦વ૦ **~es**] ધીરોદાત્ત વ્યક્તિ, પરાક્રમી પુરુષ; કાવ્ય, નાટક, ઇ૦નો નાયક.

hero'ic (હિરોઇક), વિ૦ વીરનું, વીર માટે લાયક, વીરને શોભે એવું, વીરના ગુણોવાળું, શૂર, પરાક્રમી; મોટાં કામો કરનારું; (છંદ અંગે) મહાકાવ્યમાં વપરાતું; વીરરસનું. ના૦ [બ૦વ૦માં] વીર(રસનું) કાવ્ય, વીર રસની ઉદાત્ત ભાષા અથવા ભાવનાઓ, આડંબરી ભાષા.

he'roin (હે'રોઇન), ના૦ ઘેન લાવનારી વ્યસનકારક દવા.

he'roine (હે'રોઇન), ના૦ કાવ્ય, નાટક ઇ૦ની નાયિકા.

he'roism (હેરોઇઝ્મ), ના૦ શૌર્ય, પરાક્રમ; ઉદાત્ત વર્તન.

he'ron (હે'રન), ના૦ બગલાની એક જાત.

her'pes (હર્પીઝ઼), ના૦ જેમાં ચામડી પર નાનીનાની ફોલ્લીઓ આવે છે ને ખૂબ બળતરા થાય છે એવો એક રોગ, વિસર્પિકા.

he'rring (હે'રિંગ), ના૦ ઉ. અટલાન્ટિકની એક ખાદ્ય માછલી. **~-bone,** હેરિંગ માછલીનાં હાડકાંની રચના જેવું સીવણ–ટાંકા; વાંકીચૂંકી ભાતવાળા વણાટનું કાપડ, એવી જ ભાતવાળી પથ્થર, ઈંટો કે નળિયાની રચના.

hers (હર્સ), **she**ની ષષ્ઠી વિધેયાત્મક. તેનું.

herse'lf (હર્સે'લ્ફ), સર્વ૦ તે પોતે, તેણે પોતે. **she**નું ભારદર્શક અથવા સ્વવાચક રૂપ.

Herts., સંક્ષેપ. Hertfordshire.

hertz (હર્ટ્ઝ), ના૦ [બ૦વ૦એ જ] વારંવારતાનો એકમ, એક સેકંડે એક ચક્કર પૂરું કરવાનો વેગ.

he'sitant (હે'ઝ઼િટન્ટ), વિ૦ હા ના કરનારું, અનિશ્ચયવાળું. **he'sitancy** (-ટન્સિ), ના૦,

he'sitate (હે'ઝ઼િટેટ), અ૦ ક્રિ૦ હા ના કરવી, અચકાવું, મનમાં ઢચુપચુ હોવું; અનીતિથી બીને પાછું હઠવું; નામરજીવાળું હોવું. **hesita'tion** (-ટેશન), ના૦.

he'ssian (હે'સિઅન), ના૦ શણનું જાડું મજબૂત કાપડ, ગૂણપાટ.

het (હે'ટ), વિ૦. **~ up,** [વિ૦ બો૦] પ્રક્ષુબ્ધ, ઉશ્કેરાયેલું.

he'terodox (હે'ટરડાક્સ), વિ૦ સ્થાપિત ધર્મથી વિરુદ્ધ; પાખંડી. **he'terodoxy** (-ડૉક્સિ), ના૦.

he'terodyne (હે'ટરડાઇન), વિ૦ [રેડિયો] બે લગભગ સરખી ઊંચી 'ફ્રીકવન્સીઓ'ના સંયોગમાંથી એક નીચી (સંભળાય એવી) 'ફ્રીકવન્સી' (આવર્તનો) નિર્માણને લગતું. અ૦ ક્રિ૦ એવી નીચી 'ફ્રીકવન્સી' પેદા કરવી.

heteroge'neous (હે'ટરજીનિઅસ), વિ૦ ભિન્ન ગુણ કે લક્ષણવાળું, વિવિધ તત્ત્વોનું બનેલું, જુદી જુદી જાતનું. **heterogene'ity** (– જનીઇટિ), ના૦.

heterose'xual (હે'ટરોસે'કસ્યુઅલ), વિ૦ અને ના૦ વિષમલિંગી, વિષમલિંગકામી. **heterosexual'ity** (ઍલિટિ), ના૦.

heuri'stic (હ્યુઅરિસ્ટક) વિ૦ શોધ કરવાના કામનું, સંશોધનાત્મક, વિદ્યાર્થીને જાતે શોધ કરવા શીખવનારુ, પ્રાયોગિક અથવા પરીક્ષણાત્મક પદ્ધતિથી આગળ વધતું.

hew (હ્યૂ), ઉ૦ ક્રિ૦ [ભૂ૦ કૃ૦ **hewed** અથવા **hewn**] કુહાડી, તલવાર, ઇ૦ થી કાપવું, વાઢવું, ફાડવું; કોતરીને ઘડી કાઢવું.

he'xa- (હે'કસ-) સંયોગી રૂપ. છ, ષટ્-.

he'xagon (હે'કસગન), ના૦ ષટ્કોણ, ષડ્ભુજ. **hexa'gonal** (હે'કસૅગનલ), વિ૦.

he'xagram (હે'કસગ્રૅમ), ના૦ બે સમભુજ ત્રિકોણના એકબીજાને કાપવાથી થતી (છ લીટીની) આકૃતિ, છ બિંદુઓવાળો તારો.

hexa'meter (હે'ક્સૅમિટર), ના૦ છ ગણવાળી કાવ્યની લીટી – છંદ.

hey (હે), ઉદ્ગાર૦ કોઈનું ધ્યાન ખેંચનારો અથવા આનંદ, આશ્ચર્ય, જિજ્ઞાસા, ઇ૦નો સૂચક. **~ presto**!, જાદુગરનો હુકમનો ઉદ્ગાર. આશ્ચર્યજનક રૂપાંતરો જાહેર કરવા વપરાય છે.

hey'day (હેડે), ના૦ પુરબહાર, સંપૂર્ણ-કળા, પરાકાષ્ઠા(નો સમય).

H. F., સંક્ષેપ. high frequency.

H. G. V., સંક્ષેપ. heavy goods vehicle

H. H., સંક્ષેપ. Her or His Highness; His Holiness.

hi (હાઇ), ઉદ્ગાર૦ ધ્યાન ખેંચવા અથવા અભિવાદન કરવા વપરાય છે.

hia'tus (હાયેટસ), ના૦ ભંગ, ખંડ, ખાલી જગ્યા, (વિ૦ ક૦ કોઈ વિગત, બયાન, ઇ૦માં); બાકું; સ્વરવિચ્છેદ.

hi'bernate (હાઇબ નેટ), અ૦ ક્રિ૦ (પ્રાણીઓ અંગે) શિયાળો સુસ્તીમાં-નિષ્ક્રિયતામાં-પસાર કરવો. **hiberna'tion** (-નેશન), ના૦.

Hiber'nian (હાઇબર્નિઅન), વિ૦ અને ના૦ આયર્લૅન્ડનું (વતની).

hibi'scus (હિબિસ્કસ,), ના૦ મોટાં ચળકતાં રંગીન ફૂલોવાળો છોડ, જાસૂદ.

hi'ccup, hi'ccough, (હિકપ), ના૦ હેડકી, અટકડી. ઉ૦ ક્રિ૦ હેડકી આવવી, હેડકી સાથે બોલવું.

hick, (હિક્), ના૦ [અમે.] ખેડૂત ગામડિયો.

hi'ckory (હિકરિ), ના૦ અખરોટને મળતું એક ઉ૦ અમેરિકાનું ઝાડ; તેનું લાકડું.

hid (હિડ), **hide**[2] નો ભૂ૦ કા૦.

hida'lgo (હિડૅલ્ગો), ના૦ [બ૦ વ૦ **~s**] સ્પેનનો સદ્ગૃહસ્થ.

hi'dden (હિડન), **hide**[2] નું ભૂ૦ કૃ૦.

hide[1] (હાઇડ), ના૦ પ્રાણીનું ચામડું, કાચું અથવા કેળવેલું; [મજાકમાં] માણસની ચામડી. **~bound,** સાંકડા મનનું, આપમતિયું; તદ્દન રૂઢિચુસ્ત.

hide[2], ઉ૦ ક્રિ૦ [**hid, hidden**] સંતાડવું, ઢાંકવું, નજર ન પડે તેમ રાખવું; છાનું – છૂપું – ગુપ્ત-રાખવું; છુપાવું, સંતાવું. ના૦ સંતાવાની કે ભરાઈ રહેવાની જગ્યા. **~-out,** [વાત.] સંતાવાની જગ્યા.

hi'deous (હિડિઅસ), વિ૦ બિહામણું; નફરત પેદા કરે – ચીતરી ચડે–એવું.

hi'ding (હાઇડિંગ), ના૦ ચાબુકનો – ફટકાનો – માર (મારવો તે).

hie (હાઇ), અ૦ ક્રિ૦ અને સ્વવા૦ [કાવ્યમાં] ઉતાવળથી – ઝપાટામાં – જવું.

hie'rarchy (હાયરાર્કિ), ના૦ ચડતા-ઊતરતા દરજ્જાના ધર્માધિકારીઓ (ની સંસ્થા), એવી જાતનું બીજું કોઈ સંગઠન. **hierar'chic(al)** (-કિક, -કિકલ), વિ૦.

hie'roglyph (હાયરગ્લિફ), ના૦ શબ્દ કે અક્ષર માટે વસ્તુની આકૃતિ કે ચિત્ર; [બ૦ વ૦માં] મિસરની ચિત્રલિપિ. **hierogly'phic** (–ફિક), વિ૦ **hierogly'phics** (– ફિક્સ), ના૦ બ૦ વ૦.

hi'-fi, (હાઇફાઇ), ના૦ [વાત.] બરાબર મૂળ જેવો અવાજ (રજૂ કરનારી સાધન-

સામગ્રી), એવો અવાજ રજૂ કરવાની ઊંચી કક્ષાની ચોકસાઈ.

higgledy-pi'ggledy (હિગલ્ડિ-પિગલ્ડિ), ક્રિ૰વિ૰ અને વિ૰ અસ્તવ્યસ્ત(પણે), રફેદફે (થયેલું).

high (હાઇ), વિ૰ (ખૂબ) ઊંચું, અમુક ઊંચાઈવાળું, ઉન્નત; જમીન, દરિયાની સપાટી, ઇ૰થી ખૂબ ઊંચે આવેલું; ઊંચી કક્ષા કે પદવીનું, ઊંચી જાતનું; આત્યંતિક, એકાંતિક, તીવ્ર; (અભિપ્રાય અંગે) અનુકૂળ; (માંસ અંગે) જરાતરા બગડવા માંડેલું; (અવાજ અંગે) કર્કશ, તીણો; [વાત.] દારૂ પીને છાકટું બનેલું. ના૰ ઊંચો અથવા સૌથી ઊંચો સ્તર અથવા સંખ્યા; હવાના ઊંચા દબાણવાળો પ્રદેશ; ઘેન ઇ૰ની દવાથી પેદા થતી સુખાભાસની અવસ્થા. ક્રિ૰વિ૰ ખૂબ ઊંચે, દૂર ઊંચે, ઊંચી જગ્યાએ; ઉત્કટપણે; ભારે કિંમતે. **~-ball,** [અમે.] દારૂ અને સોડા ઇ૰નું પીણું. **~-brow,** [વાત.] ચડિયાતી બૌદ્ધિક અથવા સાંસ્કૃતિક રસો કે પ્રવૃત્તિવાળું (માણસ). **H~ Church,** ધાર્મિક વિધિઓ, ધર્માધિકારીઓની સત્તા, વિધિઓ અને સંસ્કારોના સ્થાન કે મહત્ત્વ ઇ૰ને વિષે આસ્થા રાખનાર ઇંગ્લૅન્ડના ચર્ચનો એક પક્ષ. **H~ Commission,** કૉમનવેલ્થના એક દેશની બીજા દેશમાંની એલચી કચેરી. **H~ Court,** દીવાની દાવાઓનું ઉચ્ચતમ ન્યાયાલય. **~ explosive,** ખૂબ તોડ ફોડ કરનારો સ્ફોટક પદાર્થ. **~ fidelity,** અવાજને જરાય વિકૃત કર્યા વિના તેને રજૂ કરવાનો ગુણ. **~ finance,** મોટી મોટી રકમોનો વહેવાર. **~-flown,** અત્યુક્તિવાળું, આડંબરી, ભભકાદાર. **~ frequency,** [રેડિયો] ૩ – ૩૦ 'મેગહર્ટ્‌ઝ' આવર્તનો. **~-handed,** તુમાખી ભરેલું. શિરજોર. **~ light,** ના૰ ચિત્રનો પ્રકાશવાળો ભાગ, જીવંત રસની વિગત અથવા ક્ષણ. સ૰ ક્રિ૰ આગળ તરી આવે – દેખાય – તેમ કરવું, આગળ આણવું. **~-minded,** મોટા કે ઉદાર દિલનું, મહાન આશયવાળું. **~-pressure,** [લા.] તીવ્ર, તાકીદનું. **~ priest,** મુખ્ય પુરોહિત (વિ૰ ક૰ યહૂદીઓનો); કોઈ સંપ્રદાય કે પંથનો વડો. **~ rise,** (ઇમારત અંગે) બહુમાળી. **~ road,** (-નો) ધોરી રસ્તો, રાજમાર્ગ. **~ school,** માધ્યમિક (શિક્ષણની) શાળા. **~ sea(s),** તે તે દેશની (દરિયાની) હદની બહારનો દરિયો, ભરદરિયો. **~-spirited,** ઉદાત્ત ભાવનાવાળું, ધૈર્યશીલ. **~ tea,** સાંજના કે માંસના ભોજન સાથેની ચા. **~ water,** ભરતીનો જુવાળ, તેનો સમય. **~-water mark,** ભરતીના જુવાળ વખતે પાણી જ્યાં સુધી ચડે છે તે હદ, [વાત.] વધારેમાં વધારે નોંધાયેલી કિંમત, શ્રેષ્ઠત્વની પરાકાષ્ઠા.

hi'ghland (હાઇલન્ડ), ના૰ પહાડી કે ઊંચાણવાળો પ્રદેશ; [બહુધા બ૰ વ૰માં, **H~s**] સ્કૉટલન્ડનો પહાડી મુલક. વિ૰ પહાડી મુલકનું, સ્કૉટલન્ડના પહાડી પ્રદેશનું **hi'ghlander** (– લન્ડર), ના૰.

hi'ghly (હાઇલિ), ક્રિ૰ વિ૰ મોટી માત્રામાં, ઘણું, ઊંચે દરે; સન્માનપૂર્વક; અનુકૂળ દૃષ્ટિથી.

Hi'ghness (હાઇનિસ), ના૰ રાજાઓ, રાજકુંવર, ઇ૰ની પદવી.

hi'ghway (હાઇવે), ના૰ ધોરી માર્ગ, મુખ્ય રસ્તો. **H~ Code,** ધોરી રસ્તાના વાપરનારાઓ માટે સરકારી માર્ગદર્શિકા **~man,** [ઇતિ.] ધોરી રસ્તે (ટપ્પાની ગાડીઓ) લૂંટનાર, બહુધા ઘોડેસવાર.

hi'jack (હાઇજૅક), સ૰ ક્રિ૰ ચાલુ મોટર લૉરી, વિમાન, ઇ૰નો ગેરકાયદે કબજો લેવો; રસ્તે લઈ જવાતો માલ ચોરી લેવો. ના૰ ચાલુ વાહનનો ગેરકાયદે કબજો લેવો તે ઇ૰.

hike (હાઇક), અ૰ ક્રિ૰ અને ના૰ વ્યાયામ કે મોજ ખાતર લાંબે સુધી ફરવા જવું (તે).

hilar'ious (હિલે'અરિઅસ), વિ૰ આનંદી, રમૂજી, મસ્તીખોર, ટોળી.

hila'rity (-લૅરિટિ), ના૦.
hill (હિલ), ના૦ ઊંચાણ (વાળી જમીન), ટેકરી, નાનકડો ડુંગર; ઢગલો, ટેકરો. **~-billy,** [અમે-] પહાડી મુલકનો ગામડિયો. **hi'lly** (હિલિ), વિ૦.
hi'llock (હિલક), ના૦ ટેકરી, ટેકરો.
hilt (હિલ્ટ), ના૦ તલવાર, કટાર, ઇ૦નો હાથો - મૂઠ.
him (હિમ), સર્વ૦ **he**ની દ્વિતીયા, [વાત.] પ્રથમા.
himse'lf (હિમ્સે'લ્ફ), સર્વ૦ **he**નું ભારદર્શક અને સ્વવાચક રૂપ. તે પોતે.
hind[1] (હાઇન્ડ), ના૦ હરિણી, વિ૦ ક૦ રાતી.
hind[2], **hi'nder'** (-ડર), વિ૦ પાછળનું, પાછલા ભાગનું. **~quarters,** ચોપગા પ્રાણીના ઢગરા અને પાછલા પગ. **hind-sight,** રાંડ્યા પછીનું ડહાપણ. **hi'nd-most** (-મોસ્ટ), વિ૦. **hi'ndermo-st,** વિ૦.
hi'nder (હિન્ડર), સ૦ ક્રિ૦ માર્ગમાં આડે આવવું; અટકાવવું, રોકવું.
Hi'ndi (હિન્ડિ-દી), વિ૦ અને ના૦ હિન્દી ભાષા, દેવનાગરીમાં લખાતી હિન્દની રાષ્ટ્ર-ભાષા.
hi'ndrance (હિન્ડ્રન્સ), ના૦ અડચણ, હરકત.
Hindu' (હિન્ડૂ, -ડુ), વિ૦ હિન્દુઓનું, હિન્દુધર્મનું. ના૦ હિન્દુ(ધર્મી)વ્યક્તિ.
Hi'nduism (હિન્ડૂઇઝ઼મ, -ડુ-), ના૦ હિન્દુધર્મ.
Hindusta'ni (હિન્ડસ્ટાનિ). ના૦ અને વિ૦ હિન્દુસ્તાની, ઉ. ભારત અને પાકિ-સ્તાનની ભાષા(નું).
hinge (હિંજ), ના૦ મજાગરું; [બ૦ વ૦માં] મજાગરાં, નરમાદાં, કડી આંકડો; જેના પર બધું ફરે છે તે સિદ્ધાન્ત - તત્ત્વ, મધ્યવર્તી સિદ્ધાન્ત. ઉ૦ ક્રિ૦ મજાગરાં ઇ૦ જડવાં; -ની ઉપર ફરવું - આધાર રાખવો.
hi'nny (હિનિ), ના૦ ઘોડાથી ગધેડીને થયેલી ઓલાદ, ખચ્ચર.
hint (હિન્ટ), ના૦ આડકતરી સૂચના, ઇશારો; સૂચક ચિહ્ન. ઉ૦ ક્રિ૦ આડકતરી રીતે સૂચવવું. **~ at,** આડકતરી રીતે ઉલ્લેખ કરવો.
hi'nterland (હિન્ટર્લૅન્ડ), ના૦ દરિયા-કિનારા ઇ૦ પર આવેલા પ્રદેશની પાછળ આવેલો મુલક.
hip[1], (હિપ), ના૦ કટિ, કેડ; ફૂલો.
hip[2], ના૦ જંગલી ગુલાબનું ફળ.
hip[3], ઉદ્ગાર. આનંદનો સૂચક. હે, હે.
hip[4], વિ૦ [વિ૦ બો૦] રૂઆબદાર, ફૅશન-બલ; બહુશ્રુત.
hi'ppie, hi'ppy, (હિપિ), ના૦ [વિ૦ બો૦] પહેરવેશ, રહેણીકરણી, ઇ૦ની બાબતમાં રૂઢ સામાજિક આચારને ફગાવી દેનાર, સ્વચ્છંદી-સ્વૈરાચારી - માણસ.
hi'ppo (હિપો), ના૦ [બ૦ વ૦ **~s**] [વાત.] હિપોપૉટેમસ.
Hippocra'tic (હિપક્રૅટિક), વિ૦ પ્રાચીન ગ્રીસના પ્રસિદ્ધ વૈદ્ય હિપૉક્રટીસનું. **~ oath,** દાક્તરોએ પોતાના આચરણ અને ફરજો અંગે લેવાની પ્રતિજ્ઞા.
hi'ppodrome (હિપડ્રોમ), ના૦ રથો ઇ૦ની શરતનું મેદાન; ઘોડદોડ; નાટકશાળા કે ચિત્રપટગૃહનું નામ.
hippopo'tamus (હિપપૉટમસ), ના૦ [બ૦ વ૦ **~es** અથવા **-mi** ઉ. માઇ] નદીઓ વગેરેમાં રહેતું આફ્રિકાનું હાથી જેવું એક મહાકાય પ્રાણી, જળઘોડો.
hi'ppy (હિપિ), ના૦ જુઓ **hi'ppie.**
hi'pster (હિપ્સ્ટર), વિ૦ (વસ્ત્ર અંગે) કમરપટાથી કેડની ફરતે લટકતું.
hire (હાયર), ના૦ ભાડું; મહેનતાણું; ભાડે રાખવું - રહેવું - તે. સ૦ ક્રિ૦ ભાડે રાખવું - આપવું; રોજે - પગારે - નોકરીએ રાખવું. **~-purchase,** ભાડા ખરીદી (પદ્ધતિ). અમુક હપતા આપ્યા પછી જેથી કરીને વસ્તુ ભાડે રાખનારની માલિકીની બને છે તે ખરીદપદ્ધતિ.
hi'reling (હાયર્લિંગ), ના૦ [બહુધા અનાદર.] મહેનતાણું લઈ ને કામ કરનાર ભાડૂતી માણસ.

hir'sute (હર્સ્યૂટ), વિ૦ વાળ – બરછટ નિમાળા–વાળું.

his (હિઝ્), સર્વ૦ **he**નું ષષ્ઠિનું રૂપ.

hiss (હિસ), ના૦ નાપસંદગી વ્યક્ત કરનાર સિસકાર; સુસવાટ, ફૂંફાડો. ઉ૦ ક્રિ૦ સુસવાટો – ફૂંફાડો – કરવો, સિસકાર કરીને અણગમો વ્યક્ત કરવો.

hi'stamine (હિસ્ટમીન), ના૦ શરીરનાં બધાં ઊતકો અથવા કોષોમાં હોતું પ્રતિકૂળ પ્રતિક્રિયાઓ નીપજાવતો એક (ક્ષારક) પદાર્થ.

histo'logy (હિસ્ટૉલજિ) ના૦ સૂક્ષ્મપિંડરચનાશાસ્ત્ર, ઊતકવિજ્ઞાન.

histo'rian (હિસ્ટૉરિઅન), ના૦ ઇતિહાસકાર; ઇતિહાસવેત્તા.

histo'ric (હિસ્ટૉરિક), વિ૦ ઐતિહાસિક, ઇતિહાસ પ્રસિદ્ધ; કલ્પિત કે પૌરાણિક નહીં.

histo'rical (હિસ્ટૉરિકલ), વિ૦ ઇતિહાસનું, ઐતિહાસિક; ઇતિહાસવિષયક; ભૂતકાલીન, ભૂતકાળને લગતું; પૌરાણિક નહીં; અમુક સમયગાળાના વિકાસની ચિકિત્સા કરનારું.

histori'city (હિસ્ટૉરિસિટિ), ના૦ ઐતિહાસિકતા, ઐતિહાસિક ખરાપણું.

historio'graphy (હિસ્ટરિઑગ્રફિ), ના૦ ઇતિહાસલેખન; ઐતિહાસિક લખાણનો અભ્યાસ. **historio'grapher** (-ગ્રફર).

hi'story (હિસ્ટરિ), ના૦ ઇતિહાસ, તવારીખ; ભૂતકાળની ઘટનાઓ, તેનો અભ્યાસ; (ઘટના પ્રચુર) ચરિત્ર; વાર્તા, બયાન.

histrio'nic (હિસ્ટ્રિઑનિક), વિ૦ અભિનયાત્મક; નાટકી. **histrio'nics** (-નિક્સ), ના૦ બ૦ વ૦ નાટકો, નાટ્યકલા, ઇ૦; નાટકી વર્તન (બીજાઓ પર છાપ પાડવા માટેનું).

hit (હિટ), ઉ૦ ક્રિ૦ [**hit**] મારવું, ફટકો મારવો, અસ્ત્ર ફેંકીને મારવું; ફટકો મારવા તાકવું, મુઠ્ઠી ઉગામવી; -ની ઉપર ઊતરી પડવું, (ઓચિંતું) મળી આવવું; -ની ઉપર અસર ઉપજવી – ઉપજાવવી, દુઃખ દેવું, ઈજા પહોંચાડવી; [વાત.] સામસામી આવી જવું, સામનો કરવો. ના૦ ફટકો, આઘાત; ટોણો, કટાક્ષ; સફળ પ્રયત્ન; વિજય. **~ it off,** -ની સાથે સારી રીતે ફાવડાવવું. **~-or-miss,** [વાત.] બેદરકાર, બેપરવા.

hitch (હિચ), ઉ૦ ક્રિ૦ આંચકો મારીને (વસ્તુને) ખસેડવું; દોરડાનો ફાંસો નાખી, આંકડી ઇ૦થી બાંધવું; એવી રીતે બંધાવું; રસ્તે જતા વાહનવાળાને યાચના કરીને તેના વાહનમાં બેસીને જવું. ના૦ આંચકો; એક જાતની ગાંઠ કે ફાંસો; નડતર; થોડો વખત બંધ પડવું તે. **~-hike,** પારકા વાહનને વિનંતી કરીને થોભાવીને તેમાં બેસીને પ્રવાસ કરવો.

hi'ther (હિધર), ક્રિ૦ વિ૦ અહીં, આ જગ્યાએ – તરફ. વિ૦ આ બાજુએ આવેલું, (બેમાંથી) પાસેનું. **~to,** ક્રિ૦ વિ૦ અત્યાર લગી.

hive (હાઇવ), ના૦ મધમાખીઓ માટેનો કૃત્રિમ પૂડો – માળો; ભીડ અને પ્રવૃત્તિથી ધમધમતી જગ્યા. ઉ૦ ક્રિ૦ માળામાં મૂકવું – રહેવું – સંઘરવું, ઇ૦. **~ off,** મોટા જૂથમાંથી અલગ પડવું.

hives (હાઇવ્ઝ્). ના૦ બ૦ વ૦ ચામડી પર થતી ફોલ્લીઓ, વિ૦ ક૦ આગિયાના ચટકાથી થાય છે એવો ચામડીનો સોજો.

H. L., સંક્ષેપ. House of Lords.

h'm, જુઓ **hum**[2].

H. M., સંક્ષેપ. Her or His Majesty('s)

H. M. I., સંક્ષેપ. Her or His Majesty's Inspector.

H.M.S., સંક્ષેપ. Her or His Majesty's Ship.

H. M. S. O., સંક્ષેપ. Her or His Majesty's Stationery Office.

H. N. C., H. N. D., સંક્ષેપ. Higher National Certificate, Diploma.

ho (હો), ઉદ્ગાર૦ વિજય, ઉપહાસ, ઇ૦નો વાચક; ધ્યાન ખેંચવા માટે પણ વપરાય છે.

hoar (હોર). વિ૦ ઘડપણને લીધે ધોળું–ધૂસર–સફેદ. **~-frost,** હિમ, અતિ

ટાઢથી ઠરીને બંધાઈ ગયેલો ઓસ – ઝાકળ.

hoard (હોર્ડ), નાο બાજુએ કાઢી મૂકેલો (પૈસા કે સંપત્તિનો) ભંડાર, ભેગો કરેલો જથ્થો. ઉο ક્રિο ભેગું કરી રાખવું – કરીને બાજુએ મૂકવું, સંગ્રહ કરવો.

hoar'ding (હોર્ડિંગ), નાο મકાન ઇο ફરતે કરેલી કામચલાઉ પાટિયાની વાડ, જે ઘણી વાર જાહેરખબરો ચોડવા માટે વપરાય છે; જાહેરાતો ચોડવા માટે ઊભું કરેલું મોટું પાટિયું કે તેના જેવી રચના.

hoarse (હોર્સ), વિο (અવાજ અંગે) ખોખરો, બેઠેલો; એવા અવાજ કે ઘાંટાવાળું.

hoa'ry (હોરિ, હોઅરિ), વિο ઘડપણને લીધે ધોળું – ભૂખરું, સફેદ; (વાળ અંગે) ધોળું, સફેદ; આદરણીય, પૂજ્ય; જૂનું પુરાણું, અતિસામાન્ય.

hoax (હોક્સ), સο ક્રિο મજાકમાં છેતરવું-બનાવવું. નાο મજાક (માં કરેલી છેતરપિંડી).

hob (હૉબ), નાο ચૂલા પાસે ખોરાક ઇο ગરમ રાખવા માટેની પતરાની છાજલી. **~-nail,** બૂટના તળિયામાં મરાતી જાડા માથાવાળી ખીલી.

ho'bbit (હૉબિટ), નાο નાના કદની કાલ્પનિક જાતિનો માણસ.

ho'bble (હૉબલ), ઉο ક્રિο લંગડાતાં ચાલવું, ખોડાવું; ઘોડો ફાવે ત્યાં દોડી ન જાય તે માટે તેના પગ બાંધવા. નાο લંગડાતી ચાલ; ઘોડા ઇοના પગ બાંધવાનું દોરડું, ડામણ.

ho'bbledehoy (હૉબલ્ડિહૉઇ), નાο અણઘડ છોકરો.

ho'bby[1] (હૉબિ), નાο પોતાના મુખ્ય વ્યવસાય બહારનો શોખનો વિષય – પ્રવૃત્તિ, શોખ. **~-horse,** મૉરિસ નૃત્ય ઇοમાં નર્તકની કેડે બંધાતો નેતરનો ઘોડો; બાળકની ઘોડાના માથાવાળી લાકડી; નીચે પાટિયાં જડેલો ઝૂલવાનો ઘોડો; ચકડોળનો ઘોડો; હંમેશનો મનગમતો વિષય, વળગાડ.

ho'bby[2], નાο નાનું બાજ પક્ષી.

ho'bgoblin (હૉબ્ગૉબ્લિન), નાο તોફાની છોકરું, બારકસ; ભૂત; હાઉ.

ho'b-nob (હૉબ્નૉબ), અο ક્રિο સાથે મદ્યપાન કરવું; અનૌપચારિક – વાતો કરવી (**~ with**).

ho'bo (હોબો), નાο [બο વο **~s**] [અમે.] ફરતો કારીગર; રખડુ.

hock[1] (હૉક), નાο ચોપગાના પાછલા પગના ઘૂંટણ અને ઘૂંટી વચ્ચેનો સાંધો.

hock[2], નાο સફેદ રંગનો જર્મન દારૂ.

hock[3], નાο [અમે.; વિο બોο] સο ક્રિο ગીરો મૂકવું. **in ~,** ગીરો મૂકેલું, કેદમાં પૂરેલું, દેવામાં પડેલું.

ho'ckey (હૉકિ), નાο હૉકી, ગેડીદડો.

hocus-po'cus (હોકસ્-પોકસ), નાο જાદુ કે નજરબંદી (કરવાનો મંત્ર).

hod (હૉડ), નાο ઈંટો ઇο લઈ જવાનું દાંડાવાળું તગારું. **~man,** કડિયાનો મજૂર.

ho'dgepodge (હૉજ્પૉજ), નાο ખીચડો (જુઓ **hotch-potch**).

hoe (હો), નાο પાવડો, (લાંબા હાથાવાળી) ખરપડી. ઉο ક્રિο જમીન ગોડવી – પોચી કરવી; નીંદવું, ખરપડી કે પાવડા વતી નકામું ઘાસ ખોદી નાખવું; પાવડો કે ખરપડી વાપરવી. **~-down,** [અમે.] એક આનંદી નૃત્ય; નર્તકમંડળ.

hog (હૉગ), નાο ડુક્કર વિο કο ખસી કરેલો કતલ માટે પાળેલો; સૂઅર, ડુક્કર; અણઘડ – ખાઉધરો – માણસ. ઉο ક્રિο લોભથી કે સ્વાર્થીપણે પોતાનું કરવું. **go the whole ~,** [વિο બોο] કોઈ વાત કે કામ પૂરેપૂરું કરવું. **~'s back,** ટેકરીની ઊભી ધાર – કરાડ. **~wash,** [લા.] નકામી વસ્તુ.

ho'ggin (હૉગિન), નાο રેતી અને કંકરનું મિશ્રણ.

ho'gmanay (હૉગ્મને), નાο [સ્કૉ.] વરસનો છેલ્લો દિવસ, તે દિવસની ઉજવણી.

ho'gshead (હૉગ્ઝ્હેડ), નાο મોટું પીપ; ૫૦ ગૅલનનું એક માપ.

hoick (હૉઇક), સο ક્રિο ઉપાડવું, આંચકો મારીને બહાર કાઢવું.

hoi'polloi (હૉઇ પૉલૉઇ), ના૦ સામાન્ય લોકો, આમજનતા.

hoist (હૉઇસ્ટ), સ૦ ક્રિ૦ ઉપર ચડાવવું (વિ૦ ક૦ ઝંડો), દોરડા ગરગડીની મદદથી ચડાવવું. ના૦ ઉપર ચડાવવું તે; માલ ઉપર ચડાવવાનું યંત્ર, લિફ્ટ

hoity-toi'ty (હૉઇટિ-ટૉઇટિ), વિ૦ અહંકારી, તોરી, મિજાજી, ચીડિયું. ઉદ્ગાર૦ સાશ્ચર્ય, વાંધા ઇ૦નો દર્શક.

ho'kum (હોકમ), ના૦ [વિ૦બો૦] કૃત્રિમ ભાવના, વાહિયાત નાટકી લાગણીવેડા.

hold[1] (હોલ્ડ), ઉ૦ક્રિ૦ [**held**] પકડવું, પકડી રાખવું; અમુક સ્થિતિમાં પકડી રાખવું; મજબૂત પકડવું; -ના માલિક હોવું; -ના કબજામાં હોવું; -માં સમાવું-સમાવવાની ક્ષમતા હોવી; ચલાવવું, સંચાલન કરવું, ઊજવવું; રોકવું, નિયંત્રણમાં - અટકમાં રાખવું; વિચાર કરવો, માનવું; નમતું ન આપવું; જવાનું ચાલુ રાખવું (લીધેલે રસ્તે); કાયદેસર-અમલમાં જારી-હોવું. ના૦ પકડવું તે, પકડ; કુસ્તીમાં પકડવાની રીત અથવા સાધન, પકડ, દાવ; અસર, પ્રભાવ, (પાડવાનું સાધન). **~all,** પરચૂરણ વસ્તુઓ, બિસ્તરો, ઇ૦ રાખવાનો થેલો. **~ down,** દબાવવું, દાબમાં રાખવું; [વાત.] પોતાની નોકરી કાયમ રાખવા માટે લાયક કે સમર્થ હોવું. **~ forth,** વિગતે અથવા જાહેરપણે બોલવું. **~ in,** કાબૂમાં રાખવું. **~ on,** -ની પકડ ચાલુ રાખવી; ટેલિફોન ચાલુ રાખવો, થોભવું. **~ out,** લાલચ બતાવવી, પ્રતિકાર ટકાવી રાખવો; માગણી ચાલુ રાખવી. **~ over,** મુલતવી રાખવું. **~ up,** નભાવવું; -માં હરકત કરવી, રોકવું; મારવાની ધમકી આપીને લૂંટી લેવું. **~-up,** રસ્તામાં રોકીને કરેલી લૂંટ; રોકાણ, અવરોધ. **~ water,** કસોટી-માં પાર ઊતરવું. **~ with,** [વિ૦બો૦] માન્ય-પસંદ-કરવું.

hold[2], ના૦ તૂતક નીચે વહાણમાં માલ ભરવાની જગ્યા, ભંડક, ભોંયરું.

ho'lder (હોલ્ડર), ના૦ કોઈ પદ, હોદ્દો, ધારણ કરનાર; કશુંક પકડી રાખવાનું સાધન.

ho'lding (હોલ્ડિંગ), ના૦ જમીનના કબજાનો પ્રકાર; માલિકીની જમીન, શેરો, ઇ૦ ભંડોળ. **~ company,** બીજી કંપનીઓના શેરો ધારણ કરવા બનેલી મંડળી (કંપની).

hole (હોલ), ના૦ પોલાણ(વાળી જગ્યા); ગાબડું; દર, રાફડો; છિદ્ર, કાણું; ખાડો, ગલ; [ગોલ્ફ] ગબીમાં દડો નાખતાં મળતા ગુણ; પહેલા ફટકાની ઢગલી (ટી)થી 'ગબી' સુધીનું મેદાન; [વાત.] કંગાળ જગ્યા; દુગ્ધા, ધર્મસંકટ, મૂંઝવણ. ઉ૦ક્રિ૦ -માં કાણું કે કાણાં પાડવાં, ગોલ્ફનો દડો ગબીમાં પહોંચાડવો. **~-and-corner,** ગુપ્ત, છૂપું; ધાલમેલવાળું, ચોરીનું. **ho'ley** (હોલિ), વિ૦.

ho'liday (હૉલિડે), ના૦ રજાનો કે ઉજાણીનો દિવસ, તહેવાર; [બહુધા બ૦વ૦-માં] રજાના દિવસો, લાંબી રજા.

ho'liness (હોલિનિસ), ના૦ પવિત્રતા. **His H~,** પોપ, શંકરાચાર્ય, ઇ૦ માટે વપરાતો માનાર્થક શબ્દપ્રયોગ.

ho'lland (હૉલન્ડ), ના૦ શણનું કાપડ, બહુધા ધોયા વિનાનું - કોરું.

ho'llandaise (હૉલન્ડેઝ઼), ના૦ માખણ, ઈંડાની જરદી, સરકો, ઇ૦નું મલાઈવાળું રાયતું કે ચટણી.

Ho'llands (હૉલન્ડ્ઝ઼), ના૦ હૉલન્ડનો દારૂ (જિન).

ho'ller (હૉલર), ના૦ અને ઉ૦ક્રિ૦ [અમે.] મોટી બૂમ (પાડવી) કે અવાજ (કરવો), તેમ કરીને બોલવું.

ho'llo (હૉલો), **ho'lloa** (હૉલો), ઉ૦ક્રિ૦ બૂમ પાડવી, બૂમ પાડીને બોલાવવું. ના૦ બૂમ, પોકાર.

ho'llow (હૉલો), વિ૦ પોલાણ કે બખોલવાળું, પોલું, નક્કર નહિ, ખાડાવાળું, ખાડા પડેલું; ખાલી; (અવાજ અંગે) ખોખરો, બેઠેલો, પોલો; (ધ્વનિ અંગે) ઊંડાણમાંથી થતો હોય એવો; જૂઠું, દંભી, સચ્ચાઈ વિનાનું. ના૦ પોલાણવાળી જગ્યા;

ખાડો, વિવર; ખીણ. ક્રિવિ૦ સંપૂર્ણપણે. સ૦ક્રિ૦ -માં ખાડો કરવો.

ho'lly (હૉલિ), ના૦ રાતા ટેટા અને કાંટાળાં પાંદડાંવાળું એક સદાપર્ણી ઝાડવું.

ho'llyhock (હૉલિહૉક), ના૦ મોટા દેખાવડાં ફૂલોવાળું એક ઊંચું ઝાડ.

holm (હોમ), ના૦ ~(**-oak**) સદાપર્ણી ઓકનું ઝાડ.

ho'locaust (હૉલકૉસ્ટ), ના૦ આગને લીધે સર્વનાશ, અગ્નિકાંડ; પૂરેપૂરી બળી ગયેલી આહુતિ.

ho'logram (હૉલગ્રૅમ), ના૦ લેઝર કિરણની મદદથી કાઢેલો ફોટો, જ્યારે બીજા લેઝરથી તેને પ્રકાશિત કરવામાં આવે છે ત્યારે ફોટો પાડેલી વસ્તુની ત્રિચામી પ્રતિમા પેદા થાય છે.

ho'lograph (હૉલગ્રાફ), ના૦ અને વિ૦ સંપૂર્ણપણે સ્વલિખિત (દસ્તાવેજ).

ho'lster (હૉલ્સ્ટર), ના૦ પિસ્તોલની ચામડાની કોથળી.

holt (હોલ્ટ), ના૦ પ્રાણીની. વિ૦ક૦ જળ બિલાડીની ભરાઈ રહેવાની જગ્યા, ગુફા, બોડ.

ho'ly (હોલિ), વિ૦ ઈશ્વરનું, ઈશ્વર પ્રત્યે ભક્તિવાળું; દેવાર્પિત, પવિત્ર; નૈતિક અથવા આધ્યાત્મિક દૃષ્ટિથી શ્રેષ્ઠ કોટિનું. ~ **day**, ધાર્મિક પર્વ-ઉત્સવ. **H~ Ghost, H~ Spirit,** ખ્રિસ્તી ત્રિમૂર્તિનું એક તત્ત્વ, પવિત્ર આત્મા. ~ **orders**, બિશપ, પાદરી, અને ડીકનનું પદ -ની પદસ્થાપના. **H~ Thursday,** પવિત્ર સપ્તાહનો ગુરુવાર, સ્વર્ગારોહણદિન. ~ **water,** પવિત્ર કાર્યને અર્પિત પાણી. **H~ Week,** ઈસ્ટર રવિવાર પહેલાંનું અઠવાડિયું. **H~ Writ,** બાઇબલ.

ho'mage (હૉમિજ), ના૦ વફાદારીનો વિધિસરનો જાહેર એકરાર; અભિનંદન, સત્કાર; અંજલિ.

Ho'mburg (હૉમ્બર્ગ), ના૦ નળેલી કોરવાળી બનાતની સુંવાળી ટોપી.

home (હોમ), ના૦ રહેઠાણ, રહેવાનું ઘર; સ્વદેશ; આશ્રયસ્થાન, વિશ્રાન્તિસ્થાન; [રમતગમતોમાં] દોડનારાઓએ પહોંચવાની જગ્યા, ગોલ; પોતાની ભૂમિ પર રમાતી મૅચ, થતી જીત, ઇ૦; વિ૦ સ્વગૃહનું કે સ્વદેશનું -ને લગતું, પારકું કે પરદેશી નહિ; ઘરનું, સ્વદેશી; ટીમની પોતાની ભૂમિ પર રમાતી ઇ૦; પોતા પર ઊંડી અસર કરનારું. ક્રિવિ૦ ઘેર, સ્વદેશ; ધારેલી કે ઇષ્ટ જગ્યાએ. સ૦ક્રિ૦ (કબૂતર અંગે) ઘેર જવું - પહોંચવું; (અસ્ત્ર ઇ૦ અંગે) લક્ષ્ય સુધી દોરાવું. **H~ Counties,** લંડનની આસપાસનાં પરગણાં. ~ **farm,** ધણી પોતે ખેડતો હોય તે ખેતર. ~-**land,** સ્વદેશ. **H~ Office,** ગૃહખાતું, ગૃહમંત્રાલય. **H~ Rule,** સ્વરાજ્ય, હોમરૂલ. ~ **sick,** ઘેર જવાને આતુર - હિજરાતું - ઝૂરતું. ~-**spun,** વિ૦ અને ના૦ ઘેર કાંતેલા સૂતરનું (કાપડ), સાદું અને જાડુંપાતળું (કશુંક). ~**stead,** ઘરવાડી, વાડી. પાસેનાં બેઠાં મકાનોસાથેનું ઘર. ~-**work,** ઘેર કરેલું અથવા કરવાનું કામ, વિ૦ ક૦ વિદ્યાર્થીએ ઘેર કરવાનો પાઠ.

ho'meward (-વર્ડ),વિ૦ અને ક્રિવિ૦.

ho'mewards (-વર્ડ્ઝ), ક્રિ૦ વિ૦.

homely (હોમ્લિ), વિ૦ સાદું, જાડું પાતળું; વિનીત, નિરાડંબરી; [અમે.] કદરૂપું, બેડોળ.

ho'mer (હોમર), ના૦ ઘેર પાછું આવનારું કબૂતર.

Home'rick (હોમે'રિક), વિ૦ હોમર-(કવિ)નું -ની શૈલીવાળું; પરાક્રમી, વીરરસાત્મક.

ho'micide (હૉમિસાઇડ), ના૦ મનુષ્યવધ (કરનાર). **homici'dal** (-સાઇડલ), વિ૦.

homile'tic (હૉમિલે'ટિક), વિ૦ ધર્મોપદેશનું, બોધ આપનારું. **homile'tics** (-કસ), ના૦ બ૦વ૦ પ્રવચનની કળા.

ho'mily (હૉમિલિ), ના૦ ધાર્મિક પ્રવચન; (ઉપદેશાત્મક) ભાષણ.

ho'ming (હોમિંગ), વિ૦ (કબૂતર અંગે) ઊડીને ઘેર આવવા કેળવેલું. ~ **device,**

અસ્થો ઇ૦ના માર્ગ પર નિયંત્રણ કરવાનું સાધન–તંત્ર.

ho'minid (હૉમિનિડ), ના૦ અને વિ૦ વિદ્યમાન અને અશ્મિલ માણસના સસ્તન કુટુંબ કે વર્ગનું (સભ્ય–માણસ).

ho'minoid (હૉમિનૉઇડ), વિ૦ અને ના૦ માનવસદૃશ (પ્રાણી).

ho'miny (હૉમિનિ), ના૦ મકાઈના લોટની રાબ, ભરડકું.

homoeo'pathy (હોમિઑપથિ), ના૦ વ્યાધિનાં જ લક્ષણો દરદીમાં ઉપજાવનારી ઉપચારપદ્ધતિ, સમચિકિત્સા. **ho'moeopath** (હોમિઅપૅથ), ના૦. **homoeo'pathist** (-ઑપથિસ્ટ), ના૦. **homoeopa'thic** (-અપૅથિક), વિ૦ સૂક્ષ્મ.

homogene'ity (હોમોજિનીઇટિ), ના૦ એકરૂપતા, સાધર્મ્ય.

homoge'neous (હોમોજીનિઅસ), વિ૦ એક જ જાતિનું કે સ્વભાવનું; સજાતીય.

homo'genize (હમૉજિનાઇઝ઼), સ૦ ક્રિ૦ મલાઈ જુદી ન પડે એવી પ્રક્રિયા દૂધ પર કરવી.

homo'logous (હમૉલગસ), વિ૦ એક જ સંબંધ અથવા મૂલ્યનું; મળતું, સરખું, અનુરૂપ.

ho'mologue (હૉમલૉગ) ના૦ સમાનધર્મી – સજાતીય – વસ્તુ.

homo'logy (હમૉલજિ), ના૦ સમાન ધર્મિતા, સાધર્મ્ય, સજાતીયતા.

ho'monym (હૉમનિમ), ના૦ સમાનરૂપવાળો પરંતુ ભિન્ન અર્થવાળો શબ્દ. **homo'nymous** (હમૉનિમસ), વિ૦.

ho'mophone (હૉમફોન), ના૦ એક જ ધ્વનિ કે ઉચ્ચારવાળો પણ ભિન્ન અર્થ કે મૂળવાળો શબ્દ.

homose'xual (હોમસે'ક્સ્યુઅલ), વિ૦ અને ના૦ સમલિંગકામી (વ્યક્તિ). **homose'xuality** (-ઍલિટિ), ના૦.

Hon., સંક્ષેપ. honorary; Honourable.

hone (હોન), ના૦ ધાર કાઢવાનો પથ્થર, નિસાણો કે ગોલાઈવાળો કાચ. સ૦ક્રિ૦ તેના પર ઘસીને ધાર કાઢવી.

ho'nest (ઑનિસ્ટ), વિ૦ પ્રામાણિક, નેક; છેતરપિંડી કે ચોરી ન કરનારું, ખોટું ન બોલનારું, સાચા દિલનું, શુદ્ધ સાધનોથી મેળવેલું; શુદ્ધ ચારિત્ર્યવાળું.

ho'nesty (ઑનિસ્ટિ), ના૦ પ્રામાણિકપણું, સચ્ચાઈ; જાંબૂડિયા ફૂલ અને અર્ધપારદર્શક સિંગોવાળો એક છોડ.

ho'ney (હનિ), ના૦ મધ; મીઠાશ; પ્રિયતમા, પ્રેયસી. **~comb,** મધપૂડો, મધુકોશ; ષટ્કોણી રચના. સ૦ક્રિ૦ છિદ્રમય બનાવવું; મધપૂડા જેવી ષટ્કોણી રચના કરવી.

ho'neydew (હનિડ્યૂ), ના૦ વનસ્પતિજૂની હગાર–એક ગળ્યો પદાર્થ; લીલા ગળ્યા માવાવાળી એક જાતની ટેટી.

ho'neyed, ho'nied, (હનિડ), વિ૦ મધુર, ગળ્યું; મધુર અવાજવાળું.

ho'neymoon (હનિમૂન), ના૦ નવપરિણીત દંપતીનો આનંદ માણવાનો કાળ, મધુમાસ: [લા૦] હોંશ અને ઉત્સાહનો પ્રારંભકાળ. અ૦ક્રિ૦ લગ્ન પછીનો સમય (અમુક ઠેકાણે) ગાળવો – માણવા જવું.

ho'neysuckle (હનિસકલ), ના૦ સુગંધી ફૂલવાળો એક વેલો.

honk (હૉંક), ના૦ જંગલી હંસનું બરાડવું–ચીસ, મોટરના ભૂંગળાનો કર્કશ અવાજ. અ૦ક્રિ૦ એવો અવાજ કરવો.

honora'rium (ઑનરે'અરિઅમ), ના૦ [બ૦વ૦ **~s** અથવા **-ria**] વ્યાવસાયિક સેવા માટે માનધન, સન્માન વેતન.

ho'norary (ઑનરરિ), વિ૦ માનાર્થે આપેલું – કરેલું; નિર્વેતન.

honori'fic (ઑનરિફિક), વિ૦ અને ના૦ સન્માનદર્શક (શબ્દ, પદવી, ઇ૦).

honoris cau'sa (ઑનૉરિસ્કાઉઝ઼'), ક્રિ૦ વિ૦ સન્માનાર્થે, આદરના ચિહ્ન તરીકે.

ho'nour (ઑનર), ના૦ બહુમાન, સન્માન; ગૌરવ, પ્રતિષ્ઠા; સત્યનિષ્ઠા; પાતિવ્રત્ય, શીલ; (તે માટે) આબરૂ; વિશેષાધિકાર; સન્માનચિહ્ન, બક્ષેલી પદવી; પરાક્રમ કે કોઈ સિદ્ધિ માટે (વિ.ક. સરકારી) બક્ષિસ –

ઇનામ; [બ.વ.માં] અતિથિઓનું આતિથ્ય - સરભરા; [બ૦વ૦માં] પરીક્ષામાં વિશેષ લાયકાત માટે મેળવેલું માન; તે માટેનો વિશિષ્ટ અભ્યાસક્રમ; સન્માનચિહ્ન; (-ને) ગૌરવ લાવનાર વ્યક્તિ કે બાબત; [ગૉલ્ફ] દડો મારવાનો અગ્રહક; [પત્તાં] હુકમનાં ઉપલાં ચાર કે પાંચ પત્તાં. સ૦ક્રિ૦ -ને વિષે ખૂબ આદર (ભાવ) રાખવો - હોવો; -ને માન આપવું; (હૂંડી) સ્વીકારવી, (ચેકના) પૈસા ચૂકવવા.

ho'nourable (ઑનરબલ), વિ૦ માનને પાત્ર, પ્રતિષ્ઠિત; ધણીને માન આપનારું; માનાર્થે કે હોદ્દાની રૂએ વપરાતું વિશેષણ કે ખિતાબ; માનનીય, નામદાર.

hooch (હૂચ), ના૦ [અમે.બો.] મદ્યાર્ક-વાળો દારૂ, વિ૦ક૦ હલકી જાતનો અથવા ગેર-કાયદે તૈયાર થયેલો, લઠ્ઠો.

hood[1] (હુડ), ના૦ માથું અને ગરદન ઢાંકે એવી ટોપી - ટોપ; યુનિવર્સિટીના ઝભ્ભા ઇ૦ ઉપર પહેરવાનું હુડના જેવું પદવીદર્શક વસ્ત્ર; આકાર અને ઉપયોગમાં 'હુડ' જેવી વસ્તુ; મોટરગાડીની વાળીને નીચે પાડી શકાય એવી છત્રી; [અમે.] મોટરગાડીનું બોનેટ - ઍંજિનનું ઢાંકણું. સ૦ક્રિ૦ 'હુડ' કે ટોપી પહેરાવવી.

hood[2] (હુડ), **hoo'dlum** (હૂડલમ), ના૦ ધાડપાડુ; સશસ્ત્ર લુટારો, ઘાતક ગુનેગાર.

hoo'doo (હૂડૂ) ના૦ [અમે.] દુર્દૈવ કે કમનસીબ (લાવનાર વસ્તુ કે વ્યક્તિ); અનિષ્ટકારી મંત્ર. સ૦ક્રિ૦ અનિષ્ટકારક મંત્ર નાખવો.

hoo'dwink (હુડ્વિંક), સ૦ ક્રિ૦ છેતરવું, ભૂલવવું, આંખે પાટા બાંધવા.

hoo'ey (હૂઇ), ના૦ [વિ. બો.] વાહિયાત વાત.

hoof (હૂફ), ના૦ [બ૦ વ૦ **hoofs** or **hooves**] પગની ખરી; [મશ્કરીમાં] માણસનો પગ. ઉ૦ ક્રિ૦ ખરી પછાડવી; લાત મારવી; [વિ૦ બો૦] ચાલવું; નાચવું.

hook (હુક), ના૦ આંકડો, આંકડી, કડી, હૂક; દાતરડું; મુષ્ટિયુદ્ધમાં વાળેલી કોણી વતી ટૂંકો અને ઝૂલતો ફટકો; [ક્રિ. માં] જરા વળાંકવાળો ઝૂલતો ફટકો. ઉ૦ ક્રિ૦ આંકડા વતી પકડવું, આંકડીઓ વતી મજબૂત બાંધી દેવું, ગલવતી (માછલી) પકડવું, આંકડા વતી બંધ કરવું; [ગૉલ્ફ] દડાને દૂર ડાબી બાજુએ ફટકારવો; [ક્રિકે.] ઑફના દડાને એકદમ ઑન તરફ જરા ઉપરની બાજુએ ફટકારવો; [રુગ્બી ફુટ.] પગવતી દડાને 'સ્ક્રમ'માં રોકવો - પકડીને પાછળ મોકલવો. **~ and eye,** દોરાનો ગાળો અને આંકડીની રચના (ગાજ બટનને મળતી). **~-up,** જોડાણ, વિ૦ ક૦ પ્રસારણ માટે પ્રસારણ સામગ્રીનું આંતરિક જોડાણ. **~-worm,** પ્રાણી કે માણસના આંતરડામાં થતો આંકડી કૃમિ (નો રોગ).

hoo'kah (હૂકે), ના૦ હૂકો.

hooked (હુક્ટ), વિ૦ આંકડાની જેમ વળેલું, આંકડાના આકારનું. **~ on,** [વાત.] -ની લતમાં પડેલું, -થી મોહિત થયેલું.

hoo'ker (હુકર), ના૦ [રુગ્બી ફુટ.] 'સ્ક્રમ'માં આગળની હરોળમાંનો દરેક મેરનો રમનારો; [અમે. બો.] વેશ્યા.

hoo'ligan (હૂલિગન), ના૦ મવાલી, ગુંડો, રસ્તામાં દંગો કરનારો. **hoo'liga-nism** (-નિઝ્મ), ના૦.

hoop (હૂપ), ના૦ લોઢા કે લાકડાનો ગોળપટ્ટો (પીપ ઇ૦ની ફરતે જડવામાં આવતો); છોકરાનું રમવાનું - ગબડાવવાનું - ચક્કર; 'ક્રોકે'ની રમતમાં જેની નીચેથી દડા પસાર કરવાના હોય છે તે લોઢાની કમાન. સ૦ ક્રિ૦ પટાવતી બાંધવું, ઉપર પટો જડવો. **~-la,** ઇનામ મેળવવા માટે કડાં ફેંકવાની રમત.

hoo'poe (હૂપૂ), ના૦ વિવિધરંગી પીંછાં અને ટટાર કરી શકાય એવી કલગીવાળું એક પક્ષી.

hooray' (હૂરે), જુઓ **hurrah.**

hoot (હૂટ), સ૦ ક્રિ૦ ઉપહાસ કે નાપસં-દગી અથવા [વાત.] આનંદ વ્યક્ત કરવા બૂમો પાડવી; હડધૂત કરવું, હુર્યો બોલાવવો; (ઘુવડ અંગે) ઘૂઘૂ કરવું; સીટી - ભૂંગળું - વાગવું અથવા વગાડવું. ના૦ ઉપહાસની

અસ્પષ્ટ બૂમ, હુર્યો; ઍંજિન, મોટરગાડીનું સીંગું, ઇ૦નો અવાજ – બૂમ; ઘુવડનું ઘૂઘૂ. **not care a ~ or two ~s,** જરાય પરવા ન હોવી.

hoo'ter (હૂટર), ના૦ કામ શરૂ કરતી વખતે તથા બંધ કરતી વખતે વગાડાતું ભૂંગળું કે સિસોટી; મોટરનું ભૂંગળું; [વિ૦ બો૦] નાક.

Hoo'ver (હૂવર), ના૦ કચરો ખેંચી લેનારા વાળવા ઝાડવાના યંત્રની એક બનાવટ. **hoover,** સ૦ ક્રિ૦ [વાત.] હૂવર યંત્ર વડે સાફ કરવું.

hop[1] (હૉપ), ના૦ બિયર વગેરે દારૂને સ્વાદિષ્ટ બનાવવા માટે વપરાતાં શંકુ-આકારનાં કડવાં ફળવાળો એક છોડ; [બ૦ વ૦માં] એ ફળો. ઉ૦ ક્રિ૦ 'હૉપ' ફળનો સ્વાદ આપવો; હૉપ્સ ફળ પેદા – ભેગાં – કરવાં. **~sack,** કંતાન ઇ૦નો જાડો કોથળો,

hop[2], ઉ૦ ક્રિ૦ એક પગે કૂદકો મારવો, લંગડી (ઘોડી) કુદાવવી; (પક્ષી ઇ૦ અંગે) કૂદકો મારવો; ઝડપથી – કૂદતાં કૂદતાં જવું – પસાર થવું. ના૦ કૂદકો (મારવો તે), ઘોડી કુદાવવી, તે; કૂદકો; [વાત.] નાચવું; વિમાને જમીન પર ઊતર્યા વિના વટાવેલું અંતર. **~it,** [વિ૦ બો૦] જતો રહે. **~scotch,** સીડી કે પગથિયાંની રમત.

hope (હોપ), ના૦ આશા, ઇચ્છા અને અપેક્ષા; વિશ્વાસ, ભરોસો; આશાનો આધાર; આશા રાખનાર વ્યક્તિ કે વસ્તુ; જેની આશા રાખી હોય તે વસ્તુ, આશા. ઉ૦ ક્રિ૦ આશા – ઇચ્છા અને અપેક્ષા – રાખવી, આશા હોવી.

ho'peful (હોપ્ફુલ), વિ૦ આશાભર્યું; આશાસ્પદ.

ho'pefully (હોપ્ફુલિ), ક્રિ૦ વિ૦ આશાભરી રીતે; [વાત.] [આખા વાકચના વિશેષણ તરીકે] (એવી) આશા છે કે–.

ho'peless (હોપ્લિસ), વિ૦ નિરાશ, નાઉમેદ; નિરુપાય; અપૂરતું; નાલાયક.

ho'pper[1] (હૉપર), ના૦ કૂદકા મારનાર, ખોડી ખાનાર; કૂદકા મારનાર જંતુ – તીડ, કંસારી; (ઘંટીની) ઓરણી.

ho'pper[2], ના૦ 'હૉપ'નાં ફળ ભેગાં કરનાર.

horde (હૉર્ડ), ના૦ તાર્તર અથવા બીજી કોઈ રખડુ જમાતનું ટોળું – ધાડું, મોટું ટોળું અથવા ધાડું.

hor'ehound (હૉરૂહાઉન્ડ), ના૦ કડવા ખુશબોદાર રસવાળીએક ઔષધિ–વનસ્પતિ.

hori'zon (હરાઇઝ઼ન), ના૦ ક્ષિતિજ; દૃષ્ટિ કે વિચારની પહોંચ – મર્યાદા; આકલન કે રસ (લેવા)ની મર્યાદા.

horizo'ntal (હૉરિઝૉન્ટલ), વિ૦ક્ષિતિજની સપાટીને – રેખાને–સમાંતર; સપાટ, આડું (ઊભું નહિ). ના૦ આડી લીટી, સળિયો, ઇ૦.

hor'mone (હૉર્મોન), ના૦ લોહીમાં કે રસમાં ભળીને ઇન્દ્રિયોને, કે શરીરની વૃદ્ધિને ઉત્તેજિત કરનાર શરીરની અંદરની ગ્રંથિઓમાંથી ઝરતો પદાર્થ; એના જેવી જ અસર કરનારો કૃત્રિમ પદાર્થ. **hormo'nal** (-નલ), વિ૦.

horn (હૉર્ન), ના૦ શિંગડું, શૃંગ; શિંગડા જેવી આગળ આવેલી વસ્તુ; શિંગડાનું ઘટક દ્રવ્ય, તેની બનાવેલી વસ્તુ; પીતળનું એક સુષિર વાદ્ય; ચેતવણી આપવા ફૂંકાતું શિંગું. **~beam,** સખત અને ચીવટ મજબૂત લાકડાવાળું એક ઝાડ. **~bill,** ચાંચ પર શિંગડા જેવા ઉપસેલા ભાગવાળું પક્ષી. **~-rimmed,** (ચશ્મા અંગે) શિંગડાની કોર કે ફ્રેમવાળું.

hor'nblende (હૉર્ન્બ્લેન્ડ), ના૦ ઘેરા તપખીરિયા રંગનો એક ખનિજ પદાર્થ, અડદિયા પથ્થર ઇ૦નો ઘટક.

horned (હૉર્ન્ડ), વિ૦ શિંગડાવાળું **~ owl,** માથે શિંગડાં જેવાં પીંછાંવાળું ઘુવડ.

hor'net (હૉર્નિટ), ના૦ એક જાતની મોટી ડંખવાળી ભમરી.

hor'npipe (હૉર્નપાઇપ), ના૦ ખારવાઓનું એક ઉલ્લાસવાળું નૃત્ય, તે માટેની સંગીત રચના.

hor'ny (હૉર્નિ), વિ૦ શિંગડાનું – ના જેવું, કઠણ, સખત.

horo'logy (હરૉલજિ), નાo ઘડિયાળ બનાવવાની વિદ્યા. **horolo'gical** (હૉરલૉજિકલ). વિ૦.

ho'roscope (હૉરસ્કોપ), નાo જન્મ-કુંડલી–પત્રિકા; તેના પરથી કરાતો માણસના ભવિષ્યનો વરતારો.

ho'rrible (હૉરિબલ), વિ૦ ભયંકર, થરથરી છૂટે એવું, ચીતરી ચડે એવું; આઘાત-જનક; [વાત.] દુઃખદાયક.

ho'rrid (હૉરિડ), વિ૦ = **horrible;** [વાત.] અપ્રિય, અણગમતું.

horri'fic (હરિફિક), વિ૦ ગભરાવનારું, ચીતરી ચડાવે એવું.

ho'rrify (હૉરિફાઇ), સoક્રિo થથરાવી નાખવું, ગભરાવવું; આઘાત પહોંચાડવો.

ho'rr'or (હૉરર), નાo ચીતરી, કમ-કમાટી, થથરી; તીવ્ર અણગમો કે ભય; મહાભય; કમકમાટ ઉપજાવનાર વસ્તુ કે માણસ. વિ૦ (સાહિત્ય, ચિત્રપટ, ઇ૦ અંગે) ભય કે સનસનાટી પેદા કરનારું.

hors de co'mbat (ઑરૃડ કોંબા), યુદ્ધ (ક્ષેત્ર)ની બહાર ગયેલું, લડવા અક્ષમ થયેલું.

hors-d'oeuvre (ઑરડ્વર), નાo ક્ષુધોત્તેજક વધારાની, ભોજનની શરૂઆતમાં અપાતી વાની.

horse (હૉર્સ), નાo ઘોડું, અશ્વ; [સમૂહ.] ઘોડદળ; કસરતશાળામાં કૂદકા મારવા માટેનો લાકડાનો ઘોડો; કશુંક મૂકવા કરવા માટે ઘોડો, ઘોડી. અoક્રિo [વાત.] મૂરખ બનાવીને ફેરવવું. **~-box,** ઘોડાને લઈ જવાનું બંધ વાહન. **~-chestnut,** સફેદ, આછા ગુલાબી તથા લાલ ફૂલનાં શંકુઆકાર ઝૂમખાંવાળું શોભાનું ઝાડ, તેનું ફળ. **H~ Guards,** બ્રિટિશ ગૃહરક્ષક સેનાની ઘોડદળની ટુકડી. **~-hair,** ઘોડાની યાળ કે પૂંછડીનો વાળ. **~-laugh,** અટ્ટહાસ્ય. **~man,** (કુશળ) ઘોડેસવાર. **~play,** તોફાની કે ગરબડવાળી રમત. **~power,** કામ કરવાની શક્તિના દરનો એકમ, અશ્વબળ. **~-radish,** મારવાડી (તીખો) મૂળો. **~ sense,** [વાત.] સામાન્ય વહેવારજ્ઞાન. **~shoe,** ઘોડાની નાળ, નાળના આકારની વસ્તુ. **~whip,** ઘોડાનો ચાબુક – સાટકો. સoક્રિo તે વડે (કોઈ ને) ફટકારવું. **~woman,** કુશળ સ્ત્રી ઘોડેસવાર

hor'sy (હૉર્સિ), વિ૦ ઘોડાનું – ના જેવું, (શરતના) ઘોડાને લગતું; રાવત કે જોકીના પોશાક, ભાષા, ઇoનો ડોળ કરનાર.

hor'tative (હૉર્ટટિવ), **hor'tatory** (હૉર્ટટરિ), વિ૦ ઉપદેશાત્મક, પ્રોત્સાહક.

hor'ticulture (હૉર્ટિકલ્ચર), નાo બાગકામ, ઉદ્યાનનિર્માણકલા. **horticu'ltural** (-રલ), વિ૦ **horticu'lturist** (-રિસ્ટ), નાo.

hosa'nna (હૉઝૅનૅ), નાo ઈશસ્તુતિનો અથવા ઈશકૃપા માનવાનો શબ્દ. पाहि माम्।

hose (હોઝ઼), નાo પગનું લાંબું મોજું; [ઇતિ.] ચોરણો; કંતાનની સૂંઢ કે નળ. ઉoક્રિo સૂંઢ કે મોટા નળવતી પાણી પાવું-ધોઈ કાઢવું.

ho'sier (હોઝ઼િઅર), નાo મોજાં વગેરે ગૂંથેલી ચીજો વેચનાર. **ho'siery** (-અરિ), નાo.

ho'spice (હૉસ્‌પિસ), નાo પ્રવાસીઓ માટે ધર્મશાળા, મઠ; અનાથાશ્રમ, રુગ્ણાલય.

ho'spitable, hospi'-(હૉસ્પિટબલ), વિ૦ આતિથ્યશીલ, અતિથિસત્કાર કરનારું.

ho'spital (હૉસ્પિટલ), નાo ઇસ્પિતાલ, રુગ્ણાલય; ધર્માદા સંસ્થા.

hospita'lity (હૉસ્પિટૅલિટિ), નાo આતિથ્ય, પરોણાગત.

ho'spitalize (હૉસ્પિટલાઇઝ઼), સoક્રિo ઇસ્પિતાલમાં દાખલ કરવું-ઉપચાર કરવો. **hospitaliza'tion** (-ઝ઼ેશન), નાo.

host[1] (હોસ્ટ), નાo સમુદાય, ટોળું; [પ્રા.] લશ્કર.

host[2], નાo અતિથિનો સત્કાર–આતિથ્ય-કરનાર, યજમાન; વીશીનો ધણી; જેના પર વાંદો જીવતો હોય તે વૃક્ષ અથવા પ્રાણી.

host[3] નાo પ્રભુભોજનની પવિત્ર રોટી.

ho'stage (હૉસ્ટિજ), નાo સાન, બાનું.

ઓથ; જામીન તરીકે રાખેલું માણસ.

ho'stel (હૉસ્ટલ), ના૦ વિદ્યાર્થીઓ ઇ૦-ની રહેવાની જગ્યા, છાત્રાલય.

ho'stelry (હૉસ્ટલ્રિ), ના૦ [પ્રા.] વીશી.

ho'stess (હૉસ્ટિસ), ના૦ મહેમાનોનું આતિથ્ય કરનાર અથવા રાત્રીક્લબોમાં ઘરાકોનું મનોરંજન કરનાર સ્ત્રી.

ho'stile (હૉસ્ટાઇલ), વિ૦ શત્રુનું; શત્રુતા-વાળું.

hosti'lity (હૉસ્ટિલિટિ), ના૦ શત્રુતા; વિગ્રહ; [બ૦વ૦માં] યુદ્ધના હલ્લા ઇ૦; વિરોધ.

hot (હૉટ), વિ૦ ઊનું, ગરમ, ઉષ્ણ; ખૂબ ગરમ; ગરમી આપનારું, ગરમ લાગનારું; તીખું (તમતમતું); ઉત્સાહી, આતુર; પ્રક્ષુબ્ધ; કુશળ; દુર્ધર્ષ, દુર્નિવાર; (સમાચાર અંગે) તાજા; [વિ૦બો૦; માલ અંગે] ચોરેલો, ચોરીનો. સ૦ક્રિ૦ ગરમ કરવું; [વાત.] ઉત્સાહમાં આવવું. ~ **air,** [વિ૦બો૦] બુકબક, બડાઈ હાંકવી તે. ~**bed**; ઊભરાતું ગરમ ખાતર નાખીને તૈયાર કરેલો ક્યારો; [લા.] વૃદ્ધિ કે વિકાસને અનુકૂળ જગ્યા. ~ **dog,** રોટીના વીંટામાં ચટણી ઇ૦ નાખીને બનાવેલી વાની. ~-**foot,** ભારે અધીરાઈ અને ઉતાવળથી. ~**head,** ગરમ મિજાજનું-ઉતાવળિયું-માણસ. ~**house,** વનસ્પતિ સંવર્ધન માટે કાચનું છાપરું અને દીવાલોવાળું ગરમ કરેલું મકાન. ~ **line,** દૂરનાં સ્થળો વચ્ચે અણીને વખતે સીધો સંપર્ક સાધવાની ટેલિફોન વ્યવસ્થા. ~**plate,** ખોરાક રાંધવા કે ગરમ રાખવા માટે ગરમ કરેલું તવા જેવું પતરું-તવો. ~-**pot,** બાફેલા માંસ અને શાકભાજીની વાની. ~ **seat,** [વિ૦બો૦] વીજળીવાળી ખુરશી; મૂંઝવણવાળી અથવા ભારે મુશ્કેલ પરિસ્થિતિ. ~ **water,** [વાત.; લા.] નામોશી, મુશ્કેલી. ~-**water bottle,** પથારી ગરમ કરવા સારુ ગરમ પાણીની બાટલી, કોથળી, ઇ૦.

ho'tchpotch (હૉચપૉચ) **ho'dge-podge** (હૉજ્પૉજ), ના૦ શંભુમેળો, ખીચડો.

hote'l (હોટે'લ), ના૦ પ્રવાસીઓ માટે રહેવાની સગવડવાળું મોટું મકાન, વીશી.

hote'lier (હોટે'લિઅર), ના૦ હોટલ કે વીશીવાળો.

hough (હૉક), ના૦ પશુના પાછલા પગની ઘૂંટણનો પાછલો ભાગ.

hound (હાઉન્ડ), ના૦ ગંધથી પ્રાણીને પકડી પાડતો શિકારી કૂતરો; નીચ-હલકટ-માણસ. સ૦ક્રિ૦ કૂતરાની મદદથી શિકાર કરવો, -ની પાછળ પડવું, સિસકારવું; આગળ વધવા પ્રેરવું.

hour (આવર), ના૦ કલાક, તાસ; [બ૦વ૦માં] કામનો હંમેશનો નિયત સમય; પ્રત્યક્ષ કૃતિનો સમય; અલ્પ સમય; [બ૦વ૦માં] પ્રાર્થના માટે નીમેલી પ્રાર્થનાની સાત વેળાઓ, તે માટેની પ્રાર્થનાઓ. **small** ~s, મધરાત પછીના વહેલી સવારના કલાકો. **hour'glass,** કલાક-ની શીશી, રેતીનું ઘડિયાળ.

hour'i (હુઅરિ), ના૦ મુસલમાનોના સ્વર્ગની પરી-અપ્સરા.

hour'ly (આવર્લિ), વિ૦ અને ક્રિ૦વિ૦ દર કલાકે (બનતું ઇ૦).

house (હાઉસ), ના૦ [બ૦વ૦ હાઉઝિઝ઼] (રહેવાનું) ઘર, મકાન, ગૃહ; વિશિષ્ટ ઉદ્દેશ કે કામ માટે બંધેલું મકાન; માલ કે પ્રાણીઓ રાખવાનું મકાન; ધાર્મિક સંપ્રદાય (નો મઠ, આશ્રમ, ઇ૦); શાળાનું છાત્રાલય; સંસદ, ધારાસભા, ઇ૦(નું મકાન); પેઢી અથવા સંસ્થા; નાટકશાળા ઇ૦; તેના પ્રેક્ષકો, તેમાં ભજવાતું નાટક; કુટુંબ; કુળ, વંશ. સ૦ક્રિ૦ (હાઉઝ઼) (માણસ ઇ૦ને) ઘરમાં લેવું-આવકારવું; (માલ) ઘરમાં ભરવો; -ને ઘર આપવું, ઘર પૂરાં પાડવાં; ખામણામાં, ખાંચામાં કે વેહમાં બેસાડવું. ~ **arrest,** કોઈને તેના ઘરમાં જ ગોંધી રાખવું-સ્થાન-બદ્ધ કરવું-તે. ~**boat,** ઘરની જેમ રહેવા માટેની હોડી, શિકારા. ~-**bound,** મંદગી ઇ.ને લીધે ઘરની બહાર જવા અસમર્થ. ~**breaker,** જૂનાં મકાનો

તોડી પાડનાર માણસ; ખાતર પાડનાર, ઘરફોડુ, **~keeper**, ઘરખટલો ચલાવનાર સ્ત્રી. **~maid**, ઘરકામ કરનાર સ્ત્રી, કામવાળી. **~-martin**, ઘરમાં માળો બાંધનાર 'માર્ટિન' પક્ષી. **~master**, છાત્રાલયનો ગૃહપતિ. **~ physician, ~ surgeon**, ચોવીસ કલાક ઇસ્પિતાલમાં રહેનાર દાક્તર. **~-plant**, ઘરમાં ઉછેરાતો છોડ. **~-proud**, ઘરની સંભાળ અને સજાવટમાં રચ્યોપચ્યો રહેનાર. **~-trained**, (પાળેલા પ્રાણી અંગે) ઘરમાં ચોખ્ખું રહેતા શીખવેલું. **~-warming**, નવા ઘરમાં રહેવા જવાનો સમારંભ, વાસ્તુ. **~wife**, ગૃહિણી, ઘર ચલાવનાર સ્ત્રી; (હઝિફ) સોયદોરો ઇ૦ સીવણના સામાનની પેટી, **~wifely**, વિ૦. **~-wifery** (-વિફ્રિ), ના૦. **~work**, સફાઈ, રસોઈ, ઇ૦ ઘરકામ.

hou'sehold (હાઉસ્હોલ્ડ), ના૦ ઘર ખટલો, ઘરનાં બધાં માણસો, ઘરનું આખું તંત્ર. **~ troops**, રાજાનું ગણાતું અંગરક્ષક દળ. **~ word**, ઘરમાં રોજ વપરાતો શબ્દ કે કહેણી.

hou'seholder (હાઉસ્હોલ્ડર), ના૦ ગૃહસ્થાશ્રમી, ઘરનો વડો.

hou'sing (હાઉઝિંગ), ના૦ ઘોડાની ઝૂલ – સાજ.

hou'sing[2], ના૦ લોકો માટે રહેઠાણ કે મકાનો (બાંધવાં કે પૂરાં પાડવ તે); સંરક્ષક આવરણ, પેટી, ઇ૦. **~ estate**, વસવાટ માટે યોજેલો એક આખો ભાગ – પ્રદેશ.

hove (હોવ), **heave** નો ભૂ૦કા૦ તથા ભૂ૦કૃ૦.

ho'vel (હોવલ), ના૦ છાપરું, છાપરી, ખોલકું.

ho'ver (હોવર) અ૦ક્રિ૦ (પક્ષી ઇ૦ અંગે) હવામાં એક ઠેકાણે અધ્ધર રહેવું, પાંખ પર તોળાઈ રહેવું; આમતેમ ભમ્યાં કરવું, અનિર્ણીત રહેવું.

ho'vercraft (હોવર્ક્રાફ્ટ), ના૦ [બ૦વ૦ એજ] તરગનૌકા, તેના એંજિનમાંથી નીચે ધકેલાતી હવા પર તરતું વાહન. **ho'ver-train** (-ટ્રેન), ના૦ તરંગ નૌકાની જેમ હવાના ઉશીકા પર ચાલતી ગાડી.

how (હાઉ), ક્રિ૦વિ૦ કેવી રીતે; કેમ (કરીને); કયા સાધનથી, કેવી હાલતમાં; કેટલી હદ સુધી, કયાં સુધી. ના૦ કેવી રીતે કરવું તે. **~beit** (-બીઇટ), ક્રિ૦વિ૦ તો પણ, તથાપિ. **~ever**, ગમે તે રીતે, ગમે તેટલું; તેમ છતાં, તથાપિ. **~soever** (-સોએ'વર), ગમે તેમ, ગમે તેટલું.

how'dah (હાઉડ), ના૦ હાથી પરની બેઠક, અંબાડી.

how'itzer (હવિટ્ઝર), ના૦ એક જાતની ગોળા ઊંચે ફેંકતી ટૂંકી તોપ.

howl (હાઉલ), ઉ૦ક્રિ૦ (કૂતરા ઇ૦ પ્રાણી અંગે) મોટેથી લાંબી બૂમ પાડીને રોવું; શોકાતુર થઈ ને – પોક મૂકીને – રોવું; વેદના ઉપહાસ કે આનંદની લાંબી બૂમ પાડવી; એવી રીતે બોલવું. ના૦ કૂતરો, વરુ, ઇ૦-નો લાંબો મોટો રડવાનો અવાજ; વેદના, ઉપહાસ કે આનંદની ચીસ.

how'ler (હાઉલર), ના૦ દ. અમે.નો એક વાંદરો; [વિ૦બો૦] તરત ધ્યાન ખેંચે, એવી મોટી ભૂલ.

how'ling (હાઉલિંગ), વિ૦ [વિ૦બો૦] આત્યંતિક, હડહડતું

hoy (હૉઇ), ઉદ્ગાર૦ ધ્યાન ખેંચવા વપરાય છે.

hoy'den (હૉઇડન), ના૦ તોફાની છોકરી.

h.p., સંક્ષેપ. hire-purchase; horsepower.

H.Q., સંક્ષેપ. headquarters.

hr., સંક્ષેપ. hour.

H.R.H., સંક્ષેપ. Her or His Royal Highness.

H.T., સંક્ષેપ. high tension.

hub (હબ), ના૦ પૈડાની નાયડી (જ્યાં આરાઓ મળે છે); રસ ઇ૦નું મુખ્યબિંદુ–કેન્દ્ર.

hu'bble-bubble (હબલ્બબલ), ના૦ એક જાતનો હુક્કો.

hu'bbub (હબબ), ના૦ ઘોંઘાટ, કોલાહલ; તોફાન.

hu'bby (હબિ), ના૦ [વાત.] પતિ, ધણી.

hu'ckaback (હકઅબૅક), ના૰ ટુવાલ ઇ૰ માટે જાડું ખરબચડું કાપડ.

hu'ckleberry (હકલ્બે'રિ), ના૰ ઉ. અમે.નું એક ઝાડવું, તેનું ફળ.

hu'ckster (હકસ્ટર), ના૰ ફેરિયો; ભાડૂતી માણસ. ઉ૰ક્રિ૰ રકઝક કરવી (કિંમત ઇ૰ અંગે), ફેરિયાનો ધંધો કરવો.

hu'ddle (હડલ), ઉ૰ક્રિ૰ ફાવે તેમ ઢગલો કરવો – ભીડ કરવી; એક બીજાની હૂંફમાં સુઈ રહેવું. ના૰ ગૂંચવાડો, ધાંધલ; અવ્યવસ્થિત ઢગલો; [વિ૰બો૰] ગુપ્ત સંતલસ.

hue[1] (હ્યૂ), ના૰ રંગ, રંગછટા.

hue[2], ના૰ બૂમ, પોકાર. **~ and cry** ગુનેગાર ઇ૰નો પીછો પકડવા પાડેલો બુમાટો; બૂમાબૂમ, બુમરાણ.

huff (હફ), ઉ૰ ક્રિ૰ ધમકાવવું, દબડાવવું; ખોટું લગાડવું, -ને ખોટું લાગવું; [સોગટાબાજી] સામાવાળાની સોગટી ખાઈ જવી. ના૰ ક્રોધાવેશ, ચીડ. **hu'ffish** (હફિશ), વિ૰. **hu'ffy** (હફિ), વિ૰.

hug (હગ), સ૰ક્રિ૰ જોરથી ભેટવું, છાતીસરસું ચાંપવું; (દરિયાકિનારો, પગથી, ઇ૰ની પાસે રહેવું; -ને વળગવું. ના૰ ગાઢ આલિંગન; (કુસ્તીની) મજબૂત પકડ.

huge (હ્યૂજ), વિ૰ ઘણું મોટું, પ્રચંડ.

hu'gely (હ્યૂજલિ), ક્રિ૰ વિ૰ ખૂબ, અતિશય.

hu'gger-mugger (હગર્ મગર), વિ૰ અને ક્રિ૰ વિ૰ ગુપ્ત(પણે), ચોરીચૂપકી(થી), ગોટાળામાં (પડેલું).

hu'la (હૂલ'), ના૰ -(-**hula**), હવાઈ તરફનું સ્ત્રીનૃત્ય. **~ hoop**, શરીરની આસપાસ ફેરવવાનું મોટું કડું.

hulk (હલ્ક), ના૰ ભાંગેલા વહાણનું ખોખું; અડાબીડ–તોતિંગ–વહાણ; કદાવર–જાડિયો માણસ.

hu'lking (હલ્કિગ), વિ૰ [વાત.] ભારે મોટું; બેડોળ, કઢંગું.

hull[1] (હલ), ના૰ (અનાજનું) છાલું, ફોતરું; (ફળની) છાલ; સ્ટ્રોબેરીનું લીલું વજ. સ૰ ક્રિ૰ છોતરું કાઢી નાખવું, ભરડીને કે ખાંડીને ફોતરાં કાઢવાં, ભરડવું, છડવું.

hull[2], ના૰ વહાણ ઇ૰નું ખોખું–સાટી.

hullabaloo' (હલબલૂ). ના૰ શોરબકોર, કોલાહલ.

hullo' (હલો), ઉદ્ગાર. અને ના૰=**hallo.**

hum[1] (હમ). ઉ૰ ક્રિ૰ મધમાખી કે ભમરડાની જેમ ગણગણવું; સતત ગુંજવું, ધૂમવું; મોં બંધ રાખીને ગાવું. ના૰ ગુંજવું તે, ગુંજન, ગણગણાટ. **hu'mming-bird,** જેની પાંખોનો ગણગણાટ જેવો અવાજ થાય છે તે પક્ષી.

hum[2], **h'm,** (હમ્), ઉદ્ગાર૰ આનાકાની, સંદેહ, ઇ૰નો સૂચક. ના૰ અને ઉ૰ ક્રિ૰ આવો ઉદ્ગાર (કાઢવો).

hu'man (હ્યૂમન), વિ૰ માનવીના વિશિષ્ટ ગુણોવાળું, માનવ, માનવીય; માનવોનું બનેલું; માનવોચિત; દૈવી, પ્રાણીનું કે યાંત્રિક નહિ. ના૰ માનવ, મનુષ્ય, (પ્રાણી). **~ interest,** (છાપા ઇ૰ની વાર્તા અંગે) વ્યક્તિગત લાગણીઓ જેમાં સંડોવાઈ હોય એવું. **~ rights,** (ન્યાય્ય ગણાતા) માનવીય અધિકારો.

hu'mane (હ્યૂમેન), વિ૰ પરોપકારી, દયાળુ; (વિદ્યાની શાખા અંગે) સંસ્કારિતાસંવર્ધક.

hu'manism (હ્યૂમનિઝ્મ), ના૰ ઈશ્વર કે કુદરત નહિ, પણ માનવ(નું હિત) જ સર્વોપરી છે એમ માનનાર વિચારસરણી, માનવતાવાદ; સાહિત્ય અને સંસ્કૃતિનું પુનર્જીવન: માણસની જરૂરિયાતો પર ભાર મૂકીને માણસને લગતા સવાલો બૌદ્ધિક માર્ગે ઉકેલવ નો સિદ્ધાન્ત. **hu'manist** (-નિસ્ટ), ના૰. **humani'stic** (-નિસ્ટિક), વિ૰.

humanita'rian (હ્યુમૅનિટે'અરિઅન), ના૰ અખિલ માનવજાતિના કલ્યાણ તરફ ધ્યાન આપનાર; પરોપકારી–લોકોપયોગી–માણસ. વિ૰ લોકોપકારી. **humanita'rianism** (-રિઅનિઝ્મ), ના૰.

huma'nity (હ્યુમૅનિટિ). ના૰ માનવસ્વભાવ, માનવતા; માનવજાતિ; પરોપકારિતા; [બ૰વ૰માં] માનવ સંસ્કૃતિને લગતી વિદ્યાઓ અથવા સાહિત્ય(નો અભ્યાસ).

hu'manize (હ્યૂમનાઇઝ઼), ઉ૦ક્રિ૦ મનુષ્ય (જેવું) કે દયાળુ બનાવવું-બનવું. **humaniza'tion** (-ઝ઼ેશન), ના૦.

hu'manly (હ્યૂમન્લિ), ક્રિ૦ વિ૦ માનવીય રીતે, માનવીય શક્તિ અનુસાર, માનવીય દૃષ્ટિ(કોણ)થી.

hu'mble (હમ્બલ), વિ૦ નમ્ર, વિનયશીલ; નીચું, હલકું. સ૦ ક્રિ૦ નીચું-હલકું-પાડવું; અભિમાન તોડવું. **eat ~ pie**, અપમાન ઇ૦ ખમી લેવું.

hu'mble-bee (હમ્બલ્બી), ના૦ ભમરો, ભ્રમર.

hu'mbug (હમ્બગ), ના૦ ધતિંગ, ઢોંગ, છેતરપિંડી; અર્થહીન વાત; ઢોંગી માણસ; પીપરમિન્ટના સ્વાદવાળી ઉકાળીને બનાવેલી મીઠાઈ. સ૦ક્રિ૦ છેતરવું, ભમાવવું, બનાવવું.

hu'mdinger (હમ્ડિંજર). ના૦ [વિ૦ બો૦] અસામાન્ય-અદ્વિતીય-વ્યક્તિ કે વસ્તુ.

hu'mdrum (હમ્ડ્રમ), વિ૦ સાવ સામાન્ય કોટિનું; નીરસ, જડ.

hu'merus (હ્યૂમરસ), ના૦ [બ૦વ૦ **-ri** -રાઈ] બાહુનું હાડકું, ભુજાસ્થિ. **hu'meral** (-રલ), વિ૦.

hu'mid (હ્યૂમિડ), વિ૦ ભેજ-ભીનાશવાળું.

humi'dity (-ડિટિ), ના૦ ભીનાશ, ભેજ, હવા; વિ૦ ક૦ વાતાવરણમાં ભેજનું પ્રમાણ.

hu'midor (હ્યૂમિડોર), ના૦ તમાકુને કે સિગારેટોને ભીની રાખવાની પેટી.

humi'liate (હ્યુમલિએટ), સ૦ ક્રિ૦ હલકું પાડવું. -નું માન-ગર્વ-ઉતારવો; -નું નાક કાપવું. **humilia'tion** (-એશન), ના૦.

humi'lity (હ્યુમિલિટિ), ના૦ દીનતા, નમ્રતા; ગરીબાઈ.

hu'mmock (હમક), ના૦ ઊંચાણ(વાળી જમીન), ટેકરો.

hu'morist (હ્યૂમરિસ્ટ), ના૦ વિનોદી વક્તા, લેખક, નટ, ઇ૦.

hu'morous (હ્યૂમરસ), વિ૦ રમૂજી, વિનોદી, રમૂજથી ભરેલું, હાસ્યજનક.

hu'mour (હ્યૂમર), ના૦ મનોદશા, મરજી, તબિયત, મનોવૃત્તિ; હાસ્યાસ્પદ વસ્તુ જોવાની શક્તિ, વિનોદવૃત્તિ; હાસ્યજનકતા; [ઇતિ.] શરીરમાંના ચાર રસો કે ધાતુઓમાંનો કોઈ એક. સ૦ ક્રિ૦ સંતુષ્ટ કરવું, -ની મરજી સાચવવી **sense of ~** વિનોદવૃત્તિ, હાસ્યરસજ્ઞતા.

hump (હમ્પ), ના૦ પીઠની ખૂંધ, ઊંટનો ઢેકો; માટીનો ગોળ ઊંચાણવાળો ઢગલો; [વિ૦ બો૦] ખિન્ન મનોદશા, વિષાદ. સ૦ ક્રિ૦ ખૂંધના આકારનું બનાવવું; ત્રાસ દેવો, પજવવું; [વિ૦ બો૦] ઉપર ચડાવવું, ખભે લેવું. **~back**, ખૂંધવાળો વાંસો; ખૂંધું માણસ. **~(back)bridge**, ઉપર જવા માટે સીધા ચડાણવાળો પુલ.

humph (હંફ), ઉદ્ગાર૦ શંકા કે નારાજીનો દર્શક.

hu'mus (હ્યૂમસ), ના૦ મરી ગયેલી વનસ્પતિની માટી, ખાતર; વનસ્પતિની ફૂગ.

hunch (હંચ), ના૦ જાડો કકડો, ઢીમચું; ખૂંધ, ઢેકો; ભાવી આપત્તિની લાગણી, સહજ આશંકા. સ૦ ક્રિ૦ ખૂંધ પડે એવી રીતે ખભામાંથી વાંકું વળવું; ખૂંધ કે ઢેકો થાય એવી રીતે ઉપર ઉપસાવવું. **~back(ed)**, ખૂંધવાળું, ખૂંધ નીકળેલું.

hu'ndred (હંડ્રિડ), વિ૦ અને ના૦ સો(૧૦૦); પરગણાનો પેટા ભાગ, પેટામહાલ. **~weight**, ૧૧૨ રતલ; [અમે.] ૧૦૦ રતલ. **hu'ndredfold** (-ફોલ્ડ), વિ૦ અને ના૦. **hu'ndredth** (-ડ્રિડ્થ) વિ૦ અને ના૦.

hung (હંગ), **hang**નો ભૂ૦ કા૦ તથા ભૂ૦ કૃ૦.

hu'nger (હંગર), ના૦ ભૂખ, ક્ષુધા; તીવ્ર ઇચ્છા, તૃષ્ણા. અ૦ ક્રિ૦ ભૂખ લાગવી, -ને માટે ઇચ્છા કરવી **~-strike**, ભૂખહડતાળ.

hu'ngry (હંગ્રિ), વિ૦ ભૂખ્યું; આતુર; (જમીન) કસ વિનાની.

hunk (હંક), ના૦ કાપેલો મોટો કકડો, ઢીમચું.

hunt (હન્ટ), ઉ૦ ક્રિ૦ જંગલી પ્રાણીને મારવા માટે પીછો પકડવો, -ના શિકારે જવું; -ની શોધખોળ કરવી; ભગાડવું. ના૦ શિકાર (કરવો તે), મૃગયા; શિકાર કરનારી

ટોળી; શિકાર કરવાનો પ્રદેશ. **~ ball**, શિકારીમંડળે આપેલો નૃત્યને જલસો. **~sman**, શિકારી, શિકારી કૂતરાઓનો હવાલો સંભાળનાર. **hunting-ground**, શિકારનું ક્ષેત્ર.

hu'nter (હન્ટર), ના૦ શિકારી, પારધી; શિકારનો ઘોડો; ઢાંકણાવાળું ઘડિયાળ. **hu'ntress** (હન્ટ્રિસ), ના૦ સ્ત્રી.

hur'dle (હર્ડલ), ના૦ કામચલાઉ વાડ કે આડ માટે સળિયા કે જાળીવાળું આમ તેમ ફેરવી શકાય એવું ચોકઠું, સાંતરાય દોડ (**~-race**)ની હરીફાઈમાં કૂદકો મારીને જવા મ ટેનું એવું ચોકઠું; [બ૦ વ૦ માં] સાન્તરાય દોડ; [લા.] વિઘ્ન, અંતરાય. અ૦ ક્રિ૦ સાંતરાય દોડમાં દોડવું.

hur'dler (હર્ડ્લર), ના૦ સાંતરાય દોડની શરતમાં દોડનાર; અંતરાય નાખનાર.

hur'dy-gurdy (હર્ડિગર્ડિ), ના૦ હાથો ફેરવીને વગાડવાનું નીચલા સ્વરવાળું વાદ્ય; [વાત.] પીપાકૃતિ વાદ્ય.

hurl (હર્લ), સ૦ ક્રિ૦ જોરથી ફેંકવું. ના૦ જોરથી ફેંકવું તે, જોરદાર ફેંક.

hur'ley (હર્લિ), ના૦ હૉકીને મળતી એક આઇરિશ રમત.

hur'ly-burly (હર્લિબર્લિ), ના૦ ખળભળાટ, ધકાધકી, તોફાન.

hurrah' (હુરા), **hurray'**, **hooray** (-રે) ઉદ્ગાર૦ અને ના૦ આનંદ અને પસંદગી વ્યક્ત કરનારી (બૂમ), જયજયકાર. અ૦ ક્રિ૦ વાહવાહ કરવી, જય બોલાવવી.

hu'rricane (હરિકન), ના૦ વાવાઝોડું, વાવંટોળિયો, ચક્રવાત. **~-lamp**, પવનમાં હોલવાય નહિ એવું ફાનસ.

hu'rry (હરિ), ના૦ ખૂબ ઉતાવળ, ધાઈ, આતુરતા; ઉતાવળની જરૂર. ઉ૦ ક્રિ૦ ઉતાવળ કરવી - કરાવવી, ઉતાવળથી જવું-કરવું અથવા કરાવવું. **~-scurry**, વિ૦ દોડાદોડ, ધાંધલ, ક્રિ૦ વિ૦ દોડાદોડ કરીને, અવ્યવસ્થિતપણે અને ઉતાવળથી. **hu'rried** (હરિડ), વિ૦ ઉતાવળું; ઉતાવળથી કરેલું. **~ly**, ક્રિ૦ વિ૦.

hurst (હર્સ્ટ), ના૦ જંગલ, જંગલવાળો ટેકરો.

hurt (હર્ટ), ઉ૦ ક્રિ૦ [**hurt**] ઈજા કરવી, વગાડવું; નુકસાન કરવું-પહોંચાડવું; દુઃખ દેવું, દુભાવવું, માઠું લગાડવું; [વાત.] વેદના-દુઃખ-સહન કરવું. ના૦ ઈજા, જખમ હાનિ. **hur'tful** (-ફુલ). વિ૦.

hur'tle (હર્ટલ), અ૦ ક્રિ૦ ખડખડાટ કે સુસવાટો કરતાં ઝડપથી જવું; ધબ દઈ ને પડી જવું.

hus'band (હઝ્બન્ડ), ના૦ પતિ, ધણી. સ૦ ક્રિ૦ કરકસરથી ચલાવવું-વાપરવું. **~man**, ખેડૂત.

hu'sbandry (હસ્બન્ડ્રિ), ના૦ કૃષિ; કરકસર.

hush (હશ), ઉ૦ ક્રિ૦ શાંત-ચૂપ-કરવું કે થવું. ના૦ શાંતતા. **~-hush**, [વાત.] અત્યંત ગુપ્ત **~-money**, ચૂપ બેસવા-મોઢું દાબવા-આપેલી રુશવત. **~ up**, (સાચી વાત) દાબી દેવું.

husk (હસ્ક), ના૦ ફળ કે બીજનું છોતરું, છાલ, ઇ૦. સ૦ ક્રિ૦ છાલાં, છોતરાં, કાઢવાં.

hu'sky[1] (હસ્કિ). વિ૦ છાલાં છોતરાંવાળું -ના જેવું સૂકું; ખોખરું, કર્કશ; [વાત.] મજબૂત, શક્તિશાળી અને જુસ્સાવાળું.

hu'sky[2], ના૦ એસ્કીમોનો કૂતરો.

hussar' (હુઝાર), ના૦ હલકાં હથિયારવાળો ઘોડદળનો સિપાઈ.

hu'ssy (હસિ), ના૦ ઉદ્ધત છોકરી; હલકટ સ્ત્રી,

hu'stings (હસ્ટિંગ્ઝ), ના૦ (પાર્લમેન્ટની) ચૂંટણીનું કામકાજ.

hu'stle (હસલ), ઉ૦ ક્રિ૦ -ને જોરથી હડસેલો મારવો, ધકેલવું; ધક્કાધક્કી કરવી; ઉતાવળ-ધાંધલ કરવી; ભીડમાં ઘૂસવું-ઘૂસીને રસ્તો કરવો. ના૦ ભીડ કરવી-ભીડમાં ઘૂસવું-તે, ધાંધલ, ધક્કાધક્કી.

hut (હટ), ના૦ ઝૂંપડી, છાપરી; લશ્કરની બરાક.

hutch (હચ), ના૦ સસલાં ઇ૦ માટે પેટી કે ખોખા જેવું ઘર.

hy'acinth (હાયસિંથ). ના૦ વિવિધ

રંગનાં ઘંટડીના આકારનાં ફૂલ અને કાંદાવાળો છોડ; 'ઝિરકન' (રત્ન)ની નારંગી જાત.

hyae'na(હાઇઈન), ના૰ જુઓ **hye'na.**

hy'brid (હાઇબ્રિડ), ના૰ ભિન્ન જાતિના પ્રાણી કે વનસ્પતિમાંથી પેદા થયેલું પ્રાણી કે વનસ્પતિ, વર્ણસંકર. વિ૰ સંકરજનિત, ભિન્નજાતીય, મિશ્ર ઓલાદનું. **hy'bridism** (-ડિઝ્મ) ના૰. **hybridiza'tion** (-ડાઇઝ઼ેશન), ના૰. **hy'bridize** (-ડાઇઝ઼), ઉ૰ક્રિ૰.

hy'dra (હાઇડ્રૅ), ના૰ જેનો સમૂળ નાશ કરવો અશક્યપ્રાય છે એવી વસ્તુ; પાણીમાં રહેતો સાપ; મીઠા પાણીમાં રહેતું એક પ્રાથમિક સ્વરૂપનું પ્રાણી.

hydra'ngea (હાઇડ્રૅન્જ), ના૰ સફેદ, વાદળી કે આછા ગુલાબી ફૂલોનાં ગોળ ઝૂમખાંવાળો એક છોડ.

hy'drant (હાઇડ્રન્ટ), ના૰ બંબાવાળાની સૂંઢ જોડીને પાણી લઈ શકાય એવો મોટો નળ.

hy'drate (હાઇડ્રિટ). ના૰ પાણીના રાસાયણિક સમાસ સાથે ભળેલો બીજો કોઈ સમાસ. ઉ૰ ક્રિ૰ પાણી સાથે ભળી જવું – ભેળવી દેવું. **hydra'tion** (-ડ્રેશન), ના૰.

hydrau'lic (હાઇડ્રોલિક), વિ૰ (પ્રવાહી અંગે) નળ ઇ૰ દ્વારા લઈ જવાતું; જલશક્તિ સાથે સંબંધવાળું; (સિમેન્ટ અંગે) પાણીમાં કઠણ થતું. **hydrau'lics** (-લિક્સ), ના૰બ૰વ૰ નળો વાટે ગતિ આપનાર શક્તિ તરીકે પાણી ઇ૰ લઈ જવાનું શાસ્ત્ર, જલઅભિયાંત્રિકી.

hy'dro (હાઇડ્રો), ના૰ [બ૰વ૰ ~s; વાત.] જલોપચારની સગવડવાળી હોટલ; જલવિદ્યુત્ શક્તિ-ઉત્પાદક યંત્ર.

hy'dro- (હાઇડ્ર-) સંયોગીરૂપ. પાણી; હાઇડ્રોજન સાથે મળેલું.

hydrocar'bon (હાઇડ્રકાર્બન), ના૰ હાઇડ્રોજન અને કાર્બનનો સમાસ.

hydroce'phalus (હાઇડ્રસે'ફલસ), ના૰ જેમાં ખોપરીમાં રક્તોદક ભેગું થાય છે એવો મગજનો એક રોગ; જલશીર્ષ.

hydrocepha'lic (-સિફૅલિક), વિ૰.

hydroce'phalous (-સે'ફલસ), વિ૰.

hydrodyna'mics(હાઇડ્રડાઇનૅમિક્સ), ના૰ બ૰વ૰ એકવચની તરીકે વપરાતું. દ્રવ – જલ – ગતિશાસ્ત્ર, જલગતિકી.

hydroele'ctric (હાઇડ્રોઇલે'ક્ટ્રિક), વિ૰ જળશક્તિનો ઉપયોગ કરીને વીજળી પેદા કરનારું; (વીજળી અંગે) જલશક્તિ વડે પેદા થયેલ.

hy'drofoil (હાઇડ્રફૉઇલ), ના૰ વહાણ ચાલુ થતાં તેની સાટીને પાણીની ઉપર ઉઠાવવા માટે સાટી નીચે જડેલી પટ્ટીઓ ઇ૰(ની રચના), એવી પટ્ટીઓ ઇ૰(ની રચના)થી સજ્જ વહાણ.

hy'drogen (હાઇડ્રજન), ના૰ વર્ણહીન, ગંધહીન, એવો એક હલકો ગૅસ (વાયુ), જે પ્રાણવાયુ સાથે ભળતાં પાણી પેદા થાય છે. **~ bomb,** પ્રચંડ શક્તિવાળો હાઇડ્રોજન બૉંબ.

hydro'genate (હાઇડ્રૉજનેટ), સ૰ક્રિ૰ -માં હાઇડ્રોજન ભળવું – ભેળવવું. **hydrogena'tion** (-નેશન), ના૰. **hydro'genous** (-ડ્રૉજિનસ), વિ૰.

hydro'graphy (હાઇડ્રૉગ્રફિ), ના૰ સમુદ્રો, સરોવરો, નદીઓ, ઇ૰નો શાસ્ત્રીય અભ્યાસ.

hy'drolyse (હાઇડ્રલાઇઝ઼), સ૰ક્રિ૰ જલવિશ્લેષણની પ્રક્રિયાથી વિઘટિત કરવું.

hydro'lysis (હાઇડ્રૉલિસિસ), ના૰ પાણીની રાસાયણિક અસર દ્વારા પદાર્થનું વિઘટન, જલીય વિચ્છેદન. **hydroly'tic** (-ડ્રલિટિક), વિ૰.

hydro'meter (હાઇડ્રૉમિટર), ના૰ પ્રવાહી પદાર્થોનું ઘનત્વ માપવાનું સાધન.

hydro'pathy (હાઇડ્રૉપથિ), ના૰ જલોપચાર, જલચિકિત્સા. **hydropa'thic** (-ડ્રપૅથિક), વિ૰.

hydropho'bia (હાઇડ્રફોબિઅ), ના૰ પાણી વિષે અણગમો -ની બીતિ, હડકવા થયાના લક્ષણ તરીકે; હડકવા. **hydropho'bic** (-ફોબિક), વિ૰.

hy'droplane (હાઇડ્રપ્લેન), ના૰ પાણડૂબી(સબમરીન)ને પાણીની ઉપર નીચે

જવામાં મદદ કરનાર માછલીની પાંખ જેવી એક રચના; હલકી ઝડપી મોટર બોટ.

hydropo'nics (હાઇડ્રૉપૉનિક્સ), ના૦ બ૦વ૦ જમીન વિનાની પાણીની ખેતી, જલકૃષિ, (પાણીમાં રાસાયણિક દ્રવ્યો નાખીને કરાતી).

hydrosta'tic (હાઇડ્રસ્ટૅટિક). વિ૦ સ્થિર પ્રવાહીશાસ્ત્રનું – સંબંધી. **hydrosta'tics** (-ટિક્સ), ના૦બ૦વ૦ સ્થિર પ્રવાહીશાસ્ત્ર.

hy'drous (હાઇડ્રસ), વિ૦ પાણીવાળું.

hye'na, hyae'na, (હાઇઈન'), ના૦ તરસ, ઝરખ.

hy'giene (હાઇજીન) આરોગ્ય (સંરક્ષણ) શાસ્ત્ર, જાહેર સ્વચ્છતાનું શાસ્ત્ર. **hygie'nic** (-નિક) વિ૦. **hygie'nist** (-નિસ્ટ), ના૦.

hygro'meter (હાઇગ્રૉમિટર), ના૦ હવામાં રહેલી ભીનાશ માપવાનું સાધન, આર્દ્રતામાપક.

hygrosco'pic (હાઇગ્રસ્કૉપિક), વિ૦ (વિ૦ક૦ હવામાંના) ભેજનું શોષણ કરનારું, આર્દ્રતાશોષી.

hy'men (હાઇમે'ન), ના૦ સ્ત્રીની યોનિનું આવરણ, યોનિચ્છદ.

hymeno'pterous (હાઇમે'નૉપ્ટરસ), વિ૦ અન્તસ્ત્વચાની ચાર પાંખોવાળું.

hymn (હિમ), ના૦ ભજન, સ્તોત્ર. સ૦ ક્રિ૦ સ્તોત્ર ઇ૦ ગાવું – ગાઈ ને સ્તુતિ કરવી.

hy'mnal (હિમ્નલ), વિ૦ સ્તોત્રોનું–ને લગતું. ના૦ ભજનાવલી.

hy'mnody (હિમ્નડિ), સ્તોત્રગાયન; સ્તોત્રરચના; સમગ્ર સ્તોત્રસમૂહ.

hymno'logy (હિમ્નૉલજિ), ના૦ સ્તોત્રશાસ્ત્ર–રચના–સંગ્રહ. **hymno'logist** (-જિસ્ટ), ના૦.

hy'oscine (હાયસીન), ના૦ શામક દવા તરીકે વપરાતું એક ઝેરી અમ્લસંયોગી.

hyper-(હાઇપર-), ઉપ૦ સામાન્ય કરતાં વધુ, અતિ.

hyper'bola (હાઇપર્બલ), ના૦ અતિપરવલય, [રેખા ગ.] શંકુના પહોળા ખૂણાના છેદથી થયેલી આકૃતિ. **hyperbo'lic** (-બૉલિક), વિ૦.

hyper'bole (હાઇપર્બલિ), ના૦ અતિશયોક્તિ (અલંકાર). **hyperbo'lical** (-બૉલિકલ), વિ૦.

hypercri'tical (હાઇપર્ક્રિટિકલ), વિ૦ અતિટીકાખોર.

hy'permarket (હાઇપર્માર્કિટ), ના૦ પોતાની મેળે વસ્તુઓ પસંદ કરી લેવાની સગવડવાળો ખૂબ મોટો ભંડાર.

hyperse'nsitive (હાઇપર્સે'ન્સિટિવ), વિ૦ અતિસંવેદનશીલ, અતિલાગણીવાળું, આળું.

hyperso'nic (હાઇપર્સૉનિક), વિ૦ ધ્વનિની ગતિથી પાંચગણી કરતાં વધુ ગતિઓને લગતું.

hyperte'nsion (હાઇપર્ટે'ન્શન), ના૦ લોહીનું અતિ ઊંચું દબાણ, ભારે માનસિક તાણ.

hyper'trophy (હાઇપર્ટ્રફિ), ના૦ અતિપોષણને લીધે કોઈ અંગની અતિવૃદ્ધિ, અતિવૃદ્ધિનો વિકાર. **hypertro'phic** (-ટ્રૉફિક), વિ૦. **hyper'trophied** (-ટ્રફિડ), વિ૦.

hy'phen (હાઇફન), ના૦ શબ્દોને જોડવાનું કે અલગ પાડવાનું ચિહ્ન (-), સંયોગ ચિહ્ન-રેખા. સ૦ ક્રિ૦ વચ્ચે સંયોગ ચિહ્ન મૂકવું, સંયોગ ચિહ્ન મૂકીને અલગ પાડવું.

hy'phenate (હાઇફનેટ), સ૦ ક્રિ૦ સંયોગ ચિહ્નથી જોડવું અથવા અલગ પાડવું.

hypno'sis (હિપ્નોસિસ), ના૦ [બ૦વ૦ **-oses** –ઓસીઝ] કૃત્રિમ રીતે આણેલી ગાઢ નિદ્રાવસ્થા, જેમાં માણસ બાહ્ય પ્રેરણા કે સૂચનથી જ કામ કરે છે, સંમોહન દ્વારા આણેલી મૂર્છા.

hypno'tic (હિપ્નૉટિક), વિ૦ કૃત્રિમ નિદ્રા કે મૂર્છાને લગતું–નિદ્રા કે મૂર્છા આણનારું. ના૦ નિદ્રા કે મૂર્છા આણનાર વસ્તુ.

hy'pnotism (હિપ્નટિઝ્મ), ના૦ ગાઢ નિદ્રાવસ્થા (પેદા કરવી તે); સંમોહનવિદ્યા. **hy'pnotist** (-ટિસ્ટ), ના૦. **hy'pno-**

tize (-ટાઇઝ઼), સ૦ ક્રિ૦.

hy'po (હાઇપો), ના૦ [ફોટો.] ફોટોની છાપ કાયમ કરવા માટે વપરાતું એક પ્રવાહી રાસાયણિક દ્રવ્ય-મિશ્રણ, સોડિયમ થાયોસલ્ફેટ.

hy'pocaust (હાઇપકૉસ્ટ), ના૦ [રોમન પુરા.] મકાન કે હમામખાનાને ગરમ રાખવા માટે ભોંય નીચે ગરમ હવાનો નળ.

hypocho'ndria (હાઇપકૉન્ડ્રિઅ), ના૦ પોતાની તબિયત વિષે ચિન્તા(નો રોગ), રોગભ્રમ.

hypocho'ndriac (-ઍક), ના૦ રોગનો ભ્રમ સેવનાર. વિ૦ રોગભ્રમનું.

hypo'crisy (હિપૉક્રસિ), ના૦ ઢોંગ, દંભ, મિથ્યાચાર, પાખંડ.

hy'pocrite (હિપક્રિટ), ના૦ ઢોંગી-દંભી-માણસ, વેષધારી. **hypocri'tical** (-ટિકલ), વિ૦ ઢોંગી.

hypoder'mic (હાઇપડર્મિક), વિ૦ (દવા અંગે) ચામડી નીચે દાખલ કરવાનું-કરેલું. ના૦ ચામડી નીચે આપવાનું ઇન્જેક્શન, તે આપવાની પિચકારી. ~ **needle, syringe,** એવું ઇન્જેક્શન આપવાની સોય અથવા પિચકારી.

hypo'stasis (હાઇપૉસ્ટસિસ), ના૦ [બ૦ વ૦ **-stases,** ઉ. -સ્ટસીઝ઼] [તત્ત્વ.] અંદર રહેલું તત્ત્વ; [ઈશ્વર.] ખ્રિસ્તી ત્રિમૂર્તિમાંનું કોઈ પણ એક તત્ત્વ. **hyposta'tic** (-પસ્ટૅટિક), વિ૦.

hypo'tenuse (હાઇપૉટન્યૂઝ઼), ના૦ [રેખા ગ.] કાટખૂણ ત્રિકોણમાં કાટખૂણાની સામેની બાજુ, કર્ણ.

hypother'mia (હાઇપથર્મિઅ), ના૦ [વૈદક] શરીરનું તાપમાન હમેશ કરતાં નીચું હોવાની સ્થિતિ.

hypo'thesis (હાઇપૉથિસિસ), ના૦ [બ૦ વ૦. **-theses**-થિસીઝ઼] ગૃહીત-માની લીધેલી-વાત; [રેખા ગ.] પૂર્વસિદ્ધાન્ત.

hypothe'tical (હાઇપથે'ટિકલ), વિ૦ માની લીધેલું, પૂર્વપક્ષાત્મક.

hy'ssop (હિસપ), ના૦ એક નાનો ખુશબોદાર ઘટાદાર ઔષધિ છોડ.

hystere'ctomy (હિસ્ટરે'ક્ટમિ), ના૦ ગર્ભાશય છેદન, ગર્ભાશયનું ઑપરેશન. **histere'ctomize** (-ટમાઇઝ઼), સ૦ ક્રિ૦.

hyste'ria (હિસ્ટિઅરિઅ), ના૦ વાઈ, આંકડી; મજ્જાતંત્રની વિકૃતિ (વિ૦ ક૦ સ્ત્રીઓમાં).

hyste'ric (હિસ્ટે'રિક), ના૦ વાતોન્માદ થયેલું માણસ. વિ૦ = **hysterical. hyste'rics** (-રિક્સ), ના૦ બ૦ વ૦ વાતોન્માદ (નો ઝટકો).

hyste'rical (-રિકલ), વિ૦ વાતોન્માદનું, વાતોન્માદ થયેલું.

Hz., સંક્ષેપ. hertz.

I

I[1], **i,** (વન), રોમન સંખ્યાનો એકડો.

I[2] (આઇ), સર્વ. [દ્વિ. **me,** ષષ્ઠી **my;** બ૦વ૦ **we,** [દ્વિ. **us,** ષષ્ઠી **our**] પ્રથમ પુરુષ એક વ.નું સર્વનામ. હું.

I., સંક્ષેપ. Island(s); Isle(s).

Ia., સંક્ષેપ. Iowa.

ia'mbic (આયૅમ્બિક), વિ૦ લઘુ ગુરુ અક્ષરોના પાદવાળું, 'આયૅમ્બસ' ગણવાળું. ના૦ [બહુધા બ૦વ૦માં] એ ગણવાળી લીટી.

ia'mbus (આયૅમ્બસ), ના૦ એક લઘુ અને એક ગુરુ એવા બે અક્ષરવાળો ગણ.

I.A.S., સંક્ષેપ. Indian Administrative Service.

I.A.T.A., સંક્ષેપ. International Air

Transport Association.

ib., ibid., સંક્ષેપ. ibidem.

i'bex (આઇબે'ક્સ), ના૦ આલ્પ્સ ઇ૦ નો બેવડા વર્તુળાકાર શિંગડાંવાળો જંગલી બકરો.

i'bidem (ઇબિડે'મ), ક્રિ૦ વિ૦ એ જ ચોપડી, પ્રકરણ, ફકરો, ઇ૦માં.

i'bis (આઇબિસ), ના૦ લાંબી વાંકી ચાંચવાળું બગલા જેવું એક પક્ષી.

I.C.B.M., સંક્ષેપ. intercontinental ballistic missile.

ice (આઇસ), ના૦ બરફ; ઠારેલી મીઠાઈ. સ૦ ક્રિ૦ બરફ વતી (હોય તેમ) ઢાંકવું; ઠારવું, બરફવતી ઠંડું બનાવવું; કેક ઇ૦ પર ચાસણીનો ઢોળ ચડાવવો. **~-age,** હિમયુગ. **~box,** [અમે.] શીત પેટી, રેફ્રિજરેટર. **~-breaker,** નદી ઇ૦ પર જામેલો બરફ તોડવા માટેની હોડી. **~cap,** ધ્રુવ પ્રદેશ ઉપરનું બરફનું કાયમનું આવરણ, હિમશિખર. **~-cream,** ઠારેલી દૂધમલાઈ, આઇસક્રીમ. **~-field,** તરતા બરફવાળો વિસ્તૃત પ્રદેશ. **~ hockey,** બરફ ઉપર રમાતી હૉકીની રમત, જેમાં દડાને બદલે ચપટું ચક્ર વપરાય છે. **~ lolly,** નાનકડી સળી પરનો બરફનો ગળ્યો ગોળો. **~-plant,** બરફના કણ જેવા દેખાતા પાણીના બિંદુઓથી ઢંકાયેલાં પાંદડાંવાળો છોડ. **~ -water,** બરફ નાખેલું પાણી.

i'ceberg (આઇસ્બર્ગ), ના૦ દરિયા પર તરતો બરફનો મોટો ઢગ-ડુંગર.

ichneu'mon (ઇક્ન્યૂમન), ના૦ નોળિયાને મળતું એક નાનું તપખીરિયા રંગનું પ્રાણી. **~-fly,** બીજા જંતુઓ પર જીવતો રહેતો-એક જંતુ.

i'chor (આઇકૉર), ના૦ [ગ્રીક પુરાણ] દેવોની નસોમાં લોહીની જેમ વહેતું દિવ્ય પ્રવાહી.

ichthyo'logy (ઇક્થિઑલજિ), ના૦ મત્સ્યવિદ્યા. **ichthyolo'gical** (-થિઅલૉજિકલ), વિ૦. **ichthyo'logist** (-થિઑલજિસ્ટ), ના૦.

i'cicle (આઇસિકલ), ના૦ નેવે લટકતો બરફનો લોલક જેવો ટુકડો.

i'cing (આઇસિંગ), ના૦ કેક ઇ૦ પર ચાસણીનો ઢોળ; વિમાન પર બાઝતો બરફનો થર. **~ sugar,** ઝીણી દળેલી ખાંડ.

i'con, i'kon, (આઇકન), ના૦ પ્રતિમા, બાવલું, મૂર્તિ; સાધુસંતનું ધાર્મિક ચિત્ર જડાવકામ, ઇ૦.

ico'noclast (આઇકૉનક્લૅસ્ટ), ના૦ મૂર્તિભંજક; પ્રચલિત માન્યતાઓનું ખંડન કરનાર. **ico'noclasm** (-ક્લૅઝ્મ), ના૦. **iconocla'stic** (-ક્લૅસ્ટિક), વિ૦.

icono'graphy (આઇકનૉગ્રફિ), ના૦ આકૃતિઓ કે ચિત્રો દ્વારા વિષય નિરૂપણ; વિ૦ક૦ એક વ્યક્તિનાં ચિત્રો કે છબીઓની મીમાંસા.

icono'logy (આઇકનૉલજિ), ના૦ મૂર્તિવિજ્ઞાન.

i'ctus (ઇક્ટસ), ના૦ [પિંગળ] લય કે છન્દ અંગેનો આઘાત, થડકો.

i'cy (આઇસિ), વિ૦ બરફવાળું, બરફમય; અતિશય ઠંડું; (વર્તન અંગે) ઉત્સાહને મારી નાખનારું.

id (ઇડ), ના૦ [માનસ.] અચેતન મનના ભાગરૂપ વ્યક્તિની સહજ પ્રેરણાઓ કે ભાવનાઓ.

idea' (આઇડિએ), ના૦ મનમાં કલ્પેલી વાત, કલ્પના; અસ્પષ્ટ વિચાર-ખ્યાલ; યોજના; મનોરથ, ઉદ્દેશ.

idea'l (આઇડિઅલ), વિ૦ પૂર્ણ, ઉચ્ચતમ, આદર્શ; કેવળ કલ્પનામાં જ અસ્તિત્વ ધરાવનારું; કલ્પનાવિહારી. ના૦ પૂર્ણ-શ્રેષ્ઠ-રૂપ, આદર્શ (નમૂનો), સાધ્ય.

idea'lism (આઇડિઅલિઝ્મ), ના૦ (કળા ઇ૦માં) આદર્શ કે પૂર્ણ રૂપમાં વસ્તુની રજૂઆત; આદર્શો રચવાની કે તેનું અનુકરણ કરવાની વૃત્તિ, આદર્શવાદ; બાહ્ય દૃશ્ય જગત કેવળ કલ્પનાઓનું બનેલું છે એવો મત. **idea'list** (-લિસ્ટ), ના૦. **ideali'stic** (-લિસ્ટિક), વિ૦.

idea'lize (આઇડિઅલાઇઝ઼), ઉ૦ ક્રિ૦

-ને આદર્શ રૂપ આપવું. -ને આદર્શ ગણવું. **idealiza'tion** (-ઝેશન), ના૦.

ide'ntical (આઇડે'ન્ટિકલ), વિ૦ એ જ, અભિન્ન; તદ્દન એના જેવું જ; (જોડિયાં બાળકો અંગે) ફલિત થયેલા એક જ રજોગોળમાંથી વિકસિત થયેલા અને તેથી બહુ સરખાં લક્ષણોવાળાં.

ide'ntify (આઇડે'ન્ટિફાઇ), સ૦ ક્રિ૦ (ભેગ)ને એક ગણવું – માનવું; -ની સાથે અભિન્નપણે જોડાવું; -ની એકતા સિદ્ધ કરવી. **identifica'tion** (-ફિકેશન), ના૦.

ide'ntity (આઇડેન્ટિટિ), ના૦ એકત્વ. અભિન્નતા; અમુક વ્યક્તિ કે વસ્તુ હોવું તે; વ્યક્તિત્વ

i'deogram (આઇડિઅગ્રૅમ); **i'deograph** (-ગ્રાફ), ના૦ કોઈ વસ્તુનું નામ લીધા વિના તેની કલ્પના સૂચવનારું ચિત્ર, ચિત્રાક્ષર.

ideo'logy (આઇડિઑલજિ), ના૦ કોઈ રાજકીય ઇ૦ સિદ્ધાન્ત કે પદ્ધતિના મૂળ-માં રહેલા વિચારો(ની યોજના); વિચાર-સરણી. **ideolo'gical** (-અલૉજિકલ), વિ૦.

i'diocy (ઇડિઅસિ), ના૦ માનસિક અતિદુર્બલતા; મૂઢતા.

i'diom (ઇડિઅમ), ના૦ ભાષા; તેની અભિવ્યક્તિનું વિશિષ્ટ સ્વરૂપ; ભાષાનો રૂઢિપ્રયોગ. **idioma'tic** (-મૅટિક), વિ૦.

idiosy'ncrasy (ઇડિઅસિંક્રસિ), ના૦ માણસની વિશિષ્ટ પ્રકૃતિ, મિજાજ, વર્તન; (વિચિત્રતાવાળી) ખાસિયત. **idiosyncra'tic** (-ક્રૅટિક), વિ૦.

i'diot (ઇડિઅટ), ના૦ પૂરો માનસિક વિકાસ ન થયેલી વ્યક્તિ; જડબુદ્ધિ – મૂર્ખ–માણસ. **idio'tic** (-ઑટિક), વિ૦.

i'dle (આઇડલ), વિ૦ આળસુ, પ્રમાદી; નવરું, બેકાર; નકામું, કશા ઉદ્દેશ વિનાનું. ઉ૦ક્રિ૦ કામ વિનાનું હોવું; આળસમાં વખત કાઢવો; (ઍંજિન અંગે) કશું કાર્ય કર્યા વિના ધીમે ધીમે દોડવું. **i'dly** (આઇડ્લિ), ક્રિ૦વિ૦.

i'dol (આઇડલ), ના૦ મૂર્તિ, દેવમૂર્તિ; ખોટો દેવ; ભક્તિને પાત્ર વસ્તુ કે વ્યક્તિ.

ido'later (આઇડૉલટર), ના૦ મૂર્તિ-પૂજક; ભક્ત. **ido'latress** (–લટ્રિસ), ના૦. **ido'latrous** (–લટ્રસ), વિ૦. **ido'latry** (-લટ્રિ), ના૦.

i'dolize (આઇડલાઇઝ઼), સ૦ક્રિ૦ -ને દેવ બનાવવું. -ની અતિશય પ્રીતિ–ભક્તિ-કરવી. **idoliza'tion** (ઝેશન), ના૦.

i'dyll (આઇડિલ), ના૦ રમ્ય અને આનંદી શાંતિભર્યા જીવનનો તાદ્દશ ચિતાર આપતું કાવ્ય, ગોપકાવ્ય. **idy'llic** (–લિક), વિ૦.

i.e., સંક્ષેપ. **id est (that is).**

if (ઇફ઼), ઉભ૦ અ૦ જો, અગર; અથવા, કે; અથવા નહિ; જો કે; એ શરતે કે.

i'gloo (ઇગ્લૂ), ના૦ એસ્કિમોની ઘુમટના આકારની બરફ઼ની ઝૂંપડી.

i'gneous (ઇગ્નિઅસ), વિ૦ અગ્નિનું; જ્વાળામુખીની ક્રિયામાંથી પેદા થયેલું.

igni'te (ઇગ્નાઇટ), ઉ૦ ક્રિ૦ સળગાવવું, સળગવું.

igni'tion (ઇગ્નિશન), ના૦ સળગાવવું – સળગવું–તે, દહન; અન્તર્જ્વલન ઍંજિનના નળાકારમાં (બળતણનું) દહન શરૂ કરવાની ક્રિયા માટેની યાંત્રિક રચના.

igno'ble (ઇગ્નોબલ), વિ૦ હલકા કુળનું; નીચી પાયરીનું; નીચ, અધમ.

ignomi'nious (ઇગ્નમિનિઅસ), વિ૦ લજ્જાસ્પદ; અપમાનકારક.

i'gnominy (ઇગ્નમિનિ), ના૦ અપ્રતિષ્ઠા, ગેરઆબરૂ.

ignora'mus (ઇગ્નરેમસ), ના૦ અજ્ઞાન માણસ.

i'gnorant (ઇગ્નરન્ટ), વિ૦ અજ્ઞાન, અજાણ; ગેરમાહિતગાર. **i'gnorance** (–રન્સ), ના૦.

ignor'e (ઇગ્નોર), સ૦ક્રિ૦ -ની અવ-ગણના કરવી, -ની તરફ ધ્યાન ન આપવું.

igua'na (ઇગ્વાને), ના૦ દ. અમેરિકાનું પાટલા ઘો જેવું ઝાડ પર રહેનારું પ્રાણી.

igua'nodon (ઇગ્વાનડૉન), ના૦ પ્રાચીન

કાળનું સર્પની જાતનું એક શાકાહારી કદાવર પ્રાણી.

ikeba'na (ઇકિબાનૅ), ના૦ જાપાની લોકોની પુષ્પરચના કળા.

i'kon (આઇકન), જુઓ **icon.**

i'lex (આઇલે'ક્સ), ના૦ સદાપર્ણી એક; [વનસ્પ.] 'હૉલી'(**holly**)વાળા વર્ગની એક વનસ્પતિ.

i'liac (ઇલિઍક), વિ૦ કેડનું કે થાપાના હાડકાનું.

ilk (ઇલ્ક), વિ૦ [સ્કૉ.] એ જ, એનું એ. **of that ~**, એ જ નામની જગ્યા કે મિલકતનું; એ જ કુટુંબ કે વર્ગનું.

ill (ઇલ), વિ૦ માંદું, બીમાર; હાનિકારક, પ્રતિકૂળ; સદોષ, ન્યૂન. ના૦ દુષ્ટતા; ઈજા, અપાય; [બ૦વ૦માં] સંકટો, આફતો. ક્રિ૦વિ૦ ખરાબ રીતે, પ્રતિકૂળતાથી; ભાગ્યે જ. **~-advised**, ડહાપણવિનાનું, વગરવિચાર્યું. **~-bred**, અસંસ્કારી, ઉદ્ધત. **~-favoured**, અનાકર્ષક, કદરૂપું. **~-gotten**, ખરાબ માર્ગે મેળવેલું. **~-judged**, ડહાપણવિનાનું. **~-omened**, અપશકુનિયું. **~-starred**, કમનસીબ, દુર્દૈવી. **~-tempered**, ચીઢિયું, ઉદાસ. **~-timed**, કવેળાનું, અકાલિક. **~-treat, -use,** -ની સાથે ખરાબ વર્તન કરવું, પજવવું.

Ill., સંક્ષેપ. **Illinois.**

ille'gal (ઇલીગલ), વિ૦ ગેરકાયદેસર. **illega'lity** (ઇલિગૅલિટિ), ના૦.

ille'gible (ઇલે'જિબલ), વિ૦ વાંચવું કે ઉકેલવું મુશ્કેલ, **illegibi'lity** (-બિલિટિ), ના૦.

illegi'timate (ઇલિજિટિમટ), વિ૦ ગેરકાયદે(સરનું), અશાસ્ત્રવિહિત; અયોગ્ય; જારજ. **illegi'timacy** (-મસિ), ના૦.

illi'beral (ઇલિબરલ), વિ૦ અનુદાર, સંકુચિત મનનું; નીચ, હલકું; કંજૂસ. **illi'bera'lity** (-રૅલિટિ), ના૦.

illi'cit (ઇલિસિટ), વિ૦ ગેરકાયદે(સરનું); નિષિદ્ધ.

illi'mitable (ઇલિમિટબલ), વિ૦ અમર્યાદ, બેહદ.

illi'terate (ઇલિટરેટ), વિ૦ અભણ, નિરક્ષર. **illi'teracy** (-રસિ), ના૦.

i'llness (ઇલ્‌નિસ), ના૦ માંદગી, રોગ, ખરાબ તબિયત.

illo'gical (ઇલૉજિકલ), વિ૦ ન્યાયવિરુધ્ધ, તર્કસંગત નહિ એવું. **illogica'lity** (-કૅલિટિ), ના૦.

illu'minant (ઇલૂમિનન્ટ), વિ૦ પ્રકાશ પાડનારું-પાડવાના કામનું. ના૦ પ્રકાશ પાડવાનું સાધન.

illu'minate (ઇલ્યૂમિનેટ), સ૦ક્રિ૦ પ્રકાશિત કરવું; -ની ઉપર પ્રકાશ નાખવો; દીવાઓની રોશની કરવી (ઉત્સવ નિમિત્તે); પુસ્તક ઇ૦ને સોનેરી ઇ૦ અક્ષરોથી શણગારવું. **illumina'tion** (-નેશન), ના૦. **illu'minative** (-નટિવ), વિ૦. **illu'minator** (-નેટર), ના૦.

illu'mine (ઇલૂમિન), સ૦ક્રિ૦ દીવો કરવો, ઉપર પ્રકાશ પાડવો; ઉન્નત કરવું.

illu'sion (ઇલૂઝન), ના૦ ભ્રામક દેખાવ અથવા માન્યતા, ભ્રમ.

illu'sionist (ઇલૂઝનિસ્ટ), ના૦ ભ્રમણાઓ પેદા કરનાર; જાદૂગર, માયાવી.

illu'sive(ઇલૂસિવ),**illu'sory** (-સરિ), વિ૦ ભ્રામક, ભ્રમમૂલક, છેતરનારું.

i'llustrate (ઇલસ્ટ્રેટ), સ૦ક્રિ૦ વિ૦ક૦ દાખલા કે આકૃતિઓ વડે સ્પષ્ટ કરવું-સમજાવવું; ચિત્રોથી શણગારવું; ના દાખલા તરીકે કામ દેવું. **i'llustrator** (-ટર), ના૦.

illustra'tion(ઇલસ્ટ્રેશન), ના૦ સચિત્ર કરવું તે; પુસ્તક ઇ૦માં આપેલું ચિત્ર ઇ૦.

i'llustrative (ઇલસ્ટ્રટિવ), વિ૦ સમજૂતી દાખલ કે દાખલા તરીકે આપેલું.

illu'strious(ઇલસ્ટ્રિઅસ), વિ૦ પ્રસિદ્ધ, નામાંકિત.

i'mage (ઇમિજ), ના૦ પ્રતિમા, મૂર્તિ, પૂતળું, છબી; દેવમૂર્તિ; ઉપમા, રૂપક; પાણી, અરીસો, ઇ૦માં દેખાતું પ્રતિબિંબ, માનસિક ચિત્ર, કલ્પના, જાહેર જનતાની નજરે

દેખાતું વ્યક્તિ કે વસ્તુનું ચારિત્ર્ય કે પ્રતિમા. સ૦ક્રિ૦ -ની મૂર્તિ અથવા છબી બનાવવી; પ્રતિબિંબ પાડવું; (મનમાં) ચિત્ર દોરવું.

i'magery (ઇમિજ્રિ), ના૦ પૂતળાં કે મૂર્તિઓનો સમૂહ; પ્રતિમાઓ; દાખલા માટેની આકૃતિ.

ima'ginary (ઇમૅજિનરિ), વિ૦ કેવળ કલ્પનામાં અસ્તિત્વ ધરાવનારું, કાલ્પનિક, કલ્પિત.

imagina'tion (ઇમૅજિનેશન), ના૦ કલ્પનાશક્તિ; મનની સર્જનશક્તિ, પ્રતિભા; કલ્પના.

ima'ginative (ઇમૅજિનટિવ), વિ૦ કલ્પનાશક્તિનું – વાળું, નવી નવી કલ્પનાઓ કરનારું, કલ્પક.

ima'gine(ઇમૅજિન), સ૦ક્રિ૦ -ની કલ્પના કરવી, મનમાં ચિત્ર દોરવું; ધારવું, -ને લાગવું; અનુમાન કરવું.

ima'go (ઇમેગો), ના૦ [બ૦વ૦ ~s અથવા **-gines** ઇમૅજિનીઝ઼] જંતુનું અંતિમ અને પૂર્ણ સ્વરૂપ દા૦ ત૦ પતંગિયું.

ima'm (ઇમામ), ના૦ ઇમામ(મશીદનો), નમાઝ કરાવનાર; ઇસ્લામનો આગેવાન (મહમ્મદ પછી).

imba'lance (ઇમ્બૅલન્સ), ના૦ અસમતુલા, વિષમ પ્રમાણ.

i'mbecile (ઇમ્બિસીલ), વિ૦ નબળા મનનું, કમઅક્કલ, જડબુદ્ધિ. ના૦ નબળા મનનું – જડબુદ્ધિ – માણસ; ૩–૭ વરસની માનસિક ઉંમરનું માણસ. **imbeci'lic** (-સિલિક), વિ૦ **imbeci'lity** (-લિટિ), ના૦.

imbe'd (ઇમ્બે'ડ), જુઓ **embed.**

imbi'be (ઇમ્બાઇબ), સ૦ક્રિ૦ ચૂસી – –શોષી લેવું; પીવું; સૂંઘવું, શ્વાસની સાથે લેવું; આત્મસાત્ કરવું.

i'mbricate (ઇમ્બ્રિકેટ), ઉ૦ક્રિ૦ નળિયાંની જેમ એક ઉપર બીજું આવે એવી રીતે ગોઠવવું – ગોઠવાવું. **imbrica'tion** (-કેશન), ના૦.

imbro'glio (ઇમ્બ્રોલ્યો), ના૦ [બ૦વ૦ ~s] ગૂંચવણભરેલી – જટિલ – પરિસ્થિતિ.

imbrue' (ઇમ્બ્રૂ), સ૦ક્રિ૦ ડાઘો લગાડવો, કલંકિત કરવું.

imbue' (ઇમ્બ્યૂ), સ૦ક્રિ૦ તરબોળ – સંતૃપ્ત – કરવું; રંગવું; પ્રેરિત કરવું.

i'mitable (ઇમિટબલ), વિ૦ અનુકરણ કરી શકાય એવું. **imitabi'lity** (-બિલિટિ), ના૦.

i'mitate (ઇમિટેટ), સ૦ક્રિ૦ -નું અનુકરણ કરવું, -નો દાખલો લેવો; નકલ કરવી, ચાળા પાડવા; -ના જેવું હોવું. **i'mitative** (-ટટિવ), વિ૦. **i'mitator** (-ટેટર), ના૦

imita'tion (ઇમિટેશન), ના૦ અનુકરણ (કરવું તે); નકલ; બનાવટી વસ્તુ વિ૦ક૦ નાણું.

imma'culate (ઇમૅક્યૂલિટ), વિ૦ શુદ્ધ, નિષ્કલંક.

i'mmanent (ઇમનન્ટ), વિ૦ અન્તર્ગત, (ઈશ્વર અંગે) વિશ્વવ્યાપી. **i'mmanence** (-નન્સ), ના૦.

immater'ial (ઇમટિઅરિઅલ), વિ૦ અપાર્થિવ, અમૂર્ત; બિનમહત્ત્વનું, નજીવું. **immateri'ality** (-રિઍલિટિ), ના૦.

immatur'e (ઇમટ્યુઅર), વિ૦ અપરિપક્વ, કાચું, અપ્રૌઢ. **immatur'ity** (-રિટિ), ના૦.

immea'surable (ઇમે'ઝ઼રબલ), વિ૦ મપાય નહિ એવું, અમાપ.

imme'diate (ઇમીડિઅટ), વિ૦ કોઈની – કશાની – દરમિયાનગીરી વિનાનું, સીધું, પ્રત્યક્ષ; નિકટતમ; તાત્કાલિક, ઢીલ વિનાનું. **imme'diacy** (-અસિ), ના૦.

immemor'ial (ઇમિમોરિઅલ), વિ૦ અતિપ્રાચીન, સ્મરણાતીત.

imme'nse (ઇમે'ન્સ), વિ૦ વિશાળ, પ્રચંડ.

imme'nsely (ઇમે'ન્સ્લિ), ક્રિ૦વિ૦ ખૂબ મોટા પ્રમાણમાં, અત્યંત.

imme'nsity (ઇમે'ન્સિટિ), ના૦ વિશાળતા; આનન્ત્ય.

immer'se (ઇમર્સ), સ૦ક્રિ૦ પ્રવાહીમાં ડુબાડવું – બોળવું; -માં પૂરેપૂરું સંડોવવું–

લીન કરવું, **immer'sible** (-સિબલ), વિ૦.

immer'sion (ઇમર્શન), ના૦ પાણીમાં બોળવું કે બોળાવું તે, ડૂબવું – ડુબાવું – તે, આખા શરીરને પાણીમાં બોળીને દીક્ષા – બાપ્તિસ્મા – આપવો તે. **~ heater**, પાણી ગરમ કરવા માટે તેમાં મૂકવાનું વીજળીનું 'હીટર'.

i'mmigrant (ઇમિગ્રન્ટ), વિ૦ અને ના૦ કાયમી વસવાટ માટે પરદેશમાંથી આવેલું (માણસ).

i'mmigrate (ઇમિગ્રેટ), અ૦ક્રિ૦ કાયમી વસવાટ માટે દેશમાં આવવું. **immigra'tion** (-ગ્રેશન), ના૦.

i'mminent (ઇમિનન્ટ), વિ૦ તરતમાં થનારું, નિકટવર્તી. **i'mminence** (-નન્સ), ના૦.

immo'bile (ઇમોબાઇલ). વિ૦ હલાવી ન શકાય–હાલે નહિ–એવું, સ્થિર, ગતિહીન. **immobi'lity** (-મબિલિટિ), ના૦.

immo'bilize (ઇમોબિલાઇઝ઼), સ૦ ક્રિ૦ ખસે નહિ એવી રીતે સજ્જડ બેસાડવું; -નું હલનચલન રોકવું, ખસેડી ન શકાય તેવું કરવું.

immo'derate (ઇમૉડરિટ), વિ૦ અતિશય, બેસુમાર.

immo'dest (ઇમૉડિસ્ટ), વિ૦ લાજ કે શરમ વિનાનું; અશ્લીલ; ઉદ્ધત. **immo'desty** (-ડિસ્ટિ), ના૦.

i'mmolate (ઇમોલેટ), સ૦ ક્રિ૦ હોમવું, (યજ્ઞમાં) બલિદાન આપવું. **immola'tion** (-લેશન), ના૦.

immo'ral (ઇમૉરલ), વિ૦ અનૈતિક, નીતિભ્રષ્ટ; વ્યભિચારી, બદફેલ. **immora'lity** (-મરૅલિટિ), ના૦.

immor'tal (ઇમૉર્ટલ), વિ૦ અમર, ચિરંજીવ; અવિસ્મરણીય, ચિરપ્રસિદ્ધ. ના૦ અમર જીવ કે પ્રાણી; વિ૦ ક૦ [બ૦ વ૦-માં] પ્રાચીન કાળના દેવો. **immorta'lity** (-ટૅલિટિ), ના૦. **immor'talize** (-ટલાઇઝ઼) સ૦ ક્રિ૦.

immo'vable (ઇમૂવબલ), વિ૦ ખસેડી ન શકાય – ખસે નહિ – સ્થાવર, અણનમ. **immovabi'lity** (-બિલિટિ), ના૦.

immu'ne (ઇમ્યૂન), વિ૦ (કર) રોગના ચેપ, ઇ૦થી મુક્ત, માફી ભોગવતું.

immu'nity (ઇમ્યૂનિટિ), ના૦ કશાકથી કાયદેસરની મુક્તિ, માફી; ચેપનો પ્રતિકાર કરવાની તથા તેને નાબૂદ કરવાની પ્રાણીની શક્તિ.

i'mmunize (ઇમ્યુનાઇઝ઼), સ૦ ક્રિ૦ રોગના ચેપ ઇ૦થી મુક્ત કરવું. **immuniza'tion** (-ઝ઼ેશન), ના૦.

immur'e (ઇમ્યુઅર), સ૦ ક્રિ૦ કેદમાં પૂરવું, ગોંધવું.

immu'table (ઇમ્યૂટબલ), વિ૦ અવિકારી, અવ્યય, **immutabi'lity** (-બિલિટિ), ના૦.

imp (ઇમ્પ), ના૦ શેતાનનું બચ્ચું, તોફાની છોકરું, બારકસ.

i'mpact (ઇમ્પૅક્ટ), ના૦ અથડામણ, ટક્કર; આઘાત, ધક્કો; તત્કાલ થતું પરિણામ, અસર. સ૦ ક્રિ૦ (**impa'ct**) જોરથી અંદર ઘાલવું. સજ્જડ બેસાડવું. **~ed**, વિ૦ (દાંત અંગે) બીજો દાંત અને જડબા વચ્ચે ફાચરની જેમ સજ્જડ બેઠેલું. **impa'ction** (-ક્શન) ના૦.

impair' (ઇમ્પે'અર), સ૦ ક્રિ૦ ને ઈજા પહોંચાડવી, નબળુ પાડવું. **impair'ment** (-મન્ટ), ના૦.

impa'la (ઇમ્પાલૅ), ના૦ દ. આફ્રિકાનું એક નાનકડું હરણ.

impa'le (ઇમ્પેલ), સ૦ ક્રિ૦ શૂળીએ ચડાવવું; ભાલા ઇ૦વડે ભોંકવું **impa'lement** (-લમન્ટ), ના૦.

impa'lpable (ઇમ્પૅલ્પબલ), વિ૦ સ્પર્શથી માલૂમ ન પડે એવું, મુશ્કેલીથી હાથમાં આવે – સમજાય – એવું.

impar't (ઇમ્પાર્ટ), સ૦ ક્રિ૦ આપવું, -નો ભાગ આપવો; સમાચાર, કેળવણી, ઇ૦ આપવું.

impar'tial (ઇમ્પાર્શલ), વિ૦ નિષ્પક્ષપાતી; ન્યાય્ય, **impartia'lity** (-શિઍલિટિ), ના૦.

i'mpassable (ઇમ્પાસબલ), વિ૦ જેની ઉપરથી કે જેમાં થઈને પસાર ન થઈ શકાય એવું. **impassabi'lity** (-બિલિટિ), ના૦.

impa'sse (ઍમ્પાસ) ના૦ કુંઠિત અવસ્થા, મડાગાંઠ.

i'mpassible (ઇમ્પૅસિબલ), વિ૦ લાગણી કે સંવેદના વિનાનું, દુઃખાતીત; અચેતન, જડ. **impassibi'lity** (-બિલિટિ), ના૦.

impa'ssioned (ઇમ્પૅશન્ડ), વિ૦ તીવ્ર લાગણીવાળું, જુસ્સાદાર, ખૂબ ઉત્સાહી.

impa'ssive (ઇમ્પૅસિવ), વિ૦ લાગણી કે ભાવના વિનાનું. **impassi'vity** (-સિવિટિ), ના૦.

impa'sto (ઇમ્પૅસ્ટો), ના૦ રંગનો જાડો થર દેવો તે.

impa'tient (ઇમ્પેશન્ટ), વિ૦ અધીર; અસહિષ્ણુ; ઉત્સુક. **impa'tience** (શન્સ), ના૦.

impea'ch (ઇમ્પીચ), સ૦ ક્રિ૦ -ને વિષે સવાલ-વાંધો-ઉઠાવવો; હલકું પાડવું; આરોપ મૂકવો, વિ૦ ક૦ રાજદ્રોહ ઇ૦નો. **impea'chment** (-ચમન્ટ), ના૦.

impe'ccable (ઇમ્પે'કબલ), વિ૦ પાપ ન કરે એવું, નિર્દોષ. **impeccab'ility** (-બિલિટિ), ના૦.

impecu'nious (ઇમ્પે'ક્યૂનિઅસ), વિ૦ અલ્પધન, અકિંચન. **impecunio'sity** (-નિઑસિટિ), ના૦.

impe'dance (ઇમ્પીડન્સ), ના૦ પ્રત્યાવર્તી પ્રવાહનો વિદ્યુત મંડળ દ્વારા સંપૂર્ણ સંરોધ.

impe'de (ઇમ્પીડ), સ૦ ક્રિ૦ અડચણ કરવી, આડે આવવું, અટકાવવું.

impe'diment (ઇમ્પે'ડિમન્ટ), ના૦ નડતર, અંતરાય, બોલવામાં તોતડાવું તે.

impedime'nta (ઇમ્પે'ડિમે'ન્ટ), ના૦ બ૦ વ૦ સામાન વિ૦ ક૦ લશ્કરનો.

impe'l (ઇમ્પે'લ), સ૦ ક્રિ૦ આગળ ચલાવવું, હાંકવું; ધકેલવું, ફરજ પાડવી; પ્રેરવું.

impe'nd (ઇમ્પે'ન્ડ), અ૦ ક્રિ૦ (માથે) લટકતું હોવું, આસન્ન હોવું.

impe'netrable (ઇમ્પે'નિટ્રબલ), વિ૦ અપ્રવેશ્ય, અભેદ્ય, ગૂઢ, ગહન. **impenetrabi'lity** (-બિલિટિ), ના૦.

impe'nitent (ઇમ્પે'નિટન્ટ), વિ૦ પસ્તાવો નહિ કરનારું. **impe'nitence** (-ટન્સ), ના૦.

impe'rative (ઇમ્પે'રટિવ), વિ૦ [વ્યાક૦; અર્થ અંગે] આજ્ઞાવાચક; નિશ્ચયાત્મક, અનુલ્લંઘનીય; તાકીદનું; ફરજિયાત. ના૦ ~ (**mood**), આજ્ઞાર્થ.

imperce'ptible (ઇમ્પર્સે'પ્ટિબલ). વિ૦ ઇન્દ્રિયગોચર નહિ એવું, અદૃશ્ય; તદ્દન નજીવું, જરાક; ધીમે ધીમે થતું.

imperce'ptive (ઇમ્પર્સે'પ્ટિવ), **imperci'pient** (-પર્સિપિઅન્ટ), વિ૦ પ્રત્યક્ષજ્ઞાન વિનાનું.

imper'fect (ઇમ્પર્ફે'ક્ટ), વિ૦ અપૂર્ણ, અધૂરું; ખોડખામીવાળું; [વ્યાક. કાળ અંગે] અપૂર્ણ (વર્તમાન. ભૂત, ભવિષ્ય). ના૦ અપૂર્ણ કાળ.

imperfe'ction (ઇમ્પર્ફે'ક્શન), ના૦ અપૂર્ણતા, ન્યૂનતા; દોષ, ખામી.

impe'rial (ઇમ્પિઅરિઅલ), વિ૦ સામ્રાજ્યનું-સંબંધી; સમ્રાટ કે બાદશાહનું; સર્વોચ્ચ(સત્તાવાળું); બાદશાહી, ભવ્ય; (માપ અને વજન અંગે) યુ. કે.ના કાયદાથી વપરાતું. ના૦ નીચલા હોઠ(ના નીચેના ભાગ) પર રાખેલી નાનીશી દાઢી.

impe'rialism (ઇમ્પિઅરિઅલિઝ્મ), ના૦ સામ્રાજ્યવાદ, બીજા દેશો કબજામાં લઈને અથવા વેપાર દ્વારા પોતાના દેશની સત્તા વધારવી તે. **imper'ialist** (-લિસ્ટ), વિ૦ અને ના૦.

impe'ril (ઇમ્પે'રિલ), સ૦ક્રિ૦ જોખમમાં નાખવું.

impe'rious (ઇમ્પિઅરિઅસ), વિ૦ શિરજોર, મનસ્વી; તાકીદનું, અગત્યનું.

impe'rishable (ઇમ્પે'રિશબલ), વિ૦ અવિનાશી, અક્ષય્ય.

imper'manent (ઇમ્પર્મનન્ટ), વિ૦ કાયમનું નહિ એવું, અસ્થાયી. **imper'-**

manence (-નન્સ), ના૰.

imper'meable (ઇમ્પર્મિઅબલ), વિ૰ અભેદ્ય, જેમાં દાખલ થઈ ફેલાવું શક્ય નથી એવું. impermeabi'lity (-બિલિટિ), ના૰.

impermi'ssible (ઇમ્પમિસિબલ), વિ૰ જેની રજા કે છૂટ ન આપી શકાય એવું, અનનુજ્ઞેય.

imper'sonal(ઇમ્પર્સનલ), વિ૰વ્યક્તિત્વ અથવા વ્યક્તિગત ભાવના વિનાનું, કોઈ વિશિષ્ટ વ્યક્તિના સંબંધ વિનાનું; વ્યક્તિ-નિરપેક્ષ. [વ્યાક. ક્રિયા. અંગે] માત્ર ત્રીજા પુરુષ એક વ૰માં વપરાતું. imperso-na'lity (-નૅલિટિ), ના૰.

imper'sonate (ઇમ્પર્સનેટ), સ૰ક્રિ૰ (અમુક) હોવાનો ઢોંગ કરવો; -નો ભાગ ભજવવો. impersona'tion (-નેશન) ના૰. imper'sonator (-નટર), ના૰.

imper'tinent (ઇમ્પર્ટિનન્ટ), વિ૰ ઉદ્ધત, અવિનયી; અપ્રસ્તુત. imper'-tinence (-નન્સ), ના૰.

impertur'bable(ઇમ્પર્ટર્બબલ), વિ૰ ક્ષોભ ન પામે એવું; શાંત, સ્વસ્થ. im-perturbabi'lity (-બિલિટિ), ના૰.

imper'vious (ઇમ્પર્વિઅસ), વિ૰ અભેદ્ય, અપ્રવેશ્ય; અગમ્ય.

impeti'go (ઇમ્પિટાઇગો), ના૰ ચામડી પર ફોલ્લી ફોલ્લી થવાનો એક ચેપી રોગ.

impe'tuous (ઇમ્પે'ટ્યુઅસ), વિ૰ ખૂબ જોરથી અથવા ઝડપથી જતું આવતું; અવિ-ચારીપણાથી વર્તતું. impetuo'sity (-ઑસિટિ), ના૰.

i'mpetus (ઇમ્પે'ટસ), ના૰ ગતિ આપ-નારું જોર; વેગ, ધક્કો, આવેગ, પ્રેરણા.

impi'ety (ઇમ્પાયટિ), ના૰ અધાર્મિકતા, પાપ.

impi'nge (ઇમ્પિજ), સ૰ક્રિ૰ -ની સાથે અફળાવું, જોરથી પછાડવું; -ની ઉપર અતિ-ક્રમણ કરવું (on, upon).

i'mpious (ઇમ્પિઅસ),વિ૰ અધર્મી; દુષ્ટ.

i'mpish (ઇમ્પિશ), વિ૰ શેતાનનું – ના જેવું, તોફાની.

impla'cable (ઇમ્પ્લૅકબલ), વિ૰ શાંત ન પાડી શકાય એવું, દુરારાધ્ય; કઠોર, પાષાણહૃદયી, implacabi'lity (-બિ-લિટિ) ના૰.

impla'nt (ઇમ્પ્લાન્ટ), સ૰ક્રિ૰ અંદર ઘાલવું, ખોસવું; -માં બેસાડવું; મનમાં ઠસાવવું; રોપવું. implanta'tion (-ટેશન), ના૰.

i'mplement[1] (ઇમ્પ્લિમન્ટ), ના૰ ઓજાર, સાધન; વાસણ.

i'mplement[2] (ઇમ્પ્લિમે'ન્ટ), સ૰ક્રિ૰ નિર્ણય, યોજના, ઇ૰નો અમલ કરવો. im-plementa'tion (-ટેશન), ના૰.

i'mplicate (ઇમ્પ્લિકેટ), સ૰ક્રિ૰ -માં સંડોવવું – વગોવવું; -માં સમાવિષ્ટ કરવું; ધ્વનિત કરવું. implica'tion (ઇમ્પ્લિ-કેશન, ના૰.

impli'cit (ઇમ્પ્લિસિટ), વિ૰ ધ્વનિત, ગર્ભિત; નિઃશંક, નિર્વિવાદ.

mplo'de (ઇમ્પ્લોડ), ઉ૰ક્રિ૰ અંદરની બાજુએ ફાટવું – સ્ફોટ થવો; – ફાડવું – સ્ફોટ કરવો. implo'sion (-ઝન), ના૰.

implor'e (ઇમ્પ્લૉર), સ૰ક્રિ૰ કાલાવાલા કરવા, આજીજી કરીને માગવું.

imply' (ઇમ્પ્લાઇ), સ૰ક્રિ૰ સૂચિત – ધ્વનિત કરવું; –નો અર્થ હોવો; આડકતરી રીતે સૂચવવું, ઇશારો કરવો. –માં અન્ત-નિર્હિત કે સમાવિષ્ટ હોવું.

impoli'te (ઇમ્પલાઇટ), વિ૰ અસભ્ય, ઉદ્ધત.

impo'litic (ઇમ્પૉલિટિક), વિ૰ ડહાપણ વિનાનું, અનુચિત; સમયોચિત નહિ એવું.

impo'nderable (ઇમ્પૉન્ડરબલ), વિ૰ વજન કે ભાર વિનાનું, બહુ જ હલકું, ગણતરીમાં ન લઈ શકાય એવું. ના૰ એવી વસ્તુ.

impor't (ઇમ્પૉર્ટ), સ૰ક્રિ૰ પરદેશમાંથી આણવું, આયાત કરવું; –નો અર્થ સૂચ-વવો–હોવો. ના૰ (i'mport) ધ્વનિત–સૂચિત અર્થ, ભાવાર્થ; મહત્ત્વ; આયાત કરેલી જણસ. importa'tion (–ટેશન), ના૰.

impor'tance (ઇમ્પૉર્ટન્સ), ના૦ મહત્ત્વનું હોવું તે; મહત્ત્વ, વજન.
impor'tant (ઇમ્પૉર્ટન્ટ), વિ૦ મહત્ત્વનું, અગત્યનું; વજનદાર; (વ્યક્તિ અંગે) ઊંચો હોદ્દો કે સત્તાના સ્થાનવાળું; ભપકાદાર.
impor'tunate (ઇમ્પૉર્ટ્યુનિટ), વિ૦ વારંવાર માગણી કે વિનંતી કરનારું, આગ્રહી. **importu'nity** (-ટ્યૂનિટિ), ના૦.
importu'ne (ઇમ્પૉર્ટ્યૂન), સ૦ક્રિ૦ આગ્રહપૂર્વક અને ફરી ફરી વિનંતી કે માગણી કરવી.
impo'se (ઇમ્પોઝ઼), ઉ૦ક્રિ૦ ઉપર (કર ઇ૦) નાખવું, લાદવું; છેતરીને લેવડાવવું, ગળે બાંધવું (on); -ની પાસે પળાવવું. ~ (up)on, દબડાવવું, ધાક બેસાડવો; ઉપર છાપ પાડવી; -નો (ગેર)લાભ લેવો; છેતરવું.
impo'sing (ઇમ્પોઝ઼િંગ), વિ૦ પ્રભાવી (દેખાતું), રૂઆબદાર.
imposi'tion (ઇમ્પોઝ઼િશન), ના૦ છેતરપિંડી; (દીક્ષા કે આશીર્વાદ આપતી વખતે) ઉપર હાથ મૂકવા તે; કર, વેરો, જકાત; શાળામાં વિદ્યાર્થીને સજા દાખલ કરવા આપેલો પાઠ.
impo'ssible (ઇમ્પૉસિબલ), વિ૦ અશક્ય; અતિમુશ્કેલ, અગવડભર્યું; [વાત.] અસહ્ય, અત્યાચારભર્યું. **impossibi'lity** (-બિલિટિ), ના૦.
i'mpost (ઇમ્પોસ્ટ), ના૦ કર, વેરો, જકાત; ખંડણી.
impo'stor (ઇમ્પૉસ્ટર), ના૦ ઢોંગી, વેષ કાઢનાર; ઠગ, ધુતારો.
impo'sture (ઇમ્પૉસ્ચર), ના૦ ઠગાઈ, દગલબાજી; ઢોંગ.
i'mpotent (ઇમ્પોટન્ટ), વિ૦ અશક્ત, કમજોર; જર્જરીભૂત, ક્ષીણ; વીર્યહીન, નામર્દ. **i'mpotence** (-ટન્સ), ના૦.
impou'nd (ઇમ્પાઉન્ડ), સ૦ક્રિ૦ (ઢોરને) વાડામાં પૂરવું; જપ્ત કરવું.
impo'verish (ઇમ્પૉવરિશ), સ૦ક્રિ૦ ગરીબ-નિર્ધન-બનાવવું. **impo'verishment** (-શ્મન્ટ), ના૦.
impra'cticable (ઇમ્પ્રૅક્ટિકબલ), વિ૦ કરી ન શકાય એવું, અવ્યવહાર્ય. **impracticabi'lity** (-બિલિટિ), ના૦.
impra'ctical (ઇમ્પ્રૅક્ટિકલ), વિ૦ અવહેવારુ; અવ્યવહાર્ય. **impractica'lity** (-કૅલિટિ), ના૦.
impreca'tion (ઇમ્પ્રિકેશન), ના૦ શાપ, બદદુવા, (દેવી તે). **i'mprecatory** (-કટરિ), વિ૦.
impre'gnable (ઇમ્પ્રે'ગ્નબલ), વિ૦ અભેદ્ય, અજેય, હુમલાથી લઈ ન શકાય એવું. **impregnabi'lity** (-બિલિટિ), ના૦.
i'mpregnate (ઇમ્પ્રે'ગ્નેટ), સ૦ક્રિ૦ સગર્ભા બનાવવું, ભરી દેવું, તરબોળ કરવું. **impregna'tion** (-નેશન), ના૦.
impresa'rio (ઇમ્પ્રિસારિઓ), ના૦ [બ૦વ૦ ~s] નાટક, સંગીત જલસો, ઇ૦ ગોઠવનાર – વ્યવસ્થાપક – સંચાલક.
imprescri'ptible (ઇમ્પ્રિસ્ક્રિપ્ટિબલ), વિ૦ કાયદાથી લઈ ન શકાય એવું.
impre'ss[1] (ઇમ્પ્રે'સ), સ૦ક્રિ૦ લશ્કરમાં કે નૌકાસૈન્યમાં જોડાવાની ફરજ પાડવી. **impre'ssment** (-સ્મન્ટ), ના૦.
impre'ss[2] સ૦ક્રિ૦ દબાવીને છાપ પાડવી, સિક્કો મારવો, મુદ્રાંકિત કરવું; વ્યક્તિ કે તેના મન પર ઠસાવવું; ઊંડી છાપ કે અસર પાડવી. ના૦ (**i'mpress**) છાપ, સિક્કો; વિશેષ ચિહ્ન. **impre'ssible** (-સિબલ), વિ૦.
impre'ssion (ઇમ્પ્રે'શન), ના૦ છાપ પાડવી તે; છાપ, સિક્કો; બીબાં કે કોતરેલી પાટી પરથી છાપેલી વસ્તુ; એક વખતે છાપીને બહાર પાડેલાં પુસ્તકો કે છાપાંની નકલો; ચોપડી ઇ૦નું ફેરફાર વિનાનું (પુનર્)મુદ્રણ; મન પર પડેલી અસર કે છાપ; માન્યતા.
impre'ssionable (ઇમ્પ્રે'શનબલ), વિ૦ સહેલાઈથી અસર થાય એવું.
impre'ssionism (ઇમ્પ્રે'શનિઝ઼મ), ના૦ ઝાઝી વિગત આપ્યા વિના સામાન્ય અસર કે છાપ પાડવાના હેતુવાળી લેખન

કે ચિત્રકળાની પદ્ધતિ–શૈલી, પ્રભાવવાદ. **impre'ssionist** (-નિસ્ટ), નાο. **impressioni'stic** (-નિસ્ટિક), વિο.

impre'ssive (ઇમ્પ્રે'સિવ), વિο અસરકારક, પ્રભાવી; મનોવેધક.

imprima'tur (ઇમ્પ્રિમેટર), નાο છાપવાનો પરવાનો; રજા.

impri'nt (ઇમ્પ્રિન્ટ), સοક્રિο -ની ઉપર છાપ મારવી–પાડવી. નાο (**i'mprint**) છાપ; ચોપડી ઇοમાં મુદ્રક કે પ્રકાશકનું નામ.

impri'son (ઇમ્પ્રિઝ્ન), સοક્રિο કેદમાં નાખવું, પૂરી–બંધ કરી–રાખવું. **impri'sonment** (-ન્મન્ટ), નાο.

impro'bable (ઇમ્પ્રૉબબલ), વિο અસંભવિત; અવિશ્વસનીય. **improbabi'lity** (-બિલિટિ), નાο.

impro'bity (ઇમ્પ્રૉબિટિ), નાο દુષ્ટતા.

impro'mptu (ઇમ્પ્રૉમ્પ્ટ્યૂ), વિο અને ક્રિοવિο પૂર્વતૈયારી વિના(નું), તત્ક્ષણે (કરેલું). નાο તત્ક્ષણે કરેલી સંગીત કે બીજી કોઈ રચના.

impro'per (ઇમ્પ્રૉપર), વિο અચોક્કસ; ખોટું; અયોગ્ય; અશોભનીય, અશ્લીલ.

impro'priate (ઇમ્પ્રૉપ્રિએટ), સοક્રિο ધાર્મિક સંસ્થા કે ધર્મસંઘની મિલકત સંસારી માણસને હવાલે કરવી. **impropria'tion** (-એશન), નાο.

impro've (ઇમ્પ્રૂવ), ઉοક્રિο (વધુ) સારું કરવું–થવું, સુધારવું, સુધરવું; કોઈ પ્રસંગ કે તકનો સદુપયોગ કરવો. **impro'vement** (-વ્મન્ટ), નાο.

impro'vident (ઇમ્પ્રૉવિડન્ટ), વિο બેદરકાર, ત્રેવડ વિનાનું, ઉડાઉ. **impro'vidence** (-ડન્સ), નાο.

i'mprovise (ઇમ્પ્રવાઇઝ઼), સοક્રિο અગાઉ કશી તૈયારી કર્યા વિના ભાષણ કે રચના કરવી, પૂરું પાડવું; તાત્કાલિક ઊભું કરવું. **improvisa'tion** (-ઝ઼ેશન), નાο.

impru'dent (ઇમ્પ્રુડન્ટ), વિο અવિચારી, વગર વિચાર્યું, અવિવેકી. **impru'dence** (-ડન્સ), નાο.

i'mpudent (ઇમ્પ્યુડન્ટ), વિο બેશરમ, ઉદ્ધત. **i'mpudence**(-ડન્સ), નાο.

impu'gn (ઇમ્પ્યૂન), સο ક્રિο વાંધો ઉઠાવવો; પડકારવું.

i'mpulse (ઇમ્પલ્સ), નાο ધકેલવું તે, ધક્કો; પ્રેરણા; લાગણીનો આવેગ, આવેશ.

impu'lsive (ઇમ્પલ્સિવ), વિο લાગણીના આવેશથી પ્રવૃત્ત થનારું, આવેગી, મનમોજી.

impu'nity (ઇમ્પ્યૂનિટિ), નાο નુકસાન કે સજાથી મુક્તિ.

impur'e (ઇમ્પ્યુઅર), વિο ગંદું; અશુદ્ધ, છિનાળવું; મિશ્ર, ભેગવાળું. **impur'ity** (-રિટિ), નાο.

impu'te (ઇમ્પ્યૂટ), સο ક્રિο -નો આરોપ કરવો; -ને નામે લખવું–માંડવું. **imputa'tion** (-ટેશન), નાο.

in[1] (ઇન), નામο અο માં, અંદર; અંશતઃ અથવા સંપૂર્ણપણે ઘેરાયેલું; (અવધિ) દરમ્યાન; -ને છેવટે; -ના વતી, -ની દ્વારા; -ને લીધે; તરીકે; -નો વિચાર કરીને.

in[2], ક્રિο વિο માં, અંદર; નજીક; -ના બદલામાં; [ક્રિ.] બૅટિંગ લેતું; અમુક સ્થાને પહોંચેલું; (દેવતા અંગે) સળગતું; [રાજ્ય.] સત્તારૂઢ; મળવાની અણી પર – ખાતરીવાળું. ફૅશનમાં, પ્રચલિત; ઋતુ અનુસારનું.

in[3], વિο અંદરનું, અંદર રહેનારું; પ્રચલિત ફૅશનનું.

in[4], નાο (વિο કο) **~s and outs,** બધી વિગત. **~-patient,** ઇસ્પિતાલમાં રહીને ઉપચાર પામનાર રોગી. **~-tray,** આવક ટપાલ ઇο માટેની થાળી (ટ્રે). **~asmuch as,** કારણ કે. **~so far as,** જેટલા પ્રમાણમાં...તેટલા પ્રમાણમાં. **insomuch,** એટલે સુધી (કે).

in., સંક્ષેપ. inch(es).

inabi'lity (ઇનબિલિટિ), નાο અશક્તિ, અક્ષમતા.

inacce'ssible (ઇનક્સે'સિબલ), વિο અગમ્ય, અનભિગમ્ય; પહોંચાય નહિ એવું. **inaccessibi'lity** (-બિલિટિ), નાο.

ina'ccurate (ઇનૅક્યુરટ), વિ૰ અચોક્કસ. **ina'ccuracy** (-રસિ), ના૰.

ina'ction (ઇનૅક્શન), ના૰ નિષ્ક્રિયતા; આળસ, સુસ્તી. **ina'ctive.** (-ક્ટિવ), વિ૰. **inacti'vity** (-ક્ટિવિટિ), ના૰.

ina'dequate (ઇનૅડિક્વટ), વિ૰ અપૂરતું; અક્ષમ, અસમર્થ. **ina'dequacy** (-ક્વસિ), ના૰.

inadmi'ssible (ઇનડ્મિસિબલ) વિ૰ દાખલ ન કરી શકાય એવું; અગ્રાહ્ય. **inadmissibi'lity** (-બિલિટિ), ના૰.

inadver'tent (ઇનડ્વર્ટન્ટ), વિ૰ બેધ્યાન, અસાવધ; અજાણતાં કરેલું; નિર્હેતુક. **inadver'tence** (-ટન્સ), **inadver'tency** (-ટન્સિ), ના૰.

ina'lienable (ઇનેલિઅનબલ), વિ૰ બીજાને આપી ન શકાય એવું.

ina'ne (ઇનેન), વિ૰ ખાલી; મૂર્ખતાવાળું, વાહિયાત. **ina'nity** (ઇનૅનિટિ), ના૰.

ina'nimate (ઇનૅનિમિટ), વિ૰ નિર્જીવ અચેતન; નિષ્પ્રાણ, દમ વિનાનું; જડ.

inani'tion (ઇનનિશન), ના૰ નબળાઈ, શક્તિક્ષીણતા. (પોષણના અભાવે).

ina'pplicable (ઇનૅપ્લિકબલ), વિ૰ લાગુ ન પડે એવું, અપ્રસ્તુત; અનુપયુક્ત. **inapplicabi'lity** (-બિલિટિ), ના૰.

ina'pposite (ઇનૅપઝ઼િટ), વિ૰ અપ્રસ્તુત, અસ્થાને.

inappre'ciable (ઇનપ્રીશબલ), વિ૰ ધ્યાનમાં ન લેવા જેવું, ગણનાપાત્ર નહિ એવું, નજીવું.

inappro'priate (ઇનપ્રોપ્રિઅટ), વિ૰ બંધબેસતું – સમર્પક-નહિ એવું.

ina'pt (ઇનૅપ્ટ) વિ૰ અકુશળ, અણઘડ; સમર્પક નહિ એવું. **ina'ptitude** (-ટિટ્યૂડ), ના૰.

inarti'culate (ઇનાર્ટિક્યુલિટ), વિ૰ સાંધા વગરનું; (બોલવું) અસ્પષ્ટ, અસ્ફુટ, મૂગું; સ્પષ્ટ બોલી કે વ્યક્ત ન કરી શકનારું.

inarti'stic (ઇનાર્ટિસ્ટિક), વિ૰ કલાકૌશલ્ય વિનાનું; કલાહીન; કલાના સિદ્ધાન્તોને ન અનુસરનારું.

inatte'ntion (ઇનટૅ'ન્શન), ના૰ અનવધાન, દુર્લક્ષ; ઉપેક્ષા. **inatte'ntive** (-ટિવ), વિ૰.

inau'dible (ઇનૉડિબલ), વિ૰ સંભળાય નહિ એવું, **inaudibi'lity** (-બિલિટિ), ના૰.

inau'gural (ઇનૉગ્યુરલ), વિ૰ અને ના૰ સ્થાપના કે પ્રારંભ વખતનો (સમારંભ, ભાષણ, ઇ૰).

inau'gurate (ઇનૉગ્યુરેટ), સ૰ ક્રિ૰ હોદ્દા પર વિધિપૂર્વક સ્થાપન કરવું; વિધિપૂર્વક શરૂ કરવું, (સંસ્થાનું) ઉદ્ઘાટન કરવું. **inaugura'tion** (-રેશન), ના૰.

inauspi'cious (ઇનૉસ્પિશસ), વિ૰ અપશુકનિયું; કમનસીબ.

i'nborn (ઇન્બૉર્ન), વિ૰ જન્મજાત, જન્મનું, અન્તર્જાત.

inbre'd (ઇન્બ્રે'ડ), વિ૰ = inborn, નજીકનાં સગાં એવા માબાપનું જણેલું -થી જન્મેલું.

inbree'ding (ઇન્બ્રીડિંગ), ના૰ સતત નજીકના સગામાં પરણીને પ્રજોત્પાદન, અન્તઃપ્રજનન.

Inc., સંક્ષેપ. Incorporated.

inca'lculable (ઇન્કૅલ્ક્યુલબલ), વિ૰ ગણાય નહિ એવું, અગણિત; અનિશ્ચિત. **incalculabi'lity** (-બિલિટિ), ના૰.

incande'sce (ઇન્કૅન્ડે'સ) ઉ૰ક્રિ૰ ઉષ્ણતાથી ચળકવું – પ્રકાશવું – પ્રકાશિત કરવું.

incande'scent (ઇન્કૅન્ડે'સન્ટ), વિ૰ ઉષ્ણતાથી ચળકતું; પ્રકાશતું; (કૃત્રિમ પ્રકાશ અંગે) ખૂબ ગરમ થયેલા તારથી પેદા થતું; તાપદીપ્ત. **incande'scence** (સન્સ), ના૰.

incanta'tion (ઇન્કૅન્ટેશન), ના૰ જાદુટોણો, જાદુનો મંત્ર.

inca'pable (ઇન્કેપબલ), વિ૰ અક્ષમ, અસમર્થ; ન કરી શકે એવું; અપાત્ર; સામાન્ય શક્તિઓ વિનાનું. **incapabi'lity** (-બિલિટિ), ના૰.

incapa'citate (ઇન્કપૅસિટેટ), સ૰ક્રિ૰ અક્ષમ, અસમર્થ, અથવા નાલાયક બનાવવું.

incapa'city (ઇન્કપૅસિટિ), નાo અક્ષમતા, અશક્તિ; કાયદા(ની દૃષ્ટિ)થી અપાત્રતા.

incar'cerate (ઇન્કાર્સરેટ), સoક્રિo કેદમાં પૂરવું. **incarcera'tion** (-રેશન), નાo.

incar'nadine (ઇન્કાર્નડાઇન), સoક્રિo કિરમજી રંગે રંગવું.

incar'nate (ઇન્કાર્નેટ), સoક્રિo દેહધારી – મૂર્તિમન્ત – બનાવવું; (કોઈ ગુણ ઇoની) જીવતીજાગતી મૂર્તિ હોવી. વિo (-કાર્નટ) દેહધારી, વિ.ક. માનવરૂપધારી.

incarna'tion (ઇનકાર્નેશન), નાo મૂર્તસ્વરૂપ, અવતાર. **the I~**, ઈશુ ખ્રિસ્તનું દેહધારણ.

incau'tious (ઇન્કૉશસ), વિo અવિચારી; અસાવધાન.

ince'ndiary (ઇનસે'ન્ડિઅરિ), વિo દ્વેષબુદ્ધિથી કોઈની મિલકત ઇoને આગ ચાંપવાનું – ચાંપવાનો ગુનો કરનારું; આગ લગાડવા માટેનું; [લા.] (કજિયો) સળગાવનારું, સળગી ઊઠનારું. નાo આગ ચાંપનાર માણસ કે બૉંબ. **ince'ndiarism** (-રિઝ્મ), નાo.

ince'nse[1] (ઇન્સે'ન્સ), સoક્રિo ગુસ્સે – ક્રોધાયમાન – કરવું.

i'ncense[2], નાo ધૂપ, (લોબાન ઇo) ધૂપદ્રવ્ય; ધૂપગંધ, વિoકo ધાર્મિક વિધિમાં.

ince'ntive (ઇનસે'ન્ટિવ), નાo કશુંક કરવા ઉશ્કેરનાર કે ઉત્તેજન આપનાર વસ્તુ; ઉશ્કેરણી, ઉત્તેજન, પ્રોત્સાહન; વિoકo ઉત્પાદન વધારવા માટે અપાતું પ્રલોભન. વિo ઉશ્કેરનારું, પ્રોત્સાહક.

ince'ption (ઇન્સે'પ્શન), નાo આરંભ, શરૂઆત.

incer'titude (ઇન્સર્ટિટ્યૂડ), નાo અનિશ્ચય, અનિશ્ચિતપણું.

ince'ssant (ઇનસે'સન્ટ), વિo સતત (ચાલતું); વારંવાર થતું – કરાતું.

i'ncest (ઇનસે'સ્ટ), નાo બહુ જ નિકટના સગા સાથે સંભોગ, અગમ્યગમન. **ince'stuous** (-સ્ટયુઅસ), વિo.

inch (ઇંચ), નાo ફૂટનો બારમો ભાગ, ઇંચ, ૨.૫૪ સેન્ટિમિટર; વરસાદના માપનો એકમ, પાણીનું ઊંડાણ (૧ ઇંચ). ઉoક્રિo એક એક ઇંચ કરીને (મહામુશ્કેલીથી) આગળ વધવું.

i'nchoate (ઇન્કોએટ), સoક્રિo શરૂ કરવું, પેદા કરવું. વિo (-અટ) તાજું જ આરંભેલું, અવિકસિત. **inchoa'tion** (-એશન), નાo. **i'nchoative** (-એટિવ), વિo.

i'ncidence (ઇન્સિડન્સ), નાo કોઈ વસ્તુ પર પડવું તે, તેની સાથે સંપર્ક – સ્પર્શ, (અસરનું) ક્ષેત્ર, મર્યાદા, વિસ્તાર કે વ્યાપ્તિ; થવાની કે અસરની રીત કે મર્યાદા; ભાર, બોજો.

i'ncident (ઇન્સિડન્ટ), વિo બનવાજોગ, કુદરતી રીતે લાગુ પડતું; આપાતી. નાo ઘટના, બનાવ; પ્રસંગ.

incide'ntal (ઇન્સિડે'ન્ટલ), વિo આનુષંગિક, પ્રાસંગિક; આવશ્યક નહિ એવું; (સંગીત અંગે) નાટકમાં વચ્ચે દાખલ કરેલું.

incide'ntally (-ડે'ન્ટલિ), ક્રિo વિo પ્રસંગવશાત્, વાતવાતમાં.

inci'nerate (ઇન્સિનરેટ), સo ક્રિo બાળી નાખવું, ભસ્મ કરવું. **incinera'tion** (-રેશન), નાo.

inci'nerator(ઇન્સિનરેટર), નાo બાળી નાખવાની ભઠ્ઠી.

inci'pient (ઇન્સિપિઅન્ટ), વિo શરૂઆતનું, પ્રારંભિક કે પ્રાથમિક દશાનું.

inci'se (ઇનસાઇઝ઼), સo ક્રિo ઉપર કાપ મૂકવો; ખોદવું, કોતરવું. **inci'sion** (ઇન્સિઝન), નાo.

inci'sive (ઇન્સાઇસિવ), વિo તીક્ષ્ણ, છેદક; મર્મભેદી.

inci'sor (ઇન્સાઇઝ઼ર), નાo (રાક્ષસીઓના વચ્ચેના) આગળના દાંતમાંથી કોઈ પણ એક.

inci'te (ઇન્સાઇટ), સo ક્રિo પ્રેરવું, પ્રોત્સાહન આપવું; ઉશ્કેરવું.

incivi'lity (ઇન્સિવિલિટિ), નાo અવિનય, ઉદ્ધતપણું.

incle'ment (ઇન્કલે'મન્ટ), વિo (આબોહવા અંગે) સખત, ઉગ્ર, ખૂબ ઠંડું.

તોફાની. **incle'mency** (-મન્સિ), ના૦.

inclina'tion (ઇન્‌ક્લિનેશન), ના૦ ઢાળ, ઢોળાવ; ત્રાંસ; ઝોક, વલણ; રુચિ, પ્રીતિ.

incli'ne (ઇન્‌ક્‌લાઇન), ઉ૦ ક્રિ૦ નમવું, નમાવવું; આગળ કે નીચે નમવું – વળવું; મન વાળવું – કરવું, મન વળવું – થવું; -ની તરફ વલણ હોવું. ના૦ (અથવા i'n-) ઢોળાવ(વાળી સપાટી).

inclu'de (ઇન્‌ક્લૂડ), સ૦ ક્રિ૦ સમાવવું, -નો સમાવેશ કરવો; -ના ભાગ તરીકે ગણવું, -માં ગણવું. **inclu'sion** (-ક્‌લૂઝન), ના૦.

inclu'sive (ઇન્‌ક્લૂસિવ), વિ૦ સમાવેશક, વ્યાપક; બધા આનુષંગિક ખર્ચ સાથે.

inco'gnito (ઇન્‌કૉગ્‌નિટો) વિ૦ અને ના૦ [બ૦ વ૦ ~s] ઓળખાય નહિ એવા રૂપવાળું, વેષાંતર કરેલું, વેષધારી (માણસ). ક્રિ૦ વિ૦ વેષાંતર કરીને.

incohe'rent (ઇન્‌કહિઅરન્ટ), વિ૦ અસંગત, અસંબદ્ધ. **incoher'ence** (-રન્સ), ના૦.

incombu'stible (ઇન્‌કમ્બસ્ટિબલ), વિ૦ બાળી ન શકાય એવું, અદાહ્ય. **incombustibi'lity** (-બિલિટિ), ના૦.

i'ncome (ઇન્‌કમ), ના૦ આવક, કમાણી (સામાન્યતઃ વાર્ષિક). ~ **tax**, આવકવેરો.

i'ncoming (ઇન્‌કમિંગ), વિ૦ અંદર આવનારું; અનુગામી.

incomme'nsurable (ઇન્‌કમેન્‌શરબલ), વિ૦ સામાન્ય ભાજક કે માનદંડરહિત; કદ, મૂલ્ય, ઇ૦ બાબતમાં સરખાવી ન શકાય એવું. **incommensurabi'lity** (-બિલિટિ), ના૦.

incomme'nsurate (ઇન્‌કમે'ન્શરટ), વિ૦ પ્રમાણ વિનાનું, સામાન્ય ભાજક કે માપક વિનાનું, અપૂરતું.

incommo'de (ઇન્‌કમોડ), સ૦ ક્રિ૦ -ને ત્રાસ આપવો, અગવડ કરવી, આડે આવવું.

incommo'dious (ઇન્‌કમોડિઅસ), વિ૦ મોકળાશ વિનાનું, અગવડભર્યું.

incommu'nicable (ઇન્‌કમ્યૂનિકબલ), વિ૦ બીજાને કહી કે આપી ન શકાય એવું. **incommunicabi'lity** (-બિલિટિ), ના૦.

incommunica'do (ઇન્‌કમ્યૂનિકાડો), વિ૦ બહારની દુનિયા સાથે સંપર્ક(ના સાધન) વિનાનું; એકાંત કારાવાસમાં.

inco'mparable (ઇન્‌કૉમ્પરબલ), વિ૦ અનુપમ, અજોડ.

incompa'tible (ઇન્‌કમ્પૅટિબલ), વિ૦ અસંગત; વિસંવાદી; વિરોધી (ગુણોવાળું), પરસ્પર વિરોધી. **incompatibi'lity** (-બિલિટિ), ના૦.

inco'mpetent (ઇન્‌કૉમ્પિટન્ટ), વિ૦ અક્ષમ, અસમર્થ, કાયદેસરની લાયકાત વિનાનું. **inco'mpetence** (-ટન્સ), ના૦

incomple'te (ઇન્‌કમ્‌પ્લીટ), વિ૦ અપૂર્ણ, અધૂરું.

incomprehe'nsible (ઇન્‌કૉમ્પ્રિહે'ન્સિબલ), વિ૦ અકળ, અનાકલનીય. **incomprehensibi'lity** (-બિલિટિ), ના૦.

inconcei'vable (ઇન્‌કન્સીવબલ), વિ૦ કલ્પી ન શકાય એવું, અકલ્પ્ય. **inconceivabi'lity** (-બિલિટિ), ના૦.

inconclu'sive (ઇન્‌કન્‌ક્લૂસિવ), વિ૦ (દલીલ ઇ૦ અંગે) નિર્ણાયક કે ખાતરી કરાવનારું નહિ એવું.

inco'ngruous (ઇન્‌કૉંગ્રુઅસ), વિ૦ અસંગત, અસંબદ્ધ; મૂર્ખામીભરેલું. **incongru'ity** (-કૉંગ્રૂઇટિ), ના૦.

inco'nsequent (ઇન્‌કૉન્સિક્વન્ટ), વિ૦ તર્કસંગતિ વિનાનું, અતાર્કિક, અપ્રસ્તુત, અસંબદ્ધ. **inco'nsequence** (-ક્વન્સ), ના૦

inconseque'ntial (ઇન્‌કૉન્સિક્વે'ન્‌શલ), વિ૦ મહત્ત્વ વિનાનું, નગણ્ય; અસંગત, અપ્રસ્તુત.

inconsi'derable (ઇન્‌કન્સિડરબલ), વિ૦ ધ્યાનમાં કે ગણતરીમાં ન લેવા જેવું, નાનકડું, નજીવું, નજીવી કિંમતનું.

inconsi'derate (ઇન્‌કન્સિડરટ), વિ૦ અવિચારી, અવિવેકી; બીજા(ની લાગણી)-

નો વિચાર ન કરનારું.

inconsi'stent (ઇન્કન્સિસ્ટન્ટ), વિ૦ પરસ્પર વિરોધી, વિસંગત, **inconsi'stency** (સ્ટન્સિ), ના૦.

inconso'lable (ઇન્કન્સોલબલ), વિ૦ સાન્ત્વન કરવું – શાંત પાડવું – મુશ્કેલ.

inco'nsonant (ઇન્કૉન્સનન્ટ), વિ૦ (-ની સાથે) મેળ ન ખાનારું, વિસંગત. **inco'nsonance** (-નન્સ), ના૦.

inconspicuous (ઇન્કૉન્સ્પિક્યુઅસ), વિ૦ ઝટ નજરે ન ચડનારું, વિશેષ ધ્યાન ન ખેંચનારું.

inco'nstant (ઇન્કૉન્સ્ટન્ટ), વિ૦ ચંચળ, અસ્થિર મનવાળું; ઝટ બદલાઈ જનારું; અનિયમિત. **inc'onstancy** (-સ્ટન્સિ), ના૦.

inconte'stable (ઇન્કન્ટે'સ્ટબલ), વિ૦ અવિવાદ્ય, નિર્વિવાદ.

inco'ntinent (ઇન્કૉન્ટિનન્ટ), વિ૦ અસંયમી (વિ૦ ક૦ કામવિકારની બાબત-માં); પેશાબ ઇ૦ને રોકવાને અસમર્થ. **inco'ntinence** (-નન્સ), ના૦.

incontrover'tible (ઇન્કૉન્ટ્રવર્ટિબલ), વિ૦ અવિવાદ્ય; અખંડનીય.

inconve'nience (ઇન્કન્વીનિઅન્સ), ના૦ અગવડ, અડચણ; અગવડભરી બાબત. સ૦ ક્રિ૦ અગવડ કરવી – માં નાખવું. **inconve'nient** (-અન્ટ), વિ૦.

inconver'tible (ઇન્કન્વર્ટિબલ), વિ૦ વટાવાય નહિ – નાં નાણાં મળે નહિ – બીજા ચલણમાં ફેરવાય નહિ – એવું. **inconvertibi'lity** (-બિલિટિ) ના૦.

incor'porate (ઇન્કૉર્પરેટ), સ૦ ક્રિ૦ -માં ભેળવી એક કરી દેવું, જુદાં જુદાં ઘટકોને એક કરી દેવાં; -નું કાયદેસરનું મંડળ – નિગમ બનાવવું. વિ૦ (-રટ), -ની કાયદેસરની સંસ્થા કે નિગમ બનેલું. **incorpora'tion** (-રેશન), ના૦.

incorpo'real (ઇન્કૉર્પોરિઅલ), વિ૦ અપાર્થિવ, અશરીરી; [કા.] પ્રત્યક્ષ–પાર્થિવ –અસ્તિત્વ વિનાનું.

incorre'ct (ઇન્કરે'ક્ટ), વિ૦ ખોટું; અચોક્કસ.

inco'rrigible (ઇન્કૉરિજિબલ), વિ૦ સુધરે નહિ એવું; વંઠી ગયેલું.

incorru'ptible (ઇન્કરપ્ટિબલ), વિ૦ બગડે નહિ એવું, લાંચ ન લે એવું, લાંચથી ભ્રષ્ટ ન કરી શકાય એવું. **incorruptibi'lity** (–બિલિટિ), ના૦.

increa'se (ઇન્ક્રીસ), ઉ૦ક્રિ૦ વધવું, વધારવું; વધારે તીવ્ર બનાવવું–બનવું. ના૦ (**i'n-**) વધારો, વૃદ્ધિ; સંખ્યા કે જથામાં વધારો. **on the ~**, વધતું, વર્ધમાન.

incre'dible (ઇન્ક્રે'ડિબલ), વિ૦ અ-વિશ્વસનીય; આશ્ચર્યજનક. **incredibi'lity** (-બિલિટિ), ના૦.

incre'dulous (ઇન્ક્રે'ડ્યુલસ), વિ૦ વિશ્વાસ ન રાખનાર, શંકાશીલ. **incredu'lity** (–લિટિ), ના૦.

i'ncrement (ઇન્ક્રિમન્ટ), ના૦ વધારો, વધારાની રકમ કે જથો; નફો.

incri'minate (ઇન્ક્રિમિનેટ), સ૦ક્રિ૦ -ની ઉપર ગુનાનો આરોપ કરવો, ગુનાના આરોપમાં સંડોવવું. **incrimina'tion** (-નેશન), ના૦. **incri'minatory** (-નટરિ), વિ૦.

incrusta'tion (ઇન્ક્રસ્ટેશન), ના૦ –ની ઉપર પોપડો બાઝવો – બાઝે તેમ કરવું – તે; પોપડો, સખત આવરણ–પડ.

i'ncubate (ઇન્ક્યુબેટ), ઉ૦ક્રિ૦ ઈંડાં સેવીને અથવા તેને કૃત્રિમ રીતે ગરમી આપીને બચ્ચાં બહાર કાઢવાં; ઈંડાં પર બેસવું; અનુકૂળ પરિસ્થિતિ પેદા કરીને 'બૅક્ટીરિયા' (જીવાણુ) પેદા કરવા.

incuba'tion (ઇન્ક્યુબેશન), ના૦ ઈંડાંનું સેવન કરવું–કરાવવું; રોગનાં લક્ષણો દેખાવા માંડે તે પહેલાં તેનાં જંતુઓ પેદા થવાં તે.

i'ncubator (ઇન્ક્યુબેટર), ના૦ કૃત્રિમ ગરમી આપી ઈંડાં સેવવાનું, પૂરી મુદત પહેલાં જન્મેલા બાળકને ઉછેરવાનું, અથવા 'બૅક્ટીરિયા' પેદા કરવાનું યંત્ર.

i'ncubus (ઇન્ક્યુબસ), ના૦ ભયંકર

સ્વપ્ન (બહુધા અજીર્ણને લીધે), ઓથાર; ભૂત; ત્રસ્ત કરનાર વ્યક્તિ કે વસ્તુ.

i'nculcate (ઇન્કલ્કેટ), સ૦ ક્રિ૦ વારંવાર કહેવું – કહીને મન પર ઠસાવવું. **inculca'tion** (-કેશન), ના૦.

i'nculpate (ઇન્કલ્પેટ), સ૦ ક્રિ૦ આરોપ કરવો, દોષ કાઢવો; આરોપમાં – ગુનામાં – સંડોવવું. **inculpa'tion** (-પેશન), ના૦.

incu'mbent (ઇન્કમ્બન્ટ), વિ૦ ઉપર પડેલું, માથે ફરજ તરીકે રહેલું. ના૦ પુરોહિતવૃત્તિનો – કોઈ પદ કે હોદ્દાનો – ધારણ કરનાર. **incu'mbency** (-બન્સિ), ના૦.

incuna'bula (ઇન્ક્યૂનૅબ્યુલૅ), ના૦ બ૦ વ૦ શરૂઆતના વખતમાં, ઈ. સ. ૧૫૦૦ પહેલાં, છપાયેલાં પુસ્તકો.

incur' (ઇન્કર), સ૦ ક્રિ૦ માથે વહોરી – ઓઢી – લેવું, -માં પડવું.

incu'rable (ઇન્ક્યુઅરબલ), વિ૦ અને ના૦ સુધરે નહિ એવું, રીઢું, (માણસ). **incurabi'lity** (-બિલિટિ), ના૦.

incu'rious (ઇન્ક્યુઅરિઅસ), વિ૦ જિજ્ઞાસા વિનાનું; બેદરકાર. **incurio'sity** (-ઑસિટિ), ના૦.

incur'sion (ઇન્કર્શન), ના૦ ચડાઈ, આક્રમણ; ઓચિંતો હુમલો. **incur'sive** (-કર્સિવ), વિ૦.

Ind., સંક્ષેપ. Independent; Indiana.

inde'bted (ઇન્ડે'ટિડ), વિ૦ ઋણી; ઉપકૃત.

inde'cent (ઇન્ડીસન્ટ), વિ૦ ન શોભતું, અનુચિત; અસભ્ય; અશ્લીલ. ~ **assault**, બળાત્કાર વિનાનો કામી હુમલો – અશ્લીલ ચેષ્ટા. **inde'cency** (-સન્સિ), ના૦.

indeci'pherable (ઇન્ડિસાઇફરબલ), વિ૦ ઉકેલી ન શકાય એવું, દુર્વાચ્ય.

indeci'sion (ઇન્ડિસિઝન), ના૦ અનિશ્ચય, અનિર્ણય; મનમાં ઢચુપચુ હોવું તે.

indeci'sive (ઇન્ડિસાઇસિવ), વિ૦ અનિર્ણાયક; ઢચુપચુ, અસ્થિર.

indecli'nable (ઇન્ડિક્લાઇનબલ), વિ૦ અને ના૦ [વ્યાક.] અવ્યય, અવિકારી.

inde'corous (ઇન્ડે'કરસ), વિ૦ અયોગ્ય, સુરુચિને ન છાજે એવું.

indecor'um (ઇન્ડિકોરમ) ના૦ શિષ્ટાચારનો અભાવ, અસભ્યતા.

indee'd (ઇન્ડીડ), ક્રિ૦ વિ૦ ખરેખર, સાચે જ; ખરું જોતાં.

indefa'tigable (ઇન્ડિફૅટિગબલ), વિ૦ થકવી ન શકાય એવું, અથક. **indefatigabi'lity** (-બિલિટિ), ના૦.

indefea'sible (ઇન્ડિફીઝિબલ), વિ૦ રદ કે જપ્ત કરી ન શકાય એવું (વિ૦ક૦ દાવો, હક, ઇ૦ અંગે). **indefeasibi'lity** (-બિલિટિ), ના૦.

indefe'nsible (ઇન્ડિફે'ન્સિબલ), વિ૦ બચાવ કે રક્ષણ ન કરી શકાય એવું, ગેરવાજબી. **indefensibi'lity** (-બિલિટિ), ના૦.

indefi'nable (ઇન્ડિફાઇનબલ), વિ૦ જેની વ્યાખ્યા કે ચોક્કસ વર્ણન ન કરી શકાય એવું, અનિર્વચનીય.

inde'finite (ઇન્ડે'ફિનિટ), વિ૦ અનિશ્ચિત, અસ્પષ્ટ.

inde'lible (ઇન્ડે'લિબલ), વિ૦ ભૂંસી ન શકાય એવું, વજ્રલેપ, કાયમનું. **indelibi'lity** (-બિલિટિ), ના૦.

inde'licate (ઇન્ડે'લિકિટ), વિ૦ નાજુકાઈ વિનાનું, તોછડું; અસભ્ય, અવિનયી; કુનેહ વિનાનું. **inde'licacy** (-કસિ), ના૦.

inde'mnify (ઇનડે'મ્નિફાઇ), સ૦ ક્રિ૦ નુકસાન કે કાયદેસરની જવાબદારી સામે રક્ષણ આપવું, નુકસાન ભરી આપવું. **indemnifica'tion** (-ફિકેશન), ના૦.

inde'mnity (ઇન્ડે'મ્નિટિ), ના૦ ઈજા, નુકસાન કે સજા ન થવાની હામી; સજા વગેરેમાંથી મુક્તિ; યુદ્ધમાં હારેલા પક્ષ પાસેથી વસૂલ કરાતી નુકસાન ભરપાઈ.

inde'nt (ઇન્ડે'ન્ટ), ઉ૦ ક્રિ૦ -માં ખાંચા, દાંતા કે ખાડા પાડવા; લીટીના આરંભમાં જગ્યા છોડવી; યાદી લખીને માલ મંગાવવો – માલની વરદી આપવી.

નાo (i'n-) માલસામાનની લિખિત યાદી કે વરદી; ખાંચો, દાંતો; દુતરફી લખત, કરારનામું. indenta'tion (-ટેશન), નાo.

inde'nture (ઇન્ડે'ન્ચર), નાo બે પ્રતોવાળું દુતરફી કરારનામું; સહીસિક્કાવાળું કરારનામું, ખાસ ક. ઉમેદવારને શેઠની નોકરીમાં બાંધી લેનારું. સo ક્રિo કરારનામાથી બાંધી લેવું, વિo કo ઉમેદવારને.

indepe'ndence (ઇન્ડિપે'ન્ડન્સ), નાo સ્વાતંત્ર્ય, સ્વતંત્રતા, આપઅખત્યારી, I~ Day, અમેરિકાનો સ્વાતંત્ર્ય દિવસ (૪થી જુલાઈ), હિન્દુસ્તાનનો (૧૫ ઑગસ્ટ).

indepe'ndency (ઇન્ડિપે'ન્ડન્સિ), નાo સ્વતંત્ર (સાર્વભૌમ) રાજ્ય.

indepe'ndent (ઇન્ડિપે'ન્ડન્ટ). વિo સ્વતંત્ર, બીજા પર આધાર ન રાખનારું, આપ અખત્યાર; કશો કામધંધો કર્યા વિના પોતાનું ગુજરાન ચલાવી શકે એટલી સંપત્તિવાળું; (સંસ્થા અંગે) જાહેર નાણાં પર આધાર ન રાખનારું; બીજાનો ઉપકાર ન લેવા માગતું. નાo ધારાસભા ઇoનો અપક્ષ સભ્ય.

indescri'bable (ઇન્ડિસ્કાઇબબલ), વિo અસ્પષ્ટ, મોઘમ; અવર્ણનીય. indescribabi'lity (-બિલિટિ), નાo.

indestru'ctible (ઇન્ડિસ્ટ્રક્ટિબલ), વિo નાશ ન કરી શકાય એવું, અવિનાશી. indestructibi'lity(-બિલિટિ), નાo.

indeter'minable (ઇન્ડિટર્મિનબલ), વિo નક્કી ન કરી શકાય – નિર્ણય કે નિવેડો ન કરી શકાય – એવું.

indeter'minate (ઇન્ડિટર્મિનટ), વિo વિસ્તાર, સ્વરૂપ, ઇoમાં ચોક્કસ કે નિશ્ચિત નહિ એવું; અસ્પષ્ટ, મોઘમ.

i'ndex (ઇન્ડે'ક્સ), નાo [બo વo ~-es અથવા i'ndices ઉ. -ડાઇસિસ] ~ (finger), અંગૂઠા પાસેની આંગળી, તર્જની; પુસ્તકને છેવટે અપાતી કક્કાવાર સૂચિ; ~ (number), [અર્થ.] ભાવનો સૂચક આંક; [ગ.] ઘાતાંક. સo ક્રિo પુસ્તકમાં સૂચિ આપવી; સૂચિમાં દાખલ કરવું.

India (ઇન્ડિઅ, આ), નાo. ~ paper, બહુ જ પાતળો અને ચિવ્વડ છાપવાનો અપારદર્શક કાગળ. i~ ruber, મુખ્યત્વે પેન્સિલનું લખાણ ભૂસવાનું રબર.

I'ndian (ઇડિઅન), વિo હિન્દનું; હિન્દ, પાકિસ્તાન તથા બાંગલા દેશના બનેલા ઉપખંડનું; અમેરિકાના વેસ્ટ ઇંડીઝના મૂળ વતનીઓનું. નાo હિન્દનો વતની; રેડ ઇંડિયન. West ~, વેસ્ટ ઇંડીઝનું વતની. ~ club, બાટલીના આકારનું વ્યાયામનું મગદળ. ~ corn, મકાઈ. ~ file, એકવડી હાર – કતાર. ~ ink, એક કાળો રંગ. ~ su'mmer, ઉ. અમે. ઇo ઠેકાણે પાનખરની આખરે આવતી સૂકી ધૂંધળી ઋતુ.

i'ndicate (ઇંડિકેટ), સo ક્રિo દેખાડવું, (ચીંધીને) બતાવવું, જણાવવું; -નું સૂચક ચિહ્ન હોવું, સૂચવવું. indica'tion (– કેશન), નાo.

indi'cative (ઇન્ડિકટિવ) વિo દર્શક, સૂચક; (ક્રિયાoના અર્થ અંગે) કોઈ વસ્તુને હકીકત રૂપે રજૂ કરતું. ક્રિયાર્થદર્શક. નાo નિશ્ચયાર્થ (~ mood પણ).

i'ndicator (ઇન્ડિકેટર), નાo દેખાડનાર – દર્શક – વ્યક્તિ અથવા વસ્તુ; કોઈ ઉપકરણ સાથે જોડેલો વેગ ઇo બતાવનાર કાંટો, હાથ, ઇo; ચાલુ માહિતી આપનારું પાટિયું; વાહન કઈ તરફ વળશે તે બતાવનાર હાથ, બત્તી, ઇo.

indi'ct (ઇન્ડાઇટ), સo ક્રિo કોઈ ગુનો કર્યાનો કાયદેસર આરોપ કરવો. indi'ctment (– ટ્મન્ટ), નાo.

indi'ctable (ઇન્ડાઇટબલ), વિo આરોપ કે તહોમત મૂકવા પાત્ર, અદાલતમાં ગુના અંગે કામ ચલાવી શકાય એવું.

indi'fference (ઇન્ડિફરન્સ), નાo બેભાન, બેપરવાઈ; ઉદાસીનતા, તટસ્થપણું; મહત્ત્વનો અભાવ.

indi'fferent (ઇન્ડિફરન્ટ), વિo પક્ષપાત વિનાનું; કશી લેવાદેવા વિનાનું; નહિ સારું કે નહિ ખરાબ, બલ્કે ખરાબ.

indi'genous (ઇન્ડિજિનસ), વિo તે

તે દેશનું, તદ્દેશીય, તળપદું, દેશી.

i'ndigent (ઇન્ડિજન્ટ); વિ૰ ગરજવાળું, ગરીબ. **i'ndigence** (-જન્સ), ના૰.

indige'stible (ઇન્‌ડિજે'સ્ટિબલ), વિ૰ પચવું મુશ્કેલ, ન પચે એવું, ભારે (ખોરાક અંગે).

indi'gnant (ઇન્ડિગ્નન્ટ), વિ૰ રોષે ભરાયેલું, રોષ અને તિરસ્કારથી પ્રેરિત, પુણ્યપ્રકોપ પામેલું, દુભાયેલી લાગણીવાળું. **indigna'tion** (-નેશન), ના૰.

indi'gnity (ઇન્‌ડિગ્નિટિ), ના૰ (કોઈની પ્રત્યે) અયોગ્ય વર્તન, અપમાન, અવહેલના.

i'ndigo (ઇન્ડિગો), ના૰ [બ૰ વ૰ ~s] ગળી, ઘેરો વાદળી રંગ (ગળીના છોડમાંથી કાઢેલો કે કૃત્રિમ).

indire'ct (ઇન્‌ડિરે'કટ, -ડાઇ -), વિ૰ સીધું નહિ એવું, આડકતરું; પરોક્ષ. ~ **object,** [વ્યાક.] ગૌણ કર્મ. ~ **speech,** પરોક્ષ કથન. ~ **tax,** આડકતરો વેરો, વસ્તુની કિંમતમાં વધારો કરીને લેવાતો કર.

indiscer'nible (ઇન્‌ડિસર્નિબલ), વિ૰ દેખાય નહિ – જુદું પાડી શકાય નહિ – એવું.

indi'scipline (ઇન્‌ડિસિપ્લિન), ના૰ શિસ્તનો અભાવ, ગેરશિસ્ત.

indiscree't (ઇન્‌ડિસ્ક્રીટ) વિ૰ અવિચારી, ડહાપણ વિનાનું; અસાવધાન, ગાફેલ.

indiscre'tion (ઇન્‌ડિસ્ક્રેશન). ના૰ અવિચાર, અવિવેક, અવિવેકી વર્તન; મર્યાદાભંગ.

indiscri'minate (ઇન્‌ડિસ્ક્રિમિનિટ), વિ૰ ગોટાળાભરેલું; સારાસાર ભેદ વિનાનું, તારતમ્યરહિત, અવિવેકી. **indiscrimina'tion** (-નેશન), ના૰.

indispe'nsable (ઇન્‌ડિસ્પે'ન્સિબલ), વિ૰ જેના વિના ચાલે નહિ – ચલાવી શકાય નહિ એવું, અતિજરૂરી; ટાળી ન શકાય એવું. **indispensabi'lity**(-બિલિટિ), ના૰.

indispo'se (ઇન્‌ડિસ્પોઝ઼્), સ૰ ક્રિ૰ લાયકાત વિનાનું કે અક્ષમ બનાવવું, અસ્વસ્થ બનાવવું; પ્રતિકૂળ બનાવવું.

indispo'sed (ઇન્‌ડિસ્પોઝ઼્ડ્), વિ૰ સહેજ માંદું, કસરાયેલું.

indisposi'tion (ઇન્‌ડિસ્પઝ઼િશન), ના૰ સહેજ માંદગી, કસર; અનિચ્છા, કંટાળો.

indispu'table (ઇન્‌ડિસ્પ્યૂટબલ), વિ૰ નિર્વિવાદ, તકરાર – વાંધા – વગરનું.

indisso'luble (ઇન્‌ડિસૉલ્યુબલ), વિ૰ ઓગળે કે ઓગાળી શકાય નહિ એવું, અતૂટ, અવિસર્જનીય, કાયમ ટકનારું, સ્થિર.

indisti'nct(ઇન્‌ડિસ્ટિંક્ટ્), વિ૰ અસ્પષ્ટ ઝાંખું; ગોટાળાવાળું.

indisti'nguishable (ઇન્‌ડિસ્ટિંગ્વિશબલ), વિ૰ એકબીજાથી જુદા પાડી ન શકાય એવું, ફરક વિનાનું.

indi'te (ઇન્ડાઇટ), સ૰ ક્રિ૰ શબ્દબદ્ધ કરવું, રચવું; (મજાકમાં) (પત્ર ઇ૰) લખવું.

indivi'dual (ઇન્‌ડિવિડ્યુઅલ), વિ૰ એક, એકલું; અમુક; એક વ્યક્તિ કે વસ્તુનું – માટેનું; વિશિષ્ટ વ્યક્તિનું લાક્ષણિક; વ્યક્તિનું, વ્યક્તિગત. ના૰ કોઈ જૂથ કે વર્ગની એક વ્યક્તિ; માનવ વ્યક્તિ; [વાત.] માણસ. **individua'lity** (-અલિટિ), ના૰. **indivi'dualize** (-ડ્યુઅલાઇઝ઼્) સ૰ ક્રિ૰.

indivi'dualism (ઇન્‌ડિવિડ્યુઅલિઝ઼્મ), ના૰ હુંપણું, અહંકાર; વ્યક્તિ (સ્વાતંત્ર્ય)-વાદ; **indivi'dualist** (-લિસ્ટ), ના૰. **individuali'stic** (-લિસ્ટિક), વિ૰.

indivi'sible(ઇન્‌ડિવિઝ઼િબલ), વિ૰ ભાગી ન શકાય એવું, અવિભાજ્ય.

indo'ctrinate (ઇનડૉક્‌ટ્રિનેટ), સ૰ ક્રિ૰ મનમાં કોઈ વિશિષ્ટ પ્રકારના વિચાર મત, ઇ૰ ભરવું; શીખવવું. **indoctrina'tion** (-નેશન), ના૰.

Indo-Europe'an (ઇન્ડો-યુરપીઅન), ના૰ યુરોપના મોટા ભાગમાં તથા એશિયાના ઉ. હિન્દ સુધીના પ્રદેશમાં બોલાતી ભાષાઓનું કુટુંબ. વિ૰ તે ભાષાકુટુંબનું.

i'ndolent (ઇન્ડલન્ટ), વિ૰આળસુ, સુસ્ત, પ્રમાદી. **i'ndolence** (-લન્સ), ના૰.

indo'mitable (ઇન્ડૉમિટબલ), વિ૰ અણનમ, દુર્દાન્ત.

i'ndoor (ઇન્ડોર), વિ૦ ઘરમાં કે છાપરા તળે કરવાનું, કરેલું, રમવાનું, ઇ૦.
indoor's (ઇન્ડોર્ઝ઼), ક્રિ૦ વિ૦ ઘરમાં, છાપરાતળે.
indor'se (ઇન્ડોર્સ), જુઓ **endorse.**
indu'bitable (ઇન્ડયૂબિટબલ), વિ૦ નિઃસંદેહ, નિશ્ચિત.
indu'ce (ઇન્ડયૂસ), સ૦ ક્રિ૦ -ની પાસે કરાવવું; (-ને) વશ કરવું; મન વાળવું, લલચાવવું; થાય તેમ કરવું; [વીજળી.] પ્રવાહ પેદા કરવો; અનુમાન કરવું. **indu'cible** (-સિબલ), વિ૦.
indu'cement (ઇન્ડયૂસ્મન્ટ), ના૦ લાલચ, પ્રલોભન; આકર્ષણ; હેતુ.
indu'ct (ઇન્ડક્ટ), સ૦ ક્રિ૦ (પદ, હોદ્દા, ઇ૦ પર) સ્થાપન કરવું.
indu'ctance(ઇન્ડક્ટન્સ),ના૦ [વીજળી.] વીજળીયુક્ત કરવાનો ગુણ, એ ગુણનું પ્રમાણ – માપ, પ્રેરકતા.
indu'ction (ઇન્ડક્શન), ના૦ વિધિપૂર્વક પ્રવેશ કે સ્થાપના (કરવી તે); વિશિષ્ટ દાખલાઓ પરથી સામાન્ય નિયમ તારવવો તે, વિગમન; [વૈદક.] પ્રસૂતિવેદના શરૂ કરાવવી તે; [વીજળી.] વીજળી ભરેલી વસ્તુના સાંનિધ્યથી વીજળી વિનાની વસ્તુને વીજળીયુક્ત કરવી તે, પ્રવર્તન.
indu'ctive (ઇન્ડક્ટિવ), વિ૦ આનુમાનિક, અનુમાનજન્ય; પ્રેરક, પ્રવર્તક; વીજળિક પ્રેરણનું – ને લગતું.
indu'lge (ઇન્ડલ્જ), ઉ૦ ક્રિ૦ તૃપ્ત કરવું; -ને છૂટો દોર આપવો; નિરંકુશપણે ભોગવવું (**in**); [વાત.] ખૂબ દારૂ ઢીંચવો.
indu'lgence (ઇન્ડલ્જન્સ), ના૦ છૂટથી કરવા દેવું તે; મરજી મુજબ ભોગ ભોગવવા તે; આપેલી છૂટ; પાપનું માફીપત્ર.
indu'lgent (ઇન્ડલ્જન્ટ), વિ૦ દોષ, અપરાધ, ઇ૦ની ઉપેક્ષા કરનાર; લાડ લડાવનાર.
i'ndurate (ઇન્ડયૂરેટ), ઉ૦ ક્રિ૦ કઠણ કે કઠોર કરવું – થવું. **indura'tion** (-રેશન), ના૦.
indu'strial (ઇન્ડસ્ટ્રિઅલ), વિ૦ ઉદ્યોગોનું – સંબંધી, ઉદ્યોગોમાં રોકાયેલું – સાથે સંલગ્ન; ખૂબ વિકસિત થયેલા ઉદ્યોગોવાળું. **indu'strialize** (-લાઇઝ઼), સ૦ ક્રિ૦.
indu'strialism (ઇન્ડસ્ટ્રિઅલિઝ઼મ), ના૦ મોટા પાયા પરના ઉદ્યોગોવાળી સામાજિક પદ્ધતિ, યંત્રોદ્યોગવાદ.
indu'strialist(ઇન્ડસ્ટ્રિઅલિસ્ટ), ના૦ ઉદ્યોગપતિ, કારખાનદાર; યંત્રોદ્યોગોનો હિમાયતી.
indu'strious (ઇન્ડસ્ટ્રિઅસ), વિ૦ ઉદ્યમી, મહેનતુ.
i'ndustry (ઇન્ડસ્ટ્રિ), ના૦ ઉદ્યમીપણું, ઉદ્યમ; ઉદ્યોગ, ધંધો; કોઈ વિશિષ્ટ પ્રકારનો ઉદ્યોગ.
ine'briate (ઇનીબ્રિઅટ), વિ૦ પીધેલ, ના૦ દારૂડિયો. સ૦ ક્રિ૦ (-એટ) છાકટું બનાવવું, નશો ચડાવવો. **inebria'tion** (-એશન), ના૦.
inebri'ety (ઇનિબ્રાયટિ), ના૦ છાકટાપણું. પીધેલ અવસ્થા.
ine'dible (ઇને'ડિબલ), વિ૦ અખાદ્ય.
ine'ffable (ઇને'ફબલ). વિ૦ અવાચ્ય; અનિર્વચનીય.
ineffe'ctive (ઇનિફે'ક્ટિવ), **ineffe'ctual** (ઇનિફે'ક્ટ્યુઅલ), વિ૦ બિનઅસરકારક, ઇષ્ટ અસર ન કરનારું; અક્ષમ, અસમર્થ.
ineffi'cient (ઇનિફિશન્ટ), વિ૦ નિયમસર કામ પાર પાડવા અક્ષમ–અસમર્થ. **ineffi'ciency** (-શન્સિ), ના૦.
inela'stic (ઇનિલૅસ્ટિક), વિ૦ લવચીક કે સ્થિતિસ્થાપક નહિ એવું; અનુકૂળ ન કરી શકાય એવું; અક્કડ, **inelasti'city** (-સ્ટિસિટિ), ના૦.
ine'legant (ઇને'લિગન્ટ), વિ૦ લાલિત્ય કે સૌન્દર્ય વિનાનું; અસંસ્કૃત, અસંસ્કારી; બેઢબ. **ine'legance** (-ગન્સ), ના૦.
ine'ligible (ઇનેલિજિબલ), વિ૦ આવશ્યક લાયકાત વિનાનું, (ચૂંટાવાને) અપાત્ર; અનિચ્છનીય. **ineligibi'lity** (-બિલિટિ), ના૦.
inelu'ctable (ઇનિલક્ટબલ), વિ૦ જેની

સામે ઝઘડવું નકામું છે એવું, અનિવાર્ય, અટળ.

ine'pt (ઇને'પ્ટ), વિ૰ અસ્થાને, અયોગ્ય; મૂર્ખામીભર્યું, વાહિયાત; અકુશળ, **ine'ptitude** (-ટિટ્યૂડ), ના૰.

inequa'lity (ઇનિક્વૉલિટિ), ના૰ અસમાનતા, વિષમતા; અસ્થિરતા; અસમતલતા.

ine'quitable (ઇને'ક્વિટબલ), વિ૰ ગેરવાજબી; અન્યાયી.

inera'dicable (ઇનિરૅડિકબલ), વિ૰ સમૂળ ઉખાડી ન શકાય એવું, અનુચ્છેદ્ય.

iner't (ઇનર્ટ), વિ૰ કાર્યની આંતરિક શક્તિ વિનાનું, નિષ્ક્રિય; સુસ્ત, મંદ; રાસાયનિક દૃષ્ટિથી અક્રિય.

iner'tia (ઇનર્શે), ના૰ બાહ્ય બળની અસર ન થાય ત્યાં સુધી સ્થિર કે ગતિવાળી જે સ્થિતિમાં પદાર્થ હોય તે સ્થિતિમાં ચાલુ રહેવાનો ગુણ, જડતા; આળસ, નિષ્ક્રિયતા, જડતા, અચેતનતા. ~ **reel**, તેની આસપાસ વીંટેલો સલામત પટો આપોઆપ બંધબેસતો રહે એવી સગવડવાળું રીલ.

inesca'pable (ઇનિસ્કેપબલ), વિ૰ ટાળી ન શકાય એવું, અપરિહાર્ય.

inesse'ntial (ઇનિસે'ન્શલ), વિ૰ અને ના૰ અનાવશ્યક (વસ્તુ).

ine'stimable (ઇને'સ્ટિમબલ), વિ૰ અમાપ, અપરિમેય; અણમોલ.

in'evitable (ઇને'વિટબલ), વિ૰ અટળ, અનિવાર્ય, અવશ્યંભાવી. **inevitabi'lity** (-બિલિટિ), ના૰.

inexa'ct (-ઇનિગ્ઝૅક્ટ), વિ૰ અચોક્કસ. **inexa'ctitude** (-ટિટ્યૂડ), ના૰.

inexcu'sable (ઇનિક્સ્ક્યૂઝબલ), વિ૰ અસમર્થનીય, અક્ષમ્ય.

inexhau'stible (ઇનિગ્ઝૉસ્ટિબલ), વિ૰ અખૂટ, અક્ષય્ય.

ine'xorable (ઇનિક્સરબલ), વિ૰ નમતું ન આપે એવું, કઠોર, નિર્દય. **inexorabi'lity** (-બિલિટિ), ના૰.

inexpe'dient (ઇનિક્સ્પીડિઅન્ટ), વિ૰ પ્રસંગને અનુચિત; અયુક્ત. **inexpe'diency** (-અન્સિ), ના૰.

inexpe'nsive (ઇનિક્સપે'ન્સિવ), વિ૰ સસ્તું, બહુ ખર્ચાળ નહિ એવું.

inexper'ience (ઇનિક્સ્પિઅરિઅન્સ), ના૰ અનુભવનો અભાવ, બિનઅનુભવ. **inexper'ienced** (-અન્સ્ટ), વિ૰.

ine'xpert (ઇને'ક્સ્પર્ટ), વિ૰ અતજ્જ્ઞ, અકુશળ.

ine'xpiable (ઇને'ક્સ્પિઅબલ), વિ૰ જેનું પ્રાયશ્ચિત્ત નથી એવું.

inexpli'cable (ઇનેક્સ્પ્લિકબલ), વિ૰ જેનો ખુલાસો ન કરી શકાય એવું, ગૂઢ, ગહન. **inexplicabi'lity** (બિલિટિ), ના૰.

inexpre'ssible (ઇને'ક્સ્પ્રે'સિબલ), વિ૰ શબ્દમાં વ્યક્ત કરી ન શકાય એવું.

in extremis (ઇન્ એક્સ્ટ્રીમિસ), વિ૰ મરણોન્મુખ; સંકટગ્રસ્ત.

ine'xtricable (ઇને'ક્સ્ટ્રિકબલ), વિ૰ છોડી કે ઉકેલી ન શકાય એવું, જેમાંથી છૂટી ન શકાય એવું; ખૂબ જટિલ.

infa'llible (ઇન્ફૅલિબલ), વિ૰ કદી ભૂલ ન કરે એવું; અચૂક; નિશ્ચિત, ખાતરીનું. **infallibi'lity** (-બિલિટિ), ના૰.

i'nfamous (ઇન્ફમસ), વિ૰ કુખ્યાત, નામચીન, દુષ્ટ; શરમજનક, તિરસ્કૃત.

i'nfamy (ઇન્ફમિ), ના૰ અપકીર્તિ, બદનામી; ગર્હિત વર્તન.

i'nfancy (ઇન્ફન્સિ), ના૰ બાલ્યાવસ્થા, નાનપણ; વિકાસનો આરંભકાળ.

i'nfant (ઇન્ફન્ટ), ના૰ બાળક (સાત વરસથી નાનું); [કા.] સગીર (૧૮ વરસથી નીચેનું) માણસ.

infa'nta (ઇન્ફૅન્ટે), ના૰ સ્પેન કે પોર્ટુગાલના રાજાની દીકરી.

infa'nticide (ઇન્ફૅન્ટિસાઇડ), ના૰ બાળહત્યા (કરનાર).

i'nfantile (ઇન્ફન્ટાઇલ), વિ૰ બાળકોનું (હોય એવું); બાલિશ. ~ **paralysis**, બાળલકવો.

i'nfantry (ઇન્ફન્ટ્રિ), ના૰ પાયદળ. ~**man** (-મન), પાયદળનો સિપાઈ.

infa'tuate (ઇન્ફૅટ્યુએટ), સ૰ ક્રિ૰

મોહિત–મુગ્ધ–ઉન્મત્ત -કરવું. **infatua'tion** (–એશન), નાο.

infe'ct (ઇન્ફે'ક્ટ), સοક્રિο હવા, પાણી, ઇοને દૂષિત કરવું, બગાડવું; રોગનો ચેપ લગાડવો, રોગના જંતુઓ દાખલ કરવા; (રોગના જંતુઓ અંગે) હુમલો કરવો; -થી ભરી દેવું.

infe'ction (ઇન્ફે'ક્શન), નાο રોગનો ચેપ (લગાડવો તે); ફેલાતી–વ્યાપક–અસર.

infe'ctious (ઇન્ફે'ક્શસ), વિο ચેપી, સાંસર્ગિક; જલદી ફેલાય એવું.

infeli'citous (ઇન્ફિલિસિટસ), વિο દુઃખી, દુર્દૈવી; અનુચિત.

infeli'city (ઇન્ફિલિસિટિ), નાο દુઃખ, દુર્દૈવ.

infer' (ઇન્ફર), સοક્રિο અનુમાન કરવું, નિષ્કર્ષ કાઢવો. **i'nference** (–રન્સ), નાο. **infere'ntial** (–રેનશલ), વિο.

infe'rior (ઇન્ફિઅરિઅર), વિο નીચે આવેલું; ઊતરતી કક્ષા કે પદનું; હલકી જાતનું. નાο ઊતરતી કક્ષાનું–હાથ નીચેનું –માણસ.

inferio'rity (ઇન્ફિઅરિઑરિટિ), નાο ઊતરતાપણું, ઊતરતો દરજ્જો. ~ **complex**, પોતાના ઊણાપણાની તીવ્રભાવના, હીનત્વગંડ.

infer'nal (ઇન્ફર્નલ), વિο નરકનું–સંબંધી; ભારે દુષ્ટ.

infer'no (ઇન્ફર્નો), નાο [બοવο ~**s**] નરક; ભયાનક યાતનાઓનું સ્થાન.

infer'tile (ઇન્ફર્ટાઇલ), વિο ફળદ્રુપ નહિ એવું; વંધ્ય. **inferti'lity** (-ટિલિટિ), નાο.

infe'st (ઇન્ફે'સ્ટ), સοક્રિο (રોગો, રોગજંતુઓ, ઇοને અંગે) વારંવાર આવવું, ટોળેટોળાં વળી આવવું; ઉપદ્રવ કરવો. **infesta'tion** (-ટેશન), નાο.

i'nfidel (ઇન્ફિડલ), નાο અને વિο વિશિષ્ટ ધર્મમાં ન માનનાર, કાફર, નાસ્તિક.

infide'lity (ઇન્ફિડે'લિટિ), નાο બેવફાદારી, વિશ્વાસઘાત.

i'nfighting (ઇન્ફાઇટિંગ), નાο હાથથી ઓછે અંતરે આવીને કરેલું મુષ્ટિયુદ્ધ; [લા.] સંસ્થા ઇοમાં અન્તર્કલહ.

i'nfiltrate (ઇન્ફિલ્ટ્રેટ), ઉοક્રિο (પ્રવાહીને) છિદ્રોમાંથી ધીમે ધીમે દાખલ કરવું, (પ્રવાહીએ) દાખલ થવું–દાખલ થઈને ચોમેર ફેલાવું–વ્યાપવું.

infiltra'tion (–ટ્રેશન), નાο નાનાં નાનાં જૂથો દ્વારા ચોરીછૂપીથી કોઈ પ્રદેશમાં ધીમે ધીમે દાખલ થઈને તેનો કબજો લેવો તે, ઘૂસણખોરી. **i'nfiltrator** (–ટ્રેટર), નાο.

i'nfinite (ઇન્ફિનિટ), વિο અમર્યાદ, અનંત; ખૂબ મોટું, સંખ્યાબંધ.

infinite'simal (ઇન્ફિનિટે'સિમલ), વિο ઘણું જ નાનું, અતિસૂક્ષ્મ. ~ **calculus,** [ગ.] કલન (જેમાં ચલનકલન અને ચલરાશિકલન બંનેનો સમાવેશ થાય છે).

infi'nitive (ઇન્ફિનિટિવ), વિο અને નાο કર્તા સિવાય ક્રિયાપદનો ખ્યાલ સામાન્યપણે વ્યક્ત કરતું (ક્રિયાપદનું સામાન્ય–મૂળ–રૂપ).

infi'nitude (ઇન્ફિનિટ્યૂડ), **infi'nity** (ઇન્ફિનિટિ), નાο અમર્યાદ વિસ્તાર, અનંત સંખ્યા, ઇο; આનન્ત્ય.

infir'm (ઇન્ફર્મ), વિο નબળું, અશક્ત; દૃઢતા વિનાનું. **infir'mity** (-મિટિ), નાο.

infir'mary (ઇન્ફર્મરિ), નાο રુગ્ણાલય; શાળા ઇοમાં માંદાને રાખવાનાં મકાન.

in flagrante delicto (ઇન ફ્લૅગ્રૅન્ટિ ડે'લિક્ટો), પ્રત્યક્ષ ગુનો કરતી વખતે.

infla'me (ઇન્ફ્લેમ), સοક્રિο સળગાવવું; ઉત્તેજિત કે ઉદ્દીપ્ત કરવું; -માં ઇંધન પૂરવું, ગરમી વધારવી.

infla'mmable (ઇન્ફ્લૅમબલ), વિο સહેજમાં સળગી ઊઠે–ઉશ્કેરાય–એવું, (શીઘ્ર)જ્વાળાગ્રાહી. **inflammabi'lity** (–બિલિટિ), નાο.

inflamma'tion (ઇન્ફ્લમેશન), નાο સોજાની સાથે અગન–બળતરા, દાહ સાથેનો સોજો.

infla'mmmatory (ઇન્ફ્લૅમટરિ), વિ૦ સળગાવનારું, ઉશ્કેરી મૂકનારું; [વૈદક.] દાહક, બળતરા કરનારું.

infla'te (ઇન્ફ્લેટ), સ૦ક્રિ૦ હવા કે વાયુ ભરીને ફુલાવવું; ફુલાવવું, ચડાવવું; કૃત્રિમ રીતે કિંમતો વધારવી; ચલણનો ફુગાવો કરવો.

infla'ted (ઇન્ફ્લેટિડ), વિ૦ (ભાષા અંગે) શબ્દાડંબરી.

infla'tion (ઇન્ફ્લેશન), ના૦ ફુલાવવું-ફુલાવું-તે; [અર્થ.] ભાવોનો અતિશય વધારો; તેના કારણરૂપ ચલણવૃદ્ધિ, ચલણ-નો ફુગાવો. **infla'tionary** (-નરિ), વિ૦.

infle'ct (ઇન્ફ્લે'ક્ટ), સ૦ક્રિ૦ શબ્દને વિભક્તિ પ્રત્યય લગાડવો-વા; સ્વરની માત્રા બદલવી, સ્વર ઊંચોનીચો કરવો.

infle'xible (ઇન્ફ્લે'ક્સિબલ), વિ૦ વાળી કે નમાવી શકાય નહિ એવું, વળે નહિ એવું, અણનમ, અક્કડ. **inflexibi'lity** (-બિલિટિ), ના૦.

infle'ction (ઇન્ફ્લે'ક્શન), ના૦ વિભક્તિ પ્રત્યય (લગાડવો તે); વિભક્તિ પ્રત્યયવાળું રૂપ; સ્વર કે અવાજનો આરોહઅવરોહ. **infle'xional** (-નલ), વિ૦.

infli'ct (ઇન્ફ્લિક્ટ), સ૦ક્રિ૦ (ફટકો) મારવો, (જખમ) પહોંચાડવો, (સજા, દંડ, ઇ૦) ફટકારવું-કરવું.

infli'ction (ઇન્ફ્લિક્શન), ના૦ સજા, દુઃખ, ત્રાસ, દેવો-થવો-તે; ત્રાસદાયક કે કંટાળાજનક અનુભવ.

inflore'scence (ઇન્ફ્લરે'સન્સ), ના૦ ઝાડ પર ફૂલ બેસવાં તે; છોડ પર ફૂલ બેસવાની પદ્ધતિ - બેઠેલાં ફૂલોની રચના; ફૂલબહાર, મોર.

i'nflow (ઇન્ફ્લો), ના૦ અંદર વહેવું તે; અંદર વહેતી વસ્તુ.

i'nfluence (ઇન્ફ્લુઅન્સ), ના૦ અસર, પ્રભાવ; પ્રભુત્વ, આધિપત્ય; વગ, વજન; વજન પાડનારી વ્યક્તિ કે વસ્તુ. સ૦ક્રિ૦ -ની ઉપર અસર-પ્રભાવ-પાડવો, -ની ઉપર અસર થવી.

influe'ntial (ઇન્ફ્લુએ'ન્શલ), વિ૦ વગવાળું, વજનદાર

influe'nza (ઇન્ફ્લુએ'ન્ઝ઼ે), ના૦ શરદી સાથેનો એક જાતનો ચેપી તાવ જેમાં શરીર આખું દુખે છે.

i'nflux (ઇન્ફ્લક્સ), ના૦ અંદર વહેવું તે.

infor'm (ઇન્ફૉર્મ), ઉ૦ ક્રિ૦ કહેવું, જણાવવું; પ્રેરણા આપવી; -ની સામે આરોપ - ફરિયાદ - કરવી (**against**).

infor'mal (ઇન્ફૉર્મલ). વિ૦ વિધિપૂર્વક નહિ એવું, અનૌપચારિક. **informa'lity** (-મલિટિ), ના૦.

infor'mant (ઇન્ફૉર્મન્ટ), ના૦ ખબર આપનાર

informa'tion (ઇન્ફર્મેશન), ના૦ કહેવું - જણાવવું - તે, કહેલી વાત; જ્ઞાન, જાણકારી; ખબર; આરોપ, ફરિયાદ.

infor'mative (ઇન્ફૉર્મટિવ), વિ૦ માહિતી - બોધ - આપનારું.

infor'med (ઇન્ફૉર્મ્ડ), વિ૦ સાચી હકીકત જાણનાર; જ્ઞાનસંપન્ન.

infra'ction (ઇન્ફ્રૅકશન), ના૦ ભંગ, ઉલ્લંઘન

infra dig. (ઇન્ફ્રડિગ), વિધે૦ વિ૦ પ્રતિષ્ઠાને ન શોભનારું - નાનમ લગાડનારું.

infra-re'd (ઇન્ફ્રરે'ડ), વિ૦ વર્ણપટ (સ્પેક્ટ્રમ)ના લાલ છેડાની તરત પછીનાં અદૃશ્ય કિરણોનું - કિરણો વાપરનારું.

i'nfrastructure (ઇન્ફ્રસ્ટ્રક્ચર), ના૦ માથે લીધેલા કોઈ કામના ગૌણ ભાગો, વિ૦ ક૦ સંરક્ષણના આધારરૂપ કાયમી બાંધકામો(ની રચના).

infre'quent (ઇન્ફ્રીક્વન્ટ), વિ૦ વારે વારે ન થનારું, વિરલ. **infre'quency** (-ક્વન્સિ), ના૦.

infri'nge (ઇન્ફ્રિંજ), સ૦ ક્રિ૦ -નો ભંગ - ઉલ્લંઘન - કરવું. **infri'ngement** (-જ્મન્ટ) ના૦.

infu'riate (ઇન્ફ્યુઅરિએટ), સ૦ ક્રિ૦ ક્રોધ ચડાવવો, ગુસ્સે કરવું.

infu'se (ઇન્ફ્યુઝ઼), ઉ૦ ક્રિ૦ -માં રેડવું; મનમાં ઉતારવું - ઠસાવવું; અર્ક ઇ૦ કાઢવા

માટે પ્રવાહીમાં પલાળવું, બોળવું, પલળવું. **infu'sable** (-ઝ્બલ), વિ૦.

infu'sible (ઇન્‌ફ્યુઝિબલ), વિ૦ ઓગાળી ન શકાય એવું. **infusibi'lity** (-બિલિટિ), ના૦.

infu'sion (ઇન્‌ફ્યૂઝન), ના૦ પલાળવું – બોળી રાખવું–તે, પલાળીને નિચોવેલો રસ, ઉકાળો, કાઢો; સંમિશ્રણ.

inge'nious (ઇજીનિઅસ), વિ૦ શોધક, કલ્પક; કરામતવાળું, યુક્તિથી કરેલું.

ingénue (ઍંઝેનૂ), ના૦ સાદી ભોળી – નિખાલસ – જુવાન સ્ત્રી, વિ૦ ક૦ રંગમંચ પર કામ કરતી. [ફ્રેં.]

ingenu'ity (ઇજિન્યૂઇટિ), ના૦ ચતુરાઈ, કલ્પકતા.

inge'nuous (ઇજે'ન્યુઅસ), વિ૦ ખુલ્લા દિલનું, નિખાલસ.

inge'st (ઇજે'સ્ટ), સ૦ ક્રિ૦ ખોરાક ઇ૦ લેવો – પેટમાં નાખવો. **inge'stion** (-જે'શન), ના૦.

i'ngle (ઇંગલ), ના૦ સગડીમાં બળતો દેવતા. **~-nook,** ધુમાડિયા નીચેનો હૂંફાળો ખૂણો.

inglor'ious (ઇન્‌ગ્લૉરિઅસ) વિ૦ અપજશવાળું, નામોશીભરેલું; અપ્રસિદ્ધ.

i'ngoing (ઇન્‌ગોઇંગ), વિ૦ અંદર જતું.

i'ngot (ઇંગટ), ના૦ સોનું, ચાંદી, ઇ૦ ધાતુની લગડી, ગઠ્ઠો, ઈંટ.

ingrai'ned (ઇન્‌ગ્રેન્ડ), વિ૦ ઊંડા જડ ઘાલી બેઠેલું; ઘેરું, પાકું.

i'ngrate (ઇન્‌ગ્રેટ), વિ૦ અને ના૦ [પ્રા.] કૃતઘ્ન – નિમકહરામ – (માણસ).

ingra'tiate (ઇન્‌ગ્રેશિએટ), ઉ૦ ક્રિ૦ કતૃવા૦ -ની કૃપા સંપાદન કરવી, -ને વહાલું થવું.

ingra'titude (ઇન્‌ગ્રેટિટયૂડ), ના૦ કૃતઘ્નતા.

ingre'dient (ઇન્‌ગ્રીડિઅન્ટ), ના૦ મિશ્રણનું ઘટક દ્રવ્ય.

i'ngress (ઇન્-ગ્રે'સ), ના૦ પ્રવેશ(નો હક)

i'ngrowing (ઇન્‌ગ્રોઇંગ), વિ૦ (નખ અંગે) માંસની અંદર વધતું.

ingur'gitate (ઇન્‌ગર્જિટેટ), સ૦ ક્રિ૦ અકરાંતિયાની જેમ ગળી જવું – હોઇયાં કરવું. **ingurgita'tion** (-ટેશન), ના૦.

inha'bit (ઇન્‌હૅબિટ), સ૦ ક્રિ૦ -માં રહેવું–વસ્તી કરવી. **inha'bitant** (-ટન્ટ), ના૦. **inhabita'tion** (-ટેશન), ના૦.

inha'lant (ઇન્‌હેલન્ટ), ના૦ સૂંઘવાની દવા.

inha'le (ઇન્‌હેલ), સ૦ ક્રિ૦ શ્વાસ લેવો, શ્વાસ જોડે લેવું, સૂંઘવું. **inhala'tion** (-હલેશન), ના૦.

inha'ler (ઇન્‌હેલર), ના૦ ઇથર, વરાળ, ઇ૦ શ્વાસ વાટે લેવાનું ઉપકરણ.

inharmo'nious (ઇન્‌હાર્મોનિઅસ), વિ૦ મેળ–એકરાગ–વિનાનું, બેતાલ, બેસૂર.

inher'e (ઇન્‌હિઅર), અ૦ ક્રિ૦ -માં હોવું – રહેવું; -માં નિહિત – અધિષ્ઠિત – હોવું. **inher'ence** (-રન્સ), ના૦. **inher'ent** (-રન્ટ), વિ૦.

inhe'rit (ઇન્‌હે'રિટ), ઉ૦ ક્રિ૦ -ને વારસામાં મળવું, વારસો પામવો, વારસ તરીકે પદ ઇ૦ પર આવવું; માબાપ ઇ૦ પાસેથી મળવું. **inhe'ritor** (-ટર), ના૦.

inhe'ritance (ઇન્‌હે'રિટન્સ), ના૦ વારસામાં મળવું તે – મળેલી વસ્તુ, વારસો.

inhe'sion (ઇન્‌હીઝન), ના૦ અંદર હોવું – રહેવું તે, અન્તર્વર્તિત્વ.

inhi'bit (ઇન્‌હિબિટ), સ૦ ક્રિ૦ મના કરવું, અટકાવવું, રોકવું. **~ed** (-ટિડ), વિ૦ મના કરેલું, નિષિદ્ધ.

inhibi'tion (ઇન્‌હિબિશન), ના૦ અટકાવ, મના, (કરવી કે થવી તે); સહજ પ્રેરણાને વ્યક્ત થતી અટકાવવી તે; ઇન્દ્રિયવ્યાપારનિગ્રહ; [વાત.] વિચાર કે ક્રિયાનો ભાવનાત્મક પ્રતિકાર; નિગ્રહ.

inho'spitable (ઇન્‌હૉસ્પિટબલ), વિ૦ આગતાસ્વાગતા ન કરનારું, આશરો ન આપનારું; પ્રતિકૂળ.

inhu'man (ઇન્‌હ્યૂમન), વિ૦ અમાનુષ, લાગણીવિહોણું, પાશવી, ક્રૂર, જંગલી. **inhuma'nity** (-હ્યુમૅનિટિ), ના૦.

ini'mical (ઇનિમિકલ), વિ૦ શત્રુતાવાળું, વેરી; હાનિકારક.

ini'mitable (ઇનિમિટબલ), વિ૦ અનુકરણ ન કરી શકાય એવું, અનુપમ.

ini'quity (ઇનિક્વિટિ), ના૦ હડહડતો અન્યાય; દુષ્ટતા. **ini'quitous**(-ક્વિટસ), વિ૦.

ini'tial (ઇનિશલ), વિ૦ શરૂઆતનું, પ્રારંભિક, પહેલું, આદ્ય. ના૦ (વિ૦ક૦ માણસના) નામનો આદ્યાક્ષર. સ૦ ક્રિ૦ આદ્યાક્ષરી – ટૂંકી સહી – કરવી.

ini'tiate (ઇનિશિએટ), સ૦ ક્રિ૦ શરૂ કરવું, શરૂઆત કરવી; મંડાણ કરવું, ચાલુ કરવું; દાખલ કરવું; દીક્ષા આપવી. ના૦ (-શિઅટ) દીક્ષા આપેલું માણસ, દીક્ષિત. **initia'tion** (-એશન), ના૦. **ini'tiatory** (-શ્યટરિ), વિ૦.

ini'tiative (ઇનિશ્યટિવ), ના૦ પહેલું ડગલું, આરંભ, પહેલ; શરૂઆત કરવાની – દોરવાની–શક્તિ; સાહસ.

inje'ct (ઇન્જે'ક્ટ), સ૦ ક્રિ૦ પિચકારી વડે–(ની જેમ)– પ્રવાહી અંદર ઘાલવું; કશાકમાં જરૂર હોય ત્યાં (ગુણ ઇ૦) નાખવું – મૂકવું.

inje'ction (ઇન્જે'ક્શન), ના૦ પિચકારી વતી પ્રવાહી અંદર ઘાલવું તે, પિચકારી.

injudi'cious (ઇન્જુડિશસ), વિ૦ અવિવેકી, અવિચારી; ડહાપણ વિનાનું.

inju'nction (ઇન્જંક્શન), ના૦ અધિકૃત આદેશ – આજ્ઞા, તાકીદ; [કા.] મનાઈ હુકમ (વિ૦ક૦ અદાલતનો); નુકસાન ઇ૦ ભરી આપવાનો હુકમ.

i'njure (ઇંજર), સ૦ ક્રિ૦ -નું નુકસાન કરવું, -ને ઈજા પહોંચાડવી–વગાડવું.

inju'rious (ઇન્જુઅરિઅસ), વિ૦ હાનિ–અપાય–કારક; ઈજા કરનારું અન્યાયભર્યું; બદગોઈ કરનારું.

i'njury (ઇંજરિ), ના૦ ઈજા, જખમ; નુકસાન, હાનિ; અન્યાય.

inju'stice (ઇન્જસ્ટિસ), ના૦ અન્યાય, અન્યાયી કૃત્ય. દુષ્કૃત્ય.

ink (ઇંક), ના૦ શાહી; 'કટલફિશ' માછલી ઇ૦ પોતાના રક્ષણ માટે પોતાના શરીરમાંથી ફેંકે–કાઢે–છે તે કાળું પ્રવાહી. સ૦ ક્રિ૦ શાહીથી નિશાની કરવી, બીજાં પર શાહી ચોપડવી. **i'nky** (ઇંકિ), વિ૦.

i'nkling (ઇંક્લિંગ), ના૦ સૂચના, ઇશારો; શંકા, થોડીઘણી ખબર.

i'nland (ઇન્લન્ડ), ના૦ દેશનો અંદરનો ભાગ – પ્રદેશ. વિ૦ દેશની અંદર (ના ભાગ)-નું; દરિયાકાંઠા કે સરહદથી દૂરનું. ક્રિ૦ વિ૦ અંદરના ભાગમાં – ભાગ તરફ. ~ **revenue**, દેશની અંદરના કરવેરાની ઊપજ.

i'n-law (ઇન્લૉ), ના૦ [વાત.; બહુધા બ૦ વ૦માં] લગ્નસંબંધથી સગું.

inlay' (ઇન્લે), સ૦ ક્રિ૦ [**inlai'd**] એક વસ્તુ બીજીમાં બેસાડવી (દા. ત. બેસણીમાં નંગ), એવી રીતે જડીને શણગારવું. ના૦ (**i'n-**) જડાવકામ (વાળું ઘરેણું).

i'nlet (ઇન્લિટ), ના૦ દરિયાની નાની ખાડી; પ્રવેશનો માર્ગ.

i'nly (ઇન્લિ), ક્રિ૦ વિ૦ [કાવ્યમાં] અંદર(ખાને)થી.

i'nmate (ઇન્મેટ), ના૦ (ઘર, ઇસ્પિતાળ, તુરંગ ઇ૦)માં રહેનારો.

in memoriam (ઇન્મિમૉરિઍમ), [**લે.**] -ની સ્મૃતિમાં

i'nmost (ઇન્મોસ્ટ), વિ૦ અંતરતમ, ઊંડામાં ઊંડું

inn (ઇન), ના૦ વીશી, વિ૦ક૦ પ્રવાસીઓ માટેની; દારૂ પીવાની દુકાન – પીઠું. ~-**keeper**, -વીશીવાળો. **Inns of Court**, બૅરિસ્ટર થવા માટેની ઇંગ્લંડની ચાર કાયદામંડળીઓ.

i'nnards (ઇનર્ડ્ઝ), ના૦ બ૦ વ૦ [વાત.] આંતરડાં.

inna'te (ઇનેટ), વિ૦ જન્મજાત, સહજ.

i'nner (ઇનર), વિ૦ અંદરનું, અંદરની બાજુનું, અંતસ્થ. ના૦ નિશાન કે લક્ષ્યના મધ્યની તદ્દન નજીકનું આસપાસનું વર્તુળ. ~ **tube**, ટાયરની અંદરની હવા ભરવાની નળી, ટ્યૂબ. **i'nnermost** (-ર્મોસ્ટ), વિ૦.

i'nnings (ઇનિંગ્ઝ), ના૦ [બ૦વ૦ એ જ]

બેટધારીનો કે તેની બાજુનો રમવાનો વારો.

i'nnocent (ઇનસન્ટ), વિ૰ નિષ્પાપ; નિરપરાધ; નિષ્કપટ, નિરુપદ્રવી. ના૰ નિષ્પાપ વ્યક્તિ, વિ૰ક૰ બાળક. **i'nnocence** (-સન્સ), ના૰.

inno'cuous (ઇનૉક્યુઅસ), વિ૰ નિર્દોષ, નિરુપદ્રવી.

i'nnovate (ઇનવેટ), અ૰ ક્રિ૰ નવાન વસ્તુ, ચાલ, રીત, ઇ૰ દાખલ કરવું; ફેરફાર કરવો. **innova'tion** (-વેશન), ના૰. **i'nnovator** (ઇનવેટર), ના૰.

innue'ndo (ઇન્યુએ'ન્ડો), ના૰ [બ૰વ૰ **~es**] આડી વાત કરીને કરેલી ટીકા, કટાક્ષ, વક્રોક્તિ.

innu'merable (ઇન્યૂમરબલ), વિ૰ અગણિત, અસંખ્ય.

innu'merate (ઇન્યૂમરટ), વિ૰ ગણિત અને વિજ્ઞાનના પાયાના સિદ્ધાન્તોથી અપરિચિત.

ino'culate (ઇનૉક્યુલેટ), સ૰ ક્રિ૰ શરીરમાં ચેપ ઘાલીને રોગી કરવું, વિ૰ક૰ રક્ષણાત્મક પગલાં તરીકે, રસી મૂકવી. **inocula'tion** (-લેશન), ના૰.

inoffe'nsive (ઇનૉફે'ન્સિવ), વિ૰ નિરુપદ્રવી, વાંધાભરેલું નહિ એવું.

ino'perable (ઇનૉપરબલ), વિ૰ જેના પર શસ્ત્રક્રિયા ન કરી શકાય – શસ્ત્રક્રિયા વડે મટે નહિ – એવું.

ino'perative (ઇનૉપરટિવ), વિ૰ કામ – અમલ – ન કરનારું, નિષ્ક્રિય.

ino'pportune (ઇનૉપટ્યૂ'ન), વિ૰ કવેળાનું, અપ્રાસંગિક.

inor'dinate (ઇનૉર્ડિનટ), વિ૰ અપરિમિત, અતિશય.

inorga'nic (ઇનૉર્ગૅનિક), વિ૰ નિરવયવ, નિરિન્દ્રિય; [રસા.] ખનિજ મૂળવાળું, જડ પદાર્થનું, નિર્જીવ.

in'put (ઇન્પુટ), ના૰ અંદર નાખેલી વસ્તુ (દા. ત. ખાતર); ઊર્જા, માહિતી, ઇ૰ જ્યાં તંત્રમાં દાખલ થાય છે જે તે જગ્યા.

i'nquest (ઇન્‌ક્વે'સ્ટ), ના૰ સાચી વસ્તુ શોધી કાઢવા માટે કાયદેસર કે અદાલતી તપાસ, વિ.ક. મૃત્યુના કારણની 'કૉરોનર' દ્વારા.

inqui'etude (ઇન્‌ક્વાઇટ્યૂડ), ના૰ અસ્વસ્થતા, બેચેની.

inquir'e, en-, (ઇન્‌ક્વાયર), ઉ૰ક્રિ૰ -માં તપાસ કરવી, શોધવું, માહિતી માગવી; પૂછવું.

inquir'y, en-, (ઇન્‌ક્વાયરિ), ના૰ પૂછવું તે, પ્રશ્ન, પૂછપરછ; તપાસ.

inquisi'tion(ઇન્‌ક્વિઝિશન),ના૰ શોધ, તપાસ; સરકારી કે ન્યાયાલય દ્વારા તપાસ; **I~**, રોમનકૅથલિકથી ભિન્ન ધર્મ દબાવી દેવા માટે સ્થાપેલી ખાસ ધાર્મિક ન્યાયસભા. **inquisi'tional** (-નલ), વિ૰

inqui'sitive (ઇન્‌ક્વિઝિટિવ), વિ૰. જિજ્ઞાસુ, પારકાના ઘરની વાતો જાણવા કુતૂહલવાળું.

inqui'sitor (ઇન્‌ક્વિઝિટર), ના૰ તપાસ કરનાર અધિકારી; 'ઇન્‌ક્વિઝિશન' ન્યાયસભાનો અધિકારી.

inquisitor'ial (ઇન્‌ક્વિઝિટૉરિઅલ), વિ૰ તપાસ કરનાર અધિકારીનું –ના જેવું; બીજાની ખાનગી બાબતમાં નાહક માથું મારનારું.

i'nroad (ઇન્‌રોડ), ના૰ (શત્રુની) ચડાઈ, હુમલો; અતિક્રમણ.

i'nrush (ઇન્‌રશ), ના૰ જોરથી અંદર ધસી જવું તે, ધસારો.

insalu'brious (ઇન્‌સલૂબ્રિઅસ), વિ૰ આરોગ્યને હાનિકારક, રોગી.

insa'ne (ઇન્‌સેન), વિ૰ સાવ મૂર્ખ; ગાંડું.

insa'nitary (ઇન્‌સૅનિટરિ), વિ૰ આરોગ્યને હાનિકારક, આરોગ્યના નિયમોથી વિરુદ્ધ.

insa'nity (ઇન્‌સૅનિટિ), ના૰ ગાંડપણ.

insa'tiable (ઇન્‌સેશબલ), વિ૰ સંતોષ પામે નહિ કે ધરાય નહિ એવું, અતિલોભી. **insatiabi'lity** (-બિલિટિ), ના૰.

insa'tiate (ઇન્‌સેશ્યટ), વિ૰ કદી પણ સંતોષ ન પામનારું, અસંતોષી.

inscri'be (ઇન્‌સ્ક્રાઇબ), સ૰ ક્રિ૰ લખવું, ખોદીને લખવું, યાદીમાં દાખલ કરવું; ઉપર

અક્ષરો કોતરવા, અક્ષરાંકિત કરવું; [રેખા-ગ.] એક આકૃતિમાં બીજી આકૃતિ દોરવી, તે એવી રીતે કે તેમની બાજુઓ પરનાં કેટલાંક બિન્દુઓ એક બીજા પર આવે.

inscri'ption (ઇન્સ્ક્રિપ્શન), નાo (ખોદીને) લખવું તે; ઉત્કીર્ણલેખ, શિલાલેખ.

inscru'table (ઇન્સ્ક્રૂટબલ), વિo ગૂઢ, ગહન; અકળ, અતર્ક્ય. **inscrutabi'lity** (-બિલિટિ), નાo.

i'nsect (ઇન્સે'ક્ટ), નાo પૃષ્ઠવંશ વિનાનું નાનકડું જીવડું, જંતુ, કીડો.

inse'cticide (ઇન્સે'ક્ટિસાઇડ), નાo જંતુવિનાશક દ્રવ્ય – દવા.

insecti'vorous (ઇન્સે'ક્ટિવરસ), વિo જંતુભક્ષક.

insecur'e (ઇન્સિક્યુઅર), વિo અસુરક્ષિત, બિનસલામત; અસુરક્ષિતતાની લાગણીવાળું, શંકાશીલ.

inse'minate (ઇન્સે'મિનેટ), સo ક્રિo બીજ વાવવું, વીર્યસેચન કરવું, ગર્ભાધાન કરવું. **insemina'tion** (-નેશન), નાo.

inse'nsate (ઇન્સે'ન્સેટ), વિo સંવેદના વિનાનું; મૂર્ખ.

inse'nsible (ઇન્સે'ન્સિબલ), વિo ઇન્દ્રિયોથી ન જણાય એવું; ચેતના કે સંજ્ઞા વિનાનું; સંવેદના શૂન્ય; અજાણ; લાગણી વિનાનું, રીઢું. **insensibi'lity** (-બિલિટિ), નાo.

inse'nsitive (ઇન્સે'ન્સિટિવ), વિo સંવેદનારહિત, ભાવના શૂન્ય.

inse'ntient (ઇન્સે'ન્શિઅન્ટ), વિo નિર્જીવ, જડ.

inse'parable (ઇન્સે'પરબલ), વિo જુદું ન પાડી શકાય એવું, અવિચ્છેદ્ય. **inseparabi'lity** (-બિલિટિ), નાo.

inser't (ઇન્સર્ટ), સo ક્રિo -માં ઘાલવું, ખોસવું, મૂકવું, દાખલ કરવું; વચ્ચે મૂકવું, (છાપામાં) છાપવું. નાo (**i'nsert**) -માં મૂકેલી – મૂકવાની – વસ્તુ.

inser'tion (ઇન્સર્શન), નાo અંદર ઘાલવું તે; -માં ઘાલેલી વસ્તુ, સાદા કાપડમાં દાખલ કરેલું ભરતકામ.

i'nset (ઇન્સે'ટ), નાo ચોપડી, વસ્ત્ર, ઇoમાં મૂકેલો વધારાનો કકડો; મોટી આકૃતિ કે નકશામાં વિo કo ચોકઠામાં મૂકેલી નાની આકૃતિ અથવા નકશો. સo ક્રિo (**inse't**) [**inset**]. ચોકઠા ઇoમાં મૂકવું.

insho're (ઇનશોર), ક્રિo વિo અને વિo દરિયા કિનારાની પાસે(નું)

insi'de (ઇનસાઇડ), નાo અંદરની બાજુ કે ભાગ; અંદરની બાજુની જગ્યા; [વાત.] પેટ અને આંતરડાં. વિo (**i'n-**) અંદરની બાજુનું – પર – માં; રમતના મેદાનના મધ્યની વધુ નજીકનું. ક્રિo વિo (**-si'de**) અંદરની બાજુએ – માં; [વાત.] કેદમાં. નામo અo (**-si'de**) -માં, -ની અંદર, -ની અંદરની બાજુ પર; -થી ઓછામાં. ~ **informa'tion** અંદર(ખાને)ની બાતમી કે માહિતી, જે બહારનાને ન હોય. ~ **job** [વાત.] એ જગ્યાએ રહેતા જાણભેદુએ પાડેલું ખાતર કે કરેલી ઘરફોડ ચોરી. ~ **out**, અંદરની બાજુ બહાર કરીને; [લા.] સંપૂર્ણપણે ગોટાળામાં પડેલું. **know ~ out**, સંપૂર્ણપણે જાણતું હોવું.

insi'dious (ઇનસિડિઅસ), વિo દગાખોર, કાવતરાબાજ, છૂપી રીતે અથવા ધીમે રહીને આગળ વધતું.

i'nsight (ઇનસાઇટ), નાo ઊંડું જ્ઞાન – સમજ; સૂક્ષ્મદૃષ્ટિ.

insi'gnia (ઇનસિગ્નિઅ), નાo બo વo અધિકાર કે પદનાં સૂચક ચિહ્નો, ચંદ ઇo.

insigni'ficant (ઇન્સિગ્નિફિકન્ટ), વિo બિનમહત્ત્વનું, ક્ષુલ્લક; નકામું, અર્થહીન. **insigni'ficance** (-કન્સ), નાo

insincer'e (ઇનસિન્સિઅર), વિo દંભી, ઢોંગી, ખરા દિલનું કે નિખાલસ નહિ એવું. **insince'rity** (-સે'રિટિ), નાo.

insi'nuate (ઇન્સિન્યુએટ), સoક્રિo ધીમે રહીને – યુક્તિથી – અંદર ઘાલવું – પેસાડવું; આડકતરી રીતે સૂચવવું. **insinua'tion** (-એશન), નાo.

insi'pid (ઇન્સિપિડ), વિoબેસ્વાદ;નીરસ, નિષ્પ્રાણ. **insipi'dity** (-ડિટિ), નાo.

insi'st (ઇન્સિસ્ટ), ઉoક્રિo -ની ઉપર

ભાર દેવો, -નો આગ્રહ રાખવો; ભારપૂર્વક પ્રતિપાદન કરવું. ~ **(up)on,** સતત માગણી કરવી. **insi'stence** (-ટન્સ), ના૦. **insi'stent** (-ટન્ટ), વિ૦.

in si'tu (ઇન્ સિટયૂ), ક્રિ૦ વિ૦ [લૅ]. તેની મૂળ જગ્યાએ, યથોપૂર્વમ્.

insobri'ety (ઇન્સબ્રાયટિ), ના૦ અતિરેક, વિ૦ ક૦ દારૂ પીવામાં.

i'nsole (ઇન્સોલ), ના૦ જોડાની અંદર બેસાડાતું તળિયું, સુખતળિયું.

i'nsolent (ઇન્સલન્ટ), વિ૦ ઉદ્ધત, ઘમંડી; અપમાનકારક. **i'nsolence** (-લન્સ). ના૦.

inso'luble (ઇન્સૉલ્યુબલ), વિ૦ ઉકેલી કે ઓગાળી ન શકાય એવું. **insolubi'lity** (-બિલિટિ), ના૦.

inso'lvent (ઇન્સૉલ્વન્ટ), વિ૦ અને ના૦ દેવું ચૂકવી ન શકનાર (કરજદાર), નાદાર. **inso'lvency** (-વન્સિ), ના૦.

inso'mnia (ઇન્સૉમ્નિઅ), ના૦ અનિદ્રા(નો રોગ).

inso'mniac (ઇન્સૉમ્નિઍક), વિ૦ અને ના૦ અનિદ્રાનું (રોગી).

insou'ciant (ઇન્સૂસિઅન્ટ), વિ૦ નચિંત, બેફિકર; ઉદાસીન. **insou'ciance** (-અન્સ), ના૦.

inspe'ct (ઇન્સ્પે'ક્ટ), સ૦ક્રિ૦ બારીકાઈથી જોવું; હોદ્દાની રૂએ તપાસવું. **inspe'ction** (-ક્શન). ના૦.

inspe'ctor (ઇન્સ્પે'ક્ટર), ના૦ નિરીક્ષક, તપાસનીસ; 'સુપરિન્ટેન્ડન્ટ'થી ઊતરતો પોલીસ અધિકારી. **inspe'ctoral** (-રલ), વિ૦. **inspector'ial** (-ક્ટૉરિઅલ), વિ૦.

inspe'ctorate (ઇન્સ્પેક્ટરટ), ના૦ નિરીક્ષકની કચેરી; નિરીક્ષકોનું જથ.

inspira'tion (ઇન્સ્પિરેશન), ના૦ શ્વાસ અંદર લેવો તે, પ્રેરણા આપવી તે; કાવ્ય અને ધર્મગ્રંથમાં દૈવી પ્રેરણા; સુઝાડેલો વિચાર; એકદમ સ્ફુરેલો સુંદર વિચાર -કલ્પના.

inspir'e (ઇન્સ્પાયર), સ૦ક્રિ૦ શ્વાસ અંદર લેવો; -માં વિચાર કે ભાવના પ્રેરવી, -માં પ્રાણ પૂરવો; પ્રેરણા આપવી, અમુક વિચાર કે અભિપ્રાય વ્યક્ત કરવા સૂચવવું.

inspi'rit (ઇન્સ્પિરિટ), સ૦ક્રિ૦ -માં પ્રાણ ફૂંકવો, સજીવ કરવું; ઉત્તેજન આપવું.

inst., સંક્ષેપ. instant, ચાલુ મહિનાનું.

instabi'lity (ઇન્સ્ટબિલિટિ), ના૦ અસ્થિરતા.

insta'll (ઇન્સ્ટૉલ), સ૦ક્રિ૦ હોદ્દા-ગાદી-પર વિધિપૂર્વક બેસાડવું; સ્થાપન કરવું (કોઈ ઠેકાણે); નીમવું; બેસાડવું.

installa'tion (ઇન્સ્ટૉલેશન), ના૦ સ્થાપના, પદસ્થાપના (ની વિધિ); સ્થાપન કરેલી વસ્તુ-ઉપકરણ ઇ૦.

insta'lment (ઇન્સ્ટૉલ્મન્ટ), ના૦ હપતો (દેવા ઇ૦નો કે ક્રમશઃ પ્રસિદ્ધ થતી વાર્તા ઇ૦નો).

i'nstance (ઇન્સ્ટન્સ), ના૦ દાખલો, ઉદાહરણ; કોઈ વિશિષ્ટ પ્રકરણ; વિનંતી સ૦ક્રિ૦ દાખલા તરીકે આપવું; (બહુધા સભૂ.માં) -નું ઉદાહરણ હોવું.

i'nstant (ઇન્સ્ટન્ટ), વિ૦ તાકીદનું. આવશ્યક; તરત થતું, ઉતાવળનું; ચાલુ મહિનાનું; (ખોરાક અંગે) તરત તૈયાર કરી શકાય એવું. ના૦ ચોક્કસ સમય-ક્ષણ; ટૂંકો સમય, એક ક્ષણ.

instanta'neous (ઇન્સ્ટન્ટેનિઅસ), વિ૦ એક ક્ષણમાં - ક્ષણવારમાં - થતું, કરેલું, ઇ૦.

i'nstantly (ઇન્સ્ટન્ટ્લિ), ક્રિ૦વિ૦ તરત, એકદમ.

instea'd (ઇન્સ્ટે'ડ) ક્રિ૦વિ૦ બદલામાં, બદલે; -ને ઠેકાણે.

i'nstep (ઇન્સ્ટે'પ), ના૦ આંગળાંથી ઘૂંટી સુધીનો પગનો ઉપરનો ભાગ, પગની પાટલીનો ઊંચો ભાગ, જોડા કે બૂટનો તેટલો ભાગ.

i'nstigate (ઇન્સ્ટિગેટ), સ૦ક્રિ૦ કશુંક (બહુધા દુષ્કૃત્ય) કરવા પ્રેરવું, ઉશ્કેરવું; મન મનાવીને કરાવવું. **instiga'tion** (-ગેશન), ના૦. **i'nstigator** (-ગેટર), ના૦.

insti'l (ઇન્સ્ટિલ), સ૰ક્રિ૰ (પ્રવાહી કશાકમાં) ટીપે ટીપે ભરવું, (કોઈના મનમાં વિચાર ઇ૰) ધીમે ધીમે ઉતારવું. **instilla'tion** (-લેશન), ના૰.

i'nstinct (ઇન્સ્ટિંક્ટ), ના૰ જન્મજાત–સહજ–વૃત્તિ; સ્વયંસ્ફૂર્તિ; જન્મજાત વર્તનની અકડાઈ. વિ૰ (**insti'nct**) (પ્રાણ, ઉમંગ, ઇ૰)થી ભરેલું–પૂર્ણ. **insti'nctive** (-ટિવ), વિ૰. **insti'nctual** (-ટ્યુઅલ), વિ૰.

i'nstitute (ઇન્સ્ટિટ્યૂટ), સ૰ક્રિ૰ સ્થાપન કરવું; (તપાસ ઇ૰) શરૂ કરવું; નીમવું; ના૰ વિજ્ઞાન, કેળવણી, ઇ૰ના સંવર્ધન માટે સ્થાપેલી સંસ્થા; તેનું મકાન.

institu'tion (ઇન્સ્ટિટ્યૂશન), ના૰ સ્થાપવું–સ્થપાવું–તે; પ્રસ્થાપિત કાયદો કે રૂઢિ; [વાત.] જાણીતી વ્યક્તિ; (વિ૰ ક૰ ધર્માદા) સંસ્થા.

institu'tional (ઇન્સ્ટિટ્યૂશનલ), વિ૰ સંસ્થા(ઓ)નું–ના જેવું, સંસ્થાગત. **institu'tionalize** (-લાઇઝ઼), સ૰ક્રિ૰.

instru'ct (ઇન્સ્ટ્રક્ટ), સ૰ક્રિ૰ શીખવવું; બોધ આપવો; -ને ખબર આપવી; કશુંક કરવા સૂચના–આદેશ–આપવો. **instru'ctor** (-ટર), ના૰. **instru'ctress** (-ટ્રિસ), ના૰.

instru'ction(ઇન્સ્ટ્રક્શન), ના૰ શીખવવું તે; ખબર; [બ૰વ૰માં] સૂચનાઓ, આદેશો, માહિતી. **instru'ctional** (-નલ), વિ૰.

instru'ctive(ઇન્સ્ટ્રક્ટિવ), વિ૰ જ્ઞાન – બોધ – આપનારું, બોધક.

i'nstrument (ઇન્સ્ટ્રુમન્ટ), ના૰ સાધન, ઓજાર. હથિયાર; વાદ્ય; વિમાનમાં અંતર માપવાનું તથા ધુમ્મસમાં વિમાન ક્યાં છે તે જાણવાનું ઉપકરણ; વિધિસરનો દસ્તાવેજ.

instrume'ntal (ઇન્સ્ટ્રુમે'ન્ટલ), વિ૰ સાધનભૂત, સાધન તરીકે કામ દેનારું; (સંગીત અંગે) વાદ્ય. **instrumenta'lity** (-ટૅલિટિ), ના૰.

instrume'ntalist(-મે'ન્ટલિસ્ટ), ના૰ વાદ્ય વગાડનાર.

instrumenta'tion(ઇન્સ્ટ્રુમે'ન્ટેશન), ના૰ વાદ્યો માટે સંગીતની યોજના.

insubor'dinate (ઇન્સબૉર્ડિનટ), વિ૰ ઉપરીની આજ્ઞા ન માનનાર, શિરજોર. **insubordina'tion** (-નેશન), ના૰.

insubsta'ntial (ઇન્સબ્સ્ટૅન્શલ), વિ૰ નક્કરતા વિનાનું, અસાર; અવાસ્તવિક. **insubstantia'lity**(-શિઍલિટિ), ના૰.

insu'fferable(ઇન્સફરબલ), વિ૰ અસહ્ય

insuffi'cient (ઇન્સફિશન્ટ), વિ૰ અપૂરતું, અપર્યાપ્ત. **insuffi'ciency** (-શન્સિ) ના૰.

i'nsular (ઇન્સ્યુલર), વિ૰ ટાપુ કે બેટનું –ના જેવું; ટાપુવાસીઓનું –ના જેવું, વિ૰ ક૰ સાંકડા મનનું. **i'nsularism** (-રિઝ઼મ), ના૰. **insula'rity** (-લૅરિટિ), ના૰.

i'nsulate (ઇન્સ્યુલેટ), સ૰ ક્રિ૰ અલગ પાડવું, વિ૰ ક૰ વીજળી, ગરમી કે ધ્વનિને પસાર થતો રોકવા માટે તેના અવાહક દ્રવ્યોને વચ્ચે મૂકી અલગ પાડવું. **insula'tion** (-લેશન), ના૰.

i'nsulator (ઇન્સ્યુલેટર), ના૰ વીજળી ઇ૰ને વહેતી રોકવા માટે વચ્ચે મુકાતી વસ્તુ – વપરાતું સાધન.

i'nsulin (ઇન્સ્યુલિન), ના૰ મધુમેહની એક રામબાણ દવા.

i'nsult (ઇન્સલ્ટ), ના૰ અપમાન, માનભંગ, અનાદર. સ૰ ક્રિ૰ (**insu'lt**) -નું અપમાન કરવું.

insu'perable (ઇન્સ્યૂપરબલ), વિ૰ અનુલ્લંઘનીય, દુસ્તર. **insuperabi'lity** (-બિલિટિ), ના૰.

insuppor'table (ઇન્સપૉર્ટબલ), વિ૰ અસહ્ય; અસમર્થનીય.

insu'rance (ઇન્શુઅરન્સ). ના૰ વીમો (ઉતારવો તે), તેને માટે અપાતી રકમ, હપતો; વીમો ઉતરાવનારને વીમાની મળતી રકમ; રક્ષણોપાય (અગાઉથી કરેલો).

insur'e (ઇન્શુઅર), ઉ૰ ક્રિ૰ વીમો ઉતરાવવો – ઉતારવો; તેમ કરીને પૈસા મળશે તેની ખાતરી કરવી.

insur'gent (ઇન્સર્જન્ટ), વિ૦ અને ના૦ બંડ ઉઠાવનાર, બળવો કરનાર, (માણસ). **insur'gency** (-જન્સિ), ના૦.

insurmou'ntable(ઇન્સર્માઉન્ટબલ), વિ૦ અલંઘનીય, દુસ્તર.

insurrection (ઇન્સરે'ક્શન), ના૦ બળવો, બંડ; હુલ્લડ, દંગો. **insurre'ctionary** (-નરિ), વિ૦. **insurre'ctionist** (-નિસ્ટ), ના૦.

insusce'ptible(ઇન્સસે'પ્ટિબલ),વિ૦ -ની ઉપર અસર ન થાય એવું, અપ્રભાવનીય. **insusceptibi'lity** (-બિલિટિ), ના૦.

inta'ct (ઇન્ટૅક્ટ), વિ૦ અસ્પૃષ્ટ; અખંડિત, સાબૂત, આખું.

inta'glio (ઇન્ટાલિઓ), ના૦ [બ૦વ૦ ~s] કોતરેલી આકૃતિ(વાળું રત્ન).

i'ntake (ઇન્ટેક), ના૦ અંદર લેવાની ક્રિયા; પાણી, ઇંધન, હવા, ઇ૦ એંજિન ઇ૦-માં ભરવું તે, તે ભરવાની જગ્યા; અંદર લેવાયેલા જથો (પાણી, ખોરાક, ઇ૦નો).

inta'ngible (ઇન્ટૅંજિબલ), વિ૦ સ્પર્શ ન કરી શકાય – આકલન ન કરી શકાય – એવું, સૂક્ષ્મ. **intangibi'lity** (-બિલિટિ) ના૦.

i'nteger (ઇંટિજર), ના૦ પૂર્ણાંક.

i'ntegral (ઇંટિગ્રલ), વિ૦ પૂર્ણ વસ્તુનું, પૂર્ણતા માટે આવશ્યક; આખું, પૂર્ણ; [ગ.] પૂર્ણાંકોનું, જેમાં કેવળ પૂર્ણાંકો જ હોય એવું – પૂર્ણાંક વડે નિર્દિષ્ટ.

i'ntegrate (ઇન્ટિગ્રેટ), ઉ૦ ક્રિ૦ પૂર્ણ કરવું; ભાગોને એકત્ર કરી પૂર્ણ વસ્તુ બનાવવી; મંડળીને સંગઠિત કરવું – ના સભ્યોને સમાન દરજ્જાના બનાવવા; રંગભેદનો અંત આણવો. **integrated circuit,** સમાકલિત વિદ્યુત મંડળ, અનેક ઘટકોના બનેલા સામાન્ય વિદ્યુત મંડળની જગ્યાએ મૂકવા માટે યોજેલી નાનકડી ચકતી.

inte'grity (ઇન્ટે'ગ્રિટિ), ના૦ સંપૂર્ણતા, સાકલ્ય; અખંડિતતા; પ્રામાણિકતા.

inte'gument (ઇન્ટે'ગ્યુમન્ટ), ના૦ ચામડી, ત્વચા; છાલ, કુદરતી આચ્છાદન.

i'ntellect (ઇન્ટિલે'ક્ટ), ના૦ બુદ્ધિ, વિચારશક્તિ; સમજશક્તિ.

intelle'ctual (-ટ્યુઅલ), વિ૦ બુદ્ધિનું, બૌદ્ધિક, બુદ્ધિને અસર કરનારું; બુદ્ધિના ઉપયોગની જરૂરિયાતવાળું; બૌદ્ધિક વ્યવસાય કે પ્રવૃત્તિ કરનારું; બુદ્ધિજીવી; પ્રબુદ્ધ; બુદ્ધિમાન, બુદ્ધિશાળી. ના૦ બુદ્ધિશાળી, બુદ્ધિજીવી, ઇ૦ માણસ. **intelle'ctualism** (-લિઝ્મ), ના૦. **intellectua'lity** (-ઍલિટિ), ના૦. **intelle'ctualize** (-ટ્યુઅલાઇઝ). સ૦ ક્રિ૦.

inte'lligence (ઇન્ટે'લિજન્સ), ના૦ બુદ્ધિ; સમજશક્તિ, શીઘ્ર ગ્રહણશક્તિ; બાતમી, સમાચાર; વિ૦ ક૦ ગુપ્ત માહિતી ભેગી કરવી તે, તે કરનારું ખાતું કે માણસો. **~ quotient,** બુદ્ધિનો આંક, આપેલા માણસની બુદ્ધિનું સામાન્ય માણસની બુદ્ધિ સાથેનું પ્રમાણ.

inte'lligent (ઇન્ટે'લિજન્ટ), વિ૦ ઊંચી કક્ષાની સમજશક્તિવાળું, હોશિયાર.

intellige'ntsia (ઇન્ટે'લિજે'ન્ટ્સિઅ), ના૦ સંસ્કૃતિ અને રાજકીય સૂઝ ધરાવતા ગણાતા દેશના સ્વતંત્ર વિચારવાળા બુદ્ધિમાન લોકો(નો વર્ગ).

inte'lligible (ઇન્ટે'લિજિબલ), વિ૦ સમજાય એવું, બુદ્ધિગ્રાહ્ય. **intelligibi'lity** (-બિલિટિ), ના૦.

inte'mperate (ઇન્ટે'મ્પરિટ), વિ૦ અતિશય, બેસુમાર; અસંયમી, અસંયત; (ખાવાપીવામાં) અતિરેકી; દરૂડિયું. **inte'mperance** (-રન્સ), ના૦.

inte'nd (ઇન્ટે'ન્ડ), સ૦ ક્રિ૦ હેતુ, ઇરાદો, મનસૂબો, રાખવો – હોવો; યોજવું ધારવું.

inte'nded (ઇન્ટે'ન્ડિડ), વિ૦ હેતુપૂર્વક કરેલું. ના૦ [વાત.] વાગ્દત્ત કે વાગ્દત્તા (વર અથવા વધૂ).

inte'nse (ઇન્ટે'ન્સ), વિ૦ મોટી માત્રામાં વિદ્યમાન; જોરદાર, આવેશવાળું; ભારે, જબરું; તીવ્ર, ઉત્કટ, (ગુણ કે ભાવનાવાળું). **inte'nsity** (-સિટિ), ના૦.

inte'nsify (ઇન્ટે'ન્સિફાઇ), ઉ૦ ક્રિ૦

(વધુ) તીવ્ર કે ઉગ્ર કરવું કે થવું. **intensifica'tion** (-ફેશન), ના૦.

inte'nsive (ઇનટૅ'ન્સિવ), વિ૦ તીવ્રતાનું –ને લગતું; તીવ્રતા કે ઉત્કટતાસૂચક; એક ઠેકાણે કેન્દ્રિત, એકાગ્ર; કોઈ મર્યાદિત પ્રદેશનું ઉત્પાદન વધારનારું; ભારદર્શક. **~ care**, દરદી પર સતત નજર રાખીને કરાતો વૈદ્યકીય ઉપચાર.

inte'nt (ઇનટૅ'ન્ટ), ના૦ હેતુ, ઉદ્દેશ. **to all ~s (and purposes)**, લગભગ, એના જેવું જ, વ્યવહારતઃ વિ૦ કૃતનિશ્ચય, નિશ્ચયવાળું; કશાકમાં તલ્લીન; ઉત્સુક, આતુર.

inte'ntion (ઇનટૅ'ન્શન), ના૦ મનસૂબો કરવો તે; હેતુ, ઉદ્દેશ, લક્ષ્ય.

inte'ntional (ઇનટૅ'ન્શનલ), વિ૦ સહેતુક, ઇરાદાપૂર્વક કરેલું.

inter' (ઇન્ટર), સ૦ ક્રિ૦ દાટવું, દફનાવવું.

inter-, સંયોગી રૂપ. -માં, વચ્ચે; અરસપરસ(નું).

intera'ct (ઇન્ટરૅક્ટ), સ૦ ક્રિ૦ એકબીજા પર – અરસપરસ – અસર કરવી, ક્રિયાપ્રતિક્રિયા કરવી. **intera'ction** (-રૅક્શન), ના૦. **intera'ctive** (-રૅક્ટિવ), વિ૦.

interbree'd (ઇંટરબ્રીડ), ઉ૦ ક્રિ૦ [**-bre'd**] મિશ્રજાતીય ઓલાદ કે પ્રજા પેદા કરવી – કરાવવી.

inter'calary (ઇન્ટરૂકૅલરિ), વિ૦ સૌર વર્ષની સાથે મેળ બેસાડવા પંચાંગમાં ઉમેરેલું. એવા ઉમેરાવાળું; વચ્ચે ઘુસાડેલું, વચ્ચે આવતું, વધારાનું, અધિક.

inter'calate (ઇન્ટરૂકલેટ), સ૦ક્રિ૦ અંદર દાખલ કરવું, વચ્ચે નાખવું. **intercala'tion** (–લેશન), ના૦.

interce'de (ઇંટરૂસીડ), અ૦ક્રિ૦ દરમિયાનગીરી કરવી, વચ્ચે પડવું; કોઈની સારુ બે વાત કહેવી.

interce'pt (ઇન્ટરૂસૅ'પ્ટ), સ૦ક્રિ૦ રસ્તામાં કે જતાં કે આવતાં પકડવું, રોકવું, અટકાવવું; તોડવું, બંધ કરવું. **interce'ption** (–સૅ'પ્શન), ના૦ **interce'ptor** (–સૅ'પ્ટર), ના૦.

interce'ssion (ઇન્ટરૂસૅ'શન), ના૦ દરમ્યાનગીરી, મધ્યસ્થી, (કરવી તે).

interce'ssor (–સૅ'સર), ના૦ **interce'ssory** (-સૅ'સરિ), વિ૦.

intercha'nge (ઇન્ટરૂચેંજ), ઉ૦ક્રિ૦ વસ્તુઓની અદલાબદલી કરવી, એક વસ્તુ બીજીની જગ્યાએ મૂકવી; એક પછી એક આવવું–જવું. ના૦ (**i'nter-**) બે જણ વચ્ચે વસ્તુઓની અદલાબદલી; વિનિમય; એક પછી એક વારાફરતી આવવું–જવું તે; વાહનોના રસ્તાઓ એકબીજાને કાપીને જાય નહિ એવી રીતે જોડવેલું રસ્તાઓનું જંક્શન.

inter-ci'ty (ઇંટરૂસિટિ), વિ૦ શહેરો વચ્ચેનું–વચ્ચે આવેલું, – વચ્ચે પ્રવાસ કરનારું – ફરનારું.

i'ntercom (ઇન્ટરૂકૉમ), ના૦ રેડિયો અથવા ટેલિફોન દ્વારા અંદર ને અંદર વાતચીત કરવાની વ્યવસ્થા, વિ૦ક૦ વિમાનમાં.

intercommu'nicate (ઇન્ટરકમ્યૂનિકેટ), સ૦ક્રિ૦ એકબીજા સાથે સંપર્ક સાધવો – વહેવાર કરવો – સંબંધ રાખવો. **intercommunica'tion** (-કેશન), ના૦.

intercommu'nion (ઇન્ટરૂકમ્યૂનિઅન), ના૦ એકબીજાની સાથે ઘનિષ્ઠ સંબંધ, વિ૦ક૦ ધાર્મિક સંસ્થાઓ વચ્ચે.

interconne'ct (ઇન્ટરૂકનૅ'ક્ટ), અ૦ ક્રિ૦ એકબીજાને સાથે જોડી દેવું. **interconne'ction** (-ક્શન), ના૦.

intercontine'ntal (ઇન્ટરૂકૉન્ટિનૅ'ન્ટલ), વિ૦ જુદા જુદા ખંડોને જોડનારું – વચ્ચે આવેલું કે પ્રવાસ કરનારું, આંતરખંડીય

i'ntercourse (ઇન્ટરૂ'કોર્સ), ના૦ સામાજિક સંબંધ કે વહેવાર; મૈથુન.

interdenomina'tional (ઇન્ટરૂડિનૉમિનેશનલ), વિ૦ એક કરતાં વધુ (ધાર્મિક) સંપ્રદાયોનું.

interdepe'ndent (ઇન્ટરડિપૅ'ન્ડન્ટ),

વિ૰ અન્યોન્યાશ્રયી. **interdepe'ndence** (-ડન્સ), ના૰.

interdi'ct (ઇન્ટર્ડિક્ટ), સ૰ક્રિ૰ મનાઈ કરવી, ન કરવાનો હુકમ આપવો; નિષેધ કરવો; રોકવું. ના૰ (**i'n-**) અધિકૃત મનાઈ – પ્રતિબંધ. **interdi'ction** (-ક્શન), ના૰.

interdiscipli'nary (ઇન્ટર્ડિસિપ્લિનરિ), વિ૰ વિવિધ વિદ્યાશાખાઓનું – વચ્ચેનું – ને લગતું.

i'nterest (ઇન્ટરૅસ્ટ), ના૰ કાયદેસરનો હિતસંબંધ, લેવાદેવા, હક કે અધિકાર; લાભ, ફાયદો; વ્યક્તિગત વગ – વસીલો; વ્યાજ; કાળજી, કુતૂહલ, જિજ્ઞાસા, રસ અથવા ધ્યાન; રસની વસ્તુ – વિષય. સ૰ ક્રિ૰ રસ કે ભાગ લેતા કરવું, -માં જિજ્ઞાસા – કુતૂહલ – પેદા કરવું, -નું ધ્યાન ખેંચવું. **i'nterested** (-સ્ટિડ), વિ૰ અંગત હિતસંબંધ ધરાવતું, નિષ્પક્ષપાતી નહિ.

i'nteresting (ઇન્ટરૅસ્ટિંગ), વિ૰ મનો-રંજક, રસિક, ચિત્તાકર્ષક.

i'nterface (ઇન્ટર્ફેસ), ના૰ બે પ્રદેશ વચ્ચે સમાન સરહદનું કામ દેતી સપાટી; બે પદ્ધતિઓ ઇ૰ વચ્ચે ક્રિયાપ્રતિક્રિયા ચાલતી હોય તે સ્થાન.

interfer'e (ઇન્ટર્ફિઅર), અ૰ ક્રિ૰ વચ્ચે પડવું – હાથ ઘાલવો – માથું મારવું, -ની સાથે – સામસામા–અથડાવું; -માં દખલ કરવી. **interfer'ence** (-રન્સ), ના૰ વચ્ચે પડવું – દખલ કરવી – તે; રેડિયોના સંદેશા ધીમા કે મંદ પડવા તે.

interfu'se (ઇન્ટર્ફ્યૂઝ઼), ઉ૰ ક્રિ૰ ભેગું કરવું, મિશ્રણ કરવું. **interfu'sion** (-ઝ઼ન), ના૰.

i'nterim (ઇન્ટરિમ), ના૰ વચગાળાનો સમય – અવધિ. વિ૰ વચગાળાનું, તાત્પૂરતું, કામચલાઉ.

inter'ior (ઇન્ટિઅરિઅર), વિ૰ અંદર આવેલું, દેશની અંદરના ભાગમાં આવેલું, આંતરિક, ઘરનું, સ્વદેશનું. ના૰ અંદરનો ભાગ, પ્રદેશ, ઇ૰; અંદરની બાજુ; સ્વદેશ – ગૃહ – ખાતું.

interje'ct (ઇન્ટર્જે'ક્ટ), સ૰ ક્રિ૰ એકાએક ઉદ્ગાર કાઢવો – શબ્દ ઉચ્ચારવો કોઈ બોલતું હોય ત્યારે વચ્ચે જ કશુંક કહેવું – મૂકવું.

interje'ction (ઇન્ટર્જે'ક્શન), ના૰ [વ્યાક.] કેવળપ્રયોગી અવ્યય, ઉદ્ગાર. **interje'ctional** (-નલ), વિ૰.

interla'ce (ઇન્ટર્લેસ), ઉ૰ ક્રિ૰ ગૂંથવું, એક સાથે વણવું; ન છૂટે એવી રીતે એક સાથે બાંધવું.

interlar'd (ઇન્ટર્લાર્ડ), સ૰ ક્રિ૰ ભાષણ ઇ૰માં (પરદેશી શબ્દો ઇ૰નું) મિશ્રણ કરવું.

interlea've (ઇન્ટર્લીવ), સ૰ ક્રિ૰ (ચોપડીના) છાપેલાં પાનાં વચ્ચે (બહુધા કોરાં) પાનાં ઘાલવાં.

interlo'ck (ઇન્ટર્લૉક), ઉ૰ ક્રિ૰ ઉપર મૂકીને એક બીજા સાથે જોડી દેવું, સામ સામા આંકોડા ને કડી વતી જોડી દેવું. વિ૰ (કાપડ અંગે) એક બીજામાં પરોવાના પાસે પાસે લીધેલા ટાંકાથી ગૂંથેલું.

interlo'cutor (ઇન્ટર્લૉક્યુટર), ના૰ સંવાદ કે સંભાષણમાં ભાગ લેનાર. **interlo'cutory** (-ટરિ), વિ૰.

i'nterloper (ઇન્ટર્લોપર), ના૰ ઘુસણિયો; બીજાના કામમાં માથું મારનાર.

i'nterlude (ઇન્ટર્લ્યૂડ), ના૰ નાટક ઇ૰ના અંકો વચ્ચેનો વિરામનો ગાળો, તેને ભરી કાઢનાર મનોરંજક કાર્યક્રમ; ભિન્ન પ્રકારનો વચગાળાનો સમય, બનાવ, ઇ૰.

interma'rriage (ઇન્ટ મૅરિજ), ના૰ આંતરજ્ઞાતીય – આંતરજાતીય – વિવાહ. **interma'rry** (-મૅરિ), અ૰ ક્રિ૰.

interme'ddle (ઇન્ટર્મે'ડલ), અ૰ક્રિ૰ બીજાના કામમાં માથું મારવું.

interme'diary (ઇન્ટર્મીડિઅરિ), વિ૰ બે પક્ષો વચ્ચે મધ્યસ્થી કરનારું, વચ્ચેનું. ના૰ મધ્યસ્થ.

interme'diate (ઇંટર્મીડિઅટ), વિ૰ અને ના૰ (સ્થળ, કાળ, અને ક્રમમાં) વચ્ચે આવનાર (વસ્તુ).

inter'ment (ઇન્ટર્મન્ટ), ના૰ દાટવું તે, દફન.

interme'zzo (ઇન્ટરમે'ટ્સો), ના૦ [બ૦વ૦ **-ezzi** ઉ૦ -મેટ્સિ અથવા ~s] [ઇં.] નાટક કે સંગીત નાટિકાના બે અંકો વચ્ચે રજૂ કરાતો (ટૂંકો) કાર્યક્રમ – વાદ્ય સંગીત ઇ૦.

inter'minable (ઇન્ટર્મિનબલ), વિ૦ અનંત; કંટાળો આવે એટલું લાંબું.

intermi'ngle (ઇન્ટર્મિંગલ), ઉ૦ક્રિ૦ મિશ્રણ કરવું, -ની સાથે ભેળવી દેવું, ભળવું.

intermi'ssion (ઇન્ટર્મિશન), ના૦ થોભવું તે, વિરામ, (નાટકમાં) અભ્યંતર.

intermi'ttent (ઇન્ટર્મિટન્ટ), વિ૦ થોડા થોડા વખત પછી – રહી રહીને – થતું, સતત ચાલુ કે સ્થિર નહિ.

intermi'x (ઇન્ટર્મિક્સ), ઉ૦ ક્રિ૦ મિશ્રણ કરવું. સેળભેળ કરવું – થવું.

inter'n (ઇન્ટર્ન) સ૦ ક્રિ૦ અમુક હદમાં ગોંધી રાખવું, સ્થાનબદ્ધ કરવું. ના૦ (**i'n-**) હૉસ્પિટલમાં રહીને સહાયક ડાક્તર તરીકે કામ કરનાર સ્નાતક. **internee'** (ઇટર્ની), ના૦. **inter'nment** (-મન્ટ), ના૦.

inter'nal (ઇન્ટર્નલ), વિ૦ અંદરનું, અંદર આવેલું, અંદરની બાજુનું, આંતરિક; વસ્તુના અંદરના સ્વરૂપનું; દેશની આંતરિક બાબતોનું; આત્મલક્ષી (વિદ્યાર્થી ઇ૦ અંગે) પરીક્ષા લેનાર વિદ્યાપીઠમાં કામ કરતું. **~ combustion engine,** અન્તર્જ્વલન ઍંજિન, જેમાં ગૅસ અથવા વરાળની હવા સાથે સિલિંડરમાં થતા સ્ફોટમાંથી ગતિશક્તિ મળે છે એવું ઍંજિન.

interna'tional (ઇન્ટરનૅશનલ), વિ૦ જુદાં જુદાં રાષ્ટ્રો વચ્ચેનું – વચ્ચે ચલાવાતું, ઘણાં રાષ્ટ્રોએ માન્ય કરેલું, આન્તરરાષ્ટ્રીય. ના૦ જુદાં જુદાં રાષ્ટ્રોના પ્રતિનિધિઓ વચ્ચેની (બહુધા રમતગમતની) હરીફાઈ, તેમાં ભાગ લેનાર. **I~**, સમાજવાદી કે સામ્યવાદી લડત ચલાવવા માટે એક પછી એક સ્થપાયેલા ચાર સંગઠનોમાંનું કોઈ એક. **internationa'lity** (-નૅલિટિ), ના૦.

Internationa'le (ઇન્ટરનૅશનાલ),ના૦ સમાજવાદી ક્રાંતિકારી ગીત.

interna'tionalism (ઇન્ટરનૅશનલિઝ્મ), ના૦ રાષ્ટ્રો વચ્ચે હિતૈક્ય અને મૈત્રીભર્યા સહકારનો સિદ્ધાન્ત, એ સહકારની હિમાયત, આન્તરરાષ્ટ્રીયવાદ. **interna'tionalist** (-લિસ્ટ), ના૦.

interna'tionalize (ઇન્ટરનૅશનલાઇઝ઼), સ૦ક્રિ૦ આંતરરાષ્ટ્રીય બનાવવું, વિવિધ રાષ્ટ્રોના રક્ષણ તળે આણવું. **internationaliza'tion** (-ઝ઼ેશન), ના૦.

interne'cine (ઇન્ટર્નિસાઇન), વિ૦ એકબીજાનો નાશ–સંહાર–કરનારું

interpe'netrate (ઇન્ટર્પે'નિટ્રેટ), ઉ૦ક્રિ૦ ઠેઠ અંદર સુધી જવું, વ્યાપવું; એકબીજામાં પ્રવેશ કરવો. **interpenetra'tion** (-ટ્રેશન), ના૦.

interpla'netary (ઇન્ટર્પ્લૅનિટરિ), વિ૦ ગ્રહો વચ્ચેનું, આન્તરગ્રહીય.

i'nterplay (ઇન્ટર્પ્લે), ના૦ અરસપરસ અસર, એકબીજા પર થતી ક્રિયા.

I'nterpol (ઇન્ટર્પોલ), ના૦ આન્તરરાષ્ટ્રીય ફોજદારી પોલીસ આયોગ. **International Criminal Police Commission.**

inter'polate (ઇન્ટર્પલેટ), સ૦ક્રિ૦ ચોપડી ઇ૦માં કોઈ ખોટી અથવા પોતાની જ કોઈ વસ્તુ ઉમેરવી; બીજી વસ્તુઓ વચ્ચે કશુંક ઘુસાડવું અથવા દાખલ કરવું. **interpola'tion** (-લેશન), ના૦.

interpo'se (ઇન્ટર્પોઝ઼), ઉ૦ક્રિ૦ -ની વચ્ચે મૂકવું, -ને વચ્ચે પાડવું; અટકાવવા માટે કે આડખીલી નાખવા માટે કોઈ વાત રજૂ કરવી, વચ્ચે પડવું, દરમ્યાનગીરી કરવી; અટકાવવું. **interposi'tion** (-પઝ઼િશન), ના૦.

inter'pret (ઇન્ટર્પ્રિટ), ઉ૦ક્રિ૦ -નો અર્થ સમજાવવો–કરવો–ઘટાવવો; ખુલાસો કરવો; દુભાષિયાનું કામ કરવું. **interpreta'tion** (-ટેશન), ના૦.

inter'preter (ઇન્ટર્પ્રિટર), ના૦ દુભાષિયો.

interre'gnum (ઇન્ટરૅ'ગ્નમ), ના૦

[બ०व० ~s અથવા -gna] બે રાજાઓ વચ્ચેનો અરાજક – રાજા વિનાનો – ગાળો; વચલો કાળ, વિરામ.

interrela'ted (ઇન્ટર્‌રિલેટિડ), વિ० એકબીજા સાથે સંબંધવાળું. **interrela'tion(ship)**, ના०.

inte'rrogate (ઇન્ટે'રગેટ), સ०ક્રિ० વિધિસર પ્રશ્ન પૂછવા, ઝીણવટથી પ્રશ્નો પૂછીને તપાસ કરવી. **interroga'tion** (-ગેશન), ના०. **inte'rrogator** (ઇન્ટે'રગેટર), ના०.

interro'gative (ઇન્ટરૉગટિવ), વિ० પ્રશ્નનું, પ્રશ્નના રૂપનું, પ્રશ્ન પૂછવાના કામનું; [વ્યાક.] પ્રશ્નાર્થક. ના० પ્રશ્નાર્થક સર્વનામ ઇ०.

interro'gatory (ઇન્ટરૉગટરિ), વિ० પ્રશ્ન કે સવાલનું, પ્રશ્નાત્મક. ના० પ્રશ્ન, પ્રશ્નસમૂહ, વિ.ક. આરોપીને સામાન્યતઃ પુછાતા સવાલો.

interru'pt (ઇન્ટરપ્ટ), સ०ક્રિ० વચમાં અટકાવવું–રોકવું–બંધ પાડવું; ભંગ પાડવો; -ની આડે આવવું. **interru'ption** -(રપ્શન), ના०.

interse'ct (ઇન્ટર્‌સે'ક્ટ), ઉ०ક્રિ० એકબીજાને છેદવું–કાપવું–છેદીને જવું.

interse'ction (ઇંટર્‌સે'ક્શન), ના० અરસપરસ કાપવું–છેદવું–તે; [રેખા ગ.] છેદનબિંદુ; બે સપાટીઓ જ્યાં મળે છે તે રેષા; બે રસ્તાઓ જ્યાં એકબીજાને કાપે છે – કાપીને પસાર થાય છે તે જગ્યા, ચોક.

intersper'se (ઇન્ટર્‌સ્પર્સ), સ०ક્રિ० વચ્ચે વચ્ચે નાંખવું–વેરવું–ફેંકવું; આવી રીતે વેરીને વિવિધતા આણવી.

i'nterstate (ઇન્ટર્‌સ્ટેટ), વિ० રાજ્યો વચ્ચે આવેલું, ચાલતું, ઇ०.

interste'llar (ઇન્ટર્‌સ્ટે'લર), વિ० તારાઓ વચ્ચેનું.

inter'stice (ઇન્ટર્‌સ્ટિસ), ના० ફાટ, ચીરો, તડ, વચ્ચેનો ગાળો.

intersti'tial (ઇન્ટર્‌સ્ટિશલ), વિ० ફાટ કે ચીરાનું, વચલા ગાળાને વ્યાપતું.

intertwi'ne (ઇન્ટર્‌ટ્વાઇન), ઉ०ક્રિ० એકબીજાને વળ દઈને ગૂંથવું–ગૂંથાવું; એકબીજાની આસપાસ વીંટાવું–વીંટળાઈ જવું.

i'nterval (ઇન્ટર્‌વલ), ના० વચ્ચેની જગ્યા અથવા સમય; આંતરો, ગાળો; વિરામ; ખંડ; [સં.] બે ધ્વનિ વચ્ચે માત્રાનો તફાવત. **at ~s**, અહીંતહીં; અવારનવાર.

interve'ne (ઇન્ટર્‌વીન), અ०ક્રિ० વચગાળામાં–દરમ્યાન–થવું; માણસો કે વસ્તુઓની વચ્ચે આવવું; દખલ કરવી: દરમ્યાનગીરી કરવી.

interve'ntion (ઇન્ટર્‌વે'ન્શન), ના० દખલ કરવી તે; વચ્ચે પડવું તે; દરમ્યાનગીરી.

in'terview (ઇન્ટર્‌વ્યૂ), ના० વિ० ક० વાતચીત કે ચર્ચા કરવા માટે મળવું તે, મુલાકાત; નોકરી ઇ० માટે ઉમેદવારની મૌખિક પરીક્ષા; કોઈના વિચાર જાણવા માટે પત્રકારે લીધેલી મુલાકાત. સ०ક્રિ० -ની મુલાકાત લેવી.

interwea've (ઇન્ટર્‌વીવ), સ० ક્રિ० [**-wove**-વોવ; **- woven** -વોવન] એક સાથે વણવું – ગૂંથવું; એકબીજામાં પૂરેપૂરું ભેળવી દેવું.

inte'state (ઇન્ટે'સ્ટટ), વિ० અને ના० મૃત્યુપત્ર કર્યા સિવાય મરનાર(નું). **inte'stacy** (ઇન્ટે'સ્ટસિ), ના०

inte'stine (ઇન્ટે'સ્ટિન), ના० અન્નનળીનો નીચેનો ભાગ, પેટથી ગુદા સુધીનો. **inte'stinal** (-ટિનલ), વિ०.

i'ntimate[1] (ઇન્ટિમટ), વિ० ગાઢ પરિચયવાળું, ઘરોબાવાળું; નજીકનું; તદ્દન અંગત કે વ્યક્તિગત. ના० નજીકનો મિત્ર. **i'ntimacy** (ઇન્ટિમસિ), ના०.

i'ntimate[2] (ઇન્ટિમેટ), સ० ક્રિ० જણાવવું, ખબર આપવી, જાહેર કરવું. **intima'tion** (-મેશન) ના०.

inti'midate (ઇન્ટિમિડેટ), સ० ક્રિ० બિવડાવવું; ધમકાવવું.

i'nto (ઇન્ટુ), નામ० અ० અંદર, માં, માંહે (બહારથી અંદર ગતિ, દિશા અથવા

ફેરફાર, સ્થિતિ કે પરિણામદર્શક અર્થમાં); [વાત.] -માં રસ ધરાવનારું.

into'lerable (ઇન્ટૉલરબલ), વિ૦ અસહ્ય.

into'lerant (ઇન્ટૉલરન્ટ), વિ૦ અસહિષ્ણુ, અનુદાર. **into'lerance** (-રન્સ), ના૦

intona'tion (ઇન્ટનેશન્), ના૦ અવાજ લંબાવીને – સૂર કાઢીને બોલી જવું તે; સંગીત સૂર ઉચ્ચારવા તે, બોલતાં અવાજ ઉપર નીચે કરવો તે.

into'ne (ઇન્ટોન), સ૦ ક્રિ૦ ગાતા હોય તેમ બોલી જવું, વિ૦ ક૦ એક જ સૂરમાં.

in to'to (ઇન્ ટોટો), [લે.] સંપૂર્ણપણે.

into'xicant (ઇન્ટૉક્સિકન્ટ), વિ૦ નશો ચડાવનારું, માદક. ના૦ માદક દ્રવ્ય, દારૂ.

into'xicate (ઇન્ટૉક્સિકેટ), સ૦ ક્રિ૦ પીધેલ – છાકટું – કરવું, કેફ ચડાવવો; ઉન્મત્ત – બેહોશ – કરવું. **intoxica'tion** (-કેશન), ના૦.

intra'ctable (ઇન્ટ્રૅક્ટબલ), વિ૦ માને નહિ – વશ ન થાય – એવું; હઠીલું, જિદ્દી. **intractabi'lity** (-બિલિટિ), ના૦.

intramur'al (ઇન્ટ્રમ્યુઅરલ), વિ૦ મકાન, શહેર, ઇ૦ની દીવાલોની અંદર આવેલું – કરવાનું – કરેલું; વર્ગમાં શીખવાનું.

intra'nsigent (ઇન્ટ્રૅન્સિજન્ટ), વિ૦ અને ના૦ બાંધછોડ ન કરનાર -હઠીલું – કટ્ટર – (માણસ). **intra'nsigence** (-જન્સ), ના૦.

intra'nsitive (ઇન્ટ્રૅન્સિટિવ), વિ૦ [વ્યાક, ક્રિયા. અંગે] અકર્મક.

intra-u'terine (ઇન્ટ્રયૂટરિન), વિ૦ ગર્ભાશયમાંનું

intrave'nous (ઇન્ટ્રવીનસ), વિ૦ નસમાં કે નસોમાં (અપાતું કે આપવાનું).

intre'pid (ઇન્ટ્રે'પિડ), વિ૦ નીડર; બહાદુર. **intrepi'dity** (-ડિટિ), ના૦.

i'ntricate (ઇન્ટ્રિકેટ), વિ૦ ગૂંચવણભરેલું, ભાંજગડવાળું, સમજવું – ઉકેલવું – મુશ્કેલ; ક્લિષ્ટ; જટિલ. **i'ntricacy** (-કસિ), ના૦.

intri'gue (ઇન્ટ્રીગ), ના૦ કાવતરું, કારસ્તાન, (કરવું તે); [પ્રા.] ગુપ્ત પ્રેમસંબંધ. ઉ૦ ક્રિ૦ કાવતરું કરવું; કોઈની ઉપર ગુપ્તપણે વજન પાડવું; -ની સાથે છૂપો આડો સંબંધ રાખવો; -માં રસ કે કુતૂહલ પેદા કરવું.

intri'nsic (ઇન્ટ્રિન્સિક), વિ૦ અન્તર્ગત, મૂળનું, આવશ્યક.

introdu'ce (ઇન્ટ્રડ્યૂસ), સ૦ ક્રિ૦ અંદર લાવવું – ઘાલવું – દાખલ કરવું – મૂકવું; પ્રવેશ કરાવવો; રજૂ કરવું, આગળ લઈ આવવું; ઓળખાણ કરાવવી; વપરાશમાં લાવવું; -ની તરફ ધ્યાન ખેંચવું; સંસદમાં ખરડો ઇ૦ રજૂ કરવું. **introdu'cible** (-સિબલ), વિ૦.

introdu'ction (ઇન્ટ્રડક્શન), ના૦ દાખલ કરવું તે ઇ૦; ચોપડીની પ્રસ્તાવના, ઉપોદ્ઘાત; પ્રાસ્તાવિક ગ્રંથ; વિધિપૂર્વક રજૂઆત. ઓળખાણ. **introdu'ctory** (-ડક્ટરિ), વિ૦

introspe'ction (ઇન્ટ્રસ્પે'ક્શન), ના૦ આત્મનિરીક્ષણ. **introspe'ctive** (-ક્ટિવ), વિ૦.

introver't (ઇન્ટ્રવર્ટ), સ૦ ક્રિ૦ (મન ઇ૦ને) અંદર પોતાની તરફ – ઉપર – વાળવું, અન્તર્મુખ કરવું. ના૦ (**i'n-**) અન્તર્મુખ (વૃત્તિવાળો) માણસ. **introver'sion** (-વર્શન), ના૦.

intru'de (ઇનટ્રૂડ), ઉ૦ ક્રિ૦ -માં ઘાલવું – ખોસવું; બીજા ઉપર પરાણે લાદવું (વસ્તુને કે જાતને); વગર બોલાવ્યે આવવું, અંદર ઘૂસવું. **intru'sion** (-ઝન), ના૦. **intru'sive** (-સિવ), વિ૦.

intui'tion (ઇન્ટ્યુઇશન), ના૦ તર્કની મદદ વિના થતું – પ્રત્યક્ષ-જ્ઞાન, પ્રમાણનિરપેક્ષ જ્ઞાન; અન્તર્દૃષ્ટિ. **intui'tional** (-નલ), વિ૦.

intu'itive (ઇન્ટ્યુઇટિવ), વિ૦ અંતઃપ્રજ્ઞા કે પ્રતિભાનું – વાળું – થી જાણેલું.

i'nundate (ઇનન્ડેટ), સ૦ ક્રિ૦ રેલ કે પૂરથી ભરી – ડુબાડી – દેવું; રેલમછેલ કરવું. **inunda'tion** (-ડેશન), ના૦.

inur e (ઇન્યુઅર), સ૦ ક્રિ૦ -ની ટેવ – મહાવરો – પાડવો. **inur'ement** (-રૂમન્ટ), ના૦.

inva'de (ઇન્વેડ), સ૦ ક્રિ૦ ચડાઈ – હુમલો – કરવો; પારકાની હદમાં ઘૂસવું; અતિક્રમણ કરવું.

inva'lid[1] (ઇન્વલિડ), વિ૦ અને ના૦ માંદગી કે ઈજાને લીધે નબળું પડેલું – કાર્ય-અક્ષમ થયેલું – (માણસ). સ૦ ક્રિ૦ (**i'n-**) માંદગી કે અક્ષમતાને કારણે રણાંગણ પરથી રજા આપવી – ઘેર રવાના કરવું. **i'nvalidism** (-ડિઝ઼્મ), ના૦.

inva'lid[2] (ઇન્વૅલિડ), વિ૦ અપ્રમાણ, રદ, બાતલ. **invali'dity** (-ડિટિ), ના૦.

inva'lidate (ઇન્વૅલિડેટ), સ૦ ક્રિ૦ અપ્રમાણ – નકામું – બનાવવું. રદ કરવું. **invalida'tion** (-ડેશન), ના૦.

inva'luable (ઇન્વૅલ્યુઅબલ), વિ૦ અમૂલ્ય, અણમોલ, મહામૂલું.

invar'iable (ઇન્વૅ'અરિઅબલ), વિ૦ બદલાય નહિ એવું, [ગ.] અવિકારી, અચલ, સ્થિર. **invariabi'lity** (-બિલિટિ)ના૦.

inva'sion (ઇન્વેઝ઼ન), ના૦ ચડાઈ – આક્રમણ – (કરવું તે), અતિક્રમણ. **inva'sive** (-સિવ), વિ૦.

inve'ctive (ઇન્વૅ'ક્ટિવ), ના૦ સખત – કડક – ટીકા, નિંદાત્મક ભાષણ.

invei'gh (ઇન્વે), અ૦ ક્રિ૦ સખત ટીકા કરવી, વખોડવું, ભૂંડું બોલવું (*against*).

invei'gle (ઇન્વેગલ), સ૦ ક્રિ૦ લલચાવવું, ફોસલાવવું (*into*). **invei'glement** (-લ્મન્ટ), ના૦.

inve'nt (ઇન્વૅ'ન્ટ), સ૦ ક્રિ૦ કંઈક નવું યોજી કાઢવું, નિર્માણ કરવું; શરૂ કરવું; ઉપજાવી – જોડી – કાઢવું. **inve'ntor** (-ટર), ના૦.

inve'ntion (ઇન્વૅ'ન્શન) ના૦ શોધ (કરવી તે), શોધી કાઢેલી વસ્તુ; શોધકબુદ્ધિ, કલ્પકતા.

inve'ntive (ઇન્વૅ'ન્ટિવ), વિ૦ શોધક, કલ્પક, યોજક.

inventory (ઇન્વૅ'ન્ટરિ), ના૦ માલસામાન ઇ૦ની વિગતવાર યાદી. સ૦ ક્રિ૦ માલસામાનની યાદી કરવી, યાદીમાં નોંધવું.

inver'se (ઇન્વર્સ), વિ૦ (સ્થિતિ, ક્રમ કે સંબંધ અંગે) ઊલટું, ઊંધું, વિપરીત; (પ્રમાણ, ગુણોત્તર, અંગે) વ્યસ્ત, વ્યુત્ક્રમ. ના૦ ઊલટી સ્થિતિ; સીધો વિરોધ.

inver'sion (ઇન્વર્શન), ના૦ ઉલટાવવું તે, વિ૦ ક૦ શબ્દોના સામાન્ય ક્રમનો વિપર્યય.

inver't (ઇન્વર્ટ), સ૦ ક્રિ૦ ઉલટાવવું (સ્થિતિ, ક્રમ અથવા સંબંધ). ના૦ (**i'n**-) સમલિંગકામી. **inverted commas**, અવતરણચિહ્નો

inver'tebrate (ઇન્વર્ટિબ્રટ), વિ૦ કરોડ કે પૃષ્ઠવંશ વિનાનું, નબળા મનનું. ના૦ કરોડ વિનાનું પ્રાણી.

inve'st (ઇન્વૅ'સ્ટ), સ૦ ક્રિ૦ કપડાં પહેરાવવાં, -થી સજાવવું; ગુણ, પદ ઇ૦થી વિભૂષિત કરવું; -ને ઘેરો ઘાલવો; સરકારી ઋણ, શેર, ઇ૦માં નાણાં રોકવાં; -ની પાછળ ખર્ચ કરવું (*in*) **inve'stor** (-સ્ટર), ના૦.

inve'stigable (ઇન્વૅ'સ્ટિગબલ), વિ૦ શોધ કે તપાસ કરી શકાય એવું.

inve'stigate (ઇન્વૅ'સ્ટિગેટ), સ૦ ક્રિ૦ કાળજીપૂર્વક તપાસવું, શોધ કરવી, **investiga'tion** (-ગેશન),ના૦ **inve'stigator** (– ગેટર), ના૦.

inve'stiture (ઇન્વૅસ્ટિચર), ના૦ કોઈને પદ, પદવી, ઇ૦ વિધિપૂર્વક આપવું તે, – આપવાનો સમારંભ.

inve'stment (ઇન્વૅ'સ્ટમન્ટ), ના૦ નાણાં કે મૂડીનું રોકાણ (કરવું તે); રોકેલાં નાણાં; જેમાં નાણાં રોકયાં હોય તે મિલકત.

inve'terate (ઇન્વૅ'ટરટ), ના૦ ઊંડી જડ ઘાલી બેઠેલું, દૃઢમૂલ; પાકું; હઠીલું. **inve'teracy** (-રસિ), ના૦.

invi'dious (ઇન્વિડિઅસ), વિ૦ નટ, માલિક, ઇ૦ ને વિષે દ્વેષ કે ઈર્ષ્યા પેદા કરે એવું.

invi'gilate (ઇન્વિજિલેટ), સ૦ ક્રિ૦ પરીક્ષા આપનારાઓ પર નજર રાખવી.

invigila'tion (-લેશન), ના૦. **invi'gilator** (-ટર), ના૦.

invi'gorate (ઇનવિગરેટ), સ૦ ક્રિ૦ જોર – જોમ – શક્તિ – વાળું બનાવવું, -માં પ્રાણ પૂરવો. **invigora'tion** (-રેશન), ના૦. **invi'gorative** (-રટિવ), વિ૦.

invi'ncible (ઇન્વિન્સિબલ), વિ૦ અજેય. **invincibi'lity** (-બિલિટિ), ના૦.

invi'olable (ઇન્વાયલબલ), વિ૦ તોડાય કે ભંગાય નહિ એવું; અનુલ્લંઘનીય; ભ્રષ્ટ ન કરાય એવું. **inviolabi'lity** (-બિલિટિ), ના.

invi'olate (ઇન્વાયલટ), વિ૦ અખંડિત, અભંગ; ભ્રષ્ટ ન થયેલું. **invi'olacy** (-લસિ) ના૦.

invi'sible (ઇન્વિઝિબલ), વિ૦ અદૃશ્ય, દેખાય નહિ એટલું ઝીણું. ~ **exports, imports**, નિકાસ કે આયાત માલની યાદીઓમાં ન દેખાતી જણસો, માલ નહિ પણ સેવાઓ દા. ત. માલનું વહન, વીમો, ઇ૦. ~ **ink**, કાગળ ગરમ કર્યા પછી દેખાતી શાહી. **invisibi'lity** (-બિલિટિ), ના૦.

invi'te (ઇન્વાઇટ), સ૦ ક્રિ૦ ઘેર આવવા, જમવા, કશુંક કરવા, ઇ૦ માટે બોલાવવું, આમંત્રણ આપવું; આકર્ષિત કરવું. ના૦ [વાત.] આમંત્રણ. **invita'tion** (-ટેશન), ના૦.

invi'ting (ઇન્વાઇટિંગ), વિ૦ આકર્ષક.

invoca'tion (ઇનવકેશન), ના૦ પ્રાર્થનામાં (ઈશ્વરને) આવાહન (કરવું તે), આવાહન, વિનંતિ. **invo'catory** (-વૉકટરિ), વિ૦

i'nvoice (ઇન્વૉઇસ), ના૦ મોકલેલા માલની કિંમત સાથેની યાદી, ભરતિયું. સ૦ ક્રિ૦ માલ ઇ૦નું ભરતિયું બનાવવું, આસામીને ભરતિયું મોકલવું.

invo'ke (ઇન્વોક), સ૦ ક્રિ૦ સાક્ષી તરીકે કે પ્રાર્થનામાં બોલાવવું, દેવતા ઇ૦ને સંબોધવું; વિનંતી કરવી, આજીજીપૂર્વક માગવું; મંત્ર કે જાદુથી ભૂત પિશાચને બોલાવવું.

i'nvolucre (ઇન્વલ્યૂકર) ના૦ [વનસ્પ.] ભોરની ફરતે પાંદડાંનું કડું, આવેષ્ટન, પુષ્પપત્રવૃત્ત.

invo'luntary (ઇન્વૉલન્ટરિ), વિ૦ ખાસ ઇચ્છા વિનાનું, યદૃચ્છયા થતું; ઇચ્છા(શક્તિ) વડે અનિયંત્રિત.

i'nvolute (ઇન્વલ્યૂટ), વિ૦ ગૂંચવણ ભરેલું, પેચ કે સ્ક્રૂના જેવા વલયોવાળું, અન્તર્વલિત.

involu'tion (ઇન્વલ્યૂશન). ના૦ વીંટળાવું તે, ગૂંચવણ; અન્તર્વલિતતા, અંદરની બાજુએ વળેલો ભાગ.

invo'lve (ઇન્વૉલ્વ), સ૦ ક્રિ૦ એક વસ્તુ બીજીમાં લપેટવી, ગુના ઇ૦માં વગોવવું; -માં સમાવિષ્ટ કરવું; -માં ગર્ભિત હોવું, -ને માટે આવશ્યક હોવું. **invo'lvement** (-વ્મન્ટ), ના૦.

invo'lved (ઇન્વૉલ્વ્ડ), વિ૦ સંબંધિત, સંડોવાયેલું; જટિલ.

invu'lnerable (ઇન્વલ્નરબલ), વિ૦ ઈજા થાય નહિ – ઘા લાગે નહિ – એવું, અભેદ્ય. **invulnerabi'lity** (-બિલિટિ), ના૦.

i'nward (ઇન્વર્ડ), વિ૦ અંદર(ની બાજુએ) આવેલું, અંદરનું; અંદરની બાજુ તરફ મોકલાતું; માનસિક, આધ્યાત્મિક. ક્રિ૦ વિ૦ અંદરની બાજુ તરફ. ના૦ [બ૦ વ૦માં] આંતરડાં.

i'nwardly (ઇન્વડ્લિ), ક્રિ૦ વિ૦ અંદર(ખાને)થી, અંદરની બાજુથી, મોટેથી નહિ; મનમાં, અંતરમાં.

i'nwardness (ઇન્વડ્નિસ), ના૦ આંતરિક સ્વરૂપ, – સ્વભાવ, આધ્યાત્મિકતા.

i'nwards (ઇન્વડ્ઝ), ક્રિ૦ વિ૦ અંદરની બાજુ તરફ; મનમાં, આત્મામાં.

inwrou'ght (ઇન્રૉટ), વિ૦ (કાપડ અંગે) ભરતકામ કરેલું; માં જડેલું – ભરેલું.

i'odine (આયડીન), ના૦ દવા. કે ફોટોગ્રાફીમાં વપરાતું એક કાળું ધન ધાતુઇતર મૂળતત્ત્વ, આયોડીન; તેનું જંતુનાશક દવા તરીકે આલ્કહોલમાં દ્રાવણ.

i'odize (આયડાઇઝ), સ૦ ક્રિ૦ -માં આયોડીન ઘાલવું.

io'doform (આયોડફૉર્મ), નાο આયો-ડીનનો એક પૂતિશોધક કે જંતુનાશક સમાસ.
I. O. M., સંક્ષેપ. Isle of Man.
i'on (આયન), નાο આયન, કેટલાક પદા-ર્થોના વિદ્યુતસંચારિત અણુઓમાંનો એક.
io'nic (આયૉનિક), વિο આયનોનું, આયનો વાપરનારું.
i'onize (આયનાઇઝ઼), સο ક્રિο આયનો-માં રૂપાંતર કરવું. **ioniza'tion** (-ઝ઼ેશ-ન), નાο.
io'nosphere (આયૉનસ્ફિઅર), નાο ઉપલા વાતાવરણનો આયનવાળો પ્રદેશ. **ionosphe'ric** (-સ્ફે'રિક), વિο.
io'ta (આયૉટ), નાο ગ્રીક વર્ણમાળાનો નવમો અક્ષર; અતિ અલ્પ દ્રવ્ય, રજ, કણ.
IOU (આઇઓયૂ), નાο સહી કરેલો કરજનો દસ્તાવેજ.
I.O.W., સંક્ષેપ. Isle of Wight.
I.P.A., સંક્ષેપ. International Phonetic Alphabet.
ipecacua'nha (ઇપિકૅક્યૂઍને), નાο વમન ઇο માટે વપરાતું દ. અમે. ના ઝાડવાનું મૂળિયું.
ipso fa'cto (ઇપ્સોફૅક્ટો), [લૅ.] એ જ હકીકતને કારણે
I.Q., સંક્ષેપ. intelligence quotient.
I.R.A., સંક્ષેપ. Irish Republican Army.
ira'scible (ઇરૅસિબલ), વિο ચીઢિયું, ગરમ મિજાજવાળું. **irascibi'lity** (-બિલિટિ), નાο.
ira'te (આઇરેટ), વિο ક્રોધી, ક્રુદ્ધ.
ire (આયર), નાο [કાવ્યમાં] ક્રોધ, ગુસ્સો. **ir'eful** (રફુલ), વિο.
irida'ceous (આયરિડેશસ), વિο [વનસ્પ.] 'આઇરિસ' કુટુંબની વનસ્પતિનું.
iride'scent (ઇરિડે'સન્ટ), વિο મેઘ-ધનુષ્યના જેવા રંગો બતાવતું, સપ્તરંગી. **iride'scence** (-સન્સ). નાο.
i'ris (આયરિસ), નાο આંખની કીકીની આસપાસનું રંગીન (અન્તત્વચાનું) કુંડાળું; તલવારના આકારના પાંદડાં અને દેખાવડાં ફૂલોવાળો કંદવાળો છોડ.
I'rish (આયરિશ), વિο આયર્લંડનું, તેની પ્રજાનું કે તેની ભાષાનું. નાο આયર્લંડની આયરિશ ભાષા, આયરિશ પ્રજા. ~ **stew,** બાફેલા માંસ, કાંદા અને બટાટા-ની એક વાની. **Ir'ishman** (-મન), નાο. **Ir'ishwoman** (-વુમન), નાο.
irk (અર્ક), સο ક્રિο થકવી નાખવું, કંટાળો આણવો.
ir'ksome (અર્ક્સમ), વિο કંટાળાજનક.
iron (આયર્ન), નાο લોઢું, લોહ; લોઢાનું ઓજાર – હથિયાર; કપડા દબાવવાની ઇસ્ત્રી; [બο વο માં] બેડીઓ, હાથકડીઓ; વિકૃતિ સુધારવા માટે પગને જડાતા ટેકા. વિο લોઢાનું; ખડતલ, કઠણ; અણનમ. સο ક્રિο કપડાને ઇસ્ત્રી કરવી. **I~ Age,** લોહયુગ. **I~ Curtain,** [લા.] ગુપ્તતાનો અભેદ્ય પડદો, સોવિયટ વર્ચસ્વવાળા પ્રદેશની હદ આગળ માહિતી અને માણસો બહાર ન જાય તે માટેનો નિર્બંધ. ~ **lung,** કૃત્રિમ શ્વાસોચ્છ્વાસ કરાવવાનું સખત પેટી જેવું એક સાધન. ~**master,** લોઢાનો માલ બનાવનાર કારખાનાવાળો. ~**monger** (-મંગર), લોઢાનો માલ, હથિયારો, ઓજારો, ઇο વેચનાર. ~**monger**y નાο. ~ **ration,** કેવળ કટોકટીને વખતે જ સિપાઈએ વાપરવા માટેનો ડબામાં બંધ કરેલો મર્યાદિત ખોરાક. ~**stone,** સખત કાચું લોઢું; સખત સફેદ માટીનાં વાસણ. **ironing-board,** ઇસ્ત્રી કરવાનું ટેબલ કે પાટિયું.
iro'nic(al) (આયરૉનિક, -કલ), વિο વક્રોક્તિનું –માં કહેલું – માં બોલનારું – ની ટેવવાળું.
i'ronist (આયરનિસ્ટ), નાο વક્રોક્તિમાં બોલનાર.
i'rony (આયરનિ), નાο હોય તેથી ઊલટું બોલવું તે, વક્રોક્તિ; દૈવની કે પરિસ્થિતિ-ની દેખીતી વિપરીતતા.
irra'diate (ઇરેડિએટ), સο ક્રિο ઉપર પ્રકાશવું – પ્રકાશ પાડવો; પ્રકાશિત –

પ્રફુલ્લિત-કરવું (ચહેરો ઇ૦); ક્ષ-કિરણોનો ઉપચાર કરવો. **irradia'tion** (-એશન), ના૦.

irra'tional (ઇરેશનલ), વિ૦ બુદ્ધિ કે તર્કથી વિરુદ્ધ, તર્ક-અસંગત; બુદ્ધિહીન; [ગ.] (સંખ્યા અંગે) જેનું મૂળ નીકળતું નથી એવું, કરણીગત. **irrationa'lity** (-નેલિટિ), ના૦.

irre'concilable (ઇરે'કન્સાઇલબલ), વિ૦ જેનું સમાધાન ન થાય એવું, દુરારાધ્ય, કટ્ટર વિરોધી; પરસ્પર વિરોધી. **irreconcilabi'lity** (-બિલિટિ), ના૦.

irreco'verable (ઇરિકવરબલ), વિ૦ પાછું મેળવી ન શકાય એવું, ડૂબી ગયેલું (દેવું ઇ૦ અંગે); નિરુપાય બેઇલાજ.

irredee'mable (ઇરિડીમબલ), વિ૦ પાછું મેળવી કે છોડાવી ન શકાય એવું, નિરાશાજનક.

irredu'cible (ઇરિડચૂસિબલ), વિ૦ ઘટાડી ન શકાય એવું.

irre'futable (ઇરે'ફચૂટબલ), વિ૦ જેનું ખંડન ન કરી શકાય એવું, બિનતોડ. **irrefutabi'lity** (-બિલિટિ), ના૦.

irre'gular (ઇરે'ગ્યુલર), વિ૦ નિયમ-વિરુદ્ધ; ઊંચુંનીચું, અસમ, બદલાતું; લશ્કરની નિયમિત નોકરીમ નહિ એવું. ના૦ નિયમિત લશ્કરની નોકરીમાં નહિ એવો સિપાઈ. **irregula'rity** (-લૅરિટિ), ના૦.

irre'levant (ઇરે'લવન્ટ), વિ૦ અપ્રસ્તુત, અપ્રાસંગિક, **irre'levance** (-વન્સ), ના૦.

irreli'gion (ઇરિલિજન), ના૦ ધર્મ-વિરોધ; ધર્મ પ્રત્યે અનાદર; અધર્મ. **irreli'gious** (-જસ), વિ૦.

irreme'diable (ઇરિમિડિઅબલ), વિ૦ નિરુપાય, અસાધ્ય.

irremo'vable (ઇરિમૂવબલ), વિ૦ ખસેડી કે દૂર કરી ન શકાય એવું. **irremovabi'lity** (-બિલિટિ), ના૦.

irre'parable (ઇરે'પરબલ), વિ૦ સુધારી કે સમારી ન શકાય એવું; (નુકસાન અંગે) ભરપાઈ ન થઈ શકે એવું.

irrepla'ceable (ઇરિપ્લેસબલ), વિ૦ જેને બદલે બીજા કોઈ ને ન મૂકી શકાય એવું જેની ખોટ ન પૂરી શકાય એવું.

irrepre'ssible (ઇરિપ્રે'સિબલ), વિ૦ દબાવી-ન શકાય એવું, અદમ્ય.

irreproa'chable (ઇરિપ્રોચબલ), વિ૦ નિર્દોષ, નિષ્કલંક. **irreproachabi'lity** (-બિલિટિ) ના૦.

irresis'tible (ઇરિ'ઝિસ્ટિબલ), વિ૦ અટકાવી-સામા ટકી-ન શકાય એવું, બળવાન; ખાતરી કરાવનારુ (દલીલ અંગે); અત્યંત આકર્ષક કે સુંદર. **irresistibi'lity** (-બિલિટિ), ના૦.

irre'solute (ઇરે'ઝલૂટ), વિ૦ ઢચુપચુ કરનારુ, દૃઢ નિશ્ચય વિનાનું, **irresolu'tion** (-લૂશન), ના૦.

irrespe'ctive (ઇરિસ્પે'ક્ટિવ), વિ૦ ધ્યાનમાં ન રાખનાર-રાખ્યા વિનાનું. ~ **of**, ધ્યાનમાં ન લેતાં, -નો ખ્યાલ કર્યા વિના.

irrespo'nsible (ઇરિસ્પૉન્સિબલ), વિ૦ બેજવાબદારપણે વર્તતું-કરેલું **irresponsibi'lity** (-બિલિટિ), ના૦.

irretrie'vable (ઇરિટ્રીવબલ), વિ૦ ફરીથી મેળવી ન શકાય એવું, કાયમનું ગુમાવેલું.

irre'verent (ઇરે'વરન્ટ), વિ૦ આદર વિનાનું, અનાદર કરનારુ. **irr'everence** (-રન્સ), ના૦.

irrever'sible (ઇરિવસિબલ), વિ૦ ઉલટાવી-ફેરવી-ન શકાય એવું. **irreversibi'lity** (-બિલિટિ), ના૦.

irre'vocable (ઇરે'વકબલ), વિ૦ બદલી કે રદ ન કરી શકાય એવું, પાછું બોલાવી કે લઈ ન શકાય એવું. **irrevocabi'lity** (-બિલિટિ), ના૦.

i'rrigate (ઇરિગેટ), સ૦ ક્રિ૦ જમીનને પાણી પાવું, નહેર ઇ૦ વતી ખેતરને પાણી પાવું. [વૈદક.] જખમ ઉપર સતત પ્રવાહી રેડવું. **irriga'tion** (-ગેશન), ના૦.

i'rritable (ઇરિટબલ), વિ૦ સહેજમાં ખિજવાય એવું, શીઘ્રકોપી; અતિસંવેદન-

શીલ, આળું; બળતરા થાય એવું. **irritabi'lity** (-બિલિટિ), નાo.

i'rritant (ઇરિટન્ટ), વિo અને નાo ચીડવનાર – ક્ષોભકારક કે દાહક (વસ્તુ).

i'rritate (ઇરિટેટ), સo ક્રિo ચીડવવું, ખીજવવું; પજવવું; બળતરા કરવી. **irrita'tion** (-ટેશન). નાo.

irru'ption (ઇરપ્શન), નાo એકાએક કરેલી ચડાઈ; જબરદસ્તીથી કરેલો પ્રવેશ.

is (ઇઝ), **be** ક્રિoનું ત્રીજા પુoનું વર્તo કાળનું એક વoનું રૂપ.

Is., સંક્ષેપ. Island(s); Isle(s).

i'singlass (આઇઝિંગ્લાસ), નાo માછલીમાંથી નીકળતો સરેસના જેવો એક પદાર્થ.

I'slam (ઇઝ્લામ), નાo ઇસ્લામ (ધર્મ); ઇસ્લામી દુનિયા. **Isla'mic** (-લૅમિક), વિo.

i'sland (આઇલન્ડ), નાo ટાપુ, બેટ; અલગ કે એકલી પડેલી વસ્તુ; રાહદારીના રસ્તા વચ્ચે ગોળ ટાપુ જેવી સલામતીની જગ્યા.

i'slander (આઇલન્ડર), નાo ટાપુનો રહેવાસી.

isle (આઇલ), નાo (બહુધા નાનો) ટાપુ.

i'slet (આઇલિટ), નાo નાનો ટાપુ.

i'sobar (આઇસબાર), નાo હવાના – વાતાવરણના – સરખા દબાણવાળાં સ્થળોને જોડનારી નકશા પરની રેષા. **isoba'ric** (-બૅરિક), વિo,

i'solate (આઇસલેટ), સo ક્રિo જુદું અથવા એકલું મૂકવું – પાડવું; ચેપી રોગના રોગીને અલગ રાખવો. **isola'tion** (-લેશન), નાo.

isola'tionism (આઇસલેશનિઝ્મ), નાo બીજા દેશો કે જથોના પ્રશ્નોથી અલગ રહેવાની રાજ્યની નીતિ. **isola'tionist** (-નિસ્ટ), નાo.

i'somer (આઇસમર), નાo સરખા પણ ભિન્ન રીતે ગોઠવાયેલા પરમાણુઓવાળા અણુઓના બનેલા બે કે વધુ પદાર્થોમાંનો એક. **isome'ric** (-મે'રિક), વિo.

iso'merism (-સૉમરિઝ્મ), નાo.

iso'sceles (આઇસૉસલીઝ), વિo (ત્રિકોણ અંગે) સમદ્વિભુજ.

i'sotherm (આઇસથર્મ), નાo સરખા તાપમાનવાળાં સ્થળોને જોડનારી નકશા પરની રેષા. **isother'mal** (-થર્મલ), વિo.

i'sotope (આઇસટોપ), નાo અણુભારમાં તેમ જ આણ્વિક, પણ રાસાયનિક નહિ, ગુણધર્મમાં એકબીજાથી ભિન્ન એવા રાસાયનિક મૂળતત્ત્વના બે કે વધુ રૂપોમાંનું એક. **isoto'pic** (-ટૉપિક), વિo.

Israe'li (ઇઝ્રેલિ), વિo અને નાo અર્વાચીન ઇઝ્રેલનું (વતની કે રહેવાસી).

i'ssue (ઇશૂ), નાo બહાર નીકળવું – વહેવું–તે, નિર્ગમન; પરિણામ, ફળ, છેવટ; સંતતિ; સવાલ, ઝઘડો; કાઢવું–છાપવું–તે; એક વખતે કાઢેલી સામયિક ઇoની નકલો; માસિક ઇoનો અંક; ઉo ક્રિo બહાર જવું–આવવું–નીકળવું; -માંથી નીકળવું–પરિણમવું; બહાર પાડવું–મોકલવું, પ્રસિદ્ધ કરવું; ચલણમાં મૂકવું, (પરિપત્ર ઇo) કાઢવું–ફેરવવું; સાધનસામગ્રી ઇo આપવું.

i'sthmus (ઇસ્થ્મસ), નાo સંયોગી ભૂમિ; બે વસ્તુઓને જોડનારો સાંકડો ભાગ.

it[1] (ઇટ), સર્વo [ષષ્ઠી **its**, બo વo **they**, કર્મo **them**, ષષ્ઠી **their**] તે, એ; અગાઉ ઉલ્લિખિત કે પ્રસ્તુત વસ્તુ; અનિશ્ચિત અથવા અનિર્ધારિત અથવા વ્યક્તિ-નિરપેક્ષ કાર્ય, અવસ્થા, પદાર્થ, ઇo; [વિo બોo] તે જ માણસ કે વસ્તુ, પૂર્ણતા; [વિo બોo] મૈથુન; લૈંગિક આકર્ષણ.

it[2], નાo [વાત.] એક ઇટાલિયન દારૂ.

Ita'lian (ઇટૅલ્યન), વિo ઇટલીનું, તેના લોકોનું કે તેની ભાષાનું. નાo ઇટલીનું વતની કે ભાષા. ~ **vermouth,** ઇટલીનો મધુર દારૂ.

ita'lic (ઇટૅલિક), વિo (બીબાં અંગે) ત્રાંસાં; **I~**, પ્રાચીન ઇટલીનું. નાo [બo વoમાં] ઇટૅલિક-ત્રાંસાં-બીબાં.

ita'licize (ઇટૅલિસાઇઝ), સo ક્રિo ત્રાંસાં બીબાંમાં છાપવું.

itch (ઇચ), નાo ખજવાળ, ચેળ; ખસ,

ખુજલી; ચળવળાટ; તીવ્ર ઇચ્છા. સ૦ ક્રિ૦ ખજવાળ - ચેળ - આવવી; ચળવળાટ થવો, તીવ્ર ઇચ્છા થવી.

i'tem (આઇટમ), ના૦ બાબત, કલમ, રકમ; બાતમી ઇ૦ની વિગત–ફકરો.

i'temize (આઇટમાઇઝ઼), સ૦ ક્રિ૦ કલમવાર જણાવવું – ગણાવવું.

i'terate (ઇટરેટ), સ૦ ક્રિ૦ ફરી કહેવું, પુનરાવર્તન કરવું; ફરી ફરી કહેવું. **itera'tion** (-રેશન), ના૦. **i'terative** (-રટિવ), વિ૦.

iti'nerant (ઇટિનરન્ટ,આઇ-), વિ૦ અને ના૦ ઠેકેઠેકાણે ફરનાર – પ્રવાસ કરનાર–(માણસ). **iti'nerancy** (-રન્સિ), ના૦.

iti'nerary (ઇટિનરરિ, આઇ-), ના૦ પ્રવાસની નોંધ; પ્રવાસમાર્ગદર્શિકા; પ્રવાસનો માર્ગ. વિ૦ પ્રવાસનું કે માર્ગોનું.

its (ઇટ્સ), સર્વ૦ **it** ની ષષ્ઠી વિભક્તિ. તેનું.

itse'lf (ઇટ્સે'લ્ફ), સર્વ. **it** નું ભારદર્શક કે સ્વવાચક રૂપ એ જ, પોતે.

I. T. V., સંક્ષેપ. Independent Television.

i'vory (આઇવરિ), ના૦ હાથીદાંત(નું સફેદ દ્રવ્ય-રંગ); [બ૦ વ૦માં] જુગટાના પાસા; પિયાનોની ચાવીઓ, દાંત, ઇ૦ ~ **tower**, જીવનસંઘર્ષથી દૂરની એકાંત (સુરક્ષિત) જગ્યા.

i'vy (આઇવિ), ના૦ ચળકતાં પાંદડાંનો એક વેલો.

J

J., સંક્ષેપ. Judge; Justice.

jab (જૅબ), સ૦ ક્રિ૦ ઘોંચવું, ગોદો મારવો, એકદમ ભોંકવું. ના૦ અણિયાળી વસ્તુથી એકદમ કરેલો ઘા, મુક્કાથી કરેલો આઘાત; [વાત.] ચામડી નીચે મારેલી પિચકારી.

ja'bber (જૅબર), ઉ૦ ક્રિ૦ બકબક–લવારો–કરવો,ઉતાવળથી અસ્પષ્ટપણે બોલવું. ના૦ બકબક, લવારો.

ja'bot (ઝૅ'બો), ના૦ સ્ત્રીના પોલકાની શોભાની ઝાલર, મરદના શર્ટની છાતી પરની ઝાલર.

jacara'nda (જૅકરૅન્ડ), ના૦ કઠણ સુગંધી લાકડાવાળું એક અમે. ઉષ્ણકટિબંધીય ઝાડ.

ja'cinth (જૅસિંથ), ના૦ રતાશ. પડતા નારંગી રંગનું એક રત્ન.

jack (જૅક), ના૦ માંસ શેકવાનો સળિયો – કલથો; ભારે વજન અધ્ધર ઊંચકવાનો ઊંટડો; ગાડીની ધરી ઊંચકવાનું પેચવાળું સાધન, જેક; ગુલામનું પત્તુ; એક (બહુધા નાની) ખાઉધરી માછલી; [બાઉલ્ઝમાં] તાકીને મારવા મૂકેલો દડો; વહાણનો ઝંડો વિ૦ક૦ મોરા આગળ ફરકતો રાષ્ટ્રીયતાનો દ્યોતક; [બ૦ વ૦માં] ગોળ કાંકરીઓ ઉછાળીને રમાતી રમત. સ૦ ક્રિ૦ જેક કે હુમકલાસથી ઊંચું કરવું-ઊંચકવું. ~ **boot**, ઘૂંટણ ઉપર સુધી પહોંચતો બૂટ; [લા.] જુલ્મી વર્તન. ~ **in**, [વિ૦બો૦] છોડી દેવું; પડતું મૂકવું. ~-**in-office**, ખાલી ધમાલ કરનાર–આપવડાઈ હાંકનાર–અમલદાર. ~ -**in-the-box**, પેટી ઉઘાડતાંની સાથે જ બહાર ઊછળનાર આકૃતિવાળું એક રમકડું. ~-**knife**, ખીસામાં મૂકવાનું બંધ કરી શકાય એવું મોટું ચપ્પું; જુદા જુદા ભાગવાળા વાહનનું એકદમ સંકેલાઈ જવું તે. ઉ૦ ક્રિ૦ જેક ચપ્પુના પાનાનું બંધ થવું-ઊઘડી જવું. ~ **of all trades**, ગમે તે કામ હાથ ધરનાર માણસ, સબ બંદરકા વેપારી. ~**pot**, સોરટી ઇ૦માં ભેગું થતું મોટું ઇનામ. ~**stone**, ઉછાળીને રમવાની રમતોમાં વપરાતા નાના ગોળ કાંકરા કે ધાતુની વસ્તુમાંની એક.

ja'ckal (જૅકૉલ), નાo શિયાળ, કોલું.

ja'ckanapes (જૅકનેપ્સ), નાo ઉદ્ધત બાળક કે માણસ

ja'ckass (જૅકૅસ), નાo ગધેડો (નર); મૂર્ખ માણસ.

ja'ckdaw (જૅકડૉ), નાo ચોર કાગડો.

ja'cket (જૅકિટ), નાo બંડી, કબજો, બહારથી પહેરવાનું બાંયવાળું ટૂંકું વસ્ત્ર; ઉષ્ણતા ઊડી ન જાય તે માટે બૉઇલર ફરતે કરાતું આવરણ; ચોપડીનું બહારનું વેષ્ટન; પ્રાણીની (રુંવાટીવાળી) ચામડી, બટાકાની છાલ.

Jacobe'an (જૅકબીઅન), વિo ઇંગ્લન્ડના રાજા પહેલા જેમ્સના રાજ્યનુ

Ja'cobite (જૅકબાઇટ), વિo અને નાo [ઇતિ.] દેશવટો પામેલા સ્ટૂઅર્ટ રાજાઓના પક્ષનો (માણસ).

ja'conet (જૅકનિટ), નાo એક જાતનું સુતરાઉ કાપડ, વિo કo પાણીથી પલળે નહિ એવું બનાવેલું.

jade[1] (જેડ), નાo થાકી ગયેલું રેઢિયાળ ઘોડું; [મજાકમાં] નાદાન-છછોર-છોકરી.

jade[2], નાo લીલા (વાદળી કે સફેદ) રંગનુ એક રત્ન; તેનો લીલો રંગ.

ja'ded (જેડિડ), વિo થાકીને લોથ થયેલું; ઓચાઈ ગયેલું.

ja'deite (જેડાઇટ), નાo લીલમ જેવું રત્ન.

jag (જૅગ), નાo ખડકનો આગળ પડતો અણિયાળો ભાગ, કાંગરો. સo ક્રિo આડું-અવળું કાપવું-ફાડવું, -માં દાંતા પાડવા.

ja'gged (જૅગિડ), વિo આડીઅવળી કાપેલી કે ફાડેલી કોરવાળું, ઊંડી ખાંડાવાળું.

ja'guar (જૅગ્યુઅર), નાo અમે. નું ચીતા કે વાઘ જેવું એક કદાવર માંસાહારી પ્રાણી.

jail (જેલ), જુઓ **gaol.**

ja'lap (જૅલપ), નાo રેચક દવા.

jalo'py (જલૉપિ), નાo [વાત.] ભાંગી ગયેલી જૂની મોટરગાડી અથવા વિમાન.

ja'lousie (જૅલૂઝી), નાo ઉઘાડવાસ કરી શકાય એવી અંદરથી બહાર નીચે ઢળતી ચીપોવાળી બારી.

jam[1] (જૅમ), ઉo ક્રિo બે વસ્તુઓ વચ્ચે દાબવું, ચગદવું, નિચોવવું; ફાચરની જેમ સજ્જડ થવું-કરવું; સાથે દાબીને ખીચોખીચ ભરવું-કરવું; સાંકડી જગ્યામાં પરાણે પરાણે ઘાલવું; ભીડ કરીને રસ્તો રૂંધી નાખવો-બંધ કરવો; વચ્ચે દખલ કરીને શત્રુપક્ષનો રેડિયો ન સંભળાય તેમ કરવું. નાo નિચોવવું તે રૂંધાવું-બંધ પડવું-તે. વિo કo રસ્તામાં ભારે ભીડ અથવા ગિરદી.

jam[2], નાo મુરબ્બો; [વાત.] કશુંક સહેલું અથવા મજાનું. **ja'mmy** (જૅમિ), વિo.

jamb (જૅમ), નાo બાજુનો થાંભલો; બારી કે બારણાના ચોકઠાની-બાર સાખની-બાજુ.

jamboree' (જૅમ્બરી), નાo ઉજાણી, આનંદોત્સવ; બાલવીરોનો મેળો - મહા સંમેલન.

Jan., સંક્ષેપ. January.

ja'ngle (જૅંગલ), નાo ધાતુથી-ધાતુના જેવો-કઠોર બેસૂરો અવાજ. ઉo ક્રિo એવો અવાજ કરવો-થાય તેમ કરવું.

ja'nitor (જૅનિટર), નાo દરવાન; મકાનની સંભાળ રાખનાર.

Ja'nuary (જૅન્યુઅરિ), નાo જાનેવારી માસ.

japa'n (જપૅન), નાo એક જાતનું, બહુધા કાળું, સખત રોગાન. સo ક્રિo તે વડે કાળું અને ચમકતું કરવું.

Ja'panese (જૅપનીઝ), વિo જાપાનનું -ના લોકોનું -ની ભાષાનું. નાo જાપાનનું વતની કે ભાષા.

jape (જેપ), નાo ઠઠ્ઠા, મશ્કરી.

japo'nica (જપૉનિકે), નાo લાલ ફૂલવાળી 'કિવન્સ' ઝાડની એક શોભાની જાત.

jar[1] (જાર), ઉo ક્રિo કર્કશ-બેસૂરો-ખરરરર-અવાજ કરવો-થવો; -થી વિસંગત હોવું. નાo કર્કશ-ખરરર -અવાજ; આઘાત, કમકમાટ, થરથરાટ.

jar[2], નાo બરણી (કાચ, ચીની માટી, પથ્થર, ઇo ની).

Jardinièr'e (ઝાર્ડિન્યૅ'અર), નાo [ફ્રે.]

ફૂલ કે છોડ મૂકવાનું સુશોભિત પાત્ર, ફૂલદાની.

jar'gon (જારૂગન), ના૦ જંગલી અથવા અપભ્રષ્ટ ભાષા; વિશિષ્ટ વર્ગ કે વ્યવસાય ઇ૦માં પ્રચલિત ભાષા.

ja'smine (જેસ્મિન), ના૦ સફેદ અથવા પીળાં ફૂલવાળો એક છોડ, જાઈ, જુઈ, જાસવેણ

ja'sper (જાસ્પર), ના૦ એક જાતનો રાતો, પીળો કે બદામી અપારદર્શક મણિ.

jau'ndice (જૉન્ડિસ), ના૦ કમળો, કમળી. સ૦ ક્રિ૦ કમળાની અસર કરવી, -ને કમળો થવો; [લા.] ઈર્ષ્યા, રોષ, ઇ૦ની માણસ ઇ૦ પર અસર કરવી.

jaunt (જૉન્ટ)), ના૦ અને અ૦ ક્રિ૦ મોજખાતર પ્રવાસ-સહેલ-(કરવી).

jau'nty (જૉન્ટિ), વિ૦ ઉચ્છૃંખળપણે આત્મસંતુષ્ટ; આનંદી, ગીલું.

ja'velin (જેવલિન), ના૦ શસ્ત્ર તરીકે અથવા રમતગમતમાં ફેંકવાનો હલકો ભાલો.

jaw (જૉ), ના૦ જડબું, ડાચું; [બ૦ વ૦માં] મોઢું. યંત્ર ઇ૦નો પકડવાનો ભાગ; [વાત.] લાંબું અથવા શિખામણનું ભાષણ. ઉ૦ ક્રિ૦ લંબાણપૂર્વક બોલવું; ઉપદેશ-ઠપકો-ભાષણ-આપવું. **~-bone**, સસ્તનપ્રાણીનું નીચેનું જડબું.

jay (જે), ના૦ યુરોપનું એક પક્ષી; ચાસ, નીલકંઠ. **~-walker**, રસ્તામાં નિયમોનો ભંગ કરી ફાવે તેમ ચાલનાર.

jazz (જેઝ઼), ના૦ અમે.ના હબસીઓનો સંગીત નાચ. ઉ૦ ક્રિ૦ જાઝ઼ નાચ નાચવો; ઉલ્લસિત-ઉત્તેજિત-કરવું.

jazz'y (જેઝ઼િ), વિ૦ જાઝ઼નું -ના જેવું; આનંદી, રંગીલું.

jea'lous (જે'લસ), વિ૦ સતત જાગરૂક; પ્રેમની બાબતમાં હરીફાઈની શંકા સેવનાર, વહેમી; અદેખું. **jea'lousy**(જેલ'સિ),ના૦.

jean (જીન, જેન). ના૦ પાંસળીવાળું જીનનું મજબૂત કાપડ; [બ૦ વ૦માં ઉ. જીન્ઝ઼] જીનના પાયાનમા કે પાટલૂન.

Jeep (જીપ), ના૦ એક નાની ચાર પૈડાંની ખડતલ મોટર ગાડી.

jeer (જિઅર), ઉ૦ ક્રિ૦ ઉપહાસ કરવો, ઠેકડી કરવી. ના૦ મહેણું. મશ્કરી, ઉપહાસ.

Jeho'vah (જિહોવ-વા), ના૦ જૂના કરારનું પરમેશ્વરનું નામ. **~'s Witness**, ધાર્મિક સિદ્ધાન્તો પર રાજ્યનું વર્ચસ્વ અમાન્ય કરનાર એક સનાતની સંપ્રદાયનો માણસ.

jeju'ne (જિજૂન), વિ૦ ઘણું ઓછું, અલ્પ; (જમીન અંગે) વેરાન, ફળદ્રુપ નહિ એવું.

jell (જે'લ), અ૦ ક્રિ૦ [વાત.] મુરબ્બાની જેમ જામવું; ચોક્કસ આકાર ધારણ કરવો.

je'llied (જે'લિડ), વિ૦ (ખોરાક અંગે) મુરબ્બામાં જમાવેલું

je'lly (જે'લિ), ના૦ ચામડી. હાડકાં, ઇ૦ ઉકાળીને તેના રસ(જિલેટિન)ની બનાવેલી વાની; ફળનો મુરબ્બો; એના જેવો બીજો કોઈ પદાર્થ: [વિ૦ બો૦] જિલેટિન પર આધારિત સ્ફોટક પદાર્થ. **~ baby**, બેબીના આકારની જિલેટિનની એક મીઠાઈ. **~fish**, ડંખ મારનાર સૂંઢોવાળી જેલી જેના પોચા શરીરની એક દરિયાઈ માછલી.

je'mmy (જે'મિ), ના૦ ઘરફોડિયાની કોશ.

jeo'pardize (જે'પરડાઇઝ઼), સ૦ ક્રિ૦ જોખમમાં નાખવું.

jeo'pardy (જે'પર્ડિ), ના૦ જોખમ, ધોખો.

jerbo'a (જરૂબોઅ), ના૦ આફ્રિકાનું ઉંદરની જાતનું એક કૂદકા મારતું પ્રાણી.

jeremi'ad (જે'રિમાયડ), ના૦ કરમ-કહાણી, રોદણાં રોવાં તે.

jerk[1] (જર્ક), ના૦ આંચકો, ઝટકો, એક-દમ ખેંચવું-મરડવું-તે; સ્નાયુનું અચાનક ખેંચાવું તે; [વિ૦ બો૦] બેઅક્કલ-મૂર્ખ-માણસ. ઉ૦ ક્રિ૦ આંચકો મારવો, આંચકા સાથે ફેંકવું. **jer'ky** (જર્કિ), વિ૦.

jerk,[2] સ૦ ક્રિ૦ માંસની (વિ૦ ક૦ ગાયના) લાંબી ચીરીઓ કરી તેની સુકવણી કરવી.

jer'kin (જરૂકિન), ના૦ બાંય વિનાનું જાકિટ કે બંડી.

jerobo'am (જે'રબોઅમ), ના૦ દારૂનો મોટો બાટલો (સામાન્યથી ૮-૧૨ ગણો મોટો).

je'rrican (જે'રિકન), જુઓ **jarry-can.**

je'rry[1] (જે'રિ), ના૦ **~-building**; હલકા માલ સામાન વાપરીને તકલૂદી ઘરો બાંધવાં તે; **~-builder**, ના૦. **~-built**, વિ૦.

jerry[2], ના૦. **~can**, પેટ્રોલ કે પાણી ભરવાનું પાત્ર.

jerry[3], ના૦ (બહુધા રાતે વાપરવાનું) મળમૂત્રવિસર્જનનું પાત્ર.

jer'sey (જર્સિ), ના૦ ગૂંથેલું કપડું; માથા ઉપરથી પહેરવાનું બહુધા ઊનનું લાંબી બાંયનું ગંજીફરાક.

Jeru'salem (જરૂસલમ), ના૦. **~ artichoke**, સૂર્યમુખી ફૂલનો છોડ, તેની ખાદ્ય ગાંઠ.

je'ssamine (જે'સામિન), ના૦ = **jasmine.**

jest (જેસ્ટ), ના૦ મશ્કરી, ટોળ; ગમ્મત; મશ્કરીનો વિષય. ઉ૦ ક્રિ૦ મશ્કરી કરવી, મજાકમાં બોલવું.

je'ster (જે'સ્ટર), ના૦ મશ્કરો; [ઇતિ.] રાજાના દરબારનો વિદૂષક.

Je'suit (જે'ઝ્યુઇટ), ના૦ રોમન કૅથલિક સોસાયટી ઑફ જીઝસનો સભ્ય. **Jesui'tical** (-ટિકલ), વિ૦.

jet[1] (જે'ટ), ના૦ એક કઠણ કાળો ખનિજ પદાર્થ–અકીક. **~-black**, ઘેરો કાળો ચળકતો રંગ.

jet[2], ના૦ પાણી, વરાળ, જ્વાળા, ઇ૦નો જોરથી ઊડતો ફુવારો, સેર, ધાર; એવી રીતે પાણી ઇ૦ ઉડાવવાની નળી, સૂંઢ કે ટોટી; [વાત.] 'જેટ' ઍંજિન અથવા વિમાન. ઉ૦ ક્રિ૦ સેરો કે ધારો ઉડાડવી – ઊડવી; 'જેટ' વિમાનમાં મુસાફરી કરવી. **~ engine**, વિ૦ ક૦ વિમાનને આગળ ધકેલવા માટે ફુવારાનો ઉપયોગ કરનારું ઍંજિન. **~ lag**, લાંબા ઉડાણ પછી વર્તાતી વિલંબિત શારીરિક અસરો. **~ plane** જેટ ઍંજિનવાળું વિમાન. **~-propelled**, 'જેટ' વતી ચલાવાતું. **~ propulsion**, વિમાનની પાછલી બાજુની નળીઓમાંથી ખૂબ વેગવાળી ગૅસની સેરો પાછલી બાજુએ જોરથી છોડીને વિમાનને ગતિ આપવી તે. **~ set**, પૈસાદાર શિષ્ટ લોકો.

je'tsam (જે'ટ્સમ), ના૦ વહાણનો ભાર હલકો કરવા માટે ફેંકી દીધેલો (દરિયાકાંઠે વહેતો ગયેલો) માલ.

je'ttison (જે'ટિસન), સ૦ ક્રિ૦ વહાણ કે વિમાનનો ભાર હલકો કરવા તેમાંથી માલ બહાર ફેંકી દેવો; [લા.] તજી દેવું.

je'tty (જે'ટિ), ના૦ બારાનું કે કિનારાનું રક્ષણ કરવા માટે બાંધેલો બંધ કે ડક્કો; ઓવારો.

Jew (જ્યૂ), ના૦ હિબ્રૂ વંશનો કે યહૂદી ધર્મનો માણસ, યહૂદી. **Jew'ess** (જ્યૂઇસ), ના૦ સ્ત્રી૦. **Jew'ish** (જ્યૂઇશ), વિ૦.

jew'el (જ્યૂઅલ), ના૦ રત્ન; રત્નજડિત ઘરેણું; કીમતી વસ્તુ ઇ૦. સ૦ ક્રિ૦ રત્નોથી શણગારવું; ઘડિયાળમાં રત્નો જડવાં.

jew'eller (જ્યૂઅલર), ના૦ ઝવેરી; જડિયો.

jew'ellery (જ્યૂઅલરિ), ના૦ ઝવેરાત; રત્નજડિત દાગદાગીના.

Jew'ry (જ્યૂરિ), ના૦ યહૂદીઓ.

Je'zebel (જે'ઝિબલ), ના૦ નફ્ફટ સ્ત્રી

jib[1] (જિબ), ના૦ વહાણનો એક ત્રિકોણાકૃતિ સઢ. **~-boom**, એ સઢને તાણેલો રાખવાનો વાંસ.

jib[2], અ૦ ક્રિ૦ (ઘોડા અંગે અથવા લા. અર્થમાં માણસ અંગે) અટકી જવું ને આગળ જવાની ના પાડવી, અડવું. **~ at**, -ની સામે સખત વાંધો ઉઠાવવો.

jibe[1] (જાઇબ), જુઓ **gibe.**

jibe[2], જુઓ **gybe.**

ji'ff(y) (જિફ,-ફિ), ના૦ [વાત.] બહુ જ ટૂંકો સમય, ક્ષણ(વાર).

jig (જિગ), ના૦ ઉલ્લાસવાળું એક ઝડપી નૃત્ય; તે માટેનું સંગીત. ઉ૦ ક્રિ૦ કૂદકા સાથે નાચવું, ખૂબ ઝડપથી ઉપર નીચે જવું આવવું.

ji'gger¹ (જિગર), ના૦ ઉષ્ણકટિબંધનો ચાંચડ.

ji'gger², ના૦ દારૂ(ના માપ)ની પ્યાલી.

jiggery-po'kery (જિગરિપોકરિ), ના૦ [વાત.] કપટી કે અપ્રામાણિક વહેવાર; છેતરપિંડી, કપટ.

ji'ggle (જિગલ), સ૦ ક્રિ૦ ધીમે ધીમે ઝુલાવવું, હળવેથી આંચકો મારવો.

ji'gsaw (જિગ્સૉ), ના૦ નકશી કાપવાની યાંત્રિક કરવત. **~ (puzzle)**, પાટિયા પર ચિત્ર ચોઢીને કરવત વડે પાડેલા તેના વાંકાચૂંકા કકડામાંથી ફરી ચિત્ર બનાવવાની કોયડાની રમત.

jilt (જિલ્ટ), સ૦ ક્રિ૦ (વિ૦ ક૦ સ્ત્રી અંગે) પ્રેમ કરવા ઉત્તેજન આપીને પછી તે પ્રેમીને તરછોડવું.

ji'ngle (જિંગલ), ના૦ નાની ઘંટડીઓ કે સાંકળની કડીઓના જેવો અવાજ; છમછમ, ઝમઝમ, ખણખણ અવાજ; એવા અવાજવાળી ટૂંકી કવિતા (જાહેરાતમાં વપરાતી). ઉ૦ ક્રિ૦ છમછમ, ખણખણ, ઇ૦ અવાજ કરવો – થવો.

ji'ngo (જિંગો), ના૦ [બ૦વ૦ **~es**] બડાઈ હાંકી બીજાને દબડાવનાર દેશભક્ત. **ji'ngoism**(-ઇઝ્મ), ના૦. **ji'ngoist** (-ઇસ્ટ), ના૦. **jingoi'stic** (-ઇસ્ટિક), વિ૦.

jink (જિંક), ઉ૦ ક્રિ૦ એકદમ ખસી જઈને ટાળવું, હાથતાલી આપીને જવું. ના૦ એકદમ ખસી જઈને ટાળવું તે. **high ~s**, શોરબકોર સાથેની રમગમત, મસ્તી.

jinn (જિન), ના૦ જિન, ભૂત, પિશાચ.

jinx (જિંક્સ), ના૦ દુર્દૈવ આણનાર વસ્તુ અથવા માણસ.

ji'tter (જિટર), અ૦ ક્રિ૦ ગભરામણ થવી; ક્ષુબ્ધપણે વર્તવું. ના૦ [બ૦ વ૦માં] અતિક્ષોભ, ગભરામણ. **have the~s**, અસ્વસ્થ થવું, -ને ગભરામણ થવી. **~bug**, સહેજમાં ગભરાનાર માણસ.

ji'ttery (જિટરિ), વિ૦ રઘવાયું, ક્ષુબ્ધ.

jive (જાઇવ), ના૦ હબસીઓનો એક ઝડપી ઉલ્લાસી નાચ, તેનું સંગીત. અ૦ ક્રિ૦ એ નાચ કરવો.

job (જૉબ), ના૦ કરવાનું કે કરેલું કામ; નોકરી (ની જગ્યા); [વાત.] મુશ્કેલ કામ; [વિ૦બો૦] ગુનો, વિ૦ક૦ લૂંટફાટ કે ધાડ. ઉ૦ ક્રિ૦ પરચૂરણ કે ઉદ્ધડ કામ કરવાં; અમુક સમય કે કામ માટે ભાડે રાખવું –આપવું; દલાલ તરીકે શેરો ઇ૦ ખરીદવા અને વેચવા, દલાલી કરવી; ભ્રષ્ટાચાર કરવો. **~ lot**, સટ્ટા તરીકે ખરીદેલો માલ; ભેગી કરેલી પરચૂરણ વસ્તુઓનો સંગ્રહ.

jo'bbery (જૉબરિ), ના૦ જાહેર કામમાં ભ્રષ્ટાચાર (કરવો તે).

jo'ckey (જૉકિ), ના૦ ઘોડાની શરતોમાં ઘોડા પર બેસનાર, જૉકી; ઠગ. ઉ૦ ક્રિ૦ ઠગવું, કપટ કરવું; લાભદાયક જગ્યા મેળવવા માટે ચાલાકી કરવી.

jo'ck-strap (જૉકસ્ટ્રૅપ), ના૦ વિ૦ક૦ રમત વખતે ગુહ્ય ભાગના આધાર કે રક્ષણ માટે પહેરાતો લંગોટ

joco'se (જકોસ), **jo'cular** (જૉક્યુલર), વિ૦ મશ્કરું, ઠઠ્ઠાબાજ; વિનોદી. **joco'sity** (જકૉસિટિ), ના૦. **jocula'rity** (જૉક્યુલૅરિટિ), ના૦.

jo'cund (જૉકન્ડ), વિ૦ આનંદી, પ્રફુલ્લ, ઉલ્લાસવાળું. **jocu'ndity** (જકન્ડિટિ), ના૦.

jo'dhpurs (જૉડ્પર્ઝ઼), ના૦ બ૦ વ૦ ઘૂંટણથી ઘૂંટી સુધી તંગ જાંઘિયા, ચોરણો.

jog (જૉગ), ઉ૦ ક્રિ૦ ધકેલવું, ધક્કા–આંચકો–મારવો; ધ્યાન ખેંચવા માટે ધીમેથી કોણી મારવી; યાદ તાજી કરવી; ધીમે ધીમે આંચકા ખાતાં ખાતાં ચાલવું, દોડવું; ઘોડે બેસવું; વ્યાયામ માટે ધીમે ધીમે દોડવું. ના૦ ધક્કો, હડસેલો, આંચકો; કોણીનો હળવો ગોદો; ધીમી કે દુડકી ચાલ. **~trot**, ધીમી એકસરખી દુડકી ચાલ.

jo'ggle (જૉગલ), ઉ૦ ક્રિ૦ આંચકા મારતા મારતાં આગળ પાછળ ખસવું. ના૦ હળવો ધક્કો.

joie de vi'vre (ઝ્વા ડ વીવર), ના૦

[ફ્રેં.] આરોગ્ય અને ઉલ્લાસવાળા જીવન-(જીવવા)ની ભાવના.

join (જૉઇન), ઉ૦ ક્રિ૦ જોડવું, સાંધવું; એકત્ર કરવું, એક કરવું; સાથે-એકત્ર-બાંધવું; વિવાહ, મૈત્રી, ઇ૦માં જોડવું-જોડાવું; કશાકમાં બીજાની સાથે ભાગ લેવો; -માં અથવા -ની સાથે પોતાનું સ્થાન લેવું; (નદી કે રસ્તા અંગે) બીજાની સાથે જોડાવું-મળવું. ના૦ જોડાણ, જોડ, સાંધો; જ્યાં બે વસ્તુઓ મળે છે તે બિંદુ, રેષા કે સપાટી.

joi'ner (જૉઇનર), ના૦ સુથાર, મિસ્ત્રી, વિ૦ ક૦ ફર્નિચર કે બીજું નાજુક કામ કરનાર. **joi'nery** (-રિ), ના૦.

joint (જૉઇન્ટ), વિ૦ બે કે વધુ માણસોએ સાથે કરેલું-ધારણ કરેલું, તેમનું સંયુક્ત માલિકીનું, સહિયારું; (કુટુંબ ઇ૦ અંગે) સંયુક્ત, અવિભક્ત. ના૦ સાંધો, સાંધ, ગાંઠ; હાડકાનો સાંધો, સંધિ; બે વસ્તુઓને જોડનાર ખીલો ઇ૦; ખોરાક માટે વપરાતો મડદાનો ભાગ; [વિ૦ બો૦] મળવાની જગ્યા, અડ્ડો; ગાંજાની બીડી. સ૦ ક્રિ૦ સાંધા(ઓ)-વતી જોડવું; મડદાના ભાગ પાડવા - સાંધાના ઠેકાણેથી ભાગ પાડવા. **~ stock,** સહિયારી મૂડી - ભંડોળ.

joi'ntress (જૉઇન્ટ્રિસ), ના૦ પલ્લું કે કે સ્ત્રીધનવાળી વિધવા.

joi'nture (જૉઇન્ચર), ના૦ પત્નીને તેની હયાતી દરમ્યાન ભોગવટા માટે આપેલી મિલકત, સ્ત્રીધન.

joist (જૉઇસ્ટ), ના૦ પીઢિયું.

joke (જોક), ના૦ વિનોદનો ટુચકો. અ૦ ક્રિ૦ મશ્કરી-વિનોદ-કરવો. **jo'k(e)y** (જોકિ), વિ૦.

jo'ker (જોકર), ના૦ મશ્કરો; પત્તાંની કેટલીક રમતોમાં હુકમથી પણ ચઢિયાતું પત્તું.

jollifica'tion(જૉલિફિકેશન), **jo'llity** (જૉલિટિ), ના૦ મોજમજા (કરવી તે).

jo'lly (જૉલિ), વિ૦ આનંદી; વિનોદી, ગમતી; [વાત.] સુખદાયક, આહ્લાદક; આનંદદાયક. ક્રિ૦ વિ૦ [વાત.] અતિશય. સ૦ ક્રિ૦ [વાત.] ખુશામત કરવી; રાજી કરવું.

jolt (જોલ્ટ), ઉ૦ ક્રિ૦ હેલો - આંચકો - ખવડાવવો - ખાવો; (વાહન અંગે) આંચકા ખાતાં ખાતાં જવું - ચાલવું; માનસિક આઘાત પહોંચાડવો. ના૦ આવો આચકો કે આઘાત. **jo'lty** (જોલ્ટિ), વિ૦.

jo'nquil (જૉન્‌ક્વિલ), ના૦ સફેદ અને પીળાં સુગંધી ફૂલવાળો એક છોડ, 'નાર્સિસસ'ની એક જાત.

Jor'dan (જૉર્ડન), ના૦. **~ almond,** બદામની એક સરસ જાત, વિ૦ ક૦ મલાગાની.

josh (જૉશ), ના૦ નિર્દોષ મશ્કરી - વિનોદ; બનાવવું તે. ઉ૦ ક્રિ૦ બનાવવું.

joss (જૉસ), ના૦ ચીની મૂર્તિ. **~-stick,** અગરબત્તી

jo'stle (જૉસલ), ઉ૦ ક્રિ૦ હડસેલવું, કોણી મારવી, દૂર ઠેલવું; -ની સાથે ટકરાવું; ઝઘડવું. ના૦ હડસેલો, ટક્કર.

jot (જૉટ), ના૦ અલ્પ માત્રા, લવ, લેશ. સ૦ ક્રિ૦ નોંધવું, ટપકાવવું. ટૂંકમાં કે ઉતાવળથી લખી લેવું.

jo'tter (જૉટર), ના૦ નાનકડી નોંધપોથી.

joule (જૂલ), ના૦ કામ કે ઊર્જાનું એકમ.

jounce (જાઉન્સ), ઉ૦ ક્રિ૦ ઊછળવું, કુદકારો મારવો; ટકરાવું.

jour'nal (જર્નલ), ના૦ રોજબરોજના બનાવો ઇ૦ની નોંધ(વાળો ચોપડો); રોજના કામની નોંધવહી; રોજમેળ; છાપું અથવા બીજું સામયિક; 'બેઅરિંગ' ઉપર રહેતો ધરીનો ભાગ.

journale'se (જર્નલીઝ઼), ના૦ છાપાના લખાણ(ની ભાષા)ની શૈલી.

jour'nalism (જર્નલિઝ઼મ), ના૦ પત્રકારિત્વ.

jour'nalist (જર્નલિસ્ટ), ના૦ પત્રકાર, છાપા કે સામયિકનો સંપાદક.

jour'ney (જર્નિ), ના૦ પ્રવાસ; પ્રવાસમાં વટાવેલું અંતર; મજલ, ખેપ; અ૦ ક્રિ૦ પ્રવાસ કરવો. **~man,** બીજાને માટે કામ કરનાર કુશલ યાંત્રિક કે કારીગર.

joust (જાઉસ્ટ), ના૦ ઘોડે બેઠેલા બે

સરદારો વચ્ચે ભાલાયુદ્ધ, દ્વન્દ્વયુદ્ધ. અ૦ ક્રિ૦ એવું યુદ્ધ કરવું.

Jove (જોવ), ના૦ [રોમન પુરાણ] જુપિટર (બૃહસ્પતિ).

jo'vial (જોવિઅલ), વિ૦ મોજીલું; ઉત્સવપ્રિય, પ્રસન્નચિત્ત. **jovia'lity** (-ઍલિટિ), ના૦.

jowl (જાઉલ), ના૦ જડબું, જડબાનું હાડકું; ગાલ; આગળપડતું ગળું અથવા ગરદન.

joy (જોઇ), ના૦ આનંદ, હરખ, સુખ; આનંદદાયક વસ્તુ. **~-ride,** [વાત.] મોટરગાડી ઇ૦માં સહેલ, બહુધા તેના ધણીની જાણબહાર. **~stick,** [વિ૦બો૦] વિમાનનો ગતિનિયામક હાથો-કળ. **joy'ful** (-ફુલ), વિ૦. **joy'ous** (જોયસ), વિ૦.

J. P., સંક્ષેપ. Justice of the Peace.

Jr., સંક્ષેપ. Junior.

ju'bilant (જૂબિલન્ટ), વિ૦ આનંદિત, આનન્દોલ્લાસવાળું.

jubila'tion (જૂબિલેશન), ના૦ ઉલ્લસિત થવું તે; હર્ષપોકાર (કરવા તે).

ju'bilee (જૂબિલી), ના૦ [વિ૯ક૦ પચાસમી] વરસગાંઠ; આનંદોત્સવ(નો સમય).

Juda'ic (જૂડેઇક), વિ૦ યહૂદીઓનું.

Ju'daism (જૂડેઇઝ્મ), ના૦ યહૂદીઓનો એકેશ્વરી ધર્મ; સમસ્ત યહૂદી લોકો

Ju'das (જૂડસ), ના૦ નામચીન દગાબાજ. **j~,** બારણામાંથી ડોકિયું કરવાનું કાણું.

ju'dder (જડર), અ૦ ક્રિ૦ કાંપવું, જોરથી ધ્રૂજવું. ના૦ ધ્રૂજવું તે, ધ્રૂજારી; તેનો અવાજ.

judge (જજ), ના૦ ન્યાયાધીશ, જજ, મુનસફ; ઝઘડાનો કે હરીફાઈનો ચુકાદો આપવા નીમેલો માણસ, લવાદ; પરીક્ષક, તજ્જ્ઞ. ઉ૦ ક્રિ૦ -ને સજા ફરમાવવી; મુકદ્દમો ચલાવવો; સવાલ કે ઝઘડાનો નિકાલ કરવો; -ને વિષે અભિપ્રાય બાંધવો, મૂલ્ય આંકવું; ન્યાયાધીશ તરીકે નિષ્કર્ષ કાઢવો - વિચાર કરવો; ન્યાયાધીશ તરીકે કામ કરવું.

ju'dg(e)ment, (જજ્મન્ટ), ના૦ન્યાયાલયનો ચુકાદો, ન્યાયાલયે ફરમાવેલી સજા; દૈવી કોપ-આફત; અભિપ્રાય, ચિકિત્સક બુદ્ધિ, વિવેકબુદ્ધિ, ડહાપણ. **Last J~,** દુનિયાને અંતે પરમેશ્વરનો આખરી ન્યાય. **J~ Day,** આખરી ન્યાયનો-કયામતનો-દિવસ. **~-seat,** ન્યાયાધીશનું આસન, ન્યાયમંચ.

ju'dicature (જૂડિકેચર), ના૦ ન્યાયદાનનું કામ; ન્યાયાધીશોનું મંડળ.

judi'cial (જૂડિશલ), વિ૦ ન્યાયાલયનું -દ્વારા કરવાનું; ન્યાયાધીશનું -ને યોગ્ય; નિષ્પક્ષપાત.

judi'ciary (જૂડિશરિ), ના૦ રાજ્યના તમામ ન્યાયાધીશો.

judi'cious (જૂડિશસ), વિ૦ ડહાપણભર્યું, વિવેકવાળું, વિચારી, દૂરદૃષ્ટિ.

ju'do (જૂડો), ના૦ 'જૂજિત્સુ'ની સુધરેલી આવૃત્તિ.

jug (જગ), ના૦ કૂજો, ચંબુ, ઝારી; [વિ૦ બો૦] કેદખાનું. સ૦ ક્રિ૦ કૂજા ઇ૦માં (સસલું) બાફવું.

ju'ggernaut (જગર્નોટ), ના૦ મોટું દુર્નિવાર બળ અથવા પદાર્થ; મોટું અને ભારે મોટર વાહન.

ju'ggins (જગિંઝ્), ના૦ બ૦ વ૦ ભોળો ભા, બેવકૂફ માણસ.

ju'ggle (જગલ), ઉ૦ ક્રિ૦ નજરબંધી-હાથચાલાકી - જાદુનો ખેલ-કરવો. **~ with,** હકીકત ખોટી રીતે રજૂ કરવી, ચાલાકી-લબાડી-કરવી.

Ju'goslav (યૂગસ્લાવ), જુઓ **Yugoslav.**

ju'gular (જગ્યુલર), વિ૦ ગરદનનું કે ગળાનું, **~vein,** ડોકમાંની ધોરી નસ, ગલશિરા.

juice (જૂસ), ના૦ શાકભાજી, ફળ, અથવા માંસનો રસ; [વિ૦ બો૦] પેટ્રોલ, વીજળી.

jui'cy (જૂસિ), વિ૦ વિપુલ રસવાળું, સરસ; [વાત.] રસિક, વિ૦ક૦ નિંદાત્મક.

ju-ji'tsu (જૂજિત્સુ), ના૦ જાપાની પદ્ધતિની કુસ્તી.

ju'-ju (જૂજુ), ના૦ [પ. આફ્રિ.] મંત્ર, દેવતા તરીકે પૂજાતી વસ્તુ, દેવક; જાદુ.
ju'jube (જૂજૂબ), ના૦ બોરડી; બોર; તે ફળના સ્વાદવાળું મીઠાઈનું ચકતું.
ju'ke box (જૂકૂબૉક્સ), ના૦ કાણામાંથી નાણું નાખતાં પસંદ કરેલી ફોનોગ્રાફ રેકર્ડ વગાડવાનું યંત્ર.
Jul., સંક્ષેપ. July.
ju'lep (જૂલે'પ), ના૦ બરફ નાખેલું મદ્યાર્ક અને પાણીનું ફુદીનાના સ્વાદવાળું પેય.
julie'nne (જૂલિઅ'ન), વિ૦ અને ના૦ શાકભાજીની પાતળી ચીરીઓ; માંસ રસમાં રાંધેલી એવી ચીરીઓની સૂપ.
Ju'liet (જૂલિઅટ), ના૦ **~cap**, વધૂઓ પહેરે છે તે નાની શોભાની ટોપી.
July' (જુલાઈ), ના૦ જુલાઈ મહિનો.
ju'mble (જમ્બલ), સ૦ ક્રિ૦ ફાવે તેમ ભેગું કરી નાખવું, ઘાલમેલ કરી મૂકવી. ના૦ અવ્યવસ્થિત ઢગલો; ગોટાળો; ધર્માદા ફાળા માટે વેચવાની ભેગી કરેલી જૂની વસ્તુઓ. **~ sale**, ધર્માદા ફાળો ભેગો કરવા માટે એવી વસ્તુઓનું વેચાણ.
ju'mbo (જમ્બો), ના૦ [બ૦ વ૦ **~s**] કદાવર પ્રાણી (વિ૦ક૦ હાથી), માણસ કે વસ્તુ. **~ (jet)**, પ્રવાસીઓની મોટી સંખ્યા બેસી શકે એવું 'જેટ' વિમાન. વિ૦ ખૂબ મોટું, કદાવર, (તે તે જાતમાં).
jump (જમ્પ), ઉ૦ ક્રિ૦ કૂદકો મારવો, જમીન પરથી કૂદવું; ઊછળવું, ઉછાળો મારવો; અચાનક ઊઠીને-ઝબકીને-ઊભા થવું-ખસી જવું; (ઝાંપા ઇ૦) પરથી કૂદીને જવું; ઉતાવળે નિષ્કર્ષ કાઢવો; (આગગાડી અંગે) પાટા પરથી ઊતરી પડવું; ફરાર થવું; કૂદીને ઓળંગી જવું. ના૦ કૂદકો (મારવો તે), ભડકીને ઊઠવું કે ખસવું તે, કૂદી જવાની આડ ઇ૦. વિ૦ક૦ ઘોડાએ કૂદી જવાની વાડ ઇ૦. **~ at**, આતુરતાથી સ્વીકારવું. **~ the gun**, સંકેત પહેલાં શરૂ કરી દેવું. **jet**, સીધું ઉપર ચડનારું ને નીચે ઊતરનારું 'જેટ' વિમાન **~-off**, ઘોડાને કુદાવવાની હરીફાઈમાં કૂદવાનો નિર્ણાયક ફેરો. **~ the queue**, હારમાં બીજાઓને વટાવીને એકદમ આગળ ઘૂસી જવું. **~ suit**, આખા શરીર માટેનું એક અખંડ વસ્ત્ર. **~ to it**, તરત અને ખૂબ ઉત્સાહપૂર્વક આરંભ કરવો-કામ કરવું. **jumped up**, વિ૦ લેભાગુ.
ju'mper (જમ્પર), ના૦ સ્ત્રીનું માથેથી પહેરવાનું ઢીલું કુડતું, ખલાસીનું ઉપરથી પહેરવાનું કંતાનનું કુડતું; [અમે.] બાળક કે સ્ત્રીનું મલવસ્ત્ર (એપ્રન).
ju'mpy (જમ્પિ), વિ૦ ગભરાયેલું, રઘવાયું.
Jun., સંક્ષેપ. June; Junior.
ju'nction (જંક્શન), ના૦ સાંધો, જોડાવાની જગ્યા; જ્યાં રેલવેની શાખાઓ અથવા રસ્તાઓ મળે છે તે સ્થળ-સ્ટેશન-સ્થાનક.
ju'ncture (જંક્ચર), ના૦ સંજોગ, પરિસ્થિતિનો યોગ; અણીનો સમય.
June (જૂન), ના૦ જૂન મહિનો.
ju'ngle (જંગલ), ના૦ જંગલ, વન; અવ્યવસ્થિતપણે ભેગો થયેલો જથો-ઢગલો; કઠોર જીવનકલહનું-મૂંઝવણભરી જટિલતાવાળું-સ્થાન.
ju'nior (જૂનિઅર), વિ૦ અને ના૦ બીજા કરતાં નાની ઉંમરનું-નોકરી પર પાછળથી જોડાયેલું-ઊતરતા પદવાળું-(માણસ); [અમે. વાત.] કુટુંબનો પુત્ર. **~ school**, નાની ઉંમરનાઓ માટેની શાળા.
ju'niper (જૂનિપર), ના૦ શંકુ-આકાર સદાપર્ણી ઝાડ, વિ૦ ક૦ ટેટા જેવા જાંબુડિયા શંકુફળવાળું.
junk[1] (જંક), ના૦ ફેંકી દીધેલી વસ્તુઓ, કચરાપટ્ટી; [વિ૦ બો૦] ઘેન લાવનારી દવા, વિ૦ ક૦ અફીણની બનાવટ.
junk[2], ના૦ ચીની સમુદ્રમાં ફરતું ચપટા તળિયાવાળું સઢવાળું વહાણ.
ju'nket (જંકિટ), ના૦ મીઠા દહીંની સ્વાદિષ્ટ વાની-પકવાન; ઉજાણી, મિજબાની; સહેલગાહ. અ૦ ક્રિ૦ ઉજાણી-ભોજનવન-કરવું.

ju'nkie (જંકિ), ના૦ [વિ૦ બો૦] અફીણ ઇ૦ નો બંધાણી.

Junoe'sque (જૂનોએ'સ્ક), વિ૦ (સ્ત્રી અંગે) જૂનો જેવી ભવ્ય અને સુંદર.

ju'nta (જન્ટે), ના૦ ક્રાંતિ ઇ૦ પછી બનેલી રાજકીય ટોળી – ચાંડાળ ચોકડી.

Ju'piter (જૂપિટર), ના૦ [રોમન પુરાણ] દેવોનો રાજા; સૌથી મોટો ગ્રહ, ગુરુ.

juri'dical (જુઅરિડિકલ), વિ૦ ન્યાયાલયના કામનું –ને લગતું; કાયદાને લગતું.

jurisdi'ction (જુઅરિસ્ડિક્શન), ના૦ ન્યાયદાનનું કામ-વ્યવસ્થા; અધિકાર(નું ક્ષેત્ર).

jurispru'dence (જુઅરિસ્પ્રૂડન્સ), ના૦ કાયદાનું શાસ્ત્ર કે ફિલસૂફી; કાયદામાં પ્રાવીણ્ય.

jur'ist (જુઅરિસ્ટ), ના૦ કાયદાનો જાણકાર-તજજ્ઞ. **juri'stical** (-સ્ટિકલ), વિ૦.

jur'or (જુઅરર), ના૦ પંચ કે જૂરીનો સભ્ય, પંચ.

ju'ry (જુઅરિ), ના૦ પંચ, જૂરી; હરીફાઈની રમતોના પરીક્ષકો. **~-box,** ન્યાયાલયમાં પંચની બેસવાની આંતરેલી જગ્યા – પાંજરું. **~man, ~woman,** પંચનો સભ્ય – પુરુષ, સ્ત્રી.

ju'ry-mast (જુઅરિમાસ્ટ), ના૦ કામચલાઉ ડોલકાઠી.

just (જસ્ટ), વિ૦ ન્યાયી, ન્યાય્ય; વાજબી, રાસ્ત; યોગ્ય, ઉચિત; સાધાર, સકારણ. ક્રિ૦વિ૦ તદ્દન બરાબર; ભાગ્યે જ; બરાબર કે લગભગ આ જ અથવા એ જ ઘડીએ; [વાત.] કેવળ, માત્ર, ચોક્કસ, તદ્દન; [વિ૦ બો૦] ખરેખર. **~ now,** આ ક્ષણે, થોડા જ વખત પર.

ju'stice (જસ્ટિસ), ના૦ ન્યાય, ઇનસાફ; વાજબીપણું; ન્યાયદાનનું કામ – પ્રક્રિયા; ન્યાયાધીશ, મૅજિસ્ટ્રેટ. **J~ of the Peace,** સામાન્ય જનતામાંથી નીમેલો મૅજિસ્ટ્રેટ.

justi'ciary (જસ્ટિશ્યરિ), ના૦ ન્યાયદાનનું કામ કરનાર.

ju'stify (જસ્ટિફાઈ), સ૦ ક્રિ૦ કોઈ કાર્યની ન્યાય્યતા કે સત્યતા બતાવવી – પુરવાર કરવી, સમર્થન કે બચાવ કરવો; –ને માટે પૂરતું કારણ હોવું, સમર્થનીય હોવું; [મુદ્રણ, બીબા અંગે] બંધબેસતું કરવું જેથી જગ્યા સરખી રહે. **ju'stifiable** (-ફાયબલ), વિ૦. **justifica'tion** (-ફિકેશન), ના૦. **ju'stificatory** (-ફિકેટરિ), વિ૦.

jut (જટ), અ૦ ક્રિ૦ આગળ કે બહાર પડવું – નીકળવું – નીકળેલું હોવું. ના૦ બહાર નીકળેલો ભાગ.

jute (જૂટ), ના૦ શણ; ગુણપાટ, ઇ૦ માટે વપરાતા તેના રેસા.

ju'venile (જૂવનાઇલ), વિ૦ જુવાન, નાની ઉમરનું; જુવાનોનું –ને લગતું. ના૦ યુવાન; યુવાનની ભૂમિકા ભજવનાર નટ. **~ delinquency,** કાચી ઉમરના યુવાનોએ કરેલા અપરાધો. **~ delinquent,** એવો અપરાધી. **juveni'lity** (-નિલિટિ), ના૦.

juveni'lia (જૂવનિલિઅ), ના૦ જુવાન લેખક કે કળાકારની કૃતિઓ.

juxtapo'se (જક્સ્ટપોઝ઼), સ૦ ક્રિ૦ એક બીજાની પાસે પાસે મૂકવું. **juxtaposi'tion** (-પઝ઼િશન), ના૦.

K

K., સંક્ષેપ. Kochel (કોચલ) (મોત્ઝાર્ટની કૃતિઓની યાદી).

kafkae'sque (કૅફ્કએ'સ્ક), વિ૦ ઓથાર ચાંપે તેવા ગુણવાળું.

kail (કેલ), જુઓ **kale.**

kai'ser (કાઇઝ઼ર), ના૦ [ઇતિ.] સમ્રાટ, વિ૦ ક૦ જર્મનીનો.

kale, kail, (કેલ), ના૦ એક જાતની

ક્રોબી, વિ૦ ક૦ કરચલીવાળા પાંદડાંની (**curly ~** પણ). **~ yard,** [સ્કૉ.] શાકભાજીની વાડી.

kalei'doscope (કલાઇડસ્કોપ), ના૦ બહુરૂપ-આકૃતિદર્શક, બે છેડે બે અરીસા અને વચ્ચે રંગીન કાચના ટુકડાવાળી નળી જે ફેરવતાં સતત બદલાતી જાતજાતની આકૃતિઓ દેખાય છે; [લા.] સતત બદલાતું દૃશ્ય ઇ૦. **kaleidosco'pic** (-સ્કોપિક), વિ૦.

kamika'ze (કૅમિકાઝ્રિ), ના૦ [ઇતિ.] સ્ફોટક પદાર્થોથી ભરેલું અને વૈમાનિકે લક્ષ્ય પર જાણી જોઈને તોડી નાખેલું વિમાન; તેને વૈમાનિક.

kangaroo' (કૅંગરૂ), ના૦ બચ્ચાને રાખવા પેટ આગળ થેલીવાળું ઑસ્ટ્રેલિયાનું કાંગારૂ પ્રાણી. **~ court,** હડતાળિયાઓની રચેલી ગેરકાયદે અદાલત. **~ rat,** કાંગારૂ-મૂષક, પેટે કોથળીવાળું ઉંદર જેવું એક પ્રાણી.

Kans., સંક્ષેપ. Kansas.

ka'olin (કેઅલિન), ના૦ ઝીણી સફેદ ચીકણી માટી, 'પોર્સિલેન' વાસણ બનાવવામાં વપરાતી.

ka'pok (કેપક), ના૦ ઉશીકામાં ભરાતું સમડીનું રૂ.

kapu't (કપુટ), વિ૦ [વિ૦ બો૦] ખતમ કરેલું, નાશ પામેલું, બગડી ગયેલું.

ka'rakul, ca'racul, (કૅરકુલ), ના૦ એશિયાનું એક ઘેટું, જેના બચ્ચાંનું ઊન કાળું ને ગૂંચળાવાળું હોય છે.

kara'te (કરાટિ), ના૦ કરાટે, અશસ્ત્ર યુદ્ધની જાપાની પદ્ધતિ, જેમાં હાથ અને પગ શસ્ત્ર તરીકે વપરાય છે.

kar'ma (કાર્મ), ના૦ માણસના કૃત્યોથી ઘડાતું તેનું કર્મ; દૈવ.

ka'tydid (કેટિડિડ), ના૦ અમે.નો મોટો લીલો તીતીઘોડો.

kau'ri (કાવરિ), ના૦ ન્યૂઝી. નું ઇમારતી લાકડું આપનારું શંકુ આકાર ઝાડ.

kay'ak (કાયૅક), ના૦ એસ્કિમોની એક માણસની હોડી.

K.B.E., સંક્ષેપ. Knight Commander (of the Order) of the British Empire.

K.C., સંક્ષેપ. King's Council.

ke'a (કેઅ), ના૦ ન્યૂઝી.નો લીલો પોપટ.

keba'b (કિબાબ), ના૦ [બહુધા બ૦ વ૦ માં] કબાબ, માંસનું મૂઠિયું.

kedge (કે'જ), ઉ૦ ક્રિ૦ નાના લંગર સાથે બાંધેલા દોરડા વતી વહાણને ખસેડવું. ના૦ **~ (anchor)**, તે માટેનું નાનું લંગર.

kedgeree' (કે'જરિ), ના૦ માછલી, ચોખા ને ઈંડાની એક વાની, ખીચડી.

keel (કીલ), ના૦ વહાણનો તળેનો મુખ્ય મોભ, જેના પર વહાણ આખું બંધાય છે. ઉ૦ ક્રિ૦ વહાણને ઊંધું વાળવું-કરવું. **~-haul,** સજા તરીકે કોઈને વહાણના તળિયા નીચે ઘસડવું. **~ over,** ડૂબી જવું; (માણસ અંગે) ઉપરથી પડી જવું.

keen[1] (કીન), વિ૦ તીક્ષ્ણ; પ્રખર, ઉગ્ર; તીવ્ર, તીક્ષ્ણ ધારવાળું; ભેદક, મર્મગ્રાહી, કુશાગ્ર; આતુર, ઉત્સુક; (કિંમત અંગે) હરીફાઈને લીધે બહુ નીચી.

keen[2], ના૦ આયરિશ શોકગીત (રડવા સાથે ગવાતું). ઉ૦ ક્રિ૦ શોકગીત ગાવું; રડવાના અવાજમાં ગાવું.

keep (કીપ), ઉ૦ ક્રિ૦ [**kept**] -ને યોગ્ય માન આપવું; -નું પાલન કરવું; રક્ષણ કરવું, -નો હવાલો સંભાળવો; -નો કબજો ચાલુ રાખવો, સાચવી રાખવું; (કુટુંબનું) ભરણપોષણ કરવું; પાળવું; ઉછેરવું, સંવર્ધન કરવું; સારી કે વિશિષ્ટ હાલતમાં રાખવું-ટકી રહેવું; નિયંત્રિત કરવું, રોકવું; નફો મેળવવા માટે ચલાવવું-રાખવું. ના૦ ખોરાક; ખોરાકી, ભરણપોષણ; [ઇતિ.] બુરજ, ગઢ. **for ~s,** [વાત.] સદાને માટે, કાયમનું.

kee'per (કીપર), ના૦ રાખનાર, સાચવનાર, માણસ અથવા વસ્તુ; શિકારનાં પ્રાણીઓનો રક્ષક કે સંવર્ધક; સંગ્રહાલયનો વસ્તુપાલ; વનપાલ; પહેલી વીંટી સાચવવા માટે બીજી વીંટી(નું અટકણ).

kee'ping (કીપિંગ), ના૦ કબજો, હવાલો. **in, out of, ~ with**,-ની સાથે મેળ ખાતું, મેળ વિનાનું.

kee'psake (કીપ્સેક), ના૦ આપનારની યાદમાં સાચવી રાખેલી વસ્તુ, સંભારણું.

keg (કે'ગ), ના૦ નાનકડું પીપ.

kelp (કે'લ્પ), ના૦ એક મોટી દરિયાઈ વનસ્પતિ - ઘાસ; તે બાળીને બનાવેલી રાખ જેમાંથી આયોડીન ઇ૦ નીકળે છે.

ke'lpie (કે'લ્પિ), ના૦ [સ્કો.] એક દુષ્ટ જળદેવતા.

Kelt (કે'લ્ટ), જુઓ **Celt.**

ken (કે'ન), ના૦ જ્ઞાન કે દૃષ્ટિની મર્યાદા. ઉ૦ક્રિ૦ [સ્કો.] જાણવું; ઓળખવું.

ke'ndo (કે'ન્ડો), ના૦ વાંસની તલવારો-વતી રમાતી જાપાની પટાબાજીની રમત.

ke'nnel (કે'નલ), ના૦ કૂતરાને રહેવા માટેનો ખડો - ઓરડી; [બ૦વ૦માં] કૂતરા ઉછેરવાની કે ધણીની ગેરહાજરીમાં તેને સાચવવાની જગ્યા - વ્યવસ્થા. ઉ૦ક્રિ૦ ખડામાં હોવું - પૂરવું; ખડામાં રહેવું - રાખવું.

kept (કે'પ્ટ), **keep**નો ભૂ૦કા૦ તથા ભૂ૦કૃ૦.

kerb (કર્બ), ના૦ પગથા કે ફુટપાથના કોરના પથ્થર.

ker'chief (કરચિફ), ના૦ માથે ઓઢવા-નો રૂમાલ.

kerfu'ffle (કરફફલ), ના૦ [વાત.] ધમાલ, ધાંધલ; ખળભળાટ.

ker'mes (કરમિઝ઼), ના૦ એક જંતુની માદા(ના સુકાયેલા શરીરમાંથી બનાવવામાં આવતો કિરમિજી રંગ).

ker'nel (કરનલ), ના૦ કવચવાળા ફળની અંદરનો ભાગ, ગર, માવો, કોપરું; ફોતરા-ની અંદરનો દાણો; સાર, સત્ત્વ.

ke'rosene (કે'રસીન), ના૦ કેરોસીન તેલ, ઘાસલેટ.

ker'sey (કરઝ઼િ), ના૦ જાડું બહુધા પાંસળીઓવાળું ઊની કપડું.

ke'strel (કે'સ્ટ્રલ), ના૦ નાનું બાજ પક્ષી.

ketch (કે'ચ), ના૦ બે ડોળકાઠીવાળી કિનારે ફરતી હોડી.

ke'tchup (કે'ચપ), ના૦ બિલાડીના ટોપ, ટમેટો, ઇ૦નું બનાવેલું મસાલા તરીકે વપરાતું રાયતું - ચટણી.

ke'ttle (કે'ટલ), ના૦ પાણી ઉકાળવાની કિટલી. **~drum**, નગારું.

key (કી), ના૦ તાળાની ચાવી, કૂંચી; ઉકેલ; ખુલાસો; ગૂઢ કે સંકેત લિપિ ઉકેલ-વાનો શબ્દ કે પદ્ધતિ, ચાવી; [સં.] અમુક સૂર પર આધારિત રાગ - સપ્તક; પિયાનો, ટાઇપરાઇટર, ઇ૦ની આંગળી વતી દબાવવા-ની કળ - ચાવી; વિદ્યુત પ્રવાહમંડળ જોડવા કે તોડવાની કળ; ઘડિયાળ ઇ૦ની ચાવી; છો ચોંટી રહે તે માટે આવશ્યક ખરબચડી સપાટી. સ૦ક્રિ૦ ખીલી, ફાચર, બોલ્ટ ઇ૦થી બંધ કરવું. વિ૦ આવશ્યક, અત્યંત મહત્ત્વનું. **~board**, કૂંચીનું પાટિયું, કળપટ. **~hole**, તાળામાં ચાવી ઘાલવાનું કાણું. **~ note**, મુખ્ય સૂર, તાલનું ઘર, મુખ્ય વિચાર. **~-ring**, ચાવી રાખવાની કડી. **~'stone**, કમાન-નો વચલો પથ્થર, કળશિલા; [લા.] મધ્ય-વર્તી સિદ્ધાન્ત **~ up**, ઉત્તેજિત કરવું, ચાવી ચડાવવી.

K.G., સંક્ષેપ. Knight (of the Order) of the Garter.

kg., સંક્ષેપ. kilogram(s).

K.G.B. સંક્ષેપ. U.S.S.R. secret police.

kha'ki (કાકિ), વિ૦ ખાખી (રંગનું). ના૦ ખાખી કપડું, વિ૦ક૦ લશ્કરી ગણવેશ માટે વપરાતું; આછો પીળો - ખાખી - રંગ.

khan (કાન), ના૦ ખાન; મધ્ય એશિયાના રાજા કે અમલદારની પદવી.

kha'nate (કાનેટ), ના૦ ખાનનું રાજ્ય કે તેનો મુલક.

kHz., સંક્ષેપ. kilohertz.

kibbu'tz (કિબુટ્સ), ના૦ [બ૦વ૦ **~im**, ઉ. -સીમ] સંઘીય, વિ૦ક૦ ઇઝ્રેલની ખેડૂતોની, વસાહત.

kibbu'tznik (કિબુટ્સ્નિક), ના૦ સંઘીય વસાહતનો સભ્ય.

ki'bosh (કાઇબૉશ), નાο અર્થહીન વાત. **put the ~ on,** -નો અંત આણવો.

kick (કિક), ઉοક્રિο -ને લાત મારવી, લાત મારીને દૂર કરવું – ખસેડવું; દડાને લાત મારીને ગોલ કરવો; લાત મારીને કાઢી મૂકવું; [વિοબોο] (ટેવ) છોડી દેવી. નાο લાતનો પ્રહાર, લાત; બંદૂકનો પ્રત્યાઘાત – પાછો ધક્કો. [વાત] ઉત્તેજક પરિણામ, રોમાંચ; તાત્કાલિક ઉત્સાહ. **~'back,** પ્રત્યાઘાત; વિο કο ગેરકાયદે મદદ માટે આપેલા પૈસા. **~ off,** [ફુટ.] રમત શરૂ કરવી; [વાત.] શરૂ કરવું. **~-off,** નાο. **~-start(er),** પાવડીને નીચેની બાજુ ધક્કો મારીને મોટર સાઇકલ ઇοના ઍંજિનને ચાલુ કરવાની કળ. **~ up a fuss,** સખત વંધો ઉઠાવવો.

kid (કિડ), નાο બકરીનું બચ્ચું, લવારું, તેનું ચામડું; [વિοબોο] બાળક. ઉοક્રિο (બકરીએ) વિયાવું; [વિοબોο] બનાવવું, છેતરવું.

ki'ddy (કિડિ), નાο [વિοબોο] બાળક.

ki'dnap (કિડ્નૅપ) નાο બદલામાં પૈસા કઢાવવા માટે બાળક ઇοને ઉઠાવી જવું તે.

ki'dney (કિડ્નિ), નાο મૂત્રપિંડ, ગુરદો; ઘેટું, ડુક્કર, ઇοનો ગુરદો ખાદ્ય તરીકે; સ્વભાવ, પ્રકૃતિ; પ્રકાર. **~-bean,** અડદની સિંગ, એક જાતની ફરસી. **~ machine,** કૃત્રિમ ગુરદો.

kill (કિલ), ઉοક્રિο મારી નાખવું, -નો જીવ લેવો; -નો અંત આણવો–નાશ કરવો; [વિοબોο] વખાણ કે ગંમત કરીને અથવા હસાવીને બેજાર કરવું. નાο મારી નાખવું તે; શિકારીએ મારેલાં પ્રાણીઓ. **~joy** નિરુત્સાહી રોતલ માણસ, આનંદપ્રમોદ કરનારાઓ પર ગમગીની ફેલાવનાર.

ki'ller (કિલર), નાο મારી નાખનાર માણસ કે વસ્તુ, ખૂની.

ki'lling (કિલિંગ), નાο ભારે મોટી (આર્થિક) સફળતા. વિο [વાત.] અત્યંત આકર્ષક અથવા રમૂજ પમાડનારું.

kiln (કિલ્ન), નાο ભઠ્ઠી (બાળવા, શેકવા કે સૂકવવાની).

ki'lo (કિલો), નાο [બοવο ~s] કિલો ગ્રામ; કિલો મિટર.

kilo- સંયોગીરૂપ. ૧૦૦૦.

ki'locycle (કિલોસાઇકલ), નાο kilohertz.

ki'logram (કિલોગ્રૅમ), નાο ૧૦૦૦ ગ્રામ.

ki'lohertz (કિલોહર્ટ્સ્), નાο કંપનના પુનરાવર્તનનું એકમ, દર સેકંડે ૧૦૦૦ આવર્તનો (સાઇકલો).

ki'lolitre (કિલોલીટર), નાο ૧૦૦૦ લિટર.

ki'lometre (કિલોમીટર), નાο ૧૦૦૦ મીટર

ki'loton (ne) (કિલટન), નાο ૧૦૦૦ ટન; સ્ફોટક શક્તિનું એક માપ–એકમ, ટી. એન. ટી.ના ૧૦૦૦ ટન બરાબર.

ki'lowatt (કિલવૉટ), નાο ૧૦૦૦ વૉટ, આશરે ૧.૩૪ અશ્વશક્તિ. **~-hour,** એક કલાક કામ કરતી એક કિલોવૉટ શક્તિ.

kilt (કિલ્ટ), નાο સ્કૉટલૅન્ડના પહાડી પ્રદેશના પુરુષનો કેડથી ઘૂંટણ સુધીનો ચપટીઓવાળો સ્કર્ટ – ઘાઘરો; એવો સ્ત્રી કે બાળકનો સ્કર્ટ, ઘાઘરો.

kimo'no (કિમોનો), નાο [બοવο ~s] પહોળી બાંયવાળો લાંબો જાપાની ઝભ્ભો, સ્ત્રીનો પોશાક કરતી વખતે પહેરવાનો ઝભ્ભો.

kin (કિન), નાο વંશ, કુટુંબ; સગાંસંબંધીઓ. વિο સગું, સંબંધી.

kind (કાઇન્ડ), નાο (પ્રાણીઓ, વનસ્પતિઓ, ઇο ની) જાતિ, કુદરતી વર્ગ; વર્ગ, પ્રકાર, જાતિ. **in ~,** પૈસાને બદલે માલના રૂપમાં; એ જ રૂપમાં. વિο માયાળુ, પરોપકારી સ્વભાવનું; મિત્રતાવાળું; બીજાનો વિચાર કરનારું.

ki'ndergarten (કિંડરગાર્ટન), નાο નાનાં બાળકોની નિશાળ, બાળવાડી.

ki'ndle (કિન્ડલ), ઉο ક્રિο સળગાવવું, પેટાવવું, (દીવો) કરવો; [લા.] પ્રેરવું, ઉશ્કેરવું; સળગવું, પ્રકાશવું, ચળકવું.

ki'ndling (કિંડ્લિંગ), ના૦ દેવતા સળગાવવા માટે લાકડાના નાના કકડા.

ki'ndly (કાઇન્ડ્લિ), વિ૦ દયાળુ, ભલું. ક્રિ૦ વિ૦ કૃપાળુપણે; મહેરબાની કરીને.

ki'ndred (કિન્ડ્રિડ), ના૦ લોહીનું સગપણ; સગાંસંબંધીઓ. વિ૦ લોહીના સંબંધવાળું, સજાતીય, સરખું.

kine (કાઇન), ના૦ બ૦ વ૦ [પ્રા.] ગાયો.

kine'tic (કિને'ટિક), વિ૦ ગતિનું – ને કારણે થતું. ~ **energy**, પોતાની ગતિને લીધે શરીરની કામ કરવાની શક્તિ, ગતિ-શક્તિ, ક્રિયાત્મક શક્તિ.

king (કિંગ), ના૦ રાજા, ભૂપ; વિશિષ્ટ ક્ષેત્રમાં શ્રેષ્ઠ માણસ; શેતરંજ, પત્તા, ડ્રાફ્ટ, ઇ૦ નો રાજા; **K~ Charles spaniel**, કાળા ને પીળા મિશ્ર રંગનું નાનું કૂતરું. **~cup**, ભેજવાળી જમીનમાં થતો ગલગોટો. **~pin**, મોટો ખીલો કે આગળો; [લા.] સૌથી મહત્ત્વની કે આગળ પડતી વ્યક્તિ અથવા વસ્તુ. **K~'s Bench**, વિલાયતની સૌથી વડી અદાલત. **K~'s Counsel**, રાજા કે સરકાર તરફથી નીમેલો વકીલ. જુઓ **Queen's Bench, Queen's Counsel**. **~-size(d)**, મોટા કદવાળું, મોટું. **ki'ngly**, વિ૦.

ki'ngdom (કિંગ્ડમ), ના૦ રાજાની હકૂમત નીચેનો પ્રદેશ, રાજ્ય; મુલક, કુદરતનો પ્રદેશ. **~-come**, [વિ૦ બો૦] પરલોક.

ki'ngfisher (કિંગ્ફિશર), ના૦ કટારના આકારની ચાંચ અને ચળકતાં પીંછાંવાળું પાણીમાં ડૂબકી મારીને માછલી પકડનારું એક નાનું પક્ષી.

kink (કિંક), ના૦ તાર, સાંકળ, દોરડું, ઇ૦માં પડતી આંટી; [લા.] માનસિક ગાંઠ–વિકૃતિ. ઉ૦ ક્રિ૦ આંટી પાડવી-પડવી.

ki'nkajou (કિંકજૂ), ના૦ લાંબી પૂંછડી અને રુંવાટીવાળું એક નિશાચર પ્રાણી.

ki'nky (કિંકિ), વિ૦ (અનેક) આંટીઓ કે ગાંઠોવાળું; વિચિત્ર; વિકૃત માનસવાળું.

ki'nsfolk (કિન્સ્ફોક), ના૦ બ૦ વ૦ લોહીના સંબંધીઓ. સગાં. **ki'nsman** (-મન), ના૦. **ki'nswoman** (-વુમન), ના૦.

ki'nship (કિન્શિપ), ના૦ સગપણ સંબંધ; સાદૃશ્ય, સરખાપણું.

ki'osk (કીઑસ્ક), ના૦ છાપાં, ખોરાકની ચીજો, ઇ૦ની માંડવા કે તંબૂ જેવી ખુલ્લી દુકાન; જાહેર ટેલિફોનનું ભંડારિયું.

kip (કિપ), ના૦ [વિ૦ બો૦] ઊંઘ; પથારી. અ૦ ક્રિ૦ સૂવું.

ki'pper (કિપર), ઉ૦ ક્રિ૦ 'હેરિંગ' વગેરે માછલીને ચીરીને, તેમાં મીઠું ઘસી સૂકવી તથા ધુમાડો પાઈને રાખવા માટે તૈયાર કરવું. ના૦ એવી રીતે સંસ્કાર કરેલી માછલી, વિ૦ ક૦ 'હેરિંગ'.

kirk (કર્ક), ના૦ [સ્કો.] દેવળ, ચર્ચ. **~-session**, સ્કૉટલન્ડના ચર્ચનું સૌથી નીચેનું ન્યાયાલય.

kir'sch (કિઅર્શ), ના૦ જંગલી ચેરીના ફળ(ના રસ)માંથી ગાળેલો દારૂ.

ki'smet (કિસ્મિટ), ના૦ કિસ્મત, દૈવ.

kiss (કિસ), ના૦ બચી, ચુંબન. સ૦ ક્રિ૦ ચૂમવું, ચુંબન કરવું (પ્રેમ, વહાલ, આદર વ્યક્ત કરવા); (બિલ્યર્ડના દડા અંગે) બીજા દડાને જરાક અડીને જવું. **~-curl**, કપાળ, બોચી કે ગરદન પરની વાળની નાની લટ. ~ **hands**, કોઈ પદ પર નિયુક્તિ પછી રાજાના હાથ ચૂમવા. **kissing-gate**, યૂ (U) કે વી (V)ના આકારના વાડામાં ટાંગેલો ઝાંપો

kit (કિટ), ના૦ સિપાઈનો કે પ્રવાસીનો સામાન (ભરવાનો કોથળો ઇ૦); કારીગરના ઓજારો ઇ૦ સાજસરંજામ; અમુક પ્રવૃત્તિ વખતે પહેરવાનાં કપડાં; કોઈ વસ્તુ બનાવવા માટે વેચાતો તેના છૂટા ભાગોનો સટ. સ૦ ક્રિ૦ પુરવઠો કરવો, સાજસરંજામથી સજ્જ કરવું. **~bag**, સિપાઈ કે પ્રવાસીનો સામાનનો થેલો.

ki'tchen (કિચિન), ના૦ રસોડું. ~ **garden**, ઘરની શાકભાજી તથા ફળની વાડી.

kitchene'tte (કિચિને'ટ), ના૦ રાંધ-

વાની સગવડવાળી નાનકડી ઓરડી.

kite (કાઇટ), ના૦ સમડી; પતંગ, કનકવો.

kith (કિથ), ના૦. ~ **and kin**, સગાં-વહાલાં અને મિત્રો.

kitsch (કિચ), ના૦ કળામાં મિથ્યા આડંબર, મિથ્યા આડંબરવાળી કળા.

ki'tten (કિટન), ના૦ બિલાડીનું બચ્ચું; રમતિયાળ-નખરાંબાજ છોકરી. સ૦ ક્રિ૦ (બિલાડી અંગે) બચ્ચાં જણવાં, વિયાવું.

ki'ttiwake (કિટિવેક), ના૦ એક નાનું દરિયાઈ પક્ષી

ki'tty[1] (કિટિ), ના૦ બિલાડીના બચ્ચાનું વહાલસોયું નામ.

ki'tty[2], ના૦ કેટલીક પત્તાંની રમતોમાં બધાએ મળીને ભેગી કરેલી રકમ; સહિયારું ભંડોળ.

ki'wi (કિવિ), ના ન્યૂઝી.નું પેપટ જેવું ઊડી ન શકનારું પક્ષી, કિવિ. **K~**; [વાત.] ન્યૂઝીલન્ડનો માણસ.

kleptoma'nia (ક્લે'પ્ટમેનિઅ), ના૦ ચોરી કરવાની અદમ્ય વૃત્તિ(ની વિકૃતિ-રોગ). **kleptoma'niac** (-ઍક), વિ૦ અને ના૦.

km., સંક્ષેપ. kilometre(s).

knack (નૅક), ના૦ સંપાદિત કૌશલ્ય-કસબ; કરામત, હથોટી; ટેવ.

kna'cker[1] (નૅકર), ના૦ કતલ માટે નકામા થયેલા ઘોડા ખરીદનાર.

kna'cker[2], સ૦ ક્રિ૦ [વિ૦ બો૦] મારી -થકવી-ઘસી નાખવું.

kna'psack (નૅપ્સૅક), ના૦ પટાવતી પીઠે બાંધવાની સિપાઈની કે પ્રવાસીની થેલી.

kna'pweed (નૅપ્વીડ), ના૦ ગોળ દડા પર જાંબુડિયાં ફૂલોવાળો એક છોડ-ઘાસ.

knave (નેવ), ના૦ બદમાશ, ઠગ; ગુલામનું પત્તું. **kna'very** (-રિ), ના૦. **kna'vish** (-વિશ), વિ૦.

knead (નીડ), સ૦ ક્રિ૦ કણક, માટી. ઇ૦ ગૂંદવું-કેળવવું; તેમ કરીને રોટી અથવા માટીનાં વાસણ બનાવવાં; માલિશ કરવું.

knee (ની), ના૦ ઢીંચણ, ઘૂંટણ; બેઠેલા માણસની જાંઘનો ઉપલો ભાગ - સપાટી; તે ભાગ ઢાંકનારો વસ્ત્રનો ભાગ. **~cap**, ઢીંચણની ઢાંકણી - કાચલી. **~-hole** મેજની બન્ને બાજુનાં ખાનાં વચ્ચે ઘૂંટણ માટેની ખાલી જગ્યા.

kneel (નીલ), અ૦ ક્રિ૦ [**knelt**] ઘૂંટણિયે પડવું.

knee'ler (નીલર), ના૦ ઘૂંટણિયે પડવાની ચટાઈ ઇ૦, મુસલ્લો.

knell (ને'લ), ના૦ મરણ વખતે અથવા શબ લઈ ને જતી વખતે વગાડાતો ઘંટ; મરણ કે વિનાશનું દુશ્ચિહ્ન - ઘંટનાદ.

knelt (ને'લ્ટ), **kneel** નો ભૂ૦ કા૦ તથા ભૂ૦ કૃ૦.

knew (ન્યૂ), **know**નો ભૂ૦ કા૦.

kni'ckerbockers (નિકર્‌બૉકર્સ), ના૦ બ૦ વ૦ ઘૂંટણ આગળ તંગ કરેલો ચોરણો.

kni'ckers (નિકર્સ), ના૦ બ૦ વ૦ સ્ત્રી કે છોકરીનું ધડની નીચલા ભાગથી ઠેઠ પગ સુધીનું અંદરથી પહેરવાનું ઇજાર જેવું વસ્ત્ર; ઘૂંટણ આગળ તંગ કરેલો ચોરણો.

kni'ck-knack (નિક્‌નૅક), ના૦ ફર્નીચર, પોષાક કે ખોરાકની હલકી નાજુક વસ્તુ; કેવળ દેખાવની તકલાદી વસ્તુ.

knife (નાઇફ), ના૦ [બ૦ વ૦ **knives**] છરી, છરો; યંત્ર કે સંચાનું કાપવાનું પાનું. **the ~**, (વૈદ્યકીય) શસ્ત્રક્રિયા(ઓ. સ૦ ક્રિ૦ છરીથી કાપવું, છરી ભોંકવી. **~-edge**, છરીની ધાર; [લા.] બહુ જ અનિશ્ચિત(તા વાળી) સ્થિતિ. **~-pleat**, એક ઉપર એક આવતી સપાટ ચપટીઓ-માંથી એક.

knight (નાઇટ), ના૦ સરદાર(ની પદવી-એ ચડાવેલો માણસ); શેતરંજમાં ઘોડાનું મહોરું. સ૦ ક્રિ૦ -ને સરદાર બનાવવું, 'સર'નો ખિતાબ આપવો. **~ errant**, સાહસ અને પુરુષાર્થની શોધમાં નીકળી પડેલો સરદાર - યોદ્ધો. **~ errantry**, એવા સરદારનું વર્તન અને કામગીરી. **kni-ght'hood** (-હુડ), ના૦. **knigh'tly** (-લિ), વિ૦.

knit (નિટ), ઉ૦ ક્રિ૦ [**knitted** અથવા **knit**] ગૂંથવું, ગૂંથીને કપડું કે પહેરવાનું વસ્ત્ર તૈયાર કરવું; ગૂંથણમાં (સાદો ટાંકો) લેવો; ભમ્મર કે ભવાં ચડાવવાં; સઘન અથવા ઘટ્ટ કરવું – થવું; સાંધવું, જોડવું, એકત્ર કરવું. **~wear,** ગૂંથેલાં કપડાં.

kni'tting (નિટિંગ), ના૦ ગૂંથવાનું કામ, ગૂંથણ. **~-needle, -pin,** ગૂંથવાની સોય.

knob (નૉબ), ના૦ બહાર પડતો ગઠ્ઠો, મૂઠ, હાથો; માખણનો ગોળો, કોલસાનું નાનું ગચ્ચું, ઇ૦. સ૦ ક્રિ૦ હાથો કે મૂઠ લગાડવી. **kno'bby** (-બિ), વિ૦.

kno'bble (નૉબલ), ના૦ નાનો ગઠ્ઠો, મૂઠ, ઇ૦. **kno'bbly** (-બ્લિ), વિ૦.

kno'bkerrie (નૉબ્કરિ), ના૦ ગઠ્ઠાવાળો દંડૂકો (હથિયાર તરીકે વપરાતો).

knock (નૉક), ઉ૦ ક્રિ૦ ઠોકવું, સખત ફટકો મારવો; બારણું ઠોકવું, બારણે ટકોરો મારવો (**~ at**); ફટકો મારીને આગળ ધકેલવું, ઠોકીને અંદર ઘાલવું; ઠોકીને કાણું ઇ૦ પાડવું – કશુંક કરવું; ઠોકવાનો અવાજ કરવો; [વિ૦ બો૦] ટીકા કરવી. ના૦ ફટકો, આઘાત; બારણું ઠોકવું તે, ટકોરો. **~ about,** -ની સાથે અવિનયથી વર્તવું, સ્વૈર જીવન ગાળવું. **~about,** શોરબકોરવાળું, ધમાલિયું. **~ back,** [વિ૦ બો૦] ઝડપથી ખાવું કે પીવું. **~ down,** ફટકો મારીને ગબડાવી દેવું; પાડી નાખવું, જમીનદોસ્ત કરવું; લિલામમાં હથોડી ઠોકીને બોલનારને આપી દેવું. **~-down,** જબરદસ્ત; (કિંમત અંગે) બહુ નીચી. **~ knees,** ચાલતાં અથડાય એવા વાંકા ઢીંચણ હોવા તે. **~-kneed,** વિ૦ – વાંકા ઢીંચણવાળું. **~ off,** ફટકો મારીને ઉડાવી દેવું; (કામ) છોડી દેવું; [વાત.] ઝડપથી કરી નાખવું – બનાવવું, વિ૦ ક૦ આયાસ વિના; [વિ૦ બો૦] ચોરવું, મારી નાખવું. **~ out,** માથા પર ફટકો મારીને બેભાન કરવું; હંમેશના દસ સેંકડમાં ઊભો ન થઈ શકે એવી રીતે મુષ્ટિયોદ્ધાને વિકલાંગ – અસમર્થ બનાવવો; હરીફાઈની રમતમાં બાદ કરીને હરાવવું. **~-out,** મુષ્ટિયોદ્ધાને રમતમાંથી બાદ કરનાર (ફટકો); દરેક સામના (મેચ)નો હારનાર રમતમાંથી બાદ થાય એવી (હરીફાઈ); [વિ૦ બો૦] શ્રેષ્ઠ કોટિની વ્યક્તિ અથવા વસ્તુ. **~ together,** ઉતાવળથી રચવું – બાંધી નાખવું. **~ up,** ફટકો મારીને ઉપર ઠેલવું; ઉતાવળથી બનાવવું અથવા ગોઠવવું; ક્રિકેટમાં ઝડપથી દોડો કરવી; બારણું ખખડાવીને (કોઈને) જગાડવું; થકવી નાખવું **~-up,** ટેનિસનો અભ્યાસ-રમત – દાવ.

kno'cker (નૉકર), ના૦ બારણું ઠોકવા માટે તેની સાથે મિજાગરાથી જડેલું ધાતુનું કડું.

knoll (નોલ), ના૦ નાની ટેકરી – ડુંગર.

knop (નૉપ), ના૦ (શોભાવાળો) ગઠ્ઠો, મૂઠ; સૂતરમાં ગાળો અથવા ગુચ્છો.

knot (નૉટ), ના૦ ગાંઠ, ગ્રંથિ; ગૂંચવાયેલી ગાંઠ, ગૂંચળું; ઝૂમખું; મુશ્કેલી, કોયડો; શરીરમાં થતી ગાંઠ, ઝાડના થડમાં ડાળી ફૂટે ત્યાં થતી ગાંઠ; પાટિયાં ઇ૦માં આવતી તે જ ગાંઠ; [નૌકા.] વહાણના વેગનું માપ કાઢવાની દોરીની બે ગાંઠો વચ્ચેનું અંતર, વહાણ કે વિમાનના વેગનો એકમ, એક દરિયાઈ માઈલ. ઉ૦ક્રિ૦ ગાંઠ વાળવી – વળવી; ગાંઠો પડવી; ગૂંચવવું, ગૂંચ પડવી. **~-grass,** ગૂંચાયેલાં મૂળિયાં અને આછાં ગુલાબી ફૂલોવાળું એક જાતનું ઘાસ. **~-hole,** પાટિયામાંની ગાંઠ પડી જવાથી થતું કાણું.

kno'tty (નૉટિ), વિ૦ ગાંઠોગાંઠોવાળું; ગૂંચવણભરેલું.

know (નો), ઉ૦ક્રિ૦ [**knew, known**] -નું ભાન કે જાણ હોવી; જાણવું; -ની સમજણ હોવી; ઓળખવું, એ તે જ છે એમ જાણવું; -ની ઓળખાણ કે પરિચય હોવો. ના૦ જાણ. **in the ~,** -ની જાણવાળું, જાણતું. **~-how,** કેમ કરવું તેનું જ્ઞાન, વ્યાવહારિક જ્ઞાન; તાંત્રિક જાણકારી – આવડત.

know'ing (નોઇંગ), વિ૰ લુચ્ચું, હોશિયાર, ધૂર્ત.

know'ingly (નોઇંગ્લિ). ક્રિ૰વિ૰ જાણીજોઈ ને, હેતુપૂર્વક, સમજપૂર્વક.

know'ledge (નૉલિજ), ના૰ જાણવું તે, જ્ઞાન, જાણકારીનું ક્ષેત્ર, જ્ઞાન; જાણેલી વસ્તુ, જ્ઞાન; માહિતી.

know'ledgeable (નૉલિજબલ), વિ૰ માહિતગાર, બહુશ્રુત; બુદ્ધિમાન.

known (નોન), **know**નું ભૂ૰કૃ૰.

knu'ckle (નકલ), ના૰ આંગળાના સાંધા પરનું હાડકું, આંગળી વાળતાં થતો પાછળનો ઢેકો, હાથના આંગળાનો સાંધો, વેઢો; ચોપગાનું ઢીંચણ અથવા ઘૂંટી આગળનો સાંધો, તે સાંધાનું માંસ. ઉ૰ક્રિ૰ આંગળી પાછળના ઢેકા વતી મારવું, ઘસવું, ઇ૰. **~-bone**, [વિ૰ ક૰ બ૰વ૰માં] 'જૅક્સ'ની રમતમાં વપરાતા ઘેટાનાં (ઢીંચણ કે ઘૂંટી આગળનાં) હાડકાં. **~ down**, લગનથી કામ કરવા મંડી પડવું. **~ -duster**, આંગળાના ઢેકાના બચાવ માટે, વિ૰ક૰ ફટકો વધારે જોરદાર ને હિંસક બને તે માટે, પહેરાતી ધાતુની ખોળી. **~ under**, નમવું, શરણે જવું.

knurled (નર્લ્ડ), વિ૰ આગળ નીકળી આવેલી નાની ધારો (ridges) કે ગઠ્ઠાઓવાળું.

K.O., સંક્ષેપ. knock-out.

koa'la (કોઆલૅ), ના૰ **~ (bear)**, જાડી ભૂખરી રુંવાટીવાળું પૂંછડી વિનાનું ઝાડીમાં રહેનારું બચ્ચા માટે કોથળીવાળું ઑસ્ટ્રે.નું એક સસ્તન પ્રાણી, રીંછ.

kohl (કોલ), ના૰ આંખે આંજવાનો સુરમો.

kohlra'bi (કોલ્રાબિ), ના૰ સલગમના આકારના ખાદ્ય દાંડાવાળી કોબીજ (ની જાત).

koli'nsky (કલિનસ્કિ), ના૰ સાઇબીરિયાનું મિંક પ્રાણી, તેની રુંવાટી.

koo'kaburra (કુકબરે), ના૰ ઑસ્ટ્રે.નો હસતો ગધેડો.

koo'ky (કૂકિ), વિ૰ [અમે. [વિ૰ બો૰] તરંગી અથવા ચંચળ વૃત્તિનું.

ko'pje (કૉપિ), ના૰ [દ. આફ્રિ.] નાની ટેકરી.

Kora'n (કોરાન), ના૰ કુરાન.

ko'sher (કોશર), વિ૰ (ખોરાક કે તેની દુકાન અંગે) યહૂદી શાસ્ત્ર પ્રમાણે તૈયાર કરેલું અથવા ચાલતું; [વાત.] ખરું, અસલ. ના૰ હલાલ ખોરાક અથવા તેની દુકાન.

kowtow' (કાઉટાઉ), ના૰ નમસ્કાર (નો ચીની વિધિ). અ૰ક્રિ૰ એવી રીતે નમસ્કાર કરવો - શરણે જવું; ગુલામની જેમ વર્તવું.

kraal (ક્રાલ), ના૰ [દ. આફ્રિ.] ફરતી વાડવાળું ગામડું; ઢોરનો વાડો.

kraft (ક્રાફ્ટ), ના૰. **~ (paper)**, સુંવાળો અને મજબૂત બદામી રંગનો વીંટવાનો કાગળ.

kre'mlin (ક્રે'મ્લિન), ના૰ રશિયન શહેરમાંનો કિલ્લો, વિ૰ ક૰ મૉસ્કોનો. **The K~**, સોવિયેટ રશિયન સરકાર.

krill (ક્રિલ), ના૰ પાણીમાં રહેતાં સકવચ પ્રાણીઓ, જેને વ્હેઇલ ઇ૰ માછલીઓ ખાય છે.

kris (ક્રિસ), ના૰ મલાયાની ભારે પાનાવાળી કટાર.

krome'sky (ક્રમે'સ્કિ), ના૰ ડુક્કરના માંસમાં ગલેફેલા બકરાના માંસના છૂંદા કે માછલીની તળેલી વાની.

Kru'gerrand (ક્રૂગરૅન્ડ), ના૰ પ્રમુખ ક્રૂગરના સિક્કાવાળું દ. આફ્રિકાનું એક સોનાનું નાણું.

Kt., સંક્ષેપ. Knight.

ku'dos (ક્યૂડોસ), ના૰ [વાત.] કીર્તિ, નામના; સન્માન.

ku'kri (કુક્રિ), ના૰ ગુરખાની વજનદાર કટાર, છરી, કુકરી.

ku'mmel (કુમલ), ના૰ શાહજીરું અને જીરાના સ્વાદવાળો દારૂ.

kung fu' (કુંગ ફૂ), ના૰ કરાટેનું ચીની સ્વરૂપ.

Ky., સંક્ષેપ. Kentucky.

L

L., l., ના૦ પચાસ (૫૦)ની સંખ્યાનો રોમન આંકડો.

L., સંક્ષેપ. Lake; learner-driver; Liberal.

l., સંક્ષેપ. left; line; litre(s).

la (લા), જુઓ **lah.**

L.A., સંક્ષેપ. Los Angeles.

La., સંક્ષેપ. Louisiana.

lab (લૅબ), ના૦ [વાત.] પ્રયોગશાળા.

Lab., સંક્ષેપ. Labour.

la'bel (લેબલ), ના૦ વસ્તુ ઉપર ચોઢેલી ચિઠ્ઠી – કાપલી; વર્ગસૂચક નામ કે શબ્દો-(વાળી કાપલી). સ૦ ક્રિ૦ ઉપર કાપલી ચોઢવી; અમુક વર્ગમાં મૂકવું.

la'bial (લેબિઅલ), વિ૦ ઓઠોનું; [ઉચ્ચાર.] ઓષ્ઠ્ય. ના૦ઓષ્ઠ્ય ધ્વનિ–અક્ષર.

labo'ratory (લબૉરટરિ), ના૦ પ્રયોગશાળા

labor'ious (લબૉરિઅસ), વિ૦ મહેનતુ; મહેનતનું; પ્રયત્નપૂર્વક કરેલું દેખાતું.

la'bour (લેબર), ના૦ મહેનત, શ્રમ, શારીરિક તેમ જ માનસિક; પ્રસવપ્રક્રિયા; પ્રસુતિવેદના, વેણ; મજૂરવર્ગ, મજૂરો; **L~,** મજૂરપક્ષ. ઉ૦ ક્રિ૦ પરિશ્રમ–મહેનત કરવી; સખત કામ કરવું; મજૂર તરીકે કામ–કરવું; મુશ્કેલી પડવી – આવવી; સવિસ્તર રજૂઆત કરવી, અતિ વિગતમાં ઊતરીને કરવું. **L~ Exchange,** [વાત. અથવા ઇતિ.] રોજગાર કાર્યાલય. **~ force,** કામ કરનારાઓની સંખ્યા. **L~ Party,** મજૂરપક્ષ. **~-saving,** શ્રમ કે મહેનત બચાવનારું.

la'bourer (લેબરર), ના૦ મજૂર, વૈતરો (ખાસ કશી કુશળતા કે તાલીમ વિનાનો).

La'brador (લૅબ્રડૉર), ના૦ કાળા કે સોનેરી વાળવાળો મારેલા શિકારને લઈ આવનાર કૂતરાની ઓલાદ.

labur'num (લેબર્નમ), ના૦ લટકતાં પીળાં ફૂલોવાળું એક ઝાડ.

la'byrinth (લૅબરિંથ), ના૦ આડા-અવળા રસ્તાઓનું જાળું, ભુલભુલામણી; ગૂંચવણભરેલી પરિસ્થિતિ. **laby ri'nthine** (-થાઇન), વિ૦.

L.A.C., સંક્ષેપ. Leading Aircraftman.

lace (લેસ), ના૦ જોડા ઇ૦ની નાડી, દોરી; ગૂંથેલી દોરી, પટ્ટી, ફીત, કોર, નાડી; કસબની કોર, જાળી. ઉ૦ક્રિ૦ જોડા, કાંચળી, ઇ૦ના કાણામાં નાડી પરોવીને બાંધવું – સજ્જડ કરવું; ફીત કે રિબનવતી શણગારવું; મદ્યાર્ક નાખી કોફી ઇ૦ને સ્વાદિષ્ટ બનાવવું.

la'cerate (લૅસરેટ), સ૦ ક્રિ૦ ફાડવું, ચીરવું, ફાડી નાખવું; જખમી કરવું, દૂભવવું. **lacera'tion** (-રેશન), ના૦.

la'chrymal (લૅક્રિમલ), વિ૦ અશ્રુઓનું.

la'chrymatory (લૅક્રિમટરિ), વિ૦ આંસુનું, આંસુ પેદા કરનારું.

la'chrymose (લૅક્રિમોઝ), વિ૦ આંસુભર્યું; વારંવાર રડનારું.

lack (લૅક), ના ઊણપ, ન્યૂનતા, ખોટ. ઉ૦ ક્રિ૦ -ની ઊણપ કે અછત હોવી, વિના હોવું. **~lustre** (આંખ ઇ૦ અંગે) નિસ્તેજ, ઝાંખું.

lackadai'sical (લૅકડેઝિકલ), વિ૦ સુસ્ત, ડોળી, નબળા મનનું, વેવલું; નિરુત્સાહ.

la'ckey (લૅકિ), ના૦ ગણવેશધારી નોકર, પાયદળનો સિપાઈ; ખુશામતિયો.

la'cking (લૅકિંગ), વિ૦ -ની ઊણપવાળું, વિનાનું.

laco'nic (લકૉનિક), વિ૦ ટૂંકાણમાં કહેલું, ટૂંકું; (ભાષા અંગે) સૂત્રમય. **laco'nicism** (-સિઝ્મ), ના૦.

la'cquer (લૅકર), ના૦ લાખ અને મદ્યાર્ક-નું બનેલું રોગાન, વાર્નિશ; વાળ ઠેકાણે રાખવા માટે તે પર છંટાતો લૅકર વૃક્ષનો રસ. સ૦ ક્રિ૦ રોગાન ચોપડવું.

lacro'sse (લક્રૉસ), ના૦ હૉકીને મળતી દડાની એક અમેરિકન રમત.

lacta'tion (લૅક્ટેશન), ના૦ ધવડાવવું તે, પાનો (મૂકવો તે).

la'cteal (લેક્ટિઅલ), વિ૦ દૂધનું; અન્ન-રસ વાહક.

la'ctic (લૅક્ટિક), વિ૦ દૂધનું.

la'ctose (લૅક્ટોસ), ના૦ દુગ્ધશર્કરા.

lacu'na (લક્યૂને), ના૦ [બ૦ વ૦ **-nae** ઉ૦ -ની અથવા **-nas**] ખંડ, ગાબડું, વિ૦ ક૦ હસ્તલિખિતમાં; ખૂટતી કડી; વચ્ચેની ખાલી જગ્યા અથવા સમય(નો ગાળો).

lacu'strine (લક્યુસ્ટ્રાઇન), વિ૦ સરોવરોનું.

L.A.C.W., સંક્ષેપ. Leading Air-craftwoman.

la'cy (લેસિ), વિ૦ નાડી કે રિબન જેવું.

lad (લૅડ), ના૦ છોકરો, જુવાનિયો. **la'-ddie** (લૅડિ), ના૦.

la'dder (લૅડર), ના૦ નિસરણી, સીડી; મોજામાં ટાંકા ઊકલી જવાથી પડતો સીડી જેવો ઊભો ગાળો; [લા.] ઉત્કર્ષનું સાધન. ઉ૦ ક્રિ૦ મોજાં ઇ૦ માં ઊભું ગાબડું પાડવું – પડવું.

lade (લેડ), સ૦ ક્રિ૦ [ભૂ૦ કૃ૦ **laden** લેડન] વહાણમાં માલ ચડાવવો – ભરવો – ભરીને મોકલવો. **la'den** (-ન), વિ૦ માલથી ભરેલું, ભાર લાદેલું. **bill of lading,** માલનું ભરતિયું.

la-di-da' (લાડિડા), વિ૦ ડોળ કે ઢોંગ કરનાર, વિ૦ ક૦ ઉચ્ચાર કરવામાં.

la'dle (લેડલ), ના૦ કડછી, પળી; ધાતુ-નો રસ બીબામાં રેડવાનું વાસણ. સ૦ ક્રિ૦ કડછી વતી (એક પાત્રમાંથી બીજામાં) કાઢવું. **~ out,** [લા.] છૂટે હાથે વહેંચવું.

la'dy (લેડિ), ના૦ અધિકાર ચલાવનાર સ્ત્રી, ગૃહસ્વામિની; ઉપલા વર્ગની – ખાન-દાન – સ્ત્રી; સન્નારી, [શિષ્ટાચાર તરીકે સામાન્યતઃ] સ્ત્રી; **L~,** અમુક કક્ષાના ઉમરાવની પત્નીના, સરદાર (નાઇટ)ની પત્નીના, નામ પહેલાં ખિતાબ તરીકે વપરાય છે, લેડી. **~bird,** કાળાં ટપકાંવાળું બહુધા રાતા બદામી રંગનું એક જાતનું નાનું વાંદાના વર્ગનું જીવડું. **L~ chapel,** મોટા દેવળમાં કુમારી મેરીનું નાનકડું મંદિર-દેરી. **L~ Day,** ઈશુના આગમનના ખબરનો દિવસ (૨૫મી માર્ચ). **~like,** કુલીન સભ્ય સ્ત્રીને છાજે એવું, તેની જેમ વર્તન કરતું. **~'s maid,** શેઠાણીની અંગત નોકરાણી.

la'dyship (લેડિશિપ), ના૦ ખિતાબ-ધારી સ્ત્રી(લેડી)ના નામને બદલે વપરાય છે (જેમ કે **her, your, etc. ~**).

lag[1] (લૅગ), અ૦ ક્રિ૦ બહુ ધીમે જવું – ચાલવું; -ની દમોદમ ન ચાલવું; પાછળ પડી જવું. ના૦ પાછળ પડવું – ઢીલ કરવી-તે, તેની માત્રા.

lag[2], ના૦ [વિ૦ બો૦] સજા પામેલો કેદી.

lag[3], સ૦ ક્રિ૦ ઉષ્ણતા કે વીજના વાહક નહિ એવા પદાર્થથી બૉઇલરને ઢાંકવું-વીંટવું.

la'ger (લાગર), ના૦ બિયરની એક હળવી જાત.

la'ggard (લૅગર્ડ), વિ૦ અને ના૦ પાછળ પડી જનાર – સુસ્ત (માણસ).

la'gging (લૅગિંગ), ના૦ બૉઇલરનું આવ-રણ; તે માટેનું દ્રવ્ય (પતરું ઇ૦).

lagoo'n (લગૂન), ના૦ રેતીના કે પર-વાળાના ટેકરાને લીધે દરિયાથી જુદું પડેલું ખારા પાણીનું સરોવર.

lah, la, (લા), ના૦ [સં.] સપ્તકનો છઠ્ઠો સૂર (ધૈવત).

la'ic (લેઇક), વિ૦ પાદરીનું નહિ એવું, સંસારી. ના૦ સંસારી–પાદરી નહિ એવું – માણસ. **la'ical** (–કલ), વિ૦. **la'icize** (–સાઇઝ઼), સ૦ક્રિ૦.

laid (લેડ), **lay**નો ભૂ૦કા૦ તથા ભૂ૦કૃ૦.

lain (લેન), **lie**નું ભૂ૦કૃ૦.

lair (લે'અર), ના૦ હિંસ્ર પશુની બોડ;

[લા.] માણસની સંતાઈ રહેવાની જગ્યા.

laird, (લેર્ડ), ના૦ સ્કૉટલૅન્ડનો જમીનદાર.

laissez-faire' (લેસેફે'અર), ના૦ વ્યક્તિના કે જનતાના વહેવારમાં, વિ૦ક૦ વેપાર-ઉદ્યોગમાં, સરકારની દખલ ન હોવી તે, સ્વૈર પદ્ધતિ.

la'ity (લેઇટિ), ના૦ પાદરીથી ઇતર–સંસારી–લોકો; વિશિષ્ટ વ્યવસાયની બહારના લોકો.

lake[1] (લેક), ના૦ સરોવર, મોટું તળાવ.

lake[2], ના૦ એક જાતનો રાતો રંગ.

lam (લૅમ), ઉ૦ક્રિ૦ [વિ૦બો૦] સખત ફટકારવું–માર મારવો.

la'ma (લામે), ના૦ તિબેટનો કે મંગોલિયાનો બૌદ્ધ સાધુ.

la'massery (લામસરિ), ના૦ લામાઓનો મઠ.

lamb (લૅમ), ના૦ ઘેટાનું બચ્ચું, ઘેટું; તેનું ખાદ્ય માંસ; નિર્દોષ, નબળું, કે વહાલું માણસ. સ૦ક્રિ૦ ઘેટાને જન્મ આપવો; (ઘેટીએ) વિયાવું.

lamba'st(e) (લૅમ્બેસ્ટ), સ૦ક્રિ૦ [વાત.] મારવું, ઝૂડવું.

la'mbent (લૅમ્બન્ટ), વિ૦ (જ્વાળા અંગે) કોઈ સપાટી પર આમતેમ ફરતું; સૌમ્ય તેજવાળું. **la'mbency** (–બન્સિ), ના૦.

lame (લેમ), વિ૦ લૂલું, લંગડું, અસમર્થ થયેલું; ખોડું, પંગુ, લંગડાતું; (બહાનું ઇ૦ અંગે) અસમાધાનકારક, અપ્રતીતિકર; (વૃત્ત અંગે) તૂટક, અટકતું. સ૦ક્રિ૦ લંગડું–અસમર્થ–બનાવવું. **~ duck,** નબળું–પંગુ થયેલું–માણસ; દેવાળું કાઢનાર વ્યક્તિ કે પેઢી.

la'mé (લામે), ના૦ અને વિ૦ સોના કે ચાંદીના તાર સાથે વણેલું (કાપડ).

lame'nt (લમે'ન્ટ), ના૦ શોક, વિલાપ; શોકગીત. ઉ૦ક્રિ૦ -ને માટે શોક કરવો–રોવું; દુઃખ વ્યક્ત કરવું–થવું. **~ed,** વિ૦ શોચિત.

la'mentable (લૅમિન્ટબલ), વિ૦ શોચનીય; દિલગીર થવા જેવું.

lamenta'tion (લૅમિન્ટેશન), ના૦ શોક, વિલાપ, (કરવો તે); રડારડ.

la'mina (લૅમિને), ના૦ [બ૦વ૦ **-nae,** ઉ. -ની] પાતળું પડ–સ્તર–પોપડી, ભીંગડું, વરખ. **la'minar** (–નર), વિ૦.

la'minate (લૅમિનેટ), સ૦ક્રિ૦ ટીપીને ધાતુના પાતળાં પતરાં બનાવવાં; છૂટાં પડ કે પાનાં બનાવવાં. ના૦ (–નટ) થરોની બનેલી વસ્તુ, વિ.ક. સાથે જડેલા થરોની. **lamina'tion** (–નેશન), ના૦.

lamp (લૅમ્પ), ના૦ દીવો, બત્તી; મીણબત્તીની હાંડી, વાલશેટ; કોડિયું, ફાનસ, દીવી, ઇ૦. **~black,** કાજળ, મેશ. **~post,** દીવાનો થાંભલો (રસ્તા પરનો). **~shade,** દીપછત્ર.

lampoon (લૅમ્પૂન), ના૦ નિંદાવ્યંજક–કટાક્ષવાળું–ઉપરોધી લખાણ, સ૦ક્રિ૦ કોઈની વિરુદ્ધ એવું લખાણ કરવું.

la'mprey (લૅમ્પ્રિ), ના૦ મોઢે ચોટી રહેનારી સાપના જેવી એક માછલી.

Lanca'strian (લૅંકેસ્ટ્રિઅન), વિ૦ અને ના૦ લૅંકેશાયરનું (વતની); [ઇતિ.] લૅંકેસ્ટર વંશનું અનુયાયી –ને વફાદાર.

lance (લાન્સ), ના૦ ઘોડેસવારનો લાંબો ભાલો; માછલીને ભોંકવાનું ભાલા જેવું હથિયાર. સ૦ક્રિ૦ ભાલાવતી ભોંકવું; [શસ્ત્રવૈ.] નસ્તર મૂકવું. **~-corporal,** કૉર્પોરલથી ઊતરતો બિનસનદી અધિકારી.

la'ncelet (લાન્સલિટ), ના૦ રેતીમાં દર કરનારું એક નાનકડું દરિયાઈ પ્રાણી.

la'nceolate (લૅન્સિઅલટ), વિ૦ ભાલાની અણીના આકારનું, બંને છેડે અણિયાળું.

la'ncer (લાન્સર), ના૦ ઘોડદળની પલટણનો (અગાઉ ભાલાવાળો) સિપાઈ; [બ૦વ૦માં] એક જાતનું ચોરસ નૃત્ય.

la'ncet (લાન્સિટ), ના૦ શસ્ત્રવૈદ્યનું બે ધારિયું અણિયાળું શસ્ત્ર; માથે અણીવાળી કમાન અથવા બારી.

Lancs., સંક્ષેપ. Lancashire.

land (લૅન્ડ), ના૦ જમીન, ભૂમિ, ધરતી; (ખેતીની) જમીન; રમવા ઇ૦નું મેદાન; પ્રદેશ; દેશ, રાજ્ય; સ્થાવર મિલકત; [બ૦વ૦ માં] સ્થાવર મિલકતો. ઉ૦ક્રિ૦

દરિયાકિનારા પર ઉતારવું – ઊતરવું; વિમાનને જમીન પર ઉતારવું, (વિમાને) ઊતરવું; અમુક ઠેકાણે આણવું – પહોંચવું; (કોઈ ને) ફટકો ઇ૦ મારવો; [લા.] (ઇનામ કે નોકરીની જગ્યા) ઇ૦ જીતવું કે મેળવવું; માછલીને જમીન પર લાવવી. **~fall,** દરિયાની કે હવાઈ જહાજની મુસાફરી દરમ્યાન પહેલી વાર જમીન પર આવવું તે. **~lady,** વીશી ચલાવનાર કે વીશીની માલિક સ્ત્રી; ઘર કે જમીનની માલિક સ્ત્રી, જેને ભાડૂતો કે ગણોતિયા હોય. **~-locked,** લગભગ ચારે બાજુએ જમીનથી ઘેરાયેલું, ભૂવેષ્ટિત. **~lord,** વીશીવાળો; જમીનદાર; ઘરમાલિક (જેને ભાડૂતો હોય). **~lubber,** [નૌકા.] દરિયો કે વહાણોથી અપરિચિત વ્યક્તિ. **~-mark,** સીમાચિહ્ન; તરત નજરે પડનારી વસ્તુ; સંસ્મરણીય ઘટના. **~ mass,** જમીનનો મોટો વિસ્તાર. **~-mine,** જમીન પર કે અંદર ગોઠવેલી સુરંગ. **~rail,** અનાજના ખેતરમાં ફરતું એક પક્ષી. **~slide,** ડુંગરની ભેખડ કે ઉતારવાળો ભાગ તૂટી પડવો તે; [લા.] ચૂંટણીમાં કોઈ પક્ષને પ્રચંડ બહુમતી (મળવી તે). **~slip,** ટેકરી કે ડુંગરનો કોઈ ભાગ તૂટી પડવો તે. **la'ndward** (-વડ઼), વિ૦, ક્રિ૦વિ૦, અને ના૦. **la'nd-wards** (-વડ્ઝ઼), ક્રિ૦ વિ૦.

la'ndau (લૅન્ડૉ), ના૦ ચાર પૈડાંવાળી ઘોડાગાડી.

la'nded (લૅન્ડિડ), વિ૦ જમીન ધરાવ-નારું; જમીનનું બનેલું, સ્થાવર.

la'nding (લૅન્ડિંગ), ના૦ વહાણ કે વિમાન-માંથી જમીન પર ઊતરવાની જગ્યા; બે દાદરા વચ્ચેની – એક દાદરાના માથેની – જગ્યા, રમણું. **~-craft,** લશ્કર અને યુદ્ધનો સરંજામ કિનારા પર ઉતારનારી યુદ્ધનૌકા. **~-net,** ગળે પકડાયેલી મોટી માછલી(ઓ)ને કિનારે તાણી લાવવાની જાળ. **~-place,** વહાણમાંથી ઊતરવાની જગ્યા, ધક્કો. **~-stage,** માલ તથા મુસાફરોને ઉતારવાનો ડક્કો. **~-strip,** વિમાનની ઉતરાણ પટ્ટી.

la'ndscape (લૅન્ડ્સ્કેપ), ના૦ જમીન-ના વિસ્તારના કુદરતી દેખાવો; તેનું ચિત્ર. સ૦ક્રિ૦ કુદરતી બગીચાકામ દ્વારા સુધારવું; કુદરતી દેખાવને લગતું બગીચાકામ કરવું. **~ gardening,** કુદરતી દેખાવના સ્વરૂપમાં બગીચાનું આયોજન (કરવું તે).

lane (લેન), ના૦ બે વાડ વચ્ચેનું નેળિયું; સાંકડો રસ્તો – ગલી; માણસો ઇ૦ની હારો વચ્ચે થઈને જવાનો માર્ગ; વાહન ઇ૦ની એક કતાર પસાર થવાની રસ્તાની પટ્ટી; શરતમાં હરીફાઈ કરનાર માટે માર્ગનો કે પાણીનો પટો; વહાણ કે હવાઈ જહાજનો જવાઆવવાનો નિયત માર્ગ.

la'nguage (લૅંગ્વિજ), ના૦ ભાષા, બોલી; વાણી, બોલ, વચન; ભાષા કે ભાષણ-ની શૈલી; કૉમ્પ્યૂટર પ્રોગ્રામ લખવાનું સંકેતો અને નિયમોનું તંત્ર, કૉમ્પ્યૂટરની ભાષા.

la'nguid (લૅંગ્વિડ), વિ૦ પ્રાણ કે જોમ વિનાનું; જડ, સુસ્ત, મંદ; લાગણી વિનાનું; મંદ (ગતિવાળું).

la'nguish (લૅંગ્વિશ), અ૦ક્રિ૦ નબળું પડવું – હોવું; તીવ્રતા ગુમાવવી, નરમ–ઢીલું-પડવું; -ને માટે ઝૂરવું; ઉદાસીન દૃષ્ટિથી જોવું.

la'nguor (લૅંગર), ના૦ ગ્લાનિ, સુસ્તી, શિથિલતા; નાજુક મનઃસ્થિતિ, સૂનકાર. **la'nguorous** (-રસ), વિ૦.

lank (લૅંક), વિ૦ ઊંચું અને સુકલકડી; (ઘાસ, વાળ, ઇ૦ અંગે) લાંબું અને નરમ.

la'nky (લૅંકિ), વિ૦ તાડ જેવું ઊંચું અને સુકલકડી, લંબૂસ.

la'nolin (લૅનલિન), ના૦ ઘેટાના ઊન-માંની ચરબી, જે ઉટવણું બનાવવામાં વપ-રાય છે.

la'ntern (લૅન્ટર્ન), ના૦ ફાનસ, વાલશેટ; દીવાદાંડીનું દીવાનું ખાનું; છાપરામાં કે ઘુમટમાં હવાઉજાસ માટે રાખેલી કાચની બારીઓ. **~ jaws,** લાંબાં અને પાતળાં જડબાં.

la'nyard (લૅન્યર્ડ), ના૦ હાથમાં પકડ-

વાના કે બાંધવાના કામમાં આવે એવું વસ્તુને જડેલું ટૂંકું દોરડું.

lap[1] (લૅપ), ઉ૦ક્રિ૦ જીભે જીભે – જીભનો ચમચો બનાવીને ખાઈ કે પી જવું (દા.ત. કૂતરાની જેમ); અકરાંતિયાની જેમ પી જવું; ચપચપ અવાજ કરવો. ના૦ ચપચપ પીવું તે – પીવાનો અવાજ.

lap[2], ના૦ વસ્ત્ર કે જીનનો લટકતો ભાગ; કશુંક લેવા માટે કરેલો ઘાઘરા(ના આગળના ભાગ)નો ખોળો; ઉત્સંગ, ખોળો; એક ઉપર બીજાનો કેટલો ભાગ પથરાય છે તે– પથરાતો ભાગ; રીલ, ફરકડી, ઇ૦ ને ફરતો દોરાનો એક આંટો; શરતના માર્ગનો એક ફેરો. ઉ૦ક્રિ૦ ગડી વાળવી, વીંટવું. લપેટવું; લપેટી કે વીંટાળી લેવું; એક ઉપર બીજાનો થોડો ભાગ રહે એવી રીતે મૂકવું – આવેલું હોવું; દોડવા ઇ૦ની શરતમાં હરીફથી એક કે વધુ ચક્કર આગળ હોવું. **~-dog**, પાળેલો નાનકડો કૂતરો.

lape'l (લપે'લ) ના૦ છાતી પરના ભાગની કોટની વાળેલી પટ્ટી, કૉલર.

la'pidary (લૅપિડરિ); વિ૦ પથ્થર કે પથ્થરોને લગતું; પથ્થરમાં કોતરેલું – ઉત્કીર્ણ; (શૈલી અંગે) ઉત્કીર્ણ લેખો માટે અનુકૂળ. ના૦ પાસા પાડનાર, હીરા ઘસનાર, રત્નો પર નકશી કરનાર, હીરાને ઓપનાર.

lapis la'zuli (લૅપિસ લૅઝ્યુલાઇ), ના૦ નીલમ, વૈડૂર્ય, તેનો રંગ–રંગદ્રવ્ય.

la'ppet (લૅપિટ), ના૦ એક કોરેથી જડેલી લબડતી હોય એવી વસ્તુ, દા૦ ત૦ ખીસાનું ઢાંકણું; વસ્ત્રની કે માંસની ગડી.

lapse (લૅપ્સ), ના૦ સ્મૃતિ ઇ૦માં થયેલી સહેજ ભૂલ – દોષ, નજીવી ભૂલ; સમય વીતી જવો તે. અ૦ક્રિ૦ પાછું પડી અગાઉની સ્થિતિમાં જવું; પદ અથવા સ્થિતિ ટકાવી રાખવામાં નિષ્ફળ જવું; રદબાતલ થવું; (વખત અંગે) પસાર થવું; સ્ખલન થવું.

la'pwing (લૅપ્વિંગ), ના૦ ટીટોડી, ટિટ્ટિભ.

lar'board (લાર્બર્ડ) ના૦ [નૌકા.] વહાણની ડાબી બાજુ. વિ૦ ડાબું.

lar'ceny (લાર્સનિ), ના૦ [કા.] અંગત મિલકતની ચોરી (નો ગુનો). **lar'cenous** (-સનસ), વિ૦.

larch (લાર્ચ), ના૦ દર વરસે ખરતાં ચળકતાં પાંદડાંવાળું એક શંકુ આકાર ઝાડ; તેનું લાકડું.

lard (લાર્ડ), ના૦ રસોઈ ઇ૦માં વાપરવા માટે તૈયાર કરેલી ડુક્કરની ચરબી. સ૦ક્રિ૦ માંસ રાંધતા પહેલાં તેમાં ડુક્કરના માંસની ચીરીઓ ઘાલવી; વાત ઇ૦ને વિચિત્ર શબ્દો ઇ૦થી સજાવવું.

lar'der (લાર્ડર), ના૦ ખાદ્ય પદાર્થો રાખવાનું કોઠાર કે કબાટ.

lar'dy (લાર્ડિ), વિ૦. **~-cake**, ચરબી, દરાખ, ઇ૦ નાખીને બનાવેલી કેક.

large (લાર્જ), વિ૦ મોટું, વિશાળ, વિસ્તીર્ણ; વ્યાપક, કદાવર, મોટું. ના૦ **at~**, છૂટું, મુક્ત, સ્વતંત્ર; સમગ્રપણે; ખાસ ઉદ્દેશ વિના.

lar'gely (લાર્જ્લિ), ક્રિ૦ વિ૦ મોટે ભાગે, મુખ્યત્વે, મોટા પ્રમાણમાં.

large'sse (લાર્જે'સ), ના૦ વિ૦ ક૦ ઉત્સવ કે ખુશાલીને પ્રસંગે અપાતું બક્ષિસ, દેણગી, ઇ૦.

lar'go (લાર્ગો), ક્રિ૦ વિ૦, વિ૦ અને ના૦ [બ૦ વ૦ **~s**] [સં.] મંદગતિથી, ધીમા તાલથી થતું (સંગીત).

la'riat (લૅરિઍટ), ના૦ ઘોડા ઇ૦ને બાંધવાનું દોરડું, દામણ; ફાંસાવાળું દોરડું.

lark[1] (લાર્ક), ના૦ ઊંચે ઊડનારું એક ગાનારું પક્ષી, ચંડોળ.

lark[2], ના૦ ખેલકૂદ, ગમત, મોજ; મજાનો બનાવ; એક જાતની પ્રવૃત્તિ. અ૦ ક્રિ૦ ગેલ–ગંમત–કરવી.

lar'kspur (લાર્ક્સ્પર), ના૦ પૈંગડાના આકારના પુષ્પકોશવાળો એક ફૂલછોડ.

la'rrikin (લૅરિકિન), ના૦ [ઑસ્ટ્રે.] ગુંડો.

lar'va (લાર્વે), ના૦ [બ૦વ૦ **-vae**,-વી] ઈયળ(ની સ્થિતિ). **lar'val**, (લાર્વલ) વિ૦.

lary'ngeal (લૅરિંજિઅલ), વિ૦ કંઠનાળનું –ને લગતું.

laryngi'tis (લૅરિંજાઇટિસ), ના૦

કંઠનાળનો દાહ-સોજો.

lary'ngoscope (લૅરિંગસ્કોપ), ના૦ કંઠનાળ તપાસવાનું અરીસો જડેલું એક ઉપકરણ.

la'rynx (લૅરિંક્સ), ના૦ કંઠનાળ, ઘાંટી, સ્વરયંત્ર.

La'scar (લૅસ્કર), ના૦ પૂર્વ હિન્દનો ખલાસી.

lasci'vious (લૅસિવિઅસ), વિ૦ કામી, કામાતુર.

la'ser (લેસર), ના૦ પ્રકાશનું એક દિશામાં ફેલાતું ખૂબ તીવ્ર અને ઘનિષ્ઠ કિરણ પેદા કરનાર ઉપકરણ.

lash (લૅશ), ઉ૦ ક્રિ૦ પૂંછડી કે કોઈ અવયવ એકદમ ઝાટકવો; રેડવું, જોરથી વહેવડાવવું; ફટકો મારવો, લાત મારીને બહાર કાઢવું; સોટી, કોરડા, ઇ૦ વતી મારવું; સખત ઠપકો આપવો–નિંદા કરવી; ચાબુક મારીને દોડાવવું; દોરડે કસીને બાંધવું. ના૦ પટો, વાધરી, કોરડો, ઇ૦-નો ફટકો; ચાબૂકનો લચીક ભાગ; પાંપણ.

la'shings (લૅશિંગ્ઝ્), ના૦ બ૦ વ૦ વિપુલતા, પ્રચુરતા.

lass (લૅસ), ના૦ છોકરી. **la'ssie** (-સિ), ના૦.

la'ssitude (લૅસિટ્યૂડ), ના૦ સુસ્તી, આળસ, કંટાળો, થાક, ગ્લાનિ.

lasso' (લૅસો), ના૦ [બ૦ વ૦ **~es** અથવા **~s**] જનાવરોને પકડવાનું સરકતા ફાંદાવાળું દોરડું. સ૦ ક્રિ૦ ફાંદા નાખીને પકડવું.

last[1] (લાસ્ટ), ના૦ કાલબૂત.

last[2], વિ૦ છેવટનું, છેલ્લે આવતું; તદ્દન તાજેતરનું; વધારેમાં વધારે. ક્રિ૦વિ૦ બીજા બધાની પછી, છેલ્લે; છેલ્લે, આની પહેલાં. ના૦ છેલ્લી કહેલી વ્યક્તિ અથવા વસ્તુ; છેલ્લો પ્રયોગ, છેવટનું કરેલું (કામ); છેવટ, **at (long) ~**, આખરે, ખૂબ વિલંબ પછી.

last[3], અ૦ ક્રિ૦ ખલાસ ન થવું, ચાલવું; અમુક કે લાંબો વખત ટકવું, જીવતું રહેવું, ચાલવું, નભવું, પૂરતું હોવું.

la'sting (લાસ્ટિંગ), વિ૦ કાયમનું; ટકાઉ.

la'stly (લાસ્ટલિ), ક્રિ૦ વિ૦ છેવટે, છેલ્લે; છેલ્લી જગ્યાએ.

lat., સંક્ષેપ. latitude.

latch (લૅચ), ના૦ બારણાની ખીંટી, કડી અથવા આગળી; બહારના બારણાને દેવાતું સ્પ્રિંગવાળું તાળું. સ૦ ક્રિ૦ આગળી વતી - સ્પ્રિંગવાળા તાળાથી – બંધ કરવું. **~-key,** (બહારના બારણાની) ચાવી, **~ on to,** [વાત.] -ની સાથે જોડાવું; સમજવું.

late (લેટ), વિ૦ નિયત કે હમેશના સમય પછીનું – પછી કરતું કે કરેલું, મોડું, મોડું આવેલું-કરેલું; દિવસ કે રાત કે કોઈ કાળ-ખંડનો ઘણો ભાગ પસાર થયા પછી; મોડું પડેલું, પાછળનું; હવે હયાત નહિ એવું, મૈયત; આગળનું, માજી; હમણાનું, તાજે-તરનું. ક્રિ૦વિ૦ યોગ્ય કે હમેશના વખત પછી; ખૂબ વખત પસાર થયા પછી, મોડું; મોડે, મોડે સુધી; અગાઉ પણ હવે નહિ. ના૦ **of ~**, તાજેતરમાં, હમણાં હમણાં.

latee'n (લટીન), વિ૦. **~ sail**, ડોલ કૂવાની સાથે ૪૫°ને ખૂણે લાંબા પરબાણ પર બાંધેલો ત્રિકોણી સઢ.

la'tely (લેટ્લિ), ક્રિ૦વિ૦ તાજેતરમાં, થોડા જ દિવસ પર.

la'tent (લેટન્ટ), વિ૦ છૂપું, સુપ્ત; હસ્તીવાળું પણ અપ્રગટ કે અવિકસિત **la'tency** (લેટન્સિ), ના૦.

la'teral (લૅટરલ), વિ૦ બાજુનું, બાજુએ આવેલું, બાજુ તરફ (જતું), બાજુ તરફથી (આવતું). ના૦ - બાજુમાં ફૂટેલો ફણગો, બાજુની ડાળ. **~ thinking**, અતાર્કિક દેખાતી પદ્ધતિથી સવાલનો ઉકેલ કરવાની વિચારસરણી.

la'tex (લેટૅક્સ), ના૦ (વિ૦ ક૦ રબરના) ઝાડમાંથી ઝરતો દૂધ જેવો રસ; તેને મળતો કૃત્રિમ પદાર્થ.

lath (લાથ), ના૦ લાકડાની પાતળી સાંકડી પટ્ટી.

lathe (લેધ), ના૦ ખરાદીનો સંઘાડો, ખરાદ; કુંભારનો ચાક

la'ther (લાધર), ના૦ સાબુ અને પાણી-નું ફીણ; ઘોડાના શરીર પર વળતું પરસે-વાનું ફીણ; [લા.] સંક્ષોભની સ્થિતિ. ઉ૦ ક્રિ૦ (સાબુ અંગે) ફીણ વળવું; ફીણ વતી ઢાંકવું; ઝૂડવું.

La'tin (લૅટિન), ના૦ લૅટિન ભાષા (પ્રાચીન રોમની); આધુનિક લૅટિન પ્રજાનો માણસ. વિ૦ લૅટિન(ભાષા)નું -માં; લૅટિન પર આધારિત ભાષા બોલનારું – બોલનારી પ્રજાઓનું; રોમન કૅથલિક ધર્મસંઘ (ચર્ચ) નું. **~ America,** સ્પૅનિશ અને પોર્ટુગીઝ઼ ભાષાઓ બોલનારા મધ્ય અને દ. અમેરિકાના ભાગો. **~ Church,** પોપ-ને માન્ય રાખનાર ખ્રિસ્તી ચર્ચની શાખા.

La'tinate (લૅટિનેટ), વિ૦ લૅટિનનાં લક્ષણોવાળું.

La'tinist (લૅટિનિસ્ટ), ના૦ લૅટિન જાણનાર માણસ.

La'tinize (લૅટિનાઇઝ઼), સ૦ક્રિ૦ લૅટિનના રૂપમાં મૂકવું.

la'titude (લૅટિટ્યૂડ), ના૦ કાર્ય- કે મત-સ્વાતંત્ર્ય, છૂટ; ભૂમધ્ય રેખાથી દક્ષિણ કે ઉત્તરનું કોણીય અંતર; અક્ષાંશ; [બહુધા બ૦વ૦માં] તાપમાનની દૃષ્ટિથી પ્રદેશો, આબોહવા, ઇ૦.

latri'ne (લટ્રીન), ના૦ સંડાસ, પાયખાનું, વિ૦ક૦ છાવણી ઇ૦ માં.

la'tter (લૅટર), વિ૦ તાજેતરનું; ઉલ્લેખેલા બેમાં બીજું કે પછીનું, ત્રણ કે વધુમાં છેલ્લું; બીજાની પાછળનું. ના૦ પછીની (બીજી) અથવા છેવટની વસ્તુ અથવા વ્યક્તિ. **~-day,** અર્વાચીન, નવી જ ઢબનું. **~ end,** મૃત્યુ.

la'tterly (લૅટર્લિ), ક્રિ૦વિ૦ છેલ્લા થોડા દિવસથી, આજકાલ; જીવનના કે કોઈ અવધિના પાછલા ભાગમાં.

la'ttice (લૅટિસ), ના૦ લાકડાની કે લોઢાની એક ઉપર બીજી ત્રાંસી જોડેલી પટ્ટીઓની જાળી, જાફરી; તેના જેવી રચના. **~ window,** સીસાના ત્રાંસા ચોકઠામાં કાચ જડેલી જાળીવાળી બારી.

laud (લૉડ), સ૦ક્રિ૦ -ની સ્તુતિ – વખાણ – કરવાં.

lau'dable (લૉડબલ), વિ૦ સ્તુત્ય, વખાણવાલાયક. **laudabi'lity** (-બિલિટિ), ના૦.

lau'danum (લૉડ્નમ), ના૦ અફીણનો અર્ક.

lau'datory (લૉડટરિ), વિ૦ વખાણ કરનારું, પ્રશંસાત્મક.

laugh (લાફ), ઉ૦ ક્રિ૦ હસવું; મોજ-ગેલ-કરવી; ખુશ થવું; હસતાં હસતાં બોલવું; હસી કાઢવું; ઠેકડી ઉડાડવી. ના૦ હસવું તે, હાસ્ય; હસવાનો અવાજ; [વાત.] હાસ્યો-ત્પાદક વ્યક્તિ અથવા વસ્તુ. **~ at;** -નો ઉપહાસ કરવો. **~ out of court,** ઉપહાસ કરીને સુનાવણીથી વંચિત કરવું.

lau'ghable (લાફબલ), વિ૦ હસવું આવે એવું; હાસ્યાસ્પદ;

lau'ghing (લાફિંગ), વિ૦ હસતું. ના૦ હાસ્ય. **~-gas,** સંવેદનાહારક હાસ્યો-ત્પાદક વાયુ, નાઇટ્રસ ઑક્સાઇડ ગૅસ. **~ jackass,** ઑસ્ટ્રેલિયાનું માછલી ખાનારું એક કદાવર પક્ષી. **~-stock,** ઉપહાસ-પાત્ર વ્યક્તિ અથવા વસ્તુ.

lau'ghter (લાફ્ટર), ના૦ હસવું તે, હાસ્ય, હસવાનો અવાજ.

launch[1] (લૉંચ), ઉ૦ક્રિ૦ ફેંકવું, છોડવું, આગળ મોકલવું; શરૂ કરવું, રવાના કરવું; **~ (into expense, abuse, etc.),** (ભારે ખરચમાં) પાડવું – પડવું, ધાકધમકી, ગાળાગાળી, ઇ૦માં નાખવું; (વહાણને) દરિયા પર તરતું મૂકવું. ના૦ વહાણ, પ્રક્ષેપાસ્ત્ર, ઇ૦ રવાના કરવાની ક્રિયા.

launch[2], ના૦ યુદ્ધનૌકાની મોટામાં મોટી હોડી; નદી પર વપરાતી મોટર-ચાલિત હોડી.

lau'ncher (લૉંચર), ના૦ રૉકેટ છોડવા માટે ઉપયોગી ઓટલો ઇ૦.

lau'nder (લૉન્ડર), ઉ૦ક્રિ૦ (કપડાં ઇ૦) ધોવું, આર ને ઇસ્ત્રી કરવી, ઇ૦.

laund(e)re'tte (લૉન્ડરૅ'ટ, -ડ્રૅ'-), ના૦ જાહેર જનતાના ઉપયોગ માટે સ્વયં-

ચાલિત ધોવા-કરવાનાં યંત્રોવાળી દુકાન.

lau'ndress (લૉન્ડ્રિસ), નાо કપડાં ધોવા ઇ૦નો ધંધો કરનાર સ્ત્રી, ધોબણ.

lau'ndry (લૉન્ડ્રિ), નાо કપડાં ધોવા વગેરેની દુકાન – જગ્યા. ત્યાં ધોવા મોકલેલાં કે ત્યાંથી ધોવાઈને આવેલાં કપડાં.

laur'eate (લૉરિઍટ), વિ૦ 'લૉરલ'નાં પાંદડાંની વિજયમાળા કે મુગટ પહેરાવેલું. **poet ~**, રાજકવિ (જેને રાજ્ય તરફથી સાલિયાણું મળતું હોય).

lau'rel (લૉરલ), નાо ઘેરા લીલાં અને ચળકતાં પાંદડાંવાળું એક ઝાડવું; [એક વ૦માં કે બ૦વ૦માં] વિજય કે કાવ્યપ્રતિભાના ચિહ્ન તરીકે લૉરલનાં પાંદડાંનો મુગટ.

lau'relled (લૉરલ્ડ), વિ૦ લૉરલનાં પાંદડાંનો મુગટ પહેરેલું.

laurusti'nus (લૉરસ્ટાઇનસ), નાо એક સદાપર્ણી ફૂલઝાડ, જેને શિયાળામાં ફૂલ બેસે છે.

la'va (લાવે) નાо જ્વાળામુખીમાંથી બહાર પડતો પથ્થરનો રસ, જે ઠંડો પડતાં ખડક બને છે.

la'vatory (લૅવટરિ), નાо સંડાસ, પાયખાનું; મળમૂત્ર માટેનું પાત્ર, 'કમોડ'.

lave (લેવ), સ૦ક્રિ૦ [સાહિત્ય.] ધોવું, નહાવું; -ને ધોઈ કાઢવું, -ની ધારે ધારે વહેવું.

la'vender (લૅવિન્ડર), નાо એક ખુશબોદાર ફૂલોવાળો છોડ; તેના ફૂલનો ફીકો જાંબુડિયો રંગ. **~-water**, લવેન્ડર-જલ – અત્તર.

la'ver (લેવર), નાо એક જાતની હરિયાઈ ખાદ્ય વનસ્પતિ.

la'vish (લૅવિશ), વિ૦ વિપુલ, ભરપૂર; ઉડાઉ; ફાવે તેમ વાપરવા જેટલું. સ૦ક્રિ૦ છૂટથી આપવું – ખર્ચ કરવું, ઉડાવવું.

law (લૉ), નાо સરકાર, રાજા, સમાજ, અથવા નિસર્ગના નિયમો અથવા કાયદાઓ; કાયદો, કાનૂન; સામાજિક પદ્ધતિ અથવા અભ્યાસના વિષય તરીકે કાયદો; વકીલાતનો ધંધો; ન્યાયની અદાલતો, ન્યાયનો ઉપાય (ન્યાયાલય દ્વારા); વિશિષ્ટ પરિસ્થિતિઓ અને દૃશ્ય ઘટનાઓ વચ્ચે અચૂક પરિણામના સંબંધનું કથન. **~-abiding**, કાયદાનું પાલન કરનારું. **~-court**, ન્યાયની અદાલત. **L~ Lord**, ઉમરાવની સભાનો, તેનું કાયદાને લગતું કામ કરી શકે એવો સભ્ય. **~ officer**, કાયદાને લગતો અમલદાર, સરકારી વકીલ (ઍટર્ની જનરલ ઇ૦). **~ of nations**, આંતરરાષ્ટ્રીય કાયદો. **~'suit**, મુકદ્દમો, દાવો.

law'ful (લૉફુલ), વિ૦ કાયદેસર, કાયદાને માન્ય, યોગ્ય; ગેરકાયદે નહિ એવું.

law'less (લૉલિસ), વિ૦ કાયદા વિનાનું; કાયદાનું પાલન ન કરનારું; અનિયંત્રિત.

lawn[1] (લૉન), નાо એક જાતનું શણનું કે સુતરાઉ ઝીણું કાપડ.

lawn[2], નાо જમીનસરસા કાપેલા ઘાસવાળી જમીન, હરિયાળી. **~-mower**, જમીનસરસું ઘાસ કાપવાનું યંત્ર કે તલવાર જેવું ઓજાર. **~ tennis**, ઘાસવાળી કે સખત સપાટ જમીન પર રમાતી ટેનિસની રમત.

law'yer (લૉયર), નાо કાયદાનો જાણકાર; વકીલ.

lax (લૅક્સ), વિ૦ ઢીલું, શિથિલ; કડક કે આગ્રહી નહિ એવું; અસ્પષ્ટ; બેદરકાર. **la'xity** (-સિટિ), નાо.

la'xative (લૅક્સટિવ), વિ૦ અને નાо સારક (દવા).

lay[1] (લે), **lie[1]**નો ભૂ૦ કા૦.

lay[2], નાо ભાટચારણનું ગીત, પવાડો, ઇ૦.

lay[3], વિ૦ પાદરી નહિ એવા (લોકોનું કે લોકોએ કરેલું); શિષ્ટ વ્યવસાયના નહિ એવા (લોકોનું કે લોકોએ કરેલું). **~ brother, sister**, મજૂરીના કામમાં રોકાયેલો પાદરી કે સાધ્વી. **~man**, પાદરી અથવા વિશિષ્ટ વ્યવસાયનું કે તજ્જ્ઞ નહિ એવું માણસ. **~ reader**, ધાર્મિક પ્રાર્થના ચલાવવાના પરવાનાવાળો સંસારી માણસ.

lay[4], સ૦ક્રિ૦ [**laid**] કશાક ઉપર

મૂકવું - રાખવું; અમુક સ્થિતિમાં મૂકવું - આણવું; બેસી જાય તેમ કરવું, સુવડાવવું, શાંત પાડવું; (મરઘી અંગે) (ઈંડું) મૂકવું; હોડમાં મૂકવું; (યોજના કે કાવતરું) તૈયાર કરવું; ભોજન માટે (ટેબલ) તૈયાર કરવું; (દેવતા) સળગાવવા માટે બળતણ મૂકવું; (ભાર) લાદવો. ના૦ કોઈ વસ્તુ (વિ૦ ક૦ દેશ) કેવી રીતે, ક્યાં અને કઈ દિશામાં આવેલો છે તે; જમીનનું કુદરતી સ્વરૂપ. **~about,** રખડેલ. **~ bare,** ઉઘાડું-નાગું-કરવું, ખુલ્લું કરી બતાવવું. **~ by,** સંઘરવું, કાઢી મૂકવું. **~-by,** બીજા વાહનવહેવારને અડચણ કર્યા વિના વાહનો-ને ઊભા રહેવા માટે (ધોરી) રસ્તાની બાજુમાં રાખેલી વધારાની પટ્ટી. **~ down,** (હોદ્દો ઇ૦) છોડી દેવું; (પૈસા) આપવા અથવા હોડમાં મૂકવા; (જીવન) અર્પણ કરવું; (નિયમ, ઇ૦) ઘડવું; ભોંયરામાં (દારૂ) સંઘરવો. **~ in,** પોતાને માટે સંગ્રહ કરવો. **~ into,** સારી પેઠે ટીપવું, ઝૂડવું. **~ off,** પૂરતા કામને અભાવે (થોડા વખત માટે) છૂટું કરવું; [વાત.] છોડી દેવું, બંધ કરવું. **~ on,** -નો પુરવઠો કરવો, પૂરું પાડવું. **~ out,** મડદાને દાટવા માટે તૈયાર કરવું; (પૈસા) ખર્ચવા; યોજના અનુસાર જમીનનો વિનિ-યોગ કરવો. **~-out,** ના૦ જમીન, ઘર, ઇ૦નો વિનિયોગ અથવા રચના, એ વિનિયોગ બતાવતો નકશો - આલેખ. ચોપડી, છાપું, જાહેરખબર, ઇ૦ની ગોઠવણી-માંડણી. **~ up,** પૈસા બચાવવા - સંઘ-રવા. **laid up,** [ભૂ૦કૃ૦] પથારીવશ (થયેલું).

lay[5], ના૦. **~ figure,** કળાકારનો માનવશરીરનો લાકડાનો જુદા જુદા સાંધા-વાળો નમૂનો; નવલકથા ઇ૦નું અવા-સ્તવિક પાત્ર; વ્યક્તિત્વ વિનાનું માણસ, કઠપૂતળી.

lay'er (લેઅર), ના૦ થર, પડ; દાબ-(ડાળી), જમીનમાં દબાવેલી ડાળી. સ૦ ક્રિ૦ ઝાડના ફાંટા જમીનમાં દાબીને નવા છોડ તૈયાર કરવા; જુદા જુદા થરોમાં ગોઠવવું.

laye'tte (લેએ'ટ), ના૦ નવજાત બાળક માટે જોઈતાં કપડાં, બાળોતિયાં.

laze (લેઝ઼), અ૦ ક્રિ૦ આળસમાં કે સુસ્તીમાં વખત પસાર કરવો. ના૦ આળસમાં પસાર કરેલો સમય.

la'zy (લેઝ઼િ), વિ૦ આળસુ, સુસ્ત; સુસ્તીનું, સુસ્તી આણનારું. **~-bones,** હાડકાનું હરામ.

lb., સંક્ષેપ. pound(s) weight.

l.b.w., સંક્ષેપ. leg before wicket.

l. c., સંક્ષેપ. lower case.

L/Cpl., સંક્ષેપ. lance - corporal.

lea (લી), ના૦ ઘાસનું મેદાન, ચરો, ખેડવાલાયક જમીન.

L. E. A., સંક્ષેપ. Local Education Authority.

leach (લીચ), સ૦ ક્રિ૦ પ્રવાહીને કશાક-માંથી ધીમે ધીમે પસાર કરવું; એવી રીતે (વસ્તુને) ધોઈ કાઢવું, ગાળીને શુદ્ધ કરવું.

lead[1] (લીડ), ઉ૦ ક્રિ૦ **[led]** આગળ ચાલીને લઈ જવું-રસ્તો બતાવવો, દોરવું; હિલચાલોનું કે કાર્યોનું સંચાલન કરવું; અભિપ્રાયો (ઘડવા)માં દોરવણી આપવી; મન મનાવીને માર્ગદર્શન કરવું; (જીવન) ગુજારવું-જીવવું; -માં પ્રથમ સ્થાન હોવું; પહેલું જવું કે હોવું; (રસ્તા અંગે, **to** સાથે) અમુક ઠેકાણે જતો હોવો; [પત્તામાં] પહેલું (પત્તું) રમવું. ના૦ માર્ગદર્શન, દોરવણી; ઉદાહરણ; આગેવાની; શરતમાં ભાગ લેનાર બીજાઓથી કેટલું આગળ છે તેની માત્રા; [વીજળી.] વીજળીના પ્રવાહને કારખાનાથી તેના ઉપયોગની જગ્યા સુધી લઈ જનાર વાહક તાર; કૂતરા વગેરેને બાંધ-વાની કે લઈ જવાની વાધરી ઇ૦; [પત્તામાં] પહેલી ઊતર (નો હક); [નાટ્ય.] મુખ્ય ભૂમિકા (ભજવનાર નટ કે નટી). **~ on,** લલચાવીને વધુ આગળ લઈ જવું. **~ story,** છાપાના સૌથી મહત્ત્વના સમાચાર. **~ to,** -નું પરિણામ હોવું. **~ up to,** -ને માટે તૈયારી કરવી, -નો પરિચય કરાવવાના કામમાં આવવું-પરિચય

કરાવવો; -ને અંગે વાતચીત કરાવવી.

lead² (લે'ડ), ના૦ સીસું; પેન્સિલમાંની ગ્રૅફાઇટની સળી; બંદૂકની ગોળી(ઓ); પાણીની ઊંડાઈ માપવાનો લંબક, મરગ; [બ૦ વ૦માં] છાપરે જડવાનાં સીસાનાં પતરાં; સીસાના પતરાંથી ઢાંકેલો છાપરાનો ભાગ; [મુદ્રણ.] બે લીટીઓ વચ્ચે જગ્યા રાખવા માટે વપરાતી સીસાની પટ્ટી. સ૦ ક્રિ૦ સીસા વતી ઢાંકવું, સીસું મૂકી ભારે બનાવવું, સીસાના ચોકઠામાં બેસાડવું; બે લીટીઓ વચ્ચે જગ્યા રાખવા માટે સીસાની પટ્ટી મૂકવી.

lea'den (લે'ડન), વિ૦ સીસાનું-ના જેવું; ભારે (વજનવાળું); જડ; સીસાના રંગનું.

lea'der (લીડર), ના૦ નેતા, આગેવાન; આગળનો ઘોડો; અગ્રલેખ; વાદકવૃન્દનો આગેવાન; થડ કે મુખ્ય ડાળીની ટોચે ફૂટેલો ફણગો. **L~ of House**, ગૃહ કે સંસદનો નેતા.

lea'ding (લીડિંગ), વિ૦ આગેવાન, મુખ્ય; સૌથી મહત્ત્વનું. ના. માર્ગદર્શન. **~ aircraftman**, બિનસનદી અધિકારી(**N.C.O.**)થી જરાક નીચી પાયરીનું. **~ article**, છાપાનો અગ્રલેખ. **~ case**, [કા.] દાખલા તરીકે વપરાતો અદાલતનો અગાઉનો મુકદ્દમો. **~ edge**, વિમાનની પાંખની તદ્દન આગળની કોર. **~ lady, man**, નાટક ઇ૦માં નાયિકા કે નાયકની ભૂમિકા ભજવનાર. **~ light**, આગળ પડતો વગદાર માણસ. **~ note**, આરોહી સપ્તકનો સાતમો સ્વર **~ question**, જોઈતો જવાબ કઢાવવા માટે પૂછેલો સૂચક પ્રશ્ન. **~ rein**, ઘોડાને દોરવાની લગામ.

leaf લીફ), ના૦ [બ૦ વ૦ **leaves**] પાંદડું, પાન; [સમૂહ.] પાંદડાં; ચોપડીનું પાનું (જેમાં બન્ને પૃષ્ઠો આવી જાય છે); ધાતુનું બહુ પાતળું પતરું, વરખ; બારણાનું કે ટેબલનું મજાગરાવાળું પાટિયું; ટેબલનો વિસ્તાર વધારવા માટેનું પાટિયું. અ૦ ક્રિ૦ **~through**, ચોપડીનાં પાનાં ફેરવવાં. **~ mould**, મુખ્યત્વે કોવાયેલાં કે કોવાતાં પાંદડાની માટી-ખાતર. **lea'fy** (લીફિ), વિ૦.

lea'fage (લીફિજ), ના૦ છોડનાં પાંદડાં.

lea'flet (લીફ્લિટ), ના૦ [વનસ્પ.] સંયુક્ત પાંદડાનું એકદલ; છાપેલું કાગળિયું, ચોપાનિયુ, વિ૦ ક૦ મફત વહેંચવાનું.

league¹ (લીગ), ના૦ [પ્રા.] આશરે ત્રણ માઈલનું અંતર

league,² ના૦ અરસપરસ સહાયનો કરાર; એ કરનાર પક્ષો; વિજેતાપદ માટે હરીફાઈની રમતો રમનાર મંડળોનું જૂથ; હરીફોનો વર્ગ. ઉ૦ ક્રિ૦ એકત્ર જોડાવું, એક્કો કરવો. **in ~**, સાથે જોડાયેલું, મૈત્રીવાળું.

leak (લીક), ના૦ જેમાંથી પ્રવાહી ચૂવે છે તે કાણું, ચૂવો; એવી રીતે પસાર થતું પ્રવાહી;[વીજળી.] વાહકને બરાબર 'ઇન્શુલેટ' ન કરવાને લીધે તેમાંથી વીજળી નીકળી જવી તે;ગુપ્ત બાતમી બહાર પડવી-પાડવી-તે. ઉ૦ ક્રિ૦ પ્રવાહીને કાણામાંથી પસાર થવા દેવું, (પ્રવાહી અંગે) ચૂવું; (ગુપ્ત વાત) છતી કરવી-થવી. **~(out)**, જાહેર થવું, બહાર પડવું.

lea'kage (લીકિજ), ના૦ ચૂવું તે; ચૂવાને પરિણામે થતું નુકસાન; ગુપ્ત વાત બહાર પડી જવી તે.

lea'ky (લીકિ), વિ૦ ચૂતું, ચૂવાવાળું; છાની વાત પેટમાં ન રાખી શકે એવું, છીછરા પેટનું.

lean¹ (લીન), વિ૦ પાતળું, કૃશ, વધારાની ચરબી વિનાનું, (માંસ અંગે) મુખ્યત્વે સ્નાયુપેશીનું બનેલું, ચરબી વિનાનું; અતિ અલ્પ, જૂજ. ના૦ ચરબી વિનાનું રાતું માંસ. **~ years**, અછતનો કાળ, દુકાળ.

lean², ઉ૦ ક્રિ૦ [**leaned or leant** ઉ. લે'ન્ટ] ઝૂકવું, વાંકું વળવું, નમવું; -ની તરફ વળેલું-નમેલું-હોવું; અઢેલવું, -ની તરફ ઝોકવાળું-પક્ષપાતી-હોવું; -ની ઉપર આધાર-વિશ્વાસ-રાખવો. ના૦ વલણ; ઝોક; ઢાળ, ઢોળાવ. **~-to**, મોટા મકાનને અઢેલીને રહેલી છાપરાવાળી ઝૂંપડી.

lea'ning (લીનિંગ), ના૦ ઝોક, વલણ.

leap (લીપ), ઉ૦ ક્રિ૦ [**leaped** અથવા

leapt ૬. લે'પ્ટ] કૂદવું, કૂદકો મારવો. **~-frog,** છોકરાની એક રમત, મિયાની ઘોડી. **~ year,** ફેબ્રુઆરીના ૨૯ દિવસ હોય તે વરસ.

learn (લર્ન), ઉ૦ક્રિ૦ [**learned** અથવા **learnt**] શીખવું, ભણવું, અભ્યાસ કે અનુભવથી કોઈ વિષયનું જ્ઞાન કે કૌશલ્ય મેળવવું; જાણવું, -ની માહિતી મળવી; મોઢે કરવું; શોધી કાઢવું.

lear'ned (લર્નિડ), વિ૦ ખૂબ ભણેલું, વિદ્વાન; વિદ્વત્તા કે પંડિતાઈવાળું.

lear'ner (લર્નર) ના૦ ભણનાર, શિખાઉ માણસ. **~(-driver),** શિખાઉ ડ્રાઇવર.

lear'ning (લર્નિંગ), ના૦ ભણતર, જ્ઞાન, વિદ્યા.

lease (લીસ), (ઘરની) ના૦ ભાડાચિઠ્ઠી; (જમીનનો) ગણોતપટો, પટો. **a new ~ of life,** તબિયત સુધરવાને લીધે પુનર્જન્મ, સમારકામને લીધે વસ્તુનો ફરી પૂર્વવત્ ઉપયોગ હોવાની શકયતા. સ૦ક્રિ૦ ભાડે કે ગણોતે આપવું અથવા લેવું - રાખવું. **~hold,** ભાડે કે સાથે રાખેલી મિલકત (મકાન કે જમીન). **~holder,** ભાડે કે સાંથે રાખનાર.

lessee' (લેસી), ના૦ ભાડે કે ગણોતે રાખનાર. **le'ssor** (લે'સર), ના૦ ભાડે કે ગણોતે આપનાર.

leash (લીશ), ના૦ કૂતરાને બાંધવાની વાધરી. ઉ૦ ક્રિ૦ વાધરીએ બાંધવું.

least (લીસ્ટ), વિ૦ નાનામાં નાનું, ઓછામાં ઓછું, અત્યલ્પ. ના૦ અલ્પતમ રકમ-માત્રા. ક્રિ૦ વિ૦ જરા પણ, લેશમાત્ર.

lea'ther (લે'ધર), ના૦ કેળવેલું ચામડું; ચામડાની વસ્તુ કે ટુકડો; પોલિશ કરવાનો કકડો (ચામડાનો, કાપડનો, ઇ૦). સ૦ ક્રિ૦ ચામડાવતી મઢવું-પોલિશ કરવું; મારવું, ઝૂડવું. **~-jacket,** ચીવટ ચામડીવાળી એક માખીની ઇયળ.

leathere'tte (લે'ધરે'ટ), ના૦ નકલી ચામડું.

lea'thern (લે'ધર્ન), વિ૦ [પ્રા.] ચામડાનું (બનાવેલું).

lea'thery (લે'ધરિ), વિ૦ ચામડા જેવું; (માંસ ઇ૦ અંગે) ચિવ્વડ.

leave[1] (લીવ), ના૦ રજા, પરવાનગી, વિ૦ક૦ **~ (of absence),** ફરજ પરથી ગેરહાજર રહેવાની રજા; રજાની મુદ્દત-અવધિ; વિદાય લેવાની રજા. **on ~,** રજા પર. **take one's ~ of,** -ની રજા - વિદાય - લેવી.

leave[2], ઉ૦ક્રિ૦ [**left**] રહેવા દેવું, રાખવું; વારસામાં મૂકવું - મૂકી જવું; ખાધા-પીધા વિના રહેવા દેવું, છાંડવું; પડતું મૂકવું; -થી જતા રહેવું, છોડીને જવું; અમુક ઠેકાણે રહેવાનું-નોકરી કરવાનું - બંધ કરવું; તજવું; છોડી દેવું; -ને સોંપવું - હવાલે કરવું.

lea'ven (લે'વન), ના૦ ખીરું, આથવણ, ખમીર; મેળવણ, મિશ્રણ, સ૦ક્રિ૦ આથવું, ખીરુ ચડે તેમ કરવું; -માં બધે ફેલાવું, વ્યાપવું; રૂપાંતર કરવું; -માં ફેરફાર કરવો.

lea'vings (લીવિંગ્ઝ઼), ના૦બ૦વ૦ છાંડચું, એંઠું.

le'cher (લે'ચર), ના૦ અપરિણીત વ્યક્તિ સાથે સંભોગ કરનાર; રંડીબાજ.

le'cherous (લે'ચરસ), વિ૦ કામી, લંપટ; રંડીબાજ. **le'chery** (-રિ), ના૦ લંપટતા, કામુકતા, રંડીબાજી.

le'ctern (લેક્ટર્ન), ના૦ ચર્ચમાં વાંચતી કે ગાતી વખતે સામે ચોપડી રાખવાનું મેજ.

le'cture (લેક્ચર), ના૦ ભાષણ, વ્યાખ્યાન; ઉપદેશ, શિખામણ. ઉ૦ક્રિ૦ વ્યાખ્યાન આપવું; ઉપદેશ - ઠપકો - આપવો.

le'cturer (લેક્ચરર), ના૦ વ્યાખ્યાતા, વિ૦ ક૦ યુનિવર્સિટીમાં.

le'ctureship (લે'ક્ચરશિપ), **le'cturership** (-રર્શિપ), ના૦ યુનિવર્સિટીના વ્યાખ્યાતાનું આસન.

led' (લે'ડ), **lead**નો ભૂ૦ કા૦ તથા ભૂ૦કૃ૦.

ledge (લે'જ), ના૦ સાંકડી અભરાઈ, પાટિયું; કાંગરી, કોર.

le'dger (લે'જર), હિસાબની ખાતાવહી.

lee (લી), ના૦ પાસેની વસ્તુથી મળતી ઓથ - આશરો; પવનની દિશાથી ઊલટી

બાજુ. ~ **shore,** વહાણની પવન વિનાની બાજુ તરફનો કિનારો. ~**way,** જે બાજુએ પવન ન લાગતો હોય તે બાજુએ વહાણનું તણાવું; [લા.] છૂટ; ચલાવી લેવાય એટલું અપગમન.

leech (લીચ), ના૰ જળો; [લા.] બીજાને નીચોવીને નફો કરનાર.

leek (લીક), ના૰ ડુંગળીની જાતની એક વનસ્પતિ.

leer (લિઅર), ના૰ અને અ૰ક્રિ૰ કામી, બૂરી, અથવા લુચ્ચાઈવાળી નજર(થી જોવું).

leer'y (લિઅરિ), વિ૰ જાણકાર; ધૂર્ત, લુચ્ચું; સાવચેત.

less (લીઝ઼), ના૰બ૰વ૰ દારૂ વગેરેનો નીચે જામેલો થર – ગાળ; [લા.] કચરો, ગાળ (બાકી રહેલો).

lee'ward (લીવર્ડ, અથવા [નૌકા] લૂઅર્ડ), વિ૰ અને ક્રિ૰ વિ૰ સુરક્ષિત બાજુ તરફ (નું) –ઉપર(નું). ના૰ એ બાજુ અથવા દિશા.

left[1] (લે'ફ્ટ), **leave** નો ભૂ૰કા૰ તથા ભૂ૰ કૃ૰.

left[2], વિ૰ ડાબું, ડાબી બાજુનું; [રાજ્ય.] વધુ ઉદ્દામ વિચાર ધરાવનારું. ના૰ ડાબો ભાગ, પ્રદેશ અથા દિશા; [રાજ્ય.] (બધા) ઉદ્દામવાદીઓ; કોઈ જૂથનો વધુ આગળ વધેલો અથવા નવા નવા વિચાર રજૂ કરનાર વિભાગ. ક્રિ૰ વિ૰ ડાબી બાજુએ – બાજુ તરફ. ~**-handed**, ડાબોડિયું, ડાબેરી; ડાબે હાથે કરેલું, ડાબા હાથ માટેનું; ડાબી બાજુ તરફ જનારું; અણઘડ, કઢંગું; (સ્તુતિ અંગે) દ્વિઅર્થી. ~**-hander**, ડાબોડિયો, ડાબા હાથનો ફટકો. ~ **wing,** લશ્કરની ડાબી પાંખ, ફુટબૉલ ઇ૰ની ટીમ (જૂથ)ની ડાબી બાજુ. ઉદ્દામ કે સમાજવાદી પક્ષ. ~**-winger,** એ પાંખ, બાજુ કે પક્ષનો સભ્ય. **le'ftward** (-વર્ડ), વિ૰ અને ક્રિ૰વિ૰. **leftwards** (-વર્ડ્ઝ઼), ક્રિ૰વિ૰.

leg (લે'ગ), ના૰ પગ, ટાંટિયો; પ્રાણી કે પક્ષીનો ખોરાક તરીકે પગ; કૃત્રિમ પગ કે ટાંટિયો; વસ્ત્રનો પગ ઢાંકતો ભાગ; ખુરશી, ટેબલ, ઇ૰નો પગ – આધાર; [વાત.] મુસાફરી ઇ૰ની મજલ – ટપ્પો; [ક્રિકેટ] બૅટધારીની બાજુનું તથા તેના દાંડિયાની પાછળનું ક્ષેત્ર (**off**થી ઊલટું). **pull person's** ~, મશ્કરીમાં છેતરવું, બનાવવું. **stretch one's** ~**s,** પગ છૂટા કરવા, ફરવા જવું. સ૰ ક્રિ૰ ~ **it,** જોરથી ચાલવું અથવા દોડવું. ~ **before wicket,** (બૅટધારી અંગે) વચ્ચે આવી દડાને રોકવો તે – રોકવાથી બાદ. ~**-room,** પગ લાંબા કરવાની જગ્યા.

le'gacy (લે'ગસિ), ના૰ મૃત્યુપત્ર દ્વારા આપેલી દેણગી, વારસામાં મળેલી વસ્તુ; પૂર્વાધિકારી કે પૂર્વગામી પાસેથી મળેલી વસ્તુ; [લા.] વારસો.

le'gal (લીગલ), વિ૰ કાયદાનું, કાયદા પર આધારિત, કાયદાને લગતું, કાયદાથી નિયત, કાયદાથી આવશ્યક કે ફરજિયાત, કાયદાને માન્ય, કાયદેસરનું.

le'galism (લીગલિઝ઼મ), ના૰ કાયદાને વધારે પડતું મહત્ત્વ (આપવું તે). **le'galist** (લીગલિસ્ટ), ના૰. **legali'stic** (-સ્ટિક), વિ૰.

lega'lity (લિગૅલિટિ), ના૰ કાયદેસરપણું, વૈધતા.

le'galize (લીગલાઇઝ઼), સ૰ ક્રિ૰ કાયદેસર બનાવવું, કાયદા સાથે મેળમાં આણવું. **legaliza'tion** (-ઝ઼ેશન), ના૰.

le'gate (લે'ગટ), ના૰ પોપનો એલચી.

legatee' (લે'ગટી), ના૰ મૃત્યુપત્રની રૂએ વારસો પામનાર.

lega'tion (લિગેશન), ના૰ પરદેશ મોકલેલો એલચી અને તેના માણસો; તેનું રહેઠાણ.

lega'to (લિગાટો), વિ૰ અને ક્રિ૰વિ૰ શાંતપણે – ધીમેથી – (ગાવાનું કે વગાડવાનું). ના૰ [બ૰વ૰ ~**s**] એવી સંગીતરચના.

le'gend (લે'જન્ડ), ના૰ પરંપરાગત વાર્તા, દંતકથા; મુદ્રાલેખ, નાણા કે ચન્દ્રક પર કોતરેલું લખાણ.

le'gendary (લે'જન્ડરિ), વિ૰ કેવળ દંતકથાઓમાં મળતું, સુપ્રસિદ્ધ.

le'ger (લે'જર), વિ૰ [સં.] ~ **line,**

સ્વરલેખનના પંચરેખી સારણી(સ્ટાફ)ની મર્યાદાની ઉપર તેમ જ નીચે નોંધો માટે ઉમેરેલી ટૂંકી લીટી.

le'gerdemain (લે'જર્ડ્મેન), ના૦ હસ્તલાઘવ(-નું કામ), છળકપટ; સુફિયાણી વાત કે દલીલ.

le'gging (લે'ગિંગ), ના૦ [બહુધા બ૦વ૦માં] ઘૂંટણથી ઘૂંટી સુધીનું પગ ઢાંકવાનું ચામડાનું આચ્છાદન.

le'ggy (લે'ગિ), વિ૦ લાંબા ટાંટિયાવાળું.

le'ghorn (લે'ગ્હૉર્ન), ના૦ એક જાતનું ગૂંથેલું પાતળું ઘાસ; તેની ટોપી. **L~**, પાળેલાં મરઘાંની એક જાત.

le'gible (લે'જિબલ), વિ૦ સુવાચ્ય, સહેલાઈથી વંચાય – ઉકેલાય – એવું. **legibi'lity** (-બિલિટિ), ના૦.

le'gion (લીજન), ના૦ પ્રાચીન રોમન લશ્કરનો ૩૦૦થી ૬૦૦ માણસોનો એક વિભાગ (ડિવિઝન); બીજો કોઈ સંગઠિત મોટો સમુદાય; મોટું લશ્કર; મોટી સંખ્યા. **foreign ~**, આધુનિક, વિ૦ક૦ ફ્રેંચ લશ્કરમાં પરદેશી સ્વયંસેવકોનું જૂથ. **Royal British L~**, લશ્કરમાંથી નિવૃત્ત થયેલાં સ્ત્રીપુરુષોનો રાષ્ટ્રીય સંઘ.

le'gionary (લિજનરિ), વિ૦ મોટી સંખ્યા(લીજન)નું-વાળું. ના૦ લીજનનો સિપાઈ.

legionnair'e (લિજને'અર), ના૦ લીજનનો સભ્ય વિ૦ ક૦ ફ્રેંચ પરદેશી.

le'gislate (લે'જિસ્લેટ), અ૦ક્રિ૦ કાયદા ઘડવા – કરવા.

legisla'tion (લે'જિસ્લેશન), ના૦ કાયદા ઘડવા તે; ઘડેલા કાયદા. **le'gislative** (-લટિવ), વિ૦. **le'gislator** (-લેટર), ના૦.

le'gislature (લે'જિસ્લેચર), ના૦ રાજ્યની ધારાસભા.

legi'timate[1] (લિ'જિટિમટ), વિ૦(બાળક અંગે) વિધિપૂર્વક પરણેલા માબાપનું, ઔરસ; કાયદેસરનું, યોગ્ય, નિયમિત; તર્કથી ગ્રાહ્ય. **~ theatre,** માન્ય ગુણવત્તાવાળાં અથવા કેવળ બોલેલી લીટીઓવાળાં નાટકો.

legi'timacy (-મસિ), ના૦.

legi'timate[2] (લિજિટિમેટ), **legi'timatize** (-મટાઇઝ઼), **legi'timize** (-માઇઝ઼), સ૦ક્રિ૦ કાયદેસર બનાવવું; કાયદેસર પુરવાર કરવું; -ના સમર્થન કે બચાવ માટે કામમાં આવવું. **legitim'ation** (-મેશન), ના૦. **legitimiza'tion** (-માઇઝ઼ેશન), ના૦.

le'gume (લે'ગ્યૂમ), ના૦ વટાણા, વાલ, ઇ૦ની સિંગ, ફળી.

legu'minous (લિગ્યૂમિનસ), વિ૦ વાલ, વટાણા, ઇ૦ સિંગોવાળા છોડોની જાતનું.

lei' (લેઇ), ના૦ ફૂલની માળા (પૉલિનેશિયાની).

Leics., સંક્ષેપ. Leicestershire (લે'સ્ટરશાયર).

lei'sure (લે'ઝર), ના૦ નવરાશ, ફુરસદ. **at ~**, નવરું; નિરાંતે. **at one's ~**, વખત મળે ત્યારે.

lei'sured (લે'ઝર્ડ), વિ૦ (ભરપૂર) નવરાશવાળું.

lei'surely (લેઝર્લિ), વિ૦ ઉતાવળ કર્યા વિનાનું, નિરાંતે-વિચારપૂર્વક-કરેલું. ક્રિ૦વિ૦ ઉતાવળ કર્યા વિના, નિરાંતે.

lei'tmotiv (લાઇટ્મોટિફ), ના૦ [સં.] કોઈ વ્યક્તિ, પ્રસંગ કે ભાવના સાથે સંકળાયેલું ગીત.

le'mming (લે'મિંગ), ના૦ ઉ. ધ્રુવ પ્રદેશનું ઉંદરની જાતનું એક પ્રાણી, જે મોટી સંખ્યામાં સ્થળાંતર કરે છે અને આગળ ધસી જઈ ને દરિયામાં પડી ડૂબી મરે છે.

le'mon[1] (લે'મન), ના૦ લીંબુ; તેનો આછો પીળો રંગ; લીંબુડી. **~ cheese, curd**, લીંબુનો મુરબ્બો. **le'mony** (લે'મનિ), વિ૦.

le'mon[2], ના૦ **~ (sole)**, યુરોપની ચપટી માછલીની એક જાત.

lemona'de (લે'મનેડ), ના૦ લીંબુનું શરબત (બહુધા ગૅસ મેળવેલું).

le'mur (લીમર), ના૦ વાંદરાને મળતું એક નિશાચર પ્રાણી.

lend (લે'ન્ડ), સ૰ક્રિ૰ **[lent]** ઉછીનું આપવું; (પૈસા ઇ૰) વ્યાજે – ભાડે – આપવું; બક્ષવું; ફાળામાં આપવું; -ને અનુકૂળ હોવું.

length (લે'ંગ્થ), ના૰ લંબાઈ, લંબાણ, અંતર; વસ્તુના ત્રણ પરિમાણમાંથી સૌથી મોટું; સ્થળ કે કાળનો વિસ્તાર; અમુક લંબાઈ નો (કાપડનો) ટુકડો; (પોતાના શરીરનો) પૂરો વિસ્તાર. **at ~**, વિગતવાર; આખરે, લાંબા વખત પછી. **le'ngthways** (-વેઝ઼), ક્રિ૰ વિ૰. **le'ngthwise** (-વાઇઝ઼), ક્રિ૰ વિ૰ અને વિ૰.

le'ngthen (લે'ંગ્થન), ઉ૰ક્રિ૰ (વધારે) લાંબું કરવું – થવું.

le'ngthy (લે'ંગ્થિ), વિ૰ ખૂબ લાંબું, લંબાણવાળું; કંટાળો ઉપજાવનારું.

le'nient (લીનિઅન્ટ), વિ૰ નરમ, સૌમ્ય; કડક કે કઠોર નહિ, સહિષ્ણુ. **le'nience** (-અન્સ),ના૰. **le'niency** (અન્સિ),ના૰.

le'nity (લે'નિટિ), ના૰ સૌમ્યપણું, દયાળુતા.

lens (લે'ન્સ), ના૰ ચશ્મા, દૂરબીન, ઇ૰માં વપરાતો એક બાજુએ કે બંને બાજુએ બહિર્ગોલ પારદર્શક કાચ; આંખના કનીનિકામંડળની પાછળનો પારદર્શક પદાર્થ.

lent[1] (લે'ન્ટ), **lend** નો ભૂ૰ કા૰ તથા ભૂ૰ કૃ૰.

Lent[2] ના૰ ઈસ્ટર પહેલાંના ચાળીસ દિવસના ઉપવાસનું પર્વ.

Le'nten (લે'ન્ટન), વિ૰ 'લેન્ટ' પર્વનું – ને લાગતું, 'લેન્ટ' ને યોગ્ય. **~ fare** નિરામિષ આહાર.

le'nticular (લે'ન્ટિક્યુલર), વિ૰ દ્વિબહિર્ગોલ, ચવાકૃતિ; આંખના લેન્સનું.

le'ntil (લે'ન્ટિલ), ના૰ મસૂરનો છોડ–દાણો.

le'nto (લેન્ટો), વિ૰ અને ક્રિ૰ વિ૰ [સં.] ધીમું; ધીમે ધીમે.

Le'o (લીઓ), ના૰ સિંહ; સિંહરાશિ.

le'onine (લીઅનાઇન), વિ૰ સિંહનું – ના જેવું.

leo'pard (લે'પર્ડ), ના૰ ખડિયો વાઘ, ચિત્તો.

le'otard (લીઅટાર્ડ), ના૰ આખા શરીરે ચપટ બેસતું એક અખંડ વસ્ત્ર, જે બજાણિયાઓ, નર્તકો, ઇ૰ વાપરે છે.

le'per (લે'પર), ના૰ (રક્ત)પીતિયો.

lepido'pterist (લે'પિડૉપ્ટરિસ્ટ), ના૰ 'લેપિડૉપ્ટરસ' જંતુઓનો અભ્યાસી.

lepido'pterous (લે'પિડૉપ્ટરસ), વિ૰ ભીંગડાંવાળી ચાર પાંખોવાળા પતંગિયાની જાતના જંતુઓનું – સંબંધી

le'prechaun (લે'પ્રિકૉન),ના૰ આયરિશ લોકવાર્તાઓની નાનકડી તોફાની પરી – પિશાચ.

le'prosy (લે'પ્રસિ), ના૰ રક્તપિત્ત, મહારોગ.

le'prous (લે'પ્રસ), વિ૰ રક્તપીતનું – ના રોગવાળું.

le'sbian (લે'ઝ઼્બિઅન), વિ૰ સ્ત્રીઓની સજાતીય – સમલિંગી–કામુકતાનું – સંબંધી. ના૰ સમલિંગરતિ સ્ત્રી. **le'sbianism** (-નિઝ઼મ), ના૰.

lèse-majesté (લે'ઝ઼્ મેઝ઼ે'સ્ટે), ના૰ રાજદ્રોહ; રાજા ઇ૰ની ખુલ્લી અવજ્ઞા; [મજાકમાં] બેઅદબ વર્તન.

le'sion (લીઝન), ના૰ નુકસાન, ઈજા; [શા૰ વિકૃતિ૰] કોઈ ઇન્દ્રિયના કાર્યમાં કે પોતમાં થયેલું રોગી પરિવર્તન.

less (લે'સ), વિ૰ (કદ, માત્રા, અવધિ, સંખ્યા, ઇ૰ અંગે) વધુ નાનું, નાનું; આટલું બધું નહિ. નામ૰ અ૰ બાદ, ઓછું. ના૰ (-થી) ઓછી રકમ, જથ્થો કે સંખ્યા. ક્રિ૰ વિ૰ ઓછું, ઓછા પ્રમાણમાં – માત્રામાં.

lessee' (લે'સી), જુઓ **lease.**

le'ssen (લે'સન), ઉ૰ ક્રિ૰ ઓછું કરવું – થવું.

le'sser (લે'સર), વિ૰ બીજાથી ઓછું – નાનું; ઊતરતું, ગૌણ.

le'sson (લે'સન), ના૰ વિદ્યાર્થીએ ભણવાનો પાઠ; એક વખતે શીખવવાની કે ભણવાની અવધિ; બોધપાઠ (ચેતવણીરૂપ કે ઉત્તેજક); દેવળની ઉપાસના દરમ્યાન વંચાતો બાઇબલનો ફકરો.

le'ssor (લે'સર), જુઓ **lease.**

lest (લે'સ્ટ), ઉભ૦ અ૦ (આમ ન થાય) તેટલા માટે, રખે ને આમ થાય, કદાચને.

let[1] (લે'ટ), સ૦ ક્રિ૦ [**letted** અથવા **let**] વિઘ્ન કે આડખીલી નાખવી, અટકાવવું; ના૦ [ટેનિસ ઇ૦માં] દડા કે રમનારના માર્ગમાં આવતો અવરોધ, જેને લીધે દડો ફરી મોકલવામાં આવે છે. **without ~ or hindrance,** રુકાવટ કે આડખીલી વિના.

let[2], ઉ૦ ક્રિ૦ [**let**] (કરવા, થવા, ઇ૦ની) રજા કે છૂટ કે હુકમ આપવો, કરવા, થવા, ઇ૦ દેવું; નીકળી જવા દેવું, કાઢવું, (પ્રવાહી, હવા, ઇ૦ને); (ઘર, જમીન, ઇ૦) ભાડે – સાથે – આપવું. ના૦ ભાડે કે સાથે આપવું તે. **~ alone,** -માં માથું ન મારવું, ધ્યાન ન આપવું, ન કરવું, -ની વાત છોડી દેવી. **~ down,** નીચે ઉતારવું – છોડવું, ગરજ વખતે ટેકો ન આપવો, નિરાશ કરવું. **~ fly,** છોડવું, -ની તરફ જોરથી ફેંકવું – મારવું. **~ go,** છોડવું, જવા દેવું, પકડ છોડી દેવી. **~ in(to),** અંદર આવવા કે જવા દેવું, – ની અંદર ઘાલવું – ખોસવું; ગુપ્ત વાત ઇ૦ ની જાણ કરવી. **~ in for,** (મુશ્કેલી કે નુકસાન) માં સંડોવવું. **~ loose,** છોડી દેવું, છૂટું મૂકવું. **~ off,** (તીર, બંદૂક) છોડવું, જવા કે ભાગી જવા દેવું; ઘરનો ભાગ ઇ૦ ભાડે આપવો. **~ on,** [વિ૦ બો૦] ગુપ્ત વાત છતી કરવી **~ out,** બહાર જવા માટે બારણું ઉઘાડવું, નાસી જવા દેવું; (વસ્ત્રને) વધુ ઢીલું કે પહોળું કરવું. **~-out,** નાસી જવાની તક. **~ up,** [વાત.] ઓછું કડક થવું; ઓછું થવું, ઘટવું **~-up,** ઘટાડો, મંદી, વિરામ.

le'thal (લીથલ), વિ૦ પ્રાણઘાતક, જીવલેણ, મારી નાખવા માટે યોજેલું – પૂરતું.

le'thargy (લે'થર્જિ), ના૦ સુસ્તી, ગાફેલપણું, જડતા, નિર્જીવતા. **lethar'gic** (લિથાર્જિક), વિ૦.

le'tter (લે'ટર), ના૦ અક્ષર, વર્ણ; પત્ર, કાગળ; કોઈ કથનના ચોક્કસ શબ્દો; [બ૦વ૦માં] વિધિપૂર્વકનો પત્રરૂપ દસ્તાવેજ; [બ૦ વ૦ માં] સાહિત્ય. સ૦ ક્રિ૦ -ની ઉપર અક્ષર કોતરવા – લખવા; અક્ષરોની મદદથી વર્ગ પાડવા. **~-bomb,** ટપાલથી રવાના કરાતો સ્ફોટક બૉંબ. **~-box,** મોકલવાના અથવા વહેંચવાના પત્રો નાખવાની પેટી, પત્રો નાખવા માટે બારણામાં પાડેલું કાણું. **~press,** બીબાં વડે છાપેલો મજકૂર (ચિત્રો બાદ કરતાં).

le'ttuce (લે'ટિસ), ના૦ વિ૦ ક૦ કચુંબર માટે વપરાતી એક જાતની ભાજી, 'લેટસ'.

leu'cocyte (લ્યૂકસાઇટ), ના૦ લોહીનો શ્વેત અથવા વર્ણહીન કણ.

leuco'tomy (લ્યૂકૉટમિ), ના૦ કોઈ માનસિક વિકૃતિ દૂર કરવા માટે મગજના આગળના ભાગમાં કરાતી શસ્ત્રક્રિયા.

leukae'mia (લ્યૂકીમિઅ), ના૦ પાંડુરોગ.

Leva'nt (લિવૅન્ટ), ના૦ પૂર્વ ભૂમધ્ય પ્રદેશ, લેવન્ટ.

Le'vantine (લે'વન્ટાઇન), ના૦ લેવન્ટનો વતની. વિ૦ લેવન્ટનું – સુધી વેપાર ખેડતું.

le'vee[1] (લે'વિ), ના૦ ઔપચારિક સ્વાગત સમારંભ વખતે મહેમાનોનો મેળાવડો; રાજાનો દરબાર, લેવી. (જેમાં કેવળ પુરુષોને જ આમંત્રણ હોય છે).

le'vee[2], ના૦ [અમે.] નદીકાંઠે બાંધેલો બંધ.

le'vel (લે'વલ), ના૦ પાણસળ, સાધની; સપાટી, સરખી ભોંય, આડી લીટી – સપાટી; સામાજિક, નૈતિક અથવા બૌદ્ધિક ધોરણ – સ્તર; પદ કે સત્તાનો સ્તર; પ્રાપ્ત કરેલું ઊંચું સ્થાન; ખાડાટેકરા વિનાની ભોંય; સપાટ પ્રદેશ. વિ૦ ક્ષિતિજને સમાંતર, સરખું, સમાન; સપાટ, ખાડા ટેકરા વિનાનું; એક સરખું; સમતોલ વૃત્તિવાળું. ઉ૦ ક્રિ૦ સરખું, સપાટ કે એક સપાટીવાળું કરવું – થવું, એક સપાટી પર મૂકવું; જમીનદોસ્ત કરવું, પાડી નાખવું; (અસ્ત્ર, બંદૂક, ઇ૦) તાકવું. **on the ~,** [વાત.] સચ્ચાઈવાળું, સચ્ચાઈપૂર્વક; પ્રામાણિક(પણે). **~ crossing,** રસ્તો અને રેલવે

જ્યાં એક સપાટી પર એક બીજાને કાપીને જાય છે તે જગ્યા. **~-headed,** સમતોલ વૃત્તિવાળું, શાંત.

le'ver (લીવર), ના૦ ભાર ઊંચકવાની કે ખસેડવાની સાગટી, ઉચ્ચાલક; ટાંકણું ઉઘાડવા માટે વપરાતો ખીલો કે દાંડો; [લા.] નૈતિક દબાણનું સાધન. ઉ૦ ક્રિ૦ ઉચ્ચાલક વાપરવું, ઉત્તોલન દંડથી ઊંચકવું – ખસેડવું.

le'verage (લીવરિજ), ના૦ ઉચ્ચાલકની ક્રિયા, ઉચ્ચાલક વાપરવાથી થતો યાંત્રિક લાભ; [લા.] કોઈ હેતુ પાર પાડવાનું સાધન.

le'veret (લે'વરિટ), ના૦ સસલાનું બચ્ચું.

levi'athan (લિવાયથન), ના૦ દરિયાઈ રાક્ષસ; મોટું – તોતિંગ વહાણ; તે તે જાતની પ્રચંડ વસ્તુ.

le'vitate (લે'વિટેટ), ઉ૦ ક્રિ૦ હવામાં ઊંચે ચડવું અને ઊડવું – તરવું, – ચડાવવું અને ઉડાડવું. **levita'tion** (–ટેશન), ના૦.

Le'vite (લીવાઇટ), ના૦ લેવીની જમાતનો માણસ; યહૂદી દેવળમાં પુરોહિતનો – પૂજારીનો—સહાયક. **Levi'tical** (લિવિટિકલ), વિ૦.

le'vity (લે'વિટિ), ના૦ આછકલાપણું; ગંભીર વસ્તુની ઠેકડી કરવાની વૃત્તિ.

le'vy (લે'વિ), ના૦ ફરજિયાત ઉઘરાણું, કરવેરો, ઇ૦ ની વસૂલાત; ભેગો કે વસૂલ કરેલો જથો; માણસોને લશ્કરમાં ભરતી કરવું તે, ભરતી કરેલી સંખ્યા. સ૦ ક્રિ૦ (ફાળો, કરવેરા, ઇ૦) ફરજિયાત નાખવું – લાદવું – વસૂલ કરવું.

lewd (લ્યૂડ), વિ૦ કામી, લંપટ; અશ્લીલ.

le'xical (લે'ક્સિકલ), વિ૦ ભાષાના શબ્દોનું – ને લગતું; શબ્દકોશનું (હોય તેવું).

lexico'graphy (લે'ક્સિકૉગ્રફિ), ના૦ કોશરચના (શાસ્ત્ર). **lexico'grapher** (– ગ્રફર), ના૦. **lexicogra'phical** (– કગ્રૅફિકલ), વિ૦.

le'xicon (લે'ક્સિકન), ના૦ શબ્દકોશ.

ley (લે), ના૦ ઘાસ ઊગેલી જમીન.

Ley'den (લાઇડન), ના૦. **~ jar,** લાઇડન બરણી, એક જાતનું વિદ્યુત વાહક કે સંગ્રાહક.

L. F., સંક્ષેપ. low frequency.

l. h., સંક્ષેપ. left hand.

liabi'lity (લાયબિલિટિ), ના૦ જવાબદાર હોવું તે; જેની પોતાને શિરે જવાબદારી હોય તેવી ત્રાસદાયક વ્યક્તિ કે વસ્તુ; [બ૦ વ૦માં] દેવું, કરજ, નાણાંકીય જવાબદારી.

li'able (લાયબલ), વિ૦ કાયદાથી બંધાયેલું; કર, સજા, ઇ૦ ને પાત્ર – અધીન; -ને માટે જવાબદાર; કંઈ (ન ઇચ્છવા જેવું) થાય – કરે એવું.

liai'se (લિએઝ), અ૦ ક્રિ૦ [વાત.] -ની વચ્ચે સહકાર સ્થાપવો, કડીરૂપ થવું (**with, between**).

liai'son (લિએઝ઼ન), ના૦ સંબંધ, સહકાર; સ્ત્રીપુરુષનો આડો સંબંધ.

lia'na (લિઆને), ના૦ ઉષ્ણ કટિબંધનો એક જંગલી વેલો.

li'ar (લાયર), ના૦ જૂઠું બોલનારો.

li'as (લાયસ), ના૦ અશ્મિલોથી ભરપૂર વાદળી રંગનો ચૂનાનો પથ્થર

Lib., સંક્ષેપ. Liberal; liberation.

liba'tion (લાઇબેશન), ના૦ દેવતાને ધરેલો પીણાનો – મદ્યનો – નવેદ્ય; [મશ્કરીમાં] કોઈના આયુરારોગ્ય માટે તેનું નામ દઈને મદ્યપ્રાશન.

li'bel (લાઇબલ), ના૦ કોઈની આબરૂને હાનિ પહોંચે એવું લખાણ (પ્રસિદ્ધ કરવું તે); બદનક્ષી કરનારું લખાણ, ભાષણ. સ૦ ક્રિ૦ ખોટી રીતે બદનામ કરવું; દુષ્ટ હેતુથી ખોટી રજૂઆત કરવી; બદનક્ષીવાળુ લખાણ પ્રસિદ્ધ કરવું. **li'bellous** (-બલસ), વિ૦.

li'beral (લિબરલ), વિ૦ છૂટથી આપેલું – આપનારું; ઉદાર; વિપુલ, ભરપૂર; પૂર્વગ્રહ વિનાનું; કઠોર કે કટ્ટર નહિ એવું; (વિદ્યાભ્યાસ અંગે) મનને ઉદાર બનાવવાના ઉદ્દેશવાળું; [રાજ્ય.] લોકશાહી પદ્ધતિથી સુધારાને અનુકૂળ, ઉદારમતવાદી. ના૦ ઉદારમતવાદી, વિ૦ ક૦ (**L~**) ઉદાર

કે લિબરલ પક્ષનો સભ્ય. **li'beralism** (-લિઝ઼મ), ના૦. **li'beralize** (-લાઇઝ઼), સ૦ ક્રિ૦. **liberaliza'tion** (-લાઇઝ઼ેશન), ના૦.

libera'lity (લિબરૅલિટિ), ના૦ ઉદારતા; છૂટે હાથે આપવું તે; મોટું મન.

li'berate (લિબરેટ), સ૦ ક્રિ૦ મુક્ત કરવું, (કેદ)માંથી છોડી મૂકવું; જુલમી સામાજિક રૂઢિઓમાંથી મુક્ત કરવું. **libera'tion** (-રેશન), ના૦. **li'berator** (-રેટર) ના૦.

liberta'rian (લિબર્ટૅ'અરિઅન), ના૦ અને વિ૦ ઇચ્છાસ્વાતંત્ર્યવાદ – વાદી; સ્વાતંત્ર્યવાદી, સ્વાતંત્ર્યનો પુરસ્કર્તા.

li'bertine (લિબર્ટીન, -ટાઇન), ના૦ વિષયલંપટ – સ્વૈરાચારી – માણસ.

li'berty (લિબર્ટિ), ના૦ મુક્ત હોવું તે, સ્વાતંત્ર્ય, સ્વાધીનતા, પોતાની ઇચ્છા મુજબ કરવાનો કે વર્તવાનો હક – સત્તા; અમર્યાદા, ધૃષ્ટતા; [બ૦ વ૦માં] સવલતો, વિશેષ અધિકારો. **at ~**, છૂટું (થયેલું); છૂટું, સ્વતંત્ર; કરવા ઇ૦ હકદાર. **~ horse**, સર્કસમાં કામ કરનાર ઘોડો (સવાર વિનાનો).

libi'dinous (લિબિડિનસ), વિ૦ કામી, લંપટ.

libi'do (લિબિડો), ના૦ [બ૦ વ૦ **~s**] કામ, કામવાસના, વાસના. **libi'dinal** (-ડિનલ), વિ૦.

Li'bra (લિબ્રે), ના૦ ત્રાજવું; તુલારાશિ

libra'rian (લાઇબ્રે'અરિઅન), ના૦ ગ્રંથપાલ.

li'brary (લાઇબ્રરિ), ના૦ ગ્રંથો, ચિત્રપટો, દસ્તાવેજો ઇ૦નો સંગ્રહ (રાખવાની જગ્યા), ગ્રંથાલય, એકસરખી બાંધણીમાં પ્રસિદ્ધ થતી ગ્રંથમાલા.

libre'tto (લિબ્રે'ટો), ના૦ [બ૦ વ૦ **~s** અથવા **-tti** - ટી] સંગીત નાટિકાનો પાઠ – પુસ્તક. **libre'ttist** (– ટિસ્ટ), ના૦.

lice (લાઇસ), જુઓ **louse.**

li'cence (લાઇસન્સ), ના૦ રજા, પરવાનગી; સરકારી પરવાનો, સનદ; સ્વચ્છંદીપણું, સ્વૈરાચાર. સ૦ ક્રિ૦ = **license.**

li'cense, સ૦ ક્રિ૦ રજા કે પરવાનગી આપવી, પરવાનો આપવો, કોઈ જગ્યા કે મકાનનો ખાસ હેતુ કે કામ માટે દારૂ વેચવા માટે ઉપયોગ કરવાનો પરવાનો આપવો ના૦ [અમે.] = **licence.**

licensee' (લાઇસન્સી), ના૦ પરવાનો ધરાવનાર (વિ૦ ક૦ દારૂ વેચવાનો).

lice'ntiate (લાઇસે'ન્શિઅટ), ના૦ કોઈ મહાવિદ્યાલય જેવી પરીક્ષા લેનાર સંસ્થાનું વિશિષ્ટ લાયકાતનું પ્રમાણપત્ર ધરાવનાર; પદવીધર.

lice'ntious (લાઇસે'ન્શસ), વિ૦ વિષયલંપટ, વ્યભિચારી.

lichee', lichi', (લીચી), ના૦ એક સકવચ ગર્યું ફળ.

li'chen (લાઇકન, લિચન), ના૦ દગડફૂલ જેવી એક અપુષ્પ વનસ્પતિ.

li'cit (લિસિટ), વિ૦ નિષિદ્ધ નહિ એવું.

lick (લિક), ઉ૦ ક્રિ૦ જીભવતી ચાટવું; ચાટી નાખવું; ચાટીને – અડીને – જવું; [વિ૦ બો૦] ઝૂડવું; હરાવવું. ના૦ જીભવતી ચાટવું તે; સખત ફટકો; [વિ૦ બો૦] ગતિ, વેગ.

lid (લિડ), ના૦પાત્રનું ઢાંકણું; આંખનું પોપચું.

li'do (લીડો), ના૦ [બ૦ વ૦ **~s**] ખુલ્લામાં આવેલું જાહેર સ્નાનાગાર – તરણકુંડ, નહાવા માટે અનુકૂળ દરિયાકિનારો.

lie¹ (લાઇ), ના૦ જૂઠું, અસત્ય; ઢોંગ; ખોટી માન્યતા. અ૦ ક્રિ૦ **[lying]** જૂઠું બોલવું; છેતરનારું હોવું.

lie², અ૦ ક્રિ૦ **[lying; lay; lain]**, સૂવું, આડા થવું; સૂતેલું હોવું; કશાક ઉપર સ્થિર પડેલું હોવું; (અમુક ઠેકાણે) આવેલું હોવું; નજર આગળ પ્રસરેલું હોવું; હોવું, રહેવું, અસ્તિત્વમાં હોવું, અમુક સ્થિતિમાં કે રીતે ગોઠવાયેલું હોવું; [કા.] ગ્રાહ્ય કે ટકી શકે એવું હોવું. ના૦ જે રીતે, તે દિશામાં અથવા સ્થિતિમાં વસ્તુ પડેલી હોય તે, કુદરતી સ્થિતિ. **~ in,** [વાત.] સવારે

મોડે સુધી પથારીમાં પડયા રહેવું. ~-in, ના૦. ~ low, કોઈ જુએ નહિ એવી રીતે – ચૂપચાપ–પડયા રહેવું. ~ of the land, સર્વસામાન્ય પરિસ્થિતિ.

lief (લીફ), ક્રિ૦ વિ૦ [પ્રા.] ખુશીથી.

liege (લીજ), વિ૦ [ઇતિ.] સેવા અથવા વફાદારી મેળવવાનો હકદાર – આપવા બંધાયેલું. ના૦ સ્વામી, ધણી (liege lord પણ); [બ૦ વ૦ માં] સેવક, એકનિષ્ઠ અનુયાયી, (liegeman પણ).

li'en (લીઅન), ના૦ દેવું ચૂકવાય નહિ ત્યાં સુધી મિલકત કબજામાં રાખવાનો હક.

lieu (લ્યૂ), ના૦. in ~ of, -ને ઠેકાણે – બદલે.

Lieut., સંક્ષેપ. Lieutenant.

lieute'nant (લે'ફ્ટે'નન્ટ), ના૦ ઉપરી માટે તેની ગેરહાજરીમાં કામ કરનાર અધિકારી; કૅપ્ટનથી ઊતરતો લશ્કરી અમલદાર; લેફ્ટનન્ટ – કમાંડરથી નીચેનો આરમારનો અધિકારી. ~-colonel, -commander, -general, કર્નલ ઇ૦થી નીચેનો અમલદાર. lieute'nancy (-નન્સિ), ના૦.

life (લાઇફ), ના૦ [બ૦ વ૦ lives], જીવન, જિંદગી; અસ્તિત્વ, હયાતી; આવરદા, આયુષ્ય; જીવ, પ્રાણ, ચૈતન્ય; જીવંત વસ્તુઓ અને તેમની પ્રવૃત્તિ; સ્ફૂર્તિ, જોમ, જીવનશક્તિ; જીવનપદ્ધતિ, તેનું વિશિષ્ટ અંગ; જીવનચરિત્ર; વ્યવસાય અને સંસારનાં સુખો; કોઈ પણ વસ્તુનું સક્રિય અને ઉપયોગી આયુષ્ય; વસ્તુ ટકવાની અવધિ. ~ belt, પાણીમાં તરતું રાખનારું હવાભરેલું કડું – પટો. ~-blood, જીવન માટે આવશ્યક એવું લોહી, [લા.] પ્રાણદાયી વસ્તુ. ~boat, તોફાન વખતે ડૂબતા માણસોને બચાવવા માટે વાપરવાની હોડી; સંકટ સમયે વાપરવાની વહાણની હોડી. ~-buoy, માણસને પાણીમાં તરતું રાખવાનું સાધન, બોયું. ~ cycle, [જીવ.] જીવનચક્ર, પ્રાણી જેમાંથી પસાર થાય છે તે વિવિધ પરિવર્તનોની શ્રેણિ. L~ guards, રાજાના અંગત રક્ષણની ઘોડેસવારોની ટુકડી. ~ insurance, જિંદગીનો વીમો. ~jacket, પાણીમાં તરતું રાખનાર હવા ભરેલું જાકિટ. ~line, ડૂબતાને બચાવવા માટેનું દોરડું; [લા.] અરસપરસ સંપર્કનું એકમાત્ર સાધન. ~ peer(age), આજીવન ઉમરાવ (પદ). ~-size(d), વિ૦ જીવતા માણસના કદનું. ~-style, માણસની (વ્યક્તિગત) જીવનપદ્ધતિ. ~time, (આખો) જન્મારો.

li'feless (લાઇફ્લિસ), વિ૦ નિર્જીવ, મૃત.

li'felike (લાઇફ્ લાઇક); વિ૦ જાણે જીવતું હોય એવું, આબેહૂબ.

li'fer (લાઇફર), ના૦ કાળા પાણીની સજા(નો કેદી).

lift (લિફ્ટ), ઉ૦ ક્રિ૦ ઊંચું કરવું, ઉપર – ઊંચે–ચડાવવું; ઊંચકવું, ઉપર – ઉપાડી–લેવું; -નો ઉદ્ધાર કરવો; ઉપરની દિશામાં વાળવું – ફેરવવું (આંખ, મોઢું, ઇ૦); (ઢોર ઇ૦) ચોરવું, ચોરી કરવી, કોઈના લખાણમાંથી કશુંક ચોરવું; (નિયંત્રણ ઇ૦) દૂર કરવું; (વાદળા ઇ૦ અંગે) ઉપર જવું, વિખેરાઈ જવું. ના૦ ઊંચકવું–ઉપાડવું–તે; વાહનમાં બેસાડીને લઈ જવું તે; ઉપર નીચે લાવવા લઈ જવાનું પાંજરું, લિફ્ટ; ટેકો કે ઊંચે ચડાવનારું બળ – પ્રભાવ. ~-off, અવકાશયાન કે પ્રક્ષેપક અસ્ત્રનું સીધું ઉડાણ.

li'gament (લિગમન્ટ), ના૦ અસ્થિબંધન.

li'gature (લિગેચર), ના૦ બંધન, પાટો, વિ૦ ક૦ રક્તવાહિનીઓને બાંધવાનો; [સં.] મીંડ, ઘસીટ; [મુદ્રણ] યુક્તાક્ષર. સ૦ ક્રિ૦ બંધ વતી બાંધવું, પાટો બાંધવો.

light¹ (લાઇટ), ના૦ તેજ; પ્રકાશ, અજવાળું; જ્યોતિ; દીપ, દીવો; અવરજવર નિયંત્રક દીવો – વા; દેવતા સળગાવવાની દીવાસળી – કાકડો; આંખનું તેજ, ચમક; કશાકની ઊજળી બાજુ; દૃષ્ટિકોણ, દૃષ્ટિ; બોધ; જ્ઞાન. વિ૦ ભરપૂર પ્રકાશવાળું, અંધારું નહિ; (રંગ અંગે) ફીકું. ઉ૦ ક્રિ૦ [lit અથવા lighted] સળગાવવું. પેટવવું; દીવો – દીવાથી રસ્તો

–બતાવવો; -ને પ્રકાશ આપવો; પ્રસન્ન –ઉલ્લસિત – થવું – કરવું. **~house,** દીવાદાંડી. **~ship,** દીવાવાળું વહાણ, દીપનૌકા. **~-year,** પ્રકાશવર્ષ, એક વરસમાં પ્રકાશ કાપે છે તે અંતર.

light[2], વિ૦ હલકું, હળવું, ભારે નહિ; જોઈએ તે કરતાં ઓછા વજનવાળું; ઓછા કે નીચા ઘનત્વવાળું; (શસ્ત્ર ઇ૦ અંગે) સહેલાઈથી વાપરી શકાય એવું; રૂપાળું, સુંદર; હળવેથી કરતું; ઘટ્ટ કે ઘાડું નહિ એવું, છિદ્રાળુ, પોચું; સુપાચ્ય; બિનમહત્ત્વનું, નજીવું; તુચ્છ, ક્ષુદ્ર; સુવાહ્ય, સુકર, સહેલું; દુ:ખથી મુક્ત, આનંદી. ક્રિ૦ વિ૦ હળવે રહીને, સૌમ્યપણે; ઓછા વજન કે સામાન સાથે. અ૦ ક્રિ૦ [**lit** અથવા **lighted**] અચાનક–ઓચિંતું મળવું– –ભેટો થવો (**upon**). **~-fingered;** હાથનું ચોટ્ટું. **~-headed,** ચક્કર આવતું, ચંચળ, ચસકેલું, લવરી કરનારું. **~-hearted,** આનંદી, મોજીલું; બેફિકરું. **~ industry,** નાની નાની અથવા હલકી વસ્તુઓ બનાવનારો ઉદ્યોગ. **~-weight,** સામાન્ય કરતાં ઓછા વજનવાળું (માણસ, પ્રાણી, વસ્ત્ર, ઇ૦); ૬૦ કિલો સુધીનું મુષ્ટિ યોદ્ધાનું વજન; [લા.] ઓછી આવડત અથવા મહત્ત્વવાળું (માણસ).

li'ghten[1] (લાઇટન), ઉ૦ ક્રિ૦ હલકું કરવું – થવું, -નું વજન કે ભાર ઓછો કરવો; આરામ – રાહત – આપવી; ઓછું કરવું.

li'ghten[2], ઉ૦ ક્રિ૦ ઉપર પ્રકાશ નાખવો; ચળકતું કરવું – થવું; પ્રકાશવું, ચળકવું;-માંથી વીજળીના ચમકારા થવા.

li'ghter[1] (લાઇટર), ના૦ બીડી, ચૂલો ઇ૦ પેટવવાનું સાધન, લાઇટર.

li'ghter[2], ના૦ વહાણ અને ધક્કા વચ્ચે માલ લાવવા લઈ જવાની હોડી.

li'ghtning (લાઇટ્નિંગ), ના૦ વીજળી, વિદ્યુત, વીજળીનો ઝબકારો. **~-conductor, -rod,** વીજળીથી ઘર ઇ૦ને નુકસાન ન થાય તે માટે ઊભો કરેલો સળિયો, વિદ્યુતવાહક – રક્ષક.

lights (લાઇટ્સ), ના૦ બ૦ વ૦ ઘેટાં, ડુક્કર, ઇ૦નાં ફેફસાં (ખોરાક તરીકે).

li'ghtsome (લાઇટ્સમ), વિ૦ હલકું –નાજુક–અને સુંદર; આનંદી; ચપળ.

li'gneous (લિગ્નિઅસ), વિ૦ લાકડાના રૂપનું, કાષ્ઠદ્રવ્યવાળું.

li'gnite (લિગ્નાઇટ), ના૦ લાકડાના બરનો બદામી રંગનો કોલસો.

lignum vi'tae (લિગ્નમ્ વાઇટી-ટાઇ), ના૦ કઠણ લાકડાનું એક ઝાડ.

like (લાઇક), વિ૦ -ના જેવું, સરખું, સમાન; -નાં લક્ષણવાળું; -ને માટે અનુકૂળ સ્થિતિમાં કે મિજાજમાં. નામ૦ અ૦ -ની જેમ – રીતે, -ના જેટલું જ. ઉભ૦ અ૦ -ની જેમ; જેમ...તેમ; [અમે.] જાણે કે, કેમ જાણે. ના૦ પ્રતિરૂપ, બરોબરિયું; (એક)-ના જેવું જ બીજું માણસ અથવા વસ્તુ; [બહુધા બ૦ વ૦માં] ગમતી વસ્તુ, અભિરુચિ; મનનો ઝોક. ઉ૦ ક્રિ૦ -ને ગમવું – પસંદ પડવું; -થી આકૃષ્ટ થવું; ઇચ્છવું, ચાહવું.

li'keable (લાઇકબલ), વિ૦ ગમવા જેવું, રોચક.

li'kelihood (લાઇક્લિહુડ), ના૦ શક્યતા, સંભવ.

li'kely (લાઇક્લિ), વિ૦ સંભવિત, બનવાજોગ, સાચું પડે એવું; -ની અપેક્ષા રાખી શકાય એવું; આશાસ્પદ; અનુકૂળ, યોગ્ય. ક્રિ૦ વિ૦ કદાચ, સંભવતઃ.

li'ken (લાઇકન), સ૦ ક્રિ૦ સરખાવવું, સરખામણી કરવી.

li'keness (લાઇક્નિસ), ના૦ સરખાપણું, સાદૃશ્ય; પ્રતિરૂપ, પ્રતિમા, છબી.

li'kewise (લાઇક્વાઇઝ઼), ક્રિ૦ વિ૦ પણ, વળી; એ જ પ્રમાણે.

li'king (લાઇકિંગ), ના૦ અભિરુચિ; રુચિ, ભાવ, શોખ.

li'lac (લાઇલક), ના૦ ખુશબોદાર આછા જાંબુડિયા અથવા સફેદ ફૂલવાળો એક છોડ; આછો જાંબુડિયો રંગ. વિ૦ આછા જાંબુડિયા રંગનું.

lilia'ceous (લિલિએશસ), વિ૦ 'લિલિ'-

ના કુટુંબનું, 'લિલિ'ના જેવું.

lilipu'tian (લિલિપ્યૂશન), વિ૦ બહુ નાના કદનું, ઠિંગુજી.

lilt (લિલ્ટ), ઉ૦ ક્રિ૦ તાલસૂરથી ગાવું અથવા બોલવું. ના૦ તાલસૂરવાળું ગીત.

li'ly (લિલિ), ના૦ મોટા ભપકાદાર ફૂલોવાળો એક કાંદાવાળો છોડ; 'લિલિ' ફૂલ; કુલચિહ્ન તરીકે 'આઇરિસ' ફૂલ. ~ **of the valley**, ઘંટડીના આકારનાં સફેદ સુગંધી ફૂલોવાળો એક વાસંતિક છોડ.

limb[1] (લિમ), ના૦ [ખ.] સૂર્ય ઇ૦ની વિશિષ્ટ કોર.

limb[2], ના૦ હાથ, પગ, પાંખ, ઇ૦ અવયવ; ઝાડની મોટી શાખા; 'ક્રૂસ'નો હાથ કે શાખા. **out on a ~**, [લા.] એકલું પડેલું; સંકટમાં આવી પડેલું, અસહાય.

li'mber[1] (લિમ્બર), ના૦ તોપની ગાડીનો અલગ પાડી શકાય એવો આગળનો ભાગ, ઘોડી. સ૦ ક્રિ૦ તોપને તેની ઘોડી પર બેસાડવી.

li'mber[2], વિ૦ સહેલાઈથી વાળી શકાય એવું, લવચીક; ચપળ, ચંચળ. ઉ૦ ક્રિ૦ ~ **up**, (પોતાની જાતને) લવચીક, ચપળ, બનાવવું, વ્યાયામની રમતોની તૈયારી માટે.

li'mbo[1] (લિમ્બો), ના૦ [બ૦ વ૦ ~**s**] નરક પાસેનો એક કાલ્પનિક પ્રદેશ -લોક, ખ્રિસ્તપૂર્વ ધાર્મિક લોકો તથા બાપ્તિસ્માના સંસ્કાર વિનાના બાળકોનું મરણોત્તર નિવાસસ્થાન; ઉપેક્ષા અને વિસ્મૃતિની સ્થિતિ.

li'mbo[2], ના૦ [બ૦ વ૦ ~**s**] વેસ્ટ ઇંડીઝનું એક નૃત્ય જેમાં નર્તક પાછલી બાજુએ વળીને આડા દાંડા નીચે જાય છે.

lime[1] (લાઇમ), ના૦ કળીચૂનો, ચૂનાનો પથ્થર શેકીને બનાવેલો; ઝાડની છાલમાંથી બનાવેલો ગુંદરિયો ચૂનો. સ૦ ક્રિ૦ ચૂનો ચોપડવો ઇ૦. ~**-kiln**, ચૂનાનો ભઠ્ઠો. ~**light**, એક જાતનો તીવ્ર પ્રકાશ, બિંદુપ્રકાશ (અગાઉ નાટકશાળામાં મંચ પર ફેંકાતો); [લા.] પ્રસિદ્ધિ(નો ચળકાટ). ~**stone**, ચૂનાનો પથ્થર.

lime[2], ના૦ લીંબુ, ખાટું લીંબુ. ~**(-green)**, તેનો આછો લીલો રંગ. ~**(-juice)**, તેનો રસ (આગરુની દવા તરીકે વપરાય છે), તે રસનું પીણું.

lime[3], ના૦ ~**(-tree)**, હૃદયના આકારનાં પાંદડાંવાળું એક શોભાનું ઝાડ.

li'merick (લિમરિક), ના૦ પાંચ લીટીવાળી એક વિનોદી કવિતા.

Li'mey (લાઇમિ), ના૦ [અમે૦ બો૦] બ્રિટિશ વ્યક્તિ.

li'mit (લિમિટ), ના૦ સીમા, હદ; મર્યાદા; અવધિ; અનુલ્લંઘનીય લીટી ઇ૦. સ૦ ક્રિ૦ મર્યાદિત – પરિમિત – કરવું, -ની મર્યાદા બાંધવી – બનવી. ~**ed**, વિ૦ મર્યાદિત, થોડું.

limita'tion (લિમિટેશન), ના૦ મર્યાદિત કરવું તે, સીમાબંધન; નિયંત્રણ, પ્રતિબંધ; મુદત, અવધિ; મર્યાદા, પોતાની શક્તિની મર્યાદા, ન્યૂનતા.

limn (લિમ), સ૦ ક્રિ૦ [સાહિત્ય.] (ચિત્ર) ચીતરવું, છબી ચીતરવી. **li'mner** (લિમ્નર), ના૦.

li'mousine (લિમુઝ઼િન), ના૦ ડ્રાઇવર માટે અલગ પાડેલી જગ્યાવાળી બંધ બારણાંવાળી મોટરગાડી.

limp[1] (લિમ્પ), અ૦ ક્રિ૦ લંગડાતાં ચાલવું, લંગડાવું, ધીમેથી અથવા મુશ્કેલીથી આગળ વધવું; (વૃત્ત અંગે) ખામીવાળું હોવું. ના૦ લંગડાતાં ચાલવું તે, લહેક.

limp[2], વિ૦ સહેજે વળે એવું પણ ફરી મૂળ આકારને ન પામનારું; [લા.] ઘગશ કે જોમ વિનાનું.

li'mpet (લિમ્પિટ), ના૦ ખડકને ચોંટી રહેનારું ગોકળગાય ઇ૦ જેવું એક સકવચ પ્રાણી.

li'mpid (લિમ્પિડ), વિ૦ સ્વચ્છ અને પારદર્શક. **limpi'dity** (-ડિટિ), ના૦

li'nage (લાઇનિજ), ના૦ પાનામાં લીટીઓ ઇ૦ની સંખ્યા; લીટીને હિસાબે અપાતા પૈસા.

li'nchpin (લિંચ્પિન), ના૦ પૈડાની ખીલી (આંસને છેડે પરોવાતી); સંસ્થા

ઇ૦નું આધારભૂત માણસ અથવા તત્ત્વ.

Lincs., સંક્ષેપ. Lincolnshire.

li'nctus (લિંક્ટસ), નામ૦ કફનાશક ચાસણી કે શરબત જેવી દવા, કફસીરપ.

li'nden (લિન્ડન), નામ૦ લીંબોઈ જેવું એક શોભાનું ઝાડ.

line[1] (લાઇન), નામ૦ દોરડું, દોરી, તાર, ઇ૦; (સંદેશાવાહક) તાર કે ટેલિફોન-(નો તાર કે સંપર્ક – જોડાણ); લીટી, રેષા; રંગનો પટો; ચાસ, કરચલી; જેમાં દૂરદર્શનનાં દશ્યો રજૂ કરવામાં આવે છે તે બહુ જ સાંકડા આડા વિભાગોમાંનો એક; સમોચ્ચ-રેખા, રૂપરેખા, ઘાટ, મોંનો સિક્કો; [બ૦ વ૦માં] યોજના, નકશો, કાચી રૂપરેખા; કાર્યપ્રણાલીની રીત; સીમા, હદ; માણસો કે વસ્તુઓની હાર; [લશ્કર.] કિલ્લેબંધીની એકબીજી સાથે જોડાયેલી માલિકા; પાસે પાસે ઊભા કરેલા સિપાઈઓની કતાર; નિયમિત પાયદળની પલટણો; છાપેલી કે ચેરેલી લીટી; કવિતાની લીટી, [બ૦ વ૦માં] કાવ્ય; [બ૦ વ૦માં] નટની ભૂમિકાના શબ્દો; અમુક સ્થળો વચ્ચે આવજા કરતાં એક પછી એક આવતાં વહાણો, મોટર-બસો, વિમાનો, ઇ૦ની હાર કે હારો; તે ચલાવનાર કંપની; વંશ, કુળ; રેલવેનો માર્ગ કે શાખા; કોઈ પ્રવૃત્તિનો વિભાગ, ઉદ્યોગ-ધંધાની શાખા; વેપારના માલનો પ્રકાર – વર્ગ. ઉ૦ ક્રિ૦ રેખાંકિત કરવું, લીટીઓ દોરવી; રસ્તા ઇ૦ પર નિયમિત અંતરે માણસો ગોઠવવા – (માણસોએ) ઊભા રહેવું; **~sman**, દડો રમવાના ક્ષેત્રની અંદર પડ્યો કે નહિ તે જોનાર અમ્પાયર કે રેફરીનો મદદનીસ. **~ up**, કતારોમાં ગોઠવવું – ગોઠવાવું.

line[2], સ૦ ક્રિ૦ અસ્તર દેવું – નાખવું; (પૈસાનું પાકીટ ઇ૦) ભરી દેવું; અસ્તર તરીકે કામમાં આવવું.

li'neage (લિનિઇજ), નામ૦ વંશ; વંશાવલિ.

li'neal (લિનિઅલ), વિ૦ વંશની સીધી લીટીમાં ઊતરી આવેલું, વંશપરંપરાગત.

li'neament (લિનિઅમન્ટ), નામ૦ [બહુધા બ૦ વ૦માં] વિશેષ લક્ષણ, વિ૦ ક૦ ચહેરા અંગે, મોંનો સિક્કો, સિકલ.

li'near (લિનિઅર), વિ૦ લીટી(ઓ)નું -માં; એક સરખી પહોળાઈનું લાંબું અને સાંકડું.

lin'en (લિનિન), નામ૦ શણનું વણેલું કાપડ; [સમૂહ.] (મૂળ) તેની બનેલી વસ્તુઓ, જેમકે ચાદરો, ખમીસ ઇ૦. વિ૦ શણનું બનાવેલું.

li'ner (લાઇનર), નામ૦ ઉતારુઓને લાવવા લઈ જનારું વહાણ અથવા વિમાન.

ling[1] (લિંગ), નામ૦ લાંબી ને પાતળી દરિયાઈ માછલી.

ling[2], નામ૦ એક જાતનું ઝાડવું અથવા છોડ.

li'nger (લિંગર), અ૦ ક્રિ૦ ઊભા રહેવું, જતાં વાર લગાડવી, આમતેમ રસળવું, ઢીલ કર્યા કરવી.

li'ngerie (લૅંઝરી), નામ૦ સ્ત્રીઓનાં અંદરથી કે રાતે પહેરવાનાં કપડાં.

li'ngo (લિંગો), નામ૦ [બ૦ વ૦ **~es**; અનાદર.] પરદેશી ભાષા.

li'ngual (લિંગ્વલ), વિ૦ જીભનું; વાણીનું કે ભાષાનું.

li'nguist (લિંગ્વિસ્ટ), નામ૦ બહુભાષા કોવિદ; ભાષાશાસ્ત્રી.

lingui'stic (લિંગ્વિસ્ટિક), વિ૦ ભાષા-(ઓ)નું, ભાષાશાસ્ત્રનું. **lingui'stics** (-સ્ટિક્સ), નામ૦ બ૦ વ૦ ભાષાશાસ્ત્ર.

li'niment (લિનિમન્ટ), નામ૦ ચોપડવાનું ઓસડ, ચોળવાનું ઔષધી તેલ ઇ૦.

li'ning (લાઇનિંગ), નામ૦ માંહેથી મઢેલું પડ, અસ્તર.

link (લિંક), નામ૦ સાંકળની કડી, અંકોડો, આંકડી; જોડનાર – સળંગતા રાખનાર – વ્યક્તિ કે વસ્તુ; માળાનો એક ઘટક – મણકો. ઉ૦ ક્રિ૦ એકબીજા સાથે –ની સાથે જોડવું – સાંકળવું; જોડાવું; હાથ પકડવા – ઝાલવા, બાહુમાં બાહુ પરોવવા.

li'nkage (લિંકિજ), નામ૦ જોડાયેલા હોવું તે, સહલગ્નતા; કડીઓની બનેલી સાંકળ.

links (લિંક્સ), નામ૦ બ૦ વ૦ ગોલ્ફ રમવાની જગ્યા – ભૂમિ.

Linnae'an (લિનીઅન), વિ૦ અને નામ૦

લિનીઅસ કે તેના વનસ્પતિવર્ગીકરણનો (અનુયાયી).

li'nnet (લિનિટ), ના૦ એક ગાનારું પક્ષી.

li'no (લાઇનો), ના૦ [બ૦ વ૦ ~s] = **linoleum.** ~**cut,** લિનોલિયમના બ્લૉક ઉપર કોતરીને ઉપસાવેલી આકૃતિ કે નકશી (ઉપરથી પાડેલી છાપ – છાપેલું ચિત્ર).

lino'leum (લિનોલિઅમ), ના૦ બૂચના ભૂકા સાથે અળસીના તેલનું ઘટ્ટ રોગાન ચોપડેલું કંતાનનું પાથરણું.

Li'notype (લાઇનટાઇપ), ના૦ સીસાના રસમાંથી આખી લીટીનાં બીબાં જેમાંથી તૈયાર થઈને બહાર પડે છે તે યંત્ર.

li'nseed (લિન્સીડ), ના૦ અળસીનું (તેલી) બી, અળસી.

linsey-woo'lsey (લિન્સિ-વુલ્ઝિ), ના૦ સુતરાઉ તાણો ને ઊનનો વાણો વણીને તૈયાર કરેલું કપડું.

lint (લિન્ટ), ના૦ શણિયાને એક બાજુએ ઘસીને સુંવાળું બનાવેલું પાટો કાપડ, જે બાંધતી વખતે જખમ પર મુકાય છે; સુંવાળી રુવાંટી.

li'ntel (લિન્ટલ), ના૦ બારી, બારણું, ઇ૦ પર મુકાતી ચપટી શિલા કે જાડું પાટિયું, ઓતરંગ.

li'on (લાયન), ના૦ સિંહ, કેસરી; બહાદુર, પરાક્રમી અથવા પ્રસિદ્ધ વ્યક્તિ. **li'oness** (-નિસ), ના૦.

li'onize (લાયનાઇઝ઼), સ૦ ક્રિ૦ કોઈને પ્રસિદ્ધ વ્યક્તિ ગણી તેની સાથે વર્તવું.

lip (લિપ), ના૦ હોઠ, ઓષ્ઠ; વાસણ, ખાડો, ઇ૦ની કોર, કાનો; [વિ૦ બો૦] ઉદ્ધતપણું. ~**-reading,** ઓષ્ઠવાચન, હોઠોની હાલચાલ પરથી બોલેલું સમજવું તે. ~**-read,** ઉ૦ ક્રિ૦. ~**-service,** શાબ્દિક સહાનુભૂતિ, દિખાઉ પ્રેમ. ~**-stick,** હોઠ રંગવાની સળી.

li'quefy (લિક્વિફાઇ), ઉ૦ ક્રિ૦ ઓગાળવું, પ્રવાહી બનાવવું, ઓગળવું. **lique-fa'ction** (-ફૅક્શન), ના૦.

liqueur' (લિક્યુઅર), ના૦ એક જાતનું કડક મીઠું અને ખુશબોદાર મદ્ય.

li'quid (લિક્વિડ), વિ૦ પ્રવાહી, દ્રવરૂપ, ઘન કે વાયુરૂપ નહિ એવું; પાણી જેવું સ્વચ્છ; (ધ્વનિ અંગે) શુદ્ધ, મીઠો, સુસ્વર; (મૂડી, પૂંજી, અંગે) સહેલાઈથી રોકડમાં ફેરવી શકાય એવું. ના૦ પ્રવાહી પદાર્થ; l કે **r** નો ધ્વનિ.

li'quidate (લિક્વિડેટ), સ૦ ક્રિ૦ (દેવું) ચૂકવી દેવું – સાફ કરવું; પેઢી ઇ૦નો બધો વહેવાર સંકેલી લેવો; -નો અંત આણવો; (ઘણીવાર હિંસક સાધનો દ્વારા) -થી છુટકારો મેળવવો. **liquida'tion** (-ડેશન), ના૦ **go into ~,** કારભાર સંકેલી લેવો, દેવાળું કાઢવું. **li'quidator** (-ડેટર), ના૦.

liqui'dity (લિક્વિડિટિ), ના૦ પ્રવાહી સ્થિતિ; રોકડ રકમ પાસે હોવી તે.

li'quidize (લિક્વિડાઇઝ઼), સ૦ ક્રિ૦ પ્રવાહી બનાવવું.

li'quidizer (લિક્વિડાઇઝ઼ર), ના૦ શાકભાજી, ફળ, માંસ, ઇ૦નો રસો બનાવવાનું યંત્ર.

li'quor (લિકર), ના૦ ઊભરો આણેલું કે ગાળેલું પેય; દારૂ, મદ્ય; કોઈ પ્રક્રિયામાં વપરાતું કે તેમાંથી પેદા થતું પ્રવાહી.

li'quorice (લિકરિસ), ના૦ જેઠીમધ, (મૂળિયું, છોડ, ચૂર્ણ).

lir'a (લિઅરે), ના૦ [બ૦ વ૦ **lire** -રે અથવા ~s]. ઇટલી કે તુર્કીનું એક નાણું.

lisle (લાઇલ), ના૦ ~ (**thread**) સારી પેઠે વળ આપેલો બારીક દોરો (મોજાં ઇ૦ બનાવવા વપરાતો).

lisp (લિસ્પ), ઉ૦ ક્રિ૦ સ, શ, ઝ઼ અક્ષરોને બદલે થ, ધ, બોલવું, અશુદ્ધ, તોતડું બોલવું. ના૦ સ, શ,ને બદલે થ, ધ ઉચ્ચાર કરવો તે.

li'ssom (લિસમ), વિ૦ ચપળ, ઝટ વળે એવું

list[1] (લિસ્ટ), ના૦ વસ્તુઓ, નામો, ઇ૦ની યાદી, સૂચિ, કિંમત સાથેની સૂચિ; [બ૦ વ૦માં] અખાડા કે અગ્ગડની ફરતે અણિયાળી ચીપોની વાડ; અખાડો, અગ્ગડ; સ૦ ક્રિ૦ યાદીમાં દાખલ કરવું, -ની યાદી

બનાવવી. **enter the ~s**, અખાડામાં ઊતરવું, વાદ, ચર્ચા, ઇ૦માં જોડાવું. **listed building**, સ્થાપત્ય કે ઐતિહાસિક મહત્ત્વની દૃષ્ટિથી રક્ષિત મકાનોની યાદીમાં દાખલ કરેલી ઇમારત.

list[2], ઉ૦ ક્રિ૦ ઇચ્છવું, પસંદ કરવું.

list[3], ના૦ અને અ૦ ક્રિ૦ એક બાજુએ નમવું – ઝૂકવું–(તે), ઝુકાવ.

li'sten (લિસન), અ૦ ક્રિ૦ કશુંક સાંભળવાનો પ્રયત્ન કરવો, કાન દેવા; ધ્યાનપૂર્વક સાંભળવું, ધ્યાન દેવું (કાન દઈ ને). **~ in**, રેડિયો પર સાંભળવું, ટેલિફોનની વાતચીત વચ્ચેથી સાંભળવી.

li'stless (લિસ્ટ્લિસ), વિ૦ હોંશ, ઉત્સાહ કે મન વિનાનું, ઉદાસીન; સુસ્ત.

lit (લિટ), **light**'નો ભૂ૦ કા૦ તથા ભૂ૦ કૃ૦.

li'tany (લિટનિ), ના૦ ચર્ચની ઉપાસનામાં કરવામાં આવતી વિવિધ માગણીઓ; પ્રાર્થના – સ્તોત્ર – સંગ્રહ.

litchi', li'chee, lichi' (લિચિ, -ચી), ના૦ એક જાતનું મધુર માવાવાળું ચીની ફળ.

li'teracy (લિટરસિ), ના૦ લખવા વાંચવાની આવડત, સાક્ષરતા.

l'iteral (લિટરલ), વિ૦ વર્ણમાળાના અક્ષર (– રો)નું; (ભાષાંતર ઇ૦ અંગે) અક્ષરે અક્ષરનું; શબ્દના સામાન્ય કે મૂળ અર્થવાળું.

li'terary (લિટરરિ), વિ૦ સાહિત્યનું-ને લગતું, સાહિત્યવાળું, સાહિત્યપ્રેમી.

li'terate (લિટરિટ), વિ૦ અને ના૦ લખી વાંચી શકનાર.

litera'ti (લિટરાટિ), ના૦ બ૦ વ૦ સાક્ષરો, પંડિતો.

li'terature (લિટરેચર), ના૦ સાહિત્ય, લલિત સાહિત્ય; કોઈ દેશ કે કાળનું સાહિત્ય; [વાત.] છાપેલો મજકૂર.

lithe (લાઇધ), વિ૦ સહેજે નમે – વળે– એવું, ચપળ.

li'tho (લાઇથો), ના૦ [બ૦વ૦ ~s] [વાત.] શિલાછાપની પ્રક્રિયા. સ૦ક્રિ૦ એ પ્રક્રિયાથી છાપવું. વિ૦ શિલાછાપનું.

li'thograph (લિથગ્રાફ), ના૦ શિલાછાપ, શિલાછાપે છાપેલું લખાણ. સ૦ક્રિ૦ શિલાછાપે છાપવું.

litho'graphy (લિથૉગ્રફિ), ના૦ શિલાછાપે છાપવાની વિદ્યા, શિલામુદ્રણ. **litho'grapher** (-ગ્રફર), ના૦. **lithogra'phic** (-થગ્રૅફિક), વિ૦.

li'tigant (લિટિગન્ટ), વિ૦ અને ના૦ અદાલતમાં ફરિયાદ કરનાર, મુકદ્દમાનો પક્ષકાર.

li'tigate (લિટિગેટ), ઉ૦ક્રિ૦ અદાલતમાં દાવો માંડવો – ફરિયાદ કરવી; કાયદાના મુદ્દા અંગે ઝઘડવું. **litiga'tion** (-ગેશન), ના૦.

liti'gious (લિટિજસ), વિ૦ કજિયાખોર, મુકદ્દમાબાજ.

li'tmus (લિટ્મસ), ના૦ એક વાદળી રંગ જે તેજાબ – અમ્લ–થી રાતો બને છે અને ક્ષાર-અલ્કલીથી ફરી પાછો વાદળી બને છે.

li'tre (લીટર), ના૦ મેટ્રિક પદ્ધતિનું પ્રવાહીનું એક માપ, આશરે $1\frac{3}{4}$ પાઇન્ટ.

li'tter (લિટર), ના૦ પાલખી, ડોલી; માંદા કે જખમી માણસ માટે સ્ટ્રેચર કે ખાટલો; ઘોડા ઇ૦ માટે ઘાસનું પાથરણું; અસ્તવ્યસ્ત પડેલી પરચુરણ ચીજો, અટાળો; રદ્દી કાગળ, પસ્તી; એક વેતરનાં બચ્ચાં. સ૦ક્રિ૦ ઘોડા ઇ૦ માટે ઘાસનું પાથરણું કરવું; ગંદવાડો કરવો; વિયાવું, જણવું.

li'ttle (લિટલ), વિ૦ નાનું, નાનકડું, મોટું કે મહાન નહિ; નાનકડા પાયા પર કામ કરનારું; ઠીંગણું, કદમાં નાનું, (અંતર કે સમય અંગે) ટૂંકું; નજીવું, હલકું, ક્ષુદ્ર; અલ્પ, જરાક. ના૦ ઝાઝું નહિ, થોડુંક જ, જરાક. ક્રિ૦વિ૦ થોડું, સહેજ; જરાય નહિ. **~ by little**, થોડું થોડું કરીને. **the ~ people**, પરીઓ.

li'ttoral (લિટરલ), વિ૦ દરિયા કિનારાનું – પરનું. ના૦ દરિયા કાંઠાનો પ્રદેશ.

li'turgy (લિટર્જિ), ના૦ જાહેર ઉપાસનાનું નિયત સ્વરૂપ. **litur'gical** (-જિકલ), વિ૦.

live[1] (લાઇવ), વિ૦ જીવતું, સજીવ, જીવતું જાગતું; (રેડિયો પ્રસારણ અંગે) બનાવ

બનતો હોય તે જ વખતે સાંભળેલું કે જોયેલું, અગાઉથી ઉતારેલું નહિ; કાલગ્રસ્ત કે ક્ષીણ થયેલું નહિ; સળગે એવું, સ્ફોટ-ક્ષમ, વીજળીના પ્રવાહવાળું. ~ **stock**, પશુધન, પાળેલાં જનાવરો. ~ **weight**, કતલ કર્યા પહેલાંનું પ્રાણીનું વજન. ~ **wire**, વીજળીવાળો તાર, [લા.] ખૂબ ધગશ અને જોમવાળું માણસ.

live² (લિવ), ઉ૰ક્રિ૰ જીવવું, જીવતા હોવું, જીવતું રહેવું; -ની ઉપર-ખાઈ ને-જીવવું (**upon**); અમુક રીતે રહેવું-વર્તવું; જિંદગીનો પૂરેપૂરો લહાવો લેવો; જીવન જીવવું પસાર કરવું; પોતાનો નિવાસ બનાવવો.

li'velihood (લાઇવ્લિહુડ), ના૰ ગુજ-રાન – આજીવિકા – (નું સાધન); આહાર, ખોરાક.

li'velong (લાઇવ્લૉંગ), વિ૰ આખું, આખા અંતરને (સ્થળકાળ તથા આનંદ અને કંટાળો બંનેનું સૂચક) વ્યાપનારું.

li'vely (લાઇવ્લિ), વિ૰ જીવન અને ઉત્સાહથી ભરેલું, રસિક, આનંદી, ચેતનવંતું; જાણે જીવતું હોય એવું, આબેહૂબ; ઉલ્લાસ કે જોમવાળું; [વિનોદમાં] ભાવનોદ્દીપક, ભયાનક.

li'ven (લાઇવન), ઉ૰ક્રિ૰ ઉલ્લસિત – આનંદિત – કરવું – થવું.

li'ver¹ (લિવર), ના૰ વિશિષ્ટ રીતે રહેનાર માણસ.

liver², ના૰ પિત્તાશય, યકૃત; ખોરાક તરીકે પ્રાણીના યકૃતનું માંસ; ઘેરો રતાશ પડતો બદામી રંગ. ~ **salts**, પિત્તપ્રકોપ અથવા અગ્નિમાંદ્યની એક દવા.

li'verish (લિવરિશ), **li'very** (લિવરિ), વિ૰ પિત્તાશયની વિકૃતિવાળું; ચીઢિયું.

li'verwort (લિવરૂવર્ટ), ના૰ યકૃતના આકારનાં પાંદડાંવાળો એક છોડ.

li'very (લિવરિ), ના૰ ઘોડાના ઘાસ-દાણા માટે અપાતું ભથ્થું; નોકરોનો ગણ-વેશ; વિશિષ્ટ પહેરવેશ અથવા અંકિત ચિહ્નો. ~ **company**, અગાઉ જેનો ખાસ ગણવેશ હતો તે લંડનની સિટી કંપનીઓમાંની એક. ~**man**, એવી કંપનીનો સભ્ય; ભાડે આપવાના ઘોડાનો તબેલો રાખનાર. ~ **stable**, જ્યાં ધણી માટે ઘોડાઓ રાખવામાં આવે છે અથવા ભાડે અપાય છે તે ઘોડાનો તબેલો.

li'vid (લિવિડ), વિ૰ સીસાના આસમાની રંગનું; [વાત.] ખૂબ ગુસ્સે થયેલું.

li'ving (લિવિંગ), ના૰ ગુજરાન, આજી-વિકા; મિલકત અને વૃત્તિવાળી પુરોહિત (વિકાર અથવા રેક્ટર)ની જગ્યા-પદ. વિ૰ વિદ્યમાન; મૂળને બરાબર મળતું (ભાષા અંગે) હજી બોલાતી. ~ **memory**, હજી વિદ્યમાન માણસોની સ્મૃતિ. ~-**room**, બેઠકનો ઓરડો. ~ **wage**, જીવનનિર્વાહ પૂરતી મજૂરી.

li'zard (લિઝર્ડ), ના૰ કાચિંડો, સરડો.

lla'ma (લામ), ના૰ દ. અમેરિકાનું ઊની વાળનું એક ભારવાહક પ્રાણી.

Lloyd's (લૉઇડ્ઝ), ના૰ દરિયા પરના વહાણોનો વીમો ઉતારનાર લંડનની એક પેઢી. ~ **Register**, જુદા જુદા વહાણો-ની વર્ગીકૃત વાર્ષિક યાદી.

lo (લો), ઉદ્ગાર૰ [પ્રા.] જુઓ!

loach (લોચ), ના૰ મીઠા પાણીની એક નાની માછલી.

load (લોડ), ના૰ લઈ જવાનો-જવાતો બોજો; ભરેલો સામાન, બોજો; જવાબદારી, ચિંતા ઇ૰નો ભાર; [બ૰વ૰; વાત.] વિપુ-લતા, ઢગલા; વજન તરીકે કામ કરતી વસ્તુ અથવા બળ; [વીજ.] ઉત્પાદક મથક-માંથી અપાતી અથવા વિદ્યુતમંડળ દ્વારા વહન કરાતી વીજળીનો કે ઊર્જાનો જથો. ઉ૰ક્રિ૰ ઉપર ભાર લાદવો કે બોજો ચડા-વવો, વધારે પડતો બોજો કે વજન મૂકવું; બંદૂક ઇ૰ ભરવું; કૅમેરામાં ફિલ્મ ભરવી; ભરપૂર પુરવઠો કરવો, ભારાક્રાન્ત કરવું. ~ **line**, વહાણ પાણીમાં કેટલે સુધી ડૂબે ત્યાં લગી તેમાં માલ ભરી શકાય તે રેખા-મર્યાદા, ભારણરેખા.

loa'ded (લોડિડ), વિ૰ (પ્રશ્ન અંગે) ગૂઢાર્થવાળું; [વિ૰બો૰] પૈસાદાર; પીધેલ

[મે.] ખૂબ ઘેનની દવાઓ લીધી હોય એવું.

loa'dstone, lo'destone, (લોડ્સ્ટોન), ના૦ લોહચુંબક, અયસ્કાન્ત (મણિ); [લા.] આકર્ષક વસ્તુ.

loaf[1] (લોફ), ના૦ [બ૦વ૦ **loaves**]. નિયત વજનનો પાંઉ, પાંઉરોટી. ~ **sugar**, ખાંડનું ઢેફું કે મોટો ગાંગડો કે તેમાંથી કાપેલો નાનો કકડો.

loaf[2], અ૦ક્રિ૦ આળસમાં વખત કાઢવો, રખડી કાઢવું, આસપાસ રખડવું.

loam (લોમ), ના૦ ચીકણી માટી, રેતી, અને કોહવાયેલી વનસ્પતિની બનેલી ફળદ્રુપ જમીન. **loa'my** (લોમિ), વિ૦.

loan (લોન), ના૦ ઉછીની આપેલી કે લીધેલી વસ્તુ; ઉછીની કે વ્યાજે આપેલી કે લીધેલી રકમ. સ૦ ક્રિ૦ ઉછીની કે વ્યાજે રકમ આપવી. ~**-word**, એક ભાષાએ બીજી ભાષામાંથી લીધેલો શબ્દ.

loath, loth, (લોથ), વિધે૦ વિ૦ નામરજીવાળું, નાખુશ, નારાજ

loathe (લોધ), સ૦ ક્રિ૦ નફરત – તિરસ્કાર–કરવો, ઉપર અરુચિ હોવી. **loa'thing** (-ધિંગ), ના૦.

loa'thsome (લોધ્સમ), વિ૦ અભાવ કે નફરત પેદા કરનારું, ઘૃણાસ્પદ, ઉદ્વેગજનક.

lob (લૉબ), ઉ૦ ક્રિ૦ (દડો) ફેંકવો, ધીમે રહીને દડો ફેંકવો, ઊંચે – ઉપર–ઉછાળવો. ના૦ એવી રીતે ફેંકેલો કે ઉછાળેલો દડો.

lo'bar, lo'bate, વિ૦ જુઓ **lobe.**

lo'bby (લૉબિ), ના૦ દેવડી, દ્વારમંડપ; ઓસરી, એક ઓરડામાંથી બીજામાં જવાનો રસ્તો, મકાનની અંદરનો જુદી જુદી ઓરડીઓમાં જવાનો રસ્તો; [આમની સભામાં] સંસદસભ્યો અને બીજાઓ જેમાં મળી શકે તે જાહેર જનતાને ખુલ્લો મોટો ઓરડો – હૉલ; સભ્યો જ્યાં મત આપવા જાય છે તે બેમાંથી એક પરસાળ; મત મેળવવા માટે પરસાળ કે ઓરડામાં જનારા સભ્યો. ઉ૦ ક્રિ૦ લૉબીમાં જઈને સંસદના સભ્યોને મળીને તેમનો મત જાણવાનો પ્રયત્ન કરવો; સભ્યોના મત માગવા અથવા તેમના પર અસર પાડવાનો પ્રયત્ન કરવો.

lo'bbyist (લૉબિઇસ્ટ), ના૦ સભ્યોને મળીને તેમને અનુકૂળ કરવાનો પ્રયત્ન કરનાર.

lobe (લોબ), ના૦ કાનની બૂટ – લાળી, બીજી વસ્તુનો એવો જ ચપટો અને લટકતો ભાગ. **lo'bar** (લોબર), વિ૦. **lo'bate** (લોબિટ), વિ૦. **lobed** (લોબ્ડ), વિ૦.

lobe'lia (લબીલિઅ), ના૦ ચળકતા રંગોનાં ફૂલવાળો એક ઔષધિ છોડ.

lobo'tomy (લબૉટમિ), ના૦ મગજના આગળના ભાગમાં કરાતી શસ્ત્રક્રિયા (leucotomy).

lo'bster (લૉબ્સ્ટર), ના૦ સાંઢિયો, લેવટો; ખોરાક તરીકે તેનું માંસ. ~**-pot,** લેવટા પકડવાની ટોપલી.

lo'bworm (લૉબ્વર્મ), ના૦ મોટું અળસિયું. માછલી પકડવા ગલ તરીકે વપરાય છે.

lo'cal (લોકલ), વિ૦ કોઈ જગ્યા કે સ્થાનનું - ને લગતું, સ્થાનિક; પોતાની પડોશનું; વસ્તુના કોઈ ભાગનું – ભાગ પર અસર કરતું. ના૦ અમુક પ્રદેશનો રહેવાસી; [વાત.] સ્થાનિક દારૂનું પીઠું. ~ **authority,** સ્થાનિક સ્વરાજની સંસ્થા. ~ **colour,** નવલકથા ઇ૦ને વાસ્તવિક બનાવવા માટે તેમાં અપાતી સ્થાનીય વિગત –પૃષ્ઠભૂમિ. ~ **government,** સ્થાનિક સ્વરાજ(ની સંસ્થા)નો રાજ્ય કારભાર.

loca'le (લકાલ), ના૦ ક્રિયાસ્થળ, ઘટનાસ્થળ.

loca'lity (લકૅલિટિ), ના૦ (વિશિષ્ટ) સ્થાન– જગ્યા, લત્તો; કોઈ બનાવની જગ્યા.

lo'calize (લોકલાઇઝ઼), સ૦ ક્રિ૦ કોઈ જગ્યાના વિશિષ્ટ લક્ષણોવાળું બનાવવું; અમુક પ્રદેશમાં મર્યાદિત કરવું; વિકેન્દ્રિત કરવું. **localiza'tion** (-ઝે઼શન), ના૦.

loca'te (લકેટ), સ૦ ક્રિ૦ -ની જગ્યા જણાવવી. -ની ચોક્કસ જગ્યા ખોળી કાઢવી; કોઈ (યોગ્ય) જગ્યામાં સ્થાપવું; [સ્પ્ર.] (કોઈ જગ્યા) માં આવેલું હોવું.

loca'tion (લકેશન), ના૦ -ની જગ્યા નક્કી કરવી – થવી–તે; વિશિષ્ટ સ્થાન;

ચિત્રપટ (નો અમુક ભાગ) જ્યાં તૈયાર કરવામાં આવ્યો હોય તે (સ્ટુડિયો સિવાયનું) સ્થળ.

loch (લૉક), ના૦ [સ્કૉ.] અખાત; સરોવર.

lock¹ (લૉક), ના૦ વાળની લટ – ગુચ્છો; [બ૦ વ૦માં] માથાના વાળ.

lock², ના૦ તાળું; બંદૂક ફોડવાની ચાંપ – કળ; બોટોને એક સપાટી પરથી બીજી સપાટી પર લઈ જવા માટે સરકતા દરવાજાઓ વચ્ચેનો નદી કે નેહરનો ભાગ; સામસામા એક બીજામાં ભીડાઈ જવું તે, – જવાની સ્થિતિ; વાહનના આગળના બે પૈડાં ફરી જવાં તે. ઉ૦ ક્રિ૦ તાળું મારવું, – મારીને બંધ કરવું; (બારણા અંગે) તાળું મરાય એવું હોવું; તાળું મારીને (માણસ કે વસ્તુને) બંધ કરવું (**up, into**); ઝટ હાથ ન આવે એવી રીતે સંઘરી રાખવું (**up, away**), તાળું મારીને કોઈ ને બહાર રાખવું (**out**); અક્કડ કે જકડેલી સ્થિતિમાં આણવું – આવવું; એક બીજા સાથે ભેરવવું – ભેરવાવું, સજ્જડ કરવું – થવું. **~jaw**, ધનુર્વાનો એક પ્રકાર જેમાં ડાચું ભીડાઈ જાય છે. **~-keeper**, નદી કે નહેરમાં દરવાજા મૂકીને કરેલા કુંડનો રક્ષક. **~-out**, તાળાબંધી. **~smith**, તાળાં બનાવનાર અથવા સમાં કરનાર, પંચાલ. **~-up**, કાચું કેદખાનું; નિશાળ ઇ૦ રાત માટે બંધ કરવી તે – બંધ કરવાનો સમય.

lo'cker (લૉકર), ના૦ શાળાકૉલેજ કે જાહેર જગ્યામાં તાળું મારીને પોતાની વસ્તુઓ રાખવાનું કબાટ (નું ખાનું).

lo'cket (લૉકિટ), ના૦ ગળામાં પહેરાતી [illegible], વાળની લટ, ઇ૦વાળી દાબડી, તાવીજ.

locomo'tion (લોકમોશન), ના૦ એક ઠેક[illegible]થી બીજે ઠેકાણે જવું તે, પ્રવાસ; ગતિ, હાલચાલ.

locomo'tive (લોકમોટિવ), વિ૦ એક ઠેકાણેથી બીજે ઠેકાણે જનારું, જંગમ. ના૦ ~. (**engine**), આગગાડીનું ઍંજિન.

lo'cum (લોકમ), ના૦ પાદરી કે ડૉક્ટરની ગેરહાજરીમાં તેનું કામ કરનાર – અવેજી.

lo'cus (લોકસ), ના૦ [બ૦વ૦ **loci** લોસાઇ] નક્કી જગ્યા – સ્થાન; [ગ.] બિંદુપથ, રેખાપથ, કક્ષા.

lo'cust (લોકસ્ટ), ના૦ તીડ, શલભ; એક ઝાડ, તેનું ફળ.

locu'tion (લકયુશન), ના૦ ભાષણ કરવાની કે બોલવાની શૈલી; રૂઢિપ્રયોગ.

lode (લોડ), ના૦ ખનિજ ધાતુની રેષા – નાડી. **~star**, જેને ખ્યાલમાં રાખી વહાણો ઇ૦ ચલાવાય છે તે તારો, વિ૦ક૦ ધ્રુવતારો. **~stone**, જુઓ **loadstone.**

lodge (લૉજ), ના૦ ઉપવન અથવા મોટા મકાનના ચોગાનના પ્રવેશદ્વાર આગળનું નાનકડું મકાન–બંગલી; દરવાન કે માળીની ઝાંપા આગળની ઝૂંપડી; ફ્રીમેસન સંપ્રદાયના લોકોની મળવાની જગ્યા; રહેવા ઊતરવાની જગ્યા, વીશી; જળબિલાડી ઇ૦ની ગુફા. ઉ૦ક્રિ૦ સૂવાની જગ્યા આપવી, મહેમાન તરીકે ઊતરવું–ઉતારવું; સલામતી કે સંભાળ માટે કોઈની પાસે મૂકવું; -માં બેસાડવું; મૂકવું, રાખવું, -માં રહેવું.

lo'dgement (લૉજ્મન્ટ), ના૦ કબજે કરેલી સ્થિર જગ્યા; લાવતાં લઈ જતાં પડીને ભેગી થયેલી–કરેલી–વસ્તુઓ.

lodg'er (લૉજર), ના૦ બીજાને ત્યાં પૈસા આપીને રહેનાર ઉતારુ.

lo'dging (લૉજિંગ), ના૦ ભાડાની જગ્યામાં રહેવાની સગવડ (કરી આપવી તે); રહેવાની જગ્યા; [બ૦વ૦માં] રહેવા માટે ભાડે રાખેલી ઓરડી(ઓ).

loft (લૉફ્ટ), ના૦ માળિયું, કાતરિયું; તબેલા પરની ઓરડી; કબૂતરનું ખાનું; ચર્ચ કે સભામંડપની પરસાળ–ગૅલરી. સ૦ક્રિ૦ (દડો) ઊંચે જાય તેમ ફટકારવો, ફેંકવો, લાત મારવી.

lo'fty (લૉફ્ટિ), વિ૦ ઘણું ઊંચું, પ્રભાવી ઊંચાઈવાળું; મિજાજી, તોછડું; ઉદાત્ત, ઉન્નત; ભવ્ય.

log¹ (લૉગ), ના૦ પાડી નાખેલા ઝાડનો મોટો કકડો; લાકડાનું ઢીમચું; વહાણનો વેગ માપવાનું સાધન; વહાણ કે વિમાનનો પ્રવાસ, પ્રગતિ અથવા કાર્યની વિગતવાર

નોંધ. સ૰ક્રિ૰ -ના ટુકડા કરવા; વહાણના પ્રગતિપત્રકમાં નોંધવું; નોંધવહીમાં માહિતી લખવી. **~-book**, વહાણ ઇ૰નું પ્રગતિપત્રક; મોટરવાહનની નોંધણીની વિગત બતાવનારું પુસ્તક.

log², ના૰ ઘાતાંક ગણિત.

lo'ganberry (લોગન્બે'રિ), ના૰ રાસ્પબેરી અને અમે. બ્લૅકબેરીની કલમ કરવાથી પેદા થતું એક ફળ.

lo'gan(-stone) [લોગન્(-સ્ટોન)], ના૰ જરા સ્પર્શ કરવા માત્રથી ઝૂલતો ભારે સંતુલિત પથ્થર.

lo'garithm (લૉગરિધમ), ના૰ ઘાતાંકગણિત, ઘાતાંક. **logari'thmic** (-ધ્મિક), વિ૰.

lo'ggerhead (લૉગરહે'ડ), ના૰ બુધ્ધાપારેખ, જડભરત. **at ~s**, એકબીજા સાથે તકરાર પર આવેલું – મેળ વગરનું.

lo'ggia (લૉજૅ), ના૰ ખુલ્લી બાજુઓવાળી પરસાળ, છજું, ગૅલરી.

lo'gging (લૉગિંગ), ના૰ ઝાડ પાડવાં, કાપવાં ને લઈ જવાં.

lo'gic (લૉજિક), ના૰ ન્યાયશાસ્ત્ર, તર્કશાસ્ત્ર; દલીલ(ની સાંકળ); દલીલનો (ખરો ખોટો) ઉપયોગ, દલીલ કરવાની આવડત. **logi'cian** (લજિશન), ના૰.

lo'gical (લૉજિકલ), વિ૰ ન્યાય કે તર્કશાસ્ત્રનું; તર્કશાસ્ત્ર(ના નિયમો) પ્રમાણેનું; તર્કસંગત; યોગ્ય રીતે તારવી શકાય એવું; યોગ્ય રીતે વિચાર કરી શકનાર, તર્કનિપુણ. **logica'lity** (-કૅલિટિ), ના૰.

logi'stics (લજિસ્ટિક્સ), ના૰ બ૰વ૰ લશ્કરની હાલચાલ કરવાની, ઉતારવાની, લશ્કર તથા તેનો સાજસરંજામ પૂરો પાડવાની કળા – આવડત. **logi'stic** (-સ્ટિક), વિ૰.

lo'go (લોગો, લૉ-) ના૰ [બ૰વ૰ ~s]

lo'gotype (લૉગટાઇપ), ના૰ કોઈ સંસ્થા ઇ૰ના નામનું એક અખંડ બીબું (ટાઇપ).

loin (લૉઇન), ના૰ [બ૰વ૰માં] કમર, કટિપ્રદેશ; [એક વ૰] એમાંથી કાપેલો માંસવાળો ભાગ. **~-cloth**, પંચિયું, લંગોટ.

loi'ter (લૉઇટર), અ૰ક્રિ૰ રસ્તામાં રસળતાં ચાલતાં જવું, આમતેમ રખડવું.

loll (લૉલ), ઉ૰ક્રિ૰ કશાકને અઢેલીને ઊભા કે બેસી રહેવું, આરામથી પડ્યા રહેવું; (જીભ અંગે) બહાર લબડવી.

lo'llipop (લૉલિપૉપ), ના૰ નાની સળી પર બેસાડેલું મીઠાઈનું ચકતું. **~ man**, [વાત.] બાળકો રસ્તો ઓળંગી શકે તે માટે વાહનોની અવરજવર રોકવા માટે લાકડી ઉપર ગોળ નિશાની બતાવનાર માણસ.

lo'llop (લૉલપ), અ૰ક્રિ૰ [વાત.] ભારે પગે આમતેમ ચાલવું; આળસુની જેમ અથવા કઢંગી રીતે ખસવું–આગળ વધવું.

lo'lly (લૉલિ), ના૰ [વાત.] lollipop; [વિ૰બો૰] પૈસા. **ice(d) ~**, નાની સળી પર બરફનો ગળપણ નાખેલો ગોળો.

Lo'ndon (લન્ડન), ના૰. **~ pride**, આલ્પ્સમાં ખડકમાં થતી આછા ગુલાબી ફૂલવાળી એક વનસ્પતિ.

lone (લોન), વિ૰ [કાવ્ય.] એકલું, અટૂલું; વસ્તી વિનાનું; એકાન્ત, નિર્જન. **~ hand**, રમાયેલો હાથ, અથવા બીજા બધાની સામે રમનાર [પત્તાંમાં]; [લા.] મિત્રો અથવા સાથીઓ વિનાનો માણસ અથવા કામ. **~ wolf**, પોતાની મેળે એકલો કામ (કરવાનું પસંદ) કરનાર.

lo'nely (લોન્લિ), વિ૰ એકલું, એકાકી, એકલું પડેલું; સાથી વિનાનું (અને તેથી ખિન્ન).

lo'ner (લોનર), ના૰ બીજાઓ સાથે ન ભળવાનું પસંદ કરનાર માણસ કે પ્રાણી.

lo'nesome (લોન્સમ), વિ૰ એકલું, એકાકી; સૂનકાર, ઉદાસ, ભેંકાર.

long¹ (લૉંગ), વિ૰ લાંબું, દીર્ઘ, (સ્થળ અને કાળ અંગે); લંબાવેલા આકારનું; લાંબા સમય કે અંતર માટે જાણીતું -ને લગતું; અમુક લંબાઈવાળું.[અધિકતા.] સૂચિત સમય પછી. **in the ~ run**, છેવટે, આખરે. ના૰ લાંબું અંતર અથવા અવધિ; લાંબો

સ્વર અથવા અક્ષર. ક્રિ૦ વિ૦ લાંબો વખત, લાંબા વખત સુધી; કથિત આખા સમય દરમ્યાન; મોડે સુધી. **~boat,** દરિયા પરના વહાણની મોટામાં મોટી હોડી. **~bow,** લમ્બું બાણ મારવાનું હાથે ખેંચવાનું ધનુષ્ય. **~-distance,** દૂરનાં સ્થળો વચ્ચેનું. **~ drink,** ઊંચા પ્યાલામાં પીરસેલું પીણું. **~ face,** ગમગીન ચહેરો. **~-hand,** સામાન્ય હાથનું લખાણ. **~ johns,** [વાત.] પૂરા લાંબા ટાંટિયાવાળી અંદરથી પહેરવાની ઇજાર. **~ jump,** લાંબો કૂદકો, હનુમાન કૂદકો. **~ odds,** મોટો તફાવત – અંતર; બહુ અનિશ્ચિત – વિષમ – સંભાવનાઓ. **~-playing,** (ગ્રામાફોન રેકર્ડ અંગે) દરેક બાજુએ દસથી ત્રીસ મિનિટ સુધી ચાલતી. **~-range,** લાંબા પલ્લા કે ટપ્પાવાળું; ભવિષ્યની લાંબી અવધિને લગતું. **~ ship,** [ઇતિ.] અનેક હલેસાં મારનારાઓવાળી યુદ્ધનૌકા. **~shore,** દરિયાકિનારે મળેલું – કામ કરતું – વારંવાર જતું. **~ shot,** ઊટપટાંગ અનુમાન અથવા સાહસ. **~ sight,** દૂરની વસ્તુ જોનારી દૃષ્ટિ. **~-sighted,** દૂરની વસ્તુ જોઈ શકનારી દૃષ્ટિવાળું; [લા.] દીર્ઘદૃષ્ટિવાળું, અગમચેતિયું. **~-suffering,** વિ૦ ધીરજવાળું; ક્ષમાશીલ. ના૦ ખામોશી. ક્ષમાશીલતા. **~-term,** લાંબા ગાળા (માટે)નું, દીર્ઘકાલીન, લાંબે ગાળે થતું. **~-winded,** (ભાષણ કે લખાણ અંગે) અતિ લંબાણવાળું

long², સ૦ ક્રિ૦ આતુરતાથી ઇચ્છવું, તલસવું (**for, to**).

long. સંક્ષેપ. longitude.

longe ty (લૉંજે'વિટિ), ના૦ લાંબી આવરદા, દીર્ઘાયુષ્ય.

lo'ngitude (લૉંજિટ્યૂડ, લૉંગિ-), ના૦ રેખાંશ.

longitu'dinal (લૉંજિટ્યુડિનલ,લૉંગિ-), વિ૦ લંબાઈનું – માં; રેખાંશનું – સંબધી; ઊભું લંબાઈ ને સમાંતર પડેલું – આવેલું.

lo'ngways (લૉંગ્વેઝ઼), **lo'ngwise** (-વાઇઝ઼), ક્રિ૦ વિ૦ લંબાઈની બાજુથી, વસ્તુની લંબાઈની સમાંતર દિશામાં.

loo (લૂ), ના૦ [વાત.] પાયખાનું, સંડાસ.

loo'fah (લૂફે), ના૦ ગલકું.

look (લુક), ઉ૦ ક્રિ૦ નજર કરવી, જોવું; શોધવું, ખોળવું, વિચારવું, તપાસવું; આંખો દ્વારા વ્યક્ત કરવું; અમુક દિશામાં મોઢું કરવું – કરેલું હોવું. ના૦ જોવું તે, જોવાની ક્રિયા; દૃષ્ટિ, નજર; મુખમુદ્રા, દેખાવ; [બ૦ વ૦માં] શરીરનો દેખાવ – આકૃતિ. **~ after,** -ની સંભાળ લેવી. **~ down (up)on,** -ને હલકું લેખવું. **~ forward to,** -ની આતુરતાથી રાહ જોવી. **~ in,** ડોકિયું કરવું, ઊડતી મુલાકાત લેવી **~-in,** સફળતાનો સંભવ. **~ into,** -ની તપાસ કરવી **~ on,** જોયા કરવું, કેવળ પ્રેક્ષક હોવું. **~ out,** સાવધાન રહેવું, -ને માટે તૈયાર રહેવું. **~-out** ચોકી, પહેરો; ચોકીની જગ્યા; ચોકી કરનાર; (કુદરતી) દેખાવો; નસીબમાં હોય તે, ભાવિ; વ્યક્તિનો (પોતાનો) ચિન્તાનો વિષય. **~ up,** ચોપડી ઇ૦માં ખોળવું; સુધરવું. **~ up to,** -ને પૂજ્ય ગણવું. **loo'king-glass,** અરીસો, દર્પણ.

loom¹ (લૂમ), ના૦ વણવાનો સંચો, સાળ.

loom², અ૦ ક્રિ૦ ઝાંખું દેખાવું; અસ્પષ્ટ અને ઘણીવાર હોય તેના કરતાં મોટું અને બિયામણું દેખાવું.

loo'ny (લૂનિ), ના [વિ૦ બો૦] ગાંડિયો.

loop (લૂપ), ના૦ (દોરડાનો) ગાળો, ફાંસો; તેના આકારનું બંધન કે ઘરેણું (બંધન તરીકે વપરાતું); ગોળાકાર આકૃતિ; છેડા વિનાની પટ્ટી (ટેપ) કે ફિલ્મ, જેથી સતત પુનરાવર્તન થઈ શકે; ગર્ભનિરોધ માટે વપરાતી આંકડી. ઉ૦ ક્રિ૦ દોરીનો ફાંસો બનાવવો – બનવો; ફરતે ફાંસો નાખવો, ફાંસા વતી બાંધવું. **~-line,** મુખ્ય રસ્તાથી ફંટાઈ ને ફરી તેને મળતી રેલવે ઇ૦ની શાખા.

loo'phole (લૂપ્હોલ), ના૦ દીવાલમાં સાંકડું ઊભું કાણું; નિયમને ટાળવાની છટકબારી.

loo'py (લૂપિ), વિ૦ [વિ૦ બો૦] દીવાનું, ગાંડું.

loose (લૂસ), વિ૦ બંધન કે નિયંત્રણમાંથી છૂટું કરેલું – મુક્ત; છૂટું, છૂટું કરી શકાય એવું; બરાબર, તંગ કે સજ્જડ નહિ બાંધેલું, નહિ જડેલું કે બેસાડેલું; ઢીલું; ધાતુ કે ઘન નહિ એવું, વ્યવસ્થિત પાસે પાસે નહિ ગોઠવેલું. શિથિલ; અચોક્કસ, અસ્પષ્ટ, શિથિલ ચારિત્ર્યવાળું. ના૦ સ્વૈરપણું, ફુટબોલ ઇ૦માં શિથિલ રમત. **at a ~ end,** કોઈ ચોક્કસ કામ વિનાનું. **on the ~**, છૂટથી મોજમજા કરતું. ઉ૦ ક્રિ૦ છોડવું, છોડી મૂકવું, બંધનમુક્ત કરવું; (ગાંઠ ઇ૦) છોડવું, છૂટું કરવું; ખીલો, લંગર, ઇ૦થી અલગ કરવું; વિસામો આપવો – લેવો. **~ box,** જેમાં ઘોડો આમતેમ ફરી શકે એવો તબેલો. **~ change,** પરચૂરણ. **~ cover,** કાઢી શકાય એવું આવરણ, ગલેફ, ઇ૦. **~-leaf,** (ચોપડી અંગે) જેનું દરેક પાનું છૂટું કરી શકાય એવું. **~-limbed,** ચપળ અવયવોવાળું. **~strife,** ભેજવાળી જગ્યામાં થતો એક ફૂલછોડ.

loo'sen (લૂઝ઼ન), ઉ૦ ક્રિ૦ ઢીલું–છૂટું – મોકળું – કરવું અથવા થવું.

loot (લૂટ), ના૦ લૂટ, શત્રુનો યુદ્ધમાં લૂટેલો માલ; [વિ૦ બો૦] પૈસા. ઉ૦ ક્રિ૦ લૂટ કરવી, લૂટી લેવું, લૂટીને લઈ જવું.

lop[1] (લૉપ), સ૦ ક્રિ૦ ઝાડનાં ડાળી ડાળખાં કાપવાં; કાપી નાખવું.

lop[2], ઉ૦ ક્રિ૦ લટકવું, લબડવું. **~-ear,** લબડતો કાન, લબડતા કાનવાળું સસલું. **~-sided** જેની એક બાજુ નીચી નમી હોય એવું; અસમતોલ.

lope (લોપ,) અ૦ ક્રિ૦ અને ના૦ લાંબી છલંગ (મારતા દોડવું); લાંબાં ડગલાં ભરવાં.

loqua'cious (લકવેશસ), વિ૦ વાચાળ, વાતોડિયું. **loqua'city** (-ક્વૅસિટિ), ના૦.

lo'quat (લોકવૉટ), ના૦ એક ચીની કે જાપાની ઝાડ; તેનું ફળ, લોકાટ.

lord (લૉર્ડ), ના૦ સ્વામી, ધણી; શાસક, રાજા; માલિક; કોઈ વેપાર ઉદ્યોગનો મોટો શેઠ, ઉદ્યોગપતિ; સરંજામશાહી સરદાર; ઉમરાવ; પરમેશ્વર અથવા ઈશુ ખ્રિસ્ત; **L~**, અમુક કક્ષાના ઉમરાવ પહેલાં ઉપપદ તરીકે વપરાય છે; ડ્યૂક કે માર્કિવસના નાના પુત્રના વ્યક્તિગત નામ પહેલાં વપરાય છે. ઉદ્ગાર૦ આશ્ચર્ય કે ગભરાટ વ્યક્ત કરે છે. ઉ૦ ક્રિ૦ **~ (it),** શેઠ થવું, શેઠાઈ કરવી. **L~'s Day,** રવિવાર. **L~'s Prayer, 'Our Father'** (હે પિતા) થી શરૂ થતી પ્રાર્થના. **L~'s Supper,** પ્રભુભોજનનો ધાર્મિક વિધિ.

lor'dly (લૉર્ડ્લિ), વિ૦ ઉમરાવ–અમીર–ને છાજે એવું, અમીરી; અભિમાની, તોરી; ઉદાત્ત, ભવ્ય.

lor'dship (લૉર્ડ્શિપ), ના૦ શાસન વર્ચસ્વ, પ્રભુત્વ; (**his, your,** ઇ૦ સાથે) લૉર્ડના નામને બદલે આદર વાચક શબ્દ તરીકે વપરાય છે.

lore (લૉર), ના૦ કોઈ વિષયને લગતી પરંપરાગત દંતકથાઓ અને માહિતી – જ્ઞાન.

lorgne'tte (લૉર્ન્યે'ટ), ના૦ લાંબી દાંડી સાથે જડેલાં ચશ્માં.

lorn (લૉર્ન), વિ૦ [પ્રા.] એકલું પડેલું, એકલવાયું, નિરાધાર, દયાજનક સ્થિતિમાં.

lo'rry (લૉરી), ના૦ મોટરટ્રક, ખટારો.

lor'y (લૉરિ), ના૦ પોપટ જેવું એક પક્ષી.

lose (લૂઝ઼), ઉ૦ ક્રિ૦ [**lost**] ખોવું, ગુમાવવું; -થી વંચિત થવું; પાસે – કબજામાં – ન રહેવું, તાબામાંથી જવા દેવું, જતું કરવું, -થી છૂટવું, ફેંકી દેવું; -માં હારવું; નુકસાન થવું, ખોટ જવી; -ને નુકસાન પહોંચાડવું; (ઘડિયાળ અંગે) ધીમું પડવું; [સહ્ય.] લુપ્ત થવું, નાશ પામવું.

lo'ser (લૂઝ઼ર), ના૦ રમત ઇ૦ માં હારનાર; હારખાઉ, નાલાયક.

loss (લૉસ), ના૦ ખોવું કે ગુમાવવું તે; ખોયું હોય તે; ખોટ, નુકસાન; હાનિ. **(sell) at a ~,** ખોટ ખાઈને, નુકસાન વેઠીને. **at a ~,** મૂંઝાયેલું, કિંકર્તવ્યમૂઢ. **~-leader,** ઘરાકોને આકર્ષવા માટે ખોટ ખાઈને વેચેલી વસ્તુ.

lost (લૉસ્ટ), **lose** નો ભૂ૦ કા૦ તથા ભૂ૦ કૃ૦ ખોવાયેલું, નષ્ટ, ગુમ–લુપ્ત–થયેલું; મૃત; મદદ કે મોક્ષથી વંચિત; બેહકેલું.

lot (લૉટ), ના૦ નિર્ણય કરવા માટે નંખાતી ચિઠ્ઠી; ચિઠ્ઠી નાખીને નિર્ણય કરવાની પદ્ધતિ; ચિઠ્ઠી નાખીને મળેલી વસ્તુ – પદ; ભાગ્ય, નસીબ; નીમી દીધેલી જમીન, જમીનનો ટુકડો (પ્લૉટ); હરાજીમાં વેચવા રાખેલી વસ્તુ કે વસ્તુઓનો સટ; એક જ પ્રકારના અથવા એક બીજા સાથે સંકળાયેલા માણસોની કે વસ્તુઓની સંખ્યા, સમૂહ અથવા જથો; [વાત.] સારી પેઠે કે [બ૦ વ૦ માં] મોટી સંખ્યા કે જથો, જથાબંધ. **the ~**, કુલ સમુદાય કે જથો. **bad ~**, બદચાલનો માણસ.

loth (લોથ), જુઓ **loath.**

lo'tion (લોશન), ના૦ જખમ ઇ૦ ધોવાની કે ચામડીને સુંદર બનાવવાની પ્રવાહી વસ્તુ.

lo'ttery (લૉટરિ), ના૦ સોરટી, નસીબની કસોટી, લૉટરી.

lo'tto (લૉટો), ના૦ લૉટરી જેવી દૈવયોગની એક રમત.

lo'tus (લોટસ), ના૦ જેના ખાનારને આનંદોન્માદ થાય અને સુસ્તીમાં પડ્યા રહેવાનું ગમે એવી એક ગ્રીક પુરાણોમાં વર્ણવેલી વનસ્પતિ; કમળનો છોડ; કમળ.

loud (લાઉડ), ના૦ (અવાજ અંગે) મોટો, બુલંદ; અવાજ – શોરબકોર – વાળું; ધુસણિયું. ક્રિ૦ વિ૦ મોટેથી. **~speaker**, ધ્વનિવર્ધક ઉપકરણ – યંત્ર.

lough (લૉક), ના૦ [આઇરિશ] સરોવર, અખાત.

lounge (લાઉંજ), અ૦ ક્રિ૦ અઢેલીને બેસવું – ઊભા રહેવું, આળસથી પગ લાંબા કરીને બેસવું; આળસ્યા કરવું, નવરા બેસવું. ના૦ નિરાંતે બેસી રહેવું તે; આરામથી બેસવાની જગ્યા, વિશ્રાંતિસ્થાન; વિમાન માટેનું પ્રતીક્ષાલય; ઘરમાંનો બેઠકનો ઓરડો. **~ suit**, પુરુષનો શિષ્ટાચારનો પોશાક.

lour (લાઉઅર), **lower**[1] (લૌઅર), અ૦ ક્રિ૦ ભવાં ચડાવવાં, ચિડાવું, ઉદાસ દેખાવું; (આકાશ અંગે) વાદળાંથી કાળું અને ભયાનક દેખાવું.

louse (લાઉસ), ના૦ [બ૦ વ૦ **lice**] જૂ, ચામજૂ; [વિ૦ બો૦; બ૦ વ૦ **louses**] હલકટ માણસ.

lou'sy (લાઉઝ઼િ), વિ૦ જૂઓ પડેલું; [વિ૦ બો૦] ઘૃણાસ્પદ, ખરાબ; -થી ભરેલું – ખદબદતું.

lout (લાઉટ), ના૦ બડફો, રોંચો, ગમાર. **lou'tish** (-ટિશ), વિ૦.

lou'ver, **lou'vre**, (લૂવર), ના૦ હવાઉજાસ માટે બારીઓવાળી છાપરાની ઘુમ્મટ જેવી રચના; પ્રકાશ અને વરસાદને રોકે અને હવાને અંદર આવવા દે એવી એક ઉપર એક આવતાં સાંકડાં અને પાતળાં પાટિયાં કે પટ્ટીઓની રચના.

lo'vable (લવબલ), વિ૦ વહાલું લાગે એવું.

lo'vage (લવિજ), ના૦ સ્વાદ કે સોડમ માટે વપરાતી એક વનસ્પતિ; અજમોદ.

love (લવ), ના૦ ઉષ્માભરી લાગણી, પ્રેમ, વહાલ, સ્નેહ; પ્રણય, કામેચ્છા; શોખ; પ્રેયસી, પ્રિયકર; [વાત.] મજાનો માણસ કે વસ્તુ; [રમતમાં] શૂન્ય, કશું નહિ. **in ~ (with)**, -ના પ્રેમમાં (પડેલું), -ને માટે કામવાસનાથી પ્રેરિત. **make ~**, પ્રેમ મેળવવા મથવું; સંભોગ કરવો. ઉ૦ક્રિ૦ -ના પ્રેમમાં હોવું, -ને માટે પ્રેમ થવો, -માં આનંદ માનવો, -ને ચાહવું; [વાત.] -ને ગમવું – આનંદ થવો. **~ affair,** પ્રેમ કિસ્સો – પ્રકરણ (બહુધા અલ્પજીવી). **~-bird**, એક જાતનો પોપટ. **~-in-a-mist**, વાદળી રંગનાં ફૂલોવાળો એક છોડ. **~lorn**, બદલા વિનાના પ્રેમથી ઝૂરતું (વિયોગને લીધે). **~sick**, પ્રેમાતુર, પ્રેમથી ઝૂરતું.

lo'veless (લવ્લિસ), વિ૦ જે કોઈના પર પ્રેમ કરતો નથી અથવા જેના પર કોઈ પ્રેમ કરતું નથી એવું.

lo'vely (લવ્લિ), વિ૦ અત્યંત સુંદર; [વાત.] આનંદદાયક, રોચક.

lo'ver (લવર), ના૦ પ્રેમ કરનાર, પ્રેમી,

(વિ૰ ક૰ પુરુષ), આશક; ચાહક, ભક્ત; [બ૰ વ૰માં] પ્રેમી યુગલ.

lo'ving (લવિંગ), વિ૰ પ્રેમાળ, માયાળુ; વહાલું.

low[1] (લો), ના૰ અને અ૰ક્રિ૰ ગાયનું બોલવું - બરાડવું.

low[2], (લો), વિ૰ નીચું; ઠીંગણું, નીચું; નીચી કોટિનું - પદવીનું; નીચ, હલકું, ગ્રામ્ય; જુસ્સા કે પ્રાણ વિનાનું, અલ્પસત્ત્વ; ખિન્ન, ઉદાસ; (સામાન્ય કરતાં) ઓછું; (અભિપ્રાય અંગે) પ્રતિકૂળ, હલકું; (અવાજ અંગે) ધીમો, મોટો કે તીણો નહિ એવો. ના૰ નીચી કે નીચામાં નીચી સપાટી અથવા સંખ્યા. ક્રિ૰વિ૰ નીચે, નીચેની જગ્યામાં - તરફ; ધીમે સાદે, હળવેથી. **~-brow,** [વાત.] ભારે બુદ્ધિમાન કે સંસ્કારી નહિ એવું (માણસ). **L~ Church,** વિધિ વિધાન અથવા કર્મકાણ્ડને ગૌણ સ્થાન આપનાર ચર્ચ ઑફ ઇંગ્લન્ડનો એક પક્ષ. **L~ Countries,** હોલન્ડ, બેલ્જિયમ અને લક્ઝમ્બર્ગ. **~-down,** નીચ, હલકટ, શરમભરેલું. ના૰ [વિ૰બો૰] સાચી હકીકત, અંદરની માહિતી. **keep a ~ profile,** પડદા પાછળ રહેવું, આગળ ન આવવું. **L~ Sunday,** ઈસ્ટર પછીનો પહેલો રવિવાર. **~ water,** ઓટ. **~-water mark,** ઓટ વખતે થતી પાણીની નિમ્નતમ સપાટી.

low'er[1] (લોઅર), ઉ૰ક્રિ૰ નીચે ઉતારવું - ખેંચવું - પાડવું; નીચું કરવું - થવું; -ની ઊંચાઈ ઓછી કરવી - થવી; ઉતારી પાડવું.

low'er[2] (લાઉઅર), જુઓ **lour.**

low'land(લોલન્ડ),ના૰[બહુધા બ૰વ૰માં] નીચાણવાળો પ્રદેશ, વિ૰ક૰ (**L~s**) સ્કૉટલન્ડનો ડુંગરાળ સિવાયનો પ્રદેશ. વિ૰ નીચાણવાળા પ્રદેશનું અથવા સ્કૉટલન્ડના ડુંગરાળ સિવાયના ભાગનું. **low'lander** (-ડર), ના૰ ત્યાંનો રહેનાર.

low'ly (લોલિ) વિ૰ ગરીબ, નીચલા સ્તરનું; દેખાવ કે ભપકો ન કરનારું.

loy'al (લૉયલ), વિ૰ વફાદાર, નિષ્ઠાવાળું; રાજનિષ્ઠ. **loy'alty** (-લ્ટિ), ના૰.

loy'alist (લૉયલિસ્ટ), વિ૰ અને ના૰ રાજા, સરકાર, ઇ૰ને વફાદાર રહેનાર.

lo'zenge (લૉઝ઼િંજ), ના૰ સમચતુર્ભુજ; હીરાની આકૃતિ; મોઢામાં મમળાવવાનું મીઠાઈનું ચકતું - દવાની ટીકડી; એના આકારની વસ્તુ.

L.P., સંક્ષેપ. long-playing record.

L-plate (એ'લ્ પ્લેટ), ના૰ એલ (**L**) અક્ષરવાળી તકતી (વાહન શિખાઉ માણસ ચલાવે છે તે સૂચવનારી),

L.S.D., સંક્ષેપ. lysergic acid diethylamide, એક ભ્રાન્તિ-ઉત્પાદક દવા.

£.s.d.(એ'લ્એ'સ્ડી), ના૰ પાઉન્ડ,શિલિંગ અને પેન્સ (અગાઉના બ્રિટિશ ચલણમાં): ધન, સંપત્તિ.

L.T., સંક્ષેપ. low tension.

Lt., સંક્ષેપ. Lieutenant.

Ltd., સંક્ષેપ. Limited.

lu'bber (લબર), ના૰ શેચો, ગમાર, અણઘડ ખારવો.

lu'bberly (લબર્લિ), વિ૰ અણઘડ, અકુશલ.

lu'bricant (લૂબ્રિકન્ટ), ના૰ ઊંજણ.

lu'bricate (લૂબ્રિકેટ), સ૰ક્રિ૰ યંત્રમાં તેલ, ચરબી, ઇ૰ ઊંજણ પૂરવું, ઊંજવું; લપસણું બનાવવું. **lubrica'tion** (-કેશન), ના૰.

lubri'cious (લૂબ્રિશસ), વિ૰ લપસણું; કામી, લંપટ. **lubri'city**(-સિટિ), ના૰.

lucer'ne (લૂસર્ન), ના૰ મેથી જેવું દેખાતું એક જાતનું ઘાસ.

lu'cid (લૂસિડ), વિ૰ સ્પષ્ટ, સ્ફુટ; સ્વચ્છ; સ્પષ્ટપણે વ્યક્ત કરેલું; વ્યવસ્થિતપણે ગોઠવેલું. **luci'dity** (-ડિટિ), ના૰.

luck (લક), ના૰ નસીબ, દૈવ; યોગ, લાગ.

lu'ckless (લક્લિસ), વિ૰ દુર્દૈવી, કમનસીબ; અપજશિયું.

lu'cky (લકિ), વિ૰ ભાગ્યશાળી, નસીબદાર, ભાગ્યવશાત્ થયેલું નહિ કે પ્રયત્નથી; સદ્ભાગ્ય લાવનારું, શુભ, મંગળ. **~ dip,** મેળા ઇ૰માં રખાતી સંતાડેલી વિવિધ વસ્તુઓની થેલી કે પીપ, પૈસા આપીને જેમાં

હાથ ઘાલીને વસ્તુ લેવાની હોય છે.

lu'crative (લૂક્રટિવ), વિ૦ ઝાઝા પૈસા મળે – લાભ થાય – એવું, લાભકારક.

lu'cre (લૂકર), ના૦ દ્રવ્ય લાભ (હેતુ તરીકે); [વિનોદ.] પૈસો.

lu'dicrous (લૂડિક્રસ), વિ૦ મૂર્ખામી ભરેલું, હાસ્યાસ્પદ, હસવા જેવું.

lu'do (લૂડો) ના૦ પાસા નાખીને ખાનાવાળા પાટિયા પર રમાતી એક રમત.

lug (લગ), ઉ૦ ક્રિ૦ મહામહેનતે અથવા ખૂબ જોરથી ખેંચવું – તાણવું – ઘસડવું. ના૦ જોરથી ખેંચવું – ઘસડવું – તે; [વાત. અથવા મજાકમાં] કાન, વસ્તુને ઉપાડવાનો કે ખેંચવાનો કાન, હાથો, ઇ૦.

lu'ggage (લગિજ), ના૦ મુસાફરનો સામાન – પેટીઓ, થેલીઓ, ઇ૦.

lu'gger (લગર), ના૦ આગળ પાછળ ગોઠવેલા ચોખૂણા સઢોવાળું વહાણ (**lu'gsails** લગ્સેલ્સ).

lugu'brious (લુગૂબ્રિઅસ), વિ૦ શોકગ્રસ્ત, ઉદાસ.

lu'kewarm (લૂક્વૉર્મ), વિ૦ સહેજ ગરમ, કોકરવાયું; ઊલટ કે હોંશ વિનાનું, ઉદાસીન.

lull (લલ), ઉ૦ ક્રિ૦ સુવાડવું; શાંત પાડવું; (શંકા ઇ૦) બહુધા ફોસલાવીને દૂર કરવું – શાંત પાડવું; (તોફાન અવાજ અંગે) નરમ પડવું, ઓછું થવું. ના૦ પવનનું વચ્ચેથી પડી જવું તે, શાંતતાનો વચગાળો.

lu'llaby (લલબાઇ), ના૦ હાલરડું, હાલેડું.

lumba'go (લમ્બેગો), ના૦ વાથી કેડ રહી જવાનું દરદ, કટિવા.

lu'mbar (લમ્બર), વિ૦ કટિપ્રદેશનું – માંનું.

lu'mber (લમ્બર), ના૦ નકામી – વપરાશ વિનાની – વસ્તુઓ (નો ઢગલો), અટાલો; જરાતરા સજાવેલાં લાકડાનાં ઢીમચાં. ઉ૦ ક્રિ૦ અગવડ થાય એવી રીતે મૂકવું – ઢગલો ખડકવો; ઉપર બોજો લાદવો; આમ તેમ ફાંફાં મારવાં – મારતા ફરવું; જંગલમાંથી ઝાડ કાપીને લાકડું તૈયાર કરવું. **~jack**, **~man**, ઝાડ કાપનાર, લાકડું સજાવનાર, અથવા તેને લઈ જનાર લાવનાર. **~-room**, બિનવપરાશની નકામી વસ્તુઓ મૂકવાનો ઓરડો.

lu'minary (લૂમિનરિ), ના૦ કુદરતી પ્રકાશદાયક વસ્તુ, વિ૦ ક૦ સૂર્ય અથવા ચન્દ્ર; વિ૦દત્તા ઇ૦ માટે જાણીતી વ્યક્તિ.

lumine'scent (લૂમિને'સન્ટ), વિ૦ ગરમ થયા વિના પ્રકાશનારું, પ્રકાશ આપનારું. **lumine'scence** (-સન્સ), ના૦.

lu'minous (લૂમિનસ), વિ૦ તેજસ્વી, પ્રકાશ બહાર ફેંકનારું. **~ paint**, અંધારામાં પણ દેખાય એવો રંગ. **lumino'sity** (-નૉસિટિ), ના૦.

lump[1] (લમ્પ), ના૦ ચોક્કસ આકાર વિનાનો જથો, ગઠ્ઠો, ગાંગડો, ઢેપડો; ઉપર ઉપસેલો ભાગ, સોજો; સુસ્ત અને બેડોળ માણસ ઇ૦. ઉ૦ ક્રિ૦ એક જથામાં ભેગું કરવું; બધાને એક વર્ગમાં મૂકવું. **~ sugar**, ખાંડના ઘનાકાર ગાંગડા. **~ sum**, એકી વખતે આપેલી – અનેક કલમોનો સમાવેશવાળી – રકમ.

lump[2], સ૦ ક્રિ૦ [વાત.] નાખુશી સાથે ચલાવી – સહી – લેવું.

lu'mpish (લમ્પિશ), વિ૦ ભારે, તોતિંગ; મંદ; જડ; કઢંગું.

lu'mpy (લમ્પિ), વિ૦ ગઠ્ઠા–ગાંગડા–વાળું.

lu'nacy (લૂનસિ), ના૦ ગાંડપણ; ભારે મોટી ભૂલ.

lu'nar (લૂનર), વિ૦ ચંદ્રનું (હોય એવું), ચન્દ્રને લગતું, ચન્દ્રને લીધે થયેલું. **~ month**, ચાન્દ્ર માસ (૨૯.૫ દિવસનો), [લૌકિક] ચાર અઠવાડિયાંનો અવધિ.

lu'nate (લૂનેટ), વિ૦ બીજના ચન્દ્રના આકારનું.

lu'natic (લૂનટિક), વિ૦ દીવાનું, ગાંડું; ચક્રમ; મહામૂર્ખ. ના૦ ગાંડું માણસ.

luna'tion (લૂનેશન), ના૦ ચાન્દ્રમાસ, બે અમાસ વચ્ચેનો ગાળો, (૨૯.૫ દિવસનો).

lunch (લંચ), ના૦ બપોરનું ખાણું, શિરામણ અને બપોરના ભોજન વચ્ચેનો અલ્પાહાર. ઉ૦ ક્રિ૦ બપોરનું ભોજન કરવું – આપવું.

lu'ncheon (લંચન), ના૦ બપોરનું ભોજન (વિધિસરનું). **~ voucher,** બપોરના ખાણાની ટિકિટ – કૂપન (પગારના ભાગ તરીકે).

lune (લૂન), ના૦ અર્ધચન્દ્રાકાર વસ્તુ.

lune'tte (લૂને'ટ), ના૦ ગગનાકાર છતમાં પ્રકાશ માટે બનાવેલું કમાનવાળું બાકું – દ્વાર; છત ઇ૦માં ચિત્રોથી શણગારેલી અર્ધગોળાકાર જગ્યા.

lung (લંગ), ના૦ ફેફસું.

lunge (લંજ), ના૦ તલવાર ઇ૦ વતી ભોંકવું તે – મારેલો ગોદો, મારવા માટે એકદમ આગળ ધસી જવું તે, ધસારો. ઉ૦ ક્રિ૦ તલવાર ઇ૦ વતી ભોંકવું – ગોદો મારવો; (શસ્ત્ર ઇ૦) ખૂબ જોરથી હુલાવવું.

lu'pin (લૂપિન), ના૦ બગીચામાં થતો અથવા ચાર માટે વપરાતો ફૂલોની લાંબી મંજરીઓવાળો એક છોડ.

lu'pine (લૂપાઇન), વિ૦ વરુઓનું–ના જેવું.

lu'pus (લૂપસ), ના૦ ચામડીનો ચાંદાવાળો રોગ, નાસુર.

lurch[1] (લર્ચ), ના૦**leave in the ~,** સંકટમાં છોડી દેવું.

lurch[2], ના૦ એકાએક બધું વજન એક બાજુએ આવે તે. અ૦ ક્રિ૦ એક તરફ ઝોકાવું – નમી પડવું, લથડિયાં ખાવાં – ખાતાં ચાલવું.

lur'cher (લર્ચર), ના૦ એક મિશ્ર ઓલાદનો કૂતરો (ભરવાડનો કૂતરો અને ગ્રેહાઉન્ડના સંકરનો).

lure (લ્યુઅર), ના૦ બાજને પાછા બોલાવવાનું સાધન; લલચાવવા માટે વપરાતી વસ્તુ, લાલચ. સ૦ ક્રિ૦ લાલચ – આમિષ બતાવી પાછું બોલાવવું, લલચાવવું

lu'rid (લ્યુઅરિડ), વિ૦ પ્રેતના જેવું, ફીકું; ભડક, અસ્વાભાવિક કે ડરામણા રંગવાળું; સનસનાટીભર્યું.

lurk (લર્ક), અ૦ ક્રિ૦ નજર બહાર – સંતાયેલું–રહેવું, સુપ્ત અથવા મુશ્કેલીથી હાથમાં આવે એવું હોવું.

lu'scious (લશસ), વિ૦ સ્વાદિષ્ટ અને ખુશબોદાર; કામોત્તેજક અને આકર્ષક.

lush (લશ), વિ૦ ભરાવદાર અને રસાળ, લીલુંછમ અને વિપુલ.

lust (લસ્ટ), ના૦ તીવ્ર કામવાસના, સુરતેચ્છા; વિષયસેવન. અ૦ક્રિ૦ કશાક માટે વિ૦ક૦ સંભોગ માટે તીવ્ર ઇચ્છા હોવી, **lu'stful** (-ટ્ફુલ), વિ૰

lu'stre (લસ્ટર), ના૦ ઝલેહ, ઓપ; ચળકાટ, પ્રભા, તેજ; લટકતા ત્રિપાર્શ્વ કાચવાળું ઝુમ્મર; સપ્તરંગી ઝલેહ કે ઓપ(વાળાં ચીની માટીનાં વાસણ ઇ૦).

lu'strous (-ટ્રસ), વિ૦.

lu'sty (લસ્ટિ), વિ૦ તંદુરસ્ત અને બળવાન, હટ્ટંકટ્ટું; જોમવાળું; આનંદી.

lute[1] (લ્યૂટ), ના૦ સતારના જેવું એક તંતુવાદ્ય. **lu'tanist, lu'tenist,** (લ્યૂટનિસ્ટ), ના૦.

lute[2], ના૦ સાંધા હવાબંધ કરવા માટે વપરાતું રોગાન, લાખ, ઇ૦.

Lu'theran (લૂથરન), વિ૦ અને ના૦ માર્ટિન લૂથરનું (અનુયાયી); કેવળ શ્રદ્ધા વડે જ પાપમુક્તિ અથવા ઈશકૃપા પ્રાપ્ત થઈ શકે એ મૂળભૂત સિદ્ધાન્ત સહિત ૧૫૩૦ના ઑગ્ઝબર્ગ (પાપનો) એકરાર સ્વીકારનાર ધર્મસંઘ (ચર્ચ)નો સભ્ય. **Lu'theranism** (-નિઝ્મ), ના૦.

luxu'riant (લગ્ઝ્યુઅરિઅન્ટ), વિ૦ વિપુલ, પૂરજોશમાં ખીલી ઊઠેલું; (શૈલી) અતિઅલંકારી. **luxur'iance** (-અન્સ), ના૦.

luxu'riate (લગ્ઝ્યુઅરિએટ), અ૦ક્રિ૦ -માં ખૂબ આનંદ માણવો; ઘણા શોખથી ખાવુંપીવું.

luxu'rious (લગ્ઝ્યુઅરિઅસ), વિ૦ એશઆરામનું શોખી, વિલાસી; આરામદાયક; સુખસગવડવાળું.

lu'xury (લક્શરિ), ના૦ એશઆરામ અને શોખની વસ્તુ, મોંઘુ અને સરસ ખાવાપીવાનું, રાચરચીલું, ઇ૦ વૈભવ; તેની ટેવ; ચેન, એશઆરામ, ભોગવિલાસ.

L.V., સંક્ષેપ. luncheon voucher.

ly'ch-gate (લિચ્ગેટ), ના૦ સ્મશાનનું છાપરાવાળું પ્રવેશદ્વાર–દેવડી.

lye (લાઇ), ના૦ લાકડાની રાખ વગેરે નાખીને ક્ષારવાળું બનાવેલું પાણી, ધોવા માટે વપરાતું સોડાખારનું મિશ્રણ.

ly'ing (લાઇઇંગ), જુઓ **lie.**

lymph (લિમ્ફ઼), ના૦ શરીરની પેશીઓ અથવા ઇન્દ્રિયોમાંથી નીકળતું વર્ણહીન પ્રવાહી, વ્રણ ઇ૦માંથી ઝરતું પ્રવાહી.

lympha'tic (લિમ્ફૅટિક), ના૦ ઉદક-ધાતુનું, ઉદકધાતુ ઝરતં. ના૦ નસને મળતી લસિકાવાહિની.

lynch (લિંચ), સ૦ક્રિ૦ ટોળા દ્વારા કાયદો પોતાના હાથમાં લઇ ગુનેગારને ફાંસીએ લટકાવવું, જીવતા બાળવું, ઇ૦.

lynx (લિંક્સ), ના૦ ટૂંકી પૂંછડી, ટપકાં-વાળી રુવાંટી તથા અત્યંત તીણી નજર-વાળું બિલાડીના કુટુંબનું એક પ્રાણી.

lyre (લાયર), ના૦ યૂ (**U**)- આકારની પ્રાચીન કાળની વીણા.

ly'ric (લિરિક), વિ૦ ગાવા માટેનું, ગીત-ના સ્વરૂપનું; (કાવ્ય અંગે) લેખકની ભાવના-ઓ વ્યક્ત કરનારું; (કવિ અંગે) ઊર્મિકાવ્યો લખનારું. ના૦ ઊર્મિકાવ્ય; [બ૦વ૦માં] ગીત-ના શબ્દો. **ly'ricism** (-સિઝ઼મ), ના૦.

ly'rical (લિરિકલ), વિ૦ ગીતકાવ્યને શોભે એવું – મળતું; ઉદ્દીપ્ત ભાવનાઓવાળું.

M

M, m, ના૦ રોમન સંખ્યા – ૧૦૦૦.

M., સંક્ષેપ. *Monsieur;* motorway.

m., સંક્ષેપ. maiden (over); male; married; masculine; metre(s); mile(s); million(s); minute(s).

ma (મા), ના૦ [વાત.] બા.

M.A., સંક્ષેપ. Master of Arts.

ma'am (મૅમ), ના૦ 'મૅડમ' (બાઈસાહેબ) (વિ૦ક૦ નોકરો દ્વારા અથવા રાજકુંવરી ઇ૦ના સંબોધનમાં વપરાય છે.)

mac (મૅક), જુઓ **mack.**

maca'bre (મકાબર), વિ૦ ભયાનક, બિહામણું, વિકરાળ.

maca'dam (મકૅડમ), ના૦ પાકી સડક બનાવવા માટે વપરાતા મરડિયા, ખડી; ડામર સાથે તેનો પાકો રસ્તો. **maca'-damize** (-ડમાઇઝ઼), સ૦ક્રિ૦.

macaro'ni (મૅકરોનિ), ના૦ વિલાયતી સેવો; ૧૮મા સૈકાનો લાલો, વરણાગિયો.

macaroo'n (મૅકરૂન), ના૦ બદામની પૂરી – બિસ્કિટ.

macaw' (મકૉ), ના૦ એક જાતનો પોપટ.

mace[1] (મેસ), ના૦ [ઇતિ.] ભારે વજન-દાર બહુધા ખીલા જડેલી ગદા; અધિકારનો સૂચક દંડ – ગદા; આમની સભામાં અધ્યક્ષ-ની સત્તાનો દ્યોતક દંડ.

mace[2], ના૦ જાયપત્રી, જાવંત્રી.

ma'cédoine (મૅસિડ્વાન), ના૦ ફળ કે શાકભાજીનું કચુંબર.

ma'cerate (મૅસરેટ), ઉ૦ક્રિ૦ પલાળી રાખીને નરમ-પોચું કરવું-થવું. **mace-ra'tion** (-રેશન), ના૦.

Mach (માક), ના૦. ~(**number**), કોઈ પદાર્થના વેગનું તેની આસપાસના માધ્યમમાંના ધ્વનિના વેગ સાથેનું ગુણોત્તર; માધ્યમમાંના ધ્વનિના વેગ સાથેનું ગુણોત્તર.

mache'te (મચે'ટિ), ના૦ મ. અમેરિકા ઇ૦માં વપરાતો ભારે પહોળો છરો, ધારિયું.

Machiave'llian (મૅકિઅવે'લિઅન), વિ૦ કપટી, લુચ્ચું; ખોટું કામ કરતાં આંચકો ન ખાનાર.

machina'tion (મૅકિનેશન), ના૦

[બહુધા બ૦ વ૦માં] ગુપ્ત યોજના–કાવતરું–(કરવું તે); ઘાટ, ચાલબાજી.

machi'ne (મશીન), ના૦ યંત્ર, સંચો; બાઈસિકલ, મોટર સાઇકલ, ઇ૦; વિમાન; ગણકયંત્ર; કોઈ જૂથ કે (રાજકીય ઇ૦) પક્ષનું નિયામક તંત્ર. સ૦ ક્રિ૦ યંત્ર વડે કશુંક બનાવવું – કશાક પર કામ કરવું, યંત્ર ચલાવવું. **~-gun,** યંત્રદ્વારા ભરીને ચલાવાતી બંદૂક અથવા તોપ. **~ tool,** યંત્રદ્વારા ચલાવવામાં આવતું હથિયાર.

machi'nery (મશીનરિ), ના૦ યંત્રો, સંચા; યંત્રની રચના; સંગઠિત વ્યવસ્થા કે તંત્ર; કશુંક કરવા માટે ગોઠવેલાં સાધનો.

machi'nist (મશીનિસ્ટ), ના૦ યંત્ર–વિ૦ ક૦ સીવવાનો સંચો–ચલાવનાર.

machi'smo (મચિઝ્મો), ના૦ વીર્ય, વત્તા, પુંસ્ત્વ, મરદનું ગૌરવ.

ma'cho (મૅચો), વિ૦ આડંબર સાથેના પૌરુષવાળું.

ma'c(k) (મૅક), ના૦ [વાત.] = **ma'ckintosh.**

ma'ckerel (મૅકરલ), ના૦ એક જાતની ખાદ્ય દરિયાઈ માછલી. **~ sky,** નાનાં નાનાં ઊનના જેવાં (દેખાતાં) વાદળાંથી કાબરચીતરું બનેલું આકાશ.

ma'ckintosh (મૅકિનટૉશ), ના૦ રબરનું પડ દીધેલું જલાભેદ્ય કાપડ; જલાભેદ્ય (કાપડનો) કોટ.

macra'mé (મકરામિ), ના૦ દોરા કે દોરીને ગાંઠો મારીને બનાવેલી કોર કે ઝાલર, તે બનાવવાની કળા.

ma'crobiotic (મૅક્રોબાયૉટિક), વિ૦ દીર્ઘાયુષ્ય માટેના આહારને લગતું; એવો આહાર લેનારું.

ma'crocosm (મૅક્રોકૉઝ્મ), ના૦ વિશ્વ; કોઈ પણ મોટી આખી વસ્તુ.

mad (મૅડ), વિ૦ પાગલ, વિકૃત ચિત્તવાળું; ઉન્મત્ત; અતિમૂર્ખ; મોહિત; [વાત.] ત્રસ્ત. **~cap,** ગાંડિયું, **~house,** ગાંડાની ઇસ્પિતાલ; [લા.] ગોંધળ અને બૂમાબૂમ. **~man, ~woman,** ગાંડો, ગાંડી. **ma'dness** (-નિસ), ના૦.

ma'dam (મૅડમ), ના૦ સ્ત્રીને સંબોધવાનો શિષ્ટાચારનો શબ્દ, બાઈસાહેબ ઇ૦; [વાત.] કૂટણખાનું ચલાવનાર સ્ત્રી; ઘમંડી યુવતી.

Mada'me (મડામ), ના૦ [બ૦વ૦ *Mesda'mes* મેડામ] ફ્રેંચ (ભાષી) સ્ત્રીને માટે શિષ્ટાચારનો શબ્દ.

ma'dden (મૅડન), સ૦ક્રિ૦ ગાંડું બનાવવું, ત્રાસ દેવો.

ma'dder (મૅડર), ના૦ મજીઠનો છોડ, તેના મૂળિયામાંથી બનાવાતો રાતો રંગ; તેના જેવી કૃત્રિમ બનાવટ.

made (મેડ), **make** નો ભૂ૦કા૦ તથા ભૂ૦ કૃ૦.

Madei'ra (મડિઅરૅ), ના૦ મદિરાનો આલ્કહોલ ઉમેરેલો દારૂ. **~ cake,** એક પૌષ્ટિક ગળી કેક.

Mademoise'lle (મૅડમ્વઝૅ'લ), ના૦ [બ૦ વ૦ *Mesdemoiselles* મેડમ્વઝૅ'લ] ફ્રેંચ (ભાષી) અપરિણીત સ્ત્રી માટે વપરાય છે.

mado'nna (મડૉન), ના૦ કુમારી મેરી-(નું ચિત્ર) અથવા મૂર્તિ). **~ lily,** ઊંચો સફેદ 'લીલી'નો છોડ.

madra's (મદ્રૅસ), ના૦ રંગીન કે સફેદ પટાઓવાળું સુતરાઉ કાપડ.

ma'drigal (મૅડ્રિગલ), ના૦ [સં.] ઘણા માણસોએ ગાવાનો ગીતનો અમુક ભાગ, બહુધા વાદ્યની સાથ વિના.

mae'lstrom (મેલસ્ટ્રમ), ના૦ મોટો વમળ કે ભમરો.

mae'nad (મીનૅડ), ના૦ મદિરાના દેવતા બાકસની પૂજારણ.

mae'stro (માઇસ્ટ્રો), ના૦ [બ૦વ૦ **~s**] સંગીતનો મહાન ઉસ્તાદ અથવા સંચાલક.

Ma'fia (મૅફિઅ), ના૦ ગુનેગારોનું સંગઠિત આંતરરાષ્ટ્રીય જૂથ.

mafio'so (મૅફિઓસો), ના૦ [બ૦વ૦ **-si** -સી] 'મૅફિયા'નો સભ્ય.

magazi'ne (મૅગઝીન), ના૦ શસ્ત્રાસ્ત્રો, દારૂગોળો, ઇ૦નું કોઠાર, કારતૂસોવાળું ખાનું જ્યાંથી તે ફોડવા માટે આપોઆપ બંદૂકના કુંદામાં પહોંચે છે; કૅમેરાનું એવું જ ખાનું; માસિક ઇ૦ સામયિક, નિયતકાલિક.

mage'nta (મજે'ન્ટૅ), ના૦ ડામરમાંથી તૈયાર કરાતો ચળકતો કિરમજી રંગ.

ma'ggot (મૅગટ), ના૦ એક જાતનો કીડો, ઈયળ (વિ૦ક૦ bluebottleની).

ma'ggoty (-ટિ), વિ૦.

Ma'gi (મેજાઇ), ના૦બ૦વ૦ પ્રાચીન ઈરાનના ધર્મગુરુઓ; 'પૂર્વ તરફના જ્ઞાની-ઓ'(બાઇબલમાં).

ma'gic (મૅજિક), ના૦ જાદુ, જંતર-મંતર, કામણ, ચેટક, મેલી વિદ્યા; આશ્ચર્ય-કારક પરિણામ ઉપજાવનાર કોઈ અસાધારણ કે ગૂઢ વસ્તુ; ચમત્કાર. **black, white ~**, જેમાં ભૂતપિશાચનું, દેવદૂતોનું, આવાહન કરવામાં આવે છે તે જાદુ, મેલી વિદ્યા, ઇન્દ્રજાળ. વિ૦ જાદુનું, જાદુઈ. **~ carpet**, જાદુઈ ગાલીચો, જે તેના પર બેસનારને ગમે ત્યાં લઈ જઈ શકે. **~ lantern**, ચિત્રો પડદા પર મોટાં કરી બતાવવાનું સાધન.

ma'gical (મૅજિકલ), વિ૦ જાદુનું, જાદુઈ; જાદુના જેવું, જાદુ વડે (હોય તેમ) નિર્માણ કરેલું.

magi'cian (મજિશન), ના૦ જાદુગર; નજરબંધી કરનાર.

magiste'rial (મૅજિસ્ટિઅરિઅલ), વિ૦ મૅજિસ્ટ્રેટનું, અધિકૃત, જોહુકમીવાળું.

ma'gistracy (મૅજિસ્ટ્રસિ), ના૦ મૅજિસ્ટ્રેટો, મૅજિસ્ટ્રેટનો હોદ્દો.

ma'gistrate (મૅજિસ્ટ્રેટ), ના૦ મૅજિ-સ્ટ્રેટ, દંડનાયક. કાયદાનો અમલ કરાવનાર મુલકી અધિકારી.

magna'nimous (મગ્નૅનિમસ) વિ૦ ઉદાર, મોટા મનનું; ક્ષુદ્ર નહિ એવું-(ભાવના કે વર્તનમાં). **magnani'mity** (-મિટિ), ના૦.

ma'gnate (મૅગ્નેટ), ના૦ મહાન - ધના-ઢ્ય - અધિકારસંપન્ન માણસ.

magne'sia (મૅગ્નીશૅ), ના૦ મૅગ્નીઝિ-અમ ઑક્સાઇડ. **Milk of M~**, દવામાં વપરાતું પાણીમાં ભેળવેલું મૅગ્ની-ઝિયમ કાર્બોનેટ, રેચ આપવાનું વિલાયતી મીઠું. **magne'sian** (-શન), વિ૦.

magne'sium (મૅગ્નીઝિઅમ), ના૦ રૂપા જેવું સફેદ ધાતુરૂપ મૂળતત્ત્વ (મૅગ્નીશામાં રહેલું).

ma'gnet (મૅગ્નિટ), ના૦ લોહચુંબક; [લા.] આકર્ષક વસ્તુ.

magne'tic (મૅગ્ને'ટિક), વિ૦ લોહચુંબક-નું - ના જેવું - ના ગુણધર્મવાળું; ચુંબકત્વ વડે પેદા થયેલું - દ્વારા અસર કરનારું; [લા.] અત્યંત આકર્ષક. **~ north**, હોકાયંત્રની સોયના ઉત્તર છેડાથી સૂચિત બિંદુ. **~ storm**, પૃથ્વીના ચુંબકીય ક્ષેત્રમાં થતું તોફાન - ગરબડ. **~ tape**, ધ્વનિસંકેતોને નોંધનાર તથા ફરી રજૂ કરનાર ચુંબકત્વનિહિત પ્લાસ્ટિક ઇ૦ની પટ્ટી-ટેપ.

ma'gnetism (મૅગ્નિટિઝ્મ), ના૦ ચુંબ-કીય ઘટનાઓ (નું શાસ્ત્ર); [લા.] પ્રભાવી - આકર્ષક - વ્યક્તિત્વ.

ma'gnetize (મૅગ્નિટાઇઝ઼), સ૦ ક્રિ૦ -નો ચુંબક બનાવવો, ચુંબકની જેમ ખેંચવું - આકર્ષવું. **magnetiza'tion** (-ઝ઼ેશન), ના૦.

magne'to (મૅગ્નીટો), ના૦ [બ૦ વ૦ ~ s] ચુંબકીય વિદ્યુત ઉત્પાદક યંત્ર, ચિરચુંબક જનિત્ર.

ma'gnificent (મૅગ્નિફિસન્ટ), વિ૦ ભવ્ય, સુંદર; પ્રભાવી; ઉત્તમ. **magni'ficence** (-સન્સ), ના૦.

ma'gnify (મૅગ્નિફાઇ), સ૦ ક્રિ૦ મોટું કરવું, કાચ કે લેન્સ વડે થાય તેમ મોટું કદ દેખાય તેમ કરવું. અતિશયોક્તિ કરવી; [પ્રા.] વખાણ કરવાં. **magnifica'tion** (-ફિકેશન), ના૦. **magnifying glass**, બૃહદ્દર્શક કાચ - લેન્સ.

ma'gnitude (મૅગ્નિટ્યૂડ), ના૦ કદ, પરિમાણ; મોટાપણું; મહત્ત્વ.

magno'lia (મૅગ્નોલિઅ), ના૦ એક જાતનું ફૂલઝાડ; તેનાં ફૂલોનો બહુ ફીકો ગુલાબી રંગ.

ma'gnum (મગ્નમ), ના૦ અર્ધા ગૅલન-ની બાટલી.

ma'gpie (મૅગ્પાઇ), ના૦ લાંબી પૂંછડી અને કાબરચીતરાં પીંછાંવાળો કાગડો; ફાવે

તેમ વસ્તુઓ ભેગી કરનાર.

Ma'gyar (મૅગ્યાર, મૉડ્યર), નાo અને વિo હંગેરીમાં મુખ્યત્વે રહેનાર પ્રજા-નું (માણસ કે ભાષા). **~ (blouse),** બાંયો અલગ ન કાપતાં એક જ કકડામાં-થી બનાવેલો કબજો.

mahara'ja(h) (માહરાજ઼ે),નાo [ઇતિ.] મહારાજા.

mahara'ni, -nee (માહરાની), નાo [ઇતિ.] મહારાજાની પત્ની અથવા વિધવા, મહારાણી.

mahari'shi (માહરિશિ), નાo મહર્ષિ.

maha'tma (મહૅટ્મ), નાo મહાત્મા; [બૌદ્ધ.] અલૌકિક શક્તિ ધરાવનાર વ્યક્તિ; પૂજ્ય વ્યક્તિ.

mah-jo'ngg (માજૉંગ), નાo ૧૩૬ કે ૧૪૪ કૂકડીઓ કે સોગટીની એક ચીની રમત.

maho'gany (મહૉગનિ), નાo ફર્નિચર ઇo માટે વપરાતું લાલાશ પડતું બદામી લાકડું; તેનો રંગ.

mahou't (મહાઉટ), નાo મહાવત.

maid (મેડ), નાo [પ્રા.] છોકરી, જુવાન (અપરિણીત) સ્ત્રી, કુમારિકા; **~(servant),** ઘરકામ કરનાર બાઈ, કામવાળી.

mai'den (મેડન), નાo [પ્રા.] છોકરી, કુમારી, જુવાન અપરિણીત સ્ત્રી; [ક્રિકે.] એક પણ દોડ સિવાયની છ દડાની પાળી (ઓવર). વિo અપરિણીત; (સંસદ સભ્યનું ભાષણ, દરિયાઈ પ્રવાસ, ઇo અંગે) પ્રથમ. **~hair,** 'ફર્ન' વનસ્પતિની એક નાજુક જાત. **~ name,** લગ્ન પહેલાંની સ્ત્રીની અટક. **~ over,** એક પણ દોડ વિનાની છ દડાની પાળી. **mai'denly** (-ન્લિ), વિo.

mail[1] (મેલ), નાo ધાતુની કડીઓનું કે પટ્ટીઓનું બખ્તર.

mail[2], નાo ટપાલથી લઈ જવાતા કાગળો ઇo; કાગળો, ટપાલ; ટપાલ લઈ જનાર વાહન. સo ક્રિo ટપાલથી રવાના કરવું. **~ order,** ટપાલથી માલ રવાના કરવાની વરદી.

maim (મેમ), સo ક્રિo લૂલું – અપંગ – બનાવવું; (અંગ) કાપી નાખવું.

main (મેન), વિo મુખ્ય, સૌથી મહત્ત્વનું. નાo પાણી, ગૅસ, ઇoનો મુખ્ય નળ, નીક, ઇo; અથવા (બહુધા બo વo માં) વીજળી-નો મુખ્ય તાર; [પ્રા.] ભરદરિયો. **in the ~,** મોટે ભાગે, મુખ્યત્વે. **with might and ~,** પોતાની પૂરી તાકાત કે જોરથી. **~land,** ખંડની મુખ્ય જમીનનો સળંગ પ્રદેશ(પાસેના ટાપુઓ બાદ કરીને), તળ ખંડ. **~mast,** વહાણની મુખ્ય ડોલકાઠી. **~sail,** મુખ્ય ડોલકાઠી પરનું નીચામાં નીચું સઢ, વહાણનું સૌથી મોટું સઢ. **~spring,** ઘડિયાળની મુખ્ય કમાન અથવા સ્પ્રિંગ; [લા.] મુખ્ય પ્રેરક કે ચાલક બળ. **~-stay,** મુખ્ય આધાર – ટેકો. **~stream,** [લા.] વિચાર, મત, ફૅશન, ઇoનો પ્રચલિત પ્રવાહ.

mai'nly (મેન્લિ), ક્રિoવિo મોટે ભાગે, મુખ્યત્વે.

maintai'n (મેન્ટેન), સoક્રિo હોય તેવું રાખવું, ચાલુ રાખવું; દુરસ્ત રાખવું; -નો નિર્વાહ કરવો; ખરું છે એમ નિશ્ચય-પૂર્વક કહેવું.

mai'ntenance (મેન્ટિનન્સ), નાo ભરણપોષણ (કરવું-થવું-તે), આજીવિકા કે ગુજરાન; અન્નવસ્ત્ર.

maison(n)e'tte (મેઝ઼ને'ટ), નાo નાનકડું ઘર; ઘરનો અલગ ભાડે આપેલો કે વેચી દીધેલો ભાગ.

Maitre d'hote'l (મેટ્રડોટે'લ), [ફ્રૅ.] વડો પિરસણિયો, મુખ્ય વેટર.

maize (મેઝ઼), નાo મકાઈ.

Maj., સંક્ષેપ. major.

majestic (મજે'સ્ટિક), વિo રાજાને છાજે એવું; ભવ્ય, ભભકાદાર.

majesty (મૅજિસ્ટિ), નાo ભવ્યતા, પ્રૌઢતા; પ્રભુસત્તા; રાજા, રાણી, રાજાની પત્ની કે વિધવાને સંબોધવામાં કે તેનો ઉલ્લેખ કરવામાં વપરાય છે.

majolica (મજૉલિક), નાo ઇટલીની માટીકામની સુશોભિત વસ્તુઓ.

ma'jor (મેજર), ના૦ લેફ્ટનન્ટ કર્નલથી ઊતરતી કક્ષાનો લશ્કરી અમલદાર; સાર્જન્ટ મેજર; [અમે.] વિદ્યાર્થીના અભ્યાસનો ખાસ વિષય – પાઠ્યક્રમ. વિ૦ (બેમાંથી) વધારે મોટું; પુખ્ત ઉંમરનું; ખાસ મહત્ત્વનું, ગંભીર અથવા અર્થવાળું; [સં.] (વિરામ અંગે) હંમેશ હોય છે તેટલો, પૂર્ણ. અ૦ ક્રિ૦ [અમે.] ખાસ વિષય તરીકે અભ્યાસ કરવો, કોઈ વિષયનું ખાસ જ્ઞાન મેળવવું. **~-domo**, ના૦ [બ૦વ૦ ~s] મોટા ઘરનો કારભારી. **~-general**, લેફ્ટનન્ટ જનરલથી ઊતરતી કક્ષાનો અમલદાર.

majo'rity (મજૉરિટિ), ના૦ અર્ધા કરતાં વધારે મોટી સંખ્યા કે ભાગ; મતાધિક્ય, બહુમતી; તેની માત્રા; પુખ્ત વય; મેજરનો હોદ્દો.

make (મેક), ઉ૦ક્રિ૦ [**made**] રચવું, બનાવવું, નિર્માણ કરવું (ભાગોમાંથી અથવા બીજા પદાર્થમાંથી); ખાવા પીવા કે વાપરવા માટે તૈયાર કરવું, બનાવવું; લખવું, રચવું, (ચોપડી, કાવ્ય, ઇ૦); મનમા ઘડવું, સાધવું, પાર પાડવું; -ના ઉદ્ભવનું કારણ બનવું, -માંથી નીકળવું; પ્રસ્થાપિત કરવું, કાયદો કરવો, નિયમો ઘડવા, અસ્તિત્વમાં આણવું, થાય તેમ કરવું; (કરવા ઇ૦)ની ફરજ પાડવી; અમુક તરીકે રજૂ કરવું. -ને અમુક તરીકે ગણવું. -નો અમલ કરવો -ને કૃતિમાં ઉતારવું, કરવું; મળીને બનાવવું, -નું થવું; -ની બરોબર હોવું; મેળવવું, પ્રાપ્ત કરવું; પરિણામ તરીકે પ્રાપ્ત થવું. [પત્તામાં] (હાથ) કરવો; [ક્રિ.] (દોડો) કરવી; -માં સ્થાન પ્રાપ્ત કરવું, સિદ્ધ કરવું; -માં પ્રગતિ કરવી –સફળતા મેળવવી. ના૦ બંધારણ, રચના કે બનાવટ, ક્યાંની બનાવટ છે તે, તેનું મૂળ; બનાવટની જાત કે પ્રકાર. **on the ~**, પ્રાપ્તિ કરવા ઉપર દૃઢસંકલ્પ. **~ believe**, ઢોંગ કરવો. **~-believe**, ના૦ બહાનું, ઢોંગ. વિ૦ ઢોંગ ભરેલું, કૃત્રિમ. **~ do**, -થી ચલાવી લેવું. **~ for**, -નું કારણ બનવું; -ની તરફ (ધસી)જવું. **~ good**, નુકસાન ભરી આપવું, સમું કરવું; (વચન)પાળવું; કોઈ કામમાં સફળ થવું. **~ off**, ઉતાવળે જતા રહેવું, નાસી જવું. **~ out**, (દસ્તાવેજ ઇ૦) તૈયાર કરવું, ઘડવું, લખી કાઢવું; ઉકેલવું, સમજવું; સાંભળીને કે જોઈ ને (કોણ છે તે) ઓળખવું; ઢોંગ કરવો; પ્રગતિ કરવી. **~shift**, વિ૦ અને ના૦ કામચલાઉ (સાધન, રસ્તો, તોડ). **~ up**, ઊણપ ભરી કાઢવી – કાઢવામાં ઉપયોગી થવું; પૂરું કરવું; (ભાગો અંગે) મળીને એક આખું કરવું; એકત્ર કરવું, તૈયાર કરવું, ગોઠવેલા બીબાનાં પાનાં પાડવાં; (વાર્તા ઇ૦) ઉપજાવી કાઢવું; (ભાગો અંગે) મળીને એક આખું બનાવવું; નટને તેની ભૂમિકા માટે તૈયાર કરવો – સજાવવો; પ્રસાધન દ્રવ્યો વાપરવાં. **~-up**, નટનટીની સજાવટ, નેપથ્યવિધાન; શૃંગાર, સજાવટ; રચના, બંધારણ; માણસનું ઘડતર–ચારિત્ર્ય. **~weight**, ત્રાજવાનાં પલ્લાં સરખાં કરવા માટે મુકાતું વજન, ધડો.

ma'ker (મેકર); ના૦ બનાવનાર, કર્તા, ઇ૦; વિ૦ક૦ (**M~**) સ્રષ્ટા, સરજનહાર.

ma'king (મેકિંગ), ના૦ કરવું તે, ઇ૦; [બ૦વ૦માં]કશુંક થવા માટે આવશ્યક ગુણો. **be the ~ of**, -ની સફળતા કે પ્રગતિનું સાધન અથવા કારણ થવું. **in the ~**, ઘડાતું, તૈયાર થતું.

ma'lachite (મૅલકાઇટ), ના૦ અલંકાર માટે વપરાતો એક લીલો ખનિજ પદાર્થ.

maladju'sted (મૅલડ્જસ્ટિડ), વિ૦ બંધ બેસતું નહિ કરેલું, આસપાસની પરિસ્થિતિ સાથે બરાબર મેળ નહિ સાધેલું. **maladju'stment**(-જસ્ટ્મન્ટ),ના૦.

maladmi'nister (મૅલડ્મિનિસ્ટર), સ૦ક્રિ૦ અવ્યવસ્થિત પણે – ખરાબ રીતે – કારભાર કે રાજ ચલાવવું. **maladministra'tion** (-સ્ટ્રેશન), ના૦.

ma'ladroit (મૅલડ્રૉઇટ), વિ૦ અણઘડ, અનાડી, કુનેહ વિનાનું.

ma'lady (મૅલડિ), ના૦ માંદગી, રોગ.

malai'se (મલેઝ), ના૦ બેચેની, અસુખ, અસ્વસ્થતા.

ma'lapropism (મૅલપ્રપિઝ્મ), ના૦ શબ્દો વચ્ચે હાસ્યાસ્પદ ગોટાળો.

malapropo's (મૅલૅપ્રપો), ક્રિ૰વિ૰ અને વિ૰ કવખતે, અકાળે, (કરેલું, કહેલું, ઇ૰).

malar'ia (મલે'અરિઅ), ના૰ મલેરિયા, ટાઢિયો તાવ.

malar'ial (-અલ), વિ૰. **malari'ous** (-અસ), વિ૰.

ma'lcontent (મૅલ્કન્ટૅ'ન્ટ), વિ૰ અને ના૰ અસંતુષ્ટ (માણસ), વિ૰ક૰ રાજ્યના અમલથી.

male (મેલ), વિ૰ નરજાતિનું, પુલ્લિંગી; [વનસ્પ.] પુંકેસરવાળું, નર; (યંત્રના ભાગ અંગે) માદા(વાળા) ભાગમાં પેસે અથવા તેને ભરી કાઢે તે નર (ભાગ). ના૰ પુરુષ, [પ્રાણીમાં] નર.

maledi'ction (મૅલિડિક્શન), ના૰ શાપ. **maledi'ctory** (-ક્ટરિ), વિ૰.

ma'lefactor (મૅલિફૅક્ટર), ના૰ ખરાબ કામ કરનાર, અપરાધી. **malefa'ction** (-ક્શન), ના૰.

male'ficent (મલૅ'ફિસન્ટ), વિ૰ ઈજા પહોંચાડનારું, ગુનેગાર. **male'ficence** (-સન્સ), ના૰.

male'volent (મલૅ'વલન્ટ), વિ૰ બીજાનું બૂરું ઇચ્છનાર, દુષ્ટ. **male'volence** (-લન્સ), ના૰.

malforma'tion (મૅલ્ફૉમેશન), ના૰ સદોષ રચના, શારીરિક વ્યંગ. **malfor'med** (-ફૉર્મ્ડ), વિ૰.

malfu'nction (મૅલ્ફંક્શન), ના૰ અને અ૰ક્રિ૰ પોતાનું નિયત કે હંમેશનું કામ બરાબર ન કરી શકવું (તે), અપક્રિયા.

ma'lice (મૅલિસ), ના૰ દ્વેષ, દુષ્ટબુદ્ધિ, બૂરું કરવાની ઇચ્છા.

mali'cious (મલિશસ), વિ૰ કુભાવવાળું, દુષ્ટ હેતુવાળું, દુષ્ટ.

mali'gn (મલાઇન), વિ૰ દુષ્ટ, હાનિકારક. સ૰ક્રિ૰ કોઈનું બૂરું બોલવું – નાલેશી કરવી.

mali'gnant (મલિગ્નન્ટ), વિ૰ અતિ દુષ્ટ-દ્વેષી; (રોગ અંગે) જીવલેણ, ભારે ચેપી; (ગૂમડા કે ગાંઠ અંગે) કર્ક રોગ (કૅન્સર) વાળું. **mali'gnancy** (-નન્સિ), ના૰.

mali'gnity (-નિટિ), ના૰.

mali'nger (મલિંજર), અ૰ક્રિ૰ ફરજ (પર જવાનું) ટાળવા માટે માંદગીનો ઢોંગ કરવો.

ma'llard (મૅલર્ડ), ના૰ એક જાતનું જંગલી બતક.

ma'lleable (મૅલિઅબલ), વિ૰ હથોડા વતી ટીપીને આકાર આપી શકાય એવું; કેળવી શકાય એવું, **malleabi'lity** (-બિલિટિ), ના૰.

ma'llet (મૅલિટ), ના૰ હથોડો (બહુધા લાકડાનો); 'ક્રૉકે' કે 'પોલો'ના દડાને મારવાની મોગરીવાળી લાકડી.

ma'llow (મૅલો), ના૰ જેનાં ડીંટાં અને પાંદડાં ઉપર વાળ ઊગેલાં હોય છે એવો ફૂલોવાળો એક છોડ.

ma'lmsey (મામ્ઝિ), ના૰ કડક મીઠો દારૂ.

malnutri'tion (મૅલ્ન્યુટ્રિશન), ના૰ અપૂરતું કે સદોષ પોષણ–ખોરાક.

malo'dorous (મૅલોડરસ), વિ૰ વાસ મારતું, ગંધાતું.

malpra'ctice(મૅલ્પ્રૅક્ટિસ),ના૰ દુષ્કર્મ, ખરાબ કામ; વૈદ્ય દ્વારા દરદીનો બેદરકારીભર્યો ઉપચાર; વિશ્વાસની જગ્યાએ રહીને સ્વાર્થ સાધવા કરેલું દુષ્કર્મ, ભ્રષ્ટાચાર.

malt (મૉલ્ટ), ના૰ દારૂ ગાળવા માટે ફણગાવીને સૂકવેલા જવ ઇ૰ અનાજ. સ૰ક્રિ૰ જવ કે બીજા અનાજને ફણગાવીને તેનો 'માલ્ટ' બનાવવો. ~ **whisky,** જવ ઇ૰ના માલ્ટમાંથી બનાવેલો દારૂ.

malted milk, દૂધની ભૂકી અને માલ્ટમાંથી બનાવેલી વસ્તુ.

Malte'se (મૉલ્ટીઝ઼), વિ૰ માલ્ટાનું, તેની પ્રજાનું કે ભાષાનું. ના૰ માલ્ટાનો વતની અથવા ભાષા. ~ **cross,** બહારની બાજુએ છેડા તરફ પહોળા થતા ચાર સરખા હાથવાળો ક્રૂસ.

maltrea't (મૅલ્ટ્રીટ), સ૰ક્રિ૰ -ની સાથે ખરાબ રીતે વર્તવું, -ને હેરાન કરવું, પજવવું. **maltrea'tment** (-ટ્મન્ટ), ના૰.

malva'ceous (મૅલ્વેશસ), વિ૦ [વન-સ્૫૦] 'મૅલ્વા'ના વર્ગનું, ભીંડા, કપાસ, ઇ૦ની જાતનું.

malversa'tion (મલ્વર્સેશન), ના૦ 'ટ્રસ્ટ'ના કે જાહેરનાં નાણાંનો દુરુપયોગ.

ma'mba (મૅમ્બ'), ના૦ દ. આફ્રિકાનો એક ઝેરી સાપ.

mam(m)a' (મમા), ના૦ [બાલભાષા-માં] મા.

ma'mmal (મૅમલ), ના૦ સસ્તન પ્રાણી. **mamma'lian** (મમેલિઅન), વિ૦.

ma'mmary (મૅમરિ), વિ૦ સ્તનનું -ને લગતું.

Ma'mmon (મૅમન), ના૦ પૈસો, ધન, વિ૦ક૦ પૂજવાની મૂર્તિ અથવા અનિષ્ટના અર્થમાં.

ma'mmoth (મૅમથ), ના૦ પ્રાચીન કાળની કદાવર હાથીની એક જાત. વિ૦ પ્રચંડ, મોટું.

ma'mmy (મૅમિ), ના૦ [બાળકની ભાષામાં] મા; [અમે.] ગોરા બાળકની કાળી (હબસી) ધાવ.

man (મૅન), ના૦ [બ૦વ૦ **men** મૅ'ન] માનવ પ્રાણી, માણસ, મનુષ્ય; માનવજાતિ; માણસ (અનિશ્ચિત અથવા સામાન્ય જાતિનું); પ્રૌઢ મરદ, પુરુષ; પતિ, ધણી; પુરુષ નોકર, હજૂરિયો; કામગાર; [બ૦વ૦ માં] સિપાઈઓ, ખારવાઓ, ઇ૦; [શેતરંજ ઇ૦-માં] મહોરું, સોગઠું, ઇ૦. સ૦ક્રિ૦ કામ કે રક્ષણ માટે માણસ કે માણસો નીમવાં–માણસોથી સુસજ્જ કરવું. **~hole,** ભોંય કે મોરીની નેળમાં માણસને માટે ઊતરવાનું કાણું – બાકું. **~-hour,** માણસ એક કલાકમાં કરે તેટલું કામ, શ્રમ-કલાક. **~-of-war,** (સશસ્ત્ર) યુદ્ધ-નૌકા. **~power,** લશ્કરી કે બીજા કામ માટે ઉપલબ્ધ માણસો (ની સંખ્યા). **~servant,** [બ૦વ૦ **me'nserva-nts**] (પુરુષ) નોકર. **~trap,** માણસને પકડવાનો ફાંદો, વિ૦ક૦ ઘરમાં ઘૂસનારને.

Man., સંક્ષેપ. Manitoba.

ma'nacle (મૅનકલ), ના૦ [બહુધા બ૦વ૦માં] હાથકડી, બેડી. સ૦ ક્રિ૦ હાથે બેડીઓ પહેરાવવી.

ma'nage (મૅનિજ), ઉ૦ ક્રિ૦ -નું સંચાલન કરવું, ચલાવવું; -ને બરાબર કાબૂમાં રાખવું; કશાક વડે પોતાનો હેતુ પાર પાડવો; મેળવવામાં સફળ થવું, કશુંક કરવાની તરકીબ કરવી. **ma'nagea-ble** (-જબલ), વિ૦.

ma'nagement (મૅનિજ્મન્ટ), ના૦ વ્યવસ્થા–સંચાલન (–કરવું-થવું); વહીવટ–કારભાર–(કરવો તે); વ્યવસ્થાપક મંડળ.

ma'nager (મનેજર), ના૦ વ્યવસ્થાપક, સંચાલક; નાણાંનો વહીવટ કરવામાં કુશળ વ્યક્તિ. **ma'nageress** (-રિસ), ના૦. **manager'ial** (-જિઅરિઅલ), વિ૦.

Mana'na મન્યાનૅ), ક્રિ૦ વિ૦ અને ના૦ આવતી કાલે; આવતી કાલ, અનિ-શ્ચિત ભવિષ્યકાળ.

manatee' (મૅનટી), ના૦ એક મોટું શાકાહારી જલચર પ્રાણી.

Mancu'nian (મૅંક્યૂનિઅન), વિ૦ અને ના૦ મૅન્ચેસ્ટરનું (વતની).

ma'ndarin (મૅન્ડરિન), ના૦ ચીના-ઓની બોલાતી શિષ્ટ ભાષા; સરકારી (નોકરશાહી) અમલદાર; આદરણીય (વિ૦ ક૦ રૂઢિચુસ્ત) માણસ; [ઇતિ.] ચીની અમલદાર: ~ (**orange**), ઢીલી છાલ-વાળું ચપટું નાનકડું સંતરું.

ma'ndatary (મૅન્ડટરિ), ના૦ જેને કોઈ આદેશ કે મુખત્યારી મળી કે સોંપાઈ હોય તે.

ma'ndate (મૅન્ડિટ), ના૦ કાયદેસરનો અધિકૃત આદેશ; બીજા માટે કામ કરવાનો આદેશ; મતદારોનો ચૂંટાયેલા ઉમેદવારોને સૂચિત આદેશ. સ૦ ક્રિ૦ મુખત્યારી લેનાર રાજ્યને (પ્રદેશ ઇ૦) સોંપવું.

ma'ndatory (મૅન્ડટરિ), વિ૦ આદેશ-નું, આદેશાત્મક, ફરજિયાત.

ma'ndible (મૅન્ડિબલ), ના૦ (નીચેના) જડબાનું હાડકું; પક્ષીની ચાંચનો બેમાંથી કોઈ પણ ભાગ; જંતુના મોઢાના ભાગમાંના

કચરનાર ઇન્દ્રિયના બે ભાગમાંથી કોઈ પણ એક.

ma'ndolin(e) (મૅંડલીન), ના૦ નખીથી વગાડવાની વીણાની એક જાત.

mandra'gora (મૅન્ડ્રૅગરૅ), **ma'ndrake** (મૅન્ડ્રૅક), ના૦ એક જાતની માદક વનસ્પતિ.

ma'ndrill (મૅન્ડ્રિલ), ના૦ એક જાતનું મોટા કદનું બબૂન વાંદરું.

mane (મેન), ના૦ યાળ, કેશવાળી (ઘોડા કે સિંહની); માણસના લાંબા વાળ.

mane'ge (મનેઝ), ના૦ અશ્વશિક્ષણ (શાળા); કેળવેલા ઘોડાની ચાલ, ચેષ્ટા, ઇ૦.

ma'nful (મૅન્ફુલ), વિ૦ શૂર, બહાદુર; દૃઢનિશ્ચયી.

ma'nganese (મૅંગનીઝ઼), ના૦ રાખોડિયા રંગની એક સખત અને બરડધાતુ – ધાતુરૂપ તત્ત્વ, તેનું કાળું ઑક્સાઇડ.

mange (મેંજ), ના૦ ચામડીનો એક રોગ, વિ૦ક૦ કૂતરા ઇ૦નો.

ma'ngel (-wurzel) (મૅંગલ્-વર્ઝ઼લ), **ma'ngold** (મન્ગલ્ડ), ના૦ ઢોરોને ખવડાવવાતો મોટા કદનો બીટકંદ.

ma'nger (મેંજર), ના૦ ગમાણ,

ma'ngle[1] (મંગલ), ના૦ ધોયેલા કપડાં નિચોવવાનો સંચો. સ૦ ક્રિ૦ સંચા વડે કપડાં નિચોવવાં.

ma'ngle[2], સ૦ ક્રિ૦ આડું અવળું કે વાંકુંચૂંકું કાપવું, ફટકા મારીને ફાડી તોડી નાખવું, બગાડવું.

ma'ngo (મૅંગો), ના૦ [બ૦વ૦ **~es**] આંબો (ઝાડ), કેરી (ફળ).

ma'ngrove (મૅંગ્રોવ), ના૦ ઉષ્ણ કટિબંધનું વડના જેવું એક ઝાડ.

ma'ngy (મૅંજિ), વિ૦ ખુજલી થયેલું; ગંદું, મેલું, મેલાં કપડાં પહેરેલું.

ma'nhandle (મૅન્હૅન્ડલ), સ૦ ક્રિ૦ માણસને કેવળ શારીરિક જોર વડે જ ખસેડવું; શારીરિક ઈજા પહોંચાડવી, ધક્કે ચડાવવું.

ma'nhood (મૅન્હુડ), ના૦ મનુષ્યત્વ; મર્દાનગી; દેશના લોકો.

ma'nia (મેનિઅ), ના૦ પ્રક્ષોભ અને (કયારેક) હિંસાયુક્ત માનસિક વિકૃતિ, ગાંડપણ; નાદ.

ma'niac (મેનિઍક), વિ૦ અને ના૦ ગાંડું – દીવાનું–(માણસ). **mani'acal** (મનાયકલ), વિ૦.

ma'nic (મૅનિક), વિ૦ ગાંડપણનું, ગાંડું થયેલું. **~-depressive,** વિ૦ ક૦ વારાફરતી પ્રફુલ્લતા અને વિષાદના ઝટકાવાળી માનસિક વિકૃતિવાળા (માણસ)નું.

ma'nicure (મૅનિક્યુઅર), ના૦ હાથોનું સૌન્દર્ય પ્રસાધન અને ઉપચાર. સ૦ ક્રિ૦ એવું પ્રસાધન ને ઉપચાર કરવો. **ma'nicurist** (-રિસ્ટ), ના૦.

ma'nifest (મૅનિફ઼ૅસ્ટ), વિ૦ સ્પષ્ટ, દેખીતું, ઉઘાડું; નિશ્ચિત. ઉ૦ ક્રિ૦ વ્યક્ત કરવું; આપ મેળે છતું થવું, દેખા દેવું. ના૦ જકાત અમલદારને બતાવવા માટેની વહાણના માલની યાદી. **manifesta'tion** (-સ્ટેશન), ના૦.

manife'sto (મૅનિફ઼ૅસ્ટો), ના૦ [બ૦વ૦ **~s**] કાર્યનીતિ અથવા સિદ્ધાન્તો વિષેનું જાહેરનામું.

ma'nifold (મૅનિફ઼ોલ્ડ), વિ૦ અનેક પ્રકારનું, જાતજાતનું; વિવિધ કાર્યો કરનારું. ના૦ બહાર નીકળવાની અનેક નળીઓવાળો નળ.

ma'nikin (મૅનિકિન), ના૦ નાનકડું માણસ, ઠિંગુજી; કળાકાર પોતાની નજર આગળ રાખે છે તે (માણસનો) નમૂનો – મૂર્તિ.

mani'l(l)a (મનિલૅ), ના૦ દોરડા ઇ૦ માટે વપરાતા રેસા. **~ paper,** વીંટવા કે બાંધવા માટેનો તપખીરિયા રંગનો મજબૂત કાગળ.

mani'pulate (મનિપ્યુલેટ), સ૦ક્રિ૦ હાથમાં લેવું; હાથવતી કરવું – વાપરવું – ચલાવવું, -ની સાથે હોશિયારીથી કે ચાલાકીથી કામ લેવું. **manipula'tion** (-લેશન), ના૦. **mani'pulator** (-લેટર), ના૦.

manki'nd (મૅન્કાઇન્ડ), ના૦ માનવજાતિ.

ma'nly (મૅન્‌લિ), વિ૦ મરદના ગુણવાળું, મરદને શોભે એવું.

ma'nna (મૅનં), નાo યહૂદીઓને વગડામાં પરમેશ્વરે અદ્‌ભુત રીતે આપેલો ખોરાક.

ma'nnequin (મૅનિકિન), નાo કપડાં પહેરીને તેનું પ્રદર્શન કરવા રાખેલો માણસ, વિ૦ ક૦ સ્ત્રી; દુકાનમાં રખાતું કપડાં પહેરાવેલું બાવલું.

ma'nner (મૅનર), નાo વર્તવાની, કરવાની કે થવાની રીત; પ્રકાર, જાત; શૈલી; [બ૦વ૦માં] રીતભાત, શિષ્ટાચાર.

ma'nnered (મૅનડં), વિ૦ બોલવાચાલવામાં અમુક આદત કે ટેવવાળું, વિશિષ્ટ ખાસિયત કે વિચિત્રતાવાળું.

ma'nnerism(મૅનરિઝ઼મ),નાo બોલવાચાલવામાં વારંવાર નજરે પડતી ટેવ – દોષ– વિચિત્રતા – શૈલી.

ma'nnerly (મૅનર્લિ), વિ૦ સારી રીત ભાતવાળું, સભ્ય.

ma'nnish (મૅનિશ), વિ૦ પુરુષોચિત, મરદાની; [સ્ત્રી અંગે, બહુધા અનાદર.] બાયડા જેવી.

manoeu'vre (મનૂવર), નાo યોજનાપૂર્વક કરેલી (વિ૦ક૦ લશ્કરની) હિલચાલ; [બ૦વ૦માં] મોટા પાયા પર લશ્કરી કવાયત; પ્રમાણામાં નાખે – છેતરે – એવી હાલચાલ, દાવપેચ; વ્યૂહ. ઉ૦ક્રિ૦ યુક્તિપૂર્વક હાલચાલ કરવી – કરાવવી; દાવપેચ – યુક્તિ – કરવી, વ્યૂહ રચવો; યુક્તિથી અથવા હોશિયારીથી અમુક સ્થિતિમાં આણવું અથવા તેમાંથી બહાર કાઢવું. **manoeu'vrable** (-રબલ), વિ૦.

ma'nor (મૅનર), નાo સરંજામશાહી ઉમરાવનો જમીનદારીના સ્વરૂપનો પ્રાદેશિક એકમ; મજબૂત ઘર (સાથેની સ્થાવર મિલકત). **manor'ial**(મનૉરિઅલ),વિ૦.

ma'nsard (મૅન્‌સર્ડ). નાo~ **(roof)**, બે ઢાળવાળું છાપરું.

manse (મૅન્સ), નાo (વિ૦ક૦ સ્કૉટિશ પ્રેસ્બિટેરિયન) પાદરીનું રહેવાનું ઘર.

ma'nsion (મૅન્‌શન), નાo મોટું મકાન, હવેલી; [બ૦ વ૦માં] ફ્લૅટોવાળી મોટી ઇમારતોનું જૂથ.

ma'nslaughter (મૅન્‌સ્લૉટર), નાo દુષ્ટ બુદ્ધિથી પ્રેરાઈને પૂર્વયોજના કર્યા વિનાનો મનુષ્યવધ કે ખૂન.

ma'ntel (મૅન્ટલ), નાo ~**(piece)**, ચૂલાની ફરતે કે ઉપર રચેલી ઓટલી. ~ **-shelf**, ચૂલા ઉપર ભીંતમાં ચોડેલી છાજલી.

manti'lla (મૅન્ટિલ), નાo (વિ૦ક૦ સ્પૅનિશ) સ્ત્રીનો માથા અને ખભા પર ઓઢવાનો જાળીદાર રૂમાલ.

ma'ntis (મૅન્ટિસ), નાo લાંબા ટાંટિયાવાળો જંતુ.

ma'ntle (મૅન્ટલ), નાo બાંય વિનાનો ખુલતો ઝભ્ભો; તાપદીપ્ત પ્રકાશ માટે ગૅસની જ્યોત ઉપર મૂકવામાં આવતું જાળીદાર અંગૂઠી જેવું ઢાંકણું; [લા.] ઢાંકણું, આવરણ. ઉ૦ક્રિ૦ ચોમેરથી ઢાંકવું; ઝભ્ભા વડે (હોય તેમ) ઢાંકવું; (પ્રવાહી અંગે)–ની ઉપર તોર કે મલાઈ આવવી; (લોહી અંગે) ગાલ પર ભરાવું.

ma'nual (મૅન્યુઅલ), વિ૦ હાથનું, હાથ વતી કરેલું. નાo ટૂંકમાં માહિતી આપનારું પુસ્તક, પરિચય પુસ્તિકા; હાથે (પગે નહિ) વગાડાતી પેટી, (ઑર્ગન)ની સ્વરપટ્ટીઓ.

manufa'cture (મૅન્યુફૅક્ચર), નાo વસ્તુઓ કે પાકો માલ, વિ૦ક૦ મોટા પાયા પર તૈયાર કરવો તે. સ૦ક્રિ૦ શરીરશ્રમ વડે વિ૦ક૦ મોટા પાયા પર (માલનું) ઉત્પાદન કરવું; ઉપજાવી કાઢવું, બનાવટી કરવું.

manur'e (મન્યુઅર),નાo ખાતર,વિ૦ક૦ ઢોરોનું છાણ, મૂતર, ઇ૦. સ૦ક્રિ૦ ખાતર પૂરવું.

ma'nuscript (મૅન્યુસ્ક્રિપ્ટ), વિ૦ અને નાo હાથે કે ટાઇપરાઇટર પર લખેલું, હસ્તલિખિત (પુસ્તક અથવા દસ્તાવેજ); છાપવા માટેની હસ્તલિખિત પ્રત.

Manx (મૅંક્સ), વિ૦ અને નાo 'આઇલ ઑફ મૅન' નામના ટાપુનું (વતની અથવા ભાષા). ~ **cat**, પૂંછડી વિનાની બિલાડી.

ma'ny (મે'નિ), વિ૰ ઘણા, બહુ, સંખ્યાબંધ. ના૰ ઘણા માણસો અથવા વસ્તુઓ; આમજનતા.

Mao'ri (માઉરિ), વિ૰ અને ના૰ ન્યૂઝીલૅન્ડના માઉરી જાતિનું (માણસ અથવા ભાષા).

map (મૅપ), ના૰ નકશો. સ૰ક્રિ૰ -નો નકશો તૈયાર કરવો; નકશા પર બતાવવું. **~ out,** વિગતવાર ગોઠવવું.

ma'ple (મેપલ), ના૰ એક જાતનું ઝાડ, તેનું લાકડું. **~ -leaf**, કૅનડાનું રાષ્ટ્રીય ચિહ્ન. **~ sugar,** મેપલની ખાંડ. **~ syrup,** મેપલના રસની કે ખાંડની ચાસણી.

maque'tte (મકે'ટ), ના૰ શિલ્પીનો શરૂઆતનો નમૂનો–રેખાચિત્ર.

mar (માર), સ૰ક્રિ૰ નુકસાન કરવું, બગાડવું.

Mar., સંક્ષેપ. March.

ma'rabou (મૅરબૂ), ના૰ પ. આફ્રિકાનો મોટો બગલો, તેની રુંવાટી(ની ઝાલર).

mara'ca (મરૅકૅ), ના૰ અંદર દાણા, મણકા ઇ૰વાળું મગદળ કે ગદાના જેવું હલાવીને વાદ્ય તરીકે વગાડાતું કોળાનું તુંબડું.

maraschi'no (મૅરસ્કીનો), ના૰ ચેરી (કરમદા જેવાં ફળ)નો દારૂ. **~ cherry,** તેમાં બોળી રાખેલું ચેરીફળ.

ma'rathon (મૅરથન), ના૰ એક બહુ જ લાંબી ચાલવાની કે દોડવાની શરત; ભારે સહનશક્તિનું કે લાંબો વખત ચાલનારું કામ.

marau'd (મરૉડ), અ૰ક્રિ૰ ધાડ પાડવી, લૂંટ કરવી.

mar'ble (મારબલ), ના૰ આરસપહાણ; [બ૰ વ૰માં] શિલ્પકૃતિઓ; કાચ ઇ૰ની લખોટી; [બ૰ વ૰ માં] લખોટીની રમત. સ૰ ક્રિ૰ કાગળ ઇ૰માં રંગીન ભાત પાડવી, અંદર રંગનો દોરો દેખાય તેમ કરવું.

mar'casite (માર્કસાઇટ), ના૰ લોઢા અને ગંધકની બનાવેલી પાસાદાર ધાતુ, શોભા માટે તેનો કકડો.

March[1] (માર્ચ), ના૰ માર્ચ (મહિનો).

march[2], ઉ૰ ક્રિ૰ બરાબર કદમ મિલાવીને ચાલવું – ચલાવવું, કૂચ કરવી – કરાવવી; સ્થિરપણે આગળ વધવું. ના૰ કૂચ (કરવી તે); કૂચ કરીને કાપેલું અંતર; પ્રગતિ; કૂચગીત .**~ past**, સલામી કરવા માટે કૂચ કરતાં પસાર થવું તે.

march[3], ના૰ [ઘણીવાર બ૰ વ૰માં] સીમા, સરહદ; બે દેશ વચ્ચેનો (બહુધા વિવાદગ્રસ્ત) પ્રદેશ. અ૰ ક્રિ૰ -ની સમાન સરહદ હોવી.

mar'chioness (માર્શને'સ), ના૰ માર્કિવસની પત્ની – વિધવા; 'માર્કિવસ'ની સ્વતંત્ર પદવી ધરાવનાર સ્ત્રી, માર્શને'સ.

mare (મે'અર), ના૰ ઘોડી, ઘોડાની જાતના પ્રાણીની માદા **~'s-nest,** ભ્રામક શોધ.

mar'garine (માર્જરિન, માર્ગ -), ના૰ ખાદ્યતેલ ઇ૰માંથી બનાવેલું (નકલી) માખણ.

marge (માર્જ), ના૰[વાત.] નકલી માખણ.

mar'gin (માર્જિન), ના૰ કોર, કિનાર, કોર પાસેની પટી; હાંસિયો; છાપેલા પાનાની આસપાસની કોરી જગ્યા; આવશ્યક હોય તે ઉપરાંત વધારાની રકમ કે જગ્યા. **~ of error,** ભૂલચૂક કે અકસ્માત માટે અપાતી સવલત – કસર.

mar'ginal (માર્જિનલ), વિ૰ હાંસિયાનું –માં લખેલું; કોરનું – પર; નજીવું, ભાગ્યે જ પૂરતું; હદે આવી ગયેલું, વધુ લાભ કે સફળતા ન મળી શકે એવું. **~ seat,** જ્યાં ઉમેદવારને કે સભ્યને બહુ ઓછી બહુમતી હોય અને પછીની ચૂંટણી વખતે તે જતી પણ રહે એવી બેઠક.

mar'guerite (માર્ગરીટ), ના૰ ડેઝીની જાતનું એક મોટું ફૂલ.

Ma'rian (મે'અરિઅન), વિ૰ મેરીનું.

ma'rigold (મૅરિગોલ્ડ), ના૰ ગલગોટો.

marijua'na (મૅરિહ્વાનૅ). ના૰ ગાંજાના છોડનાં સૂકાં પાંદડાં જે પીવાથી ઘેન ચડે છે.

mari'mba (મરિમ્બૅ), ના૰ આફ્રિકા અને મ. અમેરિકાના આદિવાસીઓનું કાષ્ઠતરંગ વાદ્ય, તેનાથી ખીલવેલું આધુનિક વૃંદવાદ્ય.

mari'na (મરીનૅ), ના૰ વિહારનૌકાઓને

બાંધી રાખવાની સગવડવાળી જગ્યા.

marina'de (મૅરિનેડ), ના૦ દારૂ, સરકો, તેલ, ઔષધિઓ, ઇ૦નું મિશ્રણ જેમાં માંસ, માછલી, ઇ૦ બોળી રખાય છે. સ૦ ક્રિ૦ એવા મિશ્રણમાં બોળી રાખવું.

ma'rinate (મૅરિનેટ), સ૦ ક્રિ૦ = marinade.

mari'ne (મરીન), વિ૦ દરિયાનું - માં મળતું - માંથી પેદા થતું; દરિયા પર ઉપયોગનું; વહાણવહેવારને લગતું. ના૦ દેશનો વહાણોનો કાફલો અથવા નૌકાસૈન્ય; જમીન કે દરિયા પર કામ કરવાની તાલીમ આપેલા દળનો માણસ.

ma'riner (મૅરિનર), ના૦ ખારવો, નાવિક.

marione'tte (મૅરિઅને'ટ), ના૦ દોરીથી નચાવવામાં આવતી કઠપૂતળી.

ma'rital (મૅરિટલ), વિ૦ પતિનું; વૈવાહિક; પતિપત્નીનું - વચ્ચેનું.

ma'ritime (મૅરિટાઇમ), વિ૦ દરિયા પાસે આવેલું - રહેતું - મળતું; દરિયો ખેડવાને લગતું.

mar'joram (મારજોરમ), ના૦ રાંધવામાં વપરાતી એક ખુશબોદાર વનસ્પતિ.

mark[1] (માર્ક), ના૦ જર્મની, ફિનલન્ડ, ઇ૦નું એક નાણું.

mark[2], ના૦ નિશાન, લક્ષ્ય; નિશાની, ચિહ્ન, -ની સૂચક વસ્તુ; ડાઘો, ચાઠું; લખેલું અથવા છાપેલું પ્રતીક, છાપ; સારાનરસા આચરણના અથવા કામની ગુણવત્તાના ચિહ્ન તરીકે આ પ્રતીક, માર્કો; પરીક્ષામાં અપાતો ગુણાંક-માર્ક; સ્થિતિસૂચક રેખા; [રુગ્બી ફુટ.] દડો ઝીલનારે જમીન પર કરેલી એડીની નિશાની; સાજસામગ્રીની વસ્તુનો વિશિષ્ટ પ્રકાર - ઘાટ (આની પછી સંખ્યા કે નંબર મુકાય છે.). ઉ૦ક્રિ૦ -ની ઉપર નિશાની કે ચિહ્ન કરવું, નિશાની કરીને અલગ પાડવું, -ને વિશિષ્ટ સ્વરૂપ આપવું, -નું ખાસ લક્ષણ હોવું; વિદ્યાર્થીને તેના કામ માટે ગુણ (માર્ક) આપવા; જોવું, જોઈ રાખવું, ધ્યાનમાં લેવું - નોંધી રાખવું; રમતમાં સામાવાળાની પાસે ને પાસે રહેવું. **~ down**, -ની કિંમત ઘટાડવી. **~ off**, હદ - મર્યાદા - આંકીને જુદું પાડવું. **~ out**, -ની હદ દોરવી, કાર્યક્રમ ઘડવો, નિયત કરવું. **~ time**, આગળ વધ્યા વિના કૂચમાં હોય તેમ પગ હલાવવા; [લા.] આગળ વધવાની તકની રાહ જોવી. **~ up**, -ની કિંમત વધારવી. **~-up**, વ્યવસ્થા ખર્ચ અને નફો કાઢવા માટે માલની પડતર કિંમતમાં દુકાનદારે કરેલો ઉમેરો.

mar'ked (માર્ક્ટ), વિ૦ દેખાય એવું, સ્પષ્ટ-ઝટ-નજરે ચડે એવું. **mar'kedly** (માર્કિડ્લિ), ક્રિ૦ વિ૦.

marker (માર્કર), ના૦ બિલ્યર્ડ ઇ૦ રમતોમાં હાથ, માર્ક, ઇ૦ની નોંધ રાખનાર-ગણક; ચોપડીમાં મુકાતી નિશાની; સ્થિતિસૂચક નિશાની.

mar'ket (માર્કિટ), ના૦ બજાર, હાટ; બજારની જગ્યા અથવા ઇમારત; માલની માગણી, ખપત, બજાર: એવી માગણી હોય તે જગ્યા, બજાર; ખરીદી અને વેચાણ અંગેની પરિસ્થિતિ - માટે તક. ઉ૦ ક્રિ૦ બજારમાં ખરીદવું - વેચવું; (માલ) વેચવો (બજારમાં કે બીજે). **~ garden**, વેચવા માટેનાં શાકભાજીની વાડી. **~-place**, બજાર ભરાય છે તે ખુલ્લું મેદાન; [લા.] પ્રત્યક્ષ ખરીદવેચાણની જગ્યા. **~ research**, પોતાના માલ માટે ઘરાકી અંગે તપાસ. **~ town**, બજાર ભરાય છે તે ગામ. **~ value**, વસ્તુની બજાર કિંમત, બજાર ભાવ.

mar'king (માર્કિંગ), ના૦ પીંછાં, ચામડી, ઇ૦નો રંગ, રંગરચના; વિમાન ઇ૦ ઉપરનું ઓળખાણનું પ્રતીક. **~ ink**, કપડાં ઇ૦ પર નિશાની કરવાની પાકી શાહી.

mar'ksman (માર્ક્સ્મન), ના૦ [બ૦ વ૦ **-men**] નિશાનબાજ, તાકોડી. **mar'ksmanship** (-ન્શિપ), ના૦.

marl (માર્લ), ના૦ ખાતર તરીકે વપરાતી ચૂનાવાળી ચીકણી માટી.

mar'line-spike (માર્લિન-સ્પાઇક), ના૦ દોરડા કે તારની સેરો છૂટી પાડવાનો

અણિયાળો ખીલો.

mar'malade (માર્મલેડ), ના૦ નારંગી કે તેની જાતનાં બીજાં ફળનો મુરબ્બો.

marmore'al (માર્મોરિઅલ), વિ૦ આરસ પહાણનું – ના જેવું.

mar'moset (માર્મઝે'ટ), ના૦ ગુચ્છાદાર પૂંછડીવાળો એક નાનો વાંદરો.

mar'mot (માર્મટ), ના૦ દર કરીને રહેતું ખિસકોલીના જેવું એક પ્રાણી.

ma'rocain (મૅરકેન), ના૦ 'ક્રેપ'ની જાતનું એક પાતળું ઝીણું કાપડ.

maroo'n[1] (મરૂન), ના૦ પીળાશ પડતો કિરમજી રંગ; મોટો ધડાકો કરનારું એક સ્ફોટક સાધન. વિ૦ પીળાશ પડતા કિરમજી રંગનું.

maroo'n[2], સ૦ ક્રિ૦ નિર્જન ટાપુ કે કિનારા પર મૂકવું – મૂકી આવવું, અસહાય છોડી દેવું.

marquee' (માર્કી), ના૦ મોટો તંબૂ.

mar'quetry (મારૂકિટ્રિ), ના૦ લાકડું ઇ૦માં કરેલું જડાવકામ.

mar'quis, mar'quess, (માર્ક્વિસ), ના૦ 'ડ્યૂક'થી ઊતરતી અને 'અર્લ'થી ઉપરની કક્ષાનો ઉમરાવ. **mar'quisate** (-સિટ), ના૦.

marqui'se (માર્કીઝ઼), ના૦ [પરદેશના ઉમરાવોમાં] માર્કિવસની પત્ની કે વિધવા, સ્વતંત્રપણે માર્કિવસની પદવી ધારણ કરનાર સ્ત્રી.

ma'rriage (મરિજ), ના૦ લગ્ન, વિવાહ; વિવાહવિધિ – સમારંભ; [લા.] લગ્ન દ્વારા સંયોગ, જોડાણ, ઐક્ય. ~ **certificate**, ~ **lines**, લગ્ન(થયા)નું પ્રમાણપત્ર.

ma'rriageable (મૅરિજબલ), વિ૦ લગ્ન માટે યોગ્ય(ઉંમરનું).

ma'rrow (મૅરો), ના૦ હાડકાની અંદરની ચરબી – માવો; એક જાતનું કોળું. ~-**bone**, ખાદ્ય ચરબીવાળું હાડકું. ~-(**fat**), એક જાતનો મોટો વટાણો.

ma'rry (મૅરિ), ઉ૦ ક્રિ૦ -ની સાથે લગ્ન કરવું – કરાવવું–પરણવું – પરણાવવું; [લા.] -ની સાથે જોડાઈ જવું – એક થવું.

Mars (માર્ઝ઼), ના૦ [રોમન પુરાણ.] યુદ્ધનો દેવતા; મંગળનો ગ્રહ.

Marsa'la (માર્સાલ), ના૦ ઘેરો મધુર કડક દારૂ

Marseillai'se (માર્સેલેઝ઼), ના૦ ફ્રાન્સનું રાષ્ટ્રગીત.

marsh (માર્શ), ના૦ નીચાણની ભેજવાળી જમીન, કળણ. ~ **gas**, ગંધ અને વર્ણહીન જ્વાળાગ્રાહી વાયુમય હાઇડ્રોકાર્બન, મીથેન (ગૅસ). ~ **mallow**, ઝાડવાની ઔષધિ(નાં મૂળિયાંની બનાવેલી મીઠાઈ). ~**mallow**, ખાંડ, ઈંડાની સફેદી, સરેસ, ઇ૦ની બનેલી પોચી મીઠાઈ. **mar'shy** (માર્શિ), વિ૦.

mar'shal (માર્શલ), ના૦ રાજ્યનો કે લશ્કરનો ઊંચી કક્ષાનો અધિકારી; સમારંભો ગોઠવનાર, શરતોનું નિયંત્રણ કરનાર, અમલદાર. સ૦ ક્રિ૦ યોગ્ય ક્રમમાં ગોઠવવું; વિધિપૂર્વક સ્વાગત કરીને બેસાડવું. **marshalling yard**, માલના ડબા જોડીને માલગાડી બનાવવાનો સ્ટેશનનો યાર્ડ – આંગણું.

marsu'pial (માર્સૂપિઅલ), વિ૦ અને ના૦ પોતાના બચ્ચાંને કોથળીમાં રાખનાર સસ્તન પ્રાણીના વર્ગનું (પ્રાણી).

mart (માર્ટ), ના૦ બજાર, હાટ.

marte'llo (માર્ટે'લો), ના૦ [બ૦વ૦ ~**s**] ~ (**tower**), દરિયાકાંઠાના રક્ષણ માટેનો વર્તુળાકાર કિલ્લો.

mar'ten (માર્ટિન), ના૦ ઝીણી રુવાંટીવાળું નોળિયાને મળતું એક પ્રાણી.

mar'tial (માર્શલ), વિ૦ લડાઈ ને માટે ઉપયોગી અથવા યોગ્ય; લડાયક. ~ **arts**, લડાઈની રમતગમતો. ~ **law**, લશ્કરી કાયદો.

mar'tin (માર્ટિન), ના૦ ચકલીની જાતનું એક પક્ષી.

martine't (માર્ટિને'ટ), ના૦ કડક શિસ્ત રાખનાર.

marti'ni (માર્ટીની), ના૦ એક જાતનું દારૂનું મિશ્રણ.

mar'tyr (માર્ટર), ના૦ શહીદ, હુતાત્મા; કોઈ વિચાર, કાર્ય, ઇ૦ માટે જાન આપનાર – દુઃખ વેઠનાર. સ૦ ક્રિ૦ -ને શહીદ બનાવવો, પીડા – દુઃખ – દેવું. ~ **to**, -ને માટે સતત સહન કરનાર.

mar'tyrdom (માર્ટર્ડમ), ના૦ શહાદત, હૌતાત્મ્ય; કષ્ટ, દુઃખ.

mar'vel (માર્વલ), ના૦ અદ્ભુત વસ્તુ, -નો અદ્ભુત દાખલો. અ૦ ક્રિ૦ નવાઈ લાગવી, આશ્ચર્ય પામવું.

mar'vellous (માર્વલસ), વિ૦ અદ્ભુત, અસાધારણ, ઉત્તમ.

Mar'xist (માર્ક્સિસ્ટ), વિ૦ અને ના૦ ખાનગી મિલકતની નાબૂદીનો પુરસ્કાર કરનારા માર્ક્સના સિદ્ધાન્તોનું (અનુયાયી). **Mar'xism** (-સિઝ્મ), ના૦.

mar'zipan (માર્ઝિપૅન), ના૦ બદામપૂરી.

mascar'a (મૅસ્કારે), ના૦ પાંપણો ઇ૦ રંગવાનો કાળો રંગ.

mascot (મૅસ્કટ), ના૦ સારાં પગલાંની (મનાતી) વ્યક્તિ, પ્રાણી અથવા વસ્તુ.

ma'sculine (મૅસ્ક્યુલિન), વિ૦ મરદોનું, શૂરવીર; મરદને છાજે એવું, મરદાની; [વ્યાક.] નરજાતિનું, પુંલ્લિંગી. **mascu-li'nity** (-લિનિટિ), ના૦.

ma'ser (મેઝ઼ર), ના૦ રેડિયોના સૂક્ષ્મ તરંગોને મોટા બનાવવાનું ઉપકરણ.

mash (મૅશ), ના૦ પાણીમાં બોળેલાં અનાજ, ભૂસું, ઇ૦ના મિશ્રણનું ખાણ; [વાત.] છૂંદેલા બટાટાનો લગદો. સ૦ક્રિ૦ પાણીમાં અનાજ ઇ૦ બોળી રગડો બનાવવો, કચરીને કે વાટીને લગદો બનાવવો.

mask (માસ્ક), ના૦ મોઢું છુપાવવા કે તેના રક્ષણ માટે પહેરાતો જાળીદાર બુરખો, મુખત્રાણ; મીણ ઇ૦નો કૃત્રિમ ચહેરો, મુખવટો, મહોરું; શસ્ત્રવૈદ્ય મોઢે બાંધે છે તે બુકાની; અંદર લેવાતી હવા ગાળવા અથવા શ્વાસ લેવા હવા પૂરી પાડવા માટેનું ઉપકરણ. સ૦ક્રિ૦ મુખવટાથી મોઢું ઢાંકવું, મુખવટો પહેરવો, ઢાંકવું, છુપાવવું, વેશપલટો કરવો. **masked ball**, મુખવટા પહેરીને કરાતું નૃત્ય.

ma'sochism (મૅસકિઝ્મ), ના૦ શારીરિક કે માનસિક પીડા સહન કરવામાં સુખનો અનુભવ (વિ૦ક૦ લૈંગિક બાબતમાં); તે કરવાની માનસિક વિકૃતિ. **ma'sochist** (-કિસ્ટ), ના૦. **maso-chi'stic** (-કિસ્ટિક), વિ૦.

ma'son (મેસન), ના૦ સલાટ, કડિયો; **M~ = freemason.** ફ્રીમેસન મંડળનો સભ્ય.

Maso'nic (મસૉનિક), વિ૦ ફ્રીમેસન મંડળનું -ને લગતું.

ma'sonry (મેસન્રિ), ના૦ કડિયાકામ; પથ્થરકામ; **M~**, ફ્રીમેસનનું મંડળ, તેની પદ્ધતિ.

masque (માસ્ક), ના૦ શોખીનોનો નાટ્ય સંગીતનો જલસો.

masquera'de (મૅસ્કરેડ), ના૦ મુખવટા પહેરીને કરાતો નૃત્યનો કાર્યક્રમ; ઢોંગ. સ૦ક્રિ૦ ગુપ્ત વેષ લેવો, ખોટો દેખાવ કરવો.

mass[1] (મૅસ), ના૦ પ્રભુભોજનનો સમારંભ; તેમાં વપરાતી ઉપાસનાવિધિ (માટેની સંગીતરચના).

mass[2], ના૦ ગઠ્ઠો, પિંડો; ઢગલો, જથો; સમૂહ, સમુદાય; [પદાર્થ.] પદાર્થમાં રહેલો દ્રવ્યનો જથો; -નો મુખ્ય કે મોટો ભાગ-બહુમતી; [બ૦વ૦માં] સામાન્ય જનતા. ઉ૦ક્રિ૦ એકજથે કરવું-થવું, (લશ્કર ઇ૦) એક ઠેકાણે ભેગું કરવું. ~ **media**, આમજનતા સાથે સંપર્ક સાધવાનાં રેડિયો વગેરે માધ્યમો. ~ **meeting**, રાજકીય મતપ્રદર્શનની મોટી જાહેર સભા. ~ **production**, યંત્રો દ્વારા મોટા પાયા પરનું ઉત્પાદન.

Mass., સંક્ષેપ. Massachusetts.

ma'ssacre (મૅસકર), ના૦ અને સ૦ ક્રિ૦ મોટા પાયા પર કતલ – કતલેઆમ (કરવી).

ma'ssage (મૅસાઝ), ના૦ અને સ૦ ક્રિ૦ માલિશ કે ચંપી (કરવી).

masseur' (મૅસર), ના૦ [સ્ત્રી. **ma-sseu'se** મૅસઝ઼] માલિશ(નો ધંધો)

કરનાર, વિ૦ ક૦ હાથે.

ma'ssif (મૅસિફ), ના૦ ગિરિમાળા, પર્વતશિખરોની હાર.

ma'ssive (મૅસિવ), વિ૦ મોટું અને ભારે અથવા નક્કર; સારવાળું.

mast¹ (માસ્ટ), ના૦ દેવદાર (બીચ), ઓક, ઇ૦નું ફળ(ડુક્કરને ખવડાવાતું).

mast², ના૦ વહાણનો ડોલકૂવો; ધ્વજસ્તંભ; આકાશવાણી કે દૂરદર્શનના 'એરિયલ'નો થાંભલો.

maste'ctomy (માસ્ટૅ'ક્ટમિ), ના૦ સ્તનછેદન.

ma'ster (માસ્ટર), ના૦ કાબૂ ધરાવનાર, નિયંત્રક; જહાજનો કપ્તાન; ઘર કે કુટુંબનો વડો; ધણી, શેઠ; શાળા, મહાશાળા, ઇ૦નો ઉપરી; માસ્તર, શિક્ષક; કૂતરા ઇ૦નો માલિક; કુશળ કારીગર; મહાન કળાકાર; સ્નાતકોત્તર પદવી ધરાવનાર, પારંગત; જેના પરથી નકલો કરવામાં આવે છે તે મૂળ લખાણ, ઇ૦; **M~**, છોકરાના નામ પહેલાં વપરાય છે. વિ૦ ઉપરી, શ્રેષ્ઠ; મુખ્ય, પ્રધાન; નિયંત્રક, નિયામક. સ૦ ક્રિ૦ કોઈ વિષયનું સંપૂર્ણ જ્ઞાન મેળવવું; હરાવવું, તાબે કરવું. **~-key,** ગુરુકિલ્લી. **~-mind,** મહાન બુદ્ધિશાળી વ્યક્તિ. સ૦ ક્રિ૦ કોઈ સાહસની યોજના કરી તેને દોરવણી આપવી. **M~ of Ceremonies,** મિજબાની વખતે વક્તાઓનો અથવા જલસામાં કલાકારોનો પરિચય કરાવનાર. **~piece,** કળાકારીગરીનો ઉત્કૃષ્ટ નમૂનો, પોતાની શ્રેષ્ઠ કૃતિ.

ma'sterful (માસ્ટર્ફુલ), વિ૦ મનસ્વી, હુકમ કરનાર, મિજાજી.

ma'sterly (માસ્ટર્લિ), વિ૦ ઉસ્તાદને શોભે એવું, ખૂબ નિષ્ણાત.

ma'stery (માસ્ટરિ), ના૦ વર્ચસ્વ, અધિકાર, સત્તા; સરસાઈ; શ્રેષ્ઠ કોટિની નિપુણતા – જ્ઞાન, પ્રભુત્વ.

ma'stic (મૅસ્ટિક), ના૦ ગુંદર, રાળ; એક જાતનું સીમેન્ટ.

ma'sticate (મૅસ્ટિકેટ), સ૦ ક્રિ૦ ચાવવું. **mastica'tion** (-કેશન), ના૦.

ma'stiff (મૅસ્ટિફ), ના૦ એક જાતનો મોટો જોરાવર કૂતરો.

ma'stodon (મસ્ટડૉન), ના૦ પ્રાચીન કાળનું હાથી જેવું એક પ્રાણી.

ma'stoid (મૅસ્ટૉઇડ), વિ૦ સ્ત્રીના સ્તનના આકારનું. ના૦ લમણાના હાડકા પર ઊપસી આવેલો ભાગ; [વાત.] એ ભાગનો દાહ-સોજો.

ma'sturbate (મૅસ્ટર્બેટ), ઉ૦ ક્રિ૦ હસ્તમૈથુન–મુષ્ટિમૈથુન–કરવું. **masturba'tion** (-બેશન), ના૦. **ma'sturbatory** (-બેટરિ), વિ૦.

mat¹ (મૅટ), ના૦ ચટાઈ, સાદડી; તેનું અથવા કાથી ઇ૦નું પગલૂછણું; નાનકડું પાથરણું; જમવાના ટેબલ પર મુકાતી ચટાઈ ઇ૦. **on the ~,** [વાત.] મુશ્કેલીમાં. ઉ૦ ક્રિ૦ ભારે ગૂંચવાડો કરવો – થવો.

mat², જુઓ **matt.**

ma'tador (મૅટડૉર), ના૦ આખલાની સાઠમારીમાં આખલાને મારી નાખવા નીમેલો માણસ.

match¹ (મૅચ), ના૦ દીવાસળી. **safety ~,** વિશિષ્ટ પ્રકારની સપાટી પર ઘસવાથી જ સળગતી દીવાસળી. **~wood,** દીવાસળીઓ બનાવવાનું પોચું હલકું લાકડું–લાકડાની નાની સળીઓ.

match², ના૦ કોઈના સરખો બીજો માણસ, જોડિયો, બરોબરિયો; લગ્ન, વિવાહ; લગ્નની દૃષ્ટિથી યોગ્ય કે અયોગ્ય વ્યક્તિ; હરીફાઈની રમત – સામનો. ઉ૦ ક્રિ૦ -ને અનુરૂપ–યોગ્ય–જોડ ખોળવી – હોવી; -ની સામે હરીફાઈમાં કે સામનામાં મૂકવું; સમાન કે અનુરૂપ હોવું. **~board,** છેડા પરના ખાંચા અને જીભ વડે બીજામાં બરાબર જોડાઈ જતું પાટિયું. **~maker,** લગ્નો ગોઠવવાનો શોખી, શાદીલાલ. **~ point,** રમત કે સામનો જીતવા માટે કોઈ પક્ષને કેવળ એક પોઇન્ટ (ગુણ) ખૂટતું હોય એવી સ્થિતિ, એ ખૂટતું પોઇન્ટ.

ma'tchless (મૅચ્‌લિસ), વિ૦ અજોડ, અદ્વિતીય.

mate¹ (મેટ), ના૦ અને સ૦ ક્રિ૦ (શતરંજ)- માત (કરવી).

mate², ના૦ સાથી, સોબતી, સાથે કામ કરનાર, (સરખેસરખામાં સંબોધન તરીકે વપરાય છે; 'અરે યાર' ઇ૦); (વિ૦ ક૦ પક્ષીઓની) જોડીમાંથી એક; લગ્ન માટે યોગ્ય જોડીદાર; [નૌકા]; વેપારી વહાણનો માલમ. ઉ૦ ક્રિ૦ લગ્નગ્રંથિથી જોડવું – જોડાવું, -ની સાથે પરણવું; પ્રજોત્પાદન માટે એકત્ર આણવું – આવવું.

mate'rial (મટિઅરિઅલ), વિ૦ દ્રવ્ય કે પદાર્થનું (બનેલું) –ને લગતું; ભૌતિક, આધ્યાત્મિક નહિ; મહત્ત્વનું, આવશ્યક. ના૦ દ્રવ્ય, પદાર્થ; (જેમાંથી કંઈક બને છે તે) ઘટક દ્રવ્યો; કાપડ.

mate'rialism (મટિઅરિઅલિઝ઼મ), ના૦ પદાર્થ જ કેવળ સત્ય અથવા મહત્ત્વનો છે એવી માન્યતા, જડવાદ; આધ્યાત્મિક મૂલ્યો ઇ૦નો ઇનકાર, અનાત્મવાદ. **mate'rialist** (-લિસ્ટ), વિ૦ અને ના૦. **materiali'stic** (-લિસ્ટિક), વિ૦.

mate'rialize (મટિઅરિઅલાઇઝ઼), ઉ૦ ક્રિ૦ મૂર્ત રૂપ આપવું – ધારણ કરવું; પ્રત્યક્ષ વસ્તુ(સ્થિતિ) બનવી, થવું. **materializa'tion** (-ઝ઼ેશન), ના૦.

mater'nal (મટર્નલ), વિ૦ માતાનું – ના જેવું; માતૃપક્ષનું સગું.

mater'nity (મટર્નિટિ), ના૦ માતૃત્વ; [વિ૦ તરીકે] સુવાવડમાં કે સગર્ભાવસ્થામાં સ્ત્રીઓનું –ની કાળજી લેનારું – માટે ઉપયોગી અથવા કામનું.

ma'tey, ma'ty, (મેટિ), વિ૦ -ની સાથે ઘરોબા કે મિત્રતાવાળું

mathema'tics (મૅથમટિક્સ), ના૦ બ૦ વ૦ (એક વ૦ તરીકે પણ) ગણિતશાસ્ત્ર. **mathema'tical** (-કલ), વિ૦ **mathemati'cian** (-ટિશન), ના૦.

maths (મૅથ્સ), **math** (મથ), [અમે.] ના૦ [વાત.] ગણિતશાસ્ત્ર.

ma'tinée (મૅટિને), ના૦ નાટક કે સંગાતનો બપોર પછીનો કાર્યક્રમ. **~ coat,** બાળકનો ટૂંકો કોટ. **~ idol,** રૂપાળો નટ.

ma'tins (મૅટિંઝ઼), ના૦ પ્રાતઃપ્રાર્થના.

ma'triarch (મૅટ્રિઆર્ક), ના૦ ગોત્ર કે કુટુંબની વડી (સ્ત્રી) – માતા. જુઓ **pa'triarch. matriar'chal** (-કલ), વિ૦.

ma'triarchy (મૅટ્રિઆર્કિ), ના૦ માતૃપ્રધાન – માતૃસત્તાક – સમાજવ્યવસ્થા.

ma'tricide (મૅટ્રિસાઇડ), ના૦ માતૃહત્યા (કરનાર). **ma'tricidal** (-ડલ), વિ૦.

matri'culate (મટ્રિક્યુલેટ), ઉ૦ ક્રિ૦ યુનિવર્સિટીમાં વિદ્યાર્થી તરીકે દાખલ કરવું – થવું, તે માટેની પરીક્ષા પસાર કરવી. **matricula'tion** (-લેશન), ના૦.

ma'trimony (મૅટ્રિમનિ), ના૦ લગ્ન-(વિધિ). **matrimo'nial** (-મોનિઅલ), વિ૦.

ma'trix (મેટ્રિક્સ), ના૦ (~**es** અથવા **-rices** -રાઇસિઝ઼) ગર્ભાશય; હીરા ઇ૦ જેમાંથી મળે છે એવો ખડક, રત્નોની ખાણ; ટાઇપ કે બીબાનો સાચો–માતૃકા.

ma'tron (મેટ્રન), ના૦ પરિણીત સ્ત્રી, પ્રૌઢા; ઇસ્પિતાળની પરિચારિકાઓ ઇ૦ની ઉપરી; કન્યાછાત્રાલયની ગૃહમાતા.

ma'tronly (મેટ્રન્‌લિ), વિ૦ પ્રૌઢાનું – જેવું, વિ૦ ક૦ મોભાવાળું, રુઆબદાર.

matt, mat, (મૅટ), વિ૦ સુસ્ત, ઉદાસ, નિસ્તેજ, નિષ્પ્રભ.

ma'tter (મૅટર), ના૦ ભૌતિક પદાર્થ – દ્રવ્ય; વસ્તુ(ઓ); ઉપાદાન, જડદ્રવ્ય; રૂપથી ભિન્ન તત્ત્વ, સાર (જેમ કે ચોપડી, ભાષણ, ઇ૦નો); વિષય; બાબત, પ્રકરણ, કિસ્સો; [મુદ્રણ.] છાપવા માટેનું લખાણ; પરુ; ફરિયાદ કે દુઃખ(નું કારણ). અ૦ ક્રિ૦ અગત્યનું – મહત્ત્વનું–હોવું; –થી ફેર પડવો. **~-of-fact,** નીરસ, શુષ્ક, કલ્પનાશક્તિ વિનાનું.

ma'tting (મૅટિંગ), ના૦ સાદડીઓ બનાવવા માટે ઘાસ, શણ, ઇ૦ સામાન.

ma'ttock (મૅટક), ના૦ તીકમ.

ma'ttress (મૅટ્રિસ), ના૦ ગાદલું, ગોદડું;

ચોકઠામાં બેસાડેલી કમાનો (સ્પ્રિંગો) વાળી પથારી.

matur'e (મટ્યુઅર), વિ૰ પૂર્ણ વિકાસ પામેલું, પરિપક્વ; પાકું; પ્રૌઢ. ઉ૰ ક્રિ૰ પરિપક્વ કરવું – થવું. **matura'tion** (-રેશન), ના૰. **matur'ity** (-રિટિ), ના૰.

matuti'nal (મૅટ્યૂટાઇનલ), વિ૰ સવારનું, સવારમાંનું.

ma'ty (મેટિ), જુઓ **matey.**

mau'dlin (મૉડલિન), વિ૰ અતિલાગણીવશ અને નબળું, વેવલું.

maul (મૉલ), ના૰ મોટો હથોડો, બહુધા લાકડાનો, મોગરો. સ૰ ક્રિ૰ ટીપવું, છૂંદવું, કૂટવું; છિન્નભિન્ન કરવું; ઈજા પહોંચાડવી.

mau'lstick (મૉલ્સ્ટિક), ના૰ ચિત્ર કાઢતી વખતે હાથને સ્થિર રાખવા માટે વપરાતી લાકડી.

mau'nder (મૉન્ડર), અ૰ક્રિ૰ અસંબદ્ધપણે બોલવું, લવારો કરવો.

Mau'ndy (મૉન્ડિ), ના૰ ઈસ્ટર પહેલાંના ગુરુવારે (~ **Thursday**) રાજા દ્વારા ગરીબોને વહેંચાતી ચાંદીના સિક્કા (~ **money**)ની ભિક્ષા–વહેંચણી.

mausole'um (મૉસલીઅમ), ના૰ સ્મારક તરીકે બાંધેલી કબર, હજીરો, છત્રી.

mauve (મોવ), ના૰ અને વિ૰ ફીકો જાંબુડિયો રંગ; એ રંગનું.

ma'verick (મૉવરિક), ના૰ [અમે.] ડામ દીધા વિનાનું વાછરડું ઇ૰; રૂઢિની પરવા ન કરનાર સ્વૈરવિહારી માણસ.

maw (મૉ), ના૰ પ્રાણીનું પેટ – હોજરી.

maw'kish (મૉકિશ), વિ૰ વિચિત્ર સ્વાદવાળું, સૂગ આવે એવું; વેવલું.

maxi'llary (મૅકિસલરિ), વિ૰ જડબાનું-સંબંધી.

ma'xim (મૅકિસમ), ના૰ વિજ્ઞાન કે અનુભવમાંથી તારવેલો સિદ્ધાન્ત; (જીવન) સૂત્ર.

ma'ximal (મૅકિસમલ), વિ૰ અધિકતમ, કમાલ.

ma'ximum (મૅકિસમમ), ના૰ [બ૰વ૰ **-ima**] મોટામાં મોટી સંખ્યા, પરિમાણ કે જથો, અધિકતમ માત્રા. વિ૰ મહત્તમ.

may[1] (મે), સહા૰ ક્રિ૰ [તૃ૰પુ૰ એક વ૰ **may**; ભૂ૰કા૰ **might** માઇટ] શકયતા, પરવાનગી, વિનંતિ, ઇચ્છા, ઇ૰નું વાચક.

May[2], ના૰ મે (મહિનો); **m~**, હૉથૉર્નના ઝાડનો મોર; ~ **Day**, ૧લી મેનો તહેવાર; મજૂરદિન. **m~fly**, અલ્પજીવી જીવડું. **m~pole**, મેદિનને રોજ ફરતે નાચવા માટે રોપેલો શણગારેલો વાંસ–થાંભલો. ~ **queen**, મેદિનના સમારંભ માટે રાણી તરીકે પસંદ કરેલી છોકરી.

may'be (મેબી), ક્રિ૰વિ૰ કદાચ.

may'day (મેડે), ના૰ વહાણો અને વિમાનો દ્વારા વપરાતો આંતરરાષ્ટ્રીય રેડિયોનો સંકટસૂચક સંકેત (સિગ્નલ).

may'hem (મેહેમ), ના૰ અંગવિચ્છેદનનો ગુનો; હિંસક અથવા હાનિકારક કૃત્ય.

may'ing (મેઇંગ), ના૰ મે દિનનો ઉત્સવ માણવો તે.

mayonnai'se (મેઅનેઝ઼), ના૰ તેલ, ઈંડાનો બલખ, સરકો, ઇ૰નું મલાઈવાળું આવરણ, એવા આવરણવાળી એક વાની.

may'or (મે'અર), ના૰ મહાનગરપાલિકા અથવા નગરનિગમનો પ્રમુખ, મેયર; જિલ્લા પંચાયત કે પરિષદનો પ્રમુખ. **may'oral** (-રલ), વિ૰.

mayo'ralty (મે'અરલ્ટિ), ના૰ મેયરનો હોદ્દો; તેની અવધિ.

mayo'ress (મેઅરિસ), ના૰ મેયરપત્ની અથવા મેયરપત્નીની ઔપચારિક ફરજો બજાવનાર સ્ત્રી.

mazari'ne (મૅઝ઼રીન), ના૰ અને વિ૰ ઘેરો વાદળી રંગ, એ રંગનું.

maze (મેઝ઼), ના૰ ભુલભુલામણી; ગૂંચવણ, ગોટાળો.

mazur'ka (મઝ઼ૂર્કે), ના૰ ઉલ્લાસવાળું એક પોલિશ ત્રિતાલ નૃત્ય; તે માટેની સંગીત રચના.

ma'zy (મેઝ઼િ), વિ૰ ભુલભુલામણી જેવું, અનેક વળાંકોવાળું.

M.B., સંક્ષેપ. Bachelor of Medicine.

M.B.E., સંક્ષેપ. Member (of the order) of the British Empire.

M.C., સંક્ષેપ. Master of Ceremonies; Militrary Cross.

M.C.C., સંક્ષેપ. Marylebone Cricket Club.

M.D., સંક્ષેપ. Doctor of Medicine; Managing Director; mentally deficient.

Md., સંક્ષેપ. Maryland.

me[1] (મી), સર્વં **I** ની દ્વિતીયા વિભક્તિ.

me[2], **mi**, (મી), ના૦ [સં.] સપ્તકનો ત્રીજો સૂર.

Me., સંક્ષેપ. Maine

mead[1] (મીડ), ના૦ મધ અને પાણીનો (બનેલો) કડક દારૂ.

mead[2], ના૦ [કાવ્યમાં] બીડ, ચરો.

mea'dow (મે'ડો), ના૦ (વિ૰ક૦ કાપવા માટેના) ઘાસવાળી જમીન, બીડ; નીચાણવાળી જમીન, ભાઠું. **~sweet**, ખુશબોદાર ફૂલોવાળું એક ઝાડ.

mea'gre (મીગર), વિ૦ પાતળું, કૃશ; જૂજ, અલ્પ.

meal[1] (મીલ), ના૦ અનાજનો દળેલો લોટ.

meal[2], ના૦ ભોજન (રોજનું નિયત સમયનું).

mea'ly (મીલિ), વિ૦ લોટવાળું, લોટનું–ના જેવું; (બાફેલા બટાકા અંગે) કોરા અને લોટવાળા. **~-mouthed**, વિ૦ સ્પષ્ટ બોલતાં ડરતું.

mean[1] (મીન), વિ૦ નીચી કક્ષાનું, હલકું; નીચ, હલકટ; અનુદાર; કૃપણ; [અમે.] દુર્ગુણી, દુરાચારી.

mean[2], ઉ૦ક્રિ૦ [**meant** મે'ન્ટ] -નો હેતુ-ઇરાદો-હોવો, મનમાં હોવું-યોજવું; નિશ્ચય હોવો; કહેવા કે સૂચવવા માગવું; -ને માટે વિશિષ્ટ મહત્ત્વનું હોવું; -નો અર્થ હોવો-બતાવવો; -ને સંડોવવું; -નું સૂચક હોવું.

mean[3], વિ૦ બે છેડેથી સરખા અંતર પરનું, બે અતિરેકો વચ્ચેનું, વચલું; મધ્યમસર, સરેરાશ. ના૦ વચલી માત્રા, સ્થિતિ અથવા માર્ગ, [બ૦વ૦માં, બહુધા એક વ૦ ક્રિ૦ સાથે] સાધન, ઉપાય; [બ૦વ૦માં એક વ૦ ક્રિ૦ સાથે] સાધનસંપત્તિ, ધન, **~stest**, દ્રવ્યસહાય માગનારની સાંપત્તિક સ્થિતિ વિષે તપાસ. **~time**, **~while**, દરમ્યાન, દરમ્યાનના વખતમાં.

mea'nder (મિઍન્ડર), અ૦ક્રિ૦ વાંકુંચૂંકું વહેવું–ચાલવું, આમતેમ ભટકવું. ના૦ [બ૦વ૦માં] નદી ઇ૦નું આડુંઅવળું–સર્પાકાર–વહેણ, એવો રસ્તો.

mea'ning (મીનિંગ) ના૦ અર્થ, આશય; મતલબ; મહત્વ. વિ૦ અર્થપૂર્ણ, સૂચક. **mea'ningful** (-ગ્ફુલ), વિ૦. **mea'ningless** (-ગ્લિસ), વિ૦.

mea'sles (મીઝ્લ્ઝ), ના૦ બ૦ વ૦ અથવા એક૦ વ૦ ઓરી, ગોવરું.

mea'sly (મીઝ્લિ), વિ૦ ઓરીનું, ઓરીવાળું – થયેલું; [વિ૦ બો૦] હલકી જાતનું, નિંદ્ય.

mea'sure (મે'ઝર), ના૦ કોઈ વસ્તુનું કદ, સંખ્યા, માત્રા, ઇ૦, માપ, પરિમાણ; પાત્ર, સળિયો, પટ્ટી, ઇ૦ માપવાનું સાધન, માપ; મ ત્રા, વિસ્તાર; (નિયત) વિસ્તાર અથવા જથો; છંદ, વૃત્ત, તાલ; ઘટતું પગલું – કામ; ધારાસભાનો કાયદો. ઉ૦ ક્રિ૦ કદ, જથો, સંખ્યા, ઇ૦ માપ વતી જોવું, માપવું; અમુક લંબાઈ ઇ૦નું હોવું; -ને (કશુંક) આપવું; -ની સાથે હરીફાઈમાં ઉતારવું. **mea'surement** (-ર્મન્ટ), ના૦.

mea'sureless (-ર્લિસ), વિ૦ માપી ન શકાય એવું; અમાપ.

meat (મીટ), ના૦ પ્રાણીનું માંસ, ગોસ (ખોરાક તરીકે); -નો મુખ્ય ભાગ.

mea'ty (મીટિ), વિ૦ ભરપૂર માંસવાળું અથવા [લા.] સત્ત્વવાળું; માંસનું–ના જેવું.

mecha'nic (મિકૅનિક), ના૦ કુશળ કામગાર વિ૦ ક૦ યંત્રો બનાવનાર, સમાં કરનાર કે વાપરનાર.

mecha'nical (મિકૅનિકલ), વિ૦ યંત્રનું, યંત્ર વડે કામ કરનારું – ઉત્પાદિત, યાંત્રિક.

પોતાની મેળે ચાલતું; મૌલિકતા વિનાનું; યંત્રશાસ્ત્રનું.

mechani'cian (મે'કનિશન), નાο કુશળ યંત્રકાર.

mecha'nics (મિકૅનિક્સ), નાο બο વο ગતિને લગતી પ્રયોજિત ગણિતની શાખા, ગતિશાસ્ત્ર; યંત્રની રચના, પ્રક્રિયા; યંત્રશાસ્ત્ર.

me'chanism (મે'કનિઝ્મ), નાο યંત્રની કાર્યપદ્ધતિ – પ્રક્રિયા; યંત્રની રચના અથવા વિવિધ ભાગો; યંત્ર, કળ; ઢાંચો, માળખું, રચના, તંત્ર.

me'chanize (મે'કનાઇઝ઼), સο ક્રિο ને યાંત્રિક સ્વરૂપ આપવું; -માં યંત્રો દાખલ કરવાં; [લશ્કરમાં] ઘોડાવાળાં વાહનોને ઠેકાણે મોટર વાહનો દાખલ કરવાં. **mechaniza'tion** (-ઝ઼ેશન), નાο.

me'dal (મે'ડલ), નાο ચાંદ, ચંદ્રક, પદક.

meda'llion (મિડૅલ્યન), નાο મોટો ચન્દ્રક, ચાંદના આકારની વસ્તુ, દા.ત. છબી.

me'dallist (મે'ડલિસ્ટ), નાο ચન્દ્રક વિજેતા.

me'ddle (મે'ડલ), અο ક્રિο કામ વગર વચ્ચે પડવું, બીજાના કામમાં માથું મારવું- (**with**).

me'ddlesome (મેડલ્સમ), વિο કામ વગર વચ્ચે પડનાર, બીજાના કામમાં માથું મારનાર.

me'dia (મીડિઅ), જુઓ **medium.**

mediae'val (મે'ડિઈવલ), જુઓ **medieval.**

me'dial (મીડિઅલ), વિο વચ્ચે – મધ્યમાં- આવેલું.

me'dian (મીડિઅન), વિο વચ્ચેનું, મધ્યમાં–આવેલું. નાο [રેખા ગ.] મધ્યગા.

me'diate (મીડિઅટ), વિο વચ્ચે મધ્યસ્થ કે મધ્યસ્થીવાળું; વચ્ચે દરમિયાનગીરી કરનારું. ઉο ક્રિο (-એટ) મધ્યસ્થ થવું, સમાધાન કરાવવા વચ્ચે પડવું, દૂતકર્મ કરવું. **media'tion** (-એશન), નાο.

me'dical (મે'ડિકલ), વિο દવાનું -સંબંધી; વૈદકનું – ને લગતું, શસ્ત્રવૈદકનું નહિ. નાο [વાત.] વૈદ્યકીય તપાસ. ~ **certificate,** દાક્તરનું પ્રમાણપત્ર (કામ કરવા લાયક કે લાયક નહિ એવી મતલબનું). ~ **examination,** વૈદ્યકીય પરીક્ષા–તપાસ. ~ **jurisprudence,** કાયદાની બાબતમાં વૈદ્યકીય જ્ઞાનનો ઉપયોગ. વૈદ્યકીય ન્યાયશાસ્ત્ર.

me'dicament (મે'ડિકમન્ટ), નાο ઓસડ, દવા.

me'dicate (મે'ડિકેટ), સο ક્રિο દવાનો ઉપચાર કરવો; -માં દવા(ની વસ્તુઓ) નાખવી. **medica'tion** (-કેશન), નાο.

medi'cinal (મિડિસિનલ), વિο દવાનું, ઔષધી; રોગહારક.

me'dicine (મે'ડ્સન), નાο વૈદક(શાસ્ત્ર), આયુર્વેદ; ઓસડ, દવા. ~**man,** જાદુટોણો–મંત્રતંત્ર–કરનાર.

medie'val, mediae'val, (મેડિઈવલ), વિο મધ્યયુગીન. **medie'valism** (-વલિઝ્મ), નાο. **medie'valist** (-વલિસ્ટ), નાο.

medio'cre (મિડિઓકર), વિο મધ્યમ- (પ્રતિનું), સામાન્ય, ઊતરતી કોટિનું.

medio'crity (મિડિઑક્રિટિ), નાο સામાન્ય યોગ્યતા(વાળો માણસ).

me'ditate (મે'ડિટેટ), ઉο ક્રિο મનમાં યોજવું, મન સાથે વિચારવું; ધ્યાન–ચિંતન –કરવું. **medita'tion** (-ટેશન), નાο.

me'ditative (-ટટિવ), વિο.

Mediterra'nean (મે'ડિટરેનિઅન), વિο અને નાο. ~ (**sea**), ભૂમધ્ય (સમુદ્ર); **m**~, ભૂમધ્ય સમુદ્રના પ્રદેશનું.

me'dium (મીડિઅમ), નાο ~**s** અથવા **media**] મધ્યમ ગુણ–પરિમાણ –માત્રા; પર્યાવરણ, પરિસ્થિતિ; સાધન, માધ્યમ, માર્ગ; પ્રેતાત્માઓ સાથે વાતચીત કરી શકવાનો દાવો કરનાર વ્યક્તિ; કહેવા બતાવવાનું સાધન–માધ્યમ [બο વοમાં] -mass media. વિο વચલા વર્ગનું; સામાન્ય; મધ્યમસરનું.

mediumist'ic (મીડિઅમિસ્ટિક), વિο પ્રેતાત્માઓ સાથે વહેવાર કરનાર માધ્યમનું.

me'dlar (મે'ડ્લર), ના૦ કોહવાય ત્યારે ખાવાનું ફળ. તે ઝાડ.
me'dley (મે'ડ્લિ), ના૦ જુદી જુદી વસ્તુઓનું મિશ્રણ, શંભુમેળો.
medu'lla (મિડલ), ના૦ અસ્થિમજ્જા, કરોડરજ્જુની મજ્જા; મગજનો સૌથી પાછળનો ભાગ; **medu'llary** (-લરિ), વિ૦.
meed (મીડ), ના૦ [કાવ્ય.] બક્ષિસ; યોગ્ય બદલો.
meek (મીક), વિ૦ નમ્ર, ગરીબ, આજ્ઞાંકિત.
meer'schaum (મિઅર્‌શમ), ના૦ ચલમ(ની કટોરી) બનાવવાની એક જાતની ચીકણી માટી, એવી માટીની કટોરીવાળી ચલમ.
meet[1] (મીટ), વિ૦ [પ્રા.] યોગ્ય, ઉચિત.
meet[2], ઉ૦ ક્રિ૦ [**met**] -ના સંપર્કમાં આવવું, -ને મળવું; સામેથી આવીને મળવું; ઇન્દ્રિયગોચર થવું; -ના ભેગા થવું; -ની ઓળખાણ કરવી; -નો સામનો કરવો; -નો ભેટો થવો; (જરૂરિયાત ઇ૦) સંતોષવું-પૂરું કરવું; અનુભવવું. ના૦ શિકાર ઇ૦ માટે ભેગા થવું તે, મેળાવડો, ઇ૦.
mee'ting (મીટિંગ), ના૦ મનોરંજન, ચર્ચા, ઇ૦નો મેળાવડો; (ક્વેકરોની) પ્રાર્થના ઇ૦; ભેગા થયેલા લોકો; સભા.
me'ga (મે'ગ-) સંયોગીરૂપ. મોટું, વિશાળ; દસ લાખ(ગણું).
me'galith (મે'ગલિથ), ના૦ મોટો પથ્થર, વિ૦ક૦ સ્મારક તરીકેનો. **megali'thic** (-લિથિક), વિ૦.
megaloma'nia (મે'ગલમેનિઅ), ના૦ સ્વપ્રતિષ્ઠાનો ઉન્માદ, મોટી મોટી વસ્તુઓ માટે ગાંડી આતુરતા. **megaloma'niac** (-નિઍક), વિ૦ અને ના૦.
me'gaphone (મે'ગફોન), ના૦ મોટેથી બોલવાનું-અવાજને દૂર સુધી પહોંચાડનારું-ભૂંગળું.
me'gaton (મે'ગટન), ના૦ દસ લાખ ટન, વિ૦ ક૦ ભારે સ્ફોટક શક્તિના એકમ તરીકે.
meio'sis (માયોસિસ), ના૦ [બ૦ વ૦ -o'ses-સીઝ઼] અલ્પોક્તિ, વિ૦ ક૦ કટાક્ષભરી.
me'lamine (મે'લમીન), ના૦ ~ (**resin**), પ્લાસ્ટિકની એક લવચીક જાત.
melancho'lia (મે'લંકોલિઅ), ના૦ ખેદોન્માદ, ખિન્નતાવાળી માનસિક વિકૃતિ.
melancho'lic (મે'લંકૉલિક), વિ૦ ખેદોન્માદ(થાય એવું).
me'lancholy (મે'ક્લિ), ના૦ વિષાદ, ઉદ્વેગ, ખિન્નતા અને ઉત્સાહભંગ(વાળો સ્વભાવ). વિ૦ ખિન્ન, ઉદાસ; ખેદકારક.
me'lée (મે'લે), ના૦ દંગલ, ભાગાગેરદી.
melli'fluous (મે'ફ્લુઅસ), વિ૦ મધુર અવાજવાળું.
me'llow (મે'લો), વિ૦ (ફળ અંગે) પોચું, મધુર, અને રસદાર; (રંગ અંગે) સૌમ્ય, ભડક નહિ એવું; (અવાજ અંગે) મધુર, કોમલ; (સ્વભાવ અંગે) સૌમ્ય, મૃદુ; મિલનસાર. ઉ૦ ક્રિ૦ સૌમ્ય બનાવવું-થવું.
melo'dic (મિલૉડિક), વિ૦ રાગદાર, સુસ્વર.
melo'dious (મિલોડિઅસ), વિ૦ રાગનું, રાગોત્પાદક; મધુર (અવાજવાળું).
me'lodrama (મે'લડ્રામ઼), ના૦ ભાવ-નોત્તેજક) સુખાન્ત નાટક. **melodrama'tic** (-ડ્રમૅટિક), વિ૦.
me'lody (મે'લડિ), ના૦ મધુર-સુસ્વર-સંગીત-ગીત; મધુર લાગે એવી સ્વરરચના, રાગ.
me'lon (મે'લન), ના૦ ટેટી, તરબૂચ.
melt (મે'લ્ટ), ઉ૦ ક્રિ૦ ગરમીથી ઘનનું પ્રવાહી બનાવવું-બનવું, ઓગાળવું, ઓગળવું; નરમ પાડવું-પડવું; લુપ્ત કરવું-થવું. ~ **down**, ઓગાળી નાખવું. **melting-point**, ઓગળબિંદુ, **melting-pot**, ગલનપાત્ર, મૂસ; નવરચનાની અથવા જોરથી હલાવીને મિશ્રણ કરવાની જગ્યા.
me'mber (મે'મ્બર), ના૦ શરીરનો અવયવ-ઇન્દ્રિય; કોઈ સંમિશ્ર વસ્તુનો ઘટક ભાગ; સમાજ, મંડળી, ઇ૦નો સભ્ય. **M~ of Parliament**, પાર્લમેન્ટનો સભ્ય, સંસદસભ્ય.
me'mbership (મે'મ્બર્‌શિપ), ના૦ સભાસદપણું; સભાસદોની કુલ સંખ્યા.

me'mbrane (મે'મ્બ્રેન), નાo અન્તસ્ત્વચા; [વનસ્પ.] અન્તરછાલ. **membra'neous** (-નિઅસ), વિo. **me'mbranous** (-બ્રનસ), વિo.

meme'nto (મિમે'ન્ટો), નાo [બo વo ~s] સંભારણું, સ્મારક (વસ્તુ).

me'mo (મે'મો), નાo [બo વo ~s; વાત.] સ્મરણપત્ર.

me'moir (મે'મ્વાર), નાo વ્યક્તિગત માહિતી ઇo પરથી લખેલો ઇતિહાસ, [વિo કo બo વoમાં] પોતાના જીવન અને અનુભવોનાં સંસ્મરણો, (આત્મ)ચરિત્ર; વિદ્યાના કોઈ વિષય પર નિબંધ.

me'morable (મે'મરબલ), વિo યાદ રહે તેવું-રાખવા જેવું, સંસ્મરણીય.

memora'ndum (મે'મરૅન્ડમ), નાo [બo વo ~s, અથવા **-randa** -રૅન્ડે] યાદ રાખવા કરેલું ટાંચણ – નોંધ; અનૌપચારિક પત્ર – ચિઠ્ઠી.

memor'ial (મિમૉરિઅલ), વિo કોઈની યાદગીરીને માટે કરેલું; સ્મરણ કરાવનારું. નાo યાદગીરી માટેની વસ્તુ; સ્મારક (વસ્તુ – લેખ – સ્તંભ); [બહુધા બoવoમાં] તવારીખ, ઇતિહાસ; અરજી વિo કo અધિકારીને.

memor'ialize (મિમૉરિઅલાઇઝ઼), સo ક્રિo -નું સ્મારક કરવું; -ને અરજી કરવી.

me'morize (મે'મરાઇઝ઼), સo ક્રિo પાકું યાદ કરવું, મોઢે કરવું.

me'mory (મે'મરિ), નાo સ્મરણશક્તિ, સ્મૃતિ; યાદ રાખેલી કે રહેલી વસ્તુ: મરણોત્તર કીર્તિ; ગણકયંત્ર(કૉમ્પ્યૂટર)નો માહિતી ભરી રાખવાનો ભાગ.

me'msahib (મે'મસાઇબ), નાo મેમસાહેબ, યુરોપિયન બાઈ સાહેબ.

men (મે'ન), નાo **man**નું બoવo.

me'nace (મે'નસ), નાo ધમકી; જોખમ, ભયજનક વસ્તુ કે વ્યક્તિ. સo ક્રિo ધમકાવવું, બિવડાવવું.

ména'ge (મેનાઝ઼), નાo ઘરસંસાર, ગૃહવ્યવસ્થા.

mena'gerie (મિનૅજરિ), નાo પાંજરાં ઇoમાં પૂરેલાં જંગલી પશુઓનું સંગ્રહાલય.

mend (મે'ન્ડ), ઉo ક્રિo સમું કરવું, સમારવું; સુધારવું, સુધરવું; ભૂલ સુધારવી. નાo સમી કરેલી જગ્યા. **on the ~**, સુધારા પર.

menda'cious (મે'ન્ડેશસ), વિo ખોટું બોલનારું, જૂઠું. **menda'city** (મેન્ડૅસિટિ), નાo.

Mende'lian (મે'ન્ડીલિઅન), વિo મે'ડલપ્રતિપાદિત આનુવંશિક સિદ્ધાન્તોનું. **Me'ndelism** (-લિઝ઼મ), નાo.

me'ndicant (મે'ન્ડિકન્ટ), નાo ભિક્ષુક, ભિખારી. વિo ભીખ માગનારું. **me'ndicancy** (-કન્સિ), નાo.

me'nfolk (મે'નફોક), નાo મરદો; કુટુંબના પુરુષો.

me'nhir (મે'ન્‌હિઅર), નાo પ્રાગૈતિહાસિક અખંડ પથ્થરનો સ્મારક સ્તંભ.

me'nial (મીનિઅલ), વિo (સેવા અંગે) હલકું, નીચ; [નોકર અંગે, બહુધા અનાદર.] ઘરકામ કરનાર. નાo ઘરકામ કરનાર નોકર.

meningi'tis (મે'નિન્‌જાઇટિસ), નાo મગજ અને કરોડરજ્જુની આવરણત્વચાનો સોજો અને દાહ.

meni'scus (મિનિસ્‌કસ), નાo એક બાજુએ બહિર્ગોળ અને બીજી બાજુએ અન્તર્ગોળ એવો કાચ.

me'nopause (મે'નપૉઝ઼), નાo રજોનિવૃત્તિ(કાળ).

me'nses (મે'ન્સિઝ઼), નાo બoવo સ્ત્રીનો માસિક સ્રાવ, અટકાવ.

me'nstrual (મે'ન્સ્ટ્રુઅલ), વિo માસિક સ્રાવનું – સંબંધી.

me'nstruate (મે'ન્સ્ટ્રુએટ), અo ક્રિo માસિક સ્રાવ થવો, દૂર બેસવું. **menstrua'tion** (-એશન), નાo.

me'nsurable (મે'ન્સ્યુરબલ), વિo માપી શકાય એવું.

mensura'tion (મે'ન્સ્યુરેશન), નાo માપવું તે, માપણી મોજણી; ક્ષેત્રમાપન.

me'ntal (મે'ન્ટલ), વિ૦ મનનું, મનમાંનું; માનસિક; [વાત.] માનસિક વિકૃતિથી પીડિત. ~ **age**, અમુક ઉમરે સામાન્યપણે થતો માનસિક કે બૌદ્ધિક વિકાસ, તેની કક્ષા, માનસિક વય. ~ **arithmetic**, મોઢે કરવાના દાખલા. ~ **defective**, પોતાનો સામાન્ય વહેવાર ચલાવવા અસમર્થ એવો માનસિક રીતે અવિકસિત માણસ. ~ **home, hospital**, માનસિક રોગીઓની – ગાંડાની હૉસ્પિતાલ. ~ **illness**, માનસિક રોગ. ~ **patient**, માનસિક રોગનો દરદી.

menta'lity (મે'ન્ટૅલિટિ), ના૦ બુદ્ધિબળ(ની માત્રા); માનસિક વૃત્તિ, સ્વભાવ.

me'nthol (મે'ન્થોલ), ના૦ પેપરમિંટના તેલમાંથી બનતી કપૂરના જેવી એક દરદશામક દવા, મેન્થોલ.

me'ntion (મે'ન્શન), સ૦ ક્રિ૦ કશાકનો ઉલ્લેખ કરવો, -ને વિષે કશુંક કહેવું. ના૦ ઉલ્લેખ(કરવો તે).

me'ntor (મે'ન્ટર), ના૦ સલાહકાર, માર્ગદર્શક.

me'nu (મે'ન્યૂ), ના૦ વાનીઓની યાદી, ભોજનપત્રક.

mer'cantile (મર્કન્ટાઇલ), વિ૦ વેપાર કરનારું; વેપારનું –ને લગતું; વેપારી. ~ **marine**, વેપારી જહાજો.

mer'cenary (મર્સિનરિ), વિ૦ કેવળ બદલા કે પૈસા માટે કામ કરનારું, ભાડૂતી. ના૦ ભાડૂતી સિપાઈ, વિ૦ ક૦ પરદેશી લશ્કરમાં કામ કરનાર.

mer'cer (મર્સર), ના૦ વિ૦ ક૦ રેશમી કે બીજા મોંઘા કાપડનો વેપારી. **mer'cery** (-સરિ), ના૦.

mer'cerized (મર્સરાઇઝ્ડ), વિ૦ (સુતરાઉ કાપડ અંગે) ક્ષારોની મદદથી વધારે મજબૂત અને રેશમ જેવું ચમકતું બનાવેલું.

mer'chandise (મર્ચન્ડાઇઝ), ન વેપારની જણસો; વેચાઉ માલ. ઉ૦ ક્રિ૦ નો વેપાર કરવો (**in** સાથે).

mer'chant (મર્ચન્ટ). ના૦ જથ્થાબંધ માલનો વેપારી, વિ૦ ક૦ પરદેશ સાથે વેપાર કરનાર; [અમે.] પરચૂરણ વેપારી. દુકાનદાર. ~ **bank**, વેપાર માટે ધિરાણ કરનાર કે લોનો અંગે નાણાકીય વ્યવસ્થા કરનાર બૅંક. ~ **fleet, navy**, [અમે.] **marine**, વેપારી જહાજો(નો કાફલો). ~**man**, ~ **ship**, માલવાહક જહાજ. ~ **prince**, ધનાઢ્ય વેપારી.

mer'chantable (મર્ચન્ટબલ), વિ૦ વેચાઉ.

mer'ciful (મર્સિફુલ), વિ૦ દયાશીલ, દયાળુ, દયા કરનારું.

mer'ciless (મર્સિલિસ), વિ૦ નિર્દય, ક્રૂર.

mercur'ial (મર્ક્યુઅરિઅલ), વિ૦ પારાનું, પારાવાળું; આનંદી સ્વભાવનું.

Mer'cury[1] (મર્ક્યુરિ), ના૦ [રોમન પુરાણ.] વક્તૃત્વ ઇ૦નો રોમન દેવતા અને દેવોનો સંદેશવાહક; બુધ(ગ્રહ).

mer'cury[2], ના૦ પારો, પારદ. **mercur'ic** (-ક્યુઅરિક), વિ૦ **mercur'ous** (-ક્યુઅરસ), વિ૦.

mer'cy (મર્સિ), ના૦ દયા, ક્ષમાશીલતા, કૃપા, કરુણા; દયાનું કામ; આશીર્વાદ. **at the** ~ **of**, -ના પૂરેપૂરા કાબૂમાં–હાથમાં–વશ. ~ **killing**, વેદનાથી પીડાતા માણસ કે પ્રાણીની દયા ખાતર તેને મારી નાખવું તે.

mere[1] (મિઅર), ના૦ [કાવ્યમાં] સરોવર, તળાવ.

mere[2], વિ૦ કેવળ, ફક્ત, નર્યું, તેથી વધુ નહિ.

mer'ely (મિઅર્લિ), ક્રિ૦વિ૦ માત્ર, કેવળ.

meretri'cious (મે'રિટ્રિશસ), વિ૦ બહારના ભભકાવાળું, ચળકાટ મારતું.

merga'nser (મર્ગૅન્સર), ના૦ પાણીમાં ડૂબકી મારનારું એક જાતનું બતક.

merge (મર્જ), ઉ૦ક્રિ૦ બીજામાં વિલીન કરવું–થવું; -ની સાથે જોડાવું, ધીમે ધીમે એક થવું, ભળી જવું (**into, with**).

mer'ger (મર્જર), ના૦ બે વેપારી પેઢીઓ ઇ૦નું જોડાણ, વિલીનીકરણ.

meri'dian (મરિડિઅન), ના૦ સૂર્ય કે તારાની આકાશમાં ઊંચામાં ઊંચી સ્થિતિ; યામ્યોત્તર વૃત્ત.

meri'dional (મરિડિઅનલ), વિ૦ દક્ષિણના, વિ૦ક૦ યુરોપના, (રહેવાસીઓનું).

meri'ngue (મરેંગે), ના૦ ઈંડાની સફેતી, ખાંડ ઇ૦ની શેકીને કકરી બનાવેલી મીઠાઈ.

meri'no (મરીનો), ના૦ [બ૦વ૦ **~s**] એક જાતનું ઘેટું; તેનું બારીક કાંતેલું ઊન; તેનું ઝીણું સુંવાળું કાપડ.

me'rit (મે'રિટ), ના૦ પાત્રતા, લાયકાત, ગુણ; શ્રેષ્ઠતા, મૂલ્ય; પુણ્ય, સુકૃત; [બ૦વ૦માં] ગુણદોષ. સ૦ક્રિ૦ -ને પાત્ર હોવું.

merito'cracy (મે'રિટૉક્રસિ), ના૦ લાયકાત જોઈ ને ચૂંટી કાઢેલા-ચૂંટાયેલા-લોકોનું શાસન(તંત્ર).

meritor'ious (મે'રિટૉરિઅસ), વિ૦ ગુણવાન; પ્રશંસાપાત્ર.

mer'lin (મર્લિન), ના૦ એક જાતનું બાજ પક્ષી.

mer'maid (મરૂમેડ), **mer'man** (મરૂમન બ૦વ૦ **-men**), ના૦ ઉપરનો ભાગ માણસ જેવો અને નીચેનો માછલી જેવો એવું એક કાલ્પનિક દરિયાઈ પ્રાણી. મત્સ્યકન્યા, મત્સ્યપુરુષ.

me'rriment (મેરિમન્ટ), ના૦ મોજમજા, હાસ્યવિનોદ, ગંમત.

me'rry (મે'રિ), વિ૦ આનંદી, હસતું, ગંમતવાળું; [વાત.] જરા પીધેલ-છાકટું. **~-go-round**, મેળા ઇ૦માં લાકડી ઘોડા કે બેઠકોવાળું બાળકોને બેસવાનું ગોળ ગોળ ફરતું ચક્ર, ચકરડી. **~-making**, મોજમજા (કરવી તે).

me'sa (મે'સ), ના૦ [અમે.] સીધા ચઢાણવાળો ઊંચો પહાડી સપાટ પ્રદેશ.

mésa'lliance (મે'ઝ઼ેલિઆંસ), ના૦ નીચલા સામાજિક દરજ્જાની કન્યા કે વર સાથેનું લગ્ન.

me'scal (મે'સ્કલ), ના૦ ઘેન લાવવાના ગુણવાળો થોર. **~ buttons**, તેની ચકતા જેવી સુકાયેલી ટોચો.

me'scaline (મે'સ્કલીન), ના૦ થોરની ટોચોનાં ચકતાંમાં રહેલો ભ્રાન્તિઉત્પાદક ક્ષારના જેવો ઝેરી પદાર્થ.

Mesda'mes (મેડામ), ***Madame***નું બ૦વ૦.

Mesdemoise'lles (મેડમ્વઝ઼ે઼લ), ***Mademoiselle***નું બ૦વ૦.

mesh (મેશ), ના૦ જાળ, ચાળણી, ઇ૦નું કાણું; [બ૦વ૦માં] જાળ, જાળી; જાળીદાર કાપડ. ઉ૦ક્રિ૦ જાળમાં પકડવું-ફસાવવું; (દાંતાવાળા ચક્ર ઇ૦ અંગે) એક બીજાના દાંતા સાથે બેસાડવાં-બેસવાં.

me'smerism (મે'ઝ઼્મરિઝ઼મ), ના૦ [પ્રા. અથવા લા.] દરદીમાં પેદા કરેલી મોહાવસ્થા, સંમોહનવિદ્યા, વશીકરણ (વિદ્યા). **mesme'ric** (-મે'રિક), વિ૦. **me'smerize** (-મરાઇઝ઼), સ૦ક્રિ૦.

me'so- (મે'સો-), સંયોગીરૂપ, વચલું વચગાળાનું.

mesoli'thic (મે'સોલિથિક), વિ૦ મધ્ય પાષાણયુગનું.

me'son (મીઝ઼ન), ના૦ [પદાર્થ.] પ્રોટોન અને ઇલેક્ટ્રૉન (વીજાણુ) એ બેની વચ્ચેના કદનો પ્રાથમિક સ્વરૂપનો કણ.

Mesozo'ic (મે'સોઝ઼ોઇક), વિ૦ અને ના૦ બીજા ભૂસ્તર યુગ(નું).

mess (મે'સ), ના૦ પ્રવાહી કે ગરવાળા ખોરાકનો ભાગ; ઢોળાઈ ગયેલું પ્રવાહી ઇ૦; [અનાદર.] ન ગમતું મિશ્રણ, રગડો; ગંદવાડ, એઠવાડ; ગંદી-અવ્યવસ્થિત-અણગમતી-પરિસ્થિતિ, કઠણદશા, ઉપદ્રવ; સાથે જમનારી વિ૦ક૦ લશ્કર કે નૌકાસેનાની આરમારની મંડળી; તેમનું જમણ; જમવાની જગ્યા, ભોજનગૃહ. **make a ~ of**, ગરબડ ગોટાળો કરવો. સ૦ક્રિ૦ **~ (up)**, ગંદું અથવા અવ્યવસ્થિત કરવું, ગોટાળો કરવો; (-ની સાથે) જમવું (**with**); નજીવા કામમાં નાહક વખત બગાડવો, વેઠ ઉતારવી. **~mate**, હંમેશ સાથે બેસીને જમનાર, ભોજનભાઈ.

me'ssage (મે'સિજ), ના૦ સંદેશો, કહેણ; પેગંબર, લેખક, ઇ૦નો પેગામ, ઉપદેશ.

me'ssenger (મેસિંજર), ના૦ સંદેશ-વાહક, દૂત.

Messi'ah (મિસાયેં, -યા), ના૦ યહૂદી લોકોનો ભાવી તારણહાર (ગણાતો (ઈશુ ખ્રિસ્ત). **Messia'nic** (મે'સિઍનિક), વિ૦.

Messieurs (મે'સ્યર), *Monsieur*નું બ૦ વ૦.

Me'ssrs (મેસર્ઝ઼), સંક્ષેપ. Mr.નું બ૦વ૦. પેઢીના નામ પૂર્વે અથવા પુરુષોના નામની યાદીની શરૂઆતમાં વપરાય છે.

me'ssuage (મે'સ્વિજ), ના૦ રહેવાનું ઘર તથા તેની સાથેની જમીન અને બીજાં નાનાં મકાનો.

me'ssy (મે'સિ), વિ૦ ગોટાળો કરનારું, અવ્યવસ્થિત; ગંદું.

met (મે'ટ), **meet**નો ભૂ૦ કા૦ તથા ભૂ૦ કૃ૦.

meta'bolism (મિટૅબલિઝ઼મ), ના૦ શરીરમાં પોષક દ્રવ્યો અથવા જીવનરસમાં થતા ફેરફારો (ની પ્રક્રિયા), ચયાપચય ક્રિયા. **metabo'lic** (મે'ટબૉલિક), વિ૦.

metacar'pus (મે'ટકાર્પસ), ના૦ [બ૦ વ૦ **-pi** -કાર્પાઇ] હથેલી ને તેની પાછળનો ભાગ, કરભ. **metacar'pal** (-પંલ), વિ૦.

me'tal (મે'ટલ), ના૦ ધાતુ, સોનું, ચાંદી, લોઢું, ઇ૦; રસ્તો પાકો કરવા વપરાતી ખડી-કપચી; [બ૦ વ૦માં] રેલવેના પાટા. સ૦ ક્રિ૦ રસ્તા પર ખડી પાથરવી, ખડી પાથરી કઠણ કરવું.

meta'llic (મિટૅલિક), વિ૦ ધાતુનું -ના જેવું -ના જેવો અવાજ કરનારું.

meta'llurgy (મિટૅલર્જિ), ના. ધાતુ-(શોધન)વિદ્યા. **metallur'gical** (-કલ), વિ૦. **meta'llurgist** (-લર્જિસ્ટ), ના૦.

metamor'phic (મે'ટમાર્ફિક), વિ૦ [ભૂસ્તર.; ખડક અંગે] (કુદરતી બળોને લીધે) રૂપાંતર પામેલું. **metamor'phism** (-ફિઝ઼મ), ના૦.

metamor'phose (મેટમૉર્ફોઝ઼), ઉ૦ ક્રિ૦ -નું રૂપાંતર કરવું-થવું.

metamor'phosis (-ફોસિસ), ના૦ [બ૦ વ૦ **-oses,** -સીઝ઼] રૂપાંતર, વિ૦ ક૦ જાદુઈ પરિવર્તન, સ્વભાવ, પરિસ્થિતિ ઇ૦નું પરિવર્તન

me'taphor (મે'ટફર), ના૦ રૂપક (અલંકાર). **metapho'ric(al)** (-ફૉરિક, -કલ) વિ૦.

metaphy'sics (મે'ટફિઝ઼િક્સ), ના૦ બ૦ વ૦ અસ્તિત્વ, જ્ઞાન, ઇ૦ની તાત્ત્વિક મીમાંસા, તત્ત્વમીમાંસા, અધ્યાત્મ વિદ્યા. **metaphy'sical** (-ઝ઼િકલ), વિ૦. **metaphysi'cian** (-ઝ઼િશન), ના૦.

metatar'sus (મે'ટટાર્સસ), ના૦ [બ૦ વ૦ **-rsi,** -ટારસાઈ] પગનો પંજો, તેનાં હાડકાં; ઘૂંટી અને આંગળા વચ્ચેનો ભાગ. **metatar'sal** (-ટાર્સલ), વિ૦.

meta'thesis (મિટૅથિસિસ), ના૦ [બ૦ વ૦ **-eses** -થિસીઝ઼] વર્ણ કે ધ્વનિનો વ્યત્યાસ-વિપર્યય.

mete (મીટ), સ૦ ક્રિ૦ વહેંચી આપવું (**out**); માપવું, ભરવું.

metempsycho'sis (મે'ટૅમ્પ્સાઇકોસિસ), ના૦ [બ૦ વ૦ **-oses** -કોસીઝ઼] પુનર્જન્મ, જન્માન્તર.

me'teor (મીટિઅર), ના૦ ખરતો તારો, ઉલ્કા.

meteo'ric (મીટિઑરિક), વિ૦ ઉલ્કા (ઓ)નું; [લા.] આંજી નાખનારું; ઝડપી.

me'teorite (મીટિઅરાઇટ), ના૦ નીચે પડેલી ઉલ્કા, બાહ્યાવકાશમાંથી ધરતી પર આવી પડેલો પથ્થર.

meteoro'logy (મીટિઅરૉલજિ), ના૦ હવામાનશાસ્ત્ર, વાયુશાસ્ત્ર. **meteorolo'gical** (-અરલૉજિકલ), વિ૦. **meteoro'logist** (-અરૉલજિસ્ટ) ના૦.

me'ter (મીટર), ના૦ પાણી, વીજળી, સમય, ઇ૦ માપવાનું સાધન, માપક, મીટર. સ૦ ક્રિ૦ મીટર વડે માપવું.

me'thane (મીથેન), ના૦ પૅરાફિન માલિકાનો જ્વાલાગ્રાહી હાઇડ્રોકાર્બન ગૅસ.

methi'nks (મિથિંક્સ), ઉ૦ ક્રિ૦ કર્તૃ-નિર૦ [ભૂ૦ કા૦ **methou'ght** મિથૉટ] [પ્રા.] મને લાગે છે કે, એમ લાગે છે કે.

me'thod (મે'થડ), નાo કરવા ઇo ની રીત–પદ્ધતિ; વ્યવસ્થિતપણું.
metho'dical (મિથૉડિકલ), વિo પદ્ધતિસરનું, વ્યવસ્થિત.
Me'thodism (મે'થડિઝ઼મ), નાo વેસ્લી બંધુઓ અને વાઇટફીલ્ડે સ્થાપેલો ધાર્મિક સંપ્રદાય. **Me'thodist** (મે'થડિસ્ટ), વિo અને નાo.
meths (મે'થ્સ), નાo [વાત.] = methylated spirit.
me'thyl (મે'થિલ), વિo. ~ **alcohol**, વર્ણહીન ઝટ ઊડી જનારું જ્વાળાગ્રાહી પ્રવાહી, કાષ્ઠમદ્ય.
me'thylate (મે'થિલેટ), સo ક્રિo આલ્કોહોલ પીવાના કામનું ન રહે તેટલા માટે તેમાં કાષ્ઠમદ્ય ભેળવવું.
meti'culous (મે'ટિક્યુલસ), વિo ઝીણી ઝીણી વિગતો તરફ વધારે પડતું ધ્યાન આપનારું, અતિ ચોક્કસ, ચીકણું.
mé'tier (મે'ટચર), નાo [ફ્રેંચ] પોતાનો ધંધો કે વ્યવસાય; વિશેષ આવડત, બળ.
meto'nymy (મિટૉનિમિ), નાo કોઈ વસ્તુના નામને ઠેકાણે તેનું વિશેષણ કે લક્ષણ જણાવવું તે, અજહલ્લક્ષણા.
me'tre (મીટર), નાo કાવ્યનું વૃત્ત અથવા છંદ; દશાંશમાપન (મેટ્રિક) પદ્ધતિમાં લંબાઈનું એક માપ–એકમ (૩૯-૩૭ ઈંચ).
me'tric (મે'ટ્રિક), વિo મીટરનું–ને લગતું. ~ **system**, માપતોલની દશાંશ પદ્ધતિ જેમાં મીટર, લીટર તથા (કિલો)ગ્રામ લંબાઈ, ધારણક્ષમતા તથા વજનના એકમ તરીકે વપરાય છે. ~ **ton**, ૧૦૦૦ કિલોગ્રામ.
me'trical (મે'ટ્રિકલ), વિo છંદ કે વૃત્તનું –ને લગતું, છંદોબદ્ધ; માપવાનું–ને લગતું.
metro'logy (મિટ્રૉલજિ), નાo માપતોલની પદ્ધતિ અથવા વિજ્ઞાન.
me'tronome (મે'ટ્રનોમ), નાo લોલક ઇoવાળું તાલમાપક–સમયમાપક–સાધન. **metrono'mic** (-નૉમિક), વિo.
metro'polis (મિટ્રૉપલિસ), નાo મુખ્ય શહેર, રાજધાની.
metropo'litan (મિટ્રપૉલિટન), વિo મુખ્ય શહેરનું, રાજધાનીનું; વિo અને નાo પ્રાંતના બધા બિશપોનો ઉપરી (બિશપ).
me'ttle (મે'ટલ), નાo માણસના સ્વભાવ કે મિજાજનો ગુણ; પાણી, દમ, હિંમત.
me'ttlesome (મે'ટલ્સમ), વિo પાણીદાર, પ્રાણવાન.
mew[1] (મ્યૂ), નાo એક દરિયાઈ પક્ષી, જળકૂકડી
mew[2], ઉo ક્રિo બંધ કરવું, પૂરી દેવું.
mew[3], અo ક્રિo અને નાo બિલાડીનું બોલવું – મ્યાઉં કરવું – (તે).
mews (મ્યૂઝ઼), નાo ખુલ્લા આંગણા ફરતે ઘોડાના તબેલા – ઘોડાર.
me'zzanine (મે'ઝ઼નીન), નાo બે માળ વચ્ચેનો નીચો માળ, વિo કo ભોંયતળિયું અને પહેલા માળ વચ્ચેનો.
me'zzo (મે'ઝ઼ો), ક્રિo વિo મધ્યમસર, અર્ધું. ~ **forte**, ઠીક ઠીક મોટેથી. ~ **piano**, ઠીક ઠીક સૌમ્યપણે – હળવેથી.
me'zzo-sopra'no (મે'ઝ઼ોસપ્રાનો), નાo [બo વo ~**s**]. ઉચ્ચતમ સ્વર અને સ્ત્રીના નીચામાં નીચા ગાવાના અવાજ વચ્ચેનો અવાજ; એવા અવાજવાળો ગાયક.
me'zzotint (મે'ઝ઼ોટિન્ટ), નાo પોલાદ કે તાંબાનું કોતરકામ.
mf, સંક્ષેપ. mezzo forte.
M.F.H., સંક્ષેપ. Master of Foxhounds.
mg., સંક્ષેપ. milligram(s).
Mgr., સંક્ષેપ. Monseigneur; Monsignor.
mi (મી), જુઓ **me**[2].
M.I., સંક્ષેપ. Military Intelligence.
miaow' (મિઆઉ), નાo અને અo ક્રિo = **mew**[1]. મ્યાઉં અવાજ (કરવો).
mia'sma (મિઍઝ઼્મૅ), નાo કોહી ગયેલી વસ્તુ ઇoમાંથી નીકળતી ચેપી અથવા ઝેરી હવા, વરાળ, ઇo. **mia'smal** (-મલ), વિo. **miasma'tic** (મિઍઝ઼્મૅટિક), વિo.
mi'ca (માઇકૅ), નાo અબરખ.

mice (માઇસ), **mouse**નું બ૰વ૰.

Mich., સંક્ષેપ. Michigan.

Mi'chaelmas (માઇકલ્મસ), ના૰ સંત માઈકલનો ઉત્સવ – પર્વ, ૨૯મી સપ્ટેમ્બર. **~ daisy**, બારે માસ ફૂલો આપતું ઍસ્ટર.

mi'ckey (મિકિ), ના૰ [વિ૰ બો૰] **take the ~ (out of)**, (-ની પ્રત્યે) અનાદરપૂર્વક વર્તવું, (-ને) પજવવું.

mi-cro- (માઇક્–), સંયોગી રૂપ. નાનું, લઘુ, સૂક્ષ્મ; દશલક્ષાંશ.

mi'crobe (માઇક્રોબ), ના૰ સૂક્ષ્મજીવ અથવા વનસ્પતિ, વિ૰ ક૰ રોગનું અથવા આથાનું કારણ બનનાર.

microbio'logy (માઇક્રોબાયૉલજિ), ના૰ સૂક્ષ્મજંતુ શાસ્ત્ર.

mi'crocosm (માઇક્રકૉઝ્મ), ના૰ બ્રહ્માંડના સારરૂપ માનવપિંડ, પિંડ; કશાકની નાની પ્રતિમા.

mi'crodot (માઇક્રડૉટ), ના૰ દસ્તાવેજ ઇ૰નો ટપકાના કદનો ફોટો – છાયાચિત્ર.

mi'crofiche (માઇક્રોફિશ), ના૰ [બ૰ વ૰ એ જ]. દસ્તાવેજ ઇ૰ના સૂક્ષ્મ ફોટોગ્રાફવાળો ફિલ્મનો ટુકડો.

mi'crofilm (માઇક્રફિલ્મ), ના૰ દસ્તાવેજ ઇ૰ના બહુ નાના છાયાચિત્રવાળી ફિલ્મ – પટ્ટી.

micro'meter (માઇક્રૉમિટર), ના૰ બહુ જ નાના અંતરો કે ખૂણા માપવાનું સાધન.

mi'cron (માઇક્રૉન), ના૰ મીટરનો દસ લાખમો ભાગ ($\frac{૧}{૧૦૦૦૦૦૦}$).

mi'cro-organism (માઇક્ર-ઑર્ગનિઝ્મ), ના૰ (અતિ)સૂક્ષ્મ જંતુ.

mi'crophone (માઇક્રફોન), ના૰ ધ્વનિવર્ધક યંત્ર; ધ્વનિતરંગોને વિદ્યુત ઊર્જામાં ફેરવનારું યંત્ર.

mi'croscope (માઇક્રસ્કોપ), ના૰ સૂક્ષ્મદર્શક યંત્ર, દૂરબીન.

microsco'pic (માઇક્રસ્કૉપિક), વિ૰ સૂક્ષ્મદર્શક યંત્રનું –ના જેવું; સૂક્ષ્મદર્શક યંત્ર વિના (વિગતવાર) ન જોઈ શકાય એવું; સૂક્ષ્મ, બારીક.

micro'scopy (માઇક્રૉસ્કપિ), ના૰ સૂક્ષ્મદર્શક યંત્રનો ઉપયોગ (કરવો તે).

mi'crowave (માઇક્રોવેવ), ના૰ આશરે ૫૦ સે.મી. અને ૧ મિ. મી. વચ્ચેનો વિદ્યુતચુંબકીય તરંગ, સૂક્ષ્મતરંગ.

micturi'tion (મિક્ટ્યુરિશન), ના૰ પેશાબ કરવો તે, મૂત્રવિસર્જન.

mid (મિડ), વિ૰ -ની મધ્યમાં આવેલું, વચલું, મધ્યમ. **~day**, બપોર, મધ્યાહ્‌ન. **~-off**, [ક્રિકે.] બૅટધારીની સામેનો ગોલંદાજની પાસેનો ક્ષેત્રપાલ, તેની જગ્યા. **~-on**, તેને જ મળતો બૅટધારીની બાજુનો ક્ષેત્રપાલ કે તેની જગ્યા.

mi'dden (મિડન), ના૰ કચરાનો ઢગલો, ઉકરડો.

mi'ddle (મિડલ), વિ૰ વચલું, વચ્ચેનું; પદ, ગુણ, ઇ૰માં મધ્યમ કોટિનું, સામાન્ય, સરેરાશ. ના૰ મધ્ય બિંદુ, વચલી જગ્યા; કેડ, કમર. **in the ~ of**, -ની વચ્ચે, (ક્રિયા) દરમ્યાન. **M~ Ages**, મધ્ય યુગ–આશરે ઈ. સ. ૬૦૦થી ૧૫૦૦. **~ class**, સમાજનો મધ્યમ વર્ગ. **~-man**, વેપારી, દુકાનદાર, માલ પેદા કરનાર ને વાપરનાર વચ્ચે જેના હાથમાંથી માલ પસાર થાય છે તે. **~weight**, ૭૫ કિલોગ્રામ સુધીનું મુષ્ટિયોદ્ધાનું વજન.

mi'ddling (મિડ્લિંગ), વિ૰ મધ્યમસરનું, સારું સરખું; [વાત.] સારી સરખી તંદુરસ્તીવાળું. ક્રિ૰ વિ૰ મધ્યમસર, માફકસર.

Middx., સંક્ષેપ. Middlesex.

mi'ddy (મિડિ), ના૰ [વાત.] વહાણ પરનો એક અમલદાર.

midge (મિજ), ના૰ મચ્છર કે તેના જેવું જીવડું.

mi'dget (મિજે'ટ), ના૰ અત્યંત નાનું માણસ કે વસ્તુ.

mi'dland (મિડ્લન્ડ), ના૰ દેશનો વચલો ભાગ; **the M~s**, મધ્ય ઇંગ્લન્ડના વચલાં પરગણાં.

mi'dnight (મિડ્નાઇટ), ના૰ મધ્યરાત્ર,

રાત્રિના ૧૨ વાગ્યાનો સમય. ~ **sun**, ધ્રુવ પ્રદેશમાં ઉનાળામાં મધ્યરાત્રિએ દેખાતો સૂર્ય.

mi'driff (મિડ્રિફ), ના૦ છાતી અને પેટ વચ્ચેનો પડદો, મધ્યપટલ, ઉરસ્તલ.

mi'dshipman (મિડ્શિપ્મન), ના૦ [બ૦ વ૦ **-men**] કેડેટની ઉપરની કક્ષાનો વહાણ પરનો અમલદાર.

midst (મિડ્સ્ટ), ના૦ મધ્ય, મધ્યભાગ.

mi'dsummer (મિડ્સમર), ના૦ ભરઉનાળો (૨૧મી જૂનની આસપાસ). **M~ Day**, ૨૪મી જુન. ~ **madness**, ભારે મોટી મૂર્ખામી-ભૂલ.

mi'dwife (મિડ્વાઇફ), ના૦ [બ૦ વ૦ **-wives**] દાઈ, સુયાણી. **mi'dwifery** (-વિફરિ); ના૦.

mien (મીન), ના૦ માણસનો દેખાવ, ચાલ અથવા વર્તન.

might[1] (માઇટ), **may**નો ભૂ૦ કા૦.

might[2], ના૦ તાકાત, સામર્થ્ય, સાધન-સંપત્તિ.

mi'ghty (માઇટિ), વિ૦ બળવાન, જોરાવર; મહાન. ક્રિ૦ વિ૦ અતિશય, ઘણું.

mignone'tte (મિન્યને'ટ), ના૦ ભૂખરા લીલા રંગનાં સુગંધી ફૂલોવાળો એક છોડ.

mi'graine (મીગ્રેન), ના૦ ફરીફરી થતો માથાનો દુખાવો, વિ૦ ક૦ આધાશીશી.

mi'grant (માઇગ્રન્ટ), વિ૦ અને ના૦ સ્થલાંતર કરનારું (પક્ષી ઇ૦).

mi'grate (માઇગ્રેટ), અ૦ ક્રિ૦ એક જગ્યાએથી વિ૦ ક૦ એક દેશમાંથી બીજે ઠેકાણે-બીજા દેશમાં-જવું; (પક્ષી અંગે) ઋતુ અનુસાર આવજા કરવી. **migra'tion** (-ગ્રેશન) ના૦. **mi'gratory** (માઇગ્રટરિ), વિ૦.

mika'do (મિકાડો), ના૦ [બ૦ વ૦ **~s**] જાપાનનો બાદશાહ.

mike (માઇક), ના૦ [વાત.] ધ્વનિવર્ધક યંત્ર.

milch (મિલ્ચ), વિ૦ દૂધ દેનારું, દૂઝણું; દૂધ માટે પાળેલું.

mild (માઇલ્ડ), વિ૦ સૌમ્ય, કડક કે ઉગ્ર નહિ એવું; હળવું, કડવાશવાળું નહિ એવું. ~ **steel**, મજબૂત અને કઠણ પણ પાણી ચડાવવું મુશ્કેલ એવું પોલાદ.

mi'ldew (મિલ્ડ્યૂ), ના૦ ફૂગ, ઊબ, વિ૦ ક૦ ભેજને લીધે ચડતી. ઉ૦ ક્રિ૦ ફૂગ ચડાવવી-ચડવી.

mile (માઇલ), માઈલ; ૧૭૬૦ વાર, આશરે ૧.૬૦૯ કિલોમિટર; એક માઇલની શરત. **~stone**, માઇલની નિશાનીનો પથ્થર, જીવન કે પ્રગતિનો તબક્કો; માર્ગસૂચક સ્તંભ.

mi'leage (માઇલિજ), ના૦ કરેલા પ્રવાસના કે વાપરેલા માઇલોની સંખ્યા.

mi'ler (માઇલર), ના૦ એક માઈલ દોડવાની ખાસ તાલીમ આપેલો માણસ અથવા ઘોડો.

mi'lfoil (મિલ્ફોઇલ), ના૦ સફેદ નાનાં ફૂલ અને ઝીણાં વિભાજિત પાંદડાંવાળો એક છોડ.

mi'lieu (મીલ્યર) ના૦ આસપાસનું વાતાવરણ, પર્યાવરણ;સામાજિક પરિસ્થિતિ.

mi'litant (મિલિટન્ટ), વિ૦ યુદ્ધમાં રોકાયેલું; લડાઈ ખોર, આક્રમણશીલ. ના૦ એવું માણસ. **mi'litancy**, (-ટન્સિ), ના૦.

mi'litarism (મિલિટરિઝ્મ), ના૦ લશ્કરી બળ અને પદ્ધતિનું વર્ચસ્વ અથવા તેના પર આધાર (રાખવો તે); લશ્કરશાહી. **mi'litarist** (-રિસ્ટ), ના૦. **militari'stic** (-રિસ્ટિક), વિ૦.

mi'litary (મિલિટરિ), વિ૦ લશ્કરનું કે સૈનિકોનું, લશ્કરી; વિ૦ ક૦ ખુશ્કી યુદ્ધ સંબંધી. ના૦ સૈનિકો; લશ્કર (**the ~**). **~ band**, લશ્કરી વાજાં(વાળું જૂથ).

mi'litate (મિલિટેટ), અ૦ ક્રિ૦ -ની વિરુદ્ધ-પ્રતિકૂળ-હોવું (હકીકત, પુરાવો, ઇ૦અંગે); -ની સામે દલીલ તરીકે કામમાં આવવું.

mili'tia (મિલિશૅ), ના૦ લશ્કરી દળ, વિ૦ ક૦ નાગરિકોનું કટોકટીને સમયે ઉપયોગ માટે ઊભું કરેલું.

milk (મિલ્ક), ના૦ દૂધ; વનસ્પતિનો દૂધ જેવો રસ, દૂધ; દૂધ જેવું પ્રવાહી. સ૦ ક્રિ૦ ગાય ઇ૦ને દોહવું, દૂધ કાઢવું; -ની પાસે પૈસા કઢાવવા; -નું શોષણ કરવું.

~-float, દૂધ વહેંચવા માટે વપરાતું નીચું હલકું વાહન. **~maid**, દૂધ દોહનારી કે વેચનારી સ્ત્રી, ગોવાલણ. **~'man**, દૂધ વેચનાર કે ઘેર ઘેર જઈ ને આપનાર, ભાટિયો. **~shake**, દૂધમાં કોઈ સ્વાદવાળી વસ્તુ ઉમેરીને હલાવીને બનાવેલું પીણું. **~'sop**, દમ વિનાનો યુવાન કે માણસ, **~-tooth**, દૂધિયો દાંત.

mi'lky (મિલ્કિ), વિ૦ દૂધનું –ના જેવું, દૂધ મેળવેલું; (પ્રવાહી અંગે) ધૂંધળું, ડહોળાયેલું. **M~ Way**, આકાશગંગા.

mill (મિલ), ના૦ દળવાની ઘંટી–સંચો; એવા સંચાવાળું મકાન; કચરીને ભૂકો કે લૂગદી બનાવવાનો સંચો; ઘડવા, બનાવવા, ઇ૦ પ્રક્રિયા માટેનું યંત્ર, તે યંત્રોવાળું મકાન, કારખાનું, મિલ, વિ૦ ક૦ કાપડની. ઉ૦ ક્રિ૦ ઘંટીમાં દળવું, સંચા વડે બીજી કોઈ પ્રક્રિયા કરવી; –કાપડ ઇ૦ને કુંદી કરવી; સિક્કા ઇ૦ની ફરતે કાપા પાડવા; ટોળામાં બેબાકળા થઈ ને ગોળ ગોળ ફરવું. **~board**, જાડા કાગળનું મજબૂત પૂઠું. **~-race**, પાણચક્કીનું પૈડું ફેરવનાર પાણીનો પ્રવાહ. **~'stone**. ઘંટીનું પડ; [લા.] ભારે બોજો. **~-wheel**, પાણચક્કી ચલાવવાનું પૈડું.

millenar'ian (મિલિને'અરિઅન), વિ૦ અને ના૦ હજાર વર્ષના (ભાવિ) સુવર્ણયુગનું, તે યુગમાં શ્રદ્ધા રાખનાર (વ્યક્તિ).

mille'nnium (મિલે'નિઅમ). ના૦ હજાર વર્ષનો (ભાવિ)સુવર્ણયુગ–સુખસમૃદ્ધિનો કાળ. **mille'nnial** (-અલ), વિ૦.

mi'llepede, mi'llipede, (મિલિપીડ), ના૦ બહુપાદ જંતુ, કાનખજૂરો ઇ૦.

mi'ller (મિલર), ના૦ ઘંટીવાળો.

mille'simal (મિલે'સિમલ), વિ૦ અને ના૦ એકસહસ્રાંશ.

mi'llet (મિલિટ), ના૦ બાજરી, જુવાર, ઇ૦(નો છોડ).

milli- (મિલિ-) સંયોગીરૂપ. એકસહસ્રાંશ.

mi'lliard (મિલ્યર્ડ), ના૦ એક અબજ.

mi'llibar (મિલિબાર), ના૦ વાતાવરણનું દબાણ માપવામાં વપરાતા 'બાર' (જુઓ **bar**)નો હજારમો ભાગ.

mi'lligram (મિલિગ્રામ), ના૦ એકસહસ્રાંશ ગ્રામ.

mi'llilitre (મિલિલીટર), ના૦ એકસહસ્રાંશ લીટર.

mi'llimetre (મિલિમીટર), ના૦ એક સહસ્રાંશ મીટર.

mi'lliner (મિલિનર), ના૦ સ્ત્રીઓની ટોપીઓ બનાવનાર કે વેચનાર. **mi'llinery** (નરિ), ના૦.

mi'llion (મિલ્યન), ના૦ દસલાખ (પાઉંડ, ડૉલર, ઇ૦). **mi'llionth** (-ન્થ), ના૦.

millionair'e (મિલ્યને'અર), ના૦ દસ લાખનો ધણી,લખપતિ,ખૂબ ધનાઢ્ય માણસ.

mi'llipede (મિલિપીડ), જુઓ **mi'llepede.**

milo'metre (માઇલૉમિટર) ના૦ વાહન કેટલા માઈલ ચાલ્યું છે તે બતાવનાર સાધન.

milt (મિલ્ટ), ના૦ માછલાનું વીર્ય–બીજ.

mime (માઇમ), ના૦ [ગ્રીક અને રોમન પુરા૦] સાદું પ્રહસનાત્મક નાટક, નકલ, ચાળા, ઇ૦વાળું પ્રહસન–બહુધા મૂક નાટક; મૂક નટ. ઉ૦ ક્રિ૦ બોલ્યા સિવાય કેવળ હાવભાવથી–મૂક–અભિનય કરવો.

mi'meograph (મિમિઅગ્રાફ), ના૦ મીણ ચોપડેલા કાગળ પર અક્ષર પાડીને તેમાંથી શાહી નીચે ઉતારીને નકલો કરવાનું ઉપકરણ. સ૦ ક્રિ૦ એ ઉપકરણ વડે 'સ્ટેન્સિલ' પરથી નકલો કરવી.

mimes'is (મિમીસિસ, માઇ-), ના૦ [જીવ.] એક પ્રાણીનું તેને મારી નાખનારા પ્રાણીઓને અણગમતા કે અપાયકારક એવા બીજા પ્રાણી સાથે બહુ જ નિકટનું બાહ્ય સામ્ય; અનુકરણ, નકલ.

mime'tic (મિમે'ટિક), વિ૦ અનુકરણનું, અનુકરણાત્મક; ચાળા પાડનારું; નકલી.

mi'mic (મિમિક), વિ૦ નકલ કરવાની આવતડવાળું; અનુકરણાત્મક. ના૦ ચાળા પાડનાર, નકલી. સ૦ ક્રિ૦ કોઈની નકલ કરવી – ચાળા પાડવા, વિ૦ ક૦ બીજાને હસાવવા માટે કે ઉપહાસ કરવા માટે; અનુકરણ કરવું; બહુ જ મળતું હોવું.

mi'micry (મિમિક્રિ), ના૰ અનુકરણ; નકલ; ચાળા; બીજાની નકલ કરનાર –ને મળતી – વસ્તુ; [પ્રાણી.] બહુ જ નજીકનું બાહ્ય સામ્ય.

mimo'sa (મિમોઝ઼ૅ), ના૰ લજામણી, એની જાતની વનસ્પતિ.

mi'na, my'na(h), (માઇનૅ), ના૰ મેના (પક્ષી).

minare't (મિનરે'ટ), ના૰ (મશીદનો) પાતળો ઊંચો મિનારો.

mi'natory (મિનટરિ), વિ૰ ધમકીનું–વાળું, ભયજનક.

mince (મિન્સ), ઉ૰ ક્રિ૰ માંસ ઇ૰ના ઝીણા ઝીણા કકડા કરવા; નાજુકાઈનો ડોળ કરીને બોલવું–ચાલવું. ના૰ માંસનો છૂંદો, ખીમો. **~meat**, દરાખ, સફરજન, મસાલા, ચરબી, ઇ૰ને છૂંદીને બનાવેલું પૂરણ. **~ pie**, એ પૂરણ નાખીને બનાવેલી ઘૂઘરા જેવી વાની.

mind (માઇન્ડ), ના૰ મન, ચિત્ત, માનસ; બુદ્ધિસામર્થ્ય, બૌદ્ધિક શક્તિઓ; સ્મૃતિ; અભિપ્રાય, મત. ઉ૰ ક્રિ૰ ધ્યાનમાં – યાદ – રાખવું; ઉપર ધ્યાન આપવું, સંભાળવું; -નો હવાલો સંભાળવો, -ને હરકત–વાંધો–હોવો.

mi'nded (માઇન્ડિડ), વિ૰ મનવાળું; કરવા ઇ૰ની વૃત્તિવાળું.

mi'ndful (માઇન્ડ્ફુલ), વિ૰ -ની ફિકર કરનાર–કાળજી રાખનાર.

mi'ndless (માઇન્ડ્લિસ), વિ૰ બુદ્ધિહીન, બેપરવા, મૂર્ખ.

mine[1] (માઇન), સર્વના૰ અને વિ૰ મારી (માલિકીની) વસ્તુ(ઓ); વિ૰ મારું.

mine[2], ના૰ ધાતુ, કોલસા, ઇ૰ની; ખાણ [લા.] ભંડાર, નિધિ; સુરંગ. ઉ૰ ક્રિ૰ ખાણમાંથી ધાતુઓ ઇ૰ ખોદી કાઢવું; ધાતુ ઇ૰ માટે જમીનમાં ખોદવું; -માં કે નીચે ખોદવું–(ભૂગર્ભ) માર્ગ તૈયાર કરવો; [લશ્કર.] -માં કે નીચે સુરંગો પાથરવી. **~-field**, સુરંગો પાથરેલો પ્રદેશ. **~sweeper**, સુરંગો ખસેડનાર કે સાફ કરનાર વહાણ.

mi'ner (માઇનર), ના૰ ખાણિયો.

mi'neral (મિનરલ), વિ૰ ખાણમાંથી ખોદી કાઢેલું, ખનિજ, પ્રાણિજ કે ઉદ્ભિજ્જ નહિ. ના૰ ખનિજ દ્રવ્ય અથવા વસ્તુ, વિ૰ક૰ બ૰વ૰માં કૃત્રિમ ખનિજ પાણી. **~ oil**, પેટ્રોલિયમ. **~ water**, કુદરતમાં મળતું ખનિજ (દ્રવ્ય) મિશ્રિત પાણી; ઊભરાવાળું પીણું, જેમ કે જિંજર,બિયર, ઇ૰.

minera'logy(મિનરૅલજિ),ના૰ ખનિજ-(ધાતુ)વિદ્યા. **mineralo'gical** (-રલૉજિકલ), વિ૰. **minera'logist** (-રૅલજિસ્ટ), ના૰.

minestro'ne(મિનિસ્ટ્રોનિ), ના૰ શાકભાજી અને ચોખા અથવા બાંધેલા લોટના ગોળા કે ચોસલાની કઢી – સૂપ.

mi'ngle (મિંગલ), ઉ૰ક્રિ૰ મેળવવું, એકત્ર કરવું; ભળવું.

mi'ngy (મિંજિ), વિ૰ [વાત.] ચિંગૂસ.

mi'ni- (મિનિ-) સંયોગી રૂપ. નાના પાયા પરનું, નાના કદનું, નાનું.

mi'niature (મિનચર), ના૰ નાના કદનું કે માપનું ચિત્ર, નાના પાયા પર બનાવેલો નમૂનો, લઘુચિત્ર. વિ૰ નાના પાયા પરનું, નાના કદ – માપ – નું.

mi'niaturist (મિનટ્યુઅરિસ્ટ), ના૰ નાનાં ચિત્રો ચીતરનાર – ચિત્રકાર.

mi'niaturize (મિનટ્યુઅરાઇઝ઼), સ૰ ક્રિ૰ નાના કદનાં ચિત્રો ચીતરવાં, સંક્ષિપ્ત સ્વરૂપમાં તૈયાર કરવું.

mi'nim (મિનિમ), ના૰ સંગીતનો એક સૂર; પ્રવાહી ડ્રામનો સાઠમો ભાગ, આશરે એક ટીપું,

mi'nimal (મિનિમલ), વિ૰ બહુ નાનું અથવા નજીવું; અલ્પતમ(ને લગતું).

mi'nimize (મિનિમાઇઝ઼), સ૰ક્રિ૰ બને તેટલું ઘટાડવું, ઓછામાં ઓછું કરવું; ઓછામાં ઓછી કિંમત આંકવી.

mi'nimum (મિનિમમ), ના૰ [બ૰ વ૰ **mi'nima** -નિમ] અને વિ૰ અલ્પતમ (પરિમાણ કે માત્રા).

mi'nion (મિન્યન), ના૰ માનીતું – વિશેષ વહાલું–બાળક,દરબારી,ઇ૰; આશ્રિત, ગુલામ.

mi'nister (મિનિસ્ટર), ના૰ કામગાર,

કામ કરનાર નોકર; કારભારી; સરકારી ખાતાનો હવાલો સંભાળનાર, પ્રધાન, મંત્રી; એલચી, રાજદૂત; પાદરી. અ૰ક્રિ૰ સેવા કે મદદ કરવી (**to**).

ministe'rial (મિનિસ્ટિઅરિઅલ), વિ૰ પાદરી, મંત્રી, ઇ૰નું કે તેના હોદ્દાનું; સરકારનું.

ministra'tion (મિનિસ્ટ્રેશન), ના૰ સેવા, મદદ, કે કારભાર (કરવો તે).

mi'nistry (મિનિસ્ટ્રિ), ના૰ પુરોહિતનો હોદ્દો; (ચર્ચ)ના પુરોહિતો; રાજ્યના પ્રધાનનું પદ, ખાતું, અથવા મકાન; રાજ્યનું પ્રધાનમંડળ.

mink (મિંક), ના૰ એક નાનકડું ઉભચર પ્રાણી; તેની રુવાંટી.

Minn., સંક્ષેપ. Minnesota.

mi'nnow (મિનો), ના૰ મીઠા પાણીની એક નાની માછલી.

Mino'an (મિનોઅન), વિ૰ અને ના૰ ક્રીટની બ્રૉંઝ-યુગ સંસ્કૃતિનું (માણસ).

mi'nor (માઇનર), વિ૰ બે જણ, વસ્તુઓ કે વર્ગોમાંનું નાનું, ગૌણ અથવા ઓછું; સગીર, અજ્ઞાન. ના૰ સગીર, અજ્ઞાન.

mino'rity (માઇનૉરિટિ), ના૰ સગીરપણું, સગીર વય, અજ્ઞાન દશા; બે સંખ્યા કે ભાગમાંથી નાનો; અલ્પસંખ્યા વિ૰ક૰ મતદાનમાં; લઘુમતી (વંશ, ધર્મ, ભાષા, ઇ૰માં બીજાઓથી ભિન્ન).

mi'nster (મિન્સ્ટર), ના૰ મોટું દેવળ – ચર્ચ.

mi'nstrel (મિન્સ્ટ્રલ), ના૰ મધ્યયુગીન ગાયક – ભાટ; [બહુધા બ૰ વ૰માં] કાળાં મોઢાં કરીને હબસી ગાયનો સાભિનય રજૂ કરીને મનોરંજન કરનાર જૂથનો માણસ.

mi'nstrelsy (મિન્સ્ટ્રલ્સિ), ના૰ ભાટચારણની કળા અથવા કવિતા.

mint[1] (મિન્ટ), ના૰ ફૂદીનો; પીપરમિન્ટ.

mint[2], ના૰ ટંકસાળ. સ૰ ક્રિ૰ સિક્કા પાડવા; ઉપજાવી કાઢવું, બનાવટ કરવું.

minue't (મિન્યુએ'ટ), ના૰ બે જણે કરવાનું એક ભવ્ય ધીમું નૃત્ય; તે માટેની સંગીતરચના.

mi'nus (માઇનસ), નામ૰અ૰ ઓછા, બાદ કરતાં; [વાત.] વિનાનું, વિહોણું. ના૰ ઓછાનું ચિહ્ન (-); ઋણ સંખ્યા.

mi'nuscule (મિનસ્ક્યૂલ), વિ૰ અને ના૰ નાનો(અક્ષર); અત્યંત નાનું.

mi'nute[1] (મિનિટ), ના૰ કલાક અથવા અંશ (ડિગ્રી)નો સાઠમો ભાગ; ટૂંકો સમય, જરાક વાર; સ્મરણપત્ર, ટૂંકી નોંધ; [બ૰વ૰-માં] સભા સમિતિના કામકાજનો હેવાલ. સ૰ક્રિ૰ કાર્યવહીના ચોપડામાં નોંધવું; -ને કાર્યવહી મોકલવી.

minu'te[2], (માઇન્યૂટ), વિ૰ બહુ ઝીણું, સૂક્ષ્મ; ચોક્કસ, વિગતવાર.

minu'tia (માઇન્યૂશિઅ), ના૰ [બ૰વ૰ **~e** -શિઈ] [બહુધા બ૰વ૰માં] નજીવો મુદ્દો – વાત, ઝીણી વિગત.

minx (મિંક્સ), ના૰ લુચ્ચી – નખરાબાજ – ઉદ્ધત – છોકરી.

mi'racle (મિરકલ), ના૰ અલૌકિક – અદ્ભુત–ઘટના, ચમત્કાર. **~ play**, ઈશુ ખ્રિસ્તના કે સંતોના જીવન પર આધારિત મધ્યયુગીન નાટક.

mira'culous (મિરૅક્યુલસ), વિ૰ અલૌકિક, દૈવી; આશ્ચર્યકારક.

mira'ge (મિરાઝ), ના૰ મૃગજળ; દૃષ્ટિભ્રમ; ભ્રામક વસ્તુ.

mire (માયર), ના૰ ભેજવાળી જમીન, કળણ; કાદવ. ઉ૰ક્રિ૰ કાદવમાં ફસાવવું, ઉપર કાદવ ફેંકવો.

mi'rror (મિરર), ના૰ અરીસો, દર્પણ; [લા.] યથાર્થ પ્રતિબિંબ કે વર્ણન આપનાર વસ્તુ. સ૰ ક્રિ૰ પ્રતિબિંબ દર્શાવવું, પ્રતિબિંબિત કરવું. **~ image**, ઉલટાવેલી પ્રતિમા.

mirth (મર્થ), ના૰ રમૂજ, હાસ્યવિનોદ, મોજ. **mir'thful**, વિ૰

mi'ry (માયરિ), વિ૰ કાદવવાળું.

misadve'nture (મિસડ્વે'ન્ચર), ના૰ દુર્ભાગ્ય(થી બનેલો અનિષ્ટ બનાવ). **by ~**, અકસ્માત.

misalli'ance (મિસલાયન્સ), ના૰ અયોગ્ય સંબંધ, વિ૰ ક૰ ઊતરતી કોટિના

કુળ સાથે લગ્નસંબંધ.

mi'santhrope (મિસન્થ્રોપ), નાο માનવ દ્વેષી. **misanthro'pic** (-થ્રૉપિક), વિο. **'misa'nthropy** (મિસૅન્થ્રપિ); નાο.

misapply'(મિસપ્લાઇ), સοક્રિο ખોટી રીતે લાગુ કરવું, -નો દુરુપયોગ કરવો. **misapplica'tion** (-પ્લિકેશન), નાο.

misapprehe'nd(મિસ્‌ઍપ્રિહે'ન્ડ), સο ક્રિο ખોટું સમજવું, ગેરસમજ કરવી. **misapprehe'nsion** (-હેન્શન), નાο.

misappro'priate (મિસપ્રોપ્રિએટ), સο ક્રિο પારકાના પૈસા અપ્રામાણિકપણે પોતાના કામમાં વાપરવા – પચાવી બેસવું. **misappropria'tion**(-એશન), નાο.

misbego'tten (મિસ્‌બિગૉટન), વિο જારજ, છિનાળના પેટનું; નીચ, અધમ.

misbeha've (મિસ્‌બિહેવ), અο ક્રિο અયોગ્ય – ખરાબ – રીતે વર્તવું. **misbeha'viour** (– હેવ્યર), નાο.

misca'lculate (મિસ્‌કૅલ્‌ક્યુલેટ), ઉο ક્રિο ખોટી ગણતરી કરવી, ગણવામાં ભૂલ કરવી. **miscalcula'tion** (-લેશન), નાο.

misca'll (મિસ્‌કૉલ), નાο ખોટે – નઠારે – નામે બોલાવવું.

misca'rriage (મિસ્‌કૅરિજ), નાο કસુવાવડ, ગર્ભસ્રાવ; (કાગળ અંગે) ગેરવલ્લે જવું તે.

misca'rry (મિસ્‌કૅરિ), અο ક્રિο નિષ્ફળ જવું, ગેરવલ્લે જવું; (સ્ત્રી અંગે) અધૂરે જવું.

misca'st (મિસ્‌કાસ્ટ), સο ક્રિο [**miscast**] હિસાબમાં ખોટો સરવાળો કરવો; (નટને) અનુકૂળ ન આવે એવી ભૂમિકા આપવી.

miscegena'tion (મિસિજિનેશન), નાο વંશ – જાતિ – સંકર (થવો તે).

miscella'neous (મિસલેનિઅસ), વિο વિવિધ જાતનું, સંમિશ્ર બનાવટ કે લક્ષણો-વાળું, પરચૂરણ.

misce'llany (મિસે'લનિ), નાο મિશ્રણ, શંભુમેળો

mischa'nce (મિસ્‌ચાન્સ). નાο દુર્દૈવી ઘટના; દુર્દૈવ.

mi'schief (મિસ્‌ચિફ઼), નાο ઉપદ્રવ, નુકસાન, હાનિ, ઈજા, વિο કο મનુષ્યકૃત; ઝઘડો, અણબનાવ; મસ્તી, તોફાન, અડપલું. **mi'schievous** (– ચિવસ), વિο.

misconcei've (મિસ્‌કન્સીવ), ઉο ક્રિο -નો ખોટો ખ્યાલ કરવો – હોવો, ગેરસમજ હોવી – કરવી. **misconcep'tion** (– સે'પ્શન), નાο.

misco'nduct (મિસ્‌કૉન્ડક્ટ), નાο દુર્વર્તન, દુરાચાર, વિο કο વ્યભિચાર. સο ક્રિο (-કન્ડક્ટ **-du'ct**), અο ક્રિο અને કર્તૃવાο દુરાચાર કરવો, ગેરવર્તણૂક કરવી (~ **oneself**).

misconstrue' (મિસ્‌કન્સ્ટ્રૂ), સο ક્રિο -નો ખોટો – વિપરીત – અર્થ કરવો, ખોટું સમજવું. **misconstru'ction** (-સ્ટ્રક્શન), નાο.

miscou'nt (મિસ્‌કાઉન્ટ), નાο અને ઉο ક્રિο ખોટી ગણતરી, ગણવામાં ભૂલ-(કરવી, વિο કο મતગણતરીમાં).

mi'screant (મિસ્‌ક્રિઅન્ટ), નાο ખલ, દુર્જન.

misd'ate (મિસ્‌ડેટ), સο ક્રિο ખોટી તારીખ લખવી.

misdea'l (મિસ્‌ડીલ), ઉο ક્રિο [**misdea'lt** - ડે'લ્ટ] વહેવારમાં – પત્તાં વહેંચવામાં – ભૂલ કરવી – થવી. નાο ખોટો વહે'વાર – વહે'ંચણી.

misdee'd (મિસ્ડીડ), નાο દુષ્કર્મ.

misdemea'nour (મિસ્‌ડિમીનર), નાο બહુ ગંભીર નહિ એવો ગુનો; દુષ્કૃત્ય, દુરાચરણ.

misdire'ct (મિસ્‌ડિરે'ક્ટ), સο ક્રિο ખોટો રસ્તો બતાવવો, ખોટે માર્ગે ચડાવવું. **misdire'ction** (-ક્શન), નાο.

misdou'bt (મિસ્‌ડાઉટ), સο ક્રિο -ને વિષે શંકા રાખવી – અવિશ્વાસ કે દહેશત હોવી.

mise-en-scé'ne (મીઝાંસે'ન), નાο [ફ્રે] નાટકની સાજસજાવટ અને દશ્યો; [લા.]

ઘટનાની આસપાસની પરિસ્થિતિ.

mi'ser (માઇઝ઼ર) ના૦ કૃપણ, કંજૂસ.

mi'serable (મિઝ઼રબલ), વિ૦ દુર્દૈવી, દુ:ખી, કોઈ પણ સુખસગવડ વિનાનું; કંગાળ; દયાપાત્ર; નીચ.

mise'ricord (મિઝ઼ે'રિકોર્ડ), ના૦ ગાયકવૃન્દનાં આસનોમાં મિજાગરાવાળી બેઠકની નીચે છાજલી જેવો આગળ પડતો ભાગ, જે ઊભા રહેનારને ટેકો દે છે.

mi'srey (મિઝ઼રિ), ના૦ મનની કંગાલ સ્થિતિ, તાપદાયક (બાહ્ય) પરિસ્થિતિ, ભારે ગરીબાઈ.

misfier' (મિસ્‌ફાયર), અ૦ ક્રિ૦ અને ના૦ (બંદૂક ઇ૦ અંગે) ન ફૂટવું, ન ચાલવું, ખટકી પડવું, ધાર્યું પરિણામ લાવવામાં નિષ્ફળ જવું, (તે).

mi'sfit (મિસ્‌ફિટ), ના૦ બંધબેસતું ન આવતું કપડું ઇ૦; પરિસ્થિતિ ઇ૦ સાથે મેળ ન ખાનારી વ્યક્તિ.

misfor'tune (મિસ્‌ફૉર્ચૂન), ના૦ દુર્દૈવ, દુર્દૈવી ઘટના.

misgi've (મિસ્‌ગિવ), સ૦ ક્રિ૦ [**-gave** -ગેવ, **-given** - ગિવન] (મન ઇ૦ અંગે) -માં અંદેશો – સંશય–પેદા કરવો.

misgi'ving (મિસ્‌ગિવિંગ), ના૦ અંદેશો, શંકા; બીક, દહેશત.

misgo'vern (મિસ્‌ગવર્ન), સ૦ ક્રિ૦ ખરાબ રીતે શાસન – રાજ્ય – ચલાવવું. **misgo'vernment** (– ન્‌મન્ટ), ના૦.

misgui'ded (મિસ્‌ગાઇડિડ), ખોટે રસ્તે ચડાવેલું; મૂર્ખ(તા ભર્યું).

misha'ndle (મિસ્‌હૅન્ડલ), સ૦ ક્રિ૦ ખરાબ રીતે વાપરવું, - ની સાથે ખોટી રીતે કામ લેવું; દુર્વર્તન કરવું.

mi'shap (મિસ્‌હૅપ), ના૦ દુર્ઘટના, બહુ ગંભીર નહિ એવો અકસ્માત.

mishear' (મિસ્‌હિઅર), ઉ૦ ક્રિ૦ [**misheard** -હર્ડ] ખોટું અથવા અધૂરું સાંભળવું.

misinfor'm (મિસિનફૉર્મ), સ૦ ક્રિ૦ -ને ખોટી – ભૂલભરેલી – માહિતી આપવી. **misinforma'tion** (-ફ઼ર્મેશન),ના૦.

misinter'pret (મિસિન્ટર્પ્રિટ), સ૦ ક્રિ૦ -નો ખોટો અર્થ કરવો, વિપર્યાસ કરવો. **misinterpreta'tion** (-ટેશન),ના૦.

misju'dge (મિસ્‌જજ), સ૦ ક્રિ૦ ખોટી રીતે ન્યાય તોળવો, યોગ્ય કદર ન કરવી. **misju'dgement** (-જ્‌મન્ટ), ના૦.

mislay' (મિસ્‌લે), સ૦ ક્રિ૦[**mislaid**] (ભૂલથી) આડુંઅવળું – જરૂર પડચે મળે નહિ એવી રીતે - મૂકવું.

mislea'd (મિસ્‌લીડ), સ૦ ક્રિ૦ [**misled**, -લે'ડ] ગેરવહલે લઈ જવું – દોરવું; ખોટી છાપ પાડવી, ભમાવવું.

misma'nage (મિસ્‌મૅનિજ), સ૦ ક્રિ૦ ખરાબ – ખોટી – રીતે વહીવટ કરવો, અંધેર ચલાવવું, **misma'nagement** (-જ્‌મન્ટ), ના૦.

misna'me (મિસ્‌નેમ), સ૦ ક્રિ૦ ખોટા નામથી બોલાવવું.

misno'mer (મિસ્‌નોમર), ના૦ ખોટી રીતે પાડેલું – વાપરેલું – નામ, ખોટું નામ.

miso'gynist (મિસૉજિનિસ્ટ) ના૦. સ્ત્રીદ્વેષ્ટા. **miso'gyny** (-જિનિ), ના૦.

mispla'ce (મિસ્‌પ્લેસ), સ૦ ક્રિ૦ ખોટી જગ્યાએ મૂકવું; અપાત્રને વિષે (વિશ્વાસ કે પ્રેમ) રાખવો. **mispla'cement** (-સ્‌મન્ટ), ના૦.

mi'sprint (મિસ્‌પ્રિન્ટ), ના૦ છાપભૂલ. સ૦ ક્રિ૦ (**mispri'nt**) ખોટું છાપવું.

mispronou'nce (મિસ્‌પ્રનાઉન્સ),સ૦ ક્રિ૦ -નો ખોટો ઉચ્ચાર કરવો. **mispronuncia'tion** (-પ્રનન્સિએશન), ના૦.

misquo'te (મિસ્‌ક્વોટ), સ૦ ક્રિ૦ (બીજાનું વચન કે લખાણ) ખોટી રીતે ટકવું. **misquota'tion** (-ટેશન), ના૦.

misrea'd (મિસ્‌રીડ), સ૦ ક્રિ૦ [**misread** -રે'ડ] વાંચવામાં કે અર્થ કરવામાં ભૂલ કરવી.

misreprese'nt (મિસ્‌રે'પ્રિઝ઼ે'ન્ટ), સ૦ ક્રિ૦ ખોટી રજૂઆત કરવી, ખોટો અહેવાલ આપવો. **misrepresenta'tion** (-ટેશન), ના૦.

misru'le (મિસ્‌રૂલ), ના૦ અને સ૦ ક્રિ૦

કુશાસન (કરવું); અંધાધૂંધીવાળો કારભાર (ચલાવવો).

miss[1] (મિસ), ઉ૦ ક્રિ૦ ચૂકવું, ચૂકી જવું; મારવામાં, પહોંચવામાં, મળવામાં, શોધવામાં પકડવામાં અથવા જોવા સમજવામાં નિષ્ફળ જવું; ઉપરથી પસાર થવું; -ની ખોટ લાગવી – સાલવી; નિષ્ફળ જવું. ના૦ ચૂકવું તે; નિષ્ફળતા. **give (thing) a ~**, તેને ટાળવું, તે જ્યાં હોય ત્યાં જ રહેવા દેવું. **~ out**, છોડી દેવું.

Miss[2], ના૦ અપરિણીત સ્ત્રી કે કન્યા માટે વપરાતી પદવી, 'કુમારી'.

Miss., સંક્ષેપ. Mississippi.

mi'ssal (મિસલ), ના૦ રોમન કૅથલિક પ્રાર્થનાપોથી.

mi'ssel (મિસલ), ના૦ **~(-thrush)**, મોટા કદનું 'થ્રશ' પક્ષી.

missha'pen (મિસ્શેપન), વિ૦ વિકૃત, બેડોળ, કદરૂપું.

mi'ssile (મિસાઇલ), ના૦ ફેંકીને મારવાનું શસ્ત્ર, અસ્ત્ર; દૂરથી નિયંત્રિત અથવા આપમેળે ચાલતું શસ્ત્ર – પ્રક્ષેપણાસ્ત્ર.

mi'ssing (મિસિંગ), વિ૦ ગેરહાજર, નહિ જડતું.

mi'ssion (મિશન), ના૦ ધર્મના પ્રસારાર્થે અથવા એલચી તરીકે પરદેશ મોકલેલું મંડળ; એ મંડળનું કાર્ય(ક્ષેત્ર); ધર્મપ્રસારનું મથક, સંગઠન, ઇ૦; માણસનું જીવનકાર્ય-કરવાનું કાર્ય.

mi'ssionary (મિશનરિ), વિ૦ ધર્મપ્રસારકમંડળનું – સંબંધી. ના૦ ધર્મપ્રસાર – ધર્મપરિવર્તન – નું કામ કરનાર પાદરી.

mi'ssis (મિસિઝ઼), ના૦ **the ~**, [વાત., મજાકમાં] મારી કે તારી પત્ની.

mi'ssive (મિસિવ), ના૦ કાગળ, પત્ર.

misspe'll (મિસ્સ્પે'લ), સ૦ક્રિ૦[**-spelt** અથવા **-spelled**]. -ની ખોટી જોડણી કરવી.

misspe'nd (મિસ્સ્પે'ન્ડ), સ૦ ક્રિ૦ [**-spent**] ખોટું ખરચ કરવું.

missta'te (મિસ્સ્ટેટ), સ૦ ક્રિ૦ ખોટું કથન – વિધાન – કરવું. **missta'tement** (ટ્મન્ટ), ના૦.

mist (મિસ્ટ), ના૦ ધુમ્મસ; આંસુ ઇ૦ને લીધે દૃષ્ટિની ઝાંખપ. ઉ૦ ક્રિ૦ ધુમ્મસથી ઢાંકવું-ઢંકાવું.

mista'ke (મિસ્ટેક), ઉ૦ ક્રિ૦ [**-took** -ટુક; **-taken** -ટેકન]. ભૂલ કરવી, ભૂલવું, ચૂકવું; -નો ખોટો અર્થ કરવો, ખોટું સમજવું; ભૂલથી એકને બદલે બીજું માનવું. ના૦ ભૂલ, ચૂક; દોષ; ગેરસમજ, ભ્રાન્તિ. **mista'ken** (-કન), વિ૦ ભૂલભરેલું, ખોટું; ગેરસમજવાળું

mist'ime (મિસ્ટાઇમ), સ૦ ક્રિ૦ અકાળે –કવેળાએ–બોલવું, કરવું, ઇ૦.

mi'stletoe (મસલ્ટો), ના૦ સફેદ ટેટાવાળો વેલો–વાંદો.

mi'stral (મિસ્ટ્રલ), ના૦ દ. ફ્રાન્સમાં વહેતો ઉત્તર કે વાયવ્યનો ઠંડો પવન.

mistransla'te (મિસ્ટ્રૅન્સ્લેટ), સ૦ ક્રિ૦ -નું ખોટું ભાષાંતર કરવું. **mistransla'tion** (-લેશન), ના૦.

mi'stress (મિસ્ટ્રિસ), ના૦ ઘરની સ્વામિની, શેઠાણી; શિક્ષિકા; પ્રિયા, પ્રેયસી; રખાત; [પ્રા.] શ્રીમતી (**Mrs.**)

mistri'al (મિસ્ટ્રાયલ), ના૦ (મુકદ્દમાની) ભૂલભરેલી સુનાવણી.

mistru'st (મિસ્ટ્રસ્ટ), સ૦ક્રિ૦ વિશ્વાસ ન રાખવો, -ને વિષે શંકાશીલ હોવું. ના૦ અવિશ્વાસ; શંકા, વહેમ. **mistru'stful** (-ટ્ફુલ), વિ૦.

mi'sty (મિસ્ટિ), વિ૦ ધુમ્મસનું–વાળું–થી ઘેરાયેલું; ઝાંખું, અસ્પષ્ટ.

misundersta'nd (મિસ્અન્ડરસ્ટૅન્ડ), ઉ૦ક્રિ૦[**-stood**] ખોટું–અવળું–સમજવું, ગેરસમજ કરવી–થવા દેવી.

misu'se (મિસ્યૂઝ઼), સ૦ ક્રિ૦ દુરુપયોગ કરવો, -ની પ્રત્યે ખરાબ વર્તન કરવું. ના૦ (-યૂસ) દુરુપયોગ, દુર્વ્યવહાર.

mite (માઇટ), ના૦ ઝીણો જંતુ, વિ૦ક૦ પનીરમાં થતો; લવ, લેશ, (ફૂલ નહિ) ફૂલની પાંખડી; નાનકડી વસ્તુ, વિ૦ક૦ બાળક.

mi'tigate (મિટિગેટ), સ૦ ક્રિ૦ શાંત પાડવું, શમાવવું; હળવું ઓછું–કરવું, ઘટા-

ડવું. **mitiga'tion** (-ગેશન), ના૦.

mitre (માઇટર), ના૦ બિશપ કે ઍબટની ઊંચી ટોપી–મુગટ; લાકડાના બે કકડાનો અર્ધ કાટખૂણે સાંધો. સ૦ ક્રિ૦ બિશપનો મુગટ પહેરાવવો; અર્ધકાટખૂણે સાંધો કરવો.

mitt (મિટ), ના૦ હાથમોજું; [વિ૦ બો૦] હાથ.

mi'tten (મિટન), ના૦ ચાર આંગળાં માટે એક ખાનાવાળું મોજું; [બ૦ વ૦માં] મુષ્ટિયુદ્ધ માટેનાં હાથમોજાં.

mix (મિક્સ), ઉ૦ ક્રિ૦ ભેળવવું, મિશ્રણ કરવું, એકત્ર કરવું; એકત્ર થવું, -માં અથવા -ની સાથે જોડાવું–ભળવું; જુદાં જુદાં દ્રવ્યો એકત્ર કરીને વસ્તુ તૈયાર કરવી; -માં મળી–ભળી જવું;–ની સાથે મેળ ખાતું હોવું. ના૦ [વાત.] મિશ્રણ; કેક વગેરે બનાવવા માટે અથવા કાંકરેટ બનાવવા માટે તૈયાર કરેલાં દ્રવ્યો.

mixed (મિક્સ્ટ), વિ૦ જુદા જુદા ગુણો કે ઘટકોનું; જુદા જુદા વર્ગો છોકરા છોકરીઓ, ઇ૦નું એકત્ર; મિશ્ર. ~ **marriage**, મિશ્રવિવાહ. ~-**up**, [વાત.] ગોટાળામાં પડેલું.

mi'xer (મિક્સર), ના૦ ખોરાકની વસ્તુઓ ઇ૦નું મિશ્રણ કરવાનું સાધન, મિશ્રક. **good, bad,** ~ [વાત.] બીજા લોકો સાથે સહેલાઈથી ભળનાર, કે ન ભળનાર, માણસ.

mi'xture (મિક્સ્ચર), ના૦ મેળવણી, મિશ્રણ; દવાનું મિશ્રણ; અન્તર્જ્વલન ઍંજિનમાં પેટ્રોલના ગૅસનું હવા સાથે કરાતું મિશ્રણ.

mi'z(z)en (મિઝ્ન), ના૦ [નૌકા.] ~-**mast**, ત્રણ ડોળકાઠીવાળા વહાણની તદ્દન પાછળની ડોળકાઠી.

ml., સંક્ષેપ. mile(s); millilitre(s).

Mlle(s), સંક્ષેપ. *Mademoiselle; Mesdemoiselles.*

MM., સંક્ષેપ. *Messieurs.*

M.M., સંક્ષેપ. Military Medal.

mm., સંક્ષેપ. Millimetre (s).

Mme(s), સંક્ષેપ. *Madame; Mesdames.*

mnemo'nic (નિમૉનિક), વિ૦ સ્મરણશક્તિનું. સ્મૃતિસહાયક. ના૦ સ્મૃતિસહાયક નુસખો; [બ૦વ૦માં] સ્મૃતિસંવર્ધક કળા, પદ્ધતિ કે શાસ્ત્ર.

mo (મો), ના૦ [બ૦વ૦ **mos**] વિ૦બો૦ ક્ષણ(વાર).

M.O., સંક્ષેપ. Medical Officer; money order.

Mo., સંક્ષેપ. Missouri.

moan (મોન), ના૦ દુઃખ કે દરદને લીધે નીકળતો હાયભરેલો અવાજ, આહ, નિસાસો; વિલાપ. ઉ૦ક્રિ૦ હાય અવાજ કાઢવો, કણવું; વિલાપ કરવો; રોદણાં રોવાં.

moat (મોટ), ના૦ કિલ્લો, શહેર, ઇ૦ ફરતી ખાઈ–ખંદક, બહુધા પાણીથી ભરેલી.

mob (મૉબ), ના૦ હુલ્લડખોર લોકોનું ટોળું; જથ; સંમિશ્ર સમુદાય; નીચલા વર્ગના માણસો. સ૦ક્રિ૦ ટોળે વળવું. ટોળે વળીને હુમલો કરવો.

mo'b-cap (મૉબ્કૅપ), ના૦ સ્ત્રીની ઘરમાં પહેરવાની બધા વાળ ઢાંકનારી મોટી ટોપી.

mo'bile (મોબાઇલ), વિ૦ સહેજે ખસેખસેડી શકાય–એવું, છૂટથી હરે ફરે એવું; (લશ્કર ઇ૦ અંગે) સહેલાઈથી ફેરવી શકાય એવું; (ચહેરા અંગે) ગમે ત્યારે ભાવ બદલનારું. ના૦ ટાંગી શકાય એવું ધાતુ, પ્લાસ્ટિક, ઇ૦નું પાત્ર, જેથી તે છૂટથી ફરી શકે. **mobi'lity** (મબિલિટિ), ના૦.

mo'bilize (મોબિલાઇઝ઼), સ૦ક્રિ૦ યુદ્ધ ઇ૦ માટે બોલાવવું, ભેગું કરવું કે તૈયાર કરવું.

mob'ster (મૉબ્સ્ટર), ના૦ ધાડપાડુ, ડાકુ.

mo'ccasin (મૉકસિન), ના૦ (અમે. ઇંડિયનનો)હરણના ચામડાનો સુંવાળો જોડો.

mock (મૉક), ઉ૦ક્રિ૦ -નો ઉપહાસ કરવો–ઠેકડી ઉડાવવી; વિડંબના કરવી, ચાળા પાડવા, -ને હસવું. ના૦ હાસ્યાસ્પદ વસ્તુ. વિ૦ બનાવટી, નકલી. ~ **turtle, soup**, વાછરડાના માથાની કઢી-સૂપ. ~-**up**, પૂરા કદનો નમૂનો.

mo'ckery (મૉકરિ), ના૦ ઉપહાસ, વિડંબના; ઉપહાસનો વિષય અથવા પ્રસંગ.

mo'dal (મોડલ), વિ૦ બાહ્યરૂપ–આકાર અથવા પદ્ધતિનું (નહિ કે વસ્તુ–તત્ત્વનું); [સં.] રાગોનું; [વ્યાક.] ક્રિયાપદનો અર્થ કે રીત બતાવનારું. **moda'lity** (મડૅલિટિ), ના૦.

mode (મોડ), ના૦ કશુંક કરવાની રીત; પ્રચલિત પ્રથા; [સં.] સપ્તક પદ્ધતિ, રાગ.

mo'del (મૉડલ), ના૦ નમૂનો, વર્તમાન વ્યક્તિ કે વસ્તુનો અથવા બાંધવાના મકાનનો ત્રિયામી નમૂનો, વિ૦ક૦ નાના કદનો; જાણીતા નિયોજક દરજીએ તૈયાર કરેલું વસ્ત્ર (કે તેની નકલ); નમૂનો, બનાવટનો પ્રકાર, વિ૦ક૦ મોટરગાડીનો; પોતાની કૃતિ માટે જે વ્યક્તિ કે વસ્તુને કળાકાર સામે રાખે છે તે; કળાકાર સામે નમૂના તરીકે પૈસા લઈને બેસનાર; કપડાં કેવાં દેખાય છે તે બતાવનાર વ્યક્તિ, બહુધા સ્ત્રી, અથવા મીણ ઇ૦ની પ્રતિમા. વિ૦ દાખલો લેવા યોગ્ય, આદર્શ (રીતે પૂર્ણ). ઉ૦ક્રિ૦ માટી, મીણ, ઇ૦ની આકૃતિ કે મૂર્તિ ઘડવી, ઘડવું; આકાર આપવો; ડોળિયું–મુસદ્દો–બનાવવો; નમૂના પ્રમાણે બનાવવું; દુકાનમાં પ્રદર્શન માટે કપડાં પહેરી અથવા કળાકાર સામે નમૂના માટે બેસવું.

mo'derate (મૉડરટ), વિ૦ અતિરેક કે એકાંતિકતા ટાળનારું, ઉગ્રતા વિનાનું, વધારે પડતું નહિ એવું; મધ્યમસરનું, મધ્યમ કક્ષાનું, માફકસરનું, સૌમ્ય. ના૦ ઉદારમતવાદી, મધ્યમમાર્ગી. ઉ૦ક્રિ૦ (-રેટ), નરમ પાડવું–પડવું, સૌમ્ય બનાવવું; ઉગ્રતા, કઠોરતા, ઇ૦ ઓછી કરવી; પરીક્ષકોના કામ પર નજર રાખવી. **modera'tion** (-રેશન), ના૦.

mo'derator (મૉડરેટર), ના૦ મધ્યસ્થ; લવાદ; ધાર્મિક સભાનો પ્રમુખ.

mo'dern (મૉડર્ન), વિ૦ હાલનું, હમણાંનું, આધુનિક; ચાલુ ઢબનું; જુનવાણી નહિ એવું. ના૦ અર્વાચીન કાળનું માણસ. **moder'nity** (-નિટિ), ના૦.

mo'dernism (મૉડર્નિઝ઼મ), ના૦ આધુનિક વિચારસરણી(ઓ) અને કલાશૈલી(ઓ); નવમતવાદ, આધુનિકતાવાદ. **mo'dernist** (-નિસ્ટ), ના૦. **moderni'stic** (-નિસ્ટિક), વિ૦.

mo'dernize (મૉડર્નાઇઝ઼), સ૦ક્રિ૦ આધુનિક બનાવવું; નવી વિચારસરણી અપનાવવી. **moderniza'tion** (-ઝ઼ેશન), ના૦.

mo'dest (મૉડિસ્ટ), વિ૦ નિરભિમાન, નમ્ર; વિનયશીલ; અતિરેક વિનાનું; સભ્ય, શુદ્ધ મન – આચરણ – વાળું. **mo'desty** (-સ્ટિ), ના૦.

mo'dicum (મૉડિકમ), ના૦ અલ્પમાત્રા, જરાક.

mo'dify (મૉડિફાઇ), સ૦ક્રિ૦ ઓછું કડક કે હળવું કરવું; -માં થોડાક ફેરફાર કરવા. **modifica'tion** (-ફિકેશન), ના૦.

mo'dish (મોડિશ), વિ૦ ફૅશનવાળું.

mo'dular (મૉડ્યુલર),વિ૦ માપાંકોનું – માપદંડોનું – ઉપર આધારિત.

mo'dulate (મૉડ્યુલેટ), ઉ૦ક્રિ૦ બંધબેસતું – નિયંત્રિત – કરવું; સૌમ્ય બનાવવું; સૂર બદલવો–મેળવવો; સંદેશો આપવા માટે મોજાંના આયામ અથવા આવર્તનમાં ફેરફાર કરવો; સ્વરસપ્તક બદલવું. **modula'tion** (-લેશન), ના૦. **mo'dulator** (-લેટર), ના૦.

mo'dule (મૉડ્યૂલ), ના૦ માપાંક, માનદંડ; બાંધકામમાં વપરાતો પ્રમાણભૂત ભાગ અથવા સ્વતંત્ર એકમ; આકાશયાનનો સ્વયંપૂર્ણ ભાગ.

modus opera'ndi (મોડસ્ ઑપરૅન્ડી), [લૅ.] કામ કરવાની રીત.

modus vive'ndi (મોડસ્ વિવે'ન્ડી), [લૅ.] પાકો નિકાલ ન થાય ત્યાં સુધીની કામચલાઉ તડજોડ.

mo'gul (મોગલ), ના૦ મહાન અથવા મહત્ત્વની વ્યક્તિ.

M.O.H., સંક્ષેપ. Medical Officer of Health.

mo'hair (મોહે'અર), ના૦ અંગોરાના

બકરાના વાળ; તેનું કાંતેલું ઊન; તેનું કાપડ.

Moha'mmedan (મહૅમિડન), જુઓ **Muhammadan.**

moi'ety (મૉયટિ), ના૦ અર્ધું, અર્ધો ભાગ.

moil (મૉઇલ), અ૦ક્રિ૦ વૈતરું કરવું, ખૂબ મહેનતનું કામ કરવું.

moi'ré (મ્વારે), વિ૦ (રેશમ અંગે) લહેરિયું, લહેરિયા રેશમ જેવું.

moist (મૉઇસ્ટ), વિ૦ ભેજવાળું, હવાયેલું, વરસાદવાળું.

moi'sten (મૉઇસન), ઉ૦ક્રિ૦ ભીનું કરવું–થવું.

moi'sture(મૉઇસ્ચર),ના૦ભીનાશ,ભેજ.

moi'sturize (મૉઇસ્ચરાઇઝ઼), સ૦ક્રિ૦ પ્રસાધન દ્રવ્યો વડે ચામડીને ભીનાશવાળી કરવી.

moke (મોક), ના૦ [વિ૦બો૦] ગધેડું.

mo'lar (મોલર), વિ૦ ચાવવાનું, ના૦ દાઢ.

mola'sses (મલૅસિઝ઼), ના૦ ગોળની રસી, કાકવી.

mole[1] (મોલ),ના૦શરીર પરનો તલ–મસો.

mole[2], ના૦ છછુંદર, ચેણ. **~hill**, છછુંદરે ખોદીને કરેલો માટીનો ઢગલો, વલ્મીક. **~skin**, છછુંદરની રુવાંટી-(વાળી ચામડી); મજબૂત અને સુંવાળું સુતરાઉ કાપડ.

mole,[3] ના૦ બાંધ. બંધારો, ડક્કો.

mo'lecule (મૉલિક્યૂલ), ના૦ નાનામાં નાનો કણ (બહુધા અણુસમુદાય); પદાર્થ-ની વિભાજનપ્રક્રિયાથી થતો તેનું રાસાયનિક રૂપ ગુમાવ્યા વિનાનો નાનામાં નાનો અંશ. **mole'cular** (મલૅ'ક્યુલર), વિ૦.

mole'st (મલૅ'સ્ટ), સ૦ ક્રિ૦ -ને ઉપદ્રવ કરવો, સતાવવું. **molesta'tion** (-સ્ટેશન), ના૦.

moll (મૉલ), ના૦ વેશ્યા; ધાડપાડુની સાથી સ્ત્રી.

mo'llify (મૉલિફાઇ), સ૦ ક્રિ૦ નરમ પાડવું, શાંત કરવું. **mollifica'tion** (-ફિકેશન), ના૦.

mo'llusc (મૉલસ્ક), ના૦ બહુધા સકવચ મૃદુકાય પ્રાણી (દા૦ત૦ ગોકળગાય ઇ૦).

mo'llycoddle (મૉલિકૉડલ), ના૦ વીર્યહીન માણસ. સ૦ ક્રિ૦ અતિ આળ-પંપાળ કરવી.

mo'lten (મોલ્ટન), વિ૦ ભારે ગરમીથી પીગળેલું.

mo'lto (મૉલ્ટો), ક્રિ૦ વિ૦ અતિશય.

moly'bdenum (મલિબ્ડિનમ), ના૦ ચાંદીના રંગનું એક બરડ ધાતુદ્રવ્ય.

mo'ment (મોમન્ટ), ના૦ ક્ષણ – પળ-(વાર,) મહત્ત્વ, વજન; [પદાર્થ.] પરિબળ, ચાકમાત્રા; [યંત્ર.] ભ્રામક શક્તિ.

mo'mentary (મોમન્ટરિ), વિ૦ ક્ષણિક, ક્ષણભંગુર.

mome'ntous (મમે'ન્ટસ), વિ૦ ઘણું મહત્ત્વનું.

mome'ntum (મમે'ન્ટમ), ના૦ [બ૦ બ૦ **-ta**] ગતિમાન પદાર્થનો વેગ, આવેગ; [લા.] જોર, બળ

Mon., સંક્ષેપ. Monday.

mo'nachal (મૉનકલ), વિ૦ મઠનું – સંબંધી. **mo'nachism**(-કિઝ઼મ), ના૦.

mo'narch (મૉનર્ક), ના૦ રાજા, રાણી, સમ્રાટ, ઇ૦; સર્વસત્તાધીશ શાસક. **monar'chic(al)** (મનાર્કિક, -કલ), વિ૦.

mo'narchism (મૉનર્કિઝ઼મ), ના૦ રાજાશાહી(નું અભિમાન). **mo'narchist** (મૉનર્કિસ્ટ), ના૦.

mo'narchy (મૉનર્કિ), ના૦ રાજસત્તાક રાજ્ય – દેશ; રાજાશાહી.

mo'nastery (મૉનસ્ટરિ), ના૦ મઠ, વિહાર.

mona'stic (મનૅસ્ટિક), વિ૦ મઠનું – ને લગતું; મઠવાસીઓનું – ને લગતું. **mona'sticism** (-સ્ટિસિઝ઼મ), ના૦.

Mo'nday (મંડિ-ડે), ના૦ સોમવાર.

mo'netary (મનિટરિ), વિ૦ નાણાં કે પૈસાનું; ચાલુ ચલણનું; નાણાકીય.

mo'netize (મનિટાઇઝ઼), સ૦ ક્રિ૦ -ના નાણાં બનાવવાં, નાણાં તરીકે માન્ય કરવું – ચલણમાં મૂકવું.

mo'ney (મનિ), ના૦ નાણું, પૈસો;

પૈસો, ધન, દોલત; [બ૦ વ૦માં **monies**] પૈસાની રકમો. **~-changer**, નાણાવટી, ખુરદિયો. **~-lender**, પૈસા વ્યાજે ધીરનાર, શાહુકાર. **~-market**, નાણાંબજાર. **~ order**, ટપાલ દ્વારા પૈસા મોકલાય છે તે, ધનાદેશ. **~-spinner**, એક જાતનો નાનો કરોળિયો; ખૂબ ધન કમાવી આપનાર ધંધો ઇ૦.

mo'neyed (મનિડ), વિ૦ પૈસાદાર, ધનાઢ્ય.

Mo'ngol (મૉંગલ), વિ૦ અને ના૦ હાલ મોંગોલિયામાં વસતી પ્રજાનું (માણસ); **m~**, 'મૉંગલિઝ્મ'થી પીડાતું માણસ.

Mongo'lian (મૉંગોલિઅન), વિ૦ અને ના૦ મોંગોલિયાનું (વતની અથવા ભાષા); મૉંગલ; મોંગોલિયનને મળતું (માણસ).

mo'ngolism (મૉંગલિઝ્મ), ના૦ મોંગલ દેખાવ સાથે જન્મજાત માનસિક ખોડ.

Mo'ngoloid (મૉંગલૉઇડ), વિ૦ અને ના૦ મોંગોલિયનોને મળતું (માણસ).

mo'ngoose (મૉંગૂસ), ના૦ નોળિયો.

mo'ngrel (મંગ્રલ), વિ૦ અને ના૦ કોઈ નિશ્ચિત જાત કે ઓલાદનું નહિ એવું (પ્રાણી, વિ૦ ક૦ કૂતરું), સંકરજ પ્રાણી.

mo'nism (મૉનિઝ્મ, મૉ-), ના૦ અદ્વૈતવાદ

mo'nitor (મૉનિટર), ના૦ વર્ગમાં વ્યવસ્થા રાખનાર વડો નિશાળિયો; પરદેશી રેડિયો વગેરે સાંભળી તેની માહિતી આપનાર; કિરણોત્સર્ગી પ્રદૂષણ શોધી કાઢનાર (યંત્ર); છીછરા પાણીમાં ફરતી ભારે દારૂગોળાવાળી યુદ્ધનૌકા; દૂરદર્શનનું ગ્રાહક (રિસીવર) (પ્રસારિત ચિત્ર પસંદ કરવા કે ઓળખવા માટે વપરાતું); ઉ૦ ક્રિ૦ મૉનીટર તરીકે કામ કરવું; -ની ઉપર નિયમિત દેખરેખ રાખવી (**over**).

monk (મંક), ના૦ મઠવાસી સાધુ, વૈરાગી. **~shood** (-સહુડ), ના૦ ફેણના આકારનાં ફૂલવાળો એક ઝેરી છોડ. **mo'nkish** (મંકિશ), વિ૦.

mo'nkey (મંકિ), ના૦ વાંદરો, માંકડું; [વિ૦ બો૦] ૫૦૦ પાઉન્ડ. સ૦ ક્રિ૦ અડપલાં-વાનરવેડા – કરવા. **~-jacket**, ખારવાનો ટૂંકો તંગ કોટ. **~-nut**, ફગફળી(ની સિંગ). **~-puzzle**, એક જાતનું કાંટાવાળું ઝાડ.

mo'no (મોનો), સંક્ષેપ. monophonic (sound, etc.) પ્રસારણ માટે કેવળ એક ચૅનલનો ઉપયોગ કરનારું (અવાજ ઇ૦).

mon(o)-, સંયોગી રૂપ. એક, એકલું

monochroma'tic (મૉનક્રમૅટિક), વિ૦ (પ્રકાશ ઇ૦ અંગે) કેવળ એક રંગ કે એક તરંગલંબાઈવાળું; એક રંગમાં કરેલું.

mo'nochrome (મૉનક્રોમ), વિ૦ એક રંગવાળું, કેવળ એક રંગ વાપરનારું, ના૦ એક રંગનું કે તેની વિવિધ છટાઓવાળું અથવા કેવળ ધોળા અને કાળા રંગનું ચિત્ર.

mo'nocle (મૉનકલ), ના૦ એક આંખનું ચશ્મું – ઉપનેત્ર.

mono'cular (મનૉક્યુલર), વિ૦ એક આંખવાળું, એક આંખ માટેનું.

mo'nody (મૉનડિ), ના૦ શોકગીત; મરશિયો.

mono'gamy (મનૉગમિ), ના૦ એક પત્નીત્વની કે એકપતિત્વની પ્રથા. **mono'gamous** (-ગમસ), વિ૦.

mo'nogram (મૉનગ્રૅમ), ના૦ સાથે ગૂંથેલા બે કે વધુ વિ૦ ક૦ આદ્ય અક્ષરો, આદ્યાક્ષરની મહોર.

mo'nograph (મૉનગ્રાફ), ના૦ એક વિષય કે વિષયોના વર્ગ પર લખેલું વિવરણાત્મક પુસ્તક.

mo'nolith (મૉનલિથ), ના૦ એક સળંગ પથ્થર(નો સ્તંભ), વિ૦ ક૦ કીર્તિસ્તંભ અથવા સ્મારક સ્તંભ; અખંડ પથ્થર જેવો દૃઢ, નક્કર, કદાવર માણસ અથવા વસ્તુ. **monoli'thic** (-લિથિક), વિ૦.

mo'nologue (મૉનલૉગ), ના૦ એક જ માણસનું લાંબું ભાષણ; સ્વગત ભાષણ; એક જ પાત્ર માટેનું નાટક.

monoma'nia (મૉનમેનિઅ), ના૦ એકવિષયોન્માદ, ચિત્તભ્રમ. **monoma'niac** (–મેનિઍક), ના૦.

monopho'nic (મૉનફૉનિક) વિ૰

(ધ્વનિની રજૂઆત અંગે) પ્રસારણ માટે કેવળ એક ચૅનલનો ઉપયોગ કરનારું.

mo'noplane (મૉનપ્લેન), ના० એકતલ – પાંખોની એક જોડીવાળું – વિમાન.

mono'polist (મનૉપલિસ્ટ), ના० ઇજારો ધરાવનાર કે તેનો હિમાયતી.

mono'polize (મનૉપલાઇઝ઼), સ० ક્રિ० કોઈ વસ્તુની એકલાએ માલિકી કે કાબૂ – ઇજારો – મેળવવો. **monopoliza'tion** (–ઝ઼ેશન), ના०.

mono'poly (મનૉપલિ), ના० ઇજારો, મક્તો, એકાધિકાર.

mo'norail (મૉનરેલ), ના० એક પાટાની રેલવે.

mo'nosyllable (મૉનસિલબલ), ના० એકાવયવી – એકાક્ષરી – શબ્દ. **monosylla'bic** (મૉનસિલૅબિક), વિ०.

mo'notheism (મૉનથીઇઝ઼મ), ના० એકેશ્વરવાદ. **mo'notheist** (-થીઇસ્ટ), ના०. **monothei'stic** (-થીઇસ્ટિક), વિ०.

mo'notone (મૉનટોન), ના० આરોહ-અવરોહ વિનાનો એક જ જાતનો સ્વર–સૂર.

mono'tonous (મનૉટનસ), વિ० એક-સરખા સૂરવાળું; એકનું એક, કંટાળો ઉપજાવે એવું. **mono'tony**(મનૉટનિ),ના०.

Mo'notype (મૉનટાઇપ), ના० [મુદ્રણ.] પોતાના અંગભૂત સાંચામાંથી જોઈએ તે એક એક અક્ષર ઢાળીને ગોઠવનારું યંત્ર.

mono'xide (મનૉક્સાઇડ), ના० પ્રાણવાયુના એક અણુવાળો ઑક્સાઇડ.

Monseigneur'(મૉંસે'ન્યર), ના० [બ०વ० ***Messiegneurs*** મે'સે'ન્યર] રાજપુત્રો, ધર્માધ્યક્ષો, ઇ० માટે વપરાતી ફ્રેંચ પદવી.

Monsieur' (મસ્યર), ના० [બ० વ० ***Messieurs*** મેસ્યર] ફ્રેંચભાષી માણસ માટે વપરાતો 'મિસ્ટર' જેવો શબ્દ.

Monsignor' (મૉન્સીન્યોર), ના० [બ० વ० ***Monsignori*** [-રિ] કેટલાક રોમન કૅથલિક ધર્માધિકારીઓ ઇ० માટે વપરાતી પદવી, મહામાન્યવર.

monsoo'n (મનસૂન) ના० ૧. એશિયાનો એક મોસમી પવન; ચોમાસું.

mo'nster (મૉન્સ્ટર), ના० બેડોળ – કદરૂપું – પ્રાણી; ભારે મોટું કદાવર પ્રાણી કે વસ્તુ; રાક્ષસ.

mo'nstrance (મૉન્સ્ટ્રન્સ), ના० પ્રભુભોજનની રોટી રાખવાનું પાત્ર.

monstro'sity (મૉન્ટ્રૉસિટિ), ના० બેડોળ – ભારે મોટી – વિકરાળ વસ્તુ; રાક્ષસીપણું.

mo'nstrous (મૉન્સ્ટ્રસ), વિ० રાક્ષસ જેવું, રાક્ષસી; પ્રચંડ, કદાવર; અત્યાચાર-ભર્યું.

Mcnt., સંક્ષેપ. Montana.

mo'ntage (મૉન્ટાઝ), ના० ચિત્રપટના જુદા જુદા ભાગોને પસંદ કરીને કાપીકૂપીને જોડીને ચિત્રપટ બનાવવાની ક્રિયા; ફોટોગ્રાફ કે તેના ભાગોને પાસે પાસે ગોઠવવા તે, – પાસે પાસે મૂકીને બનાવેલું ચિત્ર.

month (મન્થ), ના० મહિનો; મહિનાની અવધિ, અઠ્ઠાવીસ દિવસ.

mo'nthly (મન્થ્લિ), વિ० અને ક્રિ० વિ० દર મહિને એકવાર (થતું – બહાર પડતું). ના० માસિક (નિયતકાલિક).

mo'nument (મૉન્યુમન્ટ), ના० સ્મારક (મકાન, સ્તંભ, ઇ०).

monume'ntal (મૉન્યુમે'ન્ટલ), વિ० સ્મારકનું, સ્મારક તરીકે કામ દેતું; પ્રચંડ અને કાયમ ટકનારું, મહાન, વિશાળ, ચિરસ્મરણીય.

moo (મૂ), અ० ક્રિ० અને ના० ગાય-બળદે આરડવું.

mooch (મૂચ). સ० ક્રિ० [વાત.] કામ-ધંધા વિના – આમતેમ–રખડવું, નીચું ઘાલીને બેસી રહેવું.

mood[1] (મૂડ), ના० [વ્યાક.] ક્રિયાપદના રૂપનો પ્રકાર, અર્થ.

mood[2], ના० મનની સ્થિતિ, મિજાજ.

moo'dy (મૂડિ), વિ० ગમગીન, ખિન્ન; ચીઢિયું, રીસાયેલું.

moon (મૂન), ના० ચન્દ્ર, ચાંદો; [કાવ્યમાં] મહિનો; ઉપગ્રહ. અ० ક્રિ० ગાંડાની જેમ ભટકવું – જોવું. **~beam**, ચન્દ્રકિરણ.

~**light**, ચાંદની અ૦ ક્રિ૦ પૈસા મેળવવાના બે ધંધા હોવા એક દિવસે અને એક રાતના ~**lit**, ચન્દ્રપ્રકાશિત. ~**shine**, મન:કલ્પિત વાત, ભ્રામક માન્યતા, ગેરકાયદે ગાળેલો દારૂ. ~**stone**, ચન્દ્રકાન્ત (મણિ). ~**struck**, ચસકેલું, ગાંડું.

moo'ny (મૂનિ), વિ૦ વાહિયાત અને સ્વપ્નશીલ.

moor[1] (મુઅર), ના૦ ખુલ્લી વેરાન અણખેડાયેલી જમીન, વિં૦ક૦ (ફૂલવાળા) ઘાસવાળી. ~**cock**, લાલ રંગનો જંગલી કૂકડો. ~**hen**, તેની માદા; જળકૂકડી. ~**land**, વિપુલ ઘાસ અને ઝાડવાંવાળી જમીન.

moor[2], સ૦ક્રિ૦ હોડી ઇ૦ને થાંભલા વગેરે સાથે બાંધવું.

Moor[3], ના૦ આફ્રિકાની વાયવ્ય તરફ વસતી એક મુસ્લિમ જાતિનો માણસ. **Moor'ish** (-રિશ), વિ૦.

moo'rings (મુઅરિંગ્ઝ઼), ના૦ બ૦વ૦ વહાણો બાંધવા કે લાંગરવા માટેનાં કાયમી લંગરો અને સાંકળો.

moose (મૂસ), ના૦ ઉ. અમેરિકાનું સાબર.

moot (મૂટ), ના૦ સભા (ચર્ચા, વાદવિવાદ, ઇ૦ની) વિ૦ ચર્ચાસ્પદ, વિવાદ. સ૦ ક્રિ૦ ચર્ચા માટે (પ્રશ્ન ઇ૦) ઉપસ્થિત કરવું.

mop (મૉપ), ના૦ સફાઈ કરવા માટે લુગડાં, ચીંથરાં, સાવરણી, ઇ૦ બાંધેલો વાંસ, કૂચો; જાડો અને ગંદો વાળનો ગુચ્છો. ઉ૦ક્રિ૦ કૂચા વડે સાફ કરવું, ઝાટકવું, લૂછી નાખવું. ~ **up**, ઝાડુ-પોતાથી સાફ કરી નાખવું; નિકાલ કરી દેવો; [લશ્કર.] બાકી રહેલા શત્રુના લશ્કરને પકડીને અથવા મારી નાખીને આખા પ્રદેશનો કબજો લેવો.

mope (મોપ), અ૦ક્રિ૦ સુસ્ત-ઉદાસ-ખિન્ન-થવું-થઈને બેસી રહેવું.

mo'ped (મોપે'ડ), ના૦ મોટરવાળી બાઇસિકલ.

moque'tte (મકે'ટ), ના૦ ગાદીતકિયા ઇ૦ માટે વપરાતું રૂવાં કે ફૂલવાળું કાપડ.

morai'ne (મરેન), ના૦ હિમ નદી વડે તણાઈને નીચે બેઠેલો-ભેગો થયેલો-કચરો.

mo'ral (મૉરલ), વિ૦ ખરું ખોટું, ચારિત્ર્ય, ઇ૦ને લગતું, નૈતિક; સારું, સદ્ગુણી. ના૦ નૈતિક બોધ(પાઠ); [બ૦વ૦ માં] નીતિ, ચારિત્ર્ય, નીતિમત્તા. ~ **certainty**, નિ:શંક બાબત. ~ **support**, નૈતિક ટેકો, માનસિક અનુકૂળતા.

mora'le(મરાલ),ના૦ લશ્કર ઇ૦માં રહેલી શિસ્ત અને ધૈર્યની ભાવના, ચારિત્ર્યબળ.

mo'ralist (મૉરલિસ્ટ), ના૦ નીતિનો ઉપદેશ કે આચરણ કરનાર. **morali'stic** (-સ્ટિક), વિ૦.

mora'lity (મરૅલિટિ), ના૦ નૈતિક સિદ્ધાન્તો અથવા નિયમો, નીતિ; સદાચાર; નૈતિક ઉપદેશ.

mo'ralize (મૉરલાઇઝ઼), અ૦ક્રિ૦નીતિનો ઉપદેશ કરવો; ખરાખોટાનો ભેદ સમજાવવો. **moraliza'tion** (-ઝ઼ેશન), ના૦.

mora'ss (મરૅસ), ના૦ ભેજવાળી પોચી જમીન, કળણ.

morator'ium (મૉરટૉરિઅમ), ના૦ [બ૦વ૦ ~**s**, **-ria**] દેવા મોકૂફીની સત્તા કે અધિકૃત મુદત; તાત્પૂરતી બંધી અથવા વિલંબ.

mor'bid (મૉબિડ), વિ૦ અનારોગ્યવાળું, રોગી. **morbi'dity** (-બિડિટિ), ના૦.

mor'dant (મૉર્ડન્ટ), વિ૦ દાહક; મર્મભેદી, કરડનારું, ઝાટકો લાગે એવું; સળો કરે એવું, ખાઈ નાખે એવું. ના૦ રંગ પાકો કરનારો પદાર્થ; ચિત્ર કોતરી કાઢવા માટે વપરાતું અમ્લ.

more (મૉર), વિ૦ વધુ, વધારે, અધિક. ના૦ વધુ સંખ્યા કે જથ્થો કે માત્રા. ક્રિ૦વિ૦ વધુ, વધુ માત્રામાં, વધારામાં.

more'llo (મરે'લો), ના૦ [બ૦વ૦~**s**] કાળા રંગનું કડવું 'ચેરી' ફળ.

moreo'ver (મૉરોવર), ક્રિ૦વિ૦ વળી, વધારામાં.

mo'res (મોરીઝ઼), ના૦ બ૦વ૦ કોઈ પણ સમાજ અથવા જમાતની સામાજિક રૂઢિઓ, નૈતિક સિદ્ધાન્તો, ઇ૦.

morgana'tic (મૉર્ગનૅટિક), વિ૰ (લગ્ન અંગે) જેમાં સ્ત્રી લગ્ન પછી પણ પોતાના હલકા સામાજિક દરજ્જામાં કાયમ રહે છે એવું તેનું રાજવંશના કે મોટા કુળના પુરુષ જોડેનું.

morgue (મૉર્ગ), ના૰ શબઘર; [પત્રકારિત્વ] સંદર્ભ માટે રાખેલો પરચૂરણ સાહિત્યનો સંગ્રહ.

mo'ribund (મૉરિબન્ડ), વિ૰ મરણોન્મુખ.

Mor'mon (મૉર્મન), ના૰ અમેરિકામાં સ્થપાયેલા એક ધાર્મિક સંપ્રદાયનો(સભ્ય). **Mor'monism** (નિઝ઼્મ), ના૰.

morn (મૉર્ન), ના૰ [કાવ્યમાં] સવાર.

mor'ning (મૉર્નિંગ), ના૰ સવાર, પ્રભાત. ~ **coat**, આગળ કતરાતા કાપવાળો અને પાછળ બે ભાગમાં વહેંચાયેલો કોટ. ~ **dress**, દિવસે પહેરવાનો શિષ્ટ પોશાક. ~ **glory**, ભડક રંગનાં ફૂલોવાળો એક અમેરિકન વેલો. ~ **star**, સૂર્યોદય પહેલા દેખાતો તારો, શુક્રગ્રહ.

moro'cco (મરૉકો), ના૰ [બ૰વ૰ ~**s**] કેળવીને સુંવાળું અને નરમ બનાવેલું બકરાનું ચામડું.

mor'on (મૉરન), ના૰ ૮થી ૧૨ વરસના છોકરાની સમજશક્તિવાળો પુખ્ત ઉંમરનો માણસ. **moro'nic** (મરૉનિક) વિ૰.

moro'se (મરોસ), વિ૰ ચીઢિયું, ઉદાસ અને અતડું.

mor'phia (મૉર્‌ફિઅ), **mor'phine** (-ફીન), ના૰ અફીણનો અર્ક, અહિફેનાસવ.

morpho'logy (મૉર્ફૉલજિ), ના૰ શબ્દરૂપવિચાર; આકારવિજ્ઞાન (પ્રાણી અને વનસ્પતિને લગતું). **morpholo'gical** (મૉર્ફલૉજિકલ), વિ૰.

mo'rris (મૉરિસ), વિ૰ અને ના૰ ~(**dance**), ફૅન્સી પોશાકમાં કરાતું એક પારંપરિક નૃત્ય.

mo'rrow (મૉરો), ના૰ પછીનો દિવસ, આવતી કાલ.

Morse (મૉર્સ), વિ૰ અને ના૰ તાર કે સંદેશા મોકલવામાં વપરાતી, મૉર્સે શોધી કાઢેલી, સાંકેતિક લિપિ(નું).

mor'sel (મૉર્સલ), ના૰ કોળિયો; કટકો.

mor'tal (મૉર્ટલ), વિ૰ મરણાધીન; જીવલેણ; (પાપ અંગે) અતિ ભયંકર. ના૰ (મર્ત્ય) માણસ.

morta'lity (મૉર્ટૅલિટિ), ના૰ મરણાધીનતા; મોટા પ્રમાણમાં થયેલાં મરણ; મરણનું પ્રમાણ.

mor'tar (મૉર્ટર), ના૰ ખાંડણી, ખલ; છરાના ગોળા ઊંચે ફેંકવાની પહોળી નળીવાળી ટૂંકી તોપ; બાંધકામ માટેનો રેતી ચૂનાનો ગારો, કોલ, ચૂનો. ~**-board**, ગારો મૂકવાનું પાટિયું; પદવીધારીએ પહેરવાની કડક ચોરસ ટોપી.

mor'tgage (મૉર્ગિજ), ના૰ ગીરો, ગીરો મૂકવું–રાખવું–તે; ~(**deed**), ગીરોખત. સ૰ ક્રિ૰ ગીરો મૂકવું. **mortgagee'** (મૉર્ગિજી), ના૰ ગીરો લેનાર. **mor'tgager**, **mor'tgagor**, (-જર), ના૰ ગીરો મૂકનાર.

morti'cian (મૉર્ટિશન), ના૰ [અમે.] દફનાવવાની વ્યવસ્થા કરનાર,

mor'tify (મૉર્ટિફાઇ), ઉ૰ ક્રિ૰ ઇન્દ્રિયદમન કરવું, મન મારવું; માનભંગ કરવો, હલકું પાડવું; સડી–કોવાઈ–જવું. **mortifica'tion** (-ફિકેશન), ના૰.

mor'tise (મૉર્ટિસ), ના૰ સાલનો વેહ, માંકડી. સ૰ ક્રિ૰ સાલ બેસાડવાનો વેહ પાડવો, સાલ બેસાડવું. ~ **lock**, બારણા વગેરેના ચોકઠામાં બેસાડેલું તાળું.

mor'tuary (મૉર્ચુઅરિ), વિ૰ મરણ કે દફનનું–ને લગતું. ના૰ થોડા વખત માટે મડદાં રાખવાની જગ્યા.

mosa'ic[1] (મઝ઼ેઇક), ના૰ કાચ કે પથ્થરના જુદા જુદા રંગના નાના ટુકડા વતી બનાવેલી રચના, આકૃતિ કે ચિત્ર; જડાવકામ. વિ૰ એવા જડાવકામનું–જેવું.

Mosa'ic[2], વિ૰ મોઝ઼િઝ઼–હજરત મૂસા–નું.

mose'lle (મોઝ઼ે'લ), ના૰ જર્મનીનો સફેદ દારૂ.

Mo'slem (મૉઝ્‌લે'મ), જુઓ **Muslim.**

mosque (મૉસ્ક), ના૦ મસીદ.

mosqui'to (મૉસ્કીટો), ના૦ [બ૦ વ૦ **~es**] મચ્છર, વિ૦ ક૦ લોહી ચૂસવાની સૂંઢવાળો. **~-net**, મચ્છરદાની.

moss (મૉસ), ના૦ ભેજવાળી પોચી જમીન, કળણ; લીલ, શેવાળ. **~-rose**, જેના વજ અને ડીંટા પર લીલ જેવું કશુંક ઊગ્યું હોય છે એવું ગુલાબ.

mo'ssy (મૉસિ), વિ૦ લીલવાળું, લીલ ચડી ગયેલું.

most (મોસ્ટ), વિ૦ સૌથી વધુ (જથામાં, માત્રામાં કે સંખ્યામાં); મોટા ભાગનું. ના૦ મોટામાં મોટો ભાગ. ક્રિ૦ વિ૦ સૌથી વધુ (માત્રામાં).

mo'stly (મોસ્ટ્‌લિ), ક્રિ૦વિ૦ ઘણું કરીને, બહુધા.

mot (મો), ના૦ [બ૦વ૦***mots*** મોઝ્‌] વિનોદી વચન. ~ ***juste*** (-ઝૂસ્ટ), સમર્પક શબ્દ કે ઉક્તિ.

M.O.T., સંક્ષેપ. Ministry of Transport. **~ test**, [વાત.] અમુક સમયથી વધારે વરસનાં વાહનોની ફરજિયાત વાર્ષિક ચકાસણી.

mote (મોટ), ના૦ રજ, રજકણ.

mote'l (મોટે'લ), ના૦ મોટરના પ્રવાસીઓ માટેની રસ્તા પરની હોટલ કે ઓરડીઓ.

moth (મૉથ), ના૦ ઊધઈ કંસારીની જાતનું જીવડું, પતંગિયું. (**clothes**)**~**, કપડાં ઇ૦માં થતું જીવડું **~-eaten**, જીવાતથી ખવાયેલું; [લા.] જૂનું પુરાણું. **mo'thy** (મૉથિ), વિ૦.

mo'ther (મધર), ના૦ મા, માતા; મઠમાતા; વૃદ્ધ સ્ત્રી. સ૦ ક્રિ૦ -ની માતા બનવું. **~ country**, તેની વસાહતોના સંદર્ભમાં મૂળ દેશ; માતૃભૂમિ. **~-in-law**, સાસુ. **~-of-pearl**, (મોતીની) છીપ. **~ tongue**. માતૃભાષા. **mo'therhood** (-હુડ), ના૦. **mo'therly** (-લિ), વિ૦.

moti'f (મોટિફ), ના૦ કલાત્મક રચનામાં રહેલું પ્રધાનતત્ત્વ – લક્ષણ; વસ્ત્ર, વાહન ઇ૦ પર સીવેલી કે ચોઢેલી શોભાત્મક આકૃતિ.

mo'tion (મોશન), ના૦ હલન, ગતિ; ઇશારો; સૂચના, દરખાસ્ત; ઝાડો, દસ્ત; ન્યાયાલયના આદેશ માટે પક્ષકારે કરેલી વિનંતિ. ઉ૦ ક્રિ૦ ઇશારો કરીને સૂચવવું – માર્ગદર્શન કરવું.

mo'tionless (મોશન્‌લિસ), વિ૦ નિશ્ચલ, સ્થિર.

mo'tivate (મોટિવેટ), સ૦ ક્રિ૦ હેતુયુક્ત કરવું, -ને પ્રેરણા આપવી; -નો ઉદ્દેશ હોવો. **motiva'tion** (-વેશન), ના૦.

mo'tive (મોટિવ), ના૦ હેતુ, ઉદ્દેશ, વિ૦ ચાલક, પ્રવર્તક, પ્રેરક.

mo'tley (મૉટ્‌લિ), વિ૦ વિવિધરંગી, પચરંગી; જુદી જુદી જાતના ઘટકોનું બનેલું. ના૦ વિદૂષકનો રંગબેરંગી પોશાક.

mo'tor (મોટર), ના૦ ચાલકયંત્ર કે બળ; વાહન કે યંત્રોને ચાલક શક્તિ આપનાર ઉપકરણ, વિ૦ ક૦ અન્તર્જ્વલન ઍંજિન; મોટરગાડી. વિ૦ ગતિ આપનારુ કે પેદા કરનારુ; ગતિ આપનાર યંત્રથી ચલાવાતું – ચાલતું; મોટરગાડી ઇ૦નું – માટેનું. ઉ૦ ક્રિ૦ મોટર(ગાડી)માં જવું – લઈ જવું. **~ bike** [વાત], **~ cycle**, મોટર (ઍંજિનથી ચાલતી) સાઇકલ. **~ car**; મોટર(ગાડી). **~way**, મોટરો જેવાં ઝડપી વાહનો માટેનો ખાસ રસ્તો.

mo'torist (મોટરિસ્ટ), ના૦ મોટરવાળો, મોટરચાલક.

mo'torize (મોટરાઇઝ્‌), સ૦ ક્રિ૦ લશ્કર ઇ૦ને મોટરવાહનોથી સજ્જ કરવું; યંત્ર ઇ૦ ચલાવવા મોટર બેસાડવી.

mo'ttle (મૉટલ), ના૦ આડાઅવળાં ટપકાંની રચના; એકબીજામાં ભળતા રંગનાં ટપકાં. સ૦ ક્રિ૦ એવાં ટપકાંની રચના કરવી.

mo'tto (મૉટો), ના૦ [બ૦ વ૦ **~es**] મુદ્રાલેખ, જીવનસૂત્ર, ધ્યેયાત્મક વાક્ય.

mould[1] (મોલ્ડ), ના૦ પોચી નરમ – ખાતરની – માટી.

mould[2], (ના૦ ભીની વસ્તુ પર ચડેલી ફૂગ

mould³, ના૦ આકાર આપવામાં મદદરૂપ સાંચો, ધાતુ ઓતવાની મૂસ; પાત્રના આકારનું પુડિંગ ઇ૦; આકાર, ઘાટ; સ્વભાવ. સ૦ ક્રિ૦ સાચામાં કે મૂસમાં મૂકીને – ઓતીને – આકાર આપવો, અમુક ઘાટનું બનાવવું.

mou'lder (મોલ્ડર), અ૦ ક્રિ૦ ચૂરો થઈ ખરી પડવું, – કોવાઈને નાશ પામવું.

mou'lding (મોલ્ડિંગ), ના૦ ભીંત કે છત પર કરેલી નકશીદાર રચના – લાંબો પટો; તે માટેનું લાકડું ઇ૦.

mou'ldy (મોલ્ડિ), વિ૦ ફૂગવાળું, ઉબાઈ ગયેલું; [વાત.] જૂનું પુરાણું; [વિ૦ બો૦] જડ; પામર.

moult (મોલ્ટ), ઉ૦ ક્રિ૦ (પક્ષી અંગે) (પીંછાં) ઉતારવાં – બદલવાં; (પ્રાણીઓ અંગે) વાળ ઇ૦ ઉતારી નાખવું. ના૦ વાળ, પીંછાં, ઇ૦ ઉતારવાં – ખરી પડવાં – તે.

mound (માઉન્ડ), ના૦ વિ૦ ક૦ માટીનો ઢગલો – ટેકરો – બંધ. સ૦ ક્રિ૦ માટીના ઢગલા કે ટેકરા કરવા.

mount (માઉન્ટ), ના૦ ટેકરો, ડુંગર, પર્વત; ચિત્ર ઇ૦ની ફરતે કોરી જગ્યા – હાંસિયો; જેના પર ચિત્ર કે ફોટો ચોઢવામાં આવે છે તે પૂઠું; હીરા ઇ૦નો નખ – બેસણી; સવારીનો ઘોડો. ઉ૦ ક્રિ૦ ચડવું; ઉપર ચડવું; ઘોડા પર સવાર થવું – ચડાવવું – બેસાડવું; સવારી માટે ઘોડો ઇ૦ આપવો; ચિત્ર ઇ૦ને પૂઠા પર, નકશાને કપડા પર, ચોઢવો; હીરો જડવો – બેસાડવો; સંગઠન – વ્યવસ્થા – કરવી. **~ guard**, ચોકિયાત તરીકે ફરજ બજાવવી. **~ up**, જથો, સંખ્યા, ઇ૦માં વધવું – વધારવું.

mou'ntain (માઉન્ટિન), ના૦ પહાડ, પર્વત; મોટો ઢગલો. **~ ash**, કિરમજી ટેટાવાળું એક ઝાડ.

mountaineer' (માઉન્ટિનિઅર), ના૦ કુશળ પર્વતારોહક. અ૦ ક્રિ૦ મોજ ખાતર પર્વતો પર ચડવું.

mou'ntainous (માઉન્ટિનસ), વિ૦ પહાડી, ડુંગરાળ; પ્રચંડ.

mou'ntebank (માઉન્ટિબૅંક), ના૦ ઊંટવૈદ; વિદૂષક; પાખંડી, ધુતારો.

Mou'ntie (માઉન્ટિ), ના૦ 'રૉયલ' કૅનેડિયન માઉન્ટિડ પોલીસનો માણસ.

mourn (મૉર્ન), ઉ૦ ક્રિ૦ દુ:ખી થવું; -ના વિયોગ માટે શોક કરવો.

mour'ner (મૉર્નર), ના૦ શોક પાળનાર; ડાઘુ.

mour'nful (મૉર્ન્ફુલ), વિ૦ શોકાતુર, દુ:ખી.

mour'ning (મૉર્નિંગ), ના૦ શોકનાં કાળાં કપડાં(પહેરવાં તે).

mouse (માઉસ), ના૦ [બ૦ વ૦ **mice**] ઉંદર, છછુંદર, કોળ; શરમાળ અથવા બીકણ માણસ. અ૦ ક્રિ૦ ઉંદરનો શિકાર કરવો. **mou'sy** (-સિ), વિ૦.

mousse (મૂસ), ના૦ મલાઈ કે ઈંડાં મસળીને બનાવેલી એક વાની.

mousta'che (મસ્ટાશ), ના૦ મૂંછ.

mouth (માઉથ), ના૦ [બ૦ વ૦ **~s** માઉધ્ઝ઼] મોઢું, મોં; મોઢું, દ્વાર, બાકું, (કોથળો, ગુફા, જ્વાળામુખી, ઇ૦નું); નદીનું મુખ. ઉ૦ ક્રિ૦ (માઉધ) મોટા ભપકાથી ઉચ્ચારવું – બોલવું; મોટેથી બોલવું, બરાડવું; મોં મરડવું. ધીમે ધીમે હોઠ હલાવવા. **~-organ**, મોઢે વગાડવાનું વાજું. **~piece**, વાજિંત્ર, ચલમ, ઇ૦નો હોઠ વચ્ચે કે પાસે પકડવાનો ભાગ – છેડો. **~wash**. મોં ધોવાનું પાણી – દવાવાળું પ્રવાહી.

mou'thful (માઉથ્ફુલ), ના૦ કોળિયો, ઘૂંટડો; મુશ્કેલીથી કહેવાય એવું કશુંક.

move (મુવ), ઉ૦ ક્રિ૦ હાલવું, ખસવું; હલાવવું, ખસેડવું; જગ્યા – ઘર – બદલવું; ઉશ્કેરવું, પ્રવૃત્ત કરવું; ચલાવવું, ચાલુ કરવું–થવું; -ની ઉપર અસર કરવી, -માં દયા ઉપજાવવી; (ઠરાવ, દરખાસ્ત, ઇ૦) રજૂ કરવું; ના૦ (શેતરંજમાં) ચાલ, દાવ; પગલું (ભરવું તે). **~ house**, ઘર બદલવું **~ in**; નવા રહેઠાણમાં પ્રવેશ કરવો. **~ out**, ઘર ખાલી કરવું. **mo'vable** (મૂવબલ), વિ૦.

mo'vement (મૂવ્‌મન્ટ), ના૦ હાલચાલ; યંત્રનો ચલભાગ; સંગીતરચનાનો મુખ્ય વિભાગ; સામૂહિક હાલચાલ, આંદોલન, તે કરનાર સંગઠિત જૂથ.

mo'vie (મૂવિ), ના૦ [અમે. વાત.] સિનેમા, ચિત્રપટ.

mow[1] (મો), ના૦ ઘાસ ઇ૦ની ગંજી.

mow[2], ઉ૦ ક્રિ૦ (ભૂ૦ કૃ૦ **mown** મોન] દાતરડા કે યંત્ર વતી ઘાસ ઇ૦ કાપવું.

M.P., સંક્ષેપ. Member of Parliament; Military Police.

Mp, સંક્ષેપ. mezzo piano.

m.p.g., સંક્ષેપ miles per gallon.

m. p. h., સંક્ષેપ. miles per hour.

Mr. (મિસ્ટર), ના૦ મરદના નામ પહેલાં વપરાતી પદવી.

Mrs. (મિસિઝ઼), ના૦ પરિણીત સ્ત્રીના નામ પહેલાં વપરાતી પદવી.

MS. (એ'મે'સ), સંક્ષેપ. manuscript.

Ms. (મિઝ઼), સ્ત્રીના નામ પહેલાં વપરાતી પદવી (પરિણીત કે અપરિણીતના ભેદ વિના).

M.S., સંક્ષેપ. multiple sclerosis.

M.Sc., સંક્ષેપ. Master of Science.

MSS.(એ'મે'સિઝ઼), સંક્ષેપ.manuscripts.

Mt., સંક્ષેપ. Mount.

much (મચ), વિ૦ [**more, most**] ઘણું, બહુ, પુષ્કળ. સર્વના૦ મોટો જથો, ઘણું. ક્રિ૦વિ૦ મોટી માત્રામાં, ઘણું, પુષ્કળ. **~ of a muchness,** લગભગ તે જ – તેના જેવું જ.

mu'cilage (મ્યૂસિલિજ), ના૦ ચીકણો પદાર્થ, ગુંદર.

muck (મક), ના૦ છાણ, ખાતર; ગંદવાડ, કચરો. ઉ૦ક્રિ૦ ગંદું કરવું, બગાડવું; ખાતર પૂરવું; -માંથી ગંદવાડ દૂર કરવો; [વિ૦બો૦] કામધંધા વિના આમતેમ રખડવું; વિદૂષકવેડા કરવા. **~ in,** [વિ૦ બો૦] -ની સાથે ભાગીદારીમાં કામ કરવું. **~-raking,** કોઈની ખાનગી વાતો શોધી કાઢીને તેની જાહેર બદનામી કરવી તે. **~ up,** કામમાં ગોટાળો કરવો, લોચો વાળવો. **mu'cky,** વિ૦.

mu'cous (મ્યૂકસ), વિ૦ કફ ઇ૦થી ખરડાયેલું–વ્યાપેલું, કફ ઇ૦ ઝરતું. **~ membrane,** કફ, શ્લેષ્મ, ઇ૦થી વ્યાપેલી અન્તસ્ત્વચા.

mu'cus (મ્યૂકસ), ના૦ શરીરની અન્તસ્ત્વચામાંથી નીકળતું જાડું ચીકણું પ્રવાહી દ્રવ્ય, મળ, લાળ, લીંટ, ઇ૦.

mud (મડ), ના૦ કાદવ, કીચડ. **~-guard,** કાદવ ઇ૦થી બચાવવા માટે પૈડાની ઉપર આવે એવી રીતે જડેલું પતરું. **~-slinging,** કાદવ ફેંકવો, ગાળો દેવી, નિંદા કરવી, તે.

mu'ddle (મડલ), ઉ૦ક્રિ૦ ગૂંચવણમાં નાખવું, ગોટાળો કરવો. ડહોળી નાખવું, ગભરાવવું, ના૦ ગરબડ ગોટાળો.

mu'ddy (મડિ), વિ૦ કાદવવાળું -થી ખરડાયેલું; ડહોળાયેલું, ગંદું; ધૂંધળું, ઝાંખું. સ૦ક્રિ૦ ડહોળવું, મેલું–ગંદું–કરવું.

mue'sli (મ્યૂઝ઼્લિ), ના૦ અનાજના ફાડા, સૂકો મેવો, મધ, ઇ૦નો ખોરાક.

mue'zzin (મૂએ'ઝ઼િન), ના૦ મુઆજિમ, બાંગી.

muff[1] (મફ), ના૦ બંને છેડેથી ખુલ્લી કોથળી જેવું રૂવાંવાળા ચામડાનું મોજું.

muff[2], ના૦ મૂર્ખ અણઘડ માણસ, ગોટાળિયો. સ૦ક્રિ૦ ગોટાળો કરવો; (દડો ઝીલવામાં) નિષ્ફળ જવું, ચૂકવું.

mu'ffin (મફિન), ના૦ ચાની સાથે માખણ ચોપડીને ખાવાની ગળી રોટી–કેક.

mu'ffle (મફલ), સ૦ક્રિ૦ હૂંફ માટે ગળા ઇ૦ ફરતે ગરમ લૂગડું વીંટવું; અવાજ બંધ પાડવા માટે કપડું વીંટવું.

mu'ffler (મફ્લર), ના૦ ગળે વીંટવાનો રૂમાલ, ગળપટો.

mu'fti (મફ્તિ), ના૦ સાદો પોશાક (ગણવેશ નહિ).

mug[1] (મગ), ના૦ પીવાનું નળાકાર વાસણ, ટંબલર; [વિ૦બો૦] મોઢું, ચહેરો; મૂરખ, ભોળો ભા. ઉ૦ક્રિ૦ લૂટવું, વિ૦ક૦ જાહેર જગ્યામાં; મોઢું વાંકુંચૂંકું કરવું.

mug[2], ઉ૦ક્રિ૦ ખૂબ અભ્યાસ કરવો;

~(**up**), ખૂબ મહેનત કરીને વિષયનું જ્ઞાન સંપાદન કરવું.
mu'ggins(મગિન્સ),ના૰[વાત.]ભોળો ભા.
mu'ggy (મગિ), વિ૰ ઉકળાટ અને બફારાવાળું.
mu'gwump (મગ્વમ્પ), ના૰ [અમે.] મોટો માણસ; પક્ષીય રાજકારણથી દૂર રહેનાર.
Muha'mmadan (મહૅમડન), **Moha'mmedan** (-મિડન), ના૰ અને વિ૰ મુસ્લિમ.
mula'tto (મ્યુલૅટો), ના૰ [બ૰વ૰ ~**s**] ગોરા અને હબસી માતપિતાની સંતાન.
mu'lberry (મલ્બરિ), ના૰ શેતૂરી(નું ફળ).
mu'lch (મલ્ચ), ના૰ છોડના મૂળની આસપાસ નાખેલું લીલું ઘાસ, પાંદડાં, ઇ૰(નું ખાતર). સ૰ક્રિ૰ એવી રીતે લીલું ઘાસ ઇ૰ પાથરવું, એવું ખાતર પૂરવું.
mulct (મલ્ક્ટ), સ૰ક્રિ૰ દંડની સજા કરવી; -થી વંચિત કરવું, -ની પાસેથી કાઢી લેવું. ના૰ દંડ.
mule[1] (મ્યૂલ), ના૰ ખચ્ચર; જિદ્દી માણસ; કાંતવાનું એક યંત્ર.
mule[2], ના૰ ઢીલી સપાટ, સ્લિપર.
muleteer' (મ્યૂલિટિઅર), ના૰ ખચ્ચર હાંકનાર.
mu'lish(મ્યૂલિશ), વિ૰ જિદ્દી, અડિયલ.
mull[1] (મલ), સ૰ક્રિ૰ મસાલો ઇ૰ નાખીને (દારૂ કે બિઅર) ગરમ કરવી.
mull[2], ઉ૰ક્રિ૰ -નો વિચાર કરવો.
mu'llein (મલિન), ના૰ ઊની પાંદડાં અને પીળાં ફૂલવાળો એક છોડ
mu'llet (મલિટ), ના૰ એક દરિયાઈ ખાદ્ય માછલી.
mulligataw'ny (મલિગટૉનિ); ના૰ ખૂબ મસાલાવાળી તીખી તમતમતી સૂપ.
mu'llion (મલ્યન), ના૰ બારીના ભાગ પાડનારું ઊભું લાકડું.
mu'lti- (મલ્ટિ-) સંયોગીરૂપ. બહુ-.
mu'lticoloured (મલ્ટિકલર્ડ), વિ૰ બહુરંગી.
multifar'ious (મલ્ટિફે'અરિઅસ), વિ૰ વૈવિધ્યવાળું.
mu'ltiform (મલ્ટિફૉર્મ), વિ૰ અનેક આકાર કે પ્રકારનું.
multila'teral (મલ્ટિલૅટરલ), વિ૰ અનેક બાજુઓવાળું; (કરાર ઇ૰ અંગે) બહુપક્ષી(ય).
multili'ngual (મલ્ટિલિંગ્વલ), વિ૰ બહુ(ભાષા)ભાષી.
multina'tional (મલ્ટિનૅશનલ), વિ૰ બહુરાષ્ટ્રીય–દેશી.
mu'ltiple (મલ્ટિપલ), વિ૰ અનેક ભાગો, ઘટકો, શાખાઓ, પ્રકારો, ઇ૰વાળું. ના૰ [ગ.] બીજી કોઈ સંખ્યાથી નિ:શેષ ભાગી શકાય એવી સંખ્યા. ~ **sclerosis**, મગજ અને કરોડરજ્જુના પેશીઓનું વધુ ને વધુ કઠણ થતા જવું તે–જવાનો રોગ. **mu'ltiply** (-પ્લિ). ક્રિ૰ વિ૰.
mu'ltiplicand (મલ્ટિપ્લિકંડ), ના૰ ગુણ્ય (રકમ).
multiplica'tion (મલ્ટિપ્લિકેશન), ના૰ ગુણવું તે, ગુણાકાર.
multipli'city (મલ્ટિપ્લિસિટિ), ના૰ બાહુલ્ય, વિવિધતા, મોટી સંખ્યા.
mu'ltiplier(મલ્ટિપ્લાયર), ના૰ ગુણક-(સંખ્યા).
mu'ltiply[1] (મલ્ટિપ્લિ), ક્રિ૰ વિ૰ જુઓ **mu'ltiple.**
mu'ltiply[2], (મલ્ટિપ્લાઇ), ઉ૰ ક્રિ૰ –ની સંખ્યા વધારવી – વધવી; ગુણવું, ગુણાકાર કરવો.
mu'lti-purpose (મલ્ટિપર્પઝ઼), વિ૰ બહુલક્ષી.
multira'cial (મલ્ટિરેશલ), વિ૰ અનેક માનવવંશોનું(બનેલું).
mu'ltitude (મલ્ટિટ્યૂડ), ના૰ મોટી સંખ્યા; જમાવ; આમજનતા (**the** ~). **multitu'dinous** (-ડિનસ), વિ૰.
mum[1] (મમ), ઉદ્ગાર૰ શાંતિ (રાખો), ચૂપ! વિ૰ છાનું, છૂપું.
mum[2], ના૰ [વાત.] મા, બા.
mu'mble (મમ્બલ), ઉ૰ક્રિ૰ અસ્પષ્ટ-

પણે બોલવું, ગણગણવું; મમળાવવું.

mumbo-ju'mbo (મમ્બોજમ્બો), નાο અર્થહીન કર્મકાંડ; રહસ્યમય બનાવવું તે; ગૂઢાર્થ ભાષા.

mu'mmer (મમર), નાο મૂક નાટકનો નટ.

mu'mmery (મમરિ). નાο હાસ્યાસ્પદ (વિο કο ધાર્મિક) વિધિ.

mu'mmify (મમિફાઇ), ઉο ક્રિο મડદામાં મસાલો ભરી તેનું મમી બનાવવું. **mummifica'tion**(-ફિકેશન), નાο.

mu'mmy[1] (મમિ), નાο ખુશબોદાર મસાલો ભરીને રાખેલું મડદું, વિο કο પ્રાચીન મિસરમાં.

mu'mmy[2], નાο [વાત. બાલભાષા] મા.

mumps (મમ્પ્સ), નાο બο વο ગાલપચોળિયાં.

munch (મંચ), ઉο ક્રિο (ભચડભચડ) ચાવવું.

mu'ndane (મન્ડેન), વિο આ દુનિયાનું, ઐહિક; નીરસ, હંમેશનું.

muni'cipal (મ્યૂનિસિપલ), વિο મ્યુનિસિપાલિટીનું, સુધરાઈનું.

municipa'lity (મ્યૂનિસિપેલિટિ), નાο મ્યુનિસિપાલિટી, સુધરાઈ, તેનું વહીવટી તંત્ર.

muni'ficent (મ્યૂનિફિસન્ટ), વિο ઘણું ઉદાર. દાની. **muni'ficence** (-સન્સ), નાο.

mu'niment (મ્યૂનિમન્ટ), નાο [બહુધા બο વοમાં] હકો કે વિશેષાધિકારોનો દસ્તાવેજ.

muni'tions (મ્યૂનિશન્ઝ), નાο બο વο દારૂગોળો, શસ્ત્રાસ્ત્રો, ઇο યુદ્ધસામગ્રી.

mur'al (મ્યુઅરલ), વિο ભીતનું – માંનું – પરનું. નાο ભિત્તિચિત્ર.

mur'der (મર્ડર), નાο મનુષ્યવધ, ખૂન. સο ક્રિο માણસનું ખૂન કરવું; [વાત.] ખરાબ રીતે કામ કે ઉચ્ચાર કરીને વસ્તુ કે શબ્દ બગાડવો. **mur'derer** (-ડરર), નાο. **mur'deress**(-ડરિસ), નાο. **mur'derous** (–ડરસ), વિο.

mu'rex (મ્યુઅરે'ક્સ), નાο [બο વο -rices –રિસીઝ અથવા -rexes-રે'ક્સિસ] જેમાંથી જાંબુડિયો રંગ મળે છે એવું કવચવાળું પ્રાણી.

mur'ky (મર્કિ), વિο અંધારાવાળું, કાળું; ગમગીન

mur'mur (મર્મર), નાο ગણગણાટ; બડબડાટ; વહેતા પાણીનો ખળખળ અવાજ; દબાયેલે અવાજે બોલવું તે. ઉο ક્રિο ખળખળ અવાજ કરવો; ગણગણાટ કરવો; બબડવું. **mur'murous**(-મરસ),વિο.

mu'rrain (મરિન), નાο ઢોરોનો એક ચેપી રોગ, [પ્રા.] પ્લેગ.

mu'scadine (મસ્કડાઇન, –ડિન), નાο કસ્તૂરીની સુગંધ કે સ્વાદવાળી દ્રાક્ષ.

mu'scat (મસ્કટ), નાο 'મસ્કડાઇન' દ્રાક્ષ (નો દારૂ).

mu'scatel (મસ્કટે'લ), નાο = **muscat**; તેની સૂકી દરાખ.

mu'scle (મસલ), નાο સ્નાયુ; માંસપિંડ; (સ્નાયુ)શક્તિ, તાકાત. અο ક્રિο જબરદસ્તીથી અંદર દાખલ થવું (~ **in**). **~-bound**, અતિશ્રમને લીધે અક્કડ સ્નાયુઓવાળું.

mu'scular (મસ્ક્યુલર), વિο સ્નાયુઓનું – ને લગતું; સુવિકસિત સ્નાયુઓવાળું. **muscula'rity** (-લૅરિટિ), નાο.

muse[1] (મ્યૂઝ), અο ક્રિο મનન કરવું. ધ્યાન ધરવું.

Muse[2], નાο **the M~s**, [ગ્રીકપુરાણ] કળા અને વિજ્ઞાનની અધિષ્ઠાત્રી નવ દેવીઓ; **m~**, કવિપ્રતિભા, પ્રેરણા.

muse'um (મ્યૂઝિઅમ), નાο સંગ્રહસ્થાન, સંગ્રહાલય, વિο કο કલાત્મક કે વૈજ્ઞાનિક વસ્તુઓનું. **~ piece**, સંગ્રહાલયમાં રાખવા લાયક વસ્તુ; [અનાદર.] જુનવાણી માણસ

mush (મશ),નાο પોચો – નરમ – માવો; [અમે.] મકાઈ (ના લોટ)ની રાબ: [લા.]નબળી લાગણીવશતા. **mu'shy** (મશિ), વિο.

mu'shroom (મશ્રુમ), નાο કૂતરાની ટોપી, બિલાડીનો ટોપ; [લા.] લેભાગુ

અ૦ ક્રિ૦ બિલાડીના ટોપ વીણવા – ભેગા કરવા; ઝપાટામાં ફેલાવું; બિલાડીના ટોપ જેવું થવું. ~ **cloud**, મશરૂમ કે છત્રી-ના આકારનું વાદળું, વિ૦ ક૦ અણુસ્ફોટ-ને લીધે ફેલાતું.

mu'sic (મ્યૂઝિક), ના૦ સંગીત(કલા-શાસ્ત્ર); સંગીતના સૂર; ગાવા માટેનાં ગાયનો, રાગરાગિણીઓ, ઇ૦; કોઈ પણ મધુર સ્વર. **~-hall**, સંગીતશાળા, નાટ્યગૃહ.

mu'sical (મ્યૂઝિકલ), વિ૦ સંગીતનું–સંબંધી, સંગીતનું શોખી–જાણકાર; સંગીતમાં બેસાડેલું; મધુર, સુસ્વર. ના૦ સંગીત નાટક અથવા ચિત્રપટ.

musi'cian (મ્યૂઝિશન), ના૦ સંગીત-શાસ્ત્રી; ગાયક. **musi'cianship** (-શિપ), ના૦.

musico'logy (મ્યૂઝિકોલજિ), ના૦ સંગીત વિદ્યા (ગાયનવાદન અને સંગીત રચનામાં કુશળતા પ્રાપ્ત કરવાની વિદ્યાથી ભિન્ન). **musicolo'gical** (-કલૉજિકલ), વિ૦. **musico'logist** (-કૉલ-જિસ્ટ), ના૦.

musk (મસ્ક), ના૦ કસ્તૂરી; કસ્તૂરીની સોડમવાળી એક વનસ્પતિ. **~-deer**, કસ્તૂરીમૃગ, મધ્ય એશિયાનું શિંગડા વિનાનું હરણ. **~-melon**, શકરટેટી. **~-rat**, ઉ. અમેરિકાનું મોટું જળ છછુંદર, તેની રુવાંટી. **~-rose**, સુગંધી સફેદ ફૂલવાળો વેલગુલાબ. **musk'y** (મસ્કિ), વિ૦.

mu'sket (મસ્કિટ), ના૦ [ઇતિ.] પાયદળના સિપાઈની બંદૂક.

musketeer' (-ટિઅર), ના૦ બંદૂક-વાળો સિપાઈ, બરકંદાજ.

mu'sketry (મસ્કિટ્રિ), ના૦બરકંદાજી.

Mu'slim (મુઝ્‌લિમ), **Mo'slem** (મૉઝ્‌લે'મ), વિ૦ અને ના૦ મુસલમાન.

mu'slin (મઝ્‌લિન), ના૦ મલમલ

mu'squash (મસ્ક્વૉશ), ના૦ છછુંદર(ની રુવાંટી).

mu'ssel (મસલ), ના૦ બે ઢાકણાંવાળી છીપવાળી માછલી.

must[1] (મસ્ટ), ના૦ તાજો દારૂ, ઊભરો ગમે તે પહેલાંનો દ્રાક્ષનો રસ.

must[2], સહા. ક્રિ૦ [ભૂ૦ પુ૦ એક વ૦ **must**] (કરવા ઇ૦)ની ફરજ પડવી, -ની ખાતરી હોવી. ના૦ અનિવાર્યપણે આવશ્યક વસ્તુ.

mu'stang (મસ્ટૅંગ), ના૦ મેક્સિકો ઇ૦ તરફનો જંગલી ઘોડો.

mu'stard (મસ્ટર્ડ), ના૦ રાઇ(નો છોડ). ~ **gas**, રંગહીન તેલી પ્રવાહી જે બાળે દાહક અને ફોલ્લા ઉઠાવનાર હોય છે.

mu'ster (મસ્ટર), ના૦ તપાસણી ઇ૦ માટે માણસોને ભેગા કરવા તે – ભેગા થયેલા માણસો. **pass ~**, પાસ – પસાર – થવું. ઉ૦ ક્રિ૦ એકત્ર કરવું – થવું; ભેગું કરવું; **~(up)** હામ ધરવી.

mu'sty (મસ્ટિ), વિ૦ ફૂગવાળું; ઊતરી ગયેલું, વાસી; જૂનું પુરાણું.

mu'table (મ્યૂટબલ), વિ૦ પરિવર્તનશીલ, ચંચળ. **mutabi'lity** (-બિલિટિ), ના૦.

mu'tant (મ્યૂટન્ટ), વિ૦ અને ના૦ પરિવર્તનને લીધે થતું (રૂપ – આકાર).

muta'tion (મ્યૂટેશન), ના૦ વિકાર, પરિવર્તન; જનનિક પરિવર્તન જે અપત્ય-માં સંક્રાન્ત થતાં વારસામાં ઊતરે એવા ભેદ પેદા કરે છે.

mute (મ્યૂટ), વિ૦ ચૂપ, શાંત; ન બોલતું મૂગું, ગૂંગું; નિઃશબ્દ. ના૦ મૂગું માણસ; વાદ્ય ઇ૦નો અવાજ હળવો કરવાનું સાધન – ચાપડો, ગાદલી, ઇ૦. સ૦ ક્રિ૦ અવાજ દબાવી દેવો – ગૂંગળાવવો.

mu'tilate (મ્યૂટિલેટ), સ૦ ક્રિ૦ ઈજા પહોંચાડવી, અગત્યનો ભાગ કાપીને અગા-ડવું, ખંડિત કરવું. **mutila'tion** (-લેશન), ના૦.

mutineer' (મ્યૂટિનિઅર), ના૦ બળવો કરનાર.

mu'tinous(મ્યૂટિનસ), વિ૦ બળવાખોર.

mu'tiny (મ્યૂટિનિ), ના૦ પ્રસ્થાપિત સત્તા – ઉપરી – સામે ખુલ્લો બળવો. અ૦ ક્રિ૦ બળવો – બંડ – કરવું.

mutt (મટ),ના૦ [વિ૦બો૦]મૂર્ખો,ગાંડિયો.

mu'tter (મટર), ઉ૦ ક્રિ૦ બહુ ધીમું બોલવું, મનમાં ને મનમાં બોલવું; બબડવું નામ૦ બહુ ધીમું બોલવું તે ઇ૦.

mu'tton (મટન), ના૦ ઘેટાબકરાનું માંસ ગોશ્ત.

mu'tual (મ્યૂટ્યુઅલ), ના૦ એકબીજાને વિષે લાગતું-પ્રત્યે કરાતું, અન્યોન્ય; [વાત.] બે કે વધારે જણનું સહિયારું.

mu'zzle (મઝ્લ), ના૦ નાક અને મોઢા સાથેનો જાનવરના માથાનો આગળ પડતો ભાગ; તોપ, બંદૂક, ઇ૦(ની નળી)નું મોઢું; જાનવરને મોઢે બંધાતી જાળી, મોરડી. સ૦ ક્રિ૦ મોઢે મોરડી બાંધવી, મોં બંધ કરવું.

mu'zzy (મઝ઼િ), વિ૦ આશ્ચર્યચકિત, સ્તબ્ધ; અસ્પષ્ટ; દારૂ પીને દીવાનું બનેલું.

M.V.O., સંક્ષેપ. Member of the Royal Victorian Order.

MW., સંક્ષેપ. megawatt(s).

my (માઇ), સર્વં૦ **'I'**ની ષષ્ઠી વિભક્તિ. મારું. વિધેય ઇ૦માં **mine.**

myco'logy (માઇકોલજિ), ના૦ ફૂગ વર્ગના છોડોનું શાસ્ત્ર.

myna(h) (માઇન, -ના), ના૦ જુઓ **mina.**

myo'pia (-યોપિઅ), ના૦ ટૂંકી નજર, નિકટ દૃષ્ટિ. **myo'pic** (માયોપિક), વિ૦.

my'riad (મિરિઅડ), ના૦ અને વિ૦ (-ની) ઘણી મોટી સંખ્યા(માં).

myr'midon (મર્મિડન), ના૦ ભાડૂતી ગુંડો, હલકી કોટિનો નોકર.

myrrh (મર), ના૦ એક ખુશબોદાર છોડ; બોળ, હીરાબોળ.

myr'tle (મર્ટલ), ના૦ ચળકતાં પાંદડાં અને સફેદ સુગંધી ફૂલવાળો છોડ, મેંદી.

myse'lf (માઇસે'લ્ફ), સર્વંના૦ ભારવા૦ અને સ્વવાચક. હું પોતે, મને પોતાને; પોતાની જાતને; [કાવ્યમાં] હું.

myste'rious (મિસ્ટિઅરિઅસ), વિ૦ ગૂઢ, ગહન, રહસ્યમય; ગૂઢતામાં રાચતું.

my'stery (મિસ્ટરિ), ના૦ ગુપ્તતા, ગૂઢતા; દુર્બોધતા, માનવબુદ્ધિથી પર ઈશ્વરે બતાવેલું આધ્યાત્મિક સત્ય; [બ૦ વ૦માં] ગૂઢ ધાર્મિક વિધિઓ; ચમત્કારવાળું નાટક; ગુનો ઇ૦વાળી રહસ્યમય નવલકથા વગેરે. ~ **tour**, અજાણ્યા મુલકમાં મોજની સફર.

my'stic (મિસ્ટિક), વિ૦ ગૂઢાર્થવાળું, આધ્યાત્મિક; પ્રતીકાત્મક; ગૂઢ, ગુહ્ય. ના૦ પ્રભુનો સાક્ષાત્કાર કે તેનામાં વિલીન થવાનો પ્રયત્ન કરનાર સાધક, બુદ્ધિથી પર એવાં સત્ત્વોના આધ્યાત્મિક આકલનમાં માનનાર. **my'stical** (-કલ), વિ૦. **my'sticism** (-સિઝ઼્મ), ના૦.

my'stify (મિસ્ટિફાઇ), સ૦ક્રિ૦ ભમાવવું, બનાવવું. **mystifica'tion** (-ફિકેશન), ના૦.

mysti'que (મિસ્ટીક), ના૦ રહસ્યપૂર્ણ વાતાવરણ, રહસ્યાત્મકતા.

myth (મિથ), ના૦ પ્રાચીન દંતકથા, પુરાણકથા; કાલ્પનિક વ્યક્તિ અથવા વસ્તુ. **my'thical** (મિથિકલ), વિ૦.

mytho'logy (મિથૉલજિ), ના૦ પુરાણો, પુરાણવિદ્યા. **mytholo'gical** (-થલૉજિકલ), વિ૦. **mytho'logist** (મિથૉલજિસ્ટ), ના૦.

myxomato'sis (મિક્સમટોસિસ), ના૦ સસલામાં થતો એક (વાઇરસનો) રોગ.

N

n (એન્), નાо [ગ.] અનિશ્ચિત સંખ્યા.

N., સંક્ષેપ. Northern.

n., સંક્ષેપ. name; neuter; note.

N.A.A.F.I., (નૅફિ), સંક્ષેપ. Navy, Army and Air Force Institutes (canteens for servicemen).

nab (નૅબ), સо ક્રિо [વિоબોо] પકડવું, પકડી પાડવું.

na'cre (નેકર), નાо સકવચ માછલીવાળી છીપ, છીપ. **na'creous** (-ક્રિઅસ), વિо મુક્તાભ, મોતી જેવું ચળકતું.

na'dir (નેડિઅર), નાо અધઃસ્વસ્તિક, અધો બિંદુ; નીચેમાં નીચેનું બિંદુ.

nag[1] (નૅગ), નાо [વાત.] (ખાસ કо સવારીનો) ઘોડો.

nag[2], ઉо ક્રિо સતત દોષ કાઢ્યા કરવું–ઠપકો આપવો; (દરદ અંગે) સતત થયા કરવું.

nai'ad (નાયડ), નાо [બоવо **-ds** અથવા **-des** -ડીઝ્] જલપરી, જલદેવતા.

nail (નેલ), નાо નખ; ખીલો, ચૂક, ખીલી. સо ક્રિо ખીલો કે ખીલા મારવા, –મારીને જડવું–બેસાડવું; મજબૂત પકડવું; સુરક્ષિત કરવું, પકડવું.

nai'nsook (નેન્સુક), નાо ઝીણું સુતરાઉ કાપડ.

na'i've (નાઈવ), વિо નિષ્કપટ; નિખાલસ; સાદું, ભોળું. **na'i'vety** (નાઈવટિ), નાо નિખાલસતા, સાદાઈ, ભોળપણ.

na'ked (નેકિડ), વિо વસ્ત્રહીન, નાગું; ઉઘાડું, ખુલ્લું; રક્ષણ વિનાનું; સાદું, અરક્ષિત; (આંખ અંગે) ચશ્મા, દૂરબીન, ઇоની મદદ વિનાનું.

namby-pa'mby (નૅમ્બિપૅમ્બિ), વિо સુંદર પણ નિષ્પ્રાણ, અતિનાજુક; વેવલું.

name (નેમ), નાо નામ, સંજ્ઞા; કુટુંબ, કુળ, ગોત્ર; આબરૂ, કીર્તિ. સо ક્રિо -નું નામ પાડવું-દેવું, નામ દઈને બોલાવવું; નિમણૂક કરવી, નીમવું; ઓળખવું; -નો ઉલ્લેખ કરવો. **~-day**, જેના નામ પરથી નામ પાડવામાં આવ્યું હોય તે સંતનો દિવસ–તિથિ. **~sake**, નામરાશિ, બીજાના નામ જેવું જેનું નામ હોય તે.

na'meless (નેમ્લિસ), વિо અનામિક, અજ્ઞાત.

na'mely (નેમ્લિ), ક્રિоવિо એટલે (કે), યાને.

na'ncy (નૅન્સિ), નાо [વિоબોо] નામર્દ પુરુષ કે છોકરો, સમલિંગકામી યુવક.

nankee'n (નૅનકીન), નાо એક જાતનું પીળાશ પડતું સુતરાઉ કાપડ, નાનકીન.

na'nny (નૅનિ), નાо બાળકની ધાવ; **~(-goat)**, બકરી.

na'nosecond (નૅનોસે'કન્ડ), નાо સેકંડનો એક અબજાંશ.

nap[1] (નૅપ), અо ક્રિо અને નાо જરા વાર ઊંઘવું, પાસું મરડવું, (તે, વિоકо દિવસના); અલ્પનિદ્રા, ઝોકું.

nap[2], નાо કાપડ પરનું (ઊનના જેવું) ફૂલ, રુવાટી.

nap[3], નાо પત્તાંની એક રમત; શરતમાં ઘોડા ઇо ચોક્કસ જીતવાનો એવી સૂચના. **go ~**, સર્વસ્વ હોડમાં મૂકવું. સо ક્રિо લગભગ ચોક્કસ જીતનાર ઘોડાનું નામ દેવું.

na'palm (નેપામ), નાо એક જાતનું થીજવેલું પેટ્રોલ જે આગ લગાડવા માટે વપરાય છે.

nape (નેપ), નાо બોચી, ગરદન.

na'phtha (નૅફ્થે), નાо કોલસો ઇоમાંથી કઢાતું ઝટ સળગે એવું તેલ, નખતેલ.

na'phthalene (નૅફ્થલીન), નાо ડામરમાંથી બનતું એક પાસાદાર સફેદ જંતુવિનાશક દ્રવ્ય, જે રંગ તથા જંતુનાશક

ગોળીઓ બનાવવામા વપરાય છે.

na'pkin (નૅપ્કિન), ના૦ વિ૦ક૦ જમતી વખતે વાપરવાનો રૂમાલ; બાળકનું બાળોતિયું.

na'ppy (નૅપિ), ના૦ બાળકનું બાળોતિયું.

nar'cissism (નાર્સિસિઝ્મ), ના૦ અહંપ્રેમ અથવા આત્મશ્લાઘા(ની વિકૃતિ). **narcissi'stic** (-સિસ્ટિક), વિ૦.

narci'ssus (નાસિસસ), ના૦ ડૅફડિલ ઇ૦ કાંદા જેવા મૂળવાળો એક ફૂલછોડ, નરગિસ.

narco'sis (નાર્કોસિસ), ના૦ ઘેન લાવનાર દવાથી થતી બેભાન અવસ્થા.

narco'tic (નાર્કોટિક), વિ૦ ઘેન, ઊંઘ, સંવેદનાશૂન્યતા કે બેશુદ્ધિ લાવનારું. ના૦ એવી દવા કે અસર.

nark (નાર્ક), ના૦ છૂપી પોલીસનો માણસ, છૂપી બાતમી આપનાર. સ૦ ક્રિ૦ પજવવું, ગુસ્સે કરવું.

narra'te (નરેટ), સ૦ ક્રિ૦ વિગતવાર હકીકત કહેવી, કહેવું, વાર્તાના રૂપમાં કહેવું. **narra'tion** (-રેશન), ના૦. **narra'tor** (-રેટર), ના૦.

na'rrative (નૅરટિવ), ના૦ કહેલો કે લખેલો સવિસ્તર વૃત્તાન્ત, હકીકત, કથા. વિ૦ કથા કે વાર્તાના રૂપનું – ને લગતું.

na'rrow (નૅરો), વિ૦ સાંકડું, લંબાઈના પ્રમાણમાં ઓછું પહોળું; મર્યાદિત; મોકળાશ કે માગ વિનાનું, (બહુમતી અંગે) અલ્પ, નહિ જેવું; અનુદાર, સંકુચિત; પૂર્વગ્રહવાળું; પ્રતિબંધક, અપવર્જક. ના૦ [બહુધા બ૦ વ૦માં] ખાડી, નદી, ખીણ, ઇ૦નો સાંકડો ભાગ. ઉ૦ ક્રિ૦ સાંકડું કરવું – થવું; ઘટવું, ઘટાડવું; સંકોચવું, સંકોચાવું.

nar'whal (નાર્વલ), ના૦ એક શીંગડાવાળું ઉ૦ ધ્રુવ પ્રદેશનું દરિયાઈ પ્રાણી – વહેલમચ્છ.

na'sal (નેઝલ), વિ૦ નાકનું – સંબંધી; (ધ્વનિ અંગે) નાકનો માર્ગ ખુલ્લો રાખીને ઉચ્ચારાતું, નાકમાંથી બોલાતું, અનુનાસિક. ના૦ અનુનાસિક વર્ણ અથવા ધ્વનિ.

na'scent (નસન્ટ), વિ૦ જન્મ પામતું, ઊગવા માંડતું; તાજું અસ્તિત્વમાં આવતું.

nastur'tium (નસ્ટર્શમ), ના૦ ચળકતા નારંગી, લાલ કે પીળાં ફૂલવાળો એક વેલો.

na'sty (નાસ્ટિ), વિ૦ સૂગ ચડે એવું મેલું, ગંદું; બીભત્સ, અશ્લીલ; દુષ્ટ, ઈર્ષ્યાળુ; અરોચક, અપ્રિય; ન ગમે એવું; ખરાબ.

Nat., સંક્ષેપ. National(ist).

na'tal (નેટલ), વિ૦ જન્મનું, જન્મથી.

nata'tion (નટેશન), ના૦ તરવું તે, તરણકળા.

na'tion (નેશન), ના૦ રાષ્ટ્ર, કોમ, પ્રજા.

na'tional (નૅશનલ), વિ૦ રાષ્ટ્રનું, આખા રાષ્ટ્રનું, રાષ્ટ્રીય. ના૦ અમુક દેશ કે રાજ્યનો નાગરિક, રાષ્ટ્રિક. ~ **grid**, દેશના મુખ્ય ઊર્જામથકો વચ્ચે ઊંચા વોલ્ટેજવાળી વીજળીની લાઈનોની જાળ. ~ **service**, ફરજિયાત લશ્કર ભરતી(ના કાયદા)ની રૂએ સશસ્ત્રદળોમાં સેવા – નોકરી.

na'tionalism (નૅશનલિઝ્મ), ના૦ રાષ્ટ્રીયતા, રાષ્ટ્રવાદ, રાષ્ટ્રીય સ્વાતંત્ર્યની નીતિ. **na'tionalist** (-લિસ્ટ), ના૦.

nationa'lity (નૅશનૅલિટિ), ના૦ રાષ્ટ્રીયતા, અમુક રાષ્ટ્રના રાષ્ટ્રિક કે નાગરિક હોવું તે, રાષ્ટ્રિકત્વ.

na'tionalize (નૅશનલાઇઝ઼), સ૦ ક્રિ૦ રાષ્ટ્રીય – રાષ્ટ્રની માલિકીનું – બનાવવું. **nationaliza'tion** (-ઝ઼ેશન), ના૦.

na'tive (નેટિવ), વિ૦ જન્મજાત, જન્મથી પ્રાપ્ત, મૂળનું; જન્મને લીધે અમુક દેશ કે સ્થળનું, (સ્વ)દેશી; સ્વાભાવિક, કુદરતી. ના૦ દેશમાં પેદા થયેલું પ્રાણી કે વનસ્પતિ, દેશનું વતની.

nati'vity (નટિવિટિ), ના૦ જન્મ, વિ૦ક૦ ઈશુનો; [ફલજ્યો.] જન્મપત્રિકા.

N.A.T.O., **Nato** (નેટો), સંક્ષેપ. North Atlantic Treaty Organization.

na'tter (નૅટર), અ૦ ક્રિ૦ [વાત.] નકામી

બકબક કરવી; બબડવું, શેદણાં રડયા કરવું. ના૦ નકામી બકબક.

na'tty (નૅટિ), વિ૦ ટાપટીપિયું, વ્યવસ્થિત.

na'tural (નૅચરલ), વિ૦ કુદરતનું, કુદરતી, સ્વાભાવિક, સહજ; નિસર્ગજન્ય, પ્રાકૃતિક; સામાન્ય, અકૃત્રિમ, ડોળ વગરનું; જન્મજાત; અપેક્ષિત; [સં.] નહિ તીવ્ર નહિ કોમલ. ના૦ જન્મથી ખોડવાળું–કમઅક્કલ–માણસ; કુદરતી રીતે નિપુણ અથવા વિશિષ્ટ ગુણસંપન્ન માણસ; નિશ્ચિત વાત; [સં.] કુદરતી સૂર(ની નિશાની). ~ **gas**, ઇંધન કે બળતણ માટે વપરાતો ધરતીના પડમાંથી મળતો કુદરતી ગૅસ ~ **history**, પ્રકૃતિવિજ્ઞાન, પ્રાણી તથા વનસ્પતિજીવન વિદ્યા. ~ **selection**, નૈસર્ગિક પસંદગી, જેઓ પોતાની આસપાસની (પરિ)સ્થિતિને અનુકૂળ બને છે તેઓ જ હયાત રહે છે અને પોતાનાં આગવાં લક્ષણો જાળવી રાખે છે એ ડાર્વિનનો સિદ્ધાન્ત.

na'turalism (નૅચરલિઝ્મ), ના૦ પ્રકૃતિવાદ, વાસ્તવવાદ, જેમાં નિસર્ગાતીત અને આધ્યાત્મિક તત્ત્વોને સ્થાન નથી એવી નીતિ અને તત્ત્વજ્ઞાન. **naturali'stic** (-લિસ્ટિક), વિ૦.

na'turalist (નૅચરલિસ્ટ), ના૦ પ્રકૃતિ શાસ્ત્રજ્ઞ.

na'turalize (નૅચરલાઇઝ઼), સ૦ ક્રિ૦ પરદેશીને દેશનો નાગરિક બનાવવો–નાગરિકના હક આપવા; પરદેશી શબ્દ અપનાવવો; વનસ્પતિને નવા વાતાવરણમાં દાખલ કરવું. **naturaliza'tion** (-ઝ઼ેશન), ના૦.

na'turally (નૅચરલિ), ક્રિ૦ વિ૦ સ્વાભાવિક રીતે, આવી જ અપેક્ષા હોય, અલબત્ત.

na'ture (ૅચર), ના૦ મૂળ સ્વરૂપ, પ્રકૃતિ, સ્વભાવ; જન્મજાત ગુણદોષો – લક્ષણો અથવા પ્રકૃતિસ્વભાવ; માણસનાં સામાન્ય લક્ષણો અને ભાવનાઓ; જાત, પ્રકાર, વર્ગ; કુદરત, નિસર્ગ, પ્રકૃતિ; ભૌતિક દુનિયાની ઘટનાઓ (કરાવનાર કુદરતની શક્તિ).

naught (નૉટ), ના૦ કંઈ નહિ, શૂન્ય મીંડું. વિધે૦ વિ૦ વ્યર્થ, નકામું.

nau'ghty (નૉટિ), વિ૦ દુર્વર્તની, તોફાની; કહ્યું ન કરનારું, અવિનયી; નઠારું, દુષ્ટ; અસભ્ય, બીભત્સ.

nau'sea (નાસિઅ), ના૦ ઊબકો, (વહાણમાં આવતી) મોળ, ચક્કર; સૂગ, ચીતરી.

nau'seate (નૉસિએટ), સ૦ક્રિ૦ ઘૃણા–સૂગ–પેદા કરવી; ચીતરી ચડીને દૂર ઠેલવું (ખોરાક ઇ૦); મોળ આવવી.

nau'seous (નૉસિઅસ), વિ૦ સૂગ–ચીતરી–ચડે એવું, કંટાળાજનક.

nau'tical (નૉટિકલ), વિ૦ ખારવાઓનું–સંબંધી, વહાણવટાનું –ને લગતું; સમુદ્રી, દરિયાઈ. ~ **mile**, આશરે ૨૦૨૫ વાર–૧૮૪૩ મીટર.

nau'tilus (નૉટિલસ), ના૦ એક જાતનું શીર્ષપાદ સકવચ પોચું પ્રાણી.

na'val (નેવલ), વિ૦ આરમાર કે નૌકા સૈન્યનું–સંબંધી, યુદ્ધનૌકાઓનું, વહાણોનું.

nave[1] (નેવ), ના૦ ખ્રિસ્તી દેવળનો વચલો કે મુખ્ય ભાગ.

nave[2], ના૦ પૈડાનો નાભ, નાયડી.

na'vel (નેવલ), ના૦ નાભિ, ડૂંટી; મધ્ય બિંદુ. ~ **orange**, ડૂંટી જેવા અગ્રવાળું સંતરું.

na'vigable (નૅવિગબલ), વિ૦ વહાણોની અવરજવર થઈ શકે એવું; દરિયા પર હંકારવા યોગ્ય. **navigabi'lity** (–બિલિટિ), ના૦.

na'vigate (નૅવિગેટ), ઉ૦ક્રિ૦ વહાણમાં બેસીને પ્રવાસ કરવો, દરિયો ખેડવો, વહાણ હંકારવું, સઢ કે વરાળની મદદથી દરિયો, નદી, ઇ૦માં વહાણ હંકારવું–ચલાવવું; સંચાલન કરવું, માર્ગદર્શન કરવું, યોગ્ય રસ્તો બતાવવો. **na'vigator** (-ગેટર), ના૦.

naviga'tion (નૅવિગેશન), ના૦ દરિયો ખેડવો તે, નૌકાનયન, નાવિક વિદ્યા; વહાણ કે વિમાન ક્યાં છે અને કઈ તરફ જઈ રહ્યું છે તે નક્કી કરવાની પદ્ધતિઓ.

na'vvy (નૅવિ), ના૦ જાહેર રસ્તા, નહેર,

ઇ૦ માટે જમીન ખોદનાર મજૂર.

na'vy (નેવિ), ના૦ નૌકાસૈન્ય, આરમાર; નૌકાસૈન્યના અમલદારો અને માણસો; કાફલો. ~(**blue**), ઘેરો વાદળી રંગ.

nay (ને), ક્રિ૦વિ૦ ના, નહિ; એટલું જ નહિ, બલ્કે; અને વળી. ના૦ નકાર, ના૦.

Na'zi (નાટ્સિ,-ઝ઼િ),-ના૦ જર્મન નૅશનલિસ્ટ સોશલિસ્ટ પક્ષનું (સભ્ય).

N.B., સંક્ષેપ. New Brunswick; no ball; *notd bene*

N.C., સંક્ષેપ. North Carolina.

N.C.B., સંક્ષેપ. National Coal Board.

N.C.O., સંક્ષેપ. non-commisssioned officer.

N.D., N.Dak.સંક્ષેપ. North Dakota.

N.E., સંક્ષેપ. North-East(ern).

Nea'nderthal (નિઍ'ડર્થલ), વિ૦ પ્રાચીન પાષાણયુગીન યુરોપમાં મળી આવતા માણસની જાતનું.

neap (નીપ), વિ૦ થોડું, ઓછું. ~-(**tide**), ના૦ સાતમ કે આઠમની નીચામાં નીચી ભરતી.

Neapo'litan(નિઅપૉલિટન), વિ૦ અને ના૦ નેપલ્સનો વતની. ~ **ice**, જુદા જુદા રંગ અને સ્વાદવાળા પડો કે સ્તરોનો આઇસક્રીમ.

near (નિઅર), ક્રિ૦વિ૦ નજીક, પાસે, (સ્થળ અને કાળમાં); લગભગ. નામ૦ અ૦ -ની નજીક-પાસે (સ્થળ, કાળ, સ્થિતિ કે આકારમાં). વિ૦ નજીકના સંબંધવાળું, નજીકનું, પાસેનું; (રસ્તા અંગે) નજીકનો, ટૂંકો, સીધો; બહુ જ થોડા ફરકવાળું; કૃપણ, કંજૂસ; ડાબી બાજુનું. ઉ૦ક્રિ૦ -ની પાસે જવું-આવવું. ~-**sighted**, ટૂંકી નજરવાળું, નિકટદર્શી.

near'ly (નિઅર્લિ), ક્રિ૦વિ૦ લગભગ, ઘણુંખરું. **not** ~, (તેના) જેવું જરાય નહિ.

neat[1](નીટ),ના૦બળદ, ગાય; ઢોર,જનાવર.

neat[2], વિ૦ ભેગ વિનાનું, ચોખ્ખું; સારી રીતે બનાવેલું, પ્રમાણસરનું; સુઘડ, સફાઈદાર, પદ્ધતિસરનું; હોશિયારીથી કરેલું; યોગ્ય શબ્દોવાળું; કુશળ, હોશિયાર.

neath (નીથ), નામ૦ અ૦ [કાવ્યમાં] = **beneath.**

Neb., સંક્ષેપ. Nebraska.

ne'bula (ને'બ્યુલે), ના૦ [બ૦વ૦ ~**e** -બી અથવા ~**s**]. આકાશમાં દેખાતો અતિ દૂરના તારાઓનો પ્રકાશપટ, અથવા ગૅસ કે ધૂળનો કાળો પટો; નિહારિકા.

ne'bular (-લર), વિ૦.

ne'bulous (ને'બ્યુલસ), વિ૦ વાદળા જેવું, અસ્પષ્ટ, ઝાંખું. **nebulo'sity** (-લૉસિટિ), ના૦.

ne'cessary (ને'સસરિ), વિ૦ જેના વિના ન ચાલે એવું, આવશ્યક; કરવું જ જોઈએ એવું; અનિવાર્ય. ના૦ જીવન જરૂરિયાતની વસ્તુ, જરૂરિયાત; આવશ્યક વસ્તુ.

nece'ssitate (નિસે'સિટેટ), સ૦ક્રિ૦ આવશ્યક – ફરજિયાત – બનાવવું; -માં-ને માટે-આવશ્યક કે જરૂરી હોવું, કરવાની ફરજ પડવી.

nece'ssitous (નિસેસિટસ), વિ ગરીબ, ગરજવાળું.

nece'ssity (નિસે'સિટિ), ના૦ બધી માનવપ્રવૃત્તિને લાગુ પડતો નિયંત્રણ અને અનિવાર્યતાનો કાયદો, નિયતિ; અનિવાર્ય આવશ્યકતા; અત્યંત આવશ્યક વસ્તુ, [એક વ૦ અથવા બ૦વ૦માં] જેના વિના ચલાવી ન શકાય એવી વસ્તુ(ઓ).

neck (ને'ક), ના૦ ગરદન, ડોક; વાસણનું ગળું-કાંઠો; વસ્ત્રનું ગળું; કશાકનો સાંકડો ભાગ, વિ૦ક૦ વધુ પહોળા ભાગોને જોડનારો. ઉ૦ ક્રિ૦ એકબીજાના ગળામાં હાથ નાખી ભેટવું, આલિંગન દેવું. ~-**lace** (-લિસ), ના૦ કંઠી, માળા હાર. ~**tie**, ગળેબંધ, નેકટાઈ.

ne'cklet (ને'ક્‌લિટ), ના૦ ગળામાં પહેરવાનું ઘરેણું; રુવાંટીવાળો ગળેપટો.

ne'cromancy (ને'ક્રમન્સિ), ના૦ પ્રેતાત્માઓ જોડે વાત કરી ભવિષ્યકહેવાની વિદ્યા; જાદુ. **ne'cromancer** (-મૅન્સર),ના૦. **necroma'ntic**(-મૅન્ટિક), વિ૦.

necro'polis (ને'ક્રોપલિસ), નાo (વિo કo પ્રાચીન) સ્મશાન, કબ્રસ્તાન.

necro'sis (ને'ક્રોસિસ), નાo [બoવo- **oses**, -સીઝ઼] શરીરના કોઈ હાડકાનો અથવા પેશીજાલનો ક્ષય અથવા નાશ. **necro'tic** (-ક્રોટિક), વિo.

ne'ctar (નેક્ટર), નાo [પુરાણ.] દેવોનું પેય, અમૃત, વનસ્પતિમાંથી મળતો મધુર રસ; મધ.

ne'ctarine (ને'ક્ટરિન), નાo સુંવાળી છાલવાળું 'પીચ'ફળ.

N.E.D.C. સંક્ષેપ. National Economic Development Council.

née (ને), વિo જન્મેલું, કુમારિકા તરીકે અમુક નામવાળી.

need (નીડ), નાo જરૂર, ગરજ; આવશ્યકતા; મુશ્કેલી, ભીડ (નો સમય); ગરીબી, તંગી. ઉo ક્રિo આવશ્યક - જરૂરી - હોવું; કરવાની ફરજ પડવી, કરવું પડવું.

nee'dful (નીડ્ફુલ),વિo જરૂરી, આવશ્યક.

nee'dle (નીડલ), નાo સોય, સોયો; નાકા વિનાની ભરતગૂંથણની સોય; આંકડા, માપ, વગેરે વાળી તકતી પરનો માપ ઇoનો દર્શક કાંટો; હોકાયંત્રનો ચુંબકિત કાંટો કે સોય; અણિયાળું તીક્ષ્ણ ઓજાર (કોતરકામ ઇoનું કે શસ્ત્રવૈદ્યનું); પિચકારી કે ઇન્જેક્શનની સોય; ગ્રામોફોન પ્લેટ તૈયાર કરવાની કે વગાડવાની સોય; ચાર પાસાવાળો કે ગોળ છેડા તરફ પાતળો થતો સ્તંભ; અણિયાળો ખડક, શિખર; દેવદાર કે ચીડનું પાંદડું. સo ક્રિo [વાત.] પજવવું, ત્રાસ દેવો; ઉશ્કેરવું, છંછેડવું. **~cord**, દોરવાનું ઝીણું સુતરાઉ કાપડ. **~ game, match**, etc., ખૂબ કટોકટીની અથવા અસાધારણ વ્યક્તિગત લાગણી ઉશ્કેરનારી રમત, હરીફાઈ. **~work**, સીવણ, ભરતગૂંથણ.

nee'dless (નીડ્લિસ), વિo અનાવશ્યક, બિનજરૂરી.

nee'dy (નીડિ), વિo ગરીબ, ગરજવાળું, છેક ગરીબ, નિરાધાર.

ne'er (ને'અર), ક્રિo વિo = **never** કદી નહિ. **~-do-well, -weel**, સાવ નકામું માણસ.

nefa'rious (નિફે'અરિઅસ), વિo દુષ્ટ.

nega'te (નિગેટ), સo ક્રિo રદ કરવું, વ્યર્થ કરવું; નકારવું, -નો ઇનકાર હોવો.

nega'tion (નિગેશન), નાo ઇનકાર (કરવો તે); નકારાત્મક કથન; અભાવાત્મક વસ્તુ; વિરોધ, ખંડન.

ne'gative (ને'ગટિવ), વિo ઇનકાર, પ્રતિબંધ અથવા નકારવાચક, નકારસૂચક; વિધાયક - ભાવાત્મક - ગુણો વિનાનું; (વીજળી) ઋણ, ઋણાત્મકઃ [બીજગo, સંખ્યા અંગે] શૂન્યથી ઓછું, ઋણ; બાદ કરવાનું. નાo નકારાત્મક કથન કે શબ્દ, નકાર; ફોટોગ્રાફની ઊલટી પ્રતિમા, જેના પરથી વાસ્તવિક ચિત્ર કાઢવામાં આવે છે. સo ક્રિo નામંજૂર કરવું, ઉપરવટ થઈને ના પાડવી; ખોટું સાબિત કરવું - કરવાના કામમાં આવવું; -નો વિરોધ કરવો - રદિયો આપવો; વ્યર્થ બનાવવું.

negle'ct (નિગ્લે'ક્ટ), સo ક્રિo -ની અવગણના - અનાદર કરવો; -ની ઉપેક્ષા કરવી; પડતું મૂકવું. નાo અવગણના, અનાદર, ઉપેક્ષા(કરવી - થવી - તે); **negle'ctful** (ફુલ), વિo.

né'gligé (ને'ગ્લિઝે), નાo સ્ત્રીનો અવિધિસરનો પોશાક, વિo કo ઝીણા કાપડનો ખૂલતો ઝભ્ભો - ડ્રેસિંગ ગાઉન.

ne'gligence (ને'ગ્લિજન્સ), નાo ઉપેક્ષા; બેદરકારી, બેપરવાઈ. **ne'gligent** (- ન્ટ), વિo.

ne'gligible (ને'ગ્લિજિબલ), વિo ઉપેક્ષણીય, નજીવું.

nego'tiate (નિગોશિએટ), ઉo ક્રિo તડજોડ કે કરાર કરવા માટે વાટાઘાટ કરવી; હૂંડી કે ચેકના પૈસા આપવા - લેવા; -ની સાથે સફળતાપૂર્વક સોદો કે વહેવાર કરવો. **nego'tiable** (- શબલ), વિo. **negotia'tion** (-શિએશન), નાo. **nego'tiator** (-શિએટર), નાo.

Ne'gress (નીગ્રે'સ), નાo નીગ્રો - હબસી - સ્ત્રી.

Ne'gro (નીગ્રો), ના૦ [બ૦ વ૦ ~**es**] સીદી, હબસી.

Ne'groid (નીગ્રૉઇડ), વિ૦ અને ના૦ હબસી કે સીદીના જેવું (માણસ).

ne'gus (નીગસ), ના૦ ગળપણ નાખેલો ગરમ દારૂ અને પાણીનું મિશ્રણ.

neigh (ને), અ૦ ક્રિ૦ (ઘોડા અંગે) હણહણવું, ખંખારવું. ના૦ હણહણવાનો અવાજ, ખંખાર.

nei'ghbour (નેબર), ના૦ પડોશી, પડોશમાં – પાસેના ઘરમાં કે દેશમાં – રહેનાર; પાસેનો માણસ કે વસ્તુ. ઉ૦ ક્રિ૦ પાસે – પડોશમાં (આવેલું) – હોવું, હદ કે સરહદને અડીને હોવું.

nei'ghbourhood (નેબરૂહુડ), ના૦ પડોશ, પાસેની જગ્યા – લત્તો – મુલક પડોશમાં રહેનારા લોકો.

nei'ghbourly (નેબરૂલિ), વિ૦ પડોશી જેવું – ને છાજે એવું; મળતાવડું, મિલનસાર, પરગજુ.

nei'ther (નાઇધર, નીધર), ક્રિ૦ વિ૦ બેમાંથી એકે નહિ. ઉ૦ ભ૦ અ૦ અને... પણ નહિ. વિ૦ અને સર્વના૦ આ નહિ કે તે નહિ.

ne'lson (ને'લ્સન), ના૦ કુસ્તીનો એક દાવ – પકડ, જેમાં પોતાનો બાહુ સામાવાળાના બાહુ નીચે પાછળથી પસાર કરીને હાથ તેની ગરદન પર મુકાય છે.

nem. con., સંક્ષેપ. *nemine contradicente*. એકમતે, કોઈના પણ વિરોધ વિના.

ne'mesis (ને'મસિસ), ના૦ બદલો લેનાર ન્યાય(નો દેવતા **N~**).

neo-(નીઓ -), સંયોગી રૂપ. નવું, નવ-.

neoli'thic (નિઅલિથિક), વિ૦ ઉત્તર પાષાણ યુગનું – ને લગતું.

neo'logism (નિઑલજિઝ્મ), ના૦ નવા શબ્દો બનાવવા તે; નવો બનાવેલો શબ્દ.

ne'on (નીઑન),ના૦ વાતાવરણમાં રહેલો એક જડ વાયુ (ગૅસ) જેમાં વીજળીનો પ્રવાહ પસાર થતાં રાતો બને છે.

ne'ophyte (નીઅફાઇટ), ના૦ નવો થયેલો ખ્રિસ્તી, નવો દીક્ષિત; નવો નિશાળિયો-શિખાઉ.

neozo'ic (નિઅઝ઼ોઇક), વિ૦ ભૂસ્તરીય ઇતિહાસના પાછલા ભાગનું.

ne'phew (ને'ફ્યુ), ના૦ ભત્રીજો, ભાણો.

nephri'tic (નિફ્રિટિક), વિ૦ ગુરદાનું, મૂત્રપિંડનું; મૂત્રપિંડના દાહનું–દાહ માટેનું–દાહ મટાડનારું.

nephri'tis (નિફ્રાઇટિસ), ના૦ ગુરદાનો દાહ–સોજો.

ne'potism (ને'પટિઝ્મ), ના૦ નોકરી વગેરે આપવાની બાબતમાં પોતાનાં સગાં પ્રત્યે પક્ષપાત, સગાવાદ.

Ne'ptune (ને'પ્ટ્યૂન), ના૦ સાગર(નો રોમન દેવતા), વરુણ; નેપચૂન ગ્રહ.

ner'eid (નિઅરિઇડ), ના૦ [ગ્રીક પુરા.] સાગરપરી–દેવતા; [પ્રાણી.] એક દરિયાઈ કીડો.

nerve (નર્વ), ના૦ મજ્જાતંતુ, જ્ઞાનતંતુ; [વનસ્પ.] પાંદડાંની (મુખ્ય) નસ; [બ૦ વિ૦માં વ૦ ક૦ વિકૃત શારીરિક અવસ્થા; વધુ પડતી સંવેદનશીલતા, આળાપણું મનોદૌર્બલ્ય; [પ્રા.] સ્નાયુબંધન, કંડરા: પ્રસંગાવધાન, ધૈર્ય; મનઃસ્થૈર્ય, વિપદિ ધૈર્ય; [વાત.] ધૃષ્ટતા, ઉદ્ધતપણું. સ૦ ક્રિ૦ -ને બળ, જોર, કે હિંમત આપવી.

ner'veless (નર્વલિસ), વિ૦ જોમ, કૌવત, કે દમ વિનાનું.

ner'vous (નર્વસ), વિ૦ સ્નાયુવાળું, બળવાન, જબરું; મજ્જાતંતુઓનું; નબળા મનનું, સહેજમાં ગભરાતું; ભારે ઉત્તેજિત; ગભરાટિયું, ડરપોક. ~ **breakdown**, અતિશ્રમ કે ચિંતાને લીધે થતો માનસિક રોગ – શક્તિપાત. ~ **system**, મજ્જાતંતુઓની રચના કે તંત્ર, જ્ઞાનતંતુ ચક્ર.

ne'rvy (નર્વિ). વિ૦ = nervous.

ness (ને'સ), ના૦ ભૂશિર.

nest (ને'સ્ટ), ના૦ પક્ષીનો માળો, કોઢું; બચ્ચાં ઉછેરવાની જગ્યા; આશ્રયસ્થાન, રહેઠાણ; હૂંફાળી જગ્યા; પથારી; અડ્ડો, અખાડો; એક જ માળામાંના બચ્ચાં, ટોળું કે વેતર; એકસરખી વસ્તુઓનો સટ કે

ગંજ. અ૦ ક્રિ૦ માળો બાંધવો કે હોવો. ~-egg, જેમાં સતત ઉમેરો થાય એવું ઊચું મૂકેલું નાણું.

ne'stle (ને'સલ), ઉ૦ ક્રિ૦ હૂંફાળી જગ્યાએ કાયમી વાસ કરવો, ઘર કરીને રહેવું; વહાલથી વળગી રહેવું; સોડમાં સંતાઈ રહેવું.

ne'stling (ને'સ્‌લિંગ), ના૦ માળામાંથી બહાર ન નીકળી શકે એવું બચ્ચું.

net[1] (નેટ), ના૦ જાળીદાર કપડું; દોરા, વાળ ઇ૦ની ગૂંથેલી જાળ, પાશ; માછલાં પકડવા, ફળ ઇ૦ ઢાંકવા કે તેનું રક્ષણ કરવા, ટેનિસ કોર્ટના બે ભાગ પાડવા, ઇ૦ માટે વપરાતી જાળ કે જાળવાળું કાપડ. ઉ૦ ક્રિ૦ જાળ વતી ઢાંકવું–પકડવું, જાળમાં પૂરી દેવું; જાળમાં દડો ફેંકવો; જાળ ગૂંથવી. **~ball**, બાસ્કેટબૉલ જેવી એક રમત જેમાં દડો ઊંચે ટાંગેલી જાળીદાર કોથળીમાં ફેંકવાનો હોય છે. **~ curtain**, ઝીણી જાળીનો પડદો. **~work**, રસ્તા, રેલવે, ઇ૦ની જાળ; એકબીજીને કાપીને પસાર થતી રેખાઓની રચના; એક જ કાર્યક્રમ એકીસાથે પ્રસારિત કરનારાં એકબીજા સાથે જોડાયેલાં પ્રસારણકેન્દ્રોનું જૂથ. સ૦ ક્રિ૦ એવી રીતે પ્રસારિત કરવું.

net[2], **nett**, (ને'ટ), વિ૦ (નફો, વજન, ઇ૦ અંગે) બારદાન, ખરચ, ઇ૦ બાદ કર્યા પછી રહેલું, ચોખ્ખું; (કિંમત અંગે) જેમાં વળતર, કમિશન, ઇ૦ આપવાનું ન હોય એવું. સ૦ ક્રિ૦ -માંથી ચોખ્ખો નફો મળવો – મેળવવો.

ne'ther (ને'ધર), વિ૦ નીચેનું, નીચે આવેલું. **~most** વિ૦ સૌથી નીચેનું, નિમ્નતમ.

nett (નેટ), જુઓ **net**[2].

ne'tting (નેટિંગ), ના૦ જાળ, ગૂંથેલી દોરી, ઇ૦.

ne'ttle (ને'ટલ), ના૦ કૌવચ, આગિયો. સ૦ ક્રિ૦ ખીજવવું; છંછેડવું. **~-rash**, આગિયાના ચટકાથી થાય છે તેવો ચામડીનો સોજો, શીતપિત્ત.

neur'al (ન્યુઅરલ), વિ૦ મજ્જાતંતુ(ઓ)નું – સંબંધી

neura'lgia (ન્યુઅરૅલ્જ), ના૦ રહી રહીને થતું મજ્જાતંતુ(ઓ)નું દરદ, વિ૦ ક૦ ચહેરામાં કે માથામાં. **neura'lgic** (-જિક), વિ૦.

neurasthe'nia (ન્યુઅરેસ્થીનિઅ), ના૦ મજ્જાતંતુઓની નબળાઈ -ક્ષીણતા. **neurasthe'nic** (-સ્થે'નિક), વિ૦.

neuri'tis (ન્યુઅરાઇટિસ), ના૦ મજ્જાતંતુ(ઓ)નો દાહ – સોજો.

neuro'logy (ન્યુઅરૉલજિ), ના૦ મજ્જાતંતુઓનું અથવા તેમાં થતા રોગો-(ના ઉપચાર)નું શાસ્ત્ર. **neurolo'gical** (-રલૉજિકલ), વિ૦. **neuro'logist** (-રૉલજિસ્ટ), ના૦.

neu'ron (ન્યુઅરૉન), ના૦ મજ્જાતતુ-કોશિકા, તંત્રિકાકોશિકા.

neuro'sis (ન્યુઅરોસિસ), ના૦ [બ૦ વ૦ **-o'ses** -સીઝ઼] મજ્જાતંતુમાં વિકૃતિ, તેથી થતી શારીરિક વ્યાપારમાં ગરબડ અથવા માનસિક અસ્વસ્થતા.

neuro'tic (ન્યુઅરૉટિક); વિ૦ અને ના૦ મજ્જાતંતુ વિકૃતિથી પીડાતું (માણસ); [વાત.] ચિંતાગ્રસ્ત, અતિ નાજુક પ્રકૃતિનું અને ચીઢિયું.

neu'ter (ન્યૂટર), વિ૦ [વ્યાક.] નાન્યતર જાતિનું, નપુંસક લિંગનું. ના૦ નાન્યતર જાતિ(નું નામ ઇ૦); ખસી કરેલું પ્રાણી. સ૦ ક્રિ૦ ખસી કરવું.

neu'tral (ન્યૂટ્રલ), વિ૦ બેમાંથી કોઈ પણ પક્ષ ન લેનારું, તટસ્થ, નિષ્પક્ષપાત; [રસા.] નહિ ક્ષાર કે નહિ અમ્લ; (વીજળી અંગે) નહિ ધન કે નહિ ઋણ, વિદ્યુત ભારરહિત; અનિશ્ચિત, અસ્પષ્ટ. ના૦ તટસ્થ રાજ્ય કે વ્યક્તિ; જેમાં એંજિન ચલાવાતા ભાગોથી અલગ પાડેલું હોય છે તે ગિયર-ની સ્થિતિ, જેમાં શક્તિનું સંક્રમણ થતું નથી એવી ગિયરની સ્થિતિ. **neutra'lity** (ન્યૂટ્રૅલિટિ), ના૦.

neu'tralize (ન્યૂટ્રલાઇઝ઼), સ૦ક્રિ૦ તટસ્થ બનાવવું; બિન અસરકારક બનાવવું;

વ્યર્થ-નિષ્ફળ-બનાવવું. **neutraliza'tion** (-ઝ઼ેશન), નાο.

neutri'no (ન્યૂટ્રીનો), નાο [બοવο~**s**] વીજળીના શૂન્ય ભારણવાળો અને કદાચ શૂન્ય દ્રવ્યવાળો પ્રાથમિક સ્થિતિનો કણ.

neu'tron (ન્યૂટ્રૉન), નાο 'પ્રોટૉન' જેટલા જ દ્રવ્યવાળો પણ વિદ્યુતભાર વિનાનો પ્રાથમિક સ્થિતિનો કણ.

Nev., સંક્ષેપ. Nevada.

ne'ver (નૅ'વર), ક્રિοવિο કદી-કયારેય-નહિ, જરાય નહિ; [વાત.] બિલકુલ નહિ. ~ **mind**, (કશી) ફિકર નહિ, કશો વાંધો નહિ. **the ~-never**, ભાડા ખરીદી પદ્ધતિ.

nevermore' (નૅ'વર્મૉર), ક્રિοવિο ભવિષ્યમાં કદી નહિ.

neverthele'ss (નૅ'વરધલૅ'સ), ક્રિοવિο તેમ છતાં, તથાપિ.

new (ન્યૂ), વિο નવું, હવે પહેલવહેલું બનેલું; તાજું, હમણાનું વધારાનું; જુદું; બદલાયેલું; તાજેતરનું; નહિ વપરાયેલું, કોરું. ~**comer**, નવો આવેલો માણસ. ~**-fangled**, નવી જ ઢબ કે તરેહનું (નાપસંદી દર્શાવવા વપરાય છે). ~ **look**, [વાત.] અદ્યતન દેખાવ, નવીનીકરણનો દેખાવ. ~ **moon**, અમાસ, બાલચન્દ્ર, પ્રતિપદાનો ચન્દ્ર. N~ **Testament**, બાઇબલનો નવો કરાર. N~ **World**, અમેરિકા ખંડ. N~ **Year's Day, Eve**, ૧લી જાનેવારી, ૩૧મી ડિસેંબર.

new'el (ન્યૂઅલ), નાο ગોલ દાદરાનો વચલો થાંભલો; દાદરાના કઠેડાનો ઉપરનો કે નીચેનો થાંભલો-થાંભલી.

Newfou'ndland (ન્યૂફાઉન્ડલન્ડ), નાο. ~ (**dog**). જાડા બરછટ વાળવાળો એક જાતનો કદાવર કૂતરો.

new'ly (ન્યૂલિ), ક્રિοવિο તાજેતરમાં, થોડા જ વખત પર, નવેસર.

news (ન્યૂઝ઼), નાο તાજી બાતમી, સમાચાર; નવી અથવા રસિક માહિતી. ~**-agent**, છાપાં વેચવાવાળો. ~**-letter**, કોઈ મંડળ કે સંસ્થાની છાપેલી અનૌપચારિક પત્રિકા. ~**paper** (ન્યૂસ઼-), વર્તમાનપત્ર, દૈનિક કે સાપ્તાહિક (છાપું). ~**print**, છાપાં છાપવાનો કાગળ. ~**-reader**, આકાશવાણી કે દૂરદર્શન પરથી સમાચાર વાંચનાર-પ્રસારિત કરનાર. ~**-reel**, તાજા સમાચાર કે માહિતી આપનાર ચિત્રપટ(નો ભાગ). ~**-room**, પ્રકાશન કે પ્રસારણ માટે જ્યાં સમાચાર ભેગા અને તૈયાર કરવામાં આવે છે તે ઓરડો.

newt (ન્યૂટ), નાο કાચિંડા જેવું એક નાની પૂંછડીવાળું નાનું ઉભયચર પ્રાણી.

Newto'nian (ન્યૂટોનિઅન), વિο અને નાο સર આઇઝ઼ેક ન્યૂટનનું કે વિશ્વને અંગેના તેના સિદ્ધાન્તનું.

next (નેક્સ્ટ), વિο પાસેમાં પાસેનું, પડખેનું; તરત પછીનું કે પહેલાનું. ક્રિοવિο પછી, તે પછી, બીજી વખતે; પછીની જગ્યાએ; ઊતરતી કક્ષાએ. નામο અο [પ્રા.] તે પછી - પછીની જગ્યાએ, નાο પછીની વ્યક્તિ અથવા વસ્તુ. ~**-of-kin**, નિકટતમ હયાત સંબંધી-સગું.

ne'xus (નૅ'ક્સસ), નાο બંધન, કડી, સંબંધ.

N.F., Nfld., સંક્ષેપ. Newfoundland.

N.H., સંક્ષેપ. New Hampshire.

N.H.S., સંક્ષેપ. National Health Service.

N.I., સંક્ષેપ. Northern Ireland.

nib (નિબ), નાο કલમની ટાંક; [બοવο માં] કોકોનાં વાટેલાં બિયાં.

ni'bble (નિબલ), ઉοક્રિο થોડું થોડું કરી કરડી ખાવું; ધીમે રહીને અથવા સાચવીને કરડવું, નાο કરડી ખાવું તે, વિο કο ખાજને માછલી ધીમે ધીમે કરડે છે તે.

nice (નાઇસ), વિο અનુકૂળ, મનપસંદ; માયાળુ, મૈત્રીવાળું; પારકા(ની સગવડ અગવડ ઇο)નો વિચાર કરનારું, વિચારી; અતિચોકસાઈવાળું, ચીકણું, દુરારાધ્ય; સૂક્ષ્મ, ઝીણવટભર્યું.

ni'cety (નાઇસટિ), નાο ચોકસાઈ, બારીકી; સૂક્ષ્મ ભેદ; નજીવી વિગત, ગૌણ

બાબત. **to a ~**, ચોકસાઈપૂર્વક.

niche (નિચ,–શ), નાo ગોખલો, ગોખ; અનુકૂળ સ્થાન.

nick (નિક), નાo પકડ, ચિહ્‌ન, ઇo માટે ઉપયોગી ચીરો, ખાંચ, ખોભણ; [વિoબોo] અવસ્થા, સ્થિતિ; તાકડો, અડીવેળા; [વિoબોo] તુરંગ, પોલીસથાણું. સoક્રિo માં ખાંચો અથવા ખાંચા, ચીરા, ઇo પાડવા; [વિoબોo] પકડવું; ગિરફતાર કરવું; ચોરવું.

ni'ckel (નિકલ), નાo નિકલ, કલાઈ, જે વિoકo મિશ્રણમાં અને ઢોળ ચડાવવામાં વપરાય છે; [અમે.] ૫ સેન્ટનું નાણું.

ni'ckname (નિક્‌નેમ), નાo ખોટું–મશ્કરીનું–ખીજનું–નામ, ટૂંકાવેલું નામ જેમ કે મંદાકિનીનું મંદી. સoક્રિo એવું (ખીજનું વગેરે) નામ પાડવું.

nicoti'ne (નિકટીન), નાo તમાકુમાંથી નીકળતું ઝેરી તેલી દ્રવ્ય.

nicoti'nic (નિકટિનિક), વિo નિકટીનનું. **~ acid**, બી વર્ગનું એક વિટૅમિન–પ્રજીવક.

ni'ctitate (નિક્ટિટેટ), અo ક્રિo આંખ વતી પલકારા મારવા, આંખ મટકાવવી – મટમટાવવી. **nectita'tion** (-ટેશન), નાo પલકારા મારવા તે.

niece (નીસ), નાo ભત્રીજી; ભાણી.

ni'fty (નિફ્‌ટિ), વિo ટાપટીપવાળું, ચબરાક, હોશિયાર

ni'ggard (નિગર્ડ), નાo મખ્ખીચૂસ, ચીકણો, કંજૂસ.

ni'ggardly (નિગર્ડ્‌લિ), વિo કંજૂસ, મખ્ખીચૂસ; નાખુશીથી, કચવાતે મને આપનારું – આપેલું.

ni'gger (નિગર), નાo [અનાદર.] હબસી, કાળી ચામડીવાળું માણસ.

ni'ggle (નિગલ), અo ક્રિo નજીવી બાબતમાં વખત બગાડવો – વધુ પડતું ધ્યાન આપવું – દોષ કાઢવો. **ni'ggling** (-લિંગ), નાo.

nigh (નાઇ), ક્રિo વિo અને નામo અo (-ની) નજીક, પાસે.

night (નાઇટ), નાo રાત, રાત્રિ; અંધારું, અંધારાનો સમય; રાત પડવી તે, સમીસાંજ. **~cap**, સૂતા પહેલાં પીવાનો દારૂનો પ્યાલો. **~-club**, રાતે મોડે સુધી ખુલ્લી રહેનારી ક્લબ – મંડળી. **~-dress, ~-gown**, સ્ત્રી કે છોકરીને રાતે પહેરવાનો પોશાક. **~fall**, સમી સાંજ, સંધ્યાકાળ. **~jar**, કર્કશ અવાજવાળું એક નિશાચર પક્ષી. **~mare**, નઠારું સપનું, ઓથાર ચાંપે તે, ભયંકર અનુભવ. **~shade**, એક ઝેરી છોડ, ભોંયરીંગણી. **~shirt**, રાતે સૂતાં પહેરવાનું લાંબું ખમીસ.

nigh'tingale (નાઇટિંગેલ), નાo થ્રશ કુટુંબનું એક નાનું પક્ષી, જેનો નર રાતે ખૂબ ગાય છે.

nigh'tly (નાઇટ્‌લિ), વિo રાતે થતું, કરાતું, અસ્તિત્વ ધરાવતું; દરરોજ રાતે થતું. ક્રિo વિo દરરોજ રાતે.

ni'hilism (નાઇહિલિઝ્‌મ), નાo તમામ ધાર્મિક અને નૈતિક સિદ્ધાન્તોનો અસ્વીકાર, શૂન્યવાદ. **ni'hilist** (નિહિલિસ્ટ), નાo. **nihili'stic** (લિસ્ટિક), વિo.

nil (નિલ), નાo કશું નહિ, શૂન્ય

Nilo'tic (નાઇલૉટિક), વિo નાઈલ (નદી)નું.

ni'mble (નિમ્બલ), વિo ચપળ, ઝડપી; હોશિયાર, ચાલાક, (મન અંગે) શીઘ્રબોધ.

ni'mbus (નિમ્બસ), નાo [બo વo **~es** અથવા **-bi** -બાઇ]. પ્રભાવલય – મંડળ; વરસાદનું વાદળું.

ni'ncompoop (નિન્‌કમ્પૂપ), નાo મૂર્ખો, ભોળો ભા.

nine (નાઇન), વિo અને નાo નવ. **~-pins**, નવખૂટીઓ અને દડાની રમત. **~fold**, વિo અને ક્રિo વિo નવગણું.

ninth (નાઇન્થ), વિo અને નાo નવમો (ભાગ).

ninetee'n (નાઇન્ટીન), વિo અને નાo ઓગણીસ. **nightee'nth** (-ટીન્થ), વિo અને નાo ઓગણીસમો (ભાગ).

ni'nety (નાઇન્ટિ), વિo અને નાo નેવું.

ni'netieth (-એ'થ), વિ૦ અને ના૦ નેવુમું, નેવુમો અંશ.

ni'nny (નિનિ), ના૦ મૂર્ખ માણસ.

nip[1] (નિપ), ઉ૦ ક્રિ૦ ચૂંટી – ચિપટી – ખણવી – લેવી, ચૂંટી નાખવું, છેડેથી કાપી નાંખવું; વધતું અટકાવવું; [વિ૦ બો૦] છટકી જવું. ના૦ ચૂંટી, ચિમટી; હિમનો સપાટો ~ **in the bud,** [લા.] ઊગતાં જ ડામી દેવું – નાશ કરવો.

nip[2], ના૦ દારૂનો ઘૂંટડો – આચમન.

ni'pper (નિપર), ના૦ કરચલા ઇ૦નો સાણસો; [બ૦ વ૦માં] પકડ, સાણસી, જંબૂર; [વિ૦ બો૦] જુવાન છોકરો કે છોકરી.

ni'pple (નિપલ), ના૦ સ્તનની ડીંટી, કુચાગ્ર; બાળકની દૂધ પીવાની શીશીની રબરની ટોટી; ડીંટીના આકારની આગળ પડતી વસ્તુ.

ni'ppy (નિપિ), વિ૦ [વાત.] ઠંડું; ચપળ.

nirva'na (નર્વાનૅ), ના૦ નિર્વાણ.

ni'si (નાઇસાઇ), ના૦ [કા.] શરતી અમલવાળું, સાપેક્ષ.

nit (નિટ), ના૦ જૂનું ઈંડું, લીખ; [વિ૦ બો૦] મૂર્ખો.

ni'trate (નાઇટ્રિટ), ના૦ નાઇટ્રિક ઍસિડનું મીઠું, કોઈ મુખ્ય તત્ત્વની સાથે નત્રકામ્લના મળવાથી થતો ખાર.

ni'tre (નાઇટર), ના૦ સુરોખાર, બંદૂકનો દારૂ બનાવવામાં વપરાય છે.

ni'tric (નાઇટ્રિક), વિ૦ નાઇટ્રોજનનું – વાળું. ~ **acid,** સ્વચ્છ વર્ણહીન તિક્ત ભારે ક્ષયકર અને દાહક પ્રવાહી.

ni'tro- (નાઈટ્રો-), સંયોગીરૂપ. નાઇટ્રોજનવાળું.

ni'trogen (નાઇટ્રજન), ના૦ નાઇટ્રોજન વાયુ (સામાન્ય હવાનો ચાર પંચમાંશ ભાગ આનો બનેલો છે. એને કોઈ રંગ, સ્વાદ, કે ગંધ નથી હોતાં).

nitro'genous (નાઇટ્રૉજિનસ), વિ૦ નાઇટ્રોજનવાળું.

nitro-gly'cerine (નાઇટ્રગ્લિસરીન), ના૦ પીળાશ પડતું તૈલી ભારે સ્ફોટક પ્રવાહી દ્રવ્ય.

ni'trous (નાઇટ્રસ), વિ૦ નાઇટર(સુરોખાર)નું – જેવું -થી ભરેલું.

nitty-gri'tty (નિટિગ્રિટિ), ના૦ [વિ૦ બો૦] કોઈ બાબતની પાયાની હકીકતો.

ni'twit (નિટ્વિટ), ના૦ [વાત.] મૂર્ખ માણસ.

nix (નિક્સ), ના૦ [વિ૦ બો૦] કશું નહિ.

N.J., સંક્ષેપ. New Jersey.

N. Mex., સંક્ષેપ. New Mexico.

N.N.E., સંક્ષેપ. north north-east.

N.N.W., સંક્ષેપ. north north-west.

no (નો), અવ્યય. ના, નહિ, (સવાલ, વિનંતિ, ઇ૦ના જવાબ માટે વપરાય છે.). વિ૦ કોઈ નહિ, કંઈ નહિ, એકે નહિ. ક્રિ૦ વિ૦ નહિ, જરાય નહિ. ના૦ [બ૦ વ૦ **noes**] 'ના' શબ્દ, 'ના'નો જવાબ; નકાર, ઇનકાર; [બ૦ વ૦માં] કોઈ ઠરાવ ઇ૦ની વિરુદ્ધ મત આપનારાઓ. ~-**-ball,** [ક્રિકેટ] સજાને પાત્ર, નિયમ વિરુદ્ધ ફેંકેલો દડો. ~**body,** સર્વના૦ કોઈ નહિ. ના૦ સાવ નજીવો – નગણ્ય – માણસ. ~ **way,** [વાત.] કોઈ પણ હિસાબે નહિ, એ અશક્ય છે.

No., સંક્ષેપ. number.

No'ah (નોઅ), ના૦ એક હિબ્રૂ કુલપતિ. ~**'s ark,** નોવાની નાવના આકારનું રમકડું

nob[1] (નૉબ), ના૦ [વિ૦ બો૦] માથું; ગઠ્ઠો.

nob[2], ના૦ [વિ૦ બો૦] સામાજિક પ્રતિષ્ઠા ધરાવનાર પૈસાદાર માણસ. **no'bby** (નૉબિ), વિ૦ પૈસાદાર કે મોભાવાળા માણસના કામનું.

no'bble (નૉબલ), સ૦ ક્રિ૦ [વિ૦ બો૦] શરતના ઘોડા સાથે ચેડાં કરવાં, તેને ઈજા ઇ૦ કરવી; અપ્રામાણિકપણે પૈસા મેળવવા; (ગુનેગારને)પકડવું.

nobi'lity (નોબિલિટિ), ના૦ ઉમરાવોનો (વર્ગ); ઉચ્ચ ચારિત્ર્ય, ખાનદાની; ઉમરાવની પદવી.

no'ble (નોબલ), વિ૦ મોટી પદવી કે

હોદ્દાવાળું; કુલીન, ખાનદાન; ઉચ્ચ ચારિત્ર્યવાળું; મોટા મનનું, ઉદાર; પ્રભાવી – ભવ્ય –(દેખાવવાળું). ના૦ ઉમરાવ, ઉમરાવ સ્ત્રી. **~man**, ઉમરાવ. **~woman**, ઉમરાવ સ્ત્રી ઉમરાવપત્ની.

noble'sse (નબ્લે'સ), ના૦ ઉમરાવ વર્ગ, વિ૦ ક૦ પરદેશનો. ~ ***oblige*** (અબ્લીઝ), વિશેષ હક સાથે જવાબદારી પણ ખરી જ.

no'body (નોબડિ), જુઓ '**no**'માં.

nock (નૉક), ના૦ કામઠાની દરેક છેડે પણછ ચડાવવા માટે અથવા પણછ પર તીર ચડાવવા માટે તેમાં પાડેલો ખાંચો.

noctur'nal (નૉક્ટર્નલ), વિ૦ રાતનું, રાતે ફરતું, નિશાચર.

no'cturne (નૉક્ટર્ન), ના૦ રાતના દેખાવનું ચિત્ર; રાત્રે ગાવાનું ગાંભીર્યના ભાવવાળું સંગીત.

nod (નૉડ), ક્રિ૦ માથું ડોલાવવું – ધુણાવવું, ડોલવું, માથું ઝુકાવવું, ઝૂકવું; ઝોખાં ખાવાં; ડોક ધુણાવવી – હલાવવી; ભૂલ – ગફલત – કરવી; (પીંછાં અંગે) નાચવું – નચાવવાં. ના૦ ડોક અથવા માથું હલાવવું તે(સંમતિ સૂચવવા).

no'ddle (નૉડલ), ના૦ [વાત.] માથું, ભેજું.

node (નોડ), ના૦ મૂળ કે ડાળી પરની ગાંઠ – ગઠ્ઠો; પાંદડાં ફૂટે છે તે જગ્યા, પર્વ; કઠણ સોજો; અસ્થિગુલ્મ; [ખ.] ગ્રહની કક્ષા ક્રાંતિવૃત્તને જ્યાં છેદે છે તે જગ્યા – બિંદુ; [ગ.] એક વર્તુળ કે વક્ર જ્યાં પોતાની જાતને કાપે છે તે બિંદુ; ધ્રૂજતી કે કાંપતી વસ્તુનો વિશ્રામબિંદુ કે રેખા. **no'dal** (નોડલ), વિ૦ મધ્યવર્તી.

nodo'se (નડોસ), વિ૦ ગાંઠવાળું, ગઠ્ઠાવાળું. **nodo'sity** (-ડૉસિટિ) ના૦.

no'dule (નૉડ્યૂલ), ના૦ કશાકનો નાનો ગોળ ગઠ્ઠો – ગોળો; નાની ગાંઠ – ગાંઠવાળો ફોલ્લો. **no'dular** -(લર), વિ૦.

no'ggin (નૉગિન), ના૦ નાનું ઊભું પવાલું, પા પાઇન્ટનું દારૂનું પ્યાલું.

Noh (નો), ના૦ જપાની પારંપરિક નાટક.

noise (નૉઇઝ઼), ના૦ ઘુમરાણ, શોરબકોર; ઘોંઘાટ; કોઈ પણ અવાજ. સ૦ ક્રિ૦ જાહેર કરવું, બહાર – ચોમેર – ફેલાવવું.

noi'some (નૉઇસમ), વિ૦ નુકસાનકારક, હાનિકારક; વાંધાભર્યું; કંટાળો ઉપજાવનારું.

noi'sy (નૉઇઝ઼િ), વિ૦ ગરબડ કે ઘોંઘાટવાળું; ભડક, ભભકાવાળું; શોરબકોર કરનારું, તોફાની.

no'mad (નોમૅડ), વિ૦ અને ના૦ રખડુ જાતિ(નું માણસ); રખડનાર. **noma'dic** (નમૅડિક), વિ૦.

nom de plume (નૉમ્ ડ પ્લૂમ), ના૦ [લે.] તખલ્લુસ, ઉપનામ.

nome'nclature (નમે'ન્ક્લચર), ના૦ નામકરણ(પદ્ધતિ); પારિભાષિક સંજ્ઞાઓ, પરિભાષા.

no'minal (નૉમિનલ), વિ૦ નામનું – ના જેવું, કેવળ નામમાં રહેલું; કેવળ નામનું, વાસ્તવિક કે સાચું નહિ.

no'minate (નૉમિનેટ), સ૦ ક્રિ૦ ચૂંટણી માટે નામ રજૂ કરવું, નીમવું, નિમણૂક કરવી. **nomina'tion** (-નેશન), ના૦. **no'minator** (-નેટર), ના૦.

no'minative (નૉમિનટિવ), વિ૦ [વ્યા૦, વિભક્તિ] કર્તા અર્થે વાપરેલી, પ્રથમા, પ્રથમાવિભક્તિનું. ના૦ પ્રથમા વિભક્તિ(નો શબ્દ). **nominati'val**(-ટાઇવલ),વિ૦.

nominee'(નૉમિની),ના૦ નીમેલું માણસ.

non-(નૉન્-). સંયોગી રૂપ. નહિ. નકારાત્મક કે અભાવાત્મક અર્થ સૂચવવા વપરાય છે.

no'nage (નોનિજ), ના૦ બાલ્યાવસ્થા, સગીર વય.

nonagena'rian (નોનજને'અરિઅન), વિ૦ અને ના૦ ૯૦થી ૯૯ વરસની ઉપરનું માણસ.

non-belli'gerent (નૉનબે'લિજરન્ટ), વિ૦ અને ના૦ યુદ્ધમાં પ્રત્યક્ષ કે ખુલ્લી રીતે ભાગ ન લેનાર(દેશ કે રાજ્ય).

nonce (નૉન્સ), ના૦ તાત્કાલિક સમય – પ્રસંગ. **~-word**, કોઈ એક પ્રસંગ માટે બનાવેલો શબ્દ.

no'nchalant (નૉન્શલન્ટ), વિ૦ અવિચલિત, શાંત; ઉદાસીન, બેપરવા. **no'nchalance** (-લન્સ), ના૦.

non-co'mbatant (નૉન્‌કૉમ્બટન્ટ), વિ૦ અને ના૦ પ્રત્યક્ષ લડનાર નહિ એવું (માણસ);. યુદ્ધ વખતે લશ્કરનો પાદરી ઇ૦.

non-commi'ssioned(નૉન્‌કમિશન્ડ), વિ૦ (વિ૦ ક૦ અમલદાર અંગે) બિનસનદી.

non-commi'ttal (નૉન્‌-કમિટલ), વિ૦ બંધાઈ ન જનારું, પોતે ચોક્કસ શું કરવા માગે છે તે ન કહેનારું.

non-condu'cting (નાન્‌કન્ડક્ટિંગ), વિ૦ ઉષ્ણતા કે વીજળીનું વાહક નહિ એવું, અવાહક. **non-condu'ctor** (-ડક્ટર), ના૦.

non-confor'mist (નૉન્‌કનફૉર્મિસ્ટ), વિ૦ અને ના૦ પ્રસ્થાપિત ધર્મસંઘ(ચર્ચ)ના સિદ્ધાન્તો કે આચારથી જુદો પડનાર -નો વિરોધ કરનાર, પ્રચલિત સિદ્ધાન્તથી જુદો પડનાર. **non-confor'mity**(-મિટિ), ના૦.

no'ndescript (નૉન્‌ડિસ્ક્રિપ્ટ), વિ૦ અને ના૦ જેનું ચોક્કસ વર્ણન કે વર્ગીકરણ કરેલું મુશ્કેલ એવું (માણસ), અનિશ્ચિત, ઢંગધડા વગરનું કે અપ્રતિષ્ઠિત(વ્યક્તિ કે વસ્તુ).

none (નન), સર્વના૦ કોઈ યે નહિ, કશુંયે નહિ. વિ૦ કોઈ નહિ, એકે નહિ. ક્રિ૦વિ૦ જરાય – મુદ્દલ – નહિ.

none'ntity (નૉને'ન્ટિટિ), ના૦ અનસ્તિત્વ, અભાવ; નગણ્ય માણસ.

none'such(નન્‌સચ), વિ૦ જુઓ **nonsuch.**

no'n-event (નૉન્‌ઈવન્ટ), ના૦ વિશેષ મહત્વ કે અર્થ વિનાનો બનાવ.

non-fi'ction (નૉન્‌ફિક્શન), ના૦ કથાવાર્તા સિવાયનું સાહિત્ય.

non-interfer'ence(-ઇન્ટરફિઅરન્સ), **non-interve'ntion**(-ઇન્ટર્વે'ન્શન), ના૦ બીજાના કામમાં કે ઝઘડામાં હસ્તક્ષેપ ન કરવો તે, તટસ્થપણાની રાજનીતિ.

no'npareil (નોનપરલ), વિ૦ અને ના૦ અદ્વિતીય કે અજોડ(વ્યક્તિ કે વસ્તુ).

non-par'ty (નૉન્‌પાર્ટિ) વિ૦ સ્વતંત્ર (રાજકીય પક્ષોથી); અપક્ષ.

nonplu's (નૉન્‌પ્લસ). સ૦ક્રિ૦ મૂંઝવણમાં નાખવું, કુંઠિત કરવું.

no'nsense (નૉન્‌સે'ન્સ) ના૦ અર્થહીન-અક્કલ વગરની – વાહિયાત – વાત, મૂર્ખામીભર્યું વર્તન. ઉદ્‌ગાર૦ તમે કહો છો તે વાહિયાત – મૂર્ખતાભર્યું – છે. **nonse'nsical** (-સિકલ), વિ૦.

non se'quitur (નૉન્‌સે'ક્વિટર), ના૦ તર્કથી ફલિત ન થતો નિષ્કર્ષ, અપસિદ્ધાન્ત.

non-ski'd (નૉન્‌સ્કિડ), વિ૦ (ટાયર કે વાટ અંગે) લપસે નહિ એવું.

non-smo'ker (નૉન્‌સ્મોકર), ના૦ બીડી તંબાકુ ન પીનાર માણસ; ધૂમ્રપાન કરવાની મનાઈવાળો ગાડીનો ડબો ઇ૦.

non-star'ter (નૉન્‌-સ્ટાર્ટર), ના૦ [લા.] વધુ વિચાર ન કરવા જેવી કલ્પના, વ્યક્તિ, ઇ૦.

no'n-stick (નૉન્‌સ્ટિક), વિ૦ રાંધતાં ખોરાક ચોંટી ન જાય એવું, નિર્લેપ.

no'n-stop (નૉન્‌-સ્ટૉપ). વિ૦ અને ના૦ (ગાડી ઇ૦ અંગે) વચ્ચેનાં સ્ટેશનો પર ઊભી ન રહેનાર; (કામ, પ્રવાસ, ઇ૦) વચ્ચે રોકાયા વિના કે ખંડ વિના કરેલું. ક્રિ૦ વિ૦ વચ્ચે ક્યાંય રોકાયા વિના.

no'n(e)such (નન્‌સચ), વિ૦ અદ્વિતીય કે અજોડ વ્યક્તિ કે વસ્તુ, સર્વશ્રેષ્ઠ નમૂનો, આદર્શ.

noo'dle[1] (નૂડલ), ના૦ ભોળિયો, મૂર્ખો.

noo'dle[2], ના૦ ઘઉંની સેવો.

nook(નુક), ના૦ એકાન્ત ખૂણો, ગોખલો.

noon (નૂન), ના૦ બપોર, બાર વાગ્યાનો સમય. **~day, -tide,** મધ્યાહ્ન.

noose (નૂસ), ના૦ ફાંસો, સરકિયા ગાંઠવાળો. સ૦ક્રિ૦ ફાંસામાં પકડવું, ફાંસા વડે બાંધવું.

nor (નૉર,) ઉભ૦ અ૦ અને નહિ, પણ નહિ, અને વધુ નહિ.

Nor'dic (નૉર્ડિક), વિ૦ ઉ. યુરોપના દીર્ઘશિરસ્ક ગોરા ઊંચા માનવવંશ(ના લોકો)નું.

norm (નૉર્મ), ના૦ માન્ય થયેલો – અધિકૃત – નમૂનો, અધિકૃત માન – ધોરણ; અધિકૃત જથો; રૂઢ વર્તન.

nor'mal (નૉર્મલ), વિ૦ અધિકૃત ધોરણ કે નમૂના પ્રમાણેનું, હંમેશનું, નિયમિત, લાક્ષણિક, નમૂનેદાર, સામાન્ય. ના૦ સામાન્ય – હંમેશની સ્થિતિ – સ્તર. **nor'malcy** (-મલ્સિ), **norma'lity** (-મૅલિટિ), ના૦. **nor'malize** (નૉર્મલાઇઝ઼), સ૦ક્રિ૦.

Nor'man (નૉર્મન), ના૦ નૉર્મન્ડીનો વતની. વિ૦ નાર્મન્ડીનું અથવા નાર્મન લોકોનું.

Norse (નૉર્સ), વિ૦ અને ના૦ પ્રાચીન સ્કૅન્ડિનેવિયા, વિ૦ક૦ નૉર્વેની ભાષા).

north (નૉર્થ), ના૦ ઉત્તર દિશા, ઉત્તર; દેશ ઇ૦નો ઉત્તર ભાગ. ક્રિ૦વિ૦ ઉત્તર તરફ, ઉત્તરમાં. વિ૦ ઉત્તરમાં – તરફ – આવેલું; ઉત્તરાભિમુખ; ઉત્તર તરફથી આવતું. **~-east,** ઈશાન દિશા. **~-west,** વાયવ્ય દિશા. **~-easter,** ઈશાન્ય તરફનો પવન. **~-wester,** વાયવ્ય તરફનો પવન. **~-easterly,** ઈશાન તરફ જતું – તરફથી આવતું. **~-westerly,** વાયવ્ય તરફ જતું – તરફથી આવતું. **~-eastern,** ઈશાન દિશામાં – તરફ. **~-western,** વાયવ્ય દિશામાં – તરફ. **~ star,** (ઉત્તર)ધ્રુવ તારો. **nor'thward** (-વર્ડ), વિ૦અને ક્રિ૦વિ૦. **nor'thwards** (-વર્ડ્ઝ઼), ક્રિ૦વિ૦.

Northa'nts (નૉર્થૅન્ટ્સ), સંક્ષેપ, Northamptonshire.

nor'therly (નૉર્ધર્લિ), વિ૦અને ક્રિ૦વિ૦ ઉત્તરમાં(નું), ઉત્તર દિશામાં(નું);(પવનઅંગે) ઉત્તરમાંથી આવતું.

nor'thern (નૉર્ધર્ન), વિ૦ ઉત્તરનું – માં રહેનારું – માં આવેલું – માંથી આવતું – નાં લક્ષણોવાળું. **~ lights,** ઉત્તર ધ્રુવ તરફનો છ મહિનાનો પ્રકાશ – પ્રભાત, સુમેરુ જ્યોતિ.

nor'therner (નૉર્ધર્નર), ના૦ ઉત્તરનો રહેવાસી અથવા વતની.

Norwe'gian (નૉર્વીજન), વિ૦ અને ના૦ નાર્વેનું (વતની અથવા ભાષા).

nose (નોઝ઼), ના૦ નાક, નાસિકા, ઘ્રાણેન્દ્રિય; સૂંઘવાની શક્તિ, નાક; નળની ટોટી, સૂંઢ; નળ કે નળીનો ઉઘાડો છેડો; નાક જેવો આગળ પડતો ભાગ, આગળનો છેડો; વહાણનો આગળનો ભાગ, નાળ. ઉ૦ક્રિ૦ સૂંઘવું, -ની વાસ લેવી; સૂંઘીને શોધી કાઢવું; કશાક પર નાક ઘસવું, -માં માથું મારવું; બીજાના ઘરની ચકચાર જોવી – સાંભળવી; (વહાણ અંગે) ખાડીમાં કે કિનારે કિનારે આગળ વધવું. **~bag,** તોબરો. **~-cone,** વિમાન કે રૉકેટનું શંકુ-આકાર નાક. **~dive,** ના૦ વિમાનનું એકદમ નીચે ઊતરવું – આવવું – તે. અ૦ક્રિ૦ એકદમ નીચે ઊતરવું – ભૂસકો મારવો. **~gay,** ફૂલોનો ગુચ્છો – કલગી. **~ring,** નથ, નથણી; નાકની વાળી; બળદ ઇ૦ના નાકમાં પરોવાતી નાથ.

no's(e)y (નોઝ઼િ), વિ૦ [વિ૦બો૦] કુતૂહલવાળું, પારકાની પંચાત કરનાર.

nosh (નૉશ), ઉ૦ક્રિ૦ [વિ૦બો૦] ખાવું અથવા પીવું. ના૦ ખાવાનું કે પીવાનું. **~-up,** (મહા)ભોજન.

nosta'lgia (નૉસ્ટૅલ્જૅ), ના૦ ઘર માટે સોરવું તે; ઘરવિયોગની માંદગી; ભૂતકાળ-(ના કોઈ સમયો)ની ઝંખના. **nosta'lgic** (-જિક), વિ૦.

no'stril (નૉસ્ટ્રિલ), ના૦ નસકોરું.

no'strum (નૉસ્ટ્રમ), ના૦ ઊંટવૈદની દવા–ઇલાજ; 'પેટંટ' દવા; પોતાને મનગમતી ઉપાયયોજના.

no'sy (નોઝ઼િ), જુઓ **nosey.**

not (નૉટ), ક્રિ૦વિ૦ નહિ, નથી. **~ half,** [વિ૦બો૦] ઘણું, પુષ્કળ.

nota bene (નોટ બે'ને), [લૅ.] નોંધ રાખજે !, સાવધાન !

notabi'lity (નોટબિલિટિ), ના૦ નામાંકિત માણસ કે વસ્તુ; નામાંકિત હોવું તે.

no'tary (નોટરિ), ના૦ દસ્તાવેજ ઘડવા તથા કાયદાના બીજાં કેટલાંક કામ કરવાની સત્તા ધરાવનાર અધિકારી. **notar'ial** (નટૅ'અરિઅલ), વિ૦ 'નોટરી' નામના અધિકારીનું–સંબંધી.

nota'tion (નોટેશન), ના૦ સંકેતચિહ્નો

દ્વારા સ્વર, સંખ્યા, જથો, ઇ૦ વ્યક્ત કરવું તે – કરવાની પદ્ધતિ, સ્વરલેખન; સંકેતલિપિ.

notch (નૉચ), ના૦ કશાકની કોરમાં કે સપાટીમાં પાડેલી ખાંચ-ખાંચો. સ૦ક્રિ૦ -માં ખાંચો પાડવી; કાપાપાડીને ગણતરી કરવી.

note (નોટ), ના૦ સંગીતનો સ્વર કે સૂર; સ્વરની લિખિત નિશાની કે ચિહ્ન; ચિહ્ન, લક્ષણ; વાદ્યની સ્વરની પટ્ટી. [બહુધા બ૦વ૦માં] ટાંચણ, નોંધ; પાનાના હાંસિયા પર કરેલી નોંધ, ટીપ; ટૂંકો કાગળ, ચિઠ્ઠી; એક રાજ્યે બીજાને મોકલેલો પત્ર, ખરીતો; ચલણી નોટ, રુક્કો; આબરૂ, નામ, પ્રતિષ્ઠા, ખ્યાતિ. સ૦ક્રિ૦ લક્ષપૂર્વક જોવું, -ની તરફ ધ્યાન આપવું; યાદ રાખવા માટે નોંધવું–ટપકાવવું. **~book,** નોંધવહી, સ્મરણિકા. **~paper,** પત્ર લખવાનો કાગળ. **no'ted** (-ટિડ), વિ૦ પ્રસિદ્ધ, મશહૂર, જાણીતું.

no'teworthy (નોટ્વર્ધિ), વિ૦ ધ્યાનમાં રાખવા જેવું, નોંધપાત્ર.

no'thing (નથિંગ), ના૦ કશું નહિ, કંઈ નહિ, જરાય નહિ; મીંડુ, શૂન્ય; નજીવી અથવા તુચ્છ વસ્તુ, બનાવ, ઇ૦. ક્રિ૦વિ૦ જરાય નહિ, કોઈ પણ રીતે નહિ.

no'thingness (નથિંગ્નિસ), ના૦ અનસ્તિત્વ; વ્યર્થતા; નગણ્યતા.

no'tice (નોટિસ), ના૦ સૂચના, ખબર; ચેતવણી, તાકીદ; જાહેરાત, ઘોષણા; ધ્યાન, લક્ષ; છાપામાં અવલોકન, સમીક્ષા કે ટીકા. સ૦ક્રિ૦ જોવું, નજર કરવી; -ને સૂચના –તાકીદ આપવી; -ને વિષે ટીકા કરવી– નોંધ લખવી.**no'ticeable**(-સબલ),વિ૦.

no'tifiable (નોટિફાયબલ), વિ૦ (રોગ કે ગુના અંગે) જાહેર આરોગ્ય અથવા પોલીસ ખાતાને જેની ખબર આપવાનું ફરજિયાત હોય એવું.

no'tify (નોટિફાઇ), સ૦ક્રિ૦ -ને સૂચના, તાકીદ કે ખબર આપવી, જાહેર કરવું. **notifica'tion** (-ફિકેશન), ના૦.

no'tion (નોશન), ના૦ કલ્પના, વિચાર, ભાવના; મનનું વલણ, ઉદ્દેશ; મત, અભિપ્રાય.[બ૦વ૦માં, અમે.] પરચૂરણ નાની નાની વસ્તુઓ, વિ૦ક૦ સોય, દોરો, બટન, ઇ૦.

no'tional (નોશનલ), વિ૦ કલ્પના -કે અનુમાન ઉપર આધારિત, કાલ્પનિક; ચિંતનાત્મક, મીમાંસાત્મક; લહેરી, વિચિત્ર.

noto'rious(નટૉરિઅસ), વિ૦ નામચીન, કુવિખ્યાત.**notori'ety**(નોટરાયટિ),ના૦.

Notts., સંક્ષેપ. Nottinghamshire.

notwithsta'nding (નૉટ્વિથ્સ્ટૅન્ડિંગ), નામ૦ અ૦ તેમ છતાં, તેની પરવા કર્યા વિના. ક્રિ૦વિ૦ તથાપિ.

nou'gat (નૂગા), ના૦ ખાંડ, મધ, બદામ, ઇ૦ની એક મીઠાઈ.

nought (નૉટ), ના૦ મીંડું, શૂન્ય; કંઈ નહિ.

noun (નાઉન), ના૦ નામ, સંજ્ઞા.

nou'rish (નરિશ), સ૦ક્રિ૦ ખોરાક આપીને પોષવું, -નું પોષણ કરવું, (મનમાં) સંઘરવું, ટકાવી રાખવું.

nou'rishment (નરિશમન્ટ), ના૦ પોષણ, પુષ્ટિ; ખોરાક.

nous (નાઉસ), ના૦ વહેવારજ્ઞાન, કોઠાસૂઝ.

Nov., સંક્ષેપ. November.

no'va (નોવૅ), ના૦ [બ૦વ૦ ~e -વી અથવા ~s] એકદમ પ્રકાશી ઊઠીને પછી ઝાંખો પડી જતો તારો.

no'vel (નૉવલ), વિ૦ નવી જાતનું, નવીન, વિચિત્ર, અપૂર્વ. ના૦ નવલકથા.

novele'tte (નૉવલે'ટ), ના૦ લઘુનવલ (કથા) [ઘણીવાર અનાદર.] **novele'ttish** (-લે'ટિશ), વિ૦.

no'velist(નૉવલિસ્ટ), ના૦ નવલકથાકાર.

nove'lla (નવેલૅ), ના૦ ટૂંકી નવલકથા કે વાર્તા.

no'velty (નૉવલ્ટિ), ના૦ નવી કે અપૂર્વ વસ્તુ અથવા ઘટના; નવીનતા; નવાઈની વસ્તુ, નાનકડું રમકડું ઇ૦.

Nove'mber (નવે'મ્બર), ના૦ નવેંબર (મહિનો).

nove'na (નવીનૅ), ના૦ [રો.કૅથ.] ઉપાસના કે પ્રાર્થનાનું નવાહ્ન સત્ર.

no'vice (નાવિસ), ના૦ ધાર્મિક સંસ્થા-

માં દીક્ષા માટે આવેલો ઉમેદવાર; ઉમેદવાર, શિખાઉ માણસ.

novi'ciate, novi'tiate, (નવિશિઅટ), નાં૦ ઉમેદવારીનો–અજમાયશનો–કાળ કે અવધિ; ધાર્મિક ઉમેદવાર–દીક્ષાર્થી.

now (નાઉ), ક્રિ૦ વિ૦ હાલ, હમણાં; થોડા વખત પર, હજી હમણાં, તાજેતરમાં. ના૦ વર્તમાન કાળ, ચાલુ ઘડી. ઉભ૦ અ૦ **~ (that)**, તેથી અથવા તેની સાથે જ. **~ and then**, અવારનવાર.

now'adays (નાઉઅડેઝ઼), ક્રિ૦ વિ૦ અને ના૦ આજકાલ(નું).

no'where (નોવે'અર), ક્રિ૦ વિ૦ અને સર્વના૦ કોઈ પણ જગ્યા(માં) નહિ, ક્યાંય નહિ.

no'xious (નૉક્શસ), વિ૦ હાનિકારક; અપથ્ય, બાધક.

no'zzle (નૉઝ઼લ), ના૦ ટોટી, ટોટીના નળનું મોઢું–સૂંઢ.

nr., સંક્ષેપ. near.

N. S., સંક્ષેપ. Nova Scotia.

N. S. P. C. C., સંક્ષેપ. National Society for Prevention of Cruelty to Children.

N.S.W., સંક્ષેપ. New South Wales.

N. T., સંક્ષેપ. New Testament.

nu'ance(ન્યૂઆંસ), ના૦ અર્થ, ભાવ, રંગ, ઇ૦ની છટા અથવા સૂક્ષ્મ ભેદ, નાજુકાઈ.

nu'bile (ન્યૂબાઈલ), વિ૦ (વિ૦ ક૦ સ્ત્રી અંગે) લગ્ન માટે યોગ્ય, નમણું, આકર્ષક, કમનીય. **nubi'lity** (-બિલિટિ), ના૦.

nu'clear (ન્યૂક્લિઅર), વિ૦ અણુકેન્દ્રનું –સંબંધી, અણુકેન્દ્રીય, અણુશક્તિ વાપરનારું. **~ energy,** અણુશક્તિ – ઊર્જા, અણુકેન્દ્રોમાં થતી પ્રતિક્રિયાઓ દરમ્યાન છૂટી થતી અથવા અવશોષિત – ભેગી થતી – ઊર્જા. **~ family,** બીજકુટુંબ, માતપિતા અને બાળકો. **~ fuel,** અણુશક્તિનું મૂળ સ્રોત.

nu'cleus (ન્યૂક્લિઅસ), ના૦ [બ૦ વ૦ **-lei** - આઇ] મધ્યવર્તી ભાગ જેની આસપાસ બીજા ભાગો એકઠા થાય છે તે વસ્તુ; અણુ, બીજ અથવા વનસ્પતિ કે પ્રાણીની કોશિકાનો કેન્દ્ર ભાગ; સાર, ગર્ભ. **nucle'ic** (ક્લીક), વિ૦.

nude (ન્યૂડ), વિ૦ નાગું, વસ્ત્રહીન. ના૦ નગ્ન માનવ આકૃતિ, ચિત્ર અથવા પૂતળું; વસ્ત્રહીન માનવ આકૃતિ. **nu'dity** (ન્યૂડિટિ), ના૦.

nudge (નજ), સ૦ ક્રિ૦ છાનામાના ધ્યાન ખેંચવા માટે કોણીવતી હળવો ધક્કો મારવો, ધીમે રહીને ધક્કો મારવો.

nu'dist (ન્યૂડિસ્ટ), ના૦ નાગો રહેનાર માણસ, આરોગ્ય માટે કે નાગા રહેવાના પુરસ્કર્તા તરીકે. **nu'dism** (-ઝ઼્મ), ના૦.

nu'gatory (ન્યૂગટરિ), વિ૦ નજીવું, નકામું, નિરર્થક; (કાયદા અંગે) વ્યર્થ બનેલું, અમલી નહિ એવું.

nu'gget (નગિટ), ના૦ કાચું સોનું ઇ૦ની લગડી –ગઠ્ઠો.

nui'sance (ન્યૂસન્સ), ના૦ ઉપદ્રવકારક વસ્તુ, કામ, માણસ કે ઘટના; ઉપદ્રવ, બલા.

null (નલ), વિ૦ અમલી નહિ એવું, રદ; ભાવશૂન્ય.

nu'llify (નલિફાઇ), સ૦ ક્રિ૦ બિનઅસરકારક બનાવવું, રદ કરવું. **nullifica'tion** (-ફિકેશન), ના૦.

nu'llity (નલિટિ), ના૦ રદ હોવું તે; રદ થયેલો કાયદો, દસ્તાવેજ, ઇ૦.

numb (નમ), વિ૦ બૂઠું, જડ, ભાવશૂન્ય, સંવેદનાશૂન્ય. સ૦ક્રિ૦ બૂઠું – જડ – બનાવવું.

nu'mber (નમ્બર), ના૦ સંખ્યા, રાશિ, સમુચ્ચય; આંકડો; સામયિક ઇ૦નો અંક; કાર્યક્રમની કલમ, ગીત, ઇ૦. સ૦ ક્રિ૦ ગણવું; નિશાની તરીકે સંખ્યાનો આંકડો માંડવો; -માં -નો સમાવેશ કરવો; -નો અમુક સરવાળો કે સંખ્યા થવી. **~ one,** પોતાની જાત, પોતે. **~-plate,** સંખ્યાંકિત તખતી, પતરું કે પાટિયું.

nu'mberless(નમ્બરલિસ),વિ૦અસંખ્ય.

nu'meral (ન્યૂમરલ), વિ૦ સંખ્યાનું, સંખ્યાવાચક. ના૦ સંખ્યાવાચક શબ્દ અથવા આંકડો.

nu'merate (ન્યૂમરિટ), વિ૦ અને ના૦ ગણિત અથવા વિજ્ઞાનના પાયાના સિદ્ધાન્તો સાથે પરિચિત(માણસ). **nu'merary** (-રરિ), ના૦.

numera'tion (ન્યૂમરેશન), ના૦ ગણના, ગણતરી.

nu'merator (ન્યૂમરેટર), ના૦ વ્યવહારી અપૂર્ણાંકનો ઉપરનો આંકડો, અંશ.

nume'rical (ન્યૂમે'રિકલ), વિ૦ સંખ્યાનું – માં – દર્શક – વાચક.

numero'logy (ન્યૂમરૉલજિ), ના૦ આંકડા પરથી ભવિષ્યકથન(ની વિદ્યા), સંખ્યાના ગૂઢાર્થ જાણવાની વિદ્યા.

nu'merous (ન્યૂમરસ), વિ૦ સંખ્યાબંધ, ઘણા.

nu'minous (ન્યૂમિનસ), વિ૦ દૈવી, દિવ્ય, ઈશ્વરીય.

numisma'tic (ન્યૂમિઝ્મૅટિક), વિ૦ સિક્કા, નાણાં કે ચંદ્રકોનું. **numisma'tics** (-ટિકસ), ના૦. **numi'smatist** (-મટિસ્ટ), ના૦.

nun (નન), ના૦ મઠમાં રહેનારી કુંવારી સ્ત્રી, સંન્યાસિની.

nu'ncio (નન્શિઓ), ના૦[બ૦વ૦ ~ s] પોપનો રાજદૂત.

nu'nnery (નનરિ), ના૦ સંન્યાસિનીઓની જમાત અથવા મઠ.

nu'ptial (નપ્શલ), વિ૦ લગ્નનું, લગ્નવિધિનું, વૈવાહિક. ના૦ [બ૦ વ૦માં] લગ્ન – વિવાહ – વિધિ અથવા સમારંભ.

nurse (નર્સ), ના૦ માંદાની સેવા કરનાર સ્ત્રી અથવા પુરુષ, પરિચારિકા; બાળકને સંભાળનાર આયા; ધાવ. ઉ૦ ક્રિ૦ -ની પરિચારિકા હોવું, -ની સંભાળ લેવી – સેવાચાકરી કરવી; ધવડાવવું; (મનમાં) સંઘરવું – પોષવું; સંચાલન કરવું; ઉછેરવું; છાતીસરસું ચાંપવું, કાળજીપૂર્વક પકડવું. **nursing home** ખાનગી ઇસ્પિતાલ.

nur's(e)ling (નર્સ્લિંગ), ના૦ ધાવણું બચ્ચું – બાળક, વિ૦ ક૦ ધાવવાના સંદર્ભમાં.

nur'sery (નર્સરિ), ના૦ બાળકોની સંભાળ રાખવાની જગ્યા; વિશિષ્ટ ગુણો અને શક્તિઓનું સંવર્ધન કરવાની સંસ્થા અથવા સાધના; ધરુવાડી. **~man,** ધરુવાડીનો માલિક કે તેમાં કામ કરનારો. **~ rhyme,** બાળજોડકણું. **~ school,** બાળમંદિર, બાળવાડી.

nur'ture (નર્ચર), ના૦ ઉછેરવું તે, ઉછેર; પાલનપોષણ; સંભાળ; આહાર, પોષણ. સ૦ ક્રિ૦ ઉછેરવું, સંવર્ધન કરવું, કેળવણી આપવી.

N.U.S., સંક્ષેપ. National Union of Students.

nut (નટ), ના૦ કવચ કોટલાથી ઢંકાયેલું ગરવાળું ફળ(બદામ, અખરોટ, ઇ૦); [વિ૦ બો૦] માથું; [વિ૦ બો૦] તરંગી માણસ, ચક્રમ; પેચની માદા, ચાકી; કોલસાનો ગઠ્ઠો, માખણનું ચોસલું; [બ૦ વ૦માં વિ૦ તરીકે] ચસકેલું, ગાંડું. સ૦ ક્રિ૦ બદામ ઇ૦ કવચવાળાં ફળ વીણવાં – શોધવાં. **off one's ~,** ચસકી ગયેલું. **~-brown,** પાકેલી હેઝલની બદામના રંગનું. **~-case,** તરંગી – દીવાનું – માણસ. **~-crackers,** સૂડી, સૂડો. **~-hatch,** કાષ્ઠફળ, જીવડાં, ઇ૦ ખાનારું એક નાનું ચડનારું પક્ષી. **~-tree,** હેઝલ (બદામ)નું ઝાડ.

nuta'tion (ન્યૂટેશન), ના૦ ગરદન કે માથું હલાવવું તે; પૃથ્વીની ધરીનું સ્પંદન, અક્ષવિચલન.

nu'tmeg (નટ્મે'ગ), ના૦ જાયફળ.

nu'tria (ન્યૂટ્રિઅ), ના૦ દ. અમેરિકાના ઉંદર જેવા એક પ્રાણીની રુવાંટીવાળી ચામડી.

nu'trient (ન્યૂટ્રિઅન્ટ), વિ૦ અને ના૦ પોષક(પદાર્થ).

nu'triment (ન્યૂટ્રિમન્ટ), ના૦ પૌષ્ટિક ખોરાક.

nutri'tion (ન્યૂટ્રિશન), ના૦ ખોરાક; પોષણ.

nutri'tious (ન્યૂટ્રિશસ), વિ૦ પોષક, કૌવત આપનાર.

nu'tritive (ન્યૂટ્રિટિવ), વિ૦ પોષક, પોષણનું -ને લગતું.

nu'tty (નટિ), વિ૦ કવચવાળા ફળોથી

ભરપૂર – ના સ્વાદવાળું. [વિ૦બો૦] દીવાનું, ચસકેલ.

nux vo'mica (નક્સ્વૉમિકૅ નાo ઝેરી કચોલું, જેમાંથી 'સ્ટ્રિકનીન' નીકળે છે.

nu'zzle (નઝ્લ), ઉ૦ ક્રિ૦ નાકવતી સૂંઘવું, અડવું, દબાવવું, ઘસવું, ખોદવું; હૂંફ માટે વળગી રહેવું – પડખે વળગીને સૂવું.

N.W., સંક્ષેપ. North-West(ern).

N.Y., સંક્ષેપ. New York.

ny'lon (નાઇલન), ના૦ રેશમના જેવું મજબૂત સુંવાળું પ્લાસ્ટિક દ્રવ્યનું કાપડ, નાઇલોન; [બ૦ વ૦માં] તેનાં લાંબા મોજાં.

nymph(નિમ્ફ),ના૦ વન, પાણી, દરિયો, ઇ૦ની એક પૌરાણિક દેવતા,અપ્સરા;[પ્રાણી.] કેટલાંક જંતુઓનું અપક્વ સ્વરૂપ.

nymphoma'nia (નિમ્ફમેનિઅ),ના૦ સ્ત્રીઓમાં કામવાસનાનો અતિરેક. **nymphoma'niac** (-ઍક), ના૦.

N.Z., સંક્ષેપ. New Zealand.

O

O[1] (ઓ), ના૦ મીંડું, શૂન્ય.

O[2], ઉદ્ગાર૦ સંબોધન કરતાં નામ સાથે અથવા ઇચ્છા, વિનંતિ વ્યક્ત કરવા વપરાય છે, ઓ, અરે !.

O., સંક્ષેપ. Ohio; O level, ordinary level.

oaf (ઓફ), ના૦ અણઘડ, મૂર્ખો, બાઘુડ.

oa'fish (-ફિશ), વિ૦ મૂર્ખ.

oak (ઓક), ના૦ મજબૂત લાકડાવાળું એક જંગલનું ઝાડ, તેનું લાકડું **~-apple, -gall, -wart**, ઓક ઝાડ પર ચોટેલી કીડાઓની હગાર કે વમનથી બનતો ગુંદર જેવો પદાર્થ.

oa'ken (ઓકન), વિ૦ ઓકનું (બનેલું).

oa'kum (ઓકમ), ના૦ દોરડા કે તેના કકડા ઉકેલીને કરેલા કૂચા જે વહાણની ફાટો પૂરવામાં વપરાય છે.

O.A.P., સંક્ષેપ. old-age pensioner.

oar (ઑર), ના૦ હલેસું, ચાટવો; હલેસાં મારનાર ખલાસી.

oar'sman (ઑર્ઝ્‌મન), ના૦ [બ૦વ૦ **-men**] હલેસાં મારનાર મરદ. **oar'swoman** (-વુમન),ના૦ બ૦વ૦] **-women**].

oa'sis (ઓએસિસ), ના૦ રણમા આવેલી ફળદ્રુપ જગ્યા–હરિયાળી, તડ.

oast (ઓસ્ટ), ના૦ 'હૉપ'નાં ફળ સુકવવાની ભઠ્ઠી. **~-house**, એવી ભઠ્ઠીવાળું મકાન.

oat (ઓટ), ના૦ ઠંડા પ્રદેશનું એક જાતનું અનાજ, 'ઓટ'; ઓટને મળતું ઊંચું ઘાસ. **~cake**, ઓટના લોટની મોણ વિનાની પાતળી રોટી–કેક. **~meal**, ઓટનો લોટ; હરણના જેવો બદામી રંગ. **oa'ten** (-ટન), વિ૦ ઓટનું–ના જેવું.

oath (ઓથ), ના૦ [બ૦વ૦માં ઉચ્ચાર ઓધ્ઝ્] પરમેશ્વર, કોઈ પવિત્ર કે બિયામણી વસ્તુના સમ, સોગન, પ્રતિજ્ઞા; અપશબ્દ, શાપ, ગાળ.

ob., સંક્ષેપ. *obiit*, died.

obbliga'to(ઑબ્લિગાટો), વિ૦ અને ના૦ [બ૦વ૦ **~s**]. [સં.] રચના કે ગાયનનું આવશ્યક અંગભૂત (ભાગ અથવા સાથ).

o'bdurate (ઑબ્ડ્યુરટ), વિ૦ કઠોર, રીઢું; હઠીલું, દુરાગ્રહી. **o'bduracy** (-રસિ), ના૦ કઠોરતા; રીઢાપણું.

O.B.E., સંક્ષેપ. Officer (of the Order) of the British Empire

obe'dience (અબીડિઅન્સ), ના૦

આજ્ઞાપાલન, આજ્ઞાધારકપણું; આજ્ઞાધીનતા; આજ્ઞાનુસરણ.

obe'dient (અબીડિઅન્ટ), વિ૰ આજ્ઞાધારક, કહ્યાગરું; કર્તવ્યતત્પર.

obei'sance (અબેસન્સ), ના૰ નમસ્કાર, પ્રણામ,પ્રણિપાત.**obei'sant**(-સન્ટ),વિ૰.

o'belisk (ઑબલિસ્ક), ના૰ બહુધા અખંડ પથ્થરનો ચાર પાસાંવાળો અણીદાર ટોચવાળો થાંભલો–સ્મારક સ્તંભ.

o'belus (ઑબલસ), ના૰ [બ૰વ૰-**li**, -લાઇ] હસ્ત લિખિતમાં ખોટા શબ્દનું કે નોંધનું દર્શક ચિહ્ન, ઉલ્લેખ કે નિર્દેશનું ચિહ્ન (+).

obe'se (અબીસ), વિ૰ ખૂબ જાડું, સ્થૂળ. **obe'sity** (-એ'સિટિ), ના૰ સ્થૂળપણું, મેદવૃદ્ધિ.

obey' (અબે), ઉ૰ક્રિ૰ -ની આજ્ઞા પાળવી, -નું કહ્યું કરવું.

o'bfuscate (ઑબ્ફસ્કેટ), સ૰ક્રિ૰ ધૂંધળું–અસ્પષ્ટ–કરવું, અંધારું કરવું, ઉપર અંધારપછેડો નાખવો; મૂંઝવવું; સ્તિમિત કરવું. **obfusca'tion** (-કેશન), ના૰.

obiter di'ctum (ઑબિટર્ ડિક્ટમ), ના૰ [બ૰વ૰-*dicta*] પોતાના ચુકાદામાં ન્યાયાધીશે પ્રસંગવશાત્ વ્યક્ત કરેલો અભિપ્રાય જે બંધનકારક નથી હોતો; સહેજે કહેલી વાત.

obi'tuary (અબિટ્યુઅરિ), ના૰ મૃત્યુનોંધ; મરનારનું ચરિત્ર આપતો મૃત્યુલેખ. વિ૰ મૃત્યુનોંધ લેનારું; મયતને લગતું.

o'bject (ઑબ્જિક્ટ), ના૰ (ઇન્દ્રિયગોચર)વસ્તુ, પદાર્થ; ક્રિયા કે ભાવનાના વિષયીભૂત વ્યક્તિ કે વસ્તુ; હેતુ, ઉદ્દેશ; [વ્યાક.] કર્મ. **no ~**, ખાસ મહત્ત્વ વિનાની વસ્તુ. ઉ૰ ક્રિ૰ (અબ્જે'ક્ટ) વાંધો ઉઠાવવો; વિરોધ–અણગમો–વ્યક્ત કરવો; -ને વિષે અણગમો–નામરજી–હોવી. **~-glass**, દૂરબીનમાંનો પદાર્થની પાસેમાં પાસેનો કાચ. **obje'ctor**(-જે'ક્ટર), ના૰.

obje'ctify (અબ્જે'ક્ટિફાઇ), સ૰ક્રિ૰ ઇન્દ્રિયગોચર કે ઇન્દ્રિયગ્રાહી બનાવવું; વિષય બનાવવું; -ને મૂર્ત રૂપ આપવું.

obje'ction (અબ્જે'ક્શન), ના૰ વાંધો ઉઠાવવો તે; વાંધો, હરકત, સામી તકરાર; નાપસંદગી કે અણગમો (જાહેર કરવો તે).

obje'ctionable(અબ્જે'ક્શનબલ),વિ૰ વાંધાભરેલું, વાંધો લેવા જેવું; અનિચ્છનીય; અણગમતું.

obje'ctive (અબ્જે'ક્ટિવ), વિ૰ મનની બહારનું; પ્રત્યક્ષ અસ્તિત્વવાળું, વાસ્તવિક; અંગત ભાવના કે અભિપ્રાયથી અસ્પૃષ્ટ, વસ્તુનિષ્ઠ; [વ્યાક.] કર્મ સંબંધી – તરીકે વપરાયેલું. ના૰ દ્વિતીયા – કર્મની – વિભક્તિ; સાધ્ય, લક્ષ્ય. **obje'ctivism** (-વિઝ્મ), ના૰. **objecti'vity** (-વિટિ), ના૰.

objet d'art (ઑબ્ઝેડાર), ના૰ [બ૰વ૰ -*jets*, ઉચ્ચાર એ જ] નાનકડી કલાત્મક વસ્તુ.

o'bjurgate (ઑબ્જર્ગેટ) સ૰ક્રિ૰ ઠપકો આપવો, વઢવું, -ની ઝાટકણી કાઢવી.

o'blate[1] (ઑબ્લેટ), ના૰ સમર્પિત જીવનવાળી વ્યક્તિ.

o'blate[2], વિ૰ (ગોળા અંગે) છેડા આગળ ચપટું.

obla'tion (અબ્લેશન), ના૰ દેવને અર્પણ કરેલી વસ્તુ, બલિ; ધર્માર્થ દેણગી. **obla'tional** (-નલ), વિ૰. **o'blatory** (ઑબ્લટરિ), વિ૰.

o'bligate (ઑબ્લિગેટ), સ૰ક્રિ૰ કશુંક કરવા વગેરે બાંધી લેવું – ફરજ પાડવી.

obliga'tion (ઑબ્લિગેશન), ના૰ બંધનકારક કરાર; લિખિત કરાર કે બંધન, કરારનામું; ફરજ, કર્તવ્ય; ઉપકાર; તે બદલ આભાર, પાડ;

obli'gatory (અબ્લિગટરિ), વિ૰ બંધનકારક; આવશ્યક, ફરજિયાત(વૈકલ્પિક નહિ).

obli'ge (અબ્લાઇજ), ઉ૰ક્રિ૰ કરાર ઇ૰થી બાંધી દેવું; ફરજ પાડવી, આવશ્યક બનાવવું; -ને બંધનકારક હોવું; -ની કોઈ સેવા કરવી, -ની ઉપર ઉપકાર કરવો. **obli'ged** (અબ્લાઇજ્ડ). વિ૰ ઉપકૃત, અનુગૃહીત; કૃતજ્ઞ.

obli'ging (અબ્લાઇજિંગ),વિ૰ પરોપકારી, પરગજુ; બીજાની સગવડ સાચવનારું.

obli'que (અબ્લીક), વિ૰ ત્રાંસું, તિરકસ; સીધી લીટી કે માર્ગથી ફંટાતું–દૂર જતું; સીધું મુદ્દા પર ન આવનારું, આડકતરું; [વ્યાપક, વિભક્તિ અંગે] પ્રથમા અને સંબોધન સિવાયની. ના૰ ત્રાંસી લીટી. **obli'quity** (-ક્વિટિ), ના૰.

obli'terate (અબ્લિટરેટ), સ૰ ક્રિ૰ ભૂસી નાખવું, ઘસી કાઢવું, ઉચ્છેદ કરવો. **oblitera'tion** (-રેશન), ના૰.

obli'vion (અબ્લિવિઅન), ના૰ વિસ્મૃતિ, ભુલાવો, વિસારો.

obli'vious (અબ્લિવિઅસ), વિ૰ ભૂલે એવું; ભુલાવનારું. **~ of, to**, -ની જાણ કે ભાન વિનાનું.

o'blong (ઑબ્લૉંગ), વિ૰ અને ના૰ લંબચોરસ કે લંબગોળ (આકૃતિ અથવા વસ્તુ).

o'bloquy (ઑબ્લક્વિ), ના૰ અપવાદ, નિંદા, ટીકા; ભૂંડું બોલવું તે, અપકીર્તિ.

obno'xious (અબ્નૉક્શસ), વિ૰ ત્રાસદાયક, પીડાકારક; ભૂંડું, અણગમતું; વાંધાભરેલું.

o'boe (ઓબો), ના૰ ઊંચા સ્વરનું મોઢે વગાડવાનું વાદ્ય, શરણાઈ.

obsce'ne (અબ્સીન), વિ૰ અશ્લીલ, બીભત્સ; ગંદું, મેલું; [કા.; પ્રકાશન અંગે] નીતિભ્રષ્ટ કરનારું; [વાત,] ઘૃણાસ્પદ **obsce'nity** (-નિટિ), ના૰.

obscur'antism (અબ્સ્ક્યુઅરૅન્ટિઝ્મ), ના૰ જિજ્ઞાસા, જ્ઞાન કે સુધારાનો વિરોધ, પુરાણપંથ, રૂઢિવાદ. **obscura'ntist** (રૅન્ટિસ્ટ), ના૰.

obscur'e (અબ્સ્ક્યુઅર), વિ૰ અંધારાવાળું, ઝાંખું; અસ્પષ્ટ; ઢંકાયેલું, છૂપું; ખાસ જાણીતું નહિ એવું. સ૰ ક્રિ૰ અસ્પષ્ટ, ઝાંખું, દુર્બોધ બનાવવું; દેખાતું બંધ કરવું. **obscura'tion** (-રેશન), ના૰. **obscur'ity** (-રિટિ), ના૰.

o'bsequies (ઑબ્સિક્વિઝ્) ના૰ બ૰ વ૰ અન્ત્યવિધિ, પ્રેતસંસ્કાર.

obse'quious (અબસીક્વિઅસ), વિ૰ ખુશામતિયું, ગુલામ જેવું, હા જી હા કરનારું.

obser'vance (અબ્ઝ઼ર્વન્સ), ના૰ (કાયદો, કર્તવ્ય, ઇ૰નું) પાલન, પાળવું તે; અનુષ્ઠાન, વિધિ; વ્રત.

obser'vant(અબ્ઝ઼ર્વન્ટ),વિ૰બારીકાઈથી જોનાર, નિયમ ઇ૰ ચીવટથી પાળનાર.

observa'tion (અબ્ઝ઼ર્વેશન), ના૰ અવલોકન, નિરીક્ષણ; ટીકા, શેરો.

obser'vatory (અબ્ઝ઼ર્વટરિ), ના૰ વેધશાળા, ગ્રહનક્ષત્રો તથા હવામાનમાં પરિવર્તનોનું નિરીક્ષણ કરવા માટેની ઇમારત.

obser've (અબ્ઝ઼ર્વ), ઉ૰ ક્રિ૰ પાળવું, પાલન કરવું; અનુસરવું; -ની તરફ ધ્યાન આપવું; બારીકાઈથી જોવું, તપાસવું; ટીકા કરવી, અભિપ્રાય વ્યક્ત કરવો.

obse'ss (અબ્સે'સ), સ૰ ક્રિ૰ (ભૂત, ભ્રમ, ઇ૰એ) ઘેરવું, ગ્રસવું, મનનો કબજો લેવો, વળગવું, સતાવવું. **obse'ssion** (-સે'શન), ના૰. **obse'ssional** (-સે'શનલ), વિ૰. **obse'ssive** (-સે'સિવ), વિ૰.

obsi'dian (અબ્સિડિઅન), ના૰ કાચના જેવો જ્વાળામુખીનો રસ અથવા ખડક.

obsole'scent (ઑબ્સલેસન્ટ), વિ૰ ધીમે ધીમે પ્રચારમાંથી કે વપરાશમાંથી નીકળી જતું, લુપ્ત થતું. **obsole'scence** (-સન્સ) ના૰.

o'bsolete (ઑબ્સલીટ), વિ૰ વપરાશ કે પ્રચારમાંથી ગયેલું, કાલગ્રસ્ત.

o'bstacle (ઑબ્સ્ટકલ), ના૰ વિઘ્ન, અંતરાય, નડતર.

obste'tric(al) (અબ્સ્ટે'ટ્રિક (લ), વિ૰ પ્રસવ કે સુવાવડનું–સંબંધી, સૂતિકાશાસ્ત્રનું–સંબંધી. **obste'trics** (-ટ્રિક્સ), ના૰ બ૰વ૰. **obstetri'cian** (-ટ્રિશન),ના૰.

o'bstinate (ઑબ્સ્ટિનિટ), વિ૰ જિદ્દી હઠીલું, મમતવાળું. **o'bstinacy** (-નસિ), ના૰.

obstre'perous (અબ્સ્ટ્રે'પરસ), વિ૰ ઘોંઘાટ કરનારું, તોફાની, બેકાબૂ.

obstru'ct (અબ્સ્ટ્રક્ટ), સ૰ ક્રિ૰ -માં આડખીલી નાખવી, -ની આડે આવવું, રૂંધવું, રોકવું; પ્રગતિ કુંઠિત કરવી – અટકાવવી.

obstru'ction (અબ્સ્ટ્રક્શન), નાο રૂંધવું – રૂંધાવું – તે; અટકાવવું તે, વિο કο જાણીજોઈને વિલંબ કરીને પાર્લમેન્ટનું કામ અટકાવવું તે; વિઘ્ન, અડચણ, પ્રતિબંધ. **obstru'ctionist** (-નિસ્ટ), નાο.

obstru'ctive (અબ્સ્ટ્રક્ટિવ), વિο પ્રતિબંધક, અવરોધક, ઢીલમાં નાખનારું.

obtai'n (અબ્ટેન), ઉοક્રિο મેળવવું, સંપાદન કરવું, -ને મળવું; -માં મળવું, -માં પ્રચલિત – રૂઢ – હોવું.

obtru'de (અબ્ટ્રૂડ), સοક્રિο વગર બોલાવે કે માગ્યે વારે વારે આગળ આવવું, મૂકવું કે ઘૂસવું – ઘુસાડવું; પરાણે વળગાડવું. **obtru'sion** (-ટ્રૂઝન), નાο. **obtru'sive** (-ટ્રૂસિવ), વિο.

obtu'se (અબ્ટ્યૂસ), વિο બૂઠું, અણી કે ધાર વિનાનું; (ખૂણા અંગે) પહોળો, ૯૦° થી મોટો અને ૧૮૦°થી નાનો; જડ, મંદબુદ્ધિ.

o'bverse (ઑબ્વર્સ), નાο સિક્કા કે મુદ્રાની મુખ્ય આકૃતિની કે છાપવાળી બાજુ; આગળની કે ઉપરની (દર્શની) બાજુ; પ્રતિરૂપ, પ્રતિપક્ષ.

o'bviate (ઑબ્વિએટ), સοક્રિο અંતરાયરહિત કરવું, દૂર કરવું, નિવારણ કરવું; ટાળવું; પહોંચી વળવું.

o'bvious (ઑબ્વિઅસ). વિο તરત જોઈ કે સમજી શકાય એવું, દેખીતું, સ્પષ્ટ, ઉઘાડું.

O.C., સંક્ષેપ. Officer Commanding.

ocar'ina (ઓકરીનૅ), નાο ઈંડાના આકારનું માટી કે ધાતુનું મોઢે વગાડવાનું સુષિર વાદ્ય.

occa'sion (અકેઝન), નાο અનુકૂળ – યોગ્ય – સમય; તક, લાગ; પ્રયોજન, કારણ; ખાસ બનાવ, પ્રસંગ. સοક્રિο -ને માટે પ્રસંગ કે કારણ બનવું, પ્રસંગવશાત્ કરવું.

occa'sional (અકેઝનલ), વિο અવારનવાર થતું – કરાતું, પ્રાસંગિક. ~ **table**, આવશ્યકતા પ્રમાણે વાપરવાનું નાનું ટેબલ.

occa'sionally (અકેઝનલિ), ક્રિοવિο અવારનવાર, કેટલીક વાર.

O'ccident (ઑક્સિડન્ટ), નાο પશ્ચિમ (ના દેશો), વિοકο **orient**થી ઊલટું. **occide'ntal** (-ડે'ન્ટલ), વિο.

o'cciput (ઑક્સિપટ), નાο માથાનો પાછળનો ભાગ. **occi'pital**(-પિટલ), વિο.

occlu'de (અક્લૂડ), સοક્રિο કાણું ઇο બંધ કરવું, પૂરી દેવું, -માં આડખીલી નાખવી; (રસા.; વાયુઓને) શોષી લેવું. **occlu'sion** (-ઝન), નાο.

occu'lt (અકલ્ટ), વિο ગુપ્ત, ગુહ્ય; ગૂઢ, ગહન; અલૌકિક તત્ત્વવાળું. રહસ્યમય; જાદુઈ.

o'ccupant (ઑક્યુપન્ટ), નાο મિલકતનો કબજો ધરાવનાર, હોદ્દા પર અધિષ્ઠિત, કોઈ જગ્યામાં રહેનાર કે ભોગવટો કરનાર. **o'ccupancy** (-પન્સિ), નાο.

occupa'tion (ઑક્યુપેશન), નાο કબજો (લેવો – હોવો – તે); નોકરી, વ્યવસાય, ધંધો.

occupa'tional (આક્યુપેશનલ), વિο પોતાના વ્યવસાયને કે વ્યવસાયને લગતું –ને કારણે થતું, વ્યાવસાયિક. ~ **disease, hazard**, વિશિષ્ટ વ્યવસાયને કારણે થતો રોગ કે તેમાં રહેલું જોખમ. ~ **therapy**, વ્યાવસાયિક ચિકિત્સા, વ્યવસાય દ્વારા રોગ નિવારણનો ઉપચાર.

o'ccupier (ઑક્યુપાયર), નાο ઘર કે જમીનનો વિοકο થોડા વખત માટે કે પેટા ભાડવાત કે ગણોતિયા તરીકે કબજો ધરાવનાર – ઘરમાં રહેનાર કે જમીન ખેડનાર માણસ.

o'ccupy (ઑક્યુપાઇ), સοક્રિο -નો કબજો લેવો; -માં રહેવું – રહેવા જવું; વિοકο રાજકીય પ્રદર્શન દાખલ કોઈ ઇમારત ઇοમાં દાખલ થવું; હોદ્દો ધારણ કરવો; ભરવું, વ્યાપવું, રોકવું, અંદર હોવું; કામમાં લાગેલા હોવું.

occur' (અકર), અοક્રિο જોવામાં આવવું, મળવું, હોવું, (કોઈ જગ્યામાં કે સ્થિતિમાં); -ના મનમાં આવવું, સૂઝવું; થવું, બનવું.

occu'rrence (અકરન્સ), નાο થવું તે, બનાવ, ઘટના.

o'cean(ઓશન), નાο મહાસાગર; દરિયો, સમુદ્ર; **ocea'nic** (ઓશિઍનિક), વિο.

oceano'graphy (ઓશનૉગ્રફિ), નાο

મહાસાગરોની કુદરતી ભૂગોળ, મહાસાગરોને લગતી વિદ્યા. **oceano'grapher** (-ગ્રફર), ના૦.

ocel'ot (ઑસિલૉટ) ના૦ દીપડાને મળતું દ. અમે.નું એક પ્રાણી.

och (ઑક), ઉદ્ગાર૦ [સ્કૉ. અને આઇ.] આશ્ચર્ય કે દુ:ખનો. ઓ, આ.

o'chre (ઑકર), ના૦ લાલ પીળા રંગની માટી; ગેરુઓ રંગ. **o'chrous** (ઑક્રસ), વિ૦ ગેરુઆ રંગનું, ભગવું.

o'clo'ck (ઑક્લૉક), ક્રિ૦ વિ૦ વાગે.

oct-, octa-, octo-, સંયોગીરૂપ. આઠ, અષ્ટ.

Oct., સંક્ષેપ. October.

o'ctagon (ઑક્ટગન), ના. અષ્ટકોણ, અષ્ટભુજ. **octa'gonal**(ઑક્ટૅગનલ),વિ૦.

octahe'dron (ઑક્ટહીડ્રન), ના૦ અષ્ટપાર્શ્વ ઘન, આઠ (બહુધા) સમભુજ ત્રિકોણની મળીને બનેલી ઘન આકૃતિ. **octahe'dral** (-હીડ્રલ), વિ૦.

o'ctane (ઑક્ટેન), ના૦ પૅરૅફિન માલિકાનો હાઇડ્રોકાર્બન. **high-~,** (અંતર્જ્વલન ઍંજિનના ઇંધન અંગે) સારા પ્રત્યાઘાતી ગુણોવાળું, પાવરસ્ટ્રોક દરમ્યાન એકદમ સ્ફોટિત ન થનારું.

o'ctave (ઑક્ટિવ), ના૦ [સં.] અષ્ટક; સ્વરાષ્ટક; [ભારતીય સં] સપ્તક, કોઈ સ્વર કે તેની ઉપરના કે નીચેના આઠમા સ્વર વચ્ચેનો ગાળો.

octa'vo (ઑક્ટેવો), ના૦ [બ૦વ૦ ~s] ત્રણ વખત વાળીને આઠ પાના બનાવેલો કાગળ-તાવ, અષ્ટપત્રી-સોળ પૃષ્ઠવાળા-ફરમાનું પુસ્તક.

octe't(te) (ઑક્ટે'ટ), ના૦ આઠ ગાયક કે વાદક(માટેની રચના-ગાયન, પદ્ય); અષ્ટક.

Octo'ber (ઑક્ટોબર), ના૦ ઑક્ટોબર માસ.

octogenar'ian (ઑક્ટજિને'અરિઅન), વિ૦ અને ના૦ ૮૦ અને ૮૯ વચ્ચેના વરસની (વ્યક્તિ).

o'ctopus (ઑક્ટપસ), ના૦ આઠ હાથ, સૂંઢ કે પગવાળું એક દરિયાઈ પ્રાણી.

o'cular (ઑક્યુલર), વિ૦ આંખ અથવા દૃષ્ટિ કે નજરનું-માટેનું-વાળું, આંખે જોઈ શકાય એવું, પ્રત્યક્ષ.

o'culist (ઑક્યુલિસ્ટ) ના૦ નેત્રવૈદ્ય-ચિકિત્સક.

odd (ઑડ), વિ૦ (સંખ્યા અંગે) વિષમ, બેથી ન ભગાય એવું, વધારાનું; પ્રાસંગિક, નૈમિત્તિક; આકસ્મિક; અસાધારણ, વિચિત્ર. **~ job,** નૈમિત્તિક-તાત્પૂરતું-છૂટું-કામ.

o'ddity (ઑડિટિ), ના૦ વિચિત્રતા; વિચિત્ર લક્ષણ, વિલક્ષણતા; વિચિત્ર માણસ.

o'ddment (ઑડ્મન્ટ),ના૦ જૂની પુરાણી વસ્તુ; બાકી રહેલી વસ્તુ.

odds (ઑડ્ઝ), ના૦ બ૦ વ૦ લાભકારક તફાવત; મતભેદ, ઝઘડો; અંતર વિષમતા; સુવિધા, હોડમાં બકેલી રકમો અને હોડમાં બકનારાઓ વચ્ચેનું પ્રમાણ; અમુક-અનુકૂળ કે પ્રતિકૂળ-પરિણામ આવવાની શક્યતા. **~ and ends,** પરચૂરણ-બાકી રહેલી-વસ્તુઓ. **~-on,** હાર કરતાં જીત થવાનો વધુ સંભવ હોય એવી પરિસ્થિતિ.

ode (ઓડ), ના૦ ઉદાત્ત શૈલી અને સૂરવાળું ગેય કાવ્ય.

o'dious (ઓડિઅસ), વિ૦ તિરસ્કારપાત્ર, અણગમતું

o'dium (ઓડિઅમ), ના૦ સામાન્ય તિરસ્કાર કે અપ્રીતિ, ફિટકાર: નાપસંદગી.

odori'ferous (ઓડરિફરસ), વિ૦ ગંધ, વિ૦ક૦ સુગંધ, ફેલાવનારું.

o'dour (ઓડર), ના૦ ગંધ, વાસ (સારી-અથવા નરસી), સુગંધ. **o'dorous** (-રસ), વિ૦.

o'dyssey (ઑડિસિ), ના૦ લાંબી જોખમકારક-કષ્ટદાયક-યાત્રા(નું વર્ણન).

O.E.D., સંક્ષેપ. Oxford English Dictionary.

Oe'dipus (ઈડિપસ), ના૦ **~ complex,** બાળકનું વિ૦ ક૦ માતા પ્રત્યેનું લૈંગિક આકર્ષણ, માતૃરતિ, માતૃગ્રંથિ. **Oe'dipal** (-પલ). વિ૦.

oeso'phagus (ઈસૉફગસ), ના૦ મોઢાથી પેટ સુધીની અન્નનળી; ગળું.

of (અવ, ભાર માટે ઑાવ), સંબંધસૂચક અ૦ -નું–નો–ની [બ૦ વ૦ -નાં–ના–ની], -ની માલિકીનું; -થી(અંતરે); ને વિષે, બાબત; –ને લીધે, માટે; -માંથી, પેકી; –માં; સંબંધી, અંગેનું.

off (ઑાફ), ક્રિ૦ વિ૦ આઘે, દૂર; અંતર પર,અંતરે; પોતાની જગ્યાએથી ખસી ગયેલું; છૂટું, જુદું, જતું રહેલું; બંધ પડેલું–કરેલું. નામ૦અ૦ -થી (દૂર), -માથી; ઉપર નહિ રહેલું, ખસેલું. વિ૦ દૂરનું, અંતરે આવેલું; જમણી બાજુનું; વાસી, ઊતરી ગયેલું; [ક્રિકેટ] રમનાર બૅટધારીની સામેની બાજુ તરફ–બાજુએથી–બાજુમાંનું. ના૦ બૅટધારીની સામેની બાજુ. **~ and on**, અવારનવાર, રહી રહીને, વચ્ચે વચ્ચે. **~-beat,** [વાત.] ચાલુ ઘરેડ કે રૂઢિથી જુદું, અસામાન્ય. **~ colour**, સ્વાસ્થ્ય બગડ્યું હોય એવું. **~hand**, વિ૦ કશી તૈયારી કે વિચાર કર્યા વિનાનું; તોછડું **~-licence**, દારૂ ઇ૦ પીઠાની બહાર લઈ જઈ ને વાપરવા માટે વેચવાનો પરવાનો ધરાવનાર દુકાન ઇ૦).**~-peak**, કામનો બોજો અને અવરજવરનો ધસારો ન હોય તે વખતે વાપરવા માટેનું. **~'print**, પ્રકાશિત કરેલા લખાણના ભાગની ફરી કે અલગ છાપેલી નકલ. **~-putting**, [વાત.] ઘૃણા ઉપજાવે એવું, અસ્વસ્થ કરે એવું. **~shoot**, આડો ફાંટો–ફણગો, ફંટાયેલી શાખા. **~side**, [ફુટ.] દડો અને સામાવાળાના ગોલની વચ્ચે. વિ૦ ક૦ જ્યારે રમનાર દડાને મારી શકે નહિ ત્યારે. **~ white**, કાબરી કે પીળી રંગછટાવાળું.

o'ffal (ઑાફલ), ના૦ કચરો, એઠવાડ; કસાઈ એ નાખી દીધેલા પ્રાણીના ખાદ્ય અવયવો; મુડદાલ માંસ.

offe'nce (અફે'ન્સ), ના૦ મર્યાદાભંગ, અતિક્રમણ, દુર્વર્તન ગુનો, અપરાધ; હુમલો; માઠું લગાડવું–લાગવું–તે; ગુસ્સો, રીસ; નામરજી. ઇતરાજી.

offe'nd (અફે'ન્ડ), ઉ૦ ક્રિ૦ મર્યાદાભંગ કરવો; લાગણી કે મન દૂભવવું, ખોટું લગાડવું; -ની ઉપર જુલમ કરવો.

offe'nsive (અફે'ન્સિવ), ના૦ આક્રમણ કરનારું, આક્રમણાત્મક; અપમાનકારક; કંટાળો ઉપજાવે એવું; નફરત પેદા કરે એવું; ખોટું લાગે એવું. ના૦ લડાઈમાં પહેલું, પગલું, હુમલો–(કરવો તે), આક્રમણ, ચડાઈ.

o'ffer (ઑાફર), ઉ૦ક્રિ૦ (નૈવેદ્ય તરીકે) લેવા માટે આગળ ધરવું, આહુતિ ઇ૦ અર્પણ કરવું; કશુંક કરવાની તૈયારી બતાવવી; આપવા માંડવું; પ્રયત્ન કરવો. ના૦ આપવા – કરવા – વેચવા -ની તૈયારી બતાવવી તે; કહેણ, માગું (વિ.ક. લગ્નનું); લિલામમાં માગણી, આપવા કહેલી કિંમત. **o'ffering** (-રિંગ), ના૦ બલિ, આહુતિ, નૈવેદ્ય

o'ffertory (ઑાફર્ટરિ), ના૦ પ્રાર્થના વખતે ઉઘરાવેલો ફાળો – નાણાં.

o'ffice (ઑાફિસ), ના૦ ફરજ, કર્તવ્ય કામ, કાર્ય; કર્તવ્યો સાથેની અધિકારની જગ્યા, હોદ્દો, પદ; હોદ્દાની અવધિ, અધિકૃત પૂજાવિધિ – ઉપાસના, કાર્યાલય, કચેરી ઑાફિસ; વિશિષ્ટ હેતુસર ખોલેલું ખાતું સ્થાનિક શાખા કે મંડળી (કંપની); [બ૦વ૦ માં] ઘરકામ ઇ૦ માટેનાં ઓરડાં.

o'fficer (ઑાફિસર), ના૦ સરકારી અમલદાર, અધિકારી, કોઈ સંસ્થાને કાર્યકર્તા, અધિકારી; લશ્કરનો સનદી અમલદાર; મંડળીનો પ્રમુખ, કોશાધ્યક્ષ, ઇ૦

offi'cial (અફિશલ), વિ૦ કોઈ હોદ્દો પદનું –ને લગતું, હોદ્દાની અવધિનું –ને લગતું હોદ્દો કે પદ ધારણ કરનારું; અધિકારને રૂએ કરેલું, યોગ્ય રીતે અધિકૃત – અધિકાર આપેલું. ના૦ સરકારી અમલદાર, જાહેર હોદ્દો ધરાવનાર. **offi'cialdom** (અફિશલ્ડમ), ના૦.

officiale'se (અફિશલીઝ઼), ના૦ કાર્યાલયની – અમલદારોની – ભાષા.

offi'ciate(અફિશિએટ), સ૦ક્રિ૦ ઉપાસના કે પ્રાર્થના ચલાવવી; અમુક પ્રસંગોએ અધિકારી તરીકે કામ કરવું; અધિકારીના હોદ્દા પર કામ કરવું, વિ૦ક૦ કોઈ ને બદલે.

offi'cious (અફિશસ), વિ૦ પારકાના કામમાં અમથો પડનાર, ઘુસણિયું.

o'ffing (ઑાફિંગ), ના૦ કિનારા પરથી

દેખાતો દરિયાનો દૂરનો ભાગ, ક્ષિતિજ પાસેનો ભાગ. **in the ~**, [લા.] પાસે, નજીકમાં થનારું – સંભવિત.

o'ffset (ઑફ્સે'ટ), ના૦ બાજુએ નીકળેલો ફણગો, ફાંટો, અંકુર; દીવાલની ઢાળવાળી કોર, કાંગરી. **~ (process)**, છાપવાની એક પદ્ધતિ જેમાં પ્લેટ ઉપરની શાહી રબરના શેલર ઇ૦ પર સંક્રાંત કરીને તે વતી કાગળ પર છાપવામાં આવે છે. સ૦ ક્રિ૦ [**offset**] ઑફસેટ પદ્ધતિથી છાપવું; સામું વાળવું, વળતર દાખલ મૂકવું.

o'ffspring (ઑફ્સ્પ્રિંગ), ના૦ સંતાન(-નો), અપત્ય(-ત્યો), વંશજ(-જો); પ્રાણીનાં બચ્ચાં, ઓલાદ.

oft (ઑફ્ટ), **oft-times**, ક્રિ૦વિ૦ [પ્રા.] વારંવાર, વારે ઘડીએ.

o'ften(ઑફન),ક્રિ૦વિ૦વારંવાર; અનેક વાર; થોડા થોડા વખત પછી; અનેક દાખલાઓમાં.

o'gee (ઓજી), ના૦ અંગ્રેજી એસ (**S**) ના આકારની આકૃતિ; એવા આકારનું રચાઈનું નકશીકામ.

o'give (ઓજાઇવ), ના૦ ઘુમટની કર્ણાકૃતિ રેષા; અણીદાર – ધારવાળી – અથવા ગોથિક શૈલીની કમાન.

o'gle (ઓગલ), ઉ૦ક્રિ૦ શૃંગારયુક્ત નજરથી જોવું. ના૦ શૃંગારયુક્ત – પ્રેમ – કટાક્ષ.

o'gre (ઓગર), ના૦ નર(માંસ)ભક્ષક રાક્ષસ. **o'gress** (ઓગ્રિસ), ના૦ સ્ત્રી૦. **o'grish** (ઓગ્રિશ), વિ૦.

oh (ઓ), ઉદ્ગાર૦ ઓ, અરે, અરેરે!

ohm(ઓમ),ના૦ વિદ્યુત-પ્રતિબંધ માપવાનો એકમ.

O.H.M.S.,સંક્ષેપ. On Her (or His) Majesty's Service

oho' (ઓહો), ઉદ્ગાર૦ આશ્ચર્ય અને આનંદ વ્યક્ત કરનાર ઉદ્ગાર.

oil (ઑઇલ), ના૦ તેલ; તેલનો કે તેલવાળો રંગ (બહુધા બ૦વ૦માં). સ૦ક્રિ૦ તેલ લગાડવું, તેલ પૂરવું, ઊંજવું. **~'cake**, ખોળ. **~cloth**, રોગાન દીધેલું કાપડ, મીણિયું. **~-colour**, તેલમાં વાટીને બનાવેલો રંગ, તૈલ રંગ. **~field**, ખનિજ તેલ જ્યાંથી મળે છે તે પ્રદેશ. **~man**, તેલ બનાવનાર ને વેચનાર, ઘાંચી. **~-painting**, તૈલ (રંગે ચીતરેલું) ચિત્ર. **~skin**, તેલનું રોગાન દઈને જલાભેદ્ય બનાવેલું કપડું; [બ૦વ૦માં] તેનાં કપડાં **~-well**, ખનિજ તેલનો કૂવો.

oi'ly(ઑઇલિ), વિ૦ તેલનું – ના જેવું, તેલથી ખરડાયેલું, તેલમાં પલળેલું; [લા.] ચીકણું;

oi'ntment (ઑઇન્ટ્મન્ટ), ના૦ ભિટલું, મલમ.

O.K., okay' (ઓકે), [વાત.] વિ૦ અને ક્રિ૦ વિ૦ સારુ, ઠીક. ના૦ મંજૂરી, સંમતિ, અનુમતિ. સ૦ ક્રિ૦ ઠીક છે એમ કહેવું, મંજૂરી આપવી.

oka'pi (અકાપિ), ના૦ આફ્રિકાનું એક વિરલ વાગોળનારુ સસ્તન પ્રાણી.

Okla., સંક્ષેપ. Oklahoma.

o'kra (ઓક્ર), ના૦ ખોરાક તરીકે વપરાતી સિંગોવાળો એક ઊંચો આફ્રિકાનો છોડ.

old (ઓલ્ડ), વિ૦ વયોવૃદ્ધ, વૃદ્ધ, ઘરડું; જુવાન કે તેના આરંભકાળનું નહિ; અમુક ઉંમર કે વયનું; ખૂબ જૂના વખતનું – વખતથી ચાલતું આવેલું; લાંબા વખત પહેલાં સ્થાપિત; ભૂતપૂર્વ. ના૦ જૂનો વખત, પ્રાચીનકાળ. **~ age**, ઘડપણ, વૃદ્ધાવસ્થા. **~-age pension(er)**, અમુક વરસથી વધારે ઉંમરના વૃદ્ધોને સરકાર તરફથી અપાતું પેન્શન (જીવાઈ) (મેળવનાર વ્યક્તિ). **~ boy**, નિશાળનો જૂનો સહાધ્યાયી; [વાત.] પ્રૌઢ વ્યક્તિ. **~-fashioned**, જુનવાણી, જૂના વિચારનું **~ girl**, નિશાળની જૂની સહાધ્યાયિની; [વાત.] પ્રૌઢ સ્ત્રી. **O~ Glory**, [અમે.] અમેરિકાનો રાષ્ટ્રધ્વજ; તે પરના તારા અને પટા. **~ guard**, કોઈ પક્ષ ઇ૦ના મૂળ, જૂના, અથવા રૂઢિચુસ્ત સભ્યો. **~ hand**, અનુભવી અને કુશલ ઘડાયેલો માણસ. **~hat**, [વાત.] કંટાળો આવે એટલા પરિચયવાળી વસ્તુ. **~ maid**, પાકી – પ્રૌઢ – કુમારિકા. **~ man**,[વિ૦ બો૦] મુખ્ય શિક્ષક; હેડમાસ્તર, શેઠ કે માલિક; [વાત.] પતિ અથવા પિતા. **~**

master, જૂના વખતનો મહાન ચિત્રકાર, તેનું ચિત્ર. **O~ Testament,** બાઇબલનો જૂનો કરાર, જેમાં ખ્રિસ્તપૂર્વ કાળનું બયાન છે. **~-time,** જૂના વખતનું, પુરાતન **~ woman,** [વાત.] પત્ની અથવા માતા; [લા.] ધાંધલિયો અથવા બીકણ મરદ.

o'lden(ઓલ્ડન),વિ૦[પ્રા.] જૂના વખતનું.

o'ldster(ઓલ્ડ્સ્ટર),ના૦વયોવૃદ્ધ માણસ

olea'ginous (ઓલિએજિનસ), વિ૦ તેલના ગુણધર્મવાળું. તેલ પેદા કરનારું, તેલિયું.

olea'nder (ઓલિએન્ડર), ના૦ કરેણનો છોડ કે તેનું ફૂલ.

olea'ster (ઓલિએસ્ટર), ના૦ જંગલી સેતૂત (ઑલિવ)નું ઝાડ.

olfa'ctory (ઑલ્ફૅક્ટરિ), વિ૦ સૂંઘવાનું –ને લગતું

o'ligarch (ઑલિગાર્ક), ના૦ અલ્પજનસત્તાક રાજ્ય પદ્ધતિનો પુરસ્કર્તા, એવા રાજ્યના સંચાલક વર્ગનો માણસ.

o'ligarchy (ઑલિગાર્કિ), ના૦ અલ્પજનસત્તાક રાજ્ય(પદ્ધતિ); એવા રાજ્યનો સંચાલકવર્ગ. **oligar'chic(al)** (–ગાર્કિક(લ)), વિ૦.

oliva'ceous (ઑલિવેશસ), વિ૦ ઓલિવ કે સેતૂરના લીલા રંગનું.

o'live (ઑલિવ); ના૦ સેતૂરનું ઝાડ, સેતૂરનું ફળ(જેમાથી તેલ કાઢવામાં આવે છે); કાચા સેતૂરનો લીલો રંગ. વિ૦ કાચા સેતૂરના રંગનું; (અંગકાંતિ અંગે) પીળાશ પડતો બદામી. **~-branch,** [લા.] શાંતિ કે સુલેહ માટે વાટાઘાટ કરવાનું કહેણ. **~ oil,** સેતૂરનું તેલ.

Oly'mpiad (અલિમ્પિઍડ), ના૦ ઑલિમ્પિક રમતો વચ્ચેનો ચાર વરસનો ગાળો.

Oly'mpian (અલિમ્પિઅન), વિ૦ ઑલિમ્પસપર્વતનું; ભવ્ય, આશ્રય આપતું હોય એવી રીતે વર્તનારું, અનુગ્રહ કરનારું; તટસ્થ, ઉદાસીન.

Oly'mpic (અલિમ્પિક),વિ૦ ઑલિમ્પિયા મેદાન પર રમાતું; ઑલિમ્પિક રમતોનું –ને લગતું. **~ Games,** પ્રાચીન ગ્રીસમાં ઑલિમ્પિયાના મેદાન પર દર ચાર વરસે થતો રમતગમતનો અને સાંસ્કૃતિક ઉત્સવ; તેની જ હવે થતી આંતરરાષ્ટ્રિય આવૃત્તિ. ના૦ [બ૦ વ૦માં] ઑલિમ્પિક રમતો.

O. M., સંક્ષેપ. (Member of the) Order of Merit.

o'mbudsman (ઑમ્બડ્ઝ્મૅન), ના૦ [બ૦ વ૦ **-men**] જાહેર(સરકારી) સત્તાધારીઓ સામે લોકોની ફરિયાદોની તપાસ કરવા માટે નીમેલો અધિકારી.

o'mega (ઓમિગૅ), ના૦ ગ્રીક વર્ણમાળાનો છેલ્લો અક્ષર; અંત.

o'melet(te) (ઑમ્લિટ), ના૦ ઈંડાની એક વાની-ઢોસો.

o'men (ઓમન), ના૦ ભાવિનું સૂચક ચિહ્ન–લક્ષણ, શુકન.

o'minous (ઓમિનસ), વિ૦ ખરાબ શુકનવાળું, અશુભ, અમંગળ.

omi't (અમિટ, ઓ–), સ૦ ક્રિ૦ છોડી દેવું, કરવાનું પડતું મૂકવું–રહેવા દેવું, સમાવેશ ન કરવો; –ની ઉપેક્ષા કરવી.

omi'ssion (-શન), ના૦.

o'mni–, સંયોગી રૂપ, બધા, સર્વ.

o'mnibus (ઑમ્નિબસ), ના૦ બસ, રસ્તા પર ભાડે ફરતી મોટી મોટર ગાડી; **~ (book),** સર્વસંગ્રાહક પુસ્તક; ક્યારેક એક જ ગ્રંથકારના સાહિત્યના સંગ્રહનું પુસ્તક.

omni'potent (ઑમ્નિપટન્ટ), વિ૦ સર્વશક્તિમાન. **omni'potence** (-પટન્સ), ના૦.

omnipre'sent (ઑમ્નિપ્રે'ઝ઼ન્ટ), વિ૦ સર્વવ્યાપી. **omnipre'sence** (-ઝ઼ન્સ), ના૦.

omni'scient (ઑમ્નિસિઅન્ટ), વિ૦ સર્વજ્ઞ. **omni'science** (–અન્સ),ના૦.

omni'vorous (ઑમ્નિવરસ), વિ૦ સર્વભક્ષી [લા.] જે કંઈ મળે તે વાંચનાર.

o'mphalos (ઑમ્ફલૉસ), ના૦ કેન્દ્ર, નાભિ.

on (ઑન), નામ૦અ૦ પર, ઉપર, ઉપરનું;

-ની પાસે-નજીક; તરફ; -ની બાબતમાં, -ને વિષે; ઉપરાંત, વધુમાં. ક્રિ૦ વિ૦ કોઈ દિશામાં, આગળ; આગળથી કશાકની ઉપર આવે એ રીતે; થતું, ચાલતું, ચાલુ. વિ૦ અને નામ૦ [ક્રિ૦] રમનાર બૅટધારીની (મેદાનની) પાછળની બાજુ (માં-તરફ-તરફથી). **~-line,** કૉમ્પ્યૂટરના સીધા નિયંત્રણ હેઠળનું અથવા તેની સાથે જોડાયેલું. **~to,** -ની સાથે સંપર્કમાં, -ની જાણમાં, -નો પીછો પકડેલું; ભાગ્યશાળી, સફળ.

o'nager (ઑનજર), ના૦ જંગલી ગધેડું.

o'nanism ((ઑનનિઝ઼મ), ના૦ મુષ્ટિમૈથુન.

once (વન્સ), ક્રિ૦ વિ૦ એક વખત, એકવાર; એક જ વખત; પૂર્વે, ઘણા દિવસ પર. ના૦ એક વાર-વખત, ખેલ, પ્રયોગ, ઇ૦. ઉભ૦ અ૦ કે તરત જ, જો એકવાર. **at ~,** એકદમ, તરત, **~-over,** [વાત.] ઝડપી-ઊડતી-પ્રાથમિક તપાસણી.

o'ncoming (ઑનકમિંગ), ના૦ પાસે આવવું તે, આગમન. વિ૦ નજીક આવતું.

one (વન), વિ૦ એક, એકલું; આખું અને અવિભક્ત; ફક્ત, બીજા કોઈ સિવાયનું; એ જ; અમુક એક. ના૦ એકની સંખ્યા અથવા આંકડો; એકમ, એક વસ્તુ, વ્યક્તિ કે નમૂનો. સર્વના૦ કોઈ એક જણ, કોઈ પણ વ્યક્તિ; વક્તા(પોતે). **~-horse,** [વિ૦ બો૦] કંગાળ સાધનસામગ્રીવાળું **~-man,** એક જ માણસની ગરજ હોય એવું, એક જ માણસને લગતું એક જ માણસનું બનેલું. **~-off,** [વાત.] એક જ(વસ્તુ ઇ૦) તરીકે બનાવેલું; ફરીવાર નહિ કરેલું. **~-sided,** એક બાજુએ ઝૂકેલું; એકપક્ષી; પક્ષપાતી; પૂર્વગ્રહદૂષિત; અન્યાયી. **~-track,** (મન કે મગજ અંગે) વિચાર કે આચારમાં એકમાર્ગી. **~-way street,** જેમાં વાહનો ઇ૦ એક જ દિશામાં જઈ શકે એવો રસ્તો.

o'neness(વન્નિસ), ના૦ એકત્વ, ઐક્ય; અદ્વિતીયતા, વિશિષ્ટતા; સંપ,મેળ; સરખાપણું.

o'nerous (ઑનરસ),વિ૦ ભારરૂપ, ભારે.

onese'lf (વન્સે'લ્ફ), સર્વના૦ **one** નું ભારવાચક તથા સ્વવાચક રૂપ. પોતે, જાતે.

o'nion (અન્યન), ના૦ ડુંગળી, કાંદો.

o'nlooker (ઑન્લુકર), ના૦ જોયા કરનાર,(કેવળ)પ્રેક્ષક.

o'nly (ઓન્લિ), વિ૦ એક જ, એકલું જ; એકનું એક, એકલું; સર્વોપરી, મુખ્ય, એક. ક્રિ૦ વિ૦ કેવળ, ફક્ત, માત્ર, બીજો કે બીજા કોઈ નહિ. ઉભ૦ અ૦ પરંતુ, આ એક વાત-તે બાદ કરતાં.

onomatopoei'a (અનૉમટપીઅ), ના૦ રવાનુકારી નામ અથવા શબ્દ(ની રચના). **onomatopoe'ic** (-પોઇક), વિ૦.

o'nset (ઑન્સે'ટ), ના૦ હુમલો, જોરદાર શરૂઆત.

o'nslaught (ઑન્સ્લૉટ), ના૦ ભીષણ આક્રમણ

Ont., સંક્ષેપ. Ontario.

onto'logy (ઑન્ટૉલજિ), ના૦ સત્તત્વ-સ્વરૂપ મીમાંસા. **ontolo'gical** (ઑન્ટલૉજિકલ), વિ૦. **onto'logist** (ઑન્ટૉલજિસ્ટ) ના૦.

o'nus (ઓનસ), ના૦ ભાર, બોજો; ફરજ; જવાબદારી.

o'nward (ઑન્વર્ડ), વિ૦ અને ક્રિ૦ વિ૦ આગળ(નું), આગળ(ચાલતું).

o'nwards(ઑન્વર્ડ્ઝ઼), ક્રિ૦વિ૦ આગળ, આગળની બાજુએ, આગળને આગળ.

o'nyx (ઑનિક્સ), ના૦ વિવિધ રંગોના થરોવાળો અકીકની જાતનો પથ્થર. ગોમેદ.

oo'dles (ઊડલ્સ), ના૦ બ૦ વ૦ વિપુલતા. રેલમછેલ.

ooh (ઊ), ઉદ્ગાર૦ સાશ્ચર્ય આનંદ, દરદ, ક્ષોભ, ઇ૦ વ્યક્ત કરનારો.

o'olite (ઓઅલાઇટ), ના૦ માછલાનાં ઈંડાં જેવા કણવાળો પથ્થર-ખડક, અંડકાશ્મ. **ooli'tic** (-લિટિક), વિ૦.

oomph (ઊમ્ફ), ના૦ [વિ૦ બો૦] જોમ, શક્તિ, ઉત્સાહ.

ooze (ઊઝ઼), ના૦ કાદવ, રગડો; ધીમો પ્રવાહ. ઉ૦ ક્રિ૦ ઝરવું, ઝમવું, ધીમે ધીમે

બહાર નીકળવું, ચૂવું, ગળવું. **oo'zy** (ઊઝ઼િ), વિ૰.

op., સંક્ષેપ. operation; operator; opus.

opa'city (અપૅસિટિ), ના૰ અપારદર્શકતા; અસ્પષ્ટતા.

o'pal(ઓપલ), ના૰ ક્ષીરસ્ફટિક, લસણિયો.

opale'scent (ઓપલે'સન્ટ), **o'pal-ine** (-લાઇન), વિ૰. મેઘધનુષ્યની છટાઓ-વાળું, સપ્તરંગી. **opale'scence**(-સન્સ), ના૰.

opa'que (ઓપેક), વિ૰ પ્રકાશપ્રતિબંધક -રોધક, અપારદર્શક; અસ્પષ્ટ.

op. cit., સંક્ષેપ. *opere citato* ઉપરોક્ત ગ્રંથમાં.

o'pen (ઓપન), વિ૰ ઉઘાડું, બંધ નહિ કરેલું, તાળું નહિ મારેલું, ખુલ્લું; રૂંધાયેલું નહિ એવું, મોકળું; ઢાંકણા વગરનું; નહિ પૂરેલું; ઉઘાડું, સ્પષ્ટ, વ્યક્ત; જાહેર, સાર્વ-જનિક; મર્યાદિત નહિ એવું, બધાને માટે ખુલ્લું-છૂટવાળું; ચોખ્ખું, સાફ; ફેલાયેલું, વિસ્તારેલું, પાથરેલું; ખુલ્લા દિલનું, નિખા-લસ; ખીલેલું. ઉ૰ ક્રિ૰ ઉઘાડવું, ઊઘડવું; (વધુ)ખુલ્લું કરવું; તાળું ઉઘાડવું; ખુલ્લું જાહેર કરવું, ઉદ્ઘાટન કરવું; શરૂ કરવું. ખોલવું. ના૰ ખુલ્લી જગ્યા-હવા-સ્પર્ધા. **~ air**, ઘરની બહાર, ખુલ્લામાં. **~ boat**, તૂતક વિનાની હોડી. **~ cast**, (ખાણ અંગે) સપાટી પરની. **~-ended**, અગાઉથી મર્યાદા કે હદ નક્કી કર્યા વિનાનું. **~-faced**, નિખાલસ દેખાતું. **~-han-ded**, છૂટા હાથનું, ઉદાર. **~-heart surgery**, જેમાં હૃદય ખુલ્લું રાખીને રક્તાભિસરણ માટે અલગ રસ્તો કરવામાં આવે છે એવી શસ્ત્રક્રિયા. **~ letter**, અનાવૃત પત્ર કોઈ વ્યક્તિને ઉદ્દેશીને છાપા ઇ૰માં છપાયેલો. **~ mind**, નવા વિચા-રોને સ્વીકારવા તૈયાર-પૂર્વગ્રહથી મુક્ત -નિખાલસ-મન. **~-plan**, (ઘર, કાર્યા-લય, ઇ૰ અંગે) અંદર ઝાઝી દીવાલો વિનાનો નકશો-યોજના. **~ question**, મતભેદોને જેમાં અવકાશ હોય એવો સવાલ. **~ sandwich**, ઉપર માખણ, પનીર, માંસ, ઇ૰ પાથરેલો રોટીનો ટુકડો. **~-work**, એક જાતનું ભરત કામ જેમાં કપડામાં કાણાં પાડી જાળી જેવું બનાવવામાં આવે છે.

o'pener (ઓપનર), ના૰ બાટલી ઇ૰ ઉઘાડવાનું ઓજાર.

o'pening (ઓપનિંગ), ના૰ બાકું, ફાટ, ખાલી જગ્યા; શરૂઆત, આરંભ; પ્રાસ્તા-વિક કથન; તક, ધંધા ઇ૰ માટે અવકાશ. વિ૰ શરૂઆતનું, પહેલું.

o'penly (ઓપન્‌લિ), ક્રિ૰વિ૰ જાહેરપણે; ખુલ્લા દિલથી.

o'pera[1] (ઑપરૅ), ના૰ **opus**નું બ૰વ૰.

o'pera[2], ના૰ સંગીત નાટક. **~-gla-sses**, નાટકશાળામાં વાપરવાનું નાનું દૂરબીન. **~-hat**, ગડી વાળી શકાય એવી મરદની ઊંચી ટોપી. **~-house**, નાટ્યગૃહ (વિ૰ક૰ સંગીત નાટકો માટેનું)

o'perable (ઑપરબલ), વિ૰ શસ્ત્રક્રિયા કરવા યોગ્ય, શસ્ત્રક્રિયાનો ઉપચાર કરવાને પાત્ર.

o'perate (ઑપરેટ), ઉ૰ક્રિ૰ ચાલુ હોવું, ચાલવું; પરિણામ ઉપજાવવું-ઊપજવું; શસ્ત્ર-ક્રિયા(ઓ) કરવી; યંત્ર ઇ૰ ચલાવવું.

opera'tic (ઑપરૅટિક), વિ૰ સંગીત નાટકનું-ના જેવું.

opera'tion (ઑપરેશન), ના૰ ક્રિયા, કૃતિ, વ્યાપાર; આર્થિક વ્યવહાર, સોદો; શસ્ત્રક્રિયા; લશ્કરી હાલચાલ. **opera'tio-nal** (-નલ), વિ૰ લશ્કરી હાલચાલ માટે યોજેલું, તેમાં રોકાયેલું.

o'perative (ઑપરટિવ), વિ૰ અમલમાં ચાલુ-આવનારું, અમલી; વહેવારુ; શસ્ત્રક્રિયા-નું-વડે થનારું; પરિણામ-અસર-કારક. ના૰ સંચો ચલાવનાર, કારીગર.

opere'tta (ઑપરેટૅ), ના૰ નાનકડું હળવું સંગીત નાટક.

ophi'dian (અફિડિઅન), વિ૰ અને ના૰ સાપ વગેરેના ઉપવર્ગનો (સર્પ).

ophtha'lmia (ઑફ્થૅલમિઅ), ના૰ આંખનો દાહ અને સોજો, નેત્રરોગ.

ophtha'lmic (ઑફ્થૅલ્મિક), વિ૦ નેત્રરોગનું–માટેનું, નેત્રરોગ થયેલું; આંખનું –માટેનું. ~ **optician**, આંખ તપાસી ચશ્માનો નંબર બતાવનાર તેમ જ ચશ્મા આપનાર–વેચનાર.

ophthalmo'logy (ઑફ્થૅલ્મૉલજિ), ના૦ નેત્રવિજ્ઞાન.

ophtha'lmoscope (ઑફ્થૅલ્મસ્કોપ), ના૦ આંખ(ની કીકી) તપાસવાનું સાધન, નેત્રદર્શક યંત્ર.

o'piate (ઓપિએટ), ના૦ ઊંઘ લાવનારી અને દરદ ઓછું કરનારી અફીણવાળી દવા. વિ૦ ઘેન કે ઊંઘ લાવનારું.

opi'ne (અપાઇન), સ૦ક્રિ૦ અભિપ્રાય ધારણ કે વ્યક્ત કરવો(કે).

opi'nion (અપિન્યન), ના૦ મત, અભિપ્રાય; દૃષ્ટિકોણ; સલાહ (દાક્તર, વકીલ, ઇ૦ની વ્યાવસાયિક); મૂલ્યાંકન.

opi'nionated (અપિનિઅનેટિડ), વિ૦ પોતાના મતનો અતિઆગ્રહ રાખનારું, આપમતિયું, હઠીલું.

o'pium (ઓપિઅમ), ના૦ અફીણ, ઘેન લાવનારી દવા. ~ **poppy**, જેમાંથી અફીણ નીકળે છે તે છોડ, ખસખસનો છોડ.

opo'ssum (અપૉસમ), ના૦ બચ્ચાંને પોતાના શરીરમાંની કોથળીમાં લઈ જનારું કાંગારુ જેવું અમેરિકન અથવા ઑસ્ટ્રેલિયન પ્રાણી.

oppo'nent (અપોનન્ટ), ના૦ સામાવાળો, પ્રતિપક્ષી, શત્રુ, વેરી.

o'pportune (ઑપટ્યૂન),વિ૦ સવેળાનું, સમયોચિત; (સમય અંગે) અનુકૂળ; યોગ્ય સમયે કરેલું.

o'pportunism (ઑપર્‌ટ્યૂનિઝ્મ), ના૦ પ્રસંગ જોઈને વર્તવું તે, સમયાનુકૂલ વર્તન, તકસાધુપણું. **o'pportunist** (-નિસ્ટ), ના૦.

opportu'nity (ઑપર્‌ટ્યૂનિટિ), ના૦ અનુકૂળ સમય – પ્રસંગ, તક, લાગ.

oppo'se (અપોઝ઼), સ૦ક્રિ૦ -ની સામું મૂકવું, -ના વિરોધમાં મૂકવું, -ની સામા થવું, -નો વિરોધ કે પ્રતિકાર કરવો.

oppo'sed, (-ઝ઼્ડ) વિ૦ ઊલટું, વિરુદ્ધ, પ્રતિકૂળ, શત્રુતાવાળું.

o'pposite (ઑપઝ઼િટ), વિ૦ ઊલટું, વિરોધી; સન્મુખ, સામે મોઢું કરેલું; તદ્દન ભિન્ન; બીજું (વિરોધી જોડી અંગે). ના૦ વિરોધી વસ્તુ અથવા સંજ્ઞા. ક્રિ૦વિ૦ વિરુદ્ધ દિશામાં–બાજુએ. નામ૦ અ૦ -ની સામે-વિરુદ્ધ. ~ **number**, બીજા સટ કે મંડળમાંનો મળતો માણસ–અરોબરિયો.

opposi'tion (ઑપઝ઼િશન), ના૦ વિરોધ, પ્રતિકાર; સંસદ ઇ૦માં સત્તારૂઢ પક્ષની સામેનો વિરોધ પક્ષ–પક્ષોનું જૂથ; વિરોધ, અતિભિન્નતા; તદ્દન વિરુદ્ધ સ્થિતિમાં – સ્થાને – હોવું તે.

oppre'ss (અપ્રે'સ), સ૦ક્રિ૦ જુલમ કરવો, દમન કરવું; ઉપર નિર્દયપણું– અન્યાય કરવો; અતિશય ભાર વડે દબાવવું. **oppre'ssion** (-પ્રે'શન), ના૦. **oppre'ssor** (-પ્રે'સર), ના૦.

oppre'ssive (અપ્રે'સિવ), વિ૦ જુલ્મી, દમન કરનારું; (હવામાન અંગે) ઉકળાટ– બફારા – વાળું, કઠારો થાય એવું.

oppro'brious (અપ્રોબ્રિઅસ), વિ૦ અપશબ્દોવાળું, બદનામી કરનારું.

oppro'brium (અપ્રોબ્રિઅમ), ના૦ નિંદાત્મક ભાષા, ફિટકાર, અપશબ્દ, અપકીર્તિ, માનભંગ.

oppu'gn (અપ્યૂન), સ૦ક્રિ૦ -ની સામા થવું; -ની સામે વાંધો ઉઠાવવો; રદિયો આપવો.

opt (ઑપ્ટ), અ૦ક્રિ૦ પસંદગી કરવી, વિકલ્પ પસંદ કરવો. ~ **out** (**of**), ભાગ ન લેવાનું પસંદ કરવું.

o'ptative (ઑપ્ટટિવ), વિ૦ અને ના૦ [વ્યાક.] ઇચ્છાદર્શક (અર્થ).

o'ptic (ઑપ્ટિક), વિ૦ આંખનું, દૃષ્ટિનું. ના૦ [હવે મજાકમાં] આંખ. **O~**, બાટલીમાંથી દારૂ માપીને આપવા માટે બાટલીને ગળે બાંધેલું કશુંક સાધન.

o'ptics (-ટિક્સ), ના૦ બ૦વ૦ દૃષ્ટિ અને પ્રકાશનું શાસ્ત્ર, નેત્રવિદ્યા.

o'ptical (ઑપ્ટિકલ), વિ૦ દૃષ્ટિનું-

સંબંધી; દૃષ્ટિસહાયક; દૃષ્ટિશાસ્ત્ર કે પ્રકાશ શાસ્ત્રનું–ને અનુસારનું. ~ **illusion,** દૃષ્ટિભ્રમ.

opti'cian (ઑપ્ટિશન), ના૦ ચશ્મા બનાવનાર અથવા વેચનાર.

o'ptimism (ઑપ્ટિમિઝ્મ), ના૦ આશાવાદ, આશાવાદી સ્વભાવ. ભલાનો જ આખરે વિજય થવાનો છે એવી માન્યતા. **o'ptimist** (-મિસ્ટ), ના૦. **optimi'stic** (-મિસ્ટિક), વિ૦.

o'ptimum (ઑપ્ટિમમ), ના૦ [બ૦વ૦ **-tima**] સૌથી વધુ અનુકૂળ પરિસ્થિતિ; સારામાં સારી સંખ્યા–જથો. વિ૦ સારામાં સારું.

o'ption (ઑપ્શન), ના૦ પસંદગી, પસંદ કરવું તે; પસંદ કરવાનો હક, પસંદગીની છૂટ; વિકલ્પ, અમુક શરતોએ અમુક સમયે વેચવા ખરીદવાનો ખરીદેલો હક.

o'ptional (ઑપ્શનલ), વિ૦ વૈકલ્પિક, ઐચ્છિક, ફરજિયાત નહિ.

o'pulent (ઑપ્યૂલન્ટ), વિ૦ પૈસાદાર, તવંગર; સમૃદ્ધ; વિપુલ. એશઆરામવાળું. **o'pulence** (-લન્સ), ના૦.

o'pus (ઓપસ), ના૦ [બ૦વ૦ **opera** ઑપરં] ગાયકની સ્વતંત્ર–અલગ–રચના.

or (ઑર), ઉભ૦ અ૦ અથવા, કિંવા, કે, અગર; નહિ તો, નહિતર.

o'racle (ઑરકલ), ના૦ પ્રાચીન ગ્રીક લોકોની કોઈ પ્રશ્ન અંગે દેવતાને પૂછીને જવાબ કે સલાહ મેળવવાની જગ્યા; ત્યાં મળતો દેવતાનો જવાબ, દેવવાણી; દૈવી સાક્ષાત્કાર; અચૂક માર્ગદર્શન કરનાર વ્યક્તિ કે વસ્તુ.

ora'cular (અરૅક્યુલર), વિ૦ દેવવાણીના જેવું અધિકારયુક્ત; ગૂઢ કે દ્વિ-અર્થી.

or'al (ઑરલ), વિ૦ બોલેલું, મોઢાનું, મૌખિક; મોઢે–મોઢાવતી–કરવાનું કે લેવાનું. ના૦ [વાત.] મૌખિક પરીક્ષા.

o'range[1] (ઑરિંજ), ના૦ નારંગી, સંતરું; નારંગી રંગ; નારંગીનું ઝાડ. વિ૦ નારંગી (રંગનું). **~-stick,** નખની સજાવટ કરવામાં ઉપયોગી નારંગીના લાકડાની સળી.

Orange[2], વિ૦ આયર્લૅન્ડના કટ્ટર પ્રૉટેસ્ટન્ટ લોકોનું.

orangea'de (ઑરિંજેડ), ના૦ નારંગીના રસનું વાયુમિશ્રિત અથવા સાદું પીણું.

orang-u'tan (ઑરૅંગ્ઊટૅન), **-ou'tang** (-ઊટૅન), ના૦ માણસના જેવો એક મોટો વાંદરો.

ora'te (ઑરેટ), અ૦ ક્રિ૦ [મશ્કરીમાં] ભાષણ કરવું.

ora'tion (અરેશન), ના૦ ભાષણ, વિ૦ ક૦ કોઈ સમારંભના વખતનું.

o'rator (ઑરટર), ના૦ ભાષણ કરનાર, જાહેર ભાષણ કરનાર, વક્તા.

orato'rio (ઑરટૉરિઓ), ના૦ [બ૦ વ૦ **~s**] બહુધા કોઈ ધાર્મિક વિષય અંગેની અર્ધનાટકી સંગીત રચના.

o'ratory[1] (ઑરટરિ), ના૦ નાનકડું મંદિર; ઘરમાંનું દેવઘર.

o'ratory[2], ના૦ વક્તૃત્વકળા; ભાષણો; વક્તૃત્વપૂર્ણ ભાષા. **orato'rical** (-ટૉરિકલ), વિ૦.

orb (ઑર્બ), ના૦ ગોળો; ખગોલીય ગોળો; ભૂમંડળ; વર્તુળાકાર બિંબ; [કાવ્ય.] ડોળો; રાજચિહ્ન તરીકે ગોળા ઉપર ક્રૂસ.

orbi'cular (ઑર્બિક્યુલર), વિ૦ ગોળાના આકારનું, વર્તુળાકાર.

or'bit (ઑર્બિટ), ના૦ આંખનો ગોખલો – ખાડો; ગ્રહ, ધૂમકેતુ, ઉપગ્રહ, ઇ૦ની કક્ષામાં ભ્રમણ. ઉ૦ ક્રિ૦ -ની ફરતે – કક્ષામાં – ફરવું; કક્ષામાં (ફરતું) મૂકવું. **or'bital**(-ટલ), વિ૦.

Orca'dian (ઑર્કેડિઅન), વિ૦ અને ના૦ ઑર્કની (ટાપુઓ)નું (વતની).

or'chard (ઑર્ચર્ડ), ના૦ ફળઝાડની વાડી.

or'chestra (ઑર્કિસ્ટ્ર), ના૦ વાદકવૃંદ; નાટકગૃહમાં તેમની બેસવાની જગ્યા.

orche'stral (ઑર્કે'સ્ટ્રલ), વિ૦ વાદકવૃંદનું – માટેનું, વાદકવૃન્દે વગાડેલું.

or'chestrate (ઑર્કિસ્ટ્રેટ), સ૦ ક્રિ૦ સંગીતમંડળીના કાર્યક્રમ માટે રચવું, ગોઠવવું; અથવા (સ્વર)લિપિબદ્ધ કરવું.

or'chid (ઑર્કિડ), ના૦ વિચિત્ર આકારનાં ચળકતા રંગનાં ફૂલોવાળો છોડ, તેનું ફૂલ. **orchida'ceous** (-ડેશસ), વિ૦.

or'chis (ઑર્કિસ), ના૦ ખાસક. જંગલી ઑર્કિડ.

ordai'n (ઑર્ડેન), સ૦ ક્રિ૦ પાદરીની દીક્ષા આપવી; નિયત કરવું; નીમવું; કાયદો – નિયમ -કરવો.

ordea'l (ઑર્ડીલ, -ડીઅલ), ના૦ કઠણ પરીક્ષા, કસોટી, સત્ત્વપરીક્ષા.

or'der (ઑર્ડર), ના૦ સામાજિક વર્ગ અથવા દરજ્જો; ધર્માધિકારીઓની કે પાદરીઓની શ્રેણી – વર્ગ; ધાર્મિક સંઘ કે સંપ્રદાય; જાણીતા કે પ્રતિષ્ઠિત લોકોને સન્માન કે બક્ષિસ તરીકે જેમાં દાખલ કરવામાં આવે છે એવી મંડળી કે સમાજ; તેના સભ્યોએ ધારણ કરવાનાં ચિહ્નો; [જીવ.] વર્ગીકરણની પ્રક્રિયામાં વર્ગનો પેટાવિભાગ; [સ્થાપ.] સ્થાપત્યની શૈલી, જેમાં વિ૦ ક૦ સ્તંભ અને તેની ઉપરની રચનાનો – સ્તંભશીર્ષનો–સમાવેશ થાય છે; પૂર્વાપરક્રમ, અનુક્રમ, પરંપરા; પદ્ધતિ, રીત; સુઘડતા; વ્યવસ્થિતપણું, વ્યવસ્થા; ઉપાસના કે પ્રાર્થનાનું કહેલું નિયત સ્વરૂપ; કાર્યપદ્ધતિ કે પ્રણાલીના (માન્ય) નિયમો; ન્યાયાનુસારી રાજ્ય; હુકમ, સૂચના, આદેશ; અધિકૃત સૂચના; પૈસા આપવાની કે મિલકત સોંપવાની સૂચના – આદેશ; માલ બનાવનારાઓ, વેપારીઓ, પિરસણિયો, ઇ૦ને માલ પૂરો પાડવાની વરદી કે પીરસવાની સૂચના. ઉ૦ ક્રિ૦ વ્યવસ્થિત કરવું – મૂકવું, ગોઠવવું; ઠરાવવું, નિયત કરવું; હુકમ આપવો; અધિકૃત સૂચના આપવી; માલની વરદી આપવી, મંગાવવું; પીરસવા કહેવું, માગવું.

or'derly (ઑર્ડર્લિ), વિ૦ વ્યવસ્થિત (પણે ગોઠવેલું); સુઘડ, ટાપટીપવાળું; શિસ્તવાળું – નું પાલન કરનારું; [લશ્કર.] હુકમોનો અમલ કરવાનું -ને લગતું, વહીવટી કામનું – ને લગતું. ના૦ લશ્કરી અમલદારનો નોકર, હજૂરિયો; દવાખાનાનો નોકર.

or'dinal (ઑર્ડિનલ), વિ૦ અને ના૦ ક્રમવાચક (સંખ્યા).

or'dinance (ઑર્ડિનન્સ), ના૦ હુકમ, વટહુકમ; ધાર્મિક વિધિ.

or'dinand (ઑર્ડિનન્ડ), ના૦ પાદરીની દીક્ષા માટેનો ઉમેદવાર.

or'dinary (ઑર્ડિનરિ), વિ૦ સામાન્ય (કોટિનું), અપવાદાત્મક નહિ, બધે હોય છે તેવું, સાધારણ. ના૦ સામાન્ય સ્થિતિ, માર્ગ, ઇ૦. **in ~**, કાયમી નિમણુકથી, કામચલાઉ કે અસાધારણ નહિ. **~ level**, પાયાના ધોરણની. G. C. E. (General Certificate of Education) પરીક્ષા. **~ seaman**, મધ્યમ કક્ષાનો ખલાસી.

ordina'tion (ઑર્ડિનેશન), ના૦ પાદરીની દીક્ષા આપવાની વિધિ, નિમણુક.

or'dnance (ઑડ્નન્સ), ના૦ તોપો, તોપખાનું; લશ્કરી સરંજામનું ખાતું. **O~ Survey**, ચોક્કસ નકશા બનાવવા માટે કોઈ પ્રદેશની પાહણી, વિ૦ ક૦ યૂ.કે.ની.

or'dure (ઑર્ડ્યુઅર), ના૦ છાણ, વિષ્ટા.

ore (ઓઅર), ના૦ અશુદ્ધ - કાચી - ધાતુ.

o'read (ઑરિઍડ), ના૦ પર્વતની દેવતા – પરી.

Ore(g)., સંક્ષેપ. Oregon.

orega'no (ઑરિગાનો), ના૦ મસાલા તરીકે વપરાતો સૂકો જંગલી 'મરવો'.

or'gan (ઑર્ગન), ના૦ ચાવીઓ, પટ્ટીઓ અને ધમણવાળું એક વાદ્ય; શરીરની ઇન્દ્રિય; કોઈ સંસ્થા કે પક્ષનું મતપત્ર – છાપું. **~-grinder**, પેટી કે વાજું વગાડનાર. **~-stop**, સંગીત વાદ્યની સરખા સૂરવાળી નળીઓનો સટ, તે ચાલુ કરવાના યંત્રનો – કળનો – હાથો.

orga'ndie (ઑરગન્ડિ), ના૦ એક જાતની ઝીણી કડક બનાવેલી મલમલ.

orga'nic (ઑર્ગૅનિક), વિ૦ શરીરનાં ઇન્દ્રિયોનું – સંબંધી; (રોગ અંગે) ઇન્દ્રિયની રચના પર અસર કરતો; પ્રાણીઓ અને વનસ્પતિઓનું; અન્તર્ગત, મૂળભૂત;

રચનાગત; સંગઠિત; [રસા. સમાસ અંગે] કાર્બનયુક્ત અણુઓવાળું; (ખોરાક અંગે) કૃત્રિમ ખાતરો અથવા જંતુનાશક દવાઓ વિના પેદા કરેલું. ~ **chemistry,** કાર્બન રસાયન.

or'ganism (ઑર્ગનિઝ઼મ), ના૦ કોઈ (વૈયક્તિક) પ્રાણી કે વનસ્પતિ; જીવ, પ્રાણી; સંગઠિત તંત્ર.

or'ganist (ઑર્ગનિસ્ટ), ના૦ વાદ્યવાદક.

organiza'tion (ઑર્ગનિઝ઼ેશન), ના૦ સંગઠિત કરવું-થવું-તે, સંગઠન; સંગઠિત સંસ્થા-પદ્ધતિ-સમાજ-મંડળી.

or'ganize (ઑર્ગનાઇઝ઼), ઉ૦ ક્રિ૦ સેન્દ્રિય બનાવવું-થવું; વ્યવસ્થિત રચનાવાળું બનાવવું; કાર્યક્ષમ-કામ કરતું-બનાવવું; -ને માટે ગોઠવણ કરવી.

or'gasm (ઑર્ગેઝ઼મ), ના૦ કામાવેશની -મૈથુનમાં આવેશની-પરાકાષ્ઠા. **orga'smic** (ગેસ્મિક), વિ૦. **orga'stic** (-ગૅસ્ટિક), વિ૦.

or'gy (ઑર્જિ), ના૦ મદ્યપાનનો ઉત્સવ, મદ્યપાન અને સ્વૈર રંગરાગવાળી જિયાફત; [બ૦ વ૦માં] દારૂ પીને ઉન્મત્ત થઈ ને કરેલી ચેનબાજી; વ્યભિચાર, લંપટતા, વિલાસ. **orgia'stic** (-ઍસ્ટિક), વિ૦.

or'iel (ઑરિઅલ), ના૦ ભીંતની બહાર પડતી ઉપલા માળની બારી, ઝરૂખો.

or'ient (ઑરિઅન્ટ), ના૦ **O~**, પૂર્વ, ભૂમધ્ય સમુદ્રની પૂર્વ તરફના દેશો, વિ૦ ક૦ પૂર્વ એશિયા. સ૦ ક્રિ૦ હોકાયંત્રની મદદથી દિશા નક્કી કરવી; (મકાન) પૂર્વાભિમુખ બાંધવું -બનાવવું; ચૅન્સલનો છેડો પૂર્વ તરફ આવે એવી રીતે દેવળ (ચર્ચ) બાંધવું; ~ **oneself**, પોતાની સ્થિતિનો નિર્ણય કરવો; પૂર્વ તરફ - અમુક દિશામાં-વાળવું કે વળવું.

orie'ntal (ઑરિએ'ન્ટલ), વિ૦ પૂર્વની કે એશિયાની દુનિયાનું અથવા તેની સંસ્કૃતિનું, પૌર્વાત્ય (સંસ્કૃતિનું). ના૦ **O~**, પૂર્વનો માણસ. **orie'ntalize** (-લાઇઝ઼), ઉ૦ ક્રિ૦.

orie'ntalist (ઑરિએ'ન્ટ લિસ્ટ), ના૦ પ્રાચ્યવિદ્યા વિશારદ, પૂર્વના દેશોનો ઇતિહાસ, ભાષા, ઇ૦નો નિષ્ણાત.

o'rientate (ઑરિઅન્ટેટ), સ૦ ક્રિ૦ = **orient**. **orienta'tion** (-ટેશન), ના૦.

orienteer'ing (ઑરિઅન્ટિઅરિંગ), ના૦ નકશો અને હોકાયંત્રની મદદથી ખાડાટેકરાવાળા પ્રદેશને પગે ચાલીને વટાવવાની હરીફાઈની રમત.

o'rifice (ઑરિફિસ). ના૦ કાણું, બાકું, મોં, દ્વાર.

origa'mi (ઑરિગામિ), ના૦ કાગળને વિચિત્ર રીતે વાળીને આલંકારિક આકૃતિઓ બનાવવાની જપાની કળા.

origa'num (ઑરિગાનમ), ના૦ જંગલી મરવા કે તેના જેવો છોડ.

o'rigin (ઑરિજિન), ના૦ મૂળ, ઊગમ; શરૂઆત, ઉત્પત્તિ; વંશ, કુળ.

ori'ginal (અરિજિનલ), વિ૦ મૂળ, અસલનું; પ્રથમનું, આદ્ય; પ્રાથમિક (અવસ્થાનું); તદ્દન શરૂઆતનું, પ્રાચીનતમ; અનુકરણાત્મક કે બીજા કશામાંથી નીકળેલું નહિ; નવનિર્મિત. ના૦ મૂળ નમૂનો, અસલ કૃતિ, જેની નકલ કે ભાષાંતર કર્યું હોય તે મૂળ કૃતિ. ~ **sin,** ઈશ્વરે મના કરેલું ફળ આદમે ચાખ્યું તે પાપ. **origina'lity** (-નૅલિટિ), ના૦.

ori'ginate (અરિજિનેટ), ઉ૦ ક્રિ૦ નવું ઉત્પન્ન કરવું-રચવું; પહેલપ્રથમ નીકળવું; -નું મૂળ હોવું; પેદા-શરૂ-થવું. **origina'tion** (-નેશન), ના૦. **ori'ginator** (-નેટર), ના૦.

or'iole (ઑરિઓલ), ના૦ કાળાં ને પીળાં પીંછાંવાળું એક પક્ષી (નર), વિ૦ ક૦ **golden ~.**

o'rison (ઑરિઝ઼ન), ના૦ પ્રાર્થના.

or'molu (ઑર્મલૂ), ના૦ સોનાનો ઢોળ ચડાવેલ બ્રૉંઝ (તાંબાને જસતની મિશ્રધાતુ); નકલી સોનું, તેની બનાવેલી વસ્તુઓ.

or'nament (ઑર્નમન્ટ), ના૦ ઘરેણું, અલંકાર, શોભાવનાર વસ્તુ; નકશી વગેરે શોભાનું કામ; અલંકારભૂત વ્યક્તિ અથ

વસ્તુ. સ૦ ક્રિ૦ (-મે'ન્ટ) શોભાવવું; શણગારવું. **orname'ntal** (-મેન્ટલ), વિ૦. **ornamenta'tion** (-મેન્ટેશન), ના૦.

orna'te (ઑર્નેટ), વિ૦ અતિઅલંકૃત.

ornitho'logy (ઑર્નિથૉલજિ). ના૦ પક્ષીવિદ્યા. **ornitholo'gical** (-થલૉજિકલ), વિ૦. **ornitho'logist** (-થૉલજિસ્ટ), ના૦.

o'rotund (ઑરટન્ડ), વિ૦ (ઉદ્ગાર, બોલ અંગે) ગૌરવભર્યું', પ્રભાવી, ભભકાવાળું.

or'phan (ઑર્ફન), ના૦ અને વિ૦ અનાથ (બાળક). સ૦ક્રિ૦ અનાથ બનાવવું.

or'phanage (ઑર્ફનિજ), ના૦ અનાથાશ્રમ.

o'rrery (ઑરરિ), ના૦ ગ્રહમંડળ અને તેની ગતિ બતાવનારું ઘડિયાળ જેવું ઉપકરણ-યંત્ર.

o'rris-root (ઑરિસરૂટ), ના૦ વેખંડનું મૂળિયું.

ortho-(ઑર્થ-), સંયોગી રૂપ. સરળ, સીધું, બરાબર.

orthochroma'tic (ઑર્થક્રમૅટિક), વિ૦ [ફોટો.] રંગોને યોગ્ય પ્રમાણમાં ઉઠાવ આપનારું.

orthodo'ntics (ઑર્થડૉન્ટિક્સ), ના૦ બ૦ વ૦ દાંત અને જડબાં આઘાપાછાં હોય તેને બરાબર કરવા તે.

or'thodox (ઑર્થડૉક્સ), વિ૦ સાચા અથવા માન્ય મત ધારણ કરનાર; ભ્રાંત કે અનધિકૃત નહિ એવું; રૂઢ (ધર્મને માનનાર), સનાતની. **O~ Church**, ખ્રિસ્તી ધર્મસંઘની પૂર્વની કે ગ્રીક શાખા. **or'thodoxy** (-ડૉક્સિ), ના૦.

ortho'graphy (ઑર્થૉગ્રફિ), ના૦ શુદ્ધ અથવા સાચી જોડણી. **orthogra'phic(al)** (-થગ્રૅફિક(લ)), વિ૦.

orthopae'dic (ઑર્થપીડિક), વિ૦હાડકાં કે સ્નાયુઓની વિકૃતિ મટાડનારું કે તેનો ઉપચાર કરનારું. **orthopae'dics** (-ડિક્સ), ના૦ બ૦ વ૦ વિકલાંગ વિજ્ઞાન, અસ્થિસ્નાયુ-વિકૃતિ વિજ્ઞાન.

or'tolan (ઑર્ટલન), ના૦ બગીચામાં રહેનારું એક યુરો. પક્ષી.

O.S., સંક્ષેપ. Ordinary Seaman; Ordnance Survey; outsize.

O'scar (ઑસ્કર), ના૦ ચિત્રપટ અભિનય, નિર્દેશન, ઇ૦માં શ્રેષ્ઠતા માટે દર વરસે ઇનામ તરીકે અપાતી મૂર્તિ.

o'scillate (ઑસિલેટ), ઉ૦ ક્રિ૦ ઘડિયાળના લોલકની માફક ઝૂલવું - ઝોલાં ખાવાં, આમ તેમ હાલવું; ઢચુપચુ કરવું; (વીજળીના પ્રવાહ અંગે) આવર્તનોની ગતિ ખૂબ ઊંચી થવી. **oscilla'tion** (-લેશન), ના૦. **o'scillator** (-લેટર), ના૦. **o'scillatory** (લેટરિ), વિ૦.

osci'llascope (ઑસિલસ્કોપ), ના૦ દોલનદર્શી, આંદોલનોની નોંધ કરનારું સાધન.

o'sculate (ઑસ્કયૂલેટ), ઉ૦ ક્રિ૦ [મજાકમાં] ચુંબન કરવું. **oscula'tion** (-લેશન), ના૦. **o'sculatory** (-લેટરિ), વિ૦.

o'sier (ઓઝિઅર), ના૦ ટોપલી બનાવવામાં કામ આવતું નેતર.

osmo'sis (ઑસ્મોસિસ), ના૦ [બ૦ વ૦ **-oses**, -સીઝ઼] અન્તસ્ત્વચામાંથી અથવા સચ્છિદ્ર પડદામાંથી રસનું ઝરવું -ઝરણ, જલ કે રસનું અભિસરણ. **osmo'tic** (ઑસ્મૉટિક), વિ૦.

o'sprey (ઑસ્પ્રે), ના૦ માછલી મારનારું એક મોટું પક્ષી; ટોપીમાં મુકાતું બગલાનું પીંછું.

o'sseous (ઑસિઅસ), વિ૦ હાડકાનું બનેલું, હાડકાવાળું.

o'ssify (ઑસિફાઈ), ઉ૦ ક્રિ૦ -નું હાડકું બનવું-બનાવવું; હાડકા જેવું કઠણ બનવું; જડ-રીઢું-થવું. **ossifica'tion**(-કેશન), ના૦.

oste'nsible (ઑસ્ટે'ન્સિબલ), વિ૦ તથાકથિત, કહેવાતું; ઓઠા તરીકે અથવા અસલ વસ્તુ છુપાવવા માટે આગળ ધરેલું; દેખીતું.

ostenta'tion (ઑસ્ટન્ટેશન), ના૦ ડોળ, આડંબર, દેખાવ, ભપકો. **osten-**

ta'tious (-ટેશસ), વિ૦.
osteo'logy (ઑસ્ટિઑલજિ), ના૦ અસ્થિવિદ્યા; અસ્થિ(રચના)શાસ્ત્ર.
o'steopath (ઑસ્ટિઅપૅથ), ના૦ અસ્થિ-રોગનો ઉપચાર કરનાર. **osteopa'thic** (-પૅથિક), વિ૦. **osteo'pathy** (ઑસ્ટિ-ઑપથિ), ના૦ અસ્થિ(ગત)રોગ ચિકિત્સા.
o'stler (ઑસ્લર), ના૦ વીશીનો ઘોડા-વાળો-તબેલાવાળો.
o'stracize (ઑસ્ટ્રસાઇઝ઼), ઉ૦ ક્રિ૦ સમાજબહિષ્કૃત કરવું, -ની સાથે વહેવાર બંધ કરવો. **o'stracism** (-સિઝ઼મ), ના૦ સમાજબહિષ્કાર
o'strich (ઑસ્ટ્રિચ), ના૦ શહામૃગ.
O. T., સંક્ષેપ. Old Testament.
o'ther (અધર), વિ૦ બીજું, અન્ય; જુદું, જુદી જાતનું, ભિન્ન; વૈકલ્પિક, વધુ, વધારાનું; એટલું જ બાકી રહેલું; **every ~**, એક છોડીને પછીનું. ના૦ અથવા સર્વં૦ બીજું માણસ કે વસ્તુ. ક્રિ૦ વિ૦ બીજી રીતે. **the ~ day**, **week**, etc., થોડા દિવસ ઇ૦ પર. **the ~ world**, પરલોક, મરણોત્તર જીવન. **~-worldy**, પરલોકની કે કોઈ કાલ્પનિક જીવનની ચિંતા કરનાર, અને તેમ કરી પ્રત્યક્ષ જીવનની ઉપેક્ષા કરનાર.
o'therwise (અધરૂવાઇઝ઼), ક્રિ૦ વિ૦ બીજી-જુદી-રીતે; ભિન્ન પરિસ્થિતિમાં; બીજી બાબતોમાં; નહિતર૦ ઉભ૦ અ૦ નહિ તો, અન્યથા.
o'tiose (ઓટિઓસ), વિ૦ અનાવશ્યક, નિરુપયોગી, નકામું.
o'tter (ઑટર), ના૦ જળબિલાડી, જેનો રુવાટી માટે શિકાર કરાય છે.
o'tto (ઑટો), ના૦ અત્તર.
O'ttoman (ઑટમન), વિ૦ [ઇતિ.] તુર્કી સામ્રાજ્યનું. ના૦ (**O~**) પીઠ અને હાથા વિના ગાદલાવાળી બેઠક; ગાદલાવાળા ઢાકણાવાળી પેટી; [ઇતિ.] તુર્ક (માણસ.)
O. U., સંક્ષેપ. Open University; Oxford University.
oubliette (ઊબ્લિએ'ટ), ના૦ ચોરદર-વાજાવાળું ગુપ્ત ભોંયરું.
ouch (આઉચ), ઉદ્ગાર૦ અચાનક દરદ કે વ્યથાનો સૂચક.
ought (ઑટ), સહા૦ ક્રિ૦ [ભૂ૦ પુ૦ એક વ૦ **ought**] કર્તવ્ય, યોગ્યતા, સંભવ, ઇ૦નું વાચક. કરવા ઇ૦ ની ફરજ પડવી, જોઈએ છે, ઘટે છે.
ou'ija (વીજા), ના૦. **~(-board)**, પ્રેતાત્મા જોડે સંપર્ક સાધવાની સભામાં સંદેશા મેળવવા માટે વપરાતું ફરતા દર્શક કાંટાવાળું વર્ણમાળાથી અંકિત પાટિયું.
ounce (આઉન્સ), ના૦ આશરે અઢી તોલાનું એક વજન. **fluid ~** પાઈન્ટનો વીસમો ભાગ.
our (અવર), સર્વંના૦ અને વિ૦ **we** ની ષષ્ઠી વિભક્તિ. અમારું, આપણું. **ours** (અવઝ઼') નામ પછી આવતું રૂપ.
ourse'lf (અવરૂસે'લ્ફ), સર્વંના૦ રાજા, છાપાનો તંત્રી, ઇ૦ **myself** ને બદલે પોતાને માટે વાપરે છે.
ourse'lves (અવરૂસેલ્વ઼્ઝ઼), સર્વંના૦ **we** નું સ્વવાચક ભાર દેવા વપરાતું રૂપ. અમે-આપણે પોતે.
ou'sel (ઊઝ઼લ), જુઓ **ouzel.**
oust (આઉસ્ટ), સ૦ ક્રિ૦ કાઢી મૂકવું; હાંકી કાઢવું; -નો કબજો લેવો, -ની જગ્યા લઈ લેવી.
out (આઉટ), ક્રિ૦ વિ૦ તેના ઠેકાણાથી દૂર, ઠેકાણે નહિ એવું, તેની સાચી અથવા હમેશની સ્થિતિ, ઢબ, ઇ૦ માં નહિ એવું. બહાર, ઘરની બહાર, ખુલ્લામાં; હડતાળ પર; હોલવાયેલું, બળતું નહિ એવું; છેવટ સુધી, પૂરેપૂરું; (રહસ્ય અંગે)છતું; બહાર પડેલું, પ્રકાશિત; બાદ. **~ of date**, જૂનું થયેલું, કાલગ્રસ્ત. **~ of doors**, ખુલ્લામાં, ખુલ્લી હવામાં. **~ of the way**, અસાધારણ, ભાગ્યે જ જોવામાં આવતું.
out-, સંયોગી રૂપ. -ની બહાર, બાહ્ય, વધુ પડતું, હરાવે અથવા ચડી જાય-સરસાઈ કરે-એવું.
ou'tback (આઉટ્બૅક), ના૦ [ઑસ્ટ્રે.]

ખૂબ દૂરનો અંદરનો પ્રદેશ.

outbi'd (આઉટ્બિડ), સ૦ ક્રિ૦ [**-bid**] -થી વધારે કિંમત બોલવી.

ou'tboard (આઉટ્બોર્ડ), વિ૦ વહાણ, વિમાન અથવા વાહનની બહારની બાજુનું; (મોટર અંગે)હોડીની પાછલી બાજુએ બહારથી બેસાડેલું-જડેલું; (હોડી અંગે)એવી મોટર વાપરનારું.

ou'tbreak (આઉટ્બ્રે'ક), ના૦ એકદમ ફાટી નીકળવું તે (યુદ્ધ, રોગચાળો ક્રોધ, ઇ૦).

ou'tbuilding (આઉટ્બિલ્ડિંગ), ના૦ મુખ્ય મકાન પાસે બાંધેલું નાનું મકાન, ઓરડીઓ, ઇ૦.

ou'tburst (આઉટ્બર્સ્ટ), ના૦ ભાવનાનો (વાણી દ્વારા) ઉદ્રેક-સ્ફોટ-ઊભરો.

outcast (આઉટ્કાસ્ટ), વિ૦ અને ના૦ ઘરબાર કે સગાંવહાલાં દ્વારા તજાયેલો-બહિષ્કૃત-(માણસ); ભ્રષ્ટ, પતિત, (માણસ).

outcla'ss (આઉટ્ક્લાસ), સ૦ ક્રિ૦ -થી ખૂબ આગળ વધી કે ચડી જવું.

ou'tcome (આઉટ્કમ), ના૦ પરિણામ, ફળ, નિષ્કર્ષ.

ou'tcrop (આઉટ્ક્રૉપ), ના૦ જમીનની સપાટીની ઉપર ઊપસી આવેલો ખડક; ઊપસી આવવું તે; [લા.] સંસ્મરણીય આવિષ્કાર.

ou'tcry (આઉટ્ક્રાઇ), ના૦ બુમરાણ, પોકાર, (કશાકના વિરોધમાં).

outda'ted (આઉટ્ડેટિડ), વિ૦ કાલગ્રસ્ત, વહેવારમાંથી નીકળી ગયેલું.

outdi'stance (આઉટ્ડિસ્ટન્સ), સ૦ ક્રિ૦ -ની ખૂબ આગળ નીકળી જવું, -થી વધારે ઝડપથી જવું.

outdo' (આઉટ્ડૂ), સ૦ ક્રિ૦ [**-di'd; -done,** -ડન]. -થી ચડી-આગળ નીકળી -જવું, -ને પાછળ પડવું.

ou'tdoor (આઉટ્ડૉર), વિ૦ ઘર ઇ૦ની બહારનું-બહાર કરવાનું. **outdoor's** (-ડૉર્સ), ક્રિ૦ વિ૦ ખુલ્લામાં, ઘરની બહાર.

ou'ter (આઉટર), વિ૦ અંદરની બાજુથી અથવા કેન્દ્રથી દૂરનું; બહારની બાજુનું. ના૦ નિશાનેનું બહારનું વર્તુળ, તેને વાગનારી ગોળી-તીર. ~ **space,** પૃથ્વીના વાતાવરણની બહારનું વિશ્વ-અવકાશ.

outfa'ce (આઉટ્ફેસ), સ૦ ક્રિ૦ ડોળા કાઢીને દબાવવું-ઝંખવાણું પાડવું.

ou'tfall (આઉટ્ફૉલ), ના૦ નદી, મોરી, ઇ૦નું મુખ.

ou'tfield (આઉટ્ફીલ્ડ), ના૦ મુખ્ય ખેતરથી અલગ જમીન; ક્રિકેટ કે બેસ્બૉલના રમવાના પટની બહારનો ભાગ-મેદાન.

ou'tfit (આઉટ્ફિટ), ના૦ આવશ્યક સાજસામગ્રી અથવા કપડાં; [વાત.] (સંગઠિત) જૂથ અથવા મંડળી.

ou'tfitter (આઉટ્ફિટર), ના૦ આવશ્યક સામગ્રી પૂરી પાડનાર, વિ૦ ક૦ મરદોનાં કપડાં.

outfla'nk (આઉટ્ફ્લૅંક), સ૦ ક્રિ૦ શત્રુની બાજુએથી આગળ વધવું-વધીને આંતરી લેવું; દાવપેચમાં પાછળ હઠાવવું.

ou'tflow (આઉટ્ફ્લો), ના૦ બહાર વહેતો પ્રવાહ; બહાર વહેતી-નીકળતી વસ્તુ.

ou'tgoing (આઉટ્ગોઇંગ), વિ૦ બહાર જનારું; કામ પરથી નીચે ઊતરનાર; મિત્રતાવાળું. ના૦ [બ૦ વ૦માં] ખરચ.

outgrow' (આઉટ્ગ્રો),સ૦ક્રિ૦[**-grew; -grown,** -ગ્રોન] ઝડપથી વધવું, -થી વધારે ઊંચા થવું; (કપડાં, ઇ૦ માટે) વધુ પડતા મોટા થવું; મોટી ઉમર થતાં છોડી દેવું.

ou'tgrowth (આઉટ્ગ્રોથ), ના૦ કશાકમાંથી નીપજેલું પરિણામ-ફૂટેલો ફણગો.

ou'thouse (આઉટ્હાઉસ), ના૦ મુખ્ય ઘર પાસેની છાપરી-ઓરડી.

ou'ting (આઉટિંગ), ના૦ મજા ખાતર કરેલો પ્રવાસ-સફર.

outla'ndish (આઉટ્લૅન્ડિશ), વિ૦ પરદેશી જેવું લાગતું (દેખાવમાં કે સાંભળવામાં); અપરિચિત; વિચિત્ર, જંગલી.

outla'st (આઉટ્લાસ્ટ), સ૦ ક્રિ૦ -થી વધારે ટકવું-ચાલવું

outla'w (આઉટ્લૉ), ના૦ કાયદાના રક્ષણમાંથી બકાત કરાયેલો માણસ, બહારવટિયો. સ૦ ક્રિ૦ કાયદાના રક્ષણમાંથી

બહિષ્કૃત કરવું, સમાજ – બહિષ્કૃત કરવું, બેકાયદા જાહેર કરવું. **ou'tlawry** (-લૉરિ), ના૦ દેશનિકાલ કરવું તે, કાયદાના રક્ષણમાંથી બહિષ્કાર; બહારવટું.

ou'tlay(આઉટ્લે), ના૦ મૂડી રોકાણ, ખર્ચ.

ou'tlet (આઉટ્લે'ટ), ના૦ બહાર નીકળવાનો માર્ગ, નિકાલ; મ લ માટે બજાર.

ou'tline (આઉટ્લાઇન), ના૦ બહારની મર્યાદા–હદ; વસ્તુ કે આકૃતિની બહારની રેખા(ઓ), રૂપરેખા; કાચો મુસદ્દો; સંક્ષેપ; [બ૦ વ૦માં] મુખ્ય લક્ષણો. સ૦ ક્રિ૦ -ની રૂપરેખા દોરવી, સંક્ષેપમાં વર્ણન કરવું.

ou'tlive (આઉ ્લિવ), સ૦ ક્રિ૦ -ના કરતાં લાંબો વખત–વધારે–જીવવું, કોઈના અવસાન થયા પછી જીવવું,–માંથી પસાર થવું.

ou'tlying (આઉટ્લાઈંગ), વિ૦ કેન્દ્રથી બહુ દૂરનું, બહુ આઘું.

outmanoeu'vre(આઉટ્મનૂવર), સ૦ ક્રિ૦ યુક્તિ–દાવપેચ–માં ચડી જવું, દાવપેચ-દ્વારા શિકસ્ત આપવી.

outma'tch (આઉટ્મૅચ), સ૦ ક્રિ૦ -થી ચડિયાતું હોવું–સરસાઈ કરવી.

outmo'ded (આઉટ્મોડિડ), વિ૦ જુનવાણી, કાલગ્રસ્ત.

outnu'mber (આઉટ્નમ્બર), સ૦ ક્રિ૦ સંખ્યામાં ચડિયાતું હોવું–થવું.

outpa'ce (આઉટ્પેસ), સ૦ ક્રિ૦ -થી વધારે ઝડપથી જવું, -થી આગળ જવું; હરીફાઈમાં સરસાઈ કરવી.

ou't-patient (આઉટ્પેશન્ટ), ના૦ બહારનો રોગી.

outplay'(આઉટ્પ્લે), સ૦ ક્રિ૦ -થી વધારે સારું રમવું.

ou'tpost (આઉટ્પોસ્ટ), ના૦ છાવણીથી થોડે દૂર રાખેલી સૈન્યની ટુકડી(વિ૦ ક૦ ચોકી કરવા); દૂરની–સરહદ પરની–વસાહત.

ou'tpouring(આઉટ્પોરિંગ),ના૦ઉદ્ગાર. બહાર કાઢેલી વસ્તુ; [બહુધા બ૦ વ૦માં] લાગણીનો ઊભરો, વ્યક્ત કરેલા વિચાર.

ou'tput (આઉટ્પુટ), ના૦ પેદા કરેલો માલ, ઉત્પાદન; ઊર્જા, માહિતી, ઇ૦ તંત્રમાંથી ત્યાંથી બહાર પડે છે તે 'મથક. સ૦ ક્રિ૦ [-put અથવા -putted] બહાર મોકલવું; (કૉમ્પ્યૂટર અંગે) પરિણામ આપવાં–જણાવવાં.

ou'trage (આઉટ્રિજ), ના૦ કોઈના શરીર, અધિકાર કે ભાવના પર આઘાત–અતિક્રમણ, જુલમ, જબરદસ્તી, અત્યાચાર, બળાત્કાર. સ૦ક્રિ૦ (-રેજ) -ની ઉપર જબરદસ્તી કરવી, -નું અપમાન કરવું, બળાત્કાર કરવો; ભારે રોષ આવે તેમ કરવું.

outra'geous (આઉટ્રેજસ), વિ૦ અતિરેકી, અમર્યાદ; અત્યાચારભર્યું; જુલમી, રાક્ષસી, ક્રૂર; હિંસક; ઘૃણાસ્પદ.

outra'nk (આઉટ્રૅંક), સ૦ક્રિ૦ -થી (વધારે) ઊંચા પદ પર હોવું.

outré (ઊટ્રે), [ફ્રે] વિ૦ લહેરી, વિચિત્ર; અશિષ્ટ, શિષ્ટાચારનો ભંગ કરનારું.

ou'trider (આઉટ્રાઇડર), ના૦ (મોટર) ગાડી(ઓના સરઘસ)ની આગળ ચાલતો મોટરસાઇકલ સવાર.

ou'trigger (આઉટ્રિગર), ના૦ વહાણની બાજુમાંથી કે ઉપરથી બહાર નીકળતો સોટો અથવા ચોકઠું; વહાણની બહારની બાજુમાં હલેસાં અટકાવી મૂકવા માટેનો લોઢાનો બ્રૅકેટ; એવી રીતે હલેસાં મૂકવાની સગવડવાળી હોડી.

outri'ght (આઉટ્રાઇટ), ક્રિ૦વિ૦ તદ્દન, સમૂળગું; સંપૂર્ણપણે; કાયમનું; એક વાર સદાને માટે; કશું બાકી રાખ્યા વિના; ધીમે ધીમે કે હપતાથી નહિ. વિ૦ (**ou'**-), તદ્દન, પૂરેપૂરું.

outru'n (આઉટ્રન), સ૦ક્રિ૦ [**-ran; -run**] -ના કરતાં વધારે ઝડપથી અથવા લાંબું દોડવું; નાસી જવું; વટાવી જવું.

outse'll (આઉટ્સે'લ), સ૦ક્રિ૦ [**-sold**, - સોલ્ડ] -થી વધારે વેચવું–વધારે પ્રમાણમાં વેચાવું.

ou'tset (આઉટ્સે'ટ), ના૦ શરૂઆત.

outshi'ne (આઉટ્શાઇન), સ૦ક્રિ૦ [**-shone**,-શોન]-થી વધારે ચળકતું હોવું, ને ઝાંખું પાડવું.

ou'tside (આઉટ્સાઇડ), ના૦ [-નિયમા

outsi'de] બહારની કે ઉપરની સપાટી કે બાજુ, બહારનો-ઉપરનો-ભાગ-ભાગો; બાહ્ય દેખાવ; બહારની (બાજુ પરની) સ્થિતિ; કમાલ મર્યાદા, સીમા, અવધિ વિ૦ બહારનું, બહારની બાજુનું-પરનું-ની પાસેનું; કોઈ સંસ્થા કે મંડળનું નહિ એવું, તેની બહારનું; વધારેમાં વધારે. ક્રિ૦વિ૦ (**-si'de**) બહારની બાજુ પર-તરફ, અંદર નહિ. નામ૦ અ૦ (**-si'de**) -ની બહારનું, -ની હદની બહારનું; -ની અંદર નહિ, -ની મર્યાદાની બહાર.

outsi'der (આઉટ્સાઇડર), ના૦ (કોઈ મંડળ, પક્ષ, ઇ૦ની) બહારનો માણસ, પારકો; વિશેષ જ્ઞાન, પાર્શ્વભૂમિકા, ઇ૦ વિનાનું માણસ, લેભાગુ; (શરતમાં) જીતવા-ના સંભવ વિનાનો મનાતો ઉમેદવાર.

ou'tsize (આઉટ્સાઇઝ઼), વિ૦ અને ના૦ સામાન્યપણે હોય છે તેના કરતાં મોટા કદ(નું); એવા કદનું (માણસ કે વસ્તુ).

ou'tskirts (આઉટ્સ્કર્ટ્સ), ના૦ બ૦વ૦ શહેર વગેરેની બહારની હદ, પરિસર.

outsmar't (આઉટ્સ્માર્ટ), સ૦ક્રિ૦ -ને માટે વધારે પડતું ચાલાક-હોશિયાર-હોવું; બનાવી જવું, છેતરવું.

outspo'ken (આઉટ્સ્પોકન), વિ૦ આખાબોલું, સ્પષ્ટવક્તા.

outsprea'd (આઉટ્સ્પ્રે'ડ), વિ૦ બહાર ફેલાયેલું; પાથરેલું.

outsta'nding (આઉટ્સ્ટેન્ડિંગ), વિ૦ આગળ પડતું, શ્રેષ્ઠ, ઉત્કૃષ્ટ; (દેવું ઇ૦ અંગે) ન ચૂકવેલું, પતાવ્યા વગરનું.

outstay' (આઉટ્સ્ટે), સ૦ક્રિ૦ -થી વધારે લાંબો વખત -ની હદની બહાર-રહેવું.

outstre'tched (આઉટ્સ્ટ્રે'ચ્ટ), વિ૦ બહાર ફેલાયેલું; (હાથ ઇ૦ અંગે) લાંબું કરેલું.

outstri'p (આઉટ્સ્ટ્રિપ), સ૦ક્રિ૦ દોડવા-માં આગળ જવું; પ્રગતિ, હરીફાઈ, ઇ૦માં ચડી જવું.

outvo'te (આઉટવોટ), સ૦ક્રિ૦ બહુમતી-ને જોરે હરાવવું.

ou'tward (આઉટ્વર્ડ), વિ૦ બહારની બાજુ જતું-નીકળતું-પ્રેષિત; બહારનું, બાહ્ય, ઉપર ઉપરનું; શારીરિક. ક્રિ૦વિ૦ બહારની બાજુએ-તરફ, ઇ૦.

ou'twardly (આઉટ્વર્ડ્લિ), ક્રિ૦વિ૦ બહારથી, બહારના દેખાવમાં, ઉપરથી.

ou'twards (આઉટ્વર્ડ્ઝ઼), ક્રિ૦વિ૦ બહારની બાજુએ-તરફ.

outwei'gh (આઉટ્વે), સ૦ક્રિ૦ વજન, મૂલ્ય, મહત્ત્વ ઇ૦માં વધારે હોવું-ચડી જવું.

outwi't (આઉટ્વિટ) સ૦ક્રિ૦ હોશિયારી કે ચાલાકીમાં માથાનું નીકળવું-ટપી જવું; ચાલાકી કરીને છેતરવું.

ou'twork (આઉટ્વર્ક), ના૦ કિલ્લા ઇ૦નો આગળ કે અલગ પડતો ભાગ; દુકાન, કારખાનું, ઇ૦ની બહાર કરેલું કામ.

outwor'n (આઉટ્વૉર્ન), વિ૦ ઘસાઈ ગયેલું, જીર્ણ.

ou'zel, ou'sel, (ઊઝ઼લ), ના૦ એક જાતનું નાનું પક્ષી.

ou'zo (ઊઝ઼ો), ના૦ સવાના સ્વાદવાળા મદ્યનું એક ગ્રીક પીણું.

o'va (ઑવૅ), **ovum**નું બ૦વ૦.

o'val (ઓવલ), વિ૦ અંડાકાર, દીર્ઘવૃત્તા-કાર. ના૦ અંડાકાર, ઈંડાના આકારની લંબગોળ વસ્તુ.

o'vary (ઓવરિ), ના૦ અંડાશય, અન્ત: ફલ; [વનસ્પ.] બીજકોશ. **ovar'ian** (અવે'અરિઅન), વિ૦ અંડાશય કે બીજ-કોશનું.

ova'tion (અવેશન), ના૦ ઉત્સાહભર્યો આવકાર; તાળીઓનો ગડગડાટ.

o'ven (અવન), ના૦ પેટી જેવો (શેકવા-નો) ચૂલો, ભઠ્ઠી. **~ware,** ભઠ્ઠીમાં મૂકીને રાંધવાના-શેકવાનાં-વાસણ.

o'ver (ઓવર), ક્રિ૦વિ૦ ઉપર, ઉપરથી, ઉપર થઈને; પદ કે સ્થિતિમાં ઉપર; -થી વધુ-વધારે; ઉપર બધે, આખી સપાટી વ્યાપીને એક છેડા કે બાજુથી બીજા છેડા કે બાજુ સુધી; આદિથી અંત સુધી; પૂરું, ખલાસ, સમાપ્ત. ના૦ [ક્રિ૦] ગોલંદાજ એકી વખતે એક પછી એક છ વાર દડો ફેંકે છે તે; તે દરમ્યાનની રમત. નામ૦ અ૦ -ની ઉપર, -ને વિશે-અંગે, -ની ઉપર

થઈ ને-બીજી બાજુ પર, -ની બીજી બાજુએ -છેડે.

over-, સંયોગી રૂપ, ઉપર; ઉપરનું, બહારનું; ચડિયાતું; અતિશય.

overa'ct (ઓવર્‌ઍક્ટ), ઉ૰ક્રિ૰ વધારે પડતો અભિનય કરવો.

overa'ctive (ઓવર્‌ઍક્ટિવ), વિ૰ વધારે પડતું પ્રવૃત્તિશીલ.

o'verall (ઓવર્‌ઑલ), ના૰ કપડાંની ઉપરથી પહેરવાનો ડગલો (કપડાં બગડે નહિ તે માટે); [બ૰વ૰માં] ઉપરથી પહેરવાનાં પાયજામા અથવા પોશાક. વિ૰ બધી વાતોનો વિચાર કરનારું; સમાવેશક, કુલ.

o'verarm (ઓવર્‌આર્મ), વિ૰ અને ક્રિ૰વિ૰ હાથ ખભાની ઉપર કરેલું-કરીને.

overaw'e (ઓવર્‌ઑ), સ૰ક્રિ૰ ધમકી આપીને દબાવવું, બિવડાવી નાખવું.

overba'lance (ઓવર્‌બૅલન્સ), ઉ૰ક્રિ૰ તોલ ગુમાવીને પડી જવું, તોલ ગુમડાવીને પાડી નાખવું.

overbear' (ઓવર્‌બે'અર), સ૰ક્રિ૰ **[-bore,-born(e)]** વજન કે જોરથી દબાવી દેવું; દબાવી દેવું; વજન કે મહત્ત્વમાં ચડી જવું.

overbea'ring (ઓવર્‌બે'અરિંગ), વિ૰ શિરજોર, દાંડ, મનસ્વી; શેખી કરનારું, ઉદ્ધત.

overblow'n(ઓવર્‌બ્લોન), વિ૰ ફૂલેલું, બડાઈ હાંકનારું; યુવાવસ્થા વટાવી ગયેલું.

o'verboard (ઓ'વર્‌બોર્ડ), ક્રિ૰ વિ૰ વહાણ પરથી દરિયામાં-પાણીમાં. **throw ~**, ત્યાગ કરવો, ફેંકી દેવું.

overboo'k (ઓવર્‌બુક), ઉ૰ ક્રિ૰ વધારે પડતાં નામ નોંધવા - ટિકિટો વેચવી.

overbur'den (ઓવર્‌બર્ડન), સ૰ ક્રિ૰ વધારે પડતો ભાર લાદવો.

o'vercast (ઓવર્‌કાસ્ટ), વિ૰ વાદળાંથી ઢંકાયેલું - ઘેરાયેલું; અંધારાવાળું; ઉદાસ; ગમગીન. સ૰ ક્રિ૰ **[-ca'st]** કાંબળો ઇ૰ના છેડા વાળીને સીવી દેવા.

overchar'ge (ઓવર્‌ચાર્જ), ઉ૰ ક્રિ૰ (વસ્તુ)ની અથવા (વ્યક્તિ) પાસેથી વધુ પડતી કિંમત લેવી; -માં વધુ પડતો સ્ફોટક પદાર્થ - દારૂ ઇ૰ અથવા વીજળી ભરવી. ના૰ (**o'ver-**) વધુ પડતી - વધારાની - કિંમત.

o'vercheck (ઓવર્‌ચેક), ના૰ બે જુદી જુદી જાતની ચોકડીઓની ભાતનું મિશ્રણ, એવા મિશ્રણવાળું કાપડ.

o'vercoat (ઓવર્‌કોટ), ના૰ રોજના કોટ કે કપડાં પરથી પહેરવાનો મોટો ડગલો.

overco'me (ઓવર્‌કમ), સ૰ ક્રિ૰ **[-came; -come]** -ની ઉપર પ્રભુત્વ મેળવવું; હરાવવું, જીતવું; વશ કરવું. ભૂ૰ કૃ૰ તરીકે સાવ થાકી ગયેલું, નિઃશક્ત; અસહાય કરાયેલું; પરવશ.

overcompensa'tion(ઓવર્‌કૉમ્પે'-ન્સેશન), ના૰ વાસ્તવિક અથવા કાલ્પનિક ચારિત્ર્ય દોષ સુધારવામાં કરેલો શુદ્ધિનો અતિરેક.

overcrow'd (ઓવર્‌ક્રાઉડ), સ૰ ક્રિ૰ બહુ ભીડ કરવી, -માં વધારે પડતું ભરવું.

overdeve'lop (ઓવર્‌ડિવે'લપ), ઉ૰ ક્રિ૰ વધુ પડતો વિકાસ કરવો; [ફોટો.] વધારે પડતું વ્યક્તીકરણ કરવું.

overdo' (ઓવર્‌ડૂ), સ૰ ક્રિ૰ **[-did; -done** -ડન] અતિરેક કરવો; વધારે (લાંબો) વખત રાંધવું કે બાફવું; પોતાની તાકાત કરતાં વધારે પરિશ્રમ કરવો.

o'verdose (ઓવર્‌ડોઝ઼), ના૰ દવાનો વધારે પડતો ઘૂંટડો-ફાકી. સ૰ક્રિ૰ (**-do'se**) એવો ઘૂંટડો આપવો.

o'verdraft (ઓવર્‌ડ્રાફ્ટ), ના૰ બૅંકમાં પોતાના ખાતામાં જમા હોય તેથી વધારે રકમ ઉપાડવી તે; એવી રીતે સિલક કરતાં વધારાની ઉપાડેલી રકમ.

overdraw' (ઓવર્‌ડ્રૉ), ઉ૰ ક્રિ૰ **[-drew; -drawn]** પોતાના ખાતામાં હોય તેના કરતાં વધારે રકમ ઉપાડવી; વર્ણનમાં અતિશયોક્તિ કરવી; ભૂ૰ કૃ૰ (ખાતા અંગે) જેમાંથી જમા હોય તેથી વધારે પૈસા ઉપાડેલું.

overdre'ss (ઓવર્‌ડ્રે'સ), ઉ૰ ક્રિ૰

અતિ શણગાર કરવો, અતિ ઔપચારિક પોશાક કરવો.

o'verdrive (ઓવરડ્રાઇવ), ના૦ થાકી જાય ત્યાં સુધી કામ કરાવવું તે. સામાન્ય ટૉપગિયરના પ્રમાણ કરતાં વધારે ઊંચા ગિયરનું પ્રમાણ આપનાર મોટરગાડીની યાંત્રિક રચના.

overdu'e (ઓવર્ડ્યૂ), વિ૦ આવવા, આપવા, ઇ૦ની મુદત વટાવી ગયેલું; મોડું; બાકી રહેલું.

overe'stimate (ઓવર્એ'સ્ટિમેટ), સ૦ ક્રિ૦ અને ના૦ વધારે પડતી કિંમત આંકવી, વધુ પડતો ઊંચો અડસટ્ટો કરવો.

overexpo'se (ઓવર્ઇકસ્પોઝ઼), સ૦ ક્રિ૦ [ફોટો.] વધારે લાંબો વખત ઉદ્ભાસિત કરવું – પ્રકાશ પડવા દેવો.

overfi'sh (ઓવર્ફિશ), સ૦ ક્રિ૦ ખૂટી જાય એ રીતે માછલાં પકડવાં.

overflow' (ઓવર્ફ્લો), ઉ૦ ક્રિ૦ ઉપરથી વહેવું, રેલાવું; મર્યાદા વટાવીને ફેલાઈ જવું, ઊભરાઈ જવું; અતિશય વિપુલ હોવું. ના૦ (**o'ver-**) (પાત્ર) ભરાઈને વહી જવું તે, જેટલું વહી જતું હોય કે વધારાનું હોય તે, ઊભરો; વધારાનું પ્રવાહી વહી જવા માટે રસ્તો.

o'verground (ઓવર્ગ્રાઉન્ડ), વિ૦ જમીનની ઉપરનું, ઉપર.

overgrow' (ઓવર્ગ્રો), સ૦ ક્રિ૦ [**-grew; -grown**] -ની ઉપર ઊગવું – ઊગીને ફેલાવું. **-grow'n**, ઝાડઝાડવાંથી ઢંકાયેલું – વ્યાપેલું; ખૂબ વધેલું, બહુ ફાલી ગયેલું.

o'verhand (ઓવર્હૅન્ડ), વિ૦ અને ક્રિ૦ પકડેલી વસ્તુની ઉપર હાથ રાખેલું – રાખીને, (ગોલંદાજી અંગે) ખભા ઉપર હાથ લઈને કરેલું.

overha'ng (ઓવર્હૅ'ંગ), ઉ૦ ક્રિ૦ [**-hung**] ઉપર બહાર નીકળવું – પડતું હોવું; ઉપર લટકતું હોવું, આવી પડવાની તૈયારીમાં હોવું. ના૦ (**o'ver-**) ઉપર લટકતો ભાગ.

overhau'l (ઓવર્હૉલ), સ૦ ક્રિ૦ તપાસવા ને દુરસ્તી કરવા માટે ભાગ અલગ પાડવા; -ની સ્થિતિ તપાસવી; પકડી પાડવું.

overhea'd (ઓવર્હે'ડ), ક્રિ૦ વિ૦ ઊંચે, માથા પર; આકાશમાં; ઉપલે માળે. વિ૦ (**o'ver-**) માથાની ઉપર – ઊંચે મૂકેલું; (ખર્ચ અંગે) કચેરીનું ખર્ચ, વ્યવસ્થા ખર્ચ, ઇ૦ને અંગેનું. ના૦ [બ૦ વ૦ માં]. વ્યવસ્થા ખર્ચ, મૂડીનું વ્યાજ, ઇ૦.

overhear' (ઓવર્હિઅર), સ૦ ક્રિ૦ [**-heard** -હર્ડ] કોઈનું બોલ્યું તેના અજાણતાં – છાનામાના ચોરીને – સાંભળવું; સહેજે કાને પડવું.

overjoy'ed (ઓવર્જૉઇડ), વિ૦ રાજી રાજી થયેલું, અતિશય હરખાયેલું.

o'verkill (ઓવર્કિલ), ના૦ શત્રુને હરાવવા કે તેનો નાશ કરવા જોઈતી શક્તિ કરતાં વધુ – વધારાનું વિનાશક સામર્થ્ય.

overla'nd (ઓવર્લૅન્ડ), ક્રિ૦ વિ૦ ખુશ્કી માર્ગે. વિ૦ (**o'ver-**) આખું કે અંશતઃ જમીન માર્ગનું.

overla'p (ઓવર્લૅપ), ઉ૦ ક્રિ૦ (એક વસ્તુએ બીજી)ને અંશતઃ ઢાંકવું, ઢાંકીને આગળ ફેલાવું; અરસપરસ વ્યાપ્ત કરવું. ના૦ (**o'ver-**) અંશતઃ આચ્છાદન, અતિવ્યાપ્તિ, અતિવ્યાપ્તિનું પ્રમાણ.

overlay' (ઓવર્લે), સ૦ ક્રિ૦ [**-laid**] ઉપર ચડાવવું, મઢવું. ના૦ (**o'ver-**) કશાક ઉપર ચડાવેલી કે પાથરેલી વસ્તુ.

overlea'f (ઓવર્લીફ઼), ક્રિ૦ વિ૦ (ચાલુ – વંચાતા) પાનાની પાછલી બાજુએ.

overlie' (ઓવર્લાઇ), સ૦ ક્રિ૦ [**-lay; -lain**] -ની ઉપર સૂતેલા – પડેલા–હોવું–સૂવું; એવી રીતે (બાળકને) ગૂંગળાવવું.

overloa'd (ઓવર્લોડ), સ૦ ક્રિ૦ ઉપર વધારે પડતો ભાર – બોજો– લાદવો. ના૦ (**o'ver-**) વધારે પડતો બોજો – ભાર.

overloo'k (ઓવર્લુક), સ૦ ક્રિ૦ ઉપરથી – ઊંચે ઠેકાણેથી–જોવું; જોઈ ન શકવું; -ની તરફ ધ્યાન ન આપવું–દુર્લક્ષ કરવું; દરગુજર કરવું, માફ કરવું; ઉપર દેખરેખ રાખવી.

o'verlord (ઓવર્લૉર્ડ), ના૦ રાજા-ધિરાજ, મહારાજ.

o'verly (ઑવર્લિ), ક્રિ૦ વિ૦ અત્યંત, વધારે પડતું.

overma'n (ઓવર્મૅન), સ૦ ક્રિ૦ (કામ પર)વધારે પડતા માણસો નીમવા – રાખવા.

o'vermantel (ઓવરમૅન્ટલ), ના૦ ચૂલાની ઉપરની શોભાની છાજલીઓ.

overma'stering (ઓવર્માસ્ટરિંગ), વિ૦ પ્રબળ, પ્રભાવી.

overmu'ch (ઓવર્મચ), વિ૦, ના૦ અને ક્રિ૦ વિ૦ (જોઈએ તે કરતાં) ઘણું વધારે, અતિશય.

overnigh't (ઓવર્નાઇટ), ક્રિ૦ વિ૦ આગલા દિવસની સાંજે; (સવાર સુધી) આખી રાત; રાત દરમ્યાન; એકદમ, એકાએક. વિ૦ (**o'ver-**) રાતનું – માટે-નું – દરમ્યાનનું, રાતે કરેલું; (સામાન અંગે) રાત માટે જરૂરી હોય એટલો જ સાથે રખાતો.

over'pass (ઓવરપાસ), સ૦ ક્રિ૦ ઉપર થઈને જવું, ઓળંગીને જવું, વટાવી જવું; -ને છેડે પહોંચવું. ના૦ (**o'ver-**) એક રસ્તાને પુલ દ્વારા ઓળંગી જનારજ બીજો રસ્તો.

overprodu'ce (ઓવર્પ્રડ્યૂસ), સ૦ ક્રિ૦ માગણી કે જરૂરિયાત કરતાં વધારે પેદા કરવું. **overprodu'ction** (-ડક્શન), ના૦ (માગણી કરતાં) વધુ પડતું ઉત્પાદન.

o'verproof (ઓવર્પ્રૂફ), વિ૦ નિયત કરેલા પ્રમાણ (પ્રૂફસ્પિરિટમાં હોય છે તેના) કરતાં વધારે મદ્યાર્ક (આલ્કોહોલ) વાળું.

overra'te (ઓવરેટ), સ૦ ક્રિ૦ -ને વધારે પડતું મહત્ત્વ આપવું, -ને વિષે વધારે પડતો ઊંચો અભિપ્રાય ધરાવવો.

overrea'ch(ઓવરીચ), ઉ૦ ક્રિ૦ છેતરવું, ઠગવું. **~ oneself**, વધુ પડતી હોશિયારી કરવા જતાં પોતાનું જ કામ બગાડવું.

over-rea'ct (ઓવરરિઍક્ટ), અ૦ ક્રિ૦ વાજબી ગણાય તે કરતાં વધુ આવેશ-યુક્ત પ્રતિક્રિયા કરવી.

overri'de (ઓવરાઇડ), સ૦ક્રિ૦ [**-ro'de; -ri'dden**] ઉદ્ધામપણે કોઈની ઉપરવટ થઈને કશુંક કરવું; ઉપરીની સત્તા કે અગ્રતા હોવી કે સત્તાનો અથવા અગ્રતાનો દાવો કરવો; બિનઅસરકારક બનાવવું.

o'verrider (ઓવરાઇડર), ના૦ બીજા વાહન સાથે ફસાઈ ન જાય તે માટે મોટરગાડીના બંપરને જડેલો ઊભો સળિયો ઇ૦.

overru'le (ઓવરૂલ), સ૦ક્રિ૦ ઊંચા અધિકારની રૂએ રદ કરવું–નામંજૂર કરવું, ઠરાવ રદ કરવો; માગણી, સૂચના, ઇ૦નો અસ્વીકાર કરવો.

overru'n (ઓવરન), ઉ૦ક્રિ૦ [**-ran; -run**] ટોળે વળવું અથવા બધે ફેલાવું; -થી વધી જવું, મર્યાદા વટાવી જવું; નિયત સમયથી વધારે વખત લેવો.

o'versea(s) (ઓવર્સી-સીઝ઼), વિ૦ દરિયા પારનું. ક્રિ૦વિ૦ (**-sea's**) દરિયા (માં થઈને પેલી)પાર.

oversee' (ઓવર્સી), સ૦ક્રિ૦ [**-saw; -seen**] ઉપર દેખરેખ રાખવી. **o'verseer** (-સિઅર), ના૦ કામ પર દેખરેખ રાખનાર. ઓવરસીયર.

o'versew (ઓવર્સો), સ૦ક્રિ૦ [ભૂ૦કૃ૦ **-sewn**]. કાપડની કોરો વાળીને સીવી દેવું.

over-se'xed (ઓવર્સે'ક્સ્ટ), વિ૦ અતિકામી–કામાતુર.

oversha'dow (ઓવર્શૅડો), સ૦ક્રિ૦ સૂર્યના તડકાથી રક્ષણ કરવું, ઉપર છાંયડો કરવો; છાંયડામાં નાખવું; પોતાના તેજથી ઝાંખું પાડવું.

o'vershoe (ઓવર્શૂ), ના૦ સાદા જોડા (બૂટ) ઉપર પહેરવાનો રબર કે ઊનનો મોટો બૂટ.

overshoo't (ઓવર્શૂટ), ઉ૦ક્રિ૦ [**-shot**] નિશાનથી આગળ ગોળી કે બાણ મારવું, -થી આગળ નીકળી જવું, (વિમાન અંગે) ઊતરતી વખતે ઉતરાણ-પટ્ટીથી આગળ નીકળી જવું. **~ the mark**, વધારે પડતું આગળ જવું, અતિશયોક્તિ કરવી.

o'versight (ઓવર્સાઇટ), ના૦ દુર્લક્ષ,

નજરચૂક; ગફલત; દેખરેખ.

oversi'mplify (ઓવર્સિમ્પ્લિફાઇ), સ૦ક્રિ૦ વધારે પડતી સાદી ભાષામાં રજૂ કરીને (કોઈ સવાલને) વિકૃત સ્વરૂપ આપવું.

oversleeʹp (ઓવર્સ્લીપ), અ૦ક્રિ૦ [**-sle'pt**] વધારે લાંબો વખત સૂવું–સૂઈ ને સમય ચૂકવો.

overspe'nd (ઓવર્સ્પે'ન્ડ), સ૦ક્રિ૦ વધારે પડતું ખર્ચ કરવું.

o'verspill (ઓવર્સ્પિલ), ના૦ ઉભરાઈ ને ઢોળાઈ ગયેલો જથો; બીજે વસાવેલી –વસ્તી નીકળેલી– શહેર ઇ૦ની વધારે-પડતી લોકસંખ્યા.

overspreaʹd (ઓવર્સ્પ્રે'ડ), સ૦ ક્રિ૦ [**-spread**]-ની ઉપર ફેલાઈ કે પથરાઈ જવું, (સપાટી)ને ઢાંકવું; [સહ.] આચ્છાદિત થવું.

oversta'ff (ઓવર્સ્ટાફ), સ૦ ક્રિ૦ કોઈ કામ માટે વધારે પડતા માણસ નીમવાં.

oversta'te (ઓવર્સ્ટેટ), સ૦ ક્રિ૦ અતિશયોક્તિ કરવી, મરીમસાલો નાખીને કહેવું.

overste'p (ઓવર્સ્ટે'પ), સ૦ ક્રિ૦ મર્યાદાથી આગળ પગલું ભરવું, -નું ઉલ્લંઘન કરવું

overstrai'n (ઓવર્સ્ટ્રેન), સ૦ ક્રિ૦ અતિશ્રમ કરીને નુકસાન પહોંચાડવું; વધુ પડતું તાણવું. ના૦ (**o'ver-**) અતિશ્રમ (કરવો-થવો–તે).

overstrung (ઓવર્સ્ટ્રંગ), વિ૦ અતિ તાણેલું–વ્યગ્ર-ક્ષુબ્ધ; ચીઢિયું, અતિ નાજુક પ્રકૃતિનું; (પિયાનો અંગે) એક બીજા પર ત્રાંસા આવતા તારવાળું.

oversubscri'be (ઓવર્સબ્સ્ક્રાઇબ), સ૦ ક્રિ૦ [બહુધા સહ. મા] શેરો ઇ૦ માટે શેરોની સંખ્યાના પ્રમાણમાં જોઈએ તે કરતાં વધુ પડતા પૈસા ભરી દેવા.

o'vert (ઑવર્ટ), વિ૦ ખુલ્લું, ઉઘાડું, ખુલ્લી રીતે કરેલું; નહિ છુપાવેલું.

overta'ke (ઓવર્ટેક) સ૦ ક્રિ૦ [**-took; -taken**] -ની સાથે આવી જવું, પકડી પાડવું, -ને વટાવી(આગળ નીકળી) જવું; ઉપર અચાનક આવી પડવું.

overta'x (ઓવર્ટૅક્સ), સ૦ ક્રિ૦ ગજા ઉપરાંત કરનો બોજો લાદવો.

overthrow' (ઓવર્થ્રો), સ૦ ક્રિ૦ [**-threw; -thrown** -થ્રોન] ગબડાવી દેવું, ઉથલાવી દેવું, સત્તા પરથી ઉતારી મૂકવું; -નો અંત આણવો; હરાવવું. ના૦ [**o'ver-**] ઉથલાવવું–હરાવવું તે; પરાજય; [ક્રિકે.] ક્ષેત્રપાલે ફેંકેલો દડો વિકેટ પાસે ન રોકાતાં વધુ દોડ મળવી તે.

o'vertime (ઓવર્ટાઇમ), ક્રિ૦ વિ૦ કામના નિયત સમય પછી. ના૦ નિયત સમય ઉપરાંતનો વખત, તે માટેનું મહેનતાણું.

o'vertone (ઓવર્ટોન), ના૦ [સં.] મુખ્ય કે મૂળભૂત સૂર સાથે સંભળાતો ધીમો અને તીવ્ર અવાજ; (સૂક્ષ્મ અથવા દુર્ગ્રાહ્ય) ગૌણ ગુણ, રંગ, ઇ૦; ગર્ભિતાર્થ.

overto'p (ઓવર્ટૉપ), સ૦ ક્રિ૦ -ના કરતાં વધારે ઊંચું થવું–હોવું, -થી ચડી જવું.

overtru'mp (ઓવર્ટ્રમ્પ), ઉ૦ ક્રિ૦ -થી વધારે ભારે હુકમનું પત્તું નાખવું.

o'verture (ઓવર્ચર), ના૦ વાટાઘાટની શરૂઆત (કરવી તે); ઔપચારિક સૂચના અથવા માગણી; [સં.] નાટક ઇ૦નું પ્રાસ્તાવિક સંગીત.

overtur'n(ઓવર્ટર્ન), ઉ૦ ક્રિ૦ ઉથલાવી પાડવું, ઊથલી પડવું; ગબડાવી દેવું, -ગબડી જવું; નીચે પાડવું–પડવું.

o'verview (ઓવર્વ્યૂ), ના૦ સર્વસામાન્ય નિરીક્ષણ.

overwee'ning (ઓવર્વીનિંગ), વિ૦ ઘમંડી, અતિ અભિમાની.

o'verweight (ઓવર્વેટ), ના૦ વધુ પડતું વજન, અતિભાર. વિ૦ (**-wei'ght**) વધારે પડતા – ઇષ્ટ હોય તે કરતાં વધારે – વજનવાળું. સ૦ક્રિ૦ (**-wei'ght**) વધારે પડતો ભાર લાદવો.

overwhe'lm (ઓવર્વે'લ્મ), સ૦ ક્રિ૦ દાટવું, પૂરેપૂરું ડુબાડી દેવું; કચડી નાખવું; કામના બોજા તળે દબાવી દેવું; ભાવના ઇ૦માં ડુબાવી દેવું.

overwhel'ming (ઓવર્વે'લ્મિંગ), વિ૦ સંખ્યા, વજન, જથો, ઇ૦ને લીધે

પ્રતિકાર ન કરી શકાય એવું, દુર્નિવાર.

overwin'd (ઓવર્‌વાઇન્ડ), સ૦ ક્રિ૦ [**-wound** -વાઉન્ડ] (ઘડિયાળ ઇ૦)ને વધારે પડતી ચાવી આપવી.

overwor'k (ઓવર્‌વર્ક), ઉ૦ ક્રિ૦ ગજા ઉપરાંત કામ-પરિશ્રમ-કરવો કે કરાવવો, કામ કરાવીને થકવી નાખવું. ના૦ ગજા ઉપરાંત કામ કે મહેનત, અતિશ્રમ.

overwrough't (ઓવર્‌રૉટ), વિ૦ વધારે પડતી તાણ પડેલું, સાવ થાકી ગયેલું; ઉત્તેજનાની પ્રતિક્રિયા સહન કરતું.

o'viduct (ઓવિડક્ટ), ના૦ અંડ કે બીજને અંડાશય કે બીજાશયમાંથી ગર્ભાશયમાં લઈ જનાર નળી.

o'viform (ઓવિફૉર્મ), વિ૦ અંડાકૃતિ.

o'vine (ઓવાઇન), વિ૦ ઘેટાનું-ના જેવું.

ovi'parous (અવિપરસ), વિ૦ ઈંડા મૂકનારું, અંડજ.

o'void (ઓવૉઇડ), વિ૦ (ઘન પદાર્થ અંગે) અંડાકાર.

o'vulate (ઑવ્યુલેટ), અ૦ ક્રિ૦ અંડાશયમાંથી અંડમોચન કરવું, અંડબીજ પેદા કરવાં. **ovula'tion** (-લેશન) ના૦.

o'vule (ઑવ્યૂલ), ના૦ બીજાંડ, રજોગોલ.

o'vum (ઓવમ), ના૦ [બ૦ વ૦ **ova** ઓવં] રજોગોલ, રજ; અંડ.

ow (આઉ), ઉદ્‌ગાર૦ અચાનક થતા દર્દનું વાચક. ઓય !

owe (ઓ), ઉ૦ ક્રિ૦ -નું ઋણી હોવું, -ને લીધે હોવું; વાસ્તે ઉપકૃત હોવું; કશુંક કરવા કે આપવા બંધાયેલા હોવું.

o'wing (ઓઇંગ), વિધે૦ વિ૦ -ના દેવા -માગતા લેણા. **~ to**, -ને લીધે-કારણે.

owl (આઉલ), ના૦ ઘુવડ.

ow'let (આઉલિટ), ના૦ ઘુવડનું બચ્ચું, નાનું ઘુવડ.

ow'lish (આઉલિશ), વિ૦ ઘુવડના જેવું, વિ૦ ક૦ સૂર્યપ્રકાશથી અંજાઈ ગયેલું; ગંભીર અને મતિમંદ.

own (ઓન), વિ૦ (ષષ્ઠી પછી)બીજાનું નહિ, પોતાનું [સ્વતંત્રપણે] પોતાની મિલકત, સગાં,ઇ૦. **of one's ~**, પોતાનું. **hold one's ~**, પોતાનું સ્થાન ટકાવી રાખવું, ટક્કર ઝીલવી; હારવું નહિ. **on one's ~**, પોતે એકલાએ, સ્વતંત્રપણે, કોઈની મદદ વિના; પોતાની જવાબદારી પર, પોતાને માટે, પોતાના તરફથી. ઉ૦ક્રિ૦ -નું હોવું, -ના માલિક-ધણી-હોવું; પોતે (ચોપડીનો) લેખક કે (બાળકનો) બાપ હોવાનું સ્વીકારવું; સાચું, કાયદેસર, ઇ૦ હોવાનું સ્વીકારવું-કબૂલ કરવું. **~ up**, [વાત.] કબૂલ કરવું, કબૂલાત આપવી.

ow'ner (ઓનર), ના૦ માલિક, ધણી. **~-driver**, ગાડી ચલાવનાર ગાડીનો માલિક. **~-occupier**, ઘરમાં રહેનાર તેનો માલિક.

ow'nership(ઓનરશિપ), ના૦ માલિકી, સ્વામિત્વ.

ox (ઑક્સ), ના૦ [બ૦વ૦ **oxen**] (ખસી કરેલો) બળદ, પાડો, ઇ૦. **~-eye (daisy)**, સફેદ અને રાતાં મોટાં ફૂલવાળો એક છોડ, ડેઝી. **~lip**, એક જાતનું સંકરજનિત ફૂલ.

oxa'lic (ઑક્સૅલિક), વિ૦ **~ acid**, એક અત્યંત ખાટું ઝેરી અમ્લ (**wood sorrel** વગેરે વનસ્પતિમાંથી મળતું.)

Oxf., સંક્ષેપ. Oxford.

O'xford (ઑક્સ્‌ફર્ડ), ના૦ **~ shoe** પાટલીના ઉપલા ભાગ પર બંધાતી નાડીવાળો જોડો.

oxida'tion (ઑકિસડેશન), ના૦ = **oxidization**, ઑકસીકરણ, ઉપચયન.

o'xide (ઑકસાઇડ), ના૦ બીજા કોઈ મૂળદ્રવ્યની અથવા રેડિકલ સાથે પ્રાણવાયુનો સમાસ.

o'xidize (ઑકિસડાઇઝ઼), ઉ૦ક્રિ૦ પ્રાણવાયુ સાથે મળવું-મેળવવું; ઉપર કાટ ચડવો; ઑકસાઇડનું પડ-આવરણ-ચડાવવું. **oxidiza'tion** (ઑકિસડાઇઝ઼ેશન), ના૦.

O'xon. (ઑકસન), સંક્ષેપ. Oxfordshire; of Oxford University.

oxo'nian (ઑકસોનિઅન), વિ૦ અને ના૦ ઑકસ્‌ફર્ડ યુનિવર્સિટીનો સભ્ય; ઑકસ્‌ફર્ડનો (રહેવાસી).

oxy-ace'tylene (ઑક્સિઅસે'ટિલીન), વિ૦ પ્રાણવાયુ અને અસે'ટિલીન વાયુનું (બનેલું), તેમનું મિશ્રણ વાપરનારું, તે મિશ્રણ વડે એક કરી દેનારું–વેલ્ડિંગ કરનારું.

o'xygen (ઑક્સિજન), ના૦ પ્રાણવાયુ, આક્સિજન. ~ **tent,** વધારે ને વધારે પ્રાણવાયુ દરદી શ્વાસમાં લઈ શકે તે માટેની બંધ જગ્યા.

o'xygenate (ઑક્સિજિનેટ), **o'xygenize** (-જિનાઇઝ઼), સ૦ક્રિ૦ પ્રાણવાયુ પૂરો પાડવો, પ્રાણવાયુનો ઉપચાર કરવો, પ્રાણવાયુ સાથે મેળવવું.

oxymor'on (ઑક્સિમૉરન), ના૦ વિરોધાભાસ (અલંકાર).

oye'z (ઓયે'ઝ઼), ઉદ્ગાર૦ ધ્યાન ખેંચવા માટે છડીદાર દ્વારા મારવામાં આવતો પોકાર.

oy'ster (ઑઇસ્ટર), ના૦ છીપલામાં રહેલી પોચી માછલી, જે જીવતી ખવાય છે, કાલવ કે કાલુ માછલી; કાબરી છટાવાળો સફેદ રંગ; [વિ૦બો૦] ઓછાબોલો માણસ.

oz., સંક્ષેપ. ounce(s).

o'zone (ઓઝ઼ોન), ના૦ તીખી ગંધવાળો પ્રાણવાયુ; દરિયાનો ઉત્સાહવર્ધક પવન.

P

P., સંક્ષેપ. page; (decimal) pence, penny; piano[1].

pa (પા), ના૦ [વાત.] પિતા.

P.A., સંક્ષેપ. personal assistant; public address.

p.a., સંક્ષેપ. per annum.

pace[1] (પેસ), ના૦ એક ડગલું-પગલું-કદમ; એક ડગલું અંતર; ચાલ, ચાલવાની ઢબ; વેગ, ગતિ, પ્રગતિનો દર. ઉ૦ક્રિ૦ (ઉપર કે આસપાસ) સાધારણ ચાલે-ધીમી ચાલે-ચાલવું; ડગલાં ભરીને અંતર માપવું; સાથે દોડીને યોગ્ય વેગ આપવો. ~**-maker,** ચાલ નક્કી કરી આપનાર; હૃદયના સ્નાયુને ઉત્તેજિત કરનાર કુદરતી કે વીજળીનું સાધન.

pa'ce (પેસિ), નામ૦ અ૦ પૂરા આદર સાથે.

pa'chyderm (પૅકિડર્મ), ના૦ જાડી ચામડીવાળું કદાવર પ્રાણી, વિ૦ક૦ હાથી, ગેંડો, ઇ૦. **pachyder'matous** (-ડર્મટસ), વિ૦.

paci'fic (પૅસિફિક), વિ૦ શાંત વૃત્તિવાળું, શાંતિપ્રવણ.

pa'cifism (પૅસિફિઝ઼મ), ના૦ શાંતિવાદ, યુદ્ધો સદંતર બંધ કરવા એ ઇષ્ટ અને શક્ય છે એવો મત, એવા મતનો પુરસ્કાર. **pa'cifist** (-ફિસ્ટ), ના૦.

pa'cify (પૅસિફાઇ), સ૦ક્રિ૦ શાંત કરવું-પાડવું, ઠંડું પાડવું; સાન્ત્વન કરવું. **pacifica'tion** (-ફિકેશન), ના૦.

pack[1] (પૅક), ના૦ પોટલું-લો, ગાંસડી-ડો, ખોખું, ઇ૦ વિ૦ક૦ ખભા પર કે પીઠ પર લેવાનું; પોટલું બાંધવાની રીત, પોટલામાં બાંધેલી વસ્તુઓનો સટ; સટ, થોક; શિકારી કૂતરાઓ(નું જૂથ); સાથે ફરનાર પ્રાણીઓનું ટોળું, જૂથ; બાલવીરો અને બાલવીરાઓનું સંગઠિત જૂથ; રુગ્બી ફુટબોલની આગળની ટુકડી; ગંજીફાનાં પત્તાંનો સટ; દરિયા પર તરતાં બરફનાં મોટાં મોટાં ગીચ ગચ્ચાંવાળો પ્રદેશ; ઓસડ તરીકે કે પ્રસાધન માટે મોઢે ચોપડાતો લેપ. ઉ૦ક્રિ૦ પોટલું, ખોખું, ઇ૦માં વસ્તુઓ ભરવી, કપડાં ઇ૦ થેલીમાં ભરવું; ઠાંસી ઠાંસીને કે દાબી દાબીને ભરવું; ટોળે વળવું, નાની જગ્યામાં એકઠા થઈ ને ભીડ કરવી; પોટલું બાંધવું, કશાકથી સખત વીંટવું. **send packing,** કોઈ ને બિસ્તરાંપોટલાં સાથે એકદમ રુખસદ આપવી. ~**-drill,**

સંપૂર્ણ ગણવેશ ને સાજ સાથે આમતેમ ફરવાની સજા. ~-horse, ભારવાહક ઘોડો. ~ up, [વિ.બો.] હરીફાઈ કે પ્રવૃત્તિમાંથી ખસી જવું; (યંત્ર અંગે) પડી ભાંગવું, કામ કરતું અટકી જવું. packing-case, માલ ભરવાનું ખોખું વગેરે.

pack[2], સ૦ક્રિ૦ સમિતિ, પંચ (જૂરી), ઇ૦માં પોતાને અનુકૂળ માણસો ભરવા.

pa'ckage (પૅકિજ), ના૦ બંગી, પોટલું, પડીકું; માલ ભરેલું ખોખું ઇ૦. સ૦ ક્રિ૦ પોટલું તૈયાર કરવું, પોટલામાં બાંધવું, ખોખામાં ભરવું. ~ deal, [વાત.] એક સાથે કરેલો – સમગ્ર – સોદો. ~ holiday, ~ tour, ઇ૦, નિયત રકમ આપીને બધી આનુષંગિક બાબતો સાથેની મુસાફરી–સફર.

pa'cket (પૅકિટ), ના૦ નાનું પડીકું, પડી; [વાત.] મોટી રકમ; ટપાલની બોટ – વહાણ.

pact (પૅક્ટ), ના૦ કરાર, સંધિ.

pad[1] (પૅડ), ના૦ ગાદી, ગાદલું; નરમ સુંવાળું ખોગીર; બેઠકને નરમ અથવા આકાર સુડોળ બનાવવા માટે કરાતું રૂ ઇ૦નું પૂરણ; રમતોમાં હાથપગના રક્ષણ માટે વપરાતા તકિયા; શાહીચૂસ કે લખવાના કાગળની એક કોરે સીવેલી કે બાંધેલી થોકડી; શિયાળ, સસલું, ઇ૦નો પંજો; [અમે.] જળકમળનું પાંદડું; [વિ૦બો૦] પથારી, રહેવાસુવાની જગ્યા – સગવડ. સ૦ક્રિ૦ નરમ – સૂવાળું – બનાવવું, -માં રૂ કે ઊન ભરવું; -માં નકામી વસ્તુઓ ભરવી.

pad[2], અ૦ક્રિ૦ પગપાળા – પગે ચાલીને – પ્રવાસ કરવો; હળવે રહીને ચાલવું.

pa'ddle[1] (પૅડલ), ના૦ નાનું હલેસું, ચાટવો; પૈડાને ફેરવવા માટે તેને જડેલું પાટિયું; પાવડી; માછલી ઇ૦ની પાંખ; હલેસાં મારવાની ક્રિયા(ની અવધિ). ઉ૦ક્રિ૦ હલેસાં મારવાં – મારીને ચલાવવું; ધીમે ધીમે હલેસાં મારવાં. ~-wheel, પરિઘની આસપાસ ત્રાંસા પાટિયાં જડેલું વહાણ ચલાવવાનું પૈડું.

pa'ddle[2], અ૦ક્રિ૦ છીછરા પાણીમાં આમ તેમ ચાલવું – ફરવું. ના૦ એવી રીતે ફરવું તે.

pa'ddock (પૅડક), ના૦ ઘોડા રાખવા માટેનું નાનું ખેતર; શરત પહેલાં ઘોડા અથવા ગાડીઓ ભેગા થવાની જગ્યા.

pa'ddy[1] (પૅડિ), ના૦ [વાત.] ક્રોધ, ગુસ્સો, ક્રોધાવેશ.

pa'ddy[2], ના૦ ડાંગર. ~(-field), ડાંગરનું ખેતર.

pa'dlock (પૅડ્લૉક), ના૦ તાળું (નકૂચામાં ભેરવીને લગાવવાનું, છૂટું) સ૦ક્રિ૦ -ને તાળું મારવું – દેવું.

pa'dre (પાડ્રિ), ના૦ [વાત.] લશ્કર ઇ૦નો પાદરી, પાદરી.

pae'an(પીઅન),ના૦સ્તુતિ કે વિજયનું ગીત.

pae'derast (પીડરૅસ્ટ), ના૦ જુઓ pederast.

paedia'tric (પીડિઍટ્રિક), વિ૦ બાળકોના રોગોનું – રોગોનો ઉપચાર કરનારું. **paediatri'cian** (-ટ્રિશન), ના૦. **paedia'trics** (-ટ્રિક્સ), ના૦.

pae'lla (પાએ'લૅ), ના૦ ચોખા, મરઘીનું બચ્ચું, ઇ૦ની રાંધેલી સ્પેનની એક વાની.

pa'gan (પેગન), વિ૦ અને ના૦ યહૂદી, ખ્રિસ્તી કે મુસલમાનથી ભિન્ન (ધર્મનું); કાફર, મૂર્તિપૂજક. **pa'ganism** (-નિઝ્મ), ના૦.

page[1](પેજ),ના૦ વ્યક્તિગત અનુચર, ગણવેશધારી છોકરો – નોકર, હજૂરિયો.સ૦ક્રિ૦ હૉટેલમાં જોઈતા નોકરને નામથી બોલાવવો.

page[2], ના૦ ચોપડીનું પૃષ્ઠ, પાનાની બે બાજુઓમાંથી એક. સ૦ક્રિ૦ પાનાં પર સંખ્યા લખવી.

pa'geant (પૅજન્ટ), ના૦ તે તે કાળને અનુરૂપ સજાવટવાળો દેખાવ કે ખેલ; તેનું સરઘસ, કોઈ પણ ભપકાદાર દેખાવ.

pa'geantry (પૅજન્ટ્રિ), ના૦ ખાલી ઠાઠમાઠ–ભપકો, સુંદર દેખાવ–દૃશ્ય.

pa'ginate (પૅજિનેટ), સ૦ક્રિ૦ ચોપડી ઇ૦નાં પાનાં પર ક્રમાંક લખવા. **pagina'tion** (-નેશન), ના૦.

pago'da (પગોડૅ), ના૦ બૌદ્ધ મંદિર, અનેક માળવાળું ટાવર જેવું.

pah (પા), ઉદ્ગાર૦ નફરતનો સૂચક.

paid (પેડ), pay નો ભૂ૦કા૦ તથા ભૂ૦

ફ૦; **put ~ to**, [વાત.] ખતમ કરવું, -નો અંત આણવો.

pail(પેલ),ના૦ ડોલ,વિ૦ક૦ઊભી ગોળાકાર.

pain (પેન), ના૦ શારીરિક કે માનસિક દરદ, વ્યથા, વેદના; દુઃખ, ઉદ્વેગ; [બ૦ વ૦માં] વેણ, પ્રસૂતિવેદના; [બ૦વ૦માં] કષ્ટ, મહેનત. સ૦ક્રિ૦ દુઃખ દેવું, પીડવું. **~staking** (પેન્ઝ્ટેકિંગ), વિ૦ મહેનતુ, ઉદ્યમી, કાળજીપૂર્વક કામ કરનારું.

pai'nful (પેન્ફુલ), વિ૦ દુઃખદાયક, પીડાકારક, કપરું. દુઃખ સહન કરનારું.

pai'nless (પેન્લિસ), વિ૦ દુઃખ કે દરદ વિનાનું.

paint (પેન્ટ), ના૦ રંગ (રંગવા માટે તૈયાર કરેલો). સ૦ક્રિ૦ -નું રંગીન કે સાદું ચિત્ર કાઢવું, -ની છબી કે તસવીર કાઢવી; રંગનો હાથ દેવો, રંગીને શણગારવું; ચહેરો, મોઢું, ઇ૦ રંગવું; વર્ણવવું, વર્ણન કરવું. **painted lady**, એક જાતનું પતંગિયું, નારંગી કે લાલ ટપકાંવાળી પાંખોવાળું.

pai'nter¹ (પેન્ટર), ના૦ ચિત્રો ચીતરનાર, ચિત્રકાર; લાકડાની વસ્તુઓને રંગનાર.

pai'nter², ના૦ વહાણ સાથે હોડીને બાંધવાનું દોરડું.

pai'nting (પેન્ટિંગ) ના૦ ચિત્ર; ચિત્રકળા.

pair (પે'અર), ના૦ બેની જોડી, જોડ; એક બીજી સાથે બંધબેસતી બે વસ્તુઓની જોડ, નરમાદા; દમ્પતી, પતિપત્ની, યુગલ, જોડું; સંભોગરત જોડું; [પાર્લ.] અરસપરસ સંતલસ કરીને મતદાન વખતે ગેરહાજર રહેનારા પાર્લમેન્ટના બે સભ્યોની જોડી. ઉ૦ક્રિ૦ જોડું બાંધવું-બંધાવું; બબ્બેની જોડ કરી ગોઠવવું; -ની સાથે લગ્ન કરવું; નરમાદાનું સંલગ્ન થવું. **~ off**, બબ્બેની જોડીઓ બનાવવી.

Pai'sley (પેઝ્લિ), વિ૦ ઊનની શાલના સૌમ્ય ચળકતા રંગોનું અથવા લાક્ષણિક ભાતનું.

paja'mas (પજામઝ્), ના૦ જુઓ **pyjamas**.

Pakista'ni (પાકિસ્ટાનિ), વિ૦ અને ના૦ પાકિસ્તાનનું (વતની).

pal (પેલ), ના૦ [વિ૦ બો૦] મિત્ર, ગોઠિયો. સ૦ ક્રિ૦ **~ (up)**, દોસ્તી કરવી.

pa'lace (પેલિસ), ના૦ રાજા કે ધર્માધ્યક્ષનું રહેઠાણ, રાજમહેલ.

pa'ladin (પેલડિન), ના૦ સમ્રાટ શાર્લિમેનના દરબારનો ઉમરાવ; સર્વગુણસંપન્ન ભ્રમણશીલ સરદાર.

pa'laeo- (પેલિઓ-), સંયોગી રૂપ-પ્રાચીન.

palaeo'graphy (પેલિઑગ્રફિ), ના૦ પ્રાચીન લિપિવિદ્યા.

palaeoli'thic (પેલિઓલિથિક), વિ૦ પ્રાચીન પ્રસ્તર યુગનું.

palaeonto'logy(પેલિઑન્ટૉલજિ),ના૦ પ્રાચીન પ્રાણીવિદ્યા, અશ્મીભૂતપ્રાણીવિદ્યા.

palaeoz'oic (પેલિઓઝોઇક), વિ૦ અને ના૦ આદિજીવયુગનું; આદ્ય ભૂસ્તરયુગનું.

pa'lais (પેલે), ના૦ નૃત્યભવન.

palanqui'n, -kee'n (પેલંકીન), ના૦ પાલખી, મ્યાનો.

pa'latable (પેલટબલ), વિ૦ જીભને ભાવે એવું, સ્વાદિષ્ટ; ગમે એવું.

pa'latal (પેલટલ), વિ૦ તાળવાનું, (ધ્વનિ અંગે) તાલુસ્થાનીય, તાલવ્ય. ના૦ તાલવ્ય અક્ષર.

pa'late (પેલિટ), ના૦ તાળવું, તાલુ; સ્વાદ, રુચિ; સ્વાદેન્દ્રિય.

pala'tial (પલેશલ), વિ૦ રાજમહેલના જેવું, ભવ્ય.

pala'ver (પલાવર), ના૦ ડાયરો, ગપ્પાં, નકામી વાતો. ઉ૦ ક્રિ૦ નકામી વાતો કરવી, સ્તુતિ-ખુશામત-કરવી; ફોસલાવવું.

pale¹ (પેલ), ના૦ સાંકડી અણિયાળી ચીપ (વિ૦ ક૦ વાડ માટે વપરાતી), હદ. **beyond the ~**, સુધરેલા આચરણની હદની બહારનું.

pale² વિ૦ સફેદ જેવું અથવા રાખના જેવું દેખાતું, ફીકું, આછા રંગનું, ઝાંખું. ઉ૦ ક્રિ૦ ફીકું-ઝાંખું-બનાવવું કે થવું.

pa'lette (પેલિટ), ના૦ રંગનું મિશ્રણ કરવાની ચિત્રકારની પાટી. **~-knife**, રંગનું મિશ્રણ કરવાની છરી.

pa'limpsest (પેલિમ્પ્સે'સ્ટ), ના૦

મૂળ લખાણ ભૂસી નાખ્યા બાદ બીજી વાર વાપરેલું ચર્મપત્ર, કાગળ, ઇ૦.

pa'lindrome (પૅલિન્ડ્રોમ), ના૦ સીધું અથવા ઊંધું વાંચતાં એક જ વંચાય એવો શબ્દ અથવા વાક્ય (દા. ત. નવજીવન); મુરજબંધ. **palindro'mic** (-ડ્રૉમિક), વિ૦.

pa'ling (પેલિંગ), ના૦ અણીબંધ પકવાસા; ચીપો–પકવાસા–નીવાડ.

palisa'de (પૅલિસેડ), ના૦ અને સ૦ ક્રિ૦ અણિયાળી ચીપોની વાડ (કરવી).

pall[1] (પૉલ), ના૦ મડદાપર ઢાંકવાનું કપડું, કફન; પાદરીનો પોશાક; [લા.] કાળું આવરણ. **~-bearer**, અનામી ઉપાડનાર, ડાઘુ.

pall[2], અ૦ ક્રિ૦ કંટાળો આવવો, ઓચાઈ જવું.

pa'llet[1] (પૅલિટ), ના૦ ઘાસનું પાથરણું, ઘાસ ભરેલું ગાદલું.

pa'llet[2], ના૦ સામાન આમતેમ ફેરવવા તથા સંઘરવા માટે પાટ.

pa'lliasse (પૅલિઍસ), ના૦ ઘાસભરેલું કઠણ ગાદલું–પથારી.

pa'lliate (પૅલિએટ); સ૦ ક્રિ૦ નરમ પાડવું, -નું જોર ઘટાડવું; હળવું કરવું; બહાનું કાઢવું, છાવરવું. **pallia'tion** (-એશન), ના૦.

pa'lliative (–અટિવ), વિ૦ અને ના૦ દરદનું જોર ઓછું કરનાર–ઉપશામક–દવા.

pa'llid (પૅલિડ), વિ૦ ફીકું, માંદું દેખાતું.

pa'llor (પૅલર), ના૦ ફીકાશ.

palm (પામ), ના૦ હથેલી, કરતલ; તાડનું ઝાડ, વિજયના ચિહ્ન તરીકે તેનું પાંદડું; વિજય કે શ્રેષ્ઠત્વ (માટે ઈનામ). સ૦ ક્રિ૦ હથેલીમાં સંતાડવું. **~ off**, છેતરીને લેવડાવવું, પધરાવવું, માથે મારવું. **P~ Sunday**, ઈસ્ટર પહેલાંનો રવિવાર.

pal'mar (પૅલ્મર), વિ૦ હથેલીનું–માંનું.

pa'lmate (પૅલમિટ), વિ૦ હથેલીના આકારનું.

palme'tto (પૅલ્મે'ટો), ના૦ [બ૦ વ૦ **~s**] તાડનું ઠીંગણું ઝાડ.

pa'lmist (પામિસ્ટ), ના૦ હાથ જોઈને ચારિત્ર્ય કે ભવિષ્ય કહેનાર, હસ્તસામુદ્રિકનો જાણકાર. **pa'lmistry** (-મિસ્ટ્રિ), ના૦.

pa'lmy (પામિ), વિ૦ તાડવૃક્ષોનું–ના જેવું, પુષ્કળ તાડવૃક્ષોવાળું; સમૃદ્ધ.

palomi'no (પૅલમિનો), ના૦ [બ૦ વ૦ **~s**] ફીકારંગની ચાળ અને પૂંછડીવાળો સોનેરી અથવા દુધિયા રંગનો ઘોડો.

pa'lpable (પૅલ્પબલ), વિ૦ સ્પર્શગોચર, દૃષ્ટિગોચર, ઇન્દ્રિય ગોચર; સ્પષ્ટ. **palpabi'lity** (–બિલિટિ), ના૦.

palpa'te (પૅલ્પેટ), સ૦ ક્રિ૦ [વૈદક] સ્પર્શ કરવો, સ્પર્શ કરીને તપાસવું. **palpa'tion** (–પેશન), ના૦.

pa'lpitate (પૅલ્પિટેટ), અ૦ ક્રિ૦ (હૃદય અંગે) જોરથી ધબકવું; સ્ફુરણ પામવું; કાંપવું. **palpita'tion** (-ટેશન) ના૦.

pa'lsy (પૉલ્ઝિ), ના૦ પક્ષાઘાત, લકવો, વિ૦ ક૦ કંપ સાથેનો. સ૦ક્રિ૦ બધિર, જડ અથવા પંગુ બનાવવું.

pa'ltry (પૉલ્ટ્રિ) વિ૦ નાનકડું, નજીવું, તુચ્છ, હલકું

pa'mpas (પૅમ્પસ), ના૦ બ૦ વ૦ દ. અમેરિકાનાં ઝાડવિનાનાં વિશાળ મેદાનો. **~-grass**, મોટું શોભાનું ઘાસ.

pa'mphlet (પૅમ્ફ્લિટ), ના૦ પ્રચલિત ચર્ચાના વિષય પર લખેલું ચોપાનિયું–પુસ્તિકા.

pamphleteer' (પૅમ્ફ્લટિઅર), ના૦ નાનીનાની પુસ્તિકાઓ લખનાર. સ૦ ક્રિ૦ એવી પુસ્તિકાઓ લખવી.

pan[1] (પૅન), ના૦ તવો, તાવડી, કઢાઈ; ટાટ, થાળો; ત્રાજવાનું પલ્લું; પાયખાનાનું પાત્ર; મીઠું પકવવાનો ક્યારો, અગર; ઊંડો નહિ એવો ખાડો. ઉ૦ક્રિ૦ [વાત.] સખત ટીકા કરવી. **~ out**, કાંકરી ઇ૦ માંથી સોનું નીકળવું; [લા.] સફળ થવું.

pan[2], ઉ૦ક્રિ૦ હલન ચલનની નોંધ કરવા માટે આમતેમ આડું ફરવું – ફિલ્મ કૅમેરાને એવી રીતે ફેરવવો. ના૦ આમતેમ આડી હાલચાલ.

pan-, સંયોગી રૂપ. બધાનું, બધા માટેનું.

panace'a (પૅનસિઅ), ના૦ સકલવ્યાધિ-

હર ઔષધ, સાર્વત્રિક ઈલાજ.

pana'che (પનેશ), ના૦ પ્રદર્શન, બડાઈ હાંકવી તે.

Pa'nama (પેનમા), ના૦ ~ **(hat),** પાઇન (સરળ)ના પાંદડાંની બનાવેલી હલકી ટોપી.

pa'ncake (પેન્કેક), ના૦ તળેલી પૂરી, પાતળી કેક, માલપુડો. **P~ Day,** 'પેનકેક' ખાવાનો દિવસ. ~ **landing,** વિમાનનું સમતલ રહીને કરેલું ઊભું ઉતરાણ.

panchroma'tic (પેન્ક્રમેટિક), વિ૦ [ફોટો.; ફિલ્મ અંગે] વર્ણપટના બધા વર્ણોનું એક સરખું ગ્રહણ કરનારું, સર્વવર્ણિક.

pa'ncreas (પેંક્રિઅસ), ના૦ સ્વાદુપિંડ, જરવાસો, વસાપાચક પિંડ. **pancrea'tic** (-ઍટિક), વિ૦.

pa'nda (પેન્ડ), ના૦ ગુચ્છાદાર પૂછડીવાળું રીંછ જેવું તિબેટ તરફનું એક પ્રાણી; એવું જ એક ચીનનું કદાવર પ્રાણી. ~ **car,** પોલીસની ગસ્ત મારવાની ગાડી.

pande'mic (પેન્ડે'મિક), વિ૦ અને ના૦ આખી દુનિયામાં ફેલાયેલો (રોગ).

pandemo'nium (પેન્ડિમોનિઅમ), ના૦ ઘોંઘાટ, શોરબકોર(વાળી જગ્યા); સાવ અંધાધૂંધી.

pa'nder (પેન્ડર), ના૦ કૂટણી, ભડવો. સ૦ક્રિ૦ અનીતિના કામમાં દલાલું કરવું, ભડવાઈ કરવી; (~ **to**) નબળાઈને પોષવું – ઉત્તેજન આપવું.

pane (પેન), ના૦ બારી બારણાના ચોકઠામાં જડાતી તકતી (બહુધા કાચની).

panegy'ric (પેનિજિરિક), ના૦ સ્તુતિ વખાણ, પ્રશસ્તિ. **panegy'rist** (-જિરિસ્ટ), ના૦. **pa'negyrize**(-જિરાઇઝ઼), સ૦ક્રિ૦.

pa'nel (પેનલ), ના૦ બારીબારણાના આડીપટ્ટીઓ વડે પાડેલા ભાગમાંનો એક; એમાં ખોભણ પાડી જડેલી તકતી; લાંબું ચોરસ પાટિયું અથવા કાચ, તાવદાન; નિયંત્રક કળો, ડાયલો, ઇ૦વાળું પાટિયું; પંચ (જૂરી)ના સભ્યોની સૂચિ–યાદી; સલાહમસલત કે ચર્ચા માટે ભેગા મળેલા લોકોનું જૂથ. સ૦ક્રિ૦ -માં તકતીઓ જડવી. ~ **game,** પ્રશ્નોત્તરીની કોયડાની રમત.

pa'nellist (પેનલિસ્ટ), ના૦ પંચ કે જૂરી જેવા નિયુક્ત મંડળનો સભ્ય.

pang (પેંગ), ના૦ એકાએક ઉપડેલું તીવ્ર દરદ – વેદના – ભારે કળતર.

pango'lin (પેંગોલિન), ના૦ કીડીઓ ખાનારું ભીંગડાંવાળું એક પ્રાણી.

pa'nic (પેનિક), ના૦ ધ્રાસકો, ગભરાટ, ફાળ. વિ૦ (ભીતિ અંગે) નિષ્કારણ, અતિશય. ઉ૦ક્રિ૦ ગભરાઈ – હેબતાઈ જવું; ગભરાવવું, સંત્રસ્ત કરવું. ~ **-stricken,** ~**-struck,** ભયભીત. **pa'nicky** (-કિ), વિ૦.

pa'nicle (પેનિકલ), ના૦ [વનસ્પ.] આડું અવળું – અવ્યવસ્થિત – પણે ઊગેલું ફૂલનું ઝૂમખું.

panja'ndrum (પૅંજેન્ડ્રમ), ના૦ કોઈ મહાપુરુષનો મશ્કરીનો ખિતાબ.

pa'nnier (પેનિઅર), ના૦ ઘોડા, બળદ, ઇ૦ પર લાદવામાં આવતા બે કરંડિયા, ટોપલા કે થેલીઓમાંની એક; [બ૦વ૦માં] લંગડું.

pa'nnikin (પેનિકિન), ના૦ પાણી પીવાનું ધાતુનું પવાલું.

pa'noply (પેનપ્લિ), ના૦ પૂર્ણ બખ્તર–કવચ; [લા.] સંપૂર્ણ અથવા સરસ વ્યૂહરચના.

panora'ma (પેનરામૅ), ના૦ વિશાળ દેખાવવાળું ચિત્ર અથવા ફોટોગ્રાફ, નજર આગળ સતત પસાર થતો દેખાવ; આસપાસના પ્રદેશનો અખંડ દેખાવ. **panora'mic** (પેનરેમિક), વિ૦.

pa'nsy (પેન્ઝ઼િ), ના૦ એક જાતનું ફૂલઝાડ (વાયોલેટની જાતનું); [વાત.] નિર્વીર્ય – બાયલો – માણસ; સમલિંગકામી મરદ.

pant(પૅન્ટ), ઉ૦ક્રિ૦ હાંફવું, સ્ફુરણ પામવું; ઝંખવું. ના૦ હાંફ; સ્ફુરણ.

pantaloo'n (પૅન્ટલૂન), ના૦ પાટલૂન, તંગ સુરવાળ, (બહુધા બ૦વ૦માં).

pante'chnicon (પૅન્ટે'ક્નિકન), ના૦ રાચરચીલું લઈ જવાની ગાડી.

pa'ntheism (પૅન્થિઇઝ઼મ), ના૰ સર્વેશ્વરવાદ. **pa'ntheist** (પૅન્થિઇસ્ટ), ના૰. **panthei'stic(al)** (-ઇસ્ટિક, -કલ), વિ૰.

pa'ntheon (પૅન્થિઅન), ના૰ સર્વદેવમન્દિર; કીર્તિમન્દિર, મહાન વ્યક્તિઓનાં સ્મારકોનું મન્દિર.

pa'nther (પૅન્થર), ના૰ ચિત્તો.

pa'nties (પૅન્ટિઝ઼), ના૰ બ૰ વ૰ [વાત.] તંગ બેસનારી ઘૂંટણ સુધીની ચડ્ડી.

pa'ntile (પૅન્ટાઇલ), ના૰ છાપરાનું અર્ધગોળ નળિયું.

pa'ntograph (પૅન્ટગ્રાફ઼), ના૰ ચિત્ર કે નકશાની ગમે તેવી નાની કે મોટી નકલ કરવાનું યંત્ર.

pa'ntomime (પૅન્ટમાઇમ), ના૰ પારંપરિક પરીકથા પર આધારિત બહુધા નાતાળ વખતે ભજવાતું નાટક; મૂકનાટક.

pa'ntry (પૅન્ટ્રિ), ના૰ ખાવાપીવાની, નાસ્તાની ચીજો મૂકવાની ઓરડી.

pants (પૅન્ટ્સ), ના૰ બ૰ વ૰ પાયજામો, સુરવાળ, ચડ્ડી.

pap[1] (પૅપ), ના૰ સ્તનની ડીંટી, સ્તનાગ્ર.

pap[2], ના૰ પોચો અથવા નરમ ખોરાક; કચરીને કરેલો છૂંદો – માવો.

papa' (પપા), ના૰ [બાળભાષા] બાપા.

pa'pacy (પેપસિ), ના૰ પોપનું પદ – હોદ્દો એ પદની અવધિ; પોપોની પરંપરા -પદ્ધતિ.

papaw' (પપૉ), **paw'paw** (પૉપૉ), ના૰ પપૈયું, તેનું ઝાડ.

pa'per (પેપર), ના૰ કાગળ; દસ્તાવેજ, દસ્તાવેજો; પરીક્ષાના પ્રશ્નપત્રો અથવા તેના જવાબો; છાપું, વર્તમાનપત્ર; લેખ, નિબંધ; યાદી, સ્મરણપત્ર. વિ૰ કાગળનું બનેલું, કાગળ પર લખેલું. સ૰ ક્રિ૰ ભીંત પર કાગળ ચોઢવા. **~back**, કાગળની બાંધણીવાળું (પુસ્તક). **~-boy, ~-girl**, છાપું વહેંચનાર કે વેચનાર છોકરો અથવા છોકરી. **~-hanger**, ભીંતે કાગળ ચોઢનાર કે મઢનાર માણસ. **~-knife**, પરબીડિયાં ઇ૰ ખોલવાની બૂઠી છરી. **~-mill**, કાગળની મિલ – કારખાનું. **~ money**, ચલણી નોટો. **~weight**, કાગળ પર મૂકવાનું વજન. **~work**, કાર્યાલયના વહીવટનું તથા દફતર સાચવવાનું કામ.

papier ma'ché (પૅપ્યેમૅશે), ના૰ કાગળના લોંદાની બનાવેલી વસ્તુઓ – રમકડાં ઇ૰.

papi'lla [પેપિલૅ), ના૰ [બ૰ વ૰ **~e** -લી] સ્તનની ડીંટી જેવો કશાકનો આગળ પડતો ભાગ. **papi'llary** (પૅપિલરિ), વિ૰ સ્તનાગ્ર જેવું.

pa'pist (પેપિસ્ટ), ના૰ [અનાદર.] રોમન કૅથલિક, પોપસમર્થક. **papi'stical** (પપિસ્ટિકલ), વિ૰. **pa'pistry** (પેપિસ્ટ્રિ), ના૰.

papoo'se (પપૂસ). ના૰ રેડ ઇંડિયન બાળક.

pa'prika (પૅપ્રિકૅ), ના૰ પાકેલી રાતી પીપર – મરચું; મરચાની ભૂકી.

papy'rus (પપાયરસ), ના૰ [બ૰ વ૰ **-ri**, -રાઇ] પાણીવાળી જગ્યામાં થતો ડાભ જેવો એક છોડ; તેમાંથી બનતો કાગળ; તે કાગળ પરનું લખાણ, હસ્તલિખિત.

par (પાર), ના૰ સમાનતા, સરખાપણું; સામાન્ય કે સરેરાશ કે દર્શની કિંમત અથવા માન; [ગૉલ્ફ઼] ગબીમાં દડો પહોંચાડવા માટે પ્રથમ વર્ગના રમનાર માટે જોઈતા ફટકા(ની સંખ્યા).

para- (પૅર-), સમાસમાં. ઉપરાંત, (-થી) વધુમાં.

pa'rable (પૅરબલ), ના૰ નીતિકથા, દૃષ્ટાન્તકથા.

para'bola (પરૅબલૅ), ના૰ [ગ.] પરવલય, અસંલગ્નમુખ કંકણ.

parabo'lic (પૅરબૉલિક), વિ૰ દૃષ્ટાન્તનું, દૃષ્ટાન્ત આપીને કહેલું; (**-cal** પણ) પરવલયનું –ના જેવું.

pa'rachute (પૅરશૂટ), ના૰ હવાઈ છત્રી, વિમાનમાંથી ભૂસકો મારીને ઊતરવાની છત્રી. ઉ૰ ક્રિ૰ હવાઈ છત્રીથી ઊતરવું કે ઉતારવું. **pa'rachutist** (-ટિસ્ટ), ના૰.

para'de (પરેડ), ના૦ ઠાઠ, ભપકો, પ્રદર્શન; નિરીક્ષણ, તપાસણી કે કવાયત માટે સૈનિકો ઇ૦નું **સંમેલન**; તે માટે ભેગા થવાનું મેદાન; જાહેર કૂચ – સરઘસ. ઉ૦ ક્રિ૦ નિરીક્ષણ કે કવાયત માટે ભેગા થવું – કરવું; દેખાવ કે **પ્રદર્શન** કરવું; સરઘસના આકારમાં કૂચ કરવી – કરાવવી.

pa'radigm (પૅરડાઇમ). ના૦ ઉદાહરણ, નમૂનો, વિ૦ક૦ શબ્દના રૂપાખ્યાન અથવા રૂપાવલીનો.

pa'radise (પૅરડાઇસ), ના૦ ઈડનનો બગીચો, નંદનવન; સ્વર્ગ; પરમાનન્દનું ધામ અથવા સ્થિતિ. **pa'radisal** (પૅરડાઇસલ), વિ૦. **paradi'siac(al)** (પૅરડિસિઍક; -કલ), વિ૦.

pa'radox(પૅરડૉક્સ), ના૦ વિરોધાભાસ, દેખીતા વિરોધદ્વારા વ્યક્ત કરેલું સત્ય. **parado'xical** (-ડૉકિસકલ), વિ૦ વિરોધાભાસવાળું; પરસ્પર વિરોધી.

pa'raffin (પૅરફિન), ના૦ લાકડું, કોલસો, પેટ્રોલ, ઇ૦ માંથી બનાવેલું કૃત્રિમ મીણ અથવા તેલ. ~ **wax**. ગાઢું – ઘટ્ટ – મીણ.

pa'ragon (પૅરગન), ના૦ શ્રેષ્ઠતાનો નમૂનો, શ્રેષ્ઠ વ્યક્તિ અથવા વસ્તુ.

pa'ragraph (પૅરગ્રાફ), ના૦ ફકરો, પરિચ્છેદ, કંડિકા, પેરગ્રાફ; પરિચ્છેદનું ચિહ્ન; છાપામાં સમાચારની છૂટી કલમ.

pa'rakeet (પૅરકીટ), **pa'roquet** (પૅરકે'ટ), ના૦ લાંબી પાંખો કે પૂંછડીવાળો નાનો પોપટ.

pa'rallax (પૅરલૅક્સ). ના૦ જોનારની જગ્યા બદલાવાથી થતો વસ્તુ સ્થલ ભેદાભાસ. અંશાત્મક લંબન. **paralla'ctic** (-લૅ[illegible]ટક), વિ૦.

pa'rallel (પૅરલે'લ), વિ૦ (લીટીઓ અંગે) (સતત) સમાંતર; તદ્દન સરખું – સમાન – મળતું – અનુરૂપ. ના૦ અક્ષાંશ બતાવનારી (પૃથ્વી પરની કાલ્પનિક) રેખા; સરખામણી, તુલના; સાદૃશ્ય; સંદર્ભનું ચિહ્ન (||). સ૦ ક્રિ૦ સરખા છે એમ બતાવવું; સરખાવવું; -ની સાથે સમાંતર હોવું; -ના જેવું – સરખું–હોવું. **pa'rallelism** (-લિઝમ), ના૦.

parallele'piped(પૅરલેલે'પિપે'ડ), ના૦ સમાંતરભુજ ચતુષ્કોણ બાજુઓવાળો ઘન, ચિતિ, સમાંતર ખાત.

paralle'logram (પૅરલે'લગ્રૅમ), ના૦ સમાંતરભુજ ચતુષ્કોણ.

pa'ralyse (પૅરલાઇઝ઼), સ૦ ક્રિ૦ બધિર –જડ–કરવું, પંગુ-લંગડું–નબળું–અસહાય–બનાવવું; લકવાથી માંદા પાડવું.

para'lysis (પરૅલિસિસ), ના૦ [બ૦ વ૦**-lyses**, -લિસીઝ઼] લકવો અર્ધાંગવાયુ.

pa'ralytic (પૅરલિટિક); વિ૦ અને ના૦ લકવો થયેલું (માણસ)); [વિ૦ બો૦] અતિ પીધેલું.

para'meter (પરૅમિટર), ના૦ [ગ.] પરમિતિ વિ૦ ક૦ માપી શકાય અથવા પરિમાણ નિર્ધારિત કરી શકાય એવું લક્ષણ.

parami'litary (પૅરમિલિટરિ), વિ૦ લશ્કરી દળોનું સહાયક અથવા એ દળો જેવું સંગઠિત.

pa'ramount (પૅરમાઉન્ટ), વિ૦ મુખ્ય, સર્વોપરી, સર્વશ્રેષ્ઠ.

pa'ramour (પૅરમુઅર), ના૦ યાર, જાર; જારિણી, રખાત.

paranoi'a (પૅરનૉઇઅ), ના૦ ભવ્યતા, વૈભવ, જુલમ, ઇ૦ના ભ્રમો સાથેની મગજની વિકૃતિ; બીજાઓ વિષે વહેમ અને અવિશ્વાસની અપવૃત્તિ, **paranoi'ac**(-ઇઍક),વિ૦. અને ના૦. **pa'ranoid** (–નાઇડ), ના૦.

paranor'mal (પૅરનૉર્મલ), વિ૦ સામાન્ય શાસ્ત્રીય તપાસ ઇ૦ની કક્ષાની બહારનું.

pa'rapet (પૅરપિટ), ના૦ ધાબું, છજું, પુલ, ઇ૦ ની કોરપરની નીચી ભીંત–વંડી; ખંદકની સામે કરેલો માટી પથ્થર ઇ૦નો ટેકરો.

paraphernа'lia(પૅરફર્નેલિઅ),ના૦ બ૦ વ૦અંગત માલિકીની વસ્તુઓ,સાધન સામગ્રી, ઇ૦; પરચૂરણ આનુષંગિક વસ્તુઓ ઇ૦.

pa'raphrase (પૅરફ્રેઝ઼), ના૦ કોઈ લખાણની બીજા શબ્દોમાં રજૂઆત, અનુવાદ. સ૦ ક્રિ૦ કોઈ પરિચ્છેદ ઇ૦નો પોતાના –બીજા–શબ્દોમાં અર્થ રજૂ કરવો.

paraple'gia (પૅરપ્લીજૅ), ના૦ નીચેના

અવયવો તથા ધડના કેટલાક ભાગનો અથવા આખા ધડનો લકવો. **paraple'gic** (–પ્લે'જિક), વિ૦ અને ના૦.

parapsycho'logy (પૅરસાઇકૉલજિ), ના૦ સામાન્ય માનસશાસ્ત્રની કક્ષાની બહારની માનસિક ઘટનાઓને લગતું શાસ્ત્ર, પારમાનસશાસ્ત્ર.

pa'raquat (પૅરક્વટ), ના૦ શીઘ્ર પરિણામી ઔષધિનાશક દ્રવ્ય જે જમીન સાથે ભળતાં નિષ્ક્રિય બની જાય છે.

pa'rasite (પૅરસાઇટ), ના૦ પરોપજીવી પ્રાણી કે વનસ્પતિ, વાંદો; પારકાને પૈસે જીવનાર, આપમતલબી – ખુશામતિયું– માણસ. **parasi'tic** (–સિટિક), વિ૦. **pa'rasitism** (સિટિઝ્મ), ના૦.

pa'rasol (પૅરસલ), ના૦ નાની છત્રી.

pa'ratroops (પૅરટ્રૂપ્સ), ના૦ બ૦ વ૦ વૈમાનિક છત્રીઓની મદદથી નીચે ઊતરેલું લશ્કર, છત્રીદળ. **pa'ratrooper** (–ટ્રૂપર), ના૦.

paraty'phoid (પૅરટાઇફૉઇડ), ના૦ ટાઇફૉઇડને મળતો પણ તેનાથી ભિન્ન જંતુઓને કારણે થતો તાવ.

par'boil (પાર્બૉઇલ), સ૦ ક્રિ૦ બાફીને અંશતઃ રાંધવું–ચડાવવું.

par'cel (પાર્સલ), ના૦ સામાનનું પોટલું, ગાંસડી, બૅગી, ઇ૦; જમીનનો ટુકડો. સ૦ ક્રિ૦ -ના ભાગ કે કકડા કરવા–પાડવા, કકડો કકડો વહેંચી આપવું; કશાકથી વીંટીને પોટલું બાંધવું.

parch (પાર્ચ), ઉ૦ ક્રિ૦ થોડુંક ભૂંજવું–ભૂંજાવું, શેકવું, શેકાવું, ગરમ કરીને સુકાવવું –સુકાવું.

par'chment (પ્રાર્ચ્‌મન્ટ), ના૦ લખવા માટે તૈયાર કરેલું બકરી કે ઘેટાનું ચામડું, તે પર લખેલો લેખ, હસ્તલિખિત.

pard (પર્ડ), ના૦ [પ્રા.] ચિત્તો.

par'don (પાર્ડન), ના૦ માફી, ક્ષમા; સજામાં છૂટ–ઘટાડો; સવિનય સહિષ્ણુતા; પોપનું માફીપત્ર. સ૦ ક્રિ૦ માફ કરવું; છોડી દેવું.

par'donable(પાર્ડનબલ), વિ૦ ક્ષમ્ય, સહેજે માફ કરી શકાય એવું.

pare (પે'અર), સ૦ ક્રિ૦ કાપવું, છાટવું, સંકોરવું, કાપીને ઠીકઠાક કરવું; ફળ ઇ૦ છોલવું; તરાશવું.

parego'ric (પૅરિગૉરિક), ના૦ અફીણનો કપૂરના પાસવાળો અર્ક ઇ૦વેદનાશામક દવા.

pa'rent (પે'અરન્ટ), ના૦ જનક, બાપ, મા, જનેતા; વડવો; મૂળ, કારણ, ઉત્પત્તિ-સ્થાન; [બ૦ વ૦ માં] માતપિતા. **pare'ntage** (પે'અરન્ટિજ), ના૦. **pare'ntal** (પરે'ન્ટલ), વિ૦.

pare'nthesis (પરે'ન્થિસિસ), ના૦ [બ૦ વ૦ **-theses**, -સીઝ્] વાક્યમાં વિશેષ સમજૂતી કે પુષ્ટિ આપવા માટે મૂકેલો શબ્દ, શબ્દો, વાક્યાંશ, ઇ૦ (વ્યાકરણની દૃષ્ટિથી બિનજરૂરી); તે માટે વપરાતો વર્તુળ કૌંસ ( ) કે આગળ પાછળ બે ડેશ; [લા.] વચલી છુટ્ટી. **pare'nthesize** (-સાઇઝ્), સ૦ ક્રિ૦. **parenthe'tic** (પૅરન્થે'ટિક), વિ૦.

par excellence (પાર્ એક્સલાંસ), બીજા બધા કરતાં ચડિયાતું હોય એવી રીતે.

par'fait (પાર્ફે), ના૦ ફીણેલાં ઈંડાં, મલાઈ, ઇ૦ નાખીને ઠારેલી શીરા જેવી વાની; ઊંચા ગ્લાસમાં અપાતું આઇસ્ક્રીમ અને ફળના થરવાળું પેય.

par'get(પાર્જિટ), સ૦ ક્રિ૦ દીવાલ ઇ૦ને છો–મુલામો-દેવો, વિ૦ ક૦ ભાત કે નકશી કામવાળો અથવા ચૂનો ને કંકરવાળો. ના૦ ચૂનો ને કંકરવાળો મુલામો, સલ્લો.

pa'riah(પૅરિઅ), ના૦ અતિશૂદ્ર અન્ત્યજ, જાતિબહિષ્કૃત વ્યક્તિ.

pari'etal (પરાઇઅટલ), વિ૦ શરીર કે તેની અંદરના કોઈ પણ વિવરની બાજુ કે પાર્શ્વનું, પાર્શ્વીય; ખોપરીની બાજુ કે ઉપરના ભાગનું. ~ **bone**, સીમંતાસ્થિ, ભિત્તિકાસ્થિ.

pa'ring(પે'અરિંગ), ના૦છાલ, છોડું, તાછ.

pari pa'ssu (પારિ પૅસૂ), એકી સાથે અને એકસરખી (પ્રગતિ કરતું).

pa'rish (પૅરિશ), ના૦ પોતાના નોખા દેવળ અને પાદરીવાળો પરગણાનો પેટાવિભાગ; નિર્ધનને લગતા કાયદાની રૂએ

પાડેલો તાલુકો કે મહાલ; પૅરિશના રહે-વાસીઓ.

pari'shioner (પૅરિશનર), ના૦ 'પૅરિશ'નો રહેવાસી.

pa'rity (પૅરિટિ), ના૦ સમાનતા, સરખાપણું; સમાનકક્ષા.

park (પાર્ક), ના૦ જાહેર મેદાન કે ઉપવન; મોટરો વગેરે ઊભી રાખવાની જગ્યા. સ૦ ક્રિ૦ નિયત જગ્યાએ થોડા વખત માટે વાહન ઊભુ રાખવું. **parking-meter,** મોટર ઊભી રાખવા ભાડાની આકારણી માટેની યાંત્રિક રચના. **parking-ticket,** વાહન ગેરકાયદે ઊભુ રાખવાના દંડ ઇ૦ની સૂચના (નોટિસ).

par'ka (પાર્કે), ના૦ એસ્કિમો, ગિર્યારોહકો, ઇ૦ પહેરે છે તે ચામડાનો કોટ.

par'kin (પાર્કિન), ના૦ ગોળ ને સૂંઠવાળી ઓટના લોટની રોટી.

par'lance (પાર્લન્સ), ના૦ બોલવાની ઢબ, ભાષા.

par'ley (પાર્લિ), ના૦ વિરોધ પક્ષની સાથે સમાધાનની વાટાઘાટ. સ૦ક્રિ૦ સમાધાન માટે વાટાઘાટ કરવી.

par'liament (પાર્લમેન્ટ), ના૦ પાર્લમેન્ટ, સંસદ, લોકસભા, દેશની ધારાસભા.

parliamenta'rian (પાર્લમેન્ટે'અરિઅન), ના૦ લોકસભાનો કુશળ વાદપટુ સભ્ય.

parliamen'tary (પાર્લમે'ન્ટરિ) વિ૦ સંસદ (પાર્લમેન્ટ)નું –ને લગતું, સંસદે પસાર કરેલું.

par'lour (પાર્લર), ના૦ ઘરની બેઠકની ઓરડી; વીશીમાંની ખાનગી ઓરડી. ~ **game,** ઘરમાં રમવાની બેઠી રમત, વિ૦ક૦ શબ્દોની રમત. ~ **maid,** ભોજન વખતે હાજર રહેનાર સ્ત્રી નોકર.

par'lous (પાર્લસ), વિ૦ જોખમકારક; મુશ્કેલ. વિકટ.

Parmesa'n (પાર્મિઝે'ન), ના૦ પરમામાં બનતું સખત પનીર (ચીઝ).

paro'chial (પરોકિઅલ), વિ૦ પાદરીની હકૂમતના પ્રદેશનું, સ્થાનિક; સાંકડી નજરનું, સંકુચિત. **paro'chialism** (-લિઝમ), ના૦ સ્થાનિક દૃષ્ટિ, સંકુચિતપણું.

pa'rody (પૅરડિ), ના૦ વિડંબન કાવ્ય, પ્રતિકાવ્ય; વિકૃત વિડંબન; મશ્કરી કરવા રચેલું અનુકરણ કાવ્ય. સ૦ક્રિ૦ વિડંબન કાવ્ય કરવું – રચવું. **pa'rodist** (-ડિસ્ટ), ના૦.

paro'le (પરોલ), ના૦ કોલ, વચન, (વિ૦ક૦ શરતી છુટકારો કરવામાં આવે તો નાસી ન જવાનું); અમુક શરતે આપેલી મુક્તિ. સ૦ક્રિ૦ અમુક શરતે – વચન પર – કેદમાંથી છોડી મૂકવું.

paronoma'sia (પૅરનમેઝિઅ), ના૦ (શબ્દ) શ્લેષ.

pa'roquet (પૅરકે'ટ), જુઓ **parakeet**

paro'tid (પરૉટિડ), વિ૦ અને ના૦ કર્ણોપવર્તી (ગ્રંથિ).

pa'roxysm (પૅરકિસ્ઝમ), ના૦ દરદનો ઉછાળો, વીળ, ક્રોધાવેશ, આવેશ.

par'quet (પાર્કે'ટ), ના૦ વિશિષ્ટ આકૃતિના લાકડાના કકડા ગોઠવીને બનાવેલી ભોંય. સ૦ક્રિ૦ એવી રીતે ભોંય બનાવવી.

pa'rricide (પૅરિસાઇડ), **pa'tricide** (પૅટ્રિ-), ના૦ પિતૃહત્યા; પિતૃઘાતક. **parrici'dal** (-ડલ), વિ૦.

pa'rrot (પૅરટ), ના૦ પોપટ, શુક; વગર સમજ્યે અનુકરણ કે બકબક કરનાર. સ૦ક્રિ૦ પોપટની જેમ (સમજ્યા વિના) બોલી જવું – અનુકરણ કરવું.

pa'rry (પૅરિ), સ૦ક્રિ૦ નિવારવું, વારવું; બાજુએ વાળવું, ચૂકવવું. ના૦ ટાળવું તે, નિવારણ.

parse (પાર્સ), સ૦ક્રિ૦ -નું વ્યાકરણ કે પદચ્છેદ કરવું, વાકયનું પૃથક્કરણ કે પદચ્છેદ કરવું.

par'sec (પાર્સે'ક), ના૦ તારાના અંતરનું એક માપ આશરે સવાત્રણ પ્રકાશવર્ષો.

par'simony (પાર્સિમનિ), ના૦ કરકસર, ત્રેવડ; કંજૂસાઈ, કૃપણતા. **parsimo'nious** (-મોનિઅસ), વિ૦.

par'sley (પાર્સ્લિ), ના૦ સફેદ ફૂલ અને ખુશબોદાર પાંદડાંવાળો એક છોડ (સ્વાદ માટે કે સજાવવા માટે વપરાય છે).

par'snip (પાર્સ્નિપ), ના૦ પીળા મૂળિયા-

વાળો ગાજરની જાતનો એક છોડ; તેનું મૂળ.

par'son (પાર્સન), ના૦ 'પૅરિશ'નો પાદરી; [વાત.] પાદરી. **~'s nose,** રાંધેલા પક્ષીનો કૂલો. **parso'nic(al)** (પાર્સૉનિક, -કલ), વિ૦.

par'sonage(પાર્સનિજ),ના૦પાદરીનું ઘર.

part (પાર્ટ), ના૦ ભાગ, અંશ; ઘટક, અંગ, વિભાગ, ટુકડો, હિસ્સો, નીમી આપેલો ભાગ; નાટકની ભૂમિકા; [સં.] વિશિષ્ટ અવાજ કે વાદ્યનો સૂર; પ્રદેશ, દિશા, માર્ગ; પક્ષ, બાજુ; [બ૦વ૦માં] શક્તિ, આવડત. ક્રિ૦ વિ૦ અંશત. ઉ૦ ક્રિ૦ -ના ભાગ પાડવા; જુદું પાડવું; સેંથો પાડવો. **~ company (with),** (-થી) જુદું પડવું. **~-exchange,** વધારે કીમતી વસ્તુના બદલામાં પૈસા સાથે ઓછી કિંમતવાળી વસ્તુ આપવી તે. **~ from,** -ની વિદાય લેવી. **~ and parcel,** -નું અનિવાર્ય અંગ. **~-song,** ત્રણ કે વધારે ભાગીદાર ગાયકો માટેનું ગીત. **~-time,** રોજના અમુક મર્યાદિત સમય માટે કામ કરનાર. **~-timer,** એવી રીતે કામ કરનાર માણસ. **~ with,** આપી દેવું, છોડી દેવું, અર્પણ કરવું.

parta'ke(પાર્ટેક), અ૦ ક્રિ૦ [**-too'k; -taken**] -માં, -નો, -ની સાથે, ભાગ લેવો; -નું ભાગીદાર બનવું; કશાકમાંથી થોડું ખાવું-પીવું; -નાં કેટલાંક લક્ષણ દાખવવાં.

parter're (પાર્ટે'અર), ના૦ ક્યારાઓ-ની ફૂલવાડી; નાટકશાળાનો ભોંયતળિયાનો ભાગ, વિ૦ ક૦ વાદકવૃંદની પાછળનો.

par'tial (પાર્શલ), વિ૦ થોડા ભાગનું, આખું નહીં; પક્ષપાતી. **be ~ to,** ગમવું. **partia'lity** (-શિઍલિટિ), ના૦.

parti'cipate (પાર્ટિસિપેટ), અ૦ ક્રિ૦ -માં ભાગ લેવો – હોવો. **parti'cipant** (-પન્ટ), ના૦. **participa'tion** (-પેશન), ના૦.

par'ticiple (પાર્ટિસિપલ), ના૦ ધાતુ-સાધિત વિશેષણ. **partici'pial** (–સિપિઅલ); વિ૦.

par'ticle (પાર્ટિકલ), ના૦ રજ, કણ, સૂક્ષ્મ–નાનામાં નાનો–અંશ; અવ્યય; ભિન્ન અર્થવાળો ઉપસર્ગ કે પ્રત્યય.

par'ticoloured (પાર્ટિકલર્ડ), વિ૦ અંશત: એકરંગનું અને અંશત: બીજા રંગનું, વિવિધરંગી.

parti'cular (પર્ટિક્યુલર), વિ૦ અમુક એક જણનું, અમુક; વિશિષ્ટ, ખાસ; ચોક્કસ, બહુ બારીક જોનારું; બહુ ચીકણું. ના૦ વિગત, બાબત; [બ૦ વ૦માં] વિગત-વાર હકીકત. **particula'rity** (–લૅરિટિ), ના૦.

parti'cularize (પર્ટિક્યુલરાઇઝ), સ૦ ક્રિ૦ એક એક કરીને ખાસ ઉલ્લેખ કરવો, વિગતવાર બતાવવું. **particulariza'tion** (–ઝ઼ેશન), ના૦,

particula'rly (પર્ટિક્યુલર્લિ),ક્રિ૦વિ૦ ખાસ કરીને, વિશેષત:; વિગતવાર; અતિશય.

par'ting (પાર્ટિંગ), ના૦ વિદાય, રજા લેવી તે; સેંથો. **~ of the ways** રસ્તા ફંટાવાની જગ્યા; અનેક માર્ગોમાંથી કયો પસંદ કરવો તેનો નિર્ણય કરવાની ક્ષણ – જગ્યા.

partisa'n (પાર્ટિઝ઼ૅન), ના૦ કોઈ પક્ષ, બાજુ કે કાર્યને વળગી રહેનારો–નું પક્ષ-પાતી, પક્ષપાતી; નિયમિત લશ્કરનો નહીં એવો સ્વતંત્ર સૈનિક. **partisa'nship** (–શિપ), ના૦.

parti'tion (પાર્ટિશન), ના૦ ભાગ પાડવા તે, વિભાગણી; બે ભાગને જુદા પાડનાર આંતરો, પડદો, ઇ૦; એવી રીતે ભાગ પાડવા-થી થતી ઓરડી. સ૦ ક્રિ૦ -ના ભાગ પાડવા, પડદો ભરીને અલગ પાડવું.

par'titive (પાર્ટિટિવ), વિ૦ અને ના૦ [વ્યા.] સમૂહના વિભાગદર્શક (શબ્દ).

par'tly (પાર્ટ્લિ), ક્રિ૦ વિ૦ અંશત:, કેટલેક અંશે–દરજ્જે; થોડા પ્રમાણમાં.

par'tner (પાર્ટ્નર), ના૦ ભાગીદાર, ભાગિયો; પાંતીદાર; સાથી, જોડીદાર (લગ્ન, નૃત્ય, રમત, ઇ૦માં). સ૦ ક્રિ૦ -ને ભાગીદાર–જોડીદાર–બનાવવું, -નું ભાગીદાર હોવું. **par'tnership** (-રૂશિપ), ના૦.

par'tridge (પાર્ટ્રિજ), ના૦ તેતરને મળતું એક ખાદ્ય પક્ષી.

parturi'tion (પાર્ટ્યુઅરિશન), ના૦ જણવું તે, પ્રસવ; (જાનવરો અંગે)વિયાવું તે.

par'ty (પાર્ટિ), ના૦ ટોળી, મંડળ; (વિરોધી) પક્ષ; સાથે પ્રવાસ કે કામ કરનારું જૂથ-મંડળી; સામાજિક સમેલન, મિજબાની; સંગી, સામેલદાર; પક્ષકાર, વાદી કે પ્રતિવાદી; આસામી. **~ line,** સહિયારી ટેલિફોન લાઇન-જોડાણ; રાજકીય પક્ષની ઠરાવેલી નીતિ. **~-wall,** બે ઘરો વચ્ચેની સહિયારી દીવાલ.

par'venu (પારવન્યૂ), ના૦ એકાએક આગળ આવેલો – પૈસાદાર થયેલો–માણસ, લેભાગુ.

pa'schal (પેસ્કલ), વિ૦ યહૂદી લોકોના 'પાસોવર' પર્વનું, 'ઈસ્ટર'નું.

pa'sha (પાશૅ), ના૦ [ઇતિ.] ઊંચો હોદ્દો ધરાવનાર તુર્કી અમલદાર.

pa'sque-flower (પેસ્ક્ફ્લાવર), ના૦ 'ઍનિમોન' (તારાકૃતિ ફૂલ)ની એક જાત, પીળાં ફૂલવાળો એક છોડ.

pass[1] (પાસ), ઉ૦ ક્રિ૦ [ભૂ૦ કૃ૦ **passed** અથવા વિ૦ તરીકે **past**] આગળ ખસવું-ચાલવું, આગળ વધવું; -માંથી કે પરથી પસાર થવું; -ની ઉપરથી – બાજુએ થઈ ને – જવું – પસાર થવું, -થી આગળ વધી જવું; પાસે થઈ ને જેવું; -થી ચડી જવું; જવું; બદલવું, બદલાવું, પરિવર્તન કરવું – પામવું; મરી જવું, -નો અંત આવવો; મંજૂર થવું; પરીક્ષામાં વિદ્યાર્થીને, ધારાસભામાં બિલને, પસાર–પાસ – કરવું; પરીક્ષા માટે આવશ્યક ધોરણે પહોંચવું; (ઉમેદવાર અંગે) પરીક્ષકને સંતોષ આપવો; પૂરતું થવું; ચુકાદો સંભળાવવો – જણાવવો; લેવા માટે બધામાં ફેરવવું; [ફુટ. ઇ૦] લાત મારવી, પોતાની બાજુના રમનારને દડો આપવો–ફટકારવો; થવું, બનવું; (વખત ઇ૦) પસાર કરવું; મળમૂત્ર તરીકે અથવા સાથે શરીરમાંથી વિસર્જન કરવું. ના૦ પરીક્ષા પસાર કરવી તે – માં ઉત્તીર્ણ–પાસ–થવું તે; ખાસ લાયકાતનું માન મેળવ્યા વિના પાસ થવું તે; કટોકટીની સ્થિતિ; લિખિત પરવાનગી, તિકિટ, અથવા હુકમ; પટાબાજીમાં હૂલ મારવી–ભોંકવું–તે; [ફુટ.] દડો પસાર કરવો તે. **make a ~ at,** [વાત.] મિત્રતા કે પ્રેમ સંપાદન કરવાનો પ્રયત્ન કરવો. **~ away,** મરી જવું. **~book,** બૅંકના હિસાબનું પુસ્તક. **~ for,** અમુક તરીકે મનાવું – સ્વીકારવું. **~key,** અનેક તાળાંને લાગુ પડતી કૂંચી. **~ off,** જતા રહેવું, ધીમે ધીમે લુપ્ત થવું; પૂર્ણ કરાવું; ખોટી રીતે રજૂ કરવું; –નું ધ્યાન બીજે વાળવું; હોવાનો ઢોંગ કરવો. **~ out,** લશ્કરી તાલીમ પૂરી કરવી; બેભાન થવું. **~ over,** બાદ કરવું; –ને વિશે કશું ન કહેવું. **~ up,** [વાત.] -ની ઉપેક્ષા કરવી, –નો લાભ ન લેવો. **~word,** શત્રુપક્ષથી મિત્રપક્ષને ઓળખવાનો સાંકેતિક શબ્દ. **pa'sser-by,** રસ્તે જનાર, વટેમાર્ગુ.

pass[2], ના૦ પહાડમાંનો સાંકડો રસ્તો, ખીણ.

pa'ssable (પાસબલ), વિ૦ ચાલે એવું, પૂરતું, પસંદ પડે એવું.

pa'ssage (પૅસિજ), ના૦ જવુંઆવવું – પસાર થવું – તે, ગમન; સંક્રમણ; માર્ગ; જવાઆવવાનો રસ્તો (એક ઓરડામાંથી બીજામાં, એક પ્રદેશમાંથી બીજામાં); [બ૦ વ૦માં] બે જણ વચ્ચેની વાતચીત, ઝઘડો, ઇ૦; ફકરો, ઉતારો; સંગીત રચના.

pa'ssé (પૅસે), વિ૦ [સ્ત્રી. **-ée** ઉચ્ચાર એ જ] જુવાની વટાવી ગયેલું; જૂનુંપુરાણું, કાલગ્રસ્ત.

pa'ssenger (પૅસિંજર), ના૦ ઉતારુ, પ્રવાસી, ગાડીમાં બેસી પ્રવાસ કરનાર; કોઈ જૂથ ઇ૦નો કામ ન કરનાર માણસ.

pa'sserine (પૅસરાઇન), વિ૦ અને ના૦ ચકલીની જાતનું (પક્ષી).

pa'ssim (પૅસિમ), ક્રિ૦ વિ૦ જ્યાં ત્યાં, બધે ઠેકાણે.

pa'ssing (પાસિંગ), વિ૦ ક્ષણભંગુર, નશ્વર. ક્રિ૦ વિ૦ [પ્રા.] અતિશય, ઘણું. **~-bell,** મરણ પછી વગાડાતો ઘંટ.

pa'ssion (પૅશન), ના૦ તીવ્ર કે ઉત્કટ

મનોવિકાર – ભાવના; ક્રોધ, ગુસ્સો; પ્રેમ, અનુરાગ; કામવાસના; **P~**, ક્રૂસ પર ઈશુની યાતનાઓ; તેનું શુભવાર્તામાં આપેલું બયાન; તેની સંગીત (નાટ્યમાં) રજૂઆત. **~-flower**, ક્રૂસારોહણના સૂચક ફૂલ-વાળો છોડ. **~-fruit**, તે છોડનું ફળ.

pa'ssionate (પૅશનટ), વિ૰ ઉદ્દામ મનોવિકાર કે લાગણીઓવાળું; તામસી, ક્રોધી; વિકારવશ, કામી.

pa'ssive (પૅસિવ), વિ૰ નિષ્ક્રિય, પોતે કશું ન કરનાર, પોતા પર બીજા વડે ક્રિયા થવા દેનાર; જડ, નિષ્ક્રિય; વશવર્તી; પ્રતિ-કાર ન કરનાર. ના૰ ~ **(voice)**, સહ-ભેદ(નું રૂપ). **passi'vity** (-વિટિ),ના૰.

Pa'ssover (પાસોવર), ના૰ મિસરમાંની ગુલામી અવસ્થામાંથી છૂટી આવ્યાના સ્મ-રણમાં યહૂદીઓનો એક તહેવાર.

pa'ssport (પાસ્પૉર્ટ), ના૰ પરદેશ પ્રવાસનો પરવાનો; પરદેશ પ્રવાસીનું ઓળખપત્ર.

past (પાસ્ટ), **pass**'નું ભૂ૰ કૃ૰. વિ૰ ગત, વીતી ગયેલું, ભૂતકાળનું. ના૰ ભૂતકાળ; પૂર્વજીવન; ~**(tense)**. [વ્યાક.] ભૂત-કાળ. નામ૰ અ૰ મૂકી દઈ ને આગળ, -ની ઉપરથી. ક્રિ૰વિ૰ પાસે થઈ ને, પાસેથી, **~ master**, પ્રવીણ, પાકો, પારંગત.

pa'sta (પૅસ્ટ), ના૰ ઇટાલિયન રાંધણમાં અનેક રીતે વપરાતો પલાળેલો લોટ; તેમાંથી બનાવેલી વાની.

paste (પેસ્ટ), ના૰ મોણ નાખીને પલાળેલો – બાંધેલો–લોટ; લોટની ખેળ, લાહી, ઇ૰; માછલી, માંસ, ઇ૰ છૂંદીને બનાવેલી સહે-લાઈથી પાથરી કે ચોપડી શકાય એવી વાની; કોઈ પણ કામમાં વપરાતું પોચું કેળવેલું મિશ્રણ; બનાવટી હીરા બનાવવા માટેનો એક જાતનો કાચ. સ૰ ક્રિ૰ લાહીથી ચોટા-ડવું; ખેળ દેવી, આર કરવી; ટીપવું, માર મારવો. **~-board**, પૂઠાનો કાગળ, પૂઠું.

pa'stel (પૅસ્ટલ), ના૰ રંગની સૂકી લૂગદી, રંગીન ચાક, રંગીન સળી, વર્ણશલાકા, તે વડે દોરેલું ચિત્ર. વિ૰ રંગીન ચાકનું; (રંગ અંગે) ફીકું, નરમ, સૌમ્ય.

pa'stern (પૅસ્ટર્ન), ના૰ ઘોડાની ઘૂંટી અને ખરી વચ્ચેનો ભાગ.

pa'steurize (પેશ્ચરાઇઝ્), સ૰ ક્રિ૰ દૂધ ઇ૰ અમુક ગરમીમાં ઉકાળીને જંતુરહિત બનાવવું. **pasteuriza'tion** (-ઝ઼ેશન), ના૰.

pasti'che (પૅસ્ટશ), ના૰ જુદા જુદા કલાકારોમાંથી ટુકડા લઈને બનાવેલી સંગીત ની કૃતિ; કોઈ લેખક કે કાળની શૈલીની અનુકૃતિ.

pa'stille (પૅસ્ટીલ), ના૰ મીઠાઈની નાની ચકતી, વિ૰ક૰ દવાવાળી.

pa'stime (પૅસ્ટાઇમ), ના૰ મનોરંજન; રમતગમત; 'કાલક્ષેપમ'.

pa'stor (પાસ્ટર), ના૰ ધર્મોપદેશક, પાદરી; ગુરુ.

pa'storal (પાસ્ટરલ), વિ૰ ગોવાળો કે ભરવાડોનું; ગ્રામજીવન સંબંધી; ધર્મગુરુનું. ના૰ ગ્રામજીવનનું કાવ્ય અથવા ચિત્ર; બિશપ કે 'પાસ્ટર'નો પાદરીઓને કે લોકોને પત્ર.

pa'stry (પેસ્ટ્રિ), ના૰ માખણ નાખેલો પોચો બાંધેલો (શેકેલો) લોટ, તેની બના-વેલી વાની, પુરણપોળી જેવું પકવાન.

pa'sture (પાસ્ચર), ના૰ ઢોરનો ખાવા-નો લીલો ચારો, ગોચર, ચરો. ઉ૰ ક્રિ૰ ઢોર ચારવાં; ચરવું.

pa'sturage (પાસ્ચ્યુરિજ), ના૰ ઢોર ચારવાં તે; ગોચર, ચરો.

pa'sty[1] (પૅસ્ટિ), ના૰ દેવતા ઉપર શેકેલો ઘૂઘરો.

pa'sty[2], વિ૰ ગંદેલી કણેક જેવું, ફીકું, ફીકા ચહેરાવાળું.

pat (પૅટ), સ૰ ક્રિ૰ થાબડવું, ધીમે ધીમે હાથવતી ઠોકવું; ચપટી વસ્તુ વડે મારવું. ના૰ થપડાક, લપડાક; માખણનું ચપટું ચોસલું. ક્રિ૰ વિ૰ અને વિ૰ યોગ્ય વખતે (વખતનું), સમયસર(નું); યથાયોગ્ય (રીતે).

patch (પૅચ), ના૰ થીગડું (સમું કરવા માટે દેવાતું); જખમ પર મરાતી પટ્ટી; જખમી આંખ પર બંધાતો પાટો; ડાઘો, ધબ્બો; ચોક્કસ ક્ષેત્ર અથવા અવધિ; જમીન

નો ટુકડો. સ૦ ક્રિ૦ થીગડું દેવું, સાંધવું; ઉપર થીગડાં મારેલાં હોય એવું દેખાવું. **not a ~ on,** -થી ઘણું ઊતરતું – હલકું. **~-pocket,** થીગડાની જેમ સીવેલું ખીસું. **~ up;** જેમ તેમ કરીને – ઉતાવળથી – સમું કે ઠીક કરી દેવું. **~ work,** જુદા જુદા રંગના નાનકડા એકસાથે સાંધેલા ટુકડા.

pa'tchy (પેચિ), વિ૦ થીગડાંવાળું – દીધેલું, ગોદડી જેવું, ઢંગધડા વગરનું.

pate (પેટ), ના૦ [વાત.] માથું.

pa'té (પૅટે), ના૦ માંસના કકડા ઇ૦ નાખીને બનાવેલી પોચી વાની. **~ de foie gras,** (-ડ ફ્વા ગ્રા), પુષ્ટ કરેલા હંસોના યકૃતની બનાવેલી વાની (પૅટે).

pate'lla (પટેલ), ના૦ [બ૦ વ૦ **~e**, -લી] ઘૂંટણના સાંધા પરની વાટકી.

pa'ten(પૅટન), ના૦ પ્રભુભોજન વખતે રોટી રાખવાની (બહુધા ચાંદીની) થાળી – ટાટ.

pa'tent (પેટન્ટ), ના૦ નવી શોધેલી વસ્તુ બનાવવા, વાપરવા કે વેચવાનો અમુક સમય માટે રાજ્ય તરફથી અપાતો ઇજારો, તે આપતો રાજ્યનો જાહેરપત્ર અથવા સનદ, પેટંટ. એવી રીતે રક્ષિત નવીન વસ્તુ કે તેની પ્રક્રિયા. વિ૦ એકાધિકારની સનદવાળું -થી રક્ષિત; (ખોરાક, દવા, ઇ૦ અંગે) માલિકીનું, [લા.] ઉઘાડું, સ્પષ્ટ, દેખીતું. સ૦ ક્રિ૦ (શોધ માટે) હકની સનદ મેળવવી. **~ leather,** કેળવેલું રોગાન ચોપડેલું ચળકતું ચામડું.

patentee' (પેટન્ટી), ના૦ હકની સનદ – પેટન્ટ – ધરાવનાર.

pa'ter (પેટર), ના૦ [વિ૦ બો૦] પિતા.

paterfami'lias (પેટર્ફમિલિઍસ), ના૦ [રોમન કા. અથવા મજાકમાં] કુટુંબનો વડો.

pater'nal (પટર્નલ), વિ૦ બાપનું -ના જેવું; બાપ પાસેથી મળેલું; પિતૃપક્ષ તરફના સંબંધવાળું; પિતૃપક્ષનું.

pater'nalism (પટર્નલિઝ્મ), ના૦ કલ્યાણ બુદ્ધિથી લોકોના સ્વાતંત્ર્યને મર્યાદિત કરવાના કાયદા ઘડનાર સરકાર, પૈતૃક શાસન(વાદ). **paternali'stic** (-લિસ્ટિક), વિ૦.

pater'nity (પટર્નિટિ), ના૦ પિતૃત્વ; પિતૃપરંપરા, કર્તૃત્વ (ગ્રંથ ઇ૦નું).

paterno'ster (પૅટર્નૉસ્ટર), ના૦ પ્રભુપ્રાર્થના, 'લૉર્ડ્ઝ પ્રેયર' નામની પ્રાર્થના, વિ૦ ક૦ લૅટિન ભાષામાંની.

path (પાથ), ના૦ પગથી, પગદંડી; વાટ; પંથ, પથ, માર્ગ.

pathe'tic (પથે'ટિક), વિ૦ દયા, ખિન્નતા કે તિરસ્કાર ઉપજાવનારું.

patholo'gical (પૅથલૉજિકલ), વિ૦ રોગનિદાનશાસ્ત્રનું -ને લગતું.

patho'logy (પથૉલજિ), ના૦ રોગનિદાનશાસ્ત્ર, શરીરવિકૃતિશાસ્ત્ર.

patho'logist (-લજિસ્ટ), ના૦.

pa'thos (પેથૉસ), ના૦ દયા કે ખિન્નતા ઉપજાવનાર ગુણ, કરુણરસ.

pa'tience (પેશન્સ), ના૦ સહનશીલતા, સહિષ્ણુતા; ધીરજ, સબૂરી; ક્ષાંતિ; ખંત; એક જણે રમવાની પત્તાંની રમત.

pa'tient(પેશન્ટ), વિ૦ ધીરજ – ખામોશ – વાળું; સહનશીલ. ના૦ રોગી, દરદી.

pa'tina (પૅટિનૅ ના૦ જૂની બ્રૉંઝની વસ્તુ પર બાઝતો લીલો કાટ; લાકડાની જૂની વસ્તુ પર દેખાતી સુંવાળપ.

pa'tio (પૅટિઓ), ના૦ [બ૦ વ૦ **~s**] ઘરની અંદરનો ચોક; ઘરની પાસેનું લાદી જડેલું બહુધા છાપરા વિનાનું આંગણું.

pa'tois (પૅટ્વા), ના૦ [બ૦ વ૦ એ જ ઉચ્ચાર – વાઝ] કોઈ પ્રદેશના સામાન્ય લોકોની બોલી.

pa'triarch (પેટ્રિઆર્ક), ના૦ કુટુંબ, કબીલો, જમાત, ઇ૦નો વડો, કુળપિતા; કેટલાંક ધર્મપીઠોનો ધર્માધ્યક્ષ (બિશપ); આદરણીય વૃદ્ધ માણસ. **patriar'chal** (-આર્કલ), વિ૦.

pa'triarchate (પેટ્રિઆર્કેટ), ના૦ ધર્માધ્યક્ષ(બિશપ)નો દરજ્જો, પદ, કાર્ય કે નિવાસસ્થાન, ધર્મપીઠ.

pa'triarchy (પેટ્રિઆર્કિ), ના૦ પિતૃપ્રધાન કુટુંબ – સમાજ – પદ્ધતિ.

patri'cian (પૅટ્રિશન), નાο કુળવાન માણસ, ઉમરાવ. વિο કુલીન, આર્ય, અમીરનું.

pa'tricide (પૅટ્રિસાઇડ), જુઓ **parricide.**

pa'trimony (પૅટ્રિમનિ), નાο બાપ કે બાપદાદા પાસેથી વારસામાં મળેલી મિલકત – વારસો.

pa'triot (પૅટ્રિઅટ), નાο સ્વદેશાભિમાની માણસ, દેશભક્ત. **patrio'tic** (-ઑટિક), વિο **pa'triotism** (-અટિઝ્મ), નાο.

patro'l (પે'ટ્રોલ), નાο ગસ્ત, ચોકીદારનો ફેરો – રોન; પોલીસની નગર પ્રદક્ષિણા; ગસ્ત કરનારી ચોકિયાત ટુકડી; વહાણ કે વિમાનનો નિયત લશ્કરી ફેરો; દુશ્મનના મુલકની તપાસ કરી આવનાર લશ્કરની ટુકડી; બાલવીરો કે વીરબાળાઓની છની ટુકડી. ઉο ક્રિο ચોકી કરવી, ગસ્ત કે રોન ફરવી. **~ car**, પોલીસની રોન ફરવાની ગાડી. **~man**, [અમે.]પોલીસનો સિપાઈ.

pa'tron (પેટ્રન), નાο કોઈ વ્યક્તિ, કળા, પ્રવૃત્તિ. ઇοને ઉત્તેજન, રક્ષણ કે આશ્રય આપનાર, આશ્રયદાતા, સંરક્ષક; દુકાન ઇοનું ઘરાક; પાલનહાર સંત ઇο; પાદરીની નિમણૂક કરવાની સત્તા ધરાવનાર. **patroness** (-નિસ), નાο.

pa'tronage (પૅટ્રનિજ), નાο (આશ્રયદાતા દ્વારા અપાતો) આશ્રય, સંરક્ષણ, ઉત્તેજન, ટેકો, આધાર, ઇο; નિમણૂકોનું વિતરણ; મુરબ્બીવટ.

pa'tronize (પૅટ્રનાઇઝ઼), સο ક્રિο આશ્રય, મદદ, ઉત્તેજન, આધાર આપવો; મુરબ્બી હોવાનો ડોળ કરવો – કરીને વર્તવું.

patrony'mic (પૅટ્રનિમિક), વિο અને નાο બાપના કે પૂર્વજના નામ પરથી પડેલું (નામ, ગોત્રનામ, અટક).

pa'tten (પૅટન), નાο જોડાને કાદવથી ઉપર રાખવા માટે તેને જડેલી લોઢાની કડીવાળી લાકડાની પાવડી – તળિયું.

pa'tter (પૅટર)[1], ઉο ક્રિο ઝટપટ–ઝડપથી–બોલવું. નાο ઉતાવળથી બોલવું તે, બકબક; કોઈ વર્ગ કે વ્યવસાયની ભાષા.

pa'tter[2], અο ક્રિο (વરસાદ ઇο અંગે) ટપટપ અવાજ કરવો; ટૂંકાં ડગલાં ભરી ચટપટ – ઝડપથી – ચાલવું કે દોડવું. નાο વરસાદનો ટપટપ કે છબછબ અવાજ.

pa'ttern (પૅટર્ન), નાο નમૂનો, આદર્શ, સુંદર દાખલો; કાપડ ઇοનો નમૂનો; નકશી, ભાત. સο ક્રિο નમૂના પ્રમાણે બનાવવું, નકશીથી શણગારવું.

pa'tty (પૅટિ), નાο પૂરણવાળી કચોરી જેવી વાની.

pau'city (પૉસિટિ), નાο ન્યૂનતા, અછત, તંગી.

paunch (પૉંચ), નાο પેટ, ઉદર.

pau'per (પૉપર), નાο ગરીબ – દરિદ્રી – માણસ; ભિખારી; ગરીબીના કાયદા-(પુઅર લૉ)ની રૂએ રાહત મેળવનાર. **pau'perize** (-રાઇઝ઼), સο ક્રિο. **pau'perism** (-રિઝ્મ), નાο.

pause (પૉઝ઼), નાο જરા થોભવું – બંધ રહેવું–તે, વિરામ; બોલવામાં કે વાંચવામાં જરા અટકી જવું તે; [સં.] સૂરને લંબાવવાનું કે થોભવાનું ચિહ્ન. અοક્રિο અટકવું, થોભવું.

pava'ne (પવાન), નાο સાજશણગાર સાથેનું એક ભવ્ય નૃત્ય, તે માટેની સંગીતરચના.

pave (પેવ), સο ક્રિο ચીરાબંધી – ફરસબંધી – કરવી; -ને માટે માર્ગ તૈયાર કરવો.

pa'vement (પેવ્મન્ટ), નાο ફરસબંધી; પથ્થર જડેલી પગથી.

pavi'lion (પવિલ્યન), નાο મોટો તંબુ, શામિયાનો; પાકા બાંધકામનો મંડપ; બંગલી.

paw (પૉ), નાο નહોરવાળા પ્રાણીનો પંજો; [વાત.] માણસનો હાથ. ઉο ક્રિο પંજાવતી અડકવું; [વાત.] અણઘડની જેમ વાપરવું; (ઘોડા અંગે) ખરી જમીન પર પછાડવી, ખરીવતી જમીન ખોતરવી.

paw'ky (પૉકિ), વિο [સ્કૉο અને વિο બોο] લુચ્ચું, ઠાવકું; નીરસ વિનોદવાળું.

pawl (પૉલ), નાο દાંતાવાળું ચક્ર કે દાંડો લપસે નહીં કે ઊલટો ફરે નહીં તે માટેની કળ – ઠેસી; વીંટવા વગેરેનું પીપ ઊલટું ફરે નહીં તે માટેનો દાંડો.

pawn¹ (પૉન), ના૦ શેતરંજનું પ્યાદું; [લા.] બિનમહત્ત્વનું માણસ, કેવળ રમકડું – બાવલું.

pawn², ના૦ ગીરોની સ્થિતિ, ગીરો મૂકેલી જણસ. સ૦ ક્રિ૦ ગીરો મૂકવું, ગીરો મૂકીને પૈસા કાઢવા. **~broker**, માલ ગીરો રાખી પૈસા ધીરનાર. **~-shop**, તેની દુકાન.

pawpaw' (પૉપૉ), જુઓ **papaw**.

pay (પે), ઉ૦ ક્રિ૦ **[paid]** પૈસા ચૂકવવા – ભરવા – આપવા, દેવું ચૂકવવું; ખર્ચ આપવું – વેઠવું; સજા – દંડ–ભોગવવો; -ની તરફ (ધ્યાન ઇ૦) દેવું; યોગ્ય વળતર કે નફો આપવો – મળવો; ઢીલું કરીને (દોરડું) લંબાવવું – આગળ જવા દેવું-સરતું મૂકવું. ના૦ આપેલી રકમ; પગાર, વેતન. **in the ~ of**, -ને ત્યાં કામ પર રાખેલું. **~-as-you-earn**, કમાણી થાય તેની સાથે આવકવેરો આપવો તે. **~-bed**, વાપરનારે – દરદીએ – પૈસા આપવાનો ખાટલો. **~-claim**, પગાર વધારાની માગણી. **~load**, વિમાનમાં લઈ જવાતા પ્રવાસીઓ, સરસામાન ઇ૦નું વજન. **~master**, પગાર ચૂકવનાર અધિકારી, ખજાનચી. **P~master General**, પગારની ચૂકવણી કરનાર તિજોરી ખાતાનો ઉપરી. **~ off**, પૂરો પગાર આપીને છૂટું કરવું; [વાત.] સારું પરિણામ આપવું. **~-off**, [વિ૦ બો૦] પરાકાષ્ઠા, અંતિમ પરિણામ (વાર્તા કે નાટકનું). **~ out**, સજા કરવી, બદલો લેવો. **~-roll**, પગારપત્રક.

pay'able (પેઅબલ), વિ૦ આપવાનું, આપવું જોઈએ એવું; આપી શકાય એવું.

P.A.Y.E., સંક્ષેપ. pay-as-you-earn.

payee' (પેઈ) ના૦ જેને પૈસા આપ્યા કે આપવાના હોય તે.

pay'ment (પેમન્ટ), ના૦ પૈસા ઇ૦ આપવું તે; આપેલા પૈસા; બદલો, અવેજ.

payo'la (પયોલ), ના૦ વેપારી જણસના વેચાણમાં જાણીજોઈને અવિહિત સાધનો વાપરી મદદ કરવા માટે અપાતી લાંચ.

P.C., સંક્ષેપ. Police Constable; Privy Council.

p.c., સંક્ષેપ. per cent; postcard.

pd., સંક્ષેપ. paid.

P.E., સંક્ષેપ. physical education.

pea (પી), ના૦ વટાણો ઇ૦ કઠોળ; તેનો છોડ. **~-souper**, [વાત.] પીળું ગાઢું ધુમ્મસ.

peace (પીસ), ના૦ શાંતિ, શાંતતા, યુદ્ધ-નિવૃત્તિ; સુલેહ, સંધિ; સલાહસંપ, સુમેળ; સ્વસ્થતા, નિરાંત. **~maker**, સંધિ – શાંતિ – સુલેહ – કરાવનાર. **~-time**, શાંતિનો – યુદ્ધ વિનાનો–કાળ. **pea'ceful** (-સ્ફુલ), વિ૦ શાંતતાવાળું, શાંત, સલાહસંપનું.

pea'ceable (પીસબલ), વિ૦ શાંતિપ્રવણ, શાંતિપ્રિય; શાંતતા પ્રસ્થાપિત કરાવનારું.

peach¹ (પીચ), અ૦ ક્રિ૦ [વિ૦ બો૦] માફીનો સાક્ષી થવું, ચાડી ખાવી, ખબર આપવી.

peach², ના૦ નાજુક રંગનું રુવાંવાળું એક ફળ; [વિ૦ બો૦] મોહક રૂપાળી છોકરી; ઉત્કૃષ્ટ માણસ કે વસ્તુ. **~ Melba**, આઇસ્ક્રીમ અને પીચની એક મીઠાઈ.

pea'chy (પીચિ), વિ૦ સુંદર, આફલાતુન; 'પીચ'ના જેવું.

pea'cock (પીકૉક), ના૦ મોર; મિથ્યાભિમાની–બડાઈ ખોર–માણસ. **~ blue**, મોરની ગરદન જેવો ચળકતો વાદળી રંગ.

pea'fowl (પીફાઉલ), ના૦ એક જાતનું તેતર પક્ષી; મોર અથવા ઢેલ.

pea'hen (પીહે'ન), ના૦ ઢેલ.

pea'-jacket (પીજૅકિટ), ના૦ ખારવાનો જાડો ટૂંકો બેવડી છાતીવાળો ડગલો.

peak¹ (પીક), અ૦ક્રિ૦ ક્ષીણ થવું. **~ed**, વિ૦ સુરેખ અવયવોવાળું, સુકલકડી.

peak², ના૦ ટોચ, શિખર(વિ૦ક૦ પર્વતનું); વક્રનું કે ચડઊતરનું ઊંચામાં ઊંચું બિંદુ; ટોપીની કોરનો આગળ પડતો ભાગ–અણી; વહાણના ભંડકનો કે ભોંયરાનો સાંકડો ભાગ. **~ hour**, ભારેમાં ભારે અવરજવરનો સમય; વીજળીની અધિકતમ માગનો સમય.

pea'ky (પીકિ), વિ૦ માંદલું; નાનકડું.

peal (પીલ), ના૦ ઘંટા(ઓ)નો સતત

મોટો અવાજ, ઘંટારવ; ઘંટાવલિ; અચાનક થયેલો મોટો કોલાહલ; ઘનગર્જના. ઉ૦ક્રિ૦ (એકીસાથે) ઘંટ વગાડવા–વાગવા–તે.

pea'nut (પીનટ), ના૦ મગફળીનો દાણો–છોડ; [બ૦ વ૦માં; વિ૦ બો૦] નજીવી રકમ, થોડાક દોઢિયા. **~ butter,** મગફળીનું માખણ.

pear (પે'અર), ના૦ જામફળના આકારનું એક સ્વાદિષ્ટ ફળ, તેનું ઝાડ.

pearl (પર્લ), ના૦ મોતી, મુક્તાફળ; નકલી મોતી. ઉ૦ ક્રિ૦ મોતી શોધી કાઢવા પડવું; -નાં ટીપાં બનવાં, -ની ઉપર ટીપાં થવાં. **~ barley,** રગડીને ગોળ બનાવેલા જવ(ના દાણા). **~ button,** છીપનું બટન (બોરિયું). **~ onion,** અથાણા માટે વપરાતી ઘણી નાની ડુંગળી.

pear'ly (પર્લિ), વિ૦ મોતી(ના દાણા) જેવું; મોતીવાળું, છીપવાળું; મોતી વડે શણગારેલું. ના૦ [બ૦ વ૦માં] છીપનાં બટનથી સુશોભિત શાકભાજીની લારીવાળાનાં કપડાં. **P~Gates,** સ્વર્ગદ્વાર. **~king, queen,** છીપનાં બટનવાળાં કપડાં પહેરનાર રાજા–રાણી.

pea'sant (પે'ઝન્ટ), ના૦ ખેડૂત, ગામડિયો, ગમાર.

pea'santry (પે'ઝન્ટ્રિ), ના૦ ખેડૂતો, ખેડૂતવર્ગ.

pease (પીઝ઼), ના૦. **~ pudding,** સૂકા વટાણા ઇ૦ કાપડમાં બાફીને બનાવેલી વાની.

peat (પીટ), ના૦ ભેજવાળી જમીનમાં કહોવાયેલી વનસ્પતિ, તેનું બળતણ. **~ bog, ~moss,** કહોવાયેલી વનસ્પતિવાળું કળણ–લીલ. **pea'ty** (પીટી), વિ.

pe'bble (પે'બલ), ના૦ ઘસાયેલો લીસો (ગોળ) પથ્થર–કાંકરો. **~-dash,** નાના નાના કાંકરાવાળું પ્લાસ્ટર–છો. સ૦ ક્રિ૦ દીવાલ પર એવું પ્લાસ્ટર કરવું. **pe'bbly** (પે'બ્લિ), વિ૦.

peca'n (પિકૅન), ના૦ અમે.માં થતું અખરોટના જેવું એક ઝાડ, તેનું સકવચ ફળ.

peccadi'llo (પિકડિલો), ના૦ [બ૦વ૦ **~es**] નજીવો ગુનો–દોષ.

pe'ccant (પે'કન્ટ), વિ૦ અપરાધી, પાપી, પાપ કરનારું.

pe'ccary (પે'કરિ), ના૦ અમે.નું એક જંગલી ડુક્કર.

peck[1] (પે'ક), ના૦ બે ગૅલન પ્રવાહી માય એટલું અનાજનું માપ.

peck[2], ઉ૦ ક્રિ૦ ચાંચ મારવી – ભોંકવી, ચાંચ વતી ઉપાડવું–વીણવું–ખેંચી કાઢ-કાણું પાડવું; વરણાગી કરીને ખાવું; ગાલ પર બચી કરવી. ના૦ ચાંચ મારવી તે; ઉતાવળમાં કરેલું અથવા ઉપરચોટિયું ચુંબન.

pe'cker (પે'કર), ના૦ **keep your ~up,** [વિ૦ બો૦] હિંમત રાખો–હારો મા.

pe'ckish (પે'કિશ), વિ૦ ભૂખ્યું.

pe'ctin (પે'ક્ટિન), ના૦ મુરબ્બાને થીજવનારુ પાકા ફળમાંનું એક જિલેટિન જેવું દ્રવ્ય.

pe'ctoral (પે'કટરલ), વિ૦ છાતીનું કે વક્ષઃસ્થળનું–માટેનું. ના૦ છાતી પર રાખવાનું શોભાનું વસ્ત્ર કે બખતર.

pe'culate (પે'ક્યુલેટ), ઉ૦ ક્રિ૦ પારકાં નાણાંની ઉચાપત કરવી, પૈસા ખાઈ જવા. **pecula'tion** (-લેશન), ના૦. **pe'culator** (-લેટર), ના૦.

pecu'liar (પિક્યૂલિઅર), વિ૦ વ્યક્તિનું પોતાનું, બીજા કોઈનું નહિ, વ્યક્તિગત; વિશિષ્ટ, ખાસ; વિચિત્ર.

peculia'rity (પિક્યૂલિઍરિટિ), ના૦ વિશિષ્ટતા, ખાસિયત, વિશિષ્ટ લક્ષણ; વિચિત્રતા, વિલક્ષણતા.

pecu'niary (પિક્યૂનિઅરિ), વિ૦ આર્થિક, પૈસાનું–ને લગતું.

pe'dagogue (પે'ડગૉગ), ના૦ શાળામાસ્તર; પંડિત (પંડિતાઈનું અભિમાન રાખનાર).

pedago'gic(al) (-ગૉજિક,-કલ),વિ૦.

pe'dagogy (પે'ગૉજિ), **pedago'gics** (-ગૉજિક્સ), ના૦ શિક્ષણશાસ્ત્ર, અધ્યાપનશાસ્ત્ર.

pe'dal (પે'ડલ), વિ૦ પગનું કે પગોનું. ના૦ પગે ચલાવવાની વાજિંત્રની ચાવી; પિયાનો, વિવિધ યંત્રો, કે વિ૦ ક૦ સાઇકલ ચલાવવાની પાવડી–પેડલ. ઉ૦ ક્રિ૦ પાવ-

ડીઓ ચલાવવી–ફેરવવી.

pe'dant (પે'ડન્ટ), ના૦ પોતાની વિદ્વત્તાનો ડોળ કરનાર અથવા નિયમોના પાલનનું કટ્ટરપણે આગ્રહ રાખનાર પંડિત અથવા શાસ્ત્રી. **peda'ntic** (પિડૅન્ટિક), વિ૦. **pe'dantry** (પે'ડન્ટ્રિ), ના૦.

pe'ddle (પે'ડલ), ઉ૦ ક્રિ૦ ફેરી કરીને માલ વેચવો, ફેરિયાનો ધંધો કરવો.

pe'derast (પે'ડરૅસ્ટ), **pae'derast** (પી-), ના૦ છોકરા સાથે ગુદા મૈથુન કરનાર.

pe'derasty (પે'ડરૅસ્ટિ), **pae'derasty** (પી-), ના૦ છોકરા જોડે ગુદા મૈથુન.

pe'destal (પે'ડિસ્ટલ), ના૦ થાંભલાની કુંભી; બાવલું ઇ૦ માટેની બેસણી-બેઠક; ઘૂંટણ માટે કાણાવાળા ટેબલનો કોઈ પણ આધાર.

pede'strian (પિડે'સ્ટ્રિઅન), વિ૦ પગે ચાલતું, પગે ચાલીને કરેલું; ચાલવાનું; પગપાળા જનારાઓ માટેનું; નીરસ, કંટાળો ઉપજાવનારું. ના૦ ચાલનારો, પગપાળા પ્રવાસ કરનારો.

pe'dicure (પે'ડિક્યુઅર), ના૦ પગની સંભાળ કે ઉપચાર, વિ૦ ક૦ પગનાં આંગળાં અંગે.

pe'digree (પે'ડિગ્રી), ના૦ વંશાવળી, વંશવેલો; વંશ, કુળ, ઓલાદ. વિ૦ જાણીતા કુળ કે વંશનું.

pe'diment (પે'ડિમન્ટ), ના૦ ઇમારતના આગળના ભાગના શિખર પરની ત્રિકોણવાળી રચના.

pe'dlar (પે'ડ્લર), ના૦ ફેરિયો.

pedo'meter (પિડૉમિટર), ના૦ ચાલેલું અંતર માપવાનું યંત્ર.

pedu'ncle (પિડંકલ), ના૦ ફૂલ, ફળ, કે ફૂલના ઝૂમખાનું ડીંટું, વિ૦ ક૦ એક ફૂલનું મુખ્ય ડીંટું.

pee (પી), અ૦ ક્રિ૦ પેશાબ કરવો. ના૦ પેશાબ (કરવો તે), મૂત્ર.

peek (પીક), ના૦ અને અ૦ ક્રિ૦ ગુપ્તપણે – છાનામાના – જોવું – કટાક્ષ નાખવો. ના૦ ત્રાંસી નજર, કટાક્ષ.

peel (પીલ), ના૦ ફળ, બટાકો, ઇ૦ની છાલ. ઉ૦ક્રિ૦ -ની છાલ કાઢવી, છોલવું, -ની છાલ-ચામડી–ઊખડી જવી; છાલની જેમ ઊખડી જવું; [વિ૦ બો૦, વ્યક્તિ અંગે] કસરત, કુસ્તી, ઇ૦ માટે કપડાં ઉતારવાં. **candied ~**, લીંબુ, સંતરાં, ઇ૦ ફળોની છાલનો મુરબ્બો.

pee'ling (પીલિંગ), ના૦ ઉતારેલી છાલ(નો કકડો).

peep[1] (પીપ), અ૦ ક્રિ૦ ચોરીને અથવા સાંકડા કાણા કે ફાટમાંથી જોવું; ડોકિયું કરવું; ધીમે ધીમે દેખાવું – નજરે પડવું, દેખાવા માંડવું. ના૦ ચોરી ચૂપકીથી જોવું તે, ડોકિયું; પ્રભાતનો પ્રથમ પ્રકાશ. **~-hole**, ચોરીથી જોવાય એવું બાકું – ફાટ. **~-show**, નાના કાચમાંથી જોવાનું ચિત્રોનું પ્રદર્શન.

peep[2], અ૦ ક્રિ૦ મરઘીનાં બચ્ચાંએ કે ઉંદરે ચૂંચૂં કરવું–બોલવું. ના૦ બોલવું તે.

peer[1] (પિઅર), અ૦ક્રિ૦ બારીકાઈથી – ઝીણી આંખે – કાળજીપૂર્વક જોવું; એકદમ (અંશતઃ) દેખાવું – નજરે પડવું.

peer[2], ના૦ બરોબરિયો, જોડિયો; અમીર, ઉમરાવ, ઇ૦; ખાનદાન માણસ.

peer'age (પિઅરિજ), ના૦ ઉમરાવો; ઉમરાવનું પદ – દરજ્જો.

peer'ess (પિઅરિસ), ના૦ ઉમરાવપત્ની અથવા ઉમરાવપદ (સ્વતંત્રપણે) ધારણ કરનાર સ્ત્રી.

peer'less (પિઅર્લિસ), વિ૦ અજોડ, અદ્વિતીય.

peeved (પીવ્ડ), વિ૦ [વિ૦બો૦] ચીઢિયું, રીસાયેલું.

pee'vish (પીવિશ), વિ૦ જરાતરામાં રિસાય એવું, રિસાળ; મિજાજી, તકરારિયું.

pee'wit, pe'wit, (પીવિટ), ના૦ ભેજવાળી જમીનમાં ફરતું એક પક્ષી.

peg (પે'ગ), ના૦ લાકડાની કે ધાતુની ખીલી અથવા મેખ; પીપના કાણામાં મારવાનો ડટ્ટો; ક્રિબેજ ઇ૦ની રમતમાં માર્ક ગણવાની ટાંકણી અથવા ખીલી; દોરી ઉપર સૂકવવાનાં કપડા માટે વપરાતો ચીપિયો–પિન. ખીંટી, ખૂંટી; કડક દારૂનો પ્યાલો.

ઉ૦ક્રિ૦ ખીંટી – મેખ – મારવી, ખૂંટીઓ ઠોકીને નિશાની કરવી – જુદું પાડવું; કિંમતો ઇ૦ સ્થિર કરવી; ખીંટી પર લટકાવવું. **off the ~**, (કપડાં અંગે) તૈયાર સીવેલાં. **~ away**, ઊંધું ઘાલીને મંડયા રહેવું. **~-board**, કાણાં અને ખીંટીઓવાળું પાટિયું. **~ out**, [ક્રિકેટની રમતમાં] ખીંટીને છેલ્લો ફટકો મારવો; [વિ૦બો૦] મરી જવું.

pe'jorative (પીજરટિવ, પિજો-), વિ૦ અને ના૦ હીણપત લગાડનારો અથવા નિંદાત્મક (શબ્દ).

Pekinge'se (પેકિંગીઝ), **Pekine'se** (પીકિનીઝ), વિ૦ અને ના૦ પેકિંગ – પીકિનનું – (રહેવાસી); ટૂંકા પગ, બૂચું નાક અને લાંબા રેશમી વાળવાળું નાનું કૂતરું.

pelargo'nium (પે'લાર્ગોનિઅમ), ના૦ દેખાવડાં – ભપકાદાર – ફૂલોવાળો એક છોડ.

pelf (પે'લ્ફ), ના૦ [બહુધા અનાદર.] પૈસો, સંપત્તિ.

pe'lican (પે'લિકન), ના૦ બતક જેવું એક મોટું પક્ષી, જેની ચાંચમાં માછલીઓ રાખવા માટે કોથળી હોય છે. **~ crossing**, જ્યાં પગે ચાલનારાઓ ટ્રાફિકની બત્તીઓ (ની કળો) ફેરવી શકે એવી રસ્તો ઓળંગવાની જગ્યા.

peli'sse (પિલિસ), ના૦ [ઇતિ.] સ્ત્રીનો લાંબો ઝભ્ભો, લશ્કરી ડગલો.

pella'gra (પિલૅગ્રૅ), ના૦ પોષણની ખામીને લીધે થતો એક રોગ, જેમાં ચામડી ફાટે છે.

pe'llet (પેલિટ), ના૦ કાગળ ઇ૦નો નાનો ગોળો; ગોળી, ટીકડી, છરો.

pe'llicle (પે'લિકલ), ના૦ પાતળી ચામડી, અન્તસ્ત્વચા અથવા છારી.

pell-me'll (પે'લ્મે'લ), ક્રિ૦વિ૦ અસ્તવ્યસ્ત–અવ્યવસ્થિતપણે; વગર વિચાર્યે, નીચું ઘાલીને.

pellu'cid (પિલૂસિડ), વિ૦ પારદર્શક, સ્વચ્છ; અસંદિગ્ધ.

pe'lmet (પેલ્મિટ), ના૦ પડદાના સળિયા ઢાંકનારી લાકડાની પટ્ટી અથવા કાપડની ઝૂલ–ઝાલર.

pelo'ta (પિલોટૅ), ના૦ આસપાસ ભીંતાવાળા આંગણા(કોર્ટ)માં નેતરની રૅકેટ અને દડા વડે રમાતી રમત.

pelt[1] (પે'લ્ટ), ઉ૦ક્રિ૦ કાદવ, પથ્થર, ઇ૦ ફેંકીને મારવું, ગાળો દેવી; (વરસાદ અંગે) જોરથી પડવું–વરસવું; પુરજોસથી દોડવું. ના૦ છૂટો માર; ઝડપ.

pelt[2], ના૦ કેળવ્યા વિનાનું વાળ કે રુંવાટી સાથેનું ચામડું; [મજાકમાં] માણસની ચામડી.

pe'lvis (પેલ્વિસ), ના૦ બસ્તિપ્રદેશ, શ્રોણીપ્રદેશ, બસ્તિ, શ્રોણી. **pe'lvic** (-વિક), વિ૦.

pen[1] (પે'ન), ના૦ શાહીથી લખવાની કલમ, કિત્તો; લખાણ; લેખનશૈલી. સ૦ક્રિ૦ લખવું; કાળજીપૂર્વક લખવું. **~-friend**, પત્રમિત્ર. **~knife**, ચપ્પુ. **~manship**, લેખન કૌશલ્ય, લેખન શૈલી. **~-name**, લેખક તરીકે ધારણ કરેલું નામ, તખલ્લુસ.

pen[2], ના૦ રખડતા ઢોરને પૂરવાનો ડબો; ખડો, વાડો, નેસડો. સ૦ ક્રિ૦ ડબામાં કે વાડામાં પૂરવું.

pen[3], ના૦ હંસી, હંસની માદા.

pe'nal (પીનલ), વિ૦ સજા કે શિક્ષાનું –ને લગતું, ફોજદારી; સજાને પાત્ર, સજા થાય એવું, સજા તરીકે કરેલું. **~ servitude**, [ઇતિ.] સશ્રમ કારાવાસ.

pe'nalize (પીનલાઇઝ), સ૦ક્રિ૦ સજાને પાત્ર બનાવવું; ને સજા કરવી, ગેરલાભ થાય તેમ કરવું.

pe'nalty (પે'નલ્ટિ), ના૦ દંડ કે બીજી કોઈ સજા; નિયમભંગ, શરતનું પાલન ન કરવું. ઇ૦ માટે લાદેલી કોઈ ગેરલાભવાળી શરત; [ફુટ.] 'પેનલ્ટી કિક' મારીને કરેલો ગોલ. **~ area**, [ફૂટ.] જ્યાં નિયમભંગને લીધે 'પેનલ્ટી કિક'નો હક મળે છે તે ગોલ સામેનો મેદાનનો ભાગ. **~ kick**, તદ્દન પાસેથી ગોલ તરફ દડાને મારવાની–મારેલી–લાત.

pe'nance (પે'નન્સ), ના૦ પ્રાયશ્ચિત્ત;

પ્રાયશ્ચિત્ત તરીકે કરવામાં આવતું કોઈ કામ, તપ, તપસ્યા.

pence (પે'ન્સ), નાo જુઓ **penny.**

pe'nchant (પાંશાં), નાo વૃત્તિ, વલણ, રુચિ, શોખ.

pe'ncil (પે'ન્સલ), નાo સિસાપેન, પેન્સિલ; પ્રસાધનમાં વપરાતી તેના જેવી શલાકા (દા. ત. આંજવામાં). સo ક્રિo સિસાપેનથી લખવું – ટપકાવવું – નોંધવું – નિશાની કરવી.

pe'ndant, -dent, (પે'ન્ડન્ટ), વિo (બહુધા **-ent**) લટકતું, ઉપરથી લટકતું. નાo (બહુધા **-dant**) લટકણિયું, મણિ, ઇo, હારમાંથી લટકતું ઘરેણું; બીજા કશાની પૂરક તરીકે કામ દેતી વસ્તુ.

pe'nding (પે'ન્ડિંગ), વિo નિકાલ કે નિર્ણયની રાહ જોતું. નામo અo દરમ્યાન, નિકાલ થાય ત્યાં સુધી.

pe'ndulous (પે'ન્ડ્યુલસ), વિo લટકતું, ઝોલા ખાતું.

pe'ndulum (પે'ન્ડ્યુલમ), નાo ઝોલા ખાઈ શકે એવી રીતે લટકાવેલી વસ્તુ, ઘડિયાળનું લોલક.

penetra'te (પે'નિટ્રેટ), ઉo ક્રિo -માં પેસવું – પ્રવેશ કરવો, – પેસીને ફેલાવું; -માંથી પસાર થવું; રસ્તો કરવો; શોધી કાઢવું; -નું આકલન કરવું. **pe'netrable** (-ટ્રબલ), વિo.

pe'netrating (પે'નિટ્રેટિંગ), વિo અંદર પ્રવેશ કરનારું; તીક્ષ્ણબુદ્ધિવાળું, પારગામી; (અવાજ અંગે) તીક્ષ્ણ, બીજા અવાજોમાંથી સંભળાતો.

penetra'tion (પે'નિટ્રેશન), નાo -માં પ્રવેશ કરવો તે, કુશાગ્રબુદ્ધિ, તીવ્ર કે સૂક્ષ્મ દૃષ્ટિ.

pe'nguin(પે'ંગ્વિન), નાo દક્ષિણ ગોળાર્ધનું એક દરિયાઈ પક્ષી.

penici'llin (પે'નિસિલિન), નાo ફૂગમાંથી તૈયાર કરેલી એક પ્રતિજીવી દવા.

peni'nsula (પિનિન્સ્યુલે), નાo દ્વીપકલ્પ. **peni'nsular** (-લર), વિo.

pe'nis (પીનિસ), નાo શિશ્ન, પુરુષની જનનેન્દ્રિય.

pe'nitent (પે'નિટન્ટ), વિo અને નાo પસ્તાવો – પ્રાયશ્ચિત્ત – કરનાર (માણસ).

pe'nitence (-ટન્સ), નાo.

penite'ntial (પે'નિટે'ન્શલ), વિo પસ્તાવાનું, પ્રાયશ્ચિત્તનું.

penite'ntiary (પે'નિટે'ન્શરિ), નાo [અમે.]શિસ્ત અને નિયમન દ્વારા સુધારવાની શાળા – તુરંગ – શાસનગૃહ. વિo પ્રાયશ્ચિત્ત (ની વિધિ)નું; સુધારવાની શાળા શાસનગૃહ કે તુરંગની શિસ્ત અને નિયમનવાળું.

Penn(a)., સંક્ષેપ. Pennsylvania.

pe'nnant (પે'નન્ટ), નાo લડાઈના વહાણના ડોલ ઉપરનો લાંબો ત્રિકોણી વાવટો, પતાકા.

pe'nniless (પે'નિલિસ), વિo અકિંચન, સાવ ગરીબ, નિરાધાર.

pe'nnon (પે'નન) નાo, લાંબી, સાંકડી ત્રિકોણી પતાકા; વહાણનો લાંબો અણિયાળો વાવટો.

pe'nny (પે'નિ), નાo [બoવo **pence** અથવા **pennies**]. બ્રિટનનું એક બ્રિટિશ નાણું, $\frac{1}{100}$ પાઉન્ડ (જૂનું ૧/૨૪૦ પાઉન્ડનું). **a pretty ~**, મોટી રકમ. **~ farthing,** આગળ મોટાં અને પાછળ નાનાં પૈડાંવાળી શરૂઆતની સાઇકલ **~-pinching,** ચિંગૂસ, કંજૂસ.

pe'nnyroyal (પે'નિરૉયલ), નાo એક જાતનો ફુદીનો.

pe'nnyweight (પે'નિવેટ), નાo એક ટ્રૉય ઔંસનો વીસમો ભાગ.

peno'logy (પીનૉલજિ), નાo દંડ અને કારાગૃહ સંચાલનનું શાસ્ત્ર. **penolo'gical** (પીનલૉજિકલ), વિo.

pe'nsile (પેનસાઇલ), વિo નીચે લટકતું.

pe'nsion (પે'નશન), નાo નિવૃત્તિવેતન, પેન્શન; ઘરડા, વિધવા, ઇoને અપાતી જીવાઈ. સo ક્રિo નિવૃત્તિવેતન આપવું. **~ off**, પેન્શન પર ઉતારવું – આપી કામપરથી દૂર કરવું.

pe'nsionable (પે'ન્શનબલ), વિo

(નોકરી અંગે) જેમાં પેન્શન મળે એવી, પેન્શનને પાત્ર.

pe'nsionary (પે'ન્શનરિ),વિ૦ અને ના૦ નિવૃત્તિવેતન – પેન્શન – પામનાર, પેન્શનના સ્વરૂપનું.

pe'nsioner (પે'ન્શનર), ના૦ નિવૃત્તિવેતન, વિ૦ ક૦ વૃદ્ધવેતન પામનાર.

pe'nsive (પે'ન્સિવ), વિ૦ વિચારમગ્ન, ચિન્તાગ્રસ્ત.

pent (પે'ન્ટ), વિ૦ બંધ કરેલું, પૂરી દીધેલું.

pe'nta- (પે'ન્ટ-), સંયોગીરૂપ. પાંચ.

pe'ntacle (પેન્ટકલ), ના૦ જાદુમાં પ્રતીક તરીકે વપરાતી આકૃતિ, દા. ત. પંચકોણ તારાની.

pe'ntad (પે'ન્ટેડ), ના૦ પાંચનું જૂથ, પંચક

pe'ntagon (પે'ન્ટગન), ના૦ પંચકોણ, પંચાસ્ર, પંચભુજ. **the P~**, અમેરિકાના સંરક્ષણ ખાતાના વડાઓનું મથક. **pen'tagonal** (પે'ન્ટૅગનલ), વિ૦.

pe'ntagram (પે'ન્ટગ્રૅમ), વિ૦ પંચકોણ તારક.

penta'meter (પે'ન્ટૅમિટર), ના૦ પાંચ ગણવાળી કવિતા(ની લીટી).

Pe'ntateuch (પે'ન્ટટયૂક), ના૦ જૂના કરારનાં પહેલાં પાંચ પુસ્તકો.

penta'thlon (પે'ન્ટૅથ્લૉન), ના૦ ઉમેદવારે ભાગ લેવાના જુદા જુદા પાંચ બનાવોવાળી વ્યાયામની હરીફાઈ.

Pe'ntecost (પે'ન્ટિકૉસ્ટ), ના૦ યહૂદી લોકોનો લણણીનો ઉત્સવ, જે પાસોવર બાદ ૫૦ દિવસ પછી આવે છે; વ્હિટ – ઇસ્ટર પછી સાતમો – રવિવાર. **pente-co'stal** (–કૉસ્ટલ), વિ૦.

pe'nthouse (પે'ન્ટ્હાઉસ), ના૦ મુખ્ય મકાનની દીવાલને અડીને બાંધેલી એકપાખી છાપરી; ઊંચા મકાનના છાપરા કે ધાબા ઉપર બાંધેલું ઘર કે ફ્લૅટ.

pentste'mon (પેન્ટ્સ્ટીમન), ના૦ ચળકતાં ફૂલવાળો એક ઔષધિ છોડ.

penu'ltimate (પિનલ્ટિમિટ), વિ૦ ઉપાન્ત્ય. ના૦ શબ્દનો ઉપાન્ત્ય અક્ષર.

penu'mbra (પિનમ્બ્રૅ), ના૦ આછો – ઝાંખો – ઓળો; [ખ.] વિરલ છાયાવાળો (ગ્રસ્ત નહીં થયેલો) ભાગ. **penu'mbral** (–નમ્બ્રલ), વિ૦.

penu'rious (પિન્યુઅરિઅસ), વિ૦ દરિદ્રી, છેક કળદરી; અતિકૃપણ.

penu'ry (પે'ન્યુઅરિ), ના૦ દારિદ્રય, કંગાલિયત.

peon (પ્યૂન), ના૦ [સ્પૅ૦ અમે૦] દહાડિયો, પટાવાળો.

pe'ony (પીઅનિ), ના૦ મોટા ગોળાકાર ફૂલવાળો એક છોડ.

peo'ple (પીપલ), ના૦ જાતિ અથવા રાષ્ટ્ર; સામાન્ય લોકો, આમજનતા; પ્રજાજનો; માબાપ કે બીજા સંબંધીઓ; મતદાનનો હક ધરાવનાર નાગરિકો. સ૦ ક્રિ૦ -માં વસ્તી કરાવવી, વસાવવું -માં વસવું –રહેવું–હોવું.

pep (પે'પ), ના૦ જોમ, ઉત્સાહ, જુસ્સો, પાણી. સ૦ ક્રિ૦ શક્તિ અને જોમથી ભરવું –પ્રેરિત કરવું. **~ pill**. ઉત્તેજક દવાની ગોળી. **~ talk**, કામ કરવા કે હિંમત ધરવા પ્રોત્સાહન.

pe'pper (પે'પર), ના૦ કાળા કે ધોળા મરી; મરચું. સ૦ ક્રિ૦ ઉપર મરીની ભૂકી છાંટવી–ભભરાવવી; પથરા, ગોળીઓ ઇ૦નો મારો કરવો. **~-and-salt**, તદ્દન પાસે પાસે એવાં કાળાં અને ધોળાં ટપકાંવાળું (કપડું). **~corn**, મરીનો સૂકો દાણો, નામનું ભાડું.**~-mill**, મરી દળવાની ઘંટી.

pe'ppermint (પે'પર્મિન્ટ), ના૦ પેપરમિંટ (વનસ્પતિ), જે તેના તેલ અથવા અર્ક માટે ઉગાડવામાં આવે છે; તે અર્ક (ના સ્વાદ અને સુગંધવાળી મીઠાઈ).

pe'ppery (પે'પરિ), વિ૦ મરીનું -ના જેવું, પુષ્કળ મરીવાળું; [લા.] ગરમ મિજાજનું.

pe'psin (પે'પ્સિન), ના૦ જઠરં રસમાં રહેલું પાચક (ઘટક) તત્ત્વ.

pe'ptic (પે'પ્ટિક), વિ૦ પાચક. **~ ulcer**, પેટમાં કે નાના આંતરડાના અગ્રમાં – ગ્રહણીમાં–થયેલો વ્રણ જાથવા ગૂમડું.

per (પર), નામ૦ અ૦ -ની સાથે – જોડે – મારફત; દરેક માટે, જણદીઠ.

peradve'nture (પરડ્વે'ન્ચર), ક્રિ૰ વિ૰ [પ્રા.] કદાચ, સંભવતઃ દૈવજોગે.

pera'mbulate (પરૅમ્બ્યુલેટ), ઉ૰ક્રિ૰ વચ્ચેથી, ઉપરથી, કે ફરતે ચાલવું-જવું, પ્રદક્ષિણા કરવી. **perambula'tion** (-લેશન), ના૰. **pera'mbulatory** (-લેટરિ), વિ૰.

pera'mbulator (પરૅમ્બ્યુલેટર), ના૰ બાબાગાડી.

per a'nnum (પર્ઍનમ), વરસદીઠ, દરવરસે.

per ca'pita (પર્કૅપિટે), માથાદીઠ, જણદીઠ.

percei've (પર્સીવ), સ૰ક્રિ૰ ઇન્દ્રિય-દ્વારા જાણવું. -નું ઇન્દ્રિય દ્વારા ભાન થવું; સમજવું, -નો બોધ થવો.

per cent (પર્સે'ન્ટ), (દર) સેંકડે, પ્રતિશત; સેંકડે ટકાવારી; સેંકડાદીઠ એક ભાગ.

perce'ntage (પર્સે'ન્ટિજ), ના૰ સેંકડે ટકાવારી; પ્રમાણ.

perce'ptible (પર્સે'પ્ટિબલ), વિ૰ ઇન્દ્રિય કે બુદ્ધિ વડે ગ્રહણ કરી શકાય એવું, ઇન્દ્રિયગોચર-ગમ્ય. **perceptibi'lity** (-બિલિટિ), ના૰.

perce'ption (પર્સે'પ્શન), ના૰ જાણવું-જણાવું-તે, જાણવાની શક્તિ, ગ્રહણશક્તિ.

perce'ptive (પર્સે'પ્ટિવ), વિ૰ (ઇન્દ્રિય) ગ્રહણશક્તિવાળું -ને લગતું. **percepti'vity** (-ટિવિટિ), ના૰ ગ્રહણશક્તિ.

perch[1] (પર્ચ), ના૰ પક્ષીની બેસવાની જગ્યા-દાંડી; [લા.] ઊંચું સ્થાન; સાડા પાંચ વારની લંબાઈનું એક માપ, વાંસ. ઉ૰ ક્રિ૰ દાંડી પર આવીને બેસવું-નીચે ઊતરવું; ઊંચી જગ્યાએ મૂકવું.

perch[2], ના૰ મીઠા પાણીની એક માછલી.

percha'nce (પર્ચાન્સ), ક્રિ૰ વિ૰ [પ્રા.] કદાચ, દૈવયોગે.

perci'pient (પર્સિ'પિઅન્ટ), વિ૰ અને ના૰ ગ્રહણ-સમજ-શક્તિવાળું (માણસ), વિ૰ક૰ ઇન્દ્રિયાતીત વસ્તુના.

per'colate (પર્કલેટ), ઉ૰ ક્રિ૰ ગાળવું, ઝણવું; ગળવું, ઝમવું, વિ૰ક૰ કાણાં કે છિદ્રોમાંથી. **percola'tion** (-લેશન), ના૰.

per'colator (પર્કલેટર); ના૰ ગળણી, જેમાં કૉફીની ભૂકીમાંથી પાણી ઝરે એવું કૉફી બનાવવાનું પાત્ર.

percu'ssion (પર્કશન), ના૰ બે વસ્તુઓની જોરથી ટક્કર-અથડામણ, ટકરાવાનો અવાજ; [સંગીત] લાકડીથી, હાથથી અથવા જોડીમાં એક બીજા સાથે ઠોકીને વગાડવાનું વાદ્ય-વાદ્યો. ~ **cap**, બંદૂક કે પિસ્તોલની ટોટી-(રમકડા પિસ્તોલની) ટીકડી. **percu'ssive** (-કસિવ), વિ૰.

perdi'tion (પર્ડિશન), ના૰ અધોગતિ, નરકવાસ.

pe'regrinate (પે'રિગ્રિનેટ), ઉ૰ ક્રિ૰ [પ્રા.] પ્રવાસ-મુસાફરી-કરવી. **pe'regrina'tion** (-નેશન), ના૰.

pe'regrine (પે'રિગ્રિન), ના૰ એક જાતનું બાજ પક્ષી.

pere'mptory (પરે'મ્પટરિ), વિ૰ ઉથાપી ન શકાય એવું, નિશ્ચયાત્મક, આખરી; તાકીદનું.

pere'nnial (પરે'નિઅલ), વિ૰ આખું વરસ ટકનારું; લાંબો વખત ટકનારું, સનાતન; (વનસ્પતિ અંગે) અનેક વરસ ટકનારું. ના૰ બારમાસી છોડ.

per'fect (પર્ફે'ક્ટ), વિ૰ સંપૂર્ણ, પરિપૂર્ણ, ન્યૂનતા વિનાનું; નિર્દોષ, ખોડખાંપણ વિનાનું; નિષ્ણાત, પારંગત; ચોક્કસ, આબેહૂબ; આખું, સમગ્ર; અનિંદ્ય, આદર્શ; [વ્યાક.; કાળ અંગે] પૂર્ણતાવાચક. સ૰ ક્રિ૰ સંપૂર્ણ-નિર્દોષ-કરવું. ના૰ પૂર્ણ કાળ ~ **pitch**, [સં.] સૂરની માત્રા-ઉચ્ચનીચપણું-ઓળખવાની આવડત. **perfe'ctible** (-ટિબલ), વિ૰. **perfectibi'lity** (-બિલિટિ), ના૰.

perfe'ction (પર્ફે'ક્શન), ના૰ પૂર્ણ કરવું-થવું-તે; પૂર્ણતા, પૂર્ણ અવસ્થા; પૂર્ણ પુરુષ-નમૂનો-આદર્શ; પરાકાષ્ઠા; સૂરની ઊંચામાં ઊંચી માત્રા.

perfe'ctionist (પર્ફે'ક્શનિસ્ટ), ના૰ પૂર્ણતા પ્રાપ્ત કરી શકાય અને કરવી જોઈએ એમ માનનાર.

perfe'ctly (પર્ફે'ક્ટ્લિ), ક્રિ૦ વિ૦ સંપૂર્ણપણે, તદ્દન.

perfer'vid (પર્ફરવિડ), વિ૦ ખૂબ ગરમ, જુસ્સાવાળું.

per'fidy (પર્ફિડિ), ના૦ વિશ્વાસઘાત, દગો. **perfi'dious** (-ડિઅસ), વિ૦ વિશ્વાસઘાતી.

per'forate (પર્ફરેટ), ઉ૦ ક્રિ૦ વીંધવું; -માં (આરપાર)કાણું કે કાણાં પાડવાં. **perfora'tion** (-રેશન), ના૦.

perfor'ce (પર્ફોર્સ), ક્રિ૦ વિ૦ જબરદસ્તીથી, પરાણે; અનિવાર્યપણે.

perfor'm (પર્ફોર્મ), ઉ૦ ક્રિ૦ કરવું, અમલમાં મૂકવું; સિદ્ધ કરવું; પાર કરવું, બજાવવું; અભિનય કરવો, ભજવવું, ગાવું, ઇ૦, વિ૦ ક૦ જાહેરમાં; (પ્રાણીઓ અંગે) જુદી જુદી ચેષ્ટાઓ કરવી – બતાવવી.

perfor'mance (પર્ફોર્મન્સ), ના૦. કરવું–અમલમાં મૂકવું–તે; કામ, કૃતિ; નોંધપાત્ર કરામત, નાટક, ઇ૦ની ભજવણી; જાહેર પ્રદર્શન.

per'fume (પર્ફ્યૂમ), ના૦ સુવાસ, ખુશબો; ફૂલો ઇ૦માંથી બનાવેલું સુગંધી તેલ; અત્તર. સ૦ ક્રિ૦ (**-fu'me**) -ને સુગંધિત કરવું.

perfu'mer (પર્ફ્યૂમર), ના૦ ખુશબોદાર વસ્તુઓ બનાવનાર – વેચનાર, સરૈયો. **perfu'mery** (-મરિ), ના૦.

perfu'nctory (પર્ફંક્ટરિ), વિ૦ વેઠ-ઉતાર્યા જેવું, ઉપરચોટિયું, બેદરકારીથી કરેલું.

per'gola (પરગલૅ), ના૦ લતામંડપ, ઉદ્યાનવીથિકા.

perha'ps (પર્હૅપ્સ), ક્રિ૦ વિ૦ કદાચ, એમ બને(કે).

pe'rianth (પે'રિઍન્થ), ના૦ પુષ્પાવરણ, પરિકોષ.

pe'ricarp (પે'રિકાર્પ), ના૦ બીજકોષ

pe'rigee (પે'રિજી), ના૦ ચન્દ્ર ઇ૦ની કક્ષામાંનું પૃથ્વીની પાસેમાં પાસેનું બિંદુ, ચન્દ્રનીચ.

perihe'lion (પે'રિહીલિઅન), ના૦ [બ૦ વ૦ **-lia**] સૂર્યની કક્ષામાંનું નજીકમાં નજીકનું બિંદુ, અર્કનીચ.

pe'ril (પે'રિલ), ના૦ જોખમ, સંકટ, ભય. **pe'rilous** (પે'રિલસ), વિ૦.

peri'meter (પરિમિટર), ના૦ ઘેર, પરિમિતિ; સીમા, સરહદ, બહારની કોર અથવા મર્યાદા.

per'iod(પિઅરિઅડ), ના૦ સમયનો અમુક ગાળો, કાલખંડ, અવધિ; સ્ત્રીનું માસિક, દૂર બેસવાનો સમય; ઇતિહાસ કે જીવનનો અમુક ભાગ–કાળ; સંપૂર્ણ વાક્ય; પૂર્ણવિરામ; [બ૦ વ૦ માં] આલંકારિક ભાષા. વિ૦ (ભૂતકાળના) અમુક સમય–કાલખંડ કે યુગનું – સંબંધી.

perio'dic (પિઅરિઑડિક), વિ૦ નિયત અવધિ પછી થતું. ~ **table**, અણુસંખ્યા અનુસાર રાસાયનિક તત્ત્વોની ગોઠવણી.

perio'dical (પિઅરિઑડિકલ), વિ૦ નિયત અવધિ પછી થતું; નિયત સમયે પ્રસિદ્ધ થતું, નિયતકાલિક. ના૦ નિયતકાલિક.

periodi'city (પિઅરિઅડિસિટિ), ના૦ અમુક અવધિ પછી ફરી ફરી થવું તે, નિયતકાલિકતા.

peripate'tic (પે'રિપટે'ટિક), વિ૦ અને ના૦ ઠેકઠેકાણે જનાર–ફરનાર, ચંક્રમણ કરનાર; ઍરિસ્ટૉટલનું (અનુયાયી).

peri'pheral (પરિફરલ), વિ૦ ઘેરનું, પરિઘનું; ઓછા મહત્ત્વનું, ગૌણ.

peri'phery (પરિફરિ), ના૦ ઘેર, ઘેરાવો, પરિઘ, બહારનો ભાગ, બહારની અથવા આસપાસની સપાટી, પ્રદેશ, ઇ૦.

peri'phrasis (પે'રિફ્રસિસ), ના૦ [બ૦ વ૦ **-phrases**, -સીઝ઼] ગોળ ગોળ બોલવું તે, પર્યાયોક્તિ; ઉડાઉ ભાષણ. **periphra'stic** (-ફ્રૅસ્ટિક), વિ૦.

pe'riscope (પે'રિસ્કોપ), ના૦ જોનારની આંખની સપાટીથી ઊંચી સપાટી પરની વસ્તુઓ જોવાનું સાધન, પરિદર્શક.

pe'rish (પે'રિશ), અ૦ ક્રિ૦ નાશ પામવું, -નો નાશ થવો, નષ્ટ થવું, મરી જવું; અકાળે અંત આવવો; બગડી જવું, બગાડી નાખવું; (ટાઢ અંગે) -થી અધમૂઆ થવું.

pe'rishable (પે'રિશબલ), વિ૦ જલદી

બગડે એવું, ન ટકે એવું. નાo [બo વo માં] જલદી બગડી જાય એવી ખોરાકની ચીજો.

pe'risher (પેરિશર), નાo [વિo બોo] ત્રાસદાયક માણસ.

pe'rishing (પે'રિશિંગ), વિo ધ્રુજાયેલું, ગભરાયેલું. ક્રિo વિo.

perista'lsis(પે'રિસ્ટૅલ્સિસ), નાo અન્નનળીનું ઉપરથી નીચે અંદરની વસ્તુને ધકેલતું સંકોચનું મોજું. **perista'ltic** (-સ્ટૅલ્ટિક), વિo.

peritone'um (પે'રિટનીઅમ), નાo [બo વo ~**s** અથવા **-ne'a**] ઉદરની અંદરની અસ્તર જેવી પાતળી ચામડી, આંત્રવેષ્ટન.**peritone'al**(-નીઅલ),વિo.

peritoni'tis (પે'રિટનાઈટિસ), નાo આંત્રવેષ્ટનદાહ.

pe'riwig (પે'રિવિગ), નાo બનાવટી વાળની ટોપી.

pe'riwinkle[1] (પે'રિવિંકલ), નાo આછા વાદળી રંગનાં ફૂલોવાળો એક બારમાસી વેલો.

periwinkle[2], નાo નાની ગોકળગાય જેવી એક ખાદ્ય દરિયાઈ માછલી.

per'jure (પર્જર), કર્તૃo ક્રિo ~ **oneself,** ખોટા સોગન લેવા, સોગન લઈને ખોટી જુબાની આપવી; [ભૂoકૃo] ખોટા સોગન લેનાર, ખોટી જુબાની આપનાર.

per'jury (પર્જરિ), નાo સમ ખાઈને ખોટી જુબાની આપવી તે, સમ ખાઈને આપેલી ખોટી જુબાની.

perk[1] (પર્ક), નાo [વિoબોo; બહુધા બoવoમાં] નિયત કરેલા પગાર ઉપરાંત મળતા લાભ.

perk[2], ઉo ક્રિo [વાત.] (કાન, માથુ, ઇo) ઊંચું કરવું, માથું અક્કડ રાખીને - ગુમાનમાં - જવું, તોરમાં રહેવું. ઉલ્લસિત થવું, હિંમત પકડવી; હોશિયાર થવું - દેખાવું, કપડાં ઇo સજીને પ્રભાવી દેખાવું.

per'ky (પર્કિ), વિo પ્રફુલ્લ, સ્વ-આગ્રહી, મમતવાળું, અક્કડ, મિજાજખોર.

perm[1] (પર્મ), નાo [વાત.] કાયમનું મોજું - લહેર. સo ક્રિo વાળને લહેરિયા બનાવવું.

perm[2], સoક્રિo [વાત.] જાતજાતના ક્રમમાં ગોઠવવું. નાo સ્થાનવિનિમય, ગણિતપાશ.

per'mafrost (પર્મફ્રૉસ્ટ), નાo ધ્રુવ-પ્રદેશમાં પૃથ્વીની સપાટી નીચે માટી ઇoનું કાયમનું ઠરી ગયેલું પડ.

per'manence (પર્મનન્સ), નાo સ્થાયિત્વ, શાશ્વતતા.

per'manency (પર્મનન્સિ), નાo કાયમની વસ્તુ અથવા વ્યવસ્થા.

per'manent (પર્મનન્ટ), વિo ટકાઉ, કાયમી, શાશ્વત. ~ **wave,** જાત જાતની પ્રક્રિયાથી બનાવેલી વાળની કૃત્રિમ પાટી. ~ **way,** રેલવેના પાટાનો પાકો રસ્તો.

per'meable (પર્મિઅબલ), વિo પાણી ઇo જેમાં આરપાર ઊતરી શકે એવું, પ્રવાહી વડે પ્રવેશ્ય, ભેદ્ય, વ્યાપ્ય. **permea-bi'lity** (-બિલિટિ), નાo.

per'meate (પર્મિએટ), ઉo ક્રિo છિદ્રો ઇoમાંથી અંદર પેસવું - ચોમેર ફેલાવું - વ્યાપવું. **permea'tion** (-એશન),નાo.

permi'ssible(પર્મિસિબલ), વિo(કરવા ઇo) છૂટ કે રજા આપી શકાય એવું, ક્ષમ્ય. **permissibi'lity** (-બિલિટિ), નાo.

permi'ssion (પર્મિશન), નાo રજા, પરવાનગી, અનુમતિ.

permi'ssive (પર્મિસિવ), વિo રજા કે છૂટ આપનારું; સહિષ્ણુ, ઉદાર દિલનું.

permi't (પર્મિટ), ઉoક્રિo (કરવા વગેરે) રજા - પરવાનગી-આપવી, કરવા - થવા - દેવું. ~ **of**, -ને માટે - કરવા કે થવા અવકાશ હોવો. નાo (**per'**-) રજાચિઠ્ઠી, પરવાનો.

per'mutate (પર્મ્યૂટેટ), સoક્રિo બદલવું, ફેરફાર કરવો, જુદા ક્રમમાં અથવા જૂથમાં ગોઠવવું.

permuta'tion (પર્મ્યુટેશન), નાo અદલાબદલ, ફેરફાર; [ગ.] સ્થાનવિનિમય, અંકપાશ; મોટા સમૂહમાંથી વસ્તુઓની અમુક સંખ્યાની પસંદગી અથવા સંચય.

permu'te (પર્મ્યૂટ), સoક્રિo ક્રમ કે રચનામાં ફેરફાર કરવો.

perni'cious (પર્નિશસ), વિo નુકસાનકારક, વિનાશક.

perni'ckety (પર્નિકિટિ), વિ૦ (અતિ) ચોકસાઈવાળું, ચીકણું, વરણાગિયું.

pe'rorate (પે'રરેટ), અ૦ક્રિ૦ ભાષણનો (વક્તૃત્વપૂર્ણ) ઉપસંહાર કરવો, લંબાણપૂર્વક બોલવું. **perora'tion** (-રેશન), ના૦.

pero'xide (પરૉક્સાઇડ), ના૦ ઑક્સિજન અને બીજા વધારેમાં વધારે ઑક્સિજનવાળા પદાર્થ કે તત્ત્વનો સમાસ; (**hydrogen**) ~, પાણીમાં ભેળવીને વપરાતું એક વર્ણહીન પ્રવાહી, જે વાળ નિખારવા માટે વપરાય છે. સ૦ ક્રિ૦ પ્રવાહી વડે વાળ નિખારવા.

perpendi'cular (પર્પેન્ડિક્યુલર), વિ૦ સપાટી કે ક્ષિતિજ સાથે કાટખૂણામાં આવેલું, ટટાર, ઊભું, સીધું; ઊભા ચડાણવાળું. **P**~, ૧૫મા – ૧૬મા સૈકાના ઇંગ્લિશ ગોથિક સ્થાપત્યની શૈલીનું. ના૦ લંબ (રેષા), ઊભી લીટી. **perpendicula'rity** (-ક્યુલૅરિટિ), ના૦.

per'petrate (પર્પિટ્રેટ), સ૦ક્રિ૦ ખોટું કામ કરવું, -ના દોષી – ગુનેગાર – થવું. **perpetra'tion** (-ટ્રેશન), ના૦. **per'petrator** (-ટ્રટર), ના૦.

perpe'tual (પર્પે'ટ્યુઅલ), વિ૦ કાયમનું, શાશ્વત; આખી જિંદગી ટકનારું, કાયમનું; અખંડ; [વાત.] વારંવાર થતું.

perpe'tuate (પર્પે'ટ્યુએટ), સ૦ ક્રિ૦ કાયમનું – ચિરસ્થાયી – બનાવવું, ભુલાય નહિ તેમ કરવું, (સ્મૃતિ) કાયમ રહે તેમ કરવું. **perpetua'tion** (-એશન), ના૦.

perpetu'ity (પર્પિટ્યૂઇટિ), ના૦ ચિરસ્થાયીપણું, કાયમની માલિકી. **in** ~, કાયમને માટે.

perple'x (પર્પ્લે'ક્સ), સ૦ ક્રિ૦ ગૂંચવવું, મૂંઝવવું, અકળાવવું, જટિલ બનાવવું. **perple'xity** (-સિટિ), ના૦.

per pro., સંક્ષેપ. *per procurationem* (પર્પ્રૉક્યુઅરેટિઓને'મ), પ્રતિનિધિ કે મુખત્યાર દ્વારા.

per'quisite (પર્ક્વિઝિટ), ના૦ નિયત વેતન કે આવક ઉપરાંત મળતા વધારાના લાભ, નોકરી સાથે મળતો આનુષંગિક લાભ; [લા.] વ્યક્તિનો એકલાનો જેના પર હક હોય એવી વસ્તુ, હક.

pe'rry (પે'રિ), ના૦ 'પિયર'ના રસનો દારૂ.

per se' (પર્ સે), [લૅ.]સ્વભાવતઃ, સ્વરૂપતઃ.

per'secute (પર્સિક્યૂટ), સ૦ ક્રિ૦ -ને હેરાન કરવું – પજવવું, -ની ઉપર જુલમ કરવો – ગુજારવો, -નો પીછો પકડવો, દુઃખ દેવું. **persecu'tion** (-ક્યૂશન), ના૦. **per'secutor** (-ક્યૂટર), ના૦.

persever'e (પર્સિવિઅર), અ૦ ક્રિ૦ મંડ્યા રહેવું, ચીવટથી ચાલુ રાખવું, ખંત રાખવી. **persever'ence** (-વિઅરન્સ), ના૦.

Per'sian (પર્શન), વિ૦ પર્શિયા(ઈરાન)નું અથવા તેના લોકોનું કે ભાષાનું. ના૦ પર્શિયાનું વતની અથવા ભાષા (ફારસી). ~ **cat**, લાંબા રેશમી વાળવાળી બિલાડી. ~ **lamb**, એશિયન ઘેટાના બચ્ચાની સુંવાળી વાંકડિયા રુંવાટી – ઊન.

per'siflage (પર્સિફ્લાઝ), ના૦ ઠઠ્ઠા, મશ્કરી, ટીખળ.

persi'mmon (પસિમન), ના૦ એક અમે. ઝાડનું નારંગી રંગનું આલુ જેવું ફળ.

persi'st (પર્સિસ્ટ), અ૦ ક્રિ૦ (મુશ્કેલીઓ છતાં) ચાલુ રહેવું – રાખવું, કર્યા જ કરવું. **persi'stence** (-સ્ટન્સ), **persi'stency** (-સ્ટન્સિ), ના૦. **persi'stent** (-સ્ટન્ટ), વિ૦.

per'son (પર્સન), ના૦ માણસ; વ્યક્તિ; માનવ કે દૈવી પ્રાણી; શરીર, દેહ; સ્વદેહે ઉપસ્થિતિ; [વ્યાક.] ત્રણ પુરુષો (હું, તું, તે તથા તેને અનુરૂપ ક્રિયાપદનાં રૂપો)માંથી કોઈપણ એક.

perso'na (પર્સોનૅ), ના૦ [બ૦ વ૦ ~**s** અથવા ~**e** -ની] [માનસ.] બીજાઓને નજરે પડતું માણસનું વ્યક્તિત્વ, માણસ. *persona gra'ta* (-ગ્રાટે), મરજીનો માણસ, સ્વીકૃત અથવા માન્ય વકીલ. *persona non gra'ta* (-નૉન્-) અસ્વીકાર્ય વ્યક્તિ.

per'sonable (પર્સનબલ), વિ૦ દેખાવડું, સુંદર.

per'sonage (પર્સનિજ), ના૦ લબ્ધ-

પ્રતિષ્ઠ અથવા મહત્ત્વનું માણસ; નાટકનું પાત્ર.

per'sonal (પર્સનલ), વિ૰ પોતાનું, વ્યક્તિગત, અંગત; જાતે કરેલું – કરવાનું; કોઈ વ્યક્તિને ઉદ્દેશીને કે તેના વિરોધમાં કરેલું; [વ્યાક.] ત્રણમાંથી કોઈ એક પુરુષનું (વાચક). **~ column,** ટૂંકી વ્યક્તિગત જાહેરાતોવાળો છાપાનો ભાગ – કટાર. **~ estate, property,** જમીન સિવાયની બધી અંગત મિલકત.

persona'lity (પર્સનૅલિટિ), ના૰ વ્યક્તિ તરીકે અસ્તિત્વ, વ્યક્તિત્વ; વિશિષ્ટ વ્યક્તિત્વ; (વિ૰ક૰ જાણીતી) વ્યક્તિ; [બ૰ વ૰ માં] વ્યક્તિગત ટીકા.

per'sonalize (પર્‌સનલાઇઝ઼), સ૰ ક્રિ૰ વ્યક્તિગત બનાવવું, વિ૰ ક૰ પોતાનું માલિકીનું બનાવીને.

per'sonally (પર્‌સનલિ), ક્રિ૰ વિ૰ જાતે, પંડે; વ્યક્તિશઃ; પોતાને વિષે.

per'sonalty (પરસનલ્ટિ), ના૰ વ્યક્તિગત (જંગમ) મિલકત.

per'sonate (પર્‌સનેટ), સ૰ ક્રિ૰ -નો ભાગ – ભૂમિકા – ભજવવી; અમુક હોવાનો ઢોંગ કરવો. **persona'tion** (-નેશન), ના૰.

perso'nify (પર્‌સૉનિફાઇ), સ૰ ક્રિ૰ મનુષ્યત્વનું આરોપણ કરવું; માનવનું મૂર્ત સ્વરૂપ આપવું; -નું ઉદાહરણ કે નમૂનારૂપ હોવું; (ભૂ૰ કૃ૰) -નું મૂર્ત સ્વરૂપ ધારણ કરેલું. **personifica'tion** (ફિકેશન), ના૰.

personne'l (પર્સનૅ'લ), ના૰ કોઈ સંસ્થા, કારખાનું, વ્યવસાય, ઇ૰ના કર્મચારીઓ – નોકરો.

perspe'ctive (પર્‌સ્પે'ક્ટિવ), ના૰ ઘનત્વ અને સાપેક્ષ સ્થિતિ અને કદની યથાર્થ કલ્પના આવે એવી રીતે ચિત્ર દોરવાની કળા, યથાર્થદર્શન ચિત્ર; દૃશ્ય વસ્તુઓ અથવા કોઈ વસ્તુના વિવિધ ભાગોનું સાપેક્ષ – અરસપરસ – પ્રમાણ અથવા સંબંધ; દૃશ્ય, દેખાવો. **in ~,** યથાર્થદર્શનના નિયમો અનુસારનું, પ્રમાણસર. વિ૰ યથાર્થદર્શન ચિત્રકળાનું – સંબંધી.

Per'spex (પર્‌સ્પે'ક્સ), ના૰ કાચને બદલે કામ આવતું હલકું પારદર્શક પ્લાસ્ટિક.

perspica'cious (પર્સ્પિકેશસ), વિ૰ કુશાગ્ર બુદ્ધિવાળું, સૂક્ષ્મ સમજવાળું. **perspica'city** (-કૅસિટિ), ના૰.

perspi'cuous (પર્સ્પિકચુઅસ), વિ૰ સ્પષ્ટપણે વ્યક્ત કરેલું; સ્પષ્ટ, પ્રસાદવાળું. **perspicu'ity** (-કયૂઇટિ), ના૰.

perspir'e (પસ્‌પાયર), ઉ૰ ક્રિ૰ -ને પરસેવો છૂટવો, પરસેવો કાઢવો. **perspira'tion** (-રેશન), ના૰.

persua'de (પર્સ્‌વેડ), સ૰ક્રિ૰ -ને સમજાવવું – મનાવવું, -નું મન વાળવું; ખાતરી કરાવવી, દલીલ કરીને ગળે ઉતારવું–કરાવવું.

persua'sion (-વેઝ઼ન), ના૰ મનાવવું તે; સમજણ, ખાતરી; ધાર્મિક માન્યતા અથવા સંપ્રદાય.

persua'sive (પર્સ્વેસિવ), વિ૰ મનને મનાવે – વશ કરે-એવું, સચોટ.

pert (પર્ટ), વિ૰ આગળ ધસનારું; ઉદ્ધત, અવિનયી.

pertai'n (પર્ટેન), અ૰ ક્રિ૰ -નું હોવું, -ની સાથે સંબદ્ધ હોવું (to સાથે).

pertina'cious (પર્ટિનેશસ), વિ૰ દૃઢનિશ્ચયી, આગ્રહી, હઠીલું. **pertina'city** (-નૅસિટિ), ના૰.

per'tinent (પર્ટિનન્ટ), વિ૰ મુદ્દાસરનું; ચાલુ વાત સાથે સંબંધ ધરાવતું, પ્રસ્તુત, પ્રસંગોચિત. **per'tinence** (-નન્સ), ના૰

pertur'b (પર્‌ટર્બ), સ૰ ક્રિ૰ અસ્વસ્થ બનાવવું, ક્ષોભમાં નાખવું. **perturba'tion** (-બેશન), ના૰.

peru'ke (પરૂક), ના૰ બનાવટી વાળની ટોપી, વિગ.

peru'se (પરૂઝ઼), સ૰ ક્રિ૰ વાંચવું, સમજપૂર્વક જોઈ જવું. **peru'sal** (-ઝ઼લ), ના૰ વાંચવું તે, વાંચન, અધ્યયન.

perva'de (પર્વેડ), સ૰ ક્રિ૰ અંદર બધે ફેલાઈ જવું, વ્યાપવું, બધે ફેલાયેલું–વ્યાપ્ત–હોવું. **perva'sion** (-વેઝ઼ન), ના૰. **perva'sive** (-વેસિવ), વિ૰.

perver'se (પર્‌વર્સ), વિ૰ વાંકું, અવળું,

અવળચંડું; કુટિલ, દુષ્ટ; વિકૃત; ચીડિયું, હઠી. **perver'sity** (-સિટિ), ના૦.

perver'sion (પર્‌વર્‌શન), ના૦ વિકૃતિ, વિપરીતતા; વિપરીત સંભોગમાં રતિ.

perver't (પર્‌વર્ટ), સ૦ ક્રિ૦ અવળે-ખરાબ રસ્તે-ચડાવવું, દુરુપયોગ કરવો, વિપર્યાસ કરવો, ઊલટો અર્થ કરવો; વિકૃત કરવું. ના૦ (**per'-**) વિકૃત કે વિપરીત બુદ્ધિવાળો-કામાચારવાળો-માણસ **~ed,** વિ૦ વિપરીત કામાચારવાળું.

per'vious (પર્વિઅસ), વિ૦ સુગમ્ય, પ્રવેશ આપનારું, પ્રવેશક્ષમ; બહારની અસર થવા દેનારું.

pese'ta (પસેટ), ના૦ સ્પેનનું એક નાણું.

pe'so (પેસો), ના૦ [બ૦ વ૦**~s**] એક અમેરિકન નાણું.

pe'ssary (પે'સરિ,), ના૦ યોનિમાં ધારણ કરાતું એક સાધન; યોનિમાં મુકાતી દવાની સોગટી.

pe'ssimism (પે'સિમિઝ્‌મ), ના૦ કોઈ પણ વસ્તુની ખરાબ બાજુ તરફ જોવાની વૃત્તિ, અનિષ્ટ-નિરાશા-વાદ. **pe'ssimist** (-મિસ્ટ), ના૦. **pessimi'stic** (-મિસ્ટિક), વિ૦.

pest (પે'સ્ટ), ના૦ ઉપદ્રવકારક માણસ, પ્રાણી કે વસ્તુ, ઉપદ્રવ, બલા.

pe'ster (પે'સ્ટર), સ૦ ક્રિ૦ ત્રાસ દેવો, હેરાન કરવું, જીવ ખાવો.

pe'sticide (પે'સ્ટિસાઇડ), ના૦ ઉપદ્રવી પ્રાણીઓ ઇ૦(વિ૦ ક૦ જંતુઓ)નો નાશ કરનાર પદાર્થ.

pesti'ferous (પે'સ્ટિફરસ), વિ૦ અપાયકારક, રોગ પેદા કરનારું; ચેપી, ચેપ ફેલાવનારું; અપાયકારક (નૈતિક દૃષ્ટિથી).

pe'stilence (પે'સ્ટિલન્સ), ના૦ પ્રાણઘાતક ચેપી રોગ, પ્લેગ (ગ્રંથિજ્વર) ઇ૦.

pe'stilent (પે'સ્ટિલન્ટ), વિ૦ જીવલેણ, ચેપ ફેલાવનારું; ત્રાસદાયક; વિઘાતક.

pestile'ntial (પે'સ્ટિલે'ન્શલ), વિ૦ ચેપી, ત્રાસદાયક, ભયંકર.

pe'stle (પે'સલ), ના૦ દસ્તો, સાંબેલું.

pet¹ (પે'ટ), ના૦ પાળેલું અને વહાલું પ્રાણી; લાડકું. સ૦ ક્રિ૦ પાળવું; લાડ લડાવવા, વિ૦ ક૦ શૃંગારચેષ્ટા સાથે.

pet², ના૦ ગુસ્સો, રીસ, વાંકું આવવું તે.

pe'tal (પે'ટલ), ના૦ ફૂલની પાંખડી,પુષ્પદલ.

petar'd (પિટાર્ડ), ના૦ [ઇતિ.] દરવાજા વગેરે ઉડાડી દેવા માટેનો બૉંબ, દારૂખાનું, ઇ૦

pe'ter (પીટર), અ૦ ક્રિ૦ **~ out,** -નો અંત આવવો, નાશ પામવું.

pe'tersham (પીટર્‌શૅમ), ના૦ પાંસળીવાળી જાડી રેશમી ફીત.

pe'tiole (પે'ટિઓલ), ના૦ પાંદડાનું ડીંટું.

peti't (પટી), વિ૦ [**F**] નાનકડું. ~ ***four*** (-ફુઅર), બહુ નાની શણગારેલી કેક ઇ૦. ~***point*** (-પ્વૅ), કંતાન પર કરેલું નાના ટાંકાનું ભરતકામ.

peti'te (પટિટ), વિ૦ (નારી અંગે) નાજુકડી નાની.

peti'tion (પિટિશન), ના૦ વિનંતિ, અરજ, વિ૦ ક૦ લિખિત અરજી, એક કે અનેક જણની સત્તાવાળાઓને. ઉ૦ ક્રિ૦ -ને અરજી કરવી, નમ્રપણે માગવું.

pe'trel (પે'ટ્રલ), ના૦ કાળાં અને ધોળાં પીંછાંવાળું એક દરિયાઈ પક્ષી.

pe'trify (પે'ટ્રિફાઇ), ઉ૦ ક્રિ૦ -નો પથ્થર કરી નાખવો-થઈ જવો; ભીતિ, આશ્ચર્ય, ઇ૦થી સ્તબ્ધ-જડ-બનાવવું-બનવું. **petrifa'ction** (-ફૅક્શન), ના૦.

petroche'mical (પે'ટ્રોકે'મિકલ), ના૦ પેટ્રોલિયમ અથવા કુદરતી વાયુ(ગૅસ)માંથી મળતો-કાઢવામાં આવતો-પદાર્થ.

pe'trol (પે'ટ્રલ), ના૦ પેટ્રોલ, મોટરગાડી ઇ૦માં વપરાતું શુદ્ધ કરેલું પેટ્રોલિયમ. ~ **pump,** પેટ્રોલ પંપ. ~ **station,** પેટ્રોલ ખરીદવાનું-ભરવાનું-મથક.

petro'leum (પેટ્રોલિઅમ), ના૦ ખનિજ તેલ, પેટ્રોલિયમ. ~ **jelly,** પેટ્રોલિયમમાંથી બનાવાતું ઊંજવાના કામમા આવતું એક ઘટ્ટ મિશ્રણ, વૅસલીન.

pe'tticoat(પે'ટિકોટ), ના૦ સ્ત્રી કે બાળકનું અંદરથી પહેરવાનું વસ્ત્ર, ઘાઘરો, ચાંણયો.

pe'ttifogging (પે'ટિફૉગિંગ), વિ૦ અપ્રામાણિક, વાકછલ કરનારું; હલકટ, નીચ

pe'ttish (પે'ટિશ), વિ૰ ચીઢિયું, વાતવાતમાં રિસાનારું.

pe'tty (પે'ટિ), વિ૰ નજીવું, ક્ષુદ્ર; તિરસ્કારપાત્ર, નિંદ્ય; ગૌણ, ઊતરતી કક્ષાનું. **~ cash**, પરચૂરણ, આવક કે ખર્ચની નાની નાની રકમો. **~ officer**, આરમારનો બિનસનદી અમલદાર.

pe'tulant (પે'ટ્યુલન્ટ), વિ૰ ચીઢિયું, શીઘ્રકોપી, મિજાજી. **pe'tulance** (-લન્સ), ના૰.

petu'nia (પિટ્યૂનિઅ), ના૰ ભડક રંગના નાળચાના આકારનાં ફૂલોવાળો એક છોડ.

pew (પ્યૂ), ના૰ [દેવળમાં] ભોંય સાથે જડેલો બાંકડો, બેસવા માટેનું જુદું ખાનું.

pe'wit (પીવિટ), જુઓ **peewit.**

pew'ter (પ્યૂટર), ના૰ કલાઈ અને સીસાના મિશ્રણની ધાતુ; તેનાં વાસણો.

peyo'te (પેઓ'ટિ), ના૰ મેક્સિકોનું એક જાતનું થોર; તેમાંથી બનાવાતી એક ભ્રમોત્પાદક દવા.

pfe'nnig (ફે'નિગ), ના૰ $\frac{1}{100}$ માર્કની કિંમતનું એક જર્મન નાણું.

pha'gocyte (ફૅગસાઇટ), ના૰ રોગજંતુભક્ષક લોહીનો શ્વેતકણ.

pha'lanx (ફૅલંક્સ), ના૰ [બ૰વ૰ **~es** અથવા **-anges**, -લૅ'ન્જિસ] પાયદળનો ચોરસ ઘન વ્યૂહ; સંગઠિત – એકીકૃત–જૂથ અથવા મંડળ.

pha'llus (ફૅલસ), ના૰ લિંગ(ની પ્રતિમા). **pha'llic** (-લિક), વિ૰.

pha'ntasm (ફૅન્ટૅઝ઼મ), ના૰ ભ્રમ, આભાસ; ભૂત. **phanta'smal** (-ઝ઼્મલ) વિ૰.

phantasmago'ria (ફૅન્ટૅઝ઼્મગૉરિઅ), ના૰ નજર સામેથી પસાર થતું વાસ્તવિક અથવા કાલ્પનિક આકૃતિઓનું સતત બદલાતું દૃશ્ય. **phantasmago'ric** (-ગૉરિક), વિ૰.

pha'ntom (ફૅન્ટમ), ના૰ ભૂત, પિશાચ; ભ્રમ, આભાસ, છાયા, ઝાંખી આકૃતિ. વિ૰ આભાસાત્મક, ભ્રામક.

Pha'raoh (ફે'અરો), ના૰ પ્રાચીન મિસરના રાજાનો ખિતાબ.

Pha'risee (ફૅરિસી), ના૰ આચારધર્મનું કટ્ટરપણે પાલન કરનાર યહૂદીઓના પ્રાચીન સંપ્રદાયનું માણસ; પોતાની પવિત્રતાનો ડોળ કરનાર – ઢોંગી – (માણસ). **Pharisa'ic(al)** (ફૅરિસાઇક, -કલ), વિ૰. **Pha'risaism** (-સાઇઝ઼મ), ના૰.

pharmaceu'tical (ફાર્મસ્યૂટિકલ), વિ૰ ઔષધક્રિયાનું –ને લગતું; દવાઓના ઉપયોગ અથવા વેચાણ સંબંધી. **pharmaceu'tics** (-સ્યૂટિક્સ), ના૰.

phar'macist (ફાર્મસિસ્ટ), ના૰ ઔષધનિર્માતા, દવા બનાવનાર.

pharmaco'logy (ફાર્મકૉલજિ), ના૰ ઔષધિ(પ્રભાવ)વિજ્ઞાન, ઔષધિઓના ગુણધર્મોનું શાસ્ત્ર. **pharmacolo'gical** (-કલૉજિકલ), વિ૰. **pharmaco'logist** (-કૉલજિસ્ટ), ના૰.

pharmacopoe'ia (ફાર્મકોપિઅ), ના૰ ઔષધિઓની યાદી તથા તેના ઉપયોગ અંગે માહિતીવાળો ગ્રંથ, ઔષધિક્રિયાકલ્પ, ઔષધિસંગ્રહ.

phar'macy (ફાર્મસિ), ના૰ ઔષધાલય, ઔષધ બનાવવાની ને વેચવાની દુકાન.

pha'rynx (ફૅરિંક્સ), ના૰ અન્નમાર્ગનો ઉપલો ભાગ, ગળું. **phary'ngeal** (-રિંજિઅલ), વિ૰.

phase (ફેઝ઼), ના૰ ચન્દ્ર કે ગ્રહની કળા; વિકાસનો તબક્કો, અવસ્થાવિશેષ, સ્વરૂપ. સ૰ક્રિ૰ તબક્કાવાર ગોઠવવું – વહેંચવું – પાર પાડવું.

Ph.D., સંક્ષેપ. Doctor of Philosophy.

phea'sant (ફે'ઝ઼ન્ટ), ના૰ શિકાર કરાતું એક પક્ષી, તેતર.

pheno'menal (ફિનૉમિનલ), વિ૰. ઇન્દ્રિયગોચર વસ્તુનું–ને લગતું; અસાધારણ, વિલક્ષણ, ચમત્કારી.

pheno'menon (ફિનૉમિનન), ના૰ [બ૰વ૰ **-mena**] દૃશ્યમાન વસ્તુ–બીના –ઘટના, અસાધારણ વ્યક્તિ, વસ્તુ અથવા ઘટના; આશ્ચર્ય.

phew (ફ્યૂ), ઉદ્ગાર. નફરત, રાહતનો ભાવ, ઇ૦ વ્યક્ત કરનારો.

phi'al (ફાયલ), ના૦ નાની શીશી.

phila'nder (ફિલૅન્ડર), અ૦ક્રિ૦ સ્ત્રીની પાછળ પાછળ ફરવું, તેની સાથે પ્રેમની રમત કરવી.

phila'nthropy (ફિલૅન્થ્રપિ), ના૦ માનવપ્રેમ; પરોપકાર, પરગજુપણું. **philanthro'pic** (-લન્થ્રૉપિક), વિ૦. **phila'nthropist** (-લૅન્થ્રપિસ્ટ), ના૦.

phila'tely (ફિલૅટલિ), ના૦ ટપાલની ટિકિટો ભેગી કરવી તે, તેનો શોખ. **philate'lic** (-લટૅ'લિક), વિ૦. **phila'telist** (-લૅટલિસ્ટ), ના૦.

philharmo'nic (ફિલ્હાર્મૉનિક), વિ૦ સંગીતપ્રેમી.

phili'ppic (ફિલિપિક), ના૦ સખત ટીકાવાળું ભાષણ.

Phi'listine (ફિલિસ્ટાઇન), વિ૦ અને ના૦ અસંસ્કારી-જંગલી-(માણસ). **Phi'listinism** (-સ્ટિનિઝ્મ), ના૦.

philo'logy (ફિલૉલજિ), ના૦ ભાષાશાસ્ત્ર, વ્યુત્પત્તિશાસ્ત્ર. **philolo'gical** (-લલૉજિકલ), વિ૦. **philo'logist** (-લૉલજિસ્ટ), ના૦.

philoproge'nitive (ફિલપ્રજે'નિટિવ), વિ૦ બહુપ્રસવ; અપત્યપ્રેમી, વત્સલ.

philo'sopher (ફિલૉસફર), ના૦ તત્ત્વજ્ઞાનનો અભ્યાસી, તત્ત્વજ્ઞાની; સ્થિતપ્રજ્ઞ.

philoso'phic(al) (ફિલસૉફિક, -કલ), વિ૦ તત્ત્વજ્ઞાનનું, તત્ત્વજ્ઞાન સાથે સુસંગત; સંકટ અથવા નિરુપાય પરિસ્થિતિમાં શાંત -સ્વસ્થ.

philo'sophize (ફિલૉસફાઇઝ઼), અ૦ ક્રિ૦ તત્ત્વનિરૂપણ કરવું; ઉપદેશ કરવો.

philosophy (ફિલૉસફિ), ના૦ તત્ત્વજ્ઞાન, ફિલસૂફી, દર્શન(શાસ્ત્ર); ડહાપણ અને જ્ઞાનનો પ્રેમ અને ખોજ; સ્થિતપ્રજ્ઞતા; જીવનદૃષ્ટિ; શાંતતા, સ્વસ્થતા.

phi'ltre (ફિલ્ટર), ના૦ કામોદ્દીપક દવાનો ઘૂંટડો.

hlebi'tis (ફિલ્બાઇટિસ) ના૦ રક્તવાહિનીની દીવાલોનો સોજો-દાહ. **phlebi'tic** (-ટિક), વિ૦.

phlegm (ફ્લે'મ), ના૦ કફ(નો ગળફો); નિષ્ક્રિયતા; મંદતા, સુસ્તી.

phlegma'tic (ફ્લે'ગ્મટિક), વિ૦ સહેજે ક્ષોભ ન પામનારું, મંદ.

phlox (ફ્લૉક્સ), ના૦ સફેદ કે રંગીન ફૂલોના ઝૂમખાંવાળો એક છોડ.

pho'bia (ફોબિઅ), ના૦ ભીતિ, ત્રાસ, તીવ્ર અણગમો. **pho'bic** (-બિક), વિ૦ અને ના૦.

phoe'nix (ફીનિક્સ) ના૦ પોતાની જાતને બાળીને રાખમાંથી ફરી જન્મનાર પક્ષી; અદ્વિતીય વ્યક્તિ કે વસ્તુ.

phone (ફોન), ના૦ અને ઉ૦ ક્રિ૦ [વાત.] ટેલિફોન (કરવો).

phone'tic (ફને'ટિક), વિ૦ વાચિક ધ્વનિનું -ને બતાવવાને યોજેલું, બોલાતી ભાષાના ધ્વનિઓનું. **phone'tics** (-ટિક્સ), ના૦ બ૦વ૦. **phoneti'cian** (ફોનટિશન), ના૦.

pho'n(e)y (ફોનિ), વિ૦ [વિ૦ બો૦] બનાવટી, ખોટું, ઢોંગી.

pho'nic (ફોનિક) વિ૦ (વાચિક) ધ્વનિનું, ઉચ્ચારનું.

pho'nograph (ફોનગ્રાફ) ના૦ ગ્રામોફોનનું શરૂઆતનું સ્વરૂપ.

phono'logy (ફનૉલજિ), ના૦ ભાષાનું ધ્વનિશાસ્ત્ર, ઉચ્ચારશાસ્ત્ર. **phonolo'gical** (ફોનલૉજિકલ), વિ૦.

pho'sphate (ફૉસ્ફેટ), ના૦ ફૉસ્ફરિક અમ્લનો ખાર, વિ૦ ક૦ ખાતર તરીકે વપરાતો.

phosphore'sce (ફૉસ્ફરે'સ), અ૦ ક્રિ૦ બળ્યા સિવાય પ્રકાશ આપવો.

phosphore'scence (ફૉસ્ફરે'સન્સ), ના૦ બળ્યા વિના અથવા ખાસ ગરમી વિના ફેંકાતો પ્રકાશ. **phosphore'scent** (-સન્ટ), વિ૦.

phospho'ric (ફૉસ્ફૉરિક) વિ૦ અલ્પપ્રમાણમાં ફૉસ્ફરસવાળું.

pho'sphorous (ફૉસ્ફરસ), વિ૦ વિપુલ પ્રમાણમાં ફૉસ્ફરસવાળું.

pho'sphorus (ફૉસ્ફરસ), ના૦ અંધા-

રામાં ચળકાટ મારતું મૂળતત્ત્વોમાંનું એક, ફૉસ્ફરસ.

pho'to (ફોટો), ના૰ [બ૰ વ૰ **~s**; વાત.] ફોટોગ્રાફ, છાયાચિત્ર. **~ finish**, જેમાં જીતનાર કૅમેરાની મદદથી નક્કી કરવામાં આવે છે એવા શરતનો અંત.

photo- (ફોટ-), સંયોગી રૂપ. પ્રકાશ.

pho'tocopier (ફોટકૉપિઅર), ના૰ ફોટોનકલો કરવાનું યંત્ર.

pho'tocopy (ફોટોકૉપિ), ના૰ ફોટોનકલ. સ૰ ક્રિ૰ ફોટોનકલ કરવી.

photoele'ctric (ફોટોઇલે'ક્ટ્રિક), વિ૰ પ્રકાશમાં રાખેલા પદાર્થોમાંથી નીકળતા વીજાણુઓવાળું – વીજાણુઓ વાપરનારું– કરનારું. **~ cell**, ઉપર પ્રકાશ પડતાં જેમાંથી વીજળીનો પ્રવાહ વહેવા માંડે છે એવું એક વીજાણુવાળું સાધન, જે ફોટોગ્રાફીમાં પ્રકાશ માપવા, તેના પરથી પસાર થતી વસ્તુઓની સંખ્યા ગણવા તથા કોઈ નજીક આવે ત્યારે બારણું ઉઘાડવા માટે વપરાય છે.

photoge'nic (ફોટોજે'નિક), વિ૰ પ્રકાશોત્પાદક; ફોટો પાડવા માટે સારો વિષય બને એવું.

pho'tograph (ફોટગ્રાફ), ના૰ ફોટોગ્રાફ, છાયાચિત્ર. સ૰ ક્રિ૰ -નો ફોટો પાડવો.

photo'grapher (ફટૉગ્રફર), ના૰.

photogra'phic (ફોટગ્રૅફિક), વિ૰.

photo'graphy (ફટૉગ્રફિ), ના૰.

photogravur'e (ફોટગ્રવ્યુઅર), ના૰ ઋણપ્રકાશલેખ, રાસાયણિક દ્રવ્યોની મદદથી ધાતુના પતરા પર કોતરીને તે પરથી છાપેલું ચિત્ર–છાપવાની કળા.

photolitho'graphy (ફોટલિથૉગ્રફિ), ના૰ પ્રકાશલેખ શિલા પર લઈ ને તે પરથી તેની નકલો છાપવાની કલા.

photo'meter(ફોટૉમિટર), ના૰ પ્રકાશમાપક (સાધન). **photome'tric** (ફોટ'મે'ટ્રિક), વિ૰. **photo'metry** (ફટૉમિટ્રિ), ના૰.

Pho'ton (ફોટૉન), ના૰ વિદ્યુત ચુંબકીય વિકિરણ શક્તિ (radiation energy) નો જથો–અંશ.

pho'tostat (ફોટસ્ટૅટ), ના૰ અને સ૰ ક્રિ૰ ફોટો નકલ (કરવી).

photosy'nthesis (ફોટોસિન્થિસિસ), ના૰ લીલી વનસ્પતિઓ કાર્બન ડાયોકસાઇડ અને પાણીમાંથી સૂર્યપ્રકાશની શક્તિની મદદથી વિવિધ મિશ્ર પદાર્થો બનાવે છે તે પ્રક્રિયા.

phra'sal (ફ્રેઝ઼લ), વિ૰ શબ્દપ્રયોગ કે વાક્યાંશનું બનેલું.

phrase (ફ્રેઝ઼), ના૰ વાકયનો ભાગ, નાનકડો શબ્દસમૂહ, બોલવાની કે લખવાની શૈલી, ટૂંકું માર્મિક વચન; [સં.] સ્વરોનો નાનકડો સમૂહ. સ૰ ક્રિ૰ શબ્દબદ્ધ કરવું, -ને માટે શબ્દો યોજવા. **~-book**, વારેઘડીએ વપરાતા શબ્દસમૂહો, ટૂંકા વાક્યાંશો, ઇ૰ના સંગ્રહની ચોપડી.

phraseo'logy (ફ્રેઝ઼િઑલજિ), ના૰ શબ્દપ્રયોગોની યોજના, પસંદગી, ભાષાશૈલી.

phraseolo'gical (-અલૉજિકલ), વિ૰.

phrene'tic (ફ્રિને'ટિક), વિ૰ જુઓ **frenetic.**

phreno'logy (ફ્રિનૉલજિ), ના૰ મસ્તિષ્ક સામુદ્રિક. **phreno'logist** (-જિસ્ટ), ના૰.

phthi'sis (થાઇસિસ), ના૰ ફેફસાનો ક્ષયરોગ. **phthi'sical** (-થિસિકલ), વિ૰.

phut (ફટ), ક્રિ૰ વિ૰ કશુંક ફાટવાનો કે ફૂટવાનો અવાજ. **go ~**, ફાટી જવું, ભાંગી પડવું.

phyla'ctery (ફિલૅક્ટરિ), ના૰ યહૂદીઓના ધાર્મિક પાઠવાળી ડબી.

phy'lum (ફાઇલમ), ના૰ [બ૰ વ૰ **-la**] વનસ્પતિ કે પ્રાણીજગતનો વિભાગ.

phy'sic (ફિઝ઼િક), ના૰ વૈદક, વૈદ્યનો ધંધો; [પ્રા.] દવા. સ૰ક્રિ૰ દવા પાવી – ના ઘૂંટડા પાવા.

phy'sical (ફિઝ઼િકલ), વિ૰ દ્રવ્ય કે પદાર્થનું; શારીરિક; કુદરતનું, કુદરતના કાયદા પ્રમાણેનું; પદાર્થ વિજ્ઞાનશાસ્ત્રનું.

physi'cian (ફિઝ઼િશન), ના૰ વૈદ,

ડાક્ટર; વૈદનો વ્યવસાય કરનાર.

phy'sics (ફિઝિક્સ), ના૦ બ૦ વ૦ પદાર્થ-વિજ્ઞાનશાસ્ત્ર. **phy'sicist** (-સિસ્ટ),ના૦.

physio'gnomy (ફિઝિઑનમિ), ના૦ મુખમુદ્રા (ચારિત્ર્યની દ્યોતક તરીકે), મુખ-સામુદ્રિક; મુખમુદ્રા અને શરીરના આકાર પરથી સ્વભાવની પરીક્ષા કરવાની વિદ્યા. **physio'gnomist** (-નમિસ્ટ), ના૦.

physio'graphy (ફિઝિઑગ્રફિ), ના૦ કુદરતી ઘટનાઓનું વર્ણન; પ્રાકૃતિક ભૂગોળ. **physiogra'phical**(-અગ્રૅફિકલ),વિ૦.

physio'logy (ફિઝિઑલજિ), ના૦ શરીરવ્યાપાર શાસ્ત્ર. **physiolo'gical** (-અલૉજિકલ), વિ૦. **physio'logist** (-ઑલજિસ્ટ), ના૦.

physiothe'rapy (ફિઝિઅથે'રપિ),ના૦ વ્યાયામ, ઉષ્ણતા, અથવા બીજાં કુદરતી બળોની મદદથી ઈજા અને રોગનો ઉપચાર. **physiothe'rapist** (-પિસ્ટ), ના૦.

physi'que (ફિઝીક), ના૦ શરીરનો બાંધો અને વિકાસ.

pi (પાઇ), ના૦ ગ્રીક વર્ણમાળાનો ૧૬મો અક્ષર (π); [ગ.] વર્તુળના પરિઘ અને વ્યાસનું ગુણોત્તર (આશરે ૩.૧૪).

pia ma'ter (પિઅમેટર), ના૦ મગજ અને કરોડરજ્જુનું અન્તરત્વચાનું આવરણ.

piani'ssimo (પિઅનિસિમો), વિ૦ અને ના૦ [બ૦વ૦ ~s] [સં.] બહુ હળવેથી વગાડવાની (ચીજ.).

pia'nist (પિઅનિસ્ટ), ના૦ પિયાનોવાદક.

pia'no[1] (પિઆનો),વિ૦, અને ના૦ [બ૦વ૦ ~s] ધીમેથી વગાડવાનું (ગીત). ક્રિ૦ વિ૦ ધીમેથી, હળવેથી.

pia'no[2], ના૦ [બ૦વ૦ ~s] હથોડીઓથી વગાડવાનું એક તારવાળું વાદ્ય. ~ **accordion,** નાના પિયાનોના જેવા ચાવી ફલક ઉપરથી વગાડાતા રાગવાળું વાદ્ય.

pianofor'te (પિઍનોફૉર્ટિ), ના૦ [પ્રા. અથવા ઔપચા.] પિયાનો.

pi'broch (પિબ્રૉક), ના૦ મરધા પર વગાડાતું લશ્કરી અથવા પ્રેતયાત્રા સંગીત.

pi'cador (પિકડર), ના૦ સાંઢ કે ગોધાની સાઠમારીમાં ભાલાવાળો ઘોડેસવાર.

picare'sque (પિકરે'સ્ક), વિ૦ (નવલકથા અંગે) ભામટાઓનાં પરાક્રમો – સાહસો – વાળું.

piccali'lli (પિકલિલિ), ના૦ શાકભાજીના કકડાનું અથાણું.

piccani'nny (પિકનિનિ), ના૦ ઑસ્ટ્રેલિયાના આદિવાસીનું અથવા હબસી બાળક.

pi'ccolo (પિકલો), ના૦ [બ૦વ૦ ~s] ઊંચા સૂરવાળી નાની વાંસળી.

pick (પિક), ના૦ તીકમ; તંતુવાદ્યની નખી; વીણી કાઢવું તે; ચુનંદા, વીણી કાઢેલો ભાગ; -નો સારામાં સારો ભાગ. ઉ૦ ક્રિ૦ ખોદવું, ગોડવું, ખાડો ખોદવો; સળીવતી દાંત ખોતરવા; સળિયા કે ઓજારવતી તાળું ઉઘાડવું; હાડકા પરથી માંસ કાઢવું; ફળ, ફૂલ, ઇ૦ વીણવું; (પીંછાં ઇ૦) ખેંચી કાઢવું; કાળજીપૂર્વક પસંદ કરવું. ~ **on,** ઠપકો આપવો, દોષ કાઢવો; પસંદ કરવું. ~**pocket,** ખીસાકાતરુ, ભામટો. ~ **up,** ઉપાડી લેવું, ઉપર ચડાવવું; પ્રાપ્ત કરવું; દૂરબીન કે સર્ચલાઈટ વડે ખોળી કાઢવું; રેડિયો પર સાંભળવું; સહેજે ઓળખાણ કરવી; તબિયત સુધારવી; સુધરવું. ~**-up,** ઉપાડી લેવું તે; સહેજે મળેલો માણસ; નાની ખુલ્લી મોટર ટ્રક, ખટારો; રેકર્ડપ્લેયરનો સોયવાળો ભાગ; આંદોલન કે કંપનો ખોળી કાઢનાર.

pick-a-back (પિકબૅક), ક્રિ૦વિ૦ અને ના૦ ખભા કે પીઠ પર (પોટલાની જેમ બેસવું તે).

pi'ckaxe (પિકૅક્સ), ના૦ તીકમ. ઉ૦ ક્રિ૦ તીકમવતી ખોદવું – કામ કરવું.

pi'cket (પિકિટ), ના૦ ખૂંટી, અણીદાર ખૂંટો; પોલીસની ફરજ બજાવનાર લશ્કરી ટુકડી; હડતાળ વખતે કામ પર જનારને રોકનાર માણસ કે માણસો. સ૦ક્રિ૦ અણીદાર સળિયા ઇ૦ ઠોકીને વાડ કરવી; ચોકી કરવી – ગોઠવવી.

pi'ckings (પિકિંગ્ઝ), ના૦બ૦વ૦ છૂટી છવાઈ ભેગી કરેલી વસ્તુઓ – માહિતી; પરચૂરણ કે આનુષંગિક લાભ.

pi'ckle (પિકલ), ના૦ ખોરાકની વસ્તુઓ ટકાવી રાખવા માટે ખારું પાણી, સરકો, કે મદ્ય. [વાત.] દશા, અવસ્થા; [બહુધા બ૦ વ૦માં] સરકા ઇ૦માં રાખેલા શાકભાજી. સ૦ ક્રિ૦ આથવું; માં મીઠું મસાલો ભરી રાખવો. **~d**, વિ૦ પીધેલ.

pi'cnic (પિક્નિક) ના૦ વનભોજન સાથેની સહેલ. અ૦ ક્રિ૦ વનભોજન કરવું - માટે જવું. **pi'cnicker** (-નિકર), ના૦.

pic'ot (પિકો), ના૦ વસ્ત્રના છેડાની ગૂંથેલી કોર.

pi'ctograph (પિક્ટગ્રાફ), ના૦ **pi'ctogram** (-ગ્રૅમ), ના૦ ચિત્રાત્મક પ્રતીક - ચિહ્ન.

pictor'ial (પિક્ટૉરિઅલ), વિ૦ ચિત્રોનું, ચિત્રોનું બનાવેલું, સચિત્ર.

pi'cture (પિક્ચર), ના૦ ચિત્ર, છબિ; સુંદર વસ્તુ; દેખાવ, દૃશ્ય, માનસિક પ્રતિમા; ફોટોગ્રાફ, છબિ; સિનેમા ચિત્રપટ, ચિત્ર; દૂરદર્શનના પડદા પરની આકૃતિ; [બ૦વ૦માં] સિનેમાનો ખેલ. સ૦ક્રિ૦ -નું ચિત્ર દોરવું, ચિત્રોમાં રજૂ કરવું. આબેહૂબ વર્ણન કરવું, -ની કલ્પના કરવી. **~-gallery**, ચિત્ર સંગ્રહવાળો ઓરડો - મકાન. **~ postcard**, એક બાજુએ છાપેલા ચિત્રવાળું પોસ્ટકાર્ડ. **~ window**, આકર્ષક દેખાવા સામેની મોટી બારી.

picture'sque(પિક્ચરે'સ્ક), વિ૦ ચિત્રના જેવું - માં શોભે એવું; (ભાષા અંગે) આબેહૂબ વર્ણન કરનારું; ચિત્રમય.

pi'ddle (પિડલ), અ૦ક્રિ૦ કામની રમત કરવી; [વાત. અને બાળ.] મૂતરવું.

pi'dgin (પિડ્ગિન), **pi'geon** (પિજન), ના૦ ચીનાઓ અને યુરોપિયન લોકો વચ્ચે બોલાતી મુખ્યત્વે અંગ્રેજી શબ્દોવાળી ભાષા; [વાત.] (કોઈ નો) ધંધો કે પેઢી.

pie[1] (પાઇ), ના૦ સતત કિલબિલાટ કરનારું એક પક્ષી.

pie[2], ના૦ માંસ, ફળ, ઇ૦ લોટથી ગલેફીને શેકેલી વાની, ઘૂઘરો, કચોરી, ઇ૦ **~ crust**, તેનો ઉપરનો પોપડો.

pie'bald (પાઇબૉલ્ડ), વિ૦ કાળા અને ધોળા આડાઅવળા પટાવાળું, પચરંગી, કાબરચીતરું. ના૦ કાબરચીતરું પ્રાણી.

piece (પીસ), ના૦ સંયુક્ત વસ્તુનો એક ઘટક ભાગ; કકડો, ટુકડો; સટમાંનો એક નંગ; જુદો પાડેલો ભાગ; દાખલો, નમૂનો; કલમ, બાબત; (શેતરંજનું) મહોરું; દ્યૂતનું એક સોગટું; ચિત્ર; સાહિત્યની કે સંગીતની રચના. **by the ~**, કામ થાય તે પ્રમાણે. **in ~es**, કકડે કકડા થયેલું, ફૂટી ગયેલું. **of a ~**, એક સરખું, (-ની સાથે)સુસંગત. સ૦ક્રિ૦ સાંધવું, સાંધીને એક કરવું, એક સાથે જોડવું; છૂટા ભાગોને એકત્ર કરી સળંગ વસ્તુ બનાવવી. **~-goods**, અમુક લંબાઈવાળા કાપડના તાકા. **~-work**, છૂટક - ઊધડું - કામ.

piéce de rési'stance (પીએ'સ ડ રે'ઝ્ીસ્ટાંસ), ના૦ ઉત્કૃષ્ટ વાની - પકવાન; સૌથી મહત્ત્વની બાબત.

pie'cemeal (પીસ્મીલ), ક્રિ૦ વિ અને વિ૦ કકડે કકડે (કરેલું).

pied (પાઇડ), વિ૦ સફેદ અને કાળા રંગનું, મિશ્ર રંગનું.

pied-à-terre' (પ્યેડાટૅ'અર), ના૦ [*pieds*, ઉચ્ચાર એ જ] જરૂર પડ્યે વાપરી શકાય તે માટે અનામત રાખેલી જગ્યા.

pier (પિઅર), ના૦ પુલના ગાળાઓનો આધાર; થાંભલો; બારીઓ વચ્ચેનો દીવાલનો ભાગ; પુશ્તો, ડક્કો; બંધારો, બંધ. **~-glass**, મોટો ઊંચો અરીસો.

pierce (પિઅર્સ), ઉ૦ ક્રિ૦ -ને ભોંકવું -વીંધવું, વીંધીને આરપાર જવું; -માં ઘૂસી જવું; -માં કાણું પાડવું.

pie'rrot (પિઅરો), ના૦ મોઢે સફેદ રંગ ચોપડીને સફેદ પોશાક કરેલો પ્રવાસી ગાયક, નટ, ઇ૦ મનોરંજન કરનાર.

plietā (પ્યેઇટા), ના૦ ઈશુનું મૃત શરીર ખોળામાં લઈ ને બેઠેલી કુમારી મેરીનું ચિત્ર અથવા શિલ્પ.

pi'etism (પાયટિઝ્મ), ના૦ ધાર્મિકતાને અતિરેક અથવા ઢોંગ.

pi'ety(પાયટિ), ના૦ ધાર્મિકતા, ધર્મનિષ્ઠા

pi'ffle (પિફલ), ના૦ વાહિયાત વાત. અ૦

ક્રિ૦ આઠકલાઈથી બોલવું-વર્તવું, -ની સાથે રમત કરવી.

pig (પિગ), ના૦ ડુક્કર, સૂવર; [વાત.] લોભી, ગંદો, જિદ્દી, અથવા ઉપદ્રવકારક માણસ; કાચી ધાતુ ગાળીને બનાવેલો તેનો દીર્ઘવર્તુળાકાર પાટલો. અ૦ ક્રિ૦ **~ it,** ડુક્કરની પેઠે ગંદવાડમાં રહેવું. **~-headed,** જિદ્દી, હઠીલું. **~-iron,** કાચા લોઢાના પાટલા-ગઠ્ઠા. **~skin,** ડુક્કરનું કેળવેલું ચામડું. **~sticking,** ભાલાવતી કરાતો જંગલી ડુક્કરનો શિકાર (તે કરવો તે). **~sty,** ડુક્કરને રાખવાનું છાપરું. **~tail,** માથાની પાછળથી લટકતી વેણી; ચોટલી.

pi'geon¹ (પિજન), ના૦ કબૂતર; ભોળું -સહેજે છેતરાય એવું-માણસ. **~-hole,** કબૂતરખાનાનું ખાનું; કબાટનું ખાનું. સ૦ ક્રિ૦ કબાટના ખાનામાં મૂકવું; ભવિષ્યમાં વિચાર કરવા માટે બાજુએ મૂકી દેવું, ઉપેક્ષા કરવી; -ને સ્મૃતિમાં ચોક્કસ સ્થાન આપવું. **~-toed,** અંદરની બાજુએ વળેલી પગની આંગળીઓવાળું.

pigeon², ના૦ જુઓ **pidgin.**

pi'ggery (પિગરિ), ના૦ ડુક્કર ઉછેરવાનું મથક; ડુક્કરનું છાપરું; ગંદવાડ.

pi'ggish (પિગિશ), વિ૦ ખાઉધરું; ગંદું.

pi'ggy (પિગિ), ના૦ ડુક્કરનું બચ્ચું. **~ bank,** પૈસા બચાવવા માટેનું ડુક્કરના આકારનું એક પોલું પાત્ર.

pi'glet (પિગ્લિટ), ના૦ ડુક્કરનું બચ્ચું.

pi'gment (પિગ્મન્ટ), ના૦ રંગવાનો રંગ; રંગદ્રવ્ય. સ૦ ક્રિ૦ કુદરતી રંગ વડે રંગવું. **pigmenta'tion** (-ટેશન), ના૦.

pi'gmy (પિગ્મિ), ના૦ જુઓ **py'gmy.**

pike (પાઇક), ના૦ પાયદળનો અગાઉ વપરાતો ભાલો; પહાડનું શિખર; મીઠા પાણીની એક મોટી ખાઉધરી માછલી. **~staff,** ભાલાની લાકડી-વાંસ. **plain as a ~staff,** તદ્દન સ્પષ્ટ, દેખીતું.

pila'ff (પિલૅફ), **pilau'** (પિલાઉ), ના૦ માંસ, મસાલો, ઇ૦ વાળો ભાત, પુલાવ.

pila'ster (પિલૅસ્ટર), ના૦ ચોરસ થાંભલો, વિ૦ ક૦ ભીંતમાં બેસાડેલો.

pilch (પિલ્ચ), ના૦ બાળકનું ત્રિકોણી બાળોતિયું.

pi'lchard (પિલ્ચર્ડ), ના૦ હેરિંગના જેવી નાની માછલી.

pile¹ (પાઇલ), ના૦ ઢગ, ઢગલો, વિ૦ ક૦ ગોઠવેલો; વીજળીનો પ્રવાહ પેદા કરવા માટે એક ઉપર બીજું એવી રીતે મૂકેલાં ભિન્ન જાતિનાં ધાતુનાં પતરાં; **(atomic) pile,** અણુશક્તિનો અભ્યાસ કરવાનું કે તે વાપરવાનું યંત્ર, અણુભઠ્ઠી; ચિતા; ભવ્ય ઊંચી ઇમારત; [વિ૦ બો૦] ધનનો ઢગલો. ઉ૦ ક્રિ૦ **~ (up, on),** ઢગલો કરવો, બોજો લાદવો; -માં ભીડ કરવી. **~ up,** ભેગું કરવું-થવું; વહાણ કે વિમાન કકડભૂસ થઈને તૂટી પડે તેમ કરવું. **~-up,** અનેક મોટર ગાડીઓનું ટકરાવું.

pile², ના૦ ઇમારતના પાયા માટે જમીનમાં ઠોકી ઠોકીને ઊભો કરેલો થાંભલો.

pile³, ના૦ બનાત, ગાલીચો, ઇ૦ પરના સુંવાળા રેસા-ફૂલ.

pile⁴, ના૦ હરસ, મસા.

pi'lfer (પિલ્ફર), ઉ૦ ક્રિ૦ નાની નાની ચોરીઓ કરવી. તફડંચી કરવી. **pi'lferage** (-રિજ), ના૦.

pil'grim (પિલ્ગ્રિમ), ના૦ જાત્રાળુ; પ્રવાસી. **P~ Fathers,** મૅસેચૂસેટ્સમાં ઈ. સ. ૧૬૨૦ માં વસાહત સ્થાપનાર અંગ્રેજ પ્યૂરિટિન લોકો.

pi'lgrimage (પિલ્ગ્રિમિજ), ના૦ યાત્રા; તીર્થયાત્રા.

pill (પિલ), ના૦ દવાની ગોળી કે ટીકડી; [વિ૦ બો૦] દડો. **the ~,** [વાત.] મોઢે લેવાની ગર્ભનિરોધક ટીકડી. **~box,** ગોળીઓ રાખવાની ચપટી ગોળ ડબી, તેના આકારની ટોપી; [લશ્કર.] કાંકરેટનો ગોળ ઓટલો (તોપ માટે).

pi'llage (પિલિજ), ના૦ ધાડ, લૂટ. સ૦ ક્રિ૦ લૂટ કરવી.

pi'llar (પિલર), ના૦ થાંભલો, સ્તંભ. **~-box,** થાંભલાના આકારની ટપાલપેટી.

pi'llion (પિલ્યન), ના૦ મોટર સાઇકલ સવારની પાછળની બેઠક.

pi'llory (પિલરિ), ના૦ [ઇતિ.] હાથ અને માથા માટે કાણાંવાળું ગુનેગારને સજા તરીકે પૂરવાનું પાટિયું જડેલો થાંભલો, ફજેતીનું લાકડું. સ૦ ક્રિ૦ ફજેતીના લાકડામાં પૂરી દેવું, ફજેતી કરવી.

pi'llow (પિલો), ના૦ ઉશીકું; ઉશીકાના આકારની વસ્તુ. સ૦ ક્રિ૦ ઉશીકે-તકિયે -માથું મૂકવું કે ટેકવું, તકિયાનો આધાર આપવો. **~case, ~slip,** ઉશિકા કે તકિયાનો ગલેફ.

pi'lot (પાઇલટ), ના૦ બંદરમાં દાખલ થતા અથવા તેમાંથી બહાર જતા વહાણોનો હવાલો સંભાળનાર સુકાની-ટંડેલ; વિમાન ચલાવનાર; વૈમાનિક; માર્ગદર્શક. સ૦ ક્રિ૦ ચાલક તરીકે કામ કરવું; દોરવું. વિ૦ પ્રાયોગિક, નાના પાયા પરનું. **~-light,** બીજા દીવા ઇ૦ પેટાવવા માટે બળતી રાખેલી નાની બત્તી. **~ officer,** શાહી વિમાનદળમાં સૌથી નીચી કક્ષાનો સનદી અમલદાર.

pi'l(l)ule (પિલ્યૂલ), ના૦ (નાની) ગોળી.

pime'nto (પિમે'ન્ટો), ના૦ [બ૦ વ૦ **~s**] જમૈકાની પીપર

pimp (પિમ્પ), ના૦ ભડવો, કૂટણો. અ૦ ક્રિ૦ ભડવાઈ કરવી.

pi'mpernel (પિમ્પર્નલ), ના૦ સફેદ, વાદળી કે કુસંબી ફૂલવાળો એક બારમાસી છોડ.

pi'mple (પિમ્પલ), ના૦ ચામડી પરની ખીલ, ફોલ્લી. **pi'mply** (પિમ્પ્લિ), વિ૦.

pin (પિન), ટાંકણી, લાકડાની કે ધાતુની મેખ, ખૂંટી, રિવિટ, ઇ૦; 'સ્કિટલ્સ'ની રમતની નવ ખીંટીઓમાંની એક; [બ૦વ૦માં; વિ૦ બો૦] ટાંટિયાં, ટાંગા. સ૦ ક્રિ૦ ટાંકણી મારવી, ટાંકણીવતી જોડવું, ટાંકણી, ભાલો, ઇ૦ વતી આરપાર ભોંકવું; ખીંટી મારવી; પકડી રાખવું; કથન, વચન, ઇ૦ સાથે બાંધી રાખવું. **~-ball,** ઢોળાવવાળા પાટિયા પર ફેંકાતી નાની ધાતુની ગોળીઓ ખીલીઓ સાથે અથડાય છે એવી એક રમત. **~'cushion,** ટાંકણીઓ ભોંકી રાખવાની ગદેલી. **~-money,** અંગત ખર્ચ માટે પત્નીને અપાતા કે પત્નીએ પોતે કમાયેલા પૈસા. **~-point,** ઝીણવટ અને ચોકસાઈથી વ્યાખ્યા કરવી-સ્થળ નક્કી કરવું. **~prick,** [બ૦ વ૦માં] નજીવી બાબતોમાં પજવણી. **~s and needles,** બૂઠાશમાંથી બહાર પડતા અવયવમાં લોહી વહેવા માંડે ત્યારે તેમાં થતી ઝણઝણી. **~-stripe,** વસ્ત્રમાં પડેલી બહુ સાંકડી ગડી, કરચલી. **~-table,** 'પિન્બોલ'ની રમતનું ટેબલ. **~tail,** અણિયાળી પાંખ કે પૂંછડીવાળું બતક અથવા તીતર. **~-tuck,** વાળીને સીવેલી સાંકડી શોભાની પટી. **~-up,** આકર્ષક અથવા પ્રસિદ્ધ વ્યક્તિ-(નું ભીંત ઇ૦ પર ખીલી ઠોકીને ચોટેલું ચિત્ર). **~-wheel,** ચક્કર ચક્કર ફરતું દારૂખાનું, ચકરડી.

pi'nafore(પિનફોર), ના૦ સ્ત્રી કે બાળકનું ઉપરથી પહેરવાનું મલવસ્ત્ર. **~ dress,** ગળાપટી કે બાંયો વિનાનું કબજા પરથી પહેરવાનું વસ્ત્ર.

pi'nce-nez (પેં'સ્ને), ના૦ ચાપવાળાં ચશ્માં.

pi'ncers (પિન્સર્ઝ), ના૦ બ૦ વ૦ પકડવાનું ઓજાર, પકડ, સાણસો; કરચલા ઇ૦નો આંકડો. **pincer movement,** શત્રુ(ના મથક)ને ઘેરી લેનારી હિલચાલ.

pinch (પિંચ), ઉ૦ ક્રિ૦ ચોંટી-ચીમટી -ખણવી, ચીમટી લઈ ને ઈજા પહોંચાડવી; ટાઢથી સંકોચાઈ જવું, હિમથી બળી જવું; કંજૂસાઈ કરવી; [વિ૦ બો૦] ચોરી કરવી; ધરપકડ કરવી. ના૦ ચૂંટી (ખણવી તે), દાબવું-પીલવું-તે; તાણ, ભીડ; ચપટી (ભર). **at a ~,** કટોકટી વખતે.

pi'nchbeck (પિંચ્બે'ક), ના૦ તાંબુ અને જસતની સોના જેવી મિશ્ર ધાતુ જે સસ્તા ઘરેણાં માટે વપરાય છે. વિ૦ ખોટું, બનાવટી.

pine¹ (પાઇન), અ૦ ક્રિ૦ દુઃખ, રોગ, ઇ૦ ને કારણે લેવાતા-ગળાતા-જવું; -ને માટે ઝૂરવું.

pine², ના૦ સોય જેવા પાંદડાવાળો

શંકુ-આકાર વૃક્ષ, ચીડ; અનેનાસ. ~-**cone**, ચીડનું ફળ. ~ **kernel**, કેટલાંક પાઇનનાં ઝાડનું ખાદ્ય બી.

pi'neal (પાઇનિઅલ), વિ૦ શંકુના આકારનું ચીડનું ફળ. ~ **gland**, મગજની શંકુઆકાર ગ્રંથિ.

pi'neapple (પાઇનૅપલ), ના૦ અનેનાસ (ઝાડ અથવા ફળ).

ping (પિંગ), ના૦ બંદૂકની ગોળીનો હવામાંથી પસાર થતાં થતો અવાજ. અ૦ ક્રિ૦ એવો અવાજ થવો. ~-**pong**, ટેબલ-ટેનિસની રમત.

pi'nion[1] (પિન્યન), ના૦ પક્ષીની પાંખનો બહારનો સાંધો; [કાવ્ય] પાંખ. સ૦ ક્રિ૦ ઊડે નહિ તે માટે પાંખ કાપી નાખવી, ધડ સાથે હાથ બાંધીને રોકવું.

pi'nion[2], ના૦ મોટા ચક્રને ફેરવતું દાંતાવાળું નાનું ચક્ર.

pink[1] (પિંક), સ૦ ક્રિ૦ તલવારવતી જરાક ભોંકવું; કાપીને દાંતાવાળી કોર બનાવવી. **pinking shears**, દરજીની દાંતાવાળી કાતર.

pink[2], ના૦ લવિંગની ખુશબોવાળાં ફૂલોનો એક છોડ; ગુલાબી રંગ; શિકારીનો રાતો કોટ; સૌન્દર્ય ઇ૦ની પરાકાષ્ઠા. વિ૦ ગુલાબી રંગનું; [વિ૦ બો૦] સૌમ્ય સમાજવાદી.

pink[3], અ૦ ક્રિ૦ મોટરના એંજિનના સ્ફોટના અવાજ થવા.

pi'nnace (પિનેસ), ના૦ (યુદ્ધ)નૌકાની નાની હોડી.

pi'nnacle (પિનકલ), ના૦ છાપરા પરની ટોચવાળી શોભાની રચના; કળશ, શિખર.

pi'nnate (પિનિટ), વિ૦ [વનસ્પ.] (સંયુક્ત પાંદડા અંગે) ડીંટાની–ધરીની–બન્ને બાજુએ નાનકડી પાંદડીઓવાળું.

pi'nny (પિનિ), ના૦ [વાત.] સ્ત્રી કે બાળકનું ઉપરથી પહેરવાનું મલવસ્ત્ર.

pint (પાઇન્ટ), ના૦ પ્રવાહીનું એક માપ, ૧/૮ ગેલન; [વાત.] બિયરનો પાઇન્ટ.

pi'nta(પાઇન્ટ), ના૦ [વાત.] દૂધનો પાઇન્ટ.

pi'ntle (પિન્ટલ), ના૦ જેની ફરતે–ઉપર–બીજો કોઈ ભાગ ફરે છે એવો ખીલો.

pioneer' (પાયનિઅર), ના૦ લશ્કર માટે રસ્તો તૈયાર કરનાર ટુકડીનો માણસ; સંશોધક; કોઈ પણ સાહસની પહેલ કરનાર. ઉ૦ક્રિ૦ શોધખોળ કરવી, પહેલ કરવી.

pi'ous (પાયસ), વિ૦ ભક્તિભાવવાળું, ધાર્મિક (વૃત્તિનું); કર્તવ્યનિષ્ઠ. ~ **fraud**, તેના ભોગ બનેલાને લાભકારક કપટ.

pip[1] (પિપ), ના૦સફરજન, નારંગી,ઇ૦નું બી.

pip[2], ના૦ ફાંસો, પત્તું, ઇ૦ પરનું ટપકું; લશ્કરી અમલદારના ખભા પરનો તારક-(ચિહ્ન).

pip[3], ના૦ મરઘાં ઇ૦નો રોગ. **the** ~, [વિ૦બો૦] ઉદાસી કે નિરાશા, કંટાળો અથવા ચીઢનો હુમલો.

pip[4], ના૦ ટૂંકો તીવ્ર અવાજ.

pip[5], સ૦ક્રિ૦ [વાત.] હરાવવું.

pipe (પાઇપ), ના૦ નળી, નળ; પાવો, વાંસળી; ઑર્ગનની ધ્વનિ-ઉત્પાદક ભૂંગળીમાંની દરેક; વહાણના ટંડેલની સીટી; [બ૦વ૦માં] મરઘો; શરીરમાંનો નળી જેવો અવયવ; ચલમ; ૧૦૫ ગેલનનું માપ – પીપ. ઉ૦ક્રિ૦ વાંસળી વગાડવી, સીટી વગાડવી–વગાડીને બોલાવવું; કર્કશ અવાજ કરવો, ચીસ પાડીને બોલવું. નળીઓ વાટે લઈ જવું; ગોટથી શણગારવું; નળ અથવા નળો આપવા, બેસાડવા, ઇ૦; કાણામાંથી ચાસણી રેડીને સુંદર આકૃતિઓ બનાવવી; ~-**clay**, ચલમ બનાવવાની કે ચામડું ઇ૦ સફેદ બનાવવાની માટી. ~ **down**, ચૂપ થવું. ~-**dream**, ઘેનમાં આવે તેવી વિચિત્ર કલ્પના; અસંભવિત ઇચ્છા. ~ **line**, પ્રવાહીને દૂર સુધી લઈ જનાર નળ–નળો; [લા.] પુરવઠો, સમાચાર, ઇ૦ પહોંચાડવાનો માર્ગ. ~ **up**, ગાવાવગાડવાનું શરૂ કરવું.

pi'per (પાઇપર), ના૦ વાંસળી, વિ૦ક૦ મરઘો વગાડનાર.

pipe'tte (પિપે'ટ), ના૦ પ્રવાહી માપવાની કે એક પાત્રમાંથી બીજામાં રેડવાની પાતળી કાચની નળી.

pi'ping (પાઇપિંગ), ના૦ વસ્ત્રની છેડે શોભા માટે કરાતો ગોટ; કેક ઉપર ચાસણી-

ની કરાતી આકૃતિઓ. વિ૰ ~ **hot,** અતિશય ગરમ.

pi'pit (પિપિટ), ના૰ ચંડોળ જેવું પણ તેનાથી નાનું એક ગાનારું પક્ષી.

pi'ppin (પિપિન), ના૰ બીજ વાવીને ઉછેરેલું સફરજનનું ઝાડ.

pi'quant (પિકન્ટ), વિ૰ ભાવે એવું તીખું, ઝાટકેદાર; તીક્ષ્ણ; ક્ષુધોદ્દીપક; ઉત્તેજક. **pi'quancy** (-કન્સિ), ના૰.

pique (પિક), સ૰ક્રિ૰ સ્વાભિમાનને આઘાત પહોંચાડવો, -ની જિજ્ઞાસા ઉત્તેજિત કરવી. ના૰ શત્રુતા; રોષ.

pique't (પિકે'ટ), ના૰ બે જણે રમવાની પત્તાંની એક રમત.

pir'acy (પાઇરસિ), ના૰ જુઓ **pira'te.**

pira'nha (પિરાન્ય), ના૰ દ. અમેરિકાની મીઠા પાણીની એક ખાઉધરી માછલી.

pi'rate (પાઇઅરટ), ના૰ ચાંચિયો, તેનું વહાણ; ગ્રંથસ્વામિત્વ કે તેના નિયમોનો ભગ કરનાર; બીજાના હકો પર અતિક્રમણ કરનાર. સ૰ક્રિ૰ લેખકની રજા વિના પોતાના સ્વાર્થ ખાતર તેની ચોપડી છાપવી. **pir'acy** (-રસિ), ના૰. **pira'tic(al)** (પાઇરૅટિક, -કલ), વિ૰.

piroue'tte (પિરુએ'ટ), ના૰ અને અ૰ ક્રિ૰ નૃત્યનાટિકામાં 'બાલે' નર્તકીનું પગના પંજા પર ઝડપથી ગોળ ફરવું.

pi'scatory (પિસ્કટરિ), **piscato-r'ial** (-ટૉરિઅલ), વિ૰ માછલાં પકડવા-નું-સંબધી.

Pi'sces (પાઇસીઝ઼), ના૰ મીનરાશિ.

pi'sciculture (પિસિકલ્ચર), ના૰ માછલાંઉછેર.

pisci'na (પિસીને), ના૰ [બ૰વ૰ ~**e** -ની અથવા ~**s**] નહાવાનો કુંડ.

pisci'vorous (પિસિવરસ), વિ૰ માછલીખાઉ.

piss (પિસ), ઉ૰ક્રિ૰ [ગ્રામ્ય] મૂતરવું, પેશાબ સાથે અમુક દ્રવ્ય બહાર ફેંકવું; [ભૂ૰કૃ૰, વિ૰બો૰] પીધેલ. ના૰ મૂતરવું તે, મૂતર. ~ **off,** [ગ્રામ્ય] જતા રહેવું. **pissed off,** [વિ૰બો૰] કંટાળી ગયેલું.

pista'chio (પિસ્ટૅશિઓ), ના૰ [બ૰વ૰ ~**s**] પિસ્તું.

pis'til (પિસ્ટિલ), ના૰ [વનસ્પ.] સ્ત્રીકેસર.

pi'stillate(પિસ્ટિલિટ),વિ૰ સ્ત્રીકેસરવાળું.

pi'stol (પિસ્ટલ), ના૰ પિસ્તોલ. સ૰ક્રિ૰ પિસ્તોલ વડે ગોળી મારવી-મારીને મારી નાખવું.

pi'ston (પિસ્ટન), ના૰ પોલા ભૂંગળામાં સજ્જડ બેસતો અને પેસનીકળ કરતો ગતિ આપવા માટે વરાળના કે પેટ્રોલના ઍંજિનમાં વપરાતો નળાકાર દટ્ટો; કરનાઈ, તુરાઈ, ઇ૰માંનો ખસતો પડદો (વાલ્વ). ~**-rod,** દટ્ટાને યંત્રના બીજા ભાગ સાથે જોડનારો દાંડો.

pit¹ (પિટ), ના૰ ખાડો (કુદરતી તેમ જ ખોદીને પાડેલો); જંગલી જનાવરને સપડાવવા માટે ઢાંકેલો ખાડો; બળિયાનું ચાઠું, વ્રણ; નાટકશાળામાં છેલ્લા વર્ગની જગ્યા, સભાગૃહમાં પાછળની જગ્યા, ત્યાં બેસનાર પ્રેક્ષકો કે શ્રોતાઓ; પ્રાણીઓ લડાવવાનો અખાડો, અગ્ગડ. સ૰ ક્રિ૰ ખાડો કે ખાડા કરવા – ખોદવા; ખાડામાં રાખવું – સંઘરવું; લડવા માટે સામું ઊભું કરવું (~ **agai-nst).** ~**-fall,** ફસાવવા માટેનો ઢાંકેલો ખાડો; ફાંદો, ભયસ્થાન. ~ **of the stomach,** પેટનો ખાડો.

pit², ના૰ અને સ૰ ક્રિ૰ ફળનો ઠળિયો (કાઢવો).

pi't-a-pat (પિટ્-અ-પૅટ), ક્રિ૰ વિ૰ ધબકધબક, હળવા અને ઉતાવળાં પગલાંથી. ના૰ એવાં પગલાંનો અવાજ.

pitch¹ (પિચ), ના૰ ડામર. સ૰ ક્રિ૰ ડામર લગાડવો. ~ **black, dark,** etc. કાળું મેશ, ઘણું અંધારું. ~**blende,** યુરેનિયમ ઑકસાઇડવાળો એક ખનિજ પદાર્થ, રેડિયમ ઇ૰ મેળવવાનું મહત્ત્વનું સાધન. ~**-pine,** પાઇનની રાળ આપનારી જાત.

pitch², ઉ૰ ક્રિ૰ (તંબુ ઇ૰) ઊભું કરવું, ઠોકવું; પડાવ નાખવો; -ને જોઈતી ઊંચાઈ, સપાટી કે ઢોળાવ આપવો; ઇષ્ટ સૂર બેસાડવો – લગાડવો; ફેંકવું, નાખી દેવું; (ઊંચે

માથે) પડી જવું, પાડી નાખવું; (વહાણ ઇ૦ને) ડુબાડી દેવું; [વિ૦ બો૦] ગપ્પાં લગાવવાં; (દડા અંગે) ટપ્પો ખાવો. ના૦ (તંબૂ વગેરે) ઠોકવો – ઊભો કરવો તે; ઊંચાઈ, માત્રા, તીવ્રતા, ઢોળાવ; [સં.] સૂરની તીવ્રતા –માત્રા; રસ્તા કે બજારની જગ્યા, જ્યાં કોઈને ઊભો કર્યો હોય; [ક્રિકે.] દાંડિયા પાસેનો કે વચ્ચેનો મેદાનનો ભાગ–પટ; પેચ(સ્ક્રૂ)ના આંટા કે પૈડાના દાંતા વચ્ચેનું અંતર. **~-and-toss,** સિક્કાવતી રમાતી કુશળતા અને દૈવયોગની રમત. **~fork,** ખેતીનું એક ઓજાર, પંજેટી, કાંટો. સ૦ક્રિ૦ પંજેટી વડે ઘાસ ઉપાડવું; કોઈ પદ પર પરાણે બેસાડવું. **~ in,** પુરજોશથી કામે લાગવું. **~ into,** [વાત.] પુરજોશથી હુમલો કરવો, તૂટી પડવું. **~-pipe,** સ્વર લગાડવા કે સાથ આપવા માટે મોઢે વગાડાતી નાનકડી વાંસળી. **pitched battle,** બરાબર તૈયારી કરીને – વ્યૂહ રચીને – કરેલું યુદ્ધ.

pi'tcher[1] (પિચર), ના૦ બેઝબૉલની રમતમાં બૅટરને મારવા માટે દડો ફેંકનાર.

pi'tcher[2], ના૦ મોટો કૂજો, ચંબૂ, માટલું. **~-plant,** કૂજાના આકારનાં પાંદડાંવાળો છોડ.

pi'tchy(પિચિ),વિ૦ ડામરનું – જેવું – જેવું કાળું ઇ૦.

pi'teous (પિટિઅસ), વિ૦ દયાપાત્ર, દુઃખી, દયાજનક.

pith (પિથ), ના૦ ગર, માવો; સાર, મહત્ત્વનો ભાગ; કસ, દમ, જોર. **~ helmet,** બરુ વગેરેના સૂકવેલા ગરભની ટોપી–નો ટોપો–શિરસ્ત્રાણ.

pi'thy (પિથિ), વિ૦ ટૂંકું અને જોરદાર, સંક્ષિપ્ત, સારગર્ભ.

pi'tiable (પિટિઅબલ), વિ૦ દયાપાત્ર–જનક, તિરસ્કારપાત્ર–જનક.

pi'tiful (પિટિફુલ), વિ૦ દયાજનક, તિરસ્કરણીય.

pi'tiless (પિટિલિસ),વિ૦ નિર્દય, દયાહીન.

pi'ton (પિટન), ના૦ ચડનાર કે દોરડા માટે ઠોકેલી ખીલી–મેખ.

pi'ttance (પિટન્સ), ના૦ માંડ પેટપૂરતું અન્ન ઇ૦, અલ્પ જથો.

pitu'itary (પિટ્યૂઇટરિ), વિ૦ અને ના૦ **~ (gland),** કફોત્પાદક ગ્રંથિ, મગજના મૂળમાં નળીઓ વિનાની નાની ગ્રંથિ.

pi'ty (પિટિ), ના૦ દયા, કરુણા; શોચનીય બીના; દયા માટે કારણ. સ૦ક્રિ૦ -ની દયા આવવી, દયા કરવી.

pi'vot (પિવટ), ના૦ ખીલો, જેની આસપાસ કશુંક ફરે છે, નાભિ; મુખ્ય વ્યક્તિ કે વસ્તુ, મુદ્દાની વાત. ઉ૦ક્રિ૦ ખીલાની ફરતે ફરવું, ખીલો મૂકવો, -ની ઉપર ફરવું; ખીલો બેસાડવો. **pi'votal** (-ટલ), વિ૦.

pi'xie, pi'xy, (પિક્સિ), ના૦ પરી, અપ્સરા. **~ hood,** બાળક કે સ્ત્રીની ઉપર અણિવાળી ટોપી.

pi'zza (પિઝ઼્ઝ઼), ના૦ પનીર. ટમાટો, ઇ૦ પાથરેલા શેકેલા બાંધેલા લોટની વાની.

pizzica'to (પિઝ઼િકાટો), ના૦ [બ૦વ૦ **~s** અથવા **-ti**-ટિ] આંગળી વતી વાયોલિનનો તાર છેડવો તે – છેડીને વગાડેલો સૂર અથવા રચના.

pl., સંક્ષેપ. place; plate; plural.

pla'cable (પ્લૅકબલ), વિ૦ ઝટ મનાવ્યું માને એવું, સૌમ્ય સ્વભાવનું. **placabi'lity** (-બિલિટિ), ના૦.

pla'card (પ્લૅકર્ડ), ના૦ ભીંતે ચોઢવાની જાહેરાત. સ૦ક્રિ૦ ભીંતે જાહેરાત ચોઢવી, ભીંતપત્ર દ્વારા જાહેરાત કરવી.

placa'te (પ્લકેટ), સ૦ક્રિ૦ મનાવવું, પ્રસન્ન કરવું, શાંત પાડવું.

place (પ્લેસ),ના૦જગ્યા, સ્થળ,ઠેકાણું;શહેર, નગર, ગામ, ઇ૦; રહેઠાણ, મકાન; વિશિષ્ટ સ્થાન; નોકરી(ની જગ્યા); પદ, હોદ્દો, સ્થાન; શહેરમાં ફરતે મકાનોવાળું ચોગાન. **all over the ~,** અવ્યવસ્થિત, અસ્તવ્યસ્ત. **in ~ of,** -ની જગ્યાએ. **in ~,** યોગ્ય, અનુકૂળ. **out of ~,** અસ્થાને, અયોગ્ય, અનુકૂળ નહિ એવું. **take ~,** થવું, બનવું. **take the ~ of,** -ની જગ્યાએ આવવું. **~** સ૦ક્રિ૦ (કોઈ જગ્યાએ) રાખવું, મૂકવું, ગોઠવવું, નીમવું; અમુક ક્રમમાં કે વર્ગમાં

મૂકવું; (અમુક ધંધા ઇ૦માં પૈસા) રોકવા, (માલ માટે વરધી) આપવી; [સહ.માં] પહેલા ત્રણમાં મુકાવું–આવવું. **~-kick,** દડો જમીન પર રાખીને મારેલી લાત. **~-mat,** ટેબલ પર મુકાતી નાની ચટાઈ. **~-setting,** એક જણ માટે જોઈતાં વાસણ અને છરી, કાંટા, ઇ૦ સાધનો. **pla'cement** (-મન્ટ), ના૦.

place'bo (પ્લસીબો), ના૦ દરદીને રીઝવવા માટે, નહિ કે રોગ મટાડવા, આપેલી દવા; બનાવટી ગોળી ઇ૦.

place'nta (પ્લસે'ન્ટૅ),ના૦ ગર્ભનું વેષ્ટન, ઓર. **place'ntal** (-ટલ), વિ૦.

pla'cer (પ્લૅસર), ના૦ કાંકરી કે રેતીમાંથી સોનું કે બીજા ખનિજ પદાર્થ ધોઈ ને બહાર કાઢવાની જગ્યા.

pla'cid (પ્લૅસિડ), વિ૦ શાંત, અક્ષુબ્ધ, સહેજે ક્ષોભ ન પામે એવું, સ્વસ્થ. **placi'dity** (-ડિટિ), ના૦.

pla'cket (પ્લૅકિટ), ના૦ સ્ત્રીના ચણિયાનું ખીસું.

pla'giarize (પ્લેજરાઇઝ઼), ઉ૦ ક્રિ૦ બીજાના વિચાર કે લખાણની ચોરી કરવી, તેને પોતાના તરીકે છાપી મારવું. **pla'giarism** (-રિઝ઼મ), ના૦. **pla'giarist** (-રિસ્ટ), ના૦.

plague (પ્લેગ), ના૦ દૈવી આફત (સજા તરીકે); [વાત.] ભારે ઉપદ્રવ (ઉંદર વગેરેનો), [વાત.] મોટી પીડા; મરકી, મહામારી, રોગચાળો; **the ~,** ગ્રંથિજ્વર. સ૦ ક્રિ૦ ઉપર મરકી મોકલવી – ગજબ નાખવો, ત્રાસ દેવો, હેરાન કરવું. **~-spot,** [લા.] અનીતિનું કે ભ્રષ્ટાચારનું મૂળ અથવા લક્ષણ.

plaice (પ્લેસ), ના૦ એક ચપટી ખાદ્ય માછલી.

plaid (પ્લૅડ), ના૦ હાઇલૅંડ લોકો વાપરે છે તે લાંબી ગરમ શાલ; કાંબળો. વિ૦ શાલનું બનાવેલું, શાલની ભાતવાળું.

plain (પ્લેન), વિ૦ સ્પષ્ટ, ઉઘાડું, ચોખ્ખું; સરળ, નિખાલસ; સામાન્ય, સાદું, શણગાર વિનાનું, ફૂટડું નહિ એવું; સૌંદર્યહીન. ક્રિ૦ વિ૦ સમજાય એવી રીતે, સ્પષ્ટપણે. ના૦ સપાટ ભૂમિ, મેદાન; ગૂંથણનો સામાન્ય ટાંકો. **~ chocolate,** દૂધ વિનાનું ચૉકોલેટ. **~ clothes,** સાદાં – સાધારણ – કપડાં (ગણવેશ નહિ). **~ sailing,** [લા.] સીધું – સરળ – કશી મુશ્કેલી વિનાનું - કામ. **~'song,** દેવળનું પારંપરિક સમસ્વર સંગીત.

plaint (પ્લેન્ટ), ના૦ [કા.] આરોપ, ફરિયાદ; [કાવ્ય.] રોવું, શોક.

plai'ntiff (પ્લેન્ટિફ), ના૦ ફરિયાદ કરનાર, વાદી.

plai'ntive (પ્લેન્ટિવ), વિ૦ ખિન્ન, શોકાતુર (અવાજવાળું).

plait (પ્લૅટ), ના૦ વાળ ઇ૦ની ગૂંથેલી વેણી. સ૦ ક્રિ૦ વેણી ગૂંથવી.

plan (પ્લૅન), ના૦ ઘર ઇ૦નો નકશો, યોજેલો ઘાટ, નમૂનો; યોજના. ઉ૦ ક્રિ૦ નકશો – નમૂનો – તૈયાર કરવો, યોજના કરવી – ઘડવી; આગળથી ગોઠવણ કરવી; યોજવું.

planche'tte (પ્લૅનશે'ટ), ના૦ મૃતાત્માઓના જવાબ લખી લેવા માટેનું હૃદયના આકારનું પેન્સિલ સાથેનું પાટિયું.

plane[1] (પ્લેન), ના૦ મોટા પાંદડાંવાળું એક ઘટાદાર ઝાડ.

plane[2], (પ્લેન), ના૦ સમતલ ભૂમિ, સપાટી, વિમાનના આધારનો ભાગ, વિમાન; પ્રાપ્ત કરેલી ભૂમિકા. વિ૦ સમતલ, સપાટ; ખાડાટેકરા વિનાનું, સમતલસ્થ. અ૦ ક્રિ૦ વિમાનમાં પ્રવાસ કરવો; ઍંજિન વિના ઊડવું.

plane[3], ના૦ રંદો. સ૦ ક્રિ૦ રંદો મારવો, રંદો મારીને સુંવાળું બનાવવું.

pla'net (પ્લનિટ), ના૦ સૂર્યની ફરતે ફરતો ગ્રહ; પૃથ્વી. **pla'netary** (-ટરિ), વિ૦.

planetar'ium (પ્લૅનિટૅ'અરિઅમ), ના. [બ૦ વ૦ **-ria** અથવા **~s**] ગ્રહગતિદર્શક કૃત્રિમ નભોમંડળ, કૃત્રિમ સૌરમંડલ.

pla'ngent (પ્લૅનજન્ટ), વિ૦ (મોટેથી) શોક કરતું. **pla'ngency** (-જન્સિ), ના૦.

plank (પ્લૅંક), ના૦ લાકડાનું લાંબું સુંવાળું પાટિયું; રાજકીય પક્ષના કે બીજા કોઈ કાર્યક્રમની બાબત–કલમ. સ૦ ક્રિ૦ ઉપર પાટિયાં જડવાં; [વાત.] **~ down,**

ત્યાં ને ત્યાં પૈસા આપી દેવા.

pla'nkton (પ્લૅંક્ટન), ના૰ દરિયામાં કે મીઠા પાણીમાં તરતા કે તણાતા મુખ્યત્વે સૂક્ષ્મ જંતુઓ.

pla'nner (પ્લૅનર), ના૰ યોજના ઘડનાર, આયોજક.

pla'nning (પ્લૅનિંગ), ના૰ આયોજન.

plant (પ્લૅન્ટ), ના૰ વનસ્પતિ; છોડ, ઝાડવું; માલ બનાવવાનું યંત્ર–સાધનસામગ્રી; [વિ૰ બો૰] છેતરપિંડી, મજાક, બનાવટ. સ૰ક્રિ૰ બીજ વાવવું, છોડ ઇ૰ રોપવું, વસાવવું; મજબૂત – સજ્જડ – બેસાડવું, સ્થાપન કરવું; (ફટકો) મારવો; ચોરેલો માલ, ગુનામાં સામેલ હોવાનો પુરાવો ઇ૰ સંતાડવું, વિ૰ ક૰ પછીથી ખોળનારાઓને અવળે માર્ગે ચડાવવા માટે.

pla'ntain[1] (પ્લૅન્ટિન), ના૰ જેનાં બીયાં પક્ષીઓને ખવડાવવામાં આવે છે એવો એક છોડ.

pla'ntain[2], ના૰ કેળ (ઝાડ તથા ફળ).

planta'tion (પ્લાન્ટેશન), ના૰ વાડી, બગીચો; ચા, કૉફી, ઇ૰ની ખેતીવાડી વસાહત; [ઇતિ.] વસાહત.

pla'nter (પ્લાન્ટર), ના૰ બગીચાવાળો (ચા ઇ૰નો); શોભાના છોડ રાખવાનું પાત્ર, કૂંડું ઇ૰.

plaque (પ્લાક), ના૰ ધાતુ કે માટીની નકશીદાર તકતી; દાંત પર બાઝતી છારી જેમાં 'બૅક્ટીરિયા' ખૂબ થાય છે.

pla'sma (પ્લૅઝ્મ), ના૰ રક્તકણધારી રસ, પ્રાણરસ, મૂળ જીવનરસ; [પદાર્થ.] ધન 'આયન' અને છૂટા વીજાણુઓની સરખી સંખ્યાવાળો વાયુ (ગૅસ).

pla'ster (પ્લાસ્ટર), ના૰ મલમ, લેપ; સફેદસિમેન્ટ જેવું પ્લાસ્ટર ઑફ પૅરિસ, તેનો લેપ; છો, મુલમ્મો. સ૰ક્રિ૰ લેપ કરવો; સલ્લો દેવો, લીંપવું; [વિ૰ બો૰] સખત બૉંબમારો કરવો; [ભૂ૰કૃ૰] પીધેલ. **~ -board**, ભીંતે કરવાના મુલામાના મિશ્રણવાળું પાટિયું. **~ of Paris**, એક જાતના ચૂનાની ઝીણી સફેદ ભૂકી.

pla'stic (પ્લૅસ્ટિક), વિ૰ ઘાટ કે આકાર આપનારું, સહેલાઈથી ઘાટ કે આકાર આપી શકાય – કેળવી શકાય – એવું, એવા પદાર્થનું બનાવેલું. ના૰ ગરમી કે દબાણથી જેને ઘાટ આપી શકાય એવો પોચો લૂગદી જેવો કૃત્રિમ અથવા રાળવાળો પદાર્થ. **~ arts**, ઘાટ કે નમૂના બનાવવાને લગતી કલાઓ. **~ surgery**, પુનર્રચનાત્મક શસ્ત્રક્રિયા.

plasti'city (-સિટિ), ના૰. **pla'sticize** (-સાઇઝ઼), સ૰ ક્રિ૰.

Pla'sticine (પ્લૅસ્ટિસીન), ના૰ ઘાટ કે આકાર આપવા માટેનો લવચીક પદાર્થ.

plate (પ્લેટ), ના૰ ધાતુનું સપાટ પાતળું પતરું; (આકૃતિ)કોતરેલું પતરું, તે પરથી છાપેલું ચિત્ર; ફોટો માટે તૈયાર કરેલું સૂક્ષ્મગ્રાહી લેપવાળું પતરું કે કાચ; જમવાનાં સોનાચાંદી ઇ૰નાં વાસણ; થાળી, ભાણું; કૃત્રિમ દાંતના ચોકઠાનો દાંત જેમાં બેસાડે છે તે ભાગ. ઉ૰ ક્રિ૰ પતરાવતી મઢવું, સોના ચાંદી ઇ૰નો ઢોળ ચડાવવો. **~ glass**, સારી જાતનો જાડો કાચ. **~ layer**, રેલવેના પાટા પાથરનાર કે તેની દેખરેખ કરનાર. **~-powder**, ચાંદી ઇ૰નાં વાસણ ઘસવાની ભૂકી.

pla'teau (પ્લૅટો), ના૰ [બ૰ વ૰ **~s** અથવા **~x**, -ટોઝ઼] પહાડ પરની સપાટ જમીન, ઉચ્ચપ્રદેશ; વધારો થયા પછી વધુ ફેરફાર માટે અવકાશ ન હોવાની સ્થિતિ.

pla'ten (પ્લૅટન), ના૰ બીબાં પર છાપવાનો કાગળ દબાવવાનું પતરું–તકતો.

pla'tform (પ્લૅટ્ફૉર્મ), ના૰ ચોતરો, ઓટલો; મંચ, વ્યાસપીઠ; સ્ટેશન પર ગાડીમાંથી ઊતરવા ચડવા માટે બનાવેલો લાંબો ઓટલો, પ્લૅટફૉર્મ; જોડાનું જાડું તળિયું; રાજકીય પક્ષની જાહેર કરેલી નીતિ.

pla'tinum (પ્લૅટિનમ), ના૰ સફેદ અને ભારી પ્લૅટિનમ ધાતુ. **~ blonde**, રૂપેરી ગૌરવર્ણી સ્ત્રી.

pla'titude (પ્લૅટિટ્યૂડ), ના૰ સર્વસામાન્ય બનેલું વચન, દેખીતું સત્ય. **platitu'dinous** (-ટ્યૂડિનસ), વિ૰.

Plato'nic (પ્લટૉનિક), વિ૰ પ્લેટોનું કે તેની ફિલસૂફીનું–સંબંધી; કેવળ શાબ્દિક

અથવા તાત્ત્વિક. ~ **love**, સ્ત્રીપુરુષ વચ્ચેનો નિષ્કામ-વાસનારહિત-પ્રેમ. **Pla'tonism** (પ્લેટનિઝ્મ), ના૦. **Pla'tonist** (પ્લેટનિસ્ટ), ના૦.

platoo'n (પ્લટૂન), ના૦ પાયદળની ટુકડી, પલટન.

pla'tter (પ્લૅટર), ના૦ મોટી થાળી, તાટ.

pla'typus (પ્લૅટિપસ), ના૦ બતકના જેવી ચાંચવાળું એક ઑસ્ટ્રે. ઈંડા મૂકનાર આંચળવાળું પ્રાણી.

plau'dit(પ્લૉડિટ), ના૦ [બહુધા બ૦ વ૦-માં] તાળીઓનો ગડગડાટ, વાહવા, સ્તુતિ.

plau'sible (પ્લૉઝિબલ), વિ૦ વાજબી અથવા સંભવિત દેખાતું, સત્યાભાસી; (વ્યક્તિ અંગે), ખરી લાગે એવી પણ ભ્રામક દલીલો કરનાર.

play (પ્લે), ઉ૦ ક્રિ૦ લહેરથી અથવા છૂટથી આમતેમ ફરવું; ધીમેથી કે હળવે રહીને પસાર થવું અથવા ટકરાવું; રમવું, રમત કરવી, મોજ-ગમ્મત-કરવી; રમતો, જુગાર, અભિનય, ઇ૦ માં ભાગ લેવો; ઢોંગ કરવો; વાદ્ય વગાડવું; -ની સામે રમવું. શેતરંજ ઇ૦ માં ચાલ ચાલવી; પત્તું નાખવું-રમવું; દડો, ઇ૦ને મારવું; નાટક ઇ૦માં કોઈ પાત્રનો ભાગ ભજવવો; (માછલી કે શિકાર) હાથમાં તાત્પૂરતું પકડી રાખવું; નાટક ભજવવું, ગાવું, નાચવું, ઇ૦; અમલમાં-કૃતિમાં-મૂકવું. ના૦ લહેરથી અથવા મોજથી હરવુંફરવું તે, ખેલકૂદ; જવા આવવાની છૂટ; મનોરંજન, ગમ્મત, રમત; રમત રમવી તે, દડો રમવો તે; નાટક; જૂગટું. ~ **back**, પટ્ટી ઇ૦ પર ઉતારેલું વગાડવું-સંભળાવવું. ~**-back**, ના૦ એવી રીતે રજૂ કરેલું સંગીત ઇ૦. ~**bill**, નાટકશાળાનો કાર્યક્રમ, ભીંતે ચોઢેલી જાહેરાત. ~**boy**, વિલાસી-મોજમજા કરનાર. ~ **down**, ઓછા મહત્ત્વનું બતાવવાનો પ્રયત્ન કરવો. ~**fellow**, સાથે રમનાર સોબતી-ગોઠિયો. ~**ground**, રમતનું મેદાન, રમવાની જગ્યા. ~**-group**, દેખરેખ નીચે રમનારાં બાળકોનું જૂથ. ~**house**, નાટકશાળા, નાટ્યગૃહ. ~**mate**, સાથે રમનાર ગોઠિયો. ~**-off**, અનિર્ણીત રમતનો નિર્ણય કરવા માટે રમાતી વધારાની રમત-મૅચ. ~**-'thing**, રમકડું. ~ **up to**, બીજાને ટેકો આપવા માટે અભિનય કરવો, [લા.] ખુશામત કરવી. ~**wright**, નાટકકાર.

plea (પ્લી), ના૦ દલીલ, ખાસ વિનંતિ; કારણ, બહાનું; [કા.] કેફિયત, બચાવનામું.

pleach (પ્લીચ), સ૦ ક્રિ૦ વીંટવું, ગૂંથવું, એકબીજા સાથે વણી દેવું.

plead (પ્લીડ), ઉ૦ ક્રિ૦ પક્ષકાર કે વકીલ તરીકે અદાલત આગળ દલીલ કરવી, કારણ બતાવવું, વિનંતિ અથવા અપીલ કરવી. ~ **guilty, not guilty**, ગુનો કે જવાબદારી કબૂલ કરવી, નાકબૂલ કરવી. ~ **with**, -ને આગ્રહપૂર્વક વિનંતિ કરવી.

plea'ding (પ્લીડિંગ), ના૦ [બહુધા બ૦ વ૦માં]કોઈપણ પક્ષની દલીલ અથવા તકરાર.

plea'sant (પ્લેઝ઼ન્ટ), વિ૦ સુખકારક, આનંદકારક.

plea'santry (પ્લે'ઝન્ટ્રિ), ના૦ મશ્કરી, ટોળ, ટીખળ.

please (પ્લીઝ઼), ઉ૦ ક્રિ૦ રાજી કે ખુશ થવું; -ને આનંદ-સંતોષ આપવો-ખુશ કરવું; પસંદ કરવું, રાજી હોવું, -ને ગમવું; મહેરબાની કરવી. ઉદ્ગાર કે ક્રિ૦ વિ૦ તરીકે વિનંતિ કરવા સાથે વપરાય છે. મહેરબાની કરીને, કૃપયા.

plea'surable (પ્લે'ઝરબલ), વિ૦ સુખકારક.

plea'sure (પ્લેઝ઼ર), ના૦ સમાધાન, સંતોષ; સુખ, મોજશોખ; મરજી, ખુશી, ઇચ્છા, વિવેક, પસંદગી; ખુશીની વાત.

pleat (પ્લીટ), ના૦ વસ્ત્રની ચપટી, ગડી સ૦ ક્રિ૦ -માં ચપટી(ઓ) પાડવી.

pleb (પ્લે'બ), વિ૦ અને ના૦ [વાત.] plebeian.

plebei'an (પ્લિબીઅન), વિ૦ અને ના૦ સામાન્ય-નીચલા (વર્ગના)-લોકોનું, હલકા કુળમાં જન્મેલું (માણસ).

ple'biscite (પ્લે'બિસાઇટ), ના૦ સાર્વ-

મત; કોઈ મહત્ત્વના પ્રશ્ન અંગે બધા મતદારોનો સીધો મત.

ple'ctrum (પ્લે'ક્ટ્રમ), નાο તંતુવાદ્યના તાર છેડવાનું સાધન, નખી.

pledge (પ્લે'જ), નાο જામીન તરીકે રાખેલી વસ્તુ, ઓલ; ગીરો રાખેલી વસ્તુ; નિશાની, પુરાવો; કોઈનું આરોગ્ય ઇચ્છીને દારૂની પ્યાલી પીવી તે; વચન, કોલ. સο ક્રિο જામીન–ઓલ–તરીકે રાખવું; ગીરો મૂકવું; વચનથી બંધાવું, કોલ આપવો; કોઈનું આરોગ્ય ઇચ્છીને દારૂ પીવો.

Plei'ades (પ્લીઅડીઝ઼), નાο બο વο કૃત્તિકા(નક્ષત્ર)પુંજ.

ple'nary (પ્લે'નરિ), વિο કોઈ મર્યાદા કે અપવાદને અધીન નહિ એવું; (સભા અંગે) પૂરેપૂરી હાજરીવાળું.

plenipote'ntiary (પ્લે'નિપટે'ન્શરિ), વિο અને નાο કુલ સત્તાધારી (એલચી કે વકીલ).

ple'nitude (પ્લે'નિટ્યૂડ), નાο વિપુલતા; રેલમછેલ; પૂર્ણતા.

ple'nteous(પ્લે'ન્ટિઅસ), **ple'ntiful** (-ફુલ), વિο.વિપુલ, ભરપૂર.

ple'nty (પ્લે'ન્ટિ), નાο વિપુલતા, રેલમછેલ; તદ્દન પૂરતું. ક્રિο વિο [વાત.] પૂર્ણપણે.

ple'onasm (પ્લીઅનૅઝ઼મ), નાο શબ્દબાહુલ્ય. **pleona'stic** (–નૅસ્ટિક), વિο.

ple'thora (પ્લે'થરૅ), નાο લોહીમાં રક્તકણોનો ભરાવો, રક્તકણબાહુલ્ય; ભરાવો. **ple'thoric** (-રિક), વિο.

pleu'risy (પ્લુઅરિસિ), નાο ફેફસા પરની અન્તસ્ત્વચાનો સોજો–દાહ. **pleuri'tic** (રિટિક), વિο.

ple'xus (પ્લે'ક્સસ), નાο મજ્જાતંતુઓનું જાળું, નાડીચક્ર.

pli'able(પ્લાયબલ), **pli'ant** (પ્લાયન્ટ), વિο સુનમ્ય, મૃદુ સ્વભાવનું, લવચીક; બીજાની સગવડ સાચવનારું, પરગજુ. **pliabi'lity**(-બિલિટિ),નાο **pli'ancy** (પ્લાયન્સિ), નાο.

pli'ers (પ્લાયર્ઝ઼), નાο બο વο ચપટી પકડવાળી સાણસી.

plight[1] (પ્લાઇટ), સο ક્રિο [પ્રા.] વચન –કોલ – આપવો; વાઙ્‌નિશ્ચયથી પરણવા બંધાવું.

plight[2], નાο સ્થિતિ, દશા, વિοકο દુર્દશા.

pli'msoll (પ્લિમ્સલ), નાο રબરના તળિયાવાળો કંતાનનો જોડો. **P~ line, mark,** બ્રિટિશ વહાણોના માળખા પર પાણીમાં વહાણ કેટલું ડૂબે ત્યાં સુધી માલ ભરાય તે બતાવનાર કાયદાની રૂએ ચીતરેલી રેખા–પટો.

plinth (પ્લિથ), નાο છોબંધ ભોંયતળિયું, પરથાર; ઓટલી; કુંભી, બેઠક.

plod (પ્લૉડ), અο ક્રિο મહેનતપૂર્વક ધીમે ધીમે ચાલવું અથવા કામ કરવું.

plonk (પ્લૉંક), નાο [વિο બોο] સસ્તો અને હલકી જાતનો દારૂ.

plot (પ્લૉટ), નાο જમીનનો નાનો ટુકડો; નાટક, નવલકથા, ઇοનું વસ્તુ; ગુપ્ત યોજના અથવા કારસ્થાન. ઉο ક્રિο ગુપ્તપણે યોજવું, કાવતરું કરવું; નકશો – આલેખ – આકૃતિ – દોરવી.

plough (પ્લાઉ), નાο હળ; બરફ સાફ કરવા માટે હળના જેવું ઓજાર. ઉο ક્રિο હળવતી જમીન ખેડવી, હળ ફેરવવું, ચાસવું, ચાસ પાડવા; મહેનતપૂર્વક આગળ વધવું; જબરદસ્તીથી રસ્તો કરવો; પરીક્ષામાં ઉમેદવારને નાપાસ કરવું. **~ back,** જમીન સુધારવા માટે થયેલો પાક પાછો તેમાં હળવતી દાટી દેવો; ધંધામાંથી મળેલો નફો ફરી તેમાં નાખવો. **~man,** હળ ચલાવનાર, **~ man's lunch,** રોટી અને પનીરનું ખાણું. **~share,** હળની કોશ.

plo'ver (પ્લવર), નાο લાંબા પગવાળું પ્રાણી, કાદવમાં ચાલતું પક્ષી.

ploy (પ્લૉઇ), નાο [વાત.] વિરોધીને નિષ્ફળ બનાવવાની ચાલ.

pluck (પ્લક), ઉο ક્રિο (પક્ષીનાં પીંછાં ઇο) ઉખેડવું, ખેંચી કાઢવું; લૂટવું, ધૂતી લેવું; હિંમત પકડવી; વીણવું, ભેગું કરવું; આંચકો મારવો, ખેંચવું, તાણવું. નાο પ્રાણીનું હૃદય, કલેજું અને ફેફસાં; હિંમત.

plu'cky (પ્લકિ), વિο શૂર, પાણીદાર.

plug (પ્લગ), ના૦ દાટો, ડટ્ટો, ડૂચો; વીજળીના જોડાણ માટેની ધાતુની પીનોવાળું સાધન, પ્લગ; તમાકુનો પડો. ઉ૦ ક્રિ૦ માં દાટો મારવો, દાટો મારીને બંધ કરવું; [વાત.] - માં ખૂબ મહેનત કરવી; [વિ૦બો૦] ગોળી–તીર–મારવું; [વિ૦ બો૦] ફરી ફરી બતાવીને – ભલામણ કરીને–લોકપ્રિય બનાવવાનો પ્રયત્ન કરવો. ~ **in**, પ્લગ વડે વીજળીનું જોડાણ કરવું.

plum (પ્લમ), ના૦ આલુ કે તેના જેવું ફળ, તેનું ઝાડ; દરાખ, મુનક્કા; સારી –શ્રેષ્ઠ – વસ્તુ બક્ષિસ. **~-cake**, **~ duff**, **~ pudding**, દરાખ નાખેલી કેક, બાંધેલો લોટ, શીરો, ઇ૦.

plu'mage(પ્લૂમિજ), ના૦ પક્ષીનાં પીંછાં.

plumb (પ્લમ), ના૦ કડિયા ઇ૦નો ઓળંબો; સીધાઈ, લંબતા; ઊંડાણ માપવાનો સીસાનો ગોળો – શંકુ. વિ૦ ઊભું; તદ્દન, નર્યું. ક્રિ૦ વિ૦ ઊભું, બરાબર, ચોક્કસ; [અમે.] તદ્દન. ઉ૦ ક્રિ૦ પાણીનું ઊંડાણ જોવું – તપાસવું; ઊંડાણ માપવું; ઊંડાણ નક્કી કરવું, -ના તળિયે જવું; ઊભું કરવું; નળ વગેરે બેસાડવા, પ્લંબરનું કામ કરવું. **~-line**, ઓળંબાવાળી દોરી.

plumba'go (પ્લંબેગો), ના૦ [બ૦ વ૦ **~s**] સીસાપેન બનાવવાની ધાતુ, ગ્રાફાઇટ; સીસાના રંગનાં ફૂલવાળો છોડ.

plu'mber (પ્લમર), ના૦ નળ જોડવા ઇ૦નું સીસા જસતનું કામ કરનાર.

plu'mbing (પ્લમિંગ), ના૦ પ્લંબરનું કામ; પાણીના નળો ઇ૦ની યોજના – રચના.

plume (પ્લૂમ), ના૦ પીંછું, વિ૦ક૦ મોટું અને દેખાવડું; ટોપી ઇ૦માં નાખેલી પીંછાની કલગી; પીંછા જેવો ધુમાડાનો ગોટો. સ૦ ક્રિ૦ -માં પીંછાં પરોવવાં; -ની શેખી કરવી; પીંછાં સમારવાં – સરખાં કરવાં.

plu'mmet (પ્લમિટ), ના૦ ઓળંબો, ઓળંબાવાળી દોરી; ઊંડાણ માપવાનો સીસાનો શંકુ. અ૦ક્રિ૦ સીધો ભૂસકો મારવો.

plu'mmy (પ્લમિ), વિ૦ [વાત.] સારું, ઇષ્ટ; (અવાજ અંગે) મધુર.

plump (પ્લમ્પ), વિ૦ ગોળમટોળ, પુષ્ટ, ભરેલું. ઉ૦ ક્રિ૦ પુષ્ટ કરવું – થવું; એક જ ઉમેદવારને મત આપવો. ક્રિ૦ વિ૦ (પડવા અંગે) અચાનક ધબ દઈ ને.

plu'nder (પ્લન્ડર), ઉ૦ ક્રિ૦ લૂંટવું, લૂંટીને લઈ જવું વિ૦ ક૦ યુદ્ધમાં; ચોરી લેવું, ઉચાપત કરવી. ના૦ લૂંટવું તે; લૂંટ, લૂંટેલો માલ; [વિ૦ બો૦] નફો.

plunge (ઉ૦ક્રિ૦), પૂરેપૂરું ડુબાડવું, બોળવું; એકદમ કશાકમાં નાંખવું – ફેંકવું; ભોંકવું; ભૂસકો – ડૂબકી – મારવી;(ઘોડા ઇ૦ અંગે) અચાનક આગળ કૂદકો મારવો; [વિ૦બો૦] જુગટું રમવું, દેવામાં પડવું. ના૦ ભૂસકો, ડૂબકી; [લા.] નિર્ણાયક પગલું.

plu'nger (પ્લંજર), ના૦ પંપની અંદરનો દાટો – ડટ્ટો; રુંધાયેલા નળને ખુલ્લો કરવાનું એક શોષક સાધન; [વિ૦ બો૦] જુગારી, સટોડિયો.

pluperfect (પ્લૂપર્‌ફિક્ટ), વિ૦ અને ના૦ [વ્યાક.] સંપૂર્ણભૂત(કાળ).

plur'al(પ્લુઅરલ),વિ૦ એક કરતાં વધારે, અનેક. ના૦ બહુ (અનેક) વચન (કે તેનું રૂપ.)

plur'alism (પ્લુઅરલિઝ્મ), ના૦ એકી વખતે અનેક હોદ્દા કે મત ધરાવવા તે.

plur'alist (-લિસ્ટ), ના૦. **plurali'stic** (-લિસ્ટિક), વિ૦.

plura'lity (પ્લુઅરૅલિટિ), ના૦ અનેક હોવું તે, અનેકત્વ; મોટા ભાગના મત.

plur'alize (પ્લુઅરલાઇઝ઼), સ૦ ક્રિ૦ -નું બહુવચન કરવું, બહુવચનનું રૂપ કરવું.

plus (પ્લસ), નામ૦ અ૦ અધિક; [વાત.] મેળવીને, -માં ઉમેરા સાથે. વિ૦ અધિક, ઉમેરવાનું, વધારાનું; (સંખ્યા ઇ૦ પછી) ઓછામાં ઓછું; -ના કરતાં વધુ સારું; [ગ.] અધિક. ના૦ અધિક ચિહ્ન (+); વધારાની કે ધન રકમ; લાભ.

plush (પ્લશ), ના૦ લાંબાં સુંવાળાં ફૂલવાળું રેશમનું કે સુતરાઉ કાપડ, મખમલ. વિ૦ એ કાપડનું બનેલું, મખમલનું.

plu'shy (પ્લશિ), વિ૦ ભપકાદાર, રૂઆબદાર; વિલાસી.

Plu'to (પ્લૂટો), ના૦ સૂર્યથી સૌથી દૂરનો ગ્રહ, પ્લૂટો.

plu'tocracy (પ્લુટૉક્રસિ), ના૦ ધનિક-શાહી; ધનિકવર્ગ. **plu'tocrat**(પ્લુટક્રૅટ), ના૦. **plutocra'tic** (પ્લુટક્રૅટિક), વિ૦.

pluto'nium (પ્લુટોનિઅમ), ના૦ વિકિરણશીલ ધાતુરૂપ એક મૂળતત્ત્વ.

plu'vial (પ્લુવિઅલ), વિ૦ વરસાદનું-થી થયેલું.

ply[1] (પ્લાઇ), ના૦ ગડી, થર, જાડાઈ, સેર (દોરડાની). **~'wood,** ઊભા પર આડા રેસા આવે એવી રીતે લાકડાના પાતળા પડ ચોઢીને બનાવેલું પાટિયું.

ply[2], ઉ૦ ક્રિ૦ જોરથી ચલાવવું – વીંઝવું; મંડીને કામ કરવું; સતત પૂરું પાડવું; (વડે) જોરદાર હુમલો કરવો; (વહાણ, વાહન, અંગે) સ્થળો વચ્ચે વારંવાર આવજા કરવી.

P.M., સંક્ષેપ. Prime Minister.

p.m., સંક્ષેપ. ***post meridiem*** (after noon); post-mortem.

pneuma'tic (ન્યૂમૅટિક), વિ૦ હવાનું, હવાથી કામ કરતું, (વિ૦ક૦ સંપીડિત) હવા ભરેલું, હવાવાળું.

pneumo'nia(ન્યૂમોનિઅ), ના૦ ફેફસાંનો સોજો – દાહ.

po (પો), ના૦ [બ૦વ૦ **pos;** વાત.] શયનગૃહમાં રખાતું મળમૂત્ર વિસર્જન માટેનું પાત્ર. **~-faced,** ગંભીર મુદ્રાવાળું, વિનોદવૃત્તિ વિનાનું.

P.O., સંક્ષેપ. Petty Officer; Pilot Officer; postal order; Post Office.

poach (પોચ), સ૦ ક્રિ૦ કોચલું કાઢીને (ઈંડું) ઉકળતા પાણીમાં બાફવું, ખદખદતા પાણી કે દૂધમાં માછલી વગેરે સીઝવવું; બીજાની જગ્યામાં અનધિકૃત પ્રવેશ કરવો – ઘૂસી જવું – ચોરીને શિકાર કરવો ઇ૦.

po'chard (પોચર્ડ), ના૦ પાણીમાં ડૂબકી મારતું બતક.

pock (પૉક), ના૦ બળિયા અછબડાનો ડાઘો – ફોલ્લો. **~-marked,** બળિયાનાં ચાઠાંવાળું.

po'cket (પૉકિટ), ના૦ ખીસું, ગજવું; પેટી ઇ૦માં કોથળી જેવું ખાનું; સાંપત્તિક સ્થિતિ; બિલ્યર્ડના દડા માટે ટેબલની બાજુમાં કે ખૂણે હોય છે તે કોથળી; જમીન કે ખડકમાંનું પોલાણ; એકાંત જગ્યા(નો કબજો લઈ બેઠેલું લશ્કર). **in ~,** (કોઈ વહેવારમાં) નફો મેળવેલું. **out of ~,** નુકસાન થયેલું. વિ૦ ખિસ્સામાં રાખવાનું-રાખી શકાય એવું, નાનું, લઘુ. ઉ૦ ક્રિ૦ ખિસ્સામાં મૂકવું; ચોરી લેવું; (અપમાન ઇ૦) ગળી જવું; ભાવનાઓ છુપાવવી. **~-book,** ગજવામાં રહે એવી ચોપડી; નોંધવહી; કાગળ, ચિઠ્ઠીઓ, ઇ૦ રાખવાનું પાકીટ; **~-knife,** ચપ્પુ જેવી છરી (વાળીને રખાય એવી). **~ money,** હાથખરચી, પ્રસંગોપાત્ત વાપરવાના પૈસા.

pod (પૉડ), ના૦ સીંગ, ફળી. ઉ૦ ક્રિ૦ સીંગ બેસવી – થવી, સીંગ છોલવી.

po'dgy (પૉજિ), વિ૦ ઠીંગણું અને જાડું.

po'dium (પોડિઅમ), ના૦ [બ૦ વ૦ **-dia**] મંચ, ચબૂતરો, લાંબો ઓટલો.

po'em (પોઇમ), ના૦ [પ્રા.] પદ્ય, કવન; ઉદાત્ત ભાવવાળું ગદ્ય કે કવિતા; કાવ્ય, કવિતા.

po'esy(પોઇઝિ), ના૦ [પ્રા.] કવિતા કાવ્યો.

po'et (પોઇટ), ના૦ કવિ. **po'etess** (-ટિસ), ના૦.

poeta'ster (પોઇટૅસ્ટર), ના૦ નીચી કોટિનો કવિ, જોડકણાંજોડુ.

poe'tic (પોએ'ટિક), વિ૦ કવિઓનું કે કવિતાનું, તેમને લાગતું; કવિઓ – કવિતા - ને શોભે એવું; કાવ્યમય; કાવ્યના ગુણવાળું.

poe'tical(પોએ'ટિકલ), વિ૦= **poetic;** કાવ્યમાં રચેલું.

po'etry (પોઇટ્રિ), ના૦ કવિની રચના. અથવા કળા, કવિતા, પદ્ય; છન્દોબદ્ધ અથવા ઉદાત્ત ભાવના કે વિચારવાળી રચના; કાવ્યસૌન્દર્ય.

po'go (પોગો), ના૦ [બ૦ વ૦ **~es**] પાવડીવાળી ઘોડી જેવું કૂદકા મારવાનું કમાન(સ્પ્રિંગ)વાળું રમકડું.

po'grom (પોગ્રમ), ના૦ સામૂહિક કતલ –હત્યા(વિ૦ક૦મૂળ રશિયામાં યહૂદીઓની).

poi'gnant (પાઇનન્ટ), વિ૦ તીખું; તીવ્ર, મર્મભેદક; મસાલેદાર; લાગણી હચમચાવે

એવું. **poi'gnancy** (-નન્સિ), ના૦.

poinse'ttia (પૉઇનસે'ટિઅ), ના૦ મોટાં કિરમજી પાંદડાંથી વેષ્ટિત નાનાં પીળાં ફૂલોવાળો એક છોડ.

point (પૉઇન્ટ), ના૦ બિંદુ, ટપકું; અમુક ચોક્કસ સ્થળ; એક બાબત, કલમ, બીના; રમતમાં ગણાતા દાવ, હાથ, માર્ક, ઇ૦નો એકમ; મૂલ્યાંકનમાં ગુણવત્તાનો એકમ, ગુણ; બળ કે ઊર્જાનો એકમ; પ્રગતિ કે વધારામાં માત્રા અથવા તબક્કો; ચોક્કસ ક્ષણ; મહત્ત્વનું કે આગળ પડતું લક્ષણ; ચર્ચાનો વિષય–મુદ્દો; ઉદ્દિષ્ટ હેતુ; પ્રભાવ, મૂલ્ય; અણી, અગ્ર, અણિયાળો છેડો, ભૂશિર; [બહુધા બ૦વ૦માં] રેલવેના સાંધાનો અણિયાળો પાટો; હોકાયંત્ર પર અંકિત બત્રીસમાંથી એક દિશા; [ક્રિ.] બૅટધારીની નજીકનો ક્ષેત્રપાલ, તેની જગ્યા. **on the ~ of**, (કરવા ઇ૦)ની તૈયારીમાં–અણીપર. **~**, ઉ૦ ક્રિ૦ અણિ(ઓ) કાઢવી, ધાર કાઢવી (તલવાર ઇ૦ને); શબ્દ, કૃતિ, ઇ૦ પર ભાર મૂકવો, -ને જોરદાર બનાવવું; ચૂનો સિમેન્ટથી ઈંટ, પથ્થરની સાંધ પૂરવી; આંગળી, લાકડી, ઇ૦વતી ચીંધવું– ચીંધીને ધ્યાન ખેંચવું; (કૂતરા અંગે) ટટાર ઊભા રહીને એકીટસે જોતા રહીને શિકાર ક્યાં છે તે સૂચવવું. **~-blank**, તદ્દન સીધું, એક સપાટીમાં; સ્પષ્ટપણે નજીકથી. **~--duty**, વાહનવહેવારનું નિયમન કરવા માટે ઊભા રાખેલા સિપાઈ ઇ૦નું. **~ of view**, દૃષ્ટિબિંદુ, દૃષ્ટિકોણ. **~ out**, બતાવવું, -ની તરફ ધ્યાન ખેંચવું. **~ to, towards**, -ની સાબિતી હોવી. **~-to -point race**, જમીન પર કરેલી નિશાનીઓ વડે બતાવેલા માર્ગ પરની શરત. **~ up**, ઉપર ભાર મૂકવો.

poi'nted (પૉઇન્ટિડ), વિ૦ અણિયાળું, તીક્ષ્ણ; (ટીકા અંગે) સચોટ, મર્મભેદક, જોરદાર.

poi'nter (પૉઇન્ટર), ના૦ નકશો, પાટિયું, ઇ૦ બતાવવાની લાકડી; શિકાર બતાવવા કેળવેલા કૂતરાની ઓલાદ; [વાત.] સૂચન, સૂચના.

poi'ntless (પૉઇન્ટ્લિસ), વિ૦ અણી-વિનાનું, બૂઠું; અર્થહીન, હેતુશૂન્ય.

poise (પૉઇઝ઼), ઉ૦ ક્રિ૦ સમતોલ–સરખું સ્થિર – રાખવું અથવા હોવું; ઉપર ચક્કર ચક્કર ફરવું; અધ્ધર લટકવું. ના૦ સમતુલા; સ્વસ્થતા; અમુક રીતે માથું ઇ૦ રાખવું તે, ચાલવા કરવાની ઢબ.

poi'son (પૉઇઝ઼ન), ના૦ ઝેર, વિષ; હાનિકારક સિદ્ધાન્ત, અસર, ઇ૦. સ૦ ક્રિ૦ -ને ઝેર આપવું; કોઈના કાન ફૂંકવા, -ને ભભેરવું; બગાડવું, ભ્રષ્ટ કરવું, અવળે માર્ગે ચડાવવું. **~ gas**, યુદ્ધમાં વપરાતો ઝેરી વાયુ. **~ ivy**, જેને અડતાં ચામડી પર ફોલ્લા થાય છે એવો ઉ. અમેરિકાનો એક વેલો. **~ pen**, આબરૂ નુકસાનીનું અથવા અશ્લીલ લખાણ કરનાર લેખક.

poke (પોક), ઉ૦ ક્રિ૦ આંગળી, લાકડી, ઇ૦ના છેડાથી ભોંકવું – ઘોંચવું; (બળતણ, દેવતા) સંકોરવું, ગોદો મારવો – મારીને આગળ ધકેલવું. ના૦ ઘોંચવું, ગોદો મારવો, તે; ગોદો, ધક્કો. **~-bonnet**, સ્ત્રીની આગળ પડતી કોરવાળી ટોપી.

po'ker[1] (પોકર), ના૦ દેવતા સંકોરવાનો સળિયો ઇ૦.

po'ker[2], ના૦ પત્તાંની એક અમે. રમત.

po'ky (પોકિ), વિ૦ (ઓરડી ઇ૦ અંગે) બંધિયાર, ગંદવાડવાળું; હલકું, ક્ષુદ્ર.

po'lar (પોલર), વિ૦ ધ્રુવનું – પાસેનું; ઉ. ધ્રુવપ્રદેશમાં રહેનારું; વીજળિક અથવા ચુંબકીય ધ્રુવાભિમુખતાવાળું; તદ્દન વિરુદ્ધ સ્વભાવનું.

pola'rity (પલૅરિટિ), ના૦ ચુંબકીય ધ્રુવાભિમુખતા; એક વિશિષ્ટ દિશા તરફ વલણ. વિરોધી ગુણોવાળા બે ધ્રુવોવાળું હોવું તે; કોઈ પદાર્થની વીજળિક સ્થિતિ (ધન કે ઋણ).

po'larize (પોલરાઇઝ઼), ઉ૦ ક્રિ૦ જુદી જુદી દિશામાંથી વાળીને એક દિશામાં આણવું, એકરૂપ કરવું; ધ્રુવસંપન્ન કરવું; પ્રકાશ-તરંગો ઇ૦નાં આંદોલનોને નિયંત્રિત કરવા જેથી તેઓ જુદી જુદી સપાટી પર જુદા જુદા આગામવાળા થાય. [લા.] બે વિરોધી

જથોમાં વહેંચી નાખવું. **polariza'tion** (-ઝેશન), ના૦.

pole[1] (પોલ), ના૦ સોટો, વાંસ; સાડા પાંચ વારનું માપ. **~-jump, ~-vault**, વાંસની મદદથી મારેલો કૂદકો.

pole[2], ના૦ જેની આસપાસ આકાશના બધા તારા ફરતા દેખાય છે તે બે ધ્રુવો-માંથી કોઈ પણ એક; પૃથ્વીની ધરીનો કોઈ પણ છેડો, ધ્રુવ (ઉત્તર અથવા દક્ષિણ); ચુંબકના બેમાંથી કોઈ પણ એક છેડો, વીજળીના કોશના બે છેડામાંનો કોઈ પણ એક, બે વિરોધી તત્ત્વોમાંનું કોઈ પણ એક. **~-star**, ધ્રુવતારો વિ૦ક૦ ઉત્તરનો; માર્ગદર્શક વસ્તુ.

Pole[3], ના૦ પોલંડનો વતની.

po'le-axe (પોલ્ એક્સ), ના૦ પરશુ; ખાટકીની કુહાડી. સ૦ ક્રિ૦ કુહાડીવતી મારી-કાપી – નાખવું.

po'lecat (પોલ્કૅટ), ના૦ નોળિયાની જાતનું એક ગંધાતું માંસાહારી પ્રાણી.

pole'mic (પલે'મિક), વિ૦ વિવાદાસ્પદ, વાદગ્રસ્ત, તકરારી. ના૦ વિવાદ. **pole'mical** (-કલ), વિ૦.

poli'ce (પલીસ), ના૦ જાહેર વ્યવસ્થા સાચવનાર બિનલશ્કરી દળ(નો માણસ), પોલીસ સિપાઈ; નિયમોનું પાલન કરાવવા રોકેલું એના જેવું દળ. સ૦ ક્રિ૦ પોલીસ નીમવી અથવા તે દ્વારા બંદોબસ્ત રાખવો;-માં વ્યવસ્થા જાળવવી, કાબૂ રાખવો. **~ dog**, ગુનેગારને શોધવા કેળવેલો કૂતરો. **~man, ~-officer, ~woman**, પોલીસનો સિપાઈ, પોલીસ અધિકારી, સ્ત્રીપોલીસ. **~ state**, રાજકીય (વિ૦ક૦છૂપી) પોલીસની સત્તાનો કાબૂ સર્વોપરી હોય એવું રાજ, પોલીસરાજ. **~ station**, પોલીસ થાણું.

po'licy[1] (પૉલિસિ), ના૦ ડહાપણભરી કાર્યપદ્ધતિ – નીતિ, સરકારની રાજ્ય (ચલા-વવાની) નીતિ.

po'licy[2], ના૦વીમાનું કરારનામું–પૉલિસી.

po'lio (પોલિઓ), ના૦ = **poliomyeli'tis**.

poliomyeli'tis (પોલિઓમાયલાઇટિસ) ના૦ બાળલકવો.

po'lish[1] (પૉલિશ), ઉ૦ ક્રિ૦ કશાકવતી ઘસીને સુંવાળું અને ચળકતું કરવું – ઘસ-વાથી...થવું; ઓપવું; સુંદર અને સંસ્કારી બનાવવું; સફાઈદાર – શૈનકદાર – બનાવવું; ઝટ પૂરું કરી દેવું (**~ off**). ના૦ સુંવાળપ, ઓપ, ઝલેહ; ઓપ (પૉલિશ) ચડાવવાનું દ્રવ્ય; સંસ્કારિતા, સંસ્કાર.

po'lish[2] (પૅાલિશ), વિ૦ પોલંડનું – ના લોકોનું -ની ભાષાનું. ના૦ પોલંડની ભાષા, પોલિશ.

poli'te (પલાઇટ), વિ૦ સંસ્કારી રીતભાત-વાળું, સભ્ય; સૌજન્યવાળું; સુશિક્ષિત, સંસ્કારી, સુસંસ્કૃત, સુંદર.

po'litic (પૅાલિટિક), વિ૦ વિવેકી, ડહા-પણભર્યું; ડાહ્યું, દૂરંદેશીવાળું, વ્યવહારનિપુણ

poli'tical (પલિટિકલ), વિ૦ રાજ્યનું કે તેના શાસન તંત્રનું; સાર્વજનિક બાબ-તોનું; રાજકારણનું – માં ભાગ લેનારું, રાજકીય. **~ economy**, રાજ્યનું અર્થ-શાસ્ત્ર. **~ geography**, રાજકીય ભૂગોળ **~ prisoner**, રાજકીય (ગુના માટે) કેદી.

politi'cian (પૅાલિટિશન), ના૦ રાજ-કારણમાં રસ ધરાવનાર કે ભાગ લેનાર વ્યક્તિ, રાજનીતિજ્ઞ.

po'litics (પૅાલિટિક્સ), ના૦બ૦વ૦ રાજ્ય (નીતિ)શાસ્ત્ર; રાજ્ય કારભાર; રાજકારણ.

po'lity (પૅાલિટિ), ના૦ રાજ્યવ્યવસ્થાતંત્ર, સુસંગઠિત રાજ્ય, રાજ્ય.

po'lka (પૉલ્કૅ) ના૦ એક જાતનું નૃત્ય, તે માટેનું સંગીત. **~-dot**, નિયમસર ગોઠવેલા મીંડાંની રચના.

poll[1] (પોલ), ના૦ માથું; મતદાર ગણતરી, મતદાન, અપાયેલા મતની સંખ્યા; લોક-મતનો અંદાજ કાઢવા જનતામાંથી અમુક પસંદ કરેલા લોકોને પ્રશ્નો પૂછવા તે. ઉ૦ ક્રિ૦ ઝાડના છેડા કે જાનવરનાં શિંગડાં કાપી નાખવાં; -ના મત લેવા, મત આપવા, -ના મત મળવા. **~-tax**, હેડિયાવેરો. **polling-booth**, મત આપવાની જગ્યા-માંડવો ઇ૦.

poll² (પૉલ), ના૰ ~ **parrot,** પાળેલો પોપટ.

po'llack, -ock, (પૉલક), ના૰ કૉડને મળતી એક દરિયાઈ ખાદ્ય માછલી.

po'llard (પૉલર્ડ), ના૰ ઉપરના છેડા – ડાળો – કાપેલું ઝાડ, શિંગડાંવિનાનું – કાપેલું – જાનવર. સ૰ ક્રિ૰ ઝાડના ઉપરના છેડા કાપવા.

po'llen (પૉલિન), ના૰ ફૂલમાંનો પરાગ–રજ.

po'llinate (પૉલિનેટ), સ૰ ક્રિ૰ પરાગ કણ ઘાલવા – ઘાલીને ઉત્પાદન કરવું. **pollina'tion** (-નેશન), ના૰.

po'llock (પૉલક), જુઓ **poll'ack.**

poll'ster (પોલ્સ્ટર), ના૰ જાહેર લોકમતનો તાગ કાઢવાની પ્રક્રિયા ગોઠવનાર.

pollu'te (પલૂટ), સ૰ ક્રિ૰ ભ્રષ્ટ કરવું, મેલું – ગંદુ – કરવું, વટાળવું, બગાડવું, દૂષિત કરવું. **pollu'tion** (-લૂશન), ના૰ બગાડવું – બગડવું – તે, બગાડ, વટાળ,(પ્ર) દૂષણ.

po'lo (પોલો), ના૰ ઘોડા પર સવાર થઇ ને રમાતી હૉકી, 'પોલો'. ~**-neck,** ગળા ફરતે બેસતી વાળેલી ઊંચી ગળાપટી–કૉલર.

polonai'se (પૉલનેઝ), ના૰ સરઘસાકાર ધીમું નૃત્ય, તે માટેનું સંગીત.

polo'ny (પલોનિ), ના૰ ડુક્કરના માંસનો છૂંદો.

po'ltergeist (પૉલ્ટરગાઇસ્ટ), ના૰ અવાજ, તોફાન, ઇ૰ કરીને પોતાની હાજરીનું ભાન કરાવનાર ભૂત.

poltroo'n (પોલ્ટ્રૂન), ના૰ કાયર, બાયલો. **poltroo'nery** (–ટ્રૂનરિ), ના૰.

poly- (પૉલિ-), સંયોગી–રૂપ. અનેક, બહુ.

polya'ndry (પૉલિઍન્ડ્રિ), ના૰ બહુપતિત્વ(નો ચાલ).

polya'nthus (પૉલિઍન્થસ), ના૰ એક જાતનું ફૂલઝાડ – પ્રિમરોઝ્.

polychroma'tic (પૉલિક્રમૅટિક), વિ૰ બહુરંગી.

po'lychrome (પૉલિક્રોમ), ના૰ અને વિ૰ બહુરંગી ચિત્ર – કલાકૃતિ.

polye'ster (પૉલિએ'સ્ટર), ના૰ કૃત્રિમ રાળ અથવા રેસા.

polye'thilene (પૉલિએ'થિલીન), ના૰ = **po'lythene**

poly'gamy (પલિગમિ), ના૰ બહુપત્નીત્વ કે બહુપતિત્વ(નો ચાલ). **poly'gamist** (-મિસ્ટ), ના૰. **poly'gamous** (-મસ), વિ૰.

po'lyglot (પૉલિગ્લૉટ), વિ૰ અને ના૰ અનેક ભાષાઓ બોલનાર કે લખનાર (માણસ); અનેક ભાષાનું કે ભાષાઓમાં લખાયેલું (પુસ્તક).

po'lygon (પૉલિગન), ના૰ અનેક–સામાન્યતઃ ચારથી વધુ–ખૂણા કે બાજુઓવાળી આકૃતિ. **poly'gonal** (-નલ), વિ૰.

polyhe'dron (પૉલિહીડ્રન), ના૰ [બ૰વ૰ **-dra**] અનેક બાજુઓ કે સપાટીઓવાળો ઘન. **polyhe'dral** (-ડ્રલ), વિ૰.

po'lymath (પૉલિમૅથ), ના૰ અનેકવિદ્યાપ્રવીણ–પંડિત; મહાન પંડિત.

po'lymer (પૉલિમર), ના૰ [રસા.] એક જાતના અણુઓમાંથી બનેલો મિશ્ર અણુ, બહુલક, ભેગા થયેલા અનેક સાદા કણોના બનેલા મોટા કણોનો એક સમાસ. **polyme'ric** (મે'રિક), વિ૰.

po'lymerize (પૉલિમરાઇઝ્), ઉ૰ ક્રિ૰ ભેગા થઈને બહુલક બનવો–કરીને બહુલક બનાવવો. **polymeriza'tion** (-ઝે.શન), ના૰.

po'lyp (પૉલિપ), ના૰ એક બહુપાદ કે બહુહસ્ત પ્રાણી, પરવાળું; શ્લેષ્મલ ત્વચાની નાની ગાંઠ.

poly'phony (પલિફનિ), ના૰ [સં.] વિવિધસ્વરસંગતિ. **polypho'nic** (-ફૉનિક), વિ૰.

polysty'rene (પૉલિસ્ટાયરીન), ના૰ વર્ણહીન સખત પ્લાસ્ટિક (દ્રવ્ય).

polysylla'bic (પૉલિસલૅબિક), વિ૰ (શબ્દ અંગે) અનેક અક્ષર કે અવયવોવાળું, અનેકાક્ષર.

po'lysyllable (પૉલિસિલબલ), ના૰ અનેકાક્ષર શબ્દ.

polyte'chnic (પૉલિટે'ક્નિક), ના૰

વિવિધ પ્રકારના વ્યવસાય શીખવનારી સંસ્થા, કલાભવન.

po'lytheism (પૉલિથિઇઝ્મ), નાο અનેકદેવવાદ–દેવપૂજા. **po'lytheist** (-ઇસ્ટ),નાο.**polythei'stic** (-ઇસ્ટિક), વિο.

po'lythene (પૉલિથીન), નાο મજબૂત અને વજનમાં હલકું પ્લાસ્ટિક.

polyure'thane (પૉલિયુઅરિથેન), નાο વિο કο 'ફોમ' તરીકે વપરાતું બનાવટી રાળ અથવા પ્લાસ્ટિક.

po'lyvinyl (પૉલિવાઇનિલ), વિο ~ **chloride**, એક જાતનું પ્લાસ્ટિક, જે નિરોધન માટે કે વસ્ત્ર તરીકે વપરાય છે.

poma'de (પમાડ), નાο વાળ માટે સુગંધી લેપ.

poma'nder (પમૅન્ડર), નાο સુગંધી દ્રવ્યોના મિશ્રણનો ગોળો, તેની ડબી ઇο.

po'megranate (પૉમિગ્રૅનિટ), નાο દાડમ (ફળ), દાડમડી (ઝાડ).

Pomera'nian (પૉમરૅનિઅન), નાο રેશમી વાળવાળા એક નાના કૂતરાની જાત.

po'mmel (પમલ), નાο જીનનો આગળનો ભાગ; તલવારની મૂઠ(નો મોગરો).

po'mmy(પૉમિ),નાο[ઑસ્ટ્રે. અને ન્યૂઝી. બો.]બ્રિટિશ માણસ, વિ. ક. તાજો વસાહતી.

pomp (પૉમ્પ), નાο ભપકો, ઠાઠમાઠ; ભવ્ય દેખાવ; વૈભવ.

po'm-pom¹, **-pon**(પૉમ્પૉમ, -પાન), નાο ટોપી, જોડા, ઇο પર બાંધેલો ફીતનો ગુચ્છો, કલગી; નાનાં ફૂલવાળી ગુલદાવરી અથવા ડાલિયા.

pom-pom², નાο શીઘ્ર ફૂટનારી બંદૂક.

po'mpous (પૉમ્પસ), વિο ભપકાદાર, ઠાઠમાઠવાળું, શેખીવાળું; (ભાષા અંગે) આડંબરી.**pompo'sity**(-પૉસિટિ),નાο.

ponce (પૉન્સ), નાο વેશ્યાની કમાણી પર જીવનાર, ભડવો. અοક્રિο ભડવાઈ કરવી, બાયલાની જેમ આમતેમ ફરવું.

po'ncho (પૉંચો), નાο [બ. વ. ~**s**] વચ્ચે માથા પૂરતો ચીરો રાખીને એક અખંડ ચોરસ કપડાનો બનાવેલો ઝભ્ભો મૂળ દ. અમેરિકાનો.

pond (પૉન્ડ), નાο તળાવ.

po'nder(પૉન્ડર), ઉο ક્રિο -નો વિચાર – ચિંતન – કરવું.

po'nderable (પૉન્ડરબલ), વિο ધ્યાનમાં આવે એટલા વજનવાળું, તોલનીય. **ponderabi'lity** (-બિલિટિ), નાο.

po'nderous (પૉન્ડરસ), વિο વજનદાર, ભારે; મુશ્કેલીથી ફેરવાય એવું; નીરસ, કંટાળો ઉપજાવનારું. **pondero'sity** (-રૉસિટિ), નાο.

pong (પૉંગ), નાο ગંધ, બદબો. અοક્રિο ગંધાવું, ગંધ મારવી.

po'niard (પૉન્યર્ડ), નાο નાની કટાર. સοક્રિο કટાર ભોંકવી – ઘોંચવી.

po'ntiff (પૉન્ટિફ), નાο પોપ, બિશપ, મુખ્ય પુરોહિત – ધર્માધિકારી.

ponti'fical (પૉન્ટિફિકલ), વિο પોપ કે મુખ્ય ધર્માધિકારીનું – ને શોભે એવું; સિદ્ધાન્તવાદી, મતાગ્રહી. નાο [બοવοમાં] બિશપનાં વસ્ત્રો અને પદચિહ્નો.

ponti'ficate (પૉન્ટિફિકટ), નાο બિશપ કે પોપનો હોદ્દો, તેની મુદત. અοક્રિο (-કેટ), બિશપ તરીકે કામ કરવું; ભારે આડંબર, હઠાગ્રહ, કે શેખી કરીને બોલવું – વર્તવું.

pontoo'n¹ (પન્ટૂન), નાο કામચલાઉ પુલ બનાવવા માટે વપરાતી ચપટા તળિયાવાળી હોડી વગેરે.

pontoo'n, નાο પત્તાંની એક રમત.

po'ny (પોનિ), નાο ટટ્ટુ. ~**-tail**, ટટ્ટુની પૂંછડી જેવી કેશરચના ~**-trekking**, મોજ ખાતર ટટ્ટુઓ પર બેસીને પ્રવાસ કરવો તે.

poo'dle (પૂડલ), નાο લાંબા વાંકડિયા વાળવાળું કૂતરું.

pooh (પૂ), ઉદ્ગારο તિરસ્કારવાચક. છટ્. છી! **pooh-poo'h**, સοક્રિο હસી કાઢવું

pool¹ (પૂલ), નાο નાનું તળાવ, ખાબોચિયું, નદીનો ધરો.

pool², નાο પત્તાંની રમતમાં કે જુગટામાં બધા રમનારાઓએ મળીને ભરેલી રકમ; બધાની સહિયારી રકમ અથવા

જથો; વહેંચી લઈને ફરજો, કામ, ઇ૦ કરનાર જૂથ; હરીફાઈ ટાળવા માટે ધંધાની વહેંચણી અને કિંમતો નક્કી કરવાની હરીફ પક્ષો વચ્ચે કરાયેલી ગોઠવણ; બિલ્યર્ડ જેવી બહુધા ૧૬ દડાવાળી એક રમત. સ૦ક્રિ૦ સહિયારા ફાળામાં આપવું; સહિયારો હિસ્સો ધરાવવો. **~ football,** ફુટબૉલ મૅચોનાં પરિણામની (સૌથી વધુ) સાચી આગાહી કરનારને જેમાં દાખલ-ફીના ફાળામાંથી ઇનામ આપવામાં આવે છે તે સટ્ટા કે જુગટાનો પ્રકાર.

poop (પૂપ), ના૦ વહાણનો પાછળનો ભાગ; પાછળનું ઊચામાં ઊંચું તૂતક.

poor (પુઅર), વિ૦ ગરીબ, નિર્ધન; અમુક વસ્તુ ઇ૦ની ઊણપવાળું, (જમીન અંગે) કસ વિનાનું, નબળું; અપૂરતું; ક્ષુદ્ર, હલકું; દયાપાત્ર. **~-box,** ધર્માદા પેટી. **~-spirited,** બીકણ, બાયલું.

poor'ly (પુઅર્લિ), ક્રિ૦વિ૦ ગરીબાઈમાં, પૂરતી જોગવાઈ વિના, માંડ સફળ. વિધે૦ વિ૦ અસ્વસ્થ, માંદું.

poor'ness (પુઅર્નિસ), ના૦ ઊણપ, ન્યૂનતા; નબળાઈ; કંગાલપણું.

pop[1] (પૉપ), ના૦ અચાનક થયેલો ધડાકો, સ્ફોટનો અવાજ; [વાત.] ઊભરાતું પેય. ઉ૦ક્રિ૦ 'ફટ' કે 'ધડાક્' અવાજ કરવો-થવો; અચાનક - અનપેક્ષિતપણે - જવું-આવવું; તરત નીચે મૂકવું-માં ઘાલવું; [વિ૦બો૦] ગીરો મૂકવું. ક્રિ૦વિ૦ ફટ દઈ ને, ધડાક કરીને, એકદમ. **~corn,** મકાઈની ધાણી. **~-eyed,** [વાત.] આગળ ઊપસેલી-એકદમ ખુલ્લી-આંખોવાળું. **~-gun,** છોકરાંની રમકડાની બંદૂક. **popping-crease,** [ક્રિકે.] ત્રણ દાંડિયાની સામે તેનાથી સમાંતર લીટી.

pop[2], ના૦ [વાત.] બાપુ, બાપા.

pop[3], વિ૦ [સંગીત ઇ૦ અંગે] લોકભોગ્ય, લોકપ્રિય. ના૦ લોકપ્રિય સંગીતની રેકર્ડ. **~ group,** લોકપ્રિય સંગીત ગાનાર કે વગાડનાર જૂથ.

Pope (પોપ), ના૦ રોમન કૅથલિક ધર્મસંઘનો વડો રોમનો બિશપ.

po'pery (પોપરિ), ના૦[તિરસ્કાર.]પોપ(ની પરંપરા)ની પદ્ધતિ; રોમન કૅથલિક ધર્મ.

po'pinjay (પૉપિંજે), ના૦ ફાંકડો માણસ, ઘમંડી માણસ.

po'pish (પોપિશ), વિ૦ [તિરસ્કાર.] પોપનું કે તેની પદ્ધતિનું.

po'plar (પૉપ્લર), ના૦ એક સીધા થડવાળું ઊંચું ઝાડ.

po'plin (પૉપ્લિન), ના૦ ઘટ્ટ વણાટનું પાંસળીવાળું કપડું.

po'ppet (પૉપિટ), ના૦ [વાત.] નાનકડી અને નાજુક વ્યક્તિ; પ્રિય, લાડીલું (વિ૦ક૦ સંબોધનમાં).

po'ppy (પૉપિ), ના૦ જેમાંથી અફીણ નીકળે છે તે ખસખસનો છોડ; વિશ્વયુદ્ધોમાં મૃતોનું ચિહ્ન, વિ૦ક૦ પૉપીદિને ધારણ કરાતો કૃત્રિમ ખસખસનો છોડ. **P~ Day,** સ્મરણ રવિવાર, વિશ્વયુદ્ધોનાં મૃતોનું સ્મરણ કરવાનો દિવસ.

po'ppycock(પૉપિકૉક), ના૦ [વિ૦બો૦] વાહિયાત-અર્થહીન વાત.

po'pulace(પૉપ્યુલસ), ના૦આમ જનતા.

po'pular (પૉપ્યુલર), વિ૦ લોકોનું, લોકપ્રિય, લોકો સમજે, લોકોને ગમે-પોસાય, એવું. **po'pularize** (-રાઇઝ઼), સ૦ક્રિ૦.

popula'rity (પૉપ્યુલૅરિટિ), ના૦ લોકપ્રિયતા.

po'pulate (પૉપ્યુલેટ), સ૦ક્રિ૦ અમુક સ્થળમાં લોકોને વસાવવા; -માં વસાહત કરવી.

popula'tion (પૉપ્યુલેશન), ના૦ કોઈ સ્થળ કે પ્રદેશના રહેવાસીઓ - કુલ લોકસંખ્યા; વસતીનું પ્રમાણ.

po'pulous(પૉપ્યુલસ), વિ૦ગીચવસ્તીવાળું.

por'celain (પૉર્સલિન), ના૦ બહુ ઝીણી ચીની માટી, તેનાં વાસણ-પ્યાલા રકાબી ઇ૦.

porch (પૉર્ચ), ના૦ બારણા આગળની છતવાળી જગ્યા, દ્વારમંડપ.

por'cine (પૉર્સાઇન), વિ૦ ડુક્કરોનું -ના જેવું.

por'cupine (પૉર્ક્યુપાઇન), ના૦ શાહુડી.

pore[1] (પૉર), ના૦ છિદ્ર, રંધ્ર.

pore[3], અ૦ક્રિ૦ ~ **over**, અભ્યાસ-માં-વાંચવામાં-તલ્લીન હોવું.

pork (પોર્ક), ના૦ ડુક્કરનું માંસ.

por'ker (પોર્કર), ના૦ માંસ માટે ઉછેરેલું ડુક્કર.

porno'graphy (પોર્નોગ્રફિ), ના૦ અશ્લીલ સાહિત્ય, વિ૦૪૦ કામચેષ્ટા અંગેનું. **porno'grapher** (-ગ્રફર), ના૦. **pornogra'phic** (-નગ્રેફિક), વિ૦.

por'ous (પોરસ), વિ૦ છિદ્રોવાળું, -માંથી પ્રવાહી ઝમે એવું. **poro'sity** (-રૉસિટિ), ના૦.

por'phyry (પોર્ફિરિ), ના૦ જેમાં મોટા મોટા સ્ફટિકના કકડા હોય એવો ખડક.

por'poise (પોર્પસ), ના૦ વહેલના વર્ગનું એક દરિયાઈ પ્રાણી.

po'rridge (પૉરિજ), ના૦ રાબ, કાંજી.

po'rringer (પૉરિંજર), ના૦ તાંસળું, કટોરો.

port[1] (પોર્ટ), ના૦ બંદર, બારું; બંદર-વાળું શહેર.

port[2], ના૦ અંદર જવા કે માલ ઉતારવા માટે વહાણની બાજુમાંનું બારણું; port-hole. ~**hole**, હવાઉજાસ માટેનું વહાણની બાજુમાંનું બાકું.

port[3], સ૦ ક્રિ૦ [લશ્કર]. પોતાની સામે બંદૂક ત્રાંસી રાખવી. ના૦[પ્રા.] ઢબ, ચાલ.

port[4], ના૦ વહાણનું ડાબું બૂડદું. ઉ૦ ક્રિ૦ સુકાનને ડાબી બાજુ ફેરવવું.

port[5], ના૦ એક જાતનો લાલ રંગનો કડકમીઠો દારૂ.

por'table (પોર્ટબલ), વિ૦ સાથે લઈ જવાય – ફેરવી શકાય – એવું, સુવાહ્ય. **portabi'lity** (-બિલિટિ), ના૦.

por'tage (પોર્ટિજ), ના૦ હોડીઓ હંકારાય એવી બે નદીઓ ઇ૦ વચ્ચે હોડીઓ કે માલની હેરફેર (કરવી તે).

por'tal (પોર્ટલ), ના૦ બારણું, દરવાજો.

portcu'llis (પોર્ટ્કલિસ), ના૦ દરવાજાના રક્ષણ માટે લોઢાના સળિયાવાળી ઉપર નીચે કરી શકાય એવી જાળી.

porte'nd (પૉર્ટે'ન્ડ), સ૦ ક્રિ૦ ભાવીનું સૂચક હોવું(શુકન તરીકે), -ની સૂચના આપવી

por'tent (પૉર્ટેન્ટ), ના૦ ભવિષ્યનું સૂચક ચિહ્ન – શકુન કે અપશકુન; અદ્ભુત ઘટના કે વસ્તુ.

porte'ntous (પૉર્ટે'ન્ટસ), વિ૦ ભવિષ્યનું સૂચક, ભાવીના સૂચક ચિહ્ન જેવું; ગંભીર; ડોળદમામવાળું.

por'ter[1] (પોર્ટર), ના૦ દરવાન, દેવડીવાળો.

por'ter[2], ના૦ સામાન લાવનાર લઈ જનાર રેલવે ઇ૦નો મજૂર; એક જાતનો કડવાશવાળો દારૂ. ~**house steak**, ગોમાંસનો સ્વાદિષ્ટ કકડો.

por'terage (પોર્ટરિજ), ના૦ મજૂરની મજૂરી.

portfo'lio (પોર્ટ્ફોલિઓ). ના૦ [બ૦ વ૦ ~**s**] છૂટાં કાગળિયાં ચિત્રો, ઇ૦ મૂકવાનું જોસદાન – પાકીટ; પૈસા રોકનાર-નાં ઋણપત્રોની યાદી; રાજ્યના મંત્રીનું ખાતું. **Minister without** ~ ખાતા વિનાનો મંત્રી.

por'tico (પોર્ટિકો), ના૦ [બ૦ વ૦ ~**es**, ~**s**] મકાન આગળની થાંભલા-વાળી પરસાળ.

por'tion (પોર્શન), ના૦ ભાગ, અંશ; નિયત કરી આપેલો ભાગ, હિસ્સો; વાની-નું પિરસણ; વાંકડો, પરઠણ; ભાગ્ય(માં મળેલી વસ્તુ). સ૦ ક્રિ૦ -ના ભાગ પાડવા, વહેંચણી કરવી; -ને પરઠણ આપવી.

Por'tland (પોર્ટ્લૅન્ડ), ના૦ ~ **cement**, ચાક અને ચીકણી માટીમાંથી બનાવેલો સિમેન્ટ. ~ **stone**, ચૂનાવાળો કીમતી પથ્થર.

por'tly (પોર્ટ્લિ), વિ૦ જાડું, પુષ્ટ.

portma'nteau (પોર્ટ્મૅન્ટો), ના૦ [બ૦ વ૦ ~**s** અથવા ~**x** -ટોઝ઼] બે સરખા ભાગમાં ઊઘડતી કપડાં ઇ૦ મૂકવાની પેટી – પાકીટ. ~ **word**, બે શબ્દોના ભાગોનો બનેલો એક શબ્દ.

por'trait (પોર્ટ્રિટ), ના૦ પ્રાણી કે માણસનું ચિત્ર, છબી; આબેહૂબ વર્ણન.

por'traiture(પૉર્ટ્રિચર), ના૰ચિત્ર, કે છબી, ચીતરવી તે; છબી, ચિત્ર.

portray' (પૉર્ટ્રે), સ૰ ક્રિ૰ -નું ચિત્ર -છબી ચીતરવી, -નું વર્ણન કરવું. **portray'al** (-ટ્રેઅલ), ના૰ ચિત્રાંકન; વર્ણન.

por'tress (પૉર્ટ્રિસ), ના૰ મજૂરણ.

Portugue'se (પૉર્ટ્યુગીઝ), વિ૰ પોર્ટુગાલ, તેના લોકો, કે તેની ભાષાનું. ના૰ પોર્ટુગાલનું વતની કે ભાષા.

pose (પોઝ), ઉ૰ ક્રિ૰ પ્રશ્ન, ઇ૰ ઉકેલ માટે રજૂ કરવું, જોઈતી સ્થિતિમાં ગોઠવવું, અમુક વલણ સ્વીકારવું, વિ૰ ક૰ કલાત્મક હેતુસર; ઊભું કરવું; પોતે અમુક છે એમ જણાવવું – હોવાનો ડોળ કરવો. ના૰ બેસવા ઊઠવાની ઢબ, મનનું વલણ, વિ૰ ક૰ છાપ પાડવા માટે ધારણ કરેલું.

po'ser(પોઝર),ના૰ મૂંઝવતો પ્રશ્ન, કોયડો.

poseur' (પોઝર),ના૰ [સ્ત્રી. **pose'use** પોઝઝ] ઢોંગી – આડંબરી વ્યક્તિ.

posh (પૉશ), વિ૰ [વાત.] ભભકાદાર, હોશિયાર, ઉપલા વર્ગનું.

po'sit (પૉઝિટ), સ૰ ક્રિ૰ ગૃહીત ધરવું, પૂર્વ સિદ્ધાન્ત તરીકે માની લેવું.

posi'tion (પઝિશન), ના૰ સ્થિતિ, આવેલું હોવું તે – હોવાની રીત; આસપાસના સંજોગો, (પરિ)સ્થિતિ; મનનું વલણ; નોકરી (ની જગ્યા); પદ અથવા હોદ્દો, પ્રતિષ્ઠા; વેતનવાળી જગ્યા; લશ્કરી મહત્ત્વનું થાણું. **in ~**, (યોગ્ય) ઠેકાણે. **out of ~**, પોતાના સ્થાનથી ચ્યુત, અસ્થાને. સ૰ ક્રિ૰ અમુક જગ્યા પર સ્થાપવું – મૂકવું. **posi'tional** (પઝિશનલ), વિ૰.

po'sitive (પૉઝિટિવ), વિ૰ વિધિસર અથવા સ્પષ્ટપણે કહેલું, નિશ્ચિત, નિર્વિવાદ; સ્વતંત્ર, નિરપેક્ષ; ખાતરીવાળું, નિઃસંદિગ્ધ મતવાળું; નકારાત્મક નહિ એવું; [બીજગ.] શૂન્યથી વધારે; [વીજળી.] કાચ પર રેશમ ઘસવાથી પેદા થતા વીજભારનું – વીજભારવાળું – વીજભાર પેદા કરનારું; [વ્યાક. વિશેષણ અંગે] મૂળગુણદર્શક સરખામણી વિના; સાપેક્ષ નહિ એવું; વાસ્તવિક, વહેવારુ; વિધાયક; (ફોટો અંગે) વાસ્તવિક, સૂલટું. ના૰ મૂળ ગુણદર્શક માત્રા; ધન (પદ); ઋણ પ્રકાશલેખ પરથી છાપેલો ધનપ્રકાશલેખ (ફોટો).

po'sitivism (પૉઝિટિવિઝ્મ), ના૰ ઇન્દ્રિયગોચર ઘટનાઓ અને પ્રત્યક્ષ ચોક્કસ હકીકતોનો જ સ્વીકાર કરનારું તત્ત્વજ્ઞાન, પ્રત્યક્ષ(જ્ઞાન)વાદ. **po'sitivist** (-વિસ્ટ), ના૰. **positivi'stic** (-વિસ્ટિક), વિ૰.

po'sitron (પૉઝિટ્રન), ના૰ ધન વીજાણુ.

po'sse (પૉસિ), ના૰ પોલીસ સિપાઈ ઓની ટુકડી, લશ્કરની મજબૂત (પૂરતી સંખ્યાવાળી) ટુકડી અથવા કંપની.

posse'ss(પઝે઼સ),સ૰ ક્રિ૰ -નું હોવું, -ની માલિકીનું હોવું, -ની પાસે હોવું, -નું ધણી હોવું; (ભૂત ઇ૰ અંગે) -માં ભરાવું, -ને વળગવું; -નું સ્વામિત્વ ધરાવવું; મુગ્ધ – વશ કરવું, પકડવું. **posse'ssor**(-સર), ના૰.

posse'ssion (પઝે઼શન), ના૰ માલિકીનું કરવું – હોવું તે, માલિકી; કબજો, ભોગવટો; માલિકીની વસ્તુ; ભૂતસંચાર; [બ૰ વ૰ માં] માલમિલકત.

posse'ssive (પઝે઼સિવ), વિ૰ [વ્યાક.] સંબંધનું સૂચક, સંબંધક, માલિકીનું (સૂચક), માલિકીનું કરવા કે ટકાવી રાખવા આતુર. ના૰ સંબંધક ષષ્ઠી વિભક્તિ.

possibi'lity (પૉસિબિલિટિ), ના૰ શકયતા; શકય વસ્તુ.

po'ssible (પૉસિબલ), વિ૰ હોઈ-થઈ-શકે અથવા કરી શકાય એવું, શકય, હોય કે થાય એવું. ના૰ વધારેમાં વધારે મેળવી શકાય તેટલા ગુણ ઇ૰; શકયતા ધરાવનાર ઉમેદવાર, જૂથનો સભ્ય, ઇ૰.

po'ssibly (પૉસિબ્લિ), ક્રિ૰ વિ૰ શકય હોય ત્યાં સુધી; કદાચ.

po'ssum (પૉસમ), ના૰ [વાત.] ઝાડ પર રહેનારું બચ્ચાને માટે શરીરમાં કોથળીવાળું એક પ્રાણી. **play ~**, બેભાન હોવાનો ઢોંગ કરવો.

post[1] (પોસ્ટ), ના૰ થાંભલો, સ્તંભ, જાહેરાતનું પાટિયું લટકાવવા માટે અથવા સરહદ બતાવવા રોપેલો મજબૂત વાંસ ઇ૰; શરતમાં અમુક ઠેકાણે રોપાતો થાંભલો,

સ૰ ક્રિ૰ ~ (up), થાંભલા, પાટિયા, ઇ૰ પર જાહેરાત ચોઢવી; છાપેલી યાદીમાં કે પાટિયા ઇ૰ પર ચોઢીને જાહેરાત કરવી.

post², ના૰ ટપાલ, ડાક, (ની વ્યવસ્થા); એક વખત ભેગા કરેલા કે વહેંચાયેલા પત્રો; ટપાલ કચેરી; ફરજ પરના સિપાઈની નિયત જગ્યા; નોકરીની જગ્યા; કિલ્લો, વેપારનું મથક. ઉ૰ ક્રિ૰ ટપાલ પેટીમાં કાગળ નાખવો, ટપાલમાં રવાના કરવો; ઝડપથી પ્રવાસ કરવો (અગાઉ ટપાલની ઘોડાગાડીમાં કરાતો); ખાતાવહીમાં નોંધવું; છેલ્લામાં છેલ્લી–અદ્યતન–માહિતી આપવી; સિપાઈને તેની જગ્યાએ ઊભો રાખવો; અમુક જગ્યા કે હોદ્દા પર નીમવું. **~-box**, ટપાલપેટી, કાગળ નાંખવાની પેટી. **~card**, પોસ્ટકાર્ડ. **~-code**, સ્થળપરત્વે કાગળ જુદા પાડવા માટે ટપાલકચેરીઓને આપેલી સંખ્યાઓ, પિનકોડ. **~-haste**, ઉતાવળથી, વિનાવિલંબે. **~man**, ટપાલી. **~-mark**, કાગળ ઇ૰ પરનો ટપાલનો સિક્કો. **~master**, **~mistress**, ટપાલ કચેરીનો હવાલો સંભાળનાર પુરુષ-સ્ત્રી. **P~ Office**, ટપાલખાતું–ખાતાની વ્યવસ્થા, ટપાલની જાહેર સેવા. **~ office**, ડાકઘર, ટપાલકચેરી.

post- (પોસ્ટ-), સંયોગી રૂપ પછી, પાછળ.

po'stage(પોસ્ટિજ), ના૰ ટપાલનું લવાજમ –હાંસલ. **~-stamp**, ટપાલની ટિકિટ.

po'stal (પોસ્ટલ), વિ૰ ટપાલનું–દ્વારા થઈ જવાતું. **~ order**, પોસ્ટઑફિસની દર્શની હૂંડી.

post-date (પોસ્ટ્ડેટ), સ૰ ક્રિ૰ હોય તેના કરતાં પછીની તારીખ નાખવી–લખવી.

po'ster (પોસ્ટર), ના૰ સાર્વજનિક જગ્યાએ મૂકેલી જાહેરાત; મોટું છાપેલું ચિત્ર.

poste resta'nte (પોસ્ટરે'સ્ટાંટ), ના૰ ધણી માગવા આવે ત્યાં સુધી તેની ટપાલ રાખી મૂકવાનું ટપાલકચેરીનું એક ખાતું.

poste'rior(પોસ્ટિઅરિઅર),વિ૰ પાછળનું –ના ભાગનું; પછીનું (સમય ને ક્રમમાં). ના૰ કૂલા. **posterio'rity**(-રિઑરિટિ), ના૰.

poste'rity (પોસ્ટે'રિટિ), ના૰ વંશજો; ભાવી પેઢીઓ.

po'stern (પોસ્ટર્ન), ના૰ પાછળનું કે બાજુનું દ્વાર.

post-gra'duate (પોસ્ટ્ગ્રૅડ્યુઅટ),વિ૰ (અભ્યાસક્રમ અંગે) સ્નાતકોત્તર. ના૰ એવો અભ્યાસક્રમ લેનાર.

po'sthumous (પોસ્ટ્યુમસ), વિ૰ પિતાના મૃત્યુ પછી જન્મેલું; લેખકના મૃત્યુ પછી પ્રકાશિત; મરણોત્તર થયેલું–થનારું.

postil(l)ion(પોસ્ટિલ્યન), ના૰ ગાડીમાં જોડેલા ઘોડામાંથી નજીકના એક પર બેસીને તે હાંકનાર.

Post-Impr'essionism (પોસ્ટ્-ઇમ્પ્રે'શનિઝ્મ) ના૰ કળામાં પ્રભાવવાદની પ્રતિક્રિયા રૂપે દાખલ થયેલો પ્રતિપ્રભાવવાદ. **Post-Impre'ssionist** (-શનિસ્ટ), વિ૰ અને ના૰.

post-mor'tem (પોસ્ટ્મોર્ટમ), ક્રિ૰ વિ૰ મરણ પછી. વિ૰ અને ના૰ મરણ પછી કરેલી (પ્રેતની તપાસ); [વાત.] રમત ઇ૰ પૂરી થયા પછી કરાતી (તેની ચિકિત્સા–ચર્ચા).

post-na'tal (પોસ્ટ્નેટલ), વિ૰ જન્મ પછીનું, જન્મોત્તર.

postpo'ne (પોસ્ટ્પોન), સ૰ ક્રિ૰ કરવા ઇ૰નું મુલતવી–મોકૂફ–રાખવું. **postpo'nement** (-ન્મન્ટ), ના૰.

po'stscript (પોસ્ટ્સ્ક્રિપ્ટ), ના૰ તાજા કલમ, પુનર્લેખ.

po'stulant (પોસ્ટ્યુલન્ટ),ના૰ વિ૰ ક૰ ધાર્મિક સંઘમાં દાખલ થવા માગતો ઉમેદવાર.

po'stulate(પોસ્ટ્યુલેટ), સ૰ક્રિ૰ માગવું, માગણી કરવી; આવશ્યક હોવું; સ્વયંસિદ્ધ તરીકે માની લેવું. ના૰[-લટ] ગૃહીત સિદ્ધાન્ત.

po'sture (પોસ્ચર), ના૰ અંગસ્થિતિ, આસન; શારીરિક કે માનસિક અવસ્થા –વલણ; વહેવાર ઇ૰ની એકંદર પરિસ્થિતિ. અ૰ ક્રિ૰ અંગવિન્યાસ કરવો, વિ૰ ક૰ અસર ઉપજાવવા માટે, આસન કરવું.

po'st-war(પોસ્ટ્વૉર), વિ૰ યુદ્ધ પછીનું, યુદ્ધોત્તર.

po'sy (પોઝ઼િ), ના૦ પુષ્પગુચ્છ, કલગી.

pot[1] (પૉટ), ના૦ વાસણ, પાત્ર; પેશાબ ઇ૦ માટેનું (રાતે વાપરવાનું) વાસણ; વાસણ માંની વસ્તુ; [વાત.] ઇનામ તરીકે મળેલી રકમ, પ્યાલો, ઇ૦; તુંદિલ. **go to ~,** [વાત.] -નો સત્યાનાશ થવો. **~** સ૦ક્રિ૦ વાસણમાં ભરવું ખાસ ક. મીઠું મસાલો ભરીને મૂકવું; કૂંડામાં રોપવું (છોડ ઇ૦); સંક્ષેપ કરવો; (શિકાર) હાથ કરવો; ગોળીથી મારી નાખવું; [બિલ્યર્ડ] (દડો) જાળીમાં ધકેલવો. **~-belly,** દૂંદાળું (માણસ). **~-boiler,** કેવળ પૈસા માટે કરેલું સાહિત્યલેખન. **~-herb,** રાંધવાની ભાજી વગેરે. **~-hole,** રસ્તામાં પડતો ખાડો; [ભૂસ્તર॰] ખડકમાંનો ઊંડો નળાકાર ખાડો. **~ luck,** ભોજન માટે જે કંઈ સૂકો રોટલો મળે તે. **~-roast** સ૦ ક્રિ૦ વાસણમાં ધીમે તાપે સીઝવવું. ના૦ એવી રીતે રાંધેલું માંસ. **~sherd,** ભાંગેલા વાસણનો કટકો, ઠીંકરું. **~-shot,** ફાવે તેમ મારેલી ગોળી.

pot[2], ના૦ ભાંગ.

po'table (પૉટબલ), વિ૦ પી શકાય એવું.

po'tash (પૉટૅશ), ના૦ એક ધોળો ક્ષાર, પોટૅશ.

pota'ssium (પટૅસિઅમ), ના૦ ચાંદી જેવું સફેદ પોચું એક ધાતુરૂપ મૂળતત્ત્વ.

pota'tion (પટેશન), ના૦ પીણું; પાન.

pota'to (પટેટો), ના૦ [બ૦ વ૦ **~es**] બટાટાનો છોડ; બટાકો.

pot(h)ee'n (પટીન), ના૦ એક જાતનો ગેરકાયદે ગાળેલો આઇરિશ દારૂ.

po'tent (પોટન્ટ), વિ૦ બળવાન; (દલીલ ઇ૦ અંગે) ખાતરી કરાવનારું; જોરદાર, મજબૂત; પ્રભાવી, અસરકારક; (પુરુષ અંગે) વીર્યવાન. **po'tency** (-ટન્સિ), ના૦.

po'tentate (પોટન્ટેટ), ના૦ રાજા, શાસક.

pote'ntial (પટૅન્શલ), વિ૦ થઈ શકે એવું, સંભવનીય. ના૦ [પદાર્થ.] સંભાવ્ય-શક્તિ, સ્થિતિમાન શક્તિ. સંભાવ્યતા; વાપરવાલાયક સાધનસામગ્રી.

potentia'lity (પટૅન્શિઍલિટિ), ના૦ શક્યતા, સંભાવ્યતા, વિકાસ ક્ષમતા.

pothee'n (પટીન), જુઓ **potee'n.**

po'ther (પૉધર), ના૦ ધાંધલ, ગડબડ; શોરબકોર

po'tion (પોશન), ના૦ દવા કે ઝેરનો ઘૂંટડો.

pot-pourri' (પોપુરી), ના૦ ગુલકંદ; સંગીત કે સાહિત્યનો પરચૂરણ સંગ્રહ

po'ttage (પૉટિજ), ના૦ શાક, ગોસ, ઇ૦ ઉકાળીને કરેલો જાડો રસો, સૂપ.

po'tter[1] (પૉટર), અ૦ ક્રિ૦ કામની રમત કરવી, વેઠ ઉતારવી.

po'tter[2], ના૦ કુંભાર.

po'ttery (પૉટરિ), ના૦ માટીનાં વાસણ-કુસણ, કુંભારકામ – શાળા.

po'tty[1] (પૉટિ), વિ૦ [વિ૦બો૦] નજીવું; મૂર્ખ, ચક્રમ.

po'tty[2], ના૦ [વાત.] બાળક માટેનું ઝાડા-પેશાબનું પાત્ર.

pouch (પાઉચ), ના૦ નાનકડી કોથળી; બટવો; કાંગારૂ જેવા પ્રાણીની બચ્ચા માટે-ની કોથળી; કોથળી જેવું કુદરતી પાત્ર. ઉ૦ ક્રિ૦ કોથળીમાં મૂકવું; કોથળીની જેમ લટકવું.

pouffe (પૂફ), ના૦ રૂ ઇ૦ ભરેલું નીચું આસન અથવા ઉશીકું.

pou'lterer (પોલ્ટરર), ના૦ મરઘાં બતક, શિકારનાં પ્રાણીઓ વેચવાવાળો.

pou'ltice (પોલ્ટિસ), ના૦ સોજો, ગૂમડું, ઇ૦ પર મૂકવાનું પોટીસ. સ૦ ક્રિ૦ ઉપર પોટીસ મૂકવું.

pou'ltry (પોલ્ટ્રિ), ના૦ ખોરાક માટે પાળેલાં મરઘાં, બતક, ઇ૦.

pounce (પાઉન્સ), અ૦ ક્રિ૦ -ની ઉપર ઓચિંતો હુમલો કરવો, તરાપ મારીને પકડી લેવું. ના૦ ઝડપ, તરાપ, (મારવી તે).

pound[1] (પાઉન્ડ), ઉ૦ક્રિ૦ કચરવું, ખાંડવું, કૂટવું; પીટવું, ઠોકવું; ધમધમ ચાલવું, દોડવું, ઇ૦.

pound[2], ના૦ હરાયાં ઢોર, રસ્તા પરથી ખસેડેલાં વાહનો ઇ૦ પૂરવાનો વાડો, ડબ્બો.

pound[3], ના૦ એક વજન – રતલ; બ્રિટનનું એક નાણું આશરે ૨૦ રૂપિયાનું. **~ (sterling)**; **~ note,** એક પાઉન્ડની નોટ.

pou'ndage (પાઉન્ડિજ), ના૦ દર પાઉન્ડે

-(વજન) અપાતું વળતર, ફી, ઇ૦; દર પાઉન્ડે (કિંમત) પર લેવાનો કર. ઇ૦.

pou'nder (પાઉન્ડર), ના૦ એક પાઉન્ડ અથવા અમુક પાઉન્ડ (-~) વજનના ગોળા ફેંકનારી તોપ.

pour (પૉર), ઉ૦ ક્રિ૦ વહેવું, -ની ધાર ચાલવી; (વરસાદ અંગે) ધોધો વરસવું – પડવું; રેડવું; -નો ધોધ વહેવડાવવો – વરસાદ વરસાવવો.

pou'ssin (પૂસેં), ના૦ ખાવા માટે ઉછેરેલું મરઘીનું બચ્ચું.

pout (પાઉટ), ઉ૦ ક્રિ૦ હોઠ બહાર કાઢવા – ફુલાવવા, મોં ચડાવવું; (હોઠ અંગે) બહાર નીકળવા, વિ૦ક૦ (ખોટી) નારાજી વ્યક્ત કરવા. ના૦ હોઠ ફુલાવવા – રિસાવું – તે; એક જાતની માછલી.

pou'ter (પાઉટર), ના૦ અન્નાશયને ખૂબ ફુલાવવાની શક્તિવાળું કબૂતર.

po'verty (પૉવર્ટિ), ના૦ ગરીબાઈ, દારિદ્રય; ન્યૂનતા, ખોટ; સાધનહીનતા, અભાવ, ખામી; હીનતા.

P.O.W., સંક્ષેપ. prisoner of war.

pow'der (પાઉડર), ના૦ ભૂકી-કો, ચૂર્ણ; દવાની ફાકી, ચૂર્ણ; પ્રસાધનનો પાવડર; બંદૂકનો દારૂ. ઉ૦ ક્રિ૦ ભૂકી કે ભૂકો કરવો; ઉપર પાવડર (ભૂકી) છાંટવી. **~ blue**, કપડાં માટે વપરાતી ગળી, તેનો વાદળી રંગ. **~-flask, ~-horn, ~ -magazine**, બંદૂકની દારૂ રાખવાની બાટલી, ડબો, શીંગડું. દારૂગોળાનું કોઠાર. **~ -puff**, ડિલે પાવડર ચોળવા રૂવાં ઇ૦ ભરેલી નાનકડી પોચી કોથળી. **pow'dery** (પાઉડરી), વિ૦ ભૂકીવાળું,

pow'er (પાવર), ના૦ ક્રિયાશક્તિ, સામર્થ્ય; જોમ, ઉત્સાહ; કાબુ, પ્રભાવ, વર્ચસ્વ; અધિકાર; પ્રભાવી વ્યક્તિ; સામર્થ્ય સંપન્ન વગદાર રાષ્ટ્ર; યાંત્રિક બળ વાપરવાની ક્ષમતા; હોય તેનાથી મોટી દેખાય તેમ કરવાની કાચ(લેન્સ)ની શક્તિ. **~ (of a number)**, [ગ.] ઘાત. સ૦ક્રિ૦ યાંત્રિક અને વીજળિક શક્તિથી યુક્ત કરવું. **~ cut**, વીજળી ઇ૦ના પુરવઠામાં તાત્કાલિક કાપ. **~ -house**, વીજળી પેદા કરવાનું મથક; [લા.] ધગશ અથવા શક્તિનું મૂળ-સ્રોત. **~ point**, વીજળીના જોડાણ માટેનું ખામણું. **~-station**, વહચણી માટે વીજળી પેદા કરવાનું મથક.

pow'erful (પાવરફુલ), વિ૦ ખૂબ બળવાન–શક્તિશાળી–વગવાળું.

pow'erless (પાવરલિસ), વિ૦ શક્તિ-હીન, લાચાર, અસમર્થ.

pow'-wow (પાઉવાઉ), ના૦ ઉ. અમેરિકાના ઇંડિયનોની સભા કે સંમેલન; [વાત.] સંમેલન, વાદવિવાદ.

pox (પૉક્સ), ના૦ શીતળા, અછબડા, ઇ૦; ગરમીનો રોગ, ઉપદંશ.

p.p., સંક્ષેપ. per pro.

pp., સંક્ષેપ. pages.

pp., સંક્ષેપ. ***pianissimo***.

P.P.S., સંક્ષેપ. Parliamentary Private Secretary; ***post postscriptum*** (further postscript).

P.R., સંક્ષેપ. proportional representation; public relations.

pra'cticable (પ્રૅક્ટિકબલ), વિ૦ કરી કે વાપરી શકાય એવું; વહેવારુ. **practicabi'lity** (-બિલિટિ), ના૦.

pra'ctical (પ્રૅક્ટિકલ), વિ૦ વહેવારનું -ને લગતું, પ્રત્યક્ષ (વહેવારમાં) બતાવેલું; વ્યાવહારિક; વાસ્તવિક, કેવળ નામનું નહિ; કરી શકાય એવું. **~ joke**, સામું માણસ બની જાય એવી ટોળ.

pra'ctically (પ્રૅક્ટિકલિ), ક્રિ૦ વિ૦ વહેવારની દૃષ્ટિથી, વસ્તુતઃ; લગભગ.

pra'ctice (પ્રૅક્ટિસ), ના૦ પ્રત્યક્ષ કૃતિ (કેવળ સિદ્ધાન્તની નહિ); અભ્યાસ, ટેવ; પ્રસ્થાપિત રીત; અભ્યાસ, રિયાઝ; વકીલ કે ડાક્તરનો ધંધો. **in ~**, પ્રત્યક્ષ વહેવારમાં–કૃતિમાં, સતત અભ્યાસને પરિણામે કુશળતાવાળું. **out of ~**, અભ્યાસને અભાવે અગાઉના કૌશલ્ય વિનાનું.

pra'ctise (પ્રૅક્ટિસ), ઉ૦ ક્રિ૦ કૃતિમાં ઉતારવું; વ્યવસાય કરવો; -નો અભ્યાસ-

મહાવરો-કરવો; ~**(up)on**, છેતરવું, -ના ભોળપણનો લાભ લેવો. **pra'ctised**, વિ૦ કુશળ, અનુભવી.

practi'tioner (પ્રેક્ટિશનર), નાo વ્યવસાય કરનારો, વિ૦ ક૦ વૈદકીય.

prae'tor (પ્રીટર), નાo પ્રાચીન રોમનો મૅજિસ્ટ્રેટનો હોદ્દો ધરાવનાર. 'કૉન્સલ'થી ઊતરતી કક્ષાનો. **praetor'ian** (પ્રીટિરિઅન), વિ૦. **praetorian guard**, રોમન સમ્રાટ ઇ૦નો અંગરક્ષક.

pragma'tic (પ્રૅગ્મૅટિક), વિ૦ વ્યાવહારિક બોધની દૃષ્ટિથી ઇતિહાસની ઘટનાઓનો વિચાર કરનાર; વ્યાવહારિક મહત્ત્વની દૃષ્ટિથી પ્રશ્નોનો નિકાલ કરનાર.

pra'gmatism (પ્રૅગ્મટિઝ્મ), નાo વ્યવહારની દૃષ્ટિથી બધી બાબતોનો વિચાર કરવો તે; કેવળ તેના વ્યાવહારિક પરિણામોની દૃષ્ટિથી જ બધી બાબતોને મૂલવનારી વિચારસરણી. **pra'gmatist**(-ટિસ્ટ), નાo.

prair'ie (પ્રે'અરિ), નાo મોટા વૃક્ષ વિનાનું ઘાસનું મેદાન.

praise (પ્રેઝ઼), સ૦ ક્રિ૦ વખાણવું, -ને વિશે સારો અભિપ્રાય આપવો, -ની સ્તુતિ કરવી. નાo સ્તુતિ(કરવી તે).~**worthy**, સ્તુત્ય.

pra'line (પ્રાલીન), નાo બદામ ઇ૦ની ચીકી.

pram (પ્રૅમ), નાo બાબાગાડી.

prance (પ્રાન્સ), અ૦ ક્રિ૦ (ઘોડા અંગે) પાછલા પગે ઉછાળો મારવો - કૂદવું; [લા.] ડોળ-આડંબર-થી કે ઉત્તેજિત થઈને ચાલવું. નાo કૂદકો, ઠેકડો, (મારવો તે).

prank[1] (પ્રૅંક), નાo કૂદંકૂદા; અડપલું.

prank[2], સ૦ ક્રિ૦ શણગારવું, સુશોભિત કરવું.

prate (પ્રેટ), અ૦ ક્રિ૦ વાહિયાત વાતો કરવી. લવારો કરવો.

pra'tfall (પ્રૅટ્ફૉલ), નાo [વાત.] કૂલા પર પડવું તે; અપમાનકારક નિષ્ફળતા.

pra'ttle (પ્રૅટલ), સ૦ ક્રિ૦ બાલિશપણે બોલવું, ફાવે તેમ બકવું. નાo બકવાટ.

prawn (પ્રૉન), નાo મોટા ઝીંગા જેવું એક દરિયાઈ સકવચ ખાદ્ય પ્રાણી.

pray (પ્રે), ઉ૦ ક્રિ૦ કાલાવાલા-આજીજી-કરવી, વીનવવું, પ્રાર્થના કરવી.

prayer (પ્રે'અર), નાo પ્રભુપ્રાર્થના, બંદગી; પ્રાર્થના-વીનવણી (કરવી તે). ~**-book**, પ્રાર્થનામાળા (પુસ્તક). ~**-mat**, મુસલ્લો પ્રાર્થનાની ચટાઈ.

pre-, ઉપસર્ગ, પૂર્વે.

preach (પ્રીચ), ઉ૦ ક્રિ૦ પ્રવચન કરવું; ધર્મનો - શુભવર્તમાનનો - ઉપદેશ કરવો; નીતિનો વગર પૂછ્યે ઉપદેશ કરવો; પુરસ્કાર કરવો; -માં ઠસાવવું.

prea'mble (પ્રિઍમ્બલ), નાo કાયદો, દસ્તાવેજ, ઇ૦નો પ્રાસ્તાવિક ભાગ.

pre-arra'nge (પ્રિઅરેન્જ), ઉ૦ ક્રિ૦ અગાઉથી તજવીજ કરવી. **pre-arra'ngement** (-જ્મન્ટ), નાo પૂર્વયોજના.

pre'bend (પ્રે'બન્ડ), નાo વર્ષાસન, વૃત્તિ; બિશપના દેવળમાં સંગીત ઇ૦ શીખનાર પાદરીને અપાતી શિષ્યવૃત્તિ; એ વૃત્તિ જેમાંથી મળે તે જમીન. **pre'bendal** (-ડલ), વિ૦.

pre'bendary (પ્રે'બન્ડરિ), નાoપાદરીનું વેતન કે વૃત્તિ ધારણ કરનાર.

precar'ious (પ્રિકે'અરિઅસ), વિ૦ રામભરોસે, દૈવાધીન; અનિશ્ચિત; જોખમકારક.

pre-ca'st (પ્રીકાસ્ટ), સ૦ ક્રિ૦ [**-cast**] (વિ૦ ક૦ ભૂ૦ કૃ૦ તરીકે) બાંધકામમાં કાંકરેટ વાપરતાં પહેલાં તેના અમુક આકારનાં ચોસલાં (બ્લૉક) બનાવવા.

precau'tion (પ્રિકૉશન), નાo સાવચેતી, આગળથી લીધેલું સાવચેતીનું પગલું. **precau'tionary** (-નરિ), વિ૦.

prece'de (પ્રિસીડ), ઉ૦ ક્રિ૦ મહત્ત્વ, સ્થાન કે સમયની બાબતમાં આગળ-પહેલાં-હોવું-જવું-બનવું; અગ્રેસર હોવું; -ની પહેલાં થાય તેમ કરવું.

pre'cedence (પ્રે'સિડન્સ, પ્રિસી-), નાo અગ્રવર્તિત્વ, અગ્રેસરત્વ; અગ્રપદ; અગ્રપદનો હક; (-થી) ઊંચું સ્થાન.

pre'cedent (પ્રે'સિડન્ટ, પ્રિસી-), ના૦ આધાર ગણવા જેવો આગળનો દાખલો, ફેંસલો, ચુકાદો, ઇ૦.

prece'ntor (પ્રિસે'ન્ટર), ના૦ ખ્રિસ્તી દેવળની ગાયકમંડળીનો મુખ્ય, ગાયનનો હવાલો સંભાળનાર.

pre'cept (પ્રીસે'પ્ટ), ના૦ કામનો કે આચરણનો નિયમ; હુકમ, આજ્ઞા; બોધ, ઉપદેશ.

prece'ptor (પ્રિસે'પ્ટર), ના૦ શિક્ષક, ગુરુ; બોધ આપનાર. **preceptor'ial** (-ટૉરિઅલ), વિ૦.

prece'ssion (પ્રિસે'શન), ના૦ [ખ૦] અયનચલન, વહેલાં થવું તે.

pre'cinct (પ્રે'સિંક્ટ), ના૦ મંદિર કે કાર્યાલયને લગતી જમીન; [બ૦ વ૦માં] પરિસર, આસપાસનો પ્રદેશ, જ્યાં વાહનોની અવરજવર બંધ હોય છે તે શહેરનો વિભાગ.

precio'sity (પ્રે'શિઑસિટિ), ના૦ કળા ઇ૦માં અતિસંસ્કાર-ચોકસાઈ.

pre'cious (પ્રે'શસ), વિ૦ કીમતી, મૂલ્યવાળું, મહામૂલું; સ્વાભાવિક નહિ એવું, ડોળવાળું.ક્રિ૰વિ૦ [વાત.] અત્યંત, અતિશય.

pre'cipice (પ્રે'સિપિસ), ના૦ કરાડ, ભેખડ, સીધો ઢોળાવ.

prec'ipitance (પ્રે'સિપિટન્સ), **-ancy** (-ટન્સિ), ના૦ અતિ ઉતાવળ, અવિચારી ઉતાવળ.

preci'pitate (પ્રે'સિપિટેટ), સ૦ ક્રિ૦ ઊંધે માથે ગબડાવી દેવું – પાડી નાખવું; જલદી થાય – ઉતાવળથી કે જોરથી જાય-તેમ કરવું; દ્રાવણમાંનું [રસા.] ઘનદ્રવ્ય તળિયે બેસી જવું – બેસી જાય તેમ કરવું. [પદાર્થ.] વરાળનું ટીપાંમાં રૂપાંતર કરવું. વિ૦ (-ટટ) ઝંપલાવીને ઊંધે માથે પડનારું; અવિચારી; અતિઉતાવળથી કરેલું. ના૦ તળિયે બેઠેલો ઘન ભાગ; વરાળ ઘટ્ટ થઈ ને તેનું ટીપાંમાં રૂપાંતર થવું.

precipita'tion (પ્રે'સિપિટેશન), ના૦ ઊંધે માથે પાડી નાખવું – પડી જવું તે; અતિ ઉતાવળ, ધાંધલ; ઠ[illegible] તળિયે બેઠેલો ભાગ – ઘન પદાર્થ; વરસાદ, બરફ, કરાં પડવાં તે.

preci'pitous (પ્રે'સિપિટસ), વિ૦ કરાડનું - ના જેવું, ઊભું.

pré'cis (પ્રેસિ), ના૦ [બ૦ વ૦ એ જ ઉચ્ચાર પ્રે'સીઝ] સંક્ષેપ, સાર. સ૦ ક્રિ૦ -નો સંક્ષેપ કરવો.

preci'se (પ્રિસાઇસ), વિ૦ ચોક્કસ શબ્દોવાળું -માં કહેલું; ચોક્કસ, નિશ્ચિત; શિષ્ટાચારનું ઝીણવટથી પાલન કરનાર.

preci'sely (પ્રિસાઇસ્લિ), ક્રિ૦ વિ૦ ચોક્કસપણે; ચોક્કસ શબ્દોમાં; બરાબર.

preci'sian (પ્રિસિઝન), ના૦ શિષ્ટાચારનું ઝીણવટથી પાલન કરનાર અથવા ઔપચારિક માણસ.

preci'sion (પ્રિસિઝન), ના૦ ચોકસાઈ.

preclu'de (પ્રિક્લૂડ), સ૦ ક્રિ૦ રોકવું; અશક્ય બનાવવું.

preco'cious (પ્રિકોશસ), વિ૦ અકાલપક્વ – પ્રૌઢ, ઉંમરના પ્રમાણમાં ઘણું સમજણું. **preco'city** (પ્રિકૉસિટિ), ના૦.

precogni'tion (પ્રીકૉગ્નિશન), ના૦ પૂર્વજ્ઞાન (વિ૦ ક૦ ઇન્દ્રિયાતીત).

preconcei've (પ્રીકન્સીવ), સ૦ ક્રિ૦ અગાઉથી ધારી લેવું – મત બાંધવો.

preconce'ption (પ્રીકન્સે'પ્શન), ના૦ પૂર્વધારણા, પૂર્વગ્રહ.

preconcer't (પ્રીકન્સર્ટ), સ૦ ક્રિ૦ પહેલેથી કબૂલ કરવું – ઠરાવવું.

pre-condi'tion (પ્રીકન્ડિશન), ના૦ પૂર્વશરત.

precur'sor (પ્રિકર્સર), ના૦ પૂર્વચિહ્ન, અગ્રદૂત; કચેરી ઇ૦માં પૂર્વે પહેલાં – આવેલો માણસ.

preda'cious (પ્રિડેશસ), વિ૦ (પ્રાણી અંગે) બીજાં પ્રાણીનો શિકાર કરી તેના પર જીવનાર.

pre-da'te (પ્રીડેટ), સ૦ ક્રિ૦ હોય તે પહેલાંની તારીખ લખવી.

pre'dator (પ્રે'ડટર), ના૦ લૂટફાટ કરનાર પ્રાણી.

pre'datory (પ્રેડટરિ), વિ૦ લૂટફાટ

કરનારું, ધાડપાડુ; (પ્રાણી અંગે) બીજાં પ્રાણીઓનો શિકાર કરનાર.

predecea'se (પ્રીડિસીસ), સ૦ ક્રિ૦ -ની પહેલાં મરી જવું. ના૦ બીજાની પહેલાં મરણ.

pre'decessor (પ્રીડિસે'સર), ના૦ કોઈ જગ્યા કે હોદ્દા પરનો આગળનો માણસ, પૂર્વગામી.

pre'destine (પ્રિડે'સ્ટિન), સ૦ ક્રિ૦ આગળથી નક્કી કરવું; (ઈશ્વર કે દૈવ અંગે) આગળથી નિર્માણ કરી મૂકવું – નિયત કરવું. **predestina'tion**(-નેશન), ના૦.

predeter'mine (પ્રીડિટર્મિન), સ૦ ક્રિ૦ આગળથી નક્કી – નિયત–કરવું, આગળથી નિર્માણ કરી રાખવું. **predetermina'tion** (-નેશન), ના૦.

pre'dicable (પ્રે'ડિકબલ), વિ૦ જેને વિષે કશું કહી શકાય એવું, વિધેય.

predi'cament (પ્રે'ડિકમન્ટ), ના૦ વિકટ – કઠણ – કપરી – અવસ્થા, દુર્દશા.

pre'dicate (પ્રે'ડિકટ), ના૦ [વ્યાક.] કર્તાને વિષે જે કંઈ કહેવાયું હોય તે, વિધેય; વાચ્ય. સ૦ ક્રિ૦ (-કેટ) સાચું કે વિદ્યમાન છે એમ કહેવું, વિધાન કરવું. **predica'tion** (-કેશન), ના૦.

predi'cative (પ્રિડિકટિવ), વિ૦ [વ્યાક.] વિધેયાત્મક, વિધેય.

predi'ct (પ્રિડિક્ટ), ઉ૦ ક્રિ૦ ભવિષ્ય ભાખવું, આગાહી કરવી. **predi'ction** (-ક્શન), ના૦.**predi'ctive** (-ક્ટિવ),વિ૦.

predige'st (પ્રીડાઇજે'સ્ટ), સ૦ક્રિ૦ અગાઉથી પચાવવું, ખોરાકને સુપાચ્ય બનાવવો.

predile'ction (પ્રે'ડિલે'ક્શન), ના૦ મનનો ઝોક–વલણ; પક્ષપાત.

predispo'se (પ્રીડિસ્પોઝ઼), સ૦ક્રિ૦ -નું અગાઉથી વલણ કરાવવું, આગળથી અનુકૂળ–ઉન્મુખ–કરી રાખવું. **predisposi'tion** (-પઝ઼િશન), ના૦.

predo'minate (પ્રિડૉમિનેટ), અ૦ક્રિ૦ -નું જોર હોવું–ચાલવું, -નું (કશાવર) વર્ચસ્વ હોવું–ચલાવવું; -નું પ્રાધાન્ય હોવું.

predo'minance (-નન્સ), ના૦. **predo'minant** (-નન્ટ), વિ૦.

pre-e'minent (પ્રીએ'મિનન્ટ), વિ૦ બીજા બધાથી આગળ પડતું–ચઢિયાતું, સર્વોપરિ, અગ્રગણ્ય. **pre-e'minence** (-નન્સ), ના૦.

pre-e'mpt (પ્રીએ'મ્પ્ટ), સ૦ક્રિ૦ અગ્રક્રયાધિકારની રૂએ મેળવવું.

pre-e'mption (પ્રીએ'મ્પ્શન), ના૦ બીજાને ખરીદવાની તક આપતાં પહેલાં ખરીદ કરવું તે; અગ્રક્રયાધિકાર.

pre-e'mptive (પ્રીએ'મ્પ્ટિવ), વિ૦ અગ્રક્રયાધિકારને લગતું; [લશ્કર.] ડરામણા શત્રુની કેડ ભાંગીને તેનો હુમલો રોકવા માટેનું; [બ્રિજ; હાથ બોલવા અંગે] બીજો કોઈ વધારે હાથ ન બોલી શકે તેટલા.

preen (પ્રીન), સ૦ક્રિ૦ (પક્ષી અંગે) ચાંચવતી પીંછાં સરખાં કરવાં; (માણસ અંગે) સાફસૂથરા થવું. **~ oneself**, આત્મસંતોષ વ્યક્ત કરવો.

pre-exi'st (પ્રીઇગ્ઝિસ્ટ), અ૦ક્રિ૦ પહેલેથી હોવું.**pre-exi'stence** (-ટન્સ), ના૦. **pre-exi'stent** (-ટન્ટ), વિ૦.

pre'fab (પ્રીફૅબ), ના૦ [વાત.] અગાઉથી તૈયાર કરેલું–કરેલા ભાગવાળું–મકાન.

prefa'bricate (પ્રીફૅબ્રિકેટ), સ૦ક્રિ૦ સ્થળ પર મકાન ઊભું કરતા પહેલાં તેના ભાગ કારખાનામાં તૈયાર કરવા. **prefabrica'tion** (-કેશન), ના૦.

pre'face (પ્રે'ફસ), ના૦ પ્રસ્તાવના; ભાષણ ઇ૦નો પ્રાસ્તાવિક ભાગ. સ૦ક્રિ૦ પ્રસ્તાવના કરવી–દાખલ લખવું. **pre'fatory** (-ટરિ), વિ૦.

pre'fect (પ્રીફે'ક્ટ), ના૦ કોઈ ખાતાનો ઉપરી અધિકારી; શિસ્ત સાચવવા નીમેલો વડો નિશાળિયો. **prefector'ial** (-ટોરિઅલ), વિ૦.

pre'fecture (પ્રીફિક્ચર), ના૦ પ્રીફેક્ટનો હોદ્દો, રહેઠાણ; તેની હકૂમત નીચેનો જિલ્લો; તેના હોદ્દાની મુદત.

prefer' (પ્રિફર), સ૦ક્રિ૦ ચડિયાતું ગણવું – ગણીને પસંદ કરવું; ગુનેગારની

સામે આરોપ – ફરિયાદ કરવી; કોઈ પદ ઉપર ચડાવવું. **pre'ferable** (પ્રે'ફરબલ), વિ૰.

pre'ference (પ્રે'ફરન્સ), ના૰ પસંદ કરવું તે; પસંદ કરેલી વસ્તુ, પસંદગી; અગ્રહક; આયાત જકાત ઘટાડીને પ્રોત્સાહન આપવું – મદદ કરવી – તે.

prefere'ntial (પ્રે'ફરે'ન્શલ), વિ૰ વધારે પસંદગીનું–વાળું, વિશેષ સવલતવાળું.

prefer'ment (પ્રિફર્મન્ટ), ના૰ ઊંચા હોદ્દા પર ચડાવવું તે, પસંદગી, બઢતી.

prefi'gure (પ્રીફિગર), સ૰ક્રિ૰ આકૃતિ કે નમૂના વડે આગળથી બતાવવું; આગળથી મનમાં ચિત્ર દોરવું.

pre'fix (પ્રીફિક્સ), સ૰ક્રિ૰ પુસ્તકમાં પ્રસ્તાવના તરીકે ઉમેરવું; શબ્દની આગળ ઉપસર્ગ તરીકે મૂકવું. ના૰ ઉપસર્ગ; નામ પહેલાં મુકાતો ખિતાબ.

pre'gnant (પ્રે'ગ્નન્ટ), વિ૰ (સ્ત્રી અંગે) સગર્ભા; (માદા અંગે) ગાભણી; ભારે ફળદાયક, ફલોત્પાદક; -થી ભરપૂર; અર્થપૂર્ણ, સૂચક. **pre'gnancy** (-નન્સિ), ના૰.

prehe'nsile (પ્રિહે'ન્સાઇલ), વિ૰ (પૂંછડી, પગ, ઇ૰ અંગે) પકડી શકે એવું.

prehisto'ric (પ્રીહિસ્ટૉરિક), વિ૰ પ્રાગૈતિહાસિક. **prehi'story** (-હિસ્ટરિ), ના૰.

preju'dge (પ્રીજજ), સ૰ક્રિ૰ સુનાવણી કે યોગ્ય તપાસ કર્યા વિના ચુકાદો આપવો– નિર્ણય કરી લેવો. **preju'dgement** (-જ્મન્ટ), ના૰.

pre'judice (પ્રે'જુડિસ), ના૰ હકીકત જાણ્યા વિના આગળથી બાંધેલો અભિપ્રાય, પૂર્વગ્રહ; પક્ષપાત; કોઈ કૃતિ કે અભિપ્રાયને લીધે થયેલી ઈજા, અપાય, હાનિ. સ૰ક્રિ૰ -ને બાધ લગાડવો, બગાડવું; -ના હિતને ઈજા પહોંચાડવી. **prejudi'cial** (-ડિશલ), વિ૰.

pre'lacy (પ્રે'લસિ), ના૰ બિશપ ઇ૰ ધર્માધ્યક્ષો દ્વારા ચાલતો ધર્મસંઘનો વહીવટ; ધર્માધ્યક્ષો; ધર્માધ્યક્ષનું પદ, કક્ષા, કે તાબાનો મુલક.

pre'late (પ્રેલટ), ના૰ બિશપ કે તેનાથી ઊંચી કક્ષાનો પાદરી.

preli'minary (પ્રિલિમિનરિ), વિ૰ પ્રાસ્તાવિક, (પૂર્વ)તૈયારીનું. ના૰ [બહુધા બ૰વ૰માં] તૈયારીરૂપે પ્રથમ કરવાનાં કામ.

pre'lude (પ્રે'લ્યૂડ), ના૰ કશાકની પ્રસ્તાવનારૂપ કામ કે ઘટના; [સં.] નાંદી, શરૂઆતનું ટૂંકું સંગીત. સ૰ક્રિ૰ પ્રસ્તાવના દાખલ હોવું, પ્રાસ્તાવિક કરવું.

pre-ma'rital (પ્રીમૅરિટલ), વિ૰ લગ્નની પૂર્વેનું લગ્નપૂર્વક.

pre'mature(પ્રે'મટ્યુઅર), વિ૰યોગ્ય – હંમેશના–નિયત સમય પહેલાં થયેલું–કરેલું– (બાળક અંગે) જન્મેલું, અકાલપક્વ; ઉતાવળિયું. **prematur'ity** (-રિટિ), ના૰.

preme'ditate (પ્રીમે'ડિટેટ), સ૰ ક્રિ૰ [વિ૰ ક૰ ભૂ૰ કૃ૰ તરીકે] અગાઉથી વિચારવું – યોજવું. **premedita'tion** (-ટેશન), ના૰.

pre'mier (પ્રે'મિઅર), વિ૰ સૌથી આગળ પડતું, અગ્રેસર, પ્રમુખ; અગ્રસ્થાનવાળું. ના૰ પ્રધાનમંત્રી.

pre'mière (પ્રે'મ્યે'અર), ના૰ નાટક, ચિત્રપટ, ઇ૰નો પહેલો ખેલ.

pre'mise (પ્રે'મિસ), ના૰ [ન્યાય.] પ્રતિજ્ઞા, અવયવવાક્ય; [બ૰ વ૰માં] મકાન અને તેની આસપાસની ભૂમિ. [કા. બ૰ વ૰માં] ઉપર કહેલું મકાન, જમીન, ઇ૰. **on the ~s**, -ની ભૂમિ ઉપર, મકાનમાં.

pre'miss (પ્રે'મિસ), ના૰ [ન્યાય.] આધાર વિધાન, બીજું વિધાન જેમાંથી નીકળે તે અગાઉનું વિધાન.

pre'mium (પ્રીમિઅમ), ના૰ બક્ષિસ, ઇનામ; વીમાના કરાર (પૉલિસી)નો હપતો; વ્યાજ કે વેતનમાં અપાતો વધારો, બોનસ. **at a ~**, દર્શની કિંમત કરતાં વધારે ભાવે; [લા.] લોકોમાં ભારે આદરવાળું **P ~ (Savings) Bond**, નિયમિત વ્યાજ વિનાનું પણ સમયે સમયે જાહેર થતા ઇનામની તકને પાત્ર સરકારી ઋણપત્ર.

premoni'tion (પ્રીમનિશન), ના૰ પૂર્વ-

સૂચના, ચેતવણી, આગળથી આપેલી તાકીદ; પૂર્વાભાસ, અગમભાસના. **premo'nitory** (પ્રિમૉનિટરિ), વિ૦.

pre-na'tal (પ્રીનેટલ), વિ૦ જન્મ પહેલાંનું – પહેલાં થતું.

preoccu'pation (પ્રિઑક્યુપેશન), ના૦ મનમાં ઘોળાતો વિચાર કે કામ(ની ચિન્તા); આગળથી લીધેલો કબજો; પૂર્વગ્રહ; તલ્લીનતા.

preo'ccupy (પ્રિઑક્યુપાઇ), સ૦ ક્રિ૦ અગાઉથી રોકવું – કબજો લેવો; તલ્લીન કરવું.

preordai'n (પ્રિઑર્ડેન), સ૦ ક્રિ૦ અગાઉથી ઠરાવવું – યોજના કરવી – નિર્માણ કરવું.

prep (પ્રેપ), ના૦ [વાત.] શાળાનો પાઠ કરવો તે, તેનો સમય.

prepara'tion (પ્રે'પરેશન), ના૦ તૈયારી (કરવી – થવી – તે); [બહુધા બ૦ વ૦માં] તૈયાર થવા માટે કરેલી વસ્તુ; શાળાના પાઠની તૈયારી (કરવામાં પસાર થતો સમય); ખાસ બનાવેલી વાની, દવા, ઇ૦.

prepa'rative (પ્રિપૅરટિવ), વિ૦ અને ના૦ (પ્રારંભિક) તૈયારી.

prepa'ratory (પ્રિપૅરટરિ), વિ૦ તૈયારી કરવાના કામનું; પ્રારંભિક. **~ school**, આગળના અધ્યયન માટે તૈયાર કરનારી શાળા.

prepar'e (પ્રિપે'અર), ઉ૦ ક્રિ૦ તૈયાર કરવું – થવું, તૈયારી કરવી; સાફસૂથરું કરવું, વ્યવસ્થિત કરવું.

prepay' (પ્રીપે), ઉ૦ ક્રિ૦ [-paid] રેલવે નૂર, રવાનગી ખર્ચ, ઇ૦ અગાઉથી આપવું. **prepay'ment** (-મન્ટ), ના૦.

prepo'nderate (પ્રિપૉન્ડરેટ), અ૦ ક્રિ૦ વધારે ભારે હોવું; પ્રભાવ, લાગવગ, ગુણ, સંખ્યા, ઇ૦માં ચઢિયાતું હોવું. **prepo'nderance** (-રન્સ), ના૦. **prepo'nderant** (-રન્ટ), વિ૦.

preposi'tion (પ્રે'પઝિશન), ના૦ નામયોગી – શબ્દયોગી – અવ્યય. **preposi'tional** (-નલ), વિ૦.

preposse'ss (પ્રીપઝે'સ), સ૦ ક્રિ૦ અગાઉથી કબજો લેવો, -ના મનમાં પૂર્વગ્રહ (બહુધા અનુકૂળ) પેદા કરવો. **preposse'ssing** (-સિંગ), વિ૦. **preposse'ssion** (-શન), ના૦.

prepo'sterous (પ્રિપૉસ્ટરસ), વિ૦ સાવ મૂર્ખામીભર્યું; નિસર્ગથી વિપરીત; બુદ્ધિથી વિરુદ્ધ.

pre'puce (પ્રીપ્યૂસ), ના૦ શિશ્નમણિછદ.

Pre-Ra'phaelite (પ્રીરૅફલાઇટ), ના૦ ૧૯મા સૈકાના બ્રિટિશ કલાકારોના જૂથનો કળાકાર.

pre-recor'd (પ્રીરિકૉર્ડ), સ૦ ક્રિ૦ અગાઉથી નોંધ કરવી.

prere'quisite (પ્રીરે'ક્વિઝિટ), વિ૦ અને ના૦ પહેલેથી જરૂર હોય એવી (વસ્તુ).

prero'gative (પ્રિરૉગટિવ), ના૦ રાજાનો વિશેષ અધિકાર (તાત્ત્વિક રીતે અમર્યાદ); ખાસ હક – અધિકાર.

Pres., સંક્ષેપ. president.

pre'sage (પ્રે'સજ), ના૦ શકુન, ભાવીનું સૂચક ચિહ્ન. સ૦ ક્રિ૦ (અથવા પ્રિસેજ) અગાઉથી સૂચવવું, ભાવીનું સૂચન કરવું, ભવિષ્ય ભાખવું, અગ . જોવું.

pre'sbyter (પ્રે'ઝ્બિટર), ના૦ શરૂઆતના ખ્રિસ્તી ધર્મસંઘના અધિકારી, પ્રેસબિટર પંથનો પાદરી – બુઝર્ગ માણસ.

pre'sbytery (પ્રે'ઝ્બિટરિ), ના૦ પ્રેસબિટેરિયન પંથના વડીલોનું મંડળ – પંથનું ધાર્મિક ન્યાયાલય; રોમન કૅથલિક પુરોહિતનું રહેઠાણ.

Presbyte'rian (પ્રેસ્બિટિઅરિઅન), વિ૦ (ચર્ચ કે ધર્મસંઘ અંગે) સરખા હોદ્દાવાળા પ્રૌઢો દ્વારા ચલાવાયેલું. ના૦ પ્રેસ્બિટેરિઅન ધર્મસંઘનો માણસ. **Presbyter'ianism** (-નિઝ્મ), ના૦.

pre'scient (પ્રે'સિઅન્ટ), વિ૦ પૂર્વજ્ઞાનવાળું, અગમબુદ્ધિ. **pre'science** (-અન્સ), ના૦.

prescri'be (પ્રિસ્ક્રાઇબ), ઉ૦ ક્રિ૦ અધિકૃતપણે નક્કી કરી આપવું; અમુક દવા વાપરવા કહેવું; ઉપાય સૂચવવો.

pre'script (પ્રેસ્ક્રિપ્ટ), ના૦ હુકમ, ફતવો.

prescri'ption (પ્રિસ્ક્રિપ્શન), ના૦ અધિકૃતપણે નક્કી કરી આપવું તે; દાક્તરની દવા (બનાવવાની) ચિઠ્ઠી; [કા.] લાંબા કાળનો કબજો કે ભોગવટો, તે દ્વારા પ્રાપ્ત હક.

prescri'ptive (પ્રિસ્ક્રિપ્ટિવ), વિ૦ સૂચના આપનારું, નિર્દેશક; લાંબા ભોગવટા કે વહીવટ પર આધારિત; રૂઢિથી નિયત.

pre'sence (પ્રે'ઝ઼ન્સ), ના૦ હાજર રહેવું તે, હાજરી, ઉપસ્થિતિ; હાજરીની જગ્યા; રૂપ, મુખમુદ્રા, પ્રભાવી વ્યક્તિત્વ; હાજર રહેલી વ્યક્તિ કે વસ્તુ.

pre'sent[1] (પ્રે'ઝ઼ન્ટ), વિ૦ હાજર, ઉપસ્થિત; અહીંનું; હમણાનું, વિદ્યમાન; ચાલુ, થતું; હાથમાં લીધેલું; [વ્યાક.] (કાળ અંગે) વર્તમાન. ના૦ વર્તમાનકાળ; ચાલુ સમય–જમાનો. **at ~**, અત્યારે, હાલ. **for the ~**, હાલ, હમણાં તો.

pre'sent[2], ના૦ ભેટ, દેણગી.

prese'nt[3], (પ્રિઝે'ન્ટ), સ૦ક્રિ૦ દેખાય એવી જગ્યાએ મૂકવું–માંડવું; -ની ઓળખાણ કરાવવી; -નું પ્રદર્શન કરવું; લેવા આગળ ધરવું, રજૂ કરવું, -ની ભેટ કરવી, આપવું. **~ arms**, કોઈને માન આપવા બંદૂક પોતાની આગળ ઊભી ધરવી. **~ person with thing**, -ને વસ્તુ ભેટ આપવી – તેની પાસે લેવડાવવી.

prese'ntable (પ્રિઝે'ન્ટબલ), વિ૦ વ્યવસ્થિત, સભ્ય દેખાવનું, દેખાડવા યોગ્ય. **presentabi'lity** (–બિલિટિ), ના૦.

presenta'tion (પ્રેઝ઼ન્ટેશન), ના૦ ભેટ આપવી તે, -ને ભેટ અપાવી તે; પ્રદર્શન; નાટકનો પ્રયોગ; વિધિસરની ઓળખાણ, વિ૦ક૦ દરબારમાં.

prese'ntiment (પ્રિઝે'ન્ટિમન્ટ), ના૦ પૂર્વાભાસ, (મનથી ઊઠેલી) ભાવિની પ્રેરણા, દુશ્ચિહ્ન.

pre'sently (પ્રેઝ઼ન્ટ્લિ), ક્રિ૦વિ૦ થોડા જ વખતમાં, અબી હાલ; હાલ, અત્યારે (અમે. અને સ્કૉ.)

preser'vative (પ્રિઝ઼ર્વટિવ), વિ૦ અને ના૦ સાચવી–ટકાવી રાખનારું, બગડવા ન દેનારું.

preser've (પ્રિઝ઼ર્વ), સ૦ક્રિ૦ સુરક્ષિત–જીવંત–રાખવું; ટકાવવું. ટકાવી રાખવું; બગડવા ન દેવું, ખોરાક ઇ૦ને મસાલો ભરી કે ચાસણી પાઈ તેનું અથાણું કે મુરબ્બો કરવો; અંગત ઉપયોગ માટે શિકારના પ્રાણીને સાચવી રાખવું. ના૦ ફળનો મુરબ્બો, અથાણું, ઇ૦; શિકારને જાળવી રાખવાનો જંગલનો ભાગ; [લા.] માણસનું પોતાનું એકલાનું મનાતું ક્ષેત્ર. **preserva'tion** (પ્રે'ઝ઼ર્વેશન), ના૦.

pre-shri'nk (પ્રીશ્રિંક), સ૦ક્રિ૦ બનાવતી વખતે જ, પાછળથી નહિ, કપડાને સંકોચાવવું–ચડાવવું–ચડી જાય તેમ કરવું.

presi'de (પ્રિઝ઼ાઇડ), અ૦ક્રિ૦ -ના પ્રમુખ–અધ્યક્ષ–થવું, -નું નિયમન કરવું, સર્વોપરી સત્તા ચલાવવી.

pre'sidency (પ્રે'સિડન્સિ), ના૦ પ્રમુખપદ(ની અવધિ).

pre'sident (પ્રે'ઝ઼િડન્ટ), ના૦ પ્રમુખ, અધ્યક્ષ; કૉલેજ, કાઉન્સિલ, ઇ૦નો ઉપરી; લોકસત્તાક રાજ્યનો ચૂંટાયેલો પ્રમુખ, રાષ્ટ્રપતિ. **preside'ntial** (-ડે'ન્શલ), વિ૦.

presi'dium (પ્રિસિડિઅમ), ના૦ સ્થાયી સમિતિ, વિ૦ક૦ સામ્યવાદી સંઘટનામાં.

press[1] (પ્રે'સ), ઉ૦ક્રિ૦ દાબવું, દબાવવું, ચાંપવું, નિચોવવું; દાબીને સપાટ–ચપટું–લીસું – બનાવવું–કરચલી કાઢી નાખવી, ઇસ્ત્રી કરવી; દાબીને રસ–પાણી–બહાર કાઢવું; (-ની ઉપર) દબાણ કરવું; તાકીદનું હોવું; આગ્રહ કરવો; ભીડ કરવી; ઉતાવળ કરવી; દબાણ કરીને આગળ રસ્તો કાઢવો; આગ્રહપૂર્વક આપવું. ના૦ ભીડ કરવી તે, ભીડ, ધણો ભરાવો; કામ ઇ૦નું દબાણ; દાબવા–સપાટ કે સુંવાળું બનાવવા–રસ કાઢવા–ઇ૦નો સંચો; છાપવાનું યંત્ર, છાપખાનું; છાપાં; કપડાં, પુસ્તકો, ઇ૦ માટેનું બહુધા છાજલીઓવાળું કબાટ. **~ agent**, જાહેરખબરો તથા છાપાની જાહેરાત તરફ ધ્યાન આપવા નીમેલો માણસ. **~ conference**, છાપાંવાળાઓ સાથે મુલાકાત,

પત્રકાર પરિષદ. ~ **cutting**, છાપાની કાપલી. ~**-gallery,** સંસદ ઇ૰માં છાપાંવાળાઓની બેસવાની ઉપલા માળ પરની જગ્યા. ~**'man**, છાપાવાળો, પત્રકાર. ~**-stud,** દબાવીને બેસાડવાનું બે ભાગને જોડનારું બટન ઇ૰. ~**-up,** જમીન પર ઊંધા પડયા પછી હાથના દબાણને જોરે ખભા અને ધડ ઊંચું કરવાની કસરત (બહુધા બ૰વ૰માં].

press², સ૰ક્રિ૰ [ઇતિ.] લશ્કર કે આરમારમાં નોકરી કરવાની ફરજ પાડવી; કામચલાઉ ધોરણે જાહેર કામમાં લેવું. ~**-gang**, લોકોને લશ્કર કે આરમારમાં કામ કરવા પકડી જવા નીમેલી ટોળી. સ૰ક્રિ૰ ફરજિયાત કામમાં લેવું (દબાણ ટુકડી દ્વારા હોય તેમ).

pre'ssing (પ્રે'સિંગ), વિ૰ તાકીદનું; આગ્રહભર્યું. ના૰ દબાવીને બનાવેલી વસ્તુ; ગ્રામાફોન રેકર્ડ-થાળી, એકી વખતે બનાવેલી રેકર્ડોની માલિકા.

pre'ssure (પ્રે'શર), ના૰ દાબ, દબાણ, દબાણનું પ્રમાણ; અસર, લાગવગ; તાકીદ. સ૰ક્રિ૰ દબાવવું, જબરદસ્તી કરવી, મનાવવું. ~**-cooker,** વરાળના ખૂબ દાબથી જલદી રાંધવાનું પાત્ર. ~ **group,** રાજકીય દબાણ કરનારું મંડળ.

pre'ssurize (પ્રે'શરાઇઝ઼), સ૰ક્રિ૰ કોઈની પાસે કશુંક કરાવવા દબાણ કરવું-કરાવવાનો પ્રયત્ન કરવો; ખૂબ ઊંચાઈએ વિમાનની કેબિનમાં વાતાવરણનું સામાન્ય દબાણ જાળવી રાખવું(ભૂ૰ કૃ૰ તરીકે વપરાય છે).

prestidi'gitator (પ્રે'સ્ટિડિ'જિટેટર), ના૰ હાથચાલાકી કરનાર, જાદુગર. **prestidigita'tion** (-ટેશન), ના૰.

presti'ge (પ્રે'સ્ટીઝ), ના૰ વગ, પ્રતિષ્ઠા. વિ૰ વગદાર; પ્રતિષ્ઠા આપનારું, પ્રતિષ્ઠાવાળું.

presti'gious (પ્રે'સ્ટિજસ), વિ૰ પ્રતિષ્ઠિત, પ્રતિષ્ઠાદાયક.

pre'sto(પ્રે'સ્ટો), ક્રિ૰ વિ૰ ઝટપટ, જલદી. વિ૰ અને ના૰ [બ૰વ૰ ~**s**] શીઘ્ર (ગતિ).

pre-stre'ss (પ્રીસ્ટ્રે'સ), સ૰ક્રિ૰ તાણેલા તારો અંદર મૂકીને તે વડે (કાંકરેટને) મજબૂત બનાવવું. (વિ૰ક૰ ભૂ૰કૃ૰ તરીકે વપરાય છે.)

presu'mably (પ્રિઝ્યૂમબ્લિ), ક્રિ૰વિ૰ અટકળથી, એમ માની શકાય કે.

presu'me (પ્રિઝ્યૂમ), ઉ૰ક્રિ૰ માની લેવું, ગૃહીત ધરવું; હિંમત કરવી (**to** સાથે); વધુ પડતો વિશ્વાસ રાખવો, ધૃષ્ટતા કરવી, છૂટ લેવી.

presu'mption (પ્રિઝમ્પ્શન), ના૰ અહંકાર, મગરૂરી; વધારે પડતી ખાતરી-આત્મવિશ્વાસ; માની લેવું તે; માનવાનું કારણ.

presu'mptive (પ્રિઝ઼મ્પ્ટિવ), વિ૰ માની લેવા જેવું, સંભવનીય.

presu'mptuous (પ્રિઝ઼મ્પ્ટ્યુઅસ), વિ૰ વધારે પડતા આત્મવિશ્વાસવાળું, અહંકારી, વધુ પડતી છૂટ લેનારું, બેઅદબ.

presuppo'se (પ્રીસપોઝ઼), સ૰ ક્રિ૰ આગળથી માની લેવું, -નું પૂર્વ-અસ્તિત્વ સૂચવવું; -ની અપેક્ષા રાખવી. **presupposi'tion** (-ઝ઼િશન), ના૰.

pre-ta'x (પ્રીટેક્સ), વિ૰ (આવક અંગે) કર બાદ કરતાં પહેલાંનું.

prete'nce (પ્રિટે'ન્સ), ના૰ ઢોંગ કરવો તે, ઢોંગ; બહાનું; દાવો; આડંબર.

prete'nd (પ્રિટે'ન્ડ), ઉ૰ ક્રિ૰ અમુક હોવાનો કે કરવાનો ઢોંગ-ડોળ-કરવો; (ખોટો) દાવો કરવો; જૂઠું કહેવું, ખોટું બહાનું બતાવવું.

prete'nder (પ્રિટે'ન્ડર), ના૰ ખોટો દાવો કરનાર, વેષધારી.

prete'nsion (પ્રિટે'ન્શન), ના૰ દાવો (કરવો તે); ઢોંગ.

pretenti'ous (પ્રિટે'ન્શસ), વિ૰ ઢોંગી, બડાઈખોર; આડંબરી.

pre'terite (પ્રે'ટરિટ), વિ૰ અને ના૰ [વ્યાક.] ભૂત(કાળ).

preterna'tural (પ્રિટર્નેચરલ), વિ૰ કુદરતના સામાન્ય ક્રમની બહારનું, અસાધારણ; દૈવી.

pre'text (પ્રીટે'ક્સ્ટ), ના૰ દેખીતું કારણ, બહાનું.

pre'tty (પ્રિટિ), વિ૦ રૂપાળું, (કર્ણ)મધુર, નાજુક ને સુંદર; આકર્ષક, રોચક, મીઠું; સરસ, મજાનું. ક્રિ૦ વિ૦ થોડુંઘણું, ઠીકઠીક. **sitting ~**, [વાત.] આરામશીર ગોઠવાયેલું. **~-pretty**, સુંદર થવા માટે ખૂબ મથતું. **pre'ttiness** (-નિસ), ના૦.

pre'tzel (પ્રે'ટ્ઝલ), ના૦ ખારી કકરી બિસ્કિટ.

prevai'l (પ્રિવેલ), અ૦ ક્રિ૦ કોઈની ઉપર જીત-પ્રભુત્વ-મેળવવું; પોતાનો હેતુ પાર પાડવો; વધુ સામાન્ય કે આગળ પડતું હોવું; -નું વર્ચસ્વ હોવું; પ્રચલિત-ચાલુ-હોવું. **~ (up)on**, મનાવવું.

pre'valent (પ્રે'વલન્ટ), વિ૦ પ્રચલિત, સામાન્યપણે જોવામાં આવતું કે વપરાશમાં દેખાતું. **pre'valence** (-લન્સ), ના૦.

preva'ricate (પ્રિવરિકેટ), અ૦ ક્રિ૦ ઉડાઉ જવાબો આપવા, ગેરરસ્તે લઈ જનારું નિવેદન કરવું. **prevarica'tion** (કેશન), ના૦. **preva'ricator** (-કેટર), ના૦.

preve'nt (પ્રિવે'ન્ટ), સ૦ ક્રિ૦ રોકવું, અટકાવવું. **preve'ntion** (-ન્શન), ના૦.

preve'nt(at)ive (પ્રિવે'ન્ટેટિવ, -વેન્ટિ-), વિ૦ અને ના૦ અટકાવનારું, પ્રતિબંધક, (દવા, ઉપાય, ઇ૦).

pre'view (પ્રીવ્યૂ), ના૦ પૂર્વદર્શન. સ૦ ક્રિ૦ જાહેરમાં રજૂ કરતાં પહેલાં જોવું.

pre'vious (પ્રીવિઅસ), વિ૦ પહેલાંનું, અગાઉનું; -થી પહેલાંનું; ઉતાવળથી કરેલું-કરનારું. ક્રિ૦ વિ૦ **~ to**, -ની પહેલાં.

pre-war (પ્રીવૉર), વિ૦ યુદ્ધપૂર્વ.

prey (પ્રે), ના૦ ખોરાક માટે જેનો શિકાર થાય છે કે જેને મારી નાખવામાં આવે છે એવું પ્રાણી, શિકાર, ભક્ષ્ય. અ૦ ક્રિ૦ **~ (up)on**, -નો શિકાર કરવો; તાવી નાખવું, ક્ષીણ કરવું.

price (પ્રાઇસ), ના૦ કિંમત, દામ; કશુંક મેળવવા માટે આપવી પડતી વસ્તુ, કરવો પડતો ત્યાગ, ઇ૦; શરતના ઘોડા ઉપર શરૂઆતમાં લેવાતી કિંમત; સ૦ક્રિ૦ કિંમત નક્કી કરવી-શોધી કાઢવી; કિંમત આંકવી -નો અંદાજ કરવો. **at any ~**, ગમે તે ભોગે, ગમે તેમ કરીને. **at a ~**, ભારે કિંમતે.

pri'celess (પ્રાઇસ્લિસ), વિ૦ અમૂલ્ય; [વિ૦બો૦] ભારે મનોરંજક; મૂર્ખામીભરેલું.

pri'cey (પ્રાઇસિ), વિ૦ [વાત.] ખર્ચાળ.

prick (પ્રિક), ઉ૦ ક્રિ૦ કોચવું, ભોંકવું, -માં નાનું કાણું પાડવું; તીવ્ર દરદ થાય તેમ કરવું; ખૂચવું, સાલવું; કાણાં પાડીને આકૃતિ બનાવવી. ના૦ ભોંકવું તે, તેની નિશાની, કાણું; [પ્રા.] આર; [ગ્રામ્ય.] શિશ્ન. **~-ears**, કેટલાક કૂતરાના ઊભા અણિઆળા કાન. **~ in, off, out,** જમીનમાં નાનાં કાણાં પાડીને તેમાં ધરુ રોપવાં. **~ up one's ears,** (કૂતરા અંગે) સાવધ થઈને કાન ઊભા કરવા, [લા.] એકદમ સાવધ થવું

pri'cker (પ્રિકર), ના૦ આર, પરોણો.

pri'ckle (પ્રિકલ), ના૦ નાનકડો કાંટો, કંટક, સખત અણીવાળું શાહુડીનું પીંછું. ઉ૦ ક્રિ૦ ખૂંચવું.

pri'ckly (પ્રિક્લિ), વિ૦ કાંટાળું, ખૂંચનારું; અતિ ચીઢિયું-આળું, ખાલી-ઝણઝણી-વાળું. **~ heat**, અળાઈ. **~ pear**, ફાફડિયો થોર,-તેનું ફળ

pride (પ્રાઇડ), ના૦ અહંકાર, ગર્વ; ઘમંડ; સ્વાભિમાન; ગર્વયુક્ત આનંદ; સિંહ, મોર, ઇ૦નું જૂથ. કર્તૃ૦ ક્રિ૦ **~ oneself (up)on**, કશાકનું અભિમાન રાખવું. **take a ~ in**, -નો ગર્વ લેવો.

prie-dieu' (પ્રી ડયર), ના૦ પ્રાર્થના માટે ઘૂંટણ ટેકવવાનું મેજ.

priest(પ્રીસ્ટ), ના૦ પુરોહિત, ગોર; પાદરી ડીકનથી ઉપરનો અને બિશપથી નીચેનો.

prie'stess (પ્રીસ્ટિસ), ના૦ ખ્રિસ્તીતરધર્મની ગોર, પૂજારણ.

prie'sthood (પ્રીસ્ટ્હુડ), ના૦ ગોરપદું, પૌરોહિત્ય; પુરોહિતો.

prie'stly (પ્રીસ્ટ્લિ), વિ૦ પુરોહિતનું-ના જેવું-ને શોભે એવું.

prig(પ્રિગ), ના૦ વાણી, રીતભાત કે નીતિની બાબતમાં અતિ ચોકસાઈ; ગર્વિષ્ઠ-વરણાગિયે

-માણસ. **pri'ggish** (-ગિશ), વિ૦.

prim (પ્રિમ), વિ૦ ચાપલસિયું, ઠાવકું; ઔપચારિક; ચોખલિયું.

pri'ma (પ્રાઇમૅ), વિ૦ ~ **balleri'na** (-બૅલરીન), નૃત્યનાટિકાની મુખ્ય નર્તકી. ~ **donna** (-ડૉન), સંગીત નાટકમાં મુખ્ય ગાયિકા; ઝટઝટ મિજાજ ખોનારી વ્યક્તિ.

pri'macy (પ્રાઇમસિ), ના૦ મુખ્ય ધર્માધ્યક્ષનું પદ-જગ્યા; સર્વોપરીપણું.

prima fa'cie (પ્રાઇમફેશી), પ્રથમ દર્શને (પેદા થનારું); પ્રથમ છાપ ઉપર (આધારિત).

pri'mal (પ્રાઇમલ), વિ૦ પ્રાથમિક (સ્વરૂપનું), આદિકાળનું; મૂળભૂત.

pri'mary (પ્રાઇમરિ), વિ૦ મૂળ, અસલ; પહેલું, પ્રથમ, (સ્થળ અને કાળમાં); પ્રધાન, મુખ્ય. ના૦ મૂળરંગ, પ્રાથમિક ચૂંટણી, પીંછું, ઇ૦. ~ **battery**, અફર રાસાયનિક ક્રિયાથી વીજળી પેદા કરનાર બૅટરી. ~ **colour**, મૂળ રંગ. ~ **education**, પ્રાથમિક શિક્ષણ. ~ **school**, પ્રાથમિક શાળા. ~ **election**, મુખ્ય ચૂંટણી માટે ઉમેદવારો પસંદ કરવા માટેની પ્રાથમિક ચૂંટણી. ~ **feather**, પક્ષીની પાંખનું ઊડવાનું મોટું પીંછું.

pri'mate (પ્રાઇમિટ), ના૦ કોઈ પ્રાંત કે દેશનો મુખ્ય બિશપ-ધર્માધિકારી; સસ્તન પ્રાણીઓના ઊંચામાં ઊંચા વર્ગનું પ્રાણી-માણસ, વાંદરો ઇ૦.

prime[1] (પ્રાઇમ), વિ૦, મુખ્ય, સૌથી મહત્ત્વનું; પ્રાથમિક; મૂળભૂત; શ્રેષ્ઠ. ના૦ કશાકનો પહેલો અથવા શ્રેષ્ઠ ભાગ; સંપૂર્ણ કળા, પરાકાષ્ઠા; અવિભાજ્ય સંખ્યા. ~ **minister**, રાજ્યનો મુખ્ય-પ્રધાન-મંત્રી, ~ **number**, નિરવયવ સંખ્યા.

prime[2], સ૦ક્રિ૦ (બંદૂક ઇ૦) ફોડવા માટે તૈયાર કરવી; પંપ ચાલુ કરવા માટે તેમાં પાણી રેડવું; માણસને માહિતી, દારૂ, ઇ૦થી સજ્જ કરવું; લાકડા ઇ૦ને રંગનો પહેલો હાથ દેવો અથવા રંગ શોષાઈ જાય નહિ તે માટે તેલ ચોપડવું.

pri'mer[1] (પ્રાઇમર), **pri'ming** (-મિંગ) ના૦ લાકડાને ચોપડવાનું રંજક દ્રવ્ય.

pri'mer[2], ના૦ બાળકોની પહેલી ચોપડી, બાળપોથી; કોઈ વિષયની પ્રવેશિકા.

prime'val (પ્રાઇમીવલ), વિ૦ પૃથ્વીના આદિકાળનું; પ્રાથમિક અવસ્થાનું; પ્રાચીન.

pri'mitive (પ્રિમિટિવ), વિ૦ પ્રાચીન; જૂના વખતનું સાદું અથવા જુનવાણી ઢબનું; મૂળ, અસલ. ના૦ પ્રાથમિક અવસ્થાના સમાજની વ્યક્તિ; યુરોપના રૅનેઝાંની પહેલાંનો અથવા જુનવાણી તંત્રનો ઉપયોગ કરનાર ચિત્રકાર કે ચિત્ર.

primoge'niture (પ્રાઇમજે'નિચર), ના૦ જ્યેષ્ઠ પુત્રને મિલકતનો વારસો મળે તે સિદ્ધાન્ત કે પદ્ધતિ.

primor'dial (પ્રાઇમૉર્ડિઅલ), વિ૦ આદિકાળનું-થી અસ્તિત્વ ધરાવનારું, તદ્દન શરૂઆતનું.

pri'mrose (પ્રિમ્રોઝ઼), ના૦ આછા પીળા રંગનાં ફૂલવાળો એક છોડ, તેનું ફુલ; આછો પીળો રંગ. **the** ~ **path**, સુખનો સુંવાળો માર્ગ.

pri'mula (પ્રિમ્યુલૅ), ના૦ વિવિધરંગના ફૂલોવાળો એક બારમાસી છોડ.

Pri'mus (પ્રાઇમસ), ના૦ સ્ટવની એક જાત.

prince (પ્રિન્સ), ના૦ રાજા; નાનકડા રાજ્યનો શાસક; રાજકુંવર; ઊંચી કક્ષાનો ઉમરાવ (કેટલાક પરદેશી રાજ્યોમાં); [લા.] સૌથી મોટો. ~ **consort**, રાજ કરનાર રાણીનો પતિ.

pri'ncely (પ્રિન્સ્લિ), વિ૦ રાજકુમારને શોભે એવું, વૈભવશાળી, સમૃદ્ધ.

pri'ncess (પ્રિન્સે'સ), ના૦ રાજાની રાણી; રાજકન્યા, શાહજાદી.

pri'ncipal (પ્રિન્સિપલ), વિ૦ સૌથી મહત્ત્વનું; મુખ્ય, પ્રમુખ. ના૦ કેટલીક સંસ્થાઓનો ઉપરી; મુખ્ય અભિનેતા, ગાયક, ઇ૦; શેઠ, સ્વામી; ધીરેલી કે રોકેલી મૂળ રકમ, મુદ્દલ. ~ **boy**, મૂક નાટકમાં મુખ્ય પુરુષ પાત્રનું કામ કરનાર અભિનેત્રી.

principa'lity (પ્રિન્સિ઼પૅલિટિ), ના૦ રાજાની હકૂમત નીચેનું રાજ્ય-પ્રદેશ.

pri'ncipally (પ્રિન્સિપલિ), ક્રિ૦ વિ૦ મોટે ભાગે, મુખ્યત્વે.

pri'nciple(પ્રિન્સિપલ), ના૦ મૂળ કારણ, મૂળ તત્ત્વ; મૂળભૂત સત્ય; આચારનો માર્ગદર્શક નિયમ; સિદ્ધાન્ત. **in ~**, તત્ત્વ કે સિદ્ધાન્તની દૃષ્ટિથી, તત્ત્વતઃ. **on ~**, સિદ્ધાન્ત તરીકે.

pri'ncipled (પ્રિન્સિપલ્ડ), વિ૦ ઊંચા સિદ્ધાન્તોવાળું, તત્ત્વનિષ્ઠ.

prink (પ્રિંક), ઉ૦ ક્રિ૦ વ્યવસ્થિત કરવું, ટાપટીપ કરવી.

print (પ્રિન્ટ), ના૦ દાબને લીધે પડેલી છાપ; શાહીવાળાં બીબાંની અથવા ફોટોગ્રાફી વડે કાગળ પર પડેલી છાપ; બીબાંવડે છાપેલો મજકૂર; નકશીકામ, કોતરકામ; ફોટોગ્રાફ; છીંટ. **in ~**, છાપેલું, વેચાણમાં ચાલુ. **out of ~**, વેચાઈ ગયેલું, ખલાસ થયેલું. **~** સ૦ ક્રિ૦ છાપ કે સિક્કો મારવો; બીબાંવડે છાપવું; છાપવું, પ્રસિદ્ધ કરવું; છાપેલા જેવા છૂટા અક્ષરો લખવા; કાપડ પર રંગીન છાપકામ કરવું. **~-out**, કમ્પ્યૂટર કે ટેલીપ્રિંટરમાંથી છપાઈ ને બહાર પડેલી વસ્તુઓ. **printed circuit**, [વીજળી.] સપાટ ફલક ઉપર પાતળી વાહક પટ્ટીઓવાળું કુંડળ(સર્કિટ). **printing-ink**, છાપવાની શાહી. **prin'ting-press**, છાપખાનું.

pri'nter (પ્રિન્ટર), ના૦ મુદ્રક, છાપખાનાવાળો.

pri'or (પ્રાયર), ના૦ મઠનો વરિષ્ઠ અધિકારી, મહંત; [મઠમાં] ઍબટનો સહાયક. વિ૦ આગલું, પહેલું (સમય, ક્રમ કે મહત્ત્વમાં). ક્રિ૦ વિ૦ **~ to**, -ની પહેલાં. **pri'oress** (પ્રાયરિસ), ના૦.

prio'rity (પ્રાયૉરિટિ), ના૦ અગ્રતા, અગ્રહક, જેને પ્રથમ-સૌથી પહેલાં-વિચાર થવો જોઈએ એવી વસ્તુ-બાબત.

pri'ory (પ્રાયરિ), ના૦ 'ઍબી'થી ઊતરતી પાયરીનો મઠ.

prise (પ્રાઇઝ઼), જુઓ **prize**[3].

pri'sm (પ્રિઝ઼મ), ના૦ સમપાર્શ્વ, સમપાદ ઘન; ત્રિપાર્શ્વ કાચ.

prisma'tic (પ્રિઝ઼મૅટિક), વિ૦ ત્રિપાર્શ્વ કાચનું -ના જેવું; (રંગો અંગે) પારદર્શક ત્રિપાર્શ્વ કાચ વડે બનતા, જુદા પડતા ઇ૦.

pri'son (પ્રિઝ઼ન), ના૦ તુરંગ, કારાગૃહ.

pri'soner (પ્રિઝ઼નર), ના૦ કેદી, બંદીવાન; [લા.] માંદગીને લીધે પથારીવશ – બીજાની પકડમાં સપડાયેલો–માણસ; **~ (of war)**, યુદ્ધકેદી.

pri'ssy (પ્રિસિ), વિ૦ ચોખલિયું, વરણાગિયું, ટાપટીપવાળું.

pri'stine (પ્રિસ્ટાઇન); વિ૦ પ્રાચીન; નહિ બગડેલું; નવા જેવું, તાજું.

pri'vacy (પ્રાઇવસિ), ના૦ એકાંત; ખાનગી–એકાંત–જગ્યા.

pri'vate (પ્રાઇવિટ), વિ૦ ખાનગી, અંગત; ગુપ્ત, છાનું; એકાંત(વાળું); જાહેર કે સરકારી નહિ એવું; આખી જમાતનું -ને લગતું નહિ એવું. ના૦ નીચલી કક્ષાનો–સામાન્ય–સિપાઈ. **in ~**, ખાનગીમાં. **~ detective**, ગુના શોધકનો ધંધો કરનાર. **~ enterprise**, (સરકારી નિયંત્રણથી), સ્વતંત્ર ધંધો. **~ eye**, [વાત.] ખાનગી ગુનાશોધક. **~ member**, સરકારી નિયુક્તિ વિનાનો સંસદસભ્ય. **~ parts**, ગુહ્યાંગો. **~ soldier**, કોઈ હોદ્દા વિનાનો–સામાન્ય–સિપાઈ. **~ view**, પ્રદર્શન ખુલ્લું મુકાતા પહેલાં તેનું દર્શન.

privateer' (પ્રાઇવટિઅર), ના૦ [ઇતિ.] પોતાની સરકાર વતી લડવાના – હુમલા કરવાના – પરવાનાવાળું ખાનગી માલિકીનું વહાણ.

priva'tion (પ્રાઇવેશન), ના૦ જીવન જરૂરી વસ્તુઓ તથા સુખસગવડનો અભાવ–તાણ; હાલાકી, મુશ્કેલી.

pri'vet (પ્રિવિટ), ના૦ નાનાં સફેદ ફૂલવાળું એક ઝાડવું જે વાડ બનાવવામાં વપરાય છે.

pri'vilege (પ્રિવિલિજ), ના૦ વ્યક્તિ, વર્ગ કે હોદ્દા અંગેનો ખાસ હક, લાભ કે સવલત. સ૦ ક્રિ૦ -ને વિશેષ અધિકાર આપવો (વિ૦ ક૦ ભૂ૦ કૃ૦ તરીકે), વિશેષ અધિકારની રૂએ કરવા દેવું ઇ૦

pri'vy (પ્રિવિ), વિ૦ છૂપું, ગુપ્ત, અંગત, ગોપનીય. ના૦ [પ્રા.] સંડાસ. **P~ Council**, રાજાનું સલાહકાર મંડળ, પ્રિવિકાઉન્સિલ. **~ purse**, રાજાના અંગત ખર્ચ માટે રાજ્યની આવકમાંથી અપાતી રકમ. **~ seal**, પરચુરણ દસ્તાવેજો પર અગાઉ મારવામાં આવતો રાજ્યનો સિક્કો. **Lord P~ Seal**, નિયત સરકારી ફરજો વિનાનો પ્રધાનમંડળનો પ્રૌઢ સભ્ય. **~ to**, -ની ખાનગી ગુપ્ત-વાત જાણનાર.

prize¹ (પ્રાઇઝ઼), ના૦ ઇનામ, બક્ષિસ, પારિતોષિક; પ્રયત્નપૂર્વક મેળવેલી અથવા મેળવવાની વસ્તુ. વિ૦ જેને માટે ઇનામ હોય છે–અપાય છે એવું, શ્રેષ્ઠ કોટિનું, સર્વોત્તમ. સ૦ ક્રિ૦ મહામૂલું ગણવું. **~-fight**, પૈસા માટે કરાતું મુષ્ટિયુદ્ધ. **~-fighting**, ના૦. **~-fighter**, ના૦.

prize², ના૦ નૌકાયુદ્ધમાં કબજે કરેલું વહાણ અથવા માલ.

prize³, prise, સ૦ ક્રિ૦ સળિયા ઇ૦ વડે જોર કરીને ઉઘાડવું.

pro¹ (પ્રો), ના૦ [બ૦ વ૦ ~s; વાત.] વ્યવસાયી.

pro², ના૦ **~s and cons**, તરફેણમાં અને વિરોધમાં દલીલો.

P.R.O., સંક્ષેપ. public relations officer.

probabi'lity (પ્રૉબબિલિટિ), ના૦ સંભવ, શક્યતા; ખૂબ સંભાવિત ઘટના; [ગ.] સંભવિત હોય એવી બધી ઘટનાઓ સાથે અનુકૂળ ઘટનાના પ્રમાણથી મપાતી સંભાવના. **in all ~**, મોટે ભાગે સંભવવાળું

pro'bable (પ્રૉબબલ', વિ૦ થાય એવું, ખરુંપડે એવું,સંભાવ્ય ના૦સંભાવ્ય ઉમેદવાર.

pro'bate (પ્રોબેટ), ના૦ મૃત્યુપત્રની સાબિતી(નો દાખલો).

proba'tion (પ્રબેશન), ના૦ કામ કે વર્તણૂકની અજમાયશ, પરીક્ષા; ઉમેદવારી (ની મુદત); પસંદ કરેલા ગુનેગારોને છોડી દઈને દેખરેખ નીચે રાખવાની પદ્ધતિ. **~ officer**, એવા ગુનેગારો પર દેખરેખ રાખનાર અમલદાર. **proba'tionary** (-નરિ), વિ૦.

proba'tioner (પ્રબેશનર), ના૦ અજમાયેશ પર રાખેલું માણસ; દેખરેખ નીચે રાખેલો ગુનેગાર.

probe (પ્રોબ), ના૦ જખમ ઇ૦ તપાસવાની બૂઠી અણીવાળી સળી; જખમ તપાસવો તે, તપાસ; બીજી રીતે અગમ્ય સ્થળ, વસ્તુ ઇ૦ શોધવાનું વિશિષ્ટ સાધન; વૈમાનિક વિનાનું સંશોધક અવકાશયાન. સ૦ ક્રિ૦ સળી ઇ૦ અંદર ઘાલીને તપાસવું; [લા.] બારીક તપાસ કરવી.

pro'bity (પ્રૉબિટિ), ના૦ સચ્ચાઈ, પ્રામાણિકતા.

pro'blem (પ્રૉબ્લમ), ના૦ સંદિગ્ધ અથવા મુશ્કેલ સવાલ, મુશ્કેલીથી સમજાય કે ઉકેલાય એવી બાબત, સવાલ.

problema'tic(al) (પ્રૉબ્લમટિક,-કલ), વિ૦ સંદિગ્ધ, શંકાભરેલું, વિવાદ્ય.

probo'scis (પ્રબૉસિસ), ના૦ હાથીની સૂંઢ, લાંબી સહેલાઈથી વાળી શકાય એવી સૂંઢ, જીવડાની લાંબી નાસિકા,

proce'dure (પ્રસીજર), ના૦ કામ કરવાની રીત – પદ્ધતિ, કાર્યપ્રણાલી. **proce'dural** (-રલ), વિ૦.

procee'd (પ્રસીડ), અ૦ ક્રિ૦ આગળ વધવું-જવું-ચાલવું; પોતાનો રસ્તો કરવો; અમુક વિધિ કરવી–વિધિમાંથી પસાર થવું; ચાલુ રાખવું, ફરી ચાલુ કરવું; -માંથી બહાર નીકળવું, માંથી નીકળવું–શરૂ થવું; દાવો માંડવો.

procee'ding (પ્રસીડિંગ), ના૦ કાર્ય; વર્તણૂક, વ્યવહાર; [બ૦ વ૦માં] સભા ઇ૦ની કાર્યવાહી. **legal ~s**, કાયદેસર પગલાં, દાવો.

pro'ceeds (પ્રોસીડ્ઝ઼), ના૦ બ૦ વ૦ વકરો, ઉત્પન્ન, ઇ૦.

pro'cess¹ (પ્રોસે'સ), ના૦ કરવાની રીત, પ્રક્રિયા; પ્રવૃત્તિ, ક્રિયા; ખટલો, મુકદ્દમો; ન્યાયાલયનું તેડું, સમન્સ, આજ્ઞા; કુદરતી અથવા યદચ્છયા થતો બનાવ–ચાલતી ક્રિયા, તેમાં થતા ફેરફારોની માલિકા; [જીવ.]

કુદરતી ઉપાંગે, શરીરમાંથી વધેલો બહાર નીકળેલો ભાગ; (શિગડું, પૂછડું, ઇ૦. સ૦ ક્રિ૦ -ની ઉપર કોઈ ક્રિયા કે સંસ્કાર કરવો–કાયદેસર કામ શરૂ કરવું.

proce'ss², (પ્રસેસ), અ૦ ક્રિ૦ [વાત.] સરઘસમાં–સરઘસ આકારે–જવું.

proce'ssion (પ્રસે'શન), ના૦ સરઘસ, સવારી, વરઘોડો.

proce'ssional (પ્રસે'શનલ), વિ૦ સરઘસનું; સરઘસમાં વપરાતું–લઈ જવાતું–ગવાતુ, ઇ૦. ના૦ સરઘસમાં ગાવાનું ગીત.

proclaim (પ્રક્લેમ), સ૦ ક્રિ૦ જાહેર કરવું, દાંડી પીટીને જણાવવું; ખુલ્લેખુલ્લું કહેવું. **proclama'tion** (પ્રૉક્લમેશન), ના૦.

procli'vity (પ્રક્લિવિટિ), ના૦ કુદરતી વલણ–ઝોક.

procra'stinate (પ્રક્રૅસ્ટિનેટ), અ૦ક્રિ૦ કરવાનું મુલતવી રાખવું, ઢીલમાં નાખવું, ઢીલ કર્યા કરવી. **procrastina'tion** (-નેશન), ના૦.

pro'create (પ્રોક્રિએટ), ઉ૦ ક્રિ૦ પ્રજોત્પાદન કરવું, પેદા કરવું. **procrea'tion** (-એશન), ના૦. **pro'creative** (-ટિવ), વિ૦.

pro'ctor (પ્રૉક્ટર), ના૦ યુનિવર્સિટીના વિદ્યાર્થીઓમાં શિસ્ત જાળવનાર અધિકારી. **King's, Queen's, P~**, લગ્ન વિચ્છેદ ઇ૦ ના ખટલામાં વચ્ચે પડવાની સત્તા ધરાવનાર અધિકારી. **proctor'ial** -(ટૉરિઅલ), વિ૦.

procura'tion (પ્રૉક્યુઅરેશન), ના૦ મેળવવું – મેળવી આપવું – કામ કરાવવું તે; બીજાના મુખત્યાર તરીકે કામ.

pro'curator (પ્રૉક્યુઅરેટર), ના૦ કોઈનો પ્રતિનિધિ – પ્રૉક્સી, મુખત્યાર (પત્ર ધરાવનાર). **~ fiscal**, સ્કૉટલન્ડના જિલ્લાનો સરકારી વકીલ અને કોરોનર (અપમૃત્યુકારણ ચિકિત્સક).

procur'e (પ્રક્યુઅર), ઉ૦ ક્રિ૦ મેળવવું; મેળવી આપવું; બીજા પાસે કરાવવું, કશું બને એવો ઘાટ ઘડવો; ભડવાઈ કરવી.

procur'ement (-રૂમન્ટ), ના૦.

procur'er (પ્રક્યુઅરર), ના૦ મેળવી આપનાર, વિ. ક. ભડવો, કૂટણો. **procur'ess** (-રે'સ), ના૦ કૂટણી.

prod (પ્રૉડ), સ૦ ક્રિ૦ આંગળી, લાકડી, ઇ૦ વતી ઘોંચવું – ધકેલવું, વિ૦ ક૦ જગાડવા, આગળ વધવા કે ઉતાવળથી ચાલવા માટે, પરોણો મારવો. ના૦ પરોણો; ગોદો; કામ કરવા પ્રેરણા.

pro'digal (પ્રૉડિગલ), વિ૦ ઉડાઉ, પૈસા ઉડાવનાર – બગાડનાર. ના૦ ઉડાઉ માણસ. **prodiga'lity** (-ગૅલિટિ), ના૦.

prodi'gious (પ્રડિજસ), વિ૦ અદ્ભુત; પ્રચંડ; રાક્ષસી, વિલક્ષણ.

pro'digy (પ્રૉડિજિ), ના૦ આશ્ચર્યકારક વસ્તુ, અદ્ભુત માણસ, વિ૦ ક૦ અસાધારણ બુદ્ધિશાળી – અકાલપરિપક્વ – બાળક.

produ'ce (પ્રડ્યૂસ), સ૦ ક્રિ૦ તપાસણી ઇ૦ માટે રજૂ – હાજર – કરવું; નાટક ઇ૦ લોકો આગળ ભજવવું – બતાવવું; -માંથી મળવું – આપવું, -ને જન્મ આપવો; થાય તેમ કરવું; બનાવવું, તૈયાર કરવું. ના૦ (પ્રૉડ્યૂસ), ઉત્પન્ન, પેદાશ, નીપજ, પાક, ઊપજ.

produ'cer (પ્રડ્યૂસર), ના૦ વપરાશ કે વેપાર માટે માલ તૈયાર કરનાર; ચિત્રપટ, નાટક, ઇ૦ ભજવવા માટે તૈયાર કરનાર, નિર્માતા.

pro'duct (પ્રૉડક્ટ), ના૦ પેદા થયેલો અથવા બનાવેલો માલ; [ગ.] ગુણાકાર (કરવાથી મળતી સંખ્યા).

produ'ction (પ્રડક્શન), ના૦ ઉત્પન્ન કરવું કે થવું તે, ઉત્પાદન, ઉત્પન્ન; સાહિત્યની કે કલાની કૃતિ.

produ'ctive (પ્રડક્ટિવ), વિ૦ ઉત્પાદક, વિ૦ ક૦ વિપુલ પ્રમાણમ; (જમીન અંગે) ફળદ્રુપ.

producti'vity (પ્રૉડક્ટિવિટિ), ના૦ ઉત્પાદકતા, તેની માત્રા; ફળદ્રૂપતા.

pro'em (પ્રોઇમ), ના૦ પ્રાસ્તાવિક ભાષણ

Prof., સંક્ષેપ. Professor.

profa'ne (પ્રફેન), વિ૦ અપવિત્ર, અ-

ધાર્મિક; ધર્મદ્વેષી, નાસ્તિક; દેવનિંદા કે ધર્મનિંદાવાળું. સ૦ ક્રિ૦ અપવિત્ર કરવું, વટલાવવું, ભ્રષ્ટ કરવું; નિન્દા – અનાદર – કરવું. **profana'tion** (પ્રૉફનેશન), ના૦

profa'nity (પ્રફૅનિટિ), ના૦ દેવ-ધર્મની નિન્દા કે દ્વેષ, અપવિત્રપણું.

profe'ss (પ્રફે'સ), ઉ૦ ક્રિ૦ પોતાની શ્રદ્ધા, લાગણી, ઇ૦ ખુલ્લે ખુલ્લું કહેવું – જાહેર કરવું, અમુક હોવાનો – કરતો હોવાનો – દાવો કરવો; પોતાનો અમુક ધંધો હોવો; અધ્યાપક તરીકે શીખવવું; ધાર્મિક સંપ્રદાયની દીક્ષા લેવી – આપવી; પ્રતિજ્ઞા કરવી, વ્રત લેવું.

profe'ssed (પ્રફે'સ્ટ), વિ૦ જાહેર કરેલું; કોઈ સંપ્રદાયનું દીક્ષિત; કહેવાતું; દેખીતું. **profe'ssedly** (-સિડ્લિ), ક્રિ૦ વિ૦.

profe'ssion (પ્રફે'શન), ના૦ જાહેરાત, ઘોષણા; વિશિષ્ટ ધાર્મિક સંપ્રદાયનું (દીક્ષિત) હોવું તે; ખાસ કેળવણીની આવશ્યકતાવાળો ધંધો – વ્યવસાય.

profe'ssional (પ્રફે'શનલ), વિ૦ કોઈ વ્યવસાયનું – ની સાથે સંકળાયેલું; ઉપજીવિકા માટે અમુક વ્યવસાય કરનારું. ના૦ ધંધાદારી ખેલાડી, પૈસા લઈને રમનાર.

profe'ssionalism (પ્રફે'શનલિઝ્મ), ના૦ વ્યાવસાયિકોના વિશિષ્ટ ગુણો અથવા લક્ષણો.

profe'ssor (પ્રફે'સર), ના૦ ધર્મ ઇ૦ નો વ્યવસાયી; વિદ્યાપીઠનો અધ્યાપક; ઊંચી કક્ષાનો શિક્ષક. **professor'ial** (-સૉરિઅલ), વિ૦. **profe'ssorship** (-રૂશિપ), ના૦.

professor'iate (પ્રફે'સૉરિઅટ), ના૦ યુનિવર્સિટી ઇ૦ના પ્રોફેસરો.

pro'ffer (પ્રૉફર), સ૦ ક્રિ૦ (લેવા માટે) આગળ ધરવું, આપવાનું કહેવું.

profi'cient (પ્રફિશન્ટ), વિ૦ અને ના૦ તજ્જ્ઞ, નિષ્ણાત, **profi'ciency** (-શન્સિ), ના૦.

pro'file (પ્રોફાઇલ), ના૦ બાજુ પરથી દેખાતી છબી – રેખાકૃતિ; ટૂંકું ચરિત્રાત્મક રેખાચિત્ર, મુદ્રિત અથવા ભાષણ દ્વારા પ્રસારિત.

pro'fit (પ્રૉફિટ), ના૦ લાભ, ફાયદો; આર્થિક લાભ; નફો. ઉ૦ ક્રિ૦ -ને ફાયદો કરવો, -થી લાભ થવો; -નો ઉપયોગ – મદદ – થવી.

pro'fitable(પ્રૉફિટબલ), વિ૦ લાભદાયક, હિતકારક, પૈસો મળે એવું.

profiteer' (પ્રૉફિટિઅર), અ૦ ક્રિ૦ વિ૦ ક૦ અછત વખતે બીજાની જરૂરિયાતોનો ગેરલાભ લઈ નફાખોરી કરવી. ના૦ નફાખોર માણસ.

profi'terole (પ્રફિટરોલ), ના૦ પૂરણવાળી નાની પોલી કેક.

pro'fligate (પ્રૉફ્લિગેટ), વિ૦ અને ના૦ સ્વૈરાચારી, દુરાચારી, બદફેલ, ઉડાઉ, (માણસ). **pro'fligacy** (-ગસિ), ના૦.

pro for'ma (પ્રોફૉર્મ), ઉપચાર માટે (કરેલું), ઔપચારિક. ~ (**invoice**), માલ રવાના કરતાં પહેલાં ખરીદનારને અગાઉથી મોકલેલું ઔપચારિક ભરતિયું.

profou'nd (પ્રફાઉન્ડ), વિ૦ ઘણું ઊંડું, અગાધ; સૂક્ષ્મ દૃષ્ટિવાળું, ઊંડું-તલસ્પર્શી-જ્ઞાન ધરાવનારું; અગમ્ય, ગૂઢ, ગહન; તીવ્ર, ખરા ભાવવાળું. **profu'ndity** (પ્રફન્ડિટિ), ના૦.

profu'se (પ્રફ્યૂસ), વિ૦ વિપુલ, પુષ્કળ; છેક ઉડાઉપણાવાળું; અતિરેકી. **profu'sion** (પ્રફ્યૂઝન), ના૦.

proge'nitor (પ્રજે'નિટર), ના૦ પૂર્વજ; પૂર્વગામી, આગળનો પદધારી; મૂળ, અસલ.

pro'geny (પ્રૉજનિ), ના૦ અપત્ય, સંતતિ; [લા.] પરિણામ, ફલશ્રુતિ.

progno'sis (પ્રગ્નોસિસ), ના૦ [બ૦વ૦ **-oses**, -સીઝ્] રોગના વલણનું પૂર્વાનુમાન, રોગનિદાન-ચિકિત્સા.

progno'stic (પ્રગ્નૉસ્ટિક), ના૦ પૂર્વસૂચન, ભાવિનું પૂર્વચિહ્ન. વિ૦ ભાવિનું સૂચન કરનારું, પૂર્વસૂચક.

progno'sticate(પ્રગ્નૉસ્ટિકેટ), સ૦ક્રિ૦ આગળથી (ભવિષ્ય) કહેવું; -નું ચિહ્ન હોવું. **prognostica'tion** (–કેશન), ના૦.

pro'gramme (પ્રોગ્રૅમ), **pro'gram** (પ્રોગ્રૅમ; અમે૦ અને કૉમ્પ્યૂટરનો), ના૦ કાર્યક્રમ, કામોનો ક્રમ બતાવનાર યાદી, એવાં કામ; રેડિયો પરથી પ્રક્ષેપિત નાટક ઇ૦; કૉમ્પ્યૂટરનાં કામોના નિયમન માટે સાંકેતિક સૂચનાઓની માલિકા. સ૦ક્રિ૦ -ને માટે કાર્યક્રમ બનાવવો; પ્રોગ્રામ દ્વારા સવાલ વ્યક્ત કરવો અથવા કૉમ્પ્યૂટરને સૂચના(ઓ) આપવી. **programma'tic** (પ્રોગ્રમૅટિક), વિ૦.

pro'gress (પ્રોગ્રે'સ), ના૦ આગળ વધવું તે; પ્રગતિ; વિકાસ; [પ્રા.] વિ૦ક૦ રાજવીની સવારી. સ૦ક્રિ૦ (પ્રગ્રે'સ)આગળ વધવું-જવું, વિકાસ પામવું, ચાલુ હોવું. **in ~**, ચાલુ.

progre'ssion (પ્રગ્રે'શન), ના૦ આગળ વધવું તે, પ્રગતિ; [ગ.] શ્રેઢી.

progre'ssive (પ્રગ્રે'સિવ), વિ૦ આગળ વધનાર-જનાર; ધીમે ધીમે આગળ વધનાર; એક પછી એક આવતું; સામાજિક સ્થિતિ, ચારિત્ર્ય, ઇ૦માં આગળ વધનારું, પ્રગતિશીલ; (રોગ ઇ૦ અંગે) સતત વધતું. ના૦ પ્રગતિશીલ નીતિનો પુરસ્કર્તા.

prohi'bit (પ્રહિબિટ), સ૦ક્રિ૦ રોકવું, બંધી-મના-કરવી, ન કરવાનો હુકમ આપવો.

prohibi'tion (પ્રોહિબિશન), ના૦ મનાઈ (ફરવી તે); મનાઈનો હુકમ; માદક પદાર્થો, બનાવવા વેચવાની કાયદાથી બંધી વિ૦ક૦ દારૂબંધી.

prohi'bitive (પ્રહિબિટિવ), વિ૦ બંધી કે મનાઈ કરનારું, નિષેધક, પ્રતિબંધક; (કિંમત અંગે) ભારે, ન પોસાય એવી.

proje'ct (પ્રજે'ક્ટ), ઉ૦ક્રિ૦ યોજવું, યોજના ઘડવી; (પડછાયો ઇ૦) આગળ પાડવું, નાખવું, ફેંકવું, આગળ ચલાવવું; ભીંત, પડદો, ઇ૦ પર (પ્રકાશ, આકૃતિ, ચિત્ર) પાડવું; પૃથ્વી, આકાશ, ઇ૦નો નકશો કાઢવો; આગળ ઊપસી આવવું, બહાર નીકળવું. ના૦ (**pro'ject** પ્રો-) યોજના; વિ૦ક૦ વિદ્યાર્થીઓએ યોજનાપૂર્વક માથે લીધેલું કામ, જેનાં પરિણામો અમુક વખતે રજૂ કરવાનાં હોય.

proje'ctile (પ્રજે'ક્ટાઇલ), વિ૦ આગળ ધકેલનારું; બંદૂક ઇ૦માંથી ફેંકી શકાય એવું. ના૦ અસ્ત્ર, તોપનો ગોળો, ઇ૦.

proje'ction (પ્રજે'ક્શન), ના૦ બહાર નીકળી આવવું તે, -નીકળી આવેલો ભાગ; પડદા પર બતાવેલો ચિત્રપટ; સમતલ સપાટી-ભૂમિ-પર પૃથ્વીનો આલેખ; મૂર્તકલ્પના.

proje'ctionist (-ક્શનિસ્ટ), ના૦ સિનેમા 'પ્રોજેક્ટર' ચલાવનાર.

proje'ctor (પ્રજે'ક્ટર), ના૦ પડદા પર પ્રકાશનાં કિરણ, ચિત્રપટનાં ચિત્રો, પાડવાનું યંત્ર.

prola'pse (પ્રલૅપ્સ), સ૦ક્રિ૦ ખસી જવું, ખસીને આગળ આવવું-નીચે પડવું. ના૦ (પ્રો-) ભ્રંશ, વિ૦ક૦ ગુદાભ્રંશ, ગર્ભાશયભ્રંશ.

pro'late (પ્રોલેટ), વિ૦ (ગોલને મળતી આકૃતિ અંગે) દીર્ઘાક્ષ, પહોળાઈમાં વધતું.

prolego'mena (પ્રોલિગૉમિન), ના૦ બ૦વ૦ પ્રાથમિક વિવેચન, પૂર્વપીઠિકા.

proletar'ian (પ્રોલિટે'અરિઅન), વિ૦ અને ના૦ તદ્દન નીચેના-સામાન્ય-વર્ગનું (માણસ).

proletar'iat (પ્રોલિટે'અરિઅટ), ના૦ રોજી કમાનાર ગરીબ માણસોનો વર્ગ, મજૂરવર્ગ; [રોમ. ઇતિ. અથવા અનાદર.] સૌથી નીચલો વર્ગ કે સમાજ.

proli'ferate (પ્રલિફરેટ), ઉ૦ક્રિ૦ વિપુલ પ્રમાણમાં પેદા કરવું-થવું, ઝડપથી વધવું; અનેકગણું થવું-કરવું. **prolifera'tion** (-રેશન), ના૦.

proli'fic (પ્રલિફિક), વિ૦ બહુપ્રસૂ, ફલપ્રદ, ખૂબ ઉત્પાદક.

pro'lix (પ્રોલિક્સ), વિ૦ લાંબું, લંબાણવાળું; કંટાળાજનક. **proli'xity** (પ્રલિક્સિટિ), ના૦.

pro'logue (પ્રોલૉગ), ના૦ નાટકના આરંભમાં ગવાતું ગીત, નાન્દી; [લા.] પ્રસ્તાવના તરીકે કોઈ કૃતિ અથવા ઘટના.

prolo'ng (પ્રલૉંગ), સ૦ ક્રિ૦ લંબાવવું, ચાલુ રાખવું. **~ed**, વિ૦ લાંબું. **pro-**

longa'tion (-ગેશન), ના૦.

prom (પ્રૉમ), ના૦ [વાત.] ચંક્રમણ(ની જગ્યા).

promena'de(પ્રૉમનાડ), ના૦ વ્યાયામ, મનોરંજન, પ્રદર્શન, ઇ૦ માટે હરવું ફરવું, વાહન ફેરવવું, તે; તે માટે પથ્થર જડેલી જાહેર પગથી. ઉ૦ ક્રિ૦ સહેલ કરવી, હવા ખાવા સારુ ફરવું; પ્રદર્શન કરવા આમતેમ ફેરવવું. ~ **concert**, જ્યાં કેટલાક લોકો બેસવાની સગવડ વિના રહી જાય છે એવો જલસો. ~ **deck**, વહાણનું ઉપરનું તૂતક.

pro'minence (પ્રૉમિનન્સ),ના૦ ઊંચાણવાળી – આગળ પડતી – જગ્યા, આગળ પડતી વસ્તુ; પ્રાધાન્ય.

pro'minent (પ્રૉમિનન્ટ), વિ૦ આગળ પડતું, તરત નજરે પડતું, જાણીતું.

promi'scuous(પ્રમિસ્ક્યુઅસ), વિ૦ સમિશ્ર, સેળભેળ, ખીચડિયું, વિવેક કે વ્યવસ્થા વિનાનું; (સ્ત્રી પુરુષ અંગે) લગ્ન કે સહવાસની કોઈ પણ મર્યાદા વિનાલૈંગિક સંબંધ રાખનારું. **promiscu'ity** (-ક્યુઇટિ), ના૦.

pro'mise (પ્રૉમિસ), ના૦ વચન, કોલ, પ્રતિજ્ઞા; કબૂલ કરેલી વસ્તુ; આશાસ્પદતા. ઉ૦ ક્રિ૦ આપવા, કરવા, ઇ૦નું વચન આપવું; સંભવિત લાગવું; સારા ભાવીની આશા આપવી.

pro'mising (પ્રૉમિસિંગ), વિ૦ આશાસ્પદ, નામ કાઢે એવું, આશાજનક.

pro'missory (પ્રૉમિસરિ), વિ૦ વચનવાળું, વચનના સ્વરૂપનું, ~ **note**, વચનચિઠ્ઠી, વાયદાચિઠ્ઠી.

pro'montory (પ્રૉમન્ટરિ), ના૦ ઊંચો ભૂશિર, શૈલાન્તરીપ.

promo'te (પ્રમોટ), સ૦ ક્રિ૦ ઉપરની જગ્યા કે હોદ્દા પર – ઉપરના વર્ગમાં – ચડાવવું; બઢતી આપવી; વૃદ્ધિ કરવી; આગળ આવવામાં મદદ કરવી, પ્રોત્સાહન આપવું; કોઈ કામ શરૂ કરવું, ઉદ્યોગ ઇ૦ સ્થાપન કરવું; જાહેરાત આપીને વેચાણ કરવું. **promo'tion** (-શન), ના૦. **promo'tional** (-શનલ), વિ૦.

promo'ter (પ્રમોટર), ના૦ વેપારી પેઢી, ઉદ્યોગ, ઇ૦ કાઢનાર, પ્રયોજક; પ્રોત્સાહક, પ્રવર્તક, પુરસ્કર્તા. રમતગમત, નાટક, ઇ૦ માટે આર્થિક જવાબદારી લેનાર.

prompt(પ્રૉમ્પ્ટ),વિ૦ ઢીલ વિના – તરત કરેલું – કરનારું. તત્પર. સ૦ ક્રિ૦ ઉશ્કેરવું, પ્રેરવું, પ્રવૃત્ત કરવું; નટ કે વક્તાને મોંમાં બોલ આપવો. ~ **side of stage**, નટની ડાબી બાજુ.

pro'mpter (પ્રૉમ્પ્ટર), ના૦ વિ૦ ક૦ નટોને પડદા પાછળથી યાદ કરાવનાર–મોંમાં બોલ આપનાર.

pro'mptitude (પ્રૉમ્પ્ટિટ્યૂડ), ના૦ શીઘ્રતા, તત્પરતા.

pro'mulgate (પ્રૉમલ્ગેટ), સ૦ ક્રિ૦ બહાર પાડવું, પ્રસિદ્ધ કરવું. **promulga'tion** (-ગેશન), ના૦.

prone (પ્રોન), વિ૦ મોઢું નીચે કરીને પડેલું, અધોમુખ, ઊંધું; જમીન પર સપાટ –લાંબું–પડેલું; વૃત્તિ કે વલણવાળું, –શીલ (સમાસમાં).

prong (પ્રૉંગ), ના૦ કાંટો, દાંતો. વિ૦ ક૦ સળકાનો.

prono'minal (પ્રનૉમિનલ), વિ૦ સર્વનામ (ના સ્વરૂપ)નું

pro'noun (પ્રોનાઉન), ના૦ સર્વનામ.

pronou'nce (પ્રનાઉન્સ), ઉ૦ ક્રિ૦ ઉચ્ચારવું, -નો ઉચ્ચાર કરવો; ચુકાદો આપવો, પોતાનો અભિપ્રાય આપવો; સ્પષ્ટ ઉચ્ચાર કરીને બોલવું; જાહેર કરવું.

pronou'nced (પ્રનાઉન્સ્ડ), વિ૦ નિશ્ચિત, સ્પષ્ટપણે દેખાતું.

pronou'ncement (પ્રનાઉન્સ્મન્ટ), ના૦ વિધિસરનું કથન, ઘોષણા; ચુકાદો.

pronuncia'tion(પ્રનંન્સિએશન), ના૦ શબ્દનો ઉચ્ચાર (કરવાની કોઈની રીત).

pro'nto (પ્રૉન્ટો), ક્રિ૦ વિ૦ [વિ૦બો૦] તરત, શીઘ્ર.

proof (પ્રૂફ), ના૦ પુરાવો, સાબિતી; કસોટી, પરીક્ષા; છાપવાના મજકૂરનો ગોઠવેલા બીબાનો ખરડો, પ્રૂફ; કાયદાથી નિયત કરેલું દારૂમાં મદ્યાર્કનું પ્રમાણ. વિ૦ અભેદ્ય,

દુર્ભેદ્ય. સ૦ ક્રિ૦ અભેદ્ય બનાવવું (પાણી, બંદૂકની ગોળી, ઇ૦ સામે). **~-reader,** ગોઠવેલા બીબાંનો ખરડો વાંચનાર, પ્રૂફ-વાચક. **~ spirit** મદ્યાર્ક અને પાણીનું પ્રમાણભૂત મિશ્રણ.

prop¹ (પ્રૉપ),નાo ટેકો, આધાર, થાંભલો; કોઈ કાર્ય ઇ૦ને ટેકો આપનાર, આધાર. સ૦ ક્રિ૦ ટેકો આપવો, ટેકા વડે આધાર આપવો – ઊંચકી રાખવું.

prop², ના૦ [નાટ્ય.] રંગભૂમિની મિલકત.

prop³, ના૦ [વાત.] વિમાનનો પંખો.

propaga'nda (પ્રૉપગૅન્ડ, ના૦ સિદ્ધાન્ત કે માહિતીના પ્રસારનું સાધન, પ્રચાર; પ્રચાર દ્વારા ફેલાવેલી વિ૦ક૦ ભ્રામક માહિતી.

pro'pagate (પ્રૉપગેટ), ઉ૦ ક્રિ૦ ફેલાવવું, -નો પ્રસાર કરવો; વંશવૃદ્ધિ કરવી. **propaga'tion** (-ગેશન), ના૦.

pro'pane (પ્રોપેન), ના૦ 'પૅરફિન' માલિકાનું 'હાઇડ્રોકાર્બન'.

prope'l (પ્રપે'લ), સ૦ ક્રિ૦ ઠેલવું, ધકેલવું; આગળ ચલાવવું, હાંકવું.

prope'llant (પ્રપે'લન્ટ), ના૦ હાંકનાર, આગળ ચલાવનાર.

prope'ller (પ્રપે'લર), ના૦ આગબોટ કે વિમાનનો પંખો – સ્ક્રૂ.

prope'nsity (પ્રપે'ન્સિટિ), ના૦ વલણ, ઝોક.

pro'per (પ્રૉપર), વિ૦ પોતીકું, નિજ; ચોક્કસ, બરાબર; સાચું, અસલ; લાયક, યોગ્ય, અનુકૂળ; [વાત.] સંપૂર્ણ, આદરપાત્ર; શિષ્ટ, શોભાસ્પદ.

pro'perty (પ્રૉપર્ટિ), ના૦ માલિકી; માલિકીની વસ્તુ; સ્થાવર મિલકત; ગુણ, ધર્મ; [નાટ્ય.] નાટક દરમ્યાન મંચ પર આમ તેમ ફેરવવાની વસ્તુ.

pro'phecy (પ્રૉફસિ), ના૦ ભવિષ્ય ભાખવું તે, ભાવીની આગાહી.

pro'phesy (પ્રૉફસાઇ), ઉ૦ ક્રિ૦ પેગંબરની જેમ બોલવું, ભવિષ્ય કહેવું, ભાવીની આગાહી કરવી.

pro'phet (પ્રૉફિટ), ના૦ પેગંબર; ભવિષ્યની આગાહી કરનાર. **pro'phetess** (-ટિસ), ના૦ સ્ત્રી૦.

prophe'tic(al) (પ્રફે'ટિક,-કલ), વિ૦ પેગંબરનું – ના જેવું; ભવિષ્યનું સૂચક, ભાવીની આગાહીવાળું.

prophyla'ctic(પ્રૉફિલૅક્ટિક), વિ૦અને ના૦રોગ પ્રતિબંધક (દવા); સંકટ પ્રતિબંધક (ઉપાય).

prophyla'xis (પ્રૉફિલૅક્સિસ), ના૦ [બ૦ વ૦ **-la'xes**, લૅક્સીઝ઼] રોગ ઇ૦નો પ્રતિબંધક ઉપચાર.

propi'nquity (પ્રપિન્ક્વિટિ), ના૦ નિકટતા, સામીપ્ય, વિ૦ ક૦ લોહીનો નિકટનો સંબંધ.

propi'tiate (પ્રપિશિએટ), સ૦ ક્રિ૦ મનાવવું, રીઝવવું, શાંત પાડવું. **propitia'tion** (-એશન), ના૦. **propi'tiatory** (-શટરિ), વિ૦.

propi'tious (પ્રપિશસ), વિ૦ અનુકૂળ, સદ્ભાવવાળું, ઉપયોગી; પ્રસન્ન.

propor'tion (પ્રપોર્શન), ના૦ તુલનાત્મક ભાગ, હિસ્સો; પ્રમાણ, અનુપાત; સમપ્રમાણતા, સપ્રમાણતા; યોગ્ય પ્રમાણ. સ૦ ક્રિ૦ પ્રમાણમાં રાખવું, પ્રમાણસર કરવું.

propor'tional (પ્રપોર્શનલ), વિ૦ પ્રમાણસરનું, યથાપ્રમાણ,યોગ્ય પ્રમાણવાળું; **~ representation**, જેમાં લઘુમતી પક્ષો પોતાના સંખ્યાના પ્રમાણમાં પ્રતિનિધિઓ મોકલી શકે એવી ચૂંટણીપદ્ધતિ.

propor'tionate (પ્રપોર્શનિટ), વિ૦ પ્રમાણસરનું, યોગ્ય પ્રમાણમાં હોય એવું

propo'sal(પ્રપોઝ઼લ),ના૦ સૂચના (કરવી તે); દરખાસ્ત; લગ્નની દરખાસ્ત – માગું.

propo'se (પ્રપોઝ઼) ઉ૦ ક્રિ૦ યોજના વિચાર, ઇ૦ રજૂ કરવું; લગ્નની દરખાસ્ત–માગણી કરવી; ઉમેદવાર તરીકે નામ સૂચવવું; આરોગ્ય ચિંતનપૂર્વક દારૂ પીવાની સૂચના કરવી; - નો કર્તા હોવો.

proposi'tion (પ્રૉપઝ઼િશન), ના૦ વિધાન, કથન; [ગ.] સિદ્ધાન્ત; પ્રતિજ્ઞા; રજૂ કરેલી યોજના; દરખાસ્ત, માગણી; [વાત.] કામ, સવાલ, વિરોધી, સામાવાળો.

સ૦ ક્રિ૦ સૂચના–દરખાસ્ત–માગણી–કરવી. **propou'nd** (પ્રપાઉન્ડ), સ૦ ક્રિ૦ વિચારણા કે ઉકેલ માટે રજૂ કરવું.

propri'etary (પ્રપ્રાયટરિ), વિ૦ માલિકનું; મિલકત ધરાવનાર; ખાનગી માલિકીનું; જેને માટે બનાવવા વેચવાની ઇજારો –સનદ–લીધી હોય એવું.

propri'etor (પ્રપ્રાયટર), ના૦ માલિક, ધણી. **proprietor'ial** (-ટોરિઅલ), વિ૦.

propri'etress (-ટ્રિ'સ), ના૦ સ્ત્રી૦.

propri'ety (પ્રપ્રાયટિ), ના૦ યોગ્યતા, ઔચિત્ય; યોગ્ય વર્તન; [બ૦ વ૦માં] શિષ્ટાચાર.

propu'lsion (પ્રપલ્શન), ના૦ આગળ ધકેલવું – હાંકવું તે. **propu'lsive** (-લ્સિવ), વિ૦.

pro ra'ta (પ્રો રાટ', [L]પ્રમાણ અનુસાર.

proro'gue (પ્રરોગ), ઉ૦ ક્રિ૦ પાર્લમેન્ટની બેઠક બંધ કરવી–મુલતવી રાખવી –બંધ કે મુલતવી રહેવી. **proroga'tion** (પ્રોરગેશન), ના૦.

prosa'ic (પ્રઝ઼ેઇક), વિ૦ ગદ્ય જેવું, ગદ્યાળુ; નીરસ; તદ્દન સામાન્ય.

prosce'nium (પ્રોસીનિઅમ), ના૦ નાટકના પડદા આગળનો મંચનો કમાનવાળો ભાગ.

proscri'be (પ્રસ્ક્રાઇબ), સ૦ ક્રિ૦ કાયદાના રક્ષણમાંથી બકાત રાખવું, બેકાયદા ઠરાવવું; જપ્ત કરવું, દેશપાર–બહિષ્કૃત–કરવું; દોષી જાહેર કરવું. **proscri'ption** (પ્રસ્ક્રિપ્શન), ના૦ **proscri'ptive** (પ્રસ્ક્રિપ્ટિવ), વિ૦.

prose (પ્રોઝ઼), ના૦ ગદ્ય, સાદી ભાષા. અ૦ ક્રિ૦ કંટાળો આવે એવી રીતે બોલવું.

pro'secute (પ્રોસિક્યૂટ), સ૦ ક્રિ૦ ચાલુ રાખવું, -ની પાછળ મંડયા રહેવું; -ની સામે કાયદેસર પગલાં ભરવાં – ફરિયાદ કરવી.

prosecu'tion (પ્રોસિક્યૂશન), ના૦ ફરિયાદ (માંડવી તે); ફરિયાદપક્ષ.

pro'secutor (પ્રોસિક્યૂટર), ના૦ વિ૦ ક૦ ફોજદારી અદાલતમાં ફરિયાદ દાખલ કરનાર – ચલાવનાર. **public ~**, ફોજદારી કામ ચલાવનાર સરકારી વકીલ.

pro'selyte (પ્રોસલાઇટ), ના૦ ધર્માંતર કરીને યહૂદી બનેલો માણસ; વટલાયેલો માણસ.

pro'selytism (પ્રોસલાઇટિઝ઼મ), ના૦ ધર્માન્તર (કરવું – કરાવવું તે); ધર્માન્તરની પ્રથા.

pro'selytize (પ્રોસલિટાઇઝ઼), સ૦ ક્રિ૦ વટલાવવું, વટલાવવા તાકવું.

pro'sody (પ્રોસડિ), ના૦ પિંગળ. **proso'dist** (-ડિસ્ટ), ના૦.

pro'spect (પ્રોસ્પે'ક્ટ), ના૦ વિશાળ દેખાવ; માનસિક કે કાલ્પનિક ચિત્ર–દૃશ્ય; અપેક્ષા; [વાત.] સંભવનીય ગ્રાહક. સ૦ ક્રિ૦ (પ્રસ્પે'ક્ટ) શોધ કરવી વિ૦ ક૦ સોના માટે. **prospe'ctor** (પ્રસ્પે'ક્ટર), ના૦.

prospe'ctive (પ્રસ્પે'ક્ટિવ), વિ૦ ભવિષ્યનું –ને લગતું, ભવિષ્યમાં થનારું, ભાવિ; અપેક્ષિત.

prospe'ctus (પ્રસ્પે'ક્ટસ), ના૦ શાળા, સંસ્થા, ઇ૦ની માહિતી (વાળું પત્રક), માહિતીપત્રક.

pro'sper (પ્રોસ્પર), ઉ૦ ક્રિ૦ સફળ આબાદ – સમૃદ્ધ–થવું.

prospe'rity (પ્રસ્પે'રિટિ), ના૦ સમૃદ્ધિ, ઉત્કર્ષ.

pro'sperous (પ્રોસ્પરસ), વિ૦ સફળ, સમૃદ્ધ; શુભ, મંગલ.

pro'state (પ્રોસ્ટટ), વિ૦ અને ના૦. **~ (gland)**, પુરુષના જનનેન્દ્રિય પાસેની એક સહાયક મોટી ગ્રંથિ, પુરસ્થગ્રંથિ. **prosta'tic** (પ્રસ્ટેટિક), વિ૦.

pro'stitute (પ્રોસ્ટિટયૂટ), ના૦ વેશ્યા. સ૦ ક્રિ૦ -ને વેશ્યા બનાવવી; અધમ લાભ માટે વેચવું; -નો દુરુપયોગ કરવો. **prostitu'tion** (-ટયૂશન), ના૦.

pro'strate (પ્રોસ્ટ્રિટ), વિ૦ જમીન પર લાંબુ છટ બહુધા અધોમુખ પડેલું (કોઈનું શરણું લેવા કે સન્માન કરવા); આડું પડેલું; પરાભૂત થયેલું, પરાભવ પામેલું; થાકેલું. સ૦ ક્રિ૦ (-સ્ટ્રેટ), જમીન પર લાંબા પડવું–પાડવું – સુવડાવી દેવું, કેડ ભાંગી નાખવી.

prostra'tion (પ્રસ્ટ્રેશન), નાο.
pro'sy (પ્રોઝ઼િ), વિο કંટાળાજનક, નીરસ, સાવ સામાન્ય.
prota'gonist (પ્રટૅગનિસ્ટ), નાο નાટક ઇο માં મુખ્ય માણસ; આગેવાન, પુરસ્કર્તા.
pro'tean (પ્રોટિઅન), વિο બહુમુખી, પરિવર્તનશીલ.
prote'ct (પ્રટૅ'ક્ટ), સο ક્રિο સુરક્ષિત રાખવું; રક્ષણ-બચાવ-કરવો.
protec'tion (પ્રટૅ'ક્શન), નાο રક્ષણ કરવું તે, રક્ષણ બચાવ; રક્ષણ કરનાર વ્યક્તિ અથવા વસ્તુ; આયાત માલ પર જકાત નાખીને દેશના ઉદ્યોગોને સંરક્ષણ આપવું તે–આપવાની નીતિ. **prote'ctionism** (-નિઝ઼્મ), નાο. **prote'ctionist** (-નિસ્ટ), વિο અને નાο.
prote'ctive (પ્રટૅ'ક્ટિવ), વિο સંરક્ષણ કરનારું, સંરક્ષક. ~ **colouring**, તેમના કુદરતી વાતાવરણમાં ઓળખી ન શકાય એવો પ્રાણીઓનો રંગ. ~ **custody**, કોઈ માણસને તેના પોતાના રક્ષણ માટે અટકાયતમાં રાખવો તે.
prote'ctor (પ્રટૅ'ક્ટર), નાο સંરક્ષણ કરનાર માણસ, વસ્તુ કે સાધન સંરક્ષક; રાજાની સગીર અવસ્થામાં કે ગેરહાજરીમાં રાજ્યનો વહીવટ કરનાર કારભારી, 'રીજન્ટ'. **prote'ctorship** (-ટ્રશિપ), નાο. **prote'ctress** (-ટ્રિસ), નાο.
prote'ctorate(પ્રટૅ'ક્ટરિટ),નાο રાજ્યના કારભારીનો હોદ્દો,તેની મુદત; અવિકસિત કે નબળા રાજ્યનું બળવાન રાજ્યદ્વારા કરાતું રખોપું; એવું રક્ષિત રાજ્ય.
pro'tégé (પ્રોટૅ'ઝે), નાο [સ્ત્રી. -**gee** ઉચ્ચાર એ જ] આશ્રિત કે રક્ષિત માણસ.
pro'tein (પ્રોટીન), નાο ખોરાકમાં રહેલું શરીરને બાંધનારું એક આવશ્યક દ્રવ્ય, ઓજસદ્રવ્ય.
prote'm (પ્રોટૅ'મ), સંક્ષેપ. *pro tempore* (પ્રોટૅ'મ્પરિ), થોડા વખત માટે.
prote'st (પ્રટૅ'સ્ટ), ઉο ક્રિο પ્રતિજ્ઞાપૂર્વક કહેવું; -ની સામે વાંધો ઉઠાવવો. અસંમતિ જાહેર કરવી. નાο (પ્રો.) અસંમતિ, નાપસંદગી, વાંધો, વિરોધ. **prote'stor** (-સ્ટર), નાο વાંધો ઉઠાવનાર.
Pro'testant (પ્રોટિસ્ટન્ટ), નાο અને વિο ધર્મસુધારા (રેફર્મેશન) વખતે રોમન કૅથલિક પંથમાંથી અલગ પડનાર સુધારાવાદી સંપ્રદાયનો (માણસ). **Pro'testantism** (-ટિઝ઼્મ), નાο પ્રોટેસ્ટંટ પંથ – મત.
protesta'tion(પ્રોટિસ્ટેશન),નાοપ્રતિજ્ઞા – ગંભીરતા–પૂર્વક કહેવું તે–કહેલી વાત.
pro'tocol (પ્રોટકોલ), નાο તહનામાની શરતોનો ખરડો; રાજ્યના દૂતો ઇοએ પાળવાનો શિષ્ટાચાર; તેનું પાલન.
pro'ton (પ્રોટૉન), નાο અણુબીજનો ધનવિદ્યુતવાળો ભાગ–અંશ, ધનબીજક.
prot'oplasm (પ્રોટપ્લૅઝ઼્મ), નાο વનસ્પતિ કે પ્રાણીનું મૂળ રૂપ-બીજ, જીવબીજ, જીવરસ. **protopla'smic** (-ઝ઼્મિક), વિο.
pro'totype (પ્રોટટાઇપ), નાο જેની નકલ કરી હોય તે મૂળ (માણસ ઇο)– અસલ નમૂનો; અજમાયશ માટે કરેલો નમૂનો વિο કο વિમાનનો.
protozo'on (પ્રોટઝ઼ોઅન), નાο [બο વο -**zoa**] એકકોષી સૂક્ષ્મ જીવ.
protra'ct (પ્રટ્રૅક્ટ), સο ક્રિο લાંબું કરવું, લંબાવ્યા કરવું, ઢીલમાં નાખવું; લાંબો વખત ટકાવવું. **prota'ction**(-ક્શન),નાο
protra'ctor(પ્રટ્રૅક્ટર), નાο ખૂણા માપવાનું બહુધા અર્ધવર્તુળાકાર સાધન.
protru'de (પ્રટ્રૂડ), ઉο ક્રિο હડસેલી બહાર કાઢવું, બહાર નીકળવું. **protru'sion** (-ટ્રૂઝ઼ન), નાο. **protru'sive** (-ટ્રૂસિવ), વિο.
protu'berant (પ્રટ્યૂબરન્ટ), વિο બહાર નીકળી – ઊપસી – આવેલું, આગળ પડતું. **protu'berance**(-રન્સ), નાο.
proud (પ્રાઉડ), વિο અભિમાની, અહંકારી; ઘમંડી, મિજાજી; સ્વાભિમાની; મગરૂબી ધરાવનારું; વિશાળ, ભવ્ય; જરાક આગળ–બહાર–પડતું; (માંસ અંગે) મટવા આવતા જખમની આસપાસ વધેલું. ક્રિοવિο

[વાત.] **do ~**, -ની સાથે ખૂબ ઉદારતાથી -સન્માનપૂર્વક-વર્તવું.

prove (પ્રૂવ), ઉ૦ક્રિ૦ [ભૂ૦કૃ૦ **proved** અથવા **proven**] નિશ્ચિત કરવું, ખરું કરી આપવું, સિદ્ધ કરવું; પુરાવા કે દલીલથી બતાવવું; (મૃત્યુપત્રનું) પ્રામાણ્ય પ્રસ્થાપિત કરવું; હોય તેમ જણાવું; કણેક ઊપસી આવે તેમ કરવું; [પ્રા.] પારખવું, કસોટી કરવી.

pro'venance (પ્રૉવનન્સ), ના૦ મૂળ, (વસ્તુનું) મૂળઠેકાણું.

pro'vender (પ્રૉવિન્ડર), ના૦ ઘાસ-ચારો; [મજાકમાં] માણસનો ખોરાક.

pro'verb પ્રૉવર્બ), ના૦ કહેવત, કહેણી ખૂબ જાણીતી વ્યક્તિ અથવા વસ્તુ.

prover'bial (પ્રૉવર્‌બિઅલ), વિ૦ કહેવતનું-સંબંધી, કહેવતરૂપ બનેલું; નામચીન.

provi'de (પ્રવાઇડ), ઉ૦ ક્રિ૦ -ને માટે તૈયારી-જોગવાઈ કરવી; શરત કરવી-મૂકવી; આગળથી તજવીજ કરવી; પૂરું પાડવું, જોઈતી વસ્તુ આગળથી આણી મૂકવી; ભરણપોષણ કરવું. **~ for**, -ના ભરણ-પોષણની ગોઠવણ કરવી. **provided (that)**, **providing (that)**, એવી શરતે કે, એવી સમજણ સાથે.

pro'vidence(પ્રૉવિડન્સ),ના૦ સમયસર લીધેલી કાળજી; ઈશ્વરની કે નિસર્ગની કૃપા; કરકસર, ત્રેવડ. **P ~**, પરમેશ્વર.

pro'vident (પ્રૉવિડન્ટ), વિ૦ દૂરદૃષ્ટિ રાખનારું-બતાવનારું; આગળથી તજવીજ રાખનારું કરકસરિયું.

provide'ntial (પ્રૉવિડે'ન્શલ), વિ૦ પરમેશ્વરની કૃપાથી-નસીબજોગે -બનેલું; સમયસરનું; નસીબદાર.

pro'vince (પ્રૉવિન્સ), ના૦ દેશનો એક મોટો વહીવટી વિભાગ, પ્રાન્ત; [બ૦ વ૦માં] રાજધાની બાદ કરતાં દેશનો આખો મુલક; આર્ચબિશપના તાબાનો મુલક, ક્ષેત્ર; કાર્ય-પ્રદેશ; વિષય.

provi'ncial (પ્રૉવિન્શલ), વિ૦ પ્રાન્ત કે પ્રાન્તોનું, પ્રાન્તિક; દેશી, ગામડિયું; સંકુચિત વૃત્તિનું. ના૦ પ્રાન્ત(-ન્તો)નો રહેવાસી, ગામડિયો. **provi'ncialism** (-લિઝ્મ), ના૦.

provi'sion (પ્રવિઝન), ના૦ (આગળથી) તજવીજ કરવી-કરી રાખવી તે; કરી રાખેલી તજવીજ, તૈયારી; પુરવઠો, પુરવઠાનો જથો; [બ૦ વ૦માં] સીધું સામાન, ખાવાપીવાની વસ્તુઓ; દસ્તાવેજ ઇ૦માં કશાક માટે કરેલી જોગવાઈ, તેની કલમ.

provi'sional (-નલ), વિ૦ તાત્કાલિક જરૂર પૂરતું, તાત્પૂરતું, કામચલાઉ.

provi'so (પ્રવાઇઝ઼ો), ના૦ [બ૦વ૦**~s**] દસ્તાવેજ કે કરારનામાની શરત(વાળી કલમ). **provi'sory** (-ઝ઼રિ), વિ૦.

provoca'tion (પ્રૉવકેશન), ના૦ ચીડ-વવું – ખીજવવું – તે; ઉશ્કેરણી, ઉશ્કેરાટ; ચીડાવાનું – ગુસ્સાનું-કારણ.

provo'cative (પ્રવૉકટિવ), વિ૦ ગુસ્સો આણે એવું, કામવાસના જાગ્રત કરનારું, ઉશ્કેરનારું, ઉત્તેજક.

provo'ke (પ્રવોક), સ૦ ક્રિ૦ જાગ્રત કરવું, ઉશ્કેરવું; ખીજવવું; મોઢામાં આંગળી ઘાલીને બોલાવવું; થાય તેમ કરવું.

pro'vost(પ્રૉવસ્ટ), ના૦ કેટલીક કૉલેજનો વડો;[સ્કૉ.]નગર નિગમ (મ્યુ. કૉર્પોરેશન)નો ઉપરી, નગરાધ્યક્ષને મળતો અધિકારી. **~** (પ્રવોસ્ટ) **(marshal)**, લશ્કરી પોલિસનો અધિકારી.

prow (પ્રાઉ), ના૦ વહાણનો તદ્દન આગળનો સાંકડો ભાગ, નાળ; આગળ પડતો અણિયાળો ભાગ.

prow'ess (પ્રાઉઇસ), ના૦ પરાક્રમ, વીરતા; યુદ્ધનૈપુણ્ય, કૌશલ્ય.

prowl (પ્રાઉલ), ઉ૦ ક્રિ૦ શિકાર કે લૂટના શોધમાં આમતેમ ભમ્યા કરવું, એવી રીતે કોઈ ઠેકાણે ફરવું. ના૦ એવી રીતે ફરવું તે.

prox. (પ્રૉક્સ), સંક્ષેપ. proximo.

pro'ximate (પ્રૉક્સિમટ),ના૦ પાસેમાં પાસેનું, તરત પૂર્વેનું કે પછીનું

proxi'mity (પ્રૉક્સિમિટિ), ના૦ સાન્નિ-ધ્ય; પડોશ.

pro'ximo (પ્રૉક્સિમો), વિ૦ આવતા -

પછીના – મહિનાનું.

pro'xy (પ્રૉક્સિ), ના૦ અવેજી, પ્રતિનિધિ; મુખત્યાર; મુખત્યારી; પોતાની વતી મત આપવાનું અધિકારપત્ર, તેની રૂએ આપેલો મત.

prude (પ્રૂડ), ના૦ આચરણ કે વાણીમાં અતિ ચોખલિયું, વિ૦ક૦ લૈંગિક બાબતોમાં. **pru'dish** (-ડિશ), વિ૦.

pru'dent (પ્રૂડન્ટ), વિ૦ સાવધ, દૂરદર્શી; ડાહ્યું. **pru'dence** (-ડન્સ), ના૦.

pruden'tial (પ્રૂડે'ન્શલ), વિ૦ દૂરદર્શી, સાવધ; ડહાપણભર્યું.

pru'dery (પ્રૂડરિ), ના૦ ડાવકાઈ, ભારેખમપણું; વિ૦ ક૦ સ્ત્રીઓની નખરાંખોરી.

prune[1] (પ્રૂન), ના૦ સૂકી કાળી દરાખ, મુનક્કા.

prune[2], સ૦ક્રિ૦ ડાળવું, છાંટવું; વધારાનો નકામો ભાગ કાપી નાખવો; (પક્ષીએ પીંછાં ઇ૦) ટૂંપવું, સમારવું; માલ તૈયાર કરવાનું ખરચ ઘટાડવું.

prur'ient (પ્રૂરિઅન્ટ), વિ૦ કામાતુર, કામલોલુપ. **prur'ience** (-અન્સ), ના૦.

Pru'ssian (પ્રશન), વિ૦ અને ના૦ પ્રશિયાનું (વતની), પ્રશિયાના લોકોનું. ~ **blue**, ઘેરો વાદળી રંગ.

pru'ssic (પ્રસિક), વિ૦ ઘેરા વાદળી રંગનું (બનાવેલું). ~ **acid**, એક ખૂબ ઝેરી પ્રવાહી.

pry (પ્રાઇ), અ૦ક્રિ૦ કોઈને વિષે નાહક પૂછપરછ–ચિકિત્સા–કરવી, ડોકિયું કરીને જોવું (કોઈની છાની વાત જાણવા).

P. S., સંક્ષેપ. postscript

psalm (સામ), ના૦ પ્રાર્થનાગીત, સ્તોત્ર. (**Book of**) **P~s**, જૂના કરારનું એક પુસ્તક.

psa'lmist (સામિસ્ટ), ના૦ સ્તોત્રકર્તા.

psa'lmody (સામડિ), ના૦ સ્તોત્રો ગાવાની પ્રથા–કળા.

psa'lter (સૉલ્ટર), ના૦ સ્તોત્રમાળાની નકલ કે પાઠ.

psa'ltery (સૉલ્ટરિ), ના૦ એક પ્રાચીન અને મધ્યયુગીન તંતુવાદ્ય.

psepho'logy (સે'ફૉલજિ), ના૦ ચૂંટણીઓ અને મતદાનના વલણોની ચિકિત્સા. **psepho'logist** (-જિસ્ટ), ના૦.

pseu'do- (સ્યૂડો-), સમાસમાં. કૃત્રિમ, બનાવટી, ખોટું, દેખાઉ.

pseu'donym (સ્યૂડનિમ), ના૦ ઉપનામ, તખલ્લુસ.

pseudo'nymous (સ્યૂડૉનિમસ), વિ૦ ઉપનામે લખેલું.

pshaw (શૉ), ઉદ્ગાર૦ અધીરતા કે તિરસ્કાર વાચક. છટ્! ઃ!

psori'asis (સોરાયસિસ), ના૦ લાલ ચાઠાંવાળો એક ચર્મરોગ.

P.S.V., સંક્ષેપ. public service vehicle.

psy'che (સાઇક), ના૦ આત્મા, પ્રાણ, મન.

psychede'lic (સાઇકિડે'લિક), વિ૦ (દવા અંગે) ભ્રમોત્પાદક, માનસિક ભાનને વધુ વ્યાપક બનાવનાર, એવા અનુભવનું સૂચક.

psychi'atry (સાઇકાયટ્રિ), ના૦ માનસિક રોગ ચિકિત્સા, –રોગોપચાર. **psychia'tric(al)** (સાઇકિઍટ્રિક-કલ), વિ૦. **psychia'trist** (સાઇકાયટ્રિસ્ટ), ના૦.

psy'chic (સાઇકિક), વિ૦ આત્માનું કે મનનું–ને લગતું; માનસિક કે ગૂઢ (આધ્યાત્મિક) શક્તિઓ વાપરી શકનારું. ના૦ ગૂઢશક્તિઓની જેના પર તરત અસર થાય છે એવું માણસ, પ્રેતાત્મા સાથે વાત કરવામાં ઉપયોગી માધ્યમ.

psy'chical (સાઇકિકલ), વિ૦ આત્માનું કે મનનું; પ્રાકૃતિક કે ભૌતિક નિયમોના ક્ષેત્રની બહારનું–ની ઘટનાઓ અને સ્થિતિઓનું.

psy'cho- (સાઇકો-), સમાસમાં. આત્મા, મન

psychoana'lysis (સાઇકો–અનૅલિસિસ), ના૦ મનોવિશ્લેષણ શાસ્ત્ર, માનસિક વિકૃતિઓનો ઉપચાર કરવાની મનોવિશ્લેષણ-પદ્ધતિ. **psycho'analyse** (-ઍનલાઇઝ), સ૦ ક્રિ૦. **psychoa'nalyst** (-ઍનલિસ્ટ), ના૦. **psychoanaly't-ical** (-ઍનલિટિકલ), વિ૦.

psycholo'gical (સાઇકલૉજિકલ), વિ૦

મનનું; માનસશાસ્ત્રનું. ~ **moment**, બરાબર યોગ્ય - તાકડાનો - વખત, ખરો વખત. ~ **warfare**, મનોબળનું યુદ્ધ.

psycho'logy (સાઇકૉલજિ), ના૦ માનસશાસ્ત્ર; તેનું વિવરણ કરનાર ગ્રંથ; [વાત.] માનસિક લક્ષણો. **psycho'logist** (-લજિસ્ટ) ના૦.

psychoneuro'sis (સાઇકન્યુઅરોસિસ), ના૦ [બ૦ વ૦ **-oses** -સીઝ઼]. મનો મજ્જાવિકૃતિ. **psychoneuro'tic** (-રૉટિક), વિ૦.

psy'chopath (સાઇકપૅથ), ના૦ ચસકી ગયેલા મગજવાળો-અસ્થિર માણસ: અનિયમિત સામાજિક વર્તન સાથેની લાંબા વખતની માનસિક વિકૃતિનો ભોગ બનેલો માણસ. **psychopa'thic** (-પૅથિક), વિ૦.

psycho'sis (સાઇકોસિસ), ના૦ [બ૦ વ૦ **-oses**,-સીઝ઼] આખા વ્યક્તિત્વ પર અસર કરનાર માનસિક વ્યાધિ.

psychosoma'tic (સાઇકોસમૅટિક), વિ૦ મન અને શરીરનું; (રોગ અંગે) માનસિક તાણને લીધે થયેલું અથવા વધેલું.

psychosur'gery(સાઇકોસર્જરિ), ના૦ માનસિક વિકૃતિના ઉપચાર તરીકે મગજપર શસ્ત્રક્રિયા.

psychothe'rapy (સાઇકોથે'રપિ),ના૦ માનસોપચાર (પદ્ધતિ). **psychothe'rapist** (-પિસ્ટ), ના૦.

psycho'tic (સાઇકૉટિક), વિ૦ અને ના૦ માનસિક વ્યાધિનો (દરદી).

P. T., સંક્ષેપ. physical training.

pt., સંક્ષેપ. part; pint; point; port.

P. T. A., સંક્ષેપ. parent-teacher association.

ptar'migan (ટારમિગન),ના૦'grouse' કુટુંબનું એક ખાદ્ય પક્ષી.

pte., સંક્ષેપ. private.

pteroda'ctyl (ટે'રડૅક્ટિલ), ના૦ પાંખવાળું સર્પજાતિનું પ્રાણી હવે નષ્ટ.

P. T. O., સંક્ષેપ. please turn over.

pto'maine (ટોમેન), ના૦ કોવાતા (વિ૦ ક૦ ખોરાકના) પદાર્થોમાં મળી આવતાં ઝેરી દ્રવ્યો.

pub (પબ), ના૦ [વાત.] વીશી; દારૂનું પીઠું.

pu'berty (પ્યૂબર્ટિ), ના૦ ઉંમરલાયક થવું તે, પ્રજનનક્ષમ અવસ્થા.

pu'bes (પ્યૂબીઝ઼), ના૦ ઉદરનો નીચેનો ભાગ.

pube'scence (પ્યૂબે'સન્સ), ના૦ તારુણ્યમાં પ્રવેશ; વનસ્પતિ કે પ્રાણી પર સુંવાળી રુવાટી.**pube'scent**(-સન્ટ),વિ૦.

pu'bic (પ્યૂબિક), વિ૦ ઉદરના નીચેના ભાગનું, જઘનાસ્થિનું.

pu'blic (પબ્લિક), વિ૦ સર્વે લોકોનું, સાર્વજનિક; બધા લોકો માટે ખુલ્લું; બધા જોઈ શકે એવું; જાહેરમાં કરેલું. ના૦ કોઈ કોમ કે રાષ્ટ્રના બધા લોકો, જાહેર પ્રજા. **in** ~, જાહેરમાં, ખુલ્લંખુલ્લાં. ~**-address system**, લાઉડ સ્પીકર વગેરે સરંજામ. ~ **house**, જ્યાં સ્થળ પર દારૂ પીરસાય છે એવી વીશી. ~ **relations**, કોઈ સંસ્થા ઇ૦નો જનસંપર્ક. ~ **relations officer**, જનતા સાથે સારા સંબંધો રહે તે જોનાર અધિકારી. ~ **school**; સાર્વજનિક સંચાલન હેઠળની શાળા, છાત્રાલયવાળી શાળા. ~**-spirited**, જનસેવાની બુદ્ધિવાળું, લોકહિતેષી ~ **transport**, જાહેર પરિવહન સેવા. ~ **utility**, પાણી, ગૅસ, વીજળી ઇ૦ પૂરાં પાડનાર સંગઠન. **pu'blicly** (-ક્લિ), ક્રિ૦ વિ૦.

pu'blican (પબ્લિકન), ના૦ વીશીવાળો; દારૂના પીઠાવાળો, કલાલ.

publica'tion (પબ્લિકેશન), ના૦ પ્રસિદ્ધ કરવું તે; પ્રસિદ્ધ કરેલી ચોપડી ઇ૦ પ્રકાશન.

pu'blicist (પબ્લિસિસ્ટ), ના૦ છાપામાં જાહેર પ્રશ્નો પર લખનાર, પત્રકાર; જાહેરખબરો મેળવનાર ઇ૦.

publi'city (પબ્લિસિટિ), ના૦ જાહેર કરવું - થવું-તે; જાહેરાત; પ્રસિદ્ધિ, પ્રખ્યાતિ. ~ **agent**, પ્રસિદ્ધિને લગતું કામકાજ કરનાર પ્રતિનિધિ.

pu'blicize (પબ્લિસાઇઝ઼), સ૦ ક્રિ૦ જાહેર કરવું, લોકોના ધ્યાન પર આણવું, વિ૦ ક૦ જાહેરાત દ્વારા.

pu'blish (પબ્લિશ), સ૦ ક્રિ૦ લોકોમાં જાણીતું – પ્રસિદ્ધ – કરવું. વિધિસર જાહેર કરવું, ચોપડી ઇ૦ પ્રગટ કરવું–બહાર પાડવું.

pu'blisher (પબ્લિશર), ના૦ ચોપડીઓ, છાપું, ઇ૦નો પ્રકાશક.

puce (પ્યૂસ), વિ૦ ચાંચડના રંગનું, ભૂરું જાંબુડિયું.

puck[1] (પક), ના૦ તોફાની – અડપલાં કરનાર – પરી. **pu'ckish** (-કિશ), વિ૦.

puck[2], ના૦ બરફ પર રમાતી હૉકીમાં વપરાતું રબરનું કડું.

pu'cker (પકર), ઉ૦ ક્રિ૦ સીવવામાં કરચલી – વાટા વાળવા, ચીપ પાડવી; કરચલીઓ – વાટા – વળવા. ના૦ વાટો, ચૂણ, ચીણ, ગડી.

pu'dding (પુડિંગ), ના૦ શીરા જેવી એક ગળી વાની; ડુક્કરના આંતરડામાં લોટ, લોહી, ઇ૦ ભરીને બનાવેલી એક વાની. **~-stone**, કાંકરિયો પથ્થર – ખડક.

pu'ddle (પડલ), ના૦ ખાબોચિયું, કઠણ માટીનું પાણી ન પેસે એવું પડ.

pu'dency (પ્યૂડન્સિ), ના૦ નમ્રતા, વિનય.

pude'nda (પ્યૂડે'ન્ડૅ), ના૦ બ૦ વ૦ વિ૦ ક૦ સ્ત્રીનાં ગુહ્યભાગો.

pue'rile (પ્યુઅરાઇલ), વિ૦ બાલિશ; નજીવું. **pueri'lity** (-રિલિટિ), ના૦.

puer'peral (પ્યુઅરૂપરલ), વિ૦ સુવાવડનું–ને લીધે થયેલું.

puff (પફ), ના૦ પવનની જરાક ઝડપી લહેર, ફૂંક; ફૂંકારા સાથે છોડેલો ધુમાડો – વરાળ; ડીલ પર પાઉડર – સુવાસિત ભૂકી – છાંટવાનું ફૂલ; પૂરણપોળી જેવી એક વિલાયતી વાની; વધારે પડતી સ્તુતિપર સમાલોચના, જાહેરાત, ઇ૦. ઉ૦ ક્રિ૦ હવા કે શ્વાસનો કે વરાળનો ફૂંકારો કાઢવો, ધુમાડાના ફૂંકારા કાઢવા; હાંફવું; ફૂંક મારીને હોલવવું; ફુલાવવું; અત્યુક્તિભરી જાહેરાત કરવી. **~-adder**, ઉશ્કેરાય ત્યારે પોતાનું શરીર ફુલાવનાર આફ્રિકાનો એક ઝેરી સાપ. **~-ball**, દડાના આકારની ફૂગ. **~ paste, ~ pastry**, અલગ અલગ પડવાળી હલકી પેસ્ટ્રી. **~ sleeve**, ચપટીવાળી – ફુગ્ગાવાળી – બાંય.

pu'ffin (પફિન), ના૦ ઉ. અટલાન્ટિકનું મોટી ચાંચવાળું એક દરિયાઈ પક્ષી.

pu'ffy (પફિ), વિ૦ ટૂંકા શ્વાસવાળું, ફૂલેલું.

pug (પગ), ના૦ ચપટા નાકવાળું નાનું કૂતરું. **~-nose**, ટૂંકું ચપટું નાક.

pu'gilist (પ્યૂજિલિસ્ટ), ના૦ મુષ્ટિ યોદ્ધો. **pu'gilism** (-લિઝ઼મ), ના૦. **pugili'stic** (-લિસ્ટિક), વિ૦.

pugna'cions (પગ્નેશસ), વિ૦ લઢકણું, કજિયાખોર. **pugna'city** (-નૅસિટિ), ના૦

pui'sne (પ્યૂનિ), વિ૦ અને ના૦ ~ (**judge**), વરિષ્ઠ ન્યાયાલયનો ઊતરતી કક્ષાનો ન્યાયાધીશ.

pu'issant (પ્યૂઇસન્ટ), વિ૦ શક્તિશાળી, બળવાન. **pu'issance** (-સન્સ), ના૦.

puke (પ્યૂક), ઉ૦ ક્રિ૦ અને ના૦ ઊલટી (કરવી–થવી). ઓકવું.

pu'kka (પક્કૅ), વિ૦ [વાત.] સાચું, અસલ.

pu'lchritude (પલ્ક્રિટ્યૂડ), ના૦ સૌન્દર્ય.

pulchritu'dinous (-ડિનસ), વિ૦.

pull (પુલ), ઉ૦ ક્રિ૦ પોતા તરફ ખેંચવું, તાણવું; ખેંચીને લઈ જવું. આકૃષ્ટ કરવું; વધુ પડતા તાણથી સ્નાયુને ઈજા પહોંચાડવી; મોઢું વાંકું કરવું; ખેંચી કાઢવું, ટૂંપવું; [વાત.] સફળતાથી પાર ઉતારવું. ના૦ ખેંચવું તે, ખેંચ, તાણ; [લા.] લાભ; વગવજન પાડવાનું સાધનઃ મુદ્રકનો કાચો ખરડો (પ્રૂફ); દારૂનો મોટો ઘૂંટડો ખેંચવાનો હાથો. **~ about**, -ની પ્રત્યે અવિનયથી વર્તવું. **~ down**, પાડી નાખવું, તબિયત બગાડવી. **~ in**, પાસેની બાજુ પાસે ખસેડવું. **~ off**, જીતવું, સફળ સંચાલન કરવું. **~ out**, -માંથી નીકળી જવું, દૂરની બાજુએ ખસેડવું, ખેંચી કાઢવું. **~ over**,

માથા પરથી પહેરવાની લાંબી બાંયની ઊની બંડી-સ્વેટર. ~ **one's punches,** મુષ્ટિ યુદ્ધ, દલીલ, ઇ૦માં પૂરતું જોર કરી ન શકવું. ~ **round, through,** સંકટ, માંદગી, ઇ૦માંથી સુરક્ષિતપણે પસાર થવું. ~ **together,** એકતંતે કામ કરવું, જાત પર કાબૂ મેળવવો, સ્વસ્થ થવું. ~ **up,** રોકવું, ઊભું રાખવું; ઊભું રહેવું; પોતાની જાતને રોકવું; શરતમાં પોતાના સાપેક્ષ સ્થાનમાં સુધારો કરવો; મેદાનમાંથી ખસી જવું. ~ **one's weight,** [લા.] પોતાને ભાગે આવતું કામ કરવું.

pu'llet (પુલિટ), ના૦ મરઘીનું બચ્ચું.

pu'lley (પુલિ), ના૦ ગરગડી, ક૨પી, દોરડું પસાર કરી શકાય તે માટે ખોભણ-વાળું ચક્ર; ગતિ અથવા શક્તિ વધારવા માટે પટા વતી ફેરવાતું દાંડા પર બેસાડેલું પૈડું અથવા પીપ.

Pu'llman (પુલ્મન), ના૦ ~(**car, coach**), રેલવેનો આરામ અને સુખ સગવડવાળો ડબો; સૂવાનો ડબો.

pu'llulate (પલ્યૂલેટ), અ૦ક્રિ૦ ઝડપથી ફૂટી નીકળવું, વધવું. **pullula'tion** (-લેશન), ના૦.

pu'lmonary (પલ્મનરિ), વિ૦ ફેફસાં-નું-ને લગતું, ફેફસાંનો રોગ થયેલું-થાય એવું.

pulp (પલ્પ), ના૦ ગર, ગરભ, માવો; લગદો, વિ૦ ક૦ કાગળ બનાવવા માટેનો. ઉ૦ ક્રિ૦ -નો માવો-લોદો-બનાવવો-બનવો. **pu'lpy** (પલ્પિ) વિ૦.

pu'lpit (પુલ્પિટ), ના૦ વ્યાસપીઠ; પ્રવચન કરવાનો વ્યવસાય.

pu'lsar(પલ્સ઼ર), ના૦ નિયમિતપણે અને ઝડપથી કંપ પામતા રેડિયો સંકેતોનું મૂળ.

pulsa'te (પલ્સેટ), અ૦ ક્રિ૦ વારાફરતી ફૂલવું અને સંકોચાવું; સ્ફુરણ પામવું, કંપવું, આમતેમ હાલવું. **pulsa'tion** (-સેશન), ના૦.

pulse[1] (પલ્સ), ના૦ નાડીઓનો નિયમિત ધબકારો; તે જોવાનું સ્થાન, નાડી; ભાવ કે ચૈતન્યનું સ્ફુરણ, સ્પંદન; ધ્વનિ, પ્રકાશ, વિદ્યુતસંકેત, ઇ૦નું સ્પંદન. અ૦ ક્રિ૦ (નાડીનો) ધબકારો થવો.

pulse[2], ના૦ કઠોળ, દ્વિદલ અનાજ.

pu'lverize (પલ્વરાઇઝ઼), ઉ૦ ક્રિ૦ -નો ભૂકો-ચૂરો કરવો-થવો; પાડી નાખવું; કચડી નાખવું; ભોંયભેગું કરવું. **pulveriza'tion** (-ઝ઼ેશન), ના૦.

pu'ma (પ્યૂમ), ના૦ બિલાડીના જેવું અમે.નું એક મોટું વિકરાળ માંસાહારી પ્રાણી.

pu'mice (પમિસ), ના. ~ (**-stone**), ઘસવા માટે હલકો છિદ્રાળુ લાવાનો પથ્થર.

pu'mmel (પમલ), સ૦ ક્રિ૦ લગાતાર મુક્કા-ઠોસા-મારવા.

pump[1] (પમ્પ), ના૦ પાણી ઇ૦ પ્રવાહી ખેંચી કે શોષી લેવાનું અથવા ઉપર ચડાવવાનું યંત્ર-પમ્પ. ઉ૦ ક્રિ૦ પમ્પ ચલાવીને પ્રવાહી ખાલી કરવું, ઉપર ચડાવવું, ઇ૦; સતત પ્રશ્નો પૂછીને બાતમી કઢાવવી, પમ્પ કરીને કોરું કરવું. ~**-room,** ઔષધિ પાણીના ઝરા પર પાણી (વેચાતું) આપવાની ઓરડી. ~ **up,** રબરની વાટ વગેરે હવા ભરીને ફુલાવવું.

pump[2], ના૦ નાચતી વખતે પહેરવાનો હલકો જોડો ઇ૦.

pu'mpernickel (પમ્પર્નિકલ), ના૦ ચાળ્યા વિનાના 'રાય'ના લોટની રોટી.

pu'mpkin (પમ્પ્કિન), ના૦ કોળાનો વેલો; કોળું.

pun (પન), ના૦ શબ્દશ્લેષ. સ૦ક્રિ૦ શ્લેષ કરવો.

punch[1] (પંચ) ઉ૦ક્રિ૦ મુક્કો-ઠોસો-મારવો; વેહ પાડવાના હથિયાર વડે કાણું કે કાણાં પાડવાં; પંચ વતી ખીલો અંદર ઠોકવો. ના૦ મુક્કો, ઠોસો; કાણ પાડવાનું ઓજાર અથવા યંત્ર; ખીલો અંદર ઠોકવાનું કે બહાર કાઢવાનું ઓજાર; [વિ૦બો૦] જુસ્સો, સપાટો ~**-ball,** મુષ્ટિયુદ્ધના અભ્યાસ માટે વપરાતો હવા અથવા બીજું કશુંક ભરેલો દડો. ~**-drunk,** વારંવાર ઠોસાનો માર પડવાથી બેહોશ-જડ-બનેલું. ~**-line,** મશ્કરી માટે મુદ્દો બતાવનાર શબ્દો. ~**-up,** [વિ૦બો૦] મુક્કાબાજીની મારામારી, કજિયો.

punch², ના૦ મદ્યાર્ક, દારૂ, (ગરમ) પાણી, દૂધ, મસાલા, ઇ૦ના મિશ્રણનું પીણું. **~-bowl**, પંચનું મિશ્રણ બનાવવાનું તાંસળું–પ્યાલો; પહાડમાં ઊંડું ગોળ પોલાણ–ખાડો.

punch³, ના૦ ટૂંકા પગવાળું જાડું ભારવાહક ટટ્ટુ.

Punch⁴, ના૦ 'પંચ અને જૂડી' નામના કઠપૂતળીના ખેલમાંનું એક ખૂંધવાળું ઠીંગણું પાત્ર.

puncti'lio (પંક્ટિલિઓ), ના૦ [બ૦વ૦ **~s**] શિષ્ટાચાર કે આદરની એક નાજુક બાબત; નજીવી ઔપચારિકતા.

puncti'lious (પંક્ટિલિઅસ), વિ૦ શિષ્ટાચાર કે કર્તવ્યનું ઝીણવટથી પાલન કરનારું.

pu'nctual (પંક્ટ્યુઅલ), વિ૦ નિયત સમયનું પાલન કરનાર, મોડું ન કરનાર. **punctua'lity** (પંક્ટ્યુઍલિટિ), ના૦.

pu'nctuate (પંક્ટ્યુએટ), સ૦ક્રિ૦ લખાણમાં વિરામચિહ્નો મૂકવાં–મૂકીને ભાગ પાડવા; અટકાવવું. **punctua'tion** (-એશન), ના૦.

pu'ncture (પંક્ચર), ના૦ ભોંકવું તે, ભોંકવાથી પડેલું કાણું. ઉ૦ક્રિ૦ -માં કાણું પાડવું–પડવું.

pu'ndit (પંડિત), ના૦ પંડિત, વિદ્વાન, તજ્જ્ઞ

pu'ngent (પંજન્ટ), વિ૦ તીખું, ઝાટકો લાગે એવું, નાકમાં બળતરા કરે એવું, તીવ્ર, ઉગ્ર. **pu'ngency** (-જન્સિ), ના૦ તીખાશ, તીવ્રતા.

pu'nish (પનિશ), સ૦ક્રિ૦ સજા–શિક્ષા-કરવી, દંડ કરવો; સખત ઝાટકણી કાઢવી; -ની (સહન)શક્તિ ઉપર વધારે પડતો બોજો નાખવો; -ની સાથે કડકાઈથી વર્તવું. **pu'nishment** (-શ્મન્ટ), ના૦.

pu'nitive (પ્યૂનિટિવ), વિ૦ સજા કરનારું, સજા કરવાના ઉદ્દેશવાળું, શિક્ષાત્મક.

punk (પંક), ના૦ [વાત.] નકામી વસ્તુ, વાહિયાત વાત; કપાત્તર. **~ rock**, નિર્લજ્જ અને આઘાતજનક અસર કરનારો સંગીતનો પ્રકાર.

pu'nkah (પંકા), ના૦ પંખો.

pu'nnet (પનિટ), ના૦ નાની ટોપલી.

pu'nster (પન્સ્ટર), ના૦ શબ્દશ્લેષ કરનારો.

punt¹ (પન્ટ), ના૦ લાંબા વાંસ વતી ચલાવાતી થાપડા હોડી–થાપડો. ઉ૦ક્રિ૦ વાંસ વતી થાપડો ચલાવવો, થાપડામાં લઈ જવું–બેસીને જવું.

punt², ઉ૦ક્રિ૦ હાથમાંથી પડતા ફુટબૉલને તે જમીનને અડે તે પહેલાં લાત મારવી. ના૦ એવી રીતે મારેલી લાત.

punt³, ના૦ (પત્તાંની રમતમાં) અનામત રાખેલા પૈસા પર હોડ બકવી; [વાત.] શેરોનો સટ્ટો કરવો; શરત મારવી.

pu'ny (પ્યૂનિ), વિ૦ નાનકડું; દૂબળું.

pup (પપ), ના૦ કુરકુરિયું; વરુ, ઉંદર, ઇ૦નું બચ્ચું. અ૦ક્રિ૦ (કૂતરી અંગે) વિયાવું.

pu'pa (પ્યૂપ), ના૦ [બ૦વ૦ **-pae** –પી] પાંખ ફૂટતાં પહેલાંની સ્થિતિમાંનો–કોષવાસી–કીડો.

pu'pil (પ્યૂપિલ), ના૦ વિદ્યાર્થી, શિષ્ય; આંખની કીકી.

pu'pillary (પ્યૂપિલરિ), વિ૦ પાલકત્વ હેઠળનું; વિદ્યાર્થી(ઓ)નું; આંખની કીકીનું.

pu'ppet (પપિટ), ના૦ કઠપૂતળી; બીજાના હાથમાં રમનાર માણસ. **~ state**, સ્વતંત્ર હોવાનું કહેનારું પરંતુ વસ્તુતઃ બીજા મોટા રાજ્યના હાથમાં રમનારું રાજ્ય. **pu'ppetry** (-પિટ્રિ), ના૦.

pu'ppy (પપિ), ના૦ કુરકુરિયું; મિથ્યાભિમાની જુવાનિયો. **~-fat**, બાળકનું અથવા કિશોર વયનાનું તાત્પૂરતું જાડાપણું.

pur'blind (પર્બ્લાઇન્ડ), વિ૦ ઝાંખી દૃષ્ટિવાળું, અંશતઃ અંધ; મંદબુદ્ધિ જડ.

pur'chase (પર્ચેસ), ના૦ ખરીદ કરવું તે, ખરીદી. ખરીદેલી વસ્તુ; ઉચ્ચાલન લાભ. સ૦ક્રિ૦ ખરીદવું.

pur'dah (પર્દા), ના૦ [હિન્દી ઇ૦] પડદો; પડદાની પ્રથા.

pure (પ્યુઅર), વિ૦ શુદ્ધ, ચોખ્ખું, ભેગ વિનાનું; કેવળ, નર્યું; શુદ્ધ આચરણ કે ચારિત્ર્યવાળું; પવિત્ર, નિષ્કલંક.

pur'ée(પ્યુઅરે),ના૦શાકભાજી ઇ૦નો રસો.

pur'ely (પ્યુઅર્લિ), ક્રિ૦ વિ૦ કેવળ, માત્ર, નર્યું; સાવ.

pur'gative (પરૃગટિવ), વિ૦ અને ના૦ રેચક (દવા); શુદ્ધ કરનારી (વસ્તુ).

pur'gatory (પરૃગટરિ), ના૦ આધ્યાત્મિક શુદ્ધિ અને પ્રાયશ્ચિત્તનું સ્થાન, સજા અને તાવણીનું સ્થાન. **purgator'ial** (-ટોરિઅલ), વિ૦.

pu'rge (પર્જ), સ૦ ક્રિ૦ શરીર અથવા મન શુદ્ધ કરવું; રેચ લઈ ને પેટ સાફ કરવું; -નું પ્રાયશ્ચિત્ત કરવું. આરોપમાંથી મુક્ત કરવું; -માંથી અનિષ્ટ તત્ત્વો, સભ્યો, ઇ૦ દૂર કરવું. ના૦ વિરેચન; જુલાબ. **purga'tion** (-ગેશન), ના૦.

purifica'tion (પ્યુઅરિફિકેશન), ના૦ શુદ્ધીકરણ, શુદ્ધિની વિધિ.

purify (પ્યુઅરિફાઈ), સ૦ ક્રિ૦ શુદ્ધ કરવું; પરકીય (અનિષ્ટ) તત્ત્વો દૂર કરવાં-કાઢી નાખવાં.

pur'ist (પ્યુઅરિસ્ટ), ના૦ ભાષાશુદ્ધનો વધુ પડતો આગ્રહ રાખનાર.

pur'itan (પ્યુઅરિટન), ના૦ રેફર્મેશનને ઊણું માનનાર ઇંગ્લૅન્ડના પ્રોટેસ્ટન્ટ પંથનો માણસ; ધર્મ અને નીતિની બાબતમાં એકાંતિક કડકાઈ રાખનાર, પ્યૂરિટન. **purita'nic(al)** (-ટેનિક, -કલ), વિ૦. **pur'itanism** (-ટનિઝ્મ), ના૦.

pur'ity (પ્યુઅરિટિ), ના૦ શુદ્ધતા,પાવિત્ર્ય.

purl[1] (પર્લ), અ૦ ક્રિ૦ (પાણીનું) ખળખળ વહેવું.

purl[2], ના૦ સોનાચાંદીના તારની કલાબૂતની મગજી-કોર, ગૂંથણમાં લેવાતો ઊંધો ટાંકો. સ૦ ક્રિ૦ કલાબૂતની કોરથી શણગારવું, ટાંકો ઊંધો લેવો.

pur'ler (પરૃલર), ના૦ [વાત.] જોરથી પડવું તે.

pur'lieu (પરૃલ્યૂ), ના૦ [બહુધા બ૦વ૦ માં] પરિસર, આસપાસનો પ્રદેશ.

pur'lin (પરૃલિન), ના૦ છાપરાનો લાંબો મોભ.

purloi'n (પરૃલૉઇન), સ૦ ક્રિ૦ ચોરી કરવી, હાથ મારવો.

pur'ple (પરૃપલ), ના૦ જાંબુડિયો રંગ; જાંબુડિયા રંગનો ઝભ્ભો, વિ૦ ક૦ સમ્રાટ કે કાર્ડિનલના પોશાક તરીકે; **the ~**, સમ્રાટ, રાજા, ઇ૦નું પદ, સત્તા. વિ૦ જાંબુડિયા રંગનું. ઉ૦ ક્રિ૦ જાંબુડિયા રંગનું બનાવવું-થવું.

pur'port (પરૃપર્ટ), ના૦ દસ્તાવેજ કે ભાષણનો દેખીતો અર્થ-આશય-ભાવ. સ૦ ક્રિ૦ (-પોર્ટ), આશય બતાવવો, ઇરાદો રાખવો, -ની મતલબ હોવી.

pur'pose (પરૃપસ), ના૦ હાંસલ કરવાનો ઉદ્દેશ, હેતુ, ઇરાદો; સંકલ્પ, દૃઢનિશ્ચય. **on ~**, હેતુપૂર્વક, જાણીજોઈ ને. **to the ~**, પ્રસ્તુત, પ્રાસંગિક. **to good, little, no,** etc. **~**, સારુ ઉપયોગી, નકામું, ઇ૦. સ૦ ક્રિ૦ -નો ઇરાદો-હેતુ હોવો-રાખવો.

pur'poseful (પરૃપસ્ફુલ), વિ૦ સહેતુક; ઇરાદાપૂર્વક કરેલું.

pur'posely (પરૃપસ્લિ), ક્રિ૦વિ૦ જાણી જોઈ ને, હેતુપૂર્વક

pur'posive (પરૃપસિવ), વિ૦ અમુક ઉદ્દેશવાળું-પાર પાડનારું-થી કરેલું, સહેતુક.

purr (પર), ના૦ ખુશ થયેલી બિલાડીનો ઘુરઘુર અવાજ; એવો જ મોટરના એન્જિનનો અવાજ. ઉ૦ક્રિ૦ એવો અવાજ કરવો. ખુશીમાં ઘુરઘુર કરવું.

purse (પર્સ), ના૦ પૈસાનું પાકિટ-બટવો; ભંડોળ; કોઈ ને ભેટ કે બક્ષિસ તરીકે આપેલા પૈસા-થેલી. ઉ૦ ક્રિ૦ સંકોચવુ (વિ૦ ક૦ હોઠ); સંકોચાવું, સંકોચાઈને કરચલીઓ વળવી. **~-proud**,ધનગર્વિત, ધનોન્મત. **~-strings**,ખરચ ઉપર કાબૂ.

pur'ser (પરૃસર), ના૦ વહાણનો હિસાબ રાખનાર અમલદાર, વિ૦ ક૦ સવારી વહાણમાં મુખ્ય કોઠારી.

pur'slane (પર્સ્લિન), ના૦ કચુંબર બનાવવામાં વપરાતો એક રસદાર પાંદડાવાળો છોડ.

pursu'ance (પરૃસ્યૂઅન્સ), ના૦ પાર પાડવું તે, અનુસરણ.

pursu'ant (પર્સ્યૂઅન્ટ), ક્રિ૦ વિ૦ -ને અનુસરીને, પ્રમાણે.

pursue' (પર્સ્યૂ), ઉ૦ક્રિ૦ (મારી નાખવા, પકડવા, પકડી પાડવા, આકૃષ્ટ કરવા, ઇ૦) -ની પૂઠે લાગવું; સતત હુમલો કરવો; -ની શોધમાં જવું; ચાલુ રાખવું; તપાસ ચાલુ રાખવી; (ધંધો ઇ૦) કરવું, અનુસરવું.

pursui't (પર્સ્યૂટ), ના૦ પાઠલાગ; વ્યવસાય, નોકરી અથવા મનોરંજન.

pu'rulent (પ્યુઅરુલન્ટ), વિ૦ પરુનું -વાળું, જેમાંથી પરુ વહેતું હોય એવું. **pu'rulence** (-લન્સ), ના૦.

purvey' (પર્વે), ઉ૦ ક્રિ૦ ખાવાપીવાની સામગ્રી પૂરી પાડવી; મોદી તરીકે કામ કરવું. **purvey'or** (પર્વેઅર), ના૦.

pur'view (પરવ્યૂ), ના૦ કાર્ય કે પ્રવૃત્તિનું ક્ષેત્ર, દૃષ્ટિ કે વિચારની મર્યાદા.

pus (પસ), ના૦ પરુ, પૂય.

push (પુશ), ઉ૦ ક્રિ૦ ધકેલવું, ધક્કો મારવો, આગળ - દૂર - ઠેલવું; દબાણ કરવું, દબાણ કરીને બહાર કાઢવું; બળપૂર્વક અંદર ઘૂસીને રસ્તો કરવો; -ની સતત માગણી કરવી; પ્રેરવું, પ્રોત્સાહન આપવું; ગેરકાયદે વેચવું (માદક પદાર્થ); -ની શક્તિઓ અથવા સહિષ્ણુતા પર વધુ પડતો ભાર નાખવો. ના૦ ધકેલવું તે; ધક્કો, હડસેલો; આગળ વધવા માટે લાગવગનો ઉપયોગ; જોરદાર પ્રયત્ન; સાહસ; દૃઢનિશ્ચય. **the ~**, [વિ૦ બો૦] હકાલપટ્ટી. **~-bike**, [વિ૦ બો૦] પેડલવાળી સાઇકલ. **~-chair**, બાબાગાડી. **~ off**, [વિ૦ બો૦] જતા રહેવું. **~-over**, સહેજે જીતી શકાય એવો શત્રુ - નિવારણ કરી શકાય એવી મુશ્કેલી.

pu'sher (પુશર), ના૦ માદક પદાર્થો ગેરકાયદે વેચનાર.

pu'shing (પુશિંગ), વિ૦ [વાત.] પોતાનો માર્ગ કાઢે એવું, આગેબઢુ; (અમુક ઉંમરે) લગભગ પહોંચેલું.

pu'shy (પુશિ), વિ૦ [વાત.] આગળ વધવાના નિશ્ચયવાળું; સ્વમતાગ્રહી.

pusilla'nimous (પ્યૂસિલૅનિમસ), વિ૦ હિંમત વિનાનું, બીકણ. **pusillani'mity** (-નિમિટિ), ના૦.

puss (પુસ), ના૦ બિલાડી; રમતિયાળ અથવા નખરાંબાજ છોકરી.

pu'ssy (પુસિ), ના૦ [વાત.]-બિલાડી. **~foot**, હળવે રહીને - સાવધાનીથી - ચાલવું. **~-willow**, અમે.નું નાનું 'વિલો'નું ઝાડ.

pu'stulate (પસ્ટયુલેટ), ઉ૦ ક્રિ૦ ફોલ્લીઓ થવી.

pu'stule (પસ્ટયૂલ), ના૦ ફોલ્લી, ગૂમડું. **pu'stular** (-લર), વિ૦. **pu'stulous** (-લસ), વિ૦.

put (પુટ), ઉ૦ક્રિ૦ [**put**] અમુક ઠેકાણે ખસેડવું, મૂકવું, બેસાડવું, ગોઠવવું; (વિચાર ઇ૦) શબ્દોમાં વ્યક્ત-રજૂ-કરવું; ગોળો, કડું, ઇ૦ હાથવતી (વ્યાયામની રમત તરીકે) ફેંકવું; -ને બદલે મૂકવું. ના૦ ગોળા, કડું ઇ૦ની ફેંક. **~ about**, હેરાન-અસ્વસ્થ-કરવું; (અફવા) ફેલાવવી **~ across**, ગળે ઉતારવું, સમજાવવું, -નો અમલ કરવો. **~ away**, [વાત.] ગાંડાની ઇસ્પિતાલ ઇ૦માં પૂરી દેવું; ખાઈ-પી જવું. **~ down**, દાબી દેવું; ટપકાવી લેવું, નોંધ કરવી; લેખવું, ગણવું, આરોપણ કરવું; ભવિષ્યના ઉપયોગ માટે રાખી મૂકવું; (ઘરડું પ્રાણી ઇ૦) મારી નાખવું. **~ in**, સ્થાપના કરવી, વિધિસર રજૂ કરવું; (કામ) કરવું; [વાત.] વખત પસાર કરવો. **~ off**, મુલતવી રાખવું, બહાનું બતાવી કોઈને ટાળવું; પાછું વાળવું, ન કરવા મનાવવું; મૂંઝવણમાં નાખવું. **~ on**, કપડા પહેરવાં-પહેરાવવાં ડોળ-ઢોંગ-કરવો; શરીરનું વજન વધારવું; વીજળીનો પ્રકાશ ચાલુ કરવો-યંત્ર ચાલુ કરવું. **~ out**, હોલવી નાખવું, ઉતારી નાખવું, મૂંઝવવું, ત્રાસ દેવો. **~ over**, = **put across**. **~ through**, કોઈની સાથે ટેલિફોન જોડી આપવો; સહન કરાવવું, અનુભવ કરાવવો; પૂર્ણ કરવું. **~ up**, સૂચના કરવી, લગ્નનો ઠરાવ જાહેર કરવો; વેચવા ઇ૦ માટે મૂકવું, વેચાણ માટે માલ

પેટીઓ ઇ૦માં ભરવો; -ને ત્યાં ઊતરવું-ઉતારવું; બાંધવું, ઊભું કરવું. **~-up,** કપટથી ઉપજાવી કાઢેલું. **~ up to,** -ની ખબર આપવી; ઉશ્કેરવું. **~ up with,** સહન કરવું, -ને તાબે થવું. **~ upon,** [વાત.] અયોગ્ય રીતે (ભાર) લદાયેલું-છેતરાયેલું.

pu'tative (પ્યૂટટિવ), વિ૰ જાણીતું, કલ્પિત, મનાતું.

pu'trefy (પ્યૂટ્રિફાઇ), ઉ૰ક્રિ૰ કોવાઈ જવું, બગડવું; સડવું. **putrefa'ction** (-ફૅક્શન), ના૰. **putrefa'ctive** (-ફૅક્ટિવ), વિ૰

putre'scent (પ્યૂટ્રૅ'સન્ટ), વિ૰ કોવાતું, સડતું. **putre'scence** (-સન્સ), ના૰.

pu'trid (પ્યૂટ્રિડ), વિ૰ કોવાયેલું, સડેલું; ગંધાતું. **putri'dity** (પ્યૂટ્રિડિટિ), ના૰.

putsch(પુચ), ના૰ ક્રાન્તિનો પ્રયત્ન, વિદ્રોહ.

putt (પટ), ઉ૰ક્રિ૰ ગોલ્ફના દડાને ગબી-માં જાય તે રીતે હળવેથી મારવો. ના૰ એવો હળવો ફટકો. **pu'tting-green,** ગબીની આસપાસની સુંવાળા ઘાસવાળી જગ્યા.

pu'ttee (પટી), ઘૂંટીથી ઘૂંટણ સુધી રક્ષણ અને આધાર માટે પગ ફરતે ગોળ ગોળ બધાતી પટ્ટી.

pu'tter (પટર), ના૰ ગોલ્ફમ વપરાતી એક લાકડી, જે દડો ગબીમ પહોંચાડવા માટે વપરાય છે.

pu'tty (પટિ), ના૰ સફેતો અને બેલતેલની લુગદી, લાપી; ઝવેરાતને ઘસવાની સફેદ ભૂકી. સ૰ક્રિ૰ લાપીથી (કાચની તકતી ઇ૰) જડી દેવું, ભરવું, ઇ૰.

pu'zzle (પઝ્લ), ના૰ મૂંઝવનારો પ્રશ્ન, કોયડો; બુદ્ધિ ચકાસી જોવાનો સવાલ અથવા યોજેલું રમકડું. ઉ૰ક્રિ૰ મૂંઝવવું, મૂંઝાવું; બુદ્ધિ વાપરીને કોયડાનો ઉકેલ કરવો. **pu'zzlement** (-લ્મન્ટ), ના૰.

PVC, સંક્ષેપ. polyvinyl chloride.

pyae'mia (પાઈ મિઅ), ના૰ સપૂય-રક્તવિકાર, વિષજન્યરક્તદોષ.

py'gmy, pi'gmy, (પિગ્મિ), ના૰ વેંતિયા જાતિનું માણસ; ઠીંગુજી, બહુ નાનું માણસ અથવા વસ્તુ. વિ૰ વેંતિયા લોકોનું; ઠીંગુ; જેનો વિકાસ રુંધાયો છે એવું.

pyja'mas (પિજામઝ઼્), **paja'mas,** (પજા-), ના૰ બ૰વ૰ [પ્રચલિત] સૂતી વખતે પહેરવાનાં ઢીલા પાયજામા અને કુડતું.

pyl'on (પાઇલન), ના૰ ભારે વિદ્યુત-શક્તિવાળા તારના ઊંચા મિનારા જેવા થાંભલા.

pyorrhoe'a (પાયરીઅ), ના૰ એક દંતરોગ જેમાં દાંતમાંથી પરુ નીકળે છે.

py'ramid (પિરમિડ), ના૰ ત્રણ, ચાર કે વધુ ખૂણાવાળી બેઠકવાળું ઉપર સાંકડું થતું જતું એક નક્કર બાંધકામ, પિરામિડ.

pyra'midal (પિરૅમિડલ), વિ૰ પિરા-મિડના આકારનું, પિરામિડ જેવી રચનાવાળું.

pyre (પાયર), ના૰ ચિતા.

pyre'thrum (પાયરિથ્રમ), ના૰ સેવંતી કે ગુલદાવરીનો છોડ; તેનાં સૂકાં પાંદડાંમાંથી બનાવેલી એક જંતુનાશક દવા.

pyri'tes (પાયરાઇટિઝ઼્), ના૰ લોઢું અથવા તાંબુ અને ગંધકના સંયોગથી બનેલો એક (ખનિજ) પદાર્થ.

pyroma'nia (પાયરોમેનિઅ), ના૰ આગ લગાડવાનું ગાંડપણ. **pyroma'n-iac** (-મેનિઍક), ના૰ અને વિ૰.

pyrotechnic(al) (પાયરોટે'ક્નિક, -કલ), વિ૰ દારૂખાનાનું-જેવું **pyrote'ch-nics** (-નિક્સ), ના૰ બ૰વ૰ દારૂખાનું બનાવવાની કે તેનું પ્રદર્શન કરવાની કળા, આતશબાજી.

Py'rrhic(પિરિક), વિ૰. **~ victory,** ભારે ભોગ આપીને મેળવેલી જીત.

py'thon (પાઇથન), ના૰ અજગર.

pyx (પિક્સ), ના૰ પવિત્ર રોટી રાખવાનું ચાંદીનું પાત્ર.

Q

Q., સંક્ષેપ. Queen.

Q.C., સંક્ષેપ. Queen's Counsel.

Q.E.D., સંક્ષેપ. ***quod erat demonstrandum.*** જે સિદ્ધ કરવાનું હતું.

Q.M.(S.), સંક્ષેપ. Quartermaster (Sergeant).

qr., સંક્ષેપ. quarter(s).

qt., સંક્ષેપ. quart(s).

qua (ક્વે), ઉતા૦ અ૦ -ના નાતાથી, -ના અધિકારની રૂએ.

quack[1] (ક્વૅક), ના૦ બતકનો કર્કશ અવાજ. અ૦ ક્રિ૦ બતકનો કર્કશ અવાજ કરવો; મોટેથી મૂર્ખાની જેમ બોલવું.

quack[2], ના૦ ઊંટવૈદ; પોતાને મોઢે પોતાની હોશિયારીની બડાઈ હાંકનાર. **qua'ckery** (-કરિ), ના૦.

quad (ક્વૉડ), સંક્ષેપ. quadrangle; quadraphonic; quadruplet.

qua'drangle (ક્વૉડ્રૅ'ગલ), ના૦ ચતુર્ભુજ આકૃતિ, વિ૦ક૦ સમચોરસ અથવા સમચતુષ્કોણ; કૉલેજ વગેરેની અંદરનો ચોક. **quadra'ngular** (-ગ્યુલર), વિ૦.

qua'drant (ક્વૉડ્રન્ટ), ના૦ વર્તુળ કે ગોળાનો ચોથો ભાગ, તેના આકારની વસ્તુ; કોણીય અંતર માપવાનું સાધન.

quadrapho'nic (ક્વૉડ્રફૉનિક), વિ૦ (અવાજ રજૂ કરવા અંગે) પ્રસારણની ચાર ચૅનલ વાપરનારું

quadra'tic (ક્વૉડ્રૅટિક), વિ૦ વર્ગાત્મક, દ્વિઘાત. ના૦ વર્ગસમીકરણ.

quadre'nnial (ક્વૉડ્રે'નિઅલ), વિ૦ ચાર વરસ ટકનારું ચારચાર વરસે થનારું, ચતુર્વાર્ષિક.

quadrila'teral (ક્વૉડ્રિલૅટરલ), વિ૦ અને ના૦ ચાર બાજુવાળું કે ચતુર્ભુજ (આકૃતિ કે ક્ષેત્ર).

quadri'lle (ક્વડ્રિલ), ના૦ ચોરસ નૃત્ય, તે માટેનું સંગીત.

quadroo'n (ક્વૉડ્રૂન), ના૦ પા ભાગના હબસી લોહીવાળું માણસ.

qua'druped (ક્વૉડ્રુપે'ડ), ના૦ અને વિ૦ ચોપગું (પ્રાણી)

qua'druple (ક્વૉડ્રુપલ), વિ૦ ચાર ગણું (મોટું); ચાર ભાગવાળું. ના૦ ચારગણી સંખ્યા કે જથો. ઉ૦ ક્રિ૦ ચાર ગણું કરવું – થવું.

qua'druplet (ક્વૉડ્રુપ્લિટ), ના૦ સાથે જન્મેલાં ચાર બાળકો, તેમાંનું કોઈ પણ એક.

quadru'plicate (ક્વૉડ્રુપ્લિકટ), વિ૦ ચાર ગણું, જેની ચાર નકલો કરી હોય એવું. સ૦ ક્રિ૦ (-કેટ) ચારે ગુણવું, -ની ચાર નકલો કરવી.

quaff (ક્વૉફ), ઉ૦ ક્રિ૦ ગટગટાવવું,ઢીંચવું.

qua'gmire (ક્વૅગ્માયર), ના૦ કળણ, કાદવકીચડવાળી જમીન.

quail[1] (ક્વેલ), ના૦ તીતરને મળતું એક પક્ષી.

quail[2], અ૦ ક્રિ૦ ડગી જવું, બીવું.

quaint (ક્વેન્ટ), વિ૦ વિલક્ષણ, તરેહવાર, જુનવાણી; વિચિત્ર.

quake (ક્વેક), અ૦ ક્રિ૦ કંપવું, ધ્રૂજવું, આમ તેમ હાલવું. ના૦ [વાત.] ધરતીકંપ.

Qua'ker (ક્વેકર), ના૦ 'સોસાયટી ઑફ ફ્રેન્ડ્ઝ્' નામના ધાર્મિક સંપ્રદાયનું માણસ. **Qua'kerism** (રિઝ્મ), ના૦.

qualifica'tion (ક્વૉલિફિકેશન), ના૦ લાયક બનાવવું -માં ફેરફાર કરવો–તે; ફેરફાર; ગુણ, લાયકાત. **qua'lificatory** (-કેટરિ), વિ૦.

qua'lify (ક્વૉલિફાઇ), ઉ૦ ક્રિ૦ ની ઉપર ગુણનું આરોપણ કરવું; અમુક તરીકે વર્ણન કરવું; લાયક – યોગ્ય – હકદાર –

બનાવવું – થવું; -માં ફેરફાર કરવો, મર્યાદિત કરવું; સૌમ્ય બનાવવું; ઘટાડવું.

qua'litative (ક્વૉલિટટિવ્), વિ૰ ગુણને લગતું – ઉપર આધાર રાખતું, ગુણાત્મક.

qua'lity (ક્વૉલિટિ), ના૰ ગુણ, ગુણધર્મ, ખાસિયત; ગુણવત્તાની માત્રા; સ્વભાવ; (વિશિષ્ટ) લક્ષણ; વિશેષણ; સૂર, અવાજનું વિશિષ્ટ સ્વરૂપ.

qualm (ક્વામ), ના૰ ઉલાળો, બકારી; ખરખરો, ચટપટી; ખટકો.

qua'ndary (ક્વા'ન્ડરિ), ના૰ મૂંઝવણ, અનિશ્ચિતપણું, દુગ્ધા, પેચ.

qua'ntify (ક્વા'ન્ટિફાઈ), ઉ૰ ક્રિ૰ -નો જથો કે પરિમાણ કહેવું.

qua'ntitative (ક્વૉન્ટિટટિવ), વિ૰ જથા કે પરિમાણનું, પરિમાણવાચક, પરિમાણ પ્રમાણે માપેલું; સ્વરની માત્રા પર આધારિત.

qua'ntity (ક્વૉન્ટિટિ), ના૰ જથો, રકમ, રાશિ; અમુક અથવા મોટા જથો; પરિમાણ, સંખ્યા; [બ૰ વ૰માં] મોટા જથો કે સંખ્યા; ધ્વનિ કે પદની માત્રા. ~ **surveyor**, બાંધકામના માપ લઈ તેની કિંમત કાઢનાર.

qua'ntum (ક્વૉન્ટમ), ના૰ [બ૰ વ૰ **-ta**] આવશ્યક, ઇષ્ટ, અથવા માન્ય જથો, પરિમાણ, સંખ્યા; નિયતપ્રમાણ, પુંજ વિકિરણના આવર્તનના પ્રમાણ અનુસાર ઊર્જાના જથાનો એકમ.

qua'rantine (ક્વૉરન્ટીન), ના૰ રોગના ચેપથી બચવા માટે વહાણ, માણસ કે પ્રાણીને અલગ રાખવામાં આવે છે તે, એક પ્રકારનું સૂતક; તેની અવધિ, ક્વારન્ટીન. સ૰ ક્રિ૰ ક્વૉરન્ટીનમાં મૂકવું.

quark (ક્વાર્ક), ના૰ [પદાર્થ.] પ્રાથમિક (સ્થિતિના) કણના ગૃહીત ધરેલા ઘટક તત્ત્વો.

qua'rrel (ક્વૉરલ), ના૰ કજિયો, ઝઘડો, તકરાર; અબનાવ. અ૰ ક્રિ૰ કજિયો – કંકાસ – કરવો, લડવું; -નો દોષ કાઢવો; અણબનાવ થવો, -ની સાથે ઝઘડો થવો.

qua'rrelsome (-લ્સમ), વિ૰.

qua'rry[1] (ક્વૉરિ), ના૰ શિકાર, પારધ; જે મેળવવા પાછળ પડયા હોઈએ તે વસ્તુ.

qua'rry[2], ના૰ પથ્થર વગેરેની ખાણ, ખોદી કાઢવું તે. ઉ૰ ક્રિ૰ ખાણમાંથી ખોદી કાઢવું; ખૂબ મહેનત કરી ખોળવું. ~ (**tile**), ઓપ વિનાની લાદી.

quart (ક્વૉર્ટ), ના૰ પા ગૅલન, બે પાઇન્ટ; તે માય એવું પાત્ર.

quar'ter (ક્વૉર્ટર), ના૰ પા, ચોથો ભાગ; ૨૫ સેન્ટ(નું નાણું); અનાજ માપવાનું ૮ બુશેલનું એક માપ; ૨૮ રતલનું (અમે. ૨૫ રતલનું) એક માપ (વજન); વરસનો ચોથો ભાગ, ત્રિમાસી; પા કલાક, પંદર મિનિટ; હોકાયંત્રસૂચિત દિશા તરફનો પ્રદેશ, દિશા; પુરવઠાનું મૂળ–સ્રોત; [બ૰ વ૰માં] રહેવાની જગ્યા, રહેઠાણ, લશ્કરનું મથક; શરણે જવાની શરતે અપાતું જીવનદાન. સ૰ ક્રિ૰ ચાર સરખા ભાગ કરવા; (વિ૰ ક૰ લશ્કરને) અમુક ઠેકાણે રહેવાની ગોઠવણ કરી આપવી–ગોઠવવું. **give no ~ to**, [લા.] ઉપર નિર્દય–સખત–હુમલો કરવો. ~**-day**, ત્રિમાસિક પગાર ચૂકવવાનો દિવસ. ~**-deck**, વહાણના ડબૂસા તરફનું ઉપલું તૂતક. ~**-light**, બાજુની બારી. ~**master**, [નૌકા.] વહાણના સુકાન પર તથા ભોંયરામાં માલ ભરવા પર દેખરેખ રાખનાર અમલદાર; [લશ્કર.] સિપાઈઓનો મુકામ, રૅશન, ઇ૰નો હવાલો સંભાળનાર.

quar'tering (ક્વૉર્ટરિંગ), ના૰ ચાર ભાગ પાડવા તે; [બ૰વ૰ માં; ચારણ.] કુટુંબોના અરસપરસ સંબંધો બતાવવા માટે એક ઢાલ પર ભેગાં કરેલાં કુલચિહ્નો.

quar'terly (ક્વૉર્ટર્લિ), વિ૰ અને ક્રિ૰ વિ૰ દર ત્રણ મહિને (થતું, પ્રસિદ્ધ કરાતું, કરાતું, ઇ૰). ના૰ ત્રૈમાસિક.

quarte't(te) (ક્વૉર્ટે'ટ), ના૰ ચાર જણનું જૂથ, ચોકડી; ચાર ગાયકો કે વાદકોનું વૃંદ, તેમને માટેની સંગીત રચના.

quar'to (ક્વૉર્ટો), ના૰ [બ૰વ૰ ~**s**] કાગળને બે વખત વાળતા થતું કદ, એ કદની ચોપડી.

quar'tz (ક્વૉર્ટ્સ), ના૦ સ્ફટિક, કાચમણિ.

qua'sar (ક્વેઝ઼ાર), ના૦ જેમાંથી તીવ્ર કિરણોત્સર્ગ થાય છે એવો એક વિદ્યુત ચુંબકીય તારા જેવો પદાર્થ.

quash (ક્વૉશ), સ૦ક્રિ૦ વજૂદ વિનાનું ગણી કાઢી નાખવું; રદ કરવું; દબાવી દેવું, કચડી નાખવું.

qua'si- (ક્વેઝ઼ાઇ-), [સમાસમાં] વિ૦ ઉપરથી દેખાતું, સાચું નહિ, લગભગ. ક્રિ૦વિ૦ ઉપર ઉપરથી, સાચેસાચ.

qua'ssia (ક્વૉશ), ના૦ દ. અમેરિકાનું એક ઝાડ; તેનું લાકડું, છાલ અથવા મૂળિયું, તેમાંથી બનતી શક્તિવર્ધક કડવી દવા.

quatercente'nary (ક્વૉટર્સે'ન્ટિનરિ), વિ૦ અને ના૦ ૪૦૦મી જયંતી (નો ઉત્સવ), ચતુઃશત જન્મ સંવત્સરી.

quater'nary (ક્વટર્નરિ), વિ૦ ચાર ભાગવાળું.

qua'train (ક્વૉટ્રેન). ના૦ ૪ લીટીનો શ્લોક [illegible].

qua'trefoil (કૅટ્રફૉઇલ), ના૦ ચાર દલવાળું પાંદડું અથવા ફૂલ; ચાર અગ્રોવાળી આકૃતિ.

qua'ver (ક્વેવર), ઉ૦ક્રિ૦ કંપવું, હાલવું, ધ્રૂજવું (વિ૦ક૦ અવાજ અથવા સંગીતના સૂર અંગે); ધ્રૂજતે અવાજે બોલવું. ના૦ કંપવાળો-થરડાતો-અવાજ, બોલવામાં ધ્રૂજારી; [સં.] એક સ્વર. **qua'very** (-રિ), વિ૦.

quay (ક્વે), ના૦ કૃત્રિમ ડક્કો.

Que., સંક્ષેપ. Quebec.

quea'sy (ક્વીઝ઼િ), વિ૦ મોળ આવે-ઊલટી થાય-એવું; પાપભીરુ, ખોટું કરતાં અચકાય એવું.

queen (ક્વીન), ના૦ રાજાની પત્ની; રાજ્યની શાસક રાણી; વિશિષ્ટ ક્ષેત્રમાં સર્વશ્રેષ્ઠ સ્ત્રી, દેશ, ઇ૦; મધમાખી, કીડી ઇ૦ની રાણી, મધુરાણી; રાણીનું પત્તું; શેતરંજમાં વજીર; [વિ૦બો૦] સ્વલિંગ કામી મરદ. ઉ૦ક્રિ૦ -ને રાણી બનાવવું; પ્યાદાને આગળ (પટને છેવટે) ખસેડીને તેનો વજીર બનાવવો-બનવો. ~ **it**; રાણીની જેમ વર્તવું. ~ **mother**, શાસક રાજા કે રાણીની માતા અગાઉના રાજાની વિધવા. **Q~'s or King's Bench**, ઉચ્ચ ન્યાયાલયનો વિભાગ. **Q~'s or King's Counsel**, રાજાનો વકીલ બીજા વકીલોથી અગ્રપદ ભોગવતો. **quee'nly** (-ન્લિ), વિ૦.

queer (ક્વિઅર), વિ૦ વિલક્ષણ, તરેહવાર, વિચિત્ર; ચસકી ગયેલું, વિક્ષિપ્ત; શંકિત ચારિત્ર્યવાળું, બેઢંગું; (વિ૦ક૦ મરદ અંગે) સમલિંગકામી. સ૦ક્રિ૦ [વિ૦ બો૦] બગાડવું, અવ્યવસ્થિત કરવું. ના૦ સમલિંગકામી.

quell (ક્વે'લ), સ૦ક્રિ૦ દાબી દેવું, કચડી નાખવું.

quench (ક્વે'ન્ચ), સ૦ક્રિ૦ (તરસ) છિપાવવી, (દેવતા) હોલવવો; શાંત પાડવું; ગૂંગળાવી નાખવું; દબાવી દેવું.

quern (ક્વર્ન), ના૦ અનાજ હાથે દળવાની ઘંટી.

que'rulous (ક્વે'રુલસ), વિ૦ તકરારી, બબડનારું; ચીડિયું.

que'ry (ક્વિઅરિ), ના૦ પ્રશ્ન, પ્રશ્નચિહ્ન, વિ૦ક૦ કોઈ કથન ઇ૦ની સત્યતા વિષે શંકા સૂચવનારું. સ૦ક્રિ૦ બરાબર હોવા વિષે પૂછવું, તપાસ કરવી; -ને વિષે શંકા ઉઠાવવી.

quest (ક્વે'સ્ટ); ના૦ શોધ, ખોજ, (કરવી તે); શોધવાની વસ્તુ-વિષય. ઉ૦ક્રિ૦ -ની શોધમાં જવું, શોધખોળ કરવી.

que'stion (ક્વે'સ્ચન), ના૦ પ્રશ્ન, સવાલ; પ્રશ્નાર્થક વાક્ય; શંકા, વિવાદ; ઉકેલવા માટેનો કોયડો; ચર્ચા કે વિવાદનો વિષય. **in** ~, ચર્ચાનો વિષય, પ્રસ્તુત. **out of the** ~, અવ્યવહાર્ય, અશક્ય. સ૦ક્રિ૦ -ને પ્રશ્ન પૂછવા; -ને વિષે શંકા ઉઠાવવી. -ની પરીક્ષા લેવી. ~ **mark**, પ્રશ્નચિહ્ન. ~**-master**, રેડિયોના કોયડા ઇ૦નો પ્રમુખ. ~ **time**, પાર્લમેન્ટ ઇ૦માં પ્રધાનોને સવાલ પૂછવાનો સમય.

que'stionable (ક્વે'સ્ચનબલ), વિ૦

શંકા લાવવા જેવું, શંકા ભરેલું, વાંધા ભરેલું.

questionnair'e (કવે'સ્ચને'અર), નાo કોઈ તપાસ ઇ૦ અંગેની પ્રશ્નાવલિ.

queue (ક્યૂ), નાo પોતાના વારા માટે રાહ જોનારાઓની હાર; ગૂંથેલો લટકતો ચોટલો–વેણી; ચોટલી. ~(**up**), હારમાં ઊભા રહેવું – જોડાવું.

qui'bble (ક્વિબલ), નાo શબ્દચ્છલ (કરવો તે), દ્વિ-અર્થી બોલવું તે. શ્લેષ, વિતંડા; ઉડાઉ જવાબ, સાચી વાત ટાળવાની યુક્તિ. અo ક્રિo શબ્દચ્છલ કરવું, ગલ્લાંતલ્લાં કરવાં.

quiche (કિશ), નાo બહુધા સ્વાદિષ્ટ પૂરણવાળી ખુલ્લી કચોરી.

quick (ક્વિક) વિo સજીવ, ચેતનવંતુ; સંવેદનશીલ, બુદ્ધિશાળી; ચપળ, ઝડપી, ઝડપથી કામ કરનારું: [પ્રા.] જીવંત. ક્રિoવિo ઝડપથી; ઉતાવળથી. નાo ચામડી કે નખ નીચેનું કુમળું માંસ; મર્મસ્થળ. ~ lime, કળીચૂનો. ~**sand**, ભીની ને પોચી રેતીનો પટ, કળણ. ~**set**, જીવતા છોડોની બનેલી (વાડ). ~**silver**, પારો. ~**step**, ઝડપી પગલાંવાળું એક નૃત્ય.

qui'cken (ક્વિકન), ઉo ક્રિo સજીવન કરવું-થવું; (ગર્ભ અંગે) કળી શકાય એવું હલનચલન કરવું; -માં પ્રાણ પૂરવો, પ્રેરણા આપવી, ચેતવવું; પેટવવું; ગતિ વધારવી, વધારે વેગવાળું કરવું-થવું.

quid[1] (ક્વિડ), નાo [બoવ.o એ જ] એક પાઉન્ડ.

quid[2], નાo ચાવવા માટેની તમાકુની ગોળી.

qui'ddity (ક્વિડિટિ), નાo કોઈ વસ્તુનું તત્ત્વ– અર્ક; અસલ સ્વભાવ – રૂપ.

quid pro quo' (ક્વિડ પ્રોક્વો), 'નુકસાનભરપાઈ (તરીકે આપેલી વસ્તુ).

quie'scent (ક્વાયે'સન્ટ), વિo શાંત, જડ, સુપ્ત, **quie'scence** (-સન્સ), નાo.

qui'et (ક્વાયટ), નાo શાંતતા, આરામ; શાંતિ, સ્તબ્ધતા; રાજકીય શાંતિ. વિo શાંત, અવાજ કે ગતિ વિનાનું; સૌમ્ય (સ્વભાવનું); સ્વસ્થ, ઉoક્રિo શાંત કરવું – થવું.

qui'eten (ક્વાયટન), ઉo ક્રિo શાંત – સ્થિર – કરવું – થવું.

qui'etism (ક્વાયટિઝ્મ), નાo જીવન પ્રત્યે ઉદાસીન વૃત્તિ, અકર્મવાદ, શાંતિવાદ, નિવૃત્તિવાદ. **qui'etist** (-ટિસ્ટ), વિo અને નાo.

qui'etude (ક્વાયટચુડ), નાo શાંતિ, નિરાંત.

quie'tus (ક્વાઇઇટસ), નાo મરણ; મોક્ષ, અંતિમ છુટકારો. આખરી ફટકો.

quiff (ક્વિફ), નાo કપાળ પર આવતી ઓળવતી ઉપર વાળેલી બાબરી.

quill (ક્વિલ), નાo પાંખનું કે પૂંછડીનું મોટું પીંછું, તેની પોલી દાંડી; તેની કલમ; [બહુધા બo વoમાં] શાહુડીના કાંટા.

quilt (ક્વિલ્ટ), નાo ગોદડું, રજાઈ. સo ક્રિo રૂ વગેરે ભરીને ગોદડું – રજાઈ – બનાવવી.

quin (ક્વિન), નાo [વાત.] સાથે જન્મેલા પાંચ બાળકો(માંથી કોઈ પણ એક).

quince (ક્વિન્સ), નાo સફરજનની જાતનું એક ફળ; તેનું ઝાડ.

quincente'nary (ક્વિનસે'ન્ટીનરિ), વિo અને નાo ૫૦૦મી વરસગાંઠ(નો ઉત્સવ).

qui'nine (ક્વિનીન), નાo ખાસ ક. મલેરિયાની એક દવા, ક્વિનીન.

Quinquage'sima (ક્વિનક્વજે'સિમ), નાo 'લેન્ટ'ની પહેલાંનો રવિવાર.

quinque'nnial (ક્વિનક્વે'નિઅલ), વિo પાંચ વરસ ટકનારું, પાંચ પાંચ વરસે થતું.

qui'nsy (ક્વિન્ઝિ), નાo ગળાનો કે કાકડાનો સોજો, કાકડામાં પરુ થવું તે.

quinte'ssence (ક્વિનટે'સન્સ), નાo અર્ક, સારતત્ત્વ. **quintesse'ntial** (-ટિસે'નશલ), વિo.

quinte't(te) (ક્વિન્ટે'ટ), નાo પાંચનું જૂથ; પાંચ ગાયકો કે વાદકોનું વૃન્દ, તેને માટેની સંગીત રચના.

qui'ntuple (ક્વિન્ટયૂપલ), વિo પાંચ ગણું; પાંચ ભાગવાળું. નાo પાંચગણો

જથો કે સંખ્યા. ઉ૦ ક્રિ૦ પાંચે ગુણવું.
qui'ntuplet (ક્વિન્ટચુપ્લિટ), ના૦ સાથે જન્મેલાં પાંચ બાળકો, તેમાંનું કોઈ પણ એક.
quip (ક્વિપ), ના૦ ડહાપણભરી કહેણી; ટોણો, કટાક્ષ. અ૦ ક્રિ૦ ટોણા મારવા, કટાક્ષ કરવા.
quire[1] (ક્વાયર), ના૦ કાગળના ચોવીસ તાવનો ઘા;પુસ્તકના બાંધેલા ફર્માંમાંનો એક.
quire[2], ના૦ [પ્રા.] દેવળનું ગાયકવૃંદ, બેસવાની જગ્યા.
quirk (ક્વર્ક), ના૦ બોલવામાં ફરી જવું તે, લહેરી ચાળો, બોલવા કરવામાં નીકળી જવાની યુક્તિ. **quir'ky** (-કિં), વિ૦.
qui'sling (ક્વિઝ઼્લિંગ), ના૦ પોતાના દેશ પર ચડાઈ કરનાર શત્રુને સાથ આપનાર દેશદ્રોહી–માણસ.
quit (ક્વિટ), ઉ૦ ક્રિ૦ છોડી દેવું; -નો ત્યાગ કરવો; છોડી જવું; બંધ કરવું. વિધે૦ વિ૦ -થી છૂટું–મુક્ત.
quitch (ક્વિચ), ના૦ લાંબાં મૂળિયાંવાળું ઘાસ, દૂર્વા, દરો.
quite (ક્વાઇટ), ક્રિ૦ વિ૦ પૂરેપૂરું, તદ્દન, બિલકુલ, કેવળ; કેટલેક અંશે.
quits (ક્વિટ્સ), વિધે૦ વિ૦ સરખેસરખા, બરોબરીના. વલ્લમખોખ, વલ્લંખખ્ખા.
qui'ttance (ક્વિટન્સ), ના૦ કશાકમાંથી છુટકારો, મુક્તિ, પૈસા ચૂકવ્યાની પહોંચ.
qui'ver[1] (ક્વિવર), ના૦ (બાણનો) ભાથો.
quiver[2], અ૦ ક્રિ૦ કાંપવું, ધ્રૂજવું. ના૦ (ગતિ કે અવાજનો) કંપ, ધ્રુજારી
qui vive (કી વીવ), [F] on the ~, સાવધ, જાગ્રત.
quixo'tic (ક્વિકઝ઼ૉટિક), વિ૦ આદર્શવાદી પણ અવહેવારુ, તરંગી, અતિ ઉત્સાહી, મૂર્ખતા ભરી ઉદારતા કે સ્ત્રીદાક્ષિણ્યવાળું. **qui'xotry** (-ઝ઼્રિ),ના૦.
quiz (ક્વિઝ઼), સ૦ ક્રિ૦ પ્રશ્નો પૂછીને પરીક્ષા કરવી. ના૦ વિ૦ ક૦ મનોરંજન કે હરીફાઈ તરીકે પ્રશ્નો પૂછવા તે; પ્રશ્નાવલિ.
qui'zzical (ક્વિઝ઼િકલ), વિ૦ ઠેકડી ઉડાવનારું, ચાળા પાડનારું; રમૂજ પામેલું.
quod (ક્વૉડ), ના૦ [વિ૦ બો૦] ટુરંગ.
quoin (કોઇન), ના૦ મકાનનો બહારનો ખૂણો, એ ખૂણાનો (પાયાનો) પથ્થર; મુદ્રણમાં કે ગોલંદાજીમાં વપરાતી ખીંટી, ફાચર.
quoit (કોઇટ), ના૦ 'કોઇટ્સ'ની રમતમાં ખીંટી પર ફેંકવાનું કડું; [બ૦ વ૦] ખીંટીકડાની 'કોઇટ્સ'ની રમત.
quo'ndam (ક્વૉન્ડમ), વિ૦ અગાઉનું, ભૂતપૂર્વ.
quor'ate (ક્વૉરટ), વિ૦ (સભા અંગે) સભાસદોની આવશ્યક હાજરીવાળું.
quor'um (ક્વોરમ), ના૦ સભા માટે સભ્યોની કિમાન જરૂરી હાજરી, ગણપૂર્તિ.
quo'ta (ક્વોટ), ના૦ ભાગે પડતો ફરજ તરીકે આપવાનો અથવા હક તરીકે લેવાનો હિસ્સો, નિયત હિસ્સો; દેશમાં બહારથી વસવાટ માટે આવનારાઓની મર્યાદિત કરેલી સંખ્યા; કોઈ અભ્યાસક્રમ માટે નોંધવાની વિદ્યાર્થીઓની કમાલ સંખ્યા.
quo'table (ક્વોટબલ), વિ૦ ઉતારી લેવા –અવતરણ આપવા–જેવું. **quotabi'lity** (-બિલિટિ), ના૦.
quota'tion (ક્વોટેશન,ક્વ-), ના૦ ઉતારવું તે; ઉતારેલો ફકરો, ઉતારો; જણાવેલી કિંમત. ~ **marks**, અવતરણ ચિહ્નો (' ', " ")
quote (ક્વોટ), ઉ૦ ક્રિ૦ દાખલા કે પ્રમાણ માટે ઉતારો આપવો; કોઈના લખાણમાંથી ઉતારો આપવો–નકલ કરવી; -ની કિંમત જણાવવી. ના૦ [વાત.] ઉતારેલો ફકરો; [બહુધા બ૦ વ૦માં] અવતરણ ચિહ્નો.
quoth (ક્વોથ), અ૦, ક્રિ૦ [પ્રા.] ~ **I, he, she**, ઇ૦ હું, તે, તેણી, ઇ૦ બોલ્યું.
quoti'dian (ક્વટિડિઅન), વિ૦ રોજનું, હંમેશનું, સાવ સામાન્ય.
quo'tient (ક્વોશન્ટ), ના૦ ભાગાકાર (નું ફળ)
q.v., સંક્ષેપ. *quod vide*, જે જુઓ.
qy., સંક્ષેપ. query.

R

R., સંક્ષેપ. Railway; ***Regina*** (Queen); registered as trade-mark; ***Rex*** (king); River, Royal.

r., **સંક્ષેપ** right; run(s).

R.A., સંક્ષેપ. Royal Academician; Royal Academy; Royal Artillery.

ra'bbet (રૅબિટ), નાo સાલ બેસાડવા માટે પાડેલી ખોભણ. સo ક્રિo -માં ખોભણ પાડવી, સાલ કરવું.

ra'bbi (રૅબાઇ), નાo યહૂદી ધર્મશાસ્ત્રનો જાણકાર પંડિત; યહૂદી ધર્મગુરુ. **rabbi'nical** (રબિનિકલ), વિo.

ra'bbit (રૅબિટ), નાo સસલું; નબળું માણસ, વિo કo રમવામાં. અo ક્રિo સસલાંનો શિકાર કરવો. **~ punch,** ગરદન પર કતરાતો ફટકો. **ra'bbity** (-ટિ), વિo.

ra'bble (રૅબલ), નાo અવ્યવસ્થિત સમુદાય, ટોળું; હલકટ-નીચ-લોકો; તદ્દન નીચલા વર્ગના માણસો. **~-rouser,** સામાજિક કે રાજકીય ક્રાન્તિ માટે નીચલા થરના લોકોને ઉશ્કેરનાર.

Rabelai'sian રબલેઝ્યન), વિo હલકી કોટિના વિનોદવાળું, બીભત્સ.

ra'bid (રૅબિડ) વિo ક્રુદ્ધ, ચિડાયેલું, ગાંડુતૂર; વાહિયાત; હડકાયું, ગાંડું. **rabi'dity** (રબિડિટિ), નાo.

ra'bies (રેબીઝ઼), નાo કૂતરા ઇoનો હડકવા, જલસંત્રાસ.

R. A. C., સંક્ષેપ. Royal Armoured Corps; Royal Automobile Club.

raccoo'n (રકૂન), નાo જુઓ **racoon.**

race¹ (રેસ), નાo દોડવા, ચાલવા, ઇoની શરત, [બo વoમાં] ઘોડા ઇoની શરતો; આગળ વધવું તે; દરિયા કે નદીનો જોરદાર પ્રવાહ; પ્રવાહની નીક; કાંઠલા ઇo નો જવા આવવાનો માર્ગ. અo ક્રિo પુરઝડપે જવું-દોડવું-દોડાવવું; દોડવામાં-ઝડપમાં-હરીફાઈ કરવી; ઘોડાને શરતમાં ઉતારવો; શરતોમાં હાજર રહેવું. **~-course,** ઘોડદોડ. **~-horse,** શરતનો ઘોડો. **~-meeting,** ઘોડાની શરતોનો નિયત કાર્યક્રમ.

race², નાo વંશ; જાતિ, માનવવંશ; વંશજો, ભાવી પ્રજા; પ્રાણીઓનો મોટો વિભાગ; કુળ; ઓલાદ.

race'me (રસીમ), નાo મંજરી, પુષ્પ-મંજરી, ડીંટાળી મંજરી.

ra'cial (રેશલ), વિo વંશ, જાતિ, કુળ, ઇoનું-સંબંધી; જાતીય, જાતિનું વિશિષ્ટ.

ra'cialism (રેશલિઝ઼મ), નાo વંશવાદ, જાતિવાદ, અમુક માનવવંશ સર્વશ્રેષ્ઠ છે એવી માન્યતા.

ra'cism (રેસિઝ઼મ), નાo = racialism; માણસમાં રહેલી શક્તિઓ ઇoતેના વંશ કે જાતિને આભારી છે એવો સિદ્ધાન્ત. **ra'cist** (-સિસ્ટ), વિo અને નાo.

rack¹ (રૅક), નાo વસ્તુઓ મૂકવાની લાકડાની કે લોઢાની ઘોડી-ઘોડો; ઘાસચારાની ગમાણ; ગુનેગારના સાંધા કે અવયવો તાણવાનો સકંજો, હેડ; દાંતા અથવા ખાંચવાળો સળિયો અથવા દાંડો દાંતાવાળા પૈડાસાથે જોડેલો. સo ક્રિo સકંજામાં પકડીને પીડવું ખૂબ તાણ પડે તેમ કરવું, તાણવું. **~ one's brain**(s), માથું ખંજવાળવું માથાફોડ કરવી. **~-rent,** અતિ આકરું ભાડું અથવા ગણોત.

rack² નાo વિનાશ (બહુધા **~ and ruin**).

ra'cket¹ (રૅકિટ), નાo ટેનિસ, બૅડમિંટન, ઇoમાં વપરાતું બૅટ કે રૅકેટ; [બo વoમાં] ચાર દીવાલો વચ્ચે રમાતી રૅકેટ અને દડાની રમત.

ra'cket², નાo ઘુમરાણ, શોરબકોર; [વિo બોo] રમત; લબાડીનો ધંધો, ગેર-

કાયદે અથવા શંકાસ્પદ સાધનોથી પૈસા બનાવવાનો માર્ગ. અ૦ ક્રિ૦ ગરબડ–ધાંધલ –કરવી; વિલાસી જીવન ગાળવું.

racketeer' (રેકિટિઅર), ના૦ લબાડીનો ધંધો કરનાર. ઠગ. **racketeer'ing** (-રેકિટિઅરિંગ), ના૦.

ra'ckety(રૅકિટિ),વિ૦ ધમાલિયું, તોફાની.

raconteur' (રૅકૉન્ટર), ના૦ [સ્ત્રી. **-teuse**-ટઝ઼] વાર્તાઓ કહેનાર.

rac(c)oo'n (રકૂન), ના૦ ઉ. અમે.નું ગુચ્છાદાર પૂંછડીવાળું એક માંસાહારી નિશાચર પ્રાણી.

ra'cy (રેસિ),વિ૦ ઉત્સાહ – ઉમંગ – ભર્યું; જોમવાળું; પાણીદાર; વિશિષ્ટ ગુણવાળું; ઝાટકો લાગે એવું, તીખું તમતમતું.

R.A.D.A., સંક્ષેપ. Royal Academy of Dramatic Art.

ra'dar (રેડર), ના૦ વિમાન, વહાણ, ઇ૦ની દિશા અને પલ્લો નક્કી કરવું તે, તેમ કરવાનું સાધન. ~ **trap**, નિયત કરેલી ગતિની મર્યાદા વટાવીને જનાર વાહનો ખોળી કાઢવા માટે રેડર વાપરનાર તંત્ર.

ra'ddle (રૅડલ), ના૦ લાલ માટી, ગેરુ. સ૦ ક્રિ૦ ગેરુના રંગે રંગવું, ગેરુના લપેડા મારવા.

ra'dial(રેડિઅલ), વિ૦ કિરણો કે ત્રિજ્યાઓનું – ના જેવું – માંનું; કેન્દ્રમાંથી નીકળતી લીટીઓ કે આરાઓવાળું –ની જેમ ગોઠવેલું; (વાટ કે ટાયર અંગે) કાપડના સમાંતર થર દઈને મજબૂત બનાવેલા નીચેના ભાગવાળું; બહિ:પ્રકો.ષ્ઠિક. પ્રકોષ્ઠની ત્રિજ્યાને લગતું. ના૦ radil-ply tyre. ~-**-ply**, (વાટ અંગે) **radial**.

ra'dian (રેડિઅન), વિ૦ સમત્રિજ્યાકોણ, ત્રિજ્યા જેટલા ચાપથી વર્તુળના કેન્દ્ર આગળ થતો ખૂણો.

ra'diant (રેડિઅન્ટ), વિ૦ કિરણોત્સર્ગી, કિરણના રૂપમાં બહાર પડતું; આનંદથી પ્રફુલ્લિત, પ્રસન્ન; તેજસ્વી, આંજી નાખનારું; કેન્દ્રમાંથી નીકળતી આરાઓની જેમ કામ કરતું. ના૦ જેમાંથી ઉષ્ણતા કે પ્રકાશ નીકળે છે તે બિંદુ અથવા વસ્તુ. **ra'diance** (-અન્સ), ના૦. **ra'diancy** (-અન્સિ), ના૦.

ra'diate (રેડિએટ), ઉ૦ ક્રિ૦ કેન્દ્રમાંથી કિરણોના રૂપમાં બહાર ફેંકવું – ફેલાવવું; ઉષ્ણતા કે પ્રકાશનાં કિરણો બહાર નાખવાં; આરાની જેમ ગોઠવાવું; ફેલાવવું, પ્રસારવું; -નો સ્પષ્ટ પુરાવો આપવો.

radia'tion (રેડિએશન), ના૦ કિરણોત્સર્ગ, વિકિરણ, વિદ્યુત્ચુંબકીય મોજાના રૂપમાં ઊર્જાનું વિસર્જન; એવી રીતે બહાર પડેલી ઊર્જા; વિ૦ક૦ અદૃશ્યપણે. ~ **sickness**, વધુ પડતા કિરણોત્સર્ગની અસરથી થતી માંદગી.

ra'diator (રેડિએટર); ના૦ કિરણોત્સર્ગ દ્વારા ઓરડીમાં ગરમી ફેલાવવાનું યંત્ર; મોટરમાં કે વિમાનમાં ઍંજિનને ઠંડું રાખવાનું ઉપકરણ.

ra'dical (રૅડિકલ), વિ૦ મૂળનું – માંથી નીકળેલું – સુધી જનારું; મૌલિક, અન્તર્નિહિત, આવશ્યક, સ્વાભાવિક; પ્રાથમિક, પૂરેપૂરું, પાકું; ઉદ્દામવાદી; મૌલિક સુધારાનું પુરસ્કર્તા. ના૦ મૂળભૂત સુધારા માગનાર, ઉદ્દામવાદી; બીજી કોઈ સંખ્યાનું મૂળ તરીકે બતાવેલી રકમ; કોઈ સમાસના પાયારૂપ અણુ કે અણુઓનું જૂથ જે ક્રિયા પ્રતિક્રિયાઓ દરમ્યાન બદલાતું નથી.

ra'dicalism (રૅડિકલિઝ઼મ); ના૦ ધરમૂળથી ફેરફાર કરવાનો સિદ્ધાન્ત, એ સિદ્ધાન્તવાળું રાજકારણ.

ra'dicle (રડિકલ); ના૦ મૂળમાં પરિવર્તન પામનાર બીજનો અંશ, આદિમૂળ.

ra'dio[1] (રેડિઓ), ના૦ [~**s**]બિનતારી સંદેશવાહક અને દૂરધ્વનિક્ષેપક યંત્ર, રેડિયો (ધ્વનિ) પ્રસારણ; બિનતારી (રેડિયોના) સંદેશા ઝીલવાનું યંત્ર; ધ્વનિપ્રસારક મથક. વિ૦ રેડિયોનું -ને લગતું – દ્વારા મોકલાતું માં વપરાતું, રેડિયો વાપરનારું. ઉ૦ ક્રિ૦ રેડિયો દ્વારા સંદેશો મોકલવો – ફેલાવવો; રેડિયો દ્વારા સંપર્ક રાખવો – પ્રસારણ કરવું. ~ **car**, સંપર્ક સાધવા માટે રેડિયોવાળી-મોટરગાડી.

ra'dio², [સમાસમાં] કિરણોનું – દ્વારા જોડેલું, વિકિરણનું – ને લગતું.
radioa'ctive (રેડિઓઍક્‌ટિવ), વિ૦ કિરણોત્સર્ગી, રેડિયમના જેવું કામ કરનારું.
radioacti'vity (રેડિઅઍક્ટિવિટિ), ના૦ કિરણોત્સર્ગ, અણુકેન્દ્રનું આપોઆપ વિઘટન થવાનો ગુણ.
radio-car'bon (રેડિઓકાર્બન), ના૦ પ્રાચીન સેન્દ્રિય દ્રવ્યોના કાલનિર્ણય માટે વપરાતો કાર્બનનો કિરણોત્સર્ગી સમસ્થાનિક ('આઇસટોપ').
ra'diogram (રેડિઅગ્રૅમ), ના૦ રેડિયો (દ્વારા મોકલેલો) તાર–સંદેશો; રેડિયો અને ફોનોગ્રાફ ભેગાં હોય એવું યંત્ર.
ra'diograph (રેડિઓગ્રાફ), ના૦ ક્ષ-કિરણ ઇ૦ વડે પાડેલું છાયાચિત્ર. સ૦ક્રિ૦ ક્ષ–કિરણ વડે છાયાચિત્ર પાડવું. **radio'grapher** (-ઓગ્રફર), ના૦. **radio'graphy** (-ઓગ્રફિ), ના૦.
radioloca'tion (રેડિઅલકેશન), ના૦ 'રેડર'. પરાવર્તિત થયેલા રેડિયોનાં મોજાં વડે પાસે આવતા વિમાનને ખોળી કાઢવાનું યંત્ર.
radio'logy (રેડિઓલજિ), ના૦ક્ષ-કિરણો તથા બીજા ઉચ્ચ–ઊર્જાના કિરણોત્સર્ગનો શાસ્ત્રીય અભ્યાસ. **radio'logist** (-લજિસ્ટ), ના૦.
radio'scopy (રેડિઓસ્કપિ), ના૦ ક્ષ–કિરણ દ્વારા વૈદકીય તપાસ–પરીક્ષા. **radiosco'pic** (-અસ્કૉપિક), વિ૦.
radio-te'legram (રેડિઓટે'લિગ્રૅમ), ના૦ રેડિયો દ્વારા મોકલેલો તાર. **radio-tele'graphy** (-ટિલે'ગ્રફિ), ના૦.
radio-tele'phony (રેડિઅટિલે'ફનિ), ના૦ રેડિયો દ્વારા ટેલિફોન કરવાની વિદ્યા.
radio-the'rapy (રેડિઓથે'રપિ), ના૦ ક્ષ-કિરણો અથવા બીજા કોઈ કિરણોત્સર્ગ દ્વારા ઉપચાર કરવાની પદ્ધતિ.
ra'dish (રેડિશ), ના૦ મૂળો.
ra'dium (રેડિઅમ), ના૦ રેડિયમ નામની એક કિરણોત્સર્ગી મૂળ ધાતુ.
ra'dius (રેડિઅસ), ના૦ [બ૦વ૦ ~**es** અથવા **-dii** -ડિઆઇ] વર્તુળ કે ગોળની ત્રિજ્યા; ત્રિજ્યા જેવી બીજી કોઈ વસ્તુ. પૈડાનો આરો; મધ્યબિંદુથી અંતર; પ્રકોષ્ઠનું એક (જાડું અને ટૂંકું) હાડકું.
ra'dix (રેડિક્સ), ના૦[બ૦વ૦ ~**-dices** -ડાઇસીઝ્] મૂળ, આરંભ; મૂળ અંક.
R. A. F., સંક્ષેપ. Royal Air Force.
ra'ffia (રૅફિઅ), ના૦ એક જાતનું તાડનું ઝાડ, તેનાં પાંદડાંમાંથી કાઢેલા રેસા.
ra'ffish (રૅફિશ), વિ૦ વંઠી ગયેલા જેવા દેખાવવાળું, આબરૂ વિનાનું.
ra'ffle (રૅફલ), ના૦ ચિઠ્ઠીઓ નાખીને જેમાં વસ્તુ આપવામાં આવે છે એવી સોરટી. સ૦ ક્રિ૦ ચિઠ્ઠીઓ નાખીને વેચવું.
raft (રાફ્‌ટ), ના૦ તરાપો, તરાપાની જેમ બાંધેલાં પાટિયાં ઇ૦. સ૦ ક્રિ૦ તરાપા પર નદી પાર જવું – લઈ જવું.
ra'fter (રાફ્ટર), ના૦ છાપરાની વળી – વળો.
rag¹ (રૅગ), ના૦ ચીથરું; બાકી રહેલો અંશ, શેષ; [અનાદર.] ઝંડો, હાથરૂમાલ, છાપું, ઇ૦; [બ૦ વ૦] ફાટ્યાંતૂટ્યાં કપડાં, ચીંથરાં. ~ **doll**, ચીંથરાં ભરીને બનાવેલી ઢીંગલી. ~ **time**, વચલા અનેક તાલ અને શબ્દો છોડી દીધેલું હબસીઓના જેવું સંગીત. ~ **trade**, [વાત.] સ્ત્રીઓનાં કપડાં બનાવવા વેચવાનો ધંધો. ~ **wort**, પીળાં ફૂલવાળો એક જંગલી છોડ.
rag², ના૦ ~(**stone**), જેના જાડા કકડા પડે છે એવો કઠણ ખરબચડો પથ્થર.
rag³, ઉ૦ ક્રિ૦ [વિ૦ બો૦] પજવવું, હેરાન કરવું, ત્રાસ થાય એવી મશ્કરી કરવી, તોફાન મચાવવું. ના૦ તોફાન, મસ્તી, દંગલ, મશ્કરી, પજવણી; તોફાની ઉજવણી; વિદ્યાર્થીઓનું વાર્ષિક હાસ્યજનક સરઘસ; (ધર્માદા માટે પૈસા ભેગા કરવા માટે).
ra'gamuffin (રૅગમફિન), ના૦ ચીંથરેહાલ ગંદું માણસ.
rage (રેજ), ના૦ ક્રોધાવેશ; જેની પાછળ લોકો તાત્કાલિક ગાંડા બન્યા હોય એવી વ્યક્તિ અથવા વસ્તુ. અ૦ ક્રિ૦ મગજ ભમવું, ગાંડાતુર થવું; લવારો કરવો; ક્રોધ કરવો, તપી જવું; કેર વર્તાવવો.

ra'gged (`ગિડ), વિ૦ ચીંથરેહાલ, ફાટી-તૂટી ગયેલું; ખરબચડું, ખાડાખૈયાવાળું. ~ **robin**, કિરમજી રંગનાં ફૂલોવાળો એક જંગલી છોડ.

ra'glan (રૅગ્લન), ના૦ ખભા પર સીવણ વિનાનો મોટો ડગલો. જેની બાંયનો ઉપલો ભાગ ગરદન સુધી પહોંચે છે.

ra'gout (રૅગૂ), ના૦ ખૂબ મસાલો નાખીને બાફેલાં શાકભાજી અને માંસના કકડાની વાની.

raid (રેડ), ના૦ અચાનક કરેલો લશ્કરી છાપો, લૂટ માટે ધાડ; હવાઈ હુમલો; શકમંદ માણસો કે ગેરકાયદે માલ પકડી પાડવા પોલીસનો છાપો. ઉ૦ ક્રિ૦ છાપો મારવો, ધાડ પાડવી.

rail[1] (રેલ), ના૦ કઠેરો, સળિયો; રેલવેનો પાટો; રેલવે. સ૦ક્રિ૦ કઠેરો કરવો, સળિયા ઇ૦થી ઘેરવું, કઠેરાથી આંતરવું. ~**head**, રેલવેથી પહોંચી શકાય એવું દૂરમાં દૂરનું સ્થળ, રેલવેનો છેડો. ~**road**, [અમે.] રેલવે.

rail[2], ના૦ કીચડ કાદવમાં ફરનારું એક નાનું પક્ષી

rail[3], સ૦ ક્રિ૦ ઠપકો આપવો, ભાંડવું, નિન્દા કરવી, ગાળો દેવી.

rail'ing (રેલિંગ), ના૦ રેલના પાટા, સળિયા, ઇ૦ની વાડ, કઠેરો, ઇ૦.

rai'llery(રેલરિ), ના૦વિનોદ, ઠઠ્ઠામશ્કરી.

rai'lway (રેલવે), ના૦ લોઢાના પાટા પાથરેલો રસ્તો-માર્ગ; અમુક પ્રદેશમાં રેલવેની વ્યવસ્થા કરનાર કંપની. ~**man**, રેલવેનો નોકર.

ra'ment (રેમન્ટ), ના૦ [પ્રા.] કપડાં, વસ્ત્રો.

rain (રેન), ના૦ વરસાદ, વૃષ્ટિ; વરસાદના જેવી બીજા કશાકની વૃષ્ટિ. **the** ~**s**, ચોમાસું, વર્ષાઋતુ. ઉ૦ક્રિ૦ વરસાદ પાડવો-પડવો, વરસાવવું, વરસવું. **it** ~**s**, વરસાદ પડે છે, -નો વરસાદ વરસે છે. ~**coat**, વરસાદમાં પલળે નહિ એવો કોટ. ~**fall**, અમુક પ્રદેશ ને સમયમાં કેટલો વરસાદ પડે છે તે, વરસાદ(નું પ્રમાણ-માત્રા). ~-**gauge**, પર્જન્ય-માપક સાધન.

rai'nbow (રેનબો), ના૦ મેઘધનુષ્ય. વિ૦ સપ્તરંગી, બહુરંગી. ~ **trout**, મીઠા પાણીની મોટી 'ટ્રાઉટ' માછલી.

rai'ny (રેનિ), વિ૦ (ઘણા) વરસાદવાળું, (વાદળાં, પવન, ઇ૦ અંગે) વરસાદ લાવનારું. ~ **day**, દુર્દિન; પૈસાની તાણનો સમય.

raise (રેઝ઼), સ૦ ક્રિ૦ ઊભું કરવું, સીધું કરવું; જગાડવું; ઊભું કરવું, બાંધી કાઢવું; ઉગાડવું, પેદા કરવું; ઉછેરવું; કેળવવું; (અવાજ) મોટો કરવો; ઊંચી જગ્યા પર મૂકવું-લેવું; જમીનમાંથી બહાર કાઢવું; -નો જથો વધારવો; ફાળો ઉઘરાવવો, ભેગું કરવું; (નાકાબંધી ઇ૦) ઉઠાવી લેવું. ના૦ જથા કે સંખ્યામાં વધારો, પગાર વધારો, ઇ૦. ~ **cain**, **hell**, etc., [વાત.] હુલ્લડ મચાવવું,બૂમાબૂમ કરવી. ~ **one's eyebrows**, આશ્ચર્ય બતાવવું; ઘમંડી દેખાવું, આઘાત લાગ્યો હોય તેમ બતાવવું. ~ **a laugh**, બીજાઓને હસાવવું, **raising agent**, સોટી; કેક, ઇ૦ ફુલાવનારું દ્રવ્ય.

rai'sin (રેઝ઼ન), ના૦ સૂકી દરાખ.

raison d'étre (રેઝ઼ાં ડૅ'ટર), ના૦ વસ્તુના અસ્તિત્વનું મૂળ કારણ-હેતુ.

raj (રાજ), ના૦ [ઇતિ.] રાજ્ય, રાજ્યસત્તા, રાજ.

ra'ja(h) (રાજ, -જા), ના૦ [ઇતિ.] રાજા.

rake[1] (રેક), ના૦ પંજેટી, દાંતી. ઉ૦ ક્રિ૦ પંજેટી વતી સાફ કરવું-ભેગું કરવું; ઢૂંઢવું; શોધખોળ કરવી; એક છેડેથી બીજા છેડા સુધી નજર નાખવી - જાય તેવી રીતે તોપનો ગોળો મારવો. ~-**off**, નફો કે વળતર-(કમિશન)નો હિસ્સો, દલાલી.

rake[2], ના૦ બદફેલ-રંડીબાજ-માણસ, લાલો. **ra'kish** (-કિશ), વિ૦.

rake[3], ઉ૦ક્રિ૦ (વહાણ અંગે) મોરા કે ડબૂસાના ઉપરના ભાગ આગળ પઠાણથી આગળ આવવું; (ડોળકાઠી, ધુમાડિયું, ઇ૦ અંગે) પાછળના ભાગ તરફ ઝૂકવું-ઝોક આપવો. ના૦ ઝોક કે ઢાળ(નું પ્રમાણ),

ઢાળાવવાળી રચના-સ્થિતિ.

rallenta'ndo (રૅલન્ટૅન્ડો), વિ૰ અને નાઃ [બ૰વ૰ ~**s** અથવા-**di**-ડાઇ] [સં.] ઉત્તરોત્તર ધીમી ગતિથી (રજૂ કરેલી રચના).

ra'lly[1] (રૅલિ), ઉ૰ક્રિ૰ મળીને કામ કરવા માટે ભેગા કરવું-થવું; સંકલ્પને બળે ફરી જીવ આણવો-આવવો, માંદગી ફગાવી દેવી; [કિંમતો ઇ૰ અંગે] મંદી પછી ફરી વધવી-ઠેકાણે આવવી. નાઃ એકત્ર કરવું-થવું-તે; ઉત્સાહ કે જોસ પાછો મેળવવો-આવવો-તે; મોટી સભા કે સંમેલન, રૅલી; [ટેનિસમાં] ખૂબ ઝડપી સામસામા ફટકા (મારવા તે); જાહેર રસ્તા પર મોટરગાડીઓની હરીફાઈ.

ral'ly[2], સ૰ક્રિ૰ મશ્કરી કરવી, ઠેકડી ઉડાડવી.

ram (રૅમ), ના૰ ખસી કર્યા વિનાનો ઘેટો, મેંઢો; કિલ્લાના દરવાજા ઇ૰ તોડવા માટેનું હથિયાર-ઝૂલતો ઘણ; પાયો ઊંડો ઠોકવાનું કે પાણી ઉપર ખેંચવાનું યંત્ર, એ યંત્રોના ભાગો. સ૰ક્રિ૰ ફૂબા વતી સખત ટીપવું; બંદૂકમાં ઠાંસીને દારૂ ભરવો; ઠાંસીને ભરવું; -ની સાથે જોરથી અથડાવું; ફરી ફરી કહીને ઠસાવવું; ગળે ઉતારવું. ~**rod**, બંદૂકમાં દારૂ ઠાંસીને ભરવાનો સળિયો; [લા.] બહુ જ સીધી અને અક્કડ વસ્તુ.

R.A.M., સંક્ષેપ. Royal Academy of Music.

Ramada'n (રૅમડાન), ના૰ રમજાન મહિનો આખો દિવસ ઉપવાસ કરવાનો.

ra'mble (રૅમ્બલ), અ૰ક્રિ૰ અહીંતહીં રખડવું, રસળવું, ફરવું; બોલવામાં આડું ફંટાવું તે, અસંબદ્ધ બોલવું. ના૰ અહીંતહીં ફરવું, રખડપટ્ટી.

ra'mbler (રૅમ્બ્લર), ના૰ આમતેમ ફરનાર; વેલગુલાબ.

ra'mbling (રૅમ્બ્લિંગ), વિ૰ આડું-અવળું, વ કુચૂંકું; (વેલા અંગે) ફાવે તેમ ઉપર ચડનારું.

R.A.M.C., સંક્ષેપ. Royal Army Medical Corps.

ra'mekin (રૅમિકિન), ના૰ ખાવાનું ગરમ કરીને પીરસવાની નાની ત્રાંસક; આવી રીતે શેકીને પીરસેલું અન્ન.

ra'mify (રૅમિફાઇ), ઉ૰ક્રિ૰ જુદી જુદી શાખાઓ કે વિભાગ પાડવા-પડવા, અનેક અંગઉપાંગોવાળું - જટિલ - બનાવવું-બનવું. **ramifica'tion** (-ફિકેશન), ના૰.

ramp[1] (રૅમ્પ), ના૰ ઉપરનીચે જવાનો ઢાળવાળો માર્ગ, વિમાનમાં ચડવાનો કે તેમાંથી ઊતરવાનો છૂટો દાદરો. ઉ૰ક્રિ૰ આગળના પગ ઊંચે ઉછાળી પાછલા પગ પર ઊભા રહેવું; ઢાળાવવાળો માર્ગ તૈયાર કરવો; દાદરો ઊભો કરવો (વિમાન ઇ૰માં ચડવા માટે).

ramp[2], ના૰ [વિ૰બો૰] છેતરપિંડી, ઠગાઈ; વધુ પડતી ભારે કિંમત લેવી તે.

rampa'ge (રૅમ્પેજ), અ૰ક્રિ૰ ક્રોધાવેશમાં આવી જવું; તપી જવું; તોફાન મચાવવું; ધાંધલ કરવી. ના૰ (રૅમ્પિજ **ra'm-**) તોફાન, ક્રોધાવેશ. **on the ~**, તોફાને ચડેલું. **rampa'geous** (-જિઅસ), વિ૰.

ra'mpant (રૅમ્પન્ટ), વિ૰ [ચારણ. વિ૰ક૰ સિંહ અંગે] આગળના પગ ઊંચા કરીને પાછળના પગ પર ઊભું; ઉડાઉ, અતિરેકી; નિરંકુશ; નર્યું, તદ્દન; બેસુમાર ફેલાયેલું. **ra'mpancy** (રૅમ્પન્સિ), ના૰.

ra'mpart (રૅમ્પર્ટ), ના૰ રક્ષણ માટે બનાવેલો માટીનો આડો ટેકરો-દીવાલ; રક્ષણ, રક્ષણનું સાધન.

ra'mshackle (રૅમ્શૅકલ), વિ૰ ખખડી ગયેલું, પડું પડું કરતું, સાંધા હાલી ગયા હોય એવું.

ran (રૅન), **run** નો ભૂ૰કા૰.

ranch (રાંચ), ના૰ ઢોરઉછેરનું મથક વિ૰ક૰ અમે. અને કૅનડામાં; બીજા પ્રાણીઓના ઉછેરનું મથક. અ૰ક્રિ૰ એવું મથક ચલાવવું.

ra'ncid (રૅન્સિડ), વિ૰ ખોરું, વાસ મારતું. **ranci'dity** (-ડિટિ), ના૰.

ra'ncour (રૅંકર), ના૰ હાડવેર, દીર્ઘ-

દ્વેષ; કટુતા. **ra'ncorous** (-રસ), વિ૦.

rand (રૅન્ડ), ના૦ દ. આફ્રિકાના દેશોનું એક નાણું.

ra'ndom (રૅન્ડમ), ના૦ **at ~**, ફાવે તેમ, કોઈ ચોક્કસ હેતુ, ઉદ્દેશ કે સિદ્ધાન્ત વિના. વિ૦ અવ્યવસ્થિત, ઠેકાણા વગરનું.

ra'ndy (રૅન્ડિ), વિ૦ [વાત.] કામાતુર.

ra'nee, ra'ni, (રાનિ), ના૦ રાણી, રાજાની પત્ની અથવા વિધવા.

rang (રૅંગ), **ring** નો ભૂ૦કા૦.

range (રેંજ), ના૦ હાર, પંક્તિ, વિ૦ક૦ પહાડો કે મકાનોની; કોઈ સ્થળે હરવા-ફરવાની છૂટ અથવા તક; ચરવાનું કે શિકારનું મેદાન; નિશાનબાજીનું મેદાન; કોઈ વસ્તુ મળવાનો કે અસરકારક હોવાનો પ્રદેશ; અવકાશ; મર્યાદા, પહોંચ, ટપ્પો; નોંધણીપત્રક; ચૂલો. ઉ૦ક્રિ૦ વર્ગ, હોદ્દો, ક્રમ, ઇ૦ પ્રમાણે હારબંધ મૂકવું-ગોઠવવું; લંબાવવું, પહોંચવું, અમુક મર્યાદાઓ વચ્ચે બદલાયા કરવું; ભમવું, રખડવું, ચોમેર જવું આવવું. **~-finder,** શિકાર કરવા કે ફોટા પાડવા વસ્તુનું અંતર માપવાનું યંત્ર.

ra'nger (રેન્જર), ના૦ ઉપવન કે જંગલ-નો રક્ષક; અગ્રેસર બાલસેવિકા.

ra'ngy (રેંજિ), વિ૦ ઊંચું અને સુકલકડી.

ra'ni (રાનિ), જુઓ **ra'nee.**

rank[1] (રૅંક), ના૦ હાર, કતાર, હવે વિ૦ક૦ ટૅક્સીઓની, ટૅક્સીઓનો અડ્ડો; ખભેખભા ઊભેલા સિપાઈઓની એકવડી હાર; વિશિષ્ટ સામાજિક વર્ગ; ઊંચો હોદ્દો, પદ; પ્રતિષ્ઠાની માત્રા; વર્ગમાં અમુક સ્થાન; પ્રગતિની કક્ષા. **~ and file,** સામાન્ય સિપાઈઓ; [લા.] કોઈ વિશેષતા વિનાના લોકો ઇ૦. **the ~s,** સામાન્ય સિપાઈઓ.

rank[2], વિ૦ અતિશય વધી ગયેલું-ફાલેલું; સ્થૂળ, નાજુકાઈ વિનાનું; સખત વાસ મારતું; ઘૃણાસ્પદ. કેવળ, નર્યું; હડહડતું.

ra'nker (રૅંકર), ના૦ સામાન્ય સિપાઈ-માંથી સનદી અમલદાર થયેલો માણસ.

ra'nkle (રૅંકલ), અ૦ ક્રિ૦ મનમાં સાલવું - સાલ્યા કરવું - દુ:ખ થયા કરવું; કટુ - ઉગ્ર - હોવું.

ra'nsack (રૅન્સૅક), સ૦ ક્રિ૦ બધે ફરી વળીને ખોળવું; લૂટવું, લૂંટફાટ કરવી.

ra'nsom (રૅન્સમ), ના૦ કેદીને કે પક-ડેલાને છોડાવવા માટેની બાનાની રકમ - ખંડણી, ખંડણી આપીને કેદીને છોડાવવો તે. સ૦ક્રિ૦ પૈસા - ખંડણી - આપીને છોડાવવું; છોડવા માટે પૈસા કઢાવવા; ખંડણી લઈ ને છોડવા તૈયાર થવું. **hold person to ~,** ખંડણી લઈ ને છોડવા તૈયાર થવું.

rant (રૅન્ટ), ઉ૦ ક્રિ૦ મોટા મોટા શબ્દો વાપરવા; મોટે સાદે વગર વિચારે પ્રવચન કરવું. ના૦ કેવળ શબ્દાડંબરવાળું ભાષણ કે પ્રવચન.

ranu'nculus (રનન્ક્યૂલસ), ના૦ [બ૦ વ૦ **~es** અથવા **-culi** -ક્યૂલાઇ] 'બટરકપ'ના વર્ગનો છોડ. **ranuncula'ceous** (-ક્યુલેશસ), વિ૦.

rap[1] (રૅપ), ના૦ ઠોક, ટકોરો; બારણું ઠોકવાનો અવાજ; હળવો આઘાત - સપાટો; [વિ૦ બો૦] ઠપકો; સજા. ઉ૦ ક્રિ૦ (બારણું) ઠોકવું, ટકોરો મારવો; ટકોરાનો અવાજ કરવો; પ્રતિકૂળ ટીકા કરવી. **~ out,** એકદમ બોલી જવું, સંદેશો કહી દેવો.

rap[2], ના૦ જરાપણ.

rapa'cious (રપેશસ), વિ૦ ખાઉધરું, લોભી; પકડી લેનારું; જોરજુલમથી પૈસા કઢાવનારું; લૂંટારુ. **rapa'city** (રપૅસિટિ), ના૦.

rape[1] (રેપ), સ૦ ક્રિ૦ -ની ઉપર અત્યા-ચાર કરવો, વિ૦ ક૦ સ્ત્રી ઉપર બળાત્કાર કરવો. ના૦ સ્ત્રી ઉપર બળાત્કાર, જબરી-સંભોગ, કપટસંભોગ; [કાવ્ય.] અપહરણ: બળાત્કાર (સંભોગ).

rape[2], ના૦ એક તેલીબિયાંનો - સરસવનો - છોડ.

ra'pid (રૅપિડ), વિ૦ વેગીલું, ઝડપી; [બહુધા બ૦ વ૦માં] વેગીલા પ્રવાહવાળો નદીના પાત્રનો ઊભો ઉતાર, જલપ્રપાત. **rapi'dity** (-ડિટિ), ના૦.

ra'pier (રૅપિઅર), ના૦ ભોંકવાની પા-તળી કટારી, જમૈયો.

ra'pine (રેપાઇન), ના૦ લૂટ કરવી તે, લૂટફાટ.

ra'pist (રેપિસ્ટ); ના૦ (વિ૦ ક૦ સ્ત્રી પર) બળાત્કાર કરનાર.

rappor't (રપૉર્ટ), ના૦ અરસપરસ વહેવાર – સંબંધ; એકરાગ.

rapproche'ment (રાપ્રોશ્માં), ના૦ [F] ફરી સુલેહ કે એકરાગની સ્થાપના, વિ૦ ક૦ રાષ્ટ્રો વચ્ચે.

rapsca'llion (રૅપ્સ્કૅલ્યન), ના૦ [પ્રા.] બદમાશ, હરામી.

rapt (રૅપ્ટ), વિ૦ વિચારમાં ગરકાવ થયેલું, તલ્લીન; હર્ષભરિત, આનંદમગ્ન; એકાગ્ર.

raptor'ial (રૅપ્ટૉરિઅલ), વિ૦ અને ના૦ લૂંટારુ (પ્રાણી કે પક્ષી).

ra'pture (રૅપ્ચર), ના૦ અત્યાનંદ, હર્ષાવેશ, હરખ (બતાવવો તે). **be in, go into, ~s**, અતિ ઉત્સાહ કે હરખમાં આવી જવું, રંગમાં આવીને બોલવું. **ra'pturous** (-રસ), વિ૦.

rare[1] (રે'અર), વિ૦ પાતળું, જાડું નહિ; વિરલ; અસામાન્ય; અસાધારણ કોટિનું – ગુણવાળું; ઉત્કૃષ્ટ.

rare[2], વિ૦ (માંસ અંગે) પૂરું – બરાબર રંધાયેલું નહિ એવું.

rar'ebit(રે'અરૂબિટ),ના૦જુઓ **Welsh rabbit.**

ra'refy (રે'અરિફાઇ), ઉ૦ક્રિ૦ -ની ઘનતા ઓછી કરવી, પાતળું – વિરલ – બનાવવું; શુદ્ધ કરવું; પાતળું થવું. **rarefa'ction** (-ફૅક્શન), ના૦.

rar'ely (રે'અરલિ), ક્રિ૦ વિ૦ ભાગ્યે જ જવલ્લે જ.

ra'ring (રે'અરિંગ), વિ૦ [વાત.] જવા ઇ૦ માટે આતુર.

ra'rity (રે'અરિટિ), ના૦ વિરલતા; વિરલ વસ્તુ.

ra'scal (રાસ્કલ), ના૦ લુચ્ચો, હરામખોર, બદમાશ. **rasca'lity** (-કૅલિટિ), ના૦. **ra'scally** (રાસ્કલિ), વિ૦.

rase (રેઝ઼), જુઓ **raze.**

rash[1] (રૅશ), ના૦ ગરમીને લીધે શરીર પર થતી ફોલ્લીઓ; અળાઈ; [લા.] કશાકનો એકદમ વ્યાપક હુમલો.

rash[2], વિ૦ ઉતાવળિયું, ભાવનાના આવેગવાળું, અવિચારી.

ra'sher (રૅશર), ના૦ ડુક્કરના માંસનો પાતળો ટુકડો, ધુમાડો કે મીઠું પાયેલો.

rasp (રાસ્પ), ના૦ જાડી ઊંચા દાંતાવાળી કાનસ; તેનો ખરરર અવાજ. ઉ૦ક્રિ૦ કાનસવતી ઘસવું, કાનસવું; ખરરર ખરરર અવાજ કરવો; છોલવું.

ra'spberry (રાઝ્‌બરિ), ના૦ લાલ રસાળ ફળ (વાળું એક ઝાડવું); ઉપહાસ અથવા અણગમો વ્યક્ત કરતો અવાજ.

rat (રૅટ), ના૦ મોટો ઉંદર, ઘૂસ; પોતાનો પક્ષ ઇ૦ છોડનાર માણસ; [વિ.બો.] અણગમતું માણસ. અ૦ક્રિ૦ ઉંદરનો શિકાર કરવો, ઉંદરને મારી નાખવો; [રાજ.] પક્ષત્યાગ કરવો. **~ on**, -ને છોડી દેવું. **~ race**, ભારે ચડસાચડસીનો સંઘર્ષ.

ratafi'a (રૅટફિઅ), ના૦ બદામ, અખરોટ, ઇ૦ ની ખુશબોવાળો દારૂ કે બિસ્કિટ.

ra'tchet (રૅચિટ), ના૦ એક જ દિશામાં ફરી શકે એવું ઠેસી સાથેનું દાંતાવાળું ચક્ર, સળિયો, ઇ૦; **~(-wheel)**, દાંતાવાળી કોરવાળું ચક્ર.

rate[1] (રેટ), ના૦ દર, પ્રમાણ; દર, ભાવ, કિંમત; વેરો, કર; વેગ કે ઝડપ (નું પ્રમાણ); [બ૦વ૦મ]ઘર કે જમીનના માલિકને આપવા પડતા સ્થાનિક કરવેરા; વર્ગ, પ્રત. ઉ૦ક્રિ૦ મૂલ્ય કે કિંમત આંકવી; લેખવું, ગણવું, -ની ગણના કરવી; સ્થાનિક કરવેરાને પાત્ર બનાવવું, વેરો – કર – નાખવો; વર્ગ કે દરજ્જો નક્કી કરવો - હોવો. **~payer**, વેરો ભરનાર માણસ.

rate[2], સ૦ ક્રિ૦ ગુસ્સે થઈ ને વઢવું, ઠપકો દેવો.

ra'teable (રેટબલ), વિ૦ સ્થાનિક કરવેરાને પાત્ર. **~ value**, કરવેરા માટે ઘર ઇ૦ની આંકવામાં આવતી કિંમત.

ra'ther (રાધર), ક્રિ૦વિ૦ (વધુ) સાચું કહીએ તો; તે કરતાં વધુ (પ્રમાણમાં); કેટલેક અંશે, થોડું ઘણું; વધારે પસંદ કરતાં;

તેથી વધુ જલદી; ચોક્કસ, બેશક.

ra'tify (રૅટિફાઇ), સ૦ ક્રિ૦ કબૂલ-મંજૂર-કરવું, બહાલી આપવી, તે માટે સહી કરવી. **ratifica'tion** (-ફિકેશન), ના૦.

ra'ting (રેટિંગ), ના૦ સામાન્ય-કમિશન વિનાનો-ખારવો; પ્રેક્ષકો કે શ્રોતાઓની હાજરીની અંદાજી સંખ્યા, પ્રસારણની લોકપ્રિયતાના ગમક તરીકે; શાખ, પત.

ra'tio (રેશિઓ), ના૦ [બ૦ વ૦ ~**s**] પ્રમાણ, ગુણોત્તર.

ratio'cinate (રૅટિઑસિનેટ), અ૦ ક્રિ૦ તાર્કિક પદ્ધતિથી વિચાર કરવો, અનુમાન કરવું. **ratiocina'tion** (-નેશન), ના૦.

ra'tion(રૅશન), ના૦ [બહુધા બ૦ વ૦માં] નક્કી કરેલું રોજનું ખોરાક ઇ૦નું પ્રમાણ, સીધુંસામગ્રી. સ૦ ક્રિ૦ અન્નસામગ્રી ઇ૦ નિયમિત - મર્યાદિત - કરવું, નિયત ખોરાક આપવો.

ra'tional (રૅશનલ), વિ૦ વિચાર કરી શકે એવું; સમજુ; મધ્યમમાર્ગી (એકાંતિક નહિ); સયુક્તિક, તર્કસંગત; [ગ.] અકરણીગત, બે પૂર્ણાંક વચ્ચેના પ્રમાણ તરીકે વ્યક્ત કરી શકાય એવું. **rationa'lity** (રૅશનૅલિટિ), ના૦.

rationa'le (રૅશનાલ), ના૦ તાર્કિક આધાર, તર્કસંગત ઉપપત્તિ.

ra'tionalism (રૅશનલિઝ્મ), ના૦ બુદ્ધિ(પ્રામાણ્ય)વાદ. **ra'tionalist** (-લિસ્ટ), ના૦. **rationali'stic** (-લિસ્ટિક), વિ૦.

ra'tionalize (રૅશનલાઇઝ઼), ઉ૦ ક્રિ૦ બુદ્ધિવાદની દૃષ્ટિથી સમજાવવું - ખુલાસો આપવો, બુદ્ધિ સાથે સુસંગત બનાવવું; બગાડ ઘટાડીને ઉદ્યોગને વધુ કાર્યક્ષમ બનાવવો; [વાત.] અવૈચારિક અથવા અયોગ્ય વર્તન માટે કારણો ખોળી કાઢવાં. **rationaliza'tion** (-ઝ઼ેશન), ના૦.

ra'tlin(**e**) (રૅટ્લિન), ના૦ [બહુધા બ૦ વ૦માં] ડોલ કૂવાઓનાં દોરડાંને બાંધેલી આડી દોરી, દોરડાનું પગથિયું.

ratta'n (રટૅન), ના૦ નેતરનો વેલો, નેતરની સોટી.

ra'ttle (રૅટલ), ઉ૦ક્રિ૦ ખડખડવું, કશુંક હલાવીને ખડખડાવવું; ખડખડ અવાજ સાથે ખસવું - પડી જવું; ખૂબ ઝડપથી કહેવું - બોલી જવું; ગૂંચ ઈ ને ખસવું- ખસેડવું;[વિ૦ બો૦] ક્ષુબ્ધ - ઉત્તેજિત- કરવું; બિવડાવવું. ના૦ ખડખડ, ખડખડાટ, (કરનારું બોજાર કે રમકડું), નાના બચ્ચાનો ઘૂઘરો; ઘુઘરિયા સાપની પૂંછડીને છેડે ગોળ ચકરડાં કે ભીંગડાં હોય છે તે. ~**snake**, ઘુઘરિયો સાપ. ~-**trap**, જર્જરિત થયેલું વાહન.

ra'ttler (રૅટ્લર), ના૦ ઘુઘરિયો સાપ.

ra'ttling (રૅટ્લિંગ), વિ૦ ઝડપી; જોરદાર, ઉત્સાહી. ક્રિ૦વિ૦ અત્યન્ત.~**good**, ઉત્તમ.

rau'cous (રૉકસ), વિ૦ કર્કશ, ઘોઘરા અવાજવાળું.

ra'vage (રૅવિજ), ઉ૦ક્રિ૦ વેરાન - બરબાદ-કરવું, લૂંટફાટ કરવી, પાયમાલી કરવી, કેર વર્તાવવો. ના૦[વિ૦ક૦ બ૦વ૦માં]વિનાશક પરિણામો, પાયમાલી.

rave (રેવ), ઉ૦ક્રિ૦ બકવાટ - લવારો - કરવો, (દરિયા કે પવન અંગે) ગર્જવું, ફૂંકાવું; ઉત્સાહપૂર્વક વાતો - વખાણ - કરવાં, ચગવું. ના૦ [વાત.] ઉત્સાહપૂર્વક આલોચના. ~-**up**, [વિ૦બો૦] જલસો, જલસાપાણી.

ra'vel (રૅવલ), ઉ૦ક્રિ૦ ગૂંચવવું, ગૂંચવાવું; મૂંઝવવું, જટિલ બનાવવું; ગૂંચ ઉકેલવી, સેરો છૂટી પાડવી.

ra'ven[1] (રેવન), ના૦ જંગલી કાગડો, કાગડાની જાતનું એક પક્ષી. વિ૦ ચળકતા કાળા રંગનું.

ra'ven[2], (રૅવન), ઉ૦ક્રિ૦ શિકાર કે લૂંટની ખોજમાં જવું; ખાઉધરાની જેમ કોળિયાં કરી જવું.

ra'venous (રૅવનસ), વિ૦ લૂંટફાટ કરનારું, અતિલોભી; ખાઉધરું; ખૂબ ભૂખ્યું.

ravi'ne (રવાઇન), ના૦ ખીણ, કોતર.

ravio'li (રૅવિઓલિ), ના૦ લોટ ગળેફેલા માંસના ટુકડા.

ra'vish (રૅવિશ), સ૦ક્રિ૦ અતિ આનંદિત

કરવું, મુગ્ધ કરવું; સ્ત્રી પર બળાત્કાર કરવો.

raw (રૉ), વિ૰ રાંધ્યા વિનાનું, કાચું; વણપાક્યું, કાચું; અણઘડ, બિનઅનુભવી, આવડત કે કુશળતા વિનાનું; ચામડી ઉતારેલું; છોલાઈ ગયેલું, આળું, નાજુક; (હવામાન અંગે) ભેજવાળું અને ઠંડું. ના૰ ચામડી ઉખડી ગયેલો – આળો – ભાગ. **in the ~**, કુદરતી અવસ્થામાં, નાગું. **~-boned**, સુકલકડી. હાડપંજર. **~ deal**, કોઈની પ્રત્યે ગેર વ્યાજબી વર્તન, દુર્વ્યવહાર. **~ hide**, કાચા – કેળવ્યા વિનાના– ચામડાનો કોરડો.

ray[1] (રે), ના૰ પ્રકાશનું કિરણ, તેજની રેખા; બુદ્ધિરૂપી તેજનું કિરણ; કેન્દ્રમાંથી નીકળતી રેષાઓ, ભાગ, વસ્તુઓમાંથી કોઈ પણ એક; આરો. ડેઝી ફૂલની પાંખડીઓની બહારની કોર.

ray[2], ના૰ એક દરિયાઈ ખાદ્ય માછલી, 'સ્કેટ'ને મળતી.

ray[3], **re**[1], (રે), ના૰ [સં.] સપ્તકનો બીજો સૂર.

ray'on (રેઅન), ના૰ બનાવટી રેશમ 'સેલ્યુલોઝ' (માંથી બનેલું કપડું).

raze, rase, (રેઝ઼), સ૰ક્રિ૰ જમીનદોસ્ત કરવું. સાફ કરી દેવું, સદંતર નાશ કરવો.

ra'zor (રેઝ઼ર), ના૰ અસ્ત્રો. **~-bill**, અસ્ત્રા જેવી તીક્ષ્ણ ચાંચવાળું એક પક્ષી. **~-blade**, અસ્ત્રાનું પાનું. **~-edge**, તીક્ષ્ણ ધાર; ઊભી કરાડ; કટોકટીની પરિસ્થિતિ; વિભાગની સ્પષ્ટ રેષા. **~-fish, -shell**, લાંબી સાંકડી દ્વિપુટી છીપવાળી માછલી.

ra'zzle(-dazzle), ના૰ [વિ૰ બો૰] ક્ષોભ; ધમાલ; આનંદપ્રમોદ.

R.C., સંક્ષેપ. Roman Catholic.

R.C.A., સંક્ષેપ. Royal College of Art.

R.C.M., સંક્ષેપ. Royal College of Music.

R.C.S., સંક્ષેપ. Royal College of Science; Royal College of Surgeons; Royal Corps of Signals.

Rd., સંક્ષેપ. Road.

re[1] (રે), ના૰ સપ્તકનો ત્રીજો સૂર.

re[2], (રી), નામ૰ અ૰ -ની બાબતમાં; [વાત.] -ને વિષે, સંબંધી.

re-, ઉપસર્ગ. ફરી એકવાર, ફરી, નવેસર, ઇ૰.

R.E., સંક્ષેપ. Royal Engineers.

reach (રીચ), ઉ૰ ક્રિ૰ લાંબું કરવું, લંબાવવું; હાથ ઇ૰ લંબાવવું; ફેલાવવું, ફેલાવું; પહોંચાડવું, પહોંચવું; અમુક રકમ કે સરવાળો થવો; હાથ લાંબો કરીને આપવું-લેવું; [નૌકા.] પવન સાથે વહાણની લંબાઈને કાટખૂણે હંકારવું. ના૰ પહોંચાડવું-પહોંચવું-તે, હાથ ઇ૰ની પહોંચ-પહોંચવાની મર્યાદા; અવકાશ, ક્ષેત્ર; વિસ્તાર, ફેલાવો; પહોંચતાં વટાવેલું અંતર. **~-me-down**; [વિ૰ બો૰] તૈયાર-સીવેલું (કપડું).

rea'ct (રિઍક્ટ), અ૰ ક્રિ૰ સામી અસર ઉપજાવવી, -નો પ્રત્યાઘાત-પ્રતિક્રિયા-કરવી, -ની પ્રતિક્રિયા થવી. સામી અસર થવી; કશાકની અસરથી ફેરફાર થવો; [રસા. કોઈ પદાર્થ અંગે; પદાર્થ. કણ અંગે] કોઈ પ્રવૃત્તિનું કે અરસપરસ ક્રિયાપ્રતિક્રિયાનું કારણ બનવું; પ્રતિગામી વલણ દાખવવું, ઊલટી દિશામાં જવું.

rea'ction (રિઍક્શન), ના૰ પ્રતિક્રિયા (કરવી તે); પ્રતિક્રિયાત્મક ભાવના, ફેરફાર પહેલાંની સ્થિતિએ પાછા પહોંચવું તે, ઊથલો, પ્રતિક્રિયા; પ્રગતિ કે ક્રાન્તિનો વિરોધ, પૂર્વ સ્થિતિએ પાછા જવાનું વલણ.

rea'ctionary (રિઍક્શનરિ), વિ૰ અને ના૰ પ્રગતિનું વિરોધી-પ્રત્યાઘાતી (વ્યક્તિ).

rea'ctivate (રિઍક્ટિવેટ), સ૰ક્રિ૰ ફરી સક્રિય બનાવવું.

rea'ctive (રિઍક્ટિવ), વિ૰ પ્રતિક્રિયાશીલ.

rea'ctor (રિઍક્ટર), ના૰ પ્રતિક્રિયાકારક. **nuclear ~**, પ્રતિક્રિયાઓની સાંકળ શરૂ કરી તેનું નિયમન કરવા માટેનું વિશાળ ઉપકરણ, વિ૰ક૰ અણુશક્તિ પેદા કરવા માટે.

read (રીડ), ઉ૦ ક્રિ૦ [**read** રે'ડ] વાંચવું, વાંચતાં આવડવું; મનમાં કે મોટેથી વાંચવું; (ગણક યંત્ર અંગે) આંકડા કે માહિતીની નકલ કરવી અથવા તેને સંક્રાન્ત કરવી; વાંચવું, ભણવું, અભ્યાસ કરવો; બતાવવું, વાંચતાં અર્થ થવો – બતાવવો, નોંધવું, સૂચવવું; લખેલું કે છાપેલું હોવું – દેખાવું; -ને અમુક અર્થમાં ઘટાવવું; પ્રૂફ (ખરડો) વાંચવું; આગાહી કરવી; ભાવી કહેવું, અટકળ બાંધવી; -નું મહત્ત્વ–અર્થ–સમજાવવો.

rea'dable (રીડબલ), વિ૦ વાંચી શકાય એવું, વાંચનીય. **readabi'lity** (-બિલિટિ). ના૦.

rea'der (રીડર), ના૦ હસ્તલિખિતો વાંચીને તે અંગે પ્રકાશકને અભિપ્રાય જણાવનાર; મુદ્રકનો પ્રૂફ(ખરડા) વાંચનાર–તપાસનાર;યુનિવર્સિટીનો લેકચરરથી ઉપલી કક્ષાનો શિક્ષક; ક્રમિક પાઠ્યપુસ્તક; સૂક્ષ્મ-મુદ્રિત (માઇક્રોફિલ્મ કરેલું) લખાણ વાંચવાનો કાચ.

rea'dership (રીડરશિપ), ના૦ યુનિવર્સિટીના 'રીડર'નો હોદ્દો–જગ્યા; છાપાના વાચકો(ની સંખ્યા),

rea'dily (રે'ડિલિ), ક્રિ૦વિ૦ આનાકાની વિના, ખુશીથી; સહેલાઈથી.

rea'diness (રે'ડિનિસ). ના૦ ખુશી; સુકરતા, સજ્જતા; શીઘ્રતા; તૈયારી.

rea'ding (રીડિંગ), ના૦ સાહિત્યનું વાચન–જ્ઞાન; જાહેર વાચનનો રંજન કાર્યક્રમ; અર્થઘટન; બંધાયેલો અભિપ્રાય; અર્થ, ભાષાંતર; સંપાદકે આપેલો–વાંચેલો – પાઠ; માપક સાધન કે યંત્ર પર સૂચિત સંખ્યા–આંકડો; ધારાસભા આગળ કાયદાના ખરડાની રજૂઆત કે વાચન. **~-lamp**, વાંચવા માટે સગવડભર્યો દીવો.

rea'dy(રે'ડિ), વિ૦ તૈયાર, સજ્જ, યોગ્ય–કાર્યક્ષમ-સ્થિતિમાં; રાજી, ખુશી; સુગમ, સહેલું; સુલભ, ઉપલબ્ધ; તરત વાપરી શકાય એવું. ક્રિ૦વિ૦ અગાઉથી; તૈયાર. ના૦ [વિ૦બો૦] રોકડ (નાણું). સ૦ક્રિ૦ તૈયાર કરવું. **at the ~**, કામ–વાપરવા–માટે તૈયાર. **~-made**, (કપડાં અંગે) નિયત આકાર ને માપનાં સીવેલાં, તૈયાર; [લા.] સામાન્ય; સહેજે–સહેલાઈથી–મળે એવાં. **~ money**, રોકડનાણું. **~ reckoner**, વિવિધ ગણતરીઓ કે હિસાબોના કોષ્ટકો(ની ચોપડી).

rea'gent (રીએજન્ટ), ના૦ રાસાયનિક પ્રતિક્રિયા પેદા કરાવનાર પદાર્થ.

real (રીઅલ), વિ૦ પ્રત્યક્ષ હસ્તી ધરાવનારું કે થતું; વસ્તુનિષ્ઠ, વાસ્તવિક; સાચું, અસલ; (મિલકત અંગે) સ્થાવર સ્વરૂપનું. ક્રિ૦વિ૦ [સ્કૉ. અને અમે.; વાત.] ખરેખર, અતિશય.

re'alism (રીઅલિઝ્મ), ના૦ યથાર્થ નિરૂપણ કે ચિત્રણ, વાસ્તવવાદ, યથાર્થવાદ. **re'alist** (-લિસ્ટ), ના૦. **reali'stic** (–લિસ્ટિક), વિ૦.

rea'lity (રિઍલિટિ), ના૦ સચ્ચાઈ, તથ્ય; મૂળની સાથેનું સામ્ય; પ્રત્યક્ષ વસ્તુ; -નું સાચું સ્વરૂપ; સત્ય. **in ~**, વાસ્તવિકપણે, ખરેખર.

re'alize (રિઅલાઇઝ઼), સ૦ક્રિ૦ કૃતિમાં–વહેવારમાં–ઉતારવું, -ને મૂર્ત સ્વરૂપ આપવું; સાચા તરીકે રજૂ કરવું; સ્પષ્ટપણે જાણવું; -ના પૈસા કરવા, -ની કિંમત આવવી, કિંમત તરીકે મળવું; પ્રાપ્ત કરવું. **realiza'tion** (-ઝ઼ેશન), ના૦.

re'ally (રિઅલિ), ક્રિ૦વિ૦ ખરેખર, સાચે જ, ચોક્કસ. **~?**, એમ કે? સાચે જ? **~!**, નવાઈ કે નિન્દા વ્યક્ત કરતો ઉદ્ગાર.

realm (રે'લ્મ), ના૦ રાજ્ય; પ્રદેશ, પ્રાંત; વિષય, ક્ષેત્ર.

Re'altor (રીઅલ્ટર), ના૦ [અમે.] સ્થાવર મિલકતનો એજન્ટ–દલાલ.

re'alty (રીઅલ્ટિ), ના૦ સ્થાવર મિલકત.

ream (રીમ), ના૦ કાગળના ૨૦ ઘા–રીમ; [બ૦વ૦માં] લખાણોનો ઢગલો.

reap (રીપ), ઉ૦ક્રિ૦ અનાજની કાપણી–લણણી – કરવી, પાક ભેગો કરવો; -નું ફળ મેળવવું–મળવું.

rear[1] (રિઅર), ઉ૦ક્રિ૦ પાળીપોષી મોટું

કરવું, ઉછેરવું; કેળવવું; -ની ખેતી કરવી; (ઘોડા ઇ૦ અંગે) પાછલા પગ પર ઊભા થવું – ઝાડ થવું; ઊભું કરવું, બાંધવું.

rear², ના૦ પાછળનો ભાગ, વિ૦ ક૦ લશ્કરનો કે આરમારનો; પાછળની જગ્યા – ભાગ. **bring up the ~**, સૌની પાછળ – છેલ્લું આવવું – હોવું. **R~ Admiral**, વાઇસ ઍડમિરલથી ઊતરતી પાયરીનો અમલદાર. **~'guard**, વિ૦ ક૦ પીછેહઠ કરતી વખતે પાછળના ભાગના રક્ષણ માટેની લશ્કરી ટુકડી. **~guard action**, પાછલા ભાગનું ચોકિયાત લશ્કર અને શત્રુ વચ્ચે યુદ્ધ. **rear'most** (-મોસ્ટ), વિ૦ સૌથી પાછળનું. **rear'ward** (-વર્ડ), વિ૦,ક્રિ૦ વિ૦ અને ના૦. **rear'wards** (-વર્ડ્ઝ), ક્રિ૦ વિ૦.

rear'm (રીઆર્મ) ઉ૦ ક્રિ૦ લશ્કરને ફરી શસ્ત્રસજ્જ કરવું – નવાં શસ્ત્રો આપવાં. **rear'mament** (-મમન્ટ), ના૦.

rea'son (રીઝ઼ન), ના૦ ઉદ્દેશ, પ્રયોજન, કારણ, સમર્થન, (તરીકે રજૂ કરેલી બીના – હકીકત); બુદ્ધિ, વિચારશક્તિ, વિવેક; અક્કલ, ડહાપણ; ડહાપણભર્યું વર્તન; મધ્યમસરપણું. ઉ૦ ક્રિ૦ મનાવવા માટે દલીલ કરવી (**~with**); વિચાર કરીને નિષ્કર્ષ કાઢવો – કાઢવા પ્રયત્ન કરવો; -નો વિચાર કરવો.

rea'sonable (રીઝ઼નબલ), વિ૦ સમજદાર; વિવેકી, સારુંમાઠું સમજવાની બુદ્ધિવાળું; ડાહ્યું; માફકસર; બહુ ખર્ચાળ નહિ એવું; વાજબી, રાસ્ત.

reassur'e (રીઅશુઅર), સ૦ ક્રિ૦ ભીતિ – શંકા – દૂર કરવી, -ને ફરી હિંમત – ધીરજ – આપવી; અભિપ્રાય ઇ૦ને પુષ્ટિ આપવી.

rebar'bative (રિબારૂબટિવ), વિ૦ અનાકર્ષક; નફરત પેદા કરનારું.

re'bate¹ (રીબેટ), ના૦ વળતર, છૂટ, કમિશન.

re'bate², (રીબેટ, રૅબિટ), ના૦ અને સ૦ ક્રિ૦ સાલ બેસાડવા માટે ખોભણ (પાડવી).

re'bel (રૅ'બલ), ના૦ પ્રસ્થાપિત રાજ્ય સામે બળવો કરનાર – સત્તાનો વિરોધ કરનાર, બળવાખોર. અ૦ ક્રિ૦ (**rebe'l** રિબૅ'લ) -ની સામે બળવો – બંડ કરવું -ની સામે વિરોધ કરવો; -ની નફરત કરવી – બતાવવી–થવી.

rebe'llion (રિબૅ'લ્યન), ના૦ બળવો, બંડ; સત્તાનો ખુલ્લો વિરોધ.

rebe'llious (રિબૅ'લ્યસ), વિ૦ બળવાખોર, સામે થનારું, શિરજોર.

rebou'nd (રિબાઉન્ડ), અ૦ ક્રિ૦ અથડાઈને પાછું આવવું, પછડાઈને ઉપર ઊછળવું; (કરનાર પર) ઊલટવું. ના૦ (**re'**- રી-) ઊછળવું તે, ઊલટવું તે, ભાવનાના આવેશ પછી પ્રત્યાઘાત – શિથિલતા.

rebu'ff (રિબફ), ના૦ અને સ૦ ક્રિ૦ અટકાવવું, ધુતકારવું, ઠપકારવું, ઉતારી પાડવું, (તે); [લા.] થપ્પડ (મારવી).

rebu'ke (રિબ્યૂક), સ૦ ક્રિ૦ ઠપકો આપવો, વઢવું, ઠપકારવું. ના૦ ઠપકો (આપવો--મળવો–તે), ધમકી.

re'bus (રીબસ), ના૦ શબ્દના પદના કે અક્ષરનાં સૂચક ચિત્રો.

rebu't (રિબટ), સ૦ ક્રિ૦ જોરથી પાછું હઠાવવું; રદિયો આપવો, ખંડન કરવું, ખોટું પુરવાર કરવું. **rebu'ttal** (-ટલ), ના૦.

reca'lcitrant (રિકૅલ્સિટ્રન્ટ), વિ૦ અને ના૦ કોઈનું માને નહિ એવું, હઠીલું, દાદ નહિ દે એવું, (માણસ). **reca'lcitrance** (-ટ્રન્સ), ના૦.

reca'll (રિકૉલ), સ૦ ક્રિ૦ પાછું બોલાવવું, નિમણૂક રદ કરવી; યાદ કરવું યાદ હોવું, યાદ કરાવવું; સંજીવન કરવું. પુનર્જીવિત કરવું; પાછું લેવું, રદ કરવું. ના૦ પાછા આવવાનો હુકમ, તેડું, પાછું બોલાવવું – રદ કરવું–તે.

reca'nt (રિકૅન્ટ), ઉ૦ ક્રિ૦ પોતાનો મત કે માન્યતા પાછી ખેંચી લેવી – છોડી દેવી, ફરી જવું; સ્વીકારેલા મતનો ઇનકાર કરવો. **recanta'tion** (-ટેશન), ના૦.

re'cap (રીકૅપ), ઉ૦ ક્રિ૦ [વાત.] recapitulate. ના૦ recapitulation

recapi'tulate (રીકપિટ્યુલેટ), ઉ૦ ક્રિ૦

સાર આપવો, સંક્ષેપમાં કહી જવું. **recapitula'tion** (લેશન), ના૦.

reca'st (રીકાસ્ટ), સ૦ ક્રિ૦ [-cast] ફરીથી સાંચામાં ઢાળવું, નવો આકાર આપવો; રચનામાં સુધારોવધારો કરવો.

re'cce (રે'કિ), ના૦ [વિ.બો.] શત્રુના પ્રદેશ અને લશ્કરની તપાસ. ઉ૦ ક્રિ૦ એવી તપાસ કરવી.

rece'de (રિસીડ), અ૦ ક્રિ૦ પાછા હઠવું –ખસવું; ચડી જવું; પાછલી બાજુ તરફ ઢોળાવ હોવો; ખસી જવું; પીછેહઠ કરવી; કિંમત ઇ૦ ઘટવું.

recei'pt (રિસીટ), ના૦ લેવું – મળવું – તે, પ્રાપ્તિ; [બ૦ વ૦માં] મળેલા પૈસા; પાવતી, રસીદ. સ૦ ક્રિ૦ પહોંચ (લખી) આપવી.

recei've (રિસીવ), ઉ૦ ક્રિ૦ સ્વીકારવું; લેવું; પોતાના હાથમાં કે કબજામાં લેવું; પ્રાપ્ત કરવું, મેળવવું; સાંભળવા કે વિચાર કરવા તૈયાર થવું; ભાર, વજન, જોર સહન કરવું; કબૂલ – માન્ય – કરવું; પ્રસારણ – રેડિયો સંકેતો-ને ધ્વનિ કે ચિત્રમાં ફેરવવું; આગતાસ્વાગતા કરવી, સ્વાગત કરવું; સાચું અથવા અધિકૃત – પ્રમાણભૂત – તરીકે સ્વીકારવું – માન્ય કરવું (વિ. ક. ભૂ૦ કૃ૦ તરીકે વપરાય છે).

recei'ver (રિસીવર), ના૦ લેનાર, સ્વીકારનાર; દેવાળિયાની કે ઝઘડામાં પડેલી મિલકતનો કબજો જેને સોંપવામાં આવે છે તે; વિ૦ક૦ ચોરીનો માલ રાખનાર; બિનતારી કે રેડિયો સંદેશા લેવાનું યંત્ર.

re'cent (રીસન્ટ), વિ૦ થોડા દિવસ પર બનેલું, તાજેતરનું, નવું શરૂ કરેલું, અર્વાચીન. **re'cency** (–સન્સિ), ના૦.

rece'ptacle (રિસે'પ્ટેકલ); ના૦ જેમાં કંઈક મુકાય તે, વાસણ, પાત્ર, અધિષ્ઠાન, બારદાન.

rece'ption (રિસે'પ્શન), ના૦ લેવું– સ્વીકારવું–તે, વિ૦ક૦ કોઈ વ્યક્તિને કોઈ સ્થાન કે મંડળમાં; હોટલ કે પેઢીમાં અતિથિઓએ નામ નોંધાવવાની જગ્યા; સ્વાગત, સત્કાર; સ્વાગત સમારંભ, વિ૦ ક૦ લગ્નવિધિ પછીનો; રેડિયોસંદેશાનું ગ્રહણ, તેની ગ્રહણક્ષમતા. ~ **room**, મુલાકાતીઓને મળવાનો ઓરડો, દીવાનખાનું.

rece'ptionist (રિસે'પ્શનિસ્ટ), ના૦ ઘરાકોનું કે મુલાકાતીઓનું સ્વાગત કરવા નીમેલ વ્યક્તિ, સ્વાગતી.

rece'ptive (રિસે'પ્ટિવ), વિ૦ ગ્રહણશીલ, ગ્રહણક્ષમ. **recepti'vity** (-ટિવિટિ), ના૦.

rece'ss (રિસે'સ), ના૦ કામમાંથી રજા, વિશ્રાન્તિનો સમય, વિ૦ક૦ પાર્લમેન્ટની રજા; દીવાલમાંનો ગોખલો; એકાન્ત અથવા ગુપ્ત જગ્યા. ઉ૦ક્રિ૦ પાછળ ખસેડવું; -માં ગોખલો કરવો; [અમે.] રજા–વિશ્રાન્તિ–લેવી.

rece'ssion (રિસે'શન), ના૦ પાછળ હઠવું તે, ખસી જવું તે; પીછેહઠ; મંદી.

rece'ssional (રિસે'શનલ); વિ૦ અને ના૦ દેવળમાં પ્રાર્થના પૂરી થયા પછી પાદરી અને ભજનમંડળી જાય તે વખતે ગવાતું (ભજન).

rece'ssive (રિસે'સિવ), વિ૦ પાછું હઠતું-હઠવાની વૃત્તિવાળું; (વારસાગત લક્ષણો અંગે) બીજા બળવાન વિરોધી લક્ષણની હાજરીમાં સુપ્ત–અપ્રભાવી.

recher'ché (રશે'અરૂશે), વિ૦ દુરાન્વયી; કાળજીપૂર્વક વિચારેલું.

reci'divism (રિસિડિવિઝ્મ), ના૦ અપરાધ અથવા પાપ કરવાની ટેવ કે વ્યસન. **reci'divist** (–વિસ્ટ); ના૦.

re'cipe (રે'સિપિ), ના૦ કોઈ દવા કે ખાવાની વાની બનાવવાની માહિતી, નુસખો.

reci'pient (રિસિપિઅન્ટ), ના૦ કશુંક લેનાર–ગ્રહણ કરનાર.

reci'procal (રિસિપ્રકલ), વિ૦ બદલામાં આપેલું – લીધેલું, અરસપરસ; [વ્યાક.] અન્યોન્ય સંબંધ દર્શક. ના૦ [ગ.] વ્યુત્ક્રમ.

reci'procate (રિસિપ્રકેટ), ઉ૦ ક્રિ૦ અદલાબદલ કરવી; બદલામાં આપવું, બદલો વાળવો; અરસપરસ આપવું – કરવું; [યંત્ર.] વારાફરતી આગળપાછળ જવું. **reciprocation** (-કેશન), ના૦.

recipro'city (રસિપ્રોસિટિ), નાo અરસપરસ ભાવવહેવાર–સરખોભાવ; આપલે.

reci'tal (રિસાઇટલ), નાo હકીકતનું વિગતવાર વર્ણન–બયાન; ગાયનનો નાનકડો કાર્યક્રમ (એક માણસનો કે નાના ગાયકવૃંદનો).

recita'tion (રે'સિટેશન), નાo મનોરંજનાર્થે કરેલો પાઠ, વાચન કે ગાયન; વાંચેલો ફકરો, ગાયેલું ગીત, ઇo.

recitati've (રે'સિટટીવ), નાo વાર્તા, સંવાદ કે નાટિકામાં ગાવાનો ભાગ.

reci'te (રિસાઇટ), ઉo ક્રિo મોટેથી બોલવું – પાઠ કરવો – ગાવું, વિ. ક. શ્રોતાઓ આગળ; (હકીકત) કહી જવી; એક પછી એક – ક્રમશઃ – કહેવું – ગણાવવું.

re'ckless (રે'ક્લિસ), વિo અવિચારી; સાહસિક.

re'ckon (રે'કન), ઉo ક્રિo ગણવું, ગણતરી – હિસાબ કરવો, કોઈની સાથે હિસાબ પતાવી દેવો; -ની ઉપર આધાર રાખવો – રાખીને યોજનાઓ કરવી, [વાત.] નિષ્કર્ષ કાઢવો; ધારવું.

re'ckoning (રેકનિંગ), નાo દારૂના પીઠાનું કે વીશીનું બિલ – આંકડો. **day of ~**, આખરી હિસાબ(પતાવવા)નો – કયામતનો – દિવસ.

reclai'm (રિક્લેમ), સo ક્રિo ભૂલેલાને કે દુરાચારીને પાછું નીતિના માર્ગ પર આણવું; ખારવાળી કે વેરાન જમીનને ખેતીલાયક બનાવવી; મિલકત ઇo પાછું માગવું. **reclama'tion** (રે'ક્લમેશન), નાo.

recli'ne (રિક્લાઇન), ઉo ક્રિo (માથું) ટેકવવું – ટેકવીને બેસવું, અઢેલવું.

reclu'se (રિક્લૂસ), નાo યતિ, એકાંતવાસી.

recogni'tion (રે'કગ્નિશન), નાo ઓળખવું – ઓળખાવું – તે; ઓળખાણ; માન્યતા, કદર.

re'cognizable (રે'કગ્નાઇઝબલ), વિo ઓળખી – ઓળખાવી – શોધી કાઢી–શકાય એવું. **recognizabi'lity** (-બિલિટિ), નાo.

reco'gnizance (રિકૉગ્નિઝન્સ), નાo હાજર થવા ઇoનું જામીનખત, જાતમુચરકો, જાતમુચરકાની રકમ.

re'cognize (રે'કગ્નાઇઝ), સo ક્રિo ઓળખવું, ઓળખી કાઢવું; -ની તરફ ધ્યાન આપવું; કશાકની કાયદેસરતા, ગુણવત્તા, દાવો, ખરાપણું, ઇo માન્ય કરવું – ઇoની જાણ થવી.

recoi'l (રિકૉઇલ), અo ક્રિo પાછું હઠવું – ખસવું, ભડકવું, નફરત પેદા થવી; આંચકો – ઉછાળો – ખાવો; તોપ કે બંદૂક ફૂટતાં તેનો ધક્કો લાગવો. નાo પાછા હઠવું તે; ઉછાળો, આંચકો, ધક્કો.

recolle'ct (રે'કલે'ક્ટ), સo ક્રિo યાદ કરવું – આણવું; -ને યાદ આવવું, સાંભરવું.

recolle'ction (રે'કલે'ક્શન), નાo યાદ કરવાની ક્રિયા – શક્તિ; યાદ આવેલી વસ્તુ; માણસની સ્મૃતિ; સ્મરણ, સ્મૃતિ.

recomme'nd (રે'કમે'ન્ડ), સoક્રિo -ને સોંપવું – હવાલે કરવું; યોગ્ય તરીકે ભલામણ – સિફારસ-કરવી – સૂચવવું; સ્વીકાર્ય બનાવવું; -ની ભલામણ હોવી; (કરવા ઇo અંગે) સલાહ આપવી. **recommenda'tion** (-ડેશન), નાo.

re'compense (રે'કમ્પે'ન્સ), સoક્રિo બદલો, સજા, ઇનામ, ઇo આપવું; નુકસાન ભરી આપવું. નાo બદલો, સાટું, નુકસાન ભરપાઈ.

re'concile (રે'કન્સાઇલ), સoક્રિo સલાહ – સમજૂતી – સમાધાન-કરાવવું; મેળ બેસાડવો, સુસંગત બનાવવું; અણગમતી વસ્તુ સ્વીકારવા તૈયાર થવું; -નું સુસંગતપણું – અનુરૂપતા – બતાવવી. **reconcilia'tion**(-સિલિએશન), નાo.

re'condite(રે'કન્ડાઇટ), વિo ગૂઢ, ગહન, દુર્બોધ; ગુપ્ત, ગુહ્ય.

recondi'tion (રીકન્ડિશન), સoક્રિo યંત્રના ભાગ છૂટા પાડી ફરી બરબર ગોઠવવા, રહી શકાય – વાપરી શકાય – તેવું બનાવવું.

reco'nnaissance (રિકૉનિસન્સ) નાo શત્રુ ક્યાં છે, અથવા લશ્કરી વ્યૂહદૃષ્ટિથી

કોનું કેટલું મહત્વ છે તે જાણવા માટે પ્રદેશની કરાતી તપાસ.

reconnoi'tre (રે'કનૉઇટરી), ઉ૦ક્રિ૦ એવી – અગાઉ જણાવેલી – તપાસ કરવી.

reconsi'der (રીકન્સિડર), સ૦ક્રિ૦ ફરી – નવેસર – વિચારવું.

recon'stitute(રીકૉન્સ્ટિટ્યૂટ), સ૦ક્રિ૦ નવેસર રચના – પુનર્ઘટના – કરવી, ફરી સંગઠિત કરવું. **reconstitu'tion** (-ટ્યૂશન), ના૦.

reconstru'ct (રીકન્સ્ટ્રક્ટ), સ૦ક્રિ૦ ફરી બાંધવું. અવશેષોમાંથી – પરથી – અસલ વસ્તુ ફરી ઊભી કરવી. **reconstru'ction** (-સ્ટ્રક્શન), ના૦.

recor'd (રિકૉર્ડ), ઉ૦ક્રિ૦ નોંધવું, લખી – નોંધી – રાખવું. ફરી જોઈ કે રજૂ કરી શકાય તે માટે કાયમી સ્વરૂપમાં નોંધી રાખવું. ના૦ (**re'-** રે'-) નોંધ, નોંધણી; નોંધેલી હકીકત; નોંધવહી, રજિસ્ટર; દફતર; ગ્રામોફોનની ચૂડી, થાળી કે તબકડી; કોઈના ભૂતકાળ કે પૂર્વચરિત્રની વિગતો; અત્યાર લગી નોંધાયેલામાં શ્રેષ્ઠ કામ, વિક્રમ; નોંધેલો પુરાવો, માહિતી ઇ૦(સાચવી રાખવું તે). **have a ~**, અગાઉ ક્યારેક સજા થયેલી હોવી. **off the ~**, જેની નિયમસર નોંધ થઈ નથી એવું, અનધિકૃત. **on ~**, કાયદેસરપણે – રીતસર – નોંધેલું. **~-breaking**,અત્યાર લગીના વિક્રમથી ચડી જનારું. **~-player**, ગ્રામફોનની થાળીઓ વગાડવાનું યંત્ર, વીજળીનો ગ્રામફોન.

recor'der (રિકૉર્ડર), ના૦ નોંધ કરનાર વ્યક્તિ કે વસ્તુ, કેટલીક અદાલતોમાં તેમ કરનાર ન્યાયાધીશ; એક જાતનો પાવો.

recor'ding (રિકૉર્ડિંગ), ના૦ પાછળથી રજૂ કરવા માટે ભાષણ, ગાયન, ઇ૦ નોંધવાની પ્રક્રિયા, ધ્વન્યાલેખન; એવી રીતે નોંધેલો અવાજ ઇ૦; ફિલ્મ ઉપર ઉતારેલો દૂરદર્શન કાર્યક્રમ.

recou'nt[1] (રિકાઉન્ટ), સ૦ક્રિ૦ વિગતવાર કહેવું, બયાન કરવું.

re-count[2] (રીકાઉન્ટ), સ૦ક્રિ૦ ફરી ગણવું. ના૦ ફરી ગણવું તે, વિ૦ક૦ મતોની ફેરગણતરી.

recou'p (રિકૂપ), સ૦ક્રિ૦ નુકસાન ભરી કાઢવું – આપવું, આવેલી ખોટ પૂરી કરવી. **~ oneself**, ખરચ કર્યું કે ગુમાવ્યું હોય તે ફરી પાછું મેળવવું. **recou'pment** (-મન્ટ), ના૦.

recour'se (રિકોર્સ), ના૦ કશાકનો આશ્રય–આધાર–લેવો તે; આશ્રય, આધાર; જેનો આશ્રય લીધો હોય તે વ્યક્તિ–વસ્તુ.

reco'ver (રિકવર), ઉ૦ક્રિ૦ (ગુમાવેલું) ફરી – પાછું મેળવવું – પ્રાપ્ત કરવું; કબજો પાછો મેળવવો, ફરી કાબૂમાં – વપરાશમાં – આણવું; કાયદાની મદદથી પાછું મેળવવું – નુકસાન ભરાવી લેવું; સજીવન કરવું – થવું, તબિયત સુધારવી – સુધરવી, પહેલાંની સ્થિતિ પ્રાપ્ત કરવી – થવી; ઊણપ પૂરી કરવી; -ની અસર લાગતી બંધ થવી. **reco'very** (-વરિ), ના૦.

recreant (રે'ક્રિઅન્ટ), વિ૦ અને ના૦ બીકણ, નામર્દ, બાયલું, સ્વધર્મત્યાગી, (માણસ).**re'creancy** (-અન્સિ), ના૦.

re-crea'te (રીક્રિએટ), સ૦ ક્રિ૦ નવેસર નિર્માણ કરવું.

recrea'tion (રે'ક્રિએશન), ના૦ મનોરંજ(નું સાધન), કાલક્ષેપમ, વિનોદ, ગમ્મત; આરામ.

recri'minate (રિક્રિમિનેટ), અ૦ ક્રિ૦ અરસપરસ – સામસામા – આરોપ કે આક્ષેપ કરવા. **recrimina'tion** (-નેશન), ના૦. **recri'minatory** (-નટરિ),વિ૦.

recrude'sce (રિક્રુડે'સ), અ૦ ક્રિ૦ (રોગ ઇ૦ અંગે) ફરી પાછું ફાટી નીકળવું. **recrude'scence** (-ડે'સન્સ), ના૦. **recrude'scent** (-ડે'સન્ટ), વિ૦.

recrui't (રિક્રૂટ), ના૦ નવો ભરતી થયેલો સિપાઈ; કોઈ સંસ્થા ઇ૦માં નવો જોડાયેલો માણસ. ઉ૦ ક્રિ૦ -ને માટે ભરતી કરવી, રંગરૂટ તરીકે નોંધવું; ભરી કાઢવું; ફરી જોમદાર – સબળ – બનાવવું. **recrui'tment** (-ટ્મન્ટ), ના૦.

re'ctal (રે'ક્ટલ), વિ૦ ગુદાનું, ગુદાવાટે.
re'ctangle (રે'ક્ટૅંગલ), ના૦ સમચતુષ્કોણ આકૃતિ, કાટખૂણ ચોરસ. **recta'ngular** (-ગ્યુલર), વિ૦.
re'ctify (રે'ક્ટિફાઇ), સ૦ ક્રિ૦ સીધું-બરાબર -, કરવું, ભૂલ સુધારવી; સુધારવું; [રસા.] શુદ્ધ કરવું, વિ૦ક૦ ફરી ગાળીને; ખરા માટે અદલાબદલી કરવી; પરાવર્તી પ્રવાહને સરળ પ્રવાહમાં બદલવો. **rectifica'tion** (-ફિકેશન), ના૦.
rectili'near (રે'ક્ટિલિનિઅર), **-eal** (-નિઅલ), વિ૦ સરળ-સીધી લીટીવાળું-નું બનેલું; સીધી લીટીઓવાળું-થી ઘેરાયેલું.
re'ctitude (રે'ક્ટિટ્યૂડ), ના૦ નેકી, પ્રામાણિકતા, સચ્ચાઈ.
re'cto (રે'ક્ટો), ના૦ [બ૦ વ૦ ~**s**] ખુલ્લા પુસ્તકનું જમણું પૃષ્ઠ, પાનાની આગળની-દર્શની-બાજુ.
re'ctor (રે'ક્ટર), ના૦ વૃત્તિ મેળવનાર 'પૅરિશ'નો પાદરી; ચર્ચ ઇ૦નો મુખ્ય પુરોહિત; યુનિવર્સિટી, કૉલેજ, છાત્રાલય, ઇ૦નો ઉપરી અધિકારી. **rectori'al** (રે'ક્ટોરિઅલ), વિ૦. **re'ctorship** (રે'ક્ટર્શિપ), ના૦.
re'ctory (રે'ક્ટરિ), ના૦ રેક્ટરનિવાસ; રેક્ટરની વૃત્તિ.
re'ctum (રે'ક્ટમ), ના૦ [બ૦ વ૦ ~**s** અથવા **recta**] મોટા આંતરડાના નીચેના છેડા પાસેનો ભાગ, મળાશય, ગુદામાર્ગ.
recu'mbent (રિકમ્બન્ટ), વિ૦ અઢેલીને બેઠેલું, આડું પડેલું.
recu'perate(રિક્યૂપરેટ), ઉ૦ક્રિ૦ આરોગ્ય ઇ૦ ફરી પ્રાપ્ત કરવું-થવું; આર્થિક નુકસાન ભરી કાઢવું-ભરાઈ જવું; થાક દૂર કરવો-થવો. **recupera'tion** (-રેશન), ના૦. **recu'perative** (-રટિ[illegible] વિ૦.
recur' (રિકર), અ૦ ક્રિ૦ (વિચાર, કલ્પના, ઇ૦) મનમાં ફરી-પાછું આવવું, યાદ આવવું; ફરી વાર થવું-આવવું-જવું; [ગ. દશાંશ] સતત પુનરાવૃત્તિ થયા કરવી.
recu'rrent (રિકરન્ટ), વિ૦ ફરી-ફરી-ફરી-થતું. **recu'rrence** (-રન્સ), ના૦.
recur've (રિકર્વ), ઉ૦ ક્રિ૦ પાછળ વાળવું-વળવું.
re'cusant (રે'ક્યુઝ઼ન્ટ), વિ૦ અને ના૦. સત્તા ન માનનાર-ને તાબે ન થનાર (વ્યક્તિ); [ઇતિ.] ઇંગ્લિશ ચર્ચની પ્રાર્થનામાં હાજર ન રહેનાર (વ્યક્તિ). **re'cusancy** (-ઝ઼ન્સિ), ના૦.
recy'cle (રીસાઇકલ), સ૦ ક્રિ૦ નકામી થયેલી વસ્તુને ફરી વાપરી શકાય એવી બનાવવી, વિ૦ ક૦ પાણીને ફરી વાપરી શકાય એવું બનાવવું.
red (રે'ડ), વિ૦ લાલ રંગનું, રાતું, લાલ; (વાળ અંગે) લાલભૂખરું; રક્તપાત-ખૂના-મરકી-આગ-હિંસા, અથવા ક્રાન્તિને લગતું; સામ્યવાદી. ના૦ રાતો રંગ, રાતા કપડાં, ઇ૦; હિસાબનું ઉધાર પાસું; ઉદ્દામવાદી, પ્રજાસત્તાવાદી, સામ્યવાદી. **in the ~**, દેવામાં, દેવાદાર. **R ~ Army**, સોવિયટ રશિયાનું લશ્કર. **~-blooded**, વીર્યવાન, જોમદાર. **~breast**, 'રૉબિન' પક્ષી. **~-brick**,(યુનિવર્સિટી અંગે) આધુનિક, નવી સ્થાપાયેલી (૧૯મા સૈકામાં કે તે પછી). **~cap**, લશ્કરી પોલીસનો સિપાઈ. **~coat**, [ઇતિ.] બ્રિટિશ લશ્કરનો સિપાઈ. **R~ Cross**, યુદ્ધમાં જખમી કે માંદા લોકોની સારવાર કરનાર આંતરરાષ્ટ્રીય સેવામંડળ, તેનું ચિહ્ન. **~ ensign**, બ્રિટિશ વેપારી જહાજનો વાવટો. **~ flag**, ક્રાન્તિ કે સમાજવાદનું ચિહ્ન -નિશાન; ભયનું ચિહ્ન. **~-handed**, (પ્રત્યક્ષ) ગુનો કરતું-કરતી વખતે. **~head**, રતાશ પડતા વાળવાળું માણસ. **~ herring**, ધુમાડો પાયેલી 'હેરિંગ' માછલી; પ્રસ્તુત વિષયમાંથી ધ્યાન અન્યત્ર ખેંચવા કરેલું વિષયાંતર. **~-hot**, તપાવીને લાલચોળ કરેલું. ક્રોધથી રાતું થયેલું, ખિજવાયેલું. **R~ Indian**, ઉ. અમેરિકાનો ઇંડિયન માણસ. **~ lead**, સીસાનો રાતો ઑક્સાઇડ, એક રંગદ્રવ્ય. **~-letter day**, તહેવારનો મંગળ દિવસ, સુવર્ણાક્ષરે લખાયેલો દિવસ. **~ light**, ભય કે જોખમની સૂચના. **~ pepper**, મરચું,

મરચાંની ભૂકી. ~ **rag**, ભડકાવનાર વસ્તુ. ~**shank**, ખુલ્લી ભીની રેતીવાળી જગ્યામાં રહેનારુ એક પક્ષી. ~-**shift**, [ખ.] વર્ણપટની ખૂબ દૂરની આકાશ ગંગાઓ તરફથી આવતા લાંબા તરંગલંબો તરફ ગતિ. ~**skin**, રેડ ઇંડિયન. ~'**start**, રાતી પૂંછડીવાળું એક ગાનારુ પક્ષી. ~ **tape**, તુમારશાહી, (વિ૰ ક૰ જાહેર કામમાં) ઔપચારિકતા તરફ વધારે પડતું ધ્યાન આપવું તે. ~**wing**, એક જાતનું ગ્રશ પક્ષી. ~**wood**, રાતા લાકડાવાળું ઝાડ. **re'ddish** (રે'ડિશ), વિ૰.

re'dden (રે'ડન)ઉ૰ક્રિ૰ લાલ કરવું – થવું.

redee'm (રિડીમ), સ૰ક્રિ૰ વેચેલું પાછું ખરીદી લેવું, ખૂબ ખરચ અથવા મહેનત કરીને પાછું મેળવવું; એક સામટી રકમ આપીને બોજામાંથી છોડાવવું; વચન પૂરુ કરવું; બચાવવું, છોડવવું, સુધારવું; પાપ અને દુર્ગતિમાંથી છોડાવવું; -ને માટે પ્રાયશ્ચિત્ત કરવું, નુકસાન ભરપાઈ કરવી. **redee'mer** (રિડીમર), ના૰ (વિ૰ ક૰ ઈશુ ખ્રિસ્ત).

rede'mption(રિડેમ્પ્શન), ના૰ છોડવવું – છૂટવું–તે, ઉદ્ધાર, તારણ. **rede'mptive** (-ટિવ), વિ૰.

redeploy' (રીડિપ્લૉઇ), ઉ૰ક્રિ૰ નવી જગ્યા અથવા કામ પર લશ્કર કે કામગાર મોકલવા.**redeploy'ment** (-ઇમન્ટ), ના૰.

rediffu'sion(રીડિફ્યૂઝન), ના૰ રેડિયો કાર્યક્રમનું સહક્ષેપણ – આગળ પ્રક્ષેપણ, વિ૰ક૰ મધ્યવર્તી રિસીવરથી તાર વડે.

re'dolent (રે'ડલન્ટ), વિ૰ કશાકની તીવ્ર કે ઉગ્ર ગંધવાળું, -નું તીવ્રપણે સૂચક (**of**). **re'dolence** (-લન્સ), ના૰.

redou'ble (રિડબલ), ઉ૰ક્રિ૰ ફરી બેવડું કરવું; વધારે તીવ્ર, ઉગ્ર, બનાવવું–બનવું, ખૂબ વધારવું – વધવું.

redou'bt (રિડાઉટ), ના૰ બાજુએ પુસ્તા વિનાની બહારની તટબંધી – કોટ.

redou'btable(રિડાઉટબલ), વિ૰ જોરાવર, બળવાન; ભયાનક.

redou'nd (રિડાઉન્ડ), અ૰ક્રિ૰ -નું પરિણામ થવું – આવવું, -ની અસર થવી, લાભમં પરિણમવું, લાભદાયક હોવું, શ્રેય આપનારુ હોવું.

redre'ss(રિ'ડ્રેસ), સ૰ક્રિ૰ પાછું સરખું – બરાબર – કરવું; -નો ઇલાજ – બંદોબસ્ત – કરવો; ભરપાઈ કરી આપવી. ના૰ ફરિયાદની દાદ – નિવારણ, નુકસાન ભરપાઈ.

redu'ce (રિડયૂસ), ઉ૰ક્રિ૰ બીજા રૂપમાં, વિ૰ક૰ સાદા રૂપમાં ફેરવવું; અમુક સ્થિતિમાં આણવું અમુક કામ કરાવવું; દબાવી દેવું; નીચે આણવું; નબળું બનાવવું; ઓછું કરવું, ઘટાડવું; નિર્ધન બનાવવું; પોતાનું વજન કે કદ ઘટાડવું. **redu'cible** (-સિબલ), વિ૰.

redu'ction (રિડક્શન), ના૰ ઘટાડવું–ઘટવું – તે, ઘટાડો; ચિત્રની નાની બનાવેલી નકલ; કિંમતો ઇ૰માં થયેલો ઘટાડો.

redu'ndant (રિડન્ડન્ટ), વિ૰ વધારાનું, ફાલતું; અનાવશ્યક; (મિલકામદાર ઇ૰ અંગે) બિનજરૂરી, રજા આપવા લાયક. **redu'ndancy** (-ડન્સિ), ના૰.

redu'plicate (રિડયૂપ્લિકેટ), સ૰ક્રિ૰ બમણું કરવું, દ્વિરુક્તિ કરવી. **reduplica'tion** (-કેશન), ના૰.

re-e'cho (રીએ'કો), ઉ૰ક્રિ૰ પાછો પડઘો પાડવો – પડવો, સતત પડઘા પડ્યા કરવા, ગાજી ઊઠવું, ગજાવી મૂકવું.

reed (રીડ), ના૰ બરુ, બરોડું, સરોડું, રાડું; પાવો ઇ૰ની જીભ; [બહુધા બ૰વ૰માં] સુષિરવાદ્ય. ~-**mace**, પાણી નજીક થતા ફૂલોની મંજરીઓવાળા ઊંચા છોડો. ~-**pipe**, પાવો, વાંસળી, ઇ૰.

ree'dy (રીડિ), વિ૰ બરુઓ ઇ૰વાળું -ના જેવું; સુષિરવાદ્યના અવાજવાળું.

reef (રીફ), ના૰ સઢને ટૂંકો કરવા માટે તેનો વાળી શકાય એવો ભાગ; પાણીની સપાટીએ આવેલા ખડકની કરાડ, રેતી ઇ૰, ખરાબો; ખડકમાં ખનિજ ધાતુની રેષા–સ્તર, તેની આસપાસનો ખડક. ઉ૰ક્રિ૰ સઢના પટા વાળી લેવા. ~-**knot**, બેવડી સૈડકા ગાંઠ.

ree'fer (રીફર), નાં૦ ભાંગ (નાં પાંદડાં)ની સિગરેટ – બીડી.

reek (રીક), નાં૦ વાસીની ગંધ, દુર્ગંધ; ધુમાડો, વરાળ, બાફ. અ૦ક્રિ૦ -માંથી ધુમાડો, બાફ, ઇ૦ બહાર કાઢવું. -ની દુર્ગંધ આવવી.

reel (રીલ), ના૦ દોરો, તાર, કાગળ, ઇ૦ વીંટવાનું નળાકાર જેવું સાધન, દોરો, ઇ૦ વીંટવાની કે છોડવાની ફીરકી, ફાળકો, ઇ૦; લથડિયાં ખાવાં તે; એક ચેતનવંતું સ્કૉ. નૃત્ય; તે માટેનું સંગીત. ઉ૦ક્રિ૦ રીલ કે ફરકડી પર વીંટવું, રીલવતી અંદર કે ઉપર ખેંચવું; અટકયા વિના કે દેખીતા પ્રયત્ન વિના સડસડાટ પસાર થવું; લથડિયાં ખાવાં; ધ્રુજારી આવવી, મન ચકરાવે ચડવું; 'રીલ' નૃત્ય કરવું. **off the ~**, થોભ્યા વિના.

re-e'nter (રીએ'ન્ટર), ઉ૦ક્રિ૦ ફરી પ્રવેશ કરવો.

re-e'ntrant (રીએ'ન્ટ્રન્ટ), વિ૦ અને નાં૦ અંદરની બાજુએ વળેલો (ખૂણો).

re-e'ntry (રીએ'ન્ટ્રિ) ના૦ પુનઃપ્રવેશ વિ૦ક૦ (અવકાશયાન અંગે) પૃથ્વીના વાતાવરણમાં પુનઃપ્રવેશ.

reeve[1] (રીવ), ના૦ [ઇતિ.] શહેર કે જિલ્લાનો મુખ્ય મૅજિસ્ટ્રેટ.

reeve[2], સ૦ક્રિ૦ [**rove** અથવા **reeved**] [નૌકા.] કડામાં દોરડું પરોવવું – દાંડો નાખવો; કડામાં દોરડું પરોવીને કશાકની સાથે સજ્જડ બાંધવું.

reeve[3], ના૦ 'રફ' પક્ષીની – કબૂતર – ની માદા

ref (રે'ફ), ના૦ [વાત.] લવાદ, પંચ.

refe'ctory (રિફે'ક્ટરિ), ના૦ મઠ, કૉલેજ, ઇ૦નો ભોજનનો ઓરડો, ભોજનશાળા. **~ table**, લાંબું સાંકડું ટેબલ.

refer' (રિફર), ઉ૦ ક્રિ૦ કારણ કે મૂળ તરીકે બતાવવું, -નું છે એમ કહેવું; કોઈ અધિકારી અથવા માહિતીના મૂળ પાસે મોકલવું – જવા કહેવું. -નો ઉલ્લેખ કરવો – હવાલો આપવો; -ની સાથે સંબંધ હોવો. **refer'able** (રિફરબલ), વિ૦.

referee' (રે'ફરિ), ના૦ લવાદ, પંચ; (વિ૦ક૦ ફુટબૉલ અને મુષ્ટિયુદ્ધમાં) અમ્પાયર; નોકરી માટે અરજી કરનારના ચારિત્ર્ય અંગે પ્રમાણપત્ર આપવા રાજી એવો માણસ. ઉ૦ ક્રિ૦ લવાદ તરીકે કામ કરવું.

re'ference (રે'ફરન્સ), ના૦ કોઈ ત્રાહિત કે અધિકારી વ્યક્તિ પાસે વિચાર કરવા કે ચુકાદા માટે કોઈ બાબત રજૂ કરવી તે; એવી રીતે રજૂ કરેલી બાબત; એ અધિકારી વ્યક્તિને આપેલી મર્યાદા; -નો સંબંધ, સંદર્ભ, ઉલ્લેખ, ઇ૦; માહિતી માટે કોઈ પુસ્તક, તેનું પૃષ્ઠ, ઇ૦ની સૂચના; બીજાની ખાતરી આપનાર વ્યક્તિ; પ્રમાણપત્ર. **~ book**, સંદર્ભગ્રંથ સળંગ વાંચવાનો નહિ. **~ library**, સંદર્ભગ્રંથોનું ગ્રંથાલય, જ્યાંથી પુસ્તકો બહાર અપાતાં નથી. **refere'ntial** (-રે'ન્શલ), વિ૦.

refere'ndum (રે'ફરે'ન્ડમ), ના૦ [બ૦ વ૦ **~s**] સાર્વમત, લોકમત.

refer'ral (રિફરલ), ના૦ કોઈને વૈદ્યકીય પરીક્ષા માટે તજ્જ્ઞ પાસે મોકલવો તે.

re'fill (રીફિલ), ના૦ ફરી ભરવામાં આવતી વસ્તુ. સ૦ ક્રિ૦ (**-fi'-**) ફરી ભરવું.

refi'ne (રિફાઇન), ઉ૦ ક્રિ૦ મેલ, દોષ, ઇ૦થી મુક્ત કરવું, શુદ્ધ – ચોખ્ખું – કરવું; સુંદર – સંસ્કારી – બનાવવું; સૂક્ષ્મ વિચાર કે ભાષા વાપરવી; શુદ્ધિ ઇ૦ કરીને સુધારવું.

refi'nement (રિફાઇન્મન્ટ), ના૦ શુદ્ધ – સંસ્કારી – કરવું – થવું – તે; સૂક્ષ્મ વિચાર ભાવના કે અભિરુચિ; સંસ્કારિતા, શિષ્ટાચાર, નાજુકાઈ; સૂક્ષ્મ – બારીક – ભેદ.

re'finery (રિફાઇનરિ), ના૦ તેલ, ખાંડ, ઇ૦ શુદ્ધ કરવાનું કારખાનું.

refi't (રીફિટ), ઉ૦ ક્રિ૦ વહાણ ઇ૦ સમારવું – ફરી કામ દે એવું બનાવવું; -ની મરામત કરવી – કરાવવી.

refla'te (રિફ્લેટ), સ૦ ક્રિ૦ ચલનવૃદ્ધિ કરવી, ફુગાવો કરવો.

refla'tion (રિફ્લેશન), ના૦ સૌમ્ય ચલનવૃદ્ધિ, ચલનની વધુ પડતી અછત પછી જરા વૃદ્ધિ કરવી તે.

refle'ct (રિફ્લે'ક્ટ), ઉ૦ ક્રિ૦ પ્રકાશ, ઉષ્ણતા, ધ્વનિ ઇ૦નું પરાવર્તન કરવું –

થવું; (અરીસા અંગે) પ્રતિબિંબ પાડવું; દૃષ્ટિઆગળ કે મનમાં ઊભું કરવું; -ને શ્રેય આપવું, બદનામ કરવું; -નું ચિંતન કે વિચાર કરવો; વખોડી કાઢવું.

refle'ction, refle'xion, (રિફ્લે'ક્શન), ના૦ પરાવર્તન કરવું – થવું ઇ૦; પરાવર્તિત પ્રકાશ, ઉષ્ણતા, રંગ, ઇ૦; પ્રતિબિંબ; નામોશી લગાડનારી વસ્તુ; નિંદા, ટીકા; ફેરવિચાર.

refle'ctive (રિફ્લે'ક્ટિવ), વિ૦ પ્રકાશ ઇ૦ ને પરાવર્તિત કરનારું, પ્રતિબિંબ પાડનારું; ચિંતન-મનનાત્મક; વિચારી; ચિંતનશીલ.

refle'ctor (રિફ્લે'ક્ટર), ના૦ પ્રકાશ ઇ૦ને ઇષ્ટ દિશામાં પરાવર્તિત કરનારો કાચ કે ધાતુનો ટુકડો; એક જાતનું દૂરબીન, જેમાં પ્રતિબિંબો પાડવા માટે અરીસો હોય છે.

re'flex (રીફ્લેક્સ), ના૦ પરાવર્તન પામેલો પ્રકાશ વર્ણ, કે ગૌરવ – મોટાઈ; અરીસામાં પડેલું પ્રતિબિંબ; ઇચ્છાનિરપેક્ષ – સ્વાભાવિક – પ્રતિક્રિયા. વિ૦ પાછળ નમેલું – વળેલું; (ખૂણા અંગે) ૧૮૦°થી મોટો, વિપરીતકોણ. **~ action,** કોઈ ઉત્તેજના કે પ્રેરણાના જવાબમાં આપોઆપ થતી સ્નાયુ ઇ૦ની પ્રતિક્રિયા (દા.ત. છીંક). **~ camera,** જેનો ફોટો લેવાનો હોય તે વસ્તુ એક્સ્પોઝરના ક્ષણ સુધી કાચમાંથી જોઈ શકાય એવો કૅમેરા.

refle'xed (રિફ્લેક્સ્ટ), વિ૦ પાછળ નમેલું – વળેલું.

refle'xion (રિફ્લે'ક્શન), જુઓ **reflection.**

refle'xive (રિફ્લે'ક્સિવ), વિ૦ અને ના૦ [વ્યાક.] (શબ્દ કે રૂપ અંગે) કર્તાની પોતાની – જાત પર ક્રિયાનં સૂચક, કર્તૃવાચક, સ્વવાચક.

refor'm (રિફૉર્મ), ઉ૦ ક્રિ૦ સુધારવું, સુધરવું; દોષ દૂર કરવો, અનિષ્ટ નાબૂદ કરવું. ના૦ અનિષ્ટો – બદી(ઓ) – દૂર કરવી તે, વિ૦ક૦ રાજકારણમાં; કાયદાના ખરડામાં કરાતો સુધારો; સુધારણા. **refor'mative** (-મટિવ), વિ૦.

reforma'tion (રે'ફ્મેશન). ના૦ સુધારવું – સુધરવું – તે, વિ૦ક૦ રાજકીય, ધાર્મિક કે સામાજિક બાબતોમાં મૌલિક ફેરફાર; **the R~,** ૧૬મા સૈકામાં ખ્રિસ્તી ધર્મમાં સુધારો કરવાની લ્યૂથરની ચળવળ, જેને પરિણામે પ્રૉટેસ્ટન્ટ પંથની સ્થાપના થઈ.

refor'matory (રિફૉર્મટરિ), વિ૦ સુધાર કરવા માટેનું, સુધારાત્મક.

refor'mer (રિફૉર્મર), ના૦ સુધારક; સુધારાનો પુરસ્કર્તા; 'રેફ્મેશન'નો આગેવાન.

refra'ct (રિફ્રેક્ટ), સ૦ક્રિ૦ (પાણી, હવા, કાચ, ઇ૦ અંગે) પ્રકાશ(નાં કિરણો)ને વાંકા વાળવું, વક્રીભવન કરવું. **refra'ction** (-ક્શન), ના૦. **refra'ctive** (-ક્ટિવ), વિ૦.

refra'ctor (-ક્ટર), ના૦ વક્રીભવન કરનાર પદાર્થ અથવા કાચ (લેન્સ), પ્રતિબિંબ પાડવા માટે જેમાં કાચ (લેન્સ) વપરાય છે એવું દૂરબીન.

refra'ctory (-ક્ટરિ), ના૦ હઠીલું, કહ્યું ન માનનાર; બેકાબૂ, બળવાખોર; ઉષ્ણતાનું પ્રતિકારક; ઉપચારને દાદ ન દેનારું.

refrai'n[1] (રિફ્રેન), ના૦ ધ્રુવપદ, ટેક.

refrai'n[2], ઉ૦ક્રિ૦ કશુંક કરવાથી દૂર રહેવું – જાતને રોકવું.

refre'sh (રિફ્રે'શ), સ૦ક્રિ૦ તાજું કરવું, -માં નવું જીવન – જોમ – રેડવું; (સ્મૃતિ) તાજી કરવી.

refre'sher (રિફ્રે'શર). ના૦ લાંબા ચાલેલા કેસમાં વકીલને અપાતી વધારાની ફી.

refre'shment (રિફ્રે'શ્મન્ટ), ના૦ તાજું કરવું – થવું – તે; [બહુધા બ૦વ૦માં] તાજગી આણનાર ખાવાનું, નાસ્તાપાણી.

refri'gerant (રિફ્રિજરન્ટ). વિ૦ અને ના૦ શામક – તાપહારક – (પદાર્થ – દવા).

refri'gerate (રિફ્રિજરેટ), ઉ૦ક્રિ૦ ઠંડું કરવું – થવું; ઠારવું વિ૦ક૦ ટકાવવા માટે; ઠરી જવું. **refrigera'tion** (-રેશન), ના૦.

refri'gerator (રિફ્રિજરેટર), ના૦

ખોરાકની વસ્તુઓ રાખવાનું શીત કપાટ – શીતભવન.

reft (રે'ફ્ટ્), વિધે૦ વિ૦ -થી વંચિત – વિહીન, લૂંટાયેલું.

refu'ge (રિફ્યૂજ), ના૦ આશરો, આશ્રય, રક્ષણ; સંકટમાં આશ્રય આપનાર વ્યક્તિ કે માર્ગ, આશ્રયસ્થાન.

refugee' (રે'ફ્યુજી), ના૦ જુલમ, આપત્તિ ઇ૦ પ્રસંગે પરદેશમાં આશ્રય લેનાર માણસ, શરણાર્થી.

refu'lgent (રિફલ્જન્ટ), વિ૦ ચળકતું, તેજસ્વી. **refu'lgence** (-જન્સ), ના૦.

refu'nd (રિફન્ડ), ઉ૦ક્રિ૦ (વિ.ક. પૈસા) પાછું આપવું – વાળવું. ના૦ (**re'**- રી-) પાછું આપવું તે, પાછા વાળેલા પૈસા.

refu'sal (રિફ્યૂઝ્લ), ના૦ આપવાની કે લેવાની ના પાડવી તે, નકાર; હા કે ના કહેવાનો પહેલો હક.

refu'se (રિફ્યૂઝ્), ઉ૦ક્રિ૦ લેવાની કે આપવાની ના પાડવી, અસંમતિ દર્શાવવી; વિનંતી અમાન્ય કરવી; ઘોડાએ (વાડ)કૂદવાની ના પાડવી. ના૦ (**re'**- રે'ફ્યૂસ), ફેંકી દીધેલો કચરો, મળ, એંઠવાડ.

refu'te (રિફ્યૂટ), સ૦ક્રિ૦ ખોટું – ભૂલ ભરેલું – પુરવાર કરવું, રદિયો આપવો, ખંડન કરવું. **refuta'tion** (રે'ફ્યૂટેશન), ના૦.

regai'n (રિગેન), સ૦ક્રિ૦ (ખોયેલું) પાછું મેળવવું; સ્થળે ફરી પહોંચવું; ઊભવાની જગ્યા – આધાર પાછો મેળવવો.

re'gal (રીગલ), વિ૦ રાજા(ઓ)નું –ને શોભે એવું; ભવ્ય. **rega'lity** (રિગૅલિટિ), ના૦.

rega'le (રિગેલ), સ૦ ક્રિ૦ આનંદ આપવો, મિજબાની આપવી.

rega'lia (રિગેલિઅ), ના૦ બ૦ વ૦ રાજચિહ્નો (રાજ્યાભિષેક ઇ૦ પ્રસંગે વાપરવાનાં); અમુક પદવીનાં – નાગરિક પ્રતિષ્ઠાનાં – ચિહ્નો.

regar'd (રિગાર્ડ), ઉ૦ ક્રિ૦ બારીકાઈથી જોવું, નિહાળવું; -ની તરફ ધ્યાન આપવું; ગણવું, લેખવું; -ને અમુક તરીકે જોવું; -ની સાથે સંબંધ – નિસ્બત – હોવી. ના૦ નજર, દૃષ્ટિ; ધ્યાન, લક્ષ, કાળજી, ચિંતા; આદર, પૂજ્યભાવ; [બ૦વ૦માં]સ્નેહભરી ભાવનાઓ, શુભેચ્છાઓ. **as ~s, with ~ to,** -ની બાબતમાં, -ને વિષે.

regar'dful (રિગાર્ડ્ફુલ), વિ૦ -ની તરફ ધ્યાન આપનારું.

regar'ding (રિગાર્ડિંગ), નામ૦ અ૦ -ની બાબતમાં, -ને વિષે.

regar'dless (રિગાર્ડ્લિસ), વિ૦ અને ક્રિ૦વિ૦ ધ્યાન આપ્યા વિના(નું), બેપરવા-(ઈથી), બેફિકર(પણે).

rega'tta (રિગૅટે), ના૦ હોડીઓની શરતનો મેળો.

re'gency (રીજન્સિ), ના૦ રાજ્યકારભારી(મંડળ)નો હોદ્દો કે તેની અવધિ; **the R~**, પ્રિન્સ ઑફ વેલ્સ જૉર્જ જ્યારે રાજ્યનો કારભારી હતો તે અવધિ (૧૮૧૦-૨૦). વિ૦ રાજ્યકારભારીનું – ના સ્વરૂપનું.

rege'nerate (રિજે'નરેટ), સ૦ ક્રિ૦ નવું જીવન – જન્મ – આપવો, નૈતિક – આધ્યાત્મિક – ઉન્નતિ કરવી; -માં નવું ચૈતન્ય – પ્રાણ – રેડવો. વિ૦ (-રટ), નવો – આધ્યાત્મિક–જન્મ પામેલું, સુધરેલું. **regenera'tion** (-રેશન), ના૦ **rege'nerative** (-રટિવ), વિ૦.

re'gent (રીજન્ટ), ના૦ રાજાની સગીર અવસ્થા, ગેરહાજરી, અથવા અક્ષમતા દરમ્યાન રાજ્યનો વહીવટ કરવા નીમેલો કારભારી, રીજન્ટ. વિ૦ (નામ પછી મુકાતું) રીજન્ટ કે કારભારી તરીકે કામ કરનાર.

re'ggae (રે'ગે), ના૦ સંગીતની વેસ્ટ ઈંડીઝ પદ્ધતિ.

re'gicide (રે'જિસાઇડ), ના૦ રાજહત્યા (કરનારો), રાજહત્યામાં ભાગીદાર. **regici'dal** (-ડલ), વિ૦

regi'me, r'e- (રેઝીમ), ના૦ શાસનપદ્ધતિ, રાજ્યતંત્ર; પ્રચલિત વહેવાર પદ્ધતિ.

re'gimen (રે'જિમન), ના૦ વૈદ્યે બતાવેલો ઉપચાર, જીવન-પદ્ધતિ, પથ્યપાણી, ઇ૦.

re'giment (રે'જિમન્ટ), ના૦ લશ્કરનો

ચાર કંપનીઓનો એટલે આશરે ૧૦૦૦નો કાયમી ઘટક; લશ્કર, સૈન્ય; મોટી સંખ્યા. સ૦ ક્રિ૦ રેજિમેન્ટો બનાવવી, જૂથો તરીકે – પદ્ધતિ પ્રમાણે – સંગઠિત કરવું. **regimenta'tion** (-મે'ન્ટેશન), ના૦.

regime'ntal (રે'જિમે'ન્ટલ), વિ૦ રેજિમેન્ટનું, લશ્કરી ટુકડીનું. ના૦ [બ૦વ૦માં] રેજિમેન્ટના સિપાઈઓ પહેરે છે તે પોશાક, લશ્કરી ગણવેશ.

re'gion (રીજન), ના૦ પ્રદેશ, મુલક, પૃથ્વીનો અલગ ભાગ; -નું ક્ષેત્ર – પ્રાન્ત; શરીરનો(અમુક)ભાગ. **re'gional**(-નલ), વિ૦ પ્રાદેશિક.

re'gister (રે'જિસ્ટર), ના૦ નોંધપોથી, ચોપડો; સરકારી યાદી; અવાજ કે વાદ્યની મર્યાદા, ઘેર; ગતિ, વેગ, ઇ૦ બતાવનારું ઘડિયાળ; ભઠ્ઠીમાં આવતી હવાનું નિયમન કરવાનું પતરું. ઉ૦ ક્રિ૦ લિખિત નોંધ કરવી; નોંધવહી કે પત્રકમાં દાખલ કરવું – કરાવવું; નોંધપત્રકમાં પોતાનું નામ નોંધાવવું; મનમાં નોંધ કરવી; છાપ પાડવી; આપોઆપ નોંધ થવી, સૂચવવું; ચહેરા ઇ૦ પર ભાવ વ્યક્ત કરવો.

re'gistrar (રેજિસ્ટ્રાર), ના૦ નોંધણી અમલદાર. હૉસ્પિટલમાં તજજ્ઞ તરીકે તાલીમ લેનાર ડૉક્ટર.

registra'tion (રે'જિસ્ટ્રેશન), ના૦ નોંધવું – નોંધાવું–તે, નોંધણી. ~ **mark, number**, અમુક અક્ષર સાથેની મોટરની સંખ્યા.

re'gistry (રે'જિસ્ટ્રિ), ના૦ નોંધણીપત્રકો રાખવાની જગ્યા. ~ **office**, ધાર્મિક વિધિ વિના નોંધાવીને લગ્ન કરવાની કચેરી.

Re'gius (રીજિઅસ), વિ૦. ~ **professor**, રાજાએ સ્થાપન કરેલી કે તેની દ્વારા ભરાતી અધ્યાપકની જગ્યા.

re'gress (રી'ગ્રેસ), ના૦ પાછા જવું તે, પાછા જવાની વૃત્તિ, અ૦ ક્રિ૦ (રિ-) પાછળ ખસવું.

regre'ssion (રિગ્રે'શન), ના૦ પરાગતિ; ઊથલો; વિકાસના અગાઉના તબક્કે પાછું જવું તે. **regre'ssive** (-સિવ), વિ૦

regre't (રિગ્રે'ટ), સ૦ ક્રિ૦ દિલગીર – દુઃખી – થવું, શોક કરવો, પસ્તાવો કરવો – થવો; કહેતાં, કરતાં, દુખ થવું. ના૦ નુકસાન કે ખોટ માટે દુઃખ; કશુંક કરવા ન કરવા બદલ પસ્તાવો અથવા મનસ્તાપ.ત્રાસ, નિરાશા. **regre'tful** (-ટ્ફુલ), વિ૦.

regre'ttable (રિગ્રે'ટબલ), વિ૦ અનિષ્ટ, નિંદ્ય, અપ્રિય, શોચનીય.

regrou'p (રિગ્રૂપ), ઉ૦ ક્રિ૦ નવી – નવેસર–ટુકડી(ઓ) બનાવવી.

re'gular (રે'ગ્યુલર), વિ૦ કોઈ સિદ્ધાન્ત કે નિયમને અનુસરનારું–નું દ્યોતક; નિયમિત; સુસંગત, પદ્ધતિસરનું; હંમેશાનું; લહેરી કે તરંગી નહિ એવું; વખતસર કે વ્યવસ્થિતપણે કરનારું – કરેલું; બરાબર; ધાર્મિક નિયમથી બંધાયેલું; ધાર્મિક સંપ્રદાય કે મઠનું. ના૦ કાયમી ફોજનો સિપાઈ, કાયમી પાદરી, ઘરાક, મુલાકાતી, ઇ૦. **regula'rity** (-લૅરિટિ), ના૦. **re'gularize** (-લરાઇઝ઼), સ૦ક્રિ૦. **regulariza'tion** (-લરાઇઝ઼ે'શન), ના૦.

re'gulate (રે'ગ્યુલેટ), સ૦ ક્રિ૦ નિયમને આધીન કરવું, નિયમિત–નિયંત્રિત–કરવું; (યંત્ર, ઘડિયાળ, ઇ૦ અંગે) વ્યવસ્થિતપણે–બરાબર ચાલે–કામ આપે–તેમ કરવું.

regula'tion(રે'ગ્યુલેશન), ના૦ નિયમિત કરવું-થવું–તે; નિયમ, ધારો, કાયદો. વિ૦ ધારા કે નિયમ પ્રમાણેનું; શિષ્ટાચારનું.

re'gulator (રે'ગ્યુલેટર), ના૦ ઘડિયાળ વગેરેને વ્યવસ્થિત કામ આપતું કરવાનું સાધન.

regur'gitate (રિગર્જિટેટ), સ૦ ક્રિ૦ જોરથી પાછું આવવું. ઊલટવું; પાછું ફેંકી દેવું, ઊલટી કરવી. **regurgita'tion** (-ટેશન), ના૦.

rehabi'litate (રીહબિલિટેટ), સ૦ ક્રિ૦ અગાઉના હક, આબરૂ, મિલકત, આરોગ્ય, ક્ષમતા, ઇ૦ પાછું મેળવી આપવું, પૂર્વપદે બેસાડવું. **rehabilita'tion** (-ટેશન), ના૦.

reha'sh (રીહૅશ), સ૦ ક્રિ૦ કશા મૌલિક ફેરફાર કે સુધારા વિના નવું રૂપ આપવું.

ના૦ (**re'-**) નવું રૂપ આપવું તે; એવી રીતે બનાવેલી કૃતિ.

rehear'sal (રિહર્‌સલ), ના૦ બોલી જવું તે, ગણાવવું તે; નાટક ઇ૦નો પૂર્વ-પ્રયોગ.

rehear'se (રિહર્સ), ઉ૦ ક્રિ૦ બોલી જવું; -ની યાદી આપવી, વસ્તુઓ ઇ૦ એક પછી એક ગણાવવી; નાટક ઇ૦નો પૂર્વપ્રયોગ કરવો–તાલીમ કરવી.

Reich (રાઇક), ના૦ સમગ્ર જર્મનરાષ્ટ્ર (સમૂહ). **Third R~**, નાત્સી હકૂમત (હેઠળનું જર્મનરાષ્ટ્ર).

reign (રેન), ના૦ આધિપત્ય, શાસન, વર્ચસ્વ; રાજાની કારકિર્દી, રાજ્યકાળ. અ૦ ક્રિ૦ રાજા કે રાણી હોવું, રાજ્ય કરવું, –નું પ્રાબલ્ય – વર્ચસ્વ – હોવું.

reimbur'se (રીઇમ્બર્સ), સ૦ ક્રિ૦ -ને કરેલું ખર્ચ પાછું આપવું, પાછું ભરી દેવું –વાળવું. **reimbur'sement** (-સ્મન્ટ), ના૦.

rein (રેન), ના૦ લગામની દોરી, લગામ; [લા.] ઉપર કાબૂ રાખવાનું સાધન. સ૦ ક્રિ૦ કાબૂમાં રાખવું, લગામ ખેંચીને રોકવું, પાછું ખેંચવું; [લા.] રાજ્ય કરવું.

reincarna'tion (રીઇન્કાર્નેશન), ના૦ ફરી અવતાર ધારણ કરવો તે, નવો અવતાર, પુનર્જન્મ. **reincar'nate** (-નેટ), વિ૦ અને સ૦ ક્રિ૦.

rei'ndeer (રેન્ડિઅર), ના૦ શીત પ્રદેશનું હરણ, જેને ગાડીમાં જોડવામાં આવે છે.

reinfor'ce (રીઇન્ફોર્સ), સ૦ ક્રિ૦ વધારે માણસ કે માલ આપીને – વાપરીને – વધારે મજબૂત બનાવવું. **reinfor'ced concrete**, અંદર લોઢાના સળિયા કે તાર નાખેલું કોંકરેટ.

reinfor'cement (રીઇન્ફોર્સ્‌મન્ટ), ના૦ કોંક્રીટમાં વધારે મજબૂતી માટે વપરાતા લોઢાના સળિયા, તાર, જાળી, ઇ૦; લશ્કર કે નૌકાસૈન્યમાં વધારેલા માણસો, વહાણો, વિમાનો, ઇ૦.

reinsta'te (રીઇન્સ્ટેટ), સ૦ ક્રિ૦ અગાઉની સ્થિતિમાં – જગ્યા પર – ફરી સ્થાપન કરવું, કામ પર ફરી નીમવું, તબિયત પહેલા જેવી કરવી, અગાઉના જેવું સુવ્યવસ્થિત કરવું. **reinsta'tement** (-ટ્‌મન્ટ), ના૦.

reinsur'e (રીઇન્શુઅર), ઉ૦ ક્રિ૦ ફરી વીમો ઉતરાવવો, ખાસ ક. વીમો ઉતારનારે પોતાનું જોખમ બીજા વીમો ઊતરનાર પર સંક્રાન્ત કરવા માટે ફરી ઉતરાવવો. **reinsur'ance** (-રન્સ), ના૦.

rei'terate (રીઇટરેટ), સ૦ ક્રિ૦ ફરીથી અથવા ફરીફરી બોલવું – કહેવું – કરવું. **reitera'tion** (-રેશન), ના૦. **rei'terative** (-રટિવ), વિ૦.

reje'ct(રિજે'ક્ટ), સ૦ ક્રિ૦ બાજુએ ઠેલવું, નાખી દેવું, નામંજૂર કરવું, અસ્વીકાર કરવો, અમાન્ય કરવું; કાઢી નાખવું; ઊલટી કરવી. ના૦ (રી-) કાઢી નાખેલી વસ્તુ – માણસ. **reje'ction** (-જે'ક્શન), ના૦.

rejoi'ce (રિજોઇસ), ઉ૦ ક્રિ૦ આનંદિત કરવું, આનંદ આપવો; -ને આનંદ થવો; આનંદ – મોજ – કરવી; પ્રસંગ – સમારંભ – ઊજવવો.

rejoi'n (રિજોઇન), ઉ૦ ક્રિ૦ પ્રત્યુત્તર આપવો, સામો જવાબ–ટોણો–આપવો; ફરી જોડવું–જોડાવું. **rejoi'nder** (-ન્ડર), ના૦. સામો જવાબ, પ્રત્યુત્તર; ફરી જોડેલી વસ્તુ.

reju'venate (રિજૂવિનેટ), સ૦ક્રિ૦ ફરી યુવાન બનાવવું–બનવું. **rejuvena'tion** (-વેશન), ના૦. **reju'venator** (-વેટર), ના૦.

rela'pse (રિલેપ્સ), અ૦ ક્રિ૦ -માં પાછું પડવું, માંદગીએ ઊથલો ખાવો. ના૦ પાછું પડવું તે, વિ૦ ક૦ માંદગીનો ઊથલો.

rela'te (રિલેટ), ઉ૦ ક્રિ૦ (વાર્તા ઇ૦) કહેવું, બયાન કરવું; -ની સાથે સંબંધ જોડવો–હોવો, (અમુક રીતે) જોડાયેલું–સંબંધિત-હોવું. [ભૂ૦ કૃ૦ ના રૂપમાં] જોડાયેલું, લોહી કે લગ્નના સંબંધવાળું, સગું.

rela'tion (રિલેશન), ના૦ બયાન, કથન; માણસો અથવા વસ્તુઓ વચ્ચેનો સંબંધ; સગું, સંબંધી; સગપણ (સંબંધ). **rela'tional** (-નલ), વિ૦.

rela'tionship (રિલેશન્શિપ), ના૦ સગપણ (સંબંધ), નાતો, સંબંધ.

re'lative (રે'લટિવ), વિ૦ બીજા કશાક સાથે સંબંધવાળું, – પ્રમાણવાળું, અનુપાતી; લાગતું વળગતું; સાપેક્ષ, તુલનાત્મક; [વ્યાક.] સંબંધવાચક, સંબંધી. ના૦ સગું, સંબંધી; સંબંધક શબ્દ, વિ૦ક૦ સર્વનામ; કુટુંબીજન.

relati'vity (રે'લટિવિટિ), ના૦ સાપેક્ષતા; ગતિમાત્ર સાપેક્ષ છે અને નિર્વાત સ્થાન કે અવકાશમાં પ્રકાશની ગતિ સ્થિર હોય છે એ સિદ્ધાન્ત પર આધારિત આઇન્સ્ટાઇનનો મત, સાપેક્ષતાવાદ. **relativi'stic** (-વિસ્ટિક), વિ૦.

rela'x (રિલૅક્સ), ઉ૦ક્રિ૦ ઢીલું – શિથિલ– નરમ–કરવું – થવું, ઢીલું છોડવું, ઓછું કરવું– થવું; ઓછું તંગ – કડક – થવું.

relaxa'tion (રિલૅક્સેશન), ના૦ તાણ, શ્રમ, કડકાઈ, ઉગ્રતા, ઇ૦ ઓછું કરવું – થવું – તે; વિશ્રાંતિ, આરામ, મનોરંજન.

re'lay (રિલે), ના૦ ડાકમાં ટપ્પે ટપ્પે થાકેલા ઘોડા બદલવા માટે રાખેલા (તાજા) ઘોડા; એવી જ રીતે વાપરવાના માણસો અથવા સામગ્રી; [વીજળી.] દૂરથી આવતા વિદ્યુતપ્રવાહને સ્થાનિક બૅટરીથી જોરદાર બનાવવાનું યંત્ર. સ૦ક્રિ૦ (અથવા **relay'**) રેડિયો સંદેશો લઈ ને બીજે મોકલવો. ~ **race**, દરેક બાજુ કે પક્ષનો એક એક ભિડુ હપતે હપતે દોડીને રમાતી દોડવાની શરત.

relea'se (રિલીઝ઼), સ૦ક્રિ૦ છૂટું કરવું, છોડવું, મુક્ત કરવું; બંધન ઇ૦ છોડવું; છોડી મૂકવું, જવા દેવું; પ્રથમવાર કે સામાન્યતઃ ચિત્રપટ ઇ૦ જાહેરમાં બતાવવું; માહિતી ઇ૦ જાહેર કરવું. ના૦ કેદ, બંધન, ત્રાસ, ઇ૦ માંથી છુટકારો; યંત્રના કોઈ ભાગને છૂટો કરવાની કળ; પ્રકાશન માટે છૂટો કરેલો દસ્તાવેજ; બતાવવા માટે છૂટો કરેલો ચિત્રપટ કે રેકર્ડ; દસ્તાવેજ, ચિત્રપટ, ઇ૦ નું પ્રકાશન.

re'legate (રે'લિગેટ), સ૦ક્રિ૦ નીચલી પાયરી પર ઉતારવું, માર્ગમાંથી ખસેડવા માટે દૂર મોકલી દેવું; જૂથ (ટીમ)ને સંઘના નીચલા વિભાગમાં મોકલવું. **relega'tion** (-ગેશન), ના૦.

rele'nt (રિલે'ન્ટ), અ૦ક્રિ૦ સખતાઈ – કઠોરતા – ઓછી કરવી, કોમળ (હૃદયનું) થવું.

rele'ntless (રિલે'ન્ટ્લિસ), વિ૦ કઠોર હૃદયનું, નિર્દય.

re'levant (રે'લવન્ટ), વિ૦ હાથપરના વિષયને લગતું, પ્રસ્તુત (મુદ્દાને લગતું). **re'levance** (-વન્સ), ના૦. **re'levancy** (-વન્સિ), ના૦.

reli'able (રિલાયબલ), વિ૦ ભરોસાદાર, વિશ્વાસપાત્ર. **reliabi'lity** (-બિલિટિ), ના૦.

reli'ance (રિલાયન્સ), ના૦ વિશ્વાસ, ભરોસો; આધાર. **reli'ant** (-અન્ટ), વિ૦.

re'lic (રે'લિક), ના૦ કોઈ સંત કે સાધુના શરીરનો કે તેની કોઈ વસ્તુનો તેના મૃત્યુ પછી સાચવી રાખેલો પૂજાતો ભાગ – અવશેષ; [બ૦વ૦માં] માણસનો મૃતદેહ, અસ્થિ ઇ૦ અવશેષો; વિનાશ પછી બાકી રહેલો અવશેષ; બાકી રહેલાં સ્મૃતિચિહ્નો.

re'lict (રે'લિક્ટ), ના૦ -ની વિધવા; પ્રાથમિક દશામાં અવશિષ્ટ રહેલી ભૂસ્તરીય વસ્તુ.

relie'f (રિલીફ઼), ના૦ દુઃખ, દરદ, ઇ૦-માંથી છુટકારો અથવા તેનું શમન; સંકટગ્રસ્તને અપાતી મદદ, રાહત; ઘેરામાંથી સ્થળની મુક્તિ; બદલી, બદલી આવેલું માણસ, સપાટી પર ઊપસી આવેલી આકૃતિ અથવા નકશી; આકૃતિ ઇ૦ ઊપસી આવે એવી રીતે કરાતું શિલ્પ; રંગ દ્વારા ઊપસી આવેલું ચિત્ર હોવાની અસર; રૂપરેખાની સ્પષ્ટતા; કંટાળો કે તાણમાંથી છોડાવનારી કોઈ રોચકવસ્તુ. ~ **map**, ભૂતળ સંબંધી નકશો.

relie've (રિલીવ), સ૦ક્રિ૦ દુઃખ, દરદ, પીડા, ઇ૦ મટાડવું, શમાવવું, ઓછું કરવું; -માં રાહત આપવી – હોવી; બદલી આપીને કામમાંથી મોકળું કરવું, -ની બદલી તરીકે આવવું.

reli'gion (રિલિજન), ના૦ ધર્મ, ધર્મ

માર્ગ; આસ્તિક્ય બુદ્ધિ; ઈશ્વરભક્તિ; મઠ-જીવન.

reli'gious (રિલિજસ), વિ૰ ધાર્મિક, ધર્મમય; ભક્તિભાવવાળું; ધર્મનું -ને લગતું. ના૰ [બ૰વ૰ એજ] સંન્યાસી, સંન્યાસિની.

reli'nquish(રિલિંક્વિશ), સ૰ક્રિ૰ છોડી દેવું, જવા દેવું, (લેણું) જતું કરવું; રાજીનામું આપવું, આપી દેવું. **reli'nquishment** (-શ્મન્ટ), ના૰.

re'liquary (રે'લિક્વરિ), ના૰ અસ્થિ ઇ અવશેષો મૂકવાનું પાત્ર - પેટી ઇ૰.

re'lish (રે'લિશ), ના૰ સ્વાદ, રુચિ, ભાવ; ખોરાક ઇ૰નો રસપૂર્વક ઉપભોગ, ગમો, શોખ, લહેજત; ચટણી, ચટાકો, ઇ૰. ઉ૰ક્રિ૰ -માંથી આનંદ મેળવવો, -નો સ્વાદ ભાવવો; -નો શોખ હોવો; -નો સ્વાદ હોવો-આવવો; -ની ગંધ આવવી.

relu'ctant (રિલક્ટન્ટ), વિ૰ નામરજી-વાળું, અનિચ્છાવાળું. **relu'ctance** (-ટન્સ), ના૰.

rely'(રિલાઇ), અ૰ક્રિ૰ -ની ઉપર ભરોસો - આધાર - રાખવો (~**(up)on**).

remai'n(રિમેન), અ૰ક્રિ૰ બાકી-શિલક-રહેવું; એ ને એ જ સ્થિતિમાં અથવા જગ્યાએ રહેવું; ટકી રહેવું; પાછળ પડી જવું; ચાલુ રહેવું.

remai'nder (રિમેન્ડર), ના૰ બાકી રહેલું, શેષ; બાકીના માણસો કે વસ્તુઓ; બાદબાકી કે ભાગાકાર કર્યા પછી રહેલી બાકી; ન વેચયેલો માલ - વિ૰ક૰ પુસ્તકો. સ૰ક્રિ૰ ન ખપતો માલ, વિ૰ક૰ ચોપડીઓ, ઘટાડેલી કિંમતે વેચી દેવો.

remai'ns (રિમેન્સ), ના૰ બ૰વ૰ બાકી રહેલું હોય તે; બાકી રહેલા ભ ગો અથવા જથો; પ્રાચીન કાળનાં અવશેષો; મડદું.

rema'nd (રિમાન્ડ), સ૰ક્રિ૰ પોલીસને વધુ પુરાવો મેળવવાની સગવડ આપવા માટે ગુનેગારને પાછો પોલીસના કબજામાં સોંપવો. ના૰ પોલીસના કબજામાં ફરી સોંપવું તે. ~ **centre, home,** જુવાન ગુનેગારોને અટકમાં રાખવાની જગ્યા.

remar'k (રિમાર્ક), ઉ૰ક્રિ૰ જોવું, અવલોકન કરવું; ધ્યાનપૂર્વક જોવું; ટીકા રૂપે કહેવું, ટીકા કરવી. ના૰ નોંધ, ટીકા, શેરો, કહેલી વાત.

remar'kable (-કબલ), વિ૰ ધ્યાનમાં રાખવા જેવું, અસાધારણ; ધ્યાન ખેંચે એવું.

R.E.M.E., સંક્ષેપ. Royal Electrical and Mechanical Engineers.

reme'dial (રિમીડિઅલ), વિ૰ ઇલાજ કે ઉપાય કરનારું, ઉપચારાત્મક; રોગ મટાડનારું, ઊણપ ભરી કાઢનારું.

re'medy (રે'મિડિ), ના૰ ઉપાય, ઇલાજ; કોઈ રોગની દવા કે ઉપચાર: દાદ (મેળવવાનો માર્ગ). સ૰ ક્રિ૰ ઇલાજ કે ઉપાય કરવો, મટાડવું, સારું કરવું; નુકસાન ભરી કાઢવું. **reme'diable** (રિમીડિઅબલ), વિ૰.

reme'mber (રિમે'મ્બર), સ૰ ક્રિ૰ યાદ રાખવું - કરવું; યાદ હોવું; ન ભૂલવું; -ને ભેટ - બક્ષિસ - આપવું, આપવું; -ને નમસ્કાર કહેવા.

reme'mbrance (રિમે'મ્બ્રન્સ), ના૰ યાદ કરવું કે હોવું તે, સ્મરણ; યાદગીરી, સંભારણું, [બ૰વ૰] કોઈની મારફતે કહેવડાવેલા નમસ્કાર.

remi'nd (રિમાઇન્ડ), સ૰ ક્રિ૰ યાદ દેવડાવવું, સ્મરણ કરાવવું.

remi'nder (રિમાઇન્ડર), ના૰ યાદ દેવડાવનાર વસ્તુ, ઉઘરાણીનો કાગળ.

remini'sce (રે'મિનિસ), અ૰ ક્રિ૰ [વાત.] ગતકાલીન વસ્તુઓ યાદ કરવી, સંસ્મરણ કરવું.

remini'scence (રે'મિનિસન્સ), ના૰ યાદ કરવું તે; યાદ કરેલો બનાવ કે વાત; કોઈ વસ્તુની એવી યાદ કે જે બીજી વસ્તુની યાદ દેવડાવે; [બ૰વ૰માં] સંસ્મરણો, સંભારણાં.

remini'scent (રે'મિનિસન્ટ), વિ૰ ગતકાલીન વસ્તુઓની યાદ કરાવનારું કે કરનારું; સંસ્મરણાત્મક; -ની યાદ કરાવનારું - સૂચક.

remi'ss (રિમિસ), વિ૰ ફરજની ઉપેક્ષા કરનારું, બેપરવા, ગાફેલ.

remi'ssible (રિમિસિબલ), વિ૦ સવ-ક્ષત આપવા – માફ કરવા – જેવું.

remi'ssion (રિમિશન), ના૦ પાપ, દેવું, ઇ૦ની માફી; સારા વર્તન માટે જેલની સજામાં મળતી માફી; જોરમાં ઘટાડો.

remi't (રિમિટ), ઉ૦ ક્રિ૦ પાપ ઇ૦ માફ કરવું, -ની ક્ષમા કરવી; સજા, દેવું, ઇ૦ માફ કરવું – વસૂલ ન કરવું; ઢીલું – નરમ – કરવું, ઘટાડવું; અધિકારી પાસે મોકલવું; નીચલી અદાલત પાસે પાછું મોકલવું; મોકૂફ કરવું; મોકલવું, રવાના કરવું (વિ૦ ક૦ પૈસા).

remi'ttance (રિમિટન્સ), ના૦ મોક-લેલા પૈસા, પૈસા મોકલવા તે.

remi'ttent (રિમિટન્ટ), વિ૦ વચ્ચે વચ્ચે ઊતરી – ઓસરી – જનારું.

re'mnant (રે'મ્નન્ટ), ના૦ બાકી રહેલો નાનકડો જથો – કકડો કે સંખ્યા; મોટા ભાગનું કાપડ વપરાયા કે વેચાયા પછી બાકી રહેલો ટુકડો.

re'monstrate (રે'મન્સ્ટ્રેટ), ઉ૦ ક્રિ૦ વાંધો ઉઠાવવો, -ની સામે તકરાર – ફરિ-યાદ-કરવી, કાન ઉઘાડવા. **remo'ns-trance** (રિમૉન્સ્ટ્રન્સ), ના૦.

remor'se (રિમોર્સ), ના૦ પશ્ચાત્તાપ, જીવબળાપો, કચવાટ.

remor'seless (રિમોર્સ્લિસ), વિ૦ નિર્દય, કઠોર.

remo'te (રિમોટ), વિ૦ દૂર – આઘે -નું, લાંબા વખતનું, દૂરના સંબંધવાળું, દૂરનું; હંમેશના રસ્તાથી દૂરનું, એક ખૂણે – એકાંતમાં – આવેલું; અલગ; મિત્રતા વિનાનું, પ્રતિકૂળ, ~ **control** રેડિયોના મોજાં ઇ૦ વડે દૂરથી કરાતું યંત્રનું નિયમન કે સંચાલન.

remou'ld (રીમોલ્ડ), સ૦ ક્રિ૦ નવેસર ઢાળવું – ઘડવું, નવો આકાર આપવો; વાટ (ટાયર)નો નીચલો ભાગ ફરી બના-વવો. ના૦ (**re'-**) નવેસર બનાવેલું ટાયર.

remo'val (રિમૂવલ), ના૦ બીજી જગ્યા-એ ખસેડવું તે સ્થળાંતર, રાચરચીલું ઇ૦ બીજા ઘરમાં લઈ જવું તે.

remo've (રિમૂવ), ઉ૦ ક્રિ૦ બીજી જગ્યા-એ લઈ જવું; સામાન ખસેડવો; ઘર બદલવું; નોકરી પરથી કાઢી નાખવું; -થી જતા રહેવું; [ભૂ૦કૃ૦ના રૂપમાં] -થી ખૂબ દૂરનું. ના૦ અંતર, અંતરની માત્રા; પાયરી, પગથિયું; શાળામાં ઉપલા વર્ગમાં ચડાવવું તે; વર્ગ, ધોરણ.

remo'ved (રિમૂવ્ડ), વિ૦ **once, twice,** etc. ~, પિતરાઈઓ અંગે એક, બે, ઇ૦ પેઢી દૂરનું.

remu'nerate (રિમ્યૂનરેટ), સ૦ ક્રિ૦ કરેલા કામનો બદલો – મહેનતાણું – આપવું.

remunera'tion (રિમ્યૂનરેશન), ના૦ બદલો આપવો – મળવો – તે; મહેનતાણું, પગાર.

remu'nerative (રિમ્યૂનરટિવ), વિ૦ લાભદાયી, બદલો આપનારું.

Renai'ssance (રનેસન્સ), વિ૦ ૧૪-માથી ૧૬મા સૈકામાં થયેલું પ્રાચીન કળા, સાહિત્ય, ઇ૦નું પુનરુજ્જીવન; તેને લીધે કળા અને સ્થાપત્યની વિકસિત થયેલી શૈલી; **r~**, પુનરુજ્જીવન.

re'nal (રીનલ), વિ૦ મૂત્રપિંડ – ગુરદા–નું.

rena'scent (રિનૅસન્ટ), વિ૦ નવેસર ઉપર આવનારું, પુનર્જન્મ પામનારું. **re-na'scence** (-સન્સ), ના૦.

rend (રે'ન્ડ), ઉ૦ક્રિ૦ [**rent**] [પ્રા.] ચીરવું, ફાડવું; ભાગ પાડવા; મરડીને આંચકી લેવું.

re'nder (રે'ન્ડર), સ૦ક્રિ૦ બદલામાં આપવું; રજૂ – હાજર – કરવું; વર્ણન કરવું, ચીતરવું; પાછું વાળવું; મદદ ઇ૦ આપવું; ભજવવું; ભાષાંતર કરવું; કરવું, થાય તેમ કરવું; (ચરબી ઇ૦) ઓગાળવું; છો કે પ્લાસ્ટર ઇ૦નો પહેલો હાથ દેવો.

re'ndering (રે'ન્ડરિંગ), ના૦ ભાષાંતર, ભજવણી, ચિત્રણ.

re'ndezvous (રૉન્ડિવૂ), ના૦ [બ૦વ૦ એજ ઉચ્ચાર -વૂઝ઼] ભેગા થવાની કે મળ-વાની નક્કી કરેલી જગ્યા, સંકેતસ્થાન; સંકેત પ્રમાણે મેળાપ. અ૦ ક્રિ૦ સંકેતસ્થાને મળવું.

rendi'tion (રે'ન્ડિશન), ના૦ વ્યક્તિ કે

સ્થાન સોંપી દેવું તે; ભજવણી, પ્રયોગ; અર્થઘટન, ભાષાંતર.

re'negade (રે'નિગેડ), ના૰ સ્વધર્મ કે સપક્ષનો ત્યાગ કરનાર.

rene'ge (રિનીજ), અ૰ ક્રિ૰ વચનભંગ કરવો, ઇનકાર કરવો, પત્તું પાછું લેવું.

renew' (રિન્યૂ), ઉ૰ ક્રિ૰ નવું-નવા જેવું-બનાવવું, થીગડું દેવું; સાંધવું; પૂરી દેવું; બદલામાં નવું લેવું નવેસર શરૂ કરવું, બનાવવું. ઇ૰. **renew'al** (-ન્યૂઅલ), ના૰.

re'nnet (રે'નિટ), ના૰ દૂધ જમાવવાનું મેળવણ, આખરણ.

renou'nce (રિનાઉન્સ); સ૰ ક્રિ૰ છોડી દેવાનું માન્ય કરવું, છોડી દેવું; કોઈને આપી દેવું; -નો ત્યાગ કરવો; -માંથી ખસી જવું, બંધ કરવું; પડતું મૂકવું; ઇનકાર કરવો.

re'novate (રે'નવેટ), સ૰ ક્રિ૰ જીર્ણોદ્ધાર કરવો; ફરી નવું બનાવવું, સમું કરવું; સ્થિતિ, તબિયત, ઇ૰ સુધારવું. **renova'tion** (-વેશન), ના૰.

renow'n(રિનાઉન),ના૰ નામના, ખ્યાતિ.

renow'ned (રિનાઉન્ડ), વિ૰ સુવિખ્યાત, પ્રખ્યાત.

rent¹ (રે'ન્ટ), **rend**નો ભૂ૰ કા૰ તથા ભૂ૰ કૃ૰.

rent², ના૰ ચીરો, ફાટ, તડ, ઝરડકો; ભેબનાવ.

rent³, ના૰ ભાડું; ગણોત, ઇ૰. ઉ૰ ક્રિ૰ ભાડે-ગણોતે-રાખવું-લેવું-આપવું.

re'ntal (રે'ન્ટલ), ના૰ ભાડાની ઊપજ, ભાડા તરીકે આપેલી કે મળેલી રકમ; ભાડું, ગણોત; ભાડે આપવું તે.

ren'tier (રાંટિએ), ના૰ ડિવિડન્ડ કે વ્યાજ પર જીવનાર.

renuncia'tion (રિનનસિએશન), ના૰ છોડી દેવું તે, ત્યાગ, સ્વાર્થત્યાગ, સંન્યાસ. **renu'nciatory** (રિનનશટરિ); વિ૰.

rep¹, repp, (રે'પ), ના૰ દોરાવાળું જાડું મજબૂત કપડું.

rep², ના૰ [વાત.] જ્યાં કોઈ નાટકકંપની વારાફરતી એક પછી એક નાટકો ભજવે છે તે નાટકશાળા.

rep³, ના૰ [વાત.] પ્રતિનિધિ, વિ૰ ક૰ વેપારને અંગે ફરનાર.

repair'¹ (રિપે'અર), અ૰ ક્રિ૰ જવું, આશ્રય લેવો.

repair'², સ૰ ક્રિ૰ સમું કરવું, સુધારવું; જીર્ણોદ્ધાર કરવો; -નો ઉપાય કરવો; -નું નુકસાન ભરી આપવું. ના૰ સમરામણી, દુરસ્તી; કામ કરવા કે વાપરવા માટે (સારી) સ્થિતિ.

re'parable (રે'પરબલ), વિ૰ સમું કરી શકાય એવું. નુકસાન ભરપાઈ કરી શકાય એવું.

repara'tion (રે'પરેશન), ના૰ નુકશાન ભરપાઈ (કરવી તે), બદલો.

repartee' (રે'પાર્ટી), ના૰ વિનોદી પ્રત્યુત્તર, હાજર જવાબ.

repa'st (રિપાસ્ટ), ના૰ ભોજન, ખાવાનું.

repa'triate (રિપૅટ્રિએટ), સ૰ ક્રિ૰ સ્વદેશ પાછું મોકલવું-જવું. ના૰ (-અટ) સ્વદેશ પાછો મોકલેલો માણસ. **repatria'tion** (-એશન), ના૰.

repay' (રિપે), ઉ૰ ક્રિ૰ [**repaid**] પાછું આપવું; પરત કરવું; બદલો-વેર-લેવું; નુકસાન ભરી આપવું. **repay'ment** (-પેમન્ટ), ના૰.

repea'l (રિપીલ), સ૰ ક્રિ૰ અને ના૰ રદ કરવું, પાછું ખેંચી લેવું, (તે).

repea't (રિપીટ), ઉ૰ ક્રિ૰ ફરી બોલવું-કરવું; બોલી જવું, નાટકની તાલીમ કરવી; રજૂ કરવું, ફરી ભજવવું; ફરી થવું. ના૰ ફરી કરવું ઇ૰ તે, ફરી રજૂ કરેલો રેડિયો કાર્યક્રમ; [સં.] ફરી ગાવાનો ગીતનો ભાગ.

repea'tedly (રિપીટિ'ડલિ), ક્રિ૰ વિ૰ વારંવાર, અનેકવાર.

repea'ter (રિપીટર), ના૰ ફરી ભર્યા વિના એક પછી એક અનેક ગોળીઓ છોડનાર બંદૂક; પિસ્તોલ, ઇ૰; જોઈએ ત્યારે છેલ્લા પા કલાકના ટકોરા મારનાર ખિસ્સા ઘડિયાળ.

repe'l (રિપે'લ), સ૰ ક્રિ૰ પાછું (હાંકી) કાઢવું-ઠેલવું; વારવું, નિવારણ કરવું; ધૃણા

પેદા કરવી; ઘૃણાસ્પદ કે અરુચિકર હોવું.

repe'llent (રિપે'લન્ટ), વિ૰ અને ના૰ અણગમો પેદા કરનાર-પ્રત્યાકર્ષક (પદાર્થ), વિ૰ ક૰ જીવડાં માટે.

repe'nt (રિપે'ન્ટ), ઉ૰ ક્રિ૰ પસ્તાવું, પસ્તાવો કરવો, ખેદ પામવું, દુઃખિત થવું (કશું કરવા ન કરવા બદલ). **repe'ntance** (-ટન્સ), ના૰. **repe'ntant** (-ટન્ટ), વિ૰.

repercu'ssion (રીપર્કશન); ના૰ પ્રતિધ્વનિ; પ્રત્યાઘાત; કોઈ ઘટનાનું આડકતરું પરિણામ (બહુધા બ૰ વ૰માં).

re'pertoire (રેપર્ટ્વાર), ના૰ નટ કે ગાયકમંડળ કોઈ પણ વખતે ગાવા ભજવવા તૈયાર હોય તે ચીજો કે નાટિકાઓનો સંગ્રહ.

re'pertory (રે'પર્ટરિ), ના૰ = **repertoire**; જ્યાં કોઈ નાટક કંપની એક પછી એક નાટક ભજવે છે તે નાટકશાળા, **~ company.**

repeti'tion (રે'પિટિશન), ના૰ પુનરાવર્તન (કરવું-થવું તે); નકલ, અનુકૃતિ; મોઢે બોલી જવું-તે; મોઢે બોલવાનો ફકરો વગેરે. **repeti'tious** (-શસ), વિ૰. **repe'titive** (રિપે'ટિટિવ), વિ૰.

repi'ne (રિપાઇન), અ૰ ક્રિ૰ દુઃખી થવું, ચિડાવું, મનમાં બળવું, અસંતુષ્ટ થવું.

repla'ce (રિપ્લેસ), સ૰ ક્રિ૰ જ્યાં હતું ત્યાં મૂકવું; -ની જગ્યા લેવી-પૂરી કાઢવી; -ને ઠેકાણે મૂકવું-આવવું -ની બદલી થવી-આપવો; [સહ્ય૰ માં] -ની પછી આવવું, નીચેનાને ઉપર ચડાવવું.

repla'cement (રિપ્લેસમન્ટ), ના૰ બદલી કાઢવું તે; બદલે મૂકેલી વસ્તુ કે માણસ, બદલી.

replay' (રીપ્લે), સ૰ ક્રિ૰ રમત (મૅચ) ઇ૰ ફરી રમવું, ટેપ ઇ૰ પર ઉતારેલી વસ્તુ ફરી વગાડવી. ના૰ (**re'-**) ફરી રમવું-વગાડવું-તે.

reple'nish (રિપ્લે'નિશ), સ૰ ક્રિ૰ -થી ફરી ભરી કાઢવું. **reple'nishment** (-શમન્ટ), ના૰.

reple'te (રિપ્લીટ), વિ૰ ભરેલું, સારો એવો સંગ્રહ કરેલું; ધરાઈ-ઓચાઈ-ગયેલું. **reple'tion** (-શન), ના૰.

re'plica (રે'પ્લિકૅ), ના૰ મૂળકળાકારે બનાવેલી આબેહૂબ નકલ; નકલ, પ્રતિકૃતિ.

re'plicate(રે'પ્લિકેટ), સ૰ક્રિ૰ પ્રતિકૃતિ-આબેહૂબ નકલ - કરવી. **replica'tion** (-કેશન), ના૰.

reply'(રિપ્લાઇ), ઉ૰ક્રિ૰ જવાબ આપવો; વાણી કે કૃતિ દ્વારા પ્રતિસાદ દેવો. ના૰ જવાબ આપવો તે; જવાબ.

repor't (રિપૉર્ટ), ઉ૰ક્રિ૰ હેવાલ આપવો, સમાચાર - હકીકત - કહેવી; વિધિસરનું નિવેદન રજૂ કરવું, હેવાલ રજૂ કરવો; -ની વિરુદ્ધ (ગુના ઇ૰ની) ખબર આપવી; પ્રકટ કરવા માટે -નું વર્ણન લખી લેવું, નોંધવું; કામ પર -ની આગળ-હાજર થવું. ના૰ સામાન્ય વાત, લોકવાયકા, અફવા; ખ્યાતિ, આબરૂ; તપાસ કરીને આપેલો હેવાલ કે વ્યક્ત કરેલો અભિપ્રાય; વિદ્યાર્થીની વર્તણૂક તથા પ્રગતિ અંગે શિક્ષકનો હેવાલ; ભાષણનું વર્ણન, હેવાલ અથવા સંક્ષેપ; છાપામાં છાપવા માટે કોઈ મુકદમો, ઘટના, ઇ૰નો ખબર પત્રીનો હેવાલ; બંદૂક ઇ૰નો સ્ફોટ - ધડાકો.

reporta'ge(રેપૉર્ટાઝ઼), ના૰ છાપા માટેનો હેવાલ, તેની શૈલી.

repor'ter (રિપૉર્ટર), ના૰ છાપા ઇ૰નો ખબરપત્રી, બાતમીદાર.

repo'se[1] (રિપોઝ઼), સ૰ક્રિ૰ -માં (વિશ્વાસ ઇ૰) રાખવું.

repose[2], ઉ૰ક્રિ૰ આરામ લેવો, -ને આરામ આપવો, આડા પડેલું હોવું, -નો આધાર લીધેલું હોવું. ના૰ આરામ, વિશ્રાન્તિ ઊંઘ; શાંતિ, સ્વસ્થતા. **repo'seful** (-ઝ઼્ફુલ), વિ૰.

repo'sitory (રિપૉઝ઼િટરિ), ના૰ પાત્ર; ભંડાર, કોઠાર; રહસ્યો ઇ૰નું ભંડાર.

repou'ssé (રપૂસે), વિ૰ અને ના૰ હથોડાવતી પાછળથી ટીપીને ઉપસાવેલું (શોભાનું ધાતુકામ).

repp (રે'પ), જુઓ **rep**[1].

reprehe'nd (રે'પ્રિહે'ન્ડ), સ૦ક્રિ૦ ઠપકો આપવો, દોષ દેવો.

reprehe'nsible (રે'પ્રિહે'ન્સિબલ), વિ૦ દોષપાત્ર, ઠપકાને લાયક.

reprehe'nsion (રે'પ્રિહે'નશન), ના૦ દોષ, નિંદા.

represe'nt (રે'પ્રિઝે'ન્ટ), સ૦ક્રિ૦ મન કે આંખ આગળ કશાકની આકૃતિ રજૂ કે ખડી કરવી, દર્શાવવું, -નો ભાસ કરાવવો; કહેવું (કે); અમુક તરીકે વર્ણન કરવું; કૃતિમાં ઉતારવું, ભૂમિકા – નાટક – ભજવવું; -નું પ્રતીક હોવું, -ને સ્થાને હોવું. -નું પ્રતિનિધિ – અવેજી – બદલી – હોવું. વિ૦ક૦ ધારાસભામાં અધિકૃત નાયબ કે મુખત્યાર હોવું. **representa'tion** (-ટેશન), ના૦.

representa'tional (રે'પ્રિઝે'ન્ટેશનલ), વિ૦ (કલા અંગે) વસ્તુઓને યથાર્થપણે ચીતરવા માગતું.

represe'ntative (રે'પ્રિઝે'ન્ટટિવ), વિ૦ અમુક વર્ગનું નમૂનારૂપ – દર્શક; પ્રાતિનિધિક નમૂનો આવાળું; પ્રતિનિધિત્વ કરવાના કામનું – કરનારું; પ્રાતિનિધિક. લોકોના પ્રતિનિધિત્વવાળું – પ્રતિનિધિત્વ ઉપર આધારિત. સરકાર અથવા ધારાસભામાં. ના૦ નમૂનો, -નું લાક્ષણિક મૂર્ત સ્વરૂપ; મુખત્યાર, વકીલ, પ્રતિનિધિ.

repre'ss (રિપ્રે'સ), સ૦ક્રિ૦ નીચે દાબવું, દબાવી રાખવું; દબાવી દેવું, દમન કરવું. **repre'ssion** (-પ્રે'શન), ના૦. **repre'ssive** (-પ્રે'સિવ), વિ૦.

reprie've (રિપ્રીવ), સ૦ક્રિ૦ મોતની સજા – ફાંસી – મોકૂફ રાખવી. -મ રાહત આપવી. સજા હળવી કરવી. ના૦ ફાંસીની તહકૂબી, રાહત, વિશ્રાન્તિ.

re'primand (રે'પ્રિમાન્ડ), ના૦ ઉપરીનો ઠપકો. સ૦ક્રિ૦ અધિકારની રૂએ ઠપકો આપવો.

repri'nt (રિપ્રિન્ટ), સ૦ક્રિ૦ ફરી છાપવું. ના૦ (re'-રી) ચોપડી ઇ૦નું પુનર્મુદ્રણ.

repri'sal (રિપ્રાઇઝલ), ના૦ બદલો (લેવો તે), વેર વાળવા લીધેલું પગલું.

repri'se (રિપ્રીઝ), ના૦ [સં.] ફરીથી આવેલું ગીત – ચીજ.

reproa'ch (રિપ્રોચ), સ૦ક્રિ૦ વઢવું, ઠપકો આપવો; પોતાનો વાંધો જણાવવો, (દૃષ્ટિ અંગે) તિરસ્કાર વ્યક્ત કરવો. ના૦ વઢવું તે, ઠપકો, નિન્દા; નામોશીભરી વાત.

reproa'chful (રિપ્રોચફુલ), વિ૦ નિંદાત્મક, નામોશીભરેલું.

re'probate (રે'પ્રબેટ), સ૦ક્રિ૦ નાપસંદ કરવું – થવું; ધિક્કારવું; (ઈશ્વર અંગે) મુક્તિથી વંચિત રાખવું. વિ૦ અને ના૦ ઈશ્વરે તજેલો, પાકો પાપી, ભ્રષ્ટચારિત્ર્ય (માણસ). **reproba'tion** (-બેશન), ના૦.

reprodu'ce (રીપ્રડ્યૂસ), ઉ૦ક્રિ૦ ફરી-નવેસર પેદા કરવું; નકલ કે પ્રતિકૃતિ (નિર્માણ) કરવી; પ્રજોત્પાદન – પ્રજનન – કરવું. **reprodu'cible** (-સિબલ), વિ.

reprodu'ction (રીપ્રડક્શન), ના૦ પ્રજોત્પાદન, પ્રજોત્પત્તિ; ચિત્રની નકલ. વિ૦ (ફર્નીચર અંગે) અગાઉની શૈલીના જેવું. **reprodu'ctive** (-ક્ટિવ), વિ૦.

reproo'f (રિપ્રૂફ), ના૦ દોષ, ઠપકો, (આપવા તે).

repro've (રિપ્રૂવ), સ૦ક્રિ૦ વઢવું, ઠપકો આપવો.

re'ptile (રેપ્ટાઇલ), ના૦ જમીન પર પેટે-ઘસડીને-ચાલતું ઠંડા લોહીવાળું પ્રાણી, સર્પ ઇ૦; હલકટ – પાજી – માણસ. **repti'lian** (રે'પ્ટિલ્યન), વિ૦ અને ના૦.

repu'blic (રિપબ્લિક), ના૦ પ્રજાસત્તાક – લોકસત્તાક – રાજ્ય.

repu'blican (રિપબ્લિકન), વિ૦ પ્રજાસત્તાક રાજ્યનું – ના લક્ષણોવાળું; લોકસત્તાક રાજ્યની હિમાયત કે સમર્થન કરનારું; R~, (સંયુક્ત રાજ્યો અંગે) ડેમોક્રેટ્સનો વિરોધી રાજકીય પક્ષ. ના૦ પ્રજાસત્તાક શાસનનું હિમાયતી કે સમર્થક; R~, રિપબ્લિકન પક્ષનો સભાસદ. **repu'blicanism** (-નિઝ્મ), ના૦.

repu'diate (રિપ્યૂડિએટ), ઉ૦ ક્રિ૦ પોતાનું નથી એમ કહેવું, નાકબૂલ કરવું, ઇનકાર કરવો; માન્ય ન કરવું, આજ્ઞા ન પાળવી; ફરજ, દેવું, ઇ૦ બજાવવાની કે

ચૂકવવાની ના પાડવી. **repudia'tion** (-એશન), ના૦.

repu'gnance (રિપગ્નન્સ), ના૦ અણગમો, વિરોધ, વેર; વિચાર, સ્વભાવ ઇ૦-નો અમેળ-વિસંગતિ.

repu'gnant (રિપગ્નન્ટ), વિ૦ અણગમતું, અરુચતું; પરસ્પર વિરોધી, વિસંગત.

repu'lse (રિપલ્સ), સ૦ ક્રિ૦ પાછું હઠાવવું; પાછું કાઢવું; અસ્વીકાર કરવો. ના૦ હાર, પીછેહઠ; ફટકો.

repu'lsion (રિપલ્શન), ના૦ તીવ્ર અણગમો, તિરસ્કાર; [પદાર્થ.] પદાર્થોની એક બીજાને દૂર ઠેલવાની વૃત્તિ.

repu'lsive (રિપલ્સિવ), વિ૦ અણગમો પેદા કરનારું, કંટાળાજનક.

re'putable (રે'પ્યુટબલ), વિ૦ આબરૂદાર, આદરપાત્ર.

repu'tation (રે'પ્યુટેશન), ના૦ લૌકિક આબરૂ, ઇજ્જત; કીર્તિ, નામના, પ્રતિષ્ઠા.

repu'te (રિપ્યૂટ), ના૦ આબરૂ, ખ્યાતિ. સ૦ ક્રિ૦ [સહા૦] સામાન્યતઃ ગણાવું,-ને વિષે બોલબાલા હોવી.

reque'st (રિક્વે'સ્ટ), ના૦ કશુંક માગવું તે, વિનંતી, માગણી; માગેલી વસ્તુ; ખપ, માગ. સ૦ ક્રિ૦ કશુંક કરવા માટે રજા માગવી, ને વિનંતિ કરવી, કશાક માટે વિનંતિ-માગણી-કરવી.

re'quiem (રે'ક્વિઅમ), ના૦ મૃતોને શાંતિ મળે તે માટે પ્રાર્થના; તે માટેનું સંગીત-ભજન ઇ૦.

requir'e (રિક્વાયર), સ૦ ક્રિ૦ કશુંક કરવા હુકમ કરવો, માગણી કરવી, હક તરીકે માગવું; ફરજિયાત હોવાનો નિયમ કરવો; -ની જરૂરિયાત હોવી, જરૂર પડવી.

requir'ement (રિક્વાયરૂમન્ટ), ના૦ જોઈતી વસ્તુ, જરૂરિયાત; પૂરી કરવી જોઈએ એવી શરત.

re'quisite (રે'ક્વિઝિટ), વિ૦ અને ના૦ જરૂરી, આવશ્યક, (વસ્તુ, સામગ્રી).

requisi'tion (રેક્વિઝિશન), ના૦ માલસામાન ઇ૦ની લિખિત માગણી; લશ્કર ઇ૦ને માલસામાન ઇ૦ પૂરું પાડવા માટે ફરમાન. સ૦ ક્રિ૦ માલ પૂરો પાડવાની કે તેનો ઉપયોગ કરવા દેવાની માગણી કરવી.

requi'te (રિક્વાઇટ), સ૦ ક્રિ૦ -નો બદલો આપવો-લેવો, બક્ષિસ આપવું, વેર લેવું; બદલામાં-પાછું-આપવું. **requi'tal** (-ટલ), ના૦.

rere'dos (રિઅરડોસ), ના૦ વેદીની પાછળની દીવાલ પર ટાંગેલો શોભાનો પડદો.

resci'nd(રિસિન્ડ), સ૦ ક્રિ૦ પાછું ખેંચવું, રદબાતલ કરવું, કાઢી નાખવું. **resci'ssion** (રિસિશન), ના૦.

re'script (રીસ્ક્રિપ્ટ), ના૦ રાજાનો હુકમ, સરકારી જાહેરનામું.

re'scue (રે'સ્ક્યૂ), સ૦ ક્રિ૦ હુમલો, સંકટ, અટકાયત, અથવા ઈજામાંથી બચાવવું. ના૦ છૂટકો, બચાવ; રક્ષણ.

resear'ch (રિસર્ચ), ના૦ કાળજીપૂર્વકની શોધખોળ-તપાસ; અભ્યાસ અને તપાસ કરીને સત્ય હકીકત શોધી કાઢવાનો પ્રયત્ન, સંશોધન. ઉ૦ ક્રિ૦ (-માં કે-માટે) શોધ-તપાસ-સંશોધન-કરવું.

rese'mble (રિઝે'મ્બલ), સ૦ ક્રિ૦ -ના જેવું-સરખું-હોવું. **rese'mblance** (-બ્લન્સ), ના૦.

rese'nt (રિઝે'ન્ટ), સ૦ ક્રિ૦ -ને વિષે ચીડ-ગુસ્સો-બતાવવો, માઠું લાગવું, મનમાં માઠું આણવું. **rese'ntment** (-ટ્મન્ટ), ના૦.

rese'ntful (રિઝે'ન્ટ્ફુલ), વિ૦ ગુસ્સે થયેલું, રીસ ચડેલું.

reserva'tion (રે'ઝર્વેશન), ના૦ કોઈને માટે ખાસ રાખી મૂકવું તે, આરક્ષણ; એવી રીતે રાખી મૂકેલી જગ્યા, વસ્તુ, ઇ૦; સ્પષ્ટ જણાવેલી કે સૂચિત મર્યાદા અથવા અપવાદ; કોઈ જથ, જાતિ, ઇ૦ (ના વસવાટ) માટે અલગ રાખેલો પ્રદેશ: પ્રમુભોજનના સમારંભ પછી તેના અંશોનો - તત્ત્વોનો ભાગ રાખી મૂકવો તે; ગાડી, વહાણ, વીશી, ઇ૦માં જગ્યા લઈ રાખવી તે - લઈ રાખેલી જગ્યા.

reser've(રિઝર્વ), સ૦ ક્રિ૦ -નો ઉપયોગ, ઉપભોગ કે ઉપચાર મુલતવી રાખવો, ભવ-

અને માટે રાખી મૂકવું; -નો કબજો અથવા કાબૂ પોતાની પાસે (ચાલુ) રાખવો; -ને માટે અલગ કાઢી મૂકવું; અગાઉથી બેઠક લઈ રાખવી; [ભૂ૰ કૃ૰માં] મૂક, કશી વાતચીત ન કરનારું. ના૰ ભવિષ્યમાં ઉપયોગ માટે રાખી મૂકેલી વસ્તુ; કંપનીની મૂડીમાં ઉમેરેલો નફો; ગમે ત્યારે વાપરવા માટે મળી શકે એવી રીતે રાખેલી મૂડી; બીજાની સહાય કે રક્ષણ માટે અનામત રાખેલું લશ્કર; અવેજીની જરૂર પડતાં કામમાં આવી શકે એવો વધારાનો રમનાર; ખાસ ઉપયોગ માટે રાખેલી જગ્યા; કશાકની સાથે જોડેલી મર્યાદા કે અપવાદ; આત્મસંયમ; સ્વસ્થતા.

reser'vist (રિઝ઼ર્વિસ્ટ), ના૰ અનામત લશ્કરનો માણસ.

re'servoir (રેઝ઼ર્વ્વાર), ના૰ પ્રવાહી સંઘરવાનું મોટું પાત્ર, વિ૰ ક૰ ટાંકી, હોજ, જળાશય; ભંડાર, સંગ્રહ; અનામત પુરવઠો –સંગ્રહ.

resi'de (રિઝ઼ાઇડ), અ૰ક્રિ૰ રહેવું, વસતી કરવી; (અધિકાર ઇ૰ અંગે) -માં નિહિત હોવું; (ગુણ ઇ૰ અંગે) -માં મોજૂદ હોવું.

re'sidence (રે'ઝ઼િડન્સ), ના૰ રહેવું તે; રહેવાની જગ્યા, ઘર. **in ~**, અમુક ઠેકાણે રહેનારું.

re'sident (રે'સિડન્ટ), વિ૰ રહેનારું, ફરજની જગ્યાએ રહેનારું – મકાનવાળું, આવાસી; (-માં) સ્થિત – નિહિત. ના૰ રહેવાસી.

reside'ntial (રે'ઝ઼િડે'ન્શલ), વિ૰ વસવા કે વસવાટોનું – માટે યોગ્ય; રહેઠાણ માટે વપરાતું, રહેઠાણને લગતું; આવાસી.

reside'ntiary (રેઝ઼િડે'ન્શરિ), વિ૰ ફરજની જગ્યાએ રહેવાની આવશ્યકતાવાળું, આવાસી.

resi'dual (રિઝ઼િડ્યૂઅલ), વિ૰ બાકી રહેલું, શેષ.

resi'duary (રિઝ઼િડ્યૂઅરિ), વિ૰ મિલકતના બાકી રહેલા ભાગનું, બાકી રહેલું.

re'sidue (રે'ઝ઼િડ્યૂ), ના૰ બાકી રહેલું, અવશેષ; મિલકતમાંથી દેવાં ચૂકવતાં બાકી રહેલો ભાગ.

resi'duum ((રે'ઝ઼િડ્યૂઅમ), ના૰ [બ૰ વ૰ **-'dua**] બળી કે વરાળ થઈને ઊડી ગયા પછી બાકી રહેલો શેષ.

resi'gn (રિઝ઼ાઇન), ઉ૰ ક્રિ૰ છોડી દેવું, સોંપી દેવું; અનિવાર્યતાને સ્વીકારી લેવી; નોકરી ઇ૰નું રાજીનામું આપવું; નિવૃત્ત થવું.

resigna'tion (રેઝ઼િગ્નેશન), ના૰ રાજીનામું (આપવું તે); શાંતિથી સહન કરવું તે.

resi'gned (રિઝ઼ાઇન્ડ), વિ૰ ઈશ્વરેચ્છાને અધીન થયેલું, શાંતિથી ખમી રહેલું; અનાગ્રહી; સમાધાની.

resi'lient (રિઝ઼િલિઅન્ટ), વિ૰ સ્થિતિસ્થાપક, લવચીક; ઉલ્લસિત વૃત્તિવાળું. **resi'lience** (-અન્સ), ના૰.

re'sin (રે'ઝ઼િન), ના૰ રાળ. **(synthetic) ~**, એક સેન્દ્રિય સમાસ. સ૰ ક્રિ૰ રાળ ઘસવી – ચોપડવી. **re'sinous** (-નસ), વિ૰.

resi'st (રિઝ઼િસ્ટ) ઉ૰ ક્રિ૰ અટકાવવું, ખાળવું, સામું થવું, સામનો–પ્રતિકાર-કરવો; પાછું હઠાવવું; -થી દૂર રહેવું. **resi'stible** (-ટિબલ), વિ૰.

resi'stance(રિઝ઼િસ્ટન્સ), ના૰ પ્રતિકાર (શક્તિ); [પદાર્થ.] વીજળી, ઉષ્ણતા, ઇ૰નું વહન કરવાની અક્ષમતા; [વીજળી.] (વીજળી)પ્રતિરોધક. **~ (movement)**. વિદેશી સરકારનો પ્રતિકાર કરવાની પરાધીન પ્રજાઓની લડત–ચળવળ. **resi'stant** (ટન્ટ), વિ૰.

resis'tor (રિઝ઼િસ્ટર), ના૰ વિદ્યુતપ્રવાહ પ્રતિરોધક.

reso'luble (રિઝ઼ૉલ્યુબલ), વિ૰ પૃથક્ કરી શકાય એવું; દ્રાવ્ય.

re'solute (રે'ઝ઼લ્યૂટ), વિ૰ અડગ, દૃઢ, દૃઢનિશ્ચયી, સ્થિર.

resolu'tion (રે'ઝ઼લ્યૂશન), ના૰ દૃઢતા, દૃઢ નિશ્ચય; નક્કી કરેલી વાત; સભા ઇ૰નો ઠરાવ; સવાલ ઇ૰નો ઉકેલ; પૃથક્કરણ.

reso'lve (રિઝ઼ૉલ્વ), ઉ૰ ક્રિ૰ વિઘટન–પૃથક્કરણ – કરવું, -ના જુદા જુદા ભાગ

પાડવા; રૂપાંતર કરવું–થવું; [સં.] વિસંવાદીને સંવાદી બનાવવું, -નું સંવાદી બનવું; ઉકેલ – નિરાકરણ – કરવું; નિર્ણય કરવો – કરાવવો; મત આપીને ઠરાવ કરવો; [ભૂ૦ કૃ૦ તરીકે] નક્કી કરેલું. ના૦ નિશ્ચય, સંકલ્પ.

re'sonant(રે'ઝ઼નન્ટ), વિ૦ (અવાજ અંગે) પડઘો કરતું, ગુંજી ઊઠતું, ગાજતું; અવાજને જોરદાર બનાવતું કે લંબાવતું (કંપન કે પડઘાને લીધે). **re'sonance** (-નન્સ), ના૦.

re'sonate (રે'ઝ઼નેટ), અ૦ ક્રિ૦ પડઘો પાડવો, પડઘાવાળું હોવું. **re'sonator** (-ટર), ના૦.

resor't (રિઝ઼ૉર્ટ), અ૦ ક્રિ૦ -ની પાસે મદદ કે સલાહ માટે જવું (~ **to**), -નો આશરો લેવો. ના૦આશરો લેવો તે, આશરો, આશ્રય; વારંવાર આશ્રય લેવાનું–રજાઓમાં જવાનું–સ્થાન. **in the last ~**, છેલ્લા ઉપાય તરીકે.

resou'nd (રિઝ઼ાઉન્ડ), અ૦ ક્રિ૦ વાગવું, પડઘો પડવો, પડઘા પાડવા, વાગતા રહેવું; ગજવી મૂકવું, -ની બોલબોલા થવી.

resou'nding રિઝ઼ાઉન્ડિંગ), વિ૦ ગજવી મૂકનારું, પ્રચંડ.

resour'ce (રિસૉર્સ), ના૦ [બ૦ વ૦માં] સાધનસામગ્રી, પૂંજી, સંપત્તિ, સંગ્રહ; તાત્કાલિક ઉપાય, યુક્તિ, વખત પસાર કરવાનું, સાધન.

resour'ceful (રિસૉર્સ્ફુલ), વિ૦ હિકમતી, ઉપાયચતુર, સાધનસંપન્ન.

respe'ct (રિસ્પે'ક્ટ), ના૦ આદર, માન; [બ૦ વ૦માં] નમસ્કાર, રામરામ; ધ્યાન, લક્ષ; સંબંધ; બાબત, પાસું. ઉ૦ ક્રિ૦ માન આપવું, સન્માન કરવું; -ની સગવડ અગવડ સાચવવી; -નો ખ્યાલ રાખવો; ઈજા ઇ૦માંથી બચાવવું.

respe'ctable (રિસ્પે'ક્ટબલ), વિ૦ આદરણીય; પ્રતિષ્ઠિત, પ્રામાણિક અને સંભાવિત; ચાલે એટલું. **respectabi'lity** (-બિલિટિ), ના૦.

respe'ctful (રિસ્પેક્ટ્ફુલ), વિ૦ અદબવાળું.

respe'cting (રિસ્પે'ક્ટિંગ), નામ૦ અ૦ -ને વિષે, -ની બાબતમાં.

respe'ctive (રિસ્પે'ક્ટિવ), વિ૦ દરેક વ્યક્તિ અથવા જૂથનું પોતાનું – સંબંધી, તે બધાનું, પોતપોતાનું (અનુક્રમે).

respe'ctively(રિસ્પે'ક્ટિવ્લિ, ક્રિ૦ વિ૦ દરેક માટે અલગ અલગ, વારાફરતી, ક્રમશઃ.

respira'tion (રે'સ્પિરેશન), ના૦ શ્વાસોચ્છ્વાસ (કરવો તે); એકવાર શ્વાસ લેવો ને કાઢવો તે. **re'spiratory** (-રેટરિ), વિ૦.

re'spirator (રે'સ્પિરેટર), ના૦ હવાને ગાળવા માટે મોઢા ને નાક પર પહેરાતું સાધન; કૃત્રિમ શ્વાસોચ્છ્વાસ ચાલુ રાખવાનું સાધન.

respir'e (રિસ્પાયર), ઉ૦ ક્રિ૦ શ્વાસ લેવો, શ્વાસોચ્છ્વાસ કરવો.

re'spite (રે'સ્પાઇટ), ના૦ સજા ભોગવવામાં કે જવાબદારી પાર પાડવામાં આપેલી મુદત, મહેતલ, તહકૂબી; વિસામો, આરામ, રાહત. સ૦ ક્રિ૦ મહેતલ આપવી, આરામ – રાહત – આપવી.

resple'ndent (રિસ્પ્લે'ન્ડન્ટ), વિ૦ દેદીપ્યમાન, તેજસ્વી, ચળકતું. **resple'ndence** (-ડન્સ), ના૦. **resple'ndency** (-ડન્સિ), ના૦.

respo'nd રિસ્પૉન્ડ), અ૦ ક્રિ૦ જવાબ આપવો, પ્રતિક્રિયા કરવી.

respo'ndent (રિસ્પૉન્ડન્ટ), વિ૦ અને ના૦ પ્રતિવાદી, સામાવાળો. વિ૦ક૦ અપીલમાં કે છૂટાછેડાના મુકદ્દમામાં.

respo'nse (રિસ્પૉન્સ), ના૦ જવાબ; પ્રતિક્રિયા; પાદરીના ઉદ્દીપક અથવા ઉત્તેજક વસ્તુને લીધે થતી લાગણી, કરાતી ક્રિયા; જવાબમાં બોલવાનું કે ગાવાનું કર્મકાંડની પોથીનું વાક્ય ઇ૦.

responsibi'lity (રિસ્પૉન્સિબિલિટિ), ના૦ જવાબદાર હોવું તે, જવાબદારી; હવાલો, ન્યાસ.

respo'nsible (રિસ્પૉન્સિબલ), વિ૦ જવાબદાર; પતવાળું, પ્રતિષ્ઠિત; વિશ્વાસપાત્ર; જવાબદારીનું – વાળું.

respo'nsive (રિસ્પૉન્સિવ), વિ૦

જવાબ આપનારુ, જવાબમાં કહેલું; પ્રતિયોગી; સહાનુભૂતિવાળું.

respray' (રીસ્પ્રે), સ૦ ક્રિ૦ વાહન પર ફરી રંગ છાંટવો, બહુધા રંગ બદલવા માટે. ના૦ (**re'**-) ફરી છાંટવું તે, છંટકાવ.

rest[1] (રે'સ્ટ), ઉ૦ ક્રિ૦ સ્થિર હોવું, મહેનત – કામ – બંધ કરવું; સૂતેલા – મરેલા-હોવું; શાંત હોવું; વિશ્રાંતિ – આરામ – આપવો; મૂકવું, આડા પડવું, અઢેલવું, -ની ઉપર આધાર રાખવો – આધારેલું હોવું, -ની ઉપર વિશ્વાસ રાખવો (**on, upon**). ના૦ વિશ્રાંતિ, ઊંઘ; આરામ (કરવો તે); ટેકો, આધાર; [સં.] વિરામ(નું ચિહ્ન). **at ~**, સ્થિર, શાંત, સ્વસ્થ. **day of ~**, આરામનો દિવસ, રવિવાર. **lay to ~**, દાટવું. **set at ~**, નિકાલ કરવો, શાંત પાડવું.

rest[2], અ૦ ક્રિ૦ અમુક સ્થિતિમાં હોવું – રહેવું. **~ with**, -ના હાથમાં – હવાલામાં – મરજી પર હોવું. **~**ના૦ બાકી રહેલા ભાગો, માણસો, ઇ૦. **for the ~**, બાકીનાઓની બાબતમાં – ને વિષે.

re'staurant (રે'સ્ટરૉં, -રન્ટ), ના૦ ભોજનાલય, વીશી.

restaurateur' (રે'સ્ટરટર), ના૦ વીશીવાળો.

re'stful (રે'સ્ટ્ફુલ), વિ૦ શાંત, શામક, શાંત પાડનારું.

restitu'tion (રે'સ્ટિટ્યૂશન), ના૦ પાછું આપવું તે, મિલકત ઇ૦ ધણીને પાછું આપવું તે; નુકસાન ભરપાઈ.

re'stive (રે'સ્ટિવ), વિ૦ હઠીલું, અડિયલ; અંકુશ ન ખમે એવું; અસ્થિર, રઘવાયું.

re'stless (રે'સ્ટ્લિસ), વિ૦ અશાંત, ક્ષુબ્ધ, અસ્વસ્થ, જંપીને ન રહે એવું, નિદ્રાહીન.

restora'tion (રે'સ્ટરેશન), ના૦ પાછું આપવું તે, પુનઃપ્રસ્થાપના; નષ્ટ થયેલું પ્રાણી, ખંડિયેર (ઇમારત), ઇ૦ના કલ્પિત મૂળ રૂપનો નમૂનો કે નકશો. **the R~**, ઈ. સ. ૧૬૬૦માં ચાર્લ્સ બીજાનું ઇંગ્લન્ડની ગાદી પર પાછા આવવું.

resto'rative (રિસ્ટૉરટિવ), વિ૦ અને ના૦ આરોગ્ય અને શક્તિવર્ધક (દવા, ખોરાક, ઇ૦).

restor'e (રિસ્ટૉર), સ૦ ક્રિ૦ પાછું આપવું; સમું કરવું – કરીને મૂળ જેવું બનાવવું; નષ્ટ પ્રાણીને અથવા ખંડિયેર થયેલા મકાનને તેનું કલ્પિત મૂળ સ્વરૂપ આપવું; પુનઃસ્થાપના કરવી; તબિયત ઇ૦ સુધારવું; જીર્ણોદ્ધાર કરવો.

restrai'n (રિસ્ટ્રેન), સ૦ ક્રિ૦ અટકાવવું; રોકવું; કાબૂમાં રાખવું; દબાવવું; કેદમાં પૂરવું.

restrai'nt (રિસ્ટ્રેન્ટ), ના૦ અંકુશમાં રાખવું – રખાવું – તે; અટકાવ, નિયંત્રણ; અંકુશ, બંધન, કેદ; આત્મસંયમ; અતિરેક – અતિશયોક્તિ – ટાળવી તે; બોલવા કરવામાં સંયમ.

restri'ct (રિસ્ટ્રિક્ટ), સ૦ ક્રિ૦ મર્યાદિત કરવું, મર્યાદા મૂકવી, પરિમિત કરવું. **restri'ction** (-ક્શન), ના૦. **restrictive** (-ક્ટિવ), વિ૦.

resu'lt (રિઝ્લ્ટ), અ૦ ક્રિ૦ -થી નીપજવું – થવું, -નું ફળ – પરિણામ–આવવું, -નિષ્કર્ષ નીકળવો; -માં અંત આવવો. ના૦ ફળ, પરિણામ, છેવટ; ગણતરીને પરિણામે આવતો જવાબ.

resu'ltant (રિઝ્લ્ટન્ટ), વિ૦ અને ના૦ પરિણામી, એકી વખતે જુદી જુદી દિશામાં કામ કરતાં બળોમાંથી એકંદરે નીપજતું, (બળ).

resu'me (રિઝ્યૂમ), ઉ૦ ક્રિ૦ ફરી પાછું – લેવું; ફરી કબજામાં લેવું, ફરી શરૂ કરવું. **resu'mption** (-મ્પ્શન), ના૦. **resu'mptive** (-મ્પ્ટિવ), વિ૦.

ré'sumé (રે'ઝ્યૂમે), ના૦ સંક્ષેપ, સાર.

resur'gent (રિસર્જન્ટ), વિ૦ ફરી ઊભું થતું, પુનરુત્થાન કરતું. **resur'gence** (-જન્સ), ના૦.

resurre'ct (રે'ઝરે'ક્ટ), સ૦ ક્રિ૦ [વાત.] કબરમાંથી ખોદી કાઢવું; પ્રથા કે સ્મૃતિ સજીવન કરવી – ફરી ચાલુ કરવી.

resurre'ction (રે'ઝરે'ક્શન), ના૦

મરેલાઓમાંથી – કબરમાંથી – ઊભા થવું – બહાર કાઢવું તે, પુનરુત્થાન, પુનરુદ્ધાર, પુનરુજ્જીવન.

resu'scitate (રિસસિટેટ), ઉ૦ ક્રિ૦ પુનર્જીવિત કરવું – થવું, ફરી ચાલુ – પ્રચલિત – કરવું; -માં નવો પ્રાણ રેડવો. **resuscita'tion** (-ટેશન), ના૦.

re'tail (રીટેલ), ના૦ છૂટક – પરચૂરણ – વેચાણ. ક્રિ૦ વિ૦ છૂટક. ઉ૦ ક્રિ૦ છૂટક વેચવું – વેચાવું; વિગતવાર કહેવું.

retai'n (રિટેન,), સ૦ ક્રિ૦ જગ્યાએ રાખવું, પકડી રાખવું, કબજામાં રાખવું, પોતાની પાસે – વપરાશમાં–ચાલુ રાખવું; મનમાં – યાદ – રાખવું, વકીલ બૅરિસ્ટરને આગોતરી ફી આપીને રોકી રાખવું. **retaining fee**, રોકી રાખવા માટે વકીલ ઇ૦ને અગાઉથી અપાતી ફી.

retai'ner (રિટેનર), ના૦ રોકી રાખવું તે. અગાઉથી અપાતી ફી; [ઇતિ.] આશ્રિત, અનુયાયી. **old ~**, [મજાકમાં] જૂનો વફાદાર નોકર.

reta'liate (રિટેલિએટ), ઉ૦ ક્રિ૦ બદલો લેવો, સાટું વાળવું, પ્રત્યારોપ કરવો, વેર વાળવું. **retalia'tion**(-એશન),ના૦. **reta'liative** (-અટિવ), વિ૦. **reta'liatory** (અટરિ), વિ૦.

retar'd (રિટાર્ડ), સ૦ ક્રિ૦ ધીમું – મોડું કરવું, પ્રગતિ ધીમી કરવી, [ભૂ૦ કૃ૦ માં] પછાત, પાછળ પડેલું (માનસિક કે શારીરિક વિકાસમાં). **retarda'tion** (-ડેશન), ના૦.

retch (રે'ચ), અ૦ ક્રિ૦ ઓકારી – મોળ – આવવી. ના૦ ઓકારી, તેનો અવાજ.

rete'ntion (રિટેન્શન), ના૦ રાખવું – રખાવું–તે (જુઓ **retain**); મલાવરોધ.

rete'ntive (રિટે'ન્ટિવ), વિ૦ રાખવાની વૃત્તિવાળુ, (સ્મૃતિ -અંગે) ભૂલે નહિ એવી.

re'think (રીથિંક), ના૦ અને સ૦ ક્રિ૦ [**re'thought** રીથૉટ] નવેસર વિચાર કરવો, વિ૦ ક૦ ફેરફાર કરવાના ઉદ્દેશથી.

re'ticence(રે'ટિસન્સ), ના૦ ઓછાબોલાપણું, મૌન, ચૂપકીદી. **re'ticent** (સન્ટ), વિ૦.

reti'culate (રિટિકચુલેટ), ઉ૦ ક્રિ૦ જાળીદાર (દેખાવમાં કે વસ્તુત:) બનાવવું વિ૦ (-લટ), જાળીદાર. **reticula'tion** (-લેશન), ના૦.

re'ticule (રે'ટિકચૂલ), ના૦ [પ્રા.] સ્ત્રીની જાળીદાર થેલી.

re'tina (રે'ટિન), ના૦ [બ૦ વ૦ **~s** અથવા **~e**·ની] નેત્રદર્પણ, નેત્રપટલ. **re'tinal** (-નલ), વિ૦.

re'tinue(રે'ટિન્યૂ), ના૦ મોટા માણસનો અનુચરો ઇ૦નો પરિવાર.

retir'e (રિટાયર), ઉ૦ ક્રિ૦ પાછું હઠવું, ખસી જવું; એકાંત કે આશ્રય ખોળવો; સૂઈ જવું; નોકરી છોડી દેવી, નિવૃત્ત થવું; નિવૃત્ત થવાની ફરજ પાડવી.

retir'ed (રિટાયર્ડ), વિ૦ સામાજિક જીવન કે સેવામાંથી નિવૃત્ત, એકાન્ત(વાસી).

retir'ement (રિટાયર્મન્ટ), ના૦ એકાંત જગ્યા, નિવૃત્તિ.

retir'ing (રિટાયરિંગ), વિ૦ એકાન્તપ્રિય, શરમાળ, સંકોચશીલ.

retor't (રિટૉર્ટ), ઉ૦ ક્રિ૦ બદલો વાળવો, પાછું વાળવું; શીઘ્ર સામો જવાબ આપવો – ઉલટાવીને કહેવું; સામો આરોપ કે દલીલ કરવી. ના૦ કાપે તેવો જવાબ, ઉલટાવીને કરેલી દલીલ, પ્રત્યારોપ; ગાળવાના કામનું લાંબી વક્ર નળીવાળું પાત્ર; ગૅસ બનાવવા માટે કોલસા તપાવવાનું પાત્ર.

retou'ch (રીટચ), સ૦ ક્રિ૦ નવી છટાઓ આપીને સુધારવું, વિ૦ ક૦ ફોટોગ્રાફ(ની નિગેટિવ)ને.

retra'ce (રિટ્રેસ), સ૦ ક્રિ૦ મૂળ કે આરંભ સુધી માર્ગ કાઢતા પાછા જવું, આવેલે રસ્તે ફરી પાછા જવું.

retra'ct (રિટ્રેક્ટ). અ૦ ક્રિ૦ પાછું ખેંચવું – ખેંચી લેવું, પાછું ખેંચાવું – ખેંચાવા જેવું હોવું; રદ કરવું, ફરી જવું. સંકોચાવું. **retracta'tion** (-ટેશન), ના૦. **retra'ction** (-ક્શન), ના૦.

retra'ctile (રિટ્રેક્ટાઇલ), વિ૦ આકુંચન-

શીલ. **retractibi'lity**(-બિલિટિ), ના૦.

retrea'd (રીટ્રે'ડ), સ૦ ક્રિ૦ વાટ કે ટાયરનો જમીન સાથે ઘસાતો ભાગ નવો કરવો. ના૦ એવી રીતે નવું કરેલું ટાયર–વાટ.

retrea't (રિટ્રીટ), અ૦ ક્રિ૦ પાછું જવું – હઠવું – ફરવું; પીછેહઠ કરવી; જતું રહેવું. ના૦ પીછેહઠ, પીછેહઠની સૂચના – બ્યૂગલ ઇ૦; એકાંત સ્થાને જવું તે, એકાંત વાસ, આશ્રય (સ્થાન); સાધના માટે થોડો વખત એકાંતમાં જવું તે.

retre'nch (રિટ્રેંચ), ઉ૦ ક્રિ૦ ખરચ ઇ૦ ઘટાડવું, –માં કપાત કરવી, કરકસર કરવી. **retre'nchment** (-ચ્મન્ટ), ના૦.

retri'al (રીટ્રાયલ), ના૦ ફેરસુનાવણી (મુકદ્દમા ઇ૦ની).

retribu'tion(રે'ટ્રિબ્યૂશન), ના૦ બહુધા દુષ્કર્મનો બદલો, વેર(ની વસૂલાત). **retr-i'butive** (-બ્યૂટિવ), વિ૦.

retrie've (રિટ્રીવ), ઉ૦ ક્રિ૦ - નો કબજો પાછો મેળવવો, પાછું મેળવવું; ખરાબ હાલતમાંથી છોડાવવું; ફરી સુસ્થિતિમાં મૂકવું; સમું કરવું; (કૂતરા અંગે) શિકાર ખોળી કાઢીને લઈ આવવો. **retrie'val** (-વલ), ના૦.

retrie'ver (રિટ્રીવર), ના૦ શિકાર શોધી કાઢીને લાવનાર કૂતરાની જાત.

re'tro- (રીટ્રો-). ઉપસર્ગ. પાછળ, પાછળની બાજુ.

retroa'ctive (રે'ટ્રોઍક્ટિવ), વિ૦ ભૂતકાલીન સ્થિતિને લાગુ પડનારું.

re'trochoir (રે'ટ્રોકવાયર), ના૦ ઊંચી વેદીની પાછળનો (મોટા) દેવળનો ભાગ.

re'trograde (રે'ટ્રગ્રેડ), વિ૦ પાછળ લઈ જનારું, પરાગતિક, અધોગામી. અ૦ ક્રિ૦ પાછળ હઠવું, અપકર્ષ થવો, ઊલટી દિશામાં જવું.

retrogre'ss (રે'ટ્રગ્રે'સ) અ૦ ક્રિ૦ પાછળ ખસવું, બગડવું. **retrogre'ss-ion**(-ગ્રે'શન), ના૦. **retrogre'ssive** (-ગ્રે'સિવ), વિ૦.

re'tro-rocket (રે'ટ્રરૉકિટ), ના૦ અવકાશયાનની ગતિ ધીમી કરવા માટે ઊલટી દિશામાં ફોડવામાં આવતું સહાયક રૉકેટ, દા.ત. પૃથ્વીના વાતાવરણમાં દાખલ થતી વખતે.

re'trospect (રે'ટ્રસ્પે'ક્ટ), ના૦ પૂર્વેની ઘટના, સત્તા અથવા સ્થિતિનો વિચાર, ભૂતકાળ પર નજર નાખવી તે, સિંહાવલોકન. **in ~**, ભૂતકાળ તરફ નજર કરતાં.

retrospe'ction (રે'ટ્રસ્પે'ક્શન), ના૦ ભૂતકાળ પર નજર નાખવી તે, સિંહાવલોકન.

retrospe'ctive (-ક્ટિવ), વિ૦ પાછળ જોનારું; ભૂતકાળનો વિચાર કરનારું – ને લાગુ પડતું; પોતાની પાછળ રહેલું; ગતકાલાપેક્ષ.

retrou'ssé (રટ્રૂસે), વિ૦ (નાક અંગે) ઉપર વળેલી અણીવાળું.

retry' (રીટ્રાઇ), સ૦ક્રિ૦ (આરોપી કે પ્રતિવાદી પર) ફરી કામ ચલાવવું, (મુકદ્દમો) ફરી ચલાવવો.

retur'n (રિટર્ન), ઉ૦ક્રિ૦ પાછું આવવું–જવું; પાછું વાળવું-ફેરવવું; પાછું આપવું–મોકલવું; લીધેલા પૈસા પાછા આપવા; પાછું લઈ–દોરી–જવું; જવાબ આપવો; ભિલ્લુની અથવા સામાવાળાની રમતને અનુસરીને રમવું; માગણી, લખાણ, ઇ૦ના જવાબમાં વિધિસર જણાવવું–નિર્ણય કે અભિપ્રાય આપવો; ધારાસભ્ય તરીકે ચૂંટવું–ચૂંટીને મોકલવું; પાછું વાળવું–વળાવું–તે. ના૦ ચૂંટવું–ચૂંટાવું–તે; ફરી ઠેકાણે આવવું તે; જવા આવવાની ટિકિટ; પાછી આપેલી વસ્તુ; આવક, નફો, (મળવો તે); અહેવાલ. **~ match**, એ જ જૂથો વચ્ચેની બીજી મૅચ–સામનો. **~ ticket**, જવા આવવાની ટિકિટ. **returning officer**, ચૂંટણીનું સંચાલન કરનાર તથા તેનું પરિણામ જાહેર કરનાર અમલદાર.

reu'nion (રીયૂનિઅન), ના૦ ફરીથી મળવું–મિલાપ થવો–તે; મિત્રમેળો, સ્નેહ સંમેલન.

reuni'te (રીયુનાઇટ), ઉ૦ક્રિ૦ ફરી એકત્ર આણવું–આવવું; ફરી જોડવું કે જોડાવું.

rev (રે'વ), ના૦ [વાત.] પરિભ્રમણ, ફેરો

(ઍંજિનનો). ઉ૦ક્રિ૦ ફેરાની ગતિ વધારવી, ઍંજિનને જલદી દોડાવવું.

Rev., સંક્ષેપ. Reverend.

reva'mp (રીવૅંપ), સ૦ક્રિ૦ ફરી સમું કરવું, સુધારવું.

Revd., સંક્ષેપ. Reverend.

revea'l (રિવીલ), સ૦ક્રિ૦ દૈવી શક્તિથી જણાવવું-પ્રગટ કરવું; ઉઘાડું કરવું, બતાવવું, ગુપ્ત વાત કહી દેવી; બહાર પડવા દેવું.

revei'lle (રિવૅલિ), ના૦ લશ્કરમાં સવારે ઉઠાડવા માટે થતો બ્યૂગલ કે નગારાનો અવાજ.

re'vel (રે'વલ), અ૦ક્રિ૦ મોજ કરવી, ખાઈપીને તોફાન મચાવવું, -માં ખૂબ આનંદ માનવો. ના૦ખાઈ પીને કરેલી મસ્તી, મોજમજા.

revela'tion (રે'વલેશન), ના૦ પ્રગટીકરણ-ભવન; નવાઈ પમાડે એવી બહાર આવેલી વાત; દૈવી સાક્ષાત્કાર; (**the**) **R~**, નવાકરારનું છેલ્લું પુસ્તક.

re'velry (રે'વલ્રિ), ના૦ રંગરાગ અને ગરાગવાળી જિયાફત, ધમાચકડી.

reve'nge (રિવૅંજ), સ૦ક્રિ૦ સજા કરવી; -નો બદલો લેવો, વેર વાળવું. ના૦ વેરવૃત્તિ, વેરની વસૂલાત.

reve'ngeful (રિવૅંજ્ફુલ), વિ૦ વેર વાળવા ઉત્સુક, કીનાખોર.

re'venue (રેવન્યૂ), ના૦ વાર્ષિક આવક વિ૦ક૦ રાજ્યની; તે ઉઘરાવનારું રાજ્યનું મહેસૂલ ખાતું.

rever'berate (રિવર્બરેટ), ઉ૦ક્રિ૦ પડઘો પડવો-પાડવો; (પ્રકાશ કે ગરમીનું) પરાવર્તન કરવું-થવું; ગાજી ઊઠવું-રહેવું. **rever'berant** (-બરન્ટ), વિ૦. **reverbera'tion** (-રેશન), ના૦. **rever'berative** (-રટિવ), વિ૦.

rever'e (રિવિઅર), સ૦ક્રિ૦ -ને વિષે પૂજ્યભાવ રાખવો, પૂજવું.

re'verence (રે'વરન્સ), ના૦ ઊંડો આદર, પૂજ્યભાવ; પૂજવું-પૂજાવું-તે. સ૦ક્રિ૦ પૂજવું, માન આપવું.

re'verend (રે'વરન્ડ), વિ૦ આદરણીય, પૂજ્ય, વિ૦ક૦ પાદરીના નામ પહેલાં વપરાય છે.

re'verent (રે'વરન્ટ), વિ૦ આદરયુક્ત, આદર બતાવનારું.

revere'ntial(રે'વરે'ન્શલ), વિ૦ આદર-પૂજ્યભાવ-વાળું, પૂજ્યભાવથી થતું.

re'verie (રે'વરિ), ના૦ કલ્પનાતરંગ, દિવાસ્વપ્ન.

rever's (રિવિઅર્), ના૦ પાછળ વાળેલો વસ્ત્રનો આગળનો છેડો.

rever'sal (રિવર્સલ), ના૦ ઉલટાવું-ઉલટાવવું-તે, ઊલટો ચુકાદો.

rever'se (રિવર્સ), વિ૦ વિરુદ્ધ, ઊલટું, વિપરીત, ઉલટાવેલું; પાછળનું, ઊંધું. ઉ૦ક્રિ૦ ઉલટાવવું, ઊલટું કરવું-થવું, અંદરની બાજુ બહાર કાઢવી, ઊલટી દિશામાં વાળવું-ફેરવવું; -ને ઊલટું-વિરુદ્ધ-સ્વરૂપ આપવું; વિપરીત અસર કરવી; વાહન પાછું વાળવું, (વાહન અંગે) પાછળ ચાલવું-ખસવું; ઊલટી દિશામાં કામ કરે તેમ કરવું; પાછું લેવું, રદ કરવું. ના૦ ઊલટી-વિરોધી-વાત; ઊલટું 'ગિયર' અથવા ગતિ; સિક્કા ઇ૦ની ઊલટી બાજુ(પરની આકૃતિ); કમનસીબ ઘટના, સંકટ, પરાજય. **~ the charge(s)**, ટેલિફોન લેનાર પર પૈસા આપવાની જવાબદારી નાંખવી. **~ gear**, વાહન પાછળ ચલાવવાનું ગિયર. **rever'sible** (રિવર્સિબલ), વિ૦.

rever'sion (રિવર્ઝન), ના૦ પૂર્વ સ્થિતિએ પાછું જવું-લઈ જવું-તે; મિલકત કે હોદ્દો મૂળ માલિક કે તેના વારસને નિયત સમયે પાછો મળે તે; એવી મિલકત ઇ૦ના વારસાનો હક. **rever'sionary** (-નરિ), વિ૦.

rever't (રિવર્ટ), અ૦ ક્રિ૦ પૂર્વ સ્થિતિએ – પ્રાથમિક દશાએ જવું – પહોંચવું; મૂળ વિષય પર પાછું આવવું (બોલવામાં કે વિચારમાં); ઉત્તરાધિકારની રૂએ પાછું મળવું.

rever'tible (-ટિબલ), વિ૦ (મિલકત અંગે) ઉત્તરાધિકારની રૂએ પાછું મળનારું.

review' (રિવ્યૂ), ના૦ ફેરતપાસણી (વિ૦ક૦ ન્યાય નિવેડા અંગે); નિરીક્ષણ, પાહણી,

તપાસ, સિંહાવલોકન; પુસ્તક ઇ૦નું પરીક્ષણ, સમાલોચના; પરીક્ષણ કે સમાલોચના કરનારું સામયિક. ઉ૦ ક્રિ૦ ફરી તપાસવું; નિરીક્ષણ – પરીક્ષણ – કરવું; સિંહાવલોકન કરવું; લશ્કર ઇ૦ની પાહણી કરવી; પુસ્તક ઇ૦ની સમાલોચના કરવી

revi'le (રિવાઇલ), સ૦ ક્રિ૦ નિંદા કરવી, -નું ભૂંડું બોલવું, ગાળો દેવી, ભાંડવું.

revi'se (રિવાઇઝ઼), સ૦ ક્રિ૦ ફરી વાંચી – જોઈ – જવું, સુધારવું. ના૦ અગાઉના ખરડા(પ્રૂફ)માં કરેલા સુધારાવાળો ખરડો.

revi'sion (રિવિઝ઼ન), ના૦ સુધારવું તે, સુધારેલી આવૃત્તિ – સ્વરૂપ.

revi'sionism (રિવિઝ઼નિઝ઼મ), ના૦ સુધારાવધારા કે ફેરફાર(કરવા)ની નીતિ, વિ૦ક૦ માર્ક્સ અને લેનિનના વિચારો અંગે.

revi'sory (રિવાઇઝ઼રિ), વિ૦ સુધારા કરનારું.

revi'val (રિવાઇવલ), વિ૦ ફરીથી સજીવન કરવું – થવું – તે, પ્રાચીન ધર્મ કે સંસ્કૃતિનું પુનરુજ્જીવન (કરવાની હિલચાલ).

revi'valism (રિવાઇવલિઝ઼મ), ના૦ ધાર્મિક પુનરુજ્જીવનનું સંગઠન. **revi'valist** (વલિસ્ટ), ના૦.

revi've (રિવાઇવ), ઉ૦ ક્રિ૦ ફરી થી જીવતું કરવું – થવું, ફરી ચેતનવંતુ – જોમવાળુ – બનાવવું, ફરી પ્રચલિત કરવું.

revi'vify (રિવિવિફાઇ), સ૦ ક્રિ૦ સજીવ – સક્રિય – ચેતનવંતુ – સજીવન – કરવું. **revivifica'tion** (-ફિકેશન), ના૦.

revo'ke (રિવોક), સ૦ ક્રિ૦ પાછું ખેંચી લેવું, રદ કરવું; [પત્તાંમાં] અમુક રંગનું પત્તું હોવા છતાં નાખવામાં ચૂકવું. ના૦ અમુક રંગનું પત્તું નાખવામાં ચૂકવું તે.

re'vocable (રે'વકબલ), વિ૦. **revoca'tion** (-કેશન), ના૦..

revo'lt (રિવોલ્ટ); ઉ૦ ક્રિ૦ વફાદારી ફેંકી દેવી; બળવો કરવો, સરકાર સામે બંડ કરવું; -થી કંટાળો આવવો; -થી કમકમાટી ઉપજાવવી. ના૦ બંડ, બળવો; બળવાખોર વૃત્તિ; ચીડ, કમકમાટી.

revo'lting (રિવોલ્ટિંગ), વિ૦ કમકમાટી ઉપજાવે એવું, ભયંકર.

revolu'tion (રે'વલૂશન), ના૦ પરિભ્રમણ, કોઈ કેન્દ્રની આસપાસ – કક્ષામાં – ફરવું તે, એવો એક ફેરો; ધરમૂળથી ફેરફાર, ક્રાન્તિ, રાજ્યક્રાન્તિ.

revolu'tionary (રે'વલૂશનરિ), વિ૦ ક્રાન્તિકારક, રાજ્યક્રાંતિનું. ના૦ રાજ્યક્રાન્તિ કરનાર, ક્રાન્તિકારક.

revolu'tionize (રે'વલૂશનાઇઝ઼), સ૦ ક્રિ૦ ધરમૂળથી ફેરફાર કરવો, -માં ક્રાન્તિ કરવી.

revo'lve (રિવૉલ્વ), ઉ૦ ક્રિ૦ કશાકની કે પોતાની (ધરીની) આસપાસ ગોળ ગોળ ફરવું, કક્ષામાં ફરવું; મનમાં ઘોળ્યા કરવું.

revo'lver (રિવૉલ્વર), ના૦ ફરીફરી કારતૂસો ભર્યા વિના એક પછી એક સામટી અનેક ગોળીઓ છોડનારી પિસ્તોલ.

revue' (રિવ્યૂ), ના૦ થિયેટરમાં સંગીત, નૃત્ય, ઇ૦નો મનોરંજક કાર્યક્રમ.

revu'lsion (રિવલ્ઝ઼ન), ના૦ લાગણીમાં અચાનક જોરદાર પલટો; નફરત, ઘૃણા.

rewar'd (રિવૉર્ડ), ના૦ સેવા કે સત્કર્મનું વળતર, સારા કે નરસા કામનો બદલો-બક્ષિસ કે સજા; ગુનેગારને શોધી કાઢવા માટે અથવા ખોવાયેલી વસ્તુ મેળવી આપવા માટે ઇનામ; ઇનામ, બક્ષિસ. સ૦ક્રિ૦ બદલો, ઇનામ, બક્ષિસ આપવું, -નું બક્ષિસ હોવું.

R.F.C., સંક્ષેપ. Rugby Football Club.

Rh., સંક્ષેપ. Rhesus (factor).

R.H.A., સંક્ષેપ. Regional Health Authority.

rha'psodize (રૅપ્સડાઇઝ઼), અ૦ક્રિ૦ આવેશથી અતિરંજિત ભાષણ કરવું – લેખ લખવો. **rha'psodist** (-ડિસ્ટ), ના૦.

rha'psody (રૅપ્સડિ), ના૦ આવેશયુક્ત, અતિરંજિત, અસંબદ્ધ ભાષણ, રચના કે કાવ્ય. **rhapso'dical** (રૅપ્સૉડિકલ), વિ૦.

rhe'ostat (રીઅસ્ટૅટ), ના૦ વિદ્યુતપ્રતિબંધનિયામક યંત્ર.

rhe'sus (રીસસ), ના૦ હિંદનું નાનું વાંદરું.

R~ factor, મોટા ભાગના લોકોના અને કેટલાક પ્રાણીઓના રક્તકણોમાં હોય છે તે પ્રતિજન (antigen). **R~-positive,** પ્રતિજનવાળું. **R~-negative,** પ્રતિજનવિનાનું.

rhe'toric (રે'ટરિક), નાο પ્રભાવી રીતે બોલવા લખવાની કળા; આડંબરી અથવા અત્યુક્તિભરી ભાષા. **rhetori'cian** (-રિશન), નાο.

rheto'rical (રિટૉરિકલ), વિο વક્તૃત્વપૂર્ણ, આલંકારિક; અતિશયોક્તિવાળું. **~ question,** કેવળ છાપ પાડવા માટે વક્તાએ પૂછેલો પ્રશ્ન જેનો જવાબ એ પ્રશ્નમાં જ સૂચિત હોય છે.

rheum (રૂમ), નાο શ્લેષ્મા, કફ, ઇο પ્રવાહી; સળેખમ.

rheuma'tic (રૂમૅટિક), વિο સંધિવાનું–ને લગતું, સંધિવા થયેલું–થાય એવું, સંધિવા પેદા કરનારું, સંધિવાથી થયેલું. નાο [બο વοમાં; વાત.] સંધિવા.

rheu'matism (રૂમટિઝ્મ), નાο સંધિવા.

rheu'matoid (રૂમટૉઇડ), વિο સંધિવાના લક્ષણોવાળું–સ્વરૂપનું. **~ arthritis,** જેમાં સાંધા અક્કડ બને છે અને દુખે છે એવો લાંબા વખતનો વધતો જતો સાંધવાનો રોગ.

rhi'nestone (રાઇન્સ્ટોન), નાο નકલી હીરો.

rhi'no (રાઇનો), નાο [બοવο ~s] = **rhino'ceros.**

rhino'ceros (રાઇનૉસરસ), નાο ગેંડો.

rhi'zome (રાઇઝોમ), નાο ભૂપ્રકાંડ, ગાંઠામૂળી, જેમાંથી નીચે મૂળિયાં જાય છે ને ઉપર ફણગા ફૂટે છે એવી જમીન પર આડી રહેતી વનસ્પતિ.

rhodode'ndron (રોડોડે'ન્ડ્રન), નાο મોટાં ફૂલવાળું એક બારે માસ લીલું રહેનારું ઝાડવું.

rhomb (રૉમ), નાο = rhombus.

rho'mbic (રૉમ્બિક), વિο સમચતુર્ભુજ, હીરાના આકારનું.

rho'mboid (રૉમ્બૉઇડ), નાο સમપ્રતિભુજ, સમપ્રતિકોણ. **rhomboi'dal** (-ડલ), વિο.

rho'mbus (રૉમ્બસ), નાο [બο વο ~es અથવા -bi-બાઇ] સમચતુર્ભુજ આકૃતિ (સમચતુષ્કોણ નહિ એવી), દા.ત. પત્તાંની ચોકડી.

rhu'barb (રૂબાર્બ), નાο જાડા પાંદડાંવાળો ફળ તરીકે ખોરાકમાં વપરાતો એક છોડ, રેવંચી; એ જ જાતનો એક ચીની છોડ, તેના મૂળિયાંની જુલાબની દવા.

rhyme, rime, (રાઇમ), નાο અનુપ્રાસ, પ્રાસ; પ્રાસનો શબ્દ; અનુપ્રાસવાળી કવિતા; કવિતા, કાવ્ય. ઉοક્રિο અનુપ્રાસવાળી કવિતા રચવી. અનુપ્રાસ મળતા કરવા–આવવા, જોડકણાં કરવાં–જોડવાં. (શબ્દો અંગે) -નો અનુપ્રાસ થવો.

rhy'thm (રિધમ), નાο પદ્ય કે ગદ્યમાં તાલ કે લય(બદ્ધતા); ઘટનાઓનો નિયમિત ક્રમ. નબળા અને સબળા તત્ત્વોના વિરોધી અથવા ભિન્ન પરિસ્થિતિઓના નિયમિત પુનરાવર્તનવાળું આંદોલન અથવા નમૂનો. (**movement** અથવા **pattern**) **~ method,** અંડમોચનના સમયની આસપાસ સ્ત્રીસંગ ટાળીને સંતતિ નિયમન (કરવા)ની પદ્ધતિ. **rhy'thmic(al)** (રિધ્મિક, -કલ), વિο.

R.I., સંક્ષેપ. Rhode Island; Royal Institute.

rib (રિબ), નાο પાંસળી, વાંસાનું કે છાતીનું હાડકું; ટેકો, મજબૂતી અથવા શણગાર માટે સપાટીની ઉપર જડાતી કે અંદરથી પસાર કરતી વધારે મજબૂત અને જાડા દ્રવ્યની લાંબી અને સાંકડી પટ્ટી અથવા ધાર; સાદા અને જરના ટાંકાનું બનાવેલું પાંસળીવાળું સ્થિતિસ્થાપક કાપડ. સοક્રિο પાંસળીઓવાળું બનાવવું; [વાત.] પજવવું.

ri'bald (રિબલ્ડ), વિο બીભત્સ, અશ્લીલ; અપમાનજનક; અસંસ્કારી વિનોદવાળું. નાο એવું માણસ. **ri'baldry** (-ડ્રિ), નાο.

ri'band (રિબન્ડ), નાο [પ્રા.] ફીત, કોર, રિબન.

ri'bbing (રિબિંગ), ના૰ પાંસળીઓ અથવા પાંસળીઓ જેવી રચના.

ri'bbon (રિબન), ના૰ રેશમી કે સૂતરની વણેલી લાંબી સાંકડી પટ્ટી, ફીત, રિબન; લાંબી સાંકડી પટ્ટી; [બ૰વ૰માં] ચીથરાં; કોઈ ચન્દ્રક પ્રાપ્તિ કે કોઈ ખાસ સંસ્થાનું સભ્યપદ સૂચવતી વિશિષ્ટ રંગની ફીત. **~ development,** શહેરની બહાર મુખ્ય રસ્તાની ધારે ધારે મકાનો બાંધવાં તે.

ribonucle'ic (રાઇબન્યૂક્લીઇક), વિ૰. **~ acid,** શરીરના કોશોમાં પ્રોટીન નિર્મિતિનું નિયમન કરનાર પદાર્થ.

rice (રાઇસ), ના૰ ડાંગર; ચોખા. **~ paper,** પૂર્વના એક ઝાડના ગરમાંથી બનાવેલો કાગળ જે ચિત્રકામ તથા રસોઈમાં વપરાય છે.

rich (રિચ), વિ૰ પૈસાદાર, ધનાઢ્ય; ફળદ્રૂપ, રસાળ; વિપુલતાવાળું, -થી સમૃદ્ધ; કીમતી; (પોશાક ઇ૰ અંગે) સુંદર, મોંઘો; (ખોરાક અંગે) પૌષ્ટિક, સ્વાદિષ્ટ; ખૂબ મનોરંજક; વિપુલ.

ri'ches (રિચિઝ઼), ના૰ [બહુધા બ૰વ૰ તરીકે] સંપત્તિ, દોલત; વિપુલ સાધનો.

ri'chly (રિચ્લિ), ક્રિ૰વિ૰ વિપુલ પ્રમાણમાં, પૂર્ણપણે.

rick[1] (રિક), ના૰ ઘાસ ઇ૰ની ગંજી.

rick[2], ના૰ (હળવી) મોચ, લચક. સ૰ ક્રિ૰ મોચવવું, મરડવું.

ri'ckets (રિકે'ટ્સ), ના૰ [એક વ૰ કે બ૰વ૰ તરીકે] બાળકોનો સુકતાન રોગ, જેમાં હાડકાં પોચાં ને વિકૃત થાય છે.

ri'ckety (રિકિટિ), વિ૰ સુકતાન રોગ થયેલું; ખખડી ગયેલું, સાંધા ઢીલા થયા હોય એવું.

ri'ckshaw (રિક્શૉ), ના૰ માણસ વડે ખેંચાતું બે પૈડાંવાળું એક હલકું વાહન.

ri'cochet (રિકશે), ના૰ દડા ઇ૰નું કશાક સાથે અથડાઇને ઊછળવું; ઊછળ્યા પછી તેને મારેલો ફટકો. અ૰ક્રિ૰ ઉછાળો ખાવો, ઉછાળા ખાતા જવું.

rid (રિડ), સ૰ ક્રિ૰ [**rid**] (કોઈ વ્યક્તિ કે સ્થળ)ને કશાકથી મુક્ત કરવું. **ri'ddance** (-ડન્સ), ના૰ છુટકારો, **good ~,** બલા ટળી, પીડા ગઈ.

ri'dden (રિડન), **ride** નું ભૂ૰ કૃ૰.

ri'ddle[1] (રિડલ), ના૰ ઉખાણું, સમસ્યા, કોયડો; ગૂઢ માણસ અથવા વસ્તુ. અ૰ક્રિ૰ કોયડામાં બોલવું, કોયડો ઉકેલ માટે રજૂ કરવો.

ri'ddle[2], ના૰ મોટી ચાળણી, ચાળણો. સ૰ ક્રિ૰ ચાળવું; ગોળીઓ મારીને ચાળણો-ચાળણા જેવું-બનાવવું-ચાળણી જેવાં કાણાં પાડવાં; [ભૂ૰ કૃ૰માં] દોષોથી ભરેલું.

ride (રાઇડ), ઉ૰ક્રિ૰ [**rode; ridden**] ઘોડા ઇ૰ પર બેસવું-બેસીને જવું; ઘોડો, સાઇકલ, ગાડી, ઇ૰ વાહનમાં બેસીને જવું; ઘોડાને કાબૂમાં રાખવો; (વહાણ અંગે) લંગરવાર કરેલું હોવું; પાણી પર તરવું-તરતા રહેવું; -ને પજવવું, ઉપર જુલમ કરવો. ના૰ વાહનમાં મુસાફરી; ઘોડો, સાઇકલ ઇ૰ પર રપેટ; ઘોડવાટ (વિ૰ ક૰ જંગલમાં). **take for a ~,** [વિ૰ બો૰] મૂરખ બનાવવું. **~ up,** (વસ્ત્ર અંગે) પહેરતાં ઉપર ચડવું-ઊંડવું.

ri'der (રાઇડર), ના૰ ઘોડા ઇ૰ પર બેસનાર, સવાર; દસ્તાવેજમાં દુરસ્તી કે વધારો કરવા માટે ઉમેરેલી કલમ; ઉપસિદ્ધાન્ત; ચુકાદા સાથે કરેલી ભલામણ.

ridge (રિજ), ના૰ બે ચાસને લીધે બહાર નીકળી આવેલી જમીનની ધાર; ડુંગરની લાંબી સાંકડી ટોચ; ગિરિમાળા; કોઈ પણ સાંકડી ઊંચી જમીનની પટ્ટી. છાપરાનો મોભારો. ઉ૰ ક્રિ૰ પાળ કરવી-બાંધવી. **~-pole,** છાપરાનો-લાંબા તંબૂનો આડો મોભ. **~-tile,** મોભારિયું. **~way,** ડુંગરની ધારેધારે જતો રસ્તો.

ri'dicule (રિડિક્યૂલ), ના૰ ઉપહાસ, ઠઠ્ઠા, રીસ ચડે એવી મજાક. સ૰ ક્રિ૰ ઉપહાસ કરવો, ઠેકડી ઉડાવવી, મશ્કરી કરવી.

ridi'culous (-ક્યુલસ), વિ૰ હાસ્યાસ્પદ, મૂર્ખામીભરેલું. ગેરવાજબી.

ri'ding[1] (રાઇડિંગ), ના૰ ઘોડેસવારી. **~-habit,** સ્ત્રીનો ઘોડેસવારીનો પોશાક, **~-school,** ઘોડેસવારીની શાળા.

ri'ding², નાο યૉર્કશાયરનો વિભાગ.

rife (રાઇફ), વિο હંમેશ થતું, હંમેશાનું, પ્રચલિત; સંખ્યાબંધ.

riff (રિફ), નાο જાઝ઼ કે તેના જેવા સંગીતમાં વારંવાર બોલાતો ટૂંકો બોલ.

ri'ff-raff (રિફ્રૅફ), નાο નીચલા સ્તરના –હલકા–લોકો.

ri'fle (રાઇફલ), સο ક્રિο જડતી લઈને લૂટી લેવું; બંદૂક ઇοમાં ભમરિયા ખાંચા પાડવા. નાο પેચની બંદૂક; [બο વοમાં] એવી બંદૂકોવાળું લશ્કર.

rift (રિફ્ટ), નાο ચીરો, ફાટ, તરાડ; અણબનાવ, ઝઘડો.

rig¹ (રિગ), સο ક્રિο ડોળકાઠી, દોરડાં ઇοથી વહાણને સજ્જ કરવું; કપડાં, સરસામાન ઇο આપીને તૈયાર કરવું; ઉતાવળથી કે કામચલાઉ દૃષ્ટિથી ઊભું કરવું. નાο વહાણનાં ડોલકાઠી, સઢ, ઇοની ગોઠવણી; પોશાક ઇοથી માણસની દેખાતી ચર્યા. **(oil) ~**, તેલકૂવો ખોદવા માટેની સાધન સામગ્રી. **~-out**, પોશાક, પહેરેલાં કપડાં.

rig², સο ક્રિο લુચ્ચાઈથી કે છેતરીને કામ લેવું–ચલાવવું.

ri'gging (રિગિંગ), નાο જહાજનાં દોરડાં વગેરે સરસામાન.

right (રાઇટ), વિο નીતિનું, ઉચિત, ન્યાયી; બરોબર, સાચું; સારી–હંમેશની–હાલતમાં; ભૂલ વિનાનું; જમણું, જમણી બાજુનું; [રાજ્ય.] જમણેરી, ભારે મોટા ફેરફાર ન કરવા માગતું. ઉο ક્રિο યોગ્ય–તેની સાચી–જગ્યાએ ફરી મૂકવું; સરળ–ઊભું–કરવું; નુકસાન ભરી આપવું, બદલો લેવો; સમર્થન કરવું; પૂર્વસ્થિતિએ સ્થાપવું; સુધારવું, સમું કરવું. નાο ન્યાય, ન્યાયીવર્તન, યોગ્ય દાવો, હક; વિશેષ અધિકાર; હકની વસ્તુ; [બο વοમાં] યોગ્ય–સાચી–સ્થિતિ; જમણો ભાગ, પ્રદેશ અથવા દિશા; [રાજ્ય.] રૂઢિચુસ્ત–જમણેરી–લોકો. **by ~s**, અધિકારની રૂએ. સાચું કરવું હોય તો. **in the ~**, ન્યાય કે સત્યના પક્ષમાં. **set to ~s**, વ્યવસ્થિતપણે ગોઠવવું. ક્રિο વિο સીધું, સાખે રસ્તે, સંપૂર્ણપણે; તદ્દન, અતિશય; યોગ્ય રીતે, ન્યાયથી; બરાબર, ખરેખર; જમણી બાજુએ–બાજુ તરફ. **~ angle**, કાટખૂણો (૯૦°નો). **at ~ angles**, કાટખૂણે આવેલું. **~-hand**, જમણી બાજુએ આવેલું. **~-hand man**, અનિવાર્ય અથવા મુખ્ય સહાયક, જમણો હાથ. **~-handed**, જમણેરી, જમણો હાથ વાપરનારું જમણે હાથે–હાથ માટે–બતાવેલું, જમણી તરફ વળતું–ફરતું. **~-hander**, જમણો હાથ વાપરનાર, જમણા હાથનો ફટકો. **~-minded**, સંનિષ્ઠ. **~ of way**, બીજાની જમીનમાંથી જવાનો હક; એક વાહનને બીજાની પહેલાં જવાનો હક. **~ oh!**, તદ્દન બરાબર, કબૂલ. **~ side**. દર્શની બાજુ. **~ wing**, લશ્કર કે ફુટબોલ ઇοની ટીમનો જમણો ભાગ–પાંખ; [રાજ્ય.] જમણેરી પક્ષ. **~-winger**, જમણેરી પક્ષ ઇοનો સભ્ય. **righ'tward** (-ટ્વર્ડ), વિο અને ક્રિο વિο. **righ't wards** (-વર્ડ્ઝ઼), ક્રિο વિο.

ri'ghteous (રાઇચસ), વિο સદ્ગુણી; પ્રામાણિક, સરળ, ન્યાયી; ધાર્મિક(વૃત્તિવાળું)

righ'tful (રાઇટ્ફુલ), વિο કાયદેસર કે યોગ્ય રીતે હકદાર; હકનું.

righ'tly (રાઇટ્લિ), ક્રિο વિο વાજબી –યોગ્ય–રીતે, ન્યાયથી. સકારણ, તદ્દન બરાબર.

ri'gid (રિજિડ), વિο અક્કડ, નમે નહિ–વળે નહિ–એવું; દૃઢ, કઠણ, કઠોર. **rigi'dity** (-ડિટિ), નાο.

ri'gmarole (રિગ્મરોલ), નાο લવારો, બકવાટ, અર્થહીન ભાષણ.

rigor mor'tis (રાઇગર મૉર્ટિસ), મરી ગયા પછી શરીરનું અક્કડ બનવું.

ri'gour (રિગર), નાο સખતાઈ, કડકાઈ, કઠોરતા; ઠંડીની ઉગ્રતા; સખતાઈથી નિયમનો અમલ ઇο–કડકાઈથી પાલન. **ri'gorous** (-રસ), વિο.

rile (રાઇલ), સο ક્રિο [વાત.] ગુસ્સે કરવું, ચીડવવું.

rill (રિલ), ના૦ નાનકડો પ્રવાહ, વહેળિયું.

rim (રિમ), ના૦ પૈડાની કોર, કિનાર, કોર, કાંઠો.

rime[1] (રાઇમ), જુઓ **rhyme.**

rime[2], ના૦ હિમ. સ૦ ક્રિ૦ હિમથી ઢાંકી દેવું.

rind (રાઇન્ડ), ના૦ છાલ, ત્વચા, ચામડી. પનીર(ચીજ)નું ઉપરનું પડ.

ring[1] (રિંગ), ના૦ વીંટી, અંગૂઠી; કડું; નળાકાર કે ગોળ વસ્તુની ફરતેની બંગડી, વલય; માણસોનું કે વસ્તુઓનું (બનેલું) વર્તુળ; આવી રચના; કોઈ વિશિષ્ટ પ્રવૃત્તિ ચલાવવા માટે વિવિધ લોકોનું એકત્ર થયેલું મંડળ; સર્કસ, કુસ્તી, ઇ૦ માટેનું અગ્ગડ, અખાડો. સ૦ ક્રિ૦ ઘેરવું, ઘેરી લેવું; પક્ષીને કડી પહેરાવવી. **~-dove**, મોટું કબૂતર. **~-fence**, જમીન કે મિલકતને પૂરેપૂરી ઘેરી લેતી વાડ. **~-finger**, ત્રીજી આંગળી, વિ૦ક૦ ડાબા હાથની. **~-leader**, બળવો, હુલ્લડ, ઇ૦ની ઉશ્કેરણી કરનાર નેતા. **~ main**, વૈકલ્પિક માર્ગ પૂરો પાડનાર કડાની અંદર બંધ કરેલા કેબલ દ્વારા વીજળીનો પુરવઠો. **~-master**, સર્કસના ખેલોનો સંચાલક. **~ road**, શહેર ફરતે શહેરની બહારનો રસ્તો. **~worm**, દરાજ, ગજકર્ણ.

ring[2], ઉ૦ ક્રિ૦ [**rang; rung**] વગાડવું, વાગવું, ધણણણ ખણણણ–વાગવું; (સ્થાન અંગે) ગાજી ઊઠવું, પડઘો ઊઠવો; (કાન અંગે) -માં સતત અવાજ સંભળાયા કરવો; ઘંટ વગાડવો – વાગવો; ઘંટ વગાડીને જાહેર કરવું – સૂચના આપવી – બોલાવવું; ટેલિફોન(કૉલ) કરવો – પર બોલાવવું. ના૦ ઘંટનો – ના જેવો – અવાજ, રણકો, ખણખણાટ, અવાજ, ઘંટાવાદન(થી થતો અવાજ); ટેલિફોનની ઘંટડી; દેવળના ઘંટોનો સટ. **~ off**, ટેલિફોનની વાત પૂરી કરી દેવી. **~ up**, -ને ટેલિફોન કરવો.

ri'nglet (રિંગ્લિટ), ના૦ વાંકડિયાવાળની લટ.

rink (રિંક), ના૦ રમત માટે કરેલો બરફનો પટ; મૅચ માટે બનાવેલી હરિયાળીની પટ્ટી–પટ.

rinse (રિંસ), સ૦ ક્રિ૦ વીંછળવું, ખંગાળવું, ઉપર પાણી ઇ૦ રેડવું, ચોખ્ખા પાણીથી ધોઈ કાઢવું. ના૦ વીંછળવું તે; તાત્કાલિક વાળ રંગવાનું એક દ્રાવણ.

ri'ot (રાયટ), ના૦ શોરબકોર, ખળભળાટ; હુલ્લડ, તોફાન; ચેનબાજીની ઉજાણી; ઉચ્છૃંખલ વર્તન – રહેણી, સ્વૈરાચાર. અ૦ ક્રિ૦ હુલ્લડ મચાવવું, તોફાને ચડવું. **run ~**, બધા નિર્બંધો ફગાવી દેવા, બેફામ વર્તન કરવું.

rip[1] (રિપ), ઉ૦ ક્રિ૦ ચીરવું, ચીરી નાખવું, ફાડવું, ફાડી નાખવું; તેમ કરીને કાણું પાડવું; -માં લાંબો કાપ મૂકવો; એકદમ ફાટી જવું – જુદું પડવું. **let ~**, વચ્ચે ન પડવું, ચાલતું હોય તેમ ચાલવા દેવું. **~-cord**, હવાઈ છત્રી ખોલવાની દોરી. **~ off**, [વિ૦બો૦] છેતરવું, ચોરી કરવી. **~-off**, ના૦.

rip[2], ના૦ બદફેલી – વંઠી ગયેલો–માણસ.

R.I.P., સંક્ષેપ. (may, he, she, they) rest in peace.

ripa'rian (રાઇપે'અરિઅન), વિ૦ નદીકાંઠાનું – પર આવેલું.

ripe (રાઇપ), વિ૦ લણવા – ખાવા – વાપરવા ઇ૦ માટે તૈયાર થયેલું, પાકેલું, પરિપક્વ.

ri'pen (રાઇપન), ઉ૦ ક્રિ૦ પકવવું, પાકવું.

ripo'ste (રિપૉસ્ટ), ના૦ પટાબાજીમાં તરત મારેલો વળતો ફટકો; વળતો જવાબ – ટોણો. અ૦ ક્રિ૦ વળતો ફટકો – સામો ટોણો–મારવો.

ri'pple (રિપલ), ના૦ પાણીનો ખળખળાટ, પાણીનું નાનું મોજું – મોજાં, લહેરિયાં; ઉપરનીચે થતો ધીમો આનંદી અવાજ. ઉ૦ ક્રિ૦ ઉપર નાનાંનાનાં મોજાં–તરંગો–ઊઠવા – પેદા કરવા; ખળખળ અવાજ કરવો – વહેવું.

rise (રાઇઝ઼), અ૦ ક્રિ૦ [**rose** રોઝ઼; **risen** રિઝ઼ન] ઊભા થવું, ઊઠવું; પથારીમાંથી ઊઠવું – બહાર પડવું; કામમાંથી –

કામ પૂરું કરીને-ઊઠવું; બળવો કરવો; ઉપર ચડવું, ઊંચે ચડવું-ઊઠવું; ઉપર આવવું-ઊછળવું; સપાટી પર આવવું; -માંથી નીકળવું-વહેવા માંડવું. ના૦ ઊગવું તે, ઉદય; ચડાણ, ચડાવ; સામાજિક ઉત્કર્ષ; બઢતી; વધારો (કિંમત, રોજી, ઇ૦માં); મૂળ, ઉગમ. **give ~ to,** પેદા કરવું,-નું કારણ બનવું. **take a ~ out of,** -ની ઠેકડી કરવી, ખીજવવું.

ri'ser (રાઇઝર), ના૦ બે પગથિયાં વચ્ચેનું ઊભું પાટિયું કે ચણતર.

ri'sible (રિઝિબલ), વિ૦ હસી શકે એવું, હસનારું; હાસ્યાસ્પદ. **risibi'lity** (-બિલિટિ), ના૦.

ri'sing (રાઇઝિંગ), ના૦ બળવો.

risk (રિસ્ક), ના૦ જોખમ, ધોખો, ભય; જોખમ ખેડવું તે; જોખમકારક માણસ કે વસ્તુ. સ૦ક્રિ૦ જોખમ ખેડવું-વહોરવું-માં નાખવું; સાહસ કરવું.

ri'sky (રિસ્કિ), વિ૦ જોખમભરેલું; જરાક અશ્લીલ, અસભ્ય.

riso'tto (રિઝૉટો), ના૦ [બ૦વ૦ **~s**] પુલાવ (માંસ, ડુંગળીવાળો).

ri'squé (રિસ્કે), વિ૦ (વાર્તા અંગે) જરાક અશ્લીલ, અસભ્ય.

ri'ssole (રિસોલ), ના૦ છૂંદેલું માંસ અને રોટીના કકડા તળીને બનાવેલો લાડુ-ગોળો અથવા કેક.

rite (રાઇટ), ના૦ ધાર્મિક કૃત્ય-વિધિ, આચાર, વ્રતપાલન.

ri'tual (રિચ્યુઅલ), વિ૦ ધાર્મિક વિધિનું-સંબંધી. ના૦ ધાર્મિક વિધિઓ, કર્મકાંડ, આચારપદ્ધતિ.

ri'tualism(રિટયુઅલિઝમ),ના૦ ધાર્મિક વિધિઓ કરવામાં ચુસ્તપણું, કર્મકાંડીપણું. **ri'tualist** (-લિસ્ટ), ના૦. **rituali'stic** (-લિસ્ટિક), વિ૦.

ri'val (રાઇવલ), ના૦ હરીફ, પ્રતિસ્પર્ધી. સ૦ક્રિ૦ -ની સાથે હરીફાઈ-ચડસાચડસી-કરવી.

ri'valry (રાઇવલ્રિ), ના૦ હરીફાઈ, બરાબરી (કરવી તે).

rive (રાઇવ), ઉ૦ક્રિ૦ [**rived; riven** રિવન] ફાડવું, ચીરી નાખવું; મચડી લેવું; ફાટવું, ચિરાવું.

ri'ver (રિવર), ના૦ નદી; (-નો) વિપુલ પ્રવાહ.

ri'verine (રિવરાઇન), વિ૦ નદીનું, નદી કાંઠે આવેલું-રહેનારું.

ri'vet (રિવિટ), ના૦ ચરીને બેસાડવામાં આવતો ખીલો. સ૦ક્રિ૦ ખીલો ચરીને સજ્જડ કરવું-બેસાડવું; એકધ્યાન થવું, એકીટસે જોવું, તલ્લીન થવું.

ri'vulet (રિવ્યુલિટ), ના૦ નાનકડી નદી, વહેળો.

R.l., સંક્ષેપ. Rugby League.

R.M., સંક્ષેપ. Royal Marine.

R.N., સંક્ષેપ. Royal Navy.

RNA, સંક્ષેપ. ribonucleic acid.

roach (રોચ), ના૦ મીઠા પાણીની એક નાની માછલી.

road (રોડ), ના૦ રસ્તો, માર્ગ; અમુક જગ્યાએ જવાનો માર્ગ; [બહુધા બ૦વ૦માં] વહાણો લાંગરવાની જગ્યા, ઓરવો. **on the ~**, પ્રવાસમાં, પ્રવાસ કરતું. **~-block,** અવર જવર રોકવા માટે રસ્તામાં મૂકેલો અવરોધ. **~ fund licence**, [વાત.] વાહન જકાત વેરાનું પ્રમાણપત્ર. **~-hog,** બેદરકારીથી ફાવે તેમ મોટર ઇ૦ ચલાવનાર. **~-house,** રસ્તા પરની વીશી, સરાઈ. **~man,** રસ્તા દુરસ્તીનું કામ કરનાર. **~-metal**, રસ્તા પર પાથરવાની કપચી, ખડી. **~ sense**, રસ્તા પર કેવી રીતે વર્તવું તેનું ભાન. **~stead**, દરિયાના માર્ગો. **~test**, રસ્તા પર ચલાવીને કરેલી (વાહનની ચકાસણી). **~way**, રસ્તો, પુલ, ઇ૦નો વચલો-મુખ્ય-ભાગ. **~-works**, રસ્તા તૈયાર કરવા કે દુરસ્ત કરવા તે. **~worthy,** રસ્તા પર ચલાવવા લાયક.

roa'dster (રોડસ્ટર), ના૦ પાછળ બેઠકો વિનાની ખુલ્લી ગાડી; રસ્તા પર વાપરવાની બાઇસિકલ કે ઘોડો.

roam (રોમ), ઉ૰ક્રિ૰ ભટકવું, રખડવું, આમતેમ ફર્યા કરવું.

roan[1] (રોન), વિ૰ (પ્રાણીઅંગે) કાબચીતરા આવરણવાળું. ના૰ એવા આવરણવાળો ઘોડો અથવા ગાય.

roan[2], ના૰ પુસ્તક બાંધણીમાં વપરાતું ઘેટાનું સુંવાળું ચામડું.

roar (રોર), ના૰ સિંહની કે તેના જેવી ગર્જના, ઘનગર્જના, મોટેથી પાડેલી બૂમ, બરાડો, કિકિયારી, મોટેથી હસવું, ઇ૰. ઉ૰ક્રિ૰ ગર્જના કરવી, મોટેથી બોલવું, ગાવું, ઇ૰.

roa'ring (રોરિંગ), વિ૰ ગર્જનારું, તોફાની; (ધંધા અંગે) ધમધોકાર.

roast (રોસ્ટ), ઉ૰ક્રિ૰ દેવતાપર, ભઠ્ઠીમાં, કે તડકામાં શેકવું – શેકાવું. – તપાવવું, વિ. (તરીકે) શેકેલું. ના૰ શેકેલા માંસની વાની; શેકવાનું માંસ.

rob (રોબ), ઉ૰ક્રિ૰ લૂટવું, ધાડ પાડવી; ઝૂંટવી–પડાવી–લેવું. **ro'bbery** (-બરિ), ના૰.

robe (રોબ), ના૰ ઝભ્ભો, વ્યવસાય કે પદનો પોશાક; ઘરમાં પહેરવાનો ઢીલો ઝભ્ભો. ઉ૰ક્રિ૰ ઝભ્ભો પહેરાવવો, પોશાક પહેરવો–પહેરાવવો.

ro'bin (રૉબિન), ના૰ એક નાનું લાલ છાતીવાળું પક્ષી.

ro'bot (રોબૉટ), ના૰ મનુષ્યાકૃતિ યંત્ર; યંત્ર(જેવો)માણસ.

robu'st (રબસ્ટ), વિ૰ ખૂબ તંદુરસ્ત અને બળવાન, ખડતલ; પાતળું કે સુકલકડી નહિ એવું; જોમવાળું; સમજુ, નિખાલસ, પ્રામાણિક.

roc (રૉક), ના૰ પૂર્વની વાર્તાઓનું એક રાક્ષસી કદાવર પક્ષી.

R.O.C., સંક્ષેપ. Royal Observer Corps.

ro'chet (રૉચિટ), ના૰ બિશપ કે ઍબટ-નો ખૂલતો લાંબો ઝભ્ભો.

rock[1] (રૉક), ના૰ ખડક, ખડકવાળો ડુંગર; મોટો ગોળ પથ્થર; [અમે.] પથ્થર. **on the ~s**, [વાત.] નાણાંની ભીડમાં; ભગ્નહૃદય; (પીણું) બરફના ચોસલા નાખેલું. **~-bottom**, [વાત.] તદ્દન નીચેનું. **~-cake**, ખરબચડા પોપડાવાળી કેક. **~ crystal**, સ્ફટિકમય ખડક. **~-garden**=rockery. **~-plant**, ખડક પર કે ખડકોમાં ઊગતી વનસ્પતિ. **~ salmon**, નાની શાર્ક માછલીની જાત. **~-salt**, ખાણનું મીઠું, સૈંધવ, સિંધાલૂણ.

rock[2], ઉ૰ક્રિ૰ હીંડોળવું, ઝોલા ખવડાવવા, પારણામાં કે બાહુમાં પકડીને હલાવવું, આમતેમ હલાવવું; ડોલવું, હાલવું. ના૰ ઝોલા ખાવા–ખવડાવવા–તે, હીંચકો નાખવો તે; એક જાતનું આધુનિક લોકપ્રિય સંગીત. **~ and roll**, ભારે તાલ અને સાદા રાગવાળું સંગીત, તે સાથેનું એક લોકપ્રિય નૃત્ય. **rocking-chair**, ઝૂલા ખુરશી. **rocking-horse**, લાકડાનો ઝૂલા ઘોડો. **rocking-stone**, ઝૂલા પથ્થર, સહેજે આમતેમ હલાવી શકાય એવો મોટો ગોળ પથ્થર.

ro'cker (રૉકર), ના૰ જેના પર પારણું ઝૂલે છે તે વાંકો દાંડો. ડોલતી ખુરશી.

ro'ckery (રૉકરિ), ના૰ બાગમાં ફૂલઝાડ ઇ૰ રોપેલો પથરાનો ઢગલો, શૈલોદ્યાન.

ro'cket[1] (રૉકિટ), ના૰ એક ફૂલઝાડ.

ro'cket[2], ના૰ કાગળ કે ધાતુનો નળાકાર અગ્નિબાણ, હવાઈ; પોતાની મેળે ઊડતું એક જાતનું હવાઈ અસ્ત્ર; અગ્નિબાણ વડે અવકાશમાં શોધખોળ કરવા ફેંકાતું વિમાન/અસ્ત્ર. સ૰ક્રિ૰ રૉકેટ વડે બૉંબમારો કરવો, ખૂબ ઝડપથી દૂર અથવા ઉપર ખસવું. **~ propulsion**, ખૂબ વેગથી પાછળ ધકેલાતા ફેંકાતા ગૅસોની પ્રતિક્રિયાથી ધકેલવું કે ચલાવવું તે.

ro'cketry (રૉકિટ્રિ), ના૰ અગ્નિબાણ વડે અસ્ત્રો ફેંકવાની વિદ્યા અને પ્રયોગ.

ro'cky (રૉકિ), વિ૰ ખડકનું–ના જેવું; ખડકવાળું; [વાત.] અસ્થિર, તૂટી પડવા કરતું.

roco'co (રકોકો), વિ૰ વધારે પડતા શણગારવાળું ને પરિણામે કઢંગું દેખાતું; જુનવાણી. ના૰ એવી શૈલી.

rod (રૉડ), ના૦ નાની સોટી, લાકડી, લોઢાનો સળિયો; માછલાં પકડવા માટેની લાકડી; પા' વારનું માપ, પોલ.

rode (રોડ), **ride** નો ભૂ૰કા૦.

ro'dent (રોડન્ટ), ના૦ તીણા દાંતવાળું કરડી ખાનારું પ્રાણી–ઉંદર, ખિસકોલી, ઇ૦.

rodeo (રોડેઓ), ના૦ [બ૦વ૦ **~s**] ડામ દેવા સારુ ઢોરને ભેગા કરવા તે; ગોવાળોની કુશળતાઓનું પ્રદર્શન.

rodomonta'de (રૉડમન્ટેડ), ના૦ બડાશ (હાંકવી તે).

roe[1] (રો), ના૦ એક જાતનું નાનું હરણ. **~buck**, ના૦ તેનો નર.

roe[2], ના૦ (**hard**) **~**, માછલીની માદામાં રહેલાં ઈંડાંનો જથો; (**soft**) **~**, નરમાછલાનું વીર્ય.

roga'tion (રગેશન), ના૦ [બહુધા બ૦વ૦માં] ઈશુના સ્વર્ગારોહણ પહેલાં ત્રણ દિવસ ગવાતી સંતોની પ્રાર્થનાઓ. **R~ days**, સ્વર્ગારોહણ દિન પહેલાંના 'રગેશન' અઠવાડિયાના ત્રણ દિવસ. **R~ Week**, એ ત્રણ દિવસવાળું અઠવાડિયું. **R~ Sunday**.

ro'ger (રૉજર), ઉદ્‌ગાર૦ 'તમારો સંદેશો મળ્યો છે અને સમજાયો છે' એમ સૂચવનાર ઉદ્‌ગાર; [વિ૦બો૦] મને કબૂલ છે.

rogue (રોગ), ના૦ શઠ, બદમાશ; મસ્તીખોર છોકરું; મશ્કરો; હલકી જાતની કે ખોડખામીવાળી વસ્તુ. **~** (**elephant** etc.) પોતાના જૂથથી દૂર રહેનાર એકલસૂરો જંગલી હાથી ઇ૦. **ro'guery** (-ગરિ), ના૦. **ro'guish** (-ગિશ), વિ૦.

roi'ster (રૉઇસ્ટર), અ૦ ક્રિ૦ મસ્તી કરવી, બૂમબરાડા પાડવા.

role, *rôle,* (રોલ), ના૦ નટનટીની ભૂમિકા; નિયતકાર્ય, કર્તવ્ય.

roll (રોલ), ના૦ કાગળ, કાપડ, ઇ૦નો વાળેલો વીંટો, એ આકારનો દસ્તાવેજ; નોંધણી પત્રક, યાદી; કોઈ વસ્તુનો લગભગ નળાકાર જથો; એક જણ માટેની રોટી; ગબડતાં જવું તે, એવી ગતિ કે ચાલ; સતત થતો વીજળીનો ગડગડાટ,–નગારાનો કે બૂમબરાડાનો અવાજ. **strike off the ~s**, પત્રક પરથી નામ કમી કરવું, સૉલીસીટરનો વ્યવસાય કરવાનો હક છીનવી લેવો. ઉ૦ ક્રિ૦ ગબડાવવું; ગબડાવતાં ગબડાવતાં લઈ જવું–મોકલવું; ગબડવું, ગબડતાં જવું; આળોટવું; ઝોલા ખવડાવવા, ડોલાવવું; ઝોલા ખાવા, ડોલવું; (મોજાંની પેઠે) ઊંચાનીચા થવું–થતું દેખાવું; ઘુર્રાટી સાથે અવાજ કરવો; રોલરથી સપાટ–ચપટું–બનાવવું; વીંટો બનાવવો–બનવો; વાળીને બનાવવું (બીડી ઇ૦). **~-call**, યાદી કે પત્રક પ્રમાણે નામ પોકારીને હાજરી પૂરવી તે. **~mop**, વાળીને આથેલું હેરિંગ માછલીનું માંસ. **~-top desk**, ગોળ ખોભણોમાં સરકતા ઢાંકણાવાળું મેજ. **rolled gold**, રોલરવતી સોનાનો મુલામો ચડાવેલી ધાતુ. **rolling-mill**, ધાતુની જુદાજુદા આકારની વસ્તુઓ બનાવવાનું કારખાનું. **rolling-pin**, વેલણ. **rolling-stock**, રેલવેની ગાડીઓ, ડબા, ઇ૦.

ro'ller (રોલર), ના૦ સ્વતંત્રપણે કે યંત્રના ભાગ તરીકે વપરાતો સખત અને વજનદાર નળાકાર, રોલર; વેલણ; લાંબું મોટું મોજું; વાળ વીંટવાની નાની ફરકડી–ચક્કરડી. **~-coaster**, મેળા ઇ૦માં ઢોળાવ પરથી ઊતરતી ને ચડતી રેલવે. **~-skate**; તળિયે પૈડાંવાળું પતરું જડેલો જોડો. **~-towel**, ગોળ દાંડી પર લટકાવેલો બંને છેડા સીવેલો રૂમાલ–ટુવાલ.

ro'llicking (રૉલિકિંગ), વિ૦ ગરબડ કરનારું અને મોજીલું, રમતિયાળ.

roly-po'ly (રોલિપોલિ), ના૦ એક જાતનું મિષ્ટાન્ન, વણેલી રોટલી પર મુરબ્બો પાથરી તેનો વીંટો વાળી બાફેલી વાની. વિ૦ ભરેલું, ગોળમટોળ, ઠીંગણું અને જાડું.

rom., સંક્ષેપ. roman(type).

Ro'man (રોમન), વિ૦ પ્રાચીન રોમનું, તેના પ્રદેશનું અથવા લોકોનું; પોપના રોમનું; મધ્યયુગીન અથવા અર્વાચીન રોમનું. ના૦ રોમનો રહેવાસી; પ્રાચીન રોમન રાજ્યનો માણસ; રોમન કૅથલિક; (**r~**) રોમન

બીબાં. ~ **alphabet, A** થી **Z** અક્ષરો. ~ **candle**, રંગીન ગોળા ફ્રડાડનારું એક દારૂખાનું, તારામંડળ. ~ **Catholic**, જેનો પોપ વડો ગણાય છે તે ખ્રિસ્તી સંપ્રદાય. ~ **nose**, ઊંચી દાંડીવાળું નાક. ~ **numerals**, (સંખ્યાના) રોમન આંકડા. **r~ type**, ઊભાં(રોમન)બીબાં.

roma'nce (રમૅન્સ), ના૦ રોજિંદા જીવનથી દૂરનાં દૃશ્યો અને ઘટનાઓવાળી વાર્તા, મધ્યયુગીન સ્ત્રીદાક્ષિણ્ય અને શૂરાતનની કથા,અદ્ભુત–કલ્પિત-પ્રેમનો કિસ્સો; અતિશયોક્તિ; રોમાંચક (કલ્પિત) ઘટનાઓ; **R~ (languages)**, લૅટિનમાંથી નીકળેલી ભાષાઓ. અ૦ ક્રિ૦ રોમાંચક કથાઓ જોડી કાઢવી–કહેવી, અતિશયોક્તિ કરવી.

Romane'sque (રોમને'સ્ક), ના૦ સ્થાપત્યની એક વિશિષ્ટ શૈલી (ક્લાસિકલ અને ગૉથિક યુગો વચ્ચેના ગાળાની).

ro'manize (રોમનાઇઝ઼), સ૦ ક્રિ૦ રોમન(કૅથલિક) બનાવવું; રોમનલિપિમાં કે બીબામાં મૂકવું. **romaniza'tion** (-ઝ઼ેશન), ના૦.

roma'ntic (રમૅન્ટિક), વિ૦ અદ્ભુત કિસ્સાનું (સૂચક), અદ્ભુત રસવાળું, વીરશૃંગારને લગતું; (સાહિત્ય, કળા, ઇ૦ની પદ્ધતિ અંગે) ખોડખામી વિનાનું સફાઈદારપણું અને પ્રમાણબદ્ધતા કરતાં ભાવાવેશ અને અનિયમિત સૌંદર્યને વધુ પસંદ કરનારું, ભાવનાપ્રધાન. ના૦ વીરશૃંગાર રસવાળો ભાવનાપ્રધાન લેખક, કળાકાર, ઇ૦.

roma'nticism (રમૅન્ટિસિઝ઼મ), ના૦ કલ્પનામાં–લાગણીઓમાં–રાચવું તે; (સાહિત્ય, કળા, ઇ૦માં) સ્વચ્છંદ(તાવાદ). **roma'nticist** (-સિસ્ટ), ના૦.

roma'nticize (રમૅન્ટિસાઇઝ઼), ઉ૦ક્રિ૦ રોમૅન્ટિક બનાવવું, રોમૅન્ટિક શૈલીમાં લખવું.

Ro'many (રોમનિ), ના૦ જિપ્સી; જિપ્સીઓની ભાષા.

romp (રોમ્પ), અ૦ ક્રિ૦ કૂદંકૂદા કરતાં રમવું; [વાત.] સહેલાઈથી ઝપાટામાં આમતેમ દોડાદોડ કરવી. ના૦ રમતિયાળ–મસ્તીખોર–બાળક; છોકરાની જેમ મસ્તી કરતી જંગલી છોકરી; કૂદાકૂદ, ધિંગામસ્તી. ~ **home**, ખૂબ સહેલાઈથી જીતવું.

ro'mper (રૉમ્પર), ના૦ [એકવ૦ અથવા બ૦ વ૦ માં] નાના છોકરાનો રમવાનો પોશાક.

ro'ndeau (રૉન્ડો), **ro'ndel**(રૉન્ડે'લ), ના૦ બે ચમકોવાળું એક કાવ્ય, જેમાં શરૂઆતના શબ્દો ધ્રુપદ તરીકે આવે છે.

ro'ndo (રૉન્ડો) ના૦ [બ૦ વ૦ ~s, સ] વારેવારે આવતા એક મુખ્ય વિષયવાળી સંગીત રચના.

Ro'ntgen (રન્ટ્જન), ના૦ ~ **rays**, ક્ષકિરણો.

rood (રૂડ), ના૦ ઇશુનો ક્રૂસ; તેની આકૃતિમૂર્તિ; ¼ એકર. ~ **of loft**, દેવળમાં ક્રૂસવાળા પડદા ઉપરની ગૅલરી. ~**-screen**, કોતરેલી જાળી(વાળો પડદો).

roof (રૂફ઼), ના૦ મકાનનું છાપરું; વાહન કે ગાડીનું છાપરું-ઉપરનો ભાગ. સ૦ ક્રિ૦ છાપરું કરવું, -નું છાપરું હોવું. ~ **of the mouth**, તાળવું. ~**-rack**, મોટરગાડીના છાપરા પર સામાન માટેનું ચોકઠું. ~**-tree**, છાપરાનો મોભ–ટોચ.

rook[1] (રુક), ના૦ (શેતરંજનો) હાથી.

rook[2], ના૦ કાગડાની જાતનું એક પક્ષી; કાગડો. સ૦ ક્રિ૦ ચાલાકી – છેતરપિંડી– કરવી, વિ૦ ક૦ પત્તાંની રમતમાં; ભારે કિંમત લેવી.

roo'kery (રુકરિ); ના૦ કાગડા, પેંગ્વિન કે સીલની વસાહત.

roo'kie (રુકિ), ના૦ [વિ૦બો૦] રંગરૂટ, ભરતીનો સિપાઈ.

room (રૂમ), ના૦ ખાલી જગ્યા, કશું રાખી શકાય એવી જગ્યા; ભાગ, જગ્યા; અવકાશ, જગ્યા, તક; ઓરડી, ઓરડો; [બ૦વ૦માં] રહેવાની જગ્યા. સ૦ ક્રિ૦ [અમે.] ઓરડીઓ (ભાડે) રાખવી – માં રહેવું; -માં જમવું.

roo'my (રૂમિ), વિ૦ મોકળાશવાળું.

roost (રૂસ્ટ), ના૦ પક્ષીનું વિશ્રાન્તિસ્થાન. અ૦ ક્રિ૦ ઝાડ ઇ૦ પર આરામ લેવો રાતવાસો કરવો; સૂવા માટે બેસવું.

roo'ster (રૂસ્ટર), નાο [અમે.] પાળેલો કૂકડો.

root[1](રૂટ), નાο ઝાડનું મૂળ, મૂળિયું; [બο વοમાં] તેના રેસા અથવા શાખાઓ; ખાદ્ય મૂળ(વાળો છોડ), કંદમૂળ; વાળ, જીભ, દાંત, ઇοનું મૂળ; મૂળ, ઉત્પત્તિસ્થાન, પાયો, આધાર; [ગ.] સંખ્યાનું મૂળ; [ભાષા.] ધાતુ, મૂળ શબ્દ. ઉο ક્રિο મૂળ ઘાલવાં - બાઝવાં, મૂળ ઘાલે તેમ કરવું; રોપવું, પ્રસ્થાપિત કરવું - થવું; જડમાંથી ઉખેડવું. **~ out**, સમૂળ ઉચ્છેદ કરવો. **~-stock** મૂળસ્રોત; ભૂપ્રકાંડ, પ્રકંદ.

root[2], **rout**[2] (રાઉટ), ઉο ક્રિο જમીન ખોદવી - ઉપરતળે કરવી, ખોરાક ખોળવા માટે જમીન ખોદવી; ખોળી - શોધી - કાઢવું. **~ for**, [અમે.] તાળીઓ પાડી-ને અથવા ટેકા વડે ઉત્તેજન આપવું.

roo'tlet (રૂટ્લિટ), નાο નાનું મૂળ, મૂળની શાખા.

rope (રોપ), નાο દોરડું (સૂતર, શણ, તાર, ઇοનું); મોતીની માળા; [બοવοમાં] કુસ્તીનો અખાડો ઇο ફરતે બાંધેલાં દોરડાં-(ની વાડ). **know the ~s**, કોઈ વિશિષ્ટ કાર્યક્ષેત્રની પરિસ્થિતિનું સારું જ્ઞાન હોવું. ~ સο ક્રિο દોરડા વતી બાંધવું - જોડવું - આંતરવું, દોરડાની વાડ કરવી, દોરડાવતી અલગ પાડવું. **~-dancer**, બજાણિયો. **~ in**, સામેલ કરી લેવું.

ro'py (રોપિ), વિο રાશી; ચીકણું, તાર-વાળું.

ror'qual (રૉ ક્વલ), નાο પીઠ પર પાંખવાળી વહેલ માછલી.

rosa'ceous (રઝે.શસ), વિο ગુલાબના વર્ગની વનસ્પતિનું.

ro'sary (રોઝ઼રિ), નાο ગુલાબવાડી; [રોમનકૅથ.] સતત પ્રાર્થનાઓ દ્વારા ભક્તિ; જપમાળા.

rose[1] (રોઝ઼), નાο ગુલાબનો છોડ - ફૂલ; ગુલાબના ફૂલનું ચિત્ર; ગુલાબના આકારની નકશી કે વસ્તુ; પાણી પાવાની ઝારીનું નાળચું; ગુલાબી રંગ. વિο ગુલાબી રંગનું. **~bud**, ગુલાબની કળી; સુંદર છોકરી. **~-coloured**, ગુલાબી; [લા.] આનંદી, આશાભર્યું, ઉમેદવાળું; અંતિમ પરિણામ વિષે શ્રદ્ધા ધરાવનાર. **~-water**, ગુલાબપાણી - જળ. **~-window**, ગોળ બારી, બહુધા આરાઓ જેવા નકશીકામવાળી. **~wood**, ગુલાબના સુગંધવાળું લાકડું.

rose[2], (રોઝ઼), **rise**નો ભૂο કાο.

ro'sé (રોઝે.), નાο[ફ્રેં.] આછો ગુલાબી દારૂ.

ro'seate(રોઝિ઼અટ), વિο ગુલાબી (રંગનું).

ro'semary (રોઝ઼્મરિ), નાο એક બારમાસી સુગંધી ઝાડવું.

rose'tte (રઝ઼ે'ટ), નાο પથ્થર ઇοમાં કોતરેલું અથવા ફીતનું ગુલાબના આકારનું ઘરેણું.

Rosicru'cian (રોઝિ઼ક્રૂશન), વિο અને નાο ગૂઢવિદ્યા-મંડળનું(સભ્ય).

ro'sin (રૉઝ઼િન), નાο રાળ (વિοકο ઘન રૂપમાં). સοક્રિο -ને રાળ ઘસવી (દાο તο સારંગીના ગજને).

RoSPA (રૉસ્પ), સંક્ષેપ. Royal Society for the Prevention of Accidents.

ro'ster (રૉસ્ટર), નાο કામના વારાની યાદી-યોજના.

ro'strum (રૉસ્ટ્રમ), નાο [બοવο **~s** અથવા **-stra**] વક્તા માટે તૈયાર કરેલો ઓટલો, મંચ.

ro'sy (રોઝિ઼), વિο ગુલાબી (રંગનું); આશાવાળું; ઉજ્જ્વળ (ભાવીનું સૂચક).

rot (રૉટ), ઉοક્રિο વપરાશને અભાવે કે બગાડને લીધે ક્ષીણ થવું, સડવું, કહોવું; કહોવડાવવું; બગાડવું; ક્ષીણ કરવું; [વિο બોο] પજવવું, ચીડવવું. નાο સડો, ક્ષય, વિનાશ; વાહિયાત વાત; અનિષ્ટ પરિસ્થિતિ; લગાતાર ઓચિંતી એક પછી એક હાર (ખાવી તે). **~-gut**, (દારૂ અંગે) પેટ માટે નુકસાનકારક.

ro'ta (રોટ઼), નાο વારાફરતી કરવાનાં કામ અથવા કામ કરનાર વ્યક્તિઓ(ની યાદી).

ro'tary (રોટરિ), વિο વારાફરતી કર-

નારું, પૈડાની જેમ ગોળગોળ ફરતું.

rota'te (રોટેટ), ઉ૦ક્રિ૦ કેન્દ્ર અથવા ધરીની આસપાસ ફરવું, કક્ષામાં ફરવું, વારાફરતી (પાક ઇ૦) કાઢવું–લેવું, વારા-પ્રમાણે ગોઠવવું. **rota'tory** (-ટરિ), વિ૦.

rota'tion (રોટેશન), ના૦ વારાફરતી એક પછી એક આવવું – જવું તે, પુનરાવર્તન, ચક્રનેમિક્રમ: હોદ્દો ઇ૦ પર નિયત ક્રમમાં એક પછી એકનું આવવું તે. **rota'tional** (-નલ), વિ૦. **ro'tative** (રોટટિવ), વિ૦.

rota'tor (રોટેટર), ના૦ ચક્રાકાર ફેરવવાનું યંત્ર કે ભાગ.

rote (રોટ), ના૦ ટેવ પાડવી – પડવી – તે, ટેવ; સમજણ વિનાની સ્મૃતિ – ગોખણપટ્ટી.

roti'sserie (રટિસરિ), ના૦ ગોળગોળ ફરતા સળિયા પર ખોરાક શેકવાની વ્યવસ્થા.

ro'tor(રોટર), ના૦ યંત્રનો ગોળગોળ ફરતો ભાગ; હેલીકૉપ્ટરનો આડો ફરતો પંખો.

ro'tten (રૉટન), વિ૦ સડેલું, કોવાયેલું; નીતિ, જાહેરજીવન ઇ૦ની દૃષ્ટિથી ભ્રષ્ટ; નકામું, નાલાયક; [વિ૦બો૦] અણગમતું; મૂર્ખામીભરેલું.

ro'tter (રૉટર), ના૦ [વિ૦બો૦] ભ્રષ્ટ નાલાયક માણસ.

rotu'nd (રટન્ડ), વિ૦ ગોળમટોળ, પુષ્ટ; (અવાજ) મધુર: શબ્દાડંબરવાળું. **rotu'ndity** (-ન્ડિટિ), ના૦.

rouble (રૂબલ), ના૦ એક રશિયન ચાંદીનું નાણું.

rou'é (રૂએ), ના૦ બદફેલી – રંડીબાજ – માણસ.

rouge (રૂઝ), ના૦ ગાલ અને હોઠ રંગવાનું રાતું પ્રસાધન દ્રવ્ય. ઉ૦ક્રિ૦ તે વતી રંગવું, શણગાર કરવો. **~-et-noir** (રૂઝેનવાર), ના૦ રાતા અને કાળા ટપકાવાળા ટેબલ પર રમાતી એક જુગટાની રમત.

rough (રફ), વિ૦ ખરબચડું, ખાડાટેકરાવાળું; સૌમ્ય, શાંત કે વિનયી નહિ એવું; તોફાની, કઠોર; લાગણી વિહોણું; ન ગમનારું; સજાવટ, ઓપ ઇ૦માં ખોડખામીવાળું: કોમળતા વિનાનું; સરેરાશ; પ્રાથમિક, પૂર્વતૈયારીનું. ના૦ ખાડાટેકરાવાળી જમીન; મુશ્કેલી, કષ્ટ; મવાલી; સજાવટ વિનાની – કુદરતી-સ્થિતિ. સ૦ક્રિ૦ ખરબચડું ઇ૦કરવું; કશાકનું ડોળિયું – કાચો ખરડો – તૈયાર કરવો, કાચી યોજના ઘડવી. **~-and--ready**, બહુ ઝીણવટ વિનાનું, કામચલાઉ. **~-and-tumble**, વિ૦ કોઈ નિયમ, વ્યવસ્થા, ઇ૦ વિનાનું. ના૦ ધક્કાધક્કી, મારામારી. **~cast**, ચૂનો અને કાંકરાનો છો (વાળો થર). **~ house,** તોફાન, મસ્તી, દંગલ. **~ it,** અગવડ, મુશ્કેલી. ઇ૦ સહી લેવું. **~ justi'ce,** લગભગ વાજબી – ન્યાયી – વર્તન. **~ luck,** [વાત.] દુર્ભાગ્ય. **~neck,** [વિ૦બો૦ અમે.] હુલ્લડખોર – તોફાની – માણસ. **~shod,** વિ૦ બહાર નીકળતા ખીલાવાળી નાળ જડેલું. **ride ~shod over,** બીજાની અવગણના કરવી, -ની સાથે તુમાખીભર્યું વર્તન કરવું.

rou'ghage (રફિજ), ના૦ ખોરાકમાં ભૂસું ઇ૦ હોય છે તે.

rough'en (રફન), ઉ૦ક્રિ૦ ખરબચડું ઇ૦ બનાવવું – થવું.

roule'tte (રૂલે'ટ), ના૦ ખીલા પર ફરતા ટેબલ પર રમાતી એક જુગારની રમત.

round (રાઉન્ડ), વિ૦ ગોળાના આકારનું, વર્તુળાકાર, નળાકાર, ગોળ; બહિર્ગોલ રૂપરેખા કે સપાટીવાળું: (સંખ્યા અંગે) શૂન્યાન્ત; સમગ્ર, અખંડ, સંપૂર્ણ; નિખાલસ. ના૦ ગોળ વસ્તુ, ચક્કર, કૂંડાળું; નિસરણીનું પગથિયું; રોટીની ચીરી; આખી ચીરીઓની સેન્ડવિચ; -નો પરિઘ – વિસ્તાર; ગોળ ગોળ ફરતી ગતિ, ગોળ અથવા પુનરાવર્તનવાળો રસ્તો, માળા; તપાસણીનો હમેશનો ફેરો; ગસ્ત, રોન; જ્યાં માલ-સામાન નિયમિત પણે અપાય છે તે ઘરો ઇ૦નું જૂથ: ગોલ્ફમાં બધા ખાડાઓમાં – ગબીઓમાં – એક વખત દડો રમવો તે; [સં] જૂથના દરેક સભ્યને પિરસણ, પીણું, ઇ૦નો એક વારો; હરીફાઈની રમતોમાં હરીફોના વારાનું એક ચક્કર; હરીફાઈનો એક તબક્કો; એક બાર કરવા માટેનો દારૂ(ગોળો).

ક્રિ૰વિ૰(લગભગ) ગોળ – ચક્રાકાર – ગતિથી, નીકળ્યા ત્યાંથી પાછા આવીને, અથવા સામી બાજુએ પહોંચીને, ઘેર કે ઘેરાવો માપતાં, ઘેરાવામાં; આસપાસ બધે, ચોમેર. કેન્દ્રથી દરેક દિશામાં. નામ૰અ૰ -ની ફરતે – આસપાસ; -ની ચારેકોર; -ની છેડા કે સીમ પર. ઉ૰ ક્રિ૰ ગોળાકાર બનાવવું – થવું; સંખ્યા શૂન્યાન્ત બનાવવી. **in the ~**, બધાં અંગો કે લક્ષણો ઇ૰ પૂરેપૂરાં બતાવ્યાં કે વિચાર્યાં હોય એવું, નાટ્યગૃહના મંચની આસપાસ બધે પ્રેક્ષકોવાળું. **~ (off, out)**, પૂરું કરવું, છેવટના સુધારાવધારા કરવા; ખૂણો વટાવીને જવું. **~about**, જ્યાં અનેક રસ્તાઓ મળે છે અને જ્યાં બધાં વાહનો ઇ૰ને ગોળ ફરીને જવું પડે છે તે ચક્કર; બાળકોને બેસવાના આસનોવાળું ગોળગોળ ફરતું ચક્ર. વિ૰ ફેરાવાવાળું. **~ figures**, શૂન્યાન્ત સંખ્યા. **~ game**, જેમાં દરેક રમનાર પોતાને માટે સ્વતંત્રપણે રમે છે એવી રમત. **R~head**, ઇંગ્લંડના આંતરવિગ્રહ વખતે પાર્લમેન્ટરી પક્ષનો સભ્ય. **~ on**, -ને અનપેક્ષિત સામો જવાબ આપવો. **~ robin**, સહીઓનાં ક્રમ છુપાવવા વર્તુળાકારમાં સહીઓ કરેલી અરજી. **~sman** (-ડ્ઝ્ મન), માલની વરધીઓ મેળવવા માટે અને માલ સાથે ફરનાર વેપારીનો માણસ. **~ sum**, ઠીક ઠીક મોટી રકમ. **~-table conference**, ગોળમેજ પરિષદ જેમાં ભાગ લેનારા બધા સભ્યો સમાન કક્ષાના હોય – ગણાય – છે. **~ trip**, કોઈ સ્થળે જવાનો અને ભિન્ન રસ્તે પાછા આવવાનો પ્રવાસ. **~ up**, આસપાસ ફરી વળીને ઢોરોને એકત્ર – ભેગાં કરવાં. **~-up**, એક સામટું ઘેરી લેવું તે; સંક્ષેપ, ઉપસંહાર.

rou'ndel (રાઉન્ડલ), ના૰ નાનું ચક્ર; બે ચમકવાળું કાવ્ય.

rou'ndelay (રાઉન્ડિલે), ના૰ ધ્રુપદવાળું નાનું સાદું કાવ્ય.

rou'nders (રાઉન્ડર્સ), ના૰ બે પક્ષો વચ્ચે રમાતી ગેંડીદડા (બૅટ અને બૉલ)ની એક રમત.

rou'ndly (રાઉન્ડ્લિ), ક્રિ૰વિ૰ સ્પષ્ટપણે; કડકાઈથી.

rouse (રાઉઝ્), ઉ૰ક્રિ૰ જગાડવું; પ્રવૃત્ત કરવું; જાગવું, ઊઠવું; પ્રવૃત્ત થવું.

rout[1] (રાઉટ), ના૰ હારેલા લશ્કરની અવ્યવસ્થિત પીછેહઠ – નાસભાગ; સખત હાર; ધમાલ, તોફાન, મોટી ઉજાણી; તે કરનારી મંડળી. સ૰ક્રિ૰ સખત હાર આપવી.

rout[2], જુઓ **root**[2].

route (રૂટ), ના૰ રસ્તો, વાટ, માર્ગ. સ૰ ક્રિ૰ [**routing**] અમુક રસ્તે મોકલવું. **~march**, તાલીમ માટે કરાવાતી સિપાઈઓ ઇ૰ની કૂચ.

routi'ne (રૂટીન), ના૰ નિયમિત – રોજનો – ક્રમ, પરિપાટી; કાયમની વ્યવસ્થા. વિ૰ નિયમ પ્રમાણેનું, હમેશનું.

rove[1] (રોવ), જુઓ **reeve**[2].

rove[2], ઉ૰ ક્રિ૰ આમતેમ રખડવું, રઝળવું; (આંખો અંગે) આમતેમ ભમ્યા કરવું. **ro'ver**[1] (-વર), ના૰.

ro'ver[2], (રોવર), ના૰ ચાંચિયો.

row[1] (રો), ના૰ લગભગ સીધી હાર, પંક્તિ; બેઠકોની હાર. **in a ~**, [વાત.] હારમાં, એક પછી એક.

row[2], ઉ૰ ક્રિ૰ હલેસાં મારવાં – મારીને હોડી ચલાવવી; હોડીમાં લઈ જવું; હોડી ચલાવવાની શરતમાં ભાગ લેવો. ના૰ હલેસાં મારવાં તે. **rowing-boat**, હલેસાંવતી ચલાવાતી હોડી.

row[3], ના૰ [વાત.] ગરબડ, ઘોંઘાટ, તકરાર; મારામારી; ઝાટકણી. સ૰ ક્રિ૰ ઠપકો આપવો; તોફાન કરવું, મારામારી કરવી.

row'an (રોઅન, રાવન), ના૰ પહાડી 'ઍશ' વૃક્ષ; તેનું કરમજી ફળ.

row'dy (રાઉડિ), વિ૰ શોરબકોર–ધાંધલ – કરનાર, તોફાની. ના૰ એવું માણસ, મવાલી. **row'dyism** (-ઇઝ્મ), ના૰.

row'et (રાવિટ), ના૰ જોડાની એડીને છેડે જડેલી દાંતાવાળી ફરતી ચકરડી.

row'lock (રાૅલૉક), ના૦ હલેસા ટેકવવાની જગ્યા.

roy'al (રૉયલ), વિ૦ રાજા કે રાણીનું -પાસેનું-ને ઉપયોગી-ને લાયક-ને શોભે એવું; રાજકુટુંબનું, રાજવંશી; રાજા કે રાણીની સેવા કરનારું કે તેમના આશ્રય તળે રહેનારું; બાદશાહી, ભવ્ય, વિશાળ. ના૦ [વાત.] રાજવી, રાજવંશનું માણસ. **~ blue,** ઘેરો વાદળી (રંગ). **~ warrant,** રાજવીને માલ પૂરો પાડવાનો હુકમ-અધિકારપત્ર.

roy'alist (રૉયલિસ્ટ), ના૦ રાજાશાહી (પદ્ધતિ)નો પુરસ્કર્તા; રાજાનો પક્ષ લેનાર (આન્તરવિગ્રહ ઇ૦ વખતે).

roy'alty (રૉયલ્ટિ), ના૦ રાજત્વ, નૃપત્વ; રાજવીઓ; રાજકુટુંબનો માણસ; રાજાએ બક્ષેલો ખનિજ પદાર્થો ઇ૦ પરનો રાજાનો હક; લેખક, કર્તા, ઇ૦ને તેની કૃતિની નકલ કે પ્રયોગ દીઠ અપાતા સ્વામિત્વના પૈસા.

r.p.m., સંક્ષેપ. revolutions per minute.

R.S.M., સંક્ષેપ. Regimental Sergeant-Major.

R.S.P.C.A., સંક્ષેપ. Royal Society for the Prevetion of Cruelty to Animals.

R.S.V.P., સંક્ષેપ. આમંત્રણમાં કરાતી વિનંતી. ***répondez s'il vous plait*** (please answer).

Rt. Hon., સંક્ષેપ Right Honorable.

Rt. Rev(d), સંક્ષેપ. Right Reverend.

R.U., સંક્ષેપ. Rugby Union.

rub (રબ), ઉ૦ ક્રિ૦ ઘસવું, ચોળવું; ઢસડવું, ઘસડવું, જમીન સાથે ઘસડીને લઈ જવું; ઓપવું, સાફ કરવું ઘસી કાઢવું, કોરું કરવું; ઘસીને છોલવું-આળું બનાવવું; ડાઘો ઘસી નાખવો; તાજું કરવું; અસાવતી સાફસૂથરું કરવું; ઉપરથી સરકવું; -ની સાથે ઘર્ષણ કરવું; ઘર્ષણથી ઘસાઈ જવું કે જીર્ણ થવું; -ની સાથે ઘર્ષણ-ઝઘડો થવો. ઓળીવસ્તી ટુકાવટ કે મુશ્કેલી સાથે ચાલવું. ના૦ ચોળવું-ઘસવું-ઘસાવું -તે, ઘર્ષણ, નડતર, મુશ્કેલી. **~ off,** સાફ કરવું, ઘસાઈ જવું. **~ (up) the wrong way,** કોઈને ન ગમતી વાત કરીને ગુસ્સો આણવો.

ruba'to (રૂબાટો), વિ૦ [સં.] ગતિમાં તાત્કાલિક ફેરફાર સાથે રજૂ કરેલું.

ru'bber (રબર), ના૦ કેટલાંક ઝાડના રસમાંથી બનતો લવચીક કઠણ પદાર્થ, રબર; [અમે., બ૦વ૦માં] રબરના મોટા જોડા. **~ band,** કાગળિયાં ઇ૦ એકત્ર બાંધવાનો રબરનોગાળો. **~-neck,** [અમે.] લાંબી ડોક કરીને જોનારો; લાંબી ડોક કરીને જોવું. **~ stamp,** નામ ઇ૦નો રબરનો સિક્કો. **~-stamp,** યોગ્ય વિચાર કર્યા વિના માન્યતા આપી દેવી-મતું કરવું. **ru'bbery** (-બરિ), વિ૦.

ru'bberize (રબરાઇઝ઼), સ૦ક્રિ૦ રબરનું પડ ચડાવવું; ઉપર રબરનો પ્રયોગ કરવો.

ru'bbing (રબિંગ), ના૦ પીતળ પર કરેલા નકશીકામ પર કાગળ મૂકી તેના પર રંગીન ચાક ઇ૦ ઘસીને કરેલી નકલ.

ru'bbish (રબિશ), ના૦ કચરો, નકામી વસ્તુ, મેલ; અર્થહીન-વાહિયાત-વાત. **ru'bbishy** (-શિ), વિ૦.

ru'bble (રૂબલ), ના૦ પથ્થર, ઈંટ, ઇ૦ના કકડા, રોડાં.

ru'bicund (રૂબિકંડ), વિ૦ લાલ; લાલ મોઢાવાળું.

ru'bric (રૂબ્રિક), ના૦ લાલ રંગનું કે વિશિષ્ટ અક્ષરોવાળું મથાળું કે ફકરો; પ્રાર્થનામાળામાં પ્રાર્થના અંગે આપેલી સૂચના; સામાન્ય સૂચના; સમજૂતી.

ru'by (રૂબિ), ના૦ માણેક, લાલ; ચળકતો લાલ રંગ. વિ૦ લાલ(રંગનું).

ruche (રૂશ), ના૦ ફ્રીત કે જાળીદાર કાપડની ઝાલર-(ઝાલરવાળી) કિનાર. સ૦ક્રિ૦ ચપટી ભરવી, ઝાલર કરવી.

ruck[1] (રક), ના૦ આગળ જનારાઓને પકડી પાડવા અસમર્થ એવા શરતમાં પાછળ રહી ગયેલાઓનો મુખ્ય ભાગ; સામાન્ય માણસો કે વસ્તુઓનો સમુદાય.

ruck[2], **ru'ckle** (રકલ), ઉ૦ક્રિ૦ ગડી–

કરચલી – પાડવી – પડવી.

ru'cksack (રક્સૅક), ના૦ બંને ખભે પટાવતી ભેરવાતી પીઠ પર લટકતી થેલી.

ru'ction (રક્શન), ના૦ [વાત.] ઝઘડો, તકરાર; હંગલ.

ru'dder (રડર), ના૦ વહાણ કે વિમાનનું સુકાન.

ru'ddle (રડલ), ના૦ ભગવો રંગ, ગેરુ. સ૦ક્રિ૦ ગેરુ વતી રંગવું.

ru'ddy (રડિ), વિ૦ સુરખીદાર, તાજગીભર્યું લાલ; રતાશ પડતું; [વિ૦બો૦] લોહિયાળું, ઘાતકી.

rude (રૂડ) પ્રાથમિક અવસ્થાનું, સાદું; નૈસર્ગિક દશામાંનું; અસંસ્કારી, અશિક્ષિત; અણઘડ, સફાઈ વિનાનું; હિંસક, તોફાની; જોમવાળું; ખરા ભાવવાળું; મિજાજી; હુમલાખોર.

ru'diment (રૂડિમન્ટ), ના૦ [બ૦વ૦માં] મૂળ તત્ત્વો, પ્રાથમિક સિદ્ધાન્તો; કશાકનું પ્રારંભિક અપૂર્ણ-અવિકસિત-સ્વરૂપ;[એકવ૦] અર્ધવિકસિત અંગ અથવા તેનો ભાગ; કોઈ વિશિષ્ટ કાર્ય વિનાનો.

rudime'ntary (રૂડિમે'ન્ટરિ), વિ૦ મૂળારંભનું, પ્રાથમિક, અવિકસિત, પ્રારંભિક સ્વરૂપનું.

rue[1] (રૂ), ના૦ તૂરાં અને ઉગ્ર વાસનાં પાંદડાંવાળો એક બારમાસી છોડ.

rue[2], અ૦ક્રિ૦ -નો પસ્તાવો કરવો, અફસોસ કરવો, જીવ બાળવો.

rue'ful (રૂફુલ), વિ૦ ખિન્ન, શોકાતુર; (બનાવટી) શોક વ્યક્ત કરનાર.

ruff[1] (રફ), ના૦ ગળામાં પહેરવાનો સ્ટાર્ચ કરીને ઇસ્ત્રી કરેલો કડક ઝાલરવાળો કૉલર, પક્ષી કે પ્રાણીની ડોક ફરતે પીંછાંનું કે વાળનું આગળ પડતું કડું; એક જાતનું કબૂતર.

ruff[2], ના૦ [સ્ત્રી. **reeve**] 'સૅન્ડપાઇપર'-ની જાતનું એક પક્ષી.

ruff[3], ના૦ અને ઉ૦ ક્રિ૦ પત્તામાં હુકમનું પત્તું નાખવું(તે).

ru'ffian (રફિઅન), ના૦ દુષ્ટ માણસ, ગુંડો, મવાલી. **ru'ffianly** (-અન્લિ), વિ૦.

ru'ffle (રફલ), સ૦ ક્રિ૦ અશાંત – અસ્વસ્થ – કરવું.આડુંઅવળું–અવ્યવસ્થિત–કરવું. ના૦ ફીત ઇ૦ની ઝાલર; નાનું મોજું, લહેર.

ru'fous (રૂફસ), વિ૦ રતાશપડતું, બદામી.

rug (રગ), ના૦ કામળો, ગોદડું; પાથરણું, ગાદલું.

Ru'gby (રગ્બિ), ના૦. ~(**football**), જેમાં દડો હાથે ઊંચકી પણ શકાય એવી લંબગોળ દડાની–ફૂટબૉલની–રમત.

ru'gged (રગિડ), વિ૦ ખરબચડું, ખાડાટેકરાવાળું; કરડું, કડક; 'કઠોર,' ઉગ્ર.

ru'gger (રગર), ના૦ 'રગ્બી' ફુટબૉલ.

ru'in (રૂઇન), ના૦ પડતી, પતન; પાયમાલી, ખરાબી, નાશ; [બહુધા બ૦વ૦માં] પડી ગયેલી ઇમારતના અવશેષ, ખંડેર; પડતી કે વિનાશનું કારણ. સ૦ ક્રિ૦ વિનાશ – ખરાબી – પાયમાલી – કરવી. ખંડેર બનાવવા; દેવાળિયું બનાવવું. **ruina'tion** (-નેશન), ના૦.

ru'inous (રૂઇનસ), વિ૦ ખંડેર હાલતમાં; વિનાશક, વિનાશ કરનારું; સંકટમય, અનર્થભરેલું.

rule (રૂલ), ના૦ સિદ્ધાન્ત, નિયમ; ધારો, શિરસ્તો, ધોરણ; સામાન્ય પરિસ્થિતિ; શાસન, રાજ્ય; [ધર્મ.] સાંપ્રદાયિક આચારસંહિતા; માપવાનું સાધન, ફુટપટ્ટી, ઇ૦; [મુદ્રણ] પાતળી પટ્ટી, વિરામચિહ્નોમાં ડૅશ. ઉ૦ ક્રિ૦ ઉપર રાજ કરવું, સત્તા ચલાવવી; કાબૂમાં રાખવું; [સહ૦માં] -થી દોરવાવું; -ની ઉપર આધિપત્ય હોવું; ઠરાવ કરવો. ચુકાદો આપવો; કાગળ પર (સમાંતર) લીટીઓ આંકવી; આંકણીવતી (સીધી) લીટી દોરવી. **as a ~**, સામાન્યપણે, બહુધા. **~ of thumb**, વ્યાવહારિક – સામાન્ય અનુભવનો – નિયમ.

ru'ler (રૂલર), ના૦ શાસક રાજા, રાણી, ઇ૦; આંકણી.

ru'ling (રૂલિંગ), ના૦ અધિકૃત નિર્ણય, ઠરાવ, ઇ૦.

rum[1] (રમ), ના૦ શેરડી કે ગોળની

રસીમાંથી ગાળેલો મદ્યાર્ક – દારૂ.

rum², ના૦ [વાત.] વિચિત્ર, વિલક્ષણ.

ru'mba (રમ્બ), ના૦ ક્યૂબાના હબસીઓનું નૃત્ય; તેના જેવું નૃત્યશાળામાં થતું નૃત્ય.

ru'mble (રમ્બલ), ઉ૦ ક્રિ૦ વાદળાનો કે ભારે ખટારાનો કે તેના જેવો ગડગડાટ થવો; ગડગડવું; એવો અવાજ કરતાં જવું – પસાર થવું.

ru'mbu'stious (રમ્બસ્ટિઅસ), વિ૦ [વાત.] ઘોંઘાટ કરનારું, ધાંધલ મચાવનારું.

ru'minant (રૂમિનન્ટ), વિ૦ અને ના૦ વાગોળનારું – વાગોળ કાઢનારું –(પ્રાણી).

ru'minate (રૂમિનેટ), અ૦ ક્રિ૦ વાગોળવું; મનમાં ઘોળ્યા કરવું, ચિંતન કરવું. **rumina'tion** (-નેશન), ના૦. **ru'minative** (-નટિવ), વિ૦.

ru'mmage (રમિજ), ઉ૦ ક્રિ૦ ખોળાખોળ કરવી, શોધવું; બીજી બધી વસ્તુઓમાંથી શોધીને બહાર કાઢવું. ના૦ શોધ(ખોળ). ~ **sale**, બેવારસી માલનું વેચાણ – લિલામ.

ru'mmy¹ (રમિ), વિ૦ વિચિત્ર, વિલક્ષણ.

ru'mmy², ના૦ પત્તાંની એક રમત જેમાં બે સટ વપરાય છે.

ru'mour (રૂમર), ના૦ અફવા, ગપ, ઊડતી વાત. સ૦ ક્રિ૦ અફવા ફેલાવવી.

rump (રમ્પ), ના૦ જાનવરનો પૂંછડી પાસેનો ભાગ; પ્રાણી, પક્ષી કે માણસના કૂલા. ~ **steak**, બળદના ધગડાના માંસનો ટુકડો.

ru'mple (રમ્પલ), સ૦ ક્રિ૦ કરચલી પાડવી, ચૂંથવું

ru'mpus (રમ્પસ), ના [વાત.] ધાંધલ, ગડબડ, બૂમરાણ; કજિયો.

run (રન), ઉ૦ ક્રિ૦ [**ran**; **run**] દોડવું, દોડતા–ઝડપથી–જવું; (પ્રવાહી અંગે) વહેવું; નિયમિતપણે જવું–દોડવું; નાસી જવું; હરીફાઈની શરતમાં ભાગ લેવો; ઝડપથી ફેલાવું; બહાર નીકળવું–વહેવું; (બસ ઇ૦ અંગે) આવજા કરવી; ચાલુ, અમલી અથવા કાયદેસર હોવું; શબ્દબદ્ધ – લખેલું – હોવું; શરત કે હરીફાઈ માટે દાખલ થવું; ચાલુ કરવું અથવા રાખવું; -નું સંચાલન–નિયમન–કરવું; વાહનનો માલિક થઈને તે વાપરવું; દાણચોરી કરવી–કરીને નિષિદ્ધ માલ લાવવો; ઉપરઉપરથી અથવા ઉતાવળથી સીવવું; ચૂંટણીમાં ઊભા રહેવું. ના૦ દોડવ.ની ક્રિયા, દોડ (અમુક અવધિ કે અંતરની); ટૂંકી સફર; [ક્રિ.] દોડ, રન; ઝડપી અથવા લયબદ્ધ ગતિ; મોજામાં પડતું ઊભું ગાબડું; સામાન્ય વલણ; નિયત – નિયમિત – માર્ગ; મુસાફરીમાં વટાવેલું અંતર; લાંબો–અખંડ–વિસ્તાર–અવધિ–વહેણ; સામાન્ય–સાર્વત્રિક–માગણી; સામાન્ય – સર્વસાધારણ–વર્ગ કે જાત; પ્રાણીનો હંમેશનો માર્ગ; મરઘાં ઇ૦ રાખવાની જગ્યા–ખડો; ચારવાનું મેદાન; -ના મફત ઉપયોગ માટે રજાપરવાનો. ~ **across, against**, -ની સાથે અચાનક ભેટો થવો. ~ **after**, -ની પાછળ પડવું, પકડી પાડવા મથવું. ~ **away**, ઉતાવળથી અથવા ગુપ્તપણે નાસી જવું. ~**away**, નાસી જનાર–ભાગેડુ. ~ **away with**, ઉપાડી જવું; (વિચાર ઇ૦)-નો ઉતાવળમાં સ્વીકાર કરવો; (પૈસા ઇ૦) વાપરી નાખવા. ~ **down**, (ઘડિયાળને અંગે) ચાવીને અભાવે બંધ પડવું; (માણસ કે તેની તંદુરસ્તી અંગે) નબળું પડવું; -ની સાથે ટક્કર થવી; (ઠોકર મારીને)ગબડાવી દેવું; મહેનત કરીને શોધી કાઢવું; ઉતારી પાડવું; કામ પરના માણસો ઓછા કરવા. ~**-down**, સંખ્યામાં ઘટાડો, વિગતવાર પૃથક્કરણ; (વિ૦) બગડેલું, સડેલું; સમૃદ્ધિમાંથી પતન પામેલું. ~ **dry**, સુકાઈ જવું. ~ **in**, (નવા ઍંજિન ઇ૦ને) વ્યવસ્થિતપણે કામ કરતું કરવું; [વાત.] ગિરફતાર કરવું. ~ **into**, દેવામાં પડવું; -ની સાથે ટકરાવું; અનપેક્ષિતપણે ભેટો થવો; બને તેટલાને પહોંચવું. ~ **off**, અસ્ખલિતપણે બોલી જવું અથવા લખવું; યંત્ર પર નકલો કરવી; સરખા ગુણ અથવા 'હીટ્સ' (ઉપાન્ત્ય સામના) પછી શરતનો નિર્ણય કરવો. ~**-of-the-mill**, સામાન્ય, ખાસ નહિ. ~ **on**,

વિષય પર ફરી ફરી પાછું આવવું; ઈંધન તરીકે વાપરવું; કરવાનું ચાલુ રાખવું; બોલ-બોલ કરવું. ~ **out**, -નો અંત, ખતમ થવું; દોડનાર બૅટધારીની વિકેટ પાડી નાખવી. ~ **over**, ઉપર ઉપરથી જોઈ-વાંચી-જવું; (વાહન અંગે) કોઈ પ્રાણી, આડો પડેલો માણસ, ઇ૦ પર થઈને જવું; ઊભરાઈ જવું. ~ **through**, ભેદીને જવું, -માંથી પસાર થવું; તપાસવું; ટૂંકમાં કરી જોવું-પૂર્વપ્રયોગ કરવો; હાથ પર લઈને સફળતાપૂર્વક નિકાલ કરવો; ફાવે તેમ ખર્ચીને મિલકત ઉડાવી નાખવી; વ્યાપવું. ~ **to**, અમુક સંખ્યા કે રકમ થવી; -ને માટે આવશ્યક પૈસા કે લાયકાત હોવી; -નું વલણ હોવું-દાખવવું. ~ **up**, -નો સરવાળો થવો, ઝડપથી ભેગું થવું, ઉતાવળથી અથવા કચાશવાળું ઊભું કરવું. ~ **up against**. -ની સાથે ભટકાવું, મુશ્કેલી નડવી. ~**way**, વિમાનની ઉતરાણ પટ્ટી.

rune (રૂન), ના૦ પ્રાચીનતમ જર્મૅનિક વર્ણમાળાનો અક્ષર; એવો જ ગૂઢ અથવા જાદુઈ અર્થવાળો અક્ષર. **ru'nic** (-નિક), વિ૦.

rung[1] (રંગ), ના૦ નિસરણીનું પગથિયું, આડો દાંડો.

rung[2], **ring**નું ભૂ૦ કૃ૦.

ru'nnel (રનલ), ના૦ વહેળો, નાળું, મોરી.

ru'nner (રનર), ના૦ શરતમાં દોડનાર (ઘોડો); એપિયો; ~ (**bean**), જેને મૂળિયું બાઝે છે એવો વેલો; દાંડા પર આમતેમ ખસતું કડું; બરફ પર ચાલતી ગાડીના આધારરૂપ લાંબો મોભ; સ્કેટનાં બે પાનાંમાંનું એક; વસ્તુને સરકવા માટેની ખોભણ અથવા દાંડો; કાપડ, પાથરણું, ઇ૦ની લાંબી સાંકડી પટ્ટી. ~-**up**, હરીફાઈમાં કે શરતમાં બીજો આવનાર.

ru'nning (રનિંગ), વિ૦ યથાક્રમ-એક પછી એક-આવતું; સતત ચાલુ; વહેતું; (લખાણ અંગે) ચાલુ હાથનું; (ગૂમડા અંગે) જેમાંથી પરુ વહેતું હોય એવું; (ગાળા અંગે) સરકતી આંટાવાળું. ના૦ દોડવાની ક્રિયા કે રીત; સંચાલન. **in the** ~, જીતની કે જીતવાની શક્યતાવાળું. **make the** ~, ચાલ નક્કી કરી આપવી. ~-**board**, મોટર, ઍંજિન ઇ૦નું પગ મૂકવાનું લાંબું પાટિયું. ~ **commentary**, ક્રિકેટ મૅચ ઇ૦ ઘટનાનું ચાલુ વિવરણ. ~-**dog**, હાજી હા કરનાર અનુયાયી. ~ **jump**, દોડતા આવીને મારવામાં આવતો કૂદકો. ~ **repairs**, ગૌણ-નજીવી-દુરસ્તીઓ અને ભાગ ઇ૦ બદલવા તે. ~ **water**, નદી, વહેળા કે નળનું (વહેતું) પાણી.

ru'nny (રનિ), વિ૦ દોડતું, વહેતું; બહુ પાતળા પ્રવાહી (પાણી) જેવું.

runt (રન્ટ), ના૦ તે તે જાતનું નાના કદનું પ્રાણી; નબળું અથવા ઠીંગુ માણસ.

rupee' (રૂપી), ના૦ રૂપિયો.

ru'pture (રપ્ચર), ના૦ ભાંગવું તે, ભંગાણ; અણબનાવ; અંતરગળ. ઉ૦ક્રિ૦ ફાટવું; સંબંધ તોડવો; અંતરગળ થવું -થી પીડાવું; અણબનાવ થવો.

ru'ral (રુઅરલ), વિ૦ ગામડાનું - ને લગતું, ગ્રામીણ. **rura'lity** (-રૅલિટિ) ના૦. **rur'alize** (-લાઇઝ઼), સ૦ ક્રિ૦.

ruridecа'nal (રુઅરિડિકેનલ), વિ૦ ગામડાના ડીનનું-ડીનના હોદ્દાનું.

ruse (રૂઝ઼), ના૦ યુક્તિ, હિકમત, કરામત.

rush[1] (રશ), ના૦ ભેજવાળી જમીનમાં થતો એક છોડ, તેની માવાવાળી સળી; રશની સળીઓ. ~**light**, રશનો ગર ચરબીમાં બોળીને બનાવેલી મીણબત્તી.

rush[2], ઉ૦ક્રિ૦ જોરથી અને ઝડપથી આગળ વધવું-ધસવું-જવું-આવવું-ધકેલવું-લઈ જવું; [લશ્કર.] અચાનક હુમલો કરીને લઈ લેવું; એકદમ અથવા ખૂબ ઝડપથી દોડી જવું; યોગ્ય વિચાર કર્યા વિના જવું-વર્તવું-કરવું. ના૦ જોરથી ને ઉતાવળથી આગળ વધવું-ધસવું-તે; જોરદાર ધસારો; ફુવારો; હુમલો, ચડાઈ, આક્રમણ; મોટી સંખ્યામાં એકદમ સ્થળાંતર; કોઈ વસ્તુ માટે પડાપડી-જોરદાર માગ; [બ૦વ૦માં; ચિત્રપટ.] સંપાદન કે

કાપકૂપ પહેલાં ચિત્રપટનાં પ્રારંભિક પ્રદર્શનો. ~-hour, ભારે અવરજવરનો-ભીડનો-સમય, ~ job, ઠેઠ વિના કરવાનું કામ.

rusk (રસ્ક), ના૦ રોટીનો ફરી શેકેલો ટુકડો; એક જાતની હલકી બિસ્કિટ.

ru'sset (રસિટ), વિ૦ લાલાશ પડતું ભૂરું. ના૦ લાલાશ પડતો ભૂરો રંગ; ખરબચડી છાલવાળું રતાશ પડતું બદામી સફરજન.

Ru'ssian (રશન), વિ૦ રશિયાનું-ના લોકોનું-ની ભાષાનું. ના૦ રશિયન માણસ-ભાષા. **~ roulette**, માથા આગળ ધરેલી એક ખાનામાં કારતૂસ ભરેલી પિસ્તોલ ફોડવી તે. **~ salad**, ઈંડાનો બલ્ખ, તેલ, સરકો ઇ૦ સાથે રાંધેલા શાકભાજીના ચોસલાનું મિશ્રણ. **Ru'ssianize** (-નાઇઝ઼), સ૦ક્રિ૦. **Russianiza'tion** (-ઝ઼ેશન), ના૦.

rust (રસ્ટ), ના૦ લોઢા વગેરે ધાતુ પર ભીનાશને લીધે ચડતો કાટ; તેનો લાલાશ કે પીળાશ પડતો બદામી રંગ; વનસ્પતિને થતો ગેરુ રોગ. ઉ૦ક્રિ૦ કાટ ચડાવવો-ચડવો, કટાઈ જવું; નકામું રહી બગડી જવું, કટાવું.

ru'stic (રસ્ટિક), વિ૦ ગ્રામ્ય; ગામના લોકોનું-ખેડૂતોનું-ના જેવું, ગામડિયું; અણઘડ, બેડોળ; સફાઈથી નહિ ઘડેલું; ફાવે તેમ કાપેલું, ખરબચડી સપાટીવાળું. ના૦ ગામડિયો. **rusti'city** (-સિટિ), ના૦.

ru'sticate (રસ્ટિકેટ), ઉ૦ક્રિ૦ ગામડામાં (જઈ ને) રહેવું; સજા તરીકે યુનિવર્સિટીમાંથી અમુક મુદત માટે કાઢી મૂકવું. **rustica'tion** (-કેશન), ના૦.

ru'stle (રસલ), ના૦ પવનથી હાલતા પાંદડાંનો અથવા વરસાદ પડવાનો અવાજ, ખડખડાટ. ઉ૦ક્રિ૦ એવો અવાજ કરવો, ખડખડવું, ખડખડાવવું; [અમે.] (ઢોર કે ઘોડાની ચોરી કરવી.) **~ up**, [વાત.] જોઈએ ત્યારે હાજર કરવું.

ru'sty (રસ્ટિ), વિ૦ કાટવાળું, કાટ ચડેલું કાટના રંગનું; લાંબો સમય પડ્યું રહેવાથી કટાઈ ગયેલું; ઘડપણને લીધે અથવા વપરાશને અભાવે નબળું-ફીકું-પડેલું.

rut[1] (રટ), ના૦ ચીલો, ઘરેડ; રૂઢ માર્ગ; ખોભણ. **in a ~**, ઘરેડમાં પડેલું, રૂઢ.

rut[2], ના૦ પશુનો-નરહરણ ઇ૦નો મસ્તીનો કાળ-મૈથુનની ઋતુ. **ru'ttish** (-ટિશ), વિ૦.

ru'thless (રૂથ્લિસ), વિ૦ કઠોર, નિર્દય.

R.V., સંક્ષેપ. Revised Version.

rye (રાઇ), ના૦ એક જાતનું અનાજ, તેનો દાણો; તેનો ચારો; તેમાંથી ગાળેલો દારૂ. (**~ whisky** પણ)

S

S., સંક્ષેપ. Saint; Society; South (-ern.).

s., સંક્ષેપ. second(s); shilling(s); singular; son.

S.A., સંક્ષેપ. Salvation Army; sex appeal; South Africa; South Australia.

sabbatar'ian (સૅબટૅ'અરિઅન), વિ૦ અને ના૦ અઠવાડિયાના આરામનો દિવસ કડકપણે પાળનાર (માણસ). **sabbata-r'ianism** (-રિઅનિઝ઼મ), ના૦.

sa'bbath (સૅબથ), ના૦ સાપ્તાહિક આરામનો દિવસ (સૅબથ) યહૂદીઓ માટે શનિવાર અને ખ્રિસ્તીઓ માટે રવિવાર.

sabba'tical (સબૅટિકલ), વિ૦ સૅબથનું-ને લગતું. ~ (**year**), ના૦ અમુક અવધિ

પછી યુનિવર્સિટીના અધ્યાપકોને અભ્યાસ અને પ્રવાસ માટે અપાતી વરસની રજા.

sa'ble (સેબલ), ના૰ ઉત્તરધ્રુવ પ્રદેશનું કાળી રુવાંટી કે ઊનવાળું એક નાનું માંસાહારી ચોપગું પ્રાણી; તેની ચામડી અથવા રુવાંટી; કાળો રંગ. વિ૰ કાળું; ગમગીન.

sa'bot (સૅબો), ના૰ લાકડાનો – ના તળિયાવાળો – જોડો.

sa'botage (સૅબટાઝ), ના૰ અસંતુષ્ટ કામગારો અથવા શત્રુના માણસો ઇ૰ દ્વારા જાણી જોઈને કરાવી ભાંગફોડ અથવા વિધ્વંસ. સ૰ ક્રિ૰ ભાંગફોડ કરવી, યોજના ઇ૰ તોડી પાડવી; નુકસાન કે નાશ કરવો.

saboteur' (સૅબટર), ના૰ ભાંગફોડિયો.

sa'bre (સેબર), ના૰ ઘોડેસવારની વાંકા પાનાવાળી તલવાર; પટાબાજીની હલકી તલવાર. **~-rattling** (-રૅટ્લિંગ), ના૰ લશ્કરી બળનું પ્રદર્શન અથવા ધમકીઓ. **~-toothed tiger**, ના૰ ઉપરના લાંબા કુતરિયા દાંતવાળું હવે નષ્ટ એવું એક સસ્તન પ્રાણી.

sac (સૅક), ના૰ પ્રાણી કે વનસ્પતિમાં અન્તસ્ત્વચાની કોથળી, કોષ.

sa'ccharin (સૅકરિન), ના૰ ખાંડને બદલે વપરાતો એક અતિ ગળ્યો પદાર્થ, સૅકરિન.

sa'ccharine (સૅકરીન), વિ૰ ખાંડ જેવું, ખૂબ ગળ્યું.

sacerdo'tal (સૅસર્ડૉટલ), વિ૰ પાદરી(ઓ) કે ઉપાધ્યાયોનું; પુરોહિતોની વિશેષ સત્તાવાળું, પુરોહિતપ્રધાન. **sacerdo'talism** (-ટલિઝ્મ), ના૰. **sacerdo'talist** (-ટલિસ્ટ), ના૰.

sa'chet (સૅશે), ના૰ અત્તર કે સુગંધી પદાર્થ, શૅમ્પૂ, ઇ૰ની નાનીશી કોથળી – પડીકું.

sack[1] (સૅક), ના૰ ગૂણપાટ, શણ, ઇ૰-નો મોટો કોથળો; તે ભરીને માલ. સ૰ ક્રિ૰ કોથળામાં ભરવું; [વાત.] નોકરી પરથી કાઢી મૂકવું. **the ~**, [વાત.] રુખસદ. **~cloth**, ખરબચડું જાડું કપડું, ગૂણપાટ.

sack[2], ના૰ [ઇતિ૰] સ્પેનનો સફેદ દારૂ.

sa'ckbut (સૅક્બટ), ના૰ પીતળનું એક મધ્યયુગીન સુષિર વાદ્ય.

sa'cking (સૅકિંગ), ના૰ ગૂણપાટ, કંતાન.

sa'cral (સેક્રલ), ત્રિકાસ્થિનું. -ને લગતું.

sa'crament (સૅક્રમન્ટ), ના૰ પ્રતીકાત્મક ધાર્મિક વિધિ કે સંસ્કાર, વિ૰ ક૰ ખ્રિસ્તી ચર્ચના સાત વિધિઓમાંનો એક; પ્રભુભોજન; પવિત્ર વસ્તુ, અસર, ઇ૰. **sacrame'ntal** (-મૅન્ટલ), વિ૰.

sa'cred (સેક્રિડ), વિ૰ ધર્મનું, ધર્મસંબંધી, ધાર્મિક; દેવને, કોઈ વ્યક્તિને કે કાર્યને અર્પિત; પરમપાવન, અલંઘ્ય; પવિત્રીકૃત, પવિત્ર; પૂજ્ય. **~cow**, જેને વિશે કશો વાંધો ઉઠાવી ન શકાય કે ટીકા ન થઈ શકે એવી વિવેકશૂન્ય માન્યતા સેવાય છે તે કલ્પના કે સંસ્થા.

sa'crifice (સૅક્રિફાઇસ), ના૰ દેવતાને બલિદાન કરવું તે, યજ્ઞ કરવો તે, યજ્ઞમાં આપેલો બલિ, યજ્ઞ; બીજી કોઈ વસ્તુ પ્રાપ્ત કરવા માટે આપેલી વસ્તુ, ત્યાગ. ઉ૰ક્રિ૰ બલિદાન આપવું, ત્યાગ કરવો, અર્પણ કરવું. **sacrifi'cial** (-ફિશલ), વિ૰.

sa'crilege (સૅક્રિલિજ), ના૰ પવિત્ર વસ્તુનો અનાદર કે તેને ભ્રષ્ટ કરવી તે, તેમ કરવાનું પાપ. **sacrile'gious** (-લિજસ), વિ૰.

sa'cristan (સૅક્રિસ્ટન), ના૰ [પ્રા.] દેવળનો રખવાળ.

sa'cristy (સૅક્રિસ્ટિ), ના૰ દેવળનાં વસ્ત્રો, પૂજાની સામગ્રી–પૂજાપો ઇ૰ મૂકવાની જગ્યા.

sa'crosanct (સૅક્રસૅંક્ટ), વિ૰ અત્યંત પવિત્ર; અલંઘનીય. **sacrosa'nctity** (સક્રસૅંક્ટિટિ), ના૰.

sa'crum (સેક્રમ), ના૰ કરોડની સૌથી નીચે ત્રિકોણાકૃતિ હાડકું, ત્રિકાસ્થિ.

sad (સૅડ), વિ૰ દુઃખી, ખિન્ન; ખેદકારક, માઠું; રીઢું, સુધરે નહિ એવું; અત્યંત ખરાબ.

sa'dden (સૅડન), ઉ૰ ક્રિ૰ દુઃખી થવું-કરવું.

sa'ddle (સૅડલ), ના૰ જીન, પલાણ;

સાઇકલ ઇ૦ની બેઠક; ઘેટા-બકરા કે હરણ-ના કટિપ્રદેશનું માંસ; બંને છેડે શિખરોવાળી પર્વતની ધાર. સ૦ક્રિ૦ ઘોડા ઇ૦ પર જીન મૂકવું; કોઈની ઉપર કામ ઇ૦નો ભાર લાદવો. ~-bag, ખડિયાના બે ભાગમાંનો એક; સાઇકલની બેઠકની પાછળ લટકાવેલી થેલી.

sa'ddler (સૅડ્‌લર), ના૦ જીનગર, જીન બનાવનાર ને વેચનાર. **sa'ddlery** (-લરિ), ના૦.

sa'dism (સેડિઝ્‌મ), ના૦ બીજાઓ પ્રત્યે ક્રૂરતામાં રાચતી કામવાસના. **sa'dist** (-ડિસ્ટ),ના૦. **sadi'stic**(-ડિસ્ટિક),વિ૦.

s.a.e., સંક્ષેપ. stamped addressed envelope.

safa'ri (સફારિ), ના૦ શિકારની કે વૈજ્ઞાનિક સંશોધનની મોહીમ, વિ૦ક૦ આફ્રિકામાં. ~ **park,** સિંહ ઇ૦ ખુલ્લામાં ફરતા જોઈ શકાય એવું ઉપવન.

safe (સેફ), વિ૦ ક્ષેમ, કુશળ; સહીસલામત, જોખમ વિનાનું; સાવધ; વિશ્વસનીય; ખાતરીનું; જોખમ ન ખેડનારું; હાનિ ન પહોંચાડી શકે એવું. ના૦ તિજોરી; ખોરાક ઇ૦ રાખવાનું જાળીદાર કબાટ, પાંજરું. ~ **conduct,** અભયપત્ર; વળાવો, રખવાળું. ~ **deposit,** ભાડે આપવાની તિજોરીઓવાળું મકાન.

sa'feguard (સેફ્‌ગાર્ડ), ના૦ બચાવ(નું સાધન), કોઈ જોખમ કે સંકટ સામે અગાઉ કરેલી વ્યવસ્થા, બાંયધરી. સ૦ક્રિ૦ હકોનું રક્ષણ કરવું, સંરક્ષણ કરવું.

sa'fety (સેફ્‌ટિ), ના૦ સુરક્ષિતપણું, સલામતી. ~-**belt,** વિમાન કે વાહનની બેઠક સાથે બેસનારને બાંધી રાખતો પટો. ~-**catch**, બંદૂકના ઘોડાને વાસી રાખવાની ખીંટી – ઠેસી. ~ **curtain,** આગમાં સળગે નહિ એવો રંગમંચ અને નાટ્યગૃહ વચ્ચેનો પડદો. ~-**glass,** ફૂટતાં તેના કકડા ઊડે નહિ એવો કાચ. ~ **lamp,** ખાણના મિથેન વાયુને સળગાવે નહિ એવો કાર્બાઇડનો દીવો. ~ **match,** અમુક ઠેકાણે જ ઘસવાથી સળગે એવી દીવાસળી. ~ **net,** બજાણિયો ઇ૦ પડી જાય તો તેને અધ્ધર ઝીલવા માટેની જાળ. ~-**pin,** અણી માટે ઢાંકણાવાળી સલામત પિન. ~ **razor,** ચામડીને કાપે નહિ એવી રીતે ગોઠવેલો અસ્ત્રો, સલામત અસ્ત્રો. ~ **valve,** યંત્રમાં વરાળનું વધારે પડતું દબાણ ન થાય તે માટે આપોઆપ ખૂલતો પડદો, [લા.] કોઈ ને નુકસાન પહોંચાડ્યા વિના ક્ષોભ, રોષ, ઇ૦ને બહાર કાઢવાનો માર્ગ.

sa'ffron (સૅફ્રન), ના૦ કેસર. વિ૦ કેસરી (રંગનું).

sag (સૅગ), અ૦ક્રિ૦ વજન કે દબાણથી નીચે નમી – વાંકું વળી – બેસી – જવું, ત્રાંસું થઈ જવું. ના૦ વાંકું વળવું તે, તેની માત્રા.

sa'ga (સાગૅ), ના૦ આઇસલૅન્ડ અથવા સ્કૅન્ડિનેવિયાની પુરાણકથા – ગાથા; વીરગાથા, સાહસકથા; લાંબી કુટુંબકથા.

saga'cious (સગેશસ), વિ૦ ડાહ્યું, ચતુર, વિચક્ષણ. **saga'city** (-ગૅસિટિ), ના૦.

sage[1] (સેજ), ના૦ ભૂખરાં-લીલાં પાંદડાંવાળો એક ખુશબોદાર છોડ.

sage[2]**,** વિ૦ ડાહ્યું, વિવેકી, અનુભવી. ના૦ ઋષિ, મુનિ.

Sagitta'rius (સૅજિટૅ'અરિઅસ), ના૦ ધનુર્ધારી, ધનરાશિ.

sa'go (સેગો), ના૦ સાબુદાણા – ચોખા.

sa'hib (સાહિબ), ના૦ સાહેબ.

said (સેડ), say નો ભૂ૦ કા૦ તથા ભૂ૦ કૃ૦.

sail (સેલ), ના૦ સઢ; [સમૂહ૦] વહાણનાં બધાં સઢ; સઢવાળા વહાણમાં પ્રવાસ અથવા સફર; પવનચક્કીનું પવન લેવાનો પંખો – પાટિયાં. ઉ૦ક્રિ૦. દરિયાઈ મુસાફરી કરવી – મુસાફરીએ ઊપડવું; વહાણ ચલાવવું – હંકારવું; દરિયો પસાર કરવો; આકાશમાં વહાણની જેમ શાંતપણે ઊડવું – તરતા જવું. સહેલાઈથી – શાંતપણે – જવું. ~-**cloth,** સઢનું કપડું, કંતાન. ~**plane,** એક જાતનું 'ગ્લાઇડર' વિમાન. **sailing-boat, -ship,** સઢની મદદથી ચાલતી હોડી – વહાણ.

sai'lor (સેલર), ના૦ ખારવો, નાવિક;

નૌકાસૈન્યનો માણસ. **bad, good, ~**, દરિયા પર જેને ચક્કર આવે છે, નથી આવતા, એવો પ્રવાસી. **~ hat, suit, etc.**, ખારવાની ટોપી, પોશાક, ઇ૦.

sai'nfoin (સેનફૉઇન), ના૦ રતાશ-પડતા ફૂલોવાળો ઢોરની ચાર માટેનો છોડ.

saint (સેન્ટ), વિ૦ ચર્ચ દ્વારા સંત તરીકે જાહેર કરાયેલું અથવા બહુ જ પવિત્ર તરીકે માન્ય કરાયેલું, સંત. ના૦ સંત, સાધુ (પવિત્ર વ્યક્તિના નામ પહેલાં વપરાય છે), સાધુ-તુલ્ય માણસ. **sai'nthood** (-હુડ), ના૦. **sai'ntlike** (-લાઇક), વિ૦. **sa-i'ntly** (-લિ), વિ૦.

sai'nted (સેન્ટિડ), વિ૦ સંતોની કોટિમાં દાખલ કરાયેલું, પૂજ્ય.

sake[1] (સેક), ના૦. **for the ~ of, for my**, etc. **~**, (અમુક)ને ખાતર, મારે ખાતર, -ના હિતાર્થે, -ને કારણે.

sake[2], (સાકિ), ના૦ જાપાની ચોખાનો દારૂ.

salaa'm (સલામ), ના૦ સલામ. અ૦ ક્રિ૦ સલામ કરવી.

sala'cious (સલેશસ), વિ૦ લંપટ, કામી, કામવિષયક. **sala'city** (-લૅસિટિ), ના૦.

sa'lad (સૅલડ), ના૦ રાંધ્યા વિનાના શાક-ભાજી, ફળ, ઇ૦ની કચુંબર, ઘણી વાર માંસ-ના કકડા, પનીર, ઇ૦ સાથેની અથવા માંસ સાથે ખવાતી; કાચાં ખાવાલાયક શાકભાજી. **~ days**, દુનિયાના અનુભવ વિનાની યુવાવસ્થા. **~-dressing**, કચુંબર સાથે વપરાતું તેલ, સરકો, ઇ૦નું મિશ્રણ.

salama'nder (સૅલમૅન્ડર), ના૦ અગાઉ અગ્નિમાં રહેતું મનાતું કાચિંડા જેવું એક પ્રાણી; પૂંછડીવાળું એક ઉભયચર પ્રાણી.

sala'mi (સલામિ), ના૦ વિ૦ક૦ ઇટલી-નો ખૂબ મસાલેદાર ફુલમો.

sal ammo'niac (સૅલ અમોનિઍક), ઍમોનિયમ ક્લોરાઇડ.

sa'lary (સૅલરિ), ના૦ પગાર, વેતન. સ૦ક્રિ૦ -ને પગાર આપવો. **sa'laried** (-રિડ), વિ૦ પગારદાર.

sale (સેલ), ના૦ વેચવું તે, વેચાણ; વેચાયેલો માલ, તેનો જથ્થો; વેચાણનો પ્રસંગ; ઓછી કિંમતે માલનું ખાસ વેચાણ. **for, on, ~**, વેચવા માટે (મૂકેલું). **~-room**, લિલામનો ઓરડો-જગ્યા. **~'sgirl, ~slady, ~sman, ~'sperson, ~swoman**, વેચાણ કરનાર માણસ (છોકરી ઇ૦). **~'smanship**, વેચવાની આવડત-કળા.

sa'leable (સેલબલ), વિ૦ વેચી શકાય એવું, વેચવા જેવું; ઘરાકો મળે એવું. **saleabi'lity** (-બિલિટિ), ના૦.

sa'lient (સેલિઅન્ટ), વિ૦ આગળ પડતું, બહાર આવેલું, સ્પષ્ટ દેખાતું; મુખ્ય(મુખ્ય), ના૦ બહાર પડતો ખૂણો; [લશ્કર.] હુમલા કે બચાવની હરોળમાં પાડેલું ગાબડું-મારેલી ફાચર.

sa'line (સેલાઇન), વિ૦ મીઠાનું, મીઠા-વાળું, ખારું; ક્ષારોનું. ના૦ ખારો પદાર્થ; ખારા પાણીનું સરોવર, ઝરો, ઇ૦. **sali'nity** (સલિનિટિ), ના૦.

sali'va (સલાઇવ), ના૦ લાળ, મુખરસ.

sali'vary (સલાઇવરિ), વિ૦ લાળનું, લાળ ઝરતું.

sa'livate (સૅલિવેટ), ઉ૦ક્રિ૦ લાળ (વિ૦ ક૦ વધુ પડતી) પેદા કરવી-કાઢવી-ઝરવી.

sa'llow[1] (સૅલો), ના૦ વિલોનું ઝાડવું, વિ૦ક૦ નીચું; તેનું લાકડું-લાકડી.

sa'llow[2], વિ૦ (ચહેરા કે દેહના વર્ણ અંગે) પીળાશ-ફીકાશ-પડતું બદામી.

sa'lly (સૅલિ), ના૦ ઘેરાયેલા લોકોનો શત્રુ પર એકદમ ધસારો; વિનોદ, ઠઠ્ઠા, મશ્કરી. અ૦ક્રિ૦ ઘેરો ઘાલનાર પર હુમલો કરવો; ફરવા વગેરે બહાર નીકળી પડવું.

sa'lmi (સૅલ્મી), ના૦ શાક અને પક્ષીના માંસના કકડાની મસાલેદાર વાની; ખીમો.

sa'lmon (સૅમન), ના૦ નારંગી - ગુલાબી રંગનું માંસ અને રૂપેરી ભીંગડાંવાળી એક મોટી માછલી. વિ૦ સામન માછલીના રંગનું. **~-trout**, દરિયાઈ 'ટ્રાઉટ' માછલી.

salmone'lla (સૅમનેલ), ના૦ ખોરાકમાં ઝેર પેદા કરનારાં સૂક્ષ્મ જીવાણુ-બૅક્ટીરિયા.

sa'lon (સૅલૉં), ના૦ કોઈ ફૅશનબલ

મહિલાનો સ્વાગતનો ઓરડો, તેમાં ભરાતી નામાંકિત માણસોની બેઠક; કેશપ્રસાધક, દરજી, ઇ૰નો ઘરાકને બેસાડવાનો ઓરડો.

saloo'n (સલૂન), ના૰ મેળાવડાનો મોટો ઓરડો, દીવાનખાનું; વહાણના પ્રવાસીઓ માટેનો વિશિષ્ટ કામ માટેનો મોટો જાહેર ઓરડો; [અમે૰] દારૂની દુકાન; ખાસ સુખ-સગવડવાળો આગગાડીનો ડબો. **~ bar,** વીશીમાંની દારૂની ઉત્તમ દુકાન. **~ car,** ડ્રાઇવરની પાછળ આડ વિનાની બંધ બારણાંવાળી મોટરગાડી.

sa'lsify (સૉલ્સિફાઇ), ના૰ ખોરાકમાં લેવાતો લાંબાં પીળાં મૂળિયાંવાળો એક છોડ.

salt (સૉલ્ટ), ના૰ મીઠું, લૂણ, (દરિયાના પાણીના બાષ્પીભવનથી અથવા ખાણમાંથી મળતું); તીખાશ, ચોટ, વિનોદ; [ઘણી વાર બ૰ વ૰માં] સ્વાદ, રૂપ, ઇ૰માં મીઠા જેવો પદાર્થ; [બ૰ વ૰માં] જુલાબનું મીઠું; [રસા.] ક્ષાર, ખાર; **worth one's ~,** પગાર ઇ૰ મળતર માટે લાયકાતવાળું. **take with a grain or pinch of salt,** -ને વિષે શંકાશીલ હોવું, સાવ સાચું ન માનવું. ~ વિ૰ મીઠાવાળું, ખારું, મીઠું નાખેલું, મીઠામાં નાખેલું; કડું; તીખું. ~ સ૰ ક્રિ૰ ઉપર મીઠું ભભરાવવું, મીઠામાં નાખવું, મીઠું પાવું; (હિસાબ ઇ૰માં) ખોટી નોંધો કરવી. **~ away, down,** [વાત.] ભવિષ્ય માટે પૈસા બચાવવા, બૅંક ઇ૰માં મૂકવા અથવા સંતાડી રાખવા. **~-cellar,** મીઠાનું ખાનું, નિમકદાની. **~-marsh,** જ્યાં દરિયાનું પાણી ફરી વળતું હોય તે કળણ. **~ mine,** સૈંધવની – મીઠાની – ખાણ. **~ of the earth,** ધરતી પરના શ્રેષ્ઠ લોકો, જે સમાજને સ્વસ્થ રાખે છે. **~pan,** મીઠાનો અગર, મીઠું બનાવવાનો ક્યારો કે કોઈ વાસણ.

S.A.L.T., સંક્ષેપ. Strategic Arms Limitation Talks.

sa'lting (સૉલ્ટિંગ), ના૰ ખારાશવાળું કળણ.

sa'ltire (સૉલ્ટાયર), ના૰ ત્રાંસી ચોકડી (×)વાળો ક્રૂસ.

saltpe'tre (સૉલ્ટપીટર), ના૰ બંદૂકનો દારૂ ઇ૰ બનાવવામાં વપરાતો એક ક્ષાર, સૂરોખાર.

sa'lty (સૉલ્ટિ), વિ૰ મીઠાનું – જેવું – ના સ્વાદવાળું, ખારું, તીખું; વિનોદી.

salu'brious (સલ્યુબ્રિઅસ), વિ૰ આરોગ્ય-દાયક. **salu'brity** (-બ્રિટિ), ના૰.

salu'ki (સલૂકિ), ના૰ મોટો પાતળો રેશમીવાળવાળો કૂતરો.

sa'lutary (સૅલ્યુટરિ), વિ૰ સારું પરિણામ લાવનારું, લાભદાયક.

saluta'tion (સૅલ્યુટેશન), ના૰ સલામ-રામરામ-(કરવા તે), અભિવાદન.

salu'te (સલ્યૂટ) ના૰ મળતી વખતે કે વિદાય લેતી વખતે કરાતા રામરામ, સલામ, ઇ૰; [લશ્કર ઇ૰] સન્માનની નિશાની તરીકે સલામી, બંદૂકો ફોડવી, ઇ૰. ઉ૰ક્રિ૰ -ને નમસ્કાર–સલામ–કરવી, અભિવાદન કરવું; પ્રસન્નપણે મળવું, સ્વાગત કરવું.

sa'lvage (સૅલ્વિજ), ના૰ દરિયા પર કે આગથી મિલકત બચાવવી તે, ત માટે આપેલા કે આપવાના પૈસા; નકામા પડેલા માલ–કાટમાળ–નો બચાવ અને ઉપયોગ કરવો તે; બચાવેલી મિલકત અથવા માલ. સ૰ ક્રિ૰ દરિયો, નૌકાભંગ આગ, ઇ૰ માંથી મિલકત-માલ-બચાવવો.

salva'tion (સૅલ્વેશન), ના૰ પાપમાંથી બચાવવાની અથવા બચવાની ક્રિયા, મુક્તિ; નુકસાન અથવા સંકટમાંથી સંરક્ષણ (કરનાર વ્યક્તિ કે વસ્તુ). **S~ Army,** મુક્તિફોજ.

Salva'tionist (સૅલ્વેશનિસ્ટ), ના૰ મુક્તિફોજનો માણસ. **Salva'tionism** (-નિઝ્મ), ના૰.

salve[1] (સાલ્વ, સૅ-), ના૰ મલમ, લેપ, જખમને રૂઝ લાવનાર; શામક ઉપાય; સ૰ ક્રિ૰ મલમ–લેપ–ચોપડવો; શાંત પાડવું.

salve[2], સ૰ ક્રિ૰ નૌકા ભંગ, આગ, ઇ૰માંથી બચાવવું.

sa'lver (સૅલ્વર), ના૰ થાળ, તબક, 'ટ્રે'.

sa'lvo (સૅલ્વો), ના૰ [બ૰ વ૰ **~es**

અથવા ~s] તોપો કે બંદૂકોનો એક સામટો મારો; તાળીઓને ગડગડાટ.

sal vola'tile (સૅલ્વલૅટિલ), ભાન પર લાવવા માટે સૂંઘાડવાની દવા, 'ઍમોનિયમ કાર્બોનેટ'.

Sama'ritan (સમૅરિટન), ના૦ અને વિ૦ પ્રાચીન સમારિયાનું (વતની), **good ~**, સાચો પરોપકારી અને સહાય કરનાર માણસ.

sa'mba (સૅમ્બ), ના૦ બ્રાઝિલનું નૃત્ય; તેની નકલ કરનારું દીવાનખાનાનું નૃત્ય; તે માટેની સંગીત રચના. અ૦ ક્રિ૦ 'સૅમ્બા' નૃત્ય કરવું.

same (સેમ), વિ૦ એક સરખું; ન બદલાતું; ન બદલાયેલું; એ ને એ જ; ઉપર કહેલું, ઉપર્યુક્ત, સર્વ૦ **the ~**, એ જ વસ્તુ. ક્રિ૦ વિ૦ **the ~**, એ જ રીતે. **just the ~**, તેમ છતાં, તથાપિ.

sa'movar (સૅમવર), ના૦ રશિયન ચાહાની, કીટલી.

Sa'moyed (સૅમયે'ડ); ના૦ ઉત્તર ધ્રુવ-પ્રદેશનો સફેદ કૂતરો.

sa'mpan (સૅમ્પૅન), ના૦ ચીન તરફ વપરાતી નાની હોડી.

sa'mphire (સૅમ્ફાયર), ના૦ અથાણું બનાવવાનો એક ડુંગરાળ છોડ.

sa'mple (સામ્પલ), ના૦ નમૂના તરીકે લીધેલો ટુકડો-અંશ; નમૂનો, માસલો. સ૦ ક્રિ૦-ના નમૂના લેવા -ના ગુણદોષ પારખવા; -નો પ્રતિનિધિક અનુભવ મેળવવો.

sa'mpler (સામ્પ્લર), ના૦ પોતાનું કૌશલ્ય બતાવવા માટે કરેલા ભરત-કામનો ટુકડો-નમૂનો.

sa'murai (સૅમુરાઈ), ના૦ [બ૦ વ૦ એ જ] જાપાનનો લશ્કરી અધિકારી; [ઇતિ૦] જાપાનનો ક્ષત્રિય વર્ણનો માણસ.

sa'nator'ium (સૅનટૉરિઅમ), ના૦ [બ૦ વ૦ ~s અથવા **-toria**] માંદા-ઓની માવજત માટેનું સ્થાન, આરોગ્ય-ભવન, સારાં હવાપાણીની જગ્યા; શાળા-કૉલેજોમાં માંદાઓ માટેનો ઓરડો.

sa'nctify (સૅંક્ટિફાઇ), સ૦ ક્રિ૦ પવિત્ર કરવું-માનવું; પાપમુક્ત-શુદ્ધ-કરવું. **sanctifica'tion** (-ફિકેશન), ના૦.

sanctimo'nious (સૅંક્ટિમોનિઅસ), વિ૦ પવિત્રતાનો ડોળ કરનારું.

sa'nction (સૅંક્શન), ના૦ કાયદા સાથે જડેલો બદલો-બક્ષિસ અથવા સજા, એ બદલાવાળી કાયદાની કલમ; આંતરરાષ્ટ્રીય કાયદાનું પાલન ન કરવા બદલ સજા; [બ૦ વ૦માં] કરાર ઇ૦નું પાલન કરાવવા માટે રાજ્યની વિરુદ્ધ લેવાનાં આર્થિક, અને લશ્કરી પગલાં – કાર્યવાહી; કોઈ નિયમનું પાલન કરાવવા માટેની વિચારણા; અધિકૃત પરવાનગી, મંજૂરી. સ૦ ક્રિ૦ મંજૂર કરવું, -ની સત્તા આપવી; રજા – સંમતિ-આપવી.

sa'nctity (સૅંક્ટિટિ), ના૦ સાધુતા, પવિત્રતા, અલંઘ્યતા.

sa'nctuary (સૅંક્ટ્યુઅરિ), ના૦ પવિત્ર જગ્યા; પવિત્ર આશ્રયસ્થાન જ્યાંથી આશ્રય લેનાર ફરારીને પકડી કે હણી શકાતો નથી; આ ઉન્મુક્તિ, સુરક્ષિતતા; અભયારણ્ય.

sa'nctum (સૅંક્ટમ), ના૦ પવિત્ર સ્થાન, કોઈનો ખાનગી ઓરડો.

sand (સૅન્ડ), ના૦ રેતી; [બ૦વ૦માં] રેતીના કણ, રેતીનો પટ-મેદાન; રેતીનો ટેકરો. સ૦ક્રિ૦ ઉપર રેતી નાખવી-ભભ-રાવવી; રેતિયા કાગળથી સુંવાળું-પૉલિશ-કરવું. **~bag**, રેતીની થેલી, વિ૦ક૦ રક્ષણ માટે આડ કરવા માટે. સ૦ક્રિ૦ રેતીની થેલીઓ વડે રક્ષણ કરવું-મારવું. **~bank**, દરિયામાં ભેગો થતો રેતીનો ટેકરો, ખરાબો. **~blast**, દબાણવાળી સંકોચિત હવા અથવા વરાળ વડે ફેંકેલી રેતીની ધાર; તે વડે ખરબચડું; સાફ, ઉત્કીર્ણ, ઇ૦ કરવું. **~-castle**, દરિયા કિનારા પર બાળકો બનાવે છે તે રેતીનો કિલ્લો ઇ૦. **~-glass**, રેતીનું ઘડિયાળ નિયત સમયે, બહુધા કલાકે કલાકે, ઉલ-ટાવવામાં આવતી ભ્રમરકટિ શીશી, કલાક શીશી. **~-hill**, કિનારા પરનો રેતીનો ટેકરો. **~-martin**, રેતીના ખાડામાં કે ટેકરામાં માળો બાંધનાર 'માર્ટિન' પક્ષી. **~-paper**, ના૦ રેતિયો કાગળ. સ૦

ક્રિ૦ તે વડે સુંવાળું બનાવવું–પોલિશ કરવું. **~'piper**, ભીનાશવાળી રેતાળ જગ્યાઓમાં સતત ફરતા પક્ષીની જાત. **~-shoe**, રેતીના પટ પર ચાલવાનો જોડો. **~stone**, દબાયેલી રેતીનો બનેલો–ગડદિયો–પથ્થર. **~storm**, રેતી ઊડીને થતું તોફાન, આંધી.

sa'ndal (સૅન્ડલ), ના૦ ચંપલ, સૅન્ડલ.

sa'ndalwood (સૅન્ડલ્વુડ), ના૦ ચંદનનું લાકડું.

sa'ndwich (સૅન્વિજ), ના૦ માંસ, મુરબ્બો, ઇ૦ વચ્ચે મૂકયું હોય એવા રોટીના બે (કે વધુ) કકડા; મુરબ્બો, મલાઈ, ઇ૦ વચ્ચે મૂકયાં હોય એવા બે કે વધુ પડવાળી કેક. સ૦ક્રિ૦ બે વસ્તુઓ વચ્ચે ત્રીજી જુદી જ જાતની વસ્તુ કે વાત ઘુસાડી દેવી. **~-board**, આગળપાછળ લટકાવેલાં જાહેરાતનાં બે પાટિયાંમાંનું એક. **~ course**, વહેવારુ અને તાત્ત્વિક શિક્ષણવાળા વારાફરતા ગાળાવાળો અભ્યાસક્રમ. **~-man**, આગળ એક ને પાછળ એક એમ જાહેરાતનાં બે પાટિયાં લટકાવીને રસ્તા પર ફરનાર માણસ.

sa'ndy (સૅન્ડિ), વિ૦ રેતાળ, રેતીવાળું; રેતીના રંગનું; (વાળ અંગે) પીળાશ પડતું રાતું.

sane (સેન), વિ૦ સાબૂત મનનું, ગાંડું નહિ એવું; સમજુ; ડાહ્યું; (વિચાર, મત, અંગે) સમતોલ, ડહાપણભરેલું.

sang (સૅંગ), **sing** નો ભૂ૦કા૦.

sang-froi'd (સાંફ્રવા), ના૦ સંકટ કે મુશ્કેલીને વખતે સ્વસ્થતા.

sa'nguinary (સૅંગ્વિનરિ), વિ૦ ખૂનરેજીવાળું, ખૂનરેજીમાં રાચનારું; લોહી તરસ્યું; ખૂની, લોહિયાળ.

sa'nguine (સૅંગ્વિન), વિ૦ લોહીના જેવું રાતું; (વર્ણ અંગે) ચળકતું અને સુરખીદાર; આશાવાળું.

Sa'nhedrin (સૅનિડ્રિન), ના૦ પ્રાચીન જેરુસલેમની વરિષ્ઠ મહાસભા અને ન્યાયાલય.

sanita'rium (સૅનિટૅ'અરિઅમ), ના૦ sanatoriumનું અમેરિકામાં પ્રચલિત રૂપ.

sa'nitary (સૅનિટરિ), વિ૦ આરોગ્ય(રક્ષણ)વિષયક, વિ૦ ક૦ ગંદવાડ અને રોગના ચેપ અંગે; ગંદવાડ અને રોગના ચેપથી મુક્ત; આરોગ્ય અને સુખાકારીનું રક્ષણ કરનારું. **~ towel,** સ્ત્રીનો માસિક વખતે વાપરવાનો રૂમર્યો રૂમાલ.

sanita'tion (સૅનિટેશન), ના૦ આરોગ્ય અને સ્વચ્છતા(ની સુધારણા–વ્યવસ્થા); ઘરના કે શહેરના ગંદવાડ અને કચરાનો નિકાલ.

sa'nity (સૅનિટિ), ના૦ મનનું સાબૂતપણું ઇ૦. જુઓ **sane.**

sank (સૅંક), **sink** નો ભૂ૦કા૦.

sanse'rif (સૅનસૅ'રિફ), ના૦ અને વિ૦ શોભા માટેના પાંખડા વિનાનું (બીબું).

Sa'nskrit (સૅંસ્ક્રિટ), ના૦ અને વિ૦ સંસ્કૃત. **Sanskri'tic** (–ટિક), વિ૦.

Sa'nta Claus (સૅન્ટ઼ ક્લૉઝ઼), નાતાલ વખતે છોકરાંનાં મોજાંમાં ભેટસોગાદો મૂકનાર કાલ્પનિક ડોસો.

sap[1] (સૅપ), ના૦ વનસ્પતિનો જીવનરસ; [લા.] સત્ત્વ, જીવનશક્તિ; [વિ૦બો૦) મૂર્ખ માણસ. સ૦ ક્રિ૦ રસ કાઢી કે શોષી લેવો; [લા.] નું જોમ – તાકાત–ખલાસ કરવી. **sa'ppy** (સૅપિ). વિ૦.

sap[2], ના૦ કિલ્લેબંધીવાળી જગ્યામાં ગુપ્તપણે હુમલો કરવા માટે ભોંયરું કે ખંદક (બનાવવો તે). ઉ૦ ક્રિ૦ ખંદક ખોદવો; પાયો ખોદીને નબળું પાડવું; [લા.] દગો દઈ ને નાશ કરવો.

sa'pper (સૅપર), ના૦ ખાઈ ખોદનારો ઇ૦; રૉયલ ઍંજિનીયર્સ' સંગઠનનો સિપાઈ.

sa'pid (સૅપિડ), વિ૦ લહેજતદાર; બેસ્વાદ કે મોળું નહિ એવું. **sapi'dity** (-ડિટિ), ના૦.

sa'pient (સેપિઅન્ટ), વિ૦ ડાહ્યું (હોવાનો ડોળ કરનારું). **sa'pience** (-અન્સ), ના૦

sa'pling (સૅપ્લિંગ), ના૦ નાનું ઝાડ.

sapona'ceous (સૅપનેશસ), વિ૦ સાબુનું – વાળું – જેવું.

sa'pphire (સૅફાયર), ના૦ ઇન્દ્રનીલ-

મણિ, નીલમ; તેનો આસ્માની રંગ. વિ૦ આસમાની (રંગનું).

sa'prophyte (સૅપ્રફાઇટ), ના૦ મૃતોપજીવી – શવોપજીવી – વનસ્પતિ.

sa'raband (સૅરબૅન્ડ), ના૦ હળવી ગતિનું એક સ્પૅનિશ નૃત્ય; તે માટેનું સંગીત.

Sa'racen (સૅરસન), ના૦ જેહાદ(ક્રુઝેડ)-ના સમયનો આરબ અથવા મુસલમાન. **Sarace'nic** (-સે'નિક), વિ૦.

sar'casm (સાર્કૅઝ઼મ), ના૦ કરડું–કડુ–વચન, વિ૦ક૦ કટાક્ષવાળું કે વક્રોક્તિવાળું. **sarca'stic** (-કૅસ્ટિક), વિ૦.

sarco'phagus (સાર્કૉફગસ), ના૦ [બ૦વ૦ **-gai** ઉચ્ચાર ગાઈ] પથ્થરની શબપેટી – કબર.

sardi'ne (સાર્ડીન), ના૦ 'હેરિંગ'ને મળતી એક નાની માછલી, જેને હવાબંધ ડબામાં તેલમાં રાખવામાં આવે છે.

sardo'nic (સાર્ડૉનિક), વિ૦ કડવી મશ્કરીવાળું, ઉપહાસવાળું, (હસવું, મશ્કરી, અંગે) ક્રૂર; વક્રદૃષ્ટિવાળું, વક્રમાનસનું.

sardo'nyx (સાર્ડૉનિક્સ), ના૦ વારાફરતી સફેદ અને પીળા અથવા નારંગી સ્તરવાળો ગોમેદ.

sarga'sso (સર્ગૅસો), ના૦ [બ૦ વ૦ **~s,** અથવા **~es**] ના૦ પાણી પર તરતો દરિયાઈ છોડ.

sarge (સાર્જ), ના૦ [વિ૦ બો૦] સાર્જન્ટ.

sa'ri (સારિ), ના૦ સાડી.

saro'ng (સરૉંગ), ના૦ બહુધા પટાવાળી રેશમી કે સુતરાઉ લુંગી, વિ૦ ક૦ મલાયા કે જાવાનો રાષ્ટ્રીય પોશાક.

sarsapari'lla (સાર્સપરિલૅ), ના૦ અમેરિકાનો ઉષ્ણકટિબંધનો એક વેલો; તેના મૂળિયામાંથી બનતી એક બલસંવર્ધક દવા.

sar'sen (સાર્સન), ના૦ હિમનદીઓના કાળમાં બરફથી તણાઈ આવેલો શિલાખંડ – મોટો ગોળાકાર અડદિયો પથ્થર.

sar'senet (સાર્સ્નિટ), ના૦ અસ્તર માટે વપરાતું સુંવાળું રેશમી કપડું.

sartor'ial (સાર્ટૉરિઅલ), વિ૦ સીવણનું અથવા દરજીનું.

sash[1] (સૅશ), ના૦ ગણવેશ કે પદચિહ્ન તરીકે એક ખભા પર અથવા કેડે બંધાતો રેશમી પટો, ખેસ.

sash[2], ના૦ બહુધા ખોભણમાં ઉપરનીચે સરકાવી શકાય એવું બારીનું કાચવાળું ચોકઠું.

Sask., સંક્ષેપ. Saskatchewan.

Sa'ssafras (સૅસફ્રૅસ), ના૦ દવા તરીકે વપરાતી છાલવાળું અમેરિકાનું એક ઝાડ, તેની છાલ.

Sa'ssenach (સૅસનૅક), ના૦ અને વિ૦ [બહુધા અનાદર.] અંગ્રેજ, અંગ્રેજી.

sat (સૅટ), **sit**નો ભૂ૦ કા૦.

Sat. સં. Saturday.

Sa'tan (શેટન), ના૦ સેતાન.

sata'nic (સટૅનિક), વિ૦ સેતાનનું –ના જેવું; રાક્ષસી, દુષ્ટ.

sa'tchel (સૅચલ), ના૦ જોસ્તાન, દફતર, વિ૦ ક૦ વિદ્યાર્થીનું

sate (સેટ), સ૦ ક્રિ૦ ધરાઈ – ઓચાઈ જાય – તેમ કરવું.

satee'n (સટીન), ના૦ ચળકતું સુતરાઉ કે રેશમી કાપડ, સાટીન જેવું વણેલું.

sa'tellite (સૅટલાઇટ), ના૦ [ખ.] ઉપગ્રહ; પૃથ્વી પરથી છોડેલો કૃત્રિમ ઉપગ્રહ; કોઈ નો અનુયાયી; આશ્રિત જન, બગલબચ્ચો. વિ૦ બીજાનો આશ્રિત – ગુલામ.

sa'tiate (સેશિએટ), સ૦ ક્રિ૦ પૂરેપૂરું સંતુષ્ટ કરવું, ધરાઈ – ઓચાઈ – જાય તેમ કરવું.

sati'ety (સટાયટિ), ના૦ અાતતૃપ્તિ, ધરાઈ – ઓચાઈ – જવું તે.

sa'tin (સૅટિન), ના૦ એક બાજુ ચળકતા પોતવાળું સુંવાળું રેશમી કાપડ. **~wood,** ઊંચી જાતનું સુંવાળું ઇમારતી લાકડું. **sa'tiny** (સૅટિનિ), વિ૦.

satine't(te), (સૅટિને'ટ), ના૦ સાટીન જેવું કપડું.

sa'tire (સૅટાયર), ના૦ દુરાચાર અને મૂર્ખામીના ઉપહાસની કે વ્યક્તિઓની નિંદા કરનારી રચના કે કવિતા; મૂર્ખામી, દુર્ગુણ ઇ૦ અનિષ્ટો ઉઘાડાં પાડવા ઉપહાસ, વક્રો-

ક્તિ, ઇ૰નો પ્રયોગ. **sati'ric(al)** (સૅટિરિક, -કલ), વિ૰.

sa'tirist (સૅટિરિસ્ટ), ના૰ કટાક્ષાત્મક લેખો લખનાર – નાટક ઇ૰ ભજવનાર.

sa'tirize (સૅટિરાઇઝ઼), સ૰ ક્રિ૰ -ને વિષે કટાક્ષવાળી રચના કરવી, તેમ કરીને સખત ટીકા કરવી – ટીકાનો હુમલો કરવો.

satisfa'ction (સૅટિસ્ફ઼ૅક્શન), ના૰ સંતુષ્ટ કરવું–થવું–તે, સંતોષ; સંતોષકારક વસ્તુ; દેવાની પતાવટ; નુકસાન ભરપાઈ, સમાધાન.

satisfa'ctory (સૅટિસ્ફ઼ૅક્ટરિ), વિ૰ સમાધાનકારક; પૂરતું.

sa'tisfy (સૅટિસ્ફ઼ાઇ); સ૰ક્રિ૰-ની ઇચ્છાઓ–અપેક્ષાઓ–પૂરી કરવી, સંતુષ્ટ કરવું; પૂરતું છે એમ (વ્યક્તિ ઇ૰ દ્વારા) સ્વીકારાવું; (લેણદારને) પૈસા પાછા આપવા; (જવાબદારી) અદા કરવી; (ફરજ) બજાવવી; ભૂખ કે ગરજનો અંત આણવો (પૂરતો પુરવઠો કરીને), ભૂખ કે ગરજથી મુક્ત કરવું; -ની ખાતરી કરાવવી.

satsu'ma (સૅટ્સૂમૅ), ના૰ એક જાતનું ચીની કે જાપાની સંતરું.

sa'turate (સૅચરેટ), સ૰ ક્રિ૰ સારી પેઠે ભીજવવું, તરબોળ કરવું; વિદ્યા, સંસ્કાર, પરંપરા, ઇ૰થી પૂરેપૂરું ભરી દેવું; કોઈ એક પદાર્થને બીજા કોઈ પદાર્થથી પૂરેપૂરું ભરી દેવું.

satura'tion (સૅચરેશન), ના૰ પૂરેપૂરું ભરી દેવું તે, સંપૃક્તિ, સંતૃપ્તિ. ~ **bombing**, અમુક પ્રદેશમાં સર્વનાશ કરવાને ઇરાદે કરેલો બૉમ્બમારો. ~ **point**, હવે વધુ ભરી કે લઈ ન શકાય એવો તબક્કો.

Sa'turday (સટર્ડે, -ડિ), ના૰ શનિવાર.

Saturna'lia (સટર્નેલિઅ), ના૰ સૅટર્ન દેવતાનો પ્રાચીન રોમન ઉત્સવ; **s**~, સ્વૈરાચાર અને વિલાસનું સ્થળ અથવા સમય.

sa'turnine (સૅટર્નાઇન), વિ૰ ઉદાસ, વિષણ્ણ; સુસ્ત.

sa'tyr (સૅટર), ના૰ [ગ્રીક અને રોમન પુરા] ઉપલો ભાગ માણસના જેવો અને નીચેનો પશુના જેવો એવો કલ્પિત વનદેવતા; હવસખોર– વિષયલોલુપ–માણસ.

sauce (સૉસ),ના ચટણી, રાયતું, ઇ૰ ડાબા હાથનું ખાણું; [લા.] ઝાટકો લાવનાર વસ્તુ; [વાત.] ઝાટકો; ઉદ્ધતાઈ. સ૰ ક્રિ૰ -ની સાથે ઉદ્ધત વર્તન કરવું. **~-boat**, ચટણી, રાયતું, ઇ૰ પીરસવાનું વાસણ. **~pan**, લાંબા હાથવાળું રાંધવાનું વાસણ–તપેલી ઇ૰.

sau'cer (સૉસર), ના૰ રકેબી, તાસક.

sau'cy (સૉસિ), વિ૰ ઉદ્ધત, ફાટેલ; [વાત.] ચબરાક, ચાલાક (દેખાતું).

sauer'kraut (સાવર્ક્રાઉટ), ના૰ આથેલી કોબીની એક જર્મન વાની.

saun'a (સૉર્ન), ના૰ ફિનિશ ઢબનું બાષ્પસ્નાન(ગૃહ).

sau'nter (સૉન્ટર), અ૰ ક્રિ૰ આરામથી ચાલવું, રસળવું. ના૰ આરામસરની–ધીમી–ચાલ–લટાર.

sau'rian (સૉરિઅન), વિ૰ અને ના૰ કાચિંડો કે મગર, તેનું કે તેના જેવું.

sau'sage (સૉસિજ), ના૰ ઝીણા આંતરડાના કકડામાં મસાલા સાથે ભરેલું છૂંદેલું માંસ, કુલમો; તેના આકારની વસ્તુ. ~ **dog**, [વાત૰] ટૂંકા પગ અને લાંબા શરીરવાળું કૂતરું. ~ **roll**, કુલમાનો ઘૂઘરો.

sau'té (સૉટે), વિ૰ અને ના૰ ચરબીમાં સાંતળેલી(વાની). સ૰ ક્રિ૰ કોઈ વસ્તુ ચરબીમાં સાંતળવી.

sa'vage (સૅવિજ), વિ૰ અણસુધરેલું, પ્રાથમિક અવસ્થાનું; વિકરાળ, ક્રૂર; [વાત૰] ક્રુદ્ધ. ના૰ જંગલી જમાતનો માણસ, પશુ જેવો–ક્રૂર–માણસ. સ૰ ક્રિ૰ હુમલો કરીને કરડવું અથવા ચગદી નાખવું; ક્રૂરપણે હુમલો કરવો.

sa'vagery (સૅવિજરિ), ના૰ જંગલીપણું, જંગલી વર્તન કે દશા.

sava'nna(h) (સવૅનૅ), ના૰ ઘાસવાળું મેદાન.

sa'vant (સૅવાં), ના૰ વિદ્વાન માણસ, વિ૰ ક૰ પ્રસિદ્ધ વૈજ્ઞાનિક.

save (સેવ), ઉ૦ ક્રિ૦ જોખમ કે ઈજામાંથી બચાવવું, બચાવીને સંઘરી રાખવું;–નો ઉદ્ધાર કરવો–મોક્ષ સાધવો; ભવિષ્યને માટે રાખવું; ખરચ કરવાથી દૂર રહેવું; નુકસાન થતું રોકવું; ગરજ દૂર કરવી–રહેવા ન દેવી; ખરચ કરવાની ગરજમાંથી કે ત્રાસ થવામાંથી છોડવવું; [ફૂટ.] સામાવાળાને પૉઇન્ટ મેળવતા રોકવો. ~(**up**); કરકસર કરીને ભેગું કરવું. ના૦ સામાવાળાને પૉઇન્ટ મેળવતાં રોકવો તે. નામ૦ અ૦ [પ્રા૦] સિવાય, વિના; –નો અપવાદ બાદ કરતાં.

sa'veloy (સૅવલૉઇ), ના૦ ખૂબ મસાલાવાળી સુકવણીની વાની (માંસની).

sa'ving (સેવિંગ), વિ૦ શરતી, અપવાદાત્મક, બચાવનારું, તારક. ના૦ બચાવેલું કશુંક; [બ૦ વ૦માં] બચાવેલી રકમ, બચત. નામ૦ અ૦ સિવાય. ~**s-bank**, બચત વ્યાજે જમા કરાવવાની પેઢી–બૅંક.

sa'viour (સેવ્યર), ના૦ બચાવનાર, તારનાર; રાજ્યને વિનાશમાંથી તારનાર વ્યક્તિ; **the**, **our**, **S~**, ઈશુ ખ્રિસ્ત; તારણહાર.

savoir-faire' (સૅવ્વાર ફૅ'અર), ના૦ પ્રત્યુત્પન્નમતિ; કુનેહ.

sa'vory (સેવરિ), ના૦ રાંધવામાં વપરાતો ફુદીનાની જાતનો એક છોડ.

sa'vour (સેવર), ના૦ સ્વાદ, સુગંધ; પાસ, સૂચન. ઉ૦ક્રિ૦ -નો સ્વાદ જાણવો–માણવો; અમુકનો પાસ કે સ્વાદ હોય તેમ સૂચવવું.

sa'voury (સેવરિ), વિ૦ ભૂખ પ્રદીપ્ત કરનાર સ્વાદ કે સુગંધવાળું; લહેજતદાર; ગળ્યું નહિ એવું. ના૦ સ્વાદિષ્ટ–મધુર–વાની, વિ૦ક૦ ભોજનના છેવટની.

savoy' (સવૉઇ), ના૦ ખરબચડાં પાંદડાંવાળી શિયાળાની કોબી.

sa'vvy (સૅવિ), ઉ૦ક્રિ૦ [વિ૦બો૦] જાણવું. ના૦ જાણકારી, સમજશક્તિ.

saw[1] (સૉ), **see** નો. ભૂ૦કા૦.

saw[2], ના૦ જૂની કહેવત, સિદ્ધાન્ત, સૂત્ર.

saw[3], ના૦ કરવત. ઉ૦ક્રિ૦ [ભૂ૦કૃ૦ **sawn** અથવા **sawed**] કરવત વતી કાપવું, વહેરવું અથવા બનાવવું; કરવતની જેમ-વહેરવાની જેમ–આગળ પાછળ હાલવું–હલાવવું. ~**dust** (ડસ્ટ), લાકડાનો વહેર. ~**fish**, જેની સૂંઢનો છેડો દાંતાવાળો હોય એવી એક મોટી દરિયાઈ માછલી. ~**mill**, લાકડાં વહેરવાનું કારખાનું. ~**-toothed**, કરવતના જેવા દાંતાવાળું.

saw'yer (સૉયર), ના૦ લાકડાં વહેરનાર.

sax (સૅક્સ), ના૦ મોઢે વગાડવાનું એક પીતળનું વાજું.

saxe (સૅક્સ), ના૦. ~ **blue**. ભૂખરી છટાવાળો આછો વાદળી રંગ.

sa'xhorn (સૅક્સ્હૉર્ન), ના૦ પડદાવાળું એક પિત્તળનું સંગીત વાદ્ય.

sa'xifrage (સૅક્સિફ્રિજ), ના૦ આલ્પ્સ પર્વત પર અથવા ખડક પર થતો એક છોડ.

Sa'xon (સૅક્સન), વિ૦ અને ના૦ પાંચમા-છઠ્ઠા સૈકામાં બ્રિટનને જીતનાર જર્મૅનિક પ્રજાનું (માણસ), તેની ભાષા ઍંગ્લોસૅક્સન.

sa'xophone (સૅક્સફોન), ના૦ મોઢે વગાડવાનું મોટા અવાજવાળું પિત્તળનું એક વાદ્ય. **saxo'phonist** (–સૉફનિસ્ટ), ના૦.

say (સે), ઉ૦ક્રિ૦ [**said** ઉચ્ચાર સે'ડ] સામાન્ય બોલવાના અવાજમાં ઉચ્ચારવું–બોલી જવું; કહેવું, બોલવું, વ્યક્ત કરવું; દલીલમાં કારણ કે બહાના તરીકે આપવું; ફરીથી કહેવું; ભણી જવું. ના૦ કહેવાનું (હોય તે) કહેવાની સંધિ–તક, કહેવાનો હક; નિર્ણયમાં ભાગ. ~**-so**, નિર્ણય (કરવા)ની સત્તા; કેવળ કથન.

say'ing (સેઇંગ), ના૦ ઉક્તિ, વચન; સૂત્ર.

S.C., સંક્ષેપ. South Carolina; special constable.

sc., સંક્ષેપ. scilicet.

scab (સ્કૅબ), ના૦ રૂઝાતા ફોલ્લા પર આવતો પોપડો; ચામડીનો કે વનસ્પતિનો એક રોગ; હડતાળ વખતે કામ પર જનાર. **sca'bby** (સ્કૅબિ), વિ૦.

sca'bbard (સ્કૅબર્ડ), ના૦ મ્યાન (તલવાર ઇ૦નું).

sca'bies (સ્કેબીઝ), ના૦ ખૂજલી, ખસ.

sca'bious (સ્કેબિઅસ), ના૦ એક જંગલી કે બગીચાનું ફૂલ.

sca'brous (સ્કેબ્રસ), વિ૦ ખરબચડી સપાટીવાળું, ખરબચડું; (બાબત, પરિસ્થિતિ ઇ૦ અંગે) જટિલ, મુશ્કેલ.

sca'ffold(સ્કેફલ્ડ), ના૦ ફાંસીનો માંચડો; બાંધકામ વખતે બંધાતી પાલખ.

sca'ffolding (સ્કેફલ્ડિંગ),ના૦ બાંધકામ માટેની પાલખ, પાલખ માટેનો સામાન.

scald (સ્કોલ્ડ), સ૦ક્રિ૦ ગરમ પાણીથી કે વરાળથી દઝાડવું; ઊકળતા પાણીથી વીંછળવું – વીંછળીને સાફ કરવું; ઊકળવા માંડે ત્યાં સુધી ગરમ કરવું. ના૦ દઝાડવું – દાઝવું – દઝાવું – તે.

scale[1] (સ્કેલ), ના૦ માછલી, સર્પ, ઇ૦-નું કવચ જેવું ભીંગડું; ભીંગડા જેવી દેખાતી પોપડી, કાચલી; બોઇલર કે વાસણની અંદર બાઝતું ક્ષારનું પડ; દાંત પર બાઝતી પોપડી – છારી. ઉ૦ ક્રિ૦ ભીંગડાં, છારી, પડ, ઇ૦ ઉખાડવું – કાઢી નાખવું; ભીંગડાં, પડ, ઇ૦ બાઝવું – ઊખડી જવું. **sca'ly** (-લિ), વિ૦.

scale[2], ના૦ કાંટાનું ત્રાજવું, પલ્લું; [બ૦ વ૦માં] જોખવાનો કાંટો. સ૦ ક્રિ૦ અમુક વજનનું થવું.

scale[3], ના૦ માપક્રમ, ક્રમિક શ્રેણી; ચડતા કે ઊતરતા ક્રમવાળી પદ્ધતિ; નિસરણી, સીડી; [સં.] અમુક સપ્તકના સૂરો-નો સમૂહ; સપ્તક, સારીગમ; સાપેક્ષ પરિમાણો; નકશો, ચિત્ર, ઇ૦માં નાના મોટા કદ (વચ્ચે)નું પ્રમાણ; માપપટ્ટી પર માપવા માટે આંકેલાં ચિહ્નો(નો સમૂહ); માપપટ્ટી ઇ૦ માપવાનું સાધન; સંખ્યા લેખનપદ્ધતિ-નો આધાર. સ૦ ક્રિ૦ નિસરણીવતી અથવા હાથપગ ટેકવીને (મુશ્કેલીથી) ચડવું, મૂળ વસ્તુનાં પ્રમાણો જાળવીને નકલ કરવી – ચિત્ર ઇ૦ દોરવું. **~ down, up,** પ્રમાણ અનુસાર ઘટાડવું – વધારવું.

sca'lene (સ્કેલીન), વિ૦ (ત્રિકોણ અંગે) વિષમભુજ.

sca'llion (સ્કેલિઅન), ના૦ ગોળ ગાંઠ વિનાની લાંબી ડુંગળી.

sca'llop (સ્કોલપ), ના૦ છીપનાં બે ઢાંકણાંવાળી માછલી; એ બેમાંની એક છીપ જે રાંધવા પીરસવામાં વપરાય છે; [બ૦ વ૦માં] વસ્ત્રની ઝાલર. સ૦ ક્રિ૦ છીપમાં હોય તેમ રાંધવું; ઝાલરવતી શણગારવું.

sca'llywag (સ્કેલિવૅગ), ના૦ [વિ૦ બો૦] હરામખોર-પાજી-નકામો-માણસ.

scalp (સ્કૅલ્પ), ના૦ માથા ઉપરની વાળ-વાળી ખાલ – ચામડી; અમે૦ ઇંડિયને વિજય ચિહ્ન તરીકે કાપી લીધેલી આવી ખોપરી. સ૦ ક્રિ૦ ખોપરી કાપી લેવી (વિજયના ચિહ્ન તરીકે).

sca'lpel (સ્કેલ્પલ), ના૦ શસ્ત્રવૈદ્યની નાનકડી છરી – ચપ્પુ.

scamp (સ્કૅમ્પ), ના૦ હરામખોર, લુચ્ચો. સ૦ ક્રિ૦ બેદરકારીથી કામ કરવું, વેઠ ઉતારવી.

sca'mper (સ્કૅમ્પર), અ૦ ક્રિ૦ અને ના૦ ઉતાવળથી અથવા ગભરાટથી ટૂંકાં પગલાં ભરીને દોડવું – મુસાફરી કરવી – ફરી આવવું (તે).

sca'mpi (સ્કૅમ્પિ), ના૦ બ૦ વ૦ મોટા કદની જિંગા માછલીઓ – કરચલા.

scan (સ્કૅન), ઉ૦ ક્રિ૦ કવિતાની લીટીની માત્રા ગણ માંડવા, – માંડીને વૃત્તનું પૃથક્-કરણ કરવું; વૃત્તની દૃષ્ટિથી બરાબર હોવું; -ના બધા ભાગ એક પછી એક તપાસવા; દૂરદર્શન દ્વારા પ્રસારણ માટે ચિત્રના પ્રકાશ અને છાયાનાં ઘટક તત્ત્વો જુદાં પાડવાં; રેડાર કિરણ ઇ૦ વડે વ્યવસ્થિતપણે અંતર કાપવું-પસાર કરવું.

sca'ndal (સ્કૅન્ડલ), ના૦ નિંદા, બદનક્ષી, કૂથલી; અત્યાચાર અને રોષ(નું કારણ – કારણીભૂત નિંદ્ય કામ કે આચરણ). **~monger** (-મંગર), ના૦ નિંદાખોર, કૂથલી કરનાર.

sca'ndalize (સ્કૅન્ડલાઇઝ઼), સ૦ ક્રિ૦ કોઈની બદનક્ષી કરવી – આબરૂ લેવી, નૈતિક લાગણી દૂભવવી.

sca'ndalous (સ્કૅન્ડલસ), વિ૦ નિંદ્ય, શરમભરેલું, નિંદાપ્રેરક; નિર્લજ્જ, આઘાત-

જનક. અત્યાચારભર્યું

Scandina'vian (સ્કેન્ડિનેવિઅન), વિ૰ અને ના૰ સ્કેન્ડિનેવિયાનું (વતની અથવા ભાષાકુટુંબ)

sca'nsion (સ્કેન્શન), ના૰ છંદના માત્રા-ગણ પાડવાં તે, છંદપૃથક્કરણ.

scant (સ્કૅન્ટ), વિ૰ માંડ પૂરતું, અધૂરું.

sca'ntling (સ્કૅન્ટ્‌લિંગ), ના૰ જે માપનો પથ્થર કે લાકડું કાપવાનું હોય તે કદ; નાનો મોભ – કકડો.

sca'nty (સ્કૅન્ટિ), વિ૰ માંડ પૂરતું, ઓછું, જરા અમથું.

sca'pegoat (સ્કેપગોટ), ના૰ હોળીનું નાળિયેર, બીજાના દુષ્કૃત્ય માટે સજા ભોગવનાર.

sca'pegrace (સ્કેપ્‌ગ્રેસ), ના૰ હરામ-ખોર.

sca'pula (સ્કૅપ્યુલૅ), ના૰ [બ૰ વ૰ ~**e** -લી] સ્કંધાસ્થિ, ખભાનું હાડકું. અંસફલક.

sca'pular (સ્કૅપ્યુલર), વિ૰ સ્કંધા-સ્થિનું. ના૰ મઠવાસીનો ટૂંકો ડગલો.

scar[1] (સ્કાર), ના૰ જખમની નિશાની, વ્રણ. ઉ૰ ક્રિ૰ વ્રણ પાડવો – પડવો.

scar[2], ના૰ ઊભો ટેકરો, ડુંગરની સીધા ચડાણવાળી બાજુ.

sca'rab (સ્કૅરબ), ના૰ વાંદાની આકૃતિનું કાપેલું એક પ્રાચીન રત્ન.

scarce (સ્કે'અર્સ), વિ૰ અપૂરતું, ઘણું થોડું, વિરલ. ક્રિ૰વિ૰ [પ્રા.] જવલ્લે જ. **make oneself ~**, દૂર (જતા) રહેવું, કોઈના માર્ગમાંથી દૂર રહેવું, અલોપ થવું.

scar'cely (સ્કે'અર્સ્‌લિ), ક્રિ૰વિ૰ ભાગ્યે જ; આ હમણાં જ; કદી નહિ.

scar'city (સ્કે'અર્સિટિ), ના૰ અપૂરતું હોવું તે, અછત.

scare (સ્કે'અર), સ૰ક્રિ૰ ભડકાવી મારવું, ડરાવવું; ડરાવીને ભગાડી દેવું; [ભૂ૰કૃ૰માં] ભયભીત, ભડક પેસી ગયેલું. ના૰ બીક, ભડક, પાયા વગરની કે અત્યુક્તિભરી અફવાઓથી ફેલાયેલી સનસનાટી. **~-crow** (-ક્રો), ના૰ પાકના રક્ષણ માટે ઊભો કરાતો ચાડિયો; ચીંથરેહાલ અથવા બેડોળ માણસ. **~mo'nger** (-મંગર), ના૰ લોકોને ભડકાવનાર.

scarf[1] (સ્કાર્ફ), ના૰ લાકડાનો એક જાતનો સાંધો જેમાં છેડા છોલીને એક-બીજા પર બેસાડવામાં આવે છે. સ૰ક્રિ૰ એવો સાંધો કરવો, – કરીને જોડવું.

scarf[2], ના૰ [બ૰વ૰ **~s**, **-ves**] ખેસ, દુપટ્ટો, ગળપટ્ટો; સ્ત્રીનો માથે બાંધવા-નો રૂમાલ. **~-pin**, **~-ring**, રૂમાલ બાંધવાની પિન કે કડું.

sca'rify (સ્કે'અરિફાઇ), સ૰ક્રિ૰ જમીન-નું ઉપરનું પડ પોચું કરવું; [શસ્ત્રવૈદક] -માં જરા જરા કાપા મૂકવા; ખોતરવું; કઠોર-પણે ટીકા કરવી. **scarifica'tion** (-ફિકેશન), ના૰.

scarlati'na (સ્કાર્લિટીનૅ), ના૰ લોહિ-તાંગ જ્વર.

scar'let (સ્કાર્લિટ), વિ૰ અને ના૰ કિરમજી. લાલચોળ, નારંગી ઝાંયવાળો રાતો (રંગ). **~ fever**, એક ચેપી તાવ જેમાં ચામડી પર અળઈઓ જેવી ફોલ્લીઓ થાય છે, લોહિતાંગ જ્વર. **~ runner** લાલ રંગનાં ફૂલવાળો સીંગ-વાળો વેલો.

scarp (સ્કાર્પ), ના૰ લગભગ સીધો-ઊભો–ઢોળાવ વિ૰ક૰ ખાઈની અંદરની બાજુનો. સ૰ક્રિ૰ સીધા ઢોળાવવાળું–ઊભું –બનાવવું.

scar'per (સ્કાર્પર), અ૰ક્રિ૰ [વિ૰બો૰] છટકી – નાસી – જવું.

scat (સ્કૅટ), ના૰ શબ્દો વિનાનું કેવળ સ્વરવાળું 'જૅઝ' ગીત.

sca'thing (સ્કેધિંગ), વિ૰ (ટીકા ઇ૰ અંગે) ઝાટકો લાગે એવું, સખત.

scato'logy (સ્કૅટૉલજિ), ના૰ બીભત્સ સાહિત્યમાં અથવા મળમૂત્રના વિષયમાં ગરકાવ થઈ જવું તે. **scatalo'gical** (સ્કૅટલૉજિકલ), વિ૰.

sca'tter (સ્કૅટર). ઉ૰ ક્રિ૰ આમતેમ – ચોમેર– ફેંકવું, વેરવું, વેરવિખેર કરી નાખવું; ઉપર વેરીને – ભભરાવીને – ઢાંકવું; ચોમેર વેરાઈ જવું; ચોમેર ભગાડી દેવું; ભગાડવામાં

આવવું; ફાવે તેમ ઉડાવી દેવું, [પદાર્થ, પ્રકાશ, કણ, ઇ૰ને] ચોમેર ફેલાવી દેવું – ભિન્ન દિશામાં વાળવું. **~ed** (-ટર્ડ), વિ૰ વેરાયેલું, વેરવિખેર થયેલું, એકસાથે નહિ આવેલું, એકબીજાથી દૂર. ~ ના૰ વેરવું – વેરાઈ જવું – તે; વેરાયેલું જરાક; ફેલાવો, પ્રસાર. **~-brain**, ભ્રાંતચિત્ત-અવિચારી-ચંચળ – માણસ. **~ cushions**, ઓરડામાં આમતેમ મૂકવાનાં ઉશીકાં.

sca'tty (સ્કૅટિ), વિ૰ બેધ્યાન, ગાંડું, ચસકેલું, અસંબદ્ધ.

sca'venge (સ્કૅવિંજ) ઉ૰ ક્રિ૰ ભંગી હોવું – નું કામ કરવું; કચરો, મેલ ઇ૰ સાફ કરવું.

sca'venger (સ્કૅવિંજર), ના૰ રસ્તો ઇ૰ વાળનાર – સાફ કરનાર, ઝાડુવાળો; ભંગી; મડદાં પર જીવનાર પક્ષી–પ્રાણી.

scena'rio (સિનારિઓ), ના૰ [બ૰ વ૰ ~s] ચિત્રપટ, સંગીત નાટક, ઇ૰ની રૂપરેખા અથવા વિગતવાર વસ્તુ; ભાવી ઘટનાઓનો કાલ્પનિક ક્રમ.

scene (સીન), ના૰ ખરી કે કલ્પિત ઘટનાની જગ્યા – સ્થાન,ઘટનાસ્થળ; નાટકનો પ્રવેશ; વ્યાપાર, ક્રિયા, ઘટના, પ્રસંગ; મિજાજનું કે ગુસ્સાનું પ્રદર્શન, મિજાજ ગરમ થઈને થયેલી ટપાટપી – દંગલ; ઝઘડો, મારામારી, ઇ૰; રંગમંચ માટે રંગેલા પડદા, ઇ૰ સજાવટ; એ સજાવટથી સજાવેલો રંગમંચ; કુદરતી દેખાવ, દૃશ્ય. [વિ૰ બો.] પ્રવૃત્તિ અથવા રસનો વિસ્તાર અથવા વિષય. **behind the ~s**, પડદા પાછળ, પ્રેક્ષકોની દૃષ્ટિ, શ્રુતિ, કે જાણકારીની બહાર. **~-shifter**, નાટકશાળામાં પડદા, સજાવટ ઇ૰ બદલનાર માણસ.

sce'nery (સીનરિ), ના૰ રંગભૂમિના દેખાવો, તેના પડદા, ઇ૰ સામગ્રી; કોઈ પ્રદેશનો (સુંદર) કુદરતી દેખાવ.

sce'nic (સીનિક), વિ૰. રંગમંચનું – પરનું; કુદરતી દેખાવ કે દૃશ્યનું; ચિત્રમય, મનોહર. **~ railway**, કૃત્રિમ પ્રકૃતિ-દૃશ્યો વચ્ચે પસાર થતી નાનકડી રેલવે.

scent (સૅ'ન્ટ), સ૰ ક્રિ૰ સૂંઘીને પારખવું – ઓળખવું; -ની(હાજરી કે અસ્તિત્વની) શંકા – ગંધ – આવવી; સુગંધિત કરવું, -ની ઉપર અત્તર ચોપડવું ના૰ કશાકની વિશિ ગંધ; સુવાસ, સુગંધ; ભાગી જતું પ્રાણી પોતાની પાછળ મૂકતું જાય છે તે ગંધ જેને લીધે કૂતરા તેનો પીછો પકડી શકે છે; અત્તર.

sce'ptic (સ્કૅ'પ્ટિક), ના૰ સંશયવાદી; નાસ્તિક, વિ૰ ક૰ ધાર્મિક માન્યતા કે સિદ્ધાન્ત વિષે શંકા ઉઠાવનાર. **sce'pticism** (-સિઝ્મ), ના૰.

sce'ptical (સ્કૅ'પ્ટિકલ), વિ૰ સંશયવાદી (ઓ)નું; સંદેહવાળું, શંકાશીલ, ખાતરી કરાવવી મુશ્કેલ, ગુણદોષનો વિવેક કરનાર, ટીકાખોર.

sce'ptre (સૅ'પ્ટર), ના૰ રાજદંડ.

sche'dule (શૅ'ડ્યૂલ), ના૰ વિગતવાર નોંધ-પત્રક, સૂચિ, ઇ૰ વિ૰ક૰ દસ્તાવેજનું પરિશિષ્ટ; સમયપત્રક. **on ~**, નિયત સમયે. ~, સ૰ ક્રિ૰ -ની સૂચિ – યાદી – બનાવવી, સૂચિમાં દાખલ કરવું; સાચવવા માટે નક્કી કરેલી (ઇમારતો ઇ૰ની) યાદીમાં સમાવિષ્ટ કરવું; -નો સમય નક્કી કરવો; નિયત સમય માટે યોજના ઘડવી.

schema'tic (સ્કિમૅટિક), વિ૰ યોજના, રૂપરેખા,કે નકશાનું – પ્રમાણેનું; પદ્ધતિસરનું, વ્યવસ્થિત, યથાવિધિ.

scheme (સ્કીમ), ના૰ વ્યવસ્થિત રચના, યોજના; રૂપરેખા, સત્ર માટેનો અભ્યાસક્રમ; કાર્યક્રમ; યુક્તિ, દાવ, કાવતરું. સ૰ ક્રિ૰ યોજના(ઓ) ઘડવી, કાવતરું કરવું.

scher'zo (સ્કૅ'અર્ટ્સો–ટ્'સો), ના૰ [બ૰ વ૰ ~s] [સં૰] જુસ્સાદાર કે ઉલ્લાસવાળી રચના, રમઝટ.

schi'sm (સિઝ્મ), ના૰ ખ્રિસ્તી ધર્મસંઘમાં પડેલી તડ ભાગલા; એવી તડ પાડવાનો ગુનો.

schisma'tic (સિઝ્મૅટિક), વિ૰ અને ના૰ ફાટફૂટ કરાવનાર (વ્યક્તિ).

schist (શિસ્ટ), ના૰ જુદા જુદા સ્તરોનો બનેલો બારીક દાણાવાળો ખડક.

schizo (સ્કિટ્સો), વિ૰ અને ના૰ [બ૰

-વ૦ ~s] [વાત૦]=schizoprenic.

schi'zoid (સ્કિટ્સૉઇડ), વિ૦ ખડિત-નરકતાનું -ના જેવું.

schizophre'nia (સ્કિટ્સફ્રીનિઅ), ના૦ વિચાર, આચાર અને ભાવનાઓ વચ્ચે અસંગતિવાળી એક માનસિક વિકૃતિ, ખંડિત-મનસ્કતા. **schizophre'nic** (-ફ્રે'-નિક), વિ૦ અને ના૦.

schmaltz (શ્મૉલ્ટ્સ), ના૦ અતિ ભાવુ-કતાની વિકૃતિ, વેવલાપણું.

schnapps (શ્નૅપ્સ), ના૦ હૉલન્ડ્નો એક જાતનો કડક દારૂ.

schni'tzel (શ્નિટ્સલ), ના૦ વાછરડાના માંસનો ટુકડો, વિ૦ ક૦ રોટીના ભૂકામાં ગલેફીને માખણમાં તળેલો.

schnor'kel (શ્નૉર્કલ),જુઓ **snor'kel**.

scho'lar (સ્કૉલર), ના૦ નિશાળ ચે઼, વિદ્યાર્થી; [પ્રા૦] શિષ્ય; વિદ્વાન; છાત્ર-વૃત્તિ મેળવનાર.

scho'larly (સ્કૉલર્લિ), વિ૦ વિદ્વત્તા-ભર્યું; પંડિતનું-ના જેવું.

scho'larship (સ્કૉલર્‌શિપ),ના૦વિદ્વત્તા, પાંડિત્ય; છાત્રવૃત્તિ (મેળવવાનો હક.)

schola'stic (સ્કલૅસ્ટિક), વિ૦ શાળા-ઓનું કે શિક્ષણનું-સંબંધી; તાત્ત્વિક; પંડિ-તાઈવાળું; તર્કની આંટીઘૂંટીવાળું. **schola'-sticism** (-સિઝ઼્મ), ના૦,

school[1] (સ્કૂલ), ના૦ વેઈલ ઇ૦ માછલી-ઓનો સાથે તરતો મોટો જથ્થો.

school[2], ના૦ શાળા; તેનું મકાન; તેના વિદ્યાર્થીઓ; શાળાનો-ભણાવવાનો-સમય; શાળાનું ભણતર (પામવું તે); શિસ્ત શીખવ-નાર અથવા બોધ આપનાર સંજોગો, પરિસ્થિતિ, ઇ૦; વિદ્યાપીઠમાં અભ્યાસ કરવાની વિદ્યાશાખા; સમાન ધ્યેય કે કાર્યપદ્ધતિવાળા કળાકારો કે વિચારકોનું જૂથ-પંથ-સાંપ્રદાય. સ૦ ક્રિ૦ શિસ્તમાં-કાબૂમાં- આણવું, -ની તાલીમ આપવી-ટેવ પાડવી, કેળવવું. **~-boy, ~-child, ~-girl**, નિશાળે જતો છોકરો, બાળક, કન્યા. **~-ma'am** (-મૅઅમ). શાળાની શિક્ષિકા. **~ master, ~mist-ress**, શિક્ષક, શિક્ષિકા. **~room**, શાળાનો ઓરડો; અભ્યાસનો ઓરડો, વિ૦ ક૦ ખાનગી ઘરમાં.

schoo'ner (સ્કૂનર), ના૦ બે ડોળકાઠી-વાળું વહાણ; બિયર ઇ૦ દારૂનું માપ અથવા મોટો પ્યાલો.

schotti'sche (શૉટિશ), ના૦ એક જાતનું ધીમું નૃત્ય.

scia'tic (સાયૅટિક), વિ૦ થાપાનું, જાંઘની પાછળથી પગ સુધી જતી મોટી નસનું; રાંઝણનું-વાળું. ના૦ રાંઝણનો દરદી. **~ nerve**, બસ્તિપ્રદેશથી જાંઘ સુધી જનારી મોટી નસ.

scia'tica (સાયૅટિકૅ), ના૦ રાંઝણ.

sci'ence (સાયન્સ). ના૦ પદ્ધતિસર ગોઠવેલું-રચેલું-જ્ઞાન, વિજ્ઞાન; તેની ઉપાસના; વિજ્ઞાનની કોઈ વિશિષ્ટ શાખા, વિ૦ ક૦ **natural ~**, ભૌતિક ઘટનાઓને લગતું અને નિરીક્ષણ, પ્રયોગ તથા વિગમન (induction) પર આધારિત; બધા ભૌતિક-પ્રાકૃતિક-શાસ્ત્રો મળીને બનેલું વિજ્ઞાન; રમત ઇ૦માં કેળવેલી કુશળતા. **~ fiction**, ગૃહીત ધરેલી વૈજ્ઞાનિક શોધો પર આધારિત તથા અવકાશયાત્રાને લગતું કાલ્પનિક કથાસાહિત્ય.

scienti'fic (સાયન્ટિફિક), વિ૦ વિજ્ઞાનના સિદ્ધાંતો પ્રમાણેનું; વૈજ્ઞાનિક; વિજ્ઞાનનું-ને લગતું; તાલીમબદ્ધ કુશળતાવાળું-કુશળતાની આવશ્યકતાવાળું.

sci'entist (સાયન્ટિસ્ટ), ના૦ વૈજ્ઞાનિક, વિજ્ઞાનનો અભ્યાસી.

sci'licet (સાયલિસે'ટ), ક્રિ૦ વિ૦ એટલે (કે); અર્થાત્.

sci'mitar (સિમિટર), ના૦ કટાર; નાની વાંકી તલવાર.

sci'ntillate (સિન્ટિલેટ), અ૦ ક્રિ૦ ચળ-કવું, ઝબૂકવું; [લા.] હોશિયારીપૂર્વક અથવા વિનોદવૃત્તિથી બોલવું-વર્તવું. **scintilla'-tion** (-લેશન), ના૦.

sci'on (સાયન), ના૦ કલમ (કરવા માટેનો રોપો); ખાનદાન કુટુંબનો જુવાન-(વારસ).

sci'ssors (સિઝ઼ર્ઝ઼). ના૦ બ૦ વ૦ (**pair of**) ~, કાતર.

scleros'is (સ્કલરૅાસિસ), ના૦ શરીરની એાનું કઠણ થવાની વિકૃતિ.

sclerot'ic (સ્ક્લરૅાટિક), વિ૦ અને ના૦ કઠણ; 'સ્કલરૅાસિસ' રોગનું-રોગવાળું; આંખના અપારદર્શક શ્વેતપટલ(નું).

scoff[1] (સ્કૅાફ઼), સ૦ ક્રિ૦-નો ઉપહાસ-મશ્કરી-કરવી, તુચ્છકારવું. ના૦ મશ્કરી; ટાણો.

scoff[2], સ૦ ક્રિ૦ [વિ૦ બો૦] અકરાંતિયાની જેમ ખાવું.

scold (સ્કોલ્ડ), ઉ૦ ક્રિ૦ સખત ઠપકો આપવો, વઢવું વિ૦ ક૦ ઘાંટા પાડીને; -નો દોષ કાઢવો. ના૦ વઢકણી સ્ત્રી, કર્કશા.

sconce (સ્કૉન્સ), ના૦ હાથાવાળું કે ભીંતે ટાંગવાનું મીણબત્તીનું વાલશેટ.

scoop (સ્કૂપ), ના૦ ટૂંકા હાથાવાળો ઊંડો પાવડો-તાવડો; મોટો ચમચો, પળો, કડછો; જમીન ખોદવાના યંત્રની કાદવ ઇ૦ ઉપાડવાની ડોલ વગેરે; કોઠીમાંથી આઇસ્ક્રીમ કાઢીને પીરસવાનો ચમચો; ઊંડા ચમચા કે તાવડાવતી બહાર-ખોદી-કાઢવું તે; ઝપાટામાં કરેલો ભારે નફો; છાપાના પોતાના નોખા સમાચાર. ઉ૦ ક્રિ૦ ડોઈ ડોઈ ભરીને પાણી ઇ૦ બહાર કાઢવું-ઉલેચવું; પોલાણ કરવું, ખાડો ખોદવો; એકદમ પગલું ભરીને અથવા નસીબને જોરે મોટો નફો કરવો; હરીફ છાપાં આપે તે પહેલાં પોતે સમાચાર આપી દેવા.

scoot (સ્કૂટ), અ૦ ક્રિ૦ [વાત.] બાણની જેમ ઊડવું; કશાક ઉપર ઊડીને પસાર થવું, એકદમ દોડી-ના -જવું.

scoo'ter (સ્કૂટર), ના૦ પગ મૂકવા માટે સાંકડું પાટિયું જડેલા પૈડાંવાળું નાના છોકરાનું રમવાનું હાથાવાળું એક રમકડું, મોટરથી ચાલતું સાઇકલ જેવું વાહન, સ્કૂટર.

scope (સ્કોપ), ના૦ નિરીક્ષણ કે કાર્યનું ક્ષેત્ર – પહોંચ – મર્યાદા; અવકાશ, તક, માર્ગ.

scorch (સ્કૉર્ચ), ઉ૦ ક્રિ૦ શેકી નાખવું, બાળવું, ઉપર ઉપરથી બાળવું – બળવું, બળવું, બળીને રંગ ઊડી જવો; [વિ૦ બો૦] ભારે ઝડપથી જવું. ના૦ બળ્યાનું – દાઝ્યાનું – ચિહ્ન. ~**ed earth policy**, આક્રમક શત્રુને ઉપયોગી થાય તેવી બધી વસ્તુઓનો નાશ કરવાની નીતિ, ધીકતી ધરાની નીતિ.

scor'cher (સ્કૉર્ચર), ના૦ [વિ૦ બો૦] ભારે ગરમીવાળો દિવસ.

score (સ્કૉર), ના૦ છેકો, કાપો, આંકો, ખાંચો; આંકીને કે કાપીને કરેલો લીટો(હિસાબ કરવા માટે); આપવાના થતા પૈસાની નોંધ; રમત ઇ૦માં કોઈ પક્ષે કે રમનારે જીતેલા દાવ, કરેલા ગોલ; દોડ, ઇ૦ની સંખ્યા; તેનો વિગતવાર કોઠો; [સં.] ગાવાના ગીતની પ્રત, મુદ્દો, બાબત, વિષય, કારણ; વીસ (નો સટ), કોડી; [વાત.] કોઈ ને માત કરનાર હલકો બોલ અથવા કૃત્ય -વર્તન. ઉ૦ ક્રિ૦ નિશાની માટે લીટીઓ દોરવી અથવા કાપા પાડવા; પેન્સિલ ઇ૦ વડે લીટી દોરવી; ~(**up**), ગુણ ઇ૦ના પત્રકમાં નોંધવું; (કોઈની સામે) મનમાં કશુંક નોંધી રાખવું-સંઘરવું; રમતમાં દાવ, દોડ, ઇ૦ કરવું; પરીક્ષામાં ગુણ મેળવવા; જીતવું અથવા મેળવવું, નોંધ કરવી, હિસાબ રાખવો; ઉપર સરસાઈ મેળવવી; -નું સદ્ભાગ્ય હોવું; [સં.] વાદ્યો મેળવવાં – ગોઠવવાં, -માટે સંગીત રચવું, ~ **off**, દલીલ ઇ૦માં હરાવવું, હલકું પાડવું. અપમાનિત કરવું.

scor'ia (સ્કૉરિઅ), ના૦ [બ૦ વ૦ ~**e** -રિઆઇ] ધાતુનો કચરો; ખંગાર જેવો લાવારસનો ગઠ્ઠો.

scorn (સ્કૉર્ન), ના૦ ધિક્કાર, તિરસ્કાર, ઉપહાસ; તિરસ્કૃત વસ્તુ. સ૦ ક્રિ૦ -નો તિરસ્કાર કરવો; અયોગ્ય માનીને તેથી દૂર રહેવું – કરવાની ના પાડવી.

scor'nful (સ્કૉર્ન્ફુલ), વિ૦ તિરસ્કારવાળું-સૂચક.

Scor'pio (સ્કૉર્પિઓ), ના૦ વૃશ્ચિક (રાશિ).

scor'pion (સ્કૉર્પિઅન), ના૦ વીંછી.

scot[1] (સ્કૉટ), ના૦ કર, વેરો. ~-**free**, કરમુક્ત; ઈજા કે સજા પામ્યા વિના(નું)

Scot[2], ના૦ સ્કૉટલન્ડનું વતની.

scotch[1] (સ્કૉચ), સ૦ક્રિ૦ મારી નાખ્યા વિના જખમી કરવું; કાયમનો અંત આણવો.

Scotch[2], વિ૦ સ્કૉટલન્ડનું –ના લોકોનું. ના૦ સ્કૉટલન્ડનો દારૂ (વિસ્કી). ~ **broth**, જવ અને શાકભાજી નાખીને બનાવેલી માંસની સૂપ – રસો. ~ **egg**, છૂંદેલા માંસ અને રોટીમાં ગલેફેલું બાફીને સખત બનાવેલું ઈંડું. ~ **fir**, ઉ૦ યુરોપ તરફનું એક શંકુદ્રુમ. ~ **mist**, વરસાદની ફરફર સાથેનું ગાઢું ધુમ્મસ. ~ **terrier**, ટૂંકા પગ અને ખરબચડા વાળવાળું નાનકડું કૂતરું. ~ **whisky**, સ્કૉટલન્ડનો ગાળેલો દારૂ.

Scotland Yar'd (સ્કૉટ્લન્ડ યાર્ડ), લંડનનું મુખ્ય પોલીસથાણું; તેની ગુપ્ત પોલીસ.

Scots (સ્કૉટ્સ), વિ૦ સ્કૉટલન્ડનું –ના લોકોનું કે ભાષાનું. ના૦ સ્કૉટલન્ડમાં, વિ૦ક૦ તેના નીચાણવાળા પ્રદેશમાં બોલાતી અંગ્રેજી ભાષા–બોલી. ~**man**, ~**woman**, સ્કૉટલન્ડનું વતની – મરદ કે ઓરત. ~ **pine**, સ્કૉટલન્ડનું શંકુદ્રુમ.

Sco'ttish (સ્કૉટિશ), વિ૦ સ્કૉટલન્ડનું કે તેના લોકોનું.

scou'ndrel (સ્કાઉન્ડ્રલ), ના૦ હરામખોર, દુષ્ટ માણસ. **scou'ndrelly** (-ડ્રલિ), વિ૦.

scour[1] (સ્કાવર), સ૦ક્રિ૦ ઘસીને સાફ કે ચળકતું કરવું, અજવાળવું, ઘસી નાખવું – કાઢવું. ના૦ ઘસવું–સાફ કરવું–તે, ઘસવાની (પ્ર)ક્રિયા.

scour[2], ઉ૦ ક્રિ૦ ઝપાટાથી અથવા પૂરેપૂરી શોધખોળ કરવી, કશાકની શોધમાં કે પીછો પકડવામાં ઉતાવળ કરવી.

scourge (સ્કર્જ), ના૦ ચાબુક, કોરડો; દૈવી અથવા લૌકિક કોપ કે સજાના સાધન રૂપ (ગણાતી) વ્યક્તિ અથવા વસ્તુ. સ૦ક્રિ૦ કોરડાનો માર મારવો, સખત સજા કરવી, દુઃખ દેવું.

scouse (સ્કાઉસ), ના૦ અને વિ૦ [વિ૦બો૦] લિવરપૂલનું (વતની અથવા બોલી).

scout[1] (સ્કાઉટ), ના૦ વિ૦ક૦ શત્રુની કે આસપાસના પ્રદેશની બાતમી કાઢવા કે તપાસ કરવા મોકલેલું માણસ, એવું જ કામ કરનારું જહાજ, વિમાન, ઇ૦; **S**~, બાલવીર, બૉયસ્કાઉટ. સ૦ક્રિ૦ તપાસ કરવા જવું, સ્કાઉટ તરીકે કામ કરવું. ~ **about, around**, -ની શોધ(ખોળ) કરવી. **S**~**master**, બાલવીરોના જૂથનો નેતા.

scout[2], સ૦ક્રિ૦ ધુતકારવું, તિરસ્કારપૂર્વક ફગાવી દેવું.

scowl (સ્કાઉલ), અ૦ક્રિ૦ તોબરો ચડાવવો, ડોળા કાઢવા. ના૦ ડોળા (કાઢવા તે), તોબરો.

scra'bble (સ્ક્રૅબલ), અ૦ક્રિ૦ કાગળ પર ફાવે તેમ લીટા કરવા, ફંફોસવું, ફંફોસતા ચાલવું.

scrag (સ્ક્રૅગ), ના૦ સુકલકડી માણસ કે પ્રાણી; ~(**-end**), બકરીના ગરદનના માંસનો કસ વિનાનો ભાગ. સ૦ક્રિ૦ ગળું દાબીને મારી નાખવું, લટકાવવું, ટોટો પીસવો; માર મારવો.

scra'ggy (સ્ક્રૅગિ), વિ૦ સુકલકડી, કૃશ અને હાડકાં નીકળેલું.

scram (સ્ક્રૅમ), અ૦ક્રિ૦ [વિ૦બો૦] જતા રહેવું.

scra'mble (સ્ક્રૅમ્બલ), ઉ૦ક્રિ૦ હાથ પગ ટેકવીને રસ્તો કરવો; કોઈ વસ્તુ કે તેના ભાગ માટે હરીફો સાથે ઝઘડવું; (ઈંડાંને) પેણીમાં માખણ નાખીને સાંતળવાં; ટેલિફોન ઇ૦માં ધ્વનિનાં આવર્તનોમાં ફેરફાર કરવો, જેથી વિશિષ્ટ પ્રકારના રિસીવર સિવાય સંદેશો સમજાય નહિ; બહુ ઝડપથી કે ઉતાવળથી જવું. ના૦ હાથપગ ટેકવીને ચડવું તે, ખાડાટેકરાવાળી જમીન પર ચાલવું તે, એવી જમીન પર મોટરસાઇકલોની શરત; કશુંક મેળવવા માટે પડાપડી–ખેંચાખેંચ–સ્પર્ધા.

scrap[1] (સ્ક્રૅપ), ના૦ ભાંગી ગયેલો કકડો, ટુકડો; ચિંદરડી, કાપલી; [બ૦વ૦માં] પરચૂરણ–બાકી રહેલી–વસ્તુઓ, છાંડેલું અન્ન; નકામી ફેંકી દીધેલી વસ્તુઓ, ભંગાર, લોઢું કે ધાતુના ટુકડા; છાપું ઇ૦માંથી કાપેલું ચિત્ર–કાપલી. સ૦ક્રિ૦ નકામું

ગણીને ફેંકી દેવું, છાંડવું. **~-book,** છાપાંની કાપલીઓ, ચિત્રો, ઇ૦ ચોઢી રાખવાની વહી. **~-heap,** ભંગારનો –કચરાનો–ઢગલો, ઉકરડો. **~-iron, ~-metal,** ફરી વાપરવા માટેનો લોઢા કે ધાતુનો ભંગાર.

scrap[2], ના૦ અને અ૦ક્રિ૦ ઝઘડો, ટપાટપી, લઢવાઢ, (કરવી).

scrape (સ્ક્રેપ), ઉ૦ક્રિ૦ પતરાના કકડા ઇ૦ વતી ઘસીને સાફ કરવું–છોલી કાઢવું, ઘસી–ઉખેડી–લેવું; ખરરર કરીને ખેંચવું– ખસેડવું; ખરરર અવાજ કરવો–થવો; લગભગ અડીને–ચાટીને–પસાર થવું, કશાક-ની પાસે થઈ ને–આરપાર–મુશ્કેલીથી પસાર થવું; મહેનત કરીને અથવા ત્રેવડ કરી મેળવવું–ભેગું કરવું, કરકસર કરવી; બેઢંગી સલામ કરવી. ના૦ ઘસવા–છોલવા–ની ક્રિયા અથવા અવાજ, ખરરર અવાજ; કઢંગી પરિસ્થિતિ, વિ૦ક૦ સાહસ ઇ૦ને લીધે નિયંત્રણમાંથી ભાગી જતાં થયેલી.

scra'per (સ્ક્રેપર), ના૦ ઘસી કે છોલી કાઢવાનું સાધન.

scra'ppy (સ્ક્રેપિ), વિ૦ ભંગારનું બનેલું; તૂટક, અપૂર્ણ.

scratch (સ્ક્રૅચ), ઉ૦ક્રિ૦ (નખ, નહોર, અથવા કોઈ અણિવાળી વસ્તુ વડે) ઉઝરડવું, ઉઝરડા પાડવા, ખોતરવું; ખંજવાળવું; ખોતરીને કાણું પાડવું, ભૂસી નાખવું, છેકવું; હરીફાઈમાંથી નામ પાછું ખેંચી લેવું– ની યાદીમાંથી કાઢી નાખવું. ના૦ ઉઝરડો, ઉઝરડાનો અવાજ; છેકો; નજીવી ઈજા–કાપો; પોતાને ખજવાળવું તે; શરતમાં જ્યાંથી નીકળવાનું હોય તે લીટી; શરતમાં કશા પ્રાથમિક લાભ વિનાના ઉમેદવારની સ્થિતિ. **start from ~,** કશા પ્રાથમિક લાભ કે પૂર્વ તૈયારી ઇ૦ વિના તદ્દન શરૂઆ-તથી શરૂ કરવું. **up to ~,** સાબદું, તૈયાર, કોઈ કામ કરવા માટે સજ્જ. ~ વિ૦ અકસ્માત – અચાનક – ભેગું થયેલું, મળ્યું તેમાંથી ભેગું કરેલું; કશા પ્રાથમિક લાભ વિનાનું.

scra'tchy (સ્ક્રેચિ), વિ૦ આડાઅવળા લીટા ખોતરેલું – ખોતરનારું; ખરરર – કર્કશ –અવાજ કરનારું; બેદરકાર, આવડત વિનાનું ખજવાળ કરે તેવું; ચિડકણું.

scrawl (સ્ક્રૉલ), ઉ૦ ક્રિ૦ ઘસડવું, ચીતરી કાઢવું. ના૦ ઉતાવળથી લખેલું લખાણ; ઘસડી કાઢેલી ચિઠ્ઠી.

scraw'ny (સ્ક્રૉનિ), વિ૦ પાતળું, સુક-લકડી, હાડકાં દેખાય એવું.

scream (સ્ક્રીમ), ઉ૦ ક્રિ૦ દરદ કે ડરથી ચીસ પાડવી, મોટેથી ચીસ પાડીને બોલવું; પેટ પકડીને હસવું. ના૦ ચીસ, તીણી બૂમ; [વાત.] હસવું ન રોકાય એવો બનાવ, વ્યક્તિ, ઇ૦.

scree (સ્ક્રી), ના૦ નાનાનાના છૂટા પથ્થરો(થી ઢંકાયેલો પહાડનો ઢાળ).

schreech (સ્ક્રીચ), ના૦ તીણી કર્કશ મોટી બૂમ કે અવાજ. ઉ૦ ક્રિ૦ ચીસ પાડવી – પાડીને બોલવું. **~ owl,** ઘૂ ઘૂ કરવાને બદલે ચીસ પાડનાર ઘુવડ, ચીબરી.

screed (સ્ક્રીડ), ના૦ કંટાળો ઉપજાવે એવો લાંબો કાગળ કે ભાષણ.

screen (સ્ક્રીન), ના૦ પડદો, આડશ; બે ઓરડીઓ વચ્ચેની દીવાલ – આંતરો; સંતા-વા કે આશ્રય માટે વપરાતું કશુંક; સિનેમા ઇ૦નાં ચિત્રો બતાવવાનો પડદો; ધૂમ્રપટલ; પવનને રોકનાર કાચ; મોટો ચાળણો (કોલસા કાંકરા ચાળવાનો); રોગ, ગુણ, ઇ૦ શોધવાની પદ્ધતિ; **the ~,** હાલતાં ચાલતાં ચિત્રો, ચિત્રપટો. સ૦ ક્રિ૦ આશ્રય આપવો; છુપાવવું (અંશતઃ કે પૂરેપૂરું); કોઈના જોઈ જવાથી કે નિન્દાથી બચાવવું; વીજળિક દખલ થવામાંથી – કરવામાંથી – રોકવું; પડદા પર ચિત્રપટ બતાવવો; ચાળવું ; -ની તબિયત કે ચારિત્ર્ય તપાસવું, વિ૦ક૦ વિશ્વાસ-પાત્રતા અથવા વફાદારી માટે. **~ off,** પડદા વતી સંતાડવું–બંધ કરવું. **~play,** ચિત્રપટની વાર્તા – નાટક–ખરડો. **~-printing,** ખાસ બનાવેલી (રેશમી) કાપડની જાળી વાપરી કરાતું મુદ્રણ.

screw (સ્ક્રૂ), ના૦ પેચ, પેચનો – આંટા-વાળો – ખીલો, ઇસ્કૂ; બહારથી આંકાવાળો ખીલો તે નરપેચ (**male~**) અને અંદરથી

આંકાવાળો ખીલો તે માદા (**female ~**); દબાણ કરવા માટેના ઓજારનો લાકડાનો કે ધાતુનો સ્ક્રૂ; વહાણ, વિમાન, ઇ૦ને આગળ ચલાવવાનો ગોળ ગોળ ફરતો પંખો – પંખા જેવો સ્ક્રૂ; સ્ક્રૂનો એક આંટો, ત્રાંસી આંટા ફરે તેવી વળવાળી ગતિ; [વાત.] મખ્ખીચૂસ; નાનો વળ દીધેલો કાગળ; [વિ૦ બો૦] વેતન; [વિ૦ બો૦] જેલનો વૉર્ડર–કેદીઓનો હવાલો સંભાળનાર. ઉ૦ ક્રિ૦ સ્ક્રૂથી (હોય તેમ) જડવું – સજ્જડ કરવું; ઉપર ખૂબ દબાણ કરવું, –જુલમ કરવો; -ની પાસે (પૈસા ઇ૦) કઢાવવું; મરડવું, મચડવું, વિકૃત કરવું. **~ball** [અમે. વિ૦ બો૦] ગાંડું કે ચસકેલા મગજવાળું (માણસ), **~driver**, પેચકસ, ડિસમિસ. **~ up**, સંકોચવું, મરડવું, મચડવું; કશાક માટે હિંમત ભેગી કરવી; [વિ૦ બો૦] ગોટો વાળવો, બગાડવું, અંધેર ચલાવવું.

screw'y (સ્ક્રૂઈ), વિ૦ ગાંડું, ચક્રમ, લહેરી; મૂર્ખામીભર્યું.

scri'bble (સ્ક્રિબલ), ઉ૦ ક્રિ૦ ઉતાવળથી કે બેદરકારીથી લખવું, ઘસડી કાઢવું; [મજાકમાં] લેખક થવું. ના૦ ઉતાવળથી લખેલું–દમ વિનાનું–લખાણ, ઉતાવળે ઘસડી કાઢેલી ચિઠ્ઠી.

scribe (સ્ક્રાઇબ), ના૦ પ્રાચીન કે મધ્યયુગીન હસ્તલિખિતોની નકલો કરનાર, લહિયો; [પ્રા.] લેખક. **scri'bal** (-બલ), વિ૦.

scrim (સ્ક્રિમ), ના૦ અસ્તર તરીકે મોટા પ્રમાણમાં વપરાતું સુતરાઉ કે શણનું આછા વણાટનું કાપડ.

scri'mmage (સ્ક્રિમિજ), ના૦ લડાઈ, ઝપાઝપી, ધમાચકડી, બાઝાબાઝી; તડાતડી, ટંટો. અ૦ ક્રિ૦ બાઝાબાઝી–ઝઘડો–ધાંધલ–કરવી.

scrimp (સ્ક્રિમ્પ), ઉ૦ ક્રિ૦ ચિંગુસાઈ કરવી, ઓછું આપવું, આપવામાં ચીકાશ કરવી.

scri'mshank (સ્ક્રિમ્શૅંક), અ૦ક્રિ૦[વિ૦ બો૦] ફરજ ચૂકવી, પોતાનું કામ ટાળવું.

scrip[1] (સ્ક્રિપ), ના૦ [પ્રા૦] પાકિટ, ખડિયો, થેલો, દફતર.

scrip[2], ના૦ શૅર ઇ૦નું કાચું પ્રમાણપત્ર ઇ૦; [સમૂહ૦] એવાં પ્રમાણપત્રો.

script (સ્ક્રિપ્ટ), ના૦ હસ્તાક્ષર, હાથનું લખાણ, હસ્તલિપિ; હાથના લખાણને મળતાં બીબાં; લખવાની પદ્ધતિ–લિપિ; પરીક્ષાની લિખિત ઉત્તરવહી; નાટક, ચિત્રપટ, રેડિયો પર આપવાનું ભાષણ, ઇ૦નું લખાણ – પાઠ. સ૦ક્રિ૦ ચિત્રપટ ઇ૦ની કથા લખવી.

scriptor'ium (સ્ક્રિપ્ટૉરિઅમ), ના૦ [બ૦ વ૦ **~s** અથવા **-ria**] લખવાની ઓરડી, વિ૦ ક૦ મઠમાંની.

scri'ptural (સ્ક્રિપ્ચરલ), વિ૦ ધર્મગ્રંથ બાઇબલ – નું – ઉપર આધારિત.

scri'pture (સ્ક્રિપ્ચર), ના૦ પવિત્ર – ધર્મ – ગ્રંથ, બાઇબલ.

scri'vener (સ્ક્રિવનર), ના૦ [ઇતિ૦] દસ્તાવેજ લખનાર – ઘડનાર; દસ્તાવેજ પર સહીસિક્કા સાખ કરનાર વકીલ.

scro'fula (સ્ક્રૉફ્યુલ), ના૦ ક્ષયરોગનો એક પ્રકાર, ગંડમાળ, કંઠમાળ. **scro'fulous** (-લસ), વિ૦.

scroll (સ્ક્રોલ), ના૦ કાગળ કે ચર્મપત્રનો વીંટો; જૂના વખતનું વીંટાના સ્વરૂપનું પુસ્તક; ચર્મપત્રના વીંટાના આકારનું શિલ્પ-સુશોભન.

scro'tum (સ્ક્રોટમ), ના૦ [બ૦ વ૦ **~s** અથવા **-ta**] અંડકોષ, વૃષણકોશ. **scro'tal** (-ટલ), વિ૦.

scrounge (સ્કાઉંજ), ઉ૦ ક્રિ૦ ગેરકાયદે અથવા ભીખ માગીને મેળવવું.

scrub[1] (સ્ક્રબ), ઉ૦ ક્રિ૦ બહુ જોરથી ઘસવું, વાળાકૂંચી અથવા સખત બ્રશ ઇ૦થી ઘસીને સાફ કરવું, પોતું કરવું; બ્રશ ઇ૦ માંથી (ગૅસ ઇ૦) પસાર કરવો. ના૦ ઘસીને સાફ કરવું – કરાવું તે, પોતું.

scrub[2], ના૦ ઝાડવાં, ઝાંખરાં અથવા ઠીંગરાયેલાં ઝાડ(વાળી જમીન); ઠીંગરાયેલું અથવા નજીવું માણસ – પ્રાણી. **scru'bby** (સ્ક્રબિ), વિ૦.

scru'bber (સ્ક્રબર), ના૦ ઘસી કાઢવાનો – ઘસીને સાફ કરવાનો – બ્રશ; વાયુઓમાંથી અશુદ્ધિઓ દૂર કરવાનું સાધન.

scruff (સ્કફ), ના૰ ગરદન, બોચી.

scru'ffy (સ્કફિ), વિ૰ ગંદું, બેડોળ, ફાટેલાં મેલાં કપડાં પહેરેલું.

scrum (સ્કમ), ના૰ = scrummage; [વાત.] ભારે – ચગદાચગદીવાળી – ભીડ. **~-half**, રગ્બી ફુટબૉલનો એક રમનાર (હાફ્બૅક).

scru'mmage (સ્કમિજ), ના૰ [રગ્બી ફુટ.] વચ્ચે ફેંકાયેલા દડાનો કબજો લેવા માટે બંને પક્ષના મોખરાના ખેલાડીઓ વચ્ચે ધમાચકડી – ધક્કાધક્કી.

scru'mptious (સ્કમ્પ્શસ), વિ૰ [વાત.] સ્વાદિષ્ટ.

scrunch (સ્કંચ), ના૰ અને ઉ૰ ક્રિ૰ કુરકુર અવાજ (કરતાં ચાવવું).

scru'ple (સ્કૂપલ), ના૰ ૨૦ ગ્રેનનું એક વજન (૧/૭ તોલો); કોઈ કાર્યની નીતિમત્તા, ઔચિત્ય, ઇ૰ની બાબતમાં શંકા – આંચકો અંદેશો. સ૰ ક્રિ૰ ખંચાવું, ખટકવું, અનીતિ – અનૌચિત્ય – થી બીને પાછા હઠવું.

scru'pulous (સ્કૂપ્યુલસ), વિ૰ નાની નાની બાબતમાં પણ ખરા ખોટાનો વિચાર કરનાર, વિગતની ઉપેક્ષા ન કરનાર; પાપ-ભીરુ, શુદ્ધ દાનતવાળું; નીતિઅનીતિની બાબતમાં ચીકણું – અતિ સાવધાન. **scrupulo'sity** (-લૉસિટિ), ના૰.

scrutineer' (સ્કૂટિનિઅર), ના૰ મતપત્ર તપાસનાર.

scru'tinize (સ્કૂટિનાઇઝ઼), સ૰ ક્રિ૰ ઝીણવટથી જોવું – તપાસવું.

scru'tiny (સ્કૂટિનિ), ના૰ ચિકિત્સક દૃષ્ટિ; ઝીણવટભરી તપાસ; મતપત્રોની ચકાસણી અને ગણતરીની ચોકસાઈ.

scu'ba (સ્કયૂબ઼), ના૰ પાણી નીચે વાપરવાનું સ્વયંપૂર્ણ શ્વસનયંત્ર.

scud (સ્કડ), અ૰ ક્રિ૰ તીરની જેમ – સીધું અને ઝડપથી – દોડવું કે ઊડવું; તરતાં તરતાં પસાર થવું; [નૌકા.] પવન આગળ હંકાર્યે જવું.

scuff (સ્કફ), ઉ૰ ક્રિ૰ ઘસડાતા – ઢસડાતા – ચાલવું, -ને ચાટીને – ની સાથે ઘસાઈને – જવું; એવી રીતે (પગરખાં) ઘસી-નાખવાં.

scu'ffle (સ્કફલ), સ૰ ક્રિ૰ અને ના૰ બાઝાબાઝી – મારામારી – (કરવી).

scull (સ્કલ), ના૰ હલેસાંની જોડમાંનું એક. હોડીને પાછલી બાજુથી ધકેલવાનું હલેસું, (વિ૰ ક૰ આમળાવાળી ગતિથી). ઉ૰ ક્રિ૰ હલેસાં મારવાં, હલેસાં વતી હોડી ચલાવવી.

scu'llery (સ્કલરિ), ના૰ રસોઇનાં વાસણ ધોવાં માંજવાની રસોડાની પાછલી બાજુ.

sculpt (સ્કલ્પ્ટ), ના૰ = [વાત.] sculpture.

scu'lptor (સ્કલ્પ્ટર), ના૰ શિલ્પી. **scu'lptress** (-ટ્રિસ) ના૰ સ્ત્રી૰.

scu'lpture (સ્કલ્પ્ચર), ના૰ શિલ્પ-કળા; શિલ્પકૃતિ, શિલ્પ. ઉ૰ ક્રિ૰ શિલ્પકામ કરવું, શિલ્પ(કૃતિ)થી શણગારવું; શિલ્પમાં રજૂ કરવું, -ની મૂર્તિ ઘડવી. **scu'lptural** (-ચરલ), વિ૰.

scum (સ્કમ), ના૰ પ્રવાહી પદાર્થ પર બાઝતો મેલ(નો સ્તર), તરી; -નો સૌથી ખરાબ ભાગ, કચરો. ઉ૰ ક્રિ૰ -નો મેલ કાઢવો, ઉપર ફીણ–મેલ – બાઝવો. **scu'mmy** (-મિ), વિ૰.

scu'pper (સ્કપર), ના૰ તૂતક પરનું પાણી કાઢવાનું વહાણની બાજુમાંનું કાણું. [વિ૰ બો૰] વહાણ કે તેના ખલાસીઓને ડુબાડી દેવું; (યોજના ઇ૰) નિષ્ફળ બનાવવું, પાય-માલ કરવું.

scurf (સ્કર્ફ), ના૰ ખોડો, ચામડી પર બાઝેલા પોપડા. **scur'fy** (સ્કર્ફિ), વિ૰.

scu'rrilous (સ્કરિલસ), વિ૰ ગાળો ભાંડનારું, ગંદી – અશ્લીલ – ગાળાગાળી કર-નારું. **scurri'lity** (-લિટિ), ના૰.

scu'rry (સ્કરિ), અ૰ ક્રિ૰ ઉતાવળથી આમતેમ દોડવું; આમતેમ નાસભાગ કરવી. ના૰ દોડાદોડ (કરવી તે), ધમાલ, ધાંધલ, ઉતાવળ; બરફ ઇ૰ની વર્ષા.

scur'vy (સ્કર્વિ), ના૰ વિટામિન સી ની ઊણપને લીધે થતો એક રોગ, આગરુ. વિ૰ [પ્રા.] નજીવું, તુચ્છ, હલકું નીચ.

scut (સ્કટ), ના૰ (સસલું ઇ૰ની) ટૂંકી પૂછડી.

scu'tter (સ્કટર), અ૰ ક્રિ૰ [વાત.] ઉતાવળથી આમતેમ દોડવું, આમતેમ નાસભાગ કરવી.

scu'ttle[1] (સ્કટલ), ના૰ કોલસા લઈ જવાનું કે ભરવાનું ખોખું – ડબ્બો; મોટરનો આગળનો કાચનો પડદો અને એંજિનના ઢાંકણા વચ્ચેનો ભાગ.

scu'ttle[2], ના૰ વહાણના તૂતકમાં કે બાજુમાં અથવા દીવાલમાં કે છાપરામાં ઢાંકણાવાળું બાકું – બારી. સ૰ ક્રિ૰ વહાણમાં કાણું કે કાણાં પાડવાં, એવી રીતે વહાણ ડુબાવવું.

scu'ttle[3], અ૰ ક્રિ૰ ઉતાવળે પગે દોડવું; નાસી જવું; માર ખાઈને પીછેહઠ કરવી. ના૰ ઉતાવળી ચાલ; ઉતાવળથી એકદમ ઊડવું કે જવું તે.

scythe (સાઇધ), ના૰ લાંબા હાથાવાળું વિલાયતી દાતરડું – કાપણીનું ઓજાર. સ૰ ક્રિ૰ દાતરડા વતી વાઢવું – કાપવું.

S.D(ak), સંક્ષેપ. South Dakota.

S.E., સંક્ષેપ. South-East(ern).

sea (સી), ના૰ દરિયો, સમુદ્ર; મહાસાગર; દરિયાનો ઉછાળો, મોટું મોજું; મોટો જથો – વિસ્તાર. **~ anchor**, વહાણને તણાઈ જતું રોકાવાનું થેલી જેવું સાધન. **~board**, દરિયાકાંઠાનો પ્રદેશ. **~ breeze**, દરિયાઈ પવન. **~-breeze**, દરિયા તરફથી આવતો પવન **~-dog**, ઘરડો ખલાસી. **~ eagle**, માછલાં ખાનાર ગરુડપક્ષી. **~faring**, દરિયો ખેડનારું, વહાણવટું કરનારું. ના૰ વહાણવટું. **~-food**, ખારા પાણીનાં ખાદ્ય (કવચવાળાં) માછલાં. **~ front**, ગામનો દરિયાકાંઠાનો ભાગ. **~going**, ખુલ્લા દરિયા પર જવા માટેનું–માટે બનાવેલું. **~-gull**, એક દરિયાઈ પક્ષી, બગલું. **~-horse**, ઘોડાના જેવા માથાવાળી એક નાની માછલી. **~-kale**, દરિયા કાંઠે થતી એક ભાજી. **~-legs**, ડોલતા વહાણના તૂતક પર ફરવાની આવડત. **~-level**, દરિયાની (સરેરાશ) સપાટી, કોઈ સ્થળની ઊંચાઈ માપવા તેનો આધાર લેવાય છે. **~-lion**, મોટા કાન તથા વાળવાળા સીલની એક જાત. **~man**, ખારવો, ખલાસી; દરિયો ખેડનાર પ્રવાસી, જમાદારની નીચેની પાયરીનો ખલાસી. **~-mew**, એક દરિયાઈ પ્રાણી – પક્ષી. **~-pink**, દરિયાકાંઠે અથવા આલ્પ્સમાં થતો ગુલાબી ફૂલવાળો એક છોડ. **~plane**, પાણી પર ઊતરી શકનારું ને પાણી પરથી ઊડી શકનારું વિમાન. **~port**, બંદર સાથેનું ગામ. **~ rover**, ચાંચિયો. **~-salt**, દરિયાનું પાણી બાળીને – ઉકાળીને – બનાવેલું મીઠું. **~scape**, દરિયાનો દેખાવ, એ દેખાવનું ચિત્ર. **~ serpent**, દરિયામાં રહેનાર સાપ, એક કાલ્પનિક દરિયાઈ રાક્ષસ. **~-shanty**, ખારવાનું ગીત દોરડું ઇ૰ ખેંચતી વખતે લલકારાતું. **~-shell** ખારા પાણીના ગોકળગાય જેવા પ્રાણીનું કવચ. **~sick**, વહાણના ડોલવાથી ફેર કે મોળ આવે કે ઓકારી થાય એવું, દરિયો લાગ્યો હોય એવું. **~ side**, દરિયાકાંઠાં નજીક આવેલું હવાખાવાનું સ્થળ. **~ trout**, 'સામન'ને મળતી એક દરિયાઈ ખાદ્ય માછલી. **~-urchin**, કાંટાળા શરીરવાળું એક દરિયાઈ પ્રાણી. **~weed**, દરિયાઈ છોડ–વનસ્પતિ. **~worthy**, દરિયા પર જવાને યોગ્ય (સ્થિતિમાં).

seal[1] (સીલ), ના૰ મહોરની છાપવાળું લાખ ઇ૰નું ચકતું, સિક્કો, ચાંપવાની મહોર, મુદ્રા; ચાંપેલી મહોર, છાપ, પરબીડિયું, પાત્ર, બારણું ઇ૰ બંધ કરીને તે પર મારેલી છાપ જે તોડ્યા વિના બારણું ઇ૰ ઊઘડી ન શકે; કોઈ વાતની ખાતરી કરાવવા કે તે પૂરી થઈ તે સૂચવવા આપેલી વસ્તુ અથવા કરેલું કામ; કાણું ઇ૰ પૂરવા માટે વાપરેલો પદાર્થ કે સાધન. સ૰ ક્રિ૰ છાપ કે મહોર મારવી, લાખ વગેરેથી બંધ કરવું; ઊઘડે નહિ, હવા અંદર પેસે નહિ, એવી રીતે બંધ કરવું, મહોર મારીને ખરું હોવા વિષે ખાતરી કરાવવી; પાકું–કાયમ કરવું. **~ing wax**, મહોર મારવા

માટે વપરાતી લાખ ને રાળનું મિશ્રણ.

seal[2], ના૦ કીમતી રુવાટી તથા પાંખો જેવી ઇન્દ્રિયોવાળું એક ઉભયચર દરિયાઈ પ્રાણી, સીલ. અ૦ ક્રિ૦ સીલનો શિકાર કરવો. **~skin**, સીલની રુવાટીવાળી ચામડી, તેનું વસ્ત્ર.

sea'ler (સીલર), ના૦ સીલનો શિકાર કરનાર વહાણ કે વ્યક્તિ.

Sea'lyham (સીલિઅમ); ના૦ બરછટ વાળ અને ટૂંકા પગવાળું એક કૂતરું.

seam (સીમ), ના૦ સીવણ, ઓટણ, સાંધ; બે સમાંતર કોશ વચ્ચેની ફાટ; કરચલી, કોલસા ઇ૦નો થર. સ૦ ક્રિ૦ સીવવું, સાંધવું; સાંધ, સળ, ઇ૦ પાડવું. [વિ૦ ક૦ ભૂ૦ કૃ૦માં] સળ, સાંધ અથવા ખાંચો પાડી નિશાની કરવી.

sea'mstress, se'mpstress, (સે'મ્સ્ટ્રિસ), ના૦ દરજણ. સીવણ કરનાર સ્ત્રી.

sea'my (સીમિ), વિ૦ સાંધવાળું, સાંધ દેખાય એવું. **~ side**, વસ્ત્ર ઇ૦ની ઊલટી બાજુ; [લા.] (જીવનની) હલકી અથવા અનાકર્ષક બાજુ.

se'ance (સે'આંસ), ના૦ પ્રદર્શન માટેની અથવા પ્રેતાત્મવાદિક ઘટનાઓની ચિકિત્સાની સભા.

sear (સિઅર), સ૦ ક્રિ૦ વિ૦ક૦ તપાવેલા લોઢા વડે ડામ દેવો; રીઢું -કઠણ-બનાવવું. વિ૦ (**sere** પણ), [સાહિત્યિક] કરમાઈ ગયેલું, સૂકું.

search (સર્ચ), ઉ૦ ક્રિ૦ શોધવું, ખોળવું, બારીકાઈથી પરીક્ષણ-તપાસ-કરવી. ના૦ શોધ, ખોજ, તપાસ. **~'light**, કોઈ પણ દિશામાં ફેરવી ઝળહળતો પ્રકાશ પાડનાર (બહુધા વીજળીનો) દીવો, તેનો પ્રકાશ. **~-party**, ખોવાયેલી કે સંતાયેલી વ્યક્તિ અથવા વસ્તુ શોધવા નીકળેલું જૂથ. **~-warrant**, ઝડતીનો સરકારી હુકમ.

sear'ching (સર્ચિંગ), વિ૦ ઝીણવટથી તપાસ કરનારું; સૂક્ષ્મ, ભેદક, સંપૂર્ણ.

sea'son (સીઝન), ના૦ ઋતુ, મોસમ; અનુકૂળ-યોગ્ય-સમય; કોઈ વસ્તુની વિપુલતાનો, પ્રવૃત્તિશીલ કે પ્રચલિત હોવાનો, કાળ; અનિશ્ચિત અવધિ; **~(-ticket)**, સીઝન તિકિટ, અમુક કાળ દરમિયાન ગમે તેટલી વાર જવા આવવાની કે દાખલ થવાની તિકિટ. ~ઉ૦ક્રિ૦ યોગ્ય, લાયક કે કાર્યક્ષમ બનાવવું-થવું, વિ૦ ક૦ હવામાં કે ખુલ્લામાં રાખી; મસાલો ઇ૦ નાખી સ્વાદિષ્ટ-લિજ્જતદાર - બનાવવું, પાકું - રીઢું - મજબૂત-બનાવવું. **in ~**, (ખોરાક અંગે) વિપુલ જથ્થામાં ઉપલબ્ધ; (પ્રાણી અંગે) કામોત્તેજિત, મસ્તીમાં આવેલું.

sea'sonable(સીઝનબલ), વિ૦ મોસમને અનુકૂળ આવતું, સમયસરનું.

sea'sonal (સીઝનલ), વિ૦ મોસમનું, મોસમ પર આધાર રાખનારું, મોસમ સાથે બદલાતું.

sea'soning (સીઝ઼નિંગ), ના૦ મસાલો (નાખવો તે).

seat (સીટ), ના૦ બેઠક, આસન; બેસવાની જગ્યા, બેઠક (નાટકશાળા ઇ૦માં); બેઠક લેવી તે-લેવાનો અધિકાર, વિ૦ ક૦ આમસભાના સભ્ય તરીકે; ખુરશી ઇ૦ની બેઠક; કૂલા, લેંઘાનો કૂલાનો ભાગ; સ્થળ, જગ્યા; ગામડાનું ઘર. સ૦ ક્રિ૦ બેસાડવું, -ને બેસવાની જગ્યા આપવી-પૂરી પાડવી; બેસવું, બેઠક લેવી; ખુરશી ઇ૦ને નવી બેઠક નાખવી; યોગ્ય જગ્યાએ બેસાડવું-સ્થાપન કરવું. **~-belt**, વિમાન કે વાહનમાં બેસનારે સલામતી માટે બાંધવાનો પટો.

sea'ting (સીટિંગ), ના૦ બેઠકો(ની વ્યવસ્થા-સગવડ).

seba'ceous (સિબેશસ),વિ૦ ચરબીવાળું, તેલ ઝરતું-વહેતું.

sec (સેક), વિ૦ (દારૂ અંગે) ગળપણ વિનાનું.

Sec., સંક્ષેપ. Secretary.

sec., સંક્ષેપ, second(s).

secateurs (સે'કટર્ઝ), ના૦ બ૦ વ૦ કાટછાટ કરવાની કાતર.

sece'de (સિસીડ), અ૦ક્રિ૦ કોઈ ધર્મસંઘ, સમવાયી રાજ્યતંત્ર, ઇ૦માંથી છૂટા થવું.

sece'ssion(સિસે'શન),ના૦ જુદું પડવું તે.

sece'ssionist (-શનિસ્ટ), ના૦.

seclu'de (સિક્લૂડ), સ૦ ક્રિ૦ એકાંતમાં મૂકવું-થઈ જવું, દૃષ્ટિઆડ કરવું.

seclu'sion (સિક્લૂઝ્ન], ના૦ એકાન્ત જગ્યા-સ્થિતિ.

se'cond[1] (સે'કન્ડ), વિ૦ બીજું, પહેલા પછીનું; બીજુ, વધુ એક; ઊતરતી કોટિનું, ગૌણ. ના૦ બીજી વ્યક્તિ, વર્ગ, ઇ૦; ટેકો આપનાર, મદદનીશ, વિ૦ ક૦ મુષ્ટિ-યોદ્ધાનો અથવા દ્વન્દ્વ કરનારનો; મિનિટનો અથવા કોણીય અંશનો સાઠમો ભાગ; [બ૦ વ૦માં] ઊતરતી કોટિનો-બીજા નંબરનો-માલ; બીજી વારનું પિરસણ. સ૦ ક્રિ૦ ટેકો-અનુમોદન-આપવું. **~-best**, પહેલા પછીનું, શ્રેષ્ઠથી ઊતરતું. **~ class**, પહેલા પછીનું સારુ જૂથ, વર્ગ, અથવા જગ્યા. **~ cousin**, મા કે બાપના પિતરાઈ, મસિયાઈ ઇ૦ ભાઈ કે બહેનનું સંતાન. **~ fiddle**, [લા૦] ઊતરતો અથવા ગૌણ ભાગ. **~-hand**, (માલ અંગે) બીજાએ-અગાઉના ધણીએ - વાપર્યા પછી ખરીદેલું, જૂનું;(બાતમી અંગે) બીજા પાસેથી મળેલી, પોતે નહિ ખોળી કાઢેલી. **~ name**, અટક. **~ nature**; તદ્દન સ્વાભાવિક જેવો થયેલો ગુણ-ટેવ. **~-rate**, ઊતરતી કોટિનું, હલકું. **~ sight**, ભવિષ્યની કે દૂરની બનતી ઘટનાઓ જોવાની (દિવ્ય) દૃષ્ટિ. **~ string**, (ભવિષ્યના ઉપયોગ માટે) અનામત રાખેલો માણસ કે વસ્તુ. **~ thoughts**, ફેરવિચાર (પછી કરેલો નિર્ણય ઇ૦). **~ wind**, હાંફ ચડયા પછી સતત પરિશ્રમ દરમિયાન નિયમિત શ્વાસ શરૂ થવો તે.

seco'nd[2], (સિકોન્ડ), સ૦ ક્રિ૦ કોઈની તાત્પૂરતી - કામચલાઉ-બીજા ખાતા ઇ૦માં બદલી કરવી. **seco'ndment** (-ડ્મન્ટ), ના૦.

se'condary (સે'કન્ડરિ), વિ૦ ઓછા મહત્ત્વનું, ગૌણ, દુય્યમ, સહાયક; ઊતરતી કોટિનું, બીજી પંક્તિનું; મૂળ કે પ્રાથમિક નહિ એવું. **~ education**, **~ school**, માધ્યમિક કેળવણી-શાળા.

se'condly (સે'કન્ડ્લિ), ક્રિ૦ વિ૦ બીજું એ કે, વળી.

se'crecy (સિક્રસિ), ના૦ ગુપ્ત રાખવું તે, ગુપ્તતા.

se'cret (સિક્રિટ), ના૦ ગુપ્ત, ગૂઢ, છૂપું રાખેલું-રાખવાનું; જાહેર ન કરવાનું, છૂપી રીતે કામ કરનારું, ઇ૦. ના૦ ગુપ્ત કે ખાનગી વાત-બાબત. **in ~**, ખાનગીમાં, ગુપ્તપણે. **~ agent**, જાસૂસ, ગુપ્તચર. **~ police**, છૂપી પોલીસ. **~ service** જાસૂસી ખાતું.

secreta'riat (સેક્રિટે'અરિઅટ), ના૦ સચિવો કે મંત્રીઓનું મંડળ, સચિવાલય.

se'cretary (સે'ક્રટ્રિ), ના૦ મંત્રી, મહેતો, ચિટનીસ; રાજ્યના ખાતાનો હવાલો સંભાળનાર મંત્રી; પ્રધાન, એલચી, ઇ૦નો મુખ્ય સહાયક. **~-bird**, લાંબી પૂંછડી, લાંબા પગ, તથા લાંબાં પીંછાંની કલગીવાળું એક આફ્રિ. પક્ષી; **S~-General**, મહામંત્રી; **S~ of State**, સરકારના મોટા ખાતાનો ઉપરી, અમેરિકાનો પરદેશમંત્રી. **secreta'rial** (-ટે'અરિઅલ), વિ૦.

secre'te (સિક્રીટ), સ૦ ક્રિ૦ છુપાવવું [શરીરવ્યા૦] (ગ્રંથિ ઇ૦ અંગે) પ્રવાહીના રૂપમાં બહાર કાઢવું-સ્રાવવું; લોહી-વૃક્ષરસમાંથી જુદું પાડવું, માંથી સ્રવવું-કાઢી નાખવું.

secre'tion (સીક્રિશન). ના૦ નિ:સરણ; સ્રવવું તે; સ્રાવ.

se'cretive (સીક્રિટિવ), વિ૦ છાનું-ગુપ્ત-રાખનારું, રહસ્યપ્રિય; ઓછાબોલું, મીઢું.

secre'tory (સિક્રીટરિ), વિ૦ રસ ઝરાવનારું, સ્રાવક.

sect (સે'ક્ટ), ના૦ સંપ્રદાય, પંથ; કોઈ એક પંથ કે સંપ્રદાયને અનુસરનારા લોકો.

sectar'ian (સે'ક્ટે'અરિઅન), વિ૦ અને ના૦ સાંપ્રદાયિક. **sectar'ianism** (-ટે'અરિઅનિઝ્મ) ના૦.

se'ction (સે'ક્શન), ના૦ કાપી કાઢેલો ભાગ, વસ્તુના અનેક ભાગો પૈકી એક; ચોપડી, કાયદો, જમાત ઇ૦નો પેટાવિભાગ; પલટણનો પેટાવિભાગ; [અમે૦] જમીનનો પટ-વિસ્તાર, શહેરનો ભાગ; કાપીને અલગ

પાડવું તે; ઘનાકૃતિને સપાટી વડે કાપવું તે, એવી રીતે કપાયેલી આકૃતિ(નો વિસ્તાર–ક્ષેત્રફળ); સૂક્ષ્મદર્શક યંત્ર વડે તપાસ માટેનો પાતળો કકડો: ચોપડી ઇ૦ના પરિચ્છેદના આરંભની નિશાની '§'. સ૦ ક્રિ૦ના વિભાગ પાડવા, વિભાગોમાં ગોઠવવું.

se'ctional (સે'ક્શનલ), વિ૦ વિભાગીય, વિભાગોનું બનેલું; સાર્વત્રિક નહિ પણ સ્થાનિક, મર્યાદિત.

se'ctor (સે'ક્ટર), ના૦ કોઈ પ્રવૃત્તિની શાખા; [લશ્કર૦] રણભૂમિનો ભાગ; [ભૂમિતિ] વૃત્તખંડ.

se'cular (સે'ક્યુલર), વિ૦ ઐહિક, દુનિયાદારીનું–ને લગતું, ઇહવાદી, ધાર્મિક બાબતો સાથે સંબંધ ન ધરાવનારું; પવિત્ર નહિ એવું; ધર્મનિરપેક્ષ; ઘણો લાંબો સમય –સૈકું–ચાલનારું, ઘણે લાંબે વખતે–સૈકામાં એક વખત–થનારું. **secula'rity** (-લૅરિટિ), ના૦. **se'cularize** (-લરાઇઝ઼), સ૦ ક્રિ૦.

se'cularism (સે'ક્યુલરિઝ઼મ), ના૦ નીતિનો પાયો ઐહિકતાનો હોવો જોઈએ એ સિદ્ધાંત, ધર્મનિરપેક્ષતા. **se'cularist** (-લરિસ્ટ), ના૦.

secur'e (સિક્યુઅર), વિ૦ સંકટ કે ભયથી મુક્ત; અભેદ્ય; સલામત, સુરક્ષિત, વિશ્વાસપાત્ર, ખસે નહિ એવી રીતે બેસાડેલું, સજ્જડ–પાકું–કરેલું. સ૦ ક્રિ૦ મજબૂત બનાવવું, પાકા જાપતામાં રાખવું, કેદમાં પૂરવું; સજ્જડ બાંધવું–બંધ કરવું; પ્રાપ્ત કરવું; બાંયધરી આપવી; સુરક્ષિત કરવું.

secur'ity (સિક્યુઅરિટિ), ના૦સલામતી, સુરક્ષિતપણું; બાંયધરી, જામીનગીરી; રાજ્ય પેઢી ઇ૦નું જાસૂસી, ચોરી વગેરેથી સંરક્ષણ કરનારી સંસ્થા; ઘરણે મૂકેલી ચીજ, તારણ; હામી, હામીદાર; દેવાનો દસ્તાવેજ; શૅર સર્ટિફિકેટ, સરકારી લેણદેણનો રોખો. **~ risk**, જેની વફાદારી વિષે શંકા હોય એવી વ્યક્તિ.

seda'n (સિડૅન), ના૦ ખુરશી જેવી બેઠકવાળો મ્યાનો; [અમે૦] સુખસગવડવાળી મોટરગાડી કે ડબો. ~ (**-chair**), [ઇતિ૦] ખુરશીઘાટની પાલખી.

seda'te (સિડેટ, સે'-), વિ૦ શાંત, સ્વસ્થ, સ્થિર, ગંભીર. સ૦ ક્રિ૦ શામક દવાનો ઉપચાર કરવો.

seda'tion (સિડેશન), ના૦ શામક દવા-(ઓ)નો ઉપચાર.

se'dative (સે'ડટિવ), વિ૦ અને ના૦ શાંત પાડનાર–શામક–(દવા).

se'dentary (સે'ડન્ટરિ), વિ૦ બેસતું, બેઠાડું, બેસી રહીને ભાગ્યે જ શારીરિક શ્રમ કરનારું; (કામ અંગે) બેઠાં બેઠાં કરવાનું.

sedge (સે'જ), ના૦ ભેજવાળી જમીનમાં થતું ડાભ જેવું ઘાસ. **se'dgy** (સે'જિ), વિ૦.

se'diment (સે'ડિમન્ટ), ના૦ પ્રવાહીને તળે બેઠેલો કચરો, ગાળ; [ભૂસ્તર૦] હવા અને પાણીથી ઘસડાઈ આવીને નીચે બેઠેલો કચરો જેનો આગળ જતાં ખડક બને છે. **sedime'ntary** (-મૅન્ટરિ), વિ૦. **sedimenta'tion** (-મૅન્ટેશન), ના૦.

sedi'tion (સિડિશન), ના૦ રાજ્ય કે સરકાર સામે બળવો, રાજદ્રોહ. **sedi'tious** (સિડિશસ), વિ૦.

sedu'ce (સિડ્યૂસ), સ૦ક્રિ૦ આડે રસ્તે–કુમાર્ગે–દોરી જવું, પાપ, દુષ્કર્મ અથવા ભૂલ કરવા લલચાવવું. ફોસલાવવું. ફોસલાવીને પાતિવ્રત્યનો ભંગ કરાવવો–ભ્રષ્ટ કરવું. **sedu'cible** (-સિબલ), વિ૦.

sedu'ction(સિડક્શન),ના૦ ભ્રષ્ટ કરવું–થવું–તે, આકર્ષક–મોહક–વસ્તુ અથવા ગુણ.

sedu'ctive (સિડક્ટિવ), વિ૦ ખોટે રસ્તે લઈ જનારું. લલચાવનારું, મોહક, મોહમાં પાડનારું.

se'dulous (સે'ડ્યુલસ), વિ૦ ખંતીલું, ઉદ્યમી, મહેનતુ, ચીવટવાળું.- **sedu'lity** (સિડ્યૂલિટી), ના૦.

see[1] (સી), ના૦ ધર્માધ્યક્ષ (બિશપ)નું પીઠ અથવા પદ, બિશપના તાબાનો મુલક.

see[2], ઉ૦ ક્રિ૦ [**saw**; **seen**] જોવું, જોઈ શકવું, -ની તરફ જોવું. બારીકાઈથી જોવું, મનથી ઓળખવું–કલ્પવું, કલ્પના કરવી; સમજવું, જાણવું; -ને વિષે (અમુક) દૃષ્ટિ રાખવી–અભિપ્રાય ધરાવવો;-ને મુલા-

કાત આપવી, મળવું; વળાવવું, સાથે લઈ જવું, પહોંચાડવું. ~ **about**, -ની તરફ ધ્યાન આપવું. ~ **off**, વળાવવું, વિદાય આપવા જવું. ~ **over**, પ્રવાસ કરીને તપાસવું. ~ **red**, [લા.] ગરમ થવું, તપી જવું. ~ **through**, છેતરાવું નહિ, ભેદ પામી જવો; મુશ્કેલી દરમ્યાન ટેકો આપવો – મદદ કરવી; (અંગીકૃત કાર્ય ઇ૦) પૂરું કર્યા પહેલાં ન છોડવું, ~**-through**, પારદર્શક. ~ **to**, -ની તરફ ધ્યાન આપવું, સમું કરવું.

seed (સીડ), ના૦ બી, બીજ, બીનો દાણો; [સમૂહ.] બિયારણ, બી; શુક્ર, વીર્ય; બીજ, આદિકારણ; આરંભ; સંતાન; પસંદ કરેલો ઉચ્ચ કોટિનો રમનાર. ઉ૦ ક્રિ૦ -માં બી ઘાલવું, બી છાંટવું – વેરવું; બી વાવવું – નાખવું; બી પેદા કરવું; -માંથી બી ખરી પડવાં; ફળમાંથી બિયાં કાઢવાં; વરસાદ પાડવા માટે (વાદળા)માં ઝીણા સ્ફટિક(**crystal**)ના કણ છાંટવા, [ટેનિસ ઇ૦] નીવડેલા ખેલાડીઓનો સામનો રમતના આખરી તબક્કામાં જ થાય એટલા માટે ખેલાડીને પસંદ કરવો–નક્કી કરી રાખવો. **go, run, to** ~, બી પેદા થવાનો વખત આવવો અને તેથી ફૂલ આવવાના બંધ થવાં; જેમ ઘટી જવું, નબળું પડવું, બગડી જવું. ~**-bed**, કયારો. ~**-cake**, શાહજીરું નાખેલી કેકગળી રોટી. ~**-pearl**, બહુ નાનું મોતી. ~**-potato**, બિયારણ માટે રાખેલો બટાકો. ~**sman** (-ઝ્‌મન), ના૦ બિયારણ વેચનાર.

see'dling (સીડ્‌લિંગ), ના૦ બીમાંથી ઉછેરેલો છોડ.

see'dy (સીડિ), વિ૦ પુષ્કળ બિયાંવાળું; ચીંથરેહાલ; માંદલું.

see'ing (સીઇંગ), ઉભ૦અ૦ ~ (**that**), -નો વિચાર કરતાં, કારણ કે, હકીકત (આવી છે તે) જોતાં.

seek (સીક), ઉ૦ ક્રિ૦ [**sought** સૉટ] શોધવું, -ની શોધમાં નીકળી પડવું, -ને માટે ખોળાખોળ કરવી; શોધ કરવી; મેળવવાનો અથવા થાય તે માટે પ્રયત્ન કરવો, કરવા મથવું; -ની માગણી કરવી, (-ને માટે) વિનંતી કરવી.

seem (સીમ), સ૦ ક્રિ૦ દેખાવું, જણાવું; લાગવું, ભાસવું; હોય તેમ – ખરું હોય તેમ – દેખાવું.

see'ming (સીમિંગ), વિ૦ દેખાતું, ઉપર ઉપરનું, સાચું નહિ.

see'mly (સીમ્‌લિ), વિ૦ છાજતું, યોગ્ય, ઘટિત.

seen (સીન), **see**[2] નું ભૂ૦ કૃ૦.

seep (સીપ), અ૦ ક્રિ૦ ઝમવું, ટીપે ટીપું બહાર પડવું.

see'page (સીપિજ), ના૦ ઝમવું તે; ઝમેલું પ્રવાહી.

seer (સીઅર), ના૦ જોનારો, દ્રષ્ટા; ઋષિ, પેગંબર.

seer'sucker (સીઅર્‌સકર), ના૦ ઝીણી ઝીણી કરચલીઓવાળું ને પટાઓવાળું એક જાતનું કાપડ.

see-saw (સી–સૉ), વિ૦ અને ક્રિ૦ વિ૦ આગળપાછળ અથવા ઉપરનીચેની ગતિવાળું (-ગતિથી). ના૦ આગળ પાછળ અથવા ઉપર નીચેની ગતિ; ઊંચેનીચે હીંચવાનો ચીંચવો; તે પર રમવાની રમત, અ૦ ક્રિ૦ ચીંચવે રમવું; અસ્થિર–ડામાડોળ – હોવું.

seethe (સીધ), ઉ૦ ક્રિ૦ ઉકાળવું, ઊકળવું; ખળભળવું, ક્ષુબ્ધ થવું.

se'gment (સે'ગ્‌મન્ટ), ના૦ કાપી નાખેલો અથવા બીજા ભાગોથી અલગ પાડી શકાય એવો ભાગ; [ભૂમિતિ] વર્તુળનો અથવા ગોળાનો રેખા કે સપાટી વતી કાપેલો –કપાયેલો –ભાગ, વૃત્તખંડ; કુદરતી વિભાગ. ઉ૦ ક્રિ૦ -ના વિભાગ પાડવા. **segmenta'tion** (-ટેશન), ના૦.

segme'ntal (સે'ગ્‌મે'ન્ટલ), વિ૦ વૃત્તખંડના આકારનું.

se'gregate (સે'ગ્રિગેટ), ઉ૦ ક્રિ૦ અલગ મૂકવું અથવા થવું. બીજાઓથી અલગ કરવું, (વિ૦ક૦ કોઈ એક જાતિના લોકોને) બાકીના સમાજથી અલગ પાડવું – રાખવું. **segrega'tion** (-ગેશન), ના૦.

seigneur' (સે'ન્યર), **sei'gnior**

(સે'ન્યર), ના૦ (મધ્યયુગીન) સરંજામદાર–જમીનદાર. **seigneur'ial** (-રિઅલ), વિ૦. **seignior'ial** (-રિઅલ), વિ૦.

seine (સેન), ના૦ માછીની મોટી ગોળ ઊભી જાળ.

sei'smic(al) (સાઇઝ્મિક,-કલ), વિ૦. ધરતીકંપ (-પો)નું–સંબંધી.

sei'smograph (સાઇઝ્ મગ્રાફ) ના૦ ધરતીકંપનાં આંદોલનો-કંપનો-નોંધનારું યંત્ર.

seismo'graphy(સાઇઝ્ મૉગ્રફિ), ના૦ ભૂકંપલેખન–શાસ્ત્ર.**seismo'grapher** (-મૉગ્રફર), ના૦.

seismo'logy (સાઇઝ્ મૉલજિ), ના૦ ભૂકંપનું શાસ્ત્ર, **seismo'logist**(-મૉલજિસ્ટ), ના૦.

seize (સીઝ્), ઉ૦ ક્રિ૦ મિલકત ઇ૦નો કાયદેસરના હક્કથી–કોર્ટના હુકમથી–કબજો લેવો. જબરદસ્તીથી, અચાનક અથવા આતુરતાથી પકડી લેવું; આંચકી લેવું; તરત પકડવું–સમજી જવું, સ્પષ્ટપણે સમજવું. **~(up)**, (યંત્રના કોઈ ચલ ભાગ અંગે) વધારે પડતી ગરમી અથવા ઘર્ષણને લીધે ચોટી જવું; [કા.] કબજો અપાવવો.

sei'zure (સીઝર), ના૦ પકડવું–પકડાવું–તે, એકદમ રક્તજ મૂર્છા આવવી તે, રક્તાઘાત.

se'ldom (સે'લ્ડમ), ક્રિ૦ વિ૦ ભાગ્યે જ, ક્યારેક જ.

sele'ct(સિલે'ક્ટ),વિ૦ ચૂંટી–વીણી–કાઢેલું, પસંદ કરેલું, ઊંચી જાતનું; વિશિષ્ટ, (સંસ્થા ઇ૦ અંગે) ગમે તેને દાખલ ન કરનારું. સ૦ક્રિ૦ વીણી કાઢવું, પસંદ કરવું. **sele'ctor** (-ટર), ના૦.

sele'ction (સિલે'ક્શન), ના૦ વીણી કાઢવું–પસંદ કરવું–તે; પસંદગી, પસંદ કરેલી વસ્તુ; [જીવ૦] કુદરતી પસંદગી જેને લીધે કેટલાંક પ્રાણીઓ તથા વનસ્પતિઓ બીજાં કરતાં વધારે સારી રીતે ફૂલેફાલે છે, ઉત્ક્રાન્તિની એક પ્રક્રિયા.

sele'ctive (સિલે'ક્ટિવ), વિ૦ કાળજીપૂર્વક પસંદ કરનારું. **selecti'vity** (-વિટિ), ના૦.

sele'nium (સિલે'નિઅમ), ના૦ ગંધક જૂથનું એક ધાતુ-ઇતર દ્રવ્ય–મૂળતત્ત્વ.

self (સે'લ્ફ), ના૦ [બ૦ વ૦ **selves**] પંડ, જાત, સ્વત્વ; પોતાનો સ્વભાવ કે અવસ્થા કે હિત કે સુખ કે સ્વાર્થ, ઇત્યાદિ (પર આખું ધ્યાન કેન્દ્રિત કરવું તે). વિ૦ આખું એક રંગનું.

self-, સંયોગી રૂપમાં નિજવાચક કાર્ય, આપોઆપ થતું કે સ્વતંત્ર કાર્ય અથવા એને એજપણું **~-abuse**, મુષ્ટિમૈથુન. **~-acting**, પોતાની મેળે–આપોઆપ–ચાલનારું. **~-assertion**, ના૦સ્વમતાગ્રહ. **~-assertive**. વિ૦ સ્વમતાગ્રહી, પોતાનો દાવો આગળ કરનારું–ને વિષે આગ્રહ રાખનારું. **~-assertiveness**, ના૦. **~-assurance**, આત્મવિશ્વાસ. **~-centred**, સ્વાર્થી, અહંપ્રેમી.**~-confidence**,આત્મવિશ્વાસ.**~-confident**, આત્મવિશ્વાસવાળું. **~-conscious**, પોતાની જાતના વધુ પડતા ભાનવાળું,શરમાળ. **~-contained**, સ્વયંપર્યાપ્ત, (મકાન અંગે) બધી જાતની સુખસગવડવાળું; ઓછું બોલનારું. **~-control**, આત્મસંયમ. **~-defence**. આત્મસંરક્ષણ (**in ~-defence**, સ્વસંરક્ષણમાં–કરતાં) **~-denial**, મન મારવું તે, ત્યાગ, વિ૦ ક૦ પરોપકાર માટે. **~-determination**, સ્વર્સનિર્ણય, સ્વાધીનતા, સ્વતંત્ર સંકલ્પશક્તિ **~-employed**, સ્વયં રોજગારી. **~-esteem**, પોતાને વિષે સારો મત. **~-evident**, સ્વયંસિદ્ધ. **~-fertile**, સ્વયંફલિત. **~-governing**, (વસાહત, પ્રદેશ, ઇ૦ વિષે) સ્વયંશાસિત, સ્વતંત્ર. **~-government**, સ્વયંશાસન, સ્વરાજ્ય. **~-help**, સ્વાવલંબન, આત્મસહાય. **~-important**, આપબડાઈવાળું–કરનારું, પોતાના મહત્ત્વના વધુ પડતા ભાનવાળું. **~-indulgent**, વિલાસી, અસંયમી **~-interest**, પોતાની મતલબ, સ્વાર્થ. **~-interested**, સ્વાર્થી. **~-made**, પોતાના પ્રયત્નથી મોટાઈ પામેલું, આપકર્મી. ~-

-opinionated, પોતાનો જ મત ખરો માની તેને વળગી રહેનારું; આપમતિયું. ~-portrait, પોતે દોરેલું-ચીતરેલું-પોતાનું ચિત્ર. ~-possessed, સ્વસ્થ-ચિત્ત, આત્મવિશ્વાસવાળું, શાંત. ~-possession, ના૦ આત્મસંયમ, સ્વસ્થચિત્તતા. ~-preservation, આત્મસંરક્ષણ (ની વૃત્તિ). ~-raising, (લોટ અંગે) બેકિંગ પાઉડર ઉમેરવાની આવશ્યકતા વિનાનું. ~-reliant, સ્વાશ્રયી. ~-reliance, સ્વાશ્રય. ~-respect, સ્વાભિમાન, સ્વમાન. ~-righteous, પોતાના સદ્ગુણનું અભિમાની, બીજાઓ કરતાં પોતે વધારે નીતિમાન છે એમ માનનારું, દંભી. ~-sacrifice, સ્વાર્થ-ત્યાગ, આત્મભોગ. ~-same, એ જ, એનું એ જ. ~-satisfied, આત્મ-સંતુષ્ટ, ગર્વિષ્ઠ. ~-satisfaction, ના૦ આત્મસંતોષ; અહંકાર. ~-seeking, પોતાનો જ લાભ જોનાર, સ્વાર્થપરાયણ. ~-service, (દુકાન ઇ૦ અંગે) જ્યાં ઘરાકો પોતાની મેળે વસ્તુઓ પસંદ કરી લે છે અને પાછળથી ગલ્લા પર પૈસા ચૂકવે છે. ~-sown, છોડમાંથી બિયાં નીચે પડીને આપોઆપ ઊગી નીકળેલું. ~-starter, હૅન્ડલ માર્યા વિના મોટર ચાલુ કરવાનું વીજળીનું યંત્ર. ~-styled, યોગ્ય અધિકાર વિના પોતાની મેળે નામ કે પદવી ધારણ કરેલું, તથાકથિત. ~-sufficient, બીજાની મદદની જરૂર વિનાનું, સ્વાવલંબી, આત્મનિર્ભર. ~-sufficiency, ના૦ આત્મનિર્ભરતા. ~-willed, મમતવાળું, જિદ્દી.

se'lfish (સે'લ્ફિશ), વિ૦ સ્વાર્થી, બીજાનો વિચાર ન કરનારું.

se'lfless (સે'લ્ફ્લિસ), વિ૦ નિ:સ્વાર્થ.

sell (સે'લ), ઉ૦ ક્રિ૦ [**sold** સોલ્ડ] વેચવું, વેચાતું આપવું; વેચાણ માટે (માલ ઇ૦) રાખવું, -નો વેપાર કરવો; ઘરાક મળવા, (માલ અંગે) વેચાવું; પૈસા કે બીજા લાભ માટે દગો દેવો; વેચાણ વધારવું; કશાકનું મૂલ્ય કે મહત્ત્વ સમજાવવું-ની ખાતરી કરાવવી;-ની જાહેરાત કરવી, -ના ગુણ જાહેર કરવા; માલ ઇ૦ ખપાવવું; માલ લેવડાવવો. ના૦ [વાત૦] વેચવાની રીત; કપટ; નિરાશા. ~ **off**, સસ્તે ભાવે માલ કાઢી નાખવો. ~ **out**, પોતાનો બધો માલ, શૅરો, ઇ૦ વેચી નાખવું, દગો દેવો, દગાબાજ થવું. ~**-out**, નાટક ઇ૦ની બધી ટિકિટો વેચી નાખવી-ખપી જવી-તે; વેપારી સફળતા; વિશ્વાસઘાત. ~ **short**, ઉતારી પાડવું, ઓછી આંકણી કરવી. ~ **up**, પોતાનો ધંધો, મકાન, ઇ૦ વેચી નાખવું. **seller's market**, માલની અછત હોય ને તે મોંઘો હોય એવું બજાર. **se'ller** (સે'લર), ના૦ વેચવાવાળો. **sell'ing-race**, જેમાં જીતનાર ઘોડાનું લિલામ કરવાનું હોય છે એવી શરત.

Se'llotape (સે'લટેપ), ના૦ પારદર્શક 'સેલ્યુલોઝ'ની ચીકણી પટ્ટી.

se'lvage, se'lvedge, (સેલ્વિજ), ના૦ વળેલી રહે એવી રીતે વણેલી કાપડની કોર.

sema'ntic (સિમૅન્ટિક), વિ૦ અર્થનું, અર્થનિર્ધારણ શાસ્ત્રનું. ના૦ બ૦વ૦ શબ્દાર્થોના ફેરફારને લગતી ભાષાશાસ્ત્રની શાખા; અર્થનિર્ધારણ શાસ્ત્ર.

se'maphore (સે'મફૉર), ના૦ નિશાની કરવાના ચલ હાથાઓવાળો થાંભલો; દરેક હાથમાં ઝંડો લઈ ને નિશાની કરવી તે. ઉ૦ ક્રિ૦ 'સેમફૉર' વતી નિશાની કરવી-મોકલવું.

se'mblance (સે'મ્બ્લન્સ), ના૦ કશાકનો બહારનો અથવા ઉપરઉપરનો દેખાવ, સામ્ય, સાદૃશ્ય.

se'men (સીમન), ના૦ વીર્ય, શુક્ર.

seme'ster (સિમે'સ્ટર), ના૦ વિદ્યાપીઠનું સત્ર.

se'mi (સેમિ), ના૦ [વાત.] બીજા સાથે એક બાજુથી જોડેલું ઘર.

semi-, સંયોગીરૂપ. અર્ધું, કેટલેક અંશે, અંશતઃ; અપૂર્ણ (રીતે).

semi-ba'sement (સે'મિબેસ્‌મન્ટ),

ના० અર્ધો – કેટલોક – ભાગ જમીનની નીચે હોય એવો માળ.

se'mibreve (સે'મિબ્રીવ), ના० [સં.] લાંબામાં લાંબો પ્રચલિત સૂર.

se'micircle (સે'મિસર્કલ), ના० અર્ધ-વર્તુળ, પરિઘનો અર્ધો ભાગ. **semicir'cular** (સર્ક્યુલર), ના०.

semico'lon (સે'મિકોલન), ના० અર્ધ-વિરામ (;).

semicondu'ctor (સે'મિકન્ડક્ટર), ના० અમુક સ્થિતિમાં વીજળી પસાર કરનાર પદાર્થ.

semi-deta'ched (સે'મિડિટૅચ્ટ), વિ० (મકાન અંગે) બીજા સાથે એકબાજુથી જોડાયેલું.

semifi'nal (સે'મિફાઇનલ), વિ० અને ના० (હરીફાઈમાં) ઉપાન્ત્ય (રમત). **semifi'nalist** (-લિસ્ટ), ના०.

semi-me'tal (સે'મિ - મે'ટલ). ના० ધાતુના કેટલાક ગુણધર્મવાળો પદાર્થ.

se'minal (સે'મિનલ), વિ० બીજ કે વીર્યનું, બૈજિક, પ્રજનક, (વિચાર ઇ० અંગે) ભાવી વિકાસ માટે પાયાનું – આધારભૂત.

se'minar (સે'મિનાર), ના० ચર્ચા–વિચારણાનો નાનકડો વર્ગ – મંડળ, નાનકડું અભ્યાસમંડળ, ચર્ચામંડળ, પરિસંવાદ.

se'minarist (સે'મિનરિસ્ટ), ના० પાદરીઓની શાળાનો વિદ્યાર્થી.

se'minary (સે'મિનરિ), ના० પાદરીઓ તૈયાર કરવાની શાળા – કૉલેજ.

semi-pre'cious (સે'મિપ્રે'શસ), વિ० ભારે કિંમતનું નહિ એવું.

se'miquaver (સે'મિકવેવર), ના० [સં.] સેમિબ્રીવના સોળમા ભાગ જેટલો સ્વર; બે આંકડીઓની નિશાનીવાળો સ્વર.

Se'mite (સીમાઇટ), વિ० અને ના० શેમથી ઊતરી આવેલી મનાતી જાતિ કે વંશનું (માણસ), યહૂદી, આરબ, ઇ०.

Semi'tic (સે'મિટિક); વિ० સીમાઇટ, વિ० ક० યહૂદી લોકોનું; હિબ્રૂ અને અરબી ભાષાકુટુંબનું.

se'mitone (સે'મિટોન), ના० સંગીત સપ્તકનો અર્ધો સ્વર.

semi-trai'ler (સે'મિટ્રેલર), ના० પાછળ પૈડાંવાળું અને આગળ ધકેલવાના વાહનવાળું 'ટ્રેલર' – વાહન.

se'mivowel (સે'મિવાવલ), ના० અર્ધ-સ્વર (ય,ર,લ,વ, અથવા ય,વ).

semoli'na (સે'મલીન), ના० જાડો લોટ, થૂલું.

sempiter'nal (સે'મ્પિટર્નલ), વિ० [અલં.] શાશ્વત.

se'mpstress (સે'મ્પ્સ્ટ્રિસ), ના० દરજણ. જુઓ **seamstress.**

Sen., સંક્ષેપ. Senator; Senior.

se'nate (સે'નટ), ના० કેટલાક દેશોની ઉપલી ધારાસભા; વિદ્યાપીઠનું કે યુનિવર્સિટીનું નિયામક મંડળ; પ્રાચીન રોમની સર્વોચ્ચ રાજ્યસભા.

se'nator (સે'નટર), ના० સિનેટનો સભ્ય. **senator'ial** (-ટૉરિઅલ), વિ०.

send (સે'ન્ડ), ઉ० ક્રિ० [**sent**] -ને મોકલવું–રવાના કરવું; સંદેશો અથવા કાગળ મોકલવો; હાંકી કાઢવું; આપવું, બક્ષવું; ઉપર (દુઃખ, સંકટ, ઇ०) પાડવું. **~ down**, વિદ્યાપીઠમાંથી કાઢી મૂકવું; હાંકી કાઢવું. **~ for,** બોલાવવું, બોલાવવા મોકલવું, મંગાવવું (વિ० ક० ટપાલથી). **~ off**, રવાના કરવું, મોકલી દેવું, વિદાય આપવી. **~ -off**, વિદાય, વિદાયગીરીનો મેળાવડો. **~ on**, આગળ મોકલવું, આગળથી સામાન ઇ० મોકલવું. **~ up**, કટાક્ષમય – ઉપહાસાત્મક – કવિતા કરવી. **~-up**, ના०.

sene'scent (સિને'સન્ટ), વિ० ઘરડું થતું. **sene'scence** (-સન્સ), ના०.

se'neschal (સે'નિશલ), ના० મધ્યયુગીન મોટા કુટુંબનો કારભારી, ઘોડગસ્તે.

se'nile (સીનાઇલ), વિ० ઘડપણની નબળાઈ ઇ० દાખવતું, ઘડપણનું. **seni'lity** (સિનિલિટિ), ના०.

se'nior (સીનિઅર), વિ० ઉંમરમાં, અનુભવમાં, અધિકારમાં, કે પ્રતિષ્ઠામાં વડીલ, વડીલ. ના० (-થી) મોટી ઉંમરનું

માણસ, નોકરીમાં પહેલાંનું – ચડિયાતા દરજ્જાનું – માણસ, વડીલ; ઉપરી. ~ **citizen,** વૃદ્ધ માણસ; વિ૦ ક૦ ઘડપણનું પેનશન મેળવનાર. **senio'rity** (સીનિઍરિટિ), ના૦.

senna (સે'નં), ના૦ સોનામુખી (માંથી બનતી જુલાબની દવા).

senor'(સે'ન્યૉર), ના૦ [બ૦ વ૦ *senores* સેન્યૉરે'ઝ઼] શ્રીયુત કે મિસ્ટરના જેવો સ્પૅનિશ શબ્દ.

senori'ta(સે'ન્યરિટં),ના૦ સ્પૅનિશ બોલનાર અપરિણીત સ્ત્રી માટે વપરાતો શબ્દ, કુમારી.

sensa'tion (સે'ન્સેશન), ના૦ સંવેદના; વિ૦ ક૦ સમાજમાં તીવ્ર લાગણી કે ઉત્તેજના (પેદા કરનાર ઘટના અથવા વ્યક્તિ); ક્ષોભ, ખળભળાટ.

sensa'tional (સે'ન્સેશનલ), વિ૦ સનસનાટી–ખળભળાટ–પેદા કરનારું–કરવા યોજેલું. **sensa'tionalism**(–લિઝ઼્મ), ના૦. **sensa'tionalist**(-લિસ્ટ) ના૦.

sense (સે'ન્સ), ના૦ ઇન્દ્રિય, જ્ઞાનેન્દ્રિય; જોવા, સાંભળવા, સૂંઘવા, સ્વાદ લેવા કે સ્પર્શવાની ઇન્દ્રિય; જાણવાની શક્તિ, કશાકનું ભાન–જ્ઞાન; સમજણ, અક્કલ, સહજવૃત્તિ–પ્રેરણા, વ્યવહારજ્ઞાન; શબ્દનો અર્થ, તાત્પર્ય; બુદ્ધિગ્રાહ્યતા; સુસંગતપણું; ચાલુ- પ્રવર્તમાન–મત; [બ૦ વ૦માં] ભાન, સૂધબૂધ. સ૦ ક્રિ૦ ઇન્દ્રિયદ્વારા જાણવું, અસ્પષ્ટપણે જાણવું, સમજવું; (યંત્ર અંગે) ખોળી કાઢવું.

se'nseless(સેન્સ્‌લિસ), વિ૦ સાવ મૂર્ખ; બેભાન; અર્થહીન, નિરર્થક.

sensibi'lity (સે'ન્સિબિલિટિ), ના૦ સંવેદનક્ષમતા – શીલતા, લાગણીવશતા, સંસ્કાર ક્ષમતા; કદરદાની; [બ૦ વ૦માં] આળાપણું.

se'nsible (સે'ન્સિબલ), વિ૦ સમજુ, અક્કલવાળું; વિવેકી, ઇન્દ્રિયગમ્ય; [પ્રા૦] ભાનવાળું, વાકેફ; અમુક બાબતમાં આળું.

se'nsor (સે'ન્સર), ના૦ ભૌતિક ગુણ-ધર્મ શોધવાનું, નોંધવાનું અથવા માપવાનું સાધન.

se'nsory (સે'ન્સરિ), વિ૦ ઇન્દ્રિયોનું–સંબંધી, સંવેદનાવાળું – વાહક.

se'nsual(સે'ન્સ્યુઅલ),વિ૦કેવળ ઇન્દ્રિયો પર આધાર રાખનારું, ભોગી, વિલાસી, શારીરિક; વિષયોવાળું, કામી, લંપટ. **sen'sualism** (-લિઝ઼્મ), ના૦. **se'nsualist** (-લિસ્ટ), ના૦. **sensua'lity** (-ઍલિટિ), ના૦.

se'nsuous (સેન્સુઅસ), વિ૦ ઇન્દ્રિયોનું, ઇન્દ્રિયજન્ય, ઇન્દ્રિયવિષયક, ઇન્દ્રિયવિષયગત, ઇન્દ્રિયો પર અસર કરનારું.

sent (સે'ન્ટ), **send**નો ભૂ૦કા૦ તથા ભૂ૦ કૃ૦.

se'ntence (સેન્ટન્સ), ના૦ [વ્યાક.] વાક્ય; શિક્ષા; સજા. સ૦ ક્રિ૦ - ને સજા કરવી, શિક્ષાનો ઠરાવ કરવો.

sente'ntious (સે'ન્ટે'ન્શસ); વિ૦ ભભકાવાળું, આડંબરી, નીતિબોધ આપવાના – શિષ્ટાચારના – ડોળ – શોખ – વાળું; ઉપદેશાત્મક, ટૂંકું અને માર્મિક, સારગર્ભ.

se'ntient (સે'ન્શન્ટ), વિ૦ સંવેદનશીલ, ચેતનાવાળું. **se'ntience** (-શન્સ), ના૦.

se'ntiment (સે'ન્ટિમન્ટ), ના૦ લાગણી; અભિપ્રાય, કોઈ ઇચ્છા કે લાગણીની અભિવ્યક્તિ; ભાવનાવિવશતા; વેવલાપણું.

sentime'ntal (સે'ન્ટિમે'ન્ટલ), વિ૦. અતિ ભાવનાશીલ, છીછરી ભાવનાને સંતોષનારું, વેવલા પ્રેમવાળું. **sentime'ntalism** (-લિઝ઼્મ), ના૦. **sentime'ntalist** (-લિસ્ટ), ના૦. **sentimenta'lity** (-ટૅલિટિ), ના૦. **sentime'ntalize** (-ટલાઇઝ઼), ઉ૦ ક્રિ૦.

se'ntinel(સે'ન્ટિનલ),ના૦સંત્રી,ચોકીદાર.

se'ntry (સેન્ટ્રિ), ના૦ ચોકીદાર, સિપાઈ. **~-box,** ચોકીદારને ઊભા રહેવાની ગોળ ઓરડી. **~-go,** સંત્રીના આગળપાછળ આંટા મારવા – ફરવું – તે – આંટા મારવાની ફરજ.

se'pal (સે'પલ),ના૦ [વનસ્પ૦] વજની પાંદડી.

se'parable (સે'પરબલ), વિ૦ અલગ પાડી શકાય એવું. **separabi'lity**

(-બિલિટિ), ના૦.

se'parate (સે'પરેટ), ઉ૦ ક્રિ૦ જુદું પાડવું – કરવું; જુદું પડવું – થવું; જોડાવા કે સંપર્ક કરવા ન દેવું, જુદાજુદા માર્ગે જવું; જુદાજુદા – કદ પ્રમાણે – ભાગ પાડવા; એક બીજાથી વિખૂટા પડવું – રહેવું. વિ૦ (-રટ) છૂટું, જુદું (પડેલું); સ્વતંત્ર, નોખું, વ્યક્તિગત, વ્યક્તિઓનું જુદું જુદું. ના૦ (બ૦વ૦માં) જુદી જુદી રીતે એકત્ર પહેરવાનાં પોશાકનાં વસ્ત્રો. **se'parator** (-રેટર), ના૦.

separa'tion (સે'પરેશન), ના૦ અલગ પાડવું–પડવું–તે; લગ્નવિચ્છેદ વિના પતિપત્નીનું અલગ રહેવું તે.

se'paratist (સે'પરટિસ્ટ), ના૦ અલગ પડવાને પસંદ કરનાર માણસ, વિ૦ ક૦ રાજકીય કે ધાર્મિક સ્વાતંત્ર્ય માટે. **se'paratism** (-ટિઝ઼મ), ના૦.

se'pia(સીપિઅ), ના૦ ઘેરો લાલ–ભૂરો રંગ.

se'poy (સીપૉઇ), ના૦ [ઇતિ૦] હિન્દી લશ્કરી સિપાઈ.

se'psis (સેપ્સિસ), ના૦ [બ૦ વ૦ **se'pses**-સીઝ઼] કોહ, સડો.

sept (સે'પ્ટ), ના૦ ટોળી, જમાત. વિ૦ ક૦ આયર્લંડની.

Sept., સંક્ષેપ. September.

Septe'mber (સે'પ્ટેમ્બર), ના૦ સપ્ટેમ્બર મહિનો.

septet(te) (સે'પ્ટે'ટ), ના૦ સાતનું જૂથ, સપ્તક, [સં૦] સાત વાદ્યોનો સમૂહ, તે માટેની સંગીત રચના.

se'ptic (સે'પ્ટિક), વિ૦ કહોવાણ કરે એવું, બૅક્ટીરિયાથી દૂષિત; વિષાક્ત. ~ **tank**, જેમાં મોરી ઇ૦નું પાણી જીવાણુનાશન માટે વહે જાય છે તે ટાંકી.

septicae'mia (સે'પ્ટિસીમિઅ), ના૦ લોહીમાં ઝેર ફેલાવું તે.

septuagenar'ian (સે'પ્ટયુઅજિને'અરિઅન), વિ૦ અને ના૦ ૭૦ થી ૭૯ વરસની ઉમરનું(માણસ).

Septuage'sima (સે'પ્ટયુઅજે'સિમ), ના૦ 'લેન્ટ' પહેલાંનો ત્રીજો રવિવાર.

Se'ptuagint(સેપ્ટયુઅગિંટ),ના૦ જૂના કરારની પ્રાચીન ગ્રીક આવૃત્તિ–પાઠ.

sepu'lchral (સે'પલ્ક્રલ), વિ૦ કબરનું –રો–સંબંધી; કબરનું સૂચક; ગમગીન, ઉદાસ, ભેંકાર.

se'pulchre (સે'પલ્કર), ના૦ કબર, સમાધિ; દાટવા માટેની ગુફા, સ૦ ક્રિ૦ કબરમાં મૂકવું–દાટવું.

se'quel (સીક્વલ); ના૦ પછીથી આવનાર વસ્તુ; વાર્તાનો પછીનો ભાગ, વાર્તા ઇ૦ આગળ ચલાવવી તે; આરામ પછી ફરી આગળ વધવું તે.

se'quence (સીક્વન્સ), ના૦ અનુક્રમ, ઘટનાક્રમ; અખંડિત માલિકા; ક્રમ પ્રમાણે સાથે લાગી આવતી વસ્તુઓ; શ્રેણી; ચિત્રપટની ઘટના કે પ્રસંગ. **in ~**, એક પછી એક.

se'quent (સીક્વન્ટ), વિ૦ આ પછી આવતું; વિ૦ ક૦ પરિણામરૂપે.

seque'ntial (સિક્વે'ન્શલ), વિ૦ પછી કે પરિણામ રૂપે પછી આવનારું.

seque'ster (સિક્વે'સ્ટર), સ૦ ક્રિ૦ જુદું કાઢવું–કરવું, બધાથી દૂર કરવું–રાખવું; -નો તાત્પૂરતો કબજો લેવો.

seque'strate (સિક્વે'સ્ટ્રેટ); સ૦ ક્રિ૦ [કા.] જપ્ત કરવું; (દેવાદારની મિલકતનો) તાત્પૂરતો કબજો લેવો. **sequestra'tion** (-સ્ટ્રેશન), ના૦.

se'quin (સીક્વિન), ના૦ કપડા પર સીવેલું ગોળ ચળકતું ઘરેણું.

sequoi'a (સિક્વૉય), ના૦ કૅલિફૉર્નિયાનું એક ખૂબ ઊંચું શંકુ-આકાર ઝાડ.

se'ra (સીરં), **serum**નું બ૦ વ૦.

sera'glio (સરાલ્યો), ના૦ [બ૦ વ૦ **~s**] અન્તઃપુર; [ઇતિ.] તુર્કી રાજમહેલ.

se'raph (સે'રફ): ના૦ [બ૦ વ૦ **~s** અથવા **~im**] નવમાંથી સૌથી ચડત દરજ્જાનો દેવદૂત–ફિરસ્તો.

sera'phic (સરૅફિક), વિ૦ દેવદૂતનું–ના જેવું(સુંદર).

sere (સિઅર), વિ૦ કરમાયેલું, સુકાઈ ગયેલું. જુઓ **sear**.

serena'de (સે'રનેડ), નાο વિο કο માશુકની બારી નીચે (પ્રેમીએ) રાત્રે કરેલું ગાયન કે વાદ્યવાદન; નાના મંડળ માટે ગાયનવાદનનો જલસો. સο ક્રિο સમૂહ ગાયન–વાદન–કરવું.

serendi'pity (સે'રન્ડિપિટિ), નાο અચાનક સુંદર શોધો કરવાની પ્રતિભા. **serendi'pitous** (–પિટસ), વિο.

sere'ne (સિરીન,સ-) વિο સ્વચ્છ અને શાંત, સહેજે ક્ષોભ ન પામનારું, સ્વસ્થ. **sere'nity** (-નિટિ), નાο.

serf (સર્ફ), નાο [ઇતિ.] ભૂદાસ, સર્ફ; ખેતર સાથે જકડાયેલો મજૂર; વેતરો, દલિત વ્યક્તિ. **ser'fage**(–ફિજ), નાο. **ser'fdom**(-ડમ),નાο. **ser'fhood**, (-હુડ), નાο.

serge (સર્જ), નાο રેશમી કે ઊનનું વળદાર પાંસળીવાળું મજબૂત ટકાઉ કાપડ.

ser'gent (સાર્જન્ટ), નાο વૉરંટ ઑફિસરથી નીચેનો લશ્કરી કે હવાઈદળનો બિનસનદી અમલદાર; ઇન્સ્પેક્ટરથી નીચેનો પોલીસ અમલદાર **~-major**, લશ્કરમાં સૌથી ઊંચી પદવીનો બિનસનદી અમલદાર.

se'rial (સિઅરિઅલ), વિο શ્રેણી-હાર–નું શ્રેણીમાં આવતું; (વાર્તા ઇο અંગે) સામયિકમાં હફતાવાર છપાતું. નાο ક્રમશઃ, અંકવાર, વાર્તા ઇο.

ser'ialize (સિઅરિઅલાઇઝ઼), સο ક્રિο હપતાવાર છાપવું કે પ્રકાશિત કરવું. **serializa'tion** (-ઝ઼ેશન), નાο.

se'ries (સિઅરીઝ઼), નાο [બο વο એ જ] માળા, હાર, અમુક ક્રમમાં ગોઠવેલી વસ્તુઓ-(ની હાર); શ્રેણી. તે ને તે જ નટનટીઓ, વિષયો, ઇοવાળા પરંતુ દરેક સ્વયંપૂર્ણ એવા આકાશવાણી કે દૂરદર્શનના કાર્યક્રમો, ચિત્રપટો, ઇοની માલિકા; [વીજળી.] તેના દરેક ધન વીજધ્રુવની સાથે તે પછીનો ઋણ વીજધ્રુવ જડાયેલો હોય એવી બૅટરીઓનો – વિદ્યુતઘટોનો – સટ; એક જ વિદ્યુતપ્રવાહ દરેકમાં વહે એવી રીતે હારમાં ગોઠવેલાં મંડળો(**circuits**)નો સટ.

se'rif (સે'રિફ), નાο બીબાની કે અક્ષર લખતાં છેવટે લંબાવવામાં આવતી ટૂંકી આડી લીટી.

ser'ious (સિઅરિઅસ),વિο વિચારશીલ, ગંભીર; મહત્ત્વનું, ગંભીર સ્વરૂપનું; (માંદગી અંગે) જોખમકારક; સાચી લાગણીવાળું.

ser'jeant (સાર્જન્ટ), નાο [ઇતિ.] ઉચ્ચતમ કોટીનો બૅરિસ્ટર, **~-at-arms**, કોર્ટ, પાર્લમેન્ટ, ઇοમાં વ્યવસ્થા જાળવનાર અધિકારી.

ser'mon (સર્મન), નાο ધાર્મિક કે નૈતિક પ્રવચન, વિοકο ધાર્મિક વિષયને લગતું વ્યાસપીઠ પરથી આપેલું, ઠપકો; બોધ, ઉપદેશ.

ser'monize (સર્મનાઇઝ઼), ઉο ક્રિο નૈતિક કે ધાર્મિક વિષય પર પ્રવચન આપવું, ઉપદેશ આપવો.

ser'ous (સિઅરસ), વિο શરીરમાં ઉદક તત્ત્વ હોય છે તેનું, પાણી જેવું.

ser'pent (સર્પન્ટ), નાο સર્પ, વિο કο મોટી જાતનો સાપ; દગો દેનાર અથવા લુચ્ચો માણસ.

ser'pentine (સર્પન્ટાઇન), વિο સાપનું-ના જેવું; સર્પિલ; વાંકુંચૂકું; આમતેમ આમળાયા કરતું. નાο ઘેરા લીલા રંગનો ખડક, ક્યારેક વિવિધ રંગનાં ટપકાંવાળો.

serra'ted (સરેટિડ), વિο કરવતના જેવા દાંતાવાળું. **serra'tion** (-રેશન); નાο.

se'rried (સે'રિડ), વિο (વિο ક. સિપાઈ-ઓની હાર અંગે) તદ્દન પાસે પાસે આવેલું, ખભેખભો અડેલું.

ser'um (સિઅરમ), નાο [બο વο **~s** અથવા **sera**] પ્રાણીના શરીરમાંનું પ્રવાહી ઉદક તત્ત્વ, લોહી ગંઠાય ત્યારે છૂટું પડતું પ્રવાહી – પાણી.

ser'vant (સર્વન્ટ), નાο નોકર, ચાકર, વિο કο ઘરકામ કરનાર; સેવક, અનુચર. **public ~**, રાજ્યનો અધિકારી–સેવક.

serve (સર્વ), ઉο ક્રિο -ની નોકરી – ચાકરી – સેવા – કરવી, -ને મદદ કરવી – ઉપયોગી થવું; -ની ગરજ – હેતુ – પાર પાડવો; -ને માટે આવશ્યક હોય તે કરવું – પૂરતું હોવું; ટેબલ પર (ખાવાનું) મૂકવું; ખાવાનું ઇο આપવું, -માં વહેંચવું, પીરસવું;

પિરસણિયાનું કામ કરવું, ભોજનના ટેબલ પાસે ઊભા રહેવું; (સમન નોટિસ, ઇ૦) બજાવવું; કચેરીનો, ઉમેદવારીનો કે કેદનો પૂરો સમય પસાર કરવો; ટેનિસમાં દડો મારવાની શરૂઆત કરવી; (નર પ્રાણી અંગે) માદા સાથે સંભોગ કરવો; -ની સાથે અમુક રીતે વર્તવું; ના૦ [ટેનિસ, ઇ૦માં) પ્રથમ દડો મારવાનો વારો અથવા રીત. ~(s) **him etc. right,** તે એ જ લાગનો છે.

ser'ver (સર્વર), ના૦ નોકરી–સેવા–કરનાર, પાદરીનો સહાયક.

ser'vice (સર્વિસ), ના૦ નોકરી, ચાકરી, સેવા; નોકરી(નું કામ), કામ; જાહેર કે રાજ્યની સેવાનું ખાતું, તેમાં નોકરી–નોકરી કરનારાઓ; [બ૦ વ૦માં] સશસ્ત્ર દળો; નિયત સમયે ફરતાં વાહનો ઇ૦નો કાફલો; વ્યક્તિનો લાભ, મદદ અથવા હિત; શેઠ ઇ૦ માટે કરેલું કામ–કામ કરવું તે; વસ્તુ સારી હાલતમાં રાખવી ને તેની મરામત કરવી તે, વિ૦ ક૦ વસ્તુના વેચનાર કે બનાવનારે વેચાણ પછી; [બ૦વ૦ માં] પાણી, વીજળી, ઇ૦નો જાહેર પુરવઠો; કોઈ ને માટે કરેલું કામ કે તેના પર કરેલો ઉપકાર; કોઈ પ્રસંગ નિમિત્તે યોજાતી પ્રાર્થના; ઉપાસના કે પ્રાર્થના માટેની સભા; ન્યાયાલયના હુકમ ઇ૦ની બજાવણી; જમવાના વાસણનો પૂરો સટ; [ટેનિસમાં] દડો મારવાની શરૂઆત – વારો; જેમાં રમનાર દડો મારવાની શરૂઆત કરે છે તે દાવ. સ૦ ક્રિ૦ -ની સેવા આપવી, યંત્ર ઇ૦ ચાલુ રહે – બરાબર કામ આપતું રહે–તે માટે હંમેશનું કામ કરવું, ગાડી ઇ૦ની સફાઈ મરમ્મત કરવી. ~ **area,** રસ્તાની બાજુમાં પેટ્રોલ, નાસ્તાપાણી, ઇ૦ લેવાની જગ્યા. ~ **charge,** સેવા માટે વધારાના આપવાના પૈસા. ~ **flat,** જેમાં ઘરકામ ઇ૦ની સગવડ ઘરમાલિક દ્વારા અપાતી હોય એવી જગ્યા. ~ **industry,** માલસામાન નહિ પણ માત્ર સેવા આપનાર ઉદ્યોગ. ~**man,** ~**woman,** સશસ્ત્ર દળમાં કામ કરનાર પુરુષ – સ્ત્રી. ~ **road,** ધોરી રસ્તાથી પાછળનાં ઘર તરફ જવાનો રસ્તો. ~ **station,** પેટ્રોલ ઇ૦ મળવાનું ઠેકાણું.

ser'viceable (સર્વિસબલ), વિ૦ ઉપયોગી, વાપરી શકાય એવું, ટકાઉ, લાંબો વખત કામ દે એવું.

servie'tte (સર્વિએ'ટ), ના૦ જમતાં વાપરવાનો રૂમાલ.

ser'vile (સર્વાઇલ), વિ૦ ગુલામનું–ના જેવું, ગુલામી વૃત્તિનું, હાજી હા કરનારું; સાવ પરતંત્ર.

ser'vitor (સર્વિટર), ના૦ [પ્રા.] નોકર, પરિચારક.

ser'vitude (સર્વિટ્યૂડ), ના૦ ગુલામી, પરવશતા, બંધન.

ser'vo-(સર્વો-), સંયોગી રૂપ. ઊર્જાની મદદવાળું.

se'same (સૅસમિ), ના૦ તલ(નો છોડ).

se'squi- (સે'સ્ક્વિ-), સંયોગી રૂપ. દોઢ.

sesquipeda'lian (સૅ'સ્ક્વિપિડેલિઅન), વિ૦ (શબ્દ અંગે) અનેક અવયવ કે પદવાળું.

se'ssile (સે'સાઇલ), વિ૦ [વન.] અવૃન્ત, સીધું મૂળ સાથે જડાયેલું, દાંડી વિનાનું.

se'ssion (સે'શન), ના૦ બેઠક, અધિવેશન, સભા; મહાવિદ્યાલય કે વિદ્યાપીઠનું સત્ર, કયાંક વાર્ષિક સત્ર; કોર્ટ, સંસદ, ઇ૦ની બેઠક; કોઈ પ્રવૃત્તિમાં સતત ગાળેલો સમય. **petty** ~**s,** નાના નાના ગુનાઓના મુકદ્દમા ચલાવનારી બે કે વધુ મૅજિસ્ટ્રેટોની અદાલત. **Court of S~s,** સ્કૉટલન્ડની ઊંચામાં ઊંચી દીવાની અદાલત. **se'ssional** (-નલ) વિ૦.

se'sterce (સે'સ્ટર્સ), ના૦ એક પ્રાચીન રોમન નાણું, ૧/૪ દીનાર.

set[1] (સે'ટ), ઉ૦ક્રિ૦ [**set**] વાપરવા, કામ કરવા, અથવા પ્રદર્શન માટે અનુકૂળ આવે એવી રીતે મૂકવું, માંડવું; તૈયાર કરી મૂકવું; ઊભું કરવું, ઘડિયાળ, પાંજરું, ઇ૦ના કાંટા, યાંત્રિક રચના બરાબર ગોઠવવી; અસ્ત્રા ઇ૦ની ધાર કાઢવી, ભોજનનું ટેબલ તૈયાર કરવું. જોડવું, સાંધવું, જડવું, બાંધવું, બેસાડવું; નક્કી કરવું, નિર્ણય કરવો; નીમવું, પતાવટ કરવી, સ્થાપન

કરવું; ભાંગેલાં કે ખસી ગયેલાં હાડકાં કે અવયવ બેસાડવા જેથી જલદી રૂઝ આવે; વાળ જરા ભીના હોય ત્યારે જ તેને અમુક આકાર આપવો, જેથી સુકાતાં તે આકાર ટકી રહે, વીંટી, ચોકઠું, ઇ૦માં નંગ ઇ૦ બેસાડવું; કશાકથી શણગારવું અથવા ઢાંકવું; (ચોપડી, બીબાં, ઇ૦) ગોઠવવું, કંપોઝ કરવું; કોઈ વ્યક્તિ કે વસ્તુ અમુક સ્થિતિમાં કે સંબંધમાં આવે તેમ કરવું-ગોઠવવું; કશુંક કામ કરવાનું બતાવવું-આપવું, કશુંક કરવા કહેવું-હુકમ આપવો, પ્રશ્નપત્ર, સવાલ, ઇ૦ ઉકેલવા આપવો, કોઈ વસ્તુનો નિકાલ કરવાનું સોંપવું; (નવી ફૅશન, ચાલ, ઇ૦) શરૂ કરવો; ગીત, શબ્દો, સંગીતની ચાલમાં બેસાડવાં; (પ્રવાહી ઇ૦ અંગે) સખત થવું, નક્કર-ઘન-બનવું; (મહોર અંગે) -ના ફળ બનવાં; (ચહેરો) સખત બનવો; (સૂર્ય, ચંદ્ર, ઇ૦ અંગે) આથમવું; (ભરતી, પ્રવાહ, ઇ૦ અંગે) જોર પકડવું, ગતિ ધારણ કરવી; (શિકારી કૂતરા અંગે) શિકાર પાસે છે તે સૂચવવા અક્કડ થવું-થંભી જવું. ના૦ પ્રવાહ, પવન, ઇ૦ની દિશા- માર્ગ; અભિપ્રાયનું વલણ, ઝોક; સૂર્ય, ચંદ્ર ઇ૦નો અસ્ત (થવો તે); વાળ ઇ૦ અમુક રીતે દબાવીને ગોઠવીને રાખવા તે; નાટકનો મંચ, ગોઠવવો તે; ગોઠવેલો મંચ, સજાવટ; દર; ફરસીનો પથ્થર; છોડ, રોપો. વિ૦ અફર, પાકું; (ચોપડી ઇ૦ અંગે) અભ્યાસ કે પરીક્ષા માટે નીમેલું-નિયત; (ભોજન અંગે) નિયત યાદી પ્રમાણે પીરસાતું; કાર્ય માટે તૈયાર-સજ્જ. **~ about**, શરૂ કરવું, -ની તરફ પગલાં ભરવાં, હુમલો કરવો. **~ back**, પ્રગતિમાં આડખીલી નાખવી, પીછેહઠ કરવી; [વિ૦ બો૦] (માણસ)ને અમુક કિંમત (આપવી) પડવી. **~-back**, વિઘ્ન, નડતર; પીછેહઠ. **~ down**, લિખિત નોંધ કરવી. **~ eyes on**, જોવું; ઉપર નજર નાખવી. **~ fair**, (આબોહવા અંગે) ખુશનુમા બગડવાના કોઈ ચિહ્ન વિનાની. **~ forth**, પ્રવાસ અથવા મોહીમ -સવારી-શરૂ કરવી, નીકળી પડવું. **~ in**, શરૂ થવું, પ્રસ્થાપિત થવું, -માં ઘાલવું. **~ off**, પ્રવાસે નીકળી પડવું; સુશોભન તરીકે કામ દેવું, શોભા કે પ્રભાવ વધારવો; કોઈને હસાવવું-બોલતું કરવું; નુકસાન ભરી આપવામાં વાપરવું; શરૂઆત કરવી, ઉત્તેજિત કરવું. **~ on**, હુમલો કરવા ઉશ્કેરવું, હુમલો કરવો, ઉશ્કેરવું; પ્રાપ્ત કરવા કૃતસંકલ્પ. **~ out**, પ્રવાસે ઊપ-ડવું, પ્રદર્શન કરવું, ગોઠવવું. **~ piece**, ઔપચારિક અથવા ખૂબ મહેનત લઈને કરેલી રચના વિ૦ ક૦ કલા કે સાહિત્યમાં; માચડા ઇ૦ પર ગોઠવેલું શોભાનું દારૂ-ખાનું. **~ square**, અમુક ખૂણા દોરવાનું. ત્રણ બાજુઓવાળું સાધન, કાટખૂણિયું. **~ to**, કશુંક કરવાનું ઉત્સાહપૂર્વક શરૂ કરવું, કરવા મંડી પડવું. **~-to**, લડાઈ; મુક્કા-બાજી, દલીલ(બાજી). **~ up**, યથાસ્થાને -દેખાય એવી રીતે-ગોઠવવું-ગોઠવી મૂકવું; શરૂ કરવું, સ્થાપન કરવું, તૈયાર કરવું; -થી સજ્જ કરવું, છાપવા માટે બીબાં ગોઠવવાં. **~-up**, સંસ્થા ઇ૦ની રચના, ગોઠવણી. **~ upon**, હુમલો કરવો – કરવા પ્રેરવું.

set², ના૦ સટ, એક સટમાં આવે એવો બધા પદાર્થો કે વ્યક્તિઓનો સમૂહ, જૂથ; સમાન હિત ઇ૦વાળા લોકોનું મંડળ; [ગ.] સમાન ગુણધર્મો વસ્તુઓનો સમુ-ચ્ચય; આકાશવાણી (રેડિયો) કે દૂરદર્શન (ટીવી)નો સટ-રિસીવર; [ટેનિસ ઇ૦] દાવનો સમૂહ, સેટ.

sett (સે'ટ), ના૦ દર, બિલ; ફરસીનો પથ્થર; રોપો. કલમ.

settee' (સે'ટી), ના૦ પીઠ અને હાથા-વાળો બાંકડો; સોફા.

se'tter (સે'ટર), ના૦ શિકાર નજરે પડતાં ટટાર ઊભા રહેવા કેળવેલો કૂતરો.

se'tting (સે'ટિંગ), ના૦ સંગીત માટે કરેલી રચના-ગીત; નંગ ઇ૦ જેમાં બેસા-ડ્યું હોય તે ચોકઠું-બેસણી; પાર્શ્વભૂમિ, આસપાસનું વાતાવરણ ઇ૦; નાટક, ચિત્ર-પટ, ઇ૦ની સજાવટ; એક જમનાર માટે આવશ્યક છરી, કાંટા, ઇ૦.

se'ttle[1] (સે'ટલ), ના૦ ઊંચી પીઠ અને હાથાવાળો બાંકડો.

se'ttle[2], ઉ૦ ક્રિ૦ કોઈ ઠેકાણે કે રહેઠાણમાં વસાવવું–વસવું, ઠરીઠામ થવું; (નવી) જીવનપદ્ધતિમાં કે ધંધામાં સ્થિર થવું–કરવું, બેસવા માટે કે રહેવા માટે આવવું, બેસાડવું, રહેવા આવે તેમ કરવું; રખડવાનું બંધ કરવું, ફેરફાર કરવાનું છોડી દેવું, અશાંતિ, ગરબડ, છોડી દેવી; નક્કી કરવું, સંમત થવું, નિર્ણય કરવો, નીમવું; (કોઈ દેશમાં) વસવાટ–વસાહત–કરવી; ઠરવું, તળિયે બેસવું; (જમીન અંગે) નીચે બેસી જવું; પતાવવું, નિકાલ કરવો; (બિલ) ચૂકવવું. **~ down**, ઘર માંડીને રહેવું–સ્થિર થવું. **~ on**, હયાતી દરમિયાન ભોગવવા આપવું. **~ up**, દેવું ચૂકવી દેવું.

se'ttlement (સે'ટલ્મેન્ટ), ના૦ પતાવટ, સમજૂતી (કરવી–થવી–તે); કોઈ ને મિલકત આપી હોય તેની શરતો (નો દસ્તાવેજ); વસાહત.

se'ttler (સે'ટ્લર), ના૦ નવા મુલકમાં વસાહત કરનાર, વસાહતી.

se'ven(સે'વન), વિ૦ અને ના૦ સાત(ની સંખ્યા–૭). **se'venth** (-વન્થ), વિ૦ અને ના૦.

seventee'n (સે'વન્ટીન), વિ૦ અને ના૦ સત્તર(ની સંખ્યા, ૧૭). **seve ntee'nth** (-ટીન્થ), વિ૦ અને ના૦.

se'venty (સે'વન્ટિ), વિ૦ અને ના૦ સિત્તેર(ની સંખ્યા, ૭૦).

se'ventieth (-ટિએ'થ), વિ૦ અને ના૦.

se'ver (સે'વર), ઉ૦ ક્રિ૦ -ના ભાગ પાડવા–પડવા, ભાંગી નાખવું–જવું, જુદું પાડવું, વિ૦ ક૦ કાપીને; કોઈની નોકરીના કરારનો અંત આણવો. **se'verance** (-રન્સ), ના૦.

se'veral (સે'વરલ), વિ૦ અને સર્વ૦ ના૦ કેટલાક, બેથી વધુ; અલગ, જુદું વિવિધ, પોતાનું આગવું, વ્યક્તિગત, પોતપોતાનું.

se'verally (સે'વરલિ), ક્રિ૦ વિ૦ અલગઅલગ, પોતપોતાનું.

sever'e (સિવિઅર), વિ૦ કડક, કઠોર, સખત; નિષ્ઠુર; મહામહેનતવાળું, મહામુશ્કેલ; જબરદસ્તી કરનારું; શણગારવિનાનું; (આબોહવા અંગે) ખૂબ ઠંડી; (માંદગી ઇ૦ અંગે) ભારે, ગંભીર. **seve'rity** (સિવે'રિટિ), ના૦.

sew (સો), ઉ૦ ક્રિ૦ [ભૂ૦ કૃ૦ **sewn, sewed**]. સીવવું, (સીવીને) સાંધવું. **sewing-machine**, સીવવાનો સંચો.

sew'age (સ્યૂઇજ), ના૦ શહેર, કારખાનું, ઘર, ઇ૦નો ગટર દ્વારા લઈ જવાતો કચરો, મળમૂત્ર, ઇ૦. **~-farm, -works**, એ કચરાને અમુક પ્રક્રિયા દ્વારા દોષમુક્ત અથવા શુદ્ધ કરવાની જગ્યા–ખેતર, કારખાનું.

sew'er (સ્યૂઅર), ના૦ મળમૂત્ર, ગંદું પાણી, ઇ૦ લઈ જવાની મોરી–ગટર.

sew'erage (-રિજ). ના૦ શહેરની મોરીઓ–ગટરો–ગટરવ્યવસ્થા.

sewn (સોન), **sew**નું ભૂ૦ કૃ૦.

sex (સે'ક્સ), ના૦ લિંગ, જાતિ, લિંગભેદ; (એક જાતિ કે જૂથ તરીકે) પુરુષો અથવા સ્ત્રીઓ; કામવાસના, લૈંગિક આવેગો; મૈથુન. સ૦ ક્રિ૦-નું લિંગ કે જાતિ નક્કી કરવી. **~ appeal**, કામોત્તેજકતા. **~ change**, લિંગપરિવર્તન વિ૦ ક૦ શસ્ત્રક્રિયા દ્વારા.

sexagena'rian (સે'ક્સજિને'અરિઅન); વિ૦ અને ના૦ ૬૦ થી ૬૯ વરસની ઉંમરનું (માણસ).

Sexage'sima (સે'ક્સજે'સિમૅ), ના૦ 'લેન્ટ' પહેલાંનો બીજો રવિવાર.

se'xism (સે'ક્સિઝ્મ), ના૦ અમુક જાતિ કે લિંગને લીધે તે જાતિના લોકો (વિ૦ ક૦ સ્ત્રીઓ) વિષે પૂર્વગ્રહ અથવા વિરોધવૃત્તિ (હોવી તે). **se'xist** (-સિસ્ટ), વિ૦ અને ના૦.

se'xless (સે'ક્સ્લિસ), વિ૦ નહિ સ્ત્રી કે નહિ પુરુષ; કામેચ્છા અથવા જાતીય આકર્ષણ વિનાનું.

se'xtant (સે'ક્સ્ટન્ટ), ના૦ વહાણવટામાં અથવા જમીનમાપણીમાં વપરાતું ખૂણા (પરથી અંતર) માપવાનું સાધન. વર્તુળનો છઠ્ઠો ભાગ.

sexte't(te), (સેક્સ્ટે'ટ), નાο છનું જૂથ; છ જણ કે વાદ્યો માટેની સંગીત રચના.

se'xton (સે'ક્સ્ટન), નાο ખ્રિસ્તી દેવળના મકાન અને તેના કબ્રસ્તાનની તેમ જ ઘંટ વગાડવાની વ્યવસ્થા જોનાર તથા કબર ખોદનારનું કામ કરનાર માણસ.

se'xtuple (સે'ક્સ્ટ્યૂપલ), વિο છગણું.

se'xtuplet (સેક્સ્ટ્યૂપ્લિટ), નાο એક સાથે જન્મેલાં છ બાળકોમાંનું એક.

se'xual (સેક્સ્યુઅલ), વિο લૈંગિક, જાતિ કે જાતિઓનું–ને લગતું. **~ intercourse**, મૈથુન.

sexua'lity (સે'ક્સ્યુઍલિટિ), નાο લૈંગિકતા, લૈંગિક પ્રવૃત્તિ, કામુકતા.

se'xy (સે'ક્સિ), વિο [વાતο] કામુક, કામોત્તેજક; કામાસક્ત.

S. F., સંક્ષેપ. science fiction.

Sgt., સંક્ષેપ. Sergeant.

sh (શ), ઉદ્‌ગાર **hush** ચૂપ.

sha'bby (શેબિ), વિο જીર્ણશીર્ણ,ઘસાઈ ને રંગ ઊડી ગયેલું, ચીંથરેહાલ, ફાટેલા મેલાં-કપડાં પહેરેલું; તિરસ્કરણીય; નીચ, અધમ.

shack (શૅક), નાο ઝૂંપડું, છાપરી. અο ક્રિο [વિο બોο] **~ up**, -ની સાથે–એક સાથે–રહેવું, વિο કο પતિપત્ની તરીકે લગ્ન વિના.

sha'ckle (શૅકલ), નાο આંકડો, કડી; હાથે કે પગે પહેરવાની બેડી; [લાο] બંધન. સο ક્રિο બેડી પહેરાવવી;- ને દખલ દેવી.

shad (શૅડ), નાο એક જાતની મોટી ખાદ્ય માછલી.

sha'ddock (શૅડક), નાο બીજોરાને મળતું એક ફળ, તેનું ઝાડ.

shade (શેડ). નાο છાયા, છાંયડો, અંધારું; [બο વοમાં] રાત ઇ.નું અંધારું; બીજાની સરખામણીમાં અપ્રસિદ્ધિ–અજ્ઞાતપણું; ચિત્ર ઇοનો છાયાવાળો ભાગ; રંગની ઘેરાઈમાં કે તે રંગને મળતા બીજા રંગ વચ્ચે આછો તફાવત, તફાવતની માત્રા; [લાο) રંગની છટા; અવાસ્તવિક–આભાસમય–વસ્તુ; ભૂત; પ્રકાશને રોકનારો કે નરમ પાડનારો પડદો, દીવા ઇοનું ઢાંકણું, અર્ધપારદર્શક. ઉο ક્રિο પ્રકાશને આડ કરવી–ઢાંકવું; અંધારું કરવું, વિο કο છાયા ઇο બતાવવા માટે પેન્સિલથી સમાંતર લીટીઓ દોરીને; ધીરેધીરે બદલવું અથવા પસાર થવું.

sha'dow (શૅડો), નાο છાયા, છાંયડો; પડછાયો, ઓળો; પડછાયાની જેમ માણસની સતત પાછળ પાછળ રહેનાર તેનો અનુચર અથવા સાથી; અવાસ્તવિક–અસાર–આભાસમય–વસ્તુ; ભૂત; ઓરડા ઇοનો અંધારાવાળો ભાગ; પૂર્વાભાસ, પૂર્વચિહ્ન. આશ્રય, રક્ષણ. સο ક્રિο -ની ઉપર છાંયડો કરવો; -ની સતત પાછળ પાછળ જવું–રહેવું, બહુધા ગુપ્તપણે. **~-boxing**, કાલ્પનિક સામાવાળા સાથે મુક્કાબાજી કરવી તે. **S~ Cabinet**, વિરોધપક્ષ સત્તા પર આવે તો પ્રધાનમંડળમાં આવે એવા તેના સભ્યો.

sha'dowy (-ડોઈ), વિο.

sha'dy (શેડિ), વિο છાંયડાવાળું છાંયડામાં આવેલું; જેની સચ્ચાઈ કે પ્રામાણિકતા વિષે શંકા હોય એવું; નીચ, નિંદ્ય.

shaft (શાફ્ટ), નાο દાંડો, તીરનું રાડું, ભાલાની લાકડી; તીર, બાણ; [લાο] દુઃખ પહોંચાડવા કે ચાનક ચઢાવવા બોલેલા વેણ, વાગ્બાણ; પ્રકાશનું કિરણ; વીજળીનો કડાકો; દાંડી, વૃન્ત; કુંભીથી સરણા ભરણા સુધીનો થાંભલાનો મુખ્ય ભાગ; બીજા જાડા ભાગોને ટેકો આપનાર કે જોડનાર લાંબો પાતળો ગોળ દાંડો; હથિયાર ઇοનો હાથો; ગાડાની ઊધ અથવા ધોરિયો; ખાણ ઇοમાં ઊતરવાનું, મકાનમાં પારણા (લિફ્ટ) માટેનું, ઊંડું બાકું–કૂવો; એના જેવી લાંબી સાંકડી જગ્યા.

shag (શૅગ), નાο બરછટ વાળનો જથ્થો; કાપેલી જાડી તમાકુ; (કલગીવાળું) એક દરિયાઈ પક્ષી.

sha'ggy (શૅગિ), વિο વાળવાળું, બરછટ વાળવાળું; ગૂંચોવાળું, જટિલ. **~-dog story**, અતિ લાંબી દમ વગરની વાર્તા અથવા વિનોદી ટુચકો.

shagree'n (શગ્રીન), નાο કાણકેળવેલું ખરબચડું દાણાદાર ચામડું, શાર્ક માછલીનું ચામડું.

shah (શા), નાo ઈરાનનો રાજા–શાહ.
shake (શેક), ઉo ક્રિo [**shook; sha'ken**] (ઝડપથી કે જોરથી) હલાવવું – હાલવું; ધ્રૂજવું, ધ્રુજાવવું, કાંપવું, કંપાવવું; ડોલવું, ડોલાવવું; આંચકો – ધક્કો – મારવો અથવા લાગવો; (તલવાર ઇo) આમતેમ ફેરવવું, વીંઝવું; નબળું અથવા જરા અસ્થિર બનાવવું – થવું; પ્રક્ષુબ્ધ કરવું – થવું, ખળભળાટ કરવો, આઘાત પહોંચાડવો, ડગમગાવવું. નાo હાલવું – હલાવવું – તે; આંચકો, ધક્કો; [વાત.] ક્ષણ, જરા વાર. **~ down**, (ફળ ઇo) હલાવીને નીચે પાડવું, હલાવીને બરાબર બેસાડવું – મજબૂત કરવું; બરાબર ઠરીઠામ – પ્રસ્થાપિત – થવું. **~-down**; કામચલાઉ પથારી, વિo કo શેતરંજી કામળાની ભોંય પર કરેલી. **~ hands**, મિલન કે વિદાય વખતે અથવા સોદાના સંકેત તરીકે એકબીજાનો જમણો હાથ પકડવો તે. **~ off**, ખંખેરી નાખવું, -થી મુક્ત થવું, ટાળવું. **~ up**, હલાવવું, હલાવીને મિશ્રણ કરવું; અસ્વસ્થ અથવા ક્ષુબ્ધ કરવું; સુસ્તીમાંથી બહાર કાઢવું, ઢંઢોળીને જાગ્રત કરવું. **~-up**, ઢંઢોળવાની ક્રિયા અથવા તેનું પરિણામ.
sha'ker (શેકર), નાo મિશ્રણ કરવા માટે હલાવવાનું યંત્ર કે પાત્ર.
Shakespear'ian (શેક્સ્પિઅરિઅન), વિo શેકસ્પિયરનું – ના જેવું.
sha'ko (શેકો), નાo [બo વo **~ s**] ઊંચી દીવાલ અને કલગીવાળી લશ્કરી ટોપી.
sha'ky (શેકિ), વિo હાલતું, અસ્થિર, ધ્રૂજતું; અશક્ત, કમજોર, લથડિયાં ખાતું, ઢચુપચુ થતું.
shale(શેલ),નાo સ્લેટના જેવો પણ તેનાથી વધુ પોચો ખડક. **sha'ly** (-લિ), વિo.
shall (શેલ, શ-), સહાયક ક્રિo [વર્તo **shall**, ભૂoકાo **should** શુડ, નકારાત્મક રૂપ **shall not** અથવા **shan't** શાન્ટ **should not** અથવા **should-'nt**] ભાવી ઘટના, પરિસ્થિતિ, ઇo, (દૃઢ) સંકલ્પ, સ્થિતિ, આજ્ઞા અથવા કર્તવ્ય, ફરજ, સંભાવના અથવા તાત્પૂરતી સૂચના વ્યક્ત કરવા વપરાય છે.
sha'llop(શેલપ), નાo હલકી ખુલ્લી હોડી.
shallo't (શલૉટ); નાo એક જાતની નાની ડૂંગળી.
sha'llow (શેલો), વિo છીછરું; ઉપરચોટિયું, નજીવું. નાo છીછરી – છીછરા પાણીવાળી – જગ્યા. ઉo ક્રિo (વધારે) છીછરું કરવું – થવું.
sham (શૅમ), નાo ડોળ, ઢોંગ; જે પોતે નથી તે હોવાનો ડોળ કરનાર માણસ કે વસ્તુ વિo ઢોંગી, નકલી, બનાવટી. ઉo ક્રિo -નો ઢોંગ કરવો, બનાવટ કરવી.
sha'mble (શૅમ્બલ), અo ક્રિo લથડિયાં ખાતાં ચાલવું, બેઢંગું ચાલવું. નાoબેઢંગી ચાલ.
sha'mbles (શૅમ્બલ્ઝ), નાo બo વo બહુધા એક વoની જેમ વપરાય છે. કસાઈખાનું; ખૂનામરકીની જગ્યા; [વાત.] ગરબડગોટાળો, અવ્યવસ્થા.
shame (શેમ), નાo શરમ, લાજ, અપરાધના ભાનથી પ્રેરિત માનહાનિની લાગણી; આબરૂ જવાની ભીતિ, સંકોચશીલતા, બેઆબરૂ, અપકીર્તિ, નીચું જોવાપણું; લજવનાર વ્યક્તિ અથવા વસ્તુ; [વાત.] શોચનીય અથવા કમનસીબ વસ્તુ. સo ક્રિo નીચું જોવડાવવું, લજવવું, શરમાવીને કશુંક કરવાની કે ન કરવાની ફરજ પાડવી (**~ into, out of**); -ની બેઆબરૂ કરવી. **~faced**, શરમાળ, શરમિંદુ, લજ્જિત.
sha'meful (શેમફુલ), વિo શરમ આવે એવું, મોં નીચું ઘાલવા જેવું, શરમજનક, લજ્જાસ્પદ.
sha'meless (શેમ્લિસ), વિo બેશરમ, નફ્ફટ, ઉદ્ધત.
sha'mmy (શૅમિ), નાo એક જાતનું સુંવાળું ચામડું, 'શેમૉઇ લેધર'.
shampoo' (શૅમ્પૂ), સo ક્રિo માથું ઘસીને ધોવું; શેતરંજી, જાજમ, ઇo ધોઈ કાઢવું – સાફ કરવું. નાo વાળ ધોવાનો પ્રવાહી કે ઘન સાબુ ઇo; વાળ ધોવા તે.
sha'mrock (શૅમ્રૉક), નાo આયર્લંન્ડના રાષ્ટ્રીય ચિહ્ન તરીકે વપરાતો ત્રિદલ

પાંદડાંવાળો એક છોડ.

sha'ndy (શૅન્ડિ), ના૦ બિયર, લીંબુનો રસ, જિંજર ઇ૦નું મિશ્રણ – પીણું.

shanghai' (શાંગહાઇ), સ૦ ક્રિ૦ કોઈને પરાણે ખારવો બનાવવો–બહુધા કપટ કરીને.

shank (શૅંક), ના૦ પગનો નળો, પગ, ટાંટિયો; ખીલો, ચાવી, લંગર, ઇ૦ની દાંડી – દાંડી જેવો ભાગ.

shan't (શૅન્ટ), જુઓ **shall.**

shantu'ng (શૅન્ટુંગ), ના૦ સુંવાળું ચીની રેશમ બહુધા રંગ્યા વિનાનું.

sha'nty[1] (શૅન્ટિ), ના૦ ઝૂંપડી નાની ઓરડી. ~ **town,** નાની નાની ઝૂંપડીઓનું ઉપનગર ઇ૦.

sha'nty[2], ના૦ દોરડા વગેરે ખેંચતી વખતે ખારવાઓ ગાય છે તે ગીત.

shape (શેપ), ના૦ આકાર, ઘાટ, આકૃતિ, રૂપરેખા; બાહ્ય દેખાવ, રૂપ; વ્યવસ્થિત રચના, મૂર્ત સ્વરૂપ; નમૂનો, સાંચો. ઉ૦ ક્રિ૦ કોઈ નિશ્ચિત અથવા જોઈતા આકાર કે ઘાટનું બનાવવું; ઘડવું, યોજવું, વ્યવસ્થા – રચના –કરવી; -નો આકાર લેવો, આકારનું બનવું; ઇચ્છા મુજબ પોતાનો માર્ગ કાઢવો – દિશા પકડવી; વિકાસ પામીને અમુક થવું.

sha'peless (શેપ્લિસ), વિ૦ બેડોળ, કઢંગું.

sha'pely (શેપ્લિ), વિ૦ ઘાટદાર, રૂપાળું, સુંદર.

shard (શાર્ડ); ના૦ માટલા ઇ૦નો કકડો, ઠીકરું.

share (શે'અર), ના૦ ભાગ, હિસ્સો; વેપારીપેઢી, કારખાનું, ઇ૦માં ભાગ, શૅર, ભાગીદારીમાં હિસ્સો, ફાળે આવતી આપવાની રકમ; હળની કોશ. ઉ૦ ક્રિ૦ ~ **(out),** ભાગ પાડીને વહેંચી આપવું; -નો ભાગ આપી દેવો; ભાગ લેવો – મળવો – ધરાવવો –હોવો. ~**holder,** ભાગીદાર, શેરહોલ્ડર. ~ **index,** શૅરોની કિંમતમાં વધઘટ બતાવતો આંકડો. ~**-out,** ભાગ પાડી વહેંચણી, ફાળવણી.

shark (શાર્ક), ના૦ એક મોટી ખાઉધરી દરિયાઈ માછલી, શાર્ક; ધુતારો, ઠગ. ~**-skin,** શાર્કની ચામડી, સુંવાળું કપડું.

sharp (શાર્પ), વિ૦ તીક્ષ્ણ ધાર કે અણીવાળું, બૂઠું નહિ એવું; શિખર કે ટોચવાળું; (અણી કે ધાર અંગે) તીક્ષ્ણ, બારીક; સીધા ચડાણવાળું, ઊભું; એકદમ વળાંક લેતું કે ખૂણો પાડતું; તીક્ષ્ણ, તીખું; કર્કશ, કાન ફાડી નાખે એવું, ભેદક; સખત, કરડું; કઠોર, દુઃસહ; દુઃખદાયક; તીવ્ર, શીઘ્રભાવગ્રાહી; જાગરૂક, હોશિયાર; યુક્તિબાજ, અપ્રામાણિક; જોમવાળું, ઝડપી, ચપળ; [સં૦] ઊંચા સ્વરવાળુ ના૦ [સં.] તીવ્ર સ્વર(નું ચિહ્ન); [વાત.] ધુતારો ઠગ. ક્રિ૦ વિ૦ બરાબર નિયત સમયે, એકદમ, અચાનક; સાંકડો ખૂણો કરીને; [સં.] વધારે ઊંચા સ્વરે. ~**'shooter,** ધાર્યું નિશાન પાડનાર તાકોડી.

shar'pen (શાર્પન), ઉ૦ ક્રિ૦ ધારદાર કે અણીદાર બનાવવું – થવું, ધાર – અણિ – કાઢવી.

shar'per (શાર્પર), ના૦ ધુતારો વિ૦ ક૦ પત્તાંની રમતમાં.

sha'tter (શૅટર), ઉ૦ ક્રિ૦ એકદમ જોરથી ભાંગીને કકડે કકડા કરી નાખવા; પૂરેપૂરો નાશ કરવો; [વાત૦] તદ્દન અસ્વસ્થ – આકુળવ્યાકુળ–કરી નાખવું.

shave (શેવ), ઉ૦ ક્રિ૦ [ભૂ૦ કૃ૦ **shaved** અથવા વિ૦ ક૦ વિ૦ તરીકે **shaven**] વાળ ઉતારવા, મુંડન કરવું, હજામત કરવી, દાઢી કરવી; (પોતાની) દાઢી કરવી; વાંસલો ઇ૦ ઓજાર વતી લાકડું વગેરે છોલવું; [લા.] ઓછું કરવું, ઉપર કાપ મૂકવો; અડયા વિના તદ્દન નજીકથી પસાર થવું, ચાટી જવું; જરામાં ચૂકી – બચી – જવું. ના૦ હજામત કરવી – થવી – તે, દાઢી; જરાકમાં ચૂકવું – બચી જવું – તે; રંદો, વાંસલો, ઇ૦. **shaving-brush,** હજામત કે દાઢી વખતે સાબુ લગાડવાનો બ્રશ–કૂચડો. **shaving-cream, -soap,** હજામત વખતે ચોપડવાનો સાબુ અથવા ક્રીમ.

sha'ver (શેવર), ના૦ દાઢી ઇ૦ કરવાનો વીજળીથી ચાલતો અસ્ત્રો; [વાત.] જુવાનિયો, છોકરો.

Sha'vian(શેવિઅન), વિ૦ અને ના૦ જ્યોર્જ બર્નાર્ડ શૉનું (પ્રશંસક), શૉની ઢબનું,

sha'ving (શેવિંગ), ના૦ [વિ૦ ક૦ બ૦ વ૦માં] લાકડાનો છોલ.

shawl (શૉલ), ના૦ શાલ,

shawled (શૉલ્ડ), વિ૦ શાલ ઓઢેલું, શાલવાળું.

she(શી), સર્વ૦ ના૦ [દ્વિ૦ **her**, ષષ્ઠી **her** અને **hers**] તે, તેણી; સ્ત્રીનું આરોપણ જેની પર કર્યું હોય એવી વસ્તુ. ના૦ સ્ત્રી, નારી. વિ૦ સ્ત્રીજાતિવાચક ઉપસર્ગ, સ્ત્રી.

sheaf (શીફ), ના૦ [બ૦ વ૦ **sheaves**] પૂળી, પૂળો, ભારી. સ૦ ક્રિ૦ -નો પૂળો – ભારી – બાંધવી.

shear (શિઅર) ઉ૦ ક્રિ૦ [ભૂ૦ કૃ૦ **shorn, sheared**] કાતરથી કાપી નાંખવું; કાતરવું, ઘેટાનું ઊન કાતરી લેવું; મૂંડવું, લૂંટી લેવું; વિકૃત કરવું – થવું, ભાંગી નાખવું. ના૦ [યંત્ર અને ભૂસ્તર.] પદાર્થની અંદરના દબાણને લીધે પેદા થતો તાણ; [બ૦ વ૦માં (**pair of**) **~s**] કાતર (મોટી અને મજબૂત, ઘેટાનું ઊન, છોડના ડાળખાં, ઇ૦ કાપવાની)

shear'water (શિઅર્વૉટર), ના૦ પાણીની સપાટીની પાસે રહીને ઊડતું લાંબી પાંખવાળું એક પક્ષી.

sheath (શીથ), ના૦ ચુસ્ત આવરણ, મ્યાન;સંતતિનિયમનનું સાધન-ટોપી,નિરોધ. **~-knife**, મ્યાનવાળી છરી–કટચાર.

sheathe (શીધ), સ૦ ક્રિ૦ મ્યાન કરવું, મ્યાનમાં મૂકવું, આવરણ ચડાવવું.

sheave (શીવ), ના૦ ગરગડી.

shebee'n (શિબીન). ના૦ [આઇરિશ] પરવાના વિનાનું પીઠું – દારૂની દુકાન.

shed[1] (શેડ), સ૦ક્રિ૦ [**shed**] પાડી નાખવું, પડવા દેવું; ખરી પડવું, ખંખેરવું; વહેવડાવવું, વહેવું; વિખેરવું, ફેલાવવું, પ્રકાશ ઇ૦ બહાર ફેંકવું.

shed[2], ના૦ છાપરી, ઝૂંપડી. એક કે બે ખુલ્લી બાજુઓવાળું છાપરાવાળું મકાન.

sheen (શીન), ના૦ ચળકાટ. તેજ,

shee'ny (-નિ), વિ૦.

sheep (શીપ). ના૦ [બ૦ વ૦ એ જ] ઘેટું; શરમાળ, ગરીબ, સાલસ, સ્વતંત્ર વિચારશક્તિ વિનાનું, માણસ; [બહુધા બ૦ વ૦માં] પાદરીના શ્રોતાઓમાંનો એક; 'પૅરિશ'નો વતની. **~-dip**, ઘેટાંને જંતુમુક્ત કરવાનું એક પ્રવાહી મિશ્રણ; જ્યાં ઘેટાંને એવા પ્રવાહીમાં ઝબોળવામાં આવે છે એવી જગ્યા – કૂંડી ઇ૦. **~-dog**, ભરવાડનો (ઘેટાં સાચવવાની તાલીમ આપેલો) કૂતરો. **~-fold**, ઘેટાંનો વાડો. **~shank**, દોર તાત્પૂરતું ટૂંકું કરવા માટે બાંધેલી ગાંઠ. **~ skin**, ઊન સાથેના ઘેટાના ચામડાનું વસ્ત્ર અથવા પાથરણું; પુસ્તક બાંધણીમા વપરાતું ઘેટાનું કેળવેલું ચામડું.

shee'pish (શીપિશ), વિ૦ શરમાળ, સંકોચશીલ.

sheer[1] (શિઅર), કેવળ, તદ્દન, પૂરેપૂરું; (કપડું) ઝીણું, બારીક, પારદર્શક; (ટેકરી, ચડાણ,ઇ૦ અંગે)સીધું, ઊભું. ક્રિ૦વિ૦ સરળ, સીધું, ઊભું; કાટખૂણે; ચોખ્ખું.

sheer[2],અ૦ક્રિ૦ વળાંક લેવા, એકદમ વળવું, દિશા બદલવી. **~ off**, જતા રહેવું, વિ૦ ક૦ અણગમતા કે પોતાને ડર લાગતો હોય એવા માણસ પાસેથી.

sheer[3], ના૦ [બ૦ વ૦માં] ગોદી વગેરેમાં ઉપર ઉપાડવા–ઊંચે કરવા–માટે વપરાતું યાંત્રિક સાધન. **~-hulk**, ડોલકાઠીઓ કાઢી લીધેલું વહાણ – કાઢી લઈ ને ઉપર ઉઠાવવાનાં સાધનો ('શિયરો') જડેલું વહાણ.

sheet (શીટ), ના૦ ચાદર, ચોફાળ, પલંગપોશ; (કાગળનો) તાવ, (ધાતુનું) પતરું, (કાચની) તકતી; કારખાનામાં બન્યો હોય તે આખો કાગળ; પાણી, જ્વાળા, ઇ૦ નોમોટો વિસ્તાર; સઢને લંબાવવા કે તેની દિશા બદલવા માટે તેને નીચલે ખૂણે જડેલું દોરડું અથવા સાંકળ. ઉ૦ ક્રિ૦ ચાદર વતી ઢાંકવું; -માંથી ચાદરો, તાવ, પતરાં,ઇ૦ બનાવવું; દોરડાવતી સઢને બાંધવું. **~-anchor**, ખાસ કટોકટી વખતે જ વપરાતું મોટું લંગર; છેવટનો મુખ્ય આધાર. **~-lightning,** વાદળાંને લીધે પટની જેમ ફેલાતી વીજળી. ~

metal, શેલરવતી કે ટીપી કરીને ધાતુનાં બનાવેલાં પતરાં. ~ **music,** છૂટા કાગળો પર છાપેલી સંગીતરચના.

sheik(h) (શેક), ના૦ શેખ, આરબ સરદાર કે કુટુંબનો વડો.

shei'la (શીલ), ના૦ [ઑસ્ટ્રે૦ અને ન્યૂઝી૦] [વિ૦ બો૦] જુવાન સ્ત્રી, છોકરી.

she'kel (શે'કલ), ના૦ યહૂદી લોકોનું એક પ્રાચીન વજન અને નાણું; [બ૦ વ૦માં] પૈસા, ધન.

she'ldrake (શે'લ્ડ્રેક), ના૦ [સ્ત્રી૦ અને બ૦ વ૦ **she'lduck**] ચળકતાં પીંછાંવાળું જંગલી બતક.

shelf (શે'લ્ફ), ના૦ [બ૦વ૦ **shelves**] દીવાલના ગોખલામાં અથવા ઉપર જડેલું પાટિયું; કબાટના ખાનાનું પાટિયું; અભરાઈ, છાજલી; પાણીની સપાટીએ આવેલો ખડક અથવા ટેકરો; ટેકરાના ઢોળાવની આગળ પડતી પગથિયા જેવી કોર; દરિયાની સપાટીથી નીચે આવેલી ખડકની ધાર. **on the** ~, અભરાઈએ ચડાવેલું, બાજુએ મૂકેલું; (અપરિણીત સ્ત્રી અંગે) પરણવાની ઉમર વટાવી ગયેલ. ~**-life** સંઘરેલી વસ્તુ ઉપયોગની હાલતમાં રહે તે અવધિ.

shell (શે'લ), ના૦ બીજ, મીજ, ફળ, ઈંડું, ઇ૦નું કોચલું, કાચલું, કવચ; કશાકનું આવરણ, ચોકઠું, ઇ૦; અધૂરા કે બળેલા મકાન, વહાણ, ઇ૦ની કેવળ ભીંતો; તોપ ઇ૦નો ગોળો, શરત માટેની હલેસાંવાળી હલકી હોડી; બહારનો દેખાવ, કેવળ ઉપર ઉપરનું સાદૃશ્ય. સ૦ ક્રિ૦ કવચ કે કોચલામાંથી બહાર કાઢવું, શિંગ ઇ૦ ફોલવું; તોપમારો ઇ૦ કરવો. **come out of one's** ~, કવચમાંથી બહાર આવવું, બીજાઓ સાથે મોકળાશથી વર્તવું–વાતચીત કરવી. ~**fish,** પાણીમાં છીપમાં રહેનારું પ્રાણી કાલવ, ઝીંગુ, કરચલો, ઇ૦. ~ **out,** [વિ૦ બો૦] પૈસા આપી દેવા. ~**-pink,** આછો. ગુલાબી રંગ–રંગનું. ~**-shock,** દારૂગોળાના–તોપોના–ધડાકાથી અને યુદ્ધની પરિસ્થિતિથી માનસિક આઘાત લાગવો તે – થતી માનસિક વિકૃતિ.

shella'c (શલૅક), ના૦ લાખ. સ૦ ક્રિ૦ લાખનો ઓપ આપવો.

she'lter (શે'લ્ટર), ના૦ રક્ષણ, બચાવ; આશ્રય, આશરો; આશ્રયસ્થાન, ઝૂંપડી, કુટિર; સુરક્ષિત રહેવાની જગ્યા; સુરક્ષિત સ્થિતિ. ઉ૦ ક્રિ૦ આશ્રય આપવો કે લેવો, રક્ષણ કે બચાવ કરવો, -ના આશ્રયનું કામ કરવું.

shelve (શે'લ્વ), ઉ૦ ક્રિ૦ છાજલી કે અભરાઈ પર મૂકવું, અભરાઈઓ – પાટિયાં – બનાવવાં, -નો વિચાર કરવાનું મુલતવી રાખવું, અભરાઈએ ચડાવવું; નોકરીમાંથી રુખસદ આપવી; (જમીન અંગે) નમતું કે જરા ઢોળાવવાળું હોવું.

she'lving (શે'લ્વિંગ), ના૦ છાજલીઓ (બનાવવાનો સામાન).

she'pherd (શે'પર્ડ), ના૦ ભરવાડ; [લા.] ધર્મગુરુ, પાદરી. સ૦ ક્રિ૦ ઘેટાંનું રખવાળું કરવું, ઘેટાં હાંકવાં, ઘેટાંની જેમ વાળવું, હાંકવું, ઇ૦ ~**'s pie,** છૂંદેલા માંસને બટાટા (ના માવા)વડે ગલેફીને શેકેલી વાની. **she'pherdess** (-ડિસ), ના૦ સ્ત્રી.

sher'bet (શર્બત), ના૦ શરબત, બહુધા ઊભરાવાળું.

sherd (શર્ડ), ના૦ માટલા ઇ૦નું ઠીકરું.

she'riff (શે'રિફ), ના૦ કોઈ કસબા, પરગણા કે શહેરનો કાયદાકીય અને જાહેર સમારંભોને લગતી ફરજોવાળો મુખ્ય અમલદાર; [સ્કૉ.] પરગણા કે જિલ્લાનો મુખ્ય ન્યાયાધીશ; [અમે.] પરગણાનો કાયદાનો અમલ કરનાર મુખ્ય અધિકારી.

she'rry (શે'રિ), ના૦ સ્પેનમાં થતો એક જાતનો બહુધા મલાકેવાળો દારૂ, જે બહુધા જમતા પહેલાં ક્ષુધાદીપક તરીકે પીવાય છે.

She'tland (શે'ટ્લન્ડ), ના૦ અને વિ૦. ~ **pony,** નાના કદનું શેટલન્ડનું ખડતલ ટટ્ટુ. ~ **wool,** શેટલન્ડના ઘેટાનું ઝીણું ઊન.

shew (શો), [પ્રા.] = **show.**

shi'bboleth (શિબલે'થ), ના૦ પક્ષ

ઇ૦નો જુનવાણી સિદ્ધાન્ત અથવા સૂત્ર, પોકાર(વાનું સૂત્ર); વ્યક્તિનું જુનવાનીપણું બતાવનાર ગણાતો શબ્દ, રિવાજ, ઇ૦.

shield (શીલ્ડ), ના૦ ઢાલ, રક્ષક કવચ; [ચારણ.] કુટુંબ કે વંશના પ્રતીક-ચિહ્નોવાળી ઢાલ; યંત્ર ઇ૦માં રક્ષક પ્લેટ ઇ૦; રક્ષણ કરનાર વ્યક્તિ અથવા વસ્તુ, ઢાલના આકારની વસ્તુ, વિ૦ ક૦ રમતગમતમાં વિજયની સૂચક. સ૦ક્રિ૦ રક્ષણ કરવું, બચાવવું, વિ૦ક૦ નિંદા કે સજામાંથી.

shift (શિફ્ટ), ઉ૦ક્રિ૦ ખસવું, સ્થળાંતર કે સ્થિત્યંતર કરવું; સ્વરૂપ કે સ્વભાવ બદલવો; તાત્કાલિક ઉપાય યોજવો, રસ્તો કાઢવો; નભાવવું, ગાડું ગબડાવવું; (વિ૦બો૦ ઝડપથી ખસવું. ના૦ સ્થળાંતર, સ્વભાવ પરિવર્તન, ઇ૦; તાત્કાલિક ઉપાય, યુક્તિ; [પ્રા.] ખમીસ, કુડતું; કારખાના ઇ૦માં કામગારોની પાળી; પાળીના માણસો; પાળીનો સમય-ગાળો; વર્ણપટની રેખાઓનું અપસારણ; કેપિટલ અક્ષરો, ઇ૦ છાપવા માટે ટાઇપરાઇટરના બીબાનો પટો બદલવો તે; [અમે.] મોટરગાડીના ગિયર બદલવા તે.

shi'ftless (શિફ્ટ્લિસ), વિ૦ નિરુપાય, સાધનવિનાનું; એદી, આવડતવિનાનું.

shi'fty (શિફ્ટિ), વિ૦ અપ્રામાણિક, ઉડાઉ, કપટી.

shille'lagh (શિલે'લ), ના૦ જાડા ગઠ્ઠાવાળો આઇરિશ દંડૂકો.

shi'lling (શિલિંગ), ના૦ બ્રિટનનું એક જૂનું નાણું (આશરે ૭૫ પૈસાની કિંમતનું).

shi'lly-shally (શિલિશલિ), ના૦ ચંચળતા, અસ્થિરતા. અ૦ક્રિ૦ ઢચુપચુ કરવું-થવું, હા ના કરવી.

shi'mmer (શિમર), ના૦ અને અ૦ક્રિ૦ આછું અથવા અસ્થિર અજવાળું. અ૦ક્રિ૦ ઝબૂકવું. **shi'mmery** (-મરિ), વિ૦.

shin (શિન), ના૦ પગનો નળો; ગોમાંસનો આગળના પગનો નીચલો ભાગ. અ૦ક્રિ૦ ~ **up**, હાથપગ વાપરીને ચડવું. **~-bone**, નળાનું મોટું (અંદરનું) હાડકું.

shi'ndy (શિન્ડિ), ના૦ ઉત્સવનું સંમેલન, વિ૦ક૦ કોલાહલવાળું; ઝઘડો, મારામારી, રમખાણ.

shine (શાઇન), ઉ૦ક્રિ૦ [**shone** શોન] પ્રકાશવું, દીપવું, ચળકવું; તેજસ્વી હોવું; કોઈ ક્ષેત્રમાં કે બાબતમાં દીપી નીકળવું; [વાત. ભૂ૦કા૦ અને ભૂ૦કૃ૦ **shined**] બૂટ ઇ૦ને પૉલિશ કરવું. ના૦ પ્રકાશ, તેજ, તેજસ્વિતા; તડકો; કાંતિ; પૉલિશ, ઓપ; પૉલિશ કરવું તે. [અમે., વાત.] રુચિ, ચાહના, ગમો; મન, મોહ, ઇચ્છા.

shi'ner (શાઇનર), ના૦ [વિ૦બો૦] કશુંક વાગવાથી કાળી પડેલી આંખ અથવા ઘેરા કાળા રંગના કનીનિકામંડળ (**iris**) વાળી આંખ.

shi'ngle[1] (શિંગલ), ના૦ છાપરે જડવા ઇ૦નું લાકડાનું પાટિયું; કાપીને ટૂંકા કરેલા સ્ત્રીના વાળ. સ૦ક્રિ૦ છાપરે પાટિયાં જડવાં, સ્ત્રીના વાળ કાપીને ટૂંકા કરવા, એવી રીતે કે માથાના પાછળના ભાગથી બોચી તરફ તે પાતળા શંકુના જેવા થાય.

shi'ngle[2], ના૦ દરિયા કિનારા પરના નાના ગોળ કાંકરા. **shi'ngly** (-ગ્લિ), વિ૦.

shi'ngles, ના૦ બ૦વ૦ વિ૦ક૦ કેડ ફરતી ફોલ્લીઓ સાથેનો જ્ઞાનતંતુઓનો વિષાણુજન્ય એક રોગ, ખુજલી, દરાજ, ઇ૦.

shi'nty (શિંટિ), ના૦ હૉકીને મળતી એક રમત.

shi'ny (શાઇનિ), વિ૦ ચળકતું, પૉલિશ કરેલું, ઘસીને ચળકાટ મારતું કરેલું.

ship (શિપ), ના૦ વહાણ; [વાત.] અવકાશયાન; [અમે. વાત.] વિમાન, હવાઈ જહાજ. ઉ૦ક્રિ૦ વહાણમાં મૂકવું-ભરવું-રવાના કરવું; લઈ જવા માટે વહાણના એજન્ટને માલ સોંપવો; ડોલકાઠી, સુકાન, તેની યોગ્ય જગ્યાએ જહાજ પર બેસાડવું; જહાજ પર ચડવું; (ખારવા અંગે) વહાણ પર સેવા માટે નીમવું; હલેસાં ઘોડીઓ (**rowlocks**) પરથી ઉતારી પાણીમાંથી વહાણની અંદર લેવાં-મૂકી દેવાં. **~-canal**, વહાણને જમીનના અંદરના ભાગમાં જવાની નહેર. **~'mate**, વહાણ પરનો સહપ્રવાસી -સાથી. **~-shape**, વ્યવસ્થિત (પણે

ગોઠવેલું). **~-way**, જહાજ બાંધવાની ને ત્યાંથી દરિયામાં તરતું મૂકવાની ઢોળાવવાળી જગ્યા. **~wreck**, તોફાન, ટક્કર, ઇ૦ થી જહાજનો નાશ (કરવો–થવો); [લા.] પોતાની આશા આકાંક્ષાઓનો વિધ્વંસ (કરવો–થવો). **~wright**, વહાણ બાંધનાર સુથાર–મિસ્ત્રી. **~yard**, જહાજ બાંધવાનો કે તેનું સમારકામ કરવાનો વાડો, ગોદી.

shi'pment (શિપ્મન્ટ), ના૦ જહાજ પર માલ ચડાવી રવાના કરવો તે, જહાજમાં મોકલેલો માલ.

shi'pper (શિપર), ના૦ વહાણ માર્ગે આયાત નિકાસ કરનાર.

shi'pping (શિપિંગ), ના૦ દેશનાં બધાં વહાણો.

shire (શાયર), ના૦ પરગણો, 'કાઉન્ટી'. **~-horse**, વજન ખેંચનાર મજબૂત બળવાન ઘોડો.

shirk (શર્ક), સ૦ક્રિ૦ આળસ કે ડરને કારણે ફરજ કે કામ ટાળવું.

shirr (શર), સ૦ક્રિ૦ કપડામાં સમાંતર દોરા ભરી ચીપો પાડવી. **shir'ring** (-રિંગ), ના૦.

shirt (શર્ટ), ના૦ ખમીસ, પહેરણ. **in ~-sleeves**, માત્ર પહેરણ પહેરેલું. **~-dress**, શર્ટ કે પહેરણના જેવું સીવેલું સ્ત્રીનું વસ્ત્ર. **~-front**, આર કરેલા પહેરણનો છાતીનો ભાગ. **~waister**, **= shirt dress.**

shir'ting (શર્ટિંગ), ના૦ શર્ટનું કાપડ.

shir'ty (શર્ટિ), વિ૦ [વિ૦ બો૦] ચિડાયેલું, ત્રાસેલું.

shit (શિટ), ઉ૦ ક્રિ૦ [ગ્રામ્ય] હગવું, હગીને બહાર કાઢી નાંખવું. ના૦ ગૂ, વિષ્ટા; હગવું તે.

shi'ver[1] (શિવર), અ૦ ક્રિ૦ ધ્રૂજવું, થથરવું, વિ૦ ક૦ ટાઢ અથવા બીકથી. ના૦ થથરાટ, ધ્રુજારી, કંપારી. **shi'very** (-વરિ), વિ૦.

shi'ver[2], ના૦ નાનો કકડો, કરચ, ઉ૦ ક્રિ૦ ભાંગીને કકડા કરવા–થવા.

shoal[1] (શોલ), ના૦ ટોળું, ઝુંડ, વિ૦ ક૦ સાથે તરતાં માછલાંનું. અ૦ ક્રિ૦ મોટી સંખ્યામાં ભેગા થવું, મોટું ટોળું કે ટોળાં બનવાં.

shoal[2], ના૦ સમુદ્રમાંની છીછરી જગ્યા, પાણીમાં ડૂબેલો રેતીનો ખડક. અ૦ ક્રિ૦ છીછરું થવું – થતાં જવું.

shock[1] (શૉક), ના૦ ઓળ્યા વિનાના ગૂંચવાયેલા વાળનો જથો

shock[2], ના૦ આઘાત, ધક્કો, આંચકો; ધરતીકંપ ઇ૦નો આંચકો; એકદમ થયેલો શારીરિક કે માનસિક આઘાત; વીજળી શરીરમાં પસાર થવ થી લાગતો આંચકો; અચાનક લાગણીનો ઊભરો, ગંભીર ઈજા, ઇ૦ થી આવતી આત્યંતિક શક્તિક્ષીણતા; કોઈ સંસ્થા કે સ્થિરતા ઇ૦ને થયેલો ભારે ઉપદ્રવ. સ૦ ક્રિ૦ ધ્રાસકો લાગે, ચીતરી ચડે, તેમ કરવું, આઘાત પહોંચાડવો; -ને ભયંકર લાગવું; વીજળીનો આંચકો આપવો. **~ absorber**, ધક્કાનું કે આઘાતનું જોર ઓછું કરવાનું – જીરવવાનું – સાધન. **~ tactics**, આઘાત આપીને કામ કઢાવવાની યુક્તિ – ઉપાય. **~ therapy**, વીજળીનો આંચકો આપી દર્દ મટાડવાનો ઉપાય, – આંચકાનો ઉપચાર. **~ troops**, વિ૦ ક૦ એકદમ હુમલો કરવા માટે તૈયાર કરેલું લશ્કર.

sho'cker (શૉકર), ના૦ આંચકો આપનાર વ્યક્તિ કે વસ્તુ; કશાકનો અત્યંત ખરાબ નમૂનો; સનસનાટીભરી વાર્તા, ચિત્રપટ, ઇ૦.

sho'cking (શૉકિંગ), વિ૦ આઘાતજનક, નાલેશીભર્યું; અયોગ્ય; [વાત.] બહુ જ ખરાબ.

shod (શૉડ), **shoe**નો ભૂ૦ કા૦ તથા ભૂ૦ કૃ૦. વિ૦ પગરખાં પહેરેલું; ધાતુની ખોળી, એડી, નાળ બેસાડેલું.

sho'ddy (શૉડિ), વિ૦ હલકી જાતનું, નકલી, ફાટેલાં – મેલાં – વસ્ત્ર પહેરેલું.

shoe (શૂ), ના૦ પગરખું, જોડો; નાલ; નાલના આકારની કોઈ વસ્તુ. ઉ૦ ક્રિ૦ **[shoe'ing; shod]** પગરખાં પહેરા

વવાં, ઘોડાને નાલ જડવી. **~black,** જોડાને માંજનાર – પૉલિશ કરનાર–છોકરો. **~horn,** એડી પર બૂટ ચડાવવાનું સાધન – ચમચો. **~-lace,** જોડા(બૂટ)ની નાડી. **~-string, = shoe-lace;** [વાત.]થોડાક – અપૂરતા – પૈસા. **~-tree,** કાલબૂત.

shone (શોન), **shine** નો ભૂ૦ કા૦ તથા ભૂ૦કૃ૦.

shoo (શૂ), ઉદ્‌ગાર. પક્ષીઓને ડરાવી ભગાડવા માટે વપરાતો અવાજ. ઉ૦ ક્રિ૦ 'શૂ...' ઉચ્ચારવું, – કહીને ભગાડી મૂકવું.

shook (શુક), **shake**નો ભૂ૦ કા૦.

shoot (શૂટ), ઉ૦ ક્રિ૦ [**shot**] ખૂબ જોરથી અને ઝડપથી ફેંકવું, છોડવું, ફેંકીને મારવું; લક્ષ્ય પર ગોળી મારવી, તીર છોડવું, અસ્ત્ર ફેંકીને મારી નાખવું – ઘાયલ કરવું; બંદૂકવતી પ્રાણીનો શિકાર કરવો; ઝડપથી અથવા અચાનક જવું – આવવું; [ફુટ.] ગોલ ઉપર – ને તાકીને–દડો મારવો –ફેંકવો; ફોટો પાડવો, ફિલ્મ ઉતારવી; (વનસ્પતિ અંગે) -ને કળીઓ ફૂટવી – બેસવી, (કળી અંગે) ફૂટવું – બેસવું. ના૦ અંકુર, નાની કુમળી ડાળી, પીલો; નિશાનબાજી માટેની સફર, મંડળ, પ્રૅક્ટિસ, મેદાન, ઇ૦. **shooting star,** ખરતો તારો.

shoo'ting (શૂટિંગ), ના૦ કોઈ ભૂમિ પર શિકાર – નિશાનબાજી – કરવાનો અધિકાર. **~-box,** શિકારના દિવસોમાં શિકારીની રહેવાની જગ્યા – ખોખું ઇ૦. **~-brake,** માલ ને સવારીઓ લઈ જવાની મોટરગાડી. **~-gallery** નિશાનબાજી કરવાની લાંબી પરસાળ – ગૅલરી. **~-stick,** બેઠકમાં ફેરવી શકાય એવી લાકડી.

shop (શૉપ), ના૦ દુકાન; માલ બનાવવાની જગ્યા, કારખાનું; ધંધો, વ્યવસાય, ઇ૦ (અંગેની વાતચીત – વાટાઘાટ). ઉ૦ ક્રિ૦ ખરીદી કરવા માટે દુકાને જવું – ફરવું; [વિ૦ બો૦] કોઈની વિરુદ્ધ માહિતી આપવી. **~ around,** ભાવતાલ કરતાં ફરવું (સોદો કરવા માટે). **~-assistant,** પરચૂરણ દુકાનમાં કામ કરનાર નોકર. **~-floor,** કામગારો(ની કામ કરવાની જગ્યા). **~keeper,** દુકાનદાર. **~-lifting,** દુકાનમાંથી ચોરી કરવી તે. **~-soiled,** દુકાનમાં પ્રદર્શનથી વારંવાર હાથ લગાડવાથી મેલું થયેલું કે બગડેલું. **~-steward,** દુકાનના કામદારોએ ચૂંટેલો તેમનો પ્રવક્તા. **~-walker,** મોટી દુકાનમાં ફરતા રહીને નજર રાખનાર

sho'pping (શૉપિંગ), ના૦ બજાર કરવું તે, ખરીદ કરેલી વસ્તુઓ. **~ centre,** બજાર.

shore[1] (શૉર), ના૦ દરિયો, સરોવર, ઇ૦ નો કિનારો. **on ~,** (દરિયા) કિનારે. **~ leave,** [નૌકા.] જમીન પર રહેવાની રજા(નો ગાળો).

shore[2], ના૦ ટેકો, ભીંતને ટેકા માટે ત્રાંસો મૂકેલો મોભ. સ૦ ક્રિ૦ ટેકો આપવો. ત્રાંસો મોભ ગોઠવીને ભીંતને ટેકો દેવો.

shorn (શૉર્ન), **shear** નું ભૂ૦કૃ૦.

short (શૉર્ટ), વિ૦ ટૂંકું (લાંબું નહિ), ઠીંગણું (ઊંચું નહિ); થોડું, અલ્પ, ઓછું અપૂરતું; વિરલ, દુર્લભ; કહેલા કરતાં માપ ઇ૦માં ઓછું (દેખાતું); સંક્ષિપ્ત, ટૂંકાણવાળું, ટૂંકું; ટૂંકું, તોછડું અને મિજાજી; (સ્વર અંગે) હ્રસ્વ, લઘુ; ફરસું, તરત ભાંગી જાય – ભૂકો થાય – એવું. ક્રિ૦ વિ૦ અચાનક, એકદમ; કુદરતી અથવા અપેક્ષિત સમય કે સ્થળ પહેલાં. **in short manner,** તોછડાઈથી, ના૦ ટૂંકી વસ્તુ, વિ૦ ક૦ સ્વર, પદ, અથવા ચિત્રપટ; [વાત.] **short circuit** અલ્પપ્રતિબંધાત્મક લઘુમંડળ, અલ્પ માત્રામાં વિસ્કિ ઇ૦ પીણું [બ૦ વ૦ માં] ચડ્ડી; [અમે.] જાંઘિયો **~'bread, ~-cake,** આટો, માખણ, ને ખાંડની ભભરી કેક – રોટી. **~ change,** મોટા નાણાંના બદલામાં આપેલું ઓછું પરચૂરણ. **~-change,** ઓછું પરચૂરણ આપીને લૂટવું – ધૂતવું. **~ circuit,** વીજળીના બે તારના સદોષ સ્પર્શને લીધે તેનું ચક્ર ખંડિત થવું તે, અપેક્ષા કરતા ઓછા અવરોધવાળું વિદ્યુત સર્કિટ. **~-circuit,**

શોર્ટ સર્કિટ કરવું – થવું; [લા.] ટૂંકો રસ્તો લઈને ટાળવું. **~coming**, આવશ્યક ધોરણે પહોંચવામાં નિષ્ફળતા, ઊણપ, ખામી. **~cut**, ટૂંકો રસ્તો, આડરસ્તો. **~drink**, 'વિસ્કિ' વગેરે સાથેનું અલ્પ-માત્રામાં પીણું. **~fall**, ખાધ. **~-hand**, લઘુલિપિ; [લા.] રૂપ અભિવ્યક્તિનું ટૂંકાવેલું અથવા પ્રતીકરૂપ સાધન. **~-handed**, જોઈએ તે કરતાં ઓછા માણસોવાળું. **~horn**, ટૂંકા શીંગડાવાળી ગાય ઇ૦. **~ list**, છેવટની ટૂંકી યાદી, જેમાંથી ઉમેદવારની પસંદગી – નિમણૂક – કરવાની હોય. **~list**, છેવટની ટૂંકી યાદીમાં દાખલ કરવું. **~-lived**, ટૂંકી આવરદા-વાળું, અલ્પજીવી. ક્ષણજીવી, નશ્વર. **~ of**, -થી ઓછું, અપૂરતું; પહોંચ્યા વિનાનું. **~-range**, ટૂંકા ટપ્પાવાળું, (સમયના) ટૂંકા ગાળાનું. **~ shrift**, તોછડાઈ ભર્યું વર્તન, બેપરવાઈ. **~ sight**, નજીકનું જ જોઈ શકનારી દૃષ્ટિ, ટૂંકી નજર. **~-sighted**, ટૂંકી દૃષ્ટિવાળું, [લા.] લાંબા વિચાર – દીર્ઘ-દૃષ્ટિ – વગરનું. **~-tempered**, ઝટ તપી જનારું. **~-term**, ટૂંકા ગાળાનું, થોડા વખતમાં થનારું. **~ time**, હમેશના કરતાં ઓછો સમય કામ કરવાની સ્થિતિ – કામનો દિવસ. **~ wave**, ટૂંકા રેડિયો તરંગો ૧૦થી ૧૦૦ મિટર સુધીના. **~-winded**, જલદી હાંફી જનારું.

shor'tage (શૉર્ટિજ), ના૦ અછત, તુટ, ખૂટતી રકમ કે સંખ્યા કે જથો.

shor'ten (શૉર્ટન), ઉ૦ ક્રિ૦ ટૂંકાવવું, ટૂંકું થવું, સઢનો વિસ્તાર ઘટાડવો.

shor'tening (શૉર્ટનિંગ), ના૦ ચરબી ઇ૦ મોણ, મોવણ.

shor'tly (શૉર્ટ્‌લિ), ક્રિ૦ વિ૦ ટૂંકમાં; થોડા વખતમાં (પછી કે પૂર્વે); તોછડાઈથી.

shot[1] (શૉટ), **shoot**નો ભૂ૦ કા૦ તથા ભૂ૦ કૃ૦. વિ૦ જુદા જુદા ખૂણેથી જોતાં જુદા જુદા રંગનું દેખાય એવી રીતે વણેલું કે રંગેલું, ધૂપછાંવ

shot[2], ના૦ ગોળી, ગોળો, તીર, ઇ૦ (મારવું તે), ફેંકીને અથવા ઠોકીને મારવું તે; કોઈ હેતુની સિદ્ધિનો કે સવાલનો ઉકેલ-તેનો પ્રયત્ન; ગોલ્ફ, ક્રિકેટ, ઇ૦માં 'ફટકો; બંદૂક કે તોપનો ધડાકો, તેનો અવાજ; અવકાશયાન – રૉકેટ – છોડવું તે; નિશાન-બાજ, તાકોડી; બંદૂકની ગોળી, તોપનો ગોળો, ઇ૦; છરા; રમતગમતની હરીફાઈમાં ફેંક-વાનો ધાતુનો ભારે ગોળો; દવાની પિચકારી, ઇન્જેક્શન; [વાત.] દારૂનો ઘૂંટ; ફોટોમાં ઉતારેલું દૃશ્ય, ફોટોગ્રાફ, ફોટો લેવો તે; વીશીનું બિલ, તેમાં પોતાનો હિસ્સો. **~-gun**, નજીકથી છરા મારવાની બંદૂક. **~ gun wedding**, કન્યાને ગર્ભ રહેવાથી કરવું પડેલું લગ્ન.

should (શુડ), **shall** સહા૦ક્રિ૦નો ભૂ૦ કા૦. ફરજ અથવા કર્તવ્ય, સંભવિત કે અપેક્ષિત ઘટના અથવા સંકેતાર્થ વ્યક્ત કરનારું.

shou'lder (શોલ્ડર), ના૦ ખભો. બીજા પ્રાણીનો મનુષ્યના ખભા જેવો ભાગ, જે બાહુ અથવા પગના નીચેના ભાગ સાથે અથવા પાંખ સાથે જોડાયેલો હોય છે; વસ્ત્રનો ખભા પર આવતો ભાગ;[બ૦વ૦] બરડાનો ઉપરનો ભાગ, કાંધ; પ્રાણીના આગળના પગનો ઉપલો ભાગ માંસના સાંધા તરીકે. ઉ૦ ક્રિ૦ ખભાવતી ધકેલવું – ધક્કો મારવો: ખભે લેવું – ઊંચકવું; જવાબદારી ઉઠાવવી. **~-blade**, સ્કંધ ફલક, ખભાનું ચપટું હાડકું. **~-holster**, પિસ્તોલ રાખવાની ખભે ભેરવવાની બગલથેલી. **~-strap**, ખભે ભેરવવાનો વસ્ત્રનો પટો, વસ્ત્રના ખભાથી ગળા સુધીની પટ્ટી, વિ૦ક૦ લશ્કરી હોદ્દાના દ્યોતક ચિહ્નવાળી.

shout (શાઉટ), ના૦ બૂમ, પોકાર. ઉ૦ ક્રિ૦ બૂમ પાડવી, ઘાંટો પાડીને – મોટેથી – બોલવું – બોલાવવું. **~ down**, ઘાંટો પાડીને ચૂપ કરવું.

shove (શવ), ના૦ (જોરદાર) ધક્કો, હડસેલો. ઉ૦ ક્રિ૦ જોરથી ધક્કો મારવો, ધક્કાધક્કી કરવી; [વાત.] ધકેલી મૂકવું, પટકવું. **~-halfpenny**, સુંવાળા પાટિયા પરથી હાથવતી નાણાં ધકેલવાની એક

રમત. **~ off,** [વાત.] વિદાય લેવી, જતા રહેવું.

sho'vel (શવલ), ના૦ માટી, કોલસા, ઇ૦ ઉપાડવાનું પાવડા જેવું એક ઓજાર, પાવડો. સ૦ ક્રિ૦ પાવડા વતી ઉપાડવું-ઉપાડીને નાખવું. **~-board,** આંકેલી સપાટી પર ગોળ તકતીઓ ધકેલવાની વહાણ પર રમાતી એક રમત.

sho'veller (શવલર), ના૦ પાવડા જેવી ચાંચવાળું એક રંગીન બતક.

show (શો), ઉ૦ક્રિ૦ [ભૂ૦કૃ૦ **shown** અથવા **showed**] જોવા દેવું, બતાવવું; ઉઘાડું પાડવું, પ્રગટ કરવું; તપાસણી માટે રજૂ કરવું, પ્રદર્શન કરવું; પ્રદર્શનમાં મૂકવું; કરી બતાવવું, સમજાવવું; દેખાવું, નજરે પડવું. ના૦ બતાવવું તે; ભવ્ય દેખાવ, પ્રદર્શન, દેખાડો, ભપકો; [વાત૦] ખેલ, નાટક, તમાશો, પ્રયોગ; [વિ૦ બો૦] ધંધો, સાહસ, પેઢી; બાહ્ય દેખાવ, ઉમટેલી છાપ; ડોળ, આડંબર, માત્ર દેખાડો. **~ business,** મનોરંજનનો ધંધો. **~-case,** માલ કે પ્રદર્શનની વસ્તુઓ મૂકવાની કાચની પેટી. **~-down,** અંતિમ કસોટી, યુદ્ધ, ઇ૦; ખુલ્લંખુલ્લા મેદાનમાં ઊતરવું તે, બળપરીક્ષા; સિદ્ધિઓ અને શકયતાઓનું પ્રગટીકરણ. **~girl,** કેવળ શોભા પૂરતી મંચ પર આવનાર છોકરી-અભિનેત્રી. **~-jumping,** ઘોડે ચડી તેને કુદાવવાની હરીફાઈ. **~man,** ફરતો તમાશો કે પ્રદર્શન બતાવનાર માણસ, સરકસ, નાટક, ઇ૦નો વ્યવસ્થાપક; પ્રદર્શનકુશળ વ્યક્તિ. **~manship,** પોતાના માલ અને આવડતની જાહેરાત કે પ્રદર્શન કરવામાં હોશિયારી. **~ off,** આંજી નાખવા ભપકો કરવો; પોતાની હોશિયારી, સંપત્તિ, ઇ૦નું પ્રદર્શન કરી આંજી નાખવાનો પ્રયત્ન કરવો. **~-piece,** પ્રદર્શનીય વસ્તુ. **~-place,** પ્રેક્ષણીય સ્થળ. **~-room,** ઘરાકને જોવા તપાસવા માટે વસ્તુઓ મૂકવાનો ઓરડો. **~ round,** જોવાલાયક વસ્તુઓ સાથે ફરીને બતાવવી. **~ trial,** લોકો પર છાપ પાડવાને ઇરાદે ચલાવેલો મુકદ્દમો. **~ up,** છતું કરવું-થવું, સ્પષ્ટ દેખાય તેમ કરવું, ઉઘાડું પાડવું – પડવું; શરમિંદું કરવું; [વાત૦] હાજર થવું, આવી પહોંચવું.

show'er (શાવર), ના૦ વરસાદ, કરા, બરફ, ઇ૦ની વૃષ્ટિ; ભાલા, ગોળીઓ, સવાલો, ઇ૦નો મોટી સંખ્યા(માં વર્ષાવ); ઉપરથી ઝારીમાંથી પાણી પડે એવી નાહવાની વ્યવસ્થા. ઉ૦ ક્રિ૦ -નો વરસાદ વરસાવવો-થવો, -ને છૂટે હાથે આપવું (~ upon); ઝારી નીચે રહીને સ્નાન કરવું. **~-bath,** ઉપરથી છંટાતા પાણી નીચે રહીને કરાતું સ્નાન.

show'ery (શાવરિ), વિ૦ વરસાદનાં ઝાપટાંનું વાળું.

show'ing(શોઇંગ),ના૦ રજૂઆત, પ્રયોગ, સિદ્ધિ, ઇ૦ની ગુણવત્તા અથવા દેખાવ; પુરાવો, 'કેસ'ની રજૂઆત.

shown (શોન), **show**નું ભૂ૦ કૃ૦.

show'y (શોઇ), વિ૦ ઊડીને આંખે વળગે એવું, સારો દેખાવ કરનારું; તેજસ્વી, ભપકાવાળું.

shrank (શ્રૅંક), **shrink**નો ભૂ૦ કા૦.

shra'pnel (શ્રૅપનલ), ના૦ બૉંબ ઇ૦ ફૂટતાં તેના વેરાયેલા ધાતુના ટુકડા.

shred (શ્રેડ), ના૦ ફાટેલો, ભાંગેલો કે કાપેલો નાનો ટુકડો; ભંગાર, ટુકડો; જરા જેટલું. ઉ૦ ક્રિ૦ ફાડીને, ભાંગીને, કાપીને ટુકડે ટુકડા કરવા.

shrew (શ્રૂ). ના૦ છછુંદર; વઢકણી સ્ત્રી.

shrewd (શ્રૂડ), વિ૦ વિચક્ષણ, ચતુર, તીક્ષ્ણ (બુદ્ધિવાળું); (ફટકો ઇ૦ અંગે) સખત.

shrew'ish (શ્રુઇશ), વિ૦ વઢકણું, કર્કશા જેવું, ચીડિયું.

shrick (શ્રિક), ના૦ અને ઉ૦ક્રિ૦ ચીસ, કારમી બૂમ, (પાડવી).

shrike (શ્રાઇક), ના૦ મજબૂત વાંકી ચાંચવાળું એક પક્ષી.

shrill (શ્રિલ), વિ૦ (અવાજ અંગે) તીણું, કર્કશ. ઉ૦ ક્રિ૦ કર્કશપણે-કર્ણભેદી-બૂમ પાડવી.

shrimp (શ્રિંપ). ના૦ ઝીંગું; [અનાદર] ઠીંગુજી.

shrine (શ્રાઇન), ના૦ અસ્થિ ઇ૦ અવશેષોની પેટી, કબર, સમાધિ; પવિત્ર સ્થાન, તીર્થ.

shrink (શ્રિંક), ઉ૦ ક્રિ૦ [**shrank; shrunk** અથવા વિ૦ તરીકે **shrunken**] સંકોચાવું, ચડી જવું; સંકોચાય-ચડી જાય-તેમ કરવું; નાનું કે ટૂંકું કરવું-થવું; ટૂંટિયાં વાળવાં, અડોઅડ ટોળે વળીને બેસવું; પાછું હઠવું, અચકાવું.

shri'nkage (શ્રિંકિજ), ના૦ (કાપડ અંગે) ચડી જવું તે; આકુંચન, ઘટ.

shrive (શ્રાઇવ), અ૦ ક્રિ૦ [**shrove; shri'ven** શ્રિવન] [પ્રા.] પાપની માફી આપવી; પાપનો એકરાર કરવો.

shri'vel (શ્રિવલ), ઉ૦ ક્રિ૦ સંકોચાઈને કરચલી વળવી, ચીમળાઈ જવું.

shroud (શ્રાઉડ), ના૦ વીંટવાની ચાદર, કફન; આચ્છાદન, [બ૦ વ૦માં] ડોળકાઠીને બાંધવાના દોરડાં. સ૦ ક્રિ૦ ચાદર-કફન-ઓઢાડવું; ચાદરવતી ઢાંકવું, છુપાવવું.

Shrove (શ્રોવ). ના૦. ~ **Tuesday**, 'ઍશ વેન્ઝ્ડે' પહેલાંનો મંગળવાર, લેન્ટના ઉપવાસની પહેલાંનો મોજમજાનો દિવસ.

shrub (શ્રબ), ના૦ ઝાડવું, જમીનની નજીકથી ડાળીઓ ઊગેલું ઠીંગણું ઝાડ.

shru'bby (શ્રબિ), વિ૦.

shru'bbery (શ્રબરિ), ના૦ નાના ઝાડવાં (વાળી જગ્યા).

shrug (શ્રગ), ઉ૦ ક્રિ૦ બેદરકારી કે અણગમો બતાવવા ખભા સંચકવા - ચડાવવા. ના૦ ખભા ઉછાળવા તે.

shru'nk(en), (શ્રંક(ન)), **shrink**નું ભૂ૦કૃ૦.

shuck (શક), ના૦ ફોતરું; સીંગ. સ૦ ક્રિ૦ ફોલવું.

shucks (શક્સ), ઉદ્ગાર. [અમે૦] તિરસ્કાર, અનાદર, અથવા ત્રાસનો દ્યોતક.

shu'dder (શડર), અ૦ ક્રિ૦ કાંપવું, ધ્રૂજવું, થથરવું (ભીતિ, ટાઢ, ઇ૰થી). ના૦ કંપારી, ધ્રુજારી.

shu'ffle (શફલ), ઉ૦ ક્રિ૦ ઢસડાતાં ચાલવું, પગ ઢસડવા; વારે વારે પેંતરો બદલવો, ફરી જવું; ગલ્લાંતલ્લાં કરવાં, ઉડાઉ જવાબ આપવો; સેળભેળ કરવું, ચીપવું, (વિ૦ ક૦ પત્તાં). ના૦ ઢસડાતી ચાલ; સ્થાન કે સ્થિતિની અદલાબદલી; એક જાતનું નૃત્ય. ~**-board**, = **shovel-board**. ~ **off** દૂર કરવું, છૂટકારો મેળવવો.

shun (શન), સ૦ ક્રિ૦ દૂર કરવું; ટાળવું, -થી વેગળું રહેવું.

shunt (શન્ટ), ઉ૦ ક્રિ૦ ગાડી, ડબ્બો, ઇ૦ને બાજુના પાટા પર લઈ જવું, એક બાજુએ વાળવું. ના૦ બાજુના માર્ગ પર વાળવું - વળવું; [વીજળી] પ્રવાહને બાજુએ વાળવા માટે વીજળીના મંડળ (**circuit**)માંના બે બિન્દુઓને જોડનાર **conductor** સુવાહક; [વિ૦ બો૦] બે વાહનોની ટક્કર.

shush (શશ), ઉ૦ ક્રિ૦ અને ઉદ્ગાર. [વાત] ચૂપ (રહેવું - કરવું).

shut (શટ), ઉ૦ ક્રિ૦ [**shut**] (બારણું, ઢાંકણું, ઇ૦) બંધ કરવું - થવું; -નું બારણું બંધ કરવું; (પ્રવેશ, માર્ગ) બંધ કરવો - રોકવો; બંધ થઈ શકવું; (ચપ્પુ ઇ૦) બીડવું, વાળવું. ~ **down**, બંધ કરવું, કામ કરતું બંધ થઈ જવું. ~**-eye**, [વિ૦ બો૦] ઊંઘ. ~ **in**, ઘેરવું, અંદર પૂરી દેવું - બંધ કરવું. ~ **off**, (પાણી, ગૅસ, ઇ૦)નો પ્રવાહ બંધ કરવો - રોકવો; અલગ પાડવું, કાપી નાખવું. ~ **out**, અંદર આવવા ન દેવું, રોકવું, બહાર રાખવું. ~ **up**, બધાં બારણાં બંધ કરવાં, બરાબર - કાયમનું - બંધ કરવું. વાસી દેવું; કેદમાં પૂરી દેવું, પેટી ઇ૦માં નાખી દેવું; [વાત.] ચૂપ રહેવું.

shu'tter (શટર), ના૦ બારી બહાર કે અંદર બંધ કરવાનું આડી પટ્ટીઓવાળું કમાડ, કૅમેરાનું ઢાંકણું - પડદો. સ૦ ક્રિ૦ કમાડ બેસાડવું - બંધ કરવું. **put up the ~s**, દુકાન (સાંજે) બંધ કરવી, ધંધો (કાયમનો) બંધ કરવો.

shu'ttle (શટલ), ના૦ વણકરનો કાંઠલો;

સીવવાના સાંચામાં નીચેનો દોરો વીંટીને જેમાં મુકાય છે તે ફરકડી – રીલ; નજીકનાં બે સ્થાનો વચ્ચે આવજા કરતી ગાડી, બસ, ઇ૰; ટપ્પો, અડધિયું, ઇ૰; એવી ગાડી, બસ, ઇ૰ની આવજા. **~cock**, બૅડમિંટનની રમતમાં વપરાતી પીંછાંવાળી બૂચની દડી. **~ service**, નજીકનાં સ્થળો વચ્ચે આવજા કરનાર વાહનની વ્યવસ્થા.

shy[1] (શાઇ), ઉ૰ ક્રિ૰ અને ના૰ ફેંકવું – તાકીને મારવું, (તે).

shy[2], વિ૰ શરમાળ, ભીરુ; સંકોચશીલ; બીજાની નજર કે સોબત ટાળનારું; [વાક્યમાં] -થી બીધેલું, ટાળનારું, -ને પ્રતિકૂળ અ૰ ક્રિ૰ (વિ૰ ક૰ ઘોડા અંગે) ભડકવું, ભડકીને બાજુએ હઠવું. ના૰ ભડક, ભડકવું તે. **fight ~ of**, ટાળવું.

shy'ster (શાઇસ્ટર), ના૰ [વાત.] દગાબાજ વકીલ, (પોતાના ધંધાની) નીતિને અવગણીને ચાલનાર વકીલ ઇ૰.

si (સી), ના૰ [સં.] સપ્તકનો પહેલો સ્વર.

S. I., સંક્ષેપ: *Système Internationale* માપવાના એકમોની – માપવાની–આન્તરરાષ્ટ્રીય પદ્ધતિ.

Siame'se (સાયમીઝ઼),વિ૰ સિયામ (થાઇલૅન્ડ)નું, તેના લોકો કે ભાષાનું. ના૰ સિયામનું વતની કે ભાષા. **~ cat**, બદામી ચહેરો અને ટૂંકા વાળવાળી સફેદ બિલાડી. **~ twins**, જન્મતઃ એકબીજાની સાથે જોડાયેલું જોડકું.

si'bilant (સિબિલન્ટ), વિ૰ સકારવાળું, સિસકારા જેવું. ના૰ ઉષ્મવર્ણ, શ, ષ, સ. **si'bilance** (-લન્સ), ના૰.

si'bling (સિબ્લિંગ), ના૰ સગા કે સાવકા ભાઈબહેન (બાળકો)માંનું કોઈ એક.

si'byl (સિબિલ), ના૰ પ્રભુની પ્રેરણાથી બોલતી હોય તેમ ભવિષ્ય ભાખનારી કે પ્રશ્નોના જવાબ આપનારી સ્ત્રી.

si'bylline (સિબિલાઇન), વિ૰ ભવિષ્ય ભાખનાર સ્ત્રીનું–સ્ત્રીએ કહેલું; રહસ્યમય રીતે ભવિષ્યવાદી.

sic (સિક), ક્રિ૰ વિ૰ આવી રીતે વપરાયેલું અથવા લખાયેલું, ઇ૰ (ઉદ્ધૃત કરેલા શબ્દો છે એમ બતાવતું).

sick (સિક), વિ૰ ઓકારી – મોળ–આવતી હોય એવું; માંદું; [વાત.] અતિરેકથી – ઓચાઈ જઈ ને – કંટાળી ગયેલું; વ્યગ્ર, વ્યાકુળ; કંટાળેલું, ચિડાયેલું; આતુર, ઝંખનાવાળું; (વિનોદ અંગે) દુર્દૈવ અથવા ઘોર વસ્તુઓની મશ્કરી કરનારું. **~-bay**, માંદા માણસો માટેની અલાહિદી જગ્યા. **~-bed**, માંદાની પથારી. **~-benefit**, માંદગીભથ્થું. **~-list**, માંદાઓની યાદી. **on the ~-list**, માંદું. **~-room**, માંદા માટેનો અથવા જ્યાં તેઓ રહેતા હોય તે ઓરડો.

si'cken (સિકન), ઉ૰ ક્રિ૰ માંદું પાડવું–પડવું; કંટાળો ઉપજાવવો, કંટાળી જવું; નાસીપાસ કરવું–થવું. **~ for**, માંદગીના પ્રથમ તબક્કામાં હોવું.

si'ckening (સિકનિંગ), વિ૰ [વાત.] ઉદ્વેગજનક, નફરત પેદા કરનારું.

si'ckle (સિકલ), ના૰ દાતરડું.

si'ckly (સિક્લિ), વિ૰ માંદલું, માંદું રહ્યા કરનારું, તબિયતનું રાંક; માંદું પાડનારું, માંદગીનું સૂચક; ફીકું, નબળું; અતિલાગણીવાળું, વેવલું.

si'ckness (સિકનિસ), ના૰ માંદગી, રોગ; મોળ આવવી તે, મોળ, બકારી, ચીતરી. **~ benefit=sick-benefit**.

side (સાઇડ), ના૰ વસ્તુની અંદરની કે બહારની બાજુઓમાંની એક, વિ૰ ક૰ ઉપરની અને નીચેની, આગળની અને પાછળની અથવા છેડાથી ભિન્ન; બે બાજુઓવાળી વસ્તુની બેમાંથી પ્રત્યેક બાજુ; સપાટ આકૃતિની મર્યાદા – લીટી, બાજુ; શરીરની જમણી અથવા ડાબી તરફનો ભાગ – બાજુ, વિ૰ ક૰ માણસના ધડની અથવા પ્રાણીના મડદાની; કોઈ વસ્તુ, જગ્યા ઇ૰નો અમુક દિશામાં મોઢાવાળો અથવા જોનારની જમણી કે ડાબી તરફનો ભાગ, કોઈ પ્રદેશ કે વસ્તુની સીમા(નો ભાગ); સાચી અથવા કલ્પિત વિભાજન રેખાની નજીકનો અથવા દૂરનો અથવા જમણી કે

ડાબી બાજુનો પ્રદેશ; રમત, યુદ્ધ, ઇ૦માં સામો પક્ષ; પિતૃ-માતૃ-પક્ષ; બાજુ પર ફટકારીને દડાને અપાતી કતરાતી ગતિ; [[વિ૦ બો૦] બડાઈ, ડંફાસ, શ્રેષ્ઠતાનો ડોળ. વિ૦ બાજુનું-પર-થી-તરફ; ત્રાંસું, આડકતરું; મુખ્ય નહિ એવું, ગૌણ. સ૦ ક્રિ૦ પક્ષ લેવો, પક્ષે હોવું. **~-bet,** મુખ્ય ઉપરાંતની હોડ, આડ હોડ. **~-board,** ભોજનના ઓરડામાંનું ખાનાંવાળું ટેબલ કે કબાટ; [બ૦ વ૦] બાજુના કલ્લા-થોભિયા. **~burns,** કાપીને ટૂંકા કરેલા કલ્લા. **~ by ~,** એકબીજાની પડખે ઊભા રહેલા, વિ૦ ક૦ અરસપરસ ટેકો આપતા. **~-car,** મોટરસાઇકલ ઇ૦ની પડખે જોડેલી ગાડી. **~-drum,** ચામડાની બે સપાટીવાળું નગારું. **~kick,** [વાત.] નજીકનો સાથી-સોબતી. **~-light,** કોઈ વિષયને અંગે આપેલી પ્રાસંગિક માહિતી; બાજુએથી આવતો પ્રકાશ, વાહન ઇ૦ની આગળનો બાજુનો દીવો. **~-line,** પોતાની મુખ્ય પ્રવૃત્તિ ઉપરાંત કરાતું કામ ઇ૦, પેટાધંધો; [બ૦વ૦માં] ફૂટબૉલ પિચ, ટેનિસ કોર્ટ,ઇ૦ની હદની લીટીઓ (ની તરત બહારની જગ્યા); પ્રેક્ષકો માટેની જગ્યા. **~-road,** ધોરી રસ્તાથી ફંટાતો નાનો રસ્તો, આડરસ્તો, **~-saddle,** બન્ને પગ એક બાજુ રાખી શકાય એવું ઘોડે બેસવાનું જીન, વિ૦ ક૦ સ્ત્રીઓ માટેનું. (ક્રિ૦ વિ૦) એવી રીતે ઘોડા પર બેસીને. **~-show,** મેળામાં કે પ્રદર્શનમાં ગોઠવેલું કોઈ આકર્ષક દૃશ્ય. **~-slip,** એક બાજુ લપસી જવું તે; (વિમાનની ગતિ અંગે) એક બાજુએ. **~sman** (-ઝ્મન), દેવળ(ચર્ચ)નો સહાયક રક્ષક. **~-step,** બાજુએ ખસવું તે. સ૦ ક્રિ૦ ટાળવું, બાજુએ ખસીને ટાળવું. **~-street** આડરસ્તો, ગલી. **~-track,** લીધેલો માર્ગ, હેતુ, ઇ૦થી બાજુએ વાળવું-લઈ જવું. **~ view,** એક બાજુથી દેખાતું ચિત્ર **~-walk,** [અમે.] રસ્તાની બાજુની પગથી. **~-whiskers,** દાઢી કરતાં ન કાઢેલા ગાલ પરના કલ્લા.

si'delong (સાઇડ્લૉંગ), વિ૦ અને ક્રિ૦ વિ૦ બાજુનું, ત્રાંસું.

side'real (સાઇડિઅરિઅલ), વિ૦ તારાનું (ની ગતિ) વડે મપાતું કે નક્કી થતું.

si'de'ways (સાઇડ્વેઝ઼), વિ૦ અને ક્રિ૦ વિ૦ બાજુનું-તરફનું; બાજુએ. બાજુ તરફ, બાજુ તરફથી.

si'ding (સાઇડિંગ), ના. રેલના મુખ્ય રસ્તાની બાજુએ નાખેલા પાટા (ગાડી, ડબા બાજુએ મૂકવા માટે)

si'dle (સાઇડલ), અ૦ક્રિ૦ બાજુએ બાજુએ -ત્રાંસું-ચાલવું, ન દેખાય એવી રીતે અથવા આદરની લાગણીથી.

siege (સીજ), ના૦ ઘેરો, ઘેરાની અવધિ. **lay ~ to,** -ને ઘેરો ઘાલવો. **raise ~,** ઘેરો ઉઠાવી લેવો.

sie'nna (સિએન), ના૦ રંગ તરીકે વપરાતી લોહવાળી માટી, તેનો રતાશ પડતો બદામી-ગેરુઓ-રંગ.

sie'rra (સિએ'ર), ના૦ [સ્પેન, સ્પૅનિશ] લાંબી ખંડિત ગિરિમાળા.

sie'sta (સિએ'સ્ટ), ના૦ મધ્યાહ્નભોજન પછીની ટૂંકી નિદ્રા. વામકુક્ષી.

sieve (સીવ), ના૦ ચાળણી, ગળણી. સ૦ ક્રિ૦ ચાળવું, ગાળવું.

sift (સિફ્ટ), ઉ૦ક્રિ૦ ચાળણી વતી ચાળવું-અલગ કરવું-બહાર પડવું; ગળણીવતી ગાળવું; વિગત ઝીણવટથી તપાસવી; -નું પૃથક્કરણ કરવું; ચાળણીમાંથી હોય તેમ પડવું, છાંટવું.

sigh (સાઇ), ના૦ નિસાસો, ઊંડો શ્વાસ, (ખેદ, થાક, ઇચ્છા, રાહત, ઇ૦ વ્યક્ત કરતો). ઉ૦ ક્રિ૦ ઊંડો નિસાસો મૂકવો, નિસાસા સાથે બોલવું, શોક કરવો, -તે માટે ખૂબ આતુર થવું.

sight(સાઇટ),ના૦દૃષ્ટિ, નજર,જોવાની શક્તિ; જોવું કે દેખાવું તે, દર્શન; દૃષ્ટિ-મર્યાદા, દૃષ્ટિ આગળનો પ્રદેશ; દૃષ્ટ કે દૃશ્ય વસ્તુ, જોવાલાયક વસ્તુ; [બ૦વ૦માં] કોઈ પ્રદેશનાં જોવાલાયક સ્થળો; [વાત.]હાસ્યાસ્પદ, ઘૃણાસ્પદ, અસ્તવ્યસ્ત દેખાવવાળો માણસ કે વસ્તુ; મોટો જથો; બંદૂક કે દૂરબીન વાપરતી વખતે ચોક્કસ વેધ લેવા અથવા નિરીક્ષણ કરવા ઉપયોગી

સાધન, એવા સાધન વડે લીધેલો વેધ અથવા કરેલું નિરીક્ષણ. **at (first)~**, જોતાંવેંત, પ્રથમ દૃષ્ટિએ. **out of~**, દૃષ્ટિ બહાર. ~ સ૦ક્રિ૦ જોવું, વિ૦ક૦ પાસે જઈ ને; યંત્રની અંદરથી-કાણામાંથી જોવું; બંદૂકનું નિશાન લેવું. **~-reading**, લખેલું સંગીત વગાડવું. **~-screen**, [ક્રિકેટ] બૅટધારીને દડો જોવામાં સહાયભૂત થાય તે માટે મેદાનની હદ પર રમવાના પટ સામે ગોઠવેલો મોટો સફેદ પડદો. **~seer**, પ્રેક્ષણીય સ્થળો જોનાર. **~-seeing**, પ્રેક્ષણી સ્થળો જોતાં ફરવું તે.

sigh'tless (સાઇટ્લિસ), વિ૦ દૃષ્ટિહીન, આંધળું.

sigh'tly (સાઇટ્લિ), વિ૦ જોવા જેવું, સુંદર.

sign (સાઇન), ના૦ નિશાની, ચિહ્ન; વાક્યાંશ, વિચાર, સૂચના, ઇ૦નું સૂચક ચિહ્ન – શબ્દ, પ્રતીક, ઇ૦; સૂચક વસ્તુ, સૂચન અથવા લક્ષણ; ભાવિનું દ્યોતક, શુકન; નિશાનીવાળું – નામનું – પાટિયું; માહિતી અથવા માગણીનો સૂચક ઇશારો; બારરાશિમાંની કોઈ એક. ઉ૦ક્રિ૦ ચિહ્ન-નિશાની-સહી-કરવી; મતું કરવું, સ્વીકાર કે સંમતિ બતાવવા સહી કરવી; ઇશારો કરવો, ઇશારા દ્વારા કહેવું-જણાવવું. **~-board**, નિશાનીવાળું – નામનું – પાટિયું. **~ language**, બહેરામૂંગાના જેવી હાવભાવ અને ઇશારાની ભાષા. **~ off**, કરાર, કામ, ઇ૦નો અંત આણવો. **~ off, on**, રેડિયો, પ્રસારણ ઇ૦ પૂરું, શરૂ થયાનું સૂચવવું. **~ on, up**, કોઈ કામ માટે સહી કરીને બંધાનાર વ્યક્તિને કામ પર લેવું-કામ પર લીધાનું સ્વીકારવું. **~post**, રસ્તો કે રસ્તા બતાવનાર પાટિયા કે હાથવાળો થાંભલો. સ૦ક્રિ૦ એવો થાંભલો કે થાંભલા ઊભા કરવા – ઊભા કરીને બતાવવું.

si'gnal (સિગ્નલ), ના૦ દૂરની વ્યક્તિને સૂચના, હુકમ કે માહિતી આપવા માટે કરેલી પૂર્વનિયોજિત નિશાની અથવા અવાજ; આવી નિશાનીઓનો બનેલો સંદેશો; રેલગાડીને રોકવા કે આગળ વધવા સૂચવતો હાથ (સિગ્નલ); [વીજળી] સંક્રાન્ત આવેગો અથવા રેડિયોના મોજાં; તત્કાળ પ્રવૃત્તિનું કારણ બનનાર ઘટના. ઉ૦ક્રિ૦ - ને ઇશારો કે ઇશારા કરવા-કરીને જણાવવું, જાહેર કરવું અથવા (કશુંક કરવા) આદેશ આપવો. વિ૦ નોંધપાત્ર, વિશેષ સારું અથવા ખરાબ. **~-box**, રેલવેના જુદા જુદા સિગ્નલોનું નિયંત્રણ કરવાની જગ્યા-મેડી-કૅબિન. **~man**, રેલવે, ઇ૦માં સિગ્નલ બતાવનાર-હાથ ઊંચા નીચા કરનાર-માણસ.

si'gnalize (સિગ્નલાઇઝ઼), સ૦ક્રિ૦ નોંધપાત્ર-જાણીતું-પ્રખ્યાત-બનાવવું.

si'gnatory (સિગ્નટરિ), ના૦ દસ્તાવેજ, કરાર, ઇ૦ પર સહી-મતું-કરનાર.

si'gnature (સિગ્નચર), ના૦ સહી, મતું, સ્વાક્ષરી, આદ્યાક્ષરી; ચોપડીના ફર્માના ક્રમનો સૂચક અંક કે અક્ષર; એવા અંક સાથેનો તાવ-ફરમો; [સં.] સ્વરની નિશાની. **~ tune**, ગાનાર કે વગાડનાર, રેડિયો પ્રસારિત કાર્યક્રમની માળા, રેડિયો મથક (સ્ટેશન)ની ઓળખ આપનાર સ્વર.

si'gnet (સિગ્નિટ), ના૦ ~ (**ring**), સિક્કો, મુદ્રા, મહોર, વિ૦ક૦ વીંટી પર કોતરેલ.

signi'ficance (સિગ્નિફિકન્સ), ના૦ આશય, અર્થ, અર્થપૂર્ણતા, મહત્ત્વ.

signi'ficant (સિગ્નિફિકન્ટ), વિ૦ અર્થવાળું, અર્થપૂર્ણ, અર્થવાહક; ખૂબ સૂચક; મહત્ત્વનું.

significa'tion (સિગ્નિફિકેશન), ના૦ ચોક્કસ અર્થ-આશય.

si'gnify (સિગ્નિફાઇ), ઉ૦ક્રિ૦ -નું ચિહ્ન કે પ્રતીક હોવું, -નો અર્થ હોવો-થવો, -નું સૂચક હોવું, સૂચવવું; બતાવવું, જાહેર કરવું; મહત્ત્વનું હોવું, -માં વજૂદ કે વજન હોવું.

si'gnor (સીન્યોર), ના૦ [બ૦વ૦ *~i*, -રી] ઇટાલિયનભાષી પુરુષ માટે કે તેને સંબોધવામાં વપરાય છે.

si'gnora (સીન્યોરૅ), ના૦ ઇટાલિયનભાષી વિવાહિત સ્ત્રી માટે કે તેને સંબોધવામાં વપરાય છે.

signori'na (સીન્યરીનં), ના૦ ઇટાલિયન-ભાષી અવિવાહિત સ્ત્રી માટે કે તેને સંબોધવામાં વપરાય છે.

si'lage (સાઇલિજ), ના૦ હવાબંધ જગ્યામાં સંઘરી રાખેલો લીલો ચારો, લીલો ચારો સુકાય નહિ એવી રીતે સંઘરી રાખવો તે.

si'lence (સાઇલન્સ), ના૦ શાંતતા, સ્તબ્ધતા; મૌન; ચુપકીદી (સેવવી તે); ઉપેક્ષા, અનુલ્લેખ. સ૦ક્રિ૦ શાંત-ચૂપ-કરવું, ચૂપ બેસાડવું; દબાવી દેવું.

si'lencer (સાઇલન્સર), ના૦ બંદૂક, વાહનનું ઍંજિન, બારણું, ઇ૦નો અવાજ ઓછો અથવા બંધ કરવાનું સાધન.

si'lent (સાઇલન્ટ), વિ૦ અબોલ; અવાજ ન કરતું, શાંત, નિઃશબ્દ, નિસ્તબ્ધ; (અક્ષર અંગે) અનુચ્ચારિત; ઓછાબોલું; (ચિત્રપટ અંગે) મૂક.

silhoue'tte (સિલુએ'ટ), ના૦ કાગળમાંથી કાપેલું એકપાર્શ્વ ચિત્ર, સફેદ સપાટી પર ઘેરા કાળા રંગે રંગેલું ચિત્ર; પડછાયાની એક પાર્શ્વ આકૃતિ, આછા રંગની પાર્શ્વભૂમિ પર ઘેરા રંગનું ચિત્ર; આકાર રેખા, રેખાકૃતિ, એકપાર્શ્વ. સ૦ક્રિ૦ એકપાર્શ્વ ચિત્ર-છાયાચિત્ર તૈયાર કરવું.

si'lica (સિલિકે), ના૦ સ્ફટિક, ચકમક અથવા રેતીના જેવું એક દ્રવ્ય. **sili'ceous, sili'cious,** (સિલિશસ), વિ૦.

si'licate (સિલિકિટ), ના૦ ધાતુ(ઓ), 'સિલિકન' અને પ્રાણવાયુનો બનેલો (સામાસિક) પદાર્થ.

si'licon (સિલિકન), ના૦ સિલિકા અને સિલિકેટમાં રહેલું ધાતુ નહિ એવું તત્ત્વ. **~ chip,** સિલિકનની નાનકડી ચીપ.

si'licone (સિલિકોન), ના૦ પૉલિશો, રંગો, ઊંજણો, ઇ૦માં વપરાતા સિલિકન સમાસોના જૂથમાંનું કોઈ પણ એક દ્રવ્ય.

silico'sis (સિલિકોસિસ), ના૦ સિલિકાવાળી ધૂળ શ્વાસ વાટે ફેફસામાં જતાં થતો એક દીર્ઘકાલિક રોગ.

silk (સિલ્ક), ના૦ રેશમ, રેશમનો ધાગો, રેશમી કાપડ; [વાત.] **King's Counsel, Queen's Counsel;** [બ૦ વ૦] રેશમની જાતો, અથવા વસ્ત્રો. [વિ૦ તરીકે] રેશમનું. **take ~, K.C.** અથવા **Q.C.** થવું. **~ hat,** ઊંચી ગોળ રેશમથી મઢેલી ટોપી. **~-screen printing,** ના૦ **screen-printing.** **~worm,** રેશમનો કીડો.

si'lken (સિલ્કન), વિ૦ રેશમનું -ના જેવું; સુંવાળું, મૃદુ, ચમકતું.

si'lky (સિલ્કિ), વિ૦ રેશમ જેવું સુંવાળું - ચમકતું; સૌમ્ય, વિનયશીલ, સભ્ય.

sill (સિલ), ના૦ બારણામાં, વિ૦ ક૦ બારીમાં, તળિયે મૂકેલું પાટિયું કે લાદી.

si'llabub (સિલબબ), ના૦ દૂધ, ખાંડ, દારૂ, ઇ૦ની એક વાની - મીઠાઈ.

si'lly (સિલિ), વિ૦ મૂર્ખ, નાદાન, બેવકૂફ, અવિચારી, મંદબુદ્ધિ; [ક્રિકેટ] (ક્ષેત્રપાલ કે તેની જગ્યા અંગે) બૅટધારીની બહુ નજીક. ના૦ [વાત.] મૂર્ખો. **~-billy,** [વાત.] મૂર્ખો.

si'lo (સાઇલો), ના૦ [બ૦ વ૦ **~s**] લીલો ચારો સંઘરવાનો ખાડો અથવા હવાબંધ ઓરડો; અનાજ, સીમેન્ટ, ઇ૦ સંઘરવાનું ભોંયરું અથવા ઊંચી કોઠી (ટાવર); નિયંત્રિત અસ્ત્ર સંઘરવાનું ભોંયરું ઇ૦

silt (સિલ્ટ), ના૦ ખાડી, બંદર, ઇ૦માં તળિયે ભેગો થઈ ને બેસી જતો કચરો-ગાળ. ઉ૦ક્રિ૦ કાદવ કે કાંપ વડે પૂરી દેવું - પુરાઈ જવું.

si'lvan, sy'lvan, (સિલ્વન), વિ૦ વનનું, વનવાળું; ગ્રામીણ.

si'lver (સિલ્વર), ના૦ ચાંદી, રૂપું; ચાંદીના કે ચાંદી જેવા દેખાતા સિક્કા, છરીકાંટા ચમચા, વાસણ, ઇ૦; ચાંદીનો રંગ. વિ૦ ચાંદીનું, ચાંદી જેવા રંગનું. ઉ૦ક્રિ૦ ચાંદીનો ઢોળ દેવો; અરીસાના કાચની પાછળ કલાઈ ઇ૦નું મિશ્રણ ચોપડવું; ચાંદીના જેવું સફેદ અને ચળકતું બનાવવું; (વાળ અંગે) સફેદ થવું. **~ band,** ચાંદીના ઢોળાવવાળા પિત્તળના વાજિંત્રોવાળું વૃન્દ - બૅન્ડ. **~ birch,** ચાંદીના રંગની છાલવાળું 'બર્ચ' ઝાડ - ભૂર્જ. **~-fish,**

રૂપેરી રંગની માછલી; રૂપેરી રંગની એક જીવાત, ગ્રંથકીટ. ~ **fox**, સફેદ છેડાવાળી કાળી રુવાટીવાળું શિયાળ. ~ **gilt**, સોનાનો મુલામો આપેલી ચાંદી. ~ **jubilee**, ૨૫મી વરસગાંઠ. ~ **medal**, ચાંદીનો ચંદ્રક, બહુધા બીજા (નંબરના) ઇનામ તરીકે. ~ **paper**, કલાઈ નો વરખ. ~ **plate**, ચાંદીના છરી-ચપ્પુ, વાસણ, ઇ૰; ચાંદીનો ઢોળ દીધેલી વસ્તુઓ. ~**-plate**, સ૰ ક્રિ૰ ચાંદીનો ઢોળ દેવો. ~ **sand**, બગીચાના કામની ઝીણી સફેદ રેતી. ~**-side**, ગોમાંસના જાડા ગોળ કકડાનો સારામાં સારો – ઉપલો ભાગ. ~**smith**, રૂપાનું કામ કરનાર સોની.

si'lvery (સિલ્વરિ), વિ૰ ચાંદીના જેવું સફેદ અને ચળકતું; ચાંદીની ઘંટડીના જેવા મધુર અવાજવાળું – રણકાવાળું.

si'mian (સીમિઅન), વિ૰ અને ના૰ એપ કે મંકી (વાંદરો), તેનાં જેવું.

si'milar (સિમિલર), વિ૰ -ના જેવું – સરખું; એવી જ જાત, સ્વભાવ, આકાર, ઇ૰નું –ના જેવું; એટલું જ. **simila'rity** (-લૅરિટિ), ના૰.

si'mile (સિમિલિ), ના૰ દાખલા કે અલંકાર માટે બે વસ્તુની સરખામણી, ઉપમા (અલંકાર).

simi'litude (સિમિલિટચૂડ), ના૰ સ્વાંગ, વેષ; બાહ્ય દેખાવ; ઉપમા.

si'mmer (સિમર), ઉ૰ ક્રિ૰ લગભગ ઊકળતું રાખવું; ધીમે ધીમે સણસણ સીજવું – સીજવવું; અંદર ને અંદર ક્રોધે બળ્યા કરવું – સમસમવું – હસવું. ના૰ લગભગ ઊકળતું રહેવું તે. ~ **down**, ક્ષોભ ઓછો થવો – ઓસરવો.

si'mnel (સિમ્નલ), ના૰ ~ **(cake)**, ખૂબ શણગારેલી પૌષ્ટિક કેક બહુધા વાટેલા બદામવાળી.

si'mony (સાઇમનિ), ના૰ ચર્ચની નિમણૂકોનો વેપાર (કરવાનો ગુનો).

simoo'n (સિમૂન), ના૰ રણ વગેરેમાં ફૂંકાતા તોફાની ગરમ પવન.

si'mper (સિમ્પર), ઉ૰ ક્રિ૰ ડોળ કરીને મૂર્ખાની જેમ હસવું, એમ કરતાં બોલવું. ના૰ મૂર્ખામીભર્યું કૃત્રિમ હાસ્ય.

si'mple (સિમ્પલ), વિ૰ એક તત્ત્વ કે જાતનું, અસંમિશ્ર, સાદું, ગૂંચવણભરેલું નહિ એવું, અનલંકૃત; ભોળું, નિખાલસ; અકૃત્રિમ, સ્વાભાવિક; બિનઅનુભવી, વિનમ્ર, મૂર્ખ, નબળા મનનું; સહેલું, સરળ, સુકર. ~**-minded**, ભોળું, નિખાલસ, નિષ્કપટ; નબળા મનનું.

si'mpleton (સિમ્પલ્ટન), ના૰ મૂર્ખો, ભોળો ભા, કમઅક્કલ, સહેજમાં છેતરાય એવું.

simpli'city (સિમ્પ્લિસિટિ), ના૰ સાદાઈ ઇ૰.

si'mplify (સિમ્પ્લિફાઇ), સ૰ ક્રિ૰ સાદું બનાવવું; સહેલાઈથી સમજાય અથવા કરાય એવું બનાવવું. **simplifica'tion** (-ફ્રેશન), ના૰.

simply (સિમ્પ્લિ), ક્રિ૰ વિ૰ સહેલાઈથી; તદ્દન; કેવળ.

simula'crum (સિમ્યુલેક્રમ), ના૰ [બ૰ વ૰ **-cra**] કોઈ વસ્તુનું ચિત્ર કે નકલ, બનાવટ; છાયા, આભાસ.

si'mulate (સિમ્યુલેટ), સ૰ ક્રિ૰ -નો ડોળ – ઢોંગ – દેખાવ – કરવો, બનાવટ કરવી, -નો વેષ ધારણ કરવો, નકલ કરવી.

si'mula'tion (-લેશન), ના૰. **si'mulator** (-લેટર), ના૰.

simulta'neous (સિમલ્ટેનિઅસ), વિ૰ એકી વખતે – એક સાથે – થતું કે કરાતું. **simultane'ity** (-નિઅટિ), ના૰.

sin (સિન), ના૰ ઈશ્વરી આજ્ઞાનું કે નીતિનિયમોનું ઉલ્લંઘન – ભંગ, પાપ; સુરુચિભંગ. **live in** ~, [વાત.] પરણ્યા વિના સહજીવન ગાળવું. અ૰ ક્રિ૰ પાપ – અતિક્રમણ – કરવું -ની સામે ગુનો કરવો.

since (સિન્સ), નામ૰ અ૰ (અમુક વખત)-થી અત્યાર સુધી (ના કાળ દરમ્યાન). ક્રિ૰ વિ૰ ત્યારથી, તે ઘટનાથી – પછી.

sincer'e (સિનસિઅર), વિ૰ ઢોંગ કે કપટ વિનાનું સાચું, ખરા દિલનું, નિખાલસ, અકૃત્રિમ. **since'rity** (-સે'રિટિ), ના૰.

since'rely (સિન્સિઅર્લિ), ક્રિ૰ વિ૰

ખરા દિલથી. **yours ~**, મિત્ર ઇ૦ને પત્ર પૂરો કરતાં કરાતો રૂઢ પ્રયોગ. તમારો સાચો મિત્ર ઇ૦.

si'nciput (સિન્સિપટ), ના૦ કપાળથી ઉપરનો માથા કે ખોપરીનો આગળનો ભાગ.

sine (સાઇન), ના૦ [ગ૦] જ્યા.

si'necure (સાઇનિક્યુઅર), ના૦ પૈસા કે માનવાળી કોઈ ખાસ કામ કે ફરજ વિનાની નોકરી – જગ્યા.

sine di'e (સાઇનિ ડાઇ), (તહકૂબ, મુલતવી) બેમુદત, અનિયત કાળ માટે.

sine qua no'n (સાઇનિક્વે નોન), [લૅ.] અનિવાર્ય શરત અથવા લાયકાત.

si'new (સિન્યૂ), ના૦ સ્નાયુને હાડકા સાથે બાંધનાર રેસાવાળી મજબૂત પેશી, અસ્થિબંધન; [બ૦ વ૦માં] સ્નાયુઓ, બળ; [લા૦] બળ આપનાર - ટકાવી રાખનાર – વસ્તુ. **si'newy** (સિન્યૂઇ), વિ૦.

si'nful (સિન્ફુલ), વિ૦ (વ્યક્તિ અંગે) પાપી, દુષ્ટ; (કાર્ય અંગે) પાપવાળું.

sing (સિંગ), ઉ૦ ક્રિ૦ [**sang** સૅંગ; **sung** સંગ] ગાવું, સુરેલ અવાજ કાઢવો, અમુક સૂરમાં ગાવું, ગીત – રાગ – ગાવો; ગણગણવું, સિસોટી વગાડવી, ગાઈને બોલી જવું; પદ્યમાં વર્ણન – ગુણગાન – કરવું. **~ out**, [વાત.] મોટેથી બૂમ પાડવી – બૂમ પાડીને બોલાવવું. **~small**, બડાઈ હાંકવાનું બંધ કરવું. **~song**, કંટાળો ઉપજાવે એવી રીતે એક જ જાતનો રાગડો તાણીને ગાયેલું; અનૌપચારિક ગાવાની બેઠક.

singe (સિંજ), ઉ૦ ક્રિ૦ [**singe'ing**] ઉપર ઉપરથી અથવા જરાક બાળવું, શેકવું; કશાકના છેડા અથવા કોરો બાળવી; ઉપર ઉપરથી બળવું. ના૦ ઉપર ઉપરથી બળવું – દાઝવું – તે.

Singhal'ese, જુઓ **Sinhale'se**.

si'ngle (સિંગલ), વિ૦ ફક્ત એક (જ), એકવડું, એકલું, વ્યક્તિગત; એક વ્યક્તિ કે વસ્તુનું–માટેનું, એકલવાયું, કોઈની મદદવિનાનું; અપરિણીત, છડું; જુદું જુદું ગણતાં; (તિકિટ અંગે) એક વારની સફરનું, પાછા ફરવાની નહિ. ના૦ એકવડી તિકિટ; [ક્રિકેટમાં] એક દોડનો ફટકો; દરેક બાજુએ એક ગાયનવાળી લોકપ્રિય રેકર્ડ-પ્લેટ; [બ૦ વ૦માં] દરેક બાજુએ એક ખેલાડીવાળી રમત. સ૦ ક્રિ૦ ધ્યાન આપવા કે ઉપચાર કરવા માટે અનેકમાંથી એકને પસંદ કરવું. (**~ out**), **~-breasted**, (કોટ ઇ૦ અંગે) છાતી પર નહિ બેવડાયેલું, બટનની એક હારવાળું. **~ file**, એકની પાછળ એક એવી એકવડી હાર. **~-handed**, બીજા કોઈની મદદ વિનાનું. **~-minded**, એકનિષ્ઠ, એક ધ્યેયને વફાદાર.

si'nglet (સિંગ્લિટ), ના૦ અંદરથી પહેરવાનું તંગ બદન.

si'ngleton (સિંગલ્ટન), ના૦ પત્તાં રમનારનું હુકમનું એકમાત્ર પત્તું.

si'ngular (સિંગ્યુલર), વિ૦ અસામાન્ય, અસાધારણ; આશ્ચર્યજનક; વિચિત્ર. વિલક્ષણ; [વ્યાક.] એક વચનનું. ના૦ [વ્યાક.] એકવચન.

singula'rity (સિંગ્યુલૅરિટિ), ના૦ એકલું હોવાપણું, અસામાન્યતા, વિચિત્રતા, લહેરીપણું, વિશિષ્ટતા.

Sinhale'se, Singhale'se, (સિંહલીઝ) વિ૦ અને ના૦ [બ૦ વ૦ એ જ] સિંહલ કે શ્રીલંકાનું (વતની અથવા ભાષા).

si'nister (સિનિસ્ટર), વિ૦ અશુભ(નું સૂચક); હાનિકારક; દુષ્ટ, ભ્રષ્ટ, નઠારું, નીચ, હરામખોર, બદમાશ; [ચારણ.] ઢાલ ઇ૦-ની ડાબી બાજુનું.

sink (સિંક]), ઉ૦ ક્રિ૦ [**sank**; **sunk** અથવા વિ૦ તરીકે **sunken**] ધીમે ધીમે પડવું અથવા નીચે આવવું, નીચે નમવું; ક્ષિતિજ નીચે જવું, અદૃશ્ય થવું, પાણી ઇ૦માં ડૂબી જવું, ધીમે ધીમે નીચે બેસી જવું, નમી પડવું, દરિયા ઇ૦ને તળિયે જવું; ડુબાડવું, ડૂબવા દેવું;(કૂવો)ખોદવો; ઊંડું બાકું–વિવર–ખોદવું;ધંધા ઇ૦માં પૈસા નાખવા (ઝાઝા નફાની કે પાછા મળવાની અપેક્ષા વિના); બિલ્યર્ડ કે ગોલ્ફમાં કોથળી કે ગબીમાં દડો દાખલ કરવો; ડુબાડવું, નિષ્ફળ બનાવવું; ભેદવું; ભેદીને અંદર જવું; -માં લીન થવું –મન પરોવાઈ જવું. ના૦ હાથમાં

ધોવાનું પાણીના નિકાલવાળું કૂંડું; એંઠવાડ ઇ૰ ભેગા થાય તે જગ્યા; [લા.] દુરાચારનો અડ્ડો.

si'nker (સિંકર), ના૰ માછલાં પકડવાની કે ઊંડાઈ માપવાની દોરી પાણીમાં ડૂબે તે માટે તેને છેડે બાંધેલું વજન.

si'nking (સિંકિંગ), ના૰ ભૂખ કે ભીતિથી પેટમાં થતી અસ્વસ્થતાની લાગણી. **~ fund**, ધીમે ધીમે દેવું ચૂકવવા માટે અલગ રાખેલી રકમ.

Si'no- (સીનો-), સમાસમાં. ચીની.

sino'logy (સિનૉલજિ), ના૰ ચીન, તેની ભાષા, ઇતિહાસ, ઇ૰ (ના અધ્યયન)-ને લગતી વિદ્યા. **sino'logist** (-લજિસ્ટ), **si'nologue** (સિનલૉગ, સાઇન-), ના૰.

si'nter (સિન્ટર), ના૰ (ખનિજવાળામાં) પાણીઝરા(ના)થી પેદા થતાં કે તળિયે બેસતાં સખત પડ. ઉ૰ ક્રિ૰ એવા થર કે ગઠ્ઠા બાઝવા અથવા પેદા કરવા.

sinuo'sity (સિન્યુઑસિટિ), ના૰ વાંકુંચૂકું હોવું તે, વળાંક.

si'nuous (સિન્યુઅસ), વિ૰ અનેક વળાંકોવાળુ, વાંકુંચૂકું, સર્પાકાર; લહેરદાર.

si'nus (સાઇનસ), ના૰ હાડમાં કે શરીરના કોઈ પણ ભાગમાં ઊંડો વ્રણ, વિ૰ક૰ નસકોરાં સાથે સંબંધવાળાં ખોપરીનાં વિવરોમાંનું એક.

si'nusi'tis (સાઇનસાઇટિસ), ના૰ સાઇનસ વ્રણ(ના) દાહ કે સોજાનો વિકાર.

sip (સિપ), ઉ૰ક્રિ૰ ઘૂંટડે ઘૂંટડે – ચમચો ચમચો–પીવું. ના૰ ઘૂંટડો, ઘૂંટડે ઘૂંટડે પીવું તે.

si'phon (સાઇફન), ના૰બકનળી, વાસણની કોર પર મૂકી તેમાંથી પ્રવાહી કાઢવાની વાંકી નળી, વાંકી નળીવાળી સોડાવૉટર ઇ૰ની બાટલી. ઉ૰ક્રિ૰ બકનળી વાટે (હોય તેમ) પ્રવાહી બહાર ખેંચવું–આવવું.

si'ppet (સિપિટ), ના૰ સૂપ ઇ૰ સાથે પીરસાતો તળેલો કે શેકેલો રોટીનો ટુકડો.

Sir (સર), ના૰ સરદાર (નાઇટ) કે ઉમરાવ (બૅરોનેટ ઇ૰) ની પદવી ધરાવનારના નામ પહેલાં વપરાતો માનાર્થ શબ્દ; (**s~**) શેઠ, ઉપરી અમલદાર કે ત્રાહિત પુરુષ માટે માનાર્થે વપરાતું સંબોધન – સાહેબ, મહારાજ, ઇ૰.

sire (સાયર), ના૰ પિતા, બાપ; ઘોડા ઇ૰ પશુનો બાપ, સાંઢ, વાલી ઘોડો; (રાજા ઇ૰ના સંબોધનમાં) મહારાજ. સ૰ ક્રિ૰ પેદા કરવું, પ્રજનન કરવું.

si'ren (સાયરન), ના૰ [ગ્રીક પુરા.] વહાણવટીઓને મધુર સંગીત વડે લલચાવીને ખડક પર અથડાવીને તેમનો નાશ કરનાર સ્ત્રી અથવા પાંખવાળું પ્રાણી; ભયંકર મોહક સ્ત્રી; ભય ઇ૰ની સૂચના આપવાનું ભૂંગળું–બ્યૂગલ.

sir'loin (સર્લૉઇન), ના૰ ગાય બળદના પાછલા ભાગના માંસનો સારામાં સારો ભાગ.

siro'cco (સિરોકો), ના૰ [બ૰વ૰ **~s**] આફ્રિકાનો ઇટલી ઇ૰ સુધી વહેતો અતિશય ગરમ પવન.

si'rrah (સિરં), ના૰ [પ્રા.] 'સર'ને બદલે ગુસ્સામાં કે તિરસ્કારમાં વપરાતો શબ્દ.

si'sal (સાઇઝલ), ના૰ રામબાણ ઇ૰ વનસ્પતિમાંથી મળતા સફેદ મજબૂત રેસા.

si'skin (સિસ્કિન), ના૰ એક ગાનારું યાયાવર પક્ષી.

si'ssy (સિસિ), વિ૰ અને ના૰ ડરપોક સ્ત્રૈણ છોકરા (ના જેવું).

si'ster (સિસ્ટર), ના૰ સગી બહેન, પોતાના વર્ગ, સંપ્રદાય કે જાતિની સ્ત્રી–બહેન; મઠવાસી કુંવારી સ્ત્રી, 'નન'; ઇસ્પિતાલમાં કોઈ વિભાગ કે વૉર્ડની પરિચારિકાઓની ઉપરી. **~-in-law**, નણંદ, સાળી, ભાભી કે ભોજાઈ. **S~ of Mercy**, ભણાવવાનું, માંદાની સેવાનું, ઇ૰ કામ કરનાર કોઈ ધાર્મિક સંઘની સ્ત્રી. **si'sterly** (સિસ્ટર્લિ), વિ૰.

si'sterhood (સિસ્ટરહુડ), ના૰ બહેનોનો–ના જેવો–સંબંધ; દયાધર્મનું કામ કરનારી સ્ત્રીઓનું કે સંન્યાસિનીઓનું મંડળ.

sit (સિટ), ઉ૰ક્રિ૰ [**sat**] બેસવું; બેસાડવું, બેઠું કરવું; ઘોડા ઇ૰ પર સવાર થવું–બેસવું; સંસદ, ન્યાયાલય, ઇ૰નું સત્ર–બેઠક-

ચાલુ હોવી; (પક્ષી અંગે) ડાળ પર બેસવું, ઈંડાં પર બેસવું, ઈંડાં સેવવાં; પરીક્ષા આપવી–માં બેસવું; કોઈ હોદ્દા પર–સ્થિતિમાં લગભગ કાયમનું હોવું; બાળકને સાચવતા બેસવું. ~ **down**, નીચે બેસવું–બેસાડવું; (અપમાન ઇ૦) પામરની જેમ સહન કરવું. ~ **for**, છબી પડાવવા કે ચિત્ર દોરવા માટે બેસવું, પરીક્ષામાં બેસવું, કોઈ વિભાગ તરફથી પાર્લમેન્ટ ઇ૦નું સભ્ય હોવું. ~ **in**, પોતાનો વિરોધ બતાવવા કોઈ સ્થળનો કબજો લેવો. **~-in**, ના૦. ~ **in on**, કોઈ સભામાં આમંત્રિત તરીકે હાજર રહેવું. ~ **on**, સમિતિ ઇ૦ના સભ્ય હોવું; [વાત.] કશાક વિષે પગલું ભરવાનું ઢીલમાં નાખવું; [વિ૦બો૦] ઠપકો આપવો, દબાવી દેવું. ~ **out**, –માં ભાગ ન લેવો; બહાર બેસી રહેવું, છેક સુધી પૂરું થાય ત્યાં સુધી–બેસી રહેવું. ~ **tight**, [વાત.] પોતાની જગ્યાએ દૃઢ રહેવું; વશ ન થવું, ન નમવું. ~ **up**, બેઠા થવું, ટટાર બેસવું (અઢેલ્યા વિના); જાગતું રહેવું.

sitar' (સિટર), ના૦ સતાર.

si'tcom (સિટ્કમ), ના૦ [વાત.] પરિસ્થિતિજન્ય હાસ્યવાળું નાટક.

site (સાઇટ), ના૦ જેની ઉપર શહેર, મકાન, ઇ૦ હતું, છે, અથવા બંધાવાતું છે તે જગ્યા; કોઈ ખાસ હેતુ માટે અલગ રાખેલી ભૂમિ. સ૦ક્રિ૦ અમુક સ્થાન પર મૂકવું–સ્થાપન કરવું–ઇ૦, -ને જગ્યા આપવી.

si'tter (સિટર), ના૦ ચિત્ર કઢાવવા બેસનાર, બાળકને સાચવવા બેસનાર; [વિ૦બો૦] સહેલાઈથી ઝીલાતો દડો, સહેલો વેધ, શિકાર, ઇ૦.

si'tting (સિટિંગ), ના૦ સંસદ, ન્યાયાલય, ઇ૦ની બેઠક(ની અવધિ). વિ૦ (પ્રાણી કે પક્ષી અંગે) બેઠેલું, સ્થિર; પદ કે હોદ્દો ધરાવતું; કબજો ધરાવતું, ઉપર બેઠેલું. **~-room**, બેઠકનો ઓરડો.

si'tuate (સિટ્યુએટ), સ૦ ક્રિ૦ અમુક જગ્યાએ મૂકવું, સ્થાપન કરવું, બેસાડવું. વિ૦ (-અટ) અમુક જગ્યાએ (આવેલું).

situa'tion (સિટ્યુએશન), ના૦ કોઈ (શહેર, મકાન, ઇ૦ની) જગ્યા અને તેની આસપાસની સ્થિતિ, સ્થિતિ; આસપાસના સંજોગો, વ્યવસાય, ઇ૦ની પરિસ્થિતિ–હાલત, સ્થિતિ; નોકરી, નોકર. ~ **comedy**, એના એ જ પાત્રોને જુદા જુદા હાસ્યજનક પ્રસંગોમાં રજૂ કરતી રેડિયો કે ટેલીવિઝનની શ્રેણી, **situa'tional** (-નલ) વિ૦.

six (સિક્સ), વિ૦ અને ના૦ છ(ની સંખ્યા,૬). **hit, knock, for ~**, [વાત.] છક કરવું, પૂરેપૂરું ચીત કરવું. **~-gun, -shooter**, છ ખાનાવાળી બંદૂક – પિસ્તોલ. **~pence**, છ પેન્સની રકમ–નાણું. **~penny**, છ પેન્સની કિંમતનું.

si'xer (સિક્સર), ના૦ છ ગર્લગાઇડો અથવા બાલચમૂના બાળકોની ટુકડીનો નેતા

sixtee'n (સિકસ્ટીન), વિ૦ અને ના૦ સોળ(ની સંખ્યા, ૧૬). **sixtee'nth** (-ટીન્થ), વિ૦ અને ના૦.

sixth (સિક્સ્થ), વિ૦ છઠું ના૦ છઠ્ઠો ભાગ. ~ **form**, માધ્યમિક શાળાનું છઠું ધોરણ. ~ **sense**, છઠ્ઠી ઇન્દ્રિય, અતીન્દ્રિય જ્ઞાન મેળવવાની એક માની લીધેલી શક્તિ-પ્રતિભા.

si'xty (સિક્સ્ટિ), વિ૦ અને ના૦ સાઠ (ની સંખ્યા, ૬૦). **si'xtieth** (-ટિએથ), વિ૦ અને ના૦.

size[1] (સાઇઝ઼), ના૦ પરિમાણ, કદ; કદ પ્રમાણે પાડેલા ક્રમ સંખ્યાંકિત વર્ગોમાંનો એક. સ૦ક્રિ૦ કદ પ્રમાણે ગોઠવવું–વર્ગો પાડવા. ~ **up**. કદનો અડસટ્ટો કરવો; [વાત.]-ને વિષે અભિપ્રાય બાંધવો. ખેળ, કાંજી.

size[2], ના૦ સ૦ક્રિ૦ આર ખેળ-ચડાવવો.

si'zeable (સાઇઝ઼બલ), વિ૦ ઠીક ઠીક મોટા કદનું, મોટું.

si'zzle (સિઝ઼લ), ના૦ અને અ૦ ક્રિ૦ તળતી વખતે થતો છમ અવાજ; છમ અવાજ કરવો – થવો.

S. J., સંક્ષેપ. Society of Jesus.

skate[1] (સ્કેટ), ના૦ એક મોટી ચપટી ખાદ્ય માછલી.

skate[2], ના૦ બરફ પર ચાલવાનો -- સરકતા જવાનો–તળિયે લોઢાની ચીપ કે પટ્ટી

અથવા ગરગડી જડેલો જોડો. ઉ૦ ક્રિ૦ એવા જોડાવતી સરકતા જવું–દોડવું, દોડીને આડી અવળી આકૃતિઓ બનાવવી, હળવેથી ઉપરથી પસાર થવું. **~board,** જોડાની તળિયે બંધાતું ગરગડીવાળું લાંબું સાંકડું પાટિયું. **skating-rink**, સ્કેટિંગ માટે ખાસ તૈયાર કરેલી સપાટી(વાળી જગ્યા).

skeda'ddle (સ્કિડૅડલ), અ૦ ક્રિ૦[વાત.] ભાગી જવું, ઉતાવળથી પાછા હટી જવું.

skein (સ્કીન), ના૦ સૂતર, રેશમ, ઇ૦નું કોકડું, આંટી; ઊડતા જંગલી હંસો ઇ૦નું ટોળું: [લા.] કોકડું, ગૂંચવાડો.

ske'leton (સ્કેલિટન), ના૦ હાડપિંજર, પ્રાણી કે વનસ્પતિનું; હાડકાં, કાચલાં, લાકડાના રેસા, ઇ૦નું બનેલું ખોખું–માળખું; અસ્થિપિંજર; સાવ સુકલકડી માણસ કે પ્રાણી; (કેવળ) રૂપરેખા, પ્રાથમિક તત્ત્વો ઇ૦; (વિ૦ તરીકે) માત્ર તદ્દન આવશ્યક માણસો, ભાગો, ઇ૦વાળું. **~ key,** અનેક તાળાં ઉઘાડી શકે એવી ચાવી. **ske'letal** (-ટલ), વિ૦.

skep (સ્કે'પ), ના૦ વાંસ, ઘાસ કે સરકટની ટોપલી; ઘાસ કે નેતરનો મધપૂડો.

ske'rry (સ્કે'રિ), ના૦ પાણીની સપાટીએ આવેલો ખડકનો ટેકરો, ટાપુ.

sketch (સ્કે'ચ), ના૦ ખોખું ખરડો, રેખાચિત્ર, ડોળિયું, સામાન્ય રૂપરેખા; નાનકડી હાસ્યનાટિકા. ઉ૦ ક્રિ૦ ની રૂપરેખા આપવી–બનાવવી; રેખાચિત્રો દોરવાં.

ske'tchy (સ્કે'ચિ), વિ૦ કેવળ રૂપરેખા આપનારું, ઝીણવટ કે વિગત વિનાનું, ઉપલકિયું, ઉતાવળમાં કરેલું.

skew (સ્ક્યૂ), વિ૦ ત્રાંસું, તિરકસ, એક બાજુ ઢળતું; બાડું. ના૦ ત્રાંસ. ઉ૦ ક્રિ૦ ત્રાંસું કરવું, ત્રાંસમાં

skew'bald (સ્ક્યૂબૉલ્ડ), વિ૦ અને ના૦ રાતાં ને ભૂરાં ટપકાંવાળું સફેદ (પ્રાણી, વિ૦ ક૦ ઘોડો).

skew'er (સ્ક્યૂઅર). ના૦ રાંધતી વખતે માંસમાં ભોંકીને તેને પકડી રાખવાનો લોઢાનો કે લાકડાનો સળિયો. સ૦ ક્રિ૦ માંસમાં સળિયો ભોંકવા – ભોંકીને તેને પકડી રાખવું.

ski (સ્કી), ના૦ બરફ પર સરકતા ચાલવા માટે જોડાને જડેલું લાંબું પાતળું આગળની બાજુ અણિયાળું અને વળેલું લાકડાનું પાટિયું. **ski'er** (સ્કીઅર), ના૦.

skid (સ્કિડ), ના૦ પૈડાનું લપસી જવું, તે; પૈડું ફરી ન જાય તે માટે તેની નીચે મૂકેલો લાકડાનો ટેકો, અટકણ; ભારે વસ્તુ જમીનમાં ખૂંપ્યા વિના ખેંચવા કે સરકાવવા માટે વપરાતું લાકડાનું ઢીમચું, રેલનો પાટો, ઇ૦; હવાઈ જહાજના નીચે ઊતરવાના ભાગનો અંગભૂત પાટો. અ૦ ક્રિ૦ (પૈડા અંગે) ફરવાને બદલે ઘસડાતા જવું – લપસી જવું, પૈડાંની જમીન પરની પકડ છૂટી જવી; (વાહન ઇ૦ અંગે) લપસણા રસ્તા પર ત્રાંસું કે આડું ઘસડાતું જવું. **~-lid,** [વિ૦ બો૦] માથે પહેરવાનું કવચ–ટોપો–હેલ્મેટ. **~-pan,** વાહનના લપસવા પર કાબૂ રાખવાની તાલીમ ડ્રાઇવરને આપવા માટે ખાસ બનાવેલી લપસણી સપાટી.

skiff (સ્કિફ), ના૦ નાની હલકી હોડી, વિ૦ ક૦ હલેસાં મારવાની.

ski'lful (સ્કિલ્ ફુલ), વિ૦ કુશળ, આવડતવાળું; કુશળતાપૂર્વક કરેલું.

skill (સ્કિલ), ના૦ કુશળતા, પ્રાવીણ્ય, આવડત; ખાસ કૌશલ્યની જરૂરવાળી કળાકારીગરી.

skilled (સ્કિલ્ડ), વિ૦ કુશળ; યોગ્ય તાલીમ કે અનુભવ મેળવેલું; આવડત અને અનુભવની જરૂરવાળું.

ski'llet (સ્કિલિટ), ના૦ પાયાને લાંબા હાથાવાળું રાંધવાનું વાસણ; [અમે૦] પેણી.

skim (સ્કિમ), ઉ૦ ક્રિ૦ પ્રવાહી પરથી મેલ, કીટું – દૂધ પરથી મલાઈ – ઇ૦ કાઢી લેવું; ઉપર ઉપરથી વાંચી જવું; સપાટીની ઉપરઉપરથી ક્યારેક ક્યારેક અડીને પસાર થવું. **~ milk,** મલાઈ કાઢી લીધેલું દૂધ.

skimp (સ્કિમ્પ), ઉ૦ ક્રિ૦ આપવા કરવામાં કંજૂસાઈ કરવી, કંજૂસાઈથી રહેવું.

ski'mpy (સ્કિમ્પિ), વિ૦ જૂજ, ઓછું, અપૂર્ણ; બહુ નાનું અથવા તંગ.

skin (સ્કિન), ના૦ ચામડી, ત્વચા; વર્ણ, કાંતિ; પ્રાણીની ઉતારેલી ચામડી(નું વસ્ત્ર);

પ્રવાહી ભરવાનું ચામડાનું પાત્ર, પખાલ ઇ૦; છોડ, ફળ, ઇ૦ની છાલ; ફુલ્લામાં વાપરેલી અન્તસ્ત્વચા; વહાણને જડેલાં પાટિયાં – પતરાં. ઉ૦ ક્રિ૦ -ની ચામડી ઉતારવી – છાલ કાઢવી; નવી ચામડીથી ઢાંકવું, નવી ચામડી આવવી, [વિ૦ બો૦] -ની પાસેથી બધા પૈસા લઈ લેવા, ધૂતવું. **~-deep**, ઉપરછલ્લું. **~-diver**, તેને માટેનો ખાસ પોશાક પહેર્યા વિના પાણી નીચે તરનાર. **~flint**, કંજૂસ, મખ્ખીચૂસ. **~ game**, [અમે૦ વિ૦ બો૦] ધૂતવાની રમત – ધંધો. **~-graft**, જીવતી ચામડીનું થીગડું દેવું, શરીરના એક ભાગમાંથી ચામડી લઈ ને તે બીજે લગાડવી. **~-tight** (કપડા અંગે) બહુ જ ચુસ્ત બેસતું.

skink (સ્કિંક), ના૦ એક જાતનો કાચિંડો.

ski'nny (સ્કિનિ), વિ૦ બહુ પાતળું, સુકલકડી; હલકટ, અધમ, કંજૂસ.

skint (સ્કિન્ટ), વિ૦ નિર્ધન.

skip[1] (સ્કિપ), ઉ૦ ક્રિ૦ કૂદવું, આમતેમ કૂદકા મારવા, નાચવું; દોરડાં કૂદવાં; છલંગો મારતા ચાલવું; ઝટઝટ વિષય ઇ૦ બદલવું, વિષયાંતર કરવું; વચ્ચે વચ્ચે છોડી દેવું, બાદ કરવું; વાંચતાં કોઈ ભાગ છોડી દેવો-ટપી જવો. [વાત૦] ઉપેક્ષા કરવી, ટાળવું, બાદ કરવું, છોડી દેવું; [વાત૦] ભાગી જવું. ના૦ કૂદકો, ઠેકડો, દોરડાં કૂદવાં તે.

skip[2], ના૦ ખાણમાં માણસો, માલ, ઉતારવાનું પાંજરું, ડોલ, ઇ૦; કચરા ઇ૦ માટેનું મોટું પીપ, ડબો.

ski'pper (સ્કિપર), ના૦ કપ્તાન (વહાણ, વિમાન, રમત, ઇ૦નો); આગેવાન. સ૦ ક્રિ૦ -ના કપ્તાનનું કામ કરવું.

skirl (સ્કર્લ), ના૦ અને અ૦ ક્રિ૦ મશકનો તીણો અવાજ(કરવો).

skir'mish (સ્કર્મિશ), ના૦ અચાનક અથડામણ, ઝપાઝપી, મારામારી અથવા ટપાટપી કે બોલાચાલી; ટૂંકી દલીલબાજી. અ૦ ક્રિ૦ સામસામી દલીલબાજી કરવી, ઝપાઝપી – મારામારી – કરવી.

skirt (સ્કર્ટ), ના૦ ચણિયા કે ઘાઘરા જેવું સ્ત્રીનું વસ્ત્ર, સળંગ પોશાકનો ઘાઘરીનો ભાગ; કેડની નીચે ઝૂલતો કોટનો ભાગ; તરંગનૌકાના તળિયાની આસપાસનો ઝૂલતો ભાગ; સીમાડો, સરહદનો પ્રદેશ; ગાયના પડખાના ભાગનું માંસ. ઉ૦ ક્રિ૦ -ની કોર કે સરહદ પર અથવા કોરે કોરે જવું – પર આવેલું હોવું.

skir'ting-board (સ્કર્ટિંગ્‌બોર્ડ), ના૦ ભીંતના નીચલા ભાગમાં કોરે કોરે જડેલું પાટિયું.

skit (સ્કિટ), ના૦ કશાકની ઠેકડી ઉડાડવા કરેલી નકલ; પ્રહસન.

ski'tter (સ્કિટર), અ૦ ક્રિ૦ કશાકની, વિ૦ક૦ પાણીની, સપાટી પર કૂદતાં કૂદતાં જવું.

ski'ttish (સ્કિટિશ), વિ૦ (ઘોડા અંગે) રમતિયાળ, ભડકણું, ઝટઝટ ઉશ્કેરાતું; (વ્યક્તિ અંગે) મોજીલું, છીછરું, આનંદી, ચેતનવંતું.

ski'ttle (સ્કિટલ), ના૦ 'સ્કિટલ્સ'ની રમતની લાકડાની નવ ખીંટીઓમાંની એક. [બ૦ વ૦માં] નવ ખીંટીની રમત. ઉ૦ ક્રિ૦ 'સ્કિટલ્સ'ની રમત રમવી, ફ્રડાવતી ખીંટીઓ ગબડાવી દેવી; [ક્રિકેટ] બૅટધારીઓને ઉપરાઉપરી એક પછી એક બાદ કરવા.

skive (સ્કાઇવ), ઉ૦ ક્રિ૦ [વિ૦ બો૦] (ફરજ) ટાળવી.

ski'vvy (સ્કિવિ), ના૦ [વાત૦; અનાદર.] કામવાળી, ચાકરડી.

sku'a (સ્કયૂઅ), ના૦ એક મોટું લુટારુ દરિયાઈ પક્ષી.

skuldu'ggery (સ્કલ્ડગરિ), ના૦ છળ-કપટ, છેતરપિંડી, બેઈમાની.

skulk (સ્કલ્ક), અ૦ ક્રિ૦ ભરાઈ બેસવું, સંતાવું, બીકથી જોખમ કે ફરજ ટાળવા માટે કે બૂરા કામ માટે ગુપ્ત હાલચાલ કરવી.

skull (સ્કલ), ના૦ ખોપરી; માથાનાં હાડકાંનું માળખું; માથું, ભેજું. **~-cap**, માથે ચુસ્ત બેસતી ટોપી.

skunk (સ્કંક), ના૦ અમેરિકાનું નોળિયા જેવું એક પ્રાણી, જેના પર હુમલો થતાં તે

એક ગંધાતું પ્રવાહી બહાર ફેંકે છે; [વિ૦ બો૦] ગંધાતો – પાજી – માણસ.

sky (સ્કાઇ), ના૦ આકાશ, અવકાશ. સ૦ ક્રિ૦ દડાને ખૂબ ઊંચે જાય તેમ મારવો. **~-blue**, વાદળી રંગ(નું). **~-diving**, છેક છેલ્લી સુરક્ષિત ઘડીએ હવાઈ છત્રી ઊઘડે તેવી રીતે વિમાનમાંથી કૂદકો મારી ઊતરવું. **~jack**, [વિ૦બો૦] વિમાનનું અપહરણ કરવું. **~lark**, ચંડોળ પક્ષી. (અ૦ ક્રિ૦) અડપલાં કરવાં, ઠઠ્ઠા મશ્કરી કરવી. **~ light**, છાપરામાંની બારી. **~line**, આકાશની પાર્શ્વભૂમિ પર દેખાતી જમીન, મકાન, ઇ૦ની રેખા – શોભા. **~-rocket**, ઊંચે આકાશમાં જઈને ફૂટતી હવાઈ. અ૦ ક્રિ૦ સીધું ઊંચે જવું – ઊડવું. **~-scraper**, ગગનચુંબી ઇમારત. **~-writing**, વિમાનની પાછળ ધુમાડાના લિસોટા પાડી ઊકલે એવું લખાણ (કરવું તે).

Skye (સ્કાઇ), ના૦. **~ (terrier)**, ટૂંકા પગ અને લાંબા વાળવાળા સ્કૉટલન્ડના એક કૂતરાની જાત.

slab (સ્લૅબ), ના૦ શિલા, પથ્થર અથવા બીજા નક્કર પદાર્થની છાટ; કેકનો ચપટો મોટો ટુકડો, ચૉકલેટનું ચોસલું, ઇ૦.

slack[1] (સ્લૅક), વિ૦ આળસુ, એદી; ઉત્સાહ, દૃઢતા કે પ્રવૃત્તિ વિનાનું; ઢીલું, શિથિલ; ગાફેલ, બેદરકાર; નહિ ભરતી કે નહિ ઓટવાળું. ના૦ મંદીનો કાળ. દોરડા ઇ૦નો ઢીલો ભાગ; [વાત.] નિષ્ક્રિયતાનો ગાળો; [બ૦ વ૦માં] ઢીલો લેંઘો – પાયજામો. ઉ૦ ક્રિ૦ ઢીલું – શિથિલ – કરવું – થવું; [વાત૦] આરામ કરવો – લેવો, આળસ કરવું. **~ (off)**, ઢીલું – શિથિલ – કરવું; નબળું પડવું – પાડવું.

slack[2], ના૦ બહુ નાનો કોલસો; કોલસાની ભૂકી.

sla'cken (સ્લૅકન), ઉ૦ક્રિ૦ ઢીલું–શિથિલ–મંદ – બનાવવું અથવા થવું; જોમ ઘટાડવું – ઘટવું.

sla'cker (સ્લૅકર), ના૦ કામચોર, આળસુનો પીર.

slag (સ્લૅગ), ના૦ ખનિજમાંથી ધાતુ ગાળતાં નીકળેલો કચરો, કીટો; જ્વાળામુખીનો લાવારસ. **~-heap** ખાણમાંથી નીકળેલા કીટાનો ટેકરો.

slain (સ્લેન), **slay**નું ભૂ૦ કૃ૦.

slake (સ્લેક), સ૦ ક્રિ૦ (તરસ ઇ૦) છિપાવવી; ચૂના પર પાણી નાખી તેને ગરમ કરી તેનો ભૂકો કરવો.

sla'lom (સ્લાલમ), ના૦ પહાડ પરથી નીચે વાંકાચૂંકા રસ્તા પરથી સાંતરાય દોડ.

slam[1] (સ્લૅમ), ઉ૦ ક્રિ૦ ધડાક દઈને જોરથી બંધ કરવું – ફેંકવું – દબાવી દેવું; [વિ૦ બો૦] -ની સખત ટીકા કરવી. ના૦ બારણું પછાડવાનો – વસ્તુ પટકવાનો – અવાજ.

slam[2], ના૦ પત્તાં ઇ૦ની રમતમાં બધા હાથ કરવા તે (**grand ~**), એક છોડીને બધા કરવા તે (**little ~**). **grand ~**, રમતગમતની હરીફાઈમાં કોઈ જૂથ કે માળાની બધી રમતોમાં વિજય મેળવવો તે.

sla'nder (સ્લાન્ડર), ના૦ અને સ૦ ક્રિ૦ બદગોઈ, નિંદા, બદનક્ષી (કરવી). **sla'nderous** (-રસ), વિ૦.

slang (સ્લૅંગ), ના૦ રોજિંદી વાતચીતમાં વપરાતો પણ અધિકૃત શિષ્ટ (અંગ્રેજી) ભાષાનો ન ગણાતો શબ્દપ્રયોગ; કોઈ વિશિષ્ટ વર્ગ કે વ્યવસાયની ભાષા – શબ્દ(પ્રયોગ). ઉ૦ ક્રિ૦ -ને ઉદ્દેશીને અપશબ્દ ઉચ્ચારવા, ગાળો દેવી. **slang'ing-match**, લાંબા વખત સુધી ચાલતી સામસામી ગાળાગાળી.

sla'ngy (સ્લૅંગિ), વિ૦ વિશિષ્ટ બોલી જેવું – વાળું, અશિષ્ટ પ્રયોગવાળું.

slant (સ્લાન્ટ), ઉ૦ ક્રિ૦ ત્રાંસું મૂકવું અથવા હોવું, નમતું – ઢાળવાળું – કરવું – હોવું; ગેરવાજબી રીતે કે પક્ષપાતપૂર્વક સમાચાર આપવા. ના૦ ઢોળાવ, ઝુકાવ; પક્ષપાતી–પૂર્વગ્રહદૂષિત–રજૂઆત; પૂર્વગ્રહ.

sla'ntwise (સ્લાન્ટવાઇઝ઼), ક્રિ૦ વિ૦ ત્રાંસામાં, તિરકસ.

slap (સ્લૅપ), ઉ૦ ક્રિ૦ થપાટ કે તમાચો મારવો; જોરથી પટકવું; ઉતાવળથી અથવા

બેદરકારપણે મૂકવું. ના૦ તમાચો, લાફો, કે તેનો અવાજ. **~dash**, ઉતાવળિયું, બેદરકાર. **~-happy**, મોજીલું અને લહેરી. **~stick**, ઠાઠાઠીઠીવાળું નાટક, ભવાઈ, તમાશો. **~-up**, [વિ૰ બો૰] ખર્ચની પરવા વગર કરેલું.

slash (સ્લૅશ), ઉ૰ ક્રિ૰ તીક્ષ્ણ શસ્ત્ર અથવા હથિયારનો ફટકો મારવો – મારીને કાપી નાખવું; –માં ચીરો કાપ – મૂકવો; ચાબુક ફટકારવો; (કિંમતો ઇ૰)માં ભારે કાપ મૂકવો, ધરખમ ઘટાડો કરવો; સખત ટીકા કરવી. ના૦ તલવાર, છરો, ઇ૰ વતી પાડેલો કાપો – કરેલો જખમ – લાંબો અને ઊંડો ઘા.

slat (સ્લૅટ), ના૦ ચીપ, લાકડા કે ધાતુની સાંકડી લાંબી ચપટી પટ્ટી (બારી, પલંગ, ઇ૰માં વપરાતી).

slate (સ્લેટ), ના૦ જેની પાતળી સપાટ ચીપો નીકળતી હોય એવો આસમાની રંગનો ખડક, સ્લેટ, છાપરા પર જડવા માટે તેની ઉતારેલી લાટ, લખવાની પાટી, સ્લેટ. **on the ~**, ઉધાર, ખાતામાં ઉધારેલું – નોંધેલું. સ૰ ક્રિ૰ છાપરે સ્લેટનાં પાટિયાં જડવાં; [વાત૰] સખત ટીકા કરવી; [અમે૰] કોઈ રમત કે કાર્યક્રમ માટે વ્યવસ્થા કરવી; હોદ્દા પર નિમણૂક કરવી. **~-pencil**, સ્લેટ પર લખવાની પેન. **sla'ty** (સ્લેટિ), વિ૰.

sla'ttern (સ્લૅટર્ન), ના૦ ગંધાતી – ફૂવડ – સ્ત્રી. **sla'tternly** (-ટર્ન્લિ), વિ૰.

slau'ghter (સ્લૉટર), ના૦ ખાવા માટે પ્રાણી(ઓ)નો વધ; કતલ, કાપાકાપી, સંહાર. સ૰ક્રિ૰ મોટા પાયા પર કતલ-કાપ કાપી-કરવી; ખોરાક માટે પ્રાણીને મારી નાખવું. **~house**, કતલખાનું, કસાઈખાનું.

Slav (સ્લાવ), વિ૰ અને ના૦ પૂર્વ અને મધ્ય યુરોપની કોઈ પ્રજાનું (માણસ), સ્લાવ.

slave (સ્લેવ), ના૦ ગુલામ, દાસ; વૈતરો; કોઈ વ્યસન, શક્તિ કે આવેગને પૂરેપૂરો વશ થયેલો માણસ. અ૰ક્રિ૰ ગુલામની પેઠે વૈતરું કરવું–સખત મહેનત કરવી. **~-driver**, ગુલામોનો મુકાદમ; સખત કામ લેનાર–કરાવનાર. **~-trade**, ગુલામોનો વેપાર.

sla'ver[1] (સ્લેવર), ના૦ ગુલામોનો વેપાર કરનાર વહાણ કે વ્યક્તિ.

sla'ver[2] (સ્લેવર), ના૦ મોઢામાંથી નીકળતી લાળ. ઉ૰ક્રિ૰ મોઢામાંથી લાળ વહેવી–કાઢવી.

sla'very (સ્લેવરિ), ના૦ ગુલામી(ની દશા); વૈતરું; ગુલામીની પ્રથા.

sla'vish (સ્લેવિશ), વિ૰ ગુલામીની વૃત્તિવાળું, પામર; ખુશામતિયું, હાજી હા કરનારું; સ્વત્વહીન, મૌલિકતા વિનાનું.

Slavo'nic (સ્લવૉનિક), વિ૰ અને ના૦ સ્લાવ લોકોનું (-ની ભાષા જેમાં રશિયન અને પોલિશનો પણ સમાવેશ થાય છે.)

slay (સ્લે), સ૰ક્રિ૰ [**slew**; **slain**] મારી નાખવું.

slea'zy (સ્લીઝિ), વિ૰ ફૂવડ; તકલાદી; ગંદું, ગંધાતું.

sledge[1] (સ્લે'જ), **sled** (સ્લે'ડ), ના૦ પૈડાંને બદલે લાંબી ને સાંકડી ચીપો જડેલી બરફ પર ચલાવવાની ગાડી. ઉ૰ક્રિ૰ એવી ગાડીમાં જવું–લઈ જવું.

sledge[2], ના૦ **~(-hammer)**, લુહારનો મોટો હથોડો, ઘણ.

sleek (સ્લીક), વિ૰ (વાળ, ચામડી, ઇ૰ અંગે) લીસું, સુંવાળું અને ચળકતું; તાજુંમાજું કે હૃષ્ટપુષ્ટ અને સુખી દેખાતું. સ૰ક્રિ૰ તાજુંમાજું-સુંવાળું–બનાવવું.

sleep (સ્લીપ), ના૦ ઊંઘ, નિદ્રા; તેનો અવધિ; અમુક પ્રાણીઓની મોસમ પરત્વે વિ૰ક૰ શિયાળામાં નિદ્રિત–નિષ્ક્રિય–અવસ્થા. ઉ૰ક્રિ૰ [**slept**] ઊંઘવું, ઊંઘમાં હોવું; સૂતેલું-નિષ્ક્રિય-હોવું; મરી જવું; ઊંઘમાં (વખત) ગાળવો–વિતાવવો; રાતવાસો કરવો; -ને સુવાની–રાતવાસાની–સગવડ આપવી; -ની સાથેસાથે સૂવું–સંભોગ કરવો (**with, together**). **~-walker**, **~-walking**, ઊંઘમાં ચાલનાર કે બીજી કોઈ પ્રવૃત્તિ કરનાર (વ્યક્તિ)–ચાલવું કે બીજી કોઈ પ્રવૃત્તિ

કરવી તે. **sleeping-bag,** ખુલ્લામાં સૂવા માટે હૂંફાળો કોથળો. **sleeping-car, -carriage,** આગગાડીનો સૂવાનો ડબો. **sleeping-partner,** પેઢીની વ્યવસ્થા કે સંચાલનમાં જેનો ભાગ નથી હોતો એવો મૂડી રોકનાર ભાગીદાર.

slee'per (સ્લીપર), ના૦ ઊંઘતું માણસ; રેલના પાટા નીચે મુકાતો પાટડો–સલેપાટ.

slee'py (સ્લીપિ), વિ૦ ઊંઘે ઘેરાયેલું, ઊંઘરેટું, નિદ્રાવશ; ઊંઘણશી, એદી; સૂમસામ, નિઃસ્તબ્ધ; (ફળ વિ૦ક૦ 'પિયર' અંગે) ઊતરી ગયેલું.

sleet (સ્લીટ), ના૦ બરફ કે કરા સાથેનો વરસાદ, વરસાદ સાથે બરફ. અ૦ક્રિ૦ **it ~s,** બરફ સાથે કરાનો વરસાદ વરસે છે. **slee'ty** (સ્લીટિ), વિ૦.

sleeve (સ્લીવ), ના૦ કપડાની બાંય, બાંય જેવો ભાગ; દાંડા કે ત્રાક ઉપર બેસતી ખોળી કે નળાકાર; ગ્રામોફોન પ્લેટની કોથળી. **up one's ~,** [લા.] છૂપું પણ ગમે ત્યારે વાપરવા માટે તૈયાર. **~-note,** રેકર્ડની કોથળી પર વર્ણનાત્મક લખાણ.

sleigh (સ્લે), ના૦ વિ૦ક૦ ઘોડા વતી ખેંચાનારી બરફ પરની ગાડી. અ૦ક્રિ૦ એવી ગાડી હાંકવી – ગાડીમાં ફરવું. **~--bell,** બરફગાડીના ઘોડાના સાજમાં બાંધેલી ઘંટડીઓમાંની એક.

sleight (સ્લેટ), ના૦ હોશિયારી, કરામત, **~(-of-hand),** હાથચાલાકી; નજર ચોરવીને કરવાનો–નજરબંધીનો–ખેલ.

sle'nder (સ્લે'ન્ડર), વિ૦ પાતળું, બારીક; એકવડા બાંધાનું; જૂજ, લગાર, થોડું.

slept (સ્લેપ્ટ), **sleep** નો ભૂ૦કા૦ તથા ભૂ૦કૃ૦.

sleuth (સ્લૂથ), ના૦ છૂપી પોલીસનો માણસ. **~-hound,** ગંધ પરથી ભાળ કાઢનાર કૂતરો.

slew[1], slue, (સ્લૂ), ઉ૦ક્રિ૦ એક દિશામાંથી બીજી દિશામાં વળવું–ફરવું. ના૦ એવી રીતે વળવું તે.

slew[2], slay નો ભૂ૦કા૦.

slice (સ્લાઇસ), ના૦ છરીથી કાપેલો (રોટી, માંસ, ઇ૦નો) પાતળો પહોળો ટુકડો; ભાગ, હિસ્સો; ચીરી પાડે એવો કાપો; રાંધવામાં કે પીરસવામાં વપરાતો તવેથો, કલથો, ઇ૦. ઉ૦ક્રિ૦ -ની ચીરીઓ કરવી, ટુકડો કાપી લેવો, કાપી નાખવું; સહેલાઈથી અથવા સફાઈથી કાપવું; પોતાનાથી દૂર જાય તેમ ફટકો મારવો.

slick (સ્લિક), વિ૦ [વાત.] હોશિયાર, કુશળ, ઝડપી, ચાલાક, સફાઈદાર, સરળ, સાંભળતાં કે દીઠે ખરું લાગે એવું. સ૦ક્રિ૦ સુંવાળું કે ચમકતું કરવું. ના૦ પાણી ઉપર તેલનો સ્તર.

slide (સ્લાઇડ), ઉ૦ક્રિ૦ [**slid**] ઉપરથી સરકવું – સરકાવવું; ઘર્ષણ વિના, ધીમે ધીમે શાંતિથી--ખસવું – જવું, સ્કેટ પહેર્યા વિનાં પગે બરફ પર સરકતા કે લપસતા જવું, પોતાને માર્ગે ફાવે તેમ જવું. **let things ~,** એમ ને એમ જવા કે ચાલવા દેવું, -ની તરફ ધ્યાન ન આપવું. **~** ના૦ સરકવું કે સરકાવવું તે; સરકતા જવાનો માર્ગ, વિ૦ક૦ બરફ પર; લપસણું જેના પર થઈ માણસ કે વસ્તુ લપસતાં જઈ શકે; યંત્ર કે સાધનનો સરકતો ભાગ; સૂક્ષ્મદર્શક નીચે વસ્તુ મૂકવા માટેની કાચની પટ્ટી, સ્લાઇડ; પડદા પર જોવા માટે પ્રોજેક્ટર(ચિત્રક્ષેપક)-માં મૂકેલું ચોકઠામાં બેસાડેલું ચિત્ર. **~--rule,** સરવાળા, બાદબાકી ઇ૦ ગણિતની પ્રક્રિયાઓ આપોઆપ કરી શકાય એવી સરક-પટ્ટી. **sliding scale,** એકમાં વધઘટ થતાં તેના પર આધાર રાખનારી બીજી વસ્તુઓમાં થતા ફેરફાર જેના પરથી આપોઆપ જણાય એવું (માપવાનું) સાધન.

slight (સ્લાઇટ), વિ૦ પાતળું, બારીક, જરા, લગીર; જરા નાજુક અથવા નબળું; નાનકડું, અલ્પ, અપૂર્ણ; બિનમહત્ત્વનું, નજીવું, તુચ્છ. સ૦ક્રિ૦ અનાદર – અવગણના – કરવી, ઉપેક્ષા કરવી, તુચ્છ ગણવું. ના૦ અવગણના, ઉપેક્ષા, (કરવી કે થવી તે).

sli'ghtly (સ્લાઇટ્લિ), ક્રિ૦ વિ૦ જરાક, થોડુંક જ.

slim (સ્લિમ), વિ૦ પાતળું, જાડું કે બહુ

વજનવાળું નહિ; ચાલાક, કાવતરાબાજ. ઉ૦ ક્રિ૦ પાતળા થવું – કરવું, વિ૦ ક૦ ખોરાકનું નિયમન કરીને.

slime (સ્લાઇમ), ના૦ કશાકમાંથી ઝરતો અથવા નીકળતો ચીકણો પદાર્થ.

sli'my (સ્લાઇમિ), વિ૦ ઝરતા ચીકણા પદાર્થનું –ના જેવું -થી ખરડાયેલું કે ઢંકાયેલું; નીચ, નફરત છૂટે એવું; નફરત છૂટે એવી રીતે ખુશામત કરનારું.

sling[1] (સ્લિંગ), ના૦ ઝોળી, પટો (ઉપાડવા કે ટેકો આપવા માટેનો); ગોફણ. સ૦ ક્રિ૦ [**slung**] ફેંકવું, ગોફણવતી ફેંકવું – નાખવું; પટા કે ઝોળી વતી લટકાવવું; લટકવું–ઝૂલવું – રાખવું. **~-back**, એડીની પાછળથી પટાવડે બાંધેલો જોડો – પગરખું. **~ one's hook**, [વિ૦ બો૦] નાસી જવું.

sling[2], ના૦ ખાંડ નાખેલું મદ્ય, વિ૦ ક૦ જિન અને પાણી.

slink (સ્લિંક), અ૦ ક્રિ૦ [**slunk**] ચોરી ચૂપકીથી, છાનામાના, લપાતા છુપાતા, જવું.

sli'nky (સ્લિંકિ), વિ૦ નજરચોર, નમણું; (કપડા અંગે) ચુસ્ત અને અંગોના વળાંકો કે મરોડો દાખવતું.

slip[1] (સ્લિપ), ઉ૦ ક્રિ૦ અચાનક લપસી જવું, લપસવું; લપસી જઈને આધાર કે સમતુલા ગુમાવવી; અજાણતાં ભૂલ કરવી; કોઈ જુએ નહિ એવી રીતે – ચૂપચાપ – જતા રહેવું, સહેલાઈથી જવું, વિ૦ ક૦ સરકતાં જવું, સરકતું જાય તેમ કરવું; સહેલાઈથી કે બેપરવાઈથી કપડાં ચડાવવાં – ઉતારવાં – સરકાવવાં; જવા દેવું, કાબૂ કે પકડ છોડી દેવી; -માંથી નાસી જવું, છટકી જવું, હાથતાલી આપવી; કથળતાં જવું, બગડતું જવું. ના૦ લપસી જવું તે; સરકવું તે, સરકવાની ગતિ; અજાણતાં કરેલી ભૂલ, નજરચૂક; દુર્વર્તન; સ્ત્રીનું અંદરથી પહેરવાનું વસ્ત્ર, ઘાઘરો; ઉશીકા ઇ૦નો ગલેફ; માટીના વાસણ પર ચડાવવા કે ભાત પાડવા માટે પલાળેલી ઝીણી વાટેલી ચીકણી માટી; હોડીઓ જમીન પર ઉતારવાની તથા વહાણના બાંધકામ કે સમારકામની દરિયાકાંઠાની ઢોળાવવાળી જગ્યા; [ક્રિકેટ] બૅટધારીની સામેની બાજુએ દાંડિયાના પાછલા ભાગમાં ઊભેલો ક્ષેત્રપાલ, [બ૦ વ૦માં] ક્ષેત્રનો એ ભાગ; **give (person) the ~**, કોઈને હાથતાલી આપવી. **~-knot**, સરકગાંઠ, દોરડું સરકાવવાની ફાંસાની ગાંઠ. **~-on**, ઝટ પહેરી શકાય એવું વસ્ત્ર. **~-over**, વિ૦ ક૦ માથા પરથી ઝટ સરકાવી પહેરવાનું બાંય વિનાનું વસ્ત્ર. **~-road**, ધોરી રસ્તા પર આવવાનો કે તે છોડવાનો નાનો રસ્તો. **~--stream**, પંખાથી પાછળ ધકેલાતો હવા કે પાણીનો પ્રવાહ, **~way**, વહાણ બાંધવાની કે હોડીઓ જમીન પર ઉતારવાની ઢાળવાળી જગ્યા.

slip[2], ના૦ પાતળું પાટિયું, કાગળ, ઇ૦ની લાંબી પટ્ટી, કાપલી, ચબરખી; રોપવા માટે કે કલમ કરવા કાપેલી ડાળ.

sli'pper (સ્લિપર), ના૦ [બ૦ વ૦માં] ઝટ કઢાય ઘલાય એવા ઘરમાં પહેરવાના જોડા, સપાટો. **~-bath**, જાહેર સ્નાનગૃહ.

sli'ppery (સ્લિપરિ), વિ૦ લપસી પડાય એવું, લપસણું, લીસું, પકડી રાખવું – પકડવું–મુશ્કેલ; જેના પર સ્થિર ન રહેવાય એવું; છટકી જનારું–જાય એવું; અવિશ્વસનીય; કપટી, યુક્તિબાજ.

sli'ppy (સ્લિપિ), વિ૦ [વાત.]=**slippery**. **look ~**, ઉતાવળ કરવી.

sli'pshod (સ્લિપ્શૉડ), વિ૦ અવ્યવસ્થિત, બેદરકાર, ઢંગધડા વિનાનું, એડી આગળ ઘસાયેલા – ઢીલા – જોડા પહેરેલું.

slit (સ્લિટ), ઉ૦ ક્રિ૦ [**slit**] -માં લાંબો કાપો – ચીરો – પાડવો; લાંબી પટ્ટીઓ – કાપલીઓ – કાપવી. ના૦ લાંબો કાપો-ચીરો, ફાટ, લાંબું સાંકડું કાણું.

sli'ther (સ્લિધર), અ૦ ક્રિ૦ ઢાળ પરથી લપસતાં લપસતાં–સરકતાં સરકતાં – જવું, લથડિયાં ખાતાં લપસવું. **sli'thery** (-ધરિ), વિ૦.

sli'ver (સ્લિવર), ના૦ લાકડાની ફાડ, ચીપ; નાનો સાંકડો કટકો – ચીરી. ઉ૦ ક્રિ૦ કાપીને કે ચીરીને નાના કટકા-ચીરીઓ–કરવી.

slob (સ્લૉબ), ના૦ [વાત.] મૂર્ખ, બેદરકાર, અથવા જંગલી અશિષ્ટ માણસ.

slo'bber (સ્લૉબર), ઉ૦ ક્રિ૦ અને ના૦ લાળ (ટપકવી – પાડવી); બકબક – ખુશામત–(કરવી); વેવલાપણું(કરવું). **slo'bbery** (-અરિ), ના૦.

sloe (સ્લો), ના૦ 'બ્લૅકથૉર્ન' નામનું એક ઝાડવું કે તેનું નાનું જાંબુડિયા રંગનું ફળ.

slog (સ્લૉગ), ઉ૦ ક્રિ૦ મુષ્ટિયુદ્ધ કે ક્રિકેટમાં આંખ મીંચીને સખત ફટકો મારવો; મંડ્યા રહીને કામ કરવું – ચાલવું. ના૦ બરાબર જોયા કર્યા વિનાનો મારેલો સખત ફટકો; ચીવટપૂર્વક કરેલું સખત કામ, તેની અવધિ.

slo'gan (સ્લોગન), ના૦ જાહેરાત ઇ૦નો સહેજે પકડી શકાય એવો ટૂંકો શબ્દપ્રયોગ, રાજકીય પક્ષનો પોકાર; વરદીનો શબ્દ.

sloop (સ્લૂપ), ના૦ એક ડોળકાઠી અને એક સઢવાળું નાનું વહાણ.

slop (સ્લૉપ), ઉ૦ ક્રિ૦ ઢોળવું, ઢોળાવા દેવું; ઊભરાવું, ઊભરાઈ જવા દેવું; કશાક ઉપર પ્રવાહીની છાલક મારવી. ના૦ ઢોળાયેલું પ્રવાહી, છાલક; [બ૦ વ૦માં] ખાળનું ગંદું પાણી, રસોડાનો એંઠવાડ; રાતનાં કૂડામાં ભેગા થયેલા મળમૂત્ર; [એક વ૦ અથવા બ૦ વ૦માં] ભૂખ ઉઘાડે નહિ એવું પ્રવાહી. **~-basin, -bowl,** ચાકૉફીનો તળિયે બેઠેલો ગાળ નાખી દેવાનું વાસણ.

slope (સ્લોપ), ના૦ ઢાળ–ઢોળાવ–(વાળી જમીન), ઢાળવાળો રસ્તો કે સપાટી. ઉ૦ ક્રિ૦ ઢાળવાળું હોવું, ઢાળ દાખવવો; ઢાળવાળું કરવું. ઢળતું–ત્રાંસું–હોવું. **~ off,** [વિ૦ બો૦] જતા રહેવું, વિ૦ ક૦ કામ ટાળવા માટે.

slo'ppy (સ્લૉપિ), વિ૦ ભીનું થયેલું, કીચડકાદવથી ખરડાયેલું, ખાબોચિયાંવાળું; ગંદું, ગંદા પાણીવાળું; અવ્યવસ્થિત બેપરવા; (વસ્ત્ર અંગે) ઘાટ કે માપ વગરનું, ઢંગધડા વિનાનું; વેવલું, શેતલ.

slosh (સ્લૉશ), ના૦ કીચડ, ગાળ; પાણી કે કાદવના છાંટા ઉડાડવા તે, તેનો અવાજ; [વિ૦ બો૦] સખત ફટકો. ઉ૦ ક્રિ૦ પાણી–કાદવ છાંટા ઉડાડવા, પાણીમાં તરફડિયાં મારવા – હાથપગ પછાડવા; [વાત.] બહાર ઢોળાય તેમ રેડવું; [વિ૦ બો૦] સખત ફટકો મારવો. [ભૂ૦ કૃ૦] પીધેલ.

slot (સ્લૉટ), ના૦ કાણું, છેદ, ખાંચો, ખોભણ; કોઈ વ્યવસ્થામાં નિયત કરેલી–નીમી આપેલી – જગ્યા. સ૦ ક્રિ૦ -માં ખાંચો (ખાંચા)-ખોભણ(-ણો)–પાડવી; ખોભણ, કાણું, ઇ૦માં મૂકવું–બેસાડવું–બેસવું. **~-machine,** કાણામાં નાણું નાખી તિકિટ વગેરે લેવાનું કે 'જનાત્મક કાર્યક્રમ જોવાનું યંત્ર.

sloth (સ્લોથ), ના૦ આળસ, સુસ્તી, એદીપણું; દક્ષિણ અમેરિકાનું રીંછ જેવું એક મંદ ગતિવાળું પ્રાણી.

slo'thful (સ્લોથ્ ફુલ), વિ૦ આળસુ, એદી.

slouch (સ્લાઉચ), ના૦ નીચી ડોક ઘાલી શરીરને ઢીલું મૂકી બેસવું–ચાલવું–ઊભા રહેવું–તે; ટોપીની કોર નીચી ઢળતી હોવી તે; [વિ૦ બો૦] અણઘડ અથવા કઢંગી રીતે કામ કરનાર. ઉ૦ ક્રિ૦ નીચી ડોક ઘાલી કઢંગી રીતે બેસવું – ચાલવું – ઊભા રહેવું. **~hat,** લવચીક પહોળી કોરવાળી ટોપી.

slough[1] (સ્લાઉ), ના૦ ઊંડા કાદવ કે કાંપવાળી જગ્યા, કળણ, **S~of Despond,** સાવ નિરાશા અને નિરુત્સાહની સ્થિતિ.

slough[2], (સ્લફ), ના૦ સાપની ઉતારેલી કાંચળી, શરીર પરથી ખરેલી કે ખરી જતી ચામડી. ઉ૦ ક્રિ૦ કાંચળીની જેમ ઉતારવી –ખરી જવી.

slo'ven (સ્લવન), વિ૦ મેલું, ગંદું અને બેદરકાર, અવ્યવસ્થિત (પણે કામ કરનારું).

slow (સ્લો), વિ૦ ધીમું, મંદ; કામ કરવામાં, ચાલવામાં, ધીમું; મંદબુદ્ધિ, જડસુ, મૂર્ખ; કંટાળાભરેલું; ધીમે ધીમે થતું, પાછળ રહેનારું; ધીમા તાપવાળું, (તાપ અંગે) ધીમો; કશું કરવા નામરજીવાળું; (ઘડિયાળ અંગે) પાછળ પડનારું – પડેલું. ક્રિ૦ વિ૦ ધીમેથી. ઉ૦ ક્રિ૦ ~ (**down, up**), વેગ – ઝડપ – ઓછી કરવી, મંદ ગતિથી જવું; ધીમી ગતિથી ચલાવવું. **~coach,** ધીમો અથવા એદી માણસ. **~ motion,** વાસ્તવિકપણે ક્રિયા જે ઝડપે

થઈ હોય તેના કરતાં ધીમી દેખાતી ચિત્ર-પટની ગતિ; પ્રત્યક્ષ રજૂઆતમાં-ક્રિયામાં-તેની નકલ.

slow-worm (સ્લોવર્મ), ના૦ પગ વિનાનો પેટે ચાલતો કાચિંડો

sludge (સ્લજ), ના૦ જાડો ચીકણો કાદવ; મોરી કે ગટરનો ગાળ; તળે બેઠેલો કાદવનો થર. **slu'dgy** (-જિ), વિ૦.

slue (સ્લૂ), અ૦ ક્રિ૦ પોતાની આસપાસ ફરવું, મોઢું ફેરવવું.

slug[1] (સ્લગ), ના૦ બગીચામાં વનસ્પતિને નુકસાન કરનારું ગોકળગાય જેવું કવચ-વિનાનું એક પ્રાણી; બંદૂકની ચોક્કસ આકાર વિનાની ગોળી; હવામાં ફોડવાની બંદૂકની ગોળી; [મુદ્રણ] આખી લીટીનું બીબું; [અમે.] દારૂનો ઘૂંટડો.

slug[2], ઉ૦ ક્રિ૦ સખત ફટકો મારવો, જોરથી મારવું.

slu'ggard (સ્લગર્ડ), ના૦ આળસુનો પીર.

slu'ggish (સ્લગિશ), વિ૦ મંદ, નિષ્ક્રિય, જડ, ધીમી ગતિવાળું.

sluice (સ્લૂસ), ના૦ **~(-gate)**, પાણીનો પ્રવાહ કે સપાટીનું નિયમન કરવાનો સરકતો દરવાજો કે બીજી કોઈ તરકીબ-પડદો; એ દરવાજા ઉપરનું કે નીચેનું કે તેમાંથી બહાર પડતું પાણી; કૃત્રિમ નહેર, નીક; પાણીવતી વીછળવાની-ધોઈ કાઢવાની-જગ્યા. ઉ૦ ક્રિ૦ પાણી માટે દરવાજા મૂકવા તેમાંથી આવતા પાણીથી ધોવું-પાણીથી વીછળવું; ઉપર છૂટથી પાણી રેડવું.

slum (સ્લમ), ના૦ શહેરની ગીચ વસ્તી અને ગંદકીવાળો-ઝૂંપડપટ્ટીવાળો-ભાગ. અ૦ ક્રિ૦ ગંદી હલકી વસ્તીમાં જવું, વિ૦ ક૦ મોજ ખાતર; ઝૂંપડપટ્ટીના માણસની જેમ વર્તવું. **slu'mmy** (-મિ), વિ૦.

slu'mber (સ્લમ્બર), ના૦ અને ઉ૦ ક્રિ૦ ઊંઘ(લેવી, ઊંઘવું). **slu'mb(e)rous** (સ્લમ્બ્રસ,-બરસ), વિ૦.

slump (સ્લમ્પ), ના૦ વેપારમાં અચાનક ભારે મંદી, ઉપાડમાં ઘટાડો, ભાવ સતત નીચે જવા તે. અ૦ ક્રિ૦ વેપારમાં મંદી આવવી, ભાવ ઊતરી જવા, માગ ઓછી થવી; એકદમ બેસી પડવું, ઢગલો થઈ ને પડવું.

slung (સ્લંગ), **sling** નો ભૂ૦ કા૦ તથા ભૂ૦ કૃ૦.

slunk (સ્લંક), **slink** નો ભૂ૦કા૦ તથા ભૂ૦કૃ૦.

slur (સ્લર), ઉ૦ ક્રિ૦ શબ્દો, સૂરો, ઇ૦ને એક બીજામાં પેસી કે ભળી જાય એવી રીતે લખવા કે ઉચ્ચારવા; વ્યક્તિ કે તેના ચારિત્ર્યને કલંક લગાડવો; હળવે રહીને અથવા છુપાવવાના આશયથી ઉપરથી પસાર થવું. ના૦ દોષ કે લાંછન (લગાડવું તે); નામોશી; અસ્પષ્ટ ઉચ્ચાર (કરવો તે); [સં.] જેનો ઉચ્ચાર ઝડપથી અસ્પષ્ટ રીતે કરવાનો હોય તે સૂર પર કરેલી નિશાની (⌒ અથવા ◡).

slurp (સ્લર્પ), સ૦ક્રિ૦ [વાત.] ખૂબ અવાજ સાથે ખાવું કે પીવું, સબડકા મારવા.

slu'rry (સ્લરિ) ના૦ પાણી નાંખીને પાતળો બનાવેલો સીમેન્ટ, કાદવ, ઇ૦.

slush (સ્લશ), ના૦ અડધો પીગળેલો બરફ; પાણીવાળો કાદવ; વેવલાપણું. **~ fund**, અમલદારોને લાંચ આપવા વપરાતા પૈસા. **slu'shy** (-શિ), વિ૦.

slut (સ્લટ), ના૦ ફૂવડ નાર, ગંધાતી સ્રી. **slu'ttish** (-ટિશ), વિ૦.

sly (સ્લાઇ), વિ૦ કાવતરાબાજ, લુચ્ચું; ગોપનશીલ, ખંધું; અપ્રામાણિક; ઝટ છેતરાય નહિ એવું; પ્રચ્છન્ન સૂચનવાળું. **on the ~**, ગુપ્તપણે.

smack[1] (સ્મૅક), ના૦ સ્વાદ, લહેજત; પાસ, સૂચન. અ૦ ક્રિ૦ -નો સ્વાદ હોવો, -નું સૂચન હોવું.

smack[2], ના૦ એક ડોળકાઠીવાળી સઢ-વાળી હોડી.

smack[3], ના૦ લપડાક કે થપ્પડ (નો અવાજ), ચુંબનનો બચકારો. ચાબૂકનો સડાકો. ઉ૦ક્રિ૦ ધોલ-તમાચો-મારવો, કશીક સપાટ વસ્તુથી મારવું; હોઠ બચકારવા, બચકારવું, ક્રિ૦ વિ૦ [વાત.] સડાક દઈ ને.

sma'cker (સ્મૅકર), ના૦ [વિ૦ બો૦] મોટા બચકારા સાથેનું ચુંબન, અવાજ સાથેની ધોલ ઇ૦; [વિ૦ બો૦] એક પાઉન્ડ, [અમે.] એક ડૉલર.

small (સ્મૉલ), વિ૰ નાનું, નાના કદનું, ઓછા મહત્ત્વનું, સંખ્યા ઇ૰માં ઓછું; નાના પાયા પરનું; નજીવું, ક્ષુદ્ર, સાંકડા મનનું. ના૰ નાનો, પાતળો અથવા સાંકડો ભાગ (વિ૰ ક૰ પીઠનો); નાના પાયા પર કરવું તે; [બ૰ વ૰માં, વાત.] ધોવાનાં નાનાં નાનાં કપડાં, વિ૰ ક૰ અંદર પહેરવાનાં. ક્રિ૰ વિ૰ નાના નાના કકડામાં, નાના પાયા પર, ઇ૰. ~ **change**, પરચૂરણ (નાણું). ~'**holding**, ખેતીની નાની જમીન. ~ **hours**, ઉત્તર રાત્રિનો સમય. ~**pox**, શીતળા. ~ **print**, નાના બીબાંમાં છાપેલો મજકૂર, વિ૰ ક૰ કરારની મર્યાદાઓ સૂચવતો. ~ **talk**, પરચૂરણ નજીવાં ગપ્પાં, ગપસપ. ~-**time**, બિન-મહત્ત્વનું, ગૌણ, નજીવું.

smar'my (સ્માર્મિ), વિ૰ [વાત.] અતિખુશામતિયું, મસ્કા મારનારું.

smart (સ્માર્ટ), વિ૰ હોશિયાર, બુદ્ધિમાન, કલ્પક, શીઘ્રબુદ્ધિ; તેજસ્વી અને તાજગીભર્યા દેખાવવાળું; ટાપટીપવાળું; ફૅશનબલ, રુઆબદાર, સમાજમાં આગળ પડતું; ઝડપી, હાજરજવાબી; તીક્ષ્ણ, તીવ્ર, સખત; જોસદાર. અ૰ક્રિ૰ તીવ્ર વેદના–દરદ–થવું, ચણચણવું, બળતરા થવી; દુ:ખ દેવું; મનમાં સાલ્યા કરવું. ના૰ શારીરિક અથવા માનસિક તીવ્ર વેદના–દરદ; બળતરા, ચચણાટ.

smar'ten (સ્માર્ટન), ઉ૰ક્રિ૰ ઝડપી, શીઘ્રબુદ્ધિ, ઇ૰ બનાવવું–થવું. ~ (**up**), '**smart**' કરવું કે થવું, રોફ પડે તેવું કરવું–થવું.

'**smash**' (સ્મૅશ), ઉ૰ક્રિ૰ કકડે કકડા–ચૂરેચૂરા–કરી નાખવા–થવા; પાયમાલ કરવું–થવું; સખત હાર ખવડાવવી; જોરથી નીચે પટકવું–પછાડવું–કશાકની સાથે અથડાવવું; [ટેનિસમાં] દડાને જાળ પરથી નીચે સખત ફટકો મારવો. ના૰ પછાડીને ફોડવાનો–ભાંગવાનો–અવાજ; જોરથી નીચે પડવું–કશાકની સાથે અથડાવું–તે; અણધારી આવેલી આફત, દેવાળું; ટેનિસમાં ન ઉલટાવી શકાય એવો જોરદાર ફટકો. ક્રિ૰વિ૰ ધડાક દઈને. ~-**and-grab**, [વાત.] (લૂંટ અંગે) દુકાનની બારીના કાચ ફોડી તેમાંથી માલ ઉઠાવી જવાની.

sm'ashing (સ્મૅશિંગ), વિ૰ ખૂબ સુંદર, અદ્ભુત.

sma'ttering (સ્મૅટરિંગ), ના૰ કોઈ વિષયનું નજીવું ઉપરછલ્લું જ્ઞાન.

smear (સ્મિઅર), ઉ૰ક્રિ૰ ચીકણી કે ચીકટી વસ્તુ ચોપડવી–લપેડવી; ડાઘો પાડવો, ધબ્બો–કલંક–લગાડવો; ઝાંખું–મલિન–કરવું કે થવું; –ને નામોશી લગાડવી–બદનામ કરવું, તેમ કરવાનો પ્રયત્ન કરવો. ના૰ ચોપડવાથી પડેલો ડાઘ, ધબ્બો, કલંક, ઇ૰; ડાઘ, કલંક, ઇ૰ (લગાડવું તે); સૂક્ષ્મ દર્શકમાં જોવા માટે કાચની પટ્ટી પર કરેલો જોવાની વસ્તુનો લેપ; બદનામ કરવાની કોશિશ. **smear'y** (-રિ), વિ૰.

smell (સ્મે'લ), ના૰ ઘ્રાણેન્દ્રિય; ગંધ; દુર્ગંધ; સૂંઘવું–સૂંઘી જોવું–તે. ઉ૰ક્રિ૰ [**smelt** અથવા **smelled**] સૂંઘવું, સૂંઘવાની શક્તિ હોવી; ગંધ પરથી જાણવું–શોધી કાઢવું; –ની ગંધ આવવી, ગંધાવું; કશાકની તીવ્ર કે ઉગ્ર ગંધવાળું હોવું, બદબોવાળું હોવું. **smell'ing-salts**, બેભાનને ભાન પર લાવવા માટે સુંઘાડવામાં આવતા ઍમોનિયા વગેરે ક્ષારો.

sme'lly (સ્મે'લિ), વિ૰ દુર્ગંધવાળું, ગંધ મારતું.

smelt[1] (સ્મે'લ્ટ), ના૰ એક નાની તેલિયા માંસવાળી ખાદ્ય માછલી.

smelt[2], સ૰ક્રિ૰ કાચી ધાતુ કે ધાતુવાળી માટી ગાળવી–ઓગાળવી, એમ કરીને શુદ્ધ ધાતુ કાઢવી.

smelt[3], **smell** નો ભૂ૰કા૰ તથા ભૂ૰કૃ૰.

smi'lax (સ્માઇલૅક્સ), ના૰ એક વેલો, શોભાની શતાવરીનો વેલો.

smile (સ્માઇલ), ના૰ હસવું–મોં મલકાવવું–તે, હાસ્ય, મલકાટ; પ્રસન્નતા, પ્રસન્ન ચહેરો. ઉ૰ક્રિ૰ હસવું, સ્મિત કરવું, મલકાવું, હસીને (સંમતિ, અસંમતિ, તિરસ્કાર, ઇ૰) દર્શાવવું; પ્રસન્ન દેખાવું.

smirch (સ્મર્ચ), સ૦ક્રિ૦ અને ના૦ ડાઘો (પાડવો), કલંક (લગાડવું).

smirk (સ્મર્ક), ના૦ અને ઉ૦ક્રિ૦ મૂર્ખતાભર્યું-ડોળી-કૃત્રિમ-હાસ્ય (કરવું); ગર્વસૂચક હાસ્ય (કરવું).

smite (સ્માઇટ), ઉ૦ક્રિ૦ [**smote**; **smi'tten**] [પ્રા.] મારવું, ફટકો મારવો, સજા કરવી; હરાવવું; રોગ, પ્રેમ, ઇ૦એ હુમલો કરવો-ચેપ લગાડવો, -નો કબજો લેવો.

smith (સ્મિથ), ના૦ ધાતુ કામ કરનાર, લુહાર; [લા.] અમુક વસ્તુ બનાવનાર, કારીગર.

smitheree'ns (સ્મિધરીન્ઝ઼), ના૦ બ૦વ૦ [વાત.] ભાંગેલા નાના નાના કકડા.

smi'thy (સ્મિધિ), ના૦ લુહાર, સોની, ઇ૦ની દુકાન, ભઠ્ઠી.

smi'tten (સ્મિટન), **smite**નું ભૂ૦કૃ૦.

smock (સ્મૉક), ના૦ ગળા ફરતી ચીણ પાડેલું ભરતકામ કરેલું ઉપરથી પહેરવાનું ખૂલતું અંગરખું. સ૦ક્રિ૦ ચીપો પાડીને શણગારવું.

smo'cking (સ્મૉકિંગ), ના૦ કપડામાં દોરા વતી પાડેલી ચીપો.

smog (સ્મૉગ), ના૦ ધુમાડાવાળું ગાઢું ધુમ્મસ. **smo'ggy** (સ્મૉગિ), વિ૦.

smoke (સ્મોક), ના૦ ધુમાડો; કશાકમાંથી નીકળતો વાયુ, ગૅસ, વરાળ, ધુમાડો; [વિ૦બો૦] સિગાર, સિગરેટ, બીડી; [વાત.] ધૂમ્રપાન. ઉ૦ક્રિ૦ ધુમાડો કે વરાળ બહાર કાઢવી; (ધુમાડિયું, દીવો, ઇ૦ અંગે) ઓરડામાં ધુમાડો ભરી દેવો; ધુમાડા વતી રંગવું-કાળું કરવું, ધુમાડો પાઈને ટકાવી રાખવું, તમાકુ, અફીણ, ઇ૦ પીવી-ફૂંકવી. **~-bomb**, વિસ્ફોટ થતાં બધે ધુમાડો ફેલાય એવો બૉંબ. **~ out**, બરાબર તપાસ કરી શોધી કાઢવું; ધૂણી સળગાવીને ભમરીઓને તેના પૂડામાંથી બહાર કાઢવી. **~-screen**, લશ્કરની કે નૌકાસૈન્યની હિલચાલ છુપાવવા માટેનો ગાઢા ધુમાડાનો પડદો-આવરણ. **~-stack**, ઍંજિનનું કે આગબોટનું ધુમાડિયું.

smo'ker (સ્મોકર), ના૦ ધૂમ્રપાન કરનાર, ધૂમ્રપાન કરવાની છૂટવાળો ડબો. **~'s cough**, ધૂમ્રપાનના અતિરેકથી થતો કફનો રોગ.

smo'king (સ્મોકિંગ), ના૦ ધૂમ્રપાન, બીડી ઇ૦ પીવી તે. **~-compartment**, ધૂમ્રપાનની છૂટવાળું ખાનું (ગાડીના ડબાનું).

smo'ky (સ્મોકિ), વિ૦ ધુમાડાવાળું, ધુમાડો બહાર કાઢતું, ધુમાડાથી ઢંકાયેલું, ધુમાડાના જેવા રંગવાળું, ધુમાડાનું સૂચક.

smooth (સ્મૂધ), વિ૦ સરખું, સપાટ, સમતલ; ખાડાટેકરા વિનાનું; સુંવાળું, લીસું; (અવાજ અંગે) કર્કશ કે ઉગ્ર નહિ એવું, (સ્વાદ અંગે) ઉગ્ર કે તીવ્ર નહિ એવું, (પ્રગતિ, પ્રવાસ, ઇ૦ અંગે) નિર્વિઘ્ન, તોફાન ઇ૦ વિનાનું; ખુશ કે રાજી કરવા ઉત્સુક, ખુશામતવાળું, ખરું લાગે એવું. ઉ૦ક્રિ૦ સમતલ, સપાટ, ઇ૦ કરવું-થવું, -માંથી અંતરાયો દૂર કરવા-થવા. ના૦ હાથ ફેરવવો-પંપાળવું-તે. **~-tongued**, ઉપર ઉપરથી મીઠું બોલનારું.

smor'gasbord (સ્મૉર્‌ગસ્‌બૉર્ડ), ના૦ ભોજનની શરૂઆતમાં પીરસાતી ભૂખ ઉઘાડે તેવી વાનીઓ; જાતજાતની વાનગીઓવાળું જમનારે પોતે પીરસી લેવાનું ભોજન.

smote (સ્મોટ), **smite**નો ભૂ૦કા૦.

smo'ther (સ્મધર), સ૦ક્રિ૦ ગૂંગળાવવું, ગૂંગળાવીને મારી નાખવું; શ્વાસ લેવામાં અડચણ પડવી; ચુંબનો, ભેટો, ઇ૦થી ગૂંગળાવી નાખવું; કશાકથી પૂરેપૂરું ઢાંકી દેવું, ઉપર રાખનો ઢગલો કરી દેવતા હોલવી નાખવો; દબાવી દેવું અથવા છુપાવવું. ના૦ ધુમાડો, ધૂળ, ઇ૦ની ડમરી; તેથી ફેલાતી ધૂંધળાશ-અંધારું.

smou'lder (સ્મોલ્ડર), ઉ૦ક્રિ૦ ગૂંગળાતું-જવાળા વિના ધુમાડા સાથે-બળવું, ધૂંધવાવું. ના૦ ધૂંધવાવું તે.

smudge (સ્મજ), ના૦ ડાઘો, ધબ્બો, ઇ૦. ઉ૦ક્રિ૦ -ની ઉપર-કશાકનો-ડાઘો પાડવો-પડવો. **smu'dgy** (-જિ), વિ૦.

smug (સ્મગ), વિ૦ સ્વસંતોષી, અહંમન્ય,

આપડાહ્યું; દંભી, પોતાના માનમરતબાથી ખુશ – ના ભાનવાળું.

smu'ggle (સ્મગલ), ઉ૦ ક્રિ૦ ગેરકાયદે (માલની) આયાત કે નિકાસ કરવી, વિ૦ ક૦ જકાત આપ્યા વિના કે દાણચોરી કરીને; ચોરી છૂપીથી લાવવું – લઈ જવું.

smut (સ્મટ), ના૦ કાજળ કે મેશનો પોપડો, તેનો ડાઘો; અશ્લીલ વાતચીત, ચિત્રો કે સાહિત્ય; વનસ્પતિમાં થતી ફૂગ, જેને લીધે કણસલાના દાણાની કાળી ભૂકી થાય છે. ઉ૦ ક્રિ૦ મેશનો ડાઘો પાડવો – પડવો, વનસ્પતિને ફૂગનો રોગ થવો – માં તે રોગ પેદા કરવો. **smu'tty** (સ્મટિ), વિ૦.

snack (સ્નૅક), ના૦ નાસ્તો, અલ્પાહાર. **~-bar**, નાસ્તાની વસ્તુઓની દુકાન.

sna'ffle (સ્નૅફલ), ના૦ જેરકડી વિનાની સાદી પાતળી લગામ. સ૦ ક્રિ૦ ઘોડાને એવી લગામ પહેરાવવી; [વિ૦ બો૦] લેવું, ચોરવું.

snag (સ્નૅગ), ના૦ દાંતાવાળું આગળ પડતું ઠૂંઠું અથવા અણી, ખૂંપરો; ખૂંપરામાં ભરાતા કપડામાં પડેલી ફાટ; [લા.] છૂપું કે અકલ્પિત વિઘ્ન. ખામી. અ૦ ક્રિ૦ ખૂંપરામાં ભરાવું – ભરાઈ ને ફાટવું.

snail (સ્નેલ), ના૦ ગોકળગાય, બગીચામાં વનસ્પતિને નુકસાન પહોંચાડતી.

snake (સ્નેક), ના૦ સાપ, સર્પ; દગાબાજ અથવા કૃતઘ્ન માણસ. ઉ૦ ક્રિ૦ વાંકુંચૂકું સર્પાકાર ગતિથી ચાલવું – ચલાવવું. **~ in the grass**, છૂપો દુશ્મન. **~s and ladders**, સાપસીડીની રમત.

sna'ky (સ્નેકિ), વિ૦ સાપ કે સાપોનું, સાપોથી ભરપૂર; સાપના જેવું; વાંકુચૂકું, સર્પિલ; દગાબાજ.

snap (સ્નૅપ), ઉ૦ ક્રિ૦ એકદમ અવાજ સાથે કરડવું – બચકું ભરવું; એકદમ ખિજાઈ ને બોલવું; કડાક દઈને ભાંગી નાખવું – જવું; એકદમ સડાક અવાજ કરવો – કરાવવો; ધડાક દઈ ને ઉખાડવું – બંધ કરવું; ઝટ દઈ ને–ઝડપથી–ખસવું; શીઘ્ર છબી પાડવી, ફોટો ઝડપવો; આતુરતાથી ઝડપી લેવું (સોદો ઇ૦). ના૦ કડાક દઈ ને તૂટવું – તોડવું – ભાંગવું – ભાંગી જવું – તે, તેનો અવાજ; જોડવાનું, બંધ કરવાનું, સ્પ્રિંગવાળું સાધન; આદુ કે સૂંઠના સ્વાદવાળું કકરું બિસ્કિટ; ઠંડીનું મોજું, હિમ: ઝડપી છબી, પત્તાંની એક રમત જેમાં બે સરખાં પાનાં ખુલ્લાં કરવામાં આવે રમનારાઓએ 'સ્નૅપ' બોલવાનું હોય છે. વિ૦ કશી સૂચના, તાકીદ, તૈયારી, ઇ૦ વિના લીધેલું અથવા કરેલું. ક્રિ૦વિ૦ કડાક, તડાક, ધડાક, ભડાક, સડાક, દઈ ને. **~-dragon**, મોઢું વકાસવા જેવું ઉઘાડી શકાય એવાં ફૂલોવાળું ફૂલઝાડ. **~-fastener**, દબાવીને બંધ કરવાનું બટન. **~ one's fingers**, ચપટી વગાડવી. **~ out of**, ગ્લાનિ, સુસ્તી,' ઇ૦માંથી એકદમ બહાર પડવું. **~ shot**, ચોક્કસ નિશાન લીધા વિના ઝડપથી કરેલો બાર. **~shot**, હાથ કૅમેરાથી લીધેલો શીઘ્ર-ફોટો.

sna'pper (સ્નૅપર), ના૦ દબાવીને બંધ કરવાનું બટન; એક જાતની ખાદ્ય માછલી.

sna'ppish (સ્નૅપિશ), વિ૦ ચીઢિયું, વાંધાખોર, કરડવા દોડનારું.

sna'ppy (સ્નૅપિ), વિ૦ ચીઢિયું, વાંધાખોર, કરડવા દોડનારું; ચપળ, આનંદી, ઉમંગવાળું, ઉત્સાહી; વ્યવસ્થિત અને સુંદર.

snare (સ્નૅ'અર), ના૦ પાશ, ફાંસો, ફાંદો. જાળ; લલચાવીને છેતરનાર વસ્તુ, ફાંદો, ગુંજવાનો અવાજ પેદા કરવા માટે, તાર ઢોલના નીચા છેડા તરફ બાંધેલી તાંત કે દોરી. સ૦ ક્રિ૦ ફાંસામાં નાખવું – ફસાવવું, ફાંસામાં લઈ ને પકડવું. **~-drum**, નીચેથી દોરીઓ તાણીને બાંધેલું નાનું ઢોલકું.

snarl¹ (સ્નાર્લ), ઉ૦ ક્રિ૦ (કૂતરા અંગે) દાંત બતાવીને ઘૂરકવું; (માણસ અંગે) ઘૂરકીને બોલવું, દાંતિયાં કરવાં. ના૦ ઘૂરકવું તે, ઘુરકિયું, બડબડાટ.

snarl², ના૦ ગૂંચ, ગૂંચવાયેલી સ્થિતિ, વિ૦ક૦ ઊન, વાળ, વાહનવહેવાર, ઇ૦ની.

ઉ૦ક્રિ૦ ગૂંચવણમાં નાખવું – પડવું, ગોટાળો કરવો.

snatch (સ્નૅચ), ઉ૦ ક્રિ૦ એકદમ, આતુરતાથી અચાનક પકડવું – આંચકી લેવું, એકદમ લઈ લેવું, જરાકમાં બચાવવું. **~ at**, પકડવા માટે તરાપ મારવી. ના૦ એકદમ – અચાનક – આંચકી લેવું – પકડવું –તે, આંચકો, તરાપ, ચીલઝડપ, ઝડપી પ્રવૃત્તિની ટૂંકી અવધિ; ઝાંખી, ઝલક.

sna'zzy (સ્નૅઝિ), વિ૦ [વિ૦ બો૦] રુઆબદાર, આકર્ષક, ઉત્તમ.

sneak (સ્નીક), ના૦ હલકટ અથવા અપ્રામાણિક માણસ, ચુગલીખોર. ઉ૦ ક્રિ૦ છાનામાના સંતાઈને નાસી જવું; ચોરી કરવી; ચાડી ખાવી, ગપગોળા ગબડાવવા; [વિ૦ બો૦] છાનામાના ઉપાડી જવું. વિ૦ કશી સૂચના વિના કરનારું – કરેલું, ગુપ્ત. **~-thief**, હાથમાં આવે તે ઉપાડી જનાર ચોર, નાનકડો ચોર.

snea'kers (સ્નીકર્ઝ઼), ના૦ બ૦ વ૦ નરમ તળિયાંવાળા – અવાજ ન કરનારા – જોડા.

snea'king (સ્નીકિંગ), વિ૦ (લાગણી, શંકા, ઇ૦ અંગે) છૂપું, અસ્પષ્ટ, અને મૂંઝવનારું; હલકું, નીચ, પાજી, બીકણ, બાયલું.

sneer (સ્નિઅર), ના૦ તિરસ્કારથી મોં મરડવું તે, તિરસ્કારદર્શક હાસ્ય, ઉ૦ક્રિ૦ ઉપહાસ કરવો, નાક મરડવું, તિરસ્કાર કરવો, મહેણું મારવું, ઉતારી પાડવું.

sneeze (સ્નીઝ઼), ના૦ છીંક (ખાવી તે), છીંકનો અવાજ. અ૦ક્રિ૦ છીંક ખાવી. **not to be ~d at**, ચાલે એવું, તિરસ્કારપાત્ર નહિ.

snib (સ્નિબ), ના૦ બારીબારણા ઇ૦ની અટકણી, ઇસ્ટાપડી, આગળો, ઇ૦. સ૦ ક્રિ૦ બંધ કરવું, આગળો દેવો.

snick (સ્નિક), સ૦ ક્રિ૦ -માં નાનો ખાંચો – કાપો – પાડવો; [ક્રિકેટ] બૅટ વતી દડો જરા બાજુએ વાળવો. ના૦ ખાંચો, કાપો; બાજુએ વાળવો – વળવો – તે.

sni'cker (સ્નિકર), અ૦ ક્રિ૦ અને ના૦ ધીમેથી હણહણવું; મૂર્ખાની જેમ ધીમે રહીને હસવું, ગાલમાં ને ગાલમાં હસવું.

snide (સ્નાઇડ), વિ૦ [વાત.] નકલી, બનાવટી, ઉપહાસ કરનારું, પ્રચ્છન્નપણે અપમાનકારક.

sniff (સ્નિફ), ઉ૦ ક્રિ૦ નસકોરાં બોલે એવી રીતે શ્વાસ લેવો, -ની ગંધ સૂંઘવી, શ્વાસ સાથે નાક વાટે કશુંક અંદર લેવું – ખેંચવું. ના૦ સૂંઘવું તે, સૂંઘવાનો અવાજ, સરડકો. **~ at**, નાપસંદગી અથવા તિરસ્કાર બતાવવો.

sni'ffle (સ્નિફલ), અ૦ ક્રિ૦ રહી રહીને અથવા જરા જરા શ્વાસ ખેંચવો (શરદી થઈ હોય ત્યારની જેમ); આંખમાં પાણી આવવું. ના૦ વારે વારે શ્વાસ ખેંચવો તે, [બ૦ વ૦માં] માથામાં શરદી ભરાવી તે જેથી રહી રહીને શ્વાસ ખેંચવો પડે છે.

sni'fter (સ્નિફ્ટર), ના૦ [વિ૦ બો૦] દારૂની પ્યાલી.

sni'gger (સ્નિગર), ના૦ અને અ૦ ક્રિ૦ ગાલમાં ને ગાલમાં હસવું (તે)

snip (સ્નિપ), ઉ૦ ક્રિ૦ કાતર ઇ૦ વતી કાપવું, કાતરવું, છાંટવું. ના૦ છાંટવું તે, છાંટણી, કાપેલો ટુકડો; [વિ૦ બો૦] સહેલાઈથી કરેલી અથવા સસ્તામાં મળેલી વસ્તુ.

snipe (સ્નાઇપ), ના૦ સીધી લાંબી ચાંચવાળું સારસ જેવું એક પક્ષી. ઉ૦ ક્રિ૦ દૂરથી પાછળથી ગોળીઓ મારવી; [લા.] ગુપ્તપણે ગંભીર હુમલો કરવો.

sni'ppet (સ્નિપિટ), ના૦ કાપેલો નાનો કટકો; [બ૦ વ૦માં] માહિતી અથવા જાણકારી આપનારા ઉતારા – કાપલીઓ.

snitch (સ્નિચ), ઉ૦ ક્રિ૦ [વિ૦ બો૦] ગુના ઇ૦ની માહિતી આપવી, ચાડી ખાવી. ચોરી કરવી.

sni'vel (સ્નિવલ), અ૦ ક્રિ૦ રહી રહીને શ્વાસ ખેંચવો; આંખમાં આંસુ - પાણી - આવવું; લાગણીવેડા કરવા, વેવલું થવું. ના૦ આંખમાં આંસુ આવવાં તે; લાગણીવેડા.

snob (સ્નૉબ), ના૦ દંભી, અહંમન્ય, માણસ; ગુણ કરતાં પૈસા કે પદ પરથી માણસની કિંમત આંકનાર, ઊતરતી કક્ષાના લોકો સાથે તોછડાઈથી વર્તનાર, વર-

ણાગિયો. **sno'bbery** (-બરિ), ના૦. **sno'bbish** (-બિશ), વિ૦.

snood (સ્નૂડ), ના૦ વાળ સરખા રહે તે માટે વપરાતી જાળી

snook (સ્નૂક), ના૦ [વિ૦ બો૦] **cock a ~**, નાક પર અંગૂઠો મૂકી આંગળાં હલાવીને ખીજવવું, નાક મરડવું.

snoo'ker (સ્નૂકર), ના૦ પંદર રાતા અને છ બીજા રંગના દડાવતી બિલ્યર્ડના ટેબલ પર રમાતી એક રમત; એ રમતમાં એવી એક સ્થિતિ કે જગ્યા જ્યાં સીધો ફટકો મારતાં પોઇન્ટ્સ ગુમાવવાનું થાય છે. સ૦ ક્રિ૦ રમનારને 'સ્નૂકર'ની સ્થિતિમાં મૂકવું; [વિ૦ બો૦; વિ૦ ક૦ ભૂ૦કૃ૦માં] નિષ્ફળ બનાવવું, હરાવવું.

snoop (સ્નૂપ), અ૦ ક્રિ૦ [વાત.] બીજાની ખાનગી બાબતોમાં માથું મારવું – પૂછપરછ કરવી; નિયમોનો ભંગ થયો છે કે નહિ તે જોવા માટે જાસૂસી કરવી. ના૦ બીજાની ખાનગી બાબતોમાં ડોકિયું કરવું તે.

snoo'ty (સ્નૂટિ), વિ૦ [વિ૦ બો૦] અહંમન્ય, ધમંડી,

snooze (સ્નૂઝ઼), ઉ૦ ક્રિ૦ અને ના૦ ઝોકું (ખાવું), પાસું મરડવું(તે), વિ૦ ક૦ દિવસે.

snore (સ્નોર), ના૦ અને ઉ૦ ક્રિ૦ ઘોરવું (તે).

snor'kel (સ્નોર્કલ), **schnor'kel** (શ્નો –), ના૦ પાણીની નીચે તરનારને કે પાણડૂબીને હવા આપવાની નળી ઇ૦. અ૦ ક્રિ૦ એ નળી સાથે રાખીને તરવું.

snort (સ્નૉર્ટ), ના૦ ક્રોધનો સુસવાટો, છીંકોટી, તેના જેવો અવાજ; દારૂની પ્યાલી. ઉ૦ક્રિ૦ નસકોરાં વાટે શ્વાસ જોરથી બહાર કાઢવો, ક્રોધ કે તિરસ્કારનો સુસવાટો કરવો; સુસવાટા સાથે બોલવું.

snor'ter (સ્નૉર્ટર), ના૦ [વિ૦બો૦] પવનનો ભારે મોટો સુસવાટો. સખત ઠપકો, મહામુશ્કેલ કામ.

snot (સ્નૉટ), ના૦ [ગ્રામ્ય] લીંટ, શેડો.

sno'tty (સ્નૉટિ), વિ૦ નાકે વહેતા લીંટવાળું, લીંટ વહેતું; [વાત.] તિરસ્કૃત, તુંડમિજાજી, ઘમંડી.

snout (સ્નાઉટ), ના૦ જાનવરનું મોં-લાંબું નાક–સૂંઢ; [અનાદર.] માણસનું નાક; સૂંઢ જેવો દેખાતો ભાગ અથવા રચના.

snow (સ્નો), ના૦ બરફ, હિમ; હિમવર્ષા; જમીન પર પડેલા બરફનો સ્તર; બરફના જેવું સફેદ અને તેના જેવા પોતવાળું કશુંક; [વિ૦બો૦] 'કોકેન', એક કેફી ઔષધિ. અ૦ક્રિ૦ બરફ પડવો–વરસવો––ની જેમ પડવું; [લા.] મોટા જથામાં કે સંખ્યામાં આવવું. **it ~s**, બરફ પડે છે. **~ball**, બરફનો ગોળો–દડો, વિ૦ક૦ ફેંકીને મારવા માટે; ઝડપથી વધતું અથવા મોટું થતું કશુંક. ઉ૦ક્રિ૦ બરફના ગોળા મારવા–ફેંકવા, ઝપાટામાં વધવું. **~-blind**, બરફ પર સૂર્યનો પ્રકાશ પડતાં તેના ઝળહળાટની અસર થયેલી દૃષ્ટિવાળું. **~-drift**, પવનથી ભેગો થયેલો બરફનો ઢેકરો. **~drop**, નીચે નમેલાં વસંતમાં ખીલતાં સફેદ ફૂલોવાળું એક ફૂલઝાડ. **~flake**, વરસતા બરફનો પાતળો ટુકડો. **~-goose**, ઉત્તરધ્રુવ તરફનો સફેદ હંસ. **~-line**, હિમરેખા, જે સપાટી કે રેખાની ઉપર બરફ કદી પૂરેપૂરો ઓગળતો નથી તે. **~man**, બરફની માનવ આકૃતિ, બહુધા બાળકોએ રમતમાં બનાવેલી. **~-plough**, રસ્તા કે રેલવે પરથી બરફ સાફ કરવાનું હળ જેવું ઓજાર. **~-shoe**, બરફ પર ચાલવાના કામનો નીચે પહોળા પાટિયાવાળો જોડો. **~-storm**, બરફ પડવા સાથેનું તોફાન, વિ૦ક૦ ફૂંકાતા પવન સાથેનું. **~ under**, બરફથી (હોય તેમ) ઢાંકવું; કેવળ સંખ્યાબળથી દબાવી દેવું. **~ up**, ચોમેર બરફથી ઘેરવું, બરફથી અટકાવી દેવું. **~-white**, બરફ જેવું સફેદ. **snow'y**, વિ૦.

S.N.P., સંક્ષેપ. Scottish National Party.

Snr., સંક્ષેપ. Senior.

snub[1] (સ્નબ), સ૦ક્રિ૦ ઉતારી પાડવું,

ઠપકારવું, ધુતકારવું. ના૰ ઠપકો, અપમાન, ધુતકાર.

snub[2], વિ૰ (નાક અંગે) બૂચું, ચપટું, અને ઉપર વળેલું.

snuff[1] (સ્નફ), ના૰ દીવેટનો મોગરો ઉ૰ક્રિ૰ મોગરો કાપવો. **~ it,** [વિ૰બો૰] મરી જવું. **~ out,** ફૂંક મારીને દીવો હોલવવો; આશાદીપ બુઝાવવો; [વિ૰બો૰] મરી જવું.

snuff[2], ના૰ છીંકણી. ઉ૰ક્રિ૰ છીંકણી સૂંઘવી, સૂંઘવું.

snu'ffle (સ્નફલ), ઉ૰ક્રિ૰ સરડકો બોલાવવો-ભરવો; શરદી થઈ હોય તેમ નાકમાંથી બોલવું. ના૰ સરડકો (ભરવો તે), ગૂંગણું બોલવું તે

snug (સ્નગ), વિ૰ ટાઢ તડકાથી સુરક્ષિત, બરાબર બંધ કરેલું, હૂંફાળું; તદ્દન બંધબેસતું, ચુસ્ત; સુખ સગવડવાળું: (આવક અંગે) આરામ માટે પૂરતું. ના૰ વીશીમાં દારૂ પીવાની જગ્યા.

snu'ggle (સ્નગલ), ઉ૰ક્રિ૰ હૂંફ માટે અથવા વહાલથી ચંપાઈને પાસે સૂવું, છાતી સરસું ચાંપવું.

so[1] (સો), ક્રિ૰વિ૰ અને ઉભ૰ અ૰ આમ, આ રીતે, તેમ, તે રીતે; (ઉપર) વર્ણવેલી કે સૂચિત રીતે અથવા જગ્યાએ અથવા સ્થિતિમાં; તેટલા પ્રમાણમાં, એટલી હદે; અત્યંત, ઘણું; પરિણામે, તેથી (કરીને); ખરેખર, વાસ્તવિક પણે; પણ, સુદ્ધાં. **~-and-so,** અમુક અમુક, ફલાણો ફલાણો; [વાત.] અણગમતી અને તિરસ્કારપાત્ર વ્યક્તિ. **~-called,** તથાકથિત, કહેવાતું (ખરુ ન પણ હોય તેવું). **~ far as,** જ્યાં સુધી ત્યાં સુધી કે. **~ long,** [વાત.] આવજે. **~ long as,** -ની શરતે, શરત એ કે **~-so,** [વાત.] બેદરકાર(પણે), ઠીક ઠીક, બહુ સારુ નહિ.

so[2], જુઓ **soh.**

soak (સોક), ઉ૰ક્રિ૰ બરાબર પલાળવું-ભીંજવવું, પલળવું, બોળી રાખવું, તરબોળ કરવું-થવું, પ્રવાહીમાં કે (ક્ષાર) પૂરેપૂરો ઓગળવાથી; (વરસાદ અંગે) ભીંજવીને તરબોળ કરવું; પ્રવાહી શોષી લેવું; ખૂબ દારૂ ઢીંચવો; [વિ૰બો૰] -ની પાસે પૈસા કઢાવવા. ના૰ પલાળવું-પલાળી રાખવું-તે; [વાત.] ખૂબ દારૂ ઢીંચનાર, પાકો દારૂડિયો. **~-away,** જમીનમાં શોષાઈ જવાની મેલા પાણીના નિકાલની વ્યવસ્થા.

soap, (સોપ), ના૰ સાબુ. સ૰ક્રિ૰ -ને સાબુ દેવો-લગાડવો, સાબુવતી ઘસવું. **~-box,** સાબુની ડબી; રસ્તામાં ભાષણ કરનાર માટે તાત્કાલિક બનાવેલો (સાબુના ખોખાનો) મંચ. **~-bubble,** સાબુના ફીણનો પરપોટો. **~ opera,** રેડિયો કે ટીવી ઉપર પ્રસારિત કરાતી કૌટુંબિક વિષયને લગતી ભાવનાપ્રધાન ધારાવાહી વાર્તા. **~ powder,** કપડાં ધોવાની સાબુની ભૂકી, બહુધા બીજી કેટલીક વસ્તુઓ ભેળવેલી. **~stone,** શંખજીરૂ. **~ suds,** સાબુના ફીણના ગોટા.

soa'py (સોપિ), વિ૰ સાબુ જેવું, સાબુવાળું -નાખેલું, સાબુના જેવું ચીકણું; ખુશામતિયું; કોઈનું વહાલું થવા મથનારુ.

soar (સોર), અ૰ક્રિ૰ ઊંચે ઊડવું, ઊડીને ખૂબ ઊંચે જવું; પાંખ ફફડાવ્યા વિના - ગતિશક્તિ વાપર્યા વિના-(વિમાને) આકાશમાં ઊડતા રહેવું.

sob (સૉબ), ના૰ ડૂસકું, ડૂસકાં ખાઈ ને રડવું તે. ઉ૰ક્રિ૰ ડૂસકાં ખાતાં ખાતાં રડવું-શ્વાસ લેવો - બોલવું. **~-story,** [વાત.] સહાનુભૂતિ જગાડવા કહેલી વાત - કથની. **~-stuff,** [વાત.] કરુણતા, દયાજનકતા; લાગણીપ્રધાન લખાણ કે વર્તન.

so'ber (સોબર), વિ૰ દારૂ પીધેલું કે છાકટું નહિ એવું; મધ્યમમાર્ગી, શાંત, સ્વસ્થ, ઠરેલ; (રંગ અંગે) સૌમ્ય, ભડક નહિ એવું. **~ (down, up),** નશામુક્ત કરવું - થવું, ભાન પર આણવું - આવવું.

sobri'ety (સોબ્રાયટિ), ના૰ શુદ્ધ વિવેક, ઠરેલપણું.

so'briquet (સોબ્રિકે'ટ), **sou',** (સૂ-), ના૰ મશ્કરીનું, ખીજનું, અથવા ધારણ કરેલું જુદું નામ.

Soc. સંક્ષેપ, Socialist; Society.

so'ccer (સોકર), ના૰ [વાત.] ઍસોશિ-

એશન ફુટબૉલ, જેમાં ગોલરક્ષક સિવાય બીજા કોઈ ને દડાને હાથે અડવાની છૂટ નથી હોતી.

so'ciable (સોશબલ), વિ૰ મળતાવડું, મિલનસાર, મિત્રતાવાળું. **sociabi'lity** (-બિલિટિ), ના૰.

so'cial (સોશલ), વિ૰ જથ્થામાં કે સમાજમાં રહેનારું, પોતાની મેળે એકલું ન રહેનારું; સમાજ(ના બંધારણ)ને અથવા માણસો(ના વર્ગોના) અરસપરસ સંબંધોને લગતું; સમાજને લગતું; સામાજિક. ના૰ સામાજિક મેળાવડો, સ્નેહસંમેલન. ~ **science**, માનવસમાજ અને સામાજિક સંબંધોને લગતું વિજ્ઞાન–ની વૈજ્ઞાનિક ચિકિત્સા. ~ **security**, સામાજિક સુરક્ષા, પૂરતા સાધન વિનાના લોકોને નિર્વાહ માટે રાજ્યની મદદ. ~ **services**, કેળવણી, આરોગ્ય, રહેઠાણ, જીવાઈ, ઇ૰ને લગતી રાજ્ય તરફથી થતી સેવાઓ. ~ **worker**, સમાજકાર્ય કરનાર, સમાજની મુશ્કેલીઓના ઉકેલમાં સહાયભૂત થનાર.

so'cialism (સોશલિઝ્મ), ના૰ સમાજ(સત્તા)વાદ, ઉત્પાદન અને વિતરણનાં બધાં સાધનો આખા સમાજની માલકીનાં હોય તથા તેના નિયંત્રણ હેઠળ હોય એવો રાજકીય અને આર્થિક સિદ્ધાન્ત; આ સિદ્ધાન્ત પર આધારિત રાજનીતિ અને તેનો અમલ. **so'cialist** (-લિસ્ટ), ના૰. **socia'listic** (-લિસ્ટિક), વિ૰.

so'cialite (સોશલાઇટ), ના૰ સમાજના ફૅશનબલ લોકોમાં આગળ પડતી વ્યક્તિ.

so'cialize (સોશલાઇઝ઼), ઉ૰ક્રિ૰ સમાજની માલિકીનું બનાવવું, સમાજ(સત્તા)વાદની ઢબે સંગઠન કરવું; લોકો સાથે હળી મળીને રહેવું.

soci'ety (સોસાયટિ), ના૰ સામાજિક જીવનપદ્ધતિ, સુધરેલા રાષ્ટ્રના રીતરિવાજ અને સંગઠન; સામાજિક જૂથ, જમાત, કોમ; સમાજના આગળ પડતા લોકો, ઉપલા વર્ગો; બીજા લોકો સાથે ભળવું તે, સોબત, સંગત; સમાન હિતસંબંધ, રસ, ઇ૰વાળા લોકોનું મંડળ.

socio'logy (સોસિઑલજિ), ના૰ સમાજશાસ્ત્ર, માનવસમાજના સ્વરૂપ અને વિકાસનું શાસ્ત્ર. **sociolo'gical** (-અલૉજિકલ), વિ૰. **socio'logist** (-ઑલજિસ્ટ), ના૰.

sock[1] (સૉક), ના૰ પગનું નાનું ટૂંકું મોજું; સુખતળી.

sock[2], ના૰ [વિ૰ બો૰] સખત અથવા જોરદાર ફટકો. સ૰ક્રિ૰ સખત ફટકો મારવો. ~ **it to**, જોરદાર હુમલો કરવો, ઉત્સાહપૂર્વક મંડી પડવું. ~ **(person) one**, -ને સખત પ્રહાર કરવો.

so'cket (સૉકિટ), ના૰ ખાડો, ખાનું, ગોખ, ખામણું; આંખ, દાંત, ઇ૰ જેમાં બેસે છે તે ખાડો; વીજળીના ગોળા ઇ૰ની ખાડા જેવી બેસણી; જોડાણ કરવા માટે વીજળીનું પ્લગ, ગોળો, ઇ૰ જેમાં બેસાડાય છે તે ખામણું.

Socra'tic (સક્રૅટિક), વિ૰ પ્રાચીન ગ્રીક ફિલસૂફ સૉક્રેટિસનું –ના જેવું.

sod[1] (સૉડ), ના૰ હરિયાળી(નો ટુકડો); જમીનની સપાટી.

sod[2], ના૰ [ગ્રામ્ય] અણગમતો અથવા તિરસ્કૃત માણસ. ઉ૰ ક્રિ૰ નિન્દા કરવી; નરકમાં નાખવું.

so'da (સોડૅ), ના૰ સામાન્ય વપરાશમાં આવતું સોડિયમનું એક સંયોજન, વિ૰ ક૰ સોડિયમ કાર્બોનેટ. **(washing-~** ધોવાનો સોડા; **sodium bicarbonate** (સોડિયમ બાઇકાર્બોનેટ), ખાવાનો સોડા **(baking ~)**. **sodium hydroxide** (-હાઇડ્રૉક્સાઇડ), કૉસ્ટિક સોડા. **~-fountain**, પીવાના સોડાનું ઉપકરણ, આઇસક્રીમ, સોડા વૉટર, ઇ૰ની દુકાન. **~-water**, સોડાવૉટર (પીણું), એક પ્રકારનું વાયુ -મિશ્રિત પીણું.

so'dden (સૉડન), વિ૰ પ્રવાહીથી તરબોળ, પૂરેપૂરું ભીંજેલું; અતિ દારૂ પીધેલું, (અને) તેથી દીવાનું – જડ – બનેલું.

so'dium (સોડિઅમ), ના૰ રૂપાના સફેદ રંગનું પોચું ધાતુમય મૂળ તત્વ. ~ **lamp**, સોડિયમની વરાળમાં વીજળીના

ઉત્સર્ગથી પીળો પ્રકાશ આપતો દીવો (બહુધા રસ્તાઓ પર વપરાય છે).

so'domite (સૉડમાઇટ), નાο ગુદામૈથુન-ની ટેવવાળો માણસ.

so'domy (સૉડમિ), નાο ગુદામૈથુન.

so'fa (સોફ઼ે), નાο સોફ઼ા, પીઠ અને હાથાવાળી લાંબી બેઠક.

so'ffit (સૉફિટ), નાο ઓતરંગ, કમાન, ઇοની નીચલી બાજુ – સપાટી.

soft (સૉફ઼્ટ), વિο નરમ, પોચું; સહેલાઈ-થી વાળી શકાય એવું, દાબવાથી દબાતું, ઘાટ આપી શકાય એવું, ટીપાય – ટીપીને આકાર આપી શકાય – એવું; સહેલાઈથી કાપી શકાય એવું; સુંવાળું અને ઝીણા પોતવાળું; સૌમ્ય; ભીનું, વરસાદવાળું; ધીમા – મંદ – અવાજવાળું, શાંત, હળવું, નમ્ર, બધાની જોડે મળતું, સમાધાન કરાવે એવું: હળવા દિલનું, માયાળુ; ઢીલું, લબડતું, નબળું; વિશ્વાસી, ચેનબાજ; મૂર્ખ, બેવકૂફ઼; [વિο બોο] (વધુ પડતું) સહેલું; (પાણી અંગે) ક્ષાર વિનાનું, હલકું; (ઓસડ, ઔષધિ અંગે) બંધાણ કે વ્યસન ન કરે એવું; (પીણા અંગે) મદ્યાર્ક વિનાનું. ક્રિο વિο નરમાશથી, હળવેથી, ઇο. ~ **fruit**, નાનું ઠળિયા વિનાનું ફળ. ~ **furnishings**, પડદા, ગાલીચા ઇο. ~-**hearted**, હળવા દિલનું, બીજાના દરદ, દુઃખથી વ્યથિત થનારુ. ~ **option**, સહેલો વિકલ્પ. ~ **palate**, તાળવાનો પાછળનો ભાગ. ~ **pedal**, પિયાનોમાં સ્વરને વધુ સૌમ્ય બનાવવાની પાવડી. ~-**pedal**, એ પાવડી નીચે દબાવી પિયાનો વગાડવો, [લાο] ભાર ન દેવો. ~ **sell**, વેચવામાં વધુ પડતું દબાણ કે આગ્રહ ન કરવો તે. ~ **soap**, પ્રવાહી (પોચો) સાબુ, [લાο] ખુશામત. ~ **spot**, -ને માટે કૂણી લાગણી – વેવલો પ્રેમ. ~ **touch**, [વિο બોο] પૈસા ખરચવા કે આપવા તૈયાર વ્યક્તિ. ~**ware**, કમ્પ્યૂટર માટે પ્રોગ્રામ વગેરે, અથવા જુદાં જુદાં કાર્યો કરવા માટે બીજી કોઈ અદલા-બદલી કરી શકાય એવી વસ્તુ. ~ **wood**, શંકુ (આકાર) વૃક્ષનું લાકડું.

so'ften (સૉફ઼ન), ઉο ક્રિο વધારે નરમ – પોચું – કરવું અથવા થવું. ~ **up**, શક્તિ, પ્રતિકાર, ઇο ઘટાડવું – ઘટવું.

so'fty (સૉફ઼્ટિ), નાο [વાતο] નબળું બેવકૂફ઼ માણસ, પોચકીદાસ.

so'ggy (સૉગિ), વિο પાણીથી તરબોળ થયેલું, કળણ જેવું, ચોમેર પાણી ભરાયેલું.

soh, so[2], (સો), નાο [સં.] સપ્તકનો પમો સ્વર.

soil[1] (સૉઇલ), ઉο ક્રિο -ની ઉપર ડાઘ પાડવો, મેલું કરવું, અપવિત્ર કરવું; કલંક – લાંછન – લગાડવું, અપવિત્ર થવાને – કલંક લાગવાને – પાત્ર હોવું. નાο ડાઘો, ગંદકી, કચરો, મેલું. ~-**pipe**, મેલું લઈ જનારો નળ.

soil[2], નાο જમીન, ભૂમિ; જમીનનો ઉપલો થર જેમાં વનસ્પતિ ઊગી શકે.

soi'rée (સ્વારે), નાο સાંજનો મેળાવડો.

so'journ (સૉજર્ન), નાο અને અο ક્રિο થોડા વખત માટે મુકામ (કરવો).

so'la (સોલૅ), નાο ભેજવાળી જગ્યામાં થતી ગાભાવાળી એક વનસ્પતિ. ~ **topi**, એ ગાભાની બનાવેલી ટોપી.

so'lace (સૉલસ), નાο અને સο ક્રિο સંકટ કે નિરાશા વખતે આશ્વાસન – દિલાસો (-આપવો).

so'lan (સોલન), નાο ~(**goose**), હંસના જેવું એક મોટું પક્ષી – બતક.

so'lar (સોલર), વિο સૂર્યનું – ને લગતું, સૂર્ય પરથી (સમયની) ગણતરીવાળું, સૌર. ~ **battery, cell**, સૌર ઊર્જાને વીજળીમાં ફેરવનારું ઉપકરણ – બૅટરી. ~ **plexus**, સૌર ચક્ર, પેટના ખાડામાં આવેલું મજ્જાતંતુઓનું જાળું. ~ **system**, સૂર્યમાળા, સૌરમંડળ.

solar'ium (સલે'અરિઅમ), નાο [બο વο -**ria**] સૂર્યકિરણના ઉપચારનું સ્થાન.

sold (સોલ્ડ), **sell**નો ભૂο કાο તથા ભૂο કૃο.

so'lder (સોલ્ડર, સૉ-), નાο સાંધવા માટેની ધાતુ, કલાઈ; રેણ, ઝારણ. સο

ક્રિ૦ રેણ કરવું. **soldering-iron,** ધાતુ ઓગાળીને રેણ કરવાનું ઓજાર.

so'ldier (સોલ્જર), ના૦ લશ્કરનો સિપાઈ, વિ૦ ક૦ સનદી નહિ એવો; લશ્કરી કૌશલ્ય અને અનુભવવાળો માણસ. અ૦ ક્રિ૦ સિપાઈગિરી કરવી. ~ **on** [વાત.] ચીવટપૂર્વક જતન કરવું. **so'ldierly** (-જર્લિ), વિ૦. **sol'diery** (-રિ), ના૦ સિપાઈવર્ગ, સૈનિકદળ.

sole[1] (સોલ), ના૦ પગરખાનું તળિયું; પગ નીચેનો જોડાનો કે મોજાનો ભાગ, વિ૦ક૦ એડી સિવાયનો ભાગ; હળ, ગોલ્ફની લાકડી, ઇ૦ની નીચેની બાજુ અથવા ભાગ. સ૦ક્રિ૦ (જોડાને) નવું તળિયું બેસાડવું-મારવું.

sole[2], ના૦ એક જાતની ખાવામાં સારી ગણાતી ચપટી માછલી.

sole[3], વિ૦ એકમાત્ર, એકમેવ; એકલું; ખાસ.

so'lecism (સૉલિસિઝ્મ), ના૦ વ્યાકરણ, રૂઢિપ્રયોગ, શિષ્ટાચાર, ઇ૦ અંગેનો દોષ.

so'lemn (સૉલમ), વિ૦ વિચાર-વિધિપૂર્વક કરેલું; ગંભીર, વિચાર કરાવે એવું; પ્રભાવી; જાણીજોઈ ને કરેલું, ગંભીર; ભભકાવાળું. **sole'mnity** (સલે'મ્નિટિ), ના૦.

so'lemnize (સૉલમ્નાઇઝ઼), સ૦ક્રિ૦ ઉત્સવ ઇ૦ વિધિપૂર્વક ઊજવવું; વિધિપુરઃસર કરવું, વિ૦ક૦ લગ્નવિધિ; ઊજવવું, કરવું. **solemniza'tion** (-ઝ઼ેશન), ના૦.

so'lenoid (સોલિનૉઇડ), ના૦ [વીજળી.] તારનું નળાકાર ગૂંચળું, એમાંથી જ્યારે પ્રવાહ પસાર થાય ત્યારે તે ચુંબકનું કામ કરે છે.

sol-fa' (સોલ્ફા), ના૦ [સં.] ગાતી વખતે પદના શબ્દોને બદલે સા,રે,ગ,મ, ઇ૦ સ્વરોનાં નામ દેવાની પદ્ધતિ.

soli'cit (સલિસિટ), સ૦ક્રિ૦ આગ્રહપૂર્વક અથવા ફરી ફરી માગવું, વિનંતી-આજીજી-કરવી, આમંત્રણ આપવું; (વેશ્યા અંગે) અનૈતિક સંબંધ માટે પ્રસ્તાવ મૂકવો. **solicita'tion** (-ટેશન), ના૦.

soli'citor (સલિસિટર), ના૦ અસીલોને સલાહ આપનાર અને વકીલોને માટે મુકદ્દમો તૈયાર કરનાર, સૉલિસીટર.

soli'citous (સલિસિટસ), વિ૦ (કરવા) આતુર, ઉત્સુક, ઇંતેજાર; ફિકરમંદ, કાળજીવાળું.

soli'citude (સલિસિટ્યૂડ), ના૦ ચિંતા, કાળજી, ઉત્સુકતા, પરવા.

so'lid (સૉલિડ), વિ૦ સ્થિર આકારનું, પ્રવાહી નહિ એવું; દૃઢ, કઠણ, અને ઘટ્ટ; ત્રણ પરિમાણવાળું, ત્રન; ઘન, પોલું નહિ એવું, નક્કર; બધે એક જાતનું; નક્કર, પાકા પાયાવાળું, મજબૂત, પાકું, સંગીન; સ્વસ્થ, શાંત; વાસ્તવિક; ઘન પદાર્થ કે આકૃતિઓને લગતું. ના૦ ઘન, ઘન પદાર્થ કે વસ્તુ; ત્રણ પરિમાણવાળી વસ્તુ અથવા માપ. **soli'dify** (સલિડિફાઇ), ઉ૦ક્રિ૦. **soli'dity** (સલિડિટિ), ના૦.

solida'rity (સૉલિડૅરિટિ), ના૦ એકતા, પરસ્પરાવલંબન; સમસ્વાર્થતા, સહાનુભૂતિ, અને સહકાર્ય.

soli'loquy (સલિલક્વિ), ના૦ સ્વમન ભાષણ, સ્વગતોક્તિ. **soli'loquize** (-લક્વાઇઝ઼), અ૦ક્રિ૦.

so'lipsism (સલિપ્સિઝ્મ), ના૦ પોતાના આત્માનું જ જ્ઞાન માણસને થઈ શકે છે અને આત્મા સિવાય બીજું કશું છે જ નહિ એવો સિદ્ધાન્ત, અહંમાત્રવાદ.

solitai're (સૉલિટે'અર), ના૦ વીંટીમાં બેસાડેલું એકનું એક રત્ન-હીરો ઇ૦; એકલાએ રમવાની પત્તાં ઇ૦ની રમત.

so'litary (સૉલિટરિ), વિ૦ એકલું (રહેતું), એકલવાયું; સોબત વિનાનું; એક(માત્ર); એકાન્તવાસી; એકનું એક, અનન્ય. ના૦ યતિ; [વિ૦બો૦] એકાન્તવાસની જેલસજા. ~ **confinement,** એકાન્ત કેદ(ની સજા).

so'litude (સૉલિટ્યૂડ), ના૦ એકાન્ત, એકાન્ત(વાળી) જગ્યા.

so'lo (સોલો), ના૦ [બ૦વ૦ ~**s**] એક જ જણે ગાવાનું કે વગાડવાનું સંગીત (કોઈની સાથવાળું કે સાથ વિનાનું); એક જણે રજૂ કરેલું સંગીત; વિમાનમાં કોઈના

સાથે વિના વિમાનચાલકે એકલાએ કરેલું ઉડ્ડાણ; એકલાએ રમવાની પત્તાંની 'વિસ્ટ'ની રમત. ~ **whist**, એક ખેલાડી બીજા બધાનો સામનો કરતો હોય એવી 'વિસ્ટ'-ની રમત. વિ૦ અને ક્રિ૦વિ૦ એકલું, એકલાએ, સોબત કે સાથી વિના(નું).

so'loist (સોલોઇસ્ટ), ના૦ એકલો ગાનાર કે વગાડનાર.

so'lstice (સૉલ્સ્ટિસ), ના૦ સૂર્ય જ્યારે વિષુવવૃત્તથી દૂરમાં દૂર હોય છે તે બે કાળમાંનો એક, અયન, અયનાન્ત. **summer ~**, દક્ષિણાયન. **winter ~**, ઉત્તરાયણ.

so'luble (સૉલ્યુબલ), વિ૦ પ્રવાહીમાં ઓગળે–ઓગાળી શકાય–એવું; (પ્રશ્ન અંગે) ઉકેલી–છોડવી–શકાય એવું. **solubi'lity** (-બિલિટિ), ના૦.

solu'tion (સલૂશન), ના૦ ઓગાળવું–ઓગળવું–તે, દ્રાવક સાથે ભેળવીને ઘન કે વાયુરૂપ પદાર્થનું પ્રવાહીમાં કરેલું રૂપાંતર; પ્રશ્ન કે મુશ્કેલીનો ઉકેલ, ઉકેલની રીત, જવાબ.

solve (સૉલ્વ), સ૦ક્રિ૦ ખુલાસો–ઉકેલ–કરવો, છોડાવવું; –નો જવાબ ખોળવો–કાઢવો.

so'lvency (સૉલ્વન્સિ), ના૦ સાંપત્તિક સદ્ધરતા, દામપણું.

so'lvent (સૉલ્વન્ટ), વિ૦ પોતાનાં બધાં દેવાં ચૂકવી શકે, આર્થિક જિમ્મેદારીઓ પાર પાડી શકે એવું; ઓગાળી કે ઓગળી શકે એવું. ના૦ ઓગાળી શકે એવું કે ઓગાળવા માટે વપરાતું પ્રવાહી.

Som. સંક્ષેપ. Somerset.

soma'tic (સમૅટિક), વિ૦ શારીરિક, માનસિક નહિ.

so'mbre(સૉમ્બર), વિ૦ કાળું, ગમગીન, ઉદાસ.

sombrer'o (સૉમ્બ્રે'અરો), ના૦ [બ૦ વ૦ **~s**] પહોળી કોરવાળી સાહેબી ટોપી, લૅટિન અમેરિકન દેશોમાં પ્રચલિત.

some (સમ), વિ૦ (જથો) કેટલુંક, (સંખ્યા) કેટલાક; અજ્ઞાત કે નામ વિનાનું કોઈ(ક); -નો ઠીક ઠીક જથો કે સંખ્યા; આશરે આટલું કે આટલા; ઓછામાં ઓછું થોડુંક (તો); કંઈક, અમુક પ્રમાણમાં – હદ સુધી; [વિ૦ બો૦] ઉલ્લેખનીય, ઉત્તમ; એ નામને ખરેખર લાયક. સર્વના૦ કેટલાક લોકો – વસ્તુઓ; (-ની) કેટલીક સંખ્યા કે જથો. ક્રિ૦ વિ૦ [વાત.] કેટલા પ્રમાણમાં, અમુક હદ સુધી. **~body**, કોઈ–એક–માણસ, મહત્ત્વની વ્યક્તિ, **~how**, કોઈ પણ રીતે, ગમે તેમ કરીને. **~one**, =somebody. **~thing**, કોઈ વસ્તુ. કંઈક, કશુંક, વિ૦ ક૦ અનિર્દિષ્ટ, અજ્ઞાત; બિન-મહત્ત્વની અથવા ભુલાઈ ગયેલી વસ્તુ, સ્પષ્ટ કહેલી કે માની લીધેલી વસ્તુ – જથો – ગુણ; મહત્ત્વની કે જાણીતી વ્યક્તિ કે બાબત. **~thing like**, જરાતરા મળતું, આશરે, [વાત.] પ્રભાવી, -નો અચ્છો નમૂનો. **~time**, અગાઉ(નું), ભૂતપૂર્વ **~times**, ક્યારેક ક્યારેક, અવારનવાર. **~what**, કેટલેક અંશે. **~where**, ક્યાંક, કોઈ ઠેકાણે.

so'mersault (સમર્સૉલ્ટ), ના૦ અને અ૦ ક્રિ૦ ગુલાંટ (ખાવી).

somna'mbulism (સૉમ્નૅમ્બ્યુલિઝ્મ), ના૦ ઊંઘમાં ચાલવું – ફરવું – તે, નિદ્રાભ્રમણ. **somna'mbulant** (-બ્યૂલન્ટ), વિ૦. **somna'mbulist** (-બ્યૂલિસ્ટ), ના૦. **somnambuli'stic** (-બ્યૂલિસ્ટિક), વિ૦.

so'mnolent (સૉમ્નલન્ટ), વિ૦ અર્ધ-નિદ્રિત, ઊંઘથી ઘેરાયેલું; ઊંઘ લાવનારું.

so'mnolence (-લન્સ), ના૦.

son (સન), પુત્ર, દીકરો; વંશજ (નર-જાતિનો); કુટુંબ ઇ૦નો (નરજાતિનો સભ્ય – માણસ; સંતતિ, સંતાન; વતની, અનુજ અથવા અનુયાયી. **~-in-law**, જમાઈ.

so'nant (સોનન્ટ), વિ૦ અને ના૦ સઘોષ (વર્ણ), નાદયુક્ત (અક્ષર), સકંપ ઉચ્ચારિત (અવાજ).

so'nar(સોનાર), ના૦ પડઘા પરથી ધ્વનિના તરંગોના પરાવર્તનથી પાણીની સપાટી નીચેની પાણડૂબી ઇ૦ વસ્તુઓ શોધવાનું

તંત્ર, તે માટેનું ઉપકરણ.

sona'ta (સનાટ), નાο એક કે બે વાદ્યો માટેની સંગીતરચના, વિο કο પિયાનો પર ગાડવાની સંગીતની ચીજ, 'સોનાટા'.

sonati'na (સૉનટીનૅ), નાο 'સોનાટા'નું ટૂંકું અને સાદું રૂપ.

song (સૉંગ), નાο ગાવું તે, કંઠસંગીત, ગાયન; ગાવા માટે રચેલું ગીત; કવિતા, કાવ્ય; **for a ~**, બહુ સસ્તું. **~-bird**, ગાનારું પક્ષી **~-thrush**, એક ગાનારું પક્ષી, 'ગ્રશ'.

so'ngster (સૉંગ્સ્ટર), નાο ગાયક, ગવૈયો; ગાનારું પક્ષી. **so'ngstress** [-સ્ટ્રિસ], નાο સ્ત્રી.

so'nic (સૉનિક), વિο ધ્વનિનાં મોજાંનું-ને લગતું અથવા તે વાપરનારું. **~ bang, boom**, ધ્વનિની ગતિથી વધુ ઝડપથી ઊડતા વિમાનનો અવાજ.

so'nnet (સૉનિટ), નાο દસ આયેમ્બિક પદ કે અક્ષરવાળું ચૌદ લીટીનું એક કાવ્ય, 'સુનીત'.

so'nny, (સનિ), નાο નાનો છોકરો કે જુવાનિયો, તેને આત્મીયતાદ્યોતક સંબોધન કરવાનો શબ્દ, બેટા ! બાબા !.

so'norous (સૉનરસ), વિο મધુર અને રણકાદાર ખુલંદ અવાજવાળું; (ભાષણ ઇο અંગે) પ્રભાવી, અસરકારક. **sono'rity** (સનૉરિટિ), નાο.

soon (સૂન), ક્રિο વિο થોડા જ વખતમાં; વહેલાં, જલદી; ખુશીથી **sooner or later**, વહેલું કે મોડું, ગમે ત્યારે પણ.

soot (સુટ), નાο મેશ, કાજળ, ઇο. સο ક્રિο મેશવાળું કરવું.

soothe (સૂધ), સο ક્રિο શાંત-નરમ-પાડવું, શમાવવું; -નું જોર કે તીવ્રતા ઓછી કરવી.

soo'thsayer (સૂથ્સેઅર), નાο ભવિષ્ય કહેનાર, જોષી.

soo'ty (સુટિ), વિο મેશનું-ના જેવું, -ના જેવું કાળું, મેશથી કાળું બનેલું.

sop (સૉપ), નાο ખાતા કે રાંધતાં પહેલાં દૂધ ઇοમાં પલાળેલો રોટીનો ટુકડો; શાંત પાડવા કે લાંચ તરીકે આપેલું કશુંક. ઉο ક્રિο પલાળવું, તરબોળ કરવું; શોષી લેવું; તરબોળ થવું.

so'phism (સૉફિઝ્મ), નાο ખોટી દલીલ, વિο કο છેતરવા માટેની.

so'phist (સૉફિસ્ટ), નાο ખોટો યુક્તિવાદ કરનાર, વિતંડાવાદી, **sophi'stic(al)** [-સ્ટિક(કલ)], વિο.

sophi'sticate (સફિસ્ટિકેટ), સο ક્રિο (કોઈ ને) દુનિયાદારીમાં કુશળ કે વ્યવહારદક્ષ, સંસ્કારી, અથવા સુસંસ્કૃત બનાવવું; (સાધનો, તંત્ર) ખૂબ વિકસિત કે સંપૂર્ણ બનાવવું. નાο (-કટ) સુફિયાણી વાતો કરનાર, વિતંડાવાદી, માણસ. **sophistica'tion** (-કેશન), નાο.

so'phistry (સૉફિસ્ટ્રિ), નાο ખોટી અને ભ્રામક દલીલ-સુફિયાણી વાતો-(કરવી તે).

so'phomore (સૉફમૉર), નાο [અમે.] યુનિવર્સિટીનો કે હાઈસ્કૂલનો બીજા વર્ગનો વિદ્યાર્થી.

sopori'fic (સૉપરિફિક), વિο અને નાο ઘેન કે ઊંઘની (દવા).

so'ppy (સૉપિ), વિο ભીંજવેલું, ભીનું; [વાત.] વેવલું, નબળા મનનું.

sopra'no (સપ્રાનો), નાο [બο વο **~s**] સ્ત્રીઓ કે છોકરાઓનો ઊંચામાં ઊંચો-તીવ્રતમ-ગાવાનો અવાજ; એવા અવાજવાળો ગાયક, એવા અવાજ માટે સંગીતરચના.

sor'bet (સૉર્બિટ), નાο શરબત.

sor'cerer (સૉર્સરર), નાο જાદુટોણો કરનાર, ભૂવો. **sor'ceress** (-રિસ), નાο. **sor'cery** (સૉર્સરિ), નાο

sor'did (સૉર્ડિડ), વિο મેલું, ગંધાતું; નીચ, હલકું અધમ; લોભી; ભાડૂતી.

sore (સૉર), વિο ઈજા કે વ્યાધિને લીધે દરદ કે પીડા કરતું, વેદનાથી પીડિત; પીડિત, દુઃખી; આળું -થી ત્રાસેલું, ચિડાયેલું, સંતપ્ત, ત્રાસદાયક, ચીડ આણનારું. નાο આળી જગ્યા, બાબત, ઇο. ક્રિοવિο [પ્રા.] દુઃખ થાય એવી રીતે, સખત, અત્યંત.

sor'ely (સૉર્લિ), ક્રિ૰વિ૰ સખત રીતે, દુઃખ કે દરદ થાય એવી રીતે, અત્યંત.

sor'ghum (સૉર્ગમ), ના૰ બાજરી, જુવાર ઇ૰નો સાંઠો.

soro'rity (સરૉરિટિ), ના૰ સ્ત્રીઓનો ધાર્મિક–ભક્તિ–સંઘ; [અમે.] સ્ત્રીઓની યુનિવર્સિટી અથવા કૉલેજની સોસાયટી–મંડળ.

so'rrel¹ (સૉરલ), ના૰ એક જાતની ખાટી ભાજી.

sorrel², ના૰ લાલાશ પડતા બદામી રંગનો (ઘોડો).

so'rrow (સૉરો), ના૰ શોક, દુઃખ, ખેદ; શોક ઇ૰નું કારણ–પ્રસંગ. અ૰ક્રિ૰ શોક કરવો, દુઃખી થવું. **so'rrowful** (-ફુલ), વિ૰.

so'rry (સૉરિ), વિ૰ -થી દુઃખી–વ્યથિત, કશાક માટે દિલગીર, -ને માટે દયાભાવવાળું; દયાપાત્ર, કંગાલ; નજીવું, તુચ્છ, હલકી જાતનું.

sort (સૉર્ટ), ના૰ જાત, પ્રકાર; [વાત.] વિશિષ્ટ પ્રકારની વ્યક્તિ; **of ~s**, [વાત.] જેવું તેવું, ખાસ સંતોષકારક નહિ એવું. **out of ~s**, સહેજ માંદું, અસ્વસ્થ, બેચેન, વાંકું પડ્યું હોય એવું. ~ સ૰ક્રિ૰ **~ (out)**, ગુણ, કદ, વર્ગ, ઇ૰ પ્રમાણે ગોઠવવું, જુદું પાડવું; એક પ્રકારની વસ્તુઓ વીણી કાઢવી; વ્યવસ્થિત કરવું, ઉકેલ કરવો; [વિ૰બો૰] -ની તરફ ધ્યાન આપવું; સજા કરવી, પાંશરું કરવું.

sor'tie (સૉર્ટિ), ના૰ ઘેરાયેલા લોકોનો ઘેરા ઘાલનાર પર હુમલો, લશ્કરી વિમાને કરેલો હલ્લો.

SOS, (એ'સોએ'સ)ના૰ મદદ માટે પોકાર; આત્યંતિક સંકટ સૂચવતો આન્તરરાષ્ટ્રીય સંકેત.

sot (સૉટ), ના૰ પાકો દારૂડિયો. **so'ttish** (-ટિશ), વિ૰.

sotto vo'ce (સૉટો વોચિ), ક્રિ૰વિ૰ ધીમે અવાજે.

sou (સૂ), ના૰ નજીવી કિંમતનું એક જૂનું ફ્રેંચ નાણું; [વાત.] બહુ જ થોડા પૈસા.

soubre'tte (સૂબ્રે'ટ), ના૰ પ્રહસનમાં ઉદ્ધત કામવાળી ઇ૰(ના પાત્રનું કામ કરનાર નટી).

sou'briquet (સૂબ્રિકે'ટ), ના૰ જુઓ **sobriquet.**

sou'fflé (સૂફ્લે), ના૰ ઈંડાનો સફેદ ભાગ ફીણીને બનાવેલી હલકી પોચી વાની.

sough (સાઉ), ના૰ અને અ૰ક્રિ૰ વૃક્ષોમાંથી પવન પસાર થતાં થતો સુસવાટો (કરવો).

sought (સૉટ), **seek**નો ભૂ૰કા૰ તથા ભૂ૰કૃ૰. **~ after**, જેની ખૂબ માગ છે એવું.

souk (સૂક), ના૰ મુસ્લિમ દેશોમાં બજાર.

soul (સોલ), ના૰ માણસનો અપાર્થિવ–આધ્યાત્મિક – અંશ; માણસ ઇ૰નો નૈતિક અને ભાવનાત્મક અંશ, ચેતના–પ્રાણ–તત્ત્વ, અને માનસિક શક્તિઓ; ચેતનાપૂરક અથવા આવશ્યક અંશ, ભાવનાત્મક અથવા બૌદ્ધિક શક્તિ અથવા તીવ્રતા; અમેરિકાના હબસીઓની સંસ્કૃતિ; -નો નમૂનો અથવા મૂર્ત સ્વરૂપ; મૃતાત્મા, પ્રેતાત્મા, અશરીરી આત્મા. **~-destroying**, સાવ જડ અને કંટાળાજનક. **~ mate**, આદર્શ સાથી. **~-searching**, આત્મસંશોધન કરનારું; આત્મપરીક્ષા.

sou'lful (સોલફુલ), વિ૰ ઊંડી ભાવનાઓવાળું, પ્રાણવાન. [વાત.] અતિભાવનાશીલ, ઊંડી લાગણી વ્યક્ત કરનારું – જાગ્રત કરનારું.

sou'lless (સોલ્લિસ), વિ૰ નિષ્પ્રાણ; ચૈતન્ય વિનાનું; ઉચ્ચ ભાવનાશૂન્ય, નીરસ.

sound¹ (સાઉન્ડ), ના૰ અવાજ, ધ્વનિ; નાદ, શબ્દ; શોરબકોર; ધ્વનિઉત્પાદક તરંગો. સંભળાયેલું અથવા સંભળાય એવું કશુંક. ઉ૰ક્રિ૰ (-માંથી) અવાજ બહાર કાઢવો–નીકળવો, અમુક છાપ જણાવવી; અવાજ કરીને સૂચના આપવી; ઉચ્ચાર કરવો; જાહેર કરવું, જણાવવું; ના અવાજ સાંભળીને તે પરથી સ્થિતિની ચકાસણી કરવી. **~-barrier**, લગભગ અવાજની ગતિથી પસાર થતાં વસ્તુઓને થતો હવાનો જોરદાર પ્રતિકાર. **~-effect**, ચિત્રપટ કે

રેડિયોમાં વાણી કે સંગીત સિવાયનો કૃત્રિમ રીતે પેદા કરાતો અવાજ. ~ **off**, [વાત૦] મોટેથી બોલવું, પોતાના વિચાર ભારપૂર્વક વ્યક્ત કરવા. ~**-proof**, ધ્વનિ રોધક—ધ્વનિ દાખલ ન થઈ શકે એવું (બનાવવું). ~**-track**, ધ્વનિ અંકિત કરેલો ચિત્રપટ ઇ૦નો ભાગ—પટ્ટી, પટ્ટી પર નોંધેલો ધ્વનિ. ~**-wave**, ધ્વનિ તરંગ, હવા ઇ૦માં જેના વડે ધ્વનિનું પ્રસારણ થાય છે તે ઘનીભવન અને વિરલીકરણનું મોજું.

sound², વિ૦ નીરોગી, તંદુરસ્ત, સાબૂત; ખોડ, વિકાર, કે દોષ વિનાનું; આર્થિક દૃષ્ટિથી સદ્ધર; બરાબર, ખરું, સાચું; નક્કર, આધારભૂત; (ઊંઘ અંગે) ગાઢ, અખંડ; ગાઢ સુપ્ત.

sound³, ના૦ સામુદ્રધુની.

sound⁴, સ૦ ક્રિ૦ તપાસ—પરીક્ષા—કરવી; દોરી નાખીને દરિયાની ઊંડાઈ માપવી; મન જોવું. ~ (**out**), લોકોના અભિપ્રાયો જાણવા—તપાસવા, વિ૦ ક૦ આડકતરી રીતે અથવા સાવચેતીપૂર્વક, તાગ કાઢવો.

sou'nding (સાઉન્ડિંગ), વિ૦ રણકતું, ગુંજતું; ભપકાવાળું, પ્રભાવી. ~**-board**, અવાજને પ્રેક્ષકો કે શ્રોતાઓ તરફ વાળવા રંગમંચ પર કરેલી પડદાની ગોઠવણ.

sou'ndings (સાઉન્ડિંગ્ઝ), ના૦ બ૦ વ૦ પાણીના ઊંડાણનું માપ; પાણી (સહેલાઈથી) માપી શકાય એવો દરિયાકાંઠાથી નજીકનો પ્રદેશ.

soup (સૂપ), ના૦ સૂપ, રસો, કઢી. **in the ~**, [વિ૦ બો૦] મુશ્કેલીમાં, સંકટમાં. સ૦ ક્રિ૦ ~ (**up**), એંજિન, મોટરગાડી, ઇ૦ની શક્તિ વધારવી. ~ **-kitchen**. સંકટગ્રસ્ત ગરીબ લોકોને મફત 'સૂપ' આપવાનું રસોડું.

sou'pcon (સૂપ્સોં), ના૦ કશાકનું સૂચન, સ્વાદ, પાસ કે બહુ જ થોડી માત્રા.

sour (સાવર), વિ૦ ખાટું, ખટાશવાળું; (ગંધ અંગે) આથો ચડયો હોય એવું; (જમીન અંગે) ઠંડી અને ભીની; ચીઢિયું, ઉદાસ. ઉ૦ ક્રિ૦ ખાટું કરવું—થવું.

source (સોર્સ), ના૦ નદી ઇ૦નું મૂળ; ઉગમ (સ્થાન); (-નું) મૂળ, કારણ; મૂળ કે પ્રાથમિક પુરાવો આપનારો દસ્તાવેજ. **at ~**, મૂળ આગળ.

souse (સાઉસ), ઉ૦ ક્રિ૦ આથવું, અથાણામાં નાખવું; પ્રવાહીમાં બોળવું—બોળી રાખવું; [ભૂ૦ કૃ૦] પીધેલ. ના૦ મીઠું નાખીને બનાવેલું અથાણું; [અમે.] આથેલું ખાદ્ય.

souta'ne (સૂટાન), ના૦ રોમન કૅથલિક પાદરીનો ડગલો—ઝભ્ભો.

south (સાઉથ), ક્રિ૦ વિ૦, ના૦, અને વિ૦ દક્ષિણ (દિશા) (તરફ, પાસે, તરફથી વહેતું), દક્ષિણે; દુનિયાના દક્ષિણ ભાગમાં—તરફ. ~**-east**, આગ્નેય દિશા(નું—માં—તરફ—તરફથી). ~**-west**, નૈઋત્ય દિશા. ~**-easter**, ~**-wester**, આગ્નેય દિશાનો, નૈઋત્ય દિશાનો, પવન. ~**'paw**, [વાત.] ડાબોડી વ્યક્તિ, વિ૦ ક૦ મુષ્ટિયોદ્ધો. **sou'thward**, વિ૦, ક્રિ૦ વિ૦ અને ના૦ **sou'thwards**, ક્રિ૦ વિ૦.

sou'therly (સધર્લિ), વિ૦ દક્ષિણ તરફનું, દક્ષિણ તરફ (જતું).

sou'thern (સધર્ન), વિ૦ દક્ષિણનું—માં. **S~ Cross**, [ખ૦] ત્રિશંકુ.

sou'therner (સધર્નર), ના૦ દક્ષિણનો વતની, દાક્ષિણાત્ય.

souvenir' (સૂવનિઅર), ના૦ વ્યક્તિ, સ્થળ, પ્રસંગ, ઇ૦નું સંભારણું, યાદગીરી.

sou'we'ster (સાઉ'વે'સ્ટર), ના૦ નૈઋત્ય દિશા તરફનો પવન; ગરદનને રક્ષણ મળે તે માટે પાછળની બાજુએ પહોળી કોરવાળી જલરોધક ટોપી.

so'vereign (સૉવરિન), વિ૦ સર્વોપરી, સાર્વભૌમ; બાહ્ય નિયંત્રણ વિનાનું; (ઉપાય ઇ૦ અંગે) રામબાણ. ના૦ સાર્વભૌમ શાસક, વિ૦ ક૦ રાજા; [ઇતિ.] બ્રિટનનો એક સોનાનો સિક્કો ૧ પાઉન્ડ કિંમતનો. **so'vereignty** (-રિન્ટિ), ના૦.

so'viet (સોવિઅટ), ના૦ સામ્યવાદી રશિયા (**U.S.S.R.**)ની જિલ્લા પરિષદ

કે સમિતિ. **Supreme S~**, રશિયાની કેન્દ્ર સરકાર અથવા રશિયાના કોઈ ઘટક 'લોકતંત્ર'ની સરકાર. વિ૰ **S~**, રશિયાનું, સોવિયટ યુનિયનનું. **S~ Union, Union of S~ Socialist Republics**, ૧૯૧૭ પછીનું રશિયાનું રાષ્ટ્ર.

sow¹ (સો), સ૰ ક્રિ૰ [ભૂ૰ કૃ૰ **sowed** અથવા **sown**] જમીન પર કે જમીનમાં બી વેરવું - પેરવું, બી રોપવું; [લા.] -નો આરંભ કરવો, મંડાણ કરવું; જાહેર કરવું.

sow² (સાઉ), ના૰ ડુક્કરની માદા, ભૂંડણી.

soy (સૉઇ), ના૰ **~(sauce)**, આથેલા સોયાબીનનું રાયતું - ચટણી.

soy'a (સૉયે), ના૰ **~ (bean)**, સોયાબીન, એક જાતનું કઠોળ - તેલીબી.

so'zzled (સૉઝ઼લ્ડ), વિ૰ [વિ૰ બો૰] ખૂબ પીધેલું.

S.P., સંક્ષેપ. starting price.

spa (સ્પા), ના૰ ઔષધિ પાણીવાળો ઝરો; એવા ઝરાવાળી જગ્યા.

space (સ્પેસ), ના૰ અન્તહીન વિસ્તાર - જગ્યા; પૃથ્વીના વાતાવરણની પેલી પારનું વિશ્વ; અન્તરિક્ષ, અવકાશ, આકાશ; બે વસ્તુઓ કે બિન્દુઓ વચ્ચેની ખાલી જગ્યા; (પૂરતી) જગ્યા, વિ૰ ક૰ છાપેલા કે લખેલા મજકૂર માટે; મધ્યાંતર, વચગાળાનો સમય; [મુદ્રણ] બે શબ્દો વચ્ચેની કોરી જગ્યા, તે માટે વપરાતું માગ રાખવાનું બીબું. ઉ૰ ક્રિ૰ વચ્ચે વચ્ચે જગ્યા રાખી મૂકવું - ગોઠવવું, વચ્ચે જગ્યા - ખાલી જગ્યાનું બીબું - મૂકવું; શબ્દો ઇ૰ વચ્ચે જગ્યા રાખવી. વિ૰ પૃથ્વીના વાતાવરણની બહાર - અંતરિક્ષ કે અવકાશમાં - ફરવાનું - માં વપરાતું - માટે અનુકૂળ. **~ age**, અંતરિક્ષ(માં પ્રવાસનું) યુગ. **~-bar**, શબ્દો વચ્ચે જગ્યા રાખવા માટે ટાઇપ રાઇટરમાં દબાવવાની પટ્ટી. **~'craft, ~'ship**, અવકાશયાન. **~-heater** ઓરડીને ગરમ રાખવા માટેની સ્વાવલંબી વ્યવસ્થા. **~-man**, અવકાશયાત્રી. **~ station**, અવકાશમાં છોડેલો ઉપગ્રહ જે અવકાશયાનની પ્રવૃત્તિનું સ્ટેશન બને છે. **~-suit**, અવકાશમાં જવા માટે અનુકૂળ પોશાક (પહેરનારને શ્વાસ લેવાની સગવડવાળો). **~-time**, દિક્કાલ, અવકાશના ત્રણ અને સમયનું ચોથું એમ ચાર અરસપરસ સંબંધિત સ્થિતિના ચાર પરિમાણ (**~-time continuum**).

spa'cious (સ્પેશસ), વિ૰ જગ્યાની છૂટવાળું, મોકળાશવાળું.

spade¹ (સ્પેડ), ના૰ ખોદવાનું ઓજાર, મહોળી કોદાળી, પાવડો. **~work**, તૈયારીની શરૂઆતની સખત મહેનત.

spade², ના૰ કાળી બદામ (નું પત્તું).

spaghe'tti (સ્પગે'ટિ), ના૰ એક જાતની લાંબી પાતળી ઘઉંની સેવો.

span (સ્પૅન), ના૰ એક છેડેથી બીજા છેડા સુધીનો ગાળો; વેંત, ૯ ઇંચ; વિમાન કે એની પાંખની વધુમાં વધુ લંબાઈ; પુલના બે થાંભલા વચ્ચેનો ગાળો. સ૰ ક્રિ૰ નદી, પુલ, ઇ૰ના એક છેડેથી બીજા છેડા સુધી અથવા એક બાજુથી બીજી બાજુ સુધી વિસ્તરેલું હોવું; નદી ઉપર પુલ હોવો.

spa'ndrel (સ્પૅન્ડ્રલ), ના૰ કમાનની ગોળાકાર બાજુ અને તેની ઉપરનું કે આસપાસનું કાટખૂણાવાળું ચણતર કે ચોકઠું; બે વચ્ચેની જગ્યા, અથવા પાસેપાસે આવેલી કમાનોની ગોલાઈઓ અને ઉપરની રચાઈ કે ચણતર વચ્ચેની જગ્યા.

spa'ngle (સ્પૅંગલ) ના૰ ચમકતી વાટકી, ટપકી ઇ૰ વસ્ત્રને સુશોભિત કરવા જડાતી. સ૰ક્રિ૰ ટીપકીઓ વડે (હોય તેમ) શણગારવું.

Spa'niard (સ્પૅન્યર્ડ), ના૰ સ્પેનનું વતની.

spa'niel (સ્પૅન્યલ), ના૰ લાંબા સુંવાળા વાળ અને લબડતા કાનવાળું ગરીબ સ્વભાવનું કૂતરું.

Spa'nish (સ્પૅનિશ), વિ૰ સ્પેનનું અથવા તેના લોકોનું કે ભાષાનું. ના૰ સ્પૅનિશ ભાષા.

spank (સ્પૅંક), સ૰ ક્રિ૰ અને ના૰ ચાપટ (મારવી), વિ૰ ક૰ કૂલા પર.

spa'nker (સ્પૅંકર), ના૰ [નૌકા.] પાછલી ડોળકાઠીને બાંધેલું ચોરસ સઢ.

spa'nking (સ્પૅંકિંગ), ક્રિ૰ વિ૰ અને

વિ૦ ઉત્તમ (રીતે), આકર્ષક (રીતે), ધમધોકાર.

spa'nner (સ્પૅનર), ના૦ ખીલા ઇ૦ પરની ચાકી, નટ, વગેરે ફેરવવાનું પાનું. **~ in the works,** ચાલુકામમાં પથરો, વિઘ્ન, આપત્તિ.

spar[1] (સ્પાર), ના૦ મજબૂત વાંસ, લાકડાનો લાંબો સોટો, વહાણના કૂવાથંભ ઇ૦ માટે વપરાતો.

spar[2], ના૦ સહેલાઈથી ભૂકો કરી શકાય એવો એક સ્ફટિક જેવો પદાર્થ, સફેદ સુરમો.

spar[3], અ૦ ક્રિ૦ મુષ્ટિ યુધ્ધમાં (હોય તેમ) મુક્કાબાજી કરવી; તકરાર કરવી, ઝઘડવું; દલીલ કરવી; વાગ્યુદ્ધ કરવું. ના૦ મુક્કાબાજી (કરવી તે), મુષ્ટિયુદ્ધની હરીફાઈ. **sparring partner,** મુષ્ટિયુદ્ધની તાલીમ આપવા માટે રોકેલો માણસ – મુષ્ટિયોદ્ધો; [લા.] જેની સાથે દલીલો કરવામાં મજા પડે છે એવો માણસ.

spare (સ્પે'અર), ઉ૦ ક્રિ૦ ઈજા કે નાશ કરવામાંથી, વાપરવા કે ચાલુ કરવામાંથી, દૂર રહેવું – કરતાં અટકવું; (કશાક) વગર ચલાવવું, જતું કરવું, જવા દેવું; બીજા માટે ફાજલ પાડવું, બીજાને લેવા દેવું, વિ૦ ક૦ પોતાને જેની જરૂર નથી એવી વસ્તુ; -ની કરકસર કરવી, આપવામાં આનાકાની કરવી. વિ૦ વધારાનું, તાત્કાલિક જરૂર ન હોય એવું; અડીના પ્રસંગ માટે અથવા અવારનવાર વાપરવા માટે રાખી મૂકેલું; (વ્યક્તિ અંગે) પાતળું, સુકલકડી; કરકસરિયું. ના૦ **~ (part),** મશીન ઇ૦મા બદલીને મૂકવા માટેનો છૂટક ભાગ. **~-rib,** બહુ ઓછું માંસ બાકી રાખેલી પાંસળી, વિ૦ ક૦ ડુક્કરની. **~ time,** નવરાશ(નો સમય). **~ tyre.** [લા૦ વાત.] કમર પર પડતી ચરબીની ગડી.

spar'ing (સ્પે'અરિંગ), વિ૦ કરકસરિયું, ત્રેવડવાળું; કચવાટ સાથે આપનારું.

spark (સ્પાર્ક), ના૦ તણખો, [બિંદુ જેવો નાનો ચળકતો પદાર્થ;બે વિદ્યુત વાહકોની વચ્ચે ઊડતો તણખો -થતો ઝબકારો, અન્તર્જ્વલન ઍંજિન ચાલુ કરવા માટેનો તણખો; [લા.] બુદ્ધિનો ચમકારો; (ભાવના. ગુણ, ઇ૦નો) લેશ, રજ; [પ્રા.] આનંદી – મોજીલો-જુવાનિયો. ~ ઉ૦ ક્રિ૦ તણખા બહાર ફેંક- – ઝરવા; ~ (off), શરૂ કરવું, ચાલુ કર: **~-plug, ~ing-plug,** અન્તર્જ્વલ ઍંજિનમાં તણખો પેદા કરવાનું સાધન હૅન્ડલ વગેરે.

spar'kle (સ્પાર્કલ), અ૦ ક્રિ૦ તણખ ફેંકવા-ફેંકતું હોય તેમ દેખાવું; ચળકવું ચળકાટ મારવો, ઝગમગવું, -માંથી તણખ નીકળવા. ના૦ ઝગારા મારવા તે; ચળકાટ તણખો, ઝગારો.

spar'kler (સ્પાર્ક્લર), ના૦ તારામંડળ ઇ૦ દારૂખાનાની વસ્તુ; [વિ૦ બો૦ હીરો.

spar'kling (સ્પાર્ક્લિંગ), વિ૦ (દારૂ અંગે) ઊભરાતું, વાયુના પરપોટાવાળું,ચળકતું

spa'rrow (સ્પૅરો), ના૦ ચકલી. **~-hawk,** નાનું બાજ પક્ષી.

sparse (સ્પાર્સ), વિ૦ છૂટુંછવાયું વેરાયેલું. **spar'sity** (-સિટિ), ના૦.

spar'tan (સ્પાર્ટન), વિ૦ સાદગીવાળું, ખડતલ, ધરખમ. **S~,** પ્રાચીન સ્પાર્ટાનું. ના૦ ધૈર્યવાન અને સહનશક્તિવાળું ખડતલ માણસ; **S~**, સ્પાર્ટાનું વતની.

spasm (સ્પૅઝ્મ), ના૦ તાણ, આંકડી; લાગણીનો અચાનક ઊભરો.

spasmo'dic(સ્પૅઝ્મૉડિક), વિ૦અવારનવાર જોર કરતું – ઊભરાઈ આવતું, ઓચિંતું અને જોરદાર.

spa'stic (સ્પૅસ્ટિક), વિ૦ અને ના૦ સ્નાયુઓના તાણ સાથે મગજના લકવાવાળું (માણસ).

spat[1] (સ્પૅટ), ના૦ [બહુધા બ૦વ૦માં] પગની પાટલી અને ઘૂંટી ઢાંકનારી ચામડાની કે કાપડની પટ્ટી.

spat[2], **spit**[1]નો ભૂ૦કા૦ તથા ભૂ૦કૃ૦.

spate (સ્પેટ), ના૦ નદીનું પૂર, રેલ; [લા.] રેલમછેલ.

spathe (સ્પેધ), ના૦ [વનસ્પ.] ફૂલ કે ફૂલોને વેરી લેતું ઉપપત્ર, પુષ્પચ્છદ. ઉદા. અળવીની ઢીંગલીની ઓઢણી.

spa'tial (સ્પેશલ), વિ૦ અવકાશનું-માંનું-ને લગતું.

spa'tter (સ્પૅટર), ઉ૦ક્રિ૦ કાદવ ઇ૦ના છાંટા ઉડાડવા-ઊડવા, છાંટવું; ઉપર કાદવ ઉડાડવો. ઉપર ડાઘા પાડવા, લપેડા મારવા. ના૦ છાંટા ઉડાડવા-ઊડવા-તે, છંટકાવ; ટપટપ અવાજ (થવો તે).

spa'tula (સ્પૅટ્યુલં), ના૦ રંગ, મલમ, ઇ૦ એકત્ર કરવાનું કે પાથરવાનું પહોળા ને બૂઠા પાનાવાળું ચપ્પુ કે છરી.

spa'tulate (સ્પૅટ્યુલટ), વિ૦ પહોળા અને ગોળ છેડાવાળું.

spawn (સ્પૉન), ના૦ માછલાં, દેડકા, ઇ૦નાં ઈંડાં; [અનાદર.] માનવનાં બચ્ચાં-સંતાન; જેમાંથી ફૂગ ઊગે છે તે નાના તંતુઓનો ગુચ્છો. ઉ૦ક્રિ૦ (માછલાં, દેડકા, ઇ૦ અંગે) ઈંડાં મૂકવાં; ઈંડાં કે બચ્ચાં તરીકે પેદા થવું; [લા.] મોટી સંખ્યામાં પેદા કરવું.

spay (સ્પે), સ૦ક્રિ૦ (માદાના) અંડાશયો કે બીજાશયો કાઢી નાખવા.

speak (સ્પીક), ઉ૦ક્રિ૦ [**spoke; spo'ken**] બોલવું, કશુંક કહેવું, વાતચીત કરવી; ભાષણ આપવું; શબ્દ ઉચ્ચારવો, ઉચ્ચાર કરવો; બોલવામાં અમુક ભાષા વાપરવી-બોલવી; બોલીને જાહેર કરવું-સૂચવવું. **~ for,** -ના વિચાર કે લાગણીઓ વ્યક્ત કરવું, -ની વતી બોલવું. **~ of,** ઉલ્લેખ કરવો. **~ out, up,** છૂટથી બોલવું, (વધુ) મોટેથી બોલવું. **speaking clock,** ચોક્કસ સમય કહી સંભળાવવાની ટેલિફોન સેવા. **speaking likeness,** આબેહૂબ છબી-ચિત્ર. **speaking-tube,** એક ઓરડી-માંથી બીજીમાં બોલવા માટેની નળી(ની વ્યવસ્થા).

spea'ker (સ્પીકર), ના૦ બોલનાર, વિ૦ક૦ જાહેર ભાષણ કરનાર વક્તા, ભાષણ કરવામાં વિશિષ્ટ આવડતવાળો માણસ; અમુક ભાષા બોલનાર વ્યક્તિ; લાઉડ સ્પીકર; **S~,** ધારાસભા, સંસદ, ઇ૦નો અધ્યક્ષ.

spear (સ્પિઅર), ના૦ ભાલો. સ૦ક્રિ૦ ભાલાવતી (હોય તેમ) ભોંકવું-મારવું. **~head,** [લા.] હુમલો કરનાર ટુકડીનો આગેવાન કે આગેવાનો. (સ૦ક્રિ૦) હુમલો કરનાર ટુકડીના આગેવાન હોવું. **~-mint,** ફૂદીનો.

spec (સ્પે'ક), ના૦ [વાત.] સાહસ, સટ્ટો. **on ~,** પ્રયોગ દાખલ, જુગાર તરીકે.

spe'cial (સ્પે'શલ), વિ૦ વિશિષ્ટ કે મર્યાદિત પ્રકારનું, ખાસ; વિશિષ્ટ વ્યક્તિ પ્રસંગ કે વસ્તુનું-માટેનું; અસામાન્ય, અપવાદાત્મક. ના૦ મુશ્કેલીના વખતમાં પોલીસના ફરજ બજાવનાર ટુકડીનો નાયક (**~ constable** પણ); છાપાની ખાસ આવૃત્તિ, ભોજનની ખાસ વાનગી, ઇ૦. **S~ Branch,** રાજકીય સુરક્ષાનો હવાલો સંભાળનાર પોલીસ ખાતું. **~ licence,** લગ્નની અગાઉથી જાહેરાત કર્યા વિના લગ્ન કરવાનો ખાસ પરવાનો. **~ pleading,** [કા.] વિશિષ્ટ અથવા નવી તકરાર; ઉપર ઉપરથી ખરી લાગતી પણ વસ્તુતઃ ભ્રામક દલીલ; [લોક.] પૂર્વગ્રહ દૂષિત દલીલ.

spe'cialist (સ્પે'શલિસ્ટ), ના૦ કોઈ વિદ્યા કે કળાની વિશિષ્ટ શાખાનો અભ્યાસ કરનાર કે જાણકાર (વિ૦ક૦ વૈદકનો), તજ્જ્ઞ.

specia'lity (સ્પે'શિઍલિટિ), ના૦ વિશિષ્ટ ગુણ કે લક્ષણ, વિશેષતા; વિશિષ્ટ વ્યવસાય કે ઉત્પાદન; જેમાં વિશેષ યોગ્યતા મેળવી હોય તે વસ્તુ.

spe'cialize (સ્પે'શલાઇઝ઼), ઉ૦ક્રિ૦ તજ્જ્ઞ હોવું અથવા થવું; વિશિષ્ટ હેતુ માટે યોગ્ય બનાવવું-થવું-હોવું; વિશિષ્ટ ગુણ ઇ૦નો વિકાસ કરવો-થવો. **~ (in),** -નો વિશેષ અભ્યાસ કરવો. **specializa'tion** (-ઝ઼ેશન), ના૦.

spe'cialty (સ્પે'શલ્ટિ), ના૦= speciality.

spe'cie (સ્પીશી), ના૦ રોકડાં નાણાં - સિક્કા.

spe'cies (સ્પીશીઝ઼), ના૦ [બ૦વ૦

એ જ] સમાન લક્ષણોવાળી વસ્તુઓનો વિ૦ક૦ પ્રાણીઓનો વર્ગ, 'જીનસ'નો પેટા-વિભાગ, જાત, પ્રકાર.

speci'fic (સ્પે'સિફિક), વિ૦ નિશ્ચિત, ચોક્કસ; કોઈ વિશિષ્ટ વર્ગને લગતું; વિશિષ્ટ પ્રકારનું, સામાન્ય કે અનિશ્ચિત નહિ એવું; (દવા ઇ૦ અંગે) વિશિષ્ટ રોગ, અવસ્થા, ઇ૦ માટેનું. ના૦ કોઈ રોગની રામબાણ દવા–ચોક્કસ ઇલાજ, વિશિષ્ટ ભાવ. ~ **gravity**, કોઈ પણ વસ્તુનું સાપેક્ષ વજન; વિશિષ્ટ ગુરુત્વ–ઘનતા, પાણી કે હવાના તેટલા જ કદની સરખામણીમાં પદાર્થનું વજન.

specifica'tion (સ્પે'સિફિકેશન), ના૦ વિગતવાર વર્ણન (કરવું તે), વિગતવાર લખેલી ખાસ હકીકત, [વિ૦ક૦ બ૦વ૦માં] કરવાના કામનું તથા તે માટે વાપરવાના માલસામાન ઇ૦ના માપ, પ્રકાર, વગેરેનું વિગતવાર વર્ણન.

spe'cify (સ્પે'સિફાઈ), ઉ૦ ક્રિ૦ ખાસ નામ દેવું – દઈ ને કહેવું, ચોક્કસ ઉલ્લેખ કરવો;નામનિર્દેશ સાથે વિગતવાર જણાવવું.

spe'cimen (સ્પે'સિમન), ના૦ (આખી) વસ્તુનો પ્રતિનિધિભૂત ભાગ કે ટુકડો, નમૂનો, વાનગી; [વાત.] વિશિષ્ટ પ્રકારની વ્યક્તિ ઇ૦.

spe'cious (સ્પીશસ), વિ૦ સારું અને ખરું દેખાતું પણ વસ્તુતઃ તેવું નહિ, સુફિયાણું.

speck (સ્પે'ક), ના૦ નાનકડો ધબ્બો, ડાઘો, અથવા કણ. સ૦ ક્રિ૦ ઉપર ટપકા, ડાઘા, પાડવા (વિ૦ક૦ ભૂ૦કૃ૦ તરીકે પ્રયુક્ત),

specs (સ્પેક્સ), ના૦ બ૦ વ૦ ચશ્મા; માલસામાન, તેના માપ, પ્રકાર; ઇ૦ સાથે કામની વિગત.

spe'ctacle (સ્પે'ક્ટકલ), ના૦ જાહેર તમાશો – ખેલ – પ્રદર્શન; જોવા જેવો–ભવ્ય – દેખાવ. (**pair of**) ~**s**, ચશ્માં.

spe'ctacled (સ્પેક્ટકલ્ડ), વિ૦ ચશ્મા-વાળું–પહેરેલું.

specta'cular (સ્પે'ક્ટૅક્યુલર),વિ૦ જાહેર પ્રદર્શનનું – ના જેવું, આકર્ષક (દેખાવવાળું), જોવા લાયક, ભવ્ય, અદ્ભુત; ભપકાવાળું, આડંબરી.

specta'tor (સ્પે'ક્ટેટર), ના૦ પ્રેક્ષક, જોનાર. ~ **sport**, અનેક પ્રેક્ષકોને આકૃષ્ટ કરનાર રમત.

spe'ctral (સ્પે'ક્ટ્રલ), વિ૦ ભૂત જેવું, અવાસ્તવિક; વર્ણપટનું.

spe'ctre (સ્પે'ક્ટર), ના૦ ભૂત, પિશાચ; વારે વારે દેખાતું દુશ્ચિહ્ન – થતું અનિષ્ટનું સૂચન.

spe'ctroscope (સ્પે'ક્ટ્રસ્કોપ), ના૦ કોઈ પણ વર્ણપટ લઈ ને તે તપાસવાનું સાધન, વર્ણપટદર્શક. **spectrosco'pic** (-સ્કૉપિક), વિ૦. **spe'ctroscopy** (સ્પે'ક્ટ્રૉસ્કપિ), ના૦.

spe'ctrum ના૦ [બ૦ વ૦ **-tra**] મેઘધનુષ્ય ઇ૦માં દેખાતા રંગોનો પટો, વર્ણપટ; [લા.] માત્રા, ગુણ, ઇ૦ અનુસાર ગોઠવેલા કશાકનો આખો વિસ્તાર.

spe'culate (સ્પે'ક્યુલેટ), અ૦ ક્રિ૦ અનુમાન – કલ્પના – કરવી; ખૂબ નફો મળશે એ આશાએ માલ ખરીદવો અથવા વેચવો, સટ્ટો કરવો; જોખમ ખેડીને સોદો કરવો – પૈસો રોકવો. **specula'tion** (-લેશન), ના૦. **spe'culative** (-લટિવ), વિ૦. **spe'culator** (-લેટર), ના૦.

sped (સ્પે'ડ), **speed** નો ભૂ૦ કા૦ તથા ભૂ૦ કૃ૦.

speech (સ્પીચ), ના૦ બોલવાની ક્રિયા, શક્તિ અથવા રીત; કહેલી વસ્તુ; જાહેર ભાષણ; ભાષા; બોલી. **freedom of** ~, ભાષણ – વાણી – સ્વાતંત્ર્ય. ~**-day**, શાળામાં વક્તૃત્વ હરીફાઈ નો તથા બક્ષિસ વિતરણનો દિવસ, ~ **therapy**, બોલવાની ખોડ દૂર કરવાનો ઉપચાર.

spee'chify (સ્પીચિફાઇ), અ૦ ક્રિ૦ [મજાકમાં] ભાષણ(-ણો) ઠોકવાં.

spee'chless (સ્પીચ્લિસ), વિ૦ અવાક, સ્તબ્ધ (ભાવનાઅતિરેકને લીધે).

speed (સ્પીડ), ના૦ ત્વરા, ઉતાવળ; ઝડપ, વેગ. ઉ૦ ક્રિ૦ [**sped**] ઉતાવળથી જવું – મોકલવું; ઝડપથી જવું, વધારે પડતી

ગતિથી જવું; [પ્રા.] સમૃદ્ધ અથવા સફળ બનાવવું – થવું. ~'**boat**, ઝડપી હોડી. ~ **limit**, વેગ મર્યાદા, રસ્તે જતા વાહન માટેની. ~'**way**, મોટર સાઇકલ ઇ૰ની શરત (માટેનો રસ્તો); [અમે.] ઝડપી મોટર વાહનો માટેનો રસ્તો – ધોરી રસ્તો.

speedo'meter (સ્પીડૉમિટર), ના૰ વાહનની ગતિ દર્શાવનાર ઘડિયાળ.

spee'dwell (સ્પીડ્વે'લ), ના૰ આસમાની ફૂલવાળો એક નાનો છોડ.

spee'dy (સ્પીડિ), વિ૰ ઝડપી, વગર વિલંબનું, તાત્કાલિક, ઢીલ વિના કરનારું.

speleo'logy (સ્પે'લિઑલજિ), ના૰ ગુફાવિજ્ઞાન, ગુફાઓનું શાસ્ત્ર. **speleo'logist** (-લજિસ્ટ), ના૰.

spell[1] (સ્પે'લ), ના૰ મંત્ર, જાદુનો મંત્ર, ભુરકી, મોહની, આકર્ષણ. ~-**bound**, મંત્રમુગ્ધ, મોહિત.

spell[2], ઉ૰ ક્રિ૰ [**spelt** અથવા **spelled** સ્પેલ્ટ] શબ્દની જોડણી કહેવી–લખવી; આવી રીતે શબ્દો બનાવવા; શબ્દ બનાવવો; -નો શબ્દ બનવો; સૂચિત કરવું, -માં ગર્ભિત હોવું, -નો અર્થ હોવો. ~ **out** મોટેથી જોડણી કહેવી, મુશ્કેલીથી સમજવું; સ્પષ્ટપણે કહેવું, વિગતવાર સમજાવવું, ખુલાસો કરવો. **spelling-bee**, જોડણી સ્પર્ધા(ની રમત).

spell[3], ના૰ સમય કે કામનો (ટૂંકો) ગાળો અવધિ. સ૰ ક્રિ૰ -ને બદલે આવવું, વારો બદલાવવો. કામથી મોકળું કરવું.

spelt[1], **spell**[2] નો ભૂ૰ કા૰ તથા ભૂ૰ કૃ૰.

spelt[2], ના૰ એક જાતના ઘઉં, જેમાંથી ઘણો ઝીણો લોટ મળે છે.

spend (સ્પે'ન્ડ), ઉ૰ક્રિ૰ [**spent**] (પૈસા) ખરચવું, વાપરવું; ઉડાવવું, વાપરી કાઢવું – નાખવું; ખતમ કરવું કે થવું, વાપરીને ઘસી નાખવું. (સમયના અમુક ગાળામાં) રહેવું, સમય પસાર કરવો. ~**thrift**, ઉડાઉ માણસ.

sperm (સ્પર્મ), ના૰ નરનું વીર્ય, શુક્ર, શુક્રજંતુ. ~ (**whale**), તેલ કે ચરબી આપનાર વહેલ માછલી.

spermace'ti (સ્પર્મસે'ટિ), ના૰ (સ્પર્મ) વહેલના માથામાંથી મળતું તેલ કે ચરબી, જે મલમ ઇ૰ માટે વપરાય છે.

sperma'tic (સ્પર્મૅટિક) વિ૰ વીર્યનું.

spermatozo'on (સ્પર્મટઝોઅન), ના૰ [બ૰ વ૰ -**zea**] શુક્રજંતુ, બીજપ્રાણી.

sper'micide (સ્પર્મિસાઇડ), ના૰ શુક્રાણુનાશક પદાર્થ.

spew (સ્પ્યૂ), ઉ૰ ક્રિ૰ ઊલટી કરવી – થવી.

spha'gnum (સ્ફૅગ્નમ), ના૰ ભેજવાળા જગ્યામાં ઊગતી એક જાતની શેવાળ જે પૅકિંગ માટે વપરાય છે.

sphere (સ્ફિઅર), ના૰ ગોલ, ગોળો, દડો, પૃથ્વી; આકાશી ગોળો, તારો, ઇ૰; કાર્ય કે પ્રભાવનું ક્ષેત્ર; સમાજમાં સ્થાન.

spher'ical (સ્ફે'રિકલ), વિ૰ ગોળાકાર; ગોળાના જેવું, ગોળાઓને લગતું.

spher'oid (સ્ફિઅરૉઇડ), ના૰ ગોળા જેવો પણ તદ્દન ગોળાકાર નહિ એવો પદાર્થ. **spheroid'al** (-ડલ), વિ૰.

sphi'ncter (સ્ફિંક્ટર), ના૰ છિદ્ર કે રન્ધ્રને બંધ કરનાર અને ઉઘાડનાર સ્નાયુનું કડું.

sphinx (સ્ફિંક્સ), ના૰ [ગ્રીક પુરાણ] સ્ત્રીનું માથું અને સિંહના શરીરવાળો પાંખવાળો રાક્ષસ; પુરુષ, ઘેટા, ઇ૰નું માથું અને સૂતા સિંહની પ્રાચીન મિસરની આકૃતિ; કોયડારૂપ અથવા રહસ્યમય માણસ.

spice (સ્પાઇસ), ના૰ મસાલાની ચીજ; [બ૰ વ૰માં] મસાલો, તેજાનો; [લા૰] પદાર્થમાં સ્વાદ, સુગંધ, તીખાશ, ઇ૰ ઉમેરનારી વસ્તુ. સ૰ ક્રિ૰ મસાલો નાખીને સ્વાદિષ્ટ બનાવવું.

spick (સ્પિક), વિ૰ ~ **and span**, વ્યવસ્થિત, નવું નક્કોર (દેખાતું).

spi'cy (સ્પાઇસિ), વિ૰ મસાલાનું – જેવું – મસાલો નાખીને સ્વાદિષ્ટ બનાવેલું; તીખું; [લા૰] સનસનાટીવાળું, અનુચિત.

spi'der (સ્પાઇડર), ના૰ કરોળિયો; કરોળિયા જેવી એક વસ્તુ, વિ૰ક૰ કિરણોત્સર્ગી પગવાળી.

spi'dery (સ્પાઇડરિ), વિ૦ કરોળિયાનું -ના જેવું; બહુ પાતળું અથવા લાંબું.

spiel (સ્પીલ), ના૦ [વિ૦ બો૦] (વિ૦ ક૦ સહજ અથવા વિશ્વાસ પેદા કરે એવી) વાતચીત. અ૦ ક્રિ૦ લાંબું લાંબું અથવા ફાવે તેમ બોલવું, લબલબ બોલવું.

spi'got (સ્પિગટ), ના૦ લાકડાની નાની મેખ-ખીલી, પીપનો ડાટો.

spike[1] (સ્પાઇક), ના૦ તીક્ષ્ણ અણી, આર; અણીદાર ખીલી; [બ૦વ૦માં] ખીલીઓ જડેલા જોડા; મોટો ખીલો. સ૦ ક્રિ૦ -માં કે -ઉપર ખીલીઓ ચોઢવી- મારવી, ખીલીઓ જડવી; [વાત.] દારૂમા મદ્યાર્ક ઉમેરવું. ~ **person's guns**, [લા.] તેની યોજનાઓ નિષ્ફળ બનાવવી.

spike[2], ના૦ ફૂલોની મંજરીવાળા છોડની નોખી ડાળખી.

spi'kenard (સ્પાઇક્નર્ડ), ના૦ જટામાસી(ના છોડમાંથી અગાઉ બનાવવામાં આવતો મલમ).

spi'ky (સ્પાઇકિ), વિ૦ ખીલાવાળું ખીલા જેવું; [વાત.] હઠીલું, દુરાગ્રહી, ક્રોધી.

spill[1] (સ્પિલ), ઉ૦ ક્રિ૦ [**spilt** અથવા **spilled**] ઢોળવું, ઢોળાવું, વિ૦ ક૦ અચાનક અને બેદરકારપણે; બીજાઓનું લોહી રેડવું; ઘોડા પરથી કે વાહનમાંથી નીચે પાડવું. ના૦ ઘોડા પરથી કે વાહનમાંથી પડવું - ફેંકાવું-તે; ગુલાંટ, ઊંધું વળવું તે. ~ **the beans**, છાની વાત ઉઘાડી પાડવી.

spill[2], ના૦ ગૅસનો દીવો વગેરે સળગાવવા માટે લાકડાનો પાતળો ટુકડો, કાગળની ચબરકી, ઇ૦.

spi'llikin (સ્પિલિકિન), ના૦ લાકડા ઇ૦ની નાની ચીપ; [બ૦ વ૦માં] એના ઢગલામાંથી બીજી ચીપોને ધક્કો લગાડ્યા વિના એક એક કરીને આખો ઢગલો ખસેડવાની રમત.

spilt (સ્પિલ્ટ), **spill**[1], ભૂ૦કા૦ તથા ભૂ૦કૃ૦.

spin (સ્પિન), ઉ૦ક્રિ૦ [**spun**] રૂ, ઊન, ઇ૦ કાંતવું, સૂતર કાતવું; ઝીણા રેસા જેવા પદાર્થ વડે જાળ વણવી; [લા.] વાર્તા ઇ૦ કહેવી કે બનાવવી; ભમરડાની જેમ પોતાની આસપાસ ફરવું - ફેરવવું; (માણસના માથા અંગે) ગોળ ગોળ ફરવું-ભમવું; (નાણું) ઉછાળવું. ના૦ ચક્કર ચક્કર ફરવું તે; પોતાની આસપાસ ફરતાં ફરતાં વિમાનનું સીધું નીચે ઉતરાણ; પોતાની આસપાસ ફરવાની દુય્યમ ગતિ (ક્રિકેટ કે ટેનિસના દડા જેવી). ~**-drier**, કપડા સુકવવાનું યંત્ર. ~**-off**, આનુષંગિક પરિણામ(-મો), આડપેદાશ કે આડલાભ. ~ **out**, ચર્ચા ઇ૦ લંબાવવું. **spinning-wheel**, (કાંતવાનો) રેંટિયો.

spina bi'fida (સ્પાઇનૅ બિફિડૅ), કરોડને લગતી જન્મખોડ, જેમાં અન્તસ્ત્વચા બહાર ઊપસી આવે છે.

spi'nach (સ્પિનિજ), ના૦ પાલકની ભાજી. ~ **beet**, જેના પાંદડાં પાલકની જેમ વપરાય છે તે બીટ (કંદ).

spi'nal (સ્પાઇનલ). વિ૦ કરોડ-પૃષ્ઠવંશ -નું. ~ **column**, કરોડ. ~ **cord**, કરોડરજ્જુ.

spi'ndle (સ્પિન્ડલ), ના૦ કાંતવાની ત્રાક, જેના પર કશુંક ફરતું હોય તે દાંડી, ધરી. ~**-shanks**, લાંબા ને પાતળા ટાંટિયા (વાળો માણસ).

spi'ndly (સ્પિન્ડ્લિ), વિ૦ લાંબું અને પાતળું, કૃશ થયેલું, બારીક.

spi'ndrift (સ્પિનડ્રિફ્ટ), ના૦ પવનથી દરિયાની સપાટી પર ઊડતા છાંટા.

spine (સ્પાઇન), ના૦ કરોડ, પૃષ્ઠ વંશ; ખોપરીથી માંડી એક બીજા જોડે સંધાયેલી મણકાની માળા. [વનસ્પ૦ અને પ્રાણી૦] કાંટો, શૂળ; છાપરાની અથવા ગિરિમાળાની ટોચની ધાર; બાંધેલી પર ગોઠવેલી ઊભી ચોપડીની પાછલી બાજુ. ~**-chilling**, ભયને લીધે ધ્રુજારી પેદા કરનારું, હાજા ગગડાવનારું.

spi'neless (સ્પાઇનલિસ), વિ૦ પૃષ્ઠવંશ વિનાનું, ચારિત્ર્યની દૃઢતા વિનાનું, નબળું, બીકણ, નમાલું.

spine't (સ્પિને'ટ), ના૦ પિયાનો જેવું એક તંતુવાદ્ય.

spi'nnaker (સ્પિનેકર), ના૦ શરતની હોડીનું ત્રણ ખૂણાવાળું વધારાનું મોટું સઢ.

spi'nner (સ્પિનર), ના૦ ગોળ ગોળ ફરનાર માણસ કે વસ્તુ; સૂતર કાંતનાર; માછલાં પકડવામાં વપરાતી બનાવટી માખી અથવા ગોળગોળ ફરતું ખાજ.

spi'nneret (સ્પિનરે'ટ), ના૦ કરોળિયો, રેશમનો કીડો, ઇ૦નો કાંતવાનો અવયવ.

spi'nney(સ્પિનિ),ના૦ નાનું જંગલ, ઝાડી.

spi'nster સ્પિન્સ્ટર), ના૦ અપરિણીત સ્ત્રી, કુમારિકા.

spi'ny (સ્પાઇનિ), વિ૦ કાંટાવાળું, મુશ્કેલ.

spirae'a (સ્પાઇઅરિઅ), ના૦ ગુલાબની જાતનું એક ફૂલઝાડ.

spi'ral(સ્પાઇઅરલ),વિ૦ નળાકાર અથવા શંકુના જેવા ગૂંચળાવાળું, પેચ કે સ્ક્રૂના જેવું, સતત વળાંક લેતું, ભમરિયું, સર્પિલ. ના૦ પેચ કે સ્ક્રૂના આંટા જેવો વળાંક; ભમરિયા આકારનું; વધતી જતી ચડતી કે પડતી. અ૦ક્રિ૦ ગોળગોળ – ભમરિયા – રસ્તે ચડવું – ઊતરવું – ફરવું.

spi'rant (સ્પાઇઅરન્ટ), વિ૦ અને ના૦ ઉષ્મવર્ણ (વ્યંજન).

spire (સ્પાયર), ના૦ મિનારાની કે દેવળ-ની ઉપરનો શિખર જેવો અણિયાળો ભાગ, અણિદાર શિખર – મિનારો.

spi'rit (સ્પિરિટ), ના૦ પ્રાણ, જીવ; માણસ ઇ૦નો અપાર્થિવ અંશ, જીવાત્મા, આત્મા; માનસિક અથવા નૈતિક સ્વરૂપ અથવા ગુણો; પ્રેતાત્મા, પ્રેત, ભૂત; અશરીરી જીવ-પ્રાણી; માનસિક દશા, મિજાજ; કાયદા ઇ૦ની પાછળનો ભાવ, હેતુ, સાચો અર્થ; હિંમત, પાણી, ધૈર્ય; [બહુધા બ૦વ૦માં] ગાળેલો મદ્યાર્કવાળો દારૂ; અર્ક; -નું મદ્યાર્ક-વાળું દ્રાવણ. **in high, low, ~s,** ઉલ્લાસી, આનંદી, ખિન્ન. **~**સ૦ક્રિ૦ એક-દમ કે છાનામાના ઉઠાવી જવું. **~ gum,** વાળ ચોટાડવા માટેનો તરત સુકાતો ગુંદર. **~-lamp,** સ્પિરિટ બાળનાર દીવો. **~-level,** મદ્યાર્કવાળી પાણસળ.

spi'rited (સ્પિરિટિડ), વિ૦ પાણીદાર, જુસ્સાવાળું, તેજસ્વી; અમુક પ્રકારના સ્પિરિટ(ટો)વાળું.

spi'ritual (સ્પિરિટ્યુઅલ), વિ૦ આત્મા-નું – સંબંધી, આધ્યાત્મિક; ધાર્મિક, દિવ્ય, ઈશ્વરપ્રેરિત. ના૦ અમેરિકન નીગ્રોનું ધાર્મિક ગીત. **spiritua'lity** (-ઍલિટિ), ના૦. **spi'ritualize** (-અલાઇઝ), સ૦ક્રિ૦.

spi'ritualism (સ્પિરિટ્યુઅલિઝ઼મ, -ચુઅ-), ના૦પરલોકવિદ્યા, પ્રેતાત્માઓ સાથે કોઈ માધ્યમ દ્વારા વાત કરી શકાય છે એવી માન્યતા; તે ઉપર આધારિત આચાર અને સિદ્ધાન્તો. **spi'ritualist** (-લિસ્ટ), વિ૦ અને ના૦ **spirituali'stic** (-લિસ્ટિક) વિ૦.

spi'rituous(સ્પિરિટ્યુઅસ),વિ૦ મદ્યાર્ક-વાળું, માદક; ગાળેલું.

spit[1] (સ્પિટ), ના૦ માંસ શેકવાનો લોઢા-નો સળિયો; ભૂશિર; જમીનમાં પડેલી ફાટ. સ૦ક્રિ૦ સળિયો ઇ૦ ભોંકવું.

spit[2], ઉ૦ક્રિ૦ **[spat]** થૂંકવું; આવેશ-પૂર્વક બોલવું; ગુસ્સો કે વેર વ્યક્ત કરવા માટે થૂંકવાનો અવાજ કરવો; (વરસાદ અંગે) ઝરમર ઝરમર વરસવો. ના૦ થૂંક; થૂંકવાની ક્રિયા. **the (very) ~ (of),** (-ની) આબેહૂબ પ્રતિકૃતિ. **~fire,** ઉગ્ર સ્વ-ભાવનો – ગરમ મિજાજનો – માણસ.

spite (સ્પાઇટ), ના૦ દ્વેષ, અસૂયા. **in ~ of,** (તેમ) છતાં, છતાં પણ. સ૦ક્રિ૦ નિષ્ફળ કરવું, ત્રાસ દેવો, -ની માનહાનિ કરવી.

spi'teful(સ્પાઇટ્ફુલ),વિ૦ અસૂયાપ્રેરિત, કિન્નાખોર, દુષ્ટ.

spi'ttle (સ્પિટલ), ના૦ મુખરસ, લાળ, થૂંક.

spittoo'n (સ્પિટૂન), ના૦ થૂંકદાની.

spiv (સ્પિવ), ના૦[વિ૦બો૦]અપ્રામાણિક વહેવાર દ્વારા સમાજને ધૂતનાર માણસ, કાળાબજારિયો; ભપકાદાર પોશાકવાળો માણસ.

splash (સ્પ્લૅશ), ઉ૦ક્રિ૦ પાણી, કાદવ, ઇ૦ના છાંટા ઉડાડવા, -ના છાંટા ઊડવા; છાંટવું; છાંટા ઊડે એવી રીતે કશાકમાં પગ

મૂકવો કે પડવું; રંગના ગમે તેવા ડાઘા પાડવા; [વાત૦] (સમાચાર) મોટા અક્ષરે છાપી જાહેર કરવા; કશો વિચાર કર્યા વિના અથવા ભપકો કરવામાં પૈસા વાપરવા–ઉડાવવા. ના૦ પાણી, કાદવ, ઇ૦ ઉડાવવો તે, તેનો અવાજ અથવા ડાઘો; ઉછાળેલા પાણી કાદવનો જથો; મોટું ધાબું–ડાઘ. [વાત૦] લોકોનું ધ્યાન ખેંચવા કરેલો અથવા ભપકાદાર દેખાવ–અસર; [વાત.] દારૂમાં સોડાવૉટર ઇ૦નો જરાક ઉમેરો–પાસ. **~back**, ભીંત પર ડાઘા ન પડે તે માટે કૂંડાની પાછળ જડેલું પાટિયું. **~-down**, અવકાશયાનનું દરિયામાં ઉતરાણ.

splat (સ્પ્લૅટ), ના૦ ખુરશીની પીઠનું મધ્યવર્તી પાટિયું.

spla'tter (સ્પ્લૅટર), ઉ૦ક્રિ૦ અવાજ સાથે પાણી કાદવના સતત છાંટા ઉડાડવા; [લા. પણ] ઉપર કાદવ ઉડાડવો.

splay (સ્પ્લે), ઉ૦ક્રિ૦ ઉપરથી પહોળી થતી બાજુઓવાળું કાણું કરવું, એવા આકારનું હોવું–ગોઠવવું; પગ, કોણીઓ, ઇ૦ બહારની બાજુએ ફેલાવવું. ના૦(બારી ઇ૦ની) ત્રાંસવાળી બાજુ. વિ૦ ત્રાંસ કે ઢોળાવવાળું.

spleen (સ્પ્લીન), ના૦ બરોળ, પ્લીહા; ચીડિયાપણું, ઉદાસી, ખિજયેલપણું.

sple'ndid (સ્પ્લે'ન્ડિડ), વિ૦ વિશાળ, ભવ્ય; વખાણવાલાયક; મહાન, કીર્તિપ્રદ; ઉત્તમ.

splendi'ferous (સ્પ્લે'ન્ડિફરસ), વિ૦ વિશાળ, ભવ્ય; ઉત્તમ; = splendid.

sple'ndour (સ્પ્લે'ન્ડર), ના૦ વૈભવ, જાહોજલાલી; તેજ, ચળકાટ.

splene'tic (સ્પ્લિને'ટિક), વિ૦ બરોળને લગતું; ઉદાસ, ખિન્ન, ચીડિયું; તામસ, ખરાબ સ્વભાવનું.

sple'nic (સ્પ્લે'નિક,સ્પ્લી-), વિ૦ બરોળનું –ને લગતું.

splice (સ્પ્લાઇસ), સ૦ક્રિ૦ અને ના૦ દોરડાની સેરો અલગ કરીને તે ગૂંથીને બે છેડા જોડવા(તે); લાકડાના છેડા છોલીને એક પર એક મૂકીને જોડવું(તે); [વાત.] લગ્નગ્રંથિથી જોડવું(તે).

splint (સ્પ્લિન્ટ), ના૦ પાતળી ચીપ, ભાંગેલા હાડકા પર બાંધવાનું ખપાટિયું. સ૦ક્રિ૦ ખપાટિયાં બાંધવાં.

spli'nter (સ્પ્લિન્ટર), ના૦ લાકડું, પથ્થર, ઇ૦ની અણિયાળી સાંકડી ચીપ, કરચ, ફાડ. ઉ૦ક્રિ૦ ચીરીને પાતળી ફાડો કરવી, કરચ, ફાડ, નીકળવી. **~ group, party**, etc. મોટા પક્ષમાંથી અલગ પડીને બનેલો નાનો, વિ૦ક૦ રાજકીય, પક્ષ–જૂથ.

spli'ntery (સ્પ્લિન્ટરિ), વિ૦ ફાડોથી ભરપૂર, ફાડોવાળું; ફાડો કે કરચો પડે એવું.

split (સ્પ્લિટ), ઉ૦ક્રિ૦ [**split**] રેસાની કે લંબાઈની દિશામાં ચીરો–ફાટ–પાડવી; (અણુ) વિભાજન કરવું; પડ, ભાગ, તડ, ઇ૦ પાડવા–પડવા; [વિ૦બો૦] રહસ્ય બહાર પાડવું, -ની સામે તકરાર–આરોપ–કરવો. ના૦ ચીર, ફાટ, (પડવી તે); ચીરો, લાંબું કાણું; તડ, ભંગાણ, ફૂટ, પક્ષ. [બ૦ વ૦માં] શરીરને કાટખૂણે આવે એવી રીતે બે ટાંટિયા પહોળા કરીને બેસવાની અથવા કૂદવાની કરામત–કસરત. **~ hairs**, બાલની ખાલ ઉતારવી, બહુ ઝીણું પીંજણ કરવું. **~ infinitive**, to અને ક્રિયાપદની વચ્ચે આવેલા ક્રિ૦વિ૦વાળું ક્રિયાપદનું સામાન્ય રૂપ. (infinitive). **~-level**, (ઇમારત અંગે) પાસેના ભાગ કરતાં માળનો થોડો અંશ ઊંચી ઓરડી-(ઓ)વાળો. **~ personality**, ખંડિત મનસ્કતામાં થાય છે તેનો વ્યક્તિત્વમાં થતો ફેરફાર. **~ pin**, દ્વિદળ ખીલી. **~ ring**, ચાવીઓ વગેરે રાખી શકાય એવી બહુધા બે આંટાવાળી ધાતુની કડી. **~ second**, બહુ જ ટૂંકો સમય. **~ up**, અલગ થવું, વિ૦ક૦ પરિણીત યુગલ અંગે, સાથે રહેવાનું બંધ કરવું.

splotch (સ્પ્લૉચ), ના૦ શાહી વગેરે ઢોળાવાથી પડેલો મોટો ડાઘો–ધબ્બો. સ૦ક્રિ૦ મોટા ડાઘા પાડવા. **splo'tchy** (-ચિ), વિ૦.

splurge (સ્પ્લર્જ), ના૦ અને અ૦ક્રિ૦

હોહાવાળો કે ભપકાવાળો દેખાવ, પ્રદર્શન અથવા પ્રયત્ન (કરવો).

splu'tter (સ્પ્લટર), ઉ૦ક્રિ૦ થૂંક ઉડાડતાં ઉડાડતાં બોલવું; થૂંકતું હોય એવો અવાજ કરવો, અતિઉતાવળથી અથવા તૂટક તૂટક બોલવું. ના૦ મોઢામાં ને મોઢામાં બોલવું તે.

spoil (સ્પૉઇલ), ઉ૦ક્રિ૦ [**spoilt** અથવા **spoiled**] નકામું કરવું-થવું; બગાડવું, બગડવું; લાડ લડાવીને-પંપાળીને-બગાડવું; ક્ષીણ થવું, સડી જવું; [પ્રા.] લૂંટવું. ના૦ ખોદકામમાં ખોદતાં નીકળેલી માટી; [બ૦વ૦માં અથવા સમૂહ૦ ના૦] લૂંટ, લૂંટેલો માલ; [લા.] લાભ, જીતમાંથી અથવા જાહેર હોદ્દા ઇ૦માંથી થતા લાભ-ફાયદા. **~-sport,** બીજાના આનંદ-પ્રમોદમાં વિક્ષેપ કરનાર.

spoke[1] (સ્પોક), ના૦ પૈડાનો આરો; નિસરણીનું પગથિયું; વહાણનું સુકાન ફેરવવાનો હાથો-હાથામાંથી દરેક. **put a ~ in person's wheel,** તેની યોજનામાં કે કામમાં આડખીલી નાખવી.

spoke[2], **speak** નો ભૂ૦કા૦.

spo'ken (સ્પોકન), **speak**નું ભૂ૦કૃ૦.

spo'kesman (સ્પોક્સ્મન), ના૦ [બ૦વ૦ **-men**] કોઈની વતી બોલનાર, પ્રવક્તા, પ્રતિનિધિ. **spo'keswoman** (-સ્વુમન), ના૦.

spolia'tion (સ્પોલિએશન), ના૦ લૂંટ, લૂંટફાટ (કરવી તે), કોઈ પ્રદેશને વેરાન બનાવવો તે.

sponge (સ્પંજ), ના૦ શરીરમાં રન્ધ્રોવાળું એક જળચર પ્રાણી, વાદળી; સ્નાન વખતે કે સાફ કરવામાં વપરાતું તેનું છિદ્રોવાળું જળશોષક હાડપિંજર; એવી જ રીતે વપરાતું છિદ્રોવાળું રબર ઇ૦; વાદળી જેવો જલશોષકતાવાળો પદાર્થ, એક જાતની હલકી ગળી રોટી-કેક; વાદળી વતી સાફ કરવું તે. ઉ૦ક્રિ૦ વાદળી વતી લૂછવું-સાફ કરવું-ભૂસી નાખવું-ઘસી કાઢવું; વાદળી વતી પાણી શોષી લેવું; ભીખ માગીને (ખાવાનું)મેળવવું. **~-bag,** પ્રસાધન (સાધનોની) થેલી. **~-cake,** પોચી ગળી રોટી. **~ pudding,** પોચી શીરા જેવી એક વાની. **~ rubber,** વાદળી જેવું છિદ્રોવાળું રબર. **~ (up)on.** બીજા (ની મહેનત) પર જીવવું, કેવળ પરાધીન હોવું.

spo'nger (સ્પંજર), ના૦ પારકાની મહેનત પર સતત જીવનાર.

spo'ngy (સ્પંજિ), વિ૦ વાદળી જેવું, દબાવી શકાય એવું, લવચીક; શોષક, પોચું, હલકું, ઇ૦.

spo'nsor (સ્પૉન્સર), ના૦ બાળકના બાપ્તિસ્મા વખતે હાજર રહેનાર, ધર્મપિતા; બીજાની જવાબદારી લેનાર, હામી; કોઈ વિચાર કે યોજના પ્રથમ રજૂ કરનાર, કાયદાનો ખરડો રજૂ કરનાર, તેનો પુરસ્કર્તા; કોઈની ખાસ પ્રવૃત્તિના બદલામાં દાનમાં ફાળો આપનાર; રેડિયો કે ટી.વી. દ્વારા રમતગમતના કોઈ કાર્યક્રમના પ્રસારણનું ખર્ચ આપીને પોતાના માલની જાહેરાત કરનાર. સ૦ ક્રિ૦ -નો પુરસ્કર્તા હોવું. **spo'nsorship** (-રૂશિપ), ના૦.

sponta'neous (સ્પૉન્ટેનિઅસ), વિ૦ સ્વયંસ્ફૂર્ત, સ્વેચ્છાથી થયેલું, કોઈના કહ્યા વિના કે બાહ્ય કારણ વિના થયેલું; ખાસ વિચાર કે મહેનત વિનાનું. **spontan'eity** (સ્પૉન્ટનીઇટિ), ના૦.

spoof (સ્પૂફ), ના૦ અને સ૦ક્રિ૦ [વાત.] બનાવવું, છેતરવું, (તે); વિડંબન કાવ્ય ઇ૦ (કરવું).

spook (સ્પૂક), ના૦ [વાત.] ભૂત, પિશાચ. **spoo'ky** (-કિ), વિ૦.

spool (સ્પૂલ), ના૦ દોરો ઇ૦ વીંટવાની ફરકડી-રીલ; માછલાં પકડનારનું ગોળ ગોળ ફરતું નળાકાર. સ૦ ક્રિ૦ રીલ ઉપર વીંટવું.

spoon (સ્પૂન), ના૦ ચમચો-ચી, પળી; ચમચાના આકારની વસ્તુ; **~(-bait),** ગોળ ગોળ ફરતું ચમચાના આકારનું માછલીને લલચાવવા માટેનું ધાતુનું ખાજ. ઉ૦ ક્રિ૦ ચમચા વતી પ્રવાહી લેવું; દડાને ધીમેથી ઉપરની બાજુ મારવો; [વાત.]

શૃંગાર ચેષ્ટા કરવી, વિ૦ ક૦ મૂર્ખતાથી. ~'bill, પહોળી સપાટ અણિયાળી ચાંચવાળું ભેજવાળી જમીનમાં રહેતું પક્ષી, ~-feed, બાળકને ચમચા વતી ખવડાવવું; [લા.] લેનાર પાસેથી પ્રયત્નની કશી અપેક્ષા રાખ્યા વિના તેને વણમાગી મદદ કરવી-મદદ કરીને તેને પંગુ બનાવવું.

spoo'nful (-ફુલ), ના૦.

spoo'nerism (સ્પૂનરિઝ્મ), ના૦ બોલતી વખતે સહેજે અકસ્માત થયેલો વર્ણવિપર્યય-વ્યત્યાસ.

spoor (સ્પુઅર), ના૦ જંગલી જાનવરની ગંધ કે પગેરું.

spora'dic (સ્પરૅડિક), વિ૦ અહીંતહીં, ક્યાંક ક્યાંક અથવા અવારનવાર થતું, છૂટુંછવાયું.

spore (સ્પોર), ના૦ અપુષ્પ વનસ્પતિનો બીજકણ, બીજ.

spo'rran (સ્પૉરન), ના૦ હાઇલૅન્ડરના ઘાઘરાની આગળની બાજુએ લટકતી ચામડાની કોથળી.

sport (સ્પોર્ટ), ના૦ મોજ, ગમ્મત, મનોરંજન; વખત ગાળવાનું સાધન, કાલક્ષેપમ; રમત, ક્રીડા, વિ૦ ક૦ મેદાની-વ્યાયામની-રમત; [બ૦ વ૦માં] મેદાની રમતો(ની હરીફાઈ)નો મેળાવડો; પોતાના વર્ગના સામાન્ય સ્વરૂપથી વિશિષ્ટ બાબતમાં જુદું પડતું પ્રાણી કે વનસ્પતિ; [વિ૦ બો૦] ખેલદિલીવાળો માણસ, સજ્જન. ઉ૦ ક્રિ૦ કૂદવું, રમવું; રમતગમતમાં સામેલ થવું; પોશાક પહેરવો, પ્રદર્શિત કરવું, વિ૦ ક૦ ઠાઠમાઠ બતાવવા. ~s car, ખુલ્લી નીચી ઝડપી મોટરગાડી. ~s coat, મેદાની રમતો માટેનો કોટ. ~sman. ~swoman, રમતગમત-શિકાર-નું શોખીન માણસ-સ્ત્રી; ન્યાયી અને ઉદાર વર્તનવાળું માણસ-સ્ત્રી.

spor'ting (સ્પૉર્ટિંગ), વિ૦ રમતગમતનું શોખીન, ખેલદિલીવાળા માણસને લાયક-છાજે એવું. ~ chance, જીતવાની થોડીઘણી શક્યતા.

spor'tive (સ્પૉર્ટિવ), વિ૦ રમતિયાળ.

spor'ty (સ્પૉર્ટિ), વિ૦ રમતગમતનું શોખીન; બહફેલ; ભપકાવાળું.

spot (સ્પૉટ), ના૦ અમુક-ચોક્કસ-સ્થળ કે જગ્યા-લત્તો; પોતાના શરીર કે ચારિત્ર્યનું વિશિષ્ટ અંગ-ભાગ; ડાઘો, ટપકું; ફોલ્લી; જુગટાના પાસા પરનું રેજું; [લા૦] કલંક, લાંછન; [વાત૦] થોડુંક. in a ~, [વાત.] મુશ્કેલીઓમાં. on the ~, તરત. ત્યાં ને ત્યાં; કોઈ કાર્ય કે બનાવની જગ્યાએ; (માણસ અંગે) પૂરેપૂરું જાગ્રત; [વાત૦] કોઈ કાર્ય કરવા કે પગલાં લેવા ફરજ પડી હોય એવું. ~ ઉ૦ ક્રિ૦ ડાઘો કે ડાઘા ઇ૦ પાડવા-પડવા; ટપકાં કરવાં, જરાક વરસાદ થવો; [વાત.] શોધી-વીણી-ઓળખી-કાઢવું; જોવું; રાહ જોવી, નજર રાખવી, અને નોંધ કરવી. (ગાડીઓ, બુદ્ધિ, ઇ૦). ~ cash, રોકડ વહેવાર. ~ check, પૂર્વ સૂચના વિના ફાવે તેમ-પસંદ કરેલા વિષયની ચકાસણી. ~light, રંગભૂમિ કે મંચના અમુક ભાગ પર નાખવામાં આવતો પ્રકાશ અથવા તે નાખનાર બત્તી; [લા૦] પૂરેપૂરું ધ્યાન અથવા જાહેરાત. (સ૦ક્રિ૦) દીપવર્તુળ (સ્પૉટલાઇટ) નાખીને પ્રકાશિત કરવું. ~-on, [વાત૦] ચોક્કસ(પણે).

spo'tless (સ્પૉટ્લિસ), વિ૦ પૂરેપૂરું સ્વચ્છ, નિષ્કલંક.

spo'tted (સ્પૉટિડ), વિ૦ ટપકાંવાળું. ~ Dick or dog, 'ડાલમેશન' કૂતરો; [વિ૦બો૦] દરાખ નાખેલી અને તેથી ટપકાંવાળી દેખાતી પુડિંગ-શીરો.

spo'tty (સ્પૉટિ), વિ૦ (અનેક) ટપકાંવાળું કે ડાઘાવાળું, અનિયમિત.

spouse(સ્પાઉઝ઼), ના૦ પતિ અથવા પત્ની.

spout (સ્પાઉટ), ના૦ ટોટી, નળી, નાળચું; રેડવા માટે વાસણને મોઢે હોઠ જેવો આકાર; પ્રવાહીની સેર. up the ~, [વિ૦બો૦] ગીરો મૂકેલું, બહુ જ ખરાબ સ્થિતિમાં-હાલતમાં. ઉ૦ક્રિ૦ ફુવારો કે સેર ઊડવી-ઉડાડવી; મોટેથી ભાષણ કરતા હોય તેમ તાણીને બોલવું.

sprain (સ્પ્રેન), સ૦ક્રિ૦ મચકોડવું, મોચ-

વાઈ જાય તેમ કરવું. નાo મચકોડાવું તે, મોચ.

sprang (સ્પ્રૅંગ), **spring**નો ભૂoકાo.

sprat (સ્પ્રૅટ), નાo એક નાની દરિયાઈ માછલી.

sprawl (સ્પ્રૉલ), ઉoકિo હાથપગ લાંબા કરીને-લાંબા થઈ ને-સૂવું, અસ્તવ્યસ્તપણે ફેલાવું; આડુંઅવળું ફેલાયેલું હોવું. નાo લાંબા થઈ ને સૂવું તે. સૂતેલી અવસ્થા; આમ-તેમ છૂટુંછવાયું ફેલાયેલું જૂથ અથવા જથો.

spray[1] (સ્પ્રે), નાo તુષાર, ફુવારો, છંટકાવ; છાંટવા માટેની દવા ઇo; છાંટવાનું ઝારી ઇo સાધન. ઉo ક્રિo પંપ કે ઝારી વતી (પ્રવાહી) છાંટવું-રંગ દેવો; છૂટું છૂટું વેરવું-વેરાવું. **~-gun**, છાંટીને રંગવાનું ઉપકરણ.

spray[2], નાo રોપવા માટેની નાની કુમળી ડાળી, નાનો ફણગો; ફૂલ ને પાંદડાં સાથેની સુંદર ડાળી; તેના આકારનું ઘરેણું.

spread (સ્પ્રૅ'ડ) ઉoકિo [**spread**] ફેલાવવું, વિસ્તારવું, વિસ્તાર વધારવો, ફેલાવું, પસરવું; પાથરવું, બિછાવવું; ચોપડવું (જેમ કે રોટી પર માખણ ઇo); તાણવું, વીંટો ઇo ખોલવું; -નું જ્ઞાન બધે ફેલાવવું-ફેલાવું. નાo પાથરવું, ફેલાવવું, તે ઇo; વિસ્તાર, ફેલાવો, પ્રસારણ; ફેલાવવાની ક્ષમતા; પહોળાઈ, ફેલાવો, રોટી પર ચોપડવાનું માખણ ઇo; સામસામા બે પાના પર અથવા બે કે તેથી વધારે કટારોમાં ફેલાવેલો-છાપેલો-મજકૂર; [વાત.] ભોજન, વિoકoઉજાણી. **~ eagle**, પાંખ અને પગ ફેલાવ્યા હોય એવી ગરુડની આકૃતિ (સાંકેતિક ચિહ્ન તરીકે). **~-ea'gle**, હાથપગ લાંબા કરીને બેસાડવું, સખત હાર ખવડાવવી.

spree (સ્પ્રી), નાo ખેલકૂદ, નાચરંગ, મદ્યપાનની ઉજાણી. **shopping**. **spending** etc. **~**, ખૂબ પૈસા ખરચવાનો પ્રસંગ.

sprig (સ્પ્રિગ), નાo નાનો બહુધા ફાચરના આકારનો માથા વિનાનો ખીલો; નાની ડાળખી, ફણગો; ફૂલ અને પાંદડાં સાથેની ડાળી, એના જેવું એક ઘરેણું, કપડા પર તેની આકૃતિ.

sprigged (સ્પ્રિગ્ડ), વિo નાની નાની કૂંપળોથી શણગારેલું, કૂંપળોવાળું.

spri'ghtly (સ્પ્રાઇટ્લિ), વિo ઉલ્લાસવાળું, આનંદી.

spring (સ્પ્રિંગ), ઉo ક્રિo [**sprang**; **sprung**] ઝડપથી અથવા અચાનક ઊભા થવું, કૂદવું; કૂદકો મારવો, કૂદકો મારીને એકદમ આગળ વધવું; -માંથી ઊગવું-નીકળવું-પેદા થવું-બહાર પડવું; અચાનક દેખા દેવું-કશુંક કરવું-રજૂ કરવું; જેલ ઇoમાંથી કેદીને ભગાડી જવું; [બહુધા ભૂoકૃo તરીકે] કમાનોથી સજ્જ કરવું, કાણું પડીને ચૂવા માંડવું. નાo કૂદકો, છલંગ; વસંતઋતુ; [લાo] જિંદગી ઇoનો આરંભકાળ; પાણી, તેલ, ઇoનો ફુવારો-ઝરો; ઊગમસ્થાન, મૂળ; કમાન, સ્પ્રિંગ; લવચીકપણું, સ્થિતિસ્થાપકતા; [લાo] કોઈ કાર્ય, રિવાજ, ઇoનો ઉદ્દેશ-મૂળ. **~ balance**, કમાન-સ્પ્રિંગ -કાંટો. **~board**, કૂદકો, પાણીમાં ભૂસકો મારનારને કમાન (સ્પ્રિંગ) જેવી ગતિ આપનારું પાટિયું. **~-clean**, આખા ઘરની કે ઓરડાની સફાઈ, વિoકo વસંતઋતુમાં), (કરવી) **~ mattress**, કમાનોવાળું ગાદલું. **~onion**, દડો બનતા પહેલાં કાચો ખાવાનો કાંદો. **~ tide**, ઊચામાં ઊચી ભરતી **~'time**, વસંતઋતુ.

spri'ngbok (સ્પ્રિંગ્બૉક), નાo દ. આફ્રિકાનું હરણ.

spri'nger (સ્પ્રિંગર), નાo કમાનનો આધારભૂત પથ્થર; નાનકડું 'સ્પૅનિયલ' કૂતરું.

spri'ngy (સ્પ્રિંગિ), વિo લવચીક.

spri'nkle (સ્પ્રિંકલ), ઉo ક્રિo પ્રવાહી ઇo છાંટવું; -ની ઉપર છંટકાવ કરવો; (પ્રવાહી અંગે) એવી રીતે કશાક ઉપર પડવું. નાo છંટકાવ, હળવી વૃષ્ટિ.

spri'nkler (સ્પ્રિંક્લર), નાo પાણી ઇo છાંટવાની ઝારી-ઝારો.

spri'nkling (સ્પ્રિંક્લિંગ), નાo થોડુંક અહીં, થોડુંક તહીં, એવી રીતનો છંટકાવ.

sprint (સ્પ્રિંટ), ઉo ક્રિo વધારેમાં વધારે

ઝડપથી દોડવું, વિ૦ ક૦ થોડું અંતર. ના૦ થોડા અંતરની પુરજોશની દોડ; તરવામાં, સાઇકલ ચલાવવામાં, એવો જ પ્રયત્ન.

sprit (સ્પ્રિટ), ના૦ ડોળકાઠીથી સઢના બહારના ઉપરના છેડા સુધીનો (ત્રાંસો) વાંસ–સોટો. **~'sail,** આ સોટાથી ફેલાવેલું સઢ.

sprite (સ્પ્રાઇટ), ના૦ અડપલાં કરનારું ભૂત, પરી.

spro'cket (સ્પ્રૉકિટ), ના૦ પૈડાની કોર પરના દાંતામાંનો દરેક જે એક પછી એક સાંકળની કડીઓમાંથી પસાર થાય છે.

sprout (સ્પ્રાઉટ), ઉ૦ક્રિ૦ વધવા માંડવું, -નો અંકુર–ફણગો–ફૂટવો–બહાર પડવો અથવા પાડવો. ના૦ અંકુર, ફણગો; [બ૦વ૦માં, વાત.] એક જાતની કોબીની કળીઓ.

spruce[1] (સ્પ્રૂસ), વિ૦ ઠીક ઠીક પોશાક પહેરેલું, ચપળ અને ચકોર દેખાતું; ઉ૦ક્રિ૦ કપડાં ઇ૦ ઠીકઠાક કરવાં; શીઘ્રબુદ્ધિવાળું બનાવવું–થવું.

spruce[2], ના૦ શંકુ આકારનું એક ઝાડ, તેનું લાકડું.

sprung (સ્પ્રંગ), **spring**નું ભૂ૦કૃ૦.

spry (સ્પ્રાઇ), વિ૦ ચપળ, આનંદી, ઉત્સાહી.

spud (સ્પડ), ના૦ નીંદવાનું ઓજાર, ખરપડી; [વિ૦બો૦] બટાકો. સ૦ક્રિ૦ કોદાળી વતી ખોદી કાઢવું. **~-bashing,** [વિ૦ બો૦] બટાકા છોલવાનું કામ.

spume (સ્પ્યૂમ), ના૦ અને અ૦ક્રિ૦ ફીણ (આવવું). **spu'my** (-મિ), વિ૦.

spun, (સ્પન), **spin**નો ભૂ૦કા૦ તથા ભૂ૦કૃ૦. **~ silk,** ટૂંકા રેસાવાળા અને નકામા રેશમનું ઘણી વાર રૂના મિશ્રણવાળું કપડું.

spunk (સ્પંક), ના૦ દમ, પાણી, હિંમત. **spu'nky** (-કિ), વિ૦.

spur (સ્પર), ના૦ ઘોડાને ઘોંચવા માટે જોડાની એડીએ બેસાડેલી ખીલી–કાંટો–આર;. [લા.] પ્રેરક વસ્તુ, ઉત્તેજન; એડીના આકારની વસ્તુ; કૂકડાના પગનો પાછળ ઊપસેલો ભાગ; પર્વતની હારમાંથી બહાર નીકળેલો ટેકરો–ધાર; રેલવેની કે રસ્તાની શાખા. **on the ~ of the moment,** તાત્કાલિક આવેશમાં. ઉ૦ક્રિ૦ ઘોડાને એડી મારવી–ઘોંચવી; કામ કરવા પ્રેરવું, ઉશ્કેરવું, ઉત્તેજન આપવું; -માં રસ પેદા કરવો; એડી મારી દોડાવવું; [વિ૦ક૦ ભૂ૦કૃ૦ તરીકે] આરી બેસાડવી.

spurge (સ્પર્જ), ના૦ ખાટા રસવાળો એક છોડ.

spu'rious (સ્પ્યુઅરિઅસ), વિ૦ બનાવટી, નકલી, ઢોંગીલું, ખોટું.

spurn (સ્પર્ન), સ૦ક્રિ૦ લાત મારીને દૂર ઠેલવું, તિરસ્કારપૂર્વક ના પાડવી–અસ્વીકાર કરવો.

spurt (સ્પર્ટ), ઉ૦ક્રિ૦ -નો ફુવારો ઉડાડવો–ઊડવો, દડૂડો કે ધાર ઉડાડવી–ઊડવી. ના૦ તાત્કાલિક જોરદાર પ્રયત્ન, થોડા વખતની કે અંતરની ઝડપી દોડ; દડૂડો, ધાર, ફુવારો.

spu'tnik (સ્પુટ્નિક), ના૦ પૃથ્વી ફરતે ફરવા રશિયાએ છોડેલો માનવી વગરનો ઉપગ્રહ.

spu'tter (સ્પટર), ઉ૦ક્રિ૦ અને ના૦ = splutter.

spu'tum (સ્પ્યૂટમ), ના૦ [બ૦વ૦ **-ta**] લાળ, ખાસ ચિકિત્સા માટે બહાર કાઢેલો ગળફો.

spy (સ્પાઇ), ના૦ જાસૂસ, જાસૂસી કરનાર; બીજાઓ પર ગુપ્તપણે ચોકી કરનાર. ઉ૦ક્રિ૦ જાસૂસી કરવી, ગુપ્તપણે જોવું–નજર રાખવી; શોધી કાઢવું, ઓળખી કાઢવું. **~glass,** નાનું દૂરબીન. **~-hole,** બારણામાં ડોકિયું કરવા રાખેલું કાણું. **~ out,** શોધખોળ કરવી, શોધી કાઢવું, વિ૦ક૦ ગુપ્તપણે.

sq., સંક્ષેપ. square.

Squa. Ldr., સંક્ષેપ. Squadron Leader.

squab (સ્કવૉબ), ના૦ કબૂતરનું બચ્ચું, વિ૦ક૦ પાંખ નહિ ફૂટેલું; ઠાંસીને ભરેલું છૂટું ગાદલું–ઉશીકું, વિ૦ક૦ મોટરમાં

બેઠક માટેનું; સોફા. વિ૦ ઠીંગણું અને જાડું.

squa'bble (સ્કવૉબલ), ના૦ અને અ૦ક્રિ૦ નજીવી બાબતમાં કજિયો–તકરાર–રકઝક(–કરવી).

squad (સ્કવૉડ), ના૦ સાથે કામ કરતા કે તાલીમ લેતા સિપાઈઓ ઇ૦ની નાની ટુકડી. ~ **car,** [અમે.] મુખ્ય મથક જોડે રેડિયો સંબંધવાળી પોલીસની મોટરગાડી.

squa'dron (સ્ક્વૉડ્રન), ના૦ ૧૨૦થી ૨૦૦ ઘોડેસવારોનું દળ; અમુક કામ પર રવાના થયેલો યુદ્ધનૌકાઓનો નાનકડો કાફલો, ૧૦થી ૧૮ હવાઈ જહાજોનો એકમ. ~ **leader,** સ્ક્વૉડ્રનનો નાયક.

squa'lid (સ્ક્વૉલિડ), વિ૦ ગંદું, મેલું, કંગાલ, દરિદ્રી (દેખાવવાળું), હલકું.

squall (સ્ક્વૉલ), વિ૦ એકદમ ઊઠેલું વંટોળ, તોફાન; કર્કશ અવાજ–બૂમ, ચીસ. ઉ૦ ક્રિ૦ મોટેથી બૂમ–ચીસ–પાડવી. **squa'lly** (-લિ), વિ૦.

squa'lor (સ્ક્વૉલર), ના૦ ગંદકી, ગંદવાડ; અતિદારિદ્રય, કંગાલપણું.

squa'nder (સ્ક્વૉન્ડર), સ૦ક્રિ૦ છૂટે હાથે ખર્ચી નાખવું, પૈસા ઉડાવવા; છૂટે હાથે વેરવું.

square (સ્ક્વે'અર), ના૦ ચોરસ, સમચોરસ; લગભગ આ જ આકારની વસ્તુ અથવા ક્ષેત્ર; ખુલ્લી જગ્યા, વિ૦ક૦ ઘરો ઇ૦થી ઘેરાયેલી, એ જગ્યા ફરતેની ઇમારતો; ચોરસના આકારમાં ગોઠવેલી લશ્કરની ટુકડી; કાટખૂણા માપવાનું કે દોરવાનું બહુધા ત્રિકોણાકૃતિ અથવા T (ટી)ના આકારનું સાધન; કાટખૂણિયું; [ગ.] વર્ગની સંખ્યા, વર્ગ. વિ૦ આશરે ચોરસના આકારનું; સમચતુષ્કોણ; (માપ ઇ૦ અંગે) અમુક લંબાઈની બાજુવાળા ચોરસના ક્ષેત્ર જેટલું. કોણીય, ગોળ નહિ; નક્કર, મજબૂત; વાજબી, પ્રામાણિક, સરળ; [વિ૦બો૦] રૂઢ, જુનવાણી; સમ, સમાન, સમતલ; (ભોજન અંગે) પૂરેપૂરું, પેટ ભરીને. ક્રિ૦ વિ૦ કાટખૂણો થાય એવી રીતે, બરાબર. ઉ૦ક્રિ૦ ચોરસ બનાવવો; ચોરસો આંકવા; -નો વર્ગ કરવો, કોઈ સંખ્યાને એ સંખ્યા વડે ગુણવું; -ની સાથે મેળ બેસાડવો–બેસવો; હિસાબ ઇ૦ પતાવવું, ઉપર વેર વાળવું, સમાધાન કરવું–કરાવવું; લાંચ આપીને સંતોષવું; મુષ્ટિયુદ્ધનો પેંતરો કરવો, એ પેંતરા સાથે આગળ વધવું. ~ **dance,** ચાર યુગલો અંદરની બાજુએ મોઢું ફેરવીને કરે છે તે નૃત્ય. ~ **deal,** વાજબી વહેવાર–સોદો. ~ **leg,** [ક્રિકેટ] બૅટધારીના પગ તરફની દાંડિયાની લગભગ સીધી લીટીમાં રહેતો ક્ષેત્રપાલ, તેની જગ્યા. ~**-rigged** (-રિગ્ડ), વિ૦ જેમાં મુખ્ય સઢો વહાણની લંબાઈ ને કાટખૂણે હોય છે એવું. ~ **root,** વર્ગમૂળ.

squash[1] (સ્ક્વૉશ), ઉ૦ક્રિ૦ કચરવું, કચરીને ચપટું – માવો – લૂગદી–બનાવવી, કચરાઈ જવું,કચરાઈ ને ચપટું–લૂગદી–બનવી; ઠાંસીને ભરવું; ધમકાવવું, ઠપકારવું, ભીડ કરવી–થવી. ના૦ ભીડ, ગિરદી, ટોળું; રાશ (રૅકેટો)ને ઠીક ઠીક પોચા દડાવતી બંધ જગ્યામાં રમાતી એક રમત; કચરેલા ફળનું બનાવેલું પીણું. **squa'shy** (-શિ), વિ૦.

squash[2], ના૦ કોળું, તેનો વેલો.

squat (સ્ક્વૉટ), ઉ૦ક્રિ૦ ઊકડું બેસવું, પલાંઠી વાળીને જમીન પર બેસવું; બેસાડવું, બેસવાની સ્થિતિમાં મૂકવું; [વાત.] નીચે બેસવું; કોઈની–જાહેર–જમીન પર અડ્ડો જમાવવો. વિ૦ બેઠેલું, ગિદ્દું, ઠીંગણું અને જાડું, ના૦ બેઠેલું હોવું તે, પારકી જમીનમાં ઘૂસી જઈ ત્યાં અડ્ડો જમાવનાર, આવા લોકોએ કબજે લીધેલી જમીન.

squa'tter (સ્ક્વૉટર), ના૦ પારકાની ખાલી જમીન ઇ૦નો કબજો લઈ ત્યાં અડ્ડો જમાવનાર; ઑસ્ટ્રે૦નો ઘેટાં ઉછેરનાર–ભરવાડ.

squaw (સ્કવૉ), ના૦ ઉ૦ અમે૦ ઇંડિયન સ્ત્રી અથવા પત્ની.

squawk (સ્ક્વૉક), ના૦ અને અ૦ક્રિ૦ કર્કશ અવાજ (કરવો), ચીસ (પાડવી); તકરાર (કરવી).

squeak (સ્ક્વીક), ના૦ નાનકડી ચીસ, તીણો કર્કશ અવાજ. **narrow** ~, જરામાં બચી જવું તે. ઉ૦ક્રિ૦ ચીસ પાડવી,

કકંશ પણે–અવાજમાં–બોલવું; [વિ૦ બો૦] ચાડી ખાવી, પોલીસમાં ખબર આપવી. **squea'ky** (સ્કવીકિ), વિ૦.

squea'mish (સ્ક્વીમિશ), વિ૦ જરામાં કંટાળે એવું, નાજુક તબિયતનું, અંતિચોકસાઈવાળું, ચીકણું; અતિ પાપભીરુ.

squeegee' (સ્ક્વીજી), ના૦ ભીની જગ્યા-(માંથી ભીનાશ) સાફ કરવાનું રબર જડેલું બ્રશ જેવું સાધન. સ૦ક્રિ૦ તે વતી સાફ કરવું.

squeeze (સ્ક્વીઝ઼), ઉ૦ક્રિ૦ દાબવું, દબાવવું, વિ૰ક૰ ભીનાશ કાઢવા માટે, નિચોવવું; નિચોવીને કદ કે આકાર બદલવો, સંકોચાઈને નાની કે સાંકડી જગ્યામાં પેસવું–માંથી રસ્તો કાઢવો; -ની ઉપર દબાણ લાવવું, પૈસા કઢાવીને સતાવવું; વિનંતી કરીને અથવા જબરદસ્તીથી કઢાવવું. ના૦ દાબવું–ચાંપવું –કચરવું–તે, દાબીને કાઢેલી વસ્તુ; ભીડ, ગિરદી; ભીડવાળી સ્થિતિ; નાણાં લેવા કે રોકવા પર નિયંત્રણ (ની નીતિ).

squelch (સ્ક્વે'લ્ચ), ઉ૦ક્રિ૦ પાણીમાં કે ભીની જમીન પર ભાર દઈને ચૂસવાના 'સ્પ' અવાજ સાથે ચાલવું, એવો અવાજ કરવો; મૂંઝવણમાં નાખવું, શાંત પાડવું. ના૦ પાણીમાં કે ભીની જમીન પર ચાલવું તે-ચાલવાનો અવાજ.

squib (સ્ક્વિબ), ના૦ હાથે ફેંકવાનો ટેટો–સુરસુરિયું; કટાક્ષવાળું ટૂંકું લખાણ.

squid (સ્ક્વિડ), ના૦ દશ ભુજાવાળું ગોકળગાય જેવું એક કપાલપાદી દરિયાઈ પ્રાણી.

squi'ffy (સ્કિવફિ), વિ૦ જરાતરા પીધેલું.

squi'ggle (સ્કિવગલ), ના૦ આડીઅવળી લીટી અથવા ચિહ્ન, ઉતાવળનું લખાણ, ચિતરામણ. ઉ૦ક્રિ૦ ઉતાવળથી લખવું–ઘસડી કાઢવું, ચિતરામણનું સ્વરૂપ લેવું, વાંકાચૂંકા વળીને ચાલવું(સાપની જેમ). **squi'ggly** (-ગ્લિ) વિ૦.

squint (સ્કિવન્ટ), અ૦ક્રિ૦ બાડી નજર થવી–હોવી, ત્રાંસું–બાડું–કે નાના કાણામાંથી જોવું. ના૦ ત્રાંસી – બાડી – નજર, [વાત૦] દૃષ્ટિ, કટાક્ષ; દેવળની ભીંતમાંનું ત્રાંસું કાણું.

squire (સ્ક્વાયર), ના૦ જમીનદાર, પાટીદાર,વિ૰ક૦જિલ્લાનો મુખ્ય જમીનદાર; [ઇતિ૦]સરદાર(નાઇટ)નો અનુચર; સન્નારી-(લેડી)ની સેવા બજાવનાર –ની સાથે રહેનાર. સ૦ક્રિ૦ સ્ત્રીના રક્ષક તરીકે સાથે જવું, તેને વળાવવું.

squirea'rchy (સ્કાયરાર્કિ), ના૦ જમીનદારો, જમીનદાર સમૂહ.

squirm (સ્ક્વર્મ), અ૦ક્રિ૦ અતિ દરદને લઈ ને કે શરમના માર્યા ઇયળની જેમ આમતેમ હાલવું-આળોટવું–મરડાયા કરવું. ના૦ એ ક્રિયા.

squi'rrel (સ્કિવરલ), ના૦ ખિસકોલી. સ૦ક્રિ૦ સંઘરો કરવો–કરી મૂકવો.

squirt (સ્ક્વર્ટ), ઉ૦ક્રિ૦ ધાર–દદૂડી– ઉડાડવી કે ઊડવી. ના૦ પાણીની ધાર ઇ૦ (ઉડાડવાનું સાધન), પિચકારી; [વાત.] નગણ્ય–દમ વગરનો–માણસ.

squish (સ્કિવશ), અ૦ક્રિ૦ અને ના૦ ચૂસવાના 'સ્પ' અવાજ (સાથે ચાલવું). **squi'shy** (-શિ), વિ૦.

Sr. સંક્ષેપ. Senior.

S.R.N., સંક્ષેપ. State Registered Nurse.

SS., સંક્ષેપ. Saints

S.S., સંક્ષેપ. Steamship. *Hist.* Nazi special police force.

S.S.E., S.S.W., સંક્ષેપ. south-south-east, South-south-west.

St., સંક્ષેપ. Saint; Street.

st., સંક્ષેપ. stone(s); stumped by.

stab (સ્ટૅબ), ઉ૦ક્રિ૦ અણિયાળા–તીક્ષ્ણ–હથિયાર કે શસ્ત્ર વડે વીંધવું–જખમ કરવો–વીંધીને મારી નાખવું; એવા શસ્ત્ર વડે પ્રહાર કરવા તાકવું; [લા.] -ને તીવ્ર દરદ કરાવવું. ~ **in the back**, [લા.] પીઠ પાછળ ઘા કરવો.

stabi'lity (સ્ટબિલિટિ), ના૦ સ્થિરતા.

sta'bilize (સ્ટેબિલાઇઝ઼), ઉ૦ક્રિ૦ સ્થિર કરવું–થવું. **stabiliza'tion** (-ઝ઼ેશન), ના૦.

sta'bilizer (સ્ટેબિલાઇઝ઼ર), નાο સ્થિર કરનાર માણસ કે વસ્તુ, વિοકο વહાણ કે વિમાનને સ્થિર રાખવાની યુક્તિ-રાખવાનું સાધન.

sta'ble (સ્ટેબલ), વિο (સહેલાઈથી) હાલે નહિ એવું, સ્થિર, પાકું બેસાડેલું; બદલાતું કે ઓછુંવત્તું થતું નહિ એવું, સહેલાઈથી વિઘટન કે નાશ ન કરી શકાય એવું. નાο તબેલો; ઘોડાર; શરતના ઘોડાઓને તાલીમ આપવાની જગ્યા; અમુક તબેલાના શરતના ઘોડાઓ; સમાન મૂળ અથવા જોડાણ (affiliation)વાળું. સο ક્રિο ઘોડાઓને તબેલામાં પૂરવા-રાખવા.

sta'bling (સ્ટેબ્લિંગ), નાο ઘોડા ઇο માટે રાખવાની જગ્યા-તબેલાની સગવડ.

stacca'to (સ્ટકાટો), વિο અને ક્રિοવિο [વિοકοસંο] જેનો દરેક સૂર અથવા શબ્દસમૂહ બીજાથી તદ્દન નોખા અને સ્પષ્ટ હોય એવું.

stack (સ્ટૅક), નાο ઘાસ કે અનાજના પૂળાની ગંજી; જ્યાં ચોપડીઓ બધી ઘોડા ઇοમાં ગોઠવી હોય તે ગ્રંથાલયનો ભાગ; સાથે ઊભેલાં ધુમાડિયાંનું જૂથ; ધુમાડિયું; [વાત.] મોટો જથો, ઢગલો. સο ક્રિο -નો ગંજ-ઢગલો-કરવો,-ખડકવો; -નો ઓઘલો કરવો; છેતરવા માટે પત્તાં અથવા [લા.] સંજોગો ગુપ્તપણે ગોઠવી રાખવા; ઉતરાણ માટે રાહ જોતા વિમાનને જુદી જુદી સપાટી પર ગોળ ગોળ ઊડવાની ફરજ પાડવી.

sta'dium (સ્ટેડિઅમ), નાο [બοવο **~s** અથવા **-dia**] પ્રેક્ષકો માટે ચોમેર બેઠકોવાળો અખાડો, ક્રીડાંગણ, શરતનું મેદાન.

staff (સ્ટાફ), નાο હથિયાર, આધાર કે હોદ્દાના પ્રતીક તરીકે લાકડી, ડાંગ, દંડૂકો, દંડ, ઇο; વ્યવસ્થાપક ઇοની દેખરેખ નીચે કામ કરનારા માણસોનું જૂથ; [સંο; બοવο **staves**] જેના પર સ્વરલેખન કરાય છે તે સામાન્યપણે પાંચ સમાંતર લીટીઓની સંગીતસારણી. સο ક્રિο કોઈ કાર્યાલય, સંસ્થા, ઇοને કર્મચારીઓથી સજ્જ કરવું. **~ nurse,** 'સિસ્ટર'થી ઊતરતી કોટિની પરિચારિકા (નર્સ). **~ officer,** [લશ્કર.] 'ઑફિસર'ની કોટિનો નોકર.

Staffs., સંક્ષેપ. Staffordshire.

stag (સ્ટૅગ), નાο સાબર કે હરણનો નર; [શૅર બજાર] નવા શૅરો ખરીદવા તથા નફા માટે તે તરત વેચવા માગનાર વ્યક્તિ. **~-beetle,** એક જાતનો મોટો વાંદો સાબરશિંગોટી જેવા ફાંટાવાળા જડબાવાળો. **~ party,** ફક્ત મરદોની કે મરદો માટેની ઉજાણી.

stage (સ્ટેજ), નાο ઊંચી બેઠક, મંચ; રંગમંચ, રંગભૂમિ; નાટકશાળા અથવા નાટ્ય વ્યવસાય; કોઈ ઘટના કે બનાવની જગ્યા; પ્રવાસ, પ્રક્રિયા, વિકાસ, ઇοનો તબક્કો-ટપ્પો; જ્યાં પહોંચ્યા હોઈએ તે જગ્યા, થોભવાની જગ્યા, મુકામ; બે ટપ્પા વચ્ચેનું અંતર; નોખા ઍંજિનવાળો અવકાશ પ્રક્ષેપાસ્ત્ર(રૉકેટ)નો એક વિભાગ. ઉοક્રિο રંગભૂમિ પર નાટક રજૂ કરવું, કોઈ ઘટના કે પ્રસંગ વિοકο નાટકીય ઢબે બને તેની ગોઠવણ કરવી. **~-coach,** [ઇતિο] બે સ્થળો વચ્ચે નિયમિત આવજા કરનાર ગાડી, ટપ્પો. **~ direction,** નાટકનાં પાત્રો માટેની સૂચના. **~ door,** રંગમંચના પાછળના ભાગ તરફ જવાનો રસ્તો. **~ fright,** પ્રેક્ષકોની સામે જતાં લાગતી ભડક. **~-manage,** રંગમંચના વ્યવસ્થાપકની જેમ અથવા તરીકે ગોઠવણ કે નિયંત્રણ કરવું **~-manager,** રંગમંચનો વ્યવસ્થાપક. **~-struck,** નટનટી થવા આતુર. **~-whisper,** જનાંતિક ગુસપુસ.

sta'ger (સ્ટેજર), નાο. **old ~,** લાંબા અનુભવવાળો માણસ.

sta'gger (સ્ટૅગર), ઉοક્રિο લથડિયાં ખાવાં-ખાતાં ચાલવું, આઘાત પહોંચાડવો, આશ્ચર્યચકિત કરવું, મૂંઝવણમાં નાખવું; બીજાઓથી જુદા પડે, સામટા નહિ પણ એક પછી એક આવે એવી રીતે કામ, રજા, ઇοનો સમય ગોઠવવો; એક લીટીમાં ન આવે એવી રીતે વસ્તુઓ ગોઠવવી. નાο

લથડિયાં ખાવાં તે, લથડિયું; [બ૦વ૦માં] ફેફરું કે ત્રાઈનો રોગ (વિ૦ક૦ ઘોડા ને જાનવરોનો).

sta'ggering (સ્ટૅગરિંગ), વિ૦ આશ્ચર્યચકિત કરનારું, મૂંઝવણમાં નાખનારું.

sta'ging (સ્ટેજિંગ), ના૦ નાટક ઇ૦ની રજૂઆત-ભજવણી; કામચલાઉ મંચ;પાલખ, છાજલીઓ. **~ post,** નિયમિતપણે થોભવાનું સ્થાન, વિ૦ક૦ હવાઈ જહાજના માર્ગમાં.

sta'gnant (સ્ટૅગ્નન્ટ), વિ૦ વહેતું નહિ એવું, સ્થિર, બંધિયાર; પ્રવાહ કે ગતિવિનાનું; મંદ, જડ, નિષ્ક્રિય. **sta'gnancy** (-નન્સિ), ના૦.

stagna'te (સ્ટૅગ્નેટ), અ૦ ક્રિ૦ વહેતું બંધ હોવું-થવું, નિષ્ક્રિય-થવું-હોવું. **stagna'ion** (-નેશન), ના૦.

sta'gy (સ્ટેજિ), નાટકી, કૃત્રિમ, અતિશયોક્તિવાળું.

staid (સ્ટેડ), વિ૦ ઠરેલ અને શાણું, સ્થિર, ગંભીર વિચારશીલ.

stain (સ્ટેન), ઉ૦ ક્રિ૦ રંગ બગાડવો, ડાઘો પાડવો; ગંદું કરવું; અંદર ઊતરે એવા રંગે રંગવું; પારદર્શક રંગોથી (કાચ) રંગવો; એબ-બટ્ટો-લગાડવો; રંગી શકાય એવું હોવું. ના૦ રંગ બગડવો તે, બગડેલો રંગ; વિ૦ક૦ પાકો ડાઘો; રંગીન ભાત પાડવા માટેનો રંગ; ડાઘો, લાંછન.

stai'nless(સ્ટેન્લિસ), વિ૦ ડાઘ વિનાનું, નિષ્કલંક; (લોઢું) કાટ ન ચડે એવું. **~ steel,** કાટ ન ચડે એવું લોઢું.

stair (સ્ટે'અર), ના૦ સીડીનું-દાદરાનું-પાટિયું-પગથિયું; [બ૦વ૦માં] નિસરણી, દાદરો. **below ~s,** ભોંયરામાં-તરફ, વિ૦ક૦. નોકરોની રહેવાની જગ્યા તરફ. **~case,** દાદરો, જીનો; દાદરાવાળો મકાનનો ભાગ. **~-rod,** દાદરા પર પાથરેલી શેતરંજી સરકી ન જાય તે માટે વપરાતા સળિયા પૈકી એક. **~ way,** દાદરો.

stake (સ્ટેક), ના૦ જમીનમાં રોપવાનો અણિયાળો થાંભલો, ખીલો, ચીપ, ઇ૦; [ઇતિ૦] માણસને સજા તરીકે બાંધીને જીવતો બાળી નાખવા માટેનો થાંભલો; કોઈ બનાવ અંગે હોડમાં મૂકેલી વસ્તુ-રકમ; (આર્થિક) હિતસંબંધ, લેવાદેવા; [બ૦વ૦માં] વિ૦ક૦ ઘોડાની શરતમાં હોડની રકમ; એવી ઘોડાની શરત. **at ~,** હોડમાં મૂકેલું; જોખમમાં નાખેલું (જીતવા કે હારવા). સ૦ ક્રિ૦ મેખો કે ચીપો રોપીને હદ બાંધવી-આંતરવું; મેખથી જડવું, ખૂંટીઓને આધારે ઊભું કરવું; હોડમાં મૂકવું; [અમે૦; વાત.] -ને વિ૦ક૦ આર્થિક સહાય કરવી. **~-boat,** હોડીઓની શરત માટે માર્ગની નિશાની તરીકે નાંગરેલી હોડી. **~ a claim,** [લા.] પોતાના હકો અથવા માગણીઓનાં નિવેદનો કરવાં.

sta'lactite (સ્ટૅલક્ટાઇટ), ના૦ ગુફાના છાપરા કે છતમાંથી બરફના ગચ્ચાની જેમ લટકતો ચૂનાનો થર.

sta'lagmite (સ્ટૅલગ્માઇટ), ના૦ એવી જ રીતે ગુફાની સપાટી પર બાઝતો શંકુના આકારનો ચૂનાનો થર.

stale (સ્ટેલ), વિ૦ ઊતરી ગયેલું, વાસી, વાપરેલું, કશા નાવીન્ય વિનાનું; ચવાઈ ગયેલું, અતિસામાન્ય; (મલ્લ, ગાયક, ઇ૦ અંગે) અતિશ્રમ કે અભ્યાસથી શક્તિહીન બનેલું. ઉ૦ ક્રિ૦ અતિ વપરાશથી જીર્ણ કરવું-થવું. **~mate,** [શેતરંજ] જેમાં આગળ રમવાને અવકાશ નથી એવી રમતની સ્થિતિ; [લા.] મડાગાંઠ. (સ૦ક્રિ૦) મડાગાંઠ ઊભી કરવી [લા.].

stalk[1] (સ્ટૉક), ના૦ છોડની દાંડી, સાંઠો; પાંદડા કે ફૂલનું દીંટું.

stalk[2], ઉ૦ ક્રિ૦ છુપાતાં છુપાતાં (શિકાર કે શત્રુની) પાછળ જવું કે નજીક પહોંચવું; છાતી કાઢી મોટી છલંગો ભરતા જવું-ચાલવું. ના૦ શિકારને પકડવાનો કે મારવાનો પ્રયત્ન; છાતી કાઢીને રુઆબમાં ચાલવું તે. **sta-lking-horse,** આડનો ઘોડો જેની પાછળ શિકારી સંતાઈ રહે છે; [લા.] ડોળ, બહાનું, ખોટો દેખાવ.

stall (સ્ટૉલ), ના૦ તબેલા કે ગોશાળામાં એક જાનવર બાંધવાની જગ્યા-ખાનું;

દેવળ(ચર્ચ)ની કે સભાગૃહની પાછળ કે બાજુએ અંશતઃ બંધ કરેલી બેઠક; નાટકશાળાના ભોંયતળિયેની બેઠકોમાંની એક; (નાનકડી) દુકાન, માંડવો, ટેબલ, ઇ૦ (વેચવાની) જગ્યા; એંજિન કે વિમાનનું બંધ પડવું–અટકી જવું તે. ઉ૦ ક્રિ૦ જાનવરને તબેલામાં કે કોઢમાં પૂરવું–રાખવું–પૂરી રાખવું; (મોટર કે તેના એંજિન અંગે) પૂરતા ઇંધનને અભાવે, એંજિન પર વધુ પડતા બોજાને લીધે, ઇ૦ કારણોસર બંધ પડવું; (વિમાન અંગે) પૂરતી ગતિને અભાવે અસ્થિર થવું–કાબૂ બહાર જવું; એંજિન, વાહન, વિમાન, ઇ૦ને બંધ પાડવું; વધારે વખત મેળવવા માટે સવાલનો સીધો જવાબ આપવાનું ટાળવું; ઢીલમાં નાખવું અથવા આડે આવવું.

sta'llion (સ્ટૅલ્યન), ના૦ ખસી કર્યા વિનાનો ઘોડો, વાલીઘોડો.

sta'lwart (સ્ટૉલ્વર્ટ), વિ૦ જબરું, જોરાવર; હિંમતવાળું, દૃઢનિશ્ચયી. ના૦ જબરો બહાદુર માણસ, વિ૦ક૦ વફાદાર હઠીલો અને પક્ષપાતી.

sta'men (સ્ટેમન), ના૦ ફૂલમાંનો નરકેસર; પુંકેસર.

sta'mina (સ્ટૅમિના), ના૦ જોમ, દમ, જીવ, લાંબો વખત ટકી રહેવાની શક્તિ, સહનશક્તિ.

sta'mmer (સ્ટૅમર), ઉ૦ક્રિ૦ અચકાતાં અચકાતાં–તોતડું–બોલવું; ~ (**out**), એવી રીતે શબ્દો ઉચ્ચારવા. ના૦ તોતડું બોલવું તે, તોતડાપણું.

stamp (સ્ટૅમ્પ), ઉ૦ક્રિ૦ જમીન ઇ૦ પર જોરથી પગ મૂકવો, પગ ઠોકવો; કચરવું, કચરીને રોટલો બનાવવો; -ની ઉપર સિક્કો મારવો, -ની ઉપર ટપાલની ટિકિટ વગેરે ચોઢવી; [લા.] અમુક ગુણ ઇ૦વાળું હોવાની છાપ મારવી, અંકિત કરી જુદું પાડવું. ના૦ સિક્કો મારવાનું સાધન, સિક્કો, બીબું; સિક્કાની છાપ અથવા આકૃતિ; પગ ઠોકવો–પછાડવો–તે, તેનો અવાજ; ટપાલની ટિકિટ; દસ્તાવેજ માટે સ્ટૅમ્પવાળો કાગળ; વસ્તુની જાત કે ગુણ બતાવવા તેના પર મારેલો સિક્કો (માર્કો) અથવા ચોઢેલી કાપલી, ગુણદર્શક ચિહ્ન. ~-**duty**, વિશિષ્ટ પ્રકારના દસ્તાવેજો માટે આપવાનો કરલાગો. ~-**paper**, ટપાલની ટિકિટોના પૂરા પાનાંની એક કોરે ગુંદરવાળા કાગળની પટ્ટી. **stamp'ing-ground**, કામ કે આરામની મનપસંદ જગ્યા.

stampe'de (સ્ટૅમ્પીડ), ના૦ ભડકવાથી જનાવરોના ટોળાનું એકદમ નાસવું કે બીકને લીધે માણસોનો એકદમ ધસારો કે નાસભાગ; મોટી સંખ્યાના લોકોનું બેશિસ્ત અથવા અવિચારી વર્તન. ઉ૦ક્રિ૦ આવી નાસભાગ કરવી–કરાવવી.

stance (સ્ટૅન્સ), ના૦ ક્રિકેટ કે ગોલ્ફની રમતમાં ફટકો મારવા માટેનો રમનારનો પેંતરો; ઊભા રહેવાની કે બેસવાની ઢબ, વલણ, દૃષ્ટિબિંદુ.

stanch[1] (સ્ટાંચ), **staunch**[1] (સ્ટૉંચ), સ૦ક્રિ૦ લોહી ઇ૦ વહેતું બંધ કરવું–જખમમાંથી વહેતું અટકાવવું.

stanch[2], જુઓ **staunch**[1].

sta'nchion (સ્ટાન્શન), ના૦ ઊભો થાંભલો અથવા ટેકો; કોઢ ઇ૦માં જનાવરોને પૂરી રાખવાનું સાધન.

stand (સ્ટૅન્ડ), ઉ૦ ક્રિ૦ [**stood** સ્ટુડ] ઊભા હોવું; ઊભા થવું; (સ્થિર) ઊભા રહેવું; બેસાડેલું – મૂકેલું – આવેલું – હોવું; દૃઢ, અમલમાં ચાલુ, ઇ૦ રહેવું; અમુક સ્થિતિમાં હોવું–રહેવું; દૃઢ સામનો કરવો; ચૂંટણી ઇ૦ માટે ઊભા રહેવું, [નૌકા.] અમુક માર્ગ પકડી રાખવો; ઊભું અથવા અમુક સ્થિતિમાં મૂકવું –બેસાડવું; સફળતાપૂર્વક સહન –સામનો–કરવું, વેઠવું; ચલાવી લેવું; પોતાને ખર્ચે પૂરું પાડવું–આપવું. ના૦ ઊભા રહેવું – થોભવું –તે; હુમલો કે જબરદસ્તીનો પ્રતિકાર – સામનો; કોઈ સવાલ અંગે અપનાવેલું દૃષ્ટિબિંદુ; સામાન મૂકવાનો ઘોડો; બજાર કે પ્રદર્શનમાંની દુકાન; વાહનોનો અડ્ડો; રમતના મેદાન પર બેઠકો સાથેની રચના; [અમે.] સાક્ષીનું પાંજરું; ઊભો પાક, ઊભું જંગલ; પ્રવાસી નાટક મંડળીનો નાટકો ભજવવા માટેનો મુકામ. ~ **by**, પડખે ઊભા રહેવું, -ને મદદ કરવી,

વચન – કરાર – પાળવો; કશુંક કરવા માટે તૈયાર હોવું – રહેવું; દખલ કર્યા વિના દૂર ઊભા રહેવું. **~-by,** કટોકટી વખતે તૈયાર અથવા જેના પર આધાર રાખી શકાય એવી વસ્તુ અથવા માણસ. **~ down,** ઊભા હતા ત્યાંથી નીચે ઊતરવું, ઉમેદવારી પાછી ખેંચી લેવી; સાક્ષીનું પાંજરું અથવા એવી જગ્યા છોડી દેવી. **~ for,** -નું પ્રતિનિધિત્વ કરવું, -નો અર્થ હોવો, સૂચવવું, કોઈ કાર્ય કે ઉદ્દેશને ટેકો આપવો, -ને માટે ઉમેદવાર હોવું; [વાત.] સહન કરવું, ચલાવી લેવું. **~ in,** -ની વતી, -ના મુખત્યાર તરીકે, કામ કરવું. **~-in,** નાયબ, અવેજી, વિ૦ ક૦ નટ કે નટી માટે. **~ off,** દૂર ખસવું–રહેવું; થોડા વખત માટે નોકરને રજા આપવી, -ના કામ વિના ચલાવી લેવું. **~-off (half),** [રુગ્બી ફુટ.] scrum-half અને three quarters વચ્ચેની કડીરૂપ half-back રમનાર. **~-o'ffish,** મળતાવડું નહિ એવું, તોછડું, ઉદાસીન. **~ on,** -નો આગ્રહ રાખવો, શિષ્ટાચાર ઇ૦નું ચીવટથી પાલન કરવું. **~ out,** આગળ પડતું હોવું, આગ્રહપૂર્વક પ્રતિકાર અથવા મદદ કરવી. **~ over,** -ની તદ્દન પાસે ઊભા રહેવું, વિ૦ ક૦ દેખરેખ રાખવા અથવા નિયંત્રણ કરવા; મુલતવી રહેવું. **~-pipe,** ઊભો નળ પાણી, વરાળ ઇ૦નો પાણીના મુખ્ય સંગ્રહ સાથે જોડવા માટેનો. **~point,** દૃષ્ટિબિંદુ; કશુંક જોવા માટે માણસ ઊભો રહે તે જગ્યા. **~still,** બંધ થવું તે, આગળ વધવાની અશક્તિ. **~ to,** -નું પાલન કરવું. શક્ય અથવા ખાતરીપૂર્વક હોવું. **~ to reason,** તર્કસંગત હોવું, ભેજામાં ઊતરે એવું હોવું; દરેક વિચારશીલ માણસને સ્પષ્ટ હોવું–સમજાવું. **~ up,** ઊભા થવું, ટટાર રહેવું, પ્રમાણભૂત – કાયદેસર – હોવું; [વાત.]ની સાથે સમય પાળવામાં નિષ્ફળ જવું. **~-up,** (કૉલર અંગે) ઊભી; (ભોજન-અંગે) ઊભા ઊભા ખાવાનું; (યુદ્ધ અંગે) જોરદાર. **~ up for,** ટેકો આપવો, -નો પક્ષ લેવો – તરફેણ કરવી. **~ up to,** હિંમતપૂર્વક સામનો કરવો, -નો પ્રતિકાર કરવો.

sta'ndard (સ્ટૅન્ડર્ડ), ના૦ આપવાનું કે ચકાસવાનું પ્રમાણભૂત સાધન, માનક, માનદંડ, આદર્શ; શ્રેષ્ઠતા ઇ૦ની આવશ્યક માત્રા–પ્રમાણ; અનુકરણ કરવા માટે માન્ય – પ્રમાણભૂત – નમૂનો, સરેરાશ ગુણ(વત્તા); વિશિષ્ટ ધ્વજ; [લા.] એકમ લાવનારું–એક કરનારું – તત્ત્વ; ઊભો આધાર અથવા નળ; ઊભા થડ ઉપર કરેલી ઝાડવાની કલમ. વિ૦ પ્રમાણભૂત, ઊંચી જાતનું, આદર્શ, **~-bearer,** ઝંડાધારી; [લા.] કોઈ કાર્યનો આગળ પડતો નેતા. **~ lamp,** ભોંય ઇ૦ પર ઊભા ઊંચા આધારવાળો દીવો. **~ time,** અમુક પ્રદેશ માટે નિયત કરેલો પ્રમાણભૂત સમય.

sta'ndardize (સ્ટૅન્ડર્ડાઇઝ઼), સ૦ ક્રિ૦ અમુક – નિશ્ચિત – ધોરણને અનુસરતું કરવું, અમુક ધોરણ કે પ્રમાણનું કરવું; એકસરખું કરવું. **standardiza'tion** (-ઝ઼ેશન), ના૦.

sta'nding (સ્ટૅન્ડિંગ), વિ૦ સ્થાયી, કાયમનું; વાપરવા માટે સતત તૈયાર; (કૂદકા અંગે) દોડયા વિના મારેલો. ના૦ પ્રસ્થાપિત ખ્યાતિ – આબરૂ – પ્રતિષ્ઠા; અવધિ. **~ order,** નિયત સમયે પૈસા ભરવાની બૅંકને કાયમી સૂચના. **~ orders,** સંસદ, ધારાસભા ઇ૦ની કાર્યવહી અંગેના નિયમો. **~ room,** ઊભા રહેવાની – જેટલી જગ્યા.

stank (સ્ટૅંક), **stink**નો ભૂ૦ કા૦.

sta'nza (સ્ટૅન્ઝ઼ે), ના૦ કાવ્યનો શ્લોક, કડી.

staphyloco'ccus (સ્ટૅફિલકૉકસ), ના૦ [બ૦વ૦ **-cci** -કાઇ] પરુ-ઉત્પાદક સૂક્ષ્મ જંતુની જાત. **staphyloco'ccal** (-કૉકલ), વિ૦.

sta'ple[1] (સ્ટેપલ), ના૦ લાકડું, કાગળ, ઇ૦માં ભોંકવા કે પરોવવા માટેનો તારનો યૂ (U) આકારમાં વાળેલો કકડો, એવા જ પ્રકારની બીજી કરામતો, વિ૦ક૦ કાગળની થોકડી બાંધવાનો વાળેલો તાર.

સ૦ક્રિ૦ એવા તારથી સજ્જ કરવું–એકત્ર બાંધવું.

sta'ple², ના૦ કોઈ પ્રદેશની વેપારની કે ખોરાકની મહત્ત્વની કે મુખ્ય વસ્તુ–જણસ; [લા.] મુખ્ય કે મહત્ત્વની વસ્તુ; કપાસ, ઊન, ઇ૦નો રેસો (તેની લંબાઈ અને જાત.) વિ૦ મહત્ત્વનું, મુખ્ય, નિકાસની વસ્તુ તરીકે.

star (સ્ટાર), ના૦ તારો; [ફલજ્યો.] ગ્રહ, સિતારો; તારાના આકારનું ઘરેણું, ટીકડી; તારાના જેવી નિશાની–ફૂદડી (*); તીવ્ર બુદ્ધિવાળું અથવા પ્રખ્યાત માણસ, વિ૦કુ૦ મુખ્ય નટ–નટી. ઉ૦ક્રિ૦ તારા વડે અંકિત કે સુશોભિત કરવું; નાટ્ય, ચિત્રપટ, ઇ૦ તરીકે રજૂ કરવું; -માં મુખ્ય નટ કે નટીનો ભાગ ભજવવો. **~fish,** તારાના આકારનું એક દરિયાઈ પ્રાણી. **~-gazer,** જ્યોતિષી, ફલજ્યોતિષી. **~light,** તારાઓનો પ્રકાશ. **S~s and Stripes,** અમે૦ નો રાષ્ટ્રધ્વજ. **~ turn,** મુખ્ય બાબત અથવા આકર્ષણ.

star'board (સ્ટારૂબર્ડ), ના૦ વહાણ, વિમાન, ઇ૦ની જમણી બાજુ. સ૦ક્રિ૦ સુકાનને જમણી બાજુ વાળવું.

starch (સ્ટાર્ચ), ના૦ ખોરાકનું એક મહત્ત્વનું ઘટક તત્ત્વ, પિષ્ટતત્ત્વ, સ્ટાર્ચ; આર, કાંજી; [લા.] રીતભાત કે વર્તનની અક્કડાઈ. સ૦ક્રિ૦ કપડાને આર કરવી. **star'chy** (-ચિ), વિ૦.

star'dom (સ્ટારૂડમ), ના૦ તારો, મુખ્ય નટ કે નટી હોવું તે, તેની પદવી–સ્થાન.

stare (સ્ટે'અર), ઉ૦ક્રિ૦ આંખો પહોળી કરીને એકીટસે જોવું, વિ૦ક૦ કુતૂહલ, આશ્ચર્ય, અથવા ભીતિથી. ના૦ એકીટસે જોવું તે. **~ person in the face,** -ને સ્પષ્ટ હોવું, -ની તદ્દન સામે હોવું, -ને માટે તદ્દન નજીક આવેલું હોવું.

stark (સ્ટાર્ક), વિ૦ વેરાન, ઉજ્જડ; તદ્દન સ્પષ્ટ; તદ્દન, પૂરેપૂરું, કેવળ; સાવ નાગું; [પ્રા.] અક્કડ, કડક. ક્રિ૦વિ૦ પૂર્ણપણે.

star'let (સ્ટારૂલિટ), ના૦ ચિત્રપટની જુવાન હોનહાર નટી.

star'ling (સ્ટારૂલિંગ), ના૦ ખૂબ અવાજ કરતું ચળકતા પીંછાંવાળું એક નાનું પક્ષી.

star'ry (સ્ટારિ), વિ૦ તારા જેવું (તેજસ્વી), તારાજડિત.

start (સ્ટાર્ટ), ઉ૦ક્રિ૦ પ્રવાસ શરૂ કરવો, પ્રવાસે ઊપડવું; શરૂ કરવું–કરાવવું; (એંજિન અંગે) દોડવા માંડવું; (એંજિન, ઘડિયાળ, ઇ૦) ચાલુ કરવું–થવું; શરતમાં ઉમેદવારોને ઊપડવાની સૂચના આપવી–નિશાની કરવી; આશ્ચર્ય ઇ૦થી ચકિત થવું, ભડકવું–ભડકીને કૂદકો મારવો; શિકારને તેની બોડમાંથી જગાડવું. ના૦ આરંભ, શરૂઆત; શરતમાં નીકળવાની જગ્યા; શરત શરૂ કરતી વખતે આપેલી સવલત; જીવન, ધંધો, ઇ૦માં શરૂઆતની અનુકૂળ પરિસ્થિતિ; આશ્ચર્ય, આનંદ, દરદ, ઇ૦ને લીધે એકાએક કરેલી હાલચાલ–મારેલી છલંગ, ઇ૦. **by, in, ~s, by fits and ~s,** લહેર આવે તેમ, રહી રહીને. **starting-block,** શરત શરૂ કરતાં પહેલાં દોડનાર જેની સાથે પગ અડાડે છે તે લાકડાનું ઢીમચું. **starting-gate,** ઘોડાની શરતો શરૂ કરવા માટે વપરાતો યાંત્રિક રીતે ખોલાતો ઝાંપો. **starting-handle,** મોટરનું એંજિન શરૂ કરવાનો દાંડો–હાથો. **starting-post,** શરત જ્યાંથી શરૂ થાય છે તે થાંભલો. **starting-price,** ઘોડાની શરત શરૂ થાય તે પહેલાં. ઘોડાની જીતની સંભાવના–બોલાતી કિંમત.

star'ter (સ્ટાર્ટર ના૦ શરત શરૂ કરવા સૂચના આપનાર માણસ; શરતમાં શરૂઆત કરનાર હરીફ; મોટરનું એંજિન ચાલુ કરવાનું ઉપકરણ; ભોજનનું પ્રથમ પિરસણ.

star'tle (સ્ટાર્ટલ), સ૦ક્રિ૦ -ને આશ્ચર્યચકિત કરવું–આઘાત પહોંચાડવો.

starve (સ્ટાર્વ), ઉ૦ક્રિ૦ ભૂખે મારવું–મરવું, ભૂખથી ખૂબ પીડાવું, ભૂખની તીવ્ર પીડા દેવી; [વાત.] ભૂખ લાગવી; -થી વંચિત કરવું–થવું; ભૂખમરાથી કશુંક કરાવવું–કશુંક કરતાં અટકાવવું. **starva'-**

tion (-વેશન), ના૦.

star'veling (સ્ટાર્વ્લિંગ), ના૦ ભૂખે પીડાતું–ભૂખે મરતું માણસ અથવા પ્રાણી.

stash (સ્ટૅશ), સ૦ક્રિ૦ [વિ૦બો૦] સુરક્ષિત જગ્યાએ મૂકવું. ના૦ સંતાવાની જગ્યા.

state (સ્ટેટ), ના૦ સ્થિતિ, હાલત; પ્રક્રિયા, કામ, ઇ૦નો તબક્કો; [વાત.] મન કે લાગણીની ક્ષુબ્ધાવસ્થા; ભપકો, ભવ્યતા; (ઘણી વાર **S~**) રાજ્ય; સરકાર, શાસન. **the S~s,** અમેરિકાનાં સંયુક્ત રાજ્યો. **lie in ~,** [કોઈ મોટા માણસના મૃતદેહ અંગે] જ્યાં લોકો દર્શન કરી શકે એવી જાહેર જગ્યાએ મૂકેલું હોવું. ~ વિ૦ રાજ્યનું–માટેનું–ને લગતું; કોઈ ખાસ પ્રસંગ માટે રાખી મૂકેલું–પ્રસંગે વપરાતું. સ૦ક્રિ૦ વ્યક્ત કરવું, દર્શાવવું, જણાવવું, વિ૦ક૦ સ્પષ્ટપણે અથવા વિગતવાર, નિવેદન કરવું. **S~ Department,** અમેરિકાનું પરદેશોને લગતું ખાતું. **~ of affairs,** વર્તમાન સ્થિતિ. **~room,** રાજ્યના સમારંભો માટેનો ઓરડો–જગ્યા; વહાણના ઉતારુની ખાનગી ઓરડી.

sta'tely (સ્ટેટ્લિ), વિ૦ ભવ્ય, ઠાઠમાઠવાળું, પ્રતિષ્ઠિત. **~ house,** વિશાળ અને ભવ્ય મકાન, વિ૦ ક૦ જાહેર જનતા આવીને જોઈ શકે એવું.

sta'tement (સ્ટેટ્મન્ટ), ના૦ (જાહેર) નિવેદન, કથન, વર્ણન, હેવાલ. વાર્ષિક લેનદેનનું સરવૈયું.

sta'tesman (સ્ટેટ્સ્મન), ના૦ [બ૦ વ૦ **-men**] રાજનીતમાં કુશળ પુરુષ, મુત્સદ્દી. **sta'tesmanship** (-નશિપ), ના૦.

sta'tic (સ્ટેટિક), વિ૦ સ્થિર, હલનચલન વિનાનું, સ્થાયી; સ્થિતિશાસ્ત્રનું -ને લગતું; સમતુલામાં રહેલાં બળોને–અથવા સ્થિર પદાર્થોને – લગતું. ના૦ સ્થિર વિદ્યુત; વાતાવરણમાં વીજળીની અસરને લીધે રેડિયોના સંદેશા ઝીલવામાં થતો અંતરાય. **~ electricity,** ઘર્ષણથી પેદા થતી વીજળી, પ્રવાહના રૂપમાં વહેતી નહિ. **sta'tics** (-ક્સ), ના૦ બ૦ વ૦ સ્થિર પદાર્થો અથવા બળોનું શાસ્ત્ર; વાતાવરણમાં વીજળીની અસરને લીધે રેડિયોના સંદેશા ઝીલવામાં થતો અંતરાય.

sta'tion (સ્ટેશન), ના૦ વિશિષ્ટ કામ માટે વપરાતી – નિયત કરેલી – જગ્યા કે મકાન, થાણું; આગગાડી, મોટરબસ, ઊભી રહેવાની જગ્યા, સ્ટેશન, સ્થાનક; સમાજમાં કે જીવનમાં દરજ્જો, પદવી, પ્રતિષ્ઠા; લશ્કરી કે નૌકાસૈન્યનું મથક; [ઑસ્ટ્રે૦] ઘેટાંપાલન ખેતર. સ૦ ક્રિ૦ અમુક જગ્યાએ મૂકવું – રાખવું – સ્થાપવું; કોઈ સ્થાન પર નિમણૂક કરવી. **~(of the Cross),** ઈશુના ક્રૂસ પરના દુઃખભોગનાં દશ્યોમાંથી દરેક. **~-house,** [અમે૦] પોલીસથાણું. **~-master,** સ્ટેશનમાસ્તર, રેલવે સ્ટેશનનો અધિકારી. **~--wagon,** માણસો અને માલસામાન બંને માટેની સુખસગવડવાળી મોટરગાડી.

sta'tionary (સ્ટેશનરિ), વિ૦ સ્થિર, સ્થાવર, નિશ્ચલ, એક ઠેકાણે ઊભું, ન બદલાતું.

sta'tioner (સ્ટેશનર), ના૦ લેખનસાહિત્ય વેચનાર, કાગદી.

sta'tionery (સ્ટેશનરિ), ના૦ લેખનસાહિત્યસામગ્રી.

stati'stic (સ્ટેટિસ્ટિક), ના૦ ભેગા કરેલા આંકડા કે તે સાથેની માહિતીની એક કલમ – બાબત. **stati'stics** (-સ્ટિક્સ), ના૦ બ૦ વ૦ વ્યવસ્થિતપણે ભેગી કરેલી આંકડા સાથેની માહિતી; આંકડાશાસ્ત્ર. **statisti'cian** (-સ્ટિશન), ના૦.

stati'stical (સ્ટેટિસ્ટિકલ), વિ૦ આંકડાશાસ્ત્રનું – ને લગતું.

sta'tuary (સ્ટેટ્યુઅરિ), વિ૦ મૂર્તિઓનું – સંબંધી. ના૦ મૂર્તિશિલ્પ; મૂર્તિઓ.

sta'tue (સ્ટેટ્યુ), ના૦ માણસ કે પ્રાણીની કંડારેલી કે ઢાળેલી મૂર્તિ – બાવલું.

statue'sque (સ્ટેટ્યુએ'સ્ક), વિ૦ મૂર્તિ જેવું; વિ૦ ક૦ સૌંદર્ય અને મોભામાં.

statue'tte (સ્ટેટ્યુએ'ટ), ના૦ નાની મૂર્તિ કે બાવલું.

sta'ture (સ્ટેટ્યર), ના૦ માણસની –

શરીરની ઊંચાઈ; [લા.] મોટાઈ, મહત્તા, વ્યક્તિત્વ.

sta'tus (સ્ટેટસ), ના૰ સામાજિક અથવા કાનૂની સ્થિતિ – સ્થાન; હોદ્દો, પદ; સામાજિક પ્રતિષ્ઠા – મોભો. ~ **symbol**, સામાજિક પ્રતિષ્ઠાનું પ્રતીક.

sta'tus quo (સ્ટેટસ્ક્વો), પૂર્વસ્થિતિ, ન બદલાયેલી સ્થિતિ.

sta'tute (સ્ટેટ્યૂટ), ના૰ ધારાસભાએ પસાર કરેલો કાયદો, લિખિત કાયદો; કોઈ મંડળનો કાયમનો ઠરાવ.

sta'tutory (સ્ટેટ્યુટરિ), વિ૰ કાયદાનું, કાયદા પ્રમાણે આવશ્યક – કરેલું.

staunch[1] (સ્ટૉંચ), **stanch**[2] (સ્ટાંચ), વિ૰ ટકીલું, કટ્ટર; વફાદાર, વિશ્વાસપાત્ર.

staunch[2], જુઓ **stanch**[1].

stave (સ્ટેવ), ના૰ પીપનું સાંકડું અને પાતળું વાંકવાળું પાટિયું – ચીપ; ગીત ઇ૰નું કડવું; [સં.] સ્વરલેખન માટેની પાંચ સમાંતર લીટીઓની પટ્ટી. ~ સ૰ ક્રિ૰ [**stove** અથવા **staved**] ~ (**in**), -માં કાણું પાડવું, ભાંગી નાખવું. ~ **off**, નિવારણ કરવું, દૂર રાખવું (સંકટ, દુર્ભાગ્ય, ઇ૰).

stay[1] (સ્ટે), ના૰ ટેકો, આધાર; ડોળકાઠી, ધ્વજસ્તંભ, ઇ૰ને આધાર આપનાર દોરડું ઇ૰; વિમાનમાં જોડવાનું સાધન. [બ૰ વ૰માં] કાંચળી, ચોળી, વિ૰ ક૰ વહેલના હાડકાથી તંગ બનાવેલી. સ૰ ક્રિ૰ ટેકો – આધાર – આપવો; દોરડાં ઇ૰ વતી સ્થિર કરવું. ~**sail**, દોરડા પર ફેલાવેલું સઢ.

stay[2], ઉ૰ ક્રિ૰ એ જ એક જગ્યાએ કે સ્થિતિમાં ચાલુ રહેવું, જવું કે બદલવું નહિ; થોડો વખત રહેવું – રોકાવું – મુકામ કરવો; રોકાવું, થોભવું; રોકવું, થોભાવવું; મુલતવી રાખવું(નિવેડો ઇ૰); ભૂખ ઇ૰ શાંત કરવી, વિ૰ ક૰ થોડા વખત માટે; ટકી રહેવું. **to** ~, કાયમ, હંમેશને માટે. ~ ના૰ રહેવું તે, મુકામ, મુકામની અવધિ; સજા ઇ૰નો અમલ મુલતવી રાખવો તે. ~**-at-home**, ઘરમાં ને ઘરમાં રહ્યા કરવું તે, ઘરકૂકડો. ~ **put**, [વાત.] જ્યાં મૂક્યું હોય ત્યાં રાખવું, જ્યાં હોય ત્યાં રહેવું. **staying-power**, ટકવાની શક્તિ, સહનશક્તિ.

stay'er (સ્ટેઅર), ના૰ ભારે સહનશક્તિવાળું પ્રાણી કે મનુષ્ય.

S.T.D. સંક્ષેપ. subscriber trunk dialling.

stead (સ્ટે'ડ), ના૰ જગ્યા, સ્થાન. **in person's or thing's** ~, -ને માટે અવેજી – બદલી. **stand person in good** ~, -ને સારી રીતે કામમાં આવવું, ઉપયોગી – મદદગાર – થવું.

stea'dfast (સ્ટે'ડ્ફાસ્ટ), વિ૰ અચળ, સ્થિર, અડગ.

stea'dy (સ્ટે'ડિ), વિ૰ દૃઢ, અચલ; અડગ, દૃઢ નિશ્ચયવાળું; નિયમિત, એકધારું; ઠરેલ, અચંચળ; શાંત, સ્વસ્થ. ઉ૰ ક્રિ૰ સ્વસ્થ – શાંત – કરવું – થવું – રહેવું. ક્રિ૰ વિ૰ સ્થિરપણે. ~ **state**, સ્થિર – ન બદલાતી – સ્થિતિ, વિ૰ ક૰ ભૌતિક પ્રક્રિયામાં.

steak (સ્ટેક), ના૰ ભૂંજેલો કે તળેલો માંસનો કે માછલીનો જાડો ટુકડો. ~**-house**, આવા ટુકડા વેચનાર હોટેલ.

steal (સ્ટીલ), ઉ૰ ક્રિ૰ [**stole**; **stolen**] ચોરી કરવી, ચોરવું; ચોરીછૂપીથી – અપ્રામાણિકપણે–મેળવવું; ચૂપચાપ – ગુપ્તપણે–જવું આવવું. ના૰ [વાત.] ચોરી (કરવી તે); સોદો, સાવ સહેલું કામ. ~ **a march on**, ખબર પડવા દીધા વિના આગળ નીકળી જવું – પહેલ કરવી, ધાપ મારવી.

stealth (સ્ટે'લ્થ), ના૰ ચોરીચૂપકી, ચોરી.

stea'lthy (સ્ટે'લ્થિ), વિ૰ ચોરીચૂપકીથી કરનારું – કરેલું.

steam (સ્ટીમ), ના૰ વરાળ, બાફ; તેનાથી (હોય તેમ) મેળવાતી શક્તિ; (વિ૰ ક૰ પાણીની) વરાળ. **let off** ~, [લા.] બંધ કરેલી – પૂરી દીધેલી – શક્તિ અથવા લાગણીઓ છૂટી કરવી. **under one's own** ~, [લા.] બીજાઓની મદદ વિના.

~ઉ૦ક્રિ૦ વરાળ બહાર કાઢવી; વરાળની શક્તિથી ચાલવું; વરાળવતી રાંધવું, પોચું કરવું, ઇ૦; પરબીડિયાના ગુંદર પર વરાળ છોડીને તે ખોલવું. **~boat**, આગબોટ. **~-engine**, વરાળથી ચાલતું એંજિન. **~iron**, તેની સપાટ બાજુમાંથી વરાળ બહાર ફેંકનાર વીજળીની ઇસ્ત્રી. **~ radio**, [વાત.] દૂરદર્શન (ટી. વી.)ની સરખામણીમાં જુનવાણી ગણાતું રેડિયો પ્રસારણ. **~-roller**, વરાળથી ચાલતો સડક બનાવવાનો 'રોલર' [લા.] કચડી નાખનાર શક્તિ-બળ. (સ૦ ક્રિ૦) વરાળવાળા રોલરથી (હોય તેમ) કચડી નાખવું અથવા આગળ વધ્યા કરવું. **~ship**, આગબોટ. **~ train**, વરાળથી ચાલતી ગાડી, (ડીઝલ કે વીજળીથી નહિ). **~ up**, ઘટ્ટ કરેલી વરાળવતી ઢાંકવું – ઢંકાવું; [વિ૦ બો૦ વિ૦ ક૦ ભૂ૦ કૃ૦ તરીકે] માણસને ક્ષુબ્ધ અથવા ગુસ્સે કરવું. **stea'my** (-મિ), વિ૦.

stea'mer (સ્ટીમર), ના૦ આગબોટ; વરાળથી ખોરાક ઇ૦ ગરમ કરવાનું વાસણ.

ste'atite (સ્ટીઅટાઇટ), ના૦ શંખજીરું; અભ્રકની ભૂકી (પ્રસાધન માટે વપરાતી).

steed (સ્ટીડ), ના૦ [કાવ્ય.] ઘોડો.

steel (સ્ટીલ), ના૦ પોલાદ; છરીચપ્પાંને ધાર કાઢવાની ગજવેલની પટ્ટી. **cold ~**, કાપવાનાં કે ભોંકવાનાં શસ્ત્રો. ~સ૦ ક્રિ૦ સખત બનાવવું; દૃઢનિશ્ચયી બનાવવું. **~ band**, તેલનાં પીપોમાંથી બનાવેલાં વાદ્યો-વાળા વેસ્ટ ઇંડિઝ તરફના ગાયકોનો તાયફો – બૅન્ડ. **~ wool**, પોલાદનો ઝીણો છોલ જે માંજવા કે પૉલીશ કરવા વપરાય છે. **~yard**, રેલવેમાં હોય છે તેવો વજનનો કાંટો, કંપાણ.

stee'ly (સ્ટીલિ), વિ૦ પોલાદનું, -ના જેવું સખત; કઠણ હૈયાનું, જિદ્દી, અક્કડ, અણનમ.

steep[1] (સ્ટીપ), ઉ૦ક્રિ૦ પલાળવું, પલળી જવું, પ્રવાહીમાં બોળવું, ના૦ પ્રવાહીમાં બોળવું તે, બોળવા માટેનું પ્રવાહી. **~ in**, [લા.] -માં તરબોળ કરવું – થઈ જવું, વ્યાપી રહેલું, -નો ગાઢ પરિચય કરવો.

steep[2], વિ૦ સીધા ચડાણવાળું, ઊભું; (ચડતી કે પડતા અંગે) ઝડપી[1]; [વાત.; કિંમતો અંગે] ભારે, ન પરવડે એવી; અવિશ્વસનીય. ના૦ સીધા ઢોળાવવાળી ટેકરી; કરાડ.

stee'pen (સ્ટીપન), ઉ૦ ક્રિ૦ સીધા ચડાણવાળું કરવું – થવું.

stee'ple (સ્ટીપલ), ના૦ ખ્રિસ્તી દેવળનો અણિયાળો મિનારો; શિખર. **~-chase**, વાડ વગેરે જેવા અંતરાય કુદાવીને દોડવાની ઘોડાની શરત; વગડામાંથી આડેઅવળે રસ્તે ચાલીને જવાની શરત. **~jack**, ઊંચા મિનારા, ધુમાડિયાં, ઇ૦ પર ચડીને તેનું સમારકામ કરનાર.

steer[1] (સ્ટિઅર), વાછરડો, વિ૦ ક૦ નાનો બળદ.

steer[2], ઉ૦ ક્રિ૦ સુકાન, ચક્ર, ઇ૦ વતી વહાણ, વાહન, વિમાન, ઇ૦ ચલાવવું; વિશિષ્ટ દિશામાં લઈ જવું – દોરવું. **~ clear of**, -ને ટાળવું – વટાવી જવું. **~-sman** (-ઝ્-) વહાણ ઇ૦નો સુકાની. **steering committee**, શું શું કરવાનું છે તે તથા તેનું કામ ઇ૦ નક્કી કરનાર સમિતિ; **steering-wheel**, સુકાન, માર્ગદર્શક ચક્ર.

steer'age (સ્ટિઅરિજ), ના૦ સુકાન ચલાવવું – હંકારવું–તે; સસ્તામાં સસ્તા દરે પ્રવાસ કરનારાઓને અપાતી વહાણ પરની જગ્યા.

stein (સ્ટાઇન), ના૦ બિયર માટેનો માટીનો મોટો પ્યાલો.

ste'la (સ્ટે'લૅ; બ૦ વ૦ **~e** -લી), **ste'le** (સ્ટિલિ). ના૦ [પુરાતત્ત્વ.] બહુધા ઉત્કીર્ણ લેખવાળી કે ઉપસાવેલા કોતરકામ-વાળી, વિ૦ ક૦ કબર પાસે ઊભી કરેલી શિલા અથવા સ્તંભ.

ste'llar (સ્ટે'લર), વિ૦ તારાઓનું, તારાના આકારનું.

stem[1] (સ્ટે'મ), ના૦ ઝાડ ઇ૦નો મુખ્ય ભાગ, થડ, દાંડી; ફળ, ફૂલ કે પાંદડાનું દીંટું; કશાકનો દાંડીના આકારનો ભાગ; દારૂના પ્યાલાની ઉપરની વાટકી અને નીચેની બેઠકને જોડનારી ઊભી દાંડી; વહાણના મોખરાનો ઊભો મુખ્ય પાટડો; [વ્યાક.]

શબ્દનું મૂળ (રૂપ), ધાતુ, ઇ૦. અ૦ ક્રિ૦ -માંથી ફૂટવું–ઊગવું–નીકળવું.

stem², ઉ૦ ક્રિ૦ પ્રવાહ ઇ૦ને રોકવું, ખાળવું, સામે પ્રવાહે ઊભા જવું.

Sten (સ્ટે'ન), ના૦ ~(**gun**), હલકી યાંત્રિક બંદૂક.

stench (સ્ટેંચ), ના૦ દુર્ગંધ, બદબો.

ste'ncil (સ્ટે'ન્સિલ), ના૦ કાપેલા અક્ષર કે આકૃતિવાળો કાગળ કે પતરું, જેનો નકલો કરવામાં ઉપયોગ થાય છે; એવી રીતે કરેલી નકલ. સ૦ ક્રિ૦ સ્ટેન્સિલવતી અક્ષરો કે આકૃતિઓ તૈયાર કરવી; કાગળ કે પતરામાં અક્ષર કે આકૃતિઓ કોતરવી.

steno'graphy (સ્ટે'નોગ્રફિ), ના૦ લઘુલેખનકળા. **steno'grapher** (-ગ્રફર), ના૦.

stentor'ian (સ્ટે'ન્ટોરિઅન), વિ૦ (અવાજ અંગે) ખૂબ મોટો, બુલંદ.

step (સ્ટે'પ), ઉ૦ ક્રિ૦ કદમ – ડગલું – ભરવું, ચાલવું; બે ડગલાં ચાલીને જવું – આગળ વધવું, ડગલાં ભરીને અંતર માપવું; [નૌકા.] ખામણામાં ડોળકાઠી ઊભી કરવી; નાચવું, નૃત્ય કરવું. ના૦ ડગલું ભરવું તે -ભરવાની રીત; ડગલું ભરીને કાપેલું અંતર, ડગલું; ટૂંકું અંતર; ડગલું નીચે મૂકવાથી થતી નિશાની – થતો અવાજ; પાદચિહ્ન; પરિણામની દિશામાં પગલું (ભરવું તે); [બ૦ વ૦માં] લીધેલાં પગલાં, કરેલા ઉપાયો; નિસરણીનું પગથિયું [બ૦ વ૦માં] ટૂંકી નિસરણી; શ્રેણી, દરજ્જો, (પ્રગતિમાં) તબક્કો; [નૌકા૦] ડોળકાઠીનો આધાર – ખામણું અથવા ચોકઠું; પગલા જેવો કશાકનો ભાગ. **in ~**, બીજા(ઓ)-ની સાથે કે સંગીતની સાથે પગલાં માંડતાં, કદમ મેળવીને, -ની સાથે મેળમાં રહીને. **mind, watch, one's ~**, સાવધાન રહેવું, કાળજી લેવી. **out of ~**, બીજાનાં પગલાં સાથે મેળ વિના(નું). **~ down**, [લા૦] રાજીનામું આપવું. **~ in**, અંદર દાખલ થવું, વચ્ચે પડવું. **~-ladder**, સપાટ પગથિયાં અને ટેકાવાળી ટૂંકી નિસરણી. **~ on it**, [વાત૦] ઉતાવળ કરવી. **~ out**, લાંબાં પગલાં ભરવાં, ઝડપથી ચાલવું; [વાત૦] મનોરંજન માટે બહાર જવું. **~ up**, ઉપર કે આગળ આવવું – વધવું; દર કે અવાજ વધારવો. **stepping-stone**, પાણી કે કાદવ કોરે પગે ઓળંગવા માટે વચ્ચે મૂકેલો ઊંચો પથ્થર; [વાત૦] આગળ વધવા માટે સાધન.

step- (સ્ટેપ-), સમાસમાં. સાવકું, સગપણ બતાવનાર શબ્દ પહેલાં વપરાય છે. **~-child, ~daughter, ~son**, સાવકું બાળક, દીકરી, દીકરો. **~father, ~-mother, ~parent**, સાવકા પિતા, માતા, માતા કે પિતા. **~brother ~-sister**, સાવકો ભાઈ – બહેન,

stephano'tis (સ્ટે'ફનોટિસ), ના૦ ઉષ્ણ કટિબંધનો એક સુગંધી ફૂલવાળો વેલો.

steppe (સ્ટેપ), ના૦ સપાટ ને ઝાડ વિનાનું વિસ્તીર્ણ મેદાન.

ste'reo (સ્ટે'રિઓ, સ્ટી-), ના૦ [બ૦ વ૦ **~s**] અને વિ૦ જુદી જુદી દિશામાંથી આવતો હોય એવી અસર ઉપજાવનાર (રેકર્ડપ્લેયર ઇ૦). stereophonic (record-player etc.); stereophony; stereoscope; stereoscopic; stereotype.

ste'reo- (સ્ટે'રિઓ-), સંયોગી રૂપ, ઘન, ત્રણ પરિમાણવાળું.

stereopho'nic (સ્ટે'રિઅફૉનિક), વિ૦ વાસ્તવિકતાની અસર ઉપજાવવા માટે જુદા જુદા માઇક્રફોન અને લાઉડસ્પીકરોનો ઉપયોગ કરીને ધ્વનિ નોંધવાની અને ફરી રજૂ કરવાની પદ્ધતિનું. **stereo'phony** (-ઑફનિ), ના૦.

ste'reoscope (સ્ટે'રિઅસ્કોપ), ના૦ ત્રિમિતિદર્શક, ત્રણ પરિમાણોનો ભાસ પેદા કરવા માટે જરાક જુદા જુદા ઠેકાણે-થી કોઈ વસ્તુનાં લીધેલાં બે ચિત્રો ભેગાં કરવાનું સાધન. **stereosco'pic** (-સ્કૉપિક), વિ૦.

ste'reotype (સ્ટે'રિઅટાઇપ), ના૦

ગોઠવેલાં બીબાં(ના mould) પરથી ઢાળેલું છાપવાનું પતરું; કાયમનો ઠસ્સો. સ૦ ક્રિ૦ કાયમનો ઠસ્સો – બીબું – બનાવવું; એવાં બીબાં પરથી છાપવું; [લા૦ : વિ૦ ક૦ ભૂ૦ કૃ૦ તરીકે] ફરે કે બદલાય નહિ એવી રીતે કાયમના સ્વરૂપનું બનાવવું, -ને ચોક્કસ સ્વરૂપ – આકાર – આપવો.

ste'rile (સ્ટે'રાઇલ), વિ૦ ઊખર, અણ-ઉપજાઉ; વાંઝિયું; જીવતા જંતુઓથી મુક્ત, જંતુરહિત, મૌલિકતા, ભાવોત્તેજક શક્તિ ઇ૦ વિનાનું. **steri'lity** (-રિલિટિ), ના૦.

ste'rilize (સ્ટે'રિલાઇઝ઼), સ૦ ક્રિ૦ જંતુ-રહિત – વંધ્ય – બનાવવું. **steriliza'tion** (-ઝ઼ેશન), ના૦.

ster'ling (સ્ટર્લિંગ), વિ૦ બ્રિટિશ નાણા-નું – નાણામાં; અસલ, ખરું; પ્રમાણિત મૂલ્ય કે શુદ્ધતાવાળું; નક્કર મૂલ્યનું, વિશ્વાસ-પાત્ર. ના૦ બ્રિટિશ નાણાં. ~ **area,** [ઇતિ૦] પોતાનું અનામત ભંડોળ મુખ્યત્વે બ્રિટિશ નાણામાં રાખનારા અને એક-બીજા સાથે તેનો છૂટથી વહેવાર કરનારા દેશો. ~ **silver,** ૯૨.૫ ટકા શુદ્ધ ચાંદી.

stern[1] (સ્ટર્ન), ના૦ વહાણ, વિમાન, ઇ૦-નો પાછલો ભાગ; ફૂલા, બેસણી; પૂંછડી, વિ૦ક૦ કૂતરાની. **~-post,** પાછલા ભાગનો મધ્યવર્તી ઊભો મોભ, બહુધા સુકાનવાળો.

stern[2], વિ૦ સખત, કડક, કઠોર; શિસ્ત કે આજ્ઞાનું પાલન કરાવનારું.

ster'num (સ્ટર્નમ), ના૦ [બ૦વ૦ **~s** અથવા **-na**] છાતીનું હાડકું. **ster'nal** (-નલ), વિ૦.

ster'oid (સ્ટિઅરૉઇડ), ના૦ સેન્દ્રિય સમાસો (organic compounds)માંથી કોઈ પણ એક, જેમ કે કેટલાંક 'હૉર્મોન' અને 'વિટામિન'.

ster'ol (સ્ટિઅરલ), ના૦ સંમિશ્ર ઘન મદ્યાર્કોના વર્ગમાંથી કોઈ એક.

ster'torous (સ્ટર્ટરસ), વિ૦ (શ્વાસો-ચ્છ્વાસ અંગે) મુશ્કેલીથી થતો ઘોરવાના કે કણસવાના અવાજ સાથેનો.

stet (સ્ટે'ટ), ઉ૦ક્રિ૦ [બહુધા 'પ્રૂફ' ઇ૦ ઉપર આજ્ઞાર્થમાં વપરાય છે] સુધારાની કે ફેરફારની અવગણના કરવી – તેને રદ કરવું, મૂળ રૂપ રહેવા દેવું.

ste'thoscope (સ્ટે'થસ્કોપ), ના૦ ફેફસાં, હૃદય, ઇ૦ના ધબકારા સાંભળવાનું ઉપકરણ. **stethosco'pic** (-સ્કૉપિક), વિ૦.

ste'tson (સ્ટે'ટ્સન), ના૦ પહોળી કોરવાળી ઊંચી ટોપી.

ste'vedore (સ્ટીવડૉર), ના૦ વહાણ પર માલ ચડાવનાર કે ઉતારનાર મજૂર.

stew (સ્ટ્યૂ), ઉ૦ક્રિ૦ થોડું પાણી નાખી બંધ વાસણમાં ધીમે તાપે રાંધવું–બાફવું; ચા લાંબો વખત રાખીને કડવી કે કડક બનાવવી; ગરમ બંધિયાર વાતાવરણમાં પરસેવો થવો–પરસેવાથી રેબઝેબ થવું. ના૦ બાફેલા માંસની વાની; [વાત.] ભારે ભય કે પ્રક્ષોભની સ્થિતિ.

stew'ard (સ્ટ્યૂઅર્ડ), ના૦ કારભારી, ઘરની મિલકતની વ્યવસ્થા જોનાર અથવા કૉલેજ, ક્લબ, વહાણ, ઇ૦ને માલસામાન પૂરું પાડનાર વ્યક્તિ. શરતની સભા, પ્રદર્શન, ઇ૦ની વ્યવસ્થા જોનાર અમલદાર; વહાણ, વિમાન કે આગગાડીમાં મુસાફરોનો સેવક–કામ કરનાર.

stew'ardess (સ્ટ્યૂઅર્ડિસ), ના૦ વહાણ, વિમાન, પરની સેવિકા.

stew'ardship (સ્ટ્યૂઅર્ડ્શિપ), ના૦ કારભારી, સેવક, ઇ૦નો હોદ્દો, ફરજો, નોકરીની અવધિ.

stick[1] (સ્ટિક), ઉ૦ક્રિ૦ [**stuck**] વીંધવું, ભોંકવું, ઘોંચવું; –માં છરી ભોંકવી; અણી પર ચોંટાડવું–ચોંટવું, અંદર ચોંટી–વળગી–રહેવું; ગુંદર ઇ૦ વતી ચોંટાડવું–ચોંટવું; ચોંટી જવું, [વિ૦ બો૦] સહન કરવું, ચલાવી લેવું; અટકી પડવું, અટકવું; ઘર્ષણ, દબાણ, ઇ૦ને લીધે ગતિ કે ક્રિયાશક્તિ ગુમાવવી –થી વંચિત કરવું. ~ **at,** [વાત.] ખંતથી કામ કર્યા કરવું. **~-in-the-mud,** જુનવાણી અથવા અપ્રાગતિક (માણસ). ~ **out,** બહાર નીકળેલું હોવું, બહાર કાઢવું. ~ **out for,** –નો આગ્રહ

રાખવો. ~-pin, [અમે.] નેકટાઈની ચીપિયા જેવી પિન. ~ up, આગળ ઊપસી આવવું, બહાર કાઢવું; ટટાર કરવું-થવું; [વિ૦બો૦] બંદૂક બતાવી લૂંટી લેવું-કરાવવું. ~ up for, -નો બચાવ કરવો, -નું ઉપરાણું લેવું. sticking--plaster, જખમ ઇ૦ ઉપર કરાતો લેપ (ઊખડી ન જાય એવો).

stick[2], નામ૦ લાકડી, દંડો, ડાંગ, સોટી; લાકડીના આકારનો લાખ, ચોકલેટ, ઇ૦નો નળાકાર ટુકડો; સજા, ટીકા; [વાત.] માણસ, વિ૦ક૦ મંદબુદ્ધિ અથવા અતડું માણસ. ~-insect, ડાળના કકડા જેવું પ્રાણી-જીવડું.

sti'cker (સ્ટિકર), નામ૦ ચોઢવાની ગુંદર-વાળી કાપલી.

sti'ckleback (સ્ટિકલબૅક), નામ૦ નાની કાંટાળી માછલી.

sti'ckler (સ્ટિકલર), નામ૦ ~ for, ચોકસાઈ, શિષ્ટાચાર, અધિકાર, ઇ૦નો આગ્રહ રાખનાર અથવા આગ્રહપૂર્વક ઉપરાણું લેનાર-ટેકો આપનાર.

sti'cky (સ્ટિકિ), વિ૦ ચોંટે એવું, ચોંટવા માટેનું, ચોંટી જાય એવું, ચીકણું (હવામાન અંગે) ભેજવાળું; [વાત.] વાંધો ઉઠાવનારું-ઉઠાવે એવું; [વિ૦બો૦] તદ્દન અણગમતું, પીડાકારક. ~ wicket, [ક્રિકેટ] ભીનો પટ (દાંડિયા વચ્ચેનો); [લા૦] મુશ્કેલ પરિસ્થિતિ.

stiff (સ્ટિફ), વિ૦ વળે નહિ એવું, અક્કડ; છૂટથી કામ ન કરે એવું; અકડાઈ ગયેલું, જડ; (અતિ)શ્રમને લીધે દરદ કરતું; જાડું રગડા જેવું, પ્રવાહી નહિ એવું; દુષ્કર, મુશ્કેલ; કસોટી કરે એવું; અણનમ, વશ ન થનારું; જકડાયેલું, કઢંગું, અથવા ઔપચારિક, અસ્વાભાવિક, મિજાજી, (દારૂ અંગે) કડક. નામ૦ [વિ૦બો૦] પ્રેત, મડદું. stiff-necked, હઠીલું અથવા ઘમંડી. ~ upper lip, દૃઢતા, ધૈર્ય.

sti'ffen (સ્ટિફન), ઉ૦ક્રિ૦ કઠણ, અક્કડ, ઇ૦ કરવું-થવું.

sti'fle (સ્ટાઇફલ), ઉ૦ક્રિ૦ ગૂંગળાવવું-ગૂંગળાવી નાખવું, શ્વાસ રૂંધવો; ગૂંગળાવું, શ્વાસ રૂંધાવો; છૂટથી બોલવા ન દેવું-બોલી ન શકવું.

sti'gma (સ્ટિગ્મ), નામ૦ કલંક, લાંછન; [વનસ્પ૦] પુષ્પયોનિ, કમળ; [ખ્રિસ્તી સીમં૦; બ૦વ૦ ~ta] ક્રૂસારોપણને લીધે ઈશુના શરીર પર પડેલાં ચાઠાં જેવાં ચિહ્નો.

sti'gmatize (સ્ટિગ્મટાઇઝ઼), સ૦ ક્રિ૦ દૂષણ-લાંછન-લગાડવું; નિંદા કરવી; -ના ગુણદોષ વર્ણવવા.

stile (સ્ટાઇલ), નામ૦ વાડ કે ભીંત પરથી જવા આવવા માટેનાં પગથિયાં, સળિયા, ઇ૦.

stile'tto (સ્ટિલે'ટો), નામ૦ [બ૦વ૦ ~s અથવા ~es] નાનકડી કટચાર, દરજીનું ગાજ પાડવાનું ઓજાર. ~ heel, જોડા-ની ઊંચી સાંકડી અણીવાળી એડી.

still[1] (સ્ટિલ), નામ૦ દારૂ ગાળવાનું સાધન-ઉપકરણ. ~-room, મોટા ઘરમાં ઘર ચલાવનારીનો ઓરડો-કોઠાર.

still[2], વિ૦ (લગભગ) ગતિ કે અવાજ વિનાનું, નિ:સ્તબ્ધ, શાંત, મૂક; (દારૂ અંગે) ચળકતું નહિ એવું. નામ૦ ગાઢ શાંતતા; સાધારણ ફોટોગ્રાફ, વિ૦ક૦ ચિત્રપટમાંથી લીધેલું ચિત્ર. ઉ૦ક્રિ૦ શાંત પાડવું. છાનું-ધીમું-પાડવું કે પડવું. ક્રિ૦વિ૦ શાંતપણે, શાંતિથી; હજી પણ, અત્યાર-ત્યાર-સુધી; આજે પણ, પહેલાંની જેમ; અત્યારે-ત્યારે-પણ; તેમ છતાં, છતાં, તથાપિ; હંમેશાં. ~ birth, મરેલા બાળકનો જન્મ. ~--born, મરેલું જન્મેલું, [લા૦] નિષ્ફળ. ~ life, નિર્જીવ વસ્તુઓનું ચિત્ર.

stilt (સ્ટિલ્ટ), નામ૦ જમીનથી અદ્ધર ચાલવા માટે પાવડીએ જડેલા વાસમાંનો એક; મકાનની નીચેના આધારભૂત થાંભલા-માંનો એક; ભેજવાળી જમીનમાં ફરતું બગલા જેવું પક્ષી.

sti'lted (સ્ટિલ્ટિડ), વિ૦ આડંબરવાળું, ભપકાદાર; અક્કડ અને અસ્વાભાવિક.

Sti'lton (સ્ટિલ્ટન), નામ૦ વાદળી નસવાળું પૌષ્ટિક પનીર-ચીઝ઼.

sti'mulant (સ્ટિમ્યુલન્ટ), વિ૦ અને

નાο તાત્કાલિક સ્ફૂર્તિ આણે એવો–ઉદ્દીપક–(પદાર્થ).

sti'mulate (સ્ટિમ્યુલેટ), સ૦ક્રિ૦ ઉત્તેજના–સ્ફૂર્તિ–આપવી, ઉદ્દીપ્ત–ઉત્તેજિત–કરવું; -માં પ્રાણ પૂરવો, ઉશ્કેરવું, જાગ્રત કરવું. **stimula'tion** (-લેશન), નાο. **sti'mulative** (-લટિવ), વિ૦. **sti'mulator** (-લેટર), નાο.

sti'mulus (સ્ટિમ્યુલસ), નાο [બ૦વ૦ **-li** -લાઈ] ઉત્તેજક–પ્રેરક–ઉદ્દીપક–વસ્તુ; પ્રેરણા, ઉત્તેજના, પ્રોત્સાહન.

sting (સ્ટિંગ), નાο વીંછી, સાપ, કૌવચ, ઇ૦નો ડંખ–દંશ; ડંખ મારવો તે; તેનો જખમ કે વેદના; માનસિક કે શારીરિક તીવ્ર વેદના; કટુતા, તીખાશ, તીવ્રતા; જોર. ઉ૦ક્રિ૦ [**stung**] ડંખ મારવો, દંશ કરવો, કરડવું; ડંખ વડે જખમ કરી શકવું; (વનસ્પતિઓ અંગે) સ્પર્શથી ખજવાળ કે બળતરા પેદા કરવી–થવી, તીવ્ર દરદ કરવું–થવું; માનસિક દુઃખ દઈ ને ઉશ્કેરવું; [વિ૦ બો૦] ભારે કિંમત લેવી, છેતરવું. **~-ray**, ડંખ મારતી પૂંછડીવાળી પહોળી સપાટ માછલી. **stinging-nettle**, કૌવચ, આગિયો, ડંખ મારતી વનસ્પતિ.

sti'ngy (સ્ટિંજિ), વિ૦ કંજૂસ, મખ્ખીચૂસ, કૃપણ.

stink(સ્ટિંક),ઉ૦ક્રિ૦[**stank, stunk; stunk**] ગંધાવું, ગંધ મારવી, -માંથી બદબો નીકળવી;દુર્ગંધ–ગૂંગળાવનારી વાસ–વડે ભગાડી મૂકવું. નાο દુર્ગંધ, બદબો; [વાત૦]ધાંધલ, ગરબડ, તકરાર~**-bomb**, ફૂટતાં બધે દુર્ગંધ ફેલાવનાર બૉંબ.

sti'nker (સ્ટિંકર), નાο [વિ૦ બો૦] ગંધાતું માણસ, ખાસ ત્રાસદાયક અથવા અણગમતું માણસ; મુશ્કેલ સવાલ ઇ૦; જોરદાર નાપસંદગી વ્યક્ત કરતો કાગળ.

sti'nking (સ્ટિંકિંગ), વિ૦ ગંધાતું; [વિ૦ બો૦] ત્રાસદાયક, વાંધાભર્યું. ક્રિ૦વિ૦ [વિ૦ બો૦] અત્યંત અને બહુધા વાંધાભરી રીતે.

stint (સ્ટિંટ), સ૦ ક્રિ૦ ખાવાનું ઇ૦ પૂરતું ન આપવું, આપવામાં ચિંગુસાઈ કરવી, નામરજીથી આપવું, સંકોચમાં રાખવું. નાο ચિંગુસાઈ, કૃપણતા, સંકોચ; પ્રયત્નમાં કચાશ (કરવી તે); નક્કી કરેલું કે સોંપેલું કામ ઇ૦.

sti'pend (સ્ટાઇપેન્ડ), નાο પગાર, નિમણૂક, વિ૦ક૦ પાદરીની.

stipe'ndiary (સ્ટાઇપેન્ડિઅરિ), વિ૦ અને નાο પગાર કે નિયમિત વેતન પામનાર. ~ (**magistrate**), પગારદાર ફોજદારી ન્યાયાધીશ (મૅજિસ્ટ્રેટ).

sti'pple (સ્ટિપલ), ઉ૦ક્રિ૦ ચિત્રકામ, નકશી, ઇ૦માં છાયા ને રંગની ઓછીવત્તી માત્રા બનાવવા માટે નાનાં ટપકાંનો ઉપયોગ કરવો; મૂળ રંગ વચ્ચે વચ્ચે દેખાય તેમ ઉપર બીજા રંગનો હાથ દેવો. નાο બિંદુચિત્રણ(ની અસર–પરિણામ).

sti'pulate (સ્ટિપ્યુલેટ) ઉ૦ ક્રિ૦ કરાર માટે આવશ્યક શરત જણાવવી–તેનો આગ્રહ રાખવો; ઠરાવ–કરાર–બોલી–કરવી. **stipula'tion** (-લેશન), નાο.

stir (સ્ટર) ઉ૦ ક્રિ૦ જરા ખસવું–ખસેડવું; હાલતું હોવું, હાલવા માંડવું; મિશ્રણ કરવા ચમચા ઇ૦ વતી હલાવવું; જાગ્રત કરવું, પ્રેરવું, ઉશ્કેરવું, નાο હાલવું–હલાવવું–તે ઇ૦; ખળભળાટ, ઉશ્કેરાટ, પ્રક્ષોભ, ધામધૂમ. ~ **up**, હલાવીને પૂરેપૂરું મિશ્રણ કરવું; હલાવીને નીચે બેઠેલો થર ઉપર આણવો–ઉપર આવવો; [લા.] ઉત્તેજિત કરવું, ઉશ્કેરવું.

stir'rup (સ્ટિરપ), નાο પેંગડું, રકાબ. **~-cup**, જવા નીકળેલા માણસને (મૂળ ઘોડેસવારને) અપાતું પીણું–મદ્યનો પ્યાલો. **~-pump**, નાની નાની આગો બુઝાવવાનો પગ મૂકવા માટેના પેંગડાવાળો પંપ.

stitch (સ્ટિચ), નાο સોયનો ટાંકો, ટેભો, (સીવણ ગૂંથણ કે ભરતનો), સીવણ ગૂંથણ ઇ૦નો વિશિષ્ટ પ્રકાર; જરા સરખું (ડીલ પર) વસ્ત્ર; દોડવાને લીધે બરડામાં ઊપડેલું તીવ્ર દરદ–કળતર. **in stitches**, [વાત.] હસી હસીને પેટ દૂખવું. ઉ૦ ક્રિ૦ સીવવું; ટાંકા ભરવા–લેવા–દેવા.

stoat (સ્ટોટ), નાο નોળિયાની જાતનું એક રુવાંટીવાળું પ્રાણી.

stock (સ્ટૉક), નાο જેના ઉપર કલમ

કરી હોય તે છોડ; ઓજાર કે યંત્રના ભાગ ચલાવવાની બેસણી, પકડ અથવા હાથો; કુટુંબ કે જાત, તેનું મૂળ; [બ૦ વ૦માં] વહાણ બાંધતી વખતે તેને જેના પર રાખવામાં આવે છે તે મોભ-લાકડાનું ચોકઠું; [બ૦ વ૦માં, ઇતિ.] હેડ, જાહેર સજા તરીકે ગુનેગારને રાખવાનું પગ માટે કાણાંવાળું લાકડાનું ચોકઠું; ખેતીનાં ઓજારો તથા જનાવરો; હાડકાં, શાકભાજી, ઇ૦ ઉકાળીને બાફીને બનાવેલો સેરવો-દારૂ, જે સૂપ માટે પાયા તરીકે વપરાય છે; વેપારી પેઢીનું ભંડોળ, તેના શેરો; સરકારને નિયત વ્યાજે આપેલી રકમ-ઋણ-(લોન); પોતાની આબરૂ અથવા પ્રતિષ્ઠા, સાખ; ગળામાં બાંધવાનો પહોળો અક્કડ પટો; પાદરીની કૉલર નીચેનો રેશમી ટુકડો; ધંધો કરવા માટેનો માલ અથવા સામગ્રી; કશાકનો ભંડાર-પુરવઠો; એક સુગંધી છોડ. **take ~ (of)**, પોતાની પાસેના માલ ઇ૦નો હિસાબ કાઢવો-યાદી બનાવવી, ઇ૦. વિ૦ વેચવા કે વાપરવા માટે નિયમિતપણે રાખેલું; સામાન્યપણે વપરાતું; વારંવાર-હંમેશ-થતું. સ૦ક્રિ૦ માલ ભરવો-ભરી મૂકવો, વેચવા રાખવો. **~broker**, શેરદલાલ. **~-car**, જેમાં જાણી જોઈ ને અથડામણની છૂટ હોય એવી શરતમાં વપરાતી ગાડી. **~dove**, જંગલી કબૂતર. **~ exchange**, શેરબજાર, તેનું મકાન, ત્યાં કામ કરનારા લોકો. **~-in-trade**, અમુક ધંધા કે વ્યવસાય માટે આવશ્યક બધી વસ્તુઓ. **~jobber**, પોતાનો સ્વતંત્ર ધંધો કરનાર શેરબજારનો માણસ. **~man**, ઢોરઢાંકર પર દેખરેખ રાખવા નીમેલ માણસ, ગોવાળ, **~-market**, શેરબજાર(માં થતા સોદા). **~pile**, કાચો માલ, જણસો, ઇ૦નો અનામત પુરવઠો. (ઉ૦ક્રિ૦) સંચય-સંગ્રહ-કરી રાખવો. **~-pot**, સેરવાના હાડકાં ઇ૦ ઉકાળવાનું તથા સેરવો રાખવાનું વાસણ. **~-still**, નિશ્ચલ. **~-taking**, દુકાનમાં સિલક માલ કેટલો છે તે તપાસવું તે-તપાસવાનો સમય. **~ up**, માલ પૂરો પાડવો, માલ ભરવો. **~ up with**, ખોરાક, બળતણ, ઇ૦નો સંગ્રહ કરવો. **~yard**, ઢોર રાખવાનો કે તેમને અલગ પાડવાનો વાડો.

stocka'de (સ્ટૉકેડ), વિ૦ અને સ૦ક્રિ૦ રક્ષણ ઇ૦ માટે ઊભી ચીપોની હાર કે વાડ(વતી કિલ્લેબંધી કરવી-આંતરી લેવું).

stockine't(te) (સ્ટૉકિને'ટ), ના૦ ગૂંથેલું લવચીક-સ્થિતિસ્થાપક-કપડું.

sto'cking (સ્ટૉકિંગ), ના૦ ઘૂંટણ સુધીનું બહુધા ગૂંથેલું મોજું. **~ mask**, ઓળખાય નહિ તે માટે ગુનેગારે માથા-પરથી પહેરેલું નાઇલૉનનું મોજું. **~-stitch**, વારાફરતી સાદા અને ઊંધા ટાંકાનું ગૂંથણ, જેથી સપાટી સુંવાળી બને.

sto'ckist (સ્ટૉકિસ્ટ), ના૦ વેચવા માટે (અમુક) માલ સંઘરનાર.

sto'cky (સ્ટૉકિ), વિ૦ ઠીંગણું અને મજબૂત બાંધાનું.

stodge (સ્ટૉજ), ના૦ ખોરાક, વિ૦ ક૦ ઘટ્ટ અને ભારે; કલ્પકતા વિનાનું નીરસ કામ.

sto'dgy (સ્ટૉજિ), વિ૦ (ખોરાક અંગે) ભારે, પચવો મુશ્કેલ, પેટનો ખાડો ભરનારો; નીરસ, કંટાળો ઉપજાવનારું.

sto'ic (સ્ટોઇક) વિ૦ અને ના૦ ભારે સંયમી, ધૈર્યવાળો અથવા સાદો તપસ્વી (માણસ). **sto'ical** (-કલ), વિ૦. **sto'icism** (-સિઝમ), ના૦.

stoke (સ્ટોક), ઉ૦ ક્રિ૦ **~(up)**, ભઠ્ઠી કે દેવતામાં ઇંધન વગેરે નાખીને તેને ચાલુ રાખવું; **~ up**, [વાત.] અકરાંતિયાની જેમ નિરાંતે ખાવું. **~hold**, **~hole**, વરાળ બનાવવાં માટેની આગ-બોટની ભઠ્ઠી.

sto'ker (સ્ટોકર), ના૦ વહાણ કે એંજિનની ભઠ્ઠી પર નજર રાખનાર-ઇંધન પૂરનાર.

stole[1] (સ્ટોલ), ના૦ ખ્રિસ્તી પાદરીનો ખેસ, સ્ત્રીનો દુપટ્ટો-ખેસ.

stole[2], **steal** નો ભૂ૦ કા૦.

stolen (સ્ટોલન), **steal**નું ભૂ૦ કૃ૦.

sto'lid (સ્ટૉલિડ), વિ૦ સહેલાઈથી ક્ષોભ ન પામનારું-લાગણીવશ ન થનારું; સુસ્ત,

એદી. **stoli'dity** (સ્ટલિડિટિ), નાο.

sto'mach (સ્ટમક), નાο પેટ, ઉદર; અન્નાશય, જઠર; ભૂખ, રુચિ; હિંમત. સο ક્રિο સહન કરવું, ચલાવી લેવું. **~-pump**, પેટ ખાલી કરવાની અથવા તેમાં પ્રવાહી નાખવાની નળી, પિચકારી.

stomp (સ્ટૉમ્પ), નાο ચેતનવંતું 'જાઝ' નૃત્ય, બહુધા જોરથી પગ પછાડવા સાથેનું. ઉο ક્રિο ઉપર જોરથી પગ મૂકવો, 'સ્ટૉમ્પ' નૃત્ય કરવું.

stone (સ્ટોન), નાο પથ્થર, પથરો; પથરા અથવા ખડક એક પદાર્થ કે દ્રવ્ય તરીકે; મૂલ્યવાન પથ્થર, રત્ન; નિશ્ચિત આકાર કે કામ માટેનો પથ્થર; [વૈદક] પથરી; ઠળિયો, ગોટલો; ૧૪ પાઉન્ડ અથવા ૬.૩૪૯ કિલોગ્રામનું વજન. સο ક્રિο પથ્થર મારવા – વિο કο પથ્થર મારીને મારી નાખવું; ફળમાંથી ઠળિયો કાઢવો. **S~ Age**, પાષાણયુગ, જ્યારે માણસ પથ્થરનાં ઓજારો કે શસ્ત્રો વાપરતો. **~-chat**, એક કાબરચીતરું નાનું ગાનારું પક્ષી. **~-cold**, તદ્દન ઠંડું. **~'crop**, એક વેલો જમીન પર ફેલાતો. **~-dead, -deaf**, સદંતર મરી ગયેલું – બહેરું. **~-fruit**, ઠળિયા કે ગોટલાવાળું ફળ. **~'s throw**, પથ્થરફેંક જેટલું – થોડું – અંતર. **~'wall**, પથ્થરની દીવાલ કરી અંતરાય ઊભો કરવો. **~wa'lling**, [ક્રિકેટ] અતિસાવધ બલ્લેબાજી – બૅટિંગ; ચર્ચામાં વિક્ષેપ – અંતરાય. **~'ware**, કાંકરીવાળી માટીનાં વાસણ.

sto'ny (સ્ટોનિ), વિο વિપુલ પથ્થરવાળું, પથરાળ; કઠોર, લાગણી–ભાવ–શૂન્ય, પાષાણહૃદય. **~(-broke)**, [વિο બોο] સાવ અકિંચન.

stood (સ્ટુડ), **stand**નો ભૂο કાο તથા ભૂο કૃο.

stooge (સ્ટૂજ), નાο પ્રહસનના નટના જંબૂરા તરીકે કામ કરનાર વ્યક્તિ; તાબાનું માણસ, હાથમાંનું રમકડું. અο ક્રિο કોઈના રમકડા તરીકે વર્તવું; ચોક્કસ ઉદ્દેશ વિના આમતેમ ફરવું.

stook (સ્ટુક), નાο કણસલા સાથેના પૂળાની ભારી. સο ક્રિο પૂળા બાંધવા.

stool (સ્ટૂલ), નાο પીઠ કે હાથા વગરની બેઠક, સ્ટૂલ; પગ મૂકવાનું બાજઠ; જાજરૂ (જવું તે); ઝાડો, વિષ્ટા; પાડી નાખેલા ઝાડનું ઠૂંઠું –મૂળિયું; **~(-pigeon)**, બીજા કબૂતરોને જાળમાં ફસાવવા માટે વપરાતું કબૂતર; બદમાશો સાથે ભળીને તેમને ફસાવવા માટે રોકેલો માણસ, પોલીસનો જાસૂસ.

stoop[1] (સ્ટૂપ), ઉο ક્રિο નીચે નમવું–નમાવવું, વાંકું વળવું – વાળવું; કેડમાંથી આગળ વળેલું હોવું; પોતાની પદવીથી નીચે ઊતરવું, માન મૂકીને વર્તવું; (બાજ પક્ષીએ) શિકાર પર તરાપ મારવી. નાο કેડમાંથી નીચે વળેલું હોવું તે; બાજની શિકાર પર તરાપ.

stoop[2], નાο [અમે. અને કૅનડા] ઘર આગળનો ખુલ્લો ઓટલો, પરસાળ.

stop (સ્ટૉપ), ઉο ક્રિο અટકાવવું, બંધ કરવું (પ્રગતિ, ગતિ, ક્રિયા કે કામ ઇο); જવા ન દેવું, રોકવું; ચાલુ ન રાખવું, લેવા-આપવાનું બંધ કરવું; હરાવવું; કામ ઇο બંધ પડવું – પાડવું; [વાત.] કોઈ ઠેકાણે થોડા વખત માટે રહેવું – મુકામ કરવો; કાણું ઇο પૂરી દેવું, બંધ કરવું; દાંતમાં સીમેન્ટ, સોનું, ઇο ભરવું – પૂરવું; [સં.] યોગ્ય જગ્યાએ તાર દબાવીને વાદ્યમાંથી ઇષ્ટ માત્રાનો સૂર કાઢવો. નાο બંધ કરવું – અટકાવવું – બંધ થવું – અટકવું –તે; બસ, ગાડી, ઇοની નિયમિતપણે ઊભા રહેવાની જગ્યા, થોભો; લખાણમાં વિરામચિહ્ન, વિο કο પૂર્ણવિરામ; અમુક ઠેકાણે ગતિ રોકવાનું સાધન; સ્વરની માત્રા બદલવા માટે સુષિર વાદ્યની નળીનું કાણું (બંધ કરવું તે – બંધ કરવાની ચાવી); [ઑર્ગન કે પિયાનોમાં] એક જ જાતની નળીઓનો સટ, તે ચલાવવાની હથોડી; છાતી અને પેઢુ વચ્ચેનો પડદો; કાચ(લેન્સ)નો કાર્યકારી વ્યાસ, તે ઘટાડવાનું સાધન. **pull out all the ~s**, [લા.] પ્રયત્નની પરાકાષ્ઠા કરવી, બધી લાગણીઓને છેડવી. **~cock**, પ્રવાહીના નળની ટોટી – ચકલી. **~ dead**, ઓચિંતા અટકવું-અટકી પડવું.

~ down, કાચ (લેન્સ)નું કાણું નાનું કરવું. **~gap**, કામચલાઉ અવેજી–બદલી. **~ off, over**, પ્રવાસમાં વચ્ચે રોકાવું. **~-press**, છાપું છાપવાનું શરૂ થયા પછી ઉમેરેલા (મોડા મળેલા સમાચાર). **~ short**, ઓચિંતા રોકાવું. **~ up**, કાણું પૂરીને અથવા વચ્ચે વિઘ્ન નાખીને (લગભગ) બંધ કરવું. **~-watch**, ગમે ત્યારે એકદમ ચાલુ કે બંધ કરી શકાય એવી કળવાળું ઘડિયાળ (શરત ઇ૰ માટે વપરાતું).

sto'ppage (સ્ટૉપિજ), ના૰ બંધ કરવું–અટકાવવું–તે, અટકાવ.

sto'pper (સ્ટૉપર), ના૰ દાટો, બૂચ; ખીટી, આગળી. સ૰ક્રિ૰ આગળી વતી બંધ કરવું, આગળી ઇ૰ બેસાડવું.

sto'pping (સ્ટૉપિંગ), ના૰ દાંતના કાણા કે ખાડામાં કરાતી પૂરણી.

stor'age (સ્ટૉરિજ), ના૰ માલ, માહિતી-ના આંકડા (કમ્પ્યૂટરમાં), ઇ૰ સંઘરવું તે, સંગ્રહ; સંઘરવાની રીત, જગ્યા, કે ખરચ. **~ battery**, વીજળી સંઘરવાની ડબી કે પેટી. **~ heater**, ઘસારો ન હોય ત્યારે ગરમીનો સંઘરો કરી જરૂર પડે ત્યારે ગરમી છૂટી કરનાર વીજળીનું હીટર.

store (સ્ટૉર), ના૰ વિપુલતા, ભંડાર; ભરેલો માલ, પુરવઠો, સંગ્રહ; અનેક જાતનો માલ વેચનાર દુકાન–ભંડાર; [અમે.] દુકાન; [બ૰વ૰માં] વિશિષ્ટ જાતની અથવા વિશિષ્ટ ઉપયોગની વસ્તુઓ; [બ૰વ૰માં] જોઈતી વસ્તુનો પુરવઠો, સંગ્રહ, અનામત સંગ્રહ; કોઠાર; કમ્પ્યૂટરમાં જરૂર પડયે ઉપયોગમાં લઈ શકાય એવી રીતે માહિતી સંઘરી રાખવાની કરામત. સ૰ક્રિ૰ સંગ્રહ કરવો, ભરી મૂકવું, વખારમાં મૂકવું; -થી સજ્જ કરવું, વસાવવું. **in ~**, ભવિષ્ય માટે નિર્મિત, અનામત રાખેલું, રાહ જોતું. **~ house**, કોઠાર, વખાર; તિજોરી, ખજાનો; માહિતી ઇ૰નું વિપુલ ભંડાર. **~keeper**, કોઠારી, ભંડારી; [અમે.] દુકાનદાર. **~-room**, કોઠાર(નો ઓરડો).

stor'ey, stor'y, (સ્ટૉરિ), ના૰ માળ, મજલો.

stor'ied (સ્ટૉરિડ), વિ૰ ઇતિહાસ કે વાર્તામાં વર્ણવેલું–પ્રસિદ્ધ.

stork (સ્ટૉર્ક), ના૰ બગલું, સારસ.

storm (સ્ટૉર્મ), ના૰ તોફાન, વાવાઝોડું, વરસાદ, કરા, ગાજવીજ ઇ૰ સાથેનું તોફાન; મુક્કા, ગાળો, ઇ૰નો સખત મારો; તોફાન, હુલ્લડ, ખળભળાટ, ઉત્પાત; કિલ્લે-બંધીવાળી જગ્યા પર હલ્લો, આક્રમણ, તે સર કરવું તે. ઉ૰ક્રિ૰ છાપો મારીને સર કરવું; જોરથી ધસી જવું, હુમલો કરવો; ધૂંઆપૂંઆ થવું, તપી જવું; મારામારી કરવી; ધબડાવવું. **take by ~**, [ઘણી વાર લા૰ પણ] હુમલો કરીને લઈ લેવું. **~-centre**, વાવાઝોડાના કેન્દ્રનો પ્રમાણ-માં શાંત ભાગ; જેની આસપાસ વાદ કે તકરાર કે ધમાલ ચાલતી હોય તે કેન્દ્ર. **~-cloud**, પાણીથી ભરેલું ભારે વાદળું. **~-cone**, ભાવિ તોફાનની સૂચના આપ-નાર શંકુ આકાર વસ્તુ. **~ troops**, એકદમ હલ્લો કરવાની તાલીમ આપેલું સૈન્ય, નાઝી રાજકીય દળ (સામાન્ય નાગરિકોમાંથી ઊભું કરેલું).

stor'my (સ્ટૉર્મિ), વિ૰ તોફાની, તોફાન મચાવનારું, તોફાનવાળું, તોફાનને લગતું. **~ petrel**, તોફાનની આગાહી કરનાર એક દરિયાઈ પક્ષી.

stor'y[1] (સ્ટૉરિ), ના૰ વાર્તા, કથા; જીવનચરિત્ર, ચરિત્ર, વૃત્તાન્ત; સાચી કે કાલ્પનિક ઘટનાઓનો વૃત્તાન્ત; હકીકત, ઇતિહાસ; નવલકથા કે નાટકની મુખ્ય વસ્તુ; છાપાનો લેખ, તે માટેની માહિતી; [વાત.] જૂઠાણું. **~-teller**, વાર્તા કહે-નાર–લખનાર; [વાત.] ગપ્પીદાસ, જુઠ્ઠો.

stor'y[2], ના૰ જુઓ **storey.**

stoup (સ્ટૂપ), ના૰ વાસણ, વિ૰ક૰ દેવળની ભીંતમાં બેસાડેલું પવિત્ર પાણીનું કૂંડું–પાત્ર; [પ્રા.] ચંબુ, ઝારી, પ્યાલો, પ્યાલી.

stout (સ્ટાઉટ), વિ૰ નીડર, દૃઢ નિશ્ચયી; મજબૂત, જાડું; લઠ્ઠ, તગડું. ના૰ એક જાતનો

બિયર દારૂ, ભારે અને કાળાશ પડતો.

stove[1] (સ્ટવ), ના૦ લાકડા, કોલસા, તેલ, ગૅસ, ઇ૦નો ચૂલો, સ્ટવ. **~-enamel,** ગરમીની જેના પર અસર ન થાય એવું 'ઇનૅમલ' દ્રવ્ય, તેનો ચૂલા પર કરેલો ઢોળ. **~-pipe,** ચૂલાનું ધુમાડિયું.

stove[2], **stave**નો ભૂ૦કા૦ તથા ભૂ૦કૃ૦.

stow (સ્ટો), સ૦ક્રિ૦ સામાન બરાબર ગોઠવીને મૂકવો-ભરવો, ઠાંસીને ભરવો; [વિ૦બો૦] કરતાં રોકાવું, કરવાનું બંધ કરવું. **~ away,** વહાણમાં સંતાઈ રહેવું, વિ૦ક૦ ભાડું ભરવાનું ટાળવા માટે. **~away,** સંતાઈ રહેનાર માણસ.

stow'age (સ્ટોઇજ), ના૦ સંતાઈ રહેવું તે; ઓરડી; સંતાઈ રહેવા માટે આપવાના પૈસા.

stra'ddle (સ્ટ્રૅડલ), ઉ૦ક્રિ૦ પગ કે ટાંટિયા પહોળા કરવા; ટાંટિયા પહોળા કરી બેસવું-ઊભા રહેવું; ગોળીઓ કે બૉંબ લક્ષ્યની આ તરફ કે પેલી તરફ નાખવા. ના૦ પગ કે ટાંટિયા પહોળા કરવા તે ઇ૦.

strafe (સ્ટ્રાફ), સ૦ક્રિ૦ અને ના૦ બૉંબમારો (કરવો), ગાળો દેવી, સજા (કરવી).

stra'ggle (સ્ટ્રૅગલ), અ૦ક્રિ૦ મુખ્ય જમાવથી દૂર જતા રહેવું-અલગ પડી જવું, વેરાઈ જવું, વેરવિખેર થવું; અવ્યવસ્થિત-શિથિલ-હોવું અથવા થવું. ના૦ વેરવિખેર થયેલું જૂથ. **stra'ggly** (-ગ્લિ), વિ૦.

straight (સ્ટ્રેટ), વિ૦ સરળ, સીધું, સીધેસીધું; વાંક, વળાંક, કે ખૂણા વિનાનું; વાંકું વળેલું કે વાંકડિયા નહિ એવું; મિશ્રણ-ફેરફાર-કર્યા વિનાનું; એક પછી એક, ક્રમાનુસાર; સમતલ, ટાપટીપવાળું, યોગ્ય ક્રમ-સ્થાન-સ્થિતિ-માં રહેલું; પ્રામાણિક, નિખાલસ; [વિ૦બો૦] પરંપરાને અનુસરનારું, પ્રતિષ્ઠિત, સંભવિત. ક્રિ૦વિ૦ સીધી લીટીમાં, સીધું; સાચી દિશામાં, બરોબર. ના૦ સીધ, સીધો ભાગ, વિ૦ક૦ ઘોડદોડનો આખરી ભાગ. **go ~,** સીધા ચાલવું, પ્રામાણિકપણે રહેવું, ખાસ ક૦ ગુનેગારના જીવન પછી. **~ away** તાબડતોબ, એકદમ. **~ face,** ગંભીર-ઠાવકો-ચહેરો, વિ૦ક૦ હસવું દાબીને રાખેલો. **~ fight,** બે જણ-હરીફો-વચ્ચે સીધો મુકાબલો. **~-forward,** પ્રામાણિક, નિખાલસ, નિષ્કપટ, આંટીઘૂંટી વિનાનું. **~ man,** પ્રહસનનો નટ જેને લઈને મજાક કરી શકે એવું કહેનાર પાત્ર. **~ off,** તાબડતોબ, નિઃસંકોચ. **~ out,** નિખાલસપણે, સ્પષ્ટપણે.

straigh'ten (સ્ટ્રેટન), ઉ૦ ક્રિ૦ સીધું કરવું-થવું. **~ up,** સીધું-ટટ્ટાર-ઊભા થવું.

strain[1] (સ્ટ્રેન), ના૦ પ્રાણી. વનસ્પતિ, ઇ૦ની જાત, ઓલાદ, વંશ; ચારિત્ર્યમાં રહેલું નૈતિક વલણ.

strain[2], ઉ૦ક્રિ૦ જોરથી કે સખત ખેંચવું-તાણવું; તંગ કરવું-થવું; વધુ પડતો કે અતિશ્રમ કરવો-કરાવવો; ઇન્દ્રિય, સ્નાયુ કે શક્તિ પર અતિશય તાણ પડે તેમ કરવું, વધુ પડતું દબાવવું; છાતી સરસું ચાંપવું ગાઢ આલિંગન દેવું; કસીને પ્રયત્ન કરવો, ખરા હેતુ કે અર્થને મચડવો, -નો અર્થ તાણવો; અતિવપરાશ અથવા વધારે પડતી માગણીઓ કરી ઈજા પહોંચાડવી, અતિ ભારે કામ કરાવવું; ગળણી વતી ગાળવું. [ભૂ૦ કૃ૦ તરીકે] પરાણે કરેલું, કૃત્રિમ. ના૦ તાણ, ખેંચ, ખેંચતાણ; ખેંચવું કે તાણવું તે; શક્તિ અથવા સ્થિરતાની કસોટી કરનાર માગણી અથવા જોર; એ માગણી કે જોર સંતોષવા માટે જોઈતો શ્રમ; તાણવાળી સ્થિતિ; સંગીત કે કવિતાનો ટૂંકો કાર્યક્રમ; લખાણ કે ભાષણનો સૂર અથવા વલણ.

strai'ner (સ્ટ્રેનર), ના૦ ગળણી.

strait (સ્ટ્રેટ), વિ૦ [પ્રા૦] સાંકડું; સખત, તંગ. ના૦ સામુદ્રધુની; [બ૦વ૦માં] મુશ્કેલ પરિસ્થિતિ, તંગી, ભીડ. **~-jacket,** તોફાની માણસને રોકવા માટે તેને પહેરાવવામાં આવતું તે હાથ હલાવી ન શકે એવું મજબૂત વસ્ત્ર. [લા૦] નિયંત્રક પગલાં. **~-laced,** નીતિની બાબતમાં અતિ કડકચુસ્ત.

strai'ten (સ્ટ્રેટન), સ૦ક્રિ૦ સખત-તંગ-

કરવું, મર્યાદિત કરવું; [ભૂ૰કૃ૰ તરીકે] ગરીબાઈનું-વાળું.

strake (સ્ટ્રેક), ના૰ વહાણના મોખરાના ભાગથી ડબૂસા સુધી જડેલા પાટિયાંની અખંડ હાર.

strand[1] (સ્ટ્રૅન્ડ), ના૰ દરિયો, નદી, ઇ૰નો કાંઠાનો ભાગ-જમીન. ઉ૰ક્રિ૰ ખરાબે ચડવું; જમીન પર ચડાવી દેવું-ચડી જવું. **stra'nded** (-ડિડ), વિ૰ મુશ્કેલીમાં આવી પડેલું, પૈસા કે જવા આવવાના સાધન વિનાનું.

strand[2], ના૰ દોરડા ઇ૰ની સેર; [લા.] ચારિત્ર્યનો એક ગુણ, વાર્તાનો વિષય, ઇ૰.

strange (સ્ટ્રેંજ), વિ૰ પરદેશી, પરાયું; અપરિચિત, અજ્ઞાત; પારકું; વિચિત્ર, આશ્ચર્યકારક. અનપેક્ષિત; તાજું, નવું, -ની ટેવ વિનાનું; મૂંઝાયેલું.

stra'nger (સ્ટ્રેંજર), ના૰ અપરિચિત-અનએાળખીતો-ત્રાહિત - માણસ; પરાયું-પરદેશી-માણસ.

stra'ngle (સ્ટ્રૅંગલ), સ૰ક્રિ૰ ગળું દાબીને મારી નાખવું; ખૂબ ભીડ કરીને વિકાસ રૂંધવો; દબાવી દેવું. **~hold**, જીવલેણ પકડ.

stra'ngulate (સ્ટ્રૅંગ્યુલેટ), સ૰ ક્રિ૰ નાડ દબાવીને લોહી વહેતું બંધ કરવું, દબાવવું, ગળું દબાવીને મારી નાખવું.

strangula'tion (સ્ટ્રૅંગ્યુલેશન), ના૰ ગળું દબાવવું-દબાવું-તે, ગળું દબાવીને મારી નાખવું તે.

strap (સ્ટ્રૅપ), ના૰ ચામડા ઇ૰નો બકલ-વાળો પટો, વાહન ઇ૰માં સ્થિર રહેવા માટે કેડે બાંધવાનો પટો. સ૰ક્રિ૰ પટાથી સજ્જ કરવું, પટાવતી બાંધવું-ફટકારવું. **~hanger**, બસ ઇ૰માં બેઠકને અભાવે ઊભા રહીને પટો પકડીને મુસાફરી કરનાર.

stra'pping (સ્ટ્રૅપિંગ), વિ૰ મજબૂત બાંધાનું અને ઊંચું, જબરું, જોરાવર, બહાદુર. ના૰ ચોંટી જાય એવી મલમની પટ્ટી(ઓ); ચાબુકનો માર.

strata, (સ્ટ્રાટે), **stra'tum** નું બ૰વ૰.

stra'tagem (સ્ટ્રૅટજમ), ના૰ શત્રુને છેતરવાની યુક્તિ(ઓ); યુક્તિ

strate'gic (સ્ટ્રટીજિક), વિ૰ યુદ્ધકળાનું-ને લગતું-નો હેતુ પાર પાડનારું; (માલ સામાન અંગે) યુદ્ધમાં આવશ્યક; (બૉંબમારા અંગે) શત્રુને અસ્તવ્યસ્ત કરવા અથવા તેનો આત્મવિશ્વાસ-હિંમત-તોડવા યોજેલું.

stra'tegy (સ્ટ્રૅટિજિ), ના૰ યુદ્ધકળા, વિ૰ક૰ ચડાઈ ને અંગે કરાતી વ્યૂહરચના; ધંધો, રાજકારણ, ઇ૰માં કુશળતાવાળી યોજના. **stra'tegist** (સ્ટ્રૅટજિસ્ટ), ના૰.

strathspey' (સ્ટ્રૅથસ્પે), ના૰ સ્કૉટિશ ગ્રામીણ મંદ નૃત્ય (માટેની સંગીત રચના).

stra'tify (સ્ટ્રૅટિફાઇ), ઉ૰ ક્રિ૰ સ્તર કે પડ બનવા - બનાવવા, સ્તરોમાં વહેંચવી-ગોઠવવું. **stratifica'tion** (-કેશન), ના૰.

stra'tosphere (સ્ટ્રૅટસ્ફિઅર), ના૰ પૃથ્વીની સપાટીથી સાત માઈલ ઊંચાઈ પછીનું હવાનું પડ, જ્યાં તાપમાનમાં વધ-ઘટ થતી નથી.

stra'tum (સ્ટ્રાટમ), ના૰ [બ૰ વ૰-**ta**] ખડકનો સ્તર; ખોદકામ ઇ૰માં મળતી વસ્તુઓનો થર; સામાજિક પ્રતિષ્ઠા, સંસ્કૃતિ, ઇ૰માં વિશિષ્ટ સ્તર.

straw (સ્ટ્રૉ), ના૰ સૂકું ઘાસ, પરાળ, ગોતર; તરણું, તણખલું; નજીવી વસ્તુ; પીછું પીવાની ઘાસની નળી. **~-board**, ઘાસના માવાનો પૂંઠાનો જાડો કાગળ. **~--colour(ed)**, ફીકો પીળો રંગ (એ રંગનું). **~ vote**, લોકમત જાણવા માટે કોઈ પ્રશ્ન અંગે છાપાં લોકોના મત મેળવે છે તે.

straw'berry (સ્ટ્રૉબે'રિ), ના૰ કરમદા જેવું એક ફળ કે તેનો છોડ. **~ blonde**, પીળાશ પડતા લાલ (વાળ); એવા વાળવાળી સ્ત્રી. **~-mark**, લાલાશ પડતું લાખું. **~-tree**, સ્ટ્રૉબેરી જેવા ફળવાળું એક સદાપર્ણી ઝાડ.

stray (સ્ટ્રે), અ૰ ક્રિ૰ રખડવું, નિરુદ્દેશ ભટકવું; સાચા રસ્તાથી દૂર જવું, અવળે માર્ગે ચડવું; ઘર, મિત્રો, ઇ૰થી છૂટા પડવું. ના૰ હરાયું ઢોર; ઘરબાર કે સગાવહાલાં વિનાનો માણસ. વિ૰ હરાયું; છૂટુંછવાયું, વિરલ, ક્યારેક થતું; વિરલ.

streak (સ્ટ્રીક), ના૦ પાતળી લાંબી, બહુધા આડી અવળી લીટી – રેષા, રંગની કે ભિન્ન દ્રવ્યની પટ્ટી; વીજળીનો ચમકારો; સ્વભાવમાં રહેલી છટા, લક્ષણ, વલણ. ઉ૦ ક્રિ૦ -ની ઉપર લીટી(ઓ) ચીતરવી, રેખાંકિત કરવું, વીજળી વેગે પસાર થવું; [વાત.] જાહેર જગ્યાએ નાગા દોડવું.

strea'ky (સ્ટ્રીકિ), વિ૦ રેખાંકિત, રંગના લીટા કે નિશાનીવાળું; (ડુક્કરના માંસ અંગે) જાડા અને પાતળા સ્તર કે ચીરીઓવાળું.

stream (સ્ટ્રીમ), ના૦ પાણીનો પ્રવાહ, વહેળો, નાનકડી નદી; પ્રવાહ, વહેણ; સરખી લાયકાતવાળા ગણીને પસંદ કરેલા શાળાના વિદ્યાર્થીઓનું જૂથ. ઉ૦ ક્રિ૦ -નો પ્રવાહ વહેવો, પ્રવાહમાં – તરીકે વહેવું, પ્રવાહી સાથે વહેવું; પવનમાં કે પાણીના પ્રવાહમાં તરવું–હાલવું; શાળાના વિદ્યાર્થીઓના જૂથોને લાયકાત પ્રમાણે ગોઠવવા.

strea'mer (સ્ટ્રીમર), ના૦ લાંબી અણીવાળી સાંકડી પતાકા, હવામાં ફરકતો વાવટો. (એક બાજુએ કશાક સાથે જડેલો અને બીજી બાજુ છૂટી એવો).

strea'mline (સ્ટ્રીમ્લાઇન), ના૦ પાણી કે હવાનો પ્રતિરોધ ઓછામાં ઓછો થાય એવાં વિમાન કે બોટનો આકાર. સ૦ ક્રિ૦ -ને એવો આકાર આપવો; [લા.] સાદું વધુ કાર્યક્ષમ કે વધુ સુવ્યવસ્થિત બનાવવું.

street (સ્ટ્રીટ), ના૦ નગર કે ગામમાં બંને કે એક બાજુએ મકાનોવાળો રસ્તો, શેરી. **man in the ~**, સામાન્ય માનવી. **on the ~s**, વેશ્યાનું જીવન જીવતી. **~car**, [અમે.] ટ્રામ ગાડી, બસ. **~-walker**, રસ્તામાં ઘરાક ખોળતી ફરનાર વેશ્યા.

strength (સ્ટ્રે'ંગ્થ), ના૦ જોર, બળ, શક્તિ; શક્તિની માત્રા; બળવાન હોવાનું કારણ; હાજર કે મળી શકે તેટલા માણસોની સંખ્યા. **on the ~ of**, -ને જોરે – આધારે.

stre'ngthen (સ્ટ્રે'ંગ્થન), ઉ૦ ક્રિ૦ (વધુ) બળવાન બનાવવું – થવું.

stre'nuous (સ્ટ્રે'ન્યુઅસ), વિ૦ ઘણી મહેનતકરનારું, મહેનતવું; મહેનતુ, ઉત્સાહી.

streptoco'ccus (સ્ટ્રે'પ્ટકૉકસ), ના૦ [બ૦ વ૦ **-occi** -કૉક્સાઇ) ગંભીર સ્વરૂપનો ચેપ લગાડનાર સૂક્ષ્મજંતુ બૅક્ટીરિયમ.

streptoco'ccal (-કૉકલ), વિ૦.

streptomy'cin (સ્ટ્રે'પ્ટમાઇસિન), ના૦ એક જીવાણુનાશક દવા.

stress (સ્ટ્રે'સ), ના૦ દબાણ, જોર; તાણ, તેનું માપ – પ્રમાણ; જબરદસ્તી; શારીરિક અથવા માનસિક શક્તિ પર દબાણ; ભાર, જોર. સ૦ ક્રિ૦ -ની ઉપર ભાર મૂકવો – દેવો – યાંત્રિક દાબ મૂકવો – દબાણ કરવું.

stre'ssful (સ્ટ્રે'સ્ફુલ), વિ૦ ભાર દેનારું.

stretch (સ્ટ્રે'ચ), ઉ૦ ક્રિ૦ તંગ કે ટાટ કરવું – થવું; તાણવું, ખેંચવું, તણાવું, ખેંચાવું; તંગ – સીધું – કરવું, પાથરવું, પાથરેલું હોવું; હાથપગ લંબાવીને સૂવું – સુવડાવવું; પ્રયત્નની પરાકાષ્ઠા કરવી – તેમ કરવામાં હદ વટાવવી; અતિશયોક્તિ કરવી; -ની અમુક લંબાઈ કે વિસ્તાર હોવો; ખેંચાવાની – વધુ લાંબું કે વિસ્તૃત થવાની-ક્ષમતા હોવી; હાથપગ લંબાવવા અને સ્નાયુઓને તંગ કરવા. ના૦ ખેંચવું – ખેંચાવું – તે, ઇ૦; અખંડ વિસ્તાર – પ્રદેશ – અવધિ; [વિ૦ બો૦] કારાવાસની અવધિ, **at a ~**, વચ્ચે થોભ્યા વિના, એકી વારે. **~ one's legs**, ફરવા જવું, પગ છૂટા કરવા. **~ out**, હાથપગ લંબાવવા; (વધુ) લાંબો વખત ટકાવવું – ટકવું – ચલાવવું – ચાલવું. **~ a point**, કોઈ વાત કે મુદ્દો વધુ પડતો તાણવો.

stre'tcher (સ્ટ્રે'ચર), ના૦ ભીંતની દિશામાં લંબાઈ આવે એવી રીતે ચણેલી ઈંટ; બંધન કે મજબૂતી માટે વપરાતો સળિયો કે દાંડો, વિ૦ ક૦ ખુરશીના પગ વચ્ચે; હલેસાં મારનાર જેની સામે પગ ટેકવે છે તે પાટિયું; માંદા કે જખમી માણસને સૂતા સૂતા લઈ જવાનો ગડી વાળી શકાય એવો ખાટલો.

stre'tchy (સ્ટ્રે'ચિ), વિ૦ [વાત.] લવચીક, લંબાવી શકાય એવું.

strew (સ્ટ્રૂ), સ૦ ક્રિ૦ [ભૂ૦ કૃ૦ str

ewn અથવા **strewed**] વેરવું, છૂટું છૂટું નાખવું, જમીન ઇ૦ પર નાની નાની વસ્તુઓ વેરીને ઢાંકવું.

stria'ted (સ્ટ્રાયેટિડ), વિ૦ રેખાંકિત, નાની ધારો કે ચાસોવાળું. **stria'tion** (-યેશન), ના૦.

stri'cken (સ્ટ્રિકન), [પ્રા૦; **strike**નું ભૂ૦ કૃ૦] વિ૦ રોગ, દુ:ખ, ઇ૦થી પીડિત; (હરણ ઇ૦ અંગે) જખમી થયેલું.

strict (સ્ટ્રિક્ટ), વિ૦ ચોક્કસ, બરાબર, ચોકસાઈપૂર્વક વ્યાખ્યા કરેલું – હદ બાંધેલું; કડક, સખત, ચોકસાઈવાળું; ઢીલાશ કે નરમાશ વિનાનું.

stri'cture (સ્ટ્રિક્ચર), ના૦ [બહુધા બ૦ વ૦માં] સખત ટીકા, નિંદા.

stride (સ્ટ્રાઇડ), ઉ૦ ક્રિ૦ [**strode**] લાંબાં ડગલાં ભરીને ચાલવું; એક ફલંગમાં ઓળંગવું; બંને તરફ એક એક પગ કરીને બેસવું. ના૦ એક ડગલું કે ફલંગ; ફલંગથી કાપેલું અંતર; [લા૦, બહુધા બ૦ વ૦માં] પ્રગતિ, લાંબાં ડગલાં મારવાની ચાલ. **take in one's ~**, ચાલ બદલ્યા વિના મુશ્કેલી વટાવી જવી; [લા.] -માં ઝાઝી મુશ્કેલી ન પડવી.

stri'dent (સ્ટ્રાઇડન્ટ), વિ૦ મોટા અને કર્કશ અવાજવાળું, કર્કશ. **stri'dency** (-ડન્સિ), ના૦.

strife (સ્ટ્રાઇફ), ના૦ સંઘર્ષ, કજિયો, ટંટો, ઝઘડો, લડાઈ.

strike (સ્ટ્રાઇક), ઉ૦ ક્રિ૦ [ભૂ૦કા૦ **struck**; ભૂ૦કૃ૦ **struck** અથવા પ્રા. બીજા શબ્દની સાથે **strick'en**] આઘાત પહોંચાડવો, (ફટકો) મારવો, -ની સાથે અથડાવું–અથડાવવું; (ઝાડ ઇ૦ અંગે) મૂળ ઘાલવું – ઘાલે તેમ કરવું; ધકેલવું, આગળ ચલાવવું, ફટકો મારીને બીજી દિશામાં વાળવું; તાર છોડીને તણખા અથવા સંગીત સૂર ઇ૦ કાઢવું; દિવાસળી કશાકની સાથે ઘસીને સળગાવવી; (ઘડિયાળ અંગે) ટકોરા મારીને સમય જણાવવો, (સમય અંગે) બતાવવામાં આવવો; સિક્કો મારીને નાણું બનાવવું; (સોદો)કરવો – માન્ય રાખવો; કોઈ ને અચાનક(આંધળું, બહેરું ઇ૦) બનાવવું; પહોંચવું અથવા પ્રાપ્ત કરવું; -ની ભૂમિકા ભજવવી–લેવી; -ના ધ્યાનમાં આવવું, -ને દેખાવું–લાગવું; -ની ઉપર છાપ પાડવી; હડતાળ પર જવું, વાંધા તરીકે કામ બંધ કરવું; અમુક દિશા લેવી; નીચે ઉતારવું–લેવું (ઝંડો, તંબૂ, ઇ૦). ના૦ આઘાત પહોંચાડવો તે; કામગારોની હડતાલ, કામ બંધ કરવું તે (**on ~**, હડતાલ પર); અચાનક મળેલું (સોનું, તેલ, ઇ૦) કશુંક – મળેલી સફળતા; હુમલો, વિ૦ક૦ હવાઈ હુમલો. **~-breaker**, હડતાલ પર ઊતરેલા કામગારની જગ્યાએ કામ કરનાર. **~ home**, પરિણામકારક ફટકો મારવો. **~ off**, છેકી નાખવું, રદ કરવું. **~ out**, ઉત્સાહપૂર્વક કામ કરવું – તરવું, ખભેથી – જોરથી – મારવું; રદ કરવું. **~ pay**, હડતાલિયાઓને મજૂર મહાજન દ્વારા અપાતી જીવાઈ. **~ up**, ઓળખાણ કે વાતચીત સહેજે શરૂ કરવી; ગાવા-વગાડવાનું શરૂ કરવું.

stri'ker (સ્ટ્રાઇકર), ના૦ ફટકો મારનાર ઇ૦; હડતાલિયો; [ફુટ૦] ગોલ કરવાનો પ્રયત્ન કરવો એ જ જેનું મુખ્ય કામ છે તે રમનાર.

stri'king (સ્ટ્રાઇકિંગ), વિ૦ જોઈ શકાય એવું, આકર્ષક, અસરકારક.

string (સ્ટ્રિંગ), ના૦ દોરી, દોરડી, નાડી; બાંધવા ઇ૦ માટે વપરાતી કોઈ વસ્તુ; વાજિંત્રનો તાર, તાંત; [બ૦ વ૦માં] ગજથી વગાડાતાં તંતુવાદ્યો, તે વાદ્યો વગાડનારાઓ; મજબૂત રેસો; હાર, માળા; હારનો દોરો; અમુક તબેલામાં કે ઘોડારમાં તાલીમ પામેલા શરતના ઘોડા; એક પછી એક આવતી વસ્તુઓનો સટ. **first, second**, etc. **~**, જેના પર માણસ મુખ્યત્વે – વૈકલ્પિક રીતે ઇ૦ આધાર રાખે છે તે માણસ અથવા વસ્તુ. **pull ~s**, દોરી સંચાર કરવો. ~ ઉ૦ક્રિ૦ [**strung**] દોરી(ઓ), તાર, ચડાવવો; દોરી પરોવવી, દોરીમાં પરોવવું; જોડવું, સાંધવું; હારમાં – માળામાં – ગોઠવવું; સીંગો ઇ૦ની નસે

કાઢવી. ~ **along**, [વાત.] (કોઈ ને) છેતરવું. ~ **bean**, [અમે.] વાલની સીંગ, ફણસી. ~-**course**, ઇમારત પર ઊંચે રચેલો ઈંટોનો આડો પટો. ~ **out**, –ની એક હાર બનવી, એક હારમાં અથવા છૂટું છવાયું ફેલાવું – ફેલાવવું. ~ **up**, દોરીઓ ઉપર લટકાવવું; ફાંસીએ લટકાવી દેવું – દઈને મારી નાખવું.

stringed (સ્ટ્રિંગ્ડ), વિ૦ (વાદ્ય અંગે) તાર કે તંતુઓવાળું.

stri'ngent (સ્ટ્રિંજન્ટ), વિ૦ કડક, ચોક્કસ, બંધનકારક; ચોક્કસ કામ માગતું. **stri'ngency** (-જન્સિ), ના૦.

stri'nger (સ્ટ્રિંગર), ના૦ ચોકઠાનો ઊભો મોલ, વિ૦ક૦ વહાણ કે વિમાનનો; કાયમી નોકર નહીં એવો છાપાનો ખબરપત્રી.

stri'ngy (સ્ટ્રિંગિ), વિ૦ દોરી જેવું, રેસાવાળું.

strip[1] (સ્ટ્રિપ), સ૦ક્રિ૦ કપડાં કે આવરણ કાઢી લેવું, કપડાં ઉતારવાં; –ની માલિકીની વસ્તુઓ છીનવી લેવી; પેચ કે સ્ક્રૂના આંટા જવા–તોડવા. ના૦ કપડાં ઉતારવાં તે, વિ૦ક૦ રંગમંચ પર સ્ત્રી ધીમે ધીમે પોતાનાં કપડાં ઉતારતી હોય એવા રંજન કાર્યક્રમ (strip-tease)માં; [વાત.] ફુટબૉલ રમનાર ઇ૦નાં કપડાં. ~ **club**, જ્યાં 'strip-teaseનો કાર્યક્રમ થતો હોય તે ક્લબ. ~-**tease**, સ્ત્રીએ પ્રેક્ષકો સામે કપડાં ઉતારવાનો મનોરંજન કાર્યક્રમ (રજ કરવો).

strip[2], ના૦ લાંબી ને સાંકડી પટ્ટી, ચીંદરડી, કાપલી; વિમાનની ઉતરાણપટ્ટી. ~ (**cartoon**), હાસ્યવાર્તાનાં ચિત્રો-ની પટ્ટી. **tear person off a** ~, [વિ૦બો૦] ઠપકારવું. ~ **light**, પ્રતિ-દીપ્ત પ્રકાશની નળી–ટ્યૂબ, ટ્યૂબ લાઇટ.

stripe (સ્ટ્રાઇપ), ના૦ આસપાસની સપાટીથી ભિન્ન રંગ કે પોતનો લાંબો ને સાંકડો પટો; [લશ્કર.] હોદ્દાની દ્યોતક પટ્ટી; [અમે.] ચારિત્ર્ય, અભિપ્રાય, ઇ૦નો પ્રકાર; [પ્રા૦; બહુધા બ૦વ૦માં] ચાબુકનો ફટકો, ફટકાની સજા. **stri'py**(-પિ), વિ૦.

striped (સ્ટ્રાઇપ્ટ), વિ૦ પટા કે પટ્ટી-ઓવાળું.

stri'pling (સ્ટ્રિપ્લિંગ), ના૦ જુવાનિયો; જેનું શરીર હજી ભરાયું નથી એવો.

stri'pper (સ્ટ્રિપર), ના૦ રંગ ઇ૦ સાફ કરવા માટે દ્રાવણ કે બીજી કોઈ વસ્તુ; વસ્ત્ર ઉતારીને વ્યાકુલ કરવાનો કાર્ય-ક્રમ આપનાર સ્ત્રી.

strive (સ્ટ્રાઇવ), સ૦ક્રિ૦ [**strove; stri'ven** સ્ટ્રિવન] ખૂબ પ્રયત્ન કરવો, મથવું; ઝઘડવું; લડવું, ઝઘડો કરવો.

strobe (સ્ટ્રોબ), ના૦ [વાત.] = stroboscope.

stro'boscope (સ્ટ્રોબસ્કોપ), ના૦ રહી રહીને નિયમિતપણે ચળકાટ મારનાર દીવો. **strobosco'pic** (-સ્કૉપિક), વિ૦.

strode (સ્ટ્રોડ), **stride**નો ભૂ૦કા૦.

stroke (સ્ટ્રોક), ના૦ ફટકો (મારવો તે); અક્ષમ બનાવનાર ઓચિંતો હુમલો, વિ૦ક૦ રક્તજ મૂર્ચ્છાનો; રમતમાં મારેલો ફટકો, ફટકા જેવી જરા સરખી ક્રિયા; [હલેસાં મારવાં.] હલેસાં મારવાની રીત અથવા ક્રિયા; હલેસાનો લસરકો; હલેસાંનો સમય નિયત કરનાર ડબૂસા પાસેનો ખારવો; તરતી વખતે હાથ-પગ હલાવવાની રીત; વિશિષ્ટ પ્રકારનો પ્રયત્ન અથવા ક્રિયા; કલમનો ગોદો, રંગની પીંછીનો સપાટો; સામાન્ય પરિણામ ઉપજાવવામાં ફાળો આપનાર કોઈ વિગત; ઘડિયાળનો ટકોરો; થાબડવાની ક્રિયા. સ૦ક્રિ૦ હોડીના હાજરીવાળાનું કામ કરવું; ઉપર ધીમે રહીને હાથ ફેરવવો, પંપાળવું.

stroll (સ્ટ્રોલ), અ૦ક્રિ૦ રસળવું, ફરવા જવું, ફરવું. ના૦ ફરવા જવું તે, ચંક્રમણ.

stro'lling (સ્ટ્રોલિંગ), વિ૦ (નટો અંગે) પ્રવાસી અને કામચલાઉ જગ્યાઓમાં નાટકો ભજવનાર.

strong (સ્ટ્રૉંગ), વિ૦ સશક્ત (શરીરનું), નૈતિક હિંમતવાળું, દૃઢ મનોબળવાળું; જોમવાળું, ખડતલ; પૂરતી સંખ્યા કે સામગ્રી

ઇ૦થી સજ્જ; સ્નાયુના બળથી કરાતું-કરેલું; પકડવું, -માં દાખલ થવું, -માંથી નાસી જવું મુશ્કેલ; ઉત્સાહી, અસરકારક, નિશ્ચિત; (ખાવાપીવાની વસ્તુઓ અંગે) કડક, ઉગ્ર, ઇ૦; મન કે ઇન્દ્રિયો પર જોરદાર અસર કરનારું; [ક્રિયાપદ અંગે] વિકારક. ક્રિ૦વિ૦ જોરથી, ઉત્સાહપૂર્વક, આંખ મીંચીને, કશો વિચાર કર્યા વિના. **going ~**, સમૃદ્ધ થવું. **~ arm**, બળનો ઉપયોગ. **~-box**, તિજોરી, મજબૂત પટારો. **~ drink**, મદ્યાર્કયુક્ત કડક પીણું, દારૂ, ઇ૦. **~hold**, કિલ્લો, કોઈ પ્રવૃત્તિનું મજબૂત કેન્દ્ર. **~ language**, સમખાવા, ગાળો દેવી, ઇ૦. **~-mi'nded**, દૃઢ નિશ્ચયી, મજબૂત મનવાળું. **~ point**, કિલ્લેબંધી(વાળી જગ્યા); [લા.] વિશિષ્ટ અથવા શ્રેષ્ઠ ગુણ. **~-room**, તિજોરી જેવો બનાવેલો મજબૂત ઓરડો. **~ suit**, હુકમનો રંગ, તેના પત્તાં; [લા.] કોઈનો શ્રેષ્ઠ ગુણ, જેમાં તે બીજાથી ચડી જાય છે.

stro'ntium (સ્ટ્રૉન્ટિઅમ), ના૦ ચાંદી જેવું સફેદ એક પોચું ધાતુરૂપ મૂળતત્ત્વ. **~ 90**, સ્ટ્રૉન્ટિઅમનું વિકિરણશીલ (radioactive) સમસંયુગ - સમસ્થાનિક.

strop (સ્ટ્રૉપ), ના૦ અસ્ત્રાને ધાર દેવાની ચામડાની ટપટપી. સ૦ ક્રિ૦ ટપટપી પર અસ્ત્રો ઘસવો - -ને ધાર દેવી.

stro'ppy (સ્ટ્રૉપિ), વિ૦ તામસી; -ને સાથે કામ લેવું મુશ્કેલ.

strove, (સ્ટ્રોવ), **strive** નો ભૂ૦ કા૦.

struck (સ્ટ્રક), **strike** નો ભૂ૦ કા૦ તથા ભૂ૦ કૃ૦.

stru'cturalism (સ્ટ્રક્ચરલિઝ્મ), ના૦ ઉપયોગિતા કરતાં રચના વધુ મહત્ત્વની છે એ સિદ્ધાન્ત.

stru'cture (સ્ટ્રક્ચર), ના૦ રચના, બનાવટ, ઘાટ; બંધારણ, બાંધણી; આધારભૂત માળખું, આવશ્યક ભાગો; ઇમારત, મકાન, આખું બાંધકામ; સ૦ ક્રિ૦ બાંધવું, સંગઠિત કરવું. **stru'ctural** (-રલ), વિ૦.

stru'del (સ્ટ્રૂડલ), ના૦ વિ૦ ક૦ સફરજનના કકડા ભરેલી પાતળી કણેકની (પેસ્ટ્રીની) મીઠાઈ.

stru'ggle (સ્ટ્રગલ), અ૦ ક્રિ૦ છૂટું થવા માટે આમતેમ હાથપગ પછાડવા - તરફડિયાં મારવાં; મહામુસીબતે આગળ વધવું; ભારે જહેમત ઉઠાવવી; -ની સાથે ઝઘડવું. ના૦ ઝઘડો, લડત; લડતના દિવસો; ભારે જહેમત; મુશ્કેલીઓનો સામનો; તરફડિયાં.

strum (સ્ટ્રમ), ઉ૦ ક્રિ૦ ગિટાર, પિયાનો, ઇ૦ના તાર, ચાવીઓ, છેડવી; રાગ, સૂર, ઇ૦ના ઠેકાણા વગર વગાડવું - ગાવું. ના૦ એવી રીતે તાર છેડવાનો કે વગાડવાનો અવાજ.

stru'mpet (સ્ટ્રમ્પિટ), ના૦ વેશ્યા.

strung (સ્ટ્રંગ), **string**નો ભૂ૦ કા૦ તથા ભૂ૦ કૃ૦.

strut (સ્ટ્રટ), ના૦ ચોકઠાને મજબૂત બનાવવા માટેનો ત્રાંસો દાંડો-ટેકો; આગળ છાતી કાઢીને ચાલવું તે. ઉ૦ ક્રિ૦ ચોકઠાને ત્રાંસા દાંડાનો ટેકો દેવો; આગળ છાતી કાઢીને ચાલવું.

S'truth (સ્ટ્રૂથ), ઉદ્ગાર. [વાત.] સમખાવાનો સૌમ્ય ઉદ્ગાર.

stry'chnine (સ્ટ્રિક્નીન), ના૦ ઝેરકચોલું, તેનું સત્ત્વ - ઝેર.

stub (સ્ટબ), ના૦ બીડી, પેન્સિલ ઇ૦નું ઠૂંઠું; ચેક, પહોંચ, ઇ૦નું અડધિયું; કાપેલા ઝાડનું બાકી રહેલું થડ, ઠીંગરાઈ ગયેલી પૂંછડી. સ૦ ક્રિ૦ પગે ઠેસ વાગવી; **~ (out)**, સિગારેટ ઇ૦ કશાકની સાથે દબાવીને હોલવી નાખવી.

stu'bble (સ્ટબલ), ના૦ લણણી પછી ખેતરમાં રહેલા અનાજના ખૂપરા - ઠૂંઠાં; ચહેરા પરના ખૂપરા જેવા વાળ. **stu'bbly** (-બ્લિ), વિ૦.

stu'bborn (સ્ટબર્ન), વિ૦ હઠીલું, ન મૂકે કે માને નહિ એવું; દુર્દાન્ત.

stu'bby (સ્ટબિ), વિ૦ ઠીંગણું અને જાડું.

stu'cco (સ્ટકો), ના૦ [બ૦ વ૦ **~es**] ચૂનાનો છલ્લો, સાગોળ; સાગોળનો ઢિબાવો

–નકશીકામ. સ૦ ક્રિ૦ સાગોળનો ગિલાવો કરવો.

stuck (સ્ટક), **stick**નો ભૂ૦ કા૦ તથા ભૂ૦ કૃ૦. **get ~ into,** [વિ૦ બો૦] -માં મંડી પડવું. **~ for,** ગરજ–જરૂરિયાત–વાળું, કિંકર્તવ્યમૂઢ. **~-up,** [વાત.] અભિમાની, ફુલાઈ ગયેલું. **~ with,** [વાત.] -થી છૂટવા અસમર્થ.

stud[1] (સ્ટડ), ના૦ આગળ ઊપસી આવેલું ખીલાનું માથું કે તેના જેવો ગઠ્ઠો; બાંય કે કૉલરનું બેવડું બટન (બે ગાજમાંથી પસાર થતું). સ૦ ક્રિ૦ એવડાં બુતાન કે બટન જડવાં. (ભૂ૦કૃ૦ તરીકે જડેલું) (રત્ન-તારા-, જડિત). ઉપર વેરાયેલું.

stud[2], ના૦ ઉછેરવા માટે રાખેલા ઘોડા; તે રાખવાની જગ્યા, ઘોડાર; વાલી ઘોડે; **~ (poker)**, હોડ સાથેની પત્તાંની રમત. **~-book,** ઘોડાઓના વંશ–ઓલાદ–ની ચોપડી. **~-farm,** ઘોડા ઉછેરવાની જગ્યા.

stu'dent (સ્ટયૂડન્ટ), ના૦ વિદ્યાર્થી, અભ્યાસી; વિદ્યાભ્યાસંગી; [વિ૦ તરીકે] અભ્યાસ કરતું.

stu'died (સ્ટડિડ), વિ૦ જાણીબૂજીને કરેલું, ઇરાદાપૂર્વકનું, કૃત્રિમ.

stu'dio (સ્ટયૂડિઓ), ના૦ [બ૦ વ૦ **~s**] ચિત્રકાર, શિલ્પી, ઇ૦ની કામ કરવાની જગ્યા; આકાશવાણીના કાર્યક્રમો-ની જગ્યા; -નું પ્રસારણ કરવાની જગ્યા; ચિત્રપટ નિર્મિતિની જગ્યા. **~ couch,** પથારીમાં ફેરવી શકાય એવો બાકડો-કોચ.

stu'dious (સ્ટયૂડિઅસ), વિ૦ અભ્યાસી, અધ્યયનશીલ; મહેનતુ, વિચારપૂર્વક–ચાહીને–કરનારું; ફિકરમંદ; કશું કરવા આતુર.

stu'dy (સ્ટડિ), ના૦ વિદ્યાભ્યાસ, અધ્યયન; કોઈ વિદ્યા કે વિષયનો અભ્યાસ; -નું કાળજી-પૂર્વક પરીક્ષણ–નિરીક્ષણ; પાસનો વિષય; ચિંતન, મનન; શીખવા માટે કે પ્રયોગ દાખલ કરેલું ચિત્ર(કામ); [સં૦] ગાયક-વાદકની નિપુણતા વિકસાવવા માટેની રચના; અધ્યયનખંડ, અભ્યાસિકા. ઉ૦ ક્રિ૦ અભ્યાસ–અધ્યયન–કરવું, શીખવું; ચિંતન-મનન કરવું; ઝીણવટથી તપાસવું.

stuff (સ્ટફ), ના૦ વસ્તુ, દ્રવ્ય; કાપડ, વિ૦ ક૦ ઊનનું; સટરપટર માલ કે વસ્તુ; નકામો બકવાટ, ફેંકી દેવા જેવી વસ્તુ. **do one's ~,** પોતાનું નિયત કે અપેક્ષિત કામ કરવું. **~** ઉ૦ ક્રિ૦ દાબીને–ઠાંસીને–ભરવું; પ્રાણીની ચામડી–ખોળ–માં પૂરણી કરીને તેનો મૂળ આકાર બનાવવો; પાત્ર કશાકથી ભરી દેવું; પક્ષીને કે માંસને રાંધતાં પહેલાં તેમાં મસાલો ઇ૦ ભરવું; બંધ કરવું; અકરાંતિયાની જેમ ખાવું; ઉતાવળથી અથવા કઢંગી રીતે ધકેલવું.

stu'ffiing (સ્ટફિંગ), ના૦ માંહે ભરવું તે–ભરવાની વસ્તુ, પૂરણ.

stu'ffy (સ્ટફિ), વિ૦ હવાઉજાસ વિનાનું, બફારા–ઉકળાટ–વાળું, કુગાઈ ગયેલું; અસંતુષ્ટ, નારાજ, ઝટ વાંકું આવે એવું.

stu'ltify (સ્ટલ્ટિફાઇ), સ૦ ક્રિ૦ -નું પરિણામ ધોઈ નાખવું, નકામું બનાવવું; બેવકૂફ બનાવવું. **stultifica'tion** (-ફિકેશન), ના૦.

stu'mble (સ્ટમ્બલ), અ૦ ક્રિ૦ ગોથું ખાવું, ઠોકર ખાવી, લથડવું; બોલવામાં ભૂલ કરવી–તોતડાવું; ઉપર ઓચિંતા આવી પડવું, અણધાર્યું મળવું, **~ (up)on.** ના૦ ગોથું (ખાવું તે). **stumbling-block,** વિઘ્ન, અડચણ, પથરો.

stump (સ્ટમ્પ), ના૦ પાડી નાખેલા કે પડી ગયેલા ઝાડનું બાકી રહેલું થડ, ભાંગી ગયેલી ડાળી, દાંત, ઇ૦નો બાકી રહેલો ભાગ, ઠૂંઠું. [ક્રિકેટ] ઊભા દાંડિયાંમાંથી એક; [બ૦ વ૦ માં મજાકમાં] ટાંટિયા. ઉ૦ ક્રિ૦ અક્કડપણે, કઢંગી રીતે, ભારે પગે, ચાલવું; [ક્રિકેટ] બૅટધારી તેની હદની બહાર હોય ત્યારે દાંડિયાને બૉલનો સ્પર્શ કરી બાદ કરવું; -ને માટે ભારે મુશ્કેલ હોવું, મૂંઝવણમાં નાખવું; ઝાડનું થડ ઇ૦ને ટેકે ઊભા રહીને ભાષણ કરવું, એમ કરતાં આખો પ્રદેશ ખૂંદવો. **~ speech,** ઉશ્કેરાટ ફેલાવનારું અથવા બેફામ (પણે કરેલું) ભાષણ. **~ up,** [વિ૦ બો૦] જરૂરી–માગેલા–પૈસા આપવા.

stu'mper (સ્ટમ્પર), નાo [ક્રિકેટ; વાત.] દાંડિયારક્ષક, વિકેટકીપર.

stu'mpy (સ્ટમ્પિ), વિo ઠીંગણું અને જાડું, નાનું અને બટકું.

stun (સ્ટન), સo ક્રિo ફટકો મારીને, વિo કo માથા પર, બેભાન બનાવવું; ચકિત – છક – કરવું, બહેરું કરી નાખવું.

stung (સ્ટંગ), **sting** ના ભૂo કાo તથા ભૂo કૃo.

stunk (સ્ટંક), **stink** ના ભૂoકાo તથા ભૂo કૃo.

stu'nner (સ્ટનર), નાo [વાત.] બેભાન કરનાર વ્યક્તિ કે વસ્તુ.

stu'nning (સ્ટનિંગ), વિo [વાત.] અત્યંત સારું અથવા આકર્ષક.

stunt[1] (સ્ટન્ટ); સo ક્રિo -નો વિકાસ કે વૃદ્ધિ અટકાવવી, ગંઠાઈ – ઠીંગરાઈ – જાય તેમ કરવું.

stunt[2], નાo [વાત.] વિશિષ્ટ પ્રયત્ન, હોશિયારીનું કામ, પરાક્રમ; હાથચાલાકીનું કામ; જાહેરાતબાજી, તુક્કો. અo ક્રિo ચાલાકીનું કામ – હાલચાલ – કરવી, વિo કo વિમાન દ્વારા. **~ man,** જોખમ-કારક – સાહસનાં–કામ કરવામાં નટની જગ્યા લેવા નીમેલો માણસ.

stu'pefy (સ્ટયૂપિફાઇ), સo ક્રિo બધિર જડ – બેવકૂફ – બનાવવું. **stupefa'ction** (-ફેક્શન) નાo.

stupe'ndous (સ્ટયૂપે'ન્ડસ), વિo અજબ; અતિમોટું, પ્રચંડ. અત્યંત મહત્ત્વનું.

stu'pid (સ્ટયૂપિડ),વિoબેભાન અવસ્થામાં; મૂર્ખાઈ ભરેલું, મંદબુદ્ધિ; બુદ્ધિહીન; નીરસ. **stupi'dity** (-ડિટિ), નાo.

stu'por (સ્ટયૂપર), નાo બેભાન અવસ્થા, ગ્લાનિ; પરમઆશ્ચર્ય.

stur'dy (સ્ટર્ડિ), વિo મજબૂત બાંધાનું, ખડતલ; નીરોગી; જોમવાળું.

stur'geon (સ્ટર્જન), નાo એક મોટી ખાદ્ય માછલી, જેના ઈંડાનું અથાણું બને છે.

stu'tter (સ્ટટર), ઉoક્રિo અને નાo તતડાવું(તે), તોતડાપણું.

sty[1] (સ્ટાઇ), નાo ડુક્કર પૂરવાનો વાડો; ગંદી જગ્યા.

sty[2], **stye,** (સ્ટાઇ), નાo (આંખની) આંજણી.

Sty'gian (સ્ટિજિઅન), વિo સ્ટિક્સ નદી અથવા પાતાળનું હોય(તેમ); અંધારું, ગમગીન, નિરાનંદ.

style (સ્ટાઇલ), નાo બોલવા, લખવા કે કરવાની શૈલી-રીત; વ્યક્તિ, સંપ્રદાય કે કાળની વિશિષ્ટ શૈલી; કોઈ વ્યક્તિ કે વસ્તુનો ઉલ્લેખ કરવાની રીત; ચડિયાતો ગુણ કે રીતભાત; પોશાક ઇoની ફેશન; જાત, પ્રકાર; મીણની તકતી પર કોતરવાની પ્રાચીન કલમ; એના જેવું કોતરણી કરવાનું ઓજાર; [વનસ્પ.] સ્ત્રી કેસરનો ડીંટા તરફનો ભાગ. સoક્રિo અમુક શૈલીનું બનાવવું-યોજવું; અમુક રીતે નામ પાડવું.

sty'lish (સ્ટાઇલિશ), નાo ફેશનબલ, રૂપાળું.

sty'list (સ્ટાઇલિસ્ટ) નાo લખવામાં વિશિષ્ટ શૈલી અપનાવનાર; વિશિષ્ટ પ્રકારની કેશરચના કરનાર.

styli'stic (સ્ટાઇલિસ્ટિક), વિo સાહિત્ય કે કળાની વિશિષ્ટ શૈલીનું.

sty'lize (સ્ટાઇલાઇઝ઼), સoક્રિo [બહુધા ભૂoકૃo તરીકે] પારંપરિક શૈલીનું અનુસરણ કરાવવું, પારંપરિક કે રૂઢ સ્વરૂપ આપવું. **styliza'tion** (-ઝ઼ેશન).

sty'lus (સ્ટાઇલસ), નાo [બoવo **-li** લાઇ] ગ્રામોફોનની થાળી (પ્લેટ)માં ખોભણ પાડવાની કે તે વગાડવાની સોય; લખવાની અણિયાળી લેખણી.

sty'mie (સ્ટાઇમિ), સoક્રિo આડખીલી નાખવી, નિષ્ફળ બનાવવું.

sty'ptic (સ્ટિપ્ટિક), વિo અને નાo લોહી વહેતું બંધ કરનાર (દવા).

suave (સ્વાવ), વિo વિવેકી, દયાળુ, સંસ્કારી. **sua'vity** (-વિટિ), નાo.

sub (સબ), નાo [વાત.] ઉપસંપાદક (સબ એડિટર); પાણડૂબી (સબમરીન); ફાળો (સબ્સ્ક્રિપ્શન); બદલી (સબ્સ્ટિટ-યૂટ). ઉoક્રિo ઉપસંપાદકનું કામ કરવું.

sub- (સબ-) [સંયોગી રૂપ] નીચે; લગભગ, આશરે; -ની સરહદ પર; હાથ નીચે(નું), ગૌણ; વધુમાં.

su'baltern (સબૉલ્ટર્ન), ના૦ [લશ્કર.] કપ્તાનની નીચેનો પદવીધારી અધિકારી.

suba'qua (સબૅક્વ), વિ૦ (રમત અંગે) પાણીમાં રમાતું.

subato'mic (સબટૉમિક), વિ૦ અણુમાં બનતું, અણુથી નાનું.

su'bcommittee (સબ્‌કમિટી), ના૦ ઉપસમિતિ.

subco'nscious (સબ્‌કૉન્શસ), વિ૦ અર્ધ જાગ્રત-પ્રબુદ્ધ, (મન અંગે) અવ્યક્ત. ના૦ જેના વ્યાપારનું બુદ્ધિપૂર્વક અવલોકન થતું નથી તે મનનો ભાગ.

subco'ntinent (સબકૉન્ટિનન્ટ), ના૦ ઉપખંડ.

subco'ntract (સબ્‌કૉન્ટ્રૅક્ટ), ના૦ પેટાકંત્રાટ-કરાર. ઉ૦ક્રિ૦ **-contra'ct,** (-કન્ટ્રૅક્ટ), પેટા કરાર કરવો. **sub-contra'ctor** (-કન્ટ્રૅક્ટર), ના૦.

subcuta'neous (સબ્‌ક્યુટેનિઅસ), વિ૦ ચામડી નીચેનું.

subdivi'de (સબ્‌ડિવાઇડ), ઉ૦ક્રિ૦ ભાગના ભાગ પાડવા.

subdivi'sion (સબ્‌ડિવિઝન), ના૦ પેટા ભાગ પાડવા કે પડવા તે, પેટા વિભાગ.

subdue' (સબ્‌ડ્યૂ), સ૦ક્રિ૦ તાબે કરવું, જીતવું, હરાવવું; સૌમ્ય-નમ્ર-કરવું.

sub-e'dit (સબ્‌એ'ડિટ), સ૦ક્રિ૦ -ના ઉપસંપાદક તરીકે કામ કરવું.

sub-e'ditor (સબ્‌એ'ડિટર), ના૦ ઉપ-સંપાદક. **sub-editor'ial** (-ટોરિઅલ), વિ૦.

su'bfusc (સબ્‌ફ્યુસ્ક), વિ૦ અને ના૦ સૌમ્ય-ભૂખરા-રંગનો (ઔપચારિક પોશાક) (કેટલીક વિદ્યાપીઠોમાં પ્રચલિત.)

sub-hea'ding (સબ્‌હે'ડિંગ), ના૦ પેટામથાળું; વિષય ઇ૦નો પેટા વિભાગ.

subhu'man (સબ્‌હ્યૂમન), વિ૦ માનવ-થી ઊતરતી કોટિનું.

su'bject (સબ્‌જે'ક્ટ), વિ૦ સરકારની હકૂમત નીચેનું; રાજકીય દૃષ્ટિથી પરાધીન; -નું આજ્ઞાંકિત; -ને પાત્ર, -ની વૃત્તિવાળું, -ની અસર થાય એવી રીતે ખુલ્લું. વિ૦ અને ક્રિ૦વિ૦ ~ **to,** -ને વશ કે પાત્ર રહેલું (-રહીને), -ની શરતવાળું (-શરતે). ના૦ શાસનને અધીન પ્રજાજન, રાજ્યનો કે પરાધીન રાજ્યનો પ્રજાજન; [વ્યાક.] ઉદ્દેશ્ય; વિચાર કરનાર કે લાગણીવાળું પ્રાણી-સત્ત્વ; સભાન આત્મા; વિષય (ચર્ચા, વર્ણન, રજૂઆત કે સંગીતનો); અભ્યાસ કે વિચારનો વિષય; વિશિષ્ટ કાર્ય કે ભાવનાનું નિમિત્ત બનતી વાત, વ્યક્તિ કે વસ્તુ; વિશિષ્ટ, બહુધા અનિષ્ટ, શારીરિક અથવા માનસિક વલણવાળું માણસ. સ૦ક્રિ૦ (**subje'ct**) -ને પાત્ર બનાવવું, (રાષ્ટ્ર ઇ૦ને) પરાધીન કરવું. **~-matter,** પુસ્તક ઇ૦માં ચર્ચેલો વિષય, ફરિયાદનો વિષય. **subje'ction** (-જે'ક્શન), ના૦.

subje'ctive (સબ્‌જે'ક્ટિવ), વિ૦ આત્મલક્ષી, વ્યક્તિગત, વસ્તુલક્ષી નહિ એવું; કાલ્પનિક; [વ્યાક.] ઉદ્દેશ્યનું. **subjecti'vity** (-ટિવિટિ), ના૦.

subje'ctivism (સબ્‌જે'ક્ટિવિઝ્મ), ના૦ વિષયીવિજ્ઞાનવાદ; વ્યક્તિનિષ્ઠવાદ. **subje'ctivist** (-વિસ્ટ), વિ૦ અને ના૦.

subjoi'n (સબ્‌જૉઇન), સ૦ક્રિ૦ સાંધણ તરીકે જોડવું, અંતે ઉમેરવું.

sub ju'dice (સબ્‌જ્યૂડિસ), [લૅ.] ન્યાયાલયને અધીન, અનિર્ણીત.

su'bjugate (સબ્‌જુગેટ), સ૦ ક્રિ૦ તાબામાં આણવું, હરાવવું, જીતવું. **subjuga'tion** (-ગેશન), ના૦.

subju'nctive (સબ્‌જંક્ટિવ), વિ૦ સંભાવ્યતા, સંશય, ઇ૦નું સૂચક. ના૦ ~ (**mood**), સંકેતાર્થ, સંશયાર્થ.

su'blease (સબ્‌લીસ), ના૦ પેટા ભાડૂત. **sublea'se** સ૦ ક્રિ૦ તેને ભાડે આપવું.

suble't (સબ્‌લે'ટ), સ૦ ક્રિ૦ આડભાડે આપવું.

sub-lieute'nant (સબ્‌લે'ફ્ટે'નન્ટ), ના૦ લેફ્ટનન્ટથી ઊતરતી પદવીનો અધિકારી.

su'blimate (સબ્લિમેટ), સ૦ ક્રિ૦ શુદ્ધ કરવું; ઘન વસ્તુને ગરમીથી વરાળનું રૂપ આપવું ને ફરી ઘન થવા દેવું; ઊંચી પદવીએ પહોંચાડવું, ઉદાત્તીકરણ કરવું. વિ૦ અને ના૦ (-મટ) શુદ્ધ કરેલી – ઊર્ધ્વપાતિત–વસ્તુ. **sublima'tion** (-મેશન), ના૦.

su'blime (સબ્લાઇમ), વિ૦ ઊંચું, ઉન્નત, ઉદાત્ત; ચડિયાતું, શ્રેષ્ઠ; ભવ્ય, અદ્ભુત. સ૦ ક્રિ૦ ઉદાત્ત બનાવવું – થવું. **subli'mity** (-બ્લિમિટિ), ના૦.

subli'minal (સબ્લિમિનલ), વિ૦ [માનસ.] જાગ્રત મનની કક્ષાની બહારનું, ઓળખી ન શકાય એટલું ઝાંખું અને ઝડપી.

sub-machi'ne-gun (સબ્મશીનગન), ના૦ હાથે વાપરી શકાય એવી હલકી યાંત્રિક બંદૂક.

submari'ne (સબ્મરીન), વિ૦ પાણીની– દરિયાની – સપાટીથી નીચેનું – નીચે પડેલું – નીચે કામ કરતું–બાંધેલું, ઇ૦; ના૦ પાણડૂબી.

submer'ge (સબ્મર્જ), ઉ૦ ક્રિ૦ પાણીમાં ડૂબવું – ડુબાડવું, પાણીની સપાટી નીચે જવું. **submer'gence** (-જન્સ), ના૦. **submer'sion** (-શન), ના૦.

submer'sible (સબ્મર્સિબલ) વિ૦ અને ના૦ પાણીમાં ડૂબકી મારી શકે એવું (વહાણ).

submicrosco'pic (સબ્માઇક્રસ્કૉપિક), વિ. સૂક્ષ્મદર્શક યંત્ર વડે પણ ન દેખાય એવું સૂક્ષ્મ.

submi'ssion (સબ્મિશન), ના૦ રજૂ કરવું – થવું–તે, રજૂઆત; રજૂ કરેલો સિદ્ધાન્ત, નિવેદન; આજ્ઞાંકિતપણું – વર્તન, ઇ૦.

submi'ssive (સબ્મિસિવ), વિ૦ તાબે થનારું, સત્તા કે અધિકારને વશ થનારું; નમ્ર, આજ્ઞાધારક.

submi't (સબ્મિટ), ઉ૦ ક્રિ૦ તાબે થવું, શરણે જવું; માણસને, તેની સત્તાને, ટીકાને, કે શરત, ઇ૦ને વશ થવું; -ના ધ્યાન પર આણવું અથવા વિચારણા કે નિર્ણય માટે રજૂ કરવું; આદરપૂર્વક આગ્રહ કરવો – રજૂઆત કરવી. ~ **to**, -ને શરણે જવું, શરણે આવવાની ફરજ પાડવી.

subnor'mal (સબ્નૉર્મલ), વિ૦ સામાન્યથી ઊતરતું – ઓછું.

subor'dinate (સબૉર્ડિનટ), વિ૦ ઊતરતા હોદ્દાનું કે મહત્ત્વનું, ગૌણ; હાથ નીચેનું; [વ્યાક. વાક્યાંશ અંગે] અધીન, વાક્યરચનાની દૃષ્ટિથી નામ, વિશેષણ અથવા ક્રિયાવિશેષણ જેવું. ના૦ હાથ નીચેનો માણસ. સ૦ ક્રિ૦ (-નેટ) તાબામાં આણવું, ઊતરતા દરજ્જાનું ગણવું – ગણી તેની સાથે વર્તવું. **subordina'tion** (-નેશન), ના૦. **subor'dinative** (-નટિવ), વિ૦.

subor'n (સબૉર્ન), સ૦ ક્રિ૦ ખોટી જુબાની આપવા કે બીજું કોઈ ખોટું કામ કરવા લાંચ આપવી – લલચાવવું.

subpoe'na (સબ્પીનં), ના૦ અને સ૦ ક્રિ૦ અદાલતમાં હાજર રહેવાનો હુકમ કે સમન્સ. (બજાવવું.)

sub rosa (સબ્રોઝ઼ઁ), [લ.] ગુપ્તપણે – ખાનગી રીતે–(કરેલું).

subscri'be (સબ્સ્ક્રાઇબ), ઉ૦ ક્રિ૦ સભ્યપદ, સામાયિક, ઇ૦નું લવાજમ આપવું – આપવા કબૂલ થવું; કોઈ ફાળા કે કાર્ય માટે રકમ આપવી; દસ્તાવેજ ઇ૦ની નીચે સહી કરવી, મતું કરવું. ~ **to**, સામયિક ઇ૦ નિયમિત મળે તે માટે લવાજમ ભરવું; અભિપ્રાય કે ઠરાવ સાથે સંમત હોવું – થવું.

subscri'ber (સબ્સ્ક્રાઇબર), ના૦ લવાજમ આપનાર, ગ્રાહક. ~ **trunk dialling**, ઑપરેટરની મદદ વિના લાંબા અંતરના ફોન કરવાની વ્યવસ્થા.

su'bscript (સબ્સ્ક્રિપ્ટ), વિ૦ અને ના૦ એક ચિહ્નની નીચે કરેલું બીજું ચિહ્ન.

subscri'ption (સબ્સ્ક્રિપ્શન), ના૦ લવાજમ ઇ૦ ભરવું તે; લવાજમ.

su'bsection (સબ્સે'ક્શન), ના૦ પેટાવિભાગ.

su'bsequent (સબ્સિક્વન્ટ), વિ૦ તરત પાછળનું, પાછળથી આવતું, અનુગામી. ~ **to**, -ની પછીનું, પછી.

subser've (સબ્સર્વ), સ૦ ક્રિ૦ આગળ વધવામાં સહાયભૂત થવું.

subser'vient (સબ્સર્વિઅન્ટ), વિ૦ સાધન તરીકે સહાયભૂત–ઉપયોગી; તાબાનું, -ને વશ, આજ્ઞાકારી; ખુશામતિયું, હાજી હા કરનારું. **subser'vience** (-અન્સ), ના૦.

subsi'de (સબ્સાઇડ), અ૦ ક્રિ૦ ઓસરી જવું, ઊતરી જવું, નીચે જવું; બેઠક પર ઢળી પડવું, નીચે બેસી જવું; ઓછું થવું; મરી જવું; પ્રવૃત્તિ કે હિલચાલ છોડી દેવી. **subsi'dence** (-સિડન્સ), ના૦.

subsi'diary (સબ્સિડિઅરિ), વિ૦ સહાયક, પૂરક; તાબાનું; ગૌણ; (કંપની કે પેઢી અંગે) બીજી કંપનીની હસ્તક. ના૦ દુય્યમ – સહાયક – વ્યક્તિ, વસ્તુ અથવા કંપની.

su'bsidize (સબ્સિડાઇઝ઼), સ૦ક્રિ૦ આર્થિક મદદ કરવી, પૈસા આપવા.

su'bsidy (સબ્સિડિ), ના૦ રાજ્ય કે કોઈ જાહેર સંસ્થા તરફથી કિંમત ઓછી રાખવા માટે અપાતી આર્થિક સહાય.

subsi'st (સબ્સિસ્ટ), અ૦ક્રિ૦ અસ્તિત્વ ધરાવવું, જીવવું, હોવું; જીવતા રહેવું.

subsi'stence (સબ્સિસ્ટન્સ), ના૦ જીવતા રહેવું તે, ગુજરાન(નું સાધન). **~ allowance,** જીવન નિર્વાહ માટે અપાતી રકમ, જિવાઈ; વિ૦ક૦ પ્રવાસ ભથ્થું. **~ farming,** જેમાં ખેડૂતના કુટુંબીઓ જ બધી પેદાશ ખાઈ જાય છે એવી ખેતી. **~ level, wage,** કેવળ જીવનની જરૂરિયાતો પૂરી પાડવા પૂરતી રોજી.

su'bsoil (સબ્સૉઇલ), ના૦ ખેડાતી જમીન નીચેની જમીન. વિ૦ જમીન નીચેનું.

subso'nic (સબ્સૉનિક), વિ૦ અવાજની ગતિથી ઓછી ગતિઓવાળું–ગતિઓને લગતું.

su'bstance (સબસ્ટન્સ), ના૦ વિશિષ્ટ પ્રકારનો પદાર્થ; કશાકનો સૌથી મહત્ત્વનો –સારભૂત–ભાગ; સાચો અર્થ; વિષય; તત્વ, સત્ત્વ, સત્ય વસ્તુ; ધનત્વ, નક્કરતા; માલમતા, પૂંજી, સંપત્તિ.

substa'ndard (સબ્સ્ટૅન્ડર્ડ), વિ૦ ઊતરતી કક્ષાનું, હલકી જાતનું.

substa'ntial (સબ્સ્ટૅન્શલ), વિ૦ પ્રત્યક્ષ અસ્તિત્વ ધરાવનારું, આભાસાત્મક નહિ; સારું સરખું (જથા કે સંખ્યાવાળું); નક્કર વસ્તુનું કે બંધારણનું; પૈસાદાર, સંપન્ન, માલમિલકતવાળું, ખાધેપીધે સુખી, સદ્ધર; આવશ્યક બાબતોમાં તે નામને લાયક; વાસ્તવિક, વહેવારુ. **substantia'lity** (સબ્સ્ટૅન્શિઍલિટિ), ના૦

substa'ntiate (સબ્સ્ટૅન્શિએટ), સ૦ ક્રિ૦ -ની સત્યતા પુરવાર કરવી; -નું પ્રમાણ કે આધાર આપવો. **substantia'tion** (-શિએશન), ના૦.

su'bstantive (સબ્સ્ટન્ટિવ), વિ૦ સ્વતંત્ર અસ્તિત્વવાળું, ગૌણ કે કોઈના તાબાનું નહિ; પ્રત્યક્ષ, સત્ય, સાચું, કાયમનું. ના૦ નામ. **substanti'val** (સબ્સ્ટન્ટાઇવલ), વિ૦.

su'bstitute (સબ્સ્ટિટ્યૂટ), ના૦ અવેજી (વ્યક્તિ કે વસ્તુ), બદલી. ઉ૦ક્રિ૦ -ને બદલે મૂકવું–નીમવું; બદલી તરીકે કામ કરવું. **substitu'tion** (-ટ્યૂશન), ના૦.

su'bstratum (સબસ્ટ્રેટમ), ના૦ બ૦ વ૦ -ta] નીચેનો થર, આધાર, પાયો.

subsu'me (સબસ્યૂમ), સ૦ક્રિ૦ અમુક વર્ગમાં અથવા સિદ્ધાન્ત કે નિયમ નીચે આણવું–મૂકવું.

su'btenant (સબ્ટે'નન્ટ), ના૦ પેટા ભાડૂત. **su'btenancy** (-નન્સિ), ના૦.

subte'nd (સબ્ટૅન્ડ), સ૦ક્રિ૦ (રેખા અંગે) ખૂણા કે ચાપની સામે હોવું, ખૂણાની બાજુઓને કે ચાપના છેડાઓને જોડતું હોવું.

su'bterfuge (સબ્ટરફ્યૂજ), ના૦ બચી જવા કે ટાળવા માટેનું ઓઠું–બહાનું. ટાળવું તે.

subterra'nean (સબ્ટરેનિઅન), વિ૦ ભૂમિ નીચેનું, ભૂમિગત.

su'btitle (સબ્ટાઇટલ), ના૦ પેટામથાળું, ચિત્રપટનું નામ, વિ૦ક૦ પરદેશી ચિત્રપટના સંવાદોનું ભાષાંતર. સ૦ક્રિ૦ -ને પેટામથાળા આપવાં.

su'btle (સટલ), વિ૦ શોધી કાઢવું કે વર્ણન કરવું મુશ્કેલ; ઝીણું, નાજુક; હોશિ-

ચારી ભરેલું, ચાલાક. **su'btlety** (-લ્ટિ), ના૦.

subtra'ct (સબ્ટ્રેક્ટ), સ૦કિ૦ બાદ કરવું, બાદબાકી કરવી. **subtra'ction** (-ક્શન), ના૦.

subtro'pical (સબ્ટ્રૉપિકલ), વિ૦ઉષ્ણ-કટિબંધની હદ પરના પ્રદેશનું-નાં લક્ષણવાળું.

su'burb (સબર્બ), ના૦ ઉપનગર, શહેર-ની સીમ પરનો ભાગ.

subur'ban (સબર્બન), વિ૦ ઉપનગરોનું -ના લક્ષણોવાળું; [અનાદર.] મર્યાદિત-સંકુચિત-દૃષ્ટિ-રુચિ-વાળું. **subur'ba-nite** (-બનાઇટ), ના૦.

subur'bia (સબર્બિઅ), ના૦ [બહુધા અનાદર.] ઉપનગરો ને ત્યાંના રહેવાસીઓ.

subve'ntion (સબ્વે'ન્શન), ના૦ સર-કાર ઇ૦ તરફથી મળતી આર્થિક મદદ.

subver'sion (સબ્વર્શન), ના૦ ઊંધું વાળવું-ઉથલાવવું-તે, વિ૦ક૦ સરકારને.

subver'sive (સબ્વર્સિવ), વિ૦ અને ના૦ સરકારને ઉથલાવવા માગનાર(માણસ), વિધ્વંસક.

subver't (સબ્વર્ટ), સ૦કિ૦ ઉથલાવી પાડવું, વિધ્વંસ-નાશ-કરવો.

su'bway (સબ્વે), ના૦ જમીન નીચેથી જવાનો રસ્તો; [અમે.] ભૂગર્ભ રેલવે.

succee'd (સક્સીડ), ઉ૦કિ૦ સફળ-ફતેહમંદ-થવું, કશુંક કરવામાં નિષ્ફળ ન જવું; -ની પછી-ને ઠેકાણે-આવવું; -ના વારસ થવું.

succe'ss (સક્સે'સ), ના૦ સફળતા, વિજય; હેતુસિદ્ધિ, સમૃદ્ધિ; સફળ થનાર માણસ કે વસ્તુ.

succe'ssful (સક્સે'સ્ફુલ), વિ૦ વિજયી, સફળ; સમૃદ્ધ.

succe'ssion (સક્સે'શન), ના૦ ક્રમમાં-ક્રમશઃ -આવવું તે; ક્રમશઃ આવતી વસ્તુ-ઓની માલિકા; ગાદી- પદ, ઇ૦ પર આવવું તે-આવવાનો હક; વારસો, વારસાનો હક; આવો હક ધરાવનારાઓનો સમૂહ-ક્રમ. **apostolic ~**, પ્રેરિતો-ઇશુના પટ્ટ-શિષ્યો-થી માંડીને પોપો અને બિશપો દ્વારા આધ્યાત્મિક અધિકાર સંક્રાન્તિની અખંડ પરંપરા. **in ~**, એક પછી એક, ક્રમશઃ.

succe'ssor (સક્સે'સર), ના૦ વારસ, -ની પછી આવનાર વ્યક્તિ કે વસ્તુ.

succi'nct (સક્સિંક્ટ), વિ૦ ટૂંકું, સંક્ષિપ્ત.

su'ccour (સકર), ના૦ અણીને વખતે કરેલી મદદ, કુમક. સ૦ ક્રિ૦ એવી મદદ કરવી.

su'cculent (સક્યુલન્ટ), વિ૦ અને ના૦ રસદાર; જાડાં અને માવાવાળાં પાંદડાંવાળી (વનસ્પતિ). **su'cculence** (-લન્સ), ના૦

succu'mb (સકમ), અ૦ ક્રિ૦ હારી જવું; વશ - તાબે - થવું; મરી જવું.

such (સચ), વિ૦ આવું, આવી જાતનું, આના જેવું - સરખું; આટલું મહાન, આટલું જાણીતું. સર્વના૦ તે, તેઓ, તેવી બીજી વસ્તુ(ઓ). **as ~**, ઉપર - અગાઉ - જણાવ્યું છે તે. **~-and-such**, ફલાણું ફલાણું, અમુક અમુક. **~like**, [વાત.] એવી જાતનું.

suck (સક), ઉ૦ ક્રિ૦ ચૂસવું, ચૂસી લેવું, ધાવવું; ચાટવું; -માંથી પ્રવાહી, પોષણ, જ્ઞાન, અથવા લાભ કાઢવો - મેળવવો; ચૂસવાનો અવાજ કરવો; ચૂસવાની ક્રિયા વાપરવી - કરવી. ના૦ ધાવવું તે, સ્તનપાન. **give ~**, ધવડાવવું. **~ in**, આત્મસાત્ કરવું, ચૂસી લેવું. **~ up**, ચૂસી લેવું; [વિ૦ બો૦] ખુશામત કરવી.

su'cker (સકર), ના૦ ઝાડના થડની બાજુમાં મૂળમાંથી ફૂટતો ફણગો; પીલો; ચૂસવાની સપાટીને વળગી રહેનારી પ્રાણી-ઓની ઇન્દ્રિય અથવા તે માટે યોજેલા ઉપ કરણનો ભાગ; [વિ૦ બો૦] ભોળિયો, મૂર્ખો.

su'cking (સકિંગ), વિ૦ (બાળક અંગે) ધાવણું.

su'ckle (સકલ), ઉ૦ ક્રિ૦ ધવડાવવું; ધાવવું

su'ckling (સક્લિંગ), ના૦ ધાવણું બાળક - બચ્ચું.

su'crose (સક્રોસ), ના૦ શેરડી, બીટ, ઇ૦ માંથી બનાવેલી ખાંડ.

su'ction (સક્શન), ના૦ ધાવવું તે; ચૂસ-

ત્રાની ક્રિયા; કોઈ પાત્ર કે પોલાણમાંથી હવા કાઢીને રિક્તાવકાશ કરવો તે, જેથી વાતાવરણનું દબાણ ખાલી જગ્યામાં પ્રવાહી દાખલ કરી શકે.

su'dden (સડન), વિ૦ ઓચિંતું, અણચિંત્યું, એકાએક થયેલું, ઉતાવળું, પૂર્વસૂચના વિનાનું. **all of a ~**, એકાએક.

sudori'fic (સ્યૂડરિફિક), વિ૦ અને ના૦ પરસેવો લાવે – વધારે – એવી (દવા).

suds (સડ્ઝ઼), ના૦ બ૦ વ૦ સાબુનું ફીણ, ફીણના ગોટા. **su'dsy** (-ઝ઼િ), વિ૦.

sue (સ્યૂ), ઉ૦ ક્રિ૦ અદાલતમાં દાવો માંડવો, ફરિયાદ કરવી; દલીલ – આજીજી – કરવી – કરીને માગવું.

suede (સ્વેડ), ના૦ લવારાનું સુંવાળું ચામડું.

su'et (સ્યૂઇટ), ના૦ બળદ, ઘેટું, ઇ૦ના ગુરદાની આસપાસની રાંધવામાં વપરાતી કઠણ ચરબી.

su'ety (સ્યૂઇટિ), વિ૦ ગુરદાની ચરબીનું –ના જેવું; ફીકાશવાળું પીળું.

su'ffer (સફર), ઉ૦ ક્રિ૦ દરદ, નુકસાન, સજા, દુઃખ ઇ૦ સહન કરવું – વેઠવું – ભોગવવું; દરદ, દુઃખ ઇ૦ થવું; થવા – ચાલવા દેવું; [પ્રા.] છૂટ–રજા – આપવી.

su'fferance (સફરન્સ),ના૦ મૂક સંમતિ, અવિરોધ, સહન કરવું તે. **on ~**, ચલાવી લે છે, ચાલવા દે છે, એટલા માટે, અવિરોધને લીધે.

su'ffering (સફરિંગ), ના૦ દુઃખ, પીડા.

suffi'ce (સફાઇસ), ઉ૦ ક્રિ૦ પૂરતું હોવું; ગરજ પૂરી કરવી.

suffi'ciency (સફિશન્સિ), ના૦ પૂરતો પુરવઠો, પૂરતાપણું.

suffi'cient (સફિશન્ટ), વિ૦ પૂરતું, જોઈએ તેટલું, પર્યાપ્ત. ના૦ પૂરતો જથો, પૂરતું.

su'ffix (સફિક્સ), ના૦ શબ્દને છેડે લગાડાતો પ્રત્યય. સ૦ ક્રિ૦ -ને પ્રત્યય લગાડવો.

su'ffocate (સફોકેટ), ઉ૦ ક્રિ૦ ગૂંગળાવવું, શ્વાસ રૂંધવો, ગૂંગળાવીને મારી નાખવું; -નો શ્વાસ રૂંધાવો – રૂંધાય તેમ કરવું.

suffoca'tion (-કેશન), ના૦.

su'ffragan (સફ્રગન), વિ૦ અને ના૦ **~ (bishop)**, મોટા દેવળના બિશપના હાથ નીચે તેનું કામ કરનાર (બિશપ).

su'ffrage (સફ્રિજ), ના૦ મતાધિકાર.

suffrage'tte (સફ્રજે'ટ), ના૦ [ઇતિ.] સ્ત્રી મતાધિકાર માટે લડત ચલાવનાર સ્ત્રી.

su'ffragist (સફ્રજિસ્ટ), ના૦ સ્ત્રીમતાધિકારનું હિમાયતી.

suffu'se (સફ્યૂઝ઼), સ૦ ક્રિ૦ પાણી, રંગ, ઇ૦ એ ઊભરાઈ ને ચોમેર ફેલાઈ જવું – પલાળી નાખવું. **suffu'sion** (-ઝ઼ન),ના૦.

su'gar (શુગર), ના૦ ખાંડ, શર્કરા; [રસા.] અમુક જાતનો ગળપણવાળો મિશ્ર પદાર્થ; [લા.] ખુશામત, પ્રશંસા. સ૦ ક્રિ૦ ખાંડ નાખીને ગળ્યું બનાવવું, ઉપર ખાંડનું પડ ચડાવવું; ગળ્યું, સ્વાદિષ્ટ, ભાવે એવું બનાવવું. **~-beet**, જેમાંથી ખાંડ બને છે તે સફેદ બીટ(નો કંદ). **~-cane**, શેરડી. **~-daddy**, [વિ૦ બો૦] જુવાન સ્ત્રીને ભેટ સોગાદો છૂટથી આપનાર પ્રૌઢ માણસ. **~-loaf**, ખાંડની ચાસણીનો શંકુ.

su'gary (શુગરિ), વિ૦ ખાંડના જેવું, ખૂબ ખાંડવાળું; ઓચાવી નાખનારું; (અતિ)-ભાવનાશીલ.

sugge'st (સજે'સ્ટ), સ૦ ક્રિ૦ વિચાર, કલ્પના, ઇ૦ સૂચવવું, -ને સૂચના આપવી, ઇશારો કરવો; વિચાર કરવા કે શકયતા તરીકે સૂચવવું.

sugge'stible (સજે'સ્ટિબલ), વિ૦ સૂચનાની અસર થાય એવું. **suggestibi'lity** (-બિલિટિ), ના૦.

sugge'stion (સજેશન), ના૦ સૂચના (કરવી તે); સૂચવેલી યોજના, કલ્પના, ઇ૦; વશીકરણથી વિચાર સૂચવવો તે – સૂચવેલો વિચાર; સંકેત, અલ્પાંશ, છાંટો.

sugge'stive (સજે'સ્ટિવ), વિ૦ (-નું) સૂચક; ગંદી સૂચના કરનારું.

suici'dal (સ્યુઇસાઇડલ), વિ૦ આત્મઘાતી; [લા.] પોતાના જ પગમાં કુહાડો મારનારું.

su'icide (સ્યુઇસાઇડ), ના૦ આત્મહત્યા

કરનાર; આત્મહત્યા; [લા.] પોતાના જ પગમાં કુહાડો મારવો તે.

sui ge'neris (સ્યૂઇજે'નરિસ), [ફ્રેં] અદ્વિતીય, બીજાઓ સાથે નં મૂકી શકાય એવું.

suit (સૂટ), નાo એક જ જાતના કાપડનો બહારથી પહેરવાનો પોશાક – એકી વખતે પહેરવાનાં કપડાં; વિશિષ્ટ ઉદ્દેશ માટેનો પહેરવેશ; પાયજામો, બખતર, ઇo; પત્તાંની જોડના એક રંગનાં બધાં પાનાં; ફરિયાદ, દાવો; [પ્રા.] સ્ત્રીની જોડે પરણવાની માગણી (કરવી તે). ઉo ક્રિo બંધબેસતું કે લાયક કરવું – આવવું; -ની આવશ્યકતા કે જરૂરિયાતો સંતોષવી; -ની સાથે સંમત થવું – મેળ ખાવો; સંમત – સગવડભર્યું –બંધબેસતું – હોવું; અનુરૂપ હોવું, શોભવું. **follow ~**, ઉતારી હોય તે રંગનું પત્તું નાખવું, [લા.] -ના પ્રમાણે કરવું, અનુસરવું. **~-'case**, (પ્રવાસનાં) કપડાંની પેટી.

sui'table (સૂટબલ), વિo બંધબેસતું, અનુકૂળ, માફક, યોગ્ય, પ્રસંગોચિત. **suitabi'lity** (-બિલિટિ), નાo.

suite (સ્વીટ), નાo ઓરડા, રાચરચીલું, ઇo વાળી રહેવાની જગ્યા – એકમ; નોકરચાકર ઇo સાથેનો પરિવાર; [સં.] વગાડવાની ગતો – રચનાઓ–નો સટ.

sui'ting (સૂટિંગ), નાo પુરુષનાં કપડાંનું કાપડ.

sui'tor (સૂટર), નાo અનુનય કરનાર, પરણવાની માગણી કરનાર; કોર્ટમાં દાવો કરનાર, ફરિયાદી, વાદી.

sulk (સલ્ક), અo ક્રિo ગુસ્સે થવું, ચિડાવું, રિસાવું. નાo [બહુધા બo વoમાં] રીસ, ચીડ, મિજાજ.

su'lky (સલ્કિ), વિo રિસાયેલું, ચિડાયેલું, ચડેલા મોંવાળું, અબોલ, ચીઢિયું.

su'llen (સલન), વિo ચિડાયેલું. રિસાયેલું; ખિન્ન, ઉદાસ, અતડું.

su'lly (સલિ), સo ક્રિo (કીર્તિ, આબરૂ, ઇoને) મલિન–કલંકિત–કરવું–બટ્ટો લગાડવો; બગાડવું.

su'lphate (સલ્ફેટ), નાo ગંધકામ્લનો ક્ષાર.

su'lphide (સલ્ફાઇડ), નાo બીજા કોઈ મૂળદ્રવ્ય સાથે ગંધકનો સમાસ.

su'lphite (સલ્ફાઇટ), નાo ગંધકામ્લનો ક્ષાર.

sulpho'namide (સલ્ફોનમાઇડ), નાo એક સૂક્ષ્મજંતુનાશક દવા.

su'lphur (સલ્ફર), નાo ગંધક; પીળા રંગનું પતંગિયું.

sulphur'eous (સલ્ફ્યુરિઅસ), વિo ગંધકનું –ના જેવું.

sulphure'tted (સલ્ફઅરે'ટિડ), વિo ગંધક સાથે મેળવેલું, ગંધકવાળું.

sulphur'ic (સલ્ફ્યુઅરિક), વિo ઊંચી સંયોજન શક્તિ કે બલ્યાંક સાથેના ગંધકનું –વાળું. **~ acid**, ગંધકનો તેજાબ.

su'lphurous (સલ્ફરસ), વિo ગંધકનું–ના જેવું; (-ફ્યુઅર-) ગંધકવાળા સમાસો કરતાં નીચા બલ્યાંકવાળા ગંધકવાળું. **~ acid**, અસ્થિર અને નબળું અમ્લ સફેદ બનાવવા માટે ઉપયોગી.

su'ltan (સલ્ટાન), નાo સુલતાન.

sulta'na (સલ્ટાન), નાo સુલતાના, સુલતાનની પત્ની, માતા, રખાત અથવા બેટી; બી વિનાની દ્રાક્ષ.

su'ltanate (સલ્ટનિટ), નાo સુલતાનનું પદ–ની હકૂમત નીચેનો મુલક.

su'ltry (સલ્ટ્રિ), વિo (આબોહવા અંગે) ઉકળાટવાળું; તીવ્ર, ઉત્કટ; કામોત્તેજક.

sum (સમ), નાo સરવાળો, સરવાળો કરીને મળેલી રકમ; સંક્ષેપ, સાર; રકમ; ગણિતનો દાખલો; કુલ રકમ. ઉo ક્રિo -નો સરવાળો કરવો – થવો. **in ~**, ટૂંકમાં, સરવાળે, ઉપસંહાર તરીકે. **~ total**, કુલ સરવાળો, સાર, સંક્ષેપ. **~ up**, કુલ સરવાળો કાઢવો – આપવો; ટૂંકમાં જણાવવું; (વિo કo ન્યાયાધીશે) પુરાવો, દલીલો, ઇoનો ઉપસંહાર કરવો; નિવેડો કે અભિપ્રાય બનાવવો–આપવો.

su'mac(h) (સૂમેક), નાo જેના સૂકા પાંદડાંની ભૂકી ચામડું કેળવવામાં કે રંગવામાં વપરાય છે તે ઝાડવું, તેનાં પાંદડાં.

su'mmarize (સમરાઇઝ઼), સoક્રિo -ને

સંક્ષેપ કરવો-હોવો, સારાંશમાં કહેવું, ઉપસંહાર કરવો.

su'mmary (સમરિ), વિ૦ વિગત અને ઔપચારિક બાબતો છોડી દઈને કરેલું; ઝડપી. ના૦ મુખ્ય મુદ્દાઓ આપનારો ટૂંકો હેવાલ.

summa'tion (સમેશન), ના૦ કુલ સરવાળો કરવો તે, સંકલન.

su'mmer (સમર), ના૦ ઉનાળો; (ઉંમરની ગણતરીમાં) વરસ. અ૰ક્રિ૦ ઉનાળો પસાર કરવો-ગાળવો. **~-house**, ગ્રીષ્મભવન, લતામંડપ. **~ school**, ઉનાળાની રજામાં લેવાતા ખાસ વર્ગો. **~ time**, ઉનાળાનો સમય જ્યારે દિવસનો પ્રકાશ બચાવવા માટે ઘડિયાળો એક કલાક આગળ મૂકવામાં આવે છે. **~-time**, ઉનાળાની ઋતુ અથવા આબોહવા. **su'mmery** (-રિ), વિ૦.

su'mmit (સમિટ), ના૦ ટોચ, શિખર; પરાકાષ્ઠા. **~ conference, meeting**, શિખર પરિષદ, રાજ્યોના વડાઓ વચ્ચેની ચર્ચા.

su'mmon (સમન), સ૰ક્રિ૦ એકત્ર બોલાવવું; (કશુંક કરવા, હાજર રહેવા) હુકમ આપવો; **~ up**, (હિંમત ઇ૦) કરવી, (હામ) ભીડવી.

su'mmons (સમન્સ), ના૦ કશુંક કરવા કે હાજર રહેવા અધિકારીનો હુકમ, કોર્ટનું હાજર રહેવાનું તેડું. સ૰ક્રિ૦ સમન્સ બજાવવું.

sump (સમ્પ), ના૦ પાણી કે તેલ ભેગું કરવા માટેનો ખાડો કે કૂવો; મોટરમાં તેલની ટાંકી.

su'mptuary (સમ્પ્ટ્યુઅરિ), વિ૦ (વિ૰ક૦ ખાનગી) ખરચનું નિયંત્રણ કરનારું.

su'mptuous (સમ્પ્ટ્યુઅસ), વિ૦ ભારે કીમતી, ભવ્ય, ભપકાદાર.

sun (સન), ના૦ સૂર્ય, સૂરજ; સૂર્યપ્રકાશ; સૂર્યનો તાપ, તડકો; જેની ફરતે ગ્રહો, ઉપગ્રહો, વગેરે ફરતા હોય એવો કોઈ પણ તારો. ઉ૰ક્રિ૦ તડકો ખાવો, તાપમાં બેસવું. **~bathe**, સૂર્યસ્નાન કરવું. **~-beam**, સૂર્યકિરણ. **~-blind**, તડકાને રોકવાનું બારી પર મૂકેલું આડું પાટિયું. **~burn**, તડકાથી ચામડી ભૂરી કે શામળી થવી તે -થતો ચામડીનો દાહ. **~burnt**, (ચામડી અંગે) તડકાથી કાળી પડેલી. **~-dew**, ભેજવાળી જમીનમાં થતો જેમાંથી ચીકણાં ટીપાં ઝરે છે એવો વાળવાળાં પાંદડાંવાળો એક છોડ. **~dial**, સમય જાણવા માટેનું છાયાયંત્ર. **~-down**, સૂર્યાસ્ત. **~-'flower**, સૂરજમુખી ફૂલ(નો છોડ). **~-glasses**, ચળકાટ કે પ્રકાશથી આંખનું રક્ષણ કરવા માટેના રંગવાળા ચશ્મા. **~-hat, -helmet**, તાપથી માથાનું રક્ષણ કરવા માટે બનાવેલી ટોપી, **~-lamp**, ઉપચાર માટે કે સૂર્યતાપનો તાંબાનો વર્ણ મેળવવા માટે પારજાંબુડિયા કિરણવાળો દીવો. **~ lounge** ભરપૂર સૂર્યકિરણો કે પ્રકાશ મેળવવા માટેનો ખાસ ઓરડો. **~-rays**, સૂર્યકિરણો, ઉપચાર માટે વપરાતાં પારજાંબલી કિરણો. **~rise**, સૂર્યોદય(નો સમય). **~set**, સૂર્યાસ્ત(નો સમય). **~shade**, તડકામાં વાપરવાની હલકી છત્રી. **~shine**, સૂર્ય પ્રકાશ, તેથી પ્રકાશિત વિસ્તાર; [લા.] આનંદીપણું, પ્રસન્નતા. **~spot**, સૂર્યની સપાટી પર ક્યારેક દેખાતા કાળા ડાઘામાંનો એક. **~-stroke**, સૂર્યના તાપની ઝાળ લાગવી તે, લૂ. **~-tan**, તડકામાં બેસવાથી થતો ચામડીનો તામ્રવર્ણ. **~-trap**, તડકાવાળી જગ્યા, વિ૰ક૦ પવનથી રક્ષિત.

Sun., સંક્ષેપ. Sunday.

su'ndae (સંડે), ના૦ આઇસક્રીમ, ફળ, ઇત્યાદિની એક મીઠાઈ.

Su'nday (સંડિ,-ડે), ના૦ રવિવાર(નું છાપું). **month of ~s**, ઘણો લાંબો સમય. **~ school**, રવિવારે ચાલતી બાળકો માટે ધાર્મિક શિક્ષણની શાળા.

su'nder (સન્ડર), સ૰ક્રિ૦ [સાહિત્ય.] અલગ પાડવું, તોડવું, કાપવું.

su'ndry (સન્ડ્રિ), વિ૦ વિવિધ, જાતજાતનું, પરચૂરણ. **all and ~**, બધા, વ્યક્તિશઃ તેમ જ બધા મળીને આખો

સમૂહ. ના૦ [બ૦વ૦માં] નાનીમોટી પરચુરણ વસ્તુઓ.

sung (સંગ), singનું ભૂ૦કૃ૦.

sunk (સંક), sinkનું ભૂ૦કૃ૦.

su'nken (સંકન), વિ૦ ડૂબેલું, સામાન્ય સપાટીથી નીચે રહેલું-પડેલું; (આંખ, ગાલ, ઇ૦ અંગે) બેસી ગયેલું, ઊંડું ગયેલું-ઊતરેલું, પોલું. ~ **garden**, આસપાસની સપાટી કરતાં નીચો બગીચો.

su'nny (સનિ), વિ૦ સૂર્યપ્રકાશવાળું-જેવું-થી ચળકતું; તડકામાં મૂકેલું-તડકાથી ગરમ; [લા.] આનંદી.

sup (સપ), ઉ૦ક્રિ૦ ઘૂંટડે ઘૂંટડે-ચમચાથી-પીવું; વાળુ કરવું. ના૦ ઘૂંટડો.

su'per (સૂપર), ના૦ [વાત.] વધારાનું માણસ; દેખરેખ રાખનાર, અધીક્ષક. વિ૦ [વિ૦બો૦] સુંદર, ઉત્તમ.

su'per- (સૂપર-), સંયોગી રૂપ. ઉપર, માથે, માથા ઉપર, પેલી પાર, ઉપરાંત, વધુ પડતું, -થી વધુ, ચડિયાતું, અતીત, શ્રેષ્ઠ કોટિનું, હંમેશ કરતાં વધારે.

superabu'ndant (સૂપરૂઅબન્ડન્ટ), વિ૦ પુષ્કળ, અતિશય, રેલમછેલ.

supera'nnuate (સૂપરૂઍન્યુએટ), સ૦ક્રિ૦ બહુ જૂનું કે વૃદ્ધ થવાથી કમી કરવું - કાઢી નાખવું; પેન્શન આપીને નિવૃત્ત કરવું. [ભૂ૦ કૃ૦ તરીકે] કામ માટે વધુ પડતું ઘરડું.

superannua'tion (-એશન), ના૦ ઘડપણને લીધે નિવૃત્ત કરવું - થવું - તે; નિવૃત્તિ વેતન, પેન્શન.

super'b (સ્યૂપર્બ), વિ૦ ભવ્ય, બહુ જ સરસ; [વાત.] ઉત્તમ, સુંદર.

su'percargo (સૂપરૂકાર્ગો), ના૦ [બ૦ વ૦ ~**es**] વેપારી વહાણ પર માલનું વેચાણ ઇ૦ની વ્યવસ્થા કરનાર.

su'percharge (સૂપરૂચાર્જ), સ૦ ક્રિ૦ પેટ્રોલ એંજિનમાં પ્રાણવાયુનો દબાણ નીચે વધારે પડતો જથો ભરવો - પૂરવો.

su'percharger (સૂપરૂચાર્જર), ના૦ અન્તર્જ્વલન એંજિનમાં વધારાની હવા કે ઇંધન દબાણ નીચે પૂરવાનો પંપ ઇ૦.

superci'lious (સૂપરૂસિલિઅસ), વિ૦ મિજાજી, પતરાજખોર, બીજાને ઉતારી પાડનાર, બીજાનો તિરસ્કાર કરનારું, વરિષ્ઠ.

supereroga'tion (સૂપરૂએ'રગેશન), ના૦ ફરજ કે આવશ્યકતા કરતાં વધુ પડતું કરવું તે. **works of ~**, પોતાની મુક્તિ માટે આવશ્યક હોય તેના કરતાં વધુ પુણ્યકર્મો. **superero'gatory** (-અરૉગટરિ), વિ૦.

superfi'cial (સૂપરૂફિશલ), વિ૦ ઉપરની સપાટીનું-પરનું; ઉપરચોટિયું; ઊંડાણ કે ગાંભીર્ય વિનાનું; (માપ અંગે) ચોરસ. **superficia'lity** (-શિઍલિટિ), ના૦.

superflu'ity (સૂપરૂફ્લુઇટિ), ના૦ ખપ કરતાં વધારાનું; વધારાનું હોવું તે.

super'fluous (સૂપરૂફ્લુઅસ), વિ૦ જરૂર કરતાં વધારે, ફાજલ; નકામું.

superhu'man (સૂપરૂહ્યુમન), વિ૦ અતિમાનુષી.

superimpo'se (સૂપરૂઇમ્પોઝ઼), સ૦ ક્રિ૦ -ની ઉપર મૂકવું. **superimposi'tion** (-ઇમ્પઝિશન), ના૦.

superincu'mbent (સૂપરઇનકમ્બન્ટ), વિ૦ બીજા કશાક ઉપર પડેલું.

superinte'nd (સૂપરિન્ટે'ન્ડ), ઉ૦ ક્રિ૦ -ની ઉપર દેખરેખ રાખવી, સંચાલન કરવું. **superinte'ndence** (-ડન્સ), ના૦.

superinte'ndent (સૂપરિન્ટે'ન્ડન્ટ), ના૦ દેખરેખ રાખનાર, વ્યવસ્થાપક, સંચાલક; પોલીસ સુપરિન્ટેન્ડન્ટ, ઇન્સ્પેક્ટરની ઉપરનો અધિકારી.

supe'rior (સૂપિઅરિઅર), વિ૦ -ની ઉપર આવેલું, - હોદ્દો, ગુણ, ઇ૦માં ઉપરનું; લીટીની ઉપર લખેલું કે છાપેલું; કોઈ બાબતમાં ચઢિયાતું કે વધારે મોટું; ઊંચી જાતનું; ગર્વિષ્ઠ; નમતું ન આપે એવું. ના૦ ઉપરી અધિકારી; મઠાધ્યક્ષ. **superio'rity** (-રિઑરિટિ), ના૦.

super'lative (સૂપરૂલટિવ), વિ૦ ઉચ્ચતમ માત્રાનું, શ્રેષ્ઠ, પરાકાષ્ઠાનું; [વ્યાક.] શ્રેષ્ઠતાવાચક, શ્રેષ્ઠ માત્રાનું. ના૦ વિશેષણનું શ્રેષ્ઠતાવાચક રૂપ. શ્રેષ્ઠ માત્રા.

su'perman (સૂપરૂમૅન), ના૦ [બ૦ વ૦

-men] અતિમાનવ, અતિમાનુષ શક્તિ અને સિદ્ધિવાળો માણસ.

su'permarket (સૂપર્માર્કિટ), ના૦ ખોરાક અને ઘરવખરીનો સામાન વેચનાર, પોતાની મેળે માલ લેવાની સગવડવાળો ભંડાર – સ્ટોર.

superna'tural (સૂપર્નૅચરલ), વિ૦ કુદરતના કાયદાથી પર, અલૌકિક.

superno'va (સૂપર્નોવ્ર); ના૦ [બ૦ વ૦ ~e -વી અથવા ~s] [ખ.] તેજમાં એકદમ વૃદ્ધિ પામનાર તારો. અતિદીપ્ત નવતારો.

supernu'merary (સૂપર્ન્યૂમરરિ), વિ૦ અને ના૦ સામાન્ય સંખ્યાથી વધુ પડતી (વ્યક્તિ કે વસ્તુ); વધારાનું કામ કરનાર (માણસ); મૂક ભૂમિકા ભજવનાર (નટ).

superpho'sphate (સૂપર્ફૉસ્ફેટ), ના૦ ફૉસ્ફેટના ખડકમાંથી બનાવેલું ખાતર.

superpo'se (સૂપર્પોઝ઼), સ૦ ક્રિ૦ કશાકની ઉપર મૂકવું. **superposi'tion** (-પઝ઼િશન), ના૦.

su'perpower (સૂપર્પાવર), ના૦ મહાસત્તા, અત્યંત બલાઢ્ય રાષ્ટ્ર.

superscri'be (સૂપર્સ્ક્રાઇબ), સ૦ ક્રિ૦ દસ્તાવેજને મથાળે કે તેની બહાર (લેખ ઇ૦) લખવું.

su'perscript (સૂપરસ્ક્રિપ્ટ), વિ૦ અને ના૦ એક ચિહ્ન ઉપર કરેલું બીજું (ચિહ્ન).

superscri'ption (સૂપર્સ્ક્રિપ્શન), ના૦ કશાકની ઉપર કે બહાર લખેલું લખાણ; -ની ઉપર લખવું કે લખાવું તે.

superse'de (સૂપર્સીડ), સ૦ ક્રિ૦ એક વ્યક્તિ કે વસ્તુની જગ્યાએ બીજી નીમવી–અપનાવવી; -ની જગ્યા લેવી, બહાર કાઢી મૂકવું. **superse'ssion** (સૂપર્સે'શન્), ના૦.

superso'nic (સૂપર્સૉનિક), વિ૦ ધ્વનિની ગતિ કરતાં વધારે ગતિવાળું.

supersti'tion (સૂપર્સ્ટિશન), ના૦ નિસર્ગાતીત વસ્તુઓ, જાદુ, ઇ૦ વિષે વિશ્વાસ; અજ્ઞાન કે ગૂઢ વસ્તુની નિષ્કારણ ભીતિ; ખોટી માન્યતા, વહેમ; પાખંડ. **supersti'tious** (-શસ), વિ૦.

su'perstructure (સૂપર્સ્ટ્રક્ચર). ના૦ કશાકની ઉપર કરેલું બાંધકામ – બાંધેલી ઇમારત; ઇમારત કે વહાણનો ઉપલો ભાગ.

su'pertanker (સૂપર્ટૅંકર), ના૦ તેલ ઇ૦ની ટાંકીઓવાળું ખૂબ મોટું જહાજ.

superve'ne (સૂપર્વીન), અ૦ક્રિ૦ વિઘ્નરૂપે અથવા સ્થિત્યંતર રૂપે આવવું. **superve'ntion** (વે'ન્શન), ના૦.

su'pervise (સૂપર્વાઇઝ઼), સ૦ ક્રિ૦ કામ, હાલચાલ, ઇ૦ ઉપર દેખરેખ–નજર રાખવી. **supervi'sion** (-વિઝ઼ન), ના૦. **su'pervisor** (-વાઇઝ઼ર), ના૦ **supervi'sory** (-વાઇઝ઼રિ), વિ૦.

su'pine (સ્યૂપાઇન), વિ૦ ચત્તું (પડેલું); સુસ્ત, એદી, નિષ્ક્રિય. ના૦ [લૅટિન વ્યાક૦] ક્રિયાપદ પરથી બનેલું હેતુદર્શક નામ, ક્રિયાર્થક સંજ્ઞા.

su'pper (સપર), ના૦ દિવસનું છેલ્લું ભોજન, વાળુ.

suppla'nt (સપ્લાન્ટ), સ૦ ક્રિ૦ –ની જગ્યા લેવી, વિ૦ક૦ કપટ કરીને.

su'pple (સપલ), વિ૦ ઝટ વળે કે વાળી શકાય એવું, લવચીક. સ૦ ક્રિ૦ લવચીક બનાવવું.

su'pplement(સપ્લિમન્ટ), ના૦ વધારો, ઉમેરો, પુરવણી, છાપાની પૂર્તિ – વધારો. સ૦ ક્રિ૦ (-મે'ન્ટ) વધારો – ઉમેરો–કરવો. **suppleme'ntal** (–મે'ન્ટલ), વિ૦. **supplementa'tion**(-મન્ટેશન),ના૦.

suppleme'ntary (–મે'ન્ટરિ), વિ૦. વધારાનું, ઉમેરાનું. ~ **benefit**, મુશ્કેલીના પ્રસંગોમાં રાજ્ય તરફથી અપાતા પૈસા.

su'ppliant (સપ્લાયન્ટ), ના૦ આજીજી કરનાર, અરજદાર. વિ૦. પ્રાર્થના – આજીજી – કરનાર; આજીજીવાળું.

su'pplicate (સપ્લિકેટ), ઉ૦ ક્રિ૦ કોઈ ને કશાક માટે – અરજ કરવી. **supplica'tion** (– કેશન), ના૦. **su'pplicatory** (– કટરિ), વિ૦.

supply' (સપ્લાઇ), સ૰ ક્રિ૰ જોઈતી વસ્તુ આપવી – પૂરી પાડવી; ખોટ પૂરી કરવી. ના૰ જોઈતી વસ્તુઓનો પુરવઠો; માલ, ભંડાર; [બ૰ વ૰માં] લશ્કર, ચડાઈ, ઇ૰ માટેની જરૂરી વસ્તુઓ; કોઈને માટે કામચલાઉ અથવા બદલી તરીકે કામ કરનાર માણસ – શિક્ષક અથવા પાદરી. **~ and demand**, જણસોની કિંમત નિયંત્રિત કરવા માટેની બે બાબતો – માગણી અને પુરવઠો.

suppor't (સપોર્ટ), સ૰ ક્રિ૰ ટેકો આપવો, પડતા, ડૂબતાં કે હારતાં બચાવવું – રોકવું; -ને માટે જોગવાઈ કરવી; બળ – ઉત્તેજન – આપવું; – ને મદદ કરવી – પુષ્ટિ આપવી; પોષવું; -ની તરફેણમાં બોલવું; દુય્યમ ભૂમિકા ભજવવી; સહન કરવું, વેઠવું. ના૰ ટેકો, આધાર, (આપવો – મળવો – તે;); ટેકો આપનાર વ્યક્તિ કે વસ્તુ. **suppor'tive** (-ટિવ), વિ૰.

suppor'ter (સપોર્ટર), ના૰ ટેકો આધાર – આપનાર, ભરણપોષણ કરનાર; વિશિષ્ટ જૂથ કે રમતનો પક્ષપાતી માણસ; [ચારણ.] ઢાલ પકડનાર કે તેની પાસે ઊભા રહેનાર તરીકે બતાવેલી આકૃતિ.

suppo'se (સપોઝ઼), સ૰ ક્રિ૰ માનવું, ધારવું, માની લેવું; અનુમાન કે કલ્પના કરવી; -ને લાગવું; સંભવિત માનવું. **suppo'sed** (-ઝ઼્ડ), વિ૰ માની લીધેલું, તથાકથિત. **be ~ to**, અપેક્ષિત કે આવશ્યક હોવું. [નકાર સાથે; વાત] ન હોવું જોઈએ, ન થવા દેવું જોઈએ.

suppo'sedly (સપોઝ઼િડ્લિ), ક્રિ૰ વિ૰ સામાન્યપણે માનવામાં આવે છે તેમ.

supposi'tion (સપઝ઼િશન), ના૰ માની લીધેલી વસ્તુ, માન્યતા; ધારણા. **supposi'tious** (સપઝ઼િશસ), વિ૰ ગૃહીત, માની લીધેલું.

suppositi'tious (સપઝ઼િટિશસ), વિ૰ કાલ્પનિક, બનાવટી.

suppo'sitory (સપોઝ઼િટરિ), ના૰ ગુદામાં કે યોનિમાં દાખલ કરાતી દવાની સોગટી.

suppre'ss (સપ્રે'સ), સ૰ ક્રિ૰ દાબી દેવું, શાંત પાડવું, અસ્તિત્વ અથવા પ્રવૃત્તિનો અંત આણવો, નાબૂદ કરવું; પ્રકાશન બંધ પાડવું, જાહેર ન થવા દેવું; ગુપ્ત રાખવું; [વીજળી.] અંશતઃ અથવા સર્વાંશે (દખલ ઇ૰) દૂર કરવી; દખલ દૂર કરવા માટે સાધનને સજ્જ કરવું. **suppre'ssion** (-શન), ના૰. **suppre'ssor** (-સર), ના૰.

su'ppurate (સપ્યુઅરેટ), સ૰ ક્રિ૰-માં પરુ થવું, પાકવું, -માંથી પરુ વહેવું – નીકળવું, કોહવું **suppura'tion** (-રેશન), ના૰.

su'pra-(સૂપ્ર-), સંયોગી રૂપ. ઉપર(નું).

suprana'tional (સૂપ્રનૅશનલ), વિ૰ રાષ્ટ્રની મર્યાદાઓ વટાવનારું, પારરાષ્ટ્રીય.

supre'macy (સુપ્રે'મસિ), ના૰ સર્વોપરિતા, વર્ચસ્વ.

supre'me (સૂપ્રીમ), વિ૰ સર્વોપરી, સર્વોચ્ચ; મહત્તમ; શ્રેષ્ઠ,સર્વોત્તમ.

supre'mo (સુપ્રીમો), ના૰ [બ૰ વ૰ **~s**] સર્વોચ્ચ નેતા.

surcea'se (સરૂસીસ), ના૰ [પ્રા૰] અંત, છેવટ. અ૰ક્રિ૰ બંધ પડવું.

surcha'rge (સરૂચાર્જ), ના૰ વધારાનો બોજો, વિ૰ ક૰ દંડ તરીકે, દા.ત. કર અંગે ખોટો દાવો અથવા અનધિકૃત ખર્ચ માટે; વધારે પડતો અથવા વધારાનો બોજ. સ૰ ક્રિ૰ -ની પાસેથી સરચાર્જ – વધારાનો કર-લેવો, વધારાના વેરા તરીકે રકમ વસૂલ કરવી, વધુ પડતો બોજો લાદવો.

surd (સર્ડ), વિ૰ અને ના૰ [ગ.] કરણી સંખ્યા, અમૂલક; [ઉચ્ચાર.] અઘોષ.

sure (શુઅર), વિ૰ -ની ખાતરીવાળું. શંકા વિનાનું; પાકા ભરોસાવાળું; વિશ્વાસપાત્ર. ખાતરીલાયક; કદી નિષ્ફળ નહિ જાય એવું, અમોઘ; વફાદાર, દગો ન દે એવું; સો ટકા સાચું. **make ~**, -ની-ને વિષે -ખાતરી કરવી. **to be ~**, નાકબૂલ ન કરી સકાય એવું, કબૂલ. ક્રિ૰ વિ૰ [વાત.] ચોક્કસ ! બેશક ! **~-fire**, [વાત.] સફળ થવાનું ચોક્કસ. **~-footed**, સ્થિર ડગલાંવાળું, ઠોકર ન ખાય એવું.

sure'ly (શુઅર્લિ), ક્રિ૰વિ૰ ખાતરીપૂર્વક, સલામત, ચોક્કસ.

sure'ty (શુઅરૂટિ), ના૰ ખાતરી; હામી, જામીન; જામીનગીરી, તારણ.

surf (સર્ફ), દરિયાનું મોટું મોજું (ખડક કે કિનારા પર અથડાતું). અ૰ક્રિ૰ પાટિયાની મદદથી મોટા મોજા પર સવાર થઈને કિનારે જવું. ~**-board**, મોટા મોજા પર સવાર થઈને કિનારે પહોંચવાનું લાંબું સાંકડું પાટિયું. ~**-riding**, 'સર્ફ-બોર્ડ' પર સવારી કરવાની રમત.

sur'face (સર્ફિસ), ના૰ કોઈ વસ્તુનો બહારનો ભાગ, સપાટી, પૃષ્ઠભાગ; ઘનની બાજુઓ(માંથી કોઈ પણ એક); પ્રવાહી, જમીન, ઇ૰નો ઉપલો ભાગ-બહારની બાજુ -દેખાવ, બાહ્ય રૂપ; [ભૂમિતિ] જેને લંબાઈ તથા પહોળાઈ હોય છે પણ જાડાઈ નથી હોતી તે, સપાટી; [વિ૰ તરીકે] કેવળ સપાટીનું; ઉપરચોટિયું. ઉ૰ક્રિ૰ -ની (ખાસ) સપાટી બનાવવી, પાણડૂબીને પાણીની સપાટી પર આણવું, સપાટી પર આવવું; [લા.] દેખાવું, જણાવું, સભાન થવું. ~ **mail**, હવાઈ માર્ગે ન જતી ટપાલ. ~ **tension**, [પદાર્થ.] પૃષ્ઠતાણ, સપાટીનો વિસ્તાર ઘટાડનાર. ~**-water**, જમીનની સપાટી પર ભેગું થઈને વહી જતું પાણી.

sur'feit (સર્ફિટ), ના૰ વિ૰ક૰ ખાવાપીવામાં અતિરેક, ઓચાઈ જવું તે. સ૰ક્રિ૰ વધુ પડતું ખવડાવવું; ઓચાઈ જાય તેમ કરવું.

surge (સર્જ), અ૰ક્રિ૰ મોજામાં (હોય તેમ) આમતેમ હલાવવું; એકદમ અને ખૂબ જોરથી ખસવું-ઊછળવું. ના૰ મોટું-ઘોડા-મોજું; મોજાંનો ઉછાળો; [લા.] જોરદાર આગળ ધસારો.

sur'geon (સર્જન), ના૰ શસ્ત્રવૈદ્ય, વાઢકાપ કરનાર ડાક્તર.

sur'gery (સર્જરિ), ના૰ શસ્ત્રવૈદક; શસ્ત્રવૈદ્ય, દંતવૈદ્ય, ઇ૰ની રોગીને સલાહ આપવાની, ઉપચાર કરવાની, જગ્યા અથવા સમય; [વાત.] સંસદસભ્ય, વકીલ, ઇ૰ને સલાહ માટે મળવાની જગ્યા.

sur'gical (સર્જિકલ), વિ૰ શસ્ત્રવૈદક કે શસ્ત્રવૈદ્યોનું-સંબંધી; (ઓજાર અંગે) શસ્ત્રક્રિયા કરવાના રોગો માટે વપરાતું. ~ **spirit**, સાફસૂફ કરવા માટે વપરાતું 'મેથિલેટેડ' સ્પિરિટ.

sur'ly (સર્લિ), વિ૰ અસભ્ય, ગમાર, તોછડું, મિજાજી.

surmi'se (સર્માઇઝ઼), ના૰ અનુમાન, અટકળ. ઉ૰ક્રિ૰ અનુમાન-અટકળ-કરવી.

surmou'nt (સર્માઉન્ટ), સ૰ક્રિ૰ જીતવું, વટાવવું, હરાવવું; મુશ્કેલીઓ ઇ૰ પાર કરવું. ~**ed**, આચ્છાદિત.

sur'name (સર્નેમ), ના૰ અટક. સ૰ક્રિ૰ -ને અટક આપવી.

surpa'ss (સર્પાસ), સ૰ક્રિ૰ -થી ચડી જવું-ચડિયાતું હોવું.

surpa'ssing (સર્પાસિંગ), વિ૰ બીજાઓથી ઘણું વધારે કે ચડિયાતું.

sur'plice (સર્પ્લિસ), ના૰ લાંબી બાંયવાળો પાદરી ઇ૰નો ખૂલતો સફેદ ઝભ્ભો.

sur'plus (સર્પ્લસ), ના૰ બાકી રહેલો-ફાજલ પડેલો-જથો, સિલક. વિ૰ સિલક (રહેલું), બાકી રહેલું.

surpri'se (સર્પ્રાઇઝ઼), ના૰ કોઈને અચાનક પકડી પાડવું તે; આશ્ચર્ય, વિસ્મય (ની ભાવના); આશ્ચર્યકારક પ્રસંગ, ઘટના, ઇ૰. સ૰ક્રિ૰ ઓચિંતું પકડી પાડવું, ઓચિંતો છાપો મારવો, અચાનક આવી પડવું; આશ્ચર્યચકિત કરવું-થવું; ઉતાવળ કરીને-ખબર પડવા દીધા વિના-કશુંક કરાવી દેવું.

surre'alism (સરિઅલિઝ઼મ), ના૰ અતિવાસ્તવવાદ, અજાગ્રત મનની પ્રવૃત્તિઓને વ્યક્ત કરવાનો દાવો કરનાર કલા કે સાહિત્યનો પ્રકાર. **surre'alist** (-રિઅલિસ્ટ), વિ૰ અને ના૰. **surrea-li'stic** (-લિસ્ટિક), વિ૰.

surre'nder (સરે'ન્ડર), ઉ૰ક્રિ૰ સોંપી દેવું, -નો કબજો છોડી દેવો; (શત્રુ)ને તાબે થવું, શરણે જવું; ટેવ, લાગણી, ઇ૰ને વશ થવું; તરત મળતી ઓછી રકમ માટે વિમાની પૉલિસીની રૂએ મળેલા અધિકાર

છોડી દેવા. ના૦ તાબે થવું તે, **સમર્પણ**, સોંપણી.

surrepti'tious (સરપ્ટિશસ), વિ૦ ચોરીથી કરેલું; અપ્રામાણિક.

su'rrogate (સરગેટ), ના૦ દુય્યમ અધિકારી, વિ૦ક૦ બિશપનો; બદલી.

surrou'nd (સરાઉન્ડ), સ૦ક્રિ૦ ચોતરફ –આસપાસ- ફરી વળવું; ચારે બાજુથી ઘેરી –આંતરી–લેવું, ઘેરવું. ના૦ કિનાર કે કોર, વિ૦ક૦ ભીંતો અને શેતરંજી વચ્ચેનો વિસ્તાર.

surrou'ndings (સરાઉન્ડિંગ્ઝ), ના૦ બ૦વ૦ આસપાસની બધી વસ્તુઓ, પ્રદેશ, ઇ૦; આસપાસની સ્થિતિ, વાતાવરણ.

sur'tax (સર્ટૅક્સ), ના૦ વધારાનો કર, વિ૦ ક૦ અમુક રકમથી વધારે આવક પર લેવાતો. સ૦ ક્રિ૦ વધારાનો કર લાદવો – નાખવો.

survei'llance (સર્વેલન્સ), ના૦ દેખરેખ; જાપ્તો, પહેરો, વિ૦ક૦ શંકિત માણસ પર.

survey' (સર્વે), સ૦ ક્રિ૦ -ની ઉપર સામાન્ય નજર ફેરવવી, ઝીણવટથી – કાળજીપૂર્વક – જોવું; કોઈ પ્રદેશ કે મિલકતની પાહણી–મોજણી–કરવી. ના૦ (**sur'vey**) સર્વેક્ષણ, પાહણી, મોજણી, મોજણી કરીને તૈયાર કરેલો નકશો – પ્લૅન. ઝીણવટપૂર્વક તપાસ.

survey'or (સર્વેઅર), ના૦ મોજણીદાર, ધોરી રસ્તા, માપ, વજન ઇ૦ પર દેખરેખ રાખનાર અધિકારી.

survi'val (સર્વાઇવલ), ના૦ કોઈના મરી ગયા પછી પાછળ જીવતા રહેવું તે; ભૂતકાળનો અવશેષ.

survi've (સર્વાઇવ), ઉ૦ ક્રિ૦ કોઈના મરી ગયા પછી જીવવું – જીવતા રહેવું; કોઈ સંકટ કે અકસ્માતમાંથી બચી જવું – જીવતા બહાર નીકળવું. **survi'vor** (-વર), ના૦.

sus (સસ), સ૦ક્રિ૦ [વિ૦બો૦] ~ (**out**), તપાસ કરવી, નિરીક્ષણ કરવું, સમજવું.

susce'ptible (સસે'પ્ટિબલ), વિ૦ ઝટ અસર થાય એવું, સહજ લાગણીવશ (થનારું); -ગ્રાહી, અક્ષણક્ષમ; સંવેદનશીલ. **susceptibi'lity** (-બિલિટિ), ના૦.

suspe'ct (સસ્પે'ક્ટ), સ૦ ક્રિ૦ -નું અસ્તિત્વ અથવા ઉપસ્થિતિ હોય એમ લાગવું; -નો શક – સંશય–અંદેશો–રાખવો – હોવો; ઉપર વહેમ હોવો – આણવો; -ને લાગવું; -ની સચ્ચાઈ – ખરાપણા કે નિર્દોષતા વિષે શંકા રાખવી – હોવી. ના૦ (**su'spect**) શકમંદ માણસ. વિ૦ સંશયાસ્પદ, અવિશ્વસનીય.

suspe'nd (સસ્પે'ન્ડ), સ૦ ક્રિ૦ લટકાવવું; થોડા સમય માટે બિનઅમલી કે અનિર્ણીત રાખવું; હોદ્દા કે કામ પરથી કામચલાઉ દૂર કરવું.

suspe'nded (પ્રવાહીમાં ઘન પદાર્થ અંગે) ઉપલી સપાટી ને તળિયા વચ્ચે તરતું. ~ **sentence**, સારા વર્તનની શરતે સજાનો અમલ ન કરવો – થવો – તે.

suspe'nder (સસ્પે'ન્ડર), ના૦ [બ૦વ૦] મોજાંને ઉપર બાંધી રાખવાના બંધ; [અમે.] પાટલૂનના ખભે ભરાવવાના પટા. ~ **belt**, સ્ત્રીનું અંદરથી પહેરવાનું પટાવાળું વસ્ત્ર.

suspe'nse (સસ્પે'ન્સ), ના૦ અનિશ્ચિત સ્થિતિ, અનિશ્ચય; ઉચાટ, ઉધરાવો.

suspe'nsion (સસ્પે'ન્શન), ના૦ લટકાવવું અથવા લટકવું તે; પ્રવાહીમાં તરતા કણોનો બનેલો પદાર્થ; વાહન જેને લીધે તેની ધરી પર રહે છે તે સાધન. ~ **bridge**, સડક સાથેનો લટકતો પુલ.

suspi'cion (સસ્પિશન), ના૦ શંકા કરવી અથવા શંકા થવી તે, વહેમ, અણવિશ્વાસ; જરાક સ્વાદ.

suspi'cious (સસ્પિશસ), વિ૦ સંશયાસ્પદ, અવિશ્વાસવાળું, વહેમી.

sustai'n (સસ્ટેન), સ૦ ક્રિ૦ -નો ભાર ઝીલવો કે ખમવો, ટકાવી રાખવું, સહન કરવું (ઈજા, નુકસાન, હાર, ઇ૦); (ન્યાયાધીશ અંગે) -ની તરફેણમાં ચુકાદો આપવો, -નું સમર્થન કરવું; નભાવવું; પુરાવા ઇ૦થી સિદ્ધ કરવું, પુષ્ટિ આપવી.

su'stenance (સસ્ટિનન્સ), ના૦ ગુજરાન; પોષણ, ખોરાક.

su'ture (સૂચર), ના૦ [શસ્ત્રવૈદક] ટાંકા મારીને જખમ બંધ કરવો–ટાંકા મારવા -તે.

સ૦ ક્રિ૦ ટાંકા મારીને સીવવું.

su'zerain (સૂઝ઼રેન), ના૦ સરંજામદાર, અન્તર્ગત બાબતોમાં સ્વાયત્ત એવા એક રાજ્ય પર કોઈ પ્રકારનું વર્ચસ્વ ધરાવનાર બીજું રાજ્ય કે રાજા. **su'zerainty** (-રૅન્ટિ), ના૦.

svelte (સ્વે'લ્ટ), વિ૦ પાતળું, નાજુક, મનોહર.

S. W., સંક્ષેપ South-West(ern).

swab (સ્વૉબ), ના૦ સફાઈ કરવાનું કે લૂછવાનું પોતું કે કૂચો; શસ્ત્રવૈદકમાં વપરાતું પ્રવાહીને શોષી લેનાર પૅડ-લૂગડાનો વીંટો; તપાસ માટે લીધેલો લોહી, પરુ, ઇ૦નો નમૂનો. સ૦ ક્રિ૦ પોતું કરવું, લૂગડાથી (હોય તેમ) લૂછી લેવું.

swa'ddle (સ્વૉડલ), સ૦ ક્રિ૦ પાટાવતી કે લુગડાંમાં કસીને વીંટવું. **swa'ddling-clothes**, નવજાત બાળકને તેનું હલન-ચલન બંધ રહે તે માટે કસીને વીંટવાના પાટા; [લા.] કડક નિયંત્રણ.

swag (સ્વૅગ), ના૦ ફૂલ, ફળ, ઇ૦નું શોભાનું તોરણ, તેની કલાત્મક પ્રતિકૃતિ; [વિ૦ બો૦] ચોરીનો માલ, લૂંટ; [વિ૦ બો૦] અપ્રામાણિકપણે કરેલી પ્રાપ્તિ; [ઑસ્ટ્રે.] પ્રવાસીનું પોટલું.

swa'gger (સ્વૅગર), અ૦ ક્રિ૦ ડોળ, ગર્વ, ઘમંડ, ઇ૦થી ચાલવું-વર્તવું; બડાઈ હાંકવી. ના૦ અક્કડ ચાલ; ડંફાસ, શેખી.

swain (સ્વેન), ના૦ જુવાન ગામડિયો, અનુનય કરનાર ગોવાળિયો; [મજાકમાં] આશક.

swa'llow[1] (સ્વૉલો), ઉ૦ક્રિ૦ ગળી જવું, ગળે ઉતારવું; ઘેરી લેવું; ભોળપણથી અથવા ચૂપચાપ સ્વીકારવું; કશુંક ગળી જવાની જેમ સ્નાયુની ક્રિયા-હાલચાલ-કરવી; લાગણી વ્યક્ત ન થવા દેવી. ના૦ ગળી જવું તે, ગળેલો કોળિયો.

swa'llow[2], ના૦ ચકલી-લો કે તેની જાતનું એક જંતુભક્ષક યાયાવર પક્ષી. **~-dive**, હાથ બાજુએ ફેલાવીને મારેલી ડૂબકી. **~-tail**, ઊંડા ફાંટાવાળી પૂછડીવાળું પતંગિયું ઇ૦; [એક વ૦ કે બ૦વ૦માં, વાત૦] ફાંટાવાળો કોટ.

swam (સ્વૅમ), **swim**નો ભૂ૦કા૦.

swamp (સ્વૉમ્પ), ના૦ ભેજવાળી પોચી જમીન, કળણ. સ૦ક્રિ૦ પાણીથી તરબોળ-જળબંબોળ-કરવું; હોડી ઇ૦ને પાણીથી ભરી દઈ ને ડુબાડી નાખવું; ખૂબ સંખ્યા કે જથા વડે દબાવી દેવું-ભરી નાખવું. **swa'mpy** (સ્વૉમ્પિ), વિ૦.

swan (સ્વૉન), ના૦ રાજહંસ. **~-sdown**, (-ઝ્-) રાજહંસનાં અંદરનાં સુંવાળાં પીછાં; એક બાજુ ફૂલવાળું જાડું સુતરાઉ કાપડ. **~-song**, [લા.] માણસની આખરી રચના, ભજવણી, કૃતિ, ઇ૦. **~-upping**, ટેમ્સ નદીના હંસોને ભેગા કરી તેમની વાર્ષિક આંકણી કરવી તે.

swank (સ્વૅંક), અ૦ક્રિ૦ અને ના૦ ડોળ કે દેખાવ (કરવો), ડંફાસ(મારવી), મિજાજ(કરવો). **swa'nky** (-કિ), વિ૦.

swa'nnery (સ્વૉનરિ), ના૦ રાજહંસો રાખવાની જગ્યા.

swap, swop, (સ્વૉપ), ઉ૦ક્રિ૦ [વાત.] અદલાબદલ-વિનિમય-કરવો. ના૦ વિનિમય (કરવો તે). વિનિમય કરવાની વસ્તુ.

sward (સ્વર્ડ), ના૦ [સાહિત્ય.] ટૂંકું ઘાસ; ટૂંકા ઘાસવાળું મેદાન.

swarm[1] (સ્વૉર્મ), ના૦ નવો મધપૂડો વસાવવા માટે રાણી સાથે નીકળી પડેલું મધમાખીઓનું ટોળું; મોટું ઝુંડ-સમુદાય, વિ૦ક૦ ઊડતું અથવા આમતેમ ફરતું. અ૦ક્રિ૦ ટોળામાં અથવા ટોળાની જેમ ફરવું-જવું; ભેગા થવું, ટોળે વળવું; (મધમાખીઓ અંગે) મધપૂડો છોડીને મોટી સંખ્યામાં જવું. -થી પાદાક્રાન્ત થવું અથવા ખીચોખીચ ભરાઈ જવું.

swarm[2], ઉ૦ક્રિ૦ ઘૂંટણ અને હાથ વતી સજ્જડ પકડીને ઉપર ચડવું.

swar'thy (સ્વૉર્ધિ), વિ૦ કાળું પડેલું, કાળાશ પડતું.

swa'shbuckler (સ્વૉશ્બક્લર), ના૦ શેખીખોર ગુંડ-મવાલી. **swa'shbuckling** (-ક્લિંગ), વિ૦ અને ના૦.

swa'stika (સ્વૉસ્ટિકે), ના૦ સ્વસ્તિક.

swat (સ્વૉટ), સ૦ક્રિ૦ ઝાપટ મારવી, ફટકો મારીને કચડી નાખવું (માખ ઇ૦). ના૦ ફટકો (મારવો તે).

swatch (સ્વૉચ), ના૦ નમૂનો, વિ૦ક૦ કાપડનો, નમૂના(નો સંગ્રહ).

swath (સ્વૉથ), ના૦ [બ૦વ૦ ~s સ્વૉધ્ઝ઼્], **swathe**[1] (સ્વેધ), ના૦ કાપણી કરેલા ઘાસ, અનાજ, ઇ૦નો પટો; તેથી ઢંકાયેલી જગ્યા; દાતરડાના ઝપાટાથી કપાયેલા ઘાસ ઇ૦ના પટાની પહોળાઈ.

swathe[2] (સ્વેધ), સ૦ક્રિ૦ લૂગડામાં વીંટવું, પાટા વતી બાંધવું.

sway (સ્વે), ઉ૦ક્રિ૦ અસ્થિરપણે ઝૂલવું; ઢચુપચુ થવું; ઝુલાવવું; -ની ઉપર વજન ધરાવવું-હોવું; ઉપર રાજ્ય કરવું. ના૦ ઝૂલવું તે, ઝોલું; રાજ્ય(સત્તા), સરકાર.

swear (સ્વે'અર), ઉ૦ક્રિ૦ [**swore; sworn**] સોગન લેવી, સમ ખાવા; સોગન ખાઈ ને કશુંક કહેવું-વચન આપવું; શાપ કે ગાળો દેવી; સમ ખવડાવવા, પ્રતિજ્ઞા લેવડાવવી. ~ **by**, -ના સોગન ખાવા; [વાત.]-માં ખૂબ વિશ્વાસ હોવો-હોવાનું કહેવું. ~ **in**, શપથ લેવડાવીને હોદ્દા પર બેસાડવું. ~ **off**, સોગન લઈ ને દારૂ ઇ૦ છોડવું-છોડી દેવું. ~ **to**, [વાત.] સોગન ખાઈ ને પોતાને ખાતરી છે એમ કહેવું. ~**-word**, શાપ, ગાળ, ઇ૦.

sweat (સ્વે'ટ), ના૦ પરસેવો, પરસેવાથી રેબઝેબ થયાની હાલત-અવધિ; [વાત.] ચિંતાની સ્થિતિ; [વાત.] ગદ્ધાવૈતરું, સખત મહેનત, મહામહેનતનું કામ; સપાટી પર જામતા પરસેવા જેવાં ટીપાં. ઉ૦ક્રિ૦ -ને પરસેવો છૂટવો-થવો; [લા.] ભયભીત થવું, સહન કરવું; પરસેવાની જેમ બહાર કાઢવું; વ્યાયામ કરાવીને પરસેવો કાઢવો; ખૂબ મહેનત-વૈતરું-કરવું-કરાવવું. ~**-band**, ટોપીની અંદર કે પહોંચા પર બાંધેલો પરસેવો શોષી લેનાર પટો. ~**-shirt**, બાંયવાળું સુતરાઉ સ્વેટર-ગંજીફરાક. ~**-shop**, જ્યાં મજૂરો પાસે સખત કામ લેવાય છે એવી જગ્યા. **sweated labour**, તેલ કાઢે એવી સખત મજૂરી, ઓછો પગાર આપીને લાંબો વખત કામ પર નીમેલા માણસો. **swea'ty** (સ્વે'ટિ), વિ૦.

swea'ter (સ્વે'ટર), ના૦ ઊન ઇ૦નો, ગંજીફરાક.

Swede (સ્વીડ), ના૦ સ્વીડનનું વતની. (**s**~) સલગમની મોટી જાત.

Swe'dish (સ્વીડિશ), વિ૦ સ્વીડનનું, તેના લોકોનું કે ભાષાનું. ના૦ સ્વીડનની ભાષા.

sweep (સ્વીપ), ઉ૦ ક્રિ૦ [**swept**] ઝડપથી પસાર થવું - વહી જવું; બાદશાહની જેમ પસાર થવું; સતત વળાંક લેતા કે ઢોળાવમાં લંબાતા જવું; ઝડપથી ચાલવાની ગતિ આપવી; પોતાની સાથે જોરથી તાણી જવું; ઝડપથી અંતર કાપવું કે ફેલાવું; હળવેથી, પડખે પડખે, ઉપર થઈ ને પસાર થવું; માંથી બધું સાફ કરવું, સાવરણી ઇ૦થી વાળી કાઢવું; સાવરણીવતી (હોય તેમ) ભેગું કરવું. ના૦ ઝપાટો, ઝપાટામાં પસાર થવું તે, સતત વળાંક લેતું આગળ વધવું તે, શત્રુના વિમાનોના જૂથ દ્વારા લશ્કરી મથકો ઇ૦ની તપાસ; ઝડપી ગતિ અથવા વિસ્તાર; રસ્તા ઇ૦માં વળાંક; ખલાસીએ ઊભા રહીને ચલાવવાનું લાંબું હલેસું; ધુમાડિયું સાફ કરનાર; મર્યાદા, ટપ્પો વિસ્તાર; [વાત.] = sweepstake. ~ **the board**, જુગટાની રમતમાં બધા પૈસા જીતવા; [લા.] હોય તે બધા ઇનામો જીતવાં. ~**'stake**, એક જાતનો ઘોડાની શરત ઇ૦નો જુગાર, જેમાં હોડમાં મૂકેલા બધા પૈસા ટિકિટોવાળા વચ્ચે વહેંચાય છે.

swee'ping (સ્વીપિંગ), વિ૦ ખૂબ વ્યાપક, મર્યાદાઓ અને અપવાદોની પરવા કર્યા વિનાનું.

sweet (સ્વીટ), વિ૦ ગળ્યું, મીઠું; સુગંધી; સુસ્વર, મધુર; તાજું; કડવું કે ખાટું નહિ એવું; સંતોષજનક; વહાલું, પ્રેમી; મળતાવડું, ભલું; [વાત.] ખૂબ સુંદર - રૂપાળું. ના૦ મીઠાઈ; પક્વાન; [બ૦વ૦] સુખો, આનંદદાયક વસ્તુઓ; વહાલી, વહાલા. ~**'bread**, સ્વાદુપિંડ, પ્લીહા, (ખાદ્ય તરીકે). ~**-brier**, એક ફૂલ અને સુગંધી પાંદડાંવાળું ગુલાબ. ~ **chestnut**, બદામ

જેવું એક ઝાડ કે તેનું ફળ, ખાદ્ય ચેસ્નટ. **~ corn**, મકાઈ. **~'heart**, પ્રિયા અથવા પ્રીતમ. **~meat**, મીઠાઈનું ચકતું, ચૉકલેટ ઇ૦. **~ pea**, ભપકાદાર સુગંધી ફૂલવાળો બગીચાનો એક છોડ. **~ pepper**, મરચાની એક સૌમ્ય જાત. રાતી મરી. **~ potato**, શકરિયું. **~ tooth**, ગળપણ માટે રુચિ. **~-william**, સુગંધી ફૂલોવાળો બગીચાનો એક છોડ.

swee'ten (સ્વીટન), ઉ૦ ક્રિ૦ (વધુ) ગળ્યું કરવું – થવું.

swee'tening (સ્વીટનિંગ), ના૦ ગળ્યું બનાવનાર પદાર્થ.

swee'tie (સ્વીટિ), ના૦ [વાત.] મીઠાઈ; વહાલી, વહાલો.

swell (સ્વે'લ), ઉ૦ ક્રિ૦ [ભૂ૦કૃ૦. **swo'llen** (સ્વોલન) અથવા **swe'lled**] (કદ, અવાજ, ઇ૦ને) મોટું કરવું – થવું; વધારવું, વધવું; ફુલાવવું. ફૂલવું; પહોળું કરવું – થવું; સોજો ચડવો – આવવો; કદ અથવા જોર અથવા તીવ્રતા વધારવી – -માં વધવું. ના૦ સોજો, ફુગાવો; દરિયામાં ઉપરાઉપરી મોટાં મોજાં ઊછળવાં તે; [સં] ધીમેધીમે ચડતા સૂરથી ગવાયેલું ગીત; ધીમે ધીમે અવાજ બદલવા માટેની કે મોટો કરવાની 'ઑર્ગન'ની ચાવી; [વાત.] રુઆબદાર પોશાક પહેરેલો પૈસાદાર માણસ; જાણીતી અથવા સમર્થ વ્યક્તિ. વિ૦ રુઆબદાર પોશાકવાળું, તીક્ષ્ણ બુદ્ધિવાળું, નામાંકિત, પ્રથમકોટિનું.

swe'lling (સ્વે'લિંગ), ના૦ સોજો, ફુગાવો ઇ૦.

swe'lter (સ્વે'લ્ટર), અ૦ ક્રિ૦ ખૂબ ઘામ કે અકળામણ થવી. ના૦ ઘામ, બફારો.

swept (સ્વે'પ્ટ), **sweep**નો ભૂ૦ કા૦ તથા ભૂ૦ કૃ૦. **~-back**, (વાળ અંગે) ચહેરા પરથી પાછળ સરકાવેલા; (વિમાનની પાંખ અંગે) વિમાનની ધરી સાથે લઘુકોણ કરતી. **~-up** (વાળ અંગે) ઉપરની બાજુ તરફ હોળેલા. **~-wing**, (વિમાન અંગે) ધરી સાથે લઘુકોણ કરતી પાંખોવાળું.

swerve (સ્વર્વ), ઉ૦ક્રિ૦ બાજુએ ખસવું– ખસેડવું, સીધા માર્ગથી ખસવું – ખસેડવું, આડું ફંટાવું, વિ૦ ક૦ અચાનક. ના૦ ચળવું તે, સ્ખલન.

swift (સ્વિફ્ટ), વિ૦ ઉતાવળું, ઝડપી. વેગવાન, શીઘ્ર. ના૦ લાંબી પાંખોવાળું ઝડપથી ઊડનારું એક જંતુભક્ષક પક્ષી.

swig (સ્વિગ), ઉ૦ ક્રિ૦ [વાત.] મોટા ઘૂંટડા પીવા. ના૦ મોટો ઘૂંટડો (વિ૦ ક૦ દારૂનો) (લેવાની ક્રિયા).

swill (સ્વિલ), ઉ૦ક્રિ૦ ધોઈ નાખવું, વીંછળવું, પાણીથી સાફ કરવું; દારૂ ઢીંચવો. ના૦ ધોઈ નાખવું તે; ડુક્કરને ખવડાવવાનો એંઠવાડ(પાતળો); હલકી જાતનો દારૂ.

swim (સ્વિમ), ઉ૦ક્રિ૦ [**swam**; **swum**] પાણીની સપાટી ઉપર કે સપાટીએ તરવું, તરતા રહેવું; તરે તેમ કરવું; -થી તરબોળ થવું; ચક્કર કે તમ્મર આવવાં, માથું ભમવું, આંખની સામે ગોળ ગોળ ફરવું; પાણીમાં તરવું. ના૦ તરવું તે, તરણ; [લા.] વર્તમાન ઘટનાઓનો પ્રવાહ. **~-suit**, તરવાનો પોશાક. **swimming-bath**, **-pool**, તરણકુંડ, સ્નાનાગાર. **swimming-costume**, તરવાનો પોશાક.

swi'mmingly (સ્વિમિંગ્લિ), ક્રિ૦વિ૦ સરળ નિર્વિઘ્ન પ્રગતિ સાથે.

swi'ndle (સ્વિન્ડલ), ઉ૦ક્રિ૦ છેતરવું ધૂતવું, દગાથી લઈ લેવું. ના૦ છેતરવું તે, છેતરપિંડી; છળકપટ; સ્વાંગ.

swine (સ્વાઇન), ના૦ [બ૦વ૦ એ જ] ડુક્કર; [વાત.] નફરત પેદા કરનાર–અણગમતો–માણસ કે વસ્તુ.

swing (સ્વિંગ), ઉ૦ક્રિ૦ [**swung**] ઝૂલવું, ઝોલા ખાવા, ઝુલાવવું; લોલક, બારણું, ઇ૦ની જેમ આમતેમ–આગળપાછળ –હાલવું; હાથ હલાવતાં હલાવતાં ચાલવું; વાંસ કૂદકો મારવો; મુક્કો મારવા તાકવું; ઝૂલતા ઠેકા સાથે ગાવું; [વિ૦બો૦] આનંદી, અદ્યતન, ઇ૦ હોવું. -ની ઉપર નિર્ણાયક અસર પડવી. ના૦ ઝૂલવું તે, ઝોલો, ઝોલાની ગતિ-મર્યાદા; ઝૂલતી અથવા સરળ ચાલ, લય અથવા કૃતિ; ઝૂલો; હીંચકો; ઝૂલા

ખાવા તે; લયવાળું સરળ જાઝ્ નૃત્ય. **~-boat,** મેળા ઇ૦માં હોડીના આકારનો ઝૂલો. **~ bridge,** વહાણો ઇ૦ને પસાર થવા દેવા માટે અંશતઃ કે આખો ખસેડી શકાય એવો ઝૂલતો પુલ. **~-door,** બંને બાજુએ ઊઘડતું અને છોડી દીધા પછી આપોઆપ બંધ થતું બારણું. **~-wing,** (વિમાન અંગે) આગળપાછળ ધકેલી શકાય એવી પાંખોવાળું.

swi'ngeing (સ્વિન્જિંગ), વિ૦ જોરદાર, પ્રચંડ, અડાબીડ.

swi'nish (સ્વાઇનિશ), વિ૦ પાશવી, ગંદું.

swipe (સ્વાઇપ), ઉ૦ક્રિ૦ [વાત.] બેફામ રીતે સખત મારવું, [વિ૰બો૦] ચોરવું, પકડવું, આંચકી લેવું. ના૦ [વાત.] બેફામ-પણે મારેલો ફટકો.

swirl (સ્વર્લ), ના૦ વમળના જેવી ગોળ ગોળ ફરવાની ગતિ, મરડવું તે, આમળો. ઉ૦ક્રિ૦ વમળની જેમ ભમવું, ગોળ ગોળ ફેરવીને લઈ જવું – જવાવું.

swish (સ્વિશ), ઉ૦ક્રિ૦ સોટી, દાતરડું, અવાજ થાય એવી રીતે હવા, ઘાસ, ઇ૦માં રવવું; તેમ કરીને ફૂલ વગેરે કાપવું; એવો અવાજ કરવો–કરતાં કરતાં આગળ જવું; સોટી વતી મારવું. ના૦ હવામાં સોટી જલદી ફેરવતાં થતો અવાજ. વિ૦ રુઆબદાર, ફેશનબલ. આધુનિક શૈલીવાળું.

Swiss (સ્વિસ), વિ૦ અને ના૦ [બ૦ વ૦ એ જ] સ્વિટ્ઝરલન્ડનું (વતની). **~ roll,** પાતળી ચપટી પોચી રોટીનો મુરબ્બા ઇ૦ સાથેનો વીંટો.

switch (સ્વિચ), ના૦ વીજળીના તાર, રેલના પાટા, જોડવાની કે અલગ કરવાની કળ; સોટી, છડી; ખરા કે બનાવટી વાળનો ચોટલો, ગંગાવન; ફેરફાર, ફેરબદલ. સ૦ ક્રિ૦ કળવતી ચાલુ કે બંધ કરવું, જોડવું કે અલગ કરવું, ફેરફાર કરવો; એકદમ આંચકી લેવું; ચાબુક કે સોટી વતી મારવું. **~back,** ગંમત ખાતર બનાવેલી ઢોળાવ પરથી ઊતરતી કે ચડતી વાંકીચૂંકી રેલવે. **~-blade,** સ્પ્રિંગથી બહાર પડતા પાનાવાળું ખિસ્સા ચપ્પુ. **~'board,** વીજળીના પ્રવાહનાં કે ટેલિફોનનાં જોડાણોની કળો કે બટનોવાળું પાટિયું, 'સ્વિચ્‌બોર્ડ'.

swi'vel (સ્વિવલ), ના૦ ભંવરકડી, બે ભાગને જોડનારો નકૂચો અને કડી જેમાંથી એક સ્થિર રહીને બીજો ગોળ ફરી શકે છે. ઉ૦ ક્રિ૦ નકૂચાની ફરતે ફરવું – ફેરવવું. **~ chair,** ખીલા પર એક સપાટી પર ફરતી બેઠકવાળી ખુરશી.

swiz( ) (સ્વિઝ્), ના૦ [વિ૦ બો૦] છળ, કપટ; નિરાશા, આશાભંગ.

swi'zzle, (સ્વિઝ્લ), ના૦ [વાત.] મિશ્ર-દારૂ; [વિ૦ બો૦] છળ, કપટ. **~-stick,** દારૂ ઇ૦ પર ફીણ લાવવાની લાકડી.

swo'llen, (સ્વોલન), **swell**નું ભૂ૦ કૃ૦.

swoon (સ્વૂન), અ૦ ક્રિ૦ અને ના૦ [સાહિત્ય.] મૂર્છા (પામવું).

swoop (સ્વૂપ), અ૦ ક્રિ૦ શિકારી પક્ષીની જેમ નીચે ઊતરી તરાપ મારવી, (ઉપર) ઓચિંતો હુમલો કરવો. ના૦ તરાપ, અચાનક હુમલો. **at one (fell)~,** એક સપાટે–ફટકે.

swop (સ્વૉપ), જુઓ **swap.**

sword (સૉર્ડ), ના૦ તલવાર. **cross ~s,** -ની સાથે લડવું–ઝઘડામાં પડવું. **put to the ~,** મારી નાખવું. **~-dance,** જેમાં નર્તક હાથમાં તલવારો ફેરવે છે અથવા જમીન પર પડેલી તલવારોની આસપાસ નાચે છે એવું ખડ્ગનૃત્ય. **~'fish,** તલવાર જેવા લાંબા ને અણિયાળા ઉપરના જડબાવાળી મોટી દરિયાઈ માછલી. **~-play,** તલવારની પટાબાજી; [લા.] દલીલબાજી. **~sman** (-ઝ્‌મન), તલવાર બહાદુર. **~-stick,** ગુપ્તી.

swore (સ્વોઅર), **swear** નો ભૂ૦કા૦.

sworn, (સ્વૉર્ન), **swear** નું ભૂ૦ કૃ૦. **~ brothers, friends,** ઘનિષ્ઠ–તદ્દન નજીકના – બંધુઓ – મિત્રો. **~ enemies,** કટ્ટર શત્રુઓ.

swot (સ્વૉટ), ના૦ [વિ૦ બો૦] સખત કામ કે અભ્યાસ; સખત કામ કરનાર માણસ, વિ૦ક૦ જ્ઞાનાર્જનમાં. ઉ૦ક્રિ૦ સખત મહેનત અભ્યાસ – કરવો. **~ up,** ઉતા-

વળથી અથવા કોઈ ખાસ પ્રસંગ માટે અભ્યાસ કરવો.

swum (સ્વમ), **swim** નું ભૂ૦ કૃ૦.

swung (સ્વંગ), **swing** નો ભૂ૦ કા૦ તથા ભૂ૦ કૃ૦. ~ **dash**, વારાફરતી બે વળાંકોવાળો ડૅશ (~).

sy'barite (સિબરાઇટ), ના૦ વિલાસી અને સ્રૈણ માણસ. **sybari'tic** (-રિટિક),વિ૦.

sy'camore (સિકમૉર), ના૦ મેપલની જાતનું મોટું ઝાડ.

sy'cophant (સિકફન્ટ), ના૦ ખુશામતિયો. **sy'cophancy** (-ફન્સિ), ના૦. **sycopha'ntic** (-ફૅન્ટિક), વિ૦.

sy'llabary (સિલબરિ), ના૦ સસ્વર - પૂર્ણ - અક્ષરનાં ચિહ્નોવાળી લિપિ.

sylla'bic (સિલૅબિક), વિ૦ શબ્દના અવયવ કે વરડીનું - સંબંધી.

sy'llable (સિલબલ), ના૦ એક સ્વરવાળો શબ્દ કે શબ્દનો ભાગ, શબ્દનો અવયવ; સસ્વર અક્ષરનું વાચક ચિહ્ન, એક અક્ષર; ઓછામાં ઓછું ભાષણ અથવા લેખન.

sy'llabub (સિલબબ), ના૦ મલાઈ અથવા દૂધની દારૂના મિશ્રણવાળી એક વાની.

sy'llabus (સિલબલ), [બ૦ વ૦ ~**es**, **-bi** -બાઇ] અભ્યાસક્રમ.

sy'llogism (સિલજિઝ્મ), ના૦ સાધ્ય પ્રમાણ, પક્ષપ્રમાણ અને અનુમાનવાળી તર્કની ત્રિપદી. **syllogi'stic** (-જિસ્ટિક), વિ.

sylph (સિલ્ફ), ના૦ વાયુદેવતા, પાતળી સુંદર નાર, તન્વંગી.

sy'lvan, = **silvan.**

symbio'sis (સિમ્બિઓસિસ), ના૦ [બ૦વ૦ **-o'ses** -ઓસીઝ઼] સહજીવન, પરસ્પરોપજીવન. **symbio'tic** (-ઑટિક), વિ૦.

sy'mbol (સિમ્બલ), ના૦ સંકેતચિહ્ન, પ્રતીક. **symbo'lic(al)** [-બૉલિક (લ)], વિ૦.

sy'mbolism (સિમ્બલિઝ્મ),ના૦ચિહ્ન કે પ્રતીક દ્વારા વ્યક્ત કરવું તે. પ્રતીકવાદ. **symbo'list** (સિમ્બલિસ્ટ), ના૦.

sy'mbolize (સિમ્બલાઇઝ઼), સ૦ક્રિ૦ -નું ચિહ્ન કે પ્રતીક હોવું, પ્રતીક દ્વારા વ્યક્ત કરવું.

sy'mmetry (સિમિટ્રિ), ના૦ સમપ્રમાણ(તા), તેને લીધે થતી વસ્તુની સુંદરતા, એકબીજાની અથવા કોઈ કેન્દ્રની સામે આવતા તદ્દન સરખા ભાગો. **symme'tric(al)** (-મેટ્રિક,-કલ), વિ૦.

sympathe'tic (સિમ્પથૅટિક), વિ૦. સહાનુભૂતિનું - પ્રદર્શક-વાળું -ને લીધે થતું, ગમે એવું, અવિરોધી. ~ **magic**, સંબદ્ધ વસ્તુ દ્વારા કોઈની ઉપર અસર કરવા તાકતું જાદુ.

sy'mpathize (સિમ્પથાઇઝ઼), અ૦ ક્રિ૦ બીજા માટે લાગણી-સહાનુભૂતિ-થવી-વ્યક્ત કરવી.

sy'mpathy (સિમ્પથિ), ના૦ સહાનુભૂતિ, અનુકંપા, અનુકૂળ વૃત્તિ. **in** ~, સહાનુભૂતિમાં - વાળું -ને લીધે થતું.

sympho'nic (સિમ્ફૉનિક), વિ૦ સ્વરસંગતિનું - વાળું -ના જેવું. ~ **poem**, (બહુધા વર્ણનાત્મક અથવા ભાવાત્મક) વાદ્યવૃન્દ પર રજૂ કરાતી કૃતિ.

sy'mphony (સિમ્ફનિ), ના૦ સંપૂર્ણ વાદ્યવૃન્દ માટે ત્રણ કે વધારે ભાગવાળી લાંબી સંગીતરચના.

sy'mphysis (સિમ્ફિસિસ), ના૦ [બ૦ વ૦ **-physes** -સીઝ઼] અસ્થિસંધિ. બે હાડકાં કે ભાગોનું જોડાણ, તેની જગ્યા કે રેખા.

sympo'sium (સિમ્પોઝ઼િઅમ), ના૦ [બ૦વ૦ **-sia**] ચર્ચા પરિષદ; વિશિષ્ટ વિષયો પર ભાષણો કે લેખોનો સંગ્રહ.

sy'mptom (સિમ્પ્ટમ), ના૦ લક્ષણ, ચિહ્ન; રોગનું કે ઈજાનું લક્ષણ. **symptoma'tic** (-મૅટિક), વિ૦.

sy'nagogue (સિનગૉગ), ના૦ યહૂદી લોકોનું દેવળ, તેમાં ઉપાસના ઉપદેશ માટે ભેગી થતી મંડળી.

sync(h) (સિંક), ના૦ [વાત.] એકી વખતે - એકીસાથે-કરવું - થવું-તે, સમકાલિકતા. સ૦ ક્રિ૦ એકી વખતે કરવું - થવું.

sy'nchromesh (સિંક્રમે'શ), વિ૦ અને

ના० વિ० ક० મોટરગાડીના ગિઅર બદલવાની યોજના.

sy'nchronize (સિંક્રનાઇઝ઼), ઉ० ક્રિ० સમકાલિક કરવું–થવું. **synchroniza'tion** (-નાઇઝે઼શન), ના०. **sy'nchronous** (સિંક્રનસ), વિ० -ની સાથે એકી વખતે થતું – હોવું; એકી વખતે સરખા વેગથી કામ કરનારું.

sy'nchrony (સિંક્રનિ), ના० સમકાલીનતા.

sy'ncopate (સિંકપેટ), ઉ० ક્રિ० વચલો અક્ષર કે અક્ષરો બાદ કરીને શબ્દ ટૂંકાવવો –નો સંક્ષેપ કરવો; [સંગીતમાં] તાલ કે સ્વર બદલવા. **syncopa'tion** (-પેશન),ના०.

sy'ncope (સિંકપિ), ના० એવો સંક્ષેપ; રક્તદાબ નીચે ઊતરવાને લીધે થતી બેભાન અવસ્થા; મૂર્છા.

syncre'tic (સિંક્રીટિક), વિ० જુદી જુદી વિચારસરણીઓ વચ્ચે સમન્વયનો પ્રયત્ન કરનારું, વિ०ક० કશા મેળ વિના. **sy'ncretism** (-ટિઝ઼મ), ના०. **sy'ncretist** (-ટિસ્ટ), ના०. **syncreti'stic** (-ટિસ્ટિક), વિ०. **sy'ncretize** (-ટાઇઝ઼), ઉ० ક્રિ०.

sy'ndicalism (સિન્ડિકલિઝ઼મ), ના० (મજૂર) મહાજનસત્તાવાદ, ઉત્પાદનનાં સાધનોની માલિકી અને વિતરણનું નિયંત્રણ મજૂરસંઘોને હસ્તક કરવાની ચળવળ. **sy'ndicalist** (-લિસ્ટ), ના०.

sy'ndicate (સિંડિકટ), ના० કેટલાંક સમાન આર્થિક હિતો સાધવા માટેનું વેપારી પેઢીઓ ઇ०નું મંડળ;અનેક સામયિકોને લેખો, ઠઠ્ઠાચિત્રો, ઇ० એક સાથે પૂરું પાડનાર મંડળ; પ્રતિનિધિઓની કે સંચાલકોની સભા. ઉ० ક્રિ० (-કેટ) વેપારીઓ, ઉદ્યોગપતિઓ, ઇ०નું મંડળ બનાવવું; મંડળમાં જોડાયેલા અનેક છાપાઓમાં એકીવખતે પ્રકાશિત કરવું. **syndica'tion** (-કેશન), ના०.

sy'ndrome (સિંડ્રમ), ના० રોગમાં એકીસાથે દેખાતા લક્ષણોનો સમુદાય, અભિપ્રાયો, લાગણીઓ ઇ०નો લાક્ષણિક એકત્ર સમૂહ.

syne'cdoche (સિને'ક્ડકિ), ના० લક્ષણા(અલંકાર).

sy'nod (સિનડ), ના० બિશપો, પાદરીઓ અને સાધારણ લોકોની ધર્મસભા. **sy'nodal** (-ડલ) વિ०. **syno'dic(al)** (-નૉડિક,-કલ),વિ०.

sy'nonym (સિનનિમ), ના० સમાનાર્થક શબ્દ, પર્યાય. **synony'mity** (-મિટિ), ના०. **syno'nymous** (-નૉનિમસ), વિ०. **sino'nymy** (-નૉનિમિ), ના०.

syno'psis (સિનૉપ્સિસ), ના० [બ० વ० **-pses** -સીઝ઼), સારાંશ, સંક્ષેપ.

syno'ptic (સિનૉપ્ટિક), વિ० સારાંશ આપનારું, સારભૂત. **S~ Gospels**, બાઇબલમાંની મૅથ્યૂ, માર્ક અને લૂકની લગભગ સમાન હકીકત આપનારી શુભવાર્તાઓ –પુસ્તકો.

synovi'tis (સાઇનવાઇટિસ), ના० સાંધાના પોલાણની અન્તસ્ત્વચાનો સોજો.

sy'ntax (સિન્ટૅક્સ), ના० વાક્યરચના કે તેના નિયમો. **synta'ctic** (સિંટૅક્ટિક), વિ०.

sy'nthesis (સિન્થિસિસ), ના० [બ० વ० **-ses** -સીઝ઼] જુદા જુદા ભાગો કે ઘટક તત્ત્વોમાંથી આખી વસ્તુ બનાવવી તે, સાદાં દ્રવ્યોમાંથી કૃત્રિમ (વિ० ક० સેન્દ્રિય) પદાર્થો કૃત્રિમ રીતે પેદા કરવા તે; સમન્વય.

sy'nthesize (સિન્થિસાઇઝ઼), સ० ક્રિ० -નો સમન્વય કરવો. સાદાં દ્રવ્યોમાંથી કૃત્રિમ રીતે સેન્દ્રિય પદાર્થ બનાવવો.

sy'nthesizer (સિન્થિસાઇઝ઼ર), ના० અનેક જાતના ધ્વનિ પેદા કરનારું ઇલેક્ટ્રૉનિક સંગીત વાદ્ય.

synthe'tic (સિન્થે'ટિક), વિ० કૃત્રિમ; ના० કૃત્રિમ–બનાવટી – વસ્તુ.

sy'philis (સિફિલિસ),ના० ઉપદંશ, ગરમી **syphili'tic** (-લિટિક), વિ० અને ના०.

sy'ringe (સિરિંજ), ના० પિચકારી. સ० ક્રિ० પિચકારી મારવી–વતી છાંટવું.

sy'rup (સિરપ), ના० ચાસણી, શરબત, પ્રવાહી સ્વરૂપમાં ગોળ, [લા.] અતિ મીઠો સ્વભાવ. **sy'rupy** (-પિ), વિ०.

sy'stem (સિસ્ટમ), ના૦ સમગ્ર–આખી વસ્તુ; સટ, સંચ, એકબીજી સાથે જોડાયેલી વસ્તુઓ કે ભાગોનું સંગઠિત તંત્ર, દા. ત. પ્રાણીનું શરીર, રાજ્યતંત્ર; પદ્ધતિ, વ્યવસ્થા, રચના. **~s analysis**, કોઈ પ્રક્રિયાનું પૃથક્કરણ કરવાનું તંત્ર.

systema'tic (સિસ્ટમૅટિક), વિ૦ પદ્ધતિસરનું, વ્યવસ્થિત ગોઠવેલું, યોજનાબદ્ધ, યોજનાપૂર્વકનું.

sy'stematize (સિસ્ટમટાઇઝ઼), સ૦ ક્રિ૦ વ્યવસ્થિત – પદ્ધતિસરનું–બનાવવું. **systematiza'tion** (-ઝ઼ેશન), ના૦.

syste'mic (સિસ્ટે'મિક), વિ૦ આખા શરીરતંત્રનું; (જંતુનાશક દવા અંગે) મૂળ અને અંકુર દ્વારા છોડના કોશમંડળમાં દાખલ થતું.

sy'stole (સિસ્ટલિ), ના૦ હૃદય ઇ૦નું આકુંચન.

T

T,t, (ટી), ના૦ અંગ્રેજી વર્ણમાળાનો ૨૦-મો અક્ષર. **cross the t's**, ખૂબ બારીકાઈથી ચોકસાઈ કરવી. **to a T**, તદ્દન ચોક્કસ, ઝીણામાં ઝીણી બાબતમાં (મળતું ઇ૦). **T-junction**, બે રસ્તાનું 'T'ના આકારનું મિલન–જંક્શન. **T-shirt**, બહુધા બટન વિનાનું ગૂંથેલું સુતરાઉ શર્ટ. **T-square**, કાટખૂણા માપવાનું કે બનાવવાનું 'T'ના આકારનું સાધન.

t., સંક્ષેપ. ton(s); tonnoe(s).

ta (ટા), ઉદ્ગાર૦ [વાત૦ કે બાલભાષામાં] આભાર.

tab (ટૅબ), ના૦ કોઈ વસ્તુ પર પકડવા, બાંધવા કે ઓળખવા માટે જડેલો ટૂંકો પહોળો ચામડાનો પટો, કાપડની પટી અથવા કાગળ ઇ૦ની કાપલી; [વાત.] હિસાબ; દેખરેખ, નજર. **keep ~s on**, નજર તળે રાખવું, -નો હિસાબ રાખવો.

ta'bard (ટૅબર્ડ), ના૦ બખતર પરથી પહેરવાનો સરદારનો કુળચિહ્નોવાળો ડગલો; ચારણનો વિધિસરનો પોશાક; એ જ આકારનું સ્ત્રીનું કે બાળકનું વસ્ત્ર.

ta'bby (ટૅબિ), ના૦ **~(cat)**, બિલાડી (વિ૦ક૦ માદા), કાળાં ટપકાંવાળી ભૂખરી બિલાડી.

ta'bernacle (ટૅબર્નેકલ), ના૦ યહૂદીઓનો રખડપાટ દરમ્યાન પ્રાર્થના કે ઉપાસના માટેનો તંબૂ; 'નૉનકન્ફર્મિસ્ટ' (પ્રસ્થાપિત ધર્મથી જુદા પાડનાર) સંપ્રદાયના લોકોનું સભાગૃહ; છતવાળો ગોખલો કે પાત્ર.

ta'bla (ટૅબ્લૅ), ના૦ તબલા.

ta'ble (ટેબલ), ના૦ મેજ, ટેબલ; ટેબલ પર અપાતું મૂકેલું ખાવાનું; સમતલ જગ્યા, સપાટી; પથ્થરની શિલા, લાકડાનું પાટિયું, ઇ૦; તેની ઉપર કોતરેલું લખાણ; હકીકત કે આંકડાનું કોષ્ટક, કોઠો **at ~**, જમતી વખતે; જમતું. **lay, lie, on the ~**, અનિશ્ચિત સમય માટે મુલતવી રાખવું,–રાખવામાં આવવું. **turn the ~s**, આખી પરિસ્થિતિ ઉલટાવી દેવી. **~** સ૦ ક્રિ૦ ટેબલ પર મૂકવું (બધાને જોવા માટે); ચર્ચાવિચારણા માટે રજૂ કરવું. **~land**, ના૦ પઠાર, ઉચ્ચપ્રદેશ. **~spoon**, પીરસવાનો ચમચો, માપ તરીકે પણ વપરાય છે. **~tennis**, ટેબલ પર રમાતી ટેનિસ જેવી એક રમત, પિંગપૉંગ.

ta'bleau (ટૅબ્લો), ના૦ [બ૦વ૦. **~x** ટૅબ્લોઝ઼] નાટકનું પરિણામકારક દૃશ્ય, જાણે ચિત્રમાં ચીતરેલા હોય એવા શાંત રહેલા નટોનું સમૂહદૃશ્ય.

table d'hote (ટાબલ ડોટ), નિયત કરેલા પૈસામાં અપાતું વીશીનું સામાન્ય ભોજન.

ta'blet (ટૅબ્લિટ), ના૦ કોતરેલા લખાણવા-

ળી તકતી; દવાની ટીકડી, સાબુની ગોટી; ઇ૦.

ta'bloid (ટૅબ્લૉઇડ), ના૦ છાપાની નાનકડી આવૃત્તિ, સામાન્ય હોય છે તેથી અર્ધા કાગળ પર છાપેલી.

taboo', tabu' (ટબૂ), વિ૦ નિષિદ્ધ; પવિત્ર ગણી દૂર રાખવામાં આવતું, પવિત્રીકૃત. ના૦ કોઈ વ્યક્તિ કે વસ્તુને પવિત્ર અથવા શાપિત ગણી તે વસ્તુને દૂર રાખવાનો રિવાજ–પદ્ધતિ; નિષેધ, પ્રતિબંધ. સ૦ ક્રિ૦ નિષિદ્ધ ઠરાવવું; પ્રતિબંધ–મના–કરવી.

ta'bor (ટેબર), ના૦ નાનકડું ઢોલ.

tabu' (ટબૂ), જુઓ **taboo**.

ta'bular (ટૅબ્યુલર), વિ૦ ટેબલના જેવું પહોળું અને સપાટ; ખાનાં કે કોઠા પાડીને ગોઠવેલું; પાતળી થાળીઓના (પ્લેટોના) રૂપનું.

ta'bulate (ટૅબ્યુલેટ), સ૦ક્રિ૦ ખાનાં કે કોષ્ટકોના રૂપમાં મૂકવું. **tabula'tion** (-લેશન), ના૦.

ta'bulator (ટૅબ્યુલેટર), ના૦ કોષ્ટકના રૂપમાં મૂકવા માટે ટાઇપરાઇટરને જોડેલું સાધન.

ta'chograph (ટૅકગ્રાફ), ના૦ વેગ અને પ્રવાસમાં વીતેલો સમય નોંધવાનું મોટરમાં બેસાડેલું યંત્ર.

ta'cit (ટૅસિટ), વિ૦ કહ્યા કે બોલ્યા વિના સૂચિત, ધ્વનિત, ગર્ભિત.

ta'citurn (ટૅસિટર્ન), વિ૦ ઓછાબોલું, અબોલું. **tacitur'nity** (-ટર્નિટિ), ના૦.

tack[1] (ટૅક), ના૦ મોટા કે પહોળા માથાવાળી અણીદાર નાની ચૂક–ખીલી; કામચલાઉ લાંબો ટાંકો; [નૌકા.] કેટલાક સઢના છેડા અમુક રીતે બાંધવાનું દોરડું–ગોસ; સઢોની રચના અનુસાર વહાણની જવાની દિશા; દિશામાં કરાતું પરિવર્તન; [લા.] કાર્યદિશા, કાર્યનીતિ. ઉ૦ ક્રિ૦ ચૂકો કે ખીલીઓ મારીને જડવું; આછા કામચલાઉ ટાંકા મારવા; [લા.] ઉમેરવું, વળગાડવું, જોડી દેવું; [નૌકા.] વહાણનો મોરો પવન તરફ ફેરવીને વહાણનો માર્ગ બદલવો; વારે વારે આવો ફેરફાર કરવો; [લા.] પોતાનું વર્તન કે કાર્યનીતિ બદલવી.

tack[2], ના૦ ઘોડા પર બેસવાનું જીન, પલાણ.

ta'ckle (ટૅકલ), ના૦ માછલાં પકડવાની દાંડી, દોરી, આંકડીઓ, ઇ૦ સરંજામ; ભારે વસ્તુઓ ઉપાડવા માટે કે સઢ ફેલાવવા સંકેલવા માટે જરૂરી દોરડાં, ગરેડીઓ, ઇ૦ વસ્તુઓ; [ફુટ.] દડો લઈને જતા રમનારને પકડવાની ક્રિયા. સ૦ ક્રિ૦ -ની સાથે બાથ ભીડવી–ઝઘડવું; પ્રયત્નપૂર્વક પકડવું; -ની સાથે ચર્ચામાં પડવું; જેની પાસે ફુટબોલ હોય તેને પકડીને રોકવો – વચ્ચે આડખીલી નાખવી – વચ્ચેથી પકડી પાડવું.

ta'cky (ટૅકિ), વિ૦ (રંગ, વાર્નિશ, ઇ૦ અંગે) અડવા જતાં ચોંટે એવું, પૂરેપૂરું ન સુકાયેલું.

tact (ટૅક્ટ), ના૦ યોગ્ય વસ્તુ કહેવાની કે કરવાની આવડત, કુનેહ. **ta'ctful** (-ફુલ), વિ૦.

ta'ctic (ટૅક્ટિક), ના૦ યુક્તિ.

ta'ctical (ટૅક્ટિકલ), વિ૦ વ્યૂહ કે કાર્યરીતિ અંગેનું, સુનિયોજિત, સુનિયોજન કરનારું.

ta'ctics, (ટૅક્ટિક્સ), ના૦ બ૦ વ૦ એક વ૦ તરીકે પણ વપરાતું. યુદ્ધના દાવપેચ, વ્યૂહરચના; ઇ૦; કોઈ હેતુ સાધવા માટે અખત્યાર કરેલી કાર્યપ્રણાલી, કુશળ ચાલ. **tacti'cian** (-શન), ના૦ યુદ્ધ ઇ૦ની વ્યૂહરચનામાં નિપુણ.

ta'ctile (ટૅક્ટાઇલ), વિ૦ સ્પર્શેન્દ્રિયનું –ને લગતું –ની સાથે જોડાયેલું; [ચિત્રકળા ઇ૦] ઘનત્વની છાપ ઉપજાવનારું. **tacti'lity** (-ટિલિટિ), ના૦.

ta'dpole (ટૅડ્પોલ), ના૦ ઈંડામાંથી નીકળ્યા પછીની પહેલી અવસ્થાનું દેડકું, દેડકાનું કુમળું બચ્ચું.

ta'ffeta (ટૅફિટ), ના૦ એક જાતનું ઝીણું ચળકતું રેશમ–રેશમી કપડું.

ta'ffrail (ટૅફ્રેલ), ના૦ વહાણના ડબૂસાની આસપાસનો કઠેરો.

tag (ટૅગ), ના૦ દોરી, ફીત કે બૂટની નાડીને છેડે બેસાડેલું ધાતુનું નાકું; કશાકને બાંધવાની કાપલી; છૂટો કે લટકતો છેડો; ચવાઈ

ગયેલી કહેણી. ઉ૰ક્રિ૰ નામની કાપલી લગાડવી; -ની સાથે બાંધવું – જોડવું; [વાત.] -ની પાછળ પાછળ જવું; હળવા ટાંકા મારીને જોડવું.

tail[1] (ટેલ), ના૰ પુચ્છ, પૂંછડી; કશાકનો પાછળનો – છેવટનો - ગૌણ ભાગ; પાતળો કે લંબાયેલો ભાગ; આંખનો બહારનો ખૂણો; કમર નીચેનો પહેરણનો ભાગ; કોટનો પાછળનો લટકતો ભાગ; ક્રિકેટ સંઘ ઇ૰ના નબળા ખેલાડીઓ [બ૰ વ૰માં, વાત.] 'ટેલ-કોટ' (સાથેનો સાંજનો પોશાક); [બહુધા બ૰ વ૰માં] નાણાંની આકૃતિની પાછળની બાજુ. ઉ૰ ક્રિ૰ -ને પૂછડી જોડવી; -ની સાથે જોડવું; -નો પીછો પકડવો; પૂછડી જેવો ભાગ કાપી – ખેંચી – કાઢવો. ~ **away,off**, કદ કે સંખ્યામાં ઘટવું, ઘટતા જવું; ઢસડાતાં ઢસડાતાં ખરી પડવું. ~**-board**, ના૰ ગાડાના પાછલા ભાગે જડેલું કે છૂટું મૂકેલું પાટિયું. ~**'coat**, પાછળથી બે ભાગમાં વહેંચાયેલા લાંબા સ્કર્ટવાળો કાપી કાઢેલા આગળના ભાગવાળો કોટ. ~**-gate**, 'ઇસ્ટેટ કાર'ના પાછળના બારણા પાસે મજાગરાથી જડેલું પાટિયું. ~**-light**, વાહનની પાછળનો દીવો. ~**piece**, પ્રકરણ કે ચોપડીને અંતે આપેલા ચિત્ર ઇ૰; છેવટનું પ્રકરણ, બાબત, ઇ૰. ~ **plane**, વિમાનને સ્થિર કરનાર તેના પાછલા ભાગની આડી પાંખ. ~**-spin**, હવાઈ જહાજની નીચે ઊતરવાની ક્રિયા; [લા.] ભયનું વાતાવરણ. ~ **wind**, પોતાના પ્રવાસની દિશામાં વહેતો પવન.

tail[2], ના૰ મર્યાદિત માલિકી, વિ૰ ક૰ કોઈ વ્યક્તિ અને તેના વારસોની મિલકત અંગે. વિ૰ એવી રીતે મર્યાદિત.

tai'lor (ટેલર), ના૰ દરજી; સઈ. ઉ૰ ક્રિ૰ દરજી હોવું – તરીકે કામ કરવું; દરજીની રીતે બનાવવું. ~**ed**, વિ૰ દરજીએ માપ ઇ૰ લઈ ને બનાવેલું; બરાબર બંધબેસતું કરેલું; (માણસ અંગે) એવાં કપડાં પહેરેલું. ~**-bird**, પાંદડાં સીવીને માળો બનાવનાર એક પક્ષી, સુગરી. ~**-made**, દરજીએ માપસર બરાબર બંધબેસતું થાય એવી રીતે બનાવેલું; [લા.] તદ્દન સમર્પક, જોઈએ તેવું.

taint (ટેન્ટ), ના૰ ડાઘો, લાંછન, દોષ; વિકાર, રોગ, ચેપ, બગાડ. ઉ૰ ક્રિ૰ બગાડ રોગ – દાખલ કરવો, બગાડવું, ભ્રષ્ટ કરવું; ચેપ લગાડવો – લાગવો; બગડવું.

take (ટેક) ઉ૰ક્રિ૰ [**took** ટુક; **ta'ken**] ઝાલવું, પકડવું, ગિરફતાર કરવું; મેળવવું, -નો કબજો લેવો, સંપાદન – પ્રાપ્ત – કરવું; વાપરવું; પરિણામકારક – સફળ – થવું; વાપરી નાખવું, -ને માટે આવશ્યક હોવું, -નો આવશ્યક સાથ કે ભાગ હોવો; કોઈ ને સાથે લઈ જવું કે લાવવું; ખસેડવું, દૂર કરવું, કોઈનું કશુંક લઈ – ઝૂંટવી – લેવું; -નો ચેપ લાગવો; ખાતરી કરીને નોંધવું; મનથી આકલન કરવું, સમજવું; સ્વીકારવું; -ને વશ-તાબે – થવું; ઉકેલ માટે હાથ પર લેવું; શીખવવું; વિષય ઇ૰ શીખવવામાં આવવું -માં પરીક્ષા લેવાવી; (-નો ફોટો) લેવો પાડવો. ના૰ લીધેલી રકમ, પકડેલો જથો; [સિનેમા] કેમેરા થોભાવ્યા વિના એકી વખતે ફોટો પાડેલું દૃશ્ય. ~ **after**, -ના જેવું દેખાવું-હોવું. ~ **against**, -ને વિષે અણગમો થવા માંડવો. ~ **away**, બાદ કરવું; દૂર કરવું; બીજે જઈ ને ખાવા માટે રાંધેલી વસ્તુઓ ખરીદવી. ~ **back**, બોલેલું પાછું લેવું; મૂળ જગ્યા પર લઈ જવું. ~ **care**, સાચવવું, સાવધાન રહેવું. ~ **care of**, -ની સંભાળ લેવી, -ની તરફ ધ્યાન આપવું. ~ **down**, લખી લેવું, નોંધવું; મકાન ઇ૰ પાડી નાખવું. ~**-home**, કરવેરા બાદ કરીને કામગારને અપાતો (પગાર ઇ૰). ~ **in**, -માં સમાવેશ કરવો; વસ્ત્ર કે સઢ નાનું કરવું; સમજવું; છેતરવું, ઠગવું. ~ **in hand**, કામ ઇ૰ હાથ પર લેવું, કરવાની શરૂઆત કરવી; નિયંત્રણનું કે સુધારવાનું કામ માથે લેવું. ~ **it out of**, -ની શક્તિ ખલાસ કરવી, થકવી નાખવું. ~ **off**, વસ્ત્ર ઉતારવું; બાદ કરવું; -ની નકલ કરવી–ચાળા પાડવા; ધરતી પરથી ઊંચે ઊડવું, હવામાં ઊડવું. ~**-off**, કૂદકો મારવાની – ઉપર ઊડવાની–જગ્યા; ચાળા

પાડવા નકલ કરવી–તી. ~ **on**, કરવા ઇ૦નું માથે લેવું, પ્રાપ્ત કરવું, ભાડે રાખવું, કામમાં રોકવું–રોકાવું; સામે રમવા તૈયાર થવું; [વાત.] પ્રક્ષુબ્ધ થવું. ~ **out**, પેટન્ટ, વિમાની પૉલિસી, ઇ૦ લેવું. ~ **over**, તાબામાં લેવું, -નું માલિક બનવું. ~- -**over**, ના૦. ~ **place**, બનવું, થવું. ~ **to**, શરૂ કરવું, ગમવા માંડવું, -નો આધાર–આશરો–લેવો. ~ **up**, શોષી લેવું, ઉપાડવું, વાપરી નાખવું, ખપાવી દેવું, આશ્રિત કે વ્યવસાય તરીકે હાથમાં લેવું; -ની સાથે રહેવા માંડવું (પતિ કે પત્ની તરીકે); વક્તાને ખલેલ કરવી – સુધારવું.

ta'ker (ટેકર), ના૦ લેનાર, વિ૦ક૦ હોડ, ઇ૦.

ta'king (ટેકિંગ), ના૦ [બ૦વ૦માં] ધંધામાં થયેલી પ્રાપ્તિ–આવક. વિ૦ આકર્ષક, મોહક.

talc (ટેલ્ક), ના૦ અભ્રક; અભ્રકની ભૂકી.

ta'lcum (ટેલ્કમ), ના૦ અભ્રક. ~ **powder**, અભ્રકની સુવાસિત ભૂકી.

tale (ટેલ), ના૦ વાર્તા, વાત, કહાણી; કૂથલી, નિન્દા; [બ૦વ૦માં] વાતોના તડાકા, ગપ્પાં.

ta'lent (ટેલન્ટ), ના૦ વિશિષ્ટ આવડત–યોગ્યતા–ક્ષમતા; બુદ્ધિ, શક્તિ, પ્રતિભા; -ની દેન–દેણગી; [વાત.] પ્રતિભાશાળી વ્યક્તિ; એક જૂનું વજન કે નાણું. ~- **scout**, પ્રતિભાશાળી વ્યક્તિઓની શોધ કરનાર, વિ૦ક૦ સંગીત નૃત્ય, નાટક ઇ૦ માટે.

ta'lented (ટેલન્ટિડ), વિ૦ પ્રતિભાશાળી, હુન્નર કે કસબવાળું.

ta'lisman (ટેલિઝ્મન), ના૦ તાવીજ, જાદુઈ યંત્ર. **talisma'nic** (-મૅનિક), વિ૦.

talk (ટૉક), ઉ૦ક્રિ૦ બોલવું; વાતચીત–સંભાષણ–કરવું ભાષણ કરવું–આપવું; ઉચ્ચારવું, વદવું, કહેવું, શબ્દો દ્વારા વ્યક્ત કરવું; ચર્ચા કરવી; ગપસપ–કૂથલી–કરવી; (ભાષા) વાપરવી. ના૦ સંભાષણ, ચર્ચા; ભાષણ, સંભાષણના સ્વરૂપનું ટૂંકું પ્રવચન; ગપસપ, કૂથલી, ઇ૦ (નો વિષય); બોલવાની રીત. ~ **down**, વધારે મોટેથી અથવા સમર્થપણે બોલીને ચૂપ કરી દેવું, -ના મુરબ્બી હોય તેમ બોલવું; ધરતી પરથી સૂચના આપીને વિમાન કે વિમાનીને નીચે ઉતારવો. ~ **into**, બોલીને કશુંક કરવા મનાવવું. ~, **over**, ચર્ચા–વાતચીત–કરવી. ~ **round**, પોતાનો અભિપ્રાય બદલવા ઇ૦ માટે (કોઈને) મનાવવું. ~ **to**, -ની સાથે વાત કરવી; [વાત.] ઠપકો આપવો.

ta'lkative (ટૉકટિવ), વિ૦ વાતોડિયું, વાચાળ.

tall (ટૉલ), વિ૦ ઊંચું, સામાન્ય ઊંચાઈ કે આસપાસના પરિસર કરતાં વધુ ઊંચું; [વિ૦બો૦] બડાઈખોર, ડંફાસ મારનાર, અત્યુક્તિવાળું. ~**boy**, ખાનાવાળું ઊંચું કબાટ. ~ **order**, વધારે પડતી અથવા ગેરવાજબી માગણી.

ta'llow (ટેલો), ના૦ એક જાતની કઠણ ચરબી, જેને ઓગાળીને મીણબત્તીઓ, સાબુ, ઇ૦ બનાવવામાં આવે છે. **ta'llowy** (-લોઇ), વિ૦.

ta'lly (ટેલિ), ના૦ [ઇતિ.] હિસાબની જુદી જુદી કલમો માટે ખાંચા પાડેલા લાકડાનો કકડો, જેના બે ભાગ કે ફાટા પાડીને દરેક પક્ષ પાસે એક એક રાખવામાં આવે છે; આવી રીતે રાખેલો હિસાબ, હિસાબ, ગણતરી; વસ્તુ પર ચોઢેલી નામની કાપલી. અ૦ક્રિ૦ -ની સાથે મળતું આવવું, -નો મેળ બેસવો.

tally-ho' (ટેલિહો), ઉદ્ગાર૦ અને ના૦ શિયાળ કે શિકાર જોઈને શિકારી બૂમ પાડે છે તે.

Tal'mud (ટેલ્મુડ), ના૦ યહૂદી લોકોના ધર્મશાસ્ત્રનો સટીક ગ્રંથ. **Talmu'dic** [**al**] [-મ્ડિક(લ)], વિ૦.

ta'lon (ટેલન), ના૦ નહોર, વિ૦ક૦ શિકારી પક્ષીનો.

ta'marind (ટૅમરિન્ડ), ના૦ આમલી-(નું ઝાડ).

ta'marisk (ટૅમરિસ્ક), ના૦ પીંછાં જેવાં પાંદડાંવાળું રેતાળ જમીનમાં થતું એક ઝાડવું.

ta'mbour (ટૅમ્બુઅર), નાo ઢોલ; ભરતકામમાં વપરાતું કપડું તાણી રાખવાનું ગોળ ચોકઠું.

tambouri'ne (ટૅમ્બરીન), નાo નાની ઢોલકી, ખંજરી.

tame (ટેમ), વિo (પ્રાણી અંગે) પાળેલું; કહ્યાગરું, કાબૂમાં રાખી શકાય એવું; દમ વગરનું, પામર; નીરસ, મોળું. સoક્રિo પાળવું, હેળવવું, કેળવવું; અભિમાન તોડવું; વશ કરવું, કાબૂમાં આવવું.

tam-o'-sha'nter (ટૅમ-અ-શૅન્ટર), નાo સ્કૉટલન્ડના લોકોની ઊનની ગોળ ટોપી.

tamp (ટૅમ્પ), સoક્રિo સ્ફોટ જોરથી થાય તે માટે સુરંગના કાણામાં માટી ઇo ઠાંસીને ભરવું, ઠાંસીને ભરવું.

ta'mper (ટૅમ્પર), સoક્રિo (**with** સાથે) -માં નાહક માથું મારવું, -ની સાથે ચેડાં કરવાં.

ta'mpon (ટૅમ્પન), નાo લોહી વહેતું બંધ કરવા અથવા ઝરતું પ્રવાહી શોષી લેવા વપરાતો રૂનો ડાટો-પૂમડું.

tan (ટૅન), નાo ચામડું કેળવવા માટે વપરાતી ઓક, આવળ, ઇoની છાલ; કેળવેલા ચામડાનો પીળાશ પડતો રાતો રંગ; તડકાથી કે ખુલ્લા હવામાનથી પડતી ચામડીની કાળાશ-રતાશ. વિo પીળાશપડતું રાતું. ઉoક્રિo ટૅનિક ઍસિડ, ખનિજ ક્ષારો ઇoવાળા પાણીમાં બોળીને કાચા ચામડાને કેળવવું-પાકું કરવું; તડકામાં કે ખુલ્લી હવામાં રાખીને પીળાશ પડતું રાતું બનાવવું; [વિoબોo] લાકડી વતી મારવું.

T. & A. V. R. સંક્ષેપ. Territorial and Army Volunteer Reserve.

ta'ndem (ટૅન્ડમ), ક્રિoવિo એકની પાછળ એક એમ બે કે વધુ ઘોડા જોડીને. નાo એવી રીતે હાંકવામાં આવતું વાહન, એકની પાછળ એક કે વધુ બેઠકોવાળી સાઇકલ.

tang (ટૅંગ), નાo ફરસી, છરી, કે ચપ્પુનો હાથામાં બેસાડેલો ભાગ; ઉગ્ર વાસ, તીખો સ્વાદ, ઇo; લાક્ષણિક-વિશિષ્ટ-ગુણ.

ta'ngent (ટૅન્જન્ટ), નાo વર્તુળને કે તેના ભાગને સ્પર્શ કરતી રેખા, સ્પર્શજ્યા; [ગ.] કાટકોણી-સમકોણી ત્રિકોણમાં કોણની સામેની અને પાસેની બાજુઓનું ગુણોત્તર. **at a ~**, પહેલાંના કરતાં વધુ ને વધુ ફંટાઈને દૂર જવું. **tange'ntial** (-જૅ'ન્શલ), વિo.

tangeri'ne (ટૅંજરીન), નાo એક જાતનું નાનું ચપટું સુવાસવાળું સંતરું.

ta'ngible (ટૅન્જિબલ), વિo સ્પર્શ કરી શકાય એવું, હાથમાં આવે એવું; ચોક્કસ, સ્પષ્ટપણે સમજાય એવું; વાસ્તવિક, કાલ્પનિક નહિ એવું. **tangibi'lity** (-બિલિટિ), નાo.

ta'ngle[1] (ટૅન્ગલ), ઉo ક્રિo એકબીજાની સાથે વીંટાવું, ગૂંચવણમાં નાખવું - પડવું, અમળાવું, વગોવાવું, જાળમાં ફસાવું - ફસાવવું; વગોવવું. નાo દોરા, વાળ, ઇoનું ગૂંચવાયેલું કોકડું, ગૂંચ, ગોટાળો. **ta'ngly** (-ગ્લિ), વિo.

ta'ngle[2], નાo એક જાતનું દરિયાઈ ઘાસ જેનાં પાંદડાં પર પીંછાં જેવાં લાંબા બી થાય છે.

ta'ngo (ટૅંગો), નાo [બoવo **~s**] દ. અમેરિકાનું એક ધીમું નૃત્ય, તે માટેની સંગીત રચના. અo ક્રિo 'ટૅંગો' નાચ કરવો.

tank (ટૅંક), નાo મોટી ટાંકી, મોટરમાં પેટ્રોલ ઇoની ટાંકી; તળાવ; તોપો ઇo સાથેની લશ્કરી પોલાદી ગાડી. **~ top**, બાંય વિનાનું ટૂંકું તંગ બહુધા ગૂંથેલું કુડતું.

ta'nkard(ટૅંકર્ડ), નાo દારૂ પીવાનું જસત કે ચાંદીનું મોટું પાત્ર.

ta'nker (ટૅંકર), નાo તેલ વગેરે લઈ જવાનું ટાંકીઓવાળું જહાજ, વિમાન અથવા ઇતર વાહન.

ta'nnery (ટૅનરિ), નાo ચામડા કેળવવા -પકવવા-નું કારખાનું.

ta'nnic (ટૅનિક), વિo ઓક, આવળ, ઇoની છાલનું. **~ acid**, ઓક ઇoની છાલમાં મળતું એક અમ્લ, જે ચામડું પકવવા માટે કામ આવે છે.

ta'nnin(ટૅનિન), નાo =tannic acid.

ta'nsy (ટૅન્સિ). ના૦ પીળાં ફૂલવાળો એક ખુશબોદાર છોડ.

ta'ntalize (ટૅન્ટલાઇઝ઼), સ૦ ક્રિ૦ આશા આપીને નિરાશ કરવું, નિરાશ કરીને દુઃખ દેવું; ટળવળાવવું. **tantaliza'tion** (-ઝે'-શન), ના૦.

ta'ntalus (ટૅન્ટલસ), ના૦ તાળું મારીને મૂકેલા દારૂના બાટલાવાળો ઘોડો.

ta'ntamount (ટૅન્ટમાઉન્ટ), વિધેયા૦ વિ૦ એના જેવું જ, સમાન, મળતું.

ta'ntra(ટૅન્ટ્ર),ના૦ તંત્ર (ગ્રંથ, વિદ્યા, ઇ૦).

ta'ntrum (ટૅન્ટ્રમ), ના૦ લાગણીનો સ્ફોટ, ક્રોધાવેશ.

tap[1] (ટૅપ), ના૦ નળની ટોટી, ચકલી, નળ; ટેલિફોન સંદેશો વચ્ચેથી સાંભળવો તે. **on ~**, -માંથી ખેંચી લેવા માટે તૈયાર; [લા.] તરત ઉપયોગ માટે તૈયાર. ~સ૦ક્રિ૦ પીપને ચકલી બેસાડવી; ચકલી દ્વારા પ્રવાહી બહાર કાઢવું; ઝાડ પર કાપો મૂકીને રસ કાઢવો; ખોરાક વગેરે વસ્તુઓ અથવા માહિતી મેળવવી-કાઢવી; તાર કે ટેલિફોનના તારમાંથી સીધી માહિતી મેળવવી – બીજાની વાત સાંભળવી; -માં પેચના માદા આંટા પાડવા. **~room**; જ્યાં પીપમાંથી દારૂ કાઢીને વેચાય છે ને પીવાય છે એવો ઓરડો. **~-root**, સીધું નીચે ઊતરતું ને પાતળું થતું જતું વધતું ઝાડનું મૂળ.

tap[2], ઉ૦ ક્રિ૦ ધીમે રહીને ટપલી મારવી, હળવેથી બારણું ઠોકવું; -ની સાથે ધીમેથી અથડાય તેમ કરવું. ના૦ હળવી ટપલી અથવા; અવાજ. **~-dancing**, તાલ પ્રમાણે પગ ઠોકીને કરેલું નૃત્ય.

tape (ટેપ), ના૦ સૂતર ઇ૦ની વણેલી સાંકડી પટ્ટી, નાડી, ફીત, ઇ૦; માપવાની પટ્ટી; શરતમાં જીતવાની જગ્યાએ આડી પટ્ટી; પેટી, ખોખાં, ઇ૦ પર ચોઢવાની પારદર્શક ફિલ્મ, કાગળ, ઇ૦ની પટ્ટી; તાર ઇ૦ના સંદેશા જેના પર છપાય છે તે કાગળ ઇ૦ની લાંબી પટ્ટી; માપવાની આંકાવાળી પટ્ટી; (**magnetic**) **~**, ટેપરેકર્ડરમાં ધ્વનિ નોંધીને તે ફરી રજૂ કરી શકાય તે માટે વપરાતી વિશિષ્ટ પ્રકારની ચુંબકીય પટ્ટી. સ૦ ક્રિ૦ ટેપ આપવી – પૂરી પાડવી; પટ્ટી વતી જોડવું – બાંધવું; પટ્ટી વતી માપવું; વિદ્યુતચુંબકીય પટ્ટી પર ઉતારવું. **have person, thing, ~d**, તેનું બરાબર માપ કાઢવું, તેને બરાબર જાણી લેવું. **~--machine**, તારના સંદેશા લેવા તથા નોંધવાનું યંત્ર. **~-measure**, માપવાની પટ્ટી – ટેપ. **~-recorder**, ધાતુ ઇ૦ની વિદ્યુતચુંબકીય પટ્ટી પર અવાજ નોંધીને તેને ફરી રજૂ કરનાર યંત્ર. **~worm**, પેટમાં થતા લાંબા ચપટા કૃમિ.

ta'per (ટેપર), ના૦ પાતળી મીણબત્તી, મીણ ચોપડેલી લાંબી વાટ. ઉ૦ ક્રિ૦ **~** (**off**), એક છેડા તરફ પાતળું બનાવવું-થતું જવું; ધીમે ધીમે ઓછું થવું અથવા ખલાસ થવું.

ta'pestry (ટૅપિસ્ટ્રિ), ના૦ ભીંતે ટાંગવાનું બુટ્ટાવાળું નકશીદાર કાપડ, ચાકળો.

tapio'ca (ટૅપિઓકૅ), ના૦ એક ઝાડના મૂળમાંથી બનાવાતા સાબુચોખા જેવા દાણા.

ta'pir (ટેપર), ના૦ ડુક્કરની જાતનું લવચીક સૂંઢવાળું એક પ્રાણી.

ta'ppet (ટૅપિટ), ના૦ પૈડાના ફરવા સાથે રહી રહીને ગતિ આપનાર દાંડો– હાથો, ઇ૦.

tar (ટાર), ના૦ લાકડા કે કોલસામાંથી બનતો ડામર; [વાત.] ખારવો. સ૦ ક્રિ૦ ડામર ચોપડવો. **~ macadam**, રસ્તો બનાવવા વપરાતું ડામર ને કપચીનું મિશ્રણ.

ta'radiddle (ટૅરડિડલ), ના૦ [વાત.] ગપ, નજીવું જૂઠાણું; નિરર્થક વાત.

tarante'lla (ટૅરનટૅ'લે), ના૦ ગોળ ગોળ ફરવાનું એક ઇટાલિયન ઝડપી નૃત્ય, તે માટેની સંગીતરચના.

tara'ntula (ટરૅન્ટયુલે), ના૦ દ. યુરોપનો એક મોટો ઝેરી કરોળિયો.

tarboo'sh (ટારબૂશ), ના૦ ફેઝ઼ જેવી ટોપી.

ta'rdy (ટાર્ડિ), વિ૦ ધીમું, મંદ, દીર્ઘસૂત્રી; મોડું આવતું – થતું – પડેલું.

tare[1] (ટે'અર), ના૦ ઢોર માટે ચારા તરીકે વપરાતો કઠોળનો છોડ; [બાઇબલમાં, બ૦વ૦માં] નુકસાનકારક – નકામું – ખડ.

tare[2], ના૦ બારદાન (નું વજન). ઇંધન

અથવા માલ વિનાનું મોટરગાડીનું વજન.

tar'get (ટાર્ગિટ), નાo ગોળી, તીર, ઇo મારવાનું નિશાન; નિશાન, લક્ષ્ય.

ta'riff (ટેરિફ), નાo આયાત-નિકાસ કરવાના માલ પર લેવાતી જકાતનું કોષ્ટક; વિશિષ્ટ વર્ગના માલ પર લેવાતી જકાત; નિયત ભાવનું પત્રક.

tar'latan (ટાર્લટન), નાo પાતળી મલમલ.

Tar'mac (ટાર્મૅક), નાo ડામરકપચીનું મિશ્રણ. **t~**, એ મિશ્રણ પાથરેલો રસ્તો. **t~**, સo ક્રિo ડામર કપચીનું મિશ્રણ પાથરવું.

tarn (ટાર્ન), નાo પર્વતમાંનું નાનું સરોવર.

tar'nish (ટાર્નિશ) ઉo ક્રિo -નું તેજ ઓછું-ઝાંખું-નષ્ટ-કરવું-થવું; કાળું પાડવું-થવું. નાo ઝાંખપ, ડાઘો, લાંછન.

ta'ro (ટારો), નાo [બoવo ~s] અળવીની જાતનો એક છોડ, જેનો કંદ ખોરાક તરીકે વપરાય છે.

ta'rot, (ટૅરો), નાo ભવિષ્યકથનમાં વપરાતાં ૭૮ પત્તાંનો સટ.

tarpaul'in (ટાર્પૉલિન), નાo ડામર કે બીજું કોઈ રોગાન ચોપડેલું કંતાન, તાડપત્રી.

ta'rragon (ટૅરગન), નાo એક ખુશબોદાર છોડ.

tar'ry (ટારિ), વિo ડામરનું -થી ખરડાયેલું, ડામર ચોપડેલું.

ta'rry (ટૅરિ), અo ક્રિo થોભવું, મોડું કરવું, ઢીલ કરવી.

tar'sus (ટાર્સસ), નાo [બoવo **-si** -સાઇ] ઘૂંટીનાં નાનાં હાડકાંનો જથો. **tar'sal** (-ર્સલ), વિo.

tart[1] (ટાર્ટ), વિo દાંત ખટાઈ જાય એવું, ખાટું; તીવ્ર, ઉગ્ર, મર્મભેદક.

tart[2], નાo ફળ ગલેફીને શેકીને બનાવેલી વાની, ફળસુખડી. **tar'tlet** (-ટ્લિટ), નાo.

tart[3], નાo વિo કo ખરાબ ચારિત્ર્યવાળી છોકરી અથવા સ્ત્રી. ઉoક્રિo **~ up**, ભપકાદાર પોશાક કરવો; [લાo] ઠીકઠાક કરવું.

tar'tan (ટાર્ટન), નાo તરેહતરેહની રંગીન ચોકડીઓવાળું ઊનનું કપડું; એવી કોઈ ભાત.

tar'tar[1] (ટાર્ટર), નાo દારૂના પીપને તળિયે કે બાજુએ બાઝેલો પોપડો, દાંત ઉપર બાઝતી ક્ષારી-કીટ. **cream of ~**, રાંધવામાં વપરાતો એ શુદ્ધ કરેલો પોપડો.

Tar'tar[2], નાo ટાર્ટરીનો વતની; મારામારી કરનાર તોફાની માણસ. **~ sauce**, ઈંડાં, તેલ, સરકો, ઇoવાળું કાકડીનું કચુંબર.

tarta'ric (ટાર્ટૅરિક), વિo દારૂના પીપમાં બાઝેલા પોપડાનું. **~ acid**, એ પોપડામાંથી મળતો તેજાબ.

task (ટાસ્ક), નાo સોંપેલું-નીમી આપેલું-કરવાનું-કામ, મહામહેનતનું કામ. સoક્રિo -ને કામ સોંપવું, -ની ઉપર વધારે પડતો બોજો નાખવો. **take to ~**, ધમકાવવું, ઝાટકણી કાઢવી. **~ force**, કોઈ કામ માટે ખાસ નીમેલું જૂથ. **~master**, બહુધા સખતાઈથી કામ કરાવનાર માણસ.

ta'ssel (ટૅસલ), નાo દોરીના લટકતા રેસાનો ગુચ્છો, ફૂમતું; ફૂમતા જેવી માંજર.

taste (ટેસ્ટ), નાo સ્વાદ, રસ, લહેજત; સ્વાદેન્દ્રિય; વાનગી, નમૂનો; રુચિ, અભિરુચિ; રસજ્ઞતા, કલાભિજ્ઞતા; તદનુસાર અનુભવ. ઉoક્રિo ચાખવું, ચાખી જોવું; -નો સ્વાદ હોવો; -નો અનુભવ લેવો; વાનગી કે નમૂનો ચાખવો. **~-bud**, મોઢાની અંદરની સ્વાદની ઇન્દ્રિય, વિoકo જીભ પર.

ta'steful (ટેસ્ટ્ફુલ), વિo સારી અભિરુચિવાળું; સ્વાદિષ્ટ.

ta'steless (ટેસ્ટ્લિસ), વિo કશા સ્વાદ વિનાનું, ફીકું, બેસ્વાદ; કુરુચિવાળું, કુરુચિથી કરેલું.

ta'ster (ટેસ્ટર), નાo ચા, દારૂ, ઇo ચાખીને કે સૂંઘીને પારખ કરનાર.

ta'sty (ટેસ્ટિ), વિo [વાત.] સ્વાદિષ્ટ, લહેજતદાર.

tat[1] (ટૅટ), ઉo ક્રિo જાડા દોરામાંથી ખરબચડી પાટી કે ફીત બનાવવી.

tat[2], નાo [વાત.] ઢંગધડા વગરનું હોવું તે; ઢંગધડા વગરની વસ્તુઓ કે માણસ.

ta'tter (ટૅટર), નાo [બહુધા બoવoમાં]

ચીંથરું, ચીંદરડી; કાગળનો કકડો; [લા.] નકામો અવશેષ.

tatterdema'lion (ટૅટર્ડિમેલિઅન), ના૦ ચીંથરેહાલ માણસ

ta'ttered (ટૅટર્ડ), વિ૦ ઠેકઠેકાણે ફાટેલું, ચીંથરેહાલ.

tatting (ટૅટિંગ), ના૦ નાના કાંઠલા વડે હાથે દોરા કે ધાગા વણીને બનાવેલી કિનાર.

ta'ttle (ટૅટલ), અ૦ ક્રિ૦ નકામા ગપાટા મારવા; કૂથલી કરવી. ના૦ ગપાટા, કૂથલી.

tattoo'[1] (ટટૂ), ના૦ સિપાઈઓને રાત્રે પાછા ફરવા-બોલાવવા-માટે વગાડવામાં આવતી પડઘમ; લશ્કરનો સંગીત સાથેનો કૂચનો મનોરંજક કાર્યક્રમ; પડઘમ વગાડવી તે, પડઘમનો અવાજ. અ૦ ક્રિ૦ ખટખટાવવું, ફરી ફરી ટકોરા મારવા; (પડઘમ) વગાડવી.

tattoo'[2], (ટટૂ), સ૦ ક્રિ૦ -ની ઉપર છૂંદણાં છૂંદવાં, છૂંદીને ચિત્ર પાડવું. ના૦ છૂંદણું.

ta'tty (ટૅટિ), વિ૦ [વાત.] ચીંથરેહાલ; મેલાં કપડાં પહેરેલું; હલકું, ઊતરતી કોટિનું.

taught (ટૉટ), **teach** નો ભૂ૦ કા૦ તથા ભૂ૦ કૃ૦.

taunt (ટૉન્ટ), ના૦ ટોણો, મહેણું, મર્મવચન. સ૦ક્રિ૦ અપમાન થાય એવી રીતે ઠપકો આપવો, ટોણો મારવો.

Tau'rus (ટૉરસ), ના૦ આખલો, વૃષભ (રાશિ).

taut (ટૉટ), વિ૦ સખત-તાણીને-ખેંચેલું, તંગ; (વહાણ અંગે) સારી હાલતમાં.

tau'ten (ટૉટન), ઉ૦ક્રિ૦ તાણીને ખેંચવું, તંગ કરવું-થવું.

tauto'logy (ટૉટૉલજિ), ના૦ તે જ શબ્દોમાં ફરી કહેવું તે, પુનરુક્તિ. **tautolo'gical** (ટૉટલૉજિકલ), વિ૦. **tauto'logous** (ટૉટૉલગસ), વિ૦.

ta'vern (ટૅવર્ન), ના૦ વીશી, દારૂનું પીઠું.

taw'dry (ટૉડ્રિ), વિ૦ દિખાઉ અને ભભકાદાર, તકલાદી.

taw'ny (ટૉનિ), વિ૦ પીળચટું, બદામી. **~ owl**, સામાન્ય યુરોપીય ઘુવડ.

tax (ટૅક્સ), ના૦ કર, વેરો; ભારે પડતું ખરચ-બોજો-માગણી. સ૦ક્રિ૦ -ની ઉપર કર નાખવો-બેસાડવો, વધારે પડતી માગણીઓ કરવી. બોજો નાખવો; [કા.] ખરચ કે કિંમતની યોગ્ય રકમ નક્કી કરવી; ઉપર આરોપ મૂકવો, હિસાબ માગવો. **~ return**, આવકપત્રક (કરની આકારણી કરવા માટે ભરવાનું).

taxa'tion (ટૅક્સેશન), ના૦ કર બેસાડવા કે ભરવા તે.

ta'xi (ટૅક્સિ), ના૦ ~ (**-cab**), ભારે ફરતી મોટર ગાડી. ઉ૦ ક્રિ૦ ભાડાની મોટરમાં જવું - લઈ જવું; (વિમાન અંગે) ઊડતા પહેલાં કે પછી જમીન કે પાણીની સપાટી પર (યંત્રના પોતાના જોરે) જવું.

ta'xidermy (ટૅક્સિડર્મિ), ના૦ પ્રાણીઓની ખાલમાં મસાલો વગેરે ભરી જીવતા પ્રાણીઓના જેવા આકાર બનાવવાની કળા. **ta'xidermist** (-મિસ્ટ), ના૦.

ta'ximeter (ટૅક્સિમિટર), ના૦ વટાવેલા અંતર મુજબ મોટરનું ભાડું બતાવનારું ઘડિયાળ-મીટર.

taxo'nomy (ટૅક્સૉનમિ), ના૦ વર્ગીકરણ(ના સિદ્ધાંતો) વિ૦ક૦ જીવવિદ્યા **taxono'mical** (ટૅક્સનૉમિકલ), વિ૦. **taxo'nomist** (ટૅક્સૉનમિસ્ટ) ના૦.

T.B., સંક્ષેપ. tubercle bacillus; [colloq.] tuberculosis.

te, ti, (ટિ), ના૦ [સં.] સપ્તકનો સપ્તમ સ્વર.

tea (ટી), ના૦ ચાનો છોડ, તેનાં સૂકવેલાં પાંદડાં; તેનું પેય, ચા, ચા સાથેનો હળવો નાસ્તો: એવા જ બીજા છોડનાં પાંદડાંનું; પેય ગોમાંસનો અર્ક ઇ૦નો ઉકાળો. **~-bag**, પાણીમાં બોળવાની ચાની નાનીશી કોથળી. **~-break**, ચાની રજા. **~cake**, હલકી ચપટી ગળીરોટી. **~-chest**, ચાનું ખોખું. **~-cloth**, ચાના મેજ પર પાથરવાનું કપડું, ચાના વાસણ લૂછવાનો કટકો. **~cup**, ચાનો પ્યાલો - કપ. **~-leaf**, ચાની પત્તી. **~-plant**, ચાનો છોડ. **~pot**, ચાદાની, ચાની ઝારી. **~-rose**, ચાના જેવા

સુવાસવાળું ગુલાબ. **~-spoon,** ચાની ચમચી, 'ટેબલ સ્પૂન'ના ત્રીજા ભાગ જેટલી. **~-towel,** ચાનાં વાસણ લૂછવાનો કટકો.

teach (ટીચ), ઉ૦ ક્રિ૦ [**taught** ટૉટ] (કશુંક) શીખવવું, ભણાવવું, પાઠ આપવો; -ને શીખવવું-ભણાવવું; -થી પ્રેરિત કરવું, -ને પ્રેરણા આપવી. **~-in,** જાહેર પ્રશ્ન અંગે માહિતી આપવા માટે ચર્ચાઓ અને વ્યાખ્યાનો.

tea'chable (ટીચબલ), વિ૦ શીખવી શકાય એવું, ભણવામાં હોશિયાર.

tea'cher (ટીચર,), ના૦ શિક્ષક, વિ૦ ક૦ શાળાનો.

tea'ching (ટીચિંગ), ના૦ શિક્ષકનું કામ-ધંધો; શીખ, બોધ, તત્ત્વજ્ઞાન; ભણાવવાની બાબત. **~ hospital,** જ્યાં વૈદક ભણાવાય છે તે ઇસ્પિતાળ.

teak (ટીક), ના૦ સાગ(નું ઝાડ-લાકડું).

teal (ટીલ), ના૦ મીઠા પાણીમાં રહેનારું નાનું બતક.

team (ટીમ), ના૦ ગાડીએ કે હળે જોતરેલા બળદ ઇ૦; રમતની એક બાજુના રમનારાઓ; સાથે કામ કરનારાઓનું જૂથ. ઉ૦ ક્રિ૦ ~ (**up**), એક જૂથમાં જૂથ તરીકે જોડાવું; કોઈ કાર્યમાં ભેગા થવું - એકત્ર જોડાવું.

tea'mster (ટીમસ્ટર), ના૦ બળદ, ઘોડા ઇ૦ને હાંકનાર; [અમે.] લૉરીનો ડ્રાઇવર.

tear[1] (ટે'અર), ઉ૦ ક્રિ૦ [**tore**; **torn**] ફાડવું, ચીરવું, ફાડી નાખવું; ઉખેડવું, અલગ કરી નાખવું; તેમ કરીને કાણું પાડવું; ફાટી જવું; અસ્વસ્થપણે આમતેમ દોડવું, ધસી જવું. ના૦ ફાડવાથી પડેલું કાણું - થયેલું નુકસાન; વસ્ત્રનો ફાટેલો ભાગ. **~away,** ગુંડો, હરામખોર, મવાલી.

tear[2] (ટિઅર), ના૦ અશ્રુ, આંસુ; આંસુ જેવું કશુંક. **in ~s,** રડતું, આંસુ સારતું. **~-gas,** અશ્રુવાયુ.

tear'ful (ટિઅરફુલ), વિ૦ અશ્રુપૂર્ણ; આંસુ સારતું, રડતું; અશ્રુ સાથેનું.

tear'ing (ટે'અરિંગ), વિ૦ ઉગ્ર, પ્રચંડ; જબરદસ્ત.

tease (ટીઝ઼), ઉ૦ ક્રિ૦ ગમ્મત ખાતર અથવા ત્રાસ આપવાને ઇરાદે સતાવવું; મશ્કરી કરીને ચીડવવું, પજવવું; પંજેટવું, પીંજવું; કપડા પર ફૂલ કે રુંવાટી લાવવા માટે ગોખરુ વતી ઘસવું. ના૦ સતામણી કરનાર, બીજાઓને પજવવાનો શોખીન.

tea'sel, tea'zle, (ટીઝ઼લ), ના૦ એક કાંટાળું ફૂલ-ગોખરુ, જે કપડા પર ફૂલ લાવવા માટે વપરાય છે; ગોખરુનો છોડ.

tea'ser (ટીઝ઼ર), ના૦ સતામણી કરનાર; [વાત.] કઠણ પ્રશ્ન કે સવાલ.

teat (ટીટ), ના૦ સ્તનની ડીંટડી, આંચળ; દૂધ પાવાની શીશીની રબરની ટોટી.

tec (ટે'ક), ના૦ [વિ૦બો૦] છૂપી પોલીસનો માણસ.

Tech (ટે'ક), ના૦ [વાત.] હુન્નરઉદ્યોગની કૉલેજ, સંસ્થા, અથવા શાળા.

te'chnical (ટે'ક્નિકલ), વિ૦ કોઈ વિશિષ્ટ કળા, શાસ્ત્ર કે હુન્નરનું; વિજ્ઞાન અથવા વ્યાવસાયિક શિક્ષણનું - માટેનું; વિશિષ્ટ, પારિભાષિક, કાયદાના ચોક્કસ અર્થમાં.

technica'lity (-કૅલિટિ), ના૦ કોઈ વિદ્યા, કલા, ઇ૦ની વિશેષ ખૂંચ-લક્ષણ-બારીકી; પારિભાષિક શબ્દ; ઔપચારિક વિધિની બાબત.

tchni'cian (ટે'ક્નિશન), ના૦ કોઈ વિષય કે કલાના તંત્રમાં પ્રવીણ માણસ; તંત્રજ્ઞ; કસબી કારીગર.

te'chnics (ટે'ક્નિક્સ), ના૦ બ૦ વ૦ યંત્રોદ્યોગશાસ્ત્ર; પારિભાષિક શબ્દો; તાંત્રિક વિગત.

techni'que (ટે'ક્નીક), ના૦ કલાત્મક વસ્તુ નિર્માણ કરવાની રીત - પ્રક્રિયા; કલા કૌશલ્ય; હેતુ પાર પાડવાની રીત, તંત્ર.

techno'cracy (ટેક્નૉક્રસિ), ના૦ રાજ્યમાં તંત્રજ્ઞોનું વર્ચસ્વ, તંત્રજ્ઞોનું શાસન.

te'chnocrat (ટે'ક્નક્રેટ), ના૦ તંત્રજ્ઞોના રાજ્યનો પુરસ્કર્તા.

techno'logy (ટે'ક્નૉલજિ), ના૦ વ્યાવહારિક અથવા ઔદ્યોગિક કળા(ઓ) (નું શાસ્ત્ર): વિજ્ઞાનનો વ્યવહારમાં ઉપયોગ.

technolo'gical (-ટે'ક્નલૉજિકલ),

વિ૦. **techno'logist** (-નૉલજિસ્ટ), નાo.

Ted (ટે'ડ), નાo = **Teddy boy.**

Te'ddy (ટે'ડિ), નાo ~ (**bear**), અથવા **t**~, બાળકનું રીંછનું રમકડું. ~ **boy**, અથવા **t**~, કપડાંની એડવર્ડની મનાતી શૈલી(ફૅશન)વાળો યુવક.

te'dious (ટીડિઅસ), વિo કંટાળાભરેલું, કંટાળો આવે એટલું લાંબુ, રગશિયું, નીરસ; ત્રાસદાયક.

te'dium (ટીડિઅમ), નાo કંટાળો, ત્રાસ.

tee[1] (ટી), નાo '**T**' અક્ષર.

tee[2], નાo ગૉલ્ફની રમતમાં દરેક ગબીમાં દડો મારવા માટે તે મૂકવા માટેની સાફ કરેલી જગ્યા, દડો મારવા માટે કરેલી રેતીની ઢગલી અથવા ખૂટી. ઉoક્રિo દડો મારવા માટે તેને ઢગલી ઇo પર મૂકવો. ~ **off**, ગોલ્ફમાં પહેલો ફટકો મારવો; [બો.] શરૂ કરવું.

teem[1] (ટીમ), અoક્રિo -થી ભરપૂર હોવું-ઊભરાવું.

teem[2], સoક્રિo ધોધમાર વરસવું (વરસાદ અંગે).

tee'n-age (ટીન્ એજ), વિo ૧૩થી ૧૯ વરસની ઉંમરનું, -ના લક્ષણવાળું.

tee'nager (ટીનેજર), નાo ૧૩થી ૧૯ વરસની વ્યક્તિ.

teens (ટીન્સ), નાo બoવo ૧૩થી ૧૯ સુધીની સંખ્યા-ઉંમરનાં વરસો.

tee'ny (ટીનિ), વિo [વાત.] નાનકડું.

tee'ter (ટીટર), ઉoક્રિo અસ્થિરપણે ઊભા રહેવું, ઊભા રહેતાં ડગમગવું.

teeth (ટીથ), નાo **tooth** નું બoવo.

teethe (ટીધ), અoક્રિo દાંત આવવા-ફૂટવા (વિoકo દૂધિયા દાંત).

teeto'tal (ટીટોટલ), વિo માદક પદાર્થોથી સાવ દૂર રહેનારું-રહેવાનું હિમાયતી. **teeto'talism** (-લિઝ્મ), નાo. **teeto'taller** (-લર), નાo.

teeto'tum (ટીટોટમ), નાo ચારે બાજુએ અક્ષરો લખેલો રમનારનું નસીબ પારખનારો ભમરડો; હાથે ફેરવવાનો કોઈ પણ ભમરડો.

te'le- (ટે'લિ-), ઉપo દૂર, અંતર પર; દૂરદર્શન(ટેલિવિઝન)નું-વડે.

telecommunica'tion (ટે'લિકમ્યુનિકેશન), નાo તાર, ટેલિફોન, રેડિયો, ઇo દ્વારા દૂરનો સંદેશાવહેવાર; [બoવo-માં] તેનું શાસ્ત્ર.

te'legram (ટે'લિગ્રૅમ), નાo તાર(નો સંદેશો).

te'legraph (ટે'લિગ્રાફ), નાo વીજળી કે સંકેત દ્વારા સંદેશા મોકલવા તે,-મોકલવાનું યંત્ર, તારયંત્ર. ઉoક્રિo તારયંત્ર દ્વારા સંદેશો મોકલવો, તાર કરવો, સંકેત કે નિશાની કરવી – દ્વારા જણાવવું.

tele'grapher (ટિલેગ્રફર), નાo **tele'graphist** (-ગ્રફિસ્ટ), નાo તારયંત્ર પર કામ કરનાર, તારમાસ્તર.

tel'egra'phic (ટે'લિગ્રૅફિક), વિo તારનું, તારયંત્રનું; (શૈલી અંગે) તાર જેવું શબ્દોની કરકસરવાળું, તાર જેવું ટૂંકું.

tele'graphy (ટિલે'ગ્રફિ), નાo તારયંત્ર બનાવવાની કે વાપરવાની કળા.

te'lemeter (ટિલિમિટર), નાo યંત્ર પરનું વાચન દૂરથી નોંધવાનું સાધન, દૂરમાપી, બહુધા રેડિયો દ્વારા. ઉoક્રિo એવી રીતે દૂરથી વાચન નોંધવું; એ વાચન દૂરના રિસીવરને મોકલવું. **tele'metry** (ટિલે'મિટ્રિ), નાo.

tele'ology (ટે'લિઑલજિ), નાo દરેક ઘટના પાછળ હેતુ હોય છે એવો સિદ્ધાન્ત, (અંતિમ) હેતુવાદ. **teleolo'gic(al)** (ટે'લિઅલૉજિકલ), વિo. **teleo'logist** (-ઑલજિસ્ટ), નાo.

tele'pathy (ટિલે'પથિ), નાo દૂરસંવેદન, દૂરઅનુભૂતિ (ઇન્દ્રિયોની મદદ વિના વિo કo). **telepa'thic** (ટે'લિપૅથિક), વિo.

te'lephone (ટેલિફોન), નાo દૂરથી વાતચીત કરવાનું યંત્ર, દૂરબોલ, દૂરવાણી; તે કરવાનું કે લેવાનું યંત્ર; દેશની ટેલિફોન વ્યવસ્થા. ઉoક્રિo દૂરવાણી(ટેલિફોન)થી સંદેશો મોકલવો-પર બોલવું. ~ **book**, directory, ટેલિફોન ગ્રાહકોની કક્કાવાર યાદી(ની ચોપડી). ~ **number**, ટેલિફોન ગ્રાહકનો નંબર. **telepho'nic** (-ફૉનિક), વિ૦. **tele'phony** (ટિલે'-ફનિ), ના૦.

tele'phonist (ટિલે'ફનિસ્ટ), ના૦ ટેલિફોન એક્સ્ચેંજનો ઑપરેટર.

telephoto'graphy (ટે'લિફટૉગ્રફિ), ના૦ સંયુક્ત કાચ (લેન્સો) વડે દૂરના વસ્તુનું ચિત્ર પાડવાની કળા. **telepho'to** (ટેલિફોટો), વિ૦ **telephotogra'phic** (ટેલિફોટગ્રૅફિક), વિ૦.

te'leprinter (ટેલિપ્રિન્ટર), ના૦ સંદેશા ટાઇપ કરીને મોકલવાનું તારનું યંત્ર.

te'lescope (ટે'લિસ્કોપ), ના૦ દૂરબીન દૂરદર્શક યંત્ર. ઉ૦ક્રિ૦ દૂરબીનની નળીઓની જેમ એકબીજીની અંદર સરકીને ભેગા થવું, આગગાડીના ડબાનું એકબીજાની અંદર પેસી જવું; એવી રીતે સરકીને એકબીજામાં સમાઈ જવું.

telesco'pic (ટેલિસ્કૉપિક), વિ૦ દૂરબીનનું-વતી કરેલું; એકની અંદર બીજો મૂકી સંકેલી શકાય એવા ભાગોવાળું. ~ **sight**, બંદૂક ઇ૦ તાકવા માટેનું નાનું દૂરબીન.

te'levise (ટે'લિવાઇઝ઼), સ૦ ક્રિ૦ દૂરદર્શન દ્વારા મોકલવું – બતાવવું.

televi'sion (ટે'લિવિઝન), ના૦ દૂરદર્શન; દૂરદર્શનનો સટ. **set**, દૂરદર્શન દ્વારા પ્રસારિત ચિત્રો બતાવવાનું સાધન.

televi'sual (ટેલિવિઝ્યુઅલ), વિ૦ દૂરદર્શનનું.

te'lex (ટે'લે'ક્સ), ના૦ દૂરમુદ્રક અને જાહેર તાર, ટેલિફોન, રેડિયોનો ઉપયોગ કરનારી તારસંદેશા મોકલવાની પદ્ધતિ. સ૦ ક્રિ૦ ટેલેક્સ દ્વારા મોકલવું-જણાવવું.

tell (ટેલ), ઉ૦ ક્રિ૦ [**told** ટોલ્ડ] કહેવું, કથન કરવું, બોલવું, ઉચ્ચારવું, જણાવવું, માહિતી આપવી; છૂપી વાત કહી દેવી-બહાર પાડવી; ખાનગી વાત કહીને દગો દેવો; ખાતરી કરવી, -ને વિષે નિર્ણય કરવો; અલગ-જુદું-પાડવું; સૂચના-હુકમ-આપવો; મહત્ત્વનું-વજનવાળું-હોવું; -ની ઉપર સ્પષ્ટ અસર કરવી; ગણવું. **all told**, બધા મળીને. ~ **one's beads**, માળા ફેરવવી. ~ **off**, અલગ કરવું-પાડવું; કામ ઇ૦ માટે નિયત કરવું; [વાત.] ઠપકો આપવો, વઢવું. ~ **tales** (**out of school**), દુષ્ટ બુદ્ધિથી ખાનગી રાખવાની વાત ઇ૦ કહી દેવું. ~**-tale**, ઉટપટાંગ વાતો કરનાર, ચુગલીખોર, બીજાની ખાનગી વાત કહેનાર; આપોઆપ નોંધ કરનાર, કોઈ વસ્તુનુ રહસ્ય બતાવનાર-દગો દઈ ને ઉઘાડું પાડનાર.

te'ller (ટેલર) ના૦ ધારાસભામાં કે સંસદમાં મત ગણવા નીમેલો માણસ; બૅંક ઇ૦માં પૈસા લેનાર કે આપનાર માણસ.

te'lling (ટે'લિંગ), વિ૦ પરિણામકારક; ધ્યાન ખેંચનારું, આકર્ષક.

te'lly (ટે'લિ), ના૦ [વાત.]=television.

temera'rious (ટે'મરે'અરિઅસ), વિ૦ અવિચારી, દુઃસાહસિક.

teme'rity (ટિમે'રિટિ), ના૦ ધૃષ્ટતા; અવિચારીપણું.

temp (ટે'મ્પ), ના૦ [વાત.] કામચલાઉ નોકર.

te'mper (ટે'મ્પર), સ૦ ક્રિ૦ ધાતુ કે માટીને જોઈએ તેવી સખત ઇ૦ બનાવવું; બીજી વસ્તુ સાથે મિશ્રણ કરીને ફેરફાર કરવો-હળવું બનાવવું; સૌમ્ય-મધ્યમસરનું -બનાવવું; કડકાઈ ઓછી કરવી, નરમ પાડવું. ના૦ ધાતુનું સખતપણું કે લવચીકપણું; મિજાજ, માનસિક સ્થિતિ; મનનું વલણ, ગુસ્સો; ચીડ. **lose one's** ~, ગુસ્સે થવું

te'mpera (ટે'મ્પરૅ), ના૦ ડિસ્ટેમ્પર રંગથી રંગવું તે; કુદરતી અથવા કૃત્રિમ સ્નિગ્ધ મિશ્રણ સાથે ભેળવેલા રંગોથી ચિત્ર રંગવાની પદ્ધતિ.

te'mperament (ટે'મ્પરમન્ટ), ના૦ સામાન્ય સ્વભાવ, પ્રકૃતિ; લહેરીપણું.

temperame'ntal (ટે'મ્પરમે'ન્ટલ), વિ૦ સ્વભાવગત; ઝટઝટ ક્ષુબ્ધ થનારું, મિજાજ ખોનારું.

te'mperance (ટે'મ્પરન્સ), નાо ખાન-પાન, વર્તન, ઇ૦માં અનતિરેક, મિતાહાર, મિત(મદિરા)પાન; મધ્યમસરની ચાલ; ક્યારેક 'મદ્યનિષેધ'ના અર્થમાં પણ વપરાય છે.
te'mperate (ટે'મ્પરટ), વિо અતિરેક ટાળનારું, મધ્યમસરનું; (આબોહવા ઇ૦ અંગે) સમશીતોષ્ણ.
te'mperature (ટે'મ્પરેચર), નાо ગરમી કે ઠંડીની માત્રા, શરીર કે વાતાવરણનું ઉષ્ણતામાન, તાપમાન, [વાત.] તાવ.
te'mpest (ટે'મ્પે'સ્ટ), નાо વાવાઝોડું, સખત તોફાન.
tempe'stuous (ટે'મ્પેસ્ટ્યુઅસ), વિо ભારે તોફાનવાળું – તોફાની; બેકાબૂ.
te'mplate (ટે'મ્પ્લેટ), **te'mplet** (-પ્લેટ), નાо લાકડું ઇ૦ કાપતી કે તેમાં કાણું પાડતી વખતે માપ જોવા માટે વપરાતી લાકડાની કે ધાતુની પટ્ટી.
te'mple[1] (ટે'મ્પલ), નાо મંદિર, દેવળ. **the T~**, જેરુસલેમમાં આવેલું જિહોવાનું મંદિર, **Inner, Middle, T~,** લંડનની કાયદાના અભ્યાસની બે સંસ્થાઓ.
te'mple[2], નાо લમણું, (હાથીનું) ગંડસ્થળ.
te'mpo (ટે'મ્પો), નાо [બ૦વ૦ **~s** અથવા **-pi** -પી] તાલ, ગતિ કે વેગની માત્રા; [લા.] પ્રવૃત્તિ કે ગતિનો વેગ.
te'mporal (ટે'મ્પરલ), વિо સમયનું –ને લગતું, સમયદર્શક; આ ભવનું –જીવનનું, ઐહિક, દુન્યવી; લૌકિક, ધાર્મિક (સંસ્થાનું) નહિ એવું; લમણાનું.
tempora'lity (ટે'મ્પરેલિટિ), નાо લૌકિકપણું, ઐહિકતા; [બ૦ વ૦માં] ધાર્મિક સંસ્થાની માલમિલકત.
te'mporary (ટે'મ્પરરિ), વિо કામચલાઉ, હંગામી, થોડા વખત(માટે)નું, કાયમી નહિ.
te'mporize (ટે'મ્પરાઇઝ઼), અ૦ ક્રિ૦ બંધાઈ જવાનું ટાળવું; વખત મેળવવા માટે કશુંક કરવું; સંજોગોને તાત્પૂરતું વશ થવું. **temporiza'tion** (-ઝ઼ેશન), નાо.
tempt (ટે'મ્પ્ટ), સ૦ ક્રિ૦ લલચાવવું; પ્રેરવું, ઉશ્કેરવું; આકૃષ્ટ કરવું, મોહમાં પાડવું; [પ્રા.] કસોટી કરવી.
tempta'tion (ટે'મ્પ્ટેશન), નાо લોભાવવું – લોભાવું – તે; પ્રલોભન, લાલચ; વિ૦ ક૦ પાપ કરવાની પ્રેરણા.
ten (ટે'ન), વિо અને નાо દસ(ની સંખ્યા). **~ pins,** એક જાતની રિકટલ્સની રમત. **te'nfold** (-ફોલ્ડ), વિо અને ક્રિ૦ વિ૦. **tenth** (ટે'ન્થ), વિо અને નાо.
te'nable (ટે'નબલ), વિо હુમલા કે વાંધા સામે ટકે કે ટકાવી શકાય એવું, સમર્થનીય; અમુક વખત સુધી રાખી શકાય એવું.
tena'cious (ટિનેશસ), વિо મક્કમપણે પકડનારું, સહેલાઈથી છૂટું ન પાડી શકાય –બરાબર વળગી રહે– એવું, ચીવટવાળું; ધારણશક્તિવાળું. **tena'city** (ટિનેસિટિ), નાо.
te'nancy (ટે'નન્સિ), નાо ખેડૂત કે ભાડૂતનો ભોગવટો, તેની મુદત; ભાડૂત કે ખેડૂતના કબજામાંની મિલકત – ઘર કે જમીન.
te'nant (ટે'નન્ટ), નાо ઘરનો ભાડૂત, જમીનનો ગણોતિયો; રહેવાસી. સ૦ ક્રિ૦ ભાડૂત કે ગણોતિયા તરીકે કબજો ધરાવવો.
te'nantry (ટે'નન્ટ્રિ), નાо ગણોતિયાઓ; ભાડૂતો.
tench (ટે'ન્ચ), નાо મીઠા પાણીની એક માછલી ('કાર્પ' કુટુંબની).
tend[1] (ટે'ન્ડ), અ૦ ક્રિ૦ અમુક દિશામાં જવું–ખસવું કે મોકલાવું; -ની તરફ અમુક વલણ–ઝોક–હોવો; -નું કારણ થવું–થઈ પડવું.
tend[2], સ૦ ક્રિ૦ -ની સંભાળ લેવી, -નું ધ્યાન રાખવું.
te'ndency (ટે'ન્ડન્સિ), નાо ઝોક, વલણ, વૃત્તિ.
tende'ntious (ટે'ન્ડે'ન્શસ), વિо [અનાદર.] કોઈ કાર્યને આગળ ધપાવનારું; પક્ષપાતી.
te'nder[1] (ટે'ન્ડર), ઉ૦ ક્રિ૦ આપવા તૈયારી બતાવવી. આપવાનું કહેવું, લેવા માટે આગળ ધરવું; કંટ્રાટ ઇ૦ માટે માગણી આપવું – 'ટેન્ડર' ભરવું. નાо ઇજારો, કંટ્રાટ

ઇ૦ રાખવા કે માલ પૂરો પાડવા માટે તૈયારી જણાવતો ભાવતાલ સાથેનો પત્ર. **legal ~**, કાયદેસર ચલણ, જે લેવાની ના ન પાડી શકાય.

te'nder³, ના૦ માલ લાવવો, વરધીનો માલ લઈ જવો, ઇ૦. મોટા વહાણમાં માલ પહોંચાડનારું કે તેમાંથી લઈ જનારું નાનું મદદનીશ વહાણ; ઇંધન, પાણી, ઇ૦થી ભરેલો એંજિન સાથે જોડેલો ડબો.

te'nder³, વિ૦ ચીવટ કે સખત નહિ એવું; કોમળ, સુંવાળું નાજુક; ભંગુર; આળું, દરદવાળું; માયાળુ, વહાલસોયું. **~foot**, નવો આવેલો–સુંવાળો–માણસ, **~loin**, ડુક્કરના કે ગાયના માંસનો વિશેષ કુમળો ભાગ.

te'nderize (ટૅન્ડરાઇઝ઼), સ૦ક્રિ૦ માંસ ઇ૦ને ટીપીને પોચું–કુમળું–બનાવવું.

te'ndon (ટૅન્ડન), ના૦ સ્નાયુને હાડકા સાથે બાંધી રાખનાર મજબૂત રજ્જુ, કંડરા. **te'ndinous** (ટૅન્ડિનસ), વિ૦.

te'ndril (ટૅન્ડ્રિલ), ના૦ વેલા વગેરેનો બીજા છોડ કે ઝાડને વીંટળાઈ રહેવાનો વાળો–તંતુ–હાથો.

te'nement (ટૅનિમન્ટ), ના૦ રહેવાનું મકાન; સ્વતંત્ર નિવાસ તરીકે ભાડે આપેલો ઘરનો ભાગ.

te'net (ટીનૅ'ટ), ના૦ કોઈ પક્ષ, સંપ્રદાય, ઇ૦નો મત, માન્યતા અથવા સિદ્ધાન્ત.

Tenn. સંક્ષેપ. Tennessee.

te'nner (ટૅનર), ના૦ [વાત.] દસ પાઉન્ડ, રૂપિયા, ઇ૦ની નોટ.

te'nnis (ટૅનિસ), ના૦ વચ્ચે જાળી રાખીને ઝારા(રૅકેટ)વતી સામસામે દડો મારવાની રમત; **(lawn) ~**, બહાર ઘાસના મેદાન કે નક્કર જમીન પર રમાતી રમત. **real ~**, ઘરમાં બનાવેલા 'કોર્ટ' પર રમાતી ટેનિસની મૂળ રમત.

te'non (ટૅનન), ના૦ (લાકડાનું) સાલ.

te'nor (ટૅનર), ના૦ ચાલુ વહેણ, ધોરણ; જીવન કે વર્તનની સામાન્ય દિશા કે વહેણ; ભાવાર્થ, આશય; મરદનો ઊંચામાં ઊંચો સામાન્ય સ્વર; એવા સ્વરવાળો ગાયક; તેને માટેની સંગીત રચના.

tense¹ (ટૅન્સ), ના૦ [વ્યા૦] ક્રિયાપદનો કાળ; પુરુષ અને વચનનાં તેનાં રૂપો.

tense², વિ૦ તાણીને ખેંચેલું, તંગ; માનસિક તાણવાળું. ઉ૦ ક્રિ૦ તંગ કરવું–થવું.

te'nsile (ટૅન્સાઇલ), વિ૦ તાણનું; તાણી–ખેંચી–શકાય એવું. **tensi'lity** (-સિલિટિ), ના૦.

te'nsion (ટૅન્શન), ના૦ તાણવું કે તણાવું તે; તાણ, ખેંચાણ; માનસિક તાણ, તંગદિલી; સામસામાં ખેંચતાં બળોનું પરિણામ; વિદ્યુતવાહક બળ.

tent (ટૅન્ટ), ના૦ તંબૂ, ડેરો.

te'ntacle (ટૅન્ટેકલ), ના૦ સ્પર્શ કરવા, પકડવા કે ખસવા માટે ઉપયોગી એવો પ્રાણીનો પાતળો અને લવચીક મૂછ કે સૂંઢ જેવો અવયવ.

te'ntative (ટૅન્ટટિવ), વિ૦ અજમાયેશ દાખલ કરેલું, પ્રયોગાત્મક; આનાકાની કરતું, નિશ્ચિત નહિ એવું.

te'nterhooks (ટૅન્ટરહુક્સ), ના૦. **on ~**, ચિન્તાની સ્થિતિમાં; ઉચાટમાં, અધ્ધર.

te'nuous (ટૅન્યુઅસ), વિ૦ પાતળું, બારીક; સૂક્ષ્મ, અતિપરિષ્કૃત. **tenu'ity** (-ન્યુઇટિ), ના૦.

te'nure (ટૅન્યુઅર), ના૦ જમીન ઇ૦ મિલકત અથવા હોદ્દો ધારણ કરવો તે; ધારણ કરવાની અવધિ–શરતો.

te'pee (ટીપિ), ના૦ ઉ. અમેરિકન ઇન્ડિયનનો શંકુ આકાર તંબૂ.

te'pid (ટૅપિડ), વિ૦ જરાતરા ઊનું, કોકરવાયું. **tepi'dity** (ટિપિડિટિ), ના૦.

tequi'la (ટૅકિલ), ના૦ કુંવરપાઠામાંથી બનાવેલો મેકિસકોનો દારૂ.

ter'cel (ટરૃસલ), **tier'cel** (ટિઅરૃસલ), ના૦ બાજ(નર).

tercente'nary (ટરૃસૅ'ન્ટિનરિ), વિ૦ અને ના૦ ત્રિશત સાંવત્સરિક (ઉત્સવ), ત્રણસોમી વરસગાંઠ.

te'rebinth (ટૅરિબિન્થ), ના૦ ટર્પેન્ટાઇન આપતું દ. યુરોપનું એક ઝાડ.

tergiversa'tion (ટર્જિવર્સેશન), ના૦

પક્ષ કે સિદ્ધાન્તોનો ત્યાગ; પરસ્પરવિરોધી નિવેદનો કરવાં તે.

term (ટર્મ), ના૦ અમુક મર્યાદિત સમય-અવધિ; યુનિવર્સિટી, અદાલત, ઇ૦નું સત્ર, ટર્મ; કામનો કે ધારેલાં પરિણામોનો સમય; કોઈ વિદ્યાશાખાનો પારિભાષિક શબ્દ; [બ૦વ૦માં] પરિભાષા, ભાષાની શૈલી; [બ૦ વ૦માં] શરતો; માગેલી કે આપવા કહેલી રકમ, કિંમત; [બ૦વ૦માં] અરસપરસ સંબંધ; [ગ.] ગુણોત્તર કે માલિકાની દરેક રકમ, બીજગણિતની સંયુક્ત રાશિનું પદ. સ૦ ક્રિ૦ નામ પાડવું, કહેવું. **~s of reference**, સમિતિએ જેને વિષે નિર્ણય કે અહેવાલ આપવાનો હોય તે મુદ્દા-બાબતો; તપાસ ઇ૦નું ક્ષેત્ર, એ ક્ષેત્રની વ્યાખ્યા-આંકેલી મર્યાદા.

ter'magant (ટર્મગન્ટ), ના૦ વઢકણી સ્ત્રી, કર્કશા.

ter'minable (ટર્મિનબલ), વિ૦ અંત લાવી શકાય એવું, વિ૦ ક૦ અમુક મુદત પછી; મર્યાદિત મુદતનું.

ter'minal (ટર્મિનલ), વિ૦ અંત કે છેડાનું, અંતિમ; [વૈદક] કોઈ જીવલેણ રોગના છેવટને તબક્કે આવેલું; દરેક સત્રમાં થતું, સત્રાંત. ના૦ છેડો, અંત, છેવટનો ભાગ; વીજળીના પ્રવાહના તારનો છૂટો છેડો; ટ્રામ, રેલવે, ઇ૦નું છેવટનું મથક-સ્ટેશન; કૉમ્પ્યૂટરમાં કે કૉમ્પ્યૂટર ઇ૦માંથી સંદેશા લઈ જવાનું યાંત્રિક સાધન.

ter'minate (ટર્મિનેટ), ઉ૦ ક્રિ૦ -નો અંત આણવો-આવવો; -માં અંત આવવો-પરિણમવું.

termina'tion (ટર્મિનેશન), ના૦ અંત આણવો-આવવો-તે; અંત, છેવટ; અંત આવવાની રીત; શબ્દનો છેલ્લો અક્ષર; પ્રત્યય.

termino'logy (ટર્મિનોલજિ), ના૦ કોઈ ખાસ વિષયને લગતા શબ્દો; શાસ્ત્રીય પરિભાષા. **terminolo'gical** (ટર્મિનલૉજિકલ), વિ૦.

ter'minus (ટર્મિનસ), ના૦ [બ૦વ૦ **~es**, -ni -નાઇ] રેલવે, બસનો રસ્તો, ઇ૦નું છેવટનું મથક.

ter'mite (ટર્માઇટ), ના૦ ઉધઈ.

tern (ટર્ન), ના૦ લાંબી અણિયાળી પાંખો અને બે પાંખી પૂંછડીવાળું એક દરિયાઈ પક્ષી.

ter'nary (ટર્નરિ), વિ૦ ત્રણ ભાગનું બનેલું.

te'rrace (ટૅરસ), ના૦ ઊંચાણવાળો જમીનનો સમતલ પટો, એવો રસ્તો; એવા રસ્તાપરની એક સરખાં ઘરોની હાર; અગાસી.

terraco'tta (ટૅરકૉટૅ), ના૦ પીળાશ પડતા રાતા રંગનાં માટીનાં વાસણ કુસણ; તેનો રંગ.

terra firma (ટૅરૅફર્મ), ના૦ કઠણ નક્કર-કોરી જમીન.

terrai'n (ટૅરેન), ના૦ ભૂપ્રદેશ, દેશનો ભાગ (તેના પ્રાકૃતિક ભૂગોળની દૃષ્ટિથી).

te'rrapin (ટૅરપિન), ના૦ મીઠા પાણીમાં રહેનાર ખાદ્ય કાચબાની એક જાત; અગાઉથી તૈયાર કરેલું-પૂર્વરચિત-એક માળનું મકાન.

terre'ne (ટૅરીન), વિ૦ માટીનું, પાર્થિવ; દુન્યવી.

terre'strial (ટરૅસ્ટ્રિઅલ), વિ૦ ધરતીનું-પરનું; પાર્થિવ; કોરી જમીન પરનું.

te'rrible (ટૅરિબલ), વિ૦ ભયજનક, ભયંકર; [વાત.] પ્રચંડ, જબરદસ્ત; ઉત્કૃષ્ટ, અતિશય, ખરાબ; લાયકાત વિનાનું.

te'rribly (ટૅરિબ્લિ), ક્રિ૦ વિ૦ ભયંકર રીતે; [વિ૦બો૦] અતિશય, ઘણું જ.

te'rrier (ટૅરિઅર), ના૦ નાનું ચપળ ખડતલ કૂતરું; **T~**, [વાત.] પ્રાદેશિક લશ્કરનો માણસ.

terri'fic (ટરિફિક), વિ૦ ભયંકર; જબરદસ્ત, પ્રચંડ; ઉત્કૃષ્ટ; અતિશય.

te'rrify (ટૅરિફાઇ), સ૦ ક્રિ૦ ભયભીત કરવું, બિવડાવવું.

terri'ne (ટરીન), ના૦ માંસની રાબ (પેટે)ઇ૦ રાંધવા પીરસવાનું માટીનું વાસણ; એ વાસણમાં રાંધેલો કે પીરસેલો ખોરાક.

territor'ial (ટૅરિટોરિઅલ), વિ૦ પ્રાદેશિક. ના૦ પ્રાદેશિક દળનો માણસ. **T~ Army** (હવે **T~ and Army Volunteer Reserve**), સ્થાનિક લોકોએ સંગઠિત કરેલું સ્વયંસેવ-

કોનું અનામત દળ. ~ **waters,** રાજ્યની હકૂમત નીચેનો દરિયાનો ભાગ (કિનારાથી અમુક અંતર સુધીનો).

te'rritory (ટૅ'રિટરિ), ના૦ રાજ્ય, રાજ્ય (સરકાર), ઇ૦ની હકૂમત નીચેનો મુલક; [લા.] (કાર્ય)ક્ષેત્ર, પ્રાન્ત; કોઈ ધંધાના ફરતા એજન્ટનું ક્ષેત્ર; કોઈ પ્રાણીઓનું જૂથનું અથવા રમત રમનારા હરીફ જૂથોનું સામાવાળાથી રક્ષણ કરવાનું પોતપોતાનું ક્ષેત્ર. **T~,** દેશનો સંગઠિત ભાગ, વિ૦ક૦ હજી રાજ્યના બધા હકો જેને મળ્યા નથી એવો.

te'rror (ટૅ'રર), ના૦ થથરી જવાય એવો ભય, મહાભય; ભયાનક વ્યક્તિ કે વસ્તુ; [વાત.] ત્રાસદાયક અથવા કંટાળાજનક વ્યક્તિ, વિ૦ ક૦ બાળક.

ter'rorism (ટૅ'રરિઝ્મ), ના૦ ભય, ત્રાસ કે ધાકધમકી(થી કામ કરાવવા કે રાજકીય ઉદ્દેશ પાર પાડવાની નીતિ, ત્રાસવાદ. **te'rrorist** (-રિસ્ટ), ના૦.

te'rrorize (ટૅ'રરાઇઝ઼), ઉ૦ ક્રિ૦ ભયભીત કરી નાખવું, ધાકધમકીથી કામ લેવું, ઉપર જુલમ ગુજારવો. **terroriza'tion** (-ઝ઼ેશન), ના૦.

te'rry (ટૅરિ), ના૦ અને વિ૦ કાપ્યા વિનાના દોરાના ગાળાવાળું (રૂવાં કે ફૂલવાળું કાપડ).

terse (ટર્સ), વિ૦ સંક્ષિપ્ત, અતિસંક્ષિપ્ત; તોછડું; ટૂંકું અને જોરદાર શૈલીવાળું.

ter'tiary (ટર્શરિ), વિ૦ ત્રીજી પંક્તિનું, ત્રીજુ, ત્રીજા ભૂસ્તર યુગમાં બનેલું.

Te'rylene (ટૅ'રિલીન), ના૦ એક જાતનું (કૃત્રિમ ધાગાનું) કાપડ

te'ssellated (ટૅ'સલેટિડ), વિ૦ રંગીન પથ્થરના જડાવ કામનું; સુંદર નાનીનાની ચોકડીવાળી સપાટીનું. **tessella'tion** (-લેશન), ના૦.

test (ટૅ'સ્ટ), ના૦ કસોટી, વ્યક્તિ કે વસ્તુ (ના સ્વરૂપ)ની ઝીણવટી ભરી પરીક્ષા, ચકાસણી; તુલના કે કસોટી કરવાનું સાધન, ઇ૦ ધોરણ, યોગ્ય પરિસ્થિતિ; [વાત.] કસોટી સામનો (ક્રિકેટ ઇ૦ નો). સ૦ક્રિ૦ પરીક્ષા–કસોટી–કરવી, તાવવું. ~ **bed,** વાપરવા માંડતા પહેલાં વિમાનનાં ઍંજિનોને તપાસી જોવાનાં સાધન. ~ **case,** [કા.] જેના નિકાલ પરથી એના જેવા બીજા દાવાઓનો નિકાલ આપોઆપ થાય છે એવો કસોટી રૂપ દાવો. ~ **match,** ક્રિકેટનો કસોટી સામનો. ~**-tube,** રાસાયણિક કસોટી માટે વપરાતી એક છેડે બંધ એવી કાચની નળી, કસનળી. ~**-tube baby,** [વાત.] કૃત્રિમ વીર્યસેચનથી થયેલી ગર્ભધારણાનું બાળક, –રહેલા ગર્ભવાળું માતાના શરીરની બહાર અન્યત્ર વિકસિત થયેલું બાળક.

testa'ceous (ટૅ'સ્ટેશસ), વિ૦ અખંડ કવચવાળું.

te'stacy (ટૅ'સ્ટસિ), ના૦ મૃત્યુપત્ર કરીને મરણ પામેલા હોવાની અવસ્થા.

te'stament (ટૅ'સ્ટમન્ટ), ના૦ મૃત્યુપત્ર; [વાત.] પોતાની માન્યતાઓ ઇ૦ની લિખિત ઘોષણા; નવા કરારની નકલ. **Old, New, T~,** બાઇબલના બે વિભાગ–જૂનો કરાર અને નવો કરાર.

testame'ntary (ટૅ'સ્ટમૅ'ન્ટરિ), વિ૦ મૃત્યુપત્રનું–માં–વડે.

te'state (ટૅ'સ્ટટ), વિ૦ અને ના૦ કાયદેસરનું મૃત્યુપત્ર કરીને મરણ પામનાર.

testa'tor (ટૅ'સ્ટેટર), ના૦ મૃત્યુપત્ર કરનાર – કરીને મરનાર.

testa'trix (ટૅ'સ્ટેટ્રિક્સ), ના૦ મૃત્યુપત્ર કરનાર – કરીને મરનાર–સ્ત્રી.

te'ster (ટૅ'સ્ટર), ના૦ પથારી પરનો ચંદરવો.

te'stes (ટૅ'સ્ટીઝ઼), **testis**નું બ૦ વ૦.

te'sticle (ટૅ'સ્ટિકલ), ના૦ અંડકોષ, વૃષણ.

te'stify (ટૅ'સ્ટિફાઇ), ઉ૦ ક્રિ૦ સાક્ષી – પુરાવો – આપવો; ખાતરીપૂર્વક કહેવું જાહેર કરવું; નો પુરાવો હોવો.

testimo'nial (ટૅ'સ્ટિમોનિઅલ), ના૦ વર્તણૂક કે લાયકાતનું પ્રમાણપત્ર; કદર દાખલ આપેલી ભેટ – દેણગી.

te'stimony (ટૅ'સ્ટિમનિ), ના૦ પુરાવો,

[કા.] ન્યાયાલયમાં સોગન પર આપેલો પુરાવો.

te'stis (ટે'સ્ટિસ), ના૦ [**-tes**-સ્ટીઝ઼] અંડકોષ, વૃષણ.

te'sty (ટે'સ્ટિ), વિ૦ ચીડિયું, તામસી, મિજાજી.

te'tanus (ટે'ટનસ), ના૦ ધનુર્વા, ધનુર.

te'tchy (ટે'ચિ), વિ૦ ચીડિયું, વાત-વાતમાં વાંકું પડે એવું, આળું.

tête-à-tête (ટેટાટેટ), ના૦ બે જણ વચ્ચેની ગુપ્ત મુલાકાત-વાતચીત-ગુફતગો.

tether (ટે'ધર), ના૦ જાનવરને બીડમાં ચારતી વખતે બંધાતું દોરડું, દામણ. **end of one's ~**, પોતાના પૈસા, શક્તિ, ધીરજ, ઇ૦ની હદ. સ૦ક્રિ૦ -ને દામણ બાંધવી.

te'tra- (ટે'ટ્ર-), સંયોગી રૂપ, ચાર.

te'trad (ટે'ટ્રડ), ના૦ ચારનું જૂથ, ચોકડી.

te'tragon (ટે'ટ્રગન), ના૦ ચતુષ્કોણ, ચતુર્ભુજ. **tetra'gonal** (ટે'ટ્રૅગનલ), વિ૦.

tetrahe'dron (ટે'ટ્રહીડ્રન), ના૦ [બ૦ વ૦ **~s, -he'dra**] ચાર બાજુઓવાળી ઘન આકૃતિ, ચતુષ્ફલક; ત્રિકોણ (આધાર-વાળો) પિરામિડ. **tetrahe'dral** (-હીડ્રલ), વિ૦.

tetra'logy (ટે'ટ્રૅલજિ), ના૦ અરસપરસ સંબંધવાળી ચાર સાહિત્યિક કૃતિઓનું જૂથ.

Teuto'nic (ટચુટૉનિક), વિ૦ જર્મનો અથવા પ્રાચીન ટ્યૂટન લોકોનું; હિન્દી યુરોપીય ભાષાઓના જર્મનિક જૂથનું.

text (ટેક્સ્ટ), ના૦ લેખકના કે ગ્રંથના મૂળ શબ્દ-પાઠ, ગ્રંથનો મુખ્ય ભાગ વિ૦ક૦ ભાષાંતર, ટિપ્પણી સિવાયનો; ધર્મગ્રંથ કે શાસ્ત્રમાંથી પ્રવચન ઇ૦ માટે વીણેલું વાક્ય; વિષય; [બ૦વ૦માં] અભ્યાસ માટે નિયત કરેલા (પાઠ્ય) પુસ્તકો. **~-book**, અધ્યયન માટે નિયત કરેલું પુસ્તક, વિદ્યાશાખાનું પ્રમાણભૂત પુસ્તક.

te'xtile (ટે'ક્સ્ટાઇલ), વિ૦ વણાટનું; વણેલું. ના૦ વણેલું કાપડ.

te'xtual (ટેક્સ્ટ્યુઅલ), વિ૦ મૂળ પાઠનું -માં આવેલું. **~ criticism**, પુસ્તકના મૂળ પાઠ અને તેના અર્થની ચિકિત્સા.

te'xture (ટેક્સ્ચર), ના૦ વણાટ; કાપડનું પોત; બનાવટ. **te'xtural** (-રલ), વિ૦.

thali'domide (થલિડમાઇડ), ના૦ એક ઉપશામક દવા જે માતા સગર્ભાવસ્થાની શરૂઆતમાં લે તો બાળક વિકલાંગ બને છે.

than (ધૅન), ઉભ૦ અ૦ કરતાં, -ના કરતાં, -થી, -નાથી, સરખામણીમાં બીજા પદ પહેલાં વપરાય છે.

thane (થેન), ના૦ લશ્કરી ચાકરીના બદલામાં જમીન ધરાવનાર, અર્લથી ઊતરતી કોટિનો ઉમરાવ; જમાત કે ટોળીનો નાયક.

thank (થૅંક), સ૦ક્રિ૦ -નો આભાર-પાડ-માનવો. ના૦ બ૦વ૦ કૃતજ્ઞતા (બતાવવી તે), આભાર. **~-offering**, કૃતજ્ઞતા દાખલ આપેલી ભેટ. **~sgiving**, વિ૦ ક૦ પરમેશ્વરનો ઉપકાર માનવો તે-માનવાનો ઉત્સવ. **T-sgiving (Day)**, નવેમ્બરના ચોથા રવિવારનો અમે૦નો વાર્ષિક ઉત્સવ-તહેવાર. **~ you**, કોઈ ભેટ, સેવા, ઇ૦ બદલ પાડ માનવો તે, આભાર. **no ~ you**, વિનયપૂર્વક કશુંક લેવાની ના પાડવી તે.

tha'nkful (થૅંક્ફુલ), વિ૦ કૃતજ્ઞ, સંતુષ્ટ, આભારી, આભારદર્શક.

tha'nkless (થૅંક્લિસ), વિ૦ પાડ ન માનનારું, કૃતઘ્ન; નિરર્થક, નકામું.

that (ધૅટ), વિ૦ અને સર્વ૦ [બ૦ વ૦ **those** ધોઝ઼] એમાંથી અગાઉ નિર્દેશ કરેલું, ઉપલું, અગાઉ જોયેલું, પ્રસ્તુત, માની લીધેલું, ઇ૦, વિ૦ક૦ દૂરનું, તે, એ, દેખીતું (માણસ કે વસ્તુ). **and all ~**, ઇત્યાદિ, વગેરે. **at ~**, ઉપરાંત, પણ. ક્રિ૦વિ૦ [વાત.] એટલું (બધું, ઓછું, ઇ૦); એ રીતે. સંબંધક સર્વ૦ જે, કે જે. ઉભ૦ અ૦ કે, એટલા માટે, તે કારણથી, જેથી. માની લીધેલી વાત, હેતુ કે પરિણામદર્શક કથન પહેલાં વપરાય છે. **~ is**, એટલે કે, બલ્કે.

thatch (થૅચ), ના૦ છાપરા માટેનાં

છાજ, પરાળ, ઇ૦; તેનું છાપરું. સ૦ક્રિ૦ છાપરું છાવું.

thaw (થૉ), ઉ૦ક્રિ૦ બરફનું પાણી કરી નાખવું–થવું, ઓગળવું, ઓગાળવું, પીગળવું; ઉષ્માથી પ્રવાહી બનવું–સજીવન થવું, મિલનસાર થવું. ના૦ બરફનું ઓગળી જવું તે; ઓગાળનારી હવાની ઉષ્ણતા.

the (સ્વર પહેલાં ધિ, વ્યંજન પહેલાં ધ, ભારદર્શક ધી), નિશ્ચિત ઉપપદ. અગાઉ ઉલ્લેખેલી વસ્તુ કે વ્યક્તિ માટે વપરાય છે એ, તે; તે જ (ભાર દેવા માટે). એકમાત્ર, અદ્વિતીય. ક્રિ૦વિ૦ જેમ જેમ... તેમ તેમ (**~ more ... ~ more**).

the'atre (થીઅટર), ના૦ નાટકશાળા, નાટ્યગૃહ; રંગભૂમિ, નાટ્યકલા; ભાષણો, શસ્ત્રક્રિયા, ઇ૦ માટેનો નાટકગૃહ જેવો બેઠકોની હારવાળો ઓરડો; યુદ્ધ ઇ૦ જેવા બનાવની જગ્યા; (**operating**) **~**, શસ્ત્રક્રિયાનો ઓરડો.

thea'trical (થિઍટ્રિકલ), વિ૦ નાટકશાળા કે અભિનયનું -ને માટેનું; કેવળ પ્રભાવ પાડવાના ઉદ્દેશવાળું; દિખાઉ, ઉપર ઉપરનું. ના૦ [બ૦વ૦માં] નાટ્યપ્રયોગો. **theatrica'lity** (થિઅટ્રિકૅલિટિ), ના૦.

thee (ધી), સર્વના. **thou** ની કર્મની વિભક્તિ.

theft (થે'ફ્ટ), ના૦ ચોરી (કરવી તે).

their (ધે'અર), સર્વના૦ અને વિ૦ **they**-નું સંબંધક ષષ્ઠીનું રૂપ. તેમનું, તેમની માલિકીનું. **theirs** (ધે'અર્સ), **their** ના અર્થમાં જ પણ નામ પછી આવે છે.

the'ism (થીઇઝ઼્મ), ના૦ ઈશ્વર છે એવી શ્રદ્ધા કે માન્યતા, ઈશ્વરવાદ **the'ist** (-ઇસ્ટ), વિ૦. **thei'stic** (-ઇસ્ટિક), વિ૦.

them (ધે'મ), સર્વના૦ **they**ની કર્મની વિભક્તિ.

theme (થીમ), ના૦ વાતચીત ઇ૦નો વિષય, બાબત; [અમે.] આપેલા વિષય પર વિદ્યાર્થીનું લખાણ; [સં] કોઈ રચનાનો મુખ્ય સૂર. **~ song, tune,** સંગીત નાટિકા ઇ૦માં વારંવાર આવતું ગીત. **thema'tic** (થિમૅટિક), વિ૦ વિષયોનું – ને લગતું.

themse'lves (ધે'મ્સે'લ્વ્ઝ઼્), સર્વના૦ **they** નું ભારદર્શક અને સ્વવાચક રૂપ.

then (ધે'ન), ક્રિ૦ વિ૦ તે વખતે, તે પછી, બાદ; તે બાબતમાં, તદનુસાર. વિ૦ તે વખતનું, તે વખતે વિદ્યમાન. ના૦ તે સમય. **~ and there**, ત્યાં ને ત્યાં જ; તાબડતોબ

thence (ધે'ન્સ), ક્રિ૦ વિ૦ ત્યાંથી, તે જગ્યાથી; એ કારણથી, તેથી. **~forth, ~forward,** ત્યારથી, તે વખતથી (માંડીને).

the'o- (થિઓ-), સંયોગી રૂપ. ઈશ્વર અથવા દેવ કે દેવો

theo'cracy (થિઑક્રસિ), ના૦ સ્વત: ઈશ્વરનું કે દેવોનું રાજ્ય; ઈશ્વરનું ધર્મગુરુઓ દ્વારા – ધર્મગુરુઓનું–રાજ્ય. **theocra'tic** (થિઅક્રૅટિક), વિ૦.

theo'dolite (થિઑડલાઇટ), ના૦ [મોજણીમાં] આડા અને ઊભા ખૂણા માપવાનું સાધન.

theo'logy (થિઑલજિ), ના૦ (વિ૦ ક૦ ખ્રિસ્તી) ધર્મશાસ્ત્ર, ઈશ્વરવિજ્ઞાન. **theolo'gian** (થીઅલૉજિઅન), ના૦. **theolo'gical** (થીઅલૉજિકલ), વિ૦.

the'orem (થિઅરમ), ના૦ પ્રમેય; પુરવાર કરવાનો સિદ્ધાન્ત.

theor'etic(al) (થીઅરે'ટિકલ), વિ૦ શાસ્ત્ર કે સિદ્ધાન્તનું – ને લગતું, તાત્ત્વિક (વ્યાવહારિકથી ભિન્ન); કાલ્પનિક; અવહેવારુ.

the'orist (થીઅરિસ્ટ), ના૦ અમુક સિદ્ધાન્ત ધરાવનાર, નવો સિદ્ધાન્ત શોધી કાઢનાર.

the'orize (થીઅરાઇઝ઼્), સ૦ ક્રિ૦ સિદ્ધાન્ત–ઉપપત્તિ–શોધી કાઢવી કે બેસાડવી.

the'ory (થીઅરિ), ના૦ ગૃહીત – માની લીધેલો – સિદ્ધાન્ત; તાત્ત્વિક સિદ્ધાન્ત, ઉપપત્તિ; કોઈ શાસ્ત્ર, કળા, ઇ૦ના સિદ્ધાન્તો-(નું વિવરણ), (નહિ કે તેની વહેવારુ બાજુ); માન્યતા, મત.

theo'sophy (થિઑસફિ), ના૦ ઈશ્વર વિષયક જ્ઞાન; ભક્તિ, ધ્યાન, ઇ૦ વડે ઈશ્વરના

સાક્ષાત્કાર કરવાનો દાવો કરનારી વિદ્યા, બ્રહ્મવિદ્યા. **theoso'phical** (થીઅસૉફિકલ), વિ૦

therapeu'tic (થે'રપ્યૂટિક), વિ૦ રોગ મટાડનારું, રોગનિવારક. **therapeu'tics** (-ટિક્સ), ના૦ બ૦ વ૦ રોગનું નિદાન અને ચિકિત્સા, રોગોપચાર.

the'rapy (થે'રપિ), ના૦ રોગોપચાર, (વિશિષ્ટ) ઉપચારપદ્ધતિ. **the'rapist** (-પિસ્ટ), ના૦.

there (ધે'અર), ક્રિ૦ વિ૦ ત્યાં, તે જગ્યાએ; એ બાબતમાં; તે સ્થળે અથવા ક્ષણે; તે જગ્યા ભણી; પેલી પાર. ના૦ તે જગ્યા કે સ્થળ. ઉદ્ગાર૦ કશાક તરફ ધ્યાન ખેંચવા માટે વપરાય છે; (એ) જુઓ! **~-about(s)**, (સ્થળ અંગે) એટલામાં ક્યાંક; (સંખ્યા; જથ્થો, ઇ૦ અંગે) આશરે, લગભગ; આશરે અમુક સમયે. **~after**, તે પછી. ત્યારથી. **~by**, તેથી, તે વડે તે દ્વારા. **~fore**, તેથી, એ કારણે, પરિણામે. **~in**, એ જગ્યામાં કે બાબતમાં. **~of**, તેનું. **~upon**, તે પછી તરત જ, તેના જ તાત્કાલિક પરિણામે.

therm (થર્મ), ના૦ ગૅસ(વાયુ)ની ઉષ્ણતા માપવાનું એક માપ-એકમ, એક ગ્રામ પાણી ૧° (સેન્ટિગ્રેડ) ઊનું કરવા માટે જોઈતી ઉષ્ણતા.

ther'mal (થર્મલ), વિ૦ ઉષ્ણતાનું. ના૦ ગરમ હવાનો ઊડતો ફુવારો – ઝરણું. **British ~ unit**, એક રતલ પાણીને ૧° ફા૦ ઊનું બનાવવા જોઈતી ઉષ્ણતા.

thermio'nic (થર્મિઑનિક), વિ૦ **-~ valve**, ગરમ કરેલી વસ્તુમાંથી એક દિશામાં વીજાણુઓ વહેતા કરવાનું સાધન; તપાવેલા વીજધ્રુવોમાંથી નીકળતા વીજાણુઓ જેમાં પડે છે તે નિર્વાત નળી.

ther'mo- (થર્મો), સંયોગી રૂપ-ઉષ્ણતા.

thermodyna'mics (થર્મોડાઇનૅમિક્સ), ના૦ બ૦ વ૦ (બહુધા એક વ૦ તરીકે વપરાતું) ઉષ્ણતા અને ઊર્જાના બીજા પ્રકારો વચ્ચેના સંબંધનું શાસ્ત્ર – વિજ્ઞાન. ઉષ્માગતિવિદ્યા.

thermo'meter (થર્મૉમિટર), ના૦ ઉષ્ણતામાપક, થર્મૉમીટર. **thermome'tric** (થર્મમે'ટ્રિક), વિ૦ **thermo'metry** (થર્મૉમિટ્રિ), ના૦.

thermonu'clear (થર્મોન્યૂક્લિઅર), વિ૦ ઔષ્ણિક અનુકેન્દ્રીય, તાપનાભિકીય ખૂબ ઊંચું તાપમાન હોય ત્યારે જ થતા અણુના પ્રત્યાઘાતોને લગતું; (બૉંબ અંગે) એવા પ્રત્યાઘાતોવાળું.

thermopla'stic (થર્મોપ્લૅસ્ટિક), વિ૦ અને ના૦ ગરમ કરવાથી પોચો અને ધાર્યો ઘાટ આપી શકાય એવો અને ઠંડો પાડતાં સખત બનતો (પદાર્થ).

Ther'mos (થર્મૉસ), ના૦ વસ્તુની ગરમી કે ઉષ્ણતા ટકાવી રાખનારી બાટલી, થર્મૉસ.

thermose'tting (થર્મોસે'ટિંગ), વિ૦ (પ્લાસ્ટિક અંગે) ગરમ કરવાથી કાયમનું દૃઢ થનારું.

ther'mostat (થર્મૅસ્ટૅટ), ના૦ ઉષ્ણતાનું આપોઆપ નિયમન કરનારું સાધન, તાપનિયંત્રક. **thermosta'tic** (થર્મસ્ટૅટિક) વિ૦.

thesau'rus (થિસૉરસ), ના૦ [બ૦ વ૦ **-ri** રાઇ] માહિતી ઇ૦નો ભંડાર, વિ૦ ક૦ સમાનાર્થક શબ્દોનો કોશ.

these (ધીઝ઼), **this**નું બ૦ વ૦.

the'sis (થીસિસ), ના૦ [બ૦ વ૦ **-ses** -સીઝ઼] સમર્થન કે પુરવાર કરવાનો સિદ્ધાન્ત; યુનિવર્સિટીની ઉપાધિ મેળવવા માટે લખેલો પ્રબંધ.

The'spian (થેસ્પિઅન), વિ૦ શોકાન્તિકાનું કે નાટ્યકલાનું. ના૦ નટ અથવા નટી.

thews (થ્યૂઝ઼), ના૦ બ૦ વ૦ માણસનું સ્નાયુબળ. શારીરિક બળ.

they (ધે), સર્વં૦ [કર્મ૦ **them**; સંબંધક ષષ્ઠી **their** ધે'અર; **he, she, it**નું બ૦ વ૦ તેઓ.]

thick (થિક), વિ૦ જાડું, ઘાડું; (લીટી અંગે) જાડી, પહોળી; ઘટ્ટ, ઘટ્ટ પોતવાળું; સંખ્યાબંધ; (વસ્તી અંગે) ગીચ, (વન અંગે) નિબિડ; -થી ભરેલું, -ની વિપુલતાવાળું; દુર્ભેદ્ય, મુશ્કેલીથી પ્રવેશ કરી શકાય એવું; કાદવવાળું, રગડા

જેવું, ડહોળાયેલું; ચોખ્ખું નહિ એવું; મંદબુદ્ધિ, મૂર્ખ; (અવાજ અંગે) અસ્પષ્ટ; [વાત.] (મિત્રતા અંગે) ઘનિષ્ઠ. **a bit ~**, [વિ૦ બો૦] ગેરવાજબી, ચલાવી ન લેવાય-સહન ન કરી શકાય-એવું. ~ નાo કશાકનો જાડો – ઘાડો – ગીચ ભાગ. **through ~ and thin**, ચડતીમાં તેમ જ પડતીમાં, કોઈ પણ પરિસ્થિતિમાં, **~-headed**, મૂર્ખ. **~set**, પાસે પાસે ઊગતું, મજબૂત બાંધાનું. **~-skinned**, બીજાની ટીકા ઇ૦ની પરવા ન કરનારું, જડ; જાડી ચામડીનું, નફટ. **~-witted**, મૂર્ખ.

thi'cken (થિકન), ઉ૦ ક્રિ૦ (વધારે) જાડું – ઘાડું – કરવું કે થવું.

thicket (થિકિટ), નાo ગીચ ઝાડી, ઝાંખરાં, ઇ૦.

thief (થીફ), નાo [બ૦ વ૦ **thieves**] ચોર.

thieve (થીવ), ઉ૦ ક્રિ૦ ચોરવું, ચોરી કરવી. **thie'very** (થીવરિ), નાo.

thie'vish (થીવિશ) વિ૦ ચોર, ચોરટું, ભામટું.

thigh (થાઇ), નાo જાંઘ.

thi'mble (થિંબલ), નાo (દરજીની) અંગૂઠી

thi'mbleful (થિંબલ્‌ફુલ), વિ૦ દારૂ ઇ૦નો છાંટો. જરાક દારૂ.

thin (થિન), વિ૦ પાતળું, બારીક; (લીટી અંગે) સાંકડી, બારીક; પાતળું, કૃશ, પુષ્ટ કે જાડું નહિ એવું; ઝીણું, સૂક્ષ્મ, વજૂદ વિનાનું; (ચા, ઉકાળો, ઇ૦ અંગે) કુમળી, કડક નહિ એવું; ગીચ કે વિપુલ નહિ એવું; (વેશાન્તર, બહાનું, ઇ૦ અંગે) પકડાઈ જાય એવું; [વિ૦ બો૦] તુચ્છ, હલકું અને અણગમતું. ઉ૦ ક્રિ૦ પાતળું – વિરલ- કરવું થવું. ક્રિ૦ વિ૦ પાતળું. **~ out**, આછું કરવું, -ની સંખ્યા ઘટાડવી. **~-skinned**, નાજુક આળું, ઝટ માઠું લાગે એવું.

thine (ધાઇન), સંબંધક વિ૦ તારું, તારી માલિકીની વસ્તુ.

thing (થિંગ), નાo (નિર્જીવ) વસ્તુ-પદાર્થ; કોઈ પણ ચીજ, વસ્તુ, પદાર્થ, હકીકત, બીના, વિચાર, પ્રસંગ, ઇ૦; [વાત.] કોઈનો પોતાનો ખાસ રસનો વિષય-બાબત; [બ૦ વ૦માં] અંગત માલિકીની વસ્તુઓ, કપડાં, સરસામાન, ઇ૦; [બ૦ વ૦] આ દુનિયા. **the ~**, શિષ્ટાચાર પ્રમાણે યોગ્ય અથવા ફૅશનબલ-આવશ્યક કે સૌથી મહત્ત્વની-વસ્તુ.

thi'ngumajig (થિંગમૅજિગ, **thi'ngummy** (થિંગમિ), નાo સમૂહ. જેનું નામ યાદ નથી આવતું કે જેના નામની ખબર નથી તે વ્યક્તિ અથવા વસ્તુ.

think (થિંક), ઉ૦ ક્રિ૦ [**thought** થૉટ] વિચારવું, વિચાર કરવો; વિચાર આવવો, -ને લાગવું ધારવું; -નો અભિપ્રાય હોવો; -ની કલ્પના કરવી; -નો વિચાર હોવો; મનન કરવું. નાo વિચાર (કરવો તે-કરવાની ક્રિયા). **~ about**, વિચારવું. **~ of**, વિચારવું, -નો વિચાર-કલ્પના-કરવી, ઉદ્દેશ રાખવો, -નું ચિંતન કરવું; -ના વિચાર સેવવા; -નો અચાનક વિચાર આવવો. **~ out**, વિચાર કરીને ઉપાય – ઉકેલ-શોધી કાઢવો; યોજવું, યુક્તિ લડાવવી. **~ over**, -નો વિચાર-ચિંતન-કરવું. **~-tank**, રાષ્ટ્રીય અને વેપારી સવાલો અંગે સલાહ સૂચન આપનાર સંસ્થા **~ twice**, ઉતાવળથી કશું ન કરો-કરવું. **~ up**, [વાત.] યોજવું; વિચાર કરીને પેદા કરવું.

thi'nker (થિંકર), નાo વિચાર કરનાર – વિચારશીલ – માણસ, વિચારક.

thi'nking (થિંકિંગ), નાo અભિપ્રાય, સમજણ. વિ૦ વિચારશીલ; બુદ્ધિમાન.

third (થર્ડ), વિ૦ ત્રીજું, તૃતીય. નાo ત્રીજો માણસ, પુરુષ, વર્ગ, ઇ૦; ત્રીજો ભાગ. **~ class**, ત્રીજો વર્ગ. **~ degree**, ગુના અંગે માહિતી કઢાવવા ઇ૦ માટે પોલીસ દ્વારા કડક અને લાંબી ચાલતી તપાસ-પજવણી. **~ man**, [ક્રિ.] સ્લિપ અને પૉઇન્ટ વચ્ચેનો ક્ષેત્રપાલ. **~ party**, મુખ્ય બે પક્ષ ઉપરાંતનો પક્ષ, પાસે ઊભેલો માણસ પ્રેક્ષક. **~-party insurance**, વીમો ઉતરાવનાર વ્યક્તિથી ભિન્ન એવા બીજા માણસને નુકસાન કે ઈજા થાય તેની ભરપાઈનો વીમો. **~-rate**, ઊતરતી કે હલકી કોટિનું-જાતનું. **T~**

world, એશિયા, આફ્રિકા અને લૅટિન અમેરિકાના વિકાસશીલ દેશો.

thirst (થર્સ્ટ),ના૦ તરસ, તૃષા; તીવ્ર ઇચ્છા, તૃષ્ણા. અ૦ ક્રિ૦ તરસ લાગવી, તરસ્યું હોવું.

thir'sty (થર્સ્ટિ), વિ૦ તરસ્યું; (દેશ કે મોસમ અંગે) સૂકું, કોરું, વેરાન; [લા.] તીવ્ર ઇચ્છાવાળું; [વાત.] તરસ પેદા કરનારું.

thirtee'n (થર્ટીન), વિ૦ અને ના૦ તેર (ની સંખ્યા). **thirtee'nth** (થર્ટીન્થ), વિ૦ અને ના૦

thir'ty (થર્ટિ), વિ૦ અને ના૦ ત્રીસ(ની સંખ્યા), **thir'tieth** (થર્ટિએ'થ), વિ૦ અને ના૦.

this (ધિસ), વિ૦ અને સર્વ૦ [બ૦ વ૦ **these** ધીઝ઼] (વ્યક્તિ અથવા વસ્તુ અંગે) આ, હાજર, હજુ હમણાં જણાવેલું.

thi'stle (થિસલ), ના૦ જાંબુડિયા રંગના ફૂલોનાં ઝૂમખાંવાળો એક કાંટાળો છોડ, ઉત્કંટો; સ્કૉટલૅન્ડના રાષ્ટ્રીય પ્રતીક તરીકે તેની આકૃતિ. **~down**, થિસલનાં બિયાં(વાળા રેસા), રોમ. **thi'stly** (થિસ્લિ), વિ૦.

thi'ther (ધિધર), ક્રિ૦ વિ૦ [પ્રા.] તે જગ્યાએ, તે દિશામાં, ત્યાં.

thole (થોલ), ના૦ **~(pin)**, હલેસાંની બે બાજુની ખીંટીઓમાંથી કોઈ પણ એક.

thong (થૉંગ), ના૦ ચામડાની લાંબી સાંકડી પટ્ટી–પટો, વાધરી.

thor'ax (થૉરૅક્સ), ના૦ [બ૦વ૦ **~es** અથવા **-aces**–રસીઝ઼] ગરદન અને પેટ વચ્ચેનો ધડનો ભાગ, છાતી, વક્ષઃસ્થળ. **thora'cic** (થરૅસિક), વિ૦.

thorn (થૉર્ન), ના૦ કાંટો; કાંટાળું ઝાડ કે ઝાડવું.

thor'ny (થૉર્નિ), વિ૦ કાંટાળું; ત્રાસદાયક, વિવાદાસ્પદ.

tho'rough (થરૅ), વિ૦ સંપૂર્ણ, પૂર્ણ, ઉપરછલ્લું નહિ. **~bred**, શુદ્ધ વંશનું, ઊંચા કુળનું, શુદ્ધ ઓલાદનું, (માણસ, ઘોડો, ઇ૦); ઉદાત્ત. **~fare**, રાહદારીનો જાહેર જનતા માટે ખુલ્લો–સરિયામ–રસ્તો. **~going**, વિ૦ છેવટ લગી ટકે એવું, માંડવાળ ન કરનારું; એકાન્તિક. **~-paced**, બરાબર કેળવેલું, પાકું, પૂર્ણ.

those (ધોઝ઼) **that**નું બ૦ વ૦.

thou (ધાઉ), સર્વ૦ [કર્મ૦ **thee**; સંબંધક ષ૦ **thine** અને **thy**] બીજા પુરુષનું એક વચન તું. (હવે પ્રા. અથવા કાવ્યમાં).

though (ધો), ઉભ૦ અ૦ છતાં, તેમ છતાં; અગર...તો પણ, યદ્યપિ... તથાપિ, જોકે. ક્રિ૦વિ૦ [વાત.] અને છતાં, તેમ છતાં, તો પણ.

thought[1] (થૉટ), **think**નો ભૂ૦ કા૦ તથા ભૂ૦ કૃ૦.

thought[2], ના૦ વિચાર કરવો તે, વિચાર કરવાની પ્રક્રિયા, શક્તિ, ઇ૦; માણસ વિચારે છે તે, વિચારેલી વસ્તુ, વિચાર; વિચાર, કલ્પના; વિચાર, ધ્યાન, લક્ષ; ધ્યાન; હેતુ, ઉદ્દેશ. **~-reader**, બીજાના મનમાં ચાલતો વિચાર જાણનાર. **~-reading**, બીજાના વિચાર જાણવાની કળા–આવડત. **~-transference**, દૂરબોધ, વિચાર સંપ્રેષણ.

though'tful (થૉટ્ફુલ), વિ૦ વિચારી, વિચારશીલ. વિચાર કરનારું; વિચારપૂર્વક કરેલું; બીજાનો વિચાર કરનારું.

though'tless (થૉટ્લિસ), વિ૦ અવિચારી, બેદરકાર; બીજાનો વિચાર કે પરવા ન કરનારું; વિચાર કર્યા વિના કરેલું.

thou'sand (થાઉઝ઼ન્ડ), વિ૦ અને ના૦ હજાર(ની સંખ્યા). **(a) ~ (and one)** સંખ્યાબંધ, અસંખ્ય. **thou'sandth** (-ડ્થ), વિ૦ અને ના૦.

thrall (થ્રૉલ), ના૦ ગુલામ; બંધન, ગુલામી. **thra'ldom** (-લ્ડમ), ના૦.

thrash (થ્રૅશ). સ૦ક્રિ૦ મારવું- વિ૦ ક૦ લાકડી કે ચાબૂકથી; જીતવું, -થી ચડી જવું; કણસલામાંથી દાણા છૂટા પાડવા માટે ઝૂડવું-ખૂંદવું. **~ out**, હાથપગ પછાડવા. **~ out**, ખૂબ ચર્ચા વિચારણા કરવી –કરીને ઉકેલ કરવો.

thread (થ્રે'ડ), ના૦ લાંબો ધાગો, તાર, સૂતર; દોરો; વિચાર, દલીલ, વાત, ઇ૦નું સૂત્ર; સ્ક્રૂનો દોરો. સ૦ ક્રિ૦ સોયનું નાકું,

મણકા, ઇ૦માં દોરો પરોવવો; કાપડ, ચિત્રપટ, ઇ૦ને પટ્ટીના રૂપમાં ગોઠવવું; સાજ સજાવટ ઉપર વ્યવસ્થિત પણે ગોઠવવું; ભીડ, ભુલભુલામણી, વગેરેમાંથી રસ્તો કરવો–કાઢવો. **~bare,** (કાપડ અંગે) રુવાટી ઊડી જઈ ને તાર દેખાતા હોય એવું; સાવ ઘસાઈ ગયેલું, જૂનું; સાવ–અતિ–સામાન્ય.

threat (થ્રે'ટ), ના૦ ધમકી, ડરામણી; આગામી અનિષ્ટનું સૂચન–ભય; ભયાનક મનાતી વ્યક્તિ કે વસ્તુ.

threa'ten (થ્રે'ટન), સ૦ ક્રિ૦ -ને ધમકાવવું, ધમકી આપવી ડર બતાવવો; સજા કરવાનો કે વેર વાળવાનો હેતુ જાહેર કરવો; -ની ધમકી આપવી.

three (થ્રી), વિ૦ અને ના૦ ત્રણ(ની સંખ્યા). **~-cornered**, ત્રણ ખૂણાવાળું, ત્રિકોણ, ત્રિપક્ષી, તિરંગી (સામનો ઇ૦ અંગે). **~-decker**, ત્રણ તૂતકવાળું વહાણ; ત્રણ ગ્રંથવાળી નવલકથા; રોટીના ત્રણ ટુકડાની–પડોની–'સૅન્ડવિચ' **~--dimensional**, ત્રણ પરિમાણ–લંબાઈ, પહોળાઈ, અને જાડાઈ–વાળું(હોવાનો ભ્રમ પેદા કરનારું). **~-handed,** (વિ૦ ક૦ પત્તાંની રમત અંગે) ત્રણ રમનારાઓ (માટે)નું. **~-legged race,** એકના જમણા પગ સાથે બીજાનો ડાબો પગ બાંધેલો હોય એવી જોડીઓ વચ્ચેની શરત. **~pence** (થ્રે'પન્સ),ત્રણ પેન્સની રકમ. **~penny** (થ્રે'પનિ), ત્રણ પેન્સનું. **~--ply**, ત્રણ સેરવાળું (ઊન ઇ૦); ત્રણ સ્તર ચોંટાડીને બનાવેલું (પાટિયું). **~-point turn**, સાંકડી જગ્યામાં વાહન ફેરવવાની રીત. **~-quarter,** [રુગ્બી ફુટ૦] હાફ-બૅકોની પાછળ નજીકમાં જ ત્રણ કે ચાર રમનારાઓમાંથી કોઈ પણ એક. **~score,** [પ્રા.] સાઠ(૬૦). **three'fold** (થ્રીફોલ્ડ). વિ૦.

three'some (થ્રીસમ), ના૦ ત્રણ જણનું જૂથ કે મંડળ.

thre'nody (થ્રે'નડિ), ના૦ શોકગીત, રાજિયો.

thresh (થ્રે'શ), ઉ૦ ક્રિ૦ કણસલામાંથી દાણા કાઢવા માટે ઝૂડવું – ખૂંદવું,

thre'shold (થ્રે'શોલ્ડ), ના૦ ઊમરો; પ્રવેશદ્વાર; જેની નીચે ઉત્તેજક વસ્તુનો ખાસ પ્રત્યાઘાત થતો નથી તે હદ.

threw (થ્રૂ), **throw** નો ભૂ૦ કા૦.

thrice (થ્રાઇસ), ક્રિ૦ વિ૦ ત્રણ વાર.

thrift (થ્રિફ્ટ), ના૦ કરકસર, ત્રેવડ; કરકસરવાળી વ્યવસ્થા; આછા લાલ ફૂલોવાળો એક છોડ. **thri'fty** (થ્રિફ્ટિ), વિ૦.

thrill (થ્રિલ), ના૦ અતિઉત્કટ ભાવનાને લીધે છૂટતી કંપારી, ઝણઝણી, કમકમાટ, સ્ફુરણ, રોમાંચ ખડા થવા તે ઉ૦ ક્રિ૦ કંપારી છૂટવી – છૂટે તેમ કરવું; કાંપવું, ભાવનાને લીધે (હોય તેમ) સ્ફુરણ પામવું.

thri'ller (થ્રિલર), ના૦ રોમાંચ ખડા કરાવે તેવું – રોમાંચક નાટક, વાર્તા, ઇ૦.

thrive(થ્રાઇવ),અ૦ ક્રિ૦ [**throve** અથવા **thrived**; **thri'ven** થ્રિવન અથવા **thrived**] સમૃદ્ધ થવું, ચડતી કળા થવી; જોરમાં વધ્યે જવું.

throat (થ્રોટ), ના૦ ગરદનનો આગળનો ભાગ, ગળું, કંઠ; અન્નમાર્ગ, ઘાંટી, શ્વાસનળી; સાંકડો રસ્તો અથવા પ્રવેશદ્વાર.

throa'ty (થ્રોટિ), વિ૦ (અવાજ અંગે) ઘોઘરું અને કર્કશ, અસ્પષ્ટ.

throb (થ્રૉબ), અ૦ ક્રિ૦ (હૃદય ઇ૦ અંગે) ધબકવું, જોરથી ધબકારા મારવા; [લા.] સ્ફુરણ પામવું, કાંપવું. ના૦ જોરથી ધબકવું તે, સ્ફુરણ.

throe (થ્રો), ના૦ [બહુધા બ૦ વ૦માં] તીવ્ર વેદના; મરણિયા થઈ ને ઝઘડવું તે.

thrombo'sis (થ્રૉમ્બોસિસ), ના૦ [બ૦ વ૦**-oses** -સીઝ઼] જીવતાં રક્તવાહિનીમાં કે અંગમાં લોહી ગંઠાઈ જવું તે.

throne (થ્રોન), ના૦ રાજા, ધર્માધ્યક્ષ, ઇ૦નું આસન, સિંહાસન, ગાદી, પીઠ; [લા.] રાજસત્તા. સ૦ ક્રિ૦ સિંહાસન – ગાદી – પર બેસાડવું.

throng (થ્રૉંગ), ના૦ ટોળું, સમુદાય, ભીડ, વિ૦ ક૦ નાની જગ્યામાં. ઉ૦ ક્રિ૦

મોટી સંખ્યામાં આવવું – જવું – ભેગું થવું કે કરવું; ભીડ કરવી.

thro'stle (થ્રૉસલ), ના૦ ગાનારું 'થ્રશ' પક્ષી.

thro'ttle (થ્રૉટલ), ના૦ ગળું, શ્વાસનળી; ઍંજિન ઇ૦માં વરાળ વગેરેના પુરવઠાનું નિયમન કરનાર પડદો. ઉ૦ ક્રિ૦ ગળું દબાવવું, ગૂંગળાવી નાખવું, ગૂંગળાવીને મારી નાખવું. ~ (**down**), ઍંજિનમાં વરાળ, ઇંધન, ઇ૦નું વહેણ રોકવું – અટકાવવું; એવી રીતે ઍંજિન, વાહન, ઇ૦ની ગતિ ધીમી કરવી.

through (થ્રૂ), નામ૦ અ૦ -ના એક છેડાથી કે બાજુથી બીજા છેડા કે બાજુ સુધી; -ની બાજુઓ, દીવાલો, ભાગો, ઇ૦ની વચ્ચે; -ના આરંભથી અંત સુધી; -ના માધ્યમ, સાધન દ્વારા અથવા દોષને કારણે; -ને લીધે. ક્રિ૦ વિ૦ -માં થઈ ને, આરપાર; શરૂઆતથી આખર સુધી, એક છેડાથી બીજા છેડા સુધી. **be, get, ~ (with)**, (કામ ઇ૦)ને છેડે પહોંચવું, પૂરું કરવું. વિ૦ ક્યાંય ગાડી કે લાઇન બદલ્યા વિના ઠેઠ જનારું. ~ **and through**, સંપૂર્ણપણે, પૂરેપૂરું. ~ **put**, પેદા કરવામાં આવતો માલ.

throughou't (થ્રૂઆઉટ), ક્રિ૦ વિ૦ દરેક ભાગમાં, બધે, બધી રીતે. નામ અ૦ -ના દરેક ભાગમાં, આરપાર, એક છેડેથી બીજા છેડે સુધી.

throve (થ્રોવ), **thrive** નો ભૂ૦ કા૦.

throw (થ્રો), ઉ૦ ક્રિ૦ [**threw; thrown**] ફેંકવું, નાખવું, ઉડાડવું; જોરથી ફેંકવું, ફેંકી દેવું; કુસ્તી ઇ૦માં એક જણે બીજાને–ઘોડાએ સવારને – ગબડાવી દેવું -પાડી નાખવું; [લા.] અમુક સ્થિતિ કે જગ્યામાં ગોંધી રાખવું; (કિરણ, પ્રકાશ, ઇ૦) નાખવું; [ક્રિકેટ] કોણી સીધી કરીને ગેરકાયદે આંચકો મારીને ગોલંદાજે દડો નાખવો; (છાંયડો) નાખવો; ભેળસેળું કરવું; [વાત.] ઊંધું વાળવું, અસ્વસ્થ કરી મૂકવું; (કપડાં) ઉતાવળથી ગમે તેમ પહેરવાં કે ઉતારવાં; જુગટાના પાસા ટેબલ પર ફેંકવા; ફેંકીને અમુક દાન મેળવવું; રેશમને વળ દઈ ને સૂત્ર કે ધાગો બનાવવો; (કુંભારના) ચાક પર આકાર આપવો; વિ૦ ક૦ ઝપાટામાં વાળવું, ખસવું, વાળવું, મોકલવું; (આંકડી – મૂર્છા –) આવવી; [વાત.] (મિજબાની – પાર્ટી –) આપવી. ના૦ ફેંકવું કે ફેંકાવું તે, ફેંક, પ્રક્ષેપ; દડો ઇ૦ જેટલે સુધી ફેંક્યા તે અંતર, ટપ્પો, પલ્લો; કુસ્તીમાં પટકાવું– પછડાવું – તે. ~ **away**, નકામું ગણી ફેંકી દેવું; ઉપેક્ષા કે બેદરકારીથી ગુમાવવું; નકામું વાપરી નાખવું, બગાડવું; (પત્તું) ફેંકી દેવું; [નાટકમાં] જાણી જોઈ ને પૂરતો ભાર મૂક્યા વિના બોલવું. ~-**away**, એકવાર વાપર્યા પછી ફેંકી દેવાની વસ્તુ; જાણી જોઈ ને; કશા મહત્ત્વનું નથી એમ સમજી બોલેલું. ~ **back**, (બહુધા સ૦મ૦માં) -ની ઉપર આધાર રાખવા મજબૂર કરવું. ~-**back**, પ્રત્યાવર્તન, પૂર્વજોનાં લક્ષણ પાછાં દેખાવાં તે, એવાં લક્ષણોવાળું બાળક. ~ **in**, વધારામાં કશુંક આપવું; બોલતાં બોલતાં વચ્ચે કશુંક (શબ્દ ઇ૦) બોલવું; મેદાનની કોર પરથી ફુટબૉલ અંદર ફેંકવો. ~ **in one's hand**, [લા.] છોડી દેવું, સામનામાંથી ખસી જવું. ~ **in one's lot with**, -ની સાથે જોડાવું – તેના લાભગેરલાભમાં સહભાગી થવું. ~ **off**, ફેંકી દેવું; કોઈ બલા વગેરેથી છૂટા થવું – છૂટા થવાની યુક્તિ કરવી; તત્કાળ (કાવ્ય) કરવું, કશુંક આપવું, ઇ૦. ~ **out**, જોરથી અથવા એકદમ બહાર કાઢવું – નીકળવું; ફેંકી દેવું. ~ **over**, -નો ત્યાગ કરવો, પડતું મૂકવું. ~ **up**, (ઇમારત) ખડી કરવી; ધ્યાન પર લાવવું; કામ છોડી દેવું; પદનો ત્યાગ કરવો, -નું રાજીનામું આપવું; ઊલટી કરવી. ~ **up the sponge**, ~ **in the towel**, હાર સ્વીકારવી, શરણે જવું, નમવું.

thrum (થ્રમ), ઉ૦ક્રિ૦ અણઘડની જેમ અથવા કંટાળો આવે એવી રીતે (તંતુવાદ્ય) વગાડવું; (તબલો) ટીપ્યા કરવો. ના૦ આવી રીતે વાદ્ય વગાડવું તે; તેથી થતો અવાજ.

thrush[1] (થ્રશ), ના૦ ચકલી જેવું એક નાનું પક્ષી.

thrush[2], ના૦ મોં, ગળું પાકી જવાં તે, મોઢું આવવું તે, (વિ૦ક૦ બાળકો અંગે); એવો જ યોનિમાં થતો એક રોગ.

thrust (થ્રસ્ટ), ઉ૦ક્રિ૦ (**thrust**) અચાનક ધકેલવું, જોરથી ધક્કો મારવો, તલવાર કે છરી ભોંકવી – હુલાવવી – વતી ભોંકવું; બળપૂર્વક અંદર ઘૂસવું-ઘૂસીને પસાર થવું; ઘૂસીને વચ્ચે પડવું. ના૦ અચાનક ધક્કો મારવો તે, હડસેલો, ધક્કો; પંખાનું આગળની બાજુએ દબાણ; દુશ્મનના મુલકમાં જોરદાર ધસારો; ઠોસો, ગોદો; ટાંચો; કમાનના ભાગોનું એકબીજા પર દબાણ.

thud (થડ), ના૦ અને અ૦ક્રિ૦ ધબ દઈ ને પડવું – મારવું; 'ધબ', 'ધડ' અવાજ.

thug (ઠગ), ના૦ ઠગ, ફાંસિયો, ગળાકાપુ, લુટારો. **thu'ggery** (ઠગરિ), ના૦.

thumb (થમ), ના૦ અંગૂઠો (માણસના હાથનો); (બીજાં પ્રાણીઓમાં) આંગળાની સામે આવનાર અંદરની આંગળી; મોજાનો અંગૂઠાનો ભાગ. સ૦ક્રિ૦ અંગૂઠા વડે ડાઘો પાડવો-ઘસી નાખવું; અંગૂઠો ઊભો કરીને વાહનવાળાને પોતાને લઈ જવા વિનંતી કરવી. **~-index**, શબ્દકોશ ઇ૦માં પાના-ની કોરમાં પાડેલા અક્ષરોવાળા ખાંચા. **~-nail sketch**, નાનકડું અથવા ઉતાવળમાં લખેલું રેખાચિત્ર, ટૂંકું શબ્દચિત્ર. **~screw**, સજા દાખલ કે પીડા દેવા માટે અંગૂઠો ચગદવાનું યંત્ર-ઓજાર. **~-tack**, [અમે.] ડ્રૉઇંગના કાગળ ઉપર ચોઢવાની પિન-ખીલી.

thump (થમ્પ), ના૦ સખત ફટકો, મુક્કો; તેનો અવાજ. ઉ૦ક્રિ૦ સખત ફટકો. વિ૦ક૦ મુક્કો-મારવો, સખત ફટકા મારવા.

thu'mping (થમ્પિંગ), વિ૦ [વાત.] મોટું, પ્રચંડ.

thu'nder, ના૦ વીજળીનો કડાકો, મેઘ-ગર્જના, ગર્જના; લાંબો ગડગડાટ; ડરામણી-પ્રભાવી-ઘોષણા. ઉ૦ક્રિ૦ ઘનગર્જના જેવો અવાજ કરવો, ગાજવું, ધમકી દઈ ને કહેવું-ગરજવું, તડૂકવું. **~bolt**, વીજળી-નો કડાકો; ઇન્દ્રનું વજ્ર; અચાનક આવી પડેલી આપત્તિ. **~struck**, વીજળીથી હણાયેલું; [લા.] ભયચકિત, બાવરું, સ્તબ્ધ થયેલું; કોઈ બનાવને લીધે ચકિત થયેલું.

thu'ndery (થન્ડરિ), વિ૦.

thu'ndering (થંડરિંગ), વિ૦ અને ક્રિ૦વિ૦ [વાત.] ઘણું મોટું કે મહાન, અત્યંત.

thu'nderous (થંડરસ), વિ૦ ઘનગર્જના જેટલું પ્રચંડ અવાજવાળું.

thu'rible (થ્યુઅરિબલ), ના૦ ધૂપદાની.

Thurs., સંક્ષેપ. Thursday.

Thur'sday (થર્ઝ્ડે), ના૦ ગુરુવાર.

thus (ધસ), ક્રિ૦વિ૦ આ રીતે, આની જેમ; એ પ્રમાણે, તદનુસાર, અને આટલી હદ સુધી, આટલે સુધી.

thwack (થ્વૅક), ના૦ અને સ૦ક્રિ૦ વિ૦ક૦ લાકડીએ મારવું.

thwart (થ્વૉર્ટ), સ૦ક્રિ૦ નિષ્ફળ બના-વવું. ના૦ હોડીમાં હલેસાં મારનારની આડી બેઠક-પાટલી.

thy (ધાઇ), સંબંધક વિ૦. **thou**ની ષષ્ઠી વિભક્તિ.

thyme, ના૦ સુગંધી પાંદડાંવાળો એક ઔષધિ છોડ.

thy'mol (થાઇમલ), ના૦ 'ટાઇમ' (**thyme** જુઓ)ના તેલમાંથી બનતી એક જંતુનાશક દવા.

thy'mus (થાઇમસ), ના૦ ગરદનના મૂળ પાસેની એક નાની ગ્રંથિ.

thyr'oid (થાઇરૉઇડ), વિ૦ અને ના૦ **~** (**gland**), કંઠસ્થાન પાસેની એક મોટી નલિકાહીન ગ્રંથિ, કંઠગ્રંથિ; પ્રાણી-ઓની કંઠગ્રંથિમાંથી બનાવેલી દવા. **~ cartilage**, કંઠનલિકાનું મોટું કોમ-લાસ્થિ, જેના આગળ વધતા ભાગમાંથી કંઠમણિ બને છે.

thyse'lf (ધાઇસે'લ્ફ), ભારદર્શક તથા સ્વવાચક સર્વ૦ના૦ તું પોતે, તને પોતાને.

tia'ra (ટિઆરૅ), ના૦ પોપનો શંકુઆકાર મુગટ; મુગટ, તાજ; સ્ત્રીની રત્નજડિત બિંદી.

ti'bia (ટિબિઅ), ના૦ [બ૦વ૦-**biae**

-ળી] પગના નળાનું હાડકું, પગનો નળો.

tic (ટિક), ના૦ સ્નાયુનું એકાએક સંકોચ પામવું, વિ૦ક૦ ચહેરાના.

tick[1] (ટિક), ના૦ ફરી ફરી થતો ટિક ટિક અવાજ, વિ૦ક૦ ઘડિયાળનો; [વાત.] ક્ષણ(વાર); યાદી વગેરે તપાસતાં કરાતી નાની નિશાની (✓). ઉ૦ક્રિ૦ તપાસતાં નિશાની (✓) કરવી; ટિકટિક અવાજ કરવો. ~ **off**, [વિ૦બો૦] ઠપકો આપવો. ~ **over**, [ઍંજિન અંગે અથવા લા.] કશું કામ કર્યા વિના ધીમે ધીમે ચાલવું. ~-**tack**, ઘોડાની શરતોમાં હોડ બકનારાઓના હાથે ફેરવવાની સિગ્નલની વ્યવસ્થા.

tick[2], ના૦ ગીંગોડું, બગાઈ, જૂ.

tick[3], ના૦ ગાદલા કે તકિયાની ખોળ.

tick[4], ના૦ ઉધાર વહેવાર. **on** ~, [વાત.] ઉધાર.

ti'cker (ટિકર), ના૦ [વાત.] નાનું ઘડિયાળ; કાગળની સાંકડી પટ્ટી પર સંદેશો છાપનારું તાર યંત્ર; [મજાકમાં] હૃદય. ~-**tape**, [અમે.] ટેપયંત્રમાંની કાગળની લાંબી પટ્ટી, વિ૦ક૦ કોઈ મહાન વ્યક્તિને આવકારવા માટેની.

ti'cket (ટિકિટ), ના૦ ટિકિટ, ચિઠ્ઠી, કોઈ સ્થળમાં દાખલ થવાનો, કોઈ પ્રવૃત્તિમાં ભાગ લેવાનો કે જાહેર વાહનમાં બેસીને પ્રવાસ કરવાનો પરવાનો; લશ્કરમાંથી છૂટા થવાનું પ્રમાણપત્ર; વહાણના 'માસ્ટર' કે વૈમાનિકના કામ માટે લાયકાતનું પ્રમાણપત્ર; વસ્તુની કિંમત ઇ૦ બતાવનાર કાપલી; વાહનવહેવાર અંગે ગુનાની ચિઠ્ઠી; [અમે. રાજ્ય.] પક્ષના ઉમેદવારોની યાદી; [લા.] રાજકીય પક્ષના સિદ્ધાન્તો. **the** ~, [વિ૦ બો૦] યોગ્ય અથવા ઇષ્ટ વસ્તુ. સ૦ ક્રિ૦ -ને ટિકિટ, કાપલી, ઇ૦ ચોઢવી.

ti'cking (ટિકિંગ), ના૦ ગાદલાં વગેરેની ખોળ માટેનું મજબૂત કાપડ.

ti'ckle (ટિકલ); ના૦ ગલી, ગલીપચી, (કરવી તે). ઉ૦ ક્રિ૦ -ને ગલીપચી કરવી થવી; હસાવવું, ખુશ કરવું.

ti'cklish (ટિક્લિશ), વિ૦ જરામાં ગલીપચી થાય એવું; નાજુક, મુશ્કેલ, કાળજીપૂર્વક કરવા જેવું.

ti'dal (ટાઇડલ), વિ૦ ભરતીઓટનું-સંબંધી, ભરતીઓટને લીધે થતું -ના જેવું. ~ **wave**, દરિયાનું પ્રચંડ મોજું, વિ૦ ક૦ ધરતીકંપ ઇ૦ને લીધે ઊછળતું; ભાવના ઇ૦નો ચોમેર પ્રસાર.

ti'ddler (ટિડ્લર), ના૦ [વાત. અથવા બાલ૦] એક નાનકડી માછલી; બહુ જ નાની વસ્તુ.

ti'ddly (ટિડ્લિ), વિ૦ [વિ૦ બો૦] જરા પીધેલ.

ti'ddlywinks (ટિડ્લિવિંક્સ), ના૦ ઘરમાં રમવાની એક રમત.

tide (ટાઇડ), ના૦ દરિયાની ભરતીઓટ, જુવાળ; [લા.] લોકમત, લાગણી, ટેવ, અથવા ઘટનાઓનું વલણ; [પ્રા.] (અનુકૂળ) સમય અથવા મોસમ. ઉ૦ ક્રિ૦ ભરતી સાથે તણાવું; મુશ્કેલી પાર કરવી, તેમ કરવા મદદ કરવી, મુશ્કેલી પાર કરાવવી. ~-**mark** જુવાળ-મોટી ભરતી-ના પાણીની નિશાની; [વાત.] નહાવાના કુંડામાં ગંદા પાણીની રેખા-નિશાની અથવા નહાનાર વ્યક્તિની ફરતે ધોયાની નિશાની. ~-**way**, નદીમાં આવતી ભરતીની બાજુ.

ti'dings (ટાઇડિંગ્ઝ), ના૦ એક વ૦ અથવા બ૦ વ૦ તરીકે. સમાચાર, બાતમી.

ti'dy (ટાઇડિ), વિ૦ સુઘડ, વ્યવસ્થિત, ટાપટીપવાળું; બરાબર ગોઠવેલું; [વાત.] સારું એવું, મોટું ના૦ પરચુરણ વસ્તુઓ માટેનું પાત્ર, ટોપલી, ડબો, ઇ૦. સ૦ ક્રિ૦ ~ (**up**), સાફસૂતરું – વ્યવસ્થિત–કરવું–ગોઠવવું.

tie (ટાઇ), ઉ૦ ક્રિ૦ [**ty'ing**] દોરી, દોરડું ઇ૦થી બાંધવું, બાંધવું; ગાંઠ બાંધવી; -ની દોરીઓ કે કસ બાંધવા વાંસ ઇ૦ લાકડાં કે આડા લાકડા સાથે બાંધવા; [સં] 'ટાઇ' વતી સૂર મેળવવા–જોડવા; અટકાવવું, બંધનમાં મૂકવું; દાવ કે હરીફાઈમાં સરખા હોવું; [ભૂ૦ કૃ૦] (રહેઠાણ અંગે) ઘર માલિક માટે કામ કરવાની શરતે રહેવાનું, (દારૂના પીઠા કે વીશી અંગે) અમુક કલાલનો–દારૂ

ગાળનારનો–દારૂ વેચવા બંધાયેલું. ના૦ બાંધવાના કામની દોરી, સાંકળ, ઇ૦, ગળાપટ્ટી નેકટાઈ; [લા.] વ્યક્તિઓને જોડનારું કે તેમની હાલચાલ મર્યાદિત કરનારું બંધન; ઇમારતના ભાગોને એકત્ર પકડી રાખનાર ભારટિયો – મોભ; [અમે.] રેલવેનો સલેપાટ 'સ્લીપર'; [સં.] સાથે જોડવાના એક જ માત્રાના બે સૂરોની નીચે કે ઉપર ગોળ લીટી; હરીફાઈની રમતમાં સરખા દાવ થવા–સરખા હોવું -તે; બે રમનારા કે જૂથો વચ્ચેનો સામનો (મૅચ). **~-clip, ~--pin,** નેકટાઈ ને સરખી રાખવાની પિન અથવા ચીપિયો. **~-piece,** ઇમરતના ભાગોને એકમ પકડી રાખનાર ભારટિયો અથવા દાંડો. **~ up,** દોરી વતી બાંધી દેવું, -ની આડે આવવું, અટકાવવું; પૈસાના ઉપયોગને અંગે શરતો લાદીને તે ન મળે તેમ કરવું.

tier (ટિઅર), ના૦ એક પર એક એવી ગોઠવેલી હારો કે પાટિયામાંનું એક. સ૦ ક્રિ૦ એવી રીતે હારો ગોઠવવી.

tier'cel (ટિઅર્સલ), જુઓ **tercel.**

tiff (ટિફ), ના૦ નજીવો ઝઘડો, બોલાચાલી.

ti'ffin (ટિફિન), ના૦ [હિન્દી] બપોરનું ખાણું.

ti'ger (ટાઇગર), ના૦ વાઘ; ઉગ્ર અને જોરાવર માણસ; [વાત.] રમતમાં બળવાન સામાવાળો. **~-cat,** મધ્યમ કદનું વાઘ જેવું પ્રાણી. **~-lily,** કાળાં ટપકાં વાળાં નારંગી રંગનાં ફૂલોવાળો ઊંચો લીલીનો છોડ.

ti'gress (-ગ્રિસ), ના૦.

tight (ટાઇટ), વિ૦ સજ્જડ, સજ્જડ પકડેલું, ખેંચેલું કે તાણેલું, બાંધેલું, તદ્દન બંધ બેસતું અથવા તંગ; સાંકડું કે પાસે-પાસે બાંધેલું; અભેદ્ય, અંદરથી પસાર ન થવાય એવું; તંગ, તાણેલું; [વાત.] પીધેલ; (પૈસા કે વસ્તુઓ) સહેજે ન મળી શકે એવું; ખૂબ પરિશ્રમથી કરેલું, ભારે પરિશ્રમની આવશ્યકતાવાળું; ભારે દબાણવાળું; [વાત.] કંજૂસ, દમડી ન છૂટે એવું; કડક. ના૦ તંગ બંધબેસતાં કપડાં. ક્રિ૦ વિ૦ સખત, સજ્જડ. ~ **corner, place** [લા.] મુશ્કેલ પરિસ્થિતિ. **~-fisted,** વિ૦ કંજૂસ. **~rope,** મદારી ઇ૦ના ચાલવા માટે ખૂબ તાણેલું દોરડું – તાર.

tigh'ten (ટાઇટન), ઉ૦ ક્રિ૦ સજ્જડ કરવું – થવું.

ti'lde (ટિલ્ડ), ના૦ અક્ષર ઉપર મુકાતું એક ચિહ્ન (~) દા. ત. spanish *senor* (સે'ન્યર); ઝૂલતો ડેશ (~).

tile (ટાઇલ), ના૦ નળિયું; ફરસબંધીનું ચોરસું–લાદી–તખતી. સ૦ક્રિ૦ નળિયાંવતી છાવું, ફરસબંધીની તખતીઓ જડવી.

till[1] (ટિલ), નામ૦ અ૦ સુધી, લગી. ઉભ૦ અ૦ ત્યાં સુધી; એટલે અંશે કે.

till[2], ના૦ દુકાનદાર ઇ૦ની પૈસા નાખવાની પેટી, ગલ્લો.

till[3], સ૦ ક્રિ૦ જમીન ખેડવી, ખેતી–ખેડ–કરવી.

ti'llage (ટિલિજ), ના૦ ખેડ, ખેતી; ખેડેલી જમીન.

ti'ller (ટિલર), ના૦ [નૌકા.] સુકાન ફેરવવાનો દાંડો.

ti'lt (ટિલ્ટ), ઉ૦ ક્રિ૦ એક બાજુએ નમાવવું–નમતું હોવું, એક બાજુએ નમવું–ઢાળવાળું હોવું; (વહાણ અંગે) વાંકું વળવું–વાળવું; -ની સાથે યુદ્ધ કરવું; ભાલા વતી કોઈની ઉપર હુમલો કરવો, ભાલા વતી ભોંકવું. ના૦ ભાલા વતી હુમલો, ભાલાની રમત; એક બાજુએ નમેલું હોવું તે; ભાલા વતી હુમલો કરવો તે. **(at) full ~**; પૂરા વેગથી, પૂરા જોરથી.

tilth (ટિલ્થ), ના૦ ખેડવું તે, ખેતી; ખેડેલી–ખેતી કરેલી–જમીન.

ti'mber (ટિમ્બર), ના૦ ઇમારતી લાકડું; લાકડું, ભારટિયો, વિ૦ ક૦ [નૌકા.] વહાણના ચોકઠાનો; મોટાં ઊભાં વૃક્ષો(નું જંગલ). **~-wolf,** ઉ૦ અમેરિકાનો ભૂખરારંગનો કદાવર વરુ.

ti'mbered (ટિમ્બર્ડ), વિ૦ અંશતઃ ઇમારતી લાકડાનું બનેલું; લાકડાવાળું.

ti'mbre (ટૅમ્બર), ના૦ માત્રા અને તીવ્રતા છોડીને સંગીત ધ્વનિ કે અવાજનો વિશિષ્ટ ગુણ.

ti'mbrel (ટિમ્બ્રલ), ના૰ [પ્રા.] ઢોલકી, ખંજરી.

time (ટાઇમ), ના૰ સમય, વખત, કાળ (એક પરિમાણ ગણાતો); કાળખંડ, સમયનો ગાળો; ઐતિહાસિક કાળખંડ–યુગ; [બ૰વ૰ માં] વર્તમાન પરિસ્થિતિ; ચાલુ પ્રસ્તુત જમાનો; વખત, નવરાશ; નિયત સમય, અવધિ; આવરદા, આયુષ્ય; કેદની સજા; ઉમેદવારી; નક્કી કરેલો સમય(નો ગાળો) મોસમ; પ્રસંગ; કામ કર્યાનો સમય; તેનું મહેનતાણું; [સં૰] તાલ, ગત; [બ૰વ૰માં] (આગળ સંખ્યા ઇ૰ સાથે) ગુણાકારમાં અમુકવાર ગણતરી, ગુણ્યા, તુલના બતાવતું. **at the same ~**, તે જ વખતે, એકી સાથે; તેમ છતાં. **at ~ s**, ક્યારેક ક્યારેક, અવારનવાર. **from ~ to ~** વખતોવખત. **in no ~**, બહુ જલદી, એક ક્ષણમાં. **in ~**, વખતસર, મોડાં નહિ; વહેલાં કે મોડાં; તાલ પ્રમાણે. **on ~**, નિયમિતપણે, બરાબર વખતસર. સ૰ ક્રિ૰ -ને માટે વખત પસંદ કરવો; પસંદ કરેલે અથવા યોગ્ય વખતે કરવું; -નો વખત માપવો. **~-and-motion**, ઔદ્યોગિક ઇ૰ ક્રિયાઓની કાર્યક્ષમતા માપવાને લગતાં સમય અને ગતિ. **~ bomb**, અગાઉથી નક્કી કરેલે સમયે ફૂટનારો બૉંબ. **~-honoured**, પ્રાચીન કાળનું ને તેથી સન્માનનીય, પરાપૂર્વથી ચાલતું આવેલું, પારમ્પરિક. **~'keeper**, વિ૰ક૰, સમયની ચોકસાઈની દૃષ્ટિથી ઘડિયાળ; કામ કે કામગારોના સમયની નોંધ કરનાર. **~-lag**, કારણ અને કાર્ય વચ્ચેની અવધિ, **~off, out**, આરામ કે બીજી પ્રવૃત્તિ માટે વાપરવાનો સમય. **~'piece**, ઘડિયાળ (નાનું કે મોટું). **~-server**, પ્રચલિત કાળને અથવા સત્તાધીશોના અભિપ્રાયોને અનુકૂળ થનાર. **~-signal**, કેટલા વાગ્યા છે તેની ઘોષણા–સૂચના. **~-switch**, નિયત કરેલે સમયે આપોઆપ ચાલતી 'સ્વિચ'-કળ. **~table**, શાળા, રેલગાડીઓ, ઇ૰-નું સમયપત્રક. **~ zone**, એક જ સ્ટૅન્ડર્ડ સમયનો પ્રદેશ.

ti'meless (ટાઇમ્લિસ), વિ૰ કાલાતીત, અનંત.

ti'mely (ટાઇમ્લિ), વિ૰ સમયસરનું, સવેળાનું.

ti'mer (ટાઇમર), ના૰ કેટલો વખત ગયો તે બતાવનાર માણસ અથવા સાધન.

ti'mid (ટિમિડ), વિ૰ બીકણ; શરમાળ. **timi'dity** (ટિમિડિટિ), ના૰.

ti'morous (ટિમરસ), વિ૰ બીકણ, ભીરુ; ડરી ગયેલું, ભયભીત.

ti'mpano (ટિમ્પનો), ના૰ [બ૰વ૰ **-ni**, -નિ] [બહુધા બ૰વ૰માં] નગારું. **ti'mpanist** (-નિસ્ટ), ના૰.

tin (ટિન), ના૰ કલાઈ (ની ધાતુ), કલાઇનું કે કલાઈ કરેલું વાસણ; [વિ૰બો૰] પૈસો. **~ plate**, વાસણ, પાત્રો, રમકડાં, ઇ૰ બનાવવાનું ટિનનું પતરું. સ૰ ક્રિ૰ કલાઈ કરવી, કલાઈનો ઢોળ ચડાવવો. **~ foil**, ટિનનું પાતળું પતરું, રાંધતી વખતે અથવા ખોરાકની વસ્તુને તાજી રાખવા વીંટવા માટે વપરાય છે. **~ hat**, આધુનિક સિપાઈનું લોઢાનું શિરસ્રાણ. **~-pan alley**, લોકપ્રિય સંગીતરચના કરનારાઓ અને તેના પ્રકાશકો. **~pot**, સસ્તું. ઊતરતું, હલકું. **~-tack** કલાઈનો ઢોળ દીધેલો ખીલો.

tinctor'ial (ટિંક્ટૉરિઅલ), વિ૰ રંગવાનું–માટેનું.

ti'ncture (ટિંક્ચર), ના૰ કોઈ ઔષધિનું મદ્યાર્કયુક્ત દ્રાવણ, 'ટિંક્ચર'; જરાક છટા અથવા પાસ. સ૰ ક્રિ૰ આછો રંગ દેવો, રંગની છટા આપવી; કશાકનો સ્વાદ કે પાસ લગાડવો; [લા.] (ગુણની) જરાસરખી અસર કરવી.

ti'nder (ટિન્ડર), ના૰ તણખો પડતાં ઝટ સળગે એવો સૂકો પદાર્થ. દા. ત. શીમળાનો કપાસ, (ચકમક આદિનો) ગુલ. **ti'ndery** (-ડરિ), વિ૰.

tine (ટાઇન), ના૰ પંજેટી, કાંસકી, ઇ૰નો દાંતો.

tinge (ટિંજ), સ૰ ક્રિ૰ રંગનો આછો હાથ દેવો; -માં જરા સરખો ફેરફાર કરવો; -નો પાસ લગાડવો. ના૰ રંગની છટા કે

છાયા; કોઈ ગુણ કે લાગણીનું જરાક મિશ્રણ-અંશ; આભાસ.

ti'ngle (ટિંગલ), નામ અને અ૦ ક્રિ૦ -માં કશુંક ભોંકાતું હોય -કશુંક કરડતું હોય-એમ લાગવું (તે).

ti'nker (ટિંકર), ના૦ જૂનાં વાસણો સાંધનાર ફેરિયો; [સ્કૉ. અને આઇરિશ] જિપ્સી, રખડું કોમનો માણસ; [વાત.] તોફાની વ્યક્તિ કે પ્રાણી. સ૦ક્રિ૦ વાસણ ઇ૦ સાંધવાનું કામ કરવું, બેદરકારીથી કામ કરવું. વેઠ ઉતારવી.

ti'nkle (ટિંકલ), ના૦ ઘંટડીનો કે ઘંટડીના જેવો અવાજ; ઉ૦ક્રિ૦ ઘંટડી વગાડવી, ઘંટડીનો અવાજ થવો; ખખડવું, ખખડાવવું.

ti'nny (ટિનિ), વિ૦ ટિન કે કલાઈના જેવું; ટિનને ઠોકતા થતો અવાજ કરતું.

ti'nsel (ટિન્સલ), ના૦ ચળકતી ધાતુના પતરાનું કે દોરાનું ઘરેણું; સસ્તી અને ચળકાટ મારતી-તકલાદી-વસ્તુ.

tint (ટિન્ટ), ના૦ રંગનો એક પ્રકાર, જુદો રંગ, રંગભેદ, રંગછટા. સ૦ક્રિ૦ રંગનો આછો હાથ દેવો, રંગવું.

tintinnabula'tion (ટિન્ટિનૅબ્યુલેશન), ના૦ ઘંટડીઓ વગાડવી-વાગવી-તે, ઘંટડીઓનો અવાજ.

ti'ny (ટાઇનિ), વિ૦ બહુ નાનું, ઝીણું.

tip¹ (ટિપ), ના૦ અણી, ટોચ; ટોટી, ખોળી. સ૦ક્રિ૦ છેડે ખોળી કે ટોટી બેસાડવી. **~toe,** ક્રિ૦વિ૦ પગની આંગળીઓ ટેકવીને-આંગળીઓ પર ચાલીને. અ૦ક્રિ૦ પગની આંગળીઓ પર ચાલવું. **~top,** બહુ જ વ્યવસ્થિત, સર્વોત્કૃષ્ટ, ઉત્તમ.

tip², ઉ૦ક્રિ૦ વાંકું વળવું-વાળવું, નમાવવું, જરાક ધક્કો મારીને ગબડાવી દેવું, ઊંધું વાળવું-વળી જવું; ડબો, વાસણ, ઇ૦ વાંકું વાળીને ખાલી કરવું; હળવેથી અડવું-ટપલું મારવું; નાનકડી સેવા માટે બક્ષિસ આપવી; અનૌપચારિક રીતે માહિતી-ખબર-આપવી. ના૦ કામ કે સેવા કર્યા બદલ અપાતી બક્ષિસ, પાનસોપારી; લાંચ; ઉપયોગી ખાનગી અથવા ખાસ માહિતી; તજજ્ઞે આપેલી અગાઉ માહિતી; સલાહ, ઉપદેશ; ઉકરડો, કચરો ઠાલવવાની જગ્યા; હળવો સ્પર્શ અથવા ફટકો. **~ person off** or **the wink,** તાકીદ, સૂચના, કે અંદરખાનેની માહિતી આપવી. **~-off,** સૂચન. **~-up,** નીચે વાળી કે પાડી શકાય એવું (વિ૦ક૦ નાટકગૃહમાંની બેઠક અંગે).

ti'ppet (ટિપિટ), ના૦ વિ૦ક૦ સ્ત્રીઓનો રુંવાટીવાળો ખેસ-દુપટ્ટો.

ti'pple (ટિપલ), ઉ૦ક્રિ૦ દારૂના આદી હોવું, વારે વારે દારૂ ઢીંચવો. ના૦ [વાત.] કડક દારૂ.

ti'pster (ટિપ્સ્ટર), ના૦ શરતો અંગેની અંદરની માહિતી આપનાર.

ti'psy (ટિપ્સિ), વિ૦ પીધેલ, છાકટું; નશો ચડેલું, નશો બતાવતું.

TIR, સંક્ષેપ. *Transport Internati-onal Routier,* International Road Transport.

tira'de (ટાઇરેડ), ના૦ નિંદાત્મક ભાષણ, ટીકાનો મારો; વક્તૃત્વપૂર્ણ લાંબું ભાષણ.

tire¹ (ટાયર), ઉ૦ક્રિ૦ થકવવું, થાકવું; કંટાળી જવું, કંટાળો ઊપજવો-ઉપજાવવો; [ભૂ૦કૃ૦] -થી કંટાળેલું.

tire², જુઓ **tyre.**

tir'eless (ટાયરલિસ), વિ૦ અખૂટ શક્તિ કે ઉત્સાહવાળું, અથક.

tir'esome (ટાયરસમ), વિ૦ કંટાળો ઉપજાવનારું, થકવી નાખે એવું; ત્રાસદાયક.

ti'ro ty'ro (ટાયરો), ના૦ [બ૦વ૦ ~-s] શિખાઉ, ઉમેદવાર.

ti'ssue (ટિસ્યૂ,-શૂ), ના૦ વિ૦ક૦ જાળી જેવા પોતનું વણેલું ઝીણું કાપડ; [લા.] જૂઠાણાં ઇ૦ની જાળ-કોકડું; [જીવ.] શરીર-ઘટક ધાતુ, પેશીજાલ; [વનસ્પ.] કોશમંડળ. **~-paper,** પાતળો લીસો ચીકણો વીંટવાનો કાગળ. **(paper) ~,** લૂછવા સૂકવવા માટેનો ભેજશોષક પાતળો કાગળ.

tit¹ (ટિટ્) ના૦ એક નાનું ચપળ પક્ષી (titmouse). **~lark,** એક નાનું પક્ષી.

tit², ના૦. **~ for tat,** જેવા સાથે

તેવા થવું તે, બદલો.

tit³, નાo [ગ્રામ્ય] સ્તન, સ્તનાગ્ર, સ્તનની ડીંટી.

Ti'tan (ટાઇટન), નાo [ગ્રીક પુરાણ.] એક મોટી કદાવર જાતિનું માણસ કે પ્રાણી; કદ, બુદ્ધિ, શક્તિમાં શ્રેષ્ઠ વ્યક્તિ; નરવ્યાઘ્ર, નરસિંહ.

tita'nic (ટાઇટૅનિક), વિo રાક્ષસી, પ્રચંડ કદવાળું, ખૂબ મોટું.

tita'nium (ટાઇટૅનિઅમ), નાo એક ધાતુ; ઘેરુ રૂપ ભૂખરુ મૂળતત્ત્વ.

ti'tbit (ટિટ્બિટ્), નાo સુંવાળો સ્વાદિષ્ટ કોળિયો, સુગ્રાસ; રસિક સમાચાર.

tithe (ટાઇધ), નાo [ઇતિ.] કર તરીકે અપાતો દસમો ભાગ, પાદરી અને ચર્ચને અપાતો પ્રાપ્તિનો દસમો ભાગ. સoક્રિo પ્રાપ્તિનો દસમો ભાગ ઉઘરાવવો.

Ti'tian (ટિશન),વિo (વાળ અંગે) ચળકતા સોનેરી.

ti'tillate (ટિટિલેટ), સoક્રિo ગલીપચી કરવી, આનંદ થાય એવી રીતે ઉત્તેજિત કરવું. **titilla'tion** (-લેશન), નાo.

ti'tivate (ટિટિવેટ), સoક્રિo [વાત.] શણગારવું, સુઘડ-સાફ-કરવું-થવું (~ **oneself**); છેવટનો હાથ દેવો.

ti'tle (ટાઇટલ), નાo ચોપડી, ચિત્ર, ઇoનું નામ; પ્રકરણ ઇoનું મથાળું; ~**(-page)**, નામનું પાનું; માણસની પદવી, ખિતાબ, ઇo; માણસને બોલાવવાનું કે તેનો ઉલ્લેખ કરવાનું નામ; રમત-ગમતમાં વિજેતાનું પદ; મિલકત ઇoની માલિકીનો કે કશુંક કરવાનો હક, ન્યાય્ય અથવા માન્ય હક કે અધિકાર. ~**-deed**, મિલકતની માલિકી હકનું ખત-દસ્તાવેજ. ~**-page**, ચોપડીના નામ ઇo વિગતનું શરૂઆતનું પાનું, મુખપૃષ્ઠ. ~**-role**, જેના પરથી નાટકનું નામ પડે છે તે પાત્ર.

ti'tled (ટાઇટલ્ડ), વિo ઉમરાવ ઇo ખિતાબવાળું, ઉમરાવવંશનું.

ti'tmouse (ટિટ્માઉસ), નાo [બoવo **-mice**] એક જાતનું નાનું ચપળ પક્ષી.

ti'trate (ટાઇટ્રેટ), સo ક્રિo ઘટકતત્ત્વનું માપ કાઢવું. **ti'tration** (-ટ્રેશન), નાo.

ti'tter (ટિટર), અoક્રિo મનમાં ને મનમાં-છાના માના-હસવું, ઠીઠી હસવું, (તે).

ti'ttle (ટિટલ), નાo રજ, લેશ.

ti'ttle-tattle (ટિટલ્ટૅટલ),નાo અને અo ક્રિo ગપસપ કરવી, ગપ્પાં મારવાં, બકવાટ કરવો.

ti'ttup (ટિટપ), અo ક્રિo કૂદતાં કૂદતાં-ઠેકડા મારતાં-ચાલવું, ઉપરનીચે ઝોલા ખાવા-લટકામાં ચાલવું. નાo એવી ચાલ.

ti'tular (ટિટ્યુલર), વિo પદવીની રૂએ ધારણ કરેલું; કેવળ નામનું, નામધારી; (સંત અંગે) ધર્મસંઘ કે સંપ્રદાયને નામ આપનારુ. ~ **bishop**, અગાઉના રોમન કૅથલિક ખ્રિસ્તી ધર્મપીઠનો બિશપ. વિo ક. વર્તમાન મુસ્લિમ દેશોમાં

ti'zzy (ટિઝ઼િ), નાo [વિo બોo] ક્ષોભ, ઉત્તેજના, ગભરામણ.

T.N.T. સંક્ષેપ. trinitrotoluene.

to (ટુ), નામ. અo -ને; -ની દિશામાં તરફ; અમુક (સ્થળ ઇo) સુધી, -થી ટૂંકુ કે ઓછું નહિ; ક્રિયાપદના ગૌણ કર્મ ઇo પહેલાં, હેતુ, પરિણામ, ઇo બતાવવા, વિશેષણનો અર્થ કે વિનિયોગ મર્યાદિત કરવા, ક્રિયાર્થક સંજ્ઞાના ચિહ્ન તરીકે કે તેને બદલે વપરાય છે. ક્રિo વિo હંમેશની કે ઇષ્ટ સ્થિતિમાં કે તે તરફ. ~ **and fro**, આગળ ને પાછળ, એક ઠેકાણેથી બીજે ઠેકાણે. ~**-do**, [વાત.] ધમાલ, દોડધામ.

toad (ટોડ), નાo દેડકો (મોટી જાતનો દાંત વિનાનો); ઘૃણાસ્પદ વ્યક્તિ. ~**flax**, પીળાં ફૂલવાળો એક છોડ. ~**-in-the--hole**, લોટ, દૂધ, અને ઈંડાં ભેળવીને રાંધેલું માંસ અથવા ચટણી, રાયતાં ઇo. ~**-stool**, બહુધા ઝેરી બિલાડીનો ટોપ.

toa'dy (ટોડિ),નાo ખુશામતિયો, ખાંધિયો. ઉoક્રિo પંપાળવું, ખુશામત કરવી, પૂંછડી પટપટાવવી, છેક રંકપણાથી ખુશામત કરવી. **toa'dyism** (ટોડિઇઝ઼મ), નાo.

toast (ટોસ્ટ), નાo દેવતા પર શેકેલો રોટીનો કકડો; જેના માનમાં મંડળીને દારૂ પીવાની વિનંતી કરવામાં આવે છે તે વ્યક્તિ

અથવા વસ્તુ; પીવાની વિનંતી, કોઈના આરોગ્ય ચિંતન ઇ૰ સાથે દારૂ પીવો તે. ઉ૰ ક્રિ૰ દેવતા પર મૂકીને શેકવું – ગરમ કરવું; કોઈના માનમાં–કોઈના આરોગ્ય ઇ૰માટે–પીવું. **~-master**, જાહેર ભોજન વખતે ટોસ્ટ જાહેર કરનાર વ્યક્તિ. **~-rack**, ટેબલ પર ટોસ્ટ મૂકવાની ઘોડી. **toa'sting--fork**, રોટીના કકડા શેકીને ટોસ્ટ બનાવવા માટે લાંબા હાથાવાળી પકડ કાંટો.

toa'ster (ટોસ્ટર), ના૰ ટોસ્ટ બનાવવાનું વીજળિક ઉપકરણ–સાધન.

toba'cco (ટબૅકો), ના૰ [બ૰ વ૰ ~s] તમાકુ, તેનો છોડ.

toba'cconist (-કનિસ્ટ), ના૰ તમાકુનો વેપારી.

tobo'ggan (ટબૉગન), ના૰ અને અ૰ ક્રિ૰ પહાડ પરથી, વિ૰ ક૰ બરફ પરથી, નીચે જવાની સાંકડી અને લાંબી હાથગાડી-(માં બેસીને જવું).

to'by (ટોબિ), ના૰. **~ jug**, ત્રણ ખૂણાવાળી ટોપી પહેરીને બેઠેલા માણસના આકારનો કૂજો અથવા ચંબૂ.

tocca'ta (ટકાટૅ), ના૰ [સં.] વાદકનું તાંત્રિક કૌશલ્ય બતાવવા માટે પિયાનો ઇ૰ માટેની સંગીત રચના.

to'csin (ટોક્સિન), ના૰ ભયની સૂચના (આપવા માટે વગાડવામાં આવતો ઘંટ).

today' (ટડે), ક્રિ૰ વિ૰ આજે, આજકાલ, આધુનિક જમાનામાં. ના૰ આજ, આજનો દિવસ, ચાલુ જમાનો, આજકાલ.

to'ddle (ટોડલ), અ૰ ક્રિ૰ બાળકની જેમ ટૂંકા ટૂંકા ડગલા ભરીને ચાલવું; [વાત.] મોજ ખાતર લટાર મારવી–ફરવા જવું. ના૰ લટાર મારવી–ફરવા જવું–તે.

to'ddler (ટોડ્લર), ના૰ [વાત.] નવું ચાલવા શીખતું બાળક.

to'ddy (ટોડિ), ના૰ મદ્ય અને ગરમ પાણીનું ગળ્યું પેય; તાડી.

toe (ટો), ના૰ પગની આંગળી કે અંગૂઠો. આંગળાંને ઢાંકતો જોડાનો ભાગ; ઓજારનો નીચેનો છેડો–અણી. સ૰ ક્રિ૰ પગનાં આંગળાં કે અંગૂઠાવતી અડવું. **~-cop**, પગનાં આંગળાં ઢાંકનારો જોડાનો મજબૂત બનાવેલો ભાગ. **~-hold**, પગ મૂકવાનો જરાક આધાર. **~ the line.** [લા.] પોતાના પક્ષની આવશ્યકતા મુજબ, વિ૰ ક૰ દબાણથી કે હુકમ પ્રમાણે, વર્તવું.

toff (ટૉફ), ના૰ [વિ૰ બો૰] પ્રતિષ્ઠિત વ્યક્તિ અથવા સદ્‌ગૃહસ્થના પોશાકવાળો માણસ.

to'ffee (ટૉફિ), ના૰ ખાંડ ને માખણ ઉકાળીને બનાવેલી એક મીઠાઈ. **~-apple**, વચ્ચે સફરજનનો કકડો મૂકીને બનાવેલી ટૉફી. **~-nosed**, વરણાગિયું; બડાઈ હાંકનારું.

tog (ટૉગ), ના૰ [બ૰ વ૰માં; વિ૰ બો૰] કપડાં. સ૰ ક્રિ૰ કપડાં પહેરવાં.

to'ga (ટોગ), ના૰ પ્રાચીન રોમન નાગરિકનો ખેસ જેવો ઓઢવાનો ઝભ્ભો.

toge'ther (ટગે'ધર), ક્રિ૰ વિ૰ મંડળીમાં, ભેગાં, સાથે, એક સાથે, સાથેસાથે; એકી વખતે, સગાથે; લગાતાર, વચ્ચે ખંડ વિના; [વાત.] સુસંગઠિતપણે, સુનિયંત્રિતપણે.

to'ggle (ટૉગલ), ના૰ સજ્જડ બાંધવા માટે દોરડાના ગાળામાં ભેરવવાની ટૂંકી ખીંટી અથવા મેખ; આડો કકડો બાંધેલો સળિયો કે દાંડો, જે અમુક એક સ્થિતિમાં જ કાણામાંથી પસાર થઈ શકે.

toil (ટૉઇલ), અ૰ ક્રિ૰ સખત મહેનત – વૈતરું – કરવું – કર્યા કરવું; ભારે મુશ્કેલીથી – આયાસથી – ધીમે ધીમે આગળ વધવું. ના૰ સખત મહેનત, વૈતરું. **toi'lsome** (–લ્સમ), વિ૰.

toi'let (ટૉઇલિટ), ના૰ નહાવું ધોવું, કપડાં પહેરવાં, ઇ૰ ક્રિયા(**make one's ~**, આ ક્રિયા કરવી); [પ્રા.] પોશાક (ની શૈલી); સંડાસ (વાળી ઓરડી); **~-paper**, સંડાસમાં વાપરવાનો કાગળ. **~-roll**, એવા કાગળનો વીંટો.

toi'letries (ટૉઇલિટ્રીઝ઼), ના૰ બ૰ વ૰ શૌચમુખમાર્જન, કપડાં પહેરવાં, ઇ૰ માટેની જરૂરી વસ્તુઓ.

toils (ટૉઇલ્સ), ના૰ બ૰ વ૰ જાળ, પાશ.

to'ken (ટોકન), ના૰ નિશાની, ચિહ્ન;

પુરાવો; સંભારણામાં આપેલી વસ્તુ, સંભારણું; પ્રમાણભૂત ચિહ્ન દાખલ વપરાતી વસ્તુ, વિ૰ ક૰ પૈસા માટે; માલના બદલામાં આપવાની ચિઠ્ઠી (વાઉચર – ટોકન). વિ૰ ઉપરચોટિયું, ઔપચારિક. **~ payment.** દેવું નાકબૂલ નથી એ દર્શાવવા માટે તે પેટે આપેલી નાનીશી રકમ. **~ strike,** લાગણી વ્યક્ત કરવા માટે પાડેલી ટૂંકી હડતાળ.

told (ટોલ્ડ), **tell** નો ભૂ૰ કા૰ તથા ભૂ૰ કૃ૰.

to'lerable (ટૉલરબલ), વિ૰ સહ્ય, ચાલે એવું, મધ્યમ કોટિનું.

to'lerance (ટૉલરન્સ), ના૰ સહન કરવાની શક્તિ કે વૃત્તિ, સહિષ્ણુતા; પરિમાણ, વજન, ઇ૰માં ચાલે એવી ફેરફારની માત્રા.

to'lerant (ટૉલરન્ટ), વિ૰ સહિષ્ણુ, ધીરજવાળું ઉદાર(દિલનું).

to'lerate (ટૉલરેટ), સ૰ ક્રિ૰ ન ગમતી વસ્તુને સહન કરવી – ચાલવા દેવી, થવા દેવું; કશી કનડગત વિના રહેવા દેવું, -થી કશી ઈજા કે નુકસાન ન થવું; સહ્ય લાગવું –માનવું – માનીને ચાલવું. **tolera'tion** (-રેશન), ના૰.

toll[1] (ટોલ), ના૰ જાહેર રસ્તો, પુલ, ઇ૰ વાપરવા માટે લેવાતો કર – વેરો; કોઈ આપત્તિને લીધે થયેલું નુકસાન અથવા કોઈ સિદ્ધિ માટે આપવો પડતો ભોગ. **~-bar, -gate**, જકાતનું નાકું, ટોલનાકું, જકાત ઉઘરાવવા રસ્તા પર કરેલી આડ કે ગોઠવેલો આડો ભોગ.

toll[2], ઉ૰ ક્રિ૰ ઘંટ વગાડવો – વાગવો; ઘંટ વગાડીને કોઈનું મરણ જાહેર કરવું, મૃત્યુઘંટ વગાડવો. ના૰ ઘંટ વગાડવો – વાગવો – તે, મૃત્યુઘંટ; ઘંટનો ટકોરો.

to'luene (ટૉલ્યુઇન), ના૰ સ્ફોટક વસ્તુઓ બનાવવામાં વપરાતો વર્ણહીન પ્રવાહી હાઇડ્રોકાર્બન.

tom (ટૉમ), ના૰ **~(-cat)**, બિલાડો (નર). **~boy**, છોકરાની જેમ વર્તનારી – મસ્તીખોર – છોકરી. **~fool**, મૂર્ખ, સાવ ઢ. **~foolery**, મૂર્ખામી, મૂરખવેડા. **~tit**, એક નાનકડું પક્ષી, 'ટિટમાઉસ'.

to'mahawk (ટૉમહૉક), ના૰ ઉ૰ અમેરિકન ઇંડિયનનો યુદ્ધનો કુહાડો, પરશુ.

toma'to (ટમાટો), ના૰ [બ૰ વ૰ **~es**] ટમાટો(નો છોડ).

tomb (ટૂમ), ના૰ કબર, ઘોર, સમાધિ; મોટા માણસની છત્રી. **~stone**, કબર પાસે ઊભો કરેલો સ્મારક પથ્થર.

tombo'la (ટૉમ્બોલ), ના૰ સોરટી કે લૉટરી(ની રમત).

tome (ટોમ), ના૰ મોટો વજનદાર ગ્રંથ કે તેનો ખંડ.

to'mmy (ટૉમિ), ના૰ અંગ્રેજ સિપાઈ. **~-gun**, નાનકડી યાંત્રિક બંદૂક. **~-rot**, અક્કલ વગરની વાત, મૂર્ખામી.

to'mo'rrow (ટમૉરો), ના૰ આવતી કાલ(નો દિવસ), ભવિષ્ય. ક્રિ૰વિ૰ આવતી કાલે, ભવિષ્યમાં.

to'm-tom (ટૉમટૉમ), ના૰ ઊંડા અવાજવાળું એક જાતનું નગારું.

ton(ટન), ના૰ (૨૦ હંડરવેટનું) એક વજન; વહાણમાં ભરવાના માલનું એક માપ; [વાત.] મોટી સંખ્યા કે જથો; [વિ૰ બો૰] સો પાઉન્ડ; કલાકે સો માઈલની ઝડપ.

to'nal (ટોનલ), વિ૰ સ્વરસંબંધી, રંગસંબંધી; મૂળ સ્વરવાળું.

tona'lity (ટનૅલિટિ), ના૰ સ્વરસંગતિ; રંગવિન્યાસ, રંગસંગતિ.

tone (ટોન), ના૰ ધ્વનિ, અવાજ (વિ૰ ક૰ તેની માત્રા, ગુણવત્તા તથા બળને અનુલક્ષીને); સંગીતનો સૂર, સ્વર; ભાવના વ્યક્ત કરવા માટે અવાજમાં ફેરફાર(કરવો તે); તેને મળતી લખવાની શૈલી; અમુક નિશ્ચિત માત્રા અને પ્રકારનો ધ્વનિ; શરીરની ઇંદ્રિયોની જોઈએ તેવી દૃઢતા; સ્વાસ્થ્ય, આરોગ્ય; રંગની છટા; નીતિ, ભાવનાઓ, ઇ૰ની પ્રચલિત સ્થિતિ. ઉ૰ક્રિ૰ ઇષ્ટ વલણ આપવું, સૂર કે રંગમાં ફેરફાર કરવો; સ્વરમેળ સાધવો, સૂર મેળવવો. **~-deaf**, સ્વરની માત્રાનો તફાવત ઓળખવા

અસમર્થ. ~ **down**, -ની ઉપરનો ભાર કે જોર ઓછું કરવું - થવું. ~ **up**, સૂર ચડાવવો - ચડવો; વધારે શક્તિ કે ઉત્સાહ ભરવો - મળવો.

to'neless (ટૉનલિસ), વિ૦ નીરસ, નિર્જીવ, દમ વગરનું.

tongs (ટૉંગ્ઝ઼), ના૦ બ૦ વ૦ (**pair of**) ~, ચીપિયો, સાણસી.

tongue (ટંગ), ના૦ જીભ. જિહ્વા; બોલવાની શક્તિ અથવા રીત; શબ્દો, ભાષા; પ્રાણીની ખાદ્ય જીભ; જીભની જેવી-જીભના આકારની-કોઈ વસ્તુ. ~**-tied**, જીભની વિકૃતિને લીધે બોલવામાં મુશ્કેલીવાળું; [લા.] અતિ શરમાળપણું, ઇ૦ને લીધે જેની જીભ ઊપડતી નથી એવું. ~**-twister**, જેનો ઉચ્ચાર કરવો મુશ્કેલ એવો શબ્દ અથવા શબ્દો.

to'nic (ટૉનિક), વિ૦ (દવા ઇ૦ અંગે) પુષ્ટિકારક, સ્ફૂર્તિકારક; [સં.] સંગીતના સ્વરોનું-ને લગતું. ના૦ પુષ્ટિ-શક્તિ-કારક દવા; મૂળ સૂર. ~**solfa**, ગાવાનું શીખવવામાં વપરાતી સ્વરલેખન પદ્ધતિ. ~ **water**, ક્વિનિન મિશ્રિત કાર્બનવાળું પાણી.

toni'ght (ટનાઇટ), ના૦ આજની રાત કે સાંજ, ક્રિ૦ વિ૦ આજે રાતે કે સાંજે.

to'nnage (ટનિજ), ના૦ વહાણનું બંદરનું ધનફળ-માલ લઈ જવાની ક્ષમતા(ટનમાં); માલનું ટનદીઠ ભાડું.

tonne (ટન), ના૦ મેટ્રિક ટન(નું માપ), ૧૦૦૦ કિલોગ્રામ.

to'nsil (ટૉન્સિલ), ના૦ ગળામાંના બે કાકડા કે ચોળિયામાંથી કોઈ પણ એક.

tonsille'ctomy (ટૉન્સિલે'ક્ટમિ), ના૦ -કાકડાની શસ્ત્રક્રિયા.

tonsilli'tis (-લાઇટિસ), ના૦ કાકડાનો સોજો કે દાહ.

tonsor'ial (ટૉન્સૉરિઅલ), વિ૦ [મજાકમાં] વાળંદનું કે તેના કામનું.

to'nsure (ટૉનશર), ના૦ [રોમન કૅથલિક સંપ્રદાયમાં] મુંડન કરવાની વિધિ; ક્ષૌર કર્મ; મુંડન કરેલો માથાનો ભાગ. સ૦ ક્રિ૦ -નું મુંડન કરવું.

too (ટૂ), ક્રિ૦ વિ૦ વધારામાં, ઉપરાંત, પણ, સુધ્ધાં; અતિ, જોઈએ અથવા યોગ્ય હોય તે કરતાં વધુ; [વાત.] અતિશય, અત્યંત.

took (ટુક), **take**નો ભૂ૦ કા૦.

tool (ટૂલ), ના૦ ઓજાર, હથિયાર, વિ૦ક૦ હાથે વાપરવાનું, ખરાદીના સંઘાડા ઇ૦ જેવું સાદું યંત્ર; બીજાનું હથિયાર બનેલો માણસ, હોળીનું નાળિયેર. ઉ૦ ક્રિ૦ ફરસીથી (પથ્થરને) સુંવાળો બનાવવો; ચામડા(ના પૂંઠા) પર હથિયાર દબાવીને નકશી કરવી; વિ૦ બો૦ મોજ ખાતર ગાડી ચલાવવી, ઘોડે બેસવું, ઇ૦.

toot (ટૂટ), ના૦ સિંગું ઇ૦નો મોટો અવાજ. ઉ૦ ક્રિ૦ સિંગું ઇ૦ વગાડવું, તેનો અવાજ કાઢવો-નીકળવો.

tooth (ટૂથ), ના૦ [બ૦ વ૦ **teeth**] દાંત; દાંતના જેવો આગળ પડતો ભાગ; ચક્ર, કરવત, કાંસકી, ઇ૦નો દાંતો; સ્વાદેન્દ્રિય. **fight ~ and nail**, પોતાનું બધું જોર વાપરીને જેમ બને તેમ કરીને - લડવું. **in the teeth of**, સામે મોઢે, ખુલ્લા સામા પડીને, તેમ છતાં, પ્રતિકૂળ પવન ઇ૦ની સામે. **long in the ~**, ઘરડું. **show one's teeth**, દાંતિયાં કરવાં, ઘૂરકવું. ~**'ache**, દંતશૂળ, દાંતનો દુખાવો. ~**-brush**, દાંત ઘસવાનો-સાફ કરવાનો-બ્રશ-કૂંચડી. ~**-paste**, ~**-powder**, દંતમંજન. ~**-pick**, દાંતખોતરણી.

too'thsome (ટૂથ્સમ), વિ૦ (ખાવાનું) સ્વાદિષ્ટ.

too'thy (ટૂથિ), વિ૦ મોટા-આગળ પડતા -ઘણા-દાંતવાળું.

too'tle (ટૂટલ), ઉ૦ક્રિ૦ ધીરે ધીરે લાંબો વખત સતત સિંગું વગાડવું.

top¹ (ટૉપ), ના૦ છેક ઉપરનો-ઊંચામાં ઊંચો-ભાગ; મથાળું, ટોચ, શિખર; જમીનની સપાટી, ઉપલો ભાગ, આવરણ; શરીરના ઉપલા ભાગનું વસ્ત્ર; [બહુધા બ૦ વ૦માં] તેનાં મૂળિયાં માટે જ મુખ્યત્વે ઉછેરાતા છોડનાં પાંદડાં; ઉચ્ચતમ-સર્વોચ્ચ-સ્થાન કે પદ (ઉપર અધિષ્ઠિત વ્યક્તિ);

વધારેમાં વધારે માત્રા, ઊંચાઈ; [નૌકા.] નીચેના ડોળકૂવા ફરતેનો ઓટલો. વિ૦ ટોચનું, ઊંચામાં ઊંચું, સર્વોચ્ચ, પ્રથમ કોટિનું. સ૦ ક્રિ૦ કશાકથી ઉપલો ભાગ ઢાંકવો–ટોપી પહેરાવવી; ઉપલો ભાગ કાપી કાઢવો; -ની ટોચે પહોંચવું-હોવું; ઊંચાઈમાં (સૌથી) ચડી જવું; ગોલ્ફનો દડો 'સેન્ટર'ની ઉપરથી ફટકારવો. **on ~**, ઉપર, વધારે ઊંચા પદ પર. **on ~ of**, [લા.] પૂરેપૂરો કાબૂ ધરાવનારું; વધારામાં. **~-boot**, ઘૂંટણ સુધી આવતો જોડો. **~brass**, [વાત.] ઊંચી કક્ષાના અમલદારો. **~coat**, ઓવરકોટ, ઉપરથી પહેરાતો મોટો ડગલો; રંગ ઇ૦નો છેવટનો હાથ. **~ dog**, [વિ૦બો.] વિજેતા, સ્વામી. **~drawer**, [લા.] સમાજમાં ઊંચું સ્થાન; ઊંચામાં ઊંચું કુળ. **~-dress**, ઉપરથી ખાતર પૂરવું (હળથી ખેડયા વિના). **~-flght**, ઊંચામાં ઊંચી સિદ્ધિવાળું. **~ hat**, રેશમની ઊંચી ટોપી. **~-heavy**, જેનો ઉપરલો ભાગ ભારે હોય અને તેથી ગબડી પડે એવું. **~-knot**, ચોટલી, કલગી. **~'mast**, નીચેની ડોળકાઠી પરની નાની ડોળકાઠી. **~-notch**, [વાત.] ઉત્તમ, પહેલા વર્ગનું. **~ secret**, અત્યંત ગુપ્ત બાબત, પરમ-રહસ્ય. **~side**, ગોમાંસના ગોળાની બહારની–ઉપરની બાજુ, વહાણની પાણીની રેષાની ઉપરની બાજુ. **~'soil**, જમીનનો ઉપલો થર, ઉપરની જમીન.

top², ના૦ ભમરડો, હાથે, સ્પ્રિંગવતી કે દોરીવતી ફેરવવાનો. **sleep like a ~**, ગાઢ નિદ્રામાં હોવું, ગાઢ ઊંઘ આવવી.

to'paz (ટોપાઝ઼), ના૦ પોખરાજ(મણિ).

to'per (ટોપર), ના૦ ખૂબ દારૂ ઢીંચનાર દારૂડિયો–દારૂનો આદી.

to'pi, to'pee, (ટોપિ),ના૦ ઊંચી સાહેબી ટોપી કે શિરસ્ત્રાણ.

to'piary (ટોપિઅરિ), વિ૦ અને ના૦ ઝાડ કે ઝાડવાંની કાપકૂપ કરીને તેને જાત-જાતના સુંદર આકાર આપવાની કળા, તે કળાનું.

to'pic (ટૉપિક), ના૦ ભાષણ, ચર્ચા, ઇ૦નો વિષય.

to'pical(ટૉપિકલ), વિ૦ ચાલુ કે સ્થાનિક પ્રશ્નો કે વિષયોને લગતું. **topica'lity** (-કૅલિટિ), ના૦.

to'pless (ટૉપ્લિસ), વિ૦ ઉપલા ભાગ વિનાનું; (વિ૦ક૦ સ્ત્રીના પહેરવેશ અંગે) જેમાં છાતી ઉઘાડી રહે છે એવો; (સ્ત્રી અંગે) એવા પહેરવેશવાળી.

to'pmost (ટૉપ્મોસ્ટ), વિ૦ સૌથી ઊંચું, સર્વશ્રેષ્ઠ.

topo'graphy (ટૅપૉગ્રફિ), ના૦ સ્થાનિ ભૂગોળ, કોઈ વિશેષ સ્થળનું વિગતવાર વર્ણન કે માહિતી. **topo'grapher** (-ગ્રફર), ના૦. **topo gra'phic(al)** (ટૉપગ્રૅફિક, -કલ), વિ૦.

topo'logy (ટપૉલજિ), ના૦ ક્ષેત્રવિદ્યા, સંસ્થિતિવિજ્ઞાન. **topolo'gical** (ટૉપ-લૉજિકલ), વિ૦. **topo'logist** (ટપૉલ-જિસ્ટ), ના૦.

to'pper (ટૉપર), ના૦ ઊભી રેશમી ટોપી.

to'pple (ટૉપલ), ઉ૦ ક્રિ૦ ગબડાવવું, ગબડી પડવું, પાડવું, પડવું.

topsy-tur'vey (ટૉપ્સિ-ટર્વિ), ક્રિ૦વિ૦ અને વિ૦ ઊંધુચતું; ગરબડગોટાળામાં પડેલું, વેરણછેરણ.

toque (ટોક), ના૦ સ્ત્રીની ચુસ્તપણે બેસતી કોર વિનાની ટોપી.

tor (ટૉર), ના૦ ટેકરીની ખડકવાળી ટોચ.

torch (ટૉર્ચ), ના૦ મશાલ, કાકડો; વીજળીનો નાનકડો દીવો, બૅટરી; ઉષ્ણતા કે પ્રકાશ આપનારી વસ્તુ. **carry a ~ for**, -ને માટે એકપક્ષી ચાહના હોવી. **hand on the ~**, જ્ઞાન ઇ૦ની પરં-પરા જીવંત રાખવી.

tore (ટૉર), **tear** નો ભૂ૦કા૦.

to'reador (ટૉરિઅડૉર), ના૦ આખલા સાથે લડનાર ઘોડેસવાર.

tor'ment (ટૉર્મેન્ટ), ના૦ શારીરિક કે માનસિક તીવ્ર વ્યથા કે વેદના(નું કારણ). **torme'nt** (-મૅન્ટ), સ૦ ક્રિ૦ પીડા–દુઃખ–દેવું, પજવવું, ત્રાસ દેવો. **torme'n-**

tor (-મે'ન્ટર), ના૦.

torna'do (ટૉર્નેડો), ના૦ [બ૦વ૦~**es**] વરસાદ વીજળીના કડાકા સાથેનો વંટોળ, ભયંકર વાવાઝોડું; સાંકડા માર્ગમાં આગળ વધનારું વિનાશક ચક્રવાત.

torpe'do (ટૉર્પીડો), ના૦ [બ૦વ૦~**es**] વહાણને પાણીમાંથી કે હવામાંથી મારીને ઉડાવી દેવાનું સિગારના આકારનું સ્ફોટક અસ્ત્ર, પાણસુરંગ; [પ્રાણી.] વીજળીના જેવા આંચકા મારી શકે એવી એક ચપટી માછલી. સ૦ક્રિ૦ પાણ સુરંગ મારવી – વતી ઉડાવી દેવું, ઉડાવી દેવું; [લા.] બિનઅસરકારક બનાવવું. **~-boat**, જેના પરથી 'ટૉર્પીડો' મારી શકાય તે–ટૉર્પીડો લઈ જનાર–નાની ઝડપી યુદ્ધનૌકા.

tor'pid (ટૉર્પિડ), વિ૦ બધિર; સુપ્ત; મંદ, ધીમું, જડ. **torpi'dity** (-ડિટિ), ના૦.

tor'por (ટૉર્પર), ના૦ બધિરત્વ, જડતા; સુસ્તપણું; નિષ્ક્રિયતા; વિલંબિત ચેતના.

torque (ટૉર્ક), ના૦ વળ દીધેલું ધાતુનું ઘરેણું–હાંસડી; ઍંજિનની ફેરવવાની શક્તિ – ફરવાની ગતિ.

to'rrent (ટૉરન્ટ), ના૦ પ્રવાહીનો, વિ૦ ક૦ પાણીનો, જોરદાર પ્રવાહ, ધોધ; ધોધમાર વરસાદ; પ્રશ્નો, ગાળો, ઇ૦નો વરસાદ – મારો. **torre'ntial** (-રેન્શલ), વિ૦.

to'rrid (ટૉરિડ), વિ૦ અતિઉષ્ણ; સૂર્યના તાપથી બળી ગયેલું.

tor'sion (ટૉર્શન), ના૦ વળ આપવો તે, વળ, અમળાટ.

tor'so (ટૉર્સો), ના૦ [બ૦વ૦ **~s**] માથું અને હાથપગ વિનાનું ધડ, માનવશરીર, મૂર્તિ કે બાવલાનું ધડ; [લા.] ખંડિત કે અધૂરી કલાકૃતિ.

tort (ટૉર્ટ), ના૦ અપકૃત્ય, ગેરકાયદે હાનિ–ઈજા. **tor'tious** (ટૉર્શસ), વિ૦.

torti'lla (ટૉર્ટીલ્યા), ના૦ લે. અમેરિકાની ચપટી પાતળી મકાઈની રોટી જે ગરમ ગરમ ખવાય છે.

tor'toise (ટૉર્ટસ), ના૦ કાચબો. **~-shell**, કાચબા કે તેના જેવા પ્રાણીનું કવચ કે ઢાલ. **~-shell butterfly, cat**, કાચબાના કવચનાં જેવાં વિવિધરંગી ચિહ્નોવાળું પતંગિયું, બિલાડી.

tor'tuous (ટૉર્ટ્યુઅસ), વિ૦ આમળાવાળું, વાંકુંચૂંકું; ગૂંચવણભર્યું. **tortuo'sity** (-ઑસિટિ), ના૦.

tor'ture (ટૉર્ચર), ના૦ પરાકાષ્ઠાની શારીરિક પીડા (આપવી તે), દા. ત. સજા તરીકે કે મન વાળવા માટે; સખત શારીરિક અથવા માનસિક દુઃખ, યાતના, રિબામણી. સ૦ ક્રિ૦ અસહ્ય વેદના–દુઃખ –આપવું; રિબાવવું, મારફૂટનો જુલમ કરવો; વિકૃત કરવું.

Tor'y (ટૉરિ), ના૦ અને વિ૦ રૂઢિચુસ્ત (પક્ષનો માણસ). **Tor'yism** (ટૉરિઝ્મ) ના૦.

tosh (ટૉશ), ના૦ કચરો, વાહિયાત– અર્થ વગરની–વાત.

toss (ટૉસ), ઉ૦ ક્રિ૦ હળવેથી, બેદરકારીથી, અથવા સહેજે ઉપર ઉછાળવું–ફેંકવું; (આખલા ઇ૦એ) શિંગડાવતી ઉછાળવું; નિર્ણય કરવા માટે સિક્કો ઉછાળવો; આમથી તેમ અને તેમથી આમ (બેચેનીથી) આળોટવું–ગબડવું, (માથું) ગબડાવવું. ના૦ સિક્કો ઇ૦ ઉછાળવું તે, તેમ કરીને મળેલો નિર્ણય; ઓચિંતો આંચકો, વિ૦ક૦ માથાને, (મારવો તે); ઘોડા ઇ૦ પરથી નીચે ફેંકાવું તે. **~ off**, (દારૂ વગેરે) એક ઝપાટે પી જવું; કામ વગેરે ઝપાટામાં પૂરું કરવું; [વિ૦બો૦] મુષ્ટિમૈથુન કરવું. **~ up**, સિક્કો ઉછાળવો. **~-up**, સિક્કો ઉછાળવો તે; શંકાસ્પદ બાબત.

tot[1] (ટૉટ), ના૦ [વાત.] નાનું બાળક; દારૂનો ઘૂંટડો.

tot[2], ઉ૦ ક્રિ૦ સરવાળો કરવો – થવો.

to'tal (ટોટલ), વિ૦ સંપૂર્ણ, આખું; આખાને–બધાને–આવરી લેતું; કુલ; અસીમ, અમર્યાદ; (વિગ્રહ અંગે) બધાં સાધનો ઇ૦ જેમાં વપરાય છે એવું. ના૦ બધી રકમોનો સરવાળો; કુલ જથો – સંખ્યા. ઉ૦ ક્રિ૦ નો સરવાળો કરવો – થવો. **tota'lity** (ટટૅલિટિ), ના૦.

totalita'rian (ટટૅલિટે'અરિઅન), વિ૦

કેવળ એક રાજકીય પક્ષવાળું, તેની એકહથ્થું સત્તાવાળું. **totalitar'ianism** (-રિઍનિઝ્મ) નાo.

to'talizator (ટોટલિઝ઼ેટર), નાo ઘોડા પર શરતો બકવામાં ને તેનો હિસાબ કરવામાં વપરાતું યંત્ર; શરતો બકવાની પદ્ધતિ.

to'talize (ટોટલાઇઝ઼), સo ક્રિo -નો સરવાળો કરવો.

tote[1] (ટોટ), સo ક્રિo [વાત.] લઈ જવું, વહન કરવું, પોતાની પાસે રાખવું. ~ **bag,** મોટો ખૂબ માય એવો થેલો.

tote[2], નાo [વિo બોo]=totalizator.

to'tem (ટોટમ), નાo કુળ કે ટોળીના પ્રતીક કે ચિહ્‌ન તરીકે કોઈ કુદરતી વસ્તુ કે પ્રાણી(ની પ્રતિમા). **~-pole;** કોતરેલા કુળપ્રતીકોવાળો વાંસ.

to'temism (ટોટમિઝ્મ), નાo કુળપ્રતીકોની પ્રથા–પદ્ધતિ; માનવવિકાસનો કુળપ્રતીકોવાળો તબક્કો.

to'tter (ટૉટર), અo ક્રિo અસ્થિર ઊભા રહેવું, અસ્થિરપણે–લથડિયાં ખાતાં ખાતાં–ચાલવું; તૂટી પડવાની અણી પર હોવું, હાલી જવું. નાo અસ્થિર ચાલ.

tou'can (ટૂકન), નાo દ. અમેરિકાનું ઉષ્ણ કટિબંધનું એક મોટી ચાંચવાળું પક્ષી.

touch (ટચ), ઉo ક્રિo અડવું, સ્પર્શવું, અડકવું, -ને સ્પર્શ કરવો; અડેલું હોવું; ઉપર હાથ કે આંગળી મૂકવી; બે વસ્તુનું આવી રીતે મળવું–વસ્તુ આવી રીતે મળે તેમ કરવું; હળવે રહીને મારવું; અમુક વસ્તુ કે સ્થળ સુધી પહોંચવું; [લા.] -ની તોલે આવવું; (લાગણીઓ ઇo)ની ઉપર (વિo કo માઠી) અસર કરવી, -નું હૃદય પીગળે એમ કરવું. -માં કોમળ અથવા દુઃખની લાગણીઓ પેદા કરવી; -ની ઉપર જરાક અસર કરવી; -ની સાથે બહુ જ ઓછી નિસબત હોવી; [ભૂo કૃo] જરાક પીધેલ. નાo અડવું તે, સ્પર્શ (કરવો તે); સ્પર્શેન્દ્રિય, સ્પર્શભાવના; સ્પર્શથી થતી સંવેદના; કલમ, પીંછી, ઇoનો હળવો હાથ; જરાક જેટલું પ્રમાણ, છાંટ, પાસ; કલા-કૌશલ્ય – શૈલી; વાદ્યના તાર છેડવાની કે ચાવીઓ દબાવવાની રીત–હાથ; વાદ્યને સ્પર્શતાં થતો અવાજ; સંપર્ક, વહેવાર; મેળ; સંપ; સહાનુભૂતિ; [ફુટબૉલ] 'ટચ–લાઇન્સ'-ની બહારનો જમીનનો ભાગ; [વિo બોo] કોઈની પાસેથી પૈસા મેળવવા–મળવા–તે. **~-and-go,** અનિશ્ચિત (પરિણામવાળું), જોખમવાળું. **~ at,** [નૌકા.] (વહાણ અંગે) બંદર લેવું, બંદરે થોભવું. **~ down,** (વિમાન અંગે) નીચે જમીન પર ઊતરવું; ગોલની પાછળ દડો જમીન પર પાડવો–ફુટબૉલ સાથે જમીનને અડવું. **~-down, ~-line,** ફુટબૉલના ક્ષેત્રની બાજુની હદ. **~ off,** જામગરી ચાંપીને ઉડાવી દેવું; [લા.] (પ્રક્રિયા ઇo) એકદમ શરૂ કરવું. **~ on,** -નો ટૂંકમાં અથવા સહેજે ઉલ્લેખ કરવો; -ના છેડા પર આવેલું હોવું, -ની અણી પર હોવું. **~-paper,** ધીમેધીમે બળવા અને દારૂખાનું સળગાવવા (ફોડવા) માટે 'નાઇટર' પાયેલો કાગળ. **~-stone,** કસોટી(નો પથ્થર); [લા.] માપદંડ, કસોટી. **~-typing,** અક્ષરોની ચાવીઓ જોયા વિના ટાઇપ કરવું તે. **~ up,** સુધારવું, છેલ્લો હાથ દેવો. **~ wood,** દુર્ભાગ્ય કે આપત્તિ ટાળવા માટે લાકડા(ની વસ્તુ) પર હાથ મૂકવો. **~wood,** ઝટ સળગનારું કોહી ગયેલું પોચું લાકડું, પેટવણ.

tou'ché (ટૂશે), ઉદ્ગાર. પટાબાજીમાં સામાના ફટકાનો અથવા ચર્ચામાં બીજાએ કરેલા આરોપનો સ્વીકાર કરતો ઉદ્ગાર.

tou'ching (ટચિંગ), વિo હૃદયસ્પર્શી, દયાજનક. નામo અo -ને વિષે–લગતું.

tou'chy (ટચિ), વિo જરાજરામાં વાંકું પડે એવું, ચીડિયું; આળું, અતિલાગણીવાળું.

tough (ટફ), વિo ભાંગવું, કાપવું, ફાટવું કે ચાવવું મુશ્કેલ, ચીકણું અને કઠણ, મજબૂત; (માટી ઇo અંગે) કઠણ, ચીકણું; ભારે સહનશક્તિવાળું, ખડતલ; જોરાવર; મુશ્કેલ; [વાત.] (દૈવ અંગે] કઠોર, પ્રતિકૂળ; [વાત.] કડકપણે કે જોરસાથી વર્તનારું; [અમે. વિo બોo] મવાલી, હરામખોર; દુરાચારી, ખરાબ.

tou'ghen (ટફન), ઉo ક્રિo (વધારે)

કઠણ, (વધારે) મજબૂત, ઇ૦ કરવું-થવું.

tou'pee (ટૂપે), ના૦ તાલ ઢાંકવા માટે પહેરાતા બનાવટી વાળ(ની પગડી).

tour (ટુઅર), ના૦ શોધખોળ અથવા મોજ માટે કરેલી મુસાફરી, પર્યટન; સફર, દોરો; લશ્કરી કે મુત્સદ્દીગીરીનો ફરજ અંગે-હેતુસર-કરેલો પ્રવાસ. **on ~**, નાટક ઇ૦ ભજવવા માટે મુસાફરીમાં; દોરા પર. ઉ૦ ક્રિ૦ સફર કે દોરા પર જવું-ફરવું; દેશ ઇ૦નો પ્રવાસ કરવો-ખેડવો.

tour de for'ce (ટુઅરડફોર્સ), વિશેષ બળ, કૌશલ્ય કે કરામતનું કામ.

tou'rism (ટુઅરિઝ્મ), ના૦ સંગઠિત પ્રવાસ, પ્રવાસની સંઘટના, પ્રવાસીઓની સેવા(ની વ્યવસ્થા).

tour'ist (ટુઅરિસ્ટ), ના૦ સહેલગાહ માટે પ્રવાસ-સફર-કરનાર. **~ class** વહાણ, વિમાન, ઇ૦માં પ્રવાસી વર્ગ માટેની સસ્તી જગ્યા.

tour'maline (ટુઅરૂમલીન), ના૦ અસામાન્ય વીજળીના ગુણોવાળો રત્ન તરીકે વપરાતો એક ખનિજ પદાર્થ.

tour'nament (ટુઅર્નમન્ટ), ના૦ [ઇતિ.] શસ્ત્રસજ્જ ઘોડેસવારોની બે ટુકડીઓ વચ્ચેનું બૂઠાં શસ્ત્રો વડે કરાતું ક્રીડાયુદ્ધ; અનેક હરીફો વચ્ચેનું કૌશલ્યનું યુદ્ધ-સામનો.

tour'nedos (ટુઅરૂનડો), ના૦ [બ૦ વ૦ એજ] ગોમાંસ ઇ૦નો નાનો કકડો-ચીરી.

tour'ney (ટુઅર્નિ), ના૦ અને અ૦ ક્રિ૦ [ઇતિ.] ક્રીડાયુદ્ધમાં ભાગ લેવો (તે).

tour'niquet (ટુઅર્નિકે'ટ) ના૦ રક્તસ્રાવ બંધ કરવા માટે ધમનીને દબાવી રાખવાનું સાધન.

tou'sle (ટાઉઝ્લ), સ૦ક્રિ૦ ફેંદી નાખવું, અસ્તવ્યસ્ત કરવું; (વાળ, શરીર, ઇ૦) છૂટું કરવું, વિખેરી નાંખવું, ગંદું-અસ્તવ્યસ્ત-કરવું.

tout (ટાઉટ), ઉ૦ક્રિ૦ ઘરાક પાસે વરદી માટે વારે વારે જઈને તેને સોદો કરવા વીનવવું; ઘરાક શોધવું કે લાવી આપવું; તાલીમ લેતા ઘોડા પર જાસૂસી કરવી. ના૦ ઘરાક ઇ૦ને સોદા માટે વીનવણી.

tow¹ (ટો), ના૦ કાંતવા માટે તૈયાર કરેલું શણ. **~-headed**, તદ્દન આછા રંગના અથવા વિખરાયેલા વાળવાળા માથાવાળું.

tow², ઉ૦ક્રિ૦ દોરડા કે સાંકળ વતી પાણીમાં થઈને ખેંચવું-ઘસડી જવું; (વાહન અંગે) પોતાની પાછળ બીજા વાહનને ખેંચવું-ખેંચી જવું; પોતાની પાછળ (વ્યક્તિ કે વસ્તુને) તાણી જવું. ના૦ ખેંચવું-ખેંચાવું-તે. **on ~**, ખેંચાવું, ખેંચી લઈ જવાવું. **take in ~**, [લા.] પોતાના માર્ગદર્શન અથવા આશ્રય નીચે લેવું. **~-path, tow'ing-path**, વહાણ ઇ૦ને ખેંચવા માટેનો નદી કે નહેરની બાજુનો રસ્તો.

tow'ard(s) (ટવૉર્ડ્ઝ), નામ૦ અ૦ -ની દિશામાં-તરફ; પાસે; -ની તરફ આવી પહોંચવું; -ના સંબંધમાં; -ને વિષે; -ને માટે; કોઈ ભંડોળમાં ફાળા તરીકે.

tow'el (ટાવલ), ના૦ અંગૂછો, રૂમાલ. સ૦ક્રિ૦ ટુવાલ વતી ઘસવું-કોરું કરવું; [વિ૦બો૦] ફટકારવું. **~-horse**, ટુવાલ મૂકવાનું ચોકઠું-ઘોડો.

tow'elling (ટાવલિંગ), ના૦ ટોવેલ માટેનું કાપડ.

tow'er (ટાવર), ના૦ મિનારો, શિખર, ટાવર; બુરજ; ઊંચું મકાન; બુરજવાળો કિલ્લો. અ૦ ક્રિ૦ ઊંચે સુધી પહોંચવું, બીજા કરતાં ઊંચું હોવું, ઊંચે ઊડવું, ઊડતું હોવું, આકાશમાં ચક્કર લગાવતું હોવું. **~ of strength**, [લા.] મજબૂત અને વિશ્વાસપાત્ર આધાર આપનાર વ્યક્તિ.

tow'ering (ટાવરિંગ), વિ૦ ખૂબ ઊંચું. ઉદાત્ત; **~ rage** જબરદસ્ત ગુસ્સો.

town (ટાઉન), ના૦ નગર, શહેર; ગીચ વસ્તીવાળી વસાહત; લંડન અથવા નજીકનું મુખ્ય શહેર; પાસેનું મોટું વેપારી ધામ-બજાર. **go to ~**, જુસ્સો અને ઉત્સાહ-પૂર્વક વર્તન-કામ-કરવું. **man about ~**, લહેરી લાલો. **on the ~**, શહેરી મોજમજાનું જીવન જીવનાર. **~ clerk**, શહેર કે નિગમનો દફતરદાર-મંત્રી. **~**

council, શહેરની સુધરાઈ–મ્યુનિસિ-પાલિટી. **~ hall**, નગરભવન. **~ planning**, નગરરચના (શાસ્ત્ર). **~ship**, [અમે.] દેશનો વહીવટી વિભાગ, ૩૬ ચો. માઈલનો પ્રદેશ; [ઑસ્ટ્રે૦] નાનું શહેર અથવા વસાહત. **~speople** (-ઝ્પીપલ), શહેરના લોકો.

townee', tow'nie, (ટાઉની), ના૦ [અનાદર.] નગરનિવાસી.

toxae'mia (ટૉક્સીમિઅ), ના૦ લોહીમાં ઝેર ફેલાવાનો રોગ–વિકાર; સગર્ભા અવસ્થામાં ભારે રક્તદાબ(ની અવસ્થા).

to'xic (ટૉક્સિક), વિ૦ ઝેરી, ઝેરનું, ઝેરથી થયેલું.

toxico'logy (ટૉક્સિકૉલજિ), ના૦ વિષવિદ્યા–વિજ્ઞાન. **toxicolo'gical** (-કલૉજિકલ), વિ૦. **toxico'logist** (-કૉલજિસ્ટ), ના૦.

to'xin (ટૉક્સિન), ના૦ વિષ, ઝેર, વિ૦ ક૦ પ્રાણી કે વનસ્પતિમાંથી નીકળેલું; સૂક્ષ્મ જંતુમાંથી પેદા થતું વિશિષ્ટ રોગનું કારણભૂત વિષ.

toy (ટૉઇ), ના૦ રમકડું, માત્ર શોભાની તકલાદી વસ્તુ. અ૦ક્રિ૦ -ની સાથે રમવું, એકબીજાને પંપાળવું. **~ dog**, નાના કદનું કૂતરું.

trace[1] (ટ્રેસ), ના૦ કોઈ વસ્તુ જતાં તેની પડેલી નિશાની, લિસોટો; કશાકના હોવાની કે બનવાની નિશાની; અલ્પાંશ, છાંટો. સ૦ક્રિ૦ પ્રયત્નપૂર્વક આકૃતિ દોરવી; રેખાઓ દ્વારા જુદું પાડવું, લખવું, પારદર્શક કાગળ પર મૂકીને નકલ કરવી; ગયાનાં ચિહ્નો પરથી પાછળ જવું; -નો માર્ગ, રેષા, ઇતિહાસ, ઇ૦ની પાછળ પાછળ જવું; ઝીણવટથી તપાસ કરવી – શોધી કાઢવું. **~ element**, બહુ સૂક્ષ્મ પ્રમાણમાં વિ૦ક૦ જમીનમાં મળતું કે જરૂરી તત્ત્વ.

trace[2], ના૦ જે વડે ઘોડો ગાડીને ખેંચે છે તે બે પટા, સાંકળ, દોરડાંમાંનો કોઈ પણ એક. **kick over the ~s**, બેકાબૂ થવું, વર્ચસ્વ ફગાવી દેવું.

tra'cer (ટ્રેસર), ના૦ [લશ્કર.] જેમાંથી બહાર નીકળતી જ્વાળાને લીધે તેનો માર્ગ દેખાય છે એવું એક અસ્ત્ર; [વૈદક] કૃત્રિમ રેડિયો આઇસોટોપ જેમાંથી પેદા થતા રેડિએશનને લીધે શરીરમાં થતા તેના પ્રવેશનો માર્ગ બરાબર જોઈ શકાય છે.

tra'cery (ટ્રેસરિ), ના૦ કાચ કે પથ્થરમાં કરેલું નકશીકામ.

tra'chea (ટ્રકીઅ), ના૦ [શરીરરચના.] શ્વાસનળી.

tra'cing (ટ્રેસિંગ), ના૦ ઉપર અર્ધપારદર્શક અથવા કાર્બન કાગળ મૂકીને કરેલી નકલ. **~-paper**, ડ્રૉઇંગ ઉપર મૂકીને નકલ કરવા માટે વપરાતો અર્ધપારદર્શક કાગળ.

track (ટ્રૅક), ના૦ માણસ, પ્રાણી કે વાહન ઇ૦ પસાર થયાની નિશાની – નિશાનીવાળો માર્ગ; પગથી, પગદંડી, ગાડીનો ચીલો; દોડવા વગેરેની શરત માટે તૈયાર કરેલો માર્ગ; લીધેલો માર્ગ; રેલવેના પાટા–રસ્તો; રણગાડી ટ્રૅક્ટર, ઇ૦નાં પૈડાં ફરતે જડવામાં આવતો પટો; ગ્રામોફોનની થાળી, રેકર્ડ અથવા ચુંબકીય પટ્ટી (ટેપ) ઉપર નોંધેલો અમુક વિભાગ. **in one's ~s**, [વિ૦બો૦] ઊભો હોય ત્યાં જ, ત્યાં ને ત્યાં, તત્કાળ. **make ~s**, [વિ૦બો૦] જતા રહેવું, ભાગી જવું. **make ~s for,** [વિ૦બો૦] –નો પીછો પકડવો, -ની તરફ જવું. **~** સ૦ક્રિ૦ શિકાર ઇ ની પાછળ જવું, -નું પગેરું કાઢવું, અવશેષો ઉપરથી માર્ગ, વિકાસ, ઇ૦ શોધી કાઢવું. **~ down**, પગલાં પરથી શોધી કાઢવું – પકડી પાડવું. **~ events**, હરીફાઈના કાર્યક્રમમાં દોડવાની શરતો. **~ record**, [લા.] વ્યક્તિએ અગાઉ મેળવેલી સિદ્ધિઓ. **~ suit**, તાલીમ દરમ્યાન મલ્લે પહેરવાનો પોશાક.

tract[1] (ટ્રૅક્ટ), ના૦ પ્રદેશ, મુલક, વિસ્તાર; [શરીરરચ૦] કોઈ ઇન્દ્રિય કે શારીરિક તંત્રનો પ્રદેશ.

tract[2], ના૦ કોઈ વિષય (વિ૦ક૦ ધાર્મિક) ઉપર નાનકડો નિબંધ અથવા પુસ્તિકા.

tra'ctable (ટ્રૅક્ટબલ), વિ૦ સહેલાઈથી

કાબૂમાં રાખી શકાય એવું, કહ્યાગરું, ગરીબ. **tractabi'lity** (-બિલિટિ), નાo.

tra'ction (ટ્રૅક્શન), નાo ખેંચવું-તાણવું -તે; [વૈદક] કોઈ અવયવ ઇoને તાણી રાખવું તે. **~-engine** ભારે વજન ખેંચવા માટે વરાળ કે ડીઝલ તેલવાળું ઍન્જિન.

tra'ctor (ટ્રૅક્ટર), નાo ભારવાહક ઍંજિન; બીજાં વાહનો, ખેતીનાં યંત્રો ઇoને ખેંચનાર મોટરવાળું વાહન, ટ્રૅક્ટર.

trad (ટ્રૅડ), વિo અને નાo પારંપરિક ('જાઝ'નૃત્ય).

trade (ટ્રેડ), નાo ધંધો; વેપારવણજ, વિનિમય વેપાર; કસબ, કારીગરીનું કામ; કોઈ ધંધામાં કામ કરનારા લોકો કે મંડળીઓ. ઉo ક્રિo માલ ખરીદવો અને વેચવો, વેપાર કરવો; (-ની સાથે) સોદો કરવો, (વેપારમાં) માલનો વિનિમય કરવો. **~ in,** દેણા પેટે કે બદલામાં વાપરેલી વસ્તુ આપવી. **~ mark,** કાયદેસર રીતે નોંધાવેલું કારખાનદારનું કે વેપારીનું પોતાના માલ પરનું નિશાન, વેપારીનો 'માર્કો'; [લા.] માણસની પ્રવૃત્તિઓ ઇoનું વિશિષ્ટ લક્ષણ. **~ name,** વેચાણની વસ્તુ જે નામથી બજારમાં ઓળખાય છે તે નામ, અથવા તેના ઉત્પાદકે પાડેલું નામ, અથવા જે નામથી ધંધો ચાલતો હોય તે નામ. **~ on,** -નો (વિo કo ખોટો) લાભ લેવો. **~ plates,** પરવાના વિનાની ગાડીઓ પર વેપારીઓ દ્વારા વપરાતી સંખ્યાવાળી તકતીઓ. **~-sman** (ઝ્‌મન), વેપારી, વિo કo દુકાનદાર. **~(s) union,** પોતાના સમાન હિતના રક્ષણ માટે બનેલું કામગારોનું સંગઠન, મજૂર મહાજન, ઇo. **~-u'nionist,** મહાજનનો સભ્ય. **~ wind,** ઈશાન્ય અથવા આગ્નેય દિશા તરફથી વિષુવવૃત્ત તરફ વહેતો વેપારને અનુકૂલ પવન.

tradesca'ntia (ટ્રૅડિસ્કૅન્શ), નાo વાદળી, સફેદ અથવા ગુલાબી મોટાં ફૂલવાળો એક બારમાસી છોડ.

tra'ding (ટ્રેડિંગ), વિo વેપારી, વેપાર કરનારું. **~ estate,** ઔદ્યોગિક અને વેપારી પેઢીઓવાળો શહેર ઇoનો ભાગ - વિસ્તાર. **~ stamp,** દુકાનદારે ઘરાકને આપેલું ટોકન-ટિકિટ જેના બદલામાં માલ મળી શકે.

tradi'tion (ટ્રડિશન), નાo પરાપૂર્વથી ચાલતી આવેલી માન્યતા, મત અથવા રિવાજ, રૂઢિ; પરંપરા, આખ્યાયિકા, દંતકથા.

tradi'tional (ટ્રડિશનલ), વિo પરંપરાગત; (જાઝ અંગે) પ્રાચીન શૈલી પર આધારિત.

tradi'tionalism(ટ્રડિશનલિઝ્મ),નાo પરંપરા(ગત રૂઢિ) માટે અતિ અભિમાન -આદર. **tradi'tionalist** (-લિસ્ટ), નાo.

tradu'ce (ટ્રડ્યૂસ), સo ક્રિo નિંદા કરવી. **tradu'cement**(-સ્મન્ટ), નાo.

tra'ffic (ટ્રૅફિક), ઉo ક્રિo કોઈ વસ્તુનો વેપાર કરવો (વિo કo જે ખરીદવી કે વેચવી ન જોઈએ તેનો); -નો વેપાર - લેવડદેવડ - કરવી. નાo વેપાર, માલસામાનની આપલે; માણસો ને માલસામાનની આવજા - રસ્તો, રેલવે, દરિયો, ઇoને માર્ગે. **~ island,** અવરજવરને વાળવા અથવા પગપાળા જનારાઓના આશ્રય માટે રસ્તાની વચ્ચે રાખેલી સુરક્ષિત જગ્યા. **~ lights,** માણસો અને વાહનોની અવરજવરનું નિયંત્રણ કરવા માટેના રંગીન દીવા. **~ warden,** વાહનવહેવાર તથા વાહનો ઊભાં રાખવા અંગેની વ્યવસ્થા પર દેખરેખ રાખી તેનું નિયમન કરનાર.

tra'fficator (ટ્રૅફિકેટર), નાo કઈ બાજુએ વાહન વળવા માગે છે તે દિશા સૂચવનારું વાહનની બાજુએ જડેલું પાટિયું ઇo.

tra'gacanth(ટ્રૅગકૅંથ), નાo વનસ્પતિમાંથી મળતો એક જાતનો સફેદ કે લાલાશ પડતો ગુંદર.

trage'dian(ટ્રજીડિઅન), નાo શોકાન્તિક નાટકનો કર્તા અથવા અભિનેતા.

tragedie'nne (ટ્રજીડિઍ'ન), નાo શોકાન્તિક નાટકની નટી - અભિનેત્રી.

tra'gedy(ટ્રૅજિડિ), નાo ઉદાત્ત શોકાન્તિક

નાટક; દુઃખદ ઘટના, ગંભીર (સ્વરૂપનો) અકસ્માત.

tra'gic(ટ્રૅજિક), વિ૦ શોકાન્તિક નાટકનું -ના જેવું; દુઃખદ, આપત્તિના સ્વરૂપનું.

tragico'medy (ટ્રૅજિકૉમિડિ), ના૦ દુઃખદ અને સુખદાયક ઘટનાઓનું મિશ્ર નાટક

trail (ટ્રેલ), ઉ૦ ક્રિ૦ પોતાની પાછળ ઢસડવું – ખેંચવું – ખેંચાવું – ઢસડાવું, વિ૦ ક૦ જમીન પર; ઢસડાતાં ઢસડાતાં ચાલવું, થાકયા હોય તેમ ધીમે ધીમે ચાલવું; નીચે – છૂટું – લટકવું, જમીન પર ફેલાવું; (વનસ્પતિ અંગે) નીચેની બાજુ વધવું – લટકવું અને જમીનને અડવું; [લશ્કર] હાથ નીચે લંબાવીને (બંદૂક ઇ૦) આડી પકડવી; પગેરું કાઢીને પૂંઠ પકડવી, પાછળ પાછળ ચાલવું. ના૦ વેલાની પેઠે લાંબા ને લાંબા ફેલાવું – વધવું–તે; પસાર થયેલા પ્રાણીની કે ગતિમાન વસ્તુની રહી ગયેલી નિશાની – ગંધ – પગલાં – પગેરું; જંગલમાં ચાલવાથી પડેલી વાટ – પગદંડી; [લશ્કર.] હાથ લાંબો કરીને આડી પકડેલી બંદૂક-વાળી સ્થિતિ. **trail'ing edge,** વિમાનની પાંખની પાછલી કોર.

trai'ler (ટ્રેલર), ના૦ વેલો કે તેના જેવી વનસ્પતિ; બીજા વાહનથી ખેંચાતું વાહન; આવનાર ચિત્રપટ કે ફિલ્મનો જાહેરાત તરીકે બતાવાતો ભાગ.

train (ટ્રેન), ઉ૦ ક્રિ૦ તાલીમ આપવી, કેળવવું; કશાક માટે તાલીમ આપી તૈયાર કરવું; વ્યાયામ અને ખોરાકના નિયમનથી ચારિત્ર્ય – શરીર બાંધવું – કેળવવું; વેલો, છોડ, ઇ૦ને વાળવું, અમુક રીતે વધે તેમ કરવું, આકાર આપવો; નિશાન ભણી બંદૂક તાકવી. ના૦ પાછળ ખેંચાતી વસ્તુ, પાછળનો ભાગ; ઘાઘરો, ઝભ્ભો, ઇ૦ની પાછલા ભાગની ઝૂલ–વિસ્તાર; અનુયાયીઓ, નોકરચાકર, પરિવાર; લાંબું સરઘસ; ઘટનાઓ ઇ૦ની હારમાળા; રેલવેના ડબાઓની હાર, ગાડી. **in ~**, વ્યવસ્થિતપણે ગોઠવેલું –સંચાલિત. **~-bearer,** બીજાનો ઝભ્ભો ઝાલનાર. **~-ferry,** આખી ટ્રેનને પાર લઈ જનાર નાવ.

trainee' (ટ્રેની), ના૦ કોઈ ધંધા ઇ૦ની તાલીમ લેનાર માણસ.

trai'ner (ટ્રેનર), ના૦ તાલીમ આપનાર માણસ.

trai'ning (ટ્રેનિંગ), ના૦ તાલીમ, શિક્ષણ, કવાયત.

train-oil (ટ્રેન્ઑઇલ), વહેલ માછલીની ચરબીમાંથી કાઢેલું તેલ.

traipse (ટ્રેપ્સ), અ૦ક્રિ૦ [વાત.] પગ ઘસડતાં–લથડતાં–ચાલવું; સંદેશા લાવવા લઈ જવા, ટાંપા ખાવા.

trait (ટ્રેટ), ના૦ વિશિષ્ટ ગુણ–લક્ષણ.

trai'tor(ટ્રેટર), ના૦ વિશ્વાસઘાત કરનાર, દગો દેનાર, દ્રોહ કરનાર. **traitorous** (-ટરસ), વિ૦.

traje'ctory (ટ્રજે'ક્ટરિ), ના૦ હવા કે આકાશમાંથી પસાર થતા કે ફેંકાતા અસ્ત્ર કે ગ્રહનો માર્ગ.

tram (ટ્રૅમ), ના૦. **~(car),** સડક પર નાખેલા પાટા પર ચાલતી ગાડી, ટ્રામ (ગાડી). **~-lines,** ટ્રામગાડીના પાટા; [વાત.] ટેનિસ ઇ૦ના કોર્ટના છેડા પર આવેલી સમાન્તર લીટીઓની જોડીમાંની કોઈ પણ એક.

tra'mmel (ટ્રૅમલ), ના૦ માછલાં પકડવાની જાળ, જાળ; [બહુધા બ૦વ૦માં] અંતરાયો, મુશ્કેલીઓ, અટકાવ. સ૦ ક્રિ૦ અટકાવવું, અંતરાય નાખવો.

tramp (ટ્રૅમ્પ), ઉ૦ક્રિ૦ ભારે પગલાં મૂકીને દૃઢતાપૂર્વક ચાલવું, પગે ચાલીને જવું, મુલક ખૂંદવો, રસ્તે રખડતા જવું. ના૦ માણસના ચાલવાનો કે કૂચનો અવાજ; રસ્તે ભટકતો માણસ, રખડેલ; પગપાળા મુસાફરી; [વિ૦ બો૦] દુરાચારી–લંપટ–સ્ત્રી. **(ocean) ~** માગણી પ્રમાણે ગમે ત્યાં માલની હેરફેર કરનારું વહાણ.

tra'mple (ટ્રૅમ્પલ), ઉ૦ક્રિ૦ પગવતી ખૂંદવું–ચગદી નાખવું, પગતળે કચડી નાખવું.

tra'mpoline (ટ્રૅમ્પલીન), ના૦ આડા ચોકઠા પર સ્પ્રિંગોવતી જડેલું બજાણિયાના ખેલ માટે વપરાતું કંતાન–કંતાનની ચાદર

trance (ટ્રાન્સ), ના૦ નિદ્રા જેવી અવસ્થા, બેભાન અવસ્થા; સમાધિ; નિરતિશય આનંદ(ની અવસ્થા).

tra'nny (ટ્રૅનિ), ના૦ ટ્રાંઝિસ્ટર રેડિયો.

tra'nquil(ટ્રૅકિવલ), વિ૦ ગંભીર, સ્થિર, શાંત, અક્ષુબ્ધ, સ્વસ્થ. **tranqui'llity** (-લિટિ), ના૦.

tra'nquillize (ટ્રૅક્વિલાઇઝ઼), સ૦ક્રિ૦ શાંત પાડવું (વિ૦ક૦ દવા આપીને.

tra'nquillizer (-લાઇઝ઼ર), ના૦ શાંત પાડવાની–ચિંતા કે તાણ દૂર કરનારી–દવા.

trans-(ટ્રેન્સ-), સંયોગી રૂપ આરપાર, પેલી પાર, ઉપરથી, પેલી બાજુએ.

transa'ct (ટ્રૅન્ઝૅક્ટ), સ૦ક્રિ૦ (કામ, ધંધો, ઇ૦) કરવું, ચલાવવું, (સોદો) કરવો.

transa'ction(ટ્રૅન્ઝૅક્શન), ના૦ સોદો, વહેવાર, (કરવો તે); [બ૦વ૦માં] કોઈ સંસ્થા, વિદ્વન્મંડળ, ઇ૦નું કામકાજ, તેનો અહેવાલ.

transatla'ntic (ટ્રેન્સ્અટ્લાન્ટિક),વિ૦ અટલાંટિક મહાસાગરની પેલી પારનું; અમેરિકન; [અમે.] બ્રિટિશ.

transce'nd (ટ્રેન્સે'ન્ડ), સ૦ક્રિ૦ -ની મર્યાદાઓ ઓળંગી–વટાવી–જવું; -ની પહોંચ કે આકલનની બહાર હોવું, -થી ચડિયાતું હોવું–ચડી જવું.

transce'ndent (ટ્રેન્સે'ન્ડન્ટ), વિ૦ ચડિયાતું, શ્રેષ્ઠ; (ઈશ્વર અંગે) અતીત, ગુણાતીત, ભૌતિક વિશ્વની મર્યાદાઓથી પર–ભિન્ન અસ્તિત્વ ધરાવનારું. **transce'ndence** (-ડન્સ), ના૦. **transce'ndency** (-ડન્સિ), ના૦.

transcende'ntal(ટ્રેન્સે'ન્ડે'ન્ટલ),વિ૦ અનુભવ પર આધારિત નહિ એવું, અનુભવાતીત; અનુભવપૂર્વ; ગૂઢ, ગહન. અતીન્દ્રિય. અમૂર્તકલ્પના, (abstraction) બનેલું–સાથે સંબંધ ધરાવતું–વડે પ્રેરિત. ~ **meditation**, પ્રશ્નો વિશેની આસક્તિ દૂર કરનારું અને ચિંતામાંથી મુક્ત કરનારું ધ્યાન.

transcontine'ntal (ટ્રેન્સ્કૉન્ટિને'ન્ટલ), વિ૦ ખંડ પાર કરનારું, ખંડની પેલી પાર જનારું.

transcri'be(ટ્રેન્સ્ક્રાઇબ), સ૦ક્રિ૦ નકલ કરવી, ઉતારી લેવું; ચાલુ લિપિમાં તૈયાર કરવું–લખી કાઢવું; [સં.] બીજા વાદ્ય કે અવાજ માટે બંધબેસતું કરવું. **transcri'ption** (-ક્રિપ્શન), ના૦.

tra'nscript (ટ્રેન્સ્ક્રિપ્ટ), ના૦ લખેલી –ઉતારેલી–નકલ.

transdu'cer (ટ્રેન્સ્ડ્યૂસર), ના૦ ઊર્જા પરિવર્તક. એક રાશિના ફેરફારોને બીજી રાશિના ફેરફારોમાં બદલવાનું સાધન.

tra'nsept (ટ્રેન્સે'પ્ટ), ના૦ ક્રૂસના આકારનો ખ્રિસ્તી દેવળનો આડો અને ટૂંકો ભાગ, એ ભાગની બે બાજુઓમાંની કોઈ પણ એક.

transfer' (ટ્રેન્સ્ફ઼ર), ઉ૦ક્રિ૦ એક ઠેકાણેથી બીજે ઠેકાણે લઈ જવું–ફેરવવું–મોકલવું, એક વ્યક્તિ પાસેથી બીજી વ્યક્તિને સોંપવું; [કા.] દસ્તાવેજ કરીને મિલકત ઇ૦ બીજાને આપવું–નામે ચડાવવું; બદલી કરવી; આકૃતિ ઇ૦ એક સપાટી પરથી બીજી પર લઈ જવી; રેલવેના એક સ્ટેશન કે બીજા સ્ટેશન કે લાઈન પર જવું; એક મંડળીમાંથી બીજીમાં જવું – મોકલવું. ના૦ (**tra'nsfer**) સ્થળાંતર–બદલી–(કરવી–થવી-તે); મિલકત, હક, ઇ૦ની ફેરબદલી(નો દસ્તાવેજ); એક દ્રવ્ય કે સપાટી પરથી બીજી પર ફેરવેલું – ફેરવવાનું – ચિત્ર. **transfer'able** (-રબલ), વિ૦.

tra'nsference (ટ્રેન્સ્ફ઼રન્સ), ના૦ સ્થળાંતર, બદલી; [માનસ.] ઇચ્છાઓ કે વાસનાઓને નવા પદાર્થ તરફ વાળવી તે–અનુપ્રેષણ.

transfi'gure (ટ્રેન્સ્ફિગર), સ૦ક્રિ૦ -નો દેખાવ–રૂપ–બદલવું; વધારે આધ્યાત્મિક અથવા ઉદાત્ત સ્વરૂપ આપવું. **transfigura'tion** (-ફિગ્યુરેશન), ના૦.

transfi'x (ટ્રેન્સ્ફિક્સ), સ૦ક્રિ૦ ભાલા ઇ૦ વતી આરપાર ભોંકવું–વીંધવું; (ભય અંગે) (માણસ)ને એક જગ્યાએ નિશ્ચેષ્ટ–જડ –બનાવી દેવું.

transfor'm (ટ્રેન્સ્ફૉર્મ), સ૦ક્રિ૦ -નું

રૂપ, દેખાવ, સ્થિતિ, કાર્ય, વિ૦ક૦ સારી પેઠે, બદલી નાખવું. રૂપાંતર કરવું; [વીજળી.] પ્રવાહનું 'વૉલ્ટેજ' બદલવું. **transforma'tion** (–ફર્મેશન), ના૦.

transfor'mer (ટ્રૅન્સ્ફૉર્મર), ના૦ રૂપાંતર કરનાર વ્યક્તિ અથવા વસ્તુ; [વીજળી] વીજળીના પ્રત્યાવર્તી પ્રવાહના દાબ (વૉલ્ટેજ)માં વધારો કે ઘટાડો કરનાર ઉપકરણ.

transfu'se (ટ્રૅન્સ્ફ્યૂઝ઼), સ૦ક્રિ૦ પ્રવાહી, રંગ, ઇ૦ બધે ફેલાય તેમ કરવું, – થી તરબોળ– પ્રેરિત– કરવું; -ની નસોમાં લોહી કે અન્ય પ્રવાહી આપવું. **transfu'sion** (-ફ્યૂઝ઼ન), ના૦.

transgre'ss (ટ્રૅન્સ્ગ્રે'સ), ઉ૦ક્રિ૦ કાયદા ઇ૦નું ઉલ્લંઘન-ભંગ-કરવો; મર્યાદા વટાવવી; પાપ કરવું. **transgre'ssion** (-ગ્રે'શન), ના૦. **transgre'ssor** (-ગ્રે'સર), ના૦.

transhi'p (ટ્રૅન્શિપ), ઉ૦ક્રિ૦ એક વહાણ કે વાહનમાંથી બીજામાં ભરવું. **transhi'pment** (-પ્મન્ટ), ના૦.

tra'nsient (ટ્રૅન્ઝ઼િઅન્ટ), વિ૦ ક્ષણિક, ક્ષણભંગુર; અશાશ્વત. **tra'nsience** (-અન્સ), ના૦.

transi'stor (ટ્રૅન્ઝ઼િસ્ટર), ના૦ બહુ નાનું અર્ધવિદ્યુતવાહક થર્મિઑનિક પડદા (વાલ્વ)ની જગ્યાએ કામ કરી શકે એવું (સાધન) ~ (**radio**), સહેલાઈથી આમતેમ ફેરવી શકાય એવો નાનો રેડિયો, ટ્રાન્ઝ઼િસ્ટરો વાપરનારો રેડિયો સટ.

transi'storize (ટ્રૅન્ઝ઼િસ્ટરાઇઝ઼), સ૦ક્રિ૦ વાલ્વઝ઼ (પડદા)ને બદલે ટ્રાન્ઝ઼િસ્ટરો સાથેની યોજના કરવી.

tra'nsit (ટ્રૅન્ઝ઼િટ), ના૦ માર્ગમાં કે માર્ગની અથવા તે સ્થળના યામ્યોત્તરવૃત્તની ઉપર થઈને જવું-લઈ જવું-લઈ જવાવું-તે, માર્ગ; એક આકાશી ગોળાનું બીજા ગોળા ઉપર થઈને પસાર થવું તે, સંક્રમણ; યામ્યોત્તરગમન. ~ **visa**, દેશમાંથી માત્ર પસાર થવાનો પરવાનો, વીઝા.

transi'tion (ટ્રૅન્ઝ઼િશન), ના૦ એક અવસ્થા, વિષય કે પરિસ્થિતિમાંથી બીજીમાં સંક્રમણ; તેની અવધિ. **transi'tional** (-શનલ), વિ૦.

tran'sitive (ટ્રૅન્ઝ઼િટિવ), વિ૦ [વ્યાક. ક્રિયા. અંગે] સકર્મક.

tra'nsitory (ટ્રૅન્ઝ઼િટરિ), વિ૦ ચંચલ, લાંબું ન ટકનારું. ક્ષણિક, અશાશ્વત.

transla'te (ટ્રૅન્સ્લેટ), સ૦ક્રિ૦ -નું ભાષાંતર કરવું, બીજા શબ્દોમાં કે રૂપમાં વ્યક્ત કરવું; -નો અર્થ કરવો-ઘટાવવો; બિશપની બીજા ધર્મપીઠમાં બદલી કરવી. **transla'tion** (-લેશન), ના૦. **transla'tor** (-લેટર), ના૦.

transli'terate (ટ્રૅન્સ્લિટરેટ), સ૦ક્રિ૦ એક લિપિ કે ભાષામાંનું લખાણ બીજી લિપિમાં લખવું, લિપ્યંતર કરવું. **translitera'tion** (-રેશન), ના૦.

translu'cent (ટ્રૅન્ઝ઼્લૂસન્ટ), વિ૦ જેમાંથી પ્રકાશ પસાર થઈ શકે એવું, પણ પારદર્શક નહિ એવું. **translu'cence** (સન્સ), ના૦.

tra'nsmigrate (ટ્રૅન્સ્માઇગ્રેટ), ઉ૦ક્રિ૦ (આત્મા અંગે) બીજા દેહમાં જવું.

transmi'ssible (ટ્રૅન્સ્મિસિબલ), વિ૦ મોકલી શકાય-પ્રસાર કરી શકાય-એવું, હસ્તાન્તરણીય, સ્થાનાંતરણીય. **transmissibi'lity** (-બિલિટિ), ના૦.

transmi'ssion (ટ્રૅન્ઝ઼્મિશન), ના૦ એક જગ્યાએથી બીજી જગ્યાએ મોકલવું-તે, રવાનગી, પ્રસારણ (કાર્યક્રમ); મોટરગાડીમાં એંજિનમાંથી ધરીને ગતિ આપવાની યાંત્રિક વ્યવસ્થા.

transmi't (ટ્રૅન્ઝ઼્મિટ), સ૦ક્રિ૦ બીજી વ્યક્તિ, સ્થાન કે વસ્તુને મોકલવું-પહોંચાડવું; -માંથી પસાર થવા દેવું; ઉષ્ણતા, વીજળી, ઇ૦નું વહન કરવું; -નું વાહક-માધ્યમ-બનવું.

transmi'tter (ટ્રૅન્ઝ઼્મિટર), ના૦ સંદેશો, પ્રસારણ સંકેત, મોકલવાનું યંત્ર.

transmo'grify (ટ્રૅન્ઝ઼્મૉગ્રિફાઇ), સ૦ક્રિ૦ જાદુથી-ચમત્કારિક રીતે-રૂપાંતર કરવું.

transmuta'tion (ટ્રૅન્ઝ઼્મ્યૂટેશન)

ના૦ આમૂલાગ્રપરિવર્તન કે રૂપાંતર (કરવું-થવું-તે). ~ **of metals,** કિમિયાગરોના ધ્યેય તરીકે બીજી ધાતુઓનું સોનામાં રૂપાંતર (કરવું તે).

transmu'te (ટ્રૅન્ઝ્મ્યૂટ), સ૦ક્રિ૦ -ના રૂપ, સ્વરૂપ, સત્ત્વ કે સ્વભાવમાં પરિવર્તન કરવું, બીજી વસ્તુમાં ફેરવી નાખવું. **transmu'tative** (-મ્યૂટટિવ), વિ૦.

tra'nsom (ટ્રૅન્સમ), ના૦ બારીમાં ચોઢેલું આડું લાકડું, આડા લાકડા ઉપરની બારી; બારી કે બારણાની ઉપરનું આડું પાટિયું કે પથ્થર-ઓતરંગ.

transpa'rency (ટ્રૅન્સ્પૅરન્સિ), ના૦ પારદર્શકતા, દીવા કે પ્રકાશની સામે ધરવાથી દેખાય એવું ચિત્ર.

transpa'rent (ટ્રૅન્સ્પૅરન્ટ), વિ૦ પારદર્શક, આરપાર જોઈ શકાય એવું; (વેષાંતર, સબબ, ઇ૦ અંગે) સહેલાઈથી ઓળખી શકાય એવું, ઉઘાડું; સહેલાઈથી સમજાય એવું. **transpa'rence** (-રન્સ), ના૦.

transpire (ટ્રૅન્સ્પાયર), ઉ૦ક્રિ૦ ત્વચાના રંધ્રોમાંથી (ભેજ, વરાળ, ઇ૦) બહાર કાઢવું -નીકળવું; (ગુપ્ત વાત ઇ૦) બહાર પડવું, જાણમાં આવવું; **transpira'tion** (-પિરેશન) ના૦.

transpla'nt (ટ્રૅન્સ્પ્લાન્ટ), સ૦ક્રિ૦ એક ઠેકાણેથી ઉખાડીને બીજે ઠેકાણે રોપવું -સ્થાપન કરવું; ચામડી, જીવંત પેશી શરીરના એક ભાગમાંથી બીજા ભાગમાં અથવા પેશી અને અવયવ એક માણસ કે પ્રાણીમાંથી બીજામાં બેસાડવી. ના૦ (**tra'nsplant**) પેશી કે અવયવ એક ઠેકાણેથી બીજે ઠેકાણે બેસાડવો તે; એવી રીતે બેસાડેલો અવયવ કે પેશી. **transplanta'tion** (-પ્લાન્ટેશન), ના૦.

transpor't (ટ્રૅન્સ્પૉર્ટ), સ૦ક્રિ૦ એક ઠેકાણેથી બીજે ઠેકાણે લઈ જવું-વહન કરવું; ગુનેગારને દેશનિકાલ કરવો-કાળે પાણીએ કાઢવો; પરાકાષ્ઠાએ આનંદિત-ક્રોધાવિષ્ટ-કરવું. ના૦ (**tra'nsport**) એક ઠેકાણેથી બીજે ઠેકાણે લઈ જવું તે, પરિવહન; લઈ જવાનું સાધન; લશ્કર કે યુદ્ધ સામગ્રી લઈ જનાર વહાણ કે વિમાન; ક્રોધ, આનંદ, ઇ૦ની પરાકાષ્ઠા.

transporta'tion (ટ્રૅન્સ્પૉર્ટેશન), ના૦ લઈ જવું-લાવવું-તે; કાળા પાણીની-દેશવટાની-સજા.

transpor'ter (ટ્રૅન્સ્પૉર્ટર), ના૦ લઈ જનાર-વાહક-વ્યક્તિ કે વસ્તુ. ~**bridge,** પાણી પર થઈને વાહનો લઈ જનાર લટકતા પ્લૅટફૉર્મ (ચોતરાનો) પુલ.

transpo'se (ટ્રૅન્સ્પોઝ઼), સ૦ક્રિ૦ -ની અરસપરસ જગ્યા બદલવી, (વસ્તુનું) હારમાંનું સ્થાન અથવા ક્રમ બદલવો; [સં.] બીજા સૂરમાં લઈ જવું, લખવું, કે વગાડવું. **transposi'tion** (-પઝ઼િશન), ના૦.

transse'xual (ટ્રૅન્ઝ્સે'ક્સ્યુઅલ), વિ૦ અને ના૦ એક જાતિ કે લિંગનાં શારીરિક લક્ષણો અને બીજી જાતિનાં માનસિક લક્ષણોવાળું (માણસ). **transse'xualism** (-ઍલિઝ઼મ), ના૦.

transubsta'ntiate (ટ્રૅન્સબ્સ્ટૅન્શિએટ), સ૦ક્રિ૦ બીજા દ્રવ્યમાં ફેરવવું, દ્રવ્યપરિવર્તન કરવું.

transubstantia'tion; (-શિએશન), ના૦ દ્રવ્યપરિવર્તન કરવું-થવું-તે; પ્રભુભોજન વખતની રોટી અને દ્રાક્ષરસનું ઈશુના દેહ અને લોહીમાં પરિવર્તન.

transura'nic (ટ્રૅન્સ્યુઅરૅનિક), વિ૦ [રસા.] (મૂળતત્ત્વ અંગે) યુરેનિયમ કરતાં વધુ ઊંચા અણુસંખ્યાવાળું.

tra'nsverse (ટ્રૅન્સ્વર્સ), વિ૦ વાંકું, ત્રાંસું, આડું આવેલું કે બેસાડેલું.

transve'stism (ટ્રૅન્સ્વૅ'સ્ટિઝ઼મ) ના૦ સ્ત્રીએ પુરુષનો કે પુરુષે સ્ત્રીનો પોશાક કરવો તે-કરેલો પોશાક.

tra'nsvéstite (ટ્રૅન્સ્વૅ'સ્ટાઇટ), ના૦ વિષમલિંગી વ્યક્તિનો પોશાક કરનાર.

trap (ટ્રૅપ), ના૦ પ્રાણી પકડવાનું પાંજરું; ફાંસો, ફાંદો, છેતરવાની યુક્તિ, છટકું; ચોરબારણું; ગોળી ઇ૦ વડે મારવા માટે માટીનું કબૂતર એકદમ છોડવા માટેની યુક્તિ; શરત ઇ૦ની શરૂઆતમાં 'ગ્રેહાઉન્ડ' કૂતરો જેમાંથી બહાર પડે છે તે ખાનું; કમાનવાળી બે પૈડાંની

ગાડી; મોરીના નળનો નીચેનો ગોળ ભાગ, જે પાણીથી ભરાય ત્યારે ગૅસ પાછો આવી શકતો નથી; [વિ૦ બો૦] મોઢું. સ૦ક્રિ૦ પાંજરામાં–ફાંસામાં–(હોય તેમ) પકડવું; શિકારનું પ્રાણી પકડવા માટે પાંજરું ગોઠવવું; પાંજરાંથી સજ્જ કરવું. **~door,** ભોંય કે છાપરામાંનું ગુપ્ત બારણું.

trape'ze, (ટ્રપીઝ્), ના૦ કસરતના ખેલ માટે બે છેડે દોરડાવતી લટકાવેલો આડો દાંડો–સળિયો, ઝૂલો.

trape'zium (ટ્રપીઝિઅમ), ના૦ [બ૦ વ૦ **~s, -zia** -ઝિઅ.] [ગ.] સમાન્તર દ્વિબાહુ ચતુષ્કોણ, સમલંબક; [અમે.] trapezoid.

tra'pezoid (ટ્રૅપિઝૉઇડ), ના૦ અસમલંબક, કોઈ પણ બે સમાન્તર લીટીઓ વિનાનો ચતુષ્કોણ; [અમે.] સમાંતર દ્વિબાહુ ચતુષ્કોણ.

tra'pper (ટ્રૅપર), ના૦ જંગલી પ્રાણીઓને પકડનાર વિ૦ક૦ તેમની રુંવાટી ઇ૦ માટે.

tra'ppings (ટ્રૅપિંગ્ઝ્), ના૦ બ૦ વ૦ હાથી, ઘોડા, ઇ૦નો ઝૂલ વગેરે સાજશણગાર; [લા.] શોભાનો સાજશણગાર.

traps (ટ્રૅપ્સ), ના૦ બ૦ વ૦ [વાત.] સરસામાન, બિસ્તરા પોટલાં.

trash (ટ્રૅશ), ના૦ ફેંકી દેવા જેવી વસ્તુ, કચરો; આબરૂ વિનાનું નાલાયક અથવા હલકટ માણસ કે માણસો. **tra'shy** (ટ્રૅશિ), વિ૦.

trau'ma (ટ્રૉમૅ), ના૦ [બ૦ વ૦ **~s,** અથવા **~ta**] જખમ, ઈજા; માનસિક આઘાત. **trauma'tic** (-મૅટિક), વિ૦.

tra'vail (ટ્રૅવેલ), ના૦ પ્રસવવેદના, વેણ; સખત મહેનત. અ૦ ક્રિ૦ પ્રસવવેદના સહન કરવી; સખત મહેનત કરવી.

tra'vel (ટ્રૅવલ), ઉ૦ક્રિ૦ પ્રવાસ–મુસાફરી–કરવી. વિ૦ ક૦ લાંબી અથવા પરદેશોની; ફરવું, કોઈ પેઢીના પ્રતિનિધિ તરીકે વેપાર માટે પ્રવાસ કરવો; એક ઠેકાણેથી બીજે ઠેકાણે જવું; નિયત માર્ગે જવું–જવાની ક્ષમતા ધરાવવી;-માંથી પસાર થવું, (અંતર) વટાવવું; [વાત.] લાંબો પ્રવાસ વેઠવો. ના૦ પ્રવાસ (કરવો તે); યંત્રના કોઈ ભાગની ગતિની રીત, દર અથવા ટપ્પો. **~ agency,** પ્રવાસીઓના પ્રવાસ માટે વ્યવસ્થા કરનાર પેઢી. **travelling crane,** ઉપરના આધાર પર આમતેમ ખસતો ઊંટડો.

tra'velled (ટ્રૅવલ્ડ), વિ૦ પ્રવાસનું અનુભવી.

tra'veller (ટ્રૅવલર), ના૦ મુસાફર, પ્રવાસી; વેપાર અંગે ફરનાર. **~'s cheque,** મુસાફરીમાં સહી કરીને વટાવી શકાય એવી હૂંડી–ચેક. **~'s joy,** એક જંગલી સુંદર ફૂલઝાડ.

tra'velogue (ટ્રૅવલૉગ), ના૦ પ્રવાસનું ચિત્રપટ સાથેનું – સચિત્ર – ભાષણ.

tra'verse (ટ્રૅવર્સ), ઉ૦ક્રિ૦ એક છેડાથી બીજા છેડા સુધી – આરપાર – જવું – પડયા રહેવું; [લા.] આખા સવાલની ચર્ચા વિચારણા કરવી; મોટી તોપ (કે બંદૂક) આડી ફેરવવી. ના૦ એક બાંધકામ ઉપર આડું આવેલું બીજું બાંધકામ; ટેકરી કે કરાડ ઉપર ત્રાંસા ચડવું તે; વાંકાચૂંકા રસ્તાનો દરેક વિભાગ–ટપ્પો; તોપ ઇ૦ની આડી ગતિ; [કા.] કરેલા વિધાનનો વિધિસર ઇનકાર. **traver'sal** (ટ્રવર્સલ), વિ૦.

tra'vesty(ટ્રૅવિસ્ટિ), ના૦ વિકૃત વિડંબન; વિડંબન કાવ્ય; હાસ્યજનક નકલ. ઉ૦ક્રિ૦ કશાકનું વિડંબન કરવું – થવું – હાસ્યાસ્પદ નકલ કરવી – હોવી.

trawl (ટ્રૉલ), ના૦ માછલી પકડવાની પહોળા મોંવાળી મોટી જાળ જે દરિયાના તળિયા પરથી હોડી વતી ખેંચાય છે. ઉ૦ ક્રિ૦ મોટી જાળ પાથરીને માછલાં પકડવાં.

traw'ler (ટ્રૉલર), ના૦ માછલાં પકડવાની મોટી જાળવાળી હોડી.

tray (ટ્રે), ના૦ ધાતુની કે લાકડાની તાસક –તાટ – ખૂમચો, ટ્રંકના ખાના જેવો ઢાંકણા વિનાનો ચપટો ડબો – પેટી.

trea'cherous(ટ્રૅ'ચરસ), વિ૦ વિશ્વાસઘાતી, દગાબાજ, બેઈમાન; કપટી; અવિશ્વસનીય; છેતરપિંડી કરનાર. **trea'chery** (–રિ), ના૦.

trea'cle (ટ્રીકલ), નાο ગોળ, ગોળની રસી. **trea'cly** (–કિલ), વિο.

tread (ટ્રે'ડ), ઉοક્રિο [**trod**; **tro'dden**] પગ મૂકવો, પગલું મૂકવું; પગ પડવો; પગે ચાલવું, પગપાળા જવું; પગ વતી દબાવવું – ચગદી નાખવું; (નર પક્ષી અંગે) મૈથુન કરવું. નાο ચાલવાની લઢણ, હીંડછા, ચાલ; પગલાનો અવાજ; પગથિયા કે નિસરણીનો ઉપલો ભાગ; પૈડાનો જમીનને અડતો ભાગ; વાહનની વાટનો જાડો ઘડેલો ભાગ જે રસ્તાને મજબૂત પકડે છે; એવો જ જોડાનો નીચેનો ઘડેલો જાડો ભાગ. **~-mill** ગોળગોળ ફરતા નળાકાર (સિલિંડર) સાથે જડેલાં પાવડાં પર પગ મૂકીને ગતિ પેદા કરનારું યંત્ર, વિοકο કેદીને સજા કરવા અગાઉ વપરાતું; એક જ જાતનું કંટાળાભરેલું કામ. **~ water**, હાથ-પગ હલાવીને પાણીમાં ટટાર(ઊભા)રહેવું.

trea'dle (ટ્રે'ડલ), નાο પગ વતી ચલાવાતું યંત્ર વિοકο છાપવાનું.

trea'son (ટ્રીઝ઼ન), નાο રાજદ્રોહ, રાજ્યદ્રોહ; વિશ્વાસઘાત, બેવફાઈ.

trea'sonable (ટ્રીઝ઼નબલ), **treasonous** (-નસ), વિο રાજદ્રોહનું–ના ગુનાવાળું–નું ગુનેગાર.

trea'sure (ટ્રે'ઝ઼ર), નાο ખજાનો, ભંડાર; ઝવેરાતનો ભંડાર; વિરલ કે સંબંધને નાતે અમૂલ્ય વસ્તુ; [વાત.] અમૂલ્ય રત્ન–વ્યક્તિ –વસ્તુ, ખૂબ પ્રિય અને તેથી અમૂલ્ય વ્યક્તિ. સοક્રિο ખૂબ કીમતી ગણી સંઘરવું; કીમતી ગણવું–ગણી સ્વીકારવું. **~-hunt**, ખજાનાની શોધમાં–શોધ કરવી તે; સંતાડેલી વસ્તુઓ શોધી કાઢવાની એક રમત. **~ trove**, હાથ લાગેલો કોઈ નો ગુપ્ત ખજાનો.

trea'surer (ટ્રે'ઝ઼રર), નાο ખજાનચી, કોષાધ્યક્ષ.

trea'sury (ટ્રે'ઝ઼રિ), નાο ખજાનો કે જાહેર નાણાં રાખવાની જગ્યા, તિજોરી; કોઈ સંસ્થા, રાજ્ય, ઇοનાં નાણાં–કોષ; દેશનું નાણાંખાતું. **~ bill**, સરકારી હૂંડી, વિનિમય હૂંડી; તાત્કાલિક જરૂરિયાત માટે નાણાં ઊભાં કરવા માટે સરકારે કાઢેલી હૂંડીઓ.

treat (ટ્રીટ), ઉοક્રિο -ની તરફ (અમુક રીતે) વર્તવું–ચાલવું; -ની ઉપર કશીક પ્રક્રિયા કરવી, રોગ ઇοનો ઉપચાર કરવો; આતિથ્ય – સરભરા – કરવી, મિજબાની આપવી, મનોરંજન કરવું; -ની સાથે વાટાઘાટ કરવી; -નું વિવરણ કરવું. નાο ભારે આનંદદાયક વસ્તુ–વાત, ઉજાણી.

trea'tise (ટ્રીટાઇઝ઼), નાο કોઈ એક વિષયના નિરૂપણનો ગ્રંથ.

trea'tment (ટ્રીટ્મન્ટ), નાο કોઈ વ્યક્તિ કે વસ્તુ પ્રત્યેનું વર્તન; વિષયનું નિરૂપણ; રોગનો કે રોગોનો ઉપચાર (કરવાની પદ્ધતિ).

trea'ty (ટ્રીટિ), નાο રાજ્યો વચ્ચેનું કરારનામું–સંધિ; બે વ્યક્તિઓ કે પક્ષો વચ્ચેનો કરાર વિοકο મિલકત ખરીદવા અંગેનો.

tre'ble (ટ્રે'બલ), વિο ત્રણ ગણું, ત્રેવડું; (અવાજ અંગે) ઊંચો; [સં.] છોકરાના કે વાદ્યના ઊંચામાં ઊંચા અવાજવાળું. નાο ત્રણ ગણો જથો અથવા વસ્તુ; સ્ત્રીનો કે છોકરાનો ઊંચામાં ઊંચો અવાજ; (soprano); ઉοક્રિο ત્રણ વડે ગુણવું, ત્રણ ગણું કરવું–થવું.

tree (ટ્રી), નાο ઝાડ, વૃક્ષ; જુદા જુદા કામ માટે ઘડેલું લાકડું – લાકડાનો કકડો; વંશવૃક્ષ. સοક્રિο ઝાડમાં આશ્રય લેવાની ફરજ પાડવી. **~-creeper**, ઝાડની છાલમાં રહેતા જંતુઓ ખાનાર નાનું ભાંખોડિયે ચાલતું પક્ષી. **~-fern**, ઊભા લાકડાના થડવાળી એક જાતની મોટી ફર્ન વનસ્પતિ. **~ surgeon**, કોવાઈ ગયેલા ઝાડોને (કાપકૂપ કરીને) સાચવી રાખનાર માણસ.

tre'foil (ટ્રે'ફૉઇલ), નાο ત્રિદલ કે ત્રિપત્રી પાંદડાંવાળી વનસ્પતિ–છોડ, દા.ત. ઓલીઇο; ત્રણ લટકણાંવાળી વસ્તુ–ઘરેણું.

trek (ટ્રે'ક), અοક્રિο મુસાફરી કરવી, સ્થળાંતર કરવું, વિοકο બળદગાડામાં; ભારે મુશ્કેલીનો પ્રવાસ કરવો. નાο બળદગાડાની

મુસાફરી; લાંબો અને કઠણ પ્રવાસ, તેનો ટપ્પો.

tre'llis (ટ્રે'લિસ), ના૦ એક બીજી પર ત્રાંસી જડેલી લાકડાની, કે ધાતુની સાંકડી પટ્ટીઓવાળી જાળી, એવી જાળીવાળું ચોકઠું, જાફરી.

tre'mble (ટ્રે'મ્બલ), અ૦ક્રિ૦ ધ્રૂજવું, કાંપવું (ભય, ક્ષોભ, ટાઢ, ઇ૦ને લીધે); ભયભીત કે ચિંતિત થવું; થરથરતાં ચાલવું. ના૦ થરથર કાંપવું તે, થથરાટ, ધ્રુજારી. **tre'mbly** (ટ્રે'મ્બ્લિ), વિ૦.

treme'ndous (ટ્રિમે'ન્ડસ), વિ૦ ભય કે ધાક પેદા કરનારું, ભયાનક; દુર્નિવાર, જબરદસ્ત; [વાત.] અસાધારણ, વિલક્ષણ, વિપુલ, સરસ.

tre'molo (ટ્રે'મલો), ના૦ [બ૦વ૦ ~s] [સં.] કંપયુક્ત સૂર-અવાજ(કંઠનો કે વાદ્યનો).

tre'mor (ટ્રે'મર), ના૦ ધ્રુજારી, થથરાટ; કંપયુક્ત અવાજ; ધ્રૂજવું-કાંપવું-તે; રોમાંચ.

tre'mulous(ટ્રે'મ્યુલસ), વિ૦ ધ્રૂજતું, કાંપતું, પ્રક્ષુબ્ધ.

trench (ટ્રે'ન્ચ), ના૦ ઊંડો ખાડો, ખાઈ, વિ૦ક૦ શત્રુના તોપમારાથી બચવા માટે લશ્કરે ખોદેલી. ઉ૦ક્રિ૦ -માં ખાઈ (ઓ)-ખાડો કે ખાડા-ખોદવા; નીચેની માટી ઉપર આવે એવી રીતે અનેક ખાડા ખોદવા. -ની ઉપર અનધિકૃત આક્રમણ કરવું, -ની સરહદ-સીમા-પર આવેલું હોવું. ~ **coat**, અસ્તર-વાળો કે રૂ ભરેલો જલાભેદ્ય-બરસાતી-કોટ.

tre'nchant (ટ્રે'ન્ચન્ટ), વિ૦ તીક્ષ્ણ, હાડોહાડ લાગે એવું; આવેશયુક્ત, જોરદાર; કાપી નાખનારું; નિર્ણાયક. **tre'nchancy** (-ચન્સિ), ના૦.

tre'ncher (ટ્રે'ન્ચર), ના૦ લાકડાનો મોટો થાળો, કથરોટ.

tre'ncherman (ટ્રે'ન્ચર્મન), ના૦ [-men]. **good** ~, જબરો જમનારો.

trend (ટ્રે'ન્ડ), ના૦ વિશિષ્ટ દિશા, વહેણ, વલણ, ઝોક. અ૦ક્રિ૦ અમુક દિશા-માર્ગ-વલણ-હોવું. ~-**setter**, ફેશનમાં આગેવાન.

tre'ndy (ટ્રે'ન્ડિ), વિ૦ અને ના૦ [વાત. અનાદર.] ફેશનપરસ્ત (માણસ).

trepa'n (ટ્રિપૅન), ના૦ ખોપરીનું હાડકું કાપવાનું શસ્ત્રવૈદ્યનું વર્તુળાકાર કરવત. સ૦ક્રિ૦ એ કરવત વતી ખોપરીમાં છેદ-કાણું-પાડવું.

trepida'tion (ટ્રે'પિડેશન) ના૦ ક્ષોભ, ધાસ્તી, ગભરાટ.

tre'spass (ટ્રે'સ્પસ), અ૦ક્રિ૦ પારકાની ભૂમિ ઇ૦ પર રજા વિના પ્રવેશ કરવો; [પ્રા.] નીતિ નિયમ ઇ૦નું ઉલ્લંઘન કરવું, પાપ કરવું; અતિક્રમણ કરવું. ના૦ અનધિકૃતપ્રવેશ, કાયદાનું ઉલ્લંઘન; [પ્રા.] પાપ (કર્મ), ગુનો.

tress (ટ્રે'સ), ના૦ વાળની લટ, [બ૦વ૦ માં] વાળ.

tre'stle (ટ્રે'સલ), ના૦ કામચલાઉ ટેબલ કે મંચનો લાકડાનો આધાર-ટેકો-મિનગ-રાવાળા પાયા, ઘોડો. ~-**table**, લાકડાના મિનગરાવાળા પાયાના આધારવાળું ટેબલ ~-**work**, પુલ ઇ૦ના આધાર માટેનાં લાકડું, ધાતુ કે કોંક્રેટનાં ચોકઠાં.

trews (ટ્રૂઝ), ના૦બ૦વ૦ રંગીન ચોકડી-વાળા કાપડની તંગ સુરવાળ.

T. R. H. સંક્ષેપ. Their Royal Highnesses.

tri-, સંયોગી રૂપ. ત્રણ(ગણું).

tri'ad (ટ્રાયડ), ના૦ ત્રણનું જૂથ. **tria'dic** (ટ્રાયૅડિક), વિ૦.

tri'al (ટ્રાયલ), ના૦ અજમાવી જોવું તે અજમાયશ; કસોટી, પરીક્ષા; કોઈ વસ્તુ અનુભવ અથવા વ્યક્તિની કસોટી (કરવી તે); અદાલત દ્વારા તપાસણી-(મુકદ્દમાની) સુનાવણી.

tria'ngle (ટ્રાયૅંગલ), ના૦ ત્રિભુજ, ત્રિકોણ; એક લીટીમાં નહિ એવાં કોઈ પણ ત્રણ બિંદુઓ કે વસ્તુઓ કાલ્પનિક લીટીઓથી જોડાયેલી; એક ત્રિકોણાકૃતિ ઓજાર ઇ૦; [સં.] લોઢાના સળિયાને વાળીને બનાવેલું નાના સળિયાથી વગાડાતું એક ત્રિકોણાકૃતિ વાદ્ય.

tria'ngular (ટ્રાયૅંગ્યુલર), વિ૦ ત્રિકોણાકાર; (યુદ્ધ, કરાર, ઇ૦ અંગે) ત્રિપક્ષી.

tria'ngulate (ટ્રાયૅંગ્યુલેટ), સ૦ ક્રિ૦

યોજણી કરવા માટે કોઈ ક્ષેત્રને ત્રિકોણો-માં વહેંચી નાખવું. **triangula'tion** (-લેશન), ના૦.

tribe(ટ્રાઇબ), ના૦ એક સરદાર કે નાયકના તાબાનું અને બહુધા એક પૂર્વજમાંથી ઊતરી આવ્યાનો દાવો કરનારા (પ્રાથમિક અવસ્થા વાળા) કુટુંબોનું જૂથ; એને મળતો એક કુદરતી કે રાજકીય વિભાગ; [બહુધા અનાદર] કોઈ ટોળકી કે સમૂહ, વિ૦ક૦ કોઈ ધંધા કે કુટુંબની. ~**sman,** (-ઝ્‌મન) ટોળીનું માણસ. **tri'bal** (-બલ), વિ૦.

tribula'tion (ટ્રિબ્યુલેશન), ના૦ ભારે કષ્ટ–ક્લેશ–વ્યથા–દુઃખ.

tribu'nal (ટ્રાઇબ્યૂનલ), ના૦ ન્યાયાલય, ન્યાયાધીશોની સભા; ખાસ હેતુસર નીમેલું ન્યાયપંચ.

tribune[1] (ટ્રિબ્યૂન), ના૦ મંચ, વ્યાસપીઠ, વક્તાને ઊભા રહેવાનો ઓટલો.

tri'bune[2], ના૦ લોકમાન્ય નેતા, આગેવાન; ઉત્તેજક ભાષણો કરનાર વક્તા; [રોમન ઇતિ.] રોમન પ્રજાનો નીમેલો કે ચૂંટી કાઢેલો મૅજિસ્ટ્રેટ જેવો અમલદાર.

tri'butary (ટ્રિબ્યુટરિ), વિ૦ અને ના૦ ખંડણી આપનાર કે આપવા પાત્ર–ખંડિયો–(રાજા કે રાજ્ય); મોટી નદીને કે સરોવરને મળતી નદી, ઉપનદી.

tri'bute (ટ્રિબ્યૂટ), ના૦ એક રાજા કે રાજ્ય બીજા પાસેથી લે છે તે ખંડણી; તે આપવાની ફરજ; આદર, પ્રેમ, ઇ૦ના ચિહ્ન તરીકે કરેલી કે આપેલી વસ્તુ, ભેટ, પ્રશંસા, સ્તુતિ.

trice (ટ્રાઇસ), ના૦ ક્ષણ(વાર), પળ(વાર).

tri'ceps (ટ્રાઇસે'પ્સ), ના૦ ત્રિશિરસ્ક સ્નાયુ વિ૦ ક૦ બાહુમાંનો.

trichino'sis (ટ્રિકિનૉસિસ), ના૦ સ્નાયુમાંના વાળના જેવા કૃમિથી થતો એક રોગ.

tricho'logy (ટ્રિકૉલજિ), ના૦ કેશ-વિજ્ઞાન. **tricho'logist** (-લજિસ્ટ), ના૦.

tricho'tomy (ટ્રિકૉટમિ), ના૦ ત્રણ ભાગ પાડવા–પડવા–તે, ત્રણ વર્ગમાં વહેં-ચણી, ત્રણ વર્ગ પાડવા તે.

trichroma'tic (ટ્રાઇક્રમૅટિક) વિ૦ તિરંગી, ત્રિવર્ણી.

trick (ટ્રિક), ના૦ છેતરવા બનાવવાની યુક્તિ; દૃષ્ટિભ્રમ; અટકચાળું, અડપલું, મજાક, બનાવટ; મૂર્ખામીવાળું કામ; કરામત, હસ્ત-કૌશલ્ય; હાથચાલાકી; ખાસ આવડત; ટેવ, બોલવાચાલવાની વિશિષ્ટ લઢણ; [પત્તાંમાં] પત્તાંનો હાથ; [નૌકા.] સુકાન પર ફરજનો સમય. સ૦ક્રિ૦ હાથચાલાકી કરી છેતરવું–ઠગવું; શણગારવું, સજાવવું.

tri'ckery (ટ્રિકરિ), ના૦ છેતરપિંડી,કપટ.

tri'ckle (ટ્રિકલ), ઉ૦ ક્રિ૦ ટપકવું, ટપકે ટપકે પડવું, ટપકાવવું, ટપકે ટપકે પાડવું; ધીમે ધીમે આવવું–જવું–વહેવું–વહેવડાવવું. ના૦ નાની ધાર, દદૂડી. ~ **charger**, [વીજળી.] સંચાયક (accumulator)માં સતત ધીમે ધીમે વીજળી ભરવાનું સાધન.

tri'ckster (ટ્રિક્સ્ટર), ના૦ ઠગ, છેત-રનાર, હરામખોર.

tri'cky (ટ્રિકિ), વિ૦ કાવતરાબાજ, કપટી; છૂપી મુશ્કેલીઓથી ભરેલું, મુશ્કેલ.

tri'colour (ટ્રાઇકલર), ના૦ અને વિ૦ તિરંગી(ઝંડો), વિ૦ ક૦ ફ્રાન્સનો રાષ્ટ્રીય ધ્વજ, હિન્દનો પણ.

tri'cot (ટ્રીકો), ના૦ ઊનનું ગૂંથેલું કાપડ.

tri'cycle (ટ્રાઇસિકલ), ના૦ ત્રણ પૈડાંની સાઇકલ; વિકલાંગ માણસે ચલાવવા માટેની ત્રણ પૈડાંવાળી મોટર ગાડી. **tri'cyclist** (-સાઇકિલસ્ટ), ના૦.

tri'dent (ટ્રાઇડન્ટ), ના૦ ત્રિશૂળ (શિવ, નેપચૂન તથા બ્રિટાનિયાના હાથમાં હોય છે એવું); માછલી પકડવાનો ભાલો અથવા 'ગ્લૅડિએટર'નું શસ્ત્ર.

tride'ntine (ટ્રિડે'ન્ટાઇન), વિ૦ પરંપ-રાગત સનાતની રોમન કૅથોલિક ધર્મનું.

trie'nnial (ટ્રાયે'નિઅલ), વિ૦ દર ત્રણ વરસે થનારું, ત્રણ વરસ ટકનારું, ત્રૈવાર્ષિક.

tri'fle (ટ્રાઇફલ), ના૦ નજીવી (કિંમતની) કે બિનમહત્ત્વની વસ્તુ; નાનકડી રકમ–વસ્તુ; મલાઈ ઇ૦ નાખીને બનાવેલી એક મીઠાઈ. અ૦ ક્રિ૦ -ની સાથે રમત કરવી, આછકલાઈથી બોલવું-ચાલવું, ઉડાવી દેવું; રખડાયા રખડાયા કરવું.

tri'fling (ટ્રાઇફ્લિંગ), વિ૦ નજીવું, ક્ષુદ્ર, દમ વગરનું.

tri'gger (ટ્રિગર), ના૦ બંદૂક ઇ૦નો ઘોડો, ચાપ, કળ. ઉ૦ ક્રિ૦ નજીવું કામ કરીને અનેક પ્રતિક્રિયાઓ, પ્રક્રિયાઓ ઇ૦ શરૂ કરી દેવી. **~-happy**, જરા સરખું ઉશ્કેરાટનું કારણ બનતા બંદૂક ફોડે એવું.

trigono'metry (ટ્રિગનૉમિટ્રિ), ના૦ ત્રિકોણમિતિ. **trigonome'trical** (-નમે'ટ્રિક્લ), વિ૦.

tri'lateral (ટ્રાઇલૅટરલ), વિ૦ ત્રણ બાજુઓવાળું, ત્રિભુજ; ત્રિપક્ષી.

tri'lby (ટ્રિલ્બિ), ના૦ પુરુષની બનાતની સુંવાળી ટોપી.

trili'ngual (ટ્રાઇલિંગ્વલ), વિ૦ ત્રિભાષી ત્રણ ભાષાનું -માં-ભાષી.

trill (ટ્રિલ), ના૦ કંપયુક્ત સ્વર, વિ૦ક૦ સંગીતમાં, કવાલ. દા. ત. સંગીતમાં સૂરોનું ઝડપી પ્રત્યાવરણ, આર્ કે ર અક્ષર. ઉ૦ક્રિ૦ અવાજ ધ્રુજાવીને-કમ્પયુક્ત સ્વરે-ગાવું; આર્ કે રૂનો લંબાવીને ઉચ્ચાર કરવો.

tri'llion (ટ્રિલ્યન), વિ૦ અને ના૦ [બ્રિટિશ] ૧૦ પરાર્ધ(ની સંખ્યા), ૧૦૦૦૦૦૦૩; [અમે.] એક પરાર્ધ(ની સંખ્યા), ૧૦૦૦૦૦૦૨.

tri'lobite (ટ્રાઇલબાઇટ), ના૦ એક પ્રકારનું અશ્મીભૂત સકવચ પ્રાણી.

tri'logy (ટ્રિલજિ), ના૦ અરસપરસ સંબદ્ધ ત્રણ સાહિત્યિક કૃતિઓનું જૂથ-સટ.

trim (ટ્રિમ), વિ૦ સુવ્યવસ્થિત, ટાપટીપવાળું; સુઘડ, સ્વચ્છ; બેડોળ કે શિથિલ નહિ એવું. ઉ૦ ક્રિ૦ સ્વચ્છ - સુઘડ - કરવું; રંદો ફેરવીને, કાપકૂપ ઇ૦ કરીને આડોઅવળો અથવા કઢંગો ભાગ કાઢી નાખવો; શણગારવું; વજન સરખું વહેંચીને વહાણ કે વિમાનની સમતુલા બરાબર કરવી; પવનને અનુકૂળ આવે એવી રીતે સઢ ગોઠવવા. ના૦ સજ્જતા, તૈયારી, લાયકાત; સમતુલા; સુવ્યવસ્થિતપણું; પોશાક, રાચરચીલું, વાહન ઇ૦ પર શણગાર; વાળ સરખા કરવા તે. **~ one's sails**, [લા.] બદલાયેલી પરિસ્થિતિ અનુસાર પોતાની નીતિ બંધબેસતી કરવી-ફેરવવી.

tri'maran (ટ્રાઇમરૅન), ના૦ એકબીજાની પડખે એવી ત્રણ સાટીઓવાળું તરાપા જેવું વહાણ.

tri'mming (ટ્રિમિંગ), ના૦ પોશાક, ટોપી, ઇ૦ને સુશોભિત કરનાર ઝાલર ઇ૦; [બ૦વ૦માં; વાત.] આનુષંગિક બાબતો; સાથે આવતી વસ્તુઓ.

trinitroto'luene (ટ્રાઇનાઇટ્રટૉલ્યુઇન), ના૦ એક ભારે સ્ફોટક વસ્તુ.

tri'nity (ટ્રિનિટિ), ના૦ ત્રિત્વ; ત્રિક, ત્રય; **the T~**, [ખ્રિસ્તી મતમાં] પિતા, પુત્ર અને પવિત્ર આત્મા મળીને બનેલો એક ઈશ્વર. **T~ Sunday**, **Whit Sunday** (ઈસ્ટર પછીનો સાતમો રવિવાર) પછીનો રવિવાર. **T~ term**, ઈસ્ટર પછી શરૂ થતું યુનિવર્સિટીનું સત્ર.

tri'nket (ટ્રિંકિટ), ના૦ નકલી કે તકલાદી ઘરેણું, વિ૦ક૦ ઝવેરાતનું.

tri'o (ટ્રાયો), ના૦ [બ૦વ૦ **~s**] ત્રણનું જૂથ, ત્રયી; વિ૦ક૦ [સં.] ગાનારા વગાડનારાઓની; ત્રણ ગાનારા અથવા વાદ્યો માટે સંગીતરચના.

trip (ટ્રિપ), ઉ૦ક્રિ૦ હળવે રહીને ઝપાટામાં નાચવું, ચાલવું, પસાર થવું, ઇ૦; પગ કશાકમાં ભરાઈને ગોથું ખાવું; દોષ કે ભૂલ કરવી; કોઈના પગમાં કશુંક ભેરવીને તેને ગોથું ખવડાવવું; ફટકો મારીને ઠેસી એકદમ ખસેડીને મશીનનો ભાગ છૂટો કરવો. ના૦ પ્રવાસ, મુસાફરી; મોજ ખાતરની નાનકડી સફર, સહેલ; [વાત.] અફીણ ઇ૦થી થતો કાલ્પનિક દિવ્યદર્શનનો અનુભવ; ગોથું ખાવું-ખવડાવવું-તે; **~ up**, ગોથું ખાવું-ખવડાવવું, ભૂલ ખાતાં-અસંગતતા ઇ૦માં-પકડવું. **~-wire**, શત્રુને ગોથું ખવડાવવા માટે અથવા એને અડકતાં ભયની સૂચનાનું યંત્ર ચાલુ થાય તે માટે જમીન પર પાથરેલા તાર.

tripar'tite (ટ્રાઇપાર્ટાઇટ), વિ૦ ત્રણ ભાગનું બનેલું; ત્રણ જણ કે પક્ષો વચ્ચેનું, ત્રિપક્ષી.

tripe (ટ્રાઇપ), ના૦ ગાય, બળદ, ઇ૦

વાગોળનારા પ્રાણીનું પહેલું કે બીજું રાંધેલું પેટ; નકામી વસ્તુ, કચરો.

tri'ple (ટ્રિપલ), વિ૰ ત્રિવિધ, ત્રણનું બનેલું; ત્રણગણું; ત્રણ ભાગવાળું; ત્રિપક્ષી. ઉ૰ક્રિ૰ ત્રણગણું કરવું-થવું, ત્રણે ગણવું-ગણાવું. ના૰ ત્રણનું જૂથ; ત્રણગણી સંખ્યા અથવા વસ્તુ. ~ **crown**, પોપનો મુગટ; હરીફાઈની રમતગમતોમાં ત્રણ મહત્ત્વની બાબતોમાં જીતવું તે. ~ **time**, [સં.].

tri'plet (ટ્રિપ્લિટ), ના૰ ત્રણ વસ્તુઓનું ઝૂમખું-જૂથ, ત્રણ નંગનો સટ; સરખા અનુપ્રાસવાળી ત્રણ લીટી, ત્રિપાઈ; સાથે જન્મેલાં ત્રણ બાળકો(માંથી એક).

tri'plex (ટ્રિપ્લે'ક્સ), ત્રણગણું, ત્રણ સ્તરવાળું.

tri'plicate (ટ્રિપ્લિકટ), વિ૰ સરખા ત્રણ ભાગવાળું, ત્રણ નકલોવાળું, ત્રણગણું. ના૰ ત્રણ સરખી વસ્તુઓમાંથી, વિ૰ક૰ દસ્તાવેજોમાંથી, એક, ત્રિવિધત્વ. સ૰ક્રિ૰ (-કેટ) ત્રણ વડે ગુણવું, ત્રણ નકલો કરવી. **triplica'tion** (-કેશન), ના૰.

tri'pod (ટ્રાઇપૉડ), ના૰ ત્રણ પગ-પાયા-વાળું આસન-સ્ટૂલ-આધાર, તિરપાઈ.

tri'pos (ટ્રાઇપૉસ), ના૰ કેંબ્રિજ યુનિવર્સિટીની પદવી પરીક્ષા (બી.એ.ઑનર્સની).

tri'pper (ટ્રિપર), ના૰ સામાન્યપણે એક દિવસની સફર પર ગયેલો માણસ.

tri'ptych (ટ્રિપ્ટિક), ના૰ મિજાગરાથી ઊભી જોડેલી લાકડાની ત્રણ તખતી પરનાં ચિત્રો.

tri'reme (ટ્રાઇરીમ), ના૰ હલેસાંની ત્રણ હારોવાળું પ્રાચીન ગ્રીક અથવા રોમન લશ્કરી વહાણ.

trise'ct (ટ્રાઇસે'ક્ટ), સ૰ક્રિ૰ ત્રણ (બહુધા સરખા) ભાગ પાડવા. **trise'ction** (-ક્શન), ના૰.

trisy'llable (ટ્રાઇસિલબલ), ના૰ ત્રણ અક્ષરવાળો શબ્દ. **trisylla'bic** (-લૅબિક), વિ૰.

trite (ટ્રાઇટ), વિ૰ અતિસામાન્ય, ચવાઈ ગયેલું, જૂનું, વાસી.

tri'tium (ટ્રિટિઅમ), ના૰ [રસા.] સામાન્ય હાઇડ્રોજન કરતાં ત્રણગણા દ્રવ્યમાનવાળો હાઇડ્રોજનનો કિરણોત્સર્ગી સમસ્થાનિક (radioactive isotope).

Tri'ton (ટ્રાઇટન), ના૰ [ગ્રીક પુરાણ] માણસનું શરીર અને માછલાની પૂંછડીવાળો દરિયાનો દેવતા.

tri'turate (ટ્રિટ્યુરેટ), સ૰ક્રિ૰ દળી ખાંડી ભૂકો કે છૂંદો કરવો, પ્રસોટવું. **tritura'tion** (-રેશન), ના૰.

tri'umph (ટ્રાયમ્ફ), ના૰ વિજય, મહાન વિજય, સિદ્ધિ; વિજયાનંદ; -નો શ્રેષ્ઠ દાખલો; [રોમનો ઇતિ.] વિજયી થઈને આવેલા સરદારનો રોમમાં સરઘસાકારે પ્રવેશ. અ૰ક્રિ૰ (સંપૂર્ણ) વિજય મેળવવો, વર્ચસ્વ સ્થાપવું, સફળ થવું; ખૂબ આનંદિત થવું; [રોમન ઇતિ.] ઘોડા પર બેસીને સરઘસાકારે પ્રવેશ કરવો.

tri'umphal (ટ્રાયમ્ફલ), વિ૰ વિજયનું, વિજયોત્સવ કરતું, વિજયનું સ્મારક બનતું; વિજયનું દ્યોતક.

triu'mphant(ટ્રાયમ્ફન્ટ), વિ૰ વિજયી, યશસ્વી, ખૂબ આનંદિત.

triu'mvir (ટ્રાયમ્વર), ના૰ [બ૰ વ૰ ~**s** અથવા-**viri**-વિરિ] શાસન કરનાર ત્રણના મંડળમાંનો એક.

triu'mvirate (ટ્રાયમ્વરટ), ના૰ ત્રણ જણનું શાસકજૂથ

tri'une (ટ્રાયૂન), વિ૰ અને ના૰ ત્રણ મળીને એક, ત્રિમૂર્તિ.

triva'lent (ટ્રાઇવેલન્ટ), વિ૰ [રસા.] ત્રિસંયોજક

tri'vet (ટ્રિવિટ), ના૰ રાંધવાનું વાસણ મૂકવા માટે લોઢાની તિરપાઈ અથવા બ્રૅકેટ.

tri'via (ટ્રિવિઅ), ના૰ બ૰ વ૰ નજીવી વસ્તુઓ – બાબતો.

tri'vial (ટ્રિવિઅલ), વિ૰ નજીવી કિંમત કે મહત્ત્વનું, નજીવું, ક્ષુદ્ર; કેવળ ક્ષુદ્ર બાબતોને લગતું. **trivia'lity** (-ઍલિટિ), ના૰.

trod (ટ્રૉડ) **tread**નો ભૂ૰કા૰.

tro'dden (ટ્રૉડન), **tread**નું ભૂ૰ કૃ૰.

tro'glodyte (ટ્રૉગ્લડાઇટ), ના૦ ગુફામાં રહેનાર.

troi'ka (ટ્રૉઇકે), ના૦ સાથે સાથે દોડતા ત્રણ ઘોડાવાળી રશિયન ઘોડાગાડી.

Tro'jan (ટ્રોજન), વિ૦ અને ના૦ પ્રાચીન ટ્રૉયનું (વતની). **~ Horse,** [લા.] શત્રુપક્ષમાં બહારથી દાખલ કરેલું તત્ત્વ જેથી તેનો વિનાશ થાય.

troll[1] (ટ્રૉલ), અ૦ ક્રિ૦ લહેરથી – નિરાંતે – ગાવું; પાણીમાંથી આંકડાવતી ખેંચીને માછલાં પકડવાં.

troll[2], ના૦ સ્કૅન્ડિનેવિયાના પુરાણોનો અતિમાનુષ જીવ કે રાક્ષસ.

tro'lley (ટ્રૉલિ), ના૦ નીચી ખુલ્લી ગાડી, વિ૦ ક૦ પાટા પર ચાલતી; પૈડાંવાળું નાનું ટેબલ; માલસામાન લઈ જવાની મોટી દુકાનમાં કે બજારમાં ખરીદેલો સામાન ભરવાની હાથગાડી; માથા ઉપરના વીજળીના તારમાંથી વાહન ચલાવવા માટે વીજળીનો પ્રવાહ લેવાનો વાંસ ઇ૦ને જડેલું પૈડું. **~ bus,** ટ્રૉલીથી વીજળીનો પ્રવાહ લઈ ને ચાલતી બસ.

tro'llop (ટ્રૉલપ), ના૦ ગંદી ફૂવડ સ્ત્રી, વેશ્યા.

trombo'ne (ટ્રૉમ્બોન), ના૦ સરકતી નળીવાળું પીતળનું મોટું સુષિર વાદ્ય. **trombo'nist** (–નિસ્ટ), ના૦.

troop (ટ્રૂપ), ના૦ ભેગી થયેલી મંડળી, માણસો કે પ્રાણીઓનો સમૂહ; [બ૦ વ૦માં] સિપાઈ ઓ, લશ્કર; કપ્તાન સાથેની ઘોડદળની ટુકડી; તોપખાનાનું એકમ; ત્રણ કે વધુ સ્કાઉટ ચોકિયાતોનું જૂથ. ઉ૦ ક્રિ૦ ભેગા થવું, સમૂહમાં ફરવું; [વાત,] જતા રહેવું, ચાલ્યા જવું. **~-carrier,-ship,** લશ્કરને લઈ જનાર વિમાન કે વહાણ. **trooping the colour(s),** ધ્વજ બદલવાની જાહેર વિધિ, ધ્વજવંદન વિધિ.

troo'per (ટ્રૂપર), ના૦ ઘોડદળનો કે બખતરિયા ટુકડીનો સિપાઈ; લશ્કરને લઈ જનારુ વિમાન કે વહાણ; [અમે.] ઘોડા પર કે મોટરમાં ફરતો પોલીસ સિપાઈ.

trope (ટ્રોપ), ના૦ સામાન્યથી ભિન્ન અર્થમાં શબ્દનો ઉપયોગ, એક અલંકાર.

tro'phy (ટ્રોફિ) ના૦ વિજયની યાદમાં સંઘરી રાખેલી વસ્તુ, વિજયનું સ્મારક ચિહ્ન; બક્ષિસ; શણગાર માટે ગોઠવેલી વસ્તુઓ(નો સમૂહ).

tro'pic (ટ્રૉપિક), ના૦ વિષુવવૃત્તની દક્ષિણે અથવા ઉત્તરે ૨૩'૨૭" પર આવેલી રેખા – વૃત્ત. **the ~s,** એ બે રેખાઓ વચ્ચેનો પ્રદેશ, ઉષ્ણકટિબંધ.

tro'pical (ટ્રૉપિકલ), વિ૦ ઉષ્ણકટિબંધનું – ના જેવું – નું સૂચક.

tro'posphere (ટ્રૉપસ્ફિઅર), ના૦ પૃથ્વીની સપાટીથી સમતાપ મંડળ (stratosphere) કે પડ સુધીનું વાતાવરણનું પડ જેમાં ઊંચાઈ વધતાં તાપમાન ઘટે છે.

trot (ટ્રૉટ), ઉ૦ ક્રિ૦ (ઘોડા ઇ૦ અંગે) ખદડુક ખદડુક – દુડકી ચાલે– ચાલવું અથવા ચલાવવું; (માણસ અંગે) મધ્યમસર ગતિથી – ટૂંકાં ટૂંકાં પગલાં ભરીને – દોડવું; એવી રીતે અંતર કાપવું. ના૦ દુડકી ચાલ; મધ્યમસરની કે ધીમી દોડ. **on the ~,** (કામમાં) સતત રોકાયેલું, એક પછી એક, ક્રમાનુસાર. **~ out,** –નું પ્રદર્શન કરવું (પસંદગી કે પ્રેરણા માટે હોય તેમ).

troth (ટ્રોથ), ના૦ [પ્રા૦] વફાદારી, નિષ્ઠા, સચ્ચાઈ.

tro'tter (ટ્રૉટર), ના૦ દુડકી ચાલે ચાલવાની તાલીમ આપેલો ઘોડો; પ્રાણીનો પગ, વિ૦ ક૦ ખોરાક માટે.

trou'badour(ટ્રૂબડુઅર),ના૦ રોમાંચક અથવા શૃંગારિક કાવ્યો રચનાર મધ્યયુગીન કવિ.

trou'ble (ટ્રબલ), ના૦ ત્રાસ, પજવણી, પીડા; ત્રાસનું કારણ; મુશ્કેલી, આફત; સદોષ ક્રિયા; [બ૦ વ૦માં] જાહેર અશાંતિ, ગરબડ; અગવડ, દુઃખ; તકલીફ. **in ~,** મુશ્કેલી – સંકટ–માં (આવી પડેલું). **~**સ૦ ક્રિ૦ પ્રક્ષુબ્ધ – અસ્વસ્થ – બેચેન – કરવું; દુઃખ–ત્રાસ–દેવો, પજવવું; નડતરરૂપ થવું, અગવડ વેઠવી, તસદી આપવી – લેવી. **~-maker,** અશાંતિ કરનાર-ફેલાવનાર, વિ૦ ક૦ લડાવી મારનાર **~-shooter,**

યંત્રનો દોષ શોધી કાઢીને દૂર કરનાર; ઝઘડામાં મધ્યસ્થી કરનાર.

trou'blesome (ટ્રબલ્સમ), વિ૰ ત્રાસ – દુઃખ – દાયક.

trou'blous (ટ્રબ્લસ), વિ૰ દુઃખ કે સંકટોથી ભરેલું, અશાંત, પ્રક્ષુબ્ધ.

trough (ટ્રૉફ), ના૰ લાકડાનું કે પથ્થરનું લાંબું અને સાંકડું પાણી ઇ૰નું પાત્ર (ગભાણ જેવું), હોજ; એને મળતી નીક કે પોલાણ; [હવામાન૰] હવાના નીચા દબાણવાળો પ્રદેશ.

trounce (ટ્રાઉન્સ), સ૰ ક્રિ૰ સખત સજા કરવી – માર મારવો; સજ્જડ હાર ખવડાવવી.

troupe (ટ્રૂપ), ના૰ નટનટી, બજાણિયા, કસરતના ખેલ કરનાર, ઇ૰નો તાયફો.

trou'per (ટ્રૂપર), ના૰ નાટક ભજવનારાઓમાંનો કોઈ, નટ; [લા.] વફાદાર સાથી.

trou'ser (ટ્રાઉઝર), ના૰ (**pair of**) **~s**, લેંઘો, ઢીલા પાયજામા. **~-suit**, સ્ત્રીના પાયજામા ને કોટ.

trou'sseau (ટ્રૂસો), ના૰ [બ૰વ૰ **~s** અથવા **~x** સોઝ્] વધૂનો પોશાક, કપડાં ઇ૰ સાજ.

trout (ટ્રાઉટ), ના૰ [બ૰વ૰ એ જ] મીઠા પાણીની એક નાની 'સામન' જેવી સ્વાદિષ્ટ માછલી.

trow (ટ્રો), સ૰ ક્રિ૰ [પ્રા.] -ને લાગવું, માનવું, અમુક મતના હોવું.

trow'el (ટ્રાવલ), ના૰ કડિયાનું લેલું; મોટા પળા જેવી માળીની ખરપડી (ધરુ ઉપાડવાની).

troy (ટ્રૉઇ), ના૰ કીમતી ધાતુઓ માટે વપરાતી વજનોની–તોલની–પદ્ધતિ.

tru'ant (ટ્રૂઅન્ટ), ના૰ નિશાળમાંથી ગાપચી મારનાર વિદ્યાર્થી, [મજાકમાં] કામ પર ન દેખા દેનાર રખડુ. **play ~**, રજા વિના નિશાળમાંથી ગાપચી મારવી. **tru'ancy** (-અન્સિ), ના૰.

truce (ટ્રૂસ), ના૰ તાત્પૂરતો–થોડા વખત માટે–યુદ્ધવિરામ, તેનો કરાર; આરામ, વિસામો.

truck[1] (ટ્રક), ના૰ અદલાબદલી, વિનિમય. **have no ~**, કશી લેવાદેવા ન હોવી–રાખવી.

truck[2], ના૰ ભારે વજન લઈ જવાનું વાહન, ખટારો, રેલવેનો માલગાડીનો ખુલ્લો ડબો; હાથગાડી.

tru'ckle (ટ્રકલ), અ૰ક્રિ૰ -ની આગળ ગુલામની જેમ વર્તવું, હા જી, હા જી, કરવું. **~(-bed)**, બીજા ખાટલાની નીચે ખસેડી શકાય એવી નીચી ખાટલી.

tru'culent (ટ્રક્યુલન્ટ), વિ૰ આક્રમક, હુમલાખોર; વિકરાળ, જંગલી, ક્રૂર. **tru'culence** (-લન્સ), ના૰.

trudge (ટ્રજ), અ૰ક્રિ૰ રગશિયા ચાલે–પગ ઘસડતાં–ચાલવું, માપતાં જવું. ના૰ રગશિયા ચાલ, માપતાં જવું તે.

true (ટ્રૂ), વિ૰ હોય તેવું, વાસ્તવિક, સત્ય, સાચું; અસલ, સાચું; બરાબર, ભૂલ વિનાનું; યોગ્ય; બરાબર મૂકેલું – બેસાડેલું, યોગ્ય આકારનું; (જમીન ઇ૰ અંગે) સમતલ, સુંવાળી, સપાટ; વફાદાર, એકનિષ્ઠ. ક્રિ૰ વિ૰ ખરેખર, સાચે જ; ચોક્કસપણે; કશા ફેરફાર વિના.

tru'ffle (ટ્રફલ), ના૰ જમીન નીચે થતી એક સ્વાદિષ્ટ વનસ્પતિ, બિલાડીનો ટોપ, ચૉકલેટના મિશ્રણવાળી એક પોચી મીઠાઈ.

trug (ટ્રગ), ના૰ માળીની લંબગોળ છાબડી.

tru'ism (ટ્રૂઇઝમ), ના૰ દેખીતી રીતે સાચી વાત, તથ્ય, ચવાઈ ગયેલી વાત.

tru'ly (ટ્રૂલિ), ક્રિ૰ વિ૰ સાચેસાચ, ખરેખર; સચ્ચાઈથી, પૂરા ભાવથી; એકનિષ્ઠપણે; ચોક્કસપણે. **yours ~**, પત્રમાં સહી પહેલાં લખાતો રૂઢ સંકેત, ભવદીય; [મજાકમાં] હું.

trump[1] (ટ્રમ્પ), ના૰ હુકમનું પત્તું, હુકમ; [વાત.] ભલો માણસ. **turn up ~s**, [વાત.] અપેક્ષા કરતાં વધારે સારુ નીકળવું, સફળ નીવડવું; અત્યંત ભલું – ઉદાર – પુરવાર થવું. ઉ૰ ક્રિ૰ હુકમ નાખી લેવું – હરાવવું; હુકમનું પત્તું ઉતારવું. **~ card**, હુકમ નક્કી કરવા માટે પત્તું પાનું ઉલટાવવું; [લા.] કીમતી સાધનસામગ્રી – પૂંજી. **~ up**, બનાવટી કરવું, જોડી કાઢવું

trump², ના૦ [પ્રા૦] તુરાઈ કે બ્યૂગલ-(નો અવાજ).
tru'mpery (ટ્રમ્પરિ), વિ૦ દેખાવડું પણ દમ વગરનું મોહક, ભ્રામક; છીછરું. ના૦ નકલી – તકલાદી – વસ્તુઓ.
tru'mpet(ટ્રમ્પિટ), ના૦ તુરાઈ, સીંગું; સીંગાના આકારની વસ્તુ; સીંગાનો કે સીંગાના જેવો અવાજ, વિ૦ ક૦ હાથીનો મોટો અવાજ. ઉ૦ ક્રિ૦ સીંગું ફૂંકવું, સીંગું ફૂંકીને (હોય તેમ) જાહેર કરવું; મોટેથી વખાણ કરવાં; ભજવવું, (હાથી અંગે) બરાડા પાડવા.
tru'mpeter (ટ્રમ્પે'ટર), ના૦ સીંગુ ફૂંકનાર – વગાડનાર.
trunca'te (ટ્રંકેટ), સ૦ક્રિ૦ અણી કે અગ્ર કાપી નાખવું; કાપીને ટૂંકું કરવું, બૂચું બનાવવું. **trunca'tion**(–કેશન), ના૦.
tru'ncheon (ટ્રનશન), ના૦ પોલીસ (ના સિપાઈ)નો દંડૂકો – ડંડો; અધિકારનો સૂચક દંડૂકો – દંડ.
tru'ndle (ટ્રન્ડલ), ઉ૦ક્રિ૦ ગબડવું, ગબડતાં (ગબડતાં) જવું; ગબડાવવું; પૈડાં પર કે વાહનમાં ખેંચવું – ખેંચાવું – તણાવું.
trunk (ટ્રંક), ના૦ ઝાડનું થડ; માણસ કે પ્રાણીનું ધડ; કોઈ રચનાનો મુખ્ય ભાગ; હાથીની સૂંઢ; પ્રવાસની પતરાની પેટી; [અમે૦] ગાડીનો પાછળનો સામાન મૂકવાનો ભાગ; બ૦વ૦માં તરણ, મુક્કાબાજી, ઇ૦ વખતે પહેરવાના મરદના ચુસ્ત લેંઘા–ચડ્ડી. **~-call**, દૂરનો – બીજા શહેરનો – ટેલિફોનનો સંદેશો. **~-line**, રેલવે, ટેલિફોન તંત્ર, ઇ૦ નો મુખ્ય – ધોરી – માર્ગ. **~-road**, મહત્ત્વનો ધોરી માર્ગ.
truss (ટ્રસ), ના૦ સૂકા ઘાસનો પૂળો – ભારો; છાપરું, પુલ, ઇ૦ માટે આધારભૂત ચોકઠાની રચના; અંતર્ગળ (હર્નિયા) ઇ૦માં આધાર માટે પટો. સ૦ક્રિ૦ –ના પટા બનાવવા; પટાનો આધાર આપવો; રાંધવા માટે બતકને બાંધી રાખવું; માણસના હાથ પાછળની બાજુ સાથે બાંધવા
trust (ટ્રસ્ટ), ના૦ પાકો ભરોસો, વિશ્વાસ (કોઈને વિષે); વિશ્વાસપાત્રતા; વસ્તુ કે વ્યક્તિની સાચવણી માટે સોંપણ; તેની સાચવવાની જવાબદારી; [કા.] ટ્રસ્ટી – નિધિરક્ષક – પણું; ટ્રસ્ટી મંડળ; નિધિ, ટ્રસ્ટીઓને હવાલે રાખેલી મિલકત; બહારની હરીફાઈનો સામનો કરવા માટે ભેગું મળેલું કારખાનાવાળાઓ ઇ૦નું મંડળ. ઉ૦ક્રિ૦ -માં વિશ્વાસ રાખવો, –ની ઉપર આધાર રાખવો; –નું ખરું માનવું; –ને હવાલે સોંપવું; –ને ઉધાર આપવું; ખાતરી – આશા – રાખવી. **~worthy**, વિશ્વાસપાત્ર; વફાદાર. **tru'stful** (–ટ્ફુલ)), વિ૦.
trustee' (ટ્રસ્ટી), ના૦ ટ્રસ્ટની મિલકત-નો વહીવટ કરનાર, નિધિરક્ષક, ન્યાસી; અમુક પ્રદેશનો વહીવટ સોંપ્યો હોય તે રાજ્ય. **trustee'ship** (-શિપ), ના૦.
tru'sting (ટ્રસ્ટિંગ), વિ૦ ભરોસો રાખનારું, સંશય કે અંદેશા વિનાનું.
tru'sty (ટ્રસ્ટિ), વિ૦ વફાદાર, વિશ્વાસુ, વિશ્વાસપાત્ર. ના૦ સારી વર્તણૂકવાળો વિશેષ અધિકાર કે છૂટ ધરાવનાર કેદી.
truth (ટ્રૂથ), ના૦ સત્ય, ખરું, સાચી વાત; સચ્ચાઈ.
tru'thful (ટ્રૂથફુલ), વિ૦ સાચું, સાચા-બોલું.
try (ટ્રાઇ), ઉ૦ક્રિ૦ પ્રયત્ન કરવો, મહેનત કરવી; કસવું, કસોટી કરવી; પ્રયોગ કરીને નક્કી કરવું, અજમાવવું, અજમાવી જોવું; ઉપર વધારે પડતો બોજો નાખવો; અમુક કામ માટે ઉપયોગિતા કે ક્ષમતાની પરીક્ષા કરવી; મુકદ્દમો ચલાવવો, તપાસ પર લેવો, તેમ કરીને ચુકાદો આપવો; ગુના માટે કામ ચલાવવું. ના૦ પ્રયત્ન; [રુગ્બી ફુટ.] દડાને ગોલની રેષાની પાછળ જમીનને અડાડવો તે, જેથી તેની બાજુને દડાને ગોલ તરફ એક ઠોકર મારવાનો હક મળે છે. **~ one's hand (at)**, જાતે કરી જોવું. **~ on**, કોટ ઇ૦ પહેરી જોવું બરાબર બેસે છે કે નહિ તે જોવા માટે; કેટલું ખમી શકે તે જોવા માટે પ્રયોગ શરૂ કરવો. **~-on**, [વાત.] પહેરી જોવું તે; છેતરવાનો પ્રયત્ન. **~ out**, કસવું, બરાબર કસોટી કરવી.

~-out, પ્રાયોગિક કસોટી.

try'ing (ટ્રાઇંગ), વિ૰ કસોટી કરનારું, થકવી નાખનારું; દુઃસહ; ચીડ આવે એવું.

tryst (ટ્રિસ્ટ), નાο [પ્રા.] મળવાનો સમય અને સ્થાન, સંકેત, (વિοકο પ્રેમીઓનો).

tsar, czar, (ઝાર), નાο [ઇતિ.] રશિયાનો સમ્રાટ.

tse'tse (ટ્સે'ટ્સ,સે'-), નાο આફ્રિકાની એક જાતની માખી કરડીને નિદ્રારોગ લાવનાર.

T-shirt, T-square, જુઓ Tમાં.

T.T., teetotal(ler); Tourist Trophy; tuberculin-tested.

tub (ટબ), નાο સપાટ તળિયાનું ઢાંકણા વિનાનું ગોળ વાસણ; [વાત.] નાહવા માટેનું લંબગોળ અને બહુ ઊંડું નહિ એવું પીપ, ગંગાળ; [અનાદર કે મજાકમાં] કઢંગી ધીમી હોડી. **~-thumper,** આડંબરી ભાષા વાપરીને મોટેથી બોલનાર વક્તા કે પાદરી.

tū'ba (ટ્યૂબૅ), નાο નીચા સૂરનું પીતળનું એક સુષિર વાદ્ય.

tu'bby (ટબિ), વિο 'ટબ'ના આકારનું; જાડું અને ઠીંગણું.

tube (ટ્યૂબ), નાο કાચ, રબર, ઇοની નળી, ભૂંગળી; સાઇકલ ઇοનો વાટ (ટાયર)માં હવા ભરેલી રબરની નળી; ટ્યૂબ; ઋણાગ્ર કિરણવાળી નળી, વિοકο દૂરદર્શનમાં; [અમે.] તાપાયનિક પડદો; [વાત.] વીજળીથી ચાલતી ભૂગર્ભ રેલવે. સοક્રિο નળી(ઓ)થી સજ્જ કરવું, નળીમાં પૂરવું-ભરવું.

tu'ber (ટ્યૂબર), નાο મૂળમાં થતો ગઠ્ઠો-ગાંઠ, કંદ.

tu'bercle (ટ્યૂબર્કલ), નાο શરીરના કોઈ ભાગ કે અવયવમાં નાનકડી ગોળ ગાંઠ (સોજો), વિοકο ફેફસાના ક્ષયરોગની સૂચક.

tuber'cular (ટ્યૂબર્ક્યુલર), **tuber'culous** (-ક્યુલસ), વિο ક્ષયરોગની ગાંઠવાળું, ક્ષયરોગનું.

tuber'culin (ટ્યૂબર્ક્યુલિન) નાο ક્ષયરોગની ચકાસણી માટે વપરાતી ક્ષયરોગની રસી. **~-tested,** (દૂધ અંગે) ક્ષયરોગથી મુક્ત એવી ગાયોનું.

tuberculo'sis (ટ્યૂબર્ક્યુલોસિસ), નાο વિο કο ફેફસાંનો ક્ષયરોગ.

tu'berose (ટ્યૂબરોઝ઼), નાο સફેદ સુગંધી ફૂલોવાળો એક છોડ.

tu'berous (ટ્યૂબરસ), વિο ગાંઠનું -ના જેવું; ગાંઠો કે કંદો આપનારું.

tu'bing (ટ્યૂબિંગ), નાο નળીઓનો જથ્થો, નળી(નો ટુકડો); નળીઓ બનાવવાનું દ્રવ્ય.

tu'bular (ટ્યૂબ્યુલર), વિο નળીના આકારનું; નળીઓનું બનેલું, નળીઓવાળું.

T.U.C., સંક્ષેપ. Trades Union Congress.

tuck (ટક), નાο કપડામાં વાળીને સીવેલી -દબાવેલી-ગડી; [વિο બોο] ખાવાની ચીજો, વિο કο કેક અને મીઠાઈ. ઉο ક્રિο દાબી દૂબીને - સંકેલીને - નાનું કરવું, વાળીને ઉપર ખોસવું - લેવું; -ને આંતરસીવો દેવો, ટૂંકાવવા કે શોભા માટે કપડામાં; ખોસી દેવું અથવા દૂર મૂકવું, વિο કο સલામત અથવા ગુપ્ત જગ્યાએ; ચાદરો ગાદી નીચે વાળીને માણસને પથારીમાં સુવડાવી દેવો. **~ in(to),** વિο બોο પેટ ભરીને ખાવું - જમવું. **~-shop,** નિશાળના છોકરાંને મીઠાઈ વેચનારી દુકાન.

tu'cker (ટકર), સο ક્રિο [અમે.] થકવી નાખવું (**~out**).

Tu'dor (ટ્યૂડર), વિο અને નાο ઇંગ્લન્ડનો ટ્યૂડર વંશનો (રાજા હેનરી સાતમાંથી એલિઝાબેથ ૧લી સુધી). **~ rose,** પંચદલ ગુલાબ(ની આકૃતિ).

Tues., સંક્ષેપ. Tuesday.

Tue'sday (ટ્યૂઝ઼્ડે,-ડિ),નાο મંગળવાર.

tu'fa (ટ્યૂફે'), **tuff** (ટફ), નાο ખરબચડો ખડક.

tuft (ટફ્ટ), નાο ગુચ્છો, ઝૂમખો; (વાળની) ચોટલી, લટ; કલગી.

tug (ટગ), ઉο ક્રિο જોરથી ખેંચવું - તાણવું, દોરડે બાંધીને ખેંચવું; નાનકડી આગબોટ (ટગ-બોટ)વતી વહાણને ખેંચવું. નાο ઘણા

જોરથી મારેલો આંચકો; ~(**boat**), મોટા વહાણને દોરડે બાંધીને લઈ જનાર નાનકડી જોરદાર આગબોટ ~ **of war** રસ્સીખેંચ ગજગ્રાહ(ની રમત).

tui'tion (ટયૂઈશન) ના૰ ભણાવવું તે, શાળા ઉપરાંત વિદ્યાર્થીને ખાસ ભણાવવાનો પ્રબંધ.

tu'lip (ટયૂલિપ), ના૰ ઘંટડીના આકારનાં વિવિધ રંગના ફૂલવાળો છોડ, તેનું ફૂલ. ~-**trre**, ટયૂલિપ જેવાં ફૂલવાળું ઝાડ.

tulle (ટયૂલ), ના૰ બુરખા કે પડદા અને પોશાક માટે રેશમનું જાળીદાર ઝીણું કાપડ.

tu'mble (ટમ્બલ), ઉ૰ ક્રિ૰ પડી જવું, ગબડી પડવું; સૂતાં સૂતાં ખસવું. ગબડતાં-આળોટતાં-જવું, ગબડાતવું, ગબડાવી દેવું, પાડી નાખવું; ઉછાળવું; લથડિયા ખાતાં ખસવું-ચાલવું-દોડવું; જથા ઇ૰માં ઝડપથી નીચે પડવું; ગુલાંટો ખાવી ને કસરતના દાવ ખેલવા; અસ્તવ્યસ્ત કરવું, -માં કરચલીઓ પાડવી. ચોળી કે ચૂંથી નાખવું. ના૰ પડવું તે, પતન; ગુલાંટ, ગોઠમડું ~ **down**, પડું પડું થયેલું, ખંડિયેર હાલતમાં, છિન્ન વિચ્છિન્ન. ~-**drier**, ગરમ કરેલા ગોળગોળ ફરતાં પીપમાં ધોયેલાં કપડાં ઇ૰ સુકવવાનું યંત્ર. ~ **to** [વિ૰ બો૰] -નો અર્થ સમજવો.

tu'mbler (ટમ્બ્લર), ના૰ બજાણિયો, ચપટા તળિયાવાળો હાથા કે બેઠક વિનાનો ઊભો પ્યાલો; એક જાતની વીજળીની કળ; તાળાની યાંત્રિક રચનાનો એક ભાગ.

tru'mbrel (ટમ્બ્રલ), **tu'mbril** (-બ્રિલ), ના૰ ફ્રેંચ રાજ્યક્રાંતિ વખતે જેમાં સજા કરેલા માણસોને ગરદન મારવાના સચા પર લઈ જવામાં આવતા તે ખુલ્લું ગાડું.

tume'scent (ટયૂમે'સન્ટ), વિ૰ સોજો ચડતું, ફૂલતું,

tu'mid (ટયૂમિડ), વિ૰ સૂજેલું, ફૂલેલું, આડંબરી. **tumi'dity** (-ડિટિ), ના૰.

tu'mmy(ટમિ), ના૰ [વાત૰ બાલ૰] પેટ.

tu'mour (ટયૂમર), ના૰ સોજો, ગાંઠ, વરસોળી.

tumult (ટયૂમલ્ટ), ના૰ કોલાહલ, શોરબકોર; પ્રક્ષોભ, ખળભળાટ; હુલ્લડ, રમખાણ, તોફાન. **tumu'ltuous** (-લ્ટયૂઅસ) વિ૰.

tu'mulus (ટયૂમ્યુલસ), ના૰ [બ૰ વ૰ -**li**, -લાઇ] સ્તૂપ, કબરનો ટેકરો.

tun (ટન) ના૰ દારૂનું મોટું પીપ, કલાલનું ઊભરો આણવાનું પીપ.

tuna (ટયૂન), ના૰ મોટી ખાદ્ય દરિયાઈ માછલી. ~ (**fish**), તેનું ખાવાનું માસ.

tu'ndra (ટુંડ્ર,ટં-), ના૰ ઉ૰ ધ્રુવ તરફનો વિશાળ સપાટ વૃક્ષહીન પ્રદેશ જ્યાં જમીનનો નીચલો થર ઠરી ગયેલો હોય છે.

tune (ટયૂન), ના૰ રાગ, સૂર; ગાવામાં કે વાદ્ય વગાડવામાં યોગ્ય સૂર (હોવો તે); તે માટે વાદ્ય મેળવવું તે. **in** ~, યોગ્ય સ્વરમા ગાયેલું - વગાડેલું; (વાદ્ય અંગે) બરાબર મેળવેલું; -ની સાથે મેળમાં-એક રાગમાં. **out of** ~, બેસૂરું; અમેળમાં. **change one's** ~, પોતાનું વર્તન-રીત-બદલવી, વિ૰ ક૰ ઉદ્ધતાઈ છોડી નમ્ર થવું. ઉ૰ ક્રિ૰ વાદ્યનો સૂર મેળવવો, વાદ્ય લગાડવું; -ની સાથે મેળમાં હોવું, મેળમાં, યોગ્ય કે ઇષ્ટ સ્થિતિમાં આણવું; અનુકૂળ કરવું; (ઍંજિન ઇ૰) કશી મુશ્કેલી કે આંચકા વિના દોડે, (રેડિયો રિસીવર) ઇષ્ટ તરંગ, લંબ લઈ શકે, એવી રીતે ગોઠવવો. ~ **in**, સંદેશો લઈ શકે તે માટે ઇષ્ટ તરંગ લંબ પર રેડિયો રિસીવર ગોઠવવો, રેડિયો લગાડવો. ~ **up**, વાદ્યનો સ્વર મેળવવો, વાદ્ય મેળવવું; એક સાથે વગાડવા માટે વાદ્યો(ના સૂર) મેળવવા. **tuning-fork**, આઘાત કરતાં અમુક સૂર કાઢનાર બે દાંતા કે કાંટાવાળું એક સાધન.

tu'neful (ટયૂનફુલ), વિ૰ મધુર અવાજ વાળું, સુસ્વર.

tu'ner (ટયૂનર), ના૰ પિયાનો ઇ૰ વાદ્યો મેળવનારો.

tu'ngsten (ટંગ્સ્ટન), ના૰ પોલાદના રંગનું એક ભારે ધાતુરૂપ મૂળદ્રવ્ય.

tu'nic (ટયૂનિક) ના૰ સ્ત્રી કે છોકરીનું બહુધા બાંય વિનાનું એક વસ્ત્ર; કેડથી નીચે સુધી પહોંચતું એક ચપોચપ બેસતું વસ્ત્ર;

પોલીસ કે લશ્કરી ગણવેશનો ચુસ્ત કોટ.

tu'nnel (ટનલ), ના૦ પહાડ, નદી, ઇ૦ની નીચેથી પસાર થતો માર્ગ, બોગદું, ભૂગર્ભમાર્ગ, ઉંદર વગેરેએ ખોદેલો માર્ગ. ઉ૦ ક્રિ૦ પહાડ ઇ૦માં બોગદું કરવું; એવી રીતે માર્ગ કાઢવો.

tu'nny, (ટનિ), ના૦ મોટી ખાદ્ય દરિયાઈ માછલી.

tu'ppence (ટપે'ન્સ), **tu'penny** (ટપે'નિ), = twopence, twopenny.

tu quo'que (ટયૂ કવોક્વિ), તમે પણ એવા જ છો, એમ જ કર્યું છે, ઇ૦ પ્રત્યુત્તર.

tur'ban (ટર્બન), ના૦ પાઘડી, ફેંટો; તે આકારની સ્ત્રીની ટોપી.

tur'bid (ટર્બિડ), વિ૦ ડહોળાયેલું, કાદવવાળું, રગડા જેવું, જાડું; અસ્વચ્છ; ગોટાળામાં પડેલું, અવ્યવસ્થિત. **turbi'dity** (-ડિટિ), ના૦.

tur'bine (ટર્બાઇન), ના૦ પાણી કે ગૅસ કે વરાળના પ્રવાહથી ચલાવાતી ગોળ ગોળ ફરતી મોટર.

turbo- (ટર્બો-), સંયોગી રૂપ turbine.

tur'bo-jet (ટર્બોજે'ટ), ના૦ જેટ ઍંજિન (વાળું વિમાન) જેમાં જેટ પણ ટર્બાઇન ચાલિત એઅર કૉમ્પ્રેસરને ચલાવે છે.

tur'bo-prop (ટર્બોપ્રૉપ), ના૦ જેટ ઍંજિન (વાળું વિમાન) જેમાં ટર્બાઇન ટર્બોજેટમાં વપરાય છે તેમ જ વપરાય છે તે ઉપરાંત પ્રોપેલરને ચલાવવામાં પણ વપરાય છે.

tur'bot (ટર્બટ), ના૦ ખોરાક તરીકે કીમતી ગણાતી એક જાતની ચપટી મોટી માછલી.

tur'bulence (ટર્બ્યૂલન્સ), ના૦ તોફાન, ફિતૂર; પવનની દિશામાં અનિયમિતપણું.

tur'bulent (ટર્બ્યૂલન્ટ), વિ૦ અશાંત બનેલું, પ્રક્ષુબ્ધ; અશાંતિ ઉપજાવનારું, તોફાની, બળવાખોર, હુલ્લડખોર.

turd (ટર્ડ), ના૦ [ગ્રામ્ય] પોદળો.

turee'n (ટરીન), ના૦ ટેબલ પર સૂપ ઇ૦ રાખવાનું ઢાંકણાવાળું વાસણ.

turf (ટર્ફ), ના૦ [બ૦વ૦ **~s**, **turves**] જડિયાંવાળી જમીન, મૂળિયાંમાંથી બંધાયેલી ધરતીની સપાટી સાથેનું ટૂંકું ઘાસ; બળતણ તરીકે વપરાતું કોવાઈ ને સખત થયેલું ઘાસ. **the ~**, ઘોડદોડ; ઘોડાની શરત. સ૦ ક્રિ૦ જમીન પર હરિયાળી ઉગાડવી; ફેંકી દેવું. **~ accountant**, ધંધાદારી શરતનું જુગટું રમનારો. **tur'fy** (ટર્ફિ), વિ૦.

tur'gid (ટર્જિડ), વિ૦ સૂજેલું, ફૂલેલું; (ભાષા અંગે) આડંબરી, મોટા મોટા શબ્દોવાળી. **turgi'dity** (-ડિટિ), ના૦.

Turk (ટર્ક), ના૦ તુર્કીનો વતની.

Tur'key[1] (ટર્કિ), ના૦. **~ carpet**, જાડા ફૂલવાળો મોટી આકૃતિઓવાળો તુર્કી ગાલીચો. **~ red**, કિરમજી રંગ, કિરમજી રંગે રંગેલું સુતરાઉ કાપડ.

tur'key[2], ના૦ ટર્કી મરઘું, તેનું માંસ. **~-cock** ટર્કી મરઘો; [લા.] આડંબરી – ઠાઠમાઠવાળો – માણસ.

Tur'kish (ટર્કિશ), વિ૦ તુર્કસ્તાનનું, તુર્કોનું, તેમની ભાષા તુર્કીનું. ના૦ તુર્કી ભાષા. **~ bath**, બાષ્પસ્નાન ને પછી માલિશ ઇ૦. **~ delight**, એક જાતની મીઠાઈ. **~ towel**, ખરબચડો રૂંછાંદાર ટુવાલ.

tur'meric (ટર્મરિક), ના૦ હળદર.

tur'moil (ટર્મૉઇલ), ના૦ કોલાહલ, ગરબડ; ધમાચકડી, તોફાન.

turn (ટર્ન), ઉ૦ ક્રિ૦ બિંદુ કે ધરી ફરતે અમુક અંતરે ગોળ ગોળ ફરવું – ફેરવવું; બીજી બાજુ તરફ – દિશામાં – ફરવું – મોઢું ફેરવવું – વળવું; એક પડખેથી – બાજુથી-બીજે પડખે – બાજુએ-વળવું; ઉલટાવવું; -ને નવી દિશા આપવી, નવી દિશા લેવી; અનુકૂળ – બંધ બેસતું - કરવું; -નો આશરો લેવો; -ની બીજી બાજુએ જવું, -ની આસપાસ – ફરતે – ફરીને જવું; -ની ઉંમર કે સમય વટાવી જવું; મોકલવું, મૂકવું, જાય તેમ કરવું; સ્વભાવ, સ્વરૂપ, કે સ્થિતિ, ઇ૦માં ફેરફાર કરવો – થવો; (દૂધ) ફાડી નાખવું, ફાટી જવું, ખાટું કરી નાખવું-થવું-થાય તેમ કરવું; સંઘાડા પર ઉતારવું – આકાર

આપવો; -ને (વિ૰ક૰સુંદર) આકાર આપવો. ના૰ ફરવું – વળવું – તે, ફેરવવું–વાળવું–તે; નવી દિશા–વલણ; વારો, પાળી; ભલાઈ અથવા બુરાઈનું કામ; ભરતી ઓટનો ફેરફાર; નાટક, સર્કસ, ઇ૰ માં થોડો વખત ભાગ ભજવવો તે; કેટલાક લોકોમાંથી દરેકને – વારાફરતી. દરેકને – મળતી તક, સંધિ, પ્રસંગ, ખાસ અધિકાર કે જવાબદારી, ફરજ; વિશિષ્ટ પ્રકારની સેવા; [વાત.] ક્ષણિક માનસિક આઘાત; [સં.] મુખ્ય રાગના અલંકાર સાથેનું લાલિત્ય. **do a hand's ~**, જરા સરખો પ્રયત્ન કરવો. **in ~** વારાફરતી. **on the ~**, અબી હાલ બદલાતું. **take ~s**, વારાફરતી કામ કરવું ઇ૰. **~ against**, -નો દુશ્મન – વિરોધી – બનાવવું – બનવું. **~-coat**, પોતાનો પક્ષ કે મત બદલનાર. **~ down**, વાળવું, વાળીને ગડી કરવી; મોઢું ઊંધું કરીને મૂકવું; હાથો, બટન, ઇ૰ ફેરવીને અવાજ, ઉષ્ણતા, ઇ૰ ઓછું કરવું; ચાકી ફેરવીને જ્યોત હળવી કરવી; ના પાડવી, અસ્વીકાર કરવો. **~ in**, અંદરની બાજુએ વાળવું – ગડી વાળવી – નમવું; સોંપી દેવું; [વાત૰] સૂઈ જવું. **~key**, જેલનો અધિકારી, જેલર. **~ off**, બાજુના રસ્તામાં દાખલ થવું; ચકલી, હાથો, બટન; ઇ૰ ફેરવીને પ્રવાહ કે કામ બંધ કરવું, [વાત.] રસ ન પડે તેમ કરવું. **~ on**, ચકલી, બટન, ઇ૰ ફેરવીને પ્રવાહ, કામ, ઇ૰ શરૂ કરવું; [વાત૰] રસ અથવા ભાવનાઓ જગાડવી; -ની ઉપર આધાર રાખવો; સામનો – વિરોધ – કરવો. **~ out**, કાઢી મૂકવું, (દીવો ઇ૰) હોલવવું, બહારની બાજુએ વાળવું – નમવું; સજ્જ – તૈયાર – કરવું, પોશાક પહેરાવવો, માલ પેદા કરવો; -માંની બધી વસ્તુઓ ઇ૰ બહાર કાઢવી; -કાઢીને બતાવવી, સાવ ખાલી કરવું; [વાત.] પથારીમાંથી ઊઠવું; [વાત.] ઘરની બહાર જવું; ફરજ કે કામ માટે ભેગા થવું – કરવું; જોવા મળવું; સાચું પુરવાર થવું; પરિણમવું. **~-out**, કામ પર જવું – હાજર રહેવું–તે; મત આપવા ઇ૰ માટે ગયેલાની સંખ્યા; સાજસરંજામ. **~ over**, ઉપરથી પડવું – પાડવું; -ની બીજી કે સામી બાજુ ખુલ્લી કરવી–સૌથી ઉપર આણવી; એંજિનને ગોળ ગોળ ફેરવવું; -નો પૂરેપૂરો વિચાર કરવો; વસ્તુનું સંચાલન કોઈને સોંપવું. **~over**, ઊંધું વળવું તે; અંદર પૂરણ નાખીને બનાવેલી રોટી અથવા કેક; ધંધામાં લીધેલી રકમ; કામ ઇ૰ ઉપર આવનારાઓ કે તે છોડી જનારાઓની સંખ્યા. **~pike**, ટોલનાકા આગળનો વાહનો રોકવાનો આગળો કે દરવાજો; આવા આગળાવાળો રસ્તો. **~stile**, ચાર હાથ બેસાડેલા થાંભલાવાળું ગોળ ફરતું ફાટક. **~table**, ગોળ ગોળ ફરતો વર્તુળાકાર પ્લૅટફૉર્મ કે (મંચ). **~ to**, કામ શરૂ કરવું, -ની પાછળ મંડી પડવું, પછી શું તેનો વિચાર કરવા માંડવો. **~ turtle**, ઊંધું વળી જવું – વળીને ડૂબી જવું. **~ up**, ખોદી કાઢવું, દેખા દેવું, કળ, બટન, ઇ૰ ફેરવીને અવાજ, ઉષ્ણતા ઇ૰(ની માત્રા) વધારવી; મોઢું ઉપર કરીને મૂકવું; [વાત૰] ઊલટી કરાવવી. **~-up**, ખોદી કાઢેલી વસ્તુ; સૂંથણાના પગનો નીચલો છેડો; [વાત.] ખળભળાટ, પ્રક્ષોભ; [વાત.] અનપેક્ષિત ઘટના. **~ upon**, -ની ઉપર હુમલો કરવો. **turning-circle**, વાહન વળી શકે એવું નાનામાં નાનું વર્તુળ. **turning-point**, સંક્રાંતિકાળ, સંધિકાળ, નિર્ણયાત્મક ફેરફારનો સમય.

tur'ner (ટર્નર), ના૰ ખરાદી.

tur'nery (ટર્નરિ), ના૰ ખરાદી કામ, ખરાદીએ કરેલી વસ્તુઓ.

tur'ning (ટર્નિંગ), ના૰ સંઘાડાનો ઉપયોગ(કરવો તે); [બ૰ વ૰માં] ખરાદી કામનો છોલ; રસ્તાઓ મળે છે તે જગ્યા, એક રસ્તાને મળતો બીજો રસ્તો.

tur'nip (ટર્નિપ), ના૰ સલગમ(નો છોડ).

tur'pentine (ટર્પેન્ટાઇન), ના૰ ટરપિથ, દેવદાર, ઇ૰ ઝાડમાંથી મળતો ગુંદર. **(oil of) ~**, તેમાંથી મળતું તેલ, નફતેલ.

tur'pitude (ટર્પિટ્યૂડ), ના૰ હલકટપણું, દુષ્ટતા.

turps (ટર્પ્સ), ટર્પેન્ટાઇનનું તેલ.

tur'quoise (ટર્ક્વૉઇઝ઼્), ના૦ ભૂરાશ પડતા લીલા રંગનું અર્ધપારદર્શક રત્ન, પીરોજ; તેનો રંગ.

tu'rret (ટરિટ), ના૦ કિલ્લા કે ઘરના બહુધા ખૂણા પરનો મિનારો, ખાસ ક૦ ઇમારતના શણગાર રૂપ; જેના પર તોપો ગોઠવી હોય એવું બુરજ જેવું બાંધકામ; સંઘાડો, શારડી, ઇ૦નાં પાનાં કે હથિયારોની ગોળ ગોળ ફરતી પકડ.

tur'tle[1] (ટર્ટલ), ના૦ ~(**-dove**), એક જાતનું કબૂતર, તેના કોમલ અવાજ અને નરમાદા વચ્ચેના પ્રેમ માટે જાણીતું.

tur'tle[2], ના૦ કાચબાના જેવું કવચવાળું, પેટે ચાલતું એક દરિયાઈ પ્રાણી; સૂપ કે સેરવા માટે વપરાતું તેનું માંસ. **~-neck**, ઊંચું અને તંગ બેસતું ગળું અથવા કૉલર.

tusk (ટસ્ક), ના૦ હાથી, વૉલરસ કે ભૂંડનો બહાર નીકળતો અણિયાળો દાંત.

tu'sker (ટસ્કર), ના૦ મોટા દન્તૂશળ-વાળો હાથી.

tu'ssle (ટસલ), ના૦ અને અ૦ ક્રિ૦ ઝઘડો, મારામારી, (કરવી).

tu'ssock (ટસૉક), ના૦ ઘાસ, વાળ, ઇ૦નો ઝૂમખો, કલગી.

tu'ssore (ટુસૉર), ના૦ જાડું અને મજ-બૂત તપખીરિયા રંગનું રેશમ.

tut(-tu't), ઉદ્ગાર૦ છિ:! છટ! છટ્ટ! અધીરાઈ, નફરત, અથવા ઠપકો વ્યક્ત કર-નાર. ના૦ એવો ઉદ્ગાર. અ૦ ક્રિ૦ એવો ઉદ્ગાર કાઢવો.

tu'telage (ટ્યૂટિલિજ), ના૦ વાલીપણું, પાલકપણું; રક્ષણ, પાલ્યાવસ્થા, શિક્ષણ, તાલીમ.

tu'telary (ટ્યૂટિલરિ), વિ૦ સંરક્ષક કે આશ્રયદાતા તરીકે કામ કરતું, રક્ષણ આપનારું.

tu'tor (ટ્યૂટર), ના૦ ખાનગી શિક્ષક, યુનિવર્સિટી કે કૉલેજમાં વિદ્યાર્થીઓને માર્ગદર્શન કરનાર, તેમના અભ્યાસ ઇ૦ પર દેખરેખ રાખનાર શિક્ષક, ટ્યૂટર. ઉ૦ ક્રિ૦ ભણાવવું, -ના ખાનગી શિક્ષકનું કામ કરવું; કાબૂમાં રાખવું, શિસ્તમાં આણવું. **tu'torship** (-રૃશિપ), ના૦.

tutor'ial (ટ્યૂટૉરિઅલ), વિ૦ ખાનગી શિક્ષક - ટ્યૂટર -નું. ના. એક વિદ્યાર્થીને અથવા વિદ્યાર્થીઓના નાનકડા જૂથને અપાતા શિક્ષણની અવધિ.

tu'tu (ટ્યૂટ્યૂ), ના૦ કડક બનાવેલી ઝાલ-રોના અનેક સ્તરોવાળો નર્તકીનો ટૂંકો ઘાઘરો - સ્કર્ટ.

tuxe'do (ટક્સીડો), ના૦ [બ૦ વ૦ **~s, ~es**] [અમે.] ભોજન વખતે પહેર-વાનો કોટ.

T. V., સંક્ષેપ. television (set).

twa'ddle (ટ્વૉડલ), ના૦ અર્થ વગરનું કે નીરસ લખાણ કે વાત(ચીત). અ૦ક્રિ૦ અર્થ વિનાનું મૂર્ખામીભર્યું લખવું - બોલવું.

twain (ટ્વેન), ના૦ અને વિ૦ [પ્રા.] બે.

twang (ટ્વૅંગ), ના૦ ધનુષ્યનો ટંકાર, વાદ્યનો ઝંકાર; એને મળતો અવાજ, એને મળતા અવાજનો ગુણ; નાકમાંનો ગૂંગણો અવાજ, ગૂંગણાટ. ઉ૦ ક્રિ૦ ઝંકાર કે ટંકાર થવો - કરવો.

tweak (ટ્વીક), ના૦ ઝટકો, જોરદાર આંચકો, આમળવું તે. સ૦ ક્રિ૦ પકડીને આમળા સાથે જોરદાર આંચકો મારવો; આંગળીઓ કે ચાંચવતી પકડીને મરડવું; શરીર, સ્નાયુ, ઇ૦નું વારે વારે ખેંચાવું.

tweed (ટ્વીડ), ના૦ ઊનનું બહુધા મિશ્ર રંગોનું ખરબચડું કાપડ; [બ૦ વ૦માં] એ કાપડનાં કોટપાટલૂન. **twee'dy** (-ડિ), વિ૦.

tweet (ટ્વીટ), ના૦ પક્ષીના બચ્ચાનો અવાજ, ટિવટિવ, ચીંચીં. અ૦ ક્રિ૦ ટિવ-ટિવ-ચીંચીં-કરવું.

tweet'er (ટ્વીટર), ના૦ ધ્વનિવર્ધક યંત્ર.

twee'zers (ટ્વીઝ઼ર્સ), ના૦ બ૦ વ૦ (**pair of**)~, ઝીણી વસ્તુઓ પકડીને ઉપાડવાનો કે નિમાળા ચૂંટવાનો નાનો ચીપિયો.

twelfth (ટ્વેલ્ફ્થ), વિ૦ બારમું. ના૦ બારમો ભાગ. **the ~**, કાયદેસરના ગ્રાઉસ શિકારની શરૂઆતનો પહેલો દિવસ, ૧૨મી ઑગસ્ટ. **T~-night**, (મેજાઈ ને)

ખ્રિસ્તદર્શન થયાની રાત.

twelve (ટ્વે'લ્વ), વિ૰ અને ના૰ બાર (ની સંખ્યા, ૧૨). **~-month**, વરસ.

twe'nty (ટ્વે'ન્ટિ); વિ૰ અને ના૰ વીસ- (ની સંખ્યા, ૨૦). **~-five**, રુગ્બીફુટબૉલ- માં દરેક ગોલથી ૨૫ વારને અંતરે મેદાનની વચ્ચોવચ આવેલી લીટી, એ લીટીથી આંત- રેલી જગ્યા. **twe'ntieth** (-ટિએ'થ), વિ૰ અને ના૰.

twerp(ટ્વર્પ), ના૰ [વિ૰ બો૰] મૂર્ખ અથવા વાંધાભરેલો – અનિષ્ટ– માણસ.

twice (ટવાઇસ), ક્રિ૰ વિ૰ બેગણું, બમણું, બે વાર; બેવડું.

twi'ddle (ટ્વિડલ), સ૰ ક્રિ૰ આળસ મરડવું, નકામા ચાળા કરવા. ના૰ મરડાટ, નકામા ચાળા કરવા તે. **~ one's thumbs**, નવરા બેસી રહેવું, માખો મારવી.

twig[1] (ટ્વિગ), ના૰ ડાળખું, નાની ડાળી; નાનકડો છોડ.

twig[2], ઉ૰ ક્રિ૰ [વાત.] જોવું, નિરીક્ષણ કરવું; સમજવું, આકલન કરવું, -નો અર્થ સમજવો.

twi'light (ટ્વાઇલાઇટ), ના૰ ઝાંખું અજવાળું, સંધ્યારાગ, સંધિકાળ, તેની અવધિ; [લા.] અધૂરી સમજણની દશા. **~ zone**, બે પ્રદેશો વચ્ચેનો મુલક, પ્રતિષ્ઠા અને ચારિત્ર્યસંપન્ન એવા લોકો વચ્ચેનું ક્ષેત્ર.

twi'lit (ટ્વાઇલિટ), વિ૰ સંધ્યાટાણે હોય તેવું આછા પ્રકાશવાળું.

twill (ટ્વિલ), ના૰ સમાંતર ચોકડીઓવાળું પાંસળીદાર કાપડ. સ૰ ક્રિ૰ પાંસળી પાડીને વણવું.

twin (ટ્વિન), ના૰ જોડિયાં બાળકો કે બચ્ચાંમાંનું કોઈ પણ એક; તદ્દન નજીકના સંબંધવાળી જોડીમાંથી દરેક; પ્રતિરૂપ, જોડ, જોડી. વિ૰ જોડિયું, જોડિયામાં જન્મેલું, જોડીમાંનું એક. ઉ૰ ક્રિ૰ જોડિયાં બાળકોને જન્મ આપવો; ખૂબ મળતા હોવું; તદ્દન નજીકથી જોડાવું, જોડી બનવું. **~ bed**, બે એકવડી પથારીઓ (જોડી)માંની એક. **~ set**, સ્ત્રીની એકબીજા સાથે મેળવાળી કુરતું અને જાકિટ (ટૂંકા કોટ)ની જોડી. **~ towns**, બહુધા ભિન્ન દેશના અરસ- પરસ વિશેષ સંબંધવાળાં બે શહેરો.

twine (ટ્વાઇન), ના૰ વણેલી કે વળ આપેલી દોરી, જાડું ખરબચડું કાપડ સીવ- વાની દોરી, સૂતળી, ઇ૰; વીંટો; ગૂંચળું. ઉ૰ ક્રિ૰ (દોરી, દોરડું) ભાંગવું, વણવું; વીંટવું, વીંટાળી લેવું; -ની ફરતે વીંટાવું – લપેટાવું; વળ દેવો; હાર ગૂંથવો; બાથમાં લેવું.

twinge (ટ્વિંજ), ના૰ સણકો, શૂળ.

tw'inkle (ટ્વિંકલ), અ૰ ક્રિ૰ ઝબૂકવું; ચળકાટ મારવો; આંખ મટમટાવવી, આંખના પલકારા મારવા; કાંપવું, ધ્રુજવું; ઝડપથી પસાર થવું; ઝંપાવું, હાલવું. ના૰ આંખનો પલકારો, તેજનો ઝબકારો, ધ્રુજારી; ક્ષણિક – રહી રહીને થતો – ચમકારો.

twirl (ટ્વર્લ), સ૰ક્રિ૰ ચક્કર ચક્કર ફેરવવું, ઝડપથી અને હળવેથી ઝુલાવવું; વળ આપવો, વીંટવું; વીંટો; ના૰ ચક્કર ચક્કર ફરવું – ફેરવવું–તે, ગોળ ગોળ ફરતી વસ્તુ.

twist (ટ્વિસ્ટ), ઉ૰ક્રિ૰ આમળવું, મરડવું; આમળો દેવો, વળ ચડાવવો; દોરડાની સેરો વણવી, દોરડું ભાંગવું; વાંકું કરી નાખવું, મચડી નાખવું; સ્ક્રૂના દોરા જેવો – ભમ- રિયો–આકાર કે માર્ગ આપવો–લેવો; વિકૃત કરવું, ગમે તેમ ખેંચીને આકાર બગાડવો, [વાત.] છેતરવું.ના૰ આમળો, વળ; આમળવું – મરડવું – તે, અમળાવું–મરડાવું–તે; વળ આપવાની રીત – માત્રા; મન, સ્વભાવ ઇ૰નું વિચિત્ર–વાંકું–વલણ; વળ દઈ ને બનાવેલી વસ્તુ, દોરી; વિકૃતિ, વક્રતા; અનપેક્ષિત ઘટના–વલણ; એક જાતનો મજબૂત,(વિ૰ક૰) રેશમનો, દોરો ઇ૰; રોટી તમાકુ ઇ૰નો વળ દીધેલો ટુકડો; લીંબુની છાલનો વાંકો વાળેલો ટુકડો.

twi'ster (ટ્વિસ્ટર), ના૰ શઠ, લબાડ માણસ.

twit[1] (ટ્વિટ), સ૰ ક્રિ૰ ઠપકો આપવો, મહેણું મારવું.

twit[2], ના૰ [વિ૰ બો૰] મૂર્ખો.

twich (ટ્વિચ), ઉ૰ ક્રિ૰ ધીમેથી આંચકો મારવો – મારીને ખેંચવું; આપોઆપ ખેંચાવું કે ધ્રૂજવું, આંચકો ખાવો. ના૰ આંચકો,

ઝટકો; શરીર, સ્નાયુ, ઇ૦નું વારે વારે ખેંચાવું. **twi'tchy** (-ચિ), વિ૦.

twi'tter (ટ્વિટર), ઉ૦ ક્રિ૦ પક્ષીએ, પક્ષીની જેમ, ચીંચીં, કિલબિલ કિલબિલ, કરવું. ના૦ ચીંચીં અવાજ [વાત.]. અત્યંત અસ્વસ્થ – પ્રક્ષુબ્ધ – સ્થિતિ, ગભરામણ.

two (ટૂ), વિ૦ અને ના૦ બે (ની સંખ્યા). **~-dimensional**, દ્વિપરિમાણી, લંબાઈ અને પહોળાઈવાળું. **~-edged**, બેધારું; [લા.] દ્વિઅર્થી. **~-faced**, કપટી, અપ્રામાણિક. **~-handed**, બંને હાથે અથવા બે જણાએ વાપરવાનું. **~'pence** (ટપે'ન્સ), ર પેન્સ(ની રકમ), નજીવી (કિંમતની) વસ્તુ. **~penny** (ટપે'નિ), બે પેન્સનું; [લા.] સસ્તું, કોડીનું. **~penny-halfpenny** (ટપ્નિહેપ્નિ), [લા.] તુચ્છ, નગણ્ય, નજીવું. **~-piece**, મરદના કોટ પાટલૂન અથવા સ્ત્રીનો બે છૂટા ભાગોનો નાહવાનો પોશાક. **~-ply**, (લાકડું ઇ૦ અંગે) બે સેરવાળું; બે સ્તરવાળું. **~-step**, કૂચના કે 'પોલ્કા' નૃત્યના તાલવાળું નૃત્ય. **~-stroke**, (અન્તર્જ્વલન એંજિન અંગે) એક ઉપરનો ને બીજો નીચેનો એવા પિસ્ટન(નળાકાર ડટ્ટા)ના બે આઘાતથી પૂરા થતા 'પાવર સાઇકલ'વાળું. **~-time**, [વિ૦ બો૦] (વિ૦ક૦ બેવફાઈ કરીને) છેતરવું. **~-way**, બે દિશામાં જતું આવતું, સામસામી દિશામાં અવરજવરવાળું. **two'fold**, વિ૦.

two'some (ટૂસમ), ના૦ માણસોની જોડી અથવા યુગલ.

tycoo'n (ટાઇકૂન), ના૦ [વાત.] ઉદ્યોગપતિ, પૂંજીપતિ.

ty'ing (ટાઇંગ), જુઓ **tie**.

tyke (ટાઇક), ના૦ નકામું કૂતરું; હલકટ માણસ. યૉર્કશાયરનો માણસ.

ty'mpanum (ટિમ્પનમ), ના૦ [બ૦ વ૦ **~s** અથવા **-na**] કાનનો પડદો, કર્ણપટલ; વચલો કાન; બારણાની કમાન અને ઓતરંગ (લિંટલ) વચ્ચેની જગ્યા (પરનું કોતરકામ).

type, (ટાઇપ), ના૦ દાખલા, પ્રતીક, લાક્ષણિક નમૂના તરીકે કામ દેનાર માણસ, વસ્તુ, ઘટના, કે પ્રતિકૃતિ; કોઈ વર્ગ કે જૂથને જુદું પાડનાર સામાન્ય રૂપ, લક્ષણ, ઇ૦; વિશિષ્ટ પ્રકાર કે વર્ગ; [વાત.] અમુક લક્ષણયુક્ત માણસ; છાપવાનાં બીબાં, ટાઇપ; તેનો સટ, પુરવઠો, પ્રકાર. ઉ૦ ક્રિ૦ -ના નમૂનારૂપ હોવું; -નો પ્રકાર નક્કી કરવો; પ્રકાર મુજબ વર્ગ પાડવા; ટાઇપરાઇટર વડે લખવું, ટાઇપ કરવું. **~-cast**, સ૦ ક્રિ૦ નટના સ્વભાવને અથવા અગાઉની સફળ ભૂમિકાઓને અનુરૂપ એવી ભૂમિકા તેને આપવી. **~-face**, બીબાંનો શાહીવાળો ભાગ, તેની છાપ; એક ડિઝાઇનનાં બીબાંનો સટ. **~script**, ટાઇપ કરેલો દસ્તાવેજ – લખાણ. **~setter**, બીબાં ગોઠવનારો, કંપોઝિટર. **~writer**, ચાવીઓ દબાવીને બીબાં – અક્ષર–પાડવાનું યંત્ર, ટંકલેખનયંત્ર, ટાઇપરાઇટર. **~written**, એવી રીતે લખેલું – છાપેલું.

ty'phoid(ટાઇફૉઇડ),ના૦ **~(fever)**, આંતરડાંનો તાવ, એક જાતનો વિષમજ્વર.

typhoo'n (ટાઇફૂન), ના૦ પૂર્વ એશિયાના સમુદ્રોમાં થતો આકરો વંટોળિયો.

ty'phus (ટાઇફસ), ના૦ એક જાતનો તીવ્ર ચેપી વિષમજ્વર, જે ચેપ લાગેલા પરોપજીવી જંતુના ચેપથી માણસને થાય છે. **ty'phous** (-ફસ), વિ૦.

ty'pical (ટિપિકલ), વિ૦ નમૂનારૂપ, દાખલા તરીકે બતાવી શકાય એવું; લાક્ષણિક, વિશિષ્ટ.

ty'pify (ટિપિફાઇ), સ૦ ક્રિ૦ -ના નમૂનારૂપ હોવું. નમૂના દ્વારા પ્રતિનિધિત્વ રજૂ કરવું. **typifica'tion** (-ફિકેશન), ના૦

ty'pist (ટાઇપિસ્ટ), ના૦ ટાઇપરાઇટર વડે લખનાર – છાપનાર, ટંકલેખક.

typo'graphy (ટાઇપૉગ્રફિ), ના૦ મુદ્રણકલા; મુદ્રણ, છાપકામ; છાપેલા મજકૂરની શૈલી – દેખાવ. **typo'grapher**, (-ગ્રફર), ના૦. **typogra'phic(al)** ટાઇપગ્રૅફિક(લ), વિ૦.

tyra'nnical (ટિરૅનિકલ), વિ૦ જુલમગારના જેવું, જુલમી, સ્વૈર, આપખુદ.

tyra'nnicide (ટિરૅનિસાઇડ), ના૦ જુલમગારનું ખૂન, તે કરનાર.

ty'rannize (ટિરનાઇઝ્), અ૦ ક્રિ૦ જુલમ ગુજારવો, સ્વૈરપણે રાજ્ય કરવું.

ty'rannous (ટિરનસ), વિ૦ જુલમ ગુજારનાર, જુલમી.

ty'ranny (ટિરનિ), ના૦ આપખુદ અને જુલમી રાજ્યકારભાર; જુલમ, પ્રજાપીડન; આપખુદ અને જુલમી કારભાર, તેની અવધિ; એવા કારભારવાળું રાજ્ય.

ty'rant (ટાઇરન્ટ), ના૦ જુલમ ગુજારનાર આપખુદ રાજા કે શેઠ.

tyre, tire[2], (ટાયર) ના૦ પૈડા ઉપરની વાટ

tyr'o (ટાયરો), જુઓ **tiro.**

U

U (યૂ), ના૦. **U-boat,** જર્મન સબમરીન – પાણડૂબી બોટ. **U-turn,** વાહન પાછળ ચલાવ્યા વિના ઊલટી દિશામાં તેનું મોઢું આવે એવી રીતે વાળવું તે, યૂ-ટર્ન.

U., સંક્ષેપ. universal, બધા પ્રેક્ષકો આગળ રજૂ કરવાના પરવાનાવાળું.

ubi'quitous (યૂબિકિવટસ), વિ૦ બધે હાજર, સર્વવ્યાપક, ઘણીવાર મળતું. **ubi'quity** (-કિવટિ), ના૦.

u'dder (અડર), ના૦ ઢોર ઇ૦ના આંચળ, આઉ.

U. D. I. સંક્ષેપ. Unilateral Declaration of Independence.

U. F. O. સંક્ષેપ. unidentified flying object.

ugh (અ), ઉદ્ગાર. નફરતનો સૂચક.

u'gli (અગ્લિ), ના૦ એક જાતની વિવિધ રંગનાં ટપકાંવાળી લીલી અને પીળી નારંગી.

u'gly (અગ્લિ), વિ૦ કદરૂપું, બેડોળ, જોવા કે સાંભળવા ન ગમે એવું; દુષ્ટ, નીચ, ગંદું; બિહામણું; આગામી ભયનું સૂચક, અપશકુનિયું; નિંદા કે ગાળથી ભરેલું. ~ **duckling,** પહેલાં લાગી તે કરતાં વધારે સુંદર, બુદ્ધિશાળી, ઇ૦ નીવડેલી વ્યક્તિ.

U. H. F. સંક્ષેપ. ultra-high frequency.

U. K. સંક્ષેપ. United Kingdom.

ukule'le (યૂકલેલિ), ના૦ ચાર તારવાળી નાની ગિટાર.

u'lcer (અલ્સર), ના૦ નાસૂર, ચાંદી, વ્રણ; [લા.] કલંક. **u'lcerous** (-રસ), વિ૦.

u'lcerate (અલ્સરેટ), ઉ૦ક્રિ૦ -માં ચાંદી, પડવી – પાડવી. **ulcera'tion** (-રેશન), ના૦.

u'lna (અલ્ન), ના૦ [બ૦ વ૦ ~e -ની] કોણી ને કાંડા વચ્ચેનાં બે હાડકાંમાંનું મોટું અને પાતળું હાડકું, અન્તઃપ્રકોષ્ઠાસ્થિ; તેને મળતું પ્રાણીના આગળના પગનું અથવા પક્ષીની પાંખનું હાડકું. **u'lnar** (-નર), વિ૦.

u'lster (અલ્સ્ટર), ના૦ જાડા કાપડનો લાંબો ઢીલો ઓવરકોટ – ડગલો.

ult., સંક્ષેપ. ultimo.

ulter'ior (અલ્ટિઅરિઅર), વિ૦ પેલી પાર આવેલું, અંતિમ; તાત્કાલિક નહિ એવું; ન કહેવાયેલું, ન જોયેલું; પરોક્ષ, અવ્યક્ત, ગુપ્ત.

u'ltimate (અલ્ટિમિટ), વિ૦ અને ના૦ છેવટનું, અંતિમ, (સત્ય, મૂલ્ય, ઇ૦), મૂળ પાયાનું, મૂળભૂત (સિદ્ધાન્ત, તત્ત્વ).

ultima'tum (અલ્ટિમેટમ), ના૦ [બ૦ વ૦ ~s, -ta] શરતોનું આખરી કહેણ, આખરીનામું.

u'ltimo (અલ્ટિમો), ક્રિ૦ વિ૦ ગયે મહિને, ગયા મહિનાનું.

u'ltra (અલ્ટ્ર), સમાસમાં. પેલી પાર(નું); અત્યંત; વધુ પડતું.

u'ltra-high (અલ્ટ્રહાઇ), વિ૦ (વાર-વારતા અંગે) ૩૦૦ અને ૩૦૦૦ મેગહર્ટ્ઝ વચ્ચે.

ultramari'ne (અલ્ટ્રમરીન), વિ૦ અને ના૦ ચળકતો ઘેરો વાદળી (રંગ).

ultraso'nik (અલ્ટ્રસૉનિક), વિ૦ માણસની સાંભળવાની ક્ષમતા કે શક્તિ બહારનું.

ultravi'olet (અટ્રવાયલટ), વિ૦ અદશ્ય કિરણોનું-કિરણોનો ઉપયોગ કરનારું, વર્ણપટના નીલલોહિત કે પાટલ રંગના કિરણોની (તરત) પછીનું-પેલી પારનું.

ultra vi'res (અલ્ટ્ર વાયરીઝ), વિ૦ અને ક્રિ૦ વિ૦ પોતાની કાયદેસરની સત્તા કે અધિકાર બહાર(નું).

u'lulate (યૂલ્યુલેટ), અ૦ ક્રિ૦ (કૂતરાએ) રોવું, રડવું, શોક કરવો. **ulula'tion** (-લેશન), ના૦.

u'mbel (અમ્બલ), ના૦ [વનસ્પ.] પુષ્પછત્ર, એક જ કેન્દ્રમાંથી નીકળતી લગભગ સરખી લંબાઈની દાંડીઓવાળાં ફૂલોનું ઝૂમખું. **u'mbellate** (-લિટ) વિ૦. **umbelli'ferous** (-લિફરસ), વિ૦.

u'mber (અમ્બર), ના૦ રંગ તરીકે વપરાતી ગેરુ જેવા ઘેરા બદામી રંગની માટી. વિ૦ એ માટીના રંગનું.

umbi'lical (અમ્બિલાઇકલ), વિ૦ નાભિ કે ડૂંટીનું-ને લગતું. ~ **cord**, નાળ, નાયડી; [લા.] આવશ્યક જોડાણની દોરી.

u'mbra (અમ્બ્ર), ના૦ [બ૦ વ૦ ~s, ~e -બ્રી] ગ્રહણ વખતે પડતી પૃથ્વીની કે ચંદ્રની છાયા. **u'mbral** (-બ્રલ), વિ૦.

u'mbrage (અમ્બ્રિજ), ના૦ અપમાન, અવગણના, ઈજા થવાની કે દુભાયાની લાગણી; નામરજી, ગુસ્સો.

umbra'geous (અમ્બ્રેજસ), વિ૦ છાંયડાવાળું.

umbre'lla (અમ્બ્રેલ), ના૦ છત્રી, છત્ર; [લા.] રક્ષણ(નું સાધન). પરસ્પરાનુકૂળ કરનાર તંત્ર.

u'mpire (અમ્પાયર), ના૦ મધ્યસ્થ, લવાદ; ક્રિકેટ ઇ૦ રમતમાં નિયમો ઇ૦ના પાલન અંગે ચુકાદો આપનાર પંચ, અમ્પાયર. ઉ૦ ક્રિ૦ પંચ (અમ્પાયર) તરીકે કામ કરવું-ચુકાદો આપવો.

u'mpteen (અમ્પ્ટીન), વિ૦ [વિ૦ બો૦] ઘણા, પુષ્કળ, સારી એવી સંખ્યામાં. **umptee'nth** (-ટીન્થ), વિ૦.

un- (અન્), ઉપસર્ગ. વિશેષણ, નામ, ક્રિયાપદ, ઇ૦ પહેલાં ઇનકાર, નકાર, પ્રતિવાદ, નિરાકરણ, વિરોધ, ઇ૦ અર્થ વ્યક્ત કરવા વપરાય છે.

U. N., સંક્ષેપ. United Nations.

unaccou'ntable (અન્અકાઉન્ટબલ), વિ૦ સમજાવી ન શકાય એવું, વિચિત્ર, (માણસ અંગે) કોઈ ને જવાબદાર નહિ એવું.

unado'pted (અન્અડૉપ્ટિડ), વિ૦ (રસ્તા અંગે) જેની વ્યવસ્થા સ્થાનિક (સ્વરાજ્ય) સંસ્થા નથી કરતી એવું.

unaffe'cted (અન્અફે'ક્ટિડ), વિ૦ અકૃત્રિમ; સાચા દિલનું; -ની અસર વિનાનું.

unalloy'ed (અન્અલૉઇડ), વિ૦ ભેગ વિનાનું, શુદ્ધ, ચોખ્ખું.

un-Ame'rican (અન્અમેરિકન), વિ૦ અમેરિકન નહિ એવું, અમેરિકન વિશિષ્ટ ગુણો કે લક્ષણો, વિચાર, પરંપરાઓ, ઇ૦ સાથે વિસંગત -નું વિરોધી.

una'nimous (યૂનૅનિમસ), વિ૦ (બધા) એકમત; સર્વસંમત; અભિપ્રાયમાં એકબીજા સાથે મળતું; સર્વસંમતિથી કરેલું, આપેલું, ઇ૦. **unani'mity** (-નિમિટિ), ના૦.

una'nswerable (અન્આન્સરબલ), વિ૦ જેનો જવાબ ન આપી શકાય એવું, અખંડનીય.

unassai'lable (અન્અસેલબલ), વિ૦ જેના પર હુમલો ન કરી શકાય એવું; અવિવાદ્ય.

unassu'ming (અન્અસ્યૂમિંગ), વિ૦ નિરભિમાની, નમ્ર.

unawar'es (અન્અવે'અર્ઝ), ક્રિ૦ વિ૦

અનપેક્ષિતપણે; અજાણપણે; ઓચિંતું.

unba'cked (અન્બૅક્ટ). વિ૰ ટેકા કે સમર્થન વિનાનું; (ઘોડા ઇ૰ની શરત અંગે) હોડ બકનાર વિનાનું; પીઠ કે પીઠબળ વિનાનું.

unba'lanced (અન્બૅલન્સ્ટ), વિ૰ સમતોલ નહિ એવું, અસ્થિર, ચંચળ; મતિભ્રષ્ટ.

unbeknow'n(st) (અન્બિનોન્સ્ટ), વિ૰ અજ્ઞાત. ~ **to**, ની જાણ વિના.

unbe'nd (અન્બે'ન્ડ), ઉ૰ક્રિ૰[**-bent**] નત અવસ્થા બદલવી, સીધું–ટટાર–કરવું–થવું; તાણ દૂર કરવી, વિસામો, આપવો–ખાવો; સૌમ્ય થવું – કરવું; મિલનસાર – મળતાવડું – થવું.

unbi'dden (અનબિડન), વિ૰ અનાહૂત, અનિમંત્રિત, નહિ ફરમાવેલું.

unblo'ck (અન્બ્લૉક), સ૰ ક્રિ૰ અંતરાય – આડખીલી–દૂર કરવી.

unblu'shing (અન્બ્લશિંગ), વિ૰ બેશરમ, નિર્લજ્જ.

unbo'som (અન્બુઝ઼મ), સ૰ક્રિ૰ મનની વાત કહેવી, ખાનગી વાત કહી દેવી. ~ **oneself**, પોતાના વિચાર, લાગણીઓ ઇ૰ કહી દેવી–વ્યક્ત કરવી.

unbri'dled (અનબ્રાઇડલ્ડ), વિ૰ [લા.] બેલગામ, નિરંકુશ.

unca'lled-for (અન્કૉલ્ડ્ફૉર), વિ૰ જરૂર વિનાનું, નાહક, નકામું, અનાહૂત.

unca'nny (અન્કૅનિ),વિ૰ અસ્વાભાવિક, વિચિત્ર; અપરિચિત; ગૂઢ.

unceremo'nious (અન્સે'રિમોનિઅસ), વિ૰ અનૌપચારિક, અવિધિસરનું; અવિનયી; ઉડઝૂડિયું; બેપરવાઈવાળું.

uncer'tain (અન્સર્ટન), વિ૰ અનિશ્ચિત; ભરોસો ન રાખવા જેવું, ચંચળ. **uncer'tainty** (અન્સર્ટન્ટિ), ના૰.

u'ncial (અન્શલ), ચોથાથી આઠમા સૈકા દરમ્યાન મળેલા આધુનિક કૅપિટલ અક્ષરોને મળતા અક્ષરોમાં કરેલા લખાણનું. ના૰ એવો અક્ષર અથવા એવા અક્ષરમાં લખેલ દસ્તાવેજ.

u'ncle (અંકલ), ના૰ કાકો, મામો, ફુઓ, માસો; [વિ૰ બો૰] માલ ગીરો રાખી પૈસા ધીરનાર, શાહુકાર. **U~ Sam**, [વાત.] અમેરિકા, અમેરિકન સરકાર.

unclea'n (અન્ક્લીન), વિ૰ અસ્વચ્છ, ગંદું; અશુદ્ધ, અપવિત્ર, નાપાક.

u'nco (અન્કો), ક્રિ૰ વિ૰ [સ્કૉ.] ઘણું, અત્યન્ત.

unco'mmon (અન્કૉમન), વિ૰ અસાધારણ, વિલક્ષણ.

unco'mpromising (અન્કૉમ્પ્રમાઇઝ઼િંગ), વિ૰ તડજોડ ન કરે એવું; અણનમ, નમતું ન આપનારું; દૃઢ,કડક, અક્કડ.

upconcer'n (અન્કન્સર્ન), ના૰ બેકાળજી, બેપરવાઈ, ઉદાસીનતા, બેદરકારી.

unco'nscionable (અન્કૉન્શનબલ), વિ૰ સદસદ્વિવેકબુદ્ધિ વિનાનું; વિવેકશૂન્ય; અયોગ્ય, ગેરવાજબી; અતિશય.

unco'nscious (અન્કૉન્શસ),વિ૰ -ના ભાન કે જાણ વિનાનું; બેભાન, વિશુદ્ધ; જાણી જોઈ ને ચાહીને–નહિ કરેલું.ના૰ અબોધ મન.

unconsi'dered (અન્કન્સિડર્ડ), વિ૰ વિચારમાં ન લેવાયેલું, અવગણના કરાયેલું, ઉપેક્ષિત; વિચારપૂર્વકનું નહિ એવું.

uncor'k (અન્કૉર્ક), સ૰ ક્રિ૰ (બાટલી)-નો બૂચ–દાટો–કાઢવો; [વાત.] લાગણીઓને માર્ગ આપવો, ઊભરો કાઢવો.

uncou'ple (અન્કપલ), સ૰ ક્રિ૰ છૂટું કરવું, (ગાડીના ડબા, કૂતરા ઇ૰ને) જોડી કે કડીમાંથી જુદું પાડવું.

uncou'th (અન્કૂથ), વિ૰ કઢંગું, બેડોળ; અણઘડ, અસંસ્કારી, જંગલી.

unco'venanted (અન્કવનન્ટિડ), વિ૰ લિખિત કરાર કે સનદ વિનાનું, સનદ ઉપર આધારિત કે સનદને અધીન નહિ એવું, સનદથી સુરક્ષિત કે બાંધેલું નહિ એવું.

unco'ver (અન્કવર), ઉ૰ ક્રિ૰ ઢાંકણ કાઢવું, ખુલ્લું – ઉઘાડું – કરવું; પોતાની ટોપી કાઢવી – ઉતારવી.

u'nction (અંક્શન), ના૰ કોઈ ધાર્મિક વિધિ કે પ્રતીક તરીકે તેલ ચોળવું કે તેનો અભિષેક કરવો તે; ચોળવાનું તેલ; ચિત્તને

શાંત કરનારા લાગણી ને ઉષ્મા ભર્યા બોલ; તેનો દેખાવ – ઢોંગ.

u'nctuous (અંક્ટ્યુઅસ), વિ૦ ચીકણું, તેલવાળું; જોરવાળું; ખુશામતિયું; દંભી.

uncu't (અન્કટ), વિ૦ કાપ્યા વિનાનું, (ચોપડી અંગે) જેનાં પાનાં કાપ્યાં નથી એવું; (ચિત્રપટ અંગે) તપાસનીસે નહિ તપાસેલું કે કાપેલું; (હીરા અંગે) પાસા પાડ્યા વિનાનું.

undecei've (અન્ડિસીવ), સ૦ક્રિ૦ ભૂલ, ભ્રમ, ઇ૦ દૂર કરવું, -ની આંખો ઉઘાડવી.

undeni'able (અન્ડિનાયબલ), વિ૦ નાકબૂલ કરી ન શકાય એવું, નિર્વિવાદ.

u'nder (અન્ડર), નામ૦ અ૦ નીચે, તળે, હેઠળ; (કશાક)ની નીચે, -થી નીચે; નીચેની જગ્યાએ; -થી ઊતરતું; -થી ઓછું; -થી ઘેરાયેલું;–બંધાયેલું; -ના વખતમાં, -ની કારકિર્દી દરમ્યાન; -ના હાથ નીચે-તાબામાં; (સજા ઇ૦ થવા)ને પાત્ર; અમુક પ્રક્રિયામાંથી પસાર થતું; અનુસાર; -ના વખતમાં. ક્રિ૦ વિ૦ નીચેની જગ્યાએ – જગ્યામાં, નીચેના પદ પર. વિ૦ નીચેનું. **u'ndermost** (-મોસ્ટ), વિ૦.

u'nderarm (અંડરૂઆર્મ), વિ૦ અને ક્રિ૦ વિ૦ (ગોલંદાજી અંગે) દડો ફેંકતી વખતે ખભાની નીચે હાથ રહે એવું (–એવી રીતે).

u'nderbelly (અંડરૂબેલિ), ના૦ પ્રાણી કે વસ્તુની નીચેની બાજુ, વિ૦ ક૦ હુમલો કરી શકાય એવી.

underbi'd (અંડરૂબિડ્), ઉ૦ ક્રિ૦ લીલામમાં બીજા કરતાં ઓછી કિંમત બોલવી, બહુ ઓછી કિંમત બોલવી.

u'ndercarriage (અંડરકૅરિજ), ના૦ વાહનનું આધારભૂત ચોકઠું; વિમાનનો નીચેનો ભાગ, જે નીચે ઊતરતી વખતે તેનો આધાર બને છે.

u'ndercliff (અંડરૂક્લિફ), ના૦ પહાડ ઉપરની જમીન નીચે ધસી પડવાથી બનતી નીચી ટેકરી અથવા સમતલ ઓટલો.

u'nderclothes (અંડરૂક્લોધ્ઝ્), ના૦ બ૦ વ૦, **u'nderclothing** (-ક્લોધિંગ), ના૦ અંદરથી વિ૦ ક૦ શરીરને અડીને પહેરવાનાં કપડાં.

u'ndercoat (અંડરૂકોટ), ના૦ વાળનો કોટ; રંગના બીજા થર નીચેનો થર; રંગના નીચલા સ્તર માટે વાપરવા યોગ્ય રંગ

underco'ver (અંડરૂકવર), વિ૦ ચોરીને છાનામાના કરતું–કરેલું, જાસૂસી વિ૦ ક૦ જેમના ઉપર તે કરવાની હોય તેમની વચ્ચે કામ કરીને કરાતી.

u'ndercroft (અંડરૂક્રોફ્ટ), ના૦ ભોંયરું, ગુફા.

u'ndercurrent (અંડરૂકરન્ટ), ના૦ જમીનની અંદરથી-નીચેથી-વહેતો પ્રવાહ; દબાયેલી કે અંદરખાનેથી ચાલતી પ્રવૃત્તિ, કામ કરતું બળ, ઇ૦.

undercu't (અંડરૂકટ), સ૦ક્રિ૦ [-cut] બીજાના કરતાં ઓછી કિંમતે વેચવું–કામ કરવું; (ગોલ્ફ ઇ૦નો દડો) ઊંચે ઊડે–ઊછળે –એવી રીતે મારવો. ના૦ ગાયના ફૂલાના નીચેનો ભાગ – માંસ.

u'nderdog (અંડરૂડૉગ), ના૦ લડાઈ ઇ૦માં હારનાર; પદદલિત, દુર્દૈવી-લાચાર-માણસ.

underdo'ne (અંડરૂડન), વિ૦ (માંસ ઇ૦ અંગે) બરાબર–પૂરતું–ન રંધાયેલું.

underemploy'ed (અંડરૂએમ્પ્લૉઇડ), વિ૦ પૂરતા કામ વિનાનું.

undere'stimate (અંડરૂએ'સ્ટિમેટ), સ૦ ક્રિ૦ અને ના૦ હોય તેના કરતાં ઓછી આંકણી(કરવી)-ઓછો અંદાજ (બાંધવો).

u'nderfelt (અંડરૂફે'લ્ટ), ના૦ ગાલીચા નીચે પાથરવાનું બનાતનું કાપડ (ફેલ્ટ).

underfoo't (અંડરૂફુટ), ક્રિ૦વિ૦ પોતાના પગ તળે; નીચી જગ્યાએ કે હોદ્દા પર, પરવશ–પદદલિત–અવસ્થામાં.

u'ndergarment (અંડરૂગાર્મેન્ટ), ના૦ અંદરથી પહેરવાનું વસ્ત્ર.

undergo' (અંડરૂગો), [**-went;-gone** ગૉન] -માંથી પસાર થવું, સહન કરવું, વેઠવું, ભોગવવું.

undergra'duate (અંડરૂગ્રૅડ્યુઇટ), ના૦ પહેલી ઉપાધિ ન મેળવનાર મહાવિદ્યાલયનો વિદ્યાર્થી, ઉપસ્નાતક.

undergrou'nd (અન્ડરગ્રાઉન્ડ), ક્રિ૦ વિ૦ જમીનની નીચે; છાનું, છૂપું સંતાયેલું. વિ૦ અને ના૦ **u'n-** (-ગ્રંડ), ભૂગર્ભ (રેલવે), ગુપ્ત અથવા છૂપી (પ્રવૃત્તિ અથવા મંડળી) વિ૦ક૦ પ્રસ્થાપિત સત્તાને ઉથલાવી દેવા માટેની.

u'ndergrowth (અંડરગ્રોથ), ના૦ મોટા વૃક્ષોની નીચે ઊગતાં નાનાં ઝાડવાં અથવા ઝાડ.

u'nderhand (અન્ડરહૅન્ડ), વિ૦ ગુપ્ત, છૂપું; ઘાલમેલવાળું; [ક્રિ૦] ખભા નીચે હાથ (બાહુ)વાળું.

underlay' (અન્ડરલે), સ૦ ક્રિ૦ [**-laid**] એક વસ્તુ બીજી નીચે આધાર માટે કે તેને ઊંચી કરવા માટે મૂકવી. ના૦. (**u'nderlay**)એક વસ્તુ (ગાલીચા) નીચે પાથરેલી બીજી વસ્તુ.

underlie' (અન્ડરલાઇ), સ૦ક્રિ૦ [**-lay'**; **-lain**] સપાટી કે સ્તરની નીચે હોવું; [લા.] -નો પાયો કે આધાર હોવો, -ના મૂળમાં હોવું; -નું ઉપરથી દેખાતા આકાર કે રૂપ નીચે અસ્તિત્વ હોવું.

underli'ne (અન્ડરલાઇન), સ૦ક્રિ૦ (શબ્દ ઇ૦)ની નીચે લીટી દોરવી ભાર દેવા કે ધ્યાન ખેંચવા માટે; -ની ઉપર ભાર દેવો–મૂકવો. ના૦ (**u'nderline**) ચિત્ર નીચે તેના વર્ણનની લીટી(ઓ).

u'nderling (અન્ડરલિંગ), ના૦ [બહુધા અનાદર૦] હાથ નીચેનું–બિનમહત્ત્વની જગ્યા પરનું–માણસ.

underma'nned (અન્ડરમૅન્ડ), વિ૦ જોઈએ તે કરતાં ઓછા કામગાર કે કર્મચારીઓવાળું.

undermi'ne (અન્ડરમાઇન), સ૦ક્રિ૦ નીચેથી જમીન ખોદી કાઢવી; -નો પાયો ખોદી કાઢવો; ગુપ્ત રીતે, દેખાય નહિ એવી રીતે, ધોખો દઈ ને, ઈજા પહોંચાડવી, ઘસી નાખવું.

undernea'th (અન્ડરનીથ), ક્રિ૦વિ૦ અને નામ૦ અ૦ નીચે, નીચેની જગ્યાએ–તરફ, -ની નીચે. ના૦ નીચેની સપાટી, બાજુ કે ભાગ.

un derpants (અન્ડરપૅન્ટ્સ); ના૦ બ૦વ૦ (**pair of**) **~**, અંદરથી પહેરવાની ચડ્ડી, જાંઘિયાં, ઇ૦.

u'nderpass (અંડરપાસ), ના૦ એક રસ્તાની નીચેથી પસાર થનારો બીજો રસ્તો.

underpi'n (અન્ડરપિન), સ૦ક્રિ૦ નીચેથી ચણતર ઇ૦નો ટેકો આપવો; [લા૦] ટેકો–આધાર–આપવો, મજબૂત બનાવવું.

underpri'vileged (અન્ડરપ્રિવિલિજ્ડ), વિ૦ સુધરેલા સમાજના હક, સુખસગવડો વિનાનું, બીજાઓ કરતાં ઓછા હકવાળું, ગરીબ.

underra'te (અન્ડરરેટ), સ૦ક્રિ૦ -ને વિષે બહુ હલકો અભિપ્રાય હોવો.

u'nderseal (અન્ડરસીલ), સ૦ક્રિ૦ નીચેનો ભાગ સીલબંદ કરવો, વિ૦ક૦ કાદવ કીચડ ઇ૦થી બચાવવા મોટરગાડીને.

under-se'cretary (અંડરસે'ક્રટરિ), ના૦ સેક્રેટરી કે મંત્રીના હાથ નીચેનો માણસ, અંડરસેક્રેટરી.

underse'll (અંડર્સે'લ), સ૦ક્રિ૦ [**-so'ld** - સોલ્ડ] વાસ્તવિક.કિંમત કરતાં ઓછી કિંમતે વેચવું.

undershoo't (અંડર્શૂટ), સ૦ક્રિ૦ [**-shot**] (વિમાન અંગે) ઊતરાણ પટ્ટી ઇ૦ આવે તે પહેલાં ઊતરી પડવું.

u'ndershot (અન્ડરશૉટ), વિ૦ (પૈડા અંગે) નીચેથી વહેતા પાણીથી ફરતું–ચાલતું.

u'ndersigned (અન્ડર્સાઇન્ડ), વિ૦ નીચે કરેલી સહીવાળું. ના૦ નીચે સહી કરનાર.

u'ndersized (અન્ડર્સાઇઝ્ડ), વિ૦ નાના કદનું, વામણું.

understa'ffed (અન્ડર્સ્ટાફ્ટ), વિ૦ જોઈએ તે કરતાં ઓછા કર્મચારીઓવાળું.

understa'nd (અન્ડર્સ્ટૅન્ડ), સ૦ક્રિ૦ [**-stood** -સ્ટુડ] -નો અર્થ સમજવો, સમજવું; કેવી રીતે કરવું તે ઇ૦ જાણવું; જાણવું; અનુમાન કરવું, તારવવું, વિ૦ક૦ મળેલી માહિતી પરથી; માની લેવું.

understa'nding (અંડર્સ્ટૅન્ડિંગ)

નાo બુદ્ધિ, સમજશક્તિ; કરાર, કબૂલાત; સમજણ.

understa'te (અન્ડર્સ્ટેટ), સoક્રિo વાસ્તવિક હોય તેના કરતાં ઓછું બતાવવું, અલ્પોક્તિ કરવી, સંયમિત ભાષામાં કહેવું. **understa'tement** (-ટ્મન્ટ), નાo.

u'nderstudy (અન્ડર્સ્ટડિ), નાo કોઈની ગેરહાજરીમાં તેનું કામ કરી શકાય તે માટે તેની ભૂમિકા અથવા ફરજોનો અભ્યાસ કરનાર. સoક્રિo આવી રીતે ભૂમિકા ઇoનો અભ્યાસ કરવો; અવેજી તરીકે કામ કરવું.

underta'ke (અન્ડર્ટેક), સoક્રિo [**-took; -ta'ken**] કશુંક કરવા કબૂલ કરવું; કરવાનું શરૂ કરવું-માથે લેવું, કરવાની જવાબદારી લેવી; બાંયધરી આપવી; નિશ્ચયપૂર્વક કહેવું.

u'ndertaker (અન્ડર્ટેકર), નાo કામ ઇo માથે લેનાર; અન્ત્યવિધિની વ્યવસ્થા કરનાર, મસાણિયો.

underta'king (અન્ડર્ટેકિંગ), નાo માથે લીધેલું કામ ઇo; ઉપાડેલું કામ, સાહસ; વચન; (**u'nder-**) અન્ત્યવિધિની વ્યવસ્થા.

u'ndertone (અન્ડર્ટોન), નાo દબાયેલો-હળવો-અવાજ; કોઈ વસ્તુની પાછળની ભાવના-ગુણ.

u'ndertow (અન્ડર્ટો), નાo સપાટી ઉપરના પ્રવાહથી ઊલટી દિશામાં વહેતો દરિયાની સપાટીની નીચેનો પ્રવાહ.

u'ndertrick (અન્ડર્ટ્રિક), નાo [બ્રિજની રમત] જાહેર કરેલા કરાર અનુસાર કરવાના હાથોમાં ખૂટતો હાથ.

u'nderwear (અન્ડર્વે'અર), નાo અંદરથી પહેરવાનું વસ્ત્ર કે વસ્ત્રો.

u'nderweight (અન્ડર્વેટ), વિo જોઈએ તે કરતાં કે હંમેશના કરતાં ઓછા વજનવાળું.

u'nderworld (અન્ડર્વર્લ્ડ), નાo સંગઠિત ગુના અને અનીતિથી જીવન ગુજારનાર લોકો, સમાજના નીચલા સ્તરના લોકો; [પુરાણ.] પ્રેતલોક.

underwri'te (અન્ડર્રાઇટ), સoક્રિo [**-wr'ote; -wri'tten**] વીમાની પૉલિસીની રૂએ સહી કરીને દેવાની જવાબદારી લેવી; એવી રીતે દેવું ચૂકવવાનું માથે લેવું; મૂડી અથવા ટેકો આપવાનું માથે લેવું.

u'nderwriter (અંડર્રાઇટર), નાo દરિયા પરનાં વહાણો ઇoનો વીમો ઉતારનાર

undesi'rable (અન્ડિઝાઇરબલ), વિo અનિચ્છનીય, અનિષ્ટ; વાંધાભર્યું. નાo એવું માણસ.

u'ndies (અન્ડીઝ઼), નાo બoવo [વાત.] (વિoકo સ્ત્રીનાં) અંદરથી પહેરવાનાં કપડાં.

undo' (અન્ડૂ), સo ક્રિo [**-di'd; -do'ne** -ડન] રદ કરવું; પહેલાં હતી એવી સ્થિતિ પાછી આણવી, (બાંધેલું) છોડવું અને ઉઘાડવું; ભાવિ આશા, આબરૂ, અથવા ચારિત્ર્યની ધૂળધાણી કરવી.

undo'ne (અનડન), **undo**નું ભૂoકૃo. વિo ન કરેલું.

undou'btedly (અનડાઉટિડ્લિ), ક્રિo વિo બેશક.

undre'ss (અનડ્રે'સ), ઉo ક્રિo (પોતાનાં કે બીજાનાં) કપડાં ઉતારવાં-કાઢવાં. નાo (**u'ndress**) હંમેશનો સાદો પોશાક; અનિયત કે અનૌપચારિક પોશાક.

undue' (અનડ્યૂ), વિo વધારે પડતું, હદ ઉપરાંતનું, પ્રમાણ બહારનું; અનુચિત. **undu'ly** (-ડ્યૂલિ), ક્રિoવિo.

u'ndulate (અનડ્યુલેટ), અoક્રિo મોજાની પેઠે ઊંચાનીચા થવું-થતું દેખાવું. **u'ndulatory** (-લટરિ), વિo.

undula'tion (અનડ્યુલેશન), નાo મોજાના જેવું હલનચલન અથવા રૂપ; ધીમે ધીમે ચડવું ને ઊતરવું તે; ધીમેથી ચડતું અને ઊતરતું મોજું.

undu'ly (અનડ્યૂલિ), જુઓ **undue**.

undy'ing (અન્ડાઇંગ), વિo અમર.

unear'th (અનર્થ), સoક્રિo ખોદી કાઢવું, દરમાંથી બહાર કાઢવું; શોધી કાઢવું; પ્રકાશમાં આણવું.

unear'thly (અનર્થ્લિ), વિo આ દુનિયાનું નહિ એવું; અલૌકિક, નિસર્ગાતીત,

ભૂતિયું; [વાત.] અતિ વહેલું.

unea'sy (અનીઝિ), વિ૰ બેચેન, અસ્વસ્થ, અસુખી, ચિંતાગ્રસ્ત.

unemploy'able (અનઇમ્પ્લૉયબલ), વિ૰ નોકરી માટે સ્વભાવથી પ્રતિકૂળ, અનિયોજ્ય.

unemploy'ed (અનઇમ્પ્લૉઇડ), વિ૰ વપરાશ વિનાનું; રોજગાર વિનાનું, બેકાર; તાત્કાલિક કામ ધંધા વિનાનું.

unemploy'ment (અનઇમ્પ્લૉઇમન્ટ), ના૰ બેકારી(નું પ્રમાણ). ~ **benefit**, બેકારી ભથ્થું (રાજ તરફથી અપાતું).

un-E'nglish (અનઇંગ્લિશ), વિ૰ અંગ્રેજોને ન શોભે એવું, અંગ્રેજી નહિ એવું.

UNESCO (યૂને'સ્કો), સંક્ષેપ. United Nations Educational, Scientific, and Cultural Organization.

unexa'mpled (અનઇગ્ઝામ્પલ્ડ), વિ૰ અપૂર્વ, અદ્વિતીય.

unexce'ptionable (અનઇક્સે'પ્શનબલ), વિ૰ જેની સામે વાંધો ઉઠાવી ન શકાય એવું, નિર્દોષ, અબાધ.

unexce'ptional (અનઇક્સે'પ્શનલ), વિ૰ નિરપવાદ, સામાન્ય.

unfai'thful (અન્ફેથ્ફુલ), વિ૰ બેવફા, વિ૰ક૰ વ્યભિચારી.

unfee'ling (અન્ફીલિંગ), વિ૰ લાગણી વિનાનું; કઠોર; નિર્દય, ક્રૂર.

unfi't (અન્ફિટ), વિ૰ લાયકાત વિનાનું, નાલાયક; અજુગતું; અનુકૂળ ન આવે એવું; નબળી તબિયતવાળું. સ૰ ક્રિ૰ -ને માટે નાલાયક બનાવવું.

unfla'ppable (અન્ફ્લૅપબલ), વિ૰ [વાત.] અવિચલિત, શાંત.

unfle'dged (અન્ફ્લે'જ્ડ), વિ૰ [લા.] અવિકસિત; અપરિપક્વ; બિનઅનુભવી.

unfo'ld (અન્ફોલ્ડ), ઉ૰ ક્રિ૰ ઉકેલવું, ગડી છૂટી પાડવી; પ્રગટ કરવું-થવું, ખુલ્લું થવું; વિકસિત થવું, ખીલવું.

unfor'tunate (અન્ફૉર્ચુનિટ), વિ૰ કમનસીબ; દુઃખી; ડહાપણ વિનાનું, વગર વિચાર્યું. ના૰ દુર્દૈવી માણસ.

unfro'ck (અન્ફ્રૉક), સ૰ ક્રિ૰ પાદરીનો ઝભ્ભો લઈ લેવો, તેને પદભ્રષ્ટ કરવો -રુખસદ આપવી.

unfur'l (અન્ફર્લ), ઉ૰ ક્રિ૰ ઉકેલવું, ખોલવું; (ઝંડો) ફરકાવવો, ફેલાવવો.

ungai'nly (અન્ગેન્લિ), વિ૰ કઢંગું, કુરૂપ, બેડોળ.

unget-a't-able (અન્ગે'ટૅટબલ), વિ૰ [વાત.] પહોંચવું મુશ્કેલ - અશક્ય, દુર્ગમ, અગમ્ય.

ungo'dly (અન્ગૉડ્લિ), વિ૰ અધાર્મિક, પાપી; દુષ્ટ; [વાત.] ભયંકર, ભારે અન્યાયી. અત્યાચારભર્યું.

ungo'vernable (અનગવર્નબલ), વિ૰ નિયંત્રણમાં ન લાવી શકાય એવું, બેકાબૂ.

ungra'cious (અન્ગ્રેશસ), વિ૰ સૌજન્યહીન, રીતભાત વિનાનું.

unguar'ded (અન્ગાર્ડિડ), વિ૰ અરક્ષિત; અસાવધ, ગાફેલ; અવિચારી.

u'nguent (અંગ્વન્ટ), ના૰ લેપ, મલમ.

u'ngulate (અંગ્યુલટ), વિ૰ અને ના૰ ખરીવાળું (સસ્તન પ્રાણી).

unha'llowed (અનહૅલોડ), વિ૰ પવિત્ર ન કરેલું, અપવિત્ર; દુષ્ટ, પાપી.

unha'nd (અન્હૅન્ડ), સ૰ ક્રિ૰ ઉપરથી હાથ ઉઠાવવો, હાથમાંથી છોડી દેવું.

unhea'lthy (અન્હે'લ્થિ), વિ૰ માંદલું, રોગી; તબિયતને નુકસાનકારક; અપથ્ય, દૂષિત; [વિ૰ બો૰] જીવને અપાય કરે એવું, પ્રાણઘાતક.

unhear'd-of (અનહર્ડ્ઑફ), વિ૰ પૂર્વે કદી ન સાંભળેલું, અપૂર્વ.

unhi'nge (અન્હિંજ), સ૰ ક્રિ૰ (મગજને) અસ્થિર બનાવવું, અસ્થિર મગજનું બનાવવું.

unho'ly (અન્હોલિ), વિ૰ અપવિત્ર, નાપાક; દુષ્ટ; [વાત.] ભયંકર.

uni- (યૂનિ), સંયોગી રૂપ. એકવાળું, એકનું બનેલું.

unica'meral (યૂનિકૅમરલ), વિ૰ એક

ગૃહ કે સદનવાળું (ધારાસભા અંગે).

UNICEF (યૂનિસે'ફ), સંક્ષેપ. United Nations Children's Fund.

unice'llular (યૂનિસે'લ્યુલર), વિ૦ એકકોષી.

u'nicorn (યૂનિકોર્ન), નામ૦ ઘોડાનું શરીર અને કપાળ પર એક લાંબા સીધા શિંગડાવાળું કલ્પિત પ્રાણી; [ખ.] શૃંગાશ્વ.

u'nicycle (યૂનિસાઇકલ), નાo એક પૈડાવાળી સાઇકલ.

u'niform (યૂનિફૉર્મ), વિ૦ એકધારું, ફેરફાર નહિ પામતું; સપાટ, સમતલ; અખંડ, અતૂટ; એક જ નિયમ કે ધોરણને અનુસરતું, એકસરખું. નાo ગણવેશ, કોઈ મંડળ કે સંસ્થાના સભ્યોનો એકસરખો પોશાક.

unifor'mity (યૂનિફૉર્મિટિ), નાo એક સરખાપણું, એકરૂપતા.

u'nify (યૂનિફાઇ), સ૦ ક્રિ૦ એક કે એકસરખું કરવું. **unifica'tion** (-કેશન), ના૦.

unila'teral (યૂનિલૅટરલ), વિ૦ એક પક્ષનું – પક્ષ ઉપર – ઉપર અસર કરતું – વડે કરાયેલું – ઉપર બંધનકારક, ઇ૦, એકપક્ષી, એકતરફી.

unimpea'chable (અનઇમ્પીચબલ), વિ૦ જેના પર આરોપ, દોષ, અથવા કલંક ન મૂકી શકાય એવું, નિર્દોષ.

uninvi'ting (અનઇન્વાઇટિંગ), વિ૦ અનાકર્ષક, અણગમો – ઘૃણા – ઉપજાવે એવું.

u'nion (યૂન્યન), ના૦ એક કરવું કે થવું તે; સંમિલન, એકત્ર જોડાવું તે; લગ્ન; સંપ, મેળ; અનેક ઘટકોનું બનેલું મંડળ, સંઘરાજ્ય, ઇ૦; મહાજન (મજૂરો ઇ૦નું); U~, યુનિવર્સિટીના સભ્યોની ક્લબ કે ચર્ચામંડળ(નું મકાન); **U~ Jack,** ગ્રેટબ્રિટન અને ઉ૦ આયર્લૅન્ડનો રાષ્ટ્રધ્વજ (ત્રણ સંયુક્ત ક્રૂસવાળો).

u'nionist (યુન્યનિસ્ટ), ના૦ કામદારોના મહાજન (ટ્રેડ યુનિયન)નો સભ્ય–હિમાયતી; બ્રિટન અને ઉ. આયર્લૅન્ડના કાયદા દ્વારા જોડાણનો પુરસ્કર્તા; 'કૉન્ઝરવેટિવ'.

u'nionism (-નિઝ્મ), ના૦.

u'nionize (યૂન્યનાઇઝ્), સ૦ક્રિ૦ (કામગારો ઇ૦ના) મહાજન કે તેના નિયમોને અધીન બનાવવું.

uni'que (યૂનીક), વિ૦ પોતાની જાતનું એક જ, અનન્ય, અનુપમ, અજોડ.

u'nisex (યૂનિસે'ક્સ), વિ૦ (કપડાં ઇ૦ અંગે) સ્ત્રી અથવા પુરુષ બંનેને અનુકૂળ આવે એવી શૈલીમાં બનાવેલું.

un'ison (યૂનિઝ્ન), ના૦ બધા ગાનારાઓએ કે વાદ્યોએ એક જ રાગ સાથે ગાવો તે; સ્વર-સૂર-નો મેળ, એક સગ. **in ~**, એક જ સૂરમાં; [લા૦] મેળમાં.

u'nit (યૂનિટ), ના૦ એક, એક એ સંખ્યા, એકાંક; એકમ, એક પૃથક અને સ્વયંપૂર્ણ ગણાતી વસ્તુ, વ્યક્તિ અથવા સમુદાય; માપવાનું એકમ, માપ; 'યૂનિટ ટ્રસ્ટ'માં નાનામાં નાનો ભાગ (શૅર); સંમિશ્ર યંત્રનો વિશિષ્ટ કાર્ય કરતો ભાગ; તેના જેવી જ બીજી વસ્તુ સાથે બંધ બેસતી આવે એવી અથવા અરસપરસ પૂરક ભાગોની બનેલી ફરનીચરની વસ્તુ. **~ trust,** અનેક નિશ્ચિત કરેલા એકમના ભાગો વેચીને ઊભો કરેલો નિધિ જે બૅંકોની જેમ ઉદ્યોગો ઇ૦ને પૈસા ધીરવાનું કામ કરે છે અને ભાગ ધારણ કરનારાઓને ડિવિડન્ડ આપે છે.

Unitar'ian (યૂનિટૅ'અરિઅન), ના૦ ઈશ્વર એક છે, (પિતા, પુત્ર અને પવિત્ર આત્માની) ત્રિમૂર્તિ નથી, એમ માનનાર (સંપ્રદાયનું માણસ). **Unitar'ianism** (-નિઝ્મ), ના૦.

u'nitary (યૂનિટરિ), વિ૦ એક એકમ કે એકમોનું (બનેલું) –ને લગતું; એકતા અથવા એકરૂપતાવાળું.

uni'te (યુનાઇટ), ઉ૦ક્રિ૦ સાથે જોડવું–જોડાવું, એક કરવું–થવું; સંગઠિત કરવું–થવું; એકમત–સમત–થવું; (-માં) સહકાર કરવો. **United Kingdom,** ગ્રેટ બ્રિટન અને ઉ૦ આયર્લૅન્ડ. **United Nations,** સંયુક્ત રાષ્ટ્રો (નો સંઘ). **United States (of America),** ઉત્તર અમેરિકામાંનું પ્રજાસત્તાક રાજ્ય.

u'nity (યૂનિટિ), ના૦ એક હોવું તે, એકતા, ઐક્ય; એકલું-એક વ્યક્તિ-હોવું તે; એક આખી વસ્તુ બનાવનાર ભાગોનું બનેલું હોવું તે; ભાગો વચ્ચે અરસપરસ સંબંધ; [ગ.] એક(ની સંખ્યા); એકરાગ, મેળ.

Univ., સંક્ષેપ. University.

univer'sal (યૂનિવર્સલ), વિ૦ બધાનું, બધા દ્વારા કરાતું-વપરાતું, બધાને અસર કરતું-લાગુ પડતું; સર્વસામાન્ય, સાર્વત્રિક, વિશ્વવ્યાપક. નિરપવાદ. ~ **coupling, joint,** દાંડો કોઈ પણ ખૂણે હોય તોપણ શક્તિ સંક્રાન્ત કરનારી કડી (કપ્લિંગ) અથવા જોડ (જૉઇંટ). ~ **language,** વિશ્વભાષા (કૃત્રિમ રીતે યોજિત). **universa'lity** (-વર્સૅલિટિ), ના૦.

univer'salize (યૂનિવર્સલાઇઝ઼), સ૦ ક્રિ૦ સાર્વત્રિક બનાવવું - હોય તેમ તેની સાથે વર્તવું.

u'niverse (યૂનિવર્સ), ના૦ અખિલ સૃષ્ટિ; વિશ્વ; દુનિયા, પૃથ્વી; સમગ્ર માનવજાતિ.

univer'sity (યૂનિવર્સિટિ), ના૦ વિશ્વવિદ્યાલય, વિદ્યાપીઠ, યુનિવર્સિટી; તેના બધા સભ્યો; તેનું પ્રાતિનિધિક મંડળ.

unke'mpt (અનકૅમ્પ્ટ), વિ૦ વાળ વગેરે ઓળેલા નહિ એવું, અવ્યવસ્થિત, ઉપેક્ષિત દેખાતું.

unlea'sh (અનલીશ); સ૦ક્રિ૦ બંધન, વાધરી, દોરી, ઇ૦ છોડી દેવું; નિયંત્રણમાંથી છૂટું કરવું; પીછો પકડવા કે હુમલો કરવા માટે છૂટું મૂકવું.

unle'ss (અનલેસ), ઉભ૦ અ૦ સિવાય, વગર, જો નહિ...તો, જો...તો નહિ.

unle'ttered (અનલે'ટર્ડ), વિ૦ નિરક્ષર, અભણ.

unlicked (અનલિક્ટ), વિ૦ ચાટીને સુંવાળું ને વ્યવસ્થિત નહિ બનાવેલું; સંસ્કાર વિનાનું, ગમાર, અણઘડ.

unli'ke (અનલાઇક), વિ૦ અને ક્રિ૦વિ૦ -ના જેવું નહિ, ભિન્ન (રીતે).

unli'kely (અનલાઇક્લિ), વિ૦ અસંભવિત, આશાસ્પદ નહિ એવું.

unli'sted (અનલિસ્ટિડ), વિ૦ વિ૦ક૦ શૅરબજારની કિંમતો અથવા ટેલિફોન નંબરોની યાદીમાં નહિ આપેલું.

unloa'd (અનલોડ), સ૦ક્રિ૦ ગાડું, વહાણ ઇ૦માંથી માલ ઇ૦ નીચે ઉતારવો; બંદૂક ઇ૦માં ભરેલી વસ્તુ ખાલી કરવી; બોજો દૂર કરવો; [લા.] -થી છૂટા થવું.

unlo'ck (અનલૉક), સ૦ક્રિ૦ તાળું-કળ-ઉઘાડવી; [લા.] ગુપ્ત વાત કહેવી-છતી કરવી

unloo'ked-for (અનલુક્ટ ફૉર), વિ૦ અનપેક્ષિત.

unlu'cky (અનલકિ), વિ૦ દુર્દૈવી, કમનસીબ, નિષ્ફળ; દરિદ્રી, કંગાળ; અપશુકનિયું, અવિચારી, યોગ્ય રીતે નહિ વિચારેલું.

unma'n (અનમૅન), સ૦ક્રિ૦ નાહિંમત-સત્ત્વહીન-નબળું-બનાવવું.

unma'nnerly (અનમૅનર્લિ), વિ૦ રીતભાત વિનાનું, અસભ્ય, અસંસ્કારી.

unma'sk (અનમાસ્ક), ઉ૦ક્રિ૦ મુખવટો ઉતારવો-કાઢી નાખવો; ઉઘાડું પાડવું (વિ૦ક૦ હરામખોર કે, હરામખોરીને).

unme'ntionable (અનમે'ન્શનબલ), વિ૦ નામ ન દેવાય એવું,-એટલું ખરાબ.

unmista'kable (અનમિસ્ટેકબલ), વિ૦ જેને વિષે ભૂલ - ગેરસમજણ-શંકા-ન થાય એવું, શંકાતીત.

unmi'tigated (અનમિટિગેટિડ), વિ૦ નરમ નહિ પડેલું, પૂરેપૂરું, નર્યું; હડહડતું, તદ્દન.

unna'tural (અનનૅચરલ), વિ૦ કુદરતથી વિરુદ્ધ; (સ્વાભાવિક) લાગણીઓ વિનાનું, કૃત્રિમ, અસ્વાભાવિક.

unne'cessary (અનને'સસરિ), વિ૦ બિનજરૂરી, અનાવશ્યક; જોઈએ તેકરતાં વધુ

unner've (અનનર્વ), સ૦ક્રિ૦ મનોબળ-હિંમત-તોડી નાખવી, હતોત્સાહ કરવું.

U.N.O. સંક્ષેપ. United Nations Organization.

unoffi'cial (અનઑફિશલ), વિ૦ બિનસરકારી, (સમાચાર ઇ૦) અનધિકૃત; (હડ-

તાળ અંગે) કામગારોના મહાજને માન્ય નહિ કરેલું.

unpa'ralleled (અનૂપૅરલલ્ડ), વિ૦ અજોડ, અપ્રતિમ.

unparliame'ntary (અન્પાર્લમે'ન્ટરિ), વિ૦ લોકસભા – પાર્લમેન્ટ – ના શિરસ્તા કે શિષ્ટાચારથી વિરુદ્ધ, અશિષ્ટ. ~ **language**, સમ ખાવા, ગાળ દેવી, ઇ૦ ભાષા.

unpi'ck (અનૂપિક), સ૦ક્રિ૦ સીવેલું કપડું ઉકેલવું, ટાંકા ઉખેડવા.

unpla'ced (અન્પ્લેસ્ટ), વિ૦ વિ૦ક૦ શરતમાં કે ગાદીમાં નહિ મૂકેલું.

unplea'sant (અન્પ્લે'ઝન્ટ), વિ૦ ન ગમે એવું, અપ્રિય.

unpo'pular (અનપૉપ્યુલર), વિ૦ લોકોને ન ગમતું – અપ્રિય.

unpra'ctised (અનપ્રૅક્ટિસ્ટ), વિ૦ બિનઅનુભવી, અનભ્યસ્ત; અકુશળ; અપ્રયુક્ત, વહેવારમાં નહિ મૂકેલું.

unpre'cedented (અનપ્રે'સિડે'ન્ટિડ), વિ૦ જેને માટે અગાઉનો કોઈ દાખલો નથી એવું, અપૂર્વ, નવું નવલાઈનું.

unpri'ncipled (અનપ્રિન્સિપલ્ડ), વિ૦ નીતિ કે સદાચારના સિદ્ધાન્ત વિનાનું, તત્ત્વનિષ્ઠા વિનાનું; ભ્રષ્ટ.

unpri'ntable (અનપ્રિન્ટબલ), વિ૦ છાપી ન શકાય એવું, ગંદું, હલકું.

unprofe'ssional (અનપ્રફે'શનલ), વિ૦ અવ્યાવસાયિક; વ્યવસાય(ના સભ્ય)ને ન શોભે એવું.

unpro'fitable (અનપ્રૉફિટબલ), વિ૦ લાભ કે નફો ન મળે એવું, ગેરફાયદાવાળું, નકામું.

unprovi'ded (અનપ્રવાઇડિડ), વિ૦ પૈસા વગેરેની જોગવાઈ જેને માટે નથી કરી એવું.

unqua'lified (અનક્વૉલિફાઇડ), વિ૦ જરૂરી લાયકાત કે યોગ્યતા વિનાનું, ફેરફાર કર્યા વિનાનું, મર્યાદા નહિ મૂકેલું.

unque'stionable (અનક્વે'સ્ચનબલ), વિ૦ નિર્વિવાદ, નિઃશંક, સવાલ કે શંકા ન ઉઠાવી શકાય એવું.

unquo'te (અનક્વોટ), અ૦ ક્રિ૦ અવતરણ ચિહ્નો પૂરાં કરવાં.

unra'vel (અનરૅવલ), ઉ૦ ક્રિ૦ ધાગાદોરા જુદા પાડવા, ગૂંચ કાઢવી – ઉકેલવી; ગૂંથેલું ઉકેલી નાખવું; ઉકેલ કરવો – થવો.

unrea'sonable (અનરીઝનબલ), વિ૦ ગેરવાજબી, અયોગ્ય; વિવેકહીન, અતિશય.

unrege'nerate (અનરિજે'નરિટ), વિ૦ નીતિ કે ધર્મનો ઉદય જેનામાં નથી થયો એવું.

unrelie'ved (અનરિલીવ્ડ), વિ૦ રાહત કે મદદ મળ્યા વિનાનું; ભિન્નતા કે વિવિધતા જેમાં નથી એવું, એકનું એક, કંટાળાજનક.

unremi'tting (અનરિમિટિંગ), વિ૦ અવિરત, સતત ચાલુ (રહેલું).

unreser'vedly (અનરિઝર્વિડ્લિ), ક્રિ૦ વિ૦ નિસંકોચપણે, નિખાલસપણે.

unre'st (અનરે'સ્ટ), ના૦ અશાંતિ, ખળભળાટ, પ્રક્ષોભ.

unri'valled (અનરાઇવલ્ડ), વિ૦ જેનો કોઈ હરીફ નથી એવું, અજોડ.

unro'll (અનરોલ), ઉ૦ ક્રિ૦ (કાપડ ઇ૦ -નો વીંટો, તાકો ઇ૦) ઉકેલવો – ઉકેલી જોવો; ઉકેલવું, ઊકલવું; બતાવવું, -નું પ્રદર્શન કરવું.

unru'ly (અનરૂલિ), વિ૦ નિયમન કે શિસ્તને વશ ન થનારું; બેકાબૂ; તોફાની, હુલ્લડખોર.

unsa'turated (અનસૅટ્ચુરેટિડ,-સૅચ-), વિ૦ અસંતૃપ્ત; [રસા.] હાઇડ્રોજન સાથે ભળીને અણુઓને એકસાથે જોડીને ત્રીજો પદાર્થ બનાવી શકનારું.

unsa'voury (અનસેવરિ), વિ૦ બેસ્વાદ, નફરત પેદા કરનારું, અનાકર્ષક.

unsca'thed (અનસ્કેધ્ડ), વિ૦ અક્ષત, સહીસલામત.

unscienti'fic (અનસાયન્ટિફિક), વિ૦ અવૈજ્ઞાનિક, વિજ્ઞાનના નિયમોનું ઉલ્લંઘન કરનારું.

unscrew' (અનસ્ક્રૂ), સ૦ ક્રિ૦ સ્ક્રૂ

કાઢવો – કાઢવા, સ્ક્રૂ કાઢીને ઉઘાડવું, સ્ક્રૂ ફેરવીને ઢીલું કરવું.

unscri'pted(અનસ્ક્રિપ્ટિડ), વિ૰ તૈયાર લખાણ પરથી નહિ કરેલું કે વાંચેલું.

unscru'pulous (અનસ્ક્રૂપ્યુલસ), વિ૰ ખોટું કામ કરતાં આંચકો ન ખાનારું, અનૈતિક, તત્ત્વનિષ્ઠા વિનાનું.

unsea't (અનસીટ), સ૰ ક્રિ૰ બેઠક પરથી દૂર કરવું, ઘોડાએ પીઠ પરથી પાડી નાખવું, પાર્લમેન્ટના સભ્યની બેઠક લઈ લેવી – સભ્યને બેઠક પરથી નીચે ઉતારવું.

unsee'n (અનસીન), વિ૰ અદૃષ્ટ અદૃશ્ય. ના૰ ભાષાંતર કે અનુવાદ માટે પૂર્વે ન જોયેલો ફકરો.

unse'lfish (અનસે'લ્ફિશ), વિ૰ નિઃસ્વાર્થી, ઉદાર.

unse'ttled (અનસે'ટલ્ડ), વિ૰ અનિર્ણીત; વધુ ચર્ચાવિચારણાને પાત્ર; અસ્થિર; અણચૂકવેલું.

unse'x (અનસે'ક્સ), સ૰ ક્રિ૰ વિ૰ ક૰ સ્ત્રી જાતિ કે લિંગના વિશિષ્ટ ગુણોથી વંચિત કરવું.

unshi'p (અનશિપ), ઉ૰ ક્રિ૰ વહાણમાંથી (માલ) ઉતારવો, હલેસાં, ડોળકૂવો, ઇ૰ તેની જગ્યાએથી ખસેડવું; નિયત જગ્યા કે પદ પરથી દૂર – અલગ – કરવું – કરાવું.

unsigh'ted (અનસાઇટિડ), વિ૰ હજી નજરે ન પડતું – ન પડેલું, અદૃષ્ટ; જોવાને પ્રતિબંધિત.

unsigh'tly (અનસાઇટ્લિ), વિ૰ કદરૂપું, ગંદું; અણગમો – નફરત – પેદા કરનારું.

unso'cial (અનસોશલ), વિ૰ સમાજપ્રેમી નહિ એવું, અસામાજિક; સમાજ માટે અનુકૂળ નહિ–સમાજમાં ભળવા આતુર નહિ–એવું.

unsophi'sticated (અનસોફિસ્ટિકેટિડ), વિ૰ નિષ્કપટ, નિખાલસ; બિન-અનુભવી.

unsou'nd (અનસાઉન્ડ), વિ૰ અસ્વસ્થ, રોગી, સડી ગયેલું; ભૂલભરેલું; આધાર કે વિશ્વાસ ન રાખી શકાય એવું.'

unspar'ing (અનસ્પે'અરિંગ), વિ૰ છૂટા હાથવાળું, ઉદાર; વિપુલ.

unspea'kable (અનસ્પીકબલ), વિ૰ શબ્દાતીત; વર્ણનાતીત સારું કે ખરાબ.

unspo'tted (અનસ્પૉટિડ), વિ૰ નિષ્કલંક, શુદ્ધ.

unsti'ck (અનસ્ટિક), સ૰ ક્રિ૰ (**-stuck**) બીજી સાથે ચોટેલી વસ્તુ અલગ કરવી. **come unstuck**, [વાત.] નિષ્ફળ થવું.

unstre'ssed (અનસ્ટ્રે'સ્ટ), વિ૰ ભાર દીધા વિનાનું – વિના ઉચ્ચારેલું.

unstri'ng (અનસ્ટ્રિંગ) સ૰ક્રિ૰ [**-str'ung**] દોરી(ઓ) – તાર – છોડી નાખવો (–વા); ધનુષ્ય–વીણા–ના તાર ઢીલા કરવા; દોરીમાંથી મણકા કાઢી નાખવા.

unstru'ctured (અનસ્ટ્રક્ચર્ડ), વિ૰ માળખા વિનાનું; અનૌપચારિક.

unstu'died (અનસ્ટડિડ), વિ૰ સહજ, સરળ, સ્વાભાવિક, સ્વયંસ્ફૂર્તિથી–આપોઆપ–થયેલું.

unswer'ving (અનસ્વર્વિંગ), વિ૰ સ્થિર, દૃઢ, મક્કમ.

unthi'nkable (અનથિંકબલ), વિ૰ કલ્પી પણ ન શકાય એવું; [વાત.] અસંભવનીય, અશક્ય; ખૂબ અનિચ્છનીય.

unti'dy (અનટાઇડિ), વિ૰ વ્યવસ્થિત નહિ એવું, ટાપટીપ વિનાનું, અસ્વચ્છ. **u'nti'diness** (-ડિનિસ), ના૰.

u'ntil (અન્ટિલ), નામ૰ અ૰ અને ઉભ૰ અ૰ (જ્યાં સુધી)...ત્યાં સુધી, સુધી; તે વખત કે જગ્યા સુધી, તે માત્રા કે પ્રમાણ સુધી; = **till**[1];

unti'mely (અનટાઇમ્લિ), વિ૰ કવખતનું, અકાળ. ક્રિ૰ વિ૰ કવખતે, અકાળે; યોગ્ય વખત પહેલાં.

u'nto (અન્ટુ), નામ૰ અ૰ [પ્રા.] જુઓ **to.**

unto'ld (અનટોલ્ડ), વિ૰ અકથિત, અગણિત, અમાપ, અસંખ્ય.

untou'chable (અનટચબલ),વિ૰ અને ના૰ અસ્પૃશ્ય (જ્ઞાતિનું) ગણાતું (માણસ).

untowar'd (અન્ટોવર્ડ), વિ૦ આડું, અવળચંડું; કઢંગું; કમનસીબ, દુર્દૈવી.

untru'th (અન્ટ્રૂથ), ના૦ અસત્ય, જૂઠાણું.

unu'sual (અન્યૂઝુઅલ), વિ૦ સામાન્ય–રોજનું–નહિ એવું; અસામાન્ય.

unu'tterable (અન્અટરબલ), વિ૦ જેનો ઉચ્ચાર પણ ન કરી શકાય એવું; અવર્ણનીય.

unvar'nished (અન્વાર્નિશ્ટ), વિ૦ રોગાન નહિ ચડાવેલું, સાદું, શણગાર નહિ કરેલું, અનલંકૃત; સીધું.

unvei'l (અન્વેલ), સ૦ક્રિ૦ નવા બાવલા ઇ૦નો પડદો વિધિપૂર્વક દૂર કરવો, અનાવરણ વિધિ કરવો; છૂપી વાત ઉઘાડી પાડવી.

unwa'rrantable (અન્વારન્ટબલ), **unwa'rranted** (-ટિડ), વિ૦ અનધિકૃત, અસમર્થનીય.

unwell (અન્વે'લ), વિ૦ નાદુરસ્ત તબિયતવાળું, માંદું.

unwie'ldy (અન્વીલ્ડિ), વિ૦ કદ, આકાર, કે વજનને લીધે મુશ્કેલીથી ખસેડાય કે ઊંચકાય એવું, અતિ ભારે.

unwi'tting (અન્વિટિંગ), વિ૦ અજાણ; હેતુપૂર્વક નહિ કરેલું.

unwor'kmanlike (અન્વર્કમન્લાઇક), વિ૦ ધંધાદારી કારીગરને ન શોભે એવું; કેવળ શોખ ખાતર કરનારના જેવું.

unwor'thy (અન્વર્ધિ), વિ૦ લાયક નહિ એવું, અયોગ્ય; લાંછનાસ્પદ, તિરસ્કારપાત્ર, હલકું.

unwri'tten (અન્રિટન), વિ૦ અલિખિત, મૌખિક, પરંપરાગત.

unzi'p (અન્ઝિપ), ઉ૦ક્રિ૦ ઝિપસાંકળ છોડવી – છૂટવી.

up (અપ), ક્રિ૦વિ૦ ઉપર, ઉપરની જગ્યાએ-જગ્યા તરફ; કિંમત, રકમ, જથા, ઇ૦માં ઊંચે–વધુ; રાજધાની અથવા યુનિવર્સિટીમાં–તરફ; આગળ ઉત્તર તરફ, પ્રસ્તુત જગ્યામાં–તરફ, ઊભું, ટટાર, પથારીમાંથી બહાર –ઊઠેલું; ઊઠીને ઊભું થયેલું; કાર્યક્ષમ અથવા સક્રિય અવસ્થામાં; (ક્રિયાપદો સાથે) પૂર્ણતા અને પરિણામકારકતા સૂચવે છે); [વાત.] ખોટી રીતે. નામ૦ અ૦ -ની ઉપરની જગ્યાએ, -ના ઉપરના ભાગમાં. વિ૦ ઉપરની જગ્યા તરફ–રાજધાની તરફ (જતું) ઢોળાવવાળું, ચડતા ઢોળાવવાળું, ચડાણવાળું. ના૦ **on the ~-and-up**, [વાત.] ધીમે ધીમે સુધરતું, પ્રામાણિક(પણે). ઉ૦ક્રિ૦ [વાત.] કશુંક કહેવાની કે કરવાની એકાએક - અનપેક્ષિતપણે – શરૂઆત કરવી; વિ૦ક૦ એકદમ ઉપર ઉઠાવવું. **~ against**, -ની તદ્દન પાસે, -ના સંપર્કમાં; [વાત.] -નો સામનો કરતું. **~ against it**, [વાત.] ભારે મુશ્કેલીઓમાં. **~-and -coming**, [વાત.] સારી પ્રગતિ કરતું અને સફળ થાય એવું. **~ to**, ત્યાં સુધી, -થી વધુ નહિ, -ની બરાબર, -ને બંધનકર્તા, -ની ક્ષમતાવાળું; પ્રવૃત્તિમાં રોકાયેલું, કામમાં પડેલું. **~ with**, -ની સફળતા માટે ઇચ્છા વ્યક્ત કરવાના ઉદ્ગાર તરીકે.

u'pbeat (અપ્બીટ), ના૦ [સં૦] એક જાતનો તાલ. વિ૦ આશાવાદી, આનંદી, પ્રસન્ન.

upbrai'd (અપ્બ્રેડ), સ૦ક્રિ૦ ઠપકો આપવો, વઢવું.

u'pbringing (અપ્બ્રિંગિંગ), ના૦ (બાળકનો) ઉછેર, કેળવણી.

up-cou'ntry (અપ્કન્ટ્રિ), વિ૦ અને ક્રિ૦વિ૦ દેશના અંદરના ભાગમાં (આવેલું).

upda'te (અપ્ડેટ), સ૦ક્રિ૦ અદ્યતન બનાવવું.

up-e'nd (અપએ'ન્ડ), ઉ૦ ક્રિ૦ ટટાર ઊભું કરવું–થવું; ઊંધું કરવું, ઊલટવું.

upgra'de (અપ્ગ્રેડ), સ૦ ક્રિ૦ ઊંચી કક્ષાએ ચડાવવું, પદોન્નતિ કરવી.

uphea'val (અપ્હીવલ), ઊથલપાથલ, ક્રાંતિ(કારી ફેરફાર).

u'phill (અપ્હિલ), વિ૦ ચડતા ઢોળાવ–ચડાણ–વાળું; [લા.] મહામહેનતનું, મુશ્કેલ. ક્રિ૦ વિ૦ (**uphi'll**) ચઢતા ઢોળાવ પર.

upho'ld (અપ્હોલ્ડ), સ૦ક્રિ૦[**-held**] -ને ટેકો આપવો, -નું સમર્થન કરવું; પુષ્ટિ

આપવી, કાયમ કરવું; દઢતાપૂર્વક કે નિશ્ચય-પૂર્વક કહેવું.

upho'lster (અપ્હોલ્સ્ટર), સ૦ ક્રિ૦ (ખુરશી ઇ૦ ને) બેઠકમાં ગાદી, કમાનો, ઇ૦ ભરીને ગલેફ ચડાવવા. **upho'lstery** (-સ્ટરિ), ના૦.

u'pkeep (અપ્કીપ), ના૦ સારી હાલતમાં રાખવું-નભાવવું-તે, નભાવ; તેનું ખર્ચ.

u'pland (અપ્લૅન્ડ), ના૦ દેશનો ઊંચાણ-વાળો પ્રદેશ. વિ૦ એવા પ્રદેશનું-માં આવેલું.

upli'ft (અપ્લિફ્ટ), સ૦ ક્રિ૦ ઊંચું કરવું, ઉન્નતિ કરવી. ના૦ (**u'plift**) [વાત.] ઉદ્ધાર, ઉન્નતિ.

upo'n (અપૉન), નામ૦ અ૦ -ની ઉપર.

u'pper (અપર), વિ૦ -થી ઉપરનું, ઉપલું, ઉપર આવેલું; ઉપરના દરજ્જાનું-પદનું. ના૦ જોડાનો ઉપલો ભાગ. (**down**) **on one's ~s,** પૈસાની ભારે તંગી કે મુશ્કેલીમાં. **~ case,** મોટા (કૅપિટલ) અક્ષર. **~ crust,** [વાત.] ઉમરાવવર્ગ. **~-cut,** બાહુ નીચે નમાવીને ઉપરની બાજુએ મારવું તે. **the ~ hand,** પ્રભુ-ત્વ, કાબૂ, લાભ. **U~ House,** ઉમરાવ-ની સભા અથવા ઉપલી ધારાસભા.

u'ppermost (અપર્મોસ્ટ), વિ૦ છેક માથા-ટોચ-પરનું, સ્થાન કે પદમાં સૌથી ઊંચું. ક્રિ૦ વિ૦ સૌથી ઉપર.

u'ppish (અપિશ), [વાત.], **u'ppity** (અપિટિ), વિ૦ સ્વમતાગ્રહી, અહંમન્ય.

u'pright (અપ્રાઇટ), વિ૦ અને ક્રિ૦ વિ૦ ઊભું, ટટાર, સીધું; (પિયાનો અંગે) ઊભા ચોકઠા (ફ્રેમ)વાળો, સદ્ગુણી, પ્રામા-ણિક અને ન્યાયી. ના૦ ઊભો પિયાનો; ઊભો રોપેલો થાંભલો કે સળિયો, વિ૦ ક૦ કોઈ બાંધકામ ઇ૦ને ટેકા તરીકે.

upri'sing (અપરાઇઝિંગ), ના૦ બળવો.

u'proar (અપરોર), ના૦ હુલ્લડ, ઘોંઘાટ, કોલાહલ, ધાંધલ.

uproar'ious (અપ્રૉરિઅસ), વિ૦ ઘોંઘાટ-કોલાહલ-વાળું, મોટેથી હસાહસવાળું.

uproo't (અપ્રૂટ), સ૦ ક્રિ૦ (છોડ ઇ૦ને) જડમૂળથી ઉખેડી નાખવું; [લા.] કોઈ ને તેના હંમેશના નિવાસસ્થાનમાંથી હઠાવવું; ઉચ્છેદ કરવો.

upse't (અપ્સે'ટ), ઉ૦ક્રિ૦ [**set**] ઊંધું વાળવું, ઉથલાવી દેવું; ઊંધું વળી જવું; અસ્વસ્થ કરવું-થવું, પેટમાં કે પાચન-શક્તિમાં ગરબડ પેદા કરવી; શાંતિનો ભંગ કરવો. ના૦ (**u'pset**) અશાંતિ, ગર-બડ; આશ્ચર્યકારક પરિણામ.

u'pshot (અપ્શૉટ), ના૦ પરિણામ, અંત.

upside-dow'n (અપ્સાઇડ્ડાઉન), ક્રિ૦ વિ૦ અને વિ૦ ઊંધુંચત્તું, ઊલટું, સાવ અસ્તવ્યસ્ત.

upsta'ge (અપ્સ્ટેજ), વિ૦ અને ક્રિ૦ વિ૦ નાટકશાળાના મંચની પાછલી બાજુની નજીક; [લા.] મિજાજી, પતરાજખોર(પણે). સ૦ ક્રિ૦ નટનું મોઢું પ્રેક્ષકોથી દૂર ફેરવવા માટે તેની પાસેથી મંચની પાછળની બાજુએ જવું; [લા.] વ્યક્તિ (કોઈ) તરફથી ધ્યાન ખેંચીને પોતાની તરફ વાળવું.

upstair's (અપ્સ્ટે'અર્સ), ના૦ મકાનનો ઉપલો માળ. વિ૦ ઉપલા માળનું-ઉપર-તરફ.

upsta'nding (અપ્સ્ટૅન્ડિંગ), વિ૦ ઊભું રહેલું, ટટાર; સશક્ત અને તંદુરસ્ત; પ્રામાણિક.

u'pstart (અપ્સ્ટાર્ટ), વિ૦ અને ના૦ હલકી સ્થિતિમાંથી એકાએક પૈસો ને પ્રતિષ્ઠા પામનાર (માણસ), લેભાગુ; ઉદ્ધત, ઘમંડી(માણસ).

u'pstream (અપ્સ્ટ્રીમ), વિ૦ અને ક્રિ૦ વિ૦પ્રવાહની સામે-વિરુદ્ધ દિશામાં-(જનારું).

u'pstroke (અપ્સ્ટ્રોક), ના૦ ઉપરની બાજુએ કરેલો કે લખેલો લિસોટો-ફાંકો.

u'pswept (અપ્સ્વે'પ્ટ), વિ૦ (વાળ અંગે) હોળીને માથાની ટોચ તરફ વાળેલા.

u'pswing (અપ્સ્વિંગ), ના૦ ઉપર ચડવું તે, ઉપર ચડવાનું વલણ.

u'ptake (અપ્ટેક), ના૦ [વાત.] સમજ-શક્તિ, ગ્રહણશક્તિ.

u'ptight (અપ્ટાઇટ), વિ૦ [વાત.] પ્રક્ષુબ્ધ અને તંગ, ગુસ્સે થયેલું; રૂઢિ(નું પાલન કરવામાં) ચુસ્ત.

u'ptown (અપ્ટાઉન), ના૦ શહેરનો વસવાટનો ભાગ. વિ૦ તે ભાગનું. ક્રિ૦ વિ૦ તે ભાગમાં.

uptur'n (અપ્ટર્ન), સ૦ ક્રિ૦ ઉપરની બાજુએ વાળવું, ઊંધુંચત્તું કરવું. ના૦ (**u'pturn**), ચડતું વલણ, સુધારો.

u'pward (અપ્વર્ડ), ક્રિ૦ વિ૦ ઉપર, આકાશ તરફ, ઉપરનું સ્થાન, પદ, ઇ૦ તરફ. વિ૦ ઉપરનું, ઉપર લઈ જનારું. **u'pwards**(-વર્ડ્ઝ), ક્રિ૦વિ૦.~ **of**, -થી વધારે.

ura'nium (યુઅરેનિઅમ), ના૦ એક વજનદાર સફેદ રંગનું ધાતુના રૂપનું કિરણોત્સર્ગી મૂળ દ્રવ્ય જે અણુશક્તિ પેદા કરવામાં વપરાય છે.

ur'ban (અર્બન), વિ૦ શહેરનું -માં રહેનારું - આવેલું, શહેરી, નાગરી. ~ **guerrilla**, અપહરણ ઇ૦ પ્રવૃત્તિ શહેરમાં કરનાર ગેરિલા(છાપો મારનાર).

ur'bane (અર્બેન), વિ૦ વિવેકી, નમ્ર, સંસ્કારી. **urba'nity** (અર્બેનિટિ), ના૦.

ur'banize (અર્બનાઇઝ), સ૦ ક્રિ૦ શહેરી બનાવવું, ગ્રામીણ સ્વરૂપ દૂર કરવું. **urbaniza'tion** (-ઝેશન), ના૦.

ur'chin (અર્ચિન), ના૦ તોફાની બાળક, વિ૦ ક૦ છોકરો; ગોળા જેવી કાંટાવાળી છીપમાં રહેતું એક દરિયાઈ પ્રાણી.

ure'ter (યુઅરીટર), ના૦ મૂત્રને મૂત્રાશયમાં લઈ જનાર બે નળીઓમાંની કોઈ પણ એક.

ure'thra (યુઅરીથ્રૅ), ના૦ [બ૦ વ૦ ~**s** અથવા ~**e** -થ્રી] મૂત્રમાર્ગ, મૂત્રનળી.

urge (અર્જ), સ૦ ક્રિ૦ બળપૂર્વક હાંકવું-ચલાવવું-આગળ ધકેલવું, પ્રેરવું; વિનંતિ કરવી; સાચા દિલથી સતત ઉત્તેજન-પ્રોત્સાહન-આપવું; દલીલ અને આજીજીથી હેરાન કરવું; આગ્રહપૂર્વક તરફદારી કરવી. ના૦ પ્રેરક બળ-ઉદ્દેશ, દબાણ ઇ૦, વિ૦ ક૦ અન્ત:પ્રેરણા.

ur'gent (અર્જન્ટ), વિ૦ તાકીદનું, તરત ઉકેલ માગતું; અગત્યનું. **ur'gency** (-જન્સિ), ના૦.

ur'ic (યુઅરિક), વિ૦ પેશાબનું

u'rinal (યુઅરિનલ), ના૦ મુતરડી, પેશાબ કરવાનું વાસણ.

ur'inary (યુઆરનરિ), વિ૦ પેશાબનું-ને લગતું.

u'rinate (યુઅરિનેટ), અ૦ ક્રિ૦ પેશાબ કરવો. **urina'tion** (-નેશન), ના૦.

ur'ine (યુઅરિન), ના૦ પેશાબ, મૂત્ર.

urn (અર્ન), ના૦ ચિતાભસ્મ રાખવાનું પાત્ર; ગરમ પાણી રાખવાનું કે ચા ઇ૦ બનાવવાનું ચકલીવાળું પાત્ર.

ur'sine (અર્સાઇન), વિ૦ રીંછનું-ના જેવું.

us (અસ), **We**ની કર્મવિભક્તિ.

U.S. સંક્ષેપ. United States (of America).

U. S. A., સંક્ષેપ. United States of America.

u'sage (યૂસિજ), ના૦ વાપરવાની રીત -પદ્ધતિ; કોઈની પ્રત્યે વર્તણૂક; ચાલુ રીત, રિવાજ; રૂઢપ્રયોગ (શબ્દનો); વાપરેલો-વપરાયેલો-જથો.

use (યૂઝ), ઉ૦ ક્રિ૦ વાપરવું, -નો ઉપયોગ કરવો, ઉપયોગમાં લેવું; -નો લાભ લેવો; -ની સાથે અમુક રીતે વર્તવું; (ભૂ૦ કૃ૦) વાપરેલું, જૂનું; [ભૂ૦ કૃ૦માં] (ઉચ્ચાર બહુધા યૂસ્ટ) -ને ટેવાયેલું; [ભૂ૦ કા૦માં ઉચ્ચાર યૂસ્ટ] -ને સતત અભ્યાસ હતો; -નો સતત અભ્યાસ હતો. ના૦ (યૂસ) ઉપયોગ (કરવો તે), વપરાશ - વાપરવાનો હક અથવા સત્તા; ઉપયોગિતા, મૂલ્ય, લાભ; વાપરવાનો હેતુ, રૂઢિ, રિવાજ; ઉપાસનાની વિધિ, કર્મકાંડ. **make ~ of**, વાપરવું, -નો લાભ લેવો. **no ~**, કશા કામ કે મૂલ્યનું નહિ. ~ **up**, વાપરી નાખવું, ખલાસ કરવું.

u'seful (યૂસ્ ફુલ), વિ૦ ઉપયોગી, કામનું; સારું પરિણામ લાવે-લાવી શકે - એવું, [વિ૦ બો૦] કાર્યક્ષમ, પ્રશંસનીય, શોભાસ્પદ.

u'seless (યૂસલિસ), વિ૦ નકામું, કાર્યક્ષમ નહિ એવું.

u'sher (અશર), ના૦ અદાલત, નાટકશાળા, ઇ૦ ઠેકાણે દાખલ કરનાર-બેસાડનાર દરવાન; છડીદાર. સ૦ ક્રિ૦ દ્વારપાળ કે છડીદારનું કામ કરવું; દાખલ કરવું(~ **in.**)

ushere'tte (અશરે'ટ), નાo દ્વારપાલિકા વિo કo સિનેમામાં.

U.S.S.R., સંક્ષેપ. Union of Soviet Socialist Republics.

u'sual (યૂઝુઅલ), વિo સામાન્યપણે બનતું, હંમેશનું, રૂઢ, રોજની ટેવવાળું. **as ~**, રોજના જેવું, રોજની જેમ.

u'surer (યૂઝરર), નાo વ્યાજે પૈસા ધીરનાર, ધીરધારનો ધંધો કરનાર.

usur'p (યૂઝર્પ), ઉo ક્રિo વગર હકે છીનવી લેવું, પચાવી પાડવું (રાજગાદી, સત્તા, ઇo). **usurpa'tion** (-પેશન), નાo.

u'sury (યૂઝરિ), નાo વ્યાજવટાનો ધંધો, આકરું વ્યાજ લેવું તે. **usu'rious** (યૂઝયુઅરિઅસ), વિo.

ute'nsil (યૂટે'ન્સિલ), નાo સાધન, ઓજાર; વાસણ, વિo કo ઘરવપરાશનું.

u'terus (યૂટરસ), નાo ગર્ભાશય. **u'terine** (-રાઇન), વિo.

utilita'rian (યૂટિલિટે'અરિઅન), વિo અને નાo ઉપયોગિતાનું–પર આધારિત–વડે મર્યાદિત; ઉપયોગિતાવાદનું (અનુયાયી).

utilita'rianism (યૂટિલિટે'અરિઅનિઝ્મ), નાo ઉપયોગિતાવાદ; ઉપયોગિતા પર આધારિત નીતિશાસ્ત્ર.

uti'lity (યૂટિલિટિ), નાo ઉપયોગિતા, લાભદાયકતા; ઉપયોગી વસ્તુ. વિo શોભા માટે નહિ, પણ ઉપયોગમાં આવેં–કામ દે– એવું; તદ્દન વ્યાવહારિક અને અમુક ચોક્કસ ધોરણનું, (વિo કo યુદ્ધકાલીન) અને સાદું.

u'tilize (યૂટિલાઇઝ઼), સo ક્રિo નો ઉપયોગ કરવો, કામમાં લેવું – આવે તેમ કરવું, વાપરવું. **utiliza'tion** (-ઝ઼ેશન), નાo.

u'tmost (અટ્મોસ્ટ), વિo સૌથી દૂરનું–છેવટનું, અત્યંત, પરાકાષ્ઠાનું. નાo સૌથી છેવટનું સ્થાન, માત્રા, હદ, ઇo. **do one's ~**, પોતાનાથી થાય તે બધું કરવું.

Uto'pia (યૂટોપિઅ), નાo જ્યાં સંપૂર્ણ – આદર્શ સમાજવ્યવસ્થા પ્રવર્તે છે એવો એક કાલ્પનિક ટાપુ, કાલ્પનિક રામરાજ્ય.

Uto'pian (યૂટોપિઅન), વિo યુટોપિયાનું; **u~**, (હ્રસ્વ પણ) અવહેવારુ આદર્શ, સ્વપ્નસેવી.

U'tter[1] (અટર), વિo તદ્દન, છેક, નિરપવાદ. **u'ttermost** (-ટ્રમોસ્ટ), વિo.

u'tter[2], સo ક્રિo સંભળાય એવી રીતે ઉચ્ચારવું; શબ્દોમાં વ્યક્ત કરવું; (વિoકo બનાવટી નાણું) ચલણમાં મૂકવું.

u'tterance (અટરન્સ), નાo ઉચ્ચારવું તે, ઉચ્ચાર; બોલવાની શક્તિ કે શૈલી; બોલેલા શબ્દો–વસ્તુ.

U.V., સંક્ષેપ. Ultraviolet

u'vula (યૂવ્યુલૅ), નાo [બo વo **~e** -લી] જીભનો પાછલો ભાગ, પડજીભ. **u'vular** (-લર), વિo.

uxor'ious (અકસૉરિઅસ), વિo વહુઘેલો; એવી ઘેલછાવાળું.

V

V, v, (વી), રોમન સંખ્યા પાંચ.

V., સંક્ષેપ. volt(s).

v., સંક્ષેપ. verse, versus. very, *vide*.

Va., સંક્ષેપ. Virginia.

vac (વૅક), નાo [વાત.] vacation, લાંબી રજા.

va'cancy (વેકન્સિ), નાo ખાલી હોવું તે, ખાલીપણું; ખાલી જગ્યા – અવકાશ; નોકરીની ખાલી જગ્યા.

va'cant (વેકન્ટ); વિo જેમાં કશું નથી એવું, ખાલી; (નોકરીની જગ્યા અંગે) ખાલી, કોઈની નિમણૂક વિનાનું; વિચાર – ભાવ – શૂન્ય; કશાયમાં રસ ન બતાવનારું. ~

possession, તેના અગાઉના રહેવાસી સિવાયના–ખાલી – ઘર ઇ૰નો કબજો.

vaca'te (વકેટ), સ૰ ક્રિ૰ (ઘર ઇ૰) ખાલી કરવું – છોડી દેવું, કબજો છોડી દેવો.

vaca'tion (વકેશન), ના૰ ખાલી કરવું–કરાવું–તે; વિ૰ ક૰ ન્યાયાલયો કે વિદ્યાપીઠોમાં અપાતી લાંબી રજા; [અમે.] તહેવાર, રજા.

va'ccinate (વૅકિસનેટ), સ૰ક્રિ૰ શીતળા ટાંકવા, શીતળાની રસી ટાંકવી. **vaccina'tion** (-નેશન), ના૰.

va'ccine (વૅક્સીન), ના૰ શીતળા ટાંકવામાં વપરાતી ગાયની રસી; એવા જ બીજા રોગોમાં વપરાતી રસી.

va'cillate (વૅસિલેટ), અ૰ ક્રિ૰ ઢચુપચુ થવું, મનમાં અસ્થિર હોવું. **vacilla'tion** (લેશન), ના૰. **va'cillator** (-લેટર), ના૰.

vacu'ity (વકયૂઇટિ), ના૰ ખાલી હોવાપણું.

va'cuous (વૅકયુઅસ), વિ૰ ખાલી; મૂર્ખ, બુદ્ધિહીન.

va'cuum (વૅકયુઅમ), ના૰ [બ૰ વ૰ **~s, va'cua**] સાવ દ્રવ્યહીન – ખાલી – જગ્યા, પંપ ઇ૰થી નિર્વાત કરેલી જગ્યા અથવા પાત્ર; હંમેશના કે અગાઉના અંદર હોય છે તે દ્રવ્યનો સદંતર અભાવ; **~(cleaner)**, [વાત.] હવા સાથે ધૂળ, ઇ૰ શોષીને સાફ કરવાનું યંત્ર. **~ brake**, (અંશતઃ) નિર્વાતીકરણથી ચાલતો ગાડીનો બ્રેક. **~ flask**, અંદરના પદાર્થની ઉષ્ણતા કાયમ રાખવા માટે તેની આસપાસ નિર્વાત પોલાણવાળુ પાત્ર, 'થરમૉસ'. **~ tube**, વીજળીનો પ્રવાહ પસાર થઈ શકે તે માટે નિર્વાત બનાવેલી નળી.

V.A.D., સંક્ષેપ. (member of) Voluntary Aid Detachment.

va'gabond (વૅગબૉન્ડ). વિ૰ અને ના૰ ઘરબાર વિનાનો, રખડુ, વંઠેલ, (માણસ), નકામો – કામધંધા વિનાનો– આળસુ (માણસ). **va'gabondage** (–ડિજ), ના૰.

va'gary (વેગરિ), ના૰ લહેર, તરંગ, ફાંટો; વિચિત્ર વર્તન.

vagi'na (વજાઇનૅ), ના૰ [બ૰ વ૰ **~s, ~e** -ની] યોનિમાર્ગ, યોનિ. **vagi'nal** (-નલ), વિ૰.

va'grant (વેગ્રન્ટ), ના૰ કામધંધા વિનાનો રખડુ માણસ. વિ૰ રખડુ, રખડેલ, રખડતું, ભટકતું. **va'grancy** (-ન્સિ), ના૰.

vague (વેગ), વિ૰ અસ્પષ્ટ, અનિશ્ચિત, સંદિગ્ધ, સ્પષ્ટ વિચાર ન કરી શકનારું, અચોક્કસ.

vain (વેન), વિ૰ ખાલી, નિરર્થક, પોકળ, બિનપરિણામકારક; મિથ્યાભિમાની, બડાઈખોર. **in ~**, નકામું, નિષ્ફળ.

vainglor'y (વેનગ્લૉરિ), ના૰ બડાઈખોરપણું, ડંફાસ; અતિ મિથ્યાભિમાન. **vainglor'ious** (-રિઅસ), વિ૰.

valance,-lence, (વૅલન્સ), ના૰ ચોકઠાની આસપાસનો–બારી પરનો–પડદો, પલંગ ઉપરનો ચંદરવો–છત.

vale[1] (વેલ), ના૰ ખીણ.

vale[2] (વેલિ), ઉદ્‌ગાર. અને ના૰ રામરામ, વિદાય.

valedi'ction (વૅલિડિક્શન), ના૰ વિદાય લેવી, રામરામ કરવા, તે. **valedi'ctory** (-ડિક્ટરિ), વિ૰.

va'lence[1] (વૅલન્સ), જુઓ **va'lance**.

va'lence[2] (વેલન્સ), **va'lency** (-લન્સિ), ના૰ [રસા.] સંયોજકતા, કર્ષણશક્તિ; હાઇડ્રોજન અણુ (ઍટમ)ની તુલનામાં પરમાણુની સંયોજક અથવા તેની જગ્યા લેવાની (replacing) શક્તિ.

va'lentine (વૅલન્ટાઇન), ના૰ સંત વૅલેન્ટાઇન દિને (ફેબ્રુ.-૧૪) પસંદ કરેલી પ્રેયસી; તે દિવસે પ્રિયતમ કે પ્રિયતમાને લખેલો નનામો પત્ર.

vale'rian (વલિઅરિઅન), ના૰ એક જાતની સપુષ્પ ઔષધિ વનસ્પતિ.

va'let (વૅલિટ), ના૰ અંગત નોકર, હજૂરિયો. ઉ૰ ક્રિ૰ અંગત ચાકર કે હજૂરિયાનું કામ કરવું, ખિદમત કરવી, સેવામાં હાજર

રહેવું; કપડાં ધોવાં, સાંધવાં, તેને ઇસ્ત્રી કરવી.

valetudina'rian (વૅલિટ્યુડિનૅ'-અરિઅન), ના૦ અને વિ૦ પોતાની તબિયતની સતત ફિકરમાં રહેનાર-નબળી તબિયતવાળી-(વ્યક્તિ).

va'liant (વૅલિઅન્ટ), વિ૦ શૂર, બહાદુર, હિંમતવાળું.

va'lid (વૅલિડ), વિ૦ નક્કર, મજબૂત; સાધાર; [કા.] કાયદેસર, પ્રમાણભૂત. **va'lidity** (વલિડિટિ), ના૦.

va'lidate (વૅલિડેટ), સ૦ ક્રિ૦ કાયદેસર કરવું, પાકું કરવું. **valida'tion** (-ડેશન), ના૦.

vali'se (વલીઝ઼), ના૦ પ્રવાસની પેટી-થેલી, કપડાં રાખવાની પેટી.

va'lley (વૅલિ), ના૦ ખીણ, નદીઓ વચ્ચેનો નીચાણવાળો પ્રદેશ; બે મોજાં વચ્ચેનું પોલાણ-ખાડો.

va'lour (વૅલર), ના૦ શૂરાતન, બહાદુરી, વિ૦ ક૦ યુદ્ધમાં. **va'lorous** (-રસ), ના૦.

valse (વાલ્સ), ના૦ એક પ્રકારનો નાચ (waltz).

va'luable (વૅલ્યુઅબલ), વિ૦ કીમતી, મૂલ્યવાન. ના૦ [બહુધા બ૦ વ૦ માં] કીમતી વસ્તુ.

valua'tion (વૅલ્યુએશન), ના૦ કિંમત આંકવી તે, મુલવણી; આંકેલી કિંમત.

va'lue (વૅલ્યૂ), ના૦ યોગ્યતા, ઇષ્ટતા, તેને આધારભૂત ગુણો: આકારણી કરેલી કિંમત; બજારમાં કોઈ વસ્તુ માટે આપવી પડતી રોકડ રકમ અથવા બદલામાં માલનો અમુક જથો; કિંમત, મૂલ્ય: કોઈ વસ્તુનું તુલ્યમાન; તુલ્યરાશિ, તુલ્યાંક; કાર્યક્ષમતા; [બ૦ વ૦ માં] જીવનનાં સિદ્ધાન્તો અને ધોરણો; ગૌરવ, મહત્ત્વ; ઉપયોગિતા, લાભકારકતા; [સં.] સ્વરની લંબાઈની માત્રા, [ગ.] બીજગણિતના પદ અથવા રાશિ કે પદીથી સૂચિત રકમ. સ૦ ક્રિ૦ -ની કિંમત આંકવી, મૂલવવું, -ને વિષે ઉચ્ચ કે વિશિષ્ટ અભિપ્રાય હોવો, -ને મહત્ત્વ આપવું. **~-added to**, વસ્તુના ઉત્પાદનના દરેક તબક્કે તેની કિંમતમાં જે વધારો થાય તેના પરનો કર. **~-judgement**, ગુણ ઇ૦નું વ્યક્તિનિષ્ઠ-માનસિક - મૂલ્ય.

va'luer (વૅલ્યુઅર), ના૦ મૂલ્ય-કિંમત-આંકનાર (વ્યાવસાયિક).

valve (વાલ્વ), ના૦ હવા, પ્રવાહી, ઇ૦ને એક જ દિશામાં વહેવા દેનાર દ્વાર, પડદો, ઢાંકણું, ઑઇસ્ટર માછલીની બેમાંથી એક છીપ; તુરાઈની નળીની લંબાઈ ઓછીવત્તી કરવાની તરકીબ.

va'lvular (વૅલ્વ્યુલર), વિ૦ પડદા(ઓ), ઢાંકણ, ઇ૦ વાળું, વાલ્વના આકારનું, વાલ્વનું કામ દેનારું.

vamoo'se (વમૂસ), અ૦ ક્રિ૦ [અમે.] -થી ઉતાવળથી જતા રહેવું, ભાગી જવું.

vamp[1] (વૅમ્પ), ના૦ જોડા કે બૂટનો આગળનો ઉપલો ભાગ. ઉ૦ક્રિ૦ સમું - દુરસ્ત - કરવું, જોડાને થીગડું દેવું; ગાયકને માટે તાત્કાલિક સાથની જોગવાઈ કરવી.

vamp[2], ના૦[વાત.] મરદને ફોસલાવનાર-પ્રેમનું નાટક કરનાર-તેને ધૂતનાર-સ્ત્રી, મોહિની. ઉ૦ ક્રિ૦ મરદને મોહમાં નાખવો, ધૂતવું, પોતાના સૌંદર્યથી મરદને વશ કરવો.

va'mpire (વૅમ્પાયર), ના૦ સૂતેલાઓનું લોહી ચૂસી લેનાર ભૂત અથવા જીવંત થયેલું મડદું; લોહી ચૂસનારું મોટું વાગોળ; બીજાઓને ધૂતીને જીવનાર માણસ.

van[1] (વૅન), ના૦ આગળનો ભાગ - હરોળ, સેનાનો મોખરો, સેનામુખ.

van[2], ના૦ માલ લઈ જવાની છતવાળી મોટી ગાડી; માલ ભરવાનો છતવાળો ડબો.

vana'dium (વનેડિઅમ), ના૦ સખત સફેદ ધાતુરૂપ મૂળ તત્ત્વ, પોલાદને મજબૂત બનાવવામાં વપરાય છે.

va'ndal (વૅન્ડલ), ના૦ કલાત્મક વસ્તુઓ ઇ૦નો વિધ્વંસ કરનાર, સુધારાનો દુશ્મન.

va'ndalism (વૅન્ડલિઝ઼મ), ના૦ સુધારો, કળા, ઇ૦ની દુશ્મનાવટ, જંગલીપણું.

vandy'ke (વૅન્ડાઇક), ના૦ નકશીદાર કોર કે ઝાલરવાળી ગળાપટ્ટી - કૉલર. **V~ beard**, નાની અણીદાર દાઢી. **V~ brown**, ઘેરો બદામી રંગ.

vane (વેન), ના૦ પવનની દિશા બતાવનારું યંત્ર, પવનચક્કીના કે વિમાન ઇ૦ને ગતિ આપનાર પંખાનું પાનું.

va'nguard (વૅ'ગાર્ડ), ના૦ લશ્કર કે આરમારનો આગળ વધતો આગળનો ભાગ કે મોખરાની ટુકડી; ચળવળ, વિચાર, ઇ૦ના આગેવાનો.

vani'lla (વનિલૅ), ના૦ સુગંધી ફૂલોવાળી ઉષ્ણકટિબંધની એક વનસ્પતિ – વેલ; ~ (**-pod**), તેનું ફળ; તેનો અર્ક, જે પદાર્થને સ્વાદિષ્ટ બનાવવામાં વપરાય છે.

va'nish (વૅનિશ), અ૦ ક્રિ૦ એકદમ ગૂઢ રીતે અદૃશ્ય થવું, લોપ પામવું; નષ્ટ થવું, નાશ પામવું. **vanishing-point**, પાછળ ખસતી સમાંતર લીટીઓ જ્યાં મળ્યા જેવું દેખાય છે તે બિંદુ.

va'nity (વૅનિટિ). ના૦ વ્યર્થતા; કાલ્પનિક વસ્તુ, માયા; ભપકો, ખાલી આડંબર, મિથ્યાભિમાન, સ્તુતિ કે વાહવાહની ઝંખના. ~ **bag, case**, નાનો અરીસો, કાંસકી, ઇ૦ની સાથે રાખવાની પેટી – બટવો–પાકીટ.

va'nquish (વૅ'ક્વિશ), સ૦ક્રિ૦ [સાહિત્યિક] જીતવું, હરાવવું.

va'ntage (વાન્ટિજ), ના૦ લાભ, ફાયદો, વિ૦ ક૦ લૉન ટેનિસમાં. ~ **ground**, બચાવ કે હુમલા માટે અનુકૂળ જગ્યા સ્થિતિ.

va'pid (વૅપિડ), વિ૦ ફીકું, મોળું, નીરસ, કંટાળાજનક. **vapi'dity** (વપિડિટિ), ના૦.

va'porize (વેપરાઇઝ઼), ઉ૦ ક્રિ૦ -ની વરાળ કરવી – થવી. **vaporiza'tion** (-ઝ઼ેશન), ના૦.

va'porous (વેપરસ), વિ૦ વરાળનું (બનેલું), વરાળના રૂપનું.

va'pour (વેપર), ના૦ વરાળ, હવામાં રહેલો ભેજ–ભીનાશ; [પદાર્થ.] સામાન્યતઃ પ્રવાહી કે ઘન રૂપમાં હોય છે તેનું વાયુરૂપ. ~ **trail**, વિમાન ઇ૦માંથી પડતો ઘનીભૂત પાણીનો લિસોટો, **va'poury** (-રિ), વિ૦.

var'iable (વે'અરિબલ), વિ૦ ફેરફાર કરી શકાય – ફેરફાર પામે કે બદલાય–એવું, પરિવર્તનશીલ; અસ્થિર, ચંચલ; [ગ.] બદલાતા મૂલ્યનું. ના૦ [ગ.] ચલ સંખ્યા કે વસ્તુ. **variabi'lity** (-બિલિટિ), ના૦.

var'iance (વે'અરિઅન્સ), ના૦ અમેળ, અણબનાવ, મતભેદ; વિસંગતિ, વિરોધ. **at** ~, અણબનાવ કે અમેળવાળું; વિસંગત.

var'iant (વે'અરિઅન્ટ), વિ૦ ભિન્ન, જુદું, બદલાતું; એક બીજાથી ભિન્ન. ના૦ ભિન્ન રૂપ – જોડણી – બીબું, ઇ૦.

varia'tion (વે'અરિએશન), ના૦ અગાઉની અથવા સામાન્ય સ્થિતિ ઇ૦થી અથવા મુખ્ય જાતિ કે વર્ગથી જુદુ પડવું તે; પોતાના વર્ગથી જુદી પડનારી વસ્તુ; ભિન્નતા, ભિન્નતાનું પ્રમાણ કે માત્રા; [સં.] એક જ રાગ જુદી જુદી રીતે ગાવો તે.

va'ricose (વૅરિકોસ), વિ૦ [નસ ઇ૦ અંગે] કાયમની અતિશય ફૂલેલી.

va'riegated (વે'અરિગેટિડ), વિ૦ વિવિધરંગી, ભાતભાતનું. **variega'tion** (-ગેશન), ના૦.

vari'ety (વરાયટિ), ના૦ વિવિધતા, એકસરખાપણાનો અભાવ; વિવિધ વસ્તુઓનો જથો–સંગ્રહ; -નું ભિન્ન રૂપ–જાતિ–પ્રકાર; જાણીતી જાતથી જરા ભિન્ન પ્રકારની વનસ્પતિ કે પ્રાણી; [જીવ૦] પેટાજાતિ. ~ **entertainment, show**, નૃત્યો, ગીતો, ઇ૦નો સંમિશ્ર રંજન કાર્યક્રમ, જલસો.

var'ious (વે'અરિઅસ), વિ૦ વિવિધ પ્રકારનું, જાતજાતનું; કેટલાક.

var'let (વાર્‌લિટ), ના૦ દાસ, નોકર; હરામખોર.

var'nish (વાર્નિશ), ના૦ લાકડું, ધાતુ, ઇ૦ને ચોપડવામાં આવતું રોગાન, વાર્નિશ. સ૦ ક્રિ૦ રોગાન – વાર્નિશ – નો હાથ દેવો; ઓપ આપવો; વેષ પલટાવવો.

var'sity (વાર્સિટિ), ના૦ [વાત.] યુનિવર્સિટી.

va'ry (વે'અરિ), ઉ૦ ક્રિ૦ બદલવું, બદલાવું; -માં ફેરફાર કરવો – થવો, -માં વિવિધતા આણવી, ભિન્ન અથવા ભિન્ન પ્રકારોનું હોવું.

vas (વૅસ), ના૦ રક્તવાહિની, નલિકા.

~ deferens (ડે'ફરન્ઝ઼), વૃષણની શુક્રવાહક નલિકા.

va'scular (વૅસ્ક્યુલર), વિ૰ લોહી, રસ, ઇ૰ લઈ જનારી નલિકાઓનું – વાળું.

vase (વાઝ઼), ના૰ ચંબૂ જેવું શોભાનું વાસણ, પુષ્પપાત્ર, ફૂલદાની.

vase'ctomy (વસે'ક્ટમિ), ના૰ નસબંધી(ની શસ્ત્રક્રિયા), શુક્રવાહિકા છેદન.

Va'seline(વૅસલિન),ના૰ પેટ્રોલિયમમાંથી બનતો તેલ જેવો એક પદાર્થ, વૅસલિન.

va'ssal (વૅસલ), ના૰ [ઇતિ.] સરંજામશાહી પદ્ધતિ હેઠળનો જમીન ધારણ કરનાર ખેડૂત; નમ્ર સેવક અથવા હાથ નીચેનો માણસ. **va'ssalage** (-લિજ), ના૰.

vast (વાસ્ટ), વિ૰ વિશાળ, વિસ્તીર્ણ; ઘણું મોટું.

vat (વૅટ), ના૰ મોટું પીપ, ટાંકી, કૂંડું.

V.A.T. સંક્ષેપ. value-added tax.

Va'tican (વૅટિકન), ના૰ રોમમાં આવેલું પોપનું રહેઠાણ–મહેલ, પોપની સરકાર–શાસન.

vau'deville (વોડવિલ), ના૰ નૃત્ય, નાટક, સંગીતનો રંજન કાર્યક્રમ.

vault[1] (વૉલ્ટ), ના૰ કમાનવાળું છાપરું–છત, ઘુમ્મટ, મહેરાબ, મહેરાબદાર ઓરડો ભોંયરું, કબર, ઇ૰; મજબૂત ઓરડી, તિજોરી; આકાશનો ઘુમ્મટ. ઉ૰ ક્રિ૰ કમાનવાળું છાપરું કે છત બનાવવું, કમાન કે ઘુમ્મટ (નો આકાર) બનાવવો.

vault[2], ઉ૰ ક્રિ૰ હાથ ટેકવીને કે વાંસની મદદથી કશાક પર(થી) કૂદકો મારવો. ના૰ એવી રીતે મારેલો કૂદકો.

vaunt (વૉન્ટ), ના૰ અને ઉ૰ ક્રિ૰ બડાઈ (હાંકવી), શેખી (કરવી).

V.C., સંક્ષેપ Vice-Chancellor; Victoria Cross.

V.D., સંક્ષેપ venereal disease.

veal (વીલ), ના૰ વાછરડાનું માંસ(ખોરાક તરીકે).

ve'ctor (વે'ક્ટર), ના૰ [ગ.] પરિમાણ અને દિશા બંનેવાળી રકમ-જથો, દૈશિક; વિમાનનો માર્ગ અથવા કંપાસની દિશા; રોગનું વાહક. **vector'ial** (-ટૉરિઅલ), વિ૰.

veer (વિઅર), ઉ૰ ક્રિ૰ દિશા બદલવી, વિ૰ ક૰ (પવને) સૂર્યના માર્ગની દિશામાં; વહાણને વાળવું, વળવું, મોરો પવનથી દૂર રહે એવી રીતે; બદલવું કે બદલાવું, વિ૰ ક૰ ધીમે ધીમે; બદલાતું હોવું.

ve'gan (વીગન), ના૰ અને વિ૰ પ્રાણીઓ કે પ્રાણીઓની બનતી વાનીઓ ન ખાનાર (માણસ), (કડક–કટ્ટર–) શાકાહારી.

ve'getable (વે'જિટેબલ), વિ૰ વનસ્પતિનું – ના સ્વરૂપનું – માંથી નીકળેલું – ને લગતું – ને સમાવિષ્ટ કરતું. ના૰ વનસ્પતિ અથવા તેનો વિશિષ્ટ ભાગ (ખોરાક તરીકે વપરાતો), ઝાડપાન; કંટાળાભર્યું બેઠાડુ જીવન ગુજારનાર વ્યક્તિ, કોઈ ઈજાને લીધે અથવા મહત્ત્વાકાંક્ષાને અભાવે. **~ marrow**, એક જાતનું કોળું.

vegetar'ian (વેજિટે'અરિઅન), વિ૰ અને ના૰ શાકાહારી, નિરામિષભોજી. **vegitar'ianism** (-નિઝ઼મ), ના૰.

ve'getate (વે'જિટેટ), અ૰ ક્રિ૰ વનસ્પતિનું – ના જેવું – જીવન જીવવું; નીરસ કંટાળાભરેલું જીવન જીવવું. **ve'getative** (-ટેટિવ), વિ.

vegeta'tion (વે'જિટેશન), ના૰ વનસ્પતિ સૃષ્ટિ; વનસ્પતિનું જીવન.

ve'hement (વીઇમન્ટ), વિ૰ જોશ – આવેશ – વાળું, તીવ્ર લાગણીવાળું –થી થયેલું, ઝનૂની. **ve'hemence** (-મન્સ), ના૰.

ve'hicle (વીઇકલ), ના૰ ગાડી, રથ, વિમાન, ઇ૰ વાહન; રંગ, દવા, ઇ૰ લગાડવાનું કે આપવાનું પાણી, પ્રવાહી, ઇ૰ માધ્યમ; વિચાર, લાગણી કે કૃતિ માટે માધ્યમ તરીકે વપરાતી વસ્તુ કે વ્યક્તિ. **vehi'cular** (વિહીક્યુલર), વિ૰.

veil (વેલ), ના૰ પડદો, બુરખો; આડો પડદો, આંતરો; આડ, બહાનું, છદ્મવેશ. **beyond the ~**, મૃત્યુ પછી, પરલોકમાં. **draw a ~ over**, ચર્ચા કરવાનું, કે ધ્યાન ખેંચવાનું ટાળવું. **take the ~**

વૈરાગણ – સંન્યાસિની – બનવું. ~સ૦ ક્રિ૦ પડદા વતી (હોય તેમ) ઢાંકવું; [લા.] અંશતઃ સંતાડવું.

vein (વેન), ના૦ હૃદય તરફ લોહી પાછું લઈ જતી રક્તવાહિની, શિરા; [લોક૦] કોઈ પણ રક્તવાહિની; પાંદડાની કે જંતુના પાંખની-નસ – દોરો; ખડકમાં કાચી ધાતુવાળી નસ; લાકડું, આરસ, ખમીર, ઇ૦માં ભિન્ન રંગની રેષા કે પટો; વિશિષ્ટ સ્વભાવ અથવા વૃત્તિ, માનસિક અવસ્થા; રેખા, છટા. **vein-ed** (વેન્ડ), વિ૦. **vei'ny** (વેનિ), વિ૦.

veld(t) (વે'લ્ટ), ના૦ [દ. આફ્રિકા] ઘાસવાળો સપાટ પ્રદેશ.

ve'llum (વે'લમ), ના૦ મૂળ વાછરડાના ચામડામાંથી લખવા માટે બનાવેલું બારીક મુલાયમ ચામડું; તેના પર લખેલું હસ્ત-લિખિત; તેને મળતો ઝીણો સુંવાળો કાગળ.

velo'city (વિલૉસિટિ), ના૦ ઝડપ, વેગ.

velour'(s) (વલુઅર(સ), ના૦ મખમલ જેવું ફૂલવાળું કપડું; તેની ટોપી.

ve'lvet (વે'લ્વિટ), ના૦ મખમલ; હરણ કે કાળિયારની રૂવાંટીવાળી ચામડી. **on ~**, લાભદાયક અથવા સમૃદ્ધ સ્થિતિમાં, વિ૦. મખમલનું – ના જેવું સુંવાળું. **~ glove**, કઠોરતાને ઢાંકનારી બાહ્ય સૌમ્યતા. **ve'l-vety** (-વે'ટિ), વિ૦.

velvetee'n (વે'લ્વિટીન), ના૦ મખમલ જેવા ફૂલવાળું સુતરાઉ કપડું.

Ven., સંક્ષેપ. Venerable.

ve'nal (વીનલ), વિ૦ લાંચખાઉ, લાંચિયું, ભાડૂતી; (કામ અંગે) કેવળ પૈસા માટે કરેલું, ભાડૂતી. **vena'lity** (વિનૅલિ-ટિ), ના૦.

vend (વે'ન્ડ), ઉ૦ ક્રિ૦ વેચવું, વેચાવું. **vending-machine**, નાની નાની પરચૂરણ વસ્તુઓ આપોઆપ વેચવાનું યંત્ર. **ve'ndor** (-ડર), ના૦.

vende'tta (વે'ન્ડે'ટે), ના૦ ખૂનને બદલે ખૂન કરવાનું હાડવેર, કુળવેર.

veneer' (વિનિઅર), સ૦ ક્રિ૦ હલકા કે સામાન્ય લાકડા પર ઊંચા ને સુંદર લાકડાનું પડ ચોઢવું. ના૦ સુંદર લાકડાનું પાતળું પડ; બહારનો દેખાવ.

ve'nerable (વે'નરબલ), વિ૦ ઉંમર, ચારિત્ર્ય, ઇ૦ને કારણે પૂજ્ય – આદરણીય; આર્ચડીકનની પદવી. **venerabi'lity** (-બિલિટિ), ના૦.

ve'nerate (વે'નરેટ), સ૦ ક્રિ૦ -ને માટે પૂજ્યભાવ – ઊંડો આદર – ધરાવવો, પૂજ્ય-પાત્ર – પવિત્ર – ગણવું, પૂજવું. **venera'-tion** (-રેશન), ના૦.

vene'real (વિનિઅરિઅલ), વિ૦ કામ-વાસનાનું કે મૈથુનનું; (રોગ અંગે) ચેપી વ્યક્તિ સાથે મૈથુનથી થતો.

Vene'tian (વિનીશન), વિ૦ અને ના૦ વેનિસનો(વતની). **~ blind**, (બારી બારણાનાં) વીનજન, ફરેડી, ઝીલમીલ.

ve'ngeance (વે'ન્જન્સ), ના૦ વેર લેવું તે, વેર, બદલામાં કરેલી ઈજા, સજા, ઇ૦. **with a ~**, ઘણા જોર – જુસ્સા – થી, પૂરી તાકાતથી.

ve'ngeful (વે'ન્જ્ફુલ), વિ૦ વેર લેવાની વૃત્તિવાળું, વેરીલું.

ve'nial (વીનિઅલ), વિ૦ (પાપ કે ગુના અંગે) માફ કરી શકાય એવું, નજીવું, ક્ષમ્ય; ઘોર કે ગંભીર નહિ એવું. **venia'lity** (-ઍલિટિ), ના૦.

ve'nison (વે'નિઝ઼ન), ના૦ હરણનું માંસ (ખોરાક તરીકે).

ve'nom (વે'નમ), ના૦ (સાપ ઇ૦નું)ઝેર, વિષ; [લા.] ખુન્નસ, દ્વેષ; ભાવના, ભાષા કે વર્તનની કટુતા – ઉગ્રતા. **ve'nomous** (-મસ), વિ૦.

ve'nous (વીનસ), વિ૦ નસોનું – વાળું, નસોમાં રહેલું.

vent[1] (વે'ન્ટ), ના૦ વસ્ત્રમાં લાંબો ચીરો, વિ૦ ક૦ કોટના પાછળના ભાગમાં ફાટ.

vent[2], ના૦ હવા, ધુમાડો, ઇ૦ના આવવા જવા માટેનો માર્ગ; ગુદા, વિ૦ ક૦ નીચલા પ્રાણીઓની; [લા.] બહાર જવાનો ખુલ્લો માર્ગ, અનિર્બંધ સંચાર. સ૦ ક્રિ૦ છૂટથી વ્યક્ત કરવું, બોલવું; -ને માર્ગ આપવો.

ve'ntilate (વે'ન્ટિલેટ), સ૦ ક્રિ૦ ઓરડા ઇ૦માં હવા છૂટથી ફરે તેમ કરવું, તાજી

હવામાં મૂકવું; જાહેર કરવું, છૂટથી ચર્ચવું. **ventila'tion** (-લેશન), ના૦.

ve'ntilator (વે'ન્ટિલેટર), ના૦ ઓરડા ઇ૦માં શુદ્ધ હવા આવજા કરે તે માટેનું બાકું અથવા નાનકડી બારી.

ve'ntral (વે'ન્ટ્રલ), વિ૦ પેટનું – ઉપરનું – સબંધી.

ve'ntricle (વે'ન્ટ્રિકલ), ના૦ શરીરની અંદરની પોલી જગ્યા, વિવર; ઇન્દ્રિયનો પોલો ભાગ વિ૦ ક૦ મગજ કે હૃદયનો.

ventri'cular (વે'ન્ટ્રિક્યુલર), ના૦ વિવરનું – ના આકારનું.

ventri'loquism (વે'ન્ટ્રિલૉક્વિઝ઼મ), ના૦ કોઈ બીજો માણસ બોલતો હોય તેમ બોલવાની યુક્તિ – બોલવું તે, ગારુડવાણી. **ventrilo'quial** (-લૉક્વિઅલ), વિ૦ **ventrilo'quist**(-લૉક્વિસ્ટ), ના૦ **ventri'loquize** (-લૉક્વાઇઝ઼), અ૦ક્રિ૦.

ve'nture (વે'ન્ચર), ના૦જોખમભર્યું કામ, સાહસ; સટ્ટો; જોખમમાં નાખેલી મિલકત. ઉ૦ ક્રિ૦ હિંમત કરવી, છાતી ચલાવવી; જોખમ ખેડવું, જોખમમાં ઝંપલાવું; કરતાં ન ડરવું; હોડમાં મૂકવું. **V~ Scout**, પાકો સ્કાઉટ – બાલવીર.

ve'nturesome (વે'ન્ચરૂસમ), વિ૦ સાહસિક.

ve'nue (વે'ન્યૂ), ના૦ [કા૦] મુકદ્દમો જ્યાં ચાલવાનો હોય તે જિલ્લો ઇ૦; મળવાની જગ્યા, વિ૦ ક૦ ક્રિકેટ ઇ૦ના સામના(મૅચ)ની; સંકેતસ્થાન.

Ve'nus (વીનસ), ના૦ [રોમન પુરાણ] પ્રેમની દેવતા; [ખ૦] શુક્રનો ગ્રહ.

vera'cious (વરેશસ), વિ૦ સાચું, ખરું, સત્યવાદી. **veraci'ty** (વરૅસિટિ), ના૦

vera'nda(વરૅન્ડ), ના૦ ઓસરી, ઓટલો, વરંડા.

verb (વર્બ), ના૦ ક્રિયાપદ.

ver'bal (વર્બલ), વિ૦ શબ્દોનું –ની સાથે સંબંધિત, શાબ્દિક; મૌખિક, લિખિત નહિ, (ભાષાંતર અંગે) શબ્દશઃ; [વ્યાક૦] ક્રિયાપદ (ના સ્વરૂપ)નું.

ver'balism (વર્બલિઝ઼મ), ના૦ શબ્દોને અંગે ઝીણવટ.

ver'balize (વર્બલાઇઝ઼), ઉ૦ક્રિ૦ શબ્દામાં વ્યક્ત કરવું, અતિ શબ્દવિસ્તાર કરવો. **verbaliza'tion** (-ઝ઼ેશન), ના૦.

verba'tim (વર્બેટિમ), ક્રિ૦વિ૦ અને વિ૦ એને એ જ શબ્દોમાં.

verbe'na (વર્બીન), ના૦ ખુશબોદાર પાંદડાંવાળો એક છોડ.

ver'biage (વર્બિઇજ), ના૦ શબ્દાડંબર, અર્થહીન શબ્દોની વિપુલતા.

verbo'se (વર્બોસ), વિ૦ શબ્દબહુલ, નકામા શબ્દ વિસ્તારવાળું. **verbo'sity** (-બૉસિટિ), ના૦.

ver'dant (વર્ડન્ટ), વિ૦ વિપુલ લીલોતરીવાળું, લીલુંછમ અને તાજું. **ver'dancy** (-ડન્સિ), ના૦.

ver'dict (વર્ડિક્ટ), ના૦ પંચ (જૂરી)નો ચુકાદો; નિર્ણય, ન્યાયાધીશનો નિકાલ.

ver'digris (વર્ડિગ્રિસ), ના૦ તાંબા કે પિત્તળ પર જામતો લીલો થર, કાટ, મોરથૂથું.

ver'dure (વર્જર), ના૦ હરિયાળી, તાજું લીલુંછમ ઘાસ, તેનો રંગ.

verge[1] (વર્જ), ના૦ કોર, કાંઠો, ધાર, ઇ૦; પગથીને છેડે ઊગેલું ઘાસ.

verge[2], અ૦ક્રિ૦ નીચે તરફ અથવા અમુક દિશામાં ઢોળાવવાળું હોવું. **~ on**, તદ્દન નજીક–હદ પર–આવેલું હોવું.

ver'ger (વર્જર), ના૦ ચર્ચનો બિશપ, યુનિવર્સિટીના કુલપતિ, ઇ૦નો છડીદાર; ખ્રિસ્તી દેવળનો સેવક.

ve'rify (વેરિફાઇ), સ૦ક્રિ૦ ખરું છે કે નહિ તે જોવું, -નું ખરાપણું સાબિત કરી આપવું. **verifica'tion** (-ફિકેશન), ના૦

ve'rily (વે'રિલિ), ક્રિ૦ વિ૦ [પ્રા૦] ખરેખર, બેશક.

verisimi'litude (વે'રિસિમિલિટ્યૂડ), ના૦ ખરા જેવું દેખાવું તે, સત્યાભાસ; સંભાવના.

ve'ritable (વે'રિટબલ), વિ૦ સાચું, ખરેખરું; કેવળ, સાક્ષાત્.

ve'rity (વે'રિટિ), ના૰ સત્ય, સત્ય કથન, સાચી વાત.

vermice'lli (વર્મિચે'લિ), ના૰ ઘઉંના લોટની બારીક સેવો.

ver'micide (વર્મિસાઇડ), ના૰ કૃમિ-જંતુ-નાશક પદાર્થ.

ver'miform (વર્મિફૉર્મ), વિ૰ કૃમિના આકારનું. ~ **appendix**, કૃમિ કે ઇયળના આકારનું આંત્રપુચ્છ.

ver'mi'lion (વર્મિલિઅન), ના૰ ચળકતો રાતો રંગ, હિંગળો(ક). વિ૰ એ રંગનું.

ver'min (વર્મિન), ના૰ બહુધા બ૰વ૰ તરીકે ગણાય છે. શિકારનાં પ્રાણીઓ, પાક, ઇ૰ને અપાયકારક સસ્તન પ્રાણીઓ તથા પક્ષીઓ; નુકસાનકારક વાંદા વગેરે જીવાત; [લા.] અધમ માણસો.

ver'minous (વર્મિનસ), વિ૰ નુકસાનકારક પ્રાણીઓના સ્વરૂપનું-પ્રાણીઓથી ખદબદતું.

ver'mouth (વર્‌મથ), ના૰ ખુશબોદાર વનસ્પતિથી સ્વાદિષ્ટ (બનાવેલો) દારૂ.

verna'cular (વર્નૅક્યુલર), વિ૰ (ભાષા અંગે) પોતાના દેશની, પંડિતોની કે પરદેશી નહિ. ના૰ દેશની ભાષા અથવા બોલી, વિશિષ્ટ વર્ગ કે સમૂહની ભાષા, ઘરગથ્થુ ભાષા.

ver'nal (વર્નલ), વિ૰ વસંતઋતુનું -માં થનારું, વાસંતિક.

ver'nier (વર્નિઅર), ના૰ આમતેમ ખસેડી શકાય એવું આંકાવાળું નાનું માપવાનું સાધન, વર્નિયર.

vero'nica (વરૉનિક), ના૰ એક સપુષ્પ ઝાડવું કે ઔષધિ.

verru'ca (વરૂક), ના૰ [બ૰વ૰ ~s અથવા ~e -સી] મસો, મસા જેવો ઊપસેલો ભાગ.

ver'satile (વર્સટાઇલ), વિ૰ એક વિષય કે વ્યવસાયમાંથી બીજા તરફ સહેલાઈથી જનાર,-અનેક વિષયોમાં ગતિવાળું; (પ્રતિભા અંગે) સર્વતોમુખી; સર્વતોમુખી પ્રતિભાવાળું. **versati'lity** (-ટિલિટિ), ના૰.

verse (વર્સ), ના૰ વૃત્તમાં કરેલી રચના, કવિતા; કવિતાની લીટી; કડવું, શ્લોક; ટૂંકું કાવ્ય; બાઇબલના અધ્યાયનો સંખ્યાંકિત ફકરો.

versed (વર્સ્ટ), વિ૰ -માં પાવરધું-કુશળ -અનુભવી-જાણકાર.

ver'sicle (વર્સિકલ), ના૰ ઉપાસના-વિધિમાં બોલાતાં કે ગવાતાં ટૂંકાં વાક્યો-માંનું દરેક.

ver'sify (વર્સિફાઇ), ઉ૰ક્રિ૰ પદ્યમાં આણવું, કવિતા રચવી. **versifica'tion** (-ફિકેશન), ના૰.

ver'sion (વર્શન), ના૰ ગ્રંથ ઇ૰ના ભાષાંતરમાં વિશિષ્ટ પ્રકારનો કરેલો અર્થ-રજૂઆત; કોઈ બનાવનો વિશિષ્ટ રીતે આપેલો વૃત્તાન્ત.

vers li'bre (વે'અર્ લીબ્ર), કોઈ નિયમિત વૃત્ત વિનાની કાવ્યરચના.

ver'so (વર્સો), ના૰ [બ૰વ૰ ~s] ખુલ્લા પુસ્તકનું ડાબું પાનું (પૃષ્ઠ), પાનાનો પાછલો ભાગ.

ver'sus (વર્સસ), નામ૰ અ૰ -ની વિરુદ્ધ, સામું.

ver'tebra (વર્ટિબ્ર), ના૰ [બ૰વ૰ ~e -બ્રી] કરોડનો મણકો. **ver'tebral** (-બ્રલ), વિ૰.

ver'tebrate (વર્ટિબ્રિટ), વિ૰ અને ના૰ કરોડ-પૃષ્ઠવંશ-વાળું (પ્રાણી).

ver'tex (વર્ટે'ક્સ), ના૰ [બ૰વ૰ ~es, -tices -ટાઇસીઝ઼] ટોચ, શિખર; ખૂણો, શંકુ, ઇ૰નું શિરોબિંદુ; ખૂણો.

ver'tical (વર્ટિકલ), વિ૰ લંબરૂપ, સીધું ને ઊભું; શિરોબિંદુનું. ના૰ ઊભી લીટી અથવા સપાટી. ~ **take-off**, સીધું ઉડાણ.

verti'ginous (વર્ટિજિનસ), વિ૰ ચક્કર કે ફેરનું, ચક્કર લાવનાર.

ver'tigo (વર્ટિગો), ના૰ [બ૰વ૰ ~s] ચક્કર, ભોળ, માથું ફરવું તે.

ver'vain (વર્વેન), ના૰ નાનાં વાદળી, સફેદ કે જાંબુડિયાં ફૂલવાળી એક જંગલી વનસ્પતિ – ઔષધિ.

verve (વર્વ), નાં૦ ઉત્સાહ, શક્તિ, જોમ.

ve'ry (વે'રિ), વિ૦ સાચું, ખરું; એ જ. ક્રિ૦વિ૦ ઘણું, અતિશય. ~ **high frequency**, ૩૦થી૩૦૦ મેગાહર્ટ્‌ઝની કમ્પ-સંખ્યા. ~ **well**, બહુ સારું (સંમતિ બતાવવા.

ve'sicle (વે'સિકલ) નાં૦ નાની કોથળી, ફોલ્લો અથવા પરપોટો.

ve'spers (વે'સ્પર્સ), નાં૦બ૦વ૦ સાંજની ઉપાસના.

ve'ssel (વેસલ), નાં૦ વાસણ; વહાણ; લોહી, રસ, ઇ૦ વાળી અથવા લઈ જનારી નળી – કેનાલ.

vest (વે'સ્ટ), નાં૦ અંદરથી પહેરવાનો કબજો, બાંડિયું, ગૂંથેલું અથવા વણેલું; [અમે૦] વાસ્કુટ. ઉ૦ ક્રિ૦ -ને સત્તા, મિલકત, ઇ૦ આપવું – સોંપવું. ~ **(property, powers) in (person)**, -ને (મિલકત, સત્તા) આપવી. ~ **in**, (મિલકત, હક, ઇ૦ અંગે)ના કબજામાં હોવું – આવવું. ~-**pocket**, વાસ્કુટના ખિસ્સામાં રહે – માય – એવું. **vested interests, rights**, etc., હક, કબજો અથવા લાંબા સમયના ઉપભોગથી પ્રસ્થાપિત થયેલા હિતસબંધો કે હકો.

ve'stal (વે'સ્ટલ), વિ૦ અને નાં૦ ~**(virgin)**, ગૃહ અને કુટુંબની રોમન દેવતા વેસ્ટાને સમર્પિત અને પાતિવ્રત્યને વચનબદ્ધ કુમારિકા; [લા.] વિશુદ્ધ સ્ત્રી.

ve'stibule (વે'સ્ટિબ્યૂલ), નાં૦ દેવડી, દ્વારમંડપ, ઓસરી; દીવાનખાનામાં પ્રવેશ કરવાનો ઓરડો.

ve'stige(વે'સ્ટિજ), નાં૦ ચિહ્ન, નિશાની, પગલું, માગ; રજ, અલ્પાંશ, [જીવ૦] અવશેષ, પૂર્વજોમાં સારી પેઠે વિકસિત પણ હવે ક્ષીણ થયેલો અવયવ કે ઇન્દ્રિય. **vesti'gial** (-જિઅલ), વિ૦.

ve'stment (વે'સ્ટ્‌મન્ટ), નાં૦ વસ્ત્ર, પોશાક, વિ૦ક૦ વિશિષ્ટ પ્રસંગે કે હોદ્દાની રૂએ પહેરાતો.

ve'stry (વે'સ્ટ્રિ), નાં૦ દેવળમાં પાદરીનાં કપડાં ઇ૦ રાખવાનો કે પહેરવાનો, 'પૅરિશ'ની સભાઓનો, ઓરડો કે જગ્યા; 'પૅરિશ'નું કામકાજ કરનારી મંડળી, તેમની સભા.

vet (વે'ટ), નાં૦ પશુવૈદ. સ૦ક્રિ૦ જાનવર-ને તપાસી તેનો ઉપચાર કરવો; કાળજી-પૂર્વક ઝીણવટથી તપાસવું (અને સુધારવું).

vetch (વેચ) નાં૦ ઢોરના ચારા તરીકે વપરાતો કઠોળનો છોડ.

ve'teran (વે'ટરન), નાં૦ વિ૦ક૦ લશ્કરમાં નોકરી કરીને ઘરડું થયેલું, લાંબા વખતનું અનુભવી – અનુભવથી ઘડાયેલું; (લશ્કર અંગે) ઘડાયેલા માણસોનું બનેલું; (નોકરી અંગે) લાંબા વખતની. નાં૦ લાંબા વખતનો અનુભવી – ઘડાયેલો – માણસ કે યોદ્ધો; [અમે.] લશ્કરમાંથી નિવૃત્ત માણસ. ~ **car**, ૧૯૧૬ કે ૧૯૦૫ પહેલાંની મોટર ગાડી.

veterina'rian (વે'ટરિને'અરિઅન), નાં૦ પશુવૈદ – ચિકિત્સક.

ve'terinary (વે'ટરિનરિ), વિ૦ પ્રાણીઓના રોગો (ના ઉપચાર)નું – માટેનું નાં૦ ~ **(surgeon)**, નાં૦પ્રાણીઓનો દાક્તર

ve'to (વીટો), નાં૦ [બ૦ વ૦ ~**es**] મનાઈ, નિષેધ; ધારાસભા ઇ૦એ પસાર કરેલો કાયદો કે ઠરાવ નામંજૂર કરવાનો અધિકાર. સ૦ ક્રિ૦ 'વીટો'નો અધિકાર વાપરવો, મનાઈ કરવી.

vex (વે'ક્સ), સ૦ ક્રિ૦ ખીજવવું, ગુસ્સે કરવું, ચીડવવું, પજવવું, ત્રાસ દેવો; [પ્રા.] દુઃખ દેવું. **vexed** (વે'ક્સ્ટ) **question** બહુ ચર્ચાયેલો વાદગ્રસ્ત સવાલ.

vexa'tion (વે'ક્સેશન), નાં૦ ત્રાસ પામવું તે; ત્રાસદાયક-સંતાપજનક-બાબત.

vexa'tious (વે'ક્સેશસ), વિ૦ ત્રાસદાયક, સંતાપજનક; [કા૦] (દાવા અંગે) પ્રતિવાદીને કેવળ હેરાન કરવા ખાતર કરેલો.

v. g., સંક્ષેપ. very good.

V.H.F. સંક્ષેપ. very high frequency.

vi'a (વાયૅ), નામ૦ અ૦ દ્વારા, મારફત -ને રસ્તે, -માં થઈ ને.

vi'able (વાયબલ), વિ૦ જીવી – જીવતું રહી – શકે એવું; (કોઈ યોજના ઇ૦ અંગે) વિ૦ ક૦ આર્થિક દૃષ્ટિથી કરી શકાય એવું.

vi'aduct (વાયડક્ટ), ના૦ ખીણ, નાળું, ઇ૦ પર બાંધેલો રસ્તા કે રેલવેવાળો કમાનવાળો પુલ.

vi'al (વાયલ), ના૦ નાનકડી શીશી.

vi'ands(વાયન્ડ્ઝ઼), ના૦ બ૦ વ૦ ખાવાનું, ખોરાક.

viati'cum (વાઍટિકમ), ના૦ મરણોન્મુખ માણસને અપાતો પ્રભુભોજનનો પ્રસાદ (રોટી અને મદ્ય).

vibes (વાઇબ્ઝ઼), ના૦ બ૦ વ૦ કંપનો, કંપનો પેદા કરનાર એક વાદ્ય – ઓજાર.

vi'brant (વાઇબ્રન્ટ), વિ૦ કાંપતું, કંપાયમાન; ગુંજી ઊઠતું, કંપયુક્ત અવાજ કરનારું. **vi'brancy** (બ્રન્સિ), ના૦.

vi'braphone(વાઇબ્રફોન),ના૦ મોટરથી ચાલતા અનુનાદકો અને ધાતુની નળીઓવાળું ધાતુના સળિયાનું ઠોકીને વગાડવાનું એક વાદ્ય.

vibra'te (વાઇબ્રેટ), ઉ૦ક્રિ૦ લોલકની જેમ આમતેમ હાલવું – હલાવવું, કાંપવું, ધ્રૂજવું; કંપાયમાન હોવું – ઝૂલવું, ઝુલાવવું; કરવું; (ધ્વનિ અંગે) ગુંજી ઊઠવું, કાંપવું. **vi'bratory** (બ્રટરિ), વિ૦.

vibra'tion (વાઇબ્રેશન), ના૦ ઝોલો, આંદોલન. થરથરાટ, [બ૦ વ૦ માં] વિ૦ક૦ ગૂઢ અસર.

vibra'to (વીબ્રાટો), ના૦ [બ૦ વ૦ **~s**] [સં૦] ગાવામાં કે તંતુવાદ્ય કે સુષિરવાદ્ય વગાડવામાં સૂરમાં કંપનની અસર.

vibra'tor (વાઇબ્રેટર), ના૦ કાંપનારી વસ્તુ, વિ૦ ક૦ માલિશમાં વપરાતું વીજળિક કે બીજું સાધન, વીજળિક સાધનનો કંપનવાળો ભાગ.

vi'car (વિકર), ના૦ દેવળનો પાદરી, પલ્લીપુરોહિત. **V~ of Christ**, પોપ.

vi'carage (વિકરિજ), ના૦ પાદરીનું (વિકારનું) રહેઠાણ.

vicar'ial (વિકૅ'અરિઅલ), વિ૦ પાદરી-(વિકાર)નું – તરીકે સેવા કરનાર.

vicar'ious (વિકૅ'અરિઅસ), વિ૦ (પ્રતિનિધિ તરીકે) નિયુક્ત, બીજા માટે – વતી–કામ કરનાર – કરેલું; કલ્પનાને જોરે બીજી વ્યક્તિ દ્વારા અનુભવેલું.

vice[1] (વાઇસ), ના૦ બુરાઈ, દુષ્ટતા; નીતિભ્રષ્ટતા; દુર્વર્તન, દુર્ગુણ, વ્યસન; ગંભીર દોષ, અપલક્ષણ; (ઘોડા ઇ૦ની) ખરાબ ટેવ, અડિયલપણું. **~ squad**, વેશ્યા વ્યવસાય પ્રતિબંધક કાયદાનો અમલ કરાવનાર પોલીસદળ.

vice[2], ના૦ પકડ, સેગરો.

vice[3](વાઇસિ), નામ૦ અ૦ -ની જગ્યાએ, -ની પછી.

vice- (વાઇસ્-), સમાસમાં –ને માટે – બદલે – કામ કરનારું.

vice-cha'ncellor (વાઇસ્ચૅન્સે'લર), ના૦ ઉપકુલપતિ, કુલનાયક, વિ૦ ક૦ વિદ્યાપીઠ કે વિશ્વવિદ્યાલયનો.

vicege'rent (વાઇસ્જે'રન્ટ), વિ૦ અને ના૦ બીજાના પ્રતિનિધિ તરીકે સત્તા ચલાવનાર–રાજ્ય કરનાર.

vicere'gal (વાઇસ્રીગલ), વિ૦ વાઇસરૉયનું.

vi'cereine (વાઇસ્રીન), ના૦ વાઇસરૉયની પત્ની, સ્ત્રી વાઇસરૉય.

vi'ceroy (વાઇસ્રૉઇ), ના૦ વસાહત, પ્રાંત, ઇ૦માં રાજા કે સમ્રાટ વતી શાસન–રાજ્ય–કરનાર

vice ver'sa (વાઇસિ વર્સ), (એથી) ઊલટું

Vi'chy (વિશિ), વિ૦ **~ (water)**, વિશીનું ઊભરાવાળું ખનિજ પાણી.

vi'cinage (વિસિનિજ), ના૦ પાડોશ, આસપાસનો પ્રદેશ; સંનિધિ; પાડોશીઓનો અરસપરસ સંબંધ.

vici'nity (વિસિનિટિ), ના૦ આસપાસનો પ્રદેશ, સાન્નિધ્ય. **in the ~ (of)**, -ના સાન્નિધ્યમાં, -ની નજીક.

vi'cious (વિશસ), વિ૦ દુર્ગુણી, દુર્વ્યસની; દુષ્ટ, નીતિભ્રષ્ટ, પાપી; ચીઢિયું, દ્વેષી. **~ circle**, એક બીજી પર અસર કરતી અનિષ્ટ વસ્તુઓ કે ઘટનાઓ, દુશ્ચક્ર; કોઈ સિદ્ધાન્તને તેમાંથી નીકળતા નિષ્કર્ષ વડે સિદ્ધ કરવાની ભ્રામક દલીલ.

vici'ssitude (વિસિસિટ્યૂડ), ના૦ પરિસ્થિતિમાં પરિવર્તન, વિ૦ક૦ ભાગ્ય કે

સામ્પત્તિક સ્થિતિમાં.

vi'ctim (વિક્ટિમ), ના૦ દેવતાને યજ્ઞમાં ભોગ અપાતું પ્રાણી, ભોગ, બલિ; મારી નંખાતું અથવા ક્રૂરતા અને જુલમ વેઠવા મજબૂર બનાવાતું માણસ, ઈજા કે હાડમારી વેઠનાર.

vi'ctimize (વિક્ટિમાઇઝ઼), સ૦ક્રિ૦ -ને ભોગ–શિકાર–બનાવવું; હડતાળ પાડનાર ઇ૦ને તે બદલ કામ પરથી રુખસદ આપવી–અથવા બીજી કોઈ સજા કરવી. **victimiza'tion** (-ઝ઼ેશન), ના૦.

vi'ctor (વિક્ટર), ના૦ વિજેતા, (હરીફાઈ ઇ૦માં) જીતનાર.

victor'ia (વિક્ટોરિઆ), ના૦ **V ~ Cross**, યુદ્ધમાં આગળ પડતા શૂરાતન માટે આપવામાં આવતો ચંદ્રક કે બિલ્લો (મેળવનાર). **~ plum**, રાતું મોટા કદનું આલુ.

Victor'ian, (વિક્ટોરિઅન), વિ૦ અને ના૦ રાણી વિક્ટોરિયાના સમયનું (માણસ, લેખક).

victor'ious (વિક્ટોરિઅસ), વિ૦ વિજયી, જીત મેળવતું, વિજયાંકિત.

vi'ctory (વિક્ટરિ), ના૦ વિજય, ફતેહ, જીત.

vi'ctual (વિટલ), ના [બહુધા બ૦ વ૦. માં] ખોરાક, ખાવાપીવાની વસ્તુઓ. ઉ૦ ક્રિ૦ ખોરાકની વસ્તુઓ પૂરી પાડવી–ખાવી; ખોરાકની વસ્તુઓ ભરવી.

vi'ctualler (વિટ્લર), ના૦ ખાવાપીવાની ચીજો પૂરી પાડનાર–વેચનાર, વીશીવાળો. **licensed ~**, દારૂ વેચવાના પરવાનાવાળો વીશીવાળો.

vicu'na (વિકૂન્યે), ના૦ રેશમ જેવા સુંવાળા ઊનવાળું દ. અમેરિકાનું એક સસ્તન પ્રાણી; તેની ઊનનું–ના જેવું–મુલાયમ કપડું.

vi'de (વાઇડિ સ૦), ક્રિ૦ આજ્ઞાર્થ. જુઓ.

vide'licet (વિડીલિસે'ટ), ક્રિ૦ વિ૦ એટલે કે, એટલે. સંક્ષેપ viz.

vi'deo (વિડિઓ), વિ૦ ફોટોગ્રાફિક ચિત્રો કે પ્રતિમાઓ ટેપ પર ઉતારવા કે તેનું પ્રસારણ કરવા અંગે–સંબંધી. ના૦ ટેપ પર ઉતારેલો ટેલીવિઝન કાર્યક્રમ; [અમે૦] ટેલીવિઝન, દૂરદર્શન.

vi'deotape (વિડિઓટેપ), ના૦ અને સ૦ક્રિ૦ દૂરદર્શનનાં ચિત્રો અને ધ્વનિ ઉતારવા માટેની ચુંબકીય પટ્ટી; તે પટ્ટી વડે ચિત્રો અને ધ્વનિ ઉતારવાં.

vie (વાઇ), અ૦ક્રિ૦ **[vying]** (-ની સાથે) હરીફાઈ–રસાકસી–કરવી.

view (વ્યૂ), ના૦ અવલોકન, નિરીક્ષણ; માનસિક સમીક્ષા; દેખાવ, દૃશ્ય, ચિત્ર, ઇ૦; દૃષ્ટિમર્યાદા; માનસિક વલણ; અભિપ્રાય, મત. **in ~ of**, -નો વિચાર કરતાં. **on ~**, જોવા–નિરીક્ષણ–માટે ખુલ્લું. **with a ~ to**, -ના હેતુ માટે–ઉદ્દેશથી, -ની આશાએ; નજર સામે રાખી, -ની દિશામાં એક પગલા તરીકે. સ૦ક્રિ જોવું, અવલોકન કરવું; વિચારવું, તપાસવું; માનસિક ચિત્ર દોરવું, નિર્ણય કરવો; દૂરદર્શન (ટી.વી.) જોવું. **~finder**, ચિત્રનો વિસ્તાર બતાવનાર કૅમેરાનો ભાગ. **~ halloo**, શિયાળ પોતાની બોડની બહાર નીકળતું જોઈ ને શિકારીએ પાડેલી બૂમ. **~point**, દૃષ્ટિબિંદુ, વિચાર.

view'er (વ્યૂઅર), ના૦ ચિત્રપટ ટ્રાન્સ્પરન્સિઓ જોવાનું સાધન; ટેલીવિઝન જોનાર; પ્રેક્ષક.

vi'gil (વિજિલ), ના૦ જાગતા રહેવું તે, જાગરણ; ચોકી (કરવી તે); કોઈ ઉત્સવની આગલી રાત, વિ૦ક૦ જે સાંજે ઉપવાસ હોય છે.

vi'gilance (વિજિલન્સ), ના૦ જાગૃતિ, સાવધાની, તકેદારી. **~ committee** [અમે૦] વ્યવસ્થા ઇ૦ જાળવવા માટે સ્વયંનિયુક્ત તકેદારી મંડળ. **vi'gilant** (-લન્ટ), વિ૦.

vigila'nte (વિજિલેન્ટિ), ના૦ તકેદારી મંડળ કે તેના જેવી બીજી કોઈ સંસ્થાનો સભ્ય.

vigne'tte (વિન્યે'ટ), ના૦ ચોકઠા વિનાનું છાપેલું ચિત્ર બહુધા ચોપડીના મુખપૃષ્ઠ પર, આછી થતી પાર્શ્વભૂમિવાળો

ફોટો ઇ૦; વ્યક્તિ ઇ૦નું રેખાચિત્ર; ટૂંકું વર્ણન.

vi'gour (વિગર), ના૦ ઉત્સાહ, જોમ; જોર; શારીરિક તેમ જ માનસિક શક્તિ અને ઉત્સાહ; તંદુરસ્ત વિકાસ; પ્રાણ, સજીવતા. **vi'gorous** (-રસ), વિ૦.

Vi'king (વાઇકિંગ), ના૦ આઠમાંથી દસમા સૈકા સુધીના કાળનો ઉ૦ યુરોપનો વેપારી અને ચાંચિયો.

vile (વાઇલ), વિ૦ નીચ, અધમ, નીતિભ્રષ્ટ, તિરસ્કારપાત્ર; [વાત.] અત્યંત ખરાબ.

vi'lify (વિલિફાઇ), સ૦ક્રિ૦ નિંદા કરવી, વખોડવું, બદનામ કરવું. **vilifica'tion** (-ફિકેશન), ના૦.

vi'lla (વિલૅ), ના૦ પરામાં બાંધેલું બગીચાવાળું નાનું મકાન; ગામડાનું મકાન; દરિયાકાંઠે આરામ કે વિહાર ધામ.

vi'llage (વિલિજ), ના૦ ગામ, ગામડું.

vi'llager (વિલિજર), ના૦ ગામડામાં રહેનાર.

vi'llain (વિલન), ના૦ દુષ્ટ માણસ, હરામખોર; [નાટક ઇ૦માં] ખલનાયક–પુરુષ.

vi'llainous (વિલનસ), વિ૦ દુષ્ટ, હરામખોર; [વાત.] અતિ ખરાબ.

vi'llainy (વિલનિ), ના૦ દુષ્ટતા, હરામખોરી

vi'llein (વિલિન), ના૦ સરંજામદારનો જમીન સાથે પૂર્ણપણે જડાયેલો ખેડૂત.

vi'lleinage (વિલિનિજ), ના૦ એવી ખેતગુલામી.

vim (વિમ), ના૦ [વાત.] બળ, આવેશ, ઉત્સાહ.

vinaigre'tte (વિનિગ્રે'ટ), ના૦ ~ (**sauce**), કચુંબર ઇ૦ પર નાખવાનું તેલ અને સરકા કે મદ્યનું મિશ્રણ.

vi'ndicate (વિન્ડિકેટ), સ૦ ક્રિ૦ શંકાનિવારણ કરવું, સમર્થન કરવું; સાચું, ન્યાયી, હયાત છે એમ સિદ્ધ કરવું. **vindica'tion** (-કેશન), ના૦. **vi'ndicator** (-કેટર), ના૦. **vi'ndicatory** (-કેટરિ), વિ૦.

vindi'ctive (વિંડિક્ટિવ), વિ૦ વેર લેવાની વૃત્તિવાળું, દંડાત્મક.

vine (વાઇન), ના૦ દ્રાક્ષનો વેલો; વેલો.

vi'negar (વિનિગર), ના૦ સરકો; [લા.] ખટાશ કે કડવાશવાળો સ્વભાવ કે આચરણ. **vi'negary** (-ગરિ), ના૦.

vi'nery (વાઇનરિ), ના૦ દ્રાક્ષના વેલા ઉછેરવાનું કાચનું મકાન.

vi'neyard (વિન્યર્ડ), ના૦ દ્રાક્ષની ખેતી–બગીચો.

vingt-et-un (વેન્ટે અર્ન), ના૦ પત્તાંની એક રમત. જેમાં રમનારે વહેલામાં વહેલાં ૨૧ સુધી (પણ વધુ નહિ) ટપકાં ભેગાં કરવાનાં હોય છે.

vi'nous (વાઇનસ), વિ૦ દારૂનું–ના જેવું–ને લીધે થતું–નું વ્યસની.

vi'ntage (વિન્ટજ), ના૦ દ્રાક્ષનો પાક (લણવાની મોસમ); દારૂ, વિ૦ક૦ સારી જાતનો; અમુક પ્રદેશનો અમુક સાલનો દ્રાક્ષનો દારૂ; દારૂની ગુણવત્તાનો દ્યોતક તે (બન્યા)ની તારીખ; [લા.] અમુક વરસ (માં તૈયાર કરેલી વસ્તુ). વિ૦ ઊંચી જાતનું, ગત મોસમનું. ~ **car**, ૧૯૧૭ અને ૧૯૩૦ દરમ્યાન બનેલી મોટરગાડી.

vi'ntner (વિન્ટ્નર), ના૦ દારૂ વેચનાર, કલાલ.

vi'nyl (વાઇનિલ), ના૦ પ્લાસ્ટિકના જૂથમાંથી એક.

vi'ol (વાયલ), ના૦ વાયોલિન જેવું એક મધ્યયુગીન વાદ્ય.

vio'la (વાયોલૅ), ના૦ જાંબુડિયા રંગના ફૂલોવાળું એક ઝાડ–છોડ.

vi'olate (વાયલેટ), સ૦ક્રિ૦ -ની અવગણના કરવી, આજ્ઞા ઇ૦નું પાલન ન કરવું–ઉલ્લંઘન કરવું, -નો ભંગ કરવો; ઉપર તૂટી પડવું, બળાત્કાર–શિયળભંગ–કરવો. **viola'tion** (-લેશન), ના૦. **viola'tor** (-લેટર), ના૦.

vi'olence (વાયલન્સ), ના૦ બળજોરી, જબરદસ્તી, જોર, હિંસા; જોરદાર હિંસક લાગણી અથવા ભાષા; (-ની) તીવ્રતા, શારીરિક બળનો ગેરકાયદે ઉપયોગ. **do** ~

to, -ની વિરુદ્ધ વર્તન કરવું, અત્યાચાર કરવો.

vi'olent (વાયલન્ટ), વિ૦ ખૂબ જોરદાર; તીવ્ર, ઉગ્ર, (મૃત્યુ અંગે) બાહ્ય શારીરિક બળ અથવા ઝેરથી નીપજેલું; હિંસક.

vi'olet (વાયલિટ), ના૦ અને વિ૦ બહુધા વાદળી, જાંબુડિયા અથવા સફેદ ફૂલવાળો છોડ; વર્ણપટમાં લાલના સામે છેડનો રંગ, રાતાના થોડાક મિશ્રણવાળો વાદળી; ભૂરો જાંબુડિયો રંગ, કપડાં, ઇ૦.

violi'n (વાયલિન), ના૦ વાયોલિન (વાદ્ય), તે વગાડનાર. **violi'nist** (-લિનિસ્ટ), ના૦.

vi'olist[1] (વાયલિસ્ટ), ના૦ 'વાયલ' વગાડનાર.

vio'list[2] (વાયોલિસ્ટ), ના૦ 'વાયોલા' વગાડનાર.

violonce'llo (વાયલનચે'લો), ના૦ [બ૦વ૦ ~s] મોટા કદનું વાયોલિન વાદ્ય. **violonce'llist** (-ચે'લિસ્ટ), ના૦.

V.I.P., સંક્ષેપ. very important person.

vi'per (વાઇપર), ના૦ એક નાનો ઝેરી સાપ, દુષ્ટ અથવા દગાબાજ માણસ. **vi'perous** (-રસ), વિ૦.

vira'go (વિરાગો), ના૦ [બ૦વ૦ ~s] કજિયાખોર-ગાળાગાળી કરનાર-સ્ત્રી, ચંડી.

vi'ral (વાઇરલ), વિ૦ જુઓ vi'rus.

vir'gin (વર્જિન), ના૦ કુમારિકા, કુંવારી; **the (Blessed) V~ (Mary)**, ઈશુ ખ્રિસ્તની માતા મેરી (ની પ્રતિમા કે ચિત્ર). વિ૦ કુમારિકાનું-ને શોભે એવું, કૌમાર્યનું; અગાઉ ન વાપરેલું-સ્પર્શ કરેલું, ઇ૦. **virgi'nity** (-નિટિ), ના૦.

vir'ginal (વર્જિનલ), વિ૦ કુમારિકાનું -ને શોભે એવું, શુદ્ધ. ના૦ **(pair of) ~s**, પાયા વિનાનો પેટીમાં રખાતો પિયાનો.

virgi'nia (વર્જિનિઅ), ના૦. **~ creeper**, શોભા માટે રોપેલો વેલો.

vir'go (વર્ગો), ના૦ કુમારિકા; કન્યારાશિ.

vi'rile (વિરાઇલ), વિ૦ મરદનું -નાં લક્ષણવાળું; પ્રજોત્પાદનક્ષમ, વીર્યવાન; મરદના જેમ અને શક્તિવાળું, પૌરુષવાળું.

viri'lity (વિરિલિટિ), ના૦.

viro'logy (વાઇરૉલજિ), ના૦ રોગનો ચેપ લઈ જનાર અતિસૂક્ષ્મ જંતુઓનું શાસ્ત્ર. **viro'logist** (-જિસ્ટ), ના૦.

vir'tual (વર્ટચુઅલ), વિ૦ વિધિસર પદ કે નામ નહિ તોય વ્યાવહારિક રીતે અમલી, વાસ્તવિક.

vir'tue (વર્ટચૂ), ના૦ ગુણ, વિશિષ્ટ ગુણ, સદ્ગુણ; પાવિત્ર્ય, શુદ્ધ ચારિત્ર્ય, વિ૦ક૦ સ્ત્રીનું; સદાચાર. **by, in, ~ of**, -ની રૂએ, -ને આધારે.

virtuo'so (વર્ટચૂઓસો), ના૦ [બ૦વ૦ **~s, -si** -ઓસી] કલાભિજ્ઞ-કલારસિક-માણસ; કોઈ વિશિષ્ટ કળાનો, વિ૦ક૦ સંગીતવાદ્યનો ઉસ્તાદ. **virtuo'sity** (-ઑસિટિ), ના૦.

vir'tuous (વર્ટચૂઅસ), વિ૦ સદ્ગુણી, નીતિમાન, શુદ્ધ (ચારિત્ર્યવાળું).

vi'rulent (વિરુલન્ટ), વિ૦ ઝેરી; જીવલેણ; દુષ્ટ, ડંખીલું; (ઝેર કે રોગ અંગે) તીવ્ર, પ્રાણઘાતક. **vi'rulence** (-લન્સ), ના૦.

vi'rus (વાઇરસ), ના૦ રોગ પેદા કરનાર અતિસૂક્ષ્મ જંતુ; [લા.] ઝેર, રોગનું મૂળ. **vi'ral** (-રલ), વિ૦.

vi'sa (વીઝ઼), ના૦ દેશમાં દાખલ થવા કે દેશ છોડીને પરદેશ જવાની રજા આપતા પાસપોર્ટ પર કરાતો શેરો, પ્રવેશપત્ર-પરવાનો. સ૦ક્રિ૦ પાસપોર્ટ પર દાખલ થવાનો શેરો મારવો.

vi'sage (વિઝિજ), ના૦ [સાક્ષરી] ચહેરો, મુખમુદ્રા.

vis-à-vi's (વી ઝ઼ા વી), ક્રિ૦વિ૦ સામસામે એકબીજાની સામે. નામ૦ અ૦ -ની સામે, -ના સંબંધમાં. ના૦ બીજાની સામે ઊભેલો માણસ-વસ્તુ.

Visc, સંક્ષેપ. viscount.

vi'scera (વિસરં), ના૦ બ૦વ૦ શરીરની અંદરના અવયવો, વિ૦ક૦ આંતરડાં. **vi'sceral** (-રલ), વિ૦.

vi'scid (વિસિડ), વિ૦ ચીકણું, ચીંટે એવું,

રગડા જેવું. **visci'dity** (-ડિટિ), ના૦.

vi'scose (વિસ્કોસ), ના૦ સેલ્યુલોઝનું ચીકણું દ્રાવણ-મિશ્રણ, બનાવટી રેશમ (રેયૉન) વગેરે બનાવવામાં વપરાતું.

visco'sity (વિસ્કૉસિટિ), ના૦ ચીકાશ-(ની માત્રા).

vi'scount (વાઇકાઉન્ટ), ના૦ બ્રિટિશ ઉમરાવ (અર્લ અને બૅરન વચ્ચેનો). **vi'scountcy** (-ટ્સિ), ના૦. **vi's-county** (-કાઉન્ટિ), ના૦.

vi'countess (વાઇકાઉન્ટિસ), ના૦ વાઇકાઉન્ટની પત્ની અથવા વિધવા; વાઇ-કાઉન્ટની પદવી પોતા થકી ધરાવનાર સ્ત્રી.

vi'scous (વિસ્કસ), વિ૦ ચીકણું, રગડા જેવું, છૂટથી ન વહેતું.

visibi'lity (વિઝિબિલિટિ), ના૦ દેખી શકાય એવું હોવું તે; [હવામાન.] દેખાવાની ક્ષમતા-શક્યતા; દૃષ્ટિગોચરતા, દૃષ્ટિમર્યાદા.

vi'sible (વિઝિબલ), વિ૦ જોઈ શકાય એવું, દૃશ્ય, દર્શનક્ષમ; દૃષ્ટિગોચર; દેખીતું, ખુલ્લું, ઉઘાડું.

vi'sion (વિઝન), ના૦ જોવાની ક્રિયા અથવા શક્તિ; દૃષ્ટિ; ભાવિ પરિસ્થિતિ ઇ૦ જોવાની શક્તિ, દૂરદૃષ્ટિ, દૂરદેશીપણું; સ્વપ્નમાં કે કલ્પનામાં જોયેલી વસ્તુ; સ્વપ્ન, આભાસ; છાયાભાસ; અલૌકિક-દિવ્ય-દર્શન; સાક્ષાત્કાર. અસાધારણ સુંદર વ્યક્તિ-દૃશ્ય કે વસ્તુ.

vi'sionary (વિઝનરિ), વિ૦ અને ના૦ કાલ્પનિક દૃશ્યો જોનારું, કાલ્પનિક સિદ્ધાન્તોમાં રાચનારું; સ્વપ્નશીલ; કેવળ કલ્પનામાં જ અસ્તિત્વવાળું; અવહેવારુ. ના૦ એવું માણસ, સ્વપ્નદ્રષ્ટા.

vi'sit (વિઝિટ), ઉ૦ ક્રિ૦ કોઈ ને ત્યાં મળવા, મુલાકાત લેવા, કે રહેવા જવું - આવવું; અધિકારની રૂએ જોવા - તપાસવા - જવું; નિરીક્ષક (વિઝિટર), મુલાકાતી તરીકે જવું; (રોગચાળો, સંકટ, ઇ૦ અંગે) આવી પડવું, હુમલો કરવો; [બાઇબલ૦] પાપની સજા કરવી, -ની ઉપર કોપ ઠાલવવો. ના૦ મુલાકાત, થોડા સમયનો વાસ, ડૉક્ટર ઇ૦ને મળવા જવું; ડૉક્ટર દ્વારા રોગીની મુલાકાત.

vi'sitant (વિઝિટન્ટ), ના૦ વિ૦ક૦ જીવતાને મળવા આવનાર પ્રેતાત્મા.

visita'tion (વિઝિટેશન), ના૦ વિધિસરની - અમુક હૈસિયતથી કરેલી - મુલાકાત; ઈશ્વર તરફથી સજા તરીકે ઊતરેલી આફત - બક્ષિસ તરીકે મળેલી સમૃદ્ધિ. નોંધપાત્ર અનુભવ; [વાત.] અતિ લાંબી મુલાકાત.

vi'sitor (વિઝિટર), ના૦ વ્યક્તિ કે સ્થળની મુલાકાત લેનાર; યાયાવર પક્ષી; કૉલેજ ઇ૦ સંસ્થાની અવારનવાર મુલાકાત લેનાર - નિરીક્ષણ કરનાર અધિકારી.

vi'sor (વાઇઝર), ના૦ શિરસ્ત્રાણનો ચહેરો ઢાંકનારો આમતેમ ખસેડી શકાય એવો ભાગ, મુખવટો; સૂર્યના પ્રકાશથી આંખનું રક્ષણ કરવા માટે ગાડીની ઉપરની બાજુએ આઘીપાછી કરી શકાય એવી તકતી.

vi'sta (વિસ્ટ), ના૦ ઝાડ ઇ૦ની બે હારો સામે અથવા લાંબા સાંકડા માર્ગ પછી દેખાતો દેખાવ; એવી જ રીતે અન્તરચક્ષુ સામે દેખાતો અનેક ઘટનાઓનો ચિત્રપટ - દેખાવ.

vi'sual (વિઝ્યુઅલ), વિ૦ દૃષ્ટિનું - ને લગતું, જોવામાં વપરાતું; દૃષ્ટિ દ્વારા મળતું - મળેલું.

vi'sualize (વિઝ્યુઅલાઇઝ), સ૦ક્રિ૦ આંખ આગળ કલ્પનાથી ઊભું કરવું, મનમાં ચિત્ર ઊભું કરવું. **visualiza'tion** (-ઝ઼ેશન), ના૦.

vi'tal (વાઇટલ), વિ૦ જીવનનું - ને લગતું - માટે આવશ્યક; અસ્તિત્વ, સફળતા, ઇ૦ માટે આવશ્યક; પ્રાણઘાતક; જીવન કે પ્રવૃત્તિથી ભરેલું. ના૦ બ૦વ૦ ફેફસાં, હૃદય, ઇ૦ મર્મસ્થાનો. ~ **statistics,** જન્મ, મરણ, આરોગ્ય, ઇ૦ અંગેના આંકડા; [વાત.] સ્ત્રીની છાતી, કેડ અને નિતંબનાં માપ.

vita'lity (વાઇટૅલિટિ), ના૦ જીવન શક્તિ, જીવ; જીવન ટકાવવાની ક્ષમતા; સજીવતા.

vi'tamin (વિટૅમિન), ના૦ ખોરાકમાંનું આરોગ્ય માટે આવશ્યક જીવનસત્ત્વ, વિટામિન.

vi'taminize (વિટમિનાઇઝ઼), સ૦ક્રિ૦ ખોરાકમાં જીવનસત્ત્વ – સત્ત્વો – ઉમેરવાં.

vi'tiate (વિશિએટ), સ૦ક્રિ૦ -ની ગુણવત્તા અને ક્ષમતા કમી કરવી; બિનઅસરકારક બનાવવું, નબળું પાડવું; ખરાબ કરવું. **vitia'tion** (-એશન), ના૦.

vi'ticulture (વિટિકલ્ચર), ના૦ દ્રાક્ષની ખેતી.

vi'treous (વિટ્રિઅસ), વિ૦ કાચ(ના સ્વરૂપ)નું – કાચના જેવું, કાચના ગુણોવાળું.

vi'trify (વિટ્રિફાઇ), ઉ૦ક્રિ૦ -નો કાચ બનાવવો, કાચમાં રૂપાંતર કરવું, વિ૦ક૦ ગરમી વડે. **vitrifica'tion** (-ફિકેશન), ના૦.

vi'triol (વિટ્રિઅલ), ના૦ ગંધકમાંથી બનતો એક ક્ષાર. **vitrio'lic** (-ઑલિક), વિ૦.

vitu'perate (વિટ્યૂપરેટ), સ૦ક્રિ૦ વખોડવું, ગાળો દેવી; ઠપકો આપવો. **vitupera'tion** (-રેશન), ના૦. **vitu'perative** (-રટિવ), વિ૦.

vi'va[1] (વીવૅ), ઉદ્ગાર૦ અને ના૦ 'ઘણું જીવો' (ની સલામ, અભિવાદન.)

viva[2] (વાઇવૅ), ના૦ અને સ૦ક્રિ૦[વાત.]= **viva(-)voce.**

viva'cious (વિવેશસ), વિ૦ ઉત્સાહી, આનંદી, ઉલ્લાસવાળું. **viva'city** (વિવૅસિટિ), ના૦.

vivar'ium (વાઇવૅ'અરિઅમ), ના૦ [બ૦વ૦ **-ria**] પ્રાણીઓને કુદરતી અવસ્થામાં રાખવાની જગ્યા, પ્રાણીસંગ્રહાલય.

viva vo'ce (વાઇવ વોસિ,-ચિ), મોઢે; મૌખિક પરીક્ષા. **viva-voce**, સ૦ક્રિ૦ મૌખિક પરીક્ષા લેવી.

vi'vid (વિવિડ), વિ૦ ચળકતું; તીવ્ર; ઉલ્લાસવાળું; તીક્ષ્ણ, કાપી નાખે એવું; આબેહૂબ, તાદૃશ.

vi'vify (વિવિફાઇ), સ૦ક્રિ૦ -માં પ્રાણ પૂરવો, સજીવન કરવું.

vivi'parous (વિવિપરસ), વિ૦ [પ્રાણી.] સચેતન–વિકસિત–બચ્ચાંને જન્મ આપનારું.

vi'visect (વિવિસે'ક્ટ), સ૦ક્રિ૦ જીવતા પ્રાણીનાં અંગ કાપવાં–અંગોની ચીરફાડ કરી તપાસવું.

vivise'ction (વિવિસે'ક્શન), ના૦ જીવતા પ્રાણી પર કરાતો વાઢકાપનો પ્રયોગ, સજીવ પ્રાણી વિચ્છેદન.

vi'xen (વિક્સન), ના૦ શિયાળની માદા; કર્કશા, કિન્નાખોર સ્ત્રી.

viz., સંક્ષેપ = videlicet.

vizier' (વિઝ઼િઅર), ના૦ વજીર, દીવાન.

vo'cable (વોકબલ), વિ૦ શબ્દ, વિ૦ક૦ રૂપ અને અર્થની દૃષ્ટિથી.

voca'bulary (વકૅબ્યુલરિ), ના૦ ભાષા, ચોપડી, લેખક, અથવા વિજ્ઞાનની કોઈ શાખાના શબ્દો(ની યાદી); માણસની ભાષાની મર્યાદા–પહોંચ.

vo'cal (વોકલ), વિ૦ અવાજનું –ને લગતું; અવાજ વડે ઉચ્ચારેલું, મોઢે બોલેલું; પોતાની લાગણીઓ ભાષા દ્વારા છૂટથી વ્યક્ત કરનારું. **~ cords**, ધ્વનિજનક રજ્જુઓ. **~ music**, મોઢે ગવાતું સંગીત.

voca'lic (વકૅલિક), વિ૦ સ્વરોનું (બનેલું).

vo'calist (વૉકલિસ્ટ), ના૦ ગાયક.

vo'calize (વૉકલાઇઝ઼), ઉ૦ક્રિ૦ (શબ્દનો) ઉચ્ચાર કરવો; [મજાકમાં] બોલવું, ગાવું, ઇ૦. **vocaliza'tion** (-ઝ઼ેશન), ના૦.

voca'tion (વકેશન), ના૦ અમુક કરવાની ઈશ્વરી પ્રેરણા–આદેશ; યોગ્યતાનું ભાન–ભાવના; કામ, ધંધો, રોજગાર, વ્યવસાય. **voca'tional** (-નલ), વિ૦.

vo'cative (વૉકટિવ), વિ૦ અને ના૦ સંબોધન કે આવાહન કરવામાં વપરાતી (વિભક્તિ અથવા શબ્દ).

voci'ferous (વસિફરસ), વિ૦ ઘોંઘાટવાળું, ધુમરાણ કરનારું; જોરશોરથી આગ્રહ કરનારું.

vo'dka (વૉડકૅ), ના૦ રશિયામાં રાય (અનાજ)માંથી બનાવવામાં આવતો દારૂ.
vogue (વોગ), ના૦ લોકપ્રિયતા; લોકમાન્ય કે પ્રચલિત વસ્તુ; ચાલ, વહીવટ. **in ~**, પ્રચલિત, રૂઢ.
voice (વૉઇસ), ના૦ માણસનો–મોઢાનો –અવાજ, કંઠ; અવાજ કાઢવાની–બોલવાની –શક્તિ, અવાજનો ઉપયોગ, વાણી; વાણી દ્વારા વ્યક્ત થતો મત; બોલવાનો અધિકાર, મતાધિકાર; [વ્યાક.] ભેદ, કર્તા અને ક્રિયાનો સંબંધ બતાવનાર ક્રિયાપદનાં રૂપો. સ૦ક્રિ૦ વ્યક્ત કરવું, -ને વાચા આપવી; સઘોષ કરવું. **~-over**, ચિત્રપટમાં વક્તાના ચિત્ર વિનાનું ભાષણ–બયાન.
void (વૉઇડ), વિ૦ ખાલી, સૂનું; રદ બાતલ, વ્યર્થ; બંધનકારક નહિ એવું. ના૦ ખાલી જગ્યા–અવકાશ, શૂન્ય; હાનિ કે ખોટની લાગણી. સ૦ક્રિ૦ રદ કરવું, ખાલી કરવું, મળત્યાગ કરવો, હગવું.
voile (વૉઇલ), ના૦ અર્ધપારદર્શક ઝીણું વસ્ત્ર–કાપડ.
vol., સંક્ષેપ. volume.
vo'latile (વૉલટાઇલ), વિ૦ વરાળ બનીને જલદી ઊડી જાય–હવામાં જતું રહે–એવું; અસ્થિર, ચંચલ; લહેરી, આનંદી; ક્ષણિક. **volati'lity** (-ટિલિટિ), ના૦.
vola'tilize (વલૅટિલાઇઝ઼), ઉ૦ક્રિ૦ -ની વરાળ બનાવવી, ઊડી જાય તેમ કરવું. **volatiliza'tion** (-ઝ઼ેશન), ના૦.
vo'l-au-vent (વૉલોવાં), ના૦ લહેજતદાર મિશ્રણના પૂરણવાળી એક વાની.
volca'nic (વૉલ્કૅનિક), વિ૦ જ્વાળામુખી પર્વતનું –ના જેવું –માંથી ઉત્પન્ન થયેલું.
volca'no (વૉલ્કેનો), ના૦ [બ૦વ૦ **~es**] જ્વાળામુખી પર્વત.
vole (વોલ), ના૦ ટૂંકા કાન અને પૂંછડીવાળું એક શાકાહારી ઉંદરના જેવું પ્રાણી.
voli'tion (વલિશન); ના૦ સંકલ્પ કરવો તે; સંકલ્પ, સંકલ્પશક્તિ. **voli'tional** (-નલ), વિ૦.
vo'lley (વૉલિ), ના૦ અનેક શસ્ત્રોનો એકી સાથે મારો; એવી રીતે એકી વખતે મારેલી ગોળીઓ ઇ૦; [લા.] ગાળો, પ્રશ્નો, ઇ૦નો મારો–વૃષ્ટિ–ઝડી; [ક્રિકેટ] દડો જમીનને અડે તે પહેલાં તેને ફટકારવો તે. સ૦ક્રિ૦ દડો જમીનને અડે તે પહેલાં તેને ફટકારવો–પાછો વાળવો. **~-ball**, ઊંચે આડી બાંધેલી જાળ પરથી દડો સામસામે હાથે ફેંકવાની રમત.
volt (વોલ્ટ), ના૦ વીજચાલક બળના માપનો એકમ. **~meter**, વોલ્ટમાપક.
vo'ltage (વોલ્ટિજ), ના૦ વીજળિક શક્તિનું વોલ્ટમાં માપ.
volte-fa'ce (વોલ્ટફાસ), ના૦ ગુલાંટ (ખાવી તે) [લા-પણ].
vo'luble (વાલ્યુબલ), વિ૦ અવિરત –આવેશપૂર્વક – બોલ્યા કરતું, વાચાળ. **volubi'lity** (-બિલિટિ), ના૦.
vo'lume (વૉલ્યૂમ), ના૦ ગ્રંથ, અનેક ખંડોવાળા ગ્રંથનો ખંડ; પાણીનો ધોધ, વરાળ કે ધુમાડાનો ગોટો; જથો; કોઈ પદાર્થે વ્યાપેલી જગ્યા, પદાર્થનું કદ-વિસ્તાર; [પરિમાણ] ઘનત્વ; અવાજની પ્રબળતા–માત્રા.
volume'tric (વૉલ્યુમે'ટ્રિક), વિ૦ કદ, વિસ્તાર, ઇ૦ના માપનું, કદસર, આયતનમાપક.
volu'minous (વૉલ્યૂમિનસ), વિ૦ (ગ્રંથ અંગે) ઘણા ખંડોવાળો, (લેખક અંગે) ઘણા ગ્રંથો લખનાર; ખૂબ મોટું; (કપડાં અંગે) ખૂલતાં અથવા વિપુલ.
vo'luntary (વૉલન્ટરિ), વિ૦ સ્વતંત્રપણે સ્વેચ્છાથી કરેલું–કરનારું–કરી શકે એવું; (શરીરની ક્રિયા અંગે) ઇચ્છા શક્તિથી નિયંત્રિત; (સંસ્થા અંગે) ઐચ્છિક ફાળાથી ચાલતી; ઐચ્છિક, મરજિયાત, જબરદસ્તી વિનાનું. ના૦ દેવળની ઉપાસના પહેલાં, વખતે અથવા પછી વગાડાતું 'ઑર્ગન'નું સંગીત
volunteer' (વૉલન્ટિઅર), ના૦ સ્વયંસેવક, વ્યવસાયી નહિ એવા લશ્કરી દળનો માણસ. ઉ૦ક્રિ૦ સ્વેચ્છાથી કામ કરવાનું માથે લેવું–કરવા તૈયાર થવું, મદદ કરવા તૈયાર થવું.

volu'ptuary (વૉલપ્ટ્યુઅરિ), ના૰ એશઆરામી ને વિષયી-સ્ત્રીલંપટ-માણસ.

volu'ptuous (વલપ્ટ્યુઅસ), વિ૰એશ-આરામી, ભોગી, વિલાસી; વિષયાસક્ત, લંપટ: કામોત્તેજક; ઇન્દ્રિયજન્ય સુખમાંથી મળતું.

volu'te (વલ્યૂટ), ના૰ સ્તંભશીર્ષના અલં-કાર તરીકે પથ્થરમાં કોતરેલો ભમરિયો વીંટો.

vo'mit (વૉમિટ), ઉ૰ક્રિ૰ ઊલટી કરવી-થવી, ઓકવું; ઊલટીની જેમ બહાર કાઢવું, ઓડકાર ખાવો. ના૰ ઊલટી, ઓકેલું.

voo'doo (વૂડૂ), ના૰ વેસ્ટ ઇંડિયન ઇ૰ હબસીઓમાં પ્રચલિત ચેટક, જાદુટોણો, ઇ૰માં વિશ્વાસ(નો ઉપયોગ).

vora'cious (વરેશસ), વિ૰ ખાઉધરો, અકરાંતિયું.

vor'tex (વૉર્ટ઼ેક્સ), ના૰ [બ૰વ૰ ~es, -**tices**-ટાઇસીઝ઼] વમળ, ભમરો; વાવંટોળ, ચક્રવાત; ચક્કર ચક્કર ફરતી ગતિ-ફરતી વસ્તુ; [લા.] પોતાની પાસે આવતી વસ્તુ ઓને ગળી જતી દેખાતી વસ્તુ. **vor'tical** (વૉર્ટિકલ), વિ૰.

vo'tary (વોટરિ), ના૰ ધાર્મિક જીવનને વરેલો માણસ; ભક્ત, પૂજારી; ચુસ્ત અનુ-યાયી. **vo'taress** (-રિસ), ના૰.

vote (વોટ), ના૰ મત; બહુમતીથી વ્યક્ત થયેલો અભિપ્રાય-મંજૂર થયેલી રકમ; પડેલા-અપાયેલા-મત; મતાધિકાર. ઉ૰ક્રિ૰ મત આપવો; બહુમતીથી કાયદો ઘડવો-ઠરાવ પસાર કરવો; [વાત.] સર્વસંમતિથી જાહેર કરવું; પોતાનો પ્રસ્તાવ જાહેર કરવો. ~ **down**, મત આપીને હરાવવું. ~ **in**, મત આપીને ચૂંટી કાઢવું.

vo'ter (વોટર), ના૰ મતદાર, મત આપ વાને હકદાર.

vo'tive (વોટિવ), વિ૰ કોઈ વ્રતની પૂર્તિ અંગે આપેલું-અર્પણ કરેલું.

vouch (વાઉચ), અ૰ક્રિ૰ જવાબ આપવો; ખાતરી આપવી, જામીન થવું(**for** સાથે).

vou'cher (વાઉચર), ના૰ પૈસા આપ્યા-નો દાખલો, ઓચરિયું, હિસાબ બરાબર હોવા વિષે-હોવાની ખાતરી આપતો-લેખ; બદલામાં માલ કે સેવા મેળવવાનો લેખ-ટોકન.

vouchsa'fe (વાઉચ્સેફ), સ૰ક્રિ૰ કૃપા કરીને હોય તેમ કંઈક કરવાનું કે આપવાનું આશ્વાસન આપવું-આપવાનું મંજૂર કરવું.

vow (વાઉ), ના૰ શપથ, પ્રતિજ્ઞા; વ્રત, માનતા. સ૰ક્રિ૰ વચન આપવું, શપથ લેવા, જાહેર પ્રતિજ્ઞા કરવી, વેરની વસૂલાત કર-વાની પ્રતિજ્ઞા - શપથ - લેવા.

vow'el (વાવિલ), ના૰ સ્વર, સ્વરનો ઉચ્ચાર.

vox (વૉક્સ), ~ ***humana*** (-હ્યૂમાનૅ) માણસના અવાજને મળતો મનાતો વાજા-માંની સરખા અવાજવાળી નળીઓનો સટ. ~ *populi* (-પૉપ્યુલાઇ), લોકમત, સર્વ-સામાન્ય અભિપ્રાય-માન્યતા.

voy'age (વૉઇજ), ના૰ જળમાર્ગે, હવાઈ માર્ગે કે અવકાશમાં લાંબા અંતરની મુસા-ફરી-પ્રવાસ.

voyeur' (વાયર), ના૰ બીજાનાં જનને-ન્દ્રિયો અથવા સંભોગ જોઈને લૈંગિક તૃપ્તિ મેળવનાર વ્યક્તિ.

V.R., સંક્ષેપ. ***Victoria Regina***, Queen Victoria.

vs., **સંક્ષેપ.** versus.

V.S.O., સંક્ષેપ. Voluntary Service Overseas.

Vt., સંક્ષેપ. Vermont.

V.T.O. (L.), સંક્ષેપ. vertical take-off (and landing).

vu'lcanite (વલ્કનાઇટ), ના૰ ગંધક પાઈને કઠણ બનાવેલું કાળું રબર.

vu'lcanize (વલ્કનાઇઝ઼), સ૰ક્રિ૰ રબર-ને ખૂબ ગરમ કરી તેમાં ગંધક મેળવીને તેને વધારે મજબૂત કઠણ અને લવચીક બનાવવું. **vulcaniza'tion** (-ઝ઼ેશન), ના૰.

vu'lgar (વલ્ગર), વિ૰ સામાન્ય લોકોનું -લાક્ષણિક, અણઘડ, અસંસ્કારી; ગ્રામ્ય; સામાન્યતઃ પ્રચલિત. ~ **fraction,** વ્યવહારી અપૂર્ણાંક. **the** ~**-tongue,**

દેશના લોકોની–દેશી–ભાષા. **vulga'rity** (વલ્ગૅરિટિ), ના૦.

vulga'rian(વલ્ગૅ'અરિઅન), ના૦ હલકી રુચિ અને રીતભાતવાળો (વિ૰ક૰ પૈસાદાર) માણસ.

vu'lgarism (વલ્ગૅરિઝ઼્મ), ના૦ ગ્રામ્ય અશિષ્ટ શબ્દપ્રયોગ, અણઘડ અથવા અશિક્ષિત(લોકોની) વપરાશનો શબ્દ – વાક્યાંશ.

vu'lgarize (વલ્ગરાઇઝ઼), સ૰ક્રિ૰ ગ્રામ્ય બનાવવું, વધારે પડતી જાહેરાત આપીને બગાડવું. **vulgariza'tion** (-ઝ઼ેશન), ના૦.

Vu'lgate (વલ્ગિટ,–લ્ગે–), ના૦ ચોથા સૈકાનું લૅટિન બાઇબલ.

vu'lnerable (વલ્નરબલ), વિ૰ જખમ, ઘા, લાગી શકે એવું, ભેદ્ય; હુમલાપાત્ર, હુમલો, ટીકા, ઇ૰ સામે ન ટકનારું; [કૉન્ટ્રૅક્ટ બ્રિજ] 'રબર'ની દિશામાં એક દાવ જીતેલું. **vulnerabi'lity** (-બિલિટિ), ના૦.

vu'lpine (વલ્પાઇન), વિ૰ શિયાળનું–ના જેવું; કપટી, લુચ્ચું.

vu'lture (વલ્ચર), ના૦ ગીધ, ગૃધ્ર; લૂંટારુ–અતિલોભી–માણસ.

vu'lva (વલ્વ઼), ના૦ બાહ્યયોનિ, યોનિમુખ.

vv., સંક્ષેપ. verses.

vy'ing (વાઇઙ), જુઓ **vie**.

W

W., સંક્ષેપ. watt(s); west(ern).

w., સંક્ષેપ. wicket(s); wide(s); with.

wa'cky (વૅકિ), વિ૰ [વિ૰બો૰] ગાંડું, ગાંડા જેવું.

wad (વૉડ), ના૦ ચીંથરાં, કાગળ, રૂ, ઇ૰નો ડૂચો જે વસ્તુઓને અલગ કે ઠેકાણે રાખવા અથવા કાણું પૂરવા વપરાય છે; [અમે૰] નોટોનો વીંટો. સ૰ક્રિ૰ કશાકની આસપાસ ડૂચા ભરવા – ભરીને બરાબર ગોઠવવું, ડૂચાથી પૂરી દેવું.

wa'dding (વૉડિંગ), ના૦ કપડાં, ગોદડાં, ઇ૰માં ભરવાનું રૂ, ઊન, પીંછાં, ઇ૰નું ભરણ; ડૂચા માટે વપરાતાં ચીંથરાં ઇ૰.

wa'ddle (વૉડલ), અ૰ક્રિ૰ અને ના૦ ટૂંકાં પગલાં ભરીને ડોલતાં ડોલતાં ચાલવું.

wade (વેડ), ઉ૰ક્રિ૰ પાણી, કાદવ, ઇ૰માં થઈ ને – ખૂંદીને – ચાલવું; ધીમે ધીમે અથવા મુશ્કેલીથી પસાર થવું. ના૦ પાણીમાં કે કાદવ ખૂંદતાં ચાલવું તે.

wa'der (વેડર), ના૦ લાંબા પગવાળો બગલો, સારસ, ઇ૰ પક્ષી; [બ૰વ૰માં] પાણીમાં વાપરવાના ઊંચા જોડા.

wa'di (વૉડિ), ના૦ ફક્ત ચોમાસામાં પાણી રહેતું હોય એવી ખીણ કે નાળું (ઉ. આફ્રિકા વગેરે તરફ).

wa'fer (વેફર), ના૦ બહુ જ પાતળી હલકી કકરી બિસ્કિટ; પ્રભુભોજનમાં વપરાતી મોણ વિનાની રોટી; દસ્તાવેજો પર મહોરને બદલે ચોઢાતી રાતા કાગળની ચકતી. સ૰ક્રિ૰ કાગળની ચકતીની મહોર મારવી. **~-thin**, બહુ જ પાતળું. **wa'fery** (-રિ), વિ૰.

wa'ffle[1] (વૉફલ), ના૦ નાની કકરી ગળી રોટી. **~-iron**, એ રોટી શેકવાની તાવી – તવો – જાળી.

wa'ffle[2], ના૦ અને અ૰ક્રિ૰ નિરર્થક વાતચીત કે લખાણ(માં રાચવું).

waft (વાફ્ટ), ઉ૰ક્રિ૰ પાણી કે હવામાં હળવે રહીને લઈ જવું. ના૦ સુગંધની લહેર.

wag (વૅગ), ઉ૰ક્રિ૰ આમતેમ હાલવું – હલાવવું, (પૂંછડી) પટપટાવવી. ના૦ હલાવવું – હાલવું – તે; ટીખળી – વિનોદી – માણસ.

~-tail, લાંબી પૂંછડીવાળું એક નાનું પક્ષી.

wage (વેજ), ના૰ કામગાર કે નોકરનો રોજ, રોજી; નિયત – નિયમિત – પગાર. સ૰ક્રિ૰ યુદ્ધ ચાલુ રાખવું – કરવું. **~ freeze**, પગારવધારાની મનાઈ, નિષેધ.

wa'ger (વેજર), ના૰ અને ઉ૰ક્રિ૰ શરત(મારવી), હોડ(બકવી).

wa'ggish(વૅગિશ), વિ૰ ટીખળી, વિનોદી, ઠઠ્ઠાબાજ.

wa'ggle (વૅગલ), ઉ૰ક્રિ૰ [વાત] હલાવવું, હાલવું.

wa'g(g)on (વૅગન), ના૰ ભારે બોજાની હેરફેર માટે ચાર પૈડાનું વાહન – ગાડું; રેલવેનો ખુલ્લો ડબો, વાગણ. **on the ~**, [વિ૰બો૰] દારૂ ન પીનારું.

wa'g(g)oner (વૅગનર), ના૰ ગાડાવાળો, ગાડું હાંકનારો.

waif(વેફ), ના૰ [કા.] નધણિયાતું (મળેલું) પ્રાણી અથવા વસ્તુ; તજી દીધેલું અનાથ બાળક.

wail (વેલ), ના૰ દરદ કે દુઃખને લીધે અસ્પષ્ટ રુદન, વિલાપ, આક્રંદ, મોટેથી રડવું તે; આક્રંદ જેવો પવનનો સુસવાટો. ઉ૰ક્રિ૰ રડવું, વિલાપ કરવો; મોટેથી રડતાં રડતાં ફરિયાદ કરવી.

wain (વેન), ના૰ [કાવ્ય ઇ૰માં] ગાડું.

wai'nscot (વેન્સ્કોટ), ના૰ ઓરડાની દીવાલ પર જડેલી લાકડાની તકતીઓ અથવા પાટિયાં.

waist (વેસ્ટ), ના૰ કમર, કેડ; આ ભાગને ઢાંકનાર વસ્ત્રનો સાંકડો ભાગ; [અમે.] ચોળી, કબજો; વહાણનો કે તેના ઉપલા તૂતકનો વચલો ભાગ; કશાકનો વચલો સાંકડો ભાગ. **~coat**, બાંય કે કૉલર વિનાનું શરીરના ઉપલા ભાગને ઢાંકનારું વસ્ત્ર, બદન, બંડી. **~'line**, કમરની રેખાકૃતિ અથવા કદ.

wait (વેટ), ઉ૰ક્રિ૰ કામ કરવાનું મુલતવી રાખવું; ઊભા રહેવું, થોભવું; તૈયાર થાય ત્યા સુધી તેને માટે રાહ – વાટ – જોવી; બનવાની રાહ જોવી; કોઈના આવવા સુધી (જમવાનું) મોકૂફ રાખવું; -ની સેવામાં રહેવું; પીરસવું. ના૰ પ્રતીક્ષા કરવી, રાહ જોવી, તે; વિલંબ; શત્રુની ભાળમાં હોવું તે; [બ૰વ૰માં] નાતાલ વખતે ગીતો કે ભજનો ગાતાં ગાતાં ઘેર ઘેર ફરનાર મંડળી. **~ (up)on**, -ને ત્યાં હાજરી આપવી, -ની સેવામાં હાજર રહેવું.

wai'ter (વેટર), ના૰ ભોજન વખતે ચાકરીમાં હાજર રહેનાર, હજૂરિયો. **waitress** (-ટ્રિસ), ના૰.

wai'ting (વેટિંગ), ના૰ રાજદરબારમાં હાજરી(ની અવધિ). **~ list**, જગ્યા ખાલી થાય ત્યાં સુધી, કોઈ વસ્તુ મેળવવા માટે રાહ જોનારાઓની યાદી. **~ room,** પ્રતીક્ષાલય, વેટિંગરૂમ.

waive (વેવ), સ૰ક્રિ૰ હક, દાવો, ઇ૰ છોડી દેવું – જતું કરવું.

wai'ver (વેવર), ના૰ [કા.] જતું કરવું તે.

wake[1] (વેક), ના૰ વહાણના પસાર થવાથી પાણી પર પડેલા તેના રસ્તાની ચરેટ – ચીલા જેવો લિસોટો – દેખાય છે તે, સાખળી; ઊડતા વિમાનની પાછળ રહેતી જોરદાર હવા. **in the ~ of**, -ની પાછળ(પાછળ), -ને પરિણામે.

wake[2], ઉ૰ ક્રિ૰ [**woke** અથવા **waked; wo'ken** અથવા **waked**] ઊંઘીને ઊઠવું/જાગવું, જગાડવું;[પ્રા૰]જાગતા હોવું; અવાજ કરીને શાંતિભંગ કરવો; ના૰ [મુખ્યત્વે આયર્લૅન્ડમાં] મડદા પાસે અંત્યવિધિ સુધી કરાતું જાગરણ; તેને અંગે વિલાપ અને આનંદોત્સવ; [બ૰ વ૰માં] (ઔદ્યોગિક) ઉ૰ ઇંગ્લંડમાં વાર્ષિક આનંદોત્સવનો દિવસ.

wa'keful (વેક્‌ફુલ), વિ૰ ઊંઘી ન શકે એવું, ઊંઘ (આવ્યા) વિનાનું, જાગરૂક.

wa'ken(વેકન), ઉ૰ ક્રિ૰ જાગવું; જગાડવું.

wale (વેલ), ના૰ દોરવાના કાપડની સળી. [નૌકા૰] વહાણની બાજુનું પહોળું અને જાડું લાકડું.

walk (વૉક), ના૰ ચાલવું તે, ચાલ, ચાલવાની ઢબ; પ્રાણીની સૌથી ધીમી ગતિ – ચાલવું; ચાલવાની અવધિ, ચાલીને વટાવેલું અંતર;ફરવા જવું તે, સહેલ; પગથી. ઉ૰ ક્રિ૰

ચાલવું, પગે ચાલતા જવું, ફરવા જવું વ્યાયામ માટે; (ભૂત અંગે) દેખા દેવું; પગે ચાલીને જવું–અંતર કાપવું, –પ્રવાસ કરવો; પોતાની સાથે ચલાવવું. **~about**, રાજવી ઇ૦નું અનૌપચારિક ફરવું; ઑસ્ટ્રેલિયાના આદિવાસીના ભ્રમણનો અવધિ. **~ off with,** [વાત.] ચોરી જવું, સહેલાઈથી જીતવું. **~ of life**, જીવનવ્યવસાય, ધંધો. **~ out,** એકાએક અથવા ગુસ્સે થઈ ને બહાર નીકળી જવું. **~-out**, ના૦. **~out on**, તજવું, -નો ત્યાગ કરવો. **~ over** અલ્પાયાસે જીતવું – જીતીને ચાલવું. **~ the streets**, વેશ્યા થવું – હોવું. **~'way**, ચાલવા માટેનો રસ્તો. **walking-stick** ચાલતી વખતે સાથે રખાતી લાકડી.

wa'lker (વૉકર), ના૦ સહેલ માટે ચાલનાર, ફરવા જનાર; ચાલવા માટે મદદરૂપ ચોકઠું–ચાલણ ગાડી.

wa'lkie-talkie (વૉકિટૉકિ), ના૦ વાતચીત કરવાનો રેડિયો.

wall (વૉલ), ના૦ ભીંત, દીવાલ; ભીંત જેવી દેખાતી, ભીંતની ગરજ સારનારી, વસ્તુ; પ્રાણી કે વનસ્પતિના અવયવ કે કોશનું તદ્દન બહારનું પડ. સ૦ ક્રિ૦ દીવાલ બાંધીને બંધ કરવું; ફરતે દીવાલ બાંધવી – બાંધીને રક્ષણ કરવું – પૂરી દેવું. **~'flower**, ઘેરા રંગનાં ફૂલોવાળો એક છોડ; [વાત.] નૃત્ય વખતે સાથી વિનાની એકાકી સ્ત્રી. **~ game**, ભીંત પાસે રમાતી ઈટનના રૂપની ફૂટબૉલની રમત. **~paper**, ઓરડાની ભીંતોએ ચોઢવાનો કાગળ. **W~ Street**, [અમે.] નાણાંબજાર.

wa'llaby (વૉલબિ), ના૦ નાના કદનું કાંગારુ.

wa'llah (વાલ), ના૦ અમુક ધંધા કે કામવાળો; [વાત.] માણસ, શખસ.

wa'llet (વૉલિટ), ના૦ ચલણી નોટો દસ્તાવેજ, ઇ૦ રાખવાનું પાકીટ, બટવો.

wa'll-eye (વૉલાઇ), ના૦ જેમાં કીકીની આસપાસનું કૂંડાળું સફેદ થઈ જાય છે એવો આંખનો એક રોગ, ફૂલું.

wa'llop (વૉલપ), સ૦ ક્રિ૦ [વિ૦ બો૦] માર મારવો, ફટકારવું. ના૦ સખત માર; બિયર દારૂ.

wa'llow (વૉલો), અ૦ ક્રિ૦ કીચડ, રેતી ઇ૦માં આળોટવું; -માં રાચવું–વિલાસ કે મોજ કરવી. ના૦ આળોટવું તે; પ્રાણીઓની આળોટવાની જગ્યા.

wa'lnut (વૉલ્નટ), ના૦ અખરોટ, તેનું ઝાડ, તેનું લાકડું.

wa'lrus (વૉલ્‌રસ); ના૦ લાંબા દાંતવાળું એક સસ્તન ઉભયચર દરિયાઈ પ્રાણી. **~moustache**, લાંબી જાડી નીચે નમેલી મૂછો.

waltz (વૉલ્ટ્સ્), ના૦ જોડીઓએ ગોળ ગોળ ફરીને નાચવાનું એક જાતનું ત્રિતાલ નૃત્ય; તે માટેનું ગીત. ઉ૦ ક્રિ૦ 'વૉલ્ટ્સ્' નાચ નાચવો; હળવે અને ઝડપથી ખસવું; 'વૉલ્ટ્સ્' માં કરે છે તેમ કોઈને ગોળ ગોળ ફેરવવું.

wa'mpum (વૉમ્પમ), ના૦ કોડીઓ, છીપના મણકા.

wan (વૉન), વિ૦ ફીકું, નિસ્તેજ, મ્લાન, થાકેલું દેખાતું.

wand (વૉન્ડ), ના૦ નાની પાતળી લાકડી. પોલીસ ઇ૦નો દંડૂકો; પરી કે જાદુગરની લાકડી; સંગીત સંચાલકની લાકડી.

wa'nder (વૉન્ડર), ઉ૦ક્રિ૦ આમતેમ રઝળતા ફરવું; નિયત માર્ગ અથવા ઉદ્દિષ્ટ સ્થાન વિના ઠેકઠેકાણે જવું, રખડવું, ભટકવું; બેધ્યાન થવું, લવરી કરવી; વિચાર, વાણી, ઇ૦માં અવ્યવસ્થિત વિસંગત, હોવું; સીધા માર્ગેથી ચળવું – આડા ફંટાવું. **~lust**, પ્રવાસ કરવાની–ભટકવાની–અદમ્ય ઇચ્છા.

wane (વેન), અ૦ક્રિ૦ -નું તેજ, કદ, ઇ૦ ઘટવું; શક્તિ, જોમ, મહત્ત્વ, ઇ૦ ગુમાવવું; (ચંદ્ર ઇ૦ની) કળા ઓછી થવી. ના૦ ક્ષય, પડતી, (ઇ૦ની અવધિ). **on the ~**, પતન પામતું.

wa'ngle (વૅંગલ), સ૦ક્રિ૦ ચાલાકીથી – યુક્તિ કરીને – હાંસલ કરવું–મેળવવું, કામ કાઢવું, સાધવું, સંપન્ન કરવું. ના૦ યુક્તિ કરીને મેળવવું તે.

want (વૉન્ટ), ના૦ -નો અભાવ, અછત અથવા

ખામી; ગરીબાઈ; પાસે ન હોય તેની ઇચ્છા, વાંછા; વાંછિત વસ્તુ. ઉ૦ક્રિ૦ -થી રહિત- વગરનું-હોવું, -નો પૂરતો પુરવઠો ન હોવો; -ની જરૂર હોવી, જોઈતું હોવું, -ને માટે ઇચ્છા હોવી; ની માલિકીની કે હાજરીની ઇચ્છા હોવી. **wa'nted,** વિ૦ કોઈ ગુના માટે પોલીસ ખોળતી હોય એવું.

wa'nting (વૉન્ટિંગ), વિ૦ -થી રહિત, વિહોણું; જોઈએ તેથી ઓછું; ગેરહાજર.

wa'nton (વૉન્ટન), વિ૦ રમતિયાળ, લહેરી; વિપુલ, પુરજોરનું; વિલાસી, ચારિત્ર્યહીન, વ્યભિચારી; અકારણ, અવિચારી, આપખુદ, સ્વૈર. ના૦ સ્વૈરિણી, જારિણી. અ૦ક્રિ૦ મોજ કરવી, સ્વચ્છંદ કરવો.

wa'piti (વૉપિટિ), ના૦ ઉ. અમેરિકાનું મોટું હરણ.

war (વૉર), ના૦ યુદ્ધ, વિગ્રહ; [લા.] દુશ્મનાવટ, વિરોધ; ગુના, રોગચાળો, ઇ૦ના વિરોધમાં પ્રયત્નો. અ૦ક્રિ૦ યુદ્ધ કરવું, સતત લડયા કરવું. **at ~ (with),** -ની સાથે લડતું. **go to ~,** યુદ્ધ (શરૂ) કરવું. **~-cry,** લડાઈનો પોકાર, પોકારનો શબ્દ, ઘોષણા. **~-dance,** યુદ્ધ પહેલાંનું અથવા યુદ્ધમાં જીત મેળવ્યા પછીનું નૃત્ય. **~head,** અસ્ત્રનું સ્ફોટક અગ્ર. **~-horse,** યોદ્ધાનો ઘોડો, [લા.] ઘડાયેલો યોદ્ધો. **~ memorial,** યુદ્ધમાં કામમાં આવેલાઓનું સ્મારક. **~'monger** (-મંગર), લડાઈખોર માણસ. **~-paint,** ઉ. અમેરિકાના ઇંડિયનો યુદ્ધમાં જાય તે પહેલાં શરીરે ચોપડતા તે રંગ. **~-path,** લડવા માટેની અમેરિકન ઇંડિયનોની કૂચ. **on the ~-path,** [લા.] યુદ્ધે ચડેલું, યુદ્ધ કરવા તૈયાર. **~-ship** યુદ્ધનૌકા. **~-widow,** યુદ્ધમાં પતિ માર્યો જવાથી થયેલી વિધવા.

War., સંક્ષેપ. Warwickshire.

war'ble[1] (વૉર્બલ), ઉ૦ક્રિ૦ લહેકા સાથે ધીમે ધીમે ગાવું, કંપનવાળા અવાજે પક્ષીની જેમ ગાવું. ના૦ લહેકો, લહેકાનો-કંપયુક્ત -અવાજ; પક્ષીનું ગાવું-ગીત.

war'ble[2], ના૦ ચામડી નીચે ખોતરનાર માખીની ઇયળ(થી પશુના શરીર પર થતો સોજો). **~-fly,** ચામડી નીચે ખોદનાર માખી.

war'bler (વૉર્બ્લર), ના૦ એક નાનું ગાનારું પક્ષી.

ward (વૉર્ડ), ના૦ સંભાળ, રક્ષણ, (કરવું તે); વાલી – રક્ષક – પણું; વાલી કે કોર્ટની સંભાળ નીચેનું છોકરું, સગીર; ઇસ્પિતાલ ઇ૦નો જુદો ઓરડો-વિભાગ; શહેરનો વહીવટી વિભાગ, વિ૦ક૦ ચૂંટણીની દૃષ્ટિથી પાડેલો; [બ૦વ૦માં] ચાવી ને તાળામાંના ખાંચા ને ઉપસી આવેલા ભાગો. સ૦ક્રિ૦ **~ (off),** ફટકો ઇ૦નું નિવારણ કરવું, પાછું હઠાવવું, સંકટ વગેરે દૂર કરવું. **~-'room,** યુદ્ધનૌકામાંનો અધિકારીઓનો ઓરડો.

war'den (વૉર્ડન), ના૦ કેટલીક શાળા મહાશાળાઓ ઇ૦નો પ્રમુખ અથવા ગવર્નર; ગૃહપતિ; નિરીક્ષણ કરવાની સત્તાવાળો અધિકારી; વાહનો ઇ૦ની અવરજવર અંગે પોલીસને મદદ કરનાર અધિકારી.

war'der (વૉર્ડર), ના૦ જેલનો અધિકારી, કેદીઓનો રખવાળ. **war'dress** (-ડ્રિસ), ના૦.

war'drobe (વૉર્ડ્રોબ), ના૦ કપડાં રાખવાની જગ્યા – મોટું કબાટ, નાટકના પહેરવેશ તથા બીજો સરસામાન રાખવાનો ઓરડો; કપડાં(નો જથો). **~ master, ~ mistress,** નાટકના પોશાક ઇ૦નો હવાલો સંભાળનાર વ્યક્તિ. **~ trunk,** એક બાજુ પર ઊભી કરી શકાય એવી ખાનાવાળી કપડાં રાખવાની પેટી – ટ્રંક.

war'dship (વૉર્ડ્શિપ), ના૦ પાલકત્વ, પાલકની સંભાળ.

ware (વે'અર), ના૦ વેચાણ માટે બનાવેલી ચીજો, વિ૦ક૦ માટીનાં વાસણો ઇ૦; [બ૦વ૦માં] વેચાણ માટેનો માલ.

wa'rehouse (વે'અર્હાઉસ), ના૦ કોઠી, વખાર, માલ ભરવાની ઇમારત(નો ભાગ); જથ્થાબંધ વેપારીનો વેચાણ માટેનો માલ; ઘણી માટે તાત્પૂરતો ભરી રાખેલો માલ. સ૦ક્રિ૦ વખારમાં માલ ભરવો.

war'fare (વૉર્ફે'અર), ના૦ યુદ્ધની પરિસ્થિતિ; યુદ્ધ (કરવું તે).

war'like (વૉર્લાઇક), વિ૦ લડાયક, લશ્કરી, રણશૂર.

war'lock (વૉર્લૉક), ના૦ [પ્રા૦] કામણ કરનારો, જાદુગર.

warm (વૉર્મ), વિ૦ માફકસરનું ગરમ, ગરમ; હૂંફવાળું; (માણસ અંગે) કુદરતી તાપમાનવાળું, કસરત કે બાહ્ય ગરમીથી વધારેલા ચામડીના તાપમાનવાળું; (કપડાં અંગે) માણસને ગરમ રાખવાના કામનું; હાર્દિક, પ્રાણ – જોમ – વાળું, વહાલસોયું; પ્રક્ષુબ્ધ, જુસ્સાવાળું, તપી ગયેલું, અતિ સંવેદનશીલ, (સ્વાગત ઇ૦ અંગે) હાર્દિક, મિત્રતાવાળું અથવા કટ્ટર શત્રુતાવાળું; (રંગ અંગે) ગરમાવાનો સૂચક, વિ૦ક૦ રાતા અથવા પીળા સાથે ભેળવેલો; (શિકારમાં ગંધ અંગે) તાજી અને તીવ્ર. ઉ૦ક્રિ૦ ગરમ કરવું – થવું. **getting ~**, જેની શોધ કરાતી હોય તેની નજીકમાં જ. **~-blooded**, ગરમ લોહીવાળું (૯૮°થી ૧૧૨° સુધીનું); આસપાસના વાતાવરણથી સારી પેઠે વધારે તાપમાનવાળું. **~ front** [હવામાન.] આગળ વધતી હવાનો મોખરાનો ભાગ. **~-hearted**, પ્રેમાળ, સહાનુભૂતિવાળું. **~ up**, ગરમ કરવું – થવું, ઉત્સાહમાં આવવું, ખીલવું; વ્યાયામ અથવા અભ્યાસ કરીને તૈયાર થવું. **warming-pan**, અગાઉ પથારીઓ ગરમ કરવા માટે વપરાતું દેવતાવાળું પાત્ર.

war'mth (વૉર્મ્થ), ના૦ ગરમી, ઉષ્ણતા.

warn (વૉર્ન), સ૦ક્રિ૦ આગામી સંકટ ઇ૦ની ચેતવણી આપવી, સાવધ કરવું, સાવધાન રહેવા કહેવું, તાકીદ આપવી. **~ off**, અગાઉથી દૂર રહેવા કહેવું.

war'ning (વૉર્નિંગ), ના૦ પૂર્વસૂચના, તાકીદ, ચેતવણી.

warp (વૉર્પ), ના૦ ઊભો દોરો, તાણો; વહાણ ખેંચવાનું દોરડું; વાંક, મરડ, ત્રાંસ, વિકૃતિ. ઉ૦ક્રિ૦ વાંકું, વળેલું, વિકૃત, કરવું – થવું, ફરી જવું, વંકાવું; દોરડાવતી વહાણને ખેંચવું.

wa'rrant (વૉરન્ટ), ના૦ કામ કરવાનું અધિકારપત્ર; પૈસા, માલ કે સેવા આપવી કે લેવી, ધરપકડ કે જડતી લેવી, ઇ૦નું લેખી અધિકારપત્ર, પરવાનો કે હુકમ; વૉરન્ટ, ઑફિસરના હોદ્દાનું પ્રમાણપત્ર. સ૦ક્રિ૦ -ને અધિકાર કે સત્તા આપવી, -થી (કોઈને) અધિકાર મળવો – હોવો; બચાવ – સમર્થન – કરવું; ખાતરી આપવી. **~-officer**, સનદથી નહિ પણ વૉરન્ટથી જેની નિમણૂક થઈ હોય એવો અમલદાર.

wa'rranty (વૉરંટિ), ના૦ અધિકાર અથવા સમર્થન; માલ પોતાનો છે અને સારી હાલતમાં છે એવી માલ વેચનારની ખાતરી તેમ જ અમુક મુદ્દત સુધી દુરસ્તી કરવાની જવાબદારી સાથેનું પ્રમાણપત્ર.

wa'rren (વૉરન), ના૦ સસલાં પાળવાનું જંગલ, સસલાંની વસાહત; [લા.] ગીચ વસ્તી અને આડાઅવળી ગલીવાળું મકાન કે પ્રદેશ.

wa'rrior (વૉરિઅર), ના૦ કસાયેલો – ખ્યાતનામ – યોદ્ધો; લડવૈયો. વિ૦ તરીકે. લડાયક.

wart (વૉર્ટ), ના૦ મસો; પ્રાણીની ચામડી, વનસ્પતિની છાલ ઇ૦ પર ઊપસી આવેલો ભાગ. **~-hog**, આફ્રિકાનું જંગલી ડુક્કર. **war'ty** (વૉર્ટિ), વિ૦.

war'y (વે'અરિ), વિ૦ સાવધ, સાવચેત, કાળજીવાળું.

was (વૉઝ), જુઓ **be**.

wash (વૉશ), ઉ૦ક્રિ૦ પાણી ઇ૦ પ્રવાહીથી ધોવું; નાહવું, હાથપગ (અને મોઢું) ધોવું, કપડાં ધોવા; તાણી જવું, વહી જવું; ધોઈ કાઢવું; (કપડા, રંગ ઇ૦ અંગે) ધોવા છતાં રંગ ન ગુમાવવો – ન બગડવો; શુદ્ધ કરવું; ભીનું કરવું; (પાણી અંગે) પાસે થઈને વહેવું, ઉપર અથડાવું, ઉપરથી જોરથી પસાર થવું, ઉછળીને સામે અથડાવું; સાથે લઈ જવું; સોના ઇ૦ માટે ધૂળ, રેતી, માટી ઇ૦ ધોવું; ઉપર પાણીમિશ્રિત રંગ ચોપડવો, ધોળવું; ધાતુનો આછો ઢોળ ચડાવવો; [વાત.] ચિકિત્સા અને તપાસમાંથી પાર ઊતરવું. ના૦ ધોવું – ધોવાવું – તે; કપડાં

ધોવાં તે; ધોયેલાં કે ધોવાનાં કપડાં; વહાણુ કે વિમાન પસાર થવાથી પાણી કે હવા હાલીને તેમાં આવતી ગતિ; ડુક્કરને ખવડાવામાં આવતો રસોડાનો એઠવાડ; જખમ ઇ૰ ધોવા માટે દવા મિશ્રિત પાણી; પ્રવાહી; – પાતળા – રંગનો હાથ. **~-basin,-bowl.** હાથ ધોવાનું કૂંડું. **~-day,** કપડાં ધોવાનો દિવસ. **~ down,** ખાવા સાથે કે ખાધા પછી દારૂ પીરસવો **~one's hands,** જવાબદારી ખંખેરી નાખવી, હાથ ધોઈ નાખવા. **~house,** કપડાં ધોવાનું મકાન. **~-leather,** પૉલિશ કરવાનું સુંવાળું ચામડું. **~ out,** અંદરથી ધોઈ નાખવું, વીછળવું; [વાત૦] રદ કરવું. **~-out,** રેલને લીધે રસ્તામાં કે રેલવેમાં પડેલું ભંગાણ; [વિ૰ બો૰] સાવ નકામો માણસ કે વસ્તુ. **~-room,** [અમે.] નાહવાધોવાની ને સંડાસની સગવડવાળો ઓરડો, સડાસ. **~-stand,** હાથ મોં ધોવાના વાસણવાળી ઘોડી – તિરપાઈ. **~-tub,** કપડાં વગેરે ધોવાનું ટબ – ધગાળ. **~ up,** જમ્યા પછી વાસણો વગેરે સાફ કરવાં; (દરિયા અંગે) કિનારે ઘસડી જવું. **washed out,** ધોવાથી ઊડી ગયેલા રંગવાળું; [લા૰] ઢીલું – નબળું – પડેલું. **washed up,** [વિ૰ બો૰] નિષ્ફળ ગયેલું, પરાભૂત.

wash'able (વૉશબલ), વિ૰ કશા નુકસાન વિના ધોઈ શકાય એવું.

wa'sher (વૉશર), ના૰ નળની ચકલી, સાંધનું જોડાણ, ઇ૰ને સખત બનાવવા માટે વપરાતી ધાતુ, ચામડું, રબર, ઇ૰ની ચકતી, વાયસર.

wa'sherwoman (વૉશરૂવુમન), ના૰ [બ૰ વ૰ **-women**-વિમિન] ધોબણ.

wa'shing (વૉશિંગ), ના૰ ધોયેલાં કે ધોવાનાં લૂગડાં. **~-day,** કપડાં ધોવાનો દિવસ. **~-machine,** કપડાં ધોવાનું યંત્ર. **~-powder,** કપડાં ધોવાનો પાઉડર – ભૂકી. **~-up,** જમ્યા પછીનાં વાસણકૂસણ (માંજવાં તે).

wa'shy (વૉશિ), વિ૰ વધુ પડતા પાણીવાળું, ફીકું, નબળું; દમ વિનાનું.

wasp (વૉસ્પ), ના૰ ડંખ મારતી એક માખી, ભમરી. **~-waist,** બહુ પાતળી કમર, સિંહકટિ.

W.A.S.P. (વાસ્પ), સંક્ષેપ. [બહુધા અનાદર૰] White Anglo-Saxon Protestant.

wa'spish (વૉસ્પિશ), વિ૰ ચીઢિયું; ઝાટકો લાગે એવું બોલનારું.

wa'ssail (વૉસેલ) ના૰ મદ્યપાન (ની ઉજાણી). અ૰ ક્રિ૰ એવી ઉજાણી કરવી.

wa'stage (વેસ્ટિજ), ના૰ અપવ્યય, બગાડ; નુકસાન; રુખસદ આપવા સિવાય બીજા કોઈ કારણે નોકરો જતા રહેવા તે.

waste (વેસ્ટ), વિ૰ વેરાન, ઉજ્જડ, વસ્તી વિનાનું, ખેડયા વિનાનું; ફાલતું, બિનજરૂરી; કચરો; છાંડેલું. ઉ૰ ક્રિ૰ ઉજ્જડ – વેરાન – બનાવવું; ઉડાવી દેવું; ફાવે તેમ વાપરી નાખવું; ઘસી નાખવું, ઘસાઈ જવું, વપરાઈ જવું; નબળું પાડવું – પડવું, ક્ષીણ થવું. ના૰ વેરાન – ઉજ્જડ – પ્રદેશ; સૂનકાર જગ્યા અથવા વિસ્તાર; ખરાબો; ઉડાઉપણું, બગાડ; બગાડ કરવો તે; વાપર્યા પછી નકામી રહેલી વસ્તુ. કચરો; મશીન સાફ કરવા માટે વપરાતો સૂતર ઇ૰નો કચરો. **lay ~,** વેરાન બનાવવું, -નો નાશ કરવો. **run to ~,** નકામું ખચાઈ જવું-(પ્રવાહી અંગે) વહી જવું. **~ land,** પડતર જમીન. **~ paper,** રદ્દી. **~-pipe,** વપરાયેલા નકામા પાણી કે વરાળનો નળ. **~ product,** નકામી આડ પેદાશ.

wa'steful(વેસ્ટ્ફુલ), વિ૰ ઉડાઉ, નકામું.

wa'ster (વેસ્ટર), **wa'strel** (-સ્ટ્રલ), ના૰ સાવ નકામો માણસ.

watch (વૉચ), ના૰ સતત નજર રાખવી – ધ્યાન આપવું – તે, તપાસ, સાવધાની, ચોકી, પહેરો; [નૌકા૰] ચાર કલાકનો પહેરો; તે ભરનાર માણસો; ખિસ્સા-ઘડિયાળ. ઉ૰ ક્રિ૰ ઉપર નજર રાખવી, સાવધાન – જાગ્રત – રહેવું. **on the ~,** ચોકી

કરવું, સાવધાન. ~-**dog**, રખેવાળી કરનાર કૂતરો; હક ઇ૦ના રક્ષણ માટે તકેદારી રાખનાર માણસ અથવા સમિતિ. ~**man**, ચોકીદાર, રખેવાળ. ~-**night**, વરસની આખરી રાત(ની ઉપાસના). ~ **out**, સાવધાની રાખવી. ~ -**tower**, નજર રાખવાનો – ચોકી કરવાનો – બુરજ. ~ **word**, કોઈ સંસ્થા કે પક્ષનું ધ્યેયવાક્ય. **watching brief**, જેની સાથે અસીલનો સીધો સંબંધ નથી તેની વતી મુકદ્દમા તરફ નજર રાખવા માટે આપેલું વકીલાતનામું.

wa'tchful (વૉચ્ફુલ), વિ૦ જાગરૂક, સાવધાન.

wa'ter (વૉટર), ના૦ પાણી, જળ, ઉદક; પાણીનો જથો, દરિયો, નદી, સરોવર, ઇ૦; આંસુ, લાળ, પેશાબ, ઇ૦; અમુક પદાર્થનું પાણીમાં દ્રાવણ; બ૦વ૦માં દરિયો, નદી, ઇ૦નો ભાગ; ઔષધિ ગુણવાળું ઝરાનું પાણી; ભરતીની સ્થિતિ; હીરા, મોતી, વાતરલ ઇ૦નું પાણી–તેજ. **make** ~, પેશાબ કરવો, (વહાણ અંગે) ચૂવું. **of the first** ~, સારામાં સારી જાતનું. ઉ૦ ક્રિ૦ ઉપર પાણી છાંટવું, ખેતરને પાણી પાવું; -માં પાણી ભેળવવું, પાણી ભેળવીને પાતળું કે ફીકું કરવું; (મોંએ) પાણી છૂટવું; આંખે આંસુ આવવાં; નવા શેર કાઢીને નામની મૂડી વધારવી; રેશમી કાપડ પર રંગ બદલ્યા વિના લહેરિયાં ભાત પાડવી. ~-**bed**, પાણી ભરેલું રબરનું ગાદલું. ~-**biscuit**, પાતળી ગળપણ વિનાની બિસ્કિટ. ~-**cannon**, ટોળાં ઇ૦ને વિખેરવા માટે જોરદાર ફુવારો મારવાનું સાધન. ~-**closet**, પાયખાનું, પાણી વહેવડાવીને મળપાત્ર સાફ કરવાની સગવડવાળું. ~-**colour**, પાણીને ગુંદર નાખીને બનાવેલો રંગ, એવા રંગથી ચીતરેલું ચિત્ર. ~**course**, પાણીનો પ્રવાહ, તેનું પાત્ર અથવા નીક. ~**cress**, ખોરાકમાં કાચો વપરાતો પાણીમાં થતો એક તીખા પાંદડાંવાળો વેલો. ~-**diviner**, ના૦ પાણીકળો. ~ **down**, મોળું – નબળું – ઓછું ભયાનક – બનાવવું. ~**fall**, પાણીનો ધોધ. ~**fowl**, પાણી પાસે રહેતાં જળકૂકડી ઇ૦ પક્ષી(ઓ). ~**front**, શહેરનો નદી પાસેનો ભાગ. ~-**glass**, ઈંડાં બગડે નહિ તે માટે તે મૂકવાનું પ્રવાહી. ~-**hen**, પાણીમાં ડૂબકી મારનારું એક પક્ષી. ~-**hole**, પાણી જ્યાં ભેગું થાય છે એવો છીછરો ખાડો. ~-**ice**, સ્વાદવાળું પાણી અને ખાંડની એક ઠારેલી મીઠાઈ. ~-**jump**, એક વિશિષ્ટ રમતમાં ઘોડાઓએ પાણી પરથી કૂદી જવાની જગ્યા. ~-**level**, પાણીની સપાટી(ની ઊંચાઈ), =~-**table**, ~-**lily**, પાણીમાં થતા કમળની એક જાત, તેનું ફૂલ. ~-**line**, વહાણમાં માલ ભર્યો હોય ત્યારે પાણીની સપાટીએ તેની પર દોરેલી લીટી. ~-**logged**, પાણીથી ભરાયેલું અને તેથી માંડ તરતું – ડૂબી જવાના જોખમવાળું; ચોતરફ પાણી ભરાયેલું. ~**man**, હોડીવાળો, ભાડે હોડી ફેરવનાર. ~**mark**, કાગળની બનાવટમાં પાડેલાં બનાવનારનાં નિશાન, જે કાગળ પ્રકાશ સામે ધરતાં દેખાય છે. ~-**meadow**, અવારનવાર પાણીથી ભરાઈ જતું ઘાસવાળું મેદાન. ~-**melon**, તડબૂચ. ~-**mill**, પાણચક્કી. ~-**pistol**, પાણીની ધાર છોડતી રમકડાની પિસ્તોલ. ~ **polo**, ફૂટબૉલ જેવા દડા વડે બે જૂથો વચ્ચે પાણીમાં રમાતી એક રમત, 'વૉટરપોલો'. ~ **power**, પાણી-ધોધ – વજન અને ગતિ – માંથી પેદા કરાતી યાંત્રિક શક્તિ-ઊર્જા. ~**proof**, જેમાં પાણી પેસે નહિ એવું, જલાભેદ્ય. સ૦ક્રિ૦ જલાભેદ્ય બનાવવું (મીણ ઇ૦ ચોપડીને). ~-**rat**, પાણીમાં રહેનારું ઉંદર જેવું એક પ્રાણી. ~-**rate**, પાણીવેરો-(સુધરાઈ વગેરે ઉઘરાવે છે તે). ~**shed**, જલવિભાજક; [લા.] કટોકટીનો સમય, ભારે ઊથલપાથલના આરંભનો સમય, સ્થાન કે ઘટના. ~**side**, દરિયો, સરોવર કે નદીનો કિનારો ~-**ski**, મોટરબોટ

વડે ખેંચાઈને પાણી પરથી પસાર થવા માટે વપરાતી સ્કી (લાંબી પટ્ટીઓ જડેલા જોડા)ની જોડીમાંનો એક. **~spout,** દરિયા ને વાદળાંને મળતો જલસ્તંભ. **~-table,** પાણીથી તરબોળ થયેલી જમીનની ઉપરની સપાટ જમીન; કૂવા ઇ૦માંથી કુદરતી રીતે ઉપર ચડતા આવા પાણીની ઊંચાઈ. **~tight,** જેમાં પાણી પેસી ન શકે કે જેમાંથી નીકળી ન શકે એવું, જલાભેદ્ય (દલીલ અંગે) અકાટચ, હુમલો ન કરી શકાય એવું. **~ torture,** ટપકતા પાણીનો સતત અવાજ કાન પર પાડીને કરાતી પજવણી–અપાતો ત્રાસ. **~-tower,** નળોના પાણીને જોર આપવા માટે ઊંચે બાંધેલી ટાંકીવાળો બુરજ–સ્તંભ. **~-vole,** પાણીમાં રહેતું ઉંદરના જેવું એક પ્રાણી. **~way,** જેમાં હોડી કે વહાણ જઈ શકે એવી નદી, નહેર, ઇ૦, જળમાર્ગ. **~-weed,** પાણીમાં થતું ઘાસ, છોડ. **~-wheel,** પાણીના પ્રવાહથી ફરતું ચક્ર, જેનાથી યંત્ર ચલાવવામાં આવે છે; રહેંટ. **~-wings,** તરતા શીખવા માટે શરીરે બંધાતા રબરનાં કડાં, ઇ૦. **~works,** પાણીપુરવઠા માટેનું તંત્ર – ટાંકી ઇ૦; [વિ૦બો૦] આંસુ ઢાળવાં તે, અશ્રુમોચન; [વિ૦બો૦] મૂત્રેન્દ્રિય તંત્ર, મૂત્રતંત્ર. **watering-can,** ફૂલઝાડ ઇ૦ પર પાણી છાંટવાની ઝારી. **watering-place,** પ્રાણીઓની પાણી પીવાની જગ્યા, હવાડો; દરિયાકાંઠે આવેલું હવા ખાવાનું સ્થળ – ઊના પાણીનો ઝરો.

wa'tery (વૉટરિ), વિ૦ પાણીનું (બનેલું), વધુ પડતું પાણીવાળું; [લા.] (રંગ અંગે) ફીકું; નીરસ, બેસ્વાદ.

watt (વૉટ), ના૦ વીજળિક શક્તિના માપનો એકમ.

wa'ttage (વૉટિજ), ના૦ વીજળિક શક્તિનું 'વૉટ'માં માપ.

wa'ttle[1] (વૉટલ), ના૦ વાડ, ભીંત, છાપરું, ઇ૦ માટે વપરાતાં વાંસ, ડાળખાં, ઇ૦; સોના જેવાં પીળાં ફૂલવાળું એક ઑસ્ટ્રે. ઝાડ **~ and daub,** માટીથી લીંપેલી વાંસ ને ડાળખાંની ભીંત, છાપરું, ઇ૦.

wa'ttle[2], ના૦ કેટલાંક પક્ષીઓના માથા પરનો કે ગળા નીચેનો રાતો માંસલ ભાગ.

wave (વેવ), ના૦ મોજું, તરંગ; મોજાના જેવો તાત્પૂરતો લાગણી ઇ૦નો ઉછાળો; હાથ હલાવવો તે, હાથનો ઇશારો; [પદાર્થ.] આંદોલન, તરંગ, લહેર. ઉ૦ક્રિ૦ મોજાની જેમ ઉપર નીચે – આમતેમ – થવું – હાલવું – હલાવવું; -ને મોજાની ગતિ આપવી, વાળ ઇ૦ને લહેરિયાં પાડવાં – પડવાં, લહેરિયાંવાળું બનાવવું – હોવું; હાથ હલાવવો, હાથ હલાવીને ઇશારો કરવો. **~ aside,** નજીવું માનીને કોરે ખસેડવું, મનમાંથી કાઢી નાખવું. **~ down,** (વાહન–તેના હાંકનાર–ને) થોભવા ઇશારો કરવો. **~ length,** એક પછી એક આવતાં બે મોજાંની ટોચો વચ્ચેનું અંતર, તરંગલંબાઈ; [લા૦] માણસની વિચારવાની રીત.

wa'velet (વેવ્લિટ), ના૦ નાનું મોજું.

wa'ver (વેવર), અ૦ક્રિ૦ અસ્થિર થવું, ખસી જવું, ઢચુપચુ થવું, હાલવું; ડગવું; (પ્રકાશ અંગે) ઝંખાવું, હાલવું.

wa'vy (વેવિ), વિ૦ મોજા(ના જેવા વળાંકો)વાળું, ઊંચુંનીચું થતું, વારાફરતી અરસપરસ વિરોધી વળાંકોવાળું.

wax[1] (વૅક્સ), અ૦ ક્રિ૦ વધવું, વધારે મોટું થવું, (ચંદ્ર)ની કળા વધવી; [પ્રા૦] (જાડું, ઘરડું, ક્રુદ્ધ, ઇ૦) થવું.

wax[2], ના૦ મીણ, મીણના જેવો પદાર્થ; કાનમાંનો મેલ; [વાત.] ફોનોગ્રાફની થાળીઓ – રેકર્ડો. સ૦ક્રિ૦ -ની ઉપર મીણ ચોપડવું, મીણ ચોપડીને ઓપવું. **~bill,** મીણ જેવી પીળી ચાંચવાળું એક નાનું પક્ષી. **~wing,** પાંખનાં કેટલાંક પીંછાં રાતા છેડાવાળાં હોય એવું એક નાનું પક્ષી. **~-work,** મીણની વસ્તુઓ બનાવવી તે, એવી બનાવેલી વસ્તુઓ.

wax[3], ના૦ [વિ૦બો૦] ક્રોધાવેશ.

wa'xen (વૅક્સન), વિ૦ મીણનું (બનાવેલું); સુંવાળું, ફીકું, અને મીણ જેવું અર્ધપારદર્શક.

wa'xy[1] (વૅક્સિ), વિ૦ મીણ જેવું.

wa'xy[2], [વિ૦બો૦] ગુસ્સે થયેલું.

way (વે), ના૦ રસ્તો, માર્ગ, પંથ; રસ્તાની જગ્યા; જવાનો કે લેવાનો રસ્તો; પસાર થવાની, આગળ વધવાની કે પ્રગતિની તક; પ્રવાસ કે ગતિ(ની દિશા); વટાવેલું કે વટાવવાનું અંતર; પાણીમાંથી પ્રગતિ(નો દર); યુક્તિ, રીત, સાધન; હંમેશનો માર્ગ, કરવાની રીત; [બ૦વ૦માં] ટેવો; સ્થિતિ, દશા; વહાણ દરિયામાં ઉતારવાનો લાકડાનો માર્ગ. **by the ~,** [લા.] પ્રસંગવશાત્, સહેજે, જતાં જતાં. **by ~ of,** થઈ ને, -ની હેસિયતની, -ની ટેવવાળું, -ને માટે જાણીતું, -ના ઉપાય તરીકે. **give ~,** પાછા હઠવું, નમવું, નમતું આપવું. સવલતો આપવી. ભાંગી પડવું, હારી જવું, ધબી જવું. **give ~ to** -ની આગળ નમવું, -ને આગળ જવા દેવું. **lead the ~,** આગળ જઈ ને દોરવું, માર્ગદર્શક થવું. **make ~,** (-ને માટે) રસ્તો કરવો – જગ્યા ખાલી કરવી. **make one's ~,** આગળ વધવું, પ્રગતિ કરવી, સંપન્ન થવું. **the other ~ round,** ઉલટાવવું – ફેરવવું – તે. **out of the ~,** અસાધારણ, નામાંકિત, ખૂબ દૂર, દૂર એકાંત સ્થળે, અગમ્ય. **pay one's ~,** પ્રસંગ ઊભો થાય તેમ પોતાનું ખર્ચ આપવું, દેવું ન થાય તે જોવું. **see one's ~ to,** કરવું ઉચિત માનવું. **under ~,** (વહાણ અંગે) પાણીમાં ચાલતું થયેલું, આગળ વધતું. ક્રિ૦વિ૦ [વાત૦] દૂર. **~ back,** [વાત૦] જના વખતમાં, લાંબા વખત પહેલાં. **~-bill,** વાહનમાં લઈ જવાતા માલ અથવા પ્રવાસીઓની યાદી. **~farer,** પ્રવાસી, વટેમાર્ગુ. **~faring,** વિ૦ક૦ પગપાળો પ્રવાસ. **~lay,** લૂંટી લેવા કે હુમલો કરવા ક્યાંક ભરાઈ રહેવું, લૂંટી લેવા કે વાતચીત કરવા રોકવું. **~-leave,** બીજાને ભાડે આપેલો જવા આવવાનો હક. **~ of life,** જીવનપદ્ધતિ. **~-out,** [વાત૦] અસામાન્ય; પ્રગતિશીલ; સરસ, શ્રેષ્ઠ. **~-side,** રસ્તાની બાજુ(ની જમીન).

way'ward (વેવર્ડ), વિ૦ બાળકના જેવું હઠીલું – મમતવાળું; વાંકું; લહેરી, તરંગી, મનમોજી.

W.C., સંક્ષેપ. water-closet; West Central

W/Cdr., સંક્ષેપ. Wing Commander

we (વી), સર્વના૦ [કર્મ૦ **us**; ષષ્ઠી **our** આવર]. I નું બહુવચન અમે, આપણે. રાજા, સંપાદક, ઇ૦ I ને બદલે વાપરે છે.

weak (વીક), વિ૦ અશક્ત, કમજોર, નબળું; ઝટ ફૂટી જાય એવું, ભંગુર; સંખ્યામાં ઓછું; (ચા અંગે) કડક નહિ એવી, કુમળી; સૌમ્ય, ધીમું. **~ ending,** કવિતાની લીટીને છેડે જ્યાં બહુધા ભારવાળું પદ હોય ત્યાં ભાર વિનાનું પદ. **~-kneed,** નબળા મનનું. **~-minded,** નબળા મનનું, બીજાની શેહમાં ઝટ તણાઈ જાય એવું. **~ verb,** જેનો ભૂતકાળ અને ભૂતકૃદન્ત ed પ્રત્યય ઉમેરવાથી થાય છે એવું ક્રિયાપદ.

wea'ken (વીકન), ઉ૦ક્રિ૦ નબળું બનાવવું – થવું.

weak'ling (વીક્લિંગ), ના૦ નબળું માણસ કે પ્રાણી.

wea'kly (વીક્લિ), વિ૦ માંદલું, નબળું, ખડતલ નહિ એવું.

wea'kness (વીક્નિસ), ના૦ નબળાઈ, અશક્તિ; ખોડ, ખામી; દૃઢતાનો અભાવ; ચસકો, આકર્ષણ, શોખ.

weal[1] (વીલ), ના૦ સોળ. સ૦ક્રિ૦ ઉપર સોળ ઉઠાડવા.

weal[2], ના૦ કલ્યાણ, ભલું, સુખસમૃદ્ધિ.

wealth (વે'લ્થ), ના૦ ધન, સંપત્તિ; વિપુલતા.

wea'lthy (વે'લ્થિ), વિ૦ શ્રીમંત, પૈસાદાર.

wean (વીન), સ૦ક્રિ૦ બાળકને ધાવણ છોડાવવું – છોડાવીને બીજો ખોરાક લેતાં શીખવવું – લેતું કરવું, -લેવાની ટેવ પાડવી; ખરાબ ટેવ ઇ૦ છોડાવવું. કશાકથી વંચિત થતાં ધીમે ધીમે સ્વસ્થ થવું.

wea'pon (વે'પન), ના૦ હથિયાર, શસ્ત્ર; (દલીલ કે સ્પર્ધામાં) પ્રતિપક્ષીને હરાવવાનું સાધન.

wear[1] (વે'અર), ઉ૰ક્રિ૰ [**wore, worn**] પહેરવું, પહેરેલું હોવું; શરીર કે તેના ભાગ પર ધારણ કરવું; પહેરીને કે વાપરીને ઘસી નાખવું – ઘસાઈ જવું; થકવી નાખવું, થાકી જવું; વપરાશમાં ટકવું–ચાલવું; (સમય અંગે) કંટાળો આવે એવી રીતે પસાર થવું. ના૰ પહેરવું કે પહેરાવું તે; પહેરવાનાં કપડાં; ફૅશનબલ અથવા યોગ્ય પહેરવેશ. ~ (**and tear**), સામાન્ય વપરાશથી થતું નુકસાન, ઘસારો, પહેરફાડ, ટકાઉપણું. ~ **out**, પહેરીને ઘસી નાખવું–નકામું કરવું; થકવી નાખવું, થાકી જવું.

wear[2], ઉ૰ક્રિ૰ (**wore**), (વહાણને) વાળવું, (વહાણે) વળવું.

wea'risome (વિઅરિસમ), વિ૰ કંટાળો ઉપજાવનારું, થકવી નાખનારું, ત્રાસદાયક.

wear'y (વિઅરિ), વિ૰ થાકી ગયેલું, થાકીને લોથ થયેલું; ઘસાઈ ગયેલું; કંટાળાજનક; થકવી નાખનારું; હતોત્સાહ. ઉ૰ક્રિ૰ થકવી નાખવું, થાકી જવું.

wea'sel (વીઝ઼લ), ના૰ નોળિયાને મળતું એક નાનું પાતળું ચપળ માંસાહારી પ્રાણી.

wea'ther (વે'ધર), ના૰ હવા, હવામાન, આબોહવા, વાતાવરણની સ્થિતિ; વરસાદ, હિમ, પવન, (નુકસાનકારક કે વિનાશક બળો તરીકે). **make heavy ~ of**, કશુંક કરીને નાહક હેરાન થવું, કષ્ટદાયક અથવા કસોટી કરનારું લાગવું. **under the ~**, ખિન્ન કે માંદું. ~, વિ૰ [નૌકા.] પવનની દિશા તરફનું. **keep a ~ eye open**, સાવધાન રહેવું. ~, ઉ૰ક્રિ૰ હવામાં ખુલ્લું મૂકવું – મૂકવાથી ઘસાઈ જવું કે રંગ ઊડી જવો; -ની ઉપર હવાની અસર થવી; તોફાન ઇ૰ની સામે ટકી રહેવું, -માંથી પસાર થવું. **~-beaten**, વરસાદ, ટાઢતડકો, તોફાન, ઇ૰ વેઠેલું, કસાયેલું. **~-board**, વરસાદ અંદર ન આવે તે માટે બારણાની નીચેની બાજુએ મારેલું પાટિયું; દીવાલો ઇ૰ની ઉપર એકની કોર ઉપર બીજું આવે એવી રીતે ગોઠવેલાં આડાં પાટિયાંમાંનું એક. **~cock**, પવનની દિશા સૂચવનારું યંત્ર-સાધન; [લા.] ચંચળ પ્રકૃતિનું માણસ. ~ **forecast**, હવામાનનો વરતારો. **~-vane**, = weathercock **~-wise**, હવામાનનો વરતારો કરનાર.

weave[1] (વીવ), ઉ૰ક્રિ૰ (**wove, wo'ven**) (કાપડ) વણવું, ગૂંથવું; એકબીજામાં ભેળવી દેવું–ભળી જવું; -માં દાખલ કરવું–બેસાડવું; વાર્તા રચવી. ના૰ વણવાની શૈલી, વણાટ.

weave[2], અ૰ક્રિ૰ એક બાજુથી બીજી બાજુ તરફ વારે વારે – આડું અવળું – ખસવું.

wea'ver (વીવર), ના૰ વણકર; માળો ગૂંથનાર એક પક્ષી.

web (વે'બ), ના૰ વણેલું કાપડ, વિ૰ક૰ સાળ પરનું કે તે પરથી ઉતારેલું – તાકો; કરોળિયાનું જાળું; જળચર પક્ષીનાં આંગળાં વચ્ચેની ચામડી; છાપવાના કાગળનો મોટો વીંટો. **~-footed**, જાળપાદ. **~-offset**, કાગળના અખંડ વીંટા પર 'ઑફસેટ' પ્રક્રિયાથી છાપવાની પદ્ધતિ.

webbed (વે'બ્ડ), વિ૰ (પક્ષી કે પ્રાણીના પગ અંગે) જાળપાદ.

we'bbing (વે'બિંગ), ના૰ પટા વગેરે માટે મજબૂત સાંકડું ઠાંસીને વણેલું કાપડ.

wed (વેડ), ઉ૰ક્રિ૰ [**we'dded; we'dded or wed**] -ને પરણવું; -ની સાથે જોડાવું.

Wed., સંક્ષેપ. **Wednesday**.

we'dded (વે'ડિડ), વિ૰ લગ્નનું; -ને વરેલું, અતિશય વળગેલું–આસક્ત.

we'dding (વે'ડિંગ), ના૰ લગ્નસમારંભ, લગ્ન. ~ **breakfast**, લગ્નમાં હાજર રહેલાઓને અપાતું ભોજન, લગ્ન અને 'હનીમૂન' માટે પ્રયાણ વચ્ચેનું ભોજન. **~-cake**, લગ્ન વખતે સગાવહાલાંઓમાં વહેંચાતી સુશોભિત રોટી. **~-ring**, પરિણીત વ્યક્તિ દ્વારા પહેરાતી લગ્નની વીંટી.

wedge (વે'જ), ના૰ ફાચર, શંકુના આકારનો લાકડાનો કે ધાતુનો ટુકડો; ફાચરના આકારની વસ્તુ. **thin end of the ~**, ફાચરનો પાતળો છેડો; 'ચંચુ

પ્રવેશે મુસલપ્રવેશ:' જેવી વાત. સ૦ક્રિ૦ ફાચર મારીને ઉઘાડવું – જુદું પાડવું – ચીરવું; ફાચર ઠોકીને સજ્જડ બેસાડવું – કરવું; કોઈ વસ્તુને અંદર પરાણે ઘુસાડવું; નાનકડી જગ્યામાં ગિરદી કરવી.

we'dlock (વે'ડ્લૉક), ના૦ પરિણીત અવસ્થા. **born in, out of, ~**, પરણેતરનું કે ઔરસ, વ્યભિચારમાંથી, જન્મેલું.

We'dnesday (વે'ન્સ્ડે), ના૦ બુધવાર.

wee (વી), વિ૦ બહુ નાનું, ઝીણું.

weed (વીડ), ના૦ નકામા રોપા, ઘાસ, નીંદણ; [વાત.] તમાકુ; સુકલકડી અને નબળું ઘોડું અથવા માણસ. ઉ૦ક્રિ૦ નકામું ઘાસ ઇ૦ કાઢી નાખવું, નીંદવું; દોષો, નકામા માણસો, ઇ૦ દૂર કરવું –નો નાશ કરવો.

weeds (વીડ્ઝ્), ના૦ બ૦વ૦ વિધવાનો શોકનો પોશાક.

wee'dy (વીડિ), વિ૦ ભરપૂર ઘાસ – નીંદણ – વાળું, ખડની જેમ ફેલાતું; સુકલકડી અને નબળું.

week (વીક), ના૦ અઠવાડિયું, સપ્તાહ, બહુધા રવિવારથી શનિવારનું ૭ દિવસનું, બે રવિવાર વચ્ચેના ૭ દિવસ; સોમવારથી શુક્રવાર કામ કરવાના પાંચ દિવસ. **~-day**, રવિવાર સિવાયનો દિવસ. **~-end**, શનિરવિ.

wee'kly (વીક્લિ), વિ૦ અને ક્રિ૦વિ૦ દર અઠવાડિયે એક વાર (થતું-કરાતું); એક અઠવાડિયાનું – માટે. ના૦ સાપ્તાહિક (છાપું અથવા નિયતકાલિક).

wee'ny (વીનિ), વિ૦ [વાત.] નાનકડું.

weep (વીપ), ઉ૦ક્રિ૦ [**wept**] આંસુ સારવાં, રડવું, રોવું; –માંથી ભીનાશનાં ટીપાં બહાર કાઢવાં–પડવાં. –ને માટે શોક કરવો. ના૦ રુદન.

wee'ping (વીપિંગ), વિ૦ (ઝાડ અંગે) નીચે લટકતી–વળેલી–ડાળીઓવાળું (વિ૦ક૦ **~ willow**).

wee'py (વીપિ), વિ૦ [વાત.] રડું રડું થયેલું, આંસુભર્યું.

wee'vil (વીવિલ), ના૦ અનાજ, કવચવાળાં તથા બીજાં ફળ ઇ૦ ખાનાર સૂંઢવાળો કીડો, વાંદો.

weft (વે'ફ્ટ), ના૦ વાણો.

weigh (વે), ઉ૦ક્રિ૦ -નું વજન કરવું, તોલવું; -નું વજન થવું–હોવું; -નું ચોક્કસ વજન કાઢવું (**~out**); હાથમાં તોલવું; સાપેક્ષ મૂલ્ય કે મહત્ત્વનો અંદાજ કરવો; -નો વિચાર કરવો; અમુક વજન કે મહત્ત્વનું હોવું; -ની ઉપર લાગવગ–પ્રભાવ–હોવો; હંકારતાં પહેલાં (લંગર) ઉપાડવો. **~bridge**, રસ્તા પર વાહનોનું વજન કરવાનો કાંટો. **~ down**, વજનથી નીચે દબાવવું–આણવું, ચિંતિત બનાવવું, ઉપર જુલમ કરવો. **~ in**, સામના પહેલાં મુષ્ટિયોદ્ધાનું, શરત પછી જોકીનું, વજન કરાવું. **~ in with**, [વાત૦] આત્મવિશ્વાસપૂર્વક દલીલ કરવી. **~ on**, મન પર ભારરૂપ હોવું **~ up**, [વાત૦] -નો અંદાજ બાંધવો. **~ one's words**, જોખીને–વિચારપૂર્વક–શબ્દો વાપરવા.

weight (વેટ), ના૦ વજન, ભાર; વજન કરવાનું માપ, કાટલું; ભારે વસ્તુ–શરીર; વજન, વગ, મહત્ત્વ; ભાર, બોજો; પુરાવો ઇ૦ની પ્રબળતા–વિપુલતા; [વ્યાયામની રમતમાં] ભારે દડો, વિ૦ક૦ ધાતુનો. સ૦ક્રિ૦ -ને વજન લગાડવું, વજનથી નીચે (દબાવી) રાખવું, વજનનો બોજો નાખવો, વજનની આડખીલી નાખવી. **~-lifting**, વજન ઉપાડવાની હરીફાઈ(ની રમત).

weigh'ting (વેટિંગ), ના૦ ખાસ કિસ્સાઓ–કેસો–માં વધારાનો પગાર.

wei'ghty (વેટિ), વિ૦ ભારે (વજનદાર), મહત્ત્વનું–વાળું; ધ્યાન આપવા લાયક, વજનદાર; વગદાર; અધિકૃત.

weir (વિઅર), ના૦ નદી ઇ૦ પર બાંધેલો બંધ, બંધારો.

weird (વિઅર્ડ), વિ૦ અલૌકિક, દૈવી; [વાત૦] વિચિત્ર, ગૂઢ, અદ્ભુત, અકળ.

we'lcome (વે'લ્કમ), ઉદ્ગાર૦ આવો, સુસ્વાગતમ્. ના૦ સ્વાગત, આવકાર, સત્કાર. સ૦ક્રિ૦ -નું સ્વાગત કરવું, વધાવી

લેવું. વિ૦ આવકારદાયક, અતિથિ તરીકે સ્વીકાર્ય, વાપરવા કે લેવાની છૂટવાળું (~ to). **make ~**, આતિથ્યપૂર્વક સ્વાગત કરવું.

weld (વે'લ્ડ), ઉ૦ક્રિ૦ ધાતુના વિ૦ક૦ લોઢાના તપાવેલા બે કકડાને ટીપીને અથવા દબાવીને એક બનાવવા, આવી રીતે કોઈ વસ્તુ બનાવવી; [લા૦] એક જીવ બનાવવું. ના૦ એવી રીતે કરેલો સાંધો-જોડ.

we'lfare (વેલ્ફે'અર), ના૦ સદ્ભાગ્ય, કલ્યાણ, સુખ, સમૃદ્ધિ; માણસોને સુખ-સમૃદ્ધિમાં રાખવા તે, તે માટે આપેલા પૈસા. **W~ State,** કલ્યાણરાજ્ય. **~ work,** કોઈ વર્ગ કે જૂથના ભલા માટે સંગઠિત પ્રયત્ન.

we'lkin (વે'લ્કિન), ના૦ [સાહિત્ય૦] આકાશ.

well¹ (વે'લ), ના૦ પાણી, તેલ, ઇ૦નો કૂવો, વાવ; મકાનની વચ્ચે દાદરો, લિફ્ટ, ઇ૦ની કૂવા જેવી આંતરેલી જગ્યા; પ્રવાહી માટેનું પાત્ર, વિ૦ક૦ શાહીનો ખડિયો. સ૦ક્રિ૦ ફુવારાની પેઠે બહાર નીકળવું. **~-head, -spring,** મૂળ-મુખ્ય-ઊગમ-સ્થાન.

well², ક્રિ૦વિ૦ સારી રીતે, સમાધાન-કારકપણે, યોગ્ય રીતે, સંપૂર્ણપણે, કાળજી-પૂર્વક; ઠીકઠીક અંતરે,માત્રામાં કે વિસ્તારમાં; હૃદયપૂર્વક, મહેરબાની કરીને; પ્રશંસાપૂર્વક; સંભવતઃ; સહેલાઈથી, સકારણ,ડહાપણપૂર્વક. **as ~,** એ જ કારણથી, વધુ સારું, વધારામાં, પણ, સુધ્ધાં. **as ~ as,** એના જેટલું જ, એટલે જ અંશે-પ્રમાણમાં, તે ઉપરાંત. વિ૦ તંદુરસ્ત, સારું, સમાધાન-કારક સ્થિતિમાં-જગ્યા પર, સમાધાનકારક; ડહાપણભર્યું, યોગ્ય અને બરાબર. ઉદ્ગાર૦ કોઈ ટીકા, અભિપ્રાય કે કથન રજૂ કરનારો; આશ્ચર્ય, શંકા વ્યક્ત કરવા તેમ જ પૂર્વે કહેલી વસ્તુ સાથે સંબંધ સૂચવવા વપરાય છે. એમ કે?; ઠીક, વારુ; એ તો ઠીક, પણ, ઇ૦. પ્રશ્નાર્થ **well ?**, હવે બીજું શું? **very ~,** બહુ સારું. **~-advised,** ડહાપણભર્યું. **~ and truly,** નિશ્ચિત, ચોક્કસ. **~-appointed,** બધી આવશ્યક વસ્તુઓથી સજ્જ. **~ away,** સારી પેઠે પ્રગત-આગળ વધેલું. **~-balanced,** ડાહ્યું,સમજુ, એકબીજાને અનુરૂપ. **~-being,** કુશળતા, તન્દુરસ્તી, સમૃદ્ધિ, કલ્યાણ. **~-born,** ઊંચા કુળમાં જન્મેલું, કુલીન. **~-bred,** સારી રીતે ઊછરેલું સારી રીતભાતવાળું. **~-connected,** સારાં (કુટુંબો સાથે)સંબંધોવાળું. **~-defined,** સ્પષ્ટપણે બતાવેલું. **~-earned,** યોગ્ય રીતે સંપાદિત ને તેથી તેને માટે પૂરી લાયકાત ધરાવનારું. **~-founded, -grounded,** નક્કર પાયા પર ઊભેલું. **~-groomed**, વ્યવસ્થિત વાળ હોળેલું તથા પોશાક પહેરેલું. **~-heeled,** [વાત.] ધનાઢ્ય, પૈસાદાર. **~-informed,** માહિતગાર બહોળા જ્ઞાનવાળું. **~-intentioned,** સદ્હેતુવાળું, સારા હેતુથી કરેલું. **~-judged,** સમયસર-ડહાપણ-પૂર્વક-વિવેકપૂર્વક-તું-કરેલું. **~-knit,** સુગ્રથિત, સુસંબદ્ધ. **~-known,** સારી પેઠે જાણીતું.**~-meaning,** સદ્હેતુવાળું. **~ off,** પૈસેટકે સુખી, સંપન્ન. **~-read,** બહુશ્રુત.**~-spo'ken,** સંસ્કારી વાણીવાળું. **~timed,** સમયસરનું. **~-to-do,**પૈસાટકાવાળું, સમૃદ્ધ. **~tried,** સારી રીતે કસોટીએ ચડેલું. **~turned,** વ્યવસ્થિતપણે વ્યક્ત થયેલું. **~-wisher,** શુભેચ્છક, કોઈ વ્યક્તિ, કાર્ય, ઇ૦નું. **~-worn,** ખૂબ વપરાઈ ગયેલું. વાસી.

we'llingtons (વે'લિંગ્ટન્સ), ના૦બ૦ વ૦ ઘૂંટણ સુધીના રબરના જલાભેદ્ય બૂટ.

Welsh¹ (વે'લ્શ), વિ૦ વેલ્સનું, તેના લોકોનું અથવા તેની ભાષાનું. ના૦ વેલ્સની ભાષા, વેલ્શ. **~man, ~woman,** વેલ્સનું વતની – મરદ, સ્ત્રી. **~ rabbit,~ rarebit,** શેકેલા પનીરની વાની.

welsh², ઉ૦ક્રિ૦ (ધંધાદારી હોડ બકનાર અંગે) હોડ જીતનારના પૈસા ચૂકવ્યા વિના નાસી જવું; કરારભંગ કરવો, વિ૦ ક૦ દેવું ચૂકવવાનું ટાળવું.

welt (વે'લ્ટ), ના૦ બૂટના ઉપલા ભાગ અને તળિયાના સાંધા પર જોડવાની ચામડાની જાડી પટ્ટી; વસ્ત્રની દોરાવાળી કોર; સોટી ઇંથી ચામડી પર ઊઠેલો સોળ. સ૦ક્રિ૦ બૂટના ઉપલા ભાગ અને તળિયાને જોડવા પટ્ટી લગાડવી, ચાબૂક વતી માર મારવો – માર મારીને સોળ ઉઠાડવા.

we'lter (વે'લ્ટર), અ૦ક્રિ૦ આળોટવું, ઉપરનીચે શરીર પછાડવું; લોહી, કાદવ, ઇ૦માં રગદોળાવું, લાંબા થઈને સૂવું, -માં ડૂબી જવું અથવા સંડોવાયેલું હોવું. ના૦ ગરબડગોટાળો; કોલાહલ, ઉત્પાત.

we'lterweight (વે'લ્ટર્વેટ), ના૦ મુષ્ટિયુદ્ધમાં ૬૭ કિ. ગ્રા. સુધીનું વજન, તે વજનવાળો મુષ્ટિમલ્લ.

wen (વે'ન), ના૦ ચામડી પરની નિર્દોષ ગાંઠ, વરસોળી.

wench (વે'ન્ચ), ના૦ [મજાકમાં] છોકરી કે જુવાન સ્ત્રી.

wend (વે'ન્ડ), ઉ૦ક્રિ૦ [સાહિત્ય૦] -ની દિશામાં ચાલવું, જવું.

went (વે'ન્ટ), **go**નો ભૂ૦કા૦.

wept (વે'પ્ટ), **weep**નો ભૂ૦કા૦ તથા ભૂ૦કૃ૦.

were (વે'અર), જુઓ **be**.

wer'(e)wolf (વિઅર્વુલ્ફ), ના૦ [બ૦ વ૦ **-wolves**] [પુરાણકથા] વરુનું રૂપ લેનાર માણસ.

We'sleyan (વે'ઝ્લિઅન), વિ૦ અને ના૦ જૉન વેઝ્લીએ સ્થાપેલા મેથૉડિસ્ટ ધર્મસંઘનું(સભ્ય).

west (વે'સ્ટ), ના૦ પશ્ચિમ(દિશા), પશ્ચિમ તરફ આવેલો મુલક. વિ૦ પશ્ચિમનું – માં આવેલું – તરફથી આવતું – તરફ જતું. ક્રિ૦વિ૦ પશ્ચિમ તરફ – તરફથી, પશ્ચિમમાં. **go ~**, માર્યા જવું, મરી જવું, વિનાશ પામવું. **W~ End**, લંડનનો ફૅશનબલ ભાગ. **W~ side**, મૅનહટનનો પશ્ચિમનો ભાગ. **We'stward** (-વર્ડ), ક્રિ૦વિ૦, વિ૦ અને ના૦. **we'stwards** (-વર્ડ્ઝ), ક્રિ૦વિ૦.

we'stering (વે'સ્ટરિંગ), વિ૦ (સૂર્ય અંગે) પશ્ચિમ નજીક પહોંચતું.

we'sterly (વે'સ્ટર્લિ), વિ૦ પશ્ચિમ તરફનું –થી આવતું – તરફ જતું.

we'stern (વે'સ્ટર્ન), વિ૦ પશ્ચિમનું – માંનું. ના૦ ઉ. અમેરિકાના પશ્ચિમ ભાગના ગોવાળિયાઓ વિષેનો ચિત્રપટ અથવા નવલકથા.

we'sterner (વે'સ્ટર્નર), ના૦ પશ્ચિમનો વતની.

wet (વે'ટ), વિ૦ પાણી કે બીજા કોઈ પ્રવાહીથી ભીંજાયેલું, ભીનું; (હવામાન અંગે) વરસાદવાળું; (રંગ અંગે) હજી ન સુકાયેલું, પાણી સાથે વાપરેલું; દારૂ(વેચવા)ની છૂટવાળું; [વિ૦ બો૦] ભૂલભરેલું, નબળું. સ૦ક્રિ૦ પલાળવું, ભીનું કરવું. ના૦ કશુંક ભીનું કરનાર પ્રવાહી; વરસાદ(વાળું હવામાન); [વિ૦ બો૦] પેય, દારૂ; [વિ૦ બો૦] નબળું – દમ વિનાનું – માણસ. **~ blanket**, બીજાનો ઉત્સાહ, ઉલ્લાસ, ઇ૦ને ઠંડા પાડી દેનાર માણસ કે વસ્તુ. **~-nurse**, બીજાના બાળકને ધવડાવનાર સ્ત્રી, ધાવ. સ૦ક્રિ૦ ધાવનું કામ કરવું; કોઈ ને અસહાય સમજીને તેની પ્રત્યે વર્તવું.

we'ther (વે'ધર), ના૦ ખસી કરેલો ઘેટો.

Wg. Cdr., સંક્ષેપ. Wing Commander.

whack (વૅક), સ૦ક્રિ૦ [વાત.] મારવું, વિ૦ક૦ લાકડીથી. ના૦ [વિ૦ બો૦] ભાગ, શૅર. **~ed**, થકવી નાખેલું.

wha'cking (વૅકિંગ), વિ૦ [વાત.] મોટું. ક્રિ૦ વિ૦ અતિશય, ઘણું.

whale (વેલ), ના૦ વહેલ માછલી, મગર માછલી; ન ભુલાય એવા કદ અને જથાવાળું કશુંક. **a ~ (at)**, [વાત.] કશાકમાં ખૂબ કુશળ – સારું અથવા આગ્રહી. અ૦ક્રિ૦ વેઇલનો શિકાર કરવો. **~bone**, કેટલીક વહેલના ઉપલા જડબામાં થતો લવચીક શિંગડા જેવો પદાર્થ. **~ oil**, કેટલીક વહેલની ચરબીનું તેલ.

wha'ler (વેલર), ના૦ વેઇલનો શિકાર કરવા માટેની હોડી કે શિકારી ખારવો.

wham (વૅમ), ઉદ્‌ગાર. જોરદાર અથડામણ કે ટક્કર સૂચવતો.

wharf (વૉર્ફ), ના૦ [બ૦વ૦ **wharves**] વહાણનો થોભવાનો ડક્કો, ધક્કો. ઉ૦ક્રિ૦ ધક્કા પર માલ ઉતારવો, નાંગરવું.

what (વૉટ), પ્રશ્નાર્થક વિ૦ કયું, શાનું? કેટલું મોટું? ઉદ્‌ગાર૦ વિ૦ કેટલું મોટું! કેટલું વિચિત્ર! કેવું અસાધારણ! સંબંધક વિ૦ તે, તેઓ... જે, જેઓ, કોઈ પણ. પ્રશ્નાર્થક સર્વના૦ કોણ, કયું, શું? કેવો – કયો – માણસ, કઈ વસ્તુ. **know ~'s what,** સારુંનરસું પારખવાની આવડત હોવી; હાથ પર લીધેલી બાબત, યોગ્ય શું છે, તે બરાબર જાણવું. ઉદ્‌ગાર૦ સર્વના૦ કઈ વસ્તુ(ઓ), કેટલું? સંબંધક સર્વના૦ તે અથવા તેઓ...જે; વસ્તુ(ઓ) ...જે, કંઈ પણ...જે. ક્રિ૦ વિ૦ કેટલું. **~-ever,** = **what** સંબંધક સર્વના૦ ભાર અથવા અનિશ્ચિતતા સાથે. જે કોઈ પણ (વસ્તુ). નકારાત્મક અથવા પ્રશ્નાર્થક સાથે. જરા પણ, કોઈ પણ જાતનું. **~ for?,** શા માટે? **~ not,** અને બીજી અનેક એવી જ વસ્તુઓ. **~ not,** પરચૂરણ અથવા નજીવી વસ્તુ; આવી વસ્તુઓ માટે છાજલીઓવાળો ઘોડો. **~soever,** = whatever. **~ with,** -ને કારણે.

wheat (વીટ), ના૦ ઘઉં(નો છોડ અથવા દાણો) **~-meal,** ઘઉંનો લોટ.

whea'tear (વીટર), ના૦ એક નાનું યાયાવર પક્ષી.

whea'ten (વીટન), વિ૦ ઘઉંનું (બનેલું).

whee'dle (વીડલ), સ૦ક્રિ૦ ખુશામત કરીને મનાવવું–કશુંક કઢાવવું–ફોસલાવવું–બનાવવું.

wheel (વીલ), ના૦ વાહનનું પૈડું, ચાક, ચક્ર; યાંત્રિક કામમાં વપરાતું ચક્ર; મોટર ચલાવવાનું ચક્ર (steering wheel); પૈડા જેવી વસ્તુ; પૈડાની હોય તેવી ગતિ; વિ૦ક૦ [લશ્કરી.] એક છેડે ખીલો કે નાભિ હોય એવી હારની ગતિ, લશ્કરની હારોની ગોળ ગોળ કૂચ. ઉ૦ક્રિ૦ ધરી કે ખીલાની ઉપર કે આસપાસ ફરવું, દાંડાનો એક છેડો ખીલો બનીને તેની આસપાસ દાંડાએ ફરવું; (લશ્કરની હાર અંગે) ગોળ ગોળ કૂચ કરવી; બાઇસિકલ ચલાવવી – પર બેસવું; પૈડાંવાળી વસ્તુ ખેંચવી, -ને ધકેલવું; દિશા બદલવી–બદલાવવી; બીજી બાજુ તરફ મોઢું ફેરવવું, ગોળ ગોળ ફરવું. **~barrow,** બે ઘોરિયા ને એક પૈડાની હાથગાડી. **~-base,** વાહનની ધરીઓ વચ્ચેનું અંતર. **~chair,** વિ૦ ક૦ માંદાની પૈડાંવાળી ખુરશી. **~-spin,** આગળ વધ્યા વિના વાહનનાં પૈડાંનું ગોળગોળ ફરવું. **~s within wheels,** જટિલ યંત્રરચના; [લા.] ગુપ્ત ભાંજગડો. **~wright,** પૈડાગર.

wheeze (વીઝ઼), ઉ૦ક્રિ૦ સિસોટીના અવાજ સાથે જોરથી શ્વાસ લેવો; બોલવું– ઉચ્ચાર કરવો. ના૦ શ્વાસ લેતાં સિસોટીનો અવાજ, સુસવાટો; [વિ૦બો૦] યુક્તિ, છટકબારી; મનની કલ્પના.

whee'zy (વીઝ઼િ), વિ૦ શ્વાસ લેતાં સિસોટી બોલાવતું, સિસોટીના જેવું.

whelk (વે'લ્ક), ના૦ ગોકળગાય જેવી શંખલામાં રહેતી દરિયાઈ માછલી.

whelp (વે'લ્પ), ના૦ કૂતરાનું બચ્ચું, કુરકુરિયું; [પ્રા.] સિંહનું બચ્ચું; અસંસ્કારી છોકરું. ઉ૦ક્રિ૦ (કૂતરી, ઇ૦ અંગે) વિયાવું, બચ્ચાં જણવાં.

when (વે'ન), ક્રિ૦વિ૦ અને ઉભ૦ અ૦ ક્યારે, કયે વખતે, કયે પ્રસંગે, કઈ બાબતમાં કે સંજોગોમાં; તે વખતે કે તે પરિસ્થિતિમાં, ઇ૦ ... જ્યારે, જે વખતે ઇ૦, અને તે જ વખતે; –નો વિચાર કરતાં, જોતાં. ના૦ સમય, તારીખ, પ્રસંગ. **~-ever, ~soever,** જ્યારે પણ, જે કોઈ વખતે કે પ્રસંગે; જ્યારે જ્યારે ... તે દરેક વખતે.

whence (વે'ન્સ), ક્રિ૦વિ૦ અને ઉભ૦ અ૦ કઈ જગ્યાથી, ક્યાંથી; શાથી, શા કારણથી; (સ્થળ ઇ૦) જ્યાંથી.

where (વે'અર), ક્રિ૦વિ૦ અને ઉભ૦ અ૦ ક્યાં, કઈ જગ્યાએ – સ્થિતિમાં –

સંજોગોમાં; કઈ બાબતમાં, ક્યાંથી, ઇ૦; કઈ દિશામાં, કેણી ગમ; તે જગ્યાએ – જગ્યામાં – જગ્યા તરફ ... જ્યાં, જેમાં; અને ત્યાં. ના૦-સ્થળ, ઠામ, ઠેકાણું, પત્તો. **~abou'ts,** કઈ જગ્યાએ –ની પાસે? **~abouts** (whe're-), આશરે ક્યાં છે તે જગ્યા, ઠેકાણું, પત્તો. **~as,** અમુક હકીકતને વિચાર કરતાં, વસ્તુસ્થિતિ જોતાં; -ની સાથે સરખાવતાં; જેથી કરીને ... તેથી. **~by,** જેથી, જેથી કરીને. **~fore,** શા કારણે, શા માટે, અને તેથી; [પ્રા.] જેને કારણે, જેને પરિણામે, ઇ૦. **~in,** જેમાં, કઈ બાબતમાં. **~of,** જેનું, શાનું. **~on,** જેના ઉપર, શા ઉપર. **~with,** જેથી, જે વડે; શાથી, શા વડે. **~soever,** = wherever. ~upon. વિ૦ ક૦ જે પછી, અને પછી. **~withal** (-વિધોલ), [વાત.] પૈસા વગેરે જરૂરી સાધનસામગ્રી.

where'ver, જે જે જગ્યાએ, જ્યાં જ્યાં; ક્યાં, કઈ જગ્યાએ.

whe'rry (વે'રિ), ના૦ મોટી હલકી સપાટ નાવ; હલકી હલેસાવાળી હોડી.

whet (વે'ટ), સ૦ક્રિ૦ -ને ધાર ચડાવવી, ઘસવું, વધુ તીક્ષ્ણ બનાવવું. **~stone,** ધાર કાઢવાનો પથ્થર, નિસાણો.

whe'ther (વે'ધર), ઉભ૦ અ૦ બે વિકલ્પો રજૂ કરતી વખતે પહેલા વિકલ્પ-વાળા વાક્યની શરૂઆતમાં વપરાય છે, કે ... અથવા નહિ, કે, અગર.

whew (હ્યૂ), ઉદ્ગાર૦ નવાઈ, સાશ્ચર્ય-ભીતિ, ગભરાટ અથવા રાહત વ્યક્ત કરે છે.

whey (વે), ના૦ ફાટેલા દૂધનું અથવા દહીંનું પાણી, છાશ

which (વિચ), પ્રશ્નાર્થક વિ૦ કયું, કોણ, ઇ૦ સંબંધક વિ૦ [વસ્તુ અંગે જ વપરાય છે] જે ... તે. પ્રશ્નાર્થક સર્વનામ૦ કયો માણસ કે કયા માણસો, કઈ વસ્તુ(ઓ). સંબંધક સર્વ૦ જે માણસ કે માણસો, જે વસ્તુ(ઓ). **~ever, ~soever,** જે કોઈ પણ.

whiff (વિફ), ના૦ હવા કે દુર્ગંધની લહેર, ધુમાડાનો ગોટો, બીડી પીતાં મારેલી ફૂંક-દમ; નાનકડી સિગાર.

Whig (વિગ), ના૦ અને વિ૦ [ઇતિ૦] લિબરલ ઉદારમતવાદી પક્ષ પૂર્વેનો રાજ-કીય પક્ષ(તેનો સભ્ય). **Whi'ggery** (-ગરિ), ના૦. **Whi'ggism** (-ગિઝ્મ), ના૦. **Whi'ggish** (-ગિશ), વિ૦.

while (વાઇલ), ના૦ સમય, સમયનો ગાળો, વિ૦ક૦ કશુંક કરવામાં પસાર કરેલો વખત. **for a ~,** થોડા વખત માટે. **in a ~,** શીઘ્ર, થોડા વખતમાં. **once in a ~,** અવારનવાર, ક્યા-રેક ક્યારેક. સંબંધક ક્રિ૦ વિ૦ (સમય ઇ૦ સાથે) જે (કાળ) દરમ્યાન. ઉભ૦ અ૦ જ્યારે .. તે દરમ્યાન, જ્યારે ... એટલા વખત સુધી; જોકે; અને તે જ વખતે; તે ઉપરાંત. સ૦ક્રિ૦ (વખત ઇ૦) આરામથી – કંટાળ્યા વિના – પસાર કરવો.

whilst (વાઇલ્સ્ટ), ક્રિ૦ વિ૦ અને ઉભ૦ અ૦ = **while.**

whim (વિમ), ના૦ લહેર, તરંગ, ધૂન.

whi'mper (વિમ્પર), અ૦ ક્રિ૦ બબ-ડતાં બબડતાં ધીમે ધીમે–રડવું, કકળવું.

whi'msical (વિમ્ઝિકલ), વિ૦ લહેરી, તરંગી; વિચિત્ર, ઊટપટાંગ. **whimsica'lity** (-કેલિટિ), ના૦.

whi'msy (વિમ્ઝિ), ના૦ લહેર, તરંગ, ધૂન.

whin (વિન), ના૦ પડતર જમીનમાં થતું પીળાં ફૂલવાળું એક ઝાડવું. **~chat,** નાનકડું ગાનારું પક્ષી.

whine (વાઇન), ના૦ કૂતરાનો કે બાળક-નો લાંબો રડવાનો અવાજ, કકળાટ, બબડાટ. અ૦ ક્રિ૦ ધીમે ધીમે રડવું, કક-ળવું, બબડવું; કરગરવું.

whi'nny (વિનિ), ના૦ ધીમો – ખુશીનો – હણહણાટ. ઉ૦ ક્રિ૦ (ઘોડા અંગે) ધીમે-થી – આનંદથી – હણહણવું, ખોંખારવું.

whip (વિપ), ના૦ ચાબુક; ચાબુકનો માર; શિકારી કૂતરાઓને ઠેકાણે રાખનાર અમલદાર; રાજકીય પક્ષમાં શિસ્ત રાખવા

નીમેલો માણસ; તેનો સભ્યોને હાજર રહેવાનો આદેશ; ફીણેલી મલાઈ ઇ૦ વડે બનાવેલ વાની. ઉ૦ ક્રિ૦ ચાબુક મારવો – મારીને આગળ ચલાવવું – દોડાવવું; ઈંડાં, મલાઈ, ઇ૦ ફીણીને હલકું બનાવવું; દોરી ઇ૦ વતી સખત બાંધવું; વાદળાંથી ઘેરી નાખવું છાવી દેવું; અખ્યિો દેવો; અચાનક અથવા ઝડપથી ખસવું; એકદમ ઝૂંટવી લેવું; ઉતાવળથી કે ઝડપથી તૈયાર કરવું – થવું; ચાબુક અથવા સોટીની જેમ નમવું અથવા ઊછળવું. **~cord**, ચાબુકની સખત વળ આપેલી દોરી. **~ hand**, [લા.] વર્ચસ્વ, (નો) કાબૂ, વધારે મજબૂત સ્થિતિ. **~lash**, ચાબુકનો ફટકો, તેના જેવો ઓચિંતો આંચકો. **~-round**, ધર્માદા કાર્ય માટે મંડળી પાસેથી ફાળા માટે વિનંતિ. **~stock**, ચાબુકનો હાથો. **whi'pper-in**, શિકારી કૂતરાઓનો રખેવાળ. **whip'ping-boy**, [ઇતિ૦] રાજપુત્રની સાથે ભણનાર ને તેને બદલે સજા ભોગવનાર છોકરો, હોળીનું નાળિયેર. **whip'ping-top**, ચાબુક મારીને ફરતો રખાતો ભમરડો.

whi'pper-snapper (વિપર્‌સ્નૅપર), ના૦ અહંમન્ય ક્ષુદ્ર માણસ બહુધા જુવાન.

whi'ppet (વિપિટ), ના૦ ગ્રેહાઉન્ડની જાતનો નાનો કૂતરો જે શરતમાં વપરાય છે.

whi'ppoorwill (વિપુઅરૂવિલ), ના૦ ઉત્તર અમેરિકાનું એક નિશાચર પક્ષી.

whi'ppy (વિપિ), વિ૦ લવચીક કમાન જેવું.

whirl (વર્લ), ઉ૦ ક્રિ૦ ઝડપથી ગોળ ગોળ ફેરવવું – ફરવું, કક્ષામાં ઝડપથી જોરથી મોકલવું અથવા દોડવું – ફરવું, ગાડી ઇ૦માં ઝડપથી જવું – લઈ જવું; ચક્કર આવવા, ગોળ ગોળ ફરે છે એમ લાગવું. ના૦ ઝડપથી ગોળ ગોળ ફેરવવું – ફરવું – તે, ભ્રમણ; માથું ભમવું તે, ચક્કર; ધસારો. **~pool**, ભમરો, વમળ. **~wind**, વાવટોળ, ચક્રવાત.

whir'ligig (વર્લિગિગ), નાં૦ એક જાતનો ભમરડો, ફરકડી; જુદાં જુદાં પ્રાણીઓના આકારની બેઠકોવાળું ગોળ ગોળ ફરતું ચક્ર; ચક્રાકાર ગતિ.

whirr (વર), નાં૦ જોરથી ફરતા પૈડાનો – ના જેવો – હવામાંથી જોરથી પસાર થતી વસ્તુનો – અવાજ.

whisk (વિસ્ક), નાં૦ ઘાસ, વાળ, ઇ૦નો ઝુતારો – કૂચડો, ઈંડાં, મલાઈ, ઇ૦ ફીણવાનું ઓજાર; પૂંછડીની ઝાપટ(નો અવાજ). ઉ૦ ક્રિ૦ ઝાપટવું, ઝટકવું; રવઈ વતી ફીણવું; હળવે રહીને એકદમ જવું – લઈ જવું, એકદમ ઉપાડી જવું; પૂંછડી હલાવવી – પટપટાવવી.

whi'sker (વિસ્કર), નાં૦ [બહુધા બ૦ વ૦માં] કલ્લા, થોભિયા; બિલાડીની મૂછો; [વાત.] ટૂંકું અંતર. **whi'skery** (-રિ), વિ૦.

whi'skey (વિસ્કિ), નાં૦ આયરિશ વિસ્કિ (દારૂ).

whi'sky (વિસ્કિ), નાં૦ ફણગાવેલા અનાજ કે બટાકામાંથી બનાવાતો – ગાળેલો – દારૂ.

whi'sper (વિસ્પર), નાં૦ ગુસપુસ (બોલવું તે), હળવે રહીને કાનમાં કરેલી વાત, ધીમો સળવળ અવાજ; ગર્ભિતાર્થ અફવા, સૂચના. ઉ૦ ક્રિ૦ હળવે રહીને કાનમાં કહેવું; ધીમે રહીને ખાનગી રીતે કહેવું.

whist (વિસ્ટ), નાં૦ બે જોડીઓએ રમવાની પત્તાંની એક રમત. **~ drive**, એક ટેબલ પરથી બીજા ટેબલ પર જતા રમનારાઓવાળી 'વિસ્ટ પાર્ટી'.

whi'stle (વિસલ), નાં૦ સિસોટીનો – ના જેવો – તીણો અવાજ, સિસોટી, સિટી; પક્ષી, પવન, અસ્ત્ર, ઇ૦નો અવાજ; વાંસળીનો અવાજ; વાંસળી. ઉ૦ ક્રિ૦ સિસોટી વગાડવી, મોં વડે સિસોટી બોલાવવી, સિટી વગાડીને બોલાવવું – સૂચના આપવી; સિટી વગાડીને રવાના કરવું – વિસર્જન કરવું. **~ for**, [વાત.] વ્યર્થ ખોળવું – અપેક્ષા રાખવી. **~-stop**, [અમે૦] રેલવેનું નાનકડું નજીવું સ્ટેશન. **~-stop speech**, પ્રવાસમાં ટૂંકા રોકાણ દરમ્યાન

કરેલું ચૂંટણીનું ભાષણ.

whit[1] (વિટ), ના૦ રજ, કણ, લવલેશ.

Whit[2] **Whi'tsun** (વિટ્સન); ના૦ ઈસ્ટર પછીના ૭મા રવિવારનું પર્વ, પંચાસતી(પેન્ટિકોસ્ટ)ના સ્મારકરૂપ. વિ૦ આગામી 'વિટસંડે'નું -ની સાથે સંબંધવાળું. **Whi'tsuntide** (-ન્ટાઇડ), વિટ્સન્ડે સાથેનું અઠવાડિયું, એ અઠવાડિયાના છેલ્લા બે દિવસો.

white (વાઇટ), વિ૦ સફેદ(રંગનું), ધોળું, પ્રકાશના પરાવર્તનથી પેદા થતા રંગનું; (પાણી, પ્રકાશ, ઇ૦ અંગે) શુદ્ધ; ફીકું; [લા.] નિષ્પાપ, નિષ્કલંક; [રાજ્ય૦] રાતા = (ક્રાન્તિકારી)નું વિરોધી, ગોરી ચામડીવાળા માનવવંશના લોકોનું. ના૦ સફેદ રંગ, કપડાં, ઇ૦; ગોરો (માણસ); શેતરંજનાં સફેદ મહોરાં (વડે રમનાર); ઈંડાની સફેદી; આંખની કીકી ફરતે ડોળાનો દેખાતો ભાગ. [પ્રા૦] સ૦ ક્રિ૦ સફેદ બનાવવું. ~ **ant** ઊધઈ. ~**bait**, એક બહુ જ નાની રૂપેરી માછલી. ~ **bread**, મેંદાની સફેદ રોટી. ~ **cell**, લોહીનો શ્વેતકણ. ~ **Christmas**, બરફવાળું નાતાલ. ~ **coffee**, દૂધવાળી કૉફી. ~**-collar**, (કામગાર અંગે) હાથે મજૂરીનું કામ ન કરનાર. ~ **corpuscle**, લોહીનો શ્વેતકણ. ~ **elephant**, ન પોસાય એવી, બોજારૂપ, અથવા નકામી વસ્તુ, ધોળો હાથી. ~ **ensign**, બ્રિટિશ નૌકાદળ ઇ૦નો ઝંડો. ~ **feather**, બીકણતાનું લક્ષણ કે પ્રતીક. ~ **flag**, યુદ્ધવિરામ કે શરણાગતિનું સૂચક સાદો સફેદ ઝંડો. ~**-heart** (**cherry**), પીળાશ પડતું સફેદ ચેરીનું ફળ (ખેડેલું). ~ **heat**, ધાતુ સફેદ દેખાય એટલી ઉષ્ણતાની માત્રા; [લા.] તીવ્ર ક્રોધ કે કામવાસનાની સ્થિતિ. ~ **hope**, હોનહાર – આશાસ્પદ – માણસ. ~ **horses**, સફેદ સપાટીવાળાં દરિયાનાં મોજાં. ~**-hot**, ધાતુ સફેદ દેખાય એટલું ગરમ. **W~ House**, અમેરિકાના પ્રમુખનું સરકારી રહેઠાણ. ~ **lead**, સફેદો(લાપી ઇ૦માં વપરાતો). ~ **lie**, નજીવું અથવા સારા હેતુસર બોલાયેલું ઉપેક્ષણીય જૂઠાણું. ~**-livered** ડરપોક, બીકણ, બાયલો. ~ **man**, [લા. વાત૦] ખાનદાન અથવા વિશ્વાસપાત્ર માણસ. ~ **meat**, મરઘાંકૂકડાં, વાછરડાં, સસલાં, ડુક્કર, ઇ૦નું માંસ. ~ **night**, ઊંઘ વગરની રાત. **W~ Paper**, શ્વેતપત્ર, ખાસ માહિતી કે ખુલાસો આપનારો સરકારી દસ્તાવેજ. ~ **sale**, ઘરગથ્થુ કાપડનું વેચાણ. ~ **sauce**, લોટ, માખણ, ઇ૦વાળી ચટણી, રાયતું, ઇ૦. ~ **slave**, વેશ્યા વ્યવસાય માટે ફસાવેલી (અને દેશ બહાર મોકલેલી) સ્ત્રી. ~ **spirit**, હલકું પેટ્રોલિયમ, ઓગાળનાર દ્રવ્ય તરીકે. ~ **sugar**, શુદ્ધ કરેલી ખાંડ. ~ **thorn**, હૉથૉર્નનું ઝાડવું. ~ **tie**, સંપૂર્ણ સાંજના પોશાકની મરદની સફેદ 'બો-ટાઇ.' ~**wash**, ચૂના અને પાણીનું મિશ્રણ; ચૂનો; [લા.] ઢાંકપિછોડો. ઉ૦ ક્રિ૦ મકાન ઇ૦ ધોળવું, -ને ચૂનો દેવો; દોષ – એબ – ઢાંકવી. ~ **wine**, ફીકા પીળા રંગનો દારૂ. ~**-wood**, હલકા – આછા – રંગનું લાકડું. વિ૦ ક૦ રંગીન ભાત પાડવા માટેનું. **whi'tish** (-ટિશ), વિ૦.

Whi'tehall (વાઇટ્હૉલ). ના૦ બ્રિટિશ શાસન(સરકાર), તેની કચેરીઓ અથવા નીતિ, સનદી સેવા (સિવિલ સર્વિસ).

whi'ten (વાઇટન), ઉ૦ ક્રિ૦ સફેદ કે વધુ સફેદ કરવું – થવું.

whi'tening (વાઇટનિંગ), **whi'ting** (વાઇટિંગ), ના૦ ધોળવા માટે કે કાચ માટીનાં વાસણ માંજવા માટે તૈયાર કરેલી ચાકની ભૂકી.

whi'ther (વિધર), [પ્રા૦] પ્રશ્નાર્થક ક્રિ૦ વિ૦ ક્યાં, કયે ઠેકાણે, કઈ સ્થિતિમાં? સંબંધક ક્રિ૦ વિ૦ જે (જગ્યા) તરફ. ઉભ૦ અ૦ અને ત્યાં. તે કે કોઈ પણ જગ્યા તરફ, -જે તરફ.

whi'ting[1] (વાઇટિંગ), જુઓ **whi'tening**.

whi'ting[2], ના૰ એક નાની ખાદ્ય દરિયાઈ માછલી.

whi'tlow (વિટ્લો), ના૰ નહિયું પાકવું તે, નખછર.

whi'tsun (વિટ્સન), જુઓ **whit[2]**.

whit tle (વિટલ), ઉ૰ક્રિ૰ ચાકુ છરી વતી છોલવું-તાછવું; -નો જથો કે અસર ઘટાડવી; ધીમે ધીમે લઈ લેવું-ઘટાડવું, કમી કરવું.

whiz(z) (વિઝ્), ઉ૰ક્રિ૰ હવામાંથી પસાર થતી વસ્તુના જેવો (સર્ર્ર્) અવાજ કરવો-કરાવવો, એવા અવાજથી (હોય તેમ) ઝડપથી પસાર થવું. ના૰ સર્ર્ર્ અવાજ, સુસવાટો. **~-kid**, [વાત.] બુદ્ધિમાન અથવા ખૂબ યશસ્વી જુવાન.

who (હૂ), સર્વના૰ [કર્મ. **whom**, ષષ્ઠી; **whose** હૂઝ્] કોણ, કયો માણસ કે માણસો? કેવો માણસ કે માણસો?; માણસ કે માણસો જે; અને અથવા પણ તે, તેઓ. **~ever**, **~soever**, કોઈ પણ માણસ કે માણસો; કોઈ પણ (એક) જે, ગમે તે.

W.H.O., સંક્ષેપ. World Health Organization.

whoa (હો), ઉદ્ગાર૰ ઊભો રહે, થોભો. ઘોડા ઇ૰ને ઊભા રહેવાનો હુકમ.

whodun(n)it (હૂડનિટ), ના૰ [વાત.] ગૂઢ રહસ્યની અથવા ડિટેક્ટિવ વાર્તા કે નાટક.

whole (હોલ), વિ૰ અક્ષત, અખંડ, ઈજા ન પામેલું, તંદુરસ્ત, સાજું, સાબૂત, આખું, સંપૂર્ણ; બધું. ના૰ -નો પૂરેપૂરો, સંપૂર્ણ, કુલ, જથો; પૂર્ણવસ્તુ, જુદા જુદા ભાગોની બનેલી સમગ્ર વસ્તુ; ઇ૰; આખું તંત્ર; જીવંત એકતા. **on the ~**, બધી બાબતોનો વિચાર કરતાં, સામાન્યતઃ, મોટે ભાગે. **~-hearted**, પૂરા ભાવવાળું, હૃદયપૂર્વકનું; હૃદયપૂર્વક આપેલું, કરેલું, ઇ૰; ખરા દિલનું. **~-meal** ઘઉંનો (ચાળ્યા વિનાનો) લોટ, કણેક.

who'lesale (હોલ્સેલ), ના૰ જથાબંધ વેચાણ-વેપાર-(કરવો તે), વિ૰ક૰ બીજાઓને છૂટક વેચાણ માટે. વિ૰ જથાબંધ વેચનાર: થોકબંધ ખરીદ વેચાણનું; અમર્યાદ, કશા વિવેક વિનાનું; મોટા પ્રમાણમાં -પાયા પર-કરનારું-કરેલું. ક્રિ૰વિ૰ મોટા જથામાં, જથાબંધ; ગમે તેટલી કિંમતે; વિપુલ પ્રમાણમાં, મોટા પાયા પર, કશા વિવેક વિના.

who'lesaler (હોલ્સેલર), ના૰ જથાબંધ વેપારી.

who'lesome(હોલ્સમ), વિ૰ આરોગ્યદાયક-વર્ધક, પથ્ય; તંદુરસ્ત; રોગી (માનસવાળું), ભ્રષ્ટ, ઇ૰ નહિ.

who'lly (હોલ્લિ), ક્રિ૰વિ૰ સંપૂર્ણપણે સમગ્રપણે, સાવ.

whom (હૂમ), સર્વના૰ **who**ની કર્મની વિભક્તિ. **~-so'ever, whoso'ever**ની કર્મની વિભક્તિ.

whoop (હૂપ), ના૰ અને ઉદ્ગાર૰ પ્રક્ષોભ, આનંદ, ઇ૰ વ્યક્ત કરનાર (બૂમ-પોકાર); ઉધરસ ખાધા પછી શ્વાસ અંદર ખેંચવો તે. **whoop'ing-cough**, ઉટાંટિયું. ઉ૰ક્રિ૰ બૂમ-ચીસ-પાડવી.

whoo'pee (વુપી), ના૰ અને ઉદ્ગાર૰ આનંદનો અતિરેક, પ્રક્ષોભ, ઇ૰ વ્યક્ત કરનારી (બૂમ). **make ~**, બૂમ બરાડ પાડીને મોજ કરવી.

whoops(વુપ્સ), ઉદ્ગાર૰ [વાત.] દેખીતી ભૂલ માટે માફી (માગવી તે).

whop (વૉપ), ઉ૰ક્રિ૰ [વિ૰બો૰] માર મારવો, હરાવવું.

who'pper (વૉપર), ના૰ [વિ૰બો૰] કોઈ વસ્તુ કે જાતનો મોટો નમૂનો; ભારે મોટું જૂઠાણું.

who'pping (વૉપિંગ), વિ૰ [વિ૰બો૰] ભારે મોટું.

whore (હોર), ના૰ વેશ્યા, ભ્રષ્ટાચારી સ્ત્રી. **~-house**, વેશ્યાગૃહ.

whorl, (વૉર્લ), ના૰ ડીંટાની ફરતે પાંદડાનું વલય-કૂંડું; પેચ ઇ૰નો એક આંટો; આંગળાની છાપમાં ચક્ર.

whor'tleberry (વર્ટલ્બરિ), ના૰ ઉ૰

યુરોપનું એક ઝાડવું, તેનું નાનકડું વાદળી ફળ.

whose (હૂઝ઼), સર્વના૦ **who** તથા ક્યારેક **which**નું ષષ્ઠીનું રૂપ.

why (વાઇ), પ્રશ્નાર્થક ક્રિ૦વિ૦ શા માટે, કયા હેતુ–કારણ–સર? સંબંધક ક્રિ૦વિ૦ (કારણ પછી) જેને લીધે. ઉદ્ગાર૦ સૌમ્ય અથવા નજીવું આશ્ચર્ય, જરાક વાંધો, ઇ૦ વ્યક્ત કરનાર. ના૦ કારણ, ખુલાસો.

W.I. સંક્ષેપ. West Indies; Women's Institute.

wick (વિક), ના૦ દિવેટ, વાટ.

wi'cked (વિકિડ), વિ૦ પાપી, દુર્ગુણી, દુરાચારી; [વાત.] બહુ જ ખરાબ, દુષ્ટ, તોફાની.

wi'cker (વિકર), ના૦ ટોપલીઓ, ખુરશીઓ, ઇ૦ બનાવવા માટેનું નેતર, ડાળખાં, ઇ૦. **~work**, નેતર ઇ૦ની બનાવેલી ટોપલીઓ ઇ૦; નેતરકામ.

wi'cket (વિકિટ), ના૦ મોટા દરવાજામાં કે ઝાંપામાં કે તેની પાસે બેસાડેલું નાનું બારણું કે ઝાંપો; [ક્રિકેટ.] ગિલ્લીઓ સાથેની જમીનમાં રોપેલી ત્રણ ઊભી દાંડીઓનો સટ; એવા બે સટ વચ્ચેનો પટ, તેની સ્થિતિ; બૅટધારીનું બાદ થવાનું ટાળવું તે. **~-keeper**, બૅટધારીની પાસેની દાંડીઓની નજીક ઊભો રહેનાર ક્ષેત્રપાલ.

wide (વાઇડ), વિ૦ પહોળું, પનાદાર, સાંકડું નહિ; વિસ્તીર્ણ, વિશાળ, મોટા વિસ્તારવાળું, ઘણાને આવરી લેનારું; તંગ, મર્યાદિત, ઇ૦ નહિ એવું; પૂરેપૂરું ખુલ્લું–ઉઘાડું; લક્ષ્ય કે નિશાનથી ખૂબ દૂર. ક્રિ૦વિ૦ અનેક દિશામાં કે દિશા તરફ; મોટા ગાળો, અવધિ કે પ્રવેશ માર્ગ રહે એ રીતે; લક્ષ્ય કે માર્ગ ચૂકે એવી રીતે **far and ~**, વિશાળ જગ્યા કે પ્રદેશ પર–માં(-થી). **~** ના૦ બૅટધારી પહોંચી ન શકે એટલો દૂર ફેંકાયેલો દડો. **~-awake**, પૂર્ણ જાગ્રત; [વાત.] શું ચાલી રહ્યું છે તેનો પૂરેપૂરો જાણકાર, સાવધાન. **~ ball.** જુઓ **wide**, ના૦**~-eyed** આશ્ચર્યચકિત; સાદું, ભોળું. **~spread**, મોટા વિસ્તારમાં ફેલાયેલું.

wi'den (વાઇડન), ઉ૦ક્રિ૦ પહોળું–વધુ પહોળું–કરવું અથવા થવું.

wi'dgeon (વિજન), ના૦ એક જાતનું જંગલી બતક.

wi'dow (વિડો), ના૦ વિધવા. સ૦ક્રિ૦ વિધવા કે વિધુર બનાવવું.

wi'dower (વિડોઅર), ના૦ વિધુર.

wi'dowhood (વિડોહુડ), ના૦ વિધવાવસ્થા, વૈધવ્ય, વિધુરાવસ્થા.

width (વિડ્થ), ના૦ પહોળાઈ, કાપડનો પનો; મોટો વિસ્તાર. **widthways** (-થ્વેઝ઼), ક્રિ૦વિ૦.

wield (વીલ્ડ), સ૦ક્રિ૦ (હાથમાં) પકડીને વાપરવું–ચલાવવું; કાબૂમાં રાખવું, -નું નિયમન કરવું.

wife (વાઇફ), ના૦ [બ૦વ૦ **wives**] પત્ની, ભાર્યા. **old wives' tale,** મૂર્ખામીભરી અથવા વહેમભરી પરંપરા.

wi'fely (વાઇફ્લિ), વિ૦ પત્નીને શોભે એવું.

wig[1] (વિગ), ના૦ કૃત્રિમ વાળની ટોપી–ટોપ–પગડી.

wig[2], સ૦ક્રિ૦ [વાત.] સખત ઠપકો આપવો.

wi'ggle (વિગલ), ઉ૦ક્રિ૦ [વાત.] આમતેમ ઉપર નીચે ઝડપથી ખસવું – ખસેડવું – આંચકો મારવો – વારંવાર હાલવું – હલાવવું. ના૦ આમતેમ ઉપર નીચે હાલવું તે.

wight (વાઇટ), ના૦ [પ્રા.] માણસ.

wi'gwam (વિગ્વૅમ), ના૦ ઉ૦ અમેરિકાના ઇંડિયનની ઝૂંપડી અથવા તંબૂ.

wi'lco (વિલ્કો), ઉદ્ગાર૦ સંમતિસૂચક.

wild (વાઇલ્ડ), વિ૦ મૂળ કુદરતી અવસ્થામાં રહેલું, પાળેલું કે ખેડેલું નહિ, અણસુધરેલું, જંગલી; તોફાની, બેકાબૂ, બેકાયદા; પ્રક્ષુબ્ધ, ખળભળી ઊઠેલું; (કરવા વગેરે) તીવ્ર ઇચ્છાવાળું, ઉત્તેજિત, ઉદ્દામ વૃત્તિવાળું; ઉત્સાહી; અવિચારી, સાહસિક; ઠેકાણા વગરનું, અવ્યવસ્થિત. **run ~**, કાબૂમાં ન રહેવું, કાબૂ બહાર જવું, નિયંત્રણમાં ન હોવું, ફાવે તેમ વર્તવું, કુદરતી–જંગલી–અવસ્થામાં રહેવું–પાછા ફરવું. ના૦ જંગલવાળો–વેરાન–પ્રદેશ, રણ. **~-cat**, [લા.] ગરમ મિજાજવાળું અથવા

તોફાની માણસ. વિ૰ અવિચારી, ડામાડોળ આર્થિક સ્થિતિવાળું, (હડતાળ અંગે) ગેરકાયદે, મહાજનની હાકલ કે માન્યતા વિનાની. ~**fire**, અત્યંત જ્વાલાગ્રાહી બનાવટ અગાઉ યુદ્ધ ઇ૰માં વપરાતી. **like ~fire**, ખૂબ ઝડપથી. **~-goose chase**, શોધનો નિષ્ફળ–મિથ્યા–પ્રયાસ. **~life**, જંગલમાં વસતાં વન્ય – પ્રાણીઓ – પ્રાણીસૃષ્ટિ **~ oat**, ઓટને મળતું ઊંચું ઘાસ. **sow one's ~ oats**, જુવાનીમાં મોજમજા કરવી – આડુંઅવળું જીવન જીવવું. **W~ West**, અરાજકતાના સમયનું પશ્ચિમ અમેરિકા.

wi'ldebeest (વિલ્ડિબીસ્ટ), ના૰ આફ્રિકાની હરણની એક જાત.

wi'lderness (વિલ્ડર્નિસ), ના૰ રણ, વગડો, વેરાન ઉજ્જડ પ્રદેશ; ફાવે તેમ ભેગી થયેલી વસ્તુઓનો અવ્યવસ્થિત ઢગલો. **in the ~**, (રાજકીય પક્ષ અંગે) સત્તા કે સરકારની બહાર; (વ્યક્તિ અંગે) નિર્વાસિત, પદભ્રષ્ટ; મરજીમાંથી ઊતરી ગયેલું.

wile (વાઇલ), ના૰ યુક્તિ, પેચ, લુચ્ચાઈ. સ૰ક્રિ૰ ફોસલાવવું, લલચાવવું.

wi'lful (વિલ્ફુલ), વિ૰ જાણીબૂજીને – હેતુપૂર્વક–કરેલું; જિદ્દી, હઠીલું; મનસ્વી.

will (વિલ), સહા૰ ક્રિ૰ [વર્ત૰ **will**, ભૂ૰કા૰ **would** વુડ; નકારા૰ **will not** અથવા **won't** વોન્ટ, **would not** અથવા **wouldn't**] ભવિષ્યકાળ, સંકેતાર્થ, આજ્ઞાર્થ તથા પ્રશ્ન પૂછવામાં વપરાય છે. સ૰ક્રિ૰ ઇચ્છવું, પસંદ કરવું, સંમતિ આપવી, સંભવિત હોવું, અવારનવાર જોવામાં આવવું; સંકલ્પ કરવો, કશુંક કરવા બીજાને પ્રેરવું; મૃત્યુપત્ર દ્વારા વારસામાં આપવું. ના૰ ઇચ્છા – સંકલ્પ – શક્તિ, સંકલ્પ, દૃઢ નિશ્ચય – હેતુ; મરજી, સ્વેચ્છા; બીજાઓ પ્રત્યે ભાવ – વૃત્તિ; મૃત્યુપત્ર. **against one's ~**, પોતાની ઇચ્છા વિરુદ્ધ. **at ~**, જ્યારે જોઈએ ત્યારે, પોતાની મરજી મુજબ. **with a ~**, ઉત્સાહપૂર્વક. **~-power**, સંકલ્પશક્તિ.

wi'lling (વિલિંગ), ના૰ ખુશી, તૈયારી. વિ૰ રાજી, ખુશી, તૈયાર; ખુશીથી આપેલું – કરેલું.

will-o'-the-wi'sp (વિલ્-ઑવ્-ધ-વિસ્પ), ના૰ ભૂતના ભડકા, ભેજવાળી જગ્યામાં ગંધક (ફૉસ્ફરસ)ને લીધે દેખાતો પ્રકાશ.

wi'llow (વિલો), ના૰ પાણી નજીક થતું નેતર જેવું એક ઝાડ અથવા ઝાડવું. **~-herb**, વિલોના જેવા પાંદડાંવાળો એક છોડ. **~-pattern**, ચીની માટીના સફેદ વાસણ પર વાદળી રંગની રૂઢ ચીની નકશી.

wi'llowy (વિલોઇ), વિ૰ વિલોવાળું; ચપળ અને પાતળું.

wi'lly-nilly (વિલિ–નિલિ), ક્રિ૰વિ૰ મને કમને, ઇચ્છા હોય કે ન હોય.

wilt (વિલ્ટ), ઉ૰ક્રિ૰ કરમાઈ જવું, નમી જવું, શિથિલ થવું; કરમાવી દેવું, મ્લાન કરવું, નમાવવું, શિથિલ કરવું. ના૰ વનસ્પતિનો એક રોગ જેથી તે કરમાઈ જાય છે.

Wilts., સંક્ષેપ. Wiltshire.

wi'ly (વાઇલિ), વિ૰ કપટી, લુચ્ચું.

wi'mple (વિમ્પલ), ના૰ સંન્યાસિની-(નન)નો માથે પહેરવાનો પોશાક.

win (વિન), ઉ૰ક્રિ૰ [**won** વન] રમતગમત, લડાઈ, ઇ૰માં જીતવું, જીત મેળવવી; લડાઈ, શરત, ઇ૰ને પરિણામે મેળવવું – જીતવું; પ્રેમ, વફાદારી, સંપાદન કરવી; પોતાના પક્ષમાં લઈ આવવું; લક્ષ્ય હાંસલ કરવું. ના૰ જય, જીત. **~ the day**, લડાઈમાં જીત મેળવવી.

wince (વિન્સ), અ૰ક્રિ૰ અને ના૰ બીક કે દરદને લીધે અંગ સંકોચવું–મરડવું (તે); પાછા ફરવું, હઠી જવું, ડગવું, (તે).

winceye'tte (વિન્સિએ'ટ), ના૰ સુવાના પોશાક માટે વપરાતું ફૂલવાળું શણ ઇ૰નું કાપડ.

winch (વિંચ), ના૰ પૈડા કે ધરીનો દાંડો – હાથો, હાથાવાળી ગરેડી, દુમકલાસ.

સ૦ક્રિ૦ ડ્રુમકલાસ વતી ઉપર ખેંચવું-ચડાવવું.

wind[1] (વિંડ), ના૦ પવન, વાયુ; પવન કે હવાથી લઈ જવાતી ગંધ (કશાકની હસ્તીની સૂચક); પવનનો કૃત્રિમ પ્રવાહ, વિ૦ક૦ સુષિર વાદ્ય વગાડવા માટે; આવી રીતે વાપરવાની કે વાપરેલી હવા; પેટમાં થતો વાયુ, વાત, બાદી; શ્રમ કે બોલવા માટે જોઈતો શ્વાસ, દમ; (વેગથી વહેતી) પવનની લહેર, ઝપાટો, ઇ૦; કશી મુશ્કેલી વિના શ્વાસોચ્છ્વાસ કરવાની શક્તિ; પવન તરફની બાજુ; ખાલી શબ્દો, ગપ્પાં; વૃંદવાદનનાં સુષિર વાજિંત્રો; છાતીના મધ્ય નીચેની જગ્યા જ્યાં આઘાત થતાં શ્વાસ થોડા વખત માટે બંધ પડે છે. **get ~ of,** -નો વહેમ કે સંશય થવો. **get, have, the ~ up,** [વિ૦બો૦] ભયભીત થવું-હોવું. **in the ~,** [લા.] થવાની અણી પર. **put the ~ up,** [વિ૦બો૦] ગભરાવવું,ભયભીત કરવું. **take the ~ out of person's sails,** બીજો બોલવાનો કે કરવાનો હોય તે જ પોતે તેની પહેલાં બોલી કે કરી નાખવું ને તેને નિષ્ફળ બનાવવો. **~,** સ૦ક્રિ૦ ગંધથી શોધી કાઢવું; હંફાવવું, થાક+દમ-શ્વાસ-ખવડાવવો; વ્યાયામથી શ્વાસ ઊંડો અને ઝડપી બનાવવો; શ્રમ અથવા ફટકો મારીને શ્વાસોચ્છ્વાસ બંધ કરવો. [વાઇન્ડ; ભૂ૦કા૦ તથા ભૂ૦કૃ૦ **wound** વાઉન્ડ] (સુષિર વાદ્ય) ફૂંકીને વગાડવું. **~-bag,** વાતોડિયો. **~-break,** પવનનું જોર ઓછું કરવા માટે વપરાતી વસ્તુ, વિ૦ક૦ વૃક્ષો ઇ૦ની હાર. **~-cheater,** પવન અંદર પેસે નહિ-અસર કરે નહિ-એવી બંડી-કોટ. **~fall,** પવનથી નીચે પડી ગયેલું ફળ; અચાનક થયેલો લાભ,વિ૦ક૦મળેલો વારસો. **~ instrument,** સુષિર વાદ્ય. **~-jammer,** વેપારી વહાણ (સઢવાળું). **~mill,** પવનચક્કી. **~pipe,** શ્વાસનળી. **~screen, ~shield,** [અમે.] ગાડી ચલાવનારની સામેનો કાચ. **~-sock,** પવનની દિશા બતાવવા માટે ટાંગેલું કંતાનનું મોજું. **~-swept,** જોરથી ફૂંકાતા પવનના ઝપાટાવાળું. **~-tunnel,** પવનના જુદા જુદા વેગમાં વિમાન(ના નમૂના કે ભાગો)ની ચકાસણી માટેનો બંધ ઓરડો.

wind[2] (વાઇન્ડ), ઉ૦ક્રિ૦ [**wound** વાઉન્ડ] ગોળ ગોળ વળાંક લેતાં-વળતાં વળતાં-જવું, સર્પાકારે જવું-ખસવું; ગૂંચળું વળવું, વીંટાવું, લપેટાવું; કશાકની આસપાસ વીંટવું; ડ્રુમકલાસવતી ખેંચવું અથવા ઉપર ચડાવવું, ઘડિયાળને ચાવી આપવી. **~ down,** ઉકેલી નાખવું, ડ્રુમકલાસવતી નીચે ઉતારવું. **~ up,** વીંટો કરવો, ઘડિયાળને ચાવી આપવી; વધારે તંગ-તીવ્ર-બનાવવું; સંકેલવું, આટોપી લેવું; ભાષણ પૂરું કરવું, સમારોપ કરવો; લેવડદેવડ ઇ૦ બધા વહેવાર ગોઠવી દેવા અને કંપનીનું વિસર્જન કરવું; [વાત.] છેવટે આવી પહોંચવું. **wi'nding-sheet** પડદા પર ઢાંકવાનું વસ્ત્ર, કફન.

wi'ndlass (વિન્ડ્લૅસ), ના૦ ડ્રુમકલાસ, રહેંટ.

wi'ndow, (વિન્ડો), ના૦ બારી, ખિડકી; બારીનો કાચ; માલનું પ્રદર્શન કરવા માટે બારીની જગ્યા; બારી જેવી ખુલ્લી જગ્યા-બાકું. **~-box,** બારીની બહાર છોડ ઉછેરવા માટે મૂકેલી પેટી. **~-dressing,** દુકાનની (કાચની) બારીમાં આકર્ષક રીતે માલ ગોઠવવો તે-ગોઠવવાની કળા, પ્રદર્શનકળા; (ખોટી રીતે) અનુકૂળ છાપ પાડવા માટે હકીકત ઇ૦ હોશિયારીથી રજૂ કરવી તે. **~-seat,** બારી નીચેની બેઠક. **~-shopping,** કાચની બારીઓમાં ગોઠવેલા માલનું કેવળ દર્શન(કરવું તે).

Wi'ndsor (વિન્ડ્ઝ઼ર),ના૦ **~ chair,** પૉલિશ કરેલી લાકડાની ગોળાકાર પીઠવાળી મજબૂત ખુરશી. **~ soap,** ભૂરા રંગનો સુગંધી સાબુ.

wi'ndward (વિન્ડ્વર્ડ), વિ૦ અને ક્રિ૦વિ૦ જે તરફથી પવન આવતો હોય તે દિશામાં(નું). ના૦ એ દિશા.

wi'ndy (વિન્ડિ), વિ૦ પવનમાં ખુલ્લું

રહેલું; તોફાની, વાવંટોળવાળું; વાયડું, વાયુવાળું; શબ્દપ્રચુર; [વિ૦બો૦] ભયભીત, ભીતિગ્રસ્ત.

wine (વાઇન), ના૦ દ્રાક્ષનો દારૂ, બીજા કોઈ ફળનો દારૂ; લાલ દારૂનો રંગ. ઉ૦ક્રિ૦ દારૂ પીવો-પાવો. **~-bibber**, દારૂડિયો. **~-cellar**, દારૂ રાખવાનું ભોંયરું, ત્યાં સંઘરી રાખેલો દારૂ. **~glass**, દારૂનો પ્યાલો. **~press**, દારૂ બનાવવા માટે દ્રાક્ષનો રસ કાઢવાનું યંત્ર, કોલુ.

wing (વિંગ), ના૦ પાંખ, પક્ષ; વિમાનનો એવો જ (આધારરૂપ) પહોળો ભાગ -પાંખ; ઇમારત કે બાંધકામનો આગળ પડતો ભાગ, ઇમારતના અનેક ભાગોમાંનો એક, લશ્કરની વ્યૂહ રચનાનો મોખરો; [બ૦વ૦માં] નાટકશાળામાં રંગમંચની બાજુઓ; મોટરનું મડગાર્ડ; રાજકીય પક્ષનો ઉદ્દામ વિભાગ. [ફુટ૦] રેખા કે હારના કોઈ પણ છેડાનો રમનાર, રમવાના મેદાનની બહારનો ભાગ; હવાઈ દળનો એક વિભાગ(અમુક સ્કવૉડ્રનોનો). **on the ~**, ઊડતું. **take ~**, ઊડી જવું. **take under one's ~**, પોતાના રક્ષણ હેઠળ લેવું. ઉ૦ ક્રિ૦ પાંખોથી સજ્જ બનાવવું, ઊડવા સમર્થ બનાવવું; ઉડ્ડાણ પર મોકલવું; પાંખમાં કે હાથમાં ઘાયલ કરવું; ઊડીને અંતર વટાવવું - પ્રવાસ કરવો. **~-case**, જંતુની પાંખનું મજબૂત કવચ. **~-chair**, ઊંચી પીઠની ઉપર બે બાજુ બહાર નીકળેલા ટેકાવાળી ખુરશી. **~ commander**, શાહી વિમાનદળનો ગ્રૂપ કપ્તાનની નીચેનો અધિકારી. **~-nut**, ફેરવી શકાય તે માટે બે બાજુ બહાર નીકળતા ભાગોવાળી ચાકી. **~-span, -spread**, બે પાંખોની ટોચો વચ્ચેનું અંતર.

wi'nger (વિંગર), ના૦ [ફુટ૦] બાજુનો રમનાર.

wink (વિંક), ઉ૦ ક્રિ૦ આંખ મટકાવવી, પલકારો મારવો, એક આંખ ક્ષણવાર મીંચવી; આંખના પોપચાંની જેમ ઝબૂકવું - ઝબૂક ઝબૂક કરવું; આંખનો ઇશારો કરવો -સૂચના આપવી; આંખ મારવી. ના૦ આંખનો પલકારો - ઇશારો; મટકું(ઊંઘ), જરાક ઊંઘ. **not a ~**, જરાય ઊંઘ નહિ. **~ at**, જોવાનું ટાળવું, આંખ આડા કાન કરવા.

wi'nker (વિંકર), ના૦ વિ૦ક૦ મોટરગાડી પરનો સંકેતદીવો.

wi'nkle (વિંકલ), ના૦ દરિયાઈ ખાદ્ય ગોકળગાય. સ૦ ક્રિ૦ **~ out**, -માંથી કાઢવું, બહાર ખેંચી કાઢવું. **~-pickers**, [વિ૦બો૦] લાંબા અણિયાળા જોડા.

wi'nning (વિનિંગ), વિ૦ આકર્ષક, મોહક, સુંદર; જીત મેળવી આપનારું. ના૦ [બ૦વ૦માં] જીતેલા પૈસા. **~-post**, શરતનો અંત બતાવનાર થાંભલો - જગ્યા.

wi'nnow (વિનો), સ૦ક્રિ૦ અનાજ ઇ૦ ઊપણવું, ઝાટકવું; ફુશકી, ભૂસું, ઇ૦ કાઢી નાખવું, સાફ કરવું; લખાણ ઇ૦માંથી સાચું, સારું, જુદું પાડવું.

wi'nsome (વિન્‌સમ), વિ૦ આકર્ષક, મોહક, સુંદર.

wi'nter (વિન્ટર), ના૦ શિયાળો. ઉ૦ ક્રિ૦ શિયાળાની ઋતુ અમુક ઠેકાણે ગાળવી; શિયાળા દરમ્યાન સાચવવું - ખવડાવવું. વિ૦ શિયાળાનું, -માં થતું કે વપરાતું, શિયાળા સુધી - શિયાળો આખો - ટકનારું. **~ garden**, શિયાળામાં થતી વનસ્પતિઓનો બગીચો. **~-green**, આખો શિયાળો લીલોછમ રહેનારો છોડ - વનસ્પતિ. **~ sports**, શિયાળામાં, વિ૦ક૦ બરફ ઉપર રમાતી રમતો. **~ wheat**, પાનખરમાં વવાતા અને આખો શિયાળો જમીનમાં રહેતા ઘઉં.

wi'ntry (વિન્ટ્રિ), વિ૦ શિયાળાનું, ગરમાવા વિનાનું.

wi'ny (વાઇનિ), વિ૦ દારૂના સ્વાદવાળું.

wipe (વાઇપ), ઉ૦ક્રિ૦ લોહવું, લૂછવું; (આંસુ) લૂછવું; લૂછીને (વાસણ ઇ૦) સાફ કરવું. ના૦ લૂછી - ઘસી - કાઢવું તે. **~ out**, (અપમાન ઇ૦)નો બદલો લેવો; સમૂળ નાશ કરવો, સખત હાર આપવી.

wi'per (વાઇપર), ના૦ [બ૦વ૦માં]

મોટરનો ડ્રાઇવરની સામેનો કાચ લૂછવાનાં લૂછણિયાંમાંનું એક.

wire (વાયર), ના૦ તાર, પાતળી સળી; વિદ્યુતપ્રવાહની વાહક તાર; [વાત.] તાર-(નો સંદેશો). **get one's ~s crossed,** [લા.] ગોટાળો થવો, મૂંઝાવું. **pull ~s,** ખાનગી લાગવગ વાપરવી, દોરીસંચાર કરવો. ઉ૦ ક્રિ૦ -માં તાર મૂકવા, તાર વતી બાંધવું; તારનો આધાર આપવો, -માં તાર નાખીને કઠણ બનાવવું; [વાત.] તાર કરવો, તારથી સંદેશો મોકલવો. **~-haired,** (કૂતરા અંગે) બરછટ વાળવાળું. **~ netting,** તારની (ગૂંથેલી) જાળ. **~-tapping,** ટેલિફોનના તાર સાથે જોડાણ કરીને સાંભળવું. **~ wool,** સાફ કરવા માટે વપરાતું બહુ જ ઝીણા તારનું ગૂંચળું. **~-worm,** વનસ્પતિને નુકસાન કરનાર એક જંતુ-ભમરી.

wir'eless (વાયર્‌લિસ), વિ૦ [તાર(ના સંદેશા) અંગે] તાર વિનાનું; રેડિયોનું. ના૦ રેડિયો, રેડિયો સંદેશા લેવાનો યાંત્રિક સટ. ઉ૦ક્રિ૦ રેડિયો દ્વારા મોકલવું, પ્રસારિત કરવું. **~ telegraphy,** રેડિયો, બિનતારી તાર(નો સંદેશો) મોકલવાની વ્યવસ્થા.

wir'ing (વાયરિંગ), ના૦ મકાનમાં બધે વીજળી લઈ જવાના તારોનું તંત્ર, મકાનમાં વીજળીપ્રવાહના અખંડ માર્ગો.

wi'ry (વાયરિ), વિ૦ તારના જેવું મજબૂત અને લવચીક; મજબૂત સ્નાયુઓવાળું; થાકે નહિ એવું.

Wis., સંક્ષેપ. Wisconsin.

wi'sdom (વિઝ્‌ડમ), ના૦ ડહાપણ, શાણપણ, ચતુરાઈ; જ્ઞાન, અનુભવ, વિદ્વત્તા. **~ tooth,** અક્કલદાઢ; ઉપલા અને નીચેના જડબાની દરેક બાજુએ તદ્દન પાછળની દાઢ

wise[1] (વાઇઝ઼), વિ૦ ડહાપણવાળું ડાહ્યું; ડહાપણભરેલું ડહાપણનું; સમજદાર, અક્કલવાળું, દૂરંદેશી; જાણકાર; [વિ૦બો૦] જાગરૂક, ચપળ, કાવાદાવા કરનારું. **~-crack** [વાત૦] બટકબોલ, ચૂટકો, ટીખળ. ટીખળ કરવી. **~man,** જાદુગર, મેગાઈમાંનો એક. **~ to,** [વિ૦ બો૦] -નું જાણકાર માહિતગાર,

wise[2], ના૦ રીત, પદ્ધતિ, પ્રકાર.

wi'seacre (વાઇઝ઼્કર), ના૦ દોઢડાહ્યો.

wish (વિશ), ના૦ ઇચ્છા, વાંછના, ઉમેદ; વિનંતી; ઇચ્છિત વસ્તુ; [બ૦વ૦માં] બીજાને માટે શુભેચ્છાઓ (વ્યક્ત કરવી તે). ઉ૦ ક્રિ૦ -ની ઇચ્છા કરવી-હોવી, ઇચ્છવું; ચાહવું, (કોઈ) કરે એમ ઇચ્છવું; વિનંતી કરવી; કોઈને માટે શુભેચ્છા કરવી-વ્યક્ત કરવી. **~bone,** રાંધેલા મરઘા ઇ૦નું છાતી અને ગરદન વચ્ચેનું બે ફાંટાવાળું હાડકું. **~-fulfilment,** ઇચ્છાપૂર્તિ.

wi'shful (વિશ્‌ફુલ), વિ૦ કશુંક કરવા ઇચ્છુક. **~ thinking,** વસ્તુસ્થિતિ કરતાં પોતાની ઇચ્છા જ જેનો આધાર છે એવી ધારણા.

wi'shy-washy (વિશિવૉશિ), વિ૦ પાતળું, અતિપાણીવાળું, ફીકું, બેસ્વાદ; [વાત.] દમ વિનાનું.

wisp (વિસ્પ), ના૦ ઘાસ ઇ૦ની નાની પૂળી, ઝૂડી; વાળનું ગૂંચળું, ધુમાડાનો ગોટો **wi'spy** (-સ્પિ), વિ૦.

wist (વિસ્ટ), **wit**નો ભૂ૦કા૦ તથા ભૂ૦કૃ૦.

wistar'ia (વિસ્ટે'અરિઅ), **-er'ia** (-ટે'અરિઅ), ના૦ વાદળી, જાંબુડિયાં અથવા સફેદ લટકતાં ફૂલવાળો વેલો.

wi'stful (વિસ્ટ્‌ફુલ), વિ૦ આતુર, ઉત્કંઠિત.

wit (વિટ), ના૦ [એક વ૦માં અથવા બહુવ૦માં] બુદ્ધિ, સમજશક્તિ; [એક વ૦માં] કલ્પક કે શોધક બુદ્ધિ, કલ્પકતા; વિનોદવૃત્તિ; બુદ્ધિમાન-હાજરજવાબી-વિનોદી-માણસ. **have one's ~s about one,** ભેજું બરાબર ઠેકાણે હોવું, સાવધ હોવું. **at one's ~s' end,** કિંકર્તવ્યમૂઢ. **out of one's ~s,** ગાંડું, વિમનસ્ક, વ્યગ્ર. સ૦ક્રિ૦ [વર્તમાન એક વ૦ **wot;** ભૂ૦કા૦ અને

ભૂ૦કૃ૦ **wist**] [પ્રા.] જાણવું. **to ~**, એટલે કે.

witch (વિચ), ના૦ જાદુગર સ્ત્રી, ચૂડેલ; ઘરડી જોશી; મોહિની, કામણગાર સ્ત્રી. **~-craft**, જાદુટોણા, મેલી વિદ્યા. **~-doctor**, [પ્રાથમિક સમાજના] જાદુગર, વૈદ, ઇ૦. **~-hunt**, ચૂડેલ માનવામાં આવતી સ્ત્રીઓને અથવા લોકોમાં અપ્રિય અને પરંપરાવિરોધી રાજકીય અભિપ્રાયો ધરાવનારાઓને શોધી કાઢીને તેમની પજવણી કરવી તેમના ઉપર જુલમ ગુજારવો તે.

wi(t)ch-, જુઓ **wych**.

wi'tchery (વિચરિ), ના૦ જાદુઈ વિદ્યા, મોહિની, વશીકરણ; સૌંદર્ય, વક્તૃત્વ, ઇ૦ની સંમોહક અસર.

with (વિધ,-થ), નામ૦ અ૦ -ની વિરુદ્ધ-માં-સામાં-સાથે; -ની સોબતમાં-સંબંધમાં, -માં, નજીક; -ની સાથે - જોડે - પડખે, પક્ષમાં, નજીક; -વાળું, પાસે રાખતું, વહન કરતું, -ના લક્ષણવાળું, -ની માલિકીવાળું; -થી, વતી, વડે; -ને લીધે-કારણે; -ની બાજુમાં, -ના આશરા કે રક્ષણ હેઠળ; તેમ છતાં, તોપણ, તથાપિ; એ જ રીતે -પ્રમાણ કે માત્રામાં, એની સાથે, -ને અંગે, -ની બાબતમાં; -ને મતે, -ના વિચાર પ્રમાણે; -થી અલગ થાય તેટલા માટે. **~ it**, [વાત.] અદ્યતન; નવા વિચારોની સમજવાની (ક્ષમતાવાળું). **~ that**, તે પછી તરત જ.

witha'l (વિધૉલ), ક્રિ૦વિ૦ [પ્રા.] વધુમાં, વળી; સુદ્ધાં.

withdraw' (વિધ્‌ડ્રૉ),ઉ૦ક્રિ૦[**-drew'**; **-draw'n**]. બાજુએ કે પાછું ખેંચવું - ખેંચી લેવું; ખસેડી લેવું, દૂર કરવું; (કથન. વચન, ઇ૦) રદ કરવું; છોડીને જતા રહેવું. **withdraw'n** (-ડ્રૉન), વિ૦ મિલનસાર નહિ એવું, અતડું, એકલગંધું. **withdraw'al** (-ડ્રૉઅલ), ના૦.

withe (વિથ), **wi'thy** (વિધિ), ના૦ સહેજે વળે એવી મજબૂત લાકડી, 'વિલો'ની મજબૂત લવચીક ડાળ.

wi'ther (વિધર), ઉ૦ક્રિ૦ કરમાવું, ચીમળાવું, સુકાઈ જવું, કરમાવવું, ચિમળાવવું, સૂકવી નાખવું; ક્ષીણ થવું - કરવું; -નો નાશ કરવો, ડુબાવવું; તિરસ્કાર ઇ૦ વડે કુંઠિત-જડ-નિષ્ફળ-કરવું.

wi'thers (વિધર્ઝ઼), ના૦ બ૦વ૦ ઘોડા ઇ૦ની ગરદનને છેડે ખાંધના હાડકાનો સાંધો.

withho'ld (વિધોલ્ડ), સ૦ક્રિ૦ [**-held**] આપવાની, મંજૂર કરવાની કે કરવા દેવાની ના પાડવી; પાછું ખેંચવું, કરતાં અટકાવવું, રોકવું.

withi'n (વિધિન), ક્રિ૦વિ૦ અંદર: અંદરખાનેથી, મનમાં ને મનમાં; ઘરમાં--ની અંદર. નામ૦ અ૦ -ની અંદર, -ની બહાર કે -થી વધારે નહિ, -થી વટાવીને નહિ, -ની મર્યાદામાં-કાર્યક્ષેત્રમાં ઇ૦.

withou't (વિધાઉટ), નામ૦ અ૦ વગર, વિના, -થી રહિત, સિવાય, -ને અભાવે; -થી વિખૂટું; -ની ગરજ - અભાવ - વાળું. ઉભ૦ અ૦ [પ્રા.] જો નહિ ... તો, જો, તો નહિ, સિવાય. ક્રિ૦વિ૦ [પ્ર.] બહાર, ઘરની બહાર.

withsta'nd (વિધ્‌સ્ટૅન્ડ), સ૦ક્રિ૦ [**-stoo'd**,-સ્ટુડ] નો (સફળ) સામનો-વિરોધ કરવો.

wi'thy (વિધિ), જુઓ **withe**.

wi'tless (વિટ્‌લિસ), વિ૦ મૂર્ખ; ગાંડું.

wi'tness (વિટ્‌નિસ), ના૦ સાક્ષી, પુરાવો, પુષ્ટિ, સમર્થન; સોગન પર જુબાની આપનાર વ્યક્તિ; સાક્ષી; દસ્તાવેજ લખી આપનારની સહી બાબત સાક્ષી; પ્રત્યક્ષ હાજર રહેલો કે જોનાર માણસ, સાક્ષી; જેનું અસ્તિત્વ કે હાજરી પુરાવા તરીકે કામ દે એવી વ્યક્તિ કે વસ્તુ. **bear ~ to**, -નો પુરાવો આપવો - હોવો - સાક્ષી આપવી - હોવી; -ની પુષ્ટિ હોવી. ઉ૦ક્રિ૦ સાક્ષી તરીકે દસ્તાવેજ પર સહી કરવી; પ્રત્યક્ષ જોવું, -ના પ્રેક્ષક હોવું, -નો પુરાવો હોવું, -નું સૂચક હોવું, -ના સાક્ષી હોવું. **~-box**, [અમે.] **~-stand**, સાક્ષીનું પાંજરું.

wi'tticism (વિટિસિઝ઼્મ), ના૦ ટોપી

કે મશ્કરીવાળી ઉક્તિ, વિનોદ.

wi'ttingly (વિટિંગ્લિ), ક્રિ૰વિ૰ જાણી-જોઈ ને, હેતુપૂર્વક.

wi'tty (વિટિ), વિ૰ વિનોદી.

wives (વાઇવ્ઝ઼), **wife**નું બ૰વ૰.

wi'zard (વિઝ઼ર્ડ), ના૰ જાદુગર, નજરબંધી કરનાર; અસાધારણ શક્તિવાળી વ્યક્તિ. વિ૰ અદ્ભુત, આશ્ચર્યજનક. **wi'zardry** (-ઝ઼ર્ડ્રિ), ના૰.

wi'zened (વિઝ઼ન્ડ), વિ૰ સુકાઈ કે ચીમળાઈ ગયેલું – ગયેલા દેખાવવાળું.

W. O., સંક્ષેપ. Warrant Officer.

woad (વોડ), ના૰ વાદળી રંગ (જેમાંથી નીકળે છે તે છોડ).

wo'bble (વૉબલ), અ૰ક્રિ૰ ડોલવું, ઝોલા ખાવા; હાલવું, ધ્રૂજવું; ઢચુપચુ કરવું, અસ્થિરપણે વર્તવું. ના૰ ડોલવું તે ઇ૰. **wo'bbly** (વૉબ્લિ), વિ૰.

woe (વો), ના૰ પીડા, દુઃખ, વેદના; [બ૰વ૰માં] સંકટો, આફતો, દુઃખો. **~-begone**, શોકગ્રસ્ત, ઉદાસ દેખાતું.

wo'eful (વોફુલ), વિ૰ દુઃખી, દુઃખદાયક; [મજાકમાં] બહુ ખરાબ.

woke (વોક), **wake**નો ભૂ૰કા૰.

wo'ken (વોકન), **wake** નું ભૂ૰કૃ૰.

wold (વોલ્ડ), ના૰ ઊંચાણ પર આવેલી ખુલ્લી પડતર જમીન, ઘાસવાળું મેદાન.

wolf (વુલ્ફ), ના૰ [બ૰વ૰ **wolves**] વરુ; [વિ૰બો૰] સ્ત્રીઓની પાછળ પડનાર માણસ. **cry ~**, ભયનો ખોટો પોકાર કરવો. **keep the ~ from the door**, ભૂખમરો ટાળવો, પેટપૂરતું મેળવવું. **lone ~**, પોતાની મેળે એકલો કામ કરવાનું પસંદ કરનાર. સ૰ ક્રિ૰ ઝપાટામાં ઠોઈયાં કરી જવું. **~hound**, વરુનો શિકાર કરનાર કૂતરો. **~'s-bane**, વછનાગ કે તેનું ઝેર. **~-whistle**, સ્ત્રીના રૂપનાં વખાણ કરવા માટે વગાડેલી સીટી.

wo'lfram (વુલ્ફ્રમ), ના૰ 'ટંગસ્ટન' ધાતુ; એ ધાતુવાળી માટી.

wo'lverine (વુલ્વરીન), ના૰ ઉ૰ અમેરિકાનું નોળિયા જેવું એક પ્રાણી; તેની રુવાટી.

wo'man (વુમન), ના૰ [બ૰વ૰ **wo'men** વિમિન] સ્ત્રી, ઓરત; સ્ત્રી(જાતિ); [વાત૰] કામવાળી; વિ૰ વરીકે સ્ત્રી.

wo'manhood (વુમન્હુડ), ના૰ સ્ત્રીત્વ; સ્ત્રીલિંગ – જાતિ; (સમગ્ર) સ્ત્રીજાતિ.

wo'manish (વુમનિશ), વિ૰ સ્ત્રીનું – ના જેવું, બાયલું.

wo'manize (વુમનાઇઝ઼), અ૰ ક્રિ૰ વ્યભિચાર કરવો.

wo'mankind (વુમન્કાઇન્ડ), ના૰ (સમગ્ર) સ્ત્રીજાત.

wo'manly (વુમન્લિ), વિ૰ સ્ત્રીને શોભે એવું – એવા ગુણોવાળું.

womb (વૂમ), ના૰ ગર્ભાશય; પેટ, કૂખ; ઉત્પત્તિસ્થાન.

wo'mbat (વૉમ્બટ), ના૰ ઑસ્ટ્રેલિયાનું દરમાં રહેનારું બચ્ચા માટે કોથળીવાળું એક શાકાહારી પ્રાણી.

wo'men (વિમિન), **wo'man**નું બ૰ વ૰. **W~'s Lib**, **Liberation**, સ્ત્રીમુક્તિનું આંદોલન. **~'s rights**, સ્ત્રીઓના સમાન હક – દરજ્જો.

wo'menfolk (વિમિન્ફોક), ના૰ સ્ત્રીઓ; ઘરનાં બૈરાં.

wo'menkind (વિમિન્કાઇન્ડ), ના૰ સ્ત્રીજાતિ.

won (વન), **win**નો ભૂ૰ કા૰ તથા ભૂ૰કૃ૰.

wo'nder (વન્ડર), ના૰ નવાઈ પમાડે એવી – અદ્ભુત – વસ્તુ, ઘટના, ઇ૰; નવાઈ, આશ્ચર્ય, વિસ્મય, (નો ભાવ); ચમત્કાર. **no ~**, એમાં કશી નવાઈ નથી, તદ્દન સ્વાભાવિક છે. ઉ૰ ક્રિ૰ નવાઈ પામવું, આશ્ચર્યચકિત થવું; જિજ્ઞાસા કે શંકા થવી, જાણવાની ઇચ્છા થવી. **I shouldn't ~ if**, [વાત૰] એ બનવાજોગ છે કે. **~land**, પરીઓનો દેશ; નવલાઈઓ કે ચમત્કારોનો દેશ.

wo'nderful (વન્ડર્ફુલ), વિ૰ આશ્ચર્યકારક, અદ્ભુત.

wo'nderment (વન્ડરૂમન્ટ), ના૦ નવાઈ, આશ્ચર્ય.

wo'ndrous (વન્ડ્રસ), વિ૦ અને ક્રિ૦ વિ૦ [કાવ્યમાં] આશ્ચર્યકારક – અદ્ભુત – (રીતે).

wo'nky (વંકિ), વિ૦ [વિ૦બો૦] ડગમગતું, અસ્થિર; વિશ્વાસ કે આધાર રાખી ન શકાય એવું.

wont (વૉન્ટ), વિ૦ [પ્રા૦] (કરવા ઇ૦) ટેવાયેલું. ના૦ રૂઢિ, રિવાજ; ટેવ.

won't (વૉન્ટ), જુઓ **will.**

wo'nted (વૉન્ટિડ), વિ૦ રોજનું, -ની ટેવવાળું.

woo (વૂ), ઉ૦ ક્રિ૦ પ્રેમ મેળવવાની કોશિશ કરવી, -ની ઉપર પ્રેમ કરવો; જીતવાનો પ્રયત્ન કરવો; પરણવાની ઇચ્છાથી પ્રેમ કરવો, લગ્ન માટે માગું કરવું.

wood (વુડ), ના૦ વન, જંગલ; લાકડું; લાકડાની બનેલી વસ્તુ, વિ૦ ક૦ દારૂનું પીપ; બોલ્સની રમતનો લાકડાનો દડો; લાકડાના માથા – ગઠ્ઠા – વાળી ગોલ્ફની લાકડી. **out of the ~**, સંકટ કે મુશ્કેલીમાંથી બહાર (પડેલું). **~bine**, પીળાં સુગંધી ફૂલવાળો એક છોડ; [અમે.] 'વર્જીનિયા' વેલો. **~chuck**, ઉ૦ અમેરિકાનું ઘૂસ જેવું એક પ્રાણી. **~-cock**, શિકારનું એક પક્ષી. **~cut**, લાકડામાં કરેલી કોતરણી (પરથી પાડેલી છાપ). **~land**, જંગલવાળો પ્રદેશ, જંગલ, વન. **~-louse**, જૂનું લાકડું ઇ૦માં થતો કવચવાળો એક કીડો. **~-man**, જંગલમાં રહેનારો, કઠિયારો. **~-nymph**, વનસુંદરી, વનદેવતા. **~-pecker**, લક્કડખોદ પક્ષી. **~-pigeon**, મોટા કદનું એક કબૂતર. **~-pulp**, કાગળ બનાવવા માટે તૈયાર કરેલો લાકડા-(ના રેસા)નો માવો. **~-wind**, લાકડાનાં સુષિર વાદ્યો. **~-wool**, લાકડાનો ઝીણો છોલ, વેર, ઇ૦. **~work**, લાકડાની બનેલી વસ્તુઓ, એ બનાવવાનું કામ-કસબ; ઇમારતની અંદરના લાકડાના ભાગો. **~worm**, લાકડામાં કાણાં પાડનાર ભમરો-ભમરી.

woo'ded (વુડિડ), વિ૦ જંગલવાળું.

woo'den (વુડન), વિ૦ લાકડાનું; લાકડા જેવું; અણઘડ, અક્કડ; જડ.

woo'dy (વુડિ), વિ૦ જંગલવાળું; લાકડાનું –ના જેવું.

woof[1] (વૂફ), ના૦ [પ્રા૦] વાણો.

woof[2], ના૦ અને અ૦ક્રિ૦ કૂતરાનું કર્કશ ભસવું.

woo'fer (વૂફર), ના૦ નીચી કંપસંખ્યા માટેનો લાઉડસ્પીકર.

wool (વૂલ), ના૦ ઘેટાનું ઊન; કાંતેલું ઊન, ઊનનું કાપડ અથવા વસ્ત્ર કે વસ્ત્રો; કેટલાક છોડ પર દેખાતો રુવાંટી જેવો પદાર્થ; કોઈ પણ ઝીણો રેસાવાળો પદાર્થ. **~-gathering**, શૂન્યમનસ્કતા **~-sack**, ઉમરાવની સભામાંની પ્રમુખ ('લૉર્ડ ચાન્સેલર')ની બેઠક.

woo'llen (વુલન), વિ૦ (અંશતઃ) ઊનનું (બનેલું). ના૦ ઊની કાપડ, [બ૦વ૦ માં] ઊની કપડાં.

woo'lly (વુલિ), વિ૦ ઊન આપનારું; ઊનનું, ઊનવાળું – ના જેવું; અસ્પષ્ટ; ગૂંચવાયેલું. ના૦ [વાત૦] ઊનનું (વિ૦ ક૦ ગૂંથેલું) વસ્ત્ર.

word (વર્ડ), ના૦ શબ્દ, બોલ, વચન; કમ્પ્યૂટરમાં ભરવાની માહિતી(ના એકસ્પ્રેશન)નો એકમ; કરવું નહિ પણ એકલું બોલવું તે [બહુધા બ૦વ૦માં]; [એક વ૦-માં કે બહુ વ૦માં] કહેલી વસ્તુ, કથન, વાત, સંભાષણ; [બ૦વ૦માં] ગીતનો પાઠ -શબ્દો, નટની ભૂમિકા; ઝઘડો, બોલાચાલી; સંદેશો, સમાચાર; હુકમ, આજ્ઞા; ઓળખાણનો શબ્દ; સુદ્રાલેખ; પોતાનું વચન, ખાતરી. સ૦ક્રિ૦ શબ્દબદ્ધ કરવું, અમુક રીતે શબ્દોમાં મૂકવું. **~-blindness**, લખેલા શબ્દો વાંચવાની ક્ષમતાનો નાશ. **~ for word**, એ ને એ જ શબ્દોમાં, શબ્દશઃ **W~ of God**, બાઇબલ. **~ of honour**, પોતાના સમ ખાઈ ને આપેલું વચન – ખાતરી. **~ of mouth**, વાણી, વાચા. **~-per-**

fect, પોતાને કહેવાનું જેને મોઢે છે એવું.

wor'ding (વર્ડિંગ), ના૦ લખેલા શબ્દો, શબ્દરચના – યોજના.

wor'dy (વર્ડિ), વિ૦ શબ્દપ્રચુર, વાચાળ.

wore[1], **wear**[1]નો ભૂ૦કા૦.

wore[2], **wear**[2],નો ભૂ૦કા૦તથા ભૂ૦કૃ૦.

work (વર્ક), ના૦ પ્રયત્ન, મહેનત, શક્તિનો ઉપયોગ; માથે લીધેલું (લેવાનું) કામ, તે માટે વાપરેલી (વાપરવાની) વસ્તુઓ; કામ (મહેનત) કરીને કરેલી – બનાવેલી – વસ્તુ, કામનું – મહેનતનું – ફળ, ઉત્પાદન; સંગીત કે સાહિત્યની રચના – કૃતિ, [બ૦વ૦માં] કોઈ લેખક કે ગાયકની બધી કૃતિઓ–ગ્રંથો; અમુક પ્રકારનાં કાર્યો અથવા અનુભવો; આજીવિકા માટે કરાતું કામ, નોકરી; [બ૦વ૦માં બહુધા] રક્ષણ માટેનું બાંધકામ; [બ૦વ૦માં] બાંધકામ; [બ૦વ૦માં] ઘડિયાળ ઇ૦નો કાર્યકારી (**operative**) ભાગ; [વિ૦બો૦] હોય તે બધું; [બ૦વ૦માં] કારખાનું, તેની જગ્યા – મકાન; વિશિષ્ટ પ્રકારના સુશોભન(વાળી વસ્તુઓ), વિશિષ્ટ પ્રકારની સામગ્રીમાંથી કે વિશિષ્ટ પ્રકારનાં હથિયારોથી બનાવેલી વસ્તુઓ. ઉ૦ક્રિ૦ [**worked** (અથવા પ્રા) **wrought** રૉટ]. પ્રયત્ન – મહેનત – કરવી, કામ કરવું; કામમાં પરોવાવું; અમુક પદાર્થનું કારીગર હોવું; કામમાં હોવું, નિયત કામ કરવું; ચાલુ કરવું – રાખવું, કામમાં રાખવું; મહેનત કરાવવી, ચાલુ રાખવું, સંચાલન કરવું, નિયંત્રણ કરવું; -ની ઉપર અસર હોવી – કરવી; ઉત્પાદન કરવું; ચાલુ – ગતિવાળું – હોવું, પ્રક્ષુબ્ધ હોવું, ક્ષોભ પામવું; -ને ઊભરો આવવો; ઉત્તેજિત થવું – કરવું; માર્ગ કરવો, ધીમે ધીમે અથવા મુશ્કેલીથી માર્ગ કરવો; ગતિને લીધે ધીમે ધીમે ઢીલું થવું; કણેક ગૂંદવી, લોઢું ટીપવું – ઘડવું. -ને વિશિષ્ટ આકાર આપવો; સોય વડે ગૂંથવું, ભરતકામ કરવું; દાખલો – ગણિત – કરવું; પૈસાને બદલે મહેનતથી ખરીદવું – મેળવવું. **~aday**, સામાન્ય, રોજનું, વહેવારુ. **~-basket**, સીવણ, ભરત-કામ, ઇ૦ની સાધનસામગ્રીની ટોપલી, ડબો, ઇ૦. **~day**, કામનો દિવસ. **~-force**, કામમાં રોકાયેલા – કામ માટે ઉપલબ્ધ – માણસો(ની સંખ્યા). **~-house**, ઘરબાર વિનાના ગરીબોને રાખવાની જાહેર સંસ્થા. **~ in**, (ચિત્ર, વિષય, ઇ૦) માટે જગ્યા કાઢવી. **~-load**, કરવાના કામનો જથો. **~man**, કામ કરનાર મજૂર, કારીગર, વિશિષ્ટ પ્રકારનું કામ કરનાર માણસ. **~manlike**, કારીગરને શોભે એવું, કુશળતાવાળું. **~-manship**, કારીગરનું કૌશલ્ય, કારીગરી; કૃતિ, બનાવટ. **~mate**, કામમાં સાથી. **~ off**, કશુંક કરીને તે દ્વારા દૂર કરવું. **~ out**, દાખલો કરવો અથવા ગણતરી કરીને રકમ કાઢવી, ગણતરીથી અમુક રકમ આવવી, અમુક જવાબ – પરિણામ – આવવું, વિગતવાર તૈયાર કરવું. **~-out**, અભ્યાસ અથવા કસોટી (વિ૦ ક૦ મુષ્ટિયોદ્ધાની). **~ over**, કસીને પરીક્ષા કરવી; [વાત.] સખત માર મારવો. **~people**, રોજી માટે કામ કરનારાઓ. **~shop**, કારખાનું, કામ કરવા માટેની જગ્યા. **~-shy**, કામ કરવાની અનિચ્છાવાળું, આળસુ. **~ to rule**, નિયમ અનુસાર આવશ્યક હોય તેટલું જ કામ કરવું (અસંતોષ કે વિરોધ જાહેર કરવા માટે). **~ up**, ધીમે ધીમે કામ કરતું – કાર્યક્ષમ – બનાવવું, ધીમે ધીમે આગળ વધવું – વધીને પહોંચવું; ઉત્તેજિત – પ્રક્ષુબ્ધ – કરવું, વિગતવાર બનાવવું; અભ્યાસ કરીને શીખવું.

wor'kable (વર્કબલ), વિ૦ ચલાવી શકાય – ચાલે – એવું; વહેવારુ. **workabi'lity** (-બિલિટિ), ના૦.

wor'ker (વર્કર), ના૦ કામ કરનાર; હાથે કામ કરનાર, મજૂર; કામ કરનાર મધમાખી અથવા કીડી.

wor'king (વર્કિંગ), ના૦ કામ કરવાની રીત, કાર્ય, પ્રક્રિયા; ચાલુ ખાણ; ખાણ કે બોગદા બનાવવામાં કરેલું ખોદકામ. વિ૦ કામ કરતું; કામનું, કામમાં, કામ

માટેનું; કામમાં ખર્ચેલું; કામમાં રોકાયેલું. **~ capital,** પ્રત્યક્ષ ઉદ્યોગ કે ધંધો ચલાવવા માટે આવશ્યક નાણાં, ચાલુ મૂડી. **~ class(es),** કામગાર – મજૂર – વર્ગ. **~-class,** કામગાર વર્ગનું – માટેનું. **~ day,** કામનો દિવસ. **~ drawing,** બાંધકામ, માલનું ઉત્પાદન, ઇ૦ કરવા – ચલાવવા – માટે બનાવેલો નકશો. **~ knowledge,** કામ ચલાવવા પૂરતું – વ્યાવહારિક – જ્ઞાન. **~ model,** પ્રત્યક્ષ ચલાવી શકાય એવું યંત્ર ઇ૦નું મૉડલ–નમૂનો. **~ order,** કામ કરી શકે એવી – કાર્યક્ષમ – સ્થિતિ. **~ party,** કોઈ સવાલને અંગે સલાહ આપવા માટે નીમેલી સમિતિ.

world (વર્લ્ડ), ના૦ વિશ્વ, અખિલસૃષ્ટિ; પૃથ્વી અથવા તેના જેવો બીજો કોઈ આકાશી પદાર્થ; સંસાર, દુનિયા, જગત; સમગ્ર માનવજીવન, દુનિયાદારી, સંસાર; સામાન્ય અથવા પ્રતિષ્ઠિત લોકો, તેમના રીતરિવાજો અથવા વિચારો; કોઈ વિશિષ્ટ વર્ગ કે કાર્યપ્રદેશની કે તેને લગતી બધી વસ્તુઓ; ભારે મોટો જથો, ડુંગર; પૃથ્વી પરના બધા લોકો. **for all the ~ (like, as if),** દરેક બાબતમાં તદ્દન સરખું –ના જેવું. **out of this ~,** [વાત.] ન માની શકાય એટલું સારું ઇ૦. **think the ~ of,** -ને માટે અતિશય ઊંચો અભિપ્રાય હોવો. **~-famous,** આખી દુનિયામાં જાણીતું, જગપ્રસિદ્ધ. **~ power,** દુનિયાના રાજકારણમાં પ્રભાવી રાષ્ટ્ર. **~ war,** વિશ્વયુદ્ધ. **~-wide,** વિશ્વવ્યાપક, આખી દુનિયામાં જાણીતું.

wor'ldly (વર્લ્ડ્લિ), વિ૦ દુન્યવી, લૌકિક; સંસારી, વિ૦ક૦ સુખ અને સંપત્તિ પાછળ પડેલું. **~-wise,** દુનિયાદારીના જ્ઞાનવાળું, વહેવારકુશળ.

worm (વર્મ), ના૦ કીડો, જંતુ, વિ૦ક૦ હાથપગ વિનાનો પેટે ચાલનાર; [બ૦વ૦માં] કૃમિ, કરમ; અળસિયું; ઇયળ; ગંદો, પામર, તિરસ્કૃત માણસ; સ્ક્રૂ કે પેચનો આંટો; દાંતાવાળા ચક્રના દાંતા સાથે જોડાયેલા આંટાવાળો પેચ. ઉ૦ક્રિ૦ પેટે ચાલીને અથવા વાંકાચૂંકા વળીને ખસવું–આગળ વધવું; ધીમે ધીમે કોઈની મરજી સંપાદન કરવી; ધીમે ધીમે અને છાનામાના માર્ગ કાઢવો; યુક્તિપ્રયુક્તિથી કોઈની ખાનગી વાત તેની પાસે કઢાવવી. **~-cast,** અળસિયાંએ જમીન પર વિસર્જન કરેલો પેચના આંટા જેવો માટીનો ઢગલો. **~-eaten,** કીડાએ કરડી ખાધેલું, ઇયળોએ કાણાંવાળું કરેલું, [વાત.] જરીપુરાણું, જર્જરીભૂત.

wor'mwood (વર્મ્વુડ), ના૦ એક કડવી વનસ્પતિ. નાગદમન; ભારે શરમની વાત, તેનું કારણ.

wor'my (વર્મિ), વિ૦ કૃમિઓવાળું; કૃમિઓથી ખવાયેલું.

worn (વૉર્ન), **wear** નું ભૂ૦કૃ૦. વિ૦ વાપરવાથી, ખુલ્લામાં પડયું રહેવાથી અથવા પહેરવાથી જીર્ણ થયેલું. **~(-out),** નબળું પડેલું, થાકી ગયેલું; વાસી, ચવાઈ ગયેલું.

wo'rry (વરિ), ઉ૦ક્રિ૦ દાંત વતી પકડીને હલાવવું–આમતેમ ખેંચવું, એવી રીતે ઈજા પહોંચાડવી – મારી નાખવું; પજવવું, ત્રાસ દેવો; ત્રાસ કે ચિંતાનું કારણ બનવું, ચિંતા કરાવવી; જંપવા ન દેવું; અસ્વસ્થ થવું; ફરીફરી આગ્રહ કરવો. ના૦ ત્રાસદાયક ચિંતા–કાળજી–(નું કારણ); માનસિક અસ્વસ્થતા. **~ beads,** મનને પરોવાયેલું કે શાંત રાખવા માટે આંગળીઓ વતી ફેરવવાની માળા.

worse (વર્સ), વિ૦ વધુ ખરાબ, વધુ માંદું–ખરાબ સ્થિતિમાં. ક્રિ૦વિ૦ વધુ ખરાબ રીતે. ના૦ વધુ ખરાબ વસ્તુ(ઓ).

wor'sen (વર્સન), ઉ૦ક્રિ૦ વધારે ખરાબ કરવું – થવું.

wor'ship (વર્શિપ), ના૦ (દેવતા વિષે) ભક્તિ, પૂજા, આરાધના, ઉપાસના; પૂજ્ય ભાવ, પરમ આદર. **your, his, W ~,** ન્યાયાધીશ, મેયર, ઇ૦ની માનવાચક પદવી. (**Your W~** સંબોધનાર્થે વપરાય

ક્રિ.) ઉ૰ક્રિ૰ -ની ભક્તિ – પૂજા – કરવી, પૂજવું; -ને વિષે ખૂબ આદર ધરાવવું, -ને દેવ માનવું; જાહેર ઉપાસનામાં હાજર રહેવું.

wor'shipful (વર્શિપ્‌ફુલ), વિ૰ આદરણીય, પૂજનીય (વિ૰ક૰ કંપનીઓ કે તેના અધિકારીઓના જૂના નામમાં).

worst (વર્સ્ટ), વિ૰ સૌથી ખરાબ – નઠારું – દુષ્ટ. ક્રિ૰વિ૰ સૌથી ખરાબ રીતે. ના૰ સૌથી ખરાબ ભાગ – શક્યતા, સૌથી મોટો અનર્થ. **at (the) ~**, ખરાબમાં ખરાબ (સંભવિત) પરિસ્થિતિમાં. **do one's ~**, શક્ય તેટલું – વધુમાં વધુ – નુકસાન કરવું. **get the ~ of it**, માર ખાવો, હાર ખાવી. **if the ~ comes to the worst**, ખરાબમાં ખરાબ સ્થિતિ પેદા થાય તો. સ૰ક્રિ૰ હરાવવું, -થી ચડી જવું.

wor'sted (વર્સ્ટિડ), ના૰ ઝીણું કાંતેલું સુંવાળું ઊન, તેમાંથી બનાવેલું કાપડ.

wort (વૉર્ટ), ના૰ બિયર માટે બોળી રાખેલા ફણગાવેલા જવ કે બીજા દાણા.

worth (વર્થ), વિ૰ અમુક કિંમત–મૂલ્ય -નું, -ની બરાબર–જેટલી કિંમતનું; લાયકાતવાળું, લાયક; અમુક મિલકત ધરાવનારું. ના૰ મૂલ્ય; લાયકાત, યોગ્યતા; સમમૂલ્ય (વસ્તુ). **~ it**, [વાત.] (શ્રમ, ખર્ચ, ઇ૰નું), પૂરું વળતર આપનારું. **~ one's while**, એની પાછળ કરેલો શ્રમ, ખર્ચ, ઇ૰નો પૂરો બદલો આપનારું. **~while**, ધ્યાન આપવા જેવું, તકલીફ લેવા જેવું.

wor'thless (વર્થ્‌લિસ), વિ૰ નકામું, નાલાયક.

wor'thy (વર્ધિ), વિ૰ સંમાનનીય, પ્રતિષ્ઠિત; -ને માટે લાયક; પૂરતી લાયકાત કે ગુણવાળું. ના૰ પ્રતિષ્ઠિત, લાયક કે પ્રસિદ્ધ વ્યક્તિ, વિ૰ક૰ પ્રાચીન કાળની મહાન વ્યક્તિ.

wot (વૉટ), જુઓ **wit**.

would (વુડ), જુઓ **will**. **~-be**, (કશું થવાની) મિથ્યા આકાંક્ષા સેવનાર.

wound[1] (વાઉન્ડ), **wind**[1] નો ભૂ૰કા૰ તથા ભૂ૰કૃ૰.

wound[2] (વાઉન્ડ), **wind**[2]નો ભૂ૰કા૰ તથા ભૂ૰કૃ૰.

wound[3] (વૂન્ડ), ના૰ જખમ, ઘા, ઈજા; લાગણીઓને દૂભવવું તે–આઘાત; આબરૂને નુકસાન. ઉ૰ક્રિ૰ ઈજા કરવી, ઘાયલ કરવું, (-નું દિલ)દૂભવવું, -ને ખોટું લગાડવું; દુઃખ દેવું.

wove (વોવ), **weave**નો ભૂ૰કા૰.

wo'ven (વોવન), **weave**'નું ભૂ૰કૃ૰.

wow (વાઉ), ઉદ્‌ગાર૰ આશ્ચર્ય અથવા પ્રશંસા વ્યક્ત કરનાર. ના૰ [વિ૰બો૰] સંક્ષોભજનક જીત. ઉ૰ક્રિ૰ -માં ખૂબ યશ મેળવવો.

w.p.b., સંક્ષેપ. waste paper basket.

W.P.C., સંક્ષેપ. Woman Police Constable.

w. p. m., સંક્ષેપ. words per minute.

W.R.A.C., સંક્ષેપ. Women's Royal Army Corps.

wrack (રૅક), ના૰ દરિયામાંથી કાંઠે ફેંકાયેલું અથવા ઊગેલું ઘાસ.

W.R.A.F., સંક્ષેપ. Women's Royal Air Force.

wraith (રેથ), ના૰ ભૂત; જીવતા માણસનો ભૂત જેવો આભાસ જે તેના ભાવી મરણનું સૂચન કરે છે.

wra'ngle (રૅંગલ), ના૰ બોલાચાલી, ઝઘડો. અ૰ક્રિ૰ વાદવિવાદ–ઝઘડો–કરવો.

wrap, (રૅપ), ઉ૰ક્રિ૰ વીંટવું, લપેટવું, કશાક ઉપર વેષ્ટન કરવું; ઓઢાડવું. ના૰ ઉપરથી ઓઢવાની કે ઓઢાડવાની શાલ, કામળો, ઇ૰ **under ~s**, [લા.] ખાનગીમાં, ગુપ્તપણે. **~ up**, સોદો ઇ૰ પૂરું કરવું; સારી પેઠે ઓઢી લેવું–ઓઢાડવું; [ભૂ૰કૃ૰] -માં તલ્લીન–ગરકાવ.

wra'pper (રૅપર), ના૰ છાપા ઇ૰નું વેષ્ટન; ઘરમાં ઓઢી લેવાનો ઝભ્ભો.

wra'pping (રૅપિંગ), ના૰ [વિ૰ક૰બ૰વ૰માં] વીંટવા કે બંધ કરવા માટે કાગળ, કાપડ, ઇ૰, ઓઢવાનાં લૂગડાં. **~ paper**, પુસ્તકો, ઇ૰ વીંટવાનો મજબૂત કાગળ.

wrasse (રેસ), ના૦ એક જાતની ચળકતા રંગની ખાવાની દરિયાઈ માછલી.

wrath (રૉથ), ના૦ ક્રોધ, રોષ. **wra'thful** (-ફુલ), વિ૦.

wreak (રીક), સ૦ક્રિ૦ ગુસ્સો ઇ૦ સંતુષ્ટ કરવો; -ની ઉપર (વેર) લેવું.

wreath (રીથ), ના૦ [બ.વ. ~s રીધ્ઝ઼] હાર, માળા, ગજરો; ધુમાડા કે વાદળાંનું વલય-ગોટો.

wreathe (રીધ), ઉ૦ક્રિ૦ હાર પહેરાવવો, (ફૂલોનો) હાર બનાવવો-ગૂંથવો; ઘેરવું, ઢાંકવું; (ધુમાડા ઇ. અંગે) ગોટે ગોટા થઈ ને ફરતે ફરવું.

wreck (રે'ક), ના૦ વહાણનો અથડાઈ ને-ખરાબે ચડીને-નાશ; ખરાબે ચડીને નાશ પામેલું વહાણ; ખૂબ નુકસાન થયેલું-નકામું બનેલું-મકાન-વસ્તુ-માણસ; સાવ નંખાઈ ગયેલો માણસ. ઉ૦ક્રિ૦ (વહાણ ઇ૦ અંગે) અથડાઈ ને નાશ પામવું-ભાંગી જવું; વહાણ ઇ૦ને ભાંગવું-નો નાશ કરવો. [ભૂ૦કૃ૦] ખરાબે ચડીને ભાંગી ગયેલું.

wre'ckage (રે'કિજ), ના૦ ભાંગી ગયેલી વસ્તુ, ભાંગી ગયેલા વહાણનાં અવશેષ.

wre'cker (રે'કર), ના૦ વહાણ ઇ૦ ભાંગી નાખનાર અને ભાંગેલા વહાણને લૂંટનાર; જૂનાં મકાનો ઇ૦ તોડી પાડનાર.

wren[1] (રે'ન), ના૦ એક નાનું ટૂંકી પાંખોવાળું ગાનારું પક્ષી.

Wren[2], ના૦ **W.R.N.S**ની સભ્ય (સ્ત્રી).

wrench (રેંચ), ના૦ જોરથી આમળવું, ખેંચવું, અથવા ફેરવવું તે, નટ, બોલ્ટ પકડીને ફેરવવાનું સાધન, પકડ, પાનું; [લા.] વિયોગ ઇ૦નું દુઃખ. સ૦ક્રિ૦ આમળવું, ફેરવવું. ખેંચી કાઢવું, જોરથી-પ્રયત્નપૂર્વક-આંચકો મારવો; તાણીને કે ખેંચીને ઈજા પહોંચાડવી.

wrest (રે'સ્ટ), સ૦ક્રિ૦ મચડવું, આમળવું, વિકૃત કરવું; કોઈની પકડમાંથી આંચકી લેવું.

wre'stle (રે'સલ), ના૦ કુસ્તી, ઝૂઝ, તનતોડ મહેનત. ઉ૦ક્રિ૦ (-ની સાથે) કુસ્તી કરવી-ઝૂઝવું; તનતોડ મહેનત કરવી, કસીને પ્રયત્ન કરવો.

wre'tched (રે'ચિડ), વિ૦ દુઃખી, દરિદ્રી; બિચારું, કંગાળ; હલકું; નકામું; અસંતોષકારક, અણગમતું.

wri'ggle (રિગલ), ઉ૦ક્રિ૦ આમતેમ આમળાવું-હાલવું, વાંકાચૂકા વળીને-મરડાઈને-ચાલવું-ખસવું; લપસણું હોવું; ઉડાઉ જવાબ આપવો, બહાનાં કાઢવાં. ના૦ સળવળાટ.

wring (રિંગ), સ૦ક્રિ૦ (**wrung**) દાબવું, દબાવવું, નિચોવવું; પીડવું, રિબાવવું; વારેવારે વિનંતી કરીને અથવા જબરદસ્તીથી (પૈસા, સવલતો, ઇ૦) કઢાવવું; જોરથી અથવા લાગણીવશ થઈ ને કોઈ નો હાથ દબાવવો. ના૦ નિચોવવું તે ઇ૦. **~ one's hands**, દુઃખાવેગથી હાથ મસળવા. **~ neck of chicken etc.**, ડોક મરડીને મારી નાખવું. **~ out**, કપડાં નિચોવવાં.

wri'nger (રિંગર), ના૦ કપડાં નિચોવવાનું વિશિષ્ટ સાધન.

wri'nging (રિંગિંગ), વિ૦ અને ક્રિ૦ વિ૦ **~(wet)**, નિચોવતાં પાણી પડે એટલું ભીનું.

wri'nkle (રિંકલ), ના૦ ચામડી, કપડું, ઇ૦ની કરચલી, વાટો, સળ; ઉપયોગી શીખ-સૂચના; કશુંક કરવાની યુક્તિ. ઉ૦ક્રિ૦ -માં કરચલીઓ - સળ - પાડવા - પડવા. **wri'nkly** (-ક્લિ), વિ૦.

wrist (રિસ્ટ), ના૦ હાથનું કાંડું, પહોંચો; બાંયનો કાંડાવાળો ભાગ. **~-watch**, કાંડા ઘડિયાળ.

wri'stlet (રિસ્ટ્લિટ), ના૦ કાંડામાં પહેરાતું કશુંક, કડું, કંકણ, ઇ૦; કાંડાને આધાર આપવા માટે પહેરાતો ચામડાનો પટો.

writ (રિટ), ના૦ ન્યાયાલયનો કશુંક કરવાનો કે ન કરવાનો લેખી આદેશ.

write (રાઇટ), ઉ૦ક્રિ૦ [**wrote; wri'tten**] લખવું, અક્ષર પાડવા; લખીને વ્યક્ત કરવું, શબ્દબદ્ધ કરવું; નોંધ લખવી-કરવી, હેવાલ લખવો; કૉમ્પ્યૂટર(ના ભંડાર)માં માહિતી ભરવી; પત્ર દ્વારા સંદેશો

મોકલવો, કાગળ લખીને ખબર આપવી; ગ્રંથના લેખક થવું, લખવા(ના કામ)માં પડવું; ~ **down**, લખી કાઢવું, લખીને ઉતારી પાડવું – નિંદા કરવી; કિંમત ઓછી બતાવવી – ઘટાડવી. ~ **off**, (લેણું) લખી વાળવું, રદ કરવું. ~**-off**, દુરસ્ત કરવા જેવું ન રહ્યું હોય એટલું નુકસાન થયેલું વાહન. ~ **up**, વિસ્તારપૂર્વક લખવું, વિગતવાર વર્ણન કરવું, લખીને સ્તુતિ કરવી. ~**-up**, છાપા ઇ૰માં પ્રશસ્તિવાળું વર્ણન.

wri'ter (રાઇટર), ના૰ લખનાર, વિ૰ ક૰ લેખક. ~**'s cramp**, અતિલેખનને લીધે હાથના સ્નાયુ ખેંચાવા તે. **W~ to the Signet**, [સ્કૉ૰] સૉલિસિટર.

wri'ting (રાઇટિંગ), ના૰ હસ્તાક્ષર; લેખી દસ્તાવેજ; [બ૰વ૰માં] લેખકના ગ્રંથો – સમગ્ર લખાણ. **in** ~, લેખી.

writhe (રાઇધ), ઉ૰ક્રિ૰ દરદને લીધે (હોય તેમ) અંગ મરડવું અથવા આમતેમ આળોટવું; માનસિક યાતના થવી.

wri'tten (રિટન), **write**નું ભૂ૰કૃ૰.

W.R.N.S., સંક્ષેપ. Women's Royal Naval Service.

wrong (રૉંગ), વિ૰ અનૈતિક, ખોટું, અન્યાયી; દુષ્ટ, ખરાબ; અયોગ્ય, અનુચિત; ખરું નહિ, ખોટું; ભૂલભરેલું; ખરાબ દશામાં પડેલું; જોઈએ તેવું નહિ, અવળું, ઊંધું. ક્રિ૰વિ૰ ખોટી–અવળી–દિશામાં, ભૂલથી; ખોટી રીતે. **go** ~, ખોટો રસ્તો લેવો; અવળે માર્ગે–ખરાબ રસ્તે–ચડવું; બગડવું, અટકી પડવું. **in the** ~, ભૂલમાં, દોષી, દુષ્કૃત્ય કે અનિષ્ટ માટે જવાબદાર. ના૰ નૈતિક દૃષ્ટિથી ખોટું હોય તે, ખોટું–અન્યાયભર્યું–કામ. સ૰ક્રિ૰ -ને અન્યાય કરવો, ખોટી રીતે વગોવવું – ખરાબ આશયનો આરોપ કરવો. ~**doer**, અપરાધી, ગુનેગાર. ~**doing**, નીતિ નિયમોનું ઉલ્લંઘન, ગુનો, પાપ. ~**-headed**, વિકૃત માનસવાળું અને જક્કી. ~ **side**, ખરાબ, અનિષ્ટ અથવા ન વાપરી શકાય એવી બાજુ. ~ **way round**, હંમેશ હોય છે તેની ઊલટી દિશામાં.

wro'ngful (રૉંગફુલ), વિ૰ જેનો બચાવ કે સમર્થન ન થઈ શકે એવું.

wrote (રોટ), **write**નો ભૂ૰કા૰.

wroth (રોથ), વિ૰ [પ્રા.] ગુસ્સે થયેલું, ક્રુદ્ધ.

wrought (રૉટ), **work** નો ભૂ૰કા૰ તથા ભૂ૰કૃ૰. ~ **iron**, ઘડેલું-ઘડતર-લોઢું (ભરતર નહિ)

wrung (રંગ), **wring** નો ભૂ૰કા૰ તથા ભૂ૰કૃ૰.

W.R.V.S., સંક્ષેપ. Women's Royal Voluntary Service.

wry (રાઇ), વિ૰ વિકૃત, એક બાજુએ વળેલું; ચીઢ, નિરાશા, અથવા વિડંબનાના આવેશમાં વાંકું વાળેલું, વક્ર; વ્યંગ્યપૂર્ણ, કટુ. ~**neck**, લક્કડખોદને મળતું એક નાનું યાયાવર પક્ષી.

wt., સંક્ષેપ. weight.

wych-, wi(t)ch-, (વિચ-), ઉપ૰ ઝાડો ઇ૰નાં નામોમાં. નમાવી–વાળી–શકાય એવી ડાળીઓવાળું. ~**-hazel**, ઉ. અમેરિકાનું એક ઝાડવું, તેની છાલનો તૂરો અર્ક.

Wyo., સંક્ષેપ. Wyoming.

X

X, x, (એક્સ), ના૰ રોમન સંખ્યા દસ (૧૦); ચોકડીનું ચિહ્ન, વિ૰ક૰ જગ્યા કે ભૂલ બતાવવા માટે, ચુંબન અથવા મતના ચિહ્ન તરીકે અથવા જે લખી જાણતો નથી તેની સહી તરીકે વપરાય છે; [અક્ષ-રગ. ઇ૰] પ્રથમ અજ્ઞાત રકમ.

Xenopho'bia (ઝૅનફોબિઅ), ના૰ પરદેશીઓ વિષે તીવ્ર અણગમો – તે વિકૃતિ

Xe'rox (ઝિઅરૉક્સ), ના૦ વીજળીની મદદથી ફોટા લઈ નકલ કરવાની પ્રક્રિયા, એ પ્રક્રિયાથી કરેલી નકલ. સ૦ક્રિ૦ x~, ઝિઅરૉક્સ પ્રક્રિયાથી નકલ કરવી.

Xmas (ક્રિસ્મસ), સંક્ષેપ. Christmas.

X-ray (એ'ક્સ્રે), ના૦ [બ૦વ૦માં] અપારદર્શક ગણાતા પદાર્થોમાંથી પસાર થતાં કિરણો, ક્ષ-કિરણો; એ કિરણો વડે લેવાયેલો ફોટો. સ૦ક્રિ૦ ક્ષ-કિરણોની મદદથી છબી પાડવી – તપાસવું – ઉપચાર કરવો.

xy'lophone (ઝાઇલફોન), ના૦ કાષ્ઠ-તરંગ, જુદી જુદી લંબાઈના લાકડાના સળિયાનું લાકડાની મોગરીઓ વડે વગાડાતું એક વાદ્ય.

Y

Y, y (વાઇ), ના૦ 'y' ના આકારની વસ્તુ, ચિહ્ન, ઇ૦; [બીજ ગ.માં] બીજી અજ્ઞાત રકમ.

yacht (યૉટ), ના૦ શરતો ઇ૦ માટેની હલકી સઢ-નૌકા; સહેલસફર માટેની મોટી બોટ, ક્રીડાનૌકા. અ૦ક્રિ૦ એવી નૌકામાં ફરવા જવું, નૌકાસ્પર્ધામાં ભાગ લેવો. **~-club**, નૌકાશરતો માટેની ક્લબ. **~sman** (-ટ્સ્મન), ક્રીડાનૌકામાં સહેલ કરનાર.

yah (યા), ઉદ્ગાર૦ ઉપહાસ, અવજ્ઞા, ઇ૦ વ્યક્ત કરનાર.

yahoo' (યહૂ), ના૦ નરપશુ, હેવાન.

yak (યૅક), ના૦ ગાયબળદ જેવું તિબેટ તરફનું એક પ્રાણી, યાક.

yam (યૅમ), ના૦ એક જાતના કંદવાળો વેલો, તેનો કંદ, રતાળુ, સુરણ, ઇ૦; [અમે.] શકરિયું.

yank[1] (યૅંક), ના૦ અને ઉ૦ક્રિ૦ [વિ. બો.] અચાનક જોરથી મારેલો આંચકો; એવો આંચકો મારવો, ખેંચવું.

Yank[2], **Ya'nkee** (યૅંકિ), ના૦ [વાત.] અમેરિકાનો વતની; અમેરિકન; [અમે.] ન્યૂ ઇંગ્લન્ડનો અથવા અમે. સંયુક્ત રાજ્યોનાં ઉત્તરનાં રાજ્યોનો વતની.

yap (યૅપ), ના૦ તીણું અથવા ગભરાટવાળું ભસવું તે, દરદથી પાડેલી ચીસ; બકબક. અ૦ક્રિ૦ તીણું ભસવું, દરદથી ચીસો પાડવી; બકબક કરવી, ઉત્તેજિત થઈને સતત બોલ્યા કરવું.

yapp (યૅપ), ના મુલાયમ ચામડાની પુસ્તક બાંધણી એક ઉપર બીજો સ્તર અંશતઃ આવે એવી.

yar'borough (યાર્બરે), ના૦ નવ્વાથી ભારે નહિ એવા પત્તાનો વિસ્ટ કે બ્રિજનો હાથ.

yard[1] (યાર્ડ), ના૦ ત્રણ ફૂટનું માપ, વાર; વહાણનું પરબાણ, સઢ બાંધવાનું આડું લાકડું-દાંડો; ચોરસ કે ઘન વાર. **~-arm**, પરબાણનો બેમાંથી કોઈ પણ છેડો. **~-stick**, ઇંચના આંકાવાળો વારનો ગજ-સળિયો; [લા.] માપવાનું-મૂલવવાનું-ધોરણ, માનદંડ.

yard[2], ના૦ આંગણું, વાડો; [અમે.] ઘરનો બગીચો; ખેતર પરના ઘરનું આંગણું; રેલવેસ્ટેશન પાસેની ડબા રાખવાની કે ફેરવવાની જગ્યા, યાર્ડ. **the Y~**, સ્કૉટ-લન્ડ યાર્ડ.

yar'dage (યાર્ડિજ), ના૦ અમુક વાર કાપડ ઇ૦, યાર્ડમાં માપ.

yar'mulka (યાર્મલ્ક), ના૦ યહૂદીઓ ઘરમાં કે અંદરથી પહેરે છે તે ટોપી.

yarn (યાર્ન), ના૦ વણવા કે ગૂંથવા માટે કાંતેલું સૂતર; [વાત.] વાર્તા, વાત. અ૦ક્રિ૦ (બનાવટી) વાતો કહેવી, ગપ્પાં મારવાં.

ya'rrow (યૅરો), ના૦ ઉગ્ર સુવાસ ને તૂરા સ્વાદવાળો રસ્તાની બાજુએ થતો એક બારમાસી છોડ.

ya'shmak (યૅશ્મૅક), ના૦ બુરખો

(મુસલમાન સ્ત્રીનો).

yaw (યૉ), અ૦ક્રિ૦ (વહાણ, વિમાન, ઇ૦ અંગે) સીધે રસ્તે જવામાં નિષ્ફળ જવું, અસ્થિરપણે જવું. ના૦ વહાણ ઇ૦નું સીધા માર્ગથી ચ્યુત થવું તે, માર્ગચ્યુતિ.

yawl (યૉલ), ના૦ એક જાતની માછલાં પકડવાની હોડી, વહાણની હોડી, સઢવાળી હોડી.

yawn (યૉન), અ૦ક્રિ૦ બગાસું ખાવું; (ખીણ ઇ૦ અંગે) પહોળું થવું, મોં વકાસવું. ના૦ બગાસું (ખાવું તે).

yaws (યૉઝ઼), ના૦ નાની નાની ફોલ્લીવાળો ચામડીનો એક ચેપી રોગ.

yd(s) સંક્ષેપ. **yards.**

ye(યી) સર્વના૦ [પ્રા.] = **you.**

yea(યે) ક્રિ૦વિ૦ અને ના૦ [પ્રા.] હા, અસ્તિ પક્ષનો મત.

yeah (યેઅ), ક્રિ૦વિ૦ [વાત.] હા.

year (યિઅર), ના૦ વરસ, સાલ, બાર મહિનાનો કાળ, (૧ જાનેવારીથી ૩૧ ડિસેંબર) [બ૦વ૦માં] ઉંમર, ઘડપણ; [બહુધા બ૦વ૦-માં] કાળ, જમાનો, દીર્ઘકાળ. **~-book,** દરેક વરસે બહાર પડતું વિશિષ્ટ બાબતોની અદ્યતન માહિતી આપનારું પ્રકાશન-પુસ્તક, સાંવત્સરિક.

year'ling (યિઅર્‌લિંગ), ના૦ એક ને બે વરસ વચ્ચેની ઉંમરનું પ્રાણી.

year'ly (યિઅર્લિ), વિ૦ અને ક્રિ૦વિ૦ દર વરસે એક વખત (થતું અથવા બહાર પડતું), એક વરસ(નું)-માટે (નું)-ટકનારું.

yearn (યર્ન), અ૦ક્રિ૦ -ને માટે ઉત્કટ ઇચ્છા હોવી; ઉત્કંઠિત હોવું; કુમળી લાગણી હોવી, દયા ઊપજવી.

yeast (યીસ્ટ), ના૦ આથો, ખમીર, રોટી વગેરે ફુલાવનારું દ્રવ્ય.

yea'sty (યીસ્ટિ), વિ૦ ફીણવાળું; ઊભરાવાળું; આથાનું -ના જેવું કામ કરતું.

yell (યે'લ), ના૦ (આનંદ કે દુઃખની) ચીસ, કિકિયારી; દરદ, ક્રોધ, હાસ્ય, ઇ૦-ની બૂમ. ઉ૦ક્રિ૦ બૂમ-ચીસ-પાડવી, મોટેથી બોલવું.

ye'llow (યે'લો), વિ૦ પીળા રંગનું, પીળું; પીળી ચામડી કે વર્ણનું; (છાપા ઇ૦ અંગે) ખરાખોટાના વિવેક વિના લાગણીઓને ભડકાવનારું, સનસનાટીભર્યું; [વાત.] બાયલું, ડરપોક. ના૦ પીળો રંગ, કપડાં, ઇ૦. ઉ૦ક્રિ૦ પીળું કરવું-થવું. **~ fever,** કમળા સાથેનો ઉષ્ણકટિબંધનો તાવ. **~-hammer,** ચળકતું માથું, ગળું. ઇ૦-વાળું યુરોપનું એક નાનું પક્ષી. **~ pages,** ધંધાદારી ગ્રાહકોની યાદીવાળા ટેલિફોન ડિરેક્ટરીનો પીળાં પાનાંવાળો વિભાગ. **~ streak,** ડરપોકપણાનું લક્ષણ.

yelp (યે'લ્પ), ના૦ અને અ૦ક્રિ૦ કૂતરાનું બાવરું બનીને ભસવું-દરદથી ચીસ પાડવી-તે, ચીસ. અ૦ક્રિ૦ બેબાકળા થઈને ભસવું; ચીસ પાડવી.

yen[1] (યે'ન), ના૦ [બ૦વ૦ એ જ] જાપાની ચલણનો એકમ, યેન.

yen[2] સ૦ક્રિ૦ અને ના૦ તીવ્ર ઇચ્છા (થવી).

yeo'man (યોમન), ના૦ [બ.વ. **-men**] મધ્યમ વર્ગનો ખેડૂત, પાટીદાર; ખેડૂતોની પલટનનો માણસ; **Y ~ of the Guard,** બ્રિટિશ રાજાના અંગરક્ષક દળનો માણસ. **~ service,** ગરજ વખતે સારી અસરકારક મદદ.

yeo'manry (યોમન્‌રિ), ના૦ મધ્યમ-વર્ગના ખેડૂતોની પલટન, ખેડૂતોમાંથી ઊભું કરેલું સ્વયંસેવક હયદળ.

yes (યેસ, ય-), ક્રિ૦વિ૦ અને ના૦ હકારાત્મક જવાબનો શબ્દ (બોલવો તે), હા. **~-man,** [વાત.] હાજી હાજી કરનાર, પોતાના ઉપરીની બધી વાતોને ટેકો આપનાર કે માન્ય કરનાર.

ye'sterday (યેસ્ટર્ડે), ના૦ અને ક્રિ૦ વિ૦ ગઈ કાલ; ગઈ કાલે.

yet (યેટ, ય-), ક્રિ૦વિ૦ આ કે પેલા વખત સુધી, હજુ સુધી; [નકારાત્મક અથવા પ્રશ્નાર્થક સાથે] અત્યાર સુધી, ત્યાર સુધી; વળી, વધારામાં; હજુ પણ, પણ, સુદ્ધાં; તથાપિ, અને અથવા પણ તેમ છતાં. **as ~,** આજ સુધી. **nor ~,** અને (તે) પણ નહિ. **not ~,** હજુ નહિ, અત્યાર કે ત્યાર સુધી નહિ. ઉભ૦અ૦ પણ તેમ છતાં.

ye'ti (યે'તિ), ના૦ તિરસ્કૃત હિમમાનવ; હિમાલયના ઊંચા ભાગો પર જેનાં પગલાં જોવાયાનું કહેવાય છે એવું એક પ્રત્યક્ષ ન જોયેલું-ન ઓળખાવેલું-પ્રાણી.

yew (યૂ), ના૦ ઘેરારંગના પાંદડાંવાળું સદા લીલું રહેતું શંકુ-આકાર ઝાડ, તેનું લાકડું.

Yi'ddish (યિડિશ), વિ૦ અને ના૦ યુરોપના યહુદીઓની ભાષા.

yield (યીલ્ડ), ઉ૦ક્રિ૦ ફળ, નફો, પરિણામ, આપવું, -માંથી મળવું-પેદા થવું, -નું ઊપજવું; તાબે થવું, શરણે જવું; માન્ય રાખવું, કબૂલ કરવું, સંમતિ આપવી; જવા આવવાનો હક આપવો. ના૦ ઊપજ, પેદાશ.

yi'ppee (યિપિ), ઉદ્ગાર૦ આનંદ અથવા ક્ષોભ વ્યક્ત કરનારો.

Y.M.C.A., સંક્ષેપ. Young Men's Christian Association.

yob('bo) (યોબ, -બો), ના૦ [બ૦વ૦ ~s; વિ૦બો૦] જડસુ, રોંચો, ગુંડો.

yo'del (યોડલ), ઉ૦ક્રિ૦ સ્વિસ ગિરિવાસીઓની જેમ મધુર અને અસ્પષ્ટ ઉચ્ચારો કરીને અને વારંવાર સૂર બદલીને ગાવું, આલાપવું. ના૦ આલાપ.

yo'ga (યોગ), ના૦ યોગ; આસન, પ્રાણાયામ, ઇ૦ યોગની ક્રિયાઓ.

yo'g(h)urt, (યૉગર્ટ), ના૦ દહીં.

yo'gi (યોગિ), ના૦ યોગી.

yoicks (યૉઇક્સ), ઉદ્ગાર૦ શિયાળના શિકારીઓની બૂમ (વિ૦ક૦ કૂતરાઓને ઉત્તેજન આપવા).

yoke (યોક), ના૦ ધુરા, ધૂંસરી; બળદ ઇ૦ની જોડી; [લા.] વર્ચસ્વ, પ્રભુત્વ; બંધન, ગુલામી; આકાર ને કાર્યમાં ધુરા જેવી વસ્તુ, દા૦ત૦ કાવડ; ખમીસ કે ચોળીનો ખભાનો ભાગ, ખભો; [લા.] બંધન, વિ૦ક૦ વિવાહબંધન. ઉ૦ક્રિ૦ -ને ખભે ધૂંસરી મૂકવી; જોડવું, એક કરવું; એક બીજાને મળતું આવવું, સાથે મળીને કામ કરવું.

yo'kel (યોકલ), ના૦ અણઘડ ગામડિયો, રોંચો.

yolk (યોક), ના૦ ઈંડાંની અંદરનો પીળો ભાગ, જરદી.

yon (યોન), વિ૦ [પ્રા.] પેલું,-પેલી મેરનું. ક્રિ૦વિ૦ પેલી મેર-તરફ. સર્વના૦ પેલી વ્યક્તિ અથવા વસ્તુ.

yo'nder (યોન્ડર), ક્રિ૦વિ અને વિ૦ [સાહિત્ય], ત્યાં કે પેલી તરફ (આવેલું), પેલી પાર(નું).

yore (યોર), ના૦ [સાહિત્ય.] ભૂતકાળ, પ્રાચીન સમય. **of** ~, જૂના વખતનું, પ્રાચીનકાળનું.

york (યોર્ક), સ૦ક્રિ૦ [ક્રિકેટ] ઠેઠ બૅટની નીચે પડે એવો દડો ફેંકવો.

yor'ker (યૉર્કર), ના૦ ઠેઠ બૅટની નીચે પડીને ઊછળતો દડો.

Yor'kist (યૉર્કિસ્ટ), વિ૦ અને ના૦ યોર્કકુળનું (અનુયાયી) વિ૦ક૦ 'વૉર્સ ઑફ ધ રોઝિઝ' વખતે.

Yorks, સંક્ષેપ. Yorkshire

Yor'kshire (યૉર્ક્'શાયર), ના૦. ~-**man**, ~**woman**, યોર્કશાયરનું વતની-પુરુષ, સ્ત્રી. ~**pudding**, શેકેલા ગોમાંસ સાથે કે પહેલાં ખવાતી હલકી શેકેલી કેક. ~ **terrier**, લાંબા વાળવાળું નાનકડું કૂતરું,

you (યૂ) સર્વના૦ [કર્મ વિભક્તિ એ જ; ષષ્ઠી **your**] દ્વિતીય પુરુષનું એક વ૦નું કે બહુ વ૦નું સર્વનામ. તુ, તમે; [સામાન્ય નિવેદનમાં] એક જણ, માણસ.

young (યંગ), વિ૦ નાની ઉંમરનું, તરુણ, જુવાન; અપરિપક્વ, બિનઅનુભવી; જુવાનનું વિશિષ્ટ. ના૦ [સમૂહ૦] સંતતિ, બચ્ચાં, વિ૦ક૦ જન્મ પહેલાંનાં કે પછી તરતનાં. **with** ~. સગર્ભા, [ગાય ઇ૦ અંગે] ગાભણું.

you'ngster (યંગ્સ્ટર), ના૦ જુવાન માણસ, વિ૦ક૦ જુવાનિયો (મરદ); બાળક, વિ૦ક૦ છોકરો.

your (યુઅર) સર્વના૦ **you**ની ષષ્ઠી વિભક્તિ. નિરપેક્ષ રૂપ **yours**. તારું, તમારું.

yourse'lf (યુઅર્સે'લ્ફ), સર્વના૦ [બ૦

બ૦ -sel'ves] youનું ભારદર્શક અને સ્વવાચક રૂપ.

youth (યૂથ), ના૦ [બ૦વ૦ ~s યૂધ્ઝ઼્] જુવાની, યૌવન; યુવાવસ્થા, વિ૦ક૦ પૌગંડાવસ્થા; જુવાનિયો; જુવાનિયાઓ; યુવાનોનો વિશિષ્ટ ગુણ અથવા સ્થિતિ. ~ **club**, યુવકોની નવરાશની પ્રવૃત્તિઓની જગ્યા. ~ **hostel**, પ્રવાસ ઇ૦ દરમ્યાન યુવાનોના રાતવાસો ઇ૦ માટે સસ્તી જગ્યા.

you'thful (યૂથ્ ફુલ), વિ૦ ભરજુવાનીવાળું, જુવાન.

yowl (યાઉલ), ના૦ અને અ૦ક્રિ૦ કૂતરું, બિલાડી, ઇ૦નું રડવું (તે), આક્રંદ (કરવું).

yo'-yo (યો-યો), ના૦ [બ૦વ૦ ~s] દોરી વતી ઉપર નીચે ફેરવી શકાતો ભમરડો.

yr., સંક્ષેપ. year(s); younger; your.

yrs., સંક્ષેપ. years; yours.

yu'cca (યૂકૅ), ના૦ સફેદ ફૂલવાળો બગીચાનો એક છોડ.

Yu'goslav, Ju'go ~ (યુગસ્લાવ), વિ અને ના૦ યુગોસ્લાવિયાનું (વતની). **Yugosla'vian** (-વિઅન), વિ૦ અને ના૦.

yule (યૂલ), ના૦ નાતાલનો તહેવાર – ઉત્સવ. ~-**log**, નાતાલ વખતે બાળવામાં આવતું મોટું ઢીમચું. ~-**tide**, 'યૂલ' નો સમય – અવધિ.

yu'mmy (યમિ), વિ૦ સ્વાદિષ્ટ.

Y. W. C. A., સંક્ષેપ. Young Women's Christian Association.

Z

zabaglio'ne (ઝ઼ાબાલ્યોનિ), ના૦ ઈંડાં, ખાંડ તથા દારૂની બનેલી એક ઇટાલિયન મીઠાઈ.

za'ny (ઝ઼ૅનિ), ના૦ વિદૂષક, ભોળો ભા; મૂર્ખો. વિ૦ બેવકૂફ; પાગલ.

zap (ઝ઼ૅપ), સ૦ક્રિ૦ [વિ૦બો૦] મારવું, હુમલો કરવો, મારી નાખવું.

zeal (ઝ઼ીલ), ના૦ ઉત્સાહ, ઉમંગ, આતુરતા. **zea'lous** (ઝ઼ૅલસ), વિ૦.

zea'lot (ઝ઼ૅલટ), ના૦ અતિ ઉત્સાહી-ઝનૂની – માણસ.

ze'bra (ઝ઼ીબ્ર), ના૦ પટાવાળું ઘોડા જેવું આફ્રિકાનું એક ચોપગું પ્રાણી. ~ **crossing**, પાદચારીઓ માટે રસ્તો ઓળંગવાની જગ્યા.

ze'bu (ઝ઼ીબ્યૂ), ના૦ મોટી ખૂંધવાળું ગાયબળદ જેવું એક પ્રાણી.

Zen (ઝ઼ૅન), ના૦ બૌદ્ધ ધર્મનું એક રૂપ જેમાં ધ્યાન અને અન્ત:સ્ફૂર્તિને વધુ મહત્ત્વનું ગણવામાં આવે છે.

zena'na (ઝ઼િનાનૅ), ના૦ જનાનખાનું.

ze'nith (ઝ઼ૅનિથ), ના૦ આકાશનું જોનારના માથા પરનું બિંદુ, ખસ્વસ્તિક; પરાકાષ્ઠા, ટોચ, શિખર.

ze'phyr (ઝ઼ૅફર), ના૦ પવનની આહ્લાદક મંદ લહેર.

ze'ro (ઝ઼િઅરો), ના૦ [બ૦વ૦ ~s] મીંડું, શૂન્ય, (૦), કશું નહિ; ઉષ્ણતામાપક પર જ્યાંથી ઋણ અને ધન અંશ માપી શકાય છે તે રેખા કે બિંદુ; નીચામાં નીચું બિંદુ, શૂન્યાંક; નગણ્ય માણસ; નિયત કાર્યક્રમના આરંભનો સમય. ~ **hour**, પ્રસ્થાન વેળા; કટોકટીનો સમય, નિર્ણાયક ક્ષણ.

zest (ઝ઼ૅસ્ટ), ના૦ ઝાટકો, તીખાશ; ઊંડો રસ, મજા, સ્વાદ, લિજ્જત; નારંગી કે લીંબુની છાલ.

zi'gzag (ઝ઼િગ્ઝ઼ૅગ), ના૦ વારાફરતી ડાબા જમણા અચાનક વળાંકોવાળી લીટીઓ કે રસ્તો. વિ૦ વાંકુંચૂકું, આડુંઅવળું, ક્રિ૦વિ૦ આડુંઅવળું. અ૦ક્રિ૦ આડીઅવળી ગતિથી જવું.

zinc (ઝિંક), ના૦ જસત (ધાતુ).

zing (ઝિંગ), ના૦ [વાત.] બળ, તાકાત, જોમ. અ૦ક્રિ૦ ઝડપથી–કર્કશપણે–ખસવું.

zi'nnia (ઝિનિઅ), ના૦ દેખાવડાં ફૂલોવાળો એક છોડ.

zip (ઝિપ), ના૦ [વાત.] કંતાન વગેરે ફાડવાના જેવો તીણો હળવો અવાજ, એવા અવાજવાળી હાલચાલ; [લા.] જોમ, જોર, પ્રેરણા, આવેગ; દાંતાવાળા બે પડ કે બાજુઓને એકબીજા સાથે જોડીને બંધ કરવાની કળ, 'ઝિપ્ફાસ્નર'. ઉ૦ક્રિ૦ એ કળથી બંધ કરવું કે ઉઘાડવું; 'ઝિપ'ના અવાજ સાથે, ખૂબ વેગથી અથવા જોરથી ખસવું અથવા જવું. **~-fastener**, દાંતાવાળાં બે પડ કે બાજુઓને એકબીજા સાથે જોડીને બંધ કરવાની કળ.

zi'pper (ઝિપર), ના૦ = **zip-fastener.**

zir'con (ઝિર્કન), ના૦ સિલોનનો વિવિધરંગી અર્ધપારદર્શક પથ્થર.

zirco'nium (ઝિર્કોનિઅમ), ના૦ રંગની એક ભૂખરા ધાતુ (મૂળતત્ત્વ).

zi'ther (ઝિધર), ના. ૩૦થી ૪૦ તારવાળુ એક સાદું ચપટું તંતુવાદ્ય,

zo'diac (ઝોડિઍક), ના૦ સૂર્ય, ચંદ્ર, અને મુખ્ય ગ્રહો જેમાંથી પસાર થાય છે તે આકાશનો પટો, રાશિચક્ર. **signs of the ~**, (બાર) રાશિઓ.

zodia'cal (ઝોડાયકલ), વિ૦ રાશિચક્રનું -માં.

zo'mbie (ઝોમ્બિ), ના૦ જાદુથી સજીવન કરેલું શબ; [વાત.] મંદબુદ્ધિ અને ભાવશૂન્ય માણસ.

zone (ઝોન), ના૦ કોઈ વસ્તુની ફરતો રંગ ઇ૦નો પટો; બે એકકેન્દ્રી વર્તુળો વચ્ચેની જગ્યા–પટો; કોઈ રાજ્ય, શહેર કે દેશના અમુક હેતુસર પાડેલા વિભાગોમાંથી એક; કમરપટો, મેખલા; પૃથ્વીના પાંચ કટિબંધોમાંનો કોઈ પણ એક. સ૦ક્રિ૦ પટાવતી ઘેરવું–અંકિત કરવું; વિભાગો પાડવા, વિભાગોમાં વહેંચવું. વિશિષ્ટ પ્રદેશને નીમી આપવું. **zo'nal**, (-નલ), વિ૦.

zoo (ઝૂ), ના૦ પ્રાણીસંગ્રહાલય (બગીચા સાથેનું).

zoolo'gical (ઝોઅલૉજિકલ), વિ૦ પ્રાણીશાસ્ત્રનું -ને લગતું. **~ garden(s)**, પ્રાણીઓના સંગ્રહ સાથેનો જાહેર બગીચો.

zoo'logy (ઝોઑલજિ), ના૦ પ્રાણીશાસ્ત્ર. **zoo'logist**, (-જિસ્ટ), ના.

zoom (ઝૂમ), સ૦ક્રિ૦ વિમાનને ખૂબ વેગથી સીધું ઊંચે લઈ જવું; ઝડપથી પસાર થવું, વિ.ક. ગણગણાટ સાથે; (કૅમેરા અંગે) દૂર છબી પાડીને તરત (ઝડપથી) નજીકથી છબી પાડવી. ના૦ વિમાનનું એકદમ સીધું ઊંચે ઉડાણ. **~ lens**, ફોકસ બદલીને લાંબાથી એકદમ નજીકની છબી પાડવાની લેન્સ–કાચ.

zo'ophyte (ઝોઅફાઇટ), ના૦ વનસ્પતિ કે ફૂલના આકારનું એક પ્રાણી.

zy'gote (ઝાઇગોટ), ના૦ બે પ્રજનન કોશના સંયોગથી બનતો ગર્ભ–ગર્ભપેશી.

□

પરિશિષ્ટ ૧

દુનિયાના દેશો અને તે પરથી થતાં વિશેષણો

Afgh'anistan (ઍફ્ગૅનિસ્ટાન), **A'fghan** (ઍફ્ગૅન).
Alba'nia (ઍલ્બેનિઅ), **Alba'nian** (-નિઅન).
Alge'ria (ઍલ્જિઅરિઅ), **Alge'rian** (–રિઅન).
American (અમેરિકન), જુઓ **United States of America.**
Ando'rra (ઍન્ડૉરં), **Ando'rran** (-ડૉરન).
Ango'la (ઍંગ્રોલં), **Ango'lan** (-લન).
Argenti'na (આર્જે'ન્ટીનં), **A'rgentine** (આર્જેન્ટાઇન). અથવા **Argentinian** (આર્જે'ન્ટીનિઅન).
Austra'lia (ઑસ્ટ્રેલિઅ), **Au'stralian** (-લિઅન).
Au'stria (ઑસ્ટ્રિઅ), **Au'strian** (-અન).
Baha'mas, the (બહામઝ઼), **Baha'mian** (બહેમિઅન).
Bahrai'n (બારેન), **Bahrai'ni** (બારેન–નિ).
Banglade'sh (બૅંગ્લડે'શ), **Banglade'shi** (-શિ,-શી).
Barba'dos (બાર્બેડૉસ), **Barba'dian** (-બેડિઅન).
Be'lgium (બે'લ્જમ), **Be'lgian** (-જન).
Beni'n (બે'નીન), **Benine'se** (બે'નિનીઝ઼).
Bhuta'n (બૂટાન), **Bhutane'se** (બૂટનીઝ઼).
Boli'via (બલિવિઅ), **Boli'vian** (-વિઅન).
Botswa'na (બટ્સ્વૉનં).
Brazi'l (બ્રઝ઼ીલ), **Brazi'lian** (-લિઅન).
Bri'tish (બ્રિટિશ), જુઓ **United Kingdom.**
Bru'nei (બ્રૂનાઇ).
Bulga'ria (બલ્ગે'અરિઅ) **Bulga'rian** (-રિઅન).
Bur'ma (બર્મ઼), **Burme'se** (બર્મીઝ઼).
Buru'ndi (બુરંડિ), **Buru'ndian** (-ડિઅન).
Cameroo'n (કૅમરૂન), **Cameroo'nian** (-નિઅન).
Ca'nada (કૅનડં), **Cana'dian** (કનેડિઅન).
Cape Ver'de (કેપ વે'અર્ડ) **Cape Ver'dean** (-વે'અર્ડિઅન).
Central Af'rican Empire (સે'ન્ટ્રલ ઍફ્રિકન એ'મ્પાયર).
Chad (ચૅડ), **Cha'dian** (ચૅડિઅન).
Chi'le (ચિલિ), **Chi'lean** (-લિઅન).
Chi'na (ચાઇનં), **Chine'se** (ચાઇનીઝ઼).
Colo'mbia (કલૉમ્બિઅ), **Colo'mbian** (-અન).
Como'ros (કમૉરોઝ઼), **Como'ran** (-મોરન).
Co'ngo (કૉંગો), **Congole'se** (કૉંગલીઝ઼).
Costa Ri'ca (કૉસ્ટ રીકં), **Costa Ri'can** (-રીકન).
Cu'ba (ક્યૂબં), **Cu'ban** (-બન).

Cy'prus (સાઇપ્રસ), **Cy'priot** (સિપ્રિઅટ).

Czechoslova'kia (ચે'કોસ્લવૅકિઅ), **Czech** (ચે'ક), **Czechoslo'vak** (ચે'કસ્લોવૅક) or **Czechoslo'vakian** (-વૅકિઅન).

De'nmark (ડે'નમાર્ક), **Da'nish** (ડૅનિશ).

Djibou'ti (જિબૂટિ).

Domini'ca (ડૉમિનીકૅ), **Domini'can** (ડૉમિનીકનૅ).

Domi'nican Republic (ડમિનિકન રિપબ્લિક), **Domi'nican** (ડૉમિનિકન).

Dutch (ડચ), જુઓ **Netherlands, the.**

E'cuador (એ'ક્વડૉર), **Ecuado'rian** (એ'કવડૉરિઅન).

E'gypt (ઈજિપ્ટ), **Egy'ptian** (ઇજિપ્શન).

El Sa'lvador (એ'લ્ સૅલ્વડૉર), **Salvado'rean** (સૅલ્વડૉરિઅન).

E'ngland (ઇંગ્લન્ડ), **E'nglish** (ઇંગ્લિશ).

Equatorial Gui'nea (ઇકવેટૉરિઅલ ગિનિ).

Ethio'pia (ઇથિઓપિઅ), **Ethio'pian** (-પિઅન).

Fi'ji (ફિજિ).

Filipi'no, જુઓ **Philippines, the.**

Fi'nland (ફિનલન્ડ), **Fi'nnish** (ફિનિશ).

France (ફ્રાન્સ), **French** (ફ્રે'ન્ચ).

Gabo'n (ગૅબન), **Gabone'se** (ગૅબનીઝ઼).

Ga'mbia, the (ગૅમ્બિઅ), **Ga'mbian** (ગૅમ્બિઅન).

Ger'man Democratic Republic (જર્મન ડેમક્રૅટિક રિપબ્લિક), **East German.** (ઈસ્ટ જર્મન).

Ger'many, Federal Republic of (જર્મનિ, ફેડરલ રિપબ્લિક ઑફ), **West German** (વે'સ્ટ જર્મન),

Gha'na (ગાનૅ), **Ghanai'an** (ગાનેઅન).

Greece (ગ્રીસ), **Greek** (ગ્રીક).

Grena'da (ગ્રનેડૅ) **Grena'dian** (ગ્રનેડિઅન).

Guatema'la (ગ્વૅટિમાલૅ), **Guatema'lan** (-માલન).

Gui'nea (ગિનિ), **Gui'nean** (ગિનિઅન).

Guinea-Bi'ssau (ગિનિબિસાઉ).

Guyana (ગાયૅનૅ), **Guyane'se** (ગાયનીઝ઼).

Hai'ti (હાઇટિ), **Hai'tian** (હાઇશ્યન).

Hondu'ras (હૉન્ડ્યુઅરસ), **Hondu'ran** (-રન).

Hu'ngary (હંગરિ), **Hunga'rian** (હંગે'અરિઅન).

I'celand (આઇસ્લન્ડ), **Icela'ndic** (આઇસ્લૅન્ડિક).

I'ndia (ઇન્ડિઍ), **I'ndian** (ઇંડિઅન).

Indone'sia (ઇન્ડોનીશ્યઁ), **Indone'sian** (ઇન્ડનીશન).

Ira'n (ઇરાન), **Ira'nian** (ઇરેનિઅન).

Ira'q (ઇરાક), **Ira'qi** (ઇરાકિ).

Ire'land, Republic of (આયર્લન્ડ), **I'rish** (આયરિશ).

I'srael (ઇઝ્રેઅલ), **Israe'li** (ઇઝ્રેલિ).
I'taly (ઇટલિ), **Ita'lian** (ઇટૅલિઅન).
I'vory Coast (આઇવરિ કોસ્ટ).
Jamai'ca (જમેકૅ), **Jamai'can** (-કન).
Japa'n (જપૅન), **Japane'se** (જૅપનીઝ઼).
Jor'da n (જોર્ડન), **Jorda'nian** (જોર્ડેનિઅન).
Kampuche'a (કૅમ્પુચિઅ), **Kampuche'an** (કૅમ્પૂચિઅન).
Ke'nya (કે'ન્ય), **Ke'nyan** (કે'ન્યન).
Kiriba'ti (કિરિબૅટિ).
Kore'a (કરિઅ), **Kore'an** (-અન).
Kuwai't (કુવેટ), **Kuwaiti** (કુવેટિ, -ટી).
La'os (લાઓસ), **Lao'tian** (લાઓશન).
Le'banon (લે'બનન), **Lebane'se** (લે'બનિઝ઼).
Leso'tho (લસોટો).
Libe'ria (લાઇબિઅરિઅ), **Libe'rian** (-રિઅન).
Li'bya (લિબિઅ), **Li'byan** (લિબિઅન).
Lie'chtenstein (લિક્ટન્સ્ટાઇન).
Lu'xemburg (લક્સમ્બર્ગ).
Madaga'skar (મૅડગૅસ્કર), **Malaga'sy** (મૅલગૅસિ).
Mala'wi (મલાવિ), **Mala'wian** (-વિઅન).
Malay'sia (મલેસિઅ), **Malay'sian** (-સિઅન).
Ma'ldives, the (મૉલ્ડિવ્ઝ઼), **Maldivian** (-ડિવિઅન).
Ma'li (માલિ), **Ma'lian** (-લિઅન).
Ma'lta (મૉલ્ટં), **Malte'se** (મૉલ્ટીઝ઼).
Maurita'nia (મૉરિટૅન્યૅ), **Mau'rita'nian** (-ટૅનિઅન).
Mauri'tius (મૉરિશસ), **Maurit'ian** (મૉરિશન).
Me'xico (મે'ક્સિકો), **Me'xican** (-સિકન).
Mo'naco (મૉનકો), **Monega'sque** (મૉનિગૅસ્ક).
Mongo'lia (મૉંગોલિઅ), **Mongolian** (-લિઅન).
Moro'cco (મરોકો), **Moro'ccan'** (–રોકન).
Mozambi'que (મોઝંબીક), **Mozambi'can** (-બીકન).
Nau'ru (નાઉરૂ), **Nau'ruan** (-રૂઅન).
Nepa'l (ને'પૉલ), **Nepale'se** (નેપલીઝ઼).
Ne'therlands, the (ને'ધરલૅન્ડ્ઝ઼), **Dutch** (ડચ).
New Zea'land (ન્યૂ ઝીલન્ડ).
Nicara'gua (નિકરૅગ્યુઅ), **Nicara'guan** (-ગ્યુઅન).
Niger' (નાઇજર).
Nige'ria (નાઇજિઅરિઅ), **Nige'rian** (-રિઅન).
Northern Ire'land (આયર્લૅન્ડ), **Northern I'rish** (-આયરિશ).
Nor'way (નૉર્વે), **Norwe'gian** (નૉર્વીજન).
Oma'n (ઓમાન), **Omani** (-નિ).
Pakista'n (પાકિસ્ટાન), **P'akista'ni** (-નિ).

Panama' (પૅનમા), **Panama'nian** (પૅનમેનિઅન).
Papua New Gui'nea (પૅપુઅ ન્યૂગિનિ).
Paraguay (પૅરગ્વાઇ, -ગ્વે), **Paraguay'an** (પૅરગ્વાઇઅયન, -ગ્વેઅન).
Peru' (પરૂ), **Peru'vian** (પરૂવિઅન).
Phi'lippines (ફિલિપીંઝ઼), **Filipi'no** (ફિલિપિનો) અથવા
Phi'lippine (ફિલિપીન).
Po'land (પોલન્ડ), **Po'lish** (પોલિશ).
Por'tugal (પૉટર્યુંગલ), **Portugue'se** (પૉટર્યુંગીઝ઼).
Qa'tar (કેટાર), **Qata'ri** (-રિ).
Roma'nia (રોમેન્ય), **Roma'nian** (-ન્યન).
Russian (રશન), જુઓ **Union of Soviet Socialist Republics.**
Rwa'nda (રુઍન્ડ),-**Rwa'ndan** (-ન્ડન).
Salvadorean (સૅલ્વડોરિઅન), જુઓ **El Salvador.**
Saint Lu'cia (લ્યૂશ), **Saint Lu'cian** (લ્યૂશન).
San Mari'no (સૅન મરીનો).
Sao Tomé and Pri'ncipe (સાઉ ટોમે ઍન્ડ પ્રિન્સિપિ).
Saudi Ara'bia (સાઉડિ અરેબિઅ), **Saudi Ara'bian** (-બિઅન).
Sco'tland (સ્કૉટ્લન્ડ), **Scotch** સ્કૉચ, **Scots** સ્કૉટ્સ અથવા
Scottish (સ્કૉટિશ).
Seneg'al (સે'નિગૉલ), **Senegale'se** (સે'નિગલીઝ઼).
Seyche'lles (સેશે'લ્ઝ઼), **Seychellois'** (સેશે'લ્વા).
Sierra Le'one (સિએર લિઓન), **Sierra Leo'nean** (-લિઓનિઅન).
Singapo're (સિંગપોર), **Singapo'rean** (સિંગપોરિઅન).
So'lomon Islands (સૉલમન આઇલન્ડ્ઝ઼).
Soma'lia (સમાલિઅ), **Soma'lian** (-લિઅન).
South A'frica (સાઉથ ઍફ્રિકૅ), **South A'frican** (-કન).
Soviet (સોવિએ'ટ), જુઓ **Union of Soviet Socialist Republics.**
Spain (સ્પેન), **Spa'nish** (સ્પૅનિશ).
Sri La'nka (સ્રિ લૅંક), **Sri La'nkan** (-કન).
Suda'n (સૂડાન), **Sudane'se** (સૂડનીઝ઼).
Surina'm (સુઅરિનૅમ), **Suriname'se** (સુઅરિનૅમીઝ઼).
Swa'ziland (સ્વાઝ઼િલૅન્ડ), **Swa'zi** (સ્વાઝ઼િ).
Swe'den (સ્વીડન), **Swe'dish** (સ્વીડિશ).
Switzerland (સ્વિટ્સરલન્ડ), **Swiss** (સ્વિસ).
Sy'ria (સિરિઅ), **Sy'rian** (-રિઅન)
Tanzani'a (ટાન્ઝ઼નિઅ), **Tanzani'an** (-નિઅન).
Thai'land (ટાઇલૅન્ડ), **Thai** (ટાઇ).
To'go (ટોગો), **Togole'se** (ટોગોલીઝ઼).
To'nga (ટૉંગૅ), **To'ngan** (-ગન).
Tri'nidad and Tóba'go (ટ્રિનિ ડેડ ઍન્ડ ટોબેગો),
Trinida'dian (ટ્રિનિડૅડિઅન), **Toba'gan** (ટુબેગન).
Tuni'sia (ટ્યુનિઝ઼િઅ), **Tuni'sian** (-ઝ઼િઅન).

Tur'key (ટર્કિ), **Tur'kish** (-કિશ).
Tuva'lu (ટૂવાલૂ), **Tuva'luan** (-લુઅન).
Uga'nda (યૂગૅન્ડ), **Uga'ndan** (-ન્ડન).
U'nion of Soviet Socialist Republics (યૂન્યન ઑફ સોવિઅટ સોશલિસ્ટ રિપબ્લિક્સ), **Ru'ssian** (રશન), **Soviet** (સોવિઅટ).
United Arab Emirates (યુનાઇટિડ ઍરબ એ'મિઅરટ્સ),
United Kingdom, the (યુનાઇટિડ કિંગ્ડમ), **Bri'tish** (બ્રિટિશ).
United States of Ame'rica (યુનાઇટિડ સ્ટેટ્સ ઑફ અમેરિકૅ). **Ame'rican** (અમે'રિકન).
Upper Vol'ta (અપર વૉલ્ટૅ).
U'ruguay (યુઅરુગ્વાઇ), **Urugua'yan** (યુઅરુગ્વાયન).
Vatican City (વૅટિકન સિટિ), **Vati'can** (વૅટિકન).
Venezue'la (વે'નેઝ્વેલ), **Venezue'lan** (-ઝ઼્વેલન).
Vietna'm (વ્યે'ટનેમ), **Vietname'se** (વ્યે'ટનમીઝ઼).
Wales (વેલ્ઝ઼), **Welsh** (વે'લ્શ).
Western Samo'a (વિસ્ટર્ન સમોઅ), **Samoan** (સમોઅન).
Ye'men (યે'મન), **Ye'meni** (-મનિ).
Yugosla'via (યૂગોસ્લાવિઅ), **Yu'goslav** (યૂગોસ્લાવ), **Yugosla'vian** (-વિઅન).
Zaire' (ઝ઼ાઇઅર), **Zai'rean** (ઝ઼ાઇઅરિઅન).
Za'mbia (ઝૅમ્બિઅ), **Za'mbian** (-અન).
Zimbabwe-Rhode'sia (ઝ઼િમ્બાબ્વિ-રોડિશ્ય).

તોલમાપની મેટ્રિક પદ્ધતિ

Linear Measure

1	millimetre	=	0.039	inch
1	centimetre = 10 mm	=	0.394	inch
1	decimetre = 10 cm	=	3.94	inches
1	metre = 10 dm	=	1.094	yards
1	decametre = 10 m	=	10.94	yards
1	hectometre = 100 m	=	109.4	yards
1	kilometre = 1000 m	=	0.6214	mile

Square Measure

1	square centimetre	=	0.155	sq inch
1	square metre	=	1.196	sq yards
1	are (આર) =100 sq metres	=	119.6	sq yards
1	hectare (હૅ'ક્ટૅ'અર) = 100 ares	=	2.471	acres
1	square kilometre	=	0.386	sq. mile

Cubic Measure

1	cubic centimetre	=	0.061	cu. inch
1	cubic metre	=	1.308	cu. yards

Capacity Measure

1	millilitre	=	0.002	pint (British)
1	centilitre = 10 ml	=	0.018	pint
1	decilitre = 10 cl	=	0.176	pint
1	litre = 10 dl	=	1.76	pints
1	decalitre = 10 litres	=	2.20	gallons

Note: 1 litre is almost exactly equivalent to 1.000 cubic centimetres.

Weight

1	milligram	=	0.015	grain
1	centigram = 10 mg	=	0.154	grain
1	decigram = 10 cg	=	1.543	grains
1	gram = 10 dg	=	15.43	grains
1	decagram = 10 g	=	5.64	drams
1	hectogram = 100 g	=	3.527	ounces
1	kilogram = 1000 g	=	2.205	pounds
1	tonne (metric ton) = 1000 kg	=	0.984	(long) ton

NOTES

NOTES

NOTES